D1763336

சுராவின்

தமிழ்-தமிழ்-ஆங்கில அகராதி

இதன் சிறப்பு அம்சங்கள்

- ஏறக்குறைய 42,000 சொற்கள்.
- ஒவ்வொரு சொல்லுக்கும் பல பொருள் விளக்கங்கள், அதனைச் சார்ந்த பழமொழிகள்.
- திருக்குறள் எடுத்துக்காட்டுகள்.
- அனைத்து சொற்களுக்கும் ஆங்கில மொழியின் விளக்கங்கள்.

தொகுப்பு:
ஆசிரியர் குழாம்

சுரா காலேஜ் ஆஃப் காம்படிஷன்
சென்னை.

I 21

Tamizh-Tamizh-Aangila Agaradhi (H/B)

(Tamil-Tamil-English Dictionary)

© வெளியீட்டாளர்கள்

இந்தப் பதிப்பு : செப்டம்பர், 2023
அளவு : 1/8 டெமி
பக்கங்கள் : 920

ISBN : 81-7254-312-3
குறியீட்டு எண் : I 24

(வெளியீட்டாளர்களின் எழுத்து மூலமான அனுமதி இன்றி இப்புத்தகத்தை மறுபதிப்புச் செய்யவோ, வேறு மொழிகளில் மொழிபெயர்க்கவோ, அச்சடிக்கவோ, போட்டோகாபி செய்யவோ கூடாது)

சூரா காலேஜ் ஆஃப் காம்படிஷன்

தலைமை அலுவலகம்: 1620, 'ஜே' பிளாக், 16-வது பிரதான சாலை,
அண்ணா நகர், சென்னை-600 040.
☎ 91-44-48629977, 42043273

பத்மாவதி ஆப்செட், சென்னை—600 032 இல் அச்சடிக்கப்பட்டு,
சூரா புக்ஸ் (பிரைவேட்) லிமிடெடுக்காக
1620, 'ஜே' பிளாக், 16—வது பிரதான சாலை, அண்ணா நகர், சென்னை — 600 040 இல்
திரு. வீ.வீ.கே. சுப்புராசு அவர்களால் வெளியிடப்பட்டது.
தொலைபேசி எண்: 91—44—48629977
e-mail: enquiry@surabooks.com ; suracollege@gmail.com ;
website: www.surabooks.com

09 23 3000

அகராதியில் பயன்படுத்தியிருக்கும் சுருக்கக் குறியீடுகள்

அ.	-	அல்லது
அ.வ.வ.	-	அருகி வருகின்ற வழக்கு
இ.து.	-	இசைத்துறை
இ.சொ.	-	இடைச்சொல்
இணை. இ.சொ.	-	இணைப்பு இடைச் சொல்
இயற்.	-	இயற்பியல்
இலக்.	-	இலக்கணம்
இலங்.த.வ.	-	இலங்கைத் தமிழ் வழக்கு
இஸ்.	-	இஸ்லாமிய வழக்கு
உ.வ.	-	உயர் வழக்கு
உயிரி.	-	உயிரியல்
உரு.வ.	-	உரு வழக்கு
உள.	-	உளவியல்
எ.கா.	-	எடுத்துக்காட்டு
எ.வி.மு.	-	எதிர்மறை வினைமுற்று
கணி.	-	கணிதம்
கிறித்.	-	கிறித்தவ வழக்கு
சமூ.வ.	-	சமூக வழக்கு
சி.வை.	-	சித்த வைத்தியம்
சு.சொ.	-	சுட்டுச் சொல்
சு.பெ.	-	சுட்டுப் பெயர்
சு.பெ. அ.	-	சுட்டுப் பெயரடை (பெயர் அடை)
சோதி.	-	சோதிடம்
த.வ.	-	தகுதியற்ற வழக்கு
தத்.	-	தத்துவம்
தருக்.	-	தருக்கம்
தா.இ.	-	தாவர இயல்
து.வி.	-	துணை வினை
தொ.பெ.	-	தொழிற்பெயர்
நா.	-	நாட்டியம்
பெ.	-	பெயர்ச்சொல்
பெ.அ.	-	பெயரடை (பெயர் அடை)
பெ.ப.	-	பெண்பால் பன்மை
பெ.வ.வ.	-	பெருகி வரும் வழக்கு
பே.வ.	-	பேச்சு வழக்கு
வ.சொ.	-	வடசொல்
வ.வ.	-	வட்டார வழக்கு
வி.	-	வினைச்சொல்
வி.அ.	-	வினையடை (வினை அடை)
வி.உ.	-	வினை உரிச்சொல்
வி.மு.	-	வினைமுற்று
வி.இ.சொ.	-	விளிப்பு இடைச் சொல்
வினா. பெ.	-	வினாப் பெயர்
வி.பெ.	-	வினைப் பெயர்
வினா.பெ .அ.	-	வினாப் பெயரடை
விய.சொ.	-	வியப்புச் சொல்
வேதி.	-	வேதியியல்

சூராவின்

தமிழ்–தமிழ்–ஆங்கில அகராதி

அ

அ: தமிழ் எழுத்துக்களுள் முதல் எழுத்து; உயிர் எழுத்து; தமிழ் எண் எட்டின் குறி; the first letter and vowel of Tamil; the Tamil number eight.

அஃகம்: *(பெ):* தானியம்; ஊற்று நீர்; grain; the spring water. • போதுமான அளவு மழை பெய்துள்ளமையால் இவ்வாண்டில் **அஃகத்தின்** விளைச்சல் அமோகமாக இருக்கும். • **அஃகம்** ஊறுவது எந்நாளுமே இருப்பதால் எங்கள் வீட்டுக் கிணறு ஒருபோதும் வற்றாது.

அஃகரம்: *(பெ):* வெள்ளெருக்கு; white madar. • **அஃகரத்தின்** பால், வேர் போன்றவை சித்த வைத்திய மருந்துகள் தயாரித்திட சேர்ப்புப் பொருள்களாகப் பயன்படுகின்றன.

அஃகல்: *(தொ.பெ):* குறுகுதல்; குறைதல்; சுருங்குதல்; decreasing; shrinking; *(பெ):* வறுமை; poverty.

அஃகுல்லி: *(பெ):* பிட்டு; ஒரு வகை சிற்றுணவு; a kind of pudding; a light edible. • தேங்காய் **அஃகுல்லியை** என் குழந்தைகள் விரும்பி உண்ணுவார்கள்.

அஃகு: *(பெ):* ஊற்று நீர்; the spring water; *(வி):* சுருங்கு; குறைத்திடு; to shrink; to become shortened; to diminish. • உள்ளாடை புதிதாய் வாங்கித் தண்ணீரில் நனைத்ததும் **அஃகிப்** போனது. • கயிற்றின் நீளம் அதிகம் என்பதால் சிறிதளவு **அஃகிடு.**

அஃகுள்: *(பெ):* அக்குள்; கக்கம்; armpit.

அஃகேனம்: *(பெ):* மூன்று புள்ளிகளை மட்டுமே கொண்ட ஆயுத எழுத்து; name of a letter of the Tamil alphabet which is neither vowel nor consonant.

அஃது: *(சு.பெ):* அது; அஃறிணை ஒருமைச் சுட்டு. (before vowels) it; that (thing).

• *அறன்எனப் பட்டதே இல்வாழ்க்கை **அஃதும்***
பிறன்பழிப் பதுஇல்லாயின் நன்று. - *குறள் 49.*

அஃபோதம்: *(பெ):* நிலா முகிப்புள் என்னும் பறவை; a migratory bird.

அஃறிணை: *(பெ):* பகுத்தறியும் தன்மையற்ற உயிர்களும், உயிரற்ற பொருள்களும்; a class of nouns which includes lifeless things, animals, birds, insects, etc.

அகக்கண்: *(பெ):* ஞானம்; ஆன்ம அறிவு; knowledge; wisdom, the inner sight. • சித்தர்களும், ஞானிகளும் இறைவனை தம் **அகக்கண்**களால் உணர்வு நிலையில் அறிந்து முக்தி பெற்றனர்.

அகக்கரணம்: *(பெ):* உள்ளம்; மனம்; mind. • ஒருவரின் **அகக்கரணம்** தூய்மையாக இருக்குமானால் அவரது செயல்பாடுகளும் நன்மை அளிப்பவையாகவே இருந்திடும்.

அகக்காழ்: *(பெ):* மரத்தின் கடினமான நடுப்பகுதி; ஆண் மரம்; inner part of tree-trunk yielding hardest timber; male tree.

அகங்கரி: *(வி):* இறுமாப்பு கொண்டிரு; be self-conceited.

அகங்காரம்: *(பெ):* ஆணவம்; கர்வம்; இறுமாப்பு; நான் என்னும் செருக்கு; அகந்தை; pride; egotism; haughtiness; conceit; arrogance. • மனிதர்களின் உயர்வுக்குக் காரணமாக **அகங்காரம்** ஒருபோதும் அமைவதில்லை.

அகங்காரி: *(பெ):* இறுமாப்புக் கொண்டவள்; a proud unruly woman.

அகங்கை: *(பெ):* உள்ளங்கை; palm of the hand. • இடது **அகங்கையில்** உள்ள ரேகைகளைக் கொண்டே பெண்களுக்குக் கைரேகை நிபுணர்கள் பலன்களைக் கூறிடுவர்.

அகசன்: *(பெ):* தனி இராசியாக இல்லாமல் தானிருக்கும் வீட்டின் தன்மைகளைக் கொண்டு, வலமிருந்து இடமாக நகரும் கேது எனப்படும் சாயாக் கிரகம்; a nodal point (Kethu) which has no house of its own in the Zodiac, but possessing the qualities of the owner of the house it occupies and moving in an anti-clockwise direction.

அகசியம்: *(பெ):* வேடிக்கை; ஏளனம்; பகடிக் கூத்து; amusement; ridicule; a humorous play. • பள்ளி மாணவன் நிகழ்த்திய **அகசிய** நிகழ்ச்சிகள் யாவும் அனைவரின் பாராட்டைப் பெற்றிடும் வகையில் அமைந்தன. • பிறரை **அகசியம்** செய்யக்கூடாது. • இன்று இரவு நடைபெறும் **அகசியத்தைக்** காண மக்கள் பெருந்திரளாகக் கூடினர்.

அகசு: (பெ): பொழுது; பகல் பொழுது; time; day-time ● இன்றைய **அகசு** இனிதாய்க் கழிந்திட இறைவா அருள் புரிந்திடுவீர்!

அகசை: (பெ): பார்வதி தேவி; சிவபெருமானின் துணைவி; Parvathi Devi, the consort of Lord Shiva.

அகச்சான்று: (பெ): கருத்தொன்றை நிறுவிட, ஒரு நாட்டின் மொழி, இலக்கியம், வரலாறு முதலியவற்றிலேயே கிடைக்கும் ஆதாரம்; internal evidence.

அகடச் சக்கரம்: (பெ): வயிற்றைச் சுற்றி அணியப்படும் ஓர் அணி; இடுப்பு அணி; கொடுங்கோல் வேந்தன்; an ornament worn by women round the waist; tyrant. ● பெண்களுக்கு **அகடச் சக்கரம்** அணிவதில் மிகுந்த ஆசை! ● **அகடச் சக்கரம்** ஆளும் நாட்டில் மக்கள் பெரும் அவதிக்கு உள்ளாயினர்.

அகடம்: (பெ): பொல்லாங்கு; வஞ்சகம்; கபடம்; அநீதி; talking ill of others; deceit; guile; injustice. ● வீணாக **அகடம்** பேசித் திரியாதே. ● உன் **அகட** எண்ணம் எனக்குத் தெரியாதா! ● காரணமின்றி வேலையாட்களைப் பணி நீக்கம் செய்தது **அகடம்** ஆகும்.

அகடவிகடம்: (பெ): வேடிக்கைப் பேச்சு; தந்திரம்; சிரிப்பை விளைவித்திடும் கோமாளித் தனமான செயல்கள்; play on words; chicanery; grotesque posture movement or trick. ● **அகடவிகடம்** பேசுவதில் அவனுக்கு நிகர் அவனே! ● **அகடவிகட**மாக காரியத்தை சாதித்துக் கொள்வதில் வெகு சமர்த்தன்.

அகடியம்: (பெ): அநீதி; injustice.

அகடு: (பெ): வயிறு; மையம்; நடுவு நிலை; பொல்லாங்கு; stomach; middle; impartiality; talking ill of others. ● **அகடு** கொள்ளா அளவு உண்டால் அஜீரணக் கோளாறு நிச்சயம் உண்டாகும். ● அறையின் **அகடுப்** பகுதியில் அனைவரும் அமர்ந்தனர். ● எந்தவொரு பிரச்சினையையும் ஊர்ப் பஞ்சாயத்தார் **அகடோடு** அணுகி ஆராய்ந்து தீர்த்து வைத்திடுவர். ● **அகடு** பேசிடுவதால் பயன் ஏதும் உண்டாகப்போவதில்லை.

அகடூரி: (பெ): வயிற்றால் ஊர்ந்து சென்றிடக் கூடியது; பாம்பு; that which crawls on its body; a snake. ● **அகடூரி**யைக் கண்டால் அகிலமும் நடுங்கி ஒடுங்கிடும்.

அகட்டு: (வி): (கால்களை) அகல வை; to keep (the legs) apart. ● கால்களை சற்று **அகட்டு**.

அகணி: (பெ): தென்னை, பனை போன்றவற்றின் நார்; வயல்; விஷம்; fibrous part of the palmyra stalk; paddy fields; poison.

அகண்ட: (பெ.அ): விசாலமான; wide; expansive.

அகண்ட தீபம்: (பெ): எந்நேரமும் எரிந்திடும் நந்தா விளக்கு; perpetual burning lamp (in the inner sanctum of a temple or palace).

அகண்டம்: (பெ): முழுமை; பெரிய அகல் விளக்கு; பிளவு படாதது; fullness; an earthen lamp; not fragmentary.

அகண்டி: (பெ): ஒருவகை இசைக்கருவி; a kind of musical instrument.

அகதகாரன்: (பெ): மருத்துவன்; physician.

அகதம்: (பெ): குளிகை; மருந்து; இன்பம்; tablet; medicine; happiness. ● **அகத**காரன் கொடுத்திடும் சிறிதளவு **அகதத்திலேயே** நோய் குணமாகிடும். ● அளவான குடும்பமே அளவற்ற **அகதத்திற்கு** வழி வகுக்கும்.

அகதி: (பெ): வேல மரம்; வறியவன்; நாடு இழந்தவன்; ஆதரவு இல்லாதவன்; an acacia tree; poor man; refugee; destitute person. ● **அகதிக்** குச்சியால் பல் துலக்கலாம். ● **அகதி**யாக வாழ்பவனுக்கு சமுதாயத்தில் மதிப்பு என்றும் இராது. ● நாளுக்கு நாள் அண்டை நாட்டு **அகதி**கள் வருகை அதிகரித்து வருகிறது.

அகத்தடிமை: (பெ): வீட்டு வேலைக்காரன்; அணுக்கத் தொண்டன்; servant of the house; personal attendant.

அகத்தடியாள்: (பெ): வீட்டு வேலைக்காரி; மனைவி; servant-maid of the house; wife. ● வீட்டு வேலை செய்ய **அகத்தடியாள்** ஒருத்தியை அமர்த்திட வேண்டும். ● **அகத்தடியாளை** (மனைவியை) கண் கலங்காமல் காப்பாற்றுபவனே உண்மையான ஆண்மகன் ஆவான்.

அகத்தி: (பெ): கீரையாகப் பயன்படும் இலைகளைக் கொண்ட, கொடிக்காலில் நடப்படும் ஒரு வகை மரம்; a kind of tree - *Coronilla grandiflora.*

அகத்திக் கீரை: (பெ): உணவாகப் பயன்படுத்தப் படும் அகத்தி மரத்து கரும் பச்சை இலைகள்; the leaves of Coronilla grandiflora, used as greens.

அகத்தியம்: (பெ): அகத்தியர் பெருமானால் இயற்றப்பட்டதாகக் கூறப்படும் இலக்கண நூல்; அவசியம்; name of a grammar work supposedly written by Agathiar; necessity.

அகத்தியல்: (பெ): உள்ளத்தின் இயல்பு; disposition of the mind. ● பொன் நகைகள் மீது ஆசைப்படுவது பெண்களின் **அகத்தியல்** ஆகும்.

அகநகை: *(பெ):* ஏளனச்சிரிப்பு; இளக்காரம்; derisive laughter; indulgence; *(வி):* ஏளனமாய்ச் சிரித்திடு; to laugh in derision. • அவனைப் பார்த்து அவள் **அகநகை** செய்தாள். • என் பிள்ளை என்றால் எப்பவும் உங்களுக்கு **அகநகை**தான். • வறியோரைப் பார்த்து ஒருபோதும் **அகநகை**த்திடாதே.

அகநாடு: *(பெ):* உள்நாடு; மருதம்; interior of a country; agricultural tract.

அகநிலை: *(பெ):* கடவுள்; ஊர்; மனநிலை; ஒருபண்; God; town; state of mind; a kind of music.

அகந்தை: *(பெ):* அகங்காரம்; இறுமாப்பு; செருக்கு; சுயகௌரவம்; pride; arrogance; haughtiness; self-esteem. • **அகந்தை**யின் விளைவு அழிவு என்பதை அறநூல் விளக்குகிறது. • அவளின் அலட்சியம் அவனின் **அகந்தை**யைத் தூண்டியது.

அகப்படு: *(வி):* பிடிபடு; சிக்கிடு; கிடைத்திடு; காணப்படு; to be caught; to get entangled; to be available. • பல நாள் திருடன் ஒரு நாள் **அகப்படு**வான். • வெட்டிப்பேச்சு பேசிட ஒரு ஆள் என் தாத்தாவுக்கு **அகப்படு**வான்.

அகப்பரம்: *(பெ):* திண்ணை; பழங்காலத்திய வீடுகளில் முன் வாசலின் பக்கவாட்டு இருபுறங்களிலும் உட்காருவதற்கும், படுப்பதற்கும் தகுந்தவாறு கட்டப்பட்டிருக்கும் சற்று உயரமான மேடை போன்ற அமைப்பு; raised platforms at the entrance of a house for the purpose of resting.

அகப்பரிவாரம்: *(பெ):* வீட்டு வேலையாட்கள்; servants in the house. • எங்கள் வீட்டு **அகப்பரிவார**த்திற்கு இவ்வாண்டு பொங்கல் இனாமும், புத்தாடைகளும் கொடுக்கப்பட்டன.

அகப்பா: *(பெ):* அரண்; மதில்; அகழி; மதிலினுள் அமைக்கப்பட்ட மேடை; protection; defence; rampart; moat; a parapet or a raised area within a fortification.

அகப்பு: *(பெ):* படுகுழி; ஆழம்; pitfall; depth. • அந்தப் பக்கம் **அகப்பு** இருக்கிறது, பார்த்துப் போ. • குளத்தின் **அகப்பு** அதிகம், கவனமாக இறங்கிடு.

அகப்பை: *(பெ):* நீளமான கைப்பிடியைக் கொண்ட மரத்தால் செய்யப்பட்ட கரண்டி; wooden ladle. • தற்போது உலோகத்தால் ஆன கரண்டிகளைத் தவிர்த்து **அகப்பை**களை உபயோகிக்கும் பழக்கம் பெருகி வருகிறது.

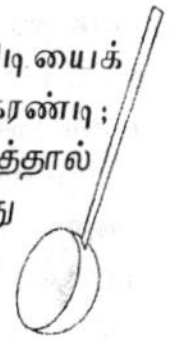

அகமகிழ்ச்சி: *(பெ):* உள்ளக்களிப்பு; மனமகிழ்ச்சி; joy of mind.

அகமகிழ்: *(வி):* பரவசப்படு; உற்சாகம் கொள்; to feel joy; be in raptures.

அகமடல்: *(பெ):* பாளை; spathe of palms.

அகமதி: *(பெ):* அகந்தை; இறுமாப்பு; ஆணவம்; arrogance; self-esteem; pride.

அகமம்: *(பெ):* பொதுவாக மரத்தைக் குறித்திடும் சொல்; the word which indicates a tree (in general) • மழைவளம் பெருகிட வீடுதோறும் **அகமம்** ஒன்றினை வளர்ப்பது நல்லது.

அகமுடையாள்: *(பெ):* குடும்பத்தலைவி; மனைவி; mistress of the house; wife. • என்ன தம்பி, உன் **அகமுடையாள்** உடல் நலம் எவ்வாறுள்ளது?

அகமுடையான்: *(பெ):* குடும்பத்தலைவன்; கணவன்; நிலச்சுவான்தார்; master of the family; husband; land-lord. • ஏனம்மா, உன் **அகமுடையான்** எங்கே சென்றுள்ளார்?

அகம்: *(பெ):* வெளியே தெரியாதவாறு அமைந்திருப்பது; உள்மனம்; உள்ளம்; வீடு; இல்லம்; பூமி; இருப்பிடம்; சிறுமலை; மருதம்; உயிர்; that which is inside; inner mind; house; earth; residing place; hill; agricultural tract; soul.

• அகனமர்ந்து ஈதலின் நன்றே முகனமர்ந்து
இன்சொலனாகப் பெறின். *- குறள் 92.*

• அகனமர்ந்து செய்யாள் உறையும் முகனமர்ந்து
நல்விருந்து ஓம்புவான் இல். *- குறள் 84.*

அகம்படியர்: *(பெ):* (அரண்மனையில்) ஊழியம் செய்வோர்; ஒருவகை சாதியினர்; superior servants of the palace; name of a section of people.

அகம்பாவம்: *(பெ):* அகங்காரம்; திமிர்; செருக்கு; ஆணவம்; அகந்தை; arrogance; conceit; self-esteem; egotism. • எவரையும் மதித்திடாத தனது **அகம்பாவ**ப் போக்கால் பலரது வெறுப்புக்கு ஆளானான்.

அகம்மியை: *(பெ):* இழிகுலப்பெண்; பொதுமகள்; whore; harlot; prostitute. • **அகம்மியை**யுடன் உண்டான தொடர்பால் உயிர்க்கொல்லி நோய்க்கு ஆளானான்.

அகரம்: *(பெ):* 'அ' என்னும் எழுத்து; அந்தணர் வாழுமிடம்; ஊர்; பாதரசம்; name of the letter 'அ'; dwelling place of Brahmins; town; mercury (metal).

• **அகர** முதல எழுத்தெல்லாம் ஆதி
பகவன் முதற்றே உலகு. *- குறள் 1.*

அகராதி: *(பெ):* அகரமுதலான சொற்பொருளகராதி; lexicon; vocabulary, dictionary.

அகரு: *(பெ):* அகில் மரம்; a kind of fragrant wood (tree) - Akil.

அகர்ணம்: *(பெ):* செவிடு; பாம்பு; deaf; snake.

அகர்நிசம்: *(வி.அ):* அல்லும் பகலும்; day and night. • **அகர்நிசமாக** உழைத்தும் பயன் ஏதுமில்லையே என வருந்தினான்.

அகர்முகம்: *(பெ):* வைகறைப்பொழுது; விடியற்காலம்; day-break; dawn • **அகர்முகத்தில்** தேகப்பயிற்சி செய்வது உடல் ஆரோக்கியத்திற்கு மிகவும் நல்லது.

அகல: *(வி.அ):* பெரிதாகி; விரிய; பக்கவாட்டில்; wide; outstretched. ● ஆச்சரியத்தினால் அவளின் கண்கள் **அகல** விரிந்தன. ● முன் வாசல் கதவினை **அகலத்** திறந்திடு. ● கால்களை **அகலப்** பரப்பியபடி உறங்கிக் கொண்டிருந்தான்.

அகலக்கால் வை: *(வி):* பின் விளைவுகள் பற்றி எண்ணிடாமல் தன் சக்திக்கு மீறிய செயலில் இறங்கிடு; to stretch beyond one's means. ● **அகலக்கால் வைக்**காமல், சிறு முதலீட்டில் அச்சகம் ஒன்றைத் தொடங்கினார்.

அகலம்: *(பெ):* மார்பு; பெருமை; பரப்பு; செவ்வகத்தின் குறுகிய பக்கம்; chest; pride; area; width; breadth. ● **அகல** வலி காரணமாக எனது நண்பர் மருத்துவமனையில் அனுமதிக்கப்பட்டார். ● எனது மகள் பள்ளி இறுதித் தேர்வில் மதிப்பெண்கள் அதிகம் பெற்றது எனக்கு **அகலத்தை** அளித்தது. ● 30' x 40' அளவுள்ள **அகலத்**தில் மனை ஒன்று வேண்டும். ● செவ்வகப் பெட்டியின் நீளம் 8' **அகலம்** 4' உயரம் 2' எனக் கொள்க.

அகலம் புகு: *(வி):* மார்புறத் தழுவிடு; அடைக்கலம் புகுந்திடு; to embrace; to take refuge.

அகலர்: *(பெ):* கடவுள்; God.

அகலறை: *(பெ):* பாசறை; மலைப்பக்கம்; camp; tent; hill side. ● அண்டை நாட்டின் மீது போர் தொடுத்திட வேண்டி அந்நாட்டு எல்லையில் **அகலறை**யை மன்னன் அமைத்தான். ● எங்கள் ஊர் **அகலறை**க்கு அருகில் பசுஞ் சோலைகள் நிறைந்துள்ளன.

அகலன்: *(பெ):* கடவுள்; ஏழை; God; poorman.

அகலிகை: *(பெ):* பஞ்ச கன்னியர்களில் ஒருவரும், கௌதமமுனிவரின் பத்தினியுமானவள்; Agaligai, wife of Sage Goutama; one of the Pancha Kanyas.

அகலிடம்: *(பெ):* பூமி; பரந்த நிலவுலகம்; earth; the wide world.

அகலியம்: *(பெ):* மரம்; tree (in general).

அகலுள்: *(பெ):* அகலம்; ஊர்; தெரு; பூமி; நாடு; பெருமை; breadth; town; street; earth; country; greatness. ● வீட்டுச் சுற்றுச்சுவரின் **அகலுள்** 20 அங்குலமும், நீளம் 40 அங்குலமும், உயரம் 4 அங்குலமும் இருக்குமாறு எழுப்பிடு. ● எனது **அகலுள்**ளின் பெயர் திருச்செங்கோடு ஆகும். ● எங்களின் **அகலுளில்** (தெருவில்) மாரியம்மன் கோயில் உள்ளது. ● **அகலுள்** தன்னைத் தானே சுற்றிக் கொள்கிறது. ● எனது **அகலுள்** பாரததேசம் ஆகும். ● நான் ஓர் இந்தியன் எனக் கூறிக்கொள்வது **அகலுள்** அளிக்கிறது.

அகல்: *(பெ):* களிமண்ணால் வடிக்கப்பட்டு சுட்டு எடுக்கப்பட்ட சிறு விளக்கு; சிறு மண்பாண்டம்; a hollow earthen lamp; a small earthen pot; *(வி):* விட்டு விலகிடு; அப்புறப்படுத்திடு; விலக்கிடு; அகட்டு; பரப்பிடு; to leave; be removed; to retire; to widen; to extend. ● தீபத்திருநாளன்று வீடுகளின் முன்பாக **அகல்** விளக்குகள் ஏற்றி வைத்திடுவர். ● சித்த வைத்திய மருந்துகளான பற்பம், செந்தூரம் ஆகியவற்றைப் புடம் போட்டு எடுக்க **அகல்**கள் பயன்படுத்தப்பட்டன. ● 'உடனே இவ்விடத்தை விட்டு **அகல்**' எனக் கூறினான். ● களத்தில் இருந்த நெற்குவியலை **அகலி**னாள்.

அகல் வீதி: *(பெ):* அகன்ற வீதி; broad street. ● புகார் நகரத்து மாட மாளிகைகளும், கூட கோபுரங்களும், **அகல் வீதி**களும் அந்நகரின் சிறப்பைப் பறைசாற்றின.

அகவடி: *(பெ):* உள்ளங்கால்; அடிச்சுவடு; sole of the foot; footstep. ● காட்டு வழியே சென்றபோது அவனின் **அகவடி**யில் முள் தைத்தது. ● குருவின் **அகவடி**யைப் பின்பற்றிச் செல்பவனே சிறந்த மாணாக்கன் ஆவான்.

அகவயிரம்: *(பெ):* மரத்தின் உள் வயிரம்; the heart-wood of tree. ● **அகவயிரம்** பாய்ந்த மரத்தைக் கொண்டு உறுதியான மரச் சாமான்களைச் செய்திடலாம்.

அகவர்: *(பெ):* பாணர்; மங்கலப் பாடகர்; நாட்டு மக்கள்; வீட்டைச் சார்ந்தவர்; bards who sing at morn and wake the king; people of the country; one who belongs to the house. ● முற்காலத்தில் அரசர்களைப் புகழ்ந்து பாடி **அகவர்** பரிசில்கள் பல பெற்றனர். ● **அகவர்** அனைவரும் ஒன்று திரண்டு அநீதியை எதிர்த்துப் போராட வேண்டும். ● **அகவரின்** ஒழுக்கத்தைப் பொறுத்தே அவ்வீட்டின் சிறப்பு விளங்கிடும்.

அகவலன்: *(பெ):* மங்கலப் பாடகன்; பாணன்; a bard.

அகவல்: *(பெ):* மயிலின் குரல்; ஒருவகைக் கூத்து; நால்வகைப் பாக்களில் ஒன்றான ஆசிரியப்பா; அழைத்தல்; the cry of a peacock; a kind of dance; a species of verse called 'Aasiriyappa'; calling.

அகவன் மகள்: *(பெ):* பாணன் மகள்; daughter of a bard.

அகவாட்டி: *(பெ):* மனைவி; இல்லாள்; wife; the mistress of the house. ● **அகவாட்டி** அமைவதெல்லாம் இறைவன் கொடுத்த வரம்.

அகவாயில்: (பெ): மனம்; உள்வாயில்; mind; inner gate. ● **அகவாயில்** தூய்மையாக இருந்திடுமானால் ஒருவனின் செயல்பாடுகளும் தூய்மையாகவே இருக்கும். ●**அகவாயிலு**க்கு அடுத்து கூடம் உள்ளது.

அகவாய்: (பெ): உள்ளிடம்; கதவு நிலை; inner place; door frame.

அகவாளன்: (பெ): கணவன்; குடும்பத்தலைவன்; husband; the head of the family.

அகவிதழ்: (பெ): உள்ளிதழ்; அல்லி; inner petal of a flower; corolla.

அகவிருள்: (பெ): உள்ளிருள்; அறியாமை; மெய்யறிவின்மை; inner darkness; ignorance; spiritual ignorance. ● ஒருவனின் **அகவிருள்** அகன்றால் மெய்ஞ்ஞான சித்தி உண்டாகும்.

அகவிலை: (பெ): தானிய விலை; price of grain.

அகவிலைப்படி: (பெ): விலைவாசி ஏற்றம் காரணமாக அடிப்படைச் சம்பளத்தோடு அளிக்கப்படும் கூடுதல் தொகை; the special allowance given along with the basic salary according to the cost of living index; dearness allowance. ● **அகவிலைப்படி** உயர்வு கோரி ஊழியர்கள் போராட்டம் நடத்தினர்.

அகவுதல்: (வி): கரகரப்பான குரலில் ஒலி எழுப்புதல்; cry as a peacock.

அகவுநர்: (பெ): பாடுவோர்; ஆடுவோர்; singers; dancers.

அகவேற்றம்: (பெ): பஞ்சம்; தானிய பற்றாக்குறை; தானிய விலையுயர்வு; famine; scarcity of grain; rise in price of grain. ● **அகவேற்றம்** காரணமாக மக்கள் பெரும் அவதிக்கு உள்ளாயினர்.

அகவை: (பெ): உள்ளிடம்; ஆண்டு; உட்பொருள்; வயது; inner place; year; inner meaning;; age. ● ஈறெட்டு **அகவை**யில் பெண்ணுக்குத் திருமணம் முடிப்பது சட்டப்படி குற்றமாகும். ● ஐம்பது **அகவை**க்குள் சொந்தமாக வீடு கட்டிக்கொள்ள உத்தேசித்துள்ளேன். ● சித்தர்களின் பாடல்களினுடைய **அகவை**யைப் புரிந்து கொள்வது எல்லோராலும் இயலாது. கற்றறிந்தோர் மட்டும் புரிந்து கொள்வர்.

அகழாய்வு: (பெ): முற்காலத்தில் புதையுண்டு கிடக்கும் நாகரிகச் சின்னங்களைத் தோண்டியெடுத்து செய்திடும் ஆராய்ச்சி; archaeological excavation.

அகழான்: (பெ): வயல் எலி; field rat.

அகழி: (பெ): அரசர்களின் கோட்டையைச் சுற்றியிருந்த வெகு ஆழமான நீர்நிலை; குழி; ஓடை; நீர்த்தேக்கம்; களஞ்சியம்; moat; trench; tank; reservoir; a food grain storage. ● பண்டைய காலத்தில் கோட்டைகளுக்கு அரணாக **அகழி** விளங்கியது. ● இவ்வ**கழி** வெகு ஆழமாக உள்ளது. ● அறுவடை முடிந்ததும் மக்கள் நெல்லை **அகழி**யில் சேமித்து வைத்திடுவர்.

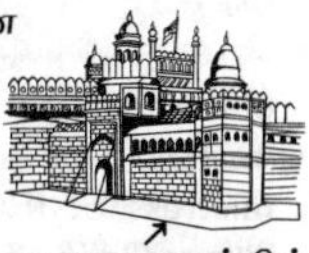

அகழெலி: (பெ): மூஞ்சுறு; வயல் எலி; mole; field rat.

அகழெலிப்புற்று: (பெ): மூஞ்சுறு அல்லது வயல் எலிதோண்டியவளையிலிருந்துவெளித்தள்ளிய மண் குவியல்; a heap of earth thrown out by a mole.

அகழ்: (வி): தோண்டு; பள்ளம் பறி; உழு; பிடுங்கி எறி; to dig out; to excavate; to plough; to uproot. ● தென்னம்பிள்ளையை நடுவதற்கு குழியை **அகழ்**ந்திடு. ● வயலை ஆழமாக **அகழ்**ந்தால்தான் விளைச்சலும் அதிகமாக இருந்திடும். ● பயிர்களுடன் சேர்ந்து வளர்ந்திருக்கும் களைகளை **அகழ்**ந்திடு.

அகழ்தல்: (வி): தோண்டுதல்; உழுதல்; பள்ளம் பறித்தல்; பிடுங்கி எறிதல்; digging; ploughing; excavation; uprooting.

அகளங்கம்: (பெ): தூய்மை; purity.

அகளங்கன்: (பெ): குற்றமற்றவன்; கடவுள்; one who is spotless, pure; God.

அகளம்: (பெ): சாடி; தாழி; மிடா; களங்கம் இல்லாமை; யாழின் பத்தர்; jar; large earthen pot; bucket; blameless; body of the lute shaped like a bowl.

அகளி: (பெ): தாழி; மண் பாண்டம்; a large earthen pot.

அகறல்: (வி.பெ): கடத்தல்; அகலல்; நீங்குதல்; அகலம்: the act of removing; the state of being separated; the act of leaving; breadth.

அகற்சி: (பெ): அகலம்; breadth; (வி.பெ): பிரிதல்; separation. ● பெட்டியின் நீளம் ஒரு மீட்டராகவும், **அகற்சி** அரை மீட்டராகவும், உயரம் நாற்பது சென்டிமீட்டராகவும் இருக்குமாறு செய்திடவும். ● உற்ற நண்பரின் **அகற்சி** பெரும் மனவேதனையை அளித்தது.

அகற்ப விபூதி: (பெ): இயற்கையில் உண்டான திருநீறு; sacred ashes.

அகற்பன்: (பெ): ஒப்பற்றவன்; incomparable person.

அகற்றம்: (பெ): அகலம்; பிரிவு; பரப்பு; breadth; section; area.

அகற்று: (வி): அப்புறப்படுத்திடு; நீக்கிடு; வெளியேற்று; பரப்பிடு; to put away; to remove; to dismiss; to extend. ● குழப்பத்திற்குக் காரணமாக இருந்தவர் அவையிலிருந்து **அகற்ற**ப்பட்டார். ● கிணற்றிலிருந்து தூரினை **அகற்ற** வேண்டும். ● வியாபாரிகளாக வந்த

அகற்றுதல் 6 அகிதம்

ஆங்கிலேயர் தங்களது அதிகார எல்லையை இந்தியா முழுமையும் **அகற்றி**னார்கள்.

அகற்றுதல்: (வி.பெ): அப்புறப்படுத்திடல்; நீக்குதல்; வெளியேற்றுதல்; பரப்புதல்; the act of taking away; the act of removing; the act of dismissing; the act of extending.

அகன் பனை: (பெ): பரந்த மருத நிலம்; wide agricultural tract.

அகன் மணி: (பெ): உயர்ந்த முத்து; precious pearl. • கண்காட்சியில் பலதரப்பட்ட **அகன் மணி** மாலைகள் விற்பனைக்கு வைக்கப்பட்டு இருந்தன.

அகன்ற: (பெ.அ): அகலமான; அற்றுப்போன; பரந்த; விஸ்தாரமான; broad; vanished; wide; diffused. • நகரம் முழுவதும் **அகன்ற** தெருக்கள் இருந்ததால் போக்குவரத்து எளியதாக இருந்தது. • இந்தப் பருவத்தில் எனக்குச் சொந்தமான **அகன்ற** நிலத்தில் சம்பா சாகுபடி நடைபெறுகிறது. • வீட்டிற்கு வந்த விருந்தினர் **அகன்ற**தால் குழப்பங்கள் ஓய்ந்தன. • **அகன்ற** வீட்டில் தனியாக வாழ்வது அச்சமூட்டுகிறது.

அகன்றில்: (பெ): ஆண் அன்றில் பறவை; male bird of Andril.

அகன்று: (வி.அ): நீங்கி; getting removed. • காஷ்மீர் எல்லைப் பகுதியில் போர் நிகழக்கூடும் என்ற எண்ணத்தில் எல்லையோர கிராம மக்கள் தங்கள் இருப்பிடத்தை விட்டு **அகன்று** சென்றனர்.

அகன்னம்: (பெ): செவிடு; deaf.

அகாடி: (பெ): குதிரையின் கால் கயிறு; the rope to tie a horse.

அகாதம்: (பெ): பள்ளம்; புனல்; மிகுதி; ஆழம்; வஞ்சகம்; pit; stream; mickle; depth; deceit. • **அகாதம்** (பள்ளம்) **அகாத**மாக (ஆழமாக) இருப்பதால் பார்த்து இறங்கு. • **அகாதத்தில்** (புனலில்) சிறு மீன்கள் துள்ளி நீந்துவதைக் கண்டு சிறுவர்கள் குதூகலித்தனர். • **அகாத** மனம் கொண்டவனின் நடவடிக்கைகள் யாவும் தீங்கிழைப்பவையாகவே இருந்திடும்.

அகாத்தியம்: (பெ): வஞ்சகம்; பொல்லாங்கு; பாசாங்கு; deceit. • பக்கத்து வீட்டுக்காரிக்கு **அகாத்தியம்** பேசுவது என்றால் அல்வா சாப்பிடுவது மாதிரி. • **அகாத்திய** குணம் கொண்டோரைக் கண்டால் விலகி தூரப்போ. • வீண் **அகாத்திய**மெல்லாம் இங்கு செல்லுபடியாகாது.

அகாரணம்: (பெ): காரணமின்மை; தற்செயல்; groundlessness; unforeseen course of event; anything unreasonable.

அகாரம்: (பெ): 'அ' என்னும் எழுத்து; வீடு; the letter 'அ'; house; • எங்கள் **அகாரத்துக்கு** ஒருமுறை வந்து செல்.

அகாரி: (பெ): கடவுள்; இந்திரன்; அகாரியம்; God; Lord Indra; a fruitless act; • **அகாரி**யை நம்பினோர் கைவிடப்படார். • அகலிகையின் மீது கொண்ட மோகத்தால் **அகாரி** (இந்திரன்) பெரும் சாபத்திற்கு ஆளானான். • **அகாரி**யால் எந்த ஒரு பலனும் உண்டாகப் போவதில்லை.

அகாரியம்: (பெ): தகாத செய்கை; evil deed.

அகாலம்: (பெ): முறைமையில்லாத காலம்; an unfit time. • **அகாலத்தில்** பக்கத்து வீட்டுக்கு வந்து செல்வது யாராக இருக்கும்?

அகால மரணம்: (பெ): இளம் வயது சாவு; வாழ வேண்டிய வயதில் ஒருவருக்கு எதிர்பாராது உண்டாகும் மரணம்; premature death; an untimely death; • நண்பரின் **அகால மரணத்**தால் அவரது குடும்பம் நிர்க்கதியற்ற நிலையில் உள்ளது.

அகால மழை: (பெ): காலம் தவறிப் பெய்திடும் மழை; unseasonable rain; • **அகால மழை**யின் காரணமாக அறுவடை பெரும் பாதிப்புக்கு உள்ளானது.

அகால மிருத்து: (பெ): அகால மரணம்; an untimely death.

அகி: (பெ): பாம்பு; இரும்பு; ஒருவகை மரம்; பகைவன்; கதிரவன்; தீ; ஈயம்; இராகு (ஒரு விண் மீன்); வச்சிரப்படை; snake; iron; a kind of tree; enemy; Sun; fire; lead; moon's ascending node (a star); a kind of weapon which has sharp ends at both sides; Lord Indra's sword; • **அகி** என்றால் அகிலமும் நடுங்கும். • **அகி** அடிக்கும் இடத்தில் 'ஈ'க்கு என்ன வேலை? • **அகி**யாக இருந்தாலும் வீட்டுக்கு வந்தவரை வரவேற்பதுதான் உயரிய பண்பாகும். • **அகி** இன்றி அகிலம் இயங்காது. • **அகி**யால் ஆக்கவும் முடியும்; அழிக்கவும் முடியும். • பித்தளைப் பாத்திரங்களுக்கு **அகி** பூசி புழங்கிடும் வழக்கம் வெகுகாலமாக இருந்து வருகிறது. • **அகி** காலத்தில் எந்த ஒரு செயலையும் துவங்கக்கூடாது என்னும் நம்பிக்கை பலரிடம் உள்ளது. • **அகி**யுடையோன் அமரர் உலகத் தலைவனான தேவேந்திரன் ஆவான்.

அகிஞ்சனன்: (பெ): வறியவன்; destitute person; • **அகிஞ்சனனின்** சொல் அம்பலத்தில் ஏறாது.

அகிஞ்சை: (பெ): கெடுதி இல்லாமை; harmlessness.

அகிதம்: (பெ): தீமை; இடையூறு; harm; evil; hindrance; obstruction; • வரதட்சணை **அகிதங்**களை எதிர்த்துப் பெண்கள் போராடி வருகின்றனர். • தன்னால் எவருக்கும்

அகிதன் 7 அகோரம்

அகிதம் உண்டாகக் கூடாது என்று அவள் கவனமாக இருந்தாள்.

அகிதன்: (பெ): பகைவன்; enemy.

அகிம்சை: (பெ): எந்த ஒரு உயிருக்கும் தீங்கு இழைப்பதிலிருந்தும், வன்முறையில் ஈடுபடுவதிலிருந்தும் நீங்கிய நிலை; non-violence; • வெள்ளையரை எதிர்த்து காந்தி **அகிம்சை** வழியில் போராடினார்.

அகிருத்தியம்: (பெ): தவறான செயல்; பொல்லாத செயல்; அக்கிரமம்; evil action; that which ought not to be done; atrocity.

அகில: (பெ.அ): அனைத்து; all; • **அகில** இந்திய வானொலி.

அகிலம்: (பெ): பூமி; உலகம்; முழுமை; earth; world; fullness; • **அகிலத்துக்கே** நாயகியாக விளங்குபவள் அகிலாண்ட நாயகி ஆவாள். • **அகிலமே** அஞ்சி நடுங்குவது அணுகுண்டுக்குத்தான். • நான் எழுதி வரும் நூல் **அகிலம்** பெறவில்லை.

அகில்: (பெ): ஒருவகை வாசனை மரம்; a kind of sweet scented wood; eagle-wood.

அகிற்கூட்டு: (பெ): கற்பூரம், சந்தனம், காசுக்கட்டி, தேன், ஏலம் என அனைத்தும் சேர்ந்த நறுமணக் கலவை; a fragrant dust which contains camphor, sandal, honey, cardamom seed and kasukkatti.

அகீசன்: (பெ): நாகதேவன்; the king of serpents.

அகுசல வேதனை: (பெ): துக்க உணர்வு; the feeling of distress. • மகனை இழந்த **அகுசல வேதனை** தாளாது தாய் அழுதாள்.

அகுடம்: (பெ): கடுக ரோகணி என்னும் சித்த மருத்துவ மூலிகைப் பூண்டு; a kind of Siddha herbal medicine - *Kaduga Rogani.*

அகுட்டம் (பெ): மிளகு; pepper. • **அகுட்ட** ரசம் வைத்துக் குடித்தால் உடல் வலியும், இருமலும் நீங்கும்.

அகுணம்: (பெ): குற்றம்; தீய குணம்; guilt; misconduct; • அவன் செய்த **அகுணத்திற்கான** தண்டனையை அனுபவிக்கின்றான். • அவனது **அகுணமே** அவனது அழிவுக்குக் காரணமானது.

அகுணி: (பெ): தீய குணம் கொண்டவன்; mischievous person; • **அகுணிக்கு** அகுணம்தான் இருக்குமே தவிர நற்குணமா இருக்கப்போகிறது ?

அகுதி: (பெ): ஆதரவு அற்றவன்; அகதி; helpless person; destitute person.

அகுதை: (பெ): சங்க காலத்தில் வாழ்ந்த கொடையாளியின் பெயர்; the name of a munificent person who lived in Tamil Sangam period.

அகும்பை: (பெ): கவிழ் தும்பை; a kind of plant.

அகுரு: (பெ): அகில் மரம்; வெட்டிவேர்; eagle-wood; cuscus grass; • **அகுருக்கு** (வெட்டி வேருக்கு) **இருவேலி** என்னும் மற்றொரு பெயரும் உண்டு.

அகுலீனன்: (பெ): தாழ்த்தப்பட்ட குலத்தினைச் சார்ந்தவன்; one who belongs to scheduled caste. • **அகுலீனர்களின்** முன்னேற்றத்திற்காக அரசு நல்ல திட்டங்கள் பலவற்றை நிறைவேற்றி வருகிறது.

அகுவைக் கட்டி: (பெ): அரையாப்பு; a venereal ulcer, bubo.

அகுளுதி: (பெ): வேப்ப மரம்; neem tree.

அகூடகந்தம்: (பெ): பெருங்காயம்; asafoetida.

அகூபாரம்: (பெ): ஆமை; கடல்; பாறையாலான குன்று; tortoise; sea; rocky hill.

அகை: (பெ): மலர்; கூறுபாடு; வருத்தம்; கிளை; தளர்ச்சி; தகை; flower; division; suffering; branch; slackness; suitability; • உதகையில் **அகை** கண்காட்சி துவங்கியது. • சொத்தினை சம **அகையாகப்** பிரித்துள்ளோம். • மனதில் எவ்வளவு **அகையிருந்தாலும்** வெளியே காட்டிக்கொள்ள மாட்டாள். • மாமரத்து **அகையில்** மைனா ஒன்று அமர்ந்துள்ளது. • உடம்பில் **அகை** உண்டானபோதிலும் மனதில் **அகை** இல்லை. • பையனுக்கு ஏற்ற பெண் **அகைவது** எளிதா என்ன ?

அகைதல்: (வி): எரிதல்; ஒடிதல்; மலர்தல்; தாழ்தல்; வருந்துதல்; burning; to break off; flowering; to degenerate; grieving

அகைத்தல்: (வி): வருந்துதல்; ஒடித்தல்; எரித்தல்; முறித்தல்; அடித்தல்; அறுத்தல்; தழைத்தல்; grieving; snapping; burning; breaking (a branch); beating; cutting; rising.

அகைப்பு: (பெ): மதிப்பு; எழுச்சி; esteem; upheaval.

அகைமம்: (பெ): கிளை ஆறு; tributary stream.

அகோ: (வி.இ.சொ): வியப்பு, துக்கம், இகழ்ச்சி போன்றவற்றை உணர்த்தும் குறிப்புச் சொல்; an exclamation of wonder, grief, contempt, etc.

அகோசரம்: (பெ): அறியப்படாதது; புலப்படாதது; that cannot be understood; that is out of the reach of the senses.

அகோசரமான: (பெ): அறியப்படாத; புரியக்கூடாத; incomprehensible; which cannot be understood.

அகோடம்: (பெ): பாக்கு மரம்; areca-palm tree.

அகோபிலம்: (பெ): சிங்கவேள் குன்றம் என்னும் திருப்பதி; a sacred place near Cudappah (A.P.).

அகோரம்: (பெ): அழகின்மை; சிவனின் ஐந்து முகங்களுள் ஒன்று; கொடுமை; ugliness; one of the five faces of Lord Shiva; terribleness.

அகோராத்திரம்: (பெ): இரவும் பகலும்; அல்லும் பகலும்; எந்நேரமும்; day and night; always.

அகோரை: (பெ): ஒரு மணி நேரம்; இரண்டரை நாழிகைப் பொழுது; வெயில் மிகுந்த நாள்; one hour; a period of two and half Nazhigai; hottest day. • **அகோரைக்குள்** கிளம்பியாக வேண்டும். • இன்றைய **அகோரை**போல் என்றுமே இருந்தது இல்லை.

அகோவனம்: (பெ): தரிசு நிலம்; waste land; the land which is not suitable for cultivation.

அகௌரவம்: (பெ): மதிப்பின்மை; அவமரியாதை; degradation; dishonour.

அக்கசாலை: (பெ): கம்மாளர் பட்டறை; the place where metals are shaped; a mint.

அக்கசாலையன்: (பெ): கம்மாளர்; a worker of metals; a coiner.

அக்கடா என: (வி.அ.) (பே.வ): கடுமையான வேலைக்குப்பின் ஓய்வாக; leisurely; • **அக்கடா** என்று இப்போதுதான் உட்கார்ந்தேன். அதற்குள் இன்னொரு வேலையா ?

அக்கடி: (பெ): கடுமையான வேலை; கடினம்; துன்பம்; a hard task; difficulty; distress; • காலையில் இருந்து **அக்கடி;** ஒரே தலைவலியாக இருக்கிறது. • இந்த வேலை எனக்கு **அக்கடி**யாக உள்ளது. • **அக்கடி** தாளாது வாய்விட்டு அழுதேன்.

அக்கணம்: (பெ): அதே சமயம்; the same time; • வேலை முடிந்த **அக்கணமே** ஊருக்குத் திரும்பினேன்.

அக்கணா: (பெ): ஒருவகை மரம்; a kind of tree.

அக்கதேவி: (பெ): சோனைப்புல்; a kind of grass.

அக்கந்தம்: (பெ): தான்றி மரம்; a kind of tree; Terminnia.

அக்கம்: (பெ): கண்; கயிறு; தானியம்; பொன்; தாயக்கட்டை, பகடை; உருத்திராக்கமணி; பக்கம்; eye; rope; grain; gold; dice; bead; side; • **அக்கம்** சிவந்திருக்கிறது. • **அக்கம்** இற்றுப் போயுள்ளது. • **அக்கம்** விளைச்சல் அமோகம். • இன்றைய விலையுயர்வில் **அக்க** நகை வாங்குவது இயலாத காரியம். • **அக்கத்தை** எடுத்து வா, தாயம் ஆடலாம். • சன்னியாசிகள் மட்டுமல்லாது இப்போது எல்லோரும் **அக்க**மாலை அணிவது வழக்கமாகி விட்டது. • **அக்கத்து** வீட்டு அத்தை வருகிறாள்.

அக்கமாலை: (பெ): உருத்திராக்க மாலை; garland of beads.

அக்கக்காக: (வி.அ): பகுதி பகுதியாக; தனித்தனியாக; bit by bit; part by part; • மாமியார் கொடுமைகளை **அக்கக்காக** மருமகள் பிட்டு வைத்தாள். • அச்சு இயந்திரத்தை **அக்கக்காகப்** பிரித்து சுத்தம் செய்து பூட்டினான்.

அக்கப்போர்: (பெ) (பே.வ.): அமளி; வம்பு; தகராறு; rumble; racket; squabble; • பிள்ளைகள் இருந்தாலே ஒரே **அக்கப்போர்**தான் ! • பக்கத்து வீட்டுக்காரரிடம் தினமும் **அக்கப்போராக** உள்ளது.

அக்கம்பக்கம்: (பெ): சுற்றியுள்ள பகுதி; neighbourhood; surroundings; • பகலில் **அக்கம்பக்கம்** பார்த்துப் பேசு; இரவில் அதுகூட வேண்டாம்.

அக்கதாரி: (பெ): பரமசிவன்; Lord Shiva.

அக்கரா: (பெ): சித்த மருத்துவ குணம் கொண்ட ஒருவகை மூலிகையின் வேர்; a sweetish root used as medicinal drug in Siddha.

அக்கரை: (பெ): ஒரு நீர்நிலையின் (ஆறு, குளம், ஏரி போன்றவற்றின்) எதிர்ப்புறக் கரை; the opposite or the otherside bank (of a river, tank, reservoir, etc.); (பெ.அ) வெளிநாட்டுக்கு உரிய (அ) சார்ந்த; belonging to foreign country; • குளத்தின் **அக்கரையை** நோக்கி நீந்தினான். • **அக்கரைச் சீமைக்குச்** சென்று படித்து வந்தவர்.

அக்கரைச்சீமை: (பெ) (அ.வ.வ): வெளிநாடு; foreign country.

அக்கரைப்பச்சை: (பெ): பொய்த்தோற்றம்; illusion; • இக்கரைக்கு **அக்கரை பச்சை** என்று போனவனுக்கு ஏமாற்றம்தான் மிஞ்சியது.

அக்கறை: (பெ): ஈடுபாடு; அவசியம்; ஆவல்; கவனம்; interest; necessity; solicitude; care; • எனக்கில்லாத **அக்கறை** உனக்கு எதற்கு ? • படிப்பு மட்டும் இருந்தால் போதாது; ஒழுக்கமும் **அக்கறை**தான். • அத்தை வருகை பற்றி **அக்கறை**யாய் விசாரித்தாள். • **அக்கறை**யோடு செய்தால் எந்த ஒரு செயலும் நல்லபடியாக முடிந்திடும்.

அக்கறை கொள்: (வி): கருத்துச் செலுத்திடு; நாட்டம் கொள்; கரிசனம் காட்டிடு; to take interest; to have desire; to consider; • மகனின் கல்வியில் **அக்கறை கொள்.** • எச்செயலிலும் **அக்கறை கொள்.** • ஏழை எளியோரிடம் **அக்கறை கொள்.**

அக்கறையுள்ள: (பெ.அ): ஈடுபாடுள்ள; earnest; • குழந்தையிடம் அதன் பெற்றோரைவிட **அக்கறையுள்ள** மனிதர்கள் எவரும் இலர்.

அக்கன்: (பெ) (அ.வ.வ): தமக்கை; கருடன்; நாய்; குருடன்; elder sister; eagle; dog; blind man; • எனது **அக்கன்** இன்று ஊரிலிருந்து வருகிறாள். • மகா விஷ்ணுவின் வாகனம் **அக்கன்** ஆகும். • **அக்கனைப்** போன்ற நன்றியுள்ள பிராணி வேறு ஏதும் இல்லை.

● கண்ணிருந்தும் **அக்கனாய்** இருந்துவிட்டால் பயன் ஏதும் இல்லை.

அக்கா: (பெ): உடன் பிறந்த மூத்த சகோதரி; வயதில் மூத்த பெண்ணை மரியாதையாக அழைத்திடும் சொல்; elder sister; a word of respect for a lady/girl who is elder than the speaker but not too old.

அக்காக் குருவி: (பெ): எளிதாகக் காண இயலாததும், அதன் குரலை மட்டும் கேட்கக் கூடியதுமான குயில் இனத்தைச் சேர்ந்த பறவை; hawh cuckoo.

அக்கார அடிசில்: (பெ) (சமூ.வ): மிகுதியாக நெய்விட்டுப்பொங்கப்பட்ட சர்க்கரைப்பொங்கல்; boiled rice with sugar and ghee.

அக்காரக் கிழங்கு: (பெ): பீட்ரூட் கிழங்கு; beet root.

அக்காரம்: (பெ): சர்க்கரை; துணிகள்; மாமரம்; sugar; clothes; mango tree; ● கடையில் ஒரு கிலோ **அக்காரம்** வாங்கி வா. ● **அக்காரம்** குவிந்து கிடக்கிறது. ● **அக்காரத்** தோப்பிலே அத்தான் காத்திருந்தான்.

அக்காளி: (பெ): பதநீர்; sweet toddy drawn in a pot lined with lime to prevent fermentation. ● **அக்காளி** அருந்துவது உடல் நலத்திற்கு உகந்தது.

அக்கி: (பெ): வேர்க்குருவினைப் போல திட்டு திட்டாகத் தோன்றி உடலில் அரிப்பினை உண்டாக்கும் ஒருவகைத் தோல் வியாதி; Herpes.

அக்கித் தாரை: (பெ): கண்மணி; pupil of the eye.

அக்கிச்சூர்: (பெ): கண் நோய்; eye disease.

அக்கிரகாரம்: (பெ): நீண்ட காலமாக அந்தணர்கள் குடும்பம் குடும்பமாக வாழும் பகுதி; quarters of the priestly class.

அக்கிரமம்: (பெ): அட்டூழியம்; கொடுஞ்செயல்; தொல்லை; unjust act; atrocity; nuisance; ● நகரில் ரௌடியின் **அக்கிரமம்** அதிகமாகி வருகிறது. ● பக்கத்து வீட்டாரின் **அக்கிரமம்** தாங்காது அடுத்த தெருவுக்கு குடி பெயர்ந்துள்ளேன்.

அக்கினி: (பெ): நெருப்பு; தீ; fire; ● **அக்கினி** வளர்த்து சமயச் சடங்குகள் நடைபெற்றன.

அக்கினி தேவன்: (பெ): நெருப்புக் கடவுள்; திசைத் தெய்வங்களில் ஒருவர்; the God of fire; God of the south-east direction.

அக்கினிக் கலை: (பெ): சுவாசம்; breath.

அக்கினிக் குழம்பு: (பெ): அளவுக்கு அதிகமான வெப்பத்தின் காரணமாக எரிமலையினுள் பாறைகள் உருகிக் குழம்புபோல் இருக்கும் திரவ நிலை; lava of volcano.

அக்கினி சாட்சியாக: (வி.அ): திருமணத்தின் போது நடைபெறும் சடங்கில் அக்கினி (தீ) வளர்த்து அதன் சாட்சியாக; in the presence of sacred fire; ● **அக்கினி சாட்சியாகக்** கைப்பிடித்த மனைவியைக் கொடுமைப் படுத்துபவன் மனிதனே அல்ல.

அக்கினித் திராவகம்: (பெ): உடம்பில் பட்டால், பட்ட இடம் வெந்துபோகுமளவு வீரியம் கொண்ட அமிலம்; தங்கம் போன்றவற்றைக் கரைத்திடக்கூடிய இரு அடர் அமிலக் கலவை; concentrated acid; aqua regia.

அக்கினி நட்சத்திரம்: (பெ): கோடை காலத்திய மாதங்களான சித்திரை, வைகாசி ஆகியவற்றின் அளவுக்கு அதிகமான வெப்பம் கொண்ட நாட்கள்; கத்திரி வெயில்; the hottest days (dog days) in May. ● **அக்கினி நட்சத்திரத்து** வெயிலின் கொடுமை தாங்காது ஆந்திர மாநிலத்தில் நூற்றுக் கணக்கானோர் பலியானார்கள்.

அக்கினிப் பிரவேசம்: (பெ): தனது நேர்மை, தூய்மை போன்றவற்றை நிரூபித்திட வேண்டி ஒருவர் மேற்கொள்ளும் கடும் சோதனை; an ordeal to which one subjects oneself to prove one's innocence.

அக்கினி மூலை: (பெ): தென் கிழக்குப் பகுதி; south-east part of a place.

அக்கினி வீசம்: (பெ): தங்கம்; gold.

அக்கு: (பெ): எலும்பு; எருதின் திமில்; உரிமை; சங்கு; bone; ox's hump; claim; conch.

அக்குதார் (பெ): உரிமையாளர்; owner; ● இந்நிறுவனத்தின் **அக்குதார்** கடுமையாக உழைத்து படிப்படியாக முன்னேறியவர் ஆவார்.

அக்குத்து: (பெ): ஐயம்; நிபந்தனை; மையம்; doubt; condition; centre.

அக்குத்தொக்கு: (பெ): தொடர்பு; relation.

அக்குருக்கி: (பெ): சயரோகம்; Tuberculosis.

அக்குளு: (பெ): அக்குள்; கூச்சம்; armpit; tickling sensation.

அக்குள்: (பெ): தோள் மூட்டிற்குக் கீழாக இருக்கும் குழிவான பகுதி; armpit; hollow part under the shoulder.

அக்கை: (பெ): தமக்கை; elder sister.

அக்கோடம்: (பெ): கடுக்காய்; gall nut.

அக்கோலம்: (பெ): தேத்தான் கொட்டை; a nut used as medicine in Siddha.

அங்கக்காரன்: (பெ): பகட்டாக ஆடை உடுத்துபவன்; டாம்பீகன்; மாறுவேடம் அணிந்தவன்; dandy; top; masquerader.

அங்கீனம்: (பெ): உடல் ஊனம்; physical handicap; ● **அங்கீன**முற்றோர் தங்களுக்கு உண்டான குறையை ஒரு பொருட்டாக எண்ணாது தன்னம்பிக்கை கொண்டவர்களாய் விளங்குகின்றனர்.

அங்கங்கே: (வி.அ): சிற்சில இடங்களில்; தொடர்ச்சியற்று பரவலாக; here and there; scattered; • ஊரடங்கு உத்தரவு காரணமாக, **அங்கங்கே** குழுமியிருந்தோரைக் காவல் துறையினர் விரட்டியடித்தனர்.

அங்கசங்கம்: (பெ): பகட்டு; புணர்ச்சி; glamour; sexual intercourse; • **அங்கசங்கமாக** ஆடை அணிவதில் நாட்டம் உடையவனை டம்பாச்சாரி என்பர். • **அங்கசங்கத்தில்** அளவோடு ஈடுபட்டால் தேகநலம் பேணப்படும்.

அங்கிசம்: (பெ): குருதி; காமம்; மயிர்; நோய்; blood; lust, sexual pleasure; hair; disease.

அங்கசன்: (பெ): மகன்; மன்மதன்; காமன்; son; God of love - Cupid.

அங்கசேஷ்டை: (பெ): உடல் வெளி அவயவங்களின் மிகுதியான அசைவு; antics.

அங்கசை: (பெ): மகள்; daughter; • ஜனக மகாராஜாவின் **அங்கசை** ஜானகிதேவி ஆவார்.

அங்கணம்: (பெ): சகதி; முற்றம்; பழங்காலத்து வீடுகளில் உபயோகப்படுத்திய நீர் வெளியேறிட கட்டப்பட்ட குழிவான அமைப்பு; mud; open courtyard of the house; a ridged drainage basin in front of the house.

• அங்கணத்துள் உக்க அமிழ்தற்றால் தங்கணத்தர்
அல்லார்முன் கோட்டி கொளல். - *குறள் 720.*

அங்கணன்: (பெ): சிவன்; திருமால்; அருகன்; Lord Shiva; Lord Vishnu; God.

அங்கணாளன்: (பெ): அருகன்; கடவுள்; God; Deity.

அங்கணி: (பெ): கற்றாழை; பார்வதி தேவி; aloe; consort of Lord Shiva; Parvathi Devi as gracious eyed.

அங்கண்: (சு.பெ): அவ்விடம்; there; (பெ): கண்ணோட்டம்; point of view.

அங்கதம்: (பெ): பாம்பு; பழிச்சொல்; வசைப்பாட்டு; கட்டுரை, கவிதை போன்றவற்றின் கருப் பொருளை பரிகசித்து எழுதும் கேலி நடை; ஒருவருக்கு எதிராக வஞ்சப்புகழ்ச்சியுடன் தாக்கி எழுதப்பட்ட கட்டுரை; தோளணி; serpent; abuse; satire; lampoon; bracelet worn on the upper arm.

அங்கதன்: (பெ): வாலியின் மகன்; இலக்குவனின் மகன்; son of Vali; son of Lakshman.

அங்கதி: (பெ): நான்முகன்; அக்கினி தேவன்; தீ; பார்ப்பனன்; நோய்; வாயு; கொடை; Lord Brahma; Agni Bhagavan, the God of fire; fire; brahmin; disease; wind; boon.

அங்கத்தவர்: (பெ): உறுப்பினர்; member; • சங்கத்தின் **அங்கத்தவர்கள்** அனைவரும் தவறாது கூட்டத்திற்கு வரவேண்டும் எனக் கேட்டுக்கொள்ளப்பட்டது.

அங்கத்துவம்: (பெ): உறுப்பினருக்கான தகுதி; membership; • **அங்கத்துவம்** உள்ளோர் மட்டுமே வாக்களிப்பர்.

அங்கத்தினர்: (பெ): உறுப்பினர்; member.

அங்கபடி: (பெ): குதிரையின் சேணத்திலிருந்து தொங்கும் சவாரி செய்பவரின் காலினைத் தாங்கும் வளையம்; a metal loop hanging from the saddle of a horse and serving as a footrest for the horse-rider.

அங்கப்பால்: (பெ): தாய்ப்பால்; mother's milk.

அங்க பாலிகை: (வி): கட்டித் தழுவுதல்; to embrace.

அங்கப்பிரதக்கணம்/ அங்கப்பிரதட்சிணம்: (பெ): வேண்டுதலை நிறைவேற்றும் விதமாக கோயில் பிரகாரத்தில் படுத்தவாறு புரண்டு வலம் வருதல்; rolling oneself clockwise around the inner passage of a temple in fulfilment of a vow. • அம்மன் கோயில் திருவிழாவில் பக்தர்கள் பலர் **அங்கப்பிரதக்கணம்** செய்து தங்கள் வேண்டுதலை செலுத்தினர்.

அங்க நியாசம்: (பெ): உடம்பின் உறுப்பைத் தொட்டு மந்திரம் ஓதி, இறைவழிபாடு செய்தல்; the religious act of making signs on the body during prayer as the Hindus and Roman Catholics do.

அங்கமணி: (பெ): சீதனம்; property given to the bridegroom on the occasion of the marriage. • மகளின் திருமணத்தின்போது ஏராளமான நகைகள், வெள்ளி, வெண்கலப் பாத்திரங்களுடன் ஏழு ஏக்கர் நன்செய் நிலத்தையும் **அங்கமணி**யாகக் கொடுத்தார்.

அங்கமாலை: (பெ): பெண்ணின் முகம், கண், மார்பகம் ஆகியவற்றையும், ஆணின் தோள், மார்பு ஆகியவற்றையும் வர்ணித்துப் பாடப்பட்ட வெண்பா பாடல்; எலும்பு மாலை; Vennba, a poem describing the face, eyes, breast of a woman and the shoulders and chest of a man; garland made of skulls and bones (worn by Lord Shiva).

அங்கமுத்து: (பெ): உடம்பெங்கும் முத்து உடையவள்; மாரியம்மன்; Goddess Mariamman.

அங்கம்: (பெ): பழங்காலத்திய நாடு ஒன்றின் பெயர்; உடம்பு; எலும்பு; உறுப்பு; கட்டில்; சங்கு; சங்கத்தின் ஓர் உறுப்பினர்; அடையாளம்;

அழகு; நாடக உறுப்பு; குறி; the name of an ancient country; body; bone; limb of the body; cot or bed; conch; a member of an association; sign; beauty; act of a play; mark. • துரியோதனன் கர்ணனை **அங்க** தேசத்து மன்னனாக்கினான். • **அங்க**மெங்கும் அடித்துப்போட்டது போல் உள்ளது. • பவானி முக்கூடலில் இன்று **அங்கம்** கரைத்தல் நடைபெறுகின்றது. • நவரத்தினங்கள் பல அந்த **அங்கத்தில்** பதிக்கப்பட்டிருந்தது கண்டு இளவரசி அதிசயித்தாள். • **அங்கம்** சுட்டாலும் வெண்மை தரும். • இந்த சங்கத்தில் நானும் ஓர் **அங்கம்**தான். • உடம்பில் ஏதேனும் **அங்கம்** இருந்தால் கூறு. • நாடகத்தின் **அங்கங்கள்** அனைத்தும் சிறப்பாக எழுதப்பட்டிருந்தன. • **அங்க**மிட்டு அனுப்பிடு.

அங்கம்மா: (பெ): காளியின் மற்றொரு பெயர்; another name of Goddess Kali.

அங்கயற்கண்ணி: (பெ): மீனாட்சி; அழகான கயல் போன்ற கண்களை உடையவள்; Goddess Meenakshi; the Goddess who has eyes like Kayal, a kind of fish.

அங்கயோகம்: (பெ): எட்டு வகை யோகங்களுள் ஒன்று; one of the eight kinds of Yoga.

அங்கரக்கன்: (பெ): மெய்க்காவலன்; escort; body-guard.

அங்கரக்கா: (பெ): நீண்ட சட்டை; a kind of long shirt.

அங்கரட்சணி: (பெ): போர்க்கவசம்; coat of mail.

அங்கராகம்: (பெ): உடம்புக்குப் பூசிடும் ஒருவகை நறுமண வாசனை திரவியம்; a kind of perfumed cosmetic for the body.

அங்கர்: (பெ): அங்க தேசத்தவர்; the people of Anga country.

அங்கர் கோமான்: (பெ): அங்க தேசத்து மன்னன்; கன்னன்; கர்ணன்; the king of Angadesam; Kannan (not Lord Krishna); Karnan.

அங்கலாய்: (வி): (ஒருவருடைய மனக்குறையைக் கூறிப் புலம்பிடு; to lament; to mourn; to grieve; • ஒழுங்காகப் படி என்றால் படிக்க மாட்டேன் என்கிறாளே ! என தாய் **அங்கலாய்த்தாள்.**

அங்கலாய்ப்பு: (பெ): மனக்குறை; grief; • மருமகள் சரியாக அமையவில்லையே என்பது மாமியாரின் **அங்கலாய்ப்பு.**

அங்கலி: (பெ): மார்பகம்; விரல்; breast; finger.

அங்கலிங்கம்: (பெ): வீர சைவர்கள் மார்பில் அணிந்திடும் லிங்கம்; a small lingam which is worn by Veera Saivites on their chest.

அங்கவஸ்திரம்: (பெ): (ஆண்கள் முற்காலத்தில் தோளில் அணிந்த) அடுக்கடுக்கான மடிப்புகளைக் கொண்ட நீளமான துண்டு; a long pleated piece of ornamental cloth (worn by men on their shoulders).

அங்கவிட்சேபம்: (பெ): குறி; அபிநயம்; சாடை; mark; gesticulation; significant gesture.

அங்கவீனம்: (பெ): உடல் ஊனம்; physical deformity.

அங்கனம்: (வி.அ): அங்ஙனம்; அவ்வாறு; in that manner.

அங்கனை: (பெ): அழகான பெண்; beautiful woman.

அங்கனையர்: (பெ.ப): அழகான பெண்கள்; beautiful women.

அங்கன்: (பெ): மகன்; son.

அங்காடி: (பெ): கடை; சந்தை; shop; bazaar.

அங்காடி கூறு: (வி): பொருட்களை விற்றிட அவற்றின் பெயர்களைக் கூறி கூவிடு; to cry out the provisions for sale.

அங்காடிக் கூலி: (பெ): சந்தை வரி; the tax collected from the stalls opened in the open bazaar.

அங்காடி பாரி: (வி): மனக்கோட்டை கட்டு; to build castles in the air.

அங்கா(த்)தல்: (வி): கொட்டாவி விடு; வாயைத் திறந்திடு; to yawn; to gape; to open the mouth.

அங்காப்பு (பெ): வாயைத் திறத்தல்; தாகம் எடுத்தல்; opening as of the mouth; thirsting.

அங்காமி: (வி.அ): தற்காலிகமாக; for the time being.

அங்காமிப்பட்டா: (பெ): தற்காலிக உரிமைச் சாசனம்; temporary title deed.

அங்காமினி: (பெ): ஆகாசகாமினி என்னும் வித்தை; incantation that gives one the power of flying through the air.

அங்காரம்/அங்காரகம்: (பெ): எரிந்து அணைந்துபோன மரக்கரி; charcoal.

அங்காரகன்: (பெ): தீ; செவ்வாய் (கிரகம்); முத்து; fire; the fiery planet Mars; pearl (with a pink lustre).

அங்காரவல்லி: (பெ): சிறு தேக்கு; bushy fire-brand teak.

அங்காரி: (பெ): வெண்காரம்; borax.

அங்காரிகை: (பெ): கரும்பு; நன்னாரி; sugarcane; Indian Sarsaparilla.

அங்காலே: (வி.அ): அங்கே; there.

அங்காளம்மை/அங்காள பரமேஸ்வரி: (பெ): காளியம்மன்; the female deity Kaliamman, the Goddess of Victory.

அங்கி: (பெ): நெருப்பு; அக்னி பகவான்; தளர்ச்சியான மேலங்கி; பிரத்தியேக ஆடை; fire; Agni Bhaghavan, the God of fire; cloak; robe; • நீண்ட வெள்ளை **அங்கி** அணிந்த பாதிரியார் ஒருவர் கிராமத்தில் தங்கி கிராம

மக்களுக்குத் தன்னால் இயன்ற உதவிகளைச் செய்து வந்தார்.

அங்கிகரி: *(வி):* ஏற்றுக்கொள்; ஒப்புக்கொள்; to accept; to approve; ● பாராளுமன்றத்தில் நிறைவேற்றப்பட்ட மசோதாவை குடியரசுத் தலைவர் **அங்கிகரி**த்தார்.

அங்கிகாரம்: *(பெ):* ஒப்புதல்; ஏற்றுக் கொள்ளுதல்; approval; recognition; ● எத்தகைய மசோதாவாக இருந்தாலும் அம்மசோதா குடியரசுத் தலைவரின் **அங்கிகாரம்** பெற்ற பின்பே சட்டமாகின்றது.

அங்கிகை: *(பெ):* இரவிக்கை; பெண்கள் அணிந்திடும் மார்புக் கச்சு; blouse; woman's inner garment to support her breasts; brassiere.

அங்கிசகம்: *(பெ):* அன்னப்பறவை; swan; ● '**அங்கிசகம்** விடு தூது' என்றால், காதலன் காதலிக்கு (பழங்காலத்தில்) **அங்கிசகம்** (அன்னப் பறவை) வாயிலாக தனது காதலைத் தெரிவித்தல் என்பதாகும்.

அங்கிசம்: *(பெ):* வம்சம்; மார்பு; கூறு; பங்கு; தோள்பட்டை; உபநிடதம் முப்பத்திரண்டினுள் ஒன்று; race; chest; section; share; shoulder; one of the thirty-two Upanishads.

அங்கிடுதத்தி: *(பெ):* நாடோடி; நிலைகெட்டவன்; a vagabond; a wanderer; disrupted person; ● எந்தவிதக் குறிக்கோளும் இல்லாது அலைந்து திரிபவனை **அங்கிடுதத்தி** என்பர். ● நிலைகுலைந்த மனிதன் **அங்கிடுதத்தி**யாக வாழ்ந்துவந்தான்.

அங்கிடுதொடுப்பு: *(பெ):* கோள் சொல்பவன்; one who defames; tale-bearer.

அங்கிட்டு: *(வி.அ):* அங்கு; அவ்விடத்தில்; yonder; there.

அங்கிதம்: *(பெ):* அடையாளம்; உடலின் மீது காணப்படும் தழும்பு; sign; scar; ● கொலையுண்டவரின் முகத்தில் இருந்த **அங்கிதத்தை**க் (தழும்பை) கொண்டு அவரை இன்னார் என **அங்கிதம்** (அடையாளம்) கண்டுகொள்ளப்பட்டது.

அங்கிரி: *(பெ):* மரம்; மரத்து வேர்; கால்; tree; root of a tree; leg.

அங்கிலேயர்: *(பெ):* வெள்ளையர்; ஆங்கிலேயர்; the English people.

அங்கீகரணம்: *(பெ):* ஒப்புக்கொள்ளுதல்; ஏற்றுக் கொள்ளுதல்; acceptance; approval.

அங்கு: *(வி.அ):* அவ்விடம்; there; yonder.

அங்குசதாரி: *(பெ):* விநாயகர்; God Vinayaka; ● அகிலத்துக்கும் **அங்குசதாரி**யே முழுமுதற் கடவுள் ஆவார்.

அங்குசபாணி: *(பெ):* விநாயகர்; காளி; God Vinayaka; Kali, the deity of victory; ● போருக்குப் புறப்படும் முன்பாக அரவானை பாண்டவர்கள் **அங்குசபாணி**க்குக் களப்பலியிட்டனர்.

அங்குசம்: *(பெ):* யானையை அடக்கிப் பழக்கிட உதவும் கருவி; வாழை மரம்; elephant's goad; plantain tree.

அங்குசரோசனம்: *(பெ):* கூகைக் கிழங்கின் மாவு; arrow-root flour; ● கூகை நீறு என்றழைக்கப்படும் **அங்குசரோசனம்** சித்த மருத்துவத்தில் சேர்ப்பு மருந்தாகப் பயன்படுத்தப்படுகிறது.

அங்குசவி: *(பெ):* கொள்ளு; horse-gram.

அங்குசோலி: *(பெ):* அருகம்புல்; harialli grass.

அங்குடம்: *(பெ):* திறவுகோல்; சாவி; key.

அங்குட்டம்: *(பெ):* நடுவிரல் உறை; பெருவிரல்; a cap usually worn on the middle finger while sewing for protecting it - a thimble; thumb.

அங்குணம்: *(பெ);* வெண்காரம்; borax.

அங்குத்தை: *(பெ):* அவ்விடம்; தாங்கள், தேவரீர் போன்ற மரியாதைக்குரிய வார்த்தைகள்; that place; terms of respect which are used chiefly in Saiva mutts.

அங்குரம்: *(பெ):* முளை; sprout.

அங்குரார்ப்பணம்: *(பெ):* முளைப்பாலிகை தெளித்தல்; முளையிடுதல்; preliminary ceremony to a marriage or other auspicious functions in which certain seeds are put into a vessel for sprouting.

அங்குலம்: *(பெ):* விரல் அகலம்; விரல்; ஒரு அடியில் 12ல் ஒரு பாகம்; finger's breadth; finger; inch.

அங்குலப் பிரமாணம்: *(பெ):* ஓர் அங்குல அளவு (அ) ஓர் அங்குல நீளம்; the length of an inch.

அங்குலி: *(பெ):* விரல்; மோதிரம்; யானைத் துதிக்கையின் நுனி; finger or toe; ring; the tip of an elephant's trunk; ● யானை தனது **அங்குலி**யால் பக்தர்களை ஆசீர்வதித்தது. ● **அங்குலி**யில் (விரலில்) **அங்குலி**யைப் (மோதிரத்தைப்) போட்டுக்கொள்.

அங்குலிகம்: *(பெ):* மோதிரம்; ring.

அங்குஸ்தான்: *(பெ):* தையல் வேலை செய்வோர் விரலில் அணியும் உலோகத்தால் ஆன கூடு; a thimble.

அங்கூடம்: *(பெ):* அம்பு; கீரி; கூடம்; arrow; mongoose; hall.

அங்கே: *(வி.அ):* அந்த இடத்தில்; அங்கு; there; in that place; • **அங்கே**தான் இருக்கும், போய் பார்.

அங்கை: *(பெ):* அகங்கை; உள்ளங்கை; palm of a hand. • **அங்கை**யில் பஞ்சாமிர்தத்தை சிந்தாமல் வைத்தாள்.

அங்கோலம்: *(பெ):* அழிஞ்சில் மரம்; a tree - Alangium.

அங்ஙனம்: *(வி.அ):* அவ்விதம்; அவ்விடம்; that manner; there.

அசகசாந்தரம்: *(பெ):* ஆட்டுக்கும் யானைக்கும் உள்ள வேறுபாடு; the difference between a sheep and an elephant.

அசகண்டர்: *(பெ):* தைவேளை; a plant - cleome.

அசகம்: *(பெ):* மலை ஆடு; chamois.

அசகரம்: *(பெ);* மலைப்பாம்பு; python.

அசகாய சூரன்: *(பெ):* அடுத்தவரால் செய்திட இயலாத ஒன்றை எளிதாக செய்து முடித்திடும் திறமையுள்ளவன்; a man capable of achieving great objects without assistance or the man capable of accomplishing a difficult task with ease. • அவனா **அசகாயசூரனாச்சே!** எடுத்த காரியத்தை முடிக்காமல் விடமாட்டானே!

அசகியம்: *(பெ):* அருவருப்பு; வெறுப்பு; deep dislike; loathing.

அசகியமான ஊனம்: *(பெ):* தொழுநோய் பிடித்த நோயாளியின் அருவருப்பான ஊனம்; disgusting deformity as of a leper.

அசக்கியம்: *(பெ):* இயலாமை; (சாதிக்கத்தக்கது அல்ல); துத்தநாக மணல்; impossibility; the sand containing zinc; • இக்காரியம் **அசக்கியம்** ஆகும்.

அசக்கு(தல்): *(வி):* அசைத்தல்; to shake; • கம்பியை **அசக்கி அசக்கி** வெளியே எடுத்திடு.

அசங்கதம்: *(பெ):* பொய்; ஒழுங்கின்மை; a lie; a falsehood; disorder; • **அசங்கதம்** பேசுவதில் அவனுக்கு நிகர் அவனே. • அவன் **அசங்கத**மானவன், அவனுடன் சேராதே.

அசங்கதி: *(பெ);* ஒழுங்கின்மை; disorder.

அசங்கமம்: *(பெ):* இகழ்ச்சி; ஒவ்வாமை; ஒற்றுமையின்மை; வெறுப்பு; vilification; allergy; disunion; dislike.

அசங்காத: *(வி.அ):* அசையாத; உறுதியான; not shaken; resolute; • **அசங்காத** கட்டிலாகப் பார்த்து வாங்க வேண்டும்.

அசங்காமலிரு: *(வி):* அசையாமல் இரு; உறுதியாக இரு; to be unmoved; to be firm in a purpose or place; • மாடியின் விளிம்புக்குச் சென்றுவிட்ட குழந்தையை **அசங்காமலிருக்க** வேண்டினர். • கொண்ட கொள்கையில் ஒருபோதும் **அசங்காமலிருந்திடு.**

அசங்கிதமாக: *(வி.அ):* ஒழுங்கற்ற; disorderly; • **அசங்கிதமாக** எந்தச் செயலையும் செய்திடாதே.

அசங்கியம்: *(பெ):* வெறுப்பு; தூய்மையின்மை; அருவருப்பு; அழகின்மை; ஆதரவின்மை; dislike; dread of anything unpleasant or impure; disgust; ugliness; supportlessness; • மருமகள் மீது **அசங்கியம்** இல்லாத மாமியார் இவர் ஒருவர்தான்! • எங்கள் ஊரின் பொதுக்குளம் **அசங்கிய**மாக உள்ளது. • தொழுநோயாளி, எய்ட்ஸ்நோயாளி போன்றவர்களிடம் **அசங்கியம்** கொள்ளக் கூடாது. • பெண்ணுக்கு **அசங்கியம்** ஒன்றுதான் குறையே தவிர குணத்தில் அவள் தங்கம்தான். • **அசங்கியமாக** உள்ள முதியோர்களுக்கான காப்பகம் ஒன்று துவக்கப்பட்டுள்ளது.

அசங்கு: *(வி):* அசைந்திடு; நகர்ந்திடு; அகற்றிடு; to shake; to move; to remove; • காலை சற்று **அசங்கிடு.** • சற்று **அசங்கி** அமர்ந்திடு. • குப்பையை **அசங்கிடு.**

அசங்கை[1]: *(பெ);* அச்சமின்மை; பாதுகாப்பு; fearlessness; security; • அவனுக்கு உள்ள ஒரே பலம் **அசங்கை**தான். • திருடர் பயம் அதிகரித்திருப்பதால் நகரில் **அசங்கை** ஏற்பாடுகள் செய்யப்பட்டுள்ளதாக காவல்துறை அதிகாரி கூறினார்.

அசங்கை[2]: *(பெ):* இழிவு; அவமானம்; disgrace; shame; • **அசங்கை** குணம் கொண்டவனைக் கண்டால் விலகிப் போ. • உன்னால்எனக்குப் பெருத்த **அசங்கை.**

அசங்கையன்: *(பெ):* பயமற்றவன்; மனவுறுதி கொண்டவன்; fearless person; one who is having resolution.

அசஞ்சலம்: *(பெ):* அசைவின்மை; மனவுறுதி; stability; motionless state; resolution.

அசஞ்சலன்: *(பெ):* அசைவற்றவன்; சலிப்பற்றவன்; stable person; person who is not having langour.

அசடன்: *(பெ):* முட்டாள்; அறிவிலி; இழிவானவன்; stupid person; silly man; mean person; • **அசடனு**க்கு வைத்திடவும் தெரியாது, வைத்துப் படைக்கவும் தெரியாது.

அசடி: *(பெ):* இழிவானவள்; silly woman.

அசடு: *(பெ):* முட்டாள்தனம்; கீழ்மை; சோம்பல்; stupidity; meanness; dullness; • வாழ்க்கையில் **அசடாக** ஒருவன் இருந்தால் அவனால் எந்நாளும் முன்னேற முடியாது.

அசடுள்ளவன்: *(பெ):* கீழ்மைகுணம்கொண்டவன்; இழிவானவன்; a mean person.

அசட்டன்: (பெ): கீழ் மகன்; a mean person.

அசட்டுக் குணம்: (பெ): கீழ்மை குணம்; mean quality.

அசட்டுச் சிரிப்பு: (பெ): வெகுளித்தனமான சிரிப்பு; foolish laughter. ● தான் முட்டாளாக்கப்பட்டுள்ளான் என்பது அவனது **அசட்டுச் சிரிப்பில்** தெரிந்தது.

அசட்டை: (வி): புறக்கணிப்பு; மதியாது இருத்தல்; to ignore; treating (someone) with indignity.

அசண்டை: (வி): சாதுவாக இருந்திடல்; to be quiet.

அசதி: (பெ): அசரீரி; அயற்சி; மறதி; கற்பு இல்லாதவள்; voice of incorporeal being; fatigue; forgetfulness; adulteress.

அசதிக்கிளவி: (பெ): நையாண்டி; கிண்டல் பேச்சு; mockery; funny talk.

அசதியாடுதல்: (வி): வேடிக்கையாகப் பேசுதல்; talking funnily; ● மாமன் மகளிடம் அத்தை மகன் **அசதியாடுதல்** இயல்பு.

அசத்தியம்: (பெ): பொய்; a lie; ● **அசத்தியம்** செய்து (கூறி) பொய்க்குற்றம் சுமத்தினான்.

அசத்தியசுதனம்: (வி): பொய் பேசுதல்; talking a lie.

அசத்தல்: (பெ): அசந்து போதல்; சோர்வுறச் செய்தல்; களைப்பு அடையச் செய்தல்; to overawe; to tire; to bore a man; ● அவன் ஓர் **அசத்தல்** பேர்வழி.

அசத்துரு: (பெ): நண்பன்; friend.

அசநவேதி: (பெ): சீரகம்; cumin.

அசந்தர்ப்பம்: (பெ): பொருத்தமற்ற வேளை; வசதி குறைவு; பொருத்தமில்லாமை; unsuitable time; inconvenience; irrelevance; ● நேரம் காலம் பாராமல் **அசந்தர்ப்பமாய்த்** தொல்லை கொடுக்கிறான்.

அசந்ததி: (பெ): குழந்தை இல்லாது இருத்தல்; மலட்டுத்தன்மை; barren stage.

அசந்துட்டம்: (பெ): விருப்பமின்மை; unwillingness.

அசபன்: (பெ): ஆடுகளை மேய்ப்பவன்; பிரதிவாதி; shepherd; defendant; ● ஆயர்குலக் கண்ணனை **அசபர்கள்** குலதெய்வமாக வணங்கிடுவர். ● **அசபன்** வராமையால் வழக்கு ஒத்திப்போடப்பட்டது.

அசப்பில்: (வி.அ): சட்டென்று ஒரு பார்வையில்; at a fleeting glance; ● அந்தப் பெண் **அசப்பில்** என் அத்தையைப் போன்று இருக்கிறாள்.

அசப்பியம்: (பெ): அவைக்கு ஒவ்வாத கொச்சை வார்த்தை; an indecent word unfit for an assembly.

அசப்பு: (பெ): ஞாபக மறதி; கவனமின்மை; absence of mind; inattention; ● **அசப்புக்காரனிடம்** ஒருமுறைக்குப் பத்து முறை கூறினாலும் பயனிராது.

அசமஞ்சன்: (பெ): தீயவன்; கயவன்; கீழானவன்; miscreant; scoundrel; mean person.

அசமந்தம்: (பெ): மந்த குணம்; மலை அத்தி; dullness; sloth; a kind of tree `Malai Aththi'.

அசமந்தன்: (பெ): சோம்பேறி; one who is lazy; sluggard; ● அசமஞ்சனைவிட **அசமந்தன்** மேலானவன்.

அசமந்திபம்: (பெ): மலை அத்தி; a kind of tree - `Malai Aththi'.

அசமபாணன்: (பெ): மன்மதன்; Manmadhan, God of Love.

அசமவாயி: (பெ.அ): ஒற்றுமை இல்லாமை; disunion.

அசமாருதம்: (பெ): திப்பிலி; long pepper.

அசமோதை: (பெ): ஓமம்; இலவம் பிசின்; bishop's weed; resin of silk cotton tree.

அசம்: (பெ): ஆடு; வெங்காயம்; பிறவாதது; சந்தனம்; மூவாண்டு பழகிய நெல்; நெற்குவியல்; sheep; onion; that which is not born (the supreme being); sandalwood; three-year-old paddy; heap of paddy.

அசம்பவம்: (பெ): இயலாமை; நிகழ வாய்ப்பு இல்லாதது; முன்னுக்குப் பின் முரணானது; impossibility; improbability; inconsistency.

அசம்பாவிதம்: (பெ): நடக்கக்கூடாதது; that which cannot happen.

அசம்பி: (பெ): பயணிகளின் தோல் பை; travellers leather bag. ● **அசம்பியில்** சாமான்களை வைத்து மூடினாயா ?

அசரம்: (பெ): இயங்கிடாத பொருள்; அசையாப் பொருள்; that which cannot move.

அசராதி: (பெ): கொன்றை மரம்; Indian Laburnum; ● மஞ்சள் நிறப் பூக்களும், பழுப்பு நிறக் காய்களுமாய் பார்க்க மிக அழகாக **அசராதி** விளங்கியது.

அசரியம்: (பெ): நட்பு; அழிவு இல்லாமை; friendship; everlasting.

அசரீரி: (பெ): சரீரம் இல்லாதது; வானில் உண்டாகும் ஒலி; உரு இல்லாத வாக்கு; incorporeal being; the sound from the sky; the voice of an incorporeal being.

அசரை: (பெ): அயிரை மீன்; a kind of small fish.

அசர்: (பெ): பொடுகு; a kind of dandruff.

அசர்தல்: (வி): தளர்ந்து போதல்; தூங்கி விழுதல்; to become faint; drowsy; ● அதிக வேலைப்பளுவின் காரணமாக **அசர்ந்து** காணப்பட்டார்.

அசலகன்னிகை: (பெ): பார்வதி தேவி; Parvathi Devi, the consort of Lord Shiva.

அசலக்கால்: *(பெ):* தென்றல் காற்று; balmy breeze from the south; south wind.

அசலம்: *(பெ):* சிறு மலை; அசையாதது; hill; that which cannot move; • **வேங்கடாசலம்** - வேங்கடவன் மலை. • அரு**ணாசலம்** - அருணன் **சலம்** - அழல் உருவானவனின் மலை.

அசலலிங்கம்: *(பெ):* கோயில் கோபுரம்; tower of a temple.

அசலர்: *(பெ):* வழிப்போக்கர்கள்; அண்டை அயலார்; strangers; neighbours.

அசலன்: *(பெ):* அசைவற்றவன்; கடவுள்; one who is motionless; Deity.

அசலை: *(பெ):* பார்வதி தேவி; பூமி; Parvathi Devi, the consort of Lord Shiva; earth.

அசல்: *(பெ):* மூலம்; கொசு; முதல்; உயர்ந்தது; முதல் தரம்; original; mosquito; principal capital; that which is excellent; first rate; • **அசலை** வைத்து நகலெடுத்தனர். • வீட்டில் **அசலின்** தொல்லை தாங்க முடியவில்லை. • இலாபம் இல்லாவிட்டாலும் **அசல்** தேறினால் போதும். • **அசலான** எண்ணெயை வாங்கி வா. • பருப்பு வகைகளில் இந்தப் பருப்புதான் **அசலா**கும்.

அசவல்: *(பெ):* கொசு; சேறு; பொடுகு; mosquito; mud; dandruff.

அசவாகனன்: *(பெ):* ஆட்டினை வாகனமாகக் கொண்ட அக்னி பகவான்; Agni Bhagvan riding a goat.

அசறு: *(பெ):* சேறு; தலைப்பொடுகு; ஒரு வகை வண்டு; mud; mire; dandruff; scurf; a minute insect injuring leaves and plants. • **அசறில்** கால் வைத்துவிட்டு அப்படியே வீட்டில் நுழைகிறான் பார். • தலையில் **அசறு** அதிகமாக உள்ளதால் அரிப்பு எடுக்கிறது. • கீரைப்பாத்தியில் உள்ள **அசறு**களைப் போக்க பூச்சிகொல்லி மருந்து வாங்கி வர வேண்டும்.

அசறை: *(பெ):* அசைவின்மை; தளர்வின்மை; state of motionless; firmness; state of unflinching.

அசற்சரக்கு: *(பெ):* முதல் தரமான சரக்கு; goods of first quality; • **அசற்சரக்கு** மளிகை வியாபாரம் செய்து வருகிறேன்.

அசற்சீட்டு: *(பெ):* மூலப்பத்திரம்; original bond.

அசனசாலை: *(பெ):* உணவு விடுதி; a house where boarders are fed; mess.

அசனம்: *(பெ):* பகுதி; அளவு; உணவு; சோறு; பசி; சிரிப்பு; வேங்கை மரம்; portion; measure; food; boiled rice; hunger; laughter; Indian Kino tree.

அசனவேதி: *(பெ):* சீரகம்; cumin; • **அசனவேதி**, மற்றும் திரிகடுகு (சுக்கு, மிளகு, திப்பிலி) ஆகியவற்றை வாங்கி வாருங்கள் எனக் கூறினாள்.

அசனி: *(பெ):* இடி; வச்சிரப்படை; சாம்பிராணி இலை; thunderbolt; the weapon of Indra; a frankincense leaf.

அசனிபாதம்: *(வி):* இடியின் வீழ்ச்சி; fall of thunderbolt.

அசனியேறு: *(பெ):* இடியேறு; thunderbolt; • உயரமான கட்டடங்களில் **அசனியேறு** தாங்கிகள் பொருத்தப்படுகின்றன.

அசன்: *(பெ):* பிறப்பிலி, கடவுள்; தசரதனின் தந்தை பெயர்; சிவபெருமான்; பிரம்மா; காமன்; the being without birth as the Deity; name of the father of Dhasaratha; Lord Shiva; Lord Brahma; Kama, the God of Love.

அசா: *(பெ):* தளர்ச்சி; வருத்தம்; slackness; faintness; suffering; langour.

அசாகசம்: *(பெ):* அமைதி; பொய்; silence; a lie; • தலைவரின் நினைவுநாள் ஊர்வலம் **அசாகச**மாகச் சென்றது. • **அசாகசம்** கூறிய வாய்க்கு அமுது கிடைத்திடாது.

அசாகளத்தனம்: *(பெ):* ஆட்டின் கழுத்துத் தசைப்பகுதி; the fleshy part of a sheep's neck.

அசாக்கிரதை: *(பெ):* கவனக்குறைவு; விழிப்பின்மை; inattentiveness; carelessness; • **அசாக்கிரதை**யின் காரணமாக வியாபாரத்தில் பெருத்த நட்டம் ஏற்பட்டது.

அசாசி: *(பெ):* கருஞ்சீரகம்; black cumin.

அசாணிமூலி: *(பெ):* வேலிப்பருத்தி; a herb which is used in the Siddha medicine.

அசாதாரணம்: *(பெ):* பொதுவின்மை; அரிது; வழக்கத்திலிருந்து மாறுபட்டது; that which is not common; that which is rare; that which is unusual; • அவர்களின் உறவு **அசாதாரண**மானது. • இது ஓர் **அசாதாரண**மான படைப்பாகும். • தலைவர் தனக்களிக்கப்படும் **அசாதாரண**மான வரவேற்புகளைத் தவிர்த்திட வேண்டினார்.

அசாத்தியம்: *(பெ):* இயலாத ஒன்று; மிகுதியானது; that which is impossible; something in excess. • **அசாத்திய**மான முன்கோபம் அழிவையே தரும். • **அசாத்திய**மான காரியங்களை செய்து முடிப்பதில் ஆர்வமுடையவன்.

அசாரம்: *(பெ):* ஆமணக்கு; அரச சபை; சாரமற்ற செய்யுள் (அ) கவிதை; castor seed; royal audience hall; the verse which is dry and meaningless.

அசாரவாசி: (பெ): அரண்மனை வாயில் காவலன்; the door-keeper of palace; a guard of a palace.

அசாவிடு: (வி): இளைப்பாறு; to retire; to relax.

அசி: (பெ): வாள்; படைக்கலம்; அம்பு; இகழ்ச்சி; ஏளனம்; நகைப்பு; ஆன்மா; sword, knife; weapon; arrow; vilification; disrespect; contempt; soul; • **அசி** ஏந்திப் போருக்குத் தயாராகும்படி அரசாணை பிறப்பிக்கப்பட்டது. • வில்லில் **அசி**யைப் பொருத்தி இலக்கைக் குறி பார்த்தான். • ஏமாளித்தனம் எந்நாளும் **அசி**க்கு இடமளித்திடும். • **அசி**க்கு ஒருபோதும் அழிவில்லை.

அசிகை: (வி): ஏளனம் செய்தல்; to mock; to sneer.

அசிங்கம்: (பெ): தரக்குறைவு; அழகற்றது; தூய்மையின்மை; ஒழுங்கற்றது; obscenity; ugliness; uncleanliness; impurity; disorder; • **அசிங்க**மான வார்த்தைகளைப் பேசிடாதே! • **அசிங்க**மானவளாக இருந்தாலும் நற்குணம் படைத்தவள். • இந்த இடம் இவ்வளவு **அசிங்க**மாக இருக்கும் என எண்ணவில்லை. • **அசிங்க**மான முறையில் அடுக்கி வைக்காதே.

அசிதம்: (பெ): கருமை; சனி; சிவாகமங்களுள் ஒன்று; மலர்வது; blackness; Saturn; one of the Siva Aagamas; that which is blossomed.

அசிதன்: (பெ): தந்தை; திருமால்; சிவன்; சனி; father; Lord Vishnu; Lord Shiva; Saturn.

அசிதாரு: (பெ): நரகம்; அளறு; சகதி; hell; mire; mud.

அசிதை: (பெ): அவுரி; சிவசக்தியின் நால்வகைப் பிரிவில் ஒன்றான பரை; indigo; Parai, one of the four forms of Sivasakthi.

அசித்தல்: (வி): நகைத்திடுதல்; சிரித்தல்; உண்ணுதல்; அழித்தல்; நசித்தல்; to smile; to laugh; to eat; to destroy; to demolish.

அசித்தி: (பெ): முடிவுபெறாமை; கைகூடாமை; incompleteness; failure.

அசித்திரன்: (பெ): கள்வன்; திருடன்; thief; • **அசித்திர**ர்களினால் சென்னை நகரமே பீதியடைந்துள்ளது.

அசித்து: (பெ): உயிரற்றது; நிலையற்றது; lifeless thing; impermanent thing.

அசிந்தம்: (பெ): இறப்பு; death; • குழந்தைகளின் **அசிந்த** விகிதம் அதிகரித்துள்ளது குறித்து அரசு கவலையடைந்துள்ளது.

அசிபத்திரம்: (பெ): கரும்பு; sugarcane.

அசிப்பு: (பெ): ஏளனச்சிரிப்பு; mockery.

அசிரத்தை: (பெ): அக்கறையின்மை; ஆர்வமின்மை; inattentiveness; lack of interest; • செய்யும் தொழிலில் **அசிரத்தை**யாக இருந்தால் வளமான வாழ்க்கை அமையாது.

அசிரம்: (பெ): உடம்பு; தவளை; முண்டம்; தீ; வெட்டிவேர்; அற்ப காலம்; body; frog; headless human or animal body; fire; cuscus grass; short period; • **அசிரம்** அனலாய்க் கொதித்தது. • **அசிரம்** நிலத்திலும், நீரிலும் வாழ்ந்திடக் கூடிய உயிரினம் ஆகும். • தலை அறுபட்டு வீழ்ந்ததும் **அசிரம்** துள்ளித் துடித்து அடங்கியது. • **அசிர**த்தால் ஆக்கவும், அழிக்கவும் முடியும். • வெட்டிவேரினை **அசிரம்** என்று கூறுவதோடு அதனை நறுமணப் பொருளாகவும், மருந்துப் பொருளாகவும் பயன்படுத்துகின்றனர். • **அசிர** காலமே வாழ்ந்தபோதிலும் அவனின் வாழ்க்கை அமரத்துவம் பெற்றதாக விளங்கியது.

அசிரவணம்: (பெ): காது மந்தம்; dullness of hearing; deafness; • என்ன சொன்னாலும் பதில் பேசாமல் இருக்கிறானே! ஒருவேளை **அசிரவண**மாக இருக்குமா?

அசிரன் (பெ): தீ; அக்கினி தேவன்; சூரியன்; fire; Agni Deva, the God of Fire; Sun.

அசிரி: (பெ): ஆபாசமானவன்; filthy person.

அசிதளம்: (பெ): கற்பூரம்; camphor; • கழுதை அறியுமா **அசிதள**த்து வாசனை?

அசினம்: (பெ): விலங்கின் தோல்; தோல் இருக்கை; skin of animal; a leather sheet which was used by saints and monks as seat in former period.

அசீரணம்: (பெ): உண்ட உணவு செரித்திடா நிலை; indigestion; • **அசீரண**க் கோளாறு காரணமாக பெரும் அவதிக்கு உள்ளானாள்.

அசீரியம்: (பெ): அழிவுபடாதது; that which is not destroyed.

அசீவம்: (பெ): உயிரற்ற பொருள்; ஜடப்பொருள்; lifeless thing; inanimate thing.

அசு: (பெ): பிராண வாயு; துக்கம்; oxygen; grief.

அசுகம்: (பெ): உடல்நலக் குறைவு; illness.

அசுகுசுத்தல்: (வி): அருவருத்தல்; ஐயுறுதல்; to feel disgusted with; to doubt; to suspect; • எய்ட்ஸ் நோயாளிகளை **அசுகுசுத்து** ஒதுக்கி வைத்திடக் கூடாது. • மனைவியை **அசுகுசு**ப்பவன் மனிதனே அல்லன்.

அசுகுணி: (பெ): அவரைக்கொடி போன்ற தாவரங்களில் காணப்படும் சிறு பூச்சி; காது மெழுகு; a small insect which is often found in plants like beans; ear wax.

அசுக்காட்டுதல்: (வி): எள்ளி நகையாடுதல்; ஏளனம் செய்தல்; இழித்துரைத்தல்; to sneer; to disparage.

அசுசி: (பெ): தூய்மையின்மை; uncleanliness; impurity.

அசுணம்: (பெ): இசை அறியும் ஒருவகைப் பறவை; a kind of bird susceptible to music.

அசுணன்: (பெ): வெள்ளை வெங்காயம்; பூண்டு; garlic; • **அசுண** இரசம் வை என்று கூறியதும் ஏதும் புரியாது மனைவி திகைத்தாள்.

அசுத்தம்: (பெ): தூய்மையின்மை; அசங்கியம்; அசுசி; மலம்; impurity; foulness; pollution; the waste matter discharged from the bowels. • **அசுத்தம்** ஆரோக்கியத்திற்கு கேடு விளைவித்திடும். • குளத்து நீர் **அசுத்தமடைந்துள்ளது.** • உடம்பில் உள்ள **அசுத்தம்** வெளியேறாவிடில் உடல்நலக் குறைவு உண்டாகும்.

அசுத்தன்: (பெ): உடலாலும் மனதாலும், தூய்மையற்றவன்; the person who is impure in mind or body.

அசுத்தி: (பெ): அழுக்கு; தூய்மையின்மை; filth; uncleanliness.

அசுத்தை: (பெ): நடத்தை கெட்டவள்; the woman who has immoral character. • **அசுத்தை** தானும் கெடுவதோடு, தன்னைச் சார்ந்தோரையும் அவமானத்திற்கு ஆளாக்கிடுவாள்.

அசுப்பு: (வி): விரைவு; swiftness; • வேளாங்கண்ணித் திருவிழாவுக்கென சென்னையிலிருந்தும், பிற முக்கிய நகரங்களிலிருந்தும் சிறப்பு **அசுப்புப்** பேருந்துகள் இயக்கப்பட்டன.

அசுபம்: (பெ): அமங்கலம்; inauspiciousness. • **அசுப** வேளையாக இருப்பதால் சற்று நேரம் கழித்துப் போ.

அசுமம்: (பெ): இடியேறு; சிக்கிமுக்கிக் கல்; முகில், மேகம்; மணமற்ற மலர்; thunderbolt; flint stone; cloud; the flower which has no fragrance.

அசுமாத்தம்: (பெ): சந்தடி; சப்தம்; noise; • ஆள் அரவமற்று வீதியே **அசுமாத்தமில்லாது** இருந்தது.

அசுமாரோபணம்: (வி): அம்மி மிதித்தல்; bride's ceremony of placing her right foot on the grinding stone and the bridegroom will help her to do so. • **அசுமாரோபணம்** செய்து அருந்ததி பார்த்து முடித்ததும் மணமகளின் கால் விரலில் மணமகன் மிஞ்சி அணிவித்தான்.

அசுமானகிரி: (பெ): மேல் கட்டு விதானம்; a covering spread at some height above the throne or bed.

அசும்பு: (பெ): நீர்ப்பொசிவு, ஊற்று; கிணறு; சேறு; வழுக்குநிலம் (அ) வழுக்குமிடம்; அசைவு; spring; well; mud; slippery ground; motion; • **அசும்பு** நீரின் சுவையே அலாதிதான். • எங்கள் வீட்டு **அசும்பு** எந்நாளும் வற்றாது. • **அசும்பில்** கால் வைத்தால் அசிங்கப்படுவது நீதானே ஒழிய வேறு எவருமில்லை. • இந்த இடம் **அசும்பாக** இருக்கும், பார்த்துப் போ. • இருட்டில் யாரோ **அசும்புவது** கண்டு அஞ்சினாள்.

அசும்புதல்: (வி): நீர் ஊறுதல்; oozing of water (spring).

அசுயை: (பெ): பொறாமை; சகிப்புத்தன்மை இல்லாமை; அவநம்பிக்கை; envy; intolerance; disbelief; • எவரிடமும் **அசுயை** கொள்ளா இயல்பு ஒருவருக்கு இருக்குமானால், அதற்கு மேலான பேறு அவருக்கு வேறு ஏதுமில்லை. • **அசுயை** குணம் கொண்டோரை அக்குணமே வீழ்த்திவிடும். • ஒருவரின் மேல் **அசுயை** உண்டானால் அவர் மேல் எளிதாக நம்பிக்கை உண்டாகாது.

அசுர குரு: (பெ): சுக்கிரன்; Sukra (Venus) as the preceptor of demons.

அசுர சந்தி: (பெ): அந்திப்பொழுது; evening twilight.

அசுரம்/அசுர மணம்: (பெ): காளையை அடக்குதல்போன்றவீரச்செயல்புரிந்து திருமணம் கொள்ளுதல்; marrying a bride by seizing a wild bull, a valiant deed enjoined by her father.

அசுரர்: (பெ): தேவர்களின் எதிரிகளான அரக்கர் குலத்துள் ஒரு பிரிவினர்; a class of demons at loggerheads with the Devas, the celestial beings.

அசுரவத்தம்: (பெ): அரச மரம்; அத்தி மரம்; pipal tree; a kind of fig tree. • **அசுரவத்தத்தைச்** சுற்றி வந்தால் பிள்ளைப்பேறு உண்டாகும் என்னும் நம்பிக்கை காலங்காலமாக இருந்து வருகிறது. • அழகான **அசுரவத்தப்** பழத்தைப் பிட்டுப் பார்த்தால் உள்ளே சிறு விதைகள் இருக்கும்.

அசுர வாத்தியம்: (பெ): முரசு போன்ற பேரொலி எழுப்பிடும் வாத்தியம்; a kind of drum which caused excessive sound.

அசுர வைத்தியம்: (பெ): அறுவை சிகிச்சை; treating injuries or diseases by manual operations; surgery.

அசுரை: (பெ): இருள்; பரத்தை; பொதுமகள்; அரக்கி; darkness; harlot; prostitute; demoness.

அசுவ கதி: (பெ): குதிரை நடை, அவையாவன - மல்ல கதி, மயூர கதி, வானர கதி, சச கதி, சரக கதி என்பன; the walking manners of horses. They are Mallagathi, Mayooragathi, Vaanaragathi, Sasagathi and Saragagathi.

அசுவகந்தி: (பெ): அமுக்கிறா என்னும் மூலிகை; Amukkira - a kind of herb.

அசுவதி: (பெ): அசுவினி நட்சத்திரம்; the star Aswini. • நட்சத்திரங்கள் இருபத்தேழில் முதலாவது **அசுவதி** ஆகும்.

அசுவத்தம்: (பெ): அரச மரம்; அத்தி மரம்; pipal tree; a kind of fig tree.

அசுவமேத யாகம்: (பெ): முற்காலத்து அரசர்கள் தாங்கள் பிறப்பித்த அரசு ஆணையை மற்ற அரசுகள் ஏற்றுக்கொள்ளும் வகையில் பட்டத்துக் குதிரையை அவ்வரசுகளின் நாடுகளுக்கு அனுப்பி வைத்திடுவர். இவ்வாறு வரும் குதிரையை அடக்க முற்படும் அரசுகளுடன் போரிட்டு வென்று திரும்பி வரும் குதிரையை பலியிட்டுச் செய்யும் வேள்வி; a ceremonial sacrifice of the invincible horse brought back after being sent to other neighbouring countries by the King who by means of this asserted his sovereign power.

அசுவம்: (பெ): குதிரை, அமுக்கிறாக் கிழங்கு; விஷத்தாது; horse; the root of Amukkira herb; a mineral poison.

அசுவ வாரியர்: (பெ): குதிரை செலுத்துபவர்; horse rider.

அசுவ வைத்தியம்: (பெ): குதிரை வைத்தியம்; the system of medical treatment to horse.

அசுவனி: (பெ): இருபத்தேழு நட்சத்திரங்களுள் முதலாவது; அசுவதி; Aswini, the first star of the twenty-seven stars.

அசுவாரி: (பெ): எருமை; buffalo.

அசுவை: (பெ): பெண் குதிரை; female horse.

அசுழம்: (பெ): நாய்; dog.

அசூயை: (பெ): அவதூறு; பொறாமை; slander; jealousy.

அசூர்: (பெ): முன்னிலை; முன்னிற்பவர் (அ) முன்னிருக்கும் பொருள்; முன்னணி; (ஒருவர்) இருக்கும் இடத்திற்கு முன்பு; the person or thing that stands in front; leading position; presence of something. • இராமன் எப்போதும் தன்னை **அசூர்**ப்படுத்திக் கொள்வதில் ஆர்வம் உடையவன். • தன்னை எதிர்த்துப் போட்டியிட்ட வேட்பாளரைவிட ஆளுங்கட்சி வேட்பாளர் 20000 வாக்குகள் அதிகம் பெற்று **அசூரி**ல் இருந்தார். • தீவிரவாதிகள் கவர்னரின் **அசூரா**கத் தங்கள் ஆயுதங்களை ஒப்படைத்து சரண் அடைந்தனர்.

அசேஷம்: (பெ); முழுவதும்; entire; all over.

அசை: (வி): ஆடுதல்; நகர்தல்; மாறுதல்; இயங்குதல்; to sway; to move; to budge; to function; (பெ): யாப்பில் ஓர் உயிர் எழுத்தினை (அ) உயிர் எழுத்தும் மெய்யெழுத்தும் சேர்ந்த இணையை அடிப்படையாகக் கொண்டு அமைக்கப்பட்ட அலகு; metrical syllable. • ஆழமாக நடப்பட்டு இருந்த கம்பியை **அசைத்து அசைத்துப்** பிடுங்கினர். • இவ்வளவு பெரிய பெட்டியை ஒற்றை ஆளால் **அசைக்கவே** முடியாது. • எவ்வளவு சொல்லியும் **அசைந்து** கொடுக்காமல் போகிறாளே!

அசைபோடு: (வி): (நடந்து முடிந்த நிகழ்வுகளை) மீண்டும் மீண்டும் சிந்தித்திடு; to ruminate on.

அசைபோடு(தல்): (வி): (மாடு போன்ற விலங்குகள்) இரைப்பையிலிருந்து விழுங்கிய உணவை மீண்டும் வாய்க்குக் கொண்டுவந்து நன்றாக தொடர்ந்து மெல்லுதல்; to chew the cud (by cow, etc.).

அசைப்பு: (பெ): உரை; பேச்சு; கர்வம்; speech; arrogance. • பொதுக்கூட்டத்தில் கலந்து கொண்ட தலைவரின் **அசைப்பு** அனைவரையும் கவர்ந்தது. • தன்னைவிட திறமைசாலி எவரும் இல்லை என்னும் **அசைப்பு** அவளிடம் இருந்தது.

அசைவு: (பெ): நகர்தல்; இயங்குதல்; களைப்பு உணர்வு; movement; motion; sense of feeling tired.

அசோக மரம்: (பெ): நீண்டு உயர்ந்து வளரும் மர வகை; Asoka tree.

அசோகம்: (பெ): துயரத்தில் இருந்து விடுபட்ட நிலை; அசோக மரம்; நெட்டிலிங்க மரம்; freedom from sorrow; Asoka tree; Indian mast tree.

அசௌக்கியம்: (பெ): உடல்நலக் குறைவு; சுகவீனம்; indisposition; slight illness; ill-health; • அசௌக்கியமாக இருந்தாயே, இப்போது எப்படி உள்ளாய்?

அசௌகரியம்: (பெ): வசதியின்மை; வாய்ப்பின்மை; உடல்நலம் இல்லாமை; want of comfort; lack of opportunity; ill-health. • இந்த இடம் **அசௌகரிய**மாக இருந்தாலும் போகப்போக பழகிப்போகும். • எவ்வளவு திறமையிருந்த போதும் போட்டியில் கலந்து கொள்வதில் **அசௌகரிய**மாக உள்ளது. • சிறுகச் சிறுக **அசௌகரியத்**திலிருந்து விடுபட்டு குணம் அடைந்து வருகிறான்.

அச்சகம்: (பெ): எழுத்துக்களைக் கோர்த்து காகிதங்களில் அச்சடித்திடும் இடம்; the printing press.

அச்சடிச்சேலை: (பெ): பூக்கள் போன்றவற்றின் உருவங்களை அச்சடித்து உபயோகப்படுத்தும் நீண்ட துணி; பெண்கள் உடுத்தும் மேலாடை. printed long-cloth; women's garment.

அச்சகாரம்: (பெ): முன்பணம்; அச்சாரம்; earnest money given to ratify a bargain. • வீட்டு மனையை விலை பேசி முடித்து அதற்கான **அச்சகாரத்தை** மனையின் உரிமையாளரிடம் கொடுத்தார்.

அச்சனம்: (பெ): அந்த நேரம்; that time.

அச்சத்தி: (பெ): கத்தரிச்செடி; கத்தரிப்பூண்டு; brinjal plant; a kind of herbs; • வீட்டுத் தோட்டத்தில் இந்தப் பருவத்தில் **அச்சத்தி** கன்றுகளை நட்டு வளர்த்திட நினைத்துள்ளோம்.

அச்சந்தெளித்தல்: (வி): அருகும் அரிசியும் இடுதல்; to put harialli grass and rice.

அச்சபரம்: (பெ): நாணல்; kaus, a large and coarse grass; lalong grass.

அச்சபல்லம்: (பெ): கரடி; bear; • **அச்சபல்லத்தை** வைத்து தெருவில் வித்தை காட்டியவனை காவல் துறையினர் கைது செய்தனர்.

அச்சம்: (பெ): பயம்; பளிங்கு; தகடு; இலேசு; அகத்தி; சரிசமானம்; fear; marble; metal sheet; lightness; *coronilla grandiflora* - a kind of tree; equality; • **அச்சக்கீரை** சமையலுக்கும், மாட்டுக்குத் தீனிக்காகவும் உபயோகப்படுத்தப்படுகிறது. • அவளுக்கு நான் **அச்சமா** (இலேசா) எனப் பொருமினாள்.

• அச்ச முடையார்க்கு அரணில்லை ஆங்கில்லை
பொச்சாப் புடையார்க்கு நன்கு - *குறள் 534.*

அச்சமம்: (பெ): முயற்று என்னும் ஒருவகைப் புல்; a kind of grass - 'Muyatru'.

அச்சயன்: (பெ): அழிவில்லாதவனாகிய கடவுள்; the God, as the imperishable one.

அச்சரம்: (பெ): நாக்கில் தோன்றும் புண்; inflammation of the tongue.

அச்சனம்: (பெ): வெள்ளுள்ளி; garlic.

அச்சன்: (பெ): கடவுள்; தந்தை; Deity; father.

அச்சாணி: (பெ): கடையாணி; linch pin; axle pin of a wheel.

அச்சாரம்/அச்சவரம்: (பெ): முன்பணம்; the money given in advance; earnest money; • பசுமாட்டை விலை பேசி முடித்து **அச்சாரமாக/அச்சவரமாக** ஐந்நூறு ரூபாய் கொடுத்தார்.

அச்சானம்: (பெ): அஞ்ஞானம்; spiritual ignorance.

அச்சி: (பெ): வேட்டுவச்சி; நாயர்குலப் பெண்; the consort of a hunter; Nayar woman.

அச்சிடு: (வி): எழுத்து, படம் போன்றவற்றை அச்சுப்பொறி கொண்டு தாள் போன்றவற்றில் பதித்தல்; to print on a paper or something.

அச்சியர்: (பெ): ஜைனப் பெண் துறவியர்; Jaina women ascetics.

அச்சிரம்: (பெ): முன்பனிக்காலம்; early dewy season; • மாரிக்காலம் முடிந்து **அச்சிரக்** காலம் துவங்கியதால் இராப்பொழுதில் குளிர் அதிகமாக உள்ளது.

அச்சு[1]: (பெ): அடையாளம்; காரியத்தால் வார்க்கப்பட்ட எழுத்துவடிவம்; நெசவுத் தறியில் உபயோகப்படுத்தப்படும் ஒரு கருவி; உடம்பு; வடமொழி உயிரெழுத்து; வலிமை; mark; printing type; weaver's reed; body; vowel in Sanskrit; strength; • அலுவலக **அச்சு** பதிக்கப்பட்டுள்ளதா என்பதைக் கவனி. • **அச்சுக்** கோத்துப் பிழை திருத்தி பின்தான் அச்சிடப்பட வேண்டும். • **அச்சு** பழுதின்றி இருந்தால்தான் தறியில் துணியை செவ்வனே நெய்திட இயலும்.

அச்சு[2]: (பெ): தேர், வண்டியின் இருபுறத்துச் சக்கரங்களை இணைத்திடும் வலிமை பொருந்திய இரும்புத் தண்டு; axle.

அச்சுக்கட்டி: (பெ): ஆடைகளில் அச்சுவேலை செய்பவன்; the person who engages the printing works in garments.

அச்சுக்கூடம்: (பெ): அச்சகம்; அச்சு வேலைகள் செய்யுமிடம்; printing press.

அச்சுக்கோர்: (வி): இயந்திரப்பொறி மூலம் அச்சு பதித்திட காரிய அச்சு எழுத்துக்களை உரிய முறையில் வரிசை வரிசையாக அமைத்திடு; to compose.

அச்சுதம்: (பெ): அழிவற்றது; கெடுதல் இல்லாதது; அட்சதை; that which is imperishable; that which is auspicious; unbroken grains of rice mixed with turmeric powder or saffron, used in benediction or worship.

அச்சுதன்: (பெ): அழிவற்றவன்; திருமால்; அருகன்; சிவன்; முருகன்; ஐயப்பன்; கடவுள்; the imperishable being; Lord Vishnu; Kama, the God of Love; Lord Shiva; Lord Muruga; Lord Iyappa; the Deity.

அச்சுதை: (பெ): இறைவி; பார்வதி; the Goddess; Parvathi, the consort of Lord Paramashiva.

அச்சுத்தாலி: (பெ): காசுமாலை; necklace of gold coins or other stamped pieces.

அச்சு நாடுகள்: (பெ): இரண்டாம் உலகப்போரின் போது, கூட்டாக இயங்கிய ஜெர்மனி, இத்தாலி, ஜப்பான் ஆகிய நாடுகள்; the Axis.

அச்சுப்பொறி: (பெ): நூல் போன்றவற்றை அச்சிடுவதற்கான இயந்திரம்; printing machine.

அச்சுரம்: *(பெ):* முருங்கை; நெருஞ்சில்; horse-radish tree; cow's thorn; ● **அச்சுரக்கீரையை** சமையலுக்குப் பயன்படுத்துவர். ● காலில் **அச்சுர** முள் குத்தியதால் தாங்கித் தாங்கி நடக்கலானான்.

அச்சுறு: *(வி):* பயப்படு; அஞ்சிடு; be afraid; to dread.

அச்சுறு கொழுத் தொடர்: *(பெ):* யானையின் கழுத்து அல்லது காலில் பிணைக்கப்பட்டு மரம் போன்றவற்றில் கட்டி வைக்கப் பயன்படும் உறுதியான இரும்பினாலான சங்கிலி; the iron chain put round the neck of an elephant like a garland or put round the rear leg of it and fastened to a tree to keep the animal in check.

அச்சுறுத்திடு: *(வி):* பயமுறுத்திடு; கலக்கமுறச் செய்திடு; to threaten.

அச்சேற்று: *(வி):* அச்சிடு; to print.

அச்சொட்டாக: *(வி.அ):* அச்சாக; சரியொப்பாக; exactly as it is; ● அந்தப் பெண்மணி **அச்சொட்டாக** எனது அத்தையைப் போலிருந்தாள்.

அச்சோ: *(வி.இ.சொ):* ஒரு வியப்பு இரக்கச் சொல்; an exclamatory term.

அஞர்: *(பெ):* வழக்கு நிலம் (சர்ச்சைக்குரிய நிலம்); துன்பம்; நோய்; சோம்பல்; அறிவிலி; disputed land; grief, sorrow, sadness; disease; laziness; fool; ignoramus; ● அந்த நிலம் **அஞராக** உள்ளதால் தற்போது உபயோகத்தில் இல்லை. ● **அஞரைக்** கண்டு அஞ்சி நடுங்குபவள் அவள் அல்லள். ● வெகு நாட்களாக தீராத **அஞரால்** அவதிப்பட்டு வந்தார். ● **அஞர்களால்** எதனையும் சாதிக்க இயலாது.

அஞலம்/அஞல்: *(பெ):* மின்மினிப் பூச்சி; இரத்தம் உறிஞ்சும் கொசு; நுளம்பு; firefly; glow-worm; a gnat; eye-fly.

அஞ்சதி: *(பெ):* காற்று; air.

அஞ்சத்தக்க: *(பெ.அ):* மிகவும் மகிழ்ச்சியற்ற; அச்சமூட்டுகிற; ஐயங்கொள்ளத்தக்க; horrid; dire; redoubtable.

அஞ்சம்: *(பெ):* அன்னப்பறவை; ஒருவகை துறவுத்தன்மை; பகுதி; swan; a kind of asceticism, a portion.

அஞ்சலகம்: *(பெ):* தபால் நிலையம்; post office.

அஞ்சலர்: *(பெ):* பகைவர்; enemies; ● தன்னை எதிர்த்து வந்த **அஞ்சலர்** அனைவரையும் புறமுதுகிட்டு ஓடச் செய்தான்.

அஞ்சலார்: *(பெ):* தபால் பட்டுவாடா செய்பவர்; postman; ● இவ்வளவு நேரமாகியும் **அஞ்சலார்** இதுவரை வரவில்லையே!

அஞ்சலி: *(பெ):* வணக்கம்; வணங்குதல்; வௌவால்; ஆடுதின்னாப்பாளை; மாவிலங்கம்; காட்டுப்பலா; adoration; worship; bat; a herbal plant; a mineral poison; a kind of tree; ● நாட்டு எல்லையில் போரிட்டு வீரமரணம் அடைந்த தமிழக இராணுவ வீரருக்கு தமிழக அரசு சார்பில் **அஞ்சலி** செலுத்தப்பட்டது. ● வீடு வெகு நாட்களாக உபயோகப்படுத்தப் படாதிருந்தமையால் ஏராளமான **அஞ்சலிகள்** அதில் நுழைந்து அங்குமிங்குமாக தொங்கின. ● **அஞ்சலி** சித்த மருத்துவத்தில் சேர்ப்பு மருந்தாகப் பயன்படுத்தப்படும். ● **அஞ்சலி** (மாவிலங்கம்) விஷத்தன்மை கொண்டது; ஆகையால் அதனை இந்திய மருத்துவத்தில் சேர்க்கும் போது அளவோடு சேர்த்திடுவர். ● **அஞ்சலி** (காட்டுப் பலாவின்) அடி மரத்தண்டை மிருதங்கம், மத்தளம் போன்றவற்றைத் தயாரித்திட உபயோகப் படுத்துகின்றனர்.

அஞ்சலிகை: *(பெ):* வௌவால்; bat.

அஞ்சலித்தல்: *(வி):* கை கூப்பித் தொழுதல்; அடைக்கலம் அளித்தல்; to worship by raising the joined hands; to give refuge.

அஞ்சல்: *(பெ):* தபால்; சோம்பல்; letter; post; laziness; *(வி):* கலங்குதல்; மருளல்; அஞ்சுதல்; be confused; infatuation; be afraid of.

அஞ்சல் அட்டை: *(பெ):* தபால் அட்டை; post card.

அஞ்சல் செய்: *(வி):* ஒலிபரப்பிடு; to relay.

அஞ்சல் தலை: *(பெ):* தபால் தலை; postal stamp.

அஞ்சல் நிலையம்: *(பெ):* தபால் நிலையம்; அஞ்சலகம்; post office.

அஞ்சறைப் பெட்டி: *(பெ):* கடுகு, சீரகம் போன்றவற்றைப் போட்டுவைக்கப் பயன் படுத்தப்படும் ஐந்து பகுதிகள் கொண்ட பெட்டி; spice box with five compartments.

அஞ்சனக்கலிக்கம்: *(பெ):* களவான பொருட்கள் இருக்கும் இடம்பற்றி அறிந்திட ஒருவரின் கையில் அல்லது கண்ணில் தடவிடும் கருமை நிறம் கொண்ட மந்திர மை; the magic black pigment rubbed on the palm(s) or on the eyes of one who wishes to discover anything lost.

அஞ்சனக்கோல்: *(பெ):* கண்ணுக்கு மை தீட்டும் பென்சில்; a kind of pencil to paint the eyelashes with collyrium.

அஞ்சனம்: *(பெ):* மந்திர மை; கண்ணுக்கு இடும் மை; கறுப்பு; கண்ணுக்கு இடும் மருந்து; மந்திர வித்தை; திசை யானைகளுள் மேற்கு திசைக்குரியது; இருள்; ஆணவம்; collyrium; black pigment for eyelashes; black; a kind of medicine for the eyes of a person bitten by a venomous snake; magic art; a mythical elephant guarding the west; darkness; pride; arrogance.

அஞ்சன வண்ணன்: (பெ): கருமை நிறம் கொண்டவன்; ஸ்ரீஇராமபிரான்; விஷ்ணு; ஸ்ரீகிருஷ்ணர்; the collyrium coloured person; Sri Rama; Lord Vishnu; Sri Krishna.

அஞ்சன வித்தை: (பெ): மை வித்தை; magic art by using collyrium pigment on the palm(s) or on the eyes of one who wishes to discover anything lost.

அஞ்சன வெற்பு: (பெ): திருவேங்கட மலை; the seven hills (Tirumala Hills (A.P.)).

அஞ்சனா: (பெ): விளைச்சல் மதிப்பீடு; estimation of crop.

அஞ்சனாட்சி: (பெ): கண்ணுக்கு மையிட்டுக் கொண்ட பெண்; the woman having her eye-lashes painted with collyrium.

அஞ்சனாதார்: (பெ): விளைச்சல் மதிப்பீட்டாளர்; the estimator of crop.

அஞ்சனாவதி: (பெ): வடகிழக்குத்திசையானையின் பெண் யானை; the female elephant of the male elephant of the north-east direction.

அஞ்சனி: (பெ): நாணல்; Kaus, a large and coarse grass; lalong grass.

அஞ்சனை: (பெ): அனுமனின் தாய்; வடதிசைக்குரிய யானையின் பெண் யானை; the mother of Hanuman, the female elephant of the male elephant of north direction.

அஞ்சி: (பெ): தலைவன்; மன்னன் அதியமான் நெடுமான் அஞ்சி; head of a group; leader; the King Adhiyaman Neduman Anji.

அஞ்சிகம்: (பெ): கண்; விழி; நாணயம்; eye; coin.

அஞ்சிக்கை: (பெ): அச்சம்; fear.

அஞ்சிதம்: (பெ): வணக்கம்; நல்லறிவு; adoration; good knowledge; (வி): உண்டாதல்; தலைசாய்த்தல்; பூசித்தல்; to come into existence; to bow one's head as in shame, modesty, etc.; to worship.

அஞ்சித்தல்: (வி): அடைதல்; பூசித்தல்; to obtain; to worship.

அஞ்சிலோதி: (பெ): நீண்ட கருங்கூந்தல்; long black hair.

அஞ்சில்: (பெ): அழகிய தட்டு வடிவங்கொண்ட அணிகலன்; a kind of plate-like jewellery.

அஞ்சு[1]: (வி): பயப்படு; தகாததைக் குறிப்பிடும் போது அதை பயத்துடன் தெரிவித்திடு; be afraid; to express an apprehension or one's misgivings in a delicate way.

- அஞ்சுவ தோரும் அறனே ஒருவனை
  வஞ்சிப்ப தோரும் அவா. -குறள் 366.
- அஞ்சுவ தஞ்சாமை பேதைமை அஞ்சுவது
  அஞ்சல் அறிவார் தொழில். -குறள் 428.

அஞ்சு[2]: (பெ): எண் ஐந்து; 'சிவாய நம' என்னும் ஐந்தெழுத்து; ஐம்பொறி; ஐம்பூதங்கள்; the number five; the five letters 'Shivaya nama'; five sense organs - eye, ear, nose, mouth and skin; the five elements - land, water, air, sky and fire.

அஞ்சுகம்: (பெ): கிளி; parrot; • சொன்னதைச் சொல்வது அஞ்சுகம் ஆகும். • அஞ்சுகம் ஏந்திய மீனாட்சியின் தாளடி போற்றி வணங்குவோம்.

அஞ்சுதல்: (வி): பயப்படுதல்; be afraid of.

அஞ்சுபதம்/அஞ்செழுத்து: (பெ): 'சிவாய நம' என்னும் ஐந்தெழுத்து; the five letters - 'Shivaya nama'.

அஞ்செவி: (பெ): அழகிய காது; beautiful ear.

அஞ்ஞதை: (பெ): அறியாமை; ignorance; • அஞ்ஞதையால் செய்த தவறினை மன்னித்தல் உயரிய பண்பாகும்.

அஞ்ஞன்: (பெ): அறிவிலி; அறிவற்றவன்; ignorant man.

அஞ்ஞாதம்: (பெ): அறியப்படாதது; that which is not known.

அஞ்ஞாத வாசம்: (பெ): பிறர் அறியாது மறைந்து வாழ்தல்; living incognito as the Pancha Pandavas.

அஞ்ஞானம்: (பெ): அறியாமை; அறிவின்மை; ignorance; lack of knowledge; • அஞ்ஞான இருள் நீங்கி மெய்ஞ்ஞான சித்தியடைந் தோர்களை 'சித்தர்கள்' எனக் கூறுவர்.

அஞ்ஞை: (பெ): தாய்; அன்னை; அறிவிலி; mother; ignorant person; • அஞ்ஞையினைத் தெய்வமாக மதித்துத் தொழுதால் வாழ்வில் உயரிய நிலையினை அடையலாம். • அஞ்ஞையின் பாசத்தைவிட உயரிய பாசம் ஏதுமில்லை. • எதிரிகளால் கூடத் தரமுடியாத வேதனையை அஞ்ஞை தனக்குத் தானே வழங்கிக் கொள்வான்.

அடகு: (பெ): ஈடு செய்வது; இலை; கீரை; மகளிர் விளையாட்டு வகை; mortgage; pledge; leaf; greens; a kind of women's play.

அடகுப்பொருள்: (பெ): ஈட்டுப்பொருள்; gage.

அடகு வை: (வி): நகை, பாத்திரம், அசையாப் பொருள் போன்றவற்றை ஈடாகவைத்துப் பணம் பெற்றிடு; to receive money by mortgaging jewel, vessels, land, etc.

அடக்கம்[1]: (பெ): தன்னை முன்னிலைப்படுத்திக் கொள்ளாத தன்மை; வெளியே தெரியாதவாறு உள்ளடக்கமாக இருந்திடல்; அளவில் சிறியது; உட்படுதல்; இறந்த உடலினைப் புதைத்தல்; ஒரு பொருளின் வாங்கிய விலை; modesty; humility; inconspicuousness; compactness; burial; cost price. ● அதிகம் பேசாத **அடக்கமான** பெண் இவள். ● இவ்வளவு பெரிய வீட்டில் **அடக்கமான** அறை ஒன்று இருப்பது மிகவும் அதிசயமாக இருக்கிறது. ● **கையடக்க** மலிவுப் பதிப்பு. ● அனைத்துச் செலவினங்களும் இதில் **அடக்கம்.** ● இயற்கை எய்திய தலைவரின் பூதவுடல் **அடக்கம்** இன்று மாலை நடைபெறும். ● **அடக்க** விலையைவிட கொஞ்சம் இலாபம் வந்தாலே போதும்.

அடக்கம்[2]: (பெ): சுய கட்டுப்பாடு; அமைதி; மௌன நிலை; பணிவு; மறைபொருள்; self-control; calmness; reticence; submission; secret. ● புயல் **அடங்கி** ஓய்ந்தது. ● **அடக்கத்தை**விட ஆக்கம் தரக்கூடியது வேறு ஏதும் இல்லை. ● **அடக்கமாய்ப்** பேசுவதில் திறமைசாலி.
● **அடக்கம்** அமரருள் உய்க்கும் அடங்காமை
ஆரிருள் உய்த்து விடும். *- குறள் 121.*

அடக்கம் செய்தல்: (வி): சவத்தைக் கல்லறையில் புதைத்திடு; to entomb a corpse.

அடக்கல்: (வி): கீழ்ப்படுதல்; ஒடுக்கல்; பணியச் செய்தல்; to submit; to subjugate; subduing.

அடக்கி வாசித்திடு: (வி): ஆர்ப்பாட்டம், பகட்டு என ஏதுமின்றி இயல்பாக (அ) அடக்கமாக செய்திடு; to do something in a subdued manner.

அடக்கு[1]: (வி): கீழ்ப்படுத்திடு; பணிய வைத்திடு; to restrain; to repress.

அடக்கு[2]: (வி): கட்டுப்படுத்திடு; ஒடுக்கிடு; (வாய்க்குள்) திணித்திடு; to control; to tame; to stuff something (into the mouth); ● தன்னுள் எழுந்த உணர்ச்சிப்பெருக்கை **அடக்க** முடியாது தவித்தாள். ● நடக்கவிருந்த கலவரம் காவல்துறையினர் மேற்கொண்ட முன்னெச்சரிக்கை நடவடிக்கையால் **அடக்கப்பட்டது.** ● வெற்றிலையை வாய் கொள்ளாத அளவு **அடக்கிக்** குதப்பினான்.

அடக்குமுறை: (பெ): போராட்டம், எதிர்ப்பு போன்றவற்றை அடக்கிட, அதிகாரத்தில் உள்ளோர் எடுத்திடும் கடுமையான நடவடிக்கை; repressive measures.

அடங்கல்[1]: (வி.அ): எல்லாம்; முழுவதும்; whole; entire.

அடங்கல்[2]: (பெ): நிலம் ஒன்றினுடைய எண், பரப்பு, தீர்வை, ஒவ்வொரு போகத்தின் போதும் சாகுபடி செய்யப்பட்ட பயிர், அறுவடை செய்யப்பட்ட மாதம் போன்றவை ஆண்டுவாரியாகப் பதிவு செய்யப்பட்ட கிராம நிர்வாகக் கணக்கு; the village account register which shows the survey number, area of assessment, crop cultivated, month of harvest, etc, for every year.

அடங்கன் முறை: (பெ): முதல் ஏழு திருமுறைகளின் தொகுப்பு; the first seven Thirumuraigal of Saiva literature.

அடங்காப்பிடாரி: (பெ): எவருக்கும் கட்டுப்படாதவள் (அ) கட்டுப்படாதவன்; a defiant person.

அடங்காவாரிதி: (பெ): உப்பு; சிறுநீர்; salt; urine.

அடங்கார்: (பெ): பகைவர்; enemies.

அடங்குதல்: (வி): அமைதல்; கீழ்ப்படிதல்; நின்று போதல்; சுருங்குதல்; புலன் ஒடுங்குதல்; படிதல்; உறங்குதல்; be settled; to submit; to cease work; to shrink; suppression of the senses; be subjugated; to dwell; to sleep; ● தீயை அணைத்ததும் திரவத்தின் கொதிநிலை **அடங்கியது.** ● பெற்றோருக்கும், ஆசிரியருக்கும் **அடங்கி** நடக்கும் பண்பை உடையவனே சிறந்த மாணாக்கன் ஆவான். ● பகல் நேர பரபரப்பு **அடங்கி** சாலையில் அமைதியான சூழ்நிலை உருவாகியது. ● புலன்கள் **அடங்குமானால்** மெய்ஞ்ஞானம் தானாக சித்தியாகும். ● இராப்பொழுது துவங்கியதும் இரை தேடித் திரிந்த புள்ளினங்கள் யாவும் ஓய்ந்து **அடங்கின.**

அடசுதல்: (வி): செறிதல்; சற்று விலகுதல்; be thick; little bit of removal of someone.

அடஞ்சாதித்தல்: (வி): வன்மம் கொள்ளுதல்; to have a deep desire to hurt others.

அடடா: (விய.சொ.): வியப்பு, துன்பம், வருத்தம், அனுதாபம் போன்றவற்றைத் தெரிவித்திடும் வகையில் வாக்கியத் தொடக்கத்தில் உபயோகப்படுத்தப்படும் தொடர்; an exclamation of surprise, contempt, grief, pity, etc. ● **அடடா !** எவ்வளவு நல்ல பெண். இப்படி அற்ப ஆயுளில் போய்விட்டாளே ! ● **அடடா** எவ்வளவு அற்புதமான பெண் இவள் ! ● **அடடா. . .** சொத்து முழுவதும் பறிமுதல் செய்யப்பட்டு விட்டதா !

அடதாளம்: (பெ): தாள வகைகளுள் ஒன்று; a kind of rhythm measure.

அடத்தி: (பெ): தரகு; மொத்த வணிகம்; brokerage; wholesale trade.

அடந்தை: (பெ): திருவரங்கத்தில் உள்ள துளபவனம்; Thulabavanam which is at Sri Rangam.

அடப்பம்: (பெ): விதை; சிறு பை; வாதுமைப் பருப்பு; seed; a pouch; Indian almond seed.

அடப்பன்: *(பெ):* பரவர் பட்டப் பெயர்; an honorific appellation among the Paravar.

அடமானம்: *(பெ):* நிலம், வீடு, நகை, விலை உயர்ந்த பொருள் போன்றவற்றை ஈடாக வைத்துப் பணம் பெற்றிடும் முறை; pledge; mortgage; pawn.

அடம்: *(பெ):* பிடிவாதம்; பொல்லாங்கு; சஞ்சாரம்; கொட்டைப்பாசி; ஈனம்; obstinacy; evil; travelling; touring; movement; a kind of weed; meanness; • சாப்பிட மறுத்து **அடம்** பிடித்தால் எப்படி ? • **அடம்** பேசித் திரிவதால் பயன் ஏதுமில்லை. • ஊர் ஊராய் **அடம்** செய்து வருகிறாரே ஒழிய வீட்டைக் கவனிப்பதில்லை. • அவள் ஒரு **அடப்** பிறவி.

அடம்பு: *(பெ):* கொன்றை; கடம்பு; வெற்றிலைக் கொடி; Indian Laburnum; common cadamba tree; betel leaf and the creeper.

அடயோகம்: *(பெ):* நான்கு வகை யோகங்களுள் ஒன்று; one of the four kinds of Yoga - Hatha Yoga.

அடர்: *(பெ):* நெருக்கம்; மெல்லிய தகடு; பூவிதழ்; செறிவு; வீரியம் மிகுதல்; nearness; proximity; thin flat plate; flower petal; closeness; compactness; • **அடர்ந்த** காட்டுப் பிரதேசத்தில் அவ்வூர் அமைந்துள்ளது. • தாமரை மலரின் **அடர்கள்** நீண்டு காணப்படும். • **அடர்** கந்தக அமிலம்.

அடர்தல்: *(வி):* மிகுதல்; செறிதல்; வருந்துதல்; கொல்லுதல்; போர் புரிதல்; துன்புறுதல்; be excessive; be close together; to suffer; to kill; to fight; be distressed.

அடர்த்தல்: *(வி):* நெருக்குதல்; அமுக்குதல்; தாக்குதல்; போர்புரிதல்; கொல்லுதல்; கெடுத்தல்; to make close; to press; to attack; to fight; to kill; to ruin.

அடர்த்தி: *(பெ):* நெருக்கம்; செறிவு; ஒரு குறிப்பிட்ட கனபரிமாணத்தில் செறிந்திருக்கும் பொருளினுடைய நிறை; (நிறத்தில்) வெளிரியதாக இராது ஆழ்ந்து இருப்பது; thickness; denseness; density; intensity (of colour); • தென்னாப்பிரிக்கக் காடுகள் **அடர்த்தியாக** இருந்திடும். • **அடர்த்தி** மிகுந்த கந்தக அமிலத்தை 'அடர் கந்தக அமிலம்' எனக் குறிப்பிடுவர். • பாதரசம் **அடர்த்தி** மிகுந்தது. • தொலைக்காட்சியின் நிற **அடர்த்தியைக்** குறைத்திட அதற்கென திருகு அமைக்கப்பட்டுள்ளது.

அடர்ந்த: *(பெ.அ.):* அடர்த்தியான; நெருக்கமான; thick; dense; • **அடர்ந்த** பெருங் காடுகளைக் கொண்ட ஒரே கண்டம் ஆப்பிரிக்கக் கண்டம் ஆகும். • கூந்தல் **அடர்ந்து** வளர்ந்திட நீலி பிருங்காதித் தைலத்தை உபயோகிப்பர்.

அடர்ந்த காடு: *(பெ):* நெருக்கமாக வளர்ந்திருக்கும் பெரிய மரங்கள் பலவற்றைக் கொண்ட பெரும் நிலப்பரப்பு; dense forest.

அடலம்: *(வி):* மாறாது இருத்தல்; விகாரம் அடையாது இருத்தல்; be settled; be firm.

அடலார்: *(பெ):* பகைவர்; போர் வீரர்; enemies; soldiers.

அடலி: *(பெ):* அடுக்களையில் வேலை செய்யும் பணிப்பெண்; சமையல்காரி; the woman who works in the kitchen; cooking woman; • '**அடலி** இன்று வராததால் சமையல் வேலையெல்லாம் நானே செய்ய வேண்டியுள்ளது' என்று அம்மா அலுத்துக் கொண்டாள்.

அடலை: *(பெ):* சாம்பல்; சுடுகாடு; திருநீறு; துன்பம்; போர்; போர்க்களம்; ashes; crematorium; sacred ashes used as Saivaite mark; sufferings; war; battlefield; • **அடலையின் அடலையை** மேனியெங்கும் பூசித் திரிபவன் சிவன் எனக் கூறுவர். • **அடலை** இட்டுக் கொள்வதை மூடப்பழக்கம் எனக் கூறியவருக்கு இந்துக்கள் எதிர்ப்பு தெரிவித்தனர். • **அடலை** வந்தபோது மனம் கலங்காது எதிர்நீச்சல் போட்டால் வெற்றி நிச்சயம். • **அடலை** புரிய **அடலைக்கு** வந்து விட்டு மரணத்தைக் கண்டு அஞ்சுபவன் மறவன் அல்ல என வீரமுழக்கம் இட்டான்.

அடலை முடலை: *(பெ):* வீண் பேச்சு; vain words.

அடல்: *(பெ):* வலிமை; போர்; பகை; வெற்றி; கொலை; மீன் வகை; strength; war; hatred; victory; murder; a kind of fish.

அடவாதி: *(பெ):* பிடிவாதக்காரன்; தீராப் பகையாளி; obstinate; self-willed person; the person who is having a deep feeling of ill-will, spite, etc., rancorous man.

அடவி: *(பெ):* காடு; நந்தவனம்; சோலை; திரள்; கூட்டம்; தொகுதி; forest; flower garden, especially attached to a temple; grove; assembly; crowd; collection.

அடவியல் திருடி: *(பெ):* சதுரக்கள்ளி; a kind of plant.

அடவு: *(பெ):* இராகம் இல்லாது சொற்கட்டினை மட்டும் அடிப்படையாகக் கொண்டு நிகழ்த்தப் படும் அங்க அசைவு; basic, rhythmic, physical movements in Bharatha Nattiyam.

அடளை: *(பெ):* கடல் மீன் வகை; a marine fish.

அடாசு: *(பெ):* மக்கிப்போன இலை; duff; dried leaf.

அடாசுதல்: *(வி):* விலகுதல்; திணித்தல்; to step aside; to stuff.

அடாணா: *(பெ):* நாற்பத்திரெண்டு பண்களில் ஒன்று; one of the 42 new Tamil tunes.

அடாத 24 அடிக்கல்

அடாத: (பெ.அ): முறையில்லாத; தகாத; பொருந்தாத; improper; unbecoming; unfit; ● **அடாத** செயலைச் செய்து ஏன் பெயரைக் கெடுத்துக் கொள்கிறாய்?

அடாதது: (பெ): முறையற்ற எண்ணம்; பொருந்தாத ஒன்று; improper thing; unfitting one.

அடாதுடி: (பெ): தீயசெயல்; misdeed; atrocious deed.

அடாப்பழி: (பெ): தகாத நிந்தை; வீண்பழி; unjust accusation.

அடார்: (பெ): புலி போன்ற விலங்கினங்களை பிடித்திட வைத்திடும் பொறி; a trap, which is used to catch the animals like tigers, etc.

அடார்வெளி: (பெ): தரிசு நிலம்; waste land; uncultivable land.

அடாவடி: (பெ): முரட்டுத் தனம்; கொடுஞ்செயல்; rowdiness; violence; outrage; ● அவன் ஒரு **அடாவடி**ப் பேர்வழி.

அடாவந்தி: (பெ): அநியாயம்; துன்பம்; injustice; misery.

அடாற்காரம்: (பெ): பலாத்காரம்; compulsion; violence; ● **அடாற்காரமாக** தன்னை இழுத்துச் சென்றதாகக் குறை கூறினாள்.

அடி[1]: (பெ): பாதம்; கால் சுவடு; பாட்டின் வரி; மரபு வழி; கீழ்ப்பாகம்; நீட்டல் அளவு; foot; foot print; a line of a verse; established usage; bottom; a measure of length; ● **அடி** முடி காணாது அழல் உருவாய் அண்ணாமலையார் நின்றார். ● கடல**டி**த் தாவரங்கள் பற்றி பல ஆய்வுகள் தொடர்கின்றன. ● மேஜையின் **அடி**யில் படுத்திருந்த பூனையை விரட்டினான். ● அவளின் உயரம் ஐந்து **அடி** மூன்று அங்குலம் ஆகும்.

அடி[2]: (இ.சொ.): தன்னைவிட இள வயதுப் பெண்ணையும், உரிமை பாராட்டக் கூடியவளையும் அழைத்திடப்பயன்படுத்தும் சொல்; a term of address for a woman who is younger or for one with whom the speaker is familiar. ● என்ன**டி** இவளே! இங்கே வா.

அடி[3]: (பெ): கை அல்லது கம்பினால் விழுந்திடும் அறை; ஏதேனும் ஒன்றினால் தாக்கப்பட்டதால் (அ) மோதியதால் உண்டான காயம்; நஷ்டம்; இழப்பு; stroke; hit so as to cause injury; heavy loss; ● பிரம்பு கொண்டு அடித்த **அடி** தாங்க முடியாத வலியை அளித்தது. ● கையில் **அடி**பட்டு முறிவு உண்டானது. ● தொழிலில் பலத்த **அடி** உண்டானதால் நொடித்துப் போனார்.

அடி[4]: (வி): அறைதல்; எறிதல்; தட்டி ஒலி எழுப்புதல்; ஓசையுடன் அசைத்தல்; வெயில், குளிர் போன்றவை உறைத்தல்; மோதுதல்; துடித்தல்; உட்செலுத்துதல்; வெளியேற்றுதல்; அச்சிடுதல்; தாக்குதல்; உட்செலுத்துவதற்கு அறைதல்; ஒலித்தல்; பதியுமாறு அழுத்துதல்; காற்று, மணம் போன்றவை பலமாக வீசுதல்; பெய்தல்; ஓசையுடன் அசைதல்; ஒன்றைக் கலக்கிடல்; to flap; to beat; to throw; to ring; to shine; to bite; to dash against; to beat (of heart); to pump in; to pump out; to print; to attack; to drive; to strike; to stamp; to blow; to fall; to lash; to flutter; to stir; ● வேட்டியைக் கல்லில் **அடி**த்துத் துவைத்தான். ● கல்லால் நாயை **அடி**த்தான். ● கோயில் மணி **அடி**த்ததும் பூசைகள் தொடங்கின. ● புறா தன் சிறகினை **அடி**த்துக்கொண்டு வேகமாகப் பறந்து சென்றது. ● வெயில் சுளீர் என்று **அடி**த்தது. ● பயத்தால் இதயம் வேகமாக **அடி**த்துக் கொண்டது. ● சைக்கிள் டியூபில் காற்று **அடி**க்க வேண்டும். ● ஆண்டு விழா அழைப்பிதழ்கள் அனைத்தும் **அடி**த்து முடிக்கப்பட்டன. ● மாடு மேய்க்கப் போனவனை புலி **அடி**த்தது. ● சுவரில் ஆணி **அடி**த்து படத்தை மாட்டினார். ● கடிகாரம் ஒருமுறை **அடி**த்து ஓய்ந்தது. ● உறையின் மீது முத்திரை **அடி**க்கப்பட்டது. ● பலத்த வேகத்துடன் புயல் **அடி**த்தது. ● கோடையில் இப்படியா மழை **அடி**த்திடும். ● புடவை முந்தானை காற்றில் படபடவென **அடி**த்துக் கொண்டது. ● ஆம்லெட் செய்திட முட்டையை உடைத்து **அடி**த்தான்.

அடிகள்: (பெ): முனிவர், துறவிகள், ஆச்சாரியார், இவர்களை மரியாதையுடன் அழைக்கப் பயன்படுத்திடும் துணைச் சொல்; a reverential term used with the names of sages or ascetics. ● இளங்கோ **அடிகள்** ● குன்றக்குடி **அடிகள்**.

அடிகாற்று: (பெ): பெருங்காற்று; சண்டமாருதம்; storm; hurricane.

அடிகோலு: (வி): வழிவகுத்தல்; அடிப்படையாக அமைதல்; to pave the way; to prepare the ground. ● அரசாங்கம் அறிவித்த சலுகைகள் புதிய தொழில்கள் துவங்கிட **அடிகோலும்**.

அடிக்கடி: (வி.அ): பலமுறை; மீண்டும் மீண்டும்; frequently; very often; repeatedly. ● அவளுக்கு **அடிக்கடி** காக்கை வலிப்பு வருவது கண்டு பயந்தனர்.

அடிக்கட்டை: (பெ): காசோலை, நுழைவுச்சீட்டு போன்றவற்றில் அத்தாட்சியாகக் கிழித்து தன்வசம் வைத்துக்கொள்ளும் விரைங்கள் அடங்கிய பகுதி; counterfoil.

அடிக்கல்: (பெ): மாளிகை, வீடு போன்றவற்றைக் கட்டத் துவங்கும்போது நடத்தப்படும் சடங்கில் நடப்படும் கல்; foundation stone; a stone laid as a part of the ritual that marks the beginning of construction of a building. • நகரின் முக்கியப் பகுதியில் நீதிமன்றத்திற்கான புதிய கட்டடத்தின் **அடிக்கல்** நாட்டுவிழா நடந்து முடிந்தது.

அடிக்குரல்: (பெ): கீழ்த் தொண்டையிலிருந்து எழும் ஒலி; the voice coming out from the depths; whisper.

அடிக்குறிப்பு: (பெ): கட்டுரை போன்றவற்றின் பக்கங்களின் கீழ்ப்பகுதியில் குறிக்கப்படும் துணைச் செய்தி; footnote of a composition, etc.

அடிக்கொருதரம்: (வி.அ): அடிக்கடி; very often; • **அடிக்கொருதரம்** தன் காது மடலை கை விரல்களால் இழுத்துவிட்டுக் கொண்டார்.

அடிக்கோடு: (பெ): கவனத்தில் கொள்ள வேண்டிய, சொல், தொடர் போன்றவற்றின் அடியில் போடப்படும் கோடு; line drawn under words, phrases, etc.

அடிசில்: (பெ): உணவு; food.

அடிசிற்சாலை: (பெ): அன்ன சத்திரம்; உணவு விடுதி; hotel; mess.

அடிச்சால்: (பெ): உழவின் முதல் சால்; the first furrow in ploughing.

அடிச்சி: (பெ): அடிமைப்பெண்; வேலைக்காரி; பணிப்பெண்; maid-servant; devoted maiden.

அடிச்சிரட்டை: (பெ): தேங்காயின் அடிக் கொட்டாங்கச்சி; lower portion of coconut shell.

அடிச்சுமை: (பெ): கப்பல்களில் சமநிலையை உண்டாக்கிட பயன்படுத்தப்படும் உறுதியான பொருள்; ballast.

அடிச்சுவடு: (பெ): ஒருவர் வகுத்துக் காட்டிய வழி; காலடிச்சுவடு; the path shown by someone; footprint.

அடிச்சேரி: (பெ): நகர எல்லையில் உள்ள கிராமம்; the village, which is in the boundary of a town.

அடிஞானம்: (பெ): மெய்ஞ்ஞானம்; spiritual wisdom.

அடிதடி: (பெ): கைகலப்பு; சண்டை; scuffle; exchange of blows; • வார்த்தைகள் முற்றி **அடிதடி**யில் முடிந்தது.

அடிதண்டா: (பெ): மண்வெட்டி; நீளமான தாழ்ப்பாள்; hoe; shovel; latch.

அடிதாளம்: (பெ): (கைகளால் போடும்) தாளம்; a kind of rhythm measure (by hands).

அடிதாறு: (பெ): அடிச்சுவடு; உள்ளங்கால் ரேகை; footprint; the lines in the sole of the foot.

அடித்தடம்: (பெ): அடிச்சுவடு; footprint.

அடித்தலம்: (பெ): அடிப்படை; கால்; base; leg.

அடித்தல்: (வி): தாக்குதல்; புடைத்தல்; to attack; to strike; • திருட வந்த கள்வனை ஊர் மக்கள் கற்களால் **அடித்துக்** கொன்றனர்.

அடித்தல், திருத்தல்: (பெ): பிரதியில் நேரும் தவறுகள், பிழைகள் ஆகியவற்றை நீக்குதலும், அவற்றைப் பின்பு மாற்றி எழுதுதலும்; corrections in manuscripts. • **அடித்தல், திருத்தல்** இல்லாமல் தெளிவாகவும், அழகாகவும் எழுதப் பழகிடு.

அடித்தளம்: (பெ): அடிமட்டம்; பின்னணி; அடிப்படை; கீழ்த்தளம்; lower level; background; basis; lower deck (of a ship). • நாட்டிலுள்ள **அடித்தள** மக்களின் அத்யாவசியத் தேவைகள் யாவும் பூர்த்தி செய்யப்பட வேண்டும். • இராமனின் வெற்றிக்கு **அடித்தளமாக** அமைந்தது அவனது கடுமையான உழைப்பே ஆகும். • கப்பலின் **அடித்தளம்** சரக்குகள் நிறைந்து காணப்பட்டது.

அடித்திப்பை: (பெ): ஆதாரம்; evidence; basis; • 'நீ கூறிய குற்றச்சாட்டுகளுக்கு **அடித்திப்பை** ஏதேனும் உண்டா ?' என நீதிபதி கேட்டார்.

அடித்தி வாணிகம்: (பெ): மொத்த வியாபாரம்; wholesale trade.

அடித்து: (வி.அ): வலியுறுத்தி; emphatically; • தான் கூறுவது அனைத்தும் உண்மை என அவள் **அடித்துக்** கூறினாள்.

அடித்துக்கொண்டு செல்: (வி): (காற்று, வெள்ளம் போன்றவற்றால்) இழுத்துக் கொண்டு போதல்; to sweep away by wind, flood, etc. • அடைமழையின் காரணமாக உண்டான பெருவெள்ளத்தால் ஆடுமாடுகள் **அடித்துக் கொண்டு செல்**லப்பட்டன.

அடித்துக்கொள்: (வி): சண்டை போடு; ஒன்றுக்குப் பலமுறையாக தடுத்துக் கூறிடு; to scramble; to warn repeatedly; • பைசா பெறாத விஷயத்திற்காக அண்ணனும் தம்பியும் **அடித்துக்கொள்**கிறார்கள். • இந்த வியாபாரம் வேண்டாம் எனத் தலையால் **அடித்துக்கொ**ண்டேன். கேட்டாயா ? இப்போது நஷ்டம் வந்து விட்டதே !

அடித்துப்பிடித்து: (வி.அ): அனைத்து வகையிலும் சிரமத்துடன் முயன்று; struggling hard; • ரயிலில் **அடித்துப்பிடித்து** இடம் பிடிப்பதற்குள் போதும் போதும் என்றாகி விட்டது.

அடித்தூறு: (பெ): மரத்தின் அடிப்புறம் (அ) வேர்ப்பகுதி; bottom or root of a tree.

அடித்தொழில்: (பெ): குற்றேவல்; சிறு பணி; menial task; • எவ்வளவு நாட்களுக்குத்தான் **அடித்தொழில்** செய்து காலத்தை ஓட்டுவது, நல்லதொரு வேலையில் அமரக் கூடாதா ?

அடித்தோழி: *(பெ):* நம்பிக்கைக்குரியவள்; தலைமை பணிப்பெண்; confidante (of a lady); chief woman attendant.

அடிநகர்தல்: *(வி):* இடம் பெயர்தல்; be dislodged.

அடிநாதம்: *(பெ):* (எழுத்து, பேச்சு போன்றவற்றில்) வெளிப்படையாக இல்லாது உள்ளடங்கி ஆதாரமாக இருந்திடுவது; under-tone of one's writing, speech, etc.

அடிநாள்: *(பெ):* முதல் நாள்; தொடக்கம்; ஆதிகாலம்; previous day; commencement; former period.

அடிநிலப்பறை: *(பெ):* கீழ்த்தளம்; basement; • பல்பொருள் அங்காடி இக்கட்டடத்தின் **அடிநிலப்பறை**யில் அமைந்துள்ளது.

அடிநிலை: *(பெ):* மரவடி; பாதக்குறடு; wooden sandals; • முற்காலத்தில் மட்டுமல்லாது இந்நாளிலும்கூட **அடிநிலை** போட்டுக் கொண்டு நடந்து செல்வோர் ஒருசிலரைக் காண முடிகிறது.

அடிபடுதல்: *(வி):* நசுக்கப்படுதல்; அனுபவம் பெறுதல்; கஷ்டப்படுதல்; பரவலாகப் பேசப்படுதல்; to get crushed; to live through hardships; be battered in life; be mentioned widely; • சாலையைக் கடக்க முயன்ற சிறுவன் பேருந்தில் **அடிபட்டு** இறந்தான். • வீட்டை விட்டு வெளியே போய் **அடிபட்டால்**தான் நீ திருந்துவாய். • குடியரசுத் தலைவர் பதவிக்கு இரண்டாம் முறையாக தற்போதைய குடியரசுத் தலைவரின் பெயரே **அடிபடுகிறது**.

அடிபணிதல்: *(வி):* காலில் விழுந்து வணங்குதல்; அதிகாரத்துக்கு உட்படுதல்; to fall at one's feet, worship; to bow in submission; • காட்டிற்குச் செல்லும் முன்பாக ஸ்ரீஇராமர் தனது தந்தை தசரதச் சக்கரவர்த்தியின் **அடிபணிந்து** வணங்கினார். • அரசின் ஆணைக்கு நாட்டு மக்கள் அனைவரும் **அடிபணி**ந்தனர்.

அடிப்படுதல்: *(வி):* கீழ்ப்படுதல்; அடிமைப்படுதல்; பழகுதல்; to obey; to become slave; be trained.

அடிப்படை: *(பெ):* ஆதாரம்; மூலம்; அடித்தளம்; basis; foundation; • ஜனநாயக தத்துவத்தின் **அடிப்படை**யில் இந்தியாவில் ஆட்சி நடைபெறுகிறது.

அடிப்படைச் சம்பளம்: *(பெ):* படி ஏதும் சேராத ஊதியம்; basic pay; • **அடிப்படைச் சம்பள** உயர்வு கோரி போராட்டம் நடத்த அரசு ஊழியர் சங்கம் உத்தேசித்துள்ளது.

அடிப்பந்தி: *(பெ):* விருந்தில் உண்போரின் முதல் வரிசை; முதல் பந்தி; first arrangement during feasts in which the invited guests are seated in rows. • சம்பந்தி வீட்டாரை **அடிப்பந்தி**யிலேயே அமருமாறு பெண்ணின் தகப்பனார் வேண்டிக்கொண்டார்.

அடிப்பற்றுதல்: *(வி):* தீய்ந்து போதல்; to get burnt due to excessive heating; • சாதத்தைக் கிளறி விட்டுக்கொண்டு இரு, இல்லாவிட்டால் **அடிப்பற்றி**க் கொள்ளும்.

அடிப்பாடு: *(பெ):* பழக்கம்; வழக்கு; பாதை; உறுதிநிலை; வரன்முறை; custom; manners; way; path; firmness; limit.

அடிப்பிச்சை: *(பெ):* சிறு முலதனம்; small capital investment; • **அடிப்பிச்சை**யாக ரூபாய் பத்தாயிரம் மட்டும் முதலீடு செய்து இத்தொழிலைத் தொடங்கியுள்ளேன்.

அடிப்புறம்: *(பெ):* கீழ்ப்புறம்; bottom; • பாத்திரத்தின் **அடிப்புற**த்தில் ஓட்டை இருப்பதால் நீர் கசிந்திடுகிறது.

அடிமடக்கு: *(பெ):* பொருள் வேறுபட்டு (அ) வேறுபடாது செய்யுளின் அடியானது மீண்டும் மீண்டும் வருதல்; repetition of a line of poetry, refrain.

அடிமடி: *(பெ):* ஆடையின் உள்மடிப்பு; inner folding of a garment.

அடிமடை: *(பெ):* வாய்க்காலின் முதல் மடை; head of sluice.

அடிமட்டம்: *(பெ):* பல நிலைகளாக உள்ளவற்றில் கீழ்நிலை; stratum or lower level; • சமுதாயத்தின் **அடிமட்ட**த்து மக்களின் பிரச்சினைகளைத் தீர்ப்பதில் அரசு உறுதி பூண்டுள்ளதாக அமைச்சர் தெரிவித்தார்.

அடிமண்: *(பெ):* நிலத்தின் மேற்புற மண்ணிற்கு அடியில் உள்ள பகுதி; part of earth from under the soil.

அடிமரம்: *(பெ):* மரக்கிளைக்கும் மரத்தின் வேருக்கும் இடைப்பட்ட பகுதி; பாய்மரத்தின் அடிப்புறம்; centre part of the tree between the branches and the root; bottom of the soil.

அடிமனை: *(பெ):* கட்டடத்தின் கீழ்த்தளம்; சுற்றுச்சுவர்; ground floor of a building; compound wall; • அடுக்குமாடிக் கட்டடத்தின் **அடிமனை**யில் பல்பொருள் அங்காடி ஒன்று திறக்கப்பட்டுள்ளது. • கட்டடத்தைச் சுற்றிலும் **அடிமனை** எழுப்பப்பட்டது.

அடிமாடு: *(பெ):* இறைச்சிக்காகக் கொல்லப்படும் பயன் அதிகம் இல்லாத மாடு; cattle for slaughter; • இறைச்சிக்காக **அடிமாடு**கள் கொல்லப்படுவதை எதிர்த்து ஜீவகாருண்ய சங்கத்தினர் ஆர்ப்பாட்டம் நடத்தினர்.

அடிமுடி: *(பெ):* ஆதியந்தம்; முதலும் முடிவும்; தலை முதல் பாதம் வரை; beginning and the end; in

அடிமை[1] 27 அடுகுறல்

between the head and the feet; ● ஆதியந்தம் இல்லாத இறைவன் ● **அடிமுடி** காணாது அழல் உருவாய் நின்றார் சிவபெருமான்.

அடிமை[1]: *(பெ);* தனக்கென உரிமைகள் ஏதுமற்ற பணியாள்; தொண்டு செய்திடும் தன்மை; the person who is held in bondage; slavery.

அடிமை[2]: *(பெ);* தனது கொள்கைக்காக அல்லது தன்னை நம்பினோரிடம் தன்னை முழுமையாக ஒப்படைப்பவர்; an earnest devotee.

அடிமை கொள்ளல்: *(வி);* ஒருவரைத் தனது அடிமையாக ஆக்கிடல்; to change someone as slave.

அடியல்: *(வி);* கதிரடித்தல்; தொடர்தல்; to thrash the paddy; to continue.

அடியவன்: *(பெ);* அடிமை; தொண்டன்; slave; devotee.

அடியாக: *(வி.அ);* மூலமாக; through; based on.

அடியார்: *(பெ);* இறைவனுக்கு வழிபாடு செய்வதைத்தொண்டாகக்கொண்டவர்; devotee; religious follower; ● **அடியார்க்கும்** அடியேன் என்று அப்பர் தன்னைக் கூறிக் கொண்டார்.

அடியாள்: *(பெ);* ஒருவரை உதைத்து மிரட்ட (அ) கொலை செய்திட அமர்த்தப்படும் நபர்; henchman; hatchet man.

அடியுரம்: *(பெ);* நிலத்தில் விதை விதைப்பதற்கும், நாற்றை நடுவதற்கும் முன்பாக இடப்படும் உரம்; basal dressing before sowing and planting.

அடியுறை: *(பெ);* பாத காணிக்கை; present to a guru laid at his feet.

அடியெடுத்து வை: *(வி);* நடக்க ஆரம்பித்தல்; புதிய துறையில் ஈடுபடுதல்; to head for; to enter in a new field; ● கோயிலை நோக்கி **அடியெடுத்து வைத்தார்.** ● புதுமுக நடிகை முதன் முதலாக தொலைக்காட்சித் தொடரிலும் **அடியெடுத்து வைத்தார்.**

அடியொற்றி: *(வி.அ);* ஒருவரையோ அல்லது ஒன்றினையோ முன்மாதிரியாகக் கொண்டு; following in someone's footsteps.

அடியோடு: *(வி.அ);* முற்றிலுமாக; மூலமாக; completely; thoroughly.

அடிவயிறு: *(பெ);* வயிற்றின் தொப்புளுக்குக் கீழாக உள்ள பகுதி; lower belly; abdomen.

அடிவருடி: *(பெ);* தனது பிழைப்புக்காக சுய மரியாதையை இழப்பவர்; one who licks someone's boots; toady.

அடிவாங்கு: *(வி);* அடிபடு; அனுபவம் பெற்றிடு; be battered in life.

அடிவாரம்: *(பெ);* மலையின் அடிப்பகுதி; foothills.

அடிவானம்: *(பெ);* வானும், நிலமும் சந்திப்பது போலத் தோற்றமளித்திடும் இடம்; horizon.

அடிவைத்தல்: *(வி);* தொடங்குதல்; காலை எடுத்து வைத்தல்; to begin; to place one's foot.

அடு: *(வி);* சமைத்திடு; தீயில் வாட்டிடு; போரிடு; to cook; to roast; to grill; to fight.

அடுகலன்: *(பெ);* சமையல் பாத்திரம்; vessel for cooking.

அடுகளம்: *(பெ);* போர்க்களம்; battle field.

அடுக்கம்: *(பெ);* மலைப்பக்கம்; வரிசை; சோலை; range as of mountain; row; grove.

அடுக்களை: *(பெ);* சமையல் அறை; kitchen.

அடுக்கு: *(பெ);* ஒன்றன்மேல் ஒன்றாக உள்ள அமைப்பு; ஒன்றினுள் ஒன்றாக வைத்திடும் படியான பாத்திரத் தொகுப்பு (அ) அத்தொகுப்பில் உள்ள ஒரு பாத்திரம்; வரிசை; தொடர்; arrangement of things one on top of another; a set of vessels all of which can be packed one inside another or one vessel of the above mentioned set; series; chain; ● நகரில் பல **அடுக்கு** மாடிக் குடியிருப்புகள் கட்டப்பட்டுள்ளன. ● பெரிய **அடுக்கு** நிறைய சாதம் வைக்கப்பட்டுள்ளது.

● **அடுக்கி** வரினும் அழிவிலான் உற்ற
இடுக்கண் இடுக்கட் படும். *- குறள் 625.*

அடுக்குத்தொடர்: *(பெ);* தன்னுடைய உணர்வுக்குக் காரணமாக இருந்திடுவதன் பெயரை அல்லது தனது உணர்வினை வெளிப்படுத்திக் கூறுகின்ற சொல்லினைத் தொடர்ந்து கூறுதல்; repetition of semantically important word in a sentence for stress.

அடுக்குப்பண்ணல்: ஆயத்தம் செய்திடல்; preparation; ● நாளை அதிகாலையில் நடைபெறவிருக்கும் திருமணத்திற்கான **அடுக்குப்பண்ணல்** வேலைகள் இன்று மாலையிலிருந்தே மும்முரமாக நடைபெற்று வந்தன.

அடுக்குமல்லி: *(பெ);* ஒருவகை மல்லிகைப்பூ; a kind of jasmine.

அடுக்குமாடி: *(பெ);* ஒன்றன்மேல் ஒன்றாக வரிசையாகக் கட்டப்படும் பல மாடிக் கட்டடம்; multi-storeyed building.

அடுக்குமொழி: *(பெ);* எதுகை மோனையுடன் உள்ள தொடர்; an art of speaking or writing with good effect; ● 'அன்பே, ஆருயிரே, என்னும் அந்தக்காலக் காதல் **அடுக்குமொழி** வசனத்தையே இன்றைக்கும் பேசணுமா? மாற்றிப் பேசுங்க' எனக் கூறினாள்.

அடுகுறல்: *(வி);* கொல்லுதல்; to kill.

அடுங்குன்றம்: (பெ): யானை; elephant; • **அடுங்குன்றம்** வரும் பின்னே; மணியோசை வரும் முன்னே.

அடுதல்: (வி): உண்டுபண்ணுதல்; சமைத்தல்; to produce; to cook.

அடுத்த/ அடுத்து: (பெ.அ): ஒன்றன்பின் தொடர்ந்து வருகின்ற; next to one.

அடுத்தபடியாக: (பெ.அ): அதற்குப் பின்னும்; moreover; • **அடுத்தபடியாக** தலைவர் அவர்கள் விழாவைத் தொடங்கி வைப்பார்கள் என அறிவிப்பாளர் கூறினார்.

அடுத்தல்: (வி): கிடைத்தல்; சேர்த்தல்; to get; to collect.

அடுத்தவன்: (பெ): மூன்றாவது மனிதன்; third person; • '**அடுத்தவன்** பேச்சைக் கேட்டுக் கொண்டு என்னிடம் வந்து தகராறு செய்யாதே!' எனக் கூறினாள்.

அடுப்பங்கரை: (பெ): சமையல் அறை; kitchen.

அடுப்புக்கரி: (பெ): விறகு அடுப்பில் எரிந்ததும் எஞ்சியுள்ள கரி; அடுப்பு எரித்திட உபயோகப்படும் கரி; burnt wood; charcoal used to light a domestic coal oven.

அடுமனை: (பெ): ரொட்டி தயாரித்து விற்கப்படும் இடம்; bakery.

அடும்பு: (பெ): ஒரு வகை மலர்; a kind of flower.

அடுவல்: (பெ): கேழ்வரகும், நெல்லும் ஒன்றாகக் கலந்திருத்தல்; a mixture of ragi and paddy.

அடேயப்பா: (வி.இ.சொ): பெரும்பாலும் வியப்பை வெளிப்படுத்த உபயோகிக்கும் வார்த்தை; a term used to express one's astonishment.

அடை[1]: (பெ): குஞ்சு பொரிப்பதற்காக வைத்திருக்கும் முட்டைகளின் தொகுப்பு; அரிசியுடன் சில பருப்பு வகைகளையும் சேர்த்து அரைத்துச் செய்யப்படும் காரச் சுவையை உடைய தோசை; தறியில் போட்டு நெய்வதற்கான அமைப்பு; ஒரு பெயர்ச்சொல்லுக்கு அல்லது வினைச் சொல்லுக்கு முன்பாக வந்து அதனை விவரித்திடும் வார்த்தை; collection of eggs kept for incubation; a kind of thick dhosai prepared with a fairly loose mixture of broken rice and several pulses; a system for weaving extra wrap design; qualifying word; attribute; • குயிலுக்கு **அடை** காத்திடத் தெரியாததால் தனது முட்டைகளைக் காக்கையின் கூட்டில் இடும். • 'இன்றைய ஸ்பெஷல் கார **அடை**' என்று உணவக அறிவிப்புப் பலகையில் எழுதப்பட்டிருந்தது. • நல்ல பெண்மணி என்பதில் 'நல்ல' என்பது **அடை**மொழி.

அடை[2]: (வி): பெறுதல்; ஓர் இடத்தைச் சென்றடைதல்; கூடியிருத்தல்; ஓர் இடத்தில் பிடித்து வைத்திடல்; சாத்துதல்; தடை செய்தல்; தீர்த்தல்; அனுபவித்தல்; படிதல்; தீர்தல்; திணித்தல்; மூடுதல்; தடைபடுதல்; to obtain; to reach; to crowd together; to confine; to shut; to block; to clear; to feel (an emotion); to become (dirty); to get cleared; to fill up; to close;to get blocked; • உழைப்பால் அவள் **அடைந்த** உயர்வு மகத்தானது. • படகில் சென்று அக்கரையை **அடைந்திடலாம்.** • குப்பையும் கூளமுமாக இருந்தால் பூச்சிகள் வந்து **அடையும்.** • ஆயுள் தண்டனைக் கைதிகளையும், மரண தண்டனைக் கைதிகளையும் தனித்தனியாக சிறையில் **அடைத்தனர்.** • ஊதல் காற்று வீசுகிறது, கதவை **அடைத்திடு.** • விஷயம் வெளிவராது இருக்க வேண்டி பலருக்கு பணத்தைக் கொடுத்து அவர்கள் வாயை **அடைத்திட** வேண்டியுள்ளது. • அப்பாடா! ஒரு வழியாக எல்லாக் கடனையும் **அடைத்து** விட்டேன். • குழந்தையின் மழலையைக் கேட்பதால் **அடையும்** மகிழ்ச்சிக்கு அளவே இல்லை.

அடைகாய்: (பெ): ஊறுகாய்; பாக்கு; வெற்றிலை; pickle; areca nut; betel leaf.

அடைகுளம்: (பெ): வாய்க்கால் இல்லாத குளம்; a tank without canal.

அடைக்கலம்: (பெ): தஞ்சமடையுமிடம்; புகலிடம்; place of safety. • **அடைக்கல**மாக வரும் அகதிகளின் எண்ணிக்கை நாளுக்கு நாள் அதிகரித்து வருகிறது.

அடைகா: (வி): குஞ்சு பொரிப்பதற்காக தான் இட்ட முட்டைகளின் மீது தனது இறக்கைகளை விரித்தபடி பறவை அமர்ந்திருத்தல்; to incubate.

அடைசல்: (பெ): பொருள்கள் தேவையின்றி நிறைந்திருப்பதால் (அ) ஒழுங்கின்றி போட்டு வைத்திருப்பதால் உண்டான இடப்பற்றாக்குறை; crowded condition in a room or hall as a result of being filled with too much things.

அடைசாரல்: (பெ): பருவ காலத்தில் அடை மழை; heavy rain of rainy season.

அடைசுதல்: (வி): ஒதுங்குதல்; தொலைவில் இருந்திடல்; be off; be distant.

அடைப்பைக்காரன்: (பெ): வெற்றிலை பாக்குப் பெட்டியை சுமந்து வருபவன்; personal servant who carries the betel pouch.

அடைப்பை: (பெ): வெற்றிலைப் பெட்டி; betel pouch.

அடைமண்: (பெ): வண்டல் மண்; alluvium soil.

அடை மழை: (பெ): விடாது தொடர்ந்து பெய்யும் பெருமழை; continuous heavy rain.

அடைமாங்காய்: (பெ): மாங்காய் ஊறுகாய்; மாங்காய் வற்றல்; mango pickles; dried pieces of mango.

அடைமானம்: (பெ): ஈடு; mortgage.

அடைமொழி: (பெ): சிறப்புச் சொல்; attributive phrase.

அடையடிமை: (பெ): விலைக்கு வாங்கிய அடிமை; purchased slave.

அடையலர்: (பெ): பகைவர்; enemies.

அடையாள அட்டை: (பெ); ஒருவரை இன்னார் என அறிந்திட உறுதிப்படுத்திக்கொள்ளும் வகையில் அவரின் புகைப்படம்,பெயர்,விலாசம் போன்ற விவரங்களைக் கொண்ட அட்டை; Identity Card.

அடையாள அணிவகுப்பு: (பெ): குற்றவாளியை அடையாளம் காட்டும் வகையில் குற்றம் புரிந்தவர்கள் என சந்தேகப்படுபவர்களை வரிசையாக நிற்க வைத்தல்; Identification Parade.

அடையாளம்: (பெ): அறிகுறி; சின்னம்; முத்திரை; மாதிரி; குறிப்பு; sign; emblem; seal; token; symbol; mark.

அடையோலை: (பெ): அடமானப் பத்திரம்; the written mortgage bond. • சொத்தை ஈடு செய்து (அடமானப் பத்திரம்) **அடையோலை** எழுதிக் கொடுத்துவிட்டு பணத்தைப் பெற்றுக் கொண்டான்.

அடைவு: (பெ): முறை; சேர்தல்; ஈடாகக் கொடுக்கப் படும் பொருள்; order; accede; gage.

அட்சக்கோடு/அட்சரேகை: (பெ): நிலநடுக் கோட்டிற்கு வடபுறத்து (அ) தென்புறத்து தூரத்தைக் கணக்கிடும் வகையில் பூமியைச் சுற்றிலுமாக அமைக்கப்பட்ட கற்பனைக் கோடு; line of latitude.

அட்சதை: (பெ): திருமணம் போன்ற மங்கல காரியங்களில் வாழ்த்துக் கூறிடும்போது தூவப்படும் மஞ்சள் நீர் தெளித்த அரிசி; rice mixed with turmeric powder sprinkled on those to be blessed. • மணமகன் மணமகளின் கழுத்தில் தாலியை அணிவித்ததும் கூடியிருந்தோர் 'இன்று போல் என்றும் இனிதே வாழ்க' எனக்கூறி **அட்சதையைத்** தூவினர்.

அட்சம்: (பெ): கண்; உருத்திராக்கம்; பூகோள இடம் அறியும் கணக்கு; eye; a nut of tree worn or kept as beads of rosary by Saivites; a calculation to find a place in the globe or world map.

அட்சய: (பெ): தமிழ் வருடங்கள் அறுபதில் கடைசி ஆண்டு; *Atchaya* - the last one of the cycle of 60 Tamil years.

அட்சய பாத்திரம்: (பெ): அள்ள அள்ளக் குறைந்திடா உணவுப் பாத்திரம்; a divine vessel of inexhaustible food given to the Pandavas by Sun God.

அட்சயன்: (பெ): அழிவற்றவன்; கடவுள்; God as exempt from decay.

அட்சரதேவி: (பெ): கலைவாணி; சரஸ்வதி; Saraswathi, Goddess of Letters and the consort of Lord Brahma.

அட்சரம்: (பெ): எழுத்து; letter.

அட்சராப்பியாசம்: (பெ): ஒரு குழந்தைக்கு முதன் முதலாக கல்வி கற்பித்திட நடத்தப்படும் ஒரு சுபச் சடங்கு; a ceremony connected with a child's beginning to learn the alphabet.

அட்சி: (பெ): கண்; eye.

அட்டகம்: (பெ): வசம்பு; sweet flag.

அட்டமம்: (பெ.அ): எட்டாவது; eighth.

அட்டமி: (பெ): எட்டாம் நாள்; the eighth day.

அட்டல்: (வி): அழித்தல்; to destroy.

அட்டவணை: (பெ): விவரங்களை முறைப்படுத்திப் பலவகைகளில் காட்டும் பட்டியல்; classified information in tabular form; list.

அட்டனம்: (பெ): சக்ராயுதம்; wheel-like weapon of Lord Vishnu.

அட்டன்: (பெ): சிவபெருமான்; Lord Shiva.

அட்டாக்கரம்: (பெ): திருமாலை வழிபடும் 'ஓம் நமோ நாராயணாய' என்னும் எட்டு எழுத்துக்களால் ஆன மந்திரம்; the eight letters - 'Om Namo Narayanaya' - a worship mantra of Vaishnavites.

அட்டாணி: (பெ): கோட்டை மதில் மேல் உள்ள காவல் மண்டபம்; watch tower on a fort.

அட்டாதுட்டி: (பெ): குறும்பு; தாறுமாறு; playful act; prank; disorder; • இந்தப் பையன் செய்திடும் **அட்டாதுட்டிக்கு** அளவே இல்லை. • அறையில் பொருட்கள் **அட்டாதுட்டியாகக்** கிடந்தன.

அட்டாவதானம்/அஷ்டாவதானம்: (பெ): ஒரே நேரத்தில் எட்டுவித செயல்களைக் கவனித்து நினைவில் நிறுத்திடும் திறமை; the skill of attending to eight acts simultaneously and the ability to remember them.

அட்டாவதானி/அஷ்டாவதானி: (பெ): ஒரே சமயத்தில் எட்டுவிதமான செயல்களைச் செய்திடும் திறமையுள்ளவர்; the person who is skilled in the act of attending to eight different matters at a time.

அட்டாளை: (பெ): ஒரு வகை மரம்; a kind of tree.

அட்டி: *(பெ):* செஞ்சந்தனம்; அதிமதுரம்; தாமதம்; தடை; எட்டி; பருப்பு; red sandal paste; the root of a herbal medicinal plant; delay; obstacle; strychnine tree; dhal.

அட்டிகை/அட்டியல்: *(பெ):* மகளிர் தங்கள் கழுத்தோடுஒட்டி அணிந்திடும் கல் பதித்த நகை; a necklace mostly studded with stones, worn closely around the neck by women.

அட்டிமை: *(பெ):* ஓமம்; bishop's weed.

அட்டில்: *(பெ):* சமையல் கட்டு; வேள்விச்சாலை; kitchen; sacrificial hall.

அட்டு: *(பெ):* சமைக்கப்பட்டது; பனைவெல்லம்; that which is cooked; cake of coarse sugar.

அட்டுதல்: *(வி):* அழித்தல்; வடிதல்; இடுதல்; சமைத்தல்; சுவைத்தல்; தான சாசனம் தருதல்; to destroy; to pour; to put; to cook; to taste; to pour water or oil for donation deed.

அட்டுப்பு: *(பெ):* காய்ச்சிய உப்பு; boiled salt.

அட்டூழியம்: *(பெ):* தகாத செயல்; கொடுஞ்செயல்; சேஷ்டை; unfair act; act of cruelty; harmless mischief. • இவ்வளவு **அட்டூழியம்** ஆகாது. • குழந்தைகளின் **அட்டூழியத்திற்கு** அளவே இல்லை.

அட்டை: *(பெ):* கனமான தாள்; புத்தக மேலுறை; நீர்வாழ் உயிரினம்; card-board; front and back covers of magazines, books, etc.; wrapper of a book or note book; a blood sucking worm called 'Leech'.

அட்டோலகம்: *(பெ):* உல்லாசம்; பகட்டு; loving fun; vanity; • அவன் **அட்டோலக** வாழ்க்கை வாழ்பவன். • **அட்டோலகமாகத்** திரிவதால் பயன் ஏதும் இல்லை.

அணக்கு: *(வி):* வருத்து; to cause pain; to afflict.

அணங்கயர்தல்: *(வி):* விழா கொண்டாடுதல்; celebrating a function or festival.

அணங்காடல்: *(பெ):* வெறியாடல்; be possessed by a spirit.

அணங்கு: *(பெ):* தெய்வப்பெண்; தேவதை; பத்ரகாளி; அழகு; அச்சம்; விருப்பம்; வருத்தம்; கொலை; அழகிய நங்கை; கொல்லிப்பாவை; celestial nymph; angel; Durga, the Goddess of Victory; beauty; fear; desire; sorrow; murder; beautiful woman; a devil in the form of tempting damsel.

• அணங்குகொல் ஆய்மயில் கொல்லோ கனங்குழை
மாதர்கொல் மாலுமென் நெஞ்சு. - *குறள் 1081.*

அணங்குதல்: *(வி):* இறத்தல்; கொல்லுதல்; வருந்துதல்; ஒலித்தல்; அஞ்சுதல்; விரும்புதல்; to die; to kill; to suffer; to sound; to afraid; to like. • இன்று அதிகாலை எனது தாத்தா **அணங்கினார்.** • வியாபாரி ஒருவர் மர்ம கும்பல் ஒன்றால் **அணங்கப்பட்டார்.** • தான் தேர்வில் தேர்ச்சி பெறாதது குறித்து கமலா **அணங்கினாள்.** • கோயில் மணி **அணங்கியது.** • நள்ளிரவில் தனியாகச் சென்றிட **அணங்கினாள்.** • நகைக் கடையில் இருந்த வைர மாலையை வாங்கி அணிந்திட என் மனைவி **அணங்கினாள்.**

அணத்தல்: *(வி):* தலையெடுத்தல்; பொருந்துதல்; to become eminent; to recover; be suitable. • நொடித்துப்போன வியாபாரத்திலிருந்து **அணத்திட** பெரும் முயற்சி எடுத்தார். • ஜாடிக்கு ஏற்றவாறு மூடி **அணத்தி**னாற்போல் கணவனும் மனைவியும் இல்லற வாழ்க்கையை மேற்கொண்டனர்.

அணரிடுதல்: *(வி):* கொக்கரித்தல்; to shout in triumph. • கலிங்கத்தை வென்ற மமதையால் அசோக சக்கரவர்த்தி **அணரிட்டார்.**

அணர்: *(பெ);* மேல்தாடைப்பகுதி; the side of the upper jaw.

அணர்தல்: *(வி):* மேல்நோக்குதல்; to look upwards.

அணல்: *(பெ):* கீழ்வாய்; தாடை; கழுத்து; முகவாய்க் கட்டை; the lower part of the mouth; dewlap; neck; chin.

அணவரல்: *(வி):* தூக்குதல்; விரும்புதல்; to lift; to desire.

அணவல்/அணவுதல்: *(வி):* தழுவுதல்; இணைதல்; சார்தல்; கிட்டல்; நெருங்குதல்; to embrace; to join; to approach; to be attained; be close together.

அணவு: *(பெ):* மையம்; ஒத்திருக்கும் செய்கை; இணையுமிடம்; middle; coincidence; join.

அணற்காளை: *(பெ):* தாடியை உடைய இளைஞன்; the youth who has a beard.

அணா[1]: *(பெ):* முன்பு வழக்கத்திலிருந்த ரூபாயின் பதினாறில் ஒரு பங்கான நாணயம்; one sixteenth of a rupee which was used a few years ago.

அணா[2]: *(பெ):* ஏய்த்தல்; cheating.

அணாப்பு: *(பெ):* ஏமாற்றுதல்; cheating.

அணாப்புதல்: *(வி):* ஏய்த்தல்; ஏமாற்றுதல்; to cheat.

அணார்: *(பெ):* கழுத்து; neck; • காலையில் இருந்தே **அணாரில்** வலி அதிகமாக உள்ளது.

அணாவுதல்: *(வி):* நெருங்குதல்; தழுவுதல்; சேர்தல்; to approach; to embrace; to join.

அணி: *(பெ):* வரிசை; அழகு; ஆபரணம்; முகம்; ஒழுங்கு; ஒப்பனை; படை வகுப்பு; இனிப்பு; அன்பு; கூட்டம்; தொகுப்பு; அண்மை; row; beauty; jewel; face; order; decoration; make-up; array of an army; sweetness; love; crowd; synthesis; nearness.

அணிகம்: *(பெ):* பல்லக்கு; ஊர்தி; அணிகலப் பெட்டி; palanquin; vehicle; casket of jewels.

அணிகலம்/அணிகலன்: *(பெ):* நகை; ஆபரணம்; jewel; ornament.

அணிகெழு: *(பெ.அ):* அழகான; அலங்காரமான; beautiful; decorated; ● **அணிகெழு** நங்கை இவளைப்போல் அவனியில் எவரும் இலர். ● தன் ஆசைநாயகிக்கென **அணிகெழு** மாளிகையை எழுப்பினான்.

அணி செய்தல்: *(வி):* அழகுபடுத்திடு; பகட்டாக அலங்காரம் செய்திடு; ஆபரணங்களைப் பூட்டி அழகூட்டு; to decorate; to bedeck; to adorn with ornaments.

அணி சேர்தல்: *(வி):* குறிப்பிட்ட ஒருவிஷயத்திற்காக ஒன்று சேர்தல்; be aligned with.

அணிசேரா நாடு: *(பெ):* நடுநிலை வகித்திடும் கொள்கையை உடைய நாடு; non-aligned country.

அணிஞ்சில்: *(பெ):* அழிஞ்சில் மரம்; நொச்சி மரம்; a kind of tree which is called *Azhinjil*; five-leaved chaste tree; three-leaved chaste tree.

அணிதல்: *(வி):* உடுத்தல்; புனைதல்; to dress oneself; to wear.

அணித்து: *(பெ):* வெகு அருகில் உள்ளது; that which is very near. ● எங்களது பள்ளியானது வீட்டுக்கு **அணித்தி**லேயே உள்ளது.

அணிநிலை மாடம்: *(பெ):* பல அடுக்கு மாளிகை; multi-storeyed building. ● பெரு நகரங்களில் மட்டுமல்லாது சிறு நகரங்களிலும் **அணிநிலை மாட**க் குடியிருப்புகள் பல உருவாகியுள்ளன.

அணி நுணா: *(பெ):* சிட்டா மரம்; the chitah tree.

அணிந்தம்: *(பெ):* கோபுர வாயிலின் முகப்பு மேடை; a raised platform by the side of the temple's entrance tower.

அணிந்துரை: *(பெ):* பாயிரம்; முகவுரை; prologue; preface.

அணிமணி: *(பெ):* ஆபரணம்; நகை; finery; jewellery.

அணிமலை: *(பெ):* பெரிய மலை; mountain.

அணிமா: *(பெ):* அட்டமா சித்திகளுள் ஒன்று; பெரியதான ஒன்றினை அணு அளவிற்கு சிறியதாக்குதல்; one of the eight divine feats; becoming like an atom.

அணிமுகு: *(பெ):* மகுடம்; கிரீடம்; crown; coronet.

அணிமை: *(பெ):* நெருக்கம்; அண்மை; nearness.

அணியம்: *(பெ):* ஆயத்தம்; படையணிவகுப்பு; preparation; military array.

அணியரங்கம்: *(பெ):* ஒப்பனை அறை; make-up room; dressing room.

அணியல்: *(பெ):* வரிசை; மாலை; அழகு செய்தல்; row; garland; decoration.

அணியன்: *(பெ):* நெருங்கிய நண்பன்; close friend.

அணியியல்: *(பெ):* அணி இலக்கணம்; section of grammar on figures of speech.

அணியெண்: *(பெ):* ஓர் அணியின் வரிசை எண்; the group number. ● நீ எந்த அணியில் உள்ளாய்?

அணிலம்/அணில்: *(பெ):* மென்மையான ரோமங்களைக் கொண்ட அடர்த்தியான வாலினையும், முதுகுப்புறத்தில் மூன்று வரிகளைக்கொண்டதுமான சிறு பிராணி; squirrel.

அணில்வரிக் கொடுங்காய்: *(பெ):* ஒரு வகை வெள்ளரிக்காய்; a kind of cucumber fruit.

அணில்வரியன்: *(பெ):* வெள்ளரிக்காய் வகை; பலாப்பழ வகை; முதுகுப்புறத்தில் நீண்ட வரிகளைக் கொண்ட பசு; a kind of cucumber fruit; a kind of jack fruit;; the cow with long stripes on its back.

அணில் வால் தினை: *(பெ):* ஒருவகை தினை; a kind of millet.

அணிவகுத்தல்: *(வி):* படை வகுத்தல்; to arrange in battle array.

அணிவடம்: *(பெ):* கழுத்தில் அணியும் மாலை; a necklace.

அணிவியுகம்: *(பெ):* போர்ப்படை அணிவகுப்பு; battle array.

அணிவிரல்: *(பெ):* மோதிர விரல்; ring finger, the second finger in the hand.

அணிவில்: *(பெ):* பேரேடு; ledger. ● இந்த மாத வரவு-செலவு கணக்கு மட்டும்தான் **அணிவில்**லில் பதிய வேண்டியுள்ளது.

அணு: *(பெ):* மிக நுண்ணிய கூறு; உயிர்; பொடி; minute particle of matter; soul; dust.

அணு ஆயுதம்: *(பெ):* அணு சக்தியைப் பயன்படுத்திச் செய்யப்படும் போர்க்கருவி; nuclear weapon. ● இந்தியாவுக்கும் பாகிஸ்தானுக்கும் இடையே அணு ஆயுதப் போர் மூளுமோ என உலக நாடுகள் அனைத்துமே அச்சம் கொண்டுள்ளன.

அணு உலை: *(பெ):* குறிப்பிட்ட வகையில் அணுசக்தியை உற்பத்தி செய்திடும் சாதனம்; atomic reactor.

அணுகார்: *(பெ):* அண்டாதவர்; ஒருவருடனும் சேராதவர்; not friendly.

அணுகுதல்: *(வி):* நெருங்குதல்; to come near.

அணுக்கத்தொண்டன்: *(பெ):* பிரத்தியேக உதவியாளன்; personal attendant.

அணுக்கம்: *(பெ):* நெருக்கம்; நம்பிக்கை; nearness; confidence.

அணு மையம்: *(பெ):* மையப்புள்ளி; the central point; nucleus.

அணுவுயிர்: *(பெ):* நுண்ணுயிர்; bacteria.

அணை[1]/அணைக்கட்டு: *(பெ):* ஆற்றின் குறுக்கே தடுக்கப்பட்டிருக்கும் அல்லது நீரினைத் தேக்கி வைத்திருக்கும் அமைப்பு; சரிந்து விழாமல் இருக்க வைத்துக்கொள்ளும் முட்டு; dam; support; prop; • மேட்டூர் **அணையிலிருந்து** குறுவை சாகுபடிக்காக தண்ணீர் திறந்து விடப்படுமா என்பது ஐயமாகவுள்ளது. • தனது கையையே தலைக்கு **அணையாகக்** கொடுத்து உறங்கினான்.

அணை[2]: *(வி):* அவிதல்; அவித்தல்; நின்றுபோதல்; நிறுத்துதல்; அன்புடன் தழுவுதல்; மார்போடு சேர்த்துக்கொள்ளுதல்; ஒன்றை பலப்படுத்திட வேண்டி, அதனை ஒட்டி மண் போடுதல்; to go out (of fire, light, etc.); to put out; to embrace with love; to hold something in one's arms; to hug; to put soil close to the tree or river bank, etc., to strengthen it; • பத்து மாடிக் கட்டடத்தில் எரிந்து கொண்டிருந்த தீயை **அணைத்திட** பெருமுயற்சி செய்தனர். • உறங்கும் முன்பாக படுக்கை அறை விளக்கை **அணைத்தான்.** • தாய்மையுற்ற தன் மனைவியை அன்புடன் **அணைத்தான்.** • புத்தகத்தை மார்புடன் **அணைத்தபடி** ராணி பள்ளிக்குச் சென்றாள். • ஆற்றின் கரையை பலப்படுத்திட அதன் பக்கவாட்டில் மண் **அணைக்கும்** பணி நடந்தது.

அணைகயிறு: *(பெ):* பால் கறக்கும்போது பசுவின் பின்னங்கால்களைக் கட்டும் கயிறு; the cord with which the cow's hind legs are tied when she is milked. • **அணைகயிறு** கட்டாததால் பசு உதைத்து கோனார் தலைகுப்புற விழுந்தார்.

அணைக்கட்டு: *(பெ):* நீர்த்தேக்கம்; reservoir; dam.

அணைதறி: *(பெ):* யானையைக் கட்டி வைத்திடும் தூண்; the pillar in which the elephant is tied.

அணைத்தல்: *(வி):* தழுவுதல்; சேர்த்தல்; அவித்தல்; to embrace; conjunction; putting off.

அணைப்பு: *(பெ):* தழுவுகை; ஓர் உழவுசால் அளவு; embracing; a measure of a furrow.

அணையாடை: *(பெ):* குழந்தைக்கு இடும் துணிப்படுக்கை; ஏணைத்துணி; child's cloth bed; cloth cradle.

அணையார்: *(பெ):* பகைவர்; enemies.

அணோக்கம்: *(பெ):* மரம்; tree; • **அணோக்கம்** வெட்டும் தொழில் செய்வோர் **அணோக்கம்** ஒன்றை வெட்டும் முன்பாக **அணோக்கக்** கன்று ஒன்றினை நட்டு வைத்து வளர்த்திட முயல்வது நன்மை அளித்திடும்.

அண்: *(பெ):* வேட்டை நாயைக் கட்டுப்பாட்டில் வைத்திருக்க உதவும் தோல் பட்டை (அ) உருவு கயிறு; மேல் புறப்பகுதி; leash for hunting dog; upper surface.

அண்ட ஆராய்ச்சி: *(பெ):* பிரபஞ்ச இயல் ஆராய்ச்சி; cosmology.

அண்டங்காக்கை: *(பெ):* மிகவும் கருமை நிறமுடைய பெரிய காக்கை; a big black jungle crow; raven.

அண்டசராசரம்: *(பெ):* அண்டம்; பிரபஞ்சம்; cosmos; universe.

அண்டசம்: *(பெ):* முட்டையிலிருந்து பிறக்கும் உயிரினங்கள்; the living beings born through eggs.

அண்டப்புளுகன்: *(பெ):* நம்ப இயலாத அளவுக்குப் பொய் சொல்பவன்; monstrous liar.

அண்டம்: *(பெ):* பிரபஞ்சம்; வானம்; முட்டை; வித்து; universe; sky; egg; seed.

அண்டயோனி: *(பெ):* சூரியன்; முட்டையிலிருந்து பிறப்பது; Sun; that which is born from egg.

அண்டரண்டப் பறவை: *(பெ):* கழுகு; eagle.

அண்டரண்டம்: *(பெ):* ஒருவகைப் பறவை; தேவர் உலகம்; a kind of bird; heaven; Indra's heaven; Amaravathi.

அண்டர்: *(பெ):* பகைவர்; தேவர்; இடையர்; enemies; the celestial beings; herdsmen.

அண்டலர்: *(பெ):* பகைவர்; enemies.

அண்டவாதம்: *(பெ):* விரைவாதம்; ஒருவகை நோய்; inflammation of the testicles; a kind of disease.

அண்டன்: *(பெ):* கடவுள்; God.

அண்டா: *(பெ):* பெரும் பாண்டம்; the vat.

அண்டாகாரம்: *(பெ):* முட்டை வடிவம்; egg shape.

அண்டார்: *(பெ):* பகைவர்; enemies.

அண்டி: *(பெ):* முந்திரிப் பருப்பு; cashew nut.

அண்டிகம்: *(பெ):* செந்நாய்; a wild dog.

அண்டிக்கொட்டை: *(பெ):* முந்திரிக்கொட்டை; the cashewnut with its covering. • **அண்டிக்கொட்டை** மாதிரி எதற்கும் முந்திக்கொண்டு போகாதே என தாய் எச்சரித்தாள்.

அண்டிப்பருப்பு: *(பெ):* (மேல் ஓட்டுடன் கூடிய) முந்திரிப்பருப்பு; the cashew nut with covering.

அண்டுதல்: *(வி):* நெருங்குதல்; பொருந்துதல்; to come close; to fit.

அண்டை *(பெ):* பக்கம்; அருகில்; near; • என்னுடைய **அண்டை** வீட்டுக்காரர் ஓர் ஆங்கிலேயர்.

அண்டை அயலார் *(பெ):* அக்கம்பக்கத்தார்; neighbours; • **அண்டை அயலாருடன்** பகைமை கொள்ளக்கூடாது.

அண்டை வெட்டுதல்: *(வி);* வயலின் பக்க ஓரங்களை சரிசமமாக வெட்டுதல்; to cut or scrape the ridge.

அண்ணம்: *(பெ):* மேல் வாய்; உள் நாக்கு; palate; uvula.

அண்ணல்: *(பெ):* பெருமை; பெருமையுடையவர்; தலைவர்; அரசன்; கடவுள்; greatness; great man; superior; king; Lord; God; Deity.

அண்ணன்: *(பெ):* மூத்தோன்; முன்பிறந்தவன்; மூத்த சகோதரன்; elder brother.

அண்ணாக்கு: *(பெ):* உள் நாக்கு; uvula.

அண்ணா: *(பெ):* தன்னைவிட வயதில் சற்று மூத்த ஆண்களை அழைத்திடப் பயன் படுத்தும் மரியாதைச் சொல்; அண்ணன் என்னும் சொல்லின் விளி வடிவம்; a term of respect for a man who is elder than the speaker, but not too old; vocative of the word 'Annan'.

அண்ணா(ந்து): *(வி):* தலையை மேல்நோக்கி நிமிர்த்துதல்; to look upwards.

அண்ணாவி: *(பெ):* சிலம்பம் போன்ற வீர விளையாட்டுக்களைக் கற்றுத்தரும் ஆசான்; learned master of silambam, etc.

அண்ணி: *(பெ):* அண்ணனின் மனைவி; wife of one's elder brother.

அண்ணிய: *(பெ.அ):* நெருங்கிய; near.

அண்ணுதல்: *(வி):* அணுகுதல்; சார்தல்; to approach; to join.

அண்ணை: *(பெ):* பேய்; அறிவிலி; devil; ghost; idiot.

அண்பல்: *(பெ):* ஈறு; பற்களின் வேர்; gums; root of the teeth.

அண்மு(தல்): *(வி):* நெருங்குதல்; to approach.

அண்மை: *(பெ):* அருகு; தற்காலத்தை ஒட்டிய கடந்த காலம்; nearness; close by; recentness.

அதகம்: *(பெ):* மருந்து; சுக்கு; medicine; dried ginger.

அதகன்: *(பெ):* வலிமையுடையவன்; powerful man.

அதக்குதல்: *(பெ):* குதப்புதல்; to cram (in the mouth as betel).

அதங்கம்: *(பெ):* ஈயம்; lead.

அதசம்: *(பெ);* ஆன்மா; காற்று; மரவுரி; soul; air; bark of trees used as clothing formerly by ascetics.

அதடம்: *(பெ):* செங்குத்து; steepness.

அதமதானம்: *(பெ):* ஆசை, புகழ், அச்சம், கைம்மாறு போன்ற காரியங்களின் அடிப்படையாகச் செய்யப்படும் தானம்; donation based on desire, fame, fear and a return made out of gratitude.

அதமன்: *(பெ):* தாழ்ந்தவன்; mean person.

அதரம்: *(பெ):* கீழுதடு; உதடு; lower lip; lip.

அதரபானம்: *(வி):* கீழுதட்டை முத்தமிடுதல்; kissing the lower lip.

அதர்: *(பெ):* ஒற்றையடிப்பாதை; புழுதி; முறைமை; நுண்மணல்; காட்டுவழி; உரமிடுவதற்காக மரத்தைச் சுற்றி ஒரு அடி ஆழத்திற்கு வெட்டப்படும் குழி; a path made by constant use of passers; dust; order; fine sand; path in a jungle; a pit for putting manure around the trunk of a tree.

அதர்கோள்: *(பெ):* வழிப்பறி; highway robbery.

அதர்மம்: *(பெ):* நியாயம் அல்லாதது; deterioration of ethical values against righteousness.

அதர்வணம்: *(பெ):* நான்காவது வேதம்; name of the fourth Veda, Adharvanam.

அதர்வை. *(பெ):* வழி; கொடி வகை; path; a kind of creeper.

அதலகுதலம்: *(பெ):* கலகம்; குழப்பம்; tumult; confusion. • குதூகலமாய் துவங்கிய கல்லூரி விழா முடிவில் **அதலகுதலமாய்** முடிந்தது.

அதலம்: *(பெ):* பள்ளம்; பின்பு; அத்தி மரம்; pit; then; a kind of fig tree.

அதலன்: *(பெ):* கடவுள்; சிவன்; Deity; Lord Shiva.

அதல்: *(பெ):* தோல்; மரப்பட்டை; skin; bark.

அதவுதல்: *(வி):* கொல்லுதல்; எதிர்த்தல்; to kill; to attack.

அதவை: *(பெ):* கீழ் மகன்; அற்பன்; low person; mean fellow.

அதழ்: *(பெ):* பூவிதழ்; அல்லி; petel of a flower.

அதளி: *(பெ):* குழப்பம்; அமளி; confusion; tumult.

அதளை: *(பெ):* ஒருவகைப் பாத்திரம்; நிலப் பீர்க்கு; புளியுருண்டை; a kind of vessel; a kind of creeper; tamarind ball.

அதனப்பிரசங்கி: *(பெ):* அகங்காரம் கொண்டவன்; arrogant man or woman.

அதனம்: *(பெ):* மிகுதி; excess.

அதாசலம் 34 அதிகாரி

அதாசலம்: (பெ): காட்டு மல்லிகை; a kind of wild jasmine.
அதாதிரு: (பெ): கஞ்சன்; miser. • அவன் ஒரு **அதாதிரு.** எச்சில் கையால் காக்காயைக்கூட விரட்ட மாட்டான்.
அதாரன்: (பெ): பிரம்மச்சாரி; celibate. • **அதாரனாக** வாழ அனைவராலும் இயலாது.
அதாலத்து: (பெ): நீதிமன்றம்; court of justice.
அதாவது: (வி.அ.): (முன் கூறப்பட்ட கூற்றை விளக்கிடக் கூறிடும்போது தொடக்கத்தில் உபயோகப்படுத்திடும் சொல்) இன்னும் கூறப்போனால்; எவ்வாறு என்றால்; What I mean to say is; that is; namely. • இவள் எனது இரண்டாவது தங்கை. **அதாவது** எங்கள் குடும்பத்தில் மூன்றாவது குழந்தை.
அதி: (இ.சொ.): பெரும்பான்மையை உணர்த்தும் விதமாக வடமொழி வார்த்தைகளுக்கு முன்பாக இணைக்கப்படும் ஒரு முன்னொட்டு; a prefix expressing excessiveness (in degrees), used generally with Sanskrit words; extreme; very. அதிநுட்பம்/அதியற்புதம்/அதிவேகம்.
அதிகடம்: (பெ): யானை; elephant. • சுவாமி புறப்பாடு தொடங்கியதும் **அதிகடம்** முன்பாகச் செல்ல அனைவரும் பின்சென்றனர்.
அதிகண்டம்: (பெ): யோகம் இருபத்தேழுள் ஒன்று; இறப்புத் துன்பம்; one of the twenty-seven Yogas; excess sufferings.
அதிகந்தம்: (பெ): செண்பக மலர்; கந்தகம்; a flower of golden hue; sulphur.
அதிகநாரி: (பெ): கொடி வேலி; a kind of herb.
அதிகபட்சம்: (பெ): உயர்ந்த அளவு; maximum; the upper limit. • குறிப்பிடப்பட்ட இவ்வேலையில் சேர்ந்திட **அதிகபட்சம்** பட்டதாரியாக இருந்திட வேண்டும் எனக் கூறப்பட்டது.
அதிகப்படியான: (பெஅ): அளவுக்கும் கூடுதலான; that which is more than what is sufficient. • இவ்வருடம் **அதிகப்படியான** இலாபம் கிட்டுமானால், புதிய தொழிலைத் தொடங்கலாம் என எண்ணியுள்ளோம்.
அதிகப்படுத்து: (வி): (அளவினை) கூடுதலாக்கிடு; to increase. • சைக்கிளின் வேகத்தை **அதிகப்படுத்திடு.** • வருமானத்தை **அதிகப் படுத்தி** செலவைக் குறைத்தால் சேமிப்புக்கு வழி பிறந்திடும்.
அதிகப்பிரசங்கி: (பெ): தேவையற்ற நேரத்தில் இங்கிதம் இன்றி ஒன்றினைச் செய்திடும் (அ) கூறிடும் மனிதன்; one who is impertinent. • **அதிகப்பிரசங்கித்தனமான** வேலைகளைச் செய்திடாதே! • எதைக் கூறவேண்டுமோ அதைக் கூறாமல் **அதிகப்பிரசங்கித்தனமாகப்** பேசுவதால் பயன் ஏதும் இல்லை என்பதை உணர்ந்திடு.
அதிகம்: (பெ): மிகுதி; கூடுதல்; மேன்மை; குருக்கத்தி; ஏற்றம்; இலாபம்; excess; that which is more than what is normal; eminence; a kind of plant; ascent; profit. • ஒருவரிடம் அளவுக்கு **அதிகமாகப்** பழகுவதால் கெடுதலே உண்டாகும். • இந்த மாட்டுக்கு நீ கூறும் விலை **அதிகம்.** • உனக்கிருக்கும் நற்பெயர் **அதிகமாக** வேண்டுமே தவிர குறைவுபடக் கூடாது.
அதிகரணம்: (பெ): நிலைக்களம்; ஆதாரம்; standing place; ground; support. • குற்றத்திற்கான **அதிகரணம்** இருப்பதால் குற்றவாளி தண்டனையிலிருந்து தப்ப முடியாது.
அதிகரி: (வி): கூடுதலாக்கு; மிகுதிப்படுத்திடு; அதிகாரம் செய்திடு; கற்றிடு; to increase; to enlarge; to command; to learn. • விற்பனையை **அதிகரித்திடு.** • வேலை நேரத்தை **அதிகரித்திடு.** • **அதிகரித்து** ஒருவரிடம் வேலை வாங்குவதைவிட நயமாகக் கூறி வேலை வாங்கினால் வேலை வெகு விரைவில் முடிந்திடும்.
அதிகன்: (பெ): மேலானவன்; மகான்; great soul.
அதிகாசம்: (பெ): பெருநகை; laughter.
அதிகாந்தம்: (பெ): மணி வகை; செவ்வானம்; a kind of ornament; red sky.
அதிகாரம்: (பெ): ஒருவர் தான் வகிக்கும் பதவி (அ) நிலையால் இன்னொருவரைக் கட்டுப் படுத்திடும் ஆற்றல் (அ) கட்டளையைப் பிறப்பித்திடும் உரிமை; ஆட்சிப் பொறுப்பு; இலக்கணம் மற்றும் இலக்கியங்களில் காணப்படும் உட்பிரிவு; authorisation; having the right to execute the power; a section of grammatical work and ancient literature. • **அதிகாரம்** தன்னிடம் உள்ளது என்னும் மமதையால் அளவுக்கு மீறி மக்களைக் கொடுமைப்படுத்திடும் ஆட்சியாளர் வீழ்வது திண்ணம். • இன்று காலை **அதிகாரப்** பொறுப்பை நிர்வாகி ஏற்றுக்கொண்டார்.
அதிகாரன்: (பெ): அதிகாரி; மகேஸ்வரன்; an officer; Lord Maheswaran.
அதிகாரி: (பெ): கண்காணிப்பவன்; தலைவன்; உயர் அலுவலர்; உரியவன்; supervisor; leader; officer; owner. • இடைத் தேர்தலுக்கான அறிவிப்பை தலைமைத் தேர்தல் **அதிகாரி** அறிவித்தார். • மக்கள் செல்வாக்கற்ற **அதிகாரி** எதனையும் சாதித்திட இயலாது. • **அதிகாரி** வரும் நேரம்; வேலையைக் கவனி.

அதிகாலை: *(பெ):* விடியற்காலை; விடியற் பொழுது; early morning; beginning of the day; dawn.

அதிகுணன்: *(பெ):* கடவுள்; சிறந்த குணம் உள்ளவன்; the Deity; one who is having good habits. ● **அதிகுணனை** நம்பினோர் கைவிடப்படார். ● **அதிகுணன்** ஒருபோதும் அடுத்தவர்க்கு தீங்கிழைத்திட மாட்டான்.

அதிக்கிரமம்: *(பெ):* நெறி தவறுதல்; கடத்தல்; தப்பிச் செல்லுதல்; மீறுதல்; to over-step a principle; to pass through; to escape; to violate. ● **அதிக்கிரமமாக** நடந்தால் அழிவு நிச்சயம். ● காவல் துறையினர் விரித்த வலையில் சிக்கிடாது கொள்ளையர்கள் **அதிக்கிரமமா**யினர். ● தடையுத்தரவை **அதிக்கிரமித்து** மாவட்ட ஆட்சியாளர் அலுவலகத்தைச் சென்றடைய முற்பட்டனர்.

அதிங்கம்: *(பெ):* அதிமதுரம்; மிகவும் இனிமை யானது; the root of a herbal medicinal plant; that which is very sweet.

அதிசயம்: *(பெ):* வித்தியாசமான பொருள், நிகழ்வு போன்றவற்றால் உண்டாகிடும் வியப்பு உணர்ச்சி; வியப்பினை உண்டாக்கிடுவது; விந்தையானது; wonder; astonishment; great surprise; strange; miracle. ● இந்த இக்கட்டிலிருந்து விடுபட வேண்டுமானால், **அதிசயமாக** ஏதேனும் நடந்தால்தான் உண்டு. ● ஆக்ராவில் உள்ள தாஜ்மஹால் உலக **அதிசயங்கள்** ஏழில் ஒன்றாகும்.

அதிசயோத்தி: *(பெ):* உயர்வு நவிற்சி அணி; உயர்த்திக் கூறுதல்; hyperbole; exaggeration.

அதிசாரணம்: *(பெ):* மாவிலங்கம்; a mineral poison.

அதிசாரம்: *(பெ):* கல்லுப்பு; அதிமதுரம்; வயிற்றுப் போக்கு; rock salt; the root of a herbal medicinal plant; diarrhoea.

அதிசிரமம்: *(பெ):* அலட்சியம்; negligence. ● பேருந்தினை **அதிசிரமமாக**ச் செலுத்தினால் விபத்தைத் தவிர்த்திட இயலாது.

அதிச்சந்திரகம்: *(பெ):* காளான்; ஈரப்பதம் உள்ள பொருட்களின் மீது படர்ந்திடுவதும், தோலின் மீதாகப் படர்ந்து அரிப்பினை உண்டாக்கக் கூடியதுமான சாம்பலைத் தூவியது போன்று காணப்படும் ஒரு வகைத் தாவரம்; mushroom; fungus.

அதிட்டம்: *(பெ):* நற்பேறு; மிளகு; இன்ப துன்பங்களுக்குக் காரணமானது; fortune; pepper; that which is the cause of happiness and sufferings.

அதிட்டானம்: *(பெ):* நிலைக்களம்; standing place.

அதிதனச்செல்வன்: *(பெ):* குபேரன்; பெரும் பணக்காரன்; Kuberan; very rich man.

அதிதனு: *(பெ):* பொன்; தங்கம்; gold.

அதிதாரம்: *(பெ):* இலந்தை மரம் மற்றும் அதன் பழம்; Jujube tree and its fruit. ● **அதிதாரப்** பழம் இனிப்பும், புளிப்பும் கலந்த சுவையைக் கொண்டது.

அதிதானம்: *(பெ):* பெருங்கொடை; a large gift.

அதிதி: *(பெ):* விருந்து; விருந்தினர்; புதியவர்; feast; guest; stranger. ● வீட்டுக்கு **அதிதி** வந்திருப்பதால் **அதிதி** படைத்திடும் வேலை நடந்து கொண்டுள்ளது. ● ஊருக்கு இவர் ஓர் **அதிதி**.

அதிதி கிரியை/அதிதி சேவை: *(பெ):* விருந் தோம்பல்; விருந்தினரை உபசரித்தல்; entertaining guests, hospitality.

அதிதீவிரம்: *(பெ.அ.)* அளவுக்கு அதிகமாக; fiercely.

அதிதெய்வம்: *(பெ):* குலதெய்வம்; the family deity.

அதிதேவன்: *(பெ):* கடவுள்; God.

அதிபசமி: *(பெ):* மஞ்சள் நிறங்கொண்ட பூக்களையும் தட்டையான பழுப்பு நிறக் காய்களையும் உடைய கொன்றை மரம்; Indian Laburnum.

அதிபதி: *(பெ):* ஆளுகின்ற, அதிகாரம் செலுத்துகின்ற உரிமையுடையவர்; ruler; king; the person who has the right to govern or to command.

அதிபத்தர்: *(பெ):* அறுபத்து மூன்று நாயன்மார் களில் ஒருவர்; one of the sixty-three Nayanmars.

அதிபம்: *(பெ):* வேம்பு; Neem tree.

அதிபர்: *(பெ):* ஆட்சித் தலைவர்; உரிமையாளர்; the person who heads or governs the state; owner.

அதிபலம்: *(பெ):* நேர்வாளம் என்னும் சித்த மருத்துவ மூலிகை; அதிகப்படியான வலிமை; one of the Siddha herbal plants; over-strength.

அதிபலை: *(பெ):* செடி வகை; இராமபிரானுக்கு விஸ்வாமித்திரர் உபதேசித்த மந்திரம்; a kind of plant; a mantra, taught to Sri Rama by the Sage Viswamithra.

அதிபன்: *(பெ):* தலைவன்; அரசன்; leader; king.

அதிபானம்: *(பெ):* மதுபானம்; an intoxicating liquor. ● குடி குடியைக் கெடுக்கும் என அறிந்தும் பலர் **அதிபானம்** அருந்தி சீரழிந்து வருகின்றனர்.

அதிபூதம்: *(பெ):* பரமாத்மா; மேலானவர்; God as the supreme soul.

அதிமதுரம்: *(பெ):* வெண்குன்றி வேர்; மருந்து வகை; மிகவும் இனிமையானது; the root of liquorice plant; a kind of Siddha medicine, that which is very sweet.

அதிமலம்: (பெ): பூந்தாது; மாவிலங்க மரம்; pollen; farina of flowers; a kind of tree, called Mavilangam.

அதிமாத்திரம்: (பெ.அ.): அதிகப்படியான; excess.

அதிமுத்தம்: (பெ): குருக்கத்தி; a kind of medicinal plant.

அதிமுத்தி: (பெ): சாயுச்சி முத்தி; the final bliss.

அதியமான்: (பெ): தமிழ் மூதாட்டி ஔவை போற்றிப் பாடிய அரசன்; a liberal chief immortalized in song by Avvaiyar, a Tamil poetess of Sangam period.

அதியரையான்: (பெ): மீனவர் தலைவன்; the chief of fishermen.

அதியர்: (பெ): அதியமான் வழித் தோன்றியவர்; the descendant of King Adhiyaman.

அதியாமம்: (பெ): அருகம் புல்; a kind of grass.

அதிரசம்: (பெ): மிகுந்த இனிமை; இனிப்புப் பணியார வகை; exceeding sweetness; sweet flat cake of rice flour.

அதிரடி: (பெ): எதிர்பாராத சமயத்தில் எடுக்கப்படும் கடும் நடவடிக்கை; பெருங்கலகம்; a severe measure taken upon the enemy at an unexpected time; violence. • காவல் துறையினரின் **அதிரடித்** தாக்குதலால் நிலை குலைந்த தீவிரவாதிகள் தப்பியோட முயற்சி செய்தனர்.

அதிரடிப்படை: (பெ): அதிரடித் தாக்குதல் நடத்துவதற்கென தேர்வு செய்து பயிற்சி அளிக்கப்பட்ட வீரர் குழு; a commando squad. • தமிழக, கேரள எல்லையோரக் காடுகளில் சந்தனக் கடத்தல் வீரப்பனைப் பிடித்திட **அதிரடிப்படையினர்** முகாமிட்டிருந்தனர்.

அதிரர்: (பெ): அசுரர்; a class of demons at war with the gods.

அதிரல்: (பெ): காட்டு மல்லிகை; அடித்தூறு; a kind of jasmine; bottom dregs.

அதிராகம்: (பெ): கந்தகம்; sulphur.

அதிராத்திரம்: (பெ): வேள்வி வகை; a kind of sacrifice.

அதிராயம்: (பெ): வியப்பு; surprise. • கரிகாற் சோழன் கட்டிய கல்லணை இன்றும் பயன்பாட்டில் உள்ளதை நேரில் கண்ட பள்ளி மாணவர்கள் **அதிராயத்தில்** ஆழ்ந்தனர்.

அதிரிசன்: (பெ): குருடன்; blind man.

அதிரித்தம்: (பெ): அதிகம்; that which is more. • அளவுக்கு **அதிரித்தமாக** அதிகாரம் ஒருவரிடம் இருப்பது நல்லதல்ல.

அதிரேகம்[1]: (பெ): மிகுதி; மாறுபாடு; வியப்பு; மேன்மை; mickle; variation; amazement; eminence.

அதிரேகம்[2]: (பெ): அதிசயம்; superfluity.

அதிரோகம்: (பெ): எலும்புருக்கி நோய்; சயரோகம்; ஈளை நோய்; tuberculosis. • எனது நண்பர் **அதிரோகத்தால்** அவதியுறுகிறார்.

அதிரோகணி: (பெ): ஏணி; portable frame with steps for ascending and descending etc.; ladder. • **அதிரோகணி** கழிக்குக் கோணல் கழி ஒருபோதும் ஆகாது. • ஏறிய **அதிரோகணியை** எட்டி உதைத்திடலாமா?

அதிரோசிதல்: (பெ): அடுத்து இருப்பது; next to one.

அதிர்: (பெ): நடுக்கம்; அச்சம்; trembling; fear.

அதிர்ச்சி[1]: (பெ): நடுங்குதல்; குமுறல்; ஆரவாரம்; shaking; quaking; roaring.

அதிர்ச்சி[2]: (பெ): நிலைகுலைவு; மனப்பாதிப்பு; சட்டென மின்சாரம் உடலில் பாய்ந்தால் உண்டாகப்பெறும் பாதிப்பு; (psychological) setback; (electric) shock.

அதிர்தல்: (வி): நடுங்குதல்; முழங்குதல்; எதிரொலித்தல்; to shiver; to roar; to echo.

அதிர்த்தல்: (வி): அதட்டுதல்; முழங்குதல்; to rebuke; to roar.

அதிர்ந்தது: (வி): (முரசு போன்றவை) ஒலித்தல்; எதிர்பாராத நிகழ்வால் நடுங்கிப் போதல்; be sounded; be shaken by a sudden impact of an event.

அதிர்ப்பு: (பெ): அச்சம்; ஆரவாரம்; நடுக்கம்; fear; roaring; shaking.

அதிர்வு: (பெ): நடுக்கம்; அதிர்ச்சி; shaking; vibration; quaking. • ஒலி **அதிர்வுகளைக்** கூட தவளைகள் துல்லியமாக அறியக் கூடியவை.

அதிர்வெண்: (பெ): குறித்த நேரத்தில் குறிப்பிட்ட எண்ணிக்கையோடு கூடிய ஒலி/ஒளி அலையின் அசைவு; the frequency of sound or light wave.

அதிர்வெடி/அதிர்வேட்டு: (பெ): விசேட காலங்கள் மற்றும் திருவிழாக்கள் நிகழ்ந்திடும் சமயத்தில் இரும்புக் குழாயில் வெடிமருந்து அடைக்கப்பட்டு பலமான சப்தத்துடன் வெடிக்கப்படும் ஒரு வகை வெடி; a firework which makes a loud noise when lighted, used during social functions and temple festivals. • சுவாமி புறப்பாடு **அதிர்வேட்டுகள்** முழங்க, பக்தர்கள் சூழ்ந்து வர புறப்பட்டது.

அதிர்ஷ்டக்கட்டை: (பெ): அதிர்ஷ்டமற்றவன்; the person who has no luck. • பதவி உயர்வு உனக்கு இல்லையாமே! சரியான **அதிர்ஷ்டக்கட்டை** நீ!

அதிர்ஷ்டக்காரன்: (பெ): அதிர்ஷ்டம் உள்ளவன்; the person who has luck. • **அதிர்ஷ்டக்காரன்** மண்ணைத் தொட்டாலும் பொன்னாகிடும்.

அதிர்ஷ்டக்காரி: *(பெ):* அதிர்ஷ்டம் உள்ளவள்; the woman who has luck.

அதிர்ஷ்டம்: *(பெ):* எதனால், எவ்வாறு என புரிந்து கொள்ளாதபடி சட்டென ஒருவருக்குக் கிடைத்திடும் வாய்ப்புடன் கூடிய நன்மை; good fortune; luck. ● **அதிர்ஷ்ட**மும், ஐஸ்வர்யமும் ஒருவர் பங்கல்ல. ● **அதிர்ஷ்டம்** இருந்தால் அரசு பண்ணலாம். - *பழமொழிகள்.*

அதிர்ஷ்டவசம்: *(பெ):* எதிர்பாராமல் உண்டான நன்மை; sheer luck. ● **அதிர்ஷ்டவசமாக** உங்களை வழியிலேயே பார்த்தேன். இல்லாவிட்டால் உங்கள் முகவரி தேடி அலைய வேண்டியிருந்திருக்கும்.

அதிலோகம்: *(பெ):* உலோகம்; இரசக் கற்பூரம்; metal; naphthaline.

அதீசன்: *(பெ):* முதலாளி; the man who provides employment to others.

அதீச்சுவதன்: *(பெ):* அரசன்; கடவுள்; king; God.

அதீட்சணதை: *(பெ):* மழுங்கல்; bluntness.

அதீதமான: *(பெ.அ.)* அளவுக்கு அதிகமான; excessive.

அதீதர்: *(பெ):* வானோர்; inhabitants of heaven.

அது: *(சு.பெ.):* தொலைவில் இருக்கும் ஒன்றினைச் சுட்டும் பெயர்; the distant demonstrative noun of third person neuter singular; that; it. ● **அது** அதற்கு ஒரு கவலை. ஐயாவிற்குப் பத்து கவலை. ● அதோ தெரிகிறதே **அது**தான் நம்ம வீடு.

அதுக்குதல்: *(வி):* வாயில் ஒதுக்குதல்; விரல்களால் அழுத்துதல்; கிள்ளுதல்; கசக்குதல்; கடித்தல், மெல்லுதல்; அறைந்திடுதல்; to stuff something into the mouth; to press with fingers; to pinch; to squeeze; to bite; to chew; to slap with hand.

அதுகாறும்: *(வி.அ.)* அதுவரை: until then.

அதுங்கல்: *(பெ):* அழுத்தப்படுதல்; திணிக்கப்படுதல்; அழுத்தத்தால் உந்தப்படுதல்; being forced; being compressed; being forced out by pressure.

அதுலன்: *(பெ):* ஒப்பற்றவன்; கடவுள்; அசைவின்மை; outstanding person; supreme being; God; motionless state.

அதுலிதம்: *(பெ):* ஒப்பிடப்படாதது; நிறுக்கப்படாதது; that which is unable to compare; that which is unable to weigh.

அதை: *(வி):* வீங்குதல்; to swell; *(சு.பெ.):* தூரத்தில் இருக்கும் ஒன்றினைச் சுட்டுவது; that; ● தந்தை அறைந்ததால் கன்னம் **அதைத்து**ள்ளது. ● **அதைக்** கைகழுவ வேண்டியதுதான். ● **அதைக்** கொண்டுவா.

அதைப்பு: *(பெ):* வீக்கம்; நீர்க்கோர்ப்பு; inflammation; cold.

அதைரியம்: *(பெ):* துணிவின்மை; மன வலிமை இல்லாமை; கோழைத்தனம்; அச்சம்; want of courage; want of fortitude; timidity; fear. ● எவ்வளவுதான் தைரியமுள்ளவனாக இருந்தாலும் ஒருசில சமயங்களில் **அதைரியத்தின்** காரணமாக அவன் கோழையாகி விடுகிறான். ● **அதைரிய**சாலியை அஞ்சாநெஞ்சன் என்கிறாற் போல. - *பழமொழி.*

அதோ: *(இ.சொ.):* சற்று தூரத்தில் (அ) அச்சமயத்தில் கவனித்திட வேண்டிய ஒன்றினை/ஒருவரைச் சுட்டிக்காட்டிட உபயோகப்படுத்தப்படும் சொல்; a word, used for pointing out something or someone deserving attention at a distance at the time of a conversation. ● **அதோ** அந்த பையனைப் போன்று நீயும் நன்றாகப் படிக்க வேண்டும்.

அதோகதி: *(பெ):* கைவிடப்பட்ட நிலை; இரக்கப்பட வேண்டிய நிலை; நரகம்; utter helplessness; miserable plight; hell.

அதோசாதி: *(பெ):* தாழ்த்தப்பட்ட சாதி; scheduled caste. ● இன்றும் ஒருசில கிராமங்களில் **அதோசாதி**யினர் தீண்டாமைக் கொடுமையால் பெரும் அவதிக்கு உள்ளாகி வருகின்றனர்.

அதோளி: *(பெ):* அவ்விடம்; that place.

அத்தகடகம்: *(பெ):* கைவளை; bangle.

அத்தகிரி: *(பெ):* மேற்கு மலை; western mountain.

அத்தகோரம்: *(பெ):* நெல்லி மரம்; emblic myrobalan tree. ● **அத்தகோரக்** காயை நினைத்தாலே வாயில் நீர் ஊறும்.

அத்தங்கார்: *(பெ):* அத்தை மகள்; daughter of one's own aunt. ● **அத்தங்கார்** ரத்தினத்தை அத்தான் ஒருபோதும் மறக்க மாட்டார்.

அத்தப்பிரகரன்: *(பெ):* துணைக் கோள்களுள் ஒன்று; புதன் கோளைச் சார்ந்தது; one of the auxillary planets; the auxillary planet which is pertained to Mercury.

அத்தமனம்: *(பெ):* அழிவு; சூரியன் மறைதல்; destruction; setting of the Sun. ● **அத்தமன** நேரமறிந்து பறவைகள் அனைத்தும் தத்தம் கூடுகளைச் சென்றடைந்து விடும்.

அத்தம்: *(பெ):* வழி; கரடுமுரடான பாதை; காடு; வருடம்; தங்கம்; கண்ணாடி; சரிபாதி; மேற்கு மலை; பொருள்; கை; way; rough path; jungle; year; gold; mirror; half; western mountain; meaning; hand.

அத்தர்: *(பெ):* பூக்களிலிருந்து பெறப்படும் நறுமணத் தைலம்; முனிவர்; காடுறை மாந்தர்; fragrant essence obtained from the petals of rose, jasmine, etc., and used as a perfume; sage; the persons who live in forest.

அத்தவாளம்: *(பெ):* காடு; போர்வை; மேலாடை; forest; blanket; outer garment.

அத்தனை: *(பெ):* அவ்வளவு; அந்த அளவு; that much; all that. • **அத்தனை**யும் செய்தாள்; உப்பிட மறந்தாள்.

அத்தன்: *(பெ):* தகப்பன்; மூத்தோன்; குரு; தலைவன்; கடவுள்; father; elder; priest; leader; hero; God. • எங்கள் **அத்தனே** (தகப்பனே) எல்லோரையும்விட **அத்தன்** (மூத்தோன்) ஆவார். • எங்கள் **அத்தனே** (மூத்தோனே) கிராமத்தின் **அத்தன்** (தலைவன்) ஆவார். • **அத்தனை** (கடவுளை) வழிபட கோயிலுக்குச் செல்லும்போது எங்கள் **அத்தனை** (குருவை)ச் சந்தித்துப் பேசினோம்.

அத்தாட்சி: *(பெ):* சான்று; அடையாளம்; உண்மை/உடமை என நிரூபிக்கும் சான்று; evidence; proof; testimony. • அந்தப் பெண்ணுக்கு நீ பணம் கொடுத்ததற்கான **அத்தாட்சி** ஏதேனும் இருக்கிறதா ?

அத்தாணி மண்டபம்: *(பெ):* அரசரின் கொலு மண்டபம்; பார்வையாளர் மண்டபம்; Royal presence; audience hall.

அத்தாழம்: *(பெ):* மாலைப்பொழுது; evening.

அத்தாளம்: *(பெ):* இரவு உணவு; supper. • **அத்தாளம்** உண்டு முடிந்ததும் அனைவரும் கூடத்தில் கூட வேண்டும் என பாட்டி கூறினாள்.

அத்தான்: *(பெ):* கணவன்; அத்தை மகன்; அம்மான் மகன்; அக்காள் கணவன்; மனைவியின் மூத்தோன்; உடன் பிறந்தாளின் கணவன்; husband; aunty's son; uncle's son; elder sister's husband; elder brother of one's wife; sister's husband. • என் **அத்தானை** (கணவனை) சந்தித்துப் பேச **அத்தான்** (அம்மான் மகன்) வந்திருந்தார்.

அத்தி: *(பெ):* கடல்; வெளியே தெரியாதவாறு மிகவும் அரிதாகப் பூக்கும் ஒருவகை மரம்; யானை; எலும்பு; கொலை; திப்பிலி; பாதி; தமக்கை; ஆசை; இரவலன்; sea; a kind of fig tree; elephant; bone; murder; long pepper; half; elder sister; desire; beggar. • **அத்தி** பூத்தாற்போல் வராத விருந்தினர் வந்துள்ளனர். • **அத்திப்** பழத்தை பிட்டுப் பார்த்தால் அத்தனையும் புழு.

அத்திசுரம்: *(பெ):* ஒருவகைக் காய்ச்சல்; a kind of fever.

அத்தித்திப்பிலி: *(பெ):* யானைத் திப்பிலி; a kind of herb.

அத்திநாத்தி: *(பெ):* ஜைன மதக் கொள்கை; the principle of Jainism.

அத்திம்பேர்: *(பெ):* தமக்கையின் கணவர்; அத்தையின் கணவர்; sister's husband; father's sister's husband.

அத்தியக்கன்: *(பெ):* முதலாளி; பிரபு; தலைவர்; இயக்குநர்; கண்காணிப்பாளர்; master; lord; leader; director; superintendent.

அத்தியந்தம்: *(பெ):* ஒரு பேரெண்; அளவில் மிக்கது; ten thousand quadrillions; that which is excessive in measure; *(வி.அ):* மிகவும்; அதிகமாக; much; excessively.

அத்தியயம்: *(பெ):* அத்தியாயம்; அழிவு; குற்றம்; chapter; destruction; crime; default.

அத்தியயனம்: *(பெ):* அறிந்திடல்; வேதங்களைக் கற்றல்; learning; studying especially Vedas.

அத்தியாயம்: *(பெ):* நூலின் கூறுபாடு; ஒரு நூலின் உட்பிரிவு; chapter or division of a book. • சாண்டில்யன் எழுதிய கடல்புறாவின் கடைசி ஐந்து **அத்தியாயங்களை**த் தவிர மீதமுள்ள அனைத்தையும் படித்து முடித்து விட்டேன்.

அத்தியாவசியம்: *(பெ):* இன்றியமையாத தேவை; that which is very essential.

அத்திரபரிட்சை: *(பெ):* வில்வித்தை; archery. • **அத்திரபரிட்சையில்** விஜயனுக்கு நிகரானவனாக கர்ணன் கருதப்பட்டான்.

அத்திரம்: *(பெ):* குதிரை; கழுதை; அம்பு; எறிபடை; நிலையற்றது; மலை; இலந்தை மரம்; horse; ass; arrow; missile; that which is unstable; mountain; jujube tree.

அத்திராசம்: *(பெ):* அச்சமின்மை; fearlessness.

அத்திரி: *(பெ):* ஒட்டகம்; கழுதை; குதிரை; அம்பு; ஒரு முனிவர்; வானம்; மலை; துருத்தி; உலை; camel; ass; horse; arrow; a sage; sky; mountain; bellows; forge.

அத்திரிசாரம்: *(பெ):* இரும்பு; iron.

அத்திரு: *(பெ):* அரச மரம்; pipal tree.

அத்திவாரம்: *(பெ):* அடிப்படை; கடைக்கால்; base; foundation.

அத்தினி: *(பெ):* நான்கு வகைப் பெண்களில் ஒருத்தி; பெண் யானை; one of the four kinds of women; female elephant.

அத்து: *(பெ):* சிவப்பு; துவர்ப்பு; அரைஞாண்; அரைப்பட்டிகை; red; astringent taste; waist cord; girdle.

அத்துகம்: *(பெ):* ஆமணக்கு; castor plant.

அத்துகமானி: *(பெ):* அரச மரம்; pipal tree.

அத்துணை: *(பெ):* அவ்வளவு; that much.

அத்துதல்: *(வி):* அடைதல்; பொறுத்தல்; இசைத்தல்; to get; to forgive; to bring about.

அத்துப்படி: (பெ): (குறிப்பிட்டுக் கூறப்படும் துறையில்) அனைத்து விவரங்களையும் அறிந்துள்ள நிலை; being thoroughly informed.

அத்துமீறல்: (வி): ஒருவன் தனக்குள்ள உரிமை அல்லது அதிகார வரம்பினைக் கடந்து செல்லுதல்; to go beyond the proper limit. • சாலை விதிகளை **அத்துமீறல்** கூடாது.

அத்துலாக்கி: (பெ): கருஞ்சீரகம்; black cumin.

அத்துவசுத்தி: (பெ): தீக்கை நிகழ்ச்சியில் ஒரு சடங்கு; one of the rites in ordination.

அத்துவானம்: (பெ): பாழிடம்; பாலைவனம்; desolate place; desert. • **அத்துவான**மான இடத்தில் மாட்டிக்கொண்டதுபோல் இருக்கே!

அத்துவைதம்: (பெ): ஆன்மாவும் இறைவனும் ஒன்றே எனக் கூறப்படும் கொள்கை; the doctrine of non-duality; monism.

அத்துவைதி: (பெ): ஏகாத்மவாதி; அத்துவைதக் கொள்கை உடையவன்; monist; the person who holds the doctrine of non-duality.

அத்தை: (பெ): தந்தையுடன் பிறந்தவள்; மாமியார்; மாமன் மனைவி; father's sister; mother-in-law; uncle's wife. • **அத்தைக்கு** மீசை முளைத்தால் சித்தப்பா. • **அத்தை** மகளானாலும் சும்மா கிடைப்பாளா?

அத்தைப்பாட்டி: (பெ): பாட்டனுடன் பிறந்தவள்; grandfather's sister.

அத்தொய்தன்: (பெ): ஒப்பற்றவன்; supreme being.

அநகம்: (பெ): அழகானது; புல்லுருவி; குற்றம் இல்லாது இருத்தல்; that which is beautiful; parasitic plant; perfection.

அநகர்: (பெ): மேன்மக்கள்; அழகான ஆண்கள்; தீவினையற்றோர்; இறைவன்; eminent people; handsome men; the people who are not involved in unworthy act; God.

அநங்கம்: (பெ): மல்லிகை; ஆகாயம்; வாயு; மனம்; உடலின்மை; இருவாட்சி; jasmine; sky; air; mind; the state of without corporal body; a kind of fragrant jasmine.

அநங்கன்: (பெ): மன்மதன்; உருவமற்றவன்; Manmadan, the God of Love; the God who has no corporal body.

அநத்தம்: (பெ): பெயரில்லாதது; useless one. • அறிவிலியுடன் வெகுநேரம் பேசினாலும் **அநத்தம்**தான்.

அநதிகாரி: (பெ): உரிமை இல்லாதவன்; unfit person.

அநந்தகோடி: (பெ.அ.) கணக்கற்ற; countless. • குருவுக்கு என் **அநந்தகோடி** நமஸ்காரம்.

அநந்தசாயி: (பெ): திருமால்; Lord Vishnu.

அநந்தீச்சுரம்: (பெ): சிதம்பரம் நகரில் பதஞ்சலி முனிவரால் ஸ்தாபிக்கப்பட்ட திருக்கோயில்; a temple established by Sage Pathanjali at Chidambaram.

அநந்தசொரூபி: (பெ): கடவுள்; God.

அநுபத்தியம்: (பெ): பிள்ளை இல்லாதிருத்தல்; infertility.

அநபரன்: (பெ): பிரமன்; Lord Brahma.

அநபாயம்: (பெ): அழியாத நிலை; the state of being imperishable.

அநபாயன்: (பெ): சிவன்; ஒரு சோழ மன்னன்; Lord Shiva; a Chozha King.

அநம்: (பெ): சோறு; உணவு; cooked rice; food.

அநயம்: (பெ): தீங்கு; வருத்தம்; harm; regret.

அநலி: (பெ): நெருப்பு; சூரியன்; fire; Sun.

அநவரதம்: (பெ): எப்போதும்; always.

அநற்கல்: (பெ): சிக்கிமுக்கிக் கல்; a flint stone.

அநற்றல்: (வி): எரித்தல்; burning.

அநாகரிகம்: (பெ): பண்பாடு இல்லாமை; பண்புக் குறைவு; that which is uncultured; lack of refinement.

அநாகாலம்: (பெ): பஞ்சகாலம்; a famine period.

அநாதகி: (பெ): சன்னியாசி; the person, who retires from society and lives in solitude for the purpose of devotion.

அநாதன்: (பெ): கடவுள்; திக்கற்றவன்; God; destitute person.

அநாதிபஞ்சர்: (பெ): வெகு நாட்களாகத் தரிசாக இருந்த நிலம்; an uncultivated land for a long period. • நம் நாட்டில் உள்ள ஏராளமான **அநாதிபஞ்சர்**களை விளைநிலங்களாக மாற்றினால் உணவு உற்பத்தியில் தன்னிறைவு பெற்ற நாடாக மாறிட வாய்ப்பு உண்டு.

அநாதை: (பெ): சொந்தபந்தம் என ஏதும் இல்லாத நிலை; state of being an orphan.

அநாதையாக (வி.அ): கவனிப்பார் இல்லாமல்; uncared for. • தெருக்கோடியில் உள்ள குப்பைத் தொட்டியில் பிறந்து சிலமணி நேரமே ஆன பெண் குழந்தை ஒன்று **அநாதையாக**க் கிடந்தது.

அநாமதேயம்: (பெ): இன்னாரது (அ) இன்னது என இனம் கண்டுகொள்ளக்கூடிய பின்னணித் தகவல்கள் ஏதுமற்ற நிலை; பலரால் அறியப்படாத நிலையில் உள்ளவர்; that which is without any identity; anonymity; non-entity. • சொந்தக் கட்சியினராலேயே ஒதுக்கி வைக்கப்பட்ட **அநாமதேய**த் தலைவர் இவர் ஒருவரே ஆவார்.

அநாமிகை: (பெ): மோதிர விரல்; ring-finger.

அநாயாசம்: (பெ): மிகவும் எளிது; effortlessness. • பார்த்தால் ஒல்லியாக இருக்கிறான். ஆனால், இவ்வளவு பெரிய பெட்டியை **அநாயாசமாக** தூக்கி விட்டானே!

அநிகம்: (பெ): படை; troop; army; force.

அநிசம்: (வி.அ.): ஓயாமல்; இடைவிடாமல்; continuously; incessantly • **அநிசமாகப்** பெய்த மழையால் நீர் நிலைகள் யாவும் நிரம்பி வழிந்தன. • பேச்சுக்கு ஆள் கிடைத்தால் போதுமே! **அநிசமாய்** பேசிக் கொண்டிருக்கிறாயே!

அநிதம்: (பெ): அளவு கடந்தது; that which exceeds the limit.

அநித்தம்/அநித்தியம்: (பெ): நிலையில்லாதது; impermanence. • உலக வாழ்க்கை **அநித்தியமானது** என்பதை ஒருவரும் புரிந்து கொள்வதில்லை.

அநியாயம்: (பெ): நியாயத்திற்குப் புறம்பானது; நியதிக்கும் நடைமுறைக்கும் மீறியது; எல்லை கடந்த குறும்பு; அட்டூழியம்; that which is not in accordance with what is right or wrong; injustice; that which is unfair; mischief. • **அநியாயமாக** வட்டி வாங்கி பிழைக்கிறானே! • மக்களுக்கு இழைக்கப்படும் **அநியாயத்தைத்** தட்டிக்கேட்க இனி ஒருவன் பிறந்து வர வேண்டும்.

அநீதி: (பெ): அநியாயம்; நீதிக்குப் புறம்பானது; unfairness; injustice. • தன் கணவனுக்கு இழைக்கப்பட்ட **அநீதியை** எதிர்த்து, பாண்டிய மன்னன் நெடுஞ்செழியனிடம் நீதி கோரி வழக்குரைத்திட கண்ணகி புயலெனப் புறப்பட்டாள். - *சிலப்பதிகாரம்*

அநுகன்: (பெ): தலைவன்; கணவன்; பின் தொடர்பவன்; காம இச்சை உள்ளவன்; leader; hero; husband; one who is following someone; the person who is having sexual desire.

அநுக்கம்: (பெ): சோம்பு; பயம்; பாம்பு; வருத்தம்; சந்தனம்; fennel; fear; snake; regret; sandal.

அநுகூலம்: (பெ): சலுகை; உபகாரம்; ஆதரவு; help; favour; goodwill. • பங்காளி தொடுத்த வழக்கில் தனக்கு **அநுகூலமாக** தீர்ப்பு கிடைத்ததை எண்ணி இராமசாமி மகிழ்ந்தான்.

அநுக்காரம்: (பெ): ஒப்பிட்டுக் கூறும்படி இருத்தல்; similarity.

அநுசன்: (பெ): தம்பி; younger brother.

அநுசாத்தி: (பெ): கட்டளை; an order.

அநுசாதை: (பெ): தங்கை; younger sister.

அநுசாரணம்: (வி): பின்தொடர்தல்; to follow.

அநுசிதம்: (பெ): தகுதியின்மை; பொய்; impropriety; lie.

அநுசீவகன்: (பெ): பணியாள்; வேலைக்காரன்; servant.

அநுபமர்: (பெ): ஒப்பற்றவர்; matchless person. • நம் தேசப்பிதாவை **அநுபமர்** எனக் கூறினால் அது மிகையானதல்ல.

அநுபயோகம்: (வி.அ): உபயோகமற்ற; useless.

அநுபவம்: (பெ): பயனை அனுபவித்து உணர்தல்; experience.

அநூடன்: (பெ): பிரம்மச்சாரி; celibate.

அநூபம்: (பெ): நீர்நிலை; எருமை; யானை; common name of any water source; buffalo; elephant. • தெருவில் வந்த **அநூபமத்தைக்** (யானையை) கண்டு அவ்வழியே வந்த **அநூபமங்கள்** (எருமைகள்) மிரண்டு ஓடின.

அநேகமாக: (வி): பெரும்பாலும்; அறிந்த அளவில்; almost; mostly; (in anticipation) most probably.

அநேகம்: (பெ.அ): பல; many.

அந்த: (சு.பெ.அ): தூரத்தில் இருக்கின்ற; முன் நிகழ்வுற்ற; கடந்த; a demonstrative adjective to refer to distant things or persons; those; that. • **அந்தப்** பெண்மணியை எங்கோ பார்த்தது போல் இருக்கிறது. • **அந்த** நாற்காலியை அருகே இழுத்துப்போடு. • **அந்தக்** காலத்தில் ஒரு மூட்டை அரிசி ஒரு ரூபாய்க்கு விற்கப்பட்டதாக எங்கள் 102 வயதான கொள்ளுப்பாட்டி கூறினாள். • **அந்தப்** பருப்பு வேகாது.

அந்தகக் கண்ணி: (பெ): கண் பார்வை இல்லாதவள்; blind woman. • **அந்தகக் கண்ணிக்கு** அழுதாலும் வாரானாம் அகமுடையான்.

அந்தகன்: (பெ): குருடன்; யமன்; blindman; Yama, the God of death.

அந்தகாரம்: (பெ.அ): இருள் சூழ்ந்த; utter darkness; • மலையிலிருந்த குகைக்குள் சென்றதும் அங்கிருந்த **அந்தகாரமான** சூழ்நிலை அனைவரையும் அச்சுறுத்தியது.

அந்தக்கேடு: (பெ): விகாரம்; அங்கஹீனம்; ugliness; deformity.

அந்தணன்: (பெ): மேன்மையானவன்; சிவன்; நான்முகன்; gracious person; Lord Shiva; Lord Brahma.

• **அந்தணர்** என்போர் அறவோர்மற்
றெவ்வுயிர்க்கும்
செந்தண்மை பூண்டொழுக லான் - *குறள் 30.*

• **அந்தணர்** நூற்கும் அறத்திற்கும் ஆதியாய்
நின்றது மன்னவன் கோல். - *குறள் 543.*

அந்தப்புரம்: (பெ): அரசமகளிர் உறைவிடம்; அரசியும், அவள் தம் தோழியரும் இருக்குமிடம்; queen's apartments in a royal palace; the part of a palace where the queen and other royal women live.

அந்தரங்கம்: (பெ): அடுத்தவருக்கு தெரிந்திட வேண்டாதது; உள்மனம்; ரகசியம்; that which is personal and private; conscience; confidentiality. • அடுத்தவர்

அந்தரங்கத்தை அலசி ஆராய்பவனைவிடக் கேடு கெட்டவன் எவருமில்லை. • **அந்தரங்கம்** புனிதமானது. • இன்று ஏதோ நிகழவுள்ளது என **அந்தரங்கம்** கூறிற்று.

அந்தரப்படு: *(வி):* பதற்றம் அடைதல்; be in a hurry. • எதற்கெடுத்தாலும் **அந்தரப்படு**கிறாயே! நிதானமாக நடந்து கொள்.

அந்தரம்: *(பெ):* தளமற்ற நடுவெளி; சுவர்க்கம்; வானம்; கோயில்; வேறுபாடு; கூட்டம்; முடிவு; இருள்; வெட்ட வெளி; சங்கடம்; mid air (some point above the ground level); heaven; sky; temple; difference; crowd; end; darkness; open space; uneasiness. • எந்த ஒரு முடிவும் எடுத்திடாமல் **அந்தரத்தில்** இருப்பது போல் உள்ளது. • **அந்தரம்** (சுவர்க்கம்) என்பது ஒரு கற்பனையே. • உடம்பு லேசாகி **அந்தரத்தில்** மிதப்பதுபோல் உள்ளது. • **அந்தரத்திற்குச்** சென்று இறைவனை வழிபட்டால் மனதுக்கு நிம்மதி கிடைக்கிறது. • **அந்தரத்தில்** கோலை எறிந்த அந்தகனைப் போல - *பழமொழி.* • சமுதாயத்தில் பற்பல **அந்தரங்கள்** இருந்தாலும் மனித குலம் ஒன்றுதான். • **அந்தரத்தில்** சிக்கி மூச்சுத் திணறினாள். • எதற்கும் ஓர் **அந்தரம்** உண்டு. • ஒரே **அந்தர**மாகி உள்ளது, பார்த்துப் போ.

அந்தரர்: *(பெ):* தேவர்கள்; பதினெட்டு கணங்களுள் ஒன்று; celestials, dwellers in heaven; one of the eighteen matches seen in marriage alliances.

அந்தராத்மா: *(பெ):* உள் மனம்; subconcious mind.

அந்தரி: *(வி):* பதற்றம் அடைதல்; to get excited.

அந்தர்த்தானம்: *(பெ):* மறைந்து போதல்; disappearance.

அந்தன்: *(பெ):* கடுக்காய்; எமன்; அழகன்; குருடன்; சனி; அறிவிலி; chebulic myrobalan; Yama, God of death; handsome person; blindman; Saturn; idiot.

அந்தஸ்து: *(பெ):* கௌரவம்; செல்வாக்கு; தகுதி; உரிய இடம்; status; standing; rank; position. • பணத்தைக் கொண்டு **அந்தஸ்து** வரும் என்பது தவறான கருத்து.

அந்தாதி: *(பெ):* முதல் பாட்டினுடைய இறுதிச் சொல்,தொடர்,அடி போன்றவை அடுத்தபாட்டின் தொடக்கமாகக் கொண்டு இயற்றப்படும் நூறு பாடல்கள் கொண்ட நூல்; a literary work of hundred verses in which the last word, phrase or line of the preceeding verse forms the opening of the succeeding cycles of verses. • அபிராமி **அந்தாதி** அபிராம பட்டரால் பாடப்பட்டதாகும்.

அந்தி: *(பெ):* மாலைப்பொழுது; பகலும், இரவும் கூடும்பொழுது; செவ்வானம்; தில்லை மரம்; evening; twilight as joining day with night; red glow of sunset; a kind of tree - Thillai tree. • **அந்தி** ஈசல் பூத்தால் மழை அதிகம். • **அந்தி** மழை அழுதாலும் விடாது. - *பழமொழிகள்.*

அந்தி ஒளி: *(பெ):* பகலும், இரவும் கூடும் பொழுது; செவ்வானம்; twilight; red glow of sunset.

அந்திகாவலன்: *(பெ):* சந்திரன்; மாலையில் உலவும் காவல் தெய்வம்; moon; the lord of night.

அந்திகை: *(பெ):* பெண்; இரவு; சித்தம்; அக்காள்; அடுப்பு; கபடம்; woman; night; mind; elder sister; stove; guile.

அந்திசந்தி: *(பெ):* காலையும், மாலையும்; morning and evening.

அந்திம காலம்: *(பெ):* இறக்கும் தறுவாய்; முடிவு காலம்; time of death.

அந்திமந்தாரை: *(பெ):* மாலையில் பூக்கும் ஒருவகைக் குத்துச்செடி; a small plant that flowers in the evening.

அந்திமம்: *(பெ):* இறுதி; முடிவு; end; phase.

அந்திமாலை: *(பெ):* மாலைக்கண் நோய்; மாலைப் பொழுது; night blindness; evening.

அந்திரட்டி: *(பெ):* ஒருவர் காலமான பிறகு 31ஆம் நாள் நடத்தப்பெறும் ஒரு சடங்கு; the funeral rites performed on the thirty-first day.

அந்திரக் கண்மணி: *(பெ):* நீலக்கல்; blue stone.

அந்திரக் கொடிச்சி: *(பெ):* கந்தகம்; sulphur.

அந்திரம்: *(பெ):* சிறு குடல்; small intestine.

அந்திரவசனம்: *(பெ):* கொட்டைப்பாக்கு; areca-nut.

அந்திரன்: *(பெ):* கடவுள்; தேவன்; வேடன்; God; Deity; hunter.

அந்திரி: *(பெ):* பார்வதி; காளி; Parvathi, consort of Lord Shiva; Kali, the Goddess of Victory.

அந்தில்: *(பெ):* வெண் கடுகு; அவ்விடம்; white mustard; in that place; there.

அந்திவண்ணன்: *(பெ):* சிவபெருமான்; Lord Shiva as having the rosy colour of sunset.

அந்திவேளை: *(பெ):* அரையிருட்டு; dusk.

அந்து: *(பெ):* நெல் சேமித்து வைத்திருக்கும் கிடங்கில் இருந்திடும் ஒருவகை சாம்பல் நிறப் பூச்சி; கிணறு; முடிவு; a small insect grey in colour, found in the place where the paddy is stored; well; end.

அந்துகம்: *(பெ):* யானைச் சங்கிலி; பாதக் கொலுசு; elephant's chain; gold or silver chain for the ankle. • **அந்துகத்தால்** யானையைக் கட்டிப் போட்டிருந்தனர்.

அந்தேவாசி: *(பெ):* சீடன், மாணாக்கன்; புலையன்; disciple; base person.

அந்தை: *(பெ):* ஒரு வகை நிறை; a kind of weighing measure.

அந்தோ: *(இ.சொ):* பிறரின் அல்லது தன்னுடைய துக்கம் (அ) துன்பத்தைக் கண்டு இரக்கம் தெரிவிக்கும் வகையில் பயன்படுத்திடக் கூடிய ஒரு சொல்; a word which is used to express one's feelings of pity at the distress of others or one's own plight.

அந்துருண்டை: *(பெ):* பாச்சை, கரப்பான் போன்ற பூச்சிகள், துணி, புத்தகம் போன்றவற்றை அரித்துச் சேதப்படுத்திடாமல் இருந்திட உபயோகப்படுத்தப்படும் வெண்மை நிறங் கொண்ட நெடியுடன் கூடிய ஒருவகை இரசாயனப் பொருளால் செய்யப்பட்ட சிறு உருண்டை; naphthalene ball.

அந்நியச் செலாவணி: *(பெ):* ஒரு நாடு தனது பொருளாதார நடவடிக்கைகளால் ஈட்டிடும் பிற நாட்டுப் பணம்; foreign exchange.

அந்நியப்படு: *(வி):* தனிமைப்படு; தொடர்பு இல்லாது போ; to get alienated. ● ***அந்நியப்பட்டு*** *வாழ்ந்தால் உறவு நீடித்திடாது.*

அந்நியம்: *(பெ):* தனக்குச் சொந்தம் இல்லாதது; பழக்கமற்றது; அயல்; that which is not one's own; that which is not familiar; that which has no relation.

அந்நியமாதல்: *(பெ):* அந்நியப்பட்ட நிலை; தனிமைப்படுத்தப்பட்ட நிலை; alienation.

அந்நியன்: *(பெ):* தன் குடும்பத்திற்கோ அல்லது தனக்கோ அறிமுகமற்றவன்; குலம், மதம் போன்றவற்றில் வேறுபட்டவன்; a stranger; the person who is an alien to one's religion, community, etc. ● ***அந்நியனைப்*** *போல் பழகுகிறாயே?* ● ***அந்நியருக்கு*** *கோயில் கருவறையினுள் நுழைந்திட அனுமதி இல்லை.*

அந்நியோந்நியம்: *(பெ):* ஒற்றுமை; unity. ● *தம்பதியரிடையே* ***அந்நியோந்நியம்*** *நிலவினால் இல்லற வாழ்க்கை இன்பமாக அமைந்திடும்.*

அந்நிலை: *(வி.அ):* அப்போது; at that time. ● ***அந்நிலையில்*** *அவனால் ஒன்றும் செய்ய இயலாமல் போனது.*

அந்வயித்திடு: *(வி):* சேர்ந்திடு; கூடிடு; to join; to reach; to intermingle.

அப: *(வ.சொல்):* இன்மை, இழத்தல், எதிர்மறை, தவறு, நீக்கம் போன்ற பொருள்களை உணர்த்தும் வட சொல்; a sanskrit term which indicate the meanings, non-entity, forfeit, opposite, default, separation, etc.

அபகடம்: *(பெ):* வஞ்சம்; revenge; deceit.

அபகமம்: *(பெ):* மரணம்; death.

அபகரித்தல்: *(வி):* அடுத்தவருக்கு சொந்தமானதை நேர்மையற்ற வகையில் கவர்தல்; to seize by violence.

அபகருமம்: *(பெ):* பொல்லாங்கு; anything bad.

அபகாரகன்: *(பெ):* திருடன்; thief. ● *நகைக் கடையில் கொள்ளையடிக்க முற்பட்ட* ***அபகாரகனை*** *மக்கள் சுற்றி வளைத்துப் பிடித்து உதைத்தனர்.*

அபகாரம்: *(பெ):* தீங்கு; தீமை; கெடுதல்; களவு; தவறு; நட்டம்; பொல்லாங்கு; harm; sin; fall on evil ways; stealing; default; loss; anything bad. ● *உபகாரமாக இல்லாவிட்டாலும்* ***அபகாரம்*** *செய்யாமல் இருந்தால் போதும்.*

அபகாரி: *(பெ):* எத்தன்; துஷ்டன்; கெட்டவன்; cheating person; evil-doer; mean person.

அபகீர்த்தி: *(பெ):* இகழ்ச்சி; நிந்தை; vilification; disrespect.

அபங்கன்: *(பெ):* பழுதற்றவன்; supreme being.

அபசங்கம்: *(பெ):* பாதம்; foot. ● *தாயின்* ***அபசங்கம்*** *பணிந்து வணங்கி எந்த ஒரு செயலைச் செய்தாலும் அது சித்தியாகும்.*

அபசகுனம்: *(பெ):* ஒருவருக்கு நடைபெற இருக்கின்ற தீங்கினை அறிவிக்கும் விதமாக நிகழும் முன்குறிப்பு; bad omen.

அபசயம்: *(பெ):* தோல்வி; பலவீனம்; failure; weakness. ● *எவ்வளவு* ***அபசயம்*** *உண்டானாலும் இடைவிடாது முயற்சி செய்தால் இறுதியில் வெற்றி நிச்சயம்.* ● *தன்னைவிட* ***அபசயமாக*** *உள்ளவனை வெற்றி கொள்வதைவிட தன்னைவிட பலசாலியிடம் மோதி வெற்றி பெற முயற்சி செய்வது நல்லது.*

அபசாரம்: *(பெ):* மரியாதைக் குறைவு; தீது; குற்றம்; இழுக்கு; disrespectful conduct; evil; default; disgrace. ● *குரங்கினைச் சீண்டுவது அனுமனுக்குச் செய்யும்* ***அபசாரம்*** *ஆகும்.*

அபசாரி: *(பெ):* ஒழுக்கமற்ற நடத்தை உடையவள்; prostitute.

அபட்சணம்: *(பெ):* நோன்பு; ritualistic observance.

அபத்தம்: *(பெ):* முட்டாள்தனம்; தவறு; பொய்; வீண்; nonsense; default; lie; uselessness. ● *எந்த ஒரு செயலையும்* ***அபத்தமாகச்*** *செய்யக்கூடாது.*

அபத்திரபம்: *(பெ):* வெட்கக்கேடான செயல்; shameful act; ● ***அபத்திரபமான*** *செயலைச் செய்திட எப்படி மனம் துணிந்தாய்?*

அபத்தியச்சத்துரு: *(பெ):* நண்டு; crab.

அபத்தியதை: *(பெ):* பெண் மருத்துவர்; lady doctor. • *என் மகள் சென்னையில் **அபத்தியதை**யாகப் பணி புரிகிறாள்.*

அபத்தியபதம்: *(பெ):* யோனி; பெண்ணின் பிறப்புறுப்பு; genital organ of a woman.

அபதரித்திடு: *(வி):* பொறுத்துக்கொள்; to tolerate.

அபதேசம்: *(பெ):* இலக்கு; உபாயம்; லஞ்சம்; வேடத்திற்காக சிறப்பாக தயாரிக்கப்பட்ட ஆடை; target; ways and means; bribe; a costume designed for a role in a drama.

அபநயனம்: *(வி):* அழிதல்; எடுத்துக் கொள்ளுதல்; to become extinct; to take possession.

அபமம்: *(பெ):* சூரியன்; the Sun. • ***அபமம்** இல்லாவிட்டால் உலகில் உயிர்கள் ஜீவித்திட முடியாது.*

அபமானம்: *(பெ):* அகால மரணம்; premature death.

அபயதானம்: *(பெ):* பாதுகாப்பு தருதல்; to give protection.

அபயம்: *(பெ):* பாதுகாப்பு; அடைக்கலம்; protection; refuge.

அபயர்: *(பெ):* படைவீரர்; soldier.

அபரஞானம்: *(பெ):* உலக அறிவு; worldly knowledge.

அபரபக்கம்: *(பெ):* தேய்பிறை; waning moon.

அபரம்: *(பெ):* முதுகு; பொய்; கவசம்; மேற்கு; நரகம்; நீத்தார் கடன்; பின்பக்கம்; back; lie; shield; west; hell; funeral rites; backside.

அபராசிதன்: *(பெ):* ஒரு பல்லவ மன்னன்; சிவன்; திருமால்; a Pallava King; Lord Shiva; Lord Vishnu.

அபராதம்: *(பெ):* குற்றம்; தண்டனை; offence; fine; penalty.

அபராதி: *(பெ):* குற்றவாளி; offender; guilty person.

அபரிமிதம்: *(பெ):* மிக அதிகம்; excessiveness.

அபரூபம்: *(பெ):* மூளி; ugly woman; one who is deformed.

அபலம்: *(பெ):* இழப்பு; திமிங்கிலம்; loss; whale.

அபலைப்பெண்: *(பெ):* ஆதரவற்ற பெண்; helpless woman.

அபவருக்கம்: *(பெ):* முக்தி; வீடுபேறு; final bliss; liberation from the bonds of the world.

அபவருத்தனமிடு: *(வி):* அகற்று; சுருக்கிடு; to remove; to constrict.

அபவாதம்: *(பெ):* கெட்ட பெயர்; பழிச்சொல்; வீண் பழி; bad name; bad reputation; discredit. • ***அபவாதமின்றி** வாழ்வோரை அகிலம் போற்றும்.*

அபஸ்வரம்: *(பெ):* இசைக்கருவி, குரல் போன்றவற்றின் இசைத்தன்மை கெடும் வகையில் ஒலித்திட வேண்டிய நிலையில் இருந்து விலகிடல்; singing or playing a discordant note, owing to failure of voice or loss of control.

அபாக்கியம்: *(பெ):* நற்பேறு இன்மை; துர்பாக்கியம்; misfortune. • *இளம் வயதிலேயே விதவைக் கோலம் பூண்டது, அப்பெண்ணுக்கு நேர்ந்த **அபாக்கியமே!***

அபாங்கம்: *(பெ):* கடைக்கண் பார்வை; நெற்றிக் குறி; a glance; forehead mark.

அபாண்டம்: *(பெ):* இடுநிந்தை; பொய்க்குற்றம்; atrociousness; maliciousness. • ***அபாண்டமாய்** அவள் மேல் பழி கூறாதே!*

அபாயச்சங்கிலி: *(பெ):* ஆபத்து உண்டாகும் சமயங்களில் இரயில் வண்டியை நிறுத்த இரயில் பெட்டியில் பொருத்தப்பட்டுள்ள, பயணிகளால் பயன்படுத்தப்படும் இழுவைச் சங்கிலி; alarm chain in a train.

அபாயச்சங்கு: *(பெ):* ஆபத்தை அறிவிக்கும் விதமாக ஒலிக்கப்படும் கருவி; siren for warning about the danger. • *தொழிற்சாலையில் உண்டான தீ விபத்தை உடனடியாக அறிவிக்கும் விதமாக **அபாயச்சங்கு** அலறியது.*

அபாயம்: *(பெ):* ஆபத்து; கேடு; danger; risk; harm; evil. • *மருத்துவமனைக்குக் கொண்டு செல்லும் முன்பாகவே விபத்துக்கு உள்ளானவரின் உடல்நிலை **அபாயக்** கட்டத்தை எட்டியது.*

அபாரம்: *(பெ):* அளவற்றது; பாராட்டக்கூடிய வகையில் சிறப்பாக இருந்திடுவது; பிரமாதம்; unlimitedness; something exceptionally best; something excellent; superb. • *நேற்று நடைபெற்ற இறைவன் ஊர்வலத்தில் நாதஸ்வர வித்வான் **அபாரமாக** வாசித்தார்.* • *இங்கிலாந்தில் நடைபெற்ற ஒருநாள் கிரிக்கெட் போட்டி இறுதி ஆட்டத்தில் இந்தியா **அபாரமாக** விளையாடி, கோப்பையைக் கைப்பற்றியது.*

அபாவம்: *(பெ):* இறப்பு; death.

அபானம்: *(பெ):* மலவாய்; கடுக்காய் மரம்; anus; gallnut tree.

அபான வாயு: *(பெ):* உடலில் இருந்து ஆசனவாயின் வழியாக கீழ்நோக்கி வெளியாகிடும் கெட்ட, துர்வாடையுடைய காற்று; the gas released through the anus hole from the body.

அபிசரன்: *(பெ):* ஒரு சோழ மன்னன்; a Chozha King.

அபிசாதன்: *(பெ):* உயர்குலத்தவன்; மதியூகி; an aristocrat; clever person.

அபிசாரம்: *(பெ):* தீங்கினை விளைவித்திடும் ஒரு மந்திரம்; an incantation which produces harm to someone.

அபிசாரி: *(பெ):* வேசி; விலைமகள்; prostitute; whore; a harlot; an unchaste woman.

அபிடேகம்: *(பெ):* திருமுழுக்கு; pouring the fluid substances such as milk, honey, water, etc., over the consecrated idol.

அபிட்டம்: *(பெ):* பாதரசம்; mercury.

அபிதானம்: *(பெ):* பெயர்; மனக்குறிப்பை வெளியிடுதல்; name; title; the expression of mental feelings.

அபிநயம்: (பெ): கருத்து, காலம், களம் ஆகியவற்றைத் தன் முகபாவத்தாலும், உடல் அசைவுகளாலும் உணர்வுபூர்வமாக (நடனக் கலையில், நடிப்புக் கலையில்) வெளிப் படுத்திடுவது; gesticulation; theatrical action.

அபிநயி: *(வி):* ஆடல், நடிப்பு போன்ற கலைகளில் முகபாவம், உடல் அசைவுகள் ஆகியவற்றை உணர்வுபூர்வமாக அசைத்திடு; to act; to gesticulate; to show in gestures and postures, (the feelings, emotions, etc.) • ஆண்டாள், விஷ்ணு மேல் கொண்ட காதலை பொருத்தமான அபிநயங்களுடன் நாட்டியமாடிய நங்கை **அபிநயித்துக்** காட்டினாள்.

அபிப்பிராயபேதம்: *(பெ):* கருத்து வேறுபாடு; மனவருத்தம்; gloom; difference of opinion. • கட்சித் தலைவரை தேர்வு செய்வதில் கட்சியுள் பல **அபிப்பிராயபேதங்கள்** உருவாகியுள்ளன.

அபிப்பிராயம்: *(பெ):* உட்கருத்து; நோக்கம்; opinion; intention; • மணமகனைப் பற்றிய நல்ல **அபிப்பிராயம்** அறிந்து திருமணத்திற்கு சம்மதம் தெரிவித்தனர்.

அபிமதம்: *(பெ):* விருப்பம்; இணக்கம்; desire; assent.

அபிமானபுத்திரன்: *(பெ):* வளர்ப்பு மகன்; வைப்பாட்டி மகன்; adopted son; son of concubine.

அபிமானம்: *(பெ):* நன்மதிப்பு; உயரிய எண்ணம்; esteem; admiration. • திரு.வி.க. தனது பேச்சாற்றலால் மக்களிடம் நல்லதொரு **அபிமானத்தைப்** பெற்றிருந்தார்.

அபிமானி: *(பெ):* ஒன்றினுடைய (அ) ஒருவருடைய நலனில் அக்கறை கொண்டவர்; enthusiast.

அபிமுகம்: *(பெ):* சன்னிதி; sacred presence of a deity.

அபியுக்தன்: *(பெ):* அறிஞன்; wise man.

அபியோகம்: *(பெ):* முறையீடு; இடித்திரை; complaint; expostulation.

அபிராமம்: *(பெ):* அழகு; விருப்பம்; beauty; desire.

அபிராமி: *(பெ):* உமையவள்; அழகான பெண்; Umadevi, the consort of Lord Shiva; beautiful woman.

அபிருசி: *(பெ):* பெரு விருப்பம்; excessive desire.

அபிலாபம்: *(பெ):* பேச்சு; உரை; speech.

அபிலேகனம்: *(பெ):* எழுதுதல்; writing.

அபிலாஷை: *(பெ):* விருப்பம்; desire. • காசி, இராமேஸ்வரம் யாத்திரை செல்ல வேண்டும் என்ற எங்கள் பெற்றோரின் **அபிலாஷையை** இவ்வருடமாவது நிறைவேற்றி வைத்திட எண்ணம் கொண்டோம்.

அபிவியத்தி: *(வி):* வெளிப்படுதல்; to emerge.

அபிவிருத்தி: *(பெ):* வளர்ச்சி; மேன்மேலும் பெருகிடுதல்; முன்னேற்றம்; advancement; development; improvement; prosperity.

அபின்/அபினி: *(பெ):* கசகசா விதையிலிருந்து பெறப்படும் ஒரு மருந்து; போதைப்பொருள்; opium.

அபின்னம்: *(பெ):* வேறுபடாதது; that which is not separated.

அபீசன்: *(பெ):* ஆடு மேய்ப்பவன்; the shepherd.

அபீட்டம்: *(பெ):* மிகுந்த விருப்பம்; excessive desire.

அபுட்பம்: *(பெ):* மொட்டு; flower bud.

அபுதன்: *(பெ):* அறிவிலி; மூடன்; idiot; fool. • அவனொரு **அபுதனாயிற்றே!** அவனிடமா இவ்வேலையை ஒப்படைத்தீர்கள் ?

அபுத்திபூர்வம்: *(பெ):* அறியாமல் நிகழ்வது; that which is held without the knowledge of somebody.

அபூதம்: *(பெ):* இல்பொருள்; that which does not exist; naught.

அபூபம்: *(பெ):* அப்ப வகை ; a kind of cake.

அபூர்வம்: *(பெ):* எப்போதாவது ஒருமுறை காணப்படுவது (அ) நிகழ்வது; a rarity; rare occurrence; that which is occasionally seen or occurring; unusual. • இத்தகைய நல்வாய்ப்பு மறுமுறை கிடைப்பது வெகு **அபூர்வம்.** • இதுவரை எவரும் செய்திடாத **அபூர்வமான** முறையில் செய்து முடித்திட எண்ணம் கொண்டார்.

அபூரிதக் கரைசல்: *(பெ):* கரைக்கப்படும் பொருளினைத் தொடர்ந்து கரையவிடுகின்ற திரவம்; unsaturated solution.

அபேட்சகர்: *(பெ):* வேட்பாளர்; candidate for an election.

அபேஸ் செய்: *(வி):* திருடிக்கொண்டு போ; to steal.

அபோகண்டம்: *(பெ):* அமைதி; சிசு; அவலட்சணம்; பயங்கரம்; peace; child; ugliness; horrible nature.

அப்சரஸ்: *(பெ):* மிகவும் அழகான தேவலோகப் பெண்கள்; a class of celestial nymphs.

அப்சன்: (பெ): சந்திரன்; the moon.

அப்தசதம்: (பெ): நூறு ஆண்டுகள்; hundred years.

அப்தபூர்த்தி: (பெ): ஆண்டு நிறைவு; completion of a year.

அப்தம்: (பெ): ஆண்டு; year.

அப்தா: (பெ): கிழமை; வாரம்; day; week.

அப்பச்சி: (பெ): தந்தை; சிற்றப்பன்; தாத்தா; சிற்றுண்டி; father; uncle; grandfather; tiffin.

அப்பட்டமான: (பெ.அ): வெளிப்படையாக; ஒளிவுமறைவு இல்லாத; blatantly. ● தீவிரவாதிகளை தாம் ஆதரிப்பதில்லை என பாகிஸ்தான் கூறுவது **அப்பட்டமான** பொய் என உலக நாடுகள் உணர்ந்துள்ளன.

அப்படி: (வி.அ): முன்கூறப்பட்டபடி; அவ்வாறு; as said before; like that.

அப்படியானால்: (இணை.இ.சொ): நிலைமை கூறியபடி இருக்குமானால்; in this or that case.

அப்படியே: (வி.அ): அதோடு கூட; உள்ளபடியே; in addition to; as it is. ● கடைக்குப் போகும் போது, **அப்படியே** நியூஸ் பேப்பரும் வாங்கி வந்திடு.

அப்பப்பா: (இ.சொ): ஒன்றின் மிகுதியை உணர்ந்து உணர்ச்சியுடன் வெளிப்படுத்தக் கூறப்படும் தொடர்; an expression uttered when one thing is felt to be in excess.

அப்பணை: (பெ): பிணை; கட்டளை; ஆதாரம்; security; order; basis.

அப்பதி: (பெ): கடல்; sea.

அப்பத்தாள்: (பெ): தந்தையின் தாய்; அக்காள்; father's mother; grand mother; elder sister.

அப்பம்: (பெ): அரிசிமாவில் வெல்லத்தினைக் கரைத்துச் செய்யப்படும் ஒருவகைப் பலகாரம்; கிறித்தவ தேவாலயங்களில் தரப்படும் ஒருவகைக் கோதுமை ரொட்டி; a flat round thick sized cake made by a paste of sweetened rice flower; bread. ● **அப்பம்** சுட்டது சட்டியிலே... அவல் இடித்தது திட்டையிலே! ● **அப்பத்தை** எப்படித்தான் சுட்டாளோ; தித்திப்பை எப்படித்தான் நுழைத்தாளோ! - *பழமொழிகள்*

அப்பர்: (பெ): வயது முதிர்ந்தோர்; ஆண் ஆடு; ஆண் குரங்கு; உயர்ந்தோர்; திருநாவுக்கரசு சுவாமிகள் நாயனார்; elder people; he-goat; ram; he-monkey; Thirunavukkarasu Nayanar, one of the celebrated authors of Thevaram.

அப்ப வணிகர்: (பெ): இனிப்புப் பண்ட வியாபாரி; a sweet-meat seller.

அப்பழுக்கு: (பெ): குற்றம்; தவறு; default; evil. ● **அப்பழுக்கு** இல்லாத பெண்ணை அநியாயமாய்த் தூற்றுகிறார்களே!

அப்பளம்: (பெ): உளுந்து மாவினைப் பதமாகப் பிசைந்து வட்டவடிவில் தேய்த்து உலர வைத்து, எண்ணெயில் போட்டு பொரித்து உண்ணுவதற்குத் தக்கபடி தயார் செய்யப்படும் ஓர் உணவுப் பண்டம்; a thin wafer made of the black-gram flour normally fried in oil.

அப்பன்: (பெ): தகப்பன்; வள்ளல்; father; liberal donor. ● **அப்பன்** அருமை, அவன் மாண்டால் தெரியும்; உப்பின் அருமை உப்பில்லாவிடில் தெரியும். ● **அப்பன்** சோற்றுக்கு அழுகிறான், பிள்ளை கும்பகோணத்தில் கோதானம் செய்கிறான் - *பழமொழிகள்.*

அப்பா: (பெ): தந்தை; தகப்பன்; அப்பன்; father.

அப்பாட்டான்: (பெ): முப்பாட்டன்; தந்தையின் பாட்டன்; father's grand father; great-grand father. ● அந்தக் காலத்தில் எங்கள் **அப்பாட்டனெல்லாம்** 'ஓஹோ'வென்று வாழ்ந்தார்களாம்.

அப்பாடா / அப்பாடி: ஓய்வான நேரத்தில் அல்லது நிம்மதி உண்டாகும்போது கூறப்படும் சொல்; a term which is an expression of rest and relaxation.

அப்பாத்தை: (பெ): தந்தையின் தமக்கை; father's elder sister.

அப்பாயி: (பெ): தந்தையின் தாய்; father's mother; grand-mother.

அப்பால்: (வி.அ): இருக்கும் இடத்திலிருந்து வேறுபுறமாக; அதற்குப் பிறகு; away from where one is; afterwards. ● மாமனார் வருவதைக் கண்டு மருமகன் அப்பால் நகர்ந்தான். ● அதற்கு **அப்பால்** என்ன நிகழ்ந்தது என ஒருவருக்கும் தெரியாது.

அப்பாவி: (பெ): நடப்பு சூழ்நிலைக்கு ஏற்றபடி மாற்றிக்கொள்ளவும், தற்காத்துக்கொள்ளவும் தெரியாத நபர்; பேதை; innocent. ● **அப்பாவி** மனுஷனைப் போட்டு இந்த அடி அடிக்கிறார்களே!

அப்பாற்படு: (வி): தகுதிக்கு மேற்படுதல் அல்லது மீளுதல்; to go beyond (one's ability, knowledge, etc.).

அப்பி: (பெ): தலைவி; தமக்கை; heroine; elder sister.

அப்பிச்சன்: (பெ): தகப்பன்; தந்தை; அப்பன்; father.

அப்பியங்கனம்: (பெ): எண்ணெய் முழுக்கு; oil bath.

அப்பியந்தம்: (பெ): தாமதம்; delay.

அப்பியந்தரம்: (பெ): தொந்தரவு; இடையூறு; harassment; trouble. ● குழந்தைகளின் **அப்பியந்தரம்** தாங்க முடியவில்லை.

அப்பியாகதன்: (பெ): நன்கு பழக்கமுள்ள விருந்தினன்; well-known guest.

அப்பியாகமம்: *(பெ):* பகை; கொலை; போர்; enmity; murder; war; *(வி):* அடித்தல்; எழும்புதல்; சந்தித்தல்; to beat; to rise; to meet.

அப்பியாகாரம்: *(பெ):* களவு; theft; clandestine union of lovers.

அப்பியாசம்: *(பெ):* பழக்கம்; பயிற்சி; practise; exercise. • **அப்பியாசம்** குல விருது. • **அப்பியாச** வித்தைக்கு அழிவில்லை.

அப்பிரகம்: *(பெ):* மைக்கா; ஒரு வகைக் கனிமப்பொருள்; mica; a kind of mineral.

அப்பிரசித்தம்: *(பெ):* வெளிப்படையாகாதது; that which is not well-known.

அப்பிரதட்சிணம்: *(பெ):* வலமிருந்து இடமாக சுற்றிச் செல்லுதல்; to go around from right to left.

அப்பிரதாபம்: *(பெ):* எளிமை; மங்கல்; despicableness; haze.

அப்பிரமாணம்: *(பெ):* பொய்யுரை; ஆதாரமற்றது; false speech; that which is not having basis.

அப்பிரமேயம்: *(பெ):* அளவிட முடியாதது; that which is not to measure by someone.

அப்பிரமை: *(பெ):* கீழ்த்திசைக்குரிய பெண் யானை; the female elephant of the east direction.

அப்பிரம்: *(பெ):* மேகம்; வானம்; தேவருலகம்; cloud; sky; heaven.

அப்பு: *(பெ):* கடல்; நீர்; மரவகை; மழை; தந்தை; வேலைக்காரன்; sea; water; a kind of tree; rain; father; servant; *(வி):* துடைத்திடு; வீசிடு; திணித்திடு; கனக்கப் பூசிடு; ஓங்கிக் குத்திடு; to wipe; to throw over (on man as mud); to press all over closely; to apply repeatedly as a fomentation; to press against (as in wrestling.).

அப்புக்காத்து: *(பெ):* (இலங்): வழக்கறிஞர்; lawyer; advocate.

அப்புறப்படுத்திடு: *(வி):* நீக்கிடு; அகற்றிடு; வெளியேற்றிடு; to clear; to remove; to evacuate. • குப்பை கூளங்களை அவ்வப்போது **அப்புறப்படுத்தி** வருதல் வேண்டும். • சாலை விரிவாக்கம் கருதி சாலையோரக் கடைகள் **அப்புறப்படுத்தப்** பட்டன.

அப்புறம்: *(வி.அ):* பின்பு; அதன் பிறகு; மற்றொரு சமயம்; அடுத்து; subsequently; afterwards; next. • மயிலாடுதுறைக்கு **அப்புறம்** தான் கும்பகோணம் உள்ளது. • திருமணத்தில் மங்கலச் சடங்குகள் முடிந்த **அப்புறம்** தான் மங்கல நாண் அணிவிக்கும் நிகழ்ச்சி நடைபெறும்.

அப்பூச்சி: *(பெ):* ஒருவகை விளையாட்டு; a kind of play or game.

அப்பேர்ப்பட்ட: *(பெ.அ):* (இழிவுக்கும் உயர்வுக்கும் எடுத்துக்காட்டாக உள்ள) அந்த மாதிரியான; (while exemplifying meanness or greatness) such a kind of. • **அப்பேர்ப்பட்ட** ஆளுக்கே இந்த கதி என்றால் நமக்கெல்லாம் அது சர்வசாதாரணம் தான்.

அப்பொழுது / அப்போது: *(வி.அ.):* (நிகழ்வு நடந்த) அந்த சமயத்தில்; at that time (when something has happened). • எனக்கு வயது ஐந்து இருக்கும். **அப்போது** எங்கள் குடும்பம் விசாகப்பட்டணத்தில் இருந்தது. • இந்தி எதிர்ப்பு போராட்டம் நடைபெற்ற சமயம், **அப்பொழுது** தான் சிதம்பரத்தில் அண்ணாமலைப் பல்கலைக்கழக மாணவர் இராசேந்திரன் துப்பாக்கிச் சூட்டிற்குப் பலியானார்.

அப்போதைக்கப்போது: *(வி.அ):* உடனுக்குடன்; உடனே; then and there; at once; without delay; • தமிழ் மொழியின் தலைசிறந்த நூல்கள் **அப்போதைக்கப்போது** பிறமொழிகளில் மொழிபெயர்க்கப்பட்டு விற்பனைக்கு வருகின்றன.

அப்போதைக்கு: *(வி.அ):* அந்த சமயத்தில்; தற்காலிகமாக; for a while; for the time being. • தந்தையின் மரணச் செய்தி அறிந்ததும் பொங்கி வந்த அழுகையை **அப்போதைக்கு** அடக்கிக் கொண்டாள்.

அமங்கலம்: *(பெ):* இழவு; மங்கலம் அல்லாதது; deprivation; death; that which is inauspicious. • **அமங்கல** காரியங்களை குளிகை காலத்தில் செய்திடத் தயங்குவர்.

அமங்கலி: *(பெ):* கைம்பெண்; விதவை; a widow; the woman who is considered to have lost the rights to do auspicious things as she has lost her husband.

அமசம்: *(பெ):* நோய்; முட்டாள்தனம்; காலம்; disease; foolishness; period.

அமஞ்சி: *(பெ):* கூலியற்ற வேலை; unpaid labour.

அமட்டு: *(பெ):* ஏய்ப்பு; deceit; *(வி):* அதட்டிடு; to rebuke authoritatively. • இந்த **அமட்டு** வேலையெல்லாம் என்னிடம் வேண்டாம். • எதற்கு இந்த **அமட்டு** அமட்டுகிறாய்?

அமட்டுதல்: *(வி):* புரட்டுதல்; சிக்குபடுத்துதல்; to turn over; getting stuck.

அமணம்: *(பெ):* சமண சமயம்; இருபதினாயிரம் கொட்டைப் பாக்கு; Jainism; twenty-thousnd areca-nuts.

அமணர்: *(பெ):* சமணர்; those who belong to Jainism.

அமண்: *(பெ):* சமண சமயம்; சமணர்; வரிக்கூத்து வகை; Jainism; Jains; a kind of masquerade dance.

அமண்டம்: *(பெ):* ஆமணக்குச் செடி; castor plant.

அமண்டலம்: *(பெ):* ஆமணக்கு விதை; castor seed.

அமதம்: (பெ): சம்மதம் இல்லாதது; காலம்; நோய்; மரணம்; that which is not accepted; period; disease; death.

அமதி: (பெ): அமுதம்; சந்திரன்; காலம்; அறிவின்மை; ambrosia; nectar; moon; period; ignorance.

அமந்தி: (பெ): நாட்டு வாதுமை; Indian almond.

அமந்திரம்: (பெ): பாத்திரம்; வெண்கலம்; vessel; bronze.

அமம்: (பெ): நோய்; disease. • வெகுநாட்களாக அமமத்தால் வாடிய பெரியவர் நேற்று காலை காலமானார்.

அமயம்: (பெ): ஏற்ற சமயம்; உரியகாலம்; suitable period.

அமர: (பெ.அ): புகழுடன் எந்நாளும் நிலைத்திடக் கூடிய; eternal; everlasting; immortal. • **அமர** காவியம். • **அமர** கவி பாரதியார்.

அமரத்துவம்: (பெ): எந்நாளும் புகழுடன் நிலைத்து நின்றிடும் தன்மை; eternity. • ஐம்பெரும் காப்பியங்களில் சிலப்பதிகாரம் **அமரத்துவம்** வாய்ந்த காப்பியம் ஆகும்.

அமரபக்கம்: (பெ): தேய்பிறை; waning moon.

அமரமாதர்: (பெ): தெய்வமகளிர்; a class of celestial nymphs.

அமரம்: (பெ): கண்ணோய்; செலுத்தப்படும் படகினைத்திசைதிருப்பும் சுக்கான் தண்டு; eye disease; helm; rudder.

அமரர்: (பெ): வானோர்; பகைவர்; celestial beings; enemies.

அமரர் கோன் / அமரபதி: (பெ): தேவேந்திரன்; Lord Indra; the head of celestial beings.

அமரல்: (பெ): பொலிவு; பீடு; மிகுதி; ஏற்றம்; bloom of countenance; greatness; surplus; ascent.

அமரன்: (பெ): தேவன்; celestial being.

அமரசகாயம்: (பெ): இரைப்பை; கருப்பை; stomach; maw; uterus; womb.

அமராஞ்சனம்: (பெ): சந்தனம்; sandal.

அமராபதி: (பெ): இந்திரனின் தலைநகர்; the capital of Lord Indra.

அமராசயம்: (பெ): கருப்பை; uterus; womb.

அமரி: (பெ): அமிழ்தம்; தெய்வப்பெண்; துர்க்கை; விஷம்; கற்றாழை; சிறுநீர்; ambrosia; celestial nymph; Durga, the Goddess of Victory; poison; aloe; urine.

அமரிக்கை: (பெ): அடக்கம்; அமைதி; சாந்தம்; பொறுமை; modesty; calmness; patience; meekness. • எவ்வளவு **அமரிக்கை**யான பெண் இவள். • **அமரிக்கை** ஆயிரம் பெறும்.

அமரிதம்: (பெ): கடுக்காய்; gall nut.

அமரிய: (பெ.அ): மாறுபட்ட; differed.

அமரியம்: (பெ): செண்பக மலர்; a flower of golden hue - Indian Magnolia.

அமரியள்: (பெ): விரும்பியவள்; the woman who is liked by someone.

அமரியுப்பு: (பெ): ஒருவகை உப்பு; சிறுநீரில் இருந்து பிரித்தெடுக்கப்படும் உப்பு; a kind of salt; the salt which is distracted from urine.

அமரியோன்: (பெ): படைவீரன்; போர்வீரன்; soldier; warrior.

அமரேசன்: (பெ): தேவேந்திரன்; வியாழன்; Indra, as king of celestial beings; the planet Jupiter.

அமரை: (பெ): சொர்க்கம்; கருப்பை; துர்க்கை; வீடு; அருகம்புல்; கொப்பூழ் கொடி (தொப்புள் கொடி); heaven; womb; the Goddess Durga; heaven; harialli grass; umblical cord.

அமரோர்: (பெ): தேவர்கள்; the celestial beings.

அமர்: (பெ): கோட்டை; போர்; மாறுபாடு; மூர்க்கம்; விருப்பம்; fort; war; difference; fury; desire; (வி): பொருந்து; போராடு; to fit; to struggle.

அமர்கை: (பெ): உட்காருதல்; அமர்தல்; sitting; be seated.

அமர்க்களம்: (பெ): கோலாகலம்; சிறப்பு; விமரிசை; ஆரவாரம்; போர்க்களம்; pomp and show; grandness; confused noise; battle field. • பல்கலைக்கழகத்தின் வெள்ளி விழாவை **அமர்க்களமா**கக் கொண்டாடினர். • பகைவனை **அமர்க்களத்தி**ல் எதிர்கொண்டு அவனைப் புறமுதுகிட்டு ஓடச்செய்வேன் என சபதம் செய்தான்.

அமர்தல்: (வி): உட்காருதல்; அடங்குதல்; அமைதல்; பொருந்துதல்; விரும்புதல்; be seated; to subside; be suitable; to fit; to like.

அமர்த்தல்: (பெ): (பே.வ.): வெளிப்படையாகக் காட்டிக் கொள்ளாமை; thinly wild manner. • **அமர்த்தலா**கச் சிரித்தாள். • **அமர்த்தலா**ன கோபம் வந்தது.

அமர்த்துதல்: (வி): நியமித்தல்; அணைத்தல்; வாடகை/குத்தகைக்கு ஏற்பாடு செய்தல்; உட்கார வைத்தல்; இருக்குமாறு செய்தல்; to employ; to engage; to put out; to hire; to lease; to keep (someone on one's lap, etc.,) to place (a person in a position) • பாட்டிக்கு உதவியாக இருந்திட இப்பெண் **அமர்த்த**ப் பட்டாள். • விளக்கை **அமர்த்தி**விட்டு படுத்துறங்கினான். • இக்கட்டடத்தை வாடகை அல்லது குத்தகைக்கு **அமர்த்தி**க் கொள்ளலாம். • அரசியல் கட்சிகளை ஆட்சியில் **அமர்த்தி**ட தேர்தல் உதவுகிறது.

அமர்வாணை: (பெ): பணி நியமன ஆணை; appointment order.

அமர்வு: *(பெ):* இருப்பிடம்; ஒத்த நோக்குடன் குறிப்பிட்ட காலத்துக்கு ஓரிடத்தில் பங்கேற்கும் நபர்கள் கூடியிருத்தல்; அமைதி; பணியில் அமர்த்தப்படுதல்; abode; session; calmness; being appointed. ● நாள்தோறும் ஐந்து **அமர்வுகள்** என ஐந்து நாட்களுக்கு கருத்தரங்கு நடைபெறும். ● முருகனுக்கு **அமர்வு** ஆணை அனுப்பப்பட்டது.

அமலம்[1]: *(பெ):* மாசற்றது; அழுக்கின்மை; வெண்மை; நெல்லி; மரமஞ்சள்; that which is spotless; immaculate purity; cleanliness; white; emblic myrobalan; a kind of turmeric.

அமலம்[2]: *(பெ):* அழகு; அறிவு; புனிதம்; beauty; knowledge; holiness.

அமலர்: *(பெ):* சிவன்; மாசற்றவர்; Lord Shiva; one who is immaculate.

அமலல்: *(வி):* சேர்தல்; நெருங்குதல்; to come together; to come close to.

அமலனிட்ட மணி: *(பெ):* உருத்திராக்கம்; the nut of a tree kept as beads of rosary by saivites, those who have taken Dheeksha.

அமலன்: *(பெ):* குற்றமற்றவன்; அழுக்கில்லாதவன்; இறைவன்; the person who is immaculate; the person who is freed from impurities; the God.

அமலா: *(பெ):* நெல்லி வற்றல்; dried emblic myrobalan.

அமலை: *(பெ):* ஒரு பெண் தெய்வம்; ஒலி; ஓசை; கூச்சல்; மாசற்றவள்; பார்வதி; கடுக்காய்; நெல்லிமரம்; மிகுதி; கூத்து; ஆரவாரம்; பூவந்தி மரம்; a Goddess; sound; noise; a confused loud noise; the woman who is immaculate; Parvathi, the consort of Lord Paramashiva; gall nut; emblic myrobalan tree; abundance; folk play; din and bustle; Poovanthi tree.

அமல்: *(பெ):* நிறைவு; அதிகாரம்; நடைமுறைப் படுத்திடல்; completion; power; authority; bringing something into effect.

அமளி: *(பெ):* கூச்சல்; குழப்பம்; ஆரவாரம்; மிகுதி; படுக்கை; a confused noise; confusion; din and bustle; abundance; bed. ● அரசு உடைமைகளாக்கப்பட்ட தொழில் நிறுவனங்களை தனியார் மயமாக்க அரசு உத்தேசம் செய்துள்ளதை எதிர்த்து எதிர்க்கட்சியினர் **அமளியில்** ஈடுபட்டனர்.

அமளை: *(பெ):* கடுகரோகணி; a siddha medicine.

அமனி: *(பெ):* தெரு; வீதி; வழி; street; road; way.

அமன்: *(பெ):* பன்னிரு சூரியர்களுள் ஒருவன்; one of the twelve Suryas (Sun Gods).

அமாதானம்: *(பெ):* அடக்கம்; humility.

அமாத்தியன்: *(பெ):* அருகில் இருப்பவன்; அமைச்சன்; the person nearby; minister.

அமாவாசை: *(பெ):* தேய்பிறையின் இருளடர்ந்த கடைசி நாள்; new moon day. ● **அமாவாசைச்** சோறு எப்பவும் கிடைக்குமா ? ● **அமாவாசைக்** கருக்கலில் பெருச்சாளி போனதெல்லாம் வழி - *பழமொழிகள்.*

அமானத்து: *(பெ):* சேமிப்பு; savings.

அமானம்: *(பெ):* அளவற்றது; that which is unlimited.

அமானி: *(பெ):* புறம்போக்கு நிலம்; பொறுப்பு; the land which is not privately owned; responsibility.

அமிசகம்: *(பெ):* பங்கு; நாள்; share; day.

அமிசகன்: *(பெ):* பங்காளி; agnate; partner.

அமிசம்: *(பெ):* அதிர்ஷ்டம்; தோள்; பங்கு; செல்வாக்கு; பறவை; பெருவாழ்வு; good fortune; shoulder; share; influence; bird; great prosperity.

அமிசு: *(பெ):* அணு; சூரியன்; atom; the Sun.

அமிசை: *(பெ):* அமைப்பு; ஊழ்வினை; a set-up; deed done by a soul in former birth.

அமிதவாதி: *(பெ):* கொள்கை வெறியர்; கிளர்ச்சி மிக்கவர்; enthusiast; fanatic; extremist.

அமித்தை: *(பெ):* உண்மையானது; that which is true.

அமிர்தம்: *(பெ):* உணவு; பசும்பால்; நெய்; நீர்; மழை; தேவர்களின் உணவு; இனிமை; அழிவின்மை; போர்; food; cow's milk; ghee; water; rain; ambrosia; nectar; sweetness; immortality; war.

அமிரம்: *(பெ):* மிளகு; pepper, a pungent aromatic condiment.

அமிருதம்: *(பெ):* இறப்பற்ற தன்மையைத் தந்திடக்கூடிய உணவு; ambrosia, the food of the celestial beings.

அமிருதகிரணன்: *(பெ):* சந்திரன்; the moon.

அமிருதக்குமரி: *(பெ):* கற்றாழையிலிருந்து தயாரித்திடும் ஒரு வகை தைலமருந்து; an oil like medicine, which is extracted from aloe.

அமிதேசாரம்: *(பெ):* கற்கண்டு; rock candy made from sugar juice.

அமிருத சோதரம்: *(பெ):* குதிரை; horse.

அமிருதபலம்: *(பெ):* நெல்லிக்காய்; emblic myrobalan.

அமிருதம் / அமிழ்தம்: *(பெ):* இறப்பற்ற தன்மையை அளித்திடக்கூடிய, தேவர்களின் உணவு; the food of the celestial beings; ambrosia.

● **அமிழ்தினும் ஆற்ற இனிதேதம்மக்கள்**
சிறுகை அளாவிய கூழ். - *குறள் 64.*

அமிருதாகரணன்: *(பெ):* கருடன்; eagle.

அமிருதை[1]: *(பெ):* திப்பிலி; துளசி; a medicinal plant - long pepper; basil plant.

அமிருதை[2]: *(பெ):* பார்வதி; வெள்ளைப் பூண்டு; கடுக்காய்; கள்; சீந்தில்; Parvathi, consort of Lord Paramasiva; garlic; gall nut; toddy; a kind of medicinal herb.

அமிலம்: *(பெ):* புளிப்புச் சுவையையும், அரித்திடும் குணத்தையும் கொண்ட திரவம்; acid.

அமிழ்தல்: *(வி):* சதுப்பு நிலம், நீர்நிலை போன்ற வற்றில் ஆழமான பகுதியை நோக்கி இறங்கிடல்; மூழ்குதல்; to go down under the surface of water, mire, etc.; to sink. ● ஆழமான குளத்தில் கால் இடறி வீழ்ந்து சிறுமி **அமிழ்ந்து** போனாள்.

அமீனா: *(பெ):* சிவில் வழக்குகளை விசாரித்திடும் நீதிமன்ற உத்தரவுகளை உரிய நபரிடம் சேர்த்திடும் அலுவலர்; a subordinate officer of Civil Court to serve the legal processes.

அமீர்: *(பெ):* முகமதியத் தலைவன்; Islamic leader.

அமுகம்: *(பெ):* நெல்லிக்காய்; கடுக்காய்; emblic myrobalan; gall nut.

அமுக்கப்பட்ட: *(பெ.அ):* அடக்கப்பட்ட; ஒடுக்கப்பட்ட; downtrodden; oppressed. ● சமுதாயத்தில் **அமுக்கப்பட்ட**வர்களின் மேம்பாட்டிற்காகப் பாடுபடும் பெண்மணி இவர்.

அமுக்கமாக: *(வி.அ):* கமுக்கமாக; secretive.

அமுக்கன்: *(பெ):* தீய குணங்களை உடையவன்; harmful person.

அமுக்கு: *(வி):* ஏதேனும் ஒன்றை வேறொன்றுள் திணித்திடல்; கீழே அழுத்துதல்; குரல், ஒலி போன்றவற்றை அடக்கிடல்; செய்தியை அல்லது உண்மையை வெளியாகிடாமல் தடுத்திடல்; அபகரித்தல்; to stuff one into other; to press down; to muffle one's voice or the sound of an instrument; to suppress a fact or truth; to knock down.

அமுங்குதல்: *(வி):* மூழ்குதல்; கீழே அமுக்கப்படுதல்; to sink; be pressed down.

அமுக்குரா: *(பெ):* ஒருவகை மருந்துச் செடி; a kind of medicinal plant.

அமுக்கொத்தி: *(பெ):* ஒரு வகைக் கத்தி; a kind of knife.

அமுசு: *(பெ):* சுவர்களின் மூலை முடுக்குகளில், (அ) வீட்டின் கூரைகளில் ஒட்டிக்கொண்டு தொங்கிடும் ஒட்டடை; the dust enriched with cobwebs. ● வீட்டில் **அமுசே** அடிப்பதில்லையா ? அமுசுக் குச்சியை எடுத்து வா, அடிப்போம்.

அமுதகடிகை: *(பெ):* நற்காரியங்கள் செய்வதற்குரிய நேரம்; the time for doing good things or good deeds.

அமுத கதிரோன்: *(பெ):* சந்திரன்; the moon.

அமுதகம்: *(பெ):* அமிர்தம்; பெண்ணின் மார்பகம்; நீர்; பாற்கடல்; ambrosia; breast of a woman; water; ocean of milk said to be the abode of Lord Vishnu in Puranas.

அமுதகுண்டம்: *(பெ):* உணவு வைத்திருக்கும் பாத்திரம்; food vessel.

அமுதகுலன்: *(பெ):* இடையன்; சான்றோன்; shepherd; the person who excels in noble acts and thoughts.

அமுதசம்பூதன்: *(பெ):* சந்திரன்; the moon.

அமுதசாரணி: *(பெ):* வெள்வேல மரம்; white babul tree.

அமுதசுரபி: *(பெ):* புராணத்தில் கூறப்பட்டுள்ள அள்ள அள்ளக்குறையாது உணவை அளித்திடும் பாத்திரம்; a mythical vessel which never becomes empty of food.

அமுததாரை: *(பெ):* அமிர்தத்துளி; ambrosial drop.

அமுதம்: *(பெ):* தேவர்களின் உணவான அமிர்தம்; இன்சுவை பானம்; ambrosia; nectar.

அமுதுசெய்தல்: *(வி):* உணவு உண்ணுதல்; eating food.

அமுதுபடி: *(பெ):* அரிசி; rice.

அமுது படைத்தல்: *(வி):* உணவு பரிமாறுதல்; to serve food.

அமுது மண்டபம்: *(பெ):* கோயிலில் உள்ள மடைப்பள்ளி; the kitchen especially of a temple.

அமுதுறை: *(பெ):* எலுமிச்சம் பழம்; lime fruit.

அமுதூட்டுதல்: *(வி):* குழந்தையின் ஏழாம் மாதத்தில் சோறு ஊட்டுதல்; to feed rice to a child at the age of its seventh month.

அமுத்திரம்: *(பெ):* சொர்க்கம்; heaven.

அமுரி: *(பெ):* சிறுநீர்; urine.

அமூர்த்தம்: *(பெ):* உருவமின்மை; formlessness.

அமெந்துக்கொட்டை: *(பெ):* வாதுமைக் கொட்டை; almond nut.

அமேதநீக்கி: *(பெ):* கற்றாழை; aloe.

அமேத்தியம்: *(பெ):* மூங்கில்; bamboo.

அமேயன்: *(பெ):* சிவபெருமான்; Lord Shiva.

அமை: *(பெ):* அழகு; தினவு; நாணல்; மூங்கில்; beauty; eczema; itching sensation; kaus, a large and coarse grass; bamboo. *(வி):* பொருத்து; அமைத்திடு; to fit; to establish.

அமைச்சன்: *(பெ):* மந்திரி; வியாழன் கிரகம்; minister; the planet Jupiter. ● **அமைச்சன்**இல்லாத அரசும் ஆட்டிடையன் இல்லாத ஆடுமையும் - *பழமொழி.*

அமைச்சு: *(பெ):* அமைச்சரகம்; ministry.

அமைதல்: *(வி):* உண்டாகுதல்; பொருத்துதல்; அடங்குதல்; உடன்படுதல்; to occur; to fit; be included; to agree.

அமைதி: (பெ): பொருத்தம்; நிறைவு; சாந்தம்; மாட்சிமை; fitness; completion; calmness; majesty.

அமைத்தல்: (வி): பொருந்துதல்; உருவாக்குதல்; இருத்தல்; தோற்றுவித்தல்; ஏற்படுத்துதல்; இணைத்தல்; be suitable; be formulated; to become the cause of; to establish; to make; to connect. ● சென்னை போன்ற பெருநகரங்கள் மட்டுமல்லாது பிற நகரங்களில் கூட பலமாடி குடியிருப்புகள் **அமைக்கப்பட்டு** வருகின்றன. ● பெண்ணுக்கு ஏற்ற வரன் **அமைய** வேண்டும் எனப் பெண்ணைப் பெற்றவர்கள் எண்ணுவதில் தவறு ஒன்றும் இல்லை. ● அக்கட்சியின் உட்பூசலே தேர்தல் தோல்விக்குக் காரணமாய் **அமைந்தது** என பார்வையாளர்கள் கருதுகின்றனர்.

அமைப்பு: (பெ): குறிப்பிட்ட நோக்குடன் துவக்கப் படும் இயக்கம் அல்லது குழு; உடல் (அ) உறுப்பின் தோற்றம், வடிவம் போன்றவை; ஒன்றினுடைய பலதரப்பட்ட கூறுகள் தம்முள் இணைந்து நின்றிடும் முறை; திட்டமிட்டு உருவாக்கப்பட்ட ஒன்று; organization; physical form; structure; planned creation.

அமைப்பியல்: (பெ): முழுமையான ஒன்றில் அதன் பகுதிகள் அமையப்பட்டிருக்கும் முறை, மற்றும் அவற்றினிடையே உள்ள உறவு ஆகியவற்றை விளக்கிடும் ஆய்வு; structuralism.

அமைவன்: (பெ): துறவி; அறிஞன்; அடக்கமானவன்; the person who retires from society and lives in solitude for the purpose of devotion; wise person; the man who is having humility.

அமைவு: (பெ): ஒத்துக்கொள்ளக்கூடியது; முழுமை; being acceptable; fullness.

அமோகம்: (பெ): மிகுதி; ஒரு வாயு; பெருமளவில் உள்ளது; சிறப்பாக உள்ளது; abundance; a kind of gas; plenty; grandness. ● பருவ மழை தவறியதன் காரணமாக தென் மாவட்டங்களில் **அமோக** விளைச்சலுக்கு வழியில்லை எனக் கூறப்படுகிறது. ● தாழ்த்தப்பட்ட மக்கள் குடியிருப்புகளுக்கு வருகை தரும் தலைவர் அவர்களுக்கு **அமோக** வரவேற்பு அளிக்கப்பட்டது.

அமோகன்: (பெ): மோகம் அற்றவன்; the person who is not having infatuation.

அமோகை: (பெ): கடுக்காய்; gall nut.

அம்: (பெ): நீர்; மேகம்; அழகு; water; cloud; beauty.

அம்சம்: (பெ): கூறு; அன்னப்பறவை; பல பகுதிகளாக இருந்திடும் ஆலோசனை/ திட்டம் போன்றவற்றில் உள்ள குறிப்பிட்ட ஒரு பகுதி; லட்சணம்; கச்சிதம்; எடுத்துக்கூறும்படியாக உள்ள தன்மை; aspect of an affair, idea, plan, etc.; compactness of a division; swan; noticeable feature. ● ஒரு திரைப்படம் ரசிகர்களிடம் அமோக வரவேற்பு பெற்றிட அத்திரைப்படத்தின் அனைத்து **அம்சங்களும்** தரமாக அமைய வேண்டும். ● **அம்சமான** வீடு என்பதால் அதனை வாங்கிட உத்தேசித்துள்ளோம். ● கட்சியில் உள்ள அனைத்துத் தரப்பினரையும் அரவணைத்துச் செல்வது தான் கட்சித் தலைவருக்கு உரிய சிறப்பான **அம்சமாகும்**.

அம்சாம்சம்: (பெ.அ): பகுதி பகுதியாக; part by part.

அம்சுமாலி: (பெ): சூரியன்; the Sun.

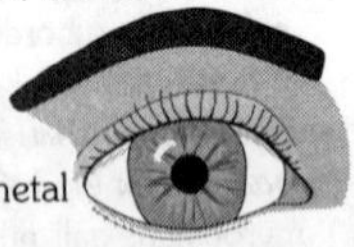

அம்பகம்: (பெ): கண், கட்டளை; எழுச்சி; செம்பு; eye; order; upheaval; copper; metal vessel.

அம்படம்: (பெ): பூச்சிக்கொல்லி; pesticide. ● பயிர்களைப் பாதிப்புக்குள்ளாக்கும் பூச்சிகளை அழித்து ஒழித்திட பல இரசாயன **அம்படங்கள்** தற்போது விற்பனையாகின்றன.

அம்படலம்: (பெ): அம்மி; ஈயம்; ஓடம்; தேர்; மரக்கால்; வெள்ளி; a slab stone with a stone roller, used for grinding the spices; lead; a small boat; chariot; a measure of eight units in the previous periods; silver.

அம்பட்டன்: (பெ): நாவிதர்; barber.

அம்பட்டத்தி: (பெ): நாவிதப்பெண்; woman barber.

அம்பணத்தி: (பெ): துர்க்கை; Durga, the Goddess of Victory.

அம்பணம்: (பெ): மரக்கலம்; பவளம்; மரக்கால்; துலாக்கோல்; வாழைத்தண்டு; யாழ்வகை; நீர்க்குழாய்; a small country boat; red coral; a measure of eight units in the previous periods; balance; the stem of plantain; a kind of stringed musical instrument; water pipe.

அம்பரம்: (பெ): வானம்; ஆடை; திசை; கடல்; படுக்கை அறை; sky; clothes; direction; sea; ocean; bed room. ● இரண்டு நாட்களாக **அம்பரம்** (கடல்) கொந்தளிப்பு இருப்பதால் மீனவர்கள் மீன் பிடிக்கச் செல்ல வேண்டாம் என அறிவிக்கப்பட்டுள்ளது. ● கீழ் **அம்பரம்** சிவந்து காணப்பட்டது. ● **அம்பரம்** (படுக்கை அறை) வெகுவாக அலங்கரிக்கப்பட்டிருந்தது. ● அழகான **அம்பரங்களை** உடுத்துவதில் அவளுக்கு வெகுவான ஆர்வம் உண்டு.

அம்பர்: (பெ): அந்த இடம்; ஓர் ஊர்; ஒருவகைப் பிசின்; that place; a village; a kind of resin.

அம்பலக்காரன்: (பெ): ஊர்த்தலைவன்; village headman.

அம்பலக்கூத்தன்: (பெ): சிவபெருமான்; Lord Shiva.

அம்பலச்சாவடி: (பெ): ஊர்ப் பஞ்சாயத்து மன்றம்; a public hall or building in a village for discussing and settling village affairs.

அம்பலத்தாடி: (பெ): சிவபெருமான்; Lord Shiva.

அம்பலத்தி: (பெ): தான்றி; தில்லை மரம்; a siddha medicine; a kind of tree named 'Thillai'.

அம்பலம்: (பெ): ஊர்ப் பொது விசேடங்களுக்கும், பஞ்சாயத்துக் காரியங்களுக்கும், கலை நிகழ்ச்சிகளைக் கண்டுகளித்திடவும், கிராமத்திலுள்ள ஒரு பொதுவான இடம்; ரகசியமாக இல்லாமல் அனைவராலும் அறியப்படும் நிலை; தில்லை அம்பலம்; the community place where public hearings were held or public entertainments took place in villages; the state of being known to public; Thillaiambalam-Chidambaram. • **அம்பலத்தில்** ஏற வேண்டிய பேச்சை அடக்கம் பண்ணப் பார்க்கிறான். • ஏழை சொல் **அம்பலம்** ஏறாது. • **அம்பலத்தில்** கட்டுச் சோற்றை அவிழ்த்தது போல - *பழமொழிகள்.*

அம்பலவாணன்: (பெ): சிதம்பரத்தில் கோயில் கொண்டுள்ள நடராசப்பெருமான்; the Lord Nataraja (Shiva) as the presiding deity at the shrine of Chidambaram.

அம்பலவிருட்சம்: (பெ): தில்லை மரம்; a kind of tree named Thillai.

அம்பலி: (பெ): களி; ஒருவகை வாத்தியம்; pasty pudding; a kind of musical instrument.

அம்பல்: (பெ): பழமொழி; (வி): புறங்கூறுதல்; proverb; back-bite.

அம்பறாத்துணி: (பெ): பண்டைய காலத்தில் படைவீரர்களும் வேடுவர்களும் தங்களது முதுகில் தொங்க விட்டிருக்கும் அம்புகளை வைத்துக்கொள்ளும் கூம்பு வடிவமான கூடு; quiver; a case of arrows.

அம்பா/அம்பாள்: (பெ): தாய்; திருக்கோயில்களில் பார்வதி தேவியைக் குறிக்கும் பொதுப்பெயர்; mother; the common name of the Goddess Parvathi in temples. • **அம்பா** பாக்கியம் சம்பா விளைந்தது; பாவி பாக்கியம் பதராய் விளைந்தது - *பழமொழி.*

அம்பாரம்: (பெ): நெற்குவியல்; களஞ்சியம்; huge heap of paddy; granary.

அம்பாரி: (பெ): யானை மேல் அமர்ந்துசெல்வதற்காகப்பெட்டி போன்ற அமைப்புடன் கூடிய இருக்கை; a seat to sit on the back of elephant; howdah with a canopy.

அம்பாலிகை: (பெ): பாண்டு மன்னனின் தாய்; the mother of king Paandu.

அம்பால்: (பெ): தோட்டம்; garden.

அம்பாவனம்: (பெ): சரபம் என அழைக்கப்பட்ட பறவை இனம்; a kind of bird named Sarabam.

அம்பி: (பெ): தெப்பம்; தோணி; மரக்கலம்; தாம்பு; தம்பி; ஓர் ஊர்; கள்; raft; a small boat; float; ship; rope; younger brother; a village; toddy.

அம்பிகாபதி: (பெ): பார்வதியின் பதியான சிவபெருமான்; அம்பிகாபதி கோவை என்னும் நூலை இயற்றிய, கம்பரின் மகன்; Lord Shiva, as the husband of Goddess Parvathi; a poet, son of Kavi Chakkaravarthi Kambar and the author of Ambikapathi Kovai.

அம்பிகை: (பெ): பார்வதி; காளி; திருதராட்டினனின் தாய்; Parvathi as mother; Kali, the Goddess of Victory; the name of the mother of king Dhrutharashtra.

அம்பு: (பெ): நீர்; முகில்; தளிர்; எலுமிச்சை; மூங்கில்; திப்பிலி; பாதிரி; விண்; வெட்டிவேர்; வளையல்; உலகம்; முனையைக் கூராக்கி வில்லின் நாணில் வைத்து எய்யப்படும் நீளமான ஒருகுச்சி போன்ற அமைப்பு; water; cloud; sprout; lime; bamboo; long pepper; trumpet-flower tree; sky; cuscus grass; bangle; earthly world; arrow of a bow.

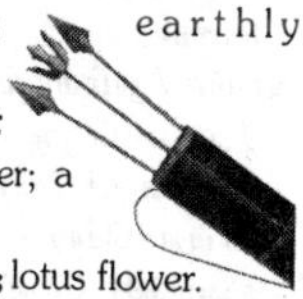

அம்புக்கட்டு / அம்புக்கூடு: (பெ): அம்பறாத்துணி; quiver; a case of arrows.

அம்புசம்: (பெ): தாமரை மலர்; lotus flower.

அம்புசாதன்: (பெ): நான்முகனாகிய பிரம்ம தேவன்; Brahma.

அம்புதம்: (பெ): நீர்; மேகம்; கோரை; water; cloud; hedges and bulrushes.

அம்புதி: (பெ): கடல்; sea; ocean.

அம்புயம்: (பெ): தாமரை மலர்; lotus flower.

அம்புயன்: (பெ): தாமரை மலரில் பிறந்தோனாகிய பிரம்மதேவன்; Brahma, as lotus born.

அம்புராசி: (பெ): பெரும் நீர்ப்பரப்பாகிய கடல்; ocean as a mass of water.

அம்புலாசினி: எலுமிச்சை; lime.

அம்புலி: (பெ): சந்திரன்; சிறுபிராயம்; the Moon; certain stage of child.

அம்புவாகம்: (பெ): மேகம்; cloud.

அம்புவி: (பெ): பூமி; earth.

அம்பை: *(பெ):* பார்வதி; துர்க்கை; வெட்டிவேர்; Parvathi, the consort of Lord Shiva; Durga, the Goddess of Victory; cuscus grass.

அம்போசன்: *(பெ):* சந்திரன்; the Moon.

அம்போதம்: *(பெ):* மேகம்; cloud.

அம்போதரம்: *(பெ):* மேகம்; கடல்; cloud; sea.

அம்போதி: *(பெ):* கடல்; காற்று; sea; air.

அம்போருகம்: *(பெ):* தாமரை மலர்; lotus flower.

அம்போவென்று விடு: *(வி):* எந்த ஓர் ஆதரவும் இல்லாத நிலையில் விட்டுவிடுதல்; கை விடுதல்; to leave someone in the lurch.

அம்மட்டில்: *(வி.அ):* அந்த அளவில்; at that point. • **அம்மட்டில்** தனது உரையை முடித்துக் கொண்டு அமர்ந்தார்.

அம்மட்டுக்கு: *(வி.அ):* அந்த அளவிற்கு; to that extent.

அம்மணமான: *(பெ.அ):* நிர்வாணமான; naked.

அம்மணம்: *(பெ):* நிர்வாணம்; ஆடை அணியாத நிலை; nude; nakedness. • **அம்மண** தேசத்தில் கோவணம் கட்டியவன் பைத்தியக்காரன்.

அம்மணம் பேசு: *(வி):* *(இலங்):* ஆபாசமாகவும் அசிங்கமாகவும் பேசிடு; to talk in obscenities.

அம்மணி: *(பெ):* பெண்; தலைவி; lady; mistress.

அம்மம்: *(பெ):* குழந்தைக்குப் புகட்டும் உணவு; தாயின் மார்பகம்; a child's food; mother's breast.

அம்மம்மா: *(பெ):* *(இலங்):* அம்மாவின் அம்மா; தாய்வழிப் பாட்டி; maternal grandmother.

அம்மன்: *(பெ):* தாய்; அம்பாள்; பெண் தெய்வம்; mother; common name of Goddess Parvathi; female deity.

அம்மா[1]/அம்மாள்: *(பெ):* தாய்; குறிப்பாகத் திருமணம் ஆன பெண்ணைக் குறித்திடும் மரியாதைச் சொல்; சில தொழிலை உணர்த்தும் பெயர்ச்சொற்களுடன் அப்பெண் என்பதை உணர்த்திட வேண்டி இணைக்கும் சொல்; வயதில் முதிர்ந்த அல்லது உயரிய நிலையில் இருப்பவர் தன்னைவிட வயதில் இளையவளாக இருந்திடும் பெண்ணை அழைத்திடும் சொல்; mother; a term of respect to refer mostly to a married woman; a term added to nouns referring to certain professions to indicate that the person is a woman; a word of address by elders for younger woman. • **அம்மா** வீட்டில் இல்லை. கோயிலுக்குப் போயிருக்கிறார். • உதவிக்குப் பக்கத்து வீட்டு **அம்மா** வருவாள். • வேலைக்கார**ம்மா**; டீச்சர**ம்மா**; டாக்டர**ம்மா**; வக்கீல**ம்மா**. • '**அம்மா** கொஞ்சம் கடைக்குப் போய் வருகிறாயா?' எனப் பக்கத்துவீட்டுப் பாட்டி, சிறுமியிடம் கேட்டாள்.

அம்மா[2]: *(இ.சொ):* வலியினால் அவதியுறும்போது அல்லது வியப்புறும்வண்ணம் ஒன்றினைக் காணும்போது கூறப்படும் ஒரு சொல்; an expression of pain or surprise. • காலில் முள் தைத்ததும் "ஐயோ, **அம்மா!**" எனக் கூவினான். • **அம்மா. . .**, ஆனாலும் அவளுக்கு இவ்வளவு அகங்காரம் கூடாது.

அம்மாஞ்சி: *(பெ):* தாய்மாமன் மகன்; முடன்; son of one's maternal uncle; idiot. • 'வாங்க அம்மாஞ்சி. . . ஊரில் எல்லோரும் சௌக்கியமா?' • '**அம்மாஞ்சி**யாட்டம் கம்முன்னு நின்று கொண்டிருக்காதே!'

அம்மாத்தாள்: *(பெ):* தாய்வழிப் பாட்டி; maternal grandmother.

அம்மாமி: *(பெ):* தாய் மாமன் மனைவி; wife of one's maternal uncle.

அம்மானை: *(பெ):* மகளிர் விளையாடும் ஒருவித விளையாட்டு; a kind of women's game.

அம்மான்: *(பெ):* தாயின் சகோதரன்; தாய்மாமன்; brother of one's mother; maternal uncle.

அம்மி: *(பெ):* மசாலா போன்ற பொருட்களை குழவி கொண்டு அரைத்திடப் பயன்படுத்திடும் நீள்சதுரக்கல்; a rectangular slab of stone with a stone roller used for grinding spices, etc. • **அம்மி** மிடுக்கோ அரைப்பவள் மிடுக்கோ. • **அம்மி** கெட்ட கேட்டுக்கு முக்காடு ஒரு கேடா? • ஆடிக்காத்துலே **அம்மி**யும் குழவியுமே ஆகாசத்திலே பறக்கறச்சே இலவம் பஞ்சு எனக்கென்ன கதின்னுதாம் - *பழமொழிகள்.*

அம்மி மிதி: *(வி):* திருமண நாளன்று மணமகளின் வலதுகாலினை அம்மியின் மீதுவைத்தல்என்னும் சடங்கினை நிகழ்த்திடல்; to perform the ceremony of placing the right foot of the bride on the grinding stone on the wedding day. • **அம்மி** மிதித்து அருந்ததியைப் பார்த்தது போன்றல்லவா பேசுகிறாள் - *பழமொழி.*

அம்மிரம்: *(பெ):* மாமரம்; mango tree.

அம்மிலகா: *(பெ):* புளியமரம்; tamarind tree.

அம்மிலம்: *(பெ):* புளிப்பு; புளியமரம்; sourness; tamarind tree.

அம்மிலிகை: *(பெ):* புளி; tamarind.

அம்மு: *(பெ):* சாதம்; boiled rice.

அம்முக்கள்ளன்: *(பெ):* வஞ்சகன்; artful cunning fellow.

அம்மை: *(பெ):* தாய்; பாட்டி; பார்வதி; அழகு; கடுக்காய்; மேலுலகம்; mother; grandmother; Parvathi, the consort of Lord Shiva; beauty; gall nut; heaven.

அம்மை குத்தல்: *(பெ):* அம்மைநோய் தாக்காமலிருக்க தடுப்பூசி போடுதல்; vaccination.

அம்மை குத்திக்கொள்: *(பெ):* அம்மை நோய் தாக்காமலிருக்க தடுப்பூசி போட்டுக்கொள்; to vaccinate.

அம்மைக்கட்டு: *(பெ):* தாடையின் கீழ்ப்புறமாக வீக்கம் உண்டாகும் வகையில் உமிழ்நீர்ச் சுரப்பிகளைப் பாதித்திடும் 'பொன்னுக்கு வீங்கி' என்றழைக்கப்படும் நோய்; mumps.

அம்மைத் தழும்பு: *(பெ):* அம்மை நோயின் பாதிப்பால் உண்டாகும் கொப்புளங்கள் ஆறியபின் அவை விட்டுச்செல்லும் குழிவான தடம்; அம்மை நோய்த் தடுப்பூசி குத்தப்பட்ட இடத்தில் கொப்புளம் உண்டாகி ஆறியபின் காணப்படும் வடு; pock-mark; mark of vaccination.

அம்மை நோய்: *(பெ):* சின்னம்மை, தட்டம்மை முதலான நோய்களைக் குறித்திடும் பொதுவான பெயர்; a general term denoting virus diseases such as chicken pox, measles, etc.

அம்மைப்பால்: *(பெ):* பெரியம்மை, சின்னம்மை போன்ற அம்மை நோய்கள் தாக்காமலிருக்க போடப்படுகின்ற தடுப்பு ஊசிக்கான மருந்து; small pox vaccination.

அம்மையப்பன்: *(பெ):* தாயும் தந்தையும் ஆன இறைவன்; the God in the form of mother and father.

அம்மையார்: *(பெ):* பொதுவாழ்வில் ஈடுபட்டு புகழ்பெற்ற பெண்மணியைக் குறித்திடும் மரியாதைச் சொல்; வயதான பெண்மணி; a respectful way of referring to a lady; old woman.

அம்மைவடு: *(பெ):* அம்மைநோயால் உண்டான தழும்பு; pock mark.

அயகம்: *(பெ):* வசம்பு; sweet flag.

அயக்கம்: *(பெ):* ஆரோக்கியம்; good health.

அயக்களங்கு: *(பெ):* இரும்புத்துரு; iron dross.

அயக்கல்: *(வி):* அசைத்தல்; to shake.

அயக்காந்தம்: *(பெ):* காந்தக்கல்; magnet; loadstone.

அயச்சத்து: *(பெ):* உண்ணக்கூடிய உணவுப் பொருட்களில் இயற்கையாகவே இருந்திடும் இரும்புத் தாதுச் சத்து; iron content.

அயசு: *(பெ):* இரும்பு; எஃகு; விளையாத நிலம்; iron; steel; uncultivable land.

அயணம்: *(பெ):* வழி; செலவு; way; expense.

அயபற்பம்: *(பெ):* இரும்புப்பற்பம்; iron medicated powder.

அயம்: *(பெ):* ஐயம்; நீர்; சுனை; குளம்; சேறு; நிலம்; அலரி; ஆடு; குதிரை; முயல்; விழா; நல்வினை; இரும்பு; பள்ளம்; doubt; water; mountain pool; tank; mire; land; a flower; goat; horse; hare; festival; good deed; iron; pit.

அயம்பற்றி: *(பெ):* காந்தம்; magnet.

அயமாரகம்: *(பெ):* அலரிச் செடி; a kind of plant which has yellow or red flowers called 'Alari'.

அயர்: *(பெ):* வாட்டம்; dryness; fading.

அயர்ச்சி: *(பெ):* வெறுப்பு; மறதி; சோர்வு; வருத்தம்; மனத் தளர்ச்சி; repulsion; forgetfulness; tiredness; suffering; mental slackness.

அயர்தல்: *(வி):* செலுத்துதல்; விரும்புதல்; விளையாடுதல்; வழிபடுதல்; மனத்தளர்ச்சி யுறுதல்; தளர்வுறுதல்; to drive; to like; to play; to worship; to lose consciousness; to become weary.

அயர்த்தல்: *(வி):* மறந்துபோதல்; to forget.

அயர்வு: *(பெ):* மறதி; சோர்வு; forgetfulness; langour.

அயலான்: *(பெ):* அன்னியன்; பக்கத்தில் உள்ளவன்; பகைவன்; stranger; neighbour; enemy. • **அயலான்வீட்டுப் பிள்ளை ஆபத்துக்கு உதவுமா? • அயலான் உடைமைக்கு ஆலாய்ப் பறக்கிறான்** - *பழமொழிகள்.*

அயலி: *(பெ):* வெண்கடுகு ; white mustard.

அயலுறவு: *(பெ):* வெளியுறவு; foreign affairs.

அயலுரை: *(பெ):* அக்கம்பக்கத்தாரின் பேச்சு; talk of neighbours.

அயலூர்: *(பெ):* வெளியூர்; far-off place.

அயல்: *(பெ):* அந்நியமானது; that which has no connection or relation. • **அயல் வீட்டு** நெய்யே, என் பெண்டாட்டி கையே -*பழமொழி.*

அயவணம்: *(பெ):* ஒட்டகம்; camel.

அயவாகனன்: *(பெ):* அக்னிதேவன்; Agni, the God of Fire.

அயவாரி: *(பெ):* வசம்பு; sweet flag, used as a medicine.

அயவெள்ளை: *(பெ):* இரும்புத் தூள்; iron powder.

அயறு: *(பெ):* புண்ணீர் கசிந்து பரவுதல்; excrescence resulting from a sore.

அயற்படுதல்: *(பெ):* விலகுதல்; பிரிதல்; மறைதல்; to leave; to depart; to disappear.

அயனம்: *(பெ):* வரலாறு; வழி; வீடு; ஆண்டில் பாதி; history; way; home; half of the year.

அயன்: *(பெ):* பிரம்மன்; அருகன்; மகேஸ்வரன்; Brahma; God; Maheswaran. • **அயன்** இட்ட எழுத்தில் அணுவளவும் தப்பாது - *பழமொழி.*

அயன் தீர்வை: *(பெ):* நிலவரி; land tax.

அயன் மனைவி: *(பெ):* சரஸ்வதி; Saraswathi, the Goddess of Learning; wife of Lord Brahma.

அயன் தோளிலுதித்தோர்: *(பெ):* அரசர்; king.

அயன் பாதத்திலுதித்தோர்: *(பெ):* சூத்திரர்கள்; Sudras.

அயன் முகத்திலுதித்தோர்: (பெ): பிராமணர்; brahmins.

அயனூர்: (பெ): சீர்காழி; Sirkazhi, a taluk headquarters in Nagapattinam district.

அயா: (பெ): தளர்ச்சி; slackness.

அயானதல்: (வி): வருந்துதல்; to suffer.

அயானம்: (பெ): சுபாவம்; personality traits.

அயிகம்: (பெ): ஊமத்தை; dhatura plant.

அயிக்கம்: (பெ): ஒற்றுமை; unity.

அயிக்கல்: (வி): மறைத்தல்; மாறுபடுதல்; to conceal; to differ.

அயிங்கிதை: (பெ): கொல்லாமை; non-killing.

அயிச்சுவரியம்: (பெ): செல்வம்; wealth. ● சகல **அயிச்சுவரியங்களையும்** பெற்று வளமோடு வாழ்க!

அயிணம்: (பெ): மான்தோல்; the skin of a deer. ● மான்களைக் கொன்று **அயிணங்களைக்** கடத்தும் கும்பலை காவல் துறையினர் கைது செய்தனர்.

அயிராச்சுரப்பி: (பெ): காமதேனு; the celestial cow which has the power to grant the wishes.

அயிராணி: (பெ): இந்திராணி; பார்வதி; Indrani, the wife of Indra; Parvathi, the wife of Lord Paramasiva.

அயிரி: (பெ): நெட்டிலைப்புல்; a kind of grass.

அயிரை: (பெ): ஆறுகளில் கூட்டம் கூட்டமாக வாழும் ஒருவகை மீன்; நுண்மணல்; loach; fine sand.

அயில்¹: (பெ): இரும்பு; கூர்மை; கத்தி; வேல்; கலப்பை; அழகு; கோரைப்புல்; iron; sharpness; javelin; lance; plough; beauty; hedges and bulrushes.

அயில்²: (வி): அருந்துதல்; உண்ணுதல்; to drink; to eat.

அயினி: (பெ): உணவு; நீராகாரம்; food; rice-water, usually kept to overnight.

அயினி நீர்: (பெ): மஞ்சளும், சுண்ணாம்பும் கலந்த ஆலத்தி நீர்; the water mixed with turmeric powder and lime whirled in a circular manner before an idol or an important personage.

அயுக்தம்: (பெ): தகுதியின்மை; unfit.

அயுதம்: (பெ): பதினாயிரம்; ten thousand.

அயோகநம்: (பெ): சுத்தியல்; hammer.

அயோகம்: (பெ): பிரிவினை; வெறுப்பு; partition; dislike.

அயோகன்: (பெ): மனைவியை இழந்தவன்; widower. ● வயதான காலத்தில் **அயோகனாக** வாழ்வதை விடக் கொடுமையானது வேறு ஏதும் இல்லை.

அயோக்கியன்: (பெ): நாணயம், நேர்மை போன்ற குணங்கள் ஏதும் இல்லாதவன்; dishonest person.

அயோக்கிரம்: (பெ): உலக்கை; சுத்தியல்; a long round ended heavy wooden pestle; hammer.

அயோசனம்: (பெ): பிரிவு; separation.

அயோமலம்: (பெ): பானை; pot.

அய்யங்கார்: (பெ): வைஷ்ணவ அந்தணர்களின் பட்டப்பெயர்; the title of the Brahmins who belong to Vaishnavism.

அய்யர்: (பெ): ஐயர்; குரு; முனிவர்; உபாத்தியாயர்; the title of the Brahmins who belong to Saivism; priest; sage; teacher.

அய்யா: (பெ): தந்தை; பாட்டன்; வயதில் முதிர்ந்தோர் (அ) உயரிய நிலையில் இருப்போரை மரியாதையாக அழைக்கும் சொல்; ஒரு சில மதிப்பு வாய்ந்த தொழில்களைக் குறிக்கும் பெயர்களுடன் அத்தொழில் செய்பவர் ஆண் என்பதை உணர்த்திட இணைத்துக் கூறப்படும் சொல்; father; grandfather; a term referring to respectable persons; a term added to the nouns referring to certain respected professions to indicate that the person is male.

அரக்கப்பரக்க: (வி.அ): அவசரம் அவசரமாக; hurriedly; in a haste. ● வேலைக்குப் போவதற்குள் அம்மா **அரக்கப்பரக்க** எல்லா வேலையையும் முடித்து வைத்தாள்.

அரக்கம்: (பெ): நன்னாரி; sarsaparilla added in sharbet.

அரக்கன்: (பெ): அசுரன்; ராட்சசன்; அன்பு, இரக்கம் போன்ற பண்புகள் இல்லாத கொடியவன்; monster; demon; giant; an inhuman creature; a cruel man.

அரக்கி: (பெ): அரக்கன் என்பதன் பெண்பால்; demoness.

அரக்கு¹: (வி): முத்திரை வைத்திடப் பயன்படுத்திடும் ஒருவகைக் கருஞ்சிவப்பு மெழுகு; sealing wax.

அரக்கு²: (பெ): அழுத்தித் தேய்த்தல்; ஓசைபட மெல்லுதல்; to tramp; to crush something with the palm; to munch. ● பச்சிலையை உள்ளங்கையில் வைத்து நன்றாக **அரக்கிச்** சாறு பிழிந்தார். ● குழந்தை வாயில் எதையோ போட்டுக்கொண்டு **அரக்கிக்** கொண்டிருக்கிறதே!

அரக்கு நீர்: (பெ): இரத்தம்; குருதி; ஆலத்தி; blood; the water mixed with turmeric powder and lime, whirled in a circular manner before an idol or important personage.

அரங்கம்[1]: (பெ): நாடகம், நாட்டியம் போன்றவை நடந்திடும் மேடை; கேளிக்கை, விளையாட்டு நிகழ்ச்சி போன்றவற்றைக் காண்பதற்கான கட்டடம் (அ) திறந்த வெளி; stage for plays, dance, etc.; theatre; auditorium; sports stadium. • நாடகம் துவங்கும் முன்பாக நடிகர்கள் அனைவரும் **அரங்கத்திற்கு** வந்து இறைவணக்கம் பாடினர். • சென்னை கலைவாணர் **அரங்கம்.**

அரங்கம்[2]: (பெ): போர்க்களம்; சூதாடும் இடம்; படைக்கலக் கொட்டில்; அவை; ஸ்ரீரங்கம்; battle field; gambling hall / place; the place where the weapons are stored; assembly; Srirangam temple.

அரங்கி: (பெ): நடிகை; வஞ்சனையுடையவள்; actress; deceitful woman.

அரங்கு: (பெ): நாடகமேடை; அவை; உள்வீடு; stage for play; assembly; the safe room in the mid part of a house. • **அரங்கின்றி** வட்டாடலும் அறிவின்றிப் பேசுவதும் ஒன்று - *பழமொழி.*

அரங்குதல்: (வி): தைத்தல்; அழிதல்; அமுந்துதல்; வருத்துதல்; to pierce the mind; to sew; be ruined; to sink; to cause pain.

அரங்கேறு: (வி): அரங்கேற்றம் செய்யப்படுதல்; அரங்கேற்றப்படுதல்; to have premiere; be presented or staged of a work.

அரங்கேற்றம்: (பெ): ஒருவர் தம்முடைய புதிய கலைப் படைப்பினைப் பார்வையாளர்கள் முன்பாக முதன்முதலாக நிகழ்த்திடும் நிகழ்ச்சி; பழங்காலத்தில் தமிழறிஞர்களும், புலவர்களும் தாங்கள் இயற்றிய நூலினைத் தமிழ்ச் சங்கத்தில் படித்து ஒப்புதல் பெற்றிடும் நிகழ்ச்சி; the first public performance by an artiste; during the periods of Tamil Sangam, the scholars and the poets presented their works for acceptance before the learned assembly. • நாட்டியம் பற்றி மாணவிகள் நடித்த நாட்டிய நாடகத்தின் முதலாவது **அரங்கேற்றம்** இம்மாத இறுதியில் நடைபெற உள்ளது. • முதலாம் தமிழ்ச் சங்கத்தில் திருவள்ளுவர் தமது நூலான திருக்குறளை **அரங்கேற்றம்** செய்தபோது, அதற்கு ஒப்புதல் மறுக்கப்பட்டதாம்.

அரங்கேற்று: (வி): அரங்கேற்றம் செய்திடு; to make a debut or present a new work for acceptance.

அரசகரும மொழி: (பெ): ஆட்சிமொழி; official language.

அரச நீதி: (பெ): அரசரின் கடமைகள்; அரசியல்; அரசியல் சார்ந்த அறிவியல்; king's duties; politics; political science.

அரசமரம்: (பெ): வாலினைப் போன்ற கூரிய முனையையும் அகன்ற பரப்பினையும் உடைய இலைகளைக்கொண்டு உயர்ந்து பருத்து வளர்ந்திருக்கும் மரம்; pipal tree. • பிள்ளைப் பேறு வேண்டி பெண்கள் **அரசமரத்தைச்** சுற்றி வருவது காலங்காலமாக நடந்து வருகிறது.

அரசம்: (பெ): மூலநோய்; சுவையற்றது; piles; that which has no taste.

அரசருக்குரிய: (பெ.அ): மன்னனுக்குரிய; sovereign.

அரசல்புரசலாக: (வி.அ): முழுவிவரம் இல்லாத; அரைகுறையான நிலையில்; vaguely; in a way one cannot specify; • அக்கட்சியில் ஏற்பட்டுள்ள கருத்து வேறுபாடு காரணமாக ஒரு சில தலைவர்கள் அக்கட்சியிலிருந்து விலகக்கூடும் என்று **அரசல்புரசலாகத்** தகவல்கள் கிடைத்துள்ளன.

அரசன்: (பெ): தங்கள் குலவழியாக நாட்டினை ஆளும் உரிமை பெற்றவன்; வியாழன்; கோவைக்கொடி; வன்னியர்; monarch; king; the planet Jupiter; a kind of creeper; vanniyan. • **அரசன்** எவ்வழி மக்களும் அவ்வழி. • **அரசனை** நம்பிப் புருஷனைக் கைவிட்ட கதை - *பழமொழிகள்.*

அரசாங்கம்: (பெ): ஒரு நாட்டினை நிர்வகித்திடும் அதிகாரங்கள் வரையறுக்கப்பட்ட அமைப்பு; அரசு; government.

அரசாட்சி: (பெ): அரசனால் நடத்தப்படும் நிர்வாகம்; அரசனுடைய ஆளுகை; rule or reign of a king.

அரசாணி: (பெ): அரசங்கொம்பு; pipal tree's branch.

அரசாணிக்காய்: (பெ): பூசனிக்காய்; pumpkin.

அரசாணிக்கால்: (பெ): மணமேடையில் மணச்சடங்கின்போது மணமக்கள் சுற்றிவர ஏதுவாக அமைக்கப்பட்ட, சிறிய அரசமரக்கிளை மற்றும் சில மரக்கிளைகளுடன் ஒரு கொம்பில் சேர்த்து கட்டி நடப்பட்ட கால்; pipal branch placed with those of other trees between posts round which the bridegroom and the bride pass in the marriage ceremony.

அரசி: (பெ): அரசனின் மனைவி; அரசாள்பவள்; the wife of the king; queen.

அரசிதழ்: (பெ): அரசினுடைய முக்கிய அறிவிப்புகள், பணிக்குத் தேர்வு செய்யப்பட்டோர் விவரம் போன்றவை வெளியாகும் அரசினுடைய அதிகார பூர்வ இதழ்; gazette.

அரசியல்: (பெ): நாட்டினை அரசாளும் முறை; ஆட்சி முறை பற்றிய அரசியல் கட்சிகளின் கொள்கைகளும் நடைமுறைகளும்; கட்சி விவகாரம்; politics; party politics concerning the Government of a State; internal politics of a party.

அரசியல் கைதி: *(பெ):* ஒரு அரசாங்கத்தின் கொள்கைகளை எதிர்த்து போராட்டங்களில் ஈடுபட்டு கைது செய்யப்பட்ட நபர்; political prisoner.

அரசியல் சட்டம்: *(பெ):* குடிமக்களின் உரிமை; அரசின் கடமை, அதிகாரம் போன்றவற்றை வரையறை செய்யும் அடிப்படைச் சட்டம்; the Constitution of a country.

அரசியல் சாசனத் திருத்தம்: *(பெ):* அரசியல் சாசனத்தில் இருப்பவற்றை மாற்றி அல்லது திருத்தி அல்லது புதிய விதிகளைச் சேர்த்து நாடாளுமன்றத்தின் வாயிலாகச் செய்யப்படும் திருத்தம்; the Amendment to the Constitution made by the Parliament adopting special procedure.

அரசியல் சாசனம்: *(பெ):* அரசியல் சட்டம்; the Constitution of a country.

அரசியல் யாப்பு: *(பெ): (இலங்):* அரசியல் சட்டம்; the Constitution of a country.

அரசியல்வாதி: *(பெ):* ஒரு நாட்டின் அரசியலில் தன்னை முழுமையாக ஈடுபடுத்திக் கொண்டவர்; politician.

அரசிருக்கை: *(பெ):* அரியணை; throne.

அரசிலை: *(பெ):* அரசமரத்து இலை; பெண் குழந்தைகளின் இடுப்புச் சங்கிலியில் கோர்க்கப்பட்டிருக்கும் அரசிலை வடிவிலான உலோகத் தகடு; the leaf of a pipal tree; pipal leaf-shaped plate attached to the waist chain of a female child.

அரசு: *(பெ):* அரசாங்கம்; மன்னரின் ஆட்சி; ஒரு துறையில் நிகரில்லாதவர் என்னும் பொருளில் வழங்கும் பட்டம்; அரசமரம்; government; rule of a king; a word added to the branch or field in which one excels used as a title; pipal tree. ● **நகைச்சுவையரசு.** ● **கவியரசு.** ● **நடிப்புப் பேரரசு.** ● **இசையரசு.**

அரசுக்கட்டில்: *(பெ):* அரியணை; throne.

அரசுடைமை: *(பெ):* அரசின் உடைமையாக இருத்தல்; the nationalised property.

அரசுடைமையாக்குதல்: *(பெ):* தனியார் வசமுள்ள தொழில் அல்லது நிறுவனங்களை அரசு தன்னுரிமை ஆக்கிக் கொள்ளுதல்; to nationalise.

அரசுத் தலைமை வழக்கறிஞர்: *(பெ):* மைய, மாநில அரசுகளின் சார்பாக வழக்குகளை நடத்திட அரசியல் சட்டத்தின்படி நியமிக்கப் பட்ட வழக்கறிஞர்; Attorney General at the Central government; Advocate General at the State government.

அரசு முறைப் பயணம்: *(பெ):* அரசின் சார்பாக அல்லது வேறொரு நாட்டின் அழைப்பின் பேரில் மேற்கொள்ளும் பயணம்; an official visit at the invitation of government or on behalf of one's government. ● **அரசுமுறைப் பயணமாக** இன்று காலை பாரதப் பிரதமர் இங்கிலாந்து, ஃபிரான்ஸ், ஜெர்மனி ஆகிய நாடுகளுக்குப் பயணமானார்.

அரசுரிமை: *(பெ):* முடியாட்சியின்படி ஒரு நாட்டை ஆளும் உரிமை; succession; the right to rule over a country (in monarchy).

அரசு வழக்கறிஞர்: *(பெ):* அரசாங்கத் தரப்பில் வழக்கினை நடத்திடும் வழக்கறிஞர்; public prosecutor; government pleader.

அரசுவா: *(பெ):* பட்டத்து யானை; state-elephant or royal elephant.

அரசோச்சு: *(வி):* அரசாளுதல்; to rule.

அரட்சி: *(பெ):* மனக்குழப்பம்; mental confusion.

அரட்டம்: *(பெ):* பாலைநிலம்; பொழுதுவிடிதல்; arid land; daybreak; dawn.

அரட்டன்: *(பெ):* குறும்பன்; சிற்றரசன்; மிடுக்கன்; கொள்ளைக்காரன்; வீண்பேச்சுப் பேசுபவன்; mischief monger; chieftain who accepts the overlordship of a king; strong and powerful man; brigand; one who talks useless things much.

அரட்டி: *(பெ):* அச்சம்; பயம்; fear. ● வண்டலூர் உயிரியல் பூங்காவிலிருந்து சிறுத்தைப் புலி தப்பியோடிவிட்டது என்ற வதந்தியால், சுற்று வட்டார மக்கள் **அரட்டி**யபடி வாழ்ந்து வந்தனர்.

அரட்டு: *(பெ):* ஆணவம்; மிடுக்கு; குறும்பு; arrogance; pride; strength; mischief; prank.

அரட்டுதல்: *(வி):* பயமுறுத்திடு; அச்சமூட்டு; to frighten; to terrify.

அரட்டை: *(பெ):* பொழுதைப்போக்கும் விதமாக பலர் கூடியிருந்து பேசும் பேச்சு; chat. ● வீண் **அரட்டை** என்பதை மாற்றி '**அரட்டை அரங்கம்**' என்னும் பெயரில் திரு. விசு அவர்கள் சமுதாயப் பிரச்சினைகளை அலசி பலரைப் பேச வைப்பது பாராட்டுக்குரியது.

அரணம்: *(பெ):* அரண்; கொத்தளம்; பாதுகாப்பு; காவல்; கவசம்; செருப்பு; கருஞ்சீரகம்; மஞ்சம்; fort; defensive erection on the top of a rampart; defence; protection; shield; coat of mail; leather sandals; black cumin; sofa; bed.

அரணாக்கயிறு: *(பே.வ):* ஆண்களும், குழந்தைகளும் இடுப்பில் கட்டியிருக்கும் மெல்லிய கயிறு அல்லது தங்கம், வெள்ளி போன்றவற்றால் செய்த சங்கிலி; a thin cord or string of gold or silver, worn around the waist by men and children.

அரணி: *(பெ):* காடு; நெருப்பு; சூரியன்; கவசம்; கோட்டைமதில்; வேலி; forest; fire; Sun; coat of mail; shield; fortification; fence.

அரணித்தல் 57 **அரவணைப்பு**

● ***அரணி***யில் (காட்டில்) ***அரணி*** (நெருப்பு) பற்றியதால் காட்டில் வாழும் பழங்குடியினரும் பிற உயிரினங்களும் பாதிப்புக்கு உள்ளாயினர்.

● ***அரணி*** (கோட்டை மதில்) பலமாக அமைந்திருந்ததால் மூவேந்தர் பல நாள் முற்றுகையிட்டும் பரம்பு நாட்டினை அடிபணியச் செய்ய முடியவில்லை.

அரணித்தல்: *(வி):* காவல் செய்தல்; அலங்கரித்தல்; to protect; to decorate.

அரணியம்: *(பெ):* காடு; forest.

அரணை[1]: (பெ): பல்லி போன்ற ஓர் உயிரினம்; sun lizard.

அரணை[2]: (பெ): (இலங்): (கணித): வகுத்தல் குறி; (in arithmetic) sign of division.

அரண்: *(பெ):* பாதுகாப்பு; கோட்டை; கோட்டை மதில்; defence; fort; fortress; castle; fortification.

அரண்மனை: *(பெ):* மன்னர் வசிக்கும் மாளிகை; palace.

அரதனம்: *(பெ):* ஒருவகை உயர்ந்த இரத்தினக்கல்; a precious stone.

அரதி: *(பெ):* துன்பம்; வேண்டாமை; distress; absence of desire; dislike.

அரத்தம்: *(பெ):* பொன்; சிவப்பு; குருதி; அரக்கு; பவளம்; கடுக்காய்; gold; red; blood; sealing wax; coral; gall nut.

அரத்தன்: *(பெ):* செவ்வாய்; the planet Mars.

அரத்தனம்: *(பெ):* இரத்தினம்; gem; a precious stone.

அரத்தை: *(பெ):* முடக்கற்றான்; ஒருவகை மருந்துச் செடி; Mudakkatran, a herbal plant.

அரந்தை: *(பெ):* வருத்தம்; துன்பம்; trouble, distress; sorrow.

அரபீசம்: *(பெ):* பாதரசம்; mercury.

அரப்பு: *(பெ):* தலையில் உள்ள எண்ணெய்ப் பிசிக்கினைப் போக்க உபயோகப்படுத்திடும் சிலவகை இலைகள், பட்டைகள், பாசிப் பயறு போன்றவற்றை இடித்து உண்டாக்கிய பொடி; the flour of certain leaves, barks and lentils used to remove the oily substance from the body and hair. ● தற்போது தலைக்குக் குளித்திட ஷாம்பு போன்றவை பயன்படுத்தப் படுவதால் ***அரப்பு*** போன்றவை பாத்திரங்கள் துலக்க மட்டுமே பயன்படுத்தப்படுகின்றன.

அரப்பொடி: *(பெ):* இரும்புத்தூள்; iron dust.

அரமகள்: *(பெ):* தேவதை; angel.

அரமனை: *(பெ):* அரண்மனை; palace.

அரமாரவம்: *(பெ):* நாயுருவி; a kind of plant growing in hedges which is used in Siddha medicine.

அரமி: *(பெ):* கடுக்காய்; gall nut.

அரமியம்: *(பெ):* நிலாமுற்றம்; அரண்மனை; the open court-yard where the moon light falls; palace.

அரம்: *(பெ):* இரும்பு போன்ற உலோகங்களைத்தேய்த்து வழவழப்பாக்கிட உதவும் முப்பட்டை வடிவம்கொண்ட வரிவரியான கோடுகளுடன் சிறு அளவிலான முட்கள் போன்ற அமைப்புடன் உள்ள சிறு கருவி; file; rasp. ● ***அரத்தை அரங்கொண்டும் வைரத்தை வைரங்கொண்டும் அறுக்க வேண்டும்*** - *பழமொழி.*

● ***அரம்***பொருத பொன்போலத் தேயும் உரம்பொருது உட்பகை உற்ற குடி. - *குறள் 888.*

அரம்பிதலம்: *(பெ):* ஆழமான பள்ளம்; பாதாளம்; a pit of great depth; nether world.

அரம்பு: *(பெ):* குறும்பு; ரோதனை; தொந்தரவு; கொடுஞ்செயல்; mischief; trouble; wicked; dead.

அரம்பை: *(பெ):* வாழை; தேவருலக நடன மங்கை; ஓமம்; plantain; an angel; bishop's weed.

அரம்பையர்: *(பெ):* தேவ மகளிர்; celestial damsels.

அரரம்: *(பெ):* கதவு; மறைவான இடம்; door; hide-out.

அரரு: *(பெ):* பகைவன்; enemy.

அரலை: *(பெ):* கடல்; குற்றம்; கோட்டை; விதை; sea; crime; castle; seed.

அரவக்கரையன்: *(பெ):* சிவபெருமான்; Lord Shiva.

அரவக்கிரி: *(பெ):* வேங்கட மலை; Venkata Malai - Thirupathi.

அரவணை[1]: (பெ): மகாவிஷ்ணு பள்ளிகொள்ளும்பாம்புப்படுக்கை; serpent bed of Lord Mahavishnu.

அரவணை[2]: (வி): ஆதரவுடன் அணைத்தல்; to hug; to take someone in arms with affection and protection. ● வழி தவறி வந்த கன்றுக்குட்டியை ஆதரவோடு ***அரவணைத்துக்*** கொண்டாள்.

அரவணைத்துக்கொண்டு போ: *(வி):* அன்பும் பரிவும் காட்டி நடத்திடு; to carry on by being tolerant and willing to make concessions. ● நிர்வாகி என்பவர் தன் கீழ் பணிபுரியும் அனைவரையும் ***அரவணைத்துக்கொண்டு சென்***றால் அவர் எண்ணிய யாவும் இனிதே நிறைவேறிடும்.

அரவணைப்பு: *(பெ):* ஆதரவு; பாதுகாப்பு; support; protection. ● தாயின் ***அரவணைப்பி***லேயே அவன் வளர்ந்ததால் வெளி உலக விவகாரங்கள் ஏதும் அறியாதவனாய் இருந்தான்.

அரவக்கொடியோன்: *(பெ):* துரியோதனன்; Duryodhana, the eldest of the Kauravas.

அரவப்பகை: *(பெ):* கருடன்; eagle.

அரவம்: *(பெ):* ஒலி; சப்தம்; பாம்பு; noise made by the movements of human beings, animals, etc., snake. • ஆள் **அரவம்** இல்லாத சாலையில் இரவுப்பொழுதில் தனியே செல்ல பயப்பட்டாள். • **அரவம்** ஒன்று சிறுமியைத் தீண்டியதைக் கண்டு ஆளாளுக்குப் பரபரத்தார்களே ஒழிய, அச்சிறுமிக்கு முதலுதவி செய்திட வேண்டும் என்று எவருக்குமே தோன்றவில்லை.

அரவரசோன்: *(பெ):* பதஞ்சலி முனிவர்; the Sage Patanjali.

அரவாய்க்கடி பகை: *(பெ):* வேப்பிலை; neem leaf.

அரவான்: *(பெ):* நாககன்னிக்கும் அர்ச்சுனனுக்கும் பிறந்த மகன்; Aravan, the son of Nagakanni and Arjuna. • பாரதப்போர் துவங்கும் முன்பாக **அரவான்** பலியிடுதல் என்னும் நிகழ்வு தெருக்கூத்தாக கிராமத்தாரால் நடித்துக் காட்டப்பட்டது.

அரவித்தல்: *(வி):* ஒலித்தல்; to produce sound.

அரவிந்தம்: *(பெ):* தாமரை; செம்பு; மன்மதன்; நாரை; lotus flower; copper; Manmada, the God of Love, the stork.

அரவிந்தன்: *(பெ):* பிரம்மா; Lord Brahma, the creator.

அரவிந்தாக்கன்: *(பெ):* மஹா விஷ்ணு; Lord Mahavishnu, the God regarded as the preserver of the Universe.

அரவிந்தை: *(பெ):* இலக்குமி; Lakshmi, the Goddess of Wealth.

அரவுரி: *(பெ):* பாம்புத் தோல்; the outer skin of a snake, slough.

அரவை: *(வி):* தானியங்களைப் பொடியாகவோ அல்லது நெல்லை அரிசியாகவோ அரைத்தல்; to mill the grains or to husk the paddy.

அரளுதல்: *(வி):* மிரண்டு போதல்; be terrified.

அரளி: *(பெ):* கருஞ்சிவப்பு அல்லது மஞ்சள் நிறங்கொண்ட மலர்கள் மற்றும் விஷத்தன்மை கொண்ட விதைகளையும் கொண்ட ஒருவகைச் செடி; oleander. • **செவ்வரளிப்** பூக்களைப் பறித்து மாலையாகத் தொடுத்து பூஜைக்காக கோயிலுக்கு எடுத்துச் சென்றாள். • மகனின் கேடுகெட்ட நடத்தையால் உண்டான அவமானம் தாங்காது குடும்பத்துடன் **அரளி** விதையை அரைத்துக் குடித்ததால் அனைவரும் இறந்தனர் என ஊர்ப்பஞ்சாயத்தார் காவல் துறையினரிடம் தெரிவித்தனர்.

அரற்று: *(வி):* புலம்பி அழுதிடு; வலி தாங்காது முனகிடு; to cry out in grief; to groan with pain. • விபத்தில் கணவன் இறந்ததால் அவன் மனைவி **அரற்றியபடி** இருந்தாள். • கால் முறிவு காரணமாக உண்டான வலி தாங்காது **அரற்றினான்**.

அரன்: *(பெ):* பதினொரு உருத்திரருள் ஒருவர்; அழிப்போன்; பரமசிவன்; மஞ்சள்; நெருப்பு; one of the eleven Rudras; destroyer; Lord Paramasivan; turmeric; fire.

அரா: *(பெ):* பாம்பு; ஆயில்ய நாள்; நாகமல்லி; snake; the day of Ayilyam star; Nagamalli, a kind of flower.

அராகம்: *(பெ):* ஆசை; பொன்; சிவப்பு; desire; gold; red.

அராதி: *(பெ):* பகைவன்; enemy.

அராத்திரி: *(பெ):* கைலாயம்; Kailash, the abode of Lord Shiva.

அராந்தானம்: *(பெ):* சமணப் பள்ளி; Jain's temple.

அராபதம்: *(பெ):* வண்டு; bee.

அராமம்: *(பெ):* பயிர்; சோலை; crop; grove.

அராமி: *(பெ):* கொடுமையானவன்; cruel man.

அராமுனிவர்: *(பெ):* பதஞ்சலி முனிவர்; Patanjali, the Sage.

அராலை: *(பெ):* நாட்டியப் பெண்; வேசி; dancer; prostitute.

அராவுதல்: *(வி):* அரத்தால் தேய்த்தல்; to file.

அராவைரி: *(பெ):* மயில்; கீரி; கருடன்; peacock; mongoose; white-headed kite.

அராளம்: *(பெ):* குங்கிலியம்; இருவாட்சி; konkani resin; tuscan, a kind of fragrant jasmine.

அராஜகம்: *(பெ):* நியாயமற்ற அதிகாரப் போக்கு; anarchy. • **அராஜகத்தால்** எதனையும் சாதித்திட முடியாது என்பதை அனைவரும் உணர வேண்டும்.

அரி[1]: *(பெ):* அக்கினி; அரிசி; அழகு; ஆயுதம்; இந்திரன்; இயமன்; உருளை; ஒளி; ஓர் அரசன்; கள்; கட்டில்; கடல்; கடுக்காய்; கிளி; காற்று; கண்; குதிரை; குரங்கு; குற்றம்; நீர்; கூர்மை; சந்திரன்; சிங்கம்; சிலம்பு; சிலம்பின் உட்பரல்; சிவன்; வரி; சூரியன்; செம்மறியாட்டுக்கிடா; சோலை; தவளை; தேர்; நெல்; தான்றிக்காய் மரம்; நிறம்; திருமால்; திருவோண நாள்; பன்றி; துளசி; நெற்கதிர்; வண்டு; நீர்த்திவலை; பாம்பு; புகை; பொன்; பொடி; மயில்; மூங்கில்; மென்மை; fire; rice; beauty; weapon; Lord Indra; Yama, the God of death; cylinder; light; a king; toddy; cot; sea; gall nut; parrot; air; eye; horse; monkey; default; water; sharpness; moon; lion; anklet;

pebble; Lord Shiva; tax; sun; ram; grove; frog; chariot; paddy; a kind of tree; colour; Lord Vishnu; the day of Thiruvonam; pig; sacred basil; streak; beetle; small drop of water; snake; smoke; gold; dust; peacock; bamboo; tenderness. ● அரியும், சிவனும் ஒண்ணு. அறியாதவன் வாயிலே மண்ணு - *பழமொழி.*

அரி²: (வி): சிறுசிறு துண்டுகளாக நறுக்கிடல்; துக்கம், கவலை போன்றவை வருத்துதல்; தானியங்களைத் தண்ணீரில் போட்டுக் களைதல்; வெட்டிடல்; அமிலம் போன்றவற்றினால் ஒரு பொருளினைக் கரையும்படி செய்தல்; ஏதேனும் ஒன்றினைக் கேட்டுத் தொல்லையளித்தல்; வைக்கோல் போன்றவற்றைக் கைகளால் ஒன்று திரட்டிச் சேர்த்தல்; சல்லடை, வலை போன்றவற்றால் தேவையற்றவற்றைப் பிரித்து எடுத்தல்; நமைச்சல் உண்டாக்குதல்; to cut into pieces; worries troubling one's mind; separating grains from stones by soaking them in water; to cut off; eroding a thing by using acids; pestering others; to gather hay or dry leaves by using hands; to sift out a thing by using a net or a sieve; to cause a feeling of irritation.

அரிகணை: (பெ): மருதநில வாத்தியம்; a kind of musical instrument, peculiar to agricultural tracts.

அரிகண்ட புலவர்: (பெ): காளமேகப்புலவர்; Kaalamegam the poet.

அரிகரபுத்திரன்: (பெ): ஐயப்பன்; Iyyappan, the God at Sabari hill.

அரிகரன்: (பெ): திருமாலும், சிவனும் கூடிய மூர்த்தம்; manifestation of God which combines both the forms of Lord Vishnu and Lord Siva.

அரிகல்: (பெ): மேருமலை; Meru, a mountain.

அரிகள்: (பெ): பகைவர்; enemies.

அரிகளவம்: (பெ): நதி; river.

அரிகறையான்: (பெ): ஒரு மரத்தை அல்லது மரத்தால் செய்யப்பட்ட பொருட்களை அரித்து உண்ணக்கூடியதும், புற்றுகளில் வாழ்வதுமான சிறிய வெண்மையான ஓர் உயிரினம்; white ant.

அரிக்கட்டு: (பெ): கதிர்க்கட்டு; sheaf of paddy.

அரிகூடம்: (பெ): கோபுர வாயில் மண்டபம்; the hall at the entrance of temple tower.

அரிகேசரி: (பெ): பாண்டிய மன்னனின் பட்டப்பெயர்; a title of Pandiya king.

அரிசந்தனம்: (பெ): செஞ்சந்தனம்; தாமரைப் பூந்தாது; மஞ்சள்; நிலவு; fragrant sandal paste; farina of lotus flower; turmeric; moon.

அரிசம்: (பெ): மிளகு; மகிழ்ச்சி; pepper; happiness.

அரிசயம்: (பெ): சரக்கொன்றை; எலுமிச்சை; Indian laburnum; lime.

அரிசனம்¹: (பெ): மஞ்சள்; turmeric.

அரிசனம்²: (பெ): இந்து சமூகத்தில் தீண்டத் தகாதவர்கள் சார்ந்திருக்கும் சாதிகளைக் குறிப்பிடும் ஒரு பொதுப்பெயர்; the term which is coined by Mahatma Gandhiji, to refer to the people of certain caste groups of Hindus, who were considered untouchables.

அரிசா: (பெ): பெருங்குமிழ மரம்; a kind of tree.

அரிசி: (பெ): உமி நீக்கப்பட்ட நெல்; மஞ்சள்; கடுக்காய்; rice; turmeric; gall nut. ● **அரிசி** ஆழாக்கானாலும் அடுப்புக்குக் கட்டை மூன்று வேண்டும். ● **அரிசி** கொடுத்து அக்காள் வீட்டிலென்ன சாப்பாடு ? ● **அரிசிப்** பகையும் அகமுடையான் பகையும் உண்டோ. - *பழமொழிகள்.*

அரிசிக்காடி: (பெ): புளித்த கஞ்சி; liquid food with sour taste.

அரிசிப் பல்: (பெ): சிறு பல்; small tooth.

அரிசில்: (பெ): ஒரு நதி; சோழநாட்டில் உள்ள ஓர் ஊர்; a river; a village in Chozha kingdom.

அரிசு: (பெ): மிளகு; வேம்பு; pepper; neem tree.

அரிசேகம்: (பெ): சூரியனின் கதிர்களுள் ஒன்று; one of the rays of the Sun.

அரிச்சந்திரன்: (பெ): சூரிய குலத்தில் தோன்றிய வனும், தான் கொடுத்த சத்தியத்திற்காக தன் மனைவி, மகன், நாடு ஆகியவற்றை இழந்தவனுமான மன்னன்; A king of the Solar race who is said to have given up his country, his wife, his son as a martyr to truth.

அரிச்சுவடி: (பெ): நெடுங்கணக்கு எழுதப்பட்ட புத்தகம்; an alphabet book.

அரிடம்¹: (பெ): கேடு; மூலநோய் வகை; வேப்பமரம்; தீங்கு; harm; a kind of piles; neem tree; offence.

அரிடம்²: (பெ): வேம்பு; neem tree.

அரிட்சி: (பெ): பயம்; fear.

அரிட்டகுதணன்: (பெ): மகாவிஷ்ணு; the Lord Mahavishnu.

அரிட்டம்: (பெ): கேடு; கொலை; கள்; காக்கை; தாமிரம்; மோர்; முட்டை; வேம்பு; பொன்; ruin; murder; toddy; crow; copper; butter milk; egg; neem tree; gold.

அரிட்டாணகம்: (வி): பயங்கரம்; horrible nature.

அரிட்டித்தல்: (வி): கொல்லுதல்; to kill.

அரிட்டை: (பெ): கடுகரோகணிப் பூண்டு; தீங்கு; a medicinal plant named Kadugarogani; ruin.

அரிணம்: *(பெ):* கடல்; சிவப்பு; பொன்; மான்; யானை; வெள்ளை; சந்தனம்; sea; red; gold; deer; elephant; white; sandal.

அரிணவம்: *(பெ):* கடல்; sea.

அரிணாங்கன்: *(பெ):* சந்திரன்; the moon.

அரிணி: *(பெ):* அழகிய பெண்; பெண்மான்; வஞ்சிக்கொடி; beautiful woman; female deer; common rattan of South India.

அரிணை: *(பெ):* கள்; toddy.

அரிதம்: *(பெ):* இருண்ட நீலம்; பச்சை; பொன்னிறம்; மஞ்சள்; திசை; dark blue; green; golden colour; yellow; direction.

அரிதல்: *(வி):* அறுத்தல்; to cut off.

அரிதாரம்: *(பெ):* இலக்குமி; ஒரு வகை மருந்து; Lakshmi, the Goddess of Wealth and the wife of Lord Vishnu; a kind of medicine - musk of deer.

அரிது: *(பெ):* அபூர்வம்; பச்சை; வாய்ப்பு குறைவாக உள்ளது; unlikely event; green; that which is rare. • **அரிது, அரிது** ஐந்தெழுத்து உணர்தல் - *பழமொழி.*

அரித்தவிசு: *(பெ):* சிம்மாசனம்; அரசவையில் அரசர் அல்லது அரசி அல்லது இருவரும் ஒன்றாக அமரும் ஆசனம்; throne.

அரித்தல்: *(வி):* தினவெடுத்தல்; சிறிது சிறிதாகக் கடித்து அல்லது குடைந்து குறைத்தல்; வெள்ளம், அமிலம் போன்றவை ஒரு பொருளினை கரையும்படி செய்தல்; துக்கம், கவலை போன்றவை வருத்துதல்; விடாது தொல்லையளித்தல்; நீரில் தானியங்களைப் போட்டுக் களைதல்; having an acute itching sensation; to gnaw; to erode; to hurt; to pester; to sift out. • கத்தரிக்காய் முழுவதும் புழு **அரித்ததாக** வாங்கி வந்துள்ளாய். • கடல் அலைகள் பாறைகளைக் கூட **அரித்திடும்** வல்லமை பெற்றவை. • கடன் தொல்லை மனதை **அரித்துக்** கொண்டுள்ளது. • இல்லை என்று சொன்னாலும் விடாமல் பணம் கேட்டு **அரிக்கிறான்.** • பூச்சிக்கடியால் உடல் எங்கும் தடிப்புகள் உண்டாகி ஒரே **அரிப்பாக** உள்ளது.

அரித்திரல்: *(பெ):* சுக்கான்; மஞ்சள்; rudder; turmeric.

அரித்திராபம்: *(பெ):* பொன்னிறம்; golden colour.

அரித்தை: *(பெ):* வினைமுற்று; துன்பம்; கிலேசம்; finite verb; sorrow; anguish.

அரிபுதை: *(பெ):* இரவு; night.

அரிபெட்டி: *(பெ):* சல்லடை; fine sieve to sift flour and grains.

அரிப்பிணா: *(பெ):* பெண் சிங்கம்; lioness.

அரிப்பிரியம்: *(பெ):* கடம்பு; சங்கு; common Cadamba tree; conch.

அரிப்பு[1]: *(பெ):* உடம்பில் உண்டாகிடும் நமைச்சல்; itch.

அரிப்பு[2]: *(வி):* ஏதேனும் ஒன்றுக்குச் சேதம் விளைவித்தல்; அரிசி போன்ற தானியங்களில் இருந்து கல் போன்றவற்றைப் பிரித்து எடுத்தல்; தொல்லை தொடர்தல்; to damage any object by corrosion or erosion; sifting; pestering. • கடல் **அரிப்பினால்** கடலோர கிராமத்து மக்கள் பெரும் பாதிப்புக்கு உள்ளாயினர். • அரிசியினை **அரித்து** உலையில் போடு. • சதா பணம் கொடு என்னும் மகனின் **அரிப்பைத்** தாங்கமுடியாமல் தவித்தாள்.

அரிமஞ்சரி: *(பெ):* குப்பைமேனிப் பூண்டு; Indian acalypha.

அரிமணல்: *(பெ):* நுண்மணல்; fine sand.

அரிமணி: *(பெ):* மரகதம்; a precious stone - Emerald.

அரிமணை: *(பெ):* அரிவாள் மணை; a blade, fixed in a piece of wood or steel.

அரிமத்திரம்: *(பெ):* சிங்கம் உறையும் குகை; lion's cave.

அரிமா: *(பெ):* ஆண் சிங்கம்; lion.

அரிமுகன்: *(பெ):* சிங்கமுக அசுரன்; a demon called Singamuga.

அரிய: *(பெ.அ):* அருமையான; அன்பார்ந்த; அரிதான; சிரமமான; precious; dear; excellent; rare; difficult. • **அரியது** செய்து எளியதுக்கு ஏமாந்து திரிகிறான் - *பழமொழி.*

அரியகம்: *(பெ):* கொன்றை மரம்; கணுக்காலில் அணியும் ஓர் அணிகலன்; Indian laburnum; a kind of ornament, worn as anklet.

அரியசாரணை: *(பெ):* மாவிலங்க மரம்; a kind of tree.

அரியணை: *(பெ):* சிம்மாசனம்; throne with carvings of lion.

அரியமா: *(பெ):* பன்னிரு சூரியர்களுள் ஒருவர்; one of the twelve Suns.

அரியாசம்: *(பெ):* ஒருவகை நறுமணப் பொருள்; a kind of fragrant thing.

அரியாசனம்: *(பெ):* அரியணை; சிம்மாசனம்; throne with carvings of lion.

அரியாயோகம்: *(பெ):* மருந்து வகை; a kind of medicine.

அரியுண்மூலம்: *(பெ):* கோரைக்கிழங்கு; bulb of the bulrush which is used as a medicine in Siddha.

அரியேறி: *(பெ):* துர்க்கா தேவி; Durga, Goddess of Victory.

அரியேறு: *(பெ):* சிங்கம்; lion.

அரில்: *(பெ):* குற்றம்; பகை; பிணக்கு; பின்னல்; கூந்தல்; சிறு காடு; மூங்கில்; பலா; பரல்; fault; enmity; disagreement; plaitting; long flowing tresses of a woman; thicket; bamboo; jack-fruit; gravel stone.

அரிவாள்: *(பெ):* உட்புறமாக வளைந்த, ஒரு பொருளினை வெட்டிட ஏதுவாக இரும்பினால் செய்யப்பட்ட கத்தி; an implement for reaping and mowing.

அரிவாள் மணை: *(பெ):* தமிழ் எழுத்து 'உ' போன்ற அமைப்புடன் இருந்திடும் இரும்புத் தகட்டிலான காய்கறி போன்றவற்றை அரிவதற்குப் பயன்படும் சமையலறைச் சாதனம்; a kitchen gadget with a curved iron blade fixed with a base of wooden piece used for cutting vegetables, etc.

அரிவை: *(பெ):* இருபதில் இருந்து இருபத்தைந்து வயது வரையுள்ள பெண்; a woman in the age between twenty and twenty-five. • **அரிவைப்** பருவமே பெண்களுக்குத் திருமணம் செய்திடத் தகுந்த பருவமாகும்.

அரிள்: *(பெ):* பயம்; fear.

அரீடம்: *(பெ):* கடுகு; mustard seed. • சமையலில் தாளித்திட **அரீடத்தைப்** பயன்படுத்திடுவர்.

அரு: *(பெ):* உருவம் அற்றது; அறிவு; கடவுள்; அணு; காயம்; மாயை; that which is formless; wisdom; God; tiny particle; wound; unreal.

அருக: *(வி.அ):* நெருக்கமாக; closely.

அருகணி: *(பெ):* பிரண்டை; squire-stalked vine.

அருகணைத்தல்: *(வி):* தழுவுதல்; to embrace.

அருகதை: *(பெ):* யோக்கியதை; தகுதி; competence; fitness. • எவரையும் பழித்துக் கூற உனக்கு **அருகதை** இல்லை. • **அருகதையானவர்களையே** மக்கள் பிரதிநிதிகளாகத் தேர்ந்தெடுத்திட வேண்டும்.

அருகம்புல்: *(பெ):* வேர்விட்டுப் பரவலாகப் படர்ந்து வளரும் ஒருவகைப் புல்; a kind of grass.

அருகலாக: *(பெ.அ):* அரிதான; sparse.

அருகல்: *(வி):* அணைத்தல்; கிட்டுதல்; ஒழுகுதல்; குறைதல்; சுருங்குதல்; சாதல்; to embrace; to get; to leak; to get reduced; to shrink; to die.

அருகன்: *(பெ):* கடவுள்; சமணசமயம் சார்ந்தவர்; தோழன்; God; one who belongs to Jainism; companion.

அருகா: *(பெ.அ):* கெடாத; not ruined.

அருகாமை: *(பெ):* அண்மை; சமீபம்; nearness; proximity. • நகருக்கு **அருகாமையிலேயே** புகைவண்டி நிலையம் அமைந்துள்ளது.

அருகால்: *(பெ):* கதவு நிலை; door frame.

அருகாழி: *(பெ):* மெட்டி; a kind of plain ring worn on the toe next to the great toe of the foot.

அருகி: *(வி.அ):* அரிதாக; rarely; not often.

அருகிடம்: *(பெ):* அருகாமை; neighbouring area.

அருகிய: *(பெ.அ):* அரிதாக உள்ள; rarely occurring.

அருகிலுள்ள: *(பெ.அ):* அண்மையில் உள்ள; adjacent. • அடிக்கடி திருட்டுப் போவது குறித்து **அருகிலுள்ள** காவல் நிலையத்தில் புகார் செய்யப்பட்டது.

அருகில்: *(வி.அ):* அண்மையில்; சமீபத்தில்; பக்கத்தில்; near; close to.

அருகு: *(பெ):* அண்மை; பக்கம்; nearness; close; proximity; *(வி):* குறைதல்; to become rare. • மரங்களின் எண்ணிக்கை நாளுக்கு நாள் **அருகிவருவதால்** நாட்டில் மழைவளமும் **அருகும்** நிலைக்கு வந்துள்ளது.

அருகேயுள்ள: *(பெ.அ):* அண்மையிலுள்ள; proximate.

அருக்கை: *(பெ):* தமக்கை; elder sister.

அருக்கம்: *(பெ):* எருக்கன்; தாமிரம்; சூரியன்; நெருப்பு; yercum; copper; the Sun; fire.

அருக்கல்: *(பெ):* அச்சம்; பயம்; fear.

அருக்களிப்பு: *(பெ):* பயம்; அருவருப்பு; fear; loathing.

அருக்கன்: *(பெ):* சுக்கு; ஞாயிற்றுக்கிழமை; மூத்த புதல்வன்; இந்திரன்; சூரியன்; dried ginger; Sunday; elder son; Lord Indra; the Sun.

அருக்கானி: *(பெ):* அருமை; that which is highly worthy.

அருக்கிடை: *(பெ):* பட்டினி; fasting.

அருக்கினம்: *(பெ):* ஆரோக்கியம்; good health.

அருக்கு: *(பெ):* தடங்கல்; interruption.

அருக்கேந்து சங்கமம்: *(பெ):* அமாவாசை; the New Moon day.

அருக்கோபலம்: *(பெ):* பளிங்குக்கல்; marble stone.

அருங்கதி: *(பெ):* வீடுபேறு; salvation.

அருங்கலம்: *(பெ):* விலையுயர்ந்த அணிகலன்; precious ornament.

அருங்காட்சியகம்: *(பெ):* வரலாறு, பண்பாடு ஆகியவற்றிற்குச் சான்றாக உள்ள பொருட்கள், அறிவியல் பொருட்கள் போன்றவை காட்சிக்கென வைக்கப்பட்டுள்ள இடம்; museum.

அருங்கிடை: *(பெ):* நோய்; கடும் பசி; disease; severe hunger.

அருங்கு: *(பெ):* மேலானது; சிறப்புடையது; that which is eminent; that which is excellent.

அருங்கேடன்: *(பெ):* பொறாமைக்காரன்; jealous person.

அருசி: *(பெ):* சுவையில்லாதது; விருப்பமற்றது; that which is not tasty; that which is not desirable.

அருச்சகன்: *(பெ):* சம்பாதிப்பவன்; the man who earns.

அருச்சனம்: *(பெ):* சம்பாத்தியம்; income.

அருச்சனை: (பெ): வழிபாடு; பூசித்தல்; worship; adoration.

அருச்சிகன்: (பெ): சந்திரன்; the Moon.

அருச்சுந வட்டம்: (பெ): திருவிடைமருதூர்; Thiruvidaimaruthur, a place nearby Kumbakonam.

அருச்சுனம்: (பெ): எருக்கு; பொன்; துரும்பு; மயில்; வெண்மை; மருந்து; yercum; gold; thin piece; peacock; whiteness; medicine.

அருச்சுனி: (பெ): பசு; cow.

அருஞ்சிறை: (பெ): நரகம்; the hell.

அருஞ்சோதி: (பெ): ஒருவகை நெல்; a kind of paddy.

அருட்குறி: (பெ): சிவலிங்கம்; image symbolizing Lord Shiva.

அருட்சித்தி: (பெ): பாதரசம்; mercury.

அருட்சோதி: (பெ): கடவுள்; கௌரி பாஷாணம்; God; a kind of medicine.

அருட்டம்: (பெ): வேம்பு; மிளகு; கடுகரோகணி; the neem tree; pepper; a kind of medicine, Kadugarogani.

அருட்டல்: (வி): அச்சுறுத்திடல்; to threat.

அருட்டி: (பெ): பயம்; நடுக்கம்; fear; trembling.

அருட்டுதல்: (வி): எழுப்புதல்; ஏவுதல்; மயக்குதல்; அச்சுறுத்தல்; to rise; to command; to fascinate; to threat.

அருட்பா: (பெ): வள்ளலார் இராமலிங்க அடிகள் அருளிய பாடல் தொகுப்பு; songs and poems produced under divine inspiration i.e. Vallalar - Ramalinga Adigal's Thiruvarutpa - Moovar Thevaram.

அருணகிரி: (பெ): திருவண்ணாமலை; Arunagiri - Thiruvannamalai, a holy place of Saivites.

அருணசாரதி: (பெ): சூரியன்; the Sun.

அருணமணி: (பெ): மாணிக்கம்; ruby - a precious stone.

அருணம்: (பெ): சிவப்பு; பொன்; செந்தூரம்; ஒரு மொழி; எலுமிச்சை; விடியல்; மாதுளை; மான்; ஆடு; யானை; நீர்; red; gold; red metallic oxide; a language; lime fruit; dawn; pomegranate; deer; goat; elephant; water.

அருணவம்: (பெ): கடல்; sea.

அருணவலி: (பெ): ஒரு வகை எலி; a kind of rat.

அருணன்: (பெ): சூரியன்; புதன்; சூரியனின் தேர்ப்பாகன்; the Sun; the planet Mercury; charioteer of the Sun.

அருணி: (பெ): மான் சாதி வகைப் பெண்; the woman who belongs to deer category.

அருணை: (பெ): திருவண்ணாமலை; Arunai - Thiruvannamalai, a holy place of Saivites.

அருணோதயம்: (பெ): சூரியன் உதிக்கும் அதிகாலைப் பொழுது; the day break, dawn.

அருத்தகங்கை: (பெ): காவிரி; the river Kaaveri.

அருத்தகம்: (வி): நிந்தித்தல்; to vilify.

அருத்தகோளம்: (பெ): பாதி கோளம்; half of the sphere, hemisphere.

அருத்தநாரீஸ்வரன்: (பெ): சரிபாதி பெண் (பார்வதி) வடிவம் கொண்ட சிவபெருமான்; Lord Shiva who has half of his body as female (Parvathi) • திருச்செங்கோட்டு மலை மீது **அரு(ர்)த்தநாரீஸ்வரர்** திருக்கோயில் அமைந்துள்ளது.

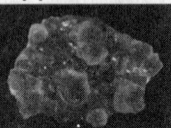

• *அரு(ர்)த்தநாரீஸ்வரரை 'மாதொருபாகன்' என்றும் அழைப்பர்.*

அருத்த நாள்: (பெ): பாதி நாள்; half of a day.

அருத்த பாகம்: (பெ): பாதி பாகம்; half of the whole.

அருத்தம்: (பெ): சொற்பொருள்; பாதி; பொன்; பயன்; செல்வம்; குங்கிலியம்; கருத்து; சாத்திரம்; காரணம்; the meaning of a word; half; gold; utility; wealth; Konkani resin; opinion; cultural tradition; reason.

அருத்தனம்: (பெ): நிந்தை; defame.

அருத்தனை: (வி): பிச்சை கேட்டல்; begging.

அருத்தன்: (பெ): கடவுள்; God.

அருத்தி: (பெ): ஆசை; விருப்பம்; இரவலன்; பணியாள்; கூத்து; desire; liking; mendicant; servant; a folk play.

அருத்தித்தல்: (வி): வேண்டுதல்; இரத்தல்; to request; to beg.

அருத்தியன்: (பெ): விருப்பம் உடையவன்; the man who desires.

அருநெல்லி: (பெ): சிறு நெல்லி மரம்; species of gooseberry balsam tree.

அருந்ததி: (பெ): சப்தரிஷி மண்டலத்தில் இருப்பதும், கண்களால் காண அரிதானதுமான ஒரு நட்சத்திரம்; வசிஷ்ட முனிவர் மனைவி; Alcor of the great bear constellation which is scarcely visible; sage Vashishta's wife.

அருந்ததி காட்டல்: (பெ): அருந்ததி நட்சத்திரத்தை மணவிழாவின் போது மணமகள் பார்க்குமாறு செய்திடும் ஒரு சடங்கு; at the time of marriage, performing a ceremony of making the bride to see the 'Arunthathi' star.

அருந்தல்: (வி): பருகுதல்; to drink.

அருந்தவர்: (பெ): முனிவர்; saint.

அருந்து: (வி): சுவைத்துக் குடித்திடு; உணவை உண்டிடு; to drink with relish; to eat the food.

அருப்பம்: (பெ): அருமை; துயரம்; அற்பம்; திண்மை; ஒருவகை நோய்; சோலை; மருதநிலம்; பனி; மோர்; மாமரம்; கள்; முதன்முதலாக முளைத்திடும் இளம்

மீசை; rare; grief; that which is insignificant; solidity; a kind of disease; grove; agricultural tract; dew, snow; butter milk; mango tree; toddy; the first sprouting of a moustache.

அருப்பலம்: *(பெ):* அனிச்ச மரம்; the tree which has a flower said to be so delicate as to wilt and wither even at a slight sniff.

அருப்பு: *(பெ):* தயிர்; கொலை; துக்கம்; அரும்பு; curd; murder; grief; tender bud.

அருமந்த: *(பெ.அ):* அருமையான; அரிதான; பிரியமான; precious; rare; dear.

அருமலதி: *(பெ):* ஒரு பாடல்; a song.

அருமை: *(பெ):* அன்பு; உயர்வாகச் சொல்லக் கூடியது; மதிப்பு; love; worthy of admiration; value. • **அருமை** தெரியாதவன் இருந்தென்ன ? இறந்தென்ன ? - *பழமொழி.*

அரும்: *(பெ.அ):* அரிய; precious.

அரும்பதவுரை: *(பெ):* கடினமான சொற்களுக்குப் பொருள் விளக்கம் உரைத்தல்; telling the meanings of difficult words either in an edition of literary text, or a grammatical text.

அரும்பாடுபடுதல்: *(வி):* பெருமுயற்சி எடுத்தல்; to take great efforts. • **அரும்பாடுபட்டு** தான் கண்டுபிடித்த கண்டுபிடிப்புக்கு முறையான அங்கீகாரம் கிடைத்தால் அக்கண்டுபிடிப் பாளருக்கு அளவில்லா மகிழ்ச்சி கிட்டும்.

அரும்பு: *(வி):* தளிர் துளிர்த்தல்; தோன்றுதல்; முளைத்தல்; to sprout; to appear; to begin; to grow; *(பெ):* இளமொட்டு; bud. • **அரும்பு** கோணினால் அதன் மணம் குன்றுமா ? - *பழமொழி.*

அரும்பு மீசை: *(பெ):* சிறு கோடு போன்று முளைத்திருக்கும் மீசை; moustache like a thin line.

அருவம்: *(பெ):* உருவம் இல்லாதது; that which has no form.

அருவருப்பு: *(பெ):* வெறுப்பு; loathing.

அருவி: *(பெ):* உயரமான குன்று அல்லது மலையில் இருந்து விழும் நீர்; waterfall.

அருவுடம்பு: *(பெ):* உருவம் அற்ற உடம்பு; subtle body.

அருவுதல்: *(வி):* குறைதல்; to become less.

அருளல்: *(வி):* அசைத்தல்; உத்தரவிடல்; காத்தல்; தூக்கத்திலிருந்து விழித்து எழுதல்; சொல்லுதல்; to shake; to order; to protect; to awake; to tell. • தயவு செய்து இக்காரியத்தை முடித்துத் **தந்தருள** வேண்டும்.

அருளுருதி: *(பெ):* வேம்பு; the neem tree.

அருள்: *(வி):* கருணையுடன் தந்திடல்; பிறருக்கு நல்லது நடக்க வேண்டும் என எண்ணுதல்; நல்ல நோக்குடன் வெளிப்படுத்துதல்; to give-out of grace; disposition to kindness or goodwill; to create as an act of goodwill; *(பெ):* இறைவனின் கருணை; God's grace.

• *அருளில்லார்க்கு அவ்வுலகம் இல்லை பொருளில்லார்க்கு இவ்வுலகம் இல்லாகி யாங்கு. - குறள் 247*

அரூபதை: *(பெ):* அவலட்சணம்; ugliness.

அரூபி: *(பெ):* உருவம் இல்லாதவன்; மன்மதன்; one who has no physical form; Manmadhan, the god of love.

அரை[1]: *(வி):* பொடித்தல்; நைத்தல்; to pulverize; to crush. • இட்லிப் பொடியை **அரைத்து** எடுத்து வா. • தேங்காய்ப் பால் எடுக்க தேங்காயினை **அரைத்துப்** பிழிய வேண்டும். • **அரைத்தாலும்** சந்தனம் அதன் மணம் குன்றாது. • துவையல் **அரைத்திட** வேண்டும்.

அரை[2]: *(பெ):* சரிபாதி; இடுப்பு; half; waist. • **அரைக்காசுக்குப்** போன கற்பு, ஆயிரம் பொன் கொடுத்தாலும் மீண்டு வராது - *பழமொழி.*

அரைக்கண்: *(பெ):* பாதி மூடிய நிலையில் உள்ள கண்; eyes half-shut.

அரைக்காணி: *(பெ):* நூற்று அறுபதில் ஒரு பங்கு; one by one hundred and sixty (1/160).

அரைக்கால்: *(பெ):* எட்டில் ஒரு பாகம்; one eighth (1/8). • உழக்கு - ஒரு படியில் **அரைக்கால்** பாகம் ஆகும்.

அரைக்கீரை: *(பெ):* சமைத்து உண்ணத்தக்க தண்டு மற்றும் சிறு இலைகளை உடைய கீரை; garden spinach.

அரைகுறை: *(பெ):* முழுமையடையாத (அ) முடிவடைந்திடாத நிலை; the state of being incomplete.

அரைசிலை: *(பெ):* அம்மி; a rectangular slab of a stone.

அரைசு: *(பெ):* அரசு; அரசாங்கம்; government.

அரைஞாண்கயிறு: *(பெ):* ஆண்களும், குழந்தைகளும் தங்கள் இடுப்பில் கட்டிக்கொள்ளும் கயிறு; a thin cord worn around the waist by men and children.

அரைநா: *(பெ):* முதலை; crocodile.

அரைமனது: *(பெ):* முழுமனதுடன் செயலில் ஈடுபடாது இருந்திடும் நிலை; half-heartedness.

அரைமூடி: *(பெ):* பெண் குழந்தைகளின் இடுப்பில் இருக்கும் கயிறு அல்லது சங்கிலியில் இணைக்கப்பட்டு இருக்கும் அரசிலை போன்ற வடிவமுடன் இருக்கும் வெள்ளியாலான வில்லை; pipal leaf-shaped silver plate attached to the waist chain or cord of a female child.

அரையலன்: *(பெ):* சோம்பேறி; lazy person.

அரையிறுதி: *(பெ):* இறுதிப் போட்டியில் விளையாடிட தகுதி பெற விளையாடும் விளையாட்டு; semi-final of a game.

அரோகம்: *(பெ):* சுகம்; good health.

அர்க்கர்: *(பெ):* ஒற்றர்; spy.

அர்த்தபிப்பிலி: *(பெ):* பாதி வால் மிளகு; half of cubeb.

அர்த்தங்கிவாதம்: *(பெ):* பாரிச வாயு என்னும் வாத நோய்; paralysis.

அர்ப்பகன்: *(பெ):* பாலகன்; male child.

அர்ப்பணம்: *(வி):* சமர்ப்பித்தல்; to submit whole-heartedly.

அர்ஜிதாஸ்து: *(பெ):* விண்ணப்பம்; application.

அலக்கழி: *(வி):* சிரமப்படச் செய்திடு; to distress.

அலக்கண்: *(பெ):* துன்பம்; misery.

அலக்கு: *(பெ):* கிளை; துறட்டி; branch; a pole fixed with a hook used to pluck fruits and others.

அலங்கை: *(பெ):* துளசி; basil considered as a sacred plant.

அலசகம்: *(பெ):* சோம்பு; fennel.

அலகு: *(பெ):* பறவையின் மூக்கு; நிறுத்தல், முகத்தல் போன்ற முறைகளின் அடிப்படை அளவு; பிரார்த்தனைக்காக நாக்கில், முதுகில் குத்திக்கொள்ளும் கூரிய முனை கொண்ட கம்பி; ஆய்வுகளில் மிகக் குறைந்த அடிப்படையாக ஏற்படுத்திக் கொள்வது; beak of a bird; a measure; a pointed small hook pierced into one's tongue or inserted on the skin of one's back as an act of discharging a vow; unit.

அலகு பனை: *(பெ):* ஆண் பனைமரம்; male palm tree.

அலகை: *(பெ):* கற்றாழை; aloe.

அலங்கமலங்க: *(வி.அ):* ஒன்றும் புரியாத; குழப்பமான; confused.

அலங்கரி: *(வி):* அழகுபடுத்திடல்; பெருமைப் படுத்திடல்; to beautify; to honour.

அலங்கனாரி: *(பெ):* முத்துச்சிப்பி; shell.

அலங்கார பஞ்சகம்: *(பெ):* ஒரு பிரபந்தம்; a minor literary genre.

அலங்காரம்: *(பெ):* வெறும் கவர்ச்சி; ஒப்பனை; அணி; ஆரம்ப இசைப்பயிற்சியில் அடிப்படையான ஏழு தாளங்களில் பாடப்படும் ஸ்வர வரிசைகளில் ஒன்று; embellishment; decoration; figure of speech; the training given in rendering the notes in all the seven thalas, this is one among them.

அலங்காரி: *(பெ):* சற்று அதிகமாக ஒப்பனை செய்துகொண்ட பெண்; a woman wih heavy make-up.

அலங்கோலம்: *(பெ):* சீர்குலைவு; தாறுமாறான தோற்றம்; disorderliness; unkempt appearance.

அலசல்: *(பெ):* பலவகையான அம்சங்களையும் அடக்கிய ஆய்வு; thread-bare analysis.

அலசு: *(வி):* அழுக்கு, கறை போன்றவற்றைப் போக்க துணிகள், பாத்திரங்கள் முதலியவற்றை நீரில் முக்கி எடுத்தல், அலசுதல்; ஒரு விஷயத்தைப் பற்றிய அனைத்து விவரங்களையும் விவாதித்தல்; to rinse; to discuss a subject. ● அப்பொருளின் சிறப்புபற்றி **அலசி** ஆராய்ந்தனர். ● அவள் துணிகளை **அலசினாள்.**

அலட்சியம்: *(பெ):* உதாசீனம்; showing no concern.

அலட்டு: *(பெ):* தொந்தரவு; trouble; *(வி):* பிதற்று; to talk nonsense.

அலந்தலை: *(பெ):* துன்பம்; மயக்கம்; suffering; giddiness.

அலந்தவர்: *(பெ):* துன்பப்படுபவர்; வறுமையில் வாடுபவர்; one who has sufferings; poor man.

அலந்தை: *(பெ):* துன்பம்; குளம்; misery; tank.

அலப்பாரித்தல்: *(வி):* ஆர்ப்பரித்தல்; to shout.

அலமரல்: *(பெ):* அச்சம்; பயம்; fear; *(வி):* அஞ்சுதல்; கலங்குதல்; வருந்துதல்; கழலுதல்; to be afraid of; to brood with tears; to regret; to spin.

அலம்: *(பெ):* உற்பத்தி; அழியாமை; production; not ruined.

அலம்பல்: *(வி):* உளறுதல்; to blabber.

அலம்பு: *(வி):* கழுவிடு; to wash.

அலவன்: *(பெ):* நண்டு; பூனை; சந்திரன்; crab; cat; moon.

அலவாங்கு: *(பெ):* கடப்பாரை; crow-bar.

அலவாட்டு: *(பெ):* வழக்கம்; custom.

அலவு: *(பெ):* குழப்பம்; மனக்கலக்கம்; confusion; perturbation.

அலறல்: *(பெ):* பெருங்குரல்; பெருத்த ஓசை; loud cry; great sound.

அலறு: *(வி):* ஊளையிடு; இரைந்து கூச்சலிடு; சிம்மக்குரல் எழுப்பிடு; to howl; to vociferate; to roar.

அலாக்கு: *(பெ):* தீங்கு; harm.

அலாதம்: *(பெ):* நெருப்பு; fire. ● **அலாதத்தால்** ஆக்கவும் முடியும்; அழிக்கவும் முடியும்.

அலாபுகம்: *(பெ):* சுரைக்காய்; bottle gourd.

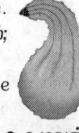

அலானம்: *(பெ):* கலப்பை; plough. ● உழவன் **அலானத்தைக்** கையில் எடுத்தால் தான் பட்டினியும் பஞ்சமும் இருந்திடாது.

அலி[1]: *(பெ):* ஆண் என்றோ பெண் என்றோ கூறிட இயலாத நபர்; a person who is neither male nor female, eunuch.

அலி[2]: *(பெ):* உழவன்; கள்; காகம்; குயில்; தீ; தேன்; பேடி; யமன்; வண்டு; வேளாண்மை; farmer; toddy; crow; Indian cuckoo; fire; honey; eunuch; Lord Yama; bee; agriculture.

அலிகம்: *(பெ):* நெற்றி; forehead.

அலிபகம்: *(பெ):* தேள்; நாய்; scorpion; dog. ● **அலிபகம்** கொட்டியதால் என் மனைவி பெரும் அவதிப்பட்டாள். ● குரைக்கும் **அலிபகம்** ஒரு போதும் கடிக்காது.

அலு: *(வி):* ஆர்வம் குறைதல்; சலித்துப் போதல்; குறைபட்டுக் கொள்ளுதல்; to lose interest; to get bored; to lament.

அலுக்கொலு: *(வி):* குலைவு; to become loose.

அலுகோசு: *(பெ):* தூக்குத் தண்டனையை நிறைவேற்றும் அரசு ஊழியர்; hang-man.

அலுங்கு: *(வி):* அசைதல்; to move slightly.

அலுப்பு: *(பெ):* ஆர்வக் குறைவு; களைப்பு; சலிப்பு; loss of interest; tiredness; disgust. ● காலையிலிருந்து வேலை செய்ததால் ஒரே **அலுப்பாக** உள்ளது.

அலுமம்: *(பெ):* புளிப்பு; sourness.

அலுமினியம்: *(பெ):* பாத்திரங்கள் மற்றும் மின்கம்பிகள் ஆகியவை செய்திடப் பயன்படுகின்ற, எளிதில் வளையக்கூடிய கனமற்ற வெண்மையான உலோகம்; aluminium.

அலுவலகம்: *(பெ):* மாத ஊதியம் பெற்றுக் கொண்டு வேலை அல்லது தொழில் செய்யுமிடம்; office.

அலுவலர்: *(பெ):* அலுவலகத்தில் பணிபுரிபவர்; office employee.

அலுவல்: *(பெ):* ஊதியம் பெற்றுக்கொண்டு செய்யும் பணி; காரியம்; வேலை; work in a firm or an office; affairs; work.

அலை[1]: *(பெ):* கடல், கருமணல்; குளம்; திரை; பூமி; மது; மிகுதி; sea; black sand; tank; screen; earth; liquor; excess.

அலை[2]: *(பெ):* பல இடங்களில் சுற்றித் திரிதல்; காற்றின் இயக்கம் காரணமாகப் பரந்து கிடக்கும் கடல்நீர்ப்பரப்பிலிருந்து கரையை நோக்கி உயர்ந்து உருண்டு பேரிரைச்சலோடு வரும் நீர்; ஒருவரின் பின்னால் சுற்றித் திரிதல்; மனது அலைபாய்தல்; going all around in search of a thing or a person; tossing about; wave; going behind someone. ● **அலை** ஓய்ந்து கடலாடல் ஆகுமா? **அலை**வாய்த் துரும்பு போல **அலை**வது - *பழமொழிகள்.*

அலைக்கழித்தல்: *(பெ):* எந்த ஒரு முடிவுக்கும் வர இயலாது தத்தளித்தல்; to be distressed with problems.

அலைச்சல்: *(பெ):* வீணான நடை; சுற்றித் திரிந்திடுவதால் உண்டாகும் சிரமம்; unnecessary walk; uneasiness caused by hectic moving about. ● வீண் **அலைச்சலைத்** தவிர்த்து, எடுத்த காரியத்தில் முழுமனதுடன் ஈடுபட்டு வெற்றி பெற்றிடு.

அலைபாய்தல்: *(வி):* கூட்டமாய்த் திரண்டு வருதல்; மனம் ஒரு நிலையாய் இல்லாது தவித்தல்; surge of crowd; oscillation of mind. ● கட்சியின் மாநாட்டுக்கு இளைஞர்கள் **அலைபாய்தலைப்** போன்று திரண்டு வந்தனர்.

அலைமோது: *(வி):* பெருந்திரளாய்க் கூடுதல்; surge of crowd.

அலைமகள் / அலைமான்: *(பெ):* இலக்குமி; Lakshmi, Goddess of Wealth.

அலைவாய்க்கரை: *(பெ):* கடற்கரை; sea shore.

அலோகம்: *(பெ):* திடம், திரவம், வாயு என்னும் மூன்று நிலைகளில் காணப்படும் பளபளப்பு இல்லாத ஒரு தனிமம்; non-metal.

அலோகனம்: *(பெ):* பார்த்திட இயலாதது; unable to see or invisible.

அலோபம்: *(பெ):* மரியாதை; வெறுப்பு; respect; dislike.

அலோமம்: *(பெ):* ஆற்றல்; ability.

அல்கல்: *(வி):* குறைதல்; சுருங்குதல்; to diminish; to shrink; *(பெ):* தரித்திரம்; வறுமை; destitution; poverty.

அல்கலும்: *(வி.அ):* தினந்தோறும்; daily.

அல்கி: *(பெ):* வறுமை; poverty.

அல்நார்: *(பெ):* கல்நார்; asbestos.

அல்லகம்: *(பெ):* கோவணம்; a long piece of cloth covering loins, usually for men.

அல்பம்: *(பெ):* முக்கியமற்றது; கேவலம்; worthless thing; trifle.

அல்பாயுசு: *(பெ):* குறை வயது; short span of life.

அல்லது: *(இ.சொ):* ஒரு வாக்கியத்தில் அல்லது இரு வாக்கியங்களில் மாற்றாக இருப்பதற்கு இடையே போடப்படும் இணைப்புச் சொல்; disjunctive.

அல்லல்: *(பெ):* துன்பம்; கஷ்டம்; distress, difficulty. ● **அல்லற்**பட்டு அழுத கண்ணீர் செல்வத்தைக் குறைக்கும். ● **அல்லல**ற்ற படுக்கையே அமைதியைத் தரும் - *பழமொழிகள்.*

● **அல்லல்** அருளாள்வார்க்கு இல்லை வளிவழங்கும்
மல்லல்மா ஞாலம் கரி. -*குறள் 245.*

அல்லா: *(பெ):* இறைவன்; the Almighty.

அல்லாடுதல்: *(வி):* ஒன்றினை முடித்திட இயலாமல் திண்டாடுதல்; to struggle to do a thing.

அல்லாத: (பெ.அ): சொல்லப்பட்டது நீங்கலாக; other than what is mentioned before.

அல்லாமல்: (பெ.அ): கூடுதலாக இன்னும் ஒரு செய்தி தொடர்வதை அல்லது அதற்கு மாறாக ஒன்று அமைவதைக் குறிக்கும் சொல்; in addition to that; besides; not only...... but also. ● ஒன்று **அல்லாமல்** பிறிதொன்று நடவாது.

அல்லி: (பெ): அகலமான இலைகளையும், நீளமான குழல் போன்ற தண்டுகளையும், பெரிய வெண்ணிறம் கொண்ட பூவினையும் உடைய ஒரு நீர்த் தாவரம்; ஒரு பூவின் இதழ்; water lily; petal.

அல்லிவட்டம்: (பெ): பூவிதழ்கள் அனைத்தும் வட்டவடிவமாக அமைந்திருக்கும் ஒழுங்கு; coralla.

அல்லும் பகலும்: (பெ): இரவும் பகலும்; night and day; always. ● குடும்பத்திற்காக **அல்லும் பகலுமாக** உழைத்தவராயிற்றே அவர். ● **அல்லும் பகலும்** கசடறக் கல்.

அல்வா: (பெ): சர்க்கரைப் பாகினைக் கோதுமை மாவில் விட்டுக் கிளறிச் செய்யப்படும் ஒருவித வழவழப்பும் இனிப்பும் கொண்ட பலகாரம்; a soft, smooth and jelly - like sweet meat made of sugar treacle and wheat flour.

அவ: (பெ): அறிவு; ஆதாரம்; தோல்வி; நிந்தை; நீக்கம்; புறம்பு; கட்டளை இடுதல்; சுத்தம் செய்தல்; குறைதல்; போஷித்தல்; knowledge; proof; defeat; disrespect; remove; that which is contrary; ordering; purification; decrease; patronize.

அவகடம்: (பெ): சூது; வஞ்சனை; deceit; dissimulation.

அவகணிதம்: (பெ): அவமானம்; dishonour.

அவகண்டம்: (பெ): முகப்பரு; pimple.

அவகண்டனம்: (வி): களைதல்; அழித்தல்; to take off; to destroy; to ruin.

அவகதன்: (பெ): பிரபலமானவன்; a famous personality.

அவகதி: (பெ): தாழ்ந்த நிலை; state of lowness.

அவகந்தம்: (பெ): புறங்கை; back of the palm.

அவகமம்: (வி): அகற்றல்; அறிதல்; to remove; to know.

அவகாசம்: (பெ): ஒரு செயலினைச் செய்து முடித்திடத் தேவைப்படும் நேரம்; ஓய்வு நேரம்; the time needed to complete a work; leisure time.

அவகாரம்: (பெ): யானை; மீன்; அழைத்தல்; elephant; fish; calling.

அவகாரன்: (பெ): திருடன்; thief.

அவகாலம்: (பெ): கெட்ட காலம்; bad time.

அவகிருத்தியம்: (பெ): மங்கலம் இல்லாத செயல்; தீயசெயல்; inauspicious deed; harmful act.

அவகீதம்: (பெ): நிந்தை; வசைபாடுதல்; disrespect; abuse.

அவகீர்த்தி: (பெ): புகழ்க்கேடு; bad reputation.

அவகீனம்: (பெ): தேள்; scorpion.

அவகுஞ்சனம்: (பெ): வளைவு; சுருங்குதல்; bend; shrinking.

அவக்கியாதம்: (பெ): அவமானம்; dishonour.

அவக்கிரகணம்: (பெ): சுபாவம்; தடை; நிந்தை; யானைகள்; மத்தகம்; எடுத்தல்; ஏற்றுக் கொள்ளுதல்; பற்றுதல்; nature; prohibition; disrespect; elephants; forehead of an elephant; taking; acceptance; holding.

அவக்கிரசம்: (பெ): காடிநீர்; fermented rice water.

அவக்கிரயம்: (பெ): அரசுக்குச் செலுத்தும் வரிப்பணம்; கூலி; சம்பளம்; tax payable to the government; wage; salary.

அவக்கிராகம்: (வி): சபித்தல்; to curse.

அவசதம்: (பெ): வீடு; கிராமம்; கல்லூரி; house; village; college.

அவசம்[1]: (பெ): மயக்கம்; பரவசம்; intoxication; great joy.

அவசம்[2]: (பெ): ஆண்டு; சமயம்; ஆலோசனை; மழை; year; religion; consultation; rain.

அவசரக்குடுக்கை: (பெ): பின் விளைவுகளைப் பற்றி எண்ணாது அவசரப்பட்டு ஒரு செயலைச் செய்து முடிப்பவன்; one who is rash and hasty.

அவசரக்கோலம்: (பெ): எதனையும் திருத்தமாய்ச் செய்திடாதபடி மிகுந்த அவசரம்; something done in haste.

அவசரச்சட்டம்: (பெ): பாராளுமன்றம் (அ) சட்டமன்றம் நடைபெறாது இருக்கும்போது குடியரசுத் தலைவர் (அ) மாநில ஆளுநர் பிறப்பித்திடும் தற்காலிகமான சட்டம்; an ordinance promulgated either by the President or the Governor of the State when the Parliament or the Legislature is not in session.

அவசர சிகிச்சைப் பிரிவு: (பெ): வெகு ஆபத்தான நிலையில் மருத்துவமனைக்குக் கொண்டுவரப்படுபவருக்கு உடனடியாக வழங்கப்படும் சிகிச்சைப் பிரிவு; emergency ward, casualty.

அவசரப்படுதல்: (வி): ஏதேனும் ஒன்றினைச் செய்வதில் தேவையற்ற வேகம் காட்டுதல்; to show undue haste.

அவசரப்படுத்துதல்: (வி): செய்திட வேண்டிய ஒரு செயலை விரைந்து முடித்திட முடுக்கி விடுதல்; to make someone to hasten to do a thing.

அவசரம்: (பெ): காரியங்களை குறிப்பிட்ட காலக் கெடுவுக்குள் விரைந்து செய்து முடித்திடும் நிலை; hurry; immediately. ● **அவசரக்காரனுக்குப்**

அவசனம் 67 அவமானம்

புத்தி மட்டு. ● **அவசரக்கோலம்** அள்ளித் தெளித்தது போல - *பழமொழிகள்.*

அவசனம்: (பெ): அமைதி; peace.

அவசானம்: (பெ): முடிவு; எல்லை; இறப்பு; end; limit; death.

அவசித்தாந்தம்: (பெ): தவறான முடிவு; wrong decision. ● ஊழியர்களின் **அவசித்தாந்தத்தால்** நிறுவனம் பெரும் பாதிப்புக்கு உள்ளானது என்பதை ஊழியர் சங்கத் தலைவர் மறுத்துள்ளார்.

அவசியம்: (பெ): இன்றியமையாத தேவை; கட்டாயம்; very essential; certainly.

அவசீனம்: (பெ): தேள்; scorpion.

அவசுத்தம்: (பெ): அசுத்தம்; lack of cleanliness; impurity.

அவசேடம்: (பெ): மீதி; balance.

அவச்சாவு: (பெ): துர்மரணம்; unnatural or violent death.

அவச்சுழி: (பெ): தீவினை; unworthy act.

அவச்சூலம்: (பெ): சாமரம்; fly-flapper made of bush tail of an animal.

அவச்சொல்: (பெ): பழிச்சொல்; a word of insult.

அவஞானம்: (பெ): அவமானம்; dishonour.

அவணம்: (பெ): இருபதினாயிரம்கொட்டைப்பாக்கு; twenty thousand areca-nuts.

அவணன்: (பெ): அடங்காப்பிடாரி; shrew; termagant.

அவணி: (பெ): நன்மை; beneficence.

அவண்: (பெ): அவ்விடம்; அங்கு; that place; there.

அவதந்திரம்: (பெ): சூழ்ச்சி; சதியாலோசனை; an intrigue.

அவதரித்தல்: (பெ): பிறத்தல்; தங்குதல்; being born; to abide.

அவதாதம்: (பெ): அழகு; தூய்மை; வெண்மை; beauty; purity; whiteness.

அவதாரணம்: (பெ): உறுதி; முகவுரை; தேற்றம்; firmness; preface; clearness.

அவதாரம்: (பெ): ஏதேனும் ஓர் உருவத்துடன் கடவுள் எடுத்திடும் பிறப்பு; incarnation of God. ● ஸ்ரீ மகாவிஷ்ணு கல்கி **அவதாரம்** எடுக்கவுள்ளார்.

அவதாரிகை: (பெ): முகவுரை; முன்னுரை; preface. ● நூலாசிரியர் தனது நூலில் தான் கூறியுள்ளவற்றை சுருக்கமாகவும் அதன் பயன்களையும் **அவதாரிகையில்** கூறியுள்ளார்.

அவதானம்: (பெ): ஜாக்கிரதை; வெகு கூர்மையாகக் கவனித்தல்; carefulness; awareness; keen observation.

அவதானித்தல்: (வி): நினைத்தல்; மனப்பாடம் செய்தல்; to think; to memorise.

அவதி: (பெ): அவஸ்தை; அவசரம்; துன்பம்; அளவு; கணக்கு; distress; haste; suffering; quantity; mathematics. ● **அவதிக் குடிக்குத்** தெய்வமே துணை - *பழமொழி.*

அவதும்பரம்: (பெ): அத்திப்பழம்; the fruit of country fig.

அவதூறு: (பெ): வசைச்சொல்; பழிச்சொல்; தூஷணை; பழித்துக் கூறல்; அபவாதம்; scandal; slander; aspersion; calumny; defamation.

அவதூறு செய்பவர்: (பெ): பழிகூறுபவர்; libeller.

அவதோதகம்: (பெ): பால்; அமிர்தம்; milk; ambrosia.

அவத்தம்: (பெ): பயனற்றது; that which is useless.

அவத்தை: (பெ): மனநிலை; துன்பம்; வேதனை; தன்மை; state of mind; grief; pain; nature.

அவநம்: (வி): தழுவுதல்; செய்தல்; கொல்லுதல்; காத்தல்; அலங்கரித்தல்; அன்புடன் இருத்தல்; to embrace; to make; to kill; to await; to decorate; be kind to.

அவநம்பிக்கை: (பெ): நம்பிக்கையற்று இருப்பது; lack of faith. ● எனக்கு இட்ட பணியை சரிவர முடித்திடுவேனோ என்னும் **அவநம்பிக்கை** எனது அப்பாவுக்கு இருப்பது தெரிந்தது.

அவநாசி: (பெ): ஒரு சிவத்தலம்; கலைமகள்; Avanasi a holy place of Saivites; Saraswathi, Goddess of learning.

அவநி: (பெ): பூமி; வயலும், வயல் சார்ந்த இடமாகிய மருதநிலம்; earth; agricultural tract.

அவநிபன்: (பெ): அரசன்; king.

அவநீதி: (பெ): அநீதி; injustice.

அவந்தி: (பெ): அக்காள்; காடி; elder sister; fermented rice water.

அவந்திகை: (பெ): கிளி; ஓர் ஊர்; தாய்; கோவைக்கொடி; உஜ்ஜயினி; parrot; a town; mother of a child; a kind of creeper; Ujjaini.

அவந்திசோமம்: (பெ): காடி நீர்; fermented rice water.

அவப்படுவது: (பெ): பயனற்றது; that which is useless.

அவப்பேர்: (பெ): கெட்டபெயர்; bad name.

அவப்பொழுது: (பெ): வீண்பொழுது; misspent time.

அவமதி: (வி): மரியாதைக் குறைவாக நடத்திடு; to treat with disrespect.

அவமதிப்பு: (வி): இழிவுபடுத்திடல்; to insult.

அவமரியாதை: (பெ): மரியாதைக் குறைவாக நடந்திடல்; disrespectful treatment.

அவமழை: (பெ): கேடு விளைவிக்கும் மழை; the rain which causes ruin, damage, etc.

அவமாக்குதல்: (வி): வீணாக்குதல்; to waste.

அவமானம்: (பெ): தனது மரியாதை, மதிப்பு, கௌரவம் ஆகியவை குறைந்ததால் உண்டாகிடும்

அவமரணம் 68 அவி

இழிவு நிலை; dishonour; disgrace; indignity. • **அவமானஞ்** செய்து வெகுமானம் கொடுப்பது போல - *பழமொழி.*

அவமரணம்: *(பெ):* துர்மரணம்; unnatural death.

அவம்: *(பெ):* குற்றம்; வீண்; கேடு; ஆகாயத்தாமரை; default; that which is unprofitable; harm; sky lotus, a water plant, the roots of which float in the water.

அவயம்: *(பெ):* அழுகை; நன்மையற்றது; அடைகாத்தல்; அபயம், அடைக்கலம், புகலிடம்; வெட்டிவேர்; weeping; that which is not good; incubation; refuge; cuscus grass.

அவயவம்: *(பெ):* உடலுறுப்பு; human organ; part of the body.

அவயோகம்: *(பெ):* தீய நிகழ்வு; misfortune.

அவரகாத்திரம்: *(பெ):* கால்; leg.

அவரசன்: *(பெ):* தம்பி; younger brother.

அவரசை: *(பெ):* தங்கை; younger sister.

அவரம்: *(பெ):* இறுதியானது; பின்புறம் இருப்பது; that which is in the last; that which is in the back side.

அவராகம்: *(பெ):* விருப்பமின்மை; undesirous state.

அவராத்திரி: *(பெ):* பயனற்ற இரவு; useless night.

அவரு: *(பெ):* கிணறு; குழி; well; pit.

அவரை: *(பெ):* அவரைக்கொடி; beans.

அவரோகி: *(பெ):* ஆல மரம்; banyan tree.

அவரோதம்: *(பெ):* அரண்மனை; வேலி; தடை; palace; fence; obstacle.

அவர்கள்: *(பெ):* அருகில் இல்லாதவர்க்கு உரிய படர்க்கைப் பன்மைப் பெயர்; ஒருவரின் பெயர் அல்லது பதவியைக் குறிக்கும்போது அப்பெயர் அல்லது பதவிக்கு அடுத்து இடப்படும் மரியாதைக்கான சொல்; a term which indicates those who are not nearer to the speaker; an honorific term.

அவர்ணியம்: *(பெ):* உவமானம்; standard or object of comparison.

அவலச்சுழி: *(பெ):* தீவினை; evil fate.

அவலம்: *(பெ):* துன்பம்; கேடு; அழுகை; வறுமை; வருத்தம்; sorrow; ruin; weep; poor; grief.

அவலிச்செடி: *(பெ):* பூனைக்காலிச்செடி; a kind of herbal plant.

அவலிடி: *(பெ):* கூத்து வகை; a kind of folk dance.

அவலித்தல்: *(வி):* அழுதல்; வருந்துதல்; பதறுதல்; to weep; to regret; be flurried.

அவலுப்பு: *(பெ):* ஒருவகை உப்பு; a kind of salt.

அவலேசம்: *(பெ):* அவமானம்; அற்பம்; disgrace, meanness.

அவலை: *(பெ):* கடுப்பு; காடு; பாழான நிலம்; throbbing; forest; barren land.

அவலோகம்: *(பெ):* பார்வை; glance.

அவலோகித்தல்: *(வி):* நோக்குதல்; to pay attention to.

அவல்: *(பெ):* பள்ளம்; குளம்; விளைநிலம்; அரிசி இடியல் கொண்டு தயாரிக்கும் பொருள்; pit; tank; cultivated land; a form of eatable ground dried rice. • **அவலை** நினைத்து உரலையா இடிப்பது. • **அவலை** முக்கித் தின்னு; எள்ளை நக்கித் தின்னு -*பழமொழிகள்.*

அவவு: *(பெ):* ஆசை; வாஞ்சை; desire; earnest desire, avidity.

அவளம்: *(பெ):* தீமை; evil.

அவள்: *(சு.பெ):* பெண்பால் சுட்டுப்பெயர்; she. • **அவள்** எமனைப் பலகாரம் பண்ணி ஏழு உலகம் வலம் வருவாள் - *பழமொழி.*

அவற்கம்: *(பெ):* கஞ்சி; gruel.

அவனி: *(பெ):* உலகம்; பூமி; world; earth.

அவனிகை: *(பெ):* இடுதிரை; the curtain that is let to fall.

அவனிபன்: *(பெ):* அரசன்; king.

அவன்: *(சு.பெ):* ஆண்பால் சுட்டுப்பெயர்; he. • **அவனுக்குப்** பொய் சத்தியம் பால் சோறு. • **அவனே** இவனே என்பதைவிடச் 'சிவனே சிவனே' என்பது மேல் - *பழமொழிகள்.*

அவா: *(பெ):* பெருவிருப்பம்; strong desire.

- *அவாஎன்ப எல்லா உயிர்க்குமெஞ் ஞான்றும்*
  தவாஅப் பிறப்பீனும் வித்து. - *குறள் 361.*
- *அவாவினை ஆற்ற அறுப்பின் தவாவினை*
  தான்வேண்டு மாற்றான் வரும். -*குறள் 367.*
- *அவாஇல்லார்க் கில்லாகுந் துன்பம்அஃ துண்டேல்*
  தவாஅது மேன்மேல் வரும். -*குறள் 368.*

அவாசி: *(பெ):* தெற்கு; south.

அவாச்சியம்: *(பெ):* சொல்ல முடியாதது; that which cannot be told.

அவாதிகம்: *(பெ):* கண்டிக்கப்படாதது; that which is not restrained.

அவாந்திரம்: *(பெ):* இடையில் உள்ளது; அழிவு; that which is in the middle; ruin.

அவாரபாரம்: *(பெ):* கடல்; sea.

அவாரம்: *(பெ):* ஆற்றங்கரை; river bank.

அவாரி: *(பெ):* சிறுநீர்; urine.

அவாவுதல்: *(வி):* விரும்புதல்; to desire; to wish.

அவி: *(பெ):* நீர்; வேள்வித் தீயில் கடவுளுக்கு இடும் பொருட்கள்; சோறு; நெய்; ஆடு; கதிர்; காற்று; மேகம்; மலை; water; the offerings made to the Gods in sacrificial fire; boiled rice; ghee; goat; streak; air; cloud; mountain.

- *அவிசொரிந்து ஆயிரம் வேட்டலின் ஒன்றன்*
  உயிர்செகுத் துண்ணாமை நன்று. -*குறள் 259.*

அவிகம்: (பெ): வைரம்; diamond.

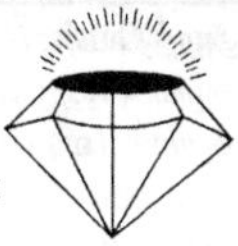

அவிகாரம்: (பெ): மாறாதது; கடவுள்; that which is not changed; God.

அவிக்கை: (வி): அவித்தல்; to boil.

அவிசற் பல்: (பெ): சொத்தைப்பல்; decayed tooth.

அவிசாரி: (பெ): விபச்சாரி; prostitute.

அவிசு: (பெ): நெய்; சமைத்த சோறு; ghee; boiled rice.

அவிஞ்சன்: (பெ): அறிவிலி; idiot.

அவிட்டம்: (பெ): இருபத்தேழு நட்சத்திரங்களுள் ஒன்று; Avittam, one of the twenty- seven stars.

அவிதல்: (வி): அணைந்து போதல்; இறத்தல்; அழிதல்; ஒடுங்குதல்; to become extinguished; to die; to destroy; to bow.

அவிசுவாசி: (பெ): கடவுள் நம்பிக்கை இல்லாதவன்; unbeliever of God.

அவித்தல்: (வி): வேகவைத்தல்; அணைத்துவிடுதல்; அடக்குதல்; நீக்குதல்; துடைத்தல்; to boil; to put out; to control; to remove; to rub.

அவித்தியம்: (பெ): அஞ்ஞானம்; ignorance.

அவித்தை: (பெ): அஞ்ஞானம்; மாயை; மாயையுள் ஆன்மா அகப்பட்டு உழலுதல்; ignorance; maya; spiritual ignorance; the soul's impurity.

அவிநயம்: (பெ): அபிநயம்; ஒரு யாப்பிலக்கண நூல்; gesticulation; name of a treatise on prosody.

அவிநயர்: (பெ): நாட்டியமாடுபவர்; அவிநய யாப்பிலக்கண நூல் ஆசிரியர்; dancer; Avinayanar, the author of the treatise on prosody - Avinayam.

அவிநாசி: (பெ): ஒரு சிவத் தலம்; Avinasi, a holy place of Saivites.

அவிமுத்தம்: (பெ): காசி நகரம்; Kasi, a holy place of Saivites.

அவிப்பாகம்: (பெ): தேவர் உணவின் பங்கு; oblation offered to Devas, the celestial beings.

அவியல்: (பெ): வேகவைத்த கறி; வாய்ப்புண்; புழுக்கம்; a kind of boiled vegetable dish; ulcer in the mouth; sultriness.

அவியுணவு: (பெ): தேவருணவு; oblation.

அவிரதம்: (வி.அ): என்றும்; எப்போதும்; always.

அவிர்: (பெ): ஒளி; light; glitter.

அவிர்தல்: (வி): ஒளிர்தல்; பிரகாசித்தல்; to glitter; to shine.

அவிவு: (பெ): அழிவு; ruin.

அவிவேகம்: (பெ): பகுத்தறிவு இல்லாமை; lack of discrimination.

அவிவேகி: (பெ): பகுத்தறிவு இல்லாதவன்; the man who is not having discrimination.

அவிழ்: (பெ): சோறு; பருக்கை; boiled rice; single grain of cooked rice.

அவிழ்தம்: (பெ): மருந்து; ஔடதம்; medicine.

அவிழ்தல்: (வி): நெகிழ்தல்; மலர்தல்; பிரிதல்; உதிர்தல்; இளகுதல்; be loosened; to blossom; to unfasten; to become loose; to unbound.

அவிழ்த்தல்: (வி): கட்டு, முடிச்சு போன்றவற்றைப் பிரித்தல்; உடை போன்றவற்றைக் கழற்றுதல்; to untie; to unfasten; to unfurl.

அவினி: (பெ): அபின் என்னும் போதைப் பொருள்; opium.

அவீரை: (பெ): பிள்ளை இல்லாத கைம்பெண்; the widow who is not having a child.

அவுசு: (பெ): ஒழுங்கு; order.

அவுணன்: (பெ): அசுரன்; Asura; monster.

அவுபாசனம்: (பெ): அக்னியை தினந்தோறும் வழிபடுதல்; daily worship of fire.

அவுதா: (பெ): அம்பாரி; howdah with a canopy.

அவுரி: (பெ): மீன்வகை; நீலநிறச் சாயம் எடுக்கப்படும் சிறு இலைகளைக் கொண்ட குத்துச்செடி; a kind of fish; indigo plant.

அவுரிப்பச்சை: (பெ): பச்சைக் கற்பூரம்; medicated camphor.

அவுனியா: (பெ): வெளவால் மீன்; a kind of fish.

அவேதம்: (பெ): அசதி; மறதி; drowsiness; forgetfulness.

அவை: (பெ): குழு; கூட்டம்; சட்டப்பேரவை, நாடாளுமன்றம் ஆகியவற்றின் இரு பிரிவுகளில் ஒன்று; மன்னன் தன் பரிவாரங்களுடன் கூடியிருக்கும் சபை; அருகில் இல்லாத உயிரற்ற அஃறிணைப் பொருட்களைச் சுட்டிக் கூறும் பெயர்; an assembly with a particular motive; one of the two houses of the Legislature and Parliament; Royal Court; neuter plurals for those things at a distance.

- *அவையறிந்து ஆராய்ந்து சொல்லுக சொல்லின் தொகையறிந்த தூய்மையவர்.* -குறள் 711
- *அவையறியார் சொல்லல்மேற் கொள்பவர் சொல்லின் வகையறியார் வல்லதூஉம் இல்.* -குறள் 713

அவையடக்கம்: (பெ): அவையின் முன்னர் தாழ்ந்து பேசுதல்; expression of modesty by a speaker in a public assembly.

அவையான்: (பெ): வயல் எலி; field rat.

அவ்: (சு.சொ): அந்த; that.

அவ்வது: (சு.சொ): அவ்வாறு; like that.

அவ்வயின்: (சு.சொ): அவ்விடம்; that place.

அவ்வழி: (பெ): அந்த மார்க்கம்; அதன்பின்பு; in that way; after that.

அவ்வாய்: (பெ): அழகான இடம்; beautiful place.

அவ்வாறு: *(வி.அ):* அப்படி; அந்த மாதிரி; அந்த விதமாக; in the specified or required or desired manner; like that.

அவ்விடம்: *(பெ):* தங்கள்; அந்த இடம்; by your grace; there, at your end.

அவ்வித்தல்: *(வி):* பொறாமை கொள்ளுதல்; to have jealousy.

- *அவ்வித்து அழுக்காறு உடையானைச் செய்யவள் தவ்வையைக் காட்டி விடும். - குறள் 167.*
- *அவ்விய நெஞ்சத்தான் ஆக்கமும் செவ்வியான் கேடும் நினைக்கப் படும். - குறள் 169.*

அவ்வியதி: *(பெ):* குதிரை; horse.

அவ்வியதிதி: *(பெ):* பூமி; இராப்பொழுது; earth; night.

அவ்வியத்தலக்கணன்: *(பெ):* சிவபெருமான்; Lord Shiva.

அவ்வியம்: *(பெ):* அழுக்காறு; வஞ்சகம்; envy; impurity of mind; deceit.

அவ்வை: *(பெ):* தாய்; தமக்கை; கிழவி; மூதாட்டி; ஔவை; mother; elder sister; old lady; old woman; Avvai, the name of a famous Tamil poetess.

அழகப்பன்: *(பெ):* சிவபெருமான்; அழகான இளைஞன்; Lord Shiva; a handsome youth.

அழகப்பன் காளை: *(பெ):* நந்தி; the sacred bull of Lord Shiva in temples.

அழகரசி: *(பெ):* அழகிய பெண்ணரசி; அழகிய பெண்; beauty queen; lady of regal beauty.

அழகர்: *(பெ):* அழகர்மலையில் குடிகொண்டுள்ள அழகர் எனப்படும் திருமால்; Lord Vishnu as deity of Azhagarmalai.

அழகி: *(பெ):* அழகிய பெண்; beautiful woman.

அழகிய வாணன்: *(பெ):* ஒரு வகை நெல்; a kind of paddy.

அழகு: *(பெ):* சிறப்பு; பொருத்தமான குணம்; ஒழுங்குமுறை; கண், காது, மனம் போன்றவற்றால் அனுபவித்திடும் இனிமை (அ) மகிழ்வு; excellence; proper conduct; systematic and orderly way; pleasing beauty. • **அழகிருந்து** என்ன ? அதிர்ஷ்டம் அல்லவா வேண்டும். • **அழகு** ஒழுகுது, மடியிலே கட்டடி கலயத்தை - *பழமொழிகள்.*

அழகு காட்டு: *(வி):* கோணங்கித்தனமான செய்கைகளால் பழிப்பு காட்டு; to imitate a person in a slightly offensive manner.

அழகு சாதனம்: *(பெ):* ஒப்பனை செய்திடத் தேவையான பொருட்கள்; cosmetics.

அழக்கு: *(பெ):* ஆழாக்கு; ஓர் அளவை; a measuring vessel of former period; a kind of measure.

அழத்தியன்: *(பெ):* பெருங்காயம்; Asafoetida.

அழம்: *(பெ):* பிணம்; corpse.

அழலல்: *(வி):* கோபப்படுதல்; எரிதல்; to get angry; to burn.

அழலவன்: *(பெ):* சூரியன்; செவ்வாய்; அக்னிதேவன்; the Sun; the Mars; Agni, the God of fire.

அழலாடி: *(பெ):* சிவபெருமான்; Lord Shiva.

அழலி: *(பெ):* நெருப்பு; fire.

அழலிக்கை: *(பெ):* பொறாமை; எரிச்சல்; malice; burning sensation.

அழலேந்தி: *(பெ):* சிவபெருமான்; Lord Shiva.

அழலை: *(பெ):* தொண்டைக் கரகரப்பு; களைப்பு; irritation of throat; tiredness.

அழலோன்: *(பெ):* அக்னி தேவன்; Agni Deva, the God of fire.

அழல்: *(பெ):* தீ; எருக்கு; கள்ளி; நாகம்; வெப்பம்; செவ்வாய் கிரகம்; fire; yercum; spurge; cobra; heat; the Planet Mars.

- *அழல்போலும் மாலைக்குத் தூதாகி ஆயன் குழல்போலும் கொல்லும் படை. - குறள் 1228.*

அழற்கடவுள்: *(பெ):* அக்னி தேவன்; Agni Deva, the God of fire.

அழற்கண் வந்தோன்: *(பெ):* முருகப்பெருமான்; Lord Muruga.

அழற்காய்: *(பெ):* மிளகு; pepper.

அழற்சி: *(பெ):* பொறாமை; உறைப்பு; எரிதல்; வெப்பம்; jealousy; pungent; burning; heat.

அழற்பால்: *(பெ):* எருக்கம் பால்; milk of yercum.

அழன்: *(பெ):* பிணம்; corpse.

அழால்: *(வி):* அழுதல்; crying.

அழி: *(வி):* இல்லாதுபோதல்; ஒழிதல்; சிதைதல்; உருச்சிதைதல்; மறைதல்; to perish; to destroy; to smudge; reducing to basic material; to become extinct.

அழிகருப்பம்: *(பெ):* கருச்சிதைவு; spontaneous abortion.

அழிகை: *(பெ):* அழிவு; சிதைவு; ruin; destroy.

அழிஞ்சில்: *(பெ):* ஒருவகை மரம்; a kind of tree named Azhinjil.

அழிச்சாட்டியம்: *(பெ):* பிடிவாதம்; முரண்டு செய்தல்; stubborn; obstinate behaviour.

அழிதகை: *(பெ.அ):* தகுதியற்ற; unqualified.

அழிதலை: *(பெ):* மண்டையோடு; skull.

அழிதல்: *(வி):* கலங்குதல்; சிதறுதல்; வருந்துதல்; இரங்குதல்; குலைந்துபோதல்; தோல்வி அடைதல்; தவறுதல்; be worried; to break into pieces; to regret; to take pity on; shattering of hopes; to defeat; to fail to do.

அழித்தல்: *(வி):* கெடுத்தல்; குறைத்தல்; கண்டித்தல்; to spoil; to get shattered; to scold.

அழிந்துபடு: *(வி):* இல்லாதுபோதல்; to ruin.

அழிபசி: *(பெ):* அதிகப்படியான பசி; excessive hunger.

அழிபடல்: *(வி):* வருந்திடல்; to regret.

அழிபாடு: *(பெ):* இடிந்த சிதைவு; wreckage.

அழிப்பான்: *(பெ):* எழுதியதை அழித்திடப் பயன்படும் ரப்பர் துண்டு; rubber; eraser.

அழிமதி: *(பெ):* அதிகப்படியான செலவு; excessive expenditure.

அழிம்பன்: *(பெ):* ஊதாரி; spend-thrift.

அழியுநர்: *(பெ):* தோல்வியடைந்தவர்; the person who is defeated.

அழிவு: *(பெ):* சிதைவு; நாசம்; ruin; destruction.
- **அழிவின்று** அறைபோகா தாகி வழிவந்த வன்க ணதுவே படை. *-குறள் 764.*

அழு: *(வி):* கண்ணீர் விட்டு வருந்துதல்; வேண்டா வெறுப்பாகக் கொடுத்திடல்; துன்பப்படுதல்; to weep; to part with reluctance; to suffer.

அழுகல்: *(பெ):* பொருள்களின் கெட்டுப்போன நிலை; decomposed state.

அழுகு: *(வி):* கெட்டுப்போதல்; to get putrefied.

அழுகுணி: *(பெ):* அழுமுஞ்சி; cry baby.

அழுகை: *(பெ):* துன்பம், பயம், வலி ஆகியவற்றால் அழுதல்; to weep; to cry. ● **அழுத** பிள்ளை பால் குடிக்கும். ● **அழுத** பிள்ளை சிரிச்சுதாம். கழுதைப் பாலைக் குடிச்சுதாம். ● **அழுதாலும்** அவளே பிள்ளை பெறவேண்டும் *- பழமொழிகள்.*

அழுக்கணவன்: *(பெ):* கூட்டுப்புழு; pupa.

அழுக்கம்: *(பெ):* கவலை; worry.

அழுக்காறாமை: *(வி):* பொறாமை அடையாது இருத்தல்; being without jealousy.

அழுக்கு: *(பெ):* உடல், உடை போன்றவற்றில் சேர்ந்திடும் அசுத்தம்; ஆசை; the dirt on body or clothes; fondness.

அழுங்கு: *(வி):* ஆமை; ஒருவகை விலங்கு; tortoise; a kind of animal.

அழுத்தங்கோல்: *(பெ):* எழுதுகோல்; வண்ணம் தீட்டும் கோல்; pen or pencil; brush used for paintings.

அழுத்தம்: *(பெ):* உறுதி; வலிவு; தனது கருத்தினை வெளியிடாது இருந்திடும் நிலை; ஒரு பரப்பின் மீதாக செலுத்தப்படும் விசையின் தாக்கம்; firmness; strength; nature of being tight lipped either in speech or writing; the pressure on a surface by a force.

அழுத்தம் திருத்தமாக: *(வி.அ):* எந்த ஒரு விஷயத்திலும் சிறிதளவு சந்தேகத்திற்கும் இடம் கொடாது உறுதியாக அல்லது தெளிவாக இருந்திடுகின்ற; firmly and precisely.

அழுந்து: *(வி):* அமிழ்ந்திடு; மூழ்கிடு; வருந்திடு; உறுதியாகப் பற்றிடு; to sink; to go down under the surface of water, mire, etc.; to grieve; to hold firmly.

அழுப்பு: *(பெ):* சாதம்; cooked rice.

அழுப்புகம்: *(பெ):* தேவலோகம்; heaven.

அழும்பு: *(பெ):* தீம்பு; evil; wickedness.

அழுவம்: *(பெ):* கடல்; காடு; நாடு; பரப்பு; போர்; பெருமை; ஆழம்; குழி; மிகுதி; நடுக்கம்; sea; forest; country; surface; war; greatness; depth; pit; abundance; trembling.

அழுவிளிப்பூசல்: *(பெ):* ஒப்பாரி; lamentation by women.

அழுவை: *(பெ):* யானை; elephant.

அழை: *(வி):* பெயரைக்கூறி ஒருவரைத் தன்புறமாகக் கூப்பிடுதல்; கடிதம் வாயிலாக அல்லது நேர்முகமாக ஒருவரைத் தன்னிடம் வரும்படி கூறுதல்; to call; to invite. ● **அழையாத** வீட்டில் நுழையாத சம்பந்தி *- பழமொழி.*

அழைத்துக்கொள்: *(வி):* ஒருவரை குறிப்பிட்ட ஓர் இடத்திற்குக் கூட்டி வருதல்; to bring someone along to a particular place.

அழைப்பாளர்: *(பெ):* விழா போன்றவற்றில் அழைப்பின் பேரில் பங்கு கொள்ளும் மனிதர்; delegate invitee.

அழைப்பிதழ்: *(பெ):* பொதுக்கருத்தரங்கு அல்லது விழாக்களில் ஒருவரைப் பங்கு கொள்ளுமாறு வேண்டி அனுப்பப்படும் அச்சிட்ட தாள்; invitation.

அழைப்பு: *(வி):* எழுத்து வாயிலாக அல்லது நேரிடையாக விழாவில் கலந்துகொள்ள வேண்டுதல்; to request to attend.

அழைப்பு மணி: *(பெ):* தன்னுடைய வரவினை வீட்டினுள் இருப்பவருக்குத் தெரியப்படுத்திட அல்லது தானிருக்கும் இடத்திற்கு அருகாமையில் உள்ளவரை அழைத்திட பயன்படுத்தும் ஒலி எழுப்பு சாதனம்; calling bell.

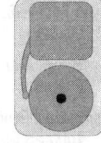

அளகம்: *(பெ):* மழைநீர்; பெண்ணின் கூந்தல்; வெள்ளெருக்கு; rain water; woman's flowing hair; white yercum.

அளகாபதி: *(பெ):* குபேரன்; millionaire.

அளக்கர்: *(பெ):* உப்பளம்; கடல்; பூமி; நீளமான வழி; salt pan; sea; earth; longway.

அளகு: *(பெ):* சேவல், காட்டுக்கோழி, கோட்டான், மயில் ஆகியவற்றின் பெடை; female bird of cock, wild cock, rock horned owl and peacock.

அளகை: *(பெ):* குபேரப்பட்டணம்; தஞ்சை; இலக்குமி; 8-லிருந்து 10 வயதிற்குட்பட்ட சிறுமி; world of Kubera, the God of Wealth; Thanjavur; Lakshmi, the goddess of wealth; the girl between the age of 8 and 10.

அளத்தல்: *(வி):* அளவிடுதல்; வரையறுத்தல்; கொடுத்தல்; வீண்பேச்சு பேசுதல்; to make a prediction; to estimate; to give by measuring; to talk idle talk.

அளத்தி: *(பெ):* நெய்தல் நிலப்பெண்; மீனவப் பெண்; the woman who belongs to coastal region; the woman who belongs to fisherman community.

அளத்தியம்: *(பெ):* சவுக்காரம்; soap.

அளத்துநிலம்: *(பெ):* களர் நிலம்; alkaline earth.

அளப்பு: *(பெ):* அளத்தல் அளவு; எல்லை; கட்டுக்கதை; a measurement; limit; exaggeration.

அளம்: *(பெ):* உப்பளம்; நெய்தல் நிலம்; கடல்; நெருக்கம்; salt-pan; coastal region; sea; nearness.

அளம்படுதல்: *(வி):* வருந்துதல்; to feel sorry.

அளர்க்கம்: *(பெ):* தூதுவளை; climbing brinjal.

அளர்நிலம்: *(பெ):* களர்நிலம்; alkaline earth.

அளவளாவு: *(வி):* நடைமுறையில் உரையாடுதல்; மனம் விட்டுப் பேசுதல்; to talk in a friendly manner.

அளவிடுதல்: *(வி):* கணித்தல்; மதிப்பிடுதல்; to make a prediction; to estimate.

அளவில்: *(பெ.அ):* ஒருவரை அல்லது ஒன்றினைக் கடந்து செல்லாது அவர் (அ) அதனுடைய நிலையில் மட்டும் என்னும் பொருளில் கூறப்படும் சொல்; at the level of; up to a point.

அளவுக்கு: *(வி.அ):* கூறப்படும் நிலைக்கு; to that extent of. ● **அளவுக்கு** மிஞ்சினால் அமிர்தமும் நஞ்சு - *பழமொழி.*

அளவுகோல்: *(பெ):* ஒரு பொருளின் நீளம், அகலம், உயரம் போன்றவற்றைக் கணக்கிட உதவிடும் அலகு பொறித்த கோல்; a measuring rod or scale.

அளவுசாப்பாடு: *(பெ):* குறிப்பிட்ட அளவுக்குத் தரப்படும் சாதம் மற்றும் இதர உணவுகள்; limited meals.

அளவெடுத்தல்: *(வி):* உடை போன்றவற்றினை தயாரித்திட அதற்கான நீளம், சுற்றளவு ஆகியவற்றைக் கணக்கெடுத்தல்; to take measurements.

அளாவி: *(இ.சொ):* (வானம், உலகம் போன்ற வார்த்தைகளுடன் இணைத்துக் கூறும்போது) தொடும் அளவுக்கு; extended upto (such as sky, world etc.).

அளித்தல்: *(வி):* வாங்குதல்; கொடுத்தல்; rendering; offering.

அளை[1]: *(வி):* விரல்களைக் கொண்டு அங்குமிங்குமாக ஒதுக்கிடல்; to fiddle around with fingers.

அளை[2]: *(பெ):* தயிர்; மோர்; வெண்ணெய்; புற்று; குகை; curd; butter milk; butter; ant hill; cave.

அளைச்சல்: *(பெ):* வயிற்றளைச்சல்; சீதபேதி; diarrhoea; dysentery.

அள்: *(பெ):* கூர்மை; பூட்டு; நீர்முள்ளி; அள்ளுமாந்தம்; காது; sharpness; lock; water-thorn; a kind of disease; ear.

அள்ளல்: *(பெ):* சேறு; நெருக்கம்; ஏழு நரகங்களுள் ஒன்று; mire; nearness; one of the seven hells; *(வி):* அள்ளுதல்; கொய்தல்; to take up in the hollow of the hand; to pluck. ● **அள்ளிக்** குடிக்கத் தண்ணீர் இல்லை அவள் பேரோ காவேரி - *பழமொழி.*

அள்ளாத்தி: *(பெ):* மீன் வகை; a kind of fish.

அள்ளிருள்: *(பெ):* கும்மிருட்டு; cimmerian; thick darkness.

அள்ளை: *(பெ):* பேய்; விலாப்புறம்; devil; ghost; flank.

அற: *(வி.அ):* மிகவும்; தெளிவாக; used to indicate the highest degree of that which it qualifies; clearly.

அறக்கடவுள்: *(பெ):* இயமன்; Yama.

அறக்கடை: *(பெ):* பாவம்; sin.

அறக்கட்டளை: *(பெ):* பொதுநலனை மேம்படுத்த தனிநபர்கள் அல்லது அரசு ஏற்படுத்தும் நிதியமைப்பு; endowment; trust.

அறங்காவலர்: *(பெ):* கோயில், அறக்கட்டளை போன்றவற்றின் நிர்வாகப் பொறுப்பினை வகிப்பவர்; trustee of a temple or trust.

அறநிலையத்துறை: *(பெ):* இந்துக் கோயில்களின் நிர்வாகத்தை மேற்பார்வை செய்திடும் மாநில அரசின் பிரிவு; Department of Hindu Religious and Charitable Endowments.

அறநூல்: *(பெ):* ஒருவர் தனது அக மற்றும் புற வாழ்க்கையில் கடைப்பிடித்திட வேண்டிய நெறிகள், ஒழுக்கங்கள் ஆகியவற்றை விளக்கிடும் நூல்; ethical or moral treatise.

அறம்: *(பெ):* தருமம்; புண்ணியம்; இல்லறம்; virtuous deed; virtue; life of the house-holder. ● **அறம்** படித்த பூனை காடிப்பானையில் தலையை விடும். ● **அறம்** படித்தவன் அங்காடி போனால் விற்கவும் மாட்டான்; வாங்கவும் மாட்டான் - *பழமொழிகள்.*

அறல்: *(பெ):* கருமணல்; நீர்; திருமணம்; விழா; black sand; water; marriage; function.

அறவன்: *(பெ):* கடவுள்; முனிவன்; அந்தணன்; God; saint; brahmin.

அறனை: *(பெ):* ஒரு வகை நோய்; a kind of disease.

அறன்: *(பெ):* அறக்கடவுள்; இயமன்; the God of virtue personified; Yama, the God of death.

அறன்கடை: (பெ): தீவினை; misfortune; unworthy act.

அறாக்கட்டை: (பெ): மூடன்; foolish fellow.

அறிகுறி: (பெ): அடையாளம்; sign; mark.

அறிதல்: (வி): தெரிந்து வைத்தல்; உணர்தல்; to come to know; to feel.

அறிக்கை: (பெ): தகவல்களின் தொகுப்பு; an account of events; reports.

அறிஞன்: (பெ): புலவன்; அறிவாளி; poet; wise man; man of knowledge. • **அறிஞருக்கு** அழகு அகத்துணர்ந்து அறிதல் - *பழமொழி.*

அறிமுகம்[1]: (பெ): ஒரு பொருளினை, ஒரு துறையினைப் பற்றிய விளக்கம்; an introduction of a thing or a subject to others.

அறிமுகம்[2]: (பெ): ஒருவரை ஒருவர் தெரிந்து கொள்ளுதல்; acquaintance, being known widely.

அறியாமை:(பெ): மடமை; ignorance.

அறிவிப்பு: (பெ): நடந்ததை (அ) நடக்கவிருப்பதை அனைவரும் தெரிந்து கொள்ளுமாறு கூறும் கூற்று; announcement.

அறிவிப்புப் பலகை: (பெ): பொது இடங்களில் (அ) அலுவலகங்களில் அறிவிப்பு தாங்கிய அல்லது ஒட்டப்பட்ட பலகை; notice board.

அறிவியல்: (பெ): உலகில் இருக்கும் இயற்கை நியதிகளை கவனித்து, சோதித்து நிரூபணம் செய்து பெற்றிடும் அறிவு பற்றிய துறை; the science.

அறிவியல் கூடம்: (பெ): அறிவியல் செய்முறைகளைப் பயிற்சி செய்திட ஏதுவாக அமைக்கப்பட்ட இடம்; science laboratory.

அறிவிலி: (பெ): முட்டாள்; idiot; ignorant man.

அறிவீனம்: (பெ): முட்டாள்தனம்; foolishness.

அறிவு: (பெ): அனுபவம், சிந்தனை வாயிலாக தெரிந்து வைத்திருக்கும் புலமை; பல துறைகளின் விஷயங்கள் பற்றித் தெரிந்து வைத்திருக்கும் நிலை; understanding by experience or thinking; scholarship. • **அறிவுடன்** ஞானம்; அன்புடன் ஒழுக்கம். • **அறிவு** ஆரறிவார்; ஆய்ந்தவர் அறிவார் - *பழமொழிகள்.*

அறிவுரை: (பெ): சமயம் மற்றும் ஒழுக்கம் பற்றிய போதனை; religious instruction; moral advice.

அறிவு ஜீவி: (பெ): நற்சிந்தனைகளை வாழ்க்கை நெறிகளாகக் கொண்டவர்; intellectual person.

அறு: (வி): கத்தி, ரம்பம் போன்றவற்றால் வெட்டுதல்; துண்டாக்குதல்; to cut with a saw; to snap. • **அறுந்த** விரலுக்கு சுண்ணாம்பு தரமாட்டான், ஆண்டி வந்தாலும் பிச்சை போட மாட்டான் - *பழமொழிகள்.*

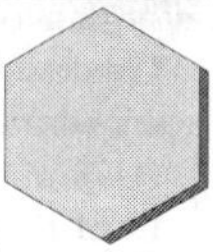

அறுகோணம்: (பெ): ஒரே அளவுடைய ஆறு சமபக்க முக்கோண வடிவம்; hexagon.

அறுசுவை: (பெ): இனிப்பு; உவர்ப்பு; புளிப்பு; துவர்ப்பு; கசப்பு; உரைப்பு ஆகிய ஆறுவகை சுவைகள்; the six kinds of tastes in relation to food i.e. sweet, sour, salt, astringency, bitterness and pungency.

அறுதி: (பெ): மாற்ற இயலாத முடிவு; final decision.

அறுதியிடு: (வி): முடிவுசெய்திடு; to state with finality.

அறுவடை: (பெ): விளைச்சல் மகசூல்; harvest.

அறுவை: (பெ): பாதிப்புக்குள்ள உடல் பகுதியை குணப்படுத்திட அறுத்துச் செய்திடும் மருத்துவ சிகிச்சை; surgery.

அறை: (பெ): அடி; ஓசை; மோதுகை; சொல்; விடை; அலை; அம்மி; பாறை; சதுரங்கக் கட்டம்; குகை; blow; sound; dash; word; answer; wave; horizontal stone for macerating spices for curry; rock; chess board; cave.

அறைகூவல்: (பெ): சவால்; ஒத்துழைப்பு கோரி விடும் அழைப்பு; a challenge; call for an action or for co-operation.

அற்பகந்தம்: (பெ): செந்தாமரை; red lotus flower.

அற்பகேசி: (பெ): வசம்பு; sweet flag.

அற்பம்: (பெ): சிறுமை; இழிவு; பஞ்சு; நாய்; புகை; meanness; lowness; cotton; dog; smoke. • **அற்ப** ஆசை கோடி தவத்தைக் கெடுக்கும் - *பழமொழி.*

அற்பன்: (பெ): கீழ் மகன்; mean person. • **அற்பனுக்கு** வாழ்வு வந்தால் அர்த்தராத்திரியில் குடை பிடிப்பான் - *பழமொழி.*

அற்றம்: (பெ): அழிவு; துன்பம்; இறுதி; வறுமை; சோர்வு; நாய்; பொய்; உண்மை; மலிவு; ruin; sufferings; end; poverty; tiredness; dog; lie; truth; cheap.

அற்றை நாள்: (பெ): அந்த நாள்; அன்று; that day; on that day.

அனகம்: (பெ): அழகு; புண்ணியம்; சாந்தம்; beauty; virtue; peace.

அனகன்: (பெ): கடவுள்; God.

அனங்கம்: (பெ): மல்லிகை; வானம்; உள்ளம்; jasmine; sky; mind.

அனங்கன்: (பெ): மன்மதன்; Kaman, the God of Love.

அனந்தபீதம்: (பெ): மரிக்கொழுந்து; southern wood.

அனந்தம்: (பெ): முடிவற்றது; பேரெண்; வானம்; பொன்; குப்பைமேனி; infinite; a large number; sky; gold; a medicinal plant.

அனந்தவிபவை: *(பெ):* பார்வதி; Parvathi, Goddess and the wife of Lord Shiva.

அனந்தன்: *(பெ):* கடவுள்; சிவன்; திருமால்; பிரும்மா; பதஞ்சலி முனிவர்; வெடியுப்பு; God; Lord Shiva; Lord Vishnu; Lord Brahma; the sage Pathanjali; a medicinal salt.

அனயகம்: *(பெ):* மல்லிகை; jasmine.

அனர்த்தம்: *(பெ):* பயனற்றது; useless thing.

அனலம்: *(பெ):* நெருப்பு; fire.

அனல்: *(பெ):* சூடு; heat.

அனல் மின் நிலையம்: *(பெ):* நிலக்கரி, எண்ணெய் ஆகியவற்றில் ஒன்றை எரித்துப் பெறும் வெப்ப சக்தியின்வாயிலாகமின்சக்தி உற்பத்தி செய்திடும் நிலையம்; thermal power station.

அனாதரவு: *(பெ):* ஆதரவற்ற நிலை; helpless state.

அனாதி: *(பெ):* தொடக்கமற்றது; that which has no origin.

அனாதிகாலம்: *(பெ):* வெகுகாலத்திற்கும் முந்தைய காலம்; ancient period.

அனாமத்து: *(பெ):* எவருக்கும் உரிமையற்றது; that which is not claimed by anyone.

அனிச்சம்: *(பெ):* முகர்ந்ததும் வாடும் தன்மை கொண்டதாகக் கருதப்படும் மென்மையான மலர்; a flower said to be so delicate as to wilt and wither even at a slight sniff.

அனிச்சை: *(பெ):* பழக்கம் காரணமாக, தன்னையறியாது ஒரு செயலைச் செய்திடும் தன்மை; that which is involuntary.

அனுக்கிரகம்: *(பெ):* அருள்; ஆசி; grace; blessing.

அனுகூலம்: *(பெ):* தேவையைப் பூர்த்தி செய்திடும் வகையில் அமைவது; favourable condition.

அனுங்கு: *(வி):* முனகுதல்; to groan.

அனுசரணை: *(பெ):* ஒத்தாசை; co-operative nature.

அனுசரி: *(வி):* கடைப்பிடித்தல்; மேற்கொள்ளுதல்; to adhere to a principle; to observe.

அனுதாபம்: *(பெ):* இரங்கல்; பிறர் அடையும் துன்பத்தைக்கண்டு ஒருவர் மேற்கொள்ளும் வருத்தம்; condolence; sympathy.

அனுதாபி: *(பெ):* எந்தவொரு அமைப்பையும் சாராது இருந்து, அவ்வமைப்புக்கு ஆதரவாய் இருப்பவர்; sympathizer.

அனுதினமும்: *(வி.அ):* தினந்தோறும்; daily.

அனுபந்தம்: *(பெ):* ஒரு நூலின் இறுதியில் இணைக்கப்படும் துணைத் தகவல்கள்; appendix.

அனுபம்: *(பெ):* சதுப்பு நிலம்; எருமை கிடா; marsh; he-buffalo.

அனுபவசாலி: *(பெ):* அதிகப்படியான அனுபவம் உள்ளவர்; a man of rich experience.

அனுபவம்: *(பெ):* ஒரு துறையில் நேரிடையாக ஈடுபட்டு பெற்றிடும் தேர்ச்சி; experience.

அனுபவி: *(வி):* உணர்ந்து மகிழ்தல்; உபயோகித்துக் கொள்ளுதல்; to enjoy, to experience by sorrow or sufferings; make use of.

அனுபூதி: *(பெ):* தானே உணர்ந்து பெறும் அறிவு; experimental wisdom.

அனுமதி: *(பெ):* சம்மதம்; ஒப்புதல்; consent; permit; *(வி):* செய்ய (அ) இருக்க (அ) போக விடுதல்; to allow; to admit.

அனுமானம்: *(பெ):* முழுமையான (அ) பகுதியான தகவல்களிலிருந்து உருவாக்கிக்கொள்ளும் கருத்து; inference.

அனுமானி: *(வி):* பெற்றிடும் அறிகுறிகளிலிருந்து ஓர் உத்தேச முடிவுக்கு வருதல்; to guess.

அனுயோகம்: *(பெ):* கேள்வி; வினா; question.

அனுரதி: *(பெ):* அன்பு; மதிப்பு; kindness; dignity.

அனுராகம்: *(பெ):* அன்பு; காமம் விழைதல்; love; affection; lasciviousness.

அனுவழி: *(பெ):* புதன்; the Planet Mercury.

அனுஷம்: *(பெ):* இருபத்தேழு நட்சத்திரங்களுள் பதினேழாவது நட்சத்திரம்; Anusham, the seventeenth star of the twenty-seven stars.

அனுஷ்டானம்: *(பெ):* புறச்சுத்தம்; பூஜை ஆகியவற்றில் கடைப்பிடித்திடும் நெறி முறைகள்; observance.

அனுஷ்டி: *(வி):* பின்பற்றிடு; to observe.

அனூரு: *(பெ):* சூரியன்; புதன்; முடவன்; the Sun; the Planet Mercury; cripple.

அனேகம்: *(பெ):* பல; many.

அனை: *(பெ):* அன்னை; ஒருவகை மீன்; mother; a kind of fish.

அனைக்கியம்: *(பெ):* ஒற்றுமையின்மை; lack of unity.

அனைத்தும்: *(பெ):* எல்லாம்; முழுவதும்; all; the whole.

அனைய: *(பெ.அ):* ஒத்த; of the same kind; like the same.

அனைவரும்: *(பெ):* எல்லோரும்; all (persons).

அன்பற்ற: *(பெ.அ):* அன்பில்லாத; cold hearted.

அன்பன்: *(பெ):* நண்பன்; தோழன்; கணவன்; காதலன்; அன்புடையவன்; பக்தன்; friend; companion; husband; lover; pious person; devotee.

அன்பாதரவு: *(பெ):* நேசமுடன் கூடிய ஆதரவு; obligingness; kindliness.

அன்பான: *(பெ):* நேசமான; மென்மையான; affectionate, kind; mild.

அன்பு: *(பெ):* நேயம்; நட்பு; அருள்; காதல்; பக்தி; affection; friendship; grace; love; devotion. • **அன்பே** பிரதானம். அதுவே வெகுமானம். • **அன்பு** இருந்தால் ஆகாததும் ஆகும் - *பழமொழிகள்.*

அன்மயம்: *(பெ):* ஐயம்; மாறுபாடு; ஐயப்பாடு; doubt; difference; suspicion; uncertainty.

அன்வயத்தினர்: *(பெ):* சுற்றத்தினர்; relatives.

அன்வயம்: *(பெ):* உரைநடை வரிசை; prose order.

அன்றமை: *(பெ):* காற்று; air.

அன்றாடம்: *(வி.அ):* ஒவ்வொரு நாளும்; every day; daily.

அன்றி: *(வி.அ):* அல்லாமல்; தவிர; except.

அன்றியுரைத்தல்: *(வி):* எதிர்த்துப் பேசுதல்; to talk against.

அன்றில்: *(பெ):* கிரௌஞ்ச பறவை; மயில்; மூல நட்சத்திரம்; Andril bird, male or female, noted for its constancy of love; peacock; Moolam, the nineteenth star of the twenty -seven stars.

அன்றினார்: *(பெ):* பகைவர்; enemies.

அன்று: *(பெ):* அந்த நாள்; that day; *(வி.மு):* அல்ல; not so; no; not.

அன்றை: *(பெ):* அந்த நாள்; that day. • **அன்றைக்கு** எழுதியதை அழித்தெழுதப் போகிறானா? - *பழமொழி.*

அன்னக்காவடி: *(பெ):* வறியவன்; poor man.

அன்னக்கொடியோன்: *(பெ):* பிரம்மன்; Lord Brahma.

அன்னசாரம்: *(பெ):* சோற்றுக்கஞ்சி; sticky, starchy water drained from the cooked rice.

அன்னசுத்தி: *(பெ):* நெய்; ghee.

அன்னணம்: *(வி):* அவ்விதம்; in that manner.

அன்னதாதா: *(பெ):* சோறிடுபவர்; உணவு அளிப்பவர்; the person who gives food.

அன்னதாழை: *(பெ):* அன்னாசி; pine-apple.

அன்னது: *(பெ):* அதைப்போன்றது; like that.

அன்னத்தூவி: *(பெ):* அன்னப்பறவையின் இறகு; swansdown.

அன்னதானம்: *(பெ):* அறப்பணி (அ) தெய்வீக நேர்த்திக் கடனாக ஏழைகளுக்கு வழங்கும் இலவச உணவு; the free distribution of food to the poor people as an act of charity or in fulfilment of a vow to a deity.

அன்னப்பால்: *(பெ):* சோற்றுக்கஞ்சி; sticky, starchy water drained from the cooked rice.

அன்னபம்: *(பெ):* ஆல மரம்; banyan tree.

அன்னபூரணி: *(பெ):* துர்க்கை; Durga, the Goddess of Victory.

அன்னபேதி: *(பெ):* மருந்து வகை; a kind of medicine.

அன்னபோதம்: *(பெ):* பாதரசம்; mercury.

அன்னம்: *(பெ):* சோறு; பறவை வகை; நீர்; கவரிமான்; பூமி; தங்கம்; boiled rice; swan; water; a kind of deer; earth; gold. • **அன்னம்** இட்டவர் வீட்டில் கன்னம் இடலாமா? • **அன்ன**நடை நடக்கப் போய் காகம் தன் நடையும் இழந்தாற் போல - *பழமொழிகள்.*

அன்னம் பாறுதல்: *(வி):* புலம்புதல்; to mourn.

அன்னயம்: *(பெ):* ஆல மரம்; banyan tree.

அன்னவன்: *(பெ):* அத்தன்மையன்; ஒத்தவன்; such a person; one who resembles.

அன்னவூறல்: *(பெ):* வடிகஞ்சி; sticky, starchy water drained from the cooked rice.

அன்னாசயம்: *(பெ):* வயிறு; stomach.

அன்னாசி: *(பெ):* செதில்கள் போன்று சொரசொரப்பான மேல்தோலையும்; சாறு நிறைந்த வெளிர் மஞ்சள் நிறச் சதைப்பற்றுடைய பகுதியையும் கொண்ட ஒரு பெரிய பழம்; pine-apple; ananas.

அன்னாசு: *(பெ):* பெருஞ்சீரகம்; fennel.

அன்னார்: *(பெ):* கல்நார்; asbestos.

அன்னியபுட்டம்: *(பெ):* குயில்; Indian cuckoo bird; Koel.

அன்னியன்: *(பெ):* அயலான்; பிறன்; stranger; alien.

அன்னியாயம்: *(பெ):* அநீதி; அநியாயம்; injustice; unfairness.

அன்னியோனியம்: *(பெ):* ஒற்றுமை; unity.

அன்னுவயித்தல்: *(வி):* பின்பற்றுதல்; to follow.

அன்னுழி: *(பெ):* அப்போது; at that time.

அன்னுழை: *(பெ):* அவ்விடம்; that place.

அன்னை: *(பெ):* தாய்; தமக்கை; தோழி; mother; elder sister; lady's maid. • **அன்னையும்** பிதாவும் முன்னறி தெய்வம். • **அன்னைக்கு** உதவாதவன் ஆருக்கும் உதவான் - *பழமொழிகள்.*

ஆ

ஆ[1]: (பெ): இரண்டாவது உயிர் எழுத்து; ஆச்சாமரம்; ஆன்மா; பசு; இடபம்; மறுப்பு; the second vowel of the alphabet; a kind of tree; soul; cow; bull; objection.

- ஆவிற்கு நீரென்று இரப்பினும் நாவிற்கு இரவின் இளிவந்தது இல். - *குறள் 1066.*

ஆ[2]: (விய.சொ): வியப்பு, இகழ்ச்சி ஆகியவற்றை உணர்த்திடும் குறிப்பு; Ah!

ஆக: (வி.அ): முழுவதும்; அதற்'காக'; wholly; entirely; absolutely; completely. • **ஆக** மொத்தம் 10 வேட்டி, 7 சட்டை, 3 புடவை, 6 துண்டு என சலவையாளன் கணக்கை எழுதி முடித்தான். • என் மனைவி கூறினாள் என்பதற்காக நான் செய்யவில்லை, நான் முழுமனதுடன் தான் இதைச் செய்தேன்.

ஆகக்கூடி: (வி.அ): இறுதியாக; முடிவாக; on the whole; in the total. • அவள் எதையும் காது கொடுத்துக் கேட்கவில்லை. **ஆகக்கூடி** எல்லோரும் வாய் வலிக்கக் கத்தியது தான் மிச்சம்!

ஆகசி: (பெ): திப்பிலி; long pepper.

ஆகசு: (பெ): தவறு; இழிந்தது; பாவம்; default; that which is degraded; sinful act.

ஆகடியம்: (பெ): பரிகாசம்; பொல்லாங்கு; mockery; ridicule. • பெண்களை **ஆகடியம்** செய்வதில் அவனுக்கு நிகர் அவனே!

ஆகட்டும்: (வி.மு): ஆகுக; 'ஆம்' என்னும் பொருள்படுவது; let it be done; so be it.

ஆகத்தொகை: (பெ): மொத்தத்தொகை; grand total.

ஆகண்டலன்: (பெ): இந்திரன்; Lord Indra, the head of Devas.

ஆகதம்: (பெ): கமகம் பத்தினுள் ஒன்று; பொய்; கந்தை; வருகை; அடித்தல்; one of the ten gamagas; lie; rags; arrival; beating.

ஆகதர்: (பெ): சமணர்; Jains.

ஆகதி: (வி.அ): அடைய வேண்டியது; that which is to be obtained.

ஆகப்பாடு: (பெ): மொத்தம்; total.

ஆகம சாத்திரம்: (பெ): சமய நூல்கள்; religious books.

ஆகமண காலம்: (பெ): பிரசவகாலம்; சங்கராந்தி; the delivery time of a pregnant lady; the first day of the Tamil month Thai, when the Pongal festival is celebrated.

ஆகமந்தம்: (பெ): உடல் சோர்வு; சுறுசுறுப்பு இல்லாது இருத்தல்; fatigue; laziness. • பக்கத்திலிருக்கும் கடைக்குப் போய் வர இப்படி **ஆகமந்தப்படுகிறானே!**

ஆகமபதி: (பெ): கடவுள்; the God.

ஆகமம்: (பெ): சைவம், வைணவம் போன்ற சமயங்களைச் சார்ந்தோர்களின் மத ஆசாரங்களுக்குப் புனிதமாக ஏற்றுக்கொள்ளும் நூல்; கல்வி; ஞானம்; scriptures of Saivaites and Vaishnavaites; education; knowledge. • எந்நாளிலும் **ஆகம** விதிப்படியே கோயில் களில் பூஜைகள் நடைபெற்று வருகின்றன.

ஆகமலி: (பெ): மன்மதன்; Manmadha, the God of Love.

ஆகமனம்: (பெ): வந்து சேர்தல்; arrival.

ஆகமன்: (பெ): சிவன்; Lord Shiva, the God responsible for the dissolution of the Universe.

ஆகம்: (பெ): உடல்; மார்பு; மனம்; body; breast; mind. • **ஆகச்** (உடல்) சோர்வுடன் அவளை **ஆகக்** (மனக்) கவலையும் ஆட்டிப்படைத்தது.

ஆகரணன்: (பெ): வேலையாள்; ஏவலன்; servant.

ஆகரம்: (பெ): உறைவிடம்; சுரங்கம்; கூட்டம்; மண்வெட்டி; மேலானது; வீடு; dwelling place; mine; crowd; meeting; spade or a hoe with a short handle; superior; house.

ஆகரன்: (பெ): பலவான்; குடியிருப்போன்; திருடன்; strong man; the person who is residing in a place; thief.

ஆகரி: (பெ): ஒரு பண்; சிறு கொடி; திப்பிலி; a kind of song; a small creeper; long pepper.

ஆகரித்தல்: (வி): தருவித்தல்; to bring.

ஆகருடணம்: (பெ): இழுத்தல்; அழைத்தல்; அறுபத்து நான்கு கலைகளுள் ஒன்று; attraction; calling; one of the sixty-four arts.

ஆகருடம்: (பெ): பலகை; இழுக்கு; வில்லாண்மை; சூதாடுதல்; slate; disgrace; skill in archery; gambling.

ஆகலபூமி: (பெ): யுத்தபூமி; battle field.

ஆகவனம்: (பெ): பிணிக்கை; விரும்புகை; எண் பெருக்கல்; பலி; attachment; liking; multiplying the number with another; sacrifice.

ஆகவனல்: *(பெ):* போர்; சிலை; war; statue.

ஆகவனீயம்: *(பெ):* வேள்விக்குரிய அக்னி மூன்றினுள் ஒன்று; one of the three fire sacrifices.

ஆகவியன்: (பெ): போர்வீரன்; soldier. • பகைவர் முற்றுகை அறிந்து **ஆகவியர்** தோள் தட்டி ஆகவனலுக்குத் (போருக்குத்) தயாரானார்கள்.

ஆகவே: *(வி.அ):* எனவே; therefore.

ஆகவேமுள்ளி: *(பெ):* காட்டுமுள்ளி; wild thorny plant.

ஆகளமாய்: *(பெ.அ):* இடைவிடாத; continuous; without break.

ஆகளரசம்: *(பெ):* பாதரசம்; அபின்; mercury; opium.

ஆகற்பம்: *(பெ):* பச்சாதாபம்; இருள்; முடிச்சு; regret; darkness; void of light; knot.

ஆகனம்: *(பெ):* கடப்பாரை; a long iron bar, used for digging pits. • மரம் நடவேண்டி **ஆகனம்** கொண்டு குழி தோண்டினான்.

ஆகனாமி: *(பெ):* அவரை; beans.

ஆகனிகம்: *(பெ):* பன்றி; மண் அகழும் கருவி; எலி; pig; spade; rat.

ஆகனிகன்: *(பெ):* கள்வன்; ஒட்டன்; thief; mason.

ஆகன்மாறு: *(இணை.இ.சொ):* ஆகவே; எனவே; therefore. • தேர்வில் மதிப்பெண்கள் குறைவாக இருந்தது. **ஆகன்மாறு** உபாத்தியாயர் மாணவனைக் கண்டித்தார்.

ஆகா: *(பெ):* ஒரு கந்தர்வன்; பாராட்டு, ஏளனம், வியப்பு ஆகியவற்றை வெளிப்படுத்தும் சொல்; ஆகாது; a celestial being; an interjection word used to express one's appreciation or derision or sense of wonder; not possible. • சித்த மருத்துவ மருந்துகளை உட்கொள்ளும்போது சில வகை உணவுப் பொருட்கள் உண்ணலாகாது. • மாநிலத்திலேயே முதல் மாணவியாக வந்த பெண்ணை அனைவரும் **'ஆகா'**, 'ஓகோ' எனப் பாராட்டினர். • **ஆகா,** உன்னைப் பற்றி எனக்குத் தெரியாதா ?

ஆகாசகங்கை: *(பெ):* மந்தாகினி; பால்வீதி மண்டலம்; சிறுநீர்; the celestial ganges; milky way; urine.

ஆகாச கமனம்: *(பெ):* பறத்தல், 64 கலைகளுள் ஒன்று; one of the sixty-four arts.

ஆகாச கருடன்: *(பெ):* கொல்லன்; கோவைக் கொடி; சீந்தில்; blacksmith who makes axle, axle-pin, etc. for carts; common hedge creeper which bears red fruits; a kind of herbal creeper.

ஆகாசகாமி: *(பெ):* ஒரு தேவதை; காற்றில் பறந்து செல்லும் வல்லமையுடையவன்; an angel; a person who is able to fly through the air.

ஆகாசகாமினி: *(பெ):* விண்ணில் பறந்து செல்ல உதவும் மந்திரம்; incantation that gives a person the power of flying through the air.

ஆகாசகத்திரி: *(பெ):* வெண்டை; lady's finger.

ஆகாசக் கப்பல்: *(பெ):* ஆகாய விமானம்; வானூர்தி; aeroplane.

ஆகாசக் கோட்டை: *(பெ):* வீண் எண்ணம்; ஆகாயத்தில் உள்ளதாகக் கூறப்படும் கோட்டை; useless thoughts; castles in the air.

ஆகாசதீபம்: *(பெ):* உயர்ந்த கம்பத்தில் வைத்து ஏற்றப்படும் விளக்கு; the lamp lighted on the top of a huge pillar.

ஆகாசபட்சி: *(பெ):* வானம்பாடி; சாதகப்பறவை; skylark; shepherd koel, which is believed to subsist on rain drops.

ஆகாசப் பந்தல்: *(பெ):* கற்பனை உலகம்; the thing which has been imagined by someone.

ஆகாசப்புரட்டன்: *(பெ):* பெரும் மோசடிப் பேர்வழி; a cheat.

ஆகாசமண்டலம்: *(பெ):* வானவெளி; நாட்டிய வகையில் ஒன்று; the sky; a kind of dance.

ஆகாசம்: *(பெ):* வளிமண்டலம்; ஐம்பூதங்களுள் ஒன்று; atmosphere; one of the five elements.

ஆகாசலிங்கம்: *(பெ):* பஞ்சலிங்கத்துள் ஒன்று (சிதம்பரத்தில் உள்ளது); one of the five lingas (at Chidambaram Nataraja Temple).

ஆகாசவாணி: *(பெ):* வானிலிருந்து ஒலித்திடுவதாகக் கூறப்படும் அசரீரி; இந்திய அரசின் தகவல் ஒலிபரப்பு நிறுவனத்தினுடைய அமைப்பின் பெயர்; a voice from heaven; the name of the Indian Government's broadcasting service.

ஆகாத: *(பெ.அ):* தகுதியற்ற; பொருத்தமற்ற; முறையற்ற; improper; unfair; obscene.

ஆகாத்தியம்: *(பெ):* பாசாங்கு; pretence.

ஆகாயகங்கை: *(பெ):* மந்தாகினி; the celestial Ganges.

ஆகாயகமனம்: *(பெ):* அறுபத்து நான்கு கலைகளுள் ஒன்று; வானில் பறந்து சென்றிடும் வித்தை; one of the sixty-four arts; the art of flying in the sky.

ஆகாய சூலை: *(பெ):* குதிரைக்கு உண்டாகும் ஒருவகை நோய்; a kind of disease of horse.

ஆகாயத்தாமரை: *(பெ):* தண்ணீரில் மிதந்தபடி உயிர்வாழும் நீர்த்தாவரம்; விண்தாமரை; a water plant, the roots of which float in the water - *pistia stratiotes*; a lotus which is imagined in the sky.

ஆகாயம்: (பெ): வெட்ட வெளி; வானம்; open space; the sky. ● **ஆகாயமே விழுந்தாற்** போல் பேசுகிறாயே!

ஆகாரணம்: (வி): அழைத்தல்; to call.

ஆகாரசம்பவம்: (பெ): நிணநீர்; lymph.

ஆகாரசன்னை: (பெ): நான்கு வகை முரசுகளுள் ஒன்று; one of the four kinds of drums.

ஆகாரம்: (பெ): உணவு; நெய்; உருவம்; உடம்பு; 'ஆ' என்னும் நெடில் எழுத்து; food; ghee; figure; body; the consonant letter 'ஆ'.

ஆகாரி: (பெ): பூனை; உயிர்; cat; soul.

ஆகிய: (இ.சொ): ஒன்றையடுத்து ஒன்றாகத் தொகுத்துத் தரப்பட்டபின் அத்தொகுப்பில் தரப்பட்டவற்றுக்குமேல் சேர்த்திட வேறில்லை என்பதை வரையறுப்பதாக உள்ளது; the term, used at the end of enumeration as a term indicating that everything has been included.

ஆகிஞ்சனம்: (பெ): தரித்திரம்; abject poverty.

ஆகிரதம்: (பெ): வணங்குதல்; worshipping; greeting.

ஆகிரம்: (பெ): விரிவு; elaborateness.

ஆகிரி நாட்டை: (பெ): பண் வகை; a kind of song.

ஆகிருதி: (பெ): உடம்பு; உருவம்; ஒருவகை செய்யுள் வடிவம்; body; figure; a kind of verse.

ஆகீகதம்: (பெ): முதலை; crocodile; alligator.

ஆகீசன்: (பெ): விநாயகக் கடவுள்; Lord Vinayaga.

ஆகு[1]: (பெ): கொப்பூழ்; பெருச்சாளி; எலி; பன்றி; சாமரம்; கள்வன்; navel; bandicoot; rat; pig; bushy tail of the lion, used as a fly-flapper for idols or as a royal insignia; thief.

ஆகு[2]: (வி): இருத்தல் நிலைதனைக் குறிக்கும் வினை; மற்றொரு தன்மைக்கு (அ) நிலைக்கு வருதல்; தன்மையில் இருத்தல்; ஏற்படுதல்; தீர்தல்; மாறுதல்; ஒத்துக்கொள்ளுதல்; 'be' used in formal language to give added emphasis to the fact stated; 'be' in the specified state, condition; to become someone or something or in such a way; to cause; be over; to change; be agreeable. ● **ஆகிறவன்** அரைக்காசிலும் ஆவான். ஆகாதவன் ஆயிரம் கொடுத்தாலும் ஆகான்.

ஆகுகன்: (பெ): விநாயகர்; Lord Vinayaga.

ஆகுஞ்சனம்: (வி): சுருக்குதல்; அடக்குதல்; குவித்தல்; விளைவித்தல்; to constrict; to hold back; to heap up; to bring about.

ஆகுண்டிதம்: (பெ): கோழை; coward.

ஆகுதல்: (வி): ஆகிவருதல்; to come into existence.

ஆகுதி: (பெ): யாகம் செய்யும்போது அக்னியில் இடப்படும் பொருள்; ஒருவகைப் பறை; oblation offered into the holy fire; a kind of drum.

ஆகுபுக்கு: (பெ): பூனை; cat. ● எலித்தொல்லை அதிகமாக இருப்பதால் வீட்டில் ஓர் **ஆகுபுக்கினை** வளர்ப்பது என முடிவு செய்துள்ளோம்.

ஆகுபெயர்: (பெ): (இலக்): ஒரு பெயர் அதன் தொடர்புடையவேறொருபொருளுக்குத்தொன்று தொட்டு ஆகிவருவது; a transferred meaning of a word obtained by association, part-whole relationship etc, onetonymy. ● நாடு முன்னேறுகிறது என்னும் வாக்கியத்தில் நாடு என்பது நாட்டு மக்களைக் குறிக்கும் **ஆகுபெயராக** உள்ளது.

ஆகுயர்த்தோன் / ஆகுரதன்: (பெ): விநாயகர்; Lord Vinayaga.

ஆகுலம்: (பெ): மனக்கலக்கம்; குழப்பம்; ஆரவாரம்; துன்பம்; வருத்தம்; perturbation; confusion; agitation; grief; sorrow.

ஆகுலத்துவம்: (பெ): கலக்கம்; state of confusion.

ஆகுலி: (பெ): சிற்றரத்தை; lesser galangai.

ஆகுலித்தல்: (வி): துன்புறுதல்; to suffer.

ஆகுவாகனன்: (பெ): விநாயகர்; Lord Vinayaga.

ஆகுளி: (பெ): சிறுபறை; a kind of small drum.

ஆகுனி: (பெ): வாதநோய்; neuralgia; rheumatism.

ஆகூதம்: (பெ): அழைப்பு; கருத்து; விருப்பு; call; opinion; desire. ● விழாவுக்குச் செல்ல விருப்பம் (**ஆகூதம்**) இருந்தாலும் **ஆகூதம்** (அழைப்பு) இல்லாததால் செல்லக் கூடாது என்பது எனது கருத்து (**ஆகூதம்**) ஆகும்.

ஆகேதம்: (பெ): வேட்டை; hunting.

ஆகேருகம்: (பெ): தண்ணீர்விட்டான் கொடு; a kind of herbal plant.

ஆகேறு: (பெ): சரக்கொன்றை; Indian Laburnum.

ஆகை: (வி): நிகழ்தல்; ஆகுதல்; to occur; to come into existence.

ஆகையால்: (இணை.இ.சொ): எனவே; ஆகவே; therefore.

ஆகோசனம்: (பெ): கோரோசனை; bezoar taken from the stomach of cows.

ஆகோடிபம்: (பெ): தடை; மறியல்; obstacle; picketing.

ஆகோள்: (வி): பசுக்களைக் கவர்ந்து செல்லுதல்; to rob the cows without the knowledge of others.

ஆக்கங்கூறுதல்: (வி): வாழ்த்துதல்; to greet.

ஆக்கணாங்கெளிறு: (பெ): கெளுத்தி மீன்; a kind of fish.

ஆக்கதம்: (பெ): முதலை; crocodile; alligator.

ஆக்கிந்திகம்: (பெ): குதிரை நடை வகை; a kind of walking style of a horse.

ஆக்கப்பெருக்கம்: (பெ): வருமானம்; income. ● மழையின்றி விளைச்சல் பாதித்ததால் **ஆக்கப்பெருக்கம்** இன்றி விவசாயிகள் தவித்தனர்.

ஆக்க மகள்: *(பெ):* திருமகள்; the Goddess Lakshmi.

ஆக்கம்: *(பெ):* இலாபம்; பெருக்கம்; படைக்கும் திறன்; முன்னேற்றம்; நன்மை; எழுச்சி; ஆகுதல்; profit; growth; creativity; benefit; renaissance; 'be' used in formal language to give added emphasis to the fact stated.

- *ஆக்கமும் கேடும் அதனால் வருதலால் காத்தோம்பல் சொல்லின்கண் சோர்வு - குறள் 642*
- *ஆக்கம் கருதி முதலிழக்கும் செய்வினை ஊக்கார் அறிவுடை யார். - குறள் 463*

ஆக்கர்: *(பெ):* துரப்பணம்; வீதிகளில் துணிபோன்றவற்றைவிற்பனை செய்பவன்; a tool for boring holes; one who sells clothes in the streets.

ஆக்கல்: *(வி):* சமைத்தல்; செய்தல்; படைத்தல்; to construct; to perform; to create. ● **ஆக்கி** *அரைத்துப் போட்டவள் எல்லாம் தான் கேட்பாள்.*

ஆக்கவினை: *(பெ):* ஒரு செயலைச் செய்திட வேறொருவர் (அ) வேறொன்று காரணமாக இருப்பதைத் தெரிவிக்கப் பயன்படுத்தும் 'செய்', 'வை' போன்ற வினை; the causative verb such as 'செய்', 'வை' etc., in modern Tamil which comes after an infinitive.

ஆக்காட்டுதல்: *(வி):* வாய்திறத்தல்; to open the mouth.

ஆக்கியானம்: *(வி):* கட்டுக்கதை பேசுதல்; to talk fable tales.

ஆக்கியாபித்தல்: *(வி):* கட்டளை இடுதல்; to order.

ஆக்கியோன்: *(பெ):* படைத்தவர்; ஆசிரியர்; the creator; author.

ஆக்கிரகம்: *(பெ):* கடுங்கோபம்; பொல்லாங்கு; ஆங்காரம்; தத்துவம்; விடாப்பிடி; severe anger; anything bad; haughtiness; philosophy; firm hold.

ஆக்கிரகாயணி: *(பெ):* மார்கழி மாதத்திய முழுநிலவு; மிருகசீரிடம்; ஒருவகை வேள்வி; the full Moon in the Tamil month of Margazhi; Mrigaseeridam, one of the twentyseven stars; a kind of sacrifice.

ஆக்கிரகித்தல்: *(வி):* வலிந்து பெறுதல்; வென்றிடல்; to get by using violence; to win by violent means.

ஆக்கிரகிந்தகம்: *(பெ):* குதிரையின் விரைவு நடை; the speedy walk of a horse.

ஆக்கிரமணம்: *(வி):* வலிந்து பெறுதல்; to get by using violence.

ஆக்கிரமம்: *(வி):* அடைதல்; சுமத்தல்; எதிர்த்தல்; விரித்தல்; பரப்புதல்; to obtain; carrying a load or cause to bear; to oppose; to spread. *(பெ):* எழுச்சி; வீரம்; rising; bravery.

ஆக்கிரமி: *(வி):* சட்டவிரோதமாக ஓர் இடத்தை (அ) நாட்டைக் கவர்ந்திடு; to occupy a place or a country by force or illegally.

ஆக்கிரமிப்பு: *(பெ):* ஒரு நாட்டை அல்லது இடத்தைக் கைப்பற்றும் நோக்குடன் கூடிய நடவடிக்கை; தனியார் அல்லது அரசுக்குச் சொந்தமான இடத்தில் ஒப்புதல் பெறாது அமைக்கப்பட்ட வீடு, கடை போன்றவை; an encroachment.

ஆக்கிராணப்பொடி: *(பெ):* மூக்குப்பொடி; the snuff.

ஆக்கிராணம்: *(பெ):* மூக்கு; மூக்கில் இடும் மருந்து; மோந்து பார்த்தல்; nose; nostril drops; to smell.

ஆக்கிராணவிந்திரியம்: *(பெ):* மூக்கு; nose.

ஆக்கிராணித்தல்: *(வி):* மோந்து பார்த்தல்; to smell.

ஆக்கிரீடம்: *(பெ):* கோபம்; anger.

ஆக்கிரீஷம்: *(பெ):* பொழுதுபோக்கு; spending the hours in recreation.

ஆக்கிரோசனம்: *(பெ):* சாபம்; imprecation.

ஆக்கினாகரணம்: *(வி):* கீழ்ப்படிதல்; to obey.

ஆக்கினாகரன்: *(பெ):* வேலையாள்; servant. ● *'இன்று* ***ஆக்கினாகரன்*** *வராததால் எல்லாம் போட்டது போட்டபடியே இருக்கிறது. கடைகளுக்குச் சென்று வருவதற்குக் கூட ஆளில்லை' என அம்மா தவித்தாள்.*

ஆக்கினாசக்கரம்: *(பெ):* அரசு ஆணை; Government Order.

ஆக்கினாபங்கம். *(பெ):* கீழ்ப்படியாமை; disobedience.

ஆக்கினீயம்: *(பெ):* ஆனி மாதம்; the Tamil month 'Aani'.

ஆக்கினேயம்: *(பெ):* தென்கிழக்கு திசை; சிவாகமத்துள் ஒன்று; திருநீறு; பதினெட்டு புராணங்களுள் ஒன்று; south-east direction; one of the sivagamas; sacred ash; one of the eighteen Puranas.

ஆக்கினேயாத்திரம்: *(பெ):* அக்னியைத் தேவதையாகக் கொண்ட அம்பு; the arrow which has Agni as its deity.

ஆக்கினை: *(பெ):* தண்டனை; கட்டளை; கட்டைவிரல்; punishment; order; thumb.

ஆக்கு: *(வி):* படைத்திடு; செய்திடு; to create; to do (something). ● **'சோறாக்கியாச்சா ?'** *என பக்கத்து வீட்டுப் பெண் கேட்டாள்.*

ஆக்குதல்: *(வி):* செய்தல்; சமைத்தல்; படைத்தல்; அமைத்தல்; to do something; to cook; to create; to establish.

ஆக்குரோதம்: *(பெ):* மூர்க்கம்; கோபம்; fury; anger; *(வி):* திட்டுதல்; to scold.

ஆக்குரோடம்: (பெ): மார்பு; chest.
ஆக்குவயம்: (பெ): நாகம்; பெயர்; cobra, a hooded poisonous snake; name.
ஆக்கை: (பெ): உடம்பு; நார்; body; fibre.
ஆக்கையிலி: (பெ): மன்மதன்; Manmadha, the God of 'Love'.
ஆக்கொல்லி: (பெ): ஒருவகைப் புழு; தில்லை மரம்; a kind of worm; a kind of tree, called 'Thillai'.
ஆக்ஞை: (பெ): ஆணை; ஆறு ஆதார நிலைகளுள் ஒன்று; an order; one of the six Aadhaaraas in the body - *Aagnai.*
ஆங்கண்: (பெ): ஊர்; அவ்விடம்; town; that place.
ஆங்கனம்: (வி.அ): அவ்விதம்; in that kind.
ஆங்காங்கு: (வி.அ): அங்கங்கே; scattered.
ஆங்காரம்: (பெ): செருக்கு; அகங்காரம்; ஆத்திரம்; disdain; haughtiness; anger coupled with vehemence. • **ஆங்காரத்தில்** அழிந்தோர் அநேக கோடி பேர்.
ஆங்காரி: (பெ): அகங்காரம் கொண்ட பெண்; arrogant lady.
ஆங்காரிப்பு: (பெ): கர்வம்; இறுமாப்பு; செருக்கு; pride; conceit; arrogance.
ஆங்காலம்: (பெ): நல்ல காலம்; நல்ல வாய்ப்பு; good day; favourable opportunity.
ஆங்கிலம்: (பெ): ஆங்கில மொழி; the English language.
ஆங்கீரச: (பெ): ஒரு தமிழ் வருடம்; Aangeerasa, a Tamil year.
ஆங்கு: (வி.அ): அவ்விடம்; that place.
• ஆங்கமை வெய்தியக் கண்ணும் பயமின்றே
வேந்தமை வில்லாத நாடு. *- குறள் 740.*
ஆங்ஙனம்: (வி.அ): ஆகையால்; எனவே; அந்த வகையில்; thus; so; in that manner.
ஆசங்கித்தல்: (வி): ஐயுறுதல்; மறுத்தல்; to doubt; to deny.
ஆசங்கை: (பெ): மறுப்பு; ஐயம்; objection; doubt.
ஆசடை: (பெ): கூரையினைத் தாங்கும் விதமாக நீளவாக்கில் போடப்படும் உத்திரக்கட்டை; the beam placed lengthwise in the roof.
ஆசட்சு: (பெ): கண்; பண்டிதன்; eye; a scholar.
ஆசத்தி: (பெ): விருப்பம்; பற்று; desire; attachment.
ஆசந்தி: (பெ): சிறு கட்டில்; பிரம்பால் செய்த இருக்கை; சவம் கொண்டு போகும் பாடை; a small cot; the seat made of rattan; the funeral bier with poles to carry.

ஆசம்: (பெ): சிரிப்பு; laugh.
ஆசயம்: (பெ): உறைவிடம்; பலா; மனம்; கருத்து; dwelling place; jack-fruit; mind; opinion.
ஆசரணம்: (பெ): பழக்கம்; வழக்கம்; அனுட்டானம்; practice; custom; observance.
ஆசரித்தல்: (வி): அனுசரித்தல்; வழிபடுதல்; to observe; to pray or worship.
ஆசர்: (பெ): ஆயத்தம்; preparation.
ஆசலம்: (பெ): மனத்துயரம்; குற்றம்; grief; fault.
ஆசலை: (பெ): ஆடாதோடை; malabar nut.
ஆசல்: (பெ): மதிப்பு; respect; value.
ஆசவம்: (பெ): கள்; toddy.
ஆசவுசம்: (பெ): தீட்டு; defilement.
ஆசறுதி: (பெ): முடிவு; இறுதி; end; final.
ஆசறுதிப்பல்: (பெ): கடைவாய்ப்பல்; molar tooth.
ஆசனம்: (பெ): மலவாய்; அமர்வதற்கு உரியது; இருக்கை; anus; anything which is used to sit; seat.
ஆசனவாய்: (பெ): மலத்துவாரம்; anus hole.
ஆசனி: (பெ): பெருங்காயம்; asafoetida, used in cooking for aromatic purpose.
ஆசன்னம்: (பெ): அண்மையில் உள்ளது; that which is near.
ஆசாசித்தல்: (வி): வாழ்த்துதல்; to greet.
ஆசாடபூதி: (பெ): தோற்றத்தில் நல்லவன் போன்ற பண்புள்ளவன்; cunning person.
ஆசாடம்: (பெ): மரக்கொம்பு; தவசியின் கைக்கோல்; ஆடி மாதம்; wooden stick; the hand-pole of ascetic; the Tamil month 'Aadi'.
ஆசாபங்கம்: (பெ): விரும்பியது கிடைக்காமை; disappointment.
ஆசாபந்தம்: (பெ): சிலந்தி வலை; நம்பிக்கை; cobweb; faith.
ஆசாபாசம்: (பெ): பெருவிருப்பம்; உலகப் பொருள்களின் மீதும் உறவுகளின் மீதும் வைத்திடும் பற்று; noose of desire; worldly desire; attachment.
ஆசாபைசாசம்: (பெ): அபரிமித ஆசை; வெறி; excessive desire; bigotry.
ஆசாமி: (பெ): (அறிமுகமற்ற) ஆள்; a person; individual; guy.
ஆசாரக்கள்ளன்: (பெ): மந்திரவாதி; முகஸ்துதி செய்பவன்; ஒழுக்கம் உள்ளவன் போன்று பாசாங்கு செய்பவன்; magician; flattering person; a fraud; the person making a pretence of holiness.
ஆசாரக்கள்ளி: (பெ): ஒழுக்கம் உடையவள் போன்று பாசாங்கு செய்பவள்; the woman who pretends to be chaste.
ஆசாரக்கோவை: (பெ): பதினெண்கீழ்க்கணக்கு நூல்களில் ஒன்று; 'Aasaarakkovai', a Tamil classic, treating of religious, social and moral conduct in 100 stanzas and one of the 'Pathinen Keezh Kanakku'.
ஆசாரச்சாவடி: (பெ): பொது இடம்; அரசவை; common place; king's court.

ஆசாரப்பிழை: *(பெ):* அசுத்தம்; ஒழுக்கமின்மை; dirty; indiscipline.

ஆசாரம்: *(பெ):* பொது ஒழுக்கம் (அ) குல ஒழுக்கத்திற்கென உள்ள நெறிமுறை; அனுஷ்டானம்; கட்டளை; சுத்தம்; பெருமழை; வழக்கம்; moral codes and practices; observance; order; cleanliness; heavy rain; that which is usual. ● **ஆசாரம்** இல்லாத அசடருடன் கூடியே பாசாங்கு பேசிப்பேசி மதியிழந்து போனான்.

ஆசாரவாசல் / வாயில்: *(பெ):* தலைவாசல்; கோயிலின் நுழைவு வாயில்; the main entrance which is close to the street; the main entrance in a place or temple.

ஆசாரி: *(பெ):* குரு; ஒழுக்கமானவன்; ஐவகை சாதிகளுக்கான பட்டப்பெயர்; கலைகளில் வித்தகர்; Guru; man of morality; the title of the five artisan castes; artiste.

ஆசாரியன்: *(பெ):* குரு; சமயத்தலைவர்; ஆசிரியர்; Guru; religious leader; teacher.

ஆசாரியன் திருவடியடைதல்: *(வி):* இறந்துபோதல்; to die.

ஆசாள்: *(பெ):* குருவின் மனைவி; தலைவி; the wife of a Guru; heroine.

ஆசான கங்கை: *(பெ):* காட்டாமணக்கு; common physic nut.

ஆசான்[1]: *(பெ):* ஆசிரியர்; குரு; (a term of respect for) learned master; guru.

ஆசான்[2]: *(பெ):* புரோகிதன்; முத்தோன்; வியாழன்; அருகன்; முருகக் கடவுள்; ஒரு பண்; priest; elder person; Jupiter; God; the Lord Muruga; a kind of song.

ஆசி: *(பெ):* வாழ்த்து; சமநிலம்; பாம்பின் பல்; blessings; plain land; tooth of a snake.

ஆசிகம்: *(பெ):* முகம்; face. ● பயத்தால் அவளது **ஆசிகம்** வெளுத்துப் போனது.

ஆசிகையன்: *(பெ):* நாவிதன்; barber, a person who shaves the hair.

ஆசிடை: *(பெ):* வாழ்த்து; ஆடை; கூட்டம்; greeting; dress; crowd.

ஆசிதம்: *(பெ):* இருக்கை; வசிப்பிடம்; நகரம்; seat; residing place; city or town.

ஆசியக்காரன்: *(பெ):* விகடம் செய்பவன்; a comedian.

ஆசியசீரகம்: *(பெ):* கருஞ்சீரகம்; black cumin.

ஆசிய நாடகம்: *(பெ):* நகைச்சுவை நாடகம்; comedy drama.

ஆசியபத்தி: *(பெ):* தாமரை; Lotus.

ஆசியம்: *(பெ):* வாய்; முகம்; பரிகாசம்; சிரிப்பு; கருஞ்சீரகம்; mouth; face; mockery; laugh; black cumin.

ஆசியாசலம்: *(பெ):* உமிழ்நீர்; saliva.

ஆசியாட்சேபவாதம்: *(பெ):* ஒருவகை வாத நோய்; a kind of disease - Vaadham.

ஆசிரமம்: *(பெ):* ஆன்மிக குரு அல்லது முனிவர் வாழுமிடம்; an abode of an ascetic or the person who preaches spiritual rites.

ஆசிரமி: *(பெ):* சன்னியாசி; ascetic.

ஆசிரம்: *(பெ):* இடம்; தீ; place; fire.

ஆசிரயம்: *(பெ):* மூலம் - நட்சத்திரம்; 'Moolam' one of the twenty-seven stars.

ஆசிரியப்பா: *(பெ):* அகவற்பா; the metre known as 'Agaval' and the chief kind of metre.

ஆசிரிய வசனம்: *(பெ):* மேற்கோள்; quotation.

ஆசிரிய விருத்தம்: *(பெ):* a kind of metre.

ஆசிரியன்: *(பெ):* கல்வி மற்றும் கலைகளைக் கற்றுத் தருபவர்; பத்திரிகையில் வெளியாகும் செய்திகளுக்குப் பொறுப்பு ஏற்பவர்; கட்டுரை, கதை போன்றவற்றை எழுதுபவர்; the person who teaches a subject or arts; editor of a newspaper; author; writer.

ஆசிரியை: *(பெ):* பெண் ஆசிரியர்; female teacher or author or writer.

ஆசிலேடம்: *(வி):* ஆலிங்கனம் செய்தல்; தழுவுதல்; to embrace.

ஆசினி: *(பெ):* பலா வகை; மரவுரி; மரம் - பொதுப்பெயர்; வானம்; a species of jack fruit; bark of a tree; the cloth made from the bark; a common name for tree; sky.

ஆசீயம்: *(பெ):* கருஞ்சீரகம்; black cumin.

ஆசீர்வாதம்: *(பெ):* 'பலவும் பெற்று பல்லாண்டு வாழ்க' என்னும் நல்வாக்கு அருளல்; blessings.

ஆசீர்வதி: *(பெ):* 'வளமோடு வாழ்க' என நல்வாக்கு அருளல்; to bless a person or persons to be happy in his / her life.

ஆசீல்: *(பெ):* மதிப்பு; respect; value.

ஆசீவன்: *(பெ):* சமணருள் ஒரு பிரிவு; a sect of Jains.

ஆசு: *(பெ):* குற்றம்; நுட்பம்; துன்பம்; கவசம்; விரைவு; கறை; fault; minuteness; sorrow; armour; quickness; stain.

ஆசுகம்: *(பெ):* அம்பு; காற்று; பறவை; arrow; air; bird.

ஆசுகவி: *(பெ):* கொடுக்கப்பட்ட தலைப்பு அல்லது பொருளில் உடனே இயற்றப்படும் செய்யுள்; அத்தகைய செய்யுளைப் பாடும் கவிஞன்; an extempore poem; extemporaneous poet.

ஆசுகன்: *(பெ):* காற்று; சூரியன்; wind; Sun.

ஆசுகி: *(பெ):* ஒரு பறவை; a kind of bird.

ஆசுக்காயம்: *(பெ):* நரி வெங்காயம்; a kind of small onion.

ஆசுக்கணி: *(பெ):* நெருப்பு; fire.
ஆசுணம்: *(பெ):* அசோகம்; அரசு; the Asoka tree; Pipal tree.
ஆசுபத்திரா மரம்: *(பெ):* மரவகை; a kind of tree.
ஆசுரம்: *(பெ):* இஞ்சி; கேழ்வரகு; வெள்ளைப் பூண்டு; திருமணம்; ginger; ragi; garlic; wedding.
ஆசுர வைத்தியம்: *(பெ):* இரண வைத்தியம்; surgery.
ஆசுராப்பண்டிகை: *(பெ):* முகரம் பண்டிகை; Muharram.
ஆசுரி: *(பெ):* இரண வைத்தியன்; அசுரப் பெண்; surgeon; woman who belongs to Asuras.
ஆசுவயுசி: *(பெ):* ஒரு வேள்வி; ஐப்பசி மாதத்தின் முழுநிலவு; a sacrifice; the full Moon in the Tamil month of 'Aippasi'.
ஆசுவாசம்: *(பெ):* இளைப்பாறுதல்; நிம்மதி; relief; consolation.
ஆசூ: *(பெ):* பயனற்ற செயல்; useless action.
ஆசூசம்: *(பெ):* தீட்டு; அருவருப்பு; அசுத்தம்; defilement; disgust; dirt.
ஆசேசனம்: *(வி):* தெளித்தல்; to sprinkle.
ஆசை: *(பெ):* விருப்பம்; அன்பு; பொன்; ஆவல்; எதிர்பார்ப்புடன் கூடிய ஓர் உணர்வு; பாசம்; வாஞ்சை; திக்கு; desire; affection; gold; fondness, wish; explicit expression of desire; liking, direction. • **ஆசைக்கு** ஒரு பெண்ணும் ஆஸ்திக்கு ஒரு ஆணும் போல. • **ஆசை** வெட்கம் அறியாது. • **ஆசை** இருக்கு தாசில் பண்ண; அதிர்ஷ்டம் இருக்கு கழுதை மேய்க்க - *பழமொழிகள்.*
ஆசைகாட்டு: *(வி):* ஒன்றை அடைந்துவிடலாம் என்னும் நம்பிக்கையைத் தந்திடல்; ஒன்றின் மீது விருப்பம் ஏற்படுமாறு செய்திடல்; to tempt; to entice. • **ஆசை காட்டி** மோசம் செய்வதா ?
ஆசைக்கிழத்தி / ஆசைநாயகி: *(பெ):* திருமணம் செய்த ஆண், மனைவியாக ஏற்றிடாது, தன் இச்சைக்காக மட்டும் வைத்துக்கொள்ளும் பெண்; an unlawful female lover kept as mistress; concubine.
ஆசைப்பெருக்கம்: *(பெ):* பேராசை; avarice.
ஆசைவார்த்தை: *(பெ):* ஒருவரை ஏமாற்ற வேண்டும் என்னும் ஒரே நோக்குடன் அவரின் விருப்பத்தைத் தூண்டும் விதமாகக் கூறும் வார்த்தை; seductive utterance.
ஆசோதை: *(வி):* இளைப்பாறுதல்; to take rest.
ஆசௌசம்: *(பெ):* தீட்டு; அசுத்தம்; defilement; dirt.
ஆச்ச மரம்: *(பெ):* சங்கஞ் செடி; a kind of plant named Sangam.
ஆச்சமாதிக்கம்: *(பெ):* வெற்றிலை வகை; a kind of betel leaf.
ஆச்சரியக்குறி: *(பெ):* வியப்பை வெளிப்படுத்தும் விதமாகத் தெரிவிக்கும் ஒரு சொற்றொடரில் பயன்படுத்தும், ஒரு குத்துக்கோட்டுக்குக் கீழ் புள்ளியை உடைய ஒரு குறியீடு; an exclamatory mark (!).
ஆச்சரியம்: *(பெ):* வியப்பு; கடினமானது என எண்ணியது எளிதாக முடிந்துவிடும்போது அல்லது வழக்கத்துக்கு மாறாக ஒன்று நடந்திடும்போது உண்டாகும் ஓர் உணர்வு; wonder; surprise. • உலக மகா அயோக்கியனாக இருந்தவன் எப்படி ஊர்போற்றும் நல்லவனாக மாறினான் ? (ஓர் ஆச்சரியமான செய்தி).
ஆச்சல்: *(பெ):* பாய்ச்சல்; வண்டிப் பாதையில் உண்டாகும் பள்ளம்; gushing; cart track. • பாதையில் **ஆச்சல்** அதிகம். வண்டியைப் பார்த்து ஓட்டு.
ஆச்சா/ஆச்சாசினி: *(பெ):* கள்ளி; cactus.

ஆச்சாதம்: *(பெ):* மேலாடை; உறை; முடி; சீலை; upper garment; sheath; lid; woman's cloth.

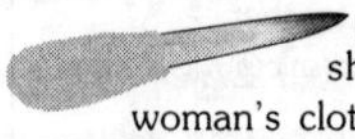

ஆச்சாதன பலம்: *(பெ):* பருத்திக் கொட்டை; cotton seed. • மாட்டுக்கு **ஆச்சாதன பலம்** வைத்தாயா ? எனக்கேட்டதும் விழித்தான்.
ஆச்சாதனம்: *(பெ):* ஆணவம்; மறைப்பு; ஆடை; அஞ்ஞானம்; pride; secrecy; dress, garment; spiritual ignorance.
ஆச்சாள்: *(பெ):* தாய்; mother.
ஆச்சான்: *(பெ):* ஆசாரியன்; spiritual teacher.
ஆச்சி: *(பெ):* தாய்; பாட்டி; தமக்கை; குருபத்தினி; சிறப்புகளை உடைய மாது; mother; grand mother; elder sister; wife of teacher; a woman having good qualities. • **ஆச்சி** இன்றைக்கு ஊருக்குப் போகிறாள்.
ஆச்சிபூச்சி: *(பெ):* ஒரு வகை விளையாட்டு; a kind of game.
ஆச்சியம்: *(பெ):* நெய்; கட்டணம்; ghee; payment; charge; fare.
ஆச்சிரயம்: *(பெ):* பாதுகாப்பு; புகலிடம்; protection; refuge.
ஆச்சிரவம்: *(பெ):* சூள்; வருத்தம்; vow; grief; *(வி):* கீழ்ப்படிதல்; நல்வழிச்சேர்தல்; to obey; to come into morality.
ஆச்சிலை: *(பெ):* கோமேதகம்; Sardonyx collected from Himalayas and the Indus; Gomethagam, one of the nine gems, a precious stone of light yellow colour. • **ஆச்சிலை** பதித்த மோதிரம் வாங்க வேண்டும்.
ஆச்சுரிதகம்: *(பெ):* அட்டகாசம்; நொடித்தல்; atrocity; decline.

ஆச்சுவாசம்: *(பெ):* கெடுதி; அத்தியாயம்; ruin; chapter.

ஆச்சோதனம்: *(பெ):* வேட்டை; hunting. • இன்று மன்னர் **ஆச்சோதனத்திற்குச்** செல்கிறார்.

ஆஞ/ஆஞான்: *(பெ):* தந்தை; father.

ஆஞ்சனேயன்: *(பெ):* அஞ்சனா தேவியின் புதல்வன்; அனுமன்; the son of Anjana Devi; Hanuman.

ஆஞ்சான்: *(பெ):* கயிறு; கப்பலில் பாய், கொடி போன்றவற்றை ஏற்ற இறக்க உதவும் கயிறு; rope; the rope, used for raising and dropping the sail and flag on the ship.

ஆஞ்சி: *(பெ):* அச்சம்; கூத்து; சோம்பு; ஏலம்; fear; dance; anise; cardamom seed; *(வி):* அலைதல்; to wander about. • **ஆஞ்சி**யாட (கூத்து) **ஆஞ்சி**யாக (அச்சமாக) உள்ளது.

ஆஞ்சிரணம்: *(பெ):* காட்டுத்துளசி; wild basil.

ஆஞ்ஞாசக்கரம்: *(பெ):* அரசாணை; king's order.

ஆஞ்ஞாபனம்: *(பெ):* கட்டளை; order.

ஆஞ்ஞை: *(பெ):* கட்டளை; ஆறு ஆதாரங்களுள் ஒன்று; order; one of the six Aadhaarams.

ஆடகச்சயிலம்: *(பெ):* மேருமலை; a mountain.

ஆடகமாடம்: *(பெ):* திருவனந்தபுரம்; Trivandrum.

ஆடகம்: *(பெ):* கூத்தாடும் இடம்; தங்கம்; துவரை; the stage of a folk play; gold; pigeon pea. • நடிகர்கள் எல்லோரும் **ஆடகத்திற்கு** முன்பே போய்விட்டனர்.

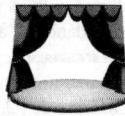

ஆடகன்: *(பெ):* இரணியகசிபு; Hiranyakasipu, the father of Prahaladha.

ஆடகி: *(பெ):* துவரை; pigeon pea.

ஆடகூடம்: *(பெ):* செம்புமலை; copper mountain.

ஆடங்கம்: *(பெ):* துன்பம்; தாமதம்; grief, sorrow; delay.

ஆடம்: *(பெ):* ஆவேசம்; ஓர் அளவு வகை; ஆமணக்கு; யானையின் பிளிற்றல் ஒலி; fury; a kind of measure; castor seed; the trumpet sound of an elephant.

ஆடம்பரம்: *(பெ):* பகட்டுத் தோற்றம்; fancy; pomp.

ஆடரங்கு: *(பெ):* நாட்டிய அரங்கம்; theatre; dance hall.

ஆடலணங்கு: *(பெ):* நாட்டிய நங்கை; woman dancer.

ஆடலாடு: *(பெ):* நாட்டியம்; நடனம்; dance.

ஆடலிடம்: *(பெ):* அரங்கம்; theatre; stadium.

ஆடலை: *(பெ):* அரச மரம்; Pipal tree.

ஆடல்: *(பெ):* கூத்து; துன்பம்; விளையாட்டு; போர்; புணர்ச்சி; நீராடல்; வெற்றி; dance; grief; game; war; sexual intercourse; bathe; victory. • **ஆடிய** காலும் பாடிய நாவும் சும்மா இருக்குமா ? • **ஆடமாட்டாதவள்** மேடை கோணல் என்றாளாம் - *பழமொழிகள்.*

ஆடவல்லான்: *(பெ):* நடராஜப் பெருமான்; இராசஇராசனுக்குரிய பட்டப்பெயர்; Lord Nataraja, the Deity at Chidambaram; a title of Chozha king Rajaraja.

ஆடவர்: *(பெ):* இளைஞர்; ஆண்கள்; male youth; men.

ஆடவள்: *(பெ):* பெண்; woman.

ஆடவன்: *(பெ):* ஆண்; man.

ஆடவை: *(பெ):* மிதுன ராசி; Gemini of the Zodiac.

ஆடா: *(பெ):* குதிரைகளுக்கு வரும் ஒருவகை நோய்; a kind of horse disease.

ஆடாகாவிகம்: *(பெ):* மரவுரி; bark of a tree; the cloth made from the bark.

ஆடாதோடை: *(பெ):* மருந்தாக உபயோகப்படும் கொழகொழப்பான நீர்த்தன்மையுடைய தண்டினையும், தடித்த இலைகளையும் கொண்ட ஒரு வகைக் குத்துச் செடி; malabar nut.

ஆடி: *(பெ):* ஒரு தமிழ்மாதம்; கண்ணாடி; பளிங்கு; கூத்தாடுபவன்; நாரை; ஆணிவகை; the fourth Tamil month `Aadi'; metallic mirror; marble; dancer; crane; a kind of nail. • **ஆடிப்பட்டம்** தேடி விதை. • **ஆடி**க்காற்றிலே அம்மியே பறக்கும்போது இலவம் பஞ்சுக்கு என்ன சேதி ? • **ஆடி**க்கொரு தடவை அமாவாசைக்கு ஒரு தடவையா ? - பழமொழிகள்.

ஆடிக்கரு: *(பெ):* ஆடி மாதத்திய மேகம்; the cloud which seen during the month of 'Aadi'.

ஆடிக்குருவை: *(பெ):* நெல் வகை; a kind of paddy.

ஆடிச்சி: *(பெ):* கழைக்கூத்தாடிப் பெண்; woman rope dancer.

ஆடிடம்: *(பெ):* விளையாட்டுத் திடல்; play ground.

ஆடிப்பட்டம்: *(பெ):* ஆடிமாதத்தில் பயிர் சாகுபடி துவங்கும் பருவம்; the beginning of cultivation season in the month of 'Aadi'. • **ஆடிப்பட்டம்** தேடி விதை.

ஆடிப்பண்டிகை: *(பெ):* ஆடி மாதத்து முதல் தேதிப் பண்டிகை; the festival celebrations on the first day of 'Aadi' (month).

ஆடிப்பெருக்கு: *(பெ):* ஆடிமாதத்தில் காவிரிப் பெருக்கைக் குறித்து எடுக்கப்படும் சிறப்பு நிகழ்ச்சி; பதினெட்டாம் பெருக்கு; freshets on the 18th day of 'Aadi' in the river Cauveri; a festival of cauveri floods on the 18th day of 'Aadi' - 'Pathinettaam Perukku'.

ஆடிய கூத்தன்: *(பெ):* தில்லை மரம்; a kind of tree called 'Thillai'.

ஆடு: *(பெ):* விலங்கு வகை; வெற்றி; மேஷ ராசி; கூர்மை; கூத்து; சமைத்தல்; கொல்லுதல்; goat; sheep; victory; Aries of the Zodiac; sharpness; dance; cooking; killing. • **ஆடு** கெட்டவன் ஆடித்திரிவான், கோழி கெட்டவன் கூவித் திரிவான். • **ஆடு** நனைகிறதே என்று ஓநாய் அழுகிறதாம். • **ஆடு** பகை; குட்டி உறவா ? - *பழமொழிகள்.*

ஆடுகளம்: *(பெ):* கூத்து, விளையாட்டு போன்றவை நடத்திடுவதற்குரிய இடம்; the area marked for a stage play or a game.

ஆடுகொப்பு: *(பெ):* மகளிர் காதணி வகை; a kind of women's ear ornament.

ஆடுசதை: *(பெ):* முழங்காலின் கீழ்த்தசை; calf of the leg.

ஆடுதல்: *(வி):* அசைதல்; கூத்தாடுதல்; விளையாடுதல்; நீராடுதல்; சஞ்சரித்தல்; அளைதல்; தடுமாறுதல்; விழுதல்; to shake; to dance; to play; to bathe; to wander; be mixed; bewilder; to fall.

ஆடுதின்னாப்பாளை: *(பெ):* ஒரு வகை மருந்துச்செடி; a kind of medicinal plant.

ஆடுபுலியாட்டம்: *(பெ):* கட்டத்தில் புலியாக மூன்று காய்களும், ஆடுகளாக பன்னிரண்டு காய்களும்கொண்டு, வெட்டி ஆடுகின்ற விளையாட்டு வகை; a chess-like game played by placing three pieces as tigers and twelve pieces as sheep on a board.

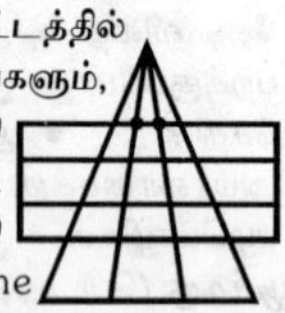

ஆடுமாடு: *(பெ):* கால்நடை; cattle; flocks and herds.

ஆடும் பாத்திரம்: *(பெ):* நாட்டிய நங்கை; woman dancer.

ஆடூஉ: *(பெ):* ஆண்மகன்; male; man. • நீ ஓர் **ஆடூஉ** என்றால் என்னுடன் போட்டிக்கு வா !

ஆடூர்ந்தான்: *(பெ):* முருகப்பெருமான்; அக்னிக் கடவுள்; Lord Muruga; Agni Deva.

ஆடை: *(பெ):* பாலேடு; உடை; பனங்கிழங்கின் உள்தோல்; cream milk; cloth, dress, garment; ancillary fibre of palmyra stalk.

ஆடையொட்டி: *(பெ):* சீலைப்பேன்; பூண்டுவகை; lice in cloth; a kind of herb.

ஆடோபம்: *(பெ):* வீக்கம்; செருக்கு; swelling; pride.

ஆட்கடியன்: *(பெ):* பாம்பு வகை; முதலை; a kind of snake; crocodile; alligator.

ஆட்காசு: *(பெ):* மனித உருவம் பொறித்த பழங்காசு; the old coin which has a figure of man on its one side.

ஆட்காட்டி விரல்: *(பெ):* கைக் கட்டைவிரலுக்கு அடுத்துள்ள விரல்; index finger.

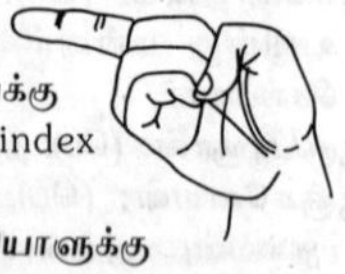

ஆட்கூலி: *(பெ):* கூலியாளுக்கு சம்பளமாகக் கொடுக்கப்படும் தொகை; the wages of a labourer.

ஆட்கொல்லி: *(பெ):* கொலைகாரன்; murderer.

ஆட்கொள்: *(வி):* அடியவராக ஏற்றுக்கொள்; to admit someone as a disciple. • கணவன் இறந்ததால் உண்டான சோகம் அவளை **ஆட்கொண்டது.** • திருமணத்தின் போது சுந்தரரை இறைவன் தடுத்து **ஆட்கொண்டார்.**

ஆட்சாரம்: *(பெ):* நிந்தனை; குற்றச்சாட்டு; vilification; allegation.

ஆட்சி[1]: *(பெ):* ஆளுகை; உரிமை; கிழமை; அதிகாரம்; அனுபவம்; அரசு; rule; right; day; power; experience; government.

ஆட்சி[2]: *(பெ):* தேர்ந்தெடுத்த ஓர் அரசியல் கட்சி நடத்திடும் நாட்டின் நிர்வாகம்; சொல்லானது எடுத்து ஆளப்படுவது; ஜாதகத்தில் உள்ள இராசிக்கட்டத்தில் உள்ள ஒருவீட்டில் குறிப்பிட்ட ஒரு கிரகத்தின் வலிமை; government rule of an elected political party; usage of a word; the ascendancy of a planet in a house.

ஆட்சி எல்லை: *(பெ):* சட்டப்படி நிர்வாக ரீதியான எல்லை; jurisdiction.

ஆட்சிக்காலம்: *(பெ):* ஆளுகைக்காலம்; reign.

ஆட்சிசெய்திடு: *(பெ):* ஒரு நாட்டை (அ) நிறுவனத்தை நிர்வகித்திடு; to govern; to rule.

ஆட்சிசெய்பவர்: *(பெ):* ஒரு நாட்டை நிர்வகித்திட அதிகாரம் படைத்தவர்; ruler.

ஆட்சித்துறை: *(பெ):* நிர்வாகத்துறை; administration.

ஆட்சித்துறையாளர்: *(பெ):* நிர்வாகத் திறமை கொண்டவர்; administrator.

ஆட்சிப்படுதல்: *(வி):* உரிமையாதல்; to dedicate.

ஆட்சிப்பகுதி: *(பெ):* நிர்வாகத்திற்கு உட்பட்ட பகுதி; dominion.

ஆட்சிமுறை: *(பெ):* நிர்வாக முறை; administration; governance.

ஆட்சிமொழி: *(பெ):* தனது நிர்வாகம் தொடர்பானவைகளுக்கு எனப் பயன்படுத்திட அரசியல் சட்டம் அனுமதித்திடும் மொழி; official language.

ஆட்சேபணம் / ஆட்சேபம் / ஆட்சேபணை: *(பெ):* தடை; மறுத்துக் கூறுதல்; objection.

ஆட்சை *(பெ):* கிழமை; day.

ஆட்டகம்: *(பெ):* குளியலறை; bath room.

ஆட்டம்: (பெ): விளையாட்டு; கூத்தாடுதல்; அசைவு; அதிகாரம்; சூது; தளர்வு; game, play; dance; move; power; gambling; tiredness.
ஆட்டாங்கொடி: (பெ): ஒரு கொடி வகை; a kind of creeper.
ஆட்டாங்கொருக்கு: (பெ): மலைத் துவரை; a kind of pigeon pea.
ஆட்டாள் / ஆட்டிடையன்: (பெ): ஆடுமேய்ப்பன்; a shepherd.
ஆட்டி: (பெ): பெண்; மனைவி; woman; wife.
ஆட்டிறைச்சி: (பெ): ஆட்டுக்கறி; mutton.
ஆட்டினி: (பெ): காட்டுப்பூவரசு; wild portia tree.
ஆட்டு: (பெ): கூத்து; விளையாட்டு; dancing; play; sport.
• **கூத்தாட்டு** அவைக்குழாத் தற்றே பெருஞ்செல்வம் போக்கும் அதுவிளிந் தற்று. - *குறள் 332.*
ஆட்டுக்கடா / ஆட்டுக்கிடா: (பெ): ஆண் ஆடு; ram.

ஆட்டுக்கல்: (பெ): மாவு அரைக்கும் கல்; stone mortar.
ஆட்டுக்கிடை: (பெ): ஆட்டு மந்தை; ஆடுகளைக் கூட்டிடும் இடம்; a large flock-of-sheep; sheep-pen.
ஆட்டுக்கொம்பவரை: (பெ): அவரை வகை; a kind of beans.
ஆட்டுதல்: (வி): அசைத்தல்; தூத்துதல்; அலைத்தல்; வெல்லுதல்; நீராட்டுதல்; அரைத்தல்; to shake; to chase; to wave; to defeat; to bathe; to grind.
ஆட்டுத்துழாள்: (பெ): காட்டுத்துளசி; wild basil.
ஆட்டுத்தொட்டி: (பெ): ஆட்டுக்கிடை; sheep field; sheep-pen. • இன்றும் இயற்கை உரம் வேண்டி கிராமத்து வயல்களில் **ஆட்டுத்தொட்டி** அமைத்து வருகின்றனர்.
ஆட்டுமந்தை: (பெ): ஆட்டுக்கூட்டம்; a herd of sheep.
ஆட்டு மயிர்ச்சரக்கு: (பெ): கம்பளித்துணி; woollen cloth.
ஆட்டுமுட்டி: (பெ): அதிமதுரம்; the root of a herbal medicinal plant.
ஆட்டுரல்: (பெ): ஆட்டுக்கல்; stone mortar.
ஆட்டுர வேம்பு: (பெ): மலைவேம்பு; a kind of neem tree which is used as medicine. • கர்ப்ப நோய்களுக்கு **ஆட்டுர வேம்பு** மருந்தாகப் பயன்படுகிறது.
ஆட்டை: (பெ.அ): ஆண்டுக்குரிய; ஆண்டின்; yearly; annual.
ஆட்டை விழா: (பெ): ஆண்டுவிழா; annual day celebration. • பள்ளியின் **ஆட்டை விழா** வெகு சிறப்பாக மாணவ மாணவியர் கலைநிகழ்ச்சிகளுடன் நடைபெற்றது.
ஆட்படுதல்: (வி): அடிமையாதல்; to become slave.
ஆட்பலி: (பெ): நரபலி; human sacrifice.
ஆட்பாலவன்: (பெ): அடிமை; slave.
ஆட்பிடியன்: (பெ): முதலை; crocodile; alligator. • சென்னை - மகாபலிபுரம் சாலையில் உள்ள முட்டுக்காட்டில் **ஆட்பிடியன்** பண்ணை ஒன்று உள்ளது. அதில் பலதரப்பட்ட ஆட்பிடியன்கள் வளர்க்கப்படுகின்றன.
ஆணகம்: (பெ): சுரைக்கொடி; gourd creeper.
ஆணங்காய்: (பெ): பனம் பூ; ஆண் பனையின் பாளை; palmyra flower; spathe of palmyra tree.
ஆணத்தி: (பெ): கட்டளை; order.
ஆணம்: (பெ): நேயம்; பற்றுக்கோடு; கொள்கலம்; குழம்பு; சிறுமை; love; affection; container; sauce; meanness.
ஆணர்: (பெ): பாடகர்; பாணர்; அரசாள்வோர்; singer; bard; ruler. • முன்காலத்தில் **ஆணர்** யாழ் இசைத்துப் பாடி அரசர்களிடம் பரிசுகள் பல பெற்றுச் சென்றனர்.
ஆணலி: (பெ): ஆண் தோற்றம் மிகுந்த அலி; an eunuch who has much resemblance of man.
ஆணவ மறைப்பு: (பெ): ஆணவத்தால் உண்டாகும் அறியாமை; spiritual ignorance.
ஆணவம்: (பெ): செருக்கு; தற்பெருமை; கீழ்மை; pride; egotism; meanness. • **ஆணவமே** அழிவுக்குக் காரணம்.
ஆணழகன்: (பெ): அழகு மிகுந்த ஆடவன்; handsome youth.
ஆணன்: (பெ): ஆண்மையுடையவன்; one who has the qualities of manliness.
ஆணாள்: (பெ): பரணி, கார்த்திகை, ரோகிணி, புனர்பூசம், பூசம், அஸ்தம், அனுஷம், திருவோணம், பூரட்டாதி, உத்திரட்டாதி ஆகிய பத்து நட்சத்திரங்கள் வரும் நாட்கள்; the days of the stars Bharani, Kaarthigai, Rohini, Punarpoosam, Poosam, Astham, Anusham, Thiruvonam, Poorattathi and Uthirattathi.
ஆணாறு: (பெ): மேற்கு நோக்கிப் பாயும் ஆறு; the river which flows westwardly.
ஆணி: (பெ): இருப்பாணி; அச்சாணி; எழுத்தாணி; மரவாணி; உரையாணி; மேன்மை; ஆதாரம்; ஆசை; உறக்கம்; பேரழகு; எல்லை; nail; small spike; pin; plug; pen; linch-pin; excellence; support; desire; sleep; great beauty; limit. • **ஆணி**க்கு இணங்கின பொன்னும், மாமிக்கு இணங்கிய பொண்ணும் அருமை - *பழமொழி.*
ஆணித்தரமான: (பெ.அ): உறுதியான; constant firm. • தனது **ஆணித்தரமான** வாதத்தால் சபையோரின் ஒப்புதலைப் பெற்றார்.
ஆணித்தரம்: (பெ): முதல்தரம்; உறுதி; finest quality; firmness.

ஆணிப்பூ: (பெ): கண்ணோய்; a kind of eye disease.

ஆணிப்பொன்[1]: (பெ): கால் நோய் வகை; a kind of disease in legs.

ஆணிப்பொன்[2]: (பெ): உயர்மாற்றுப்பொன்; the gold of first and finest quality.

ஆணிமுத்து: (பெ): உயர்தரமான முத்து; the pearl of the finest quality.

ஆணிவேர்: (பெ): மூலவேர்; tap root.

ஆணு: (பெ): நேயம்; இனிமை; நன்மை; affection; sweetness; benefit.

ஆணெழுத்து: (பெ): உயிரெழுத்து; the vowel. • தமிழில் **ஆணெழுத்துக்கள்** பன்னிரண்டாகும். • ஆங்கிலத்தில் **ஆணெழுத்துக்கள்** ஐந்தாகும்.

ஆணை: (பெ): கட்டளை; அதிகாரம்; சூளுரை; உறுதிமொழி; மெய்; உத்தரவு; command; dictum; order; swearing-in oath of secrecy; truth; edict.

ஆணையர்: (பெ): குறிப்பிட்ட ஒரு துறையின் மேல்முறையீடு போன்றவற்றில் தீர்ப்பு வழங்கும் அதிகாரம் பெற்ற உயர் அதிகாரி; Commissioner.

ஆணையிடுதல்: (வி): கட்டளை இடுதல்; உத்தரவிடுதல்; சூளுரைத்தல்; உறுதிமொழி எடுத்துக் கொள்ளுதல்; to command; to issue an order; to swear solemnly; to take an oath.

ஆண்: (பெ): உயிரினங்களில் பெண்பால் அல்லாத ஆண் என்னும் பிரிவு; male of the living being. • **ஆணை** அடித்து வளர்த்திடு; பெண்ணைப் போற்றி வளர்த்திடு. • **ஆணுக்குக்** கேடு செய்தாலும் பெண்ணுக்குப் பிழை செய்தல் ஆகாது - *பழமொழிகள்.*

ஆண்குறி: (பெ): இனப்பெருக்கத்திற்கான ஆணின் பிறப்புறுப்பு; the male genital organ.

ஆண்டவன்: (பெ): இறைவன்; the deity.

ஆண்டான்: (பெ): கணக்கற்ற சொத்துகளுக்கும், பலதரப்பட்ட ஊழியர்களுக்கும் அதிபதியாக இருப்போன்; one who has vast property and a huge number of servants. • **ஆண்டான்,** அடிமை என பேதப்படுத்திப் பேசுவது தவறாகும்.

ஆண்டி: (பெ): பண்டாரம்; பரதேசி; ஏழை; கூத்துவகை; one who does the pooja to a small village deity; beggar; the poor man; a kind of folk play. • **ஆண்டி** எப்போது சாவான்? மடம் எப்போது காலியாகும்? • **ஆண்டி** மடம் கட்டியது போல் - *பழமொழிகள்.*

ஆண்டிச்சி: (பெ): ஆண்டியின் பெண்பால் பெயர்; the feminine name of Aandi.

ஆண்டு: (பெ): வருடம்; அகவை; அவ்விடம்; year; age; that place. • **ஆண்டாண்டு** காலம் அழுது புரண்டாலும் மாண்டார் திரும்புவரோ? - *பழமொழி.*

ஆண்டு வருதல்: (வி): பயன்படுத்துதல்; போதிய அளவு பயன்பாட்டுக்கு இருத்தல்; to utilize; be sufficient for utilization.

ஆண்டை: (பெ): தலைவன்; அழிஞ்சில்; அவ்விடம்; master; hero; chief; a kind of creeper; that place.

ஆண் தடுப்பை: (பெ): புல்வகை; a kind of grass.

ஆண்பால்: (பெ): ஆணினம்; ஐம்பால்களில் ஆணைக்குறித்திடும் பால்; male sex; masculine gender.

ஆண்பால் எழுத்து: (பெ): அ, இ, உ, எ, ஒ என்னும் குற்றெழுத்துக்கள்; the short vowels - a, e, i, o, u.

ஆண்பிள்ளை: (பெ): ஆண் குழந்தை; கணவன்; வீரன்; கெட்டிக்காரன்; male child; husband; hero; clever man.

ஆண்மாரி: (பெ): அடங்காப்பிடாரி; the termagant. • **ஆண்மாரி**யாய் வாழும் பெண்ணின் வாழ்க்கை ஒருபோதும் சிறப்படையாது.

ஆண்மை: (பெ): ஆளும் தன்மை; வெற்றி; ஆண் தன்மை; வலிமை; அகங்காரம்; controlling power; victory; manliness; strength; vigour; pride. • **ஆண்மை**யற்ற வீரன் ஆயுதம் குறையெனச் சொல்லுவான். • **ஆண்மை** யற்றவனை அலியென ஊரார் இகழ்ந்து பேசுவர்.

ஆண்மையாளர்: (பெ): வலிமையுடையோன்; வீரர்; திறமைமிக்கவர்; strong person; hero; efficient man.

ஆண்மையிலி: (பெ): ஆண் தன்மை அற்றவன்; அலி; masculine woman; eunuch.

ஆதங்கம்: (பெ): அச்சம்; நோய்; முரசின் ஓசை; துன்பம்; fear; disease; the sound of a drum; grief. • மகளுக்குத் திருமணம் செய்து முடித்தபோதும் அவளுக்குப் போதுமான சீர் வகைகள் செய்யவில்லையே என்ற **ஆதங்கம்** மனதுள் இருந்தது.

ஆதண்: (பெ): நோயினால் உண்டாகும் வருத்தம்; the pain caused by disease.

ஆததாயி: (பெ): கொடியவன்; கள்வன்; பிறன் மனை நாடுபவன்; felon; thief; one who likes another's wife. • **ஆததாயி**யைக் காட்டிலும் பெரும்பாவி உலகில் இல்லை.

ஆதபத்திரம்: (பெ): வெண் கொற்றக்குடை; குடை; white umbrella of victory; umbrella.

ஆதபம்: (பெ): குடை; வெயில்; தீ; umbrella; sun shine; sun light; fire.

ஆதபன்: (பெ): சூரியன்; கதிரவன்; the Sun.

ஆதமிலி: (பெ): ஆதரவற்றவன்; an orphan.

ஆதம்: *(பெ):* அன்பு; ஆதரவு; கூந்தற்பனை; மகிழ்ச்சி; love; patronage; tail pot palm; jaggery palm; joy. • அங்கத்தினர் அனைவரின் **ஆதமும்** (ஆதரவும்) இருப்பது எனக்கு **ஆதமாக** (மகிழ்ச்சியாக) இருக்கிறது.

ஆதரனை: *(பெ):* ஆதரவு; support; patronage.

ஆதரம்: *(பெ):* அன்பு; உபகாரம்; ஓடக்கூலி; ஊர்; சிலம்பு; kind; assistance; boat hire; town; anklet.

ஆதரவு: *(பெ):* அன்பு; உதவி; பாதுகாப்பு; உபகாரம்; சிலம்பு; ஆதாரம்; kind; love; help; protection; assistance; anklet; support. • **ஆதரவற்ற** முதியோர்களையும், குழந்தைகளையும், பெண்களையும் பேண, பல ஆதரவு மையங்கள் இப்போது தொடங்கப்பட்டுள்ளன. • கணவன் இறந்ததால் **ஆதரவற்ற** நிலையில் அப்பெண் அவதியுறுகிறாள்.

ஆதரிசம்: *(பெ):* உரை; கண்ணாடி; மூலப்படி; explanation; mirror; original copy.

ஆதரித்தல்: *(வி):* உபசரித்தல்; பாதுகாத்தல்; உதவி செய்தல்; விரும்புதல்; to treat with regard; to protect; to help; to desire; to like. • தேர்தலில் எதிர்க்கட்சியை **ஆதரித்தல்** என்பது எங்கள் கட்சியின் பொதுக்குழு முடிவாகும் என கட்சியின் தலைவர் கூறினார். • வரதட்சணைக் கொடுமையால் வாழாவெட்டியாக வாழும் பெண்ணை **ஆதரித்தல்** என்பது அவளின் பிறந்த வீட்டாரின் கடமையாகும்.

ஆதர்: *(பெ):* அறிவற்றவர்; பார்வையற்றவர்; Idiots; foolish persons; blind person.

ஆதர்ஷம்: *(பெ.அ):* மிகச்சிறந்த; இலட்சிய; உதாரணமாகக் கூறக்கூடிய; superb; ideal.

ஆதல்: *(வி):* அமைதல்; இணக்கமாதல்; கைகூடுதல்; be settled; to agree; to succeed.

ஆதவம்: *(பெ):* ஒளி; வெயில்; கொன்றை மலர்; light; sunshine; Indian Laburnum.

ஆதவன்: *(பெ):* சூரியன்; வேதியன்; the Sun; brahmin.

ஆதளை: *(பெ):* ஆமணக்கு; மாதுளை; சோர்வு; castor plant; pomegranate; tiredness.

ஆதளை மாதளை: *(பெ):* மயக்கம்; வருத்தம்; drowsiness; grief.

ஆதனம்: *(பெ):* ஆசனம்; யோகாசனம்; பீடம்; தரை; சீலை; சொத்து; யானையின் கழுத்து; throne; yogasana; seat; floor; cloth; property; elephant's neck.

ஆதனுங்கன்: *(பெ):* ஒரு கொடையாளி; a munificent person.

ஆதன்: *(பெ):* அறிவற்றவன்; குருடன்; ஆரியன்; அருகன்; ஆன்மா; idiot; blind man; the person migrated from central Asia to India; Deity; soul.

ஆதன்மை: *(பெ):* பேதைமை; ignorance.

ஆதாயம்: *(பெ):* வரவு; நன்மை; இலாபம்; பயன்; credit; advantage; profit; income; gain. • **ஆதாயமில்லாமல்** ஒருவன் ஆற்றோடு போகமாட்டான் - *பழமொழி.*

ஆதாரசக்தி: *(பெ):* சிவசக்தி; Shiva's energy; Shivasakthi.

ஆதாரதண்டம்: *(பெ):* முதுகெலும்பு; spine; backbone.

ஆதாரநிலை: *(பெ):* பற்றுக்கோடு; support.

ஆதாரம்: *(பெ):* பற்றுக்கோடு; பிரமாணம்; உடல்; மழை; மூலம்; அடகு; ஏரி; பாத்தி; புகலிடம்; கொள்கலம்; support; method; body; rain; root, basis; mortgage; reservoir for irrigation; division; refuge; container. • தக்க **ஆதாரம்** இன்றி எவரையும் குற்றம்சாட்டுதல் கூடாது. • கொலைக்கான **ஆதாரங்களைக்** காவல்துறையினர் சேகரித்து வருகின்றனர். • குடும்பத்திற்கே **ஆதாரமாய்** இருந்தவரின் திடீர் மறைவால் அக்குடும்பத்தினர் நிலைகுலைந்துபோயுள்ளனர்.

ஆதாளி: *(பெ):* பேரொலி; மனக்கலக்கம்; ஆடம்பரப் பேச்சு; வீம்பான பேச்சு; loud noise; mental confusion; boasting speech. • வீதியெங்கும் போக்குவரத்தின் காரணமாக ஒரே **ஆதாளியாக** (பேரொலி) உள்ளது. • தொழிலில் உண்டான பெரும் இழப்பால் **ஆதாளியாக** (மனக்கலக்கமாக) உள்ளார். • **ஆதாளியால்** (வீம்பான பேச்சால்) ஏதும் சாதித்து விட முடியாது என்பதை அனைவரும் உணரவேண்டும்.

ஆதாளிக்காரன்: *(பெ):* வீம்புப் பேச்சு பேசுபவன்; one who speaks in boasting way.

ஆதாளித்தல்: *(வி):* அயர்வு அடைதல்; to attain depression.

ஆதாளிமன்னன்: *(பெ):* கரடி; bear.

ஆதி: *(பெ):* மூலம்; முதல்; பழைமை; தொடக்கம்; அடகு; இறைவன்; சூரியன்; எசமான்; பிரதானம்; திருமால்; நாரை; அதிசயம்; ஆதி தாளம்; மனநோய்; origin; first; old; beginning; mortgage; deity; Sun; master; importance; Thirumal - Lord Vishnu; crane; wonder; a kind of Thalam - Aadhi; distress of mind.

ஆதிகம்: *(பெ):* சிறுகுறிஞ்சான் செடி; a kind of plant - Sirukurinjan.

ஆதிகவி: *(பெ):* முதல் கவிஞரான வான்மீகி முனிவர்; the very first poet sage Valmiki.

ஆதிகாரணம்: *(பெ):* முதற்காரணம்; primary cause.

ஆதிகாலம்: *(பெ):* பண்டைய காலம்; ancient period.
ஆதிகாவியம்: *(பெ):* இராமாயணம்; the great epic Ramayana.
ஆதிக்கபுத்திரர்: *(பெ):* சூரியனின் புதல்வர்களான கர்ணன், காளிந்தி, சனி, சுக்ரீவன், தத்தியமகன், நாதன், மனு ஆகியோர்; the sons of Sun - Karna, Kalindhi, Saturn, Sugreevan, Thathiyamahan, Naadhan and Manu.
ஆதிக்கம்: *(பெ):* தனது கட்டுப்பாட்டுக்குள் வைத்திருப்பது; அதிகாரம் மேலோங்கிய நிலை; பாதிப்பு; possession; dominance; impact. • அந்நியர் **ஆதிக்கத்**திலிருந்து பாரத நாடு விடுதலை பெற தன்னுயிரையும் பொருட் படுத்தாத நல்லோர்களின் நினைவைப் போற்றி வாழ வேண்டும்.
ஆதிக்கற்பேதம்: *(பெ):* அன்னபேதி; a kind of medicine - Annabethi.
ஆதிக்குரு: *(பெ):* ஒரு சித்த மருந்து; a kind of Siddha medicine.
ஆதிசேடன்: *(பெ):* பூமியைத் தாங்கிக் காண்டிருப்பதாகக் கருதப்படும் அனந்தன் ன்னும் பாம்பு; a mythological thousand-headed serpent which supports the earth on its hood and on whose body God Vishnu reclines.
ஆதிசைவம்: *(பெ):* சைவ சமயப்பிரிவுகளுள் ஒன்று; one of the sects of Saivism.
ஆதிதாளம்: *(பெ):* தாளவகை; a kind of rhythm measure.
ஆதிதிராவிடர்: *(பெ):* தமிழகத்தில் வாழும் தாழ்த்தப்பட்டோர்; the scheduled caste people who live in Tamil Nadu.
ஆதிதேவன்: *(பெ):* கடவுள்; இறைவன்; God; Deity.
ஆதிதைவிகம்: *(பெ):* தெய்வக்குற்றம்; divine displeasure due to non-performance of enjoined rites.
ஆதித்தமண்டலம்: *(பெ):* சூரியமண்டலம்; மனிதரின் வயிற்றுப் பகுதி (அ) இதயப்பகுதி; solar system; the region of the stomach or the heart of human beings.
ஆதித்தர்: *(பெ):* தேவர்; பன்னிரு சூரியர்; Devas, the celestial beings; the twelve Suns (Suryas).
ஆதித்தவாரம்: *(பெ):* ஞாயிற்றுக்கிழமை; Sunday.
ஆதித்தநாதர்: *(பெ):* நவநாத சித்தர்களுள் ஒருவரான விருஷப தேவர்; Virushaba Devar, one of the Navanaatha siddhas.
ஆதிநாதன்: *(பெ):* கடவுள்; இறைவன்; God; Deity.
ஆதிநூல்: *(பெ):* வேதம்; Veda.
ஆதிபகவன்: *(பெ):* கடவுள்; God.
• அகர முதல எழுத்தெல்லாம் ஆதி
பகவன் முதற்றே உலகு. - *குறள் 1.*
ஆதிபத்தியம்: *(பெ):* தலைமை; leadership; superiority.
ஆதிபலம்: *(பெ):* சாதிக்காய்; nut-meg.
ஆதிபன்: *(பெ):* இறைவன்; Deity.
ஆதிபுங்கவன்: *(பெ):* அருகன்; கடவுள்; Deity; God.
ஆதிபுரி: *(பெ):* திருவொற்றியூர்; the town Thiruvottriyur.
ஆதிபூதன்: *(பெ):* பிரமன்; Lord Brahma.
ஆதிமலை: *(பெ):* இமயமலை; Himalayas.
ஆதிமின்: *(பெ):* அஸ்வினி நட்சத்திரம்; the star Aswini.
ஆதிமூலம்: *(பெ):* முழுமுதற் கடவுள்; முதற்காரணம்; supreme-being; primitive cause.
ஆதியந்தணன்: *(பெ):* பிரமன்; Lord Brahma.
ஆதியந்தமில்லாத: *(பெ.அ):* முதலும் முடிவுமற்ற; without beginning and end. • **ஆதியந்த மில்லாத** இறைவனான அருணாசலேஸ்வரர் அனற்பிழம்பாய் உருவெடுத்து அருணகிரியில் அருள்பாலித்து வருகிறார்.
ஆதியாமம்: *(பெ):* சங்கஞ்செடி; a kind of medicinal plant.
ஆதியூழி: *(பெ):* கிருத யுகம்; Kirutha epoch.
ஆதியெழுத்து: *(பெ):* முதலெழுத்துகள் உயிர் 12, மெய் 18; the first letters, vowels 12 and consonants 18.
ஆதிரம்: *(பெ):* நெய்; ghee.
ஆதிரன்: *(பெ):* பெரியோன்; a great personage.
ஆதிரை: *(பெ):* மணிமேகலை காப்பியத்தில் வரும் சாதுவனின் மனைவி; the wife of Saduvan, a character in Manimegalai, the great epic in Tamil.
ஆதிரையான்: *(பெ):* சிவபெருமான்; Lord Shiva.
ஆதிவராகன்: *(பெ):* திருமால்; Lord Vishnu.
ஆதீனம்: *(பெ):* ஒரு குருவால் துவக்கப்பட்டு சைவசமயத்தைப் பரப்பிட வேண்டி சைவசமயத் துறவிகளால் நிர்வகிக்கப்படும் சைவ அமைப்பு; Saiva monastery.
ஆதுரம்: *(பெ):* ஆசை; நோய்; desire; disease.
ஆதுரன்: *(பெ):* நோயாளி; கருமி; patient; miser.
ஆதுலம்: *(பெ):* தரித்திரம்; abject poverty.
ஆதுலன்: *(பெ):* ஆற்றலில்லாதவன்; ஏழை; disabled man; poor man.
ஆதுவன்: *(பெ):* கள்; toddy.
ஆதேசம்: *(பெ):* கட்டளை; an order.
ஆதேயம்: *(பெ):* தாங்கப்படுவது; that which is supported.
ஆதொண்டை: *(பெ):* ஒரு செடி வகை; a kind of plant.

ஆதோரணன்: *(பெ):* யானைப்பாகன்; mahout.

ஆத்தம்: *(பெ):* அன்பு; விருப்பம்; நட்பு; நெருக்கம்; love; desire; friendship; intimacy.

ஆத்தல்: *(பெ):* யாத்தல்; அமைத்தல்; to write a new poetry; be settled.

ஆத்தன்: *(பெ):* விருப்பமானவன்; the person who is desired by someone.

ஆத்தாள்: *(பெ):* தாய்; பார்வதி; பாட்டி; mother; Goddess Parvathi as the mother of the world; grand mother.

ஆத்தானம்: *(பெ):* அரசவை; கோபுரவாயில்; hall of audience; royal presence; entrance of the tower.

ஆத்திகம்: *(பெ):* 'கடவுள் உண்டு' என்னும் கொள்கை; theism.

ஆத்திகன்: *(பெ):* கடவுள் நம்பிக்கை உடையவன்; the person who believes in the existence of God.

ஆத்திசூடி: *(பெ):* ஆத்திமாலை சூடிய சிவபெருமான்; ஔவையார் பாடிய நீதிநூல்களுள் ஒன்று; Lord Shiva; a little book of aphorisms written by poetess Avvaiyar.

ஆத்திட்டி: *(பெ):* நீர்முள்ளிப்பூண்டு; a kind of small plant called 'Neer Mulli'.

ஆத்தியை: *(பெ):* துர்க்கை; Durga, the Goddess of Victory.

ஆத்திரகம்: *(பெ):* இஞ்சி; ginger. • *சமையலுக்கும் கஷாயம் வைப்பதற்கும்* ***ஆத்திரகம்*** *பயன்படும்.*

ஆத்திரக்காரன்: *(பெ):* பொறுமையில்லாதவன்; அதிகப்படியான கோபம் உடையவன்; the person who is impatient; over ill-tempered person. • ***ஆத்திரக்காரனுக்கு*** *புத்தி மட்டு.* • ***ஆத்திரக்காரன்*** *கோத்திரம் அறியான் - பழமொழிகள்.*

ஆத்திரம்: *(பெ):* சினம்; பரபரப்பு; அதிகப்படியான ஆர்வம்; anger; impatience; too much eagerness. • ***ஆத்திரம்*** *அறிவுக்கு விரோதி.*

ஆத்திரேயன்: *(பெ):* சந்திரன்; Moon.

ஆத்திரேயி: *(பெ):* ஓர் ஆறு; a river.

ஆத்திரைப்பாட்டம்: *(பெ):* கால்நடை வரி; cattle tax.

ஆத்தின்னி: *(பெ):* பாணன்; a bard.

ஆத்துக்காரர்: *(பெ):* வீட்டின் உரிமையாளர்; கணவன்; owner of the house; husband.

ஆத்துமசன்: *(பெ):* மகன்; son.

ஆத்துமம்: *(பெ):* உயிர்; பதினெட்டு உபநிடதங்களுள் ஒன்று; soul; one of the eighteen upanishads.

ஆத்தை: *(பெ):* தாய்; mother.

ஆத்மசினேகிதன்: *(பெ):* உயிர் நண்பன்; bosom friend.

ஆத்மஞானம்: *(பெ):* தன்னைத்தானே உணர்தல்; self-realization.

ஆத்மஞானி: *(பெ):* தன்னைத்தானே உணர்ந்தவர்; the person who has realised himself.

ஆத்மதிருப்தி: *(பெ):* மனநிறைவு; soul's satisfaction.

ஆத்மா: *(பெ):* உடம்பிலிருந்தும், மனதிலிருந்தும் வேறுபட்டதாகக் கருதப்படுவது; ஒரு நபரைக் குறிப்பிடுவது; soul; a person.

ஆத்மார்த்தம்: *(பெ):* பழக்கம், பேச்சு, நட்பு ஆகியவை குறித்து வருகையில் எந்த ஒரு விஷயத்தையும்மனம்விட்டுப்பகிர்ந்துகொள்ளும் நெருக்கம்; oneness of mind. • *என் சகோதரியிடம் மட்டும்* ***ஆத்மார்த்தமாக*** *எனது மனைவி எந்த ஒரு விஷயத்தையும் பகிர்ந்து கொள்வாள்.*

ஆத்மீகம்: *(பெ):* ஆன்மா தொடர்பானது; spirituality.

ஆந்தை: *(பெ):* பெரிய கண்களைக் கொண்டதும், இரவு நேரங்களில் இரையைத்தேடக்கூடியதுமான ஒரு பறவை; owl - a bird of prey generally flying about at night hours. • ***ஆந்தைபோல்*** *முழிக்கிறான் பார் - பழமொழி.*

ஆந்தோளி: *(பெ):* சிவிகை; palanquin. • *பண்டைய காலத்தில் அரசகுடும்பத்தினர் மட்டுமல்லாது சமய குருமார்களும்* ***ஆந்தோளியில்*** *வெகுதூரம் பயணம் செய்ததாகக் கூறப்படுகிறது.*

ஆபகம்: *(பெ):* கங்கையாறு; the river Ganges.

ஆபனியம்: *(பெ):* அங்காடி வீதி; bazaar street. • *'****ஆபனியத்துக்குப்*** *போய் காய்கறி வாங்கி வர்றீங்களா ?' என்று மனைவி கேட்டாள்.*

ஆபத்து: *(பெ):* கேடு; விபத்து; misfortune; danger; calamity. • ***ஆபத்தில்*** *அறியலாம் அருமை நண்பனை.* • ***ஆபத்துக்குப்*** *பாவமில்லை. - பழமொழிகள்.*

ஆபந்தம்: *(பெ):* அலங்காரம்; கட்டு; decoration; tie; bond.

ஆபம்: *(பெ):* நீர்; தீய செயல்; water; evil deed.

ஆபயன்: *(பெ):* பால்; milk.

• ***ஆபயன்*** *குன்றும் அறுதொழிலோர் நூல்மறப்பர்*
காவலன் காவான் எனின். *- குறள் 560.*

ஆபரணம்: *(பெ):* தங்கம் (அ) வெள்ளியால் ஆன நகை; the ornament which is made of either gold or silver.

ஆபற்காலம்: *(பெ):* ஆபத்துக் காலம்; period of adversity.

ஆபனம்: *(பெ):* மிளகு; pepper.

ஆபாசம்: *(பெ):* தரக்குறைவான முறையில் பால் உணர்வினைத் தூண்டும் வகையில் இருப்பது; கீழ்த்தரம்; அருவருப்பு; pornography; lewdness; repulsion. • ***ஆபாசப்படங்களை*** *தெருச்சுவர்களில் ஒட்டி வருவதை எதிர்த்து பல மாதர் அமைப்புகள் போராடி வருகின்றன.*

ஆபாடம்: *(பெ):* பாயிரம்; preface.
ஆபாதம்: *(பெ):* நிகழ்காலம்; present time.
ஆபாதன்: *(பெ):* கொடியவன்; தூய்மையற்றவன்; wicked person; impure person. ● **ஆபாதனாக** இருந்தாலும் அவன் மனதிலும் இரக்கம் உண்டு என்பதை தற்போது நிரூபித்துள்ளான்.
ஆபாலி: *(பெ):* பேன்; louse. ● தலையில் **ஆபாலி** இருப்பதால் அடிக்கடி அரிப்பு உண்டாகிறது.
ஆபானம்: *(பெ):* மதுக்கடை; wine-shop.
ஆபிரம்: *(பெ):* ஆயர்கள் வாழும் வீதி; the street where herdsmen live.
ஆபிரவல்லி: *(பெ):* இடையர் சேரி; cowherd's hamlet.
ஆபிரன்: *(பெ):* இடையன்; shepherd.
ஆபீலம்: *(பெ):* அச்சம்; துன்பம்; fear; suffering.
ஆபூபிகன்: *(பெ):* அப்பம் விற்பவன்; cake seller.
ஆபை: *(பெ):* அழகு; ஒளி; நிறம்; தோற்றம்; beauty; light; colour; appearance.
ஆப்தம்: *(பெ):* நட்பு; நெருக்கம்; friendship; intimacy.
ஆப்தன்: *(பெ):* உயிர் நண்பன்; intimate friend.
ஆப்பம்: *(பெ):* அப்பம்; rice cake.
ஆப்பி: *(பெ):* பசுஞ்சாணம்; cowdung. ● அதிகாலைப்பொழுதில் **ஆப்பி** தெளித்து வாசலில் கோலமிடுவது நம் நாட்டுப் பெண்களின் வழக்கமாக இருந்து வருகிறது.
ஆப்பிடுதல்: *(வி):* அகப்படுதல்; be obtained.
ஆப்பியாயணம்: *(பெ):* மனநிறைவு; mental satisfaction.
ஆப்பு: *(பெ):* முளை; நோய்; உடல்; உணவு; எட்டி மரம்; peg; grits; body; food; worm-wood.
ஆப்புளண்டம்: *(பெ):* கரிசலாங்கண்ணி; a kind of greens; eclipse plant. ● **ஆப்புளண்டத்** தைலத்தைத் தேய்த்துக் குளிப்பதால் கண்ணுக்குக் குளிர்ச்சியாக இருக்கும்.
ஆமடி: *(பெ):* எட்டி மரவகை; a kind of worm-wood.
ஆமணக்கு: *(பெ):* ஒருவகைச் செடி; castor plant. ● **ஆமணக்கு** முத்து ஆணி முத்தாகுமா ? - *பழமொழி.*
ஆமணக்கு நெய்: *(பெ):* விளக்கெண்ணெய்; castor oil. ● **ஆமணக்கு நெய்யை** உட்கொண்டால் பேதியுண்டாகும்.
ஆமணத்தி: *(பெ):* கோரோசனை; bezoar taken from the stomach of cows.
ஆமதி: *(பெ):* நண்டு; crab. ● **ஆமதி** கொழுத்தால் வளையில் தங்காது என்பர்.
ஆமநாயம்: *(பெ):* வழக்கம்; ஆகமம்; custom; habit; vedas; sastras; sacred writings.
ஆமம்: *(பெ):* கடலைப்பருப்பு; சீதபேதி; காளான்; துவரை; செரியாமை; Bengal gram; dysentery; fungus; mushroom; pigeon-pea; dhal; undigested.
ஆமயம்: *(பெ):* பசுஞ்சாணம்; நோய்; cowdung; disease. ● மங்கல நாட்களில் **ஆமயம்** கொண்டு வீட்டை மெழுகுவது தற்போது வழக்கத்திலிருந்து குறைந்து வருகிறது.
ஆமரகோளம்: *(பெ):* கடுக்காய்ப் பூ; the flower of gall-nut.
ஆமரம்: *(பெ):* எட்டி மரம்; worm-wood.
ஆமரி: *(பெ):* சொல்; word.
ஆமலகம்: *(பெ):* நெல்லி; *Emblic myrobalan.*
ஆமல்: *(பெ):* மூங்கில்; bamboo.
ஆமா: *(பெ):* காட்டுப்பசு; wild cow.
ஆமாசயம்: *(பெ):* இரைப்பை; maw.
ஆமாத்தியன்: *(பெ):* அமைச்சன்; minister. ● மக்கள் நல்வாழ்வு **ஆமாத்தியர்** இன்று காலை அரசு மருத்துவமனைக்குச் சென்று திடீர் சோதனை செய்தார் என மாலைச் செய்தியில் தெரிவிக்கப்பட்டது.
ஆமாத்திரர்: *(பெ):* அமைச்சர்; மருத்துவர்; minister; doctor. ● சந்திரகுப்த மௌரியரின் அரசவை அமைச்சர்கள் '**ஆமாத்திரர்கள்**' என அழைக்கப்பட்டனர்.
ஆமாறு: *(பெ):* வழி; way. ● அரங்கம்தீப்பிடித்துக் கொண்டதால் மக்கள் அனைவரும் வெளியே செல்லும் **ஆமாறில்** அடித்துப் பிடித்துக் கொண்டு ஓடலாயினர்.
ஆமான்: *(பெ):* காட்டுப்பசு; wild cow.
ஆமிசம்: *(பெ):* புணர்ச்சி; ஊன்; வரதட்சிணை; sexual intercourse; flesh; money paid by the parents of the bride to the bridegroom.
ஆமிடம்: *(பெ):* உணவு; food. ● நெசவாளர்கள் வேலையின்றி உண்ண **ஆமிடமில்லாத**போது, பல்வேறு அரசியல் கட்சியினர் ஆங்காங்கே கஞ்சித்தொட்டி வைப்பதை திறப்பு விழாவாகக் கொண்டாடியது வேதனையாக இருந்தது.
ஆமிரம்: *(பெ):* மாமரம்; புளிப்பு; mango tree; sourness.
ஆமிலம்: *(பெ):* புளிப்பு; புளியமரம்; sourness; tamarind tree.
ஆமிலிகை: *(பெ):* புளிப்பு; sourness.
ஆமிலை: *(பெ):* புளியாரை; yellow wood sorrel.
ஆமுகம்: *(பெ):* தொடக்கம்; beginning. ● **ஆமுகம்** நன்றாய் அமைந்தால் முடிவும் நன்றாக இருக்கும்.
ஆமுகர்: *(பெ):* நந்திதேவர்; Nandhi Deva, the chief attendant of Lord Shiva, having a bull's face.
ஆமென்: *(பெ):* 'ஆம்' என்று சொல்லுதல்; expressing assent.

ஆமை: (பெ): பாதுகாப்புக்கென தன் கால்களையும், தலையையும் தன்னுடல்மீது இருக்கும் ஓட்டினுள் இழுத்துக்கொள்வதும், மெதுவாக நகர்ந்து செல்லக்கூடியதுமான ஒரு பிராணி; tortoise. ● **ஆமை** புகுந்த வீடும், அமீனா புகுந்த வீடும் உருப்படவே உருப்படாது - *பழமொழி.*

ஆமைக்கல்: (பெ): அறுகோணக்கல்; hexagon stone.

ஆமோசனம்: (வி): விடுதலை செய்தல்; கட்டுதல்; ஒளி வீசிப் பிரகாசித்தல்; to set free; to tie up; to shine.

ஆமோதம்: (பெ): மகிழ்ச்சி; மணம்; joy; fragrance.

ஆமோதி: (வி): ஒப்புக்கொள்; ஏற்றுக்கொள்; வழிமொழிந்திடு; to approve; to agree with; to support to.

ஆம்: (பெ): ஒப்புதல் காட்டும் சொல்; மாமரம்; நீர்; ஈரம்; வீடு; அழகு; the word which express assent; mango tree; water; wet; house; beauty.

ஆம்பரியம்: (பெ): மின்சாரம்; electricity. ● **ஆம்பரியத்** தடை உண்டானதால் ஊரெங்கும் இருள் சூழ்ந்திருந்தது.

ஆம்பலரி: (பெ): சூரியன்; முதலை; the Sun; crocodile; alligator.

ஆம்பல்: (பெ): கள்; அல்லி; மூங்கில்; நெல்லிமரம்; ஊதுகொம்பு; பேரொலி; யானை; புளியாரை; துன்பம்; சந்திரன்; பண்வகை; toddy; water-lily; bamboo; emblic myrobalan tree; trumpet; a loud noise; elephant; yellow wood sorrel; grief; Moon, a kind of song.

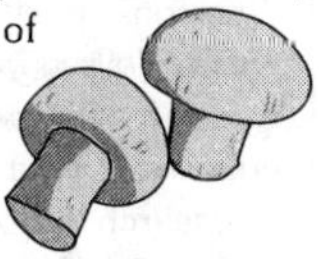

ஆம்பி: (பெ): காளான்; ஒலி; mushroom; fungus; sound.

ஆம்பிகேயன்: (பெ): முருகப் பெருமான்; திருதராட்டிரன்; Lord Muruga; Dhritarashtra, the father of Kauravas. ● **ஆம்பிகேயன்** அருள் பெற்றோரின் வாழ்வில் துன்பம் ஒருபோதும் இராது.

ஆம்பியம்: (பெ): பாதரசம்; mercury.

ஆம்பிலம்: (பெ): புளியமரம்; கள்; புளிப்பு; tamarind tree; toddy; sourness.

ஆம்புடை: (பெ): உபாயம்; means. ● பணப் பிரச்சினை தீர **ஆம்புடை** ஏதும் உண்டா கூறு.

ஆயக்கட்டு: (பெ): மொத்தக் கணக்கு; பொய் வார்த்தை; total account; the word which means a lie.

ஆயக்காரன்: (பெ): சுங்கவரி வசூலிப்பவன்; one who collects customs duty.

ஆயக்காரி: (பெ): விலைமகள்; prostitute.

ஆயக்கால்: (பெ): சிவிகைதாங்கி; the clamp that supports a palanquin.

ஆயசம்: (பெ): ஆயுதம்; இரும்பு; weapon; iron. ● **ஆயசத்தைக்** (இரும்பைக்) கொண்டு பலவித போர் **ஆயசங்கள்** (ஆயுதங்கள்) தயாரிக்கப்படுகின்றன.

ஆயசூரி: (பெ): கடுகு; mustard. ● ஆயசூரி தாளிக்காத குழம்பில் சுவையும், மணமும் இருந்திடாது.

ஆய்தம்: (பெ): ஆய்தவெழுத்து, நீளம்; the letter ஃ, length.

ஆயதனம்: (பெ): ஆலயம்; வீடு; நிலம், இடம்; temple; house; land; place. ● **ஆயதனம்** இல்லா ஊரில் குடியிருக்க வேண்டாம். ● **ஆயதனம்** (நிலம்) வாங்கி **ஆயதனத்தைக்** (வீட்டைக்) கட்டுவது என்பது சாமானியமா ?

ஆயதி: (பெ): பெருமை; வருங்காலம்; பொருந்துதல்; pride; future; be suitable.

ஆயத்தப்படுதல்: (வி): தயாராகுதல்; to prepare.

ஆயத்தம்: (பெ): முன்னேற்பாடு; preparation.

ஆயத்தீர்வை: (வி): உள்நாட்டுத் தொழிற்சாலைகளில் தயாரிக்கப்படும் பொருட்களின் மீது விதிக்கப்படும் தீர்வை; excise duty.

ஆயத்துறை: (பெ): சுங்க வரித் துறை; customs department.

ஆயந்தி: (பெ): அண்ணி; அண்ணன் மனைவி; wife of elder brother.

ஆயந்தீர்த்தல்: (வி): வரி செலுத்துதல்; paying taxes.

ஆயமானம்: (பெ): உயிர்நிலை; இரகசியம்; soul; secret.

ஆயமுற்கரவன்: (பெ): குபேரன்; பெரும் பணக்காரன், Kubera, the deity of wealth; very rich man; millionaire.

ஆயம்: (பெ): மேகம்; வருத்தம்; ஆதாயம்; கடமை; சூது; சுங்கம்; தாய்; தாயம்; தோழி; நீளம்; வரவு; தோழியர் கூட்டம்; வழக்கம்; cloud; grief; profit; benefit; responsibility; gamble; customs duty; mother; an indoor game for two or more players which is played by moving the counters on a chequered board according to the numbers shown by the dice; lady maid, length; income; a group of maids; that which is usual.

ஆயர்: (பெ): இடையர்; shepherds.

ஆயர்பாடி: (பெ): இடையர் சேரி; hamlet of cowherds.

ஆயனம்: (பெ): ஆண்டு; நெல்வகை; கிரகணம்; year; a kind of paddy; eclipse.

ஆயனி: (பெ): துர்க்கை; Durga, the Goddess of Victory. ● போருக்குப் போகும் முன்பாக **ஆயனிக்கு** பலியிட்டு வணங்கிச் செல்லும் வழக்கம் முற்காலத்தில் இருந்தது.

ஆயா: (பெ): பாட்டி; தாதி; மரவகை; grandmother; nurse; a kind of tree.

ஆயாசம்: *(பெ):* களைப்பு; மன வருத்தம்; tiredness; mental worry.

ஆயாமம்: *(பெ):* நீளம்; அகலம்; length; width.

ஆயாள்: *(பெ):* பாட்டி; முதியவள்; grand mother; old woman.

ஆயாணம்: *(பெ):* சுபாவம்; personality traits.

ஆயி: *(பெ):* ஆயா; தாய்; சக்தி; மரியாதைச்சொல்; grandmother; nurse; mother; Goddess Sakthi; a word of respect.

ஆயிடை: *(பெ):* அவ்விடம்; that place.

ஆயிரக்காலி: *(பெ):* மரவட்டை; பூரான்; துடைப்பம்; wood-leech; centipede; broom made with the ribs of palm leaves.

ஆயிரங்கண்ணன்: *(பெ):* இந்திரன்; Lord Indra.

ஆயிரங்காற்சட்டை: *(பெ):* துடைப்பம்; broom.

ஆயிரஞ்சோதி: *(பெ):* சூரியன்; the Sun. • **ஆயிரஞ்சோதி** உதிக்காவிடில் உலகில் உயிர்கள் நிலைத்திடாது.

ஆயிரம்: *(பெ):* பத்து நூறு; thousand or ten hundreds.

ஆயிலியம்: *(பெ):* ஒரு நட்சத்திரம்; 'Ashlesha', one of the twenty-seven stars.

ஆயில்: *(பெ):* வேம்பு; அசோகு; ஆயிலிய நாள்; Neem tree; Ashoka tree; the day of Ayilyam (star).

ஆயிழை: *(பெ):* பெண்; woman.

ஆயினும்: *(இணை.இ.சொ):* ஆனாலும்; although.

ஆயு / ஆயுசு / ஆயுள்: *(பெ):* வாழ்நாள்; lifetime.

ஆயுசகன்: *(பெ):* வாயு; gas.

ஆயுசுமான்: *(பெ):* நீண்ட ஆயுளை உடையவன்; the person who has long lifetime.

ஆயுட்டோமம்: *(பெ):* நீண்ட ஆயுளுக்காகச் செய்யப்படும் வேள்வி; the sacrifice done for a long life.

ஆயுதச் சாலை: *(பெ):* படைக்கலக் கொட்டில்; armoury.

ஆயுதபாணி: *(பெ):* ஆயுதத்தை ஏந்தியவன்; the man with a weapon in his hand.

ஆயுதபூஜை: *(பெ):* நவராத்திரியின் இறுதிநாளில் ஆயுதங்களுக்குச் செய்யும் பூஜை; an annual festival in Purattasi month, when tools, books, etc. are worshipped in honour of Saraswathy, the Goddess of learning, arts and sciences.

ஆயுதப் பயிற்சி: *(பெ):* படையினர் ஆயுதங்களைக் கையாள மேற்கொள்ளும் பயிற்சி; military exercise.

ஆயுதம்: *(பெ):* படைக்கலம்; கருவி; weapon; a tool. • **ஆயுதமில்லாதவரை** எதிர்த்துச் சண்டையிடுவதா ?

ஆயுர்வேதம்: *(பெ):* ஓர் இந்திய மருத்துவ அறிவியல்; a science relating to the Hindu system of medicine.

ஆய்: *(பெ):* அழகு; சிறுமை; நுண்மை; வருத்தம்; இடையர் குலம்; மலம்; தாய்; கடையெழு வள்ளல்களில் ஒருவன்; beauty; smallness; minuteness; pain; shepherd class; excrement; mother; one of the seven liberal donors in the past - 'Aai.'

ஆய்க்குடி: *(பெ):* ஆயர்பாடி; shepherds' hamlet.

ஆய்ச்சல்: *(பெ):* முறை; வேகம்; method; speed.

ஆய்ச்சி: *(பெ):* தாய்; பாட்டி; பெண்; இடையர் குலப்பெண்; mother; grandmother; girl; woman who belongs to shepherd class.

ஆய்ஞன்: *(பெ):* ஆராய்ச்சியாளர்; research scholar.

ஆய்தம்: *(பெ):* மூன்றுபுள்ளி வடிவிலான எழுத்து; ஃ; அஃகு; the letter which has three dots as its symbol, ஃ.

ஆய்தல்: *(வி):* அசைதல்; வருந்துதல்; சோதனை செய்தல்; காம்பு களைதல்; நுணுகுதல்; to shake; be distressed; to inspect; to pickout the peduncle; to make very small. • கீரையை **ஆய்ந்து** விட்டாயா என அம்மா கேட்டாள். • பிரபல நடிகரின் வீட்டில் வருமானவரி அதிகாரிகள் ஆவணங்கள் சிலவற்றைக் கைப்பற்றி **ஆய்ந்து** வருகின்றனர்.

ஆய்ந்தோர்: *(பெ):* அறிஞர்; புலவர்; learned persons; poet.

ஆய்ப்பு: *(வி):* ஒடுங்கு; be restrained.

ஆய்மலர்: *(பெ):* தாமரை; Lotus flower.

ஆய்வாளர்: *(பெ):* ஆராய்ச்சியாளர்; inspector; research scholar. • வீட்டில் நகைகள் திருட்டுப் போனது குறித்துக் காவல்துறை **ஆய்வாளரிடம்** மனு கொடுக்கப்பட்டது.

ஆய்மகள்: *(பெ):* பால்காரி; milk-maid.

ஆய்வை: *(பெ):* துயிலிடம்; தூங்கும் இடம்; berth.

ஆர: *(பெ.அ):* மிகுதியான; மிக; much.

ஆரகந்தி: *(பெ):* திப்பிலி; long pepper.

ஆரகம்: *(பெ):* வகுக்கும் எண்; குருதி; the dividing number; blood. • வெட்டுக்காயத்திலிருந்து **ஆரகம்** பெருகிவரலாயிற்று.

ஆரகன்: *(பெ):* அழிப்பவன்; கள்வன்; கபடன்; the person who destroys something; thief; deceitful person.

ஆரகுடம்: *(பெ):* பித்தளை; brass.

ஆரகோதம்: *(பெ):* சரக்கொன்றை; Indian Laburnum.

ஆரக்கம்: *(பெ):* செஞ்சந்தனம்; அகில்; fragrant sandal paste; eagle-wood, a fragrant wood.

ஆரக்காரம்: *(பெ):* சக்கரத்தின் ஆரம்; radius of a wheel.

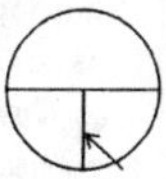

ஆரங்கம்-பாக்கு: *(பெ):* பாக்குவகை; a kind of areca-nut.

ஆரணங்கு: *(பெ):* பேரழகி; most beautiful woman.

ஆரணத்தான்: *(பெ):* பிரமன்; Lord Brahma.

ஆரணம்: *(பெ):* வேதம்; Veda.

ஆரணவாணன்: *(பெ):* வேதியன்; Brahmin.

ஆரணன்: *(பெ):* சிவபெருமான்; பிரமன்; திருமால்; பார்ப்பனன்; Lord Shiva; Lord Brahma; Lord Vishnu; Brahmin.

ஆரணி: *(பெ):* பார்வதி; மாகாளி; ஓர் ஊர்; Parvathi, the consort of Lord Shiva; Durga, the Goddess of Victory; a village.

ஆரணியகன்: *(பெ):* காட்டில் வாழ்பவன்; one who lives in forest.

ஆரணியம்: *(பெ):* காடு; forest.

ஆரதக்கறி: *(பெ):* மரக்கறி; vegetable curry. • மாமிச உணவைக் காட்டிலும் **ஆரதக்கறி** உணவே உடல் நலத்திற்கு ஏற்றதாகும்.

ஆரதம்: *(பெ):* சைவ உணவு; vegetarian food.

ஆரத்தி: *(பெ):* ஆலத்தி; on auspicious occasions, a plate containing water mixed with turmeric and lime moved around before newly wedded couple or important persons.

ஆரநாளம்: *(பெ):* காடி நீர்; fermented rice-water.

ஆரபி: *(பெ):* ஒரு பண்; a tune.

ஆரம்: *(பெ):* சனி; சந்தனமரம்; சந்தனக்குழம்பு; நுனி; ஒருவகை மணப்பொருள்; கடம்பமரம்; பித்தளை; முத்து; அணிகலன்; கண்ணீர்; நந்தவனம்; செவ்வாய்; மாலை; பறவையின் கழுத்தில் காணப்படும் வரி; வட்டத்தின் மையப்புள்ளிக்கும் பரிதிக்கும் இடைப்பட்ட தூரம்; Saturn; sandal wood; sandal wood paste; tip; a kind of fragrant thing; common Cadamba tree; brass; pearl; ornament; tears; garden; Mars; garland; the ring round the neck of some birds such as parrot, doves, etc.; radius.

ஆரம்பம்: *(பெ):* துவக்கம்; முயற்சி; பாயிரம்; பெருமிதம்; beginning; effort; preface; pride.

ஆரல்: *(பெ):* நெருப்பு; மீன்வகை; மதில்; fire; a kind of fish; fortwall. • **ஆரல்** இல்லாது புகையாது.

ஆரவடம்: *(பெ):* முத்துமாலை; pearl chain.

ஆரவம்: *(பெ):* ஒலி; பகை; sound; enmity.

ஆரவாரம்: *(பெ):* பேரொலி; பகட்டு; துன்பம்; loud noise; vanity; suffering; pain.

ஆரவை: *(பெ):* கொந்தளிப்பு; commotion.

ஆராக்கியம்: *(பெ):* அரசமரம்; pipal tree. • பிள்ளை வரம் வேண்டி **ஆராக்கியத்தைச்** சுற்றி வந்தால் போதுமா?

ஆராட்டுதல்: *(வி):* தாலாட்டுதல்; to rock a child in a cradle with lullabies.

ஆராத: *(பெ.அ):* நிறைவு பெறாத; incomplete.

ஆராதகர்: *(பெ):* அர்ச்சகர்; the person appointed to recite the holy name of God at worship in temples.

ஆராதனம்: *(பெ):* பூசை; ஆவேசம்; worship; state of being possessed; *(வி):* சிந்தித்தல்; உவகைசெய்தல்; சமைத்தல்; to think; to delight; to joy; to produce. • கோவலன் கொலைக்களம் பட்டதை அறிந்த கண்ணகியின் **ஆராதனத்தால்** மதுரை மாநகரம் அழிந்தது. • கோயிலில் **ஆராதனம்** சற்றுமுன் தான் நடந்து முடிந்தது. • நன்றாக **ஆராதனம்** செய்து பார்த்தால் உண்மை நிலை விளங்கும் என்று கூறினான். • தன் மகள் பூப்பெய்தியது கண்டு தாய் **ஆராதனித்தாள்.** • ஒரு பொருளை அழிப்பது எளிது. ஆனால், அதை **ஆராதனம்** செய்வது கடினம்.

ஆராதனை: *(பெ):* பூஜை; வணக்கம்; worship by offering flowers, lighting lamps, etc.; adoration.

ஆராதூரி: *(பெ):* ஊதாரி; வீண் விரயம் செய்பவன்; spend-thrift; squanderer. • **ஆராதூரியாய்** வாழ்பவன் ஒருபோதும் முன்னேற இயலாது.

ஆராத்தியர்: *(பெ):* வீர சைவர்; Veera Saivites.

ஆராப்பத்தியம்: *(பெ):* அற்பம்; கடும் பத்தியம்; meanness; prescribed diet for a patient. • **ஆராப்பத்தியப்** பொருளுக்கு அலையாதே! • இச்செந்தூர மருந்தை உண்ணும் நாட்களில் **ஆராப்பத்தியமாக** புளி, உப்பு, பெண் போகம் ஆகியவற்றுடன் புகையிலையையும் தவிர்த்திடவும்.

ஆராமம்: *(பெ):* உபவனம்; flower garden.

ஆராய்ச்சி: *(பெ):* ஆய்வு; சோதனை; தலையாரி; experiment; investigation; village watchman.

ஆராய்தல்: *(வி):* சோதித்தல்; தேடுதல்; to investigate; to search for.

ஆரார்: *(பெ):* பகைவர்; enemy.

ஆராவம்: *(பெ):* ஒலி; அரவம்; sound; noise.

ஆரி: *(பெ):* அருமை; மேன்மை; அழகு; கதவு; தோல்வி; சோழன்; துர்க்கை; பார்வதி; rare; eminence; glory; beauty; door; failure; defeat; a Chozha king; Durga, the Goddess of Victory; Parvathi, the consort of Lord Shiva.

ஆரித்தல்: *(வி):* ஒலித்தல்; to sound.

ஆரிடம்: *(பெ):* ஆகமம்; எட்டு வகை திருமணச் சடங்குகளில் ஒன்று; முனிவர்கள் சம்பந்தமானது; sacred writings; one of the eight forms of marriage; that which is of sages.

ஆரிடர்: (பெ): முனிவர்; sage.
ஆரித்தல்: (வி): ஒலித்தல்; to sound.
ஆரிய: (பெ.அ): சிறிய; small.
ஆரியக்கூத்து: (பெ): கூத்து வகை; a kind of dance. ● **ஆரியக் கூத்தாடினாலும்** காரியத்தில் கண்ணாய் இரு.
ஆரியம்: (பெ): சமஸ்கிருதம்; கேழ்வரகு; அழகு; செல்வம்; Sanskrit; ragi; beauty; wealth.
ஆரியன்: (பெ): பெரியோன்; ஆசாரியன்; ஆசிரியன்; ஆதித்தன்; மிலேச்சன்; ஆரிய வகுப்பினன்; wise person; preceptor; teacher; the Sun; uncivilised foreigner; a person of Arya race, who migrated from central Asia to India.
ஆரியாவர்த்தம்: (பெ): இமயமலைக்கும், விந்தியமலைக்கும் இடைப்பட்ட மாநிலம்; the tract of country in India lying between Himalayas and Vindhya mountains.
ஆரியை: (பெ): பார்வதி; துர்க்கை; உயர்ந்தோள்; Parvathi, the consort of Lord Shiva; Durga, the Goddess of Victory; great woman.
ஆரீதம்: (பெ): புறா வகை; a kind of dove.
ஆருகதம்: (பெ): சமணமதம்; நாவல் மரம்; Jain religion; Jamoon-plum tree.
ஆருகதன்: (பெ): சமண மதத்தினன்; one who belongs to Jain religion.
ஆருபதம்: (பெ): பித்தளை; brass.
ஆரூடம்: (பெ): ஒருவகை சோதிடக்கலை; a kind of astrology, Horary astrology.
ஆரூடர்: (பெ): சீவன்முக்தர்; perfected souls who have obtained final deliverance whilst yet in this life of four classes.
ஆரூரன்: (பெ): சுந்தரமூர்த்தி நாயனார்; Sundaramurthi Nayanar, one of the four 'Samaya kuravas'.
ஆரூர்க்கால்: (பெ): கற்பூரவகை; a kind of camphor.
ஆரேவதம்: (பெ): சரக்கொன்றை; Indian Laburnum.
ஆரை: (பெ): கோட்டை மதில்; அச்சுமரம்; தோல் வெட்டும் உளி; நீராரை; fortwall; axle tree; a kind of chisel; an aquatic plant.
ஆரைக்காலி: (பெ): கோரை வகை; சக்கரத்தின் ஆரக்கால்; a kind of sedges and bulrushes; spoke.
ஆரைக்கீரை: (பெ): நீராரைக்கீரை; the leaves of the aquatic plant - Neerarai.
ஆரைபற்றி: (பெ): உடும்பு; salamander; a big lizard.

ஆரோகணம்: (பெ): கமகம் பத்தினுள் ஒன்று; தாழ்வாரம்; ஏறுகை; ஏணி; one of the ten gamagams; inclined roof; verandah; ascending; ladder. ● **ஆரோகணித்த** (ஏறிய) **ஆரோகணத்தை** (ஏணியை) எட்டி உதைப்பது நியாயமா ?
ஆரோகணித்தல்: (வி): ஏறுதல்; எழுதல்; to mount; to ascend.
ஆரோகம்: (பெ): ஏறுகை; முளை; உயர்ச்சி; ascending; sprout; elevation; excellence.
ஆர்[1]: (பெ): நிறைவு; பூமி; அழகு; கூர்மை; மலரின் பொருந்துவாய்; ஆரக்கால்; அச்சுமரம்; அத்திமரம்; fullness; earth; beauty; sharpness; calyx; spoke; axle tree; country-fig tree.
ஆர்[2]: (பெ): சரக்கொன்றை; அண்மை; செவ்வாய்; யார்?; Indian Laburnum; nearness; Mars; the question ment for 'who'.
ஆர்கதி: (பெ): திப்பிலி; long pepper. ● திரிகடுகுவில் **ஆர்கதியும்** ஒன்றாகும்.
ஆர்கலி: (பெ): கடல்; திப்பி; மழை; வெள்ளம்; sea; dregs; rain; flood. ● தமிழ்நாட்டின் தென்பகுதியில் பெய்த **ஆர்கலியால்** (மழையால்) பல பகுதிகளில் **ஆர்கலி** (வெள்ளம்) பெருக்கெடுத்து ஓடியது.
ஆர்கை: (வி): தின்னுதல்; உண்ணுதல்; to eat.
ஆர்கோதம்: (பெ): சரக்கொன்றை; Indian Laburnum.
ஆர்க்கம்: (பெ): இலாபம்; profit; gain.
ஆர்க்கு: (பெ): இலைக்காம்பு; கிளிஞ்சல் வகை; எருக்கு; மீன்வகை; stalk; a kind of oyster-shell; yercum; maddar plant; a kind of fish.
ஆர்க்குவதம்: (வி): கொன்றை மரம்; Indian Laburnum tree.
ஆர்தல்: (வி): நிறைதல்; துய்த்தல்; ஒத்தல்; தங்குதல்; உண்ணுதல்; பரவுதல்; தொடுத்தல்; அனுபவித்தல்; அணிதல்; பெறுதல்; பொருந்துதல்; திருப்தியாதல்; to become full; to enjoy; to resemble; to stay; to eat; to spread; to connect, to experience; to wear; to obtain; to combine; be satisfied.
ஆர்த்தர்: (பெ): பெரியோர்; எளியோர்; நோயுற்றோர்; aged people; great people; humble persons; the patients.
ஆர்த்தல்: (வி): ஒலித்தல்; போர்புரிதல்; தூற்றுதல்; தட்டுதல்; கட்டுதல்; to shout; to fight; to winnow; to pat; to bind.
ஆர்த்தவம்: (பெ): மலர்; flower.
ஆர்த்தார்க்கோன்: (பெ): சோழ மன்னன்; Chozha king.
ஆர்த்தி: (பெ): வேதனை; ஆர்வம்; அனுபவம்; pain; desire; experience.
ஆர்த்திகை: (பெ): துன்பம்; suffering.
ஆர்த்தியம்: (பெ): தேன் வகை; a kind of honey.

ஆர்த்திரகம்: *(பெ):* இஞ்சி; ginger.

ஆர்த்துதல்: *(வி):* ஊட்டுதல்; நிறைவித்தல்; நுகர்வித்தல்; கொடுத்தல்; to feed; to complete; to enjoy; to give.

ஆர்பதம்: *(பெ):* உணவு; வண்டு; நிழல்; food; beetle; shadow.

ஆர்பதன்: *(பெ):* உணவு; food.

ஆர்ப்பரவம்: *(பெ):* போர்; ஆரவாரம்; war; loud noise.

ஆர்ப்பரித்தல்: *(வி):* ஆரவாரம் செய்தல்; to make loud noise.

ஆர்ப்பாட்டம்: *(பெ):* கோரிக்கை ஒன்றினை வலியுறுத்தி (அ) ஒன்றை அல்லது ஒருவரை எதிர்த்து பலர் கூடி எழுப்பிடும் கோஷங்களுடன் கூடிய கிளர்ச்சி; வெற்றுக் கூச்சல்; பகட்டு; வீண் ஆரவாரம்; demonstration; fuss; pomp; vain show. • *மாணவர்களின்* ***ஆர்ப்பாட்டம்*** *காரணமாக அனைத்துப் பள்ளிகள் மற்றும் கல்லூரிகள் காலக்கெடு இன்றி மூடப்பட்டன.* • *சின்ன விஷயத்திற்கு இப்படி* ***ஆர்ப்பாட்டம்*** *செய்யலாமா ?* • *எந்த ஓர்* ***ஆர்ப்பாட்டமும்*** *இல்லாது அமைதியாக வாழ்ந்தவர்.*

ஆர்ப்பு: *(பெ):* பேரொலி; மகிழ்ச்சி; சிரிப்பு; கட்டு; போர்; loud noise; joy; laughter; bondage; war; battle.

ஆர்மதி: *(பெ):* கடகம்; நண்டு; crab.

ஆர்மை: *(பெ):* மதில்; கூர்மை; fort wall; sharpness.

ஆர்மோனியம்: *(பெ):* காற்றினை உட்செலுத்தி மேற்புறக் கட்டைகளை விரல்களால் அழுத்தி வாசிக்கும் இசைக் கருவி; Harmonium.

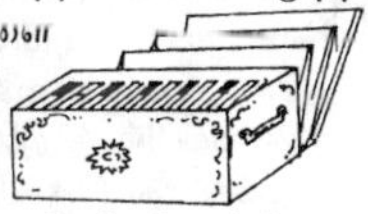

ஆர்வம்: *(பெ):* அன்பு; விருப்பம்; பக்தி; ஏழு நரகத்துள் ஒன்று; kind; fondness; desire; liking; devotion; one of the seven hells.

ஆர்வலன்: *(பெ):* கணவன்; காதலன்; அன்புடையவன்; husband; lover; affectionate person.

ஆர்வலித்தல்: *(வி):* அன்பு கூர்தல்; to show affection.

ஆர்வு: *(பெ):* உண்ணல்; நிறைவு; செல்வம்; விருப்பம்; eating; completion; wealth; desire; liking.

ஆர்வை: *(பெ):* கோரைப்பாய்; bulrush mat. • ***ஆர்வையில்*** *படுத்துறங்குவது ஓர் அலாதியான சுகம்தான் !*

ஆலகண்டன்: *(பெ):* பரமசிவன்; Lord Paramashiva.

ஆலகம்: *(பெ):* சோம்பு; நெல்லிமரம்; anise; emblic myrobalan tree.

ஆலகாலம்: *(பெ):* நஞ்சு; poison.

ஆலகாலி: *(பெ):* காளி; Kali, a female deity of dark complexion. • *பாரதப் போருக்கு முன்பாக அரவானை* ***ஆலகாலிக்குப்*** *பலியிட்டுப் புறப்பட்டனர் பாண்டவர்.*

ஆலக்கச்சி: *(பெ):* அரிதாரம்; musk of deer.

ஆலக்கட்டி: *(பெ):* துருசு; மயில் துத்தம்; blue vitriol; copper sulphate.

ஆலக்கரண்டி: *(பெ):* அகன்ற கரண்டி ; iron ladle with a long handle to be kept on fire to fry the spices for seasoning.

ஆலங்கட்டி: *(பெ):* உறைந்து கட்டியாக விழும் மழை; hail stone.

ஆலசம்: *(பெ):* சோம்பு; anise.

ஆலசியம்: *(பெ):* சோம்பு; தாமதம்; கவனக்குறைவு; anise; delay; carelessness.

ஆலதரன்: *(பெ):* சிவன்; Lord Shiva.

ஆலத்தி: *(பெ):* ஆரத்தி; on auspicious occasions, a plate containing water mixed with turmeric and lime moved around before newly wedded couple or important persons.

ஆலந்தை: *(பெ):* ஒரு வகை சிறிய மரம்; a kind of small tree.

ஆலமரம்: *(பெ):* உயர்ந்து வளர்ந்து, கிளைகளைப் பரப்பி, விழுதுகள் பல விட்டு வெகுகாலம் உயிர் வாழும் மரம்; Banyan tree. • ***ஆலமரத்தைச்*** *சுற்றி வந்து அடி வயிற்றைத் தொட்டுப் பார்த்தது போல.*

ஆலமர் செல்வன்: *(பெ):* தட்சிணாமூர்த்தி; Lord Dhakshinamoorthi.

ஆலமுண்டோன்: *(பெ):* நீலகண்டன்; Lord Neelakanta (Paramashiva), as having swallowed the deadly poison emitted during the churning of the milky ocean.

ஆலம்: *(பெ):* கடல்; மழை; ஆகாயம்; நீர்; அகலம்; மலர்; கலப்பை; நஞ்சு; கருமை; உலகம்; ஈயம்; துருசு; ஆலமரம்; வித்தாரம்; ஆலத்தி; sea; rain; sky; water; width; flower; plough; poison; blackness; world; lead; blue vitriol; banyan tree; expansiveness; on auspicious occasions, a plate containing water mixed with turmeric and lime moved around before newly wedded couple or important persons.

ஆலம்பம்: *(வி):* தொடுதல்; கொல்லுதல்; to touch; to kill.

ஆலயம்: *(பெ):* கோயில்; தேவர் தங்குமிடம்; நகரம்; வீடு; யானைக்கூடம்; temple; dwelling place of celestial beings; town; house; stable for elephants.

ஆலலம்: *(பெ):* திருமணத்தின்போது மணமகன், மணமகளுக்கு அளித்திடும் கூறைப்புடவை; wedding saree given to the bride by the bridegroom at the time of marriage.

ஆலல்: *(பெ):* மயிலின் குரல்; ஒலி; ஆடல்; the cry of a peacock; sound; dance; *(வி):* ஆரவாரித்தல்; சேருதல்; to roar; to join.

ஆலவட்டம்: *(பெ):* வட்ட வடிவப் பெரிய விசிறி; a large circular fan (made of cloth, fragrant roots or palm leaf).

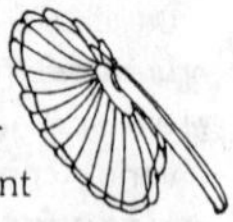

ஆலவனம்: *(பெ):* திருவாலங்காடு; Thiruvalangadu, a celebrated Saiva shrine in Thiruvallur District, near Chennai.

ஆலவன்: *(பெ):* திருமால்; Lord Vishnu.

ஆலவாய்: *(பெ):* மதுரை மாநகரம்; நல்ல பாம்பு; the city - Madurai; cobra.

ஆலவாலம்: *(பெ):* விளைநிலம்; cultivable land; agricultural tract.

ஆலவிருட்சம்: *(பெ):* ஆலமரம்; Banyan tree.

ஆலவூணி: *(பெ):* உமையவள்; Uma Devi, the consort of Lord Shiva.

ஆலா: *(பெ):* பருந்து; ஒரு கடற்பறவை; eagle; a kind of sea bird.

ஆலாசியம்: *(பெ):* மதுரை; ஆண் முதலை; the city - Madurai; the male of crocodile.

ஆலாத்தி: *(பெ):* ஆலத்தி; ஆரத்தி; the water mixed with lime and turmeric powder.

ஆலாதாடை: *(பெ):* அவுரி; Indigo.

ஆலாபம்: *(பெ):* உரையாடல்; conversation.

ஆலாபனம்: *(பெ):* இசை கூட்டி விரித்துப் பாடுதல்; (in music) the improved introduction to a melody.

ஆலாபனை: *(பெ):* இசையில் ராகத்தின் வடிவத்தைப் பாடலோ, தாளமோ இன்றி விரிவாக வெளிப்படுத்திடும் முறை; the free rendering of a Ragha in such a way as to bring out its form without reference to Thala or words.

ஆலாய்ப் பறத்தல்: *(வி):* அலைதல்; தவித்தல்; திண்டாடுதல்; பேராசை கொண்டு திரிதல்; wandering; to languish; to struggle; to ramble with intense desire.

ஆலாலம்: *(பெ):* வெளவால்; நஞ்சு; பூ; நீர்; மரவகை; துரிஞ்சில்; bat; poison; flower; water; a kind of tree - *acacia pennata.*

ஆலி: *(பெ):* ஆலங்கட்டி; பனிக்கட்டி; மழைத்துளி; கள்; காற்று; தேள்; தேனீ; hail stone; frost; rain drop; toddy; air; scorpion; honey bee.

ஆலிகை: *(பெ):* அகலிகை; Ahaligai, the wife of Goutama Rishi and one of the Pancha-kanyas. • **ஆலிகையைத்** தீண்டியதால் இந்திரன் ஆயிரங்கண்ணன் ஆனான்.

ஆலிங்கனம்: *(வி):* தழுவுதல்; அணைத்துக் கொள்ளுதல்; to embrace; to clasp in the arms.

ஆலித்தல்: *(வி):* ஒலித்தல்; களித்தல்; to make noise; to roar; be intoxicated.

ஆலிநாடன்: *(பெ):* திருமங்கையாழ்வார்; Thirumangai Aazhwar, one of the twelve saint-poets - Aazhwars.

ஆலிப்பு: *(பெ):* ஆரவாரம்; loud noise.

ஆலீனகம்: *(பெ):* துத்தநாகம்; zinc.

ஆலுதல்: *(வி):* ஒலித்தல்; ஆடுதல்; களித்தல்; தங்குதல்; நிறைதல்; to sound; to dance; be intoxicated; to stay; to become full.

ஆலூரகம்: *(பெ):* வில்வமரம்; bael tree.

ஆலேகணம்: *(வி):* எழுதுதல்; சித்திரித்தல்; to write; to describe vividly.

ஆலேகணி: *(பெ):* எழுத்தாணி; எழுதுகோல்; stylus for writing on palmyra leaf; pencil; pen.

ஆலேபனம்: *(வி):* பூசுதல்; besmear.

ஆலை[1]: *(பெ):* கரும்பாலை; கருப்பஞ்சாறு; கள்; கூடம்; sugarcane press; the juice of sugar-cane; toddy; hall. • **ஆலைக்குள்** அகப்பட்ட சோலைக்கரும்பு போல. • **ஆலையில்லா** ஊருக்கு இலுப்பைப் பூ சர்க்கரை - *பழமொழிகள்.*

ஆலை[2]: *(பெ):* இயந்திரங்கள் வாயிலாகப் பெருமளவில் பொருட்களைத் தயாரிக்கும் தொழிற்சாலை; யானைக் கூடம்; சாலை; factory or mill; elephants' stable; avenue.

ஆலைக்குழி: *(பெ):* கருப்பஞ்சாறு கொள்கலம்; the container of sugarcane juice.

ஆலைமாலை: *(பெ):* நச்சரிப்பு; மயக்கம்; harassment; mental delusion. • உன்னோடு ஒரே **ஆலைமாலையாக** இருக்கிறதே! • காலையில் இருந்தே **ஆலைமாலையாக** (மயக்கமாக) இருக்கிறது.

ஆலோகம்: *(பெ):* ஒளி; பார்வை; light; sight.

ஆலோசகர்: *(பெ):* குறிப்பிட்ட ஒரு துறையில் வல்லுனராக இருந்து தகுந்த உபாயங்களை அளிப்பவர்; adviser; counsellor; consultant.

ஆலோசனை: *(பெ):* ஒருவர் தன் கருத்தை அடுத்தவருக்கு தெரிவித்திடும் வழிமுறை; அடுத்தவரிடம் கலந்து தக்க உபாயம் அறியும் முறை; guidance; advice; consultation.

ஆலோசி: *(வி):* ஒரு காரியத்தை எவ்வாறு செய்திடலாம் என்பது பற்றி அடுத்தவரிடம் கலந்து பேசிடு; யோசித்திடு; to consult; to think over. • என் மனைவியிடம் **கலந்தாலோசித்து** எங்கள் முடிவைத் தெரிவிக்கிறோம். • அமைச்சரவை மாற்றம் குறித்து ஆளுநரிடம் முதல்வர் **கலந்தாலோசித்தார்.**

ஆலோபனை: *(பெ):* வருத்தம்; sorrow.

ஆலோலம்: *(பெ):* விவசாயிகள் பறவைகளை விரட்ட எழுப்பும் ஒலி; cry of farmers to drive away birds from crops.

ஆலோன்: *(பெ):* சிவபெருமான்; வருணன்; சந்திரன்; Lord Shiva; Lord Varuna; Neptune; the Moon.

ஆல்: *(பெ):* ஆலமரம்; நீர்; வெள்ளம்; நஞ்சு; கார்த்திகை நாள்; Banyan tree; water; flood; poison; the day when the star Kaarthigai shines. • **ஆல்** போல் விழுதுவிட்டு, அருகு போல் வேரோடி, மூங்கில் போல் சுற்றம் முறியாது வாழ்ந்திருப்பீர் - *வாழ்த்துரை.* • **ஆல்** பழுத்தால் அங்கே கிளி; அரசு பழுத்தால் இங்கே கிளி - *பழமொழி.*

ஆல்வு: *(பெ):* அகலம் உடையது; that which has sufficient width.

ஆவகம்: *(பெ):* ஏழுவகைக் காற்றுகளுள் ஒன்று; one of the seven kinds of winds.

ஆவக்காய் ஊறுகாய்: *(பெ):* அரைத்த கடுகு போன்றவற்றுடன் ஒருவகை மாங்காயைக் கலந்து தயாரித்திடும் ஊறுகாய்; a kind of mango pickle with mustard paste, etc.

ஆவசியகம்: *(பெ):* இன்றியமையாதது; முக்கியமானது; that which is necessary; that which is important.

ஆவஞ்சி: *(பெ):* ஒருவகைப் பறை; a kind of drum.

ஆவடதர்: *(பெ):* தேவர்கள்; the celestial beings.

ஆவடி: *(பெ):* கிடங்கு; depot.

ஆவணக்களம். *(பெ):* பதிவு அலுவலகம்; the registration office.

ஆவணக்காப்பகம்: *(பெ):* பொது முக்கியத்துவம் வாய்ந்த ஆவணங்களைப் பாதுகாக்கும் பொருட்டு ஏற்படுத்திய காப்பகம்; archives. • தமிழக அரசு **ஆவணக்காப்பகம்** சென்னை எழும்பூரில் உள்ளது.

ஆவணம்: *(பெ):* பத்திரம்; கடைவீதி; உரிமை; அடிமைத் தனம்; bond; deed; document; record; market; bazaar street; ownership; slavery.

ஆவண வீதி: *(பெ):* கடைத்தெரு; அங்காடி; bazaar street; market place.

ஆவணி: *(பெ):* தமிழ் மாதங்களுள் ஐந்தாம் மாதம்; the fifth Tamil month Aavani.

ஆவது: *(இ.சொ):* 'குறிப்பிடுவதை மட்டும்', 'குறைந்தபட்சம்' என்னும் பொருளினைத் தருவது; வினாப்பெயருடன் இணைக்கப்படும் போது, இருப்பவற்றில் அல்லது இருப்பவர்களில் 'இது' அல்லது 'இவர்' எனக் குறிப்பிடாது பொதுப்படையாகக் கூறிடப் பயன்படுத்துவது; ஒரு வாக்கியத்தில் உள்ள இரு பெயர்ச் சொற்களோடு இணைக்கப்படும்போது 'அல்லது' என்ற முறைதனில் வழங்கப்படுவது; பொதுவாக பேசியது, எழுதியது அல்லது அவற்றின் மூலம் ஏற்படுத்திக்கொண்டது இன்னது என்பதனைத் தெரிவித்திடத் தொடக்கமாகப் பயன்படுத்துவது; எண்ணுடன் இணைக்கப்படும்போது 'ஆம்' என்பதற்கு இணையாகப் பயன்படுத்துவது; even; at least; to form an indefinite pronoun; when added to nouns within a sentence, it is used as conjunctive; either... or...; used for indicating that which is going to be described in detail; ordinal suffix. • ஜலதோஷத்தால் ஓடியாடி வேலை செய்யாது இருக்கிறாயே! ஒரு கை சாதமா**வது** சாப்பிடம்மா. • எதையா**வது** செய்துவிட்டு வந்து நிற்காதே! • இதில் கூறப்பட்ட ஷரத்தா**வது** . . . • 10-**ஆவது** நாள் விழாக் கொண்டாட்டம்.

ஆவநாழி: *(பெ):* அம்பறாத்துணி; quiver.

ஆவம்: *(பெ):* அம்பறாத்துணி; ஆவேசம்; வில்நாண்; quiver; state of being possessed; frenzy; bow-string.

ஆவயின்: *(பெ.அ):* அவ்விடத்தில்; in that place.

ஆவரணசக்தி: *(பெ):* மாயை; illusion.

ஆவரணச்சுவர்: *(பெ):* கோயில் சுற்றுப்புற மதில்; the compound wall of a temple.

ஆவரணம்: *(பெ):* மதில்; திரை; துணி; உடை; தடை; fort wall; screen; cloth; garment; obstacle.

ஆவரணி: *(பெ):* பார்வதி; Parvathi, the woman deity and the consort of Lord Shiva.

ஆவரி: *(பெ):* அம்பு; arrow. • வில்லில் **ஆவரி**யைப் பொருத்தி நாணை இழுத்துக் குறி பார்த்தான்.

ஆவரித்தல்: *(வி):* மறைத்தல்; to hide.

ஆவர்: *(வினா.பெ):* யாவர்?; who?

ஆவர்த்தம்: *(பெ):* ஏழு வகை மேகங்களுள் ஒன்று; நீர்ச்சுழி; சிந்தனை; one of the seven kinds of clouds; whirlpool; thought.

ஆவர்த்தி: *(பெ):* முறைமை; எல்லை; manner; method; limit.

ஆவலம்: *(பெ):* குலவை ஒலி; கூறை; ஒரு நெசவுக் கருவி; the sound produced by moving the tongue rapidly across open mouth while emitting a low-pitched sound collectively by women; garment; weaving instrument.

ஆவலர்: *(பெ):* கணவர்; காதலர்; உற்றார்; husband; lover; friends or relatives.

ஆவலாதி: *(பெ):* அவதூறு; குறைகூறுதல்; complaint; grievance. • எந்நேரமும் எவர் மீதாவது **ஆவலாதி**ப்பதே உன் வழக்கமாக உள்ளது.

ஆவலி: *(பெ):* வரிசை; ஒழுங்கு; row; range; order.

ஆவலிப்பு: *(பெ):* செருக்கு; pride. • **ஆவலிப்பு** கொண்டு அழிந்தோர் பலராவர்.

ஆவல்: *(பெ):* பற்று; ஆசை; விருப்பம்; urge; desire; liking; eagerness. • தேர்வு முடிவுகள் என்று வெளியாகும் என **ஆவலுடன்** மாணவர்கள் காத்திருந்தனர்.

ஆவல்லி: *(பெ):* சீந்திற்கொடி; a kind of creeper which is used in Siddha Medicine.

ஆவளி: *(பெ):* வரிசை; மரபுவழி; வளி என்னும் சிறு கால அளவு; row; ancestral line; Vali - a short time measure.

ஆவளிச் சேவகம்: *(பெ):* நிலையற்ற வேலை; temporary job.

ஆவற்காலம்: *(பெ):* ஆபத்துக் காலம்; இறுதிக்காலம்; emergency period; the time of death. • **ஆவற்காலம்** வந்தால் மட்டும் ஆலோனை (சிவனை) வேண்டுவது நியாயமா?

ஆவாசம்: *(பெ):* நகரம்; மருதநிலத்து ஊர்; town; village that belongs to agricultural tract.

ஆவாபம்: *(பெ):* விதைப்பு; வளையல்; பாத்தி; sowing; bangle; bracelet; section; division.

ஆவாரைப் பஞ்சகம்: *(பெ):* ஆவாரஞ்செடியின் இலை, பூ, விதை, பட்டை, வேர் ஆகியவை; the leaf, flower, seed, bark and root of 'Aavaarai', a herbal plant.

ஆவி: *(பெ):* நீர்நிலை; நீராவி; உயிர்; நெட்டுயிர்ப்பு; கொட்டாவி; புகை; மணம்; உயிரெழுத்து; புட்டு; வேளிர் குலத் தலைவன்; வலிமை; water reservoir, tank, lake, etc; steam; soul; deep breath; yawn; smoke; fragrance; vowel; pudding, a kind of confectionary; the chief of an ancient class, Velir; strength.

ஆவிகை: *(பெ):* பற்றுக்கோடு; support.

ஆவிபதம்: *(பெ):* பேராமுட்டிப் பூண்டு; Peramutti - a kind of herb.

ஆவிபத்திரம்: *(பெ):* புகையிலை; tobacco.

ஆவிபிடித்தல்: *(வி):* வேது கொள்ளுதல்; to inhale hot vapours as a treatment to get rid of cold, etc.

ஆவிமா: *(பெ):* மரவகை; a kind of tree.

ஆவியர்: *(பெ):* வேடர்; வேளாளர்; hunter; Velalas - a caste in Tamil Nadu.

ஆவியர் கோ: *(பெ):* பேகன் என்னும் மன்னன்; King Began.

ஆவிரம்: *(பெ):* ஆயர்பாடி; பாடி; hamlet of herdsmen; pastoral village.

ஆவிரை: *(பெ):* செடி வகை; a kind of plant.

ஆவிர்தம்: *(பெ):* சுழற்சி; rotation.

ஆவிவிடுதல்: *(வி):* இறந்துபோதல்; to die.

ஆவினன்குடி: *(பெ):* முருகப் பெருமானின் படைவீடுகளுள் ஒன்றான பழநி; Pazhani, one of the six abodes of Lord Muruga.

ஆவுதல்: *(வி):* விரும்புதல்; to like.

ஆவுதி: *(பெ):* ஆகுதி; வேள்வியில் இடப்படும் பொருள்; offerings to God; the things offered in the sacrifice.

ஆவேகி: *(பெ):* ஆடுதின்னாப்பாளை; a kind of medicinal plant.

ஆவேகி நீர்: *(பெ):* கள்; toddy.

ஆவேசம்: *(பெ):* உணர்ச்சி வசப்பட்ட நிலை; தெய்வத்தால் பிடிக்கப்பட்டு தன்னை மறந்த நிலை; கடுங்கோபம்; state of possession; state of being possessed by spirits or religious frenzy; fury. • மேடையேறிய தலைவர், பெருவெள்ளமாய் மக்கள் திரண்டு இருந்ததைக் கண்டதும் **ஆவேசமாகப்** பேசத் துவங்கினார். • அம்மன் கோயில் திருவிழாவில் பூக்குழியில் இறங்கும் முன்பாக பூசாரிக்கு **ஆவேசம்** வந்துவிடும்.

ஆவேசனம்: *(பெ):* கம்மாளர் தெரு; smith's street.

ஆவேதனம்: *(பெ):* அறிக்கை; விளம்பரம்; எச்சரிக்கை; report; advertisement; warning.

ஆவேலி: *(பெ):* தொழுவம்; cattle-stall.

ஆவேறு: *(பெ):* காளை; bull.

ஆழங்கால்: *(பெ):* கச்சூர்க்கட்டை; wooden prop in a wall.

ஆழம்: *(பெ):* தரையின் மேல்மட்டத்திலிருந்து கீழ்மட்டம் வரையிலான அளவு; அடிமட்டம்; deep; depth; bottom. • **ஆழம்** தெரியாமல் காலை விட்டுக்கொண்டது போல். • **ஆழம்** அறியும் மூங்கில்; மேளம் அறியும் அரவம் - *பழமொழி.*

ஆழம் பார்: *(வி):* பல்வேறு விஷயங்களில், ஒருவருக்கு எந்த அளவு ஞானம் உள்ளது என்பதை மறைமுகக் கேள்விகளால் அறிந்திட முயன்றிடு; to gauge a person with careful questions.

ஆழரம்: *(பெ):* அத்திமரம்; country - fig tree.

ஆழாக்கு: *(பெ):* முன்பு வழக்கில் இருந்த முகத்தல் அளவையான படியில் எட்டில் ஒரு பாகம்; அரைக்கால் படி; one-eighth of the measure.

ஆழாத்தல்: *(வி):* ஈடுபடுதல்; be engaged.

ஆழி: *(பெ):* கட்டளை; வட்டம்; கடல்; மோதிரம்; கடற்கரை; சக்கரப்படை; order; circle; sea; ring; sea-shore; discus weapon.

ஆழிக்கொடி: *(பெ):* பவளம்; red coral.

ஆழித்தல்: *(வி):* ஆழமாகத் தோண்டுதல்; to dig deeply.

ஆழித்தேர்: *(பெ):* திருவாரூர் தேர்; the chariot of Thiruvarur Temple.

ஆழிமுரசோன்: *(பெ):* மன்மதன்; Manmadhan, the God of Love.

ஆழிமுழையாய்: *(வி.அ):* விரைவாய்; quickly.

ஆழியான்: (பெ): அரசன்; திருமால்; king; Lord Vishnu.

ஆழிவலியான் மணி: (பெ): மிளகு; pepper.

ஆழிவித்து: (பெ): முத்து; pearl.

ஆழிவிரல்: (பெ): மோதிர விரல்; ring finger.

ஆழும்பாழாய்: (பெ.அ): வீணாய்; vain.

ஆழ்: (வி): அமிழ்தல்; முழ்குதல்; அகழ்தல்; to be immersed; to sink; to dig.

ஆழ்த்துதல்: (வி): அமிழ்த்துதல்; to immerse.

ஆழ்குழாய்க்கிணறு: (பெ): நிலத்தடி நீரினை இயந்திரம்மூலம்வெளிக்கொணர்வதற்கு நிலத்தில் ஆழமாகத் துளையிட்டுக் குழாய் பொருத்தி அமைக்கப்படும் கிணறு; borewell.

ஆழ்வார்: (பெ): திருமால் மீது பாசுரங்கள் பாடிய பன்னிரு வைணவ அடியார்களைக் குறிக்கும் பொதுப்பெயர்; a common term for the early twelve saint-poets who sang the praise of Lord Vishnu in their hymns.

ஆழ்வார் கன்மி: (பெ): விஷ்ணு கோயில் அர்ச்சகர்; the person appointed to recite the holy name of Lord Vishnu at worship in Vishnu temples.

ஆழ்வான்: (பெ): சூரியன்; the Sun.

ஆழ்வி: (பெ): தலைவன்; தலைவி; the hero; the heroine.

ஆழ்வு: (பெ): ஆழம்; depth.

ஆளகம்: (பெ): சுரைக்கொடி; the bottle gourd creeper.

ஆளத்தி: (பெ): ஆலாபனம்; (music) improvised introduction to a melody

ஆளமஞ்சி: (பெ): பணம் பெறாது செய்யும் வேலை; work done without getting money.

ஆளரி: (பெ): ஆண் சிங்கம்; lion.

ஆளர்: (இ.சொ): ஒருவரின் இயல்பினை, தன்மையினைக் குறிப்பிடும் பெயர்ச்சொற்களின் பின் இணைக்கப்படும்போது, குறிப்பிடப்படும் இயல்பை உடையவர் என்னும் பொருளில் பயன்படுத்தும் விகுதி; the word which mentions that one who possesses the stated nature, quality, etc. ● நன்கொடையாளர்; காசாளர்; தாளாளர்; பேச்சாளர்; பண்பாளர்; கல்வியாளர்; ஆராய்ச்சியாளர் போன்றவை.

ஆளல்: (பெ): நிர்வகித்தல்; ஆளுதல்; to govern; to maintain; to rule.

ஆளறுதி: (பெ): தனிமை; loneliness.

ஆளன்: (பெ): கணவன்; ஆள்பவன்; அடிமை; husband; ruler; slave.

ஆளாகுதல்: (வி): உள்ளாகுதல்; உட்படுதல்; to become subject; be a victim or target of. ● நிர்வாகத்தினரின் கோபத்திற்கு **ஆளாகிடுவோமோ** எனப் பயந்தான். ● நீ **ஆளாகி** உன் குடும்பத்தை முன்னுக்குக் கொண்டு வரவேண்டும்.

ஆளாக்குதல்: (வி): மகிழ்ச்சி, துன்பம் போன்ற உணர்ச்சிக்கு ஒருவரை உள்ளாக்குதல்; to plunge someone into something. ● தன் மகனை **ஆளாக்கிட** அவள் எவ்வளவு பாடுபட்டாள் தெரியுமா ?

ஆளாதல்: (வி): அடிமையாதல்; பூப்படைதல்; பெருமையடைதல்; to become slave; to attain puberty; be proud of.

ஆளானம்: (பெ): யானை கட்டும் தறி; elephant's stable.

ஆளி: (பெ): ஆள்வோன்; செடிவகை; கிளிஞ்சல் வகை; சிங்கம்; கீரை வகை; பாலம்; ஒழுங்கு; பயனின்மை; தூய்மையானது; the ruler; a kind of plant; a kind of oyster-shell; lion; a kind of greens; bridge; order; that which is useless; that which is pure.

ஆளிடுதல்: (வி): பதில் ஆளை அமர்த்துதல்; to appoint a person as substitute.

ஆளியூர்தி: (பெ): காளி; a female deity of dark complexion.

ஆளிவிதை: (பெ): சிறு சணல் விதை; linseed.

ஆளுடைய தேவர் / ஆளுடைப் பிள்ளை: (பெ): திருஞான சம்பந்தர்; Thirugnana Sambandhar, one of the four Samaya Kuravas (Saiva saint-poets).

ஆளுடைய நம்பி: (பெ): சுந்தரர்; Sundaramoorthi Naayanaar, one of the four Samaya Kuravas (Saiva saint-poets).

ஆளை: (பெ): அருகு; holy grass.

ஆளையடிச்சான்: (பெ): புளியமரம்; tamarind tree.

ஆளுநர்: (பெ): மைய அரசால் பரிந்துரைக்கப்பட்டு குடியரசுத் தலைவரால் நியமிக்கப்படும் மாநில நிர்வாகப் பொறுப்பு வகிப்பவர்; the Governor.

ஆளுமை: (பெ): உரிமை; அதிகாரம்; மேலோங்கி நிற்கும் நிலை; ஒரு மனிதனின் தனிப்பட்ட குணத்தொகுப்பு; right; possession; power; dominance; personality.

ஆளோடி: (பெ): நடந்து சென்றிட ஏதுவாகக் குளத்தின் மதிற்சுவரை ஒட்டி உட்புறமாக அமைக்கப்படும் வழி; தேவையில்லாப் பொருட்களைப் போட்டு வைக்கும் வீட்டின் பின்புறமாக இருக்கும் இடம்; the paved passage along the inner side of the parapet walls of a tank; the place to dump the unwanted things in the backyard of the house.

ஆளோலை: (பெ): அடிமைப் பத்திரம்; bond of slavery.

ஆள்: *(பெ):* ஆண்மகன்; வீரன்; காலாட்படை வீரன்; ஊழியன்; கணவன்; தொண்டன்; சமர்த்தன்; ஆட்செய்கை; male; man; warrior; soldier; servant; husband; devotee; capable person; serving as a slave. • **ஆள்** சிறிது, ஆயுதம் மிடுக்கு - *பழமொழி.*

ஆள்காட்டி விரல்: *(பெ):* ஒருவரை (அ) ஒன்றினைச் சுட்டிக்காட்டும் விரல்; index finger.

ஆள்சேர்ப்பு: *(வி):* ஒரு தொழிலுக்கு அல்லது ஒரு பணிக்கு ஆட்களைத் தேர்ந்தெடுத்தல்; பக்கத்துணைக்கு ஆட்களைத் திரட்டுதல்; to recruit men for the factory, army, etc.; to gang up. • போர்மூள்வதற்கான அறிகுறிகள் தென்படுவதால் பட்டாளத்திற்கு **ஆள்சேர்ப்புப்** பணிகள் துவங்கியுள்ளன. • புதிதாகத் துவங்க இருக்கும் தொழிற்சாலைக்கு நாளை முதற்கொண்டு **ஆள்சேர்க்கும்** பணிகள் துவங்கவுள்ளன.

ஆள்படை: *(பெ):* மனித சக்தி; வேலையாட்கள்; உதவிக்கு இருக்கும் நண்பர்கள்; man power; servants; retinue of helpers.

ஆள்மாறாட்டம்: *(பெ):* வேறொருவர் என ஒருவரைத் தவறாக எண்ணி நடந்துகொள்ளுதல்; மோசம் செய்யும் விதமாக வேறொருவர் போன்று தானே நடித்தல்; mistaking one for another; impersonation with an intention to cheat.

ஆள்வணங்கி: *(பெ):* அரச மரம்; தொட்டால் சுருங்கி; pipal tree; a sensitive plant, touch-me-not plant; *mimosa leguminosae.*

ஆள்வாரி: *(பெ):* குளத்தின் உட்புறமாக ஆட்கள் நடந்து சென்றிட ஏதுவாகக் கட்டப்பட்டு இருக்கும் வழி; the paved passage on inner side of parapet walls of tank.

ஆள்விடு: *(வி):* ஒருவரை அழைத்துவர அல்லது ஒருசெய்தியை ஒருவருக்கு அனுப்பிட ஒரு நபரை அனுப்புதல்; to send a man with a message to bring a person; to send a word through a man to convey a message.

ஆள்வினை: *(பெ):* முயற்சி; உற்சாகம்; effort; enthusiasm.

ஆறகோரம்: *(பெ):* கொன்றை; Indian Laburnum.

ஆறதீகம்: *(பெ):* கல்நார்; asbestos.

ஆறப்போடு: *(வி):* பிரச்சினைக்குத் தீர்வினை உடனடியாகக் காணாது காலத்தைத் தள்ளிப்போடு; to defer for sometime until the problem loses its intensity.

ஆறப்போடுதல்: *(வி):* காலந்தாழ்த்துதல்; to delay.

ஆறல்பீறல்: *(பெ):* பயனற்றது; that which is useless.

ஆறலை: *(பெ):* வழிப்பறி; highway robbery.

ஆறலைக் கள்வன்: *(பெ):* வழிப்பறிக் கொள்ளையன்; highway robber.

ஆறா மீன்: *(பெ):* கார்த்திகை; the star Karthigai.

ஆறு: *(பெ):* நதி; ஓடை; வழி; பக்கம்; பயன்; அறம்; சூழ்ச்சி; இயல்பு; ஓர் எண்; river; brook; path; side; benefit; moral or religious duty; an intrigue; nature; a number six. • **ஆறிலும்** சாவு; நூறிலும் சாவு. • **ஆறு** போவதே போக்கு, அரசன் சொல்வதே தீர்ப்பு - பழமொழிகள்.

ஆறுகாட்டி: *(பெ):* வழிகாட்டி; path finder.

ஆறுதல்: *(வி):* தணிதல்; சூடு தணிதல்; அடங்குதல்; புண் காய்தல்; அமைதியாதல்; be appeased to cool down; to subside; to heal as a wound; to calm down; *(பெ):* தெம்பு ஊட்டுதல்; தேற்றுதல்; offer words of comfort; consolation.

ஆறுபரியான்: *(பெ):* இராகு; கேது; Raagu, (in astrology) one of the nine planets; Kethu, a nodal point having no house of its own in the zodiac, but possessing the virtues of the owner of the house it occupies and moving in an anti-clock-wise direction.

ஆறெறிபறை: *(பெ):* வழிப்பறி செய்வோர் கொட்டும் பறை; the highway robber's drum.

ஆறை: *(பெ):* ஆற்றின் அருகில் உள்ள ஊர்; the village nearby a river.

ஆற்பணம்: *(பெ):* விருப்பம்; desire.

ஆற்பதம்: *(பெ):* பற்றுக்கோடு; support.

ஆற்போதம்: *(பெ):* எருக்கு; காட்டுமல்லிகை; yercum; wild jasmine.

ஆற்ற: *(வி.அ):* மிக; முற்ற; exceedingly; entirely.

ஆற்றங்கரை: *(பெ):* ஆறு ஒன்றின் கரை; river bank.

ஆற்றலளி: *(வி):* அதிகாரமளித்திடு; to empower.

ஆற்றல்: *(பெ):* சக்தி; முயற்சி; ஆண்மை; வாய்மை; வெற்றி; மிகுதி; power; effort; energy; courage; truth; victory; mickle. • பகுத்துணர்ந்திடும் **ஆற்றல்** இருப்பின் வாழ்க்கையில் எவருக்கும் தோல்வி என்பதே இராது. • 'என் மகனிடம் எழுத்தாற்றல் இருப்பது முன்பே எனக்குத் தெரியும்' எனத் தந்தை கூறினார்.

ஆற்றாச்சண்டி: *(பெ):* பிச்சைக்காரன்; beggar.

ஆற்றாமை: *(பெ):* ஏதும் செய்திட இயலாமை; வருத்தம்; மனத்தாங்கல்; helplessness; desperate condition; despair; grievance. • தன் **ஆற்றாமையை** எண்ணி வேதனைப்பட்டார். • மருமகள் மீதுள்ள **ஆற்றாமை** காரணமாக மாமியார் எல்லாரிடமும் எரிந்து விழுந்தாள்.

ஆற்றின் வித்து: கற்பூர சிலாச்சத்து; a kind of siddha medicine.

ஆற்றுக்காலாட்டியர்: *(பெ):* மருத நிலப் பெண்டிர்; women who belong to agricultural tract.

ஆற்றுணா: *(பெ):* கட்டுச்சோறு; cooked (tamarind) rice bundled up as food for a journey.

ஆற்றுதல்: *(வி):* தணித்தல்; சாந்தப்படுத்தல்; ஆறுதல் அளித்தல்; தேற்றுதல்; தணிவித்தல்; உய்தல்; வலியடைதல்; உலர்த்துதல்; செய்தல்; to assuage; to appease; to comfort; to console; to soothe; to subsist; to sustain; to dry; to perform.

ஆற்றுநர்: *(பெ):* உதவி செய்பவர்; செயல்புரிபவர்; helper; performer.

ஆற்றுப்படுகை: *(பெ):* ஆற்றுப்பாய்ச்சல் உள்ள நிலம்; the land which has irrigation from the adjoining river.

ஆற்றுப்படுத்தல்: *(வி):* வழிப்படுத்துதல்; to set on the right path.

ஆற்றுப்படை: *(பெ):* பரிசில் பெற்ற ஒருவன், அதைப் பெற்றிடக் கருதியவனை ஒரு தலைவனிடம்செல்லுமாறுபாடப்பெறும்செய்யுள் நூல் வகை; a form of panegyric poem, generally in 'akaval metre' in which one who has been rewarded, directs another person to a patron from whom the latter may also receive a reward.

ஆற்றுப்பாய்ச்சல்: *(பெ):* விவசாயத்திற்காக ஆற்றுநீரைப் பாய்ச்சுதல்; river irrigation.

ஆற்றுப்பாலை: *(பெ):* ஒரு மரவகை; a kind of tree.

ஆற்றுப்பரவு: *(பெ):* ஆற்று நீர்ப்பாசனம் உள்ள நிலம்; the land which has river irrigation.

ஆற்றுப்பூத்தாள்: *(பெ):* பூனைக்காலி; a herb.

ஆற்றுப்பூவரசு: *(பெ):* மரவகை; a kind of tree.

ஆற்றுமேலழகி: *(பெ):* பூண்டு வகை; a kind of herb.

ஆற்றுல்லம்: *(பெ):* உல்லமீன் வகை; a kind of river fish.

ஆற்றுவாய்முகம்: *(பெ):* கடலில் ஆறு கலக்கும் இடம்; the bar mouth of the river.

ஆற்றொழுக்கு: *(பெ):* ஆற்றின் நீரோட்டம்; the flow of water in the river.

ஆன: *(இ.சொ):* பெயரடை ஆக்கும் விகுதி; இரு பெயர்ச்சொற்களுள் பொதுத்தன்மையை அல்லது சிறப்புத் தன்மையைக் குறிப்பிடும் முதல் பெயர்ச்சொல்லின் பின் இணைக்கப்பட்டு இரண்டாவது பெயர்ச் சொல்லோடு தொடர்புபடுத்தப்படுவது; ஒரு வாக்கியத்தில் ஒன்றுக்கு மேற்பட்ட பண்புகளைப் பண்புக்கு உரியதாக்க இறுதியாக வரும் பண்பின் பின் இணைக்கப்படுவது; adjectival suffix; functioning as a connector in an apposition as phrase where the nouns are referring to someone; when used in the last item of list of qualifiers it connects them with the qualified. • அழ**கான** பெண். • திறமையான பையன். • மூலமுதல்வ**னான** விநாயகனை வழிபட விக்கினங்கள் யாவும் விலகிடும். • இரவில் இரை தேடுவதும், பெரிய கண்களை உடையது**மான** பறவையே ஆந்தையாகும்.

ஆனகதுந்துபி: *(பெ):* முரசு வகை; a kind of drum.

ஆனகம்: *(பெ):* படகம்; துந்துபி; தேவதாரு; கற்பகம்; மேக முழக்கம்; a kind of small drum; a drum; red cedar tree; a tree in heaven which is said to yield whatever one desires; thunder.

ஆனஞ்சு: *(பெ):* பஞ்சகவ்வியம்; the mixture of cow's milk, curd, ghee, cow's urine and cowdung.

ஆனதும்பி: *(பெ):* மீன் வகை; a kind of fish.

ஆனந்த: *(பெ):* ஒரு தமிழ் வருடம்; Aanandha, a Tamil year.

ஆனந்தகரம்: *(பெ):* மகிழ்ச்சியைத் தருவது; that which gives joy. • **ஆனந்தகர**மாக வாழ்ந்திடுமாறு வாழ்த்துகிறேன்.

ஆனந்தகானம்: *(பெ):* காசி; the famous holy shrine of saivites (Varanasi).

ஆனந்தக்குறுவை: *(பெ):* நெல்வகை; a kind of paddy.

ஆனந்தமூலி: *(பெ):* கஞ்சா; the leaves and seeds of Indian hemp.

ஆனந்தம்: *(பெ):* மகிழ்ச்சி; பேரின்பம்; சாக்காடு; joy; happiness; bliss; spiritual joy; death.

ஆனந்தவல்லி: *(பெ):* பார்வதி; Parvathi, a woman deity and the consort of Lord Shiva.

ஆனந்தன்: *(பெ):* சிவபெருமான்; Lord Shiva.

ஆனந்தி: *(பெ):* பார்வதி; தாமிரபரணி ஆறு; மகிழ்ச்சியானவள்; Parvathi, a woman deity and the consort of Lord Shiva; river Thaamiraparani; happy woman.

ஆனந்தித்தல்: *(வி):* மகிழ்ச்சியடைதல்; to feel happy.

ஆனந்தை: *(பெ):* உமையவள்; Uma Devi, the consort of Lord Shiva.

ஆனம்: *(பெ):* கள்; தெப்பம்; மரக்கலம்; toddy; raft; a wooden boat.

ஆனயனம்: *(பெ):* பூணூல் தரிக்கும் சடங்கு; the initiatory ceremony to qualify the boys of three twice-born castes among Hindus for the commencement of the study of the Vedas accompanied by the investiture with the sacred thread.

ஆனர்த்தகம்: *(பெ):* போர்; ஒரு நாடு; war; battle; a country.

ஆனவர்: *(பெ):* இடையர்; shepherd.

ஆனவன்: *(பெ):* நண்பன்; friend.

ஆனனம்: *(பெ):* முகம்; face.

ஆனன்: *(பெ):* சிவபெருமான்; Lord Shiva.

ஆனா: *(பெ.அ):* நீங்காத; எல்லையற்ற; கெடாத; அளவு கடந்த; unceasing; boundless; imperishable; innumerable.

ஆனாகம்: *(பெ):* வயிற்றுப் பொருமல் நோய்; rumbling of the bowels - a disease.

ஆனாங்குருவி: *(பெ):* குருவி வகை; a kind of small bird.

ஆனாயன்: *(பெ):* மாட்டிடையன்; cowherd.

ஆனாலும்: *(வி.அ):* ஆயினும்; even though. • **ஆனாலும்** இவளுக்கு இவ்வளவு அகங்காரம் கூடாது.

ஆனால்: *(இணை.இ.சொ):* ஆயின்; but.

ஆனானப்பட்ட: *(பெ.அ):* திறமையும், பலமும் வாய்ந்த; even the most powerful. • **ஆனானப்பட்ட** அதிகாரியாலேயே ஒன்றும் செய்ய இயலவில்லையே!

ஆனி: *(பெ):* தமிழ் மாதங்களில் ஒன்று; எல்லை; கேடு; the name of the third Tamil month 'Aani'; limit; ruin.

ஆனியம்: *(பெ):* நாள்; நட்சத்திரம்; பருவம்; பொழுது; கருஞ்சீரகம்; day; star; season; time; black cumin.

ஆனிரை: *(பெ):* பசுக்கூட்டம்; herd of cows.

ஆனிலன்: *(பெ):* வாயு புத்திரர்களாகிய அனுமன், வீமன்; Hanuman and Bheema, the sons of Vayudeva.

ஆனிலை: *(பெ):* பசுக்கொட்டில்; cow stall.

ஆனீர்: *(பெ):* பசுவின் சிறுநீர்; cow's urine.

ஆனுதல்: *(வி):* நீங்குதல்; to depart.

ஆனெய்: *(பெ):* பசுவின் நெய்; cow's ghee.

ஆனேறு: *(பெ):* எருது; bull.

ஆனை: *(பெ):* யானை; அத்திமரம்; elephant; country-fig tree.

ஆனைக்கசடன்: *(பெ):* நெல்வகை; a kind of paddy.

ஆனைக்கற்றலை: *(பெ):* கடல் மீன் வகை; a kind of sea fish.

ஆனைக்கா: *(பெ):* திருவானைக்கா; Thiruvaanaikka, the holy shrine of Hindus near Trichy.

ஆனைக்காரன்: *(பெ):* யானைப்பாகன்; mahout.

ஆனைக்காரை: *(பெ):* ஒதிய மரம்; a kind of tree.

ஆனைக்கால்: *(பெ):* ஒரு வகைக் கொசுவால் காலில் உண்டாகும் நோய்; elephantiasis.

ஆனைக்குப்பு: *(பெ):* சதுரங்க விளையாட்டு; chess.

ஆனைக்குரு: *(பெ):* மரவகை; a kind of tree.

ஆனைக்குளம்: *(பெ):* வெகு ஆழமான குளம்; deep tank.

ஆனைக்கூடம்: *(பெ):* யானை கட்டுமிடம்; elephant's stable.

ஆனைக்கொம்பு: *(பெ):* தந்தம்; tusk.

ஆனைக்கோடன் சுரை: *(பெ):* சுரைக்காய் வகை; a kind of bottle gourd.

ஆனைச் சப்பரம்: *(பெ):* அம்பாரி; howdah with a canopy.

ஆனைச் சிரங்கு: *(பெ):* ஒருவகைப் பெரும்புண்; a kind of eruption on the skin causing itches.

ஆனைச் சீரகம்: *(பெ):* பெருஞ்சீரகம்; common anise.

ஆனைச்செவியடி: *(பெ):* ஒருவகைப் பூண்டு; a kind of herb.

ஆனைத்தாள்: *(பெ):* மதகு; sluice; culvert.

ஆனைத்திசை: *(பெ):* வடக்கு; north.

ஆனைத்திப்பிலி: *(பெ):* கொடி வகை; a kind of creeper.

ஆனைத்தீ: *(பெ):* தீராப்பசி; unappeasable hunger.

ஆனைத்தோட்டி: *(பெ):* அங்குசம்; elephant's goad.

ஆனைந்து: *(பெ):* பஞ்சகவ்வியம்; the mixture of cow's milk, curd, ghee, cow's urine and cow-dung.

ஆனை மீன்: *(பெ):* பெரிய மீன்வகை; a kind of large fish.

ஆனைமுகன்: *(பெ):* விநாயகப் பெருமான்; ஓர் அசுரன்; Lord Vinayaga; an asura.

ஆனையடியப்பளம்: *(பெ):* பெரிய அப்பளம்; a thin cake as large as the foot of an elephant.

ஆனையாள்: *(பெ):* யானை ஓட்டுபவன்; elephant keeper.

ஆனையிலத்தி: *(பெ):* யானையின் சாணம்; elephant's dung.

ஆனையுண்குருகு: *(பெ):* ஒரு பெரும் பறவை; a kind of large bird.

ஆனையுரித்தோன்: *(பெ):* சிவபெருமான்; Lord Shiva.

ஆனையேற்றம்: *(பெ):* யானை சவாரி செய்யும் கலை; the art of riding an elephant.

ஆனைவேக்கட்டான்: *(பெ):* நெல் வகை; a kind of paddy.

ஆன்: *(பெ):* பெண் எருமை; பசு; எருது; அவ்விடம்; female of buffalo; cow; ox; there.

ஆன் காவலன்: *(பெ):* வைசியர்; merchant.

ஆன் பொருத்தம்: *(பெ):* தாமிரபரணி ஆறு; River Thaamiraparani.

ஆன்மசுத்தி: *(பெ):* மனத்தூய்மை; purity of mind.

ஆன்மஞானம்: *(பெ):* தன்னைப் பற்றியும், ஆன்மாவைப் பற்றியும் உணர்ந்து அறிந்தவன்; the person who has achieved self-realization.

ஆன்மபூ: *(பெ):* பிரம்மன்; மன்மதன்; Lord Brahma; Kama, the God of Love, Cupid.

ஆன்மெழுக்கு: *(பெ):* பசுஞ்சாணம்; cow-dung.

ஆன்மவீரன்: *(பெ):* புதல்வன்; மைத்துனன்; son; brother-in-law.

ஆன்மா: *(பெ):* உடம்பிலிருந்தும், மனதில் இருந்தும் முற்றிலும் வேறுபட்டதாகக் கருதப்படுவது; soul.

ஆன்மிகம்: *(பெ):* ஆன்மா தொடர்பானது; spirituality.

ஆன்வல்லோர்: *(பெ):* முல்லை நில மாந்தர்; those who are belonging to pastoral tract.

ஆன்ற: *(பெ.அ):* மேன்மையான; நிறைந்த; விசாலமான; அடங்கிய; இல்லாதுபோன; excellent; complete; wide; grown-calm; ceased to exit.

ஆன்றோர்: *(பெ):* அறிஞர் பெருமக்கள்; wise persons.

ஆன்னிகம்: *(பெ):* நாள் கடன்; daily duty.

ஆஜர் படுத்திடு: *(வி):* குற்றம் சாட்டப்பட்டவரை விசாரணைக்காக நீதிமன்றத்திற்குக் கொண்டுவருதல்; to produce the accused before a court of law.

ஆஜராகு: *(வி):* வழக்கறிஞர், சாட்சி ஆகியோர் நீதிமன்றத்தில் விசாரணைக்கு (அ) விசாரனை செய்ய வந்திருத்தல்; (a witness, lawyer) to appear in a court of law, before a committee etc.

ஆஜானுபாகு: *(பெ):(அ.வ.வ):* நல்ல உயரமும், அவ்வுயரத்திற்கு ஏற்ற எடையும் கொண்ட தோற்றம்; a tall and hefty figure.

ஆஸ்தானம்: *(பெ):(அ.வ.வ):* அரசவை; (king's) court.

ஆஸ்தி: *(பெ):(அ.வ.வ):* தனி மனிதரின் உடைமை; சொத்து; the individual property.

ஆஸ்திகம்: *(பெ):* கடவுள் உண்டு என்று நம்பும் கொள்கை; theism.

ஆஸ்துமா: *(பெ):* மூச்சு விடுதலில் தடை உண்டாகும் நுரையீரல் தொடர்பான நோய்; asthma.

ஆஸ்பத்திரி: *(பெ):* மருத்துவமனை; hospital.

ஆஷாடபூதி: *(பெ):* வெளித்தோற்றத்துக்குச் சற்றும் பொருத்தமில்லாத முரண்பாடுடைய செயலைச் செய்பவன்; the person who does things which are not appropriate to his appearance; hypocrite.

இ

இ: மூன்றாவது உயிர் எழுத்து; the third vowel.

இஃது: *(சு.பெ.):* இது; this.

இகசக்கு: *(பெ):* நீர்முள்ளிப் பூண்டு; a kind of water thorn.

இகணை: *(பெ):* ஒருவகை மரம்; a kind of tree.

இகத்தல்: *(வி):* கைப்பற்றுதல்; கடத்தல்; நீங்குதல்; பிரிதல்; பழித்தல்; புடைத்தல்; பொறுத்தல்; போதல்; to seize; to cross; to depart; to leave; to imprecate; to bulge; to bear; to go away.

இகத்தாளம்: *(பெ):* கிண்டல்; ஏளனம்; making fun of someone; derision; sarcasm.

இகந்துபடுதல்: *(வி):* பிறழ்தல்; தவறுதல்; விதியை மீறுதல்; be irregular; to fail; to break the prescribed rule.

இகந்த: *(பெ.அ):* நீங்கிய; எல்லை கடந்த; leave; beyond the limit.

இகபரம்: *(பெ):* இம்மை; மறுமை; the life in this earth; the next birth.

இகபோகம்: *(பெ):* இவ்வுலக இன்பம்; the pleasures in this world.

இகம்: *(பெ):* இம்மை; the life in this earth.

இகலன்: *(பெ):* பகைவன்; படைவீரன்; நரி; enemy; soldier; fox.

இகலாடல்: *(வி):* போராடுதல்; முரண்படுதல்; to struggle; to contradict.

இகலாட்டம்: *(பெ):* வாக்குவாதம்; மாறுபாடு; போட்டி; a serious discussion; difference; competition.

இகலார்: *(பெ):* பகைவர்; enemies.

இகலுதல்: *(வி):* மாறுபடுதல்; போட்டி போடுதல்; ஒத்து இருத்தல்; to differ; to compete; to resemble.

இகலோகம்: *(பெ):* இவ்வுலகம்; this world.

இகலோன்: *(பெ):* பகைவன்; enemy.

இகல்: *(பெ):* பகை; போர்; வலிமை; அளவு; புகலி; enmity; war; strength; measure; settler.

- **இகலெதிர்** சாய்ந்தொழுக வல்லாரை யாரே
  மிகலூக்கும் தன்மை யவர். - *குறள் 855.*
- **இகல்காணான்** ஆக்கம் வருங்கால் அதனை
  மிகல்காணும் கேடு தரற்கு. - *குறள் 859.*

இகவு: (பெ): தாழ்வு; இகழ்ச்சி; இழிவு; degradation; vilification; disgrace. • **இகவு** நிலை வந்தபோதும் தன்மானத்துடன் வாழ்பவனை உலகம் போற்றும்.

இகழற்பாடு: (பெ): இகழப்படுதல்; slighted by someone.

இகழுநர்: (பெ): எள்ளி நகையாடுபவர்; பகைவர்; the person who sneers someone; enemies.

இகழ்: (வி): அவமதித்திடு; நிந்தித்திடு; to treat someone with disrespect; to slander.

இகழ்ச்சி: (பெ): அவமதிப்பு; ஈனம்; வெறுப்பு; ஏளனம்; disrespect; meanness; hate; contempt. • முயற்சி உடையார் **இகழ்ச்சி** அடையார் - *பழமொழி.*

• **இகழ்ச்சியின்** கெட்டாரை உள்ளுக தாம்தம்
மகிழ்ச்சியின் மைந்துறும் போழ்து. - *குறள் 539.*

இகழ்வார்: (பெ): அவமதிப்பவர்; the person who insults others.

• அகழ்வாரைத் தாங்கும் நிலம்போலத் தம்மை
இகழ்வார்ப் பொறுத்தல் தலை. - *குறள் 151.*

இகளை: (பெ): வெண்ணெய்; butter.

இகனி: (பெ): வெற்றிலை; betel leaf.

இகன் மகள்: (பெ): துர்க்கை; Durga, Goddess of Victory.

இகன்றவர்: (பெ): பகைவர்; enemies.

இகா: (பெ): தோழி; lady's maid.

இகு: (பெ): இறக்கம்; வீழ்ச்சி; சரிவு; தாழ்வு; descent; fall; decline; demeaning.

இகுசு: (பெ): மூங்கில்; bamboo.

இகுதல்: (வி): சொரிதல்; கரைதல்; விழுதல்; to flow down; to wear away; to fall down.

இகுத்தல்: (வி): கொல்லுதல்; ஈதல்; அறைதல்; வீழ்த்தல்; தாழ்த்தல்; சொரிதல்; ஒலித்தல்; விரித்தல்; அழைத்தல்; இரித்தல்; தாண்டுதல்; புடைத்தல்; துன்புறுத்துதல்; துடைத்தல்; to kill; to bestow; to slap; cause to fall; to delay; to rain; to sound; to spread; to call; to defeat; to stride; to beat; to pester; to wipe.

இகுப்பம்: (பெ): தாழ்வு; திரட்சி; degradation; mass.

இகுரி: (பெ): மரக்கலம்; boat.

இகுவை: (பெ): வழி; way.

இகுளி: (பெ): இடி; கொன்றை; thunder; Indian Laburnum.

இகுளை: (பெ): நட்பு; சுற்றம்; உறவு; தோழி; friendship; relatives; relationship; lady's maid. • மணமக்களை **இகுளை** சூழ வருகைதந்து வாழ்த்தினர்.

இகுள்: (பெ): இடி; மீன் வகை; தோழி; வளர்ப்புத்தாய்; thunder; a kind of fish; lady's maid; foster mother. • இன்று இரவு **இகுளுடன்** கூடிய மழை பெய்யும் என்று வானிலை ஆய்வு மையம் தெரிவித்துள்ளது. • எனது **இகுள்** என்று கூறியவள் இப்படி துரோகம் செய்திடலாமா?

இகைத்தல்: (வி): கொடுத்தல்; நடத்தல்; to give; to walk. • மாலை நேரத்தில் **இகைத்தல்** என்பது உடல் ஆரோக்கியத்திற்கு நல்லது. • தன்னிடம் தேவைக்கு அதிகமாக இருப்பதை இல்லாதோர்க்கு **இகைத்தல்** போற்றுதற்குரியது.

இக்கட்டு: (பெ): தீர்வு காண வழிதெரியாது தடைப்பட்டு இருப்பது; நெருக்கடி; சிரமம்; கடினம்; predicament; quandary; crisis; difficulty. • தாய்க்கும் மனைவிக்கும் இடையே தவித்த இராமு இந்த **இக்கட்டி**லிருந்து தப்ப மௌனமே சிறந்த வழி என முடிவு செய்தான்.

இக்கணம்: (பெ): இந்த நேரம்; இப்பொழுது; this time; now. • இளவரசன் மீது சாற்றப்பட்ட குற்றம் நிரூபிக்கப்பட்டால் **இக்கணமே** அவன் நாடு கடத்தப்படுவான் என்று மன்னர் அறிவித்தார்.

இக்கரை: (பெ): இந்தக் கரை; இந்துப்பு; this bank or shore; rock-salt.

இக்கவம்: (பெ): கரும்பு; sugarcane. • **இக்கவ** வில்லினை ஏந்தி மன்மதன் ஊர்வலம் வந்தான்.

இக்கன்: (பெ): மன்மதன்; Manmadha, the God of Love.

இக்கு: (பெ): இடை; கரும்பு; இடுக்கி; கள்; தேன்; waist; sugarcane; pincers; toddy; honey.

இக்குகந்தை: (பெ): நெருஞ்சி; நீர்முள்ளி; நாணல்; cow's thorn; water thorn; Kaus, a large and coarse grass.

இக்குரம்: (பெ): நீர்முள்ளி; water thorn.

இக்குவிகாரம்: (பெ): சர்க்கரை; sugar. • காபியில் **இக்குவிகாரம்** இல்லையே, போடவில்லையா? என்று வினவியதும் மனைவி புரியாது நின்றாள்.

இக்குவில்லி: (பெ): காமன்; Kaman, the God of Love.

இங்கண்: (பெ): இவ்விடம்; here.

இங்கம்: (பெ): அறிவு; குறிப்பு; knowledge; gesture.

இங்கலம்: (பெ): கரி; charcoal.

இங்கனம்: (வி.அ): இப்படி; இவ்வாறு; in this manner; in such a way; (இணை.இ.சொ): இப்படிக்கு; part of the subscription of a letter.

இங்காலே: (வி.அ): (இலங்): இந்தப்பக்கம்; this side.

இங்கிதம்: (பெ): நாசூக்கு; குண இயல்பு, சூழ்நிலை ஆகியவற்றுக்கு ஏற்ற இணக்கம்; இனிமை; prudence; propriety; sweetness. • **இங்கிதம்** தெரியாதவனுக்கு சங்கீதம்

தெரிந்து என்ன பயன் - *பழமொழி.* • உறவினர்கள் பேசிக்கொண்டிருக்கும் போது **இங்கிதம்** தெரியாமல் நுழைந்தால் அவமானப்பட நேரிடும்.

இங்கிரி: *(பெ):* கஸ்தூரி; செடி வகை; musk; a kind of plant.

இங்கு: *(வி.அ):* இவ்விடம்; this place; *(பெ):* பெருங்காயம்; asafoetida.

இங்குசக் கண்டன்: *(பெ):* நெருஞ்சி; நீர்முள்ளி; cow's thorn; water thorn.

இங்குடுமம்: *(பெ):* பெருங்காயம்; asafoetida.

இங்குதல்: *(பெ):* அழுந்துதல்; தங்குதல்; to sink; to abide.

இங்குத்தை: *(வி.அ):* இவ்விதம்; in this manner.

இங்குராமம் / இங்குளி: *(பெ):* பெருங்காயம்; asafoetida.

இங்ஙனம்: *(வி.அ):* இப்படி; இவ்வாறு; in this manner; in such a way.

இங்ஙன்: *(வி.அ):* இவ்விடம்; இங்கே; இவ்வாறு; this place; here; in such a way.

இசகு பிசகாக: *(வி.அ):* எதிர்பாராத விதமாக; எதிர்பாராத இடத்தில்; முறையே ஒழுங்காக இல்லாமல்; தவறாக; unexpectedly; in a place and manner difficult to decide; in an improper way; improperly. • நிலை தடுமாறி கீழே விழுந்தால் **இசகுபிசகாக** உடலில் அடி படும். • தலைமை ஆசிரியரிடம் என்னைப் பற்றி **இசகுபிசகாகக்** கோள் சொல்லுவதே உன் வேலையாகிவிட்டது.

இசக்கி: *(பெ):* இசக்கியம்மன்; the female deity, Isakki.

இசக்குதல்: *(வி):* ஏமாற்றுதல்; to cheat. • இப்படி **இசக்குவான்** என்று எவருமே நினைக்க வில்லை.

இசங்கு: *(பெ):* சங்கம் செடி; a kind of medicinal plant.

இசங்குதல்: *(வி):* போதல்; to go.

இசடு: *(பெ):* பொருக்கு; grain of boiled rice.

இசப்புதல்: *(வி):* ஏமாற்றுதல்; வஞ்சித்தல்; to cheat; to deceive. • '**இசப்புதலையே** தொழிலாகக் கொண்டிருக்கிறானே! எப்போது திருந்துவானோ?' என்று தந்தை வேதனைப்பட்டார்.

இசருகம்: *(பெ):* தும்பை; white dead nettle; leucas. • நாட்டு வைத்தியத்தில் **இசருகம்** பயன்படுத்தப்படுகிறது.

இசலாட்டம்: *(வி):* வாதாடுதல்; to wrangle. • தன் பக்க நியாயத்தை வலியுறுத்தி **இசலாடினான்.**

இசலி: *(பெ):* பிணங்குபவள்; disagreeable woman.

இசலுதல்: *(வி):* மாறுபடுதல்; வாதாடுதல்; to differ; to wrangle.

இசவில்: *(பெ):* கொன்றை; Indian Laburnum.

இசாபு: *(பெ):* கணக்கு; account.

இசி: *(பெ):* சிரிப்பு; laugh.

இசிகப்படை: *(பெ):* ஒருவகை அம்பு; a kind of arrow.

இசிகர்: *(பெ):* கடுகு; mustard.

இசித்தல்: *(வி):* இழுத்தல்; முறித்தல்; சிரித்தல்; to pull; to break; to laugh.

இசிபலம்: *(பெ):* பேய்ப்புடல்; a kind of snake gourd.

இசிவு: *(பெ):* சட்டென உண்டாவதும், வலியினை உண்டாக்குவதுமான தசை இறுக்கம்; வேதனை; sudden rigidity of muscles; pain; agony.

இசிவுநொப்பி: *(பெ):* சன்னி நோயினைக் குணப்படுத்தும் மருந்து; the medicine which cures apoplexy.

இசுக்கு: *(பெ):* குற்றம்; fault.

இசுதாரு: *(பெ):* கடம்பு; a flower tree sacred to Skanda.

இசுப்பு: *(பெ):* இழுப்பு; sudden rigidity of muscles.

இசும்பு: *(பெ):* செங்குத்து; ஏற்ற இறக்கங்கள் கொண்ட கடின வழி; வழுக்கு நிலம்; நீர்க்கசிவு; precipice, rugged and broken pathway full of ascents and descents; slippery ground; leakage of water.

இசை[1]: *(பெ):* பொன்; ஊதியம்; ஓசை; சொல்; புகழ்; இசைவு; இசைப்பாட்டு; வாத்திய சங்கீதம்; gold; gain; sound; word; praise; harmony; song; instrumental music. • **இசையில்லாப்** பாட்டு இழுக்கு - *பழமொழி.*

• ஈதல் **இசைபட** வாழ்தல் அதுவல்லது
ஊதியம் இல்லை உயிர்க்கு. - *குறள் 231.*

இசை[2]: *(வி):* உடன்படுதல்; உகந்ததாக இருத்தல்; முரண்பாடு ஏதுமின்றி பொருத்தமாக இருத்தல்; to consent; to be in tune with one's heart's desire; to be agreeable; to be in harmony. • தொழிலாளர்கள் பிரச்சினை முடிவுக்கு வந்ததும் பணிக்குத் திரும்ப **இசைந்தனர்.** • பெண்ணின் அழகும், குணமும் பிடித்து விட்டதால் திருமணத்திற்கு மாப்பிள்ளை வீட்டார் **இசைந்தனர்.**

இசைகடன்: *(பெ):* நேர்த்திக்கடன்; vow made to deity.

இசைகாரன்: *(பெ):* பாணன்; பாடுவோன்; bard; singer.

இசைகுடிமானம்: *(பெ):* நகரத்தார் திருமண காலத்தில் எழுதப்படும் உறுதிமொழிப் பத்திரம்; the promise letter given by Naattukkottai Chettiars at the time of wedding.

இசைகேடாக: *(பெ.அ; வி.அ):* உரிய முறையில் இல்லாமல்; awkward.

இசைகேடு: (பெ): மானமின்மை; இழிந்த குணம்; dishonour; disrepute.

இசைக்கருவி: (பெ): சங்கீதத்திற்கு ஏற்றபடி தயாரிக்கப்பட்ட தோல், நரம்பு, துளை இசைக்கருவி; musical instrument.

இசைக்காடும் பெருமான்: (பெ): நடராஜர்; Lord Nataraja as dancing to music.

இசைக்குழல்: (பெ): புல்லாங்குழல்; a musical wind instrument.

இசைக்குழு: (பெ): மெல்லிசை நிகழ்ச்சிகளை நடத்தும் இசைக் கலைஞர் குழு; orchestra.

இசைதல்: (வி): பொருந்துதல்; உடன்படுதல்; to fit; be suitable; to agree.

இசைத்தட்டு: (பெ): இசை, பேச்சு போன்றவை வளைவுகோடுகளாகப் பதிவு செய்யப்பட்டு இருக்கும் உலோகம் அல்லாத சாதனம்; gramaphonic disc; record.

இசைத்தல்: (வி): சொல்லுதல்; அறிவித்தல்; கட்டுதல்; ஒத்தல்; கொடுத்தல்; ஒலித்தல்; வாசித்தல்; வெளிப்படுத்துதல்; to say; to announce; to bind; to fasten; to resemble; to give; to make sound; to play as on a flute; to express.

இசைத்தமிழ்: (பெ): முத்தமிழுள் ஒன்று; the lyrical Tamil adapted or set to music.

இசைநாடகம்: (பெ): வசனங்கள் ஏதும் இல்லாது பாடல்களைப் பாடி நடித்திடும் நாடகம்; Opera, a kind of drama adapted to music.

இசைநிறை: (பெ): செய்யுளில் ஓசை நிறையுமாறு வரும் சொல்; the use of a letter or word to fill a gap in the metre; an expletive.

இசைநூபுரம்: (பெ): யானையைக் கொன்ற வீரனின் வலது காலில் அணியும் சிலம்பு; the anklet which was worn in the right leg of a warrior who killed an elephant.

இசைப்புள்: (பெ): அன்றில் பறவை; குயில்; Andril bird, male or female noted for its constancy in love; kuil.

இசைப்பொறி: (பெ): செவி; ear.

இசைமகள் / இசைமடந்தை: (பெ): கலைவாணி; Kalaivani, the Goddess of arts and learning.

இசைமறை: (பெ): சாமவேதம்; Saama veda; the third veda of the four vedas.

இசைமை: (பெ): புகழ்; ஒலி; மேன்மை; fame; sound; esteem.

இசையமை: (வி): திரைப்படம், நாட்டியம் போன்றவற்றுக்குத் தேவையான பின்னணி இசையை அல்லது பாடுவதற்கான இசையை உருவாக்குதல்; to compose music for a film, play, dance, etc.

இசையமைப்பாளர்: (பெ): நாடகம், திரைப்படம் போன்றவற்றிற்கு இசையமைப்பவர்; the music director of a play, film, etc.

இசையாமை: (பெ): உடன்படாமை; இணக்கம் இன்மை; difference of opinion; disagreement; incongruity.

இசையெடுத்தல்: (பெ): பாடுதல்; to sing.

இசைவல்லோன்: (பெ): பாடகர்; singer.

இசைவு: (பெ): உடன்பாடு; தகுதி; ஏற்றது; பொருத்தம்; சம்மதம்; ஒற்றுமை; agreement; fitness; that which is agreeable; consent; unity; (வி): ஒப்புதல்; to approve. • **இசைவு** இல்லாப் பாட்டு இழுக்கு. • எல்லையில் இருந்து படைகளைப் பின்வாங்கிக்கொள்ள இருநாடுகளும் தங்கள் **இசைவைத்** தெரிவித்தன. • நாட்டியத்துக்கு **இசைவாக** இசையும் அமைந்தது.

இசைவுகேடு: (பெ): வேறுபாடு; மனவேற்றுமை; உடன்படாமை; தோல்வி; difference; conflict; disagreement; failure.

இச்சகம்: (பெ): முகமன்; நேரில் புகழ்ந்துரைப்பது; flattery; sycophancy; servility.

இச்சம்: (பெ): இச்சை; விருப்பம்; வினா; அறியாமை; wish; desire; question; ignorance.

இச்சா சக்தி: (பெ): சிவபெருமானின் ஐந்து சக்திகளுள் ஒன்று; one of the five energies of Lord Shiva.

இச்சாவசு: (பெ): குபேரன்; திக்குபாலகருள் ஒருவர்; Kubera; one of the guards of eight directions (Dikbalagas).

இச்சி[1]: (பெ): ஒருவகை மரம்; a kind of tree.

இச்சி[2]: (வி): விரும்புதல்; தீவிரமாக விரும்புதல்; உடலுறவு கொள்ள ஒருவரை விரும்புதல்; to desire; to wish strongly; to lust for.

இச்சித்தல்: (வி): விரும்புதல்; to wish.

இச்சியல்: (பெ): கடுகரோகணி; Kadugarogani, a medicinal plant.

இச்சியை: (பெ): கொடை; வேள்வி; பூசனை; gift; sacrifice; worship.

இச்சில்: (பெ): இத்தி மரம்; a kind of tree.

இச்சை: (பெ): விருப்பம்; தொண்டு; வினா; அறியாமை; தீவிர ஆசை; காமவெறி; desire; servitude; question; ignorance; strong desire; sexual passion. • பெண், பொன் ஆகியவற்றின்மீது உண்டாகும் **இச்சையைத்** தவிர்த்திட எவருமே முன்வருவதில்லை. • **இச்சை** (ஆசை)யில்லாத மனிதர் எவருமில்லை.

இஞ்சக்கம்: (பெ): கையூட்டு; லஞ்சம்; bribe.

இஞ்சம்: (பெ): வெண்காந்தள் மலர்; a kind of flower.

இஞ்சாகம்: (பெ): இறால் மீன்; prawn.

இஞ்சி: (பெ): மதில்; உணவு, நாட்டு மருந்து ஆகியவற்றில் சேர்க்கப்படும் உறைப்புச் சுவையுடைய ஒரு வகை கிழங்கு; wall around a fort; ginger, bulb plant.

இஞ்சுதல்; *(வி):* சுண்டுதல்; வற்றுதல்; கவருதல்; இறுகுதல்; to fillip; to dry; being anxious; to become hard. ● கஷாயச் சலவை நாலில் ஒரு பங்காக **இஞ்சியதும்** இறக்கி ஆறவிட்டு வடிகட்டிக் கொள்ளவும்.

இஞ்சை: *(பெ):* தீங்கு; துன்பம்; கொலை; harm; sorrow; murder.

இஞ்ஞான்று: *(பெ):* இந்நாள்; இந்த நாள்; to-day; this day.

இடகன்: *(பெ):* இடது புறமாக உள்ளவன்; the person who is on the left side.

இடக்கர்: *(பெ):* கூறிடத் தகாத சொல்; indecent word.

இடக்கர் அடக்கல் (இடக்கரடக்கல்): *(பெ):* சில செயல்களை அல்லது சில பொருட்களைச் சுட்டும் நேரிடையான சொற்களைப் பலர் முன்பாகக் கூறுவது நாகரிகமாக இராது என்று அவற்றைத் தவிர்த்து வேறுவகையில் அவற்றை மறைமுகமாகக் கூறுவது; a polite way of speaking using pleasant or mild words in place of more direct words; an euphemistic usage.

இடக்கியம்: *(பெ):* தேரின் கொடி; the flag of a chariot.

இடக்கு: *(பெ):* சண்டித்தனம்; முரண்டு; குதர்க்கம்; ஏறுக்கு மாறான பேச்சு; unruliness; recalcitrance; sophistry; captious speech. ● வேலைக்குப் போகமாட்டேன் என்று **இடக்கு** பண்ணினால் பிழைப்பு என்னாவது? ● **இடக்கான** மாடு, பார்த்து வண்டியை ஓட்டு.

இடக்குதல்: *(வி):* கீழே விழுதல்; to fall down.

இடக்குமுடக்கு: *(பெ):* தாறுமாறு; தொல்லை; சங்கடம்; குதர்க்கம்; disorder; trouble; difficulty; sophistry. ● இப்படி **இடக்குமுடக்காகப்** பேசிக்கொண்டே போனால் பிரச்சினைக்குத் தீர்வே காண முடியாது.

இடக்கை: *(பெ):* பறை வகை; இடதுபுறக் கை; a kind of drum; left hand.

இடங்கணி: *(பெ):* சங்கிலி; உளி; chain; chisel.

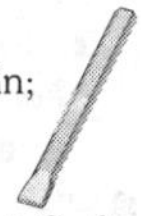

இடங்கம்: *(பெ):* உளி; chisel.

இடங்கர்: *(பெ):* முதலை; குறுகலான வழி; பெரிய வாளி; பானை; crocodile; narrow path; large bucket; pot.

இடங்கழி: *(பெ):* எல்லை கடப்பது; காம மிகுதி; மரப்பாத்திரம்; crossing the border; excess of lust; wooden bowl.

இடக்கழியர்: *(பெ):* காமுகர்; கயவர்; lustful persons; unworthy men.

இடங்காண்: *(வி):* சரியான இடத்தைக் குறி; to mark the exact position of.

இடங்காரம்: *(பெ):* மத்தளத்தின் இடது பக்கம்; வில்லின் நாண் ஒலி; the left side of the elongated drum; the sound produced from the bow string while twanging.

இடங்கெட்டவன்: *(பெ):* அலைபவன்; தீயவன்; the man who wanders here and there; miscreant.

இடங்கேடு: *(பெ):* வறுமை; தாறுமாறு; நாடு கடத்துதல்; poverty; incoherence; banishment. ● மன்னர்கள் ஆட்சிக்காலத்தில் அரசியல் குற்றவாளிகளுக்குத் தண்டனையாக **இடங்கேடு** (நாடு கடத்துதல்) அளிக்கப்பட்டது. ● **இடங்கேடு** (வறுமை) காரணமாக குடும்பம் தத்தளித்தது. ● இப்படி **இடங்கேடாக** (தாறுமாறாக) இருந்தால் எப்படி ஒழுங்குபடுத்துவது?

இடங்கொடு: *(வி):* கண்டிப்புக் காட்ட வேண்டியவருக்கு சுதந்திரமாக இருந்திட வாய்ப்பளித்தல்; to allow a little freedom to someone who is under the control of somebody. ● இழிவான எண்ணங்கள் மனதில் உருவாக **இடங்கொடுக்**காதே.

இடங்கை: *(பெ):* இடது கை; left hand.

இடது: *(பெ.அ):* இடது புறமான; left. ● **இடது** கைக்கு வலது கையும், வலது கைக்கு **இடது** கையும் துணை. ● **இடது** சாலையின் வழியே சென்றால் நூலகத்தை அடையலாம்.

இடது சாரி: *(பெ):* தொழிலாளர்களின் உரிமைகள், பொதுவுடைமைத் தத்துவங்கள் ஆகியவற்றை ஆதரிப்பது அல்லது ஆதரிப்பவர்; leftist. ● தனியார் மயமாக்கலை எதிர்த்து **இடதுசாரிக்** கட்சிகள் அனைத்தும் ஒன்றாகப் போராட முடிவு செய்தன.

இடத்தல்: *(வி):* தோண்டுதல்; பெயர்த்தல்; பிளத்தல்; உரித்தல்; குத்தியெடுத்தல்; to dig; to scoop out; to root up; to peel off; to fork.

இடபகிரி: *(பெ):* அழகர் மலை; Azhagar Malai near Madurai.

இடபக் கொடியோன்: *(பெ):* சிவபெருமான்; Lord Shiva.

இடபம்: *(பெ):* எருது; நந்தி; வைகாசி மாதம்; ஏழு சுரங்களுள் ஒன்று; செவித்துளை; ஒரு பூண்டு; bull; Nandhi; the Tamil month Vaikaasi; one of the seven swaras; ear hole in auditory canal; a grass.

இடபவாகனன்: *(பெ):* சிவபெருமான்; Lord Shiva.

இடபன்: *(பெ):* உருத்திரர்களில் ஒருவன்; one of the Rudras.

இடபி: *(பெ):* பூனைக்காலி; a medicinal plant.

இடமன்: *(பெ):* இடது புறம்; left side.

இடமாற்றம்: *(பெ):* (இலங்): மாற்றல்; transfer.

இடமானம்: *(பெ):* மாளிகை; பரப்பு; பறை வகை; building; area; a kind of drum.

இடம்[1]: *(பெ):* இருக்குமிடம்; இடப்பக்கம்; வீடு; காரணம்; விரிவு; பொழுது; செல்வம்; வலிமை; தொலைவு; மிகுதி; வாய்ப்பு; dwelling place; left side; house; reason; expansion; time; wealth; strength; distance; excess; opportunity.

இடம்[2]: *(பெ.அ):* ஒரு பகுதி; கதை, நாடகம் முதலியவற்றின் சூழல்; இருக்கை; ஒன்று நிகழ்ந்ததாக நினைப்பதற்கான வாய்ப்பு; (இலக்): தன்மை, முன்னிலை, படர்க்கை ஆகியவற்றைக் குறிக்கும் சொல்; ஏழாம் வேற்றுமைச் சொல்லுருபு; the spot; situation in a story, play, etc; seat; room for speculation, happening etc.; (in grammar) person; the word used as a locative sign, 'with'. • ரெயிலில் உட்கார முதலில் **இடம்** பிடித்திட முயன்றனர். • நாடகத்தில் ஆசிரியரிடம் மாணவன் விளக்கம் கேட்பது மிகவும் நன்றாகச் சித்திரிக்கப்படுகிறது. • குற்றச் சாட்டு களுக்கான விளக்கம் தர மறுத்தது பல யூகங்களுக்கு **இடமளிக்கிறது.**

• இடமெல்லாம் கொள்ளாத் தகைத்தே இடமில்லாக்
காலும் இரவொல்லாச் சால்பு - *குறள் 1064.*

இடம்பகம்: *(பெ):* பேய்; devil; ghost.

இடம்படுதல்: *(வி):* விரிவாதல்; மிகுதியாதல்; to expand; to exceed.

இடம்பம்: *(பெ):* ஆடம்பரம்; பகட்டு; தற்பெருமை; ostentation; pomp and show; self-praise.

இடம்பாடு: *(பெ):* செல்வம்; பருமை; விரிவு; wealth; bulkiness; expansion.

இடம்புதல்: *(வி):* விலகுதல்; வெறுத்தல்; ஒதுங்குதல்; to leave; to hate; to step aside.

இடம்பெறு: *(வி):* பட்டியல், நிகழ்ச்சி, குழு போன்றவற்றில் சேர்க்கப்படுதல்; be included.

இடம் போடு: *(வி):* பேருந்து, இரயில் போன்றவற்றில் துணி போன்றவற்றை வைத்து இருக்கைக்கான இடத்தைத் தேடிக் கொள்ளுதல்; to reserve a seat in a bus, train, etc. by placing a towel, etc. on the seat.

இடர்: *(பெ):* துன்பம்; வருத்தம்; வறுமை; grief; sorrow; poverty. • பொது வாழ்க்கையில் ஈடுபட்டால் எத்தகைய **இடர்கள்** வந்தாலும் அவற்றை எதிர்கொள்ளத்தான் வேண்டும்.

இடர்ப்பாடு: *(பெ):* இடையூறுக்குள்ளான நிலை; துன்பத்துக்கு உள்ளான நிலை; trouble; obstacle; state of suffering. • வாழ்க்கை வளம் பெற்றிட வரும் **இடர்ப்பாடுகளைத்** தவிர்த்து முழு மனதுடன் உழைத்திடல் வேண்டும்.

இடலம்: *(பெ):* அகலம்; விரிவு; breadth; expansion.

இடலை: *(பெ):* துன்பம்; மர வகை; grief; a kind of tree.

இடல்: *(வி):* கொடுத்தல்; to give.

இடவகம்: *(பெ):* இலவங்கம்; பிசின் வகை; clove; a kind of gum.

இடவகை: *(பெ):* வீடு; இடம்; நிலம்; house; place; land.

இடவம்: *(பெ):* நிலம்; உலகம்; land; earth.

இடவன்: *(பெ):* மண்ணாங்கட்டி; clod.

இடவிய: *(பெ.அ):* அகலமான; பரந்த; வேகமாக; wide; vast; speedily. • **இடவிய** (அகலமான) சாலையாக இருப்பின் சாலைப் போக்குவரத்து எளிதாக இருக்கும். • **இடவிய** (பரந்த) இவ்வுலகில் தனி மனிதன் வாழ எத்தனையோ வழிகள் உள்ளன.

இடவை: *(பெ):* வழி; பாதை; செலவு; ஒழுங்கு முறை; way; path; expense; regularity.

இடறல்: *(பெ):* தடை; தண்டனை; பழி; obstacle; punishment; slander.

இடறு: *(பெ):* தடை; துன்பம்; ஆபத்து; obstacle; grief; danger; *(வி):* தடுமாறுதல்; கல் போன்றவை தடுத்தல்; to strike against so as to lose one's balance; to stumble.

இடன்: *(பெ):* இடம்; அகலம்; இடது பக்கம்; செல்வம்; தக்க சமயம்; place; breadth; left side; wealth; suitable time.

• இடனில் பருவத்தும் ஒப்புரவிற்கு ஒல்கார்
கடனறி காட்சி யவர். - *குறள் 218.*

இடா: *(பெ):* ஓர் அளவு; இறை கூடை; a kind of measure; palm leaf bucket for irrigation.

இடாகினி: *(பெ):* சுடுகாட்டில் பிணங்களைத் தின்னும் பெண் பேய்; the female goblin feeding on corpses in the graveyard.

இடாகு: *(பெ):* புள்ளி; குறி; dot; mark.

இடாகு போடு: *(வி):* கால்நடைகளுக்குச் சூடு போடு; to cauterise to the cattle.

இடாசுதல்: *(வி):* நெருக்குதல்; மோதுதல்; இகழ்தல்; to compress; to dash; to despise. • மெதுவாக வரக்கூடாதா? இப்படி **இடாசு** (மோது)கிறாயே! • **இடாசு** (இகழ்)வதற்கும் ஓர் அளவு உண்டு. நிதானித்துப் பேசு.

இடாடிமம்: *(பெ):* மாதுளை; pomegranate.

இடாதனம்: *(பெ):* யோகாசன வகை; a kind of yogasana.

இடாப்பு: *(பெ):* அட்டவணை; பதிவேடு; schedule; register.

இடாம்பிகன்: *(பெ):* பகட்டுக்காரன்; dandy.

இடார்: *(பெ):* இறை கூடை; எலிப்பொறி; palm leaf basket for irrigation; rat-trap.

இடால்: *(பெ):* கத்தி; knife.

இடாவேணி: *(பெ):* அளவிடமுடியாத பரப்பு; unlimited extent.

இடி[1]: *(வி):* உடைதல்; தகர்தல்; மனம் உடைந்து போதல்; நெல் அரைக்கும்போது இரண்டு மூன்றாக உடைதல்; மாவாக்கிட அரிசி போன்றவற்றைக் குத்துதல்; உடைத்தல்; தகர்த்தல்; to collapse; be broken-hearted; (of rice) to get broken; (of rice) to get pounded; to demolish; to pull down (a wall, etc.).

இடி[2]: *(பெ):* சிற்றுண்டி; பொடி; இடி யேறு; பேரொலி; குத்து நோவு; tiffin; powder; thunder bolt; loud noise; a kind of disease which causes pain. ● **இடி**யோசை கேட்ட நாகம் போல. ● **இடி** தாக்கியதால் மரம் பற்றியது. ● **இடி** போல் ஒலியெழுப்பிடச் செய்தான் - *பழமொழிகள்.*

இடிக்கொடியோன்: *(பெ):* இந்திரன்; Lord Indra.

இடிசாமம்: *(பெ):* கேடுகாலம்; நிந்தை; bad time; vilification.

இடிஞ்சில்: *(பெ):* விளக்குத் தகழி; receptacle for oil in a lamp.

இடிதல்: *(வி):* தகர்தல்; அழிதல்; முறிதல்; வருந்துதல்; to crumble; to ruin; to break; to suffer.

இடிதாங்கி: *(பெ):* கட்டடத்தின் மீது இடி விழாதபடி காத்திட வைக்கப்படும் காந்தக் கம்பி; lightning conductor or rod.

இடித்தடு: *(பெ):* புட்டு; pudding.

இடித்தல்: *(வி):* முழங்குதல்; இடி இடித்தல்; நோதல்; கோபித்தல்; துளாக்குதல்; மோதுதல்; முட்டுதல்; to rumble; to thunder; be grieved; to get angry; to pound-in a mortar; to hit. ● கடந்த 2001 செப்டம்பர் 11ம் நாள் அமெரிக்காவில் உள்ள நியூயார்க் உலக வர்த்தக மையக் கட்டடங்கள், தீவிரவாதிகளால் விமானங்களைக் கொண்டு **இடித்துத்** தரைமட்டமாக்கப்பட்டன - *செய்தி.*

இடித்துரை: *(வி):* அறிவுரை கூறித் திருத்தும் நோக்குடன் கண்டித்தல்; to rebuke someone with the intention of correcting.

- **இடிக்குந்** துணையாரை ஆள்வாரை யாரே கெடுக்குந் தகைமை யவர். - *குறள் 447.*
- **இடிப்பாரை** இல்லாத ஏமரா மன்னன் கெடுப்பா ரிலானுங் கெடும். - *குறள் 448.*
- **இடிபுரிந்து** எள்ளுஞ்சொல் கேட்பர் மடிபுரிந்து மாண்ட உஞற்றி லவர். - *குறள் 607.*

இடிபடுதல்: *(வி):* துன்பப்படுதல்; தாக்கப்படுதல்; நொறுக்குதல்; to suffer; be pushed about; to be comminuted as rice.

இடிபாடு: *(பெ):* சிதைவு; தகர்ந்து விழுந்த நிலை; ruins.

இடிபூரா: *(பெ):* வெள்ளைச் சர்க்கரை; (white) sugar.

இடிப்பு: *(பெ):* இடி; ஒலி; வீரமுழக்கம்; thunder; sound; peal.

இடிமரம்: *(பெ):* உலக்கை; a long round ended heavy wooden pestle.

இடிமருந்து: *(பெ):* சூரண மருந்து; medicinal preparation of drugs pounded together.

இடிமை: *(பெ):* உலகம்; பூமி; world; earth.

இடிம்பம்: *(பெ):* கைக்குழந்தை; பறவை முட்டை; பெருந்துயர்; ஆமணக்கு; infant; bird's egg; distress; castor plant.

இடிம்பு: *(பெ):* இழிவு; அவமதிப்பு; disgrace; disrespect.

இடியல்: *(பெ):* புட்டு; pudding.

இடியாப்பம்: *(பெ):* அரிசிமாவினை நூல் போலப் பிழிந்து ஆவியில் வேகவைத்துத் தயாரிக்கும் உணவுப் பண்டம்; steamed rice noodles.

இடியேறு: *(பெ):* பேரிடி; thunderbolt.

இடிவு: *(பெ):* அழிவு; ruin.

இடு: *(வி):* உணவு, மாவு முதலியவற்றைப் பாத்திரம் ஒன்றில் பாதுகாப்பாகப் போடுதல்; பறவைகள் முட்டை இடுதல்; திருநீறினை நெற்றியிலும் உடம்பிலும் பூசுதல்; மாலை சூட்டுதல்; நகையணிதல்; புள்ளி, கோடு போன்றவற்றை ஒரு பரப்பில் போடுதல்; வேலி, பந்தல் போன்றவற்றை அமைத்தல்; அப்பளம் தயாரித்தல்; திட்டம் தயாரித்தல்; பெயர் சூட்டுதல்; கட்டளை பிறப்பித்தல்; சாபம் கொடுத்தல்; to put flour, food, etc. into a vessel; to lay eggs; to put the sacred ash on the forehead and the body; to put garland on someone; to put on pieces of jewellery; to put a line, dot, etc. on a surface; setting up and erecting a fence; to prepare papad; to make plans; to give someone a name; to issue orders; to curse someone.

இடுகடை: *(பெ):* கொடையாளியின் வீட்டு வாசல்; the entrance of munificent person's house.

இடுகறல்: *(பெ):* விறகு; fuel; firewood.

இடுகாடு: *(பெ):* இறந்தோரைப் புதைக்கும் அல்லது எரிக்கும் இடம்; a place where the dead body is burried or burnt; burial ground; funeral ground.

இடுகால்: *(பெ):* பீர்க்கு; sponge gourd.

இடுகிடை: *(பெ):* சிறு வழி; நெருக்கம்; இடைஞ்சல்; இடுக்கண்; narrow path; narrowness; disturbance; misery.

இடுகுதல்: *(வி):* சுருங்குதல்; ஒடுங்குதல்; to wrinkle; be restrained.

இடுகுறி: *(பெ):* இடுகுறிப்பெயர்; arbitrary names of things; primitive term.

இடுகை: *(பெ):* கொடை; ஈகை; gift; grant.

இடுக்கடி: *(பெ):* துன்பம்; grief.

இடுக்கண்: *(பெ):* துன்பம்; வறுமை; grief; poverty.

- **இடுக்கண்** வருங்கால் நகுக அதனை அடுத்தூர்வது அஃதொப்பது இல். *- குறள் 621.*
- **இடுக்கண்** படினும் இளிவந்த செய்யார் நடுக்கற்ற காட்சி யவர். *- குறள் 654.*
- **இடுக்கண்**கால் கொன்றிட வீழும் அடுத்தூன்றும் நல்லாள் இலாத குடி. *- குறள் 1030.*

இடுக்கம்: *(பெ):* நெருக்கம்; துன்பம்; ஒடுக்கம்; வறுமை; crowded state; grief; narrowness; poverty.

இடுக்கல்: *(பெ):* சந்து; lane.

இடுக்காஞ்சட்டி: *(பெ):* விளக்குத் தகழி; receptacle for oil in lamp.

இடுக்கி: *(பெ):* குறடு; எலிப்பொறி; உலோபி; பேராசைக்காரன்; pincers; forceps; rat-trap; miser; avaricious person; man of greed.

இடுக்கிடை: *(பெ):* நெருக்கம்; narrowness; closeness.

இடுக்கு[1]**:** *(பெ):* குறுகலான சந்து; மூலை; முடுக்கு; சங்கடம்; சிரமம்; உலோபம்; narrow lane; corner; nook; difficulty; trouble; miserliness.

இடுக்கு[2]**:** *(வி):* கவட்டை போன்று உடலின் பகுதியில் ஒரு பொருளை வைத்து அழுத்திப் பிடித்தல்; கைகளால் வளைத்துப் பிடித்தல்; to hold something with a forked branch or something in between two parts of the body which can act as a fork; to keep a child, etc. on the hip throwing the arm around.

இடுக்கு[3]**:** *(பெ):* வெடிப்பு; குறுகிய வெளி; கண்களைச் சுருக்குதல்; crevice; cranny; narrow gap; screw up one's eyes.

இடுக்குப் பிள்ளை: *(பெ):* கைக்குழந்தை; infant.

இடுக்கு மரம்: *(பெ):* மரவகை; செக்கு வகை; a kind of tree; a kind of oil press.

இடுக்கு வழி: *(பெ):* குறுகலான பாதை; narrow lane.

இடுக்கு வாசல்: *(பெ):* திட்டி வாசல்; straight gate.

இடுங்கலம்: *(பெ):* குதிர்; கொள்கலம்; large earthen receptacle for storing grains; container.

இடுங்கற்குன்றம்: *(பெ):* செயற்கையாக அமைக்கப்பட்ட குன்று; artificial mountain or hill.

இடுங்குதல்: *(வி):* சுருங்குதல்; உள்ளொடுங்குதல்; to shrink; to contract; to become narrow.

இடுதண்டம்: *(பெ):* அபராதம்; penalty; fine.

- பெண்ணிடம் தவறாக நடந்துகொள்ள முயற்சித்தவனுக்கு **இடுதெண்டமாக** ஆயிரம் ரூபாய் விதிக்கப்பட்டது.

இடுதல்: *(வி):* வைத்தல்; பரிமாறுதல்; கொடுத்தல்; சொரிதல்; குத்துதல்; குறியிடுதல்; புதைத்தல்; செய்தல்; to place; to supply; to give; to pour; to stab; to mark; to bury; to make.

இடுதி: *(பெ):* அம்புக்கூடு; quiver.

இடுதிரை: *(பெ):* திரைச்சீலை; curtain that is let fall.

இடுதேளிடுதல்: *(வி):* பொய்க் காரணமாய்க் கலங்கச் செய்தல்; to cause panic by false alarm.

இடுபொருள்: *(பெ):* பயிர் விளைவிப்பதற்கான விதை, உரம், பூச்சி மருந்து, கருவிகள், பாசனம், கடன் வசதி, தொழில்நுட்பம் போன்ற தேவைகள்; agricultural inputs.

இடுப்பு: *(பெ):* இடை; அரை; waist; hip.

இடுப்பு வலி: *(பெ):* இடுப்பு நோவு; மகப்பேறின் போது உண்டாகும் வலி; hip pain; the pain connected with labour.

இடுமயிர்: *(பெ):* சவுரி முடி; false hair.

இடுமோலி: *(பெ):* ஒருவகை மரம்; a kind of tree.

இடும்பன்: *(பெ):* செருக்குடையவன்; அசுரன்; haughty man; an Asura.

இடும்பு: *(பெ):* அகந்தை; கொடுஞ்செயல்; குறும்பு; pride; haughtiness; cruelty; mischief.

இடும்பை: *(பெ):* துன்பம்; தீமை; நோய்; வறுமை; அச்சம்; grief; evil; harm; wrong; disease; poverty; fear.

- வேண்டுதல் வேண்டாமை இலான்அடி சேர்ந்தார்க்கு யாண்டும் **இடும்பை** இல. *- குறள் 4.*
- **இடும்பை**க்கு **இடும்பை** படுப்பர் **இடும்பை**க்கு **இடும்பை** படாஅ தவர். *- குறள் 623.*

இடுவந்தி: *(பெ):* அநீதி; பொய்யான குற்றச்சாட்டு; injustice; false accusation.

இடை: *(பெ):* பசு; நடு; மத்திய காலம்; அரை; இடம்; வழி; தொடர்பு; இடப்புற வழி; ஆடுமாடு மேய்ப்போர் குலம்; சங்கடம்; வேறுபாடு; வாக்கு; பொழுது; தடுக்கை; இடைவெளி; cow; midst; middle period; waist; place; space; way; connection; left side way; herdsmen caste; difficulty; difference; speech; promise; time; stoppage; gap. ● **இடை** சாய்ந்த குடம் விழும். ● **இடைச்சன்** பிள்ளைக்காரிக்குத் தலைச்சன் பிள்ளைக்காரி மருத்துவம் பார்த்தார்ப்போல. ● **இடைப்பிறப்பும்** கடைப்பிறப்பும் ஆகாது *- பழமொழிகள்.*

இடைகழி: *(பெ):* ஈரேழி; வீட்டின் வெளி வாசலுக்கும், உள் வாசலுக்கும் இடைப்பட்ட பகுதி; corridor; the passage between the main entrance and the second door way.

இடைக்கச்சு: *(பெ):* இடுப்பில் அணிந்துகொள்ளும் கச்சை; waist band.

இடைக்கலம் 111 இடைப்புழுதி

இடைக்கலம்: (பெ): மண்பாண்டம்; earthen pot.

இடைக்கள்: (பெ): நெல் வகை; a kind of paddy.

இடைக்காலம்: (பெ): தற்காலிகம்; பண்டைய காலத்துக்கும் தற்காலத்துக்கும் இடைப்பட்ட காலம்; interim; medieval period.

இடைக்காற்பீலி: (பெ): பரதவ மகளிர் அணியும் அணிகலன் வகை; a kind of jewellery worn by the women belong to fishermen community.

இடைக்குறை: (பெ): செய்யுள் விகாரத்துள் ஒன்று; elision; syncope.

இடைசுருங்கு பறை: (பெ): துடி; உடுக்கை; a kind of small drum; a small drum tapering in the middle.

இடைச்சங்கம்: (பெ): இரண்டாம் தமிழ்ச் சங்கம்; the second Tamil Sangham.

இடைச்சம்பவம்: (பெ): தற்செயல்; that which happens by chance.

இடைச்சரி: (பெ): தோள்வளை; armlet.

இடைச்சன்: (பெ): இரண்டாவது பிள்ளை; the second son.

இடைச்சி: (பெ): முல்லை நிலப் பெண்; இடைச்சாதிப் பெண்; மெல்லிய இடையைப் பெற்றவள் என்று குறிப்பாக உணர்த்தும் பெண்; woman who belongs to pastoral tract; the woman of the herdsmen caste; the woman with special reference to her waist.

இடைச்சீலை: (பெ): திரைச்சீலை; curtain.

இடைச்சுரிகை: (பெ): உடைவாள்; sword.

இடைச்செருகல்: (பெ): கவிதை, நாடகம் போன்றவற்றின் மூலத்தில் ஆசிரியர் அல்லாதார் இடையிடையே சேர்த்திடும் பகுதி; insertion made in the original text of a play, etc. by someone other than the author - interpolation.

இடைச்செருகு: (வி): செய்யுள், நாடகம் போன்றவற்றின் மூலத்தில் வேறொரு பகுதியை இடையில் சேர்த்திடு; to interpolate.

இடைச்செறி: (பெ): ஒரு வகை அணிகலன்; a kind of ornament of the ancient period.

இடைச்சேரி: (பெ): இடையர் குடியிருப்பு; hamlet of herdsmen.

இடைச்சொல்: (பெ): பெயர், வினைகளைச் சார்ந்து வரும் சொல்; participle.

இடைஞ்சல்: (பெ): இடையூறு; தடை; நெருக்கம்; வருத்தம்; disturbance; obstacle; closeness; grief.

இடைதல்: (வி): சோர்தல்; மனந்தளர்தல்; விலகுதல்; பின்வாங்குதல்; தாழ்தல்; பலம் குறைதல்; வருந்துதல்; to grow weary; be damped; to leave; to retreat; to decline; to reduce strength; to suffer.

இடைதெரிதல்: (பெ): செவ்வியறிதல்; to judge the appropriate time as when one wishes to speak in an assembly.

இடைத்தங்கு: (வி): தங்கிடுதல்; to halt.

இடைத்தரகர்: (பெ): வர்த்தகம் போன்றவற்றில் உண்டாகும் பேரத்தை முடித்து வைப்பவர்; middle man; broker.

இடைத்தரம்: (பெ): நடுத்தரம்; middling sort.

இடைத்தீனி: (பெ): சிற்றுண்டி; tiffin.

இடைத்தேர்தல்: (பெ): தேர்தல் நடைபெற்ற ஒரு தொகுதியில் தேர்ந்தெடுக்கப்பட்ட நபரின் மறைவு (அ) ராஜினாமாவுக்குப் பின் அத்தொகுதியில் நடத்தப்படும் தேர்தல்; by-election; mid-term poll.

இடைநாடி: (பெ): இடைகலை; the breath of the left nostril, a principal tubular organ of the human body.

இடைநிகராதல்: (வி): நடுத்தரமான நிலையில் இருத்தல்; be in ordinary circumstances, neither affluent nor penurious.

இடைநிலை: (பெ): நடுநிலை வகித்தல்; பெயர்ச்சொல், வினைச்சொல் ஆகியவற்றின் பகுதி, விகுதிகளுக்கு இடையே நிற்கும் ஓர் உறுப்பு; a neutral state; medial participle in Tamil verbs showing tense and in some compound nouns; one of the component parts.

இடைநேரம்: (பெ). நிகழ்ச்சி ஒன்றின் இடையில் விடப்படும் ஓய்வு நேரம்; interval.

இடைநிறுத்து: (வி): (இலங்): தற்காலிகமாக நிறுத்தி வைத்திடு; to suspend (the operation or enforcement of a law, rule, etc.).

இடைபடல்: (வி): இடையே சேர்தல்; இடையூறுகள் உண்டாதல்; வருந்திடல்; தடைபடுதல்; to join in the middle; to cause hindrances; to suffer; cause to resist.

இடைப்பட்ட: (பெ.அ): நடுவில் உள்ள; between (the two specified places or points of time).
● *உழவர் சந்தைக்கும் கிராமத்திற்கும் **இடைப்பட்ட** தூரம் இரண்டு கிலோ மீட்டருக்குள் தான் இருக்கும்.*

இடைப்பாட்டம்: (பெ): பண்டைய காலத்திய வரி வகை; a kind of tax in ancient periods.

இடைப்பால்: (பெ): ஆடல் அரங்கிற்கு உரிய நிலம்; the land for a theatre (where dance, drama, play, etc. are to be held).

இடைப்புழுதி: (பெ): காய்ந்தும் காயாமலும் இடைப்பட்டுள்ள புழுதி நிலம்; the land in a state of neither moist nor dry.

இடைப்போகம்: *(பெ):* இடைக்காலத்திய விளைவு; interim crop.

இடைமகன்: *(பெ):* இடையன்; cowherd or shepherd.

இடைமடக்கு: *(பெ):* பேச்சின் இடையே தடுக்கை; மடக்கு அணி வகை; interrupting a conversation; a kind of play on words.

இடைமருது: *(பெ):* திருவிடைமருதூர்; Thiruvidaimarudhoor, a temple town in Thanjavur District.

இடைமிடுதல்: *(வி):* நடுவே கலத்தல்; to intermingle.

இடைமை: *(பெ):* இடையின எழுத்து; semi-vowels; medial consonants of the Tamil alphabet.

இடையர்: *(பெ):* மாடு மேய்ப்போர்; ஆடு மேய்ப்போர்; cowherds; shepherds.

இடையல்: *(பெ):* ஆடைகள்; garments; *(வி):* தாழல்; வருந்துதல்; ஒதுங்குதல்; to decline; to suffer; to get out of the way.

இடையழிவு: *(பெ):* கருச்சிதைவு; abortion.

இடையறவு: *(பெ):* இடைவிடுதல்; தொடர்பு விட்டுப் போதல்; interval; break.

இடையறுதல்: *(வி):* நடுவே முடிந்து போதல்; to cease in the middle.

இடையன்: *(பெ):* ஆடுமாடு மேய்ப்பவன்; முல்லை நிலத்தவன்; cowherd or shepherd; one who belongs to pastoral tract. ● **இடையன்** மாடுகளை மேய்ச்சலுக்கு கூட்டிச் செல்கிறான்.

இடையன் கால் வெள்ளி: *(பெ):* பரணி நட்சத்திரம்; Bharani, one of the twenty-seven stars.

இடையாட்டம்: *(பெ):* செயல்; action; motion.

இடையாந்தரம்: *(பெ):* இடைப்பட்ட காலம்; mediaeval age.

இடையாயார்: *(பெ):* மத்தியதரத்து வர்க்கம்; middle class.

இடையிடுதல்: *(வி):* இடையில் நிகழ்தல்; நடுவில் இடுதல்; மறித்தல்; interim happening; to place between; to obstruct.

இடையிடையே: *(வி.அ):* நடுநடுவே; at frequent intervals.

இடையினம்: *(பெ):* இடையெழுத்து; semi-vowels; medial consonants of the Tamil alphabet.

இடையீடு: *(பெ):* குறுக்கீடு; இடைவெளி; வேறுபாடு; தடை; குற்றம்; நடுவே நிகழ்வது; interruption; gap; pause; interval; difference; obstacle; fault; that which occurs in the middle.

இடையுவா: *(பெ):* முழுமதி; பௌர்ணமி; full Moon.

இடையூறு: *(பெ):* தடை; இடைஞ்சல்; தொல்லை; obstruction, hindrance.

இடையே: *(பெ.அ)* இடைப்பட்ட இடத்தில் (அ) காலத்தில்; நடுவில்; தொடர்புள்ள நிலையில்; of space or time in between two or more objects or points of time; in the middle; between (persons, places showing the connection).

இடையொத்து: *(பெ):* தாள வகை; a kind of rhythm measure.

இடைவண்ணம்: *(பெ):* இசை வகை; a kind of music.

இடைவரி: *(பெ):* வரிவகை; a kind of tax.

இடைவழி: *(பெ):* சந்து; செல்லும் வழியின் நடுவிடம்; lane; the path between two raised platforms. ● பாதசாரிகள் **இடைவழியில்** சென்றிடக்கூடாது என போக்குவரத்துக் காவல் துறையினர் எச்சரித்துள்ளனர்.

இடைவிடாத: *(பெ.அ):* தொடங்கி முடியும் வரை நடுவில் நிற்காத; தொடர்ச்சியான; continuous.

இடைவிடாமல்: *(வி.அ):* தொடர்ச்சியாக; நிறுத்தப்படாமல்; continuously; without break.

இடைவெளி: *(பெ):* ஒரு நிகழ்வுக்குப் பின் கழிந்து சென்ற காலம்; இடைப்பட்ட காலம் (அ) நேரம்; நடுவில் உள்ள இடம்; தூரம்; passage of time; interval; pause; intervening period; intervening space; gap; distance.

இட்டகந்தம்: *(பெ):* நறுமணம்; perfume.

இட்டடைச் சொல்: *(பெ):* தீங்கினை அளித்திடக் கூடிய சொல்; foul word.

இட்டம்: *(பெ):* இஷ்டம்; அன்பு; விருப்பம்; wish; fondness; desire.

இட்டளம்: *(பெ):* நெருக்கம்; பொன்; வருத்தம்; closeness; gold; regret.

இட்டறுதி: *(பெ):* இக்கட்டான நிலை; வறுமை; crisis; poverty.

இட்டி: *(பெ):* ஈட்டி; யாகம்; spear; religious sacrifice.

இட்டிகை: *(பெ):* செங்கல்; இடுக்கு வழி; பலிபீடம்; brick; narrow way; lane; altar.

இட்டிகை வாய்ச்சி: *(பெ):* செங்கற்களைச் செதுக்கும் கருவி; the equipment for making bricks.

இட்டிடை: *(பெ):* அற்பம்; இடையூறு; smallness; meanness; obstacle.

இட்டிடைஞ்சல்: *(பெ):* வறுமை; துன்பம்; poverty; sorrow.

இட்டிது: *(பெ):* அண்மை; near.

இட்டிமை: *(பெ):* ஒடுக்கம்; சிறுமை; சமீபம்; narrowness; meanness; proximity.

இட்டிய: *(பெ.அ):* சிறிய; small. ● **இட்டிய** வேலையைக் கூட செய்ய முடியவில்லை எனில், உன்னால் எந்த ஒரு சாதனையையும் செய்திட இயலாது. ● **இட்டிய** பெண்ணென்றாலும் படுசுட்டி.

இட்டியம்: *(பெ):* வேள்வி; religious sacrifice.

இட்டீடு: *(பெ):* விவாதம்; dispute.

இட்டீறு: *(பெ):* செருக்குடன் செய்திடும் செயல்; the action proceeding from one's haughtiness.

இட்டு: *(பெ):* சிறுமை; நுணுக்கம்; smallness; minuteness.

இட்டுக்கட்டுதல்: *(வி):* இல்லாத ஒன்றினை இருப்பதாக (அ) நிகழ்ந்திடாத ஒன்றினை நிகழ்ந்ததாகக் கற்பித்துக் கூறுதல்; to concoct.

இட்டுக் கொடுத்தல்: *(வி):* மிகுதியாகக் கொடுத்தல்; to give over and above.

இட்டுச்செல்: *(வி):* குறிப்பிட்ட ஓர் இடத்திற்கு ஒருவரை அழைத்துச் செல்; ஓர் இடத்திலிருந்து வேறோர் இடத்திற்குக் கொண்டு செல்; to escort someone to a place; to lead to another place.

இட்டு நிரப்பு: *(வி):* ஈடுசெய்; to fill someone's place.

இட்டுரைத்தல்: *(வி):* சிறப்பித்து உரைத்தல்; to praise.

இட்டுவருதல்: *(வி):* அழைத்து வருதல்; to bring.

இட்லி: *(பெ):* தண்ணீர் விட்டு அரைத்து எடுத்த அரிசி மாவு, உளுந்து மாவு ஆகியவற்றை குறிப்பிட்ட சதவிகிதத்தில் கலந்து புளிக்கவைத்து குழிவான தட்டுகளில் நிரப்பி ஆவியில் வேகவைத்து எடுக்கும் உணவுப் பண்டம்; an eatable cake prepared by mixing rice dough with black gram dough in certain ratio and by steaming it on a perforated plate with pits - *idli.*

இட்லித் தட்டு: *(பெ):* இட்லியை அவித்து எடுப்பதற்கு ஏதுவாகக் குழிகளை உடைய தட்டு; a round plate with slight depressions which are filled in by rice dough mix and kept inside a vessel for steaming.

இணகு: *(பெ):* உவமை; comparison involving a simile.

இணக்கம்: *(பெ):* இசைவு; பொருத்தம்; நட்பு; உடன்பாடு; சம்மதம்; consent; harmony; friendship; assent; approval. • **இணக்கம்** அறிந்து இணங்க வேண்டும். • **இணக்கம்** இல்லாதவனோடு என்ன வாது? - *பழமொழிகள்.*

இணக்கு *(பெ):* பொருத்தம்; ஒற்றுமை; ஒப்பிடுதல்; harmony; union; comparison.

இணக்குதல்: *(வி):* உடன்படச் செய்தல்; ஒன்றுசேர்த்தல்; இணைத்தல்; பொருத்துதல்; cause to agree; to unite; to connect; to fit.

இணக்கோலை: *(பெ):* ஒப்பந்தப் பத்திரம்; deed of agreement.

இணங்கர்: *(பெ):* ஒப்பு; comparison.

இணங்கல்: *(வி):* உடன்படுதல்; சம்மதித்தல்; to consent; to assent.

இணங்காத: *(பெ.அ):* பிடிவாதமுள்ள; stubborn.

இணங்காதவர்: *(பெ):* பகைவர்; enemies.

இணங்கி: *(பெ):* தோழி; lady's maid.

இணங்கு: *(பெ):* இணக்கம்; பொருத்தம்; சிநேகம்; ஒப்புமை; பேய்; suitability; friendship; comparison; a devil; *(வி):* இசைதல்; ஒத்துப்போதல்; to comply with; to abide by.

இணரோங்குதல்: *(வி):* பரம்பரையாக உயர்ந்திடல்; to prosper from generation to generation.

இணர்: *(பெ):* பூங்கொத்து; பூ; பூவிதழ்; சுடர்; குலை; ஒழுங்கு; கிச்சிலி மரம்; மாமரம்; தளிர்; தொடர்ச்சி; cluster of flowers; flower; flower petal; flame; bunch of fruit; system, a kind of tree; mango tree; sprout; continuance.

- *இணர்எரி தோய்வன்ன இன்னா செயினும் புணரின் வெகுளாமை நன்று.* - *குறள் 308.*
- *இணரூழ்த்தும் நாறா மலரனையர் கற்றது உணர விரித்துரையா தார்.* - *குறள் 650.*

இணர்தல்: *(வி):* நெருங்குதல்; விரிதல்; to be dense; to unfold.

இணாட்டு: *(பெ):* மீன் செதில்; scale of fish.

இணாப்புதல்: *(வி):* ஏய்த்தல்; ஏமாற்றுதல்; to deceive; to cheat.

இணி: *(பெ):* எல்லை; ஏணி; limit; ladder.

இணுக்கு[1]: *(பெ):* கைப்பிடியளவு இலை; இலைக்கொத்து; handful of leaves; cluster of leaves.

இணுக்கு[2]: *(பெ):* கீரை (அ) புகையிலையிலிருந்து கிள்ளி எடுக்கப்பட்ட சிறு பகுதி; a small bit of tobacco, greens, etc.

இணுக்குதல்: *(வி):* பறித்தல்; உருவிப் பறித்தல்; to pull off as a leaf from a twig; to pluck as a flower from a tree.

இணுங்கு: *(வி):* இலைகள், கிளைகள் ஆகியவற்றைக் கிள்ளிப் பறித்தல்; to pluck the leaves, branches, etc.

இணை: *(பெ):* உதவி; இசைவு; ஒப்பு; இரட்டை; சேர்க்கை; எல்லை; கூந்தல்; இச்சை; கூட்டு; help; assent; match; pair; union; limit; long flowing tresses of a woman; lust; pact; *(வி):* சேர்; கூடு; ஒன்றாக அமை; ஒன்று சேர்; தொடர்புபடுத்து; to join; to mingle; be interlinked; to join one with another; to link; to connect.

இணைக்கப்பட்ட: *(பெ.அ):* ஒன்றாகச் சேர்க்கப்பட்ட; united; joined.

இணைக்கல்லை: *(பெ):* இரண்டு இலைகள் சேர்த்துத் தைக்கப்பட்ட உண்கலம்; an arrangement to serve food by stitching two leaves together.

இணைக்கும்: (பெ.அ): ஒன்று சேர்க்கும்; uniting; joining.

இணைக்கோணத்தடை: (பெ): மூக்கிரட்டை இலை; Mookirattai leaf.

இணைக்கோணம்: (பெ): மூக்கிரட்டை; a kind of plant - Mookirattai.

இணைதல்: (வி): சேர்தல்; ஒத்தல்; பொருந்துதல்; to join; to unite; to resemble; be like; be suited.

இணைத்தல்: (வி): தொடுத்தல்; கட்டுதல்; சேர்த்தல்; to connect; to unite; to fasten together; to join.

இணைத்துக்கட்டு: (வி): ஒன்றாகச் சேர்த்துக் கட்டு; to get united; to fasten together.

இணைந்த: (பெ.அ): ஒன்றாகச் சேர்ந்த; ஒருங்கிணைந்த; co-ordinated.

இணைபிரியாமை: (பெ): எக்காரணம் கொண்டும் எந்நேரமும் பிரியாது இருத்தல்; in dissoluble union.

இணைப்பறு: (வி): தொடர்பை விடு; disengage.

இணைப்பற்ற: (பெ.அ): தொடர்பற்ற; ஒன்றாகச் சேர்க்கப்படாத; disjointed.

இணைப்பிடைச்சொல்: (பெ): இருசொற்களை (அ) வாக்கியங்களை இணைக்கும் சொல்; conjunction.

இணைப்பு: (பெ): சேர்ப்பு; joint; connection.

இணை முகப்பறை: (பெ): இருபக்கங்களை உடைய பறை; a kind of drum which has two sides.

இணையகம்: (பெ): இடத்தேவை கருதிப் பயன்படுத்தும் துணைக்கட்டடம்; annexe.

இணையடிகால்: (பெ): முட்டுக்கால்; pedestal; a beam to support an old wall or tree.

இணையணை: (பெ): ஒன்றின் மீது ஒன்றாக சௌகரியத்திற்காக வைக்கப்படும் திண்டுகள்; mattresses spread one over another for comfort.

இணையல்: (வி): சேர்தல்; இணைதல்; to join; to connect.

இணையம்: (பெ): கூட்டமைப்பு; union; federation.

இணையமைச்சர்: (பெ): ஓர் அமைச்சகத்தின் பொறுப்பைத் தனித்தோ அல்லது காபினட் அந்தஸ்துள்ள அமைச்சருக்குக் கட்டுப்பட்டோ நிர்வாகம் செய்யும் அமைச்சர்; Minister of State.

இணை விழைச்சு: (பெ): உடலுறவு; புணர்ச்சி; sexual intercourse; copulation.

இணைவு: (பெ): கலப்பு; ஒன்றுதல்; புணர்ச்சி; infusion; endure; intercourse.

இண்டஞ்செடி: (பெ): செடிவகை; a kind of plant.

இண்டனம்: (பெ): ஊர்தி; விளையாட்டு; cart; game.

இண்டர்: (பெ): சுற்றம்; இடையர்; சண்டாளர்; relatives; cowherds; shepherds; violent-tempered person.

இண்டிகன்: (பெ): சோதிடன்; astrologer.

இண்டிடுக்கு: (பெ): சந்துபொந்து; nook and corner; by-lane.

இண்டு: (பெ): ஒருவகைச் செடி; a kind of sensitive plant.

இண்டை: (பெ): மாலை; தாமரை; கொடி வகை; தொட்டாற் சுருங்கி செடி; garland; Lotus; creeper; a sensitive plant, 'touch-me-not'.

இதக்கை: (பெ): பனங்காயின், மேல்புறமுள்ள தோடு; integument on top of palmyra fruit.

இதச்சொல்லுதல்: (வி): புத்திமதி கூறுதல்; to advise.

இதடி: (பெ): பெண்ணெருமை; நீர்; female buffalo; water.

இதணம் / இதண்: (பெ): காவல் பரண்; raised wooden structure in the field.

இதமியம்: (பெ): இன்பம்; இனிமை; மனநிறைவு; delight; sweetness; mental satisfaction.

இதம்: (பெ): இன்பம்; அன்பு; நன்மை; இதயம்; நெஞ்சம்; ஞானம்; இனிமை; delight; kind; love; good; heart; mind; wisdom; sweetness.

இதய உறை: (பெ): இதயத்தின் மீது படர்ந்திருக்கும் மெல்லிய ஜவ்வு போன்ற உறை; pericardium.

இதயத்துடிப்பு: (பெ): இதயத்தின் சுருங்கி விரியும் இயக்கம்; heart beat; systole.

இதயம்: (பெ): இருதயம்; மனம்; மார்பு; நெஞ்சு; heart; mind; chest.

இதரம்: (பெ): பகை; கீழ்மை; enmity; meanness.

இதரன்: (பெ): அன்னியன்; வேற்றாள்; foreigner; alien.

இதலை: (பெ): கொப்பூழ்; navel.

இதல்: (பெ): கௌதாரி; காடை; partridge; quail.

இதவிய: (பெ.அ): நன்மையான; good.

இதவு: (பெ): இதம்; நன்மை; முகமன்; pleasant manners; good; praise.

இதழலர்தல்: (வி): பேசிட வாய் திறத்தல்; to open the mouth in order to speak.

இதழி: (பெ): சரக்கொன்றை; Indian Laburnum.

இதழ்: (பெ): உதடு; பூவிதழ்; கண்ணிமை; மாலை; பாளை; சாதிபத்திரி; lip; flower petal; eyelid; garland; spathe of palms; mace, the outer cover of nutmeg used as spice.

இதளை: (பெ): கொப்பூழ்; navel.

இதள்: (பெ): பாதரசம்; mercury.

இதாகிதம்: (பெ): நல்லதும் கெட்டதும்; good and evil.

இதி: (பெ): இறுதி; பேய்; உறுதி; ஒளி; end; devil; stability; light.

இதிகாசம்: *(பெ):* பழங்காலத்துச் சரித்திரம்- இராமாயணம், மகாபாரதம் போன்ற நூல்கள்; the ancient epics such as the Ramayana and the Mahabharatha.

இது: *(சு.பெ):* இந்த; this.

இதை: *(பெ):* கப்பல் பாய்; புதுப்புணம்; கொல்லை; கலப்பை; sail of a ship; a field for dry cultivation; backyard; plough.

இதோபதேசம்: *(பெ):* நட்புடன் கூறும் அறிவுரை; வடமொழிப் படைப்பான பஞ்சதந்திராவில் காணப்படும் ஒரு பகுதியின் தமிழ்மொழிபெயர்ப்பு; friendly advice; a Tamil translation of a Sanskrit work, chiefly found in Pancha Tantra stories.

இதோளி / இதோள்: *(சு.பெ):* இங்கு; here.

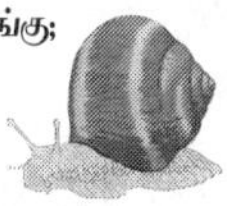

இத்திநடையம்: *(பெ):* நத்தை; snail.

இத்துணை: *(பெ):* இவ்வளவு; so much.

இத்துமம்: *(பெ):* காமம்; விறகு; ஒருவகைச் சுள்ளி; lust; firewood; a kind of twig.

இத்து / இத்துரா: *(பெ):* ஒருவகைப் புல்; a kind of grass.

இத்துவரம்: *(பெ):* எருது; bull.

இத்துவரன்: *(பெ):* கயவன்; தீயோன்; வறியவன்; rascal; scoundrel; poor man.

இத்யாதி: *(பெ):* இன்னும் பிற; etcetera.

இந்த: *(பெ.அ):* அண்மைப் பொருளைச் சுட்டும் அசைச்சொல்; this.

இந்தம்: *(பெ):* புளியமரம், விறகு; tamarind tree; fire wood.

இந்தளங்குறிச்சி: *(பெ):* ஒரு பண்; a song.

இந்தளம்: *(பெ):* தூபமூட்டி; குமட்டிச்சட்டி; incensory; chafing dish used for warming.

இந்தனம்: *(பெ):* விறகு; புகை; firewood; smoke.

இந்தனோடை: *(பெ):* மேலாடை; upper garment.

இந்தா: *(விளி.இ.சொ):* தன் வயது ஒத்தவரை அல்லது தன்னை விட இளையவரை அழைக்கும்போது, அல்லது அவருக்கு ஒன்றினைக் கொடுக்கும்போது அவரின் கவனத்தைத் தன் வசம் திருப்பிடப் பயன்படுத்திடும் சொல்; an informal term used when calling or giving out something to a person who is known to the speaker.

இந்தி: *(பெ):* பூனை; திருமகள்; இந்திய தேசிய மொழி; cat; Lakshmi, Goddess of Wealth; Hindi, the national language of India.

இந்தியம்: *(பெ):* இந்திரியம்; sensory organ; semen.

இந்தியன்: *(பெ):* இந்தியநாட்டைச் சேர்ந்தவன்; Indian - native of India.

இந்தியா: *(பெ):* பாரதநாடு; பரத கண்டம்; India.

இந்திரகம்: *(பெ):* சபா மண்டபம்; assembly hall.

இந்திரகோடணை: *(பெ):* இந்திர விழா; the festival of Lord Indra.

இந்திரகோபம்: *(பெ):* தம்பலப்பூச்சி; cochineal insect.

இந்திரசாபம்: *(பெ):* வானவில்; அகலிகையிடம் தவறாக நடந்து கொண்டதால் இந்திரன் பெற்ற சாபம்; rainbow; the curse with which Indira was slapped through the misdeed with Agalikai.

இந்திரசாலம்: *(பெ):* மாயவித்தை; கண் கட்டு வித்தை; ஏய்ப்பு; jugglery; conjuring; magic; deceit.

இந்திரசாலி: *(பெ):* அழிஞ்சில்; மாய வித்தைகள் செய்பவன்; a kind of tree - Azhinjil; magician.

இந்திரசித்து: *(பெ):* இராவணனின் மகன்; கருடன்; கிருஷ்ணர்; Indrajith, the son of Raavana; eagle; Lord Krishna.

இந்திரசுகந்தம்: *(பெ):* நன்னாரி; sarsaparilla.

இந்திரசேனை: *(பெ):* திரௌபதி; Droupathi, the wife of Pandavas.

இந்திரஞாலம்: *(பெ):* சூரபத்மனின் தேர்; the chariot of Soorapadma - an Asura.

இந்திரதரு: *(பெ):* மருது; a kind of tree.

இந்திரதிசை: *(பெ):* கிழக்கு; east.

இந்திரநகரி: *(பெ):* தேவலோகம், திருத்தணிகை; heaven; Thiruthani - one of the six skanda shrines in Tamilnadu.

இந்திரநீலம்: *(பெ):* நீலக்கல்; sapphire.

இந்திரபம்: *(பெ):* வெட்பாலை; a kind of tree.

இந்திரபதம்: *(பெ):* இந்திரலோகம்; ஸ்வர்க்கம்; Indra's heaven; Swarga.

இந்திரமைந்தன்: *(பெ):* இந்திரனின் புதல்வர்களான சயந்தன், வாலி, அருச்சுனன்; Jayandan, Vaali, Arjuna, the sons of Lord Indra.

இந்திரா: *(பெ):* திருமகள்; Lakshmi, the Goddess of Wealth.

இந்திராணி: *(பெ):* இந்திரனின் மனைவி; Indrani, the wife of Lord Indra.

இந்திராபதி: *(பெ):* திருமால்; Lord Vishnu.

இந்திரி: *(பெ):* கிழக்கு; தொட்டாற்சிணுங்கி; நன்னாரி; the eastern cardinal direction as Indra's quarter; touch-me-not, a sensitive plant; sarsaparilla.

இந்திரியம்: *(பெ):* பொறி; சுக்கிலம்; organ of sense; semen.

இந்திரேபம்: *(பெ):* வெட்பாலை என்னும் மரவகை; Vetpalai, a kind of tree.

இந்திரேயம்: *(பெ):* பாவட்டை என்னும் செடி; Paavattai - a kind of plant.

இந்திரை: *(பெ):* திருமகள்; Lakshmi, the Goddess of Wealth.

இந்து: *(பெ):* சந்திரன்; கற்பூரம்; இந்துப்பு; இந்துமதத்தைச் சேர்ந்தவன்; சிந்து நதி; கௌரி பாஷாணம்; எட்டி; கரடி; கரி; வேள்வி; Moon; camphor; rock-salt; a Hindu; river Sindhu; a kind of Siddha medicine; worm wood; bear; charcoal; sacrifice.

இந்து கமலம்: *(பெ):* வெள்ளைத் தாமரை; white lotus.

இந்து சிகாமணி: *(பெ):* சிவபெருமான்; Lord Shiva.

இந்துபுத்திரன்: *(பெ):* புதன்; Mercury.

இந்துமதி: *(பெ):* அசனின் மனைவி; விதர்ப்பனின் மகள்; தசரதனின் தாய்; அரசன் அரிச்சந்திரனின் மனைவி; the wife of Hasan; the daughter of king Vidharba; the mother of king Dasaratha; Chandramathi, the wife of King Harichandra.

இந்துமரம்: *(பெ):* கடம்பு; a flower tree sacred to Lord Muruga.

இந்துரத்தினம்: *(பெ):* முத்து; pearl.

இந்துரம்: *(பெ):* எலி; பெருச்சாளி; rat; bandicoot.

இந்துரவிகூட்டம்: *(பெ):* அமாவாசை நாள்; New Moon day.

இந்துரேகை: *(பெ):* சந்திரகலை; the digit of the Moon.

இந்துலோகம்: *(பெ):* வெள்ளி; silver.

இந்துளம்: *(பெ):* நெல்லி மரம்; emblic myrobalan tree.

இந்துஸ்தான்: *(பெ):* இந்தியா; India.

இபங்கம்: *(பெ):* புளிமா; a species of mango.

இபம்: *(பெ):* மரக்கொம்பு; யானை; a branch of a tree; an elephant.

இபாரி: *(பெ):* சிங்கம்; lion.

இபுனு: *(பெ):* வழித்தோன்றல்; male descendant.

இப்படி: *(வி.அ):* இவ்விதமாக; இவ்விதம்; in this manner.

இப்படிக்கு: *(இணை.இ.சொ):* இங்ஙனம்; part of the subscription to a letter.

இப்பந்தி: *(பெ):* பேடி; சங்கடம்; மூடன்; பேதை; hermaphrodite impotence; difficult; fool; dolt woman.

இப்பர்: *(பெ):* இடையர்; வைசியர்; வணிகர்; வேளாளர்; cowherds and shepherds; merchants; a class of ancient chiefs in Tamilnadu.

இப்பாடு: *(பெ):* இவ்விடம்; this place.

இப்பால்: *(வி.அ):* இவ்விடம்; பின்பு; on this side; hereafter.

இப்பி: *(பெ):* சிப்பி; கிளிஞ்சல்; சங்கு; shell; conch-shell.

இப்பியை: *(பெ):* பெண் யானை; female elephant.

இப்புறம்: *(வி.அ):* இவ்விடம்; on this side.

இப்பை: *(பெ):* இலுப்பை; South Indian Mahua.

இப்பொழுது/இப்போது: *(வி.அ):* இந்நேரம்; now.

இமகரன்/இமகிரணன்: *(பெ):* சந்திரன்; the Moon.

இமகிரி: *(பெ):* இமயமலை; Himalayas.

இமசலம்: *(பெ):* பனித் துளி; dew.

இமசானு: *(பெ):* இமயமலையின் மேற்பரப்பு; the upper areas of Himalaya's.

இமம்: *(பெ):* சந்தனம்; சீதளம்; பனி; sandal wood; coolness; snow.

இமயம்: *(பெ):* இமயமலை; பொன்; Himalayas; gold.

இமயவதி/இமயவல்லி: *(பெ):* பார்வதி; Parvathi, the daughter of Himavaan and the consort of Lord Shiva.

இமயவில்லி: *(பெ):* சிவபெருமான்; Lord Shiva who used Mount Meru as his bow against Asura.

இமவந்தம்: *(பெ):* இமயமலை; Himalayas.

இமழி: *(பெ):* யானை; an elephant.

இமாசலை: *(பெ):* Parvathi, the daughter of Himavaan and the consort of Lord Shiva.

இமாலயம்: *(பெ):* இமயமலை; Himalayas.

இமிர்தல்: *(வி):* ஒளிர்தல்; ஊதுதல்; மொய்த்தல்; to shine; to blow; to swarm.

இமிலை: *(பெ):* ஒரு வகை இசைக்கருவி; a kind of musical instrument.

இமில்: *(பெ):* எருதின் திமில்; hump.

இமிழி: *(பெ):* இசை; music.

இமிழிசை: *(பெ):* ஒரு வகைப் பறை; a kind of drum.

இமிழ்: *(பெ):* ஒலி; கயிறு; பந்தம்; இசை; இனிமை; ஆரவாரம்; sound; coir; cord; relation; music; sweetness; vain show.

இமை: *(பெ):* கண்ணிமை; இமைப்பொழுது; கரடி; மயில்; அற்பம்; விளிம்பு; eyelid; split second; bear; peacock; meanness; edge, brim.

இமைகொட்டல்: *(வி):* இமைத்தல்; to bat the eyelids.

இமை பொருந்துதல்: *(பெ):* உறங்குதல்; to sleep.

இமைப்பொழுது: *(பெ):* கணப்பொழுது; split second.

இமையவர்: *(பெ):* தேவர்; celestial beings.

இமையிலி: *(பெ):* கருடன்; eagle.

இம்பர்: *(பெ):* இவ்வுலகம்; இவ்விடம்; பின்; this world; here; next; after.

இம்மி: *(பெ):* அணு; ஒரு சிற்றெண்; ஒரு மிகச் சிறு அளவு; பத்து லட்சத்து எழுபத்தையாயிரத்து இருநூற்றில் ஒரு பங்கு; atom; a minute fraction; a small weighing measure; 1/10,75,200.

இம்மை: (பெ): இப்பிறப்பு; உலகவாழ்க்கை; present birth; life in this world.

இயக்கம்: (பெ): இயங்குகை; குறிப்பு; இசைப்பாட்டு; சுருதி; பெருமை; மலசலம்; கிளர்ச்சி; motion; expression as of eyes; a musical composition; pitch of three kinds; greatness; excrement; movement.

இயக்கர் வேந்தன்: (பெ): குபேரன்; Kubera, the God of wealth.

இயக்கன்: (பெ): தலைமை ஏற்று வழி நடத்துபவன்; president.

இயக்கு: (வி): இயங்கச் செய்தல்; கையாளுதல்; ஓட்டச்செய்தல்; கதை ஒன்றினை நாடகமாக (அ) திரைப்படமாக ஆக்கிடும் பொறுப்பேற்றல்; to operate; to handle; to operate the buses, cars, etc.; to direct a play, movie, etc.

இயக்குநர்: (பெ): கதையொன்றினை நாடகமாக அல்லது திரைப்படமாக ஆக்கும் பொறுப்பினை ஏற்பவர்; ஒரு நிறுவனம், அல்லது ஓர் அரசுத் துறையின் உயர்நிர்வாகத் தலைவர், director of a play or movie; director of an institution or director of a department of the government.

இயங்கியல்: (பெ): இயற்கையிலும், சமூகத்திலும், சிந்தனையிலும் உள்ள முரண்பட்ட அம்சங்களின் மூலம் ஏற்படும் வளர்ச்சி பற்றிய கோட்பாடு; dialectics.

இயங்கு: (வி): செயல்படுதல்; to operate.

இயங்குகின்ற: (பெ.அ): செயல்படுகின்ற; operative.

இயங்குதல்: (வி): அசைதல்; போதல்; உலாவுதல்; to move; to go; to walk about.

இயங்குவித்தல்: (வி): செயல்பட வைத்தல்; to set in motion.

இயந்திரகதி: (பெ): இயந்திரத்தனம்; mechanical manner.

இயந்திரத்தனம்: (பெ): மாறுதல் ஏதுமற்ற செயல்படும் தன்மை; mechanical nature.

இயந்திரத் துப்பாக்கி: (பெ): விசையை அழுத்தியதும் வேகமாகவும் தொடர்ச்சியாகவும் குண்டுகளை வெளியேற்றும் துப்பாக்கி; machine gun.

இயந்திரம்: (பெ): வேலை ஒன்றினைச் செய்வதற்காக மனிதனால் உருவாக்கப்பட்டதும், நீராவி, மின்சாரம் போன்ற சக்திகளாலோ, மனித சக்தியாலோ இயக்கப்படுவதுமான கருவி அல்லது சாதனம்; machine.

இயந்திரி: (பெ): மரவகை; a kind of tree.

இயபரம்: (பெ): இம்மையும், மறுமையும்; present and next birth.

இயமரம்: (பெ): பறை வகை; a kind of drum.

இயமன்: (பெ): கூற்றுவன்; யமன்; Yama, the God of death.

இயமன் ஊர்தி: (பெ): எருமைக்கடா; he-buffalo.

இயமானன்: (பெ): குடும்பத்தலைவன்; இந்திரன்; உயிர்; ஆன்மா; head of the family; Lord Indra; soul.

இயம்: (பெ): சொல்; ஒலி; வாத்தியம்; மிருதார் சிங்கி என்னும் மூலிகை; word; sound; musical instrument; Mirudhar singhi - a herb.

இயம்பல்: (பெ): சொல்; பழமொழி; word; proverb.

இயலணி: (பெ): இயற்கை அழகு; natural beauty.

இயலாமை: (பெ): செயல்பட முடியாமை; inability to act in a situation that demands a particular action at that time. ● **இயலாமை** என்னும் நிலை மனிதராய்ப் பிறந்த அனைவருக்குமே என்றாவது ஒரு நாள் உண்டாகத்தான் செய்கிறது.

இயலுதல்: (வி): உடன்படுதல்; நேர்தல்; பொருந்துதல்; தங்குதல்; செய்யப்படுதல்; அசைதல்; நடத்தல்; உலாவுதல்; to consent; to occur; to fit; to stay; to make; to move; to walk; to walk about.

இயலொழுக்கம்: (பெ): நல்லொழுக்கம்; moral conduct.

இயல்: (பெ): ஒப்பு; தன்மை; தகுதி; ஒழுக்கம்; நூல்; செலவு; இயற்றமிழ்; இலக்கணம்; பெருமை; மாறுபாடு; resemblance; nature; quality; conduct; book; expense; literary Tamil poetry or prose conforming to the rules of Tamil grammar; one of the Muththamizh; grammar; greatness; difference.

இயல்பு: (பெ): தன்மை; ஒழுக்கம்; இலக்கணம்; முறை; நற்குணம்; நேர்மை; வரலாறு; nature; conduct; grammar; order; virtue; honesty; history.

இயல்பூதி: (பெ): வில்வம்; நாய்வேளை; Bael tree; a herb.

இயல்வாணர்: (பெ): புலவர்; poet.

இயல்வு: (பெ): இயல்பு; quality; property; nature.

இயவம்: (பெ): நெல்; paddy.

இயவன்: (பெ): பறை அடிப்போன்; கீழ்மகன்; drummer; mean person.

இயவாகு: (பெ): கஞ்சி; gruel; semi-liquid food.

இயவு: (பெ): ஊர்; காடு; வழி; செலவு; புகழ்; சோர்தல்; town; forest; way; expense; fame; weariness.

இயவுள்: (பெ): தலைமை; இறைவன்; வழி; புகழ் பெற்றவன்; leadership; supreme God; way; famous person.

இயவை: (பெ): துவரை; வழி; காடு; மூங்கிலரிசி; மலை நெல் வகை; pigeon pea; way; forest; the seed of the bamboo; a kind of paddy.

இயறல்: (பெ): முக்தி; final bliss.

இயற்கணிதம்: (பெ): எண்களுக்குப் பதிலாகக் குறியீடுகளையும், எழுத்துக்களையும் பயன்படுத்தும் ஒரு கணிதப்பிரிவு; algebra.

இயற்கை: (பெ): மனித முயற்சியால் உண்டாக்கப்படாத தானாகவே காணப் படும் மலை, நீர் போன்ற பொருள் அல்லது தானாகவே தோன்றும் மழை, இடி, மின்னல் போன்ற சக்தி; nature.

இயற்கை உபாதை: (பெ): சிறுநீர் அல்லது மலம் கழித்திட வேண்டும் என்ற உணர்வு; call of nature.

இயற்கை எய்து: (வி): (மங்கல வழக்கு): இறந்து போதல்; to pay one's debt of nature.

இயற்பியல்: (பெ): இயற்கை சக்திகளின் இயக்கம், பொருள்களின் தன்மை, மாற்றம் போன்றவற்றை விவரிக்கும் ஓர் அறிவியல் துறை; physics.

இயற்பெயர்: (பெ): பெற்றோர் இட்ட பெயர்; the name given by the parents at the time of birth.

இயற்றமிழ்: (பெ): முத்தமிழுள் ஒன்று; இலக்கியத் தமிழ்; one of the Muththamizh; literary Tamil poetry or prose, conforming to the rules of Tamil grammar.

இயற்றல்: (பெ): புதிதாகச் செய்தல்; முயற்சி; endeavour; effort.

இயற்று: (வி): படைத்தல்; எழுதுதல்; உருவாக்குதல்; ஏற்படுத்துதல்; to create; to write; to enact; to adopt; to pass.

இயற்றியவர்: (பெ): உருவாக்கியவர்; படைத்தவர்; எழுதியவர்; creator; writer.

இயனெறி: (பெ): நல்லொழுக்கம்; good conduct; moral discipline.

இயன்மகள்: (பெ): கலைமகள்; சரஸ்வதி; Saraswathi, the Goddess of Arts and Learning.

இயாகம்: (பெ): கொன்றை; பாண்டம்; வேள்வி; Indian Laburnum; pot; vessel; sacrifice.

இயேசு: (பெ): ஏசுநாதர்; Lord Jesus Christ.

இயை: (பெ): அழகு; புகழ்; வாழை; beauty; fame; plantain.

இயைதல்: (வி): ஒத்தல்; பொருந்துதல்; இணங்குதல்; to resemble; to fit; to agree.

இயைபு: (பெ): பொருத்தம்; சேர்க்கை; suitability; addition.

இயைமே: (பெ): வாழைமரம்; plantain tree.

இயைவது: (பெ): தக்கது; that which is suitable.

இயைவு: (பெ): இணக்கம்; பொருத்தம்; flexibility; suitability.

இர: (பெ): இரவு; night; (வி): தயவுடன் வேண்டுதல்; to entreat.

இரகசியக் காப்புப் பிரமாணம்: (பெ): அமைச்சர்கள் பதவி ஏற்கும்போது அமைச்சர் என்ற முறையில் தனக்குத் தெரிய வரும் தகவல்களை யாருக்கும் தெரியப் படுத்துவதில்லை என ஆளுநர் முன்பாக எடுத்துக்கொள்ளும் உறுதி மொழி; the Oath of Secrecy, administered by the Governor to a minister before the minister assumes office.

இரகசியப் போலீஸ்: (பெ): தான் காவல் துறையைச் சார்ந்தவன் என்பது பிறருக்குத் தெரியாமல் இருக்க சீருடை அணியாது சாதாரண உடையில் சென்று துப்பு துலக்கிடும் காவலர் படை; plainclothes detectives for criminal investigations, etc.

இரகசியம்: (பெ): தனக்குமட்டுமே தெரிந்து, பிறர் எவரும் அறியாதிருக்கும் செய்தி; ஒரு சிலரைத் தவிர, பிறர் அறிந்திடாத நிலை; அந்தரங்கம்; அறிவினால் புரிந்துகொள்ளவோ, விளக்கிடவோ இயலாத புதிர்; secret; secrecy; privacy; mystery.

இரகு: (பெ): சூரியவம்சத்து அரசர்களுள் புகழ்பெற்ற ஓர் அரசன்; Raghu, a king who belonged to Sun Dynasty as per the epics of ancient periods.

இரகுவம்சம்: (பெ): ஒரு நூல்; a Sanskrit literary work by Kavi Kaalidas.

இரக்கம்: (பெ): அருள்; மனவருத்தம்; ஒலி; துன்பம்; ஐயம்; பரிவு; mercy; pity; sympathy; sound; sorrow; doubt; grace.

இரங்கல்: (பெ): ஒருவர் மரணம் அடைந்ததற்குத் தெரிவிக்கும் அனுதாபம்; condolence especially on one's death.

இரங்கற்பா: (பெ): இரங்கல் தெரிவித்துப் பாடும் பாடல்; a verse in praise of the dead person composed on the occasion of his death; elegy.

இரங்கு: (வி): வருந்து; மனம் இளகிடு; to feel sorry; to sympathize with.

இரங்கொலி: (பெ): முறையீடு; complaint.

இரசக்கட்டு: (பெ): இறுகச் செய்த பாதரசம்; hardened mercury.

இரசக்களிம்பு: (பெ): புண் ஆற்றும் மருந்து; an ointment which cures wounds, cuts, etc.

இரசக்குடுக்கை: *(பெ):* பாதரசம் அடைக்கும் குப்பி; the bottle in which mercury is kept.

இரசகம்: *(பெ):* பீர்க்கு; sponge gourd.

இரசகன்: *(பெ):* வண்ணான்; washerman.

இரசகி: *(பெ):* வண்ணாத்தி; the woman who belongs to washerman community.

இரசகுண்டு: *(பெ):* அலங்காரமாகத் தொங்க விடப்படும் இரசம் பூசிய கண்ணாடி உருண்டை; the glass globe (in various sizes) coated with mercury which is used for decorative purposes.

இரசச் சுண்ணம்: *(பெ):* பூச்சி மருந்து; a kind of pesticide; insecticide.

இரசச்சுத்தி: *(பெ):* ஈயம்; lead.

இரசணி: *(பெ):* மஞ்சள்; அவுரி; இரவு; turmeric tuber of a plant, yellow in colour when crushed; indigo; night.

இரசதகிரி: *(பெ):* இமாலயம்; Himalayas.

இரசதம்: *(பெ):* வெள்ளி; பாதரசம்; நட்சத்திரம்; யானைத் தந்தம்; பொன்; silver; mercury; star; tusk; gold.

இரசதாது: *(பெ):* பாதரசம்; mercury.

இரசதாளி: *(பெ):* ஒரு வகை வாழை; a kind of plantain tree - Rasthaali.

இரசபலம்: *(பெ):* தென்னை மரம்; coconut tree.

இரசபுட்பம்: *(பெ):* இரசகற்பூரம்; sublimate of mercury; calomel; naphthaline.

இரசப்பிடிப்பு: *(பெ):* முடக்கு வாதம்; rheumatism.

இரசம்: *(பெ):* சுவை; சாறு; பாதரசம்; வாயூறுநீர்; வாழைவகை; மாமரம்; இன்பம்; taste; juice; mercury; saliva; a kind of plantain tree; mango tree; pleasantness.

இரசவாதம்: *(பெ):* தாழ்ந்த உலோகங்களை உயர்ந்த உலோகங்களான பொன், வெள்ளியாக மாற்றிடும் கலை; Alchemy, the attempt of changing the baser metals into gold, silver, etc.

இரசவாதி: *(பெ):* ஓர் உலோகத்தைப் பிரிதொன்றாக மாற்றுபவன்; alchemist.

இரசவாழை: *(பெ):* பேயன் வாழை; a kind of plantain tree.

இரசவைப்பு: *(பெ):* இரசத்தால் ஆன மருந்து; the medicine which is produced by mixing mercury.

இரசனம்: *(பெ):* பொன்; வெள்ளி; நஞ்சு; பிசின்; பழம்; இலைச்சாறு; ஒலி; உணவு; நேயம்; பல்; gold; silver; poison; gum; fruit; the juice of a particular leaf or leaves; sound; food; affection; tooth.

இரசனை: *(பெ):* விருப்பம்; சுவை; பாவம் நிறைந்தது; liking; taste; aesthetic appreciation.

இரசாபாசம்: *(பெ):* கௌரவத்தை இழந்துவிடக் கூடிய மோசமான நிலை; unpleasantness; something in bad-taste.

இரசாயன உரம்: *(பெ):* தொழிற்சாலையில் இரசாயனப் பொருட்களைக் கொண்டு தயாரிக்கப்படும் உரம்; chemical fertilizer.

இரசாயனம்: *(பெ):* வேதியியல்; chemistry; *(பெ.அ):* வேதியியல் வினையின் காரணமாக அல்லது வினையால் உண்டான; chemical.

இரசாலம்: *(பெ):* மாமரம்; கரும்பு; பலா மரம்; கோதுமை; mango tree; sugarcane; jack fruit tree; wheat.

இரசிகம்: *(பெ):* குதிரை; யானை; கயமைத்தனம்; horse; elephant; meanness.

இரசிகன்: *(பெ):* விசிறி; காமுகன்; fan; lustful person.

இரசிகை: *(பெ):* நா; காமுகி; பெண்கள் இடையணி; tongue; lustful woman; women's waist ornament.

இரசித நாள்: *(பெ):* வெள்ளிக்கிழமை; Friday.

இரசிதம்: *(பெ):* வெள்ளி; தங்கமுலாம்; முழக்கம்; ஒலி; silver; gilding; rumble; sound.

இரசித்தல்: *(வி):* விரும்புதல்; சுவைத்தல்; to like; to taste.

இரசேந்திரியம்: *(பெ):* நாக்கு; tongue.

இரசோபலம்: *(பெ):* இருள்; முத்து; dark; pearl.

இரசோனகம்: *(பெ):* வெள்ளுள்ளி; garlic.

இரச்சு: *(பெ):* கயிறு; coir; cord.

இரச்சுகலம்: *(பெ):* கவண்; கல்லெறி கயிறு; the sling to drive away birds that destroy the crops.

இரச்சை: *(பெ):* காப்பு; நாண்; protection; armlet.

இரட்சகம்: *(பெ):* இரட்சிப்பு; மீட்பு; காத்தல்; protection; salvation.

இரட்சாபோகம்: *(பெ):* பாதுகாவல் வரி; protection tax.

இரட்சித்தல்: *(வி):* பாதுகாத்தல்; to protect.

இரட்சை: *(பெ):* காப்பாக இடும் மந்திராட்சர யந்திர காப்பு; திருநீறு; armlet; sacred ash.

இரட்டல்: *(வி):* இரண்டாதல்; அசைத்தல்; ஒலித்தல்; doubling; to shake; to sound.

இரட்டி: *(பெ):* இருமடங்கு; double.

இரட்டித்தல்: *(வி):* இருமடங்காக்குதல்; திரும்பச் செய்தல்; மாறுபடுதல்; to double; to repeat; to differ.

இரட்டிப்பு: *(பெ):* இரு மடங்கு; மீண்டும் ஒரு முறை செய்யப்படுவது; double; repeat.

இரட்டு: *(பெ):* ஒலி; முரட்டுத் துணி; sound; thick cloth.

இரட்டுதல்: *(வி):* இரண்டாதல்; ஒலித்தல்; திரும்பத் திரும்ப ஒலித்தல்; அசைத்தல்; to double; to sound; to sound alternately; to wave.

இரட்டுமி: *(பெ):* பறை வகை; a kind of drum.

இரட்டுற மொழிதல்: *(வி):* இருபொருள்படப் பேசுதல்; making a statement intentionally capable of being interpreted in two ways.

இரட்டுறல்: *(பெ):* சிலேடை; paronomasia; pun; innuendo.

இரட்டை: *(பெ):* இணை; கணவன்-மனைவி; இரட்டைப்பிள்ளைகள்; இரட்டை எண்; ஆனி மாதம்; முத்து வகை; pair; husband and wife; couple; twins; even number; the Tamil month Aani; a kind of pearl.

இரட்டைக் கிளவி: *(பெ):* ஓர் இணையாக வழங்கி வருவதும், பிரித்தால் பொருள் தராததுமான ஒலிக்குறிப்பு போன்ற சொல்; a doublet formed mostly by imitation of a sound, one's feeling towards an object, etc. • ***சலசல, மடமட*** என்பன இரட்டைக் கிளவிச் சொற்கள்.

இரட்டைக்குச்சி: *(பெ):* சிலம்பம் வகை; a kind of martial art where fencing is done with a staff.

இரட்டை சாதி: *(பெ):* கலப்பு சாதி; inter-caste.

இரட்டை நாடி: *(பெ):* இரு பிரிவாக இருப்பது போல் தோற்றம் தரும் அகன்ற முகவாய்; பருமன்; cleft chin; heftiness.

இரட்டைப் படை எண்: *(பெ):* 2, 4, 6, 8 போன்ற இரண்டால் மீதியின்றி வகுபடும் எண்; even number.

இரட்டைப்பிள்ளை: *(பெ):* ஒரே பிரசவத்தில் பிறந்த இரு குழந்தைகள்; twins.

இரட்டை மண்டை: *(பெ):* இரண்டு தலைகள் ஒன்றாக இணைந்தது போன்ற பெரிய தலை; a long head almost double the size of a normal head.

இரட்டையர்: *(பெ):* இரட்டைப்பிள்ளைகள்; இணைந்தே செயல்படும் (அ) காணப்படும் இருவர்; பூப்பந்து போன்ற விளையாட்டில் ஒவ்வொரு அணிக்குச் சார்பாக விளையாடும் இருவர்; twins; a team of two; pair; doubles.

இரணகளம்: *(பெ):* போர்க்களம்; battle field.

இரணகள்ளி: *(பெ):* கள்ளி வகை; a kind of spurge.

இரணங்கொல்லி: *(பெ):* ஆடு தின்னாப் பாளை; தும்பை; a kind of medicinal plant; leucas.

இரணசிகிச்சை: *(பெ):* அறுவை சிகிச்சை; surgery.

இரண சுக்கிரன்: *(பெ):* கண்ணோய் வகை; a kind of eye disease.

இரணசூரன்: *(பெ):* போர் வீரன்; warrior.

இரண பத்ரகாளி: *(பெ):* துர்க்கை; Durga, the Goddess of Victory.

இரண பாதகம்: *(பெ):* கொலை; நம்பிக்கை துரோகம்; murder; breach of trust.

இரண பேரிகை: *(பெ):* போர்ப்பறை; battle drum.

இரணம்: *(பெ):* புண்; போர்; பொன்; மாணிக்கம்; சுக்கிலம்; wound; war; gold; ruby; sperm.

இரணரங்கம்: *(பெ):* போர்க்களம்; battle field.

இரணவாதம்: *(பெ):* நோய் வகை; a kind of disease.

இரணவீரன்: *(பெ):* போர்வீரன்; warrior.

இரண வைத்தியம்: *(பெ):* அறுவை சிகிச்சை; surgery.

இரண வைத்தியர்: *(பெ):* அறுவை சிகிச்சை வைத்தியர்; surgeon.

இரணியகசிபு: *(பெ):* பக்த பிரகலாதனின் தந்தையான ஓர் அசுரன்; Hiraniyakasipu, an asura and the father of Baktha Prahalaadha.

இரணியகர்பன்: *(பெ):* பிரம்மா; Lord Brahma.

இரணியகன்: *(பெ):* பொன்னை உடையவன்; one who has gold.

இரணியதானம்: *(வி):* பொன்னைக் கொடையாகத் தருதல்; to donate gold.

இரணிய நேரம்: *(பெ):* அந்திநேரம்; dusk.

இரணியம்: *(பெ):* பணம்; பொன்; money; gold.

இரணிய மரம்: *(பெ):* மரவகை; a kind of tree.

இரணை: *(பெ):* இரட்டை; இரண்டு; double; two.

இரண்டகம்: *(பெ):* நம்பிக்கை துரோகம்; breach of trust.

இரண்டறக்கல: *(வி):* தனித்தனியாக இருப்பவை வேறுபாடு தெரியாதவாறு ஒன்றாதல்; to become one with; to mingle with.

இரண்டாம் பட்சம்: *(பெ):* உடனடி கவனத்திற்கு உரியதாக இல்லாதது; முக்கியத்துவமற்றது; secondary.

இரண்டாம் பாட்டன்: *(பெ):* பாட்டனின் தந்தை; father of one's grandfather.

இரண்டு: *(பெ):* ஒன்றுக்கு அடுத்து வரும் எண்; the number two.

இரண்டு நினைத்தல்: *(வி):* கெடுதி செய்ய நினைத்தல்; to propose to do harm to others.

இரண்டுபடுதல்: *(வி):* வேறுபடுதல்; ஐயுறுதல்; ஒற்றுமையின்மை; to differ; to suspect.

இரண்டெட்டில்: *(வி.அ):* விரைவில்; quick.

இரண்டை: *(பெ):* கைம்பெண்; விதவை; widow.

இரண்டொன்று: *(பெ):* சில; a few.

இரதகம்: *(பெ):* மரவகை; a kind of tree.

இரதபதம்: *(பெ):* புறா; dove.

இரதபந்தம்: *(பெ):* சித்திரக்கவி வகை; a metrical composition fitted into fanciful figures; one of Naar-kavi.

இரதம்: *(பெ):* தேர்; பல்; சாறு; சுவை; இனிமை; வாயூறுநீர்; வண்டு; பாதரசம்; மாமரம்; நீர்; நஞ்சு; வலி; கால்; உடல்; வஞ்சி மரம்; வாகனம்; chariot; tooth; juice; taste; sweetness; saliva; bee; moth; mercury; mango tree; water; poison; pain; leg; body; a kind of tree; vehicle.

இரதனம் 121 இரமதி

இரதனம்: (பெ): அரைஞாண்; waist band.
இரதன்: (பெ): கண்; கிளி; eye; parrot.
இரதாங்கம்: (பெ): சக்கரவாகப் புள்; a bird in separation said to be pining for its mate during the night, mentioned in classical Indian literature.
இரதாரூடன்: (பெ): தேர் சாரதி; charioteer.
இரதி: (பெ): மன்மதனின் மனைவி; இலந்தை; விருப்பம்; பெண் யானை; இரத்தல்; புணர்ச்சி; பித்தளை; Rathi, the wife of Kaman; the Jujube tree; liking; female elephant; begging; sexual intercourse; brass.
இரதிக்கிரீடை: (பெ): புணர்ச்சி; உடலுறவு; sexual intercourse.
இரதோற்சவம்: (பெ): தேர்த்திருவிழா; car festival.
இரத்தகம்: (பெ): செவ்வாடை; red garment.
இரத்தகாசம்: (பெ): கோழையும், இரத்தமும் கலந்து விழும் நோய்; tuberculosis.
இரத்தக்கமலம்: (பெ): செந்தாமரை; red Lotus.
இரத்தக்கலப்பு: (பெ): நெருங்கிய உறவு; blood relationship.
இரத்தக் கவிச்சை: (பெ): உதிர நாற்றம்; the smell of the blood.
இரத்தக் கழிச்சல்: (பெ): பேதிவகை; dysentery.
இரத்தக் கொதிப்பு: (பெ): இருக்கவேண்டிய அளவுக்கு அதிகமான நிலையில் இருக்கும் இரத்த அழுத்தம்; காமக் கிளர்வு; blood-pressure; the physical and mental distortion brought about by lust.
இரத்தக் கோமாரி: (பெ): மாட்டுக்கு வரும் நோய்; a kind of cattle disease.
இரத்த சந்தியகம்: (பெ): செந்தாமரை; red Lotus.
இரத்தசாரம்: (பெ): கருங்காலி மரம்; black hard heavy durable wood.
இரத்த சூறை: (பெ): மீன் வகை; a kind of fish.
இரத்த பலம்: (பெ): ஆலமரம்; banyan tree.
இரத்த பலி: (பெ): உதிர நைவேத்தியம்; கொலை; blood sacrifice; murder.
இரத்தப்பலை: (பெ): கோவைப்பழம்; common hedge creeper's fruit.
இரத்தப்பழி: (பெ): கொலைக்குக் கொலை; murder as a revenge for bloodshed.
இரத்தப்புடையன்: (பெ): பாம்புவகை; a kind of snake.
இரத்தமண்டலி: (பெ): நச்சுப் பாம்பு வகை; a poisonous snake.
இரத்தம்[1]: (பெ): சிவப்பணுக்களையும், வெள்ளை அணுக்களையும் கொண்டதும், உடம்பின் அனைத்துப் பகுதிகளுக்கும் சென்று மீண்டும் இதயத்திற்குத் திரும்புவதுமான சிவப்பு நிற திரவம்; blood.
இரத்தம்[2]: (பெ): குருதி; சிவப்பு; ஈரல்; பவளம்; குங்குமம்; தாமிரம்; கொம்பரக்கு; blood; red; liver; spleen; coral; saffron powder; copper; sealing wax.
இரத்தல்: (வி): பிச்சையெடுத்தல்; to beg. ● **இரந்தும் பருந்துக்கு இடு.** ● **இரப்பவனுக்கு** பழைய சோறும் பஞ்சமா? ● **இரப்போர்க்கு** ஈவது உடையோர் கடன் - *பழமொழிகள்.*
இரத்தவடி: (பெ): அம்மை நோய்; small pox.
இரத்தவழலை: (பெ): நச்சுப் பாம்பு வகை; a kind of poisonous snake.
இரத்தவள்ளி: (பெ): செவ்வள்ளி என்னும் கொடிவகை; a kind of creeper.
இரத்த வீரியன்: (பெ): பாம்புவகை; a kind of snake.
இரத்த வீசம்: (பெ): மாதுளை; pomegranate.
இரத்த வுதிரி: (பெ): கால்நடை நோய்வகை; a cattle disease.
இரத்த வெட்டை: (பெ): நோய்வகை; a kind of disease.
இரத்தாசயம்: (பெ): இருதயம்; heart.
இரத்தாட்சி: (பெ): ஓர் ஆண்டின் பெயர்; the name of a Tamil year, Rathaatchi.
இரத்தாதிசாரம்: (பெ): சீதபேதி; dysentery.
இரத்தாம்பரம்: (பெ): செவ்வாடை; மரவகை; red garment; a kind of tree.
இரத்தி: (பெ): இலந்தை மரம்; Jujube tree.
இரத்தின தீவம்: (பெ): இலங்கை; Sri Lanka.
இரத்தினப்பிரபை: (பெ): மகளிர் அணிவகை; ஏழு நரகத்துள் ஒன்று; a kind of women's ornament; one of the seven hells.
இரத்தின மாத்திரை: (பெ): ஒரு குளிகை; a kind of tablet.
இரத்தினம்: (பெ): மணி; gem.
இரத்தினாகாரம்: (பெ): தனுஷ்கோடிக்கு வடக்கில் உள்ள கடல்; the sea, which is in the northern side of Dhanushkodi.
இரத்தைச் சுருட்டை: (பெ): சுருட்டைப் பாம்பு வகை; a kind of snake.
இரத்தோற்பலம்: (பெ): செந்தாமரை; red Lotus.
இரந்திரம்: (பெ): குழி; துளை; இரகசியம்; நிந்தை; pit; hole; secret; abuse.
இரந்தை: (பெ): இலந்தை; Jujube tree.
இரப்பு: (பெ): வறுமை; யாசித்தல்; poverty; begging.
இரமடம்: (பெ): பெருங்காயம்; asafoetida.
இரமணம்: (பெ): காம விளையாட்டு; கழுதை; sexual play; donkey.
இரமணன்: (பெ): மன்மதன்; கணவன்; காதலன்; cupid; husband; lover.
இரமதி: (பெ): காகம்; மன்மதன்; காலம்; காமம் உடையவன்; crow; cupid; period; time; lustful person.

இரமா: (பெ): திருமகள்; Lakshmi, the Goddess of Wealth.

இரமாபதி: (பெ): திருமால்; Lord Vishnu.

இரமாப்பிரியம்: (பெ): தாமரை; Lotus.

இரமித்தல்: (வி): மகிழ்தல்; புணர்தல்; to rejoice; to have sex; to copulate.

இரமியம்: (பெ): அழகு; மனநிறைவு; நவ வருடத்துள் ஒன்று; beauty; mental satisfaction; one of the Nava Varushas.

இரமை: (பெ): திருமகள்; செல்வம்; மனைவி; Lakshmi, the Goddess of Wealth; wealth; wife.

இரம்பம்: (பெ): மரம் அறுக்கும் வாள்; கத்தூரி விலங்கு; saw; a kind of animal.

இரம்பிகம் / இலம்பிலம்: (பெ): மிளகு; pepper.

இரலை: (பெ): கலைமான்; spotted deer.

இரவணம்: (பெ): ஒட்டகம்; குயில்; வண்டு; கழுதை; வெப்பம்; வெண்கலம்; camel; koel; bee; donkey; heat; bronze.

இரவதம்: (பெ): குயில்; koel.

இரவம்: (பெ): ஒலி; மரவகை; sound; a kind of tree.

இரவரசு: (பெ): சந்திரன்; the Moon.

இரவலன்: (பெ): பிச்சைக்காரன்; யாசகன்; beggar; a person who receives something as charity.

இரவல்: (பெ): தன் உபயோகத்திற்காக பிறரின் பொருளைப் பெற்றுத் திருப்பித் தரும் முறை; borrowing. • **இரவல் துணியாம்; இரவல் துட்டாம்;** இழுத்துக் கொட்டு மேளத்தை; இறுகக் கட்டு தாலியை. • **இரவல் சாதமா,** திருடன் உறவா. • **இரவல்** சேலையை நம்பி இடுப்புச் சேலையை உதறி எறிந்தாளாம் - *பழமொழிகள்.*

இரவறிவான்: (பெ): சேவற்கோழி; the cock.

இரவற்குடி: (பெ): வாடகைக்குக் குடியிருக்கும் குடும்பம்; tenants.

இரவன்: (பெ): சந்திரன்; the Moon.

இரவி: (பெ): சூரியன்; மூக்கின் வலது பக்கத் துளை; எருக்கு; வணிகம்; the Sun; the right side hole of the nose; yercum; business.

இரவிகன்னம்: (பெ): பூமிக்கும் சூரியனுக்கும் உள்ள தொலைவு; the distance between the Earth and the Sun.

இரவிகாந்தம்: (பெ): தாமரை; Lotus.

இரவிக்கை: (பெ): பெண்கள் அணியும் மேலாடை வகை; the upper garment of women.

இரவிமது: (பெ): வெள்ளி; silver.

இரவிவாரம்: (பெ): ஞாயிற்றுக்கிழமை; Sunday.

இரவு: (பெ): இராத்திரி; இருள்; மரவகை; இரத்தல்; இரக்கம்; பன்றி வகை; மஞ்சள்; night; dark; a kind of tree; begging; sympathy; a kind of pig; turmeric.

இரவுணா: (பெ): இரவு உணவு; supper.

இரவுபகல்: (பெ): இரவுப் பொழுதும் பகல் பொழுதும்; night and day.

இரவேசு: (பெ): தளிர் வெற்றிலை; the tender betel leaf.

இரவை: (பெ): நுட்பமான பொருள்; துப்பாக்கியில் இடும் ஈயக்குண்டு; minute thing; the small lead balls which is put in a gun to fire.

இரவோன்: (பெ): சந்திரன்; இரவலன்; Moon; mendicant.

இரளி: (பெ): கொன்றை; Indian Laburnum.

இரற்றுதல்: (வி): அரற்றுதல்; ஒலித்தல்; சத்தமிடுதல்; to lament; to sound; to shout.

இரா: (பெ): இரவு; இராப்பொழுது; night.

இராகப்பறவை: (பெ): கின்னரப்பறவை வகை; a kind of bird.

இராகம்: (பெ): பண்; கீதம்; ஆசை; சிவப்பு நிறம்; song; melody; music; desire; red colour.

இராகவம்: (பெ): ஒரு வகை பெரிய மீன்; a kind of large fish.

இராகவர்த்தினி: (பெ): முப்பத்திரண்டாவது மேளகர்த்தா; the thirty second `Melakartha'.

இராகவன்: (பெ): ஸ்ரீஇராமன்; Sri Rama.

இராகவி: (பெ): ஆனை நெருஞ்சி; a kind of thorny plant.

இராக விண்ணாடகம்: (பெ): கொன்றை; Indian Laburnum.

இராக விராகம்: (பெ): வேண்டுதல்-வேண்டாமை; விருப்பு-வெறுப்பு; want and aversion; desire and dislike. • **இராக விராகமற்றவன்** இறைவனைத் தவிர வேறு ஒருவரும் இல்லை!

இராகவேகம்: (வி): ஆசை மிகுதல்; increasing of desire.

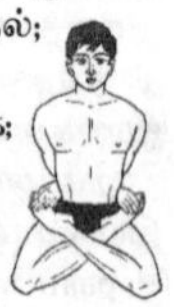

இராகாதனம்: (பெ): யோகாசன வகை; a kind of Yogasana.

இராகி: (பெ): கேழ்வரகு; ragi (grain).

இராகினி: (பெ): வெற்றிலை; betel leaf and the creeper.

இராகு: (பெ): கருநாகம்; கோமேதகம்; ஒன்பது கோள்களுள் ஒன்று; black cobra; a precious stone of light yellow colour; one of the nine planets. • **இராகு** திசையில் வாழ்ந்தவனும் இல்லை; இராஜ திசையில் கெட்டவனும் இல்லை - *பழமொழி.*

இராகுகாலம்: (பெ): இராகு கோளுக்குரிய ஒரு நாளில் வரும் 1½ மணி நேரப் பொழுது; a shifting period of 1½ hours on every day of the week considered to be inauspicious, being the time under the influence of Raghu, one of the nine planets.

இராக்கடைப் பெண்டிர்: *(பெ):* பொதுமகளிர்; harlots; prostitutes; whores.

இராக்கதம்: *(பெ):* எட்டு வகைத் திருமணங்களுள் ஒன்று; one of the eight kinds of marriages.

இராக்கதன்: *(பெ):* அரக்கன்; monster; demon.

இராக்கதி: *(பெ):* அரக்கி; demoness.

இராக்கதிர்: *(பெ):* சந்திரன்; the Moon.

இராக்கினி: *(பெ):* அரசனின் மனைவி; அரசி; the wife of a king; queen.

இராக்குயில்: *(பெ):* இரவுப் பொழுதில் பாடும் பறவை; nightingale.

இராக்குருடு: *(பெ):* மாலைக்கண் நோய்; night blindness.

இராசகனி: *(பெ):* எலுமிச்சம் பழம்; lemon; lime fruit.

இராசகன்னி: *(பெ):* இளவரசி; princess.

இராசகாரியம்: *(பெ):* அரசியல்; politics.

இராசகீரி: *(பெ):* வெண்கீரி; white mongoose.

இராசகுமாரன்: *(பெ):* இளவரசன்; அரசனின் புதல்வன்; prince; the son of a king.

இராசகுலம்: *(பெ):* அரசகுடும்பம்; the royal family.

இராசகேசரி: *(பெ):* சோழர் காலத்திய கருவிகளுள் ஒன்று; சோழமன்னர் சிலருடைய பட்டப்பெயர்; a kind of weapon in the Chozha period; a special title of some Chozha kings.

இராசசக்கரம்: *(பெ):* அரசாணை; king's order.

இராசசபை: *(பெ):* அரசவை; king's court.

இராசசூயம்: *(பெ):* வெற்றி வேந்தனால் செய்யப்படும் வேள்வி; தாமரை; a sacrifice performed by a victorious king attended by his vanquished tributory princes; Lotus.

இராசசேகரன்: *(பெ):* அரசர்க்கு அரசன்; king of kings.

இராசதந்திரம்: *(பெ):* அரசியல்; அரசியல் நூல்; politics; text of politics; diplomacy.

இராசதம்: *(பெ):* தீவிர உணர்ச்சி; வெள்ளி; passion; silver.

இராசதாலம்: *(பெ):* பாக்கு மரம்; கமுகு; areca-palm tree.

இராசதானி: *(பெ):* தலைநகரம்; மாநிலம்; capital; metropolis.

இராசத்துரோகம்: *(பெ):* அரசனுக்கு எதிராகச் செய்திடும் செயல்; disloyalty; treason.

இராசத்துவாரம்: *(பெ):* அரண்மனை வாயில்; the main entrance of a palace.

இராசநாகம்: *(பெ):* கடும் விஷம் கொண்ட பெரிய நாகப்பாம்பு வகை; king cobra.

இராசபதவி: *(பெ):* அரசபதவி; kingship.

இராசபத்திரம்: *(பெ):* அரசனின் ஆணை; king's order.

இராசபத்தினி: *(பெ):* அரசனின் மனைவி; அரசி; the wife of a king; queen.

இராசபாட்டை: *(பெ):* பெருவழிப்பாதை; பொதுவழி; highway; public road.

இராசபிரதிநிதி: *(பெ):* அரசனின் பிரதிநிதி; viceroy; the king's representative.

இராசபிளவை: *(பெ):* முதுகுப் பகுதியில் உண்டாகும் பெரும் புண்; carbuncle.

இராசபுத்திரன்: *(பெ):* அரசனின் புதல்வன்; இளவரசன்; the son of a king; prince.

இராசன்: *(பெ):* சந்திரன்; அரசன்; the Moon; the king.

இராசமகிஷி: *(பெ):* அரசி; அரசனின் தேவி; queen; consort of a king.

இராசமணி: *(பெ):* நெல்வகை; a kind of paddy.

இராசமுத்திரை: *(பெ):* அரச இலச்சினை; royal insignia.

இராசயோகம்: *(பெ):* யோக நிலைகளுள் ஒன்று; a kind of Yoga.

இராசராசன்: *(பெ):* அரசர்க்கு அரசன்; பேரரசன்; சக்கரவர்த்தி; குபேரன்; இராசராசசோழன்; king of kings; emperor; the ruler and the supreme head of an empire; millionaire; a very rich person; the Chozha king Rajarajan.

இராசராசேச்சுவரி: *(பெ):* உமையவள்; பார்வதி; Parvathi, the consort of Lord Shiva.

இராச ரிஷி: *(பெ):* அரச குரு; அரசனாக இருந்து முனிவரானவர்; விஸ்வாமித்திரர்; royal sage; the kshatriya of the ruling caste who has turned a sage; the famous sage Vishwamithra.

இராசருகம்: *(பெ):* அகில்; தும்பை; eagle wood, a kind of fragrant wood; white dead nettle - leucas.

இராசலட்சுமி: *(பெ):* அஷ்டலட்சுமிகளுள் ஒருத்தி; Rajalakshmi, one of the eight Lakshmis.

இராசவாகனம்: *(பெ):* சிவிகை; அரசனின் ஊர்தி; கோவேறு கழுதை; palanquin; the vehicle of a king; mule.

இராச விருட்சம்: *(பெ):* கொன்றை மரம்; Indian Laburnum.

இராசவைத்தியம்: *(பெ):* பத்தியமற்ற வைத்தியம்; the medical treatment without any prescribed diet for a patient.

இராசனை: *(பெ):* வெள்ளைப்பூண்டு; garlic.

இராசன்: *(பெ):* அரசன்; தலைவன்; சந்திரன்; இந்திரன்; இயக்கன்; king; the chief; Moon; Lord Indra; Yaksha; Kubera.

இராசாங்கம்: *(பெ):* அரசாட்சி; அரசு; rule of a king; government.

இராசாணி / இராசாத்தி: *(பெ):* அரசி; அரசனின் மனைவி; the queen; the wife of a king.

இராசாதனம்: பலாச மரம்; முருக்கு; முரள்; அரியணை; palas tree; sour lime; a kind of shell-fish; a throne with the carvings of lions.

இராசாளி: (பெ): வல்லூறு; பறவை வகை; royal falcon raised for hawking; a kind of bird.

இராசான்னம்: (பெ): ஒரு வகை உயரிய நெல்; a kind of high quality paddy.

இராசி: (பெ): வரிசை; கூட்டம்; குவியல்; இனம்; மொத்தம்; அதிட்டம்; சுபாவம்; மேஷம் - முதலிய பன்னிரண்டு இராசிகள்; order; crowd; heap; kind; total; luck; personality traits; zodiacal sign.

இராசிக்காரன்: (பெ): அதிர்ஷ்டம் உடையவன்; luckiest person.

இராசிகம்: (பெ): வரி; இயற்கணிதம்; அம்சம்; குவியல்; நரம்பு; ஓர் இராசி; tax; algebra; compactness; heap; cord; a zodiacal sign.

இராசிகை: (பெ): வயல்; இரேகை; ஒழுங்கு; கேழ்வரகு; paddy field; the line on the palm or on the sole; the imaginary line drawn on the map of earth; manner; regularity; Ragi.

இராசிச் சக்கரம்: (பெ): இராசிகளை எழுதியடைத்த சக்கரம்; இராசி மண்டலம்; zodiac.

இராசி பண்ணுதல்: (வி): சமாதானம் செய்தல்; to conciliate.

இராசிப்படுதல்: (வி): மனம் ஒன்றுதல்; to agree in opinion; be united in mind.

இராசிப் பொருத்தம்: (பெ): திருமணப் பொருத்தம் பத்தினுள் ஒன்று; (Astral) matching of horoscopes of prospective bride and the bridegroom in respect of the zodiacal signs; one of ten marital alliances.

இராசிமண்டலம்: (பெ): இராசிச் சக்கரம்; zodiac.

இராசியத்தானம்: (பெ): மறைவிடம்; hide-out.

இராசியம்: (பெ): தாமரை; அந்தப்புரம்; மறைவு; Lotus; the queen's apartments in a royal palace; secrecy.

இராசிலம்: (பெ): சாரைப்பாம்பு; rat-snake.

இராசீவம்: (பெ): தாமரை; மான் வகை; Lotus; a kind of deer.

இராசை: (பெ): திருநெல்வேலி மாவட்டத்திலுள்ள சங்கரநாராயணர் கோயில் என்னும் தலம்; a holy shrine Sankaranarayanar Koil in Thirunelveli district, Tamilnadu.

இராசோத்துங்கன்: (பெ): அரசருள் சிறந்தவன்; the best among the kings.

இராச்சியம்: (பெ): ஆளுகை; உலகு; நாடு; ruling; world; country.

இராடம்: (பெ): பெருங்காயம்; வெங்காயம்; இலாடம்; கழுதை; asafoetida; onion; a horse shoe; donkey.

இராட்சச: (பெ): ஒரு தமிழ் வருடம்; Raatchasa, a Tamil year.

இராட்சசன்: (பெ): அரக்கன்; demon; monster.

இராட்டிரம்: (பெ): நாடு; நாட்டில் வாழும் மக்கள்; the country; the people who live in a country.

இராட்டினம்: (பெ): நூல் நூற்கும் பொறி; நீர் இறைக்க உதவும் கருவி; குழந்தைகள் முதல் பெரியவர்கள் வரை ஏறி விளையாடும் சுழல் தேர்; spinning wheel; the pully for drawing water; merry go-round.

இராட்டின வாழை: (பெ): வாழை வகை; a kind of plantain tree.

இராட்டு: (பெ): இராட்டினம்; தேன்கூடு; spinning wheel; bee-hive; honey-comb.

இராணம்: (பெ): மயில் தோகை; இலை; peacock's feathers; leaf.

இராணி: (பெ): அரசி; the queen.

இராணுவம்: (பெ): போர்ப் பயிற்சி அளிக்கப்பட்ட படைகளின் தொகுப்பு; army; military.

இராதினி: (பெ): சல்லகி மரம்; ஓர் ஆறு; வச்சிரப்படை; இடி; மின்னல்; sallaki - a kind of tree; a river; a weapon sharp edged at both ends, that which is exceedingly strong; thunder bolt; lightning.

இராதை: (பெ): கோபியர்களில் ஒருத்தி; விஷ்ணுகிராந்தி; விசாகம் (நட்சத்திரம்); மின்னல்; நெல்லி; a beloved woman of Lord Krishna and one of the Gopikas; a herb; Visaakam, one of the twenty-seven stars; lightning; the fruit of emblic myrobalan.

இராத்திரி: (பெ): இரவு; மஞ்சள்; night; turmeric, tuber of a plant yellow in colour when crushed.

இராத்திரிகாசம்: (பெ): வெண்ணாம்பல் மலர்; white water-lily.

இராத்திரி வேதம்: (பெ): சேவல்; the cock.

இராந்து: (பெ): இடுப்பு; hip. • **இராந்தில் அடிபட்டதால் அவனால் ஓடியாடி வேலை செய்ய இயலவில்லை.**

இராந்துண்டு: (பெ): இலந்தை; Jujube, an edible berry-like fruit.

இராப்பாலை: (பெ): மரவகை; a kind of tree.

இராப்பிச்சை: (பெ): இராப்பொழுதில் பிச்சை எடுப்பவன்; one who begs in early night hours.

இராப்பூ: (பெ): இரவில் மலரும் மலர்கள்; the flowers which blossom at night time.

இராமகலி: (பெ): ஒரு பண்; a tune.

இராமகிரி: *(பெ):* குறிஞ்சிப்பண் வகை; a kind of song and one of the four melody-types; a hilly tract song.

இராமக்கோவை: *(பெ):* கற்கோவை என்னும் கொடி வகை; karkovai, a kind of creeper.

இராமக்கோழி: *(பெ):* நீர்க்கோழி; water fowl.

இராமசீதா: *(பெ):* மரவகை; a kind of tree.

இராமடம்: *(பெ):* பெருங்காயம்; asafoetida.

இராமதாபணி: *(பெ):* 108 உபநிடதங்களுள் ஒன்று; Ramathapani, one of the 108 upanishads.

இராமதுளசி: *(பெ):* துளசி வகை; a kind of sacred basil.

இராமதூதன்: *(பெ):* அனுமன்; Hanuman, the monkey God who greatly assisted Sri Rama in his war with Ravana, the king of Sri Lanka.

இராமநவமி: *(பெ):* இராமபிரானின் பிறந்த நாள்; the birth day of Sri Rama.

இராமப்பிரியா: *(பெ):* ஒரு பண் வகை; a kind of melody in music.

இராமமுழியன்: *(பெ):* கடல் மீன்வகை; a kind of sea fish.

இராமம்: *(பெ):* அழகு; விரும்பத்தக்கது; வெண்மை; beauty; that which is liked; whiteness.

இராமன்: *(பெ):* தசரத குமாரரான ஸ்ரீஇராமபிரான்; Sri Rama, the son of Dhasaratha and the hero of the epic Ramayana.

இராமன் சம்பா: *(பெ):* சம்பா நெல்வகை; a kind of paddy.

இராமாயணம்: *(பெ):* இராமபிரானின் சரித்திரத்தை விளக்கும் நூல்; Ramayana, the great Sanskrit epic on legendary God Rama written by Valmiki rendered into Tamil by poet Kambar.

இராமாலை: *(பெ):* கருக்கல் நேரம்; அந்திப் பொழுது; dusk.

இராமாவதாரம்: *(பெ):* தசரதனின் புதல்வனாகத் திரு அவதாரம் செய்த திருமாலின் தோற்றம்; the incarnation of Lord Vishnu as Rama, the son of Dhasaratha.

இராமானம்: *(பெ):* இரவு; நள்ளிரவு; night; mid-night.

இராமானுசக்கூடம்: *(பெ):* வைணவ பக்தர்கள் தங்கிச் செல்லும் சாவடி; the choultry especially for Vaishnavites.

இராமிச்சை: *(பெ):* இலாமிச்சை என்னும் புல்லின் நறுமணம் பொருந்திய வேர்; a kind of grass with fragrant root.

இராமிலன்: *(பெ):* கணவன்; மன்மதன்; husband; Cupid.

இராமை: *(பெ):* மன்மத நூலினை முற்றுமாகக் கற்றவள்; the woman who read thoroughly the Kama-sastra.

இராயசக்காரன்: *(பெ):* குமாஸ்தா; எழுத்தாளர்; clerk; writer.

இராயசம்: *(பெ):* குமாஸ்தா, எழுத்தாளர் ஆகியோரின் பணி; the business of clerk, writer, etc.

இராயணி: *(பெ):* அரசி; the queen.

இராயர்: *(பெ):* விஜயநகர மன்னர்களுக்கான பட்டம்; மஹாராஷ்டிர மாத்வர் மற்றும் பிற அந்தணர்களுக்கான சாதிப்பட்டம்; the title assumed by the Vijayanagara kings; caste title of Maharashtra Madhvas and other brahmins.

இராயன்: *(பெ):* மன்னன்; விளக்கு; பழைய நாணய வகை; king; lamp; a kind of ancient coin.

இராயிரம்: *(பெ):* இரண்டாயிரம்; two thousand.

இராவடம்: *(பெ):* அசோகு; the Asoka tree.

இராவடி: *(பெ):* ஏலம்; துடி; cardamom seed; a small drum.

இராவண சன்னியாசி: *(பெ):* மோசடிக்காரன்; mean person; a fraud.

இராவணம்: *(பெ):* விளக்கு; அழுகை; lamp; crying.

இராவணன்: *(பெ):* இலங்கை வேந்தன்; கடவுள்; Ravana the king of Srilanka; God.

இராவணப்புல்: *(பெ):* கடற்கரையில் காணப்படும் கூரிய ஒருவகைப் புல்; a kind of sharp grass which is found in sea-shore areas.

இராவணி: *(பெ):* இராவணனின் மகனான இந்திரஜித்து; Indrajit, the son of Ravana.

இராவதம்: *(பெ):* சூரியனின் குதிரை; the horse of the Sun.

இராவதி: *(பெ):* ஒரு கொடி; ஓர் ஆறு; எமலோகம்; a kind of creeper; a river; yamaloka.

இராவிழிப்பு: *(பெ):* எச்சரிக்கையுடன் இரவில் காவல் காத்தல்; vigil.

இராவுத்தராயன்: *(பெ):* குதிரை சேவகரின் தலைவன்; the head of the horsemen.

இராவுத்தன்: *(பெ):* குதிரைவீரன்; தமிழ் முகமதியருள் ஒரு பிரிவினரின் பட்டப்பெயர்; horseman; the tite of a certain class of Tamil speaking Muhammadians.

இராவுதல்: *(பெ):* ராவுதல்; to file.

இராவோன்: *(பெ):* சந்திரன்; the Moon.

இரிகம்: *(பெ):* இதயம்; மனம்; heart; mind.
● **இரிக** நோயால் பாதிக்கப்பட்ட நோயாளிக்கு அறுவை சிகிச்சை செய்திட மருத்துவர்கள் முடிவு செய்தனர். ● தொழிலில் ஏற்பட்ட பெருநஷ்டத்தால் **இரிகம்** ஒடிந்து போனார்.

இரிக்கி 126 இருணம்

இரிக்கி: *(பெ):* பெரிய கொடிவகை; a kind of lengthy creeper.

இரிசல்: *(பெ):* பிளவு; மனமுறிவு; cleft; be heart-broken due to difference of opinion.

• **இரிசல்** காரணமாக கணவன், மனைவி இருவரும் பிரிந்து வாழ முடிவு செய்தனர்.

இரிசியா: *(பெ):* பூனைக்காலி; a herb.

இரிஞன்: *(பெ):* பகைவன்; enemy.

இரிட்டம்: *(பெ):* வாள்; நன்மை; தீமை; sword; good; evil.

இரிணம்: *(பெ):* உவர்நிலம்; saline soil.

இரிதல்: *(வி):* கெடுதல்; ஓடுதல்; அஞ்சுதல்; to decay; to perish; to run; to fear.

இரித்தல்: *(வி):* தோற்கடித்தல்; கெடுத்தல்; ஓட்டுதல்; to defeat; to spoil; cause to run.

இரிபு: *(பெ):* அச்சம்; தோல்வி; பகை; வெறுப்பு; ஓடுதல்; fear; failure; enmity; hatred; run.

இரிபேரம்: *(பெ):* வெட்டிவேர்; cuscus grass.

இரிப்பு: *(வி):* அச்சுறுத்தல்; to threat.

இரிமான்: *(பெ):* எலி வகை; a kind of rat.

இரியல்: *(பெ):* நிலை கெடுதல்; அழுதல்; விரைந்து செல்லுதல்; state of being perturbed; crying; running; speeding.

இரீதி: *(பெ):* பித்தளை; எல்லை; முறைமை; brass; limit; proper manner.

இரு: *(பெ):* இரண்டு; two; *(பெ.அ):* பெரிய; கரிய; great; vast; black; dark; *(வி):* நிலையாக ஓரிடத்தில் அமைதல்; be there.

• **இருநோக்கு இவளுண்கண் உள்ளது ஒருநோக்கு நோய்நோக்கொன் றந்நோய் மருந்து.** *- குறள் 1091*

இருகண்: *(பெ):* ஊனக்கண்; ஞானக்கண்; mortal eye; spiritual vision; inward illumination.

இருகால்: *(பெ):* அரை; இருமுறை; இரண்டு பாதம்; half; two times; feet.

இரு கை: *(பெ):* இரண்டு கைகள்; இரண்டு பக்கங்கள்; two hands; two sides.

இருகுரங்கின் கை: *(பெ):* முசுமுசுக்கை; bristly bryony, a kind of herbal plant.

இருக்கம்: *(பெ):* கரடி; ராசி; நட்சத்திரம்; bear; zodiacal sign; star.

இருக்கன்: *(பெ):* பிரம்மன்; ரிக் வேதத்தை உணர்ந்தவன்; Lord Brahma; one who thoroughly understood the Rig veda.

இருக்காழி: *(பெ):* இரு விதைகளைக் கொண்ட காய்; the unripe fruit which has two seeds.

இருக்கு: *(பெ):* ரிக் வேதம்; Rig veda.

இருக்கை: *(பெ):* உட்காருவதற்கான ஆசன அமைப்பு; இருப்பிடம்; குடியிருப்பு; ஊர்; கோயில்; இராசி மண்டலம்; a seat; dwelling place; quarters; living; village; town; temple; zodiac.

இருசகம்: *(பெ):* மாதுளை; pomegranate.

இருசால்: *(பெ):* அரசு வரிப்பணம் செலுத்துதல்; கருவூலத்திற்கு அனுப்பும் பணம்; the taxes; the amount remitted to treasury.

இருசால் நாமா: *(பெ):* அரசு கருவூலத்தில் கிராம நிர்வாக அதிகாரி தான் வசூலித்த வரிப்பணம் போன்றவற்றை செலுத்தியதற்கான விவரப் பட்டியல்; the invoice of collections of taxes forwarded to the government treasury by the Village Administrative Officer.

இருசி: *(பெ):* பெண்பேய்; பூப்படையாத பெண்; demoness; the girl who has not attained puberty.

இருசு: *(பெ):* நேர்மை; மூங்கில்; வண்டியின் அச்சு; directness; bamboo; the axle of a carriage.

இருசுகந்தபூண்டு: *(பெ):* மருக்கொழுந்து; southern wood (species of worm wood with scented leaves).

இருசுடர்: *(பெ):* சந்திர-சூரியர்; the Moon and the Sun.

இருஞ்சிறை: *(பெ):* காவல்; மதில்; நரகம்; protection; fortwall; hell.

இருடி: *(பெ):* முனிவன்; வேதம்; ஆந்தை; sage; veda; a species of owl.

இருடிகம்: *(பெ):* இந்திரியம்; organ of sense.

இருடிகேசன்: *(பெ):* திருமால்; Lord Vishnu.

இருட்கண்டம்: *(பெ):* கழுத்தணி வகை; a kind of necklace.

இருட்கண்டர்: *(பெ):* சிவபெருமான்; Lord Shiva.

இருட்சரன்: *(பெ):* இராக்கதன்; இருட்டில் திரிபவன்; Rakshasa; one who wanders only in night hours.

இருட்சி: *(பெ):* இருள்; மயக்கம்; இருட்டு; night; mental delusion; darkness.

இருட்டடிப்பு: *(பெ):* ஒரு செய்தி அல்லது நிகழ்வு வெளியே தெரியாதவாறு மறைத்திடல்; black-out.

இருட்டறை: *(பெ):* இருள் சூழ்ந்த (அ) வெளிச்சமற்ற அறை; dark or unlit room.

இருட்டு: *(பெ):* மயக்கம்; இருள்; அறியாமை; mental delusion; night; darkness; ignorance.

இருட்பகை: *(பெ):* சூரியன்; the Sun.

இருட்பூ: *(பெ):* ஒரு வகை மரம்; a kind of tree.

இருசுக்கட்டை: *(பெ):* வண்டியின் அச்சு பதிந்திடுமாறு உள் நீளமான மரக்கட்டை; the lengthy block wood on which the axle rests.

இருணம்: *(பெ):* கடன்; உவர்நிலம்; நீர்; நிலம்; கோட்டை; debt; saline soil; water; land; fort.

• **இருணத்தில்** (உவர் நிலத்தில்) நெல், கரும்பு போன்ற நீர்ப்பாசனப் பயிர்களை விவசாயம் செய்ய இயலாது.

இருணி: *(பெ):* பன்றி; pig.

இருணிலம்: *(பெ):* நரகம்; hell.

இருண்ட: *(பெ.அ):* இருள் நிறைந்த; dark.

இருண்டி: *(பெ):* செண்பகம்; a flower of golden hue; Indian magnolia.

இருண்மதி: *(பெ):* அமாவாசை; தேய்பிறை; new-Moon; waning Moon.

இருண்மலர்: *(பெ):* ஆணவ மலம்; pride; arrogance; manliness; egotism.

இருதயத்துடிப்பு: *(பெ):* மார்பு படபடவென அடித்துக்கொள்ளுதல்; heart beating.

இருதயம்: *(பெ):* இதயம்; மனம்; நடுவு; கருத்து; heart; mind; centre; opinion.

இருதலை: *(பெ):* இருமுனை; two ends.

இருதலைக்கபடம்: *(பெ):* விலாங்கு மீன்; eel fish.

இருதலைக்கொள்ளி: *(பெ):* இருபக்கத்திலும் தீ உள்ள கட்டை; அனைத்துப் பக்கங்களிலும் துன்பம் செய்வது; brand burning at both ends; that which causes trouble in every direction.

- **இருதலைக்கொள்ளி** எறும்பு போல் ஆனேன்.

இருதலை ஞாங்கர்: *(பெ):* முருகப் பெருமானின் வேல்; இருபக்கமும் கூர்மையுடைய வேல்; lance of Lord Muruga; the lance which has sharpness on its both sides.

இருதலைப்புடையன்: *(பெ):* ஒருவகைப் பாம்பு; a kind of snake.

இருதலைப்புள்: *(பெ):* இருதலைகளைக் கொண்டுள்ள பறவை; a fabulous bird with two heads.

இருதலைமணியன்: *(பெ):* ஒருவகைப்பாம்பு; கோள் சொல்பவன்; a kind of snake; one who back-bites; tale-bearer.

இருதலை மாணிக்கம்: *(பெ):* பஞ்சாட்சரம்; ஒரு மந்திரம்; the five-lettered mantra whose praising deity is Shiva, viz., Na Ma Si Va Ya; a final bliss mantra.

இருதலைவிரியன்: *(பெ):* மண்ணுளிப் பாம்பு; sand snake, nearly four feet long, mutilated by snake charmers to make the tail resemble the head.

இருதிணை: *(பெ):* உயர்திணை; அஃறிணை; higher category of names i.e. names of gods and men; class of inferior beings i.e., names of animals, birds, other living beings and lifeless things.

இருது: *(பெ):* ருது; இரு மாதப் பருவம்; the first menstrual discharge; a season of two months.

இருதுமதி: *(பெ):* பூப்படைந்த பெண்; the woman who attained puberty.

இருத்தலியல்: *(பெ):* தனி மனிதனுக்குச் சுதந்திரமும், பொறுப்பும் உள்ளன என்பதையும், அவன் அவற்றை உபயோகித்து எடுத்திடும் முடிவுகள் அவனின் வாழ்க்கை நிலைதனை நிர்ணயம் செய்கின்றன என்பதையும் உணர்த்தும் தத்துவம்; extentialism.

இருத்தல்: *(வி):* உளதாதல்; உட்காருதல்; அமருதல்; உயிர் வாழ்தல்; to exist; to remain; to sit down; to survive; to live.

இருத்தி: *(பெ):* மேன்மை; வளர்ச்சி; சித்திகள்; glory; growth; the supernatural powers obtained by meditation.

இருத்து: *(பெ):* வயிரக் குற்றங்களுள் ஒன்று; அமுக்குகை; one of the defaults of diamond; pressing down.

இருத்துதல்: *(வி):* அமரச் செய்தல்; முன்னிருந்த நிலையிலேயே இருந்திடச் செய்தல்; சற்று காத்திருக்கச் செய்தல்; அழுத்துதல்; நிரந்தரமாக இருக்குமாறு பொருத்துதல்; cause to sit; to detain; cause to wait for a time; to press down; to fix permanently.

இருத்துவித்தல்: *(வி):* இருக்க வைத்திடல்; cause to seat.

இருத்தை: *(பெ):* சேங்கொட்டை; marking nut and its tree.

இருநா: *(பெ):* பாம்பு; உடும்பு; snake; big lizard; iguana.

இருநிதி: *(பெ):* சங்க நிதி; பதும நிதி; two of the nine treasures of Kubera; Sanga Nidhi and Padma Nidhi.

இருநிதிக் கிழவன்: சங்கநிதி, பதுமநிதிகளைக் கொண்டவன்; குபேரன்; the possessor of the two kinds of Nidhi (Sanga Nidhi and Padma Nidhi); Kubera.

- பெருநில முழுதாளும் பெருமகன் தலைவைத்த
ஒருதனிக் குடிகளோ டுயர்ந்தோங்கு செல்வத்தான்
வருநிதி பிறர்க்கார்த்து மாசாத்து வானென்பான்
இருநிதிக்கிழவன்மகன் ஈரெட்டாண்டகவையான்

- சிலப்பதிகாரம்

மங்கல வாழ்த்துப் பாடல் வரி 31-34 .

இருநியமம்: *(பெ):* இருவகைக் கடைகள்; நாளங்காடி; அல்லங்காடி; two kinds of shops; day bazaar and evening bazaar.

இருநிலம்: *(பெ):* பூமி; earth.

இருநினைவு: *(பெ):* இரண்டுபட்ட மனம்; double mindedness; irresolution; indecision.

இருநீர்: *(பெ):* கடல்; பெருநீர்ப்பரப்பு; sea; ocean; widespread water area.

இருநூறு: *(பெ):* இரண்டு நூறு; இருபது பத்துகள்; two hundred; twenty tens.

இருந்தில் / இருந்து / இருந்தை: *(பெ):* கரி; charcoal.

இருந்தபோதிலும் / இருந்தபோதும்: *(இணை.இ.சொ):* இந்த நிலையிலும்; எனினும்; yet; nevertheless; in spite of it.

இருந்தமிழ் 128 இருமுடி

இருந்தமிழ்: (பெ): செந்தமிழ்; the sublime Tamil language.

இருபடி: (பெ): போலி; நகல்; duplicate.

இருபது: (பெ): இரண்டு பத்து; twenty.

இருபால்: (பெ): இரண்டுபால்; ஆண்பால்; பெண்பால்; two genders; masculine gender - male sex; feminine gender - female sex.

இருபான்: (பெ): இருபது; twenty.

இருபிறப்பாளன்: (பெ): பார்ப்பனன்; சந்திரன்; சுக்கிரன்; brahmin; Moon; the Planet Venus.

இருபுட்சன்: (பெ): இடியேறு; இந்திரன்; விண்ணுலகம்; thunder bolt; Lord Indra; Paradise.

இருபுரியாதல்: (பெ): மாறுபடாதிருத்தல்; that which does not differ.

இருபுனல்: (பெ): ஊற்றும் மழையும்; spring and rain.

- இருபுனலும் வாய்ந்த மலையும் வருபுனலும் வல்அரணும் நாட்டிற்கு உறுப்பு - *குறள் 737.*

இருபுலன்: (பெ): மலசலங் கழிநிலை; the state of excretion.

இருபூ / இருபோகம்: (பெ): ஆண்டுக்கு இருமுறை விளைச்சல் காணல்; two crops per year - one raised in the wet season and another in the dry season.

இருபோது: (பெ): காலை, மாலை; morning and evening.

இருப்பவல்: (பெ): ஒரு மருந்துச் செடி; a medicinal plant.

இருப்பாணி: (பெ): இரும்பினால் செய்த ஆணி; iron-nail.

இருப்பிடம்: (பெ): வாழும் இடம்; dwelling place; abode.

இருப்பினமும் போக்கினமும்: (பெ): சொத்தும் பத்தும்; assets and liabilities.

இருப்பு: (பெ): ஆசனம்; கையில் உள்ள தொகை; நிலை; சேமித்து வைத்திருப்பது; seat; cash on hand; position; stock.

இருப்புக் கொல்லி: (பெ): சிவனார் வேம்பு; a kind of tree.

இருப்புக்கொள்: (வி): (எதிர்மறையில் அல்லது எதிர்மறைத் தொனியில்), (ஓரிடத்தில்) இருத்தல்; be at ease.

இருப்புக்கோல்: (பெ): அறுவை சிகிச்சைக் கருவியுள் ஒன்று; a kind of surgical equipment (in ancient times).

இருப்புச்சட்டி: (பெ): சமையலுக்குப் பயன்படுத்தும் குழிந்த உட்பகுதி உடைய உலோகப்பாத்திரம்; a kind of deep round pan, used for seasoning dishes or frying.

இருப்புச் சரக்கு: (பெ): சேமித்து வைத்திருக்கும் சரக்கு; stock of goods.

இருப்புச்சீரா / இருப்புச் சுவடு: (பெ): இரும்புக் கவசம்; iron sheath.

இருப்புப்பத்திரம்: (பெ): இரும்புத் தகடு; iron sheet.

இருப்புப் பாதை: (பெ): தண்டவாள வழி; இரயில் பாதை; rail track.

இருப்புப்பாரை: (பெ): குழி தோண்டப் பயன்படுத்திடும் கூரான இரும்புக்கோல்; crow-bar.

இருப்புப் பாளம்: (பெ): இரும்புக் கட்டி; iron block.

இருப்பு முள்: (பெ): அங்குசம்; elephant's goad.

இருப்புலக்கை: (பெ): இரும்பாலான உலக்கை; a round ended heavy iron pestle.

இருப்புலி: (பெ): துவரை; pigeon-pea; dhal.

இருப்பை: (பெ): இலுப்பை மரம்; South Indian Mahua tree.

இருப்பைச் சம்பா: (பெ): நெல்வகை; a kind of paddy.

இருமடங்கு / இருமடி: (பெ): இரட்டித்த அளவு; double; two fold. ● தான் பெற்ற மகனைக் காட்டிலும் வளர்ப்பு மகன் தன்னிடம் இருமடங்கு பாசம் கொண்டவனாய் இருப்பதைக் கண்டு மனம் நெகிழ்ந்தாள்.

இருமரபு: (பெ): தாய்வழி; தந்தை வழி; maternal; paternal.

இருமருந்து: (பெ): சோறும், நீரும்; cooked rice and water.

இருமல்: (பெ): தொண்டையிலிருந்து வெடிப்பு போல் காற்று வெளிப்படுதல்; கக்கல்; ஆட்டுநோய் வகை; cough; a cattle disease.

இருமனப் பெண்டு: (பெ): விபச்சாரி; நடத்தை கெட்டவள்; prostitute; harlot.

- இருமனப் பெண்டிரும் கள்ளும் கவறும் திருநீக்கப் பட்டார் தொடர்பு - *குறள் 920.*

இருமனம்: (பெ): வஞ்சகம்; துணிவின்மை; deceit; indecision.

இருமா: (பெ): பத்தில் ஒரு பங்கு; **1/10**; one tenth of.

இருமாவரை: (பெ): எட்டில் ஒரு பங்கு; **1/8**; one eighth of.

இருமான்: (பெ): எலிவகை; a kind of rat.

இருமுதல்: (வி): தொண்டையிலிருந்து வெடிப்பது போல் காற்று வெளிப்படுதல்; to cough.

இருமுடி: (பெ): சபரிமலைக்குச் செல்பவர்கள் பூஜைக்கும், பயணத்திற்கும் வேண்டிய பொருள்களை வைத்திருக்கும் இரு பைகளைக் கொண்ட துணி முடிப்பு; a piece of cloth with two bags - like compartments containing offerings, personal effects carried on the head by pilgrims to the temple at Sabari hills.

இருமுதுகுரவர் / இருமுதுமக்கள்: (பெ): பெற்றோர்; தாய்தந்தை; parents; father and mother.

இருமை: (பெ): இரட்டைத் தன்மை; இம்மை; மறுமை; மேன்மை; கறுமை; two-fold state; this birth and the future birth; greatness; eminence; blackness.

- **இருமை** வகைதெரிந்து ஈண்டுஅறம் பூண்டார் பெருமை பிறங்கிற்று உலகு. - *குறள் 23.*

இரும்: (பெ.அ): பெரிய; கரிய; big; black; (பெ): இருமல்; cough.

இரும்பலி: (பெ): செடிவகை; a kind of plant.

இரும்பல்: (பெ): இருமல்; காசநோய்; ஆட்டுநோய்; cough; tuberculosis; a kind of cattle disease.

இரும்பன்: (பெ): அகழெலி; mole; field rat.

இரும்பாலை: (பெ): இரும்பு, எஃகுத் தொழிற்சாலை; மரவகை; iron & steel factory; a kind of tree.

இரும்பு: (பெ): கரும் பொன்; ஆயுதம்; கடிவாளம்; செங்காந்தள்; black metal; iron; weapon; bridle; horse's bit; a kind of flower and plant.

இரும்புக் கொல்லன்: (பெ): கருங்கொல்லன்; blacksmith.

இரும்புத்துப்பு: (பெ): இரும்புத்துரு; rust.

இரும்புலி: (பெ): துவரை; ஒரு செடி; pigeon-pea; dhal; a kind of plant.

இரும்புளி: (பெ): மரவகை; a kind of tree.

இரும்புள்: (பெ): நீர்ப் பறவை; மகன்றில் பறவை; water bird; a species of love bird.

இரும்பை: (பெ): பாம்பு; குடம்; snake; water-pot.

இரும்பொறை: (பெ): சேர மன்னர்களின் பட்டப்பெயர்களில் ஒன்று; one of the titles of chera kings.

இருலிங்கவாட்டி: (பெ): சாதிலிங்கம்; red sulphurate of mercury oxide.

இருவல் நொருவல்: (பெ): இடிந்தும் இடியாத அரிசி; குருணை; நன்கு மெல்லப்படாத உணவு; the rice imperfectly pounded; rice grit; food not well masticated.

இருவாட்சி: (பெ): கருமுகைச் செடி; a kind of fragrant jasmine; tuscan jasmine.

இருவி: (பெ): தினை முதலியவற்றின் அரிதாள்; millet-stubble.

இருவினை: (பெ): நல்வினை; தீவினை; good and evil actions. • ஒருவரின் வாழ்வும் தாழ்வும் அவரவர் **இருவினைகளாலேயே** அமையும்.

இருவீடு: (பெ): ஒருவகை மரம்; a kind of tree.

இருவுதல்: (வி): இருக்கச் செய்தல்; cause to be or to abide.

இருவேம்: (பெ): நாமிருவர்; we two.

இருவேரி / இருவேலி: (பெ): வெட்டிவேர்; an odoriferous shrub; cuscus grass.

இருளல்: (பெ): இருளடைதல்; கருமையாதல்; to become dark; be black in colour.

இருளன்: (பெ): ஒரு சாதி; வரிக்கூத்து வகை; a caste; a kind of dance. • **இருளன்** பிள்ளைக்கு எலி பிடிக்கக் கற்றுக் கொடுக்க வேணுமோ ? - *பழமொழி.*

இருளி: (பெ): பன்றி; கருஞ்சீரகம்; நாணம்; பூப்படையும் தன்மையற்ற பெண்; இருசு; pig; black cumin; shyness; the girl who has no capacity to attain the puberty; axle.

இருளுலகம்: (பெ): நரகம்; hell.

இருளுவா: (பெ): அமாவாசை; new moon day.

இருளை: (பெ): நாணம்; shyness.

இருளோவியகரை: (பெ): முத்தி; வீடுபேறு; final bliss; salvation.

இருள்: (பெ): மயக்கம்; அந்தகாரம்; அறியாமை; கறுப்பு; இரவு; துன்பம்; பிறப்பு; குற்றம்; யானை; ஒரு மரம்; ஒளியின்மை; தெளிவின்மை; mental delusion; gloom; ignorance; black; night; grief; birth; fault; elephant; a tree; darkness; obscurity; (வி): கருமை கவிதல்; ஒளி குறைதல்; மங்குதல்; to become dark; to dim (of eyes) due to fainting.

- **இருள்**சேர் இருவினையும் சேரா இறைவன் பொருள்சேர் புகழ்புரிந்தார் மாட்டு. - *குறள் 5.*
- **இருள்**நீங்கி இன்பம் பயக்கும் மருள்நீங்கி மாசறு காட்சி யவர்க்கு. - *குறள் 352.*

இருள்வட்டம்: (பெ): ஏழு நரகத்துள் ஒன்று; one of the seven hells.

இருள்வலி: (பெ): சூரியன்; the Sun.

இருள்வாசி: (பெ): இருவாட்சி; a kind of fragrant jasmine; tuscan jasmine.

இருள்வேல்: (பெ): ஒருவகை மரம்; a kind of tree.

இரேகம்: (பெ): உடல்; அச்சம்; ஐயம்; தவளை; வயிற்றுக் கழிச்சல்; body; fear; doubt; frog; diarrhoea.

இரேகழி: (பெ): இடைகழி; narrow passage between rooms.

இரேகி: (பெ): கீழ்மகன்; mean person; (வி): ஒன்றுபடு; to unite.

இரேகித்தல்: (வி): ஒன்றுபடுதல்; எழுதுதல்; சேர்தல்; பழகுதல்; to unite; to write; to join; to practise.

இரேகு: (பெ): அடையாளம்; sign; mark.

இரேகுத்தி: (பெ): ஒரு வகைப் பண்; a kind of music.

இரேகை: (பெ): வரி; உள்ளங்கையில் உள்ள அழுத்தமான வரிகள்; எழுத்து; line; the lines on the palm of the hand; stroke in writing.

இரேக்கு: *(பெ):* தங்கத் தாள்; தங்க ரேக்கு; பூவிதழ்; golden leaf; a thin strip of gold; flower petal.

இரேசககுணா: *(பெ):* கடுகு; mustard.

இரேசகம்: *(பெ):* மூச்சுக் காற்றினை மூக்கால் சுவாசித்து வெளியிடும் பயிற்சி; பிராணாயாமம்; பேதி மருந்து; a breathing exercise in yoga; purgative.

இரேசகி: *(பெ):* கடுக்காய்; சீந்தில் கொடி; அமுதுவல்லிச் செடி; gall nut; a herb; a kind of plant.

இரேசம்: *(பெ):* இரசம்; சாறு; மிளகு நீர்; நஞ்சு நீர்; a kind of soup prepared by adding certain condiments in tamarind or lime water; an essence; pepper decoction; poisonous water; polluted water.

இரேசனி: *(பெ):* நேர்வாள வித்து; ஞாழல்; the seed of Nervalam, a kind of herb; a species of fragrant tree.

இரேசன்: *(பெ):* அரசன்; வருணன்; திருமால்; வெள்ளைப் பூண்டு; king; Varuna, the God of rain; Lord Vishnu; garlic.

இரேசிதம்: *(பெ):* நாட்டிய வகை; a kind of dance.

இரேசுதல்: *(பெ):* செரியாமை; indigestion.

இரேணு: *(பெ):* பூந்துகள்; துகள்; அணு; அழகு; புல்வகை; pollen; farina of flowers; dust; atom; beauty; a kind of grass.

இரேணுகை: *(பெ):* பரசுராமரின் தாய்; தவிடு; காட்டு மிளகு; mother of Parasurama; rice bran; wild pepper.

இரேபன்: *(பெ):* கொடியன்; cruel man.

இரேயம்: *(பெ):* சாராயம்; கள்; arrack; toddy.

இரேவடம்: *(பெ):* மூங்கில்; சூறைக்காற்று; வலம்புரிச்சங்கு; bamboo; typhoon; conch, whose spirals turn to the right.

இரேவதி: *(பெ):* ஒரு விண்மீன்; பலராமனின் மனைவி; Revathi, one of the twenty-seven stars; wife of Balarama.

இரேவற்சின்னி: *(பெ):* மரவகை; a kind of tree.

இரேவு: *(பெ):* ஆயத்துறை; இறங்குந்துறை; customs house; port of disembarkation; bathing ghat in river.

இரேவை: *(பெ):* அவுரி; நர்மதை ஆறு; indigo; river Narmadha.

இரேழி: *(பெ):* இடைகழி; the gap between two entrances; a narrow passage.

இரை: *(பெ):* பறவை, விலங்கு ஆகியவற்றின் உணவு; ஒலி; பூமி; நீர்; கள்; வாக்கு; the food materials of birds and animals; prey; sound; earth; water; toddy; speech; *(வி):* உரத்த குரலில் திட்டுதல்; வயிறு சப்தமிடுதல்; மூச்சு வாங்குதல்; மூச்சுத் திணறுதல்; to admonish someone; rumble of stomach; to gasp for breath; to wheeze.

இரைக்குடல்: *(பெ):* இரைப்பை; stomach.

இரைக்குழல்: *(பெ):* உணவு செல்லும் குழல்; alimentary canal.

இரைசல்: *(பெ):* மாணிக்கக் குற்ற வகை; a kind of impurity of carbuncle or ruby.

இரைச்சல்: *(பெ):* பெருத்த சப்தம்; ஒலி; noise and bustle; sound.

இரைதல்: *(வி):* ஒலித்தல்; கூச்சலிடுதல்; to sound; to pronounce; to bawl.

இரைதேர்தல்: *(வி):* பறவைகள் இரை தேடுதல்; விலங்குகள் உணவு தேடுதல்; to roam about in search of food as birds; to go in quest of prey as beasts.

இரைதேறுதல்: *(வி):* உணவு செரியாமல் இருத்தல்; unable to digest.

இரைத்தல்: *(வி):* ஒலித்தல்; சீறுதல்; மூச்சு வாங்குதல்; வீங்குதல்; to sound; to pronounce; to hiss; to snort; to gasp for breath; to swell.

இரைத்து: *(பெ):* இரண்டு; புலி தொடக்கி; two; a herb.

இரைப்பு: *(பெ):* இரைச்சல்; இரைப்பு நோய்; மோகம்; கரப்பான் பூச்சி; சுவாச காச நோய்; noise and bustle; gasping; Asthma; infatuation; cockroach; tuberculosis.

இரைப்பு மாந்தம்: *(பெ):* மாந்த நோய் வகை; a kind of infantile convulsion due to indigestion disease.

இரைப்பெலி: *(பெ):* ஒருவகை நோயினை உண்டாக்கும் எலி; a kind of rat which causes disease to human beings.

இரைப்பை: *(பெ):* இரைக்குடல்; stomach.

இரைப்பைப்பாகு: *(பெ):* ஜீரணிக்கப்பட்ட உணவுக் கூழ்; chyme.

இரைமீட்டல்: *(பெ):* அசைபோடுதல்; to chew the cud.

இரௌத்திரம்: *(பெ):* பெருஞ்சினம்; uncontrollable anger.

இரௌத்திரி: *(பெ):* ஒரு தமிழ் வருடம்; சிவசித்திகளுள் ஒன்று; Routhiri, a Tamil year; one of the Sivasiddhis.

இரௌரவம்: *(பெ):* ஒரு நரகம்; சிவாகமங்களுள் ஒன்று; a hell; one of the Sivagamas.

இல: *(பெ):* இலவு; இலவ மரம்; red flowered silk cotton tree.

இலகடம்: *(பெ):* அம்பாரி; howdah.

இலகம்: *(பெ):* ஊமத்தை; dhatura plant.

இலகரி: *(பெ):* கஸ்தூரி; மது; வெறி; மகிழ்ச்சி; பெருந்திரை; musk; wine; wild and mad behaviour; joy; big curtain.

இலகல்: *(பெ):* அகில்; எழுத்து; eagle wood; letter.

இலகான்: *(பெ):* கடிவாளம்; bridle.

இலகிமா: *(பெ):* எட்டு வகை சித்திகளுள் ஒன்று; one of the eight Siddhis.

இலகிரி: *(பெ):* போதையூட்டும் பொருள்; சாதிக்காய்; சாதிபத்திரி; that which causes intoxication; nutmeg; mace, as the nutmeg flower.

இலகு: *(பெ):* எளிது; சிறுமை; கனிவு; ஒரு மரம்; நுண்மை; ease; meanness; submission; a tree; minuteness.

இலகுதல்: *(வி):* மிகுதல்; ஒளிர்தல்; விளங்குதல்; to exceed; to glitter; to shine.

இலக்கணக் கொத்து: *(பெ):* சுவாமிநாத தேசிகரால் இயற்றப்பட்ட தமிழ் இலக்கண நூல்; a treatise on Tamil grammar by Swaminatha Desigar.

இலக்கணம்: *(பெ):* இயல்பு; சிறப்பியல்பு; அடையாளம்; ஒழுங்கு; அழகு; இலக்கண நூல்; nature; definition; mark; order; beauty; grammar.

இலக்கணக்கருமம்: *(பெ):* அங்க இலக்கண நூல்; சாமுத்திரிகம்; the treatise on physiognomy, Saamuthirikam.

இலக்கணி: *(பெ):* அழகன்; handsome person.

இலக்கம்: *(பெ):* விளக்கம்; எண்; நூறாயிரம்; இலக்கு; explanation; number; hundred thousand; target; *(வி):* காணுதல்; to see.

- **இலக்கம் உடம்பிடும்பைக் கென்று கலக்கத்தைக் கையாறாக் கொள்ளாதாம் மேல்.** *- குறள் 627.*

இலக்கமிடுதல்: *(வி):* எண் குறித்தல்; கணக்கிடுதல்; to mark the number; to count.

இலக்கல்: *(வி):* விளக்குதல்; to explain.

இலக்காரம்: *(பெ):* ஆடை; சீலை; garment; dress; cloth; saree.

இலக்கு: *(பெ):* அம்பெய்யும் குறி; சமயம்; எதிரி; அளவு; target; time; enemy; measure.

இலக்குதல்: *(வி):* விளங்கச் செய்தல்; அடையாளமிடுதல்; cause to understand; to mark.

இலக்குமி: *(பெ):* செல்வம்; திருமாலின் மனைவி; மஞ்சள்; முத்து; அழகு; wealth; Lakshmi, the consort of Lord Vishnu; turmeric; pearl; beauty.

இலக்கை: *(பெ):* ஆடை; மாதச்சம்பளம்; பாதுகாவல்; garment; monthly salary; protection.

இலங்கடை: *(வி.அ):* இல்லாதபோது; in the absence.

இலங்கணம்: *(பெ):* பட்டினி கிடக்கை; தடை; fasting; obstacle. • **இலங்கணம்** பரம ஔடதம் - *பழமொழி.* எத்தனை **இலங்கணங்கள்** வந்தபோதும் அவற்றை எதிர்கொண்டு வெற்றி பெற வேண்டும்.

இலங்கம்: *(பெ):* எறும்பு; களரி; முடம்; கூட்டம்; ant; saline soil; battle field; foolishness; crowd.

இலங்கர்: *(பெ):* நங்கூரம்; anchor.

இலங்கல்: *(பெ):* விளங்குதல்; to become renowned.

இலங்காபுரி: *(பெ):* இராவணன் ஆண்ட நாடு; the country which was ruled by the Asura king Raavana.

இலங்கிகன்: *(பெ):* துறவி; monk.

இலங்கித்தல்: *(வி):* குதித்தல்; to jump.

இலங்கிழை: *(பெ):* பெண்; woman.

- **இலங்கிழாய் இன்று மறப்பின்என் தோள்மேல் கலங்கழியும் காரிகை நீத்து.** *- குறள் 1262.*

இலங்கு: *(பெ):* குளம்; tank.

இலங்குதல்: *(வி):* உதாரணமாக விளங்குதல்; be an illuminating example.

இலங்குபொழுது: *(பெ):* சூரியன் மறையும் பொழுது; the time of sun-set.

இலங்கேசன்: *(பெ):* இராவணன்; Raavana.

இலங்கை: *(பெ):* ஈழ மண்டலம்; Sri Lanka.

இலங்கோடு: *(பெ):* கோவணம்; சல்லடம்; சன்னியாசிக்கான உடை; man's loin-cloth; short drawers; religious mendicant's dress.

இலசுனம்: *(பெ):* வெள்ளைப் பூண்டு; garlic.

இலச்சித்தல்: *(வி):* நாணுதல்; be shy.

இலச்சினை: *(பெ):* ஓர் அரசனின் அல்லது அரசின் அதிகாரத்தைக் குறிப்பிடும் சின்னம்; royal insignia; government emblem.

இலச்சை: *(பெ):* நாணம்; கூச்சம்; bashfulness; shyness.

இலச்சைப்படுதல்: *(வி):* நாணுதல்; be shy.

இலஞ்சம்: *(பெ):* கைக்கூலி; bribe.

இலஞ்சி: *(பெ):* குளம்; ஏரி; குணம்; கொப்பூழ்; மகிழமரம்; புங்கமரம்; மாமரம்; மடு; சாரைப்பாம்பு; ஆடை வகை; மதில்; tank; water reservoir for irrigation; character; quality; navel; pointed leaved ape-flower tree; Indian beech tree; mango tree; water-hole; rat snake; a kind of garment; fort-wall.

இலஞ்சியம்: *(பெ):* கீழாநெல்லி; a shrub with slender green branches used in the treatment of jaundice. • **இலஞ்சியக்** கஷாயம் மஞ்சள் காமாலைக்கு ஓர் அருமருந்தாகும்.

இலஞ்சிலி: *(பெ):* ஏலம்; cardamom seed.

இலட்சணம்: *(பெ):* அழகு; பொருத்தமான குணம்; beauty; perfection; proper quality.

இலட்சம்: *(பெ):* நூறாயிரம்; one lakh; hundred thousand.

இலட்சயம்: *(பெ):* எண்ணிடத் தக்கது; that which is countable.

இலட்சியம்: *(பெ):* மதிப்பு; குறிக்கோள்; நோக்கம்; value; objective; aim.

இலட்சுமணம்: *(பெ):* மரவகை; a kind of tree.

இலட்சுமி: *(பெ):* இலக்குமி; திருமகள்; Lakshmi, the Goddess of Wealth; consort of Lord Vishnu.

இலட்சுமி வண்டு: *(பெ):* கரப்பான் பூச்சி; cockroach.

இலட்டு / இலட்டுகம் / இலட்டுவம்: *(பெ):* இனிப்பு உருண்டை வகை; sweet-meat balls in many varieties.

இலட்டை: *(பெ):* அப்ப வகை; a kind of cake.

இலண்டம்: *(பெ):* சில வகை விலங்குகளின் மலம்; dung of certain animals like elephant.

இலதை: *(பெ):* வள்ளிக்கொடி; வால்மிளகுக் கொடி; இலந்தை; முள் மர வகை; மரக்கொம்பு; ஒருவகை ஒலி; a kind of climber; cubeb creeper; Jujube tree; a kind of thorny tree; branch of a tree; a kind of sound.

இலத்தி: *(பெ):* யானை, குதிரை போன்றவற்றின் மலம்; the dung of certain animals like elephant, horse, etc.

இலந்தை: *(பெ):* முள் மர வகை; ஒரு பழ மரம்; நீர் நிலை; a kind of thorny tree; Jujube tree; water reservoir.

இலபனம்: *(பெ):* வாய்; mouth.

இலபிதம்: *(பெ):* நேர்வது; உண்பது; பேசப்பட்டது; விதி; பேறு; that which is occurred; eatable; that which is talked; fate; benefit.

இலபித்தல்: *(வி):* வாய்த்தல்; கைகூடுதல்; சித்தியடைதல்; be appropriately situated or formed to flourish; to succeed; to obtain salvation.

இலமலர்: *(பெ):* இலவமலர்; the flower of silk cotton tree.

இலம்: *(பெ):* வறுமை; இல்லாமை; இல்லறம்; இல்லம்; poverty; the state of not having something; life of a householder; house; home.

- *இலமென்று அசைஇ இருப்பாரைக் காணின்*
  நிலமென்னும் நல்லாள் நகும். - குறள் 1040.

இலம்பகம்: *(பெ):* அத்தியாயம்; மாலை; நெற்றியில் அணியும் சங்கிலி; chapter; section; garland or chain; the chain for the forehead.

இலம் படுதல்: *(வி):* வறுமையடைதல்; to become poor.

இலம்படை: *(பெ):* வறுமை; இடுக்கண்; poverty; destitution.

இலம்பமானம்: *(பெ):* கழுத்தணி வகை; a kind of necklace.

இலம்பம்: *(பெ):* மாலை; தொங்குவது; கைக்கூலி; garland; anything which hangs; bribe.

இலம்பாடி: *(பெ):* வறியவன்; ஒரு சாதி; poor man; a caste.

இலம்பாடு: *(பெ):* வறுமை; துன்பம்; poverty; privation; indigence; grief.

இலம்பிகை: *(பெ):* உள்நாக்கு; uvula.

இலம்பிலி: *(பெ):* மரவகை; a kind of tree.

இலம்பு: *(பெ):* தொங்குகை; that which hangs.

இலம்பை: *(பெ):* வறுமை; இடுக்கண்; அவலநிலை; poverty; indigence; privation; tragedy.

இலம்போதரன்: *(பெ):* விநாயகர்; Lord Vinayaka.

இலயகாலம்: *(பெ):* ஊழிக்காலம்; apocalypse age.

இலயத்தானம்: *(பெ):* ஒடுங்குமிடம்; hidden place.

இலயமாதல்: *(வி):* அழிதல்; ஒன்றாதல்; to destroy; to unite.

இலயமுத்தி: *(பெ):* பரம்பொருளோடு இரண்டறக் கலத்தலான முத்தி; final bliss.

இலயம்: *(பெ):* ஸ்ருதி லயம்; கூத்து வகை; union of song, dance and instrumental music; a kind of dance; *(வி):* ஒடுங்குதல்; to merge.

இலயித்தல்: *(பெ):* ஒன்றுதல்; ஆழ்தல்; ஒடுங்குதல்; to become one with; be engrossed in; to merge.

இலலாடம்: *(பெ):* நெற்றி; forehead.

இலலாட லிபி: *(பெ):* தலையெழுத்து; fate.

இலலாடிகை: *(பெ):* நெற்றியில் அணியும் நகை வகை; a kind of an ornament with a chain and pendant worn by women along the parting of the hair and hanging over the forehead.

இலலாமம்: *(பெ):* வால்; அடையாளம்; அரசச் சின்னம்; அழகு; அணிகலன்; குதிரை; கொடி; கிளை; நெற்றியணி; பிடரி மயிர்; பெருமை; tail; mark; royal insignia; beauty; ornament; horse; flag; branch; ornament for forehead; hair in the nape of the neck; pride.

இலலித பஞ்சமி: *(பெ):* ஒரு பண் வகை; a kind of music.

இலலிதம்: *(பெ):* அழகு; அபிநயம்; உபசாரம்; காமக்குறி; ஏளனம்; மகளிர் விளையாட்டு வகை; இனிமை; beauty; gesture; hospitality; amorous gestures; mockery; a kind of women's game; sweetness.

இலலிதை: *(பெ):* பார்வதி; பெண்; Parvathi, the consort of Lord Shiva; woman.

இலவங்கப்பட்டை: *(பெ):* உணவுக்கு மேலும் சுவையூட்ட உதவும் ஒரு மரத்தின் மஞ்சள் கலந்த பழுப்பு நிறமுள்ள ஓடு; cinnamon bark.

இலவங்கப்பத்திரி: *(பெ):* ஒரு மருந்து இலை; a medicinal leaf; a herbal leaf.

இலவங்கப்பூ: *(பெ):* கிராம்பு; காதணி வகை; clove; a kind of ear ornament.

இலவசம்: *(பெ):* இனாம்; பணம் பெறாமல் தருவது; பணம் தராமல் கிடைப்பது; gift; bonus; free of cost.

இலவணம்: *(பெ):* உப்பு; salt.

இலவண வித்தை: *(பெ):* மாய வித்தைகளுள் ஒன்று; one of the magic arts.

இலவந்தி: *(பெ):* நீராழி; இயந்திர வாவி; வாவியைச் சூழ்ந்த சோலை; sea; the tank operated by machinery; royal park encircling the tank.

இலவந்தீவு: *(பெ):* ஏழு தீவுகளுள் ஒன்று; one of the seven islands.

இலவம்: *(பெ):* இலவந்தீவு; அற்பம்; பூசை; இலவமரம்; கிராம்பு; சாதிக்காய்; பசு, எருது ஆகியவற்றின் மயிர்; one of the seven islands; minute division; worship; silk cotton tree; clove; nutmeg; the hair of the cattle.

இலவம் பஞ்சு: *(பெ):* இலவ மரத்தின் பஞ்சு; silk cotton.

இலவலேசம்: *(பெ):* மிகவும் சிறிது; minute division.

இலவித்திரம்: *(பெ):* அரிவாள்; கூர்மை. வாள்; sickle; bill-hook; sharpened sword.

இலவு: *(பெ):* இலவமரம்; தேற்றா மரம்; silk cotton tree; clearing nut tree. • **இலவு** காத்த கிளி போல - *பழமொழி.*

இலவுகிகம். *(பெ):* உலகியல் மரபு, the customs of the universal code of morals.

இலளிதம்: *(பெ):* அழகியது; இச்சை; ஒரு பண்; சிவாகமங்களுள் ஒன்று; விரும்பப்பட்டது; that which is beautiful; lust; a song; one of the Sivagamas; that which is liked.

இலளிதை: *(பெ):* பார்வதி; கத்தூரி; முத்தாரம்; ஒரு பண்; Parvathi, the consort of Lord Shiva; musk; pearl-garland; a tune.

இலாகவம்: *(பெ):* எளிது; திறமை; தனிநுட்ப ஆற்றல்; ease; skill; knack.

இலாகன்: *(பெ):* மீன் வகை; a kind of fish.

இலாகா: *(பெ):* துறை; பகுதி; ஆட்சிப்பிரிவு; department; division; jurisdiction.

இலாகிரி: *(பெ):* போதை; குடிமயக்கம்; intoxication; drunkenness.

இலாக்கை: *(பெ):* செம்பஞ்சு; அரக்கு; red cotton; sealing wax.

இலாங்கலம்: *(பெ):* பூ வகை; பூனை; கலப்பை; a kind of flower; cat; plough.

இலாங்கலி: *(பெ):* பாம்பு; கலப்பை; தென்னை; செங்காந்தள்; செங்கரந்தைப் பூண்டு; வெண்தோன்றிப் பூண்டு; பலராமன்; snake; plough; coconut; a kind of flower; a kind of herb, Sengaranthai; a kind of plant-Venthondri; Balarama.

இலாங்கூலம்: *(பெ):* விலங்கின் வால்; ஆண்குறி; tail of an animal; male genital organ.

இலாங்கூலி: *(பெ):* குரங்கு; monkey.

இலாசடி: *(பெ):* வருத்தம்; தொல்லை; suffering; trouble.

இலாசம்: *(பெ):* பொரி; a fry.

இலாசிகை: *(பெ):* நடனமாடுபவள்; dancing girl.

இலாசியம்: *(பெ):* நடனம்; கூத்து; dance; play.

இலாச்சியம்: *(பெ):* நில அளவை; a land measure.

இலாஞ்சனம்: *(பெ):* முத்திரை; அடையாளம்; seal; symbol.

இலாஞ்சி: *(பெ):* ஏலம்; cardamom seed.

இலாஞ்சினைப்பேறு: *(பெ):* பண்டைய காலத்திய வரிவகை; a kind of tax in ancient periods.

இலாடம்: *(பெ):* நெற்றி; லாடம்; இந்தியாவில் உள்ள ஒரு பகுதி; புளியமரம்; ஒரு மொழி; forehead; horse shoe; a part of India; tamarind tree; a language.

இலாடவி: *(பெ):* அகில் மரம்; eaglewood tree.

இலாடன்: *(பெ):* இலாட நாட்டினன்; பைராகி; the person who belongs to Ladan Country; North Indian ascetic.

இலாட்சை: *(பெ):* செவ்வரக்கு; red sealing wax

இலாபம்: *(பெ):* ஊதியம்; பயன்; ஆதாயம்; gain; benefit; profit.

இலாமச்சை / இலாமிச்சை: ஒரு வகை நறுமண வேர்; a fragrant root which is used in Siddha medicine.

இலாவம்: *(பெ):* ஏலம்; cardamom seed.

இலாவணியம்: *(பெ):* பேரழகு; நேர்த்தி; கவர்ந்திழுக்கும் தன்மை; great beauty; gracefulness; charm.

இலாலி: *(பெ):* பெருங்காமம் உள்ளவன்; ஏமாற்றுபவன்; ஒரு வகை வாழ்த்து; lustful person; a trickster; a cheat; a kind of greeting.

இலாவகம்: *(பெ):* திறமை; ஆற்றல்; உடல்நலம்; எளிமை; நிந்தனை; விரைவு; சுருக்கம்; skill; ability; health; ease; despicableness; scorn; swiftness; summary; a brief note.

இலாவணியம்: *(பெ):* அழகு; beauty.

இலாளன்: *(பெ):* வறியவன்; poor man.

இலாளிதம்: *(பெ):* அழகு; beauty.

இலி: *(பெ):* இன்மை; இல்லாதது; இல்லாதவள்; poverty; non-entity; want; poor girl or woman.

இலிகம்: *(வி):* எழுதுதல்; to write.

இலிகி: (பெ): எழுத்து; எழுதுகை; letter; writing.

இலிகிதம்: (பெ): கடிதம்; letter.

இலிகிதன்: (பெ): எழுத்தாளன்; writer; one who writes a letter, etc.

இலிகுசம்: (பெ): எலுமிச்சை மரம்; lime tree.

இலிக்கை: (பெ): ஒரு நீட்டல் அளவை; a linear measure.

இலிங்கக்கட்டு: (பெ): சாதிலிங்கக் கட்டு; preparation of a medicine.

இலிங்க சூலை: (பெ): ஒரு வகை நோய்; a kind of disease.

இலிங்க பற்பம்: (பெ): நீற்று மருந்து வகை; a powdered medicine.

இலிங்கப் புற்று: (பெ): ஒரு வகை மேக நோய்; syphilis.

இலிங்கப் பொருத்தம்: (பெ): திருமணப் பொருத்தங்களுள் ஒன்று; one of the matches in the horoscope of bridegroom and a bride with reference to their marital suitability.

இலிங்கம்: (பெ): அடையாளம்; சிவலிங்கம்; சாதிலிங்கம்; ஆண்குறி; நோயின் அறிகுறி; mark; the symbol of Lord Shiva; preparation of mercury with sulphur; the genital part of a male; the symptom of a disease.

இலிங்க ரோகம்: (பெ): ஒரு வகை நோய்; a kind of disease.

இலிங்கி: (பெ): யானை; இருடி; துறவி; சிவலிங்கத்தைப் பூஜிப்பவன்; elephant; sage; ascetic; the person who worships the symbol of Lord Shiva.

இலிங்கு: (பெ): மாவிலங்கை மரம்; Mavilangai, a kind of tree.

இலிங்கோற்பவர்: (பெ): சிவமூர்த்தங்களுள் ஒன்று; one of the various symbols of Lord Shiva.

இலிந்தகம்: (பெ): கருங்குவளை; a kind of flower.

இலிபி: (பெ): இலக்கம்; எழுத்து; விதி; number; letter; rule.

இலிபித்தல்: (வி): எழுதுதல்; அனுகூலமாதல்; விதித்தல்; to write; be favourable; to fix.

இலிர்த்தல்: (வி): சிலிர்த்தல்; தளிர்த்தல்; பொடித்தல்; to bristle; to spring; to powder.

இலிற்றுதல்: (வி): சுரத்தல்; துளித்தல்; சொரிதல்; to spring forth; to drip; to rain.

இலீக்கை: (பெ): ஒரு நீட்டலளவை; a linear measure.

இலீலாவதி: (பெ): அழகிய பெண்; துர்க்கை; beautiful woman; Durga, Goddess of Victory.

இலீலை: (பெ): சரசம்; பெண்களுடன் மோக விளையாட்டு; தெய்வத் திருவிளையாடல்; amorous adventure; the sports of Gods (as in Puranas).

இலீனம்: (பெ): அடக்கம்; அழிவு; modesty; ruin.

இலுதை: (பெ): அணில்; squirrel. ● இராமபிரான் தான் இலங்கை சென்றிட வேண்டி சேதுவில் அணைகட்டிட **இலுதையும்** உதவியது கண்டு மனம் நெகிழ்ந்தார்.

இலுப்பை: (பெ): ஒரு வகை மரம்; South Indian Mahua tree.

இலுப்பைக்கட்டி: (பெ): இலுப்பைப் பிண்ணாக்கு; the South Indian Mahua oil cake.

இலுப்பை நெய்: (பெ): இலுப்பை எண்ணெய்; South Indian Mahua oil.

இலுப்பைப் பூச்சம்பா: (பெ): நெல் வகை; a kind of paddy.

இலேககன்: (பெ): சித்திரம் வரைபவன்; எழுதுவோன்; the person who draws and paints it; writer.

இலேகர்: (பெ): தேவர்; celestial beings.

இலேகனம்: (பெ): எழுத்து; பனையோலை; letter; tender palmyra leaf.

இலேகனி: (பெ): எழுத்தாணி; எழுதுகோல்; stylus for writing on tender palmyra leaf; pen; pencil.

இலேகித்தல்: (வி): எழுதுதல்; சித்திரித்தல்; to write; to explain through drawings and paintings.

இலேகியம்: (பெ): பாகாகக் கிண்டப்பட்ட மருந்து வகை; semi-liquid preparation from herbs, etc. taken as medicine or for general health; electuary.

இலேகை: (பெ): உலகம்; எழுத்து; தழும்பு; சித்திரம்; ஓரம்; world; letter; scar; painting; edge.

இலேசம்: (பெ): மிகை; அற்பம்; ஓர் அலங்காரம்; ஒரு கால அளவு; நொய்ம்மை; excess; worthlessness; meanness; a decoration; a time measure; minuteness; lightness.

இலேசு: (பெ): நொய்ம்மை; எளிது; அற்பம்; lightness; ease; worthlessness.

இலேசுணம்: (பெ): அரிதாரம்; கஸ்தூரி; ஒரு வகைச் சுண்ணப்பொடி; ஒரு வகை மருந்துப்பொடி; yellow orpiment; musk of deer; a kind of medicinal powder.

இலேஞ்சி: (பெ): சவுக்கம்; square piece of cloth.

இலேபம்: (பெ): உணவு; வால் மிளகுக் கொடி; பூச்சு; கறை; தீநெறி; food; cubeb creeper; coating; stain; evil principle.

இலேலிகம்: (பெ): பாம்பு; snake.

இலேவாதேவி: (பெ): பண்டமாற்றம்; கொடுக்கல் வாங்கல்; barter system; lending and borrowing; money transaction.

இலை 135 இல்லிக்காது

இலை: (பெ): மரம், செடி, கொடிகளின் இலை; வெற்றிலை; படலை மாலை; பச்சிலை; பூவிதழ்; leaf of tree, plant, creeper, etc.; betel leaf; garland of green leaves and flowers; greens; flower petal. ● **இலை** மறை காய் போல. ● **இலை** பழுப்பு ஆனாலும் குயப் பழுப்பு ஆகாது. - *பழமொழிகள்.*

இலைக்கறி: (பெ): கீரை; greens.

இலைக்குரம்பை: (பெ): பன்னசாலை; தழைக்குடில்; leafy hermitage.

இலைச்சித்தல்: (வி): முத்திரையிடுதல்; marking; stamping marks.

இலைச்சுமடன்: (பெ): வெற்றிலை விற்பவன்; மூடன்; betel leaf seller; fool; idiot.

இலைச்சை: (பெ): நிறம்; colour.

இலைஞெமல்: (பெ): இலைச்சருகு; dried leaf.

இலைத்தல்: (பெ): சோர்தல்; சுவை குறைதல்; பச்சை நிறமாதல்; be weary; to languish; to begin to flourish.

இலைப்பாசி: (பெ): பாசி வகை; ஒரு பூண்டு; moss; duckweed; a kind of bulbous plant.

இலைப்பி: (பெ): இலைச்சாம்பல்; dried leaf ash.

இலைப்பொல்லம்: (பெ): வாழையிலைத் துண்டு; a piece of plantain leaf.

இலைமறை காய்: (பெ): மறைபொருள்; hidden meaning in an expression, like hidden fruit in leaves. ● சித்தர் பாடல்களில் **இலைமறை காய்** போல் மறைபொருளாய் பல அரிய விஷயங்கள் விளக்கப்பட்டுள்ளன.

இலையடை: (பெ): அப்ப வகை; a kind of cake.

இலையமுது: (பெ): வெற்றிலை; betel leaf.

இலையான்: (பெ): ஈ; a fly.

இலௌகீகம்: (பெ): உலக வழக்கம்; the customs of the world.

இல்: (பெ): வீடு; இல்லறம்; மனைவி; இடம்; குடி; இன்மை; சாவு; தேற்றா மரம்; house; domestic life; wife; place; absence; want; death; clearing-nut tree.

● *இல்வாழ்வான் என்பான் இயல்புடைய மூவர்க்கும் நல்லாற்றின் நின்ற துணை. - குறள் 41.*

● *அன்பும் அறனும் உடைத்தாயின் இல்வாழ்க்கை பண்பும் பயனும் அது. - குறள் 45.*

● *அறனெனப் பட்டதே இல்வாழ்க்கை அஃதும் பிறன்பழிப்பது இல்லாயின் நன்று. - குறள் 49.*

● *இல்லதென் இல்லவள் மாண்பானால் உள்ளதென் இல்லவள் மாணாக் கடை - குறள் 53.*

இல்பொருள்: (பெ): அசத்து; இல்லாத பொருள்; that which is non-existent; the thing which is not in hand.

இல்லகம்: (பெ): வீடு; house; home.

இல்லக்கிழத்தி: (பெ): மனைவி; wife.

இல்லடை: (பெ): அடைக்கலம்; ஒட்டடை; பண்டசாலை; refuge; cobweb; granary; store house.

இல்லது: (பெ): இல்லாதது; மனையில் உள்ளது; பிரகிருதி; that which is non-existent; that which is in the house; original source.

இல்லத்துப்பிள்ளை: (பெ): ஈழத்தவர்களின் பட்டப்பெயர்; a title of Srilankans.

இல்லம்: (பெ): வீடு; இல்வாழ்க்கை; மனைவி; தேற்றாமரம்; house; domestic life; wife; clearing-nut tree.

இல்லல்: (பெ): நடக்கை; walking.

இல்லவள்: (பெ): மனைவி; வறியவள்; wife; poor woman.

● *இல்லதென் இல்லவள் மாண்பானால் உள்ளதென் இல்லவள் மாணாக் கடை - குறள் 53.*

இல்லவன்: (பெ): கணவன்; தலைவன்; வறியவன்; husband; hero; poor man.

இல்லவை: (பெ): இல்லாதவை; மனையில் உள்ளவை; those which are non-existent; those which are in the house.

இல்லறம்: (பெ): இல்வாழ்க்கை; இல்வாழ்வோர் கடமைகள்; domestic life; the duties incumbent on householders. ● **இல்லறமே** நல்லறமாகும் - *முதுமொழி.*

இல்லாக்குடி: (பெ): வறுமையில் வாடும் குடும்பம்; poor family.

இல்லாக்குற்றம்: (பெ): வறுமை; அபாண்டம்; பொய்க் குற்றச்சாட்டு; poverty; atrociousness; false allegation.

இல்லாண்மை: (பெ): குடும்பத்தை ஆளும் தன்மை; ability to support one's family and manage domestic affairs.

இல்லாத்தனம்: (பெ): வறுமை; poverty.

இல்லாதவன்: (பெ): வறியவன்; poor man.

இல்லாமை: (பெ): வறுமை; இன்மை; poverty; absence. ● **இல்லாது** பிறவாது; அள்ளாது குறையாது - *பழமொழி.*

இல்லாள்: (பெ): மனைவி; வறியவள்; wife; poor lady.

● *இல்லாளை அஞ்சுவான் அஞ்சுமற் றெஞ்ஞான்றும் நல்லார்க்கு நல்ல செயல். - குறள் 905.*

இல்லாளன்: (பெ): கணவன்; இல்லறத்தவன்; husband; householder.

இல்லான்: (பெ): வறியவன்; இல்லாதவன்; poor man; the person in want.

இல்லி: (பெ): சிறு ஓட்டை; வால்மிளகு; தேற்றாமரத்து இலை; ஒருவகைப் புழு; small hole; cubeb; leaf of the clearing-nut tree; a kind of worm.

இல்லிக்காது: (பெ): சிறு துளையுடைய காது; the ear which has a small hole.

இல்லிடம்: *(பெ):* வீடு; ஊர்; house; town; village.

இல்லிக்குடம்: *(பெ):* ஓட்டைக்குடம்; the pot with hole.

இல்லுறை கல்: *(பெ):* அம்மிக்கல்; quern.

இல்லுறை தெய்வம்: *(பெ):* குலதெய்வம்; family deity.

இல்லை: *(வி.மு):* உண்டு என்பதன் எதிர்மறை; no; nay; not.

- **இல்லை** தவறவர்க்கு ஆயினும் ஊடுதல் வல்லது அவர்அளிக்கு மாறு. *- குறள் 1321.*

இல்லொழுக்கம்: *(பெ):* இல்லறம்; household life; domestic life.

இல்வழக்கு: *(பெ):* பொய் வழக்கு; false suit.

இல்வாழ்க்கை: *(பெ):* இல்லறம்; domestic life.

இல்வாழ் பேய்: *(பெ):* பொருந்தா மனைவி; irrelevant wife. • ஒருவனுக்கு **இல்வாழ் பேயாக** மனைவி வாய்த்தால் அவனின் வாழ்க்கை நரகமாகிப்போகும்.

இல்வாழ்வோன்: *(பெ):* குடும்பத்துடன் வாழ்பவன்; one who lives with his family.

இவக்காண்: *(வி.அ):* இங்கே; here; in or to this place.

இவணர்: *(பெ):* இவ்வுலகத்தவர்; those who belong to this world.

இவண்: *(சு.பெ):* இவ்விடம்; this place.

இவரித்தல்: *(வி):* எதிர்த்தல்; to oppose.

இவர்/இவர்கள்: *(சு.பெ):* இவன், இவள் என்பவற்றின் பன்மை; the third person plural of those who are nearer to the speaker.

இவர்வு: *(வி):* ஏறுதல்; to climb.

இவவு: *(பெ):* தாழ்வு; இழிவு; lowness; meanness.

இவறல்: *(பெ):* விருப்பம்; பேராசை; ஈயாமை; மறதி; desire; liking; intense desire; the state of not giving; forgetfulness.

- **இவறலும்** மாண்பிறந்த மானமும் மாணா உவகையும் ஏதம் இறைக்கு *- குறள் 432.*

இவறன்மை: *(பெ):* பற்றுள்ளம்; உலோப குணம்; greediness; stinginess; parsimony.

இவறுதல்: *(வி):* ஆசைப்படுதல்; விரும்புதல்; மறத்தல்; உலாவுதல்; to desire earnestly; to wish for; to forget; to wander.

இவனட்டம்: *(பெ):* மிளகு; pepper.

இவுளி: *(பெ):* குதிரை; மாமரம்; horse; mango tree.

இவை: *(சு.பெ):* அண்மையில் உள்ள பொருட்களைச் சுட்டுதல்; these.

இவ்வளவு: *(பெ):* இந்த அளவு; இத்தனை; this much.

இவ்வளவுக்கும்: *(இணை.இ.சொ):* இத்தனைக்கும்; in spite of; for all.

இவ்வாறு: *(வி.அ):* இப்படி; இவ்விதமாக; இம்மாதிரி; like this; in the manner as told at this time; thus.

இவ்விடம்: *(வி.அ):* இங்கு; here.

இழ: *(வி):* பறிகொடுத்திடு; விட்டுவிடு; நீங்கிடு; to lose.

இழத்தல்: *(வி):* தவறவிடுதல்; to lose.

இழந்த நாள்: *(பெ):* பயனேதுமின்றி கழிந்த நாள்; useless day.

இழப்பாளி: *(பெ):* பொருளை இழந்தவன்; one who loses his things.

இழப்பீடு: *(பெ):* நஷ்டம்; பரிகாரம்; damage; amends, compensation.

இழப்பீடு செய்: *(பெ):* நஷ்ட ஈடு கொடு; to indemnify.

இழப்பு: *(பெ):* நஷ்டம்; பறிகொடுத்தல்; loss; bereavement.

இழப்புணி: *(பெ):* குழந்தை, கணவன், ஆகியோரையும் சொத்தையும் பணத்தையும் இழந்தவள்; one who lost her child, her husband, property, etc.

இழவு: *(பெ):* கேடு; சாவு; பறிகொடுப்பு; அழிவு; loss; death; bereavement; destruction.

இழவுத்துயர்: *(பெ):* துக்கம்; mourning.

இழவுவினை: *(பெ):* ஈமச்சடங்கு; நீத்தார் கடன்; funeral.

இழவூழ்: *(பெ):* கேட்டினைத் தரும் வினைப்பயன்; destiny which brings one loss.

இழவோலை: *(பெ):* சாவோலை; மரணம் பற்றிய தகவல் ஓலை; funeral notice; obituary letter.

இழி: *(வி):* இறங்கு; to come down.

இழிகடை: *(பெ):* மிகவும் இழிந்தது; meanest; lowest.

இழிகுணம்: *(பெ):* இழிந்த குணம்; meanness.

இழிகுலம்: *(பெ):* தாழ்ந்த குடி; lower caste.

இழிகை: *(பெ):* கைவாள்; இருபுறமும் கூரியமுனை கொண்ட சிறு வாள்; dagger; a short double-edged weapon for stabbing.

இழிங்கு: *(பெ):* ஈனம்; வடு; meanness; scar.

இழிசினர் மொழி: *(பெ):* கீழ் மக்களின் பேச்சு; the speech of mean persons.

இழிசினன்: *(பெ):* தாழ்ந்தோன்; mean person; uncivilized man.

இழிசொல்: *(பெ):* பொய் உரை; hypocritical talk.

இழிச்சல் வாய்: *(பெ):* திறந்த வாய்; open-mouth.

இழிச்சுதல்: *(வி):* இழிவு படுத்துதல்; ஒரு நிலையில் இருந்து தாழ்த்துதல்; அவமதித்தல்; to debase; to degrade; to treat someone with disrespect.

இழிஞர்: *(பெ):* கீழோர்; mean person; scoundrel.

இழிதகவு: *(பெ):* இழிவு; எளிமை; disgrace; ease; meanness.

இழிதகன்: (பெ): கீழ்மகன்; mean person.

இழிதல்: (வி): விழுதல்; இறங்குதல்; தாழ்தல்; to fall down; to descend; to degrade.

இழிதிணை: (பெ): அஃறிணை; class of inferior beings i.e. names of animals, birds, insects and other lifeless things.

இழித்தல்: (வி): இகழ்தல்; to despise.

இழிநீர்: (பெ): வடிநீர்; decoction.

இழிபாடு: (பெ): இழிவு; disgrace; shame.

இழிபு: (பெ): இழிவு; கீழ்மை; தாழ்வு; பள்ளம்; disgrace; meanness; degradation; pit.

இழிபுனல்: (பெ): அருவி; waterfall.

இழிப்புரை: (பெ): அவமதிக்கும் விதமான வார்த்தைகள்; contemptuous words.

இழிவு: (பெ): கீழ்மை; தாழ்வு; பிழை; பள்ளம்; disgrace; shame; fault; pit.

இழு: (வி): ஈர்த்திடு; பின்வாங்கிடு; வசமாக்கிடு; உறிஞ்சிடு; to attract; to withdraw; to bring into one's possession; to suck.

இழுகுணி: (பெ): சோம்பேறி; உலோபி; lazy bones; miser.

இழுகுதல்: (வி): தாமதித்தல்; பூசுதல்; பரத்தல்; படிதல்; to delay; to smear; to extend; to settle.

இழுக்கடித்தல்: (வி): வீணாக அலைய வைத்தல்; to distress; to torment; to beset with.

இழுக்கம்: (பெ): பிழை; ஒழுக்கம்; தவறுகை; தீயநடத்தை; ஈனம்; தளர்வு; fault; discipline; fail; evil behaviour; meanness; depression.

இழுக்கல்: (வி): தவறுதல்; வழுக்குதல்; fault; mistake; slipping down.

- *இழுக்கல் உடையுழி ஊற்றுக்கோல் அற்றே ஒழுக்க முடையார்வாய்ச் சொல். - குறள் 415.*

இழுக்காமை: (பெ): மறவாமை; the state of not forgetting anything.

- *இழுக்காமை யார்மாட்டும் என்றும் வழுக்காமை வாயின் அதுவொப்பது இல். - குறள் 536.*

இழுக்காறு: (பெ): தீயொழுக்கம்; தீநெறி; debauchery; misconduct; evil principle.

இழுக்கு: (பெ): குற்றம்; பொல்லாங்கு; நிந்தை; களங்கம்; தாழ்வு; வழுக்கு; தவறு; மறதி; fault; blemish; flaw; disgrace; that which becomes useless; mistake; forgetfulness.

இழுக்குதல்: (வி): தவறுதல்; வழுக்குதல்; தளர்தல்; துன்புறுதல்; மறத்தல்; to lose; to slip down; to sag; to suffer; to forget.

இழுது: (பெ): வெண்ணெய்; நெய்; நிணம்; தேன்; கள்; தித்திப்பு; butter; ghee; fat; honey; toddy; sweetness.

இழுதுதல்: (பெ): கொழுத்தல்; fatten; flourish.

இழுதை: (பெ): பேய்; அறிவிலி; பொய்; அறிவின்மை; devil; ghost; idiot; fool; lie; ignorance.

இழுபறி: முடிவு இவ்வாறு இருக்கும் என அறியாத நிச்சயமற்ற நிலை; பிணக்கு; தொல்லை; போராட்டம்; state of uncertainty; strive; trouble; struggle. ● பாகப்பிரிவினையில் சகோதரர்களுக்குள் உண்டான பிரச்சினைகளை சுமுகமாக தீர்த்து வைக்க எவ்வளவு முயன்றபோதும் இன்னும் **இழுபறிநிலையே** நீடிக்கிறது.

இழுப்பு: (பெ): இழுக்கை; கவர்ச்சி; இசிவுநோய்; தாமதம்; வேகம்; drawing; pulling; attraction; spasm; delay; current (of water).

இழுப்பு மாந்தம்: (பெ): மாந்தநோய் வகை; a kind of disease.

இழுமு: (பெ): தித்திப்பு; இனிமை; களிப்பு; sweetness; joy; delight.

இழும்: (பெ): இனிமை; உவப்பு; மென்மை; sweetness; pleasant; tenderness.

இழுவிசை: (பெ): ஒரு பொருளை இழுத்திடும் விசை; stretching force of a thing; tension.

இழுவை: (பெ): இழுக்கை; இழுக்கப்படும் பொருள்; வடம்; ஒருமுட்செடி; drawing; pulling; the thing which is pulled out; rope; chain; a thorny plant.

இழை: (பெ): நூல்; நூலிழை; அணிகலன்; கையில் கட்டும் காப்பு; yarn; fibre; ornament; a turmeric-dyed cord tied around the wrist on occasions such as wedding.

இழைக்கயிறு: (பெ): காப்பு நூல்; a turmeric-dyed cord tied around the wrist on occasions such as wedding.

இழைக்கை: (வி): இழைத்தல்; தேய்த்தல்; நெய்தல்; பதித்தல்; to shave; to rub; to weave; to set.

இழைதல்: (வி): குழைதல்; கூடுதல்; நெருங்கிப் பழகுதல்; உராய்தல்; மனம் பொருந்துதல்; நூற்கப்படுதல்; to fawn on someone; to copulate; be intimate; to rub; to get matched; be suitable; be spinned.

இழைத்த நாள்: (பெ): விதிக்கப்பட்ட நாள்; the day which is fixed for.

இழைத்தல்: (வி): நூற்றல்; இழையாக்குதல்; செய்தல்; அரைத்தல்; பதித்தல்; பூசுதல்; மூச்சு வாங்கல்; கலப்பித்தல்; to spin; to make yarn; to construct; to grind; to set; to smear; to breathe hard; to copulate.

இழைநயம்: (பெ): நெசவில் நூல்களின் அமைப்பு; texture.

இழைபோடல்: (வி): நூலினைக் கொண்டு தைத்தல்; to stitch with thread, etc.

இழைப்புளி: (வி): மரத்துண்டுகளை ஒரே சீராகச் சீவி வழவழப்பாகச் செய்திடப் பயன்படுத்தும் கூரிய உளித்தகடு, மையப்பகுதியில் செருகப்பட்ட தச்சு வேலைக்கருவி; carpenter's plane.

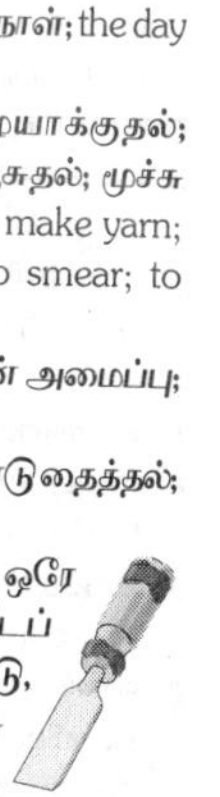

இழைமுறுக்கு: *(வி):* நூலைத் திரித்து முறுக்கிடு; to strand.

இழையூசி: *(பெ):* மெல்லிய ஊசி; thin needle.

இளகம்: *(பெ):* இலேகியம்; மருந்து வகை; a semi-liquid preparation from herbs, etc. taken as medicine or for general health; electuary; a kind of medicine.

இளகல் / இளகுதல்: *(வி):* நெகிழ்தல்; குழைதல்; உருகுதல்; மென்மையாதல்; தணிதல்; be moved; to become pulpy; to become limp; to melt; to grow tender; be submissive.

இளக்கம்: *(பெ):* இளகிய தன்மை; நெகிழ்ச்சி; தணிவு; மென்மை; state of loosening; tenderness; submission; softness.

இளக்காரம்: *(பெ):* தாழ்வான கருத்து வெளிப்படும்படியான போக்கு; எவரையும் ஒரு பொருட்டாகமதித்திடாத போக்கு; அளவுக்குமீறிக் கொடுத்திடும் சலுகை; tendency to slight; humiliate or look down upon; lenience.

இளக்குதல்: *(வி):* நெகிழச் செய்தல்; இளகச் செய்தல்; அசைத்தல்; to become loose; be moved; to melt; to shake.

இளங்கதிர்: *(பெ):* பயிரின் துளிர் கதிர்; உதய சூரியன்; young ears of corn; early rays of the rising sun.

இளங்கலை: *(பெ):* பல்கலைக்கழகப் படிப்பில் முதல் நிலைப் பட்டப்படிப்பு; Under-graduate course.

இளங்கலையான்: *(பெ):* நெல்வகை; a kind of paddy.

இளங்கள்: *(பெ):* புதிதாக இறக்கிய கள்; fresh toddy.

இளங்கற்றா: *(பெ):* இளங்கன்றை உடைய பசு; the cow which has its young calf.

இளங்கன்று: *(பெ):* பசுங் கன்று; young calf. • **இளங்கன்று** *பயமறியாது - பழமொழி*

இளங்கார்: *(பெ):* நெல்வகை; a kind of paddy.

இளங்காலை: *(பெ):* அதிகாலை; early morning; early dawn.

இளங்கால் / இளங்காற்று: தென்றல் காற்று; gentle breeze, generally applied to the south wind.

இளங்கிளை: *(பெ):* தங்கை; younger sister.

இளங்குரல்: *(பெ):* சிறு பிள்ளையின் மழலைப் பேச்சு; பயிரிளங் கதிர்; lisp; young ears of corn.

இளங்கேள்வி: *(பெ):* துணை மேலாளர்; assistant manager.

இளங்கொடி: *(பெ):* சிறுகொடி; இளம்பெண்; பசுவின் நஞ்சுக் கொடி; small creeper; young girl; cow's placenta.

இளங்கொம்பு: *(பெ):* வளார்; twig.

இளங்கொற்றி: *(பெ):* இளங்கன்றை உடைய பசு; the cow which has its young calf.

இளங்கோ: *(பெ):* இளவரசன்; வைசியன்; prince, who is either a brother or a son of the king; merchant.

இளங்கோவடிகள்: *(பெ):* சிலப்பதிகாரக் காப்பியத்தை இயற்றியவரும், சேரன் செங்குட்டுவனின் இளவலுமான துறவு நிலையை மேற்கொண்டவர்; the ascetic brother of the Chera king Senguttuvan and the author of the Silappathikaaram epic.

இளஞாயிறு: *(பெ):* உதய சூரியன்; rising sun.

இளஞ்சிவப்பு: *(பெ):* ஒரு நிறம்; a colour; light-red; pink.

இளஞ்சூடு: *(பெ):* மென்மையாகத் தட்டுதல்; மித உஷ்ணம்; வெதுவெதுப்பு; gentle pat; warmth.

இளஞ்சூழ்: *(பெ):* இளங்கரு; முதிராத பிண்டம்; embryo.

இளநகை: *(பெ):* புன்சிரிப்பு; smile. • **இளநகை** *கொண்டமனைவியையேகணவன் விரும்புவான்.*

இளநலம்: *(பெ):* இளமை வடிவமான வாலிபப் பருவம்; prime of youth.

இளநாள்: *(பெ):* இளவேனில்; spring season.

இளநிலா: *(பெ):* பிறைச்சந்திரன்; அந்தி நிலா; Crescent Moon.

இளநீர்: *(பெ):* இளந்தேங்காய் மற்றும் அதனுள் இருக்கும் நீர்; tender coconut and its water in it.

இளநீர்க்கட்டு: *(பெ):* ஒரு நோய் வகை; a kind of disease.

இளநீர்க் குழம்பு: *(பெ):* இளநீரைக் கொண்டு தயாரிக்கும் மருந்து; a kind of medicine prepared by mixing the water of tender coconut.

இளநேரம்: *(பெ):* மாலை; evening.

இளந்தண்டு: *(பெ):* முளைக்கீரை; a kind of greens.

இளந்தலை: *(பெ):* வாலிபம்; சிறுபிராயம்; வறுமை; youth; juvenility; poverty.

இளந்தாரி: *(பெ):* வாலிபம்; இளைஞன்; youth; young man.

இளந்தேவி: *(பெ):* அரசனின் இளம் மனைவி; young wife of a king.

இளந்தை: *(பெ):* இளமைப் பருவம்; the stage of life between childhood and manhood; youth.

இளப்பம்: *(பெ):* இளக்காரம்; tendency to look down upon.

இளமண்: *(பெ):* மணல் கொண்ட தரை; sandy floor.

இளமரக்கா / இளஞ்சோலை: *(பெ):* வயல்களால் சூழப்பட்ட சோலை; the garden/ grove which is surrounded by fields.

இளமரம்: *(பெ):* செடி, முற்றிய மரம் ஆகிய இரு நிலைகளுக்கும் இடையே உள்ள மரம்; sapling.

இளமார்பு: *(பெ):* சூடம் / கற்பூர வகை; a kind of camphor.

இளமை: *(பெ):* சிறுபருவம்; இளமைப் பருவம்; மென்மை; காமம்; adolescence; youth; tenderness; lust. • **இளமையில்** கல். • **இளமையில்** முயற்சி முதுமையில் காக்கும் - *பழமொழிகள்.*

இளம்படியார்: *(பெ):* இளம் பெண்கள்; young women.

இளம் பருவம்: *(பெ):* இளம் வயது; young age.

இளம்பிள்ளை வாதம்: *(பெ):* இளம்குழந்தைகளின் கைகால்களில் உள்ள தசைகளை வளர்ச்சி யற்றதாக்கி, அவை இயங்கும் சக்தியை இழக்கச் செய்யும் ஒரு வகை நோய்; poliomyelitics.

இளம்பிறை: *(பெ):* பிறைச்சந்திரன்; Crescent Moon.

இளம்பெண்: *(பெ):* இளம் பிராயத்துப் பெண்; கற்றாழை; young girl; aloe.

இளவட்டம்: *(பெ):* அனுபவமற்ற இளம் பிராயத்தினர்; inexperienced youths.

இளவணி: *(பெ):* காலாட்படை; army; military.

இளவரசன் / இளவரசு: *(பெ):* இராச குமாரன்; பட்டத்துக்குரிய அரச குமாரன்; crown prince; heir-apparent to a throne.

இளவல்: *(பெ):* தம்பி; குமரன்; இளைஞன்; younger brother; son; youth; juvenile, lad.

இளவன்காய்: *(பெ):* வெள்ளரிக்காய் வகை; a variety of cucumber.

இளவாடை: *(பெ):* வடதிசையிலிருந்து வீசும் மெல்லிய காற்று; the gentle wind which blows from the north.

இளவாளிப்பு: *(பெ):* ஈரம்; wet.

இளவேனில்: *(பெ):* the spring season.

இளி: *(பெ):* இகழ்ச்சி; குற்றம்; சிரிப்பு; இழிவு; vilification; fault; laughter; disgrace.

- **இளிவரின்** வாழாத மானம் உடையார் ஒளிதொழுது ஏத்தும் உலகு. - குறள் 970.
- **இளித்தக்க** இன்னா செயினும் களித்தார்க்குக் கள்ளற்றே கள்வநின் மார்பு - குறள் 1288.

இளிகண்: *(பெ):* பீளைக் கண்; the eye which has dirt that collects in it's corners.

இளிச்சகண்ணி: *(பெ):* காம நோக்குடன் பிற ஆடவர்களை நோக்கிடும் தன்மையை உடையவள்; lustful woman.

இளிச்சவாயன்: *(பெ):* ஏமாளி; one who is early beguiled or duped; sucker; gullible person.

இளிதல்: *(பெ):* இகழப்படுதல்; எளியனாதல்; to mock; to become low spirited because of being ridiculed by others.

இளித்தல்: *(பெ):* பல்லைக் காட்டுதல்; சிரித்தல்; கேலி செய்தல்; to show the teeth; to laugh; to make a mockery.

இளிந்த காய்: *(பெ):* பாக்கு; areca-nut.

இளிப்படுதல்: *(வி):* அகப்படுதல்; எளிமையாதல்; be caught; be simple.

இளிப்பு: *(பெ):* பல்லிளிப்பு; பல்காட்டுதல்; இழிவு; நிந்தை; showing one's true colours; showing teeth; disgraceful state; vilification; disrespect.

இளிம்பு: *(பெ):* திறமையின்மை; lack of ability.

இளிவரல் / இளிவரவு: *(பெ):* இழிவு; அருவருப்பு; இழிதொழில்; சிறுமை; நிந்தை; vilification; loathing; evil doings; smallness; meanness; disrespect.

இளிவு: *(பெ):* அருவருப்பு; இழிவு; நிந்தை; loathing; vilification; disrespect.

இளை: *(பெ):* காவற்காடு; வேலி; இளமை; மேகம்; பூமி; காவல்; இளையாள்; தம்பி; தங்கை; நலிவு; திருமகள்; கோழை; புதனின் மனைவி; reserved forest; the jungle serving as defence around the city; youth; tender age; cloud; earth; hedge; the second wife; young woman; younger brother; younger sister; decadence; Lakshmi, Goddess of Wealth; bashful timid person; the wife of Budha.

- **இளைதாக** முள்மரம் கொல்க களையுநர் கைகொல்லும் காழ்த்த விடத்து. - குறள் 879.

இளைச்சி: *(பெ):* தங்கை; younger sister.

இளைஞன்: *(பெ):* இளவல்; சிறுவன்; இளையோன்; youth; juvenile; young man.

இளைது: *(பெ):* இளையது; முதிராதது; that which is young and tender.

இளைத்த: *(பெ. அ):* மெலிந்த; lean.

இளைத்தல்: *(வி):* சோர்தல்; தளர்தல்; மெலிதல்; இரங்கல்; வளங்குன்றுதல்; to grow weary; be fatigued; to become lean; to weep; diminishing of richness or resources.

இளைத்தோர்: *(பெ):* எளியோர்; poor people; mean persons.

இளைப்பாறுதல்: *(வி):* களைப்பு நீங்குதல்; ஓய்ந்து இருத்தல்; to repose; to relax; to retire.

இளைப்பாற்று: *(வி):* களைப்பைப் போக்குதல்; cause to repose.

இளைப்பாற்றுச் சம்பளம்: *(பெ):* ஓய்வூதியம்; pension.

இளைப்பு: *(பெ):* களைப்பு; சோர்வு; வருத்தம்; மெலிவு; தொய்வு; langour; fatigue; regret; weakness; faintness.

இளைய தம்பி: (பெ): இளையவனுக்கு இளையவன்; the younger brother to the younger brother.

இளைய பிள்ளையார்: (பெ): முருகப்பெருமான்; Lord Muruga, younger brother of Lord Vinayaka.

இளைய பெருமாள்: (பெ): இலக்குமணன்; Lakshmana, the younger brother of Sri Rama.

இளையர்: (பெ): இளைஞர்; பணியாள்; youths; servant.

இளையவர்: (பெ): இளம் பெண்கள்; girls; young women.

- **இளையர்** இனமுறையர் என்றிகழார் நின்ற
  ஒளியோடு ஒழுகப் படும். - *குறள் 698.*

இளையள்: (பெ): திருமகள்; தங்கை; Lakshmi, Goddess of Wealth; younger sister.

இளையன்: (பெ): இளையவன்; தம்பி; youth; lad; young person; younger brother.

இளையவள்: (பெ): திருமகள்; தங்கை; இரண்டாவது மனைவி; இளைஞி; Lakshmi, the Goddess of Wealth and the consort of Lord Vishnu; younger sister; second wife; young woman; girl.

இளையவன்: (பெ): தம்பி; younger brother.

இளையாள்: (பெ): சிறியவள்; ஸ்ரீதேவி; இளைய மனைவி; young woman; Sri Devi, another name of Lakshmi, Goddess of Wealth; the second wife.

இளையாழ்வார்: (பெ): இராமானுஜர்; இலக்குமணன்; Saint Ramanuja; Lakshmana, the younger brother of Sri Rama.

இளையெள்: (பெ): முற்றாத எள்; tender sesame.

இற: (பெ): இறால்; prawn; (வி): சாதல்; to die; to expire.

இறகர்: (பெ): சிறகு; பறவையின் இறகு; wing; feather.

இறகு பேனா: (பெ): இறகினால் ஆன பேனா; feather pen.

இறக்கம்: (பெ): இறங்குகை; சரிவு; நிலை தவறுகை; இறப்பு; descent; disembarkation; slope; imbalance; death.

இறக்கல்: (பெ): இறக்குதல்; இறங்கச் செய்தல்; கீழ்ப்படிதல்; தாழ்தல்; கெடுதல்; to let down; cause to get down; to obey; to decline; to perish.

இறக்குதல்: (வி): இறக்கிடச் செய்தல்; கொல்லுதல்; to let to bring down; to kill.

இறக்குமதி: (பெ): சரக்குகளைத் துறைமுகத்திலிருந்து இறக்கிடல்; வெளியிடங்களிலிருந்து பொருட்களைத் தருவித்தல்; imports.

இறக்கும் தன்மையுள்ள: (பெ.அ): சாகும் தன்மையுள்ள; mortal.

இறக்கை: (பெ): சிறகு; பறவை இறக்கைகளின் வெளி இறகு; wing; pinion.

இறங்கண்டம்: (பெ): ஒரு வகை நோய்; a kind of disease.

இறங்கர்: (பெ): குடம்; pot.

இறங்கல்: (பெ): ஒருவகை நெல்; a kind of paddy.

இறங்குதல்: (வி): தாழ்தல்; இழிதல்; சரிதல்; கீழ்ப்படுதல்; நிலைகுலைதல்; இறங்குகை; மூழ்குதல்; to decline; to descend; to lower; to obey; to get down; to sink to the bottom.

இறங்கு துறை: (பெ): மக்கள் தோணி, படகு போன்றவற்றிலிருந்து இறங்கிடப் பயன்படுத்தும் நீர்த்துறை; ஆற்றந்துறை; port of disembarkation; bathing ghat in river.

இறங்குபொழுது: (பெ): பிற்பகல்; evening.

இறங்குமுகம்: (பெ): தணியும் நிலை; declination.

இறஞ்சி: (பெ): ஆடை வகை; அவுரி; a kind of cloth; Indian indigo.

இறடி: (பெ): கருந்தினை; black millet.

இறட்டுதல்: (வி): முகந்து வீசுதல்; to splash.

இறத்தல்: (வி): சாதல்; மிகுதல்; கழிதல்; கடத்தல்; நீங்குதல்; to expire; to die; to remain; residue as; to remove.

இறந்த காலம்: (பெ): கடந்த காலம்; சென்ற காலம்; past tense.

இறந்தன்று: (பெ): சிறந்தது; the best.

இறந்திரி: (பெ): மரவகை; a kind of tree.

இறந்துபாடு: (பெ): சாவு; death.

இறப்ப: (வி.அ): மிகவும்; மேன்மேலும்; much; exceedingly.

இறப்பில்லாத: (பெ.அ): மரணமற்ற; immortal.

இறப்பு: (பெ): சாவு; அதிக்கிரமம்; உலர்ந்த பொருள்; இறந்த காலம்; death; overstepping; dried thing; past tense.

இறலி: (பெ): மரவகை; ஏழு தீவுகளுள் ஒன்று; a kind of tree; one of the seven islands.

இறல்: (பெ): ஒடிதல்; அழிவு; இறுதி; கிளிஞ்சல்; சிறு வேர்; breaking; ruin; end; shell fish; mussel; a small root.

- **இறல்ஈனும்** எண்ணாது வெஃகின் விறல்ஈனும்
  வேண்டாமை என்னும் செருக்கு - *குறள் 180.*

இறவம்: (பெ): இறால் மீன்; prawn.

இறவாரம் / இறவாணம்: (பெ): தாழ்வாரம்; verandah; sloping roof.

இறவி: (பெ): சாவு; இறத்தல்; death.

இறவு: (பெ): சாவு; முடிவு; நீக்கம்; இறால் மீன்; தேன்கூடு; எல்லை; death; end; removal; shrimp; honeycomb; limit.

இறவுள்: *(பெ):* குறிஞ்சி நிலம்; mountainous region; hilly tract.

இறவுனர்: *(பெ):* குறிஞ்சி நில மக்கள்; the people who belong to hilly tract.

இறவை: *(பெ):* ஏணி; இறைப்புக் கூடை; ladder; a basket for drawing water.

இறாட்டாணியம்: *(பெ):* இடுக்கண்; துன்பம்; வருத்தம்; trouble; suffering; distress.

இறாட்டுதல்: *(வி):* பகைத்தல்; உரைசுதல் (உரசுதல்); to hate; to rub against each other.

இறாட்டுப்பிறாட்டு: *(பெ):* சச்சரவு; squabble; strife; dispute.

இறாய்த்தல்: *(வி):* பின் வாங்குதல்; to withdraw.

இறால்: *(பெ):* ஒரு மீன் வகை; எருது; தேன்கூடு; a kind of shrimp; ox; bull; honeycomb.

இறு: *(வி):* ஒடித்திடு; அழித்திடு; to break; to ruin.

இறுக: *(வி.அ):* இடைவெளியின்றி அழுத்தமாக; tightly.

இறுகங்கியான்: *(பெ):* கரிசலாங்கண்ணி; a kind of greens with short thick leaves; eclipse plant.

இறுகத் தழுவு: *(வி):* மார்புறத் தழுவிடு; to cuddle; to embrace warmly.

இறுக நீக்குதல்: *(வி):* கைவிடுதல்; to give up.

இறுகலான: *(பெ.அ):* அழுத்தமான; tight.

இறுகல்: *(வி):* சுருங்குதல்; கடினமாதல்; to shrink; to become hard.

இறுகால்: *(பெ):* ஊழிக்காற்று; destructive wind that prevails at the end of the world.

இறுகு: *(வி):* கட்டி தட்டு; to curdle.

இறுகுதல்: *(வி):* கெட்டியாதல்; அழுத்தமாதல்; உறைதல்; நிலைபெறுதல்; மூர்ச்சித்தல்; to grow thick; to become tight; to curdle; be stable; to swoon.

இறுக்கம்: *(பெ):* அழுத்தம்; நெருக்கம்; புழுக்கம்; தட்டுப்பாடு; tightness; hardness; closeness; compactness; sultriness; shortage; scarcity.

இறுக்கர்: *(பெ):* பாலை நிலத்தவர்; people who belong to desert tract.

இருக்கன்: *(பெ):* கருமி; உலோபி; miser; avaricious person.

இறுக்கு: *(பெ):* அழுத்தம்; நிந்தனை; கண்டனம்; pressure; vilification; reprimand.

இறுக்குதல்: *(வி):* கட்டுப்படுத்துதல்; அடக்குதல்; இறுகப் பற்றுதல்; கெட்டிப்படுத்துதல்; to constrain; to restrict; to restrain; to clamp; to tighten.

இறுக்கு வாதம்: *(பெ):* ஒருவகை நோய்; a kind of disease.

இறுங்கு: *(பெ):* சோளம்; great millet; maize.

இறுதல்: *(பெ):* ஒடிதல்; முறிதல்; கெடுதல்; அழிதல்; முடிதல்; தளர்தல்; சாதல்; to break; to snap; to perish; to ruin; to end; to sag; to faint; to die; to expire.

இறுதி: *(பெ):* முடிவு; சாவு; வரையறை; end; death; limit.

- இறுதி பயப்பினும் எஞ்சாது இறைவற்கு
  உறுதி பயப்பதாம் தூது. - *குறள் 690.*

இறுதிக்காலம்: *(பெ):* ஊழிக்காலம்; இறப்புக் காலம்; apocalypse; time of death.

இறுதி வேள்வி: *(பெ):* ஈமக்கடன்; funeral rites.

இறுத்தல்: *(வி):* சொல்லுதல்; தங்குதல்; ஒடித்தல்; வடித்தல்; விடைகூறுதல்; முடித்தல்; வெட்டுதல்; அழித்தல்; வீழ்த்துதல்; எறிதல்; விளாவுதல்; தைத்தல்; to say; to reside; to break; to strain; to answer; to finish; to cut; to perish; to cause to fall; to throw (as a spear); to mix water in hot water; to stitch.

இறுத்தருதல்: *(வி):* வருதல்; to come.

இறுநாகம்: *(பெ):* இலாமிச்சை; a fragrant root.

இறுப்பு: *(வி):* தங்குதல்; கடன் செலுத்துதல்; to reside; to repay the debts.

இறுமாத்தல்: *(பெ):* மிக மகிழ்தல்; தற்பெருமையடைதல்; செருக்கடைதல்; be elated, to feel exulted; be self-conceited.

இறுமாப்பு: *(பெ):* குதூகலம்; தற்பெருமை; தற்புகழ்ச்சி; செருக்கு; elation; pride; vain glory; self-conceit.

இறும்பி: *(பெ):* எறும்பு; ant.

இறும்பு: *(பெ):* குறுங்காடு; சிறுமலை; தாமரை மலர்; வியப்பு; thicket; mountain; Lotus flower; wonder.

இறும்பூது: *(பெ):* வியப்பு; பெருமை; மலை; தளிர்; தாமரைப் பூ; wonder; greatness; pride; mountain; shoot; Lotus flower.

இறுமுறி: *(பெ):* காலாவதியான பத்திரம்; expired document or deed.

இறுவரை: *(பெ):* முடிவு; அழியுங்காலம்; உயரமான மலை; மலையடிவாரம்; end; the time of ruin; high mountain; foot of a mountain.

இறுவரையம்: *(பெ):* எல்லை; தற்சமயம்; limit; boundary; present time.

இறுவாக: *(வி.அ):* இறுதியாக; finally.

இறுவாய்: *(பெ):* முடிவு; இறப்பு; ஈறு; end; death; termination.

இறை[1]: *(வி):* இறைத்திடு; தூவிடு; எறிந்திடு; வீசிடு; தங்கிடு; to pump out; to draw water from a well; to sprinkle; to throw; to hurl; to fling; to settle. • **இறைத்த கிணறு ஊறும். இறையாத கிணறு நாறும்.** • **இறைக்க இறைக்க ஊறும் மணற்கேணி; ஈயப் பெருகும் பெருஞ்செல்வம்** - *பழமொழி.*

இறை²: (பெ): கடவுள்; தலைவன்; அரசன்; உயர்ந்தோன்; மூத்தோன்; கணவன்; சிவபிரான்; பிரம்மா; அற்பம்; உயரம்; தலை; பறவை இறகு; தீர்வை; மறுமொழி; மணிக்கட்டு; சிறுமை; கால அளவு; மாமரம்; நீதி; இருக்கை; பெருமை; இறவாணம்; நிலவரி; supreme being; God; chief; hero; king; superior; elder person; husband; Lord Shiva; Lord Brahma; vileness; height; head; feather; duty; answer; reply; wrist; lowness; meanness; time measure; mango tree; justice; seat; eminence; eaves of a house; land tax.

- இறைகாக்கும் வையக மெல்லாம் அவனை
முறைகாக்கும் முட்டாச் செயின். - *குறள் 547.*
- இறைகடியன் என்றுரைக்கும் இன்னாச்சொல் வேந்தன்
உறைகடுகி ஒல்லைக் கெடும். - *குறள் 564.*

இறைகுடி: (பெ): வரி செலுத்துவோன்; tax payer.

இறைகூடுதல்: (வி): அரசாளுதல்; to rule.

இறைகூர்தல்: (வி): தங்குதல்; to settle down; to stay.

இறைக்கட்டு: (பெ): வரி; tax; duty.

இறைசூதன்: (பெ): நான்முகன்; பிரம்மா; Lord Brahma.

இறைச்சி: (பெ): மாமிசம்; சதை; ஒப்புக் கொள்ளக்கூடியது; meat; flesh; that which is agreeable.

இறைச்சிப்போர்: (பெ): உடல்; உடம்பு; body.

இறைஞ்சலர் / இறைஞ்சார்: (பெ): பகைவர்; enemies.

இறைஞ்சி: (பெ): மரவுரி; bark of a tree; cloth made from the bark.

இறைஞ்சு: (வி): வணங்கிடு; வேண்டிடு; வளைத்திடு; to worship; to pray; to bend.

இறைஞ்சுதல்: (பெ): தாழ்தல்; வணங்குதல்; வேண்டுதல்; வளைதல்; விழுதல்; to fall down; to hang low; to worship; to pray; to bend; to bow. ● 'என் மீது பொய்க் குற்றம் சுமத்தப்பட்டுள்ளது. நான் ஒரு பாவமும் அறியாதவன். நான் நிரபராதி' எனப் பலவாறு குற்றஞ்சாட்டப்பட்டவன் நீதிபதியிடம் **இறைஞ்சினான்.**

இறைதல்: (வி): சிதறுதல்; சிந்துதல்; to scatter; to spill.

இறைத்தல்: (வி): நீர் இறைத்துப் பாய்ச்சுதல்; நிறைத்தல்; சிதறுதல்; மிகுதியாகச் செலவிடுதல்; to pump out or draw water from a well to irrigate; to fill; to scatter; to spend excessively.

இறைப்பிளவை: (பெ): விரலிடுக்குப் புண்; the ulcer in between the narrow gap of two fingers.

இறைப்பு: (பெ): நீர்ப்பாசனம்; தூவுகை; சிதறுகை; drawing out and pouring water; sprinkling about; scattering about.

இறைமகள்: (பெ): தலைவி; இளவரசி; அரசன் மகள்; துர்க்கை; heroine; princess; daughter of a king; Durga, the Goddess of Victory.

இறைமகன்: (பெ): தலைவன்; இளவரசன்; அரசன் மகன்; அரசன்; hero; chief; prince; the son of a king; king.

இறைமணி: (பெ): உருத்திராக்கம்; Rudraksha nuts worn as sacred beads.

இறைமரம்: (பெ): ஏற்ற மரம்; picottah.

இறைமை: (பெ): மாட்சிமை; மேன்மை; அரசாட்சி; உயரிய தன்மை; தெய்வத்தன்மை; தலைமை; eminence; rule of a king; superiority; divinity; divine nature.

இறைமொழி: (பெ): மறுமொழி; வேதம்; answer; reply; veda.

இறையமன்: (பெ): சனி பகவான்; Saturn.

இறையவன்: (பெ): கடவுள்; தலைவன்; அரசன்; Supreme being; God; preceptor; chief; king.

இறையிலி (நிலம்): (பெ): வரி விலக்களிக்கப்பட்ட நிலம்; tax-free land.

இறைவன்: (பெ): கடவுள்; உயர்ந்தோன்; தலைவன்; அரசன்; கணவன்; God; supreme being; superior; chief; king; husband.

இறைவி: (பெ): அம்மன்; பெண் தெய்வம்; அரசி; தலைவி; குருவின் மனைவி; Goddess; queen; heroine; priest's wife.

இறைவை: (பெ): இறைகூடை; ஏணி; புட்டில்; a basket for drawing water; ladder; flower basket.

இற்கடை: (பெ): வீட்டு வாசல்; the entrance of a house.

இற்கிழத்தி: (பெ): இல்லக் கிழத்தி; மனைவி; wife.

இற்செறிப்பு: (வி): தலைவியை தலைவன் சந்திக்க இயலாதவாறு அவளை வீட்டினுள் பாதுகாப்பாக வைத்திருத்தல்; to restrain the heroine from meeting the hero and keeping her within the house.

இற்பரத்தை: (பெ): வைப்பாட்டி; concubine.

இற்பாலர்: (பெ): நற்குடியில் பிறந்தவர்கள்; the descendants of noble family.

இற்பிறப்பு: (பெ): உயர்குடிப்பிறப்பு; descent from a noble family.

இற்புலி: (பெ): பூனை; cat.

இற்றி: (பெ): இத்தி மரம்; மாமிசம்; a kind of tree and one of the nine kinds of sacrificial fire wood; meat.

இற்றிசை: (பெ): இல்லறம்; domestic life.

இற்றுப்போதல் / இற்று விழுதல்: *(வி):* கெட்டுப்போதல்; கிழிந்து போதல்; to become decayed; be worn off.

இற்றும்:*(வி.அ):* இன்னும்; மேலும்; moreover; further; besides.

இற்றை: *(பெ):* இன்று; இந்தநாள்; today; this day.

இன ஒதுக்கல்: *(பெ):* ஒரு நாட்டில் ஓர் இனத்தார் பிறிதொரு இனத்தவர்க்குச் சம உரிமை தர மறுத்து ஒதுக்கிடும் செயல்; racial segregation.

இனக்கட்டு: *(பெ):* உறவின் நெருக்கம்; closeness of relationship.

இனக் கவர்ச்சி: *(பெ):* பால் அடிப்படையிலான விருப்பம்; sexual attraction.

இனங்காப்பர்: *(பெ):* ஆயர்; கோவலர்; shepherds; cowherds.

இனச்சேர்க்கை: *(பெ):* விலங்கு, தாவரங்கள் ஆகியவற்றின் இனத்தைப் பெருக்கிடும் செயல்; mating of animals; pollination of plants.

இனஞ்சனம்: *(பெ):* உற்றார் உறவினர்; friends and relatives.

இனத்தான்: *(பெ):* உறவினன்; relation.

இனப்படுகொலை: *(பெ):* ஓரினத்தைச் சேர்ந்தோர் திட்டமிட்டு பிறிதொரு இனத்தாரைப் படுகொலை செய்திடல்; genocide.

இனப்பெருக்கம்: *(பெ):* மனிதன், விலங்கு, தாவரம் ஆகியவை தன் இனம் தொடர்வதற்குச் செய்திடும் உற்பத்தி அல்லது வழிமுறை; reproduction of human beings, animals, birds, plants, etc.

இனமரபியல்: *(பெ):* இனம், மரபு ஆகியவற்றின் ஆய்வு இயல்; ethnology.

இனமுறை: *(பெ):* ஒத்த சாதி; the same caste.

இனவழிக்கணக்கு: *(பெ):* பேரேடு; ledger.

இனம்: *(பெ):* வகை; குலம்; சுற்றம்; சாதி; உறுதிச்சுற்றம்; category; community; relatives; caste; intimate relations.

- **இனம்**போன்று இனமல்லார் கேண்மை மகளிர்
  மனம்போல வேறு படும். *- குறள் 822.*

இனன்: *(பெ):* சூரியன்; அரசன்; சுற்றம்; ஆசிரியன்; Sun; king; relations; teacher; preacher.

இனா: *(பெ):* இகழ்ச்சி; நிந்தை; வருத்தம்; துன்பம்; disrespect; vilification; suffering; grief.

இனாப்பித்தல்: *(வி):* துன்பமுண்டாக்குதல்; cause to suffer.

இனாம்: *(பெ):* நன்கொடை; பயன்நோக்காக் கொடை; gift; grant.

இனி: *(வி.அ):* இனிமேல்; இதுமுதல்; பின்பு; henceforth; from now on; hereafter.

- **இனி**அன்ன நின்னொடு சூழ்வார்யார் நெஞ்சே
  துனிசெய்து துவ்வாய்காண் மற்று. *- குறள் 1294.*

இனிதாக: *(வி.அ):* இனிமையுடையதாக; அனுசரணையாக; sweetly; favourably.

இனிது¹: *(பெ):* இனிமையுடையது; நன்மை தருவது; that which is sweet; that which gives good.

இனிது²: *(பெ):* மனதுக்கு நிறைவை (அ) மகிழ்ச்சியைத் தருவது; something pleasant; pleasantness.

இனிப்பு: *(பெ):* தித்திப்பு; மகிழ்ச்சி; sweet; joy; delight.

இனிமை: *(பெ):* இனிப்பு; இன்பம்; sweetness; pleasure; joy.

இனிய: *(பெ.அ):* மென்மையான; இனிமையான; mellow; dulcet.

- **இனிய** உளவாக இன்னாத கூறல்
  கனியிருப்பக் காய்கவர்ந் தற்று. *- குறள் 100.*

இனியர்: *(பெ):* இன்பம் தருபவர்; மகளிர்; those who give pleasures; women.

இனும்: *(வி.அ):* மேலும்; இன்னும்; further; moreover.

இனை: *(பெ):* வருத்தம்; துன்பம்; sorrow; distress.

இனைதல்: *(வி):* வருத்தமாதல்; இரங்குதல்; அஞ்சுதல்; thrown into an agony of grief; to lament; to feel pity; to be afraid.

இனைத்தல்: *(வி):* வேதனைப்படுத்துதல்; துயரப்படுதல்; அழித்தல்; to torment; to worry; to ravage; to destroy.

இனைத்து: *(வி.அ):* இத்தன்மைத்து; this much.

இனைய: *(வி.அ):* இத்தன்மைய; of this degree.

இனைவரல்: *(வி):* இரங்குதல்; வருந்துதல்; to feel pity; to lament.

இனைவு: *(பெ):* இரக்கம்; வருத்தம்; sympathy; pity; sorrow; distress.

இன்கண்: *(பெ):* இன்பம்; மனநிறைவு; அன்பு; delight; pleasure; kindness.

- **இன்கண்** உடைத்தவர் பார்வல் பிரிவஞ்சும்
  புன்கண் உடைத்தால் புணர்வு *- குறள் 1152.*

இன்கலவை: *(பெ):* இனிப்பு, பழத்துண்டுகள் ஆகியவற்றுடன் கூடிய கலவை; salad.

இன்கவி: *(பெ):* மதுரகவி; a kind of pleasing poem.

இன்கனிச் சோலை: *(பெ):* பலவகையான பழமரங்களைக் கொண்டிருக்கும் தோட்டம்; orchard.

இன்சுவை: *(பெ):* இனிய சுவை; relish.

இன்சொல்: *(பெ):* இனிமை தரும் பேச்சு; இனிமை பயத்திடும் சொல்; pleasant speech; courteous language.

- **இன்சொலால்** ஈரம் அளைஇப் படிறுஇலவாம்
  செம்பொருள் கண்டார்வாய்ச் சொல் *- குறள் 91.*
- **இன்சொல்** இனிதீன்றல் காண்பான் எவன்கொலோ
  வன்சொல் வழங்கு வது. *- குறள் 99.*

இன்பக்கோட்பாடு: *(பெ):* இன்பமே பிரதானம் என்னும் கொள்கை; hedonism.

இன்பச்செலவு / இன்பப்பயணம் / இன்ப உலா: *(பெ):* சுற்றுலா; excursion.

இன்பமான: *(பெ.அ):* இனிமையான; மகிழ்ச்சியான; சந்தோஷமான; மனநிறைவான; pleasant; enjoyable; pleasurable.

இன்பம்: *(பெ):* மனமகிழ்ச்சி; இனிமை; சிற்றின்பம்; திருமணம்; pleasantness; sweetness; happiness; sensual pleasure; marriage.

- ***இன்பம்** இடைபறா தீண்டும் அவாவென்னும் துன்பத்துள் துன்பங் கெடின். - குறள் 369.*
- ***இன்பம்** விழையான் வினைவிழைவான் தன்கேளிர் துன்பம் துடைத்தூன்றும் தூண். - குறள் 615.*
- ***இன்பம்** விழையான் இடும்பை இயல்பென்பான் துன்பம் உறுதல் இலன். - குறள் 628.*

இன்ப வாய்ப்பு: *(பெ):* மிக நல்ல வாய்ப்பு; very good opportunity.

இன்ப வாழ்வு: *(பெ):* அனைத்து வசதிகளுடன் கூடிய வாழ்வு; luxury life.

இன்ப விழா: *(பெ):* மகிழ்ச்சியுடன் கூடிய விழா; குதூகல விழா; carnival.

இன்பன்: *(பெ):* கணவன்; husband.

இன்பு: *(பெ):* இன்பம்; pleasantness; sweetness.

இன்புறவு: *(பெ):* மகிழ்கை; மனநிறைவு உண்டாக்கும் நிலை; pleasure; gratification.

இன்மை: *(பெ):* இல்லாமை; வறுமை; absence; poverty.

- *இன்மையுள் **இன்மை** விருந்தொரால் வன்மையுள் வன்மை மடவார்ப் பொறை. - குறள் 153.*
- ***இன்மையின்** இன்னாது உடைமை முறைசெய்யா மன்னவன் கோற்கீழ்ப் படின். - குறள் 558.*
- ***இன்மை** ஒருவற்கு இளிவன்று சால்பென்னும் திண்மைஉண் டாகப் பெறின். - குறள் 988.*

இன்றி: *(வி.அ):* இல்லாமல்; without.

இன்றிய: *(பெ.அ):* இல்லாத; devoid.

இன்றியமையாத: *(பெ.அ):* அவசியமான; தவிர்க்க முடியாத; essential; indispensable.

இன்றியமையாமை: *(பெ):* அவசியம்; முக்கியத்துவம்; indispensability.

இன்று: *(வி.அ):* இந்த நாளில்; இக்காலத்தில்; on this day; in the present time; *(பெ):* இந்த நாள்; இப்பொழுது; இல்லை; today; this time; no.

- ***இன்றும்** வருவது கொல்லோ நெருநலும் கொன்றது போலும் நிரப்பு- குறள் 1048.*

இன்ன: *(பெ.அ):* இத்தன்மையான; இப்படிப்பட்ட; of this kind; of this sort.

இன்னது: *(சு.பெ):* இத்தன்மையுடையது; குறிப்பிட்ட இது; of this nature; precisely this.

இன்ன பிற: *(பெ.அ):* இவை போன்ற பிற; and so on; of similar.

இன்னமும்: *(வி.அ.):* இதுவரையிலும்; மேலும்; இன்னும்; இப்போதும்; yet; still; till now; still further; even now.

இன்னம்: *(வி.அ) (பே.வ):* இன்னும்; இனிமேலும்; still; yet; again; more than this.

இன்னயம்: *(பெ):* உபசார மொழி; words of hospitality; formality speech.

இன்னர்: *(பெ):* உற்பாதம்; இன்னல்; portent; trouble.

இன்னலம்: *(பெ):* வளமான சூழ்நிலை; இனிமையான வசதிகள்; welfare; amenity.

இன்னல்: *(பெ):* துன்பம்; மனக்கவலை; தொந்தரவு; கஷ்டம்; மனவேதனை; distress; affliction; rick; trouble; pain.

இன்னா: *(பெ):* துன்பம்; கஷ்டம்; misery; distress.

- ***இன்னா** செய்தாரை ஒறுத்தல் அவர்நாண நன்னயம் செய்து விடல். - குறள் 314.*
- ***இன்னா** எனத்தான் உணர்ந்தவை துன்னாமை வேண்டும் பிறன்கண் செயல் - குறள் 316.*

இன்னாங்கு: *(பெ):* தீமை; துன்பம்; கடுஞ்சொல்; evil; sufferings; harsh words.

இன்னாத: *(பெ.அ):* தீமையை விளைவிக்கின்ற; பொல்லாத; harmful; evil.

இன்னாது: *(பெ):* தீங்கினைத் தருவது; துன்பம்; தீமை; that which causes misery; pain; evil.

- ***இன்னாது** இரக்கப் படுதல் இரந்தவர் இன்முகங் காணும் அளவு - குறள் 224.*

இன்னாப்பு: *(பெ):* துன்பம்; sufferings.

இன்னாமை: *(பெ):* தீமை; துயரம்; துன்பம்; evil; pain.

- ***இன்னாமை** இன்பம் எனக்கொளின் ஆகுந்தன் ஒன்னார் விழையுஞ் சிறப்பு - குறள் 630.*

இன்னார்: *(பெ):* இப்படிப்பட்டவர்; பகைவர்; person of such and such nature; enemies.

இன்னாரினியார்: *(பெ):* பகைவரும் நண்பரும்; enemies and friends.

இன்னாரினையார்: *(பெ):* இத்தன்மையவர்; persons of such and such qualities.

இன்னாலை: *(பெ):* இலைக்கள்ளி மரம்; a kind of cactus tree.

இன்னிசை: *(பெ):* மெல்லிசை; இனிமையான சங்கீத வகை; light music.

இன்னியம்: *(பெ):* இசைக்கருவி வகை; a kind of musical instrument.

இன்னியர்: *(பெ):* பாணர்; bards.

இன்னிலை: *(பெ):* ஒரு நூல்; இல்லற நிலை; a treatise; stage of household life.

இன்னிளி/இன்னே: *(வி. அ):* இப்பொழுதே; இப்போதே; now itself.

இன்னும்: *(வி. அ):* மேலும்; மறுபடியும்; still; yet; again; moreover.

இன்னோன்: *(பெ):* இப்படிப்பட்டவன்; the person of known identity.

ஈ

ஈ: *(பெ):* நான்காம் உயிர் எழுத்து; 'ஈ' என்னும் பூச்சியினம்; தேனீ; வண்டு; சிறகு; அழிவு; வானவில்; அரைஞாண்; குகை; முன்னிலை அசைச்சொல்; the fourth letter of Tamil vowels; fly; bee; beetle; wings; destruction; ruin; rainbow; waist cord; cave; a poetic expletive used in the second person. • *ஈக்கு விஷம் தலையிலே; தேளுக்கு விஷம் கொடுக்கிலே - பழமொழி.*

ஈகம்: *(பெ):* விருப்பம்; தியாகம்; சந்தன மரம்; இச்சை; காமவெறி; desire; spirit of self-sacrifice; sandal wood tree; wish; sexual passion.

ஈகா மிருகம்: *(பெ):* செந்நாய்; Dhale.

ஈகாரம்: *(பெ):* நான்காம் உயிர் எழுத்து; 'ஈ' என்னும் எழுத்து; the fourth letter of Tamil vowels; the letter 'ஈ'.

ஈகுதல்: *(வி):* படைத்தல்; கொடுத்தல்; to create; to give; to donate.

ஈகை: *(பெ):* கொடை; பொன்; காடை; பெருந்தன்மையுடன் செய்யப்படும் உதவி; கற்பக மரம்; இண்டங்கொடி; புலிதொடக்கி; காற்று; மேகம்; முகில்; gift; gold; grey quail; the generous help; a tree in heaven yielding what all one desires; a kind of creeper; a kind of herb; wind; cloud; *(வி):* கொடுத்தல்; to give; to donate.

• *வறியார்க்கொன்று ஈவதே ஈகைமற் றெல்லாம்*
குறியெதிர்ப்பை நீர துடைத்து. - குறள் 221.

ஈகையன் / ஈகையாளன்: *(பெ):* கொடையாளன்; munificent person.

ஈக்க: *(வி):* தருதல்; to give.

ஈக்கணம்: *(பெ):* கண்; eye; *(வி):* பார்த்தல்; to see.

ஈக்கில் கட்டு: *(பெ):* நீளமான கைப்பிடியை உடைய துடைப்பம்; broom-stick with a long handle.

ஈக்கை: *(பெ):* உப்பிலி; புலி தொடக்கிக் கொடி; creepers.

ஈங்கண்: *(பெ):* இவ்விடம்; this place.

ஈங்கம்: *(பெ):* சந்தன மரம்; sandal wood tree.

ஈங்கனோர்: *(பெ):* இங்குள்ளோர்; those who are here.

ஈங்கிசை: *(பெ):* நிந்தை; கொலை; வருத்தம்; இகழ்ச்சி; தீங்கு; vilification; murder; distress; disrespect; evil.

ஈங்கு: *(பெ):* இவ்விடம்; இண்டங்கொடி; this place; a creeper.

ஈங்கை: *(பெ):* உப்பிலி; இண்டங்கொடி; இண்டம்பூ; creepers; a kind of flower.

ஈசத்துவம்: *(பெ):* செலுத்துகை; எண் வகைச் சித்திகளுள் ஒன்று; driving; one of the eight kinds of Siddhis.

ஈசல்: *(பெ):* சீழ்க்கை; இறகு முளைத்த கறையான்; whistle; winged white ant.

ஈசன்: *(பெ):* சிவன்; இறைவன்; ஆள்பவன்; அரசன்; குரு; தலைவன்; மூத்தோன்; பச்சைக் கர்ப்பூரம்; கௌரி பாடாணம்; Lord Shiva; supreme being; God; ruler; king; priest; chief; hero; elder man; medicated camphor; crude camphor; a kind of arsenic.

ஈசன்தார்: *(பெ):* கொன்றை மாலை; garland of Indian Laburnum flowers.

ஈசன் தினம்: *(பெ):* திருவாதிரை நாள்; Thiruvaadhirai, festival day of Lord Shiva in the Tamil month 'Maarkazhi'.

ஈசானம்: *(பெ):* வடகிழக்கு திசை; ஒரு சைவ மந்திரம்; சிவபெருமானின் ஐந்து முகங்களுள் ஒன்று; North-East direction; a Saiva mantra; one of the five faces of Lord Shiva.

ஈசானன்: *(பெ):* சிவன்; Lord Shiva.

ஈசானிய திசை / ஈசானிய மூலை: *(பெ):* வடகிழக்கு மூலை; north-east quarter.

ஈசிகை: *(பெ):* யானை விழி; சித்திரம் வரையும் கோல்; eye of the elephant; painting brush.

ஈசிதன்: *(பெ):* ஆள்பவன்; அரசன்; ஈஸ்வரன்; ruler; king; Lord Shiva.

ஈசிதை: *(பெ):* ஈசத்துவம்; எண் வகைச் சித்திகளுள் ஒன்று; the last of the eight Siddhis, Eachathuvam.

ஈசுரமூலி: *(பெ):* பெருமருந்துக் கொடி; a creeper.

ஈசுரலீலை: *(பெ):* சிவபெருமானின் திருவிளையாடல்; Shiva's sportive acts to bless his devotees or to reform the wicked.

ஈசுரவிந்து/ஈசுவரவிந்து: *(பெ):* பாதரசம்; mercury; quick silver.

ஈசுரன்: *(பெ):* சிவபெருமான்; Lord Shiva.

ஈசுவர: *(பெ):* ஒரு தமிழ் ஆண்டு; Eswara, a Tamil year.

ஈசுவரி: (பெ): பார்வதி; Parvathi, Goddess and the consort of Lord Shiva.

ஈசுவரிநாதம்: (பெ): கந்தகம்; sulphur; brimstone.

ஈசை: (பெ): ஏர்க்கால்; கலப்பை; பார்வதி; shaft of a plough; plough; Parvathi, Goddess and the consort of Lord Shiva.

ஈச்சப்பி: (பெ): கஞ்சன்; உலோபி; miser; avaricious person.

ஈச்ச மரம்: (பெ): பேரீச்ச மரம்; date-palm tree.

- **ஈச்சமுள்** கொண்டு இறுக இறுகத் தைத்தாலும் தேற்றிய வசனம் சொல்லாமல் விடான் - *பழமொழி.*

ஈச்சு: (பெ): ஈச்சமரம்; ஈந்து; date-palm tree; kind of fruit bearing thorny tree.

ஈச்சுரம்: (பெ): சிவதத்துவம் ஐந்தனுள் ஒன்று; one of the five Shiva thathuvas.

ஈச்சுரன்: (பெ): கடவுள்; சிவன்; ஈசுவரன்; God; supreme being; Lord Shiva; Lord Eswara.

ஈச்சோப்பி: (பெ): ஈப்பினி; உலோபி; சிலந்தி; miser; avaricious person; spider.

ஈஞ்சு: (பெ): ஈச்ச மரம்; date-palm tree.

ஈஞ்சை: (பெ): கொலை; நிந்தை; இகழ்ச்சி; பெண்கள் உடம்பைத் தேய்த்துக் குளித்திடப் பயன்படுத்தும் ஒரு வகை மரப்பட்டை; murder; disgrace; disrespect; bark of a tree, used by women for rubbing on body during bath.

ஈடகம்: (பெ): மனதினைக் கவர்வது; that which attracts one's mind.

ஈடணம்: (பெ): புகழ்; fame.

ஈடணை: (பெ): ஆசை; பற்று; desire; wish; attachment.

ஈடழிதல்: (பெ): பெருமை கெடுதல்; ஏழையாதல்; to suffer loss of dignity; to become poor.

ஈடழிவு: (பெ): சீர்கேடு; deterioration.

ஈடன்: (பெ): பணக்காரன்; பலசாலி; rich man; one who is having physical strength; strong man.

ஈடாடு: (பெ): முடிவு எடுக்க இயலாது ஊசலாடுதல்; waving state to take a decision.

ஈடாடுதல்: (வி): நெகிழ்தல்; to slacken.

ஈடாட்டம்: (பெ): பணப்புழக்கம்; உறுதி குலைந்த நிலை; money transaction; state of being unsettled.

ஈடாதண்டம்: (பெ): ஏர்க்கால்; the shaft of a plough.

ஈடிகை: (பெ): அம்பு; எழுதுகோல்; arrow; pen, pencil, brush, etc.

ஈடிணை: (பெ): சரிசமம்; ஒப்பு; person or thing nearly resembling; comparing.

ஈடிதம்: (வி): துதித்தல்; வழிபடுதல்; தொழுதல்; to worship; to pray; to invoke.

ஈடு: (பெ): இடுகை; ஒப்படைப்பு; தகுதி; அடமானம்; வலிமை; பருமை; நிலைமை; உள்ளீடு; கவசம்; மனவருத்தம்; உபாயம்; applying; handing over; fitness; pledging; strength; bulkiness; condition; content; coat of mail; affliction; means.

ஈடுகட்டு: (வி): நிறைவு செய்திடல்; நிறைவேற்றல்; திருப்திப்படுத்துதல்; to make good; to satisfy; to meet by compensating something else.

ஈடுகொடுத்தல்: (வி): சமமாக இருத்தல்; தகுந்தாற்போல் நடந்துகொள்ளுதல்; சரிகட்டுதல்; to rise equal to; to adjust oneself; to compensate for.

ஈடுசெய்: (வி): சரிகட்டு; to make for.

ஈடுபடு: (வி): மனம் அழுந்துதல்; வழி அழிதல்; துன்பப்படுதல்; அகப்படுதல்; ஒன்றில் நாட்டம் கொள்ளுதல்; ஒரு செயலில் இறங்குதல்; to be absorbed; to be ensnared; to be oppressed; to get trapped; to concentrate on; to engage oneself in.

ஈடுபாடு: (பெ): ஆர்வம்; ஒருவரின் நலனில் அக்கறை கொள்ளுதல்; concern; having interest in one's betterment.

ஈடுபெற்ற கடன்: (பெ): கடன் வாங்கியவனின் உடைமையை ஈட்டுறுதியாகப் பெற்றுக்கொண்டு அளிக்கப்படும் கடன்; a loan advanced by a bank or a pawn broker against one's property.

ஈடு வை: (வி): அடகு வை; to pledge a property as security for a debt.

ஈடேறுதல்: (வி): கடைத்தேறுதல்; வாழ்வடைதல்; அழிவிலிருந்து மீளுதல்; ஆபத்திலிருந்து காப்பாற்றப்படுதல்; உய்வித்தல்; முன்னேறுதல்; be successful; be saved, liberated from a worldly life; be saved from ruin; rescued from danger; to redeem; to go forward.

ஈடேற்றம்: (பெ): உயர்வு; பேரின்ப வாழ்வு; மீட்பு; eminence; final success; deliverance; emancipation; redemption.

ஈடேற்றுதல்: (வி): உய்வித்தல்; to redeem.

ஈடை: (பெ): புகழ்ச்சி; ஏர்க்கால்; adulation; laud; shaft of a plough.

ஈட்டம்: (பெ): மிகுதி; திரள்; கூட்டம்; வலிமை; சம்பாதிப்பு; excessiveness; abundance; crowd; strength; earning.

- **ஈட்டம்** இவறி இசைவேண்டா ஆடவர்
  தோற்றம் நிலக்குப் பொறை. - *குறள் 1003.*

ஈட்டல்: (வி): பெருமளவிலான செல்வ வளம் திரட்டிடு; amassing wealth.

ஈட்டவரவுடைய: (பெ.அ): மேலும் மேலும் செல்வம் சேர்த்திடும் பேராவல் கொண்ட; acquisitive.

ஈட்டி: *(பெ):* வேல்; குந்தம்; கழுமுள்; சவளம்; தோதகத்தி; lance; spear; javelin; pike; deceitful woman. • **ஈட்டி** எட்டின மட்டும் பாயும்; பணம் பாதாளம் வரையிலும் பாயும் - *பழமொழி.*

ஈட்டிக்கீடாக: *(பெ.அ):* சரிக்கு சரியாக; tit for tat; measure for measure; like for like.

ஈட்டுதல்: *(பெ):* சம்பாதித்தல்; பொருள் பெறுதல்; to earn; to get or receive a thing.

ஈட்டுத்தொகை: *(பெ):* வருமான இழப்பை ஈடுசெய்யும் விதமாக சம்பளத்துடன் அளிக்கப்படும் கூடுதல் தொகை; compensatory allowance.

ஈட்டுப்படி: *(பெ):* வாழ்க்கைச் செலவுக்கு ஏற்றபடி சம்பளத்துடன் அளிக்கப்படும் கூடுதல் தொகை; an allowance given to employees (in cities) to compensate for the higher cost of living.

ஈட்டுப்பத்திரம்: *(பெ):* அடமான சாசனம்; bond executed by a debtor pledging something for a loan taken.

ஈட்டுப்பொருள்: *(பெ):* சம்பாதித்த பொருட்கள்; earnings.

ஈட்டுறுதி: *(பெ):* கடனைத் திருப்பிச் செலுத்த முடியாத நிலையில் குறிப்பிட்ட உடைமையைக் கொண்டு கடனை அடைப்பதாகக் கூறும் உறுதிமொழி; a promise by the debtor offering a security for the loan taken.

ஈணவள்: *(பெ):* தாய்; mother.

ஈணி / ஈணை: *(பெ):* அகணி; தென்னை, பனை ஆகியவற்றின் நார்; வயல்; fibrous part of the palmyra stalk; paddy fields.

ஈண்டல்: *(வி):* நெருங்குதல்; கூடுதல்; நிறைதல்; விரைதல்; to come closer; to gather; to fill; to hurry.

ஈண்டு: *(பெ):* இவ்விடம்; இப்பொழுது; இம்மை; விரைவு; புலிதொடக்கி கொடி; this place; this time; this birth; swiftness; a kind of medicinal creeper.

ஈண்டுதல்: *(வி):* கூடுதல்; செறிதல்; நெருங்குதல்; பெருகுதல்; தோண்டுதல்; விரைதல்; to gather; to come together; be close together; to abound; to dig out; be speedy.

ஈண்டுநீர்: *(பெ):* கடல்; sea.

ஈண்டை: *(வி. அ):* இவ்விடம்; இங்கு; this place; here; in or to this place.

ஈண்டையான்: *(பெ):* இவ்விடத்தான்; one who belongs to this place.

ஈதல்: *(வி):* கொடுத்தல்; வறியவர்க்குத் தந்திடல்; இடுதல்; உதவுதல்; to give; to give the poor; to put in; to help.

• நல்லாறு எனினும் கொளல்தீது மேலுலகம்
இல்லெனினும் **ஈதலே** நன்று. - *குறள் 222.*

• **ஈதல்** இசைபட வாழ்தல் அதுவல்லது
ஊதியம் இல்லை உயிர்க்கு. - *குறள் 231.*

ஈதா: *(விளி.இ.சொ):* இந்தா; an informal term used when calling or giving out something to a person who is known to the speaker; 'hey'.

ஈதி: *(பெ):* மிகுந்த மழை; எலி; கிளி; விட்டில்; heavy rain; rat; parrot; moth.

ஈது: *(பெ):* இது; முகமதியர் பண்டிகை; this; a festival of Muslims.

ஈதை: *(பெ):* துன்பம்; வருத்தம்; sufferings; pain; distress.

ஈந்து: *(பெ):* ஈச்ச மரம்; date-palm tree.

ஈப்பிணி: *(பெ):* உலோபி; கருமி; avaricious person; miser.

ஈப்புலி: *(பெ):* ஈயைக் கொல்லும் ஒரு வகைப் பூச்சி; சிறுவகை சிலந்தி; நாய்புலி விளையாட்டு; an insect which kills the fly; a kind of small spider; a kind of game of children.

ஈமக்கடன்: *(பெ):* சுடுகாட்டில் பிணத்திற்குச் செய்யப்படும் சடங்கு; funeral rites.

ஈமத்தாடி: *(பெ):* சிவபெருமான்; Lord Shiva, dancing on the grave yard.

ஈமத்தாழி: *(பெ):* முதுமக்கள் தாழி; burial pot or urn for the dead in ancient periods.

ஈமப்பறவை: *(பெ):* பருந்து; காகம்; கழுகு; kite; crow; eagle; vulture; griffin.

ஈமம்: *(பெ):* சுடுகாடு; பிணம் சுடும் விறகடுக்கு; பாதிரி மரம்; grave yard; funeral pyre; trumpet flower tree.

ஈமவனம்: *(பெ):* சுடுகாடு; burial ground; cremation ground.

ஈமவாரி: *(பெ):* வசம்பு; sweet flag.

ஈமான்: *(பெ):* கொள்கை; இறைநம்பிக்கை; principle; faith in God.

ஈயக்குழவி: *(பெ):* நீலப்பாஷாணம்; a kind of medicine in siddha.

ஈயக்கொடி: *(பெ):* கொடி வகை; a kind of creeper.

ஈயம்: *(பெ):* கனமான ஆனால் எளிதில் உருகவும், வளையவும் கூடிய வெளிர் நீல நிற உலோகம்; பாதிரி; lead; trumpet-flower tree.

ஈயம் பூசு: *(வி):* கலாய்ப்பூசுதல்; ஈயத்தை உருக்கிப் பூசுதல்; to coat the inside of a brass vessel with lead to avoid the chemical reaction while cooking, etc.

ஈயல்: *(பெ):* ஈசல்; தாம்பலப்பூச்சி; சிறகு முளைத்த கறையான்; winged white ant; a kind of insect; *(வி):* ஈதல்; கொடுத்தல்; to present; to give.

ஈயவரி: *(பெ):* பெருமருந்து; a kind of medicine.

ஈயன்மூதாய்: *(பெ):* இந்திரகோபம்; cochineal insect; scarlet insect.

ஈயுநர்: *(பெ):* கொடுப்பவர்; giver.

ஈயுவன்: *(பெ):* இராவணன்; King Ravana.

ஈயெச்சிற்கீரை: *(பெ):* புதினாக்கீரை; mint; a leaf plant.

ஈயை: *(பெ):* இஞ்சி; ginger.

ஈரங்கொல்லி: *(பெ):* வண்ணான்; ஏகாலி; washer man.

ஈரசைச்சீர்: *(பெ):* இரண்டு அசை கொண்ட சீர்; disyllable.

ஈரடி: *(பெ):* இரண்டு அடி; ஈரப்பதம்; ஐயம்; இரண்டாம் போகம்; two steps; moisture; doubt; second crop.

ஈரணி: *(பெ):* நீராடும்போது மகளிர் அணியும் உடை; a bathing garment used by women.

ஈரணை: *(பெ):* இரண்டு அணை; இரட்டை அணை; two dams; twin dam.

ஈரந்தி: *(பெ):* காலையும், மாலையும்; morning and evening.

ஈரப்பசை: *(பெ):* ஈரத்தன்மை; இரக்கம்; அனுதாபம்; செல்வம்; moisture; benevolence; mercy; kind heartedness; sympathy; wealth.

ஈரப்பலா: *(பெ):* ஆசினிப்பலா; a species of jack-fruit tree.

ஈரப்பற்று: *(பெ):* இரக்கம்; benevolence; mercy; kind-heartedness.

ஈரப்பாடு: *(பெ):* மனமகிழ்ச்சி; ஈரமாயிருத்தல்; amusement; being wet.

ஈரம்: *(பெ):* அன்பு; அருள்; அறிவு; அழகு; குளிர்ச்சி; நீர்ப்பற்று; பசுமை; கரும்பு; குங்குமப்பூ; வெள்ளரி; kindness; grace; wisdom; knowledge; beauty; coolness; moisture; wetness; greenness; sugarcane; saffron flower; cucumber. ● **ஈர நாவுக்கு** எலும்பு இல்லாதது போல - *பழமொழி.*

ஈரல்: *(பெ):* நுரையீரல்; மண்ணீரல்; கல்லீரல்; lungs; spleen; liver.

ஈரவன்: *(பெ):* சந்திரன்; Moon.

ஈராட்டி: *(பெ):* இரு மனைவியர்; நிலையில்லாமை; காற்று மாறி அடித்திடுதல்; two wives; instability; changing of wind and weather prior to the change of monsoon.

ஈரி: *(பெ):* கந்தை; இரக்கம் கொண்டவள்; இரக்கம் கொண்டவன்; tatters; sewn up tatters; the woman who shows mercy; the man who shows mercy.

ஈரிணம்: *(பெ):* களர்நிலம்; பாழ்நிலம்; saline land; waste land; fallow or uncultivable land.

ஈரித்தல்: *(வி):* குளிர்தல்; ஈரமாதல்; to feel cold; being wet.

ஈரிப்பு: *(பெ):* நட்பு; friendship.

ஈரிய: *(பெ):* அன்புடைய; dear.

ஈரிழை: *(பெ):* twin thread of a cloth.

ஈருயிர்க்காரி: *(பெ):* கர்ப்பவதி; கர்ப்பிணி; pregnant lady.

ஈருள்: *(பெ):* மண்ணீரல்; spleen.

ஈருள்ளி: *(பெ):* வெங்காயம்; onion.

ஈரெட்டு: *(பெ):* சந்தேகம்; உறுதியின்மை; பதினாறு; doubt; lack of firmness; the number sixteen.

ஈர்: *(பெ):* இரண்டு; ஈரம்; பசுமை; குளிர்ச்சி; இனிமை; பேன் முட்டை; ஈர்க்கு; இறகு; two; dampness; greenness; coolness; pleasantness; egg of louse; rib of palm leaf; feather of some birds.

ஈர்க்கொல்லி: *(பெ):* ஈரைக் கொல்லும் கருவி; a handy instrument which is used to kill the eggs of louse.

ஈர்க்கு: *(பெ):* ஓலை நரம்பு; rib of palm leaf.

ஈர்க்கட்டு: *(பெ):* மழைக்கால ஆடை; the garment suitable for rainy season.

ஈர்ங்கதிர்: *(பெ):* சந்திரன்; moon.

ஈர்த்தல்: *(வி):* இழுத்தல்; அறுத்தல்; பிளத்தல்; to drag; to attract; to saw; to dissect.

ஈர்ப்பு: *(பெ):* இழுப்பு; கவர்தல்; pull; attraction.

ஈர்மை: *(பெ):* இனிமை; பெருமை; நுண்மை; குளிர்ச்சி; வருத்தம்; sweetness; greatness; minuteness; chillness; distress.

ஈர்வாள்: *(பெ):* மரமறுக்கும் வாள்; the saw.

ஈர்வாரி: *(பெ):* ஈரினைக் கொல்லும் கருவி; a handy instrument used for killing the eggs of louse.

ஈலி: *(பெ):* கைவாள்; dagger with a curved point.

ஈவிரக்கம்: *(பெ):* மனக்கனிவு; கருணை நிலை; mercy; tenderness; compassion.

ஈவு: *(பெ):* ஒரு எண்ணை மற்றொரு எண்ணால் வகுத்தால் கிடைக்கும் வகுக்கும் எண்ணின் மடங்கு; கொடை; quotient; gift.

ஈவோன்: *(பெ):* கொடுப்பவன்; கற்பிப்பவன்; the giver; donor; teacher; preacher.

ஈழக்கிழங்கு: *(பெ):* பெருவள்ளி; a kind of tuber.

ஈழத்தண்டம்: *(பெ):* ஏர்க்கால்; கலப்பை; the shaft of a plough; plough.

ஈழநாடு / ஈழமண்டலம்: *(பெ):* இலங்கை; Sri lanka.

ஈழர்: *(பெ):* இலங்கையைச் சார்ந்தவர்கள்; சாணார்; those who belong to Sri Lanka; members of the Sanar caste whose occupation is toddy drawing.

ஈளை: *(பெ):* கோழை; இளைப்பு; காசநோய்; phlegm; sputum; wheezing; tuberculosis.

ஈறல்: *(பெ):* துன்பம்; நெருக்கம்; distress; closeness.

ஈறிலான் / ஈறிலி: *(பெ):* கடவுள்; God; the Almighty.

ஈறு: *(பெ):* முடிவு; இறப்பு; பல் ஈறு; விகுதி; எல்லை; end; death; gum of the teeth; ending of a word that is divisible; boundary.

ஈற்றயல்: *(பெ):* சொல்லினைப் பிரித்து அல்லது செய்யுள் உறுப்புகளைப் பிரித்துக் கூறும்போது இறுதிக்கு முந்தியது; penultimate.

ஈற்றா: *(பெ):* கன்றீன்ற பசு; the cow that has calved.

ஈற்று: *(பெ):* ஈனுதல்; மரக்கன்று; bringing forth; calving; young plant.

ஈனசுரம்: *(பெ):* தாழ்ந்த குரல்; low voice or tune.

ஈனதை: *(பெ):* தாழ்வு; இழிவு; கீழ்மை; lowness; vilification; meanness.

ஈனத்தார்: *(பெ):* கொன்றை; Indian Laburnum.

ஈனம்: *(பெ):* குறைபாடு; இழிநிலை; தாழ்வு; புன்மை; முயல்; கள்ளி; சரிவு; deficiency; degraded state; lowness; rabbit; spurges; slope; decline.

ஈனனம்: *(பெ):* வெள்ளி; silver.

ஈனன்: *(பெ):* இழிந்தவன்; a low fellow.

ஈனாக்கிடாரி: *(பெ):* கன்று ஈனாத இளம் பசு; heifer.

ஈனாக்குமரி: *(பெ):* குழந்தைப் பேறடையாத இளம்பெண்; மலடி; the young woman who has not yet borne children.

ஈனா மாடு: *(பெ):* வறட்டு மாடு (அ) எருமை; barren cow or buffalo.

ஈனாயம்: *(பெ):* நிந்தை; இழிவு; அவமதிப்பு; disgrace; meanness; disrespect.

ஈனில்: *(பெ):* மகப்பேறு மையம்; maternity centre.

ஈனுதல்: *(வி):* கன்று / குட்டி போடுதல்; to bring forth a calf, lamb, kid, etc.

ஈனை: *(பெ):* இலைநரம்பு; ஒரு நோய்; சித்திரக்குறிப்பு; nerve of a leaf; a disease; outline of a picture.

ஈனை எழுதுதல்: *(வி):* சித்திரக் குறிப்பு வரைதல்; to draw the outline of a picture.

ஈனோர்: *(பெ):* இவ்வுலகத்தோர்; those who belong to this world.

ஈன்: *(பெ):* இவ்விடம்; this place.

ஈன்றணிமை: *(பெ):* அண்மையில் ஈனப்பட்டமை; time immediately after calving - spoken of a cow.

ஈன்றவள்: *(பெ):* தாய்; mother.

ஈன்றவன்: *(பெ):* தந்தை; பிரம்மன்; father; Lord Brahma.

ஈன்றார்: *(பெ):* பெற்றோர்; parents.

ஈன்றாள்: *(பெ):* தாய்; உமையவள்; mother; Parvathi, the Goddess and the celestial mother of all living beings in the world.

ஈன்றோன்: *(பெ):* தந்தை; பிரம்மன்; father; Lord Brahma.

உ

உ: *(பெ):* ஐந்தாவது உயிர் எழுத்து; சிவபெருமான்; நான்முகன்; உமையவள்; the fifth letter of Tamil vowels; Lord Shiva; Lord Brahma; Goddess Umayaval, the consort of Lord Shiva and the celestial mother of all the living beings in the earth.

உஃது: *(பெ):* உது; இது; அது; ஒன்றன் பால் சுட்டுப்பெயர்; அங்கே (அ) இங்கே உள்ள பொருள்; பின்புறம் உள்ள பொருள்; this; that; medial, neutral, singular demonstrative; the thing yonder; the thing behind.

உகக்கனல்: *(பெ):* ஊழித்தீ; cosmic fire.

உகட்டுதல்: *(வி):* தெவிட்டுதல்; அருவருத்தல்; to surfeit; to nauseate; to loathe.

உகண்டு: *(வி):* நெளிதல்; to slither; to wriggle.

உகத்தல்: *(வி):* மகிழ்தல்; விரும்புதல்; உயர்தல்; to be glad; to desire; to ascend.

உகந்த: *(பெ.அ):* பொருத்தமான; ஏற்ற; பிடித்த; விருப்பமான; suitable; appropriate; agreeable; pleasing.

உகந்தது: *(பெ):* விருப்பமானது; ஒத்துக் கொள்ளப்பட்டது; that which is desirable; that which is acceptable.

உகந்த மலை: *(பெ):* ஈழத்தில் உள்ள முருகப்பெருமானின் திருத்தலம்; the holy shrine of Lord Muruga at Sri Lanka.

உகந்தவன்: *(பெ):* பொருத்தமானவன்; ஏற்றவன்; பிடித்தவன்; suitable person; appropriate person; agreeable person.

உகந்தார்: *(பெ):* நண்பர்கள்; friends.

உகப்பிரளயம்: (பெ): யுக முடிவு; end of the earth.

உகப்பு: (பெ): உயர்ச்சி; விருப்பம்; மகிழ்ச்சி; மகிழ்ச்சியான இடம்; height; elevation; desire; wish; joy; happy resort.

உகமகள்: (பெ): பூமாதேவி; நிலமகள்; Bhooma Devi; Goddess of the earth.

உக முடிவு: (பெ): ஊழி இறுதி; end of the earth.

உகம்: (பெ): நாள்; பூமி; பாம்பு; ஊழி; நுகம்; இரண்டு யுகம்; இணை; day; earth; snake; era; yoke; age of the world; pair.

உகரம்: (பெ): 'உ' என்னும் எழுத்து; the letter 'உ'.

உகலுதல்: (வி): தாவுதல்; உதறுதல்; to jump; to shake off.

உகவல்லி: (பெ): நாகமல்லி மரம்; a kind of flower tree.

உகவை: (பெ): விருப்பம்; இரண்டு; இணை; அனுகூலம்; wish; desire; two; pair; favour.

உகளம்: (பெ): இணை; ஜோடி; மகிழ்ச்சி; pair; happiness.

உகளி: (பெ): பிசின்; resin.

உகளித்தல்: (வி): குதித்தல்; பாய்தல்; to jump; to gallop; to leap.

உகளுதல்: (வி): தாவுதல்; ஓடித்திரிதல்; பிறழ்தல்; நழுவிக் கீழே விழுதல்; to frisk; to run about; to turn upside down; to slip down.

உகா: (பெ): ஒருவகை மரம்; a kind of tree.

உகாதி: (பெ): தெலுங்கு, கன்னடம் ஆகியவற்றின் ஆண்டுப் பிறப்பு; Telugu new year; Kannada new year - 'Ugadi.'

உகாந்தம்: (பெ): யுக முடிவு; end of the world.

உகார உப்பு: (பெ): கல்லுப்பு; rock salt.

உகாரம்: (பெ): உகரம்; 'உ' என்னும் எழுத்து; the letter 'உ'.

உகிரம்: (பெ): புல் வகை; a kind of grass.

உகிர்: (பெ): நகம்; nail.

உகிர்ச்சுற்று: (பெ): நகச்சுற்று; whitlow.

உகினம்: (பெ): புளிமா; Indian hog-plum; a species of mango, sour in taste.

உகுணம்: (பெ): பூச்சி வகை; a kind of insect.

உகுதல்: (வி): உதிர்தல்; சிந்துதல்; சிதறுதல்; கெடுதல்; கழிதல்; சாதல்; நிலை குலைதல்; சுரத்தல்; மறைதல்; கரைதல்; to be strewed; to be spilled; to scatter; to decay; to pass away; to die; to be agitated; to trickle gently; to disappear; to melt.

உகுத்தல்: (வி): சிதறுதல்; சிந்துதல்; சொரிதல்; உதிர்த்தல்; வெளியிடுதல்; to scatter; to spill; to rain; to cast leaves; cause to drop or fall; to release.

உகுவு: (வி): சிந்துதல்; சொரிதல்; to spill; to rain.

உகைதல்: (வி): எழுதல்; செல்லுதல்; to arise; to move; to go.

உகைத்தல்: (வி): எழுப்புதல்; செலுத்துதல்; பதித்தல்; மேல் எழுதல்; அம்பு முதலியவற்றை ஏவுதல்; to raise; to drive (as a carriage); to ride (as a horse); to stamp; to rise upwards; to discharge (as an arrow).

உகைப்பு: (பெ): செலுத்துகை; எழுப்புதல்; rowing; driving; arising.

உகை மரம்: (பெ): படகுத் துடுப்பு; paddle.

உக்கம்: (பெ): இடை; உக்கிரம்; தலை; ஆலவட்டம்; நெருப்பு; பொன்; கோழி; பசு; கட்டித்தூக்கும் கயிறு; ஏறு; waist; severe; head; circular fan; fire; gold; hen; cow; a rope for carrying things in hand; climb.

உக்கரித்தல்: (வி): கக்குதல்; எருதுபோல் கத்துதல்; to vomit; to cry like a bull or ox.

உக்கலை: (பெ): இடுப்புப் பக்கம்; hips.

உக்கல்: (பெ): ஓர் ஊர்; பக்கம்; பதனழிவு; a town; side; becoming over-ripe as fruits.

உக்கழுத்து: (பெ): கழுத்தின் முன்பகுதி; front part of the neck.

உக்களம்: (பெ): இராக் காவல்; night watch and ward.

உக்களவர்: (பெ): இராக் காவலர்; night watch-men; night guards of the palace.

உக்களி: (பெ): பணியார வகை; a kind of sweet confection.

உக்காரம்: (பெ): கக்குதல்; காளையின் சத்தம்; vomiting; bull's cry.

உக்காரி: (பெ): புட்டு; a kind of sweet pudding.

உக்கி: (பெ): தோப்புக்கரணம்; தண்டனை வகை; the act of squatting and standing alternately, holding the ears with hands in a cross-wise manner as a mode of worshipping Lord Ganesa; a kind of punishment.

உக்கிடர்: (பெ): சிலந்தி; spider.

உக்கி போடுதல்: (வி): தோப்புக்கரணம் போடுதல்; to submit to sitting and standing a number of times as a way of worshipping Lord Ganesa or a form of punishment.

உக்கிரம்: (பெ): சினம்; கொடுமை; கடுமை; தீவிரம்; இலாமிச்சை; முருங்கை மரம்; anger; atrocity; rigour; severity; a fragrant root; horse-radish tree.

உக்கிரமம்: (பெ): சுடர்; சுவாலை; light; flame; tongues of fire.

உக்கிரன்: (பெ): சிவமூர்த்தங்களுள் ஒன்று; வீரபத்திரன்; one of the figures of Lord Shiva; Veerabadra.

உக்கிராணக்காரன்: (பெ): களஞ்சியம் காப்பவன்; சரக்கு அறைமேற்பார்வை செய்பவன்; store-keeper; steward.

உக்கிராணம்: (பெ): பண்டசாலை; store-room for provisions in a temple or house; pantry.

உக்கிருட்டம்: (பெ): மிகுதி; மேன்மை; mickle; superiority.

உக்கிரை: (பெ): கருவசம்பு; black sweet-flag.

உக்கு: (பெ): இலவங்கம்; clove.

உக்குதல்: (வி): மக்குதல்; மெலிதல்; இற்றுப்போதல்; அஞ்சுதல்; to perish; to become thin; be lean; be worn off; to fear.

உக்குறள்: (பெ): குற்றியலுகரம்; the shortening of the final 'உ' in certain words. • நாடு, யாது, பாகு, பாபு, நூறு.

உங்கண்: (பெ): உவ்விடம்; yonder.

உங்காரம்: (பெ): அச்சுறுத்தும் ஒலி; வண்டொலி; முழக்குதல்; frightening noise; the buzzing sound of the bees; roaring.

உங்கு: (பெ): உவ்விடம்; yonder.

உங்குணி: (பெ): ஒரு நீல நிற கடல் மீன் வகை; a kind of bluish sea-fish.

உங்கை: (பெ): உன் கை; உன் தாய்; உன் தங்கை; your hand; your mother; your younger sister.

உசகம்: (பெ): ஆமணக்குச் செடி; castor plant.

உசத்தி: (பெ): மேன்மை; excellence.

உசம்: (பெ): ஊர்; நகரம்; town; city.

உசரம்: (பெ): உயரம்; height.

உசரிதம்: (பெ): நெருஞ்சில்; cow's thorn.

உசவு: (பெ): மசகு; வைக்கோல் கரி, எண்ணெய் ஆகியவை கலந்த இயந்திரங்களுக்கு இடும் மைக்குழம்பு; lubricator made of charcoal and oil.

உசவுதல்: (வி): விபரமறிய வினாவுதல்; seeking information by questioning.

உசவன் / உசனன் / உசன்: (பெ): வெள்ளி; Venus.

உசா: (பெ): ஆராய்ச்சி; ஆலோசனை; வினா; ஒற்றன்; பதினெட்டு உப புராணங்களுள் ஒன்று; பதினெட்டு தரும நூல்களுள் ஒன்று; close enquiry; subtle examination; question; spy; one of the eighteen upapuranas; one of the eighteen `Dharuma Nool'.

உசாக்கையர்: (பெ): ஆராய்வோர்; ஆலோசனை அளிப்பவர்; examiners; advisers.

உசாதேவி: (பெ): சூரியனின் மனைவியான உஷா; Usha, one of the consorts of Sun and Goddess of dawn.

உசாத்துணை: (பெ): உற்ற துணைவர்; சிறந்த ஆலோசகர்; உற்ற நண்பன்; faithful companion; best adviser; loyal friend.

உசாவல்: (பெ): விசாரணை; enquiry; close questioning; investigation.

உசாவுதல்: (வி): ஆராய்தல்; வினாவுதல்; கேட்டல்; விசாரித்தல்; to inquire; to investigate; to enquire; to ask; to examine.

உசி: (பெ): கூர்மை; விருப்பம்; sharpness; wish; desire.

உசிதம்: (பெ): தகுதி; மேன்மை; உயர்ந்தது; அழகியது; that which is appropriate or proper; excellence; that which is superior; that which is beautiful.

உசிதன்: (பெ): பாண்டிய மன்னன்; Pandiya king.

உசிரன்: (பெ): வெட்டி வேர்; ஒளிக்கதிர்; கருமிளகு; ஒரு நறுமண வேர்; cuscus root; a ray of light; black pepper; a fragrant root.

உசிர்: (பெ): உயிர்; soul.

உசிலம் / உசிலை / உசில்: (பெ): சீக்கிரி மரம்; a fine timber tree whose leaves are used as soap.

உசு: (பெ): உளு என்னும் புழு; woodworm.

உசுப்புதல்: (வி): வெருட்டுதல்; எழுப்புதல்; to frighten; to drive away as animals; cause to rise.

உசும்புதல்: (வி): அசைதல்; அதட்டுதல்; to move; to rebuke.

உசுவாசநிவாசம்: (பெ): மூச்சுப் போக்கு வரவு; breathing.

உசுவாசம்: (வி): மூச்சை உள்ளே இழுத்தல்; inhaling the air through nose.

உசூர்: (பெ): அரசியல் நடவடிக்கைகள் நடைபெறுமிடம்; the place where the political deliberations are held.

உச்ச கட்டம்: (பெ): முடிவினை நெருங்கும் கட்டம்; climax of a story, play, movie, etc.; final round or stage.

உச்சட்டம்: (பெ): இலக்கு; நேர்; target; straight.

உச்சடை: (பெ): கோபம்; வழக்கம்; anger; custom that which is usual.

உச்சதரு: (பெ): தென்னை மரம்; coconut tree.

உச்சதேவன்: (பெ): கிருஷ்ணர்; Lord Krishna.

உச்சந்தலை: (பெ): மனிதனின் தலையினுடைய நடுப்பகுதி; crown of the head.

உச்ச நீதிமன்றம்: (பெ): நாடு முழுமைக்குமான தலைமை நீதிமன்றம்; Supreme Court.

உச்சமட்டம்: (பெ): பல நிலைகளைக் கொண்ட அமைப்பில் இறுதியான நிலை; உயர்நிலை; highest in a hierarchial set up.

உச்சம்: (பெ): ஒரு செயல், உணர்ச்சி போன்றவை அடைந்திடும் தீவிரம் (அ) அதிகப்படியான அளவு; சிறப்பான நிலை; உயர்ந்த நிலை; maximum point; extreme stage; peak; highest point; excellence.

உச்சரி: (வி): எழுத்து, சொல் போன்றவற்றின் உச்சரிப்பை ஒலித்தல்; மந்திரம் போன்றவற்றை சொல்லுதல்; to pronounce a word or letter; to chant mantras, etc.

உச்சரிப்பு: (பெ): எழுத்தின், சொல்லின் ஒலிப்பு முறை; மந்திரம் போன்றவற்றைச் சொல்லும் முறை; pronunciation; the way of chanting the mantras.

உச்சவம்: (பெ): உற்சவம்; திருவிழா; திருமணம்; a religious festival; wedding.

உச்சவரம்பு: (பெ): வரையறுக்கப்பட்ட எல்லை; deadline; upper limit; ceiling.

உச்சன்: (பெ): அம்மானை விளையாட்டில் பயன்படுத்தும் காய்களான புளியங்கொட்டை, கொட்டைப் பாக்கு போன்றவை; the tamarind seeds or areca-nut used for pitching in games.

உச்சஸ்தாயி: (பெ): பாடும்போது குரலின் மேல் எல்லை; high pitch.

உச்சாசனம்: (பெ): கொலை; murder. ● நகரில் **உச்சாசனங்கள்** தொடர்ந்து நிகழ்வதைக் கண்ட பொதுமக்கள் பீதியடைந்துள்ளனர்.

உச்சாடனம்: (பெ): பேயோட்டும் தொழில்; பேயோட்டுதல்; மந்திரங்களை ஒரே சீராக ஓதுதல்; incantation of magical spells; expulsion of the ghost; exorcism; chanting of mantras. ● மந்திரவாதியின் **உச்சாடன** முறையைக் கண்டு அங்கிருந்த சிறார்கள் பயந்து நடுங்கினர்.

உச்சாணி: (பெ): உச்சி; மிகுந்த உயரம்; உயர் மட்டம்; top; highest point; summit.

உச்சாரணம்: (பெ): உச்சரிப்பு; pronunciation.

உச்சி: (பெ): உச்சந்தலை; தலைக் குடுமி; நண்பகல்; நாய்; வான் முகடு; எல்லை; புல்லுருவி; மலைமுகடு; crown of the head; tuft of hair which stands erect; mid-day; dog; zenith; limit; a creeper plant; top of the mountain.

உச்சி குளிர்தல்: (வி): மகிழ்தல்; to feel flattered (by nice words).

உச்சிக்கடன்: (பெ): நண்பகல் வழிபாடு (அ) பிரார்த்தனை; mid-day devotion or prayers.

உச்சிக்கரண்டி: (பெ): சிறிய கரண்டி; a small spoon.

உச்சிக்காலம்: (பெ): நண்பகல்; நண்பகல் வழிபாடு (அ) பிரார்த்தனை; mid-day; mid-day devotion or prayers.

உச்சிக்கிழான்: (பெ): சூரியன்; the Sun.

உச்சிக் குடுமி: (பெ): ஆண்கள் உச்சந்தலையின் பின் பகுதியில் நீளமாக வளர்த்து முடிந்து கொள்ளும் முடிக்கற்றை; tuft of hair growing just behind the crown of the head.

உச்சிக் குழி: (பெ): தலையின் மையப்பகுதி; சிறு குழந்தையின் தலையுச்சிப் பள்ளம்; fontanelle; membraneous space in an infant's skull.

உச்சிக் கொண்டை: (பெ): பெண்கள் உச்சந்தலையின் பின்பகுதியில் போட்டுக்கொள்ளும் ஒரு வகைக் கொண்டை; a hairdo of women, in which hair is gathered up and knotted at the back of the crown of the head.

உச்சிக் கொம்பன்: (பெ): உச்சியில் கொம்புடைய மாடு; காண்டா மிருகம்; a bull or cow with erect horns; rhinoceros, an animal with a straight horn.

உச்சிச்சுட்டி: (பெ): குழந்தைகளின் தலையணிகல வகை; an ornament for the forehead of children.

உச்சிச் செடி: (பெ): புல்லுருவிப் பூண்டு; a kind of plant.

உச்சிட்டமோதனம்: (பெ): மெழுகு; wax.

உச்சிட்டம்: (பெ): எச்சில் உணவு; refuse of food, treated as impure.

உச்சிதம்: (பெ): அரியது; உயர்ந்தது; உசிதம்; கொடை; அழகு; மேன்மை; தகுதி; நெருஞ்சில்; that which is rare; that which is excellent; excellence; gift; beauty; greatness; fitness; suitability; cow's thorn.

உச்சித்திலகம்: (பெ): ஒரு வகைப் பூச்செடி; a flower plant.

உச்சிப்படுதல்: (பெ): உச்சமாதல்; being the highest range.

உச்சிப்பிளவை: (பெ): உச்சந்தலையில் வரும் பிளவை நோய்; a kind of cancer disease in the crown of the head.

உச்சிப்பொழுது: (பெ): நண்பகல்; mid-day; noon.

உச்சிமலை: (பெ): மலையுச்சி; செங்குத்தான குன்று; summit of a mountain; a steeped mound.

உச்சிமல்லி: (பெ): ஊசிமல்லி; Jasmine flower shaped like needle.

உச்சி மாநாடு: (பெ): அத்தியாவசிய பிரச்சினைகள் குறித்து விவாதித்து முடிவு எடுத்திட முன்னேறிய நாடுகளின் அதிபர்கள், உயரதிகாரிகள் ஆகியோரின் சந்திப்பு; summit of conference of world leaders and high officials of developed countries.

உச்சி முகர்தல் / உச்சி மோத்தல்: (வி): உச்சந்தலையை முத்தமிட்டு தங்கள் அன்பைத் தெரிவித்தல்; to kiss the forehead as a way of expressing one's affection.

உச்சியாட்டம்: (பெ): வானவர்; தேவர்; the celestial beings.

உச்சிரதம்: (பெ): பிரண்டை; square-stalked vine.

உச்சிரயம்: *(பெ):* உயரம்; height.

உச்சி வினை: *(பெ):* உச்சிக்கடன்; mid-day devotions and prayers.

உச்சி வேர்: (பெ): ஆணிவேர்; tap-root.

உச்சீவித்தல்: *(வி):* உயிர்வாழ்தல்; to live.

உச்சினி: (பெ): புகழ் பெற்ற மன்னர் விக்கிரமாதித்தரின் தலைநகரும் வடஇந்திய நகருமான உஜ்ஜயினி நகர்; the North Indian city of Ujjaini, formerly the capital of King Vikramaditya.

உச்சினி மாகாளி: (பெ): உஜ்ஜயினி நகரின் காவல் தெய்வமான மாகாளி; Ujjaini Mahakaali, the guardian Goddess of Ujjaini.

உச்சுக்காட்டுதல்: *(வி):* நாயினை ஏவுதல்; திருப்தியின்மையை, வெறுப்பைக் காட்டும் விதமாக உதடுகளைச் சுழித்தல்; to incite a dog; to smack the lips in dissatisfaction or contempt.

உச்சுக்கொட்டுதல்: *(வி):* வெறுப்புக் குறி காட்டுதல்; to smack the lips in dissatisfaction or contempt.

உச்சுவாசம்: *(பெ):* மூச்சை உள்ளிழுத்தல்; inhaling; inspiration.

உச்சூடை: (பெ): கொடி மரத்தின் உச்சி; top end of the flag post.

உச்சைச்சிரவம்: *(பெ):* இந்திரனின் குதிரை; the horse of Lord Indra.

உச்சையினி: (பெ): உஜ்ஜயினி; the city Ujjaini.

உஞற்று: (பெ): முயற்சி; ஊக்கம்; வழக்கம்; தவறு; effort; enthusiasm; custom; mistake.

உஞற்றுதல்: *(வி):* தூண்டுதல்; முயற்சித்தல்; to urge; to attempt vigorously.

உஞ்சட்டை: (பெ): மெலிவு; thinness; slenderness.

உஞ்சம்: (பெ): வயலில் சிந்தி இருக்கும் தானியங்களை ஒவ்வொன்றாகச் சேகரித்தல்; gleaning grain by grain around the field.

உஞ்சல்: *(பெ):* நாயினை ஏவுதல்; ஊஞ்சல்; incitement of dogs; swing.

உஞ்சவிருத்தி: *(பெ):* உஞ்சம்; அரிசிப் பிச்சை எடுத்து வாழ்க்கை நடத்துதல்; gleaning grain by grain around the field as a means of livelihood; living by gleaning handfuls of rice as alms from door to door.

உஞ்சுக்காட்டு: *(வி):* நாயினை ஏவிடு; to incite a dog.

உஞ்சை: (பெ): உஜ்ஜயினி நகரம்; Ujjaini city.

உடக்கு: (பெ): திருகாணிச் சுரையின் உட்சுற்று; the spiral inner line of screw hole.

உடக்குதல்: *(வி):* செலுத்துதல்; எய்தல்; to dart or shoot as an arrow; to be fitted to the string of a bow.

உடங்கு: *(பெ):* பக்கம்; side; nearness; *(வி.அ):* ஒருபடியாக; உடனடியாக; ஒன்றாக; in the same manner; immediately; together.

உடங்குதல்: *(வி):* ஒன்றாகக் கூடு; ஒன்றாக வருதல்; தயாராக இருத்தல்; to gather; to come together; be ready.

உடசம்: *(பெ):* இலைக்குடில்; வீடு; வெட்பாலை; hermitage; house; a herb.

உடந்தை: *(பெ):* குற்றம், தீயசெயல் போன்றவற்றிற்குத் துணை; கூட்டுறவு; உறவு; சேர்க்கை; connivance; abetment; co-operation; kin; annexation.

உடப்பிறந்தாள்: (பெ): உடன் பிறந்தாள்; sister.

உடப்பிறந்தான்: (பெ): உடன் பிறந்தவன்; brother.

உடப்பிறப்பு: (பெ): உடன்பிறப்பு; one born of the same parent; brother; sister.

உடப்பு: (பெ): ஒரு வகை முட்செடி; a kind of thorny plant.

உடம்: (பெ): இலை; புல்; விடியற்காலம்; வேலமரம்; leaf; grass; daybreak; dawn; babul tree.

உடம்படல்: *(வி):* உடன்படுதல்; to agree; to concent; to harmonize.

உடம்படுமெய்: *(பெ):* நிலைமொழி ஈற்றிலும் வருமொழி முதலிலும் உள்ள இரண்டு உயிர் எழுத்துக்களைச் சேர்க்கும் மெய்யெழுத்துக் களான 'ய்', 'வ்'; the consonants ய் and வ் as serviles or connecting letters.

உடம்பாடு: (பெ): உடன்பாடு; agreement.

- *உடம்பாடு இலாதவர் வாழ்க்கை குடங்கருள்*
  பாம்போடு உடனுறைந் தற்று - *குறள் 890.*

உடம்பிடி: (பெ): வேலாயுதம்; ஈட்டி; lance; spear; javelin.

உடம்பு: *(பெ):* உடல்; மெய்யெழுத்து; body; consonant.

- *உடம்பொடு உயிரிடை என்னமற் றன்ன*
  மடந்தையொடு எம்மிடை நட்பு. - *குறள் 1122.*

உடம்புக்கீடு: (பெ): கவசம்; shield; mail; armour.

உடம்பெடுத்தல்: *(வி):* பிறத்தல்; be born.

உடம்பை: *(பெ):* கலங்கிய நீர்; murky water.

உடர்: *(பெ):* உடல்; body.

உடலந்தம்: (பெ): இறப்பு; சாவு; மரணம்; death; end of life; mortality.

உடலம்: *(பெ):* உடம்பு; body.

உடலுதல்: (வி): மாறுபடுதல்; சினத்தல்; போர் புரிதல்; to differ; to enrage; to fight.

உடலுநர்: *(பெ):* பகைவர்; foes; enemies.

உடலுருக்கி: (பெ): கணைச்சூடு; the increase in body temperature due to excessive secretion of bile according to the Siddha system.

உடலுழைப்பு: *(பெ):* மனித உழைப்பு; manual labour.

உடலுறவு: *(பெ):* பாலுணர்வு உந்துதலால் ஓர் ஆணும் பெண்ணும் கொள்ளும் சேர்க்கை; புணர்ச்சி; sexual intercourse.

உடலெடுத்தல்: *(வி):* பிறத்தல்; உடல் கொழுத்தல்; வலிமை பெறுதல்; be born; to grow fat; to strengthen.

உடலெழுத்து: *(பெ):* மெய்யெழுத்து; consonant.

உடல்: *(பெ):* உடம்பு; பிறவி; உயிர்நிலை; சாதனம்; மெய்யெழுத்து; பொன்; பொருள்; மாறுபாடு; body; birth; seat of life; instrument; consonant; gold; thing; variation.

உடல்நலம்: *(பெ):* ஆரோக்கியம்; உடல் நோய் நொடியின்றி இருக்கும் நிலை; health.

உடல்நிலை: *(பெ):* உடம்பின் ஆரோக்கியமான அல்லது ஆரோக்கியம் குறைவான நிலை; health.

உடறுதல்: *(வி):* சினத்தல்; to be enraged.

உடற்கருவி: *(பெ):* கவசம்; armour; coat of mail.

உடற்கல்வி: *(பெ):* விளையாட்டு, பயிற்சி ஆகியவற்றின் மூலம் அளித்திடும் உடல் ஆரோக்கியத்திற்கான கல்வி; physical education.

உடற்கவசம்: *(பெ):* மார்புக் கவசம்; cuirass.

உடற்காய்ச்சல்: *(பெ):* சுரம்; fever.

உடற்குறை: *(பெ):* தலையற்ற உடல்; முண்டம்; headless trunk.

உடற்கூறு: *(பெ):* அங்க இலக்கணம்; the anatomy of the body.

உடற்கூற்றியல்: *(பெ):* உடல் உறுப்புகளின் உள்ளமைப்பை விவரிக்கும் அறிவியல்; anatomy.

உடற்சி: *(பெ):* கோபம்; சினத்துடன் பொருமுதல்; anger; irritation.

உடற்றல்: *(பெ):* பெருஞ்சினம்; wrath.

உடற்றுதல்: *(வி):* வருந்துதல்; சினமூட்டுதல்; போரிடுதல்; கெடுத்தல்; செலுத்துதல்; to suffer; to torment; to provoke; to fight, to spoil; to discharge; to drive.

உடனடி: *(பெ. அ):* உடனே; தற்போது மிகவும் அவசியமான; sudden; immediate.

உடனடித்தேவை: *(பெ):* தற்போது மிகவும் அவசியமான தேவை; exigency.

உடனடியாக: *(வி. அ):* சற்றும் தாமதமில்லாமல்; without delay.

உடனாதல்: *(வி):* கூடி நிற்றல்; to gather.

உடனாளி: *(பெ):* கூட்டாளி; partner.

உடனிகழ்ச்சி: *(பெ):* ஒரு நிகழ்ச்சி நடக்கும் நேரத்தில் நடக்கும் மற்றொரு நிகழ்வு; தமிழில் மூன்றாம் வேற்றுமை உருபுகளாகிய 'ஆன்', 'ஆல்', 'ஒடு', 'ஓடு', 'உடன்' முதலியவை உணர்த்தும் பொருள்; contemporaneous events; the associative sense of the case markers - 'ஆன்', 'ஆல்', 'ஒடு', 'ஓடு', 'உடன்', etc. (the third case in Tamil).

உடனிகழ்தல்: *(வி):* உடனிகழ்வு; to happen along with.

உடனிரு: *(வி):* கூட இருத்தல்; துணையாக இருத்தல்; be present with.

உடனுக்குடன்: *(வி.அ):* அப்போதைக்கு அப்போது; then and there; promptly.

உடனுறைபவர்: *(பெ):* கூடி வாழ்வோர்; அறைத் தோழர்; those who live together; fellow room-mate.

உடனுறைவு: *(பெ):* ஒன்றாக வாழ்தல்; இணைவு; living together; cohabitation.

உடனே: *(வி.அ):* உடன்; at once; immediately.

உடன்: *(வி.அ):* உடனே; ஒன்றாக; at once; together with.

உடன்கட்டையேறு: *(வி):* இறந்த கணவனின் சிதையில் மனைவியும் இறங்கித் தன் உயிரினைப் போக்குதல்; (of woman) to burn oneself alive in the funeral pyre of her husband.

உடன்படிக்கை: *(பெ):* இருநாடுகள் அல்லது அமைப்புகள் குறிப்பிட்ட ஒரு நோக்கத்துக்காகச் செய்துகொள்ளும் ஒப்பந்தம்; treaty; pact.

உடன்படு: *(வி):* இணங்குதல்; ஒத்துப்போதல்; to comply with; to agree.

உடன்பாடு: *(பெ):* இணக்கம்; சம்மதம்; உடன்படிக்கை; ஒப்பந்தம்; acceptance; approval; affirmation; treaty; pact.

உடன்பிறந்த: *(பெ.அ):* ஒரே பெற்றோருக்குப் பிறந்த; கூடப்பிறந்த; இயல்பாகவே அமைந்த; born of the same parents; related by blood; inborn.

உடன்பிறந்தார்: *(பெ):* ஒன்றாகப் பிறந்த சகோதர சகோதரிகள்; brothers and sisters; born of the same parents; siblings.

உடன்பிறந்தாள்: *(பெ):* சகோதரி; sister.

உடன்பிறந்தான்: *(பெ):* சகோதரன்; brother.

உடன்பிறப்பாக: *(வி.அ):* தொடர்புடையதாக; simultaneously.

உடன்பிறப்பு: *(பெ):* உடன் பிறந்தான் அல்லது உடன்பிறந்தாள்; brother and sister; siblings.

உடன்றல்: *(பெ):* போர்; war; battle.

உடு: *(பெ):* விண்மீன்; அகழி; அம்பு; ஓடக்கோல்; மரவகை; ஆடு; star; moat; trench; arrow; boatman's pole; a kind of tree; goat.

உடுக்கு: *(பெ):* சீலை; ஒருவகைப் பறை (சிறியது); cloth; a kind of small drum.

உடுக்கை: *(பெ):* சீலை; ஒருவகைச் சிறு பறை; உடுத்தல்; cloth; a kind of small drum; the act of wearing a cloth.

- **உடுக்கை இழுந்தவன் கைபோல ஆங்கே**
  இடுக்கண் களைவதாம் நட்பு. *- குறள் 788.*

உடுக்கோன்: *(பெ):* சந்திரன்; the moon.

உடுண்டுகம்: *(பெ):* வாகை மரம்; the tree 'sirissa'.

உடுத்தாடை: *(பெ):* சிற்றாடை; a small garment.

உடுத்துதல் / உடுத்தல்: *(வி):* ஆடை அணிந்திடு; சுற்றி வளைத்திடு; to wear; to dress oneself; to surround; to encircle. ● பகைவர் சேனை **உடுத்தியதும்** செய்வதறியாது திகைத்த மன்னர் சரண் அடைந்தார்.

உடுநீர்: *(பெ):* அகழி; a moat.

உடுபதம்: *(பெ):* வானம்; ஆகாயம்; சொர்க்கம்; sky; heaven.

உடுபதி: *(பெ):* சந்திரன்; மரமஞ்சள்; moon, the Lord of all stars; a kind of turmeric.

உடுபம்: *(பெ):* தெப்பம்; மிதவை; தோணி; படகு; கட்டுமரம்; raft; barge; boat; canoe.

உடுபாதகம்: *(பெ):* பனை மரம்; palmyra tree.

உடுப்பாத்தி: *(பெ):* ஒருவகை கடலின சிறுமீன் வகை; a kind of small sea-fish.

உடுப்பு: *(பெ):* உடை; ஆடை; dress; garment. ● மானம் காத்திட உடுத்திய **உடுப்பினை**, நாகரிகம் என்னும் பெயரில் குறைவாக உடுப்பது வெட்கக் கேடான செயலாகும்.

● **உடுப்பதூஉம் உண்பதூஉம் காணின் பிறர்மேல்**
வடுக்காண வற்றாகும் கீழ். *- குறள் 1079.*

உடுப்புத் துணி: *(ஆ):* உடுத்துவதற்கான துணி; the cloth for wearing.

உடுமடி/உடுமானம்: *(பெ):* ஆடை; உடுப்பு; உடை; dress; garment.

உடும்பு: *(பெ):* சுமார் ஒரு மீட்டர் நீளம் வளரக் கூடியதும், தான் இருக்கும் இடத்தை உறுதியாகப் பற்றிக்கொள்ளக்கூடியதும், பல்லி வகையைச் சார்ந்த ஓர் உயிரினம்; salamander; big lizard; an iguana.

உடும்பு நாக்கன்: *(பெ):* இருவேறு விதமாகப் பேசிடும் இயல்புடைய வஞ்சகன்; a double-tongued deceitful person.

உடும்புப்பிடி: *(பெ):* உடும்பு பற்றுவது போல் இறுகப் பிடித்தல்; firm grip like that of iguana.

உடுவம்: *(பெ):* அம்பினுடைய ஈர்க்கு; the rib of an arrow.

உடுவை: *(பெ):* அகழி; நீர்நிலை; a moat; lake.

உடை: *(பெ):* ஆடை; உடைமை; செல்வம்; குடை வேலமரம்; சூரியனின் மனைவி; dress; garment; property; belongings; wealth; a kind of babul tree; wife of Sun; *(வி):* தகர்த்திடு; ஒடித்திடு; பிளந்திடு; வெளிப்படுத்திடு; மாறுபடு; தளர்ந்திடு; to breach; to break; to split; (of voice) to break; to become heart-broken. ● கண்ணாடி கீழே விழுந்து **உடைந்து** விட்டது. ● பெரிய பாறை மீதிருந்து கீழே விழுந்ததால் மண்டை **உடைந்தது.** ● வெள்ளம் பெருக்கெடுத்ததால் ஏரியின் கரை **உடைந்து** ஊருக்குள் வெள்ளம் புகுந்தது. ● வியாபாரத்தில் உண்டான பெரு நஷ்டம் காரணமாக மனம் **உடைந்து** போனார்.

● **உடைசெல்வம் ஊண்ஒளி கல்விஎன்று ஐந்தும்**
அடையாவாம் ஆயம் கொளின். *- குறள் 939.*

உடைகுளம்: *(பெ):* மூளியான குளம்; கரை உடைந்த குளம்; a tank that has burst its banks.

உடைக்கல்: *(பெ):* காவிக்கல்; red stone; red ochre, used in dying.

உடைசல்: *(பெ):* முறிந்த (அ) உடைந்த துண்டு; fragment. ● ஃபெவிகால் பீங்கான் **உடைசல்களை ஒட்ட வைக்க உதவுகிறது.**

உடைதல்: *(வி):* தகர்தல்; அழிதல்; பிளத்தல்; வெளிப்படுதல்; to burst into fragments; be ruined; to split; to burst open.

உடைத்தல்: *(வி):* தகர்த்தல்; அழித்தல்; வருத்துதல்; வெளிப்படுத்துதல்; to break into pieces; to destroy; to cause to pain; to reveal.

உடைநலம்: *(பெ):* ஆடைச்சிறப்பு; excellence of dress.

உடைநாண்: *(பெ):* கச்சை; belt.

உடைநெகிழ்வு: *(பெ):* ஆடை தளர்தல்; loosening of garments.

உடைநெகிழ்வுறு: *(வி):* ஆடையைத் தளர்த்திடு; to get garments loosened.

உடைந்தோடு: *(வி):* புறமுதுகிட்டு ஓடு; உடைந்து ஓடுமாறு செய்திடு; to run defeated; to break into run.

உடைபொருள்: *(பெ):* உடைமைப்பொருள்; செல்வ வளமை; the thing possesed; wealth.

உடைப்பு: *(வி):* தகர்தல்; உடைதல்; உடைந்துவிடுதல்; பிளவுபடுத்துதல்; to breach; to break; to burst; cause to split.

உடைப்பெருஞ்செல்வர்: *(பெ):* பெருந்தனக்காரர்; very rich man; wealthy man.

உடைப்பெடுத்தல்: *(வி):* வெள்ளத்தால் குளத்தின் கரை அழிதல்; a breach in the tank bund.

உடைப்பெடுத்தோடுதல்: *(வி):* கரை உடைந்ததால் வெள்ளம் கரை புரண்டு ஓடுதல்; to run as water in a breach.

உடைப்பொருள்: *(பெ):* உடைமைப்பொருள்; the thing which is possessed.

உடைமணி: *(பெ):* குழந்தைகள் அணியும் அரையணி; the children's waist ornament with bells.

உடைமரம்: *(பெ):* ஒருவகை முள் மரம்; a kind of thorny tree.

உடைமை: *(பெ):* உடைமைப்பொருள்; செல்வம்; அணிகலன்; உரிமை; the thing which is possessed; wealth; ornament; possession.

உடைமையர்: *(பெ):* சொத்துள்ளவர்; men of property.

உடைய: *(பெ.அ):* ஆறாம் வேற்றுமைச் சொல்லுருபு; the participle of the verb used as the form of the sixth or possessive case as my bag (**என்னுடைய பை**).

உடையநம்பி: *(பெ):* சுந்தரமூர்த்தி நாயனார்; Sundaramoorthi Nayanar, one of the Saiva saint-poets.

உடையபிள்ளையார்: *(பெ):* திருஞான சம்பந்தமூர்த்தி நாயனார்; Thirugnana sambanthamoorthi Nayanar, one of the Saiva saint-poets.

உடையவர்: *(பெ):* இராமானுசர் சுவாமி; செல்வர்; Sri Ramanuja Swamigal; possessor of wealth; owner.

- *உடையர் எனப்படுவது ஊக்கம் அஃதில்லார்*
  உடையது உடையரோ மற்று. - குறள் 591.

உடையவரசு: *(பெ):* திருநாவுக்கரசு நாயனார்; Thirunavukkarasu Nayanar, one of the Saiva saint-poets.

உடையவன்: *(பெ):* உரிமையாளன்; உரியவன்; கடவுள்; செல்வந்தன்; owner; possessor; Lord; God; rich man.

உடையார்: *(பெ):* உரியவர்; உரிமையாளர்; செல்வர்; கடவுள்; தென்னிந்தியாவிலுள்ள சில வகுப்பினரின் பட்டப்பெயர்; owner; possessor; rich man; Lord; God; the title of some castes in South India.

- *உடையார்முன் இல்லார்போல் ஏக்கற்றுங் கற்றார்*
  கடையரே கல்லா தவர். - குறள் 395.

உடையாளி: *(பெ):* கடவுள்; செல்வந்தன்; உரியவன்; உரிமையாளன்; பெருமளவில் உடைகள் உடுத்த வைத்திருப்பவன்; God; rich man; possessor; owner; person having many dresses.

உடையாள்: *(பெ):* உமையவள்; உடைமையாகக் கொண்டவள்; Uma Devi, the consort of Lord Shiva; the woman who possesses something.

உடையான்: *(பெ):* அரசன்; தலைவன்; உரிமையுடையவன்; கடவுள்; king; leader; chief; the possessor; Lord; God.

உடைவாள்: *(பெ):* இடைக்கச்சில் சொருகும் வாள்; குறுவாள்; dagger; short scimitar.

உடைவு: *(பெ):* தகர்தல்; உடைப்பு; கேடு; தளர்வு; களவு; தோற்றோடுதல்; மனநெகிழ்வு; be broken into pieces; breaking; faintness; theft; defeated; emotion.

உடைவேல்: *(பெ):* குடைவேல மரம்; a kind of Babul tree.

உட்கட்டு: *(பெ):* வீட்டின் உட்பகுதி; அந்தப்புரம்; inside of a house; the part of a place where the queen and other royal women live.

உட்கண்: *(பெ):* உள்ளுணர்வு; ஞானம்; மனக்கண்; insight; wisdom; mind's eye.

உட்கதவு: *(பெ):* உள்ளிருக்கும் கதவு; கதவுக்குள் இருக்கும் கதவு; the inner door; the door within the door.

உட்கதை: *(பெ):* கதையில் வரும் ஒரு பகுதி; episode.

உட்கரு: *(பெ):* உள்ளே பொதிந்திருக்கும் பொருட்சிறப்பு; மிகவும் ஆதாரமான பொருள்; the things contained within; that which is inside, such as precious stone enclosed in an anklet; kernel part.

உட்கருத்து[1]: *(பெ):* உட்பொருள்; கருத்துரை; ஆழ்ந்த கருத்து; மனக்கருத்து; motive; significance; innermost thought.

உட்கருத்து[2]: *(பெ):* வெளிப்படையாக அறிந்திட முடியாத நுண்மையான செய்தி; intended sense.

உட்கள்ளம்: *(பெ):* வஞ்சகம்; malice; fraud; deceit.

உட்காய்ச்சல்: *(பெ):* தொடுவுணர்வினால் அறிந்துகொள்ள இயலாது உடம்பில் இருக்கும் காய்ச்சல்; உள்ளெரிச்சல்; உட்பகையுணர்வு; inner fever; envy; internal enmity.

உட்கார வை: *(வி):* ஒருவரை அமரச்செய்தல்; உட்காரச் செய்தல்; to seat someone; to make someone to sit.

உட்கார்: *(பெ):* பகைவர்; அச்சமின்றி வெளிப்படையாக எதிர்ப்பினைத் தெரிவிப்போர்; foes; enemies; those who oppose openly without fear; *(வி):* உட்கார்ந்திடு; அமர்ந்திடு; to sit down; to squat; to sit in state.

உட்கால்: *(பெ):* நீர்பாய்ச்சும் வாய்க்கால்; feeding channel.

உட்கிடக்கை: *(பெ):* உட்கருத்து; உட்பொருள்; கருத்துரை; motive; innermost thought; inner sense of a passage; substance of a text.

உட்கிடை: *(பெ):* உட்கருத்து; பேரூருள் அடங்கிய சிற்றூர்; motive; subordinate hamlet in a village group.

உட்கிராந்துதல்: *(வி):* வேரூன்றுதல்; மெலிதல்; to take root; to become lean.

உட்கு: *(பெ):* அச்சம்; நாணம்; வலிமை; பயங்கரம்; மதிப்பு; fear; dread; shy; strength; terror; dignity.

உட்குடி: *(பெ):* குடும்பத்தினுள் இருந்திடும் குடும்பம்; சிறிதளவு பானம்; family within family; a small drink.

உட்குதல்: *(வி):* பயப்படுதல்; நாணுதல்; மதிப்பச்சப்படுதல்; to be afraid; to feel shy; to stand in awe.

உட்குத்தகை: *(பெ):* கீழ்க்குத்தகை; sub-lease.

உட்குழு: *(பெ):* ஒரு குழுவில் இருந்து தேர்வு செய்யப்பட்ட சிலரைக் கொண்டு முக்கிய முடிவுகளைத் தீர்மானம் செய்திடும் சிறுகுழு; sub-committee.

உட்குறிப்பு: *(பெ):* இரகசியக் குறிப்பு; உள்ளக்குறிப்பு; மனக்குறிப்பு; secret sign; secret note; intension; idea.

உட்கை: (பெ): உள்ளங்கை; உட்பக்கம்; உள் உளவு ஆள்; the palm of the hand; inner side; secret helper.

உட்கொள்: (வி): வாய் மூலம் உணவு போன்றவற்றை விழுங்குதல்; சாப்பிடுதல்; உறிஞ்சுதல்; மற்றொன்றினை தன் உறுப்பாகக் கொண்டிருத்தல்; to take in food, etc; to consume; to absorb; to consist of.

உட்கோட்டை: (பெ): உள் அரண்; citadel.

உட்கோபம்: (பெ): வெளியில் காட்டாது உள்ளடங்கிய சினம்; an anger nurtured inwardly but not expressed.

உட்கோயில்: (பெ): கோயிலின் கருவறை; Sanctum Sanctorum in a temple.

உட்கோள்: (பெ): உட்கருத்து; கோட்பாடு; opinion; theory.

உட்சட்டை: (பெ): மேல் உள்ளாடை; the garment worn inside.

உட்சதி: (பெ): இரகசிய சதித்திட்டம்; secret conspiracy.

உட்சாத்து: (பெ): அரைக்கச்சு; inner garment worn round the waist.

உட்சூத்திரம்: (பெ): அடிப்படை ஆதாரம்; மூலகாரணம்; source; origin.

உட்செலுத்து: (வி): துவாரம், உள்ளீடற்ற பொருள் ஆகியவற்றில் ஒன்றினை நுழைத்தல்; to insert.

உட்சேபணம்: (பெ): விசிறி; fan; (வி): எழும்புதல்; எறிதல்; to rise; to throw.

உட்டணகாசம்: (பெ): கண் நோய்களுள் ஒன்று; one of the eye diseases.

உட்டணகாரகன்: (பெ): சூரியன்; the Sun.

உட்டணசஞ்சீவி: (பெ): பிரண்டைக்கொடி; நீர்; square-stalked vine; water.

உட்டணம்: (பெ): வெப்பம்; முதுவேனில்; மிளகு; உறைப்பு; heat; summer, the month of 'Aani' and 'Aadi' as the season of extreme heat; pepper; pungency.

உட்டணாதிக்கம்: (பெ): அதிக வெப்பம்; maximum heat.

உட்டனோதகம்: (பெ): வெந்நீர்; hot water.

உட்டனோபகமம்: (பெ): கோடைகாலம்; summer.

உட்டிரம்: (பெ): களர்நிலம்; saline land.

உட்டினீடம்: (பெ): தலைப்பாகை; turban; mitre.

உட்டுளை: (பெ): குழாய்; pipe; tube.

உட்டுறவு: (பெ): உள்ளத்துறவு; mental renunciation of one's desires and attachments.

உட்டூய்மை: (பெ): உள்ளத்தூய்மை; mental purity.

உட்டொளை: (பெ): குழல், குழாய் போன்றவற்றில் இருக்கும் துளை; hollow space or bore in a pipe or tube.

உட்டை: (பெ): விளையாட்டுக் காய்; dice.

உட்பகை: (பெ): குடிமக்களின் எதிர்ப்பு; நட்புப் பாராட்டிக் கெடுக்கும் பகை; civil conspiracy; internal enmity; covert enmity.

- **உட்பகை** அஞ்சித்தற் காக்க உலைவிடத்து மட்பகையின் மாணத் தெறும். - *குறள் 883.*
- மனம்மாணா **உட்பகை** தோன்றின் இனம்மாணா ஏதம் பலவும் தரும். - *குறள் 884.*
- உறல்முறையான் **உட்பகை** தோன்றின் இறல்முறையான் ஏதம் பலவும் தரும். - *குறள் 885.*
- செப்பின் புணர்ச்சிபோல் கூடினும் கூடாதே **உட்பகை** உற்ற குடி. - *குறள் 887.*

உட்பக்கம்: (பெ): உள்ளே இருக்கும் இடம்; interior.

உட்பட: (இ.சொ): கூறப்படும் ஒருவருக்கு அல்லது ஒன்றுக்கு மேற்பட்டதைச் சேர்த்து; அடங்கலாக; including; together with.

உட்படு: (வி): அளவுக்குள் அமைந்திருத்தல்; கட்டுப்படுதல்; be subject to; be within.

உட்படுத்து: (பெ): ஒன்றின் கீழ் அமைக்கப்படுதல்; ஆய்வு, சோதனை போன்றவற்றிற்கு உள்ளாக்குதல்; being something under a classification; to subject something to a test, etc.

உட்பட்ட: (பெ.அ): குறிப்பிட்ட ஓர் எண்ணிக்கைக்குக் கீழுள்ள; குறைந்த; below; within.

உட்பலம்: (பெ): மன வலிமை; mental strength.

உட்பற்று: (பெ): அகப்பற்று; subjective attachment.

உட்பார்: (பெ): பாறையின் உள்ளடுக்குகள்; inner layers of rock.

உட்பிணக்கு: (பெ): உள்ளத்துத் தீய உணர்வுகள்; internal ill-feelings.

உட்பிரிவு: (பெ): பகுக்கப்பட்ட பெரும் பிரிவு ஒன்றின் சிறு பிரிவு; sub-division in a book, treatise, etc.

உட்புகுதல்: (வி): உள்ளே நுழைதல்; to enter.

உட்புரை: (பெ): அந்தரங்கம்; உள்மடிப்பு; secrecy; privacy; innermost thought; inner fold.

உட்புறம்: (பெ): உள்பகுதி; உள்ளே இருக்கும் இடம்; interior; inside; innerside.

உட்பூசல்: (பெ): சொந்த நலனை முன்னிட்டு எழுகின்ற பூசல்; quarrel within the members of a group, association, etc.

உட்பூசை: (பெ): மானச பூசை; the pooja or worship which is done in the mind.

உட்பை: (பெ): உள் பை; inner pocket; internal bag.

உட்பொய்: (பெ): உள்ளீடற்ற பொருள்; hollow unsubstantial thing.

உட்பொருள்: (பெ): மறைபொருள்; உண்மைக் கருத்து; inner meaning; content; esoteric meaning.

உட்போர் 158 உண்டாயிருத்தல்

உட்போர்: *(பெ):* உள்(நாட்டுப்) போர்; internal war.

உண: *(பெ):* உணவு; food.

உணக்கம்: *(பெ):* வாட்டம்; withering. ● தொடர்ந்து வந்த வயிற்றுப்போக்கின் காரணமாக, குழந்தை **உணக்கமாய்** இருந்ததைக் கண்ட தாய் கவலைப்பட்டாள்.

உணக்கு: *(பெ):* வாட்டம்; உலர்ந்த தன்மை; withering; dryness.

உணக்குதல்: *(வி):* உலர்த்துதல்; வாட்டுதல்; கெடுத்தல்; to cause to dry; to cause to wither or fade; to ruin.

உணக்குப் பொருள்: *(பெ):* காய்கறி வற்றல்; dried vegetables.

உணங்கல்: *(பெ):* உலர்ந்த தானியம்; வற்றல்; உணவு; உலர்ந்த பூ; dried grain; dried food-stuff; cooked food; withered flower.

உணங்குதல்: *(வி):* மெலிதல்; காய்தல்; உலர்தல்; செயலறுதல்; to become lean; be heated; to wither; to dry; to become impaired.

உணத்துதல்: *(வி):* காயவிடுதல்; let to dry.

உணப்பாடு: *(பெ):* உண்ணப்படுகை; eating.

உணராமை: *(பெ):* அறியாமை; மயக்க நிலை; ignorance; nescience; drowsiness; mental delusion.

உணரான்: *(பெ):* அறிவிலி; மூடன்; idiot; fool; muff; ignoramus.

உணர்: *(வி):* அனுபவித்து அறிதல்; மனதால் அறிந்து கொள்ளுதல்; புரிந்து கொள்ளுதல்; to feel bodily sensation; to perceive; to understand; to realize; to realize through mental experience.

உணர்ச்சி: *(பெ):* மனதில், உடம்பில் உண்டாகும் நிலைதனை அறிந்திடும் அனுபவம்; மனவெழுச்சி; ஒன்றின் தன்மைதனைப் புரிந்து கொள்ளும் மனப்பாங்கு; அழுத்தமான எண்ணம்; feeling; sensation; emotion; sense of humour; fervour.

உணர்ச்சி வசப்படு: *(வி):* வலுவான மனநிலைக்கு ஆளாகிடு; to get moved; be overwhelmed with emotion.

உணர்தல்: *(வி):* அறிதல்; நினைத்தல்; கருதுதல்; ஆராய்தல்; இயல்பு உணர்தல்; மனம் தெளிதல்; துயிலெழுதல்; பகுத்தறிதல்; பாவித்தல்; தொட்டறிதல்; to understand; to think; to intend; to investigate; to consider; to understand the nature; to realize; to wake from sleep; discrimination; to conceive; to feel by touch.

உணர்த்தல்: *(வி):* அறிவித்தல்; துயிலெழுப்புதல்; கற்பித்தல்; நினைவூட்டுதல்; to instruct; to wake up from sleep; to teach; to recall to mind.

உணர்த்து: *(வி):* தெரிந்திடச் செய்திடு; குறிப்பிடு; புரிந்திடச் செய்திடு; to make one to realize; to realize; to indicate; to make one to understand.

உணர்வு: *(பெ):* ஒன்றினை அனுமதிக்கும், விரும்பும், வேண்டும் மனநிலை; மனஎழுச்சி; மனம் தொடர்பானது; அறிவு; தெளிவு; கற்றுணர்கை; ஆன்மா; புலன்; awareness; consciousness; feeling; sentiments; intuition; instinct; knowledge; clear discernment; learning; soul; sense of the body.

● உணர்வது உடையார்முன் சொல்லல் வளர்வதன்
பாத்தியுள் நீர்சொரிந் தற்று. *- குறள் 718*

உணல்: *(பெ):* உண்ணுதல்; the act of eating.

உணவின் பிண்டம்: *(பெ):* உடம்பு; உடல்; body.

உணவு: *(பெ):* ஆகாரம்; சோறு; உணவுப்பொருள்; மழை; food; cooked rice; eatables; rain. ● உண்ணும் **உணவில்** நஞ்சைக் கலக்கிறது போல - *பழமொழி.*

உணவுக்குழல்: *(பெ):* உண்ட உணவு மட்டும் சென்றிட வாயிலிருந்து இரைப்பை வரை உள்ள குழாய் போன்ற அமைப்பு; alimentary canal.

உணவு விடுதி: *(பெ):* பணம் கொடுப்பதன் மூலம் பரிமாறப்படுகின்ற உணவினை உண்டு செல்லக் கூடிய வசதி கொண்ட விடுதி; ஓட்டல்; குறிப்பிட்ட நேரத்தில் குறிப்பிட்ட வாடிக்கையாளர்களுக்கு மட்டும் உணவு தரும் விடுதி; restaurant; hotel; inn; mess.

உணா: *(பெ):* உணவு; சோறு; உணவுப் பொருள்; food; boiled rice; food substance.

உணை: *(பெ):* மெலிவு; weakness; feebleness.

உணைதல்: *(வி):* நைதல்; மெலிதல்; be crushed; to become lean; be weak.

உண்கண்: *(பெ):* மை தீட்டப்பெற்ற கண்; the eye, painted black with collyrium.

உண்கலம்: *(பெ):* உணவு உட்கொள்ளும் பாண்டம்; the plate or dish to eat from.

உண்டறுத்தல்: *(வி):* நன்றி மறத்தல்; ஈடுசெய்தல்; ungratefulness.

உண்டாக்குதல்: *(வி):* படைத்தல்; விளைவித்தல்; to produce; to make; to manufacture; to create; to cultivate.

உண்டாட்டு: *(வி):* குதூகலித்திடு; விருந்தளித்திடு; குடித்துக் கும்மாளமிடு; to enjoy; to feast; to drink and dance.

உண்டாட்டம்: *(பெ):* விளையாட்டு; களியாட்டம்; உல்லாசம்; a game; festivity; joviality.

உண்டாட்டு: *(பெ):* கள்ளுண்டு களித்தல்; பலர் கூடி உண்ணும் விழா; உல்லாசம்; மகளிர் விளையாட்டு வகை; joviality; as warriors celebrating the seizure of cows by indulging in drink; festivity; loving fun; a kind of women's game.

உண்டாயிருத்தல்: *(பெ):* கர்ப்பம் தரித்திருத்தல்; to be pregnant.

உண்டான *(பெ.அ):* உரிய; due (what is); belonging (to one).

உண்டுறையணங்கு: *(பெ):* குளக்கரை மேல் உள்ள பெண் தெய்வம்; a woman deity on the tank bund.

உண்டி: *(பெ):* உணவு; அனுபவம்; food; experience.

உண்டியல்: *(பெ):* சொந்த உபயோகத்திற்கு பணம் போட்டு வைத்திருக்க உதவும் மேல்புற நீளவாக்கில் துளை கொண்டுள்ள மற்றும் காணிக்கைப் பணம் போட, கோயில்களில் வைக்கப்பட்டிருக்கும் பெட்டி போன்ற சாதனம்; a container used for personal savings or kept in temples for collecting contributions having a slit to facilitate dropping in money; Hundi.

உண்டு: *(வி.மு):* உயர்திணை, அஃறிணை ஆகிய இரண்டிலும் ஒருமை, பன்மை வேறுபாடு இல்லாமல் பயன்படுத்தப்படுவதும் 'இரு' என்னும் வினையின் ஓர் இடத்தில் வந்தமைதல், உடையதாக இருத்தல் என்னும் இருபொருளில் வருவதுமான ஒரு வினைமுற்று வடிவம்; ஒரு நிகழ்வு நடைபெற்றது (அ) நடைபெறுவது உண்மை என்பதைக் குறிப்பிட உதவும் வினைமுற்று வடிவம்; முடிவைத் தந்திடும் தீர்மானமான பதிலைக் குறித்திடும் வார்த்தை; தன் செயல்களை ஒருவர் குறைத்துக் கொண்டார் என்பதைக் காட்டிடத் தொடர்புடைய வார்த்தைகளோடு பயன்படுத்திடும் சொல்; a form of predicate used for both singular and plural of human, non-human and neuter gender with two senses of இரு viz., 'be' and 'have'; a form of predicate used to indicate an event that had taken place or is taking place regularly or intermittently; when one expects a definite answer the term 'உண்டு' is used for the affirmative; the term 'உண்டு' is added to those words which signify the area to which one limits his or her activities. • எவர் தவறு செய்திடினும் தவறு செய்தவரைக் கண்டித்திடும் மனோபாவம் அவருக்கு **உண்டு.** • எப்போதாவது தொலைக்காட்சியில் கிரிக்கெட் விளையாட்டு பார்ப்பது **உண்டு.** • **தானுண்டு,** தன் **வேலையுண்டு** என்றிருந்தால் பிரச்சினை ஏற்பட வழியில்லை.

உண்டு பண்ணு: *(வி):* குழப்பத்தை (அ) சேதத்தை (அ) ஆர்வத்தை (அ) உணர்ச்சியை உண்டாக்குதல்; to cause (confusion, damage, create interest, etc.).

உண்டை: *(பெ):* உருண்டை; திரட்சி; கவளம்; சூதுகருவி; சிற்றுண்டி; குறுக்கிழை; படைவகுப்பு; ஒருவகைச் சர்க்கரை; ball; globe; sphere; food in the shape of a ball; a mouthful; dice; a tiffin; weft; a form of array of an army; a kind of sugar.

உண்டைக்கட்டி: *(பெ):* கோயிலில் தரப்படும் பிரசாத சோற்று உருண்டை; the balls of food distributed in temples.

உண்டை நூல்: *(பெ):* நூல் உருண்டை; நெசவின் குறுக்கிழை; ball of thread; woof; weft.

உண்டை விடுதல்: *(வி):* குத்துதல்; to stab.

உண்ணம்: *(பெ):* வெப்பம்; உடை மரம்; heat; a kind of tree.

உண்ணா / உண்ணாக்கு: *(பெ):* உள்நாக்கு; uvula.

உண்ணாடி: *(பெ):* உள் நாடி; the inner most pulse.

உண்ணாட்டம்: *(பெ):* உட்கருத்து; ஆராய்ச்சி; real purpose; searching enquiry.

உண்ணாநோன்பு / உண்ணாவிரதம்: *(பெ):* பட்டினி நோன்பு; fast.

உண்ணாமுலை: *(பெ):* திருவண்ணாமலையில் கோயில் கொண்டிருக்கும் உமையம்மை; Umayaval called as Unnamulai, the consort of Lord Annamalaiyar at the holy shrine of Thiruvannamalai.

உண்ணாழிகை: *(பெ):* மூலத்தானம்; கருவறை; கோயிலுள் இறைவன் திருமேனியுள்ள இடம்; innermost sanctuary of a temple.

உண்ணாழிகையார்: *(பெ):* கோயில் கருவறையில் வீற்றிருக்கும் கடவுள்; God abiding in the Sanctum Sanctorum.

உண்ணாழிகையுடையார்: *(பெ):* கோயிலில் பணிபுரிவோர்; the workers of a temple.

உண்ணாழிகை வாரியம்: *(பெ):* கோயில் மேற்பார்வைக் குழு; managing committee of a temple.

உண்ணி: *(பெ):* உண்பவன்; பாலுண்ணிப் பூச்சிவகை; one who eats; lice on dogs, sheep and cattle.

உண்ணியப்பம்: *(பெ):* ஒருவகை உருண்டை வடிவமான இனிப்புப் பணியாரம்; a kind of ball-shaped sweet cake or pastry.

உண்ணீர்: *(பெ):* குடிநீர்; drinking water.

உண்ணீர்க்கொக்கு: *(பெ):* ஒருவகைக் கொக்கு; a kind of crane.

உண்ணீர்மை: *(பெ):* மன இயல்பு; quality of mind.

உண்ணுதல்: *(வி):* உணவு உட்கொள்ளுதல்; நுகருதல்; அனுபவித்தல்; to eat; to take food; to enjoy; to experience; to enjoy the fruits and benefits of something.

உண்ணெகிழ்வு: *(பெ):* மனம் நெகிழ்வு; இரக்கம்; melting of heart; pity.

உண்ணோக்கம்: (பெ): தியானம்; நோக்கம்; meditation; motive.

உண்ணோக்கல்: (வி): சிந்தித்தல்; தியானித்தல்; to think over; to meditate.

உண்பலி: (பெ): பிச்சை; alms.

உண்மகிழ்வு: (பெ): சந்தோஷம்; மனமகிழ்ச்சி; joy; internal pleasure.

உண்மடம்: (பெ): அறிவின்மை; உணவு கொள்ளும் இடம்; lack of wisdom; the place to eat food.

உண்மடை: (பெ): உள்வாய்க்கால்; inner channel.

உண்மை: (பெ): உள்ளது; இயல்பு; உள்ள தன்மை; மெய்ம்மை; நேர்மை; ஊழ்; existence; nature; reality; truth; honesty; sincerity; destiny.

உண்மை ஞானம்: (பெ): மெய்யுணர்வு; தத்துவ ஞானம்; knowledge of reality; knowledge of the ultimate truth.

உண்மைப் பொருள்: (பெ): கடவுள்; மிகச்சரியான விளக்கம்; God; exact meaning or explanation.

உண்மையறிவு: (பெ): மெய்யறிவு; தத்துவ ஞானம்; enlightenment; knowledge of the ultimate truth.

உதகம்: (பெ): பூமி; நீர்; earth; water.

உதகசுத்தி: (பெ): தேற்றாமரம்; clearing nut tree.

உதகஞ்சிதறி: (பெ): மழை; rain.

உதகமூலம்: (பெ): தண்ணீர் விட்டான் கிழங்கு; a kind of medicinal (water) plant.

உதகரித்தல்: (வி): உதாரணம் காட்டி விளக்குதல்; to explain something with suitable examples.

உதகவன்: (பெ): நெருப்பு; கொடிவேலி; fire; a kind of herb.

உதகு: (பெ): புங்கமரம்; Indian beech tree.

உதகும்பம்: (பெ): நீர்க்குடம்; water pot.

உதக்கு: (பெ): வடக்கு; மேலானது; பின்னானது; north; that which is superior; that which is behind.

உதசம்: (பெ): பசுவின் மடி; சாபம்; udder of a cow; curse; imprecation.

உதடு: (பெ): வாயிதழ்; பானை போன்றவற்றின் விளிம்பு; புண்ணின் வாய் ஓரம்; lip; brim of a pot, etc.; edge of a wound.

உதணம் / உதண்: (பெ): மொட்டு போன்ற கூர்மையற்ற அமைப்புடைய அம்பு முனை; arrow head in the shape of a bud.

உததி: (பெ): நீர்; கடல்; மேகம்; water; sea; cloud.

உதப்பி: (பெ): சீரணம் ஆகாத ஆகாரம்; undigested food.

உதப்புதல்: (வி): குதப்புதல்; கடிந்துபேசுதல்; நிதானமாக மெல்லுதல்; to chew; to scold; to munch.

உதம்: (பெ): நீர்; water; (வி): கேட்டல்; அழைத்தல்; to ask; to call.

உதம்புதல்: (வி): அதட்டுதல்; அச்சுறுத்துதல்; கடிந்து கொள்ளுதல்; அடக்குதல்; to rebuke; to threat; to reprove; to scold; to repress.

உதயகாலம்: (பெ): சூரியன் உதிக்கும் காலம்; the time when the Sun rises.

உதயதாரகை: (பெ): விடிவெள்ளி; Venus as the morning star.

உதயம்: (பெ): தோற்றம்; காலை; பிறப்பு; வெளிச்சம்; appearance; morning; birth; light.

உதயராகம்: (பெ): ஒருவகைக் காலைப் பண்; a kind of morning song.

உதயனம்: (வி): தோன்றுதல்; உதித்தல்; to appear; to arise; be born.

உதயன்: (பெ): சூரியன்; the Sun.

உதயாத்தமனம்: (பெ): சூரியனின் தோற்றமும் மறைவும்; காலையும் மாலையும்; rise and disappearance of the Sun; morning and evening.

உதரகம்: (பெ): சோறு; boiled rice.

உதரகோமதம்: (பெ): பூண்டு வகை; a kind of herb.

உதரகொதி: (பெ): மிகுந்த பசி; excessive hunger.

உதரபந்தம் / உதரபந்தனம்: (பெ): ஒட்டியாணம்; girdle or belt of gold or silver worn over the dress.

உதரம்: (பெ): வயிறு; கீழ் வயிறு; stomach; belly; abdomen. • உதர வலியால் பெரும் துன்பத்துக்கு உள்ளானாள்.

உதரவணி: (பெ): கண்டங்கத்திரிச் செடி; a thorny plant which bears small yellow fruits.

உதரவிதானம்: (பெ): மார்புப் பகுதிக்கும், வயிற்றுப் பகுதிக்கும் நடுவில் இருப்பதும் நுரையீரல் சுருங்கி விரியக் காரணமாக இருப்பதுமான தசை; diaphragm.

உதராக்கினி: (பெ): பசி; hunger; craving for food.

உதவல்: (பெ): ஈதல்; உதவிசெய்தல்; giving; aiding; assisting.

உதவாக்கட்டை / உதவாக்கரை: (பெ): பயனற்றவன்; useless person.

உதவி¹: (பெ): ஒத்தாசை; ஒருவரின் வேலைப் பளுவைக் குறைக்கும் செயல்; பயன்; துணை; பொருள் ரீதியான ஒத்துழைப்பு; help; assistance; aid; financial assistance; funding.

• உதவி வரைத்தன்று உதவி உதவி
செயப்பட்டார் சால்பின் வரைத்து. - *குறள் 105.*

உதவி²: (பெ.அ): பதவி (அ) பணியில் உயர் நிலைக்கு அடுத்த நிலைதனைக் குறிக்கும் வகையில் பயன்படுத்துவது; a prefix added to the rank in a post to mean 'sub', 'deputy', 'assistant', etc.

உதவித் தொகை / உதவிப் பணம்: *(பெ):* கல்வி கற்றிட உதவும் வகையில் அரசு (அ) தனியார் அமைப்புபோன்றவைகுறிப்பிட்ட காலம்வரையில் ஒருவருக்கு வழங்கும் பணம்; உபகாரச் சம்பளம்; வெள்ளம், தீ விபத்து போன்றவற்றால் பாதிக்கப்பட்டவர்க்கு அரசு வழங்கும் பண உதவி; scholarship; relief assistance; ex-gratia payment.

உதவு: *(வி):* பயன்படுதல்; உபயோகமாக இருத்தல்; ஒருவரின் செயலுக்கு ஒத்துழைப்பு நல்குதல்; ஒத்தாசை செய்தல்; be useful; be helpful; to assist; to help.

உதவுதல்: *(வி):* கொடுத்தல்; துணை செய்தல்; பயன்படுதல்; to give; to assist; be useful; be of help.

உதளி: *(பெ):* அலரிச்செடி வகை; a kind of flower plant which has poisonous seeds.

உதள்: *(பெ):* ஆடு; ஆட்டுக்கிடா; மேடராசி; மரவகை; sheep; goat; ram; male of sheep; he-goat; the first constellation of the Zodiac having ram as its sign, Aries; a kind of tree.

உதறல்: *(பெ):* உடல் நடுக்கம்; நடக்கவிருக்கும் ஆபத்து அல்லது தண்டனை பற்றிய பயம்; trembling of the body; panic; fright; fear.

உதறி முறிப்பான்: *(பெ):* விஷ்ணுகரந்தைச் செடி; a kind of herb, used in Siddha medicine.

உதறு: *(வி):* பலமாக அசைத்து வீசு; மடக்கி நீட்டி ஆட்டு; நடுங்கிடு; கைவிடு; to shake off; to shake in jerks; to tremble; to cast off; to give up.

உதறுகாலி: *(பெ):* உதை கால் பசு; காலை இழுத்து நடப்பவள்; a cow that kicks or twitches away its leg and does not allow to be milked; the woman who shakes her feet in walking.

உதறுதல்: *(வி):* விதிர்த்தல்; நடுங்குதல்; விலக்குதல்; பலமாக அசைத்து வீசுதல்; விட்டுவிடுதல்; கைவிடுதல்; to tremble; to shake off; to reject; to shake in jerks; to discard; to cast off; to give up in a huff.

உதறுவாதம்: *(பெ):* நடுக்குவாதம்; paralysis with tremors.

உதனம்: *(பெ):* சிறிது; small.

உதாகரணம்: *(பெ):* எடுத்துக்காட்டு; உதாரணம்; example. ● ஆன்மிகவாதி என்பதற்கு ஸ்ரீரமண மகரிஷி ஓர் **உதாகரண** புருஷராக வாழ்ந்தார்.

உதாகரித்தல்: *(வி):* எடுத்துக்காட்டு கூறி விளக்குதல்; to explain with suitable examples.

உதாசனன்: *(பெ):* அக்கினி; அக்கினிதேவன்; கண்குத்திப்பாம்பு; இகழ்பவன்; நிந்திப்பவன்; fire; God of fire; a kind of snake - green whip snake; the person who despises others; one who slanders others.

உதாசனி: *(பெ):* கொடியவள்; wicked woman.

உதாசனித்தல்: *(வி):* நிந்தித்தல்; இகழ்தல்; to vilify; to slander.

உதாசீனம்: *(பெ):* பொருட்படுத்தாமை; நிந்தை; இகழ்வு; neglect; indifferent attitude; vilification; disrespect. ● சிறு விவகாரம் என்றாலும் அதனை **உதாசீனப்படுத்தாது** பொறுப்புடன் கையாண்டால் நன்மையே விளையும்.

உதாசீனன்: *(பெ):* விருப்பு வெறுப்பின்றி வாழ்பவன்; one who lives without desires and repulsion.

உதாத்தம்: *(பெ):* பெருமை; உதவி; கொடை; greatness; help; aid.

உதாத்தன்: *(பெ):* வள்ளல்; சிறந்தவன்; liberal donor; a benevolent man.

உதாரகுணம்: *(பெ):* வள்ளல் தன்மை; munificence.

உதாரணம்: *(பெ):* எடுத்துக்காட்டு; மேற்கோள்; example; quotation.

உதாரத்துவம்: *(பெ):* கொடைத்தன்மை; munificence.

உதாரம்: *(பெ):* தருமம்; தாராளம்; ஈகை; கொடை; மேம்பாடு; பெருந்தன்மை; liberality; generosity; nobility; greatness.

உதாரன்: *(பெ):* கொடையாளி; பேச்சுத் திறனுடையவன்; liberal donor; one who has the talent in speech.

உதானன்: *(பெ):* தச வாயுக்களில் ஒன்று; one of the ten elements.

உதி: *(வி):* உதயமாகு; தோன்று; அவதரி; to rise; to appear; be born.

உதிட்டிரன்: *(பெ):* தருமபுத்திரர்; போர் வீரன்; Dharma, the eldest brother of Pandavas; warrior.

உதித்தல்: *(வி):* உதயமாதல்; தோன்றுதல்; பிறத்தல்; to rise; to appear; be born. ● **உதிக்கின்ற** சூரியன் முன்னே ஒளிரும் மின்மினி போல - *பழமொழி.*

உதிதன்: *(பெ):* பாண்டிய மன்னன்; a Pandiya King.

உதிப்பு: *(பெ):* பிறப்பு; தோற்றம்; அறிவு; birth; appearance; wisdom.

உதியன்: *(பெ):* சேரன்; பாண்டியன்; Chera king; Pandiya king.

உதிரக்கலப்பு: *(பெ):* இரத்த பந்தம்; blood relationship.

உதிரக்கல்: *(பெ):* மாணிக்கக் கல் வகை; carbuncle.

உதிரக்குடோரி: *(பெ):* கருடன் கிழங்கு; a kind of tuber.

உதிரச்சூலை: *(பெ):* நோய் வகை; a kind of disease.

உதிரபந்தம்: *(பெ):* மாதுளை; pomegranate.

உதிரம்: *(பெ):* இரத்தம்; blood.

உதிரல்: *(பெ):* உதிர்ந்த பூக்கள்; flowers, falling down from the plant or tree.

உதிரன்: *(பெ):* செவ்வாய்; அங்காரகன்; Planet Mars.

உதிரி[1]: *(பெ):* ஒன்றோடு ஒன்று இணையாமல் தனியாக இருப்பது; இயந்திர பாகங்களின் பதிலீடாக (அ) மாற்றாக இருப்பது; வகைவகையானது; state of being separate or loose or detached; spare; accessory; sundry; miscellaneous.

உதிரி[2]: *(பெ):* உதிர்ந்தது; செவ்வாழை; பெரியம்மை; that which falls off; red banana; small pox which throws off scabs.

உதிர்: *(பெ):* துகள்; கோரைக் கிழங்கு; crumble; bulb of the bulrush; *(வி):* கீழே விழு; பொடிப்பொடியாக நொறுங்கு; to fall down; to fall into pieces.

உதிர்தல்: *(வி):* சிந்துதல்; சொரிதல்; சாதல்; குலைதல்; அழிதல்; to spill; to rain; to flow down; to die; be disheartened; to ruin.

உதிர்த்தல்: *(வி):* வீழ்த்துதல்; உதறுதல்; பொடியாக்குதல்; cause to fall; to throw off; cause to pulverise.

உதீசி: *(பெ):* வடக்கு; north.

உது: *(சு.சொ):* தூரத்துக்கும், சமீபத்துக்கும் இடைப்பட்ட வெளியைக் குறிக்கும் ஒரு சுட்டுச் சொல்; the term denotes the distance between the near and the remote.

உதும்பரம்: *(பெ):* அத்தி மரம்; எருக்கஞ்செடி; நெற்களம்; வாயிற்படி; செம்பு; செங்குட்ட நோய்; country fig tree; yercum; granary; door-step; copper; a kind of leprosy.

உதூகலம்: *(பெ):* உரல்; mortar.

உதை: *(வி):* காலை முன்னும், பின்னுமாக உதறு; காலால் பலமாகத் தள்ளிடு; மொத்திடு; முரண்படு; பற்றாக்குறை ஏற்படுத்து; to move the foot as if to strike; to kick something; be inconsistent; be wanting. • பசியால் குழந்தை காலை **உதைத்துக்**கொண்டு வீறிட்டு அழுதது. • பால் கறக்கச் சென்ற புதுக்கோனாரை மாடு **உதைத்துத்** தள்ளியது. • வழிமறித்த ரௌடியை காலால் எட்டி **உதைத்தான்.** • தேவைக்கு அதிகமாகச் செலவு செய்தால் மாதக் கடைசியில் (பற்றாக்குறை) பணம் **உதைக்குமே** என்று கவலைப்பட்டாள்.

உதைகால்: *(பெ):* தாங்குகால்; முட்டுக்கால்; prop set against a slanting wall or a falling tree.

உதை சுவர்: *(பெ):* முட்டுச் சுவர்; அணை சுவர்; a buttress.

உதைத்தல்: *(பெ):* காலால் எத்தித் தள்ளுதல்; to spurn.

உதைபு: *(பெ):* கதவு; காப்பு; வாயில்படி; door; door-step.

உதைப்பளவு: *(பெ):* கைநொடிப்பொழுது; moment.

உதைப்பு: *(பெ):* தவறைச் செய்துவிட்ட பிறகு மனதுள் உண்டாகும் கலக்கம்; sense of guilt; uneasy feeling.

உதைப்பொழுது: *(பெ):* கைநொடிப்பொழுது; moment of time taken for batting the eye or for snapping the finger.

உதோள்: *(பெ):* உவ்விடம்; that place.

உத்கிருட்டம்: *(பெ):* மேன்மையானது; சிறந்தது; that which is eminent.

உத்கோசம்: *(பெ):* சினம்; இலஞ்சம்; காணிக்கை; anger; bribe; offering; gift.

உத்தண்டம்: *(பெ):* கொடுமை; அச்சம் தருவது; வீரம்; துணிவு; வலிமை; மகத்துவம்; இறுமாப்பு; அதிகாரம்; கொடை; wickedness; that which gives fear; bravery; courage; strength; glory; arrogance; power; gift.

உத்தமதாளி: *(பெ):* வேலிப்பருத்தி; a kind of medicinal plant.

உத்தமம்: *(பெ):* மேன்மை; உயர்வு; முதன்மை; நன்மை; glory; eminence; magnitude; good.

உத்தமன்: *(பெ):* சிறப்பான குணங்களை உடையவன்; one who has an exemplary conduct.

உத்தமி: *(பெ):* கற்புடையவள்; உயர்ந்தவள்; பார்வதி; she who has an exemplary conduct; woman of virtue; Parvathi, the consort of Lord Shiva.

உத்தம்: *(பெ):* முந்திரிக்கொட்டை; சாமவேதம்; புகழுரை; cashew nut; Sama Veda; adulation.

உத்தம்பிரி: *(பெ):* கொத்துமல்லி; குதிரை; coriander leaf and its seeds; horse.

உத்தரகமனம்: *(வி):* வடக்கிருத்தல்; taking a vow of fasting to death by sitting towards north.

உத்தரகன்மம்: *(பெ):* உத்தரகிரியை; final obsequies on the sixteenth day.

உத்தரகாலம்: *(பெ):* எதிர்காலம்; future.

உத்தரகிரியை: *(பெ):* இறந்தவருக்குச் செய்யும் இறுதிச் சடங்கு; final obsequies on the sixteenth day.

உத்தர குரு: *(பெ):* போகபூமி; அருந்ததி; பாண்டவர்; paradise as a place of enjoyment; the star Arunthathi; Pandavas.

உத்தர குருக்கள்: *(பெ):* போகபூமியில் வாழ்பவர்கள்; those who live in Paradise.

உத்தர சைவம்: *(பெ):* சைவம்; சித்தாந்த சைவம்; Saiva Siddhantha Philosophy regarded as superior to other tantric creeds.

உத்தரணி: *(பெ):* பஞ்சபாத்திரக் கரண்டி; a very small brass or copper spoon used for performing religious rites.

உத்தரபூமி: *(பெ):* வட சீதள பூமி; the northern part of the earth which is very cold.

உத்தரபூருவம்: *(பெ):* வடகிழக்குத் திக்கு; North-east direction.

உத்தரம்: *(பெ):* மறுமொழி; எதிர்மொழி; விடை; உயர்ச்சி; வடக்கு; ஊழித்தீ; உத்தராயணம்; அருந்ததி; answer; reply; eminence; north; the final deluge of fire; the period of Sun's progress towards north; the star Arundhathi.

உத்தரமீமாம்சை: *(பெ):* பிரம்ம சூத்திரம் போன்ற நூல்கள்; ஒரு வித்தை; the texts like Brahma Sutra; a kind of art.

உத்தர மீன்: *(பெ):* வடமீன்; அருந்ததி; northern star; Arundhathi.

உத்தரவாணி: *(பெ):* கண்டங்கத்திரிச் செடி; a thorny plant which bears small yellow fruits.

உத்தரவாதம்: *(பெ):* பிணை; உறுதி; பொறுப்பு; ஈடு; guarantee; certainty; assurance.

உத்தரவு: *(பெ):* அனுமதி; கட்டளை; ஆணை; மறுமொழி; permission; order; command; reply.

உத்தரவேதம்: *(பெ):* திருக்குறள்; Thirukkural.

உத்தராபதம்: *(பெ):* வடநாடு; northern country.

உத்தராயணம்: *(பெ):* சூரியன் தை மாதத்திலிருந்து வடக்கு நோக்கி ஆறுமாத காலத்திற்குச் செல்லும் காலம்; the period of the Sun's progress towards the north for six months from the Tamil month 'Thai'.

உத்தரி: *(பெ):* குதிரை; பாம்பு; யானை; horse; snake; elephant.

உத்தரித்தல்: *(வி):* அழுந்துதல்; ஈடுசெய்தல்; கடன் செலுத்துதல்; பொறுத்தல்; உடன்படுதல்; மறுமொழி கூறுதல்; to sink; be immersed; to compensate; to pay the debts; to bear; to give consent; to answer.

உத்தரியம்: *(பெ):* மேலாடை; upper garment; the cloth worn loosely over the shoulders.

உத்தாபம்: *(பெ):* மிகுந்த வெப்பம்; தவிப்பு; முயற்சி; excessive heat; a state of distress and helplessness; effort.

உத்தாபலம்: *(பெ):* செடி வகை; a kind of plant.

உத்தாமணி: *(பெ):* வேலிப்பருத்தி; a kind of herb.

உத்தாரம்: *(பெ):* அனுமதி; மறுமொழி; பதில்; கட்டளை; நிலையான வருவாய்; permission; reply; answer; order; command; constant income.

உத்தாலகம்: *(பெ):* ஒரு வகைச் சோளம்; a kind of corn.

உத்தாலம்: *(பெ):* மரவகை; a kind of tree.

உத்தானம்: *(பெ):* அடுப்பு; ஊழித்தீ; படைப்பு; stove; oven; cosmic fire; creation; that which is created; *(வி):* எழுதல்; எழும்புதல்; நிமிர்தல்; to rise; to arise; to become exact.

உத்தி: *(பெ):* செயல்; சூழ்ச்சி; செல்வம்; தேமல்; அறிவு; பெண்களின் தலையணி வகை; action; tact; wealth; beauty spot on woman's body; wisdom; a head ornament of women.

உத்திட்டம்: *(வி):* எதிர்பார்த்தல்; to expect.

உத்தியம்: *(பெ):* வேள்வி வகை; a kind of sacrifice.

உத்தியாபனம்: *(பெ):* முடித்தல்; நோன்பு முடிக்கை; completion; completion of a ceremonial fasting.

உத்தியான வனம்: *(பெ):* நந்தவனம்; பூந்தோட்டம்; சோலை; a flower garden, especially attached to a temple; flower garden; grove.

உத்தியுத்தன்: *(பெ):* சிவபெருமான்; ஊக்கமுடையவன்; Lord Shiva; energetic person.

உத்தியோகம்: *(பெ):* வேலை; தொழில்; முயற்சி; job; employment; business; effort.

- **உத்தியோகம்** புருஷலட்சணம் என்று கூறுவர்.

உத்திரட்டாதி: *(பெ):* இருபத்தேழு நட்சத்திரங்களுள் இருபத்தாறாவது நட்சத்திரம்; Uththirattathi, the twenty-sixth star of the twenty-seven stars.

உத்திரத்திரயம்: *(பெ):* உத்திரம் எனத் துவங்கும் மூன்று நட்சத்திரங்கள் - உத்திரம், உத்திராடம், மற்றும் உத்திரட்டாதி; the stars names which begins with Uththiram i.e., Uththiram; Uththiradam and Uththirattathi.

உத்திரம்: *(பெ):* மஞ்சள்; இருபத்தேழு நட்சத்திரங்களுள் பன்னிரண்டாவது நட்சத்திரம்; வீட்டின் இருபக்கச் சுவர்களுக்கு இடையே போடப்படும் மரக்கட்டை; விட்டம்; turmeric; uththiram, the twelfth star of the twenty-seven stars; cross beam in a house.

உத்திராடம்: *(பெ):* இருபத்தேழு நட்சத்திரங்களுள் இருபத்து ஒன்றாவது நட்சத்திரம்; Uththiradam, the twenty-first star of the twenty-seven stars.

உத்திராதி: *(பெ):* வடக்கு; வடநாட்டான்; North; one who belongs to northern country.

உத்திராபள்ளி: *(பெ):* சணல் செடி; the jute plant.

உத்திரி: *(பெ):* அருச்சனை; மந்திரம்; தியானம்; பருத்திச் செடி; a mode of praying to God with numerous names; meditation; cotton plant.

உத்திரேகம்: *(பெ):* துவக்கம்; மிகுதி; அதிகரிப்பு; beginning; origin; mickle; increase.

உத்தினம்: *(பெ):* நண்பகல்; noon; mid-day.

உத்தீபகம்/உத்தீபனம்: *(பெ):* எழுச்சியுண்டாக்கல்; encouragement; invigoration.

உத்தீயம்: *(பெ):* எழு வகை சோம வேள்விகளுள் ஒன்று; one of the seven kinds of Soma sacrifices.

உத்து: *(பெ):* துப்பு; சான்று; சாட்சி; clue; evidence; witness. • கொலைக்கான **உத்து** ஏதும் இதுவரை கிடைக்காததால் காவல் துறையினரின் துப்பு துலக்கலில் சுணக்கம் ஏற்பட்டுள்ளது.

உத்துங்கம்: *(பெ):* உயர்ச்சி; மேன்மை; elevation; excellence; superiority.

உத்துதல்: *(வி):* கழித்தல்; to discard.

உத்துவாசனம்: *(வி):* அகற்றுதல்; கொல்லுதல்; to remove; to kill.

உத்துவேகம்: *(பெ):* மிகுவிரைவு; அச்சம்; திருமணம்; பாக்கு; overspeed; fear; marriage; areca nut.

உத்தூளனம்: *(பெ):* திருநீறு பூசுதல்; smearing the body with holy ashes.

உத்தேசம்: *(பெ):* நோக்கம்; மதிப்பு; விருப்பம்; motive; regard; esteem; desire.

உத்தேசித்தல்: *(வி):* கருதுதல்; எண்ணுதல்; திட்டமிடுதல்; to intend; to guess; to propose; to estimate.

உத்வேகம்: *(வி):* உந்துதல்; தூண்டுதல்; to induce; to urge.

உந்தரம்: *(பெ):* எலி; வழி; rat; way.

உந்தல்: *(வி):* யாழ்நரம்பினைத் தடவுதல்; தூண்டுதல்; to thrum to test the strings of Yazh; to urge; *(பெ):* ஊக்கம்; inducement; encourage.

உந்தி: *(பெ):* கொப்பூழ்; வயிறு; நீர்ச்சுழி; உயர்ச்சி; கடல்; மகளிர் விளையாட்டு வகை; நீர்; நடு; ஆறு; துணை; ஆற்றிடைக்குறை; navel; stomach; whirlpool; height; sea; a kind of women's game; water; middle; river; assistance; ait.

உந்திச்சுழி: *(பெ):* நீர்ச்சுழி; whirlpool.

உந்திநாளம்: *(பெ):* கொப்பூழ்க் கொடி; navel string or umbilical cord of a new born baby.

உந்தி பறத்தல்: *(பெ):* மகளிர் விளையாட்டு வகை; a kind of women's game.

உந்திபூத்தோன்: *(பெ):* திருமால்; பிரமன்; Lord Vishnu; Lord Brahma.

உந்தியில் வந்தோன்: *(பெ):* பிரமன்; Lord Brahma.

உந்து: *(பெ):* பசுவை அழைக்கும் குறிப்புச் சொல்; a term for calling cows.

உந்து தண்டு: *(பெ):* முசலகம்; a circular part exactly fitting and moving to and fro or up and down in the cylinder of a machine-piston.

உந்துதல்: *(வி):* தள்ளுதல்; வீசி எறிதல்; அம்பு போன்றவற்றைப் பிரயோகித்தல்; செலுத்துதல்; அனுப்புதல்; வெளிப்படுத்துதல்; யாழ் நரம்பு தெறித்தல்; மரம் போன்றவற்றைக் கடைதல்; எழும்புதல்; பெருகுதல்; செல்லுதல்; to push out; to cast away; to shoot; to drive; to despatch; to produce; to thrum the string of Yazh; to turn in lathe; to rise or swell; to grow; to move along.

உந்துரு: *(பெ):* எலி; பெருச்சாளி; rat; bandicoot.

உந்துவண்டி: *(பெ):* பேருந்து; bus.

உந்தை: *(பெ):* உன் தந்தை; your father.

உபகதை: *(பெ):* கிளைக்கதை; சிறுகதை; episode; fable.

உபகமம்: *(பெ):* ஏற்பு; அணுகுதல்; acceptance; approach.

உபகரணம்: *(பெ):* துணைக்கருவி; துணைப்பொருள்; instrument; apparatus; means.

உபகரித்தல்: *(வி):* உதவுதல்; to render aid.

உபகற்பம்: *(பெ):* திருநீறு; sacred ash.

உபகாரம்: *(பெ):* ஈகை; உதவி; காணிக்கை; மகிழ்ச்சி; gift; grant; help; offerings; happiness.

உபகாரி: *(பெ):* உதவிசெய்பவர்; தருமம் செய்பவர்; benefactor; donor.

உபகாரிகை: *(பெ):* சத்திரம்; the rest house.

உபகிரமம்: *(பெ):* துவக்கம்; origin; beginning; *(வி):* அணுகுதல்; முயற்சி செய்தல்; ஆராய்ந்து தெளிதல்; to approach; to try; searching to find the truth or fact.

உபகிருதம்: *(பெ):* உதவி; help.

உபகுஞ்சிகை: *(பெ):* கருஞ்சீரகம்; ஏலம்; black cumin; cardamom seed.

உபகுரோதம்: *(பெ):* நிந்தை; vilification.

உபகுலியம்: *(பெ):* திப்பிலி; long pepper.

உபகுல்லம்: *(பெ):* சுக்கு; dried ginger.

உபகுல்லியை: *(பெ):* திப்பிலி; அகழி; கிளை வாய்க்கால்; long pepper; moat; trench around the fort; branch channel.

உபகூகனம்: *(பெ):* அதிசயம்; ஆலிங்கனம்; மறைத்தல்; wonder; embrace; hide.

உபகேசி: *(பெ):* நப்பின்னை; கண்ணபிரான் மனைவி; Nappinai, the consort of Lord Krishna.

உபக்கிரமணம்: (பெ): தொடக்கம்; அணுகுதல்; முயற்சி செய்தல்; origin; beginning; to approach; to try.

உபக்கிரமணிகை: (பெ): முகவுரை; முன்னுரை; preface.

உபசகனம்: (பெ): முக்கியமற்றது; the thing which is not important.

உபசங்காரம்: (பெ): அழிவு; முடிவு; சுருக்கம்; ஒடுக்கம்; ஒரு மந்திரம்; ruin; end; summary; narrowness; a manthra.

உபசத்தி: (பெ): ஐக்கியம்; ஈகை; உதவி; ஊழியம்; oneness; unity; grant; gift; help; service; convict labour.

உபசந்தானம்: (வி): தொடுத்தல்; தொடர்பு கொள்; to shoot; to contact.

உபசந்தி: (பெ): சாயுங்காலம்; evening.

உபசமந்தம்: (பெ): யாகத்தில் கொல்லப்பட்ட பசு; the cow which is killed in a yaga.

உபசமனம்: (பெ): அமைதி; peace.

உபசம்பன்னம்: (பெ): கறியுணவு; கோட்டை; food with meat, etc.; castle.

உபசரணை: (பெ): உபசாரம்; வழிபாடு; hospitality; worship.

உபசரித்தல்: (வி): மரியாதை செய்தல்; வழிபாடு செய்தல்; to show respect; to worship.

உபசாகை: (பெ): சிறுகிளை; உட்பிரிவு; small branch; sub-division.

உபசாந்தம்: (பெ): மன அமைதி; அருள்; கருணை; peace of mind; grace; mercy.

உபசாந்தி: (பெ): அமெரிக்கை; ஓய்வு; சமாதானம்; தயை; modesty; leisure time; peace; mercy.

உபசாபம்: (பெ): வேறுபாடு; துரோகம்; பிரிவினை; difference; perfidy; treachery; betrayal; division.

உபசார கருமம்: (பெ): விருந்தோம்பல்; entertaining guests.

உபசாரகன்: (பெ): மரியாதை செய்பவன்; one who respects others.

உபசாரம்: (பெ): மரியாதை; ஆசாரம்; உபகாரம்; ஊழியம்; தொழில்; வழிபாடு; வாழ்த்து; respect; moral and ethical codes; beneficial help; service to God or king; profession; worship; bless.

உபசிக்வா: (பெ): உள்நாக்கில் வீக்கத்தை உண்டு பண்ணும் ஒருவகை நோய்; a disease which causes swelling in uvula.

உபசித்திரை: (பெ): ஆலமரம்; எலி; banyan tree; rat.

உபசிருட்டம்: (பெ): புணர்ச்சி; sexual intercourse.

உபசீவனம்: (பெ): பிறரைச் சார்ந்து வாழும் நிலை; வாழ்க்கைக்கு உரிய பொருள்; depending upon others; living subject to others; means of livelihood.

உபசுருதி: (பெ): அசரீரி; voice from heaven making a prediction someone to do something.

உபசுருத்திய தேவதை: வாணி; கலைமகள்; the name of the Goddess of arts and learning; Saraswathi.

உபசேணம்: (பெ): ஊழியம்; service to God, king and public.

உபதஞ்சம்: (பெ): ஊறுகாய்; pickle.

உபதரிசகன்: (பெ): துவாரபாலகன்; images on either side of the entrance to the Sanctum Sanctorum of temples, supposed to act as sentries.

உபதாகம்: (பெ): பனை மரம்; palmyra tree.

உபதாபனம்: (பெ): வெப்பம்; விரைவு; heat; quick.

உபதானம்: (பெ): அடிப்படை; கடமை; தலையணை; விஷம்; basic; responsibility; pillow; cushion; poison.

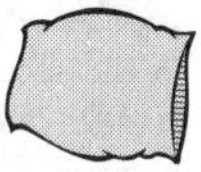

உபதி: (பெ): அச்சம்; கை; சில்; பயம்; fright; hand; slice of a coconut, etc.; fear.

உபதிசன்: (பெ): எத்தன்; a cheat.

உபதிருட்டன்: (பெ): புரோகிதன்; priest who officiates at marriage and other rituals.

உபதேச கலை: (பெ): ஆகமப் பிரமாண வகை மூன்றினுள் ஒன்று; one of the three kinds of Aagama Pramana.

உபதேசம்: (பெ): மந்திர போதனை; மத போதனை; நல்லறிவு புகட்டுதல்; preachings of Manthras; religious preachings; teaching of good sense.

உபதேசி: (பெ): குரு; போதகர்; guru; priest; (வி): சமயக் கருத்துக்களைக் கூறுதல்; கற்றுத்தருதல்; அறிவுறுத்தல்; to teach the spiritual truths, manthras, etc.; to exhort.

உபதேந்திரியம்: (பெ): ஆண், பெண் பிறப்புறுப்புகள்; the genitals of human beings.

உபதை: (பெ): காணிக்கை; மாய்மாலம்; சோதனை; offerings out of devotion or respect; pretension; experiment.

உபத்தம்: (பெ): பிறப்புறுப்பு; the genital organ.

உபத்தாயம்: (பெ): உபாயம்; துன்பம்; தவறு; means; pain; default.

உபத்தானம்: (பெ): சமீபம்; கூட்டம்; near; crowd.

உபத்திரவம்: (பெ): பலாத்காரம்; துன்பம்; தொந்தரவு; வேதனை; கொடுமை; force; misery; trouble; agony; atrocity; cruelty.

உபநதி: (பெ): பெரிய ஆறு ஒன்றில் வந்து கலக்கும் சிற்றாறு; tributary.

உபநயனம்: *(பெ):* பூணூல் தரிக்கும் சடங்கு; மூக்குக் கண்ணாடி; வழிநடத்தல்; a ceremony of initiating a boy in certain castes, allowing him to wear `Poonul', the sacred thread; spectacles; following one's guidance.

உபநிடதம்: *(பெ):* வேதங்களில் ஞானதத்துவ ஆராய்ச்சி நிறைந்த பகுதி; the part of vedas which deals with the means of acquisition and pursuit of knowledge; Upanishads.

உபநியாசம்: *(பெ):* சொற்பொழிவு; சமயச் சொற்பொழிவு; address; speech; discourse; religious lecture.

உபபகுவம்: *(பெ):* தலையாரி; a village servant who guards the crops against theft and stray animals.

உபபட்டணம்: *(பெ):* பேட்டை; the area of the locality of a town.

உபபதி: *(பெ):* இரண்டாம் நிலை அதிகாரி; official in the second rank.

உபபத்தி: *(பெ):* சேவகம்; சம்பந்தம்; கூட்டம்; சாதனம்; தியானம்; பிறப்பு; முகாந்தரம்; முடிவு; working as a servant; relevance; crowd; device; meditation; birth; basis; end of something.

உபபலம்: *(பெ):* உதவி; துணை; தாவரம்; help; escort; plant.

உபமம்: *(பெ):* பாவனை; pretension.

உபமானம்: *(பெ):* உவமை; உவமிக்கும் பொருள்; comparison involving a simile.

உபமானரகிதம்: *(பெ):* ஒப்புமை இல்லாதது; that which cannot be compared.

உபமானரகிதன்: *(பெ):* கடவுள்; God; Almighty.

உபமேயம்: *(பெ):* உவமிக்கப்படும் பொருள்; உவமானத்தால் அறிவிக்கப்படும் பொருள்; that which is compared; subject of comparison.

உபயம்: *(பெ):* கோயில் காணிக்கை; இரண்டு; the expenditure borne by someone for a specific purpose of conducting festivals in temples; two.

உபயத்தம்: *(பெ):* சொல் (அ) சொற்றொடர் பல பொருள் தருமாறு அமையும்படி இயற்றப்படும் செய்யுள்; வேறு பொருள் தொனிக்க அமையும் சொல்; paronomasia; innuendo.

உபயமம்: *(பெ):* திருமணம்; இரண்டு உபகாரம்; கோயில் காணிக்கை; மகிமை; wedding; two helps; donation in cash or kind to a temple; power and glory.

உபயர்: *(பெ):* இருவர்; two persons.

உபயார்த்தம்: *(பெ):* இருபொருள்; double meaning.

உபயோகம்: *(பெ):* உதவி; பயன்; help; benefit.

உபயோகி: *(பெ):* பயனுடையவன்; பயனுடையது; one who benefits by somebody or something; useful thing; *(வி):* பயன்படுத்திடு; to use.

உபரசம்: *(பெ):* கல்லுப்பு; rock salt.

உபரசன்: *(பெ):* தம்பி; younger brother.

உபராகம்: *(பெ):* கிரகணம்; இராகு; நிந்தை; eclipse; Raghu, one of the nine planets in astrology; vilification.

உபராசன்: *(பெ):* இளவரசன்; prince.

உபரி: *(பெ):* தேவைக்கு மேலாகக் கிடைப்பது; கூடுதல்; ஒரு வகை மீன்; that which is gained more than required; surplus; a kind of fish.

உபரிசுரதம்: *(பெ):* ஒரு வகைப் புணர்ச்சி; a kind of sexual intercourse of human beings.

உபலப்தி: *(பெ):* புத்தி; sense of determination.

உபலம்: *(பெ):* கல்; பளிங்கு; stone; marble.

உபலாலனை: *(வி):* சீராட்டு; be affectionate.

உபலாலிகை: *(பெ):* தாகம்; thirst.

உபலேபனம்: *(பெ):* சாணியால் மெழுகுதல்; cleanse the floor with cow-dung water.

உபலோத்திரம்: *(பெ):* விளாம்பிசின்; a kind of resin or gum.

உபவசித்தல்: *(பெ):* பட்டினியிருத்தல்; fasting.

உபவம்: *(பெ):* சீந்தில் கொடி; a kind of herb.

உபவனம்: *(பெ):* நந்தவனம்; பூங்கா; சோலை; flower garden especially attached to a temple; garden; grove.

உபவாசம்: *(பெ):* உண்ணா நோன்பு; fasting as a religious observance.

உபவாசி: *(பெ):* பட்டினி நோன்பு இருப்பவன்; one who fasts.

உபவீதம்: *(பெ):* பூணூல்; the sacred thread of three strands worn by brahmins and by some other caste people.

உபாக்கியானம்: *(பெ):* இதிகாசம்; கிளைக்கதை; கதை சொல்லுதல்; ancient epic, such as the Ramayana or the Mahabharatha; episode; telling stories.

உபாங்கதாளம்: *(பெ):* தாளவகை; a kind of rhythm measure.

உபாங்கம்: *(பெ):* ஒருவகை தோல் வாத்தியம்; பக்க வாத்தியம்; a kind of drum; instrumental accompaniments as in a musical concert.

உபாங்க ராகம்: *(பெ):* ஒரு வகைப் பண்; a kind of music.

உபாசகன்: *(பெ):* தெய்வ வழிபாட்டு முறையில் ஈடுபடுபவன்; one who is involved in worship of Gods.

உபாசங்கம்: *(பெ):* முற்காலத்தில் வேடர், படைவீரர் போன்றோர் முதுகில் தொங்கவிட்டு அம்புகளை வைத்துக் கொள்ளும் கூம்பு வடிவ அம்பறாத்துணி; quiver (in ancient times).

உபாசயம்: *(பெ):* தூக்கம்; sleep.

உபாசனை: *(பெ):* ஆராதனை; வழிபாடு; வில்வித்தை; worship; prayer; archery.

உபாசிதம்: *(பெ):* வணக்கம்; a term of respect used when greeting someone.

உபாசித்தல்: *(வி):* வழிபடுதல்; to worship.

உபாசிரயம்: *(பெ):* அடைக்கலம்; asylum.

உபாஞ்சு: *(பெ):* ஏகாந்தம்; இரகசியம்; loneliness; solitude; secret.

உபாதாயம்: *(பெ):* பற்றப்படுவது; that which is held by someone or somebody.

உபாதி: *(பெ):* தடை; கடமை; வேதனை; நோய்; இடையூறு; வருத்தம்; obstacle; duty; agony; disease; mischance; pain.

உபாதேயம்: *(பெ):* ஏற்றுக் கொள்ளத்தக்கது; that which is acceptable.

உபாத்தி / உபாத்தியாயர்: *(பெ):* ஆசிரியர்; கற்பிப்பவர்; புரோகிதர்; teacher; preceptor; priest.

உபாத்தியாயினி: *(பெ):* ஆசிரியை; female teacher.

உபாந்தியம்: *(பெ):* அண்மை; கடைக்கண்; nearness; (a glance out of the) corner of one's eyes; (of God) benign look.

உபாம்சு: *(பெ):* ஏகாந்தம்; loneliness; solitude.

உபாயம்: *(பெ):* சூழ்ச்சி; வழிமுறை; தந்திரம்; சாதனம்; intrigue; proper way; cunning; device.

உபாயி: *(பெ):* சூழ்ச்சிக்காரன்; deceitful person.

உபாலம்பனம்: *(பெ):* இகழ்தல்; நிந்தித்தல்; vilification; disrespect; contempt; disdain.

உபானம்: *(பெ):* மிதியடி; slipper.

உபுக்கல் / உபுக்குதல்: *(பெ):* பெருகுதல்; பொங்குதல்; increasing; boiling.

உபேட்சை: *(பெ):* அசட்டை; அருவருப்பு; புறக்கணிப்பு; பொறாமை; நிந்தை; inattention; loathing; contempt; envy; malice; vilification.

உபேந்திரன்: *(பெ):* திருமால்; Thirumal (Lord Vishnu), the deity who sustains the universe.

உபோதம்: *(பெ):* ஒருவகை பசளைக் கீரை; a kind of malabar nightshade (purslane).

உபோற்காதம்: *(பெ):* ஆரம்பம்; தொடக்கம்; பாயிரம்; beginning; origin; preface.

உப்பக்கம்: *(பெ):* முதுகு; பின்பக்கம்; back; backside; rearside.

உப்பங்கழி: *(பெ):* உப்பளம்; காயல்; salt pan; the back-water area.

உப்பங்காற்று: *(பெ):* கடற்காற்று; sea-breeze.

உப்பரம்: *(பெ):* வயிற்றுப் பொருமல்; rumbling of the bowels.

உப்பரிகை: *(பெ):* மேல்மாடி; upstairs.

உப்பர்: *(பெ):* உப்பு வணிகர்; salt merchants.

உப்பளம்: *(பெ):* உப்பு விளையும் நிலம்; salt pan.

உப்பளறு: *(பெ):* களர் நிலம்; saline soil or land.

உப்பறுகு: *(பெ):* உவர்நிலத்துப் புல்வகை; a kind of saline soil grass.

உப்பாக்கம்: *(பெ):* முதுகு; back.

உப்பாணி: *(பெ):* ஒருவகை குழந்தைகளின் விளையாட்டு; a kind of children's play.

உப்பால்: *(பெ):* உப்பக்கம்; முதுகு; backside; back.

உப்பிலி: *(பெ):* உப்பு இல்லாதது; கொடிவகைகள்; that which has no salt; kinds of creeper.

உப்பு: *(பெ):* உவர்ப்பு; உவர்க்கடல்; உவர்ப்புப் பொருள்; உருசி; இலவணம்; இனிமை; மகளிர் விளையாட்டு; பருத்தல்; வீங்குதல்; saltness; sea; saltish thing; taste; salt; sweetness; a kind of women's game; growing fat; swelling.

- **உப்பமைந் தற்றால் புலவி அதுசிறிது**
  மிக்கற்றால் நீள விடல். *- குறள் 1302.*

உப்புக்கட்டுதல்: *(வி):* சடுகுடு விளையாட்டுக்கு மணல் குவித்தல்; to make sand goal in the game of 'kabaddi'.

உப்புக்கட்டி: *(பெ):* சிறிய கெட்டியான உப்புத் துண்டு; a small piece of salt.

உப்புக்கண்டம்: *(பெ):* மாமிசத்தை / மீனை சுத்தம் செய்து உப்பு தடவி காயவைத்த துண்டு; a piece of salted-meat or salted fish.

உப்புக்கரித்தல்: *(வி):* ருசியில் உப்பு மிகுந்து இருத்தல்; saltish in taste.

உப்புக்காகிதம்: *(பெ):* மரத்துண்டுகளை மெருகிடும் ஒரு வகைத் தாள்; sand paper, used to smoothen the rough exterior of wooden planks.

உப்புக்கீரை: *(பெ):* கறிக்குப் பயன்படும் ஒருவகை கீரை; a plant used for curry.

உப்புக்குட்டி: *(பெ):* கடலோர மரவகை; a seaside tree.

உப்புக்குத்தி: *(பெ):* பறவை வகை; a kind of small bird.

உப்புக்குறவன்: *(பெ):* ஒரு குறவர் சமுதாயம்; a kurava tribe (dealing in salt).

உப்புக்கோடு: *(பெ):* கிளித்தட்டு விளையாட்டு; a game played by girls.

உப்புசம்: *(பெ):* வயிறு வீக்கம்; swelling of stomach.

உப்புச்சீடை: *(பெ):* ஒருவகைப் பலகாரம்; a kind of snack.

உப்புச் சுமத்தல்: *(வி):* வெற்றி பெற்றவரை தோற்றவர் முதுகில் சுமந்துகொண்டு ஓடும் ஒரு விளையாட்டு; the defeated one in a game carrying the winner on his back.

உப்புதல்: *(வி):* பருத்தல்; ஊதுதல்; to become big; to be puffed up.

உப்புப் பண்டசாலை: *(பெ):* உப்புப் பதார்த்தங்கள் பெருமளவில் சேரித்து வைக்கப்பட்டு இருக்கும் இடம்; the place where the salted food is stored.

உப்புப்பாத்தி: *(பெ):* உப்பளப்பாத்தி; the divisions or beds in salt pans.

உப்புப்பால்: *(பெ):* குழந்தையைப் பிரசவித்த தாயின் மார்பகத்திலிருந்து மூன்று நாட்களுக்குச் சுரந்திடும் தாய்ப்பால்; the milk of the mother after the child birth for three days.

உப்பு மண்: *(பெ):* உவர் மண்; உவர் நிலம்; saline soil; saline land.

உப்புமா: *(பெ):* ஒரு வகைச் சிற்றுண்டி; a salted compound of flour or meal.

உப்பு மாந்தம்: *(பெ):* குழந்தைகளுக்கு உண்டாகும் ஒரு வகை நோய்; a child's disease.

உப்பு மாற்றல்: *(வி):* உப்பு விற்றல்; வஞ்சித்தல்; to sell salt; to cheat.

உப்புவாடி: *(பெ):* உப்புக் கொட்டும் மேடை; a platform to heap up salt.

உமட்டியர்: *(பெ):* உப்பு விற்கும் பெண்கள்; the women who sell the salt.

உமணத்தி: *(பெ):* உமணப் பெண்; உப்பு விற்பவள்; woman who belongs to the caste of salt makers; the woman who sells salt.

உமணன்: *(பெ):* உமண ஆண்; உப்பு விற்பவன்; the person who belongs to the caste of salt makers; the salt dealer.

உமண்: *(பெ):* உமணச் சாதி; the ancient caste of salt makers; the salt dealer.

உமம்: *(பெ):* கப்பல் சரக்குகளை இறக்கும் இடம்; harbour.

உமரி: *(பெ):* ஒருவகை மூலிகைப் பூண்டு; நத்தை; a herb; snail.

உமரிக்காசு: *(பெ):* பலகறை; சோழி; cowry used as money (in ancient days).

உமரிக்கீரை: *(பெ):* கோழிப் பசளை; a kind of malabar nightshade.

உமர்: *(பெ):* குதிர்; நகரம்; low shrub with sharp axillary spines; town.

உமலகம்: *(பெ):* அரிதாரம்; a kind of cosmetic powder.

உமல்: *(பெ):* ஓலைக்கூடை; the basket made up of palmyra leaf.

உமறுப்புலவர்: *(பெ):* 17-ஆம் நூற்றாண்டில் வாழ்ந்தவரும், சீறாப்புராணத்தை இயற்றிய-வருமான இஸ்லாமிய தமிழ்ப் புலவர்; 'Umaru Pulavar', an Islamic Tamil poet and the author of 'Cheeraappuranam'.

உமற்கடம்: *(பெ):* தருப்பைப் புல்; Kaus grass considered sacred.

உமா: *(பெ):* உமையம்மை; கொடி வகை; Umayammai, the consort of Lord Shiva; a kind of creeper - *abrus precatorius.* (Crab's eye.)

உமாகடம்: *(பெ):* சணற் கயிறு; hempen rope.

உமாகட்கம்: *(பெ):* தர்ப்பை; Kaus, the dry grass considered sacred.

உமாகுரு: *(பெ):* இமயம்; Himalayan mountains.

உமாதசி: *(பெ):* சணல்; jute.

உமாதம்: *(பெ):* அறிவின்மை; ignorance.

உமாபட்சி: *(பெ):* ஒருவகைப் பறவை; a kind of bird.

உமாபதி: *(பெ):* சிவபெருமான்; Lord Shiva, the God responsible for the dissolution of the universe.

உமாமகேசுவரன்: *(பெ):* உமையம்மையின் பதியான மகேசுவரன்; Shiva, the great Lord whose consort is Umayaval.

உமி: *(பெ):* தானியங்களின் மேல்தோல்; husk of certain grains like paddy, etc.

உமிக்கரப்பான்: *(பெ):* குழந்தைகளுக்கு உண்டாகும் சிரங்கு; a kind of skin disease of children that causes eruption and itch.

உமிக்கரி: *(பெ):* ஒரு சிலர் பல் துலக்கப் பயன்படுத்தும் உமியை எரித்து எடுத்த சாம்பல்; rice-husk charcoal used for cleaning teeth by some people.

உமிதல்: *(வி):* கொப்புளித்து உமிழ்தல்; to gargle.

உமித்தல்: *(வி):* அழிதல்; பதராதல்; to become spoiled; to become chaff.

உமியல்: *(பெ):* வசம்பு; sweat flag.

உமிரி: *(பெ):* உமரிச் செடி; நத்தை; a herb; snail.

உமிவு: *(பெ):* உமிழ்நீர்; saliva; spittle.

உமிழ்தல் *(வி):* துப்புதல்; சொரிதல்; வெளிப்படுத்தல்; காறுதல்; to spit; to rain; to eject; to bring up phlegm.

உமிழ்நீர்: *(பெ):* வாயில் ஊறும் நீர்; saliva; spittle.

உமிழ்வு: *(பெ):* வாயில் இருந்து உமிழப்படுவது; anything ejected from the mouth as spittle.

உமேசன்: *(பெ):* சிவபெருமான்; Lord Shiva.

உமை: *(பெ):* பார்வதி; மஞ்சள்; புகழ்; சணல்; நெல்வகை; Parvathi, the consort of Lord Shiva; turmeric; fame; jute; a kind of paddy.

உமைத்தல் *(வி):* தின்னுதல்; நிரம்புதல்; வருந்துதல்; to eat; to fill; to suffer.

உமையவள்: *(பெ):* பார்வதி; மயிலிறகு; Parvathi, the consort of Lord Shiva; peacock feather.

உம்மென்று: *(வி.அ):* முகத்தை இறுக்கமாக வைத்துக்கொண்டு; (remain) grim-faced.

உம் கொட்டு: *(வி):* 'உம்' என்ற ஒலி எழுப்பி இசைவைத் தெரிவி; to say 'உம்' (yes).

உம்பரான்: *(பெ):* காமதேனு; celestial cow which has the power to provide the wishes.
உம்பருலகு: *(பெ):* தேவருலகம்; heaven.
உம்பரூர்: *(பெ):* பொன்னாங்கண்ணி; a kind of greens with shiny little leaves.
உம்பர்: *(பெ):* தேவர்; வானோர்; மேலிடம்; வானம்; உயர்ச்சி; celestial beings; the Devas; elevated spot; sky; exalted state.
உம்பல்: *(பெ):* வழித்தோன்றல்; குலம்; குடி; யானை; ஆண் விலங்கு; ஆண் ஆடு; வலிமை; புதல்வன்; முறைமை; descendant; family; tribe; elephant; male animal; ram; strength; power; son; order.
உம்பளம்: *(பெ):* உப்பளம்; உதவி; கொடை; மானிய நிலம்; salt pan; help; aid; donation; gift; freehold land.
உம்பன்: *(பெ):* கடவுள்; உயர்ந்தோன்; God; Almighty; noble person.
உம்பி: *(பெ):* உன் தம்பி; your younger brother.
உம்பிடிக்கோல்: *(பெ):* நில அளவுக்கோல் வகை; a land measuring pole.
உம்பிளிக்கை: *(பெ):* மானியம்; இறையிலி நிலம்; இலவசப் பொருள்; benefice; freehold; tax-free land; the thing obtained for no price.
உம்மணாமூஞ்சி: *(பெ):* கலகலப்பாக இல்லாது இருக்கும் மனிதனைக் குறிப்பது; the term which indicates the person who looks cheerless.
உம்மைத்தொகை: *(பெ):* இணைத்துத் தொடர்பு படுத்திடும் 'உம்' என்னும் இடைச்சொல் இல்லாத பெயர்ச்சொற்களால் ஆன கூட்டுச் சொல்; a noun compound where the connective 'உம்' is absent. ● ஆடல், பாடல் - **ஆடலும் பாடலும்.**
உயக்கம்: *(பெ):* வருத்தம்; வாட்டம்; துன்பம்; suffering; a look of weariness; distress; trouble.
உயங்குதல்: *(வி):* வருந்துதல்; வாடுதல்; துவளுதல்; மெலிதல்; மனந்தளர்தல்; to suffer; be in distress; to be flexible; to grow thin; to slender.
உயப்போதல்: *(வி):* தப்பித்துச் செல்லுதல்; to escape.
உயர: *(வி.அ):* மேலே; மேல்நோக்கி; above; high; over; in a high altitude.
உயரமான: *(பெ.அ):* சராசரி உயரத்தை விட அதிகமான; high.
உயரம்: *(பெ):* அடிமட்டத்திலிருந்து மேல்பகுதி வரையிலான அளவு; மிகுதி; உச்சம்; height; a large number; excess; extreme point.
உயராடு: *(பெ):* வெள்ளாடு; goat.
உயரி: *(பெ):* உயரமானது; that which is very high.
உயரிய: *(பெ.அ):* உயர்ந்த; சிறந்த; noble; lofty.
உயரே: *(வி.அ):* மேலே; மேல்நோக்கி; above; over; in a high altitude.
உயர்: *(பெ):* உயர்ச்சி; குன்றிக் கொடி; மேன்மை; உயரம்; highest form; a kind of creeper - *abrus precatorius*; crab's eye creeper; exalted state; height; *(வி):* மேல்நோக்கி எழும்புதல்; அதிகரித்தல்; மேன்மையுறுதல்; to raise; to get up from a lower position; to increase; to rise; to attain glory; *(பெ.அ):* மேல்; சிறந்த; higher (in grade); high (in quality).
உயர்ச்சி: *(பெ):* உயரம்; மேன்மை; ஏற்றம்; height; highest form; rise.
உயர்தல்: *(வி):* மேலெழுதல்; மேன்மையுறுதல்; வளர்தல்; நீங்குதல்; அதிகப்படுதல்; நிமிர்தல்; to rise; to be excellent; to grow; to vanish; to increase; to become erect; to grow tall.
உயர்திணை: *(பெ):* மனிதர்கள், தெய்வங்கள் ஆகியோரை உள்ளடக்கிய பெயர்ச்சொல் பகுப்பு; a class of nouns which includes human beings and celestial beings.
உயர்த்தல்: *(பெ):* உயர்த்துதல்; அதிகப்படுத்தல்; தூக்குதல்; to raise; to increase; to lift up.
உயர்ந்த: *(பெ.அ):* உயரமான; சிறப்பான; high; splendid.
உயர்ந்த பட்சம்: *(பெ):* அதிக அளவு; maximum.
உயர்ந்தவன்: *(பெ):* சிறந்தவன்; நெடியோன்; காமன்; great person; tall man; kaman; Cupid.
உயர்ந்தோங்கு: *(வி):* சிறப்பான நிலையை அடைதல்; to attain a high level; to flourish.
உயர்ந்தோர்: *(பெ):* அறிஞர்; சான்றோர்; முனிவர்கள்; வானோர்; the great; the learned; sages; celestials.
உயர்நிலை: *(பெ):* தெய்வத்தன்மை; மேன்மை; தேவருலகம்; divine nature; godliness; glory; heaven.
உயர்நிலைப்பள்ளி: *(பெ):* பத்தாம் வகுப்பு வரையிலுள்ள பள்ளி; high school (upto 10th standard).
உயர் நீதிமன்றம்: *(பெ):* (இந்திய) மாநிலத்திற்கான தலைமை நீதிமன்றம்; High Court of a State in India.
உயர்பு: *(பெ):* உயரம்; மேன்மை; height; greatness.
உயர்மட்டக்குழு: *(பெ):* நிர்வாகம் தொடர்பாக எழும் பிரச்சினைகளை ஆய்வு செய்து அறிக்கை அளிக்கும் பொருட்டு அரசாங்கத்தால் நியமிக்கப்படும் குழு; high level committee, constituted by the government to study and report on specified issues.
உயர்மொழி: *(பெ):* நல்வாழ்த்து; compliments.

உயர்விளைச்சல் ரகம்: *(பெ):* பொறுக்கு விதைகள் மூலமாகவோ, வீரிய விதைகள் மூலமாகவோ அதிகப்படியான விளைச்சல் தருகின்ற பயிர் ரகம்; high-yielding variety.

உயர்வு: (பெ): மேன்மை; விருத்தி; வருத்தம்; உயரம்; eminence; increase; suffering; height.

- **உயர்வகலம்** திண்மை அருமைஇந் நான்கின் அமைவரண் என்றுரைக்கும் நூல் *- குறள் 743.*

உயர்வு நவிற்சி அணி: *(பெ):* ஒரு பொருளைக் குறித்துக் கூறும் அளவு கடந்த கற்பனை; hyperbole; exaggeration.

உயர்வு மனப்பான்மை: (பெ): பிறரைக் காட்டிலும் தான் எல்லா வகையிலும் உயர்ந்தவன் என்னும் தவறான மனப்போக்கு; superiority complex.

உயலுதல்: *(வி):* அசைதல்; to move.

உயல்: *(வி):* உயிர் வாழ்தல்; உளதாதல்; to live; to come into existence.

உயவல்: (பெ): வருத்தம்; distress.

உயவற் பெண்டிர்: (பெ): கைம்பெண்கள்; widows.

உயவு: (பெ): உயிர் பிழைக்கச் செய்திடும் வழி; means of saving life.

உயவுதல்: *(வி):* வருந்துதல்; வினாவுதல்; உசாவுதல்; வண்டிச் சக்கரத்திற்கு மை போடுதல்; to suffer; to question; to enquire; to lubricate the cart wheel.

உயவு நெய்: (பெ): வண்டிக்கு இடும் எண்ணெய்; கீல் எண்ணெய்; the lubricating oil, put in the cart wheel.

உயவை: *(பெ):* மேகம்; காக்கணங்கொடி; முல்லைக்கொடி; துன்பம்; cloud; a kind of creeper; wild jasmine; pain; suffering.

உயா: *(பெ):* வருத்தம்; உயங்கல்; suffering; pain; distress.

உயிரணு: (பெ): உயிரினங்களின் உடல் இயக்கம், அமைப்பு ஆகியவற்றிற்கு அடிப்படையான, கண்ணுக்குப் புலப்படாத மிக நுண்ணிய கூறு; நிலம், நீர், காற்று, மனித உடம்பு, தாவரம், விலங்குகள் என அனைத்திலும் காணப்படும் நோய்களை உண்டாக்கும் கண்ணுக்குப் புலப்படாத நுண்ணிய உயிரினம்; cell; bacteria; virus.

உயிரி: (பெ): உயிர் வாழ்ந்திடும் ஜந்து; நுண்ணுயிர்; living creature; micro-organism.

உயிரியல்: *(பெ):* உயிர் வாழ்பவை பற்றிய அறிவியல்; biology.

உயிரியல் பூங்கா: (பெ): பறவைகள், விலங்குகள் ஆகியவை தம் இயற்கையான சூழ்நிலையில் வாழ்வது போன்று தோற்றமளிக்கும் விதமாக பெரும் நிலப்பரப்பில் அமைக்கப்பட்ட இடம்; zoological garden; zoo.

உயிரிழத்தல்: *(வி):* இயற்கையாக அல்லாது விபத்து போன்றவற்றால் இறத்தல்; to lose one's life in an accident, war, etc.

உயிரினம்: *(பெ):* உயிருள்ள அனைத்தையும் குறிக்கும் பொதுப் பெயர்; a common term referring to living beings or creatures.

உயிரூட்டு: *(வி):* புது வேகமளித்திடு; எழுச்சி தந்திடு; to enliven; to resuscitate; to give life to.

உயிரெடு: *(வி):* ஒருவரின் பொறுமை எல்லை மீறிப் போகும் அளவுக்கு தொந்தரவு செய்திடு; நச்சரித்திடு; to trouble or to pester someone to the extent that the person loses his patience.

உயிரெழுத்து: *(பெ):* உயிர்; உயிர் ஒலியினைக் குறிக்கும் வரி வடிவம்; vowel; the written script representing the vowel.

உயிரைக் கொடு: *(வி):* மிகுந்த ஈடுபாட்டுடன் தன்னால் இயன்றதைச் செய்தல்; to give heart and soul.

உயிரை வாங்கு: *(வி):* புயல், வெள்ளம், போர், நோய் போன்றவைகளால் உயிரை இழக்கச் செய்தல்; to take a toll of life.

உயிரை வைத்திடு: *(வி):* உயிர் வாழ்தல்; மிகுந்த அன்பு வைத்திருத்தல்; மிகவும் அதிகமாக நேசித்தல்; to keep alive; be all affection for someone or something.

உயிரோட்டம்: *(பெ):* கதை, ஓவியம் போன்றவற்றிற்கு உணர்ச்சி தரும் அம்சம்; vitality; verve; vigour.

உயிர்: (பெ): காற்று; உயிர்வளி; சீவன்; உயிரெழுத்து; குரல்; நாழிகையில் ஒரு கூறு; wind; oxygen; life; soul; vowel; voice; a measure of time.

- **உயிர்**உடம்பின் நீக்கியார் என்ப செயிர்உடம்பின் செல்லாத்தீ வாழ்க்கை யவர். *- குறள் 330.*

உயிர்க்கட்டை: *(பெ):* உடல்; உடம்பு; body.

உயிர்க்கிழவன்: *(பெ):* கணவன்; husband.

உயிர்க்கொலை: (பெ): உயிர்வதை; murder.

உயிர்குடித்தல்: *(வி):* உயிரைப் போக்குதல்; கொல்லுதல்; to kill.

உயிர்த்தல்: *(வி):* ஈனுதல்; உயிர்பெற்று எழுதல்; மூச்சுவிடுதல்; இளைப்பாறுதல்; to give birth; to bring forth; to revive; to breathe; to rest.

உயிர்த்துணை: (பெ): ஆருயிர் நண்பன்; கணவன்; மனைவி; கடவுள்; நேரம் அறிந்து உதவுவோன்; intimate friend; husband; wife; God; the person who helps in time.

உயிர்த்துணைவன்: (பெ): கணவன்; உயிர்த்தோழன்; நண்பன்; husband; intimate companion; friend.

உயிர்த்துணைவி: *(பெ):* உயிர்த்தோழி; மனைவி; கலைமகள்; intimate lady's maid; wife; Saraswathi, Goddess of Arts and Learning.

உயிர்த்தெழுதல்: *(பெ):* உயிர் பெற்று எழுதல்; to revive.

உயிர்நாடி: *(பெ):* ஒன்று நிலைப்பதற்கு ஆதாரமானது; vital spot; seat of life.

உயிர்நிலை: *(பெ):* உயிர்நாடி; ஆணின் உயிருக்கு ஆதாரமான விரை; உடல்; பிராணாயாமம்; உட்கருத்து; vital spot; the most essential; very essence; euphemistically testicle; body; Pranayama; purport.

உயிர்ப்பலி: *(பெ):* உயிர்களைத் தெய்வங்களின் பொருட்டுப் பலியிடுதல்; sacrifice of life.

உயிர்ப்பி: *(வி):* வழக்கற்றுப்போன ஒன்றினை மீண்டும் வழக்குக்குக் கொண்டுவருதல்; புதுப்பித்தல்; to resurrect; to revive.

உயிர்ப்பிச்சை: *(பெ):* உயிர் பிழைத்திட மன்றாடுதல்; sparing of life; saving one's life.

உயிர்ப்பித்தல்: *(வி):* பிழைப்பித்தல்; to resuscitate.

உயிர்ப்பிரிவு: *(பெ):* இறப்பு; சாவு; demise; death.

உயிர்ப்பு: *(பெ):* உயிர் இருப்பதை வெளிப்படுத்திடும் மூச்சு, இயக்கம் போன்றவை; animating factor such as breath, movement, etc.

உயிர்ப்புனல்: *(பெ):* இரத்தம்; குருதி; blood.

உயிர்ப்பொறை: *(பெ):* உடம்பு; body.

உயிர்மருந்து: *(பெ):* உணவு; சோறு; food; boiled rice.

உயிர்மூச்சு: *(பெ):* உயிர் வாழ்வதற்கு இன்றியமையாதது; the breath of life.

உயிர்மெய்: *(பெ):* மெய்யெழுத்து முன்னும் உயிரெழுத்து பின்னுமாக வந்து ஒன்றாக இணைந்து ஒலிக்கும் ஒலி; க முதல் னௌ வரையிலான 216 எழுத்துகள்; the combination of a consonant and vowel sound; the consonant - vowel letters from 'க' to 'னௌ'.

உயிர்மை: *(பெ):* ஆத்மா; பிராணன்; soul; the immortal in man that which thinks, feels, desires, etc; the cause of life.

உயிர்வரை: *(பெ):* உள்ளங்கையில் உள்ள வரிகள்; கைரேகை; life line in palm.

உயிர் வளி: *(பெ):* பிராணவாயு; oxygen.

உயிர்வாழ்க்கை: *(பெ):* சீவனம்; living; livelihood.

உயிர்வாழ்தல்: *(வி):* உயிரோடு இருத்தல்; ஜீவித்தல்; to live; to keep alive.

உயில்: *(பெ):* ஒருவர் இறந்த பின்பு தனது சொத்து இன்னாரைச் சேரவேண்டும்என எழுதிவைக்கும் சாசனம்; Will; the legal declaration of person's intention to take effect after his death.

உய்: *(வி):* தீவினைகளில் இருந்து விடுபட்டு நற்கதி அடைதல்; to attain freedom from evil; salvation.

உய்கை: *(பெ):* ஈடேறுதல்; துன்பம் நீங்குதல்; liberated from a worldly life; rescued from pain, suffering etc.; relief from distress.

உய்தல்: *(வி):* உயிர்வாழ்தல்; பிழைத்தல்; ஈடேறுதல்; to live; to be saved; liberated from worldly life.

உய்தி: *(பெ):* ஈடேற்றம்; உயிர்வாழ்தல்; நீங்குகை; பரிகாரம்; salvation; living; ceasing; remedy.

உய்த்தல்: *(வி):* செலுத்துதல்; அனுப்புதல்; கொண்டுபோதல்; கொடுத்தல்; ஆளுதல்; அம்பு போன்ற ஆயுதங்களைப் பிரயோகித்தல்; நடத்துதல்; அனுபவித்தல்; அறிவித்தல்; நீக்குதல்; to guide; to despatch; to carry; to give; to rule; to discharge weapons like arrows; to conduct; to enjoy; to make known; to drive away as darkness.

- **உய்த்தல்** அறிந்து புனல்பாய் பவரேபோல்
  பொய்த்தல் அறிந்தென் புலந்து. - *குறள் 1287.*

உய்த்தறிதல்: *(வி):* உய்த்துணர்தல்; to presume; to know by inference.

உய்யல்: *(வி):* வாழ்தல்; ஏறுதல்; செல்லல்; to live; to ascend; to go.

உய்யானம்: *(பெ):* பூங்கா; சோலை; garden; grove.

உய்வி: *(வி):* உய்வடையச் செய்தல்; to redeem.

உய்விடம்: *(பெ):* பிழைக்குமிடம்; surviving place.

உய்வு: *(பெ):* மீட்சி, நற்கதி, பிழைப்பு, உயிர் வாழ்தல்; ஈடேற்றம்; redemption; deliverance from evil; to live; salvation.

உரககேதனன்: *(பெ):* துரியோதனன்; Duriyodhana, the head of Kauravas.

உரகதம்: *(பெ):* பாம்பு; snake.

உரகம்: *(பெ):* பாம்பு; நாகமல்லி; snake; a kind of wild jasmine.

உரகர்: *(பெ):* நாகர்; சமணர்; Nagas; Jains.

உரகவல்லி: *(பெ):* வெற்றிலைக் கொடி; betel leaf creeper.

உரகன் / உரகாதிபன்: *(பெ):* ஆதிசேடன்; பாம்பு; a mythological, thousand-headed serpent who supports the earth on his hood and on whom Lord Vishnu reclines; snake.

உரகாரி: *(பெ):* கருடன்; மயில்; white-headed kite; brahminy kite; a bird which is the mount of Lord Muruga and the enemy of the serpent race; peacock.

உரக்க: *(வி.அ):* குரல் ஒலி அதிகரிக்கும்படியாக; அதிக சப்தத்துடன்; aloud; loudly.

உரங்காட்டுதல் 172 உராவுதல்

உரங்காட்டுதல்: (வி): அன்புபாராட்டுதல்; வலிமை காட்டுதல்; to show love and affection; to show one's strength or power.

உரங்கொள்ளுதல்: (வி): கெட்டியாதல்; கடினமாதல்; மிகுதல்; to become hard; to exceed.

உரசுதல்: (வி): உராய்தல்; தேய்த்தல்; துடைத்தல்; to rub against; to erase; to wipe.

உரணம்: (பெ): ஆட்டுக்கிடா; முகில்; ram; cloud.

உரண்டம் / உரண்டை: (பெ): காகம்; crow.

உரத்த: (பெ.அ): சத்தம் மிகுந்த; பலத்த; loud.

உரத்த சிந்தனை: (பெ): மேலும் விவரித்திடும் நோக்குடன் மனதில் தோன்றும் எண்ணம், கருத்து ஆகியவற்றை அப்படியே வெளிப் படுத்துதல்; deep thinking.

உரத்தல்: (வி): இறுகுதல்; வலிமையுறுதல்; மிகுதல்; கொந்தளித்தல்; to become tight; be strengthened; to exceed; be rough.

உரத்து: (வி.அ): அதிக சப்தத்துடன்; பலமாக; aloud; loudly; in a high pitch.

உரத்துச் சிரித்திடு: (பெ): பலமாகச் சிரித்திடு; to laugh loudly; to burst into laughter.

உரந்தை: (பெ): வருத்தம்; துன்பம்; pain; sorrow.

உரபடி: (பெ): திடம்; firmness; solidity.

உரப்பம்: (பெ): பெருங்காயம்; asafoetida.

உரப்பிடு: (பெ): செம்மறியாடு; common brown sheep.

உரப்பிரம்: (பெ): வெள்ளாடு; goat.

உரப்பு: (பெ): பேரொலி; அதட்டுதலால் உண்டாகும் ஒலி; கடினம்; வலிமை; மனத்திண்மை; shout or roaring sound; hardness; strength; firmness of mind.

உரப்புதல்: (வி): ஊளையிடுதல்; கூச்சலிடுதல்; கர்ஜித்தல்; பயமுறுத்துதல்; to whoop; to sound loudly; to roar; to frighten.

உரமடித்தல் / உரமிடுதல்: (வி): நிலத்திற்கு எருவிடுதல்; to manure.

உரம்: (பெ): வலிமை; திண்மை; மனத்திடம்; மரவயிரம்; எரு; மார்பு; அறிவு; ஊக்கம்; மதில்; குழந்தைகளுக்கு உண்டாகும் சுளுக்கு வகை; விரைவு; strength; hardness; strength of will; core of the tree; manure; chest; breast; wisdom; vigour; fortification; an infantile sprain; speed.

- *உரமொருவற்கு உள்ள வெறுக்கை அஃதில்லார் மரம்மக்க ளாதலே வேறு.* - *குறள் 600.*

உரம் இடுதல்: (பெ): நிலத்திற்கு எருவிடுதல்; பலப்படுத்துதல்; to manure; to strengthen.

உரம் விழுதல்: (பெ): குழந்தைகளுக்கு உண்டாகும் பிடிப்பு நோய்; a kind of infantile sprain.

உரலடி: (பெ): யானை; elephant.

உரலாணி: (பெ): உலக்கை; pestle.

உரல்: (பெ): நெல் முதலிய தானியங்களை குத்தும் சாதனம்; a knee-high hour-glass shaped stone with a cup like pit in the middle used for pounding grains; a large stone mortar. • உரலில் அகப்பட்டது உலக்கைக்குத் தப்புமா ? • உரலுக்கு ஒரு பக்கம் இடி; மத்தளத்துக்கு இருபக்கமும் இடி - *பழமொழிகள்.*

உரவம்: (பெ): வலிமை; அறிவு; strength; wisdom; knowledge.

உரவன்: (பெ): வலிமையானவன்; அரசன்; அறிஞன்; strong man; king; noble person; learned person.

உரவு: (பெ): வலிமை; நஞ்சு; மிகுதி; மனவலிமை; strength; poison; excess; surplus; firmness of mind.

உரவுதல்: (வி): வலிமையடைதல்; உலாவுதல்; to become vigorous; be in a constant motion.

உரவு நீர்: (பெ): ஆறு; கடல்; உவர் நீர்; river; sea; brackish water.

உரவோன்: (பெ): வலிமையுடையவன்; முத்தோன்; strong man; senior.

உரற்கட்டை: (பெ): உரல்; a large stone mortar; a wooden mortar.

உரற்களம்: (பெ): அறிஞர் அவை; the meeting place of learned people.

உரற்குழி: (பெ): உரலில் குத்துவதற்கு அமைக்கப்பட்ட குழி; pit of mortar.

உரற் பெட்டி: (பெ): உரலின் மேல் வைத்திடும் வாய்க்கூடு; the side-guard of a mortar.

உரற்றுதல்: (வி): இடிபோன்று முழங்குதல்; ஒலித்தல்; கோபித்தல்; to roar as thunder; to produce sound; to get angry.

உரனர்: (பெ): வலிமையுடையோர்; the powerful men; those who are in good state of health.

உரன்: (பெ): அறிவு; திண்மை; வெற்றி; ஊக்கம்; வலிமை; பற்றுக்கோடு; மார்பு; knowledge; wisdom; hardness; firmness; victory; vigour; strength; support; chest; breast.

- *உரனென்னும் தோட்டியான் ஓரைந்தும் காப்பான் வரனென்னும் வைப்பிற்கோர் வித்து.* - *குறள் 24.*
- *உரன்நசைஇ உள்ளம் துணையாகச் சென்றார் வரல்நசைஇ இன்னும் உளேன்.* - *குறள் 1263.*

உராஞ்சுதல்: (வி): தேய்த்தல்; உராய்தல்; to rub; to move with friction.

உரால்: (வி): குதிரை போல ஓடுதல்; to run as horse.

உராவுதல்: (வி): பரவுதல்; இடம் பெயர்தல்; வலிவு அடைதல்; செல்லுதல்; to spread over; to move from a place; to become strong; to go.

உரி: *(பெ):* தோல்; மரப்பட்டை; அரைநாழி; கொத்துமல்லி; உரிச்சொல்; நாயுருவி; skin; bark; a measure of capacity, ½ measure; coriander seed; a class of words which have mostly an attribute function; a kind of medicinal plant growing in hedges. *(வி):* பழம், கிழங்கு போன்றவற்றின் தோல் அல்லது விலங்கின் தோல், மரப்பட்டை போன்றவற்றை நீக்குதல்; பனை மட்டை, மட்டையோடு கூடிய தேங்காய் போன்றவற்றின் நாரினைக் கிழித்தெடுத்தல்; சமைக்கும் முன்பாக கோழி போன்றவற்றின் இறகுகளைப் பிடுங்குதல்; to peel; to take off.

உரிசை: *(பெ):* சுவை; taste.

உரிச்சீர்: *(பெ):* மூவசைச் சீர்; metre of three-syllable pattern.

உரிச்சொல்: *(பெ):* நான்கு வகைச் சொற்களுள் ஒன்று; one of the four parts of speech in Tamil.

உரிச்சொற்பனுவல்: *(பெ):* அகராதி; நிகண்டு; dictionary; lexicon.

உரிஞ்சல்: *(வி):* உராய்கை; தேய்த்தல்; to move with friction; to rub.

உரிஞ்சுதல்: *(வி):* தேய்த்தல்; பூசுதல்; கிரகித்தல்; பருகுதல்; to rub; to smear; to absorb; to suck.

உரிதல்: *(வி):* பறித்தல்; ஆடை களைதல்; to pluck; to remove dress.

உரித்தல்: *(வி):* களைதல்; தோல், பட்டை போன்றவற்றை நீக்குதல்; to remove; to peel the skin, bark, etc.

உரித்தாகு: *(வி):* வாழ்த்து, நன்றி போன்றவை ஒருவருக்குச் சேர்தல்; be due to someone of wishes, thanks, etc.

உரித்தாக்கு: *(வி):* ஒருவருக்கு தன் வாழ்த்து, நன்றி போன்றவற்றைச் சாரச்செய்தல்; புலப்படுத்துதல்; சமர்ப்பித்தல்; to render thanks, greetings, etc.; to dedicate.

உரித்தான: *(பெ.அ):* பொருத்தமான; இயல்பான; befitting of; typical of.

உரித்திரம்: *(பெ):* மஞ்சள்; turmeric.

உரித்து: *(பெ):* உரிமை; நெருக்கம்; நேசம்; proprietorship; intimacy; affection.

உரித்துக்காட்டு: *(வி):* ரகசியமாய் இருந்த உண்மைத் தோற்றத்தை அல்லது குணத்தை வெளிப்படுத்து; to reveal the true self of someone or the true nature of something.

உரித்து வை: *(வி):* தோற்றம், குணம் ஆகியவற்றில் நெருக்கமானவரை ஒத்திருத்தல்; அசல் அச்சாக இருத்தல்; வெளிப்படுத்துதல்; be the spitting image of; to reveal.

உரிப்பொருள்: *(பெ):* ஐந்திணைகளுக்கும் உரியனவான புணர்தல், பிரிதல், இருத்தல், ஊடல், இரங்கல் ஆகியவையும் அவற்றின் நிமித்தங்களும்; that distinctive erotic mood in love appropriate to each of the five tracts of land.

உரிமம்: *(பெ):* ஓரிடத்தைப் பயன்படுத்துதல், ஒரு தொழிலை மேற்கொள்ளுதல் போன்றவற்றுக்கு உரிய அதிகாரியிடமிருந்து பெறப்படும் அனுமதி; licence.

உரிமை: *(பெ):* சட்டபூர்வ அல்லது நியாயத்தின் அடிப்படையில் ஒருவர் கோருவது; சட்டம் அல்லது மரபு அனுமதிப்பது; உறவு, நட்பு ஆகியவற்றால் தன்னளவில் எடுத்துக்கொள்ளும் சுதந்திரம்; ஒருவருக்கு உரியது (அ) சொந்தமானது; உரிய தன்மை; கடமை; பாத்தியதை; rights one is entitled to; liberty taken by someone to do something; something that one owns; belonging to one; proprietorship; claim for right of possession; responsibility.

உரிமைக்குழு: *(பெ):* சட்டமன்ற அல்லது நாடாளுமன்றத்தின் உரிமைகளையும் உறுப்பினர்களின் உரிமைகளையும் பாதுகாப்பதற்கு அந்த அவை உறுப்பினர்களுள் சிலரைக் கொண்ட ஒரு குழு; Privileges Committee of the legislative bodies.

உரிமை கொண்டாடு: *(வி):* தனது எனக் கூறுதல்; இல்லாத உரிமையை எடுத்துக் கொள்ளுதல்; to make a claim; to claim ownership; to take liberties; to treat something or someone as one's own.

உரிமைச்சுற்றம்: *(பெ):* அடிமைக் கூட்டம்; retinue of slaves.

உரிமை பாராட்டு: *(வி):* தனது எனக் கூறு; இல்லாத உரிமையை எடுத்துக் கொள்; to claim ownership; to make a claim; to treat something or someone as one's own; to take liberties.

உரிமைப் பங்கு: *(பெ):* காப்புரிமை செய்யப்பட்ட ஒன்றினை உபயோகப்படுத்துபவர் அதன் உரிமையாளருக்குத் தரவேண்டிய தொகை; தனிப்பட்டவருக்கு அல்லது அரசுக்கு உரிய நிலத்திலிருந்து எடுக்கப்படும் எண்ணெய் போன்ற பொருளுக்கு ஒரு நிறுவனம் தரவேண்டிய தொகை; royalty.

உரிமைப் பள்ளி: *(பெ):* அந்தப்புரம்; the part of a palace where the queen and other royal women live.

உரிமைப்பெண்: *(பெ):* முறைப்பெண்; the girl related in a particular manner to a youth and allowed by caste rules to be taken in marriage by him as the daughter of a maternal uncle or paternal aunt.

உரிமையாக்கு: *(வி):* சொந்தமாக்குதல்; to make others' possessions one's own; to make over one's possession to others.

உரிமையாளர்: *(பெ):* சொந்தக்காரர்; owner; proprietor.

உரிமையியல்: *(பெ):* சட்டத்திற்குப் புறம்பான இழப்பு, சொத்துரிமை போன்ற தனி மனிதர் உரிமை தொடர்பான சட்டத்துறை; branch of law concerning civil, private rights and torts.

உரிய: *(பெ.அ):* இயல்பாக அமைந்த; சொந்தமான; உரிமையுடைய; பொருத்தமான; தகுந்த; உட்பட வேண்டிய; உட்படுத்தப்பட்ட; ஏற்ற; உகந்த; நிர்ணயிக்கப்பட்ட; characteristic of or to; belonging to; proper; appropriate; liable to; deserving; fitting; fixed.

உரியவன்: *(பெ):* கணவன்; இனத்தான்; அதிகாரி; husband; kith or kin; relation; officer.

உரியவள்: *(பெ):* மனைவி; உரிமையானவள்; wife; the woman who owns something or someone.

உரியோன்: *(பெ):* கணவன்; நண்பன்; உரியவன்; husband; friend; one who own's something.

உரிவை: *(பெ):* தோல்; மரப்பட்டை; உரிக்கை; skin; bark; peeling; stripping.

உரு: *(பெ):* வடிவழகு; திருமேனி; நிறம்; அச்சம்; தோணி; உடல்; எலுமிச்சை; complexion; sacred image of the deity; idol; colour; fear; rowing boat; body; lemon; lime tree.

உருகுதல்: *(வி):* இளகுதல்; மனம் நெகிழ்தல்; ஏங்குதல்; மெலிதல்; to melt; be moved; to melt at heart; to languish; to pine for; to become careworn.

உருகு நிலை: *(பெ):* ஒரு திடப்பொருள் திரவ நிலைக்கு மாறத் தொடங்கும் வெப்பநிலை; melting point; melting state. ● *தங்கத்தின் உருகு நிலை 1063° C. ஆகும்.*

உருகை: *(பெ):* அருகம்புல்; a kind of grass.

உருக்கம்: *(பெ):* அன்பு; இரக்கம்; மனநெகிழ்ச்சி; வெம்மை; புழுக்கம்; love; mercy; pity; compassion; sultriness.

உருக்கல்: *(பெ):* நடுகல்; memorial tablet set up over the grave of a dead warrior; *(வி):* உருகச் செய்தல்; to melt by heat.

உருக்கன்: *(பெ):* உடம்பினை வாட்டும் நோய்; a kind of disease.

உருக்காட்டி: *(பெ):* கண்ணாடி; mirror.

உருக்காட்டுதல்: *(வி):* தோன்றுதல்; to appear.

உருக்கு: *(பெ):* எஃகு; நெய்; உருக்கிய பொருள்; steel; ghee; that which is melted; *(வி):* இளகச் செய்; நெகிழச் செய்; வாட்டு; வருத்து; to melt by heat; to melt at heart; to roast; to fry; to entreat; to suffer.

உருக்குதல்: *(வி):* மனம் நெகிழச் செய்தல்; இளகி விழச் செய்தல்; வாட்டுதல்; வருத்துதல்; to melt at heart; to melt by heat; to roast; to suffer.

உருக்குத் தட்டார்: *(பெ):* பொற்கொல்லர்; goldsmith.

உருக்குத்தல்: *(பெ):* அம்மை குத்துதல்; vaccination.

உருக்கு மணல்: *(பெ):* அய மணல்; iron sand; mud.

உருக்கு மணி: *(பெ):* காதணி வகை; a kind of ear ornament.

உருக்குமம்: *(பெ):* பொன்; உருக்கு; gold; steel.

உருக்குமிணி: *(பெ):* ருக்குமணி; கிருஷ்ணரின் துணைவி; Rukmani, the consort of Lord Krishna.

உருக்குருக்கு: *(பெ):* கற்பூர வகை; a kind of camphor.

உருக்குலை: *(வி):* உடலின் வெளித்தோற்றம் மாற்றம் அடைதல்; ஒன்றின் அமைப்பு அழிதல்; to lose figure and weight; be transformed; to get wrecked; to get maimed.

உருக்கொள்: *(வி):* உருவாகுதல்; to take form or shape.

உருக்கோடுதல்: *(வி):* உருமாற்றம் அடைதல்; to get changed in form.

உருக்கோலம்: *(பெ):* அலங்கரித்துக் கொள்ளுதல்; the process of cleaning the face, doing the hair dressing, etc.

உருங்குதல்: *(வி):* உண்ணுதல்; to eat.

உருசி: *(பெ):* சுவை; இன்பம்; விருப்பம்; taste; pleasure; wish; desire. ● *உருசி கண்ட பூனை உறிக்கு உறி தாவுமாம்.*

உருசித்தல்: *(வி):* அனுபவித்தல்; சுவைத்தல்; to experience; to taste.

உருசியம்: *(பெ):* காட்டெருமை; wild ox or American buffalo; bison.

உருசு: *(பெ):* ஆதாரம்; சான்று; evidence; basis; witness.

உருசை: *(பெ):* சுவை; taste.

உருச்சிதைத்தல்: *(வி):* உருவத்தை சிதைத்தல்; to disfigure.

உருச்சிதைவு: *(பெ):* உருவம் சிதைந்த நிலை; disfigurement.

உருச்சிதைப்பு: *(பெ):* உருவத்தைச் சிதைத்திடும் நிகழ்வு; the act of disfigurement.

உருட்சி: *(பெ):* உருளுகை; திரட்சி; revolving as a wheel; globularity.

உருட்டு: *(பெ):* சக்கரம்; திரட்சி; மோதிர வகை; wheel; globularity; a kind of ring; *(வி):* வெருட்டு; புரட்டு; உருளச் செய்; to frighten; to turn over, a thing; to roll over.

உருட்டுதல்: *(வி):* உருண்டையாகச் செய்தல்; வருத்துதல்; இசை நரம்பை வருடுதல்; மருட்டுதல்; புரட்டித் தள்ளுதல்; வெல்லுதல்; to make as a ball; to suffer; to fillip the strings of a musical instrument; to threaten; to turn a thing over; to roll; to succeed.

உருட்டு புரட்டு: *(பெ):* ஏமாற்றும் முறைகேடான செயல்கள்; tricks and frauds.

உருண்ட: *(பெ.அ):* (தலை, முகம் முதலியவற்றைக் குறித்திடும் வகையில்) வட்ட வடிவமான; (of head, face, etc.) round.

உருடை: *(பெ):* கட்டை வண்டி; cart.

உருண்டுதிரண்ட: *(பெ.அ):* திரட்சியான; myxoma; plump.

உருண்டை: *(பெ):* கோளம்; குண்டு வடிவம்; கவளம்; திரட்சி; globe; spherical shape; morsel; globularity.

உருது: *(பெ):* சேனை; பாசறை; இஸ்லாமியரின் மொழி; formerly army of a king; encampment or barracks; the language of Muslims - Urdu.

உருத்தல்: *(வி):* சினத்தல்; முறைத்தல்; அதிகமாதல்; தோன்றுதல்; வெப்பமுறச் செய்தல்; அழலுதல்; முதிர்தல்; முளைத்தல்; சுரத்தல்; be angry with; be stiff-necked; to increase; to appear; to heat something; to inflame; to become ripe; to sprout; to germinate; to secrete.

உருத்திர கணம்: *(பெ):* சிவகணம்; சிவனடியார்; Shiva's attendants; Saiva devotees.

உருத்திர கணிகை: *(பெ):* தேவரடியாள்; விபச்சாரி; பரத்தை; the woman who was offered to God out of devotion; prostitute; harlot.

உருத்திர கன்னியர்: *(பெ):* சிவத்தொண்டு புரியும் மணமாகாத கன்னிகையர்; the damsels who are among Shiva's attendants.

உருத்திர சடை: *(பெ):* துளசி வகை; a kind of sacred basil.

உருத்திர பூமி: *(பெ):* மயானம்; சுடுகாடு; grave-yard where Shiva is said to dance.

உருத்திரமணி: *(பெ):* அக்கமணி; உருத்திராக்கமணி; garland of beads; garland of rudraksha nuts.

உருத்திர ரோகம்: *(பெ):* மாரடைப்பு; heart attack.

உருத்திர வீணை: *(பெ):* வீணை வகை; a kind of Veena (Yazh).

உருத்திரன்: *(பெ):* சிவபெருமான்; சிவகணத்தோன்; சிவகுமாரன்; பதினொன்று உருத்திரர்களுள் ஒருவர்; அக்கினி தேவன்; Lord Shiva; celestial guard of Shiva; Shivakumara; one of the eleven Rudras; Agni, the God of fire.

உருத்திராக்கம் / உருத்திராட்சம்: *(பெ):* சைவ சமயத்தோர் கழுத்தில் அணிந்து கொள்ளும் அல்லது மணியாய் கோத்து மாலையாக கையில் வைத்திருக்கும் ஒரு மரத்தின் கொட்டை; a nut of the tree, worn around the neck or kept as beads of rosary by Saivites.

உருத்திராகாரம்: *(பெ):* பெருஞ்சினத்தோற்றம்; fierce appearance.

உருத்திராட்சப் பூனை: *(பெ):* புறத்தோற்றத்தில் சாது போலத் தோன்றுகிற தீய குணம் கொண்ட நபர்; pious hypocrite.

உருத்திராணி: *(பெ):* ஏழு கன்னியருள் ஒருத்தி; Uruthirani, one of the seven kannikas.

உருத்திரிதல்: *(வி):* உருமாறுதல்; மாறுவேடம் பூணுதல்; to metamorphosis.

உருத்திரை: *(பெ):* துர்க்கை; உமையம்மை; Durga, Goddess of Victory; Parvathi, the consort of Lord Shiva.

உருத்திரோத்காரி: *(பெ):* ஒரு தமிழ் வருடம்; a Tamil year, Ruthrothkari.

உருத்தெழுதல்: *(வி):* சினந்து எழுதல்; வீங்குதல்; to rise in anger; to swell up.

உருநாட்டு: *(பெ):* சித்திரம்; தெய்வத்திருமேனி; picture; image of a deity.

உருநிழலாடுதல்: *(வி):* பிரதிபலித்தல்; to reflect.

உருநிழல்: *(பெ):* பிரதிபலிப்பு; reflection.

உருபகதீவகம்: *(பெ):* ஓர் அணிகலன்; an ornament.

உருபா: *(பெ):* ரூபாய்; rupee.

உருபு: *(பெ):* வடிவம்; நிறம்; நோய்; form; shape; colour; disease.

உருப்பசி: *(பெ):* ஊர்வசி; தேவ கன்னியருள் ஒருத்தி; Oorvasi, one of the celestial dancing girls.

உருப்படி: *(பெ):* பொருள்; கணக்கிடக்கூடிய பொருள்; இசைப்பாட்டு; item; piece; unit; piece of music.

உருப்படுதல்: *(வி):* உருவாதல்; சீர்படுதல்; be formed; rise in position.

உருப்பம்: *(பெ):* சினம்; வெப்பம்; மிகுதி; anger; heat; surplus.

உருப்பளிங்கு: *(பெ):* பளபளக்கும் கண்ணாடி; shining mirror.

உருப்பாடம்: *(பெ):* மனப்பாடம்; rote.

உருப்பிணி: *(பெ):* ருக்குமணி; Rukmani, the consort of Lord Krishna.

உருப்பிரமம்: *(பெ):* ஆட்டுக்கொம்பு; horn of a ram.

உருப்பு: *(பெ):* வெப்பம்; மிகுதி; சினம்; கொடுமை; heat; excess; anger; cruelty.

உருப்போடுதல்: *(வி):* மனப்பாடம் செய்தல்; மந்திரம் செபித்தல்; to memorise; to recite manthras.

உரும காலம்: *(பெ):* கோடைக் காலம்; the summer season.
உருமணி: *(பெ):* கருவிழி; Iris.
உருமம்: *(பெ):* நண்பகல்; உச்சிவேளை; வெப்பம்; noon day; midday; heat.
உருமறைப்பு: *(பெ):* பொருள்களை மறைக்க உதவும் சாதனம்; camouflage.
உருமலைவாரி: *(பெ):* உலோக மணல்; metallic sand.
உருமாதிரி: *(பெ):* மாதிரி; model.
உருமால்: *(பெ):* முண்டாசு; தலைப்பாகை; turban.
உருமாறுதல்: *(வி):* வேற்று உருவம் கொள்ளுதல்; to transmute.
உருமித்தல்: *(வி):* வெப்பம் உண்டாகுதல்; to heat.
உருமிளை: *(பெ):* நமனின் மனைவி; Urmila, the wife of Yama, the God of Death.
உருமு: *(பெ):* இடி; பயம்; அச்சம்; அபாய அறிவிப்பு; எச்சரிக்கை; thunder; fear; dread; alarm.
உருமுக்குரல்: *(பெ):* இடியோசை; noise of thunder.
உருமுதல்: *(வி):* முழங்குதல்; குமுறுதல்; இரைதல்; to roar; to thunder; to rumble; to cry-out.
உருமேறு: *(பெ):* பேரிடி; இடியேறு; thunder-bolt.
உரும்: *(பெ):* இடி; அச்சம்; thunder; fear.
உருவ: *(வி.அ):* நன்றாக; திரும்பத் திரும்ப; satisfactorily; repeatedly.
உருவ அமைதி: *(பெ):* கதை, ஓவியம், கவிதை போன்ற கலைப்படைப்புகளின் வடிவ ஒழுங்கு; harmony in form.
உருவகப்படுத்து: *(வி):* உருவகமாகக் கூறுதல்; ஒன்றினை விளக்குவதற்கு வசதியாகக் கற்பிதம் செய்தல்; to describe metaphorically; to imagine as if someone or something is in front of.
உருவகம்: *(பெ):* உவமானத்தையும், உவமேயத்தையும் வேற்றுமைப்படுத்தாது ஒற்றுமைப் படுத்திக் கூறுதல்; metaphor.
உருவகி: *(வி):* உருவகமாகக் கூறுதல்; to describe metaphorically.
உருவசி: *(பெ):* ஊர்வசி; Oorvasi, a celestial damsel.
உருவச்சிலை: *(பெ):* ஒருவரின் உருவ வடிவை அசல் அச்சாக வடித்த சிலை; statue.
உருவடி: *(வி):* மனப்பாடம் செய்தல்; to mug up.
உருவம்: *(பெ):* வடிவம்; உடல்; அழகு; நிறம்; வேடம்; சிலை; மந்திர உரு கூறு; தெய்வத்திருமேனி; shape; body; beauty; colour; disguise; statue; uttering of manthras; image of deity.
உருவரை: *(பெ):* வளமான நிலம்; fertile land.
உருவல்: *(பெ):* ஒருவகைக் காதணி; a kind of ear ornament.
உருவ வணக்கம்: *(பெ):* கடவுளை சிலையாக வடித்து வழிபடும் முறை; idolatry.
உருவழிதல்: *(வி):* சிதைதல்; அழகு கெடுதல்; to spoil; to become disfigured.
உருவழித்தல்: *(வி):* சிதைத்தல்; அழகினைக் கெடுத்தல்; to spoil; to disfigure.
உருவாகுதல்: *(வி):* அமைதல்; உண்டாதல்; வெளிவருதல்; to come into existence; to evolve; be established; be produced; be formed.
உருவாக்குதல்: *(வி):* சீர்படுத்துதல்; உண்டு பண்ணுதல்; to reform; to shape; to improve; to produce.
உருவாணி: *(பெ):* அச்சாணி, கடையாணி; axle pin of a wheel; linch-pin.
உருவாரச்சம்மட்டி: *(பெ):* வீழிச்செடி; a herb.
உருவி: *(பெ):* நாயுருவிச் செடி; a medicinal plant growing in hedges.
உருவிலி: *(பெ):* மன்மதன்; Manmadha, the God of love; kama; Cupid.
உருவு: *(பெ):* உருவம்; வடிவு; அழகு; அச்சம்; figure; shape; beauty; fear; *(வி):* பலமாக இழுத்தல்; வருடுதல்; கதிர் போன்றவற்றினை விரல்களால் இழுத்து ஒன்றாக எடுத்தல்; to draw out; to pull; to run through the fingers; to gather the leaves, grains, etc. by running the fingers through the stem.

- உருவுகண்டு எள்ளாமை வேண்டும்
  உருள்பெருந்தேர்க்கு
  அச்சாணி அன்னார் உடைத்து. *- குறள் 667.*

உருவுதடன்: *(பெ):* சுருக்குக் கயிறு; the rope which is used for the sentence of death by hanging.
உருவுதல்: *(வி):* உறை கழித்தல்; ஊடுருவிச் செல்லுதல்; to unsheath; to pierce through.
உருவு திரை: *(பெ):* நாடக மேடையில் இழுத்து திறந்து மூடும் திரை; stage curtain.
உருவெடுத்தல்: *(வி):* ஒன்று வேறொன்றாக மாறுதல் (அ) வெளிப்படுதல்; வடிவம் எடுத்தல்; to transform into something; to develop; to take the form of someone or something else.
உருவெளித்தோற்றம்: *(பெ):* போலித் தோற்றம்; உருமாயம்; illusory vision; illusion.
உருவெளிப்பாடு: *(பெ):* மாயத்தோற்றம், imaginary appearance of someone or something else.
உருவேற்றுதல்: *(வி):* மனப்பாடம் செய்தல்; மனதில் பதியச் செய்தல்; மந்திரத்தைத் திரும்பத் திரும்பச் சொல்லுதல்; to mug up; to memorize; to indoctrinate; to chant manthras.

உருவை: *(பெ):* ஒரு வகைச் செடி; a kind of plant; Indian night shade.

உருவொளி: *(பெ):* கண்ணாடியில் காணும் பிம்பம்; the reflection of an object in a mirror.

உருளரிசி: *(பெ):* கொத்துமல்லி விதை; coriander seed.

உருளாயம்: *(பெ):* சூதாட்டம்; சூதாட்டத்தால் வரும் இலாபம்; gambling; gain from playing dice.

உருளி: *(பெ):* வண்டிச்சக்கரம்; வட்டம்; எலும்பு முட்டு; the wheel of a cart; circle; joint.

உருளை: *(பெ):* உருண்டை; சக்கரம்; முட்டை; நீள் உருண்டை வடிவம்; நீள் உருண்டை வடிவப் பொருள்; கனமான நீள உருண்டை வடிவ இரும்பு (அ) உருண்டைக் கல்; globe; ball; wheel; egg; cylindrical shape; anything in cylindrical form; road roller; round rods.

உருளைக்கிழங்கு: *(பெ):* பழுப்பு நிற மெல்லிய தோல் மூடிய உருண்டை வடிவக் கிழங்கு; potato.

உருள்: *(வி):* புரள்; உருட்டு; அழித்திடு; to turn on one's side; to roll something; to destroy; *(பெ):* தேருருளை; வண்டி; வட்டம்; wheel of a car (Ratha); cart; circle.

- உருளாயம் ஓவாது கூறின் பொருளாயம் போஒய்ப் புறமே படும். *- குறள் 933.*

உருள்வண்டு: *(பெ):* ஒருவகை வண்டு; a kind of moth.

உரூட்சம்: *(பெ):* மொந்தன் வாழை; a thick skinned plantain fruit and its tree.

உரூடி: *(பெ):* இடுகுறி; பெயர் பெற்றது; primitive term; that which is eminent.

உரூபம்: *(பெ):* உருவம்; வடிவம்; அடையாளம்; விக்கிரகம்; அழகு; சாயை; figure; shape; sign; idol; beauty; resemblance.

உரூபாவதி: *(பெ):* அழகான பெண்; beautiful woman or girl.

உரூப்பியம்: *(பெ):* வெள்ளி நாணயம்; வெள்ளி நகை; அழகுடையது; silver coin; silver ornament; that which is beautiful.

உரூபித்தல்: *(வி):* மெய்ப்பித்தல்; to prove something.

உரை: *(பெ):* தேய்வு; சொல்; பொருள் விளக்கம்; ஒலி; பேச்சு; மொழி; lessening; word; meaning; sound; speech; language; *(வி):* தெரிவித்தல்; கூறுதல்; உரசுதல்; to state; to express; to rub.

உரை கட்டுதல்: *(வி):* நூலுக்கு உரைசெய்தல்; to annotate a text or literary work.

உரைகல்: *(பெ):* தங்கத்தின் மாற்று அறிந்திட தேய்த்துப் பார்க்கும் சொரசொரப்புடைய கையடக்கக் கருமையான கல்; touchstone of the goldsmith.

உரைகாரர்: *(பெ):* உரை ஆசிரியர்; commentator.

உரைகோள்: *(பெ):* சொற்பொருள்; வினா, விடை போன்றவை; annotation; question and answer, etc.

உரைக்கிழத்தி: *(பெ):* கலைவாணி; Saraswathi, the Goddess of arts and learning.

உரைக்கை: *(வி):* விவரித்துக் கூறுதல்; to lecture; to explain.

உரைசல்: *(வி):* உராய்தல்; தேய்தல்; to move with friction; to rub; to wear out.

உரைசெய்: *(வி):* உரைகட்டு; பொருள் விளக்கம் கூறு; to write commentary or annotate.

உரைதல்: *(வி):* தேய்தல்; வீணாதல்; to wear out; to waste by rubbing.

உரைத்தல்: *(வி):* ஒலித்தல்; சொல்லுதல்; தேய்த்தல்; மெருகிடுதல்; தங்கத்தின் மாற்று அறிய உரைகல்லில் தேய்த்தல்; to pronounce; to sound; to speak; to tell; to rub; to polish; to rub gold on touchstone.

உரைநடை: *(பெ):* இயல்பான எழுத்து மொழி நடை, வசனம்; prose; prose style.

உரைநூல்: *(பெ):* உரை எழுதப்பெற்ற நூல்; commentatory text.

உரைநேர்மை: *(பெ):* பேச்சில் நேர்மை; rectitude of speech.

உரைபெறு கட்டுரை: *(பெ):* காப்பிய உரைநடை சிலப்பதிகாரம்; rhetorical prose in an epic poem ie. Silappathikaaram.

உரைப்பாட்டு: *(பெ):* கட்டுரை நடை; rhetorical prose.

உரைப்பு / உரைமானம்: *(பெ):* தேய்ப்பு; rubbing.

உரை முடிவு: *(பெ):* நியாயத் தீர்ப்பு; judicial judgement.

உரையாசிரியர்: *(பெ):* இலக்கிய, இலக்கண, சமய நூல்களுக்கு உரை எழுதுபவர்; commentator.

உரையாடல்: *(பெ):* கருத்துகளைப் பரிமாறிக் கொள்ளும் விதமான பேச்சு; சிறுகதை, நாவல் போன்றவற்றில் பேச்சாக அமையும் பகுதி; conversation, dialogue in a story, novel, etc.

உரையாடு: *(வி):* இருவர் (அ) அதற்கு மேற்பட்டோர் தம்கருத்துக்களைப்பரிமாறிக்கொள்ளும்விதத்தில் பேசுதல்; to talk; to converse.

உரையாணி: *(பெ):* மாற்று அறியும் ஆணி; touch needle.

உரைவன்மை: *(பெ):* பேச்சு வல்லமை; oratorical power.

உரைவு: *(பெ):* தேய்வு; lessening.

உரோகதி: *(பெ):* நாய்; dog.

உரோகம்: (பெ): நோய்; தளிர்; பூ அரும்பு; ஒளியின்மை; disease; sprout; bud of a flower; dimness.

உரோகி: (பெ): நோயாளி; patient.

உரோகிதம்: (பெ): செந்நிறம்; செம்மரம்; மஞ்சள்; குங்குமம்; வானவில்; red colour; a tree; turmeric; kum-kum; saffron powder; rainbow considered as Lord Indira's bow.

உரோங்கல்: (பெ): உலக்கை; a long round-ended heavy wooden pestle.

உரோசம்: (பெ): சினம்; பெருமை; மானம்; வெட்கம்; மார்பகம்; anger; pride; dignity; shyness; bashfulness; chest; breast.

உரோசனகம்: (பெ): எலுமிச்சை; lemon and lime tree.

உரோசனம்: (பெ): கோரோசனம்; bezoar taken from the stomach of cows.

உரோசனி: (பெ): கடுகு; செந்தாமரை; mustard seed; red lotus.

உரோசனை: (பெ): கோரோசனை; கடுகு; செந்தாமரை; bezoar taken from the stomach of cows; mustard seed; red lotus.

உரோஞ்சல்: (பெ): உறிஞ்சுதல்; to suck.

உரோடம்: (பெ): சினம்; anger.

உரோடணம்: (பெ): பாதரசம்; உவர் நிலம்; mercury; saline land.

உரோணி: (பெ): ஒரு வகை நோய்; a kind of disease.

உரோதம்: (பெ): தடை; நீர்க்கரை; obstacle; bank of river, tank and other water sources.

உரோதனம்: (பெ): கண்ணீர்; அழுகை; tears; pathetic sentiment; weeping.

உரோதனை: (பெ): அழுகை; தொந்தரவு; pathetic sentiment; weeping; trouble.

உரோபம்: (பெ): அம்பு; arrow.

உரோமக்கிழங்கு: (பெ): வசம்பு; sweet flag.

உரோமகூபம்: (பெ): மயிர்க்கூச்சு; horripilation.

உரோமத்துவாரம்: (பெ): மயிர்க்கால்; pore of the skin at the root of each hair.

உரோமம்: (பெ): மயிர்; hair.

உரோருகம்: (பெ): தனம்; மார்பகம்; breast; chest.

உலகசஞ்சாரம்: (பெ): உலகைச் சுற்றி வருதல்; உலக வாழ்வு; travelling around the world; worldly life.

உலகசயன்: (பெ): புத்தர்; புத்தன்; Buddha; one who attained the spiritual knowledge.

உலகஞானம்: (பெ): உலகத்தைப் பற்றிய அறிவு; wisdom of the world; secular knowledge.

உலகத்தார்: (பெ): உலகமக்கள்; உயர்ந்தோர்; people of the world; great men; nobles.

உலகநடை: (பெ): உலக வழக்கம்; custom; usage.

உலகநாதன்: (பெ): உலகத்தின் நாயகன்; பிரம்மன்; Lord of the world; Brahma.

உலகநாயகி: (பெ): உமையவள்; Goddess of world.

உலக நீதி: (பெ): உலகோர்க்குரிய நீதி; customs and usages of the world.

உலக நூல்: (பெ): லௌகீக சாஸ்திரம்; secular literature.

உலக நோன்பிகள்: (பெ): ஜைன, புத்த மதத்தில் இல்லற பற்றுடையவர்; householders among Jains or Buddhists.

உலகப்பற்று: (பெ): உலக வாழ்க்கையில் ஒருவருக்கு உள்ள பிடிப்பு; attachment of worldly life.

உலகப் புரட்டன்: (பெ): மோசம் செய்பவன்; a fraud.

உலகப் பொதுமறை: (பெ): திருக்குறள்; a sacred great work acceptable to the whole world i.e. Thirukkural.

உலகம்: (பெ): பூமி; உலக உயிர்கள்; world; the living beings in the world.

உலகர்: (பெ): உலகத்தோர்; பாண்டியர்; those who live in the world; Pandiyas.

உலக வங்கி: (பெ): பின்தங்கிய நாடுகளுக்கும், முன்னேறிய நாடுகளுக்கும் இடையே காணப்படும் ஏற்றத்தாழ்வுகளை அகற்றிட உருவாக்கப்பட்ட வங்கி; World Bank.

உலகளந்தான்: (பெ): திருமால்; God Vishnu who measured the world with His footsteps in his incarnation as a dwarf scholar (Vaamana Avatar).

உலகாசாரம்: (பெ): உலக வழக்கம்; worldly customs.

உலகிகம்: (பெ): உலகியல்; உலக ஒழுக்க நெறி; worldly customs; universal code of morals.

உலக்கை: (பெ): முனையில் இரும்புப்பூண் போட்ட நீண்ட உருண்டை வடிவ மரச் சாதனம்; wooden pestle.

உலங்கு: (பெ): கொசு; திரண்ட கல்; mosquito; round stone.

உலண்டம் / உலண்டு: (பெ): கோல் புழு; பட்டு வகை; case worm; a kind of silk.

உலத்தல்: (வி): குறைத்தல்; அழிதல்; நீங்குதல்; கெடுதல்; வற்றுதல்; முடித்தல்; சாதல்; to bring down; to destroy; to leave; to damage; to dry up; to complete; to die.

உலந்தவர்: (பெ): அழிந்தவர்; fallen people.

உலபம்: (பெ): விழற் புல்; a kind of grass which is worthless.

உலப்பு: (பெ): அழிவு; அளவு; குறைவு; உதவுகை; சாவு; destroy; limit; deficiency; assistance; death.

உலமரல்: (பெ): அச்சம்; சுழற்சி; துன்பம்; வருத்தம்; fear; rotation; distress; worry.

உலம்: (பெ): அகலம்; காற்று; திரட்சி; திரண்ட கல்; துன்பம்; பட்டாடை; பிணம்; நீர்; வலிமை; வாசல்; width; wind; air; mass; round stone; distress; silk garment; corpse; dead body; water; strength; entrance.

உலம்புதல்: (வி): அலப்புதல்; முழுங்குதல்; அஞ்சுதல்; ஒலித்தல்; to prate; to cry out; be afraid of; to make sound.

உலரல்: (வி): காய்தல்; be heated; to dry.

உலரி: (பெ): ஒரு சிறு மீன் வகை; a kind of small fish.

உலர் சலவை: (பெ): இயந்திரத்தில் இரசாயனப் பொருட்களைப் பயன்படுத்தி துணிகளைத் துவைத்து சுத்தம் செய்திடும் முறை; dry cleaning.

உலர்தல்: (வி): காய்தல்; அழிதல்; வாடுதல்; to dry; to destroy; to dry up.

உலர்த்தல்: (வி): காயச் செய்தல்; வாட்டுதல்; to dry anything which is wet; to roast; to fry.

உலர்ப்பெலி: (பெ): ஒரு வகை எலி; a kind of rat.

உலா: (பெ): பிரபந்த வகை; ஊர்வலம்; a kind of Prapantham (a collection of sacred poems on Vaishnavism); procession.

உலவு: (வி): கருத்துக்களை வழங்கி வருதல்; பெரும்பாலும் பறவை (அ) விலங்குகள் நடமாடுதல்; உலாவி வருதல்; doing round of idea or opinion, roaming of birds, animals, etc.; stroll.

உலவை: (பெ): தழை; இலை; மரக்கிளை; உடைமரம்; விறகு; கிலுகிலுப்பை; விலங்கின் கொம்பு; காற்று; மரப்பொந்து; ஓடை; வள்ளிக்கொடி; ஆசை; leaf; branch of a tree; a kind of tree; fire wood; rattle; horn of an animal; wind; hole of the tree; hollow in a tree; stream; a kind of creeper; wish; desire.

உலவை ராசி: (பெ): திப்பிலி; sweet flag.

உலிமணி: (பெ): நாயுருவி; a kind of medicinal plant growing in hedges.

உலிற்கள்: (பெ): வெண்கலம்; bronze, an alloy of copper and tin.

உலுக்குதல்: (வி): குலுக்குதல்; அசைத்தல்; நடுங்குதல்; to shake; to move; to tremble.

உலுங்குதல்: (வி): கணீர் என ஒலித்தல்; to make jingling sound.

உலுத்தன்: (பெ): உலோபி; கஞ்சன்; அயோக்கியன்; miser; dishonest person.

உலுத்துதல்: (பெ): உதிர்த்தல்; to cast leaves; to drop.

உலுப்புதல்: (வி): உலுக்குதல்; to shake vigorously.

உலுவா: (பெ): பெருஞ்சீரகம்; fennel.

உலூகம்: (பெ): கூகை; கோட்டான்; உரல்; குங்கிலியம்; a kind of owl, little larger than the barn-owl; mortar; Konkani resin.

உலூகலம்: (பெ): உரல்; குங்கிலியம்; mortar; Konkani resin.

உலூகன்: (பெ): இந்திரன்; சகுனியின் மகன்; Lord Indra; Uloogan, the son of Sakuni.

உலூகாரி: (பெ): காக்கை; crow.

உலூதை: (பெ): சிலந்தி; எறும்பு வகை; spider; a kind of ant.

உலை: (பெ): நடுக்கம்; கொல்லன் உலை; சமைப்பதற்கு கொதிக்க வைக்கும் கொதிநீர்; trembling; the furnace; pot of water set over fire for preparing food. ● உலை வாயை மூடினாலும் ஊர் வாயை மூட முடியுமா ? - *பழமொழி.*

உலைக்களம்: (பெ): கொல்லன் பட்டறை; smithy.

உலைசல்: (பெ): கெடுதல்; கேடு; harm; ruin; evil.

உலைச்சல்: (பெ): கலக்கம்; affliction.

உலைதல்: (வி): நிலைகுலைதல்; கலைதல்; அலைதல்; to be disordered; be dispersed; to wander about.

உலைத்தல்: (வி): கெடுத்தல்; கலைத்தல்; வருத்துதல்; முறியடித்தல்; to spoil; to shuffle; to make someone sad; to strain oneself; to foil.

உலைவு: (பெ): வறுமை; குறைவு; ஊக்கம்; poverty; lack; vigour.

உலோகம்: (பெ): தி நிலை ன் கூடிய தகடு, கம்பி மற்றும் மாற்றக்கூடியதுமான இரும்பு, வெள்ளி, தங்கம் போன்ற உலோகங்கள்; metal.

உலோகாயுதம்: (பெ): சார்வாக மதம்; materialism.

உலோகிதம்: (பெ): மஞ்சள்; சந்தனம்; செவ்வாய்; யுத்தம்; சூதாட்டம்; turmeric; sandal wood; mars; battle; war; gambling.

உலோகிதன்: (பெ): செவ்வாய்; Mars.

உலோசனம்: (பெ): கண்; eye.

உலோசிதம்: (பெ): சந்தன மரம்; sandalwood tree.

உலோட்டம்: (பெ): மண்கட்டி; ஓடு; clod; tile.

உலோபி: (பெ): கருமி; miser.

உலோமம்: (பெ): உரோமம்; வால்; hair; tail.

உல்லம்: (பெ): கடல் மீன் வகை; a kind of sea fish.

உல்லாசப் பயணம்: (பெ): மனதிற்கு இன்பமளிக்கும் பயணம்; excursion; tour; happy journey.

உல்லாசம்: (பெ): மனமகிழ்ச்சி; உள்ளக்களிப்பு; happiness; enjoyment. ● **உல்லாச** நடை மேலுக்கு கேடு.

உவகை / உவப்பு: (பெ): அன்பு; விருப்பம்; மகிழ்ச்சி; love; desire; wish; joy.

உவச்சு: (பெ): பறை வகை; a kind of drum.
உவட்டு: (வி): பெருக்குதல்; to overflow; to increase.
உவட்டுதல்: (வி): வெறுப்பூட்டுதல்; தெவிட்டுதல்; மிகுதல்; to loathe; to satiate; to increase.
உவணம்: (பெ): கருடன்; white-headed kite which is the mount of Lord Vishnu and the enemy of the serpent race.
உவணை: (பெ): தேவலோகம்; celestial region.
உவண்: (பெ): மேலிடம்; upper place.
உவதி: (பெ): இளம் பெண்; பதினாறு வயதுடையோள்; the young woman who has attained the age of sixteen.
உவதை: (பெ): அருவி; waterfalls; mountain stream.
உவத்தல்: (வி): மகிழ்தல்; விரும்புதல்; to be delighted; to be pleased.
உவமாநிலம்: (பெ): சுவர்; wall of a building.
உவராகம்: (பெ): கிரகணம்; eclipse.
உவர்: (பெ): இனிமை; வெறுப்பு; கரிப்பு; துவர்ப்பு; something delightful; dislike; saltish taste; astringent taste.
உவர் நிலம்: (பெ): களர் நிலம்; saline soil.
உவர் நீர்: (பெ): கடல் நீரும், ஆற்றுநீரும் கலந்த நீர்; brackish water.
உவர்ப்பு: (பெ): உப்புச்சுவை; இகழ்ச்சி; துவர்ப்பு; வெறுப்பு; saltish taste; vilification; astringent taste; dislike.
உவலை / உவல்: (பெ): தழை; சருகு; மரக்கிளை; துன்பம்; leaf; dried leaves; branch of a tree; distress.
உவவு: (பெ): பௌர்ணமி; உவப்பு; Full Moon; gladness.
உவளகம்: (பெ): சிறைச்சாலை; அந்தப்புரம்; அகழி; ஒரு புறம்; prison; zenana; trench; portion.
உவளுதல்: (வி): துவளுதல்; பரத்தல்; நடுங்குதல்; to quiver; to spread; to quake.
உவள்: (பெ): முன்பாக நிற்பவள்; the woman who is standing in front.
உவற்றுதல்: (வி): சுரத்தல்; to gush.
உவனாயம்: (பெ): களிம்பு, பூசு மருந்து; unguent applied to wound.
உவனித்தல்: (வி): எய்யத் தொடங்குதல்; to attempt to shoot.
உவனியம்: (பெ): உபநயனம்; sacred thread wearing ceremony.
உவன்: (பெ): முன்பாக நிற்பவன்; the man who is standing in front.
உவா: (பெ): கன்னிப் பெண்; young girl; virgin.
உவாதி: (பெ): எல்லை; துன்பம்; limit; distress.
உவாத்திகன்: (பெ): ஆசிரியர்; teacher.
உவாய்: (பெ): ஒரு வகை மரம்; a kind of tree.
உவாவுதல்: (வி): நிறைதல்; to fill.
உவித்தல்: (வி): அவித்தல்; to boil.
உவியல்: (பெ): சமைத்த கறி; அவியல்; cooked food; boiled dish.
உவ்வி: (பெ): தலை; தலைவி; head; heroine.
உழக்கல்: (வி): கலக்குதல்; to stir.
உழக்கு: (பெ): கால் படி; கவறிட்டு உருட்டும் உழக்கு; formerly quarter measure of Padi (படி); dice box. • உழக்கு உள்ளூர்க்கு; பதக்கு பரதேசிக்கு - *பழமொழி.*
உழக்குதல்: (வி): கலக்குதல்; விளையாடுதல்; மிதித்தல்; நாசம் செய்தல்; to stir; to play; to trample; to ravage.
உழத்தல்: (வி): வருந்துதல்; வெல்லுதல்; அழுந்துதல்; தங்குதல்; பழகுதல்; நடத்தல்; பொருதல்; to suffer; to conquer; to press down; to stay; to practise; to conduct; to fight.
உழத்தி: (பெ): உழவர் குலப் பெண்; மருதநிலப் பெண்; the woman who belongs to farmer's family; the woman who belongs to agricultural tract.
உழப்பு: (பெ): வருத்தம்; குழப்பம்; முயற்சி; வலிமை; distress; confusion; effort; strength.
உழமண்: (பெ): உவர்மண்; saline soil.
உழலை: (பெ): குறுக்கு மரம்; வெப்பம்; cross bar; heat.
உழல்: (பெ): அசைதல்; oscillation.
உழவன்: (பெ): விவசாயி; agriculturist; farmer.
உழவாரம்: (பெ): புல் செதுக்கும் கருவி; உடலுழைப்பு; வேளாண்மை; hoe; bodily exertion; agriculture.
உழவுசால்: (பெ): படைச்சால்; furrow.
உழறுதல்: (வி): அணைதல்; சஞ்சரித்தல்; கலங்குதல்; உருக்காட்டுதல்; to mix with; to move about; to be disturbed; to show oneself.
உழாசு நாஞ்சில்: (பெ): கேரள மலை; the hill in Kerala state.
உழால்: (பெ): உழுதல்; ploughing.
உழி: (பெ): பக்கம்; இடம்; பொழுது; அளவு; side; place; time; measure.
உழிஞ்சில்: (பெ): மரவகை; a kind of tree.
உழிதரல்: (வி): அலைதல்; திரிதல்; சுழலுதல்; to wander; to ramble; to rotate.
உழு: (பெ): உழவு; உழுதல்; பிள்ளைப் பூச்சி; plough; ploughing; grylla tapla. • உழுகின்ற நாளில் ஊருக்குப் போனால் அறுக்கின்ற நாளில் ஆளே தேவையில்லை. • உழுகிறவன் கணக்குப் பார்த்தால் உழக்கேனும் மிஞ்சாது - *பழமொழி.*

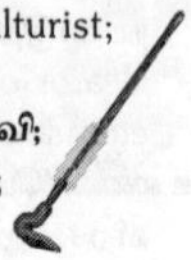

உழுதல்: *(பெ):* ஏர்கட்டி நிலத்தை உழுதல்; to plough.

உழுத்தமா: *(பெ):* உளுந்திலிருந்து அரைத்து எடுத்த மாவு; flour of black gram.

உழுநர்: *(பெ):* உழவர்; farmer.

உழுந்து: *(பெ):* உளுந்து; black gram.

உழுபடை: *(பெ):* கலப்பை; plough.

உழுவம்: *(பெ):* எறும்பு; ant.

உழுவல்: *(பெ):* முறைமை; புணர்ச்சி; nature; intercourse.

உழுவான்: *(பெ):* பிள்ளைப் பூச்சி; grylla tapla.

உழுவை: *(பெ):* புலி; ஒருவகை மீன்; tiger; a kind of fish.

உழை: *(பெ):* இடம்; பக்கம்; யாழின் நரம்பு; ஆண் மான்; பசு; சூரியனின் மனைவி; பூவிதழ்; உவர்மண்; விடியற்காலம்; place; side; string of yaazh; male deer; cow; wife of Sun; flower petal; saline soil; dawn; break of the day.

உழைக்கலம்: *(பெ):* பொன், வெள்ளி போன்ற வற்றால் செய்த பாண்டங்கள்; vessels made of gold and silver.

உழைச்செல்வார்: *(பெ):* நோயாளிக்கு பணிவிடை செய்வோன்; one who attends on a patient.

உழைதல்: *(வி):* இரைதல்; துன்புறுதல்; to make droning noise; be distressed.

உழைத்தல்: *(வி):* பிரயாசைப்படுதல்; வருந்துதல்; to labour; be afflicted.

உழைபுலம்: *(பெ):* அருகாமையில் உள்ள நிலம்; neighbouring land.

உழைப்பாளி: *(பெ):* உழைப்பவன்; toiler; industrious person.

உழைப்பு: *(பெ):* முயற்சி; பயன்; வருந்திப் பாடுபடுதல்; labour; effort; gain; toil.

உழையர்: *(பெ):* பக்கத்தில் இருப்பவர்; அமைச்சர்; ஏவலர்; ஒற்றன்; neighbour; king's counsellor; attendant; servants; spy.

உளகு: *(பெ):* யாழின் தண்டு; shaft of the lute.

உளதாதல்: *(வி):* உண்டாதல்; to come into existence.

உளது: *(பெ):* இருப்பது; that which exists.

உளநோய்: *(பெ):* மன நோய்; psychosis.

உளநோய் மருத்துவம்: *(பெ):* மன நோய் மருத்துவம்; psychiatry.

உளப்படுதல்: *(வி):* உட்படுத்தல்; உள்ளடங்குதல்; உரியதாதல்; உடன்படுதல்; be included; bear in mind; be proper; to be included.

உளப்பாடு: *(பெ):* எண்ணம்; துன்பம்; intention; sorrow; grief.

உளப்பு: *(பெ):* நடுக்கம்; trembling.

உளமை: *(பெ):* உண்மை; truth.

உளம்: *(பெ):* மனம்; மார்பு; உட்பக்கம்; ஆன்மா; mind; chest; inside; soul.

உளம்புதல்: *(வி):* ஓலமிடுதல்; அலைத்தல்; to make noise loudly; to stir up.

உளர்தல்: *(வி):* அசைத்தல்; அசைதல்; கலக்குதல்; கோதுதல்; தாமதித்தல்; சிதறுதல்; யாழ் போன்ற இசைக்கருவிகளை மீட்டுதல்; to shake; to move; to stir up; to smooth out; to delay; to scatter; to thrum as yaazh.

உளவாளி: *(பெ):* உளவு வேலையில் ஈடுபடுபவன்; spy.

உளவு: *(பெ):* இரகசியம்; உபாயம்; உள்ளதன்மை; வேவு; secrecy; means; real nature; spying.

உளித்தலைக்கோல்: *(பெ):* கடப்பாரை; crow bar.

உளியம்: *(பெ):* கரடி; bear.

உளு: *(பெ):* புழுவகை; a kind of worm.

உளுக்காத்தல்: *(வி):* உட்கார்ந்து இருத்தல்; to sit down.

உளுக்குதல்: *(வி):* நெளிதல்; to writhe.

உளை: *(பெ):* ஆணின் தலைமயிர்; பிடரி மயிர்; தலை; குதிரைக்குப் பூட்டும் தலையணி வகை; சேறு; அழுகை; man's hair; mane; head; hair plume on horse's head; mire; weeping.

உற: *(பெ.அ):* அருகில்; near.

உறக்கம்: *(பெ):* தூக்கம்; sleep.

உறங்குதல்: *(வி):* தூங்குதல்; to sleep.

உறட்டல்: *(பெ):* காய வைத்தல்; act of drying.

உறட்டை: *(பெ):* தீங்கு; தீமை; நாற்றம்; bad; evil; smell.

உறண்டை: *(பெ):* தொந்தரவு செய்தல்; to annoy.

உறத்தல்: *(வி):* அழுத்துதல்; கசக்குதல்; உறிஞ்சுதல்; வடித்தல்; to press out; to squeeze out; to suck in; to drain.

உறப்பு: *(பெ):* செறிவு; பிளவு; denseness; cleavage.

உறல்: *(பெ):* நெருங்குதல்; உறவு; approaching; relationship.

உறவாடுதல்: *(வி):* உரிமையுடன் பழகுதல்; to move closely.

உறவி: *(பெ):* எறும்பு; புழு; நீரூற்று; ant; worm; fountain.

உறவினர்: *(பெ):* சொந்தக்காரர்; relatives.

உறவு: *(பெ):* சுற்றம்; நட்பு; விருப்பம்; சொந்தம்; தொடர்பு; relationship; friendship; desire; bondage.

உறவுமுறை: *(பெ):* இருவரிடையே உள்ள உறவு அழைக்கப்படும் விதம்; manner of relationship between two persons related or otherwise.

உறழ்ச்சி: *(பெ):* மாறுபாடு; rivalry.

உறழ்தல்: *(வி):* திரிதல்; பெருக்குதல்; எதிராதல்; ஒத்து இருத்தல்; to change; to multiply; to be contrasted; to resemble.

உறாதவன்: *(பெ):* நட்பு, பகை என எதுவுமே இல்லாதவன்; one who is neutral.

உறாமை: *(பெ):* நிந்தனை; disrespect.

உறி: *(வி):* உறிஞ்சுதல்; to suck in; *(பெ):* தூக்கு; a bazaar weight.

உறிக்கா: *(பெ):* இருபுறமும் உறி தொங்கும் காவடி; balancing pole for carrying burdens.

உறு: *(பெ.அ):* பெரிய; large.

உறுகண்: *(பெ):* வருத்தம்; distress.

உறுகோள்: *(பெ):* சம்பவம்; event.

உறுக்கு: *(வி):* மிரட்டல்; threatening.

உறுக்குதல்: *(வி):* தண்டித்தல்; கோபித்தல்; to punish; to address with anger.

உறுதல்: *(வி):* சம்பவித்தல்; உறுதியாதல்; சார்ந்து இருத்தல்; தொடுதல்; நினைத்தல்; பயன்படுதல்; உபயோகமாய் இருத்தல்; வருந்துதல்; பொருந்துதல்; மிகுதல்; தங்குதல்; to happen; to be lasting; to be attached; to touch; to think; be of help; to be useful; to suffer; to join with; to be numerous.

உறுதி: *(பெ):* நிச்சயம்; காரியம்; திட்டவாக்கு; அறுதி; மந்திரம்; இலாபம்; வலிமை; சாசனம்; வல்லமை; நெகிழாத பிடிப்பு; புருஷார்த்தம்; வாக்குறுதி; நன்மை; செய்யத்தக்கது; ஆதாரம்; முடிந்த முடிவு; certainty; thing to be done; positive declaration; final; mantra; profit; strength; deed; power; being firm; aims of mankind; assurance; good; suitable action; support; being sure about something.

உறுதிசெய்: *(வி):* நிரூபித்திடு; to confirm.

உறுதிச்சொல்: *(பெ):* வாக்குறுதி; assurance.

உறுதிப்படுதல்: *(வி):* நிலைப்படுதல்; பலப்படுதல்; be firmly established; be confirmed.

உறுதிப்பாடு: *(பெ):* வல்லமை; வாக்குறுதி; power; ability; assurance.

உறுதிப்பொருள்: *(பெ):* கடவுள்; அறிவு; உண்மைப்பொருள்; God; wisdom; true meaning.

உறுதிமொழி: *(பெ):* உறுதிச்சொல்; பிரமாணம்; promise; word of guarantee; oath.

உறுதியர்: *(பெ):* தூதர்; messenger.

உறுதுணை: *(பெ):* உற்ற நண்பன்; பெருந்துணை; faithful friend; boon companion.

உறுத்தை: *(பெ):* அணில்; squirrel.

உறுநன்: *(பெ):* சேர்ந்தவன்; நண்பன்; fellow; friend.

உறுநேரம்: *(பெ):* வாய்ப்பு; opportunity.

உறுநோய்: *(பெ):* அபாய நோய்; dangerous disease.

உறுபறை: *(பெ):* பெரிய முரசு; big drum.

உறுபூசல்: *(பெ):* கை கலந்த போர்; hard scuffle.

உறுப்பறை: *(பெ):* முடவன்; உறுப்புக்குறை; deformed person; dismembering the limbs.

உறுப்பா: *(பெ):* மலபாரில் காணப்படும் மரவகை; a kind of tree of Malabar coast.

உறுப்பில் பிண்டம்: *(பெ):* சிதைந்த பிண்டம்; aborted embryo.

உறுப்பு: *(பெ):* அவயவம்; உடல்; organ; limb; part of the body; body.

உறுமல்: *(பெ):* சிலவகை விலங்குகளின் உறுமும் ஒலி; grunt, roar, growl, etc.

உறுமால்: *(பெ):* முண்டாசு; turban.

உறுமி மேளம்: *(பெ):* ஒருவகை தோற்கருவி; a kind of drum.

உறுமுதல்: *(வி):* குமுறுதல்; இரைதல்; சினத்தல்; முழங்குதல்; to rumble; to shout; be very angry; to roar.

உறுவது: *(பெ):* இலாபம் தருவது; that which gives profit.

உறுவரர்: *(பெ):* தேவர்; celestial beings.

உறுவல்: *(பெ):* துன்பம்; distress.

உறுவன்: *(பெ):* முனிவன்; விருந்தினன்; எதிர்ப்பாளன்; sage; guest; opponent.

உறை: *(பெ):* பெருமை; நீளம்; உயரம்; பொருள்; மருந்து; உணவு; வெண்கலம்; ஆயுத உறை; நீர்த்துளி; மழை; இருப்பிடம்; போர்வை; உறுப்பு; துன்பம்; பொன்; greatness; length; height; thing; medicine; food; bronze; sheath of a weapon; drop of water; rain; dwelling place; blanket; limb; part of the body; distress; pain; suffering; gold.

உறைகாலம்: *(பெ):* மழைக்காலம்; வாழ்நாள்; rainy period; life time.

உறைதல்: *(வி):* வசித்தல்; ஒழுகுதல்; இறுகுதல்; to reside; to conduct oneself; to curdle.

உறைத்தல்: *(வி):* உதிர்தல்; சுவையறிதல்; துளிகளாக விழுதல்; உறுத்துதல்; ஊன்றுதல்; அதிகமாதல்; மோதுதல்; அமுக்குதல்; அவமானப்படுதல்; to fall down; to be pungent; to drip; to prick; to increase; to beat upon; to press; to disgrace.

உறைபதி: *(பெ):* இருப்பிடம்; dwelling place.

உறைப்பன்: *(பெ):* வலிமையானவன்; strong man.

உறைப்பு: *(பெ):* கொடுமை; வாய்ப்பு; காரம்; severity; opportunity; sharp taste; pungency (taste).

உறைபனி: *(பெ):* நீர் உறைந்துவிடக்கூடிய வெப்ப நிலைக்கும் குறைவான வெப்ப நிலையில் நிலத்தின் மேல் நீர் உறையும் நிலையிலான குளிர்; frost.

உறை மோர்: *(பெ):* பாலினைத் தயிராக்க ஊற்றப்படும் மோர்; பிரை மோர்; butter milk used for making curds.

உறையூற்று: *(வி):* பாலினைத் தயிராக்கிட சிறிது புளித்த மோர் சேர்த்திடு; to curdle.

உறைவிடம்: *(பெ):* தங்கியிருக்கும் (அ) வசிக்கும் இருப்பிடம்; abode; place of living.

உற்கடம்: *(பெ):* கடுமை; severity.

உற்கட்டிதம்: *(பெ):* இருக்கை வகை; posture of sitting.

உற்கம்: *(பெ):* எரி நட்சத்திரம்; meteor, which is a shining body falling from the sky.

உற்சவம்: *(பெ):* சமயம், கோயில் தொடர்பான விழா; Hindu temple festival in which the deity is decorated and taken out in procession.

உற்சவமூர்த்தி: *(பெ):* இறைவனின் ஐம்பொன்னாலான விக்கிரகம்; the idol (to which the sanctity is transferred) worshipped during festivals and during purificatory ceremonies.

உற்சற்சனம்: *(பெ):* நன்கொடை; donation; gift.

உற்சாகம்: *(பெ):* மகிழ்ச்சி; ஆரவாரம்; மனஎழுச்சி; ஊக்கம்; சந்தோஷம்; முயற்சி; cheerfulness; eagerness; enthusiasm; inducement; happiness; effort.

உற்பத்தி: *(பெ):* தயாரித்தல்; விளைவித்தல்; act of producing products; agricultural production.

உற்பதனம்: *(பெ):* உற்பத்தி; ஏறுதல்; production; climbing.

உற்பவம்: *(பெ):* பிறப்பு; birth.

உற்பணம்: *(பெ):* ஞானம்; தோன்றியது; நிமித்தம்; knowledge; that which is born; omen.

உற்பாதம்: *(பெ):* தீயவிளைவு; கெடுதி; serious misfortune; calamity.

உற்ற: *(பெ.அ):* நெருக்கமான; trusted.

உற்றறிதல்: *(வி):* தொட்டு அறிதல்; to feel by touch.

உற்றார்: *(பெ):* உறவினர்; நெருக்கமானவர்; close relative; one who is very close to a person (not by relation).

உனகன்: *(பெ):* இழிந்தவன்; a mean person.

உன்: *(பெ):* 'நீ' என்னும் முன்னிலை இடப்பெயர் வேற்றுமை உருபு ஏற்கும்போது திரியும் வடிவம்; form of the second person 'நீ' serving as base for further declension.

உன்மதம்: *(பெ):* மதிமயக்கம்; மிகுகாமம்; bewilderment; confusion; excessive lust.

உன்மத்தகம்: *(பெ):* ஊமத்தை; thorn apple.

உன்மத்தகி: *(பெ):* கொடிவகை; a kind of creeper named Kurinjalam.

உன்மத்தம்: *(பெ):* மயக்கம்; பைத்தியம்; ஊமத்தை; intoxication; mental delusion; madness; thorn apple.

உன்மத்தன்: *(பெ):* பித்தன்; வெறியன்; மயக்கம் கொண்டவன்; mad man; fool; furious person; intoxicated man.

உன்மத்தை: *(பெ):* ஊமத்தை; thorn apple.

உன்முகம்: *(பெ):* அனுகூலமாய் இருத்தல்; taking a favourable attitude.

உன்முகன்: *(பெ):* கருப்பன்; the man who is black in colour.

உன்மேதை: *(பெ):* புலால்; மாமிசம்; கொழுப்பு; meat; flesh; fat.

உன்மை: *(பெ):* அறுவை சிகிச்சையின்போது தசைகளை விலக்கிப் பிடிக்க உதவும் இடுக்கி போன்ற சாதனம்; pincers used in surgery to draw muscles.

உன்னதம்: *(பெ):* மேன்மை; உயர்ச்சி; excellence; height.

உன்னம்: *(பெ):* தியானம்; மனம்; ஒரு மரம்; கருத்து; அன்னப்பறவை வகை; meditation; mind; a tree; opinion; a kind of bird white in colour, mentioned in legends said to have the discriminating capacity of isolating and drinking milk out of a mixture of water and milk.

உன்னி: *(பெ):* குதிரை; தியானத்திற்குரிய பொருள்; மரவகை; horse; a thing for meditation; a kind of tree.

உன்னித்தல்: *(வி):* உயர்தல்; தியானித்தல்; be in high status; to meditate.

உன்னிப்பு: *(பெ):* அறிவுக்கூர்மை; தீவிரம்; கவனிப்பு; முயற்சி; மதிப்பு; keenness; seriousness; attention; effort; dignity.

உன்னியர்: *(பெ):* உறவினர்; relatives.

உன்னுதல்: *(வி):* எண்ணுதல்; கருதுதல்; இழுத்தல்; எழும்புதல்; குதித்தல்; to think; to consider; to pull; to arise; to jump up.

உஷார்: *(பெ):* கவனம்; விழிப்புணர்வு; எச்சரிக்கை; எதற்கும் தயாராக இருத்தல்; alertness; watchfulness; state of being vigilant or warned; beware.

உஷ்ணம்: *(பெ):* வெப்பம்; heat.

உஷ்ணமானி: *(பெ):* வெப்பமானி; thermometer.

ஊ

ஊ: *(பெ):* தமிழ் உயிரெழுத்தில் ஆறாவது எழுத்து; உணவு; இறைச்சி; ஊன்; தசை; the sixth letter of Tamil alphabet - vowel; food; meat; flesh.

ஊகடன்: *(பெ):* முருங்கை மரம்; drumstick tree.

ஊகம்: *(பெ):* உத்தேசக் கணிப்பு; கருத்து; படை வகுப்பு; எண்ணி அறியும் தன்மை; யுக்தி; கருங்குரங்கு; புல்வகை; ஊமத்தை; தியானம்; guess; opinion; military array; inference; discernment; black monkey; a kind of grass; thorn apple; meditation.

ஊகனம்: *(பெ):* யூகம்; துணிபு; inference; opinion.

ஊகனி: *(பெ):* துடைப்பம்; a broom.

ஊகாரம்: *(பெ):* 'ஊ' என்னும் எழுத்து; the letter **'ஊ'**.

ஊகி: *(வி):* எண்ணு; நினை; ஊகித்தறி; to think over; to consider; to guess; *(பெ):* ஊகிப்பவன்; intelligent and discerning person.

ஊகித்தல்: *(வி):* உத்தேசித்தல்; ஆலோசித்தல்; ஆராய்ந்தறிதல்; to conjecture; to guess; to consider; to search.

ஊகை: *(பெ):* ஊகம்; கல்வி; guess; education; learning.

ஊக்கப்பாடு: *(வி):* ஊக்கம் கொள்ளுதல்; to have vigour, spirit, etc.

ஊக்கம்: *(பெ):* முயற்சி; மனக்கிளர்ச்சி; வலிமை; உறுதியான எண்ணம்; உயர்ச்சி; குறிக்கோள்; உண்மை; மிகுதி; effort; zeal; strength; firm conviction; highest form; goal; truth; surplus.

- **ஊக்க** முடையான் ஒடுக்கம் பொருதகர்
  தாக்கற்குப் பேருந் தகைத்து. - *குறள் 486.*
- உடையர் எனப்படுவது **ஊக்கம்** அஃதில்லார்
  உடையது உடையரோ மற்று. - *குறள் 591.*
- ஆக்கம் அதர்வினாய்ச் செல்லும் அசைவிலா
  ஊக்க முடையா னுழை. - *குறள் 594.*

ஊக்கல்: *(பெ):* மிகுதி; abundance.

ஊக்கு: *(பெ):* ஊக்கமளித்தல்; கொக்கி; zeal; safety-pin.

ஊக்குணா: *(பெ):* நிலப்பனை; a kind of palmyra tree.

ஊக்குதல்: *(வி):* உற்சாகமூட்டுதல்; ஆட்டுதல்; நெகிழ்த்துதல்; தப்புதல்; கற்பித்தல்; to encourage; to shake; to loosen; to miss mark; to teach.

ஊங்கனோர்: *(பெ):* முன்னால் இருப்போர்; those who are in front.

ஊங்கு: *(பெ):* சிறந்தது; மேம்பட்டது; மிகுதி; முன்னிருப்பது; that which is best; that which is superior; abundance; that which is before.

ஊங்குதல்: *(வி):* ஆடுதல்; to dance.

ஊங்குனோர்: *(பெ):* முன்னோர்; ancients; ancestors.

ஊசரம்: *(பெ):* உவர்மண்; saline soil.

ஊசல்: *(பெ):* இங்குமங்குமாக அசைதல்; ஊஞ்சல்; பிரபந்த வகை; பதனழிந்தது; moving to and fro; swing; a kind of Prabandham (a collection of sacred poems on Vaishnavism); that which is fetid.

ஊசலாடு: *(வி):* முன்னும் பின்னுமாக அசைந்திடு; மனதில் சந்தேகம் இழைபோல் இருத்தல்; உயிர்பிரிந்திடும் நிலையில் இருத்தல்; to move to and fro; flicker of doubt; feeling of guilt; be in a critical state of life.

ஊசலாட்டம்: முடிவை எடுக்க இயலாத தடுமாற்றம்; ஊஞ்சல் ஆடுதல்; vacillation; swinging.

ஊசா: *(பெ):* முக்குத்திச் செடி; a kind of flowering plant.

ஊசாலி: *(பெ):* மீன்பிடி கூடை; fishing basket.

ஊசி: *(பெ):* கழு; எழுத்தாணி; ஆயுத வகை; வடக்கு; துணி தைப்பதற்கு உதவும் கருவி; நோய்முறி மருந்தினை உட்செலுத்த உதவும் கருவி; spike; iron style; weapon; north; needle; injection needle.

ஊசிக்கண்: *(பெ):* கூர்மையான கண்; சிறு கண்; ஊசியின் துளை; keen eye; small eye; eye of the needle.

ஊசிக்கப்பல்: *(பெ):* புகையிலை வகை; a kind of tobacco.

ஊசிக்களா: *(பெ):* ஒரு முட்செடி; a thorny plant.

ஊசிக்காது: *(பெ):* ஊசியின் துளை; eye of the needle.

ஊசிக்காந்தம்: *(பெ):* ஒருவகைக் காந்தக்கல்; a kind of magnet.

ஊசிக்காய்: *(பெ):* ஒருவகைத் தேங்காய்; a kind of coconut.

ஊசிக்கூடு: (பெ): ஊசிகளைப் போட்டு வைக்கும் பெட்டி; needle case.

ஊசிப்பாலை: (பெ): ஒருவகை மரம்; a kind of tree.

ஊசிப்புல்: (பெ): புல்வகை; a kind of grass.

ஊசிப்புழு: (பெ): ஒருவகைப் புழு; a kind of worm.

ஊசி மல்லிகை: (பெ): மல்லிகை வகை; a kind of jasmine.

ஊசி மிளகாய்: (பெ): கொச்சி மிளகாய்; a small variety chilly, very pungent.

ஊசி முனை: (பெ): ஊசியின் கூர்மையான முனை; needle point.

ஊசியிலை: (பெ): ஊசியைப் போன்று மெல்லிய கூர்மையான இலை; needle leaf.

ஊசி வெடி: (பெ): பட்டாசு வகை; needle - shaped cracker.

ஊசி வேர்: (பெ): சல்லிவேர்; root-let.

ஊச்சில்: (பெ): நோய் வகை; a kind of disease.

ஊச்சு: (பெ): அச்சம்; fear.

ஊச்சுதல்: (வி): உறிஞ்சுதல்; ஊஞ்சலாட்டுதல்; to absorb; to suck; cause to swing.

ஊஞ்சலாடு: (வி): முன்னும் பின்னும் அசைந்திடு; ஊஞ்சலில் ஆடிடு; to move to and fro; to swing.

ஊஞ்சல்: (பெ): ஊசல்; உட்கார்ந்து காலால் எத்தி முன்னும் பின்னுமாக ஆடும் வகையில் உள்ள தொங்கும் அமைப்பு; swing.

ஊஞ்சற்பாட்டு: (பெ): திருமணத்தின்போது மணமக்களை ஊஞ்சலில் அமர்த்தி சுற்றியிருக்கும் பெண்கள் ஊஞ்சலை மெல்ல அசைத்தபடி பாடும் பாட்டு (அ) சுவாமி விக்கிரகத்தை ஊஞ்சலில் இருத்தி திருவிழாக்கால உற்சவத்தின்போது பாடும் பாட்டு; a song sung while swinging an idol or the bride and the bridegroom seated on a swing at a wedding.

ஊடகம்: (பெ): ஒளி போன்றவற்றை ஊடுருவிச் செல்ல அனுமதிக்கும் நீர், காற்று, கண்ணாடி போன்ற பொருட்கள்; கருத்து போன்றவற்றை வெளிப்படுத்த உதவும் சாதனம்; விடியற்காலை; மீன் வகை; மனம்; medium of any substance that allows light, etc., to pass through; a medium; dawn; a kind of sea fish; mind.

ஊடணம்: (பெ): சுக்கு; கருமிளகுக் கொடி; dried ginger; black pepper creeper.

ஊடணை: (பெ): திப்பிலி; long pepper.

ஊடரம்: (பெ): பூவழலை; உவர்நிலம்; saline earth; limestone; saline soil.

ஊடலுவகை: (பெ): காதலர்களிடையே உண்டாகும் ஊடலால் அதிகமாகும் உவகை; added pleasure due to love-quarrel.

ஊடல்: (பெ): தலைவன், தலைவி ஆகியோருக்கு இடையே உண்டாகும் பிணக்கு; பொய்ச்சினம்; fit of sulkiness as between lovers; lovers quarrel; tiffs between lovers; playful flirtation.

- ஊடலின் உண்டாங்கோர் துன்பம் புணர்வது
நீடுவ தன்றுகொல் என்று. - *குறள் 1307.*
- ஊடல் உணங்க விடுவாரோடு என்நெஞ்சம்
கூடுவேம் என்பது அவா. - *குறள் 1310.*
- ஊடலில் தோன்றும் சிறுதுனி நல்லளி
வாடினும் பாடு பெறும். - *குறள் 1322.*
- ஊடலில் தோற்றவர் வென்றார் அதுமன்னும்
கூடலில் காணப் படும். - *குறள் 1327.*

ஊடல் வரி: (பெ): பிரபந்த வகை; a kind of Prabandham.

ஊடறுத்தல்: (வி): ஊடுருவுதல்; வழக்கு தீர்த்தல்; இடையில் துளைத்தல்; to force one's way through; to settle the disputes; to pass through.

ஊடறை/ஊடறை வரி: (பெ): பல கோடுகளை வெட்டும் ஒரு கோடு; a line cutting several others; transversal.

ஊடன்: (பெ): ஒரு வகை மீன்; a kind of fish.

ஊடாடுதல்: (வி): ஊசலாடுதல்; உறவாடுதல்; கலத்தல்; கலந்து பழகுதல்; to vacillate; to move freely; to mix with; to associate with.

ஊடாட்டம்: (பெ): வெகுகாலம் அந்நியோன்யமாகப் பழகுதல்; intimate association for a long period.

ஊடான்: (பெ): கடல் மீன் வகை; a kind of sea fish.

ஊடிவர்தல்: (வி): நடுவில் அமர்தல்; to sit in the middle.

ஊடிவர்வு: (பெ): நடுவில் அமர்கை; sitting in the middle.

ஊடிலி: (பெ): இடை இல்லாது இருத்தல்; to be without waist.

ஊடிழை: (பெ): நெசவின் ஊடை நூல்; woof.

ஊடிழைதல்: (வி): ஊசலாடுதல்; முன்னும் பின்னுமாக அசைந்திடு; to swing; to move to and fro.

ஊடிழைவு: (பெ): நெசவில் பாவு நூலில் நெசவின் போது நெய்யப்பட்ட ஊடிழை; the thread woven across the warp.

ஊடு: (பெ): மையம்; நடு; இடை; நெசவின் தார் நூல் (அ) ஊடை நூல்; middle; waist; woof.

ஊடு கதிர்: (பெ): உடம்பின் உள்ளுறுப்புகளைப் படம் பிடித்திடப் பயன்படும் ஓர் ஒளிக்கதிர்; X-Ray.

ஊடு சுவர்: (பெ): அறை ஒன்றினைப் பிரித்திடும் குறுக்குச் சுவர்; the wall running across a room dividing it into two parts.

ஊடுடே: *(வி.அ):* இடையிடையே; அடிக்கடி; through and through; repeatedly; frequently.

ஊடுபயிர்: *(பெ):* பயிரிடப்பட்ட விளைச்சல் நிலத்தில் பயிர்களின் இடையே சாகுபடி செய்யப்படும் குறுகிய காலப் பயிர்; a short term crop farmed together with the running crop.

ஊடுதல்: *(பெ):* காதலர் (அ) தம்பதியர் இடையே உண்டாகும் காதல் பிணக்கம்; love-quarrel; *(வி):* வெறுத்தல்; பிணங்குதல்; புலத்தல்; to refuse; to sulk; to coquette.

ஊடு நூல்: *(பெ):* நெசவில் நெசவு செய்யப் பயன்படும் ஊடை நூல்; weft.

ஊடுபரவு: *(வி):* சிறிது சிறிதாகப் பரவவிடு; நுழைந்திடு; to infiltrate; to enter.

ஊடுபாதை: *(பெ):* தாம்போதி; சதுப்புநிலம் (அ) நதியின் குறுக்கே போடப்பட்ட மேடான பாதை; causeway; a raised passage over a low wet ground or across a river.

ஊடுபோக்கு: *(வி):* உட்செலுத்து; to pierce through.

ஊடுருவுதல்: *(வி):* துளைத்தல்; நுழைத்தல்; to pierce; to penetrate.

ஊடுவழி: *(பெ):* தாழ்வாரம்; அறைகளுக்கு இடையே செல்லும் பாதை; corridor.

ஊடே: *(வி.அ):* இடையே; through.

ஊடை: *(பெ):* நெசவின் குறுக்கிழை; ஆடையின் குறுக்கிழை; மணமான இளம் பெண்; woof; weft; a newly wedded girl.

ஊடையம்: *(பெ):* அகழி; நீர்; அரண்; moat.

ஊட்டச்சத்து: *(பெ):* உடல் நலத்திற்கு (அ) பயிர் வளத்திற்குத் தேவைப்படும் சத்துப் பொருள்; nutrition; nourishment.

ஊட்டம்: *(பெ):* உணவு; நல்ல ஊட்டச்சத்து; வளமை; food; good nourishment; fertility.

ஊட்டா: *(பெ):* கன்றுக்குப் பாலூட்டும் பசு; the cow feeding a calf.

ஊட்டி: *(பெ):* ஓர் ஊர்; மழை; உணவு; குரல் வளை; பறவையின் தீனி; Ooty, a town in Nilgris; rain; food; Adam's apple; bird's feed.

ஊட்டித்தல்: *(வி):* தானியங்களைப் பரம்படித்தல்; to harrow.

ஊட்டியறுத்தல்: *(வி):* ஒருவரின் அல்லது ஒன்றின் குரல்வளையை அறுத்தல்; to cut one's throat.

ஊட்டி வளர்த்தல்: *(வி):* பேணி வளர்த்தல்; to foster.

ஊட்டு: *(வி):* உணவு உண்பித்தல்; கூந்தலுக்கு நறுமணம் அளித்தல்; to feed food; to make hair fragrant; *(பெ):* உணவு உருண்டை; கவளம்; உணவளிக்கும் இல்லம்; rice ball; feeding house.

ஊட்டுந்தாய்: *(பெ):* செவிலித்தாய்; ஐவகைத் தாயார்களில் ஒருவள்; foster-mother; one of the five kinds of nurses: பாராட்டுந்தாய், ஊட்டுந்தாய், முலைத்தாய், கைத்தாய், செவிலித்தாய் and another five-fold classification is given of mothers, held in similar esteem: அரசி, குருபத்தினி, அண்ணி, மாமியார், தாயார்.

ஊட்டுப்புரை: *(பெ):* உணவளித்திடும் சாலை; feeding house.

ஊட்டுவான்: *(பெ):* சமையற்காரன்; one who prepares food; cook.

ஊணம்: *(பெ):* கம்பளி; ஒரு நாடு; wool; a country.

ஊணன்: *(பெ):* மிகுதியாக உண்பவன்; ஊண நாட்டைச் சேர்ந்தவன்; காட்டுமிராண்டி; one who eats abundantly; one who belongs to the country 'Oonam'; barbarian.

ஊணா: *(பெ):* சடைச்சி மரம்; a kind of tree.

ஊணி: *(பெ):* நட்டு வைக்கும் சிறு கோல்; peg; a piece of pointed wood.

ஊணுதல்: *(வி):* ஊன்றுதல்; நடுதல்; be fixed; to plant.

ஊண்: *(பெ):* உணவு; உண்ணுதல்; அனுபவம்; food; eating; experience. • **ஊணுக்கு** முந்து; வேலைக்கு பிந்து - *பழமொழி.*

ஊண் சாலை: *(பெ):* அன்னசாலை; feeding house.

ஊதம்: *(பெ):* யானைக் கூட்டம்; herd of elephants.

ஊதல்: *(பெ):* குளிர்காற்று; ஆரவாரம்; வாதரோகம்; மிகுதி; ஊது கருவி; cold wind; great noise; rheumatism; becoming bulged out; excess; blowing toy-whistle.

ஊதற்காற்று: *(பெ):* குளிர்காற்று; cold wind.

ஊதா: *(பெ):* செம்மை கலந்த நீல நிறம்; violet colour.

ஊதாங்குழல்: *(பெ):* அடுப்புத் தீ நன்றாக எரிந்திட, வாயினால் காற்றினை ஊதப் பயன்படுத்தும் இரும்பினாலான சிறு குழல்; blow pipe to kindle fire.

ஊதாம்பை: *(பெ):* பலூன்; balloon.

ஊதாரி: *(பெ):* வீண் செலவு செய்பவன்; பயனிலி; spend-thrift; extravagant; useless fellow.

ஊதிகை: *(பெ):* முல்லைக் கொடி; a kind of jasmine creeper.

ஊதிப்பார்த்தல்: *(வி):* மந்திரித்தல்; to chant by manthras.

ஊதிப்போடுதல்: *(வி):* எளிதில் தோற்கடித்தல்; to defeat easily.

ஊதியம்: *(பெ):* இலாபம்; பயன்; கூலி; சம்பளம்; profit; gain; benefit; advantage; earning; salary.

- **ஊதியம்** என்பது ஒருவற்குப் பேதையார்
கேண்மை ஒரீஇ விடல். - *குறள் 797.*
- ஈதல் இசைபட வாழ்தல் அதுவல்லது
ஊதியம் இல்லை உயிர்க்கு. - *குறள் 231.*

ஊதிலி: (பெ): பாம்பாட்டியின் மகுடி; snake-charmer's pipe.

ஊது: (பெ): ஊதுகுழல்; வண்டு; a musical instrument; a bee; **(வி):** வாயால் ஊது; வீங்கு; to blow air by mouth; to swell.

ஊதுகட்டி: (பெ): தூய வெள்ளி; pure silver.

ஊதுகணை: (பெ): குழந்தைகளுக்கு உண்டாகும் நோய் வகை; a kind of disease of children.

ஊதுகரப்பான்: (பெ): குழந்தை நோய் வகை; a kind of children's disease.

ஊதுகாமாலை: (பெ): காமாலை நோய் வகை; a kind of jaundice.

ஊது குழல் / ஊது குழாய்: (பெ): ஊதும் இசைக்குழல்; அடுப்பு நெருப்பூதும் குழாய்; a musical wind instrument; a blow pipe of hearth.

ஊது கொம்பு: (பெ): கொம்பு வாத்திய வகை; a kind of trumpet.

ஊதுதல்: (வி): புடம்போடுதல்; வண்டு போன்றவை ஒலி எழுப்புதல்; வீங்குதல்; பொருமுதல்; to purify by melting, especially gold; to hum as of bee; to produce sound; to swell; to rumble.

ஊதுமந்தம்: (பெ): நோய்வகை; a kind of disease.

ஊதுமா: (பெ): பாயசம்; liquid pudding prepared by boiling rice or vermicelli in milk and adding sugar, cashewnut, etc.

ஊதுமாங்கூழ்: (பெ): கூழ் உணவு வகை; a kind of pasty pudding.

ஊதுலை: (பெ): துருத்தியடுப்பு; blast furnace.

ஊதுலைக்குருகு: (பெ): துருத்தியடுப்புக் குழாய்; blast furnace pipe.

ஊதுவத்தி: (பெ): நறுமணச்சாந்து தடவிக் கொளுத்தும் வத்தி; incense stick.

ஊதுவழலை: (பெ): ஒருவகைப் பாம்பு; a kind of snake.

ஊதுவாரம்: (பெ): வெள்ளிக்கிழமை; Friday.
- அடுத்த **ஊதுவாரத்தன்று** ஊருக்கு வருவதாகக் கூறினேன்.

ஊதுவிரியன்: (பெ): பாம்பு வகை; a kind of snake.

ஊதை: (பெ): காற்று; குளிர்காற்று; வாடைக்காற்று; வாத நோய்; wind; cold-wind; north-wind; a kind of disease - Vaadham - rheumatism.

ஊத்தப்பம்: (பெ): அப்ப வகை; a kind of cake.

ஊத்தம்: (பெ): வீக்கம்; காயாக இருப்பவற்றை பழுக்க வைத்திட குழிதோண்டிப் புதைத்து வைத்தல்; swelling; burial of green unripe fruits to ripen.

ஊத்தாம்பட்டி: (பெ): காற்றடைக்கும் பை; bladder; air bag.

ஊத்தை: (பெ): அழுக்கு; நாற்றம்; dirt; bad smell.

ஊமச்சி: (பெ): பேசும் திறன் அற்ற பெண்; ஒரு வகை நத்தை; dumb woman; a kind of snail.

ஊமணச்சி: (பெ): அழகற்றவள்; குரூபி; ugly woman.

ஊமணை: (பெ): பேசுந்திறனற்றவன்; முட்டாள்; அழகற்றவன்; dumb man; idiot; ugly man.

ஊமணைச்சி: (பெ): அழகற்றவள்; ugly woman.

ஊமத்தங்காய்: (பெ): குழல் வடிவப் பூக்களை உடைய செடியின் முட்கள் நிறைந்த உருண்டை வடிவக் காய்; thorn apple; dhatura.

ஊமத்தம்பூ: (பெ): முட்கள் நிறைந்த உருண்டை வடிவக் காய்களை உடைய செடியின் குழல் வடிவப் பூ; dhatura flower.

ஊமத்தை: (பெ): குழல் வடிவப் பூக்களையும், முட்கள் நிறைந்த உருண்டை வடிவக் காய்களையும் கொண்ட செடி; dhatura plant; thorn apple plant.

ஊமல்: (பெ): பனங்கொட்டையின் பாதி; half of the palmyra shell.

ஊமற்கச்சி: (பெ): உலர்ந்த பனங்கொட்டையின் பாதி; half of the dried palmyra shell.

ஊமற்கரி: (பெ): பனங்கொட்டைக்கரி; charcoal of palmyra shell.

ஊமன்: (பெ): ஊமையன்; கோட்டான்; கூகை; dumb person; rock - horned owl.

ஊமாண்டி: (பெ): பூச்சாண்டி; ஊமை; hobgoblin; dumbness.

ஊமை: (பெ): பேச இயலாமை; ஒலியின்மை; பேச இயலா நபர்; ஓர் இசை வாத்தியம்; கீரி; dumbness; mum; dumb person; a musical instrument; mongoose. • **ஊமையன்** கண்ட கனா போல - *பழமொழி.*

ஊமைக்கட்டி: (பெ): முகம் கொள்ளாத சிலந்திக்கட்டி; பொன்னுக்கு வீங்கி; swelling on face supposed to be due to suppressed desire for ornaments in women.

ஊமைக்காயம்: (பெ): வெளியில் காயம் தெரியாத அளவுக்கு உண்டாகும் உள்வீக்கம்; contusion; bloodless wound.

ஊமைக்கோட்டான்: (பெ): தான் செய்த செயல் வெளியாகும்போது அது பற்றி ஏதும் கூறாது ஆந்தை போல விழித்திடும் நபர்; the person who keeps mum.

ஊமைப்படம்: (பெ): ஒலிப்பதிவு வசதி என ஏதுமற்ற காலத்தில் தயாரிக்கப்பட்ட வசனம்,

ஊமை மணி 188 ஊர்த்துவ நடனம்

பாடல் என ஏதுமற்ற படம்; silent movie of the olden days.

ஊமை மணி: (பெ): நாக்கு இல்லாத மணி; tongue-less bell.

ஊமையடி: (பெ): வெளிக்காயம் உண்டாக்கிடாத அடி; contusion.

ஊமையன்: (பெ): முங்கையன்; பேச இயலாதவன்; speechless man; dumb person.

ஊமையெழுத்து: (பெ): ஒலியற்ற எழுத்து; மெய்யெழுத்து; 'ஓம்' என்னும் பிரணவ மந்திரம்; soundless letter; consonant; 'Om', the principal manthra of Hindus.

ஊம்: (பெ): ஊமை; மௌனம்; dumbness; mum.

ஊம்புதல்: (வி): சூப்புதல்; to suck finger, nipple, etc.

ஊய்தல்: (வி): பதனழிதல்; to become over-ripe, as fruits.

ஊரக: (பெ.அ): கிராமப்புற; rural.

ஊரடங்கு உத்தரவு / ஊரடங்குச் சட்டம்: (பெ): மக்கள் வெளியே நடமாடக்கூடாது என்று சட்டப்படி பிறப்பிக்கப்பட்ட ஆணை; curfew. • நகரில் கலவரம் அதிகமாகியதால் **ஊரடங்கு உத்தரவு** போடப்பட்டுள்ளது.

ஊரல்: (பெ): ஊர்வது; கிளிஞ்சல்; தினவு; தேமல் வகை; பசுமை; ஈரம்; ஊர்தல்; that which crawls; shell; eczema; itching sensation; freckle yellow spreading spot about the breasts of woman; greenness; wetness; crawling.

ஊரவர்: (பெ): ஊரார்; villagers.

ஊரன்: (பெ): சுந்தரமூர்த்தி நாயனார்; மருதநிலத் தலைவன்; Sundaramoorthi Nayanar, one of the four Samaya Kuravars; chief of the agricultural tract.

ஊரா: (பெ): பசு; cow.

ஊராட்சி: (பெ): கிராமத்துக்கான உள்ளாட்சி அமைப்பு; local self-government for a village; village panchayat. • நடைபெற்ற **ஊராட்சித்** தேர்தலில் ஆளும்கட்சி பெரும் வெற்றி பெற்றுள்ளது.

ஊராட்சி ஒன்றியம்: (பெ): பல ஊராட்சி அமைப்புகளைக் கொண்டு அமைக்கப்பட்ட உள்ளாட்சி அமைப்பு; a Panchayat Union.

ஊராண்மை: (பெ): ஊரினை ஆளும் தன்மை; உபகாரி ஆகும் தன்மை; local influence in the village; generosity.

ஊராநற்றேர்: (பெ): ஆகாய விமானம்; aero-plane.

ஊரார்: (பெ): ஊரவர்; அக்கம்பக்கத்தார்; villagers; neighbours. • **ஊரார்** உடைமைக்குப் பேயாய் அலைகிறான் - *பழமொழி.*

ஊரி: (பெ): புல்லுருவி; சங்கு; இளமை; மேகம்; நத்தை வகை; parasite plant; conch; youth; cloud; a kind of snail.

ஊரு: (பெ): தொடை; thigh.

ஊருகால்: (பெ): சங்கு; நத்தை; conch; snail.

ஊருசன்: (பெ): வைசியன்; merchant.

ஊருடை / ஊருடை மூலி / ஊருடை முதலியார்: (பெ): முருங்கை மரம்; drumstick tree; horse-radish tree.

ஊருணி: (பெ): நீர்நிலை; குளம்; reservoir; tank.
• *ஊருணி நீர்நிறைந் தற்றே உலகுஅவாம்*
பேரறி வாளன் திரு. - *குறள் 215.*

ஊருணை: (பெ): புருவ மையம்; the mid of the two eye-brows.

ஊருத்தம்பம்: (பெ): ஒரு வகை வாத நோய்; a kind of disease - rheumatism.

ஊருத்தம்பை: (பெ): வாழை மரம்; plantain tree.

ஊருவாரக்கொடி: (பெ): வெள்ளரி; cucumber.

ஊரெல்லை: (பெ): கிராமத்து எல்லை; boundary of village.

ஊரேறு: (பெ): பன்றி; பட்டி மாடு; pig; bull at large.

ஊரை: (பெ): மலை நெல்; a kind of paddy as grown on the hills.

ஊர்: (பெ): கிராமம்; நகரியம்; வசிப்பிடம்; கிராம மக்கள்; village; township; residence; people of the village. • **ஊர்** கூடி தேரிழுத்தாற் போல. • உயர உயரப் பறந்தாலும் **ஊர்க்** குருவி பருந்தாகுமா? - *பழமொழிகள்.*

ஊர்க்கோலம்: (பெ): ஊர்வலம்; procession.

ஊர்க்கதை: (பெ): கட்டுக்கதை; rumour; gossip.

ஊர்க்குருவி: (பெ): சிட்டுக்குருவி; house sparrow.

ஊர்சுற்றி: (பெ): எந்தக் குறிக்கோளுமின்றி ஊர் ஊராகச் சுற்றித் திரிபவன்; vagabond.

ஊர்ச்சம்: (பெ): கார்த்திகை மாதம்; the Tamil month Kaarthigai.

ஊர்ச்சிதம்: (பெ): ஊர்ஜிதப்படுத்துதல்; பலப்படுத்தல்; ratification; confirmation.

ஊர்தல்: (வி): தவழ்ந்து செல்; படர்ந்து செல்; மெதுவாக நகர்ந்திடு; நமைச்சலை பரவச்செய்; ஊர்ந்து செல்; to crawl; to creep; to move slowly; to spread itching sensation; to glide.

ஊர்தி: (பெ): வாகனம்; vehicle.

ஊர்த்தலைவர்: (பெ): கிராமத்துத் தலைவர்; village munsiff.

ஊர்த்தல்: (வி): சொரிதல்; ஊற்றுதல்; to pour.

ஊர்த்துவ கதி: (பெ): மேல்நோக்கி நகர்தல்; vertical motion.

ஊர்த்துவ நடனம்: (பெ): சிவபெருமான் தன் ஒரு காலினை மேலுயர்த்தி ஆடும் நடனம்; the dance with one leg poised upward as Lord Shiva's.

ஊர்நேரிசை: *(பெ):* பிரபந்த வகை; a kind of Prabandha.

ஊர்ந்து செல்தல்: *(வி):* நகர்ந்து செல்லுதல்; தவழ்ந்து செல்லுதல்; படர்ந்து செல்லுதல்; to crawl; to creep.

ஊழகம் / ஊழம்: *(பெ):* வைகறை; the day-break.

ஊழல்: *(பெ):* பணமோசடி செய்தல்; அழுக்கு; சேறு; அழுகிய நிலை; corruption; dirt; mud; decayed condition.

ஊழல் நாற்றம்: *(பெ):* துர்நாற்றம்; bad smell.

ஊழி: *(பெ):* பிரளய காலம்; வாழ்நாள்; யுகம்; உலகம்; விதி; முறைமை; time of universal deluge; life time; era; world; fate; regular order.

- **ஊழிற்** பெருவலி யாவுள மற்றொன்று
  சூழினுந் தான்முந் துறும். - *குறள் 380.*
- **ஊழி** பெயரினும் தாம்பெயரார் சான்றாண்மைக்கு
  ஆழி எனப்படு வார். - *குறள் 989.*

ஊழிக்காரம்: *(பெ):* பாதரசம்; mercury.

ஊழிக்கால்: *(பெ):* ஊழிக்காற்று; destructive wind that prevails at the end of the world.

ஊழி நாயகன்/ஊழி முதல்வன்: *(பெ):* கடவுள்; the God; the Almighty; Lord Shiva.

ஊழியக்காரன்/ஊழியன்: *(பெ):* பணியாள்; servant.

ஊழியம்: *(பெ):* தொண்டு; service.

ஊழியான்: *(பெ):* கடவுள்; God; the Almighty.

ஊழிலை: *(பெ):* இலைச்சருகு; dried leaf.

ஊழில்: *(பெ):* சேறு; mud.

ஊழுறுதல்: *(வி):* குடைதல்; to scoop out.

ஊழை: *(பெ):* பித்தம்; bile.

ஊழைக்குருத்து: *(பெ):* துளசிப் பூண்டு; the holy basil.

ஊழ்: *(பெ):* பழம் வினை; பழமையானது; முதிர்வு; முடிவு; முறைமை; தடவை; சூரியன்; மலர்ச்சி; karma; that which is old; maturity; end; regulation; time; Sun; blossoming.

ஊழ்குதல்: *(வி):* எண்ணுதல்; தியானித்தல்; to think over; to meditate.

ஊழ்தல்: *(பெ):* முதிர்தல்; to mature.

ஊழ்த்தசை: *(பெ):* புலால்; meat; mutton.

ஊழ்த்தல்: *(பெ):* இறைச்சி; துர்நாற்றம்; நரகம்; பருவம்; முதிர்ச்சி; mutton; bad smell; hell; season; maturity.

ஊழ்துணை: *(பெ):* மனைவி; wife.

ஊழ்முதல்வன்: *(பெ):* கடவுள்; God.

ஊழ்மை: *(பெ):* முறைமை; regulation.

ஊழ்வினை: *(பெ):* பழவினை; the deed done by a soul in a former birth.

ஊழ்வினைப் பயன்: *(பெ):* முற்பிறவிக் கரும பலன்; fruit of deeds of a previous birth.

ஊளன்: *(பெ):* ஆண் நரி; நரி; jackal; fox.

ஊளா: *(பெ):* கடல் மீன் வகை; a kind of sea fish.

ஊளி: *(பெ):* சத்தம்; பசி; sound; hunger.

ஊளை: *(பெ):* நரி போன்றவற்றின் ஒலி; மிகுந்த வேதனையின் காரணமாக எழுப்பிடும் அழுகுரல் ஒலி; howl; cry of pain.

ஊறணி: *(பெ):* நீரூற்று; கசிவு நிலம்; சேற்று நிலம்; வருவாய்; வருவாய் வழிமுறைகள்; spring; moist land; wet marshy land; income; sources of income.

ஊறல்: *(பெ):* நீரூற்று; சாறு; வருவாய்; தோலின் மீது உண்டாகும் ஒரு வகை நோய்; spring; juice; income; a kind of skin disease.

ஊறு: *(பெ):* தொடு உணர்வு; இடையூறு; உடம்பு; கொலை; காயம்; வல்லூறு; நாசம்; sensation of touch; obstacle; body; murder; wound; royal falcon; ruin.

ஊறுகாய்: *(பெ):* உப்பு சேர்த்து ஊற வைக்கும் காய்; அடைகாய்; pickles.

ஊறுகோள்: *(பெ):* புண்; கொலை; துன்பம்; காயம்; injury; murder; suffering; wound.

ஊறுசெய்தல்: *(வி):* தீங்கு செய்தல்; to hurt; to wound.

ஊறுபாடு: *(பெ):* துன்பம்; தடை; சேதம்; தீமை; காயம்; distress; obstacle; detriment; sin; wound.

ஊறை: *(பெ):* சவ்வரிசி; sago.

ஊற்காரம்: *(பெ):* கக்குதல்; vomitting.

ஊற்றங்கால்: *(பெ):* வயல், தோட்டம் போன்றவற்றில் நீர் வடியும்படி அமைக்கப்படும் கால்வாய்; drain.

ஊற்றம்: *(பெ):* வலிமை; ஊன்றுகோல்; புகழ்; மேம்பாடு; மனஎழுச்சி; கேடு; பழக்கம்; இடையூறு; தொடுவுணர்வு; அறிவு; strength; walking stick; fame; excellence; sensation; harm; manners; obstacle; touching sensation.

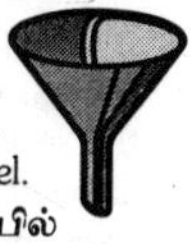

ஊற்றல்: *(பெ):* ஊற்றுதல்; pouring.

ஊற்றாங்குழல்: *(பெ):* புனல்; funnel.

ஊற்றாணி: *(பெ):* கலப்பை உறுப்பில் ஒன்று; part of plough share; plough pin.

ஊற்றால்: *(பெ):* புனல்; மீன்பிடிக்கும் கூடு; கோழி, குஞ்சுகளை அடைக்கும் கூடை; ரோகிணி நட்சத்திரம்; funnel; funnel-shaped fishing wicker basket; basket for covering hen, chicken, etc.; Rohini, one of the twenty-seven stars.

ஊற்று: *(பெ):* சுரக்கை; கசிவு; நீரூற்று; ஊன்றுகோல்; ஆதரவு; stream; dampness; spring; walking stick; staff; support.

ஊற்றுக்கண்: *(பெ):* நிலத்தடியில் உள்ள நீரூற்றுத் துளை; கால்நடைகளின் கண்நோய்; orifice of a spring; eye disease of cattle.

ஊற்றுக்கால்: *(பெ):* நீரூற்றில் (அ) கிணற்றில் இருந்து பயிர்களுக்கு நீர் பாய்ச்சிட அமைக்கப்பட்ட வாய்க்கால்; the channel for irrigation issuing from a spring or a well.

ஊற்றுக்குழி: *(பெ):* நீரூற்றுக் கண்; fountain hole.

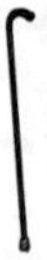

ஊற்றுக்கோல்: *(பெ):* ஊன்றுகோல்; the staff for leaning, walking stick.

ஊற்றுண்ணுதல்: *(வி):* இறந்துபோதல்; சாதல்; to die.

ஊற்றுதல்: *(வி):* வார்த்தல்; to pour out.

ஊற்று நீர்: *(பெ):* ஊற்றிலிருந்து கசியும் நீர்; spring water.

ஊற்றுப்பூ: *(பெ):* தேங்காய்ப் பிண்ணாக்கு; coconut oil cake.

ஊனக்கண்: *(பெ):* குறைபாடுடைய கண்; குறைப் பார்வை; ஞானக்கண்ணுடன் ஒப்பிடுகையில் முகத்தில் இருக்கும் கண்; mortal eye; defective sight; the physical eyes as opposed to Gnanakkan or spiritual vision.

ஊனம்¹: *(பெ):* குறைவு; குற்றம்; தீமை; அழிவு; பிணம்; பழி; இறைச்சி கொத்தும் கத்தி; deficiency; defect; fault; evil; ruin; destruction; corpse; slander; a large knife used to cut meat, etc.

ஊனாயம்: *(பெ):* தந்திரம்; விரகு; trick; cunning; cleverness.

ஊனீர்: *(பெ):* சீழ்; pus; secretion of body.

ஊனுருக்கி: *(பெ):* காசநோய்; tuberculosis.

ஊனேறி: *(பெ):* கர்ப்பம்; embryo; foetus.

ஊனொட்டி: *(பெ):* உடும்பின் இறைச்சி; meat of big lizard.

ஊன்: *(பெ):* உடம்பு; தசை; இறைச்சி; கொழுப்பு; body; muscle; flesh; meat; fat.

ஊன்கணார்: *(பெ):* அறிவற்ற மாந்தர்; idiots; ignorant people.

ஊன்செய் கோட்டம்: *(பெ):* உடம்பு; body.

ஊன் வினைஞர்: *(பெ):* கசாப்புக் கடைக்காரர்; meat seller.

ஊன்றி: *(பெ):* பாம்பு வகை; a kind of snake; *(வி.அ):* உற்று; உன்னிப்பாக; ஆழ்ந்து; கூர்ந்து; keenly; with rapt attention; deeply.

ஊன்று: *(வி):* அழுத்தமாகப் பதித்தல்; நடுதல்; பதித்தல்; விதைத்தல்; நிலைகொள்ளுதல்; to plant firmly; to plant; to fix; to get fixed; to plant seeds; to get rooted.

ஊன்றுகால்: *(பெ):* தாங்குகட்டை; stay prop.

ஊன்றுகோல்: *(பெ):* கைத்தடி; தாங்குகட்டை; walking stick; crutches.

ஊன்றுதல்: *(வி):* நிலைபெறுதல்; சென்று தங்குதல்; அமுக்குதல்; தீர்மானித்தல்; தாங்குதல்; be fixed; to stay in a place; to press down; to decide; to support.

எ

எ: தமிழ் உயிர் எழுத்தின் ஏழாவது எழுத்து; வினா எழுத்து; 'ஏழு' என்ற எண்ணின் தமிழ்க் குறியீடு; the seventh letter and vowel of the Tamil alphabet; the letter denoting question; the Tamil numeral of number seven.

எஃகம்: *(பெ):* ஈட்டி; கூர்மை; ஆயுதம்; வேல்; சக்கரம்; வாள்; சூலம்; spear; sharpness; weapon; lance; wheel; sword; trident.

எஃகு: *(பெ):* கூர்மை; ஆயுதம்; வேல்; கத்தி; மதிநுட்பம்; இரும்பு; உருக்கு; sharpness; weapon; lance; knife; keenness of natural intelligence; iron; steel.

எஃகுச்செவி: *(பெ):* கூர்மையான காது; sharp ears.

எஃகுதல்: *(வி):* ஆராய்தல்; இளகுதல்; வளைத்தல்; ஏறுதல்; to search; to melt; to bend; to climb.

எஃகுப்படுதல்: *(வி):* இளகிய நிலையை அடைதல்; to attain melting stage.

எஃகுறுதல்: *(வி):* அறுக்கப்படுதல்; to be sawn through.

எஃது: *(வினா):* எது?; which?

எகடம்: *(பெ):* தென்னை மரம்; coconut tree.

எகத்தாளம்: *(பெ):* ஏளனம்; பரிகாசம்; ridicule; mockery.

எகரம்: *(பெ):* 'எ' என்னும் எழுத்து; the letter 'எ'.

எகனை: *(பெ):* எதுகை; rhyme.

எகிறுதல்: *(வி):* துள்ளுதல்; தாவுதல்; அளவுக்கு மீறுதல்; bouncing of things; to leap; to go beyond the limit.

எகினப்பாகன்: *(பெ):* பிரம்மன்; Lord Brahma.

எகினம்: *(பெ):* அன்னப்பறவை; கவரிமான்; நாய்; நீர் நாய்; மரவகை; swan; a kind of deer which is said to give up its life if a single strand of its hair falls off; dog; otter; kind of tree.

எகினன்: *(பெ):* நாய்; பிரம்மன்; dog; Lord Brahma.

எகின்: *(பெ):* அன்னம்; நாய்; கவரிமான்; நீர்நாய்; swan; dog; a kind of deer which is said to give up its life if a single strand of its hair falls off; otter.

எகுன்று: *(பெ):* குன்றிக் கொடி; crab's eye creeper.

எக்கச்சக்கம்: *(பெ):* ஒழுங்கின்மை; தாறுமாறு; இசகுபிசகு; indecency; disorder; confusion.

எக்கச்சக்கமாக: *(வி.அ):* வசமாக; தப்ப முடியாமல்; in a tight corner; inextricably. • சாலை விதியை மீறி ஒருவழிப் பாதையில் சென்றதால் காவலரிடம் **எக்கச்சக்கமாக** மாட்டிக்கொண்டான்.

எக்கம்: *(பெ):* இசைக்கருவி வகை; தாளம்; பறை வகை; a musical instrument; cymbal; a kind of drum.

எக்கமத்தளி: *(பெ):* ஒருவகை முழவு; a kind of vessel-like drum.

எக்கர்: *(பெ):* மணற்குன்று; நுண்மணல்; இறுமாப்புடையவர்; sand-hill; fine sand; one who has haughtiness.

எக்கல்: *(பெ):* நுண்மணல்; நெருக்கம்; உள்ளிழுத்தல்; ஏறுதல்; குவித்தல்; சொரிதல்; பொருதல்; வயிற்றை உள்ளிழுத்தல்; fine sand; nearness; drawing in; climbing; heaping up; raining; fighting; drawing in of belly.

எக்களித்தல்: *(வி):* குதூகலித்தல்; குமட்டுதல்; be overjoyed; to retch from over-eating.

எக்களிப்பு: *(பெ):* குதூகலிப்பு; செருக்குடன் கூடிய களிப்பு; excessive joy; hilarity.

எக்கால்: *(வி.அ):* எப்பொழுது; when.

எக்காளம்: *(பெ):* மகிழ்ச்சி ஆரவாரம்; ஓர் ஊதுகுழல்; காகளம்; செருக்கு; ஏளனம்; cry of joy; a kind of wind pipe instrument; trumpet; pride; ridicule.

எக்கி: *(பெ):* பீச்சாங்குழல்; syringe.

எக்கியம்: *(பெ):* யாகம்; worship with sacred fire on an altar.

எக்கியோபவீதம்: *(பெ):* பூணூல்; sacred thread of three strands worn by brahmins.

எக்குதல்: *(வி):* குவிதல்; எட்டுதல்; மேலே செல்லுதல்; ஊடுருவுதல்; உள்ளிழுத்தல்; to pile up; to reach; to rise; to penetrate; to contract.

எங்கணும்: *(வி.அ):* எங்கும்; எல்லா இடமும்; everywhere.

எங்கண்: *(வி.அ):* எவ்விடம்; at which place.

எங்கள்: *(பெ):* 'நாங்கள்' என்ற வார்த்தை வேற்றுமை உருபு ஏற்கும்போது திரிந்து நிற்கும் வடிவம்; form of the first person plural 'நாங்கள்' serving as base for further declension.

எங்கும்: *(வி.அ):* எல்லா இடத்திலும்; முழுவதும்; everywhere.

எங்கே: *(வி.அ):* எந்த இடம்; எங்கு; where; in which place.

எங்கை: *(பெ):* என் தங்கை; my younger sister.

எங்ஙனம்: *(வி.அ):* எவ்வாறு; எவ்விதம்; how; in what way; in which manner.

எசகுபிசகு: *(பெ):* முறைகேடு; தவறான வழி; irregularity; wrong way.

எசமாட்டி / எசமானி: *(பெ):* தலைவி; குடும்பத் தலைவி; mistress; housewife.

எசமானன் / எசமான்: *(பெ):* தலைவன்; கணவன்; chief of a group; husband.

எசர்: *(பெ):* உலைநீர்; boiling water to cook rice.

எசுர்: *(பெ):* யஜுர் வேதம்; நான்கு வேதங்களுள் ஒன்று; Yajur veda, one of the four vedas.

எச்சம்: *(பெ):* மிச்சம்; பிறப்பிலே வரும் குறைவு; சந்ததி; பறவை, பல்லி போன்றவற்றின் மலம்; வாசனைப்பொருள்வகை; தொக்கி நிற்பது; ஊனம்; remaining; the defect in birth; posterity; excreta of birds, lizard, etc.; aromatic substance; being implicit; deficiency.

• எச்சமென்று என்எண்ணுங் கொல்லோ ஒருவரால்
நச்சப் படாஅ தவன். - *குறள் 1004*

எச்சரிக்கை: *(பெ):* கவனம் தேவை என்ற முன்னுணர்வு; வர இருக்கும் பின் விளைவுகளுக்கான முன்னெச்சரிக்கை; மிரட்டலுடன் கூடிய அறிவிப்பு; caution; precaution; warning.

எச்சரித்தல்: *(வி):* கவனமாக இருக்குமாறு கூறுதல்; கவனமாக இருக்கும்படி முன்கூட்டியே கூறுதல்; மிரட்டுதல்; to caution; to forewarn; to warn. • சாலைகளில் பழுதுபார்க்கும் வேலை நடைபெறும் சமயத்தில் நடந்து செல்வோருக்கான **எச்சரிக்கும்** பலகைகள் நடப்பட்டிருக்கும்.

எச்சவாய்: *(பெ):* எருவாய்; மலவாய்; குதவாய்; anus.

எச்சன்: *(பெ):* வேள்வியை நடத்துவோன்; அக்கினி; யாக தேவதை; திருமால்; the person who is doing the sacrifice; Agni, the God of fire; Vishnu as the Lord of the sacrifice.

எச்சிலன்: *(பெ):* பேராசைக்காரன்; கருமி; man of greed; avaricious person; miser.

எச்சிலார்: *(பெ):* கீழோர்; mean people.

எச்சிலிடுதல்: *(வி):* உண்ட இடத்தைத் தூய்மை செய்தல்; to clean the place where the food was eaten.

எச்சில்: *(பெ):* உமிழ்நீர்; உண்டு கழித்த மிச்சம்; மலசலம் முதலியன; அனுபவித்துத் தூக்கி எறியப்பட்ட பொருள்; அனுபவித்த பொருள்; saliva; spittle; anything defiled orts; excretions from the body; anything thrown out after enjoyment; anything already enjoyed. ● **எச்சில்** பண்டம் குப்பையிலே. ● **எச்சில்** கையால் ஈயைக் கூட ஓட்டமாட்டான் - *பழமொழிகள்.*

எச்சில் தேமல்: *(பெ):* தோலில் அங்கங்கே காணப்படும் சிறு தேமல்கள்; filthy patches on skin.

எச்சில் வாய்: *(பெ):* உணவு உண்டபின் நன்கு கழுவப்படாத வாய்; the unwashed mouth after food.

எச்சிற்கீதம் பாடுதல்: *(வி):* இழிவான பொருளுக்காக ஒருவரைப் புகழ்ந்து கூறுதல்; to extol someone for a mean thing.

எச்சிற் கை: *(பெ):* உணவு உண்டபின் கழுவப்படாத கை; the unwashed hand after taking food.

எச்சிற் சுரப்பி: *(பெ):* வாயினுள் எச்சிலைச் சுரந்திடும் சுரப்பி; salivary gland.

எச்சிற் சுரப்பு: *(பெ):* வாயினுள் எச்சில் ஊறுதல்; salivation.

எச்சிற் படுதல்: *(வி):* தூய்மை கெடுதல்; be defiled.

எச்சிற் பருக்கை: *(பெ):* உண்ணும்போது தரையில் சிந்தும் உணவுப் பருக்கைகள்; the grains of rice fallen while eating.

எச்சிற்பேய்: *(பெ):* ஒருவகைப் பேய்; பெருந்தீனிக்காரன்; a kind of goblin; glutton.

எச்சு: *(பெ):* மிகுதி; உயர்வு; abundance; elevation.

எச்சுதாயி: *(பெ):* உச்சத்தாயி (இசையில்); higher octave (in music).

எஞ்சலார்: *(பெ):* புதியவர்; strangers.

எஞ்சலித்தல்: *(வி):* குறைத்தல்; to decrease.

எஞ்சல்: *(பெ):* குறைபாடு; களங்கம்; அற்றுப்போன நிலை; default; blemish; extinction.

எஞ்சாத: *(பெ.அ):* குறையாத; undiminishing.

எஞ்சாமை: *(பெ):* முழுமை; குறையாமை; entirety; totality; state of being undiminished.

எஞ்சிய: *(பெ.அ):* மீந்த; தங்கிய; remaining; residual.

எஞ்சுதல்: *(வி):* மிஞ்சுதல்; குறைதல்; கெடுதல்; ஒழிதல்; தொக்கி நிற்றல்; கடத்தல்; செய்யாது ஒழிதல்; சாதல்; to remain; to diminish; to be spoiled; to cease; to be elliptical; to transgress; to refrain; to die.

எஞ்சும்: *(பெ):* வேள்வி; sacrifice.

எஞ்ஞான்றும்: *(வி.அ):* எப்போதும்; always; ever.

எடாத: *(பெ.அ):* எடுக்காத; எடுக்கப்படாத; that is not taken; that ought not to be taken.

எடாத எடுப்பு: *(பெ):* தகாத செயல்; இறுமாப்புடைய செயல்பாடு; improper arrogance; presumptuous behaviour.

எடார்: *(பெ):* மைதானம்; open land. ● சத்தியவான் சாவித்திரி நாடகம் ஊரின் வடபுறமுள்ள **எடாரில்** நடைபெறும் என்று அறிவிக்கப்பட்டது.

எடு: *(வி):* தூக்கு; தொடங்கு; to lift; to take; to start; to begin. ● **எடுப்பாரும்,** பிடிப்பாரும் உண்டானால் இளைப்பும், தவிப்பும் உண்டாகும். ● **எடுப்பாரைக்** கண்டால் குடமும் கூத்தாடும். ● **எடுப்பார்** கைப்பிள்ளை - *பழமொழிகள்.*

எடுகூறு: *(பெ):* பாகப்பிரிவினை; partition (of shares).

எடு கூலி: *(பெ):* சுமை கூலி; porterage; hire for carrying a load.

எடுகோள்: *(பெ):* கருதுகோள்; hypothesis.

எடுத்த எடுப்பில்: *(வி.அ):* துவக்கத்திலேயே; at the very outset.

எடுத்ததற்கெல்லாம்: *(வி.அ):* அவசியமற்ற ஒவ்வொன்றுக்கும்; at the slightest excuse or pretext. ● '**எடுத்ததற்கெல்லாம்** குறை சொல்லிக்கொண்டு இருந்தால் எதைத்தான் செய்வது?' என்று பணியாள் முணுமுணுத்தான்.

எடுத்தலளவை: *(பெ):* நிறுத்தலளவை; measurement of weight.

எடுத்தலோசை: *(பெ):* உயர்த்திக் கூறிடும் ஓசை; full toned voice.

எடுத்தல்: *(வி):* உயர்த்துதல்; சுமத்தல்; திரட்டுதல்; மேம்படுத்தி உரைத்தல்; உண்டாக்குதல்; எடுத்து வளர்த்தல்; மேல்நோக்கி இருத்தல்; படையெடுத்தல்; தூக்கிப் பிடித்தல்; உரத்துச் சொல்லுதல்; தெரிந்தெடுத்தல்; கட்டுதல்; புடைபருத்தல்; பொருந்துதல்; to raise; to carry; to gather together; to speak highly; to produce; to bring up; to be high; to invade; to hold up; to utter loudly; to select; to build; to be inflated; to be associated.

எடுத்தவடி: *(பெ):* சிவபெருமானின் கால் தூக்கிய நிலை; the raised foot of Lord Shiva.

எடுத்தளவு: *(பெ):* நிறை; ஒரு பண்டைய வரி வகை; weight; a kind of tax (in ancient period).

எடுத்தன்: *(பெ):* பொதிமாடு; pack ox.

எடுத்தாட்சி: *(பெ):* எடுத்தாளுதல்; making use of earlier writings.

எடுத்தாளுதல்: *(வி):* சிறப்புடன் கூறும் பொருட்டு மேற்கோளாக (அ) உதாரணமாகக் கையாளுதல்; to use for the purpose of effectiveness as an illustration.

எடுத்தியல் கிளவி: *(பெ):* சான்று; word cited as example; illustration.

எடுத்து: *(பெ):* சுமை; பொதி; burden; bundle.

எடுத்துக்கட்டி: *(பெ):* கைப்பிடிச் சுவர்; parapet; wall similar to railings on both the sides of a staircase, bridge, etc.

எடுத்துக்காட்டு: *(பெ):* உதாரணம்; மேற்கோள்; example; illustration.

எடுத்துக்காட்டு உவமை: *(பெ):* உவமானம், உவமேயம் என்னும் இரண்டும் தனித்தனியே ஒவ்வொரு தொடராய் வரும் அணி; figure of speech in which description and illustration are cited as parallel statement of equal propriety.

எடுத்துக்காரர்: *(பெ):* பொதிமாட்டுக்காரர்; driver of pack animals.

எடுத்துக் கூட்டுதல்: *(பெ):* ஒழுங்குபடுத்துதல்; to regulate; to set in order.

எடுத்துக்கொள்: *(வி):* உரிமையாக்கிக்கொள்; கருது; to take possession of something to oneself; to take something or someone as an example.

எடுத்துக் கோள்: *(பெ):* மேற்கோள்; உதாரணம்; example; illustration.

எடுத்துச் செலவு: *(பெ):* படையெடுத்துச் செல்லுதல்; the act of invading; invasion.

எடுத்துச் செல்: *(வி):* கருத்தை, செய்தியைப் பரப்புதல்; to carry a message (to someone).

எடுத்துச் சொல்: *(வி):* விவரித்திடு; தெளிவாக விளக்கிடு; to plead; to explain clearly.

எடுத்துதல்: *(வி):* வீசி எறிதல்; to throw up.

எடுத்து நிலை: *(பெ):* சென்றதை மீட்டு நிறுத்துகை; rehabilitation.

எடுத்துப் பேசுதல்: *(வி):* துதித்தல்; புகழ்ந்து பேசுதல்; to praise; to extol.

எடுத்துரைத்தல்: *(வி):* விளங்கக் கூறுதல்; to explain clearly; to enumerate.

எடுத்து வளர்த்தல்: *(வி):* தத்து எடுத்து வளர்த்தல்; to bring up a child by adoption.

எடுத்தெறிதல்: *(வி):* பறையைக் கொட்டுதல்; பொருட்படுத்தாது இசித்தல்; to beat as a drum; to disregard one's advice or commands.

எடுத்தேத்து: *(வி):* புகழ்ந்து கூறு; to extol; to praise.

எடுபடல்: *(பெ):* நீக்கம்; ரத்து; cancellation; annulment.

எடுபடுதல்: *(வி):* நீக்கப்படுதல்; மேம்படுதல்; வரவேற்கப்படுதல்; விளைவை ஏற்படுத்துதல்; be cancelled; be omitted; to outshine; to gain acceptance; be effective (of words, speech, etc.).

எடுபாடு: *(பெ):* செல்வாக்கு; உயர்ச்சி; பகட்டு; நீக்கம்; ரத்து; influence; superiority; splendour; cancellation; annulment.

எடுபிடி: *(பெ):* சிறு பணி; குற்றேவலாள்; உதவியாளர்; எடுபிடி வேலை செய்பவர்; petty errand job; one who does errands; helper; assistant.

எடுப்பார் கைப்பிள்ளை: *(பெ):* எளிதாக வசப்படுத்திடக் கூடியவர்; சுய சிந்தனை ஏதும் இல்லாதவர்; the person who is incapable of acting on his own. • அரசியல்வாதிகள், நடிகர்கள் ஆகியோரின் **எடுப்பார் கைப்பிள்ளைகளாக** மக்கள் இருக்கும் வரையில் நாடு முன்னேறிட வழியில்லை.

எடுப்பு: *(பெ):* உயர்வு; ஏற்றம்; இறுமாப்பு; நிந்தை; புதையல்; elevation; superiority; pride; vilification; buried treasure.

எடுப்புச்சாப்பாடு: *(பெ):* அடுக்குப் பாத்திரத்தில் உணவு விடுதியிலிருந்து எடுத்துவரும் சாப்பாடு; meal brought to someone from a mess or a restaurant.

எடுப்புச்சாய்வு: *(பெ):* நன்மை, தீமை; merits and demerits.

எடுப்புதல்: *(வி):* பொழிதல்; எழும்புதல்; விழித்தெழுதல்; to rain; to rouse; to awaken.

எடுவுதல்: *(வி):* எடுத்தல்; to hold up.

எடை: *(பெ):* நிறை; நிறுக்கை; standard weight; weighing.

எடைகட்டு: *(வி):* தராசின் ஒரு தட்டில் வைக்கும் பாத்திரத்தின் எடைக்குச் சமமான எடைக்கற்களை மறுதட்டில் வைத்தல்; to offset the weight of the container before weighing the contents.

எடைக்கல்: *(பெ):* நிறுப்பதற்குப் பயன்படுத்தும் நிறைகுறிக்கப்பட்ட உலோகக் கட்டி; a piece of metal of standard heaviness for weighing.

எடைபோடு: *(வி):* எடையைக் கணக்கிடு; மதிப்பிடு; அளவிடு; to weigh something; to judge; to gauge.

எட்கசி: *(பெ):* எள் கலந்த உணவு; the food mixed with sesame.

எட்கிடை: *(பெ):* சிறு அளவு; எள்ளளவு; small measure; size of sesame.

எட்கை: *(பெ):* தென்னை மரம்; coconut tree.

எட்கோது: *(பெ):* எள்ளுக்காயின் தோல்; the outer cover of the sesame.
எட்சத்து: *(பெ):* நல்லெண்ணெய்; sesame oil.
எட்சாதம்: *(பெ):* எள்சேர்த்து சமைக்கப்பட்ட சாதம்; the rice cooked with sesame.
எட்சி: *(பெ):* உதயம்; எழுச்சி; raising; renaissance.
எட்ட: *(வி.அ):* தூரமாக; தொலைவாக; far; far-off; away.
எட்டக்கரம்: *(பெ):* வைணவ எட்டெழுத்து மந்திரம்; the eight letter mantra of Vaishnavism.
எட்டத்தில்: *(வி.அ):* தொலைவில்; தூரத்தில்; at or from a distance.
எட்டம்: *(பெ):* நீளம்; தொலைவு; தூரம்; length; distance.
எட்டர்: *(பெ):* மங்கலப் பாடகர்; மூடர்; panegyrists of great men; idiots.
எட்டவிடுதல்: *(வி):* சென்றடைய விடுதல்; allow to reach.
எட்டன்: *(பெ):* அறிவற்றவன்; மூடன்; ignorant man; idiot.
எட்டன் மட்டன்: *(பெ):* தாள வகை; a kind of rhythm.
எட்டாக்கை: *(பெ):* தொலைவில் உள்ள இடம்; the place beyond to reach.
எட்டி: *(பெ):* வணிகருக்கான பட்டப்பெயர்; காஞ்சிரை மரம்; a title of distinction of the merchant class; strychnine tree; worm wood. ● *எட்டி பழுத்தென்ன ? ஈயாதார் வாழ்ந்தென்ன ? - பழமொழி.*
எட்டிகம்: *(பெ):* சிலந்தி; சீந்தில் கொடி; குருவி வகை; spider; a kind of medicinal creeper; a kind of sparrow.
எட்டிக்காய் / எட்டிக்கொட்டை: *(பெ):* எட்டி மரத்தின் காய்; கடுக்காய்; nux vomica; gall nut.
எட்டிப்பிடி: *(வி):* இலக்கை முயன்று அடைதல்; to reach the goal with great effort. ● *தொழில் முனைவோர் தமது உழைப்பினால் இலக்கை எட்டிப் பிடித்தார்கள்.*
எட்டிப்பூ: *(பெ):* எட்டிப்பட்டம்பெற்ற வணிகருக்கு அரசன் அளிக்கும் பொற்பூ; the golden flower which was given by the king to the merchant who had the title of 'எட்டி'.
எட்டி மரம்: *(பெ):* மருந்தாகப் பயன்படும் காயினைத் தரும் மரம்; strychnine tree.
எட்டி விரியன்: *(பெ):* பாம்பு வகை; a kind of snake.
எட்டினார்: *(பெ):* நண்பர்கள்; friends.
எட்டு: *(பெ):* நடக்கும்போது, ஓடும்போது இருகால்களுக்கு இடையே உள்ள தூரம்; ஏழு என்னும் எண்ணுக்கு அடுத்த எண்; ஆசை; இறந்தவருக்குச் செய்யும் எட்டாம் நாள் சடங்கு; step; pace; the number eight; desire; the funeral ceremony of the eighth day; *(வி):* அடைந்திடு; தொடு; to reach; to touch. ● *எட்டேகால் லட்சணமே! எமனேறும் வாகனமே! - ஔவை வாக்கு.*
எட்டுக்காற்பூச்சி: *(பெ):* ஒரு வகைச் சிறிய சிலந்தி; a kind of small spider.
எட்டுக்கொண்டார்: *(பெ):* சிவபெருமான்; அட்டமூர்த்தி; Lord Shiva; Ashta moorthi.
எட்டுச்சார்: *(பெ):* நான்கு சதுர வீடுகள் கொண்ட இரு வரிசை; the double row of four square houses.
எட்டுணை: *(பெ):* சிறிதளவு; எள்ளளவு; a little; as much as a sesame seed.
எட்டுத் திக்கு: *(பெ):* எண் திசைகளாகிய கிழக்கு, வடகிழக்கு, வடக்கு, வடமேற்கு, மேற்கு, தென்மேற்கு, தெற்கு, தென்கிழக்கு ஆகியவை; the eight cardinal directions, East, North-east, North, North-west, West, South-west, South and South-east.
எட்டுத்தொகை: *(பெ):* நற்றிணை, குறுந்தொகை, அகநானூறு, புறநானூறு, ஐங்குறுநூறு, பதிற்றுப்பத்து, பரிபாடல் மற்றும் கலித்தொகை ஆகியவை; the eight anthologies of the sangam period, viz. Natrinai, Kurunthogai, Ahanaanooru, Puranaanooru, Aingurunooru, Pathitruppathu, Paripadal and Kalithogai.
எட்டெட்டு: *(பெ):* அறுபத்துநான்கு; மதுரையம்பதியில் சிவபெருமான் நிகழ்த்திய அறுபத்து நான்கு திருவிளையாடல்கள்; sixty-four; Lord Shiva's sixty-four Leelas at Madurai.
எண்: *(பெ):* எண்ணம்; கணக்கிடுதல்; ஆலோசனை; அறிவு; மனம்; மதிப்பு; இலக்கம்; கணக்கு; எள்; திருமகள்; சோதிடம்; இலக்கியம்; வரையறை; தருக்கம்; மாற்று; மந்திரம்; thought; calculation; counsel; knowledge; mind; esteem; number; mathematics; sesame; Goddess Lakshmi; astronomy; literature; limit; logic; fineness of gold or silver; manthram. ● *எண்ணும் எழுத்தும் கண்ணெனத் தகும் - ஔவைக் குறள்.*
● *எண்சேர்ந்த நெஞ்சத் திடனுடையார்க்கு எஞ்ஞான்றும்*
பெண்சேர்ந்தாம் பேதைமை இல். - குறள் 910.
● *எண்ணென்ப ஏனை எழுத்தென்ப இவ்விரண்டும்*
கண்ணென்ப வாழும் உயிர்க்கு - குறள் 392.
எண் கணக்கு: *(பெ):* கூட்டல், கழித்தல், வகுத்தல், பெருக்கல் போன்ற எண்களைப் பற்றிய கணக்கீட்டுக் கலை; Arithmetic.
எண் கண்ணன்: *(பெ):* பிரம்மன்; Lord Brahma.
எண்காற் புள்: *(பெ):* எட்டு கால்களைக் கொண்ட சரபப் பறவை; the fabulous bird Sarabha.

எண்கிண் ஏற்றை: *(பெ):* ஆண் கரடி; male bear.

எண்கு: *(பெ):* கரடி; bear.

எண்குணத்தான்: *(பெ):* கடவுள்; சிவபெருமான்; God as possessor of eight attributes; Lord Shiva.

எண்கோணம்: *(பெ):* எட்டு கோணங்களை (மூலைகளை) உடைய உருவம்; octagon.

எண்சாண்: *(பெ):* எட்டு சாண்களைக் கொண்ட அளவு; eight span measure.

எண்சாண் உடல்: *(பெ):* எட்டு சாண் அளவுடைய மனித உடம்பு; human body of eight span dimensions.

எண் சாண் கிடையாக: *(வி.அ):* நெற்றியிலிருந்து பாதம் வரை தரையில் படும்படியாக; in prostrate position.

எண்சுவடி: *(பெ):* பெருக்கல் போன்றவை அடங்கிய வாய்பாட்டுப் புத்தகம்; book of multiplication tables.

எண் சோதிடம்: *(பெ):* பிறந்த தேதி, மாதம், வருடம், பெயருக்கான எண் மதிப்பு ஆகியவற்றைக் கூட்டி அதன் அடிப்படையில் ஒருவரின் குணநலன்கள், எதிர்காலப் பலன்கள் ஆகியவற்றைக் கணித்துக் கூறும் கலை; numerology.

எண்டிசை: *(பெ):* எட்டு திக்குகள்; எட்டு திசைகள்; eight cardinal directions.

எண்டோளன்: *(பெ):* எட்டு தோள்களைக் கொண்ட சிவபெருமான்; the eight armed one, Lord Shiva.

எண்டோளி: *(பெ):* காளி; Goddess Kali.

எண்ணக்கரு: *(பெ):* *(இலங்):* கருத்தாக்கம்; concept.

எண்ணக்குறிப்பு: *(பெ):* நோக்கம்; motive; object; intention.

எண்ணத்தக்க: *(பெ.அ):* எண்ணிடத்தக்க; கருதத் தக்க; that can be counted; that can be considered.

எண்ணத் தவறு: *(பெ):* மதிகேடு; மதியாமை; ஏமாறுதல்; தவறான எண்ணம்; stupidity; be deceived; misapprehension.

எண்ணப்படுதல்: *(வி):* ஒவ்வொன்றாக எண்ணிடப் படுதல்; மதிக்கப்படுதல்; கணிக்கப்படுதல்; கருதப்படுதல்; be counted; be esteemed; be regarded; be considered.

எண்ணப்பிசகு: *(பெ):* தவறான எண்ணம்; misapprehension.

எண்ணமுடியாத: *(பெ.அ):* கணக்கிட முடியாத; கணக்கற்ற; uncounted; countless.

எண்ணம்: *(பெ):* நினைப்பு; நோக்கம்; மதிப்பு; இறுமாப்பு; நம்பிக்கை; சூழ்ச்சி; கருத்து; ஆலோசனை; கணிதம்; மனம்; thought; goal; respect; pride; faith; intrigue; idea; counsel; mathematics; mind.

எண்ணர்: *(பெ):* அமைச்சர்கள்; ministers.

எண்ணலர்: *(பெ):* பகைவர்; enemies.

எண்ணல்: *(பெ):* எண்ணுதல்; கணக்கிடுதல்; நினைத்தல்; counting; enumeration; bearing in mind; thinking.

எண்ணலளவை: *(பெ):* இலக்கத்தால் எண்ணும் அளவை; computation (number).

எண்ணவி: *(பெ):* நல்லெண்ணெய்; sesame oil.

எண்ணாதபடி: *(வி.அ):* எதிர்பாராதவாறு; எண்ணிட இயலாத; உடனடியாக; unexpectedly; unthinkingly; suddenly.

எண்ணாப் பிழை: *(பெ):* நினையாமைத் தவறு; unthinking mistake.

எண்ணாப்பு: *(பெ):* இறுமாப்பு; arrogance.

எண்ணாமற் பேசுதல்: *(வி):* முன்யோசனை யின்றிப் பேசுதல்; கடுமையாகப் பேசுதல்; to speak without forethought; to speak rashly.

எண்ணாமை: *(பெ):* மதியாமை; நினையாமை; எண்ணிடாமை; want of respect; absence of thinking; not counting.

எண்ணாயிரம்: *(பெ):* எட்டு ஆயிரம்; எட்டாயிரம்; eight thousand.

எண்ணார்: *(பெ):* பகைவர்; enemies.

எண்ணார்ந்த: *(பெ.அ):* எண்கள் சார்ந்த; belonging to numbers.

எண்ணிக்கை: *(பெ):* எண் கணிப்பு; கணக்கிடுகை; numbering; enumeration.

எண்ணிடுதல்: *(பெ):* ஒவ்வொன்றாக எண்ணுதல்; கணக்கிடுதல்; நினைத்திடுதல்; கருதுதல்; to count; to calculate; to think; to consider.

எண்ணியல்: *(பெ):* எண் சார்ந்த கணக்கியல்; arithmetic.

எண்ணிறந்த: *(பெ.அ):* எண்ணிடமுடியாத; innumerable.

எண்ணி: *(இ.சொ):* வழக்கத்திற்கும் குறைந்த அளவில்; far below (the normally expected number).

எண்ணுதல்: *(வி):* நினைத்தல்; கருதுதல்; முடிவுசெய்தல்; மதித்தல்; மதிப்பிடுதல்; எண்ணல்; ஆலோசித்தல்; to think; to consider; to determine; to respect; to assess; to count; to consult. • **எண்ணத்** தொலையாது ஏட்டில் அடங்காது - *பழமொழி.*

- **எண்ணித்** துணிக கருமம் துணிந்தபின்
  எண்ணுவம் என்பது இழுக்கு. - *குறள் 467.*
- **எண்ணியார்** எண்ணம் இழப்பர் இடனறிந்து
  துன்னியார் துன்னிச் செயின். - *குறள் 494.*
- **எண்ணிய** எண்ணியாங்கு எய்துப **எண்ணியார்**
  திண்ணிய ராகப் பெறின். - *குறள் 666.*

எண்ணும்மை: *(பெ)*: எண்ணும் பொருளில் வரும் உம்மை இடைச்சொல்; connective particle 'உம்' and that simply enumerates.

எண்ணுறுத்தல்: *(வி)*: உறுதிப்படுத்துதல்; to confirm.

எண்ணூல்: *(பெ)*: கணித நூல்; science of numbers.

எண்ணூற்றுவர்: *(பெ)*: எண்ணூறு மக்கள்; eight hundred people.

எண்ணெய்: *(பெ)*: எள்ளின் நெய்; நல்லெண்ணெய்; எண்ணெய் வகை (பொது); gingili oil; oil in general.

எண்ணெய்க்காப்பு: *(பெ)*: எண்ணெய் முழுக்கு; oil bath.

எண்ணெய்க்காரை: *(பெ)*: கருவேம்பு; a kind of neem tree.

எண்ணெய்ச்சீலை: *(பெ)*: எண்ணெயில் தோய்த்த துணி; oily cloth.

எண்ணெய் மணி: *(பெ)*: ஒருவகை அணிகலன்; a kind of ornament.

எண்ணெய் வணிகம்: *(பெ)*: எண்ணெய் வகைகளை விற்றல்; selling variety of oils.

எண்ணெய் வணிகர்: *(பெ)*: எண்ணெய் வகைகளை விற்பனை செய்வோர்; oil monger.

எண்ணெய் வாணிச்சி: *(பெ)*: எண்ணெய் வகைகளை விற்பனை செய்யும் பெண்; oil mongress.

எண்ணேயம்: *(பெ)*: நல்லெண்ணெய்; gingili oil.

எண்தோளன்: *(பெ)*: எட்டு தோள்களையுடைய சிவபெருமான்; Lord Shiva.

எண்தோளி: *(பெ)*: காளி; துர்க்கை; Goddess Kali; Durga, Goddess of Victory.

எண்படுதல்: *(வி)*: அகப்படுதல்; வரிசைக்கிரமமாக அமைதல்; be included; be arranged serially.

எண்படுத்தல்: *(வி)*: வரிசையாக அமைத்தல்; to arrange serially.

எண்பதம்: *(பெ)*: தக்க காலம்; எண் வகை தானியம்; suitable period; eight kinds of grains.

எண்பது: *(பெ)*: எட்டு பத்து; eighty.

எண்பா: *(பெ)*: எளிய நடையுள்ள பாடல்; simple poem.

எண் பாகம்: *(பெ)*: எட்டு பாகங்களையுடைய பொருள்; the thing having eight parts.

எண் பாவுதல்: *(வி)*: எண்களை வரிசைப் படுத்திடல்; to arrange numbers.

எண்பித்தல்: *(பெ)*: மெய்ப்பித்தல்; proof; *(வி)*: to prove.

எண்பேராயம்: *(பெ)*: அரசருக்கு உதவியாக இருந்திடும் எட்டு வகைத் துணைவர் குழு; the eight groups of attendants necessary for a monarch.

எண்பொருள்: *(பெ)*: எளிதில் அறியும் பொருள்; simplicity of meaning.

எண்மடங்கு: *(பெ)*: எட்டு மடங்கு; eightfold.

எண்மர்: *(பெ)*: எட்டு பேர்; eight persons.

எண்மானம்: *(பெ)*: எண்களை எழுத்தால் எழுதுதல்; notation.

எண்மை: *(பெ)*: எளிமை; simplicity.

எண்மையன்: *(பெ)*: எளியவன்; humble man.

எதளா: *(பெ)*: புளிய மரம்; tamarind tree.

எதற்காக: *(வினா)*: ஏன்?; why?

எதா: *(வினா)*: எவ்வாறு?; எப்படி?; how?

எதாப்பிரகாரம்: *(வி.அ)*: வழக்கம் போல; as usual.

எதார்த்தம்: *(பெ)*: வெளிப்படை; உள்ளது உள்ளபடி; நடைமுறைக்கு முரண்படாதது; நடைமுறையில் உள்ளது; அப்பட்டமான உண்மை; realistic manner; candour; realism; that which is realistic; naked truth. ● **எதார்த்தவாதி** வெகுஜன விரோதி - *பழமொழி.*

எதி: *(பெ)*: சன்னியாசி; ascetic.

எதிரணி: *(பெ)*: தேர்தல், விளையாட்டு போன்றவற்றில் எதிர்த்துப் போட்டியிடும் பிரிவு; rival camp; opposite team.

எதிராளி: *(பெ)*: எதிரி; பகைவன்; எதிர்த்துப் போட்டியிடும் நபர்; enemy; rival; competitor.

எதிரி: *(பெ)*: பகைவன்; enemy.

எதிரிடுதல்: *(வி)*: எதிர்ப்படுதல்; மாறுபடுதல்; எதிர்த்தல்; போரில் எதிர்த்து நிற்றல்; to meet; be at variance; be opposed; to oppose in a battle.

எதிரெடுத்தல்: *(வி)*: வாந்தியெடுத்தல்; கக்குதல்; to vomit.

எதிரேறு: *(பெ)*: வலிமை; strength. ● எதிராளியின் **எதிரேறு** தெரியாது அவனுடன் மோதுவது நல்லதல்ல.

எதிரொலி: *(பெ)*: சுவர், மலை போன்றவற்றில் பட்டு மீண்டும் கேட்குமாறு திரும்பி வரும் ஒலி; செயல், கருத்து, பேச்சு போன்றவை உண்டாக்கும் விளைவு; echo; impact; reverberation; *(வி)*: எழுப்பப்படும் ஒலியானது சுவர் (அ) மலை போன்றவற்றில் மோதி மீண்டும் கேட்குமாறு ஒலித்தல்; to echo.

எதிரொளி: *(பெ)*: கண்ணாடி போன்றவற்றின் பரப்பில் பட்டு ஒளிரும் பிரதிபலிப்பு; reflection; *(வி)*: கண்ணாடி போன்றவற்றின் பரப்பில் படும் ஒளி பிரதிபலித்தல்; to reflect.

எதிரோட்டம்: *(பெ)*: எதிர்த்துவரும் நீரின் போக்கு; cross current of (river) water.

எதிர்: *(பெ)*: முன்பு; எதிரிடை; கைம்மாறு; வருங்காலம்; முரண்; போர்; இலக்கு; front; contrariness; a return made out of gratitude; future; variance; battle; target.

- எதிரதாக் காக்கும் அறிவினார்க் கில்லை
  அதிர வருவதோர் நோய். *- குறள் 429.*

எதிர் கழறுதல்: *(வி):* ஒத்திருத்தல்; to resemble.
எதிர்காலம்: *(பெ):* வருங்காலம்; future; the time to come.
எதிர்காற்று: *(பெ):* எதிர்த்து வீசிடும் காற்று; contrary wind.
எதிர்குதிர்: *(பெ):* பொருளின் முகப்புப் பக்கம்; obverse of a thing.
எதிர் குற்றஞ்சாட்டுதல்: *(வி):* சுமத்தப்பட்ட குற்றத்திற்கு எதிராகக் குற்றம் சாட்டியவரின் மேல் குற்றம் சாட்டுதல்; to recriminate.
எதிர்கொள்: *(வி):* வரவேற்றல்; ஏற்றுக்கொள்ளுதல்; to welcome; to accept.
எதிர்கோணம்: *(பெ):* கோணம் ஒன்றுக்கு எதிராக உள்ள கோணம்; opposite angle.
எதிர்கோண்: *(பெ):* குத்தெதிர் கோணம்; vertically opposite angle.
எதிர்கோள்: *(பெ):* வரவேற்றல்; சந்தித்தல்; welcoming; meeting.
எதிர்க்களித்தல் / எதிர்க்கெடுத்தல்: *(வி):* குமட்டுதல்; to retch from over-eating.
எதிர்க்கை: *(பெ):* எதிர்ப்பு; opposition.
எதிர்சாட்சி: *(பெ):* மாறான சாட்சி; defence witness; counter evidence.
எதிர்சோழகம்: *(பெ):* தென்றல்; தெற்கில் இருந்து வீசிடும் காற்று; southern wind.
எதிர்ச்சாரி: *(பெ):* எதிரில் உள்ள வரிசை; opposite row.
எதிர்ச்சி: *(பெ):* எதிர்க்கை; opposition.
எதிர்தரப்பாளர்: *(பெ):* எதிர்த்தரப்பில் இருப்பவர்;
எதிர்தரப்பு: *(பெ):* எதிர்க்கட்சி; opposite party.
எதிர்தல்: *(வி):* தோன்றுதல்; பெறுதல்; கொடுத்தல்; பொருத்தல்; சந்தித்தல்; to appear; to receive; to give; to rest on; to meet.
எதிர் தாக்குதல்: *(வி):* தாக்குதல் ஒன்றிற்கு எதிராகத் தாக்குதல்; திருப்பித் தாக்குதல்; to counter-attack; to counter-charge.
எதிர்த்தடக்கு: *(வி):* எதிர்கொண்டு அடக்கிடு; to browbeat.
எதிர்த்தடித்தல்: *(வி):* (அடிப்பவரை) எதிர்த்து அடித்திடல்; to recoil; to kick.
எதிர்த்தல்: *(வி):* எதிர்த்து செயல்படுதல்; தாக்குதல்; தவிர்த்தல்; பகைத்தல்; தடங்கல் செய்தல்; to oppose; to attack; to prevent; to antagonize; to hinder.
எதிர்த்திசை: *(பெ):* எதிராக உள்ள திசை; opposite direction.
எதிர்த்துப் பேசு: *(வி):* மரியாதைக்குரியவர்களை மதிக்காது மறுப்பாகப் பேசுதல்; to talk irreverently.
எதிர்நீச்சு: *(வி):* வெள்ளப்போக்கிற்கு எதிராக நீந்துதல்; to swim against the flow of the flood.
எதிர்நோக்கு: *(வி):* எதிர்பார்த்துக் காத்திடு; to await.
எதிர்படுதல்: *(வி):* முன் தோன்றுதல்; நேரிடுதல்; சந்தித்தல்; பேதம் காட்டுதல்; to appear; to happen; to meet with; to contrast with.
எதிர்பாடு: *(பெ):* நேரிடுதல்; எதிரிடை; happening; contrast.
எதிர்பார்: *(வி):* நிகழவிருப்பதை முன்கூட்டியே பார்த்தல்; இவ்வாறு நிகழவேண்டும் என எண்ணுதல்; எதிர்நோக்குதல்; to expect; to wait for.
எதிர்பார்ப்பு: *(பெ):* வருகையை (அ) விளைவினை முன்கூட்டியே நினைத்துப் பார்ப்பது; hope; expectation.
எதிர்பார்ப்பு ஜாமீன்: *(பெ):* காவல் துறையினரால் கைதுசெய்யப்பட நேர்ந்தால் ஜாமீனில் வருவதற்கு வழிவகை செய்யும் வகையில் முன்கூட்டியே நீதிமன்றத்தில் விண்ணப்பித்துப் பெறப்படும் உத்தரவு; anticipatory bail.
எதிர்ப்படு: *(வி):* தற்செயலாக எதிரில் வருதல்; to come to be seen; to happen to see.
எதிர்ப்பதம்: *(பெ):* ஒரு சொல்லின் பொருளுக்கு நேர் எதிரான பொருளைக் கொண்ட சொல்; antonym.
எதிர்ப்பாளர்: *(பெ):* எதிர்த்தரப்பில் இருப்பவர்; கொள்கை மறுப்பாளர்; one who is opposed; opponent.
எதிர்ப்பு: *(பெ):* மாறுபாடான கருத்து; மறுப்பு; protest; strong reaction.
எதிர் மலர்: *(பெ):* புதிய மலர்; blossomed flower.
எதிர்மறை: *(பெ):* முரண்; எதிர்மறுப்பு; nor; negation; negative.
எதிர்மறையான: *(பெ.அ):* எதிர்மாறான; மறுக்கின்ற; negative.
எதிர்முகம்: *(பெ):* நேரெதிர்; முன்னிலை; confronting position; presence.
எதிர்மை: *(பெ):* எதிர்காலத்தில் நிகழ்வது; happening in future.
எதிர்மொழி: *(பெ):* பதில்; மறுமொழி; மறுப்புரை; answer; reply; counter argument.
எதிர் வரவு: *(பெ):* பின் வருவது; coming after.
எதிர் வழக்காடி: *(பெ):* பிரதிவாதி; defendant.
எதிர்வாடை: *(பெ):* தெருவின் எதிர்ப்புற வரிசை; opposite row of the street.
எதிர்வாதம்: *(பெ):* மாறுபடக்கூறுதல்; பதிலுரை; remonstrance; reply.
எதிர்வாதி: *(பெ):* வழக்கின் பிரதிவாதி; எதிர் வழக்காடி; defendant.
எதிர்வாய்: *(பெ):* ஏரியின் முன்வாய்; the entrance channel of a lake.

எதிர்வார்த்தை: *(பெ):* பதிலுரை; reply.

எதிர்வினை: *(பெ):* எதிர்மறை வினை; opposite reaction.

எதிர்வு: *(வி):* எதிர்படுதல்; to come across.

எதிர் வை: *(வி):* ஒன்றினை எதிராக வைத்தல்; to set against.

எதிர் வைத்தாடுதல்: *(வி):* எதிர்த்து ஆடுதல்; to play against.

எதிர் ஜாமீன்: *(பெ):* வரதட்சணை; payment of money in advance by the bride's party, to a bridegroom, in consideration of his marrying the bride.

எது: *(பெ):* யாது?; which thing? • **எது** வந்தபோதும் எதிர்கொள் - *பழமொழி.*

எதுகுல காம்போதி: *(பெ):* ஒரு பண்வகை; a kind of tune.

எதுகை: *(பெ):* செய்யுள் வகையில் இரண்டாம் எழுத்து ஒன்றி வருவது; rhyme.

எதேச்சையாக: *(வி.அ):* தற்செயலாக; எதிர்பாராமல்; unintentionally; accidentally.

எத்தகு: *(பெ.அ)* எத்தகைய; of what kind. • **எத்தகு** செயலானாலும் சோம்பாமல் ஒரு நொடியில் முடிப்பவன். • **எத்தகு** இடர் வந்தபோதும் எதிர்த்து நின்று மனந்தளராது செயல்படுவேன்.

எத்தர் / எத்தன்: *(பெ):* ஏமாற்றுபவன்; மோசடிப் பேர்வழி; trickster; cunning person; artful person.

எத்தனம்: *(பெ):* முயற்சி; ஆயத்தம்; effort; state of readiness; preparation.

எத்தனி: *(வி):* முயற்சி செய்திடு; to make an effort.

எத்தனை / எத்துணை: *(வினா. பெ.):* எவ்வளவு?; ஒரு வினாச் சொல்; how many?; how much?; a word of question. • ஒரு மாதத்திற்கு **எத்தனை** நாட்கள்? • **எத்தனை** தான் துலக்கினாலும் பித்தளை நாற்றம் போகாது. - *பழமொழி.*

எத்தாப்பு: *(பெ):* வேட்டி; ஆடை; Dhothi; garment; dress.

எத்தி: *(பெ):* ஏமாற்றுபவள்; மோசம் செய்பவள்; cunning woman; artful woman.

எத்து: *(பெ):* கடுஞ்சொல்லால் தாக்குதல்; ஏமாற்றுதல்; தவறான வழியில் செலுத்துதல்; வஞ்சித்தல்; inveighing; cheating; seducing; deceiving.

எத்துதல்: *(வி):* மோசம் செய்; ஆசைகாட்டு; கடுஞ்சொல் கூறு; வஞ்சித்திடு; to cheat; to lure; to inveigh; to deceive.

எத்துவாதம்: *(பெ):* ஏமாற்றுப் பேச்சு; quibbling in argument.

எந்த: *(வினாவாகப் பயன்படுத்தும் சுட்டுப் பெயரடை):* எப்படியான; எப்படிப்பட்ட; which (one); whatever. • **எந்த** வாக்குப் பொய்த்தாலும் சந்தை வாக்கு பொய்க்காது. • **எந்தப்** புற்றில் **எந்தப்** பாம்பு இருக்கிறதோ? - *பழமொழிகள்.*

எந்திரக்காரன்: *(பெ):* சூத்திரக்காரன்; stage craftsman.

எந்திர நாழிகை: நீர்த்திவலைகளைப் பீச்சும் கருவி; the machine which throws out the water in sprays.

எந்திரக் கிணறு / எந்திர வாவி: *(பெ):* நீர் இறைப்பதற்காக மின்சார மோட்டார் பம்ப்செட் பொருத்தப்பட்ட கிணறு; the well with electrical motor.

எந்திரம்: *(பெ):* மதிலுறுப்பு; தேர்ச்சக்கரம்; குலாலர் திரிகை; செக்கு; மந்திரச் சக்கரம்; திரிகல்; தானியம் அரைக்கும் பொறி; engine of destruction in fortress; wheel of chariot; potter's wheel; oil press; mystical diagram; quern.

எந்திரவூர்தி: *(பெ):* இயந்திரத்தால் தானே இயங்கும் ஊர்தி; the vehicle propelled by engine.

எந்திரன் / எந்திரி: *(பெ):* சூத்திரதாரி; the person who controls the puppet string; puppet man.

எந்து: *(வினா.பெ.அ):* என்ன; எப்படி; ஏன்; what; how; why.

எந்தை: *(பெ):* என் தந்தை; என் தலைவன்; என் தமையன்; my father; my chief; my elder brother.

எப்பக்கம்: *(பெ):* எந்தப் பக்கம்; which side.

எப்படி: *(வினா பெ.அ):* எவ்விதம்; எவ்வாறு; how; in what manner; in what way.

எப்படியாகிலும்: *(வி.அ):* எவ்வாறேனும்; எப்படியாயினும்; எப்படியாவது; anyhow.

எப்படிப்பட்ட / எப்பேர்ப்பட்ட: *(பெ.அ):* எந்தவிதமான; நல்லது ஒன்றினுடைய உயர்வு, மோசமான ஒன்றினுடைய தாழ்வு ஆகியவற்றை மிகுதிப்படுத்திக் கூறப் பயன்படுத்தும் பெயரடை; whatever; an adjective used to denote the greatness of good things or the lowness of bad things.

எப்பொழுதும் / எப்போதும்: *(வி.அ):* எந்நேரமும்; always; at all times.

எப்போது: *(வி.அ):* எந்த நேரத்தில்; when; at what time.

எப்போதாவது *(வி.அ):* எந்நேரமாவது; at some time or other.

எமகணம்: *(பெ):* எமகிங்கரர்கள்; servants of Yama, the God of death.

எமகண்டம்: (பெ): ஒவ்வொரு நாளிலும் எமனுக்கு உரியதாகக் கருதப்படுவதும், நல்ல காரியங்கள் செய்வதற்கு உகந்ததல்லாத மூன்றே முக்கால் நாழிகைப் பொழுது; Yamagandam, an inauspicious period of 1½ hours in the course of a day said to be presided over by Yama.

எமகாதகன்: (பெ): வெகுசிரமமான காரியத்தையும் முடிக்கும் ஆற்றல் படைத்தவன்; the person who has the ability to carry out any difficult job.

எமகிங்கரன்: (பெ): எமனின் சேவகன்; servant of Yama.

எமதங்கி: (பெ): சமதக்கினி முனிவர்; பரசுராமனின் தந்தை; sage Jamathakkini, father of Parasurama.

எமதருமன்: (பெ): எமன்; இயமன்; நமன்; Yama, the God of death.

எமது: (பெ): எங்களது; எங்களின்; ours (exclusive of second person); our (exclusive of second person and before singular noun.)

எமதூதன்: (பெ): எமனின் சேவகன்; நாகப் பாம்பின் நச்சுப் பற்களுள் ஒன்று; servant of Yama, the God of death; one of the poisonous teeth of cobra.

எமதூதி: (பெ): நாகப்பாம்பின் நச்சுப் பற்களுள் ஒன்று; one of the poisonous teeth of cobra.

எமநாகம்: (பெ): ஊமத்தை; ஓமம்; thorn apple; bishop's weed.

எமரங்கள்: (பெ): எம்மவர்கள்; எம் சுற்றத்தார்; our people; our relatives.

எமரன்: (பெ): நம்மவன்; யமன்; our man; Yama, the God of death.

எமன்: (பெ): இயமன்; எமதருமன்; நமன்; Yama, the God of death.

எமி: (பெ): தனிமை; துணைவன்; solitude; companion.

எமுனை: (பெ): யமுனை நதி; the river Yamuna.

எம்: (பெ): (இலங்): எங்கள்; நம்; our (exclusive plural); our (inclusive plural).

எம்பரும்: (வி.அ): எவ்விடத்தும்; எல்லா இடத்திலும்; everywhere.

எம்பர்: (வினா.பெ): எவ்விடத்து; where? which place?

எம்பால்: (வி.அ): நம்முடன்; நம்முள்; with us; in us.

எம்பி: (பெ): என் தம்பி; my younger brother.

எம்பிராட்டி: (பெ): என் தலைவி; என் எஜமானி; my lady; my mistress.

எம்பிரான்: (பெ): எங்கள் தலைவன்; கடவுள்; our chief; God.

எம்பு: (வி): உயரத்தில் இருப்பதை எடுத்திட (அ) வேகமாகக் குதித்திட காலினை உந்தி உடம்பினை உயர்த்திடல்; துள்ளு; to stand on tiptoe; to leap up.

எம்புகம்: (பெ): நிலக்கடம்பு; a kind of tree.

எம்பெருமான்: (பெ): கடவுள்; இறைவன்; God; deity.

எம்பெருமானார்: (பெ): இராமானுசர்; Saint Ramanuja.

எமது: (பெ): எங்களுடையது; ours.

எம்மவர்: (பெ): எம் மக்கள்; எம் சுற்றத்தார்; our people; our relatives.

எம்மனை: (பெ): எம் தாய்; our mother.

எம்மனோர்: (பெ): நாங்கள்; எம்மைச் சார்ந்தவர்கள்; we; our people.

எம்மான்: (பெ): எம் தந்தை; எம் கடவுள்; எம் மகன்; our father; our God; our son.

எம்முன்: (பெ): என் தமையன்; my elder brother.

எம்மை: (பெ): எப்பிறப்பு; எவ்வுலகு; எம் தலைவன்; which birth; which world; our Lord.

எம்மோன்: (பெ): எம் தலைவன்; our Lord.

எயில்: (பெ): மதில்; நகரம்; ஊர்; fortress; fortification; city; town.

எயிறலைத்தல்: (வி): பற்களைக் கடித்தல்; to gnash the teeth.

எயிறலைப்பு: (பெ): பற்களைக் கடிப்பது; gnashing of teeth.

எயிறிலி: (பெ): பல்லில்லாதவன்; சூரியன்; the teethless one; the Sun.

எயிறு: (பெ): பல்; ஈறு; தந்தம்; tooth; gum; tusk of the elephant.

எயிறு தின்றல்: (வி): பற்களைக் கடித்தல்; to gnash the teeth.

எயிற்கோட்டம்: (பெ): தொண்டை நாடு; தற்போதைய சென்னை, செங்கல்பட்டு, ஆற்காடு ஆகிய பகுதிகள் அடங்கிய பகுதி; Thondainaadu, an ancient division of Tamilnadu or the combined area of Chennai, Chengalpat and Arcot.

எயிற்றம்பு: (பெ): அலகம்பு; a kind of arrow.

எயிற்றி: (பெ): வேடுவப்பெண்; பாலை நிலப்பெண்; huntress; woman who belongs to Palai or desert.

எயிற்று வலி: (பெ): பல் வலி; tooth ache.

எயினன்: (பெ): வேடன்; hunter.

எயின்: (பெ): பாலை நிலத்து வேடுவ குலம்; hunting tribe of the desert tract.

எயின் சேரி: (பெ): வேடுவர் ஊர்; hamlet of hunters.

எய்: *(பெ):* முள்ளம் பன்றி; அம்பு; porcupine; arrow; *(வி):* அம்பு செலுத்து; to shoot an arrow.

எய்த: *(வி.அ):* நன்றாக; நிரம்ப; satisfactorily; fully.

எய்தல்: *(வி):* அணுகுதல்; அடைதல்; அம்பு செலுத்துதல்; பெறுதல்; உண்டாதல்; to approach; to reach; to shoot an arrow; to get; to come into existence. ● **எய்தவனிருக்க** அம்பை நோவானேன் - *பழமொழி.*

● **எய்தற்** கரியது இயைந்தக்கால் அந்நிலையே
செய்தற் கரிய செயல். - *குறள் 489.*

எய்துதல்: *(வி):* அணுகுதல்; அடைதல்; நிகழ்தல்; பொருந்துதல்; பயன் நுகர்தல்; பணிதல்; நீங்குதல்; to approach; to reach; to happen; be suitable; to enjoy the benefit; to revere; to leave.

எய்த்தல்: *(வி):* இளைத்தல்; குறைவடைதல்; அறிதல்; வறுமையடைதல்; ஒய்தல்; மெய் வருத்துதல்; to grow weary; to decrease; to know; to understand; to become poor; to rest; to cause pain.

எய்ப்பன்றி: *(பெ):* முள்ளம் பன்றி; porcupine.

எய்ப்பாடி: *(பெ):* வேடுவர் கிராமம்; hunters' hamlet.

எய்ப்பு: *(பெ):* இளைப்பு; தளர்ச்சி; வறுமைக் காலம்; weariness; languor; time of adversity.

எய்ப்போத்து: *(பெ):* ஆண் முள்ளம்பன்றி; male porcupine.

எய்யாமை: *(பெ):* அறியாமை; அம்பு செலுத்தாமை; ignorance; not shooting.

எரங்காடு: *(பெ):* பாழ்நிலம்; barren land.

எரி: *(பெ):* நெருப்பு; வேள்வித் தீ; ஒளி; பிரகாசம்; அக்கினி தேவன்; கந்தகம்; நரகம்; வால் நட்சத்திர வகை; ஆனி மாதம்; தீக்கடைக்கோல்; fire; sacrificial fire; light; brightness; Agni, the God of fire; sulphur; primstone; hell; a kind of comet; the Tamil month - Aani (June - July); fire drill; *(வி):* தீ சுவாலையுடன் மேலெழும்புதல்; ஒளிர்ந்திடுதல்; பொறாமை கொள்; சினங் கொள்; to burn; to glow; to grudge; to resent.

எரி உலை: *(பெ):* தொழிற்சாலைகளில் உலோகம் போன்றவற்றினை உருக்கிடப் பயன்படுத்தும் அதிக வெப்ப சக்தியுடன் எரியும் அடுப்பு; furnace.

எரிகதிர்: *(பெ):* சூரியன்; the Sun.

எரி கரும்பு: *(பெ):* விறகு; firewood.

எரிகல்: *(பெ):* எரிநட்சத்திரம்; meteorite.

எரிகாசு: *(பெ):* காசுக்கட்டி; a kind of perfuming ingredient. ● இன்றும் கிராமப்புறத்து மக்கள் **எரிகாசினை** வெற்றிலைபாக்குடன் சேர்த்து மென்றிடுவர்.

எரிகாலி: *(பெ):* காட்டாமணக்கு; common physic nut.

எரிகுஞ்சி: *(பெ):* செம்மயிர்; red hair of demons.

எரிகுடலன்: *(பெ):* அதிகப்படியான பசி உடையவன்; one who has excessive hunger. ● **எரிகுடலன்** எல்லாவற்றையும் விழுங்கி விடுவான்.

எரிகுடல் / எரி வயிறு: *(பெ):* மிகுபசி; excessive hunger.

எரி குட்டம்: *(பெ):* குட்ட நோய் வகை; a kind of leprosy.

எரி குன்மம்: *(பெ):* குன்ம நோய் வகை; a kind of disease - chronic dyspepsia.

எரிகொள்ளி: *(பெ):* கொள்ளிக்கட்டை; fire-brand.

எரிக்கொடி: *(பெ):* நெருப்புக் கொழுந்து; முடக்கொற்றான்; tongue of fire; blaze; flame; a kind of herb/creeper.

எரிசக்தி: *(பெ):* மண்ணெண்ணெய், நிலக்கரி போன்ற பொருட்களை எரிப்பதால் உண்டாகும் சக்தி; heat energy obtained by burning fossil fuel.

எரிசனம்: *(பெ):* நரகர்; inhabitants of the infernal region.

எரிசாராயம்: *(பெ):* எளிதாகத் தீப்பற்றும் தன்மையுடையதும், ஆவியாகிடக்கூடியதுமான திரவ நிலையில் உள்ள எரிபொருள்; spirit.

எரிசாலை: *(பெ):* மருந்துப்பூண்டு வகை; a herb.

எரிசுடர்: *(பெ):* எரியும் நெருப்பு; தீ; burning flame; fire.

எரிசோடா: *(பெ):* பெரும்பாலும் துணிகளைச் சலவை செய்திடப் பயன்படுவதும், அரிப்புத் தன்மை கொண்டதுமான ஒரு வகை உப்பு; caustic soda; sodium carbonate.

எரிச்சல்: *(பெ):* எரிவு; அழற்சி; சினம்; பொறாமை; வெறுப்பு; பெருங்காயம்; இதயம்; burning sensation; pungency; anger; envy; malice; hate; asafoetida; heart.

எரிதல்: *(வி):* ஒளிவிடுதல்; சினத்தல்; பொறாமை கொள்ளுதல்; துயரம் அடைதல்; to glow; to shine; be angry; be jealous; to grieve.

எரித்தல்: *(வி):* தீக்கிரையாக்குதல்; விளக்கு போன்றவற்றை ஒளிரச் செய்தல்; சுடுதல்; தகித்தல்; to let something be consumed by fire; to lit a lamp, torch, etc.; to burn; to scorch. ● **எரிகிறதைப்** பிடுங்கினால் கொதிக்கிறது அடங்கும் - *பழமொழி.*

எரிபடுவன்: *(பெ):* எரி புண்; burning ulcer.

எரி பித்தம்: *(பெ):* நோய்வகை; a kind of disease giving burning sensation in eyes and limbs.

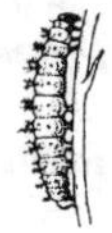

எரிபுழு: *(பெ):* கம்பளிப் பூச்சி; caterpillar.

எரி பொத்துதல்: *(வி):* நெருப்பு மூட்டுதல்; to set fire.

எரிபொழுது: *(பெ):* மாலை வேளை; செவ்வானப் பொழுது; evening; rosy sunset.

எரிப்பு: *(பெ):* எரிக்கை; பொறாமை; கார்ப்புச் சுவை; burning; envy; pungency.

எரிபுரம்: *(பெ):* நரகம்; fiery hell.

எரிமணி: *(பெ):* மாணிக்கம்; ஒளி வீசிடும் மணி; carbuncle; dazzling gem.

எரி மருந்து: *(பெ):* நெருப்பில் இட்டு எரித்துத் தயாரிக்கும் மருந்து; medicine prepared in fire.

எரி மலர்: *(பெ):* செந்தாமரை; முருக்க மலர்; red lotus; the flower of Bengal Kino tree.

எரிமலை: *(பெ):* நெருப்பைக் கக்கும் மலை; volcano.

எரிமீன்: *(பெ):* எரி நட்சத்திரம்; meteor.

எரிமுகம்: *(பெ):* சிவந்த முகம்; red face.

எரிமுகி: *(பெ):* சேங்கொட்டை மரம்; marking nut tree.

எரியல்: *(பெ):* எரிவு; எரிதல்; ஒளிவிடுதல்; burning; glowing; dazzling.

எரியாடி: *(பெ):* சிவபெருமான்; Lord Shiva.

எரியூட்டு: *(வி):* சிதையில் சடலத்தை வைத்துத் தீ மூட்டு; to light the funeral pyre.

எரியோம்பல்: *(பெ):* வேள்வி செய்தல்; tending sacrifice fire.

எரியோன்: *(பெ):* அக்கினி தேவன்; Agni, the God of fire.

எரிவட்டம்: *(பெ):* நரகத்தில் உள்ள நெருப்புக் குழி; fire pit of hell.

எரி வண்டு: *(பெ):* வண்டு வகை; a kind of beetle.

எரிவந்தம்: *(பெ):* எரிச்சல்; கோபம்; burning sensation; anger.

எரிவனம்: *(பெ):* சுடுகாடு; cremation ground.

எரி விழி: *(பெ):* சினந்து நோக்கும் பார்வை; burning look.

எரிவிரியன்: *(பெ):* பாம்பு வகை; a kind of snake.

எரி விழித்தல்: *(வி):* சினந்து நோக்குதல்; to glare at fiercely with blazing eyes.

எரிவு: *(பெ):* எரிதல்; பொறாமை; உடல் எரிச்சல்; சினம்; burning; envy; burning sensation; anger.

எரு: *(பெ):* உரம்; சாணம்; வறட்டி; மலம்; manure; dung; dried cowdung cake; excrement.

எரு கட்டுதல்: *(வி):* சாணம் சேர்த்துக் குவித்தல்; கிடை வைத்தல்; to heap the cow dung; to keep cattle in the field for the sake of manure.

எருக்கம்: *(பெ):* எருக்கஞ்செடி; yercum; madar plant.

எருக்கம் பால்: *(பெ):* எருக்கஞ்செடியிலிருந்து வடியும் பால் போன்ற வெள்ளை திரவம்; juice of madar plant.

எருக்களம்: *(பெ):* எருவைச் சேர்த்து வைக்கும் இடம்; the site set apart for a dung hill.

எருக்கிலை: *(பெ):* எருக்கஞ்செடியின் இலை; the leaf of madar plant.

எருக்கு: *(பெ):* எருக்கஞ்செடி; துன்பம்; madar plant; sorrow.

எருக்குதல்: *(வி):* வருத்துதல்; அடித்தல்; வெட்டுதல்; தாக்குதல்; அழித்தல்; கொல்லுதல்; to cause pain; to beat; to cut; to strike; to destroy; to kill.

எருச்சாட்டி: *(பெ):* வளமையுடன் முன்னமேயே இருப்பதால் நடைமுறை சாகுபடிக்கு எருவிடாத நிலம்; the land not manured during the current year, having been enriched previously.

எருதடித்தல்: *(வி):* உழுதல்; to plough with oxen.

எருது: *(பெ):* காளை மாடு; இடப ராசி; bull; ox; Zodiacal sign of Taurus.

எருதுகட்டு: *(பெ):* சல்லிக்கட்டு; bull-baiting festival.

எருத்தம்: *(பெ):* கழுத்து; பின் கழுத்து; பிடரி; neck; back of the neck; nape.

எருத்துப் புரை: *(பெ):* மாட்டுக் கொட்டில்; cattle shed; stable.

எருத்து மாடு: *(பெ):* காளை; எருது; பொதிமாடு; young bullock; bull; ox; pack-bull.

எருத்துவாலன்: *(பெ):* கோரைக்கிழங்கு; நீண்ட வாலுள்ள குருவி; bulb of bulrushes; a small bird which has a long tail.

எருந்தி: *(பெ):* கிளிஞ்சல்; shell; oyster.

எருந்து: *(பெ):* உரல்; mortar.

எருமணம்: *(பெ):* செங்குவளை; சாணி நாற்றம்; a flowering water plant; smell of dung.

எருமுட்டை: *(பெ):* காய்ந்த சாணம்; வறட்டி; dried cow-dung cake used as fuel.

எருமை: *(பெ):* எருமை மாடு; காரா; buffalo. • எருமை மாட்டின்மேல் மழை பெய்தது போல. • எருமை மாட்டைத் தண்ணீரில் போட்டுக் கொண்டு விலை பேசுறது போல - *பழமொழிகள்.*

எருமைக் கடா: *(பெ):* ஆண் எருமை; he-buffalo.

எருமைக்கடாரி: *(பெ):* பெண் எருமை; she-buffalo.

எருமைக் கப்பல்: *(பெ):* புகையிலை வகை; a kind of tobacco.

எருமைக் கற்றாழை: *(பெ):* ஒரு வகைக் கற்றாழை; a kind of aloe.

எருமைச் சுறா: *(பெ):* ஒரு வகைச் சுறாமீன்; a kind of shark.

எருமைத் தக்காளி: *(பெ):* சீமைத்தக்காளி; a kind of tomato.

எருமை நாக்கு: *(பெ):* ஒரு வகை மீன்; a kind of fish.

எருமைப் போத்து: *(பெ):* எருமைக் கடா; he-buffalo.

எருமை முல்லை: *(பெ):* ஒரு வகை முல்லை; a kind of Jasmine.

எருமை முன்னை: *(பெ):* முன்னை மர வகை; a kind of tree.

எருமையின் திக்கு: *(பெ):* தெற்கு திசை; south direction.

எருமையூரன்: *(பெ):* (பழங்காலத்திய) மைசூரின் தலைவன்; ancient chief of Mysore.

எரு வறட்டி: *(பெ):* காய்ந்த சாண வறட்டி; dried dung cake.

எருவை: *(பெ):* செம்பு; பருந்து வகை; கழுகு; நாணல் வகை; கோரைக் கிழங்கு; கழுதை; ரத்தம்; copper; kind of kite; eagle; kind of reed; donkey; bulb of bulrushes; blood.

எலாம்: *(பெ):* எல்லாம்; all.

எலி: *(பெ):* ஒரு சிறு நான்கு கால் உயிரி; பெருச்சாளி; கள்ளி மரம்; கள்; rat; bandicoot; spurges; toddy. • **எலிக்குப் பயந்து** வீட்டைக் கொளுத்தியது போல. • **எலிப்புழுக்கை** இரப்பில் இருந்தென்ன; வரப்பில் இருந்தென்ன ? • **எலி** வளையானாலும் தனிவளையே சிறந்தது - *பழமொழிகள்.*

எலித்திசை: *(பெ):* வடமேற்கு; north-west.

எலித்துருமம்: *(பெ):* தான்றி மரம்; a kind of tree.

எலிநஞ்சு: *(பெ):* எலி விஷம்; rat bane.

எலிப்பயல்: *(பெ):* சிறு பையன்; small boy.

எலிப்பகை: *(பெ):* பூனை; cat.

எலிப்பாகம்: *(பெ):* காட்டாமணக்கு; common physic nut.

எலிப்பாலை: *(பெ):* ஒருவகைக் காட்டுப் புதர்; a kind of wild bush.

எலிப்பிடுக்கன்: *(பெ):* ஒருவகைப் பூண்டு; a kind of herb.

எலிப்புலி: *(பெ):* பூனை; cat.

எலிப்புற்று / எலியளை: எலி வளை; rat hole.

எலிப்பொறி / எலியிடுக்கி: எலியைப் பிடிக்க உதவும் இயந்திரம்; rat-trap; mouse-trap.

எலிமயிர்த் துகில்: *(பெ):* பண்டைய காலத்தில் உபயோகப்படுத்திய ஒரு வகை மெல்லிய விலையுயர்ந்த துணி வகை; a kind of ancient soft and costly cloth.

எலியன்: *(பெ):* பொடியன்; சிறு பையன்; boy; small boy.

எலியொட்டி: *(பெ):* ஒரு வகைப் புல்; a kind of grass.

எலியோட்டி: *(பெ):* குருக்குப் பூண்டு; a kind of herb.

எலி வளை: *(பெ):* எலி பாதுகாப்பாகத் தங்கும் சுவர்ப்பொந்து அல்லது நிலப்பொந்து; rat hole.

எலி வாணம்: *(பெ):* வாண வகை; a kind of fire-work.

எலு: *(பெ):* கரடி; தோழமை; bear; companionship.

எலுமிச்சை: *(பெ):* வெளிர்மஞ்சள் நிற மேல் தோலையும், புளிப்புச் சுவையையும் கொண்ட உருண்டை வடிவப் பழம்; lemon.

எலும்பன்: *(பெ):* மெலிந்தவன்; lean person; person emaciated by disease.

எலும்பி: *(பெ):* மெலிந்தவள்; ஒருவகை மரம்; lean woman; woman emaciated by disease; a kind of tree.

எலும்பிலி: *(பெ):* புழு; ஒரு மரவகை; worm; a kind of tree.

எலும்பு: *(பெ):* உடலுக்கு உருவம், அழகு, உரம் ஆகியவற்றை அளித்திடும் உறுதியான வெண்ணிற உள்ளுறுப்பு; bone. • **எலும்பு** இல்லாத நாக்கு எல்லாப் பக்கமும் பேசும். • **எலும்பைக்** கடிக்கிற நாய்க்கு பாலும் சோறும் ஏன் ? :- பழமொழிகள்.

எலும்புக்கூடு: *(பெ):* உடம்பின் எலும்புக் கட்டமைப்பு; skeleton.

எலும்புச்சீப்பு: *(பெ):* எலும்பாலான சீப்பு; விலா எலும்பு; comb made of bone; rib.

எலும்புருக்கி: *(பெ):* உடம்பை இளைக்கச் செய்யும் காச நோய்; மரவகை; ஒருவகைப்பூண்டு; tuberculosis; a kind of tree; a herb.

எலும்பூறல்: *(பெ):* இயற்கையாகவே இணைந்திடும் முறிபட்ட எலும்பு; natural joining of broken bone.

எலுவ / எலுவன்: *(பெ):* தோழன்; நண்பன்; companion; friend.

எலுவை: *(பெ):* தோழி; lady maid.

எல்: *(பெ):* ஒளி; சூரியன்; வெயில்; பகல்; இரவு; நாள்; பெருமை; இகழ்ச்சி; light; Sun; sunshine; day-time; night; day; greatness; vilification.

எல்கை: *(பெ):* எல்லை; boundary.

எல்லப்பன்: *(பெ):* சூரியன்; the Sun.

எல்லம்: *(பெ):* இஞ்சி; ginger.

எல்லரி: *(பெ):* கைமணி; சல்லி என்னும் வாத்தியம்; hand bell of the shape of round plate; a large kind of cymbal.

எல்லவரும்: *(பெ):* எல்லோரும்; all.

எல்லவன்: *(பெ):* சூரியன்; சந்திரன்; the Sun; the Moon.

எல்லாம்: *(பெ):* அனைத்தும்; எல்லோரும்; all (things); all (persons). • **எல்லாம்** அறிந்தவனும் இல்லை; ஒன்றும் அறியாதவனும் இல்லை - *பழமொழி.*

• **எல்லா** விளக்கும் விளக்கல்ல சான்றோர்க்குப்
பொய்யா விளக்கே விளக்கு. - *குறள் 299.*

• **எல்லாப்** பொருளும் உடைத்தாய் இடத்துதவும்
நல்லாள் உடையது அரண். - *குறள் 746.*

எல்லாரும்: *(பெ):* அனைவரும்; எல்லோரும்; யாவரும்; all persons. • **எல்லாரும்** பல்லக்கில் ஏறினால் யார் பல்லக்கைத் தூக்குவது? • **எல்லாரும்** ஆலின் கீழ் நுழைந்தால் எவன் ஆலின் நிழலின் கீழே நுழைவான் - *பழமொழிகள்.*

• **எல்லார்க்கும்** நன்றாம் பணிதல் அவருள்ளும்
செல்வர்க்கே செல்வந் தகைத்து. - *குறள் 125.*

• **எல்லார்க்கும்** எல்லாம் நிகழ்பவை எஞ்ஞான்றும்
வல்லறிதல் வேந்தன் தொழில். - *குறள் 582.*

எல்லி: *(பெ):* சூரியன்; பகல்; இரவு; இருள்; the Sun; day-time; night; darkness.

எல்லிநாதன் / எல்லிநாயகன் / எல்லிப்பகை: *(பெ):* சூரியன்; சந்திரன்; the Sun; the Moon.

எல்லிமனை: *(பெ):* சூரியனின் மனைவி; தாமரை; the Sun's wife or consort; lotus.

எல்லியறிவான்: *(பெ):* சேவற்கோழி; the cock.

எல்லியன்: *(பெ):* சந்திரன்; the Moon.

எல்லினான்: *(பெ):* சூரியன்; the Sun.

எல்லீரும்: *(பெ):* நீங்கள் அனைவரும்; all of you.

எல்லு: *(பெ):* எலும்பு; சூரியன்; bone; the Sun.

எல்லுதல்: *(வி):* ஒளி மங்குதல்; to dim.

எல்லும் தோலுமாய்: *(வி.அ):* எலும்பும் தோலுமாய்; உடல் வற்றி எலும்பு இருப்பது தெரியும்படியாக; bony; skinny.

எல்லேமும்: *(பெ):* நாம் எல்லோரும்; all of us.

எல்லை: *(பெ):* வரம்பு; அளவு; அவதி; வரையறை; தறுவாய்; முடிவு; சூரியன்; பகல்வேளை; நாள்; இடம்; boundary; limit; extent; border; occasion; end; Sun; day-time; day; place.

• **எல்லைக்கண்** நின்றார் துறவார் தொலைவிடத்தும்
தொல்லைக்கண் நின்றார் தொடர்பு - *குறள் 806.*

எல்லைக்கட்டு: *(பெ):* வரம்பு; கட்டுப்பாடு; limit; limitation.

எல்லை கடத்தல்: வரம்பு மீறுதல்; to trespass; to exceed limits.

எல்லைக்கல்: *(பெ):* எல்லையைக் குறிக்கும் கல்; land mark.

எல்லைக்காவல்: *(பெ):* ஊர் (அ) நாட்டின் எல்லையைக் காக்கும் காவல்; out-post; Border Security Force - BSF.

எல்லைத் தீ: *(பெ):* ஊழித் தீ; வடவைத் தீ; cosmic fire.

எல்லைப் பிடாரி: *(பெ):* ஊர் எல்லைக் காவல் பெண் தெய்வம்; woman deity of village boundary.

எல்லைப் புறநகர்: *(பெ):* எல்லைப்புறத்தில் உள்ள நகர்; marcher city; border city.

எல்லைமால்: *(பெ):* நான்கு எல்லை; four boundaries.

எல்லைமானம்: *(பெ):* அளவு; எல்லை; bounds.

எல்லோன்: *(பெ):* சூரியன்; the Sun.

எல்வளி: *(பெ):* பெருங்காற்று; furious wind.

எவட்சாரம்: *(பெ):* வெடியுப்பு; saltpetre; nitre.

எவண்: *(பெ):* எவ்விடம்; எவ்வாறு (எப்படி); which place; where; how.

எவரும்: *(பெ):* எல்லோரும்; all persons; everyone.

எவன்: *(பெ):* எந்த மனிதன்; which man.

எவள்: *(பெ):* எந்தப் பெண்; which woman.

எவர்: *(வினாப் பெயர்):* படர்க்கை இடத்து ஒருவரை மரியாதையுடன் குறிப்பிடும் வினாச் சொல்; எந்த நபர்; யார்; interrogative pronoun of the third person masculine (honorific); which person; who.

எவர்சில்வர்: *(பெ):* இரும்பும், துத்தநாகமும் கலந்த எளிதில் துருப்பிடிக்காத வெள்ளி நிறக் கலப்பு உலோகம்; stainless steel; eversilver.

எவை: *(வினா.பெ):* அஃறிணைப் பொருள்களைப் பற்றிய வினாச் சொல்; third person masculine interrogative pronoun; which one (of them).

எவ்: *(வினா.பெ):* எவை; which one.

எவ்வது: *(வி.அ):* எவ்விதம்; in what manner.

எவ்வ நோய்: *(பெ):* தீராத நோய்; incurable disease.

• நினைத்தொன்று சொல்லாயோ நெஞ்சே எனைத்தொன்றும்
எவ்வநோய் தீர்க்கும் மருந்து. - *குறள் 1241.*

எவ்வண்ணம்: *(வி.அ):* எந்த விதத்தில்; எந்த நிறத்தில்; of what manner; of what colour.

எவ்வம்: *(பெ):* துன்பம்; குற்றம்; இழிவு; மானம்; வெறுப்பு; இளிவரவு; தீரா நோய்; தனிமை; distress; fault; vilification; meanness; self-respect; dislike; emotion of disgust; incurable disease; loneliness.

எவ்வளவு: *(வினா.பெ):* எத்துணையளவு; how much.

எவ்வாறு: *(வினா.பெ):* எங்ஙனம்; எப்படி; how; in what manner.

எவ்வை: *(பெ):* என் தங்கை; கவலை; my younger sister; worry.

எவ்வி: *(பெ):* தலைவன்; protagonist.

எழச்செய்தல்: *(வி):* எழும்பிடச் செய்தல்; உறக்கத்திலிருந்து விழித்திடச் செய்தல்; to arouse; to wake up.

எழல்: *(பெ):* எழும்புதல்; தோன்றுதல்; உதித்தல்; புறப்படுதல்; துயரம்; raising; appearing; arising; starting; grief.

எழவாங்குதல்: *(வி):* வெகுதொலைவுக்குப் போதல்; to go far away.

எழாநிலை: *(பெ):* யானை கட்டும் கூடம்; elephant's stable.

எழால்: *(பெ):* புல்லுரு என்னும் பறவை; மிடற்று ஓசை; a kind of bird; throat-sound.

எழிலி: *(பெ):* மேகம்; cloud.

எழிலிய: *(பெ.அ):* அழகிய; கண்ணுக்கினிய; beautiful; comely.

எழில்: *(பெ):* அழகு; இளமை; தோற்றப்பொலிவு; வண்ணம்; பருமை; வலிமை; beauty; youthfulness; charming appearance; colourfulness; bulkiness; strength.

எழில் காட்டுதல்: *(வி):* அழகு காட்டுதல்; to make faces at.

எழினி: *(பெ):* இடுதிரை; திரைச்சீலை; உறை; கடையேழு வள்ளல்களில் ஒருவர்; curtain; screen; cover; one of the ancient seven philanthropists.

எழு: *(பெ):* தூண்; உலோக வகை; ஆயுத வகை; மர வகை; எறிகணை (பூமராங்); எண் ஏழு; pillar; kind of metal; kind of weapon; kind of tree; boomarang; number seven; *(வி):* எழுந்திருத்தல்; to get up.

எழுகடல்: *(பெ):* ஏழு கடல்கள்; the seven seas.

எழுகளம்: *(பெ):* போர்க்களம்; battle field.

எழுகூற்றிருக்கை: *(பெ):* ஒன்று முதல் ஏழு வரையில் எண்கள் ஒவ்வொன்றாக ஏறியும், இறங்கியும் வருமாறு கூறப்படும் கவிவகை; a kind of artificial poem with a rising and falling line and letter patterns suggesting a pyramid of seven steps.

எழுகை: *(பெ):* எழுந்திருத்தல்; rising.

எழுக்கிளர்: *(பெ.அ):* மேல் உயர்ந்த; தூணைப் போன்ற; rising high; like a pillar.

எழுச்சி: *(பெ):* முயற்சி; ஊக்கம்; புறப்பாடு; கண்ணோய் வகை; effort; spirit; starting; a kind of eye disease.

எழுச்சி பாடுதல்: *(வி):* திருப்பள்ளியெழுச்சி பாடலைப் பாடுதல்; to sing morning waking song in palace or temple.

எழுச்சி பாடுவோன்: *(பெ):* திருப்பள்ளி யெழுச்சி பாடலைப் பாடுபவன்; the bard who sings morning waking song.

எழுச்சியிலை: *(பெ):* கண்ணோய்க்கான மருந்து இலை; the medicinal leaf for eye disease.

எழுச்சியூட்டுதல்: *(வி):* உற்சாகமூட்டுதல்; to encourage.

எழுஞாயிறு: *(பெ):* சூரியோதயம்; ஒரு வகை தலைவலி; rising Sun; a kind of head ache.

எழுதல்: *(வி):* எழுந்திருத்தல்; புறப்படுதல்; தோன்றுதல்; மிகுதல்; வளர்தல்; பரவுதல்; தொடங்குதல்; to rise; to start; to appear; be excess; to increase; to spread; to begin.

எழுதகம்: *(பெ):* வேலைப்பாட்டுடன் கூடிய தூண்பீடம்; ornamental stone base for a pillar.

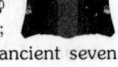

எழுதப்படாத: *(பெ.அ):* எழுத்தின் மூலம் எழுதி வைக்கப்படாத; unwritten.

எழுதாக்கிளவி: *(பெ):* வேதம்; veda.

எழுதுகோல்: *(பெ):* எழுத உதவும் கருவி; writing instrument such as pen, pencil, etc.

எழுதுதல்: *(வி):* எழுத்து வரைதல்; இயற்றுதல்; வரைதல்; to write; to create (literary works); to paint. • **எழுதாத** கடனுக்கு அழுதால் தீருமா ? • **எழுத** வாசிக்கத் தெரியாமற் போனாலும் எடுத்துக் கவிழ்க்கவாவது தெரியணும். • **எழுதியவன்** ஏட்டைக் கெடுத்தான்; பாடியவன் பாட்டைக் கெடுத்தான். • **எழுதுவது** அருமை; எழுதியதைப் பழுதற வாசிப்பது அதனினும் பெருமை - *பழமொழிகள்.*

• **எழுதுங்கால்** கோல்காணாக் கண்ணேபோல் கொண்கன்
பழிகாணேன் கண்ட விடத்து. - *குறள் 1285.*

எழுத்ததிகாரம் / எழுத்தியல்: *(பெ):* எழுத்திலக்கணம் கூறும் பகுதி; orthography.

எழுத்தர்: *(பெ):* அலுவலகத்தில் எழுதுதல், பதிவு செய்தல் போன்ற பணிகளைச் செய்யும் இடைநிலை ஊழியர்; clerk; assistant.

எழுத்தறிவு: *(பெ):* படிப்பறிவு; கல்வியறிவு; literacy; formal education.

எழுத்தறிவித்தவன்: *(பெ):* ஆசிரியர்; teacher. • **எழுத்தறிவித்தவன்** இறைவன் ஆகும்.

எழுத்தாணி: *(பெ):* பனை ஓலையில் எழுதப் பயன்படுத்திய கூர்மையான ஆணி போன்ற சாதனம்; stylus for writing on palmyra leaf.

எழுத்தாணிக்குருவி: *(பெ):* மரங்கொத்திக் குருவி; wood-pecker.

எழுத்தாளன்: *(பெ):* கட்டுரை எழுதுவோன்; writer.

எழுத்தாளி: *(பெ):* எழுத்தாளர்; கட்டுரை எழுதுவோன்; pen man; writer.

எழுத்தின் கிழத்தி: *(பெ):* கலைமகள்; Saraswathi, Goddess of arts and learning.

எழுத்து: (பெ): மொழியில் உள்ள ஒலிகளுக்குத் தரப்பட்டிருக்கும்வரிவடிவம்;கல்வி;கையெழுத்து; இலக்கணம்; சித்திரம்; தலைவிதி; letter; character; learning and writing; signature; grammar; painting; fate.
- எண்ணும் **எழுத்தும்** கண்ணெனத் தகும். - *ஔவைக் குறள்.*
- அகர முதல **எழுத்**தெல்லாம் ஆதி பகவன் முதற்றே உலகு. - *குறள் 1.*
- எண்ணென்ப ஏனை **எழுத்**தென்ப இவ்விரண்டும் கண்ணென்ப வாழும் உயிர்க்கு. - *குறள் 392.*

எழுத்துக் குற்றம்: (பெ): எழுத்திலக்கண வழு; orthographical error.

எழுத்துச்சீலை: (பெ): சித்திரம் தீட்டிய சேலை; printed saree.

எழுத்துச் சுருக்கம்: (பெ): முழுப்பெயர்களைச் சுட்டும் சுருக்க முதற்குறிப்புகள்; a literary flourish of writing with omission of letters (abbreviation).

எழுத்து நடை: (பெ): எழுதிடும் நடை; writing style.

எழுத்துப் பிழை: (பெ): வார்த்தையில் ஒரெழுத்து தவறாகமாறிவருவது அல்லது விடுபடுவது; mis-spelling; slip of the pen.

எழுத்து மடக்கு: (பெ): சொல்லணி மடக்கு வகை; ஓரெழுத்தையே மீண்டும் மடக்கிக் கூறுதல்; repetition of letters (in artificial poetry).

எழுத்து மறை வேளை: (பெ): மாலைப்பொழுது; evening.

எழுத்து வாசனை: (பெ): படிக்கவும், எழுதவும் அறிதல்; knowing of reading and writing.

எழுத்தூசி: (பெ): எழுத்தாணி; stylus for writing on palmyra leaf.

எழுநா: (பெ): ஏழு நாக்கு; ஏழு நாக்குகளை உடைய அக்கினி; நெருப்பு; கொடிவேலி; seven tongues; Agni, who has seven tongues; fire; Kodiveli, a herbal creeper.

எழுநாமித்திரன்: (பெ): காற்று; wind.

எழுநிலை: (பெ.அ): ஏழு மாடங்களைக் கொண்ட; having seven storeys.

எழுநிலைமாடம்: (பெ): அரண்மனை; ஏழு நிலைகளைக் கொண்ட மாடம்; palace; seven storeys.

எழுந்தருளுதல்: (வி): கோயிலில் தெய்வம் குடிகொள்ளுதல்,வீற்றிருத்தல்;சமயப்பெரியோர் வருகை தருதல்; be graciously present of temple idols; to grace by presence of holy persons.

எழுந்திடு: (வி): எழுந்து நிற்கும் நிலைக்கு வருதல்; எழுந்திடுதல்; உறக்கத்திலிருந்து விழித்து எழுதல்; to rise; to stand up; to get up; to wake up.

எழுபவம்: (பெ): ஏழு வகைப் பிறவி; seven kinds of births.

எழுபிறப்பு: (பெ): ஏழுவகைப் பிறப்புகள்; the seven kinds of births.
- **எழுபிறப்பும்** தீயவை தீண்டா பழிபிறங்காப் பண்புடை மக்கட் பெறின். - *குறள் 62.*

எழுபோது: (பெ): விடியற்காலம்; உதய காலம்; the daybreak.

எழுப்பம்: (பெ): எழும்புகை; எழுகை; உயர்வு; உயர்ச்சி; rising; eminence; excellence.

எழுப்பு: (வி): துயிலெழுப்பு; தூக்கு; கிளப்பிவிடு; உயிர்ப்பித்திடு; to awake; to erect; to stimulate; to instigate; to resuscitate; to excite.

எழு மீன்கள்: (பெ): ஏழு நட்சத்திரங்கள்; சப்தரிஷி மண்டலம்; seven stars; Ursa Major or the Great Bear.

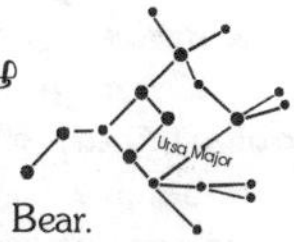

எழுமான் / எழுமான் புலி: (பெ): ஒரு செடி வகை; a kind of plant.

எழுமுகனை: (பெ): ஆரம்பம்; the beginning.

எழுமுடி மாலை: (பெ): தலையாலங்கானப்போரில் வெற்றிபெற்ற பாண்டியன் நெடுஞ்செழியன் அணிந்தஏழு மணிமுடிகளைக் கொண்ட மாலை; garland fashioned of seven crowns of kings owned by victorious king Pandiyan Nedunchezhiyan at Thalaiyaalangaanam.

எழுமை: (பெ): ஏழு வகைப் பிறப்புகள்; ஏழு முறை கொள்ளும் பிறப்பு; உயர்ச்சி; seven kinds of births; seven successive births; height.
- **எழுமை** எழுபிறப்பும் உள்ளுவர் தங்கண் விழுமந் துடைத்தவர் நட்பு. - *குறள் 107.*

எழுவரைக்கூடி: (பெ): ஒருவகைப் பாஷாணம்; a kind of arsenic.

எழுவளி: (பெ): வெளிப்போகும் வாயு; outgoing gas.

எழுவாய்[1]: (பெ): தொடக்கம்; முதல்; உற்பத்தி; கர்த்தா; beginning; the first; generation; origin.

எழுவாய்[2]: (பெ): (இலக்): ஒரு வாக்கியத்தின் பயனிலையாக உள்ள வினைச்சொல் சுட்டும் செயலைச் செய்யும் (அ) அனுபவிக்கும் ஒருவர் (அ) ஒன்று; subject. • 'யானை பிளிறியது' என்பதில் யானை **எழுவாய்** ஆகும். • 'எனக்கு வலிக்கிறது' என்ற வாக்கியத்தில் 'எனக்கு' என்பதை **எழுவாயாகக்** கொள்ளலாம்.

எழுவாய் எழுஞ்சனி: (பெ): மகநாள்; tenth lunar mansion.

எழுவான்: (பெ): கிழக்கு; கீழ்வானம்; east; eastern sky.

எழுவுதல்: (வி): எழுப்புதல்; ஓசை உண்டாக்குதல்; to arouse; to make sound.

எளிஞர்: (பெ): எளியவர்; வறியவர்; destitute; poor.
எளிதரவு: (பெ): வறுமை; தாழ்மை; poverty; lowness.
எளிதல்: (வி): எளிமையடைதல்; to become feeble.
எளிதாக்குதல்: (வி): எளிமையாக்குதல்; எளிதாகச் செய்தல்; to simplify.
எளிது: (பெ): இலகுவானது; தாழ்வானது; that which is easy of execution; that which is low; (வி.அ): எளிதாக; சுலபமாக; easy.
• சொல்லுவது எவருக்கும் **எளிது**. ஆனால் சொன்னதைச் செய்வது எவருக்குமே அரிது.
• **எளிதென** இல்லிறப்பான் எய்துமெஞ் ஞான்றும்
விளியாது நிற்கும் பழி. - *குறள் 145.*
எளிது படுதல்: (வி): சுலபமாகுதல்; எளிதாகுதல்; to become easy.
எளித்தல்: (வி): தாழ்த்திக் கூறுதல்; to disparage.
எளிமை¹: (பெ): இலகு; தாழ்வு; தளர்வு; அறியாமை; வறுமை; அடிமை; தனிமை; ease; meanness; faintness; ignorance; poverty; slavery; loneliness.
எளிமை²: (பெ): ஆடம்பரமற்ற தன்மை; சிக்கலற்ற தன்மை; modesty; unassuming nature; simplicity. • காந்தியடிகள் **எளிமையான** வாழ்க்கையை மேற்கொண்டார்.
எளியன் / எளியவன்: (பெ): வறியவன்; தாழ்மையானவன்; poor man; humble man.
• **எளியவனைக்** கண்டால் எள்ளி நகையாடாதே - பழமொழி.
எளிவரல்: (பெ): எளிய வழிகள்; simple ways.
எளிவருதல்: (வி): இலகுவாதல்; எளிதாகக் கிடைத்தல்; இழிவடைதல்; to make ease; to get easily; to retrograde.
எளிவு: (பெ): சுலபம்; எளிவரல்; something not difficult; easy; simple ways.
எள்: (பெ): ஒரு தானியம்; நிந்தை; ஒரு சிறு அளவு; இகழ்வு; a grain, sesame; reproach; a small measure; vilification.
• **எள்பக** வன்ன சிறுமைத்தே ஆயினும்
உட்பகை உள்ளதாம் கேடு - *குறள் 889.*
எள்குதல்: (வி): இகழ்தல்; நிந்தித்தல்; ஏய்த்தல்; தயங்குதல்; to despise; to reproach; to deceive; to hesitate.
எள்ளல்: (வி): இகழ்தல்; நிந்தித்தல்; இழிவாகப் பேசிச் சிரித்தல்; to despise; to reproach; to laugh to scorn; (பெ.அ): இழிவான; நிந்தையான; scornful; reproachful.
• **எள்ளாமை** வேண்டுவான் என்பான் எனைத்தொன்றும்
கள்ளாமை காக்கதன் நெஞ்சு. - *குறள் 281.*
• **எள்ளாத** எண்ணிச் செயல்வேண்டும் தம்மொடு
கொள்ளாத கொள்ளாது உலகு - *குறள் 470.*
• **எள்ளின்** இளிவாமென்று எண்ணி அவர்திறம்
உள்ளும் உயிர்க்காதல் நெஞ்சு. - *குறள் 1298.*
எள்ளளவும்: (வி.அ): சிறிதளவும்; எள்ளின் அளவும்; even a little; even the measure of a sesame seed. • பெற்றோர் தம் குழந்தைகளுக்கு **எள்ளளவும்** துரோகம் செய்திட எண்ணிடார்.
எள்ளற்பாடு: (பெ): இகழ்ச்சி; நிந்தனை; நகைப்பு; ஏளனம்; கேலி; scorn; reproach; derision.
எள்ளு: (பெ): எள்; sesame seed.
• **எள்ளென்னும்** முன்பே எண்ணெயாகக் கொண்டுவருவான். • **எள்ளு** விழுந்தால் எடுக்க மகா சேனை; இடறி விழுந்தால் எடுக்க மனிதர் இல்லையே - *பழமொழிகள்.*
எள்ளுருண்டை: (பெ): வெல்லப் பாகில் எள்ளைப் போட்டு உருண்டையாகப்பிடித்த தின்பண்டம்; a ball-shaped sweet-meat prepared by mixing sesame seeds in treacle.
எள்ளுதல்: (வி): இகழ்தல்; இழிவாகப் பேசுதல்; to scorn; to talk scornfully.
எள்ளுநர்: (பெ): இகழ்நர்; those who are scorning others.
எள்ளுரை: (பெ): இகழ்ச்சியுரை; disparaging speech.
எள்ளோரை: (பெ): எள்ளுச்சோறு; the rice prepared with fried sesame seeds.
எறட்டுதல்: (வி): பரவச் செய்தல்; to radiate.
எறி: (வி): குத்து; தள்ளு; அறை; வெட்டு; வீசு; உதை; to stab; to push; to slap; to cut; to throw; to kick.
எறிகாலி: (பெ): உதைக்கும் பசு; the cow which kicks.
எறிகால்: (பெ): பெருங்காற்று; fierce wind.
எறிகுண்டு: (பெ): கையால் எறிந்து வெடிக்கச் செய்யும் குண்டு; grenade.
எறிதல்: (வி): உதைத்தல்; வீசுதல்; வெட்டுதல்; முறித்தல்; அறுத்தல்; பறித்தல்; அழித்தல்; ஓட்டுதல்; குத்துதல்; அடித்தல்; to kick; to throw; to cut; to break; to saw; to take by force; to destroy; to drive away; to stab; to beat.
எறித்தல்: (வி): ஒளிவீசுதல்; பரத்தல்; உறைத்தல்; தைத்தல்; to glow; to spread; to rebuke; to pierce the mind.
எறிபடை: (பெ): வேல்; ஈட்டி; எறியக் கூடிய ஓர் ஆயுதம்; ஏவுகணை; lance; spear; dart; missile.
எறிபுலம்: (பெ): அறுவடைக்குப்பின் சுட்ட நிலம்; the burnt land after harvest.
எறிப்பு: (பெ): காந்தி; பளபளப்பு; சுடுவெயில்; lustre; glitter; hot Sun.

எறி மணி: (பெ): ஒளிவீசும் பிரகாசமான மணி; சேகண்டி; lustrous gem; a kind of bell which is normally used during funeral.

எறியம்மை: (பெ): சின்னம்மை; chicken pox; measles.

எறியல்: (பெ): கோடரி; axe.

எறியுப்பு: (பெ): கல்லுப்பு; rock salt.

எறி வளையம்: (பெ): எறிந்து விளையாடும் வட்டமான கனத்த ஒரு வகைத் தட்டு; சக்கராயுதம்; discus; flying wheel, a weapon of Lord Vishnu.

எறும்பி: (பெ): எறும்பு; யானை; ant; elephant.

எறும்பு: (பெ): மூன்று பகுதிகளாக உள்ள உடலினைக் கொண்டிருக்கும் ஒரு சிறு உயிரினம்; ant. ● **எறும்பூரக்** கல்லுந் தேயும். ● **எறும்புக்குத்** தன் கையால் எண் சாண் உடம்பு. ● **எறும்புக்கு** கொட்டாங்கச்சித் தண்ணீர் சமுத்திரம் - *பழமொழிகள்.*

எறுழம்: (பெ): எறுழ் மரம்; a kind of tree.

எறுழி: (பெ): பன்றி; காட்டுப் பன்றி; pig; wild hog.

எறுழ்: (பெ): வலிமை; தண்டாயுதம்; தடி; தூண்; செந்நிறப்பூவுடைய குறிஞ்சி நிலத்து மரம்; strength; the club used as weapon; stick; pillar; a hilly tract tree which has red coloured flowers.

எறுழ் வலி: (பெ): மிகுந்த வலிமை; மிகுந்த வலிமையுடையவன்; great strength; mighty man.

எற்செய்வான்: (பெ): சூரியன்; the Sun.

எற்படுதல்: (வி): சூரியன் மறைதல்; to set as of the Sun.

எற்படு வேளை: (பெ): சூரியன் மறையும் வேளை; the time of sun-set.

எற்படை: (பெ): சூரியன் மறைதல்; sun-set.

எற்பாடு: (பெ): சூரிய உதயம்; காலை; பிற்பகல்; Sunrise; morning; afternoon.

எற்பு: (பெ): என்பு; எலும்பு; bone.

எற்புச்சட்டகம்: (பெ): உடம்பு; body.

எற்றம்: (பெ): ஒன்றினைப் பற்றிய முடிவு; சங்கற்பம்; decision; determination.

எற்றல் மரம்: (பெ): நீரிறைக்கும் ஏற்றம்; tripod stand for irrigation basket.

எற்றற் பட்டை: (பெ): இறை கூடை; irrigation basket.

எற்று: (பெ): எற்றுதல்; தள்ளுதல்; தாக்குதல்; மோதுதல்; kicking; pushing; attacking; hitting; (வி.பெ.அ): எத்தன்மையது? of what kind.

எற்று நூல்: (பெ): பலகைகளை அறுக்க அடையாளம் காட்டும் நூல்; carpenter's line, for marking boards.

எற்று பந்து: (பெ): கைகளால் அடித்து விளையாடும் பந்து; volley ball.

எற்றைக்கும்: (வி.அ): எப்பொழுதும்; எந்நாளும்; always; in all days; forever.

எற்றை நாள்: (வி.பெ.அ): எந்த நாள்; எப்பொழுது; which day; when.

எற்றோகரம்: (பெ): சூரியோதயம்; sunrise.

என: (இ.சொ): என்று; போல; it connects the verb with whatever one has been saying, thinking, etc.; it relates the cause to its effect and a member to its class; added to onomatopoeic words, it functions as adverb of manner; like; as. ● நிலத்தடி நீரினை அதிகமாக வெளியேற்றக்கூடாது **என** புவியியல் வல்லுநர்கள் தெரிவிக்கின்றனர். ● அவள் நிச்சயம் வருவாள் **என** எண்ணுகிறேன். ● படீர் **என** அடித்ததால் அடிபட்ட இடம் வலித்தது. ● சீறும் புலி**யெனப்** பாய்ந்தாள்.

எனில் / எனின்: (வி.அ): என்றால்; என்று சொன்னால்; if; if so.

எனினும்: (இ.சொ): என்றபோதிலும்; இருந்த போதிலும்; nevertheless; although; even.

எனை: (வி.அ): என்ன; ஏன்; எந்த வகையில்; எவ்வளவு; what; why; however; how much; (பெ.அ): எல்லாம்; all.

● **எனைத்தானும்** எஞ்ஞான்றும் யார்க்கும் மனத்தானா.ம்
மாணாசெய் யாமை தலை. - *குறள் 317.*

எனையவர்: (வினா.பெ): எத்தனை பேர்; how many persons.

என்: (வினா.பெ): என்ன; what. (பெ): 'நான்' என்பதன் வேற்றுமை உருபு ஏற்கும்போது திரியும் வடிவம்; a form of the first person pronoun 'நான்' serving as base for further declension.

● **என்னைமுன்** நில்லன்மின் தெவ்விர் பலர்என்னை
முன்நின்று கல்நின் றவர். - *குறள் 771.*

என்கை (பெ): என்று சொல்லுகை; saying thus; telling so.

என் கை: (பெ): என்னுடைய கை; my hand.

என்ப: (வி. மு): என்று சொல்லுவர்; so they say.

என்பவன்/என்பான்: (பெ): என்று சொல்லப் படுபவன்; he who is called thus.

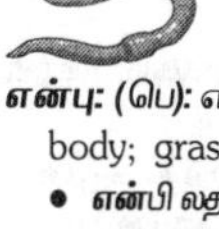

என்பிலி: (பெ): எலும்பில்லாத உயிரி; புழு; boneless living being; worm.

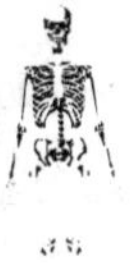

என்பு: (பெ): எலும்பு; உடல்; புல்; bone; body; grass.

● **என்பி** லதனை வெயில்போலக் காயுமே
அன்பி லதனை அறம். - *குறள் 77.*

என்புருக்கி: (பெ): எலும்புருக்கி நோய்; tuberculosis.

என்றவன்: (பெ): சூரியன்; the Sun.

என்றால்: *(வி.அ):* விதிநிலை வினையெச்சமாக வருவது; used as a conditional form.

என்று: *(வினா.பெ):* எந்த நாள்; which day; *(வி.அ):* எந்த நாளில்; on which day. • **என்று** உங்கள் திருமண நாள்? • கடன் தொல்லைகள் **என்றுதான்** தீருமோ?

என்றும்: *(வி.அ):* எப்போதும்; all the time; forever.

என்றூழ்: *(பெ):* சூரியன்; வெயில்; கோடைக் காலம்; the Sun; sunshine; summer.

என்றைக்கு: *(வி. அ):* எந்த நாளைக்கு; எந்த நாளில்; on which day.

என்றென்றும்/என்றென்றைக்கும்: *(வி.அ):* எப்போதும்; எக்காலத்தும்; forever. • அறிவிற்சிறந்த ஆன்றோர்கள் **என்றென்றைக்கும்** போற்றப்படுவார்கள்.

என்ன: *(வி.பெ.அ):* யாது; what. • **என்ன**வென்று எடுத்துரைப்பது? • **என்ன**தான் பொய் உரைத்தாலும் உண்மை ஒரு நாள் வெல்லும்.

என்னணம்: *(வி.அ):* எவ்வாறு; how.

என்னதும்: *(வி.அ):* சிறிதும்; even a little.

என்னர்: *(பெ):* யாவர்; who; *(வி.அ):* சிறிதும்; even a little.

என்னவர்: *(பெ):* என் கணவர்; என்னைச் சேர்ந்தவர்கள்; my husband; people belonging to me.

என்னுடைய: *(பெ.அ):* எனக்குரிய; my.

என்னுடையது: *(பெ):* எனக்குரியது; mine.

என்னை: *(பெ):* என் தந்தை; என் தாய்; என் தலைவன்; என் இறைவன்; என் தமையன்; யாது; என்ன; my father; my mother; my master; my God; my elder brother; what; *(பெ.அ):* என்னுடைய; my.

எஜமான்: *(பெ):* வீட்டில் (அ) நிலத்தில் வேலை செய்திட ஆள் வைத்துக் கொள்பவர்; master.

எஜமானி: *(பெ):* எஜமான் என்பதன் பெண்பால்; feminine of 'master'.

ஏ

ஏ[1]: *(பெ):* தமிழின் எட்டாவது உயிரெழுத்து; the eighth letter or vowel in Tamil alphabet.

ஏ[2]: *(இ.சொ):* எச்சொல்லோடு சேர்க்கப்படுகிறதோ அச்சொல் குறிப்பிடும் நபர், செயல், பொருள் ஆகியவற்றைத் தவிர வேறு எதுவும் உணர்த்தப் படவில்லை என்பதைத் தெளிவுபடுத்திப் பயன்படுத்தப்படுவது; a particle that serves to pinpoint or focus sharply on the referent of the word to which it is added. • **நானே** தான் போய்வந்தேன். • வீட்டில் விசேஷம் **என்றாலே** குழந்தைகளுக்குக் கொண்டாட்டம் தான்.

ஏ[3]: *(பெ):* எய்தல்; அடுக்கு; மேல்நோக்குதல்; பெருக்கம்; இறுமாப்பு; அம்பு; shooting as arrow; pile; looking upwards; increase; pride; arrow.

ஏக: *(பெ.அ):* ஏகப்பட்ட; ஒரே; plenty; large; (all as) one.

ஏக குண்டலன்: *(பெ):* ஒற்றைக் காதணி அணிந்தவன்; குபேரன்; ஆதிசேடன்; பலராமன்; the person who wears a single ear ornament; Kuberan; Adhiseshan, a mythological thousand-headed serpent who supports the earth on his hood and on whom God Vishnu reclines; Balarama, the elder brother of Lord Krishna.

ஏகசகடு: *(பெ):* மொத்தம்; சராசரி; total; average.

ஏகசமமான: *(பெ.அ):* ஒரே மாதிரியான; uniform.

ஏகசரம்: *(பெ):* காண்டாமிருகம்; rhinoceros.

ஏகசாதன்: *(பெ):* உடன் பிறந்தவன்; brother.

ஏகசிந்தை: *(பெ):* ஒரே சிந்தை; ஒத்த மனம்; unanimity; singleness of purpose; undivided attention.

ஏகசிருங்கம்: *(பெ):* ஒற்றைக் கொம்புடைய காண்டாமிருகம்; rhinoceros which has only one horn.

ஏக சுபாவம்: *(பெ):* ஒத்த தன்மை; uniformity (of disposition).

ஏகச் சக்கரவர்த்தி: *(பெ):* தனியாணை செலுத்துவோன்; பொதுமைநீக்கி ஆள்பவன்; sovereign; suzerain; emperor.

ஏகச் சக்கராதிபதி: *(பெ):* அரசன்; கடவுள்; king; God.

ஏகதந்தன்: *(பெ):* விநாயகர்; Lord Ganapathy.

ஏகதார விரதம்: *(பெ):* மனைவியைத் தவிர வேறு பெண்ணை விரும்புவதில்லை என எடுத்துக்கொள்ளும் உறுதி; a vow to remain faithful to one's wife.

ஏகதார்: (பெ): ஒற்றை நரம்புடைய வாத்தியம்; a musical instrument.

ஏகதாறாக: (வி.அ): ஏகமாக; அதிகமாக; exorbitantly.

ஏகதாளம்: (பெ): ஏழு தாளங்களுள் ஒன்று; one of the seven time-beats in music.

ஏகதேசம்: (பெ): உத்தேசம்; approximation.

ஏகதேசமாக: (வி.அ): உத்தேசமாக; approximately.

ஏகதேச உருவகம்: (பெ): இரு பொருள்களுள் ஒன்றை உருவகித்தும், இயைபுடைய பிறிதொன்றை உருவகிக்காமலும் உரைத்திடும் அணி வகை; metaphor with a small part wanting for full cogency.

ஏக தேவன்: (பெ): ஒரே கடவுள்; one God.

ஏகத்துவம்: (பெ): ஒன்றாயிருக்கும் தன்மை; oneness.

ஏகத்தொகை: (பெ): பெருந்தொகை; முழுத் தொகை; மொத்தத் தொகை; great amount; whole amount; total amount.

ஏகநாதன்: (பெ): கடவுள்; இறைவன்; God; deity.

ஏக பத்திரிகை: (பெ): வெண் துளசி; a kind of sacred basil.

ஏகபத்தினி விரதம்: (பெ): ஒருவளையே மனைவியாகக் கொள்ளும் உறுதிப்பாடு; the vow to remain faithful to one's wife.

ஏகபந்தனம்: (பெ): ஒன்றிப்பு; union.

ஏகபாதம்: (பெ): ஒருவகை சித்திரக்கவி; ஒரு கால்; ஓர் இருக்கை; ஒற்றைக் கால் உயிரி; a kind of metrical composition fitted into fanciful figures; a leg; a seat; the living being which has only one leg.

ஏகபாவம்: (பெ): ஒரே தன்மை; ஒரே எண்ணம்; unanimity; unanimity in feeling, thought, etc.

ஏகபிங்கலன்: (பெ): ஒற்றைக் கண்ணை உடைய குபேரன்; Kubera who has one eye.

ஏகபுத்திரன்: (பெ): ஒரே மகன்; the only one son.

ஏகபோகம்: (பெ): ஒருவருக்கே உரிய அனுபவ பாத்தியம்; ஒற்றைச் சாகுபடி; sole enjoyment or possession; single crop.

ஏகப்பசலி: (பெ): ஒருபோக நிலம்; single crop land.

ஏகப்பட்ட / ஏகமாக: (வி.அ): மிகுதியாக; அதிகமாக; (quantity etc.) in excess.

ஏகப்பிரளயம்: (பெ): பெருவெள்ளம்; torrent.

ஏகப்பிழை: (பெ): முழுவதும் பிழை; total mistake.

ஏகம்: (பெ): ஒன்று; மிகுதி; தனிமை; திப்பிலி; வெண்கலம்; மொத்தம்; வீடு; ஒப்பற்றது; one; excess; loneliness; long pepper; bronze; total; house; that which is unique.

ஏகம்பம்: (பெ): ஏகாம்பரநாதர் திருக்கோயில், காஞ்சிபுரம்; Eakaambareswarar Temple at Kanchipuram.

ஏகராசி: (பெ): அமாவாசை; New Moon.

ஏகரூபன்: (பெ): கடவுள்; இறைவன்; God; deity.

ஏகலபுச்சன்: (பெ): பைத்தியக்காரன்; mad-man.

ஏகல்: (பெ): கடத்தல்; போதல்; ஓங்கியிருக்கும் பாறைகள்; உயர்ச்சி; crossing; going; huge rocks; height.

ஏகவடம்: (பெ): ஒற்றைவடம்; single chain.

ஏகவெளி: (பெ): பெருவெளி; the vast ethereal expanse as the abode of Deity; open space.

ஏகவேணி: (பெ): மூதேவி; Goddess of misfortune.

ஏகன்: (பெ): ஒருவன்; கடவுள்; a person; God.

ஏகாக்கிர சித்தம் / சிந்தனை: (பெ): ஒரே பொருளில் மனம் ஒன்றியிருத்தல்; extreme concentration of mind on a thing.

ஏகாங்கம்: (பெ): ஒரே உறுப்பு; தனிமை; சந்தனம்; a part; loneliness; sandal-wood paste.

ஏகாங்கி: (பெ): திருமால் அடியார்களுள் ஒரு வகையினர்; பிரம்மச்சாரி; தனிமையில் இருப்பவன்; சன்னியாசி; a class of Vaishnava devotees; a celibate; lonely person; religious mendicant; one who has no family.

ஏகாசம்: (பெ): மேலாடை; போர்வை; upper garment; blanket.

ஏகாடம்: (பெ): ஏளனம்; பரிகாசம்; sarcasm; mockery.

ஏகாட்சரி: (பெ): 'ஓம்' என்னும் பிரணவ மந்திரம்; ஒருவகைச் செய்யுள்; 'Om', the principal mantra of Hindus; a kind of verse.

ஏகாட்சி: (பெ): காகம்; சுக்கிராச்சாரியார்; crow; Sukkirachariar, the ascetic who had one eye.

ஏகாண்டம்: (பெ): வானம்; sky.

ஏகாதசம்: (பெ): பதினொன்று; eleven.

ஏகாதசர் / ஏகாதச ருத்திரர்: (பெ): பதினொரு உருத்திரர்கள்; eleven Rudras.

ஏகாதசி: (பெ): அமாவாசை (அ) பௌர்ணமிக்குப் பின் வரும் பதினோராம் நாள்; the eleventh thithi (day) which comes after new moon or full moon. • **ஏகாதசியிலே** மரணம்; துவாதசியில் தகனம் - *பழமொழி.*

ஏகாதிபத்தியம்: (பெ): தனியரசாட்சி; monarchy.

ஏகாந்த நித்திரை: (பெ): அமைதியான உறக்கம்; undisturbed repose.

ஏகாந்தம்: (பெ): தனிமை; இரகசியம்; உறுதி; solitude; loneliness; secret; certainty.

ஏகாந்தன்: (பெ): அணுக்கத் தொண்டன்; confidential servant.

ஏகாம்பரம்: (பெ): ஏகம்பன்; சிவபெருமான்; காஞ்சிபுரம் (மாமரத்தின் கீழ் திருக்கோயில் கொண்டுள்ள இறைவன்); Ekamban; Lord

Shiva; a name for Kanchipuram, a city famous for its Shiva shrine under a mango tree.

ஏகாயம்: (பெ): போர்வை; மேலாடை; blanket; upper garment.

ஏகாயநாதன்: (பெ): ஒரு மனத்தினன்; single-minded person.

ஏகாரம்: (பெ): 'ஏ' என்னும் எழுத்து; the letter 'ஏ'.

ஏகாரவல்லி: (பெ): பலா; பாகல்; jack-tree and its fruit; balsam-pear, a kind of creeper.

ஏகார்ணவம்: (பெ): ஊழிப்பெருவெள்ளம்; cataclysm.

ஏகாலி: (பெ): துணி வெளுப்பவன்; சவர்க்காரம்; washerman; soap.

ஏகி: (பெ): தனிமையில் வாழ்பவள்; கைம்பெண்; விதவை; the woman who lives alone; widow.

ஏகீபவித்தல்: (வி): ஒன்றித்தல்; சேருதல்; to unite; to combine; to join.

ஏகீபாவம்: (பெ): ஒருமைப்பாவனை; ஒன்றுபடுகை; கூடியிருத்தல்; single-mindedness; unity; assemblage.

ஏகீயன்: (பெ): ஒருவன்; தோழன்; துணைவன்; a person; friend; companion.

ஏகுதல்: (வி): போதல்; செல்லுதல்; நடத்தல்; விழுதல்; to go off; to pass; to walk; to slip off.

ஏகை: (பெ): வைரக்குற்றங்களுள் ஒன்று; கைரேகை; one of the impurities of diamond; the line marks in the palm.

ஏகோதிட்டம்: (பெ): இறந்தவர்க்குச் செய்யும் பதினோராம் நாள் சடங்கு; the 11th day ceremony of offering oblations to the dead people.

ஏகோபித்தல்: (வி): ஒன்றுபடுதல்; be united.

ஏக்கம்: (பெ): இழந்ததைப் பெற வேண்டும் என்னும் விழைவு; நினைத்தது கிடைக்காததால் உண்டாகும் வருத்த உணர்வு; anxiety; despair; yearning; longing.

ஏக்கரவு: (பெ): ஏக்கம்; திடீர் அச்சம்; anxiety; despair; sudden fear.

ஏக்கழுத்தம்: (பெ): இறுமாப்பு; மதிப்பு; மேன்மை; arrogance; pride; worth; excellence.

ஏக்கறவு: (பெ): இச்சை; strong desire; lust.

ஏக்கறுத்தல்: (வி): விரும்புதல்; துன்பமடைதல்; தலை வணங்குதல்; to desire; to suffer from weariness; to bow before superiors.

ஏக்குறுத்தல்: (வி): துன்பமடைதல்; அச்சம் கொள்ளுதல்; to grieve; be frightened.

ஏக்கன் போக்கன்: (பெ): எளியவன்; வறியவன்; எதற்கும் உதவாதவன்; person of easy access; poor man; useless fellow.

ஏக்கிரிபோக்கிரி: (பெ): திக்கற்றவன்; destitute person.

ஏக்கெறிதல்: (வி): அச்சமுறுதல்; be frightened.

ஏக்கை: (பெ): இகழ்ச்சி; contempt.

ஏங்கல்: (பெ): அழுதல்; மயிற்குரல்; குழந்தைகளுக்கு உண்டாகும் நோய்; ஆரவாரித்தல்; யாழ் ஓசை; crying; cry of peacock; a kind of tuberculosis of kids; shouting; sound of lute.

ஏங்குதல்: (வி): ஒலித்தல்; இரங்குதல்; திகைத்தல்; மனம் வாடுதல்; அஞ்சுதல்; இளைத்தல்; கவலைப்படுதல்; to sound; to have pity; be astonished; to languish; be frightened; to grow weary; be fatigued; to worry.

ஏசம்: (பெ): வெண்கலம்; bronze.

ஏசல்: (பெ): இகழ்தல்; வைதல்; பழமொழி; பழிச்சொல்; நலங்குப் பாட்டு வகை; abusing; reproaching; proverb; slander; a playful rebuke as between relatives of bride and bridegroom.

ஏசறவு: (பெ): விருப்பம்; அன்பு; புகழ்மொழி; desire; love; extoling words.

ஏசறுதல்: (வி): வருந்துதல்; ஆசைகொள்ளுதல்; பழித்தல்; be distressed; to desire; to imprecate; to blame.

ஏசி: (பெ): கிளி; parrot.

ஏசிடாவகம்: (பெ): அதிமதுரம்; the root of a herb.

ஏசு: (பெ): குற்றம்; இகழ்ச்சி; இயேசுநாதர்; blemish; fault; reproach; Lord Jesus.

ஏசுதல்: (வி): வசைபாடுதல்; நிந்தித்தல்; தீங்கு செய்தல்; எறிதல்; நலங்கு பாடுதல்; to abuse; to insult; to hurt; to dart; to rebuke playfully as by relatives of bride and bridegroom.

ஏச்சு: (பெ): பழிப்பு; இகழ்ச்சி; abuse; reproach; vilification.

ஏச்சுரை: (பெ): பழிப்புரை; reproach.

ஏடகணி: (பெ): ஓலை ஈர்க்கு; rib of palmyra leaf.

ஏடகம்: (பெ): பூ; பூவிதழ்; தென்னை மரம்; பனை மரம்; பலகை; ஆட்டுக்கிடா; ஒருவகைத் துகில்; மதுரை அருகேயுள்ள திருவேடகம் என்னும் சிவத்தலம்; flower; petal of flower; coconut palm; palmyra palm; plank; ram; a kind of cloth; Thiruvedagam, the name of a Shiva shrine near Madurai.

ஏடணை: (பெ): ஆசை; விருப்பம்; desire.

ஏடத்தி: (பெ): அக்காள்; மூத்த சகோதரி; elder sister.

ஏடலகம்: (பெ): குன்றிமணிச்செடி; crab's eye plant *(abrus precatorius plant).*

ஏடல்: (பெ): கருத்து; எண்ணம்; மனம்; விருப்பம்; opinion; intention; mind; desire.

ஏடனாத்திரயம்: (பெ): மூவகை ஆசை; மண்ணாசை; பொன்னாசை; பெண்ணாசை; three kinds of desires - desire for land; desire for gold; desire for woman.

ஏடன்: *(பெ):* தோழன்; தொழும்பன்; செவிடன்; companion; slave; deaf person.

ஏடா: *(பெ):* மனிதர்களை விளிக்கும் சொல்; expletive of familiar address of men.

ஏடாகூடம்: *(பெ):* தாறுமாறு; ஒழுங்கின்மை; disorder; indiscipline; low standard of character. ● ஏடாகூடம் பேசினால் அகப்பையும் சூனியம் தான். ● ஏடாகூடக்காரனிடம் வழிகேட்டால் போகிறவன் தலைக்கு மேலேயென்பான் - *பழமொழிகள்.*

ஏடாகோடம்: *(பெ):* ஒழுங்கற்ற நடத்தை; improper behaviour.

ஏடார்ந்த: *(பெ.அ):* நூலினைச் சார்ந்த; of the book.

ஏடி: *(பெ):* தோழி; உற்ற தோழி முதலிய பெண்பாலரை விளிக்கும் சொல்; female companion; address of endearment to female companion.

ஏடு: *(பெ):* இதழ்; பூவிதழ்; மலர்; பனையேடு; நூல்; நூலின் ஏடு; பாலாடை; பாலேடு; மேன்மை; குற்றம்; உலகம்; கண்ணிமை; leaf; petal of a flower; flower; strip of a palmyra leaf for writing; book; leaf of a book; a thin layer formed over the boiled milk; cream of milk; excellence; fault; world; eyelid.

ஏடுகம்: *(பெ):* கல்லறை; cemetery.

ஏடுகோளாளன்: *(பெ):* கணக்கன்; accountant.

ஏடை: *(பெ):* ஆசை; விருப்பம்; desire; eagerness.

ஏட்சி: *(பெ):* திடம்; உதயம்; solidity; rising.

ஏட்டி: *(பெ):* தோழி; உற்ற தோழியை விளித்திடும் சொல்; female companion; a term of endearing address to women (companions).

ஏட்டிக்குப் போட்டி: *(பெ):* எதிர்மறுப்பு; நியாயமான காரணமில்லாத மறுப்பு; tit for tat.

ஏட்டுச்சுரைக்காய்: *(பெ):* வாழ்க்கைக்கு உதவாத வெறும் நூலறிவு; அனுபவத்துடன் ஒட்டிடாத கல்வி; bookishness; impractical book learning.

ஏட்டை: *(பெ):* ஆசை; விருப்பம்; வறுமை; இளைப்பு; தளர்வு; intense desire; eagerness; poverty; faintness; drooping.

ஏணகம்: *(பெ):* கறுப்பு மான்; black deer.

ஏணம்: *(பெ):* மான்; மானின் தோல்; வலிமை; நிலைபேறு; deer; stag; skin of the deer; strength; permanence; stability.

ஏணல்: *(பெ):* வளைவு; கோணல்; curve; bend; obliquity; crookedness; curvature.

ஏணி: *(பெ):* மேலே ஏறுவதற்குரிய இரு நீண்ட கழிகளுக்கு இடையே பல குறுக்குச் சட்டங்கள் இணைக்கப்பெற்ற ஒரு சாதனம்; ladder.

ஏணிப்படி: *(பெ):* ஏணியில் அமைக்கப்பட்டுள்ள பல படிகளில் ஒன்று; step of a ladder.

ஏணிப்படுகால்: *(பெ):* மேகலை என்னும் அணி; Megalai, a jewelled girdle.

ஏணிப்பந்தம்: *(பெ):* ஊர்வலம் போன்றவற்றில் தோளில் சுமந்து வரும் தீவட்டி; a pole of lanterns carried on shoulders in processions, etc.

ஏணுக்குக்கோண்: *(பெ):* எதிரிடையான பேச்சு; thwarting retort.

ஏணை: *(பெ):* தூளி; தொட்டில்; a cloth hammock for children to sleep.

ஏண்: *(பெ):* எல்லை; வலிமை; திண்மை; செருக்குப்பேச்சு; பெருமை; வளைவு; limit; strength; firmness; haughty words; greatness; crookedness.

ஏண்கோண்: *(பெ):* ஒழுங்கின்மை; நேராக இல்லாமை; irregularity; zigzag curvature.

ஏண்டாப்பு: *(பெ):* இறுமாப்பு; pride.

ஏதடை: *(பெ):* எதிரிடை; பகைமை; போட்டி; opposition; envy; competition.

ஏதண்டை: *(பெ):* பலகைத்தூக்கு; நீர்த்துறையில் கட்டும் பரண்; hanging wooden rack; a rack platform over water near boat jetty.

ஏதப்பாடு: *(பெ):* குற்றம்; குறை; fault; defect.

ஏதம்: *(பெ):* துன்பம்; குற்றம்; கேடு; distress; fault calamity.

ஏதர்: *(பெ):* தீயோர்; குற்றமுடையோர்; wicked people; criminals.

ஏதலன்: *(பெ):* பகைவன்; enemy.

ஏதலிடுதல்: *(வி):* பொறாமைப்படுதல்; பொறாமை பேசுதல்; to have jealousy; to speak with jealousy.

ஏதன்: *(பெ):* கடவுள்; God; deity.

ஏதி: *(பெ):* ஆயுதம்; வாள்; துண்டம்; weapon; sword; piece.

ஏதிலார்: *(பெ):* அயலார்; பகைவர்; பரத்தையர்; வறியோர்; utter strangers; enemies; foes; prostitutes; poor people.

ஏதிலாளன்: *(பெ):* அயலான்; stranger.

ஏதிலாள்: *(பெ):* பரத்தை; prostitute.

ஏதின்மை: *(பெ):* அன்னியம்; பகைமை; வெறுப்பு; strangeness; enmity; hatred.

ஏது: *(பெ):* யாது; ஏன்; எப்படி; காரணம்; நிமித்தம்; ஓர் அணிவகை; செல்வம்; எடுத்துக்காட்டு; தொடர்பு; நிகழ்ச்சி; what; why; how; reason; cause; a kind of ornament; wealth; example; connection; event.

ஏதுகரம்: *(பெ):* காரணம்; ஆயத்தம்; வழிவகை; cause; preparation; means; resource.

ஏதுபண்ணுதல்: *(வி):* ஆயத்தம் செய்தல்; to make preparations.

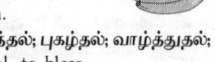

ஏதுப்போலி: *(பெ):* பொய்யான காரணம்; false reason.
ஏதும்: *(பெ):* சிறிதும்; எதுவும்; எங்கும்; even a little; whatever; wherever.
ஏதுவின் முடித்தல்: *(பெ):* முன்னர் முடிவு விளங்கப் பெறாததைப் பின்னர் காரணத்தால் முடிய வைத்தல்; later exposition of that which was not made clear earlier.
ஏதை: *(பெ):* பேதை; வறியவன்; an innocent person; poor man.
ஏத்தம்: *(பெ):* ஏற்றம்; a structure consisting of a wooden post with a cross-bar at one end of which an irrigation basket is tied to draw water from a well.
ஏத்தம் வாழை: *(பெ):* நேந்திரம் வாழை; banana, a kind of Malabar plantain.
ஏத்துதல்: *(வி):* துதித்தல்; புகழ்தல்; வாழ்த்துதல்; to praise; to extol; to bless.
ஏந்தல்: *(பெ):* உயர்ச்சி; மலை; மேடு; தேக்கம்; முதல்; அரசன்; இளமை; ஆழமின்மை; தாங்குதல்; கையேந்துதல்; height; mountain; mound; hillock; obstruction; first; king; youth; wide shallow; holding up; stretching out the hands as a beggar.
ஏந்தி: *(பெ):* தாங்குபவன்; உடைமையாளன்; bearer; possessor.
ஏந்திக்கொள்ளுதல்: *(வி):* தாங்கிக்கொள்ளுதல்; to support by the hands.
ஏந்திசை அகவல்: *(பெ):* நேரொன்றாசிரியத் தளையால் பிறக்கும் ஓசை; one of the rhythms of Aasiriyappaa.
ஏந்திசைச் செப்பல்: *(பெ):* வெண்சீர் வெண்டளையால் உண்டாகும் ஓசை; one of the rhythms of Venbaa.
ஏந்திசைத் துள்ளல்: *(பெ):* கலித்தளையால் உண்டாகும் ஓசை; one of the rhythms of Kalippaa.
ஏந்திசைத் தூங்கல்: *(பெ):* ஒன்றிய வஞ்சித் தளையால் உண்டாகும் ஓசை; one of the rhythms of Vanjippaa.
ஏந்திரக்கிணறு: *(பெ):* காற்றின் உதவிகொண்டு நீர் இறைத்திடும் பழங்காலத்திய கிணறு; ancient wind-power well.
ஏந்திரம்: *(பெ):* மாவரைக்கும் திரிகை; a round mill stone.
ஏந்திலை: *(பெ):* வேல்; ஈட்டி; lance; spear.
ஏந்திழை: *(பெ):* அழகிய அணிகலன்; beautiful ornament.
ஏந்திழையாள்: *(பெ):* அழகிய அணிகலன்கள் அணிந்த பெண்; a woman wearing beautiful ornaments.
ஏந்து குழந்தை: *(பெ):* கைக்குழந்தை; the child fit to be taken in arms.
ஏந்து கொம்பு: *(பெ):* யானையின் தந்தம்; பல்லக்கு தாங்கு கொம்பு; elephant's tusk; pole of a palanquin.
ஏந்துதல்: *(வி):* கைநீட்டுதல்; தாங்குதல்; பூணுதல்; சுமத்தல்; மிகுதல்; to stretch out the hands, to give or to take; to support; to wear; to inflict; to exceed.
ஏந்தெழில்: *(பெ):* மிகுந்த அழகு; surpassing beauty.
ஏப்பம்: *(பெ):* எதிரெடுத்தல்; வயிற்றிலிருந்து காற்று வாய்வழியே வெளியாகுதல்; eructation; belch.
ஏப்பாடு: *(பெ):* அம்பு விழும் தூரம்; the distance to which an arrow can fly.
ஏப்பியன்: *(பெ):* பேதை; அறிவிலி; innocent person; idiot.
ஏப்புழை: *(பெ):* அம்பு தொடுப்பதற்கென மதில்களில் அமைக்கப்பட்ட துளை; loop-hole in a fort wall for discharging arrows.
ஏமகாரம்: *(பெ):* பொன்; gold.
ஏமகூடம்: *(பெ):* எட்டு வகை மலைகளுள் ஒன்றான பொன் மலை; golden hill, one of the eight kinds of hills.
ஏமங்கோலா: *(பெ):* ஒரு வகை மீன்; a kind of fish.
ஏமசிங்கி: *(பெ):* ஒருவகை நச்சு மருந்து; a kind of poisonous medicine; a variety of arsenic.
ஏமந்தம்: *(பெ):* பனிக்காலம்; இமயம்; cold season; Himalayas.
ஏமந்தாசலம்: *(பெ):* இமயமலை; Himalayan mountains.
ஏமபுட்பம்: *(பெ):* அசோக மரம்; Asoka tree.
ஏமம்: *(பெ):* இன்பம்; களிப்பு; காவல்; இரவு; பொன்; திருநீறு; இடுதிரை; வலிமை; pleasure; joy; enjoyment; protection; night; gold; sacred ash; curtain; strength.
ஏமவதி: *(பெ):* வசம்பு; கடுக்காய்; sweet flag; gall nut.
ஏமன்: *(பெ):* யமன்; Yama, God of death.
ஏமாத்தல்: *(வி):* அரணாதல்; பாதுகாவலாதல்; கலக்கமடைதல்; இன்புறுதல்; செருக்கடைதல்; be protected by; be guarded by; be distressed; be overjoyed; to feel proud.
ஏமாந்தகொங்கை: *(பெ):* விம்மிய மார்பகம்; bulged breast.
ஏமாந்துபோதல்: *(பெ):* ஏமாறுதல்; மோசம் போதல்; be disappointed.
ஏமாப்பு: *(பெ):* பாதுகாப்பு; செருக்கு; கருத்து; security; pride; opinion.
ஏமார்தல்: *(வி):* மனம் கலங்குதல்; be confused; be bewildered.

ஏமார்த்தல்: *(வி):* உறுதி செய்தல்; பலப்படுத்துதல்; to make sure; to strengthen.

ஏமாளி: *(பெ):* பேதை; அறிவிலி; நன்மையைத் தன் அறியாமையால் இழப்பவன்; simpleton; fool; scapegoat; dunce.

ஏமாறுதல்: *(வி):* மோசம் போதல்; be deceived.

ஏமாற்றம்: *(பெ):* வஞ்சகம்; மனக்கலக்கம்; deceit; vexation; perplexity.

ஏமாற்றுதல்: *(வி):* வஞ்சித்தல்; to cheat.

ஏமி: *(பெ):* தோழன்; துணைவன்; companion; associate.

ஏம்: *(பெ):* இன்பம்; மகிழ்ச்சி; பொன்; joy; happiness; gold.

ஏயி: *(பெ):* மகள்; daughter.

ஏயில்: *(பெ):* இசை; ஒருவகைப்பாட்டு; music; a kind of song.

ஏய்தல்: *(வி):* பொருந்துதல்; ஒத்தல்; சந்தித்தல்; be suited; be similar; to meet.

ஏய்த்தல்: *(வி):* ஒத்தல்; தழுவல்; பொருந்தச் சொல்லுதல்; வஞ்சித்தல்; to resemble; to embrace; to tell a seeming truth; to cheat; to deceive.

ஏய்ப்பு: *(பெ):* வஞ்சகம்; artfulness; deceit.

ஏரகம்: *(பெ):* சுவாமிமலை (அறுபடை வீடுகளுள் ஒன்று); Swaamimalai (Thiruveragam), near Kumbakonam; one of Lord Muruga's shrines.

ஏரங்கம்: *(பெ):* மீன்வகை; a kind of fish.

ஏரடம்: *(பெ):* இடி; thunder.

ஏரடித்தல்: *(வி):* உழுதல்; ploughing.

ஏரணம்: *(பெ):* தர்க்கம்; logic.

ஏரண்டம்: *(பெ):* ஆமணக்குச்செடி; castor plant.

ஏரண்டி: *(பெ):* திப்பிலி; long pepper.

ஏரம்பன்: *(பெ):* விநாயகர்; Lord Vinayaga.

ஏரல்: *(பெ):* நத்தை; கிளிஞ்சில்; snail; shell.

ஏராட்டி: *(பெ):* உழவுப் பெண்; plough woman.

ஏராண்மை: *(பெ):* உழவு; ploughing.

ஏராளர்: *(பெ):* விவசாயிகள்; farmers.

ஏரி: *(பெ):* நீர்நிலை; பெரிய குளம்; reservoir for irrigation; lake.

ஏரோட்டுதல்: *(வி):* உழுதல்; ploughing.

ஏர்: *(பெ):* கலப்பை; உழவு மாடு; அழகு; நன்மை; plough; oxen for ploughing; beauty; benefit.

ஏர்க்களம்: *(பெ):* கதிரடிக்கும் இடம்; thrashing floor.

ஏர்க்கால்: *(பெ):* எருது பூட்டிய நுகத்தில் கொளுவும் கலப்பையின் உறுப்பு; the shaft of a plough.

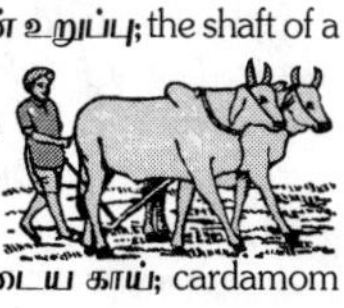

ஏர்பூட்டுதல்: *(வி):* ஏரில் மாட்டைக் கட்டுதல்; to yoke oxen to plough.

ஏலக்காய்: *(பெ):* மணமுடைய காய்; cardamom pod.

ஏலபிலி: *(பெ):* கடுகு; mustard seed.

ஏலம்: *(பெ):* ஏலரிசி; போட்டியில் விற்பனைப் பொருளின் விலையை ஏற்றுதல்; cardamom seed; auction.

ஏலவார்குழல்: *(பெ):* நீண்ட மணமுடைய கூந்தல்; fragrant long tresses of ladies.

ஏலாப்பு: *(பெ):* துன்பம்; distress.

ஏலாள்: *(பெ):* தோழி; female companion.

ஏலி: *(பெ):* கள்; toddy.

ஏலை: *(பெ):* ஏலக்காய்; cardamom pod.

ஏல்: *(பெ):* பொருத்தம்; உணர்ச்சி; கிளிஞ்சல்; suitability; feeling; shell.

ஏவம்: *(பெ):* ஏவல்; குற்றம்; அம்பறாத்தூணி; command; fault; arrow case - quiver.

ஏவலாளர்: *(பெ):* பணியாளர்; servant.

ஏவல்: *(பெ):* தூண்டுகை; கட்டளை; பணிவிடை; பணியாள்; வறுமை; inducing; order; command; duties; servant; poverty.

ஏவிளம்பி: *(பெ):* ஒரு தமிழ் ஆண்டு; Yevilambi, a Tamil year.

ஏவுதல்: *(வி):* கட்டளையிடுதல்; அனுப்புதல்; செலுத்துதல்; to order; to send; to shoot as arrow.

ஏழுமலை: *(பெ):* திருப்பதி; திருவேங்கடம்; Thirupathi; Thiruvenkatam, one of the shrines of Lord Venkateswara.

ஏழை: *(பெ):* அறியாமை; பேதைப்பெண்; வறியவன்; ignorance; innocent girl; poor man.

ஏழ்பரியோன்: *(பெ):* சூரியன்; the Sun.

ஏழ்மை: *(பெ):* வறுமை; ஏழு; poverty; the number seven.

ஏளனம்: *(பெ):* எளிமை; இகழ்ச்சி; கேலி; அவமதித்தல்; simpleness; vilification; mockery; insulting.

ஏறக்கட்டுதல்: *(வி):* உயரக்கட்டுதல்; அடியோடு நிறுத்துதல்; to build up high; to stop entirely.

ஏறக்குறைய / ஏறத்தாழ: *(வி.அ):* தோராயமாக; முன்பின்னாக; nearly; more or less.

ஏறாங்கடைசி: *(பெ):* அற முடிவு; extreme end.

ஏறாளர்: *(பெ):* படைவீரர்; soldiers.

ஏறு: *(பெ):* எருது; ஆண் சிங்கம்; விலங்கின் ஆண்; இடிமுழக்கம்; உயர்ச்சி; நந்திதேவர்; தழும்பு; bull; male of lion; male of animals; thunder-bolt; height; Nandhi Deva, the chief at.endant of Lord Shiva having a bull's face; scar.

ஏறுகடை: *(பெ):* கடைசி முடிவு; the final extremity.

ஏறுகுதிரை: *(பெ):* சவாரி குதிரை; riding horse.

ஏறுகோள்: *(வி):* ஏறு தழுவுதல்; முற்காலத்தில் பெண்ணை மணமுடிக்கும்பொருட்டு இளைஞன் ஒருவன் பொலி காளையை அடக்குதல்; taming a bull in order to win the hand of a girl in ancient period.

ஏறுக்குமாறு: *(பெ):* தாறுமாறு; ஏட்டிக்குப்போட்டி; disorder; rivalry; competition.

ஏறுண்டல்: *(வி):* ஆயுதத்தால் குத்துப்பட்டு பலத்த காயமடைதல்; be wounded by piercing of weapon.

ஏறுதல்: *(வி):* உயர்தல்; மேலே செல்லுதல்; முற்றுப்பெறுதல்; மிகுதல்; பரவுதல்; கடத்தல்; to rise; to climb; to mount; to go up; to settle; to exceed; to spread; to cross. • ஏற முடியாத மரத்திலே எண்ணாயிரம் மாங்காய். • ஏறுகிற குதிரைக்கு எருதே மேல். • ஏறுகிறவன் இடுப்பை எவ்வளவு தூரம் தாங்கலாம் - *பழமொழிகள்.*

ஏறுநெற்றி: *(பெ):* அகன்ற நெற்றி; broad forehead.

ஏறுபெட்டி: *(பெ):* மரமேறிகள் அரையில் கட்டிக் கொள்ளும் கருவிப் பெட்டி; toddy climber's basket.

ஏறுபொழுது: *(பெ):* முன் காலை நேரம்; advanced hours of morning.

ஏறுமாறு: *(பெ):* தாறுமாறு; குழப்பம்; disorder; confusion.

ஏறுமுகம்: *(பெ):* வளரும் நிலை; state of increase.

ஏறுவால்: *(பெ):* நீண்ட வால்; long tail.

ஏறுவெயில்: *(பெ):* காலை வெயில்; morning sunshine.

ஏறுழவன்: *(பெ):* படைவீரன்; warrior; soldier.

ஏறூர்ந்தோன்: *(பெ):* சிவபெருமான்; Lord Shiva.

ஏறெடுத்தல்: *(வி):* நிமிர்தல்; lift up head in looking.

ஏற்கெனவே: *(வி.அ):* முன்னமே; early; already.

ஏற்ப: *(வி.அ):* தகுந்த; இசைந்த வகையில்; ஏற்றபடி; according to; in accordance with; in harmony with.

ஏற்படுதல்: *(வி):* உண்டாதல்; வந்து சேர்தல்; be created; to come into existence.

ஏற்பாடு: *(பெ):* செயல், நிகழ்வு போன்றவை நடைபெற எடுக்கப்படும் நடவடிக்கை; ஒன்றிற்கான மாற்று வழி; உருவாக்கப்பட்ட அமைப்பு; திட்டமிட்ட அமைப்பு; preparatory work; alternative arrangement; created/ planned arrangement.

ஏற்பு: *(வி):* ஏற்றுக்கொள்ளுதல்; acceptance; *(பெ):* தகுதி; பொருத்தம்; fitness; appropriateness.

ஏற்புழி: *(வி.அ):* ஏற்குமிடத்து; in the suitable place.

ஏற்போன்: *(பெ):* யாசிப்பவன்; mendicant; beggar.

ஏற்றக்கால்: *(பெ):* ஏற்றம்; prop of picottah for irrigation.

ஏற்றக்கோல்: *(பெ):* துலாமரத்தில் நீர் முகக்கும் கழி; bamboo pole of picottah.

ஏற்றச்சால்: *(பெ):* ஏற்றத்தில் நீர் முகக்கும் சால்; bucket for irrigation.

ஏற்றணை: *(பெ):* அரியணை; throne supported by legs carved with the figure of the lion.

ஏற்றது: *(பெ):* ஏற்றுக்கொள்ளத் தக்கது; that which is agreeable.

ஏற்றத்தாழ்வு: *(பெ):* தரவேறுபாடு; சரிசமமற்றது; inequality; unfair; discrimination.

ஏற்றமரம்: *(பெ):* துலாமரம்; picottah.

ஏற்றம்: *(பெ):* மேலேறுகை; மேடு; உயர்ச்சி; புகழ்; மிகுதி; மேம்பாடு; பெருக்கம்; நீர் ஏற்றம்; நீர் இறைக்கும் கருவி; தியானம்; upgrading; mounting; mound; height; fame; surplus; excellence; prominence; increase; picottah; meditation.

ஏற்றல்: *(வி):* ஏற்றுதல்; இரத்தல்; எதிர்த்தல்; ஏந்துதல்; பொருந்தச் செய்தல்; பெற்றுக் கொள்ளுதல்; lifting up; entreating; opposing; holding up; reconciling; receiving.

ஏற்றியல்: *(பெ):* இடபராசி; second constellation of the Zodiac having the bull as its sign; Taurus.

ஏற்றிழிவு: *(பெ):* பெருமை-சிறுமை; மேடுபள்ளம்; உயர்வு-தாழ்வு; greatness and smallness; hill and dale; up and down.

ஏற்றுக்கொள்ளுதல்: *(வி):* உடன்படுதல்; அங்கீகரித்தல்; to agree; to approve; to accept.

ஏற்றுதல்: *(வி):* தூக்குதல்; சுமக்கச் செய்தல்; உயர்த்துதல்; அடுக்குதல்; சுடர் கொளுத்துதல்; to lift up; to load; to increase; to pile up; to light a lamp.

ஏற்றுப் பனை: *(பெ):* ஆண் பனை மரம்; male palmyra tree.

ஏற்றுமதி: *(பெ):* வெளிநாட்டுக்குச் சரக்கை அனுப்புதல்; export.

ஏற்றுவாகனன்: *(பெ):* சிவபெருமான்; Lord Shiva.

ஏற்றை: *(பெ):* ஆண் விலங்கு; male of an animal.

ஏற்றைப் பனை: *(பெ):* ஆண் பனை மரம்; male palmyra tree.

ஏன: *(பெ.அ):* ஏனைய; பிற; the others; the rest.

ஏனக்கோடு: *(பெ):* வெதுப்படக்கி; a kind of plant.

ஏனப்பானம்: *(பெ):* தட்டுமுட்டு சாமான்கள்; household articles.

ஏனம்: *(பெ):* பன்றி; பாத்திரம்; கருவி; குற்றம்; ஓலைக்குடை; அணிகலன்; ஆயுத எழுத்தின் சாரியை; pig; utensil; vessel; tool; fault; sin; offence; palm leaf umbrella; ornament; expletive suffixed to the letter (ஃ) Aayutham.

ஏனல்: *(பெ):* கதிர்; தினைப்புனம்; ear of corn; millet field.

ஏனவாயன்: *(பெ):* பேதை; simpleton.

ஏனாதி: *(பெ):* மறவன்; படைத்தலைவன்; நாவிதர்; அமைச்சன்; brave man; commander; barber; minister.

ஏனை / ஏனைய 215 ஐந்தொகைக் குறிப்பு

ஏனை / ஏனைய: *(பெ.அ):* மற்றைய; பிற; the others; the rest.

ஏனோதானோவென்றிருத்தல்: *(வி):* எதிலும் ஓர் ஈடுபாடு இல்லாது கவலையின்றி வாளாயிருத்தல்; be without caring about anything.

ஏன்[1]: *(இ.சொ):* (வினைமுற்று வடிவத்துடன் சேர்ந்து) வேண்டிக்கொள்ளுதலை உணர்த்தும் ஓர் இடைச்சொல்; a suffix, when added to finite forms, expresses a polite way of requesting someone. • நீயும் போய்வா**யேன்**.

ஏன்[2]: *(வினா.பெ):* காரணத்தை (அ) பயனைக் குறித்து வினவிடும் பெயர்; என்ன; எதற்கு; why. • **ஏன்,** இதை நான் எழுதக் கூடாதா? • **ஏன்** எனும் வினாவிலிருந்து எழுந்தது விடை.

ஐ

ஐ: *(பெ):* தமிழில் உயிர் எழுத்தின் ஒன்பதாம் எழுத்து; அழகு; ஆச்சரியம்; இருமல்; தலைவன்; கணவன்; அரசன்; ஆசான்; தந்தை; கடவுள்; எண் ஐந்து; நுண்மை; அம்பு; ஐயம்; பயம்; கடுகு; சர்க்கரை; the ninth letter and vowel of the Tamil alphabet; beauty; wonder; cough; lord; husband; king; guru; teacher; father; God; the number five; minuteness; arrow; doubt; fear; mustard seed; sugar.

ஐககண்டியம்: *(பெ):* கருத்து ஒத்திருத்தல்; accordance of opinion.

ஐகமத்தியம்: *(பெ):* ஒற்றுமை; unity.

ஐகாரம்: *(பெ):* 'ஐ' என்னும் எழுத்து; the letter 'ஐ'.

ஐகிகம்: *(பெ):* இம்மை; இவ்வுலகம்; present birth; this earth.

ஐக்கம் / ஐக்கியம்: *(பெ):* ஒற்றுமை; ஒன்றிப்பு; unity; harmony.

ஐக்குஞ்சு: *(பெ):* தண்ணீர் விட்டான் கிழங்கு; a medicinal water plant.

ஐங்கணை: *(பெ):* காமனுக்குரிய ஐந்து அம்புகள்; arrows of Kama, the God of Love holding five kinds of flowers.

ஐங்கணைக் கிழவன் / ஐங்கணைவில்லி: *(பெ):* காமதேவன்; Kama, the God of Love.

ஐங்கரன்: *(பெ):* விநாயகர்; the God Vinayaga.

ஐங்குறுநூறு: *(பெ):* சங்கத்தொகை நூல்களுள் ஒன்று. one of the sangathokai texts, containing 500 short Akaval verses and one of Ettuththokai compiled by Koodaloor Kizhar.

ஐசிலம்: *(பெ):* இருள்மரம்; a kind of tree.

ஐசுவரியம்: *(பெ):* செல்வம்; பேறு; மேன்மை; ஆற்றல்; கடவுள் தன்மை; wealth; glory; ability; divinity.

ஐஞ்ஞை: *(பெ):* அழகு; ஆடு; மூடன்; beauty; goat; sheep; fool.

ஐணம்: *(பெ):* மான் தோல்; deer's skin.

ஐதிகம்: *(பெ):* கருத்து; உலகுரை; opinions; traditions.

ஐது: *(பெ):* அழகு; நுண்மையானது; அழகுடையது; beauty; minuteness; fineness; that which is beautiful.

ஐந்தரம்: *(பெ):* அழகுள்ளது; மந்தம்; பனை; that which is beautiful; slackness; palmyra tree.

ஐந்தாம் வேதம்: *(பெ):* மகாபாரதம், ஐந்தாம் வேதமாகக் கருதப்படுவது; the Mahabharatha regarded as the fifth Veda.

ஐந்தார்: *(பெ):* பனை மரம்; palmyra tree.

ஐந்திரம்: *(பெ):* கிழக்கு; யோக வகை; சிற்ப நூல் பெயர்; east; a kind of yoga; name of a treatise on architecture.

ஐந்திர வியாகரணம்: *(பெ):* இந்திரனுக்காக எழுதப்பட்ட வடமொழி இலக்கண நூல்; the ancient Sanskrit grammar ascribed to Lord Indra.

ஐந்திரி: *(பெ):* இந்திராணி; கிழக்கு; Indrani, the consort of Lord Indra; east.

ஐந்து: *(பெ):* ஐந்து என்னும் எண்; the number five.

ஐந்து முகத்தோன்: *(பெ):* சிவபெருமான்; Lord Shiva.

ஐந்துருவாணி: *(பெ):* தேரின் அச்சாணி; linch-pin of chariot.

ஐந்துறுப்படக்கி: *(பெ):* ஆமை; tortoise.

ஐந்தெழுத்து: *(பெ):* பஞ்சாட்சர மந்திரம்; நமசிவாய; the five letter-Mantra, *Na ma si va ya.*

ஐந்தை: *(பெ):* சிறுகடுகு; small mustard seed.

ஐந்தொகைக் குறிப்பு: *(பெ):* விடுமுதல், வரவு, செலவு, ஆதாயம், இருப்பு ஆகியவற்றின் விபரம்

அடங்கிய கணக்கு; balance sheet containing five particulars.

ஐந்தொழிலன்: *(பெ):* ஐந்து தொழில்களை உடைய சிவபெருமான்; Lord Shiva, who performs five functions.

ஐந்நூறு: *(பெ):* ஐந்து நூறு; five hundred.

ஐப்பசி: *(பெ):* ஒரு தமிழ் மாதம்; Ayppasi, a Tamil month.

ஐமவதி: *(பெ):* பார்வதி; Parvathi, the consort of Lord Shiva.

ஐம்படைத்தாலி: *(பெ):* பிள்ளைகள் கழுத்தில் அணியும் திருமாலின் ஐந்து படை உருவமைந்த அணிகலன்; a gold pendant worn by children in necklace bearing in relief the five weapons of Lord Vishnu as an amulet.

ஐம்பது: *(பெ):* ஐந்து பத்து; fifty.

ஐம்பால்: *(பெ):* பெண்ணின் கூந்தல்; hair of female.

ஐம்புலன் / ஐம்பொறி: *(பெ):* கண், காது, மூக்கு, வாய், உடல் ஆகிய ஐந்து உணர்வுகளுக்கான புலன்கள்; the five sense organs of human being.

ஐம்பூதம்: *(பெ):* ஆகாயம், காற்று, நிலம், நீர், நெருப்பு ஆகியவை; the five elements i.e., sky, air, land, water and fire.

ஐம்முகன்: *(பெ):* சிவபெருமான்; Lord Shiva.

ஐம்முகி: *(பெ):* ஆமணக்கு; castor plant.

ஐய: *(பெ.அ):* வியக்கத்தக்க; அழகிய; சிறிய; wonderful; beautiful; small.

ஐயக்கடிஞை: *(பெ):* பிச்சைப்பாத்திரம்; alms bowl.

ஐயங்கவீனம்: *(பெ):* வெண்ணெய்; butter.

ஐயங்கன்: *(பெ):* பேய்; பிசாசு; devil; ghost.

ஐயங்கார்: *(பெ):* வைணவப் பார்ப்பனர்; Iyangar Brahmin (Vaishnavites).

ஐயஞ்சு: *(பெ):* எண் இருபத்தைந்து; நிலப்பனைக் கிழங்கு, நிலப்பனை; the number twenty-five; the root of the palmyra tree; palmyra tree.

ஐய நாடி: *(பெ):* சிலேத்தும நாடி; the pulse of phlegm.

ஐயப்படுதல்: *(வி):* சந்தேகப்படுதல்; அவநம்பிக்கை கொள்ளுதல்; அச்சம் கொள்ளுதல்; to doubt; to mistrust; to frighten.

ஐயப்பாடு: *(பெ):* சந்தேகம்; அவநம்பிக்கை; suspicion; doubt; mistrust. • **ஐயப்பட்டால்** பைய நட. • **ஐயம்** தீர்ந்தும் நெஞ்சாரவில்லை. • **ஐயமான** காரியத்தைச் செய்தலாகாது - *பழமொழிகள்.*

ஐயம்: *(பெ):* சந்தேகம்; பிச்சை; பிச்சைப்பாத்திரம்; சிலேத்துமம்; சிறுபொழுது; அவநம்பிக்கை; பயம்; doubt; alms; beggar's bowl; phlegm; short duration of time; mistrust; fear.

• ஐயத்தின் நீங்கித் தெளிந்தார்க்கு வையத்தின்
வானம் நணிய துடைத்து. *- குறள் 353.*

• ஐயப் படாஅது அகத்தது உணர்வானைத்
தெய்வத்தோ டொப்பக் கொளல். *- குறள் 702.*

ஐயம் புகுதல்: *(பெ):* பிச்சையெடுத்தல்; begging.

ஐயர்: *(பெ):* தந்தையார்; பார்ப்பனர்; முனிவர்; உயர்ந்தோர்; வானோர்; வீர சைவரின் பட்டப் பெயர்; வேதியரின் பட்டப் பெயர்; பாதிரிமாரின் பட்டப் பெயர்; father; brahmins; sages; noble men; celestial beings; the title of Veera Saivas; title of Vediyars; title of the Christian priests. • **ஐயர்** இடங்கொடுத்தாலும் அடியார்கள் இடம் கொடுக்கமாட்டார்கள்.

ஐயவாதி: *(பெ):* தவறான வாதங்களை முன் வைத்து தர்மத்தையும், அதர்மத்தையும் தீர்மானிப்பதில் வல்லவர்; casuist.

ஐயவி: *(பெ):* கடுகு; ஒரு நிறை; வெண் சிறுகடுகு; துலா மரம்; கடுக்காய்; அம்புகளின் கட்டு; mustard; a measure; white mustard; picottah; gall-nut; sheaf of arrows.

ஐயவித்துலாம்: *(பெ):* ஒரு மதில் பொறி; a machine set on walls of a fort.

ஐயவுணர்வு: *(பெ):* உறுதியற்ற அறிவு; uncertain knowledge.

ஐயள்: *(பெ):* வியத்தகு பேரழகுடையவள்; the girl who has amazing beauty.

ஐயனார்: *(பெ):* சாத்தன்; ஐயப்பன்; Arhat; Lord Ayyanar.

ஐயன்: *(பெ):* தலைவன்; மூத்தோன்; முனிவன்; ஆசான்; தந்தை; அரசன்; கடவுள்; ஐயனார்; பார்ப்பான்; உயர்ந்தோன்; chief; the eldest man; sage; guru; teacher; father; king; God; Lord Aiyappa; Arhat; brahmin; noble man.

ஐயன் பாழி: *(பெ):* சாத்தன் கோயில்; Arhat temple.

ஐயா: *(பெ):* மரியாதைச் சொல்; தலைவன்; a term of respect; chief.

ஐயானனம்: *(பெ):* சிங்கம்; சிம்ம ராசி; lion; fifth constellation of the Zodiac having lion as its sign; Leo.

ஐயுணர்வு: *(பெ):* ஐம்புலனறிவு; knowledge from the five senses.

ஐயுறு: *(வி):* சந்தேகம் அடைதல்; சந்தேகித்தல்; to have a doubt; to doubt.

ஐயை: *(பெ):* தலைவி; காளி; குருபத்தினி; மகள்; பார்வதி; துர்க்கை; ஆயர்குலப் பெண்; lady; heroine of a story or love poem; a female deity of dark complexion; the wife of Guru; daughter; Parvathi, Goddess and the consort of Lord Shiva; Durga, Goddess of Victory; the woman who belongs to shepherd community.

ஐயோ: *(இ.சொ):* துக்கம், இரக்கம் போன்றவற்றைத் தெரிவிக்கப் பயன்படுத்தும் ஒரு குறிப்புச் சொல்; an interjection expressing pain, sorrow, pity, etc.

ஐராவணம்: *(பெ):* கீழ்த்திசைக்குரிய யானை; பட்டத்து யானை; the elephant belongs to east direction; state elephant.

ஐராவணன்: *(பெ):* இந்திரனின் யானை; கீழ்த்திசைக்குரிய யானை; Lord Indra's elephant; the elephant which belongs to east direction.

ஐவணி: *(பெ):* மருதோன்றி; henna.

ஐவர்: *(பெ):* பஞ்சபாண்டவர்; ஐம்பொறிகள்; ஐம்புலன்கள்; the five Pandavas; the five organs of sense; the five senses.

ஐவனம்: *(பெ):* காட்டு நெல்; மலை நெல்; mountain paddy.

ஐவாய்மான்: *(பெ):* சிங்கம்; lion.

ஐவாய் மிருகம்: *(பெ):* கரடி; சிங்கம்; bear; lion.

ஐவிரலி: *(பெ):* கொடி வகை; a kind of creeper.

ஒ

ஒ: *(பெ):* தமிழ் மொழி உயிர் எழுத்தின் பத்தாவது எழுத்து; the tenth letter and vowel of the Tamil alphabet.

ஒஃகுதல்: *(வி):* ஒதுங்குதல்; பின்வாங்குதல்; to retreat; to fall back.

ஒகரம்: *(பெ):* 'ஒ' என்னும் எழுத்து; மயில்; the letter 'ஒ'; peacock.

ஒக்க: *(வி.அ):* ஒருமிக்க; ஒருசேர; சமமாயிருக்க; பொருந்த; together; alongwith; equally.

ஒக்கடித்தல்: *(வி):* தாளங்கொட்டுதல்; செப்பனிடுதல்; to beat drum; to repair.

ஒக்கம்: *(பெ):* ஊர்; கரை; அற்பம்; பட்டினம்; ஓமம்; எழுச்சி; அகலம்; பொலிவு; village; town; margin; vileness; maritime town; bishop weed; rising; breadth; beauty; grandness of appearance.

ஒக்கலித்தல்: *(வி):* ஆரவாரித்தல்; உறவினரைப் பேணுதல்; சமாதானமாதல்; to roar with excitement; to protect the relatives; to compromise.

ஒக்கலை: *(பெ):* இடுப்பு; சுற்றத்தான்; hip; relative.

ஒக்கல்: *(பெ):* உறவினர்; சுற்றத்தார்கள்; குடும்பம்; relatives; kins-folk; family.

ஒக்காதிக்கொடி: *(பெ):* புலி நகக் கொன்றை; a kind of creeper.

ஒக்கிடுதல்: *(வி):* செப்பனிடுதல்; பழுதுபார்த்தல்; to repair; to refit.

ஒக்குதல்: *(வி):* ஒத்திருத்தல்; கொப்புளித்தல்; to resemble; to gargle.

ஒக்கோலை: *(பெ):* ஒரு மணம் தரும் பொருள்; a kind of fragrant thing.

ஒசிதம்: *(பெ):* கற்றாழை; aloe.

ஒசிதல்: *(வி):* முறிதல்; ஒடிதல்; துவளல்; நுடங்குதல்; சாய்தல்; நாணுதல்; வருந்துதல்; ஓய்தல்; தளர்தல்; to break; to break off; to wither; to tremble; to lean; to feel shy; to suffer; to come to an end; to faint.

ஒசித்தல்: *(வி):* ஒடித்தல்; முறித்தல்; அசைத்தல்; கெடுத்தல்; to break; to break off; to shake; to move; to ruin. ● இந்தக் கம்பை ஒரேயடியில் ஒசித்திடு பார்க்கலாம். ● **ஒசித்து ஒசித்து** பாறாங்கல்லை நகர்த்தினர்.

ஒசியல்: *(பெ):* கிளை; branch.

ஒசிவு: *(பெ):* அசைவு; move.

ஒசிவான: *(பெ.அ):* வளைவான; இணக்கமுள்ள; வளைந்து கொடுக்கக்கூடிய; supple; lissom.

ஒச்சம்: *(பெ):* பழுது; நாணம்; கூச்சம்; கவனிப்பு; குறைவு; defect; shyness; delicacy; attending with care; deficiency.

ஒச்சித்தல்: *(வி):* வெட்கப்படுதல்; குறைத்தல்; be bashful; to reduce.

ஒச்சியம்: *(பெ):* சரசப்பேச்சு; கூச்சம்; பரிகாசம்; காதல் பேச்சு; உச்சம்; நிந்தை; amorous talk; delicacy; mockery; amatory talk; zenith; reproach.

ஒச்சை: *(பெ):* உற்றுக் கேட்டல்; காந்தற் சோறு; listening attentively; burnt rice.

ஒஞ்சி: *(பெ):* மார்பகம்; breast.

ஒஞ்சுதல்: *(வி):* நாணுதல்; மனதினை அடக்குதல்; to feel shy; to control the mind.

ஒடி: *(பெ):* கவண்; புதர்; catapult; sling; bush.

ஒடிசல்: *(பெ):* முறிந்தது; ஒல்லி; that which is broken; thin.

ஒடிசில்: *(பெ):* தூக்கு; செங்கல் கட்டி; sling; brick-bat.

ஒடிதல்: *(வி):* முறிதல்; கெடுதல்; அழிதல்; இடையறுதல்; to break; to ruin; to destroy; to cease in the middle.

ஒடித்தல்: *(வி):* முறித்தல்; அழித்தல்; தகர்த்தல்; ஒளிரச் செய்தல்; to break short of; to destroy; to devastate; to sparkle; to shine.

ஒடிபு: *(பெ):* முறிகை; கெடுகை; குறைவு; குற்றம்; அழிவு; snapping; decaying; deficiency; fault; ruin.

ஒடியல்: *(வி):* முறிதல்; to break; *(பெ):* பனங்கிழங்கு; dried palmyra root.

ஒடியல்மா: *(பெ):* பனங்கிழங்கின் மாவு; the flour of the dried palmyra root.

ஒடியாது: *(வி.அ):* இடையறாது; always.

ஒடு: *(பெ):* ஒருவகை மரம்; முதுபுண்; நிலப்பாலை; a kind of tree; festering sore; Nilappalai, a medicinal plant.

ஒடுகு: *(பெ):* ஒரு வகை மரம்; a kind of tree - Odugu.

ஒடுக்கமான: *(பெ.அ):* குறுகலான; அடக்கமான; narrow; strait. ● மலையில் உள்ள **ஒடுக்கமான** பாதையில் பேருந்துகள் செல்வது கடினம்.

ஒடுக்கம்: *(பெ):* அடக்கம்; குறுக்கம்; சுருக்கம்; புழுக்கம்; நெருக்கமான இடம்; மறைவிடம்; தனியிடம்; வழிபாடு; முடிவு; இடைஞ்சல்; calmness; self-control; contraction; sultriness; compact place; hiding place; alcove; worship; end; disturbance.

ஒடுக்கிடம்: *(பெ):* மறைவிடம்; தனியிடம்; covert; alcove.

ஒடுக்கு: *(பெ):* நெளிவு; இடுக்கு; மூலை; அடக்கம்; சுருக்கம்; bending; narrow lane; corner, calmness; contraction; compression.

ஒடுக்குதல்: *(வி):* அடக்குதல்; வருத்துதல்; குறைத்தல்; கீழ்ப்படுத்துதல்; to suppress; to cause distress; to reduce; to subjugate.

ஒடுக்குமுறை: *(பெ):* அடக்குமுறை; repressive measure.

ஒடுங்கல்: *(பெ):* சுருங்குதல்; wrinkle.

ஒடுங்கி: *(பெ):* ஆமை; tortoise.

ஒடுங்குதல்: *(வி):* அடங்குதல்; சுருங்குதல்; பதுங்குதல்; மறைதல்; கீழ்ப்படுதல்; முடிதல்; தளர்தல்; ஒளி மங்குதல்; be restrained; to become reduced; be concealed; be hidden; be subservient; to cease; to close; be weary; to grow dim.

ஒடுவடக்கி: *(பெ):* குப்பைமேனி; திராய் மரம்; Indian acalypha; a kind of tree.

ஒடுவை: *(பெ):* ஒடு மரம்; a kind of tree.

ஒடை: *(பெ):* குடைவேல மரம்; a kind of tree.

ஒட்ட: *(வி.அ):* இறுக; அணுக; போல; கிட்ட; அடியோடு; tightly; intimately; similar to; as; completely. ● உடைந்த கண்ணாடித் துண்டுகளை கோந்து தடவி **ஒட்ட** வைத்தார். ● ஒட்ட வந்த எலி உரம்பெற்றதும் அண்டியிருந்த பூனை ஆலாய் பறக்கிறது - *பழமொழி.*

ஒட்டகம்: *(பெ):* நீண்ட கழுத்தும், கால்களும் முதுகில் ஒற்றை (அ) இரட்டைத் திமில்களும் உடைய பாலைவன விலங்கு; camel. ● பாலைவனக் கப்பல் என **ஒட்டகத்தைக்** கூறிடுவர்.

ஒட்டங்காய்ப்புல்: *(பெ):* ஒரு வகைப் புல்; a kind of grass.

ஒட்டங்கி: *(பெ):* கன்னார் கருவியுள் ஒன்று; an instrument of smith.

ஒட்டச்சி: *(பெ):* உவர்மண்; ஒட்டச்சாதிப் பெண்; saline soil; the woman who belongs to mason community.

ஒட்டடை: *(பெ):* ஒட்டறை; சிலந்திக்கூடு; நெல் வகை; cob-web; spider's-web; a kind of paddy.

ஒட்டணி: *(பெ):* ஓர் அணி வகை; a kind of ornament.

ஒட்டணிமை: *(பெ):* அண்மை; அருகாமை; contiguity; adjacency.

ஒட்டப்போடுதல்: *(வி):* பட்டினி கிடக்கச் செய்தல்; to starve.

ஒட்டம்: *(பெ):* பந்தயம்; பந்தயப் பொருள்; உடன்படிக்கை; சூளுரை; ஒரு நாடு; competition; the thing for a bet; agreement; oath; a country.

ஒட்டரம்: *(பெ):* ஒரு நாடு; ஒரிசா மாநிலத்தின் பண்டைய பெயர்; a country; the ancient name of the present Orissa state.

ஒட்டர்: *(பெ):* கொத்துவேலை செய்வோர்; masons.

ஒட்டலன்: *(பெ):* பகைவன்; enemy; foe.

ஒட்டல்: *(வி):* ஒட்டுதல்; ஒன்று சேர்த்தல்; வற்றல்; தாக்குதல்; கிடைத்தல்; வைத்தல்; குறுகல்; to stick; to unite; drying; striking; having; placing; contracting; *(பெ):* உடன்பாடு; agreement.

ஒட்டன்: *(பெ):* ஒரு வகை நெல்; கொத்து வேலை செய்வோன்; a kind of paddy; mason.

ஒட்டாக்கொற்றி: *(பெ):* அன்பில்லாதவள்; wicked woman.

ஒட்டாமல்: *(வி.அ):* விடாமல்; அனுமதிக்காமல்; not permitting; not allowing.

ஒட்டாரம்: *(பெ):* பிடிவாதம்; முரட்டுத்தனம்; வக்கிரம்; obstinacy; incivility; perverseness.

ஒட்டார்: *(பெ):* பகைவர்; enemies; foes.

● ஒட்டார்பின் சென்றொருவன் வாழ்தலின் அந்நிலையே
கெட்டான் எனப்படுதல் நன்று. - *குறள் 967.*

ஒட்டி: *(பெ):* ஒருவகை மீன்; a kind of fish; *(வி.அ):* மிகக் குறைவான இடைவெளி விட்டு; அடுத்தாற்போல் உள்ள; அடுத்து; தொடர்ந்து; முன்னிட்டு; close to; nearby; alongside; adjacent; consequent upon; as a sequel to; in conjunction with; following. ● வாசலை ஒட்டிக் கட்டிலைப் போடு. ● வீட்டை ஒட்டி உள்ளது தோட்டம்.

ஒட்டி உறவாடு: *(வி):* நெருங்கிப் பழகு; to move closely with; to mingle intimately with.

ஒட்டிக்கிரட்டி: *(பெ):* ஒன்றுக்கு இரு மடங்கு; twice as much as mentioned.

ஒட்டிய கரு: *(பெ):* சூனிய வித்தை; witchcraft.

ஒட்டியத்தோட்டி: *(பெ):* குப்பை வாருபவர்; scavenger.

ஒட்டிய போர்: *(பெ):* கலவிப் போர்; sexual intercourse.

ஒட்டியம்: *(பெ):* ஒரு மந்திர வித்தை; ஒரு மாந்திரீக நூல்; ஒரு நாடு; ஒரு மொழி; a kind of magic; the book, explaining the art of controlling or driving out the evil spirits by means of incantation; a country; a language.

ஒட்டியாணம்: *(பெ):* பெண்கள் இடுப்பைச் சுற்றி மேலாடையின் மீது அணியும் ஓர் ஆபரணம்; a gold or silver girdle-like ornament worn by women.

ஒட்டியான்: *(பெ):* வேலைக்காரன்; பணியாள்; servant; attendant.

ஒட்டில்: *(வி.அ):* ஓரத்தில்; on the edge of something.

ஒட்டினர்: *(பெ):* நண்பர்; friends.

ஒட்டு: *(பெ):* பேனின் குஞ்சு; வரி; தொகைநிலை; சார்பு; கடுக்கன் வகை; சபதம்; மரப்பட்டை; பந்தயம்; louse; tax; compound; connection; a kind of ear ring; oath; bark; wager; *(வி):* கெட்டியாகப் பிடித்தல்; பொருந்துதல்; பற்றுதல்; தொற்றுதல்; to stick; to glue; to press; to infect.

ஒட்டுக் குடித்தனம்: *(பெ):* வீட்டில் சிறு பகுதிகளாகத் தடுக்கப்பட்டிருக்கும் அறைகளில் வாடகைக்கு இருக்கும் குடும்பம்; living in a tenement house.

ஒட்டுக் கேள்: *(வி):* பிறர் பேசிடுவதை அவர் அறியாது கேட்டிரு; to overhear intentionally what others are talking.

ஒட்டுண்ணி: *(பெ):* உடம்பு அல்லது விலங்கு, தாவரம் போன்றவற்றின் மேல் ஒட்டிக்கொண்டு உயிர்ச்சத்தினை உறிஞ்சி வாழும் உயிரினம்; parasite.

ஒட்டுதல்: *(வி):* துணிதல்; தாக்குதல்; கிடைத்தல்; நட்பாகுதல்; சம்மதித்தல்; பொருந்துதல்; to resolve; to attack; to accrue; to make friendship; to accept; be suitable.

ஒட்டுத் திண்ணை: *(பெ):* வீட்டின் முன்பாகக் கட்டப்பட்டிருக்கும் சிறு திண்ணை; a small narrow platform attached to outer wall of a house in order to relax.

ஒட்டுத் துணி: *(பெ):* உடம்பினை மறைக்கும் படியான சிறு துணி; ragged cloth.

ஒட்டுத்துத்தி: *(செ):* செடிவகை; a kind of plant and also a herb.

ஒட்டுத் தையல்: *(பெ):* ஒட்டுத் துணியிட்டுத் தைத்திடும் வேலை; patch work in stitching.

ஒட்டுநர்: *(பெ):* தோழர்; நண்பர்; companions; friends.

ஒட்டுப்பலகை: *(பெ):* மெல்லிய பல பலகைகளை ஒன்றன்மேல் ஒன்றாக ஒட்டிச் செய்யப்பட்ட பலகை; plywood.

ஒட்டுப் பழம்: *(பெ):* இரு வேறு வகையான ஒரே இன மரங்களை இணைத்து உருவாக்கி வளர்த்த மரத்தின் பழம்; fruit of the crafting tree.

ஒட்டுப் பற்று: *(பெ):* ஆசாபாசம்; noose of desire.

ஒட்டுப்புதவம்: *(பெ):* இரட்டைக் கதவு; twin doors.

ஒட்டுப்புழு: *(பெ):* புறாமுட்டி என்னும் செடி வகை; Puramutti, a kind of plant.

ஒட்டு மீசை: *(பெ):* செயற்கை முடியால் தயாரிக்கப்பட்ட மீசை; a false moustache used by actors, etc.

ஒட்டு மொத்தம்: *(பெ):* பலவற்றின் தொகுப்பு; அனைத்தும்; முழுதும்; தனித்தனியே இருப்பவற்றின் ஒருங்கிணைப்பு; collective; combined; total; altogether.

ஒட்டுரிமை: *(பெ):* நட்பு; உடந்தை; friendship; abetment.

ஒட்டுவாரொட்டி: *(பெ):* தொற்றுநோய்; contagious disease.

ஒட்டுறவு: *(பெ):* தொடர்பு; பாசத்துடன் கூடிய உறவு; connection; cordial relationship.

ஒட்டை: *(பெ):* ஒட்டகம்; camel.

ஒட்டைச்சிவிங்கி: *(பெ):* மிக நீண்ட கழுத்தும், கால்களும் சிவந்த மஞ்சள் நிறத் தோலில் கரும் புள்ளிகளும் உடைய விலங்கு; giraffe.

ஒட்டோலக்கம்: *(பெ):* வெற்றி; பெருங்கூட்டம்; பகட்டு; victory; huge crowd; pomp; vanity.

ஒட்பம்: *(பெ):* அறிவு; அழகு; மேன்மை; விளக்கம்; intelligence; beauty; glory; excellence; explanation.

ஒண்டன்: *(பெ):* ஆண் நரி; நரி; male fox; jackal.

ஒண்டி: *(பெ):* தனிமை; தனியாக இருப்பது; தனி மனிதன்; loneliness; solitary; that which is

ஒண்டிக்குடி / ஒண்டுக் குடித்தனம் 220 ஒத்து நடத்தல்

single; single person. • 'ஒண்டிக்கு ஒண்டி வா; மோதிப்பார்க்கலாம்' என்று சவால் விடுத்தான்.

ஒண்டிக்குடி / ஒண்டுக் குடித்தனம்: *(பெ):* ஒருவர் வசிக்கும் வீட்டில் தானும் வாடகை கொடுத்துக் குடியிருத்தல்; co-tenancy. • **ஒண்டுக் குடித்தனம்** என்றாலே சண்டை சச்சரவுக்குக் குறைவிராது.

ஒண்டு: *(வி):* பதுங்கு; ஒளிந்திடு; ஒதுக்கு; to conceal; to hide; to seek protection. • **ஒண்ட** வந்த பிடாரி ஊர்ப் பிடாரியை விரட்டியது போல - *பழமொழி.*

ஒண்ணுதல்: *(வி):* இயலுதல்; கூடுதல்; தக்கதாதல்; to be possible; to gather; be suitable; be fit.

ஒண்மை: *(பெ):* விளக்கம்; கூரிய அறிவு; ஒளி; சிறப்பு; இயற்கையழகு; நன்மை; அறநெறி; ஒழுங்கு; மிகுதி; elucidation; keen knowledge; light; excellence; natural beauty; good deed; ethical principle; discipline; excess.

ஒதளை: *(பெ):* ஒரு மருந்து; a kind of medicine.

ஒதி: *(பெ):* ஒதிய மரம்; a kind of tree. • **ஒதி** பெருத்தால் உரலாகுமோ ? • **ஒதி** பெருத்தால் என்ன ? உதவாதவன் வாழ்ந்தாலென்ன ? • **ஒதிய** மரம் தூணாமோ ? ஒட்டாங்கிளிஞ்சல் காசாமோ ? • **ஒதியமும்** சமயத்துக்கு உதவும் - *பழமொழிகள்.*

ஒதுக்கப்பெறாத: *(பெ.அ):* ஒதுக்கி வைக்கப்படாத; unreserved.

ஒதுக்கமாக: *(வி.அ):* விலகி; aloof.

ஒதுக்கமான: *(பெ.அ):* தனியான; sequestered.

ஒதுக்கம்: *(பெ):* மறைவிடம்; இருப்பிடம்; தனிமை; ஓர் அபசுரம்; நடை; பதுங்குதல்; ஒழுக்கம்; மகளிர் பூப்பு; சாவடி; தாழ்மை; covert; dwelling place; loneliness; a defective note in music; walk; concealment; discipline; puberty; choultry; degradation.

ஒதுக்கிடம்: *(பெ):* மறைவிடம்; புகலிடம்; ஒதுங்குமிடம்; அண்டிவாழுமிடம்; covert; refuge; place of retirement; abode; shelter.

ஒதுக்கு: *(பெ):* புகலிடம்; ஒண்டுக்குடித்தனம்; நடைவகை; refuge; co-tenancy; manner of walking; *(வி):* விலக்கு; பிரித்துக் கொடு; to repel; to distribute.

ஒதுக்குப்புறம்: *(பெ):* தனித்த இடம்; மறைவு; solitary place; secrecy.

ஒதுங்குதல்: *(வி):* பின்னடைதல்; அகலுதல்; விலகுதல்; தவிர்த்துக் கொள்ளுதல்; தனிமைப் படுத்திக்கொள்ளுதல்; to retreat; to step aside; to make way for someone; to keep away; to keep aloof.

ஒத்த: *(பெ.அ):* ஒரே மாதிரியான; same.

ஒத்தடம்: *(பெ):* தவிட்டினை இளம் சூடுபடுத்தித் துணியில் முடித்து வலி நிவாரணத்திற்கென உடம்பின் மீது வைத்து வைத்து எடுத்திடல்; fomentation.

ஒத்தது: *(பெ):* ஒப்பானது; தகுதியானது; that which is equal; that which is qualified.

• **ஒத்த**து அறிவான் உயிர்வாழ்வான் மற்றையான்
செத்தாருள் வைக்கப் படும். - *குறள் 214.*

ஒத்தபடி: *(பெ.அ):* ஏற்றபடி; தகுதியானவாறு; agreeably; suitably.

ஒத்த பண்புரைப்போர்: *(பெ):* தூதர்; messenger; ambassador.

ஒத்தல்: *(வி):* தகுதியாகுதல்; பொருந்துதல்; being qualified; be suitable.

ஒத்த வழி: *(பெ):* ஏற்ற வழி; தக்க நெறி; proper way; right method.

ஒத்தன்: *(பெ):* ஒருத்தன்; a man.

ஒத்தாங்கு: *(பெ.அ):* ஏற்றபடி; agreeably; suitably.

ஒத்தாசை: *(பெ):* உதவி; favour.

ஒத்தாப்பு: *(பெ):* குடில்; ஒதுக்கு; மறைவு; hut; refuge; secrecy.

ஒத்தாழிசை: *(பெ):* கலிப்பா வகை; kind of Kalippaa.

ஒத்திகை: *(பெ):* சரி பார்க்கும் முயற்சி; rehearsal.

ஒத்திசைவு: *(பெ):* இயைபு; agreement.

ஒத்திப் போடு: *(வி):* தள்ளிப் போடு; to postpone; to adjourn.

ஒத்திரு: *(வி):* ஒன்றைப் போலிரு; to resemble.

ஒத்திவைப்புத் தீர்மானம்: *(பெ):* மிகவும் முக்கியமான பொதுப் பிரச்சினை குறித்து விவாதிக்க அவையின் அன்றைய நடவடிக்கை களை ஒத்திப்போடக் கொண்டு வரப்படும் தீர்மானம்; motion adjournment to discuss a matter which has public importance.

ஒத்து: *(பெ):* நாதசுரத்திற்குச் சுருதி கூட்டும் ஓர் ஊது குழல் வாத்தியம்; நேரம்; a long wind pipe instrument played as an accompaniment to Nadhaswaram; time; *(வி.அ):* இணைந்து; ஒருமித்து; jointly; in harmony; *(வி):* விலகு; தாளம் போடு; to move away; to keep (time) beat.

ஒத்துக்கொள்ளுதல்: *(வி):* இணங்குதல்; ஏற்றுக்கொள்ளுதல்; to agree; to accept.

ஒத்துதல்: *(வி):* விலகுதல்; தாக்குதல்; தாளம் போடுதல்; to move away; to strike against; to keep (time) beat.

ஒத்து நடத்தல்: *(வி):* இசைதல்; to act agreeably to the wishes of another.

ஒத்துப் பார்த்தல்: *(வி):* சரி பார்த்தல்; to compare with.

ஒத்து வருதல்: *(வி):* இணங்கி வருதல்; to agree.

ஒத்துவாழ்தல்: *(வி):* மனம் ஒத்து வாழ்தல்; to live in harmony.

ஒத்துழைத்தல்: *(வி):* இணக்கமாகப் பணிபுரிதல்; to be co-operative.

ஒத்துழைப்பு: *(பெ):* இணக்கமான உதவி; co-operation.

ஒத்துழையாமை: *(பெ):* இணக்கமாக உதவிட மறுத்தல்; non-co-operation. • ஆங்கிலேயரை எதிர்த்து மகாத்மா காந்திஜி **ஒத்துழையாமை** இயக்கத்தைத் துவக்கினார்.

ஒத்தூது: *(வி):* ஆமாம் சாமி போடுதல்; ஒத்துப்பாடுதல் (அ) ஒத்திசைத்தல்; to say 'yes' to; to play second fiddle.

ஒப்ப: *(வி.அ):* முறையில்; in the manner.

ஒப்பக்கதி: *(பெ):* அணிகலன்களை மெருகிடும் கருவி; a polishing instrument for ornaments.

ஒப்பங் கொடுத்தல்: *(வி):* ஆணை பிறப்பித்தல்; சம்மன் அளித்தல்; to grant orders; to issue summons.

ஒப்படி: *(பெ):* அறுவடை; ஒரு வகை நிதி; ஓர் இருக்கை; harvest; a kind of fund; a seat.

ஒப்படை: *(வி):* சேர்ப்பித்தல்; பொறுப்பில் விடுதல்; கட்டளையை நிறைவேற்றுதல்; to hand-over; to entrust; to execute orders.

ஒப்படைப்பு: *(பெ):* சேர்ப்பிப்பு; delivery.

ஒப்பணி: *(பெ):* உவமையணி; simile.

ஒப்பணித்தல்: *(வி):* அலங்கரித்தல்; to decorate.

ஒப்பந்தத்தை மீறுதல்: *(வி):* உடன்படிக்கையை மீறுதல்; to infringe an agreement.

ஒப்பந்தம்: *(பெ):* உடன்படிக்கை; பேரம்; இணக்கம்; வாக்கு; சமாதான உடன்படிக்கை; contract; agreement; stipulation; pact; bargain; engagement; treaty.

ஒப்பம்: *(பெ):* மெருகு; அலங்காரம்; கட்டளை; உடன்படிக்கை; கைச்சாத்து; கையொப்பம்; சமம்; polish; decoration; order; treaty; receipt; signature; equality.

ஒப்பல்: *(வி):* உடன்படுதல்; to comply with.

ஒப்பனை: *(பெ):* அலங்காரம்; பாவனை; உவமை; adornment; comparison, involving a simile.

ஒப்பற்ற: *(பெ.அ):* தனித்தன்மை வாய்ந்த; peerless. • நாடு போற்றிய **ஒப்பற்ற** தலைவர் காமராசர் போன்றோர் இன்று நம்மிடம் இல்லாதது பெருங்குறையே!

ஒப்பாதல்: *(வி):* ஒன்றுடன் ஒத்திருத்தல்; சமமாயிருத்தல்; be similar; be equal.

ஒப்பாய்வு: *(பெ):* எடுத்துக்கொண்ட ஒன்றினை அதற்கொத்தவைப்பு(அ)பொருளுடன்ஒப்பிட்டு ஆய்ந்திடும் ஆராய்ச்சி; comparative study.

ஒப்பாரி: *(பெ):* காலமானவரைக் குறித்த அழுகையும், புலம்பலும்; அழுகைப்பாட்டு; ஒப்பு; போலி; lamentation over the dead with wailing and mourning songs; lamentation by women; equal; hoax.

ஒப்பான்: *(பெ):* ஒழுக்கமான இயல்புகளைக் கொண்டுள்ளவன்; man of character.

ஒப்பிடுதல்: *(வி):* குறைநிறை அறிதல்; உவமித்தல்; to contrast; to compare.

ஒப்பித்தல்: *(வி):* உவமித்தல்; நிரூபித்தல்; அலங்கரித்தல்; ஒத்துக்கொள்ளச்செய்தல்; பங்கிடுதல்; மனப்பாடம் செய்தல்; to compare; to prove; to adorn; to cause to agree; to distribute; to recite.

ஒப்பியல்பு: *(பெ):* இரு வேறு பொருள்களுக்கு இடையே உள்ள ஒத்த தன்மை; analogy.

ஒப்பில்லாத: *(பெ.அ):* தனித்துவம் வாய்ந்த; இணையில்லாத; unique; peerless.

ஒப்பீடான: *(பெ.அ):* ஒப்பு நோக்குதலான; comparative.

ஒப்பீடு: *(பெ):* மற்றொன்றோடு ஒன்றினை இணைத்து ஒப்பு நோக்குதல்; contrast; comparison.

ஒப்பு: *(பெ):* பொருத்தம்; ஒப்புமை; உவமை; தகுதி; சமம்; இசைவு; அழகு; உடன்படுகை; ஒப்பாரி; likeness; similarity; comparison; fitness; equal; approval; beauty; consent; lamentation.

ஒப்புக்கு: *(வி.அ):* உண்மையாக அல்லாது; மனப்பூர்வமாக இல்லாமல்; சம்பிரதாயத்துக்காக; not wholeheartedly; as a routine; for the sake of formality.

ஒப்புக்குச் சப்பாணி: *(பெ):* ஒரு குழுவில் ஒப்புக்காகச் சேர்த்துக்கொள்ளப்படும் நபர்; a person included for the sake of form; a dummy. • முதலாளி வெறும் **ஒப்புக்குச் சப்பாணி** தான். அதிகாரம் எல்லாம் அவர் மனைவி கையில்.

ஒப்புக்கொடு: *(வி):* ஒப்படைத்தல்; to entrust.

ஒப்புக்கொள்: *(வி):* ஒத்துக்கொள்; ஏற்றுக்கொள்; to accept; to take charge of.

ஒப்புதல்: *(வி):* சம்மதித்தல்; உடன்படுதல்; to accept; to agree; to concord.

ஒப்புதல் அளி: *(வி):* சம்மதம் கொடு; உடன்படு; அங்கீகரித்திடு; to accept; to agree; to recognize.

ஒப்புமை: *(பெ):* ஒப்பியல்பு; உவமானம்; ஒத்த தன்மை; analogy; comparison; similarity.

ஒப்புரவாக்குதல்: *(வி):* ஒத்துப்போதல்; உறவாகுதல்; to reconcile.

ஒப்புரவு: *(பெ):* முறைமை; உலகநடை; சமாதானம்; உதவுதல்; உபகாரம்; தயாள குணம்; order; established usage; peace; helping; help; philanthropy.

- ஒப்புரவி னால்வரும் கேடெனின் அஃதொருவன் விற்றுக்கோள் தக்க துடைத்து. - *குறள் 220.*

ஒப்புவித்தல்: *(வி):* ஏற்கும்படி செய்தல்; மனப்பாடம் செய்தல்; to hand-over; to recite.

ஒப்பேறு: *(வி):* தேறு; be salvaged.

ஒப்பேற்று: *(வி):* சரிகட்டு; ஓரளவுக்காவது தேறச்செய்; நிறைவேற்று; to persuade; to rescue; to fulfil.

ஒப்போலை: *(பெ):* உடன் படிக்கைப் பத்திரம்; contract deed.

ஒமை: *(பெ):* மாமரம்; mango tree.

ஒம்மல்: *(பெ):* வதந்தி; ஊர்ப்பேச்சு; rumour.

ஒயிலாட்டம்: *(பெ):* கையில் பல வண்ணத் துணிகளை வைத்துக் கொண்டு கும்மியடித்தல் போல, சுற்றி வந்து ஆடும் ஒருவகை நாட்டுப்புற நடனம்; a kind of folk dance by a group of men in a circle waving colourful hand kerchiefs.

ஒயில்: *(பெ):* அலங்காரம்; உல்லாசம்; ஒய்யாரம்; ஒருவகை நாட்டுப்புற நடனம்; adornment; loving fun; graceful gesture; a kind of folk dance.

ஒய்: *(பெ):* யானைப்பாகர் மொழி; the word pronounced by the mahout to control the elephants.

ஒய்தல்: *(வி):* இழுத்தல்; போக்குதல்; கொடுத்தல்; தப்புதல்; ஒதுங்குதல்; to pull; to remove; to give; to escape; to step aside.

ஒய்யல்: *(பெ):* உயர்ச்சி; height; *(வி):* செலுத்துதல்; கொடுத்தல்; செயல்படுத்துதல்; forwarding; giving; performing.

ஒய்யாரம்: *(பெ):* ஒயில்; பகட்டு; அலங்காரம்; graceful gesture; pomp; vanity; adornment. • ஒய்யாரக் கொண்டையிலே தாழம்பூவாம்; அதன் உள்ளே இருக்குமாம் ஈரும் பேனும் - *பழமொழி.*

ஒய்யாரன்: *(பெ):* பிலுக்கன்; பகட்டுக்காரன்; beau; dandy.

ஒய்யாரி: *(பெ):* கவர்ச்சியாக நடை உடை பாவனை கொண்ட பெண்; stylish woman.

ஒய்யென: *(வி.அ):* விரைவாக; quickly.

ஒரால்: *(பெ):* நீங்கல்; withdrawing.

ஒரானொரு: *(பெ.அ):* ஏதோவொன்று; யாரோ ஒருவர்; a certain; someone.

ஒரித்தல்: *(வி):* ஒற்றுமையாய் இருத்தல்; be united.

ஒரு: *(பெ.அ):* 'ஒன்று' என்பதன் பெயரடை; சிறப்பான; the adjective form of 'ஒன்று'; special; *(பெ):* ஒற்றை; ஆடு; single; sheep. • ஒரு கண்ணில் வெண்ணெய்; மறுகண்ணில் சுண்ணாம்பு. • ஒரு கட்டு வைக்கோலைத் தண்ணீரில் போட்டு ஒன்பது ஆட்கள் கூடி இழுத்ததைப் போல. • ஒரு பொய்க்கு ஒன்பது பொய். • ஒரு குடம் பாலுக்கு ஒரு துளி விஷம். - *பழமொழிகள்.*

- ஒருபொழுதும் வாழ்வது அறியார் கருதுப கோடியும் அல்ல பல. - *குறள் 337.*
- ஒருநாள் எழுநாள்போல் செல்லும்சேண் சென்றார் வருநாள்வைத்து ஏங்கு பவர்க்கு. - *குறள் 1269.*

ஒரு கட்பாறை: *(பெ):* பாறை வகை; a kind of rock.

ஒரு காலிலி: *(பெ):* குபேரன்; சனி; Kubera, the God of wealth; Saturn.

ஒருகாலும்: *(வி.அ):* எந்தக் காலத்திலும்; at any time; whatsoever. used with a negative.

ஒருகால்: *(பெ):* ஒருவேளை; சில வேளை; ஒற்றைக் கால்; once; perhaps; sometimes; one leg.

ஒருகிடை: *(வி):* ஒரு பக்கமாகச் சாய்ந்து படுத்தல்; to lie on one side.

ஒரு குடி: *(பெ):* தாயத்தார்; kinsmen.

ஒருகுழையவன்: *(பெ):* பலராமன்; Lord Balarama.

ஒருகுறி: *(பெ):* ஒருமுறை; one time.

ஒருகை: *(பெ):* ஒரு பக்கம்; ஒரு கட்சி; ஒற்றுமைப்பட்ட குழு; a (or) one side; one party; united group.

ஒருகோலுடையார்: *(பெ):* ஒரு கோலினை ஏந்திய துறவி; a monk or hermit who has a stick always with him.

ஒருக்க: *(வி.அ):* எப்பொழுதும்; ஒவ்வொன்றுக்கும்; ever; always; for each.

ஒருக்களித்தல்: *(வி):* ஒரு புறமாகச் சாய்ந்து படுத்தல்; to lie on one side.

ஒருக்கம்: *(பெ):* மனதை ஒருமுகப்படுத்திடல்; ஒன்றாயிருத்தல்; concentration of mind; oneness.

ஒருக்குதல்: *(வி):* ஒன்றுசேர்த்தல்; அடக்குதல்; அழித்தல்; to bring together; to subdue; to destroy.

ஒருங்க விடுதல்: *(வி):* ஒன்றுசேர்த்தல்; to bring together; to unite.

ஒருங்கிருத்தல்: *(வி):* சேர்ந்து இருத்தல்; to co-exist.

ஒருங்கு: *(பெ):* முழுமை; அடக்கம்; ஒரு தன்மை; அழிவு; completeness; self-control; incomparableness; ruin; *(வி.அ):* ஒரு சேர; completely.

ஒருங்குதல்: *(வி):* ஒன்று கூடுதல்; ஒதுங்குதல்; ஒடுங்குதல்; அழிதல்; to gather together; to exclude; to become reduced; to destroy.

ஒருங்கே: *(வி.அ):* ஒருசேர; முழுவதும்; அனைத்தும்; completely; thoroughly; fully.

ஒரு சந்தி: *(பெ):* ஒரு வேளை; ஒரு பொழுது உண்ணுதல்; single time; observance of having one meal per day.

ஒரு சமயத்தில்: *(வி.அ):* ஒரு காலத்தில்; once; once upon a time.

ஒரு சாய்வு: *(பெ):* ஒரு பக்கம்; one side.

ஒரு சாரார்: *(பெ):* ஒரு சிலர்; ஒரு பக்கத்தார்; some people; persons on one side.

ஒரு சார்: *(பெ):* ஒரு பக்கம்; ஒரு கட்சி; ஒரு சார்பு; one side; one party; partiality.

ஒரு சார்பான: *(பெ.அ):* ஒரு பக்கத்திலான; ஒரு புறமான; one-sided.

ஒரு சாலுழுதல்: *(வி):* ஒரு முறை உழுதல்; to plough single time.

ஒரு சாலை மாணாக்கர்: *(பெ):* ஒரே பள்ளியில் பயின்ற மாணவர்கள்; students who studied in the same school; schoolmates; collegemates.

ஒரு சிறிது: *(பெ):* மிகவும் சிறிது; அற்பம்; a little; meanness.

ஒரு சிறை: *(பெ):* ஒரு பக்கம்; தனியிடம்; ஒரு பகுதி; one side; separate place; a part or a portion.

ஒரு சீராயுள்ள: *(பெ.அ):* ஒரே தன்மையுள்ள; homogeneous.

ஒருசேர: *(வி.அ):* ஒருமித்த; முழுவதுமாக; entirely; completely.

ஒரு சொல்: *(பெ):* உறுதிச் சொல்; assurance.

ஒரு தரப்பு: *(பெ):* ஒருவருக்கு (அ) ஓர் அமைப்பின் சார்பாகச் செயல்படும் நிலை; நடுநிலை இல்லாமை; being one-sided.

ஒருதரம்: *(பெ):* ஒரு முறை; ஒரு தடவை; once.

ஒருதலை: *(பெ):* ஒரு பக்கம்; ஒரு சார்பு; நிச்சயம்; ஓரிடம்; one-side; partiality; certainty; a place.

- **ஒருதலையான் இன்னாது காமம்காப் போல இருதலை யானும் இனிது.** *- குறள் 1196*

ஒருதலைக்காதல்: *(பெ):* ஆண், பெண் இருவருள் ஒருவர் மட்டும் அடுத்தவர் மேல் கொள்ளும் காதல்; one-sided love; unreciprocated love.

ஒருதலைச்சார்பு: *(பெ):* ஒருதலையான விருப்பு வெறுப்பு; பாரபட்சம்; bias; partiality.

ஒருதலைப்படுதல்: *(பெ):* முடிவு பெறுதல்; coming to an end.

ஒருதலையான: *(பெ.அ):* ஒரு பக்கமான; ஒரு சார்பான; one-sided; partial.

ஒரு தனி: *(பெ):* ஒப்பில்லாமை; தன்னந்தனி; peerlessness; quite alone.

ஒரு தன்மை: *(பெ):* ஒப்பற்ற தன்மை; மாறாத் தன்மை; incomparableness; unchangeableness.

ஒருதார மணம்: *(பெ):* ஒரே மனைவியுடன் வாழும் முறை; monogamy.

ஒருத்தல்: *(பெ):* ஆண் விலங்கு; ஆண் யானை; எருமைக்கடா; ஆண் பன்றி; கவரிமான்; male animal; he-elephant; bison; hog; a rare species of deer.

ஒருத்தன்: *(பெ):* ஒருவன்; ஒப்பற்றவன்; one person; unique being.

ஒருத்தி: *(பெ):* ஒரு பெண்; a woman.

ஒருத்து: *(பெ):* மன ஒருமைப்பாடு; concentration of mind.

ஒருநாயகம்: *(பெ):* ஒரே ஆட்சி; தனியாட்சி; universal dominion.

ஒருநாளைக்கொரு நாள்: *(வி.அ):* ஒவ்வொரு நாளும்; day by day.

ஒருநிலைப்படுத்து: *(வி):* மனதினை ஒரு முகப்படுத்து; கவனத்தைச் சிதறவிடாது கட்டுப்படுத்து; to focus one's mind on something; to concentrate one's attention.

ஒருநிலைப்பாடு: *(பெ):* வித்தியாசங்களைப் போக்கி ஒரே மாதிரியாக அமைத்தல்; standardization.

ஒருநெறிப்படுதல்: *(வி):* ஒரு வழிப்படுதல்; to stand together.

ஒரு நேரம்: *(பெ):* நாளில் ஒரு பகுதி; half-day; partial working day.

ஒரு பக்கமான: *(பெ.அ):* ஒரு சார்பான; ex-parte.

ஒருபடம்: *(பெ):* படுதா; இடுதிரை; மறைப்பு; curtain; screen; veil; covering.

ஒரு படி: *(பெ):* ஓர் அளவு; ஒருவாறு; a measure; somehow.

ஒரு பத்து: *(பெ):* பத்து; ten.

ஒரு பாட்டம்: *(பெ):* ஒரு முறை; ஒரு தடவை பெய்யும் மழை; single time; the rain which pours at one time.

ஒரு பான்: *(பெ):* ஒருபது; பத்து; ten.

ஒரு பிடி: *(பெ.அ):* கைப்பிடி அளவு; handful; *(பெ):* உறுதி; பிடிவாதம்; விடாப்பிடி; firmness; stubbornness; firm hold; unchangeableness.

ஒரு புடை: *(பெ.அ):* ஒரு சார்பாக; முறையற்ற; partial; imperfect; *(பெ):* ஒரு பக்கம்; one side.

ஒரு பூ: *(பெ):* ஒரு போகம்; single crop.

ஒருபொருட் கிளவி: *(பெ):* ஒரு பொருளைத் தரும் பல சொற்கள்; synonym.

ஒருபொருட் பன்மொழி: *(பெ):* ஒரு பொருளையே குறிப்பிடும் பல வார்த்தைகள்; different words connoting the same thing.

ஒருபொழுது: *(பெ):* ஒரு சந்தி விரதம் காரணமாக உணவினை ஒரு வேளை மட்டும் உண்ணுதல்; vow of taking only one meal a day.

ஒரு போகு: *(பெ):* ஒருபடித்தான நிலம்; the land of uniform character.

ஒரு போக்கன்: *(பெ):* தனிப்போக்குடையவன்; one who has individualist character.

ஒரு போக்கு: *(பெ):* ஒரு விதம்; ஒரே மாதிரி; one kind; the same manner.

ஒரு போது: *(பெ):* ஒரு சமயம்; ஒரு சந்தி; ஒரு வேளை; once; vow of taking only one meal a day; one time.

ஒருப்படுதல்: *(வி):* ஒரு தன்மையாதல்; ஒன்று கூடுதல்; துணிதல்; முயலுதல்; நட்பு கொள்ளுதல்; to become one; to unite; to venture; to try; to have friendship.

ஒருப்பாடு: *(பெ):* முயற்சி; சம்மதம்; ஒற்றுமை; மன ஒருமைப்பாடு; உறுதியான நோக்கம்; endeavour; effort; consent; unity; concentration of mind.

ஒருமட்டும்: *(பெ.அ):* ஒருவாறாய்; at long last.

ஒருமனதாக: *(பெ.அ / வி.அ):* கருத்து வேற்றுமை இல்லாமல்; unanimously.

ஒருமனப்படுதல்: *(வி):* மனதினை ஒருமுகப் படுத்துதல்; to concentrate the mind intensively upon an object.

ஒருமனப்பாடு: *(பெ):* ஒருமைப்பாடு; மனவடக்கம்; integration; mental restraint.

ஒருமா: *(பெ):* இருபதில் ஒரு பங்கு; one part of twenty.

ஒரு மாதிரி: *(பெ):* இயல்புக்கு மாறான முறை; off colour; out of sorts; *(வி.அ):* முறைப்படி இல்லாமல்; ஏதோ ஒரு விதத்தில்; not in the proper fashion; somehow.

ஒருமிக்க: *(வி.அ):* ஒருசேர; together.

ஒருமித்தல்: *(பெ):* ஒன்று சேர்தல்; ஒருமைப்படல்; be in union; to unite.

ஒருமிப்பு: *(பெ):* இசைவு; ஒன்றிப்பு; மனதினை ஒன்றினுள் செலுத்துதல்; harmony; union; close attention to an object.

ஒருமுகப்படு: *(வி):* மனம், உணர்வு போன்றவை ஒன்றில் மட்டுமே நிலைபெறுதல்; to get focussed on something.

ஒருமுகப்படுத்து: *(வி):* மனதினை, சிந்தனையை ஒன்றின் மீது நிலைக்கும்படி செய்திடல்; to focus; to concentrate.

ஒருமுகமாக / ஒருமுகமான: *(வி.அ / பெ.அ):* ஒரு மனதாக; ஒரு மனதான; unanimously; unanimous.

ஒருமுக யெழினி: *(பெ):* ஒரு வகைத் திரை; a kind of curtain.

ஒரு முறை: *(வி.அ):* ஒரு தடவை; ஒரு தரம்; once.

ஒருமுனை வரி: *(பெ):* உற்பத்தி செய்யப்படும் இடத்திலிருந்து ஒரு பொருள் விற்கப்படும்போது அல்லது கடைசியாக விற்கப்படும் போது விதிக்கப்படும் விற்பனை வரி; a tax levied either at the point of first sale or at the point of last sale; single-point tax.

ஒருமுச்சாக: *(வி.அ):* தொடர்ச்சியாகச் சிறிது நேரமாக; for a brief but uninterrupted spell of time.

ஒருமை: *(பெ):* ஒற்றுமை; தனிமை; ஒப்பற்ற தன்மை; மாறுபடாமை; மெய்ம்மை; ஒரு பிறப்பு; மன ஒருமைப்பாடு; ஒருமை எண்; வீடுபேறு; unity; oneness; singleness; loneliness; unchangeableness; truth; one birth in the round of births; concentration of mind; singular number; final bliss.

- **ஒருமை**யுள் ஆமைபோல் ஐந்தடக்கல் ஆற்றின் எழுமையும் ஏமாப் புடைத்து. - *குறள் 126.*
- **ஒருமை**க்கண் தான்கற்ற கல்வி ஒருவற்கு எழுமையும் ஏமாப் புடைத்து. - *குறள் 398.*
- **ஒருமை**ச் செயலாற்றும் பேதை எழுமையும் தான்புக் கழுந்தும் அளறு. - *குறள் 835.*
- **ஒருமை** மகளிரே போலப் பெருமையும் தன்னைத்தான் கொண்டொழுகின் உண்டு - *குறள் 974.*

ஒருமைப்படுதல்: *(வி):* ஒற்றுமைப்படுதல்; மனம் ஒருமுகப்படுதல்; to become united; to become concentrated.

ஒருமைப்பாடு: *(பெ):* (பல மாநிலங்களைக் கொண்டுள்ள நாடு ஒன்றினைக் குறிப்பிடும் போது) பல உறுப்புகளைக் கொண்ட முழுமை; ஒற்றுமை நிலை; ஒற்றுமைப்படுதல்; ஒற்றுமை யுணர்வு; (national) integration to become united; unity in feeling, etc.

ஒருமை மகளிர்: *(பெ):* கற்புடைய பெண்டிர்; women of chaste.

ஒரு மொழி: *(பெ):* ஆணை; command.

ஒரு வகையில்: *(வி.அ):* குறிப்பிட்ட ஒரு நோக்கத்தில்; ஒரு கோணத்தில்; from one angle; in a way.

ஒரு வண்ணம் / ஒருவாறு: *(வி.அ):* ஏதோ ஒரு வகையில்; somehow; somewhat.

ஒருவந்தம்: *(பெ):* உறுதி; நிலைபேறு; ஒற்றுமை; தனியிடம்; firmness; stability; unity; lonely place.

ஒருவயிற்றோர்: *(பெ):* ஒரு தாய்க்குப் பிறந்தோர்; children of the same mother.

ஒருவர்: *(பெ):* ஒருவன் என்பதன் மரியாதை வடிவம்; ஓர் ஆள்; honorific form of 'ஒருவன்'; a person.

ஒருவழிப்படுதல்: *(வி):* நேர்படுதல்; ஒருமுகப் படுதல்; ஒற்றுமைப்படுதல்; be in harmony; to get focussed of something; be united.

ஒருவழிப்பாதை: *(பெ):* வாகனங்கள் ஒரு திசையில் மட்டுமே போவதற்கு அனுமதிக்கப்பட்டுள்ள பாதை; one-way.

ஒருவழியாக: *(வி.அ):* இப்பொழுதாவது முடிந்ததே என்ற திருப்தியைத் தெரிவிக்கும் வார்த்தை; a word signifying relief, when something which dragged on for long, came to an end.

ஒருவன்: (பெ): ஓர் ஆண் மகன்; ஒப்பற்றவன்; கடவுள்; a man; outstanding man; God.

ஒரு வாக்கு: (பெ): உறுதிமொழி; promise; oath.

ஒருவாமை: (பெ): பிறழாமை; unchangeableness.

ஒரு வியாழ வட்டம்: (பெ): பன்னிரண்டு ஆண்டுகள்; twelve years.

ஒருவு: (பெ): நீங்குதல்; பிரித்தல்; மறுத்தல்; separation; renunciation.

ஒருவுதல்: (வி): விலகுதல்; விடுதல்; கடத்தல்; ஒத்தல்; to leave; to renounce; to cross; to passover; to resemble.

ஒருவேளை: (பெ): ஒருபொழுது; ஒருமுறை; vow of taking only one meal a day; once.

ஒரே: (பெ.அ): ஒன்றினைத் தவிர வேறில்லாத; குறிப்பிட்ட அதே; one and only; the only; very same.

ஒரே மூச்சில் / ஒரே மூச்சாக: (வி.அ): ஒரு செயலினை ஆரம்பித்தபின் இடையில் நிறுத்தாமல் வேகத்துடன்; at one breath; at one stretch.

ஒரேயடியாக: (வி.அ): முற்றிலுமாக; ஒரே தடவையில்; totally; in one spell; completely.

ஒரே வகையான: (வி.அ): (பெ.அ): ஒரே மாதிரியான; alike; similar; uniform.

ஒரோவழி: (வி.அ): சில இடங்களில்; சில நேரங்களில்; at some places; sometimes.

ஒரோவொருவர்: (பெ): ஒவ்வொருவர்; each person.

ஒலரி: (பெ): சிறு மீன் வகை; a kind of small fish.

ஒலி: (பெ). ஓசை; ஆரவாரம்; இடி; காற்று; சொல்; எழுத்தொலி; sound; noise; thunder; wind; word; speech.

ஒலிக்குறிப்பு: (பெ): ஒருவரின் செயல் ஏற்படுத்தும் (அ) ஒன்றின் தன்மையினால் உண்டாகும் சத்தத்தை அது கேட்கப்படும் விதத்திலேயே குறிக்கும் சொல்; onomatopoetic term.

ஒலிசை: (பெ): திருமணத்தில் மணமகனுக்குக் கொடுக்கப்படும் சீர்வரிசை; dowry.

ஒலிதல்: (பெ): தழைத்தல்; to shoot forth; to prosper; to thrive.

ஒலித்தல்: (வி): ஆரவாரித்தல்; ஓசையுண்டாக்குதல்; ஆடை வெளுத்தல்; விலக்குதல்; சந்தித்தல்; தழைத்தல்; to roar; to make sound; to wash; to remove; to meet; to prosper.

- **ஒலித்தக்கால் என்னாம் உவரி எலிப்பகை நாகம் உயிர்ப்பக் கெடும்.** *- குறள் 763.*

ஒலி நூல்: (பெ): ஒலியியல் சம்பந்தமானது; சப்த சாஸ்திரம்; acoustics; science of sound.

ஒலிநயம்: (பெ): கவிதை, இசை ஆகியவற்றில் இனிமையாகப் பொருந்தி வெளிப்படும் ஓசை; melodious quality in poetry, music, etc.; harmony of sound.

ஒலிநாடா: (பெ): இசை, பேச்சு போன்றவற்றை ஒலிப்பதிவுக் கருவி வழியாகப் பதிவு செய்து கொள்ளக்கூடிய காந்தப்பூச்சு கொண்ட மெல்லிய பிளாஸ்டிக் நாடா; magnetic audio tape.

ஒலிப்பதிவாளர்: (பெ): வானொலி நிலையம் போன்றவற்றில் ஒலிப்பதிவு செய்பவர்; sound-recordist.

ஒலிப்பதிவு: (பெ): கருவிகள் மூலம் ஒலியினைப் பதிவு செய்திடும் பணி; sound recording.

ஒலிபரப்பு: (பெ): வானொலி நிலையத்தின் நிகழ்ச்சிகளை மின்காந்த அலையாக ஓர் எல்லைக்குள் அனைவரும் கேட்கும்படியாக அனுப்பிடல்; broadcasting.

ஒலி பெயர்: (வி): ஒரு மொழியின் சொல் ஒவ்வொன்றிற்கும் பிறிதொரு மொழியில் குறியீடு தந்து எழுதிடு; to transliterate.

ஒலிபெருக்கி: (பெ): இசை, பேச்சு போன்றவற்றின் ஒலி அளவினைப் பன்மடங்காகக் கூட்டி வெளிப்படுத்திட உதவிடும் சாதனம்; megaphone; loud-speaker.

ஒலிப்பு: (பெ): பேரொலி; பெருஞ்சத்தம்; மொழியில் சொற்கள் உச்சரிக்கப்படும் முறை; loud noise; pronunciation.

ஒலிமுகம் / ஒலிமுக வாயில்: (பெ): நகரம் (அ) கோயிலின் முன்புற வாயில்; the front entrance or gate of a town or a temple.

ஒலியல்: (பெ): ஆறு; தழைத்தல்; தளிர்; மாலை; மேலாடை; தோல்; தெரு; ஈயோட்டும் கருவி; river; luxuriance; sprout; shoot; garland; upper garment; skin; street; fly whisk.

ஒலியற்கண்ணி: (பெ): பச்சிலை மாலை; garland of green leaves.

ஒலியன்: (பெ): ஆடை; எழுத்தொலி; garment; dress; sound of letter.

ஒலிவு: (பெ): மரவகை; a kind of tree.

ஒலுகு: (பெ): திண்டு; சாய்வு; pad; cushion; cant.

ஒலுங்கு: (பெ): கொசு; mosquito.

ஒலோவுதல்: (வி): குறைவாதல்; to decrease.

ஒல்: (பெ): முடிவு; முடிவிடம்; எல்லை; end; limit.

ஒல்குதல்: (வி): மெலிதல்; தளர்தல்; குழைதல்; சுருங்குதல்; நுடங்குதல்; அசைதல்; ஒதுங்குதல்; அடங்குதல்; வளைதல்; குறைதல்; கெடுதல்; நாணுதல்; எதிர்கொள்ளுதல்; to become lean; to grow weak; to melt; to shrink; to shake; to move; to wave; to step aside; to subside; to bend; to become reduced; to ruin; to feel shy; to face.

- ஒல்லும்வா யெல்லாம் வினைநன்றே ஒல்லாக்கால் செல்லும்வாய் நோக்கிச் செயல். - குறள் 673.
- ஒல்லும் கருமம் உடற்று பவர்கேண்மை சொல்லாடார் சோர விடல். - குறள் 818.

ஒல்லட்டை: (பெ): ஒல்லியானவன்; ஒல்லியானவள்; thin man; thin woman.

ஒல்லல்: (பெ): இயலுதல்; இசைதல்; பொருந்துதல்; ஊடல் தீர்த்தல்; being able; consent; possible; be united; reconciling after a love quarrel.

ஒல்லாங்கு: (வி.அ): சரியான வழியில்; எடுத்துக் கொள்ளத் தக்கதான; in a proper way; appropriately.

ஒல்லாடி: (பெ): இயலாதவன்; ஒல்லியானவன்; disabled man; thin man.

ஒல்லாதவர் / ஒல்லார்: பகைவர்; enemies.

ஒல்லாமை: (பெ): இயலாமை; பொருந்தாமை; இசையாமை; விரும்பாமை; ஆசையின்மை; இகழ்ச்சி; வெறுப்பு; inability; contempt; absence of desire; unlikeness; vilification; hatred.

ஒல்லி: (பெ): மெலிவு; மெலிந்த தோற்றம்; மெலிந்த நபர்; மென்மை; துடைப்பம்; weakness; lean/lanky person; tenderness; broomstick.

ஒல்லுதல்: (வி): இயலுதல்; உடன்படுதல்; பொருந்துதல்; ஒலித்தல்; கூடுதல்; நிகழ்தல்; பொறுத்தல்; be able; to agree; to fit; to make sound; to increase; to occur; to bear; to endure.

ஒல்லுநர்: (பெ): நண்பர்; ஆற்றலுடையவர்; friend; able person.

ஒல்லென / ஒல்லே: (வி.அ): விரைவான; quickly.

ஒல்லை: (பெ): விரைவு; வேகம்; தொந்தரவு; பழமை; swiftness; speed; harassment; trouble; that which is ancient; antiquity.

ஒல்வது: (பெ): இயல்வது; that which is possible to do a work.

- ஒல்வ தறிவது அறிந்ததன் கண்தங்கிச் செல்வார்க்குச் செல்லாதது இல். - குறள் 472.

ஒல்வழி: (வி.அ): பொருந்திய வகையில்; பொருந்திய இடத்து; in a suitable manner; in a suitable place.

ஒவ்வாத: (பெ.அ): பொருத்தமில்லாத; முரணான; தகாத; incongruous; inconsistent; unbecoming.

ஒவ்வாமை: (பெ): இயலாமை; பொருந்தாமை; இசையாமை; தகுதிக்குறைவு; உடம்புக்கு ஒத்துக்கொள்ளாத நிலை; infeasibility; impossibility; disagreement; incongruous state; want of suitability; allergy. • தனது **ஒவ்வாமையால்** நினைத்த காரியத்தைச் செய்ய இயலாது போனது. • **ஒவ்வாமை** காரணமாக பதவி உயர்வு தள்ளிப் போனது. • ஒரு சிலருக்குப் புகை **ஒவ்வாமையாக** இருக்கும்.

ஒவ்வுதல்: (வி): பொருந்தி வருதல்; ஏற்றுக் கொள்ளுமாறு இருத்தல்; be suitable; be agreeable.

ஒவ்வொரு: (பெ.அ): தனித்தனியான; வேறுவேறான; every; different. • தேர்தலில் வாக்களித்திட வேண்டியது **ஒவ்வொரு** குடிமகனின் தலையாய கடமையாகும். • குடிமக்கள் அனைவரும் **ஒவ்வொரு** சாதியைச் சேர்ந்திருந்தாலும், ஊர்ப்பிரச்சினை என்று வந்தால் ஒற்றுமையாகச் செயல்படுவர்.

ஒவ்வொன்றாக: (வி.அ): தனித்தனியாக; one by one.

ஒவ்வொன்று: (பெ): தனித்தனியான ஒன்று; each one.

ஒவ்வோன்: (பெ): ஒப்பில்லாதவன்; இறைவன்; matchless person; God.

ஒழி: (வி): நீக்கு; அகற்று; to dismiss; to remove.

ஒழிகை: (பெ): தொலைதல்; நீங்குகை; becoming extinct; leaving.

ஒழிதல்: (வி): அழிதல்; நீங்கல்; தவிர்தல்; விடுதல்; ஓய்தல்; to perish; to leave; to omit; to quit; to come to an end.

ஒழித்தல்: (வி): நீக்குதல்; அழித்தல்; தவிர்த்தல்; தீர்த்தல்; கொல்லுதல்; அகற்றுதல்; to dismiss; to destroy; to exclude; to finish; to kill; to remove.

ஒழிந்த வேளை: (பெ): ஓய்வாக இருந்திடும் நேரம்; leisure time.

ஒழிந்தார்: (பெ): ஏனையோர்; மற்றவர்; நலிந்தோர்; the others; the rest; declined persons.

ஒழிபு: (பெ): மிச்சம்; எச்சம்; reminder; remnant.

ஒழிபொருள்: (பெ): எச்சில்; saliva.

ஒழிப்பு: (பெ): விலக்குகை; தவிர்ப்பு; omitting; putting away; exclusion; dismissal; expulsion.

ஒழிய: (இணை.இ.சொ): தவிர; அன்றிப் பிற; except; unless.

ஒழியாவிளக்கு: (பெ): விடிவிளக்கு; lamp that burns till break of day.

ஒழிவு: (பெ): மிச்சம்; நீக்கம்; முடிவு; பற்றின்மை; குறைவு; மறைவு; ஒழிகை; remainder; elimination; end; lack of worldly attachment; deficiency; insufficiency; eradication.

ஒழிவு செய்தல்: (வி): காலி செய்தல்; to vacate.

ஒழுகலாறு: (பெ): ஒழுக்க நெறி; நன்னெறி; பழக்க வழக்கம்; the path of good conduct; custom and habit; behaviour.

ஒழுகல்: (வி): ஒழுகுதல்; நடத்தல்; பாய்தல்; இளகுதல்; வடிதல்; உயர்ச்சி; நீளம்; வளர்தல்; முறையாக நடத்தல்; leak; behaving; flowing; growing soft; draining; height; length; growing; good behaviour.

ஒழுகாத: (பெ.அ): நீர் கசியாத; watertight.

ஒழுகிப்போதல்: (வி): நீர் கசிதல்; மனம் கசிந்து உருகுதல்; to spill; to melt (of mind).

ஒழுகு: (பெ): உயரம்; ஒழுங்கு; நீளம்; நில வரலாறு கூறும் இயல்; வண்டி; வரிசை; கடைப்பிடித்தல்; height; order; length; geography; vehicle; row; follow.

ஒழுகு சங்கிலி: (பெ): நீளமான சங்கிலி; lengthy chain.

ஒழுகுதல்: (வி): நீர் பாய்தல்; சொட்டுதல்; கசிதல்; ஒழுங்கு படுதல்; நடத்தல்; நீளுதல்; வளர்தல்; பெருகியோடுதல்; to flow; to drip; to leak; be regulated; to act (according to laws); to lengthen; to grow; to flood.

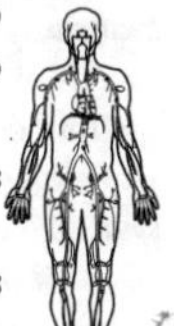

ஒழுகு மாடம்: (பெ): மனித உடம்பு; human body.

ஒழுகை: (பெ): வண்டி; சகடவொழுங்கு; cart; train of carts.

ஒழுக்க நூல்: (பெ): நீதிநெறி நூல்; ethics.

ஒழுக்க நெறி: (பெ): நீதிநெறி; ethics.

ஒழுக்கம்: (பெ): நன்னடத்தை முறைமை; ஆசாரம்; சீலம்; உயர்ச்சி; தன்மை; குலம்; acting according to the established rules; conduct; good behaviour; manners; morality; virtue; excellence; nature; caste; tribe.

- **ஒழுக்கத்து** நீத்தார் பெருமை விழுப்பத்து
  வேண்டும் பனுவல் துணிவு. - *குறள் 21.*
- **ஒழுக்கம்** விழுப்பம் தரலான் **ஒழுக்கம்**
  உயிரினும் ஓம்பப் படும். - *குறள் 131.*
- **ஒழுக்கம்** உடைமை குடிமை இழுக்கம்
  இழிந்த பிறப்பாய் விடும். - *குறள் 133.*
- அழுக்கா றுடையான்கண் ஆக்கம்போன்று இல்லை
  ஒழுக்க மிலான்கண் உயர்வு. - *குறள் 135.*
- **ஒழுக்கத்தின்** எய்துவர் மேன்மை இழுக்கத்தின்
  எய்துவர் எய்தாப் பழி. - *குறள் 137.*
- **ஒழுக்கமும்** வாய்மையும் நாணும்இம் மூன்றும்
  இழுக்கார் குடிப் பிறந்தார். - *குறள் 952.*

ஒழுக்கல்: (பெ): வடிதல்; வார்த்தல்; கசிதல்; leaking; pouring; dripping.

ஒழுக்க வணக்கம்: (பெ): அடக்கம்; கண்ணியம்; modesty.

ஒழுக்கு: (பெ): நீரோட்டம்; ஒழுகுகை; நன்னடை; ஆசாரம்; stream; leaking; conduct; demeanour; good behaviour; custom.

ஒழுக்குப்பீளை: (பெ): கண்ணோய் வகை; a kind of eye disease.

ஒழுக்கைச் சந்து: (பெ): முடுக்குத் தெரு; சந்து; corner street; lane.

ஒழுங்கரம்: (பெ): ஒருவகை அரம்; a kind of file.

ஒழுங்கற்ற: (பெ.அ): தாறுமாறான; சிரத்தையற்ற; நிலையற்ற; ஒரேசீராக இல்லாத; slipshod; erratic; irregular.

ஒழுங்கற்றவள்: (பெ): நடத்தை கெட்டவள்; slut.

ஒழுங்கான: (பெ.அ): சீரான; முறையான; நேர்த்தியான; orderly; regular; tidy.
- **ஒழுங்கான** நெறிதனில் வாழ்க்கையை அமைத்துக் கொண்டால், பிரச்சனைகள் ஏதும் இராது.

ஒழுங்கின்மை / ஒழுங்கீனம்: (பெ): செயல், நடத்தைபோன்றவற்றில் தரக்குறைவு; முறைகேடு; தவறு; தாறுமாறு; low standard of behaviour; indiscipline; impropriety; disorder.

ஒழுங்கு: (பெ): வரிசை; நிரை; முறை; நேர்மை; திரள்; விதி; நன்னடத்தை; கட்டளை; தரம்; row; series; proper manner; honesty; accumulated state; rule; good conduct; order; standard; quality.

ஒழுங்கு செய்: (வி): திட்டம் செய்; ஏற்பாடு செய்; provide for; to make arrangements for.

ஒழுங்கு நடவடிக்கை: (பெ): விதிமுறைகளை மீறிடும் உறுப்பினர் (அ) பணியாள் மீது அவர் சார்ந்த அமைப்பு (அ) நிறுவனம் தன் சட்டப்படி எடுத்திடும் நடவடிக்கை; disciplinary action taken by an organization against its member or employee who breaks the rules.

ஒழுங்குப்பிரச்சினை: (பெ): சட்டமன்றம், பாராளுமன்றம் போன்றவற்றில் அப்போதைய நடவடிக்கை அந்த அவையின் விதிகளுக்கு உட்பட்டதில்லை எனக்கூறி உறுப்பினர் சபாநாயகரின் முடிவு வேண்டி எழுப்பிடும் பிரச்சினை; point of order.

ஒழுங்குமுறை: (பெ): கட்டுப்பாடு; discipline; order.

ஒழுங்கை: (பெ): குறுகலான வழி; சந்து; narrow path; lane.

ஒளி: (பெ): சோதி; பிரகாசம்; விளக்கு; சூரியன்; சந்திரன்; விண்மீன்; வெயில்; மின்னல்; தீ; பார்வை; அறிவு; புகழ்; மதிப்பு; அழகு; தோற்றம்; நன்மதிப்பு; கடவுள்; light; brightness; lamp; Sun; Moon; star; sunshine; lightning; fire; sight; knowledge; fame; renown; beauty; appearance; respect; God.

- **ஒளியார்முன்** ஒள்ளிய ராதல் வெளியார்முன்
  வான்சுதை வண்ணம் கொளல். - *குறள் 714.*
- **ஒளிஒருவற்கு** உள்ள வெறுக்கை இளிஒருவற்கு
  அஃதிறந்து வாழ்தும் எனல். - *குறள் 971.*

ஒளிக்கடல்: (பெ): பற்கள்; teeth.

ஒளிக்கம்பம்: (பெ): கலங்கரை விளக்கம்; minar; light house.

ஒளிக்கற்றை: (பெ): ஒளிக்கதிர் திரள்; beam of light.

ஒளிக்கோட்டம்: (பெ): ஒளிமுறிவு ஏற்படுதல்; refraction.

ஒளிச்சிதறல்: (பெ): சமதளமாக இல்லாத பரப்பில் ஒளி விழும்போது சீரற்ற முறையில் எல்லாத் திசைகளிலும் சிதறிடும் பிரதிபலிப்பு; ஒழுங்கற்ற பிரதிபலிப்பு; scattering of light.

ஒளிச்சேர்க்கை: (பெ): இலைகளில் சூரிய ஒளி படும்போது மண்ணிலிருந்து உறிஞ்சப்பட்ட நீரும், காற்றிலிருந்து பெறப்படும் கரியமில வாயுவும் இணைந்து தாவரத்திற்கு அவசியமான மாவுப் பொருளாக மாறிடும் முறை; photosynthesis.

ஒளிதல்: (வி): மறைதல்; தவிர்த்தல்; to hide; to conceal; to avoid.

ஒளித்தல்: (வி): மறைத்தல்; பதுங்குதல்; பதுக்குதல்; to keep something from the knowledge of someone; to hide in order to be safe; to hoard.

ஒளிநாடு: (பெ): தமிழ்நாட்டைச் சூழ்ந்த பன்னிரண்டு நாடுகளில் ஒன்று; one of the twelve countries around Tamil Nadu in ancient times.

ஒளிந்திருத்தல்: (வி): மறைந்திருத்தல்; to conceal.

ஒளி பரப்புதல்: (வி): தொலைக்காட்சிப் பெட்டியில் நிகழ்ச்சிகளைக் காணும் விதமாக மின்காந்த அலைகளாக மாற்றி அனுப்பல்; telecast.

ஒளிப்பதிவாளர்: (பெ): திரைப்பட ஒளிப்பதிவுப் பணியைச் செய்பவர்; camera man; cinematographer.

ஒளிப்பதிவு: (பெ): திரைப்படத்துக்கான காட்சிகளைத் தக்க ஒளியமைப்புடன் புகைப்படக் கருவியால் பதிவு செய்தல்; cinematography.

ஒளிப்பிடம்: (பெ): மறைவிடம்; hiding place; covert.

ஒளிப்பு: (பெ): மறைவு; ஒளித்திருத்தல்; keeping secret; hiding; concealing.

ஒளி மங்குதல்: (வி): வெளிச்சம் குறைதல்; to grow dim as light.

ஒளிமயமான: (பெ.அ): பிரகாசமான; effulgent.

ஒளிமறைவு: (பெ): இரகசியம்; secrecy.

ஒளியர்: (பெ): அறிவுடையோர்; ஒளி நாட்டைச் சேர்ந்தவர்; wise men; those who belong to Oli Naadu.

- **ஒளியார்முன்** ஒள்ளிய ராதல் வெளியார்முன்
  வான்சுதை வண்ணம் கொளல். *- குறள் 714.*

ஒளியவன்: (பெ): சூரியன்; the Sun.

ஒளியருவிய கல்: (பெ): வைடூரியம்; an opalescent gem.

ஒளிர்தல்: (வி): ஒளிசெய்தல்; விளங்குதல்; to glitter; to shine.

ஒளிர்மருப்பு: (பெ): தந்தம்; elephant's tusk.

ஒளிர்முகம்: (பெ): வைரம்; அழகிய முகம்; diamond; beautiful face.

ஒளிர்வு: (பெ): ஒளி; ஒளிர்தல்; light; glittering.

ஒளி வட்டம்: (பெ): கண்ணாடி; பிரபை; சக்கரப்படை; சந்திரன்; mirror; radiance; halo; light; discus; chakra, a weapon of Lord Vishnu; Moon.

ஒளிவட்டி: (பெ): பச்சைக் கற்பூரம்; medicated camphor.

ஒளிவிடம்: (பெ): மறைவிடம்; hide-out.

ஒளிவிடுதல்: (வி): ஒளிர்தல்; to glitter.

ஒளி விலகல்: (பெ): ஓர் ஊடகத்தினுள் செல்லும் ஒளிக்கதிர் தன் நேரான பாதையிலிருந்து சற்று விலகுதல்; refraction of light rays.

ஒளிவிளக்கு: (பெ): ஓர் இடத்தினை வெளிச்சமாக்கிக்காட்டும் பிரகாசமான விளக்கு; a powerful bright lamp that illuminates the whole area.

ஒளிவு: (பெ): மறைவிடம்; hide-out.

ஒளிவு மறைவான: (பெ.அ): மறைமுகமான; இரகசியமான; clandestine; concealed.

ஒளிவுமறைவில்லாத: (பெ.அ): வெளிப்படையான; பட்டவர்த்தமான; undisguised.

ஒளிவு மறைவு: (பெ): இரகசியம்; secret.

ஒளிறு: (பெ): பிரகாசம்; விளக்கம்; splendour; light.

ஒளிறுதல்: (வி): பிரகாசமடையச் செய்தல்; ஒளிர்தல்; to shine; to glitter.

ஒள்ளி: (பெ): செம்பொன்; சுக்கிரன்; gold; Venus.

ஒள்ளிய: (பெ.அ): பிரகாசமான; bright.

ஒள்ளியன்: (பெ): சிறந்தவன்; அறிவுடையோன்; excellent person; wise man.

ஒள்ளியோன்: (பெ): சுக்கிரன்; அறிவுடையோன்; Venus; wise man.

ஒள்ளொளி: (பெ): பிரகாசமான ஒளி; brilliant light.

ஒறுத்தல்: (வி): கடிதல்; தண்டித்தல்; வெறுத்தல்; இகழ்தல்; அழித்தல்; துன்புறுத்தல்; ஒடுக்குதல்; வருந்துதல்; நீக்குதல்; குறைத்தல்; அலைத்தல்; to punish; to rebuke; to vilify; to destroy; to afflict; to subjugate; to suffer; to remove; to decrease; to harass.

- **ஒறுத்தாரை** ஒன்றாக வையாரே வைப்பர்
  பொறுத்தாரைப் பொன்போற் பொதிந்து. *- குறள் 155.*
- **ஒறுத்தார்க்கு** ஒருநாளை இன்பம் பொறுத்தார்க்குப்
  பொன்றுந் துணையும் புகழ். *- குறள் 156.*
- **ஒறுத்தாற்றும்** பண்பினார் கண்ணும்கண் ணோடிப்
  பொறுத்தாற்றும் பண்பே தலை. *- குறள் 579.*

ஒறுத்து அடக்குதல்: *(வி):* தண்டித்திடு; to chastise.

ஒறுப்பு: *(பெ):* தண்டனை; வெறுப்பு; குறைவு; கருமித்தனம் செய்தல்; கடிந்து பேசுதல்; punishment; rebuke; scarcity; to be miserly; to reprove.

ஒறுவாய்: *(பெ):* சிதைவடைந்த வாய்; ஒடிந்த விளிம்பு; வடு; sunken mouth; broken edge; scar.

ஒறுவு: *(பெ):* வருத்தம்; துன்பம்; trouble; distress.

ஒற்கம்: *(பெ):* வறுமை; தளர்ச்சி; அடக்கம்; குறைவு; poverty; weakness; modesty; scarcity; dearth.

ஒற்குதல்: *(வி):* குறைதல்; தளர்தல்; be deficient; to droop.

ஒற்றடம்: *(பெ):* சுடு நீரில் துணியை நனைத்து அல்லது இளஞ்சூட்டில் உள்ள தவிட்டைத் துணியில் சுற்றி வலி (அ) சளி நிவாரணத்திற்காக உடம்பில் சிறிது நேரம் வைத்து எடுத்திடல்; fomentation.

ஒற்றறிதல்: *(வி):* உளவு பார்த்தல்; வேவு பார்த்தல்; to spy.

ஒற்றன் / ஒற்றாள்: *(பெ):* உளவு பார்ப்பவன்; உளவாளி; வேவு பார்ப்போன்; spy.

ஒற்றாடல்: *(பெ):* ஒற்றர்களை ஆளுதல்; employing and directing spies.

ஒற்றி: *(பெ):* அடைமானம்; திருவொற்றியூர்; mortgage; Thiruvottriyur, Lord Shiva's Shrine near Chennai.

ஒற்றிச்சீட்டு: *(பெ):* அடைமானப் பத்திரம்; mortgage bond.

ஒற்றிடுதல்: *(வி):* ஒத்தடமிடுதல்; to fomentate.

ஒற்றித்தல்: *(வி):* வேவு பார்த்தல்; ஒற்றுமையாயிருத்தல்; to spy; be united.

ஒற்றிப்போதல்: *(வி):* விலகிச் செல்லுதல்; to leave.

ஒற்றி வைத்தல்: *(வி):* அடைமானம் வைத்தல்; தள்ளி வைத்தல்; to mortgage; to postpone.

ஒற்று: *(பெ):* மெய்யெழுத்து; உளவாளி; யாழிசைக் கருவியின் உறுப்பு; consonant; spy; a part of the musical instrument, Yaazh.

ஒற்றுக்கேட்டல்: *(வி):* பிறர் பேச்சை மறைந்து கேட்டல்; to overhear.

ஒற்றுதல்: *(வி):* துடைத்தல்; கட்டுதல்; தள்ளுதல்; நெருங்குதல்; தீர்மானித்தல்; எய்தல்; தத்திச் செல்லுதல்; மறைதல்; to wipe away; to tie; to push; to approach; to decide; to shoot as an arrow; to move by jerk; to hide.

ஒற்றுமை: *(பெ):* ஒன்றுசேர்ந்து இருத்தல்; ஒருமை; கலப்பு; உரிமை; தகுதி; செல்வம்; பொருத்தம்; unity; oneness; infusion; fitness; wealth; concord.

ஒற்றுவன்: *(பெ):* ஒற்றன்; தூதுவன்; spy; messenger.

ஒற்றெழுத்து: *(பெ):* மெய்யெழுத்து; consonant.

ஒற்றை: *(பெ):* ஒன்று; ஒற்றைப்படை எண்; ஒரு துளை வாத்தியம்; தனிமை; ஒப்பின்மை; one; odd number; a wind musical instrument which has one hole only; singleness; incomparableness.

ஒற்றைக்காலில் நின்றிடு: *(வி):* ஒன்றினை அடைந்தே தீருவது அல்லது செய்து முடிப்பது என்று பிடிவாதம் பிடித்தல்; be adamant.

ஒற்றைக்குச்சி: *(பெ):* சிலம் பாட்டம்; the martial art of using quarter staff.

ஒற்றைக் கொம்பன்: *(பெ):* விநாயகர்; ஒரு கொம்புடைய யானை; Lord Vinayaka; the elephant which has only one tusk.

ஒற்றைத் தலைவலி: *(பெ):* தலையின் ஒருபுறத்தில் மட்டும் உண்டாகிடும் வலி; migraine.

ஒற்றைத் தாலி: *(பெ):* தாலி மட்டும் உள்ள கழுத்தணி; a kind of necklace which has Thaali only.

ஒற்றை நாடி: *(பெ):* ஒல்லியான உடம்பு; மாட்டுக் குற்றம்; lean body; a defect in bull or cow.

ஒற்றை நின்றாள்: *(பெ):* கைம்பெண்; widow.

ஒற்றைப்படை: *(பெ):* ஒற்றையான எண்; odd number.

ஒற்றையடிப்பாதை: *(பெ):* பலரின் காலடி பட்டு ஒருவர் நடந்து செல்லுமாறு குறுகலாக அமைந்த பாதை; track.

ஒற்றையாழித் தேர்: *(பெ):* ஒற்றைச் சக்கரமுடைய சூரியபகவானின் தேர்; Sun's chariot which has only one wheel.

ஒற்றையாள்: *(பெ):* தனியாள்; single person; lonely person.

ஒற்றையிதழ் பூ: *(பெ):* ஓரிதழ் கொண்ட பூ; a flower which has one petal only.

ஒன்பதின்மர்: *(பெ):* ஒன்பது பேர்; nine persons.

ஒன்பதொத்து: *(பெ):* ஒருவகைத் தாளம்; a kind of rhythm measure.

ஒன்பான்: *(பெ):* எண் ஒன்பது; the number nine.

ஒன்றலர்: *(பெ):* பகைவர்; enemies; foes.

ஒன்றன்பால்: *(பெ):* அஃறிணை ஒருமை; singular of the impersonal class.

ஒன்றாக: *(வி.அ):* நிச்சயமாக; surely; certainly.

ஒன்றாகுதல்: *(வி):* ஐக்கியப்படுதல்; to merge.

ஒன்றாமை: *(பெ):* பகைமை; enmity.

- *ஒன்றாமை ஒன்றியார் கண்படின் எஞ்ஞான்றும் பொன்றாமை ஒன்றல் அரிது.* - *குறள் 886.*

ஒன்றார்: *(பெ):* பகைவர்; enemies; foes.

ஒன்றி: *(பெ):* ஒற்றை; தனிமை; தனித்த ஆள்; பிரம்மச்சாரி; தனித்தது; solitariness; lonely man;

ஒன்றிக்காரன் / ஒன்றியாள் 230 ஒக்காளம்

solitary person; Brahmachari, bachelor; celibate; that which is lonely.

ஒன்றிக்காரன் / ஒன்றியாள்: *(பெ):* குடும்பம் இல்லாதவன்; தனியாள்; one who has no family; lonely person.

ஒன்றித்தல்: *(வி):* ஒருமைப்படுதல்; சேர்ந்திருத்தல்; பொருந்துதல்; to unite; to combine.

ஒன்றிப்பு: *(பெ):* ஒருமிப்பு; union; harmony.

ஒன்று: *(பெ):* ஒன்று என்னும் எண்; ஒற்றுமை; வீடுபேறு; வாய்மை; அறம்; செல்வம்; ஞானம்; ஆன்மா; அஃறிணை ஒருமை; the number one; unity; final bliss; truth; virtue; wealth; wisdom; soul; the singular of the impersonal class.

- ஒன்றானும் தீச்சொல் பொருட்பயன் உண்டாயின் நன்றாகா தாகி விடும். *- குறள் 128.*
- ஒன்றாக நல்லது கொல்லாமை மற்றுஅதன் பின்சாரப் பொய்யாமை நன்று. *- குறள் 323.*
- ஒன்றெய்தி நூறிழக்கும் சூதர்க்கும் உண்டாங்கொல் நன்றெய்தி வாழ்வதோர் ஆறு. *- குறள் 932.*

ஒன்றுக்கிரு: *(வி):* சிறுநீர் கழித்தல்; to urinate.

ஒன்றுக்குடி: *(பெ):* ஒண்டுக் குடித்தனம்; co-tenancy.

ஒன்றுக்கொன்று: *(பெ):* ஒன்றுடன் ஒன்று; each one to the other; one with another.

ஒன்று கூடு / ஒன்றுசேர்: *(வி):* ஒற்றுமைப்படுதல்; அனைத்தும் கூடிவரல்; to become united; to come together; be united.

ஒன்றுகை: *(பெ):* ஒன்றுதல்; fitting together.

ஒன்றுதல்: *(வி):* ஒன்றாதல்; பொருந்துதல்; ஒன்றுகூடுதல்; ஒருமுகப்படுதல்; மனம்கலத்தல்; ஒத்தல்; to unite; to combine; to gather; to concentrate; to agree on intimate terms with; to resemble; be similar.

ஒன்றுநன்: *(பெ):* நண்பன்; friend.

ஒன்றுபடுதல்: *(வி):* கூடுதல்; இணக்கமாதல்; பொருந்துதல்; to coalesce; to unite; being agreeable; be joined.

ஒன்றுமில்லாதவன்: *(பெ):* வறியவன்; பயனற்றவன்; poor man; useless person.

ஒன்று மொழிதல்: *(வி):* சூளுரைத்தல்; to declare with a vow.

ஒன்றும்: *(இ.சொ):* ஒருவிதத்திலும்; எந்த விதத்திலும்; சிறிதும்; (not) to the extent; even a little.

ஒன்னப்பூ: *(பெ):* மாதர் காதணி வகை; a kind of ear ornament of women.

ஒன்னலர்: *(பெ):* பகைவன்; enemy; foe.

ஒன்னார்: *(பெ):* பகைவர்; enemies; foes.

- ஒன்னார்த் தெறலும் உவந்தாரை ஆக்கலும் எண்ணின் தவத்தான் வரும். *- குறள் 264.*

ஓ

ஓ: *(பெ):* தமிழ் உயிர் எழுத்தின் பதினோராவது எழுத்து; the eleventh letter or vowel of Tamil alphabet; *(இ.சொ):* ஒரு வாக்கியத்தில் மாற்றாக இருப்பவற்றோடு இணைக்கப்பட்டு 'அல்லது' என்னும்முறையில் பயன்படுத்தும் இடைச்சொல்; It is used as a conjunction, when added to nouns which are alternatives in a sentence.

'ஓ' என்று: *(வி.அ):* வலி, துக்கம் போன்றவற்றின் தீவிரத்தை வெளிப்படுத்தும் ஒலிக்குறிப்பு; a word to express extreme pain or agony.

ஓகணம் / ஓகணி: *(பெ):* பேன்; மூட்டைப் பூச்சி; louse; bed bug.

ஓகம்: *(பெ):* அடைக்கலம்; ஒரு குருவி; பெருங்கூட்டம்; புகலிடம்; வெள்ளம்; போதனை; வீடு; refuge; a kind of sparrow; huge crowd; asylum; flood; preaching; house.

ஓகாரம்: *(பெ):* 'ஓ' என்னும் எழுத்து; மயிலைக் குறிக்கும் சொல்; the letter 'ஓ'; the word used as a symbol for the peacock.

ஓகாரவுரு: *(பெ):* கடவுள்; God.

ஓகுலம்: *(பெ):* அப்பம்; round cake made of rice flour and sugar in ghee.

ஓகை: *(பெ):* உவகை; ஆரவாரம்; ஆறு; நீர்ப்பெருக்கு; இனியமொழி; joy; din and bustle; river; flood; a sweet word or language.

ஓகோதனி: *(பெ):* மூட்டைப்பூச்சி; bed bug.

ஓக்கம்: *(பெ):* உயர்ச்சி; பெருமை; உயரம்; எழுதல்; பெருக்கம்; பருமை; elevation; greatness; excellence; height; arising; abundance; bulkiness.

ஓக்காளம்: *(பெ):* கக்குதல்; vomit; heaving involuntary effort of the stomach in nausea.

ஒக்காளிப்பு: *(பெ):* வாந்தி உணர்வு; vomiting sensation.

ஒக்கியம்: *(பெ):* ஏற்றது; தக்கது; that which is suitable or acceptable.

ஒக்குதல்: *(வி):* உயர்த்துதல்; எழும்பச் செய்தல்; ஆக்குதல்; அறுதியிட்டுக்கூறுதல்; எறிதல்; to raise; to lift up; to produce; to say something with finality; to throw.

ஓங்கல்: *(பெ):* உயர்ச்சி; மலை; மேடு; மலையுச்சி; எழுச்சி; மூங்கில்; யானை; மரக்கலம்; சாதகப் புள்; ஒருவகை நீர்ப்பறவை; அரசன்; தலைவன்; வலியோன்; வழித்தோன்றல்; height; mountain; mound; peak; upheaval; bamboo; elephant; boat; shepherd koel, believed to subsist on rain drops; a kind of water bird; king; chief; lord; strong man; descendant.

ஓங்கார உப்பு: *(பெ):* கல்லுப்பு; rock salt.

ஓங்காரம்: *(பெ):* ஓம்; பிரணவம்; Om; the mystic syllable of Hindus.

ஓங்காரவுரு: *(பெ):* கடவுள்; கௌரிபாடாணம்; God; a kind of arsenic.

ஓங்காரன்: *(பெ):* கடவுள்; சிவபெருமான்; God; Lord Shiva.

ஓங்காரி: *(பெ):* பார்வதி; Parvathi, Goddess and the consort of Lord Shiva.

ஓங்கி: *(வி அ):* உயரமாக; நெடிதாக; பலமாக; விசையோடு; tallest; to a lofty height; heavily; with force. ● **ஓங்கி** அறைந்தால் ஏங்கி அழச் சீவன் இல்லை - *பழமொழி.*

ஓங்கில்: *(பெ):* மீன் வகை; a kind of fish.

ஓங்குதல்: *(வி):* உயர்தல்; வளர்தல்; பரவுதல்; மிகுதிப்படுதல்; வளம் பெருகுதல்; to rise high; to grow; to spread; to expand; to increase in wealth.

ஓசம்: *(பெ):* ஒளி; புகழ்; வலிமை; ஆண்குறி; light; fame; strength; the male genital part.

ஓசரம்: *(பெ):* நிமித்தம்; பொருட்டு; cause; motive.

ஓசரி: *(பெ):* கேடு; அதிசயம்; ruin; wonder.

ஓசழக்கு: *(பெ):* அழகு; beauty.

ஓசனித்தல்: *(வி):* சிறகடித்தல்; to flap wings.

ஓசனை: *(பெ):* நான்கு காதம்; sixty-four kilo-metres.

ஓசன்: *(பெ):* ஆசான்; குரு; பிடாரி கோயில் பூசாரி; teacher; guru; priest of Pidaari temple.

ஓசி: *(பெ):* இரவல்; ஆசிரியரின் மனைவி; loan; borrowing; wife of the teacher.

ஓசீவனம்: *(பெ):* பிழைப்பு; livelihood.

ஓசு: *(பெ):* புகழ்; வலிமை; இனாமாகக் கிடைப்பது; fame; strength; that which is received as gift.

ஓசுநன்: *(பெ):* வலியோன்; எண்ணெய் வணிகர்; மீகாமன்; பரவ சாதியர்; strong man; oil merchant; sailor; one who belongs to fisherman caste.

ஓசை: *(பெ):* ஒலி; இரைச்சல்; எழுத்தோசை; புகழ்; சொல்; பேச்சு; பாம்பு; வாழை; sound; sound of a letter; fame; word; speech; vocal sound; snake; plantain. ● **ஓசை** காட்டிப் பூசை செய். ● **ஓசை** பெறும் வெங்கலம்; **ஓசை** பெறாது மண்கலம் - *பழமொழிகள்.*

ஓசை செய் தளை: *(பெ):* கால் கொலுசு; a kind of anklet.

ஓச்சம்: *(பெ):* உயர்வு; புகழ்; eminence; fame.

ஓச்சல்: *(பெ):* உயர்வு; தளர்ச்சி; eminence; slackness.

ஓச்சன்: *(பெ):* ஆசான்; பிடாரி கோயில் பூசாரி; கணக்கன்; teacher; priest of Pidaari temple; accountant.

ஓச்சுதல்: *(வி):* எறிதல்; பாய்ச்சுதல்; செலுத்துதல்; உயர்த்துதல்; வீசுதல்; ஓட்டுதல்; தூண்டுதல்; to throw; to thrust; cause to proceed; to raise; to fling; to drive away; to induce.

ஓச்சை: *(பெ):* வறுத்த உணவு; fried food.

ஓடக்காரன்: *(பெ):* ஓடம் செலுத்துபவன்; boat man.

ஓடக்கோல்: *(பெ):* ஓடம் தள்ளும் கழி; boatman's pole.

ஓடதி: *(பெ):* மூலிகைச் செடி; herb.

ஓடதிநாதன்: *(பெ):* சந்திரன்; the Moon.

ஓடம்: *(பெ):* தெப்பம்; படகு; தோணி; நாவாய்; நெசவு நாடா; மர வகை; raft; boat; country boat; vessel; ship; weaver's shuttle; a kind of tree. ● **ஓடமும்** ஒரு நாள் வண்டியில் ஏறும். ● **ஓடம்** விட்ட ஆறும் அடி சுடும் - *பழமொழிகள்.*

ஓடல்: *(வி):* ஓடுதல்; கெடுதல்; குலைதல்; ஒரு மரம்; to run; to ruin; to disperse; a kind of tree.

ஓட விடுதல்: *(வி):* புடமிடுதல்; to calcinate; to refine metals.

ஓடன்: *(பெ):* ஆமை; tortoise.

ஓடாவி: *(பெ):* தச்சர்; ஓவியர்; carpenter; painter.

ஓடி: *(பெ):* ஒருவகை நிலம்; வன நெல்; a kind of land; a kind of paddy which grows in forests.

ஓடி ஒளிதல்: *(வி):* இடம் விட்டகன்று மறைதல்; to abscond.

ஒடித் திரிதல்: *(வி):* ஓடியலைதல்; to run about.

ஒடியம்: *(பெ):* பரிகாசம்; ஏளனம்; களங்கம்; ஆபாசம்; jest; raillery; ridicule; obscenity; ribaldry.

ஒடியவோடம்: *(பெ):* கிளிஞ்சில்; shell.

ஓடியாடு: *(வி):* களைப்பின்றி அலைந்து திரிதல்; be active and energetic; to move about actively.

ஓடு: *(பெ):* வீடு வேயும் ஓடு; மண்டையோடு; பானையோடு; இரப்போர் பிச்சைப்பாத்திரம்; roofing tile; skull; bit of an earthen pot; mendicant's bowl.

ஓடுகால்: *(பெ):* நீரோடும் கால்வாய்; a water course; a channel.

ஓடுகாலி: *(பெ):* முறைகேடாக வீட்டினை விட்டுச் சென்றிடும் பெண்; girl or woman of loose morals who runs away from home.

ஓடுதல்: *(வி):* ஓட்டமாய்ச் செல்லுதல்; வருந்துதல்; நேரிடுதல்; பரவுதல்; கழன்று கொள்ளுதல்; to run; to suffer; to occur; to spread; to come-off. • **ஓடவும்** மாட்டான்; பிடிக்கவும் மாட்டான்; ஆனால் ஓயாமல் பேசுவான். • **ஓடியோடி** ஒரு கோடி தேடுவதைக் காட்டிலும் உட்கார்ந்து ஒரு காசு தேடுவது மேல். • **ஓடுகிற** ஆடு ஓடிக்கொண்டேயிருக்குமா ? • **ஓடுகிற** கழுதையை வாலைப்பிடித்தால் உடனே கிடைக்கும் பலன். • **ஓடுகிறவனைக்** கண்டால் துரத்துகிறவனுக்குத் தொக்கு. • **ஓடுகிற** பாம்பைப் பிடிக்கிற வயசு. • **ஓடு** மீன் ஓட உறு மீன் வருமளவும் வாடியிருக்குமாம் கொக்கு - *பழமொழிகள்.*

ஓடுபடம்: *(பெ):* இடுதிரை; curtain.

ஓடு பாதை: *(பெ):* ஆகாயவிமானம் மேலே எழும்பும் முன்பாக (அ) கீழே இறங்கியதும் சற்று தூரம் ஓடுவதற்காக அமைக்கப் பட்டிருக்கும் நீளமான பாதை; runway in an airport.

ஓடுவாயு: *(பெ):* ஒரு நோய் வகை; a kind of disease.

ஓடை: *(பெ):* இயற்கையாக ஆற்றிலிருந்து பிரிந்து செல்லுகின்ற நீர் வழி; குளம்; சந்தன மடல்; முகபடாம்; rivulet; stream; tank; a vessel for holding sandal paste; frontlet of an elephant

ஒட்டடை: *(பெ):* அப்ப வகை; a kind of rice cake.

ஒட்டத்தி: *(பெ):* செடிவகை; a kind of plant.

ஓட்டம்: *(பெ):* ஓடுதல்; உதடு; தோல்வி; உலோகத்தை உருக்கிச் செய்யும் முறை; running; lips; failure; purifying the metals by melting.

ஓட்டன்: *(பெ):* கால்நடையாகச் சென்று தூது சொல்லுவோன்; பாட்டனுக்குப் பாட்டன்; runner; grandfather of the grandfather.

ஓட்டாங்கச்சி: *(பெ):* தேங்காய் ஓடு; மட்கல ஓட்டின் துண்டு; the outer shell of coconut; a small piece of a broken earthenware.

ஓட்டாங்கிளிஞ்சல்: *(பெ):* ஒருவகை மீன்; உடைந்த சிப்பி; a kind of fish; broken shell.

ஓட்டாஞ்சில்லி: *(பெ):* உடைந்த மட்கல ஓட்டின் துண்டு; a small piece of a broken earthenware.

ஓட்டாண்டி: *(பெ):* இரந்து உண்பவன்; நல்ல நிலையிலிருந்து பிச்சையெடுக்கும் நிலைக்கு ஆளானவன்; a mendicant; one who has been reduced to begging; pauper.

ஓட்டி: *(பெ):* பாட்டியின் பாட்டி; ஓட்டுகிறவன்; கொவ்வைப் பழம்; grandmother of the grandmother; driver; red fruits of a common creeper, found on the hedges.

ஓட்டியம்: *(பெ):* ஒட்டகம்; camel.

ஓட்டிரம்: *(பெ):* தற்போது 'ஒரிஸா' என அழைக்கப்படும் பண்டை உற்கல நாடு; an ancient country which is now called 'Orissa.'

ஓட்டு[1]: *(பெ):* ஓட்டுகை; புறங்காட்டி ஓடுதல்; கப்பலோட்டம்; நூலிழையோட்டுதல்; running; defeat; sailing; seam of cloth.

ஓட்டு[2]: *(பெ):* (தேர்தல்) வாக்கு; vote.

ஓட்டுச்சாவடி: *(பெ):* தேர்தலின்போது வாக்காளர்கள் வாக்குப்பதிவு செய்யுமிடம்; polling booth.

ஓட்டுச்சீட்டு: *(பெ):* தேர்தலின்போது வாக்குச்சாவடியில் வாக்காளர் வாக்குப்பதிவு செய்யவேண்டி, வேட்பாளரின் பெயர், சின்னம் போன்றவை அச்சிடப்பட்ட தாள்; ballot paper.

ஓட்டுத்துத்தி: *(பெ):* ஒருவகைப்பூண்டு; a kind of herb.

ஓட்டுதல்: *(வி):* செலுத்துதல்; நீங்கச் செய்தல்; புகுத்துதல்; செய்து முடித்தல்; அழித்தல்; காலம் தாழ்த்துதல்; நூலிழையோட்டுதல்; cause to run; to drive away; to expel; to insert; to complete; to destroy; to delay; to darn.

ஓட்டு முத்து: *(பெ):* சிப்பியிலிருந்து எடுத்த முத்து; the pearl taken from a shell-fish.

ஓட்டெழுத்து: *(பெ):* தலையெழுத்து; fate.

ஓட்டை: *(பெ):* துளை; சில்லி; சிதைந்த பொருள்; hole; a piece of the broken earthen pot; cracked article.

ஓட்டைக் கை: *(பெ):* பணம் எவ்வளவு இருந்தாலும் எளிதாகச் செலவு செய்திடும் தன்மை; the nature of being incapable of saving.

ஓட்டைப் பல்: *(பெ):* சொத்தைப் பல்; சிதைந்த பல்; decayed tooth; broken tooth.

ஓட்டை மனம்: *(பெ):* இளநெஞ்சு; tender heart.

ஓட்டையுடைசல்: *(பெ):* உபயோகப்படுத்திட முடியாத தட்டுமுட்டுச் சாமான்கள்; scrap and old junk.

ஓட்டை வாய்: *(பெ):* உளறுவாய்; எதனையும் அடுத்தவரிடம் பின் விளைவு பற்றி எண்ணிடாது எளிதாகக் கூறிடக்கூடிய தன்மை; blabber mouth.

ஓணப்பிரான்: *(பெ):* திருமால்; Lord Vishnu.

ஓணம்: *(பெ):* ஆறு; ஒரு பண்டிகை; திருவோண நட்சத்திரம்; river; a festival; one of the twenty-seven stars, Thiruvonam.

ஓணான்: *(பெ):* ஓர் ஊர்ந்து செல்லும் உயிர்; ஓந்தி; common agamoid lizard.

ஓணான் கொத்தி: *(பெ):* ஒருவகை இராசாளி; a kind of royal falcon.

ஓதக்கால்: *(பெ):* யானைக்கால்; elephantiasis.

ஓதப்புரோதம்: *(பெ):* நெசவின் பாவு மற்றும் ஊடிழைகள்; warp and woof, the thread woven across the warp.

ஓதம்: *(பெ):* ஈரம்; வெள்ளம்; நீர்ப்பெருக்கு; கடல் அலை; ஒலி; பெருமை; சோறு; அண்டவாத நோய்; moisture; flood; sea-wave; sound; greatness; cooked rice; hydrocele; hernia.

ஓதவனம்: *(பெ):* கடல்; sea. • **ஓதவனக்** கொந்தளிப்பு அதிகமாக உள்ளதால் மீனவர்கள் கடலுக்கு மீன் பிடிக்கச் செல்ல வேண்டாம் என எச்சரிக்கப்பட்டுள்ளனர்.

ஓதனம்: *(பெ):* சோறு; பெருமை; போர்; boilod rico; greatness; battle; war.

ஓதன்மை: *(பெ):* ஓதுதல் தன்மை; பாட்டு; nature of preaching; song.

ஓதி: *(பெ):* கல்வி; அறிவு; ஓதுபவன்; ஓந்தி; செறிவு; பெண் மயிர்; அன்னம்; அறிஞன்; education; wisdom; preacher; garden lizard; closeness; woman's hair; swan; learned person.

• **ஓதி**உணர்ந்தும் பிறர்க்குரைத்தும் தான் அடங்காப் பேதையிற் பேதையார் இல். - *குறள் 834.*

ஓதிஞானம்: *(பெ):* மெய்யறிவு; enlightenment.

ஓதிமம்: *(பெ):* அன்னம்; கவரிமான்; மலை; புளிய மரம்; swan; a kind of deer; mountain; tamarind tree.

ஓதிமம் உயர்ந்தோன்: *(பெ):* அன்னக் கொடியினை உடைய பிரமன்; Lord Brahma who has the swan flag.

ஓதிம வாகனன்: *(பெ):* பிரம்ம தேவன்; Lord Brahma.

ஓதி விடுதல்: *(பெ):* திருமண அன்பளிப்பு; marriage gift.

ஓதுதல்: *(வி):* படித்தல்; சொல்லுதல்; கற்பித்தல்; இரகசியமாகப் பேசுதல்; மந்திரம் உச்சரித்தல்; பாடுதல்; to read; to say; to teach; to talk in a secret way; to recite the mantras; to sing.

ஓதுவார்: *(பெ):* கோயிலில் தேவாரம் போன்ற பாடல்களைப் பாடுபவர்; the person who sings the songs of Thevaaram, etc.

• **ஓதுவார்க்கு** உதவிடு. • **ஓதுவார்** எல்லாம் உழவன் தலைக்கடையில் - *பழமொழிகள்.*

ஓதுவித்தல்: *(வி):* வேத சாத்திரம் கற்பித்தல்; to teach Vedas.

ஓதை: *(பெ):* ஓசை; பேரொலி; ஆரவாரம்; மலை; காற்று; மதில்; sound; loud noise; din and bustle; mountain; wind; fortwall.

ஓதைவாரி: *(பெ):* சிறகு; வீட்டு வரிசை; கடல்; feather; rows of houses; sea.

ஓத்தி: *(பெ):* ஓந்தி; blood-sucker.

ஓத்து: *(பெ):* ஓதுகை; ஓதப்படுவது; வேதம்; விதி; preaching; that which is preached; veda; rule.

ஓநாய்: *(பெ):* ஒருவகை நாய்; wolf.

ஓந்தி: *(பெ):* ஓணான்; garden lizard; blood sucker.

ஓபு: *(பெ):* கதவு; door.

ஓப்புதல்: *(வி):* ஓட்டுதல்; நீக்குதல்; துரத்துதல்; உயர்த்துதல்; to drive away; to remove; to chase; to raise.

ஓம குண்டம்: *(பெ):* வேள்விக் குழி; the pit dug out in the ground for keeping sacrificial fire.

ஓம சாலை: *(பெ):* வேள்விச் சாலை; sacrificial hall.

ஓமத் திராவகம்: *(பெ):* ஓம நீர்; essence of bishop's weed; omam water.

ஓமப்பொடி: *(பெ):* திருநீறு; sacred ash.

ஓமம்: *(பெ):* வேள்வி வகை; ஒரு மருந்துச் சரக்கு; offering and oblation to the Gods by pouring ghee, etc. into the consecrated fire; sacrifice; bishop's weed.

ஓமம் வளர்த்தல்: *(வி):* வேள்வி செய்தல்; to kindle and feed the sacrificial fire.

ஓமம் மண்டபம்: *(பெ):* வேள்விச்சாலை; sacrificial hall.

ஓமலிப்பு / ஓமல்: *(பெ):* ஊர்ப்பேச்சு; வசைப்பேச்சு; rumour; bruit.

ஓமவல்லி: *(பெ):* கற்பூரவல்லிப் பூண்டு; a herb.

ஓமாக்கினி: *(பெ):* வேள்வித் தீ; sacrificial fire.

ஓமான்: *(பெ):* ஓந்தி; garden lizard; blood sucker.

ஓமி: *(பெ):* வேள்வி செய்வோன்; தீ; நீர்; நெய்; the person who does sacrifice; fire; water; ghee.

ஓமிடி: *(பெ):* கேடு; அழிவு; harm; ruin.

ஓமிடிதல்: *(வி):* கேடுறுதல்; அழிதல்; to harm; be ruined.

ஓமியம்: *(பெ):* ஓமம்; வேள்வி; bishop's weed; sacrifice.

ஓமை: *(பெ):* மாமரம்; mango tree.

ஓம்: *(பெ):* பிரணவம்; the mystic name of the deity preceding all the mantras of worship, writings, etc.

ஓம்படுதல்: *(வி):* உடன்படுதல்; to express assent; to consent.

ஓம்படுத்தல்: *(வி):* உறுதி கூறுதல்; பாதுகாப்பு அளித்தல்; உற்சாகப்படுத்துதல்; to give assurance; to protect; to cheer up; to encourage.

ஓம்படை: *(பெ):* காவல்; பாதுகாப்பு; அடைக்கலம்; பரிகாரம்; மறவாமை; கழுவாய்; protection; safeguard; refuge; remedy; retaining in memory; purification from sin.

ஓம்படைக்கிளவி: *(பெ):* பெரியோர் கூறும் அறிவுரை; தலைவியைப் பாதுகாக்குமாறு தலைவனுக்குத் தோழி கூறும் கூற்று; sage advice given by wise men; entrustment of the heroine to her lover by her companion for protection.

ஓம்புதல்: *(வி):* காப்பாற்றுதல்; பாதுகாத்தல்; பேணுதல்; வளர்த்தல்; போற்றுதல்; உபசரித்தல்; தவிர்த்தல்; விலக்குதல்; நீக்குதல்; உண்டாக்குதல்; to protect; to guard; to defend; to grow; to preserve; to maintain; to dispel; to remove; to produce.

- **ஓம்பின்** அமைந்தார் பிரிவோம்பல் மற்றவர்
  நீங்கின் அரிதால் புணர்வு - *குறள் 1155.*

ஓயாத: *(பெ.அ):* இடைவிடாத; நிரந்தர; ceaseless; constant.

ஓயாது பேசுதல்: *(வி):* இடைவிடாது பேசுதல்; to chatter.

ஓயாதுழைத்தல்: *(வி):* இடை விடாது உழைத்தல்; to plod.

ஓய்: *(வி):* ஒரு முடிவுக்கு வருதல்; ஓசை அடங்குதல்; களைப்படைதல்; செயல் முடித்து ஓய்வெடுத்தல்; to come to an end; sound subsiding; become tired; to take rest after work.

ஓய்ச்சல்: *(பெ):* தளர்ச்சி; tiresomeness.

ஓய்தல்: *(வி):* அழிதல்; மாறுதல்; சுருங்குதல்; to expire; to change; to diminish.

ஓய்வு: *(பெ):* பூரண அமைதி; களைப்படை நீக்கிப் பெறும் ஆறுதல்; complete rest; relaxation.

ஓய்வு ஒழிச்சல்: *(பெ):* மிகக் குறைந்த நேர அளவிலான ஓய்வு; respite.

ஓய்வூதியம்: *(பெ):* அரசுப்பணியிலிருந்து ஓய்வு பெற்றவருக்கு பிரதி மாதமும் அரசினால் வழங்கப்படும் ஊதியம்; pension; the payment for the government employee who had retired from service.

ஓரகத்தன்: *(பெ):* சகலன்; co-brother.

ஓரகத்தி: *(பெ):* கணவனின் சகோதரரின் மனைவி; co-sister; the wife of the husband's brother.

ஓரக்கண்ணால்: *(வி.அ):* கடைக்கண்ணால்; நேராகப் பார்த்திடாது; to look sidelong.

ஓரம்: *(பெ):* விளிம்பு; பக்கம்; சார்தல்; மாதரின் மறைவுத்தானம்; edge; margin; border; side; the genital part of women.

ஓரம்பம்: *(பெ):* கணிதம்; mathematics.

ஓரம் பேசுதல்: *(பெ):* ஒரு பக்கம் சார்தல்; to show partiality.

ஓரவஞ்சனை: *(பெ):* வெளிப்படையான புறக்கணிப்பு; discrimination.

ஓரவாரம்: *(பெ):* பாரபட்சம்; partiality.

ஓரளவு: *(பெ):* முற்றிலுமாக இல்லாது கொஞ்சம்; in some measure.

ஓரறிவுயிர்: *(பெ):* புல், மரம் முதலியன; the living organisms having only one sense of perception such as grass, plants, trees etc., which are supposed to have only the sense of touch.

ஓராங்கு: *(வி.அ):* இடைவிடாது; ஒருசேர; ஒன்றுபோல்; ceaselessly; combined; something like that.

ஓராசிரியர் பள்ளி: *(பெ):* ஓர் ஆசிரியரைக் கொண்டு இயங்கும் பள்ளி; an elementary school mostly in villages managed by only one teacher.

ஓராட்டு: *(பெ):* தாலாட்டு; lullaby.

ஓராட்டுதல்: *(வி):* தாலாட்டுதல்; to rock a child in a cradle with lullabies.

ஓராயம்: *(பெ):* சேர்க்கை; சாய்வு; இணைப்பு; union; slant; combination.

ஓரி: *(பெ):* வயதான நரி; குதிரையின் பிடரிமயிர்; தேன் முதிர்வால் உண்டாகும் நீல நிறம்; கணவருடைய உடன் பிறந்தானின் மனைவி; old jackal; mane; dark blue colour of matured honey; the wife of husband's brother.

ஓரிசு: *(பெ):* இசைவு; தீர்மானம்; சமாதானம்; consent; resolution; peace.

ஓரியர்: *(பெ):* வித்தியாதரர்; நாகர்; Vidhyadharas; Nagas.

ஓரிரு: *(பெ.அ):* மிகவும் குறைவான; very few.

ஓரினச் சேர்க்கை: *(பெ):* ஆண் ஆணுடனும், பெண் பெண்ணுடனும் கொள்ளும் உடலுறவு; homosexuality.

ஒரு: *(பெ):* நொடி; நினைத்தல்; second; thinking.

ஒரை: *(பெ):* மாதர் கூட்டம்; மாதர் விளையாட்டு, குரவை; இராசி; ஒரு முகூர்த்தம்; சித்திரான்னம்; கூகை; அணிகலன்; concourse of women; kuravai, a woman's play; Zodiac sign; time; boiled rice mixed with spicy condiments as tamarind, coconut, sesame, lemon, etc.; a kind of owl; ornament.

ஒரொட்டு: *(பெ.அ):* சராசரியாக; average.

ஒரொன்று: *(பெ):* ஒவ்வொன்றும்; each one.

ஒர்: *(பெ.அ):* ஒன்று என்ற எண்ணின் பெயரடை; the adjectival form of 'ஒன்று' (one). • **ஒர்** ஆண்டி பசித்திருக்க உலகமே கிறுகிறுவென்று சுழலும் - *பழமொழி.*

ஒர்கை: *(பெ):* யானை; elephant.

ஒர்கட் புள்: *(பெ):* ஒரு கண்பார்வை உடைய காகம்; the crow which has sight in only one eye.

ஒர் குண்டலன்: *(பெ):* பலராமன்; Balarama.

ஒர்ச்சி: *(பெ):* ஆராய்ச்சி; அறிவு; உணர்ச்சி; investigation; research; wisdom; feeling.

ஒர்தல்: *(வி):* ஆராய்தல்; எண்ணுதல்; தெளிதல்; to examine; to investigate; to think over; to know.

ஒர்த்தல்: *(வி):* தெரிவு செய்தல்; எண்ணுதல்; உன்னிப்பாகக் கவனித்தல்; to select; to choose; to think; to listen attentively.

ஒர்பு: *(பெ):* ஆராய்கை; சிந்தித்தல்; examining; thinking.

ஒர்ப்பு: *(பெ):* பொறுமை; துணிவு; தெளிவு; patience; boldness; clearness.

ஒர்மம்: *(பெ):* மனவுறுதி; fortitude.

ஒர்மை: *(பெ):* ஒருமை; ஒற்றுமை; மன உறுதி; துணிவு; ஆடம்பரம்; oneness; unity; fortitude; courage; pomp.

ஒலக்கம்: *(பெ):* சபை; சபா மண்டபம்; durbar; assembly; royal presence hall.

ஒலமிடுதல்: *(வி):* முறையிடுதல்; அழுதல்; அபயம் கூறுதல்; to appeal; to cry; to cry for protection.

ஒலம்: *(பெ):* ஒலி; கடல்; பாம்பு; அடைக்கலம்; sound; noise; sea; snake; refuge.

ஒலாட்டுதல் / ஒலுறுத்தல்: *(வி):* தாலாட்டுதல்; to rock a child in a cradle with lullabies.

ஒலிடுதல்: *(வி):* அலறுதல்; முழங்குதல்; to howl; to roar.

ஒலுதல்: *(வி):* முழங்குதல்; to roar.

ஒலுறுதல்: *(வி):* ஒலி செய்தல்; கூவுதல்; to produce sound; to cry for help; to crow.

ஒலை: *(பெ):* பனை, தென்னை ஆகியவற்றின் ஒலை; ஆவண ஒலை; சீட்டு; காதணி; ஒலைக்குடை; palm leaf; palmyra leaf on which something is written; round palm leaf used as an ear ornament; palm leaf umbrella.

ஒலைக் கணக்கர்: *(பெ):* மாணாக்கர்; students.

ஒலைக்கிணாட்டு: *(பெ):* ஒலைத்துண்டு; a piece or bit of palmyra leaf.

ஒலைக் கிளிஞ்சில்: *(பெ):* சங்கு வகை; கிளிஞ்சில் வகை; a kind of conch shell; a kind of shell.

ஒலைக் குடை: *(பெ):* ஒலை கொண்டு தயாரிக்கப்படும் குடை; palm leaf umbrella.

ஒலைக் கூடை: *(பெ):* ஒலையில் முடையப்படும் பூக்கூடை; palm leaf basket for flowers.

ஒலைச்சுருள்: *(பெ):* ஒலைக்கடிதம்; palm leaf letter.

ஒலை தீட்டுதல்: *(வி):* ஒலையில் எழுதுதல்; to write on palm leaf.

ஒலை தீட்டும் படை: *(பெ):* எழுத்தாணி; style.

ஒலை நாயகன்: *(பெ):* சோழர்களின் தலைமைக் காரிய நிர்வாகி; the higher official executive of Cholas.

ஒலைப்புறம்: *(பெ):* கட்டளை; order.

ஒலைப்பூ: *(பெ):* தாழம்பூ; screw-pine flower.

ஒலை வாங்குதல்: *(வி):* இறத்தல்; to die.

ஒலை வாளை: *(பெ):* வாளை மீன் வகை; a kind of fish.

ஒல்: *(பெ):* தாலாட்டு; lullaby.

ஒவம்: *(பெ):* ஒவியம்; சித்திரம்; உயரம்; painting; picture; height.

ஒவருதல்: *(வி):* ஒழிதல்; to cease.

ஒவர்: *(பெ):* ஒவியர்; கம்மாளர்; painter; smith.

ஒவாய்: *(பெ):* பற்கள் இல்லாத வாய்; பொக்கை வாய்; toothless mouth.

ஒவி: *(பெ):* ஒவியம்; சித்திரம்; painting; picture.

ஒவியகாயம்: *(பெ):* புலி; tiger.

ஒவியப்பேச்சு: *(பெ):* இன்சொல்; pleasant speech.

ஒவியம்: *(பெ):* அழகு; சித்திரம்; beauty; picture; painting.

ஒவியன்: *(பெ):* சித்திரம் வரைபவன்; சிற்பி; painter; sculptor.

ஒவுதல்: *(வி):* ஒழிதல்; நீங்குதல்; நீக்குதல்; முடிதல்; to cease; to leave; to remove; to end.

ஒளி: *(பெ):* ஒழுங்கு; யானைக் கூட்டம்; order; herd of elephants.

ஒற்பலம்: *(பெ):* கோங்கு; red cotton tree.

ஒனூர்: *(பெ):* ஒரு நகரம்; a town.

ஔ

ஔ: *(பெ):* தமிழ் உயிரெழுத்தின் பன்னிரண்டாவது எழுத்து; அநந்தன் என்னும் பாம்பு; நிலம்; அழைத்தல்; the twelfth vowel of Tamil alphabet; a snake called Ananthan as per puranas; land; calling.

ஔகாரம்: *(பெ):* 'ஔ' என்னும் எழுத்து; the letter 'ஔ'.

ஔசனம்: *(பெ):* உப புராணம் பதினெட்டினுள் ஒன்று; one of the eighteen upa-puranas.

ஔசித்தியம்: *(பெ):* தகுதி; fitness.

ஔசீரம்: *(பெ):* இருக்கை; ஆசனம்; கவரிமானின் மயிர்; படுக்கை; seat; the hair of a kind of deer; bed.

ஔடனம்: *(பெ):* மிளகுச் சாறு; mulligatawny, a soup highly seasoned with pepper.

ஔடதம்: *(பெ):* மருந்து; medicine; drug.

ஔதசியம்: *(பெ):* பால்; milk.

ஔதநிகன்: *(பெ):* சமையற்காரன்; cook.

ஔதா: *(பெ):* அம்பாரி; howdah with a canopy.

ஔதாரியம்: *(பெ):* பெருந்தன்மை; உதார குணம்; magnanimity.

ஔத்திரி: *(பெ):* சிவதீட்சை ஏழினுள் ஒன்று; one of the seven Shiva dheekshas.

ஔவித்தல்: *(வி):* பொறாமைப்படுதல்; to be envious.

ஔவியம்: *(பெ):* அழுக்காறு; பொறாமை; envy. • **ஔவியம் பேசேல்.** • **ஔவியம் பேசுதல்** ஆக்கத்திற்கு அழிவு. • **ஔவியம் பேசுதல்** எவ்விதமும் கெடும் - *பழமொழிகள்.*

ஔவுதல்: *(வி):* வாயால் பற்றுதல்; துடைத்தல்; உராய்தல்; to grasp by mouth; to rub off; to graze.

ஔவை: *(பெ):* தாய்; மூதாட்டி; ஔவையார்; mother; matron; a female ascetic and a Tamil poetess, Avvaiyar.

ஔவை நோன்பு: *(பெ):* செவ்வாய்க்கிழமைகளில் பெண்கள் நோற்கும் நோன்பு வகை; a secret ceremony performed by women on Tuesdays, (consecutively for three Tamil months) at midnight, when no male even babies in arms are allowed to be present.

ஃ

ஃ: *(பெ):* ஆயுத எழுத்து; the guttural letter.

க

க: (பெ): உயிர்மெய் எழுத்தில் முதலாவது (க் + அ = க); ஆன்மா; உடல்; காமன்; காற்று; நீர்; கதிரவன்; திருமால்; தொனி; மயில்; மனம்; ஆனைமுகக் கடவுள்; ஒலிக்கும் மணி; இயமன்; உடல்நலம்; தலை; திரவியம்; நனைதல்; பறவை; அரசன்; முகில்; வல்லவன்; நான்முகன்; அக்னி; 'ஒன்று' என்னும் எண்ணின் குறி; the first letter of vowel-consonant of Tamil alphabet; soul; body; Cupid; air; water; Sun; Lord Vishnu; tone; peacock; mind; Lord Ganapathi; ringing bell; Yama, the God of death; health; head; property; becoming wet; bird; king; cloud; capable man; Lord Brahma; Agni, the God of fire; the Tamil symbol of number 'ஒன்று' (one).

கஃகான்: (பெ): 'க' என்னும் எழுத்து; the letter 'க'.

கஃசு: (பெ): காற்பலம்: a former measure of weight (8.75 gms).

கஃறு: (பெ): நிறத்தை உணர்த்தும் குறிப்புச் சொல்; a term indicating colour.

ககணி: (பெ): வான சாஸ்திர வல்லுநர்; astronomer.

ககபதி / ககராசன்: (பெ): கருடன்; eagle.

ககமாரம்: (பெ): மணித்தக்காளி; black night-shade.

ககம்: (பெ): அம்பு; பறவை; காற்று; தெய்வம்; வெட்டுக்கிளி; மணித்தக்காளி; ஒரு வகை நஞ்சு; arrow; bird; air; deity; locust; grasshopper; black nightshade; a kind of poison.

ககரம்: (பெ): 'க' என்னும் எழுத்து; the letter 'க'.

ககவசுகம்: (பெ): ஆலமரம்; banyan tree.

ககனம்: (பெ): வானம்; வளிமண்டலம்; காடு; படை; பறவை வகை; வேர் வகை; sky; atmosphere; a wood or thicket; an army; a kind of bird; a kind of root.

ககு: (பெ): கொடியவன்; wicked man.

ககுஞ்சலம்: (பெ): சாதகப்பறவை; shepherd koel, believed to subsist on rain drops.

ககுத்து: (பெ): நாக்கு; திமில்; முக்கியம்; tongue; hump; important.

ககுபம்: (பெ): மரவகை; திசை; a kind of tree; direction.

ககேசன் / ககேந்திரன்: (பெ): கருடன்; சூரியன்; eagle; Sun.

ககோதரம்: (பெ): பாம்பு; snake.

ககோளம்: (பெ): வானமண்டலம்; celestial firmament.

கக்கசம்: (பெ): கடினம்; முயற்சி; hard; effort.

கக்கடி: (பெ): செடிவகை; a kind of plant.

கக்கம்: (பெ): அக்குள்; எண்ணெய்க் கசடு; armpit; the sediment of oil.

கக்கரி: (பெ): வெள்ளரி வகை; a kind of cucumber.

கக்கலாத்து: (பெ): கரப்பான் பூச்சி; cockroach.

கக்கல்: (பெ): கக்குதல்; வெளிப்படுதல்; vomiting; to come out.

கக்கார்: (பெ): இனிப்பு மாங்காய்; a kind of tasty mango.

கக்கிருமல் / கக்குவாய்: (பெ): கக்குவான் இருமல்; whooping cough.

கக்கு: (வி): வாந்தியெடுத்தல்; விஷ ஜந்துக்கள் விஷத்தை உமிழ்தல்; எரிமலை போன்றவை தன்னுள் வெளிப்படும் எரிமலைக்குழம்பை வெளிப்படுத்துதல்; இயந்திரம் போன்றவை புகையை வெளியாக்கல்; ரகசியமான விஷயத்தை வெளிப்படுத்துதல்; to vomit; to spit (poison) of poisonous creatures; to spew (fire) of volcano; to let smoke of machines, vehicles, etc.; to spill the beans. ● **கக்கின** பிள்ளை தக்கும் - *பழமொழி.*

கக்குவான்: (பெ): கக்கிருமல் வகை; whooping cough.

கங்கடம்: (பெ): கவசம்; சட்டை; shield; mail; shirt.

கங்கணம்: (பெ): காப்பு; கடகம்; கைவளை; நீரில் வாழும் பறவை; bracelet; a yellow cord tied round the right arm of bridegroom and the left hand of bride in marriage ceremonies; bangle; a water fowl.

கங்கதம்: (பெ): சீப்பு; comb.

கங்கபத்திரம்: (பெ): அம்பு; பருந்தின் இறகு; உமி; arrow; feather of kite; husk.

கங்கம்: (பெ): தீப்பொறி; பருந்து; கழுகு; மரவகை; வரம்பு; ஒரு நாடு; சீப்பு; ஒரு வகை பாஷாணம்; spark; kite; eagle; a kind of tree; limit; a country; comb; a kind of arsenic.

கங்கரம்: *(பெ):* மோர்; butter milk.

கங்கர்: *(பெ):* சுக்கான் கல்; kunkur lime; over-burnt brick.

கங்கவி: *(பெ):* பருந்து; eagle.

கங்கன்: *(பெ):* ஓர் அரசன்; a king.

கங்காசுதன்: *(பெ):* கங்கையின் புதல்வன்; முருகக் கடவுள்; the son of Ganga Devi; Lord Muruga.

கங்காணி: *(பெ):* மேஸ்திரி; overseer.

கங்காதரன்: *(பெ):* சிவபெருமான்; Lord Shiva, who holds the Ganges in his matted locks.

கங்காதேவி: *(பெ):* கங்கையாற்றுக்குரிய தெய்வம்; the Goddess of the river Ganges.

கங்காநீலன்: *(பெ):* நீல நிறங்கொண்ட குதிரை; the blue horse.

கங்காளம்: *(பெ):* எலும்பு; பிணம்; பெருங்கலம் (ஆயிரம் நாண்களைக் கொண்ட பேரியாழ்); bone; corpse; a large lute having 1000 strings.

கங்காளன்: *(பெ):* துருசு; சிவபெருமான்; blue vitriol; Lord Shiva.

கங்காளி: *(பெ):* காளி; பார்வதி; ஏழை; Goddess Kali, the female deity with dark complexion; Parvathi, the consort of Lord Shiva; the poor.

கங்கானம்: *(பெ):* குதிரை; horse.

கங்கு: *(பெ):* எல்லை; வரம்பு; கரை; அணை; வரிசை; தீப்பொறி; கழுகு; பருந்து; limit; boundary; bank; dam; row; spark; kite; eagle.

கங்குகரை இல்லாமை: *(பெ):* அளவின்மை; state of limitless.

கங்குமட்டை: *(பெ):* பனைமட்டையின் அடிக்கருக்கு; toothed edge on either side of the stalk of palmyra leaf.

கங்கு ரோகம்: *(பெ):* நோய் வகை; a kind of disease.

கங்குல்: *(பெ):* இரவு; இருள்; night; darkness.

கங்குல்வாணர்: *(பெ):* அரக்கர்; இரவில் திரியும் பழக்கம் உடையவன்; monsters; the person who has the habit of wandering in night hours.

கங்குல் விழிப்பு: *(பெ):* கூகை; a kind of owl.

கங்கை: *(பெ):* கங்கையாறு; நவச்சாரம்; river Ganges; ammonium chloride. • **கங்கையிலே** படர்ந்தாலும் பேய்ச் சுரைக்காய் நல்ல சுரையாகுமா? • **கங்கையிலே** முழுகினாலும் காக்கை அன்னப்பறவை ஆகுமா? • **கங்கையிலே** முழுகினாலும் பாவம் தீராது - *பழமொழிகள்.*

கங்கை தூவி: *(பெ):* மேகம்; cloud.

கங்கை வேணியன்: *(பெ):* சிவபெருமான்; Lord Shiva.

கசகசத்தல்: *(வி):* ஒலித்தல்; இறுக்கத்தால் உடம்பு வியர்வை கொள்ளுதல்; to sound; to feel uneasy from clamminess; perspiration on account of heat or sultriness.

கசகசா: *(பெ):* அபினிச் செடி; narcotic herb.

கசகம்: *(பெ):* வெள்ளரிக் கொடி; cucumber creeper.

கசகன்னி: *(பெ):* செடி வகை; a kind of plant.

கசகுதல்: *(வி):* பின்வாங்குதல்; நெருக்குதல்; to withdraw; to compress.

கசக்கல்: *(வி):* வருந்துதல்; பிழிதல்; to suffer; to squeeze. • கற்பூரவல்லி இலையைக் **கசக்கி** முகர்ந்து பார்க்க வேண்டும்.

கசக்கார்: *(பெ):* சுவையுடைய மாங்காய்; a tasty mango.

கசக்கால்: *(பெ):* நீரூற்று; spring; fountain.

கசங்கு: *(பெ):* ஈந்து; a kind of fruit-bearing thorny tree.

கசங்குதல்: *(வி):* தளர்தல்; நிலை கெடுதல்; குழைதல்; இளைத்தல்; மனம் நோகுதல்; be troubled at heart; to lose hold; to become marshy; be fatigued; to rankle.

கசடன்: *(பெ):* கயவன்; கீழ்மகன்; கொடியவன்; dishonest person; mean person; cruel man. • **கசடர்க்கு** யோகம் வந்தால் கண்ணும் மண்ணும் தெரியாது - *பழமொழி.*

கசடு: *(பெ):* மாசு; குற்றம்; அழுக்கு; வடு; dross; fault; stain; dust; scar.

கசட்டம்: *(பெ):* சுக்குநாரிப்புல்; a kind of grass.

கசட்டை: *(பெ):* துவர்ப்பு; astringent taste.

கசதி: *(பெ):* துன்பம்; வருத்தம்; suffering; distress.

கசத்தல்: *(வி):* கைப்புச்சுவையாதல்; to taste bitter.

கசபம்: *(பெ):* கோரை; அருகு; sedges and bulrushes; holy grass.

கசப்பு: *(பெ):* கைப்பு; வெறுப்பு; bitterness; disgust.

கசமடையன்: *(பெ):* மூடன்; idiot; fool.

கசமாது: *(பெ):* ஊமத்தஞ்செடி; dhatura plant.

கசம்: *(பெ):* யானை; ஓர் அளவு; தாமரை; தலைமுடி; நீரூற்று; இரும்பு; மாசு; ஆழமான நீர்நிலை; elephant; a measure; lotus; hair; spring; fountain; iron; fault; deep reservoir.

கசரத்து: *(பெ):* உடற்பயிற்சி; exercise.

கசரை: *(பெ):* காலே அரைக்கால் பலம்; a former measure (roughly 13 grams).

கசரோகம்: *(பெ):* எலும்புருக்கி நோய்; tuberculosis.

கசர்: *(பெ):* குறைவு; எஞ்சியிருப்பது; deficiency; that which remains.

கசர்ப்பம்: *(பெ):* மஞ்சள்; turmeric.

கசவம்: *(பெ):* கடுகு; mustard.

கசவிருள்: (பெ): அடர்ந்த இருள்; dark night.

கசவு / கசா: (பெ): ஒருவகைச் செடி; a kind of plant.

கசனை: (பெ): ஈரம்; பற்று; wet; attachment.

கசாது எழுதுதல்: (பெ): திருமணம் பதிவு செய்தல்; to register the marriage.

கசாப்பு: (பெ): உண்ணவேண்டி ஆடுமாடுகளைக் கொல்லுதல்; slaughter of animals for food.

கசாப்புக் கடை: (பெ): இறைச்சிக் கடை; butcher's shop.

கசாயம்: (பெ): கஷாயம்; கியாழம்; herbal decoction.

கசாலை: (பெ): அடுக்களை; hearth; kitchen.

கசானனன்: (பெ): விநாயகர்; ஆனைமுகக் கடவுள்; Lord Vinayaka.

கசானா: (பெ): கருவூலம்; treasury.

கசிதம்: (பெ): பதிக்கை; பூச்சு; துடுப்பு; சிறு அகப்பை; ஊறுகை; stamping; smearing; paddle; ladle; a small handled spoon generally made of coconut shell; secretion.

கசிதல்: (வி): நெகிழ்தல்; ஈரமாதல்; வியர்த்தல்; நீர் ஒழுகுதல்; அழுதல்; கவலைப்படுதல்; ஊறுதல்; be moved; be wet; to sweat; leak of water; to cry; to concern; to secrete.

கசிவு: (பெ): வருத்தம்; மனநெகிழ்வு; ஊறுகை; ஈரம்; வியர்வை; distress; emotion of mind; to spring; wetness; perspiration.

கசு: (பெ): ஒரு நிறுத்தலளவு வகை; கால் பலம்; a kind of weighing measure (8.75 grams).

கசுமாலி: (பெ): சண்டைக்காரி; the woman who quarrels always.

கசூர்: (பெ): அசட்டை; inattention.

கசேந்திர ஐசுவரியம்: (பெ): செல்வம்; wealth.

கசேந்திரன்: (பெ): இந்திரனின் யானையாகிய ஐராவதம்; பட்டத்து யானை; Airavadham, the elephant of Lord Indra, royal elephant.

கசை: (பெ): சவுக்கு; கவசம்; கடிவாளம்; பசை; whip; mail; shield; bridle; paste.

கசைமுறுக்கி: (பெ): தட்டானின் குறடு; கயிறு திரிப்பவன்; goldsmith's pincers; one who twists fibre into a rope.

கசையடி: (பெ): சவுக்கினால் அடித்தல்; whipping; flagellation.

கசை வளையல்: (பெ): பொற்கம்பி வளையல்; a kind of bangle made of thin gold string.

கசை வேலை: (பெ): பொற்கம்பி வேலை; art of making ornaments with thin gold strings.

கச்சகம்: (பெ): குரங்கு; monkey.

கச்சங்கட்டுதல்: (பெ): கச்சை கட்டுதல்; to gird up one's loins.

கச்சங்கம்: (பெ): ஒப்பந்தம்; agreement.

கச்சடா: (பெ.அ): மட்டமான ரகம்; useless one.

கச்சட்டம்: (பெ): கோவணம்; man's loin-cloth.

கச்சந்தி: (பெ): கோணிப்பை; gunny bag.

கச்சபம்: (பெ): ஆமை; நவநிதிகளுள் ஒன்று; tortoise; one of the nine kinds of Nidhis.

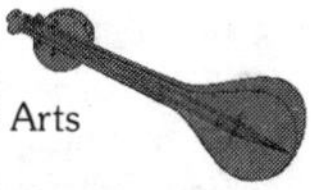

கச்சபீ: (பெ): கலைமகளின் வீணை; the veena of Saraswathi, Goddess of Arts and Learning.

கச்சம்: (பெ): அளவு; இறகு; இலட்சம்; மரக்கால்; ஒப்பந்தம்; துணிவு; கடுகரோகிணி; வார்க்கச்சு; முந்தானை; ஒரு மீன் வகை; யானை; பக்கம்; measure; feather; lakh; a measure of eight units; treaty; courage; a herbal medicine; belt; free end of a saree; Palla (in India), a kind of fish; elephant; side.

கச்சல்: (பெ): ஒல்லி; இளம் பிஞ்சு; வெறுப்பு; thin; tender unripe fruit; dislike.

கச்சலாட்டம்: (பெ): சச்சரவு; quarrel.

கச்சவடக்காரன்: (பெ): வணிகர்; merchant; trader.

கச்சவடம்: (பெ): வணிகம்; குழப்புகை; business; confusing.

கச்சளம்: (பெ): கண் மை; இருள்; புகை; black pigment for the eyelids; darkness; smoke.

கச்சற்கோரை: (பெ): நெய்தல் நிலத்துக் கோரை வகை; a kind of sedges and bulrushes of coastal region.

கச்சன்: (பெ): ஆமை; tortoise.

கச்சா: (பெ.அ): தற்காலிகமான; temporary; (பெ): தாழ்மை; ஒரு நிறை; meanness; a measure.

கச்சா எண்ணெய்: (பெ): நிலத்தடியிலிருந்து எடுக்கப்படும் சுத்திகரிக்கப்படாத எண்ணெய்; crude oil.

கச்சாத்து: (பெ): நிலவரி செலுத்தியதற்கான பற்றுச் சீட்டு; ரசீது; கைச்சாத்து; the receipt for the payment of land tax; voucher.

கச்சாப் பொருள்: (பெ): மூலப்பொருள்; raw material.

கச்சாயம்: (பெ): ஒரு வகைச் சிற்றுண்டி; a kind of eatable.

கச்சாரம்: (பெ): பாய் முடைதல்; mat weaving.

கச்சாலம்: (பெ): காய்ச்சற் பாடாணம்; a kind of arsenic.

கச்சாலை: (பெ): கச்சாலயம்; காஞ்சி நகரில் உள்ள ஒரு சிவாலயம்; Kachalai or Kachalayam, a temple of Lord Shiva at Kanchipuram.

கச்சால்: (பெ): மீன் பிடி கூடை; a kind of basket used for catching fish.

கச்சான்: (பெ): மேற்கு திசை; west.

கச்சான் காற்று: (பெ): மேலைக்காற்று; west wind.

கச்சான் கொட்டை: (பெ): நிலக்கடலை; ground nut.

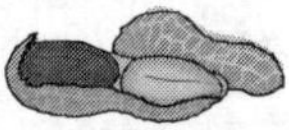

கச்சான் கோடை: (பெ): தென்மேற்குக் காற்று; south-west wind.

கச்சி: (பெ): காஞ்சிபுரம்; சிந்திற்கொடி; கொட்டாங்கச்சி; சின்னிப்பூண்டு; Kanchipuram, one of Lord Shiva's shrines; a kind of creeper; the outer shell of coconut; a kind of herb.

கச்சிதம்: (பெ): ஒழுங்கு; பொருத்தம்; சரியான அளவு; neat; apt; compact.

கச்சு: (பெ): மேலாடை; மீன்; அரைப்பட்டிகை; jacket; upper garment; fish; waist belt.

கச்சேரி: (பெ): நீதிமன்றம்; காவல் நிலையம்; அரசின் மாவட்டத் தலைமை அலுவலகம்; இசை, நாட்டியம் போன்ற கலை நிகழ்ச்சி; வியாபாரங்கள் நிகழுமிடம்; judicial court; police station; government's district administrative office; performance of dance, music, etc.; office where transactions of any public business takes place.

கச்சை: (பெ): அரைக்கச்சை; மேலாடை; பாதிரியாரின் இடுப்புப் பட்டை; waist belt; jacket; upper garment; cincture.

கச்சை கட்டுதல்: (வி): கங்கணம் கட்டுதல்; to gird up one's loins.

கச்சோதம்: (பெ): மின்மினிப் பூச்சி; glow worm; fire fly.

கச்சோலம்: (பெ): வாசனைப் பொருள் வகை; a kind of aromatic substance.

கஞ்சக்கருவி: (பெ): வெண்கலத்தால் செய்யப்பட்ட தாள வாத்தியம்; a kind of percussion instrument made of bell-metal.

கஞ்சகம்: (பெ): கருவேப்பிலை மரம்; curry leaf tree.

கஞ்சகாரன்: (பெ): கன்னான்; one who makes vessels etc.

கஞ்சங்குல்லை: (பெ): கோரை வகைகளுள் ஒன்று; a kind of reed.

கஞ்சத்தனமான: (பெ.அ): கருமித்தனமான; niggardly.

கஞ்சத்தனம்: (பெ): அத்தியாவசியச் செலவினைக் கூடத் தவிர்த்து, பணத்தை மிச்சம் பிடித்திட எண்ணும் குணம்; niggardliness.

கஞ்சம்: (பெ): கருமித்தனம்; கஞ்சத்தனம்; தாமரை; நீர்; வெண்கலம்; niggardliness; meanness; lotus; water; bell-metal.

கஞ்சரி: (பெ): வாத்திய வகை; a kind of tabor.

கஞ்சல்: (பெ): குப்பை கூளம்; garbage; waste and bits of straw.

கஞ்சன்: (பெ): பிரம்மன்; கம்சன்; குள்ளன்; கருமித்தனமாக இருப்பவன்; Lord Brahma; (born of a lotus); Kamsa, the maternal uncle of Lord Krishna; a dwarf; miser. • அறுந்த விரலுக்குச் சுண்ணாம்பு தரமாட்டான். ஆண்டி வந்தாலும் பிச்சை போட மாட்டான். அவனே **கஞ்சன்** - *பழமொழி.*

கஞ்சனை: (பெ): கண்ணாடி; தூப கலசம்; mirror; censer.

கஞ்சா: (பெ): புகைத்தால் போதை அளித்திடும் ஒரு வகைச் செடியின் இலை, விதை ஆகியவை; கள்; சாராயம்; the leaves and seeds of Indian hemp; toddy; arrack.

கஞ்சாகம்: (பெ): தவிடு; பொடி; முட்டை; tailings of bran; powder; bundle.

கஞ்சாக் குடுக்கை: (பெ): கஞ்சாப்புகை பிடிக்கும் கருவி; ஹுக்கா; an earthen pot fixed with a long pipe used for smoking the leaves and seeds of Indian hemp.

கஞ்சாங் கொற்றி: (பெ): கனமில்லாதது; கீழோன்; that which is weightless; mean person.

கஞ்சாஞ்சிகம்: (பெ): சோம்பு; fennel.

கஞ்சாரி: (பெ): கண்ணபிரான்; Lord Krishna, enemy of Kamsa.

கஞ்சி: (பெ): சோற்றின் வடி நீர்; நீர் கலந்த உணவு; காஞ்சிபுரம்; sticky, starchy water drained from cooked rice; gruel; liquid food; Kanchipuram, one of Shiva's shrine in Tamil Nadu. • **கஞ்சி** கண்ட இடம் கைலாசம்; சோறு கண்ட இடம் சொர்க்கம். • **கஞ்சித்** தண்ணிக்குக் காற்றாய்ப் பறக்கிறான். • **கஞ்சி** வரதப்பா என்றால் எங்க வருதப்பா என்கிறான். • **கஞ்சி** வார்க்க ஆளில்லை என்றாலும் கச்சை கட்ட ஆளிருக்கிறது - *பழமொழிகள்.*

கஞ்சிகை: (பெ): பல்லக்கு; குதிரை பூட்டிய தேர்; சீலை; ஆடை; இடுதிரை; திரைச்சீலை; palanquin; chariot; cloth; garment; screen; curtain.

கஞ்சித்தொட்டி: (பெ): ஏழைகளுக்கு கஞ்சி வார்க்கும் இடம்; the place where the liquid food or gruel is provided at the time of dearth.

கஞ்சிப்பொழுது: (பெ): உச்சிப் பொழுது; நண்பகல்; noon; mid-day.

கஞ்சிரா: (பெ): வட்டமான உலோகத் தகடுகள் பொருத்தப்பட்டிருக்கும் வளையத்தின் ஒரு

பக்கத்தில் இழுத்துக் கட்டப்பட்ட தோலைக் கையினால் தட்டி வாசிக்கும் ஒரு தாள வாத்தியம்; a musical instrument of circular wood, on the one side of which a hide is drawn tightly and whose frame is fitted with small cymbals, played by striking with the hand.

கஞ்சி வார்த்தல்: *(வி):* உணவு அளித்தல்; பாதுகாத்தல்; to provide food and eatables; to protect.

கஞ்சு: *(பெ):* கம்சன்; Kamsa, the maternal uncle of Lord Krishna.

கஞ்சுகம்: *(பெ):* அங்கி; அதிமதுரம்; பாம்புச்சட்டை; முருங்கை மரம்; கோரை வகை; மேலாடை; tunic; liquorice plant; snake's slough; drum-stick tree; a kind of sedges and bulrushes; jacket.

கஞ்சுகன்: *(பெ):* காவற்காரன்; வேலைக்காரன்; மெய்க்காப்பாளன்; வைரவன் என்னும் கடவுள்; security guard; servant; bodyguard; Vairavan, a deity of Hindus.

கஞ்சுகி: *(பெ):* மெய்க்காப்பாளன்; மேலாடை; பாம்பு; திரைச்சீலை; bodyguard; jacket; snake; screen.

கஞ்சுளி: *(பெ):* மேலாடை; பரதேசியின் பொக்கணம்; jacket; beggar's bag; wallet.

கடகண்டு: *(பெ):* ஒரு பழைய கூத்து நூல்; an ancient treatise of dance-drama.

கடகடத்தல்: *(வி):* ஆட்டங்காணுதல்; நெகிழ்வடைதல்; to be in a shaky or weak position; to become loose.

கடகத்தண்டு: *(பெ):* சிவிகை; palanquin.

கடகநாதன்: *(பெ):* படைத்தலைவன்; chief commander of the army.

கடகம்: *(பெ):* நண்டு; வட்டம்; கங்கணம்; மதில்; படை; படைவீடு; கேடகம்; பனையோலைப் பெட்டி; ஆடி மாதம்; யானைக்கூட்டம்; crab; circle; a cord tied with a talisman or a thread coated with turmeric worn around the wrist till a particular auspicious event comes to an end or till the vow taken is fulfilled; fort-wall; compound wall; army; armoury; encampment; palmyra leaf basket; the Tamil month 'Aadi'; herd of elephant.

கடகு: *(பெ):* கேடகம்; பாதுகாப்பு; encampment; protection.

கடக்கை: *(பெ):* ஒரு வகை வாத்தியம்; a kind of musical instrument; *(வி):* செல்லுதல்; கடத்தல்; to pass; to cross.

கடங்கரம்: *(பெ):* வைக்கோல்; உமி; பதர்; straw of paddy; husk of certain grains such as rice; chaff; empty ears of grain.

கடதாசி: *(பெ):* கடிதம்; காகிதம்; letter; paper.

கடதீபம்: *(பெ):* குடவிளக்கு; a lamp like a small pot; a lighted lamp which is placed in the south-east corner of the wedding stage.

கடத்தல்: *(வி):* தாண்டுதல்; கடந்துபோதல்; மீறுதல்; அறுத்தல்; நீங்குதல்; வெல்லுதல்; அழித்தல்; நாள் கடத்துதல்; கழிதல்; போர் செய்தல்; to cross; to pass through; to exceed; to cut; to leave; to defeat; to destroy; to extend the days; to be eliminated; to fight against.

கடத்தி: *(பெ):* வெப்பம் அல்லது மின்சாரத்தைத் தன் ஊடாகச் சென்றிட அனுமதிக்கும் பொருள்; the conductor of electricity or heat.

கடத்து: *(வி):* ஒருவரின் விருப்பத்திற்கு மாறாக வலுக்கட்டாயமாகக் கொண்டு போதல்; தடைசெய்யப்பட்ட ஒரு பொருளினை அரசு அனுமதியின்றி எடுத்துச்செல்லுதல்; விமானம் போன்றவற்றை ஆயுதங்களைக்காட்டி சட்ட விரோதமாகக் கடத்திச் செல்லுதல்; காலத்தைப் போக்குதல்; கழித்தல்; to kidnap; to smuggle; to hijack; to let time pass.

கடந்தேறுதல்: *(வி):* நற்கதியடைதல்; to attain salvation.

கடந்தை: *(பெ):* திருப்பெண்ணாகடம் என்னும் ஊர்; குளவி வகை; Thirupennaagadam, a Shiva shrine; a kind of wasp.

கடப்ப நெல்: *(பெ):* நெல் வகை; a kind of paddy.

கடப்பழி: *(பெ):* கீழோன்; கருமி; mean person; miser.

கடப்பாடு: *(பெ):* கடமை; முறைமை; கொடை; ஒப்புரவு; duty; established custom; gift; usage.

கடப்பாரை: *(பெ):* இரும்பாலான நீண்ட கூரிய ஆயுதம்; crow-bar.

கடப்பு: *(பெ):* கடக்கை; மரவகை; குறுவை நெல்; மிகுதியானது; passing; a kind of tree; a kind of short-term crop paddy; that which is excess.

கடப்புக்கால்: *(பெ):* வளைந்த கால்; the leg which is bent.

கடப்பைக்கல்: *(பெ):* கட்டடங்களின் தரையில் பதிப்பதற்குப் பயன்படுத்தும் கடினமான கறுப்பு நிறக்கல்; a kind of granite, used for paving floors.

கடமனை: *(பெ):* வண்டியின் முன்னுறுப்பு; the front part of the cart.

கடமா: *(பெ):* மதயானை; காட்டெருமை; musth elephant; bison.

கட மாதம்: *(பெ):* மாசி மாதம்; the Tamil month 'Maasi'.

கடமுனி: *(பெ):* அகத்திய முனிவர்; the sage Agathiyar.

கடமை: *(பெ):* உரிமைப்பணி; கடப்பாடு; முறை; கடன்; தகுதி; காட்டுப்பசு; பெண்ணாடு; ஒருவகைமான்;

duty; task; obligation; established custom; fitness; wild cow; female sheep; a kind of deer. ● **கடமையைச் செய்;** பலனை எதிர்பாராதே. - *கீதை வாக்கு.*

கடம்: (பெ): கடமை; உடல்; காடு; குடம்; வாள்; கயிறு; யானையின் மதம்; தோட்டம்; கட வாத்தியம்; மலைச்சாரல்; முறைமை; காணிக்கை; தெய்வக்கடன்; duty; body; forest; water pot; sword; cord; coir; musth of elephant; garden; a pot-shaped earthen percussion instrument; slope of a mountain; rite; offering; homage due to God.

கடம்பம்: (பெ): கடம்ப மரம்; the common Cadamba tree.

கடம்பல்: (பெ): மர வகை; a kind of tree.

கடம்பவனம்: (பெ): மதுரை; Madurai.

கடம்பன்: (பெ): குமரக் கடவுள்; முருகன்; முரடன்; ஒரு பழங்குடி; Lord Kumaran; Lord Muruga; ruffian; a tribe.

கடம்பி: (பெ): வேடுவப் பெண்; the woman belonging to hunter's community.

கடம்பு: (பெ): கடம்ப மரம்; பசு கன்றினை ஈன்றதும் சுரக்கும் பால், கடும்பு; தீங்கு; a kind of tree; the first milk drawn from a cow, after calving; evil.

கடம்பை: (பெ): குளவி வகை; மதயானை; ஒரு காட்டு விலங்கு; தென்னையின் நார்; கடம்பூர்; a kind of wasp; musth elephant; a wild animal; fibre of coconut; Kadambur, a town.

கடரி: (பெ): அரிசனம்; Adi Dravidas; people of Hari - Lord Vishnu.

கடலகம்: (பெ): பூமி; ஆமணக்கு; ஊர்க்குருவி; கடற்கரை இல்லம்; earth; castor plant; a kind of sparrow; sea-shore house.

கடலஞ்சிகம்: (பெ): தருப்பை; a sacred grass.

கடலடி: (பெ): இலவங்கம்; cinnamon seed.

கடலட்டை: (பெ): அட்டை வகை; a kind of leech.

கடலமிழ்து: (பெ): உப்பு; salt.

கடலர்: (பெ): நெய்தல் நிலத்து மக்கள்; the people belonging to coastal tract.

கடலாடி: (பெ): ஓர் ஊர்; நாயுருவி; a town; a kind of plant growing in hedges.

கடலாத்தி: (பெ): பாதிரி; trumpet-flower tree.

கடலாமணக்கு: (பெ): காட்டாமணக்கு; common physic nut.

கடலாமை: (பெ): கடலில் வாழும் ஆமை வகை; a kind of tortoise which lives in sea.

கடலி: (பெ): மரவகை; a kind of tree.

கடலியல்: (பெ): கடலில் உள்ள பொருட்கள், வாழும் உயிர் இனங்கள் போன்றவற்றை ஆராயும் அறிவியல் துறை; oceanography.

கடலிறைஞ்சி: (பெ): கடற்கரை மர வகை; a sea-shore tree.

கடலிறைவன்: (பெ): வருண பகவான்; Lord Varuna, the God of sea.

கடலுடும்பு: (பெ): கடல் மீன் வகை; a kind of sea fish.

கடலெல்லை: (பெ): உலகம்; world.

கடலெலி: (பெ): மீன் வகை; a kind of fish.

கடலை: (பெ): சிலவகைத் தாவரங்களுடைய தோல் மூடிய பருப்பு; வேர்க்கடலை; a general term for some seeds or nuts covered with husk; ground-nut.

கடலை எண்ணெய்: (பெ): வேர்க்கடலையை ஆட்டி எடுக்கப்படும் எண்ணெய்; ground-nut oil.

கடலைப்பருப்பு: (பெ): வடை போன்ற சிற்றுண்டி தயார் செய்வதற்குப் பயன்படுத்தும் இரண்டாக உடைத்த கொண்டைக் கடலை; the pulse known as bengal gram; chick pea.

கடலை மாவு: (பெ): கடலைப் பருப்பினுடைய மாவு; flour of bengal-gram.

கடலை மிட்டாய்: (பெ): வறுத்துத் தோலுரித்த வேர்க்கடலைப் பருப்பை வெல்லப் பாகினில் போட்டுக் கிண்டி சிறிய சதுரம் அல்லது உருண்டையாகச் செய்த தின்பண்டம்; pea-nut candy; ground-nut candy.

கடலோசை: (பெ): கடல் முழக்கம்; roar of the sea.

கடலோடி: (பெ): கடல் வழியே பயணம் செய்வதை விரும்பி மேற்கொண்டவர்; sea farer (of olden days.)

கடலோடுதல்: (வி): கடலில் பயணம் செய்தல்; to navigate.

கடல்: (பெ): உப்புக்கரிக்கும் நீர் நிறைந்த அலைகளுடன் கூடிய பெரும் நிலப்பரப்பு; sea. ● **கடலில்** கரைத்த புளியைப் போல. ● **கடல்** நீர் இருந்தென்ன, காஞ்சிரை பழுத்தென்ன. ● **கடல்** வற்றினால் கருவாடு தின்னலாம் என்று உடல் வற்றிச் செத்ததாம் கொக்கு - *பழமொழிகள்.*

● கடலோடா கால்வல் நெடுந்தேர் கடலோடும்
நாவாயும் ஓடா நிலத்து. - *குறள் 496.*

● கடலன்ன காமம் உழந்தும் மடலேறாப்
பெண்ணின் பெருந்தக்கது இல். - *குறள் 1137.*

கடல்கட்டி: (பெ): வலைஞன்; fisherman.

கடல் நாய்: (பெ): கடல் விலங்கு வகை; a kind of animal which lives in sea.

கடல் வண்ணன்: (பெ): திருமால்; Lord Vishnu.

கடல் வாய்க்கால்: (பெ): உப்பங்கழி; back-water area; lagoon.

கடல் வாழை: (பெ): கடல் மீன்; sea-fish.

கடல்விளையமுதம்: *(பெ):* உப்பு; salt, being a valuable product of the sea; treasures of sea.

கடவது: *(வி.மு):* 'செய' என்னும் வாய்ப்பாட்டு வினையெச்சத்தின்பின், 'அவ்வாறே இருக்கட்டும்' என்னும் பொருள் தரும் வினைமுற்று; an optative form: 'Let it be so'.

கடவன்: *(பெ):* கடமைப்பட்டவன்; தலைவன்; கடன் கொடுத்தவன்; one who is under obligation; master; Lord; one who lends money, things, etc.

கடவான்: *(பெ):* துளை; கழிவுநீர் செல்ல வெட்டப்பட்ட நீர்மடை; hole; sewage channel.

கடவு: *(வி):* கேள்; முடுக்கு; to ask; to urge; *(பெ):* எருமைக்கடா; male buffalo.

கடவுட் தீ: *(பெ):* ஊழித் தீ; cosmic fire.

கடவுட் பணி / கடவுள் பூசனை: *(பெ):* கடவுள் ஊழியம்; divine service.

கடவுட்பொறையாட்டி: *(பெ):* தேவராட்டி; temple dancing girl.

கடவுண் மங்கலம்: *(பெ):* தெய்வப் பிரதிட்டை; ceremony of consecration of a new idol in a temple.

கடவுண் மண்டலம்: *(பெ):* சூரியன்; the Sun.

கடவுண்மை: *(பெ):* தெய்வத்தன்மை; divine nature.

கடவுண் நதி: *(பெ):* கங்கையாறு; Ganges; the river Ganga.

கடவுதல்: *(வி):* செலுத்துதல்; கேட்டல்; வினாவுதல்; to drive away; to ask; to question.

கடவுநர்: *(பெ):* செலுத்துவோர்; drivers.

கடவுளார்: *(பெ):* தேவகணத்தார்; celestial beings.

கடவுள்: *(பெ):* இறைவன்; முனிவன்; வானவன்; குரு; தெய்வம்; மேன்மை; நன்மை; God; sage; celestial being; preacher; guru; deity; excellence; good.

கடவுள் எழுதுதல்: *(பெ):* தெய்வ வடிவத்தை வரைதல்; to draw the figure of a deity.

கடவுள் தாரம்: *(பெ):* தேவதாரு மரம்; red cedar tree.

கடவுள் வாழ்த்து: *(பெ):* இறை வணக்கம்; invocation to the deity.

கடவுள் வேள்வி: *(பெ):* தேவர்கள் பொருட்டுச் செய்யும் வேள்வி; the sacrifice done in favour of celestial beings and Gods.

கடவை: *(பெ):* கடக்கை; வழி; வாயில்; ஏணி; ஒரு வகை மரம்; குற்றம்; crossing; passing; way; door way; ladder; a kind of tree; default.

கடவைப்படுதல்: *(வி):* காணாமல் போதல்; நீங்குதல்; to abscond; to leave.

கடறு: *(பெ):* காடு; அரு வழி; பாலை நிலம்; மலைச்சாரல்; வாளுறை; forest; difficult path; desert tract; mountain slope; sheath of sword.

கடற்கரை: *(பெ):* கடலின் எல்லை; கடலின் ஓரம்; coast; shore; beach; sea-shore.

கடற்கழி: *(பெ):* உப்பங்கழி; back water.

கடற்கன்னி: *(பெ):* கடலில் வாழ்வதாக நம்பப்படுவதும், இடுப்புக்குமேலாகப் பெண்ணுருவும் கீழாக மீனின் உடலமைப்பும் கொண்ட ஜந்து; mermaid; sea-nymph.

கடற்காக்கை: *(பெ):* கடல் காக்கை; ஒரு வகை மரம்; sea-crow; a kind of tree (Kadaliranchi.)

கடற்காளான்: *(பெ):* கடலில் உள்ள பாசி; sea weed.

கடற்காற்று: *(பெ):* கடல்புறத்திலிருந்து வீசும் காற்று; sea-breeze.

கடற்கிடந்தோன்: *(பெ):* திருமால்; Lord Vishnu.

கடற்குதிரை: *(பெ):* ஒரு கடல் மீன் வகை; a kind of sea fish.

கடற்குருவி: *(பெ):* கல்லுப்பு; rock salt.

கடற்கொடி: *(பெ):* தும்பை; white dead nettle.

கடற்கொள்ளை: *(பெ):* கப்பற் கொள்ளை; piracy.

கடற்கோ: *(பெ):* வருணன்; Lord Varuna, the God of sea.

கடற்கோடு: *(பெ):* கடற்கரை; sea-shore.

கடற்சார்பு: *(பெ):* நெய்தல் நிலம்; coastal tract.

கடற்செலவு: *(பெ):* கடல் பயணம்; navigation.

கடற்சேர்ப்பன்: *(பெ):* நெய்தல் நிலத் தலைவன்; the chief of coastal tract.

கடற்தெங்கு: *(பெ):* தென்னை வகை; a kind of coconut tree of coastal areas.

கடற்பஞ்சு: *(பெ):* கடல் பாசி; sea-weed.

கடற்படை: *(பெ):* கப்பல் படை; navy.

கடற்பட்சி: *(பெ):* கிளிஞ்சில்; shell.

கடற்பன்றி: *(பெ):* கடல் பெருமீன் வகை; கடல் விலங்கு; a kind of large fish of sea; sea animal.

கடற்பாம்பு: *(பெ):* கடலில் வாழும் நச்சுப் பாம்பு; a poisonous snake of sea.

கடற்பாய்ச்சி: *(பெ):* கடலில் கப்பலை செலுத்துவோன்; மாலுமி; navigator.

கடற்பாலை: *(பெ):* சோழி; cowry.

கடற்பிணா: *(பெ):* நெய்தல் நிலத்துப் பெண்; the woman belonging to coastal tract.

கடற்பிறந்தாள்: *(பெ):* திருமகள்; Lakshmi, Goddess of Wealth, who sprang from the sea of milk when it was churned.

கடற்புறம்: *(பெ):* கடற்கரை; sea-shore.

கடற்பூ: *(பெ):* செம்மருது; a kind of tree.

கடற்றுறை: *(பெ):* துறைமுகம்; harbour.

கடனடைத்தல்: *(வி):* வாங்கிய கடனைத் திருப்பிச் செலுத்திடல்; to pay off a debt.

கடனம்: *(பெ):* தாழ்வாரம்; முயற்சி; ஊக்கம்; verandah; effort; vigour.

கடனாளி: *(பெ):* கடன் வாங்கியவன்; a debtor.

கடனிறுத்தல்: *(வி):* கடனைத் திருப்பிச் செலுத்துதல்; கடமையைச் செய்தல்; to pay off a debt; to discharge an obligation.

கடன்: *(பெ):* முறைமை; இரவற் பொருள்; இயல்பு; வைதிகக் கிரியை; விருந்தோம்பல்; மரக்கால்; மானம்; இறுதிக்கடன்; கடப்பாடு; கடமை; system or turn by which work is done; loan; liability; nature; one of the four paths for attaining salvation which consists of ritual worship of Lord Shiva; entertaining guests; a measure of eight units; dignity; funeral rites; established custom; duty.

- **கடன்**பட்டார் நெஞ்சம்போல் கலங்கினான் இலங்கை வேந்தன். • என் **கடன்** பணி செய்து கிடப்பதே - *பழமொழிகள்.*
- **கட**னறிந்து காலம் கருதி இடனறிந்து
  எண்ணி உரைப்பான் தலை. - *குறள் 687.*
- **கடன்**என்ப நல்லவை எல்லாம் **கடன்**அறிந்து
  சான்றாண்மை மேற்கொள் பவர்க்கு - *குறள் 981.*

கடன் கழித்தல்: *(வி):* கடனைத் தீர்த்தல்; to pay a debt; to discharge a debt.

கடன்காரன்: *(பெ):* கடன் கொடுத்தவன்; கடன் பட்டவன்; அகால மரணம் அடைந்தவன்; debtor; creditor; the person who died untimely or in an accident.

கடன்காரி: *(பெ):* கடன் கொடுத்தவள்; கடன் பட்டவள்; அகால மரணம் அடைந்தவள்; the woman who lends money to others for interest; the woman who receives money as loan for interest; the woman who died in an unexpected time or in an accident.

கடன் சீட்டு: *(பெ):* கடன் முறி; கடன் பத்திரம்; promissory note.

கடன்படுதல்: *(வி):* கடன் வாங்குதல்; ஒருவர் செய்த உதவி, நன்மை ஆகியவற்றின் காரணமாகக் கடமைப்படுதல்; be a debtor; to owe; be indebted to.

கடன்மரம்: *(பெ):* கப்பல்; மரக்கலம்; ship; vessel; boat.

கடன் மல்லை: *(பெ):* மாமல்லபுரம்; Mahabalipuram.

கடன் முரசோன்: *(பெ):* மன்மதன்; Kama, the God of love; Cupid.

கடன் முறி: *(பெ):* கடன்சீட்டு; கடன் பத்திரம்; promissory note.

கடன் முறை: *(பெ):* பெரியோருக்குச் செய்திடும் மரியாதை; the homage to the elders or learned persons.

கடன்மை: *(பெ):* தன்மை; nature.

கடா: *(பெ):* ஆண் ஆடு; ஆடு; எருமைக்கடா; வினா; கேள்வி; ram; goat; he-buffalo; question.

கடாகம்: *(பெ):* கிணறு; பெருங்கொப்பரை; கடாரம்; well; a wide vessel; Kadaaram, an ancient country (Burma and a few say Sumatra).

கடாகு: *(பெ):* பறவை; bird.

கடாக்களிறு: *(பெ):* மதயானை; musth elephant.

கடாக்கன்று: *(பெ):* ஆண் எருமைக் கன்று; he-buffalo calf.

கடாசலம்: *(பெ):* யானை; elephant.

கடாசுதல்: *(வி):* எறிதல்; ஆப்பு அடித்தல்; to throw; to wedge.

கடாச்சங்காத்தம்: *(பெ):* மடத்தனம்; மதியாத் தன்மை; foolishness; disrespectful nature.

கடாட்சம்: *(பெ):* கடைக்கண் பார்வை; அருள் நோக்கு; a glance out of the corner of one's eyes; benign look (of God).

கடாதல்: *(வி):* வினாவுதல்; to question.

கடாத்தன்மை: *(பெ):* கீழ்ப்படியாமை; disobedience.

கடாம்: *(பெ):* யானை மதநீர்; மலைபடுகடாம் என்னும் நூல்; the secretion of a musth elephant; Malaipadukadaam - a Tamil treatise.

கடாய்: *(பெ):* வாணலி; பொறிக்கும் சட்டி; wok; frying pan.

கடாரம்: *(பெ):* காழகம்; முந்தைய பர்மா; பெருநாரத்தை; cauldron; ancient Burma; Seville orange; *Citrus valgaris.*

கடாரி: *(பெ):* கன்று ஈனாத இளம் பசு; a young cow which has not calved.

கடாரை: *(பெ):* கடார நாரத்தை; Seville orange; *Citrus valgaris.*

கடாவல்: *(பெ):* வினாவல்; ஆப்பு அடித்தல்; குட்டுதல்; கேட்டல்; questioning; wedging; rapping; asking.

கடாவுதல்: *(வி):* வினவுதல்; ஆப்பு அடித்தல்; குட்டுதல்; கேட்டல்; to question; to wedge; to rap on the head; to interrogate; to ask.

கடி: *(பெ):* ஊறுகாய்; வாசனை; திருமணம்; காவல்; புதுமை; மிகுதி; விளக்கம்; விரைவு; பூஜை; சிறப்பு; ஓசை; அச்சம்; தேற்றம்; சந்தேகம்; கரிப்பு; பேய்; குறுந்தடி; இடுப்பு; நீக்கம்; pickle; scent; wedding; protection; newness; abundance; explanation; speed; pooja; worship; excellence; sound; fear; certainty; doubt; pungency; devil; club; waist; removal; *(வி):* கடிந்து கொள்ளுதல்; விடுத்தல்; நீக்குதல்;

பற்களைப் பதித்து அழுத்துதல்; பற்களால் கவ்வுதல்; கொடுக்கினால் கொட்டுதல்; உராய்ந்து புண்ணாக்குதல்; சலிப்பை உண்டாக்குதல்; to scold; to reprimand; to eschew; to bite; to sting; to pinch; to bore.

கடிகண்டு: *(பெ):* பூனைக்காலிப் பூண்டு; a herb.

கடிகம்: *(பெ):* கைமுட்டி; elbow.

கடிகாரம்: *(பெ):* ஒரு நாளின் நேரத்தை மணி, நிமிடம், நொடி எனத் துல்லியமாக அளவிடக் கூடிய கருவி; clock; watch.

கடிகை: *(பெ):* நாழிகை; குத்துக்கோல்; காப்பு; கழுத்துப்பட்டை; துண்டு; காம்பு; கேடயம்; திரைச்சீலை; கட்டுவடம்; மங்கலப் பாடகன்; கைக்காப்பு; தோள்வளை; a period of twenty-four minutes; small stick; band; collar; piece; stalk; handle; shield; curtain; necklace; bard; bracelet; epaulette.

கடிகை மாக்கள்: *(பெ):* பழங்காலத்தில் அரசர்களுக்கு நாழிகையைக் கவியால் கூறுபவர்; மங்கலப் பாடகர்; court bards who keep time; bard.

கடிகையார்: *(பெ):* பறை மூலம் அரசு ஆணையை அறிவிப்பவர்; the person who announces the Government's order by beating a small drum.

கடிகொள்ளுதல்: *(வி):* காவல் புரிதல்; விளக்குதல்; to protect; to guard; to explain.

கடிக்கை: *(பெ):* ஒரு வகை மரம்; a kind of tree.

கடிசாரி: *(பெ):* கூத்து வகை; a kind of dance.

கடிசு: *(பெ):* கடுமை; rigour.

கடிசூத்திரம்: *(பெ):* அரைஞாண்; waist-string.

கடிசை: *(பெ):* பாய்மரம் தாங்கி; stand for a sail.

கடிச்சை: *(பெ):* ஒருவகை மீன்; ஒருவகைப் பூண்டு; ஒரு மரவகை; a kind of fish; a kind of herb; a kind of tree.

கடிஞை: *(பெ):* பிச்சைப்பாத்திரம்; மட்கலம்; beggar's bowl; earthen pot.

கடிதடம்: *(பெ):* அரை; நிதம்பம்; மாதர் மறைவுத்தானம்; waist; buttocks; the genital part of woman.

கடிதம்: *(பெ):* காகிதம்; ஏடு; திருமுகம்; ஓலை; பிசின்; பசை பூசிய துணி; paper; book; letter from a great person; palmyra leaf; resin; pasted cloth.

கடிதல்: *(வி):* அழித்தல்; கண்டித்தல்; ஓட்டுதல்; நீக்குதல்; கோபித்தல்; விரைதல்; கொல்லுதல்; வெட்டுதல்; அடக்குதல்; to destroy; to punish; to drive; to remove; to reprove; to hurry; to kill; to cut; to control.

- *கடிந்த கடிந்தொரார் செய்தார்க்கு அவைதாம்*
  முடிந்தாலும் பீழை தரும். - *குறள் 658.*

கடிது: *(வி.அ):* மிக; விரைவாக; very; extreme; quickly; *(பெ):* கடுமையானது; that which is very rigourous. • **கடிதான** சொல் அடியிலும் பெரிது - *பழமொழி.*

- *கடிதோச்சி மெல்ல எறிக நெடிதாக்கம்*
  நீங்காமை வேண்டு பவர். - *குறள் 562.*

கடித்தகம்: *(பெ):* கேடயம்; shield.

கடித்தல்: *(வி):* பற்களால் கடித்தல்; வடுப்படுத்துதல்; தழும்புபடுத்துதல்; துண்டித்தல்; to bite; to scar; to mark with scars; to cut.

- **கடித்த** நாயை வெறிநாய் என்பது போல.
- **கடிக்கிற** நாய் கழுத்தில் குறுங்கயிறு - *பழமொழிகள்.*

கடிநகர்: *(பெ):* காவல் உள்ள நகரம்; மணமனை; fortified town; guarded city; marriage house.

கடிந்தமன்: *(பெ):* குயவன்; potter.

கடிந்தோன்: *(பெ):* முனிவன்; sage.

கடிபடி: *(பெ):* கடுமையான ஆணை; சண்டை; severe order; quarrel; fight.

கடிப்பகை: *(பெ):* வேம்பு; கடுகு; வெண்கடுகு; neem tree; mustard; white mustard.

கடிப்பம்: *(பெ):* காதணி; கெண்டி; அணிகலச் செப்பு; ear ornament; a small cup-like vessel with a spout used for feeding children; ornaments box.

கடிப்பான்: *(பெ):* ஊறுகாய்; கறி; pickles; meat.

கடிப்பிணை: *(பெ):* காதணிகலன்; ear ornament.

கடிப்பிரதேசம்: *(பெ):* இடுப்பு; waist.

கடிப்பு: *(பெ):* குறுந்தடி; கைப்பிடி; காதணி; ஆமை; குமிழ்; தழும்பு; small stick; handle; ear ornament; tortoise; knob; scar.

கடிப்பேறு: *(பெ):* முரசினை அடிகோலால் அடித்தல்; striking the drum with a beating stick.

கடிப்பை: *(பெ):* வெண் சிறுகடுகு; small white mustard.

கடிமரம்: *(பெ):* காவல் மரம்; the tree planted and well-guarded as a symbol of sovereign power or domination in ancient times.

கடிமனை: *(பெ):* திருமண வீடு; காவலிடம்; marriage house; protected place.

கடிமாடம்: *(பெ):* காவலுள்ள கன்னிமாடம்; the protected place where the royal maidens live.

கடிமுரசு: *(பெ):* அரசாங்க முரசு; royal drum, a symbol of sovereign authority in ancient times.

கடிமூலம்: *(பெ):* முள்ளங்கிச் செடி; radish plant.

கடியடு: *(பெ):* சிற்றரத்தை; Lesser Galangal.

கடியல்: *(பெ):* தோணியின் குறுக்குச் சட்டம்; the cross-bar of a boat.

கடியறை: *(பெ):* மணவறை; dais for the performance of the marriage rites.

கடியன்: *(பெ):* கொடுமையானவன்; கடின சித்தம் கொண்டவன்; cruel person; hard-hearted man.

கடியிருக்கை: *(பெ):* திருமண மண்டபம்; marriage choultry.

கடிவட்டு: *(பெ):* வேட்டுடை; cloth tied round the waist and reaching down the knee.

கடிவாய்: *(பெ):* பற்களால் கடித்து (அ) கொடுக்கினால் கொட்டி காயம் உண்டான இடம்; the wound caused by the bite either by the snake or dog or scorpion.

கடிவாளம்: *(பெ):* குதிரையின் வாய் வடம்; bridle with bit and reins.

கடிவை/கடிறு: *(பெ):* யானை; elephant.

கடினம்: *(பெ):* வன்மை; கொடுமை; அருமை; உறுதி; hardness; cruelty; rareness; firmness.

கடு: *(பெ):* கசப்பு; நஞ்சு; முள்; கார்ப்பு; துவர்ப்பு; முதலை; பாம்பு; கடுக்காய் மரம்; bitterness; poison; thorn; pungency; astringent taste; crocodile; snake; gall-nut tree.

கடுக/கடுகென: *(வி.அ):* கடிதில்; விரைவில்; quickly.

கடுகடுத்தல்: *(வி):* உறைத்தல்; சினக் குறிப்பு; வெடுவெடுத்தல்; விறுவிறுப்புடன் வலித்தல்; to reprove; a sign of anger; to quiver with rage; to cause pain with throbbing.

கடுகடுப்பு: *(பெ):* வெறுப்பு; குத்து வலி; displeasure; severe acute pain.

கடுகம்: *(பெ):* கார்ப்பு; கடுக ரோகணி; திரிகடுகம்; திரிகடுகம் என்னும் நூல்; மோதிரம்; pungency; a siddha medicine; the combination of dried ginger, pepper, and long pepper; a treatise named Thirikadugam; ring.

கடுக ரோகணி: *(பெ):* ஒரு மருந்துச் சரக்கு; a siddha medicine.

கடுகி: *(பெ):* சுண்டைச்செடி; a berry plant.

கடுகு: *(பெ):* தாளிப்பதற்குப் பயன்படும் மிகச் சிறியதும் உருண்டையானதுமான கரிய விதை; எண்ணெய்க் கசடு; குன்றிக் கொடி; mustard; sediment of oil; a kind of creeper. • **கடுகுக்** களவும் களவுதான்; கற்பூரக் களவும் களவுதான். • **கடுகு** சிறுத்தாலும் காரம் போகுமா? • **கடுகும்** மலையாச்சு; மலையும் கடுகாச்சு - *பழமொழிகள்.*

கடுகுதல்: *(வி):* விரைதல்; அணுகுதல்; குறைதல்; மிகுதல்; to move fast; to approach; to diminish; to exceed.

கடுகு மாங்காய்: *(பெ):* ஆவக்காய்; a kind of mango pickle.

கடுகுரங்கு: *(பெ):* மதில் பொறி வகை; an ancient military engine.

கடுகெண்ணெய்: *(பெ):* கடுகு நெய்; mustard oil.

கடுகோரை: *(பெ):* கடுகும் நெய்யும் கலந்து சமைத்த சித்திரான்னம்; a kind of variety rice cooked with mustard and ghee.

கடுக்கம்: *(வி):* விரைவு; swiftness.

கடுக்கன்: *(பெ):* ஆடவர் காதணி வகை; ஒட்டுப்புல்; a kind of ear ornament of males; a kind of grass.

கடுக்காய்: *(பெ):* கடுக்காய் மரத்தின் காய்; திரிபலையுள் ஒன்று; ஒரு மருந்துச் சரக்கு; the fruit of gall-nut tree; one of the Thiripalai - Nellikkai, Thandrikkai and Kadukkai; a siddha medicinal fruit.

கடுக்காய் கொடு: *(வி):* ஒருவர் அடுத்தவரை அவர் எதிரிலேயே தன் சாமர்த்தியம், தந்திரம் ஆகியவற்றால் ஏமாற்றித் தப்பித்தல்; to give someone the slip.

கடுக்கிரந்தி: *(பெ):* இஞ்சி; ginger.

கடுக்குதல்: *(வி):* கோபத்தை வெளிப்படுத்துதல்; முலாம் பூசுதல்; சுளித்தல்; to show angry; to gild; to screw (one's face).

கடுக்கும்: *(பெ):* ஒக்கும்; equal.

கடுக்கை: *(பெ):* கொன்றை மரம்; மருத மரம்; Indian Laburnum tree; a kind of tree, Marudham.

கடுங்கண்: *(பெ):* கொடுமை; வீரம்; அஞ்சாமை; தறுகண்மை; severity; bravery; courage; ferocity.

கடுங்கதிர்: *(பெ):* சூரியன்; the Sun.

கடுங்கவி: *(பெ):* ஆசுகவி வல்லான்; an extemporaneous poet.

கடுங்காய்: *(பெ):* சாதிக்காய்; பிஞ்சு; nut-meg, fragrant and medicinal one; tender fruit.

கடுங்காய்ச்சல்: *(பெ):* மிகுந்த சுரம்; அதிகமாக உலர்ந்தது; excessive fever; that which is dried excessively.

கடுங்காய் - நுங்கு: *(பெ):* முதிர்ந்த நுங்கு; kernel of an over-ripe palmyra fruit.

கடுங்கார நீர்: *(பெ):* முட்டை; egg.

கடுங்காரம்: *(பெ):* உப்பு வகை; சாதிபத்திரி; மிகுந்த காரம்; a kind of salt; mace, the nut-meg flower; excessive pungency.

கடுங்காலம்: *(பெ):* பஞ்சகாலம்; கோடைகாலம்; கொடிய காலம்; famine period; summer season; terrible period.

கடுங்கால்: *(பெ):* புயல்; பெருங்காற்று; storm; gale.

கடுங்காவல்: *(பெ):* வன்காவல்; பலத்த காவல்; rigorous imprisonment.

கடுங்குடி: *(பெ):* மிதமிஞ்சிய குடிபோதை; over - drunken state.

கடுங்கோடை: *(பெ):* முதுவேனில்; the season of extreme heat.

கடுங்கோபம்/கடுஞ்சினம்: *(பெ):* excessive anger.

கடுசரம்: *(பெ):* கடுகரோகணி: a siddha medicine.
கடுசாரம்: *(பெ):* உப்பு வகை; a kind of salt.
கடுசித்தாழை: *(பெ):* அன்னாசி; pine-apple.
கடுஞ்சாரி: *(பெ):* நவச்சாரம்; ammonium chloride.
கடுஞ்சிநேகம்: *(பெ):* மிகுந்த நட்பு; intimate friendship. • **கடுஞ்சிநேகம் கண்ணுக்குப்** பகை - *பழமொழி.*
கடுஞ்சின பூமி: *(பெ):* உவர் மண்; saline soil.
கடுஞ் சுண்ணத்தி: *(பெ):* சீனக்காரம்; alum.
கடுஞ்சூழ்: *(பெ):* முதற் கருப்பம்; the first pregnancy.
கடுஞ்சொட்டு: *(பெ):* மிகுந்த சிக்கனம்; overthrift.
கடுஞ்சொல்: *(பெ):* வசைச்சொல்; abusive language. • **கடுஞ்சொல்** கேட்டால் காதுக்குள் கொப்புளம் - *பழமொழி.*

• கடுஞ்சொல்லன் கண்இல னாயின் நெடுஞ்செல்வம்
நீடின்றி ஆங்கே கெடும். - *குறள் 566.*

கடுடம்: *(பெ):* ஒரு வகைச் செடி; a kind of plant.
கடுதல்: *(வி):* நோகுதல்; விரைவாக ஓடுதல்; நிறையப் பெறுதல்; கோபம் கொள்ளுதல்; வெறுத்தல்; சந்தேகம்கொள்ளுதல்; ஒத்திருத்தல்; to ache; to run fast; to fulfil; be angry; to dislike; to doubt; to resemble.
கடுதாசி: *(பெ):* காகிதம்; paper.
கடுத்தம்: *(பெ):* அழுத்தம்; உலோபம்; கடுமை; கடிதம்; சீதன உடன்படிக்கை; emphasis in speech or writing; nature of being closelip; miserliness; rigour; letter; pact of dowry.
கடுத்தலை: *(பெ):* வாள்; sword.
கடுத்தவாய் எறும்பு: *(பெ):* கட்டெறும்பு; large black ant.
கடுத்திறவாலி: *(பெ):* இறக்கை முளைத்த எறும்பு; ஈசல்; winged white ant.
கடுத்தேறு: *(பெ):* குளவி; wasp.
கடுநடை: *(பெ):* வேகமான நடை; rapid walk.
கடுநிம்பம்: *(பெ):* நிலவேம்பு; a kind of neem tree.
கடுந்தி: *(பெ):* நாயுருவி; a herb.
கடுந்திலா லவணம்: *(பெ):* ஒருவகை உப்பு; a kind of salt.
கடுபத்திரம்: *(பெ):* சுக்கு; dried ginger.
கடுபலம்: *(பெ):* கருணைக்கிழங்கு; இஞ்சிப்பூண்டு; a kind of yam that gives a pungent taste; ginger plant.
கடுப்பு: *(பெ):* மிகுந்த நோவு; சினம்; விரைவு; செருக்கு; கடுக்காய் வேர்; வெகுளித்தனம்; கொதிப்பு; throbbing pain; anger; speed; pride; root of gall-nut tree; innocence; fury.
கடுப்புக் கழிச்சல்: *(பெ):* சீதபேதி; dysentery.
கடுப்பை: *(பெ):* வெண்கடுகு; white mustard.
கடுமரம்: *(பெ):* எட்டிமரம்; கடுக்காய் மரம்; strychnine tree; gall-nut tree.
கடுமழை: *(பெ):* பெருமழை; heavy rain.
கடுமா: *(பெ):* புலி; சிங்கம்; யானை; tiger; lion; elephant.
கடுமான்: *(பெ):* சிங்கம்; lion.
கடுமீன்: *(பெ):* சுறா மீன்; shark; sword fish.
கடுமுள்: *(பெ):* ஆயுதம்; கண்டங்கத்திரி; நச்சு முள்; weapon; a thorny and medicinal plant which bears small yellow fruits; poisonous thorn.
கடுமை: *(பெ):* கொடுமை; கண்டிப்பு; வேகம்; வெம்மை; மிகுதி; harsh; strictness; speed; hotness; excessiveness.
கடுமொழி: *(பெ):* வன்சொல்; harsh word.

• கடுமொழியும் கையிகந்த தண்டமும் வேந்தன்
அடுமுரண் தேய்க்கும் அரம். - *குறள் 567.*

கடும்: *(பெ.அ):* அளவுக்கதிகமான; பலத்த; கொடுமையான; தீவிரமான; கஷ்டமான; extreme; fierce; harsh; intense; stringent.
கடும் பகல்: *(பெ):* உச்சிவேளை; noon; mid-day.
கடும் பசி: *(பெ):* மிகுந்த பசி; extreme hunger. • **கடும் பசி,** கல் மதிலை உடைத்தாவது களவு செய்யச் சொல்லும் - *பழமொழி.*
கடும் பச்சை: *(பெ):* நாகப் பச்சைக்கல்; a precious stone.
கடும் பத்தியம்: *(பெ):* உப்பு, புளி நீக்கி உண்ணும் பத்தியம்; prescribed diet without salt and tamarind for a patient.
கடும்பலம்: *(பெ):* இஞ்சி; கருணைக்கிழங்கு; ginger; a kind of yam that gives a pungent taste.
கடும்பு: *(பெ):* சும்மாடு; சுற்றம்; கூட்டம்; சீம்பால்; cloth pad used as a cushion while carrying load on the head; relation; crowd; yellowish milk, secreted by a cow after calving.
கடும்பை: *(பெ):* வெண்கடுகு; white mustard.
கடுரம்: *(பெ):* மோர்; butter milk.
கடுரவம்: *(பெ):* தவளை; frog.
கடுவங்கம்: *(பெ):* இஞ்சி; ginger.
கடுவரை: *(பெ):* செங்குத்தான மலை; a steep mountian.
கடுவல்: *(பெ):* வன்னிலம்; கடுங்காற்று; hard, rocky soil; storm.
கடுவழி: *(பெ):* கடத்தற்கரிய வழி; rugged path.
கடுவளி: *(பெ):* கடுங்காற்று; புயல்; storm.
கடுவன்: *(பெ):* ஆண் பூனை; ஆண் குரங்கு; மாவிலங்கு மரம்; படைநோய்; Tom-cat; male of the monkey; a kind of tree; a kind of disease.
கடுவன் பன்றி: *(பெ):* ஆண் பன்றி; male pig.
கடுவன் பூனை: *(பெ):* ஆண் பூனை; Tom-cat.

கடுவன் முசல்: *(பெ):* ஆண் முயல்; male hare.

கடுவாயன்: *(பெ):* கழுதை; பாம்பு; எரிந்து விழுபவன்; donkey; snake; the person who talks angrily.

கடுவாய்: *(பெ):* நாய்; கழுதைப் புலி; காவிரி ஆற்றின் கிளையாறுகளுள் ஒன்று; பறை வகை; dog; hyena; one of the branches of River Kaveri; a kind of drum.

கடுவிலை: *(பெ):* அதிக விலை; higher price.

கடுவினை: *(பெ):* தீவினை; evil destiny.

கடுவு: *(பெ):* வேளை; time.

கடுவெளி: *(பெ):* வானம்; sky.

கடுவை: *(பெ):* ஒருவகைப் பறை; a kind of drum.

கடூரம்: *(பெ):* கொடுமை; கடினம்; severity; hardness.

கடேரியம்: *(பெ):* மரமஞ்சள்; கடம்; a kind of turmeric; Gadam, a pot-shaped earthen percussion instrument; water-pot.

கடை: *(பெ):* முடிவு; எல்லை; இடம்; கீழ்மை; அங்காடி; வாயில்; தாழ்ந்தது; பக்கம்; சோர்வு; வழி; பெண்ணின் மறைவுத்தானம்; end; limit; place; meanness; shop; market; entrance; that which is very low; side; sulkiness; tiredness; way; the genital part of woman; *(வி):* கடைந்திடு; to churn (butter milk). • **கடைகெட்ட** மூளிக்குக் கோபம் கொண்டாட்டம். • **கடைத்** தேங்காயை எடுத்து வழிப்பிள்ளையாருக்கு உடைத்தது போல. • **கடைந்த** மோரிலேயே குடைந்து வெண்ணெய் எடுப்பான். • **கடை** கடையாய்க் கொடுத்தாலும் குறை நீங்காது - *பழமொழிகள்.*

கடை கட்டுதல்: *(வி):* செயலை நிறுத்துதல்; கடையை மூடுதல்; to discontinue the work; to close the shop.

கடைகண்ணி: *(பெ):* கடைவீதி; bazaar.

கடைகழி மகளிர்: *(பெ):* விலைமாதர்; prostitutes.

கடைகாப்பாளன்: *(பெ):* வாயிற்காப்பாளன்; watchman at a gate.

கடைகூடுதல்: *(வி):* கைகூடிவருதல்; வெற்றி அடைதல்; to meet with success; be successful.

கடைகெட்ட: *(பெ.அ):* சீர்கெட்ட; இழிவான; abject; degraded.

கடைக்கண்: *(பெ):* கண் ஓரக் கருவிழி; தெய்வ அருள் நோக்கு; a glance out of the corner of one's eyes; benign look of God.

கடைக்கண்ணால் பார்: *(வி):* பக்கவாட்டில் பார்; to look aside.

கடைக்காரன்: *(பெ):* கடைக்குச் சொந்தக்காரன்; கடையில் வேலை செய்வோன்; shop-keeper; an employee of a shop.

கடைக்கால்: *(பெ):* அஸ்திவாரம் போடுவதற்குத் தோண்டப்படும் பள்ளம்; எதிர்காலம்; foundation pit; future time.

கடைக்குட்டி: *(பெ):* ஒரு குடும்பத்தின் கடைசிக் குழந்தை; youngest child in a family.

கடைக்கூட்டுதல்: *(வி):* ஒத்துக்கொள்ளுதல்; to agree.

கடைக்கூடு: *(பெ):* அந்திமக் காலம்; end of the life.

கடைக்கோடி: *(பெ):* கடைசி; முடியும் முனை; tail end; the very end.

கடைசல்: *(பெ):* மரக்கட்டை, உலோகம் போன்றவற்றை தேவையான வடிவம் பெறுமாறு கடைதல்; shaping wood or metal on a lathe.

கடைசல் செய்பவர்: *(பெ):* மரக்கட்டை, உலோகம் போன்றவற்றைத் தேவையான வடிவமாகக் கடைபவர்; turner.

கடைசாரி: *(பெ):* கற்பிழந்தவள்; the woman who lost chastity.

கடைசி: *(பெ):* முடிவு; இறுதி; மருத நிலத்துப் பெண்; end; last; the woman belonging to agricultural tract.

கடைசோரி: *(பெ):* அப்பக்கடை; tiffin shop.

கடைச்சல்: *(பெ):* கடைதல்; churning.

கடைச்சன்: *(பெ):* கடைசிப் பிள்ளை; இளைய மகன்; youngest child; younger son.

கடைச்சி: *(பெ):* மருத நிலத்துப் பெண்; the woman belonging to agricultural tract.

கடைச்சித்தாழை: *(பெ):* அன்னாசி; pine-apple.

கடைஞன்: *(பெ):* மருத நிலத்தோன்; the man who belongs to agricultural tract.

கடைஞ்சன்: *(பெ):* இழி குணத்தோன்; mean person.

கடைதல்: *(வி):* மத்து போன்றவற்றை ஒன்றில் வைத்து வலமாகவும் இடமாகவும் சுழற்றுதல்; கடைசல் இயந்திரம் வாயிலாக தேவையான வடிவத்தை அமைத்தல்; to churn; to turn in a lathe. • **கடைந்த** மோரில் குடைந்து வெண்ணெய் எடுப்பவளாச்சே - *பழமொழி.*

கடைத்தடம்: *(பெ):* வாயில்; entrance; gate.

கடைத்தரம்: *(பெ):* கீழ்த்தரம்; low quality.

கடைத்தலை: *(பெ):* முன்வாயில்; outer gate.

கடைத்தெரு: *(பெ):* கடைவீதி; bazaar.

கடைத்தேறுதல்: *(வி):* ஈடேறுதல்; be redeemed.

கடைநன்: *(பெ):* கடைசல் வேலை செய்பவன்; turner.

கடைநாள்: *(பெ):* இறுதி நாள்; ஊழிக்காலம்; end of the life; period of cosmic destruction.

கடைநிலை: *(பெ):* முடிவு; புறவாயில்; கடைசி நிலை; end; backside door way; last grade.

கடைந்தெடுத்த: *(பெ.அ):* முழுக்க முழுக்க; out and out.

கடைபோதல்: *(வி):* முடிவுறுதல்; நீக்குதல்; முடிவுக்குக் கொண்டுவருதல்; to end; to terminate; to conclude.

கடைப்படை: *(பெ):* ஓர் அளவை; a measure.

கடைப்படுதல்: *(வி):* இழிவாதல்; be inferior.

கடைப்பந்தி: *(பெ):* கடைசி வரிசை; இறுதியில் உணவருந்தும் விருந்தினர் கூட்டம்; last row; the guests who are going to take food in a feast at the end.

கடைப்பாடு: *(பெ):* தீர்மானம்; முடிவு; இழிவு; determination; end; meanness.

கடைப்பான்மை: *(பெ):* இழிந்த தன்மை; meanness.

கடைப்பிடி: *(பெ):* உறுதி; சித்தாந்தம்; அபிமானம்; கருமம் முடிக்கும் துணிவு; பற்று; மறவாமை; firmness; doctrine; admiration; courage to do a task; attachment; unforgettable state; *(வி):* பின்பற்றுதல்; மேற்கொள்ளுதல்; to follow; to observe.

கடைப்புத்தி: *(பெ):* முட்டத்தனம்; பின்புத்தி; foolishness; indiscretion after thought.

கடைப்பூ: *(பெ):* நிலத்தின் கடைசி போகம்; the last crop in a field.

கடைமணி: *(பெ):* ஆராய்ச்சி மணி; the bell said to be suspended outside the king's palace so that citizens could make their grievance known to the king by striking it in ancient times.

கடைமுகம்: *(பெ):* ஐப்பசி மாதத்துக் கடைசி நாள்; தலைவாயில்; the last day of the Tamil month Aippasi; the front entrance.

கடைமுழுக்கு: *(பெ):* ஐப்பசி மாதத்தின் கடைசி நாளில் புனித நீராடுதல்; to bathe (in the holy rivers) in the last day of the Tamil month - Aippasi.

கடைமை: *(பெ):* கீழ்மை; lowness; meanness.

கடையகம்: *(பெ):* முன்வாயில்; main entrance.

கடையம்: *(பெ):* கடகம்; கடைசிக்கூத்து; இந்திராணி ஆடிய கூத்து; crab; last dance; the last dance performed by Indrani.

கடையர்: *(பெ):* கீழோர்; இழிந்தோர்; மருதநிலத்தோர்; ஒரு வகுப்பினர்; low persons; mean persons; those who belong to agricultural tract; people of a caste.

கடையல்: *(வி):* கடைதல்; உணவு வகை; churning; turning; a kind of food.

கடையழிதல்: *(வி):* வருந்துதல்; தேய்தல்; வறுமையடைதல்; to suffer; to diminish; to become poor.

கடையனல்: *(பெ):* ஊழித்தீ; cosmic fire.

கடையாணி: *(பெ):* அச்சாணி; the axle pin of a wheel.

கடையாந்திரம்: *(பெ):* முடிவு; கடைசி; தாழ்வு; end; last; degradation.

கடையிலக்கம்: *(பெ):* கணக்கின் முடிவு; final figures arrived in an account.

கடையீடு: *(பெ):* இழிந்தது; கடைத்தரமான நிலம்; that abject one; barren land.

கடையுவா: *(பெ):* அமாவாசை; the New Moon day.

கடையுற: *(வி.அ):* முழுவதும்; entirely.

கடையுற நோக்கு: *(பெ):* மெய்யுணர்வு; knowledge of reality.

கடையெழுத்து: *(பெ):* கையொப்பம்; signature.

கடையேடு: *(பெ):* மரணச்சீட்டு; death warrant.

கடையைக் கட்டு: *(வி):* கடையை மூடுதல்; அன்றைய பணியை முடித்தல்; to close the shop; to finish the day's works.

கடை வள்ளல்கள்: *(பெ):* கடையெழுவள்ளல்களான பாரி, ஆய், எழினி, நல்லி, மலையன், பேகன், ஓரி ஆகியோர்; the last seven munificent patrons - i.e., Paari, Aai, Ezhini, Nalli, Malayan, Began and Ori.

கடைவாய்: *(பெ):* வாயின் உதடுகள் பிரியும் ஓரம்; வாயினுள் கடைவாய்ப்பற்களுக்கு அருகில் உள்ள இடம்; the corner of the mouth; region in the mouth near molar teeth.

கடைவாய்ப்பல்: *(பெ):* உணவினைக் கூழாக்க உதவும் தட்டையான தலைப்பாகத்தைக் கொண்ட பெரிய பல்; molar tooth.

கடோரம்: *(பெ):* கடினம்; கொடுமை; difficult; severity.

கடோரன்: *(பெ):* கொடியவன்; cruel person.

கட்கண்: *(பெ):* ஊனக்கண்; defective eye.

கட்கத்தம்பம்: *(பெ):* அறுபத்து நான்கு கலைகளுள் ஒன்று; one of the sixty-four arts.

கட்கம்: *(பெ):* அக்குள்; கக்கம்; வாள்; கத்தி; காண்டாமிருகத்தின் கொம்பு; armpit; sword; knife; the horn of rhinoceros.

கட்கா: *(பெ):* இசைப்பாட்டு வகை; a kind of song.

கட்காதாரம்: *(பெ):* வாளுறை; the sheath of a sword.

கட்கிலி: *(பெ):* கண்ணுக்குப் புலப்படாதவன்; unvisible man.

கட்குடியர்: *(பெ):* பெருமளவில் கள் போன்ற மதுவகைகளைக் குடிப்போர்; drunkards.

கட்சபுடம்: *(பெ):* வழி; way.

கட்சம்: *(பெ):* மந்திர சாத்திரம்; ஒரு நூல்; magic art; a treatise.

கட்சாந்திரம்: *(பெ):* அந்தப்புரம்; வீட்டின் ஒரு பகுதி; the place where the queen and the royal family women reside; a portion of a house.

கட்சாபடம்: *(பெ):* கோவணம்; loin-cloth.

கட்சி: (பெ): காடு; புகலிடம்; பறவைக்கூடு; மக்கள் தூங்குமிடம்; சார்பு; போர்க்களம்; உடல்; வழி; பிரிவு; அரசியலில் பங்கு பெறும் அமைப்பு; forest; refuge; nest; the place where people sleep; dependence; battle field; body; way; path; section; political party.

கட்சி கட்டுதல்: (வி): முரண் படுதல்; ஒரு தரப்பை ஆதரித்தல்; to differ; to take sides.

கட்சி தாவு: (வி): சட்டமன்ற (அ) பாராளுமன்ற உறுப்பினர் தன் கட்சியிலிருந்து அடுத்த கட்சிக்கு மாறுதல்; to switch-over to some other party after getting elected.

கட்சியாடு: (வி): கட்சி கட்டிக்கொண்டு வாதாடு; to argue in a partisan manner.

கட்செவி: (பெ): பாம்பு; snake.

கட்டகம்: (பெ): சித்திர வேலைப்பாடு; காந்தக்கல்; carved work; fancy work; magnetic stone.

கட்டங்கம்: (பெ): மழு; தண்டு; கட்டுவாங்கம்; battle axe; stem; handle.

கட்டங்கன்: (பெ): மழுவை ஏந்திய சிவன்; Lord Shiva who has battle axe as one of his weapons.

கட்டடக் கலை: (பெ): கட்டடங்களை வடிவமைத்து நிர்மாணிக்கும் தொழில் நுட்பக் கலை; architecture.

கட்டடம்: (பெ): வீடு போன்ற வாழும் இடம்; building.

கட்டடித்தல்: (பெ): அறுவடையான நெற்கதிர்களை அடித்தல்; to thrash paddy by beating or walking bullocks over the sheaves.

கட்டணம்: (பெ): அனுமதிக்கப்படுவதற்கு (அ) பயன்படுத்துவதற்கு (அ) சேவைக்கு செலுத்தும் பணம்; fare; charge.

கட்டதரம்: (பெ): மிகவும் கொடியது; that which is very cruel.

கட்டமுதம்: (பெ): கட்டுச் சோறு; food packed for a journey.

கட்டமைப்பு: (பெ): அமைப்பு முறை; தொகுப்பாகக் கட்டும் முறை; construction; binding.

கட்டம்: (பெ): நான்குபுறமும் கோடுகளால் இணைக்கப்பட்ட வடிவம்; பீடை; மலம்; துன்பம்; காடு; துறைமுகம்; நீராடும் துறை; மோவாய்; படிப்படியான வளர்ச்சியில் ஒரு நிலை; தருணம்; square; pest; affliction; the three impurities of the soul; distress; forest; harbour; bathing ghat; chin; the stage in a development; a particular time; phase.

கட்டம்பலம்: (பெ): வரி வசூலிக்கும் பணி; tax collection work.

கட்டரம்: (பெ): சேறு; mud.

கட்டர்: (பெ): துன்புறுவோர்; those who suffer.

கட்டல்: (வி): உடுத்துதல்; கட்டி வைத்தல்; to wear; to bind. • கழுத்தில் கட்ட கருகுமணி இல்லைன்னாலும் பேரென்னவோ பொன்னம்மாளாம் - *பழமொழி*.

கட்டவிழ்: (வி): ஏவிவிடுதல்; நெகிழ்தல்; ஒற்றுமை நீங்குதல்; to unleash; to let loose; to disunite.

கட்டழகன்: (பெ): கடுமையான உடல்பயிற்சிகளால் கட்டுக்குலையாத உடலைப் பெற்றிருப்பவன்; the man who has a well-built physique; handsome person.

கட்டழகி: (பெ): கட்டுக்குலையாத பேரழகி; beautiful woman.

கட்டழகு: (பெ): பேரழகு; charming beauty.

கட்டழல்: (பெ): மிகுந்த நெருப்பு; raging fire.

கட்டழிதல்: (வி): நிலை குலைதல்; to lose balance; to get disrupted.

கட்டளை: (பெ): அளவு; செங்கல் அச்சு; உவமை; துலாம்; துலா ராசி; நிறையறி கருவி; விதி; தரம்; முறை; ஒழுங்கு; எல்லை; கடிவாளம்; ஆணை; கட்டுப்பாடு; a measure; mould for bricks; comparison involving a simile; scale; a zodiac sign - Libra; a weighing machine; rule; quality; manner; ordination; limit; bridle; order; control; limitation.

கட்டளைக்கலி: (பெ): அனைத்து அடிகளும் ஒற்றெழுத்துவிலக்கிஎழுத்து ஒத்துவரும்கலிப்பா வகை; a kind of Kali verse of four lines in which every line has the same number of 'asai' (அசை).

கட்டளைக் கலித்துறை: (பெ): கலிப்பா வகை; a kind of Kali verse.

கட்டளைக் கல்: (பெ): தங்கத்தை உரைத்து மாற்று அறியும் கல்; நிறை கல்; touch-stone; standard weight.

கட்டளைக் குறிப்பு: (பெ): உத்தரவு; behest.

கட்டளைத் தம்பிரான்: (பெ): சைவ மடத்தைச் சேர்ந்த கோயில்களை மேற்பார்வையிடும் சைவத் துறவி; ascetic appointed by the chief of a saiva mutt to supervise and administer the temples of the mutt.

கட்டளையிடுதல்: (வி): ஆணை பிறப்பித்தல்; to order.

கட்டளை மரம்: (பெ): திமிசுக்கட்டை; heavy wooden block with a long handle used as a hammer.

கட்டாகடி: (பெ): விடாப்பிடி; firm hold; grasp.

கட்டாக்காலி: (பெ): பட்டிமாடு; straying cattle.

கட்டாஞ்சி: (பெ): முள் வேல மரம்; babul tree.

கட்டாடி: (பெ): குறிசொல்பவன்; வண்ணான்; fortune teller; washerman.

கட்டாடியார்: *(பெ):* கோயில் பூசாரி; priest of a village temple.

கட்டாட்டம்: *(பெ):* மகளிர் விளையாட்டு வகை; a kind of women's indoor game.

கட்டாணி: *(பெ):* பலசாலி; உலோபி; பேராசைக்காரன்; கயவன்; strong man; miser; avaricious person; wicked person.

கட்டாண்மை: *(பெ):* மனிதத்தன்மை; அதிகப் படியான தைரியம்; manliness; great prowess.

கட்டாந்தரை: *(பெ):* வெறுந்தரை; வறண்டு இறுகிக் கிடக்கும் நிலப்பகுதி; the floor which is not covered by anything in the house; hard set land. • **கட்டாந்தரையில்** தேள் கொட்ட, குட்டிச் சுவரில் நெறி கட்டியதாம் - *பழமொழி.*

கட்டாப்பு: *(பெ):* காவல் நிலம்; வேலியடைத்த நிலம்; protected land; the land which is surrounded by fence.

கட்டாயக் காத்திருப்பு: *(பெ):* அரசின் ஒரு துறையிலிருந்து மற்றொரு துறைக்கு மாற்றப்படும் (அ) நீண்ட விடுப்பிலிருந்து திரும்பும் உயர் அதிகாரி அடுத்த பதவி ஒதுக்கப்படும் வரை காத்திருக்க வேண்டிய காலம்; interim period of compulsory waiting for higher officials for a change of department.

கட்டாயமாக: *(வி.அ):* அவசியமாக; தவறாமல்; certainly; without fail.

கட்டாயம்: *(பெ):* அவசியம்; கட்டுப்பாடு; பலாத்காரம்; தவிர்க்க முடியாத நிலை; நிர்ப்பந்தம்; certainty; discipline; force; unavoidable circumstance; compulsion.

கட்டாரம்/கட்டாரி. *(பெ).* குத்துவாள்; சூலம்; crow-hilted dagger; dirk; trident.

கட்டாவணி: *(பெ):* கதிர் அறுத்தல்; reaping the ears of cereal.

கட்டான்: *(பெ):* ஒருவகை விளையாட்டு; a kind of game.

கட்டி: *(பெ):* இறுகின பொருள்; மண்கட்டி; கருப்புக்கட்டி; கற்கண்டு; புண்கட்டி; பிளவை; பொன்; வெல்லம்; ஒரு புள்; மகிழ்ச்சி; lump; clod; unrefined jaggery; rock-candy from sugarcane juice; boil; cancer; gold; jaggery; a kind of small bird; joy. • **கட்டிக்** கொடுத்த சோறும், கற்றுக் கொடுத்த வார்த்தையும் எதுவரைக்கும் உதவும்? • **கட்டினவனுக்கு** ஒரு வீடு என்றால் கட்டாதவனுக்கு நூறு வீடு. • **கட்டின** வீட்டுக்கு எட்டு வக்கணை. • **கட்டின** வீட்டுக்கு பழுது சொல்லுவார் பலர் - *பழமொழிகள்.*

கட்டிக்காத்தல்: *(வி):* சிதறுண்டு போகாது நிலைப்படுத்துதல்; பாதுகாத்தல்; to preserve unity; to hold something together; to look after.

கட்டிக் கொடுத்தல்: *(வி):* திருமணம் செய்து வைத்தல்; ஈடு செய்தல்; to give one's daughter in marriage; to marry off; to compensate. • **கட்டிக்கொடுத்த** சோறும் சொல்லிக் கொடுத்த வார்த்தையும் எத்தனை நாளைக்கு வரும்? - *பழமொழி.*

கட்டிக் கொள்ளுதல்: *(வி):* தழுவுதல்; ஏற்றுக் கொள்ளுதல்; உடுத்துதல்; திருமணம் செய்து கொள்ளுதல்; to embrace; to accept; to wear; to marry.

கட்டிப் பிடி: *(வி):* இறுகத் தழுவு; செலவினைக் குறைத்தல்; to embrace tightly; to minimise the expenses.

கட்டிப் புகு: *(வி):* விதவையை மறுமணம் செய்து கொள்ளுதல்; to marry a widow.

கட்டிப் புரள்: *(வி):* ஒருவர் அடுத்தவரை இறுகத் தழுவியபடி உருளு; to roll over one holding the other as in a fight.

கட்டி மேய்: *(வி):* அடக்கி நடத்து; to manage or control one as a herd of cattle.

கட்டிமை: *(பெ):* உலோபம்; கட்டுப்பாடு; miserliness; control.

கட்டியங்காரன்[1]: *(பெ):* தெருக்கூத்துக் கோமாளி; புகழ் கூறுபவன்; a buffoon; panegyrist.

கட்டியங்காரன்[2]: *(பெ):* கட்டியக்காரன்; சீவகனின் தந்தையினுடைய அமைச்சன்; panegyrist; the minister of the father of Seevagan, a character in Seevaga Chinthamani.

கட்டியங் கூறு: *(வி):* ஒன்றின் அல்லது ஒருவரின் வருகையைத் தெரிவித்து முன்னறிவிப்பு செய்; to announce in advance the arrival of someone or something.

கட்டியம்: *(பெ):* புகழுரை; panegyric.

கட்டியாள்: *(வி):* அடக்கி ஆளு; to rule with absolute authority.

கட்டில்: *(பெ):* மஞ்சம்; அரியணை; பாடை ; நான்கு கால்களினால் தாங்கப்படுவதும், இரும்புத் தகடு, மரப்பலகை ஆகியவற்றாலான கயிறு (அ) நாடா போன்றவற்றால் பின்னப்பட்ட செவ்வக நடுப்பகுதி உடைய, படுத்துக் கொள்வதற்கான சாதனம்; sofa; throne with carvings of lion; bier; cot; bed without matress. • **கட்டில்** உள்ள இடத்தில் பிள்ளையைப் பெற்று, சுக்கு கண்ட இடத்தில் கஷாயம் குடிப்பவளாச்சே - *பழமொழிகள்.*

கட்டி வராகன்: *(பெ):* பொன் நாணயம்; gold coin.

கட்டி வருதல்: *(பெ):* ஊதியம் கூடி வருதல்; an increase in salary, wages etc.

கட்டி வளர்த்திடு: *(வி):* கட்சி, குடும்பம் போன்றவற்றைப் பிளவு படாது பாதுகாத்து முன்னேற்றம் அடையச் செய்திடு; to nurture; to organize and develop.

கட்டி விடு: *(வி):* பொய்ச் செய்திகளைப் பரவச்செய்; to spread false news.

கட்டிளம்: *(பெ.அ):* கட்டுடலும், இளமையும் உடைய; (of men) strong and handsome; (of women) attractive, charming and beautiful.

கட்டிளமை: *(பெ):* காளைப் பருவம்; youthhood.

கட்டு: *(பெ):* உறுதி; காவல்; அரண்; ஆணை; உறவின் கட்டு; தடை; யாக்கை; மூட்டை; குறி; வரம்பு; கட்டுப்பாடு; மிகுதி; மலைப்பக்கம்; பொய்யுரை; வளைப்பு; திருமணப்பற்று; வீட்டின் பகுதி; பந்தி; தளை; பிணி; firmness; protection; fort; order; bondage of relationship; obstacle; anything bound or tied; bundle; sign; margin; control; surplus; mountain side; snivel; bending; marriage bond; portion of a house; line of persons seated for dining; tie; disease; *(வி):* உருவாக்கு; பதி; பொருத்து; பாட்டெழுது; (புரளி) கிளப்பு; பிணை; இணை; சுற்று; செருகு; (தாலி போன்றவற்றை) அணிவித்து முடிச்சிடு; to construct; to build; to inlay; to fix; to compose; to spread rumour; to fasten; to tie up; to bandage; to wear; to tuck up; to tie a knot as in the case of Thaali, etc.

கட்டுக்கடங்காதது: *(பெ):* அடக்கி ஆள முடியாதது; தடுக்க முடியாதது; that which is ungovernable; that which is unrestrainable. • **கட்டுக்கடங்காத** காளையைப் போல திரிகிறான் - *பழமொழி.*

கட்டுக்கதை: *(பெ):* பொய்க்கதை; கற்பனைக் கதை; முழுக் கற்பனை; உண்மையை மறைப்பதற்குப் பரப்பும் பொய்யான செய்தி; fable; legend; mythological tale; myth; pure imagination; concocted tale. • புளியமரத்தில் முனி இருக்கிறது என்பதெல்லாம் வெறும் **கட்டுக்கதை.** • ஊரில் செல்வாக்குள்ளவர் என்பதெல்லாம் வெறும் **கட்டுக்கதை.**

கட்டுக்கழுத்தி: *(பெ):* சுமங்கலி; மனைவி; married woman who has her husband living; wife.

கட்டுக்காரன்: *(பெ):* கட்டியங்காரன்; கோமாளி; குறி சொல்பவன்; panegyrist; buffoon; foreteller.

கட்டுக் கால்வாய்: *(பெ):* வாராவதியின் மேல் கட்டப்பட்ட செயற்கை வாய்க்கால்; an artificial channel over a bridge for carrying water; aqueduct.

கட்டுக்காவல்: *(பெ):* பலத்த காவல்; strict guard; tight security; close custody.

கட்டுக்குட்டான: *(பெ.அ):* பருத்துக் குட்டையான; thickset.

கட்டுக்குத்தகை: *(பெ):* நீண்டகாலக் குத்தகை; கூட்டுக்குடித்தனம்; நிர்ணயிக்கப்பட்ட வாடகை; long-term lease of land; joint tenancy; fixed rent.

கட்டுக்கோப்பு: *(பெ):* காவலுள்ள பகுதி; கட்டுப்பாட்டுடன் கூடிய பிணைப்பு; கவிதை, கதை ஆகியவற்றின் கூறுகளின் இறுக்கமான அமைப்பு; that which is guarded; being well-knit; (of poetry, play, etc.,) well constructed or structured. • வேறெந்த கட்சிகளிலும் இல்லாத **கட்டுக்கோப்பு** இந்தக் கட்சியில் மட்டுமே உள்ளது. • **கட்டுக்கோப்பான** கதையமைப்பு இருந்தால் மட்டுமே ஒரு திரைப்படம் ரசிகர்களிடம் பெருவாரியான வரவேற்பைப் பெற்றிடும்.

கட்டுச்சாட்சி: *(பெ):* பொய் சாட்சி; false testimony; false witness.

கட்டுச்சொல்: *(பெ):* பொய்யுரை; snivel.

கட்டுச்சோறு: *(பெ):* பயணத்திற்காக, பொட்டலமாகக் கட்டப்பட்ட உணவு; food packed for a journey. • **கட்டுச் சோற்றில்** எலிக்குஞ்சினை வைத்துக் கட்டியதைப் போல - *பழமொழி.*

கட்டுண்: *(வி):* திருடி உண்ணுதல்; to steal and eat something.

கட்டுதல்: *(வி):* பிணைத்தல்; அமைத்தல்; கற்பித்தல்; அடக்குதல்; திருமணம் செய்தல்; உரை கட்டுதல்; களவு செய்தல்; வசப்படுத்துதல்; சூடுதல்; to tie; to construct; to teach; to control; to marry; to compose; to have secret love affair; to take possession of something; to wear. • **கட்டுப்பட்டாலும்** கவரி மயிரால் கட்டுப்பட வேண்டும், குட்டுப்பட்டாலும் மோதிரக் கையால் குட்டுப்பட வேண்டும் - *பழமொழி.*

கட்டுதிட்டம்: *(பெ):* வரையறை; ஒழுங்கு; கட்டுப்பாடு; limit; order; control.

கட்டுத்தறி: *(பெ):* விலங்குகளைக் கட்டும் தூண்; the post for tying elephants, bulls, etc.

கட்டுத்திரவியம்: *(பெ):* பொற்கிழி; gold coins tied up in a piece of cloth.

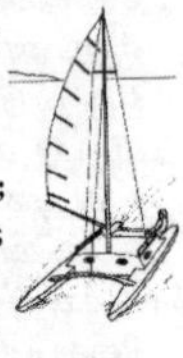

கட்டுத்தோணி: *(பெ):* கட்டு மரம்; catamaran, a boat in which its seams are sewn together.

கட்டுப்படுதல்: *(வி):* அடங்கியிருத்தல்; தடைபடுதல்; to submit; be obstructed.

கட்டுப்படுத்தல்: *(வி):* குறி சொல்பவளிடம் குறி கேட்டல்; to consult woman soothsayer.

கட்டுப்படுத்துதல்: *(வி):* அடக்குதல்; எல்லையை நிர்ணயித்தல்; (பட்டியில்) அடைத்திடுதல்; to control; to inhibit; to delimit; to impound.

கட்டுப்பாடில்லாத: *(பெ.அ):* சுதந்திரமான; ஒழுங்குமுறையில்லாத; வரைமுறையில்லாத; free; uncontrolled.

கட்டுப்பாடு: *(பெ):* வரம்பினை மீறாத ஒழுங்கு; ஒழுங்குமுறைமை; தன் வசப்படுத்தி வைத்திடும் முறை; ஆணை; ஒப்பந்தம்; discipline; regulation; control; order; command; agreement.

கட்டுப்பூட்டு: *(பெ):* அணிகலன் வகை; a kind of ornament.

கட்டுப்பெட்டி: ஒருவகைப் பெட்டி; நாகரிகமற்றவர்; a kind of box; an old-fashioned person who refuses to acknowledge the changes that are taking place.

கட்டுமட்டு: *(பெ):* ஒத்த தன்மை; திறமை; resemblance; ability.

கட்டுமரம்: *(பெ):* நீண்ட மரக்கட்டைகள் பெரும் கயிறுகளால் ஒன்றாகப் பிணைக்கப்பட்டு கடலுக்குள் செல்ல மீனவர்கள் பயன்படுத்தும் மிதவை; catamaran.

கட்டுமலை: *(பெ):* செய்குன்று; artificial hillock.

கட்டுமா: *(பெ):* ஒட்டு மாமரம்; grafted mango tree.

கட்டுமானம்: *(பெ):* நிர்மாணம்; கட்டுப்பாடு; கட்டப்பட்ட அமைப்பு; பொய்; construction; restriction; structure; lie.

கட்டுமுகனை: *(பெ):* அதிகாரம்; கண்டிப்பு; அடக்கம்; சிக்கனம்; authority; power; rebuke; calmness; self-control; thrift; economy.

கட்டுமுட்டு: *(பெ):* அமைதி; தேகக்கட்டு; peace; strongly-built.

கட்டுமை: *(பெ):* கட்டுப்பாடு; control; regulation.

கட்டுரை: *(பெ):* உரைநடை விளக்கம்; ஏதேனும் ஒரு பொருள் பற்றித் தகவல் தந்து உரைநடையில் எழுதப்படுவது; essay; composition.

கட்டுவடம்: *(பெ):* மணிமாலை; pearl necklace.

கட்டுவம்: *(பெ):* பெண்கள் கால் விரலில் அணியும் காலாழி; மெட்டி; toe-ring of women.

கட்டுவாங்கம்: *(பெ):* மழு; தண்டு; தடி; தைல வகை; battle axe; stem; stick; a kind of fragrant oil.

கட்டுவாங்கன்: *(பெ):* சிவபெருமான்; விநாயகர்; Lord Shiva; Lord Vinayaga.

கட்டுவாயில்: *(பெ):* மேல்வளைவு இட்டுக் கட்டப்படும் வளைவு; arched door-way.

கட்டுவிச்சி: *(பெ):* குறி சொல்பவள்; female soothsayer.

கட்டுவிடல்: *(பெ):* மொட்டவிழ்தல்; வலிமை குறைதல்; to open as flower; to decrease strength.

கட்டுவிரியன்: *(பெ):* கரும் சாம்பல் நிற உடம்பில் வெண்ணிற வளையங்கள் போன்ற குறியினை உடைய ஒருவகை நச்சுப்பாம்பு; a poisonous snake with visible white rings on its body; branded krait.

கட்டுவை: *(பெ):* கட்டில்; cot; bed without matress.

கட்டுறவி/கட்டெறும்பு: *(பெ):* சாதாரண எறும்பினை விட சற்று பெரியதும் கடித்தால் வலி ஏற்படுத்தக் கூடியதுமான கரிய நிற எறும்பு; a kind of black ant whose sting is painful.

கட்டூண்: *(பெ):* கட்டுச்சோறு; food packed for journey.

கட்டூர்: *(பெ):* பாசறை; army camp.

கட்டேறுதல்: *(வி):* ஆவேசம் வருதல்; to become possessed by a spirit.

கட்டை: *(பெ):* விறகு; முளை; உடல்; பிணம்; மரக்கட்டை; தேய்ந்தது; குறைந்தது; திப்பி; கழற்சிக்காய்; firewood; peg; body; corpse; wooden block; that which is rubbed; that which decreased; dregs; molucca bean.

கட்டைக்கரி: *(பெ):* அடுப்புக்கரி; charcoal.

கட்டைக்குரல்: *(பெ):* கம்மிய குரல்; அடித்தொண்டையில் இருந்து எழுகின்ற கனத்த குரல்; faint voice; deep voice.

கட்டைச்சுவர்: *(பெ):* கைப்பிடிச்சுவர்; a low protecting or defensive wall.

கட்டை பிரம்மசாரி: *(பெ):* திருமணம் செய்து கொள்வதில்லை என்பதில் மிகவும் மனவுறுதி கொண்டவர்; confirmed bachelor.

கட்டை புத்தியுள்ள: *(பெ.அ):* மந்த புத்தியுள்ள; slow witted.

கட்டைப் பொன்: *(பெ):* மட்டமான பொன்; gold of inferior quality.

கட்டை வண்டி: *(பெ):* மூடும் அமைப்பற்ற, பாரம் ஏற்றிச் செல்லும் மாட்டு வண்டி; a bullock cart without cover used mainly for carrying loads.

கட்டை விரல்: *(பெ):* கையின் பிற விரல்களைக் காட்டிலும் உயரம் குறைந்ததும், பருமனானதும், தனித்தும், பொருட்களைப் பிடிப்பதற்கு ஏதுவாகவும் இருந்திடும் விரல்; காலில் உள்ள பிற விரல்களைக் காட்டிலும் தடியாக இருந்திடும் முதலாவது விரல்; thumb; big-toe.

கட்டோசை: *(பெ):* பேரொலி; loud noise.

கட்டோடு: *(வி.அ):* முழுவதும்; அறவே; utterly; completely.

கட்டோர்: *(பெ):* திருடர்கள்; thieves.

கட்படாம்: (பெ): யானை முகத்தில் அணிவிக்கப்படும் முகபடாம்; frontlet for decorating an elephant.

கட்பலம்: (பெ): தேக்கு; தான்றி; teak tree; a kind of tree.

கட்புலம்: (பெ): கண் பார்வை; vision; eye-sight.

கட்போன்: (பெ): களவு செய்வோன்; thief.

கணகணப்பு: (பெ): உடம்பு சூடேறுதல்; rising of body heat.

கணகன்: (பெ): சோதிடன்; கணக்கன்; astrologer; soothsayer; accountant.

கணக்கப்பிள்ளை: (பெ): கணக்கு எழுதுபவர்; கிராம கருணீகர்; ஒரு சாதியினர்; accountant; village accountant; those who belong to a caste named Kanakkappillai.

கணக்கழிவு: (பெ): முறைகேடு; irregularity.

கணக்கன்: (பெ): கணக்கு எழுதுபவன்; சண்பக மரம்; புதன்; accountant; a kind of tree; Planet Mercury.

கணக்காய்: (வி.அ): சரியாய்; correctly.

கணக்காய்ச்சல்: (பெ): ஒருவகை நோய்; a kind of disease.

கணக்காயர்: (பெ): ஆசிரியர்; அறிஞர்; பாவலர்; teacher; learned person; bard.

கணக்கிடுதல்: (வி): அளவிடுதல்; to measure.

கணக்கீடு: (பெ): ஒத்த மதிப்பீடு; valuation.

கணக்கு: (பெ): எண்; அளவு; முறைமை; எழுத்து; தொகை; முடிவு; செயல்; சூழ்ச்சி; கணிதம்; number; measure; order; letter; amount; end; act; design; mathematics.

கணக்குப்பதிவியல்: (பெ): கணக்குகளைப் பதிவு செய்யும் முறை பற்றிய கல்வி; book-keeping.

கணக்கு வழக்கு: (பெ): சரிபார்க்கப்படும் வரவு செலவு; அளவு; கொடுக்கல் வாங்கல் தொடர்பான பதிவு; accounts; limit; registration of dealings in money or things.

கணக்கெடுப்பு: (பெ): அதிகாரபூர்வமாக எண்ணிச் சொல்லும் முறை; எண்ணிக்கைக் கணிப்பு; official reckoning; count of something.

கணச்சி: (பெ): மழு; அங்குசம்; battle axe; elephant goad.

கணதீபம்: (பெ): எருக்கு; yercum.

கணத்தி: (பெ): செங்கடம்பு மரம்; red kadamba tree.

கணநாதன்: (பெ): விநாயகர்; சிவகணங்களின் தலைவன்; Lord Vinayaga; the chief of Shiva attendants.

கணபங்கம்: (பெ): நொடியில் தோன்றி அழிவது; that which appeared and is ruined immediately within a second.

கணபதி: (பெ): விநாயகர்; the elephant-headed God; Lord Ganapathi.

கணபதியணி: (பெ): அருகம்புல்; a kind of grass.

கணப்பறை: (பெ): தோற்கருவி வகை; a kind of drum.

கணப்பு: (பெ): குளிர் காய்வதற்காக நெருப்பு மூட்டப்படும் இடம்; சூடு; தீச்சட்டி; fire place; heat; fire-pot.

கணம்: (பெ): திரட்சி; கூட்டம்; உரிய தருணம்; ஒரு நோய்; பேய்; சிறுமை; ஒருவகைப் புல்; sphericity; crowd; moment; a disease; ghost; meanness; a kind of grass.

கணவம்: (பெ): அரச மரம்; pipal tree.

கணவர்: (பெ): கணவன்; தலைவன்; கூட்டத்தார்; husband; lord; relatives.

கணவலர்: (பெ): அலரி; sweet oleander.

கணவன்: (பெ): கொழுநன்; தலைவன்; husband; master; Lord.

கணவாய்: (பெ): மலைகளுக்கிடையே அமையும் வழி; mountain pass. ● கைபர் **கணவாய்,** போலன் **கணவாய்.**

கணவீரம்: (பெ): அலரிச்செடி; செவ்வலரி; sweet oleander; red oleander.

கணனம்: (பெ): எண்ணுதல்; thinking.

கணனை: (பெ): எண்; number.

கணன்: (பெ): கள்வன்; thief.

கணா: (பெ): திப்பிலி; long pepper.

கணாதர்: (பெ): தர்க்கவாதி; logician.

கணாதன்: (பெ): ஒரு முனிவன்; a sage.

கணாதிபன்: (பெ): விநாயகன்; குழுவின் தலைவன்; Lord Vinayaga; chief of a group.

கணி: (பெ): சோதிடன்; கலை; வேங்கை மரம்; மருதநிலம்; சண்பகம்; ஒரு சாதி; அணிகலன்; astrologer; art; a tree; agricultural tract; Sanbaka tree; a caste; ornament; **(வி):** மதிப்பிடுதல்; நிர்ணயித்தல்; முன்னறிவிப்புச் செய்தல்; கணக்கிடுதல்; ஜாதகம் எழுதுதல்; to estimate; to make a prediction; to forecast; to compute; to calculate; to cast horoscope.

கணிகம்: (பெ): நூறு கோடி; hundred crore.

கணிகவெற்பு: (பெ): திருத்தணி மலை; Thiruthani, a shrine of Lord Kandha (Muruga).

கணிகன்: (பெ): சோதிடன்; astrologer.

கணிகாரம்: (பெ): கோங்கு; red cotton tree.

கணிகை: (பெ): முல்லை நிலம்; பொதுமகள்; pastoral tract; prostitute.

கணிக்காரிகை: (பெ): குறிசொல்லும் பெண்; female soothsayer.

கணிசம்: (பெ): மதிப்பு; மேம்பாடு; அளவு; மிகுதி; estimation; betterment; measure; surplus.

கணிசித்தல்: (வி): மதித்தல்; உய்த்துணர்தல்; சிந்தித்தல்; விரும்புதல்; to admire; to deduce; to think; to wish; to desire.

கணிச்சி: (பெ): மழு; கோடரி; தோட்டி; உளி; battle axe; axe; elephant hook; goad; chisel.

கணிச்சியோன்: (பெ): சிவபெருமான்; Lord Shiva.

கணிதம்: (பெ): கணித நூல்; இலக்கம்; எண்ணுகை; சோதிடம்; mathematics; number; counting; astrology.

கணிதன்: (பெ): கணக்கு எழுதுவோன்; சோதிடன்; accountant; astrologer.

கணிப்பு: (பெ): மதிப்பிடுகை; estimating.

கணியான்: (பெ): கூத்தாடி; dancer; actor.

கணிப்பொறி/கணினி: (பெ): கொடுக்கப்படும் தகவல்களைத் தன்னுள் பதிவு செய்து கொண்டு, அவற்றைப் பகுத்தும், தொகுத்தும் தருதல் போன்ற பணிகளையும், கணக்கிடுதல் போன்ற பணிகளையும் அதிவிரைவாகச் செய்திடும் மின்னணுக்கருவி; computer.

கணு: (பெ): கரும்பு, மூங்கில், சோளம் போன்றவற்றில் ஒரு துண்டுப் பகுதியையும், மற்றொரு துண்டுப் பகுதியையும் இணைத்தது போன்று காணப்படும் இடம்; இணைப்பு; முட்டு; node of sugarcane, bamboo, maize etc., joint; bone joint.

கணுக்கால்: (பெ): கெண்டைக் காலின் கீழ்ப்பகுதியும், பாதமும் இணையும் இடம்; ankle.

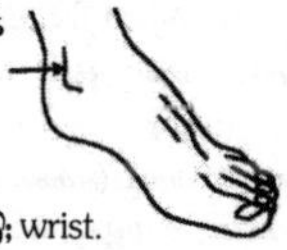

கணுக்கை: (பெ): மணிக்கட்டு; wrist.

கணுமாந்தம்: (பெ): நகச்சுற்று; whitlow.

கணுவை: (பெ): ஒருவகைப் பறை; a kind of drum.

கணேசர்: (பெ): விநாயகர்; Lord Vinayaga.

கணேசுரர் எண்மர்: (பெ): நந்தி, கந்தர், மகாகாளர், பிருங்கி, கணபதி, இடபம், பார்வதி, சண்டர் ஆகிய எட்டு சிவ இனத்தார்; the eight chief attendants i.e., Nandhi, Kandhar, Mahakalar, Birungi, Ganapathi, Edabham, Parvathi, Goddess and consort of Lord Shiva and Sandar.

கணை: (பெ): அம்பு; திரட்சி; அம்பின் அலகு; காம்பு; ஒலி; வளைதடி; மூங்கில்; கரும்பு; திப்பிலி; ஒரு நோய்; arrow; cylindrical or globular shape; arrow head; stalk; sound; the stick which is bent in shape; bamboo; sugarcane; long pepper; a kind of disease.

- *கணைகொடிது யாழ்கோடு செவ்விது ஆங்கன்ன வினைபடு பாலால் கொளல்* - *குறள் 279.*

கணைகாடு: (பெ): துன்பம்; distress.

கணைக்கட்டு: (பெ): அம்புக்கட்டு; sheaf of arrows.

கணைக்கால்: (பெ): கணுக்கால்; ankle.

கணைக்கை: (பெ): முழங்கை; elbow.

கணைக்கொம்பன்: (பெ): கட்டையான கொம்புகளை உடைய எருது; the ox which has short horns.

கணைச்சூடு: (பெ): பித்தம் அதிகமாவதால், குழந்தைகளின் உடல் இளைத்தும் இயல்புக்கு அதிகமான சூட்டுடனும் இருக்கும் நிலை; increase in body temperature due to the excessive secretion of bile.

கணைப்புல்: (பெ): ஒட்டுப்புல்; a kind of grass.

கணைய மரம்: (பெ): கோட்டை வாயில் கதவின் குறுக்கு மரம்; the cross-bar of wood set behind the doors of a fortress.

கணை மூங்கில்: (பெ): பொன்னாங்கண்ணி; a kind of grass with shiny little leaves.

கணையம்: (பெ): இரைப்பைக்குக் கீழே இடதுபக்கம் அமைந்துள்ளதும், உணவினை செரித்திடச் செய்யும் ஒருவிதத் திரவத்தைச் சுரந்திடும் சுரப்பி; தண்டாயுதம்; வளைதடி; காவற்காடு; குறுக்கு மரம்; கணைய மரம்; பொன்; வாத்தியவகை; போர்; pancreas; club; a kind of curved cudgel; reserved forest; jungle serving as defence; cross-bar; the cross bar of wood set behind the doors of a fortress; gold; a kind of musical instrument; war; battle.

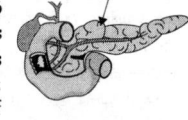

கணையாழி: (பெ): மோதிரம்; முத்திரை மோதிரம்; ring; signet ring.

கணை வெட்டை: (பெ): வெட்டை நோய் வகை; a kind of gonorrhoea disease.

கண்[1]: (பெ): விழி; கணு; மரக்கணு; கண்ணோட்டம்; மூங்கில்; முரசடிக்கும் இடம்; மூட்டுவாய்; பெருமை; இடம்; அறிவு; பற்றுக்கோடு; உடம்பு; eye; joint; joint of tree like bamboo; perspective; point of view; bamboo; the place where drum beating was held in olden days; joint; greatness; place; wisdom; support; refuge; body.

- *கண்ணுடையர் என்பவர் கற்றோர் முகத்திரண்டு புண்ணுடையர் கல்லா தவர்.* - *குறள் 393.*
- *கண்நின்று கண்ணறச் சொல்லினும் சொல்லற்க முன்இன்று பின்நோக்காச் சொல்.* - *குறள் 184.*
- *கண்ணிற்கு அணிகலம் கண்ணோட்டம் அஃதின்றேல் புண்ணென்று உணரப் படும்.* - *குறள் 575.*

- கண்களவு கொள்ளும் சிறுநோக்கம் காமத்தில் செம்பாகம் அன்று பெரிது. - குறள் 1092.
- கண்ணுள்ளார் காத லவராகக் கண்ணும் எழுதேம் கரப்பாக்கு அறிந்து. - குறள் 1127.

கண்²: (இ.சொ): (இலக்): ஏழாம் வேற்றுமை உருபு; locative case marker.

கண்கட்டு வித்தை: (பெ): கண்ணெதிரிலேயே சில பொருட்களைத் திடீரென்று தோன்ற (அ) மறையச் செய்யும் மாயாஜால வித்தை; art of conjuring.

கண்கண்ட: (பெ.அ): உறுதியாகப் பலன் தருவது என்று அனுபவப் பூர்வமாக உணர்ந்த; of proven effect; efficacious.

கண்கண்ட தெய்வம்: (பெ): தான் உண்டு என்பதை உணரச் செய்திடும் தெய்வம்; God whose grace one experiences personally.

கண்கண்ணி: (பெ): குறுங்கண்ணி; small garland.

கண்கயில்: (பெ): உடைத்த தேங்காயின் மேல்முடி; the upper part of a coconut broken into two halves.

கண்கல: (வி): எதிர்ப்படு; to come in sight.

கண்கலக்கம்: (பெ): வருத்தம்; suffering.

கண்கலங்கு: (வி): துன்பத்துக்கு ஆளாகு; be in tears.

கண்கலத்தல்: (வி): எதிர்ப்படு; ஒருவரை ஒருவர் நோக்குதல்; to come in sight; to see each other.

கண்கவர்: (பெ.அ): கவர்ச்சிகரமான; attractive.

கண்காட்சி: (பெ): தகவல் அறிவிப்புக்காகவும், விற்பனைக்குக் கிடைக்குமாறும் பொருள்களை ஓரிடத்தில் விளம்பரப்படுத்தி வைத்திடும் தற்காலிக ஏற்பாடு; exhibition; show; fair.

கண்காட்டி: (பெ): அழகுள்ளவர்; செயலாளர்; one who is beautiful; beautiful person; secretary; personal attendant.

கண்காணம்: (பெ): மேல் விசாரணை; பயிர்க்காவல்; retrial; rehearing; guard for crops.

கண்காணாத: (பெ.அ): எளிதாகச் சென்று வர இயலாத; தொலைதூரமான; far away; remote.

கண்காணி: (பெ): மேற்பார்வையாளன்; maistry; supervisor; (வி): மேற்பார்வை இடு; ஜாக்கிரதையாகக் கவனித்துக் கொள்; to monitor; to keep watch.

கண்காணிப்பாளர்: (பெ): நிர்வாக அமைப்பு நடவடிக்கைகள் அனைத்தையும் முறையாக உள்ளனவா எனக் கவனித்து அறியும் பொறுப்பாளர்; superintendent.

கண்குத்திப் பாம்பு: (பெ): பச்சை நிற உடலையும், மஞ்சள் நிற நாக்கினையும் உடைய விஷத் தன்மை இல்லாத பாம்பு; green whip snake.

கண்குழிவு: (பெ): எளிமை; faintness.

கண்கூடு: (பெ): தெளிவாகத் தெரிதல்; பிரத்தியட்சம்; that which is seen clearly; clear vision.

கண்கூடுதல்: (வி): ஒன்று கூடுதல்; நெருங்குதல்; to gather together; be close together.

கண்கெடுதல்: (வி): பார்வையழிதல்; to lose one's sight. • கண்கெட்ட பின் சூரிய நமஸ்காரம் செய்தது போல - *பழமொழி.*

கண்கொட்டுதல்: (வி): கண்ணிமைத்தல்; to wink.

கண்கொதி: (பெ): கண்ணேறு; கண் பார்வையால் வரும் தீங்கு; evil eye; blight of the eyes causing misfortune.

கண்கொழுப்பு: (பெ): செருக்கு; அகங்காரம்; conceit; arrogance; pride.

கண்கொள்ளாத: (பெ.அ): காட்சியின் மூலம் வியப்பைத் தோற்றுவிக்கக்கூடிய அளவிலான; (of beauty, sight) surpassing.

கண் சாத்து: (வி): அன்புடன் நோக்கு; தெய்வத்துக்குக் கண் மலர் செலுத்து; to look with love; to offer eye-shaped metal figure to a deity.

கண்சிமிட்டு: (வி): கண்ணால் குறிப்பு காட்டு; கண்ணிமைத்தல்; நட்சத்திரம், விளக்கு போன்றவை விட்டு விட்டு ஒளிர்தல்; to invite attention; to wink at someone to signal secret amusement; (of stars) to twinkle; (of lights) to flicker.

கண் சிவத்தல்: (வி): கோபம் கொள்ளுதல்; be angry.

கண் சுருட்டுதல்: (வி): உறங்குதல்; to sleep.

கண் சுழலுதல்: (வி): மயங்குதல்; allured; bewildered.

கண்ட: (பெ.அ): திட்டம், தீர்மானம் என ஏதுமில்லாத; கிடைக்கின்ற; all and sundry; ill-chosen; available; any. • கண்ட கண்ட இடங்களில் சுற்றி வருவதைக் காட்டிலும் உருப்படியாய் ஒரு வேலையில் அமர்ந்திடு. • சோறு கண்ட இடமே சொர்க்கம் - *பழமொழி.*

கண்டக பலம்: (பெ): பலாப்பழம்; jack fruit.

கண்டகம்: (பெ): முள்; நீர் முள்ளிச் செடி; காடு; உடைவாள்; மூங்கில்; கொடுமை; thorn; a water plant; forest; sword; bamboo; atrocity.

கண்டகன்: (பெ): பகைவன்; அசுரன்; கொடியவன்; enemy; demon; cruel man.

கண்டகசனம்: (பெ): ஒட்டகம்; camel.

கண்டகாந்தாரம்: (பெ): ஒரு வகைப் புல்; a kind of grass.

கண்டகி: (பெ): தாழை; ஒருவகை மூங்கில்; இலந்தை மரம்; முதுகெலும்பு; தீயவள்; காசிக்கு அருகில்

உள்ள ஆறு; screw-pine; a kind of bamboo; jujubee tree; spine; backbone; cruel woman; a river (near Kasi).

கண்டகிக் கல்: *(பெ):* சாளக்கிராமம்; black fossil ammonite worshipped as a form of Vishnu, chiefly found in the river Gandak.

கண்டகூணிகை: *(பெ):* வீணை; veena, the Indian lute of 22 kinds, viz. Chitrakosavali, Cittirikai, Kurmikai, Carankam, Ravanacuram, Kinnari, Varali, Kisti, Kuccikai, Vipan cikai, Parivatini, Cakala, Vallaki, Caravinai, Makati, Pirakati, Anavitam, Lakulaksi, Ruttirikai, Kalavati, Kaccula and Kantari Anumatam.

கண்டகோடரி: *(பெ):* ஒருவகைக் கோடரி; a kind of axe.

கண்டக்கரப்பான்: *(பெ):* ஒருவகைத் தொண்டை நோய்; a kind of throat disease.

கண்டக் குருகு: *(பெ):* கழுத்து நோய் வகை; a kind of neck disease.

கண்டங்கணம்: *(பெ):* திப்பிலி; long pepper.

கண்டங்கத்திரி: *(பெ):* மஞ்சள் நிறத்தில் சிறு பழங்கள் கொண்ட முட்கள் நிறைந்த கொடி; a thorny plant like creeper, which bears small yellow fruits.

கண்டசரம்: *(பெ):* கழுத்தணி வகை; a kind of necklace.

கண்ட சர்க்கரை: *(பெ):* சர்க்கரை வகையுள் ஒன்று; a kind of sugar.

கண்ட சூலை: *(பெ):* கழுத்து நோய் வகை; a kind of neck disease.

கண்டதுண்டமாக: *(வி.அ):* துண்டுதுண்டாக; into pieces.

கண்டதுண்டம்: *(பெ):* பல துண்டுகள்; many pieces.

கண்டநாளம்: *(பெ):* தொண்டைக் குழி; larynx.

கண்டபடி: *(வி.அ):* தாறுமாறாக; எந்தவித ஒழுங்கும் இல்லாமல்; குறிப்பிட்டிருக்கின்றபடி; without observing any norm or standard or rule; without restraint; as found or specified.

கண்டபதம்: *(பெ):* பூநாகம்; மண்ணுளிப்பாம்பு; round-worm infecting small intestines; earth-worm; a kind of snake.

கண்டபலம்: *(பெ):* இலவு; silk cotton tree.

கண்டமாலை: *(பெ):* கழுத்தணி வகை; கழுத்தைச் சுற்றிலும் உண்டாகும் புண்; a kind of necklace; the sore around the neck.

கண்டம்: *(பெ):* கழுத்து; இடுதிரை; நிலத்தின் பெரும் பிரிவு; துண்டம்; கண்ட சர்க்கரை; எழுத்தாணி; வாள்; கவசம்; குரல்; கள்ளி; யோக வகை; குன்றி வேர்; யானைக்கழுத்து; சாதிலிங்கம்; கோயில் முக மண்டபம்; கண்டாமணி; அக்குரோணி; இடையூறு; neck; curtain; continent; piece; a kind of sugar; stylus for writing on palmyra leaf; sword; shield; tone; voice; cactus; a kind of yoga; root of abrus precatorius (root of red crab eye); neck of the elephant; red sulphurate of mercury oxide; entrance hall of a temple; a large-sized bell; a kind of siddha medicine; disturbance.

கண்டம் பயிறு: *(பெ):* காராமணி; chowlee bean.

கண்டயம்: *(பெ):* வீரக்கழல்; string of little bells worn on the leg as a sign of heroism.

கண்டரை: *(பெ):* ஒருவகை நரம்பு; a kind of nerve.

கண்டல்: *(பெ):* ஒரு மரவகை; தாழை; முட்செடி; நீர் முள்ளி; கடல் மீன்வகை; a kind of tree; screw-pine; thorny plant; a water plant; a kind of sea fish.

கண்டவன்: *(பெ):* பார்த்தவன்; எவ்விதத் தொடர்பும் இல்லாதவன்; படைத்தவன்; the person who saw something; inconsequential person; unfamiliar person; 'Tom, Dick and Harry'; the person who created; God.

கண்டவிகாரம்: *(பெ):* கற்கண்டு; sugar-candy.

கண்டறை: *(பெ):* மலைக்குகை; mountain cavern.

கண்டற்குயம்: *(பெ):* தாழை விழுது; aerial roots of the screw-pine.

கண்டனம்: *(பெ):* மறுப்பு; கண்டித்தல்; கடும் எதிர்ப்பு; condemnation; denunciation; to rebuke, strong protest.

கண்டன்: *(பெ):* வீரன்; கணவன்; தலைவன்; கொடியவன்; கழுத்துடையவன்; சோழரின் பட்டப் பெயர்; warrior; husband; hero; lord; cruel person; one who has neck; a title of Cholas.

கண்டாங்கி: *(பெ):* கட்டம்போட்ட நூல் புடவை; a chequered cotton saree.

கண்டாஞ்சி: *(பெ):* மரவகை; முள் வேலமரம்; a kind of tree; babul tree.

கண்டாபரன்: *(பெ):* குதிரையின் கழுத்துச் சுழி; the curl of hair in the neck of a horse.

கண்டாமணி: *(பெ):* அளவில் பெரிய மணி; a large-sized bell.

கண்டாரவம்: *(பெ):* ஓர் இசை வகை; மணியோசை; a kind of music; the ringing sound of a bell.

கண்டார்: *(பெ):* பார்த்தவர்; தோற்றுவித்தவர்; தொடர்பு அற்றவர்; those who saw something; those who created something; inconsequential persons.

- ***கண்டார் உயிருண்ணும் தோற்றத்தால் பெண்டகைப் பேதைக்கு அமர்த்தன கண். - குறள் 1084.***

கண்டாலம்: *(பெ):* ஒட்டகம்; கடப்பாரை; போர்; camel; crow-bar; war.

கண்டவாளி: *(பெ):* கழுத்தில் அணியும் மாலை; the garland which is worn on the neck.

கண்டாள எருது: *(பெ):* பொதி மாடு; pack-bull.

கண்டி: *(பெ):* மந்தை; எருமைக் கடா; மீன் பிடிக்க உதவும் கருவி; கண்டித்தல்; கழுத்தணி; உருத்திராக்க மாலை; நிறையளவு; சிறுகீரை; இலங்கையில் உள்ள ஊர்; a herd; he-buffallo; a fishing equipment; rebuking; a kind of necklace; garland of rudraksha nuts worn as sacred beads; a weighing measure; species of amaranth; a town in Srilanka; *(வி):* கண்டித்திடு; கடிந்து பேசிடு; தண்டித்திடு; வெட்டு; பகிர்ந்திடு; to restrain; to reproach; to punish; to cut; to share.

கண்டிகம்: *(பெ):* ஒரு நிறையளவு; a weighing measure.

கண்டிகை: *(பெ):* கழுத்தணி; உருத்திராக்கம்; பதக்கம்; நிலப்பிரிவு; அணிகலச் செப்பு; necklace; rudraksha nut; medal; region; little ornamental box of metal, wood etc., to keep kum-kum etc.

கண்டிதம்/கண்டிப்பு: *(பெ):* கடிந்து கூறுதல்; வரையறை; உறுதி; அழிவு; துண்டிப்பு; rebuke; limit; firmness; ruin; separation.

கண்டிப்பாக: *(வி.அ):* நிச்சயமாக; அவசியமாக; without fail; certainly.

கண்டிப்பு: *(பெ):* விட்டுக் கொடுக்காத உறுதி; கடுமையான அதிகாரம்; strictness; firmness; firm control.

கண்டியர்: *(பெ):* பாணர்; பாடுவோர்; bards; singers.

கண்டில்: *(பெ):* அளவு வகையுள் ஒன்று; a kind of measure.

கண்டீரவம்: *(பெ):* சிங்கம்; சதுரக்கள்ளி; lion; a kind of spurges.

கண்டீரை: *(பெ):* ஒருவகைக் கருமிளகு; a kind of black pepper.

கண்டு: *(பெ):* கற்கண்டு; நூற்பந்து; கண்டங்கத்திரி; அணிகல வகை; அக்கி; வயல்; sugar candy; skein; a thorny plant which bears small yellow fruits; a kind of ornament; herpes; paddy field.

கண்டுகம்: *(பெ):* மஞ்சிட்டிச் செடி; a kind of plant.

கண்டுமுதல்: *(பெ):* மகசூல்; ஆன செலவினை ஈடுகட்டும் வகையில் விற்றுக் கிடைத்த தொகை; (in agriculture) gross yield; income that balances the expenses incurred.

கண்டுமூலம்: *(பெ):* சிறுதேக்கு; திப்பிலி; a kind of herb; long pepper.

கண்டுழவு: *(பெ):* அரசனுக்குரிய சொந்த நிலம்; the own land of a king.

கண்டூதி: *(பெ):* தினவு; itching sensation.

கண்டெடு: *(வி):* ஒரு பொருளினை தற்செயலாக எடு; சரித்திர சான்றுகளை அகழாய்வின்போது கண்டெடு; chance to see and pick up; to find something in an archaeological excavation.

கண்டை: *(பெ):* பெருமணி; வீரக்கழல்; சிறு துகில்; நூற்கண்டு; நெசவுத்தாறு; தோற்கருவி வகை; a large-sized bell; string of little bells worn on the leg, as a sign of heroism; a small cloth; skein; bobbin of a weaver's loom; a kind of drum.

கண்ணகற்று: *(வி):* துயிலெழு; to awake from sleep.

கண்ணசாரம்: *(பெ):* கலைமான்; நூக்க மரம்; சதுரக்கள்ளி; rein-deer; black wood; a kind of spurges.

கண்ணஞ்சனம்: *(பெ):* கண் மை; துருசு; black pigment for eyelids; blue vitriol.

கண்ணடி: *(பெ):* கண்ணாடி; mirror; *(வி):* ஜாடைகாட்டு; குறிப்பு காட்டு; to wink at someone; to give a cue; to wink at women; to make eyes at.

கண்ணமரம்: *(பெ):* கண்ணோய் வகை; a kind of eye disease.

கண்ணமுது: *(பெ):* பாயசம்; semi-liquid food prepared of milk, rice, sago etc. mixed with sugar.

கண்ணயத்தல்: *(வி):* மிகவும் விரும்பு; மோகம் கொள்ளு; to long for intensely; to fascinate someone.

கண்ணயர்: *(வி):* சற்று நேரம் உறங்கு; to doze off.

கண்ணராவி: *(பெ):* துன்ப நிலை; state of extreme pain; sorrowfulness.

கண்ணரி: *(வி):* நீக்கு; to cease.

கண்ணரிப்பு: *(பெ):* கண்ணோய் வகை; a kind of eye disease.

கண்ணவர்: *(பெ):* அமைச்சர்; minister.

கண்ணழித்துரை: *(பெ):* சொற்பொருள்; meaning.

கண்ணழிவு: *(பெ):* தாமதம்; குறைவு; வார்த்தைக்கு வார்த்தை பொருள் உரைத்தல்; delay; defect; interpreting word by word.

கண்ணளி: *(பெ):* அருள்நோக்கு; blessing; benediction

கண்ணறுதல்: *(பெ):* அருளின்மை; hard-heartedness.

கண்ணறை: (பெ): அகலம்; குருடு; கண் பார்வை இல்லாதவன்; அருளின்மை; தேன் கூட்டின் சிறு அறை; சிறு துளை; breadth; blindness; blind person; hard-heartedness; cell in a honey comb; hole.

கண்ணறு: (வி): நட்பு குலையச் செய்; நீங்கு; to cease to be friendly; to depart.

கண்ணழுத்தங்கோல்: (பெ): தூரிகை; painter's brush.

கண்ணன்: (பெ): கிருஷ்ணன்; திருமால்; Lord Krishna; Lord Vishnu.

கண்ணாக இரு: (வி): ஒன்றினை அடைந்திடக் குறியாக இருத்தல்; be intent.

கண்ணாடி: (பெ): ஒளி ஊடுருவக்கூடியதும், எளிதில் உடைந்திடக்கூடியதுமான ஒரு பொருள்; பிம்பத்தைப் பிரதிபலிக்கும் வகையில் ஒருபுறத்தில் பாதரசம் பூசப்பட்ட வழுவழுப்பான தன்மையைக் கொண்ட ஒரு பொருள்; பார்வைக் குறைவினைப் போக்கிட கண்களில் அணிந்துகொள்ளும் சாதனம்; மின்மினிப்பூச்சி; glass; mirror; spectacles; firefly.

கண்ணாடி இலை: (பெ): வாழைத்தார் தோன்றும் முன்பாகத் தோன்றும் இலை; flag leaf.

கண்ணாடி இழை: (பெ): கண்ணாடி அல்லது சிலவகை இரசாயனப் பொருட்களை இழைகளாக்கியதன் மூலம் ஏற்படுத்திய மூலப்பொருள், fibre glass.

கண்ணாடி விரியன்: (பெ): செம்பழுப்பு நிறமுடைய தன்னுடைய உடலில் கண்ணாடி போன்ற பளபளப்பான குறிகளை உடைய ஒருவகை நச்சுப்பாம்பு; Russell's viper.

கண்ணாட்டி: (பெ): அன்பானவள்; மனைவி; kind-hearted woman; wife.

கண்ணாணி: (பெ): கருவிழி; மலவாய்; iris; anus hole.

கண்ணாணை: (பெ): சூளுரை; oath.

கண்ணாமூச்சி: (பெ): கண்ணைப் பொத்திப் பிறர் ஒளிந்துகொள்ள நேரம் தந்து, பின்பு ஒளிந்து கொண்டவர்களைத் தேடிக் கண்டுபிடித்திடும் விளையாட்டு; a children's game of hide and seek.

கண்ணார: (வி.அ): (நாமே நமக்கு சாட்சி என்ற வகையில்) தன் கண்ணால்; with one's own eyes.

கண்ணார்: (பெ): பகைவர்; enemies; foes.

கண்ணால் பார்: (வி): நேரடியாகப் பார்; to see something with one's own eyes.

கண்ணாளர்: (பெ): கம்மாளர்; ஓவியர்; கணவர்; நாயகர்; தலைவர்; தோழர்; smith; painter; husband; hero; lord; master; companion.

கண்ணாள்: (பெ): சரஸ்வதி; கலைமகள்; நாமகள்; Saraswathi, Goddess of learning and arts.

கண்ணாறு: (பெ): பாசன வாய்க்கால்; சிறு பாலம்; நன்செய் நிலம்; irrigation channel; small bridge; wet land.

கண்ணி: (பெ): பூங்கொத்து; சூடும் பூமாலை; பூட்டாங்கயிறு; வலை; ஓர் இசைப்பாட்டு; கரிசலாங்கண்ணி; போரில் அணியும் தாழை மாலை; பூ அரும்பு; பறவை பிடிக்கும் பொறி; bunch of flowers; garland; chaplet; a rope by which a bullock is fastened to the yoke; net; a song; a kind of greens with short thick leaves; eclipse plant; a kind of garland, worn at the time of war; bud; snare.

கண்ணி கட்டு: (வி): வலை கட்டு; to spread the net.

கண்ணிகம்: (பெ): மணித்தக்காளிச் செடி; black night shade.

கண்ணி குத்து: (வி): பறவைப் பொறி வை; to set noose.

கண்ணிகை: (பெ): பூ அரும்பு; தாமரைக் கொட்டை; flower bud; the seed of lotus.

கண்ணிக்கால்: (பெ): கிளையாறு; tributary stream.

கண்ணிதழ்: (பெ): கண்ணிமை; eye lid.

கண்ணி மாங்காய்: (பெ): மாவடு; unripe mango.

கண்ணிமை: (பெ): ஒரு மாத்திரை கால அளவு; கண்ணிதழ்; measure of time; the time of winking one's eyes or of snapping one's fingers; eye lids.

கண்ணிமைத்தல்: (வி): கண் சிமிட்டு; இமை கொட்டு; to wink.

கண்ணிமையர்: (பெ): தேவர்; celestial beings.

கண்ணியம்: (பெ): கௌரவம்; மதிப்பு; மேன்மை; dignity; respect; excellence.

கண்ணியன்: (பெ): வேடன்; hunter.

கண்ணிரங்கு: (வி): ஒலி செய்; அருள் புரி; to make sound; to grant favour.

கண்ணிலி: (பெ): எறும்பு; பார்வையற்றவன்; ant; blind man.

கண்ணி வெடி: (பெ): கண்களுக்குப் புலப்படாதபடி, நிலம் (அ) தண்ணீரின் அடியில் வைக்கப்பட்டு, வாகனம் (அ) ஆள் கடக்கும்போது வெடித்திடக்கூடிய (அ) தொலைவிலிருந்து வெடிக்கச் செய்யக்கூடிய வெடிகுண்டு; mine; an explosive.

கண்ணிறுக்கம்: (பெ): கண்ணோய் வகை; a kind of eye disease.

கண்ணிறை: (பெ): தூக்கம்; sleep.

கண்ணிற்றல்: (வி): எதிராக நில்; to stand before.

கண்ணீரும் கம்பலையுமாக: (வி.அ): கண்களில் கண்ணீர் வழியும் சோகத்துடன்; tearful.

கண்ணீர்: (பெ): உணர்ச்சி (அ) வருத்தம் காரணமாகக் கண்களிலிருந்து வடிந்திடும் நீர்; tears.

கண்ணீர்ப்புகை: (பெ): கண்களில் எரிச்சலை உண்டாக்கி, கலவரக்காரர்களை கலைத்து விரட்டப்பயன்படுத்தும் குண்டுவடிவக் கலனில் அடைக்கப்பட்டிருக்கும் இரசாயன வாயு; tear gas.

கண்ணுகம்: (பெ): குதிரை; horse.

கண்ணுக்கரசன்: (பெ): துருசு; blue vitriol.

கண்ணுக்கினியான்: (பெ): கரிசலாங்கண்ணி; பொன்னாங்கண்ணி; a kind of greens with short thick leaves; eclipse plant; a kind of greens with shiny little leaves.

கண்ணுதல்: (வி): கருது; பொருந்தச் செய்; பார்; to intend; to agree; to see.

கண்ணுமை: (பெ): காட்சி; sight; show.

கண்ணுவம்: (பெ): கம்மியர் தொழில்; smith's profession.

கண்ணுள்: (பெ): அரும்புத் தொழில்; fine workmanship in jewellery.

கண்ணுள் வினைஞன்: (பெ): சித்திரம் வரைபவர்; வண்ணம் அடிப்பவர்; drawing master; painter.

கண்ணுளன் / கண்ணுளாளன்: (பெ): குழல் வாசிப்பவன்; flutist.

கண்ணுறங்கு: (வி): துயிலு; to go to sleep.

கண்ணுறு: (வி): அடை; பார்; எதிர்ப்படு; நெருங்கு; to attain; to see; to meet; to approach.

கண்ணுறை: (பெ): கறிமசாலை; கறி; கண்டு அஞ்சிடும் அச்சம்; curry stuff; curry; fear at sight.

கண்ணூடு: (பெ): கவனம்; attention.

கண்ணூறு: (பெ): திருஷ்டி; evil eye.

கண்ணெச்சில்: (பெ): திருஷ்டி; கண்ணோய் வகை; evil eye; a kind of eye disease.

கண்ணெழுத்தாளன்: (பெ): அரசனின் திருமுகம் எழுதுவோன்; amanuensis to a king.

கண்ணெறி: (வி): விரும்பு; கடைக்கண்ணால் பார்; தோல் கருவியைத் திறம்பட வாசி; to like; to look sidewise; to glance; to play skillfully on drum.

கண்ணே: (விளி.இ.சொ): குழந்தை, மனைவி, காதலி ஆகியோரை அன்புடன் அழைத்திடப் பயன்படுத்தும் சொல்; அன்பே; a term of endearment for addressing a child, one's wife or lover; darling.

கண்ணேணி: (பெ): மலைகளில் ஏறிடப் பயன்படுத்தும் கணுக்களைப் படிகளாகக் கொண்ட ஏணி; a kind of ladder used for rock climbing.

கண்ணேறு: (பெ): கண் நோய் வகை; திருஷ்டி; a kind of eye disease; evil eye.

கண்ணொடையாட்டி: (பெ): கள் விற்கும் பெண்; toddy selling woman.

கண்ணோட்டு: (வி): இரங்கு; மேற்பார்வை செலுத்து; to have pity; to supervise.

கண்ணோட்டம்: (பெ): பார்வையிடு; கூர்ந்துநோக்கு; to look after; to look keenly.

- **கண்ணோட்டம்** என்னும் கழிபெருங் காரிகை
  உண்மையான் உண்டிவ் வுலகு. *- குறள் 571.*
- **கண்ணோட்டத்** துள்ளது உலகியல் அஃதிலார்
  உண்மை நிலக்குப் பொறை. *- குறள் 572.*
- பண்என்னாம் பாடற்கு இயைபின்றேல் கண்என்னாம்
  கண்ணோட்டம் இல்லாத கண். *- குறள் 573.*
- **கண்ணோட்டம்** இல்லவர் கண்ணிலர் கண்ணுடையார்
  கண்ணோட்டம் இன்மையும் இல். *- குறள் 577.*

கண்திட்டம்: (பெ): உரிய கருவி கொண்டு அளக்காது, வெறும் பார்வையால் சொல்லும் மதிப்பு; கண்ணளவு; visual approximation or estimate.

கண்திருஷ்டி: (பெ): கண்ணூறு; evil eye.

கண்துஞ்சு: (வி): உறங்கு; விழிப்புணர்வற்று இரு; to sleep; be not alert or vigilant.

கண்துடைப்பு: (பெ): உண்மை அல்லாதவற்றை நம்ப வைப்பதற்காகப் பேசப்படும் பேச்சு (அ) நடத்தப்படும் செயல்; eye wash; mere words.

கண் பஞ்சடைதல்: (வி): பசியால் (அ) மரணத்தின் அறிகுறியாக கண்பார்வை மங்குதல்; to become dim sighted because of hunger or approaching death.

கண்படல்: (பெ): பார்வை படுதல்; உறங்குதல்; be at sight; to sleep.

கண்படுதல்: (பெ): உறங்குதல்; பரவுதல்; கண்ணேறு படுதல்; to sleep; to spread; to affect by evil eye.

கண்படை: (பெ): உறக்கம்; படுக்கை; மாதர் படுத்துறங்கும் இடம்; sleep; bed; the bedroom of women.

கண்பட்டை: (பெ): வண்டியில் பூட்டப்படும் குதிரைக்கு, கண்ணை மறைத்தாற் போல் கட்டப்படும் தோல்பட்டை; blinkers.

கண்பறைதல்: (வி): கண்பார்வை மங்குதல்; to become dim sighted.

கண்பாடு: (பெ): உறக்கம்; sleep.

கண்பார்: (வி): இரங்கு; ஆராய்ந்து நோக்கு; to feel pity; to examine.

கண் பார்வை: (பெ): பார்க்கும் சக்தி; eye sight; vision.

கண் பிதுங்கு: *(வி):* வேலை (அ) சூழ்நிலையால் மிகவும் கடுமையாக இருப்பது; to experience severe strain.

கண் பீலி: *(பெ):* கால் விரலில் அணியும் அணி வகை; a kind of plain ring worn on the next toe or the great toe.

கண்பு: *(பெ):* கோரை வகை; சம்பங்கோரை; a kind of sedges and bulrushes; elephant grass.

கண் புதையல்: *(பெ):* கண்ணாமூச்சி; a game played by children which is called 'hide and seek'.

கண் பூத்தல்: *(வி):* கண் பார்வை மங்குதல்; to become blurred on account of looking at someone or for something too long.

கண் பெறுதல்: *(வி):* பார்வை பெறுதல்; to gain eye sight.

கண் மடல்: *(பெ):* கண் இமை; eyelid.

கண் மணி: *(பெ):* கண் பாவை; உருத்திராக்கம்; pupil of the eye; rudhraksha nut.

கண்மணி: *(பெ):* அன்புடன் அழைக்கப் பயன்படுத்தும் சொல்; the term of endearment, 'darling', 'beloved'.

கண் மலர்தல்: *(வி):* உறங்கி விழித்தெழு; to awake from sleep; to get up from bed.

கண்மாயம்: *(பெ):* கண்ணேறு; கண்கட்டு வித்தை; evil eye; art of conjuring.

கண்மாய்: *(பெ):* பாசனத்திற்கான சிறு ஏரி; small lake; irrigation tank.

கண் மாறுதல்: *(வி):* நிலை கெடு; தோன்றி மறைதல்; புறக்கணி; be upset; to disappear after appearing.

கண்மிச்சல்: *(பெ):* கண்ணேறு; evil eye.

கண் முகிழ்: *(பெ):* கண் இமை; eyelid.

கண் முகிழ்த்தல்: *(பெ):* உறங்கு; கண் மூடு; to sleep; to close one's eyes.

கண் மூக்கி: *(பெ):* எறும்பு; ant.

கண்மூடி: *(பெ):* அறிவிலி; கவனமில்லாதவன்; foolish fellow; idiot; inadvertent person.

கண்மூடித்தனம்: *(பெ):* மடத்தனம்; எதனையும் ஆராயாது பழக்கம் காரணமாக ஏற்றுக்கொள்ளும் தன்மை; எந்தப் பாகுபாடும், ஆலோசனையும் இல்லாத தன்மை; stupidity; docile acceptance; want of discrimination.

கண் மூடு: *(வி):* தூங்கு; சாதல்; to sleep; to die.

கண் மை: *(பெ):* கண்ணுக்கு இடும் மை; black pigment for the eyelids.

கண்ராவி/கண்றாவி: *(பெ):* சிறிதும் அழகு இல்லாதது; புலன்களுக்கு மகிழ்ச்சி அளித்திடாதது; வெறுப்பினை வெளிப்படுத்தும் சொல்; eyesore; a term of disapproval; 'terrible', 'horrible'.

கண்வட்டம்: *(பெ):* பார்வைக்கு உட்பட்ட இடம்; நாணயச்சாலை; the place which is within one's sight; mint.

கண் வரி: *(பெ):* விழியில் உள்ள சிவந்த வரிகள்; the red fine marks in the eye.

கண் வலி: *(பெ):* கண்ணில் எரிச்சலை உண்டாக்குவதுடன் பீளை சேர்வதுமான நோய்; conjunctivitis.

கண்வலிப் பூ: *(பெ):* நந்தியவட்டைப் பூ; East Indian rosebay flower.

கண் வழுக்குதல்: *(வி):* கண் கூசுதல்; be dazzled by the brilliance of light.

கண் வளர்தல்: *(வி):* உறங்கு; to sleep.

கண்வாய்: *(பெ):* மதகு; sluice; culvert.

கண் வாருதல்: *(பெ):* தூர் எடு; to remove the silt at the bottom of water sources and water ways.

கண்வாளன்: *(பெ):* கணவன்; கம்மாளன்; husband; smith.

கண்விடு தூம்பு: *(பெ):* ஒரு வகையான தோல் கருவி; a kind of drum.

கண்விழி: *(பெ):* கண் மணி; the pupil of the eye.

கண் விழித்தல்: *(வி):* உறக்கம் கலைந்து எழுதல்; கண் திறந்து இரு; to awake from sleep; to open the eyes.

கண் விளிம்பு: *(பெ):* கண் இமை; eyelid.

கண் வை: *(வி):* தீமை வருமாறு பார்த்திடு; to cast the evil eye.

கண்றாவி: *(பெ):* கண்ணுக்குச் சிறிதும் அழகு இல்லாதது; புலனுக்கு மகிழ்ச்சி அளிக்காதது; வெறுப்பினை வெளிப்படுத்தும் சொல்; eyesore; a term of disapproval; 'terrible', 'horrible'.

கதகதப்பு: *(பெ):* மிதமான வெப்பம்; slight warmth.

கதகம்: *(பெ):* தேற்றான் கொட்டை மற்றும் அதன் மரம்; clearing nut and its tree.

கதண்டு: *(பெ):* கருவண்டு; black beetle.

கதநம்: *(பெ):* போர்; கலக்கம்; கொலை; கடுப்பு; பேசுதல்; war; being agitated; murder; throbbing pain; speaking.

கதம்: *(பெ):* சினம்; பாம்பு; பஞ்சம்; ஓட்டம்; வலிமை; சென்றது; anger; snake; famine; run; strength; one which is gone.

- *கதம்காத்துக் கற்றடங்கல் ஆற்றுவான் செவ்வி அறம்பார்க்கும் ஆற்றின் நுழைந்து. - குறள் 130.*

கதம்பகம்: *(பெ):* கூட்டம்; கலவை; கடுகு; crowd; mixture; mustard seed.

கதம்பம்: *(பெ):* மேகம்; கலவை; கூட்டம்; பல வகைப் பூக்கள்; பசுமந்தை; பச்சிலை; கடப்ப மரம்; நறுமணப் பொடி; cloud; mixture; crowd; a variety of flowers; a herd of cows; herb; a kind of tree; fragrant dust.

கதம்பை: *(பெ):* வைக்கோல்; ஒரு வகைப் புல்; straw; a kind of grass.

கதர்: *(பெ):* கையால் நூற்ற பருத்தி இழைகளைக் கொண்டு கைத்தறியில் நெய்யப்பட்ட துணி; the cloth woven by handloom with hand-spun yarn.

கதலம்: *(பெ):* வாழை; plantain tree.

கதலி: *(பெ):* வாழை; காற்றாடி; தேற்றா மரம்; துகிற்கொடி; plantain tree; fan; clearing nut tree; banner.

கதலிச்சி: *(பெ):* கற்பூரம்; camphor.

கதலிப்பூ: *(பெ):* பச்சைக்கற்பூரம்; வாழைப்பூ; medicated camphor; flower of the plantain tree.

கதவம்: *(பெ):* காவல்; கதவு; protection; door.

கதவடைப்பு: *(பெ):* தொழிலாளர்களுடன் உண்டான பிரச்சினைக்கு இறுதித் தீர்வு வரும்வரையில் அவர்களை தொழிற்சாலையில் பணிபுரிய அனுமதி மறுத்தல்; lock-out.

கதவு: *(பெ):* கட்டடம், அறை வாயில் அல்லது அலமாரி, வாகனம் போன்றவற்றின் வெளிப்பக்கத்தில் திறந்து மூடுவதற்கு ஏற்றபடி மரத்தால் அல்லது பிற பொருளால் செய்யப்படும் அமைப்பு; காவல்; சினம்; மறைவு; door; protection; anger; secrecy.

கதவுதல்: *(பெ):* சினத்தல்; be very angry.

கதழ்தல்: *(வி):* சினத்தல்; ஓடுதல்; விரைதல்; மிகுதல்; கடுமையாதல்; கோணுதல்; பிளத்தல்; to get angry; to run; to rush; to increase; be strict; be curved; to cleave; be disunited.

கதழ்வு: *(பெ):* விரைவு; கடுமை; மிகுதி; பெருமை; ஒப்பு; சினம்; speed; rigour; mickle; greatness; dignity; resemblance; anger.

கதழ்வுறுதல்: *(வி):* அச்சம் காரணமாக அலறுதல்; to shriek with terror.

கதறுதல்: *(வி):* வாய்விட்டு உரக்கக் குரல் எழுப்பு; உருக்கமாகக் கத்து; உருக்கமாக அழு; to wail; to scream; to cry aloud.

கதனம்: *(பெ):* போர்; கடுமை; கடுப்பு; கலக்கம்; வேகம்; war; rigour; wrath; being agitated; speed.

கதாகாலட்சேபம்: *(பெ):* இசைப்பாடல்களுடன் புராணக்கதைகளைக் கூறி நடத்துகின்ற சொற்பொழிவு; narrating puranic stories interspersed with songs.

கதாசிரியன்: *(பெ):* கதைகளை எழுதுபவர்; story writer.

கதாநாயகன்: *(பெ):* திரைப்படம், நாடகம் போன்றவற்றின் முக்கிய ஆண் கதாபாத்திரம்; hero of a cinema, play, epic, etc.

கதாநாயகி: *(பெ):* திரைப்படம், நாடகம் போன்றவற்றின் முக்கிய பெண் பாத்திரம்; heroine of a cinema, play, etc.

கதாபாத்திரம்: *(பெ):* கதையில் வரும் பாத்திரம்; character in a story.

கதாமஞ்சரி: *(பெ):* கதைகளின் தொகுதி; a collection of many stories.

கதாயுதம்: *(பெ):* தண்டாயுதம்; திருமாலின் ஐந்து ஆயுதங்களில் ஒன்று; a heavy mace without spikes used as a weapon in olden days; one of the five weapons of Lord Vishnu.

கதாயுதன்: *(பெ):* திருமால்; வைரவன்; வீமன்; தண்டாயுதம் உடையவன்; Lord Vishnu; Lord Vairava; Bhima, one of the brothers of Pancha Pandavas; the person who is having heavy mace.

கதாவணி: *(பெ):* கணக்குப்புத்தகம்; account book.

கதாவு: *(வி):* சொல்லு; to tell.

கதி[1]: *(பெ):* புகலிடம்; குதிரைநடை; உயிரின் பிறப்பு நிலைகள்; இயல்பு; வழி; விரைவு; மோட்சம்; தத்துவம்; அத்தியாயம்; அறிவு; ஆற்றல்; refuge; pace of horse; stages of birth; nature; way; swiftness; final bliss; principle; chapter; knowledge; ability.

கதி[2]: *(வி):* எழு; செல்; நட; விரைதல்; மிகுதல்; பருத்தல்; அறி; கதியடை; to rise; to go; to walk; to hurry; to increase; to grow fat; to understand; to attain final bliss.

கதிகம்: *(பெ):* சொல்லப்பட்டது; that which is told.

கதிக்கும் பச்சை: *(பெ):* பச்சைக்கல்; நாகப்பச்சை; Emerald; a precious stone.

கதிக்கை: *(பெ):* கருக்குவாளி மரம்; அதிகரிப்பு; a kind of tree; increasing.

கதித்த விலை: *(பெ):* அநியாய விலை; unfair price.

கதிகலங்குதல்: *(வி):* நிலைகுலைதல்; பயமும், கலக்கமும் ஒன்றாகத் தோன்றுதல்; the state of being upset; to keep one on tenterhooks.

கதிப்பு: *(பெ):* இறுகுதல்; denseness.

கதிமி: *(பெ):* தலைமைக் குடியானவன்; chief farmer.

கதிமை: *(பெ):* கனம்; கூர்மை; பருமை; weight; sharpness; bulkiness.

கதியற்றவன்: *(பெ):* திக்கற்றவன்; வறியவன்; destitute; impoverished man.

கதிரடி: *(வி):* போரடி; to thrash paddy by beating or walking bullocks over the sheaves.

கதிரம்: *(பெ):* அம்பு; கருங்காலி; arrow; ebony.

கதிரவன்: *(பெ):* சூரியன்; the Sun.

கதிரவன் புதல்வி: *(பெ):* யமுனை; Yamuna.

கதிரி: *(பெ):* நாயுருவி; a plant growing in hedges.
கதிரை: *(பெ):* கதிர்காமம்; நாற்காலி; Kadhirkaamam, a shrine of Lord Kandha in Sri Lanka; chair.
கதிரோன்: *(பெ):* கதிரவன்; சூரியன்; the Sun.
கதிர்: *(பெ):* ஒளி; கிரணம்; வெயில்; சூரியன்; சந்திரன்; நெற்கதிர்; நூல் நூற்கும் கருவி; ஆரக்கால்; light; rays; Sun shining; Sun; Moon; ear of grain; spindle; spokes of a wheel.
கதிர்க்கம்பி: *(பெ):* நூல் நூற்கும் கருவி; பொற்கொல்லர் கருவி வகை; spindle; a kind of instrument of goldsmith.
கதிர்ச்சிலை: *(பெ):* சூரிய காந்தக்கல்; Sun stone.
கதிர்த்தல்: *(வி):* ஒளிர்; வெளிப்படு; மிகுதல்; இறுமாத்து; to shine; to glow; to become manifest; to abound; to be conceited.
கதிர்நாவாப்பூச்சி: *(பெ):* பயிர்களில் பால் பிடிக்கும் தருணத்தில், மணிகளில் உள்ள பாலினை உறிஞ்சி சேதத்தை விளைவிக்கும் ஒரு வகைப் பூச்சி; earhead bug which causes damage to the corn of the paddy.
கதிர்ப்பகை: *(பெ):* இராகு கேதுக்கள்; அல்லி; குவளை; Raghu and Kedhu, the two planets of the nine planets in the Zodiac; water lily; blue nelumbo.
கதிர்ப்பாரி: *(பெ):* தாமரை; lotus.
கதிர்ப்பு: *(பெ):* ஒளி; light.
கதிர்ப்புல்: *(பெ):* ஒரு வகைப் புல்; a kind of grass.
கதிர்மகன்: *(பெ):* சூரியனின் புதல்வன்; யமன், சித்திரகுப்தன், சனி, சுக்கிரீவன், கர்ணன் ஆகியோர்; the son of the Sun; sons of Sun are Yama, Chithragupta, Saturn, Sugreeva and Karna.
கதிர்மடங்கல்: *(பெ):* அறுவடை முடிவு; end of the harvest.
கதிர்மணி: *(பெ):* தானியம்; grain.
கதிர்முத்து: *(பெ):* ஆணிமுத்து; சிறந்த முத்து; superior pearl.
கதிர்வட்டம்: *(பெ):* சூரியன்; the Sun.
கதிர் வாங்கு: *(வி):* ஒளிவிடு; to shine.
கதிர்வால்: *(பெ):* பயிரின் நுனி; tip of the ear of cereal.
கது: *(பெ):* வடு; வெடிப்பு; மலைப்பிளவு; scar; crack; mountain cleft.
கதுப்பு: *(பெ):* கன்னம்; தாடை; தலைமயிர்; கூந்தல்; பசுக் கூட்டம்; cheek; chin; hair; long flowing tresses of a woman; herd of cows.
கதுப்புளி: *(பெ):* சூட்டுக்கோல்; branding iron; instrument for cauterizing; soldering iron.
கதுமுதல்: *(வி):* பிடிவாதம் செய்; கடிந்து கொள்; to persist; to scold.
கதுவாய்: *(பெ):* குறைதல்; diminishing.
கதுவு: *(வி):* பற்று; வலிந்து இழு; கலங்கு; அழி; சினமடை; வாங்கு; to seize; to catch; to pull in a forced way; be confused; to destroy; be very angry; to receive.
கதை: *(பெ):* பெரிய சரித்திரம்; வரலாறு; கட்டுக்கதை; பொய்ச் செய்தி; உரையாடல்; தடி; தண்டாயுதம்; ஏதேனும் செய்தி (அ) நிகழ்வினைக் கற்பனை கலந்து சுவைபடக் கூறுவது; நடந்த சம்பவத்தைப் பற்றிய விவரமான தொகுப்பு; நம்ப இயலாத விவரிப்பு; விவாதத்துக்கு உள்ளான விஷயம்; a legend; history; fable story; false news; conversation; stick; club; story; narration; something concocted; subject of debate.
கதை கட்டு: *(வி):* பொய்யான செய்தியைப் பரப்பு; (வதந்தி) to make a gossipy story.
கதை பண்ணு: *(வி):* தெரிந்தும் தெரியாதது போல் பேசு; to feign ignorance while talking to someone.
கதைப்பாடல்: *(பெ):* வாழ்க்கைச் சரித்திரத்தைப் பாடல் வடிவில் கூறும் நாட்டுப்புற இலக்கிய வகை; a folk ballad.
கதை விடு: *(வி):* தேவையற்றவற்றை அனைத்தையும் தெரிவி; அதிகமாக நம்பமுடியாத அளவுக்குக் கூறு; to make up a story which is unnecessary; to spin a yarn.
கத்தக்காம்பு: *(பெ):* புகையிலைக் காம்பு; stalk of tobacco.
கத்தணம்: *(பெ):* கவசம்; சட்டை; shield; coat of mail; shirt.
கத்தபம்: *(பெ):* கழுதை; donkey
கத்தம்: *(பெ):* தோள்; கதை; பொல்லாங்கு; மலச்சேறு; shoulder; story; wickedness; dung mire.
கத்தராளி: *(பெ):* தலைவன்; hero; master; lord.
கத்தரி: *(பெ):* கத்தரிச் செடி; கத்தரிக்கோல்; எலிப்பொறி; பாம்பு வகை; brinjal plant; scissors; rat trap; a species of snake; *(வி):* கத்தரியால் வெட்டு; முறித்துக்கொள்; முடித்துக்கொள்; துண்டாக்கு; எண்ணத்தால் வேறுபடு; to cut with scissors; to cut short; to sever; to snip; to differ in thoughts. • **கத்தரி**க்காய்க்குக் கையும் காலும் முளைத்தது போல. • **கத்தரி**க்காய் சொத்தை என்றால் அரிவாள்மனை குற்றம் என்கிறாள் - *பழமொழி.*
கத்தரிகை: *(பெ):* கத்தரிக்கோல்; நாட்டியப் பிடி வகை; scissors; hand pose in dance.
கத்தரிநாயகம்: *(பெ):* பெருஞ்சீரகம்; fennel.
கத்தரிமணியன்: *(பெ):* ஒருவகை எலி; ஒருவகைப் பாம்பு; a kind of rat; a kind of snake.
கத்தரு: *(பெ):* ஆதிசேடன்; தாய்; கர்த்தா; படைப்போன்; ஆள்பவன்; Aadhisedan,

a mythological thousand-headed serpent who supports the earth on its hood and on whom God Vishnu reclines; mother; God; master; chief; doer; maker; ruler; creator.

கத்தரை: *(பெ):* கோத்திரம்; family.

கத்தி: *(பெ):* வெட்டுக்கத்தி; வாள்; knife; sword. • ***கத்தி***யைப் பார்க்கினும் கடுங்கோபம் கொலை செய்யும். • ***கத்தி***யையும் வெண்ணெயையும் காயவைத்துக் கடை - *பழமொழிகள்.*

கத்திகட்டி: *(பெ):* போர்வீரன்; soldier.

கத்திகை: *(பெ):* மாலை வகை; சிறு கொடி; துகில் கொடி; குருக்கத்தி; a kind of garland; a kind of small creeper; flag; a herb.

கத்தி தீட்டு: *(வி):* கத்தியைக் கூராக்கு; பகைமை கொள்; to sharpen the knife; to antagonize; to make someone an enemy.

கத்திநுணா: *(பெ):* நிலவேம்பு; a herb.

கத்தியம்: *(பெ):* சிறு துகில்; உரைநடை; நல்லாடை; small cloth; prose style; good dress.

கத்தியோதம்: *(பெ):* மின்மினிப் பூச்சி; firefly.

கத்திரம்: *(பெ):* கீரிப்பிள்ளை; mongoose.

கத்திரி: *(பெ):* ஒருவகைப் பறை; கத்திரி வெயில்; அக்கினி நட்சத்திரம்; பாம்பு; a kind of drum; hottest period of summer, usually the fortnight from 23rd Chithirai to 7th Vaikaasi (Tamil Months); snake.

கத்திரிகம்: *(பெ):* கால் மாறி நிற்றல்; standing with legs crossed.

கத்திரிசால்: *(பெ):* சரவிளக்குத் தண்டு; மெழுகுவர்த்தி நின்று எரிந்திட ஆதாரமாக இருக்கும் தண்டு; the stand for the strings of lights usually hung in temples; candle stand.

கத்திரியம்: *(பெ):* ஆடு தின்னாப்பாளை; a herb.

கத்திரியன்: *(பெ):* அரசன்; சத்திரியன்; king; kshatriya.

கத்திரு: *(பெ):* கர்த்தா; God; creator; master; chief; doer; maker.

கத்திருவம்: *(பெ):* குதிரை; horse.

கத்து: *(பெ):* சந்து; கடிதம்; கூப்பிடுகை; narrow lane; letter; calling; *(வி):* பிதற்று; கூவிடு; முழங்கிடு; to chatter; to call out; to roar.

கத்தூரி: *(பெ):* மான்மதம்; கத்தூரி விலங்கு; musk; musk deer.

கத்தூரிகை: *(பெ):* வால்மிளகு; cubeb.

கத்தூரி மஞ்சள்: *(பெ):* ஒருவகை மஞ்சள்; a kind of turmeric.

கத்தை: *(பெ):* கற்றை; கழுதை; bundle; pack; sheaf of papers; donkey.

கத்தோயம்: *(பெ):* கள்; toddy.

கத்தோலிக்க சமயம்: *(பெ):* உருவ வழிபாட்டில் நம்பிக்கை கொண்ட கிறித்தவ சமயப் பிரிவு; catholicism.

கந்தகட்பலம்: *(பெ):* தான்றி மரம்; a kind of tree.

கந்தகப் பூ: *(பெ):* மருந்து வகை; a kind of medicine in siddha.

கந்தகம்: *(பெ):* ஒரு வகை மருந்து; ஒரு வகைத் தாதுப்பொருள்; முருங்கை மரம்; a kind of medicine; a kind of mineral; drum-stick tree.

கந்தக விரைப்பாடு: *(பெ):* ஐந்து ஏக்கர் நிலம்; five acres of land.

கந்தகாரம்: *(பெ):* சந்தனம்; பனித்துளி; sandal wood; dew drops.

கந்தகாரி: *(பெ):* ஆடு தின்னாப்பாளை; a herb.

கந்தங்குவளம்: *(பெ):* கழுகு; eagle.

கந்தசாலி: *(பெ):* ஒருவகை நெல்; a kind of paddy.

கந்தநாகுலி: *(பெ):* மிளகு; மிளகுக்கொடி; pepper and its creeper.

கந்த பாடாணம்: *(பெ):* கந்தகம்; sulphur.

கந்தபுட்பை: *(பெ):* அவுரி; Indigo.

கந்தப்பொடி: *(பெ):* நறுமணப்பொடி; sweet-scented powder. • ***கந்தப்பொடிக்*** கடைக்காரனுக்கு கடுகு வாசனை தெரியுமா ? - *பழமொழி.*

கந்தமாதனம்: *(பெ):* ஒரு மலை; Kandha-maadhanam, a mountain.

கந்த மூடிகம்: *(பெ):* கத்தூரி மான்; மூஞ்சூறு; musk deer; musk-rat.

கந்தம்: *(பெ):* மணம்; சந்தனம்; வசம்பு; கந்தகம்; கிழங்கு; fragrance; sandal wood; sweet flag; sulphur; tuber.

கந்தரக்காட்டம்: *(பெ):* வெள்ளைப் பாடாணம்; a kind of arsenic.

கந்தரசம்: *(பெ):* சந்தனம்; sandal wood.

கந்தரசு: *(பெ):* சாம்பிராணி; gum benzoin, burnt as incense.

கந்தரம்: *(பெ):* கழுத்து; மேகம்; மலைக்குகை; கடல் பாசி; கற்கடக பாடாணம்; neck; cloud; mountain cavern; sea weed; a kind of arsenic.

கந்தரலங்காரம்/கந்தரனுபூதி: *(பெ):* அருணகிரிநாதரால் முருகப்பெருமான் மீது இயற்றப்பட்ட 100 செய்யுள்கள் கொண்ட தொகுப்பு; a poem of 100 stanzas on Lord Skanda (Muruga) by Arunagirinaadhar.

கந்தராகரம்: *(பெ):* மலை; hill.

கந்தராசனம்: *(பெ):* சந்தம்; musical or rhythmic flow.

கந்தராபம்: *(பெ):* ஒருவகை மரம்; a kind of tree.

கந்தருப்பன்: *(பெ):* காமன்; God of love; Cupid.

கந்தருவம்: *(பெ):* இசைப்பாட்டு; எண் வகை மணத்துள் ஒன்று; குதிரை; கந்தருவர் சாதி; song; one of the eight kinds of marriages; horse; the celestial group of singers.

கந்தருவர்/கந்தர்ப்பர்: *(பெ):* இசைவல்லவராய் சிறகுடைய தேவசாதியர்; Gandharvas, a celestial group of singers with wings.

கந்தருவ வேதம்: *(பெ):* சாமவேதத்தின் ஒருபகுதி; a part of Saama Veda.

கந்தரை: *(பெ):* குகை; cave. ● பண்டைய காலங்களில் முனிவர்கள் காடுகளில் மட்டுமல்லாது மலைகளிலுள்ள **கந்தரை** வாசமும் செய்து வந்துள்ளனர்.

கந்தர்: *(பெ):* சிவகுமாரன்; கந்தன்; முருகக் கடவுள்; son of Lord Shiva; Lord Kandha; Lord Muruga.

கந்தர்ப்பன்: *(பெ):* மன்மதன்; Cupid; Kama, the God of love.

கந்தர்வ மணம்: *(பெ):* எந்தவிதமான சமயச் சடங்குகளின்றி இருவரும் மனம் ஒத்து செய்துகொள்ளும் திருமண முறை; a form of marriage by mutual love without any ritual, common way of Gandharvas.

கந்தலம்: *(பெ):* கிரணம்; முளை; rays; peg stump.

கந்தலான: *(பெ.அ):* கிழிந்த; ragged.

கந்தல்: *(பெ):* கிழிந்த துணி; rags; tattered cloth.

கந்தல் கூளம்: *(பெ):* ஒழுங்கின்மை; குழப்பம்; disorder; confusion.

கந்தவகம்: *(பெ):* மோப்பம்; மூக்கு; smell; nose.

கந்தவகன்: *(பெ):* காற்று; வாயுதேவன்; wind; Vaayudeva; God of air.

கந்தவடி: *(பெ):* வாசனைத் தைலம்; oil of perfume.

கந்தவருக்கம்: *(பெ):* மணப்பொருட்கள்; fragrant things.

கந்தவாகை: *(பெ):* மூக்கு; nose.

கந்தவாரம்: *(பெ):* அரண்மனை அந்தப்புரம்; queen and other royal women's apartments in a palace.

கந்தழி: *(பெ):* பரம்பொருள்; கடவுள்; Almighty; God.

கந்தளம்: *(பெ):* கவசம்; தங்கம்; சதுப்பு; தளிர்; யுத்தம்; armour; gold; marsh; sprout; war.

கந்தற்ப கூபம்: *(பெ):* யோனி; the genital part of woman.

கந்தற்ப சுவரம்: *(பெ):* காமம்; lust.

கந்தறுதா: *(பெ):* ஆமணக்கு; castor.

கந்தன்: *(பெ):* முருகன்; காமன்; சூதபாடாணம்; Lord Muruga, the Tamil God; Kama, the God of love; Cupid; a kind of arsenic.

கந்தாயம்: *(பெ):* தவணை; ஆண்டில் மூன்றில் ஒரு பாகம்; ஆதாயம்; அறுவடைக்காலம்; instalment; astrological period of four months; one third of a year; profit; benefit; harvest period.

கந்தாரம்: *(பெ):* கள்; மது; காந்தாரம்; இசைப்பாட்டு; toddy; liquor; Gaantharam, an ancient country; a song.

கந்தார்த்தம்: *(பெ):* ஓர் இசைப்பாட்டு; a song.

கந்தி: *(பெ):* மணப்பொருள்; துவரை; கந்தகம்; கமுகு; மரகதம்; fragrant things; perfumes; pigeon pea; sulphur; areca-nut; Emerald, a precious stone.

கந்திகை: *(பெ):* சிறுதேக்கு; a kind of herb.

கந்திதம்: *(பெ):* அழுகை; crying.

கந்தி செய்: *(வி):* மணக்கச் செய்; to emit fragrance.

கந்திரி: *(பெ):* பிச்சைக்காரன்; வண்டி; முகமதியர் பண்டிகை; beggar; mendicant; cart; vehicle; an Islamic festival.

கந்திருவர்: *(பெ):* யாழில் வல்லவர்கள்; கந்தருவர்; the experts in playing lutes; a group of celestial beings.

கந்திற் பாவை: *(பெ):* தூணில் வடிக்கப் பெற்ற பெண் தெய்வம்; the figure of female deity carved in a pillar.

கந்திவுத்தி: *(பெ):* வாசனைத் திரவியங்கள்; perfumes.

கந்து: *(பெ):* தூண்; யானை கட்டும் தறி; பதர்; பற்றுக்கோடு; சந்து; வண்டி இருசு; வண்டி; தெய்வம் உறையும் தூண்; பசுவின் தினவைத் தீர்க்க அமைத்த கல்தூண்; குதிரையின் பாய்ச்சல்; ஆதாரம்; pillar; elephant stable; empty ears of grain; support; attachment; narrow lane; the axle of a carriage; cart; the figure of female deity carved in a pillar; the post for cows to rub against; full gallop of horse; evidence.

கந்துகம்: *(பெ):* பந்து; குதிரை; ball; horse.

கந்துக வரி: *(பெ):* மகளிர் பந்தாட்டப் பாட்டுவகை; the song sung by girls while playing with balls.

கந்துகன்: *(பெ):* தான்றி மரம்; a kind of tree.

கந்துதல்: *(பெ):* கெடுதல்; கூச்சம் அடைதல்; to decay; to feel shy.

கந்து வட்டி: *(பெ):* கடனாகக் கொடுக்கப்படும் தொகைக்கு முன்கூட்டியே வாங்கப்படும் வட்டி; மிக அதிக வட்டி; the interest for a loan deducted from the principal at the time of lending; exorbitant rate of interest.

கந்துளம்: *(பெ):* பெருச்சாளி; bandicoot.

கந்துள்: *(பெ):* கரி; charcoal.
கந்தூரி விழா: *(பெ):* மறைந்த மகானின் நினைவாக ஆண்டுதோறும் இஸ்லாமியர்கள் கொண்டாடும் விழா; the festival celebrated by Muslims annually in memory of Muslim saints.
கந்தை: *(பெ):* கிழிந்த ஆடை; சிறு துகில்; கருணைக்கிழங்கு; tattered garment; a bit of cloth; a kind of yam that gives a pungent taste. • **கந்தையானாலும் கசக்கிக்கட்டு;** கூழானாலும் குளித்துக் குடி. • **கந்தைக்கு** ஏற்ற பொந்தை, கழுவுக்கு ஏற்ற கோமுட்டி. • **கந்தை** கட்டி வந்தால் கண்ணாட்டி; வெள்ளை கட்டி வெளியே வந்தால் வெள்ளாட்டி - *பழமொழிகள்.*
கந்தோடம்: *(பெ):* குவளை வகை; a kind of purple Indian water lily.
கந்தோதம்: *(பெ):* குவளை; தாமரை; purple Indian water lily; lotus.
கந்தோர்: *(பெ):* அலுவலகம்; office.
கபகபவென்று: *(வி.அ):* அதிகப்படியான உக்கிரமுடன்; வாய்விட்டு; in a raging manner; heartily and loudly.
கபக்கட்டு: *(பெ):* சளி திரண்டிருப்பதால் உண்டாகும் அடைப்பு; accumulation of phlegm (bronchial congestion.)
கபடக்காரன்/கபடதாரி: *(பெ):* கபடம் நிறைந்த மனிதன்; வஞ்சகன்; man with guile; man with deceit.
கபட நாடகம்: *(பெ):* கெடுதலான நோக்குடன் நல்லவன் போன்று நடித்தல்; outward show concealing the guile.
கபடம்: *(பெ):* வஞ்சகம்; guile.
கபட வித்தை: *(பெ):* மாய வித்தை; magic.
கபடன்: *(பெ):* வஞ்சகன்; கொடியவன்; deceitful person; cruel person.
கபடி: *(பெ):* சடுகுடு விளையாட்டு; நயவஞ்சகி; தந்திரசாலி; கொடியவள்; the game kabaddi; deceitful woman; cunning woman; wicked woman.
கபடு: *(பெ):* சூழ்ச்சி; வஞ்சகம்; deceit; guile.
கபந்தம்: *(பெ):* அறிவிலி; முண்டம்; தலையற்ற உடம்பு; idiot; headless trunk.
கபம்: *(பெ):* கோழை; மனித உடம்பில் தாதுக்களை உள்ளடக்கி அவற்றை ஒரு நிலைக்குள் இருத்திப் பாதுகாத்து வைத்திருப்பது; phlegm; phlegm as binding and sustaining force.
கபரி: *(பெ):* பெருங்காயம்; asafoetida.
கபரோகம்: *(பெ):* சிலேட்டும நோய் வகை; காச நோய் வகை; tuberculosis; Asthma.
கபர்த்தம்: *(பெ):* சிவபெருமானின் சடை; matted locks of hair of Lord Shiva.
கப விரோதி: *(பெ):* சித்தரத்தை; lesser galangal.
கபாடக்கட்டி: *(பெ):* வசம்பு; sweet flag.
கபாட பந்தனம்: *(பெ):* கதவடைப்பு; lock out.
கபாடபுரம்: *(பெ):* இரண்டாம் தமிழ்ச் சங்கம் இருந்ததும், பாண்டியர்களின் தலைநகராக இருந்ததுமான நகரம்; the place which was the seat of the second Tamil Academy and the ancient Pandiya's capital.
கபாடம்: *(பெ):* கதவு; காவல்; பொதி; door; guard; defence; beast's burden as wood.
கபாய்: *(பெ):* மேலாடை; upper garment.
கபால சூலை: *(பெ):* கடுமையான தலைவலி; unbearable head-ache.
கபாலதரன்/கபாலபாணி: *(பெ):* சிவபெருமான்; Lord Shiva.
கபாலமூர்த்தி: *(பெ):* சிவபெருமான்; Lord Shiva.
கபாலம்: *(பெ):* மண்டையோடு; இரப்போர் கலம்; முட்டையோடு; skull; mendicant's bowl; outer shell of an egg.
கபால ரேகை: *(பெ):* தலையெழுத்து; fate.
கபால வாசல்: *(பெ):* தலையின் உச்சித் துளை; membraneous space in an infant's head; fontanelle.
கபால வாடை: *(பெ):* தலைநோய் வகை; a kind of head disease.
கபாலன்: *(பெ):* சிவபெருமான்; சீர்பந்தபாடாணம்; Lord Shiva; a kind of arsenic.
கபாலி: *(பெ):* சிவபெருமான்; வயிரவன்; உமையவள்; பதினோரு உருத்திரருள் ஒருவர்; Lord Shiva; Lord Vairava; Goddess Uma Devi, the consort of Lord Shiva; one of the eleven Rudhras.
கபி: *(பெ):* குரங்கு; monkey.
கபிஞ்சலம்: *(பெ):* காடை; சாதகப் பறவை; ஆந்தை; ஒரு புண்ணியத் தலம்; quail; shepherd koel, believed to subsist on rain drops; owl; a holy place.
கபிதம்: *(பெ):* கருஞ்சீரகம்; black cumin.
கபித்தம்: *(பெ):* விளா மரம்; அபிநய வகை; கொட்டிக் கிழங்கு; a kind of tree; a dance posture; a kind of tuber.
கபிலப்பொடி: *(பெ):* மரவகை; a kind of tree.
கபில மதம்: *(பெ):* கபிலரால் ஏற்படுத்தப்பட்ட சாங்கிய மதம்; Saankhiya religion which was created by sage Kapila.
கபிலம்: *(பெ):* புகர் நிறம்; கரிக்குருவி; உப புராணங்கள் பதினெட்டினுள் ஒன்று; brown colour; king crow; one of the eighteen minor puranas.
கபிலர்: *(பெ):* உருத்திரர்; ஒரு புலவர்; பன்னிரு சைவத் திருமுறை ஆசிரியர்களுள் ஒருவர்;

Rudhras; a poet; one of the authors of 'பன்னிரு சைவத் திருமுறை' (Twelve Hymn books on Saivism).

கபிலை: *(பெ):* ஏற்றம்; காமதேனு; தென்கிழக்குத் திக்குக்குரிய பெண்யானை; ஓர் ஆறு; picottah; Kamadhenu, the celestial cow which fulfils every want; the female elephant belonging to south-east direction; a river.

கபோதகம்: *(பெ):* புறா; dove.

கபோதம்: *(பெ):* கரும் புறா; கொடுங்கை; புறா முட்டிச்செடி; ஒரு நாட்டிய அபிநய வகை; black dove; overhanging projection of house; a kind of plant; a kind of dance pose.

கபோதி: *(பெ):* கண் பார்வை இல்லாதவர்; அறிவிலி; பெண் புறா; blind man; idiot; she-dove.

கபோலம்: *(பெ):* தாடை; கன்னம்; jaw; cheek.

கப்படம்: *(பெ):* கந்தையாடை; tatters.

கப்படா: *(பெ):* அரைக்கச்சை; waist belt.

கப்படி: *(பெ):* கொடுக்கு; sting of a wasp, scorpion, etc.

கப்பணம்: *(பெ):* கழுத்தணி வகை; கைவேல்; காப்புக் கயிறு; a kind of necklace; lance; turmeric-dyed cord tied round the wrist.

கப்பம்: *(பெ):* திரைப்பொருள்; tribute.

கப்பரை: *(பெ):* மட்கலம்; பிச்சைப் பாத்திரம்; திருநீற்றுக்கலம்; earthen vessel; mendicant's bowl; sacred-ash vessel.

கப்பம் கட்டு: *(வி):* (கேலியாகக் கூறும்போது) காரியம் நிறைவேற்றிட ஒருவருக்குப் பணம் கொடு; லஞ்சம் அளி; to make a compulsory payment to someone to get things done; to grease one's palm.

கப்பலாட்கள்: *(பெ):* கப்பலில் பணிபுரிவோர்; the crew.

கப்பலில் செல்: *(வி):* நீர்வழிப் பயணமாக ஓரிடத்திலிருந்து மற்றோர் இடத்திற்கு கப்பலில் பயணம் செய்; to embark.

கப்பலோட்டி: *(பெ):* மாலுமி; கப்பலைச் செலுத்துபவன்; navigator.

கப்பல்: *(பெ):* மனிதர்கள், விலங்குகள், பொருட்கள் ஆகியவற்றை ஏற்றிச் சென்றிடுவதற்கான நீர்வழிப்பயண வாகனம்; ship. • **கப்பலே கவிழ்ந்தாலும் கன்னத்தில் கைவைக்காதே** - *பழமொழி.*

கப்பல்கூடம்: *(பெ):* கப்பல் கட்டும் (அ) கப்பலை பழுதுபார்த்திடும் இடம்; dock; ship-yard.

கப்பல் படை: *(பெ):* போர்க் கப்பல்கள் பலவற்றைக் கொண்ட ஒரு நாட்டின் இராணுவப் பிரிவுகளில் ஒன்று; Navy.

கப்பல் மிளகு: *(பெ):* மிளகாய்; chilli; chilly.

கப்பல் வாழை: *(பெ):* ரஸ்தாளி வாழை வகை; a kind of plantain; called Rasthaali.

கப்பறை: *(பெ):* தாய விளையாட்டில் ஒரு கணக்கு; a calculation in the indoor game - Thaayam.

கப்பற் கடலை: *(பெ):* பட்டாணிக்கடலை; garden pea.

கப்பற்கால்: *(பெ):* படகு; boat.

கப்பற் பாட்டு: ஓடப்பாட்டு; a kind of song sung by the men while sailing in the boats, catamarans etc.

கப்பாசு: *(பெ):* தூய்மை செய்யப்படாத பருத்தி; raw cotton.

கப்பி: *(பெ):* நொய்; தவிடு; மண் கலந்த சிறு கற்கள்; கயிறு இழுக்கும் கருவி; பொய்யுரை; broken rice; husk of paddy grain; gravel; pully; snivel.

கப்பிக்காய்: *(பெ):* பருவம் இல்லாத காலத்தில் காய்க்கும் காய்; unseasonal unripe fruit.

கப்பித்தல்: *(வி):* கிளை விடுதல்; பெருத்தல்; to put forth branches; to grow in size.

கப்பியம்: *(பெ):* உண்ணத்தக்கது; food or things that can be eaten.

கப்பு: *(பெ):* பிளவு; ஆதாரம்; கவர்ச்சி; கிளை; தோள்; சிறுதூண்; உயரம்; சாயத்தின் அழுத்தம்; செறிந்து படிதல்; a cleft; a deep wide gap; evidence; charm; branch; shoulder; small pillar; height; fastness of colour; being wrapped up.

கப்பு: *(வி):* மூடிக்கொள்; உண்; வாயில் கொள்ளும் அளவுக்குத் திணி; to overspread; to close; to eat; to stuff full into mouth.

கப்பு மஞ்சள்: *(பெ):* குளியல் மஞ்சள்; a kind of turmeric used while bathing by married women.

கப்பூரம்/கற்பூரம்: *(பெ):* கர்ப்பூரம்; பச்சைக் கர்ப்பூரம்; camphor; medicated camphor.

கப்பைக்கால்: *(பெ):* வளைந்த கால்; bandy legs.

கமகமவென்று: *(பெ.அ):* வெகுவாக மணக்கின்ற; having a strong agreeable smell.

கமகம்: *(பெ):* ஒரு ஸ்வரத்திலிருந்து மற்றோர் ஸ்வரத்திற்குச் செல்லுகின்றபோது (அ) ஒரே ஸ்வரத்தில் வெளிப்படுத்தும் ஒலி அசைவு; the transition from one swaram to another in the rendering of a composition through voice medium.

கமக்காரன்: *(பெ):* நிலத்தின் உடமையாளன்; விவசாயி; landlord; agriculturist; farmer.

கமங்கட்டு: *(வி):* சொந்த நிலத்தில் வேளாண்மை செய்; to cultivate the crops in one's own land.

கமஞ்சூல்: *(பெ):* மேகம்; cloud.

கமடம்: *(பெ):* ஆமை; tortoise.

கமண்டலம்: *(பெ):* முனிவர்கள் தங்களின் பூசைக்கான நீரினை உபயோகிப்பதற்கு ஏற்ப குழல் வடிவங் கொண்ட மூக்கினை உடைய ஒரு வகைச் செம்பு; a cruet-like vessel containing holy water carried by saints and sages.
கமத்தல்: *(வி):* நிறை; to become full.
கமத்தொழில்: *(பெ):* உழவுத் தொழில்; ploughing; agriculture.
கமம்: *(பெ):* நிறைவு; வயல்; விவசாயம்; completion; paddy field; agriculture.
கமரதம்: *(பெ):* மணித்தக்காளி; black night shade plant.
கமரிப்புல்: *(பெ):* ஒருவகைப் புல்; a kind of grass.
கமலகுண்டலம்: *(பெ):* தலைகீழ் மாற்றம்; topsy-turviness.
கமலக் கண்ணன்: *(பெ):* திருமால்; Lord Vishnu.
கமலத்தேவி: *(பெ):* திருமகள்; கலைமகள்; Lakshmi, Goddess of Wealth; Saraswathi, Goddess of arts and learning.
கமலத்தோன்: *(பெ):* பிரம்மதேவன்; Lord Brahma.
கமலபாந்தி: *(பெ):* சூரியன்; the Sun.
கமலம்: *(பெ):* தாமரை; நீர்; வைரம்; கன்றிழந்த பசு; ஒரு பேரெண்; lotus; water; diamond; the cow who losts it's calf; a large number.
கமல மனோகரி: *(பெ):* ஒரு பண் வகை; a kind of music.
கமலயோனி: *(பெ):* பிரம்மா; Lord Brahma.
கமலவல்லி: *(பெ):* திருமகள்; Goddess Lakshmi.
கமலன்: *(பெ):* பிரம்மா; Lord Brahma.
கமலா: *(பெ):* திருமகள்; பெண்களுக்கான பெயர்; Lakshmi, Goddess of Wealth; a name for women.
கமலா ஆரஞ்சு: *(பெ):* மலைப்பகுதியில் விளையும் சிவந்த மஞ்சள் நிறமுடைய தோலினுள் சுளைகளைக் கொண்ட சிறு பழம்; a kind of orange which has a loose jacket.
கமலாக்கினி: *(பெ):* இரண்டு விரல் கனமுள்ள இரு விறகுகளைக் கொண்டு எரிக்கும் தீ; the fire which is burnt with two firewoods of the size of two fingers thick.
கமலாசனம்: *(பெ):* ஆசனவகை; பத்மாசனம்; one of the Aasanas; Padmaasana.
கமலாசனன்: *(பெ):* பிரம்மா; Lord Brahma.
கமலாசினி: *(பெ):* திருமகள்; Lakshmi, Goddess of Wealth.
கமலாலயம்: *(பெ):* திருவாரூர் திருக்குளத்தின் பெயர்; Kamalaalayam, the name of the temple tank at Thiruvaaroor.
கமலி: *(பெ):* குங்கும பாடாணம்; a kind of arsenic.
கமலிப்பட்டு: *(பெ):* பட்டாடை வகை; a kind of silk cloth.
கமலினி: *(பெ):* உமையவளின் தோழியருள் ஒருத்தி; one of the lady-maids of Goddess Parvathi.
கமலை: *(பெ):* திருமகள்; திருவாரூர்; பெரிய தகரத் தவலை போன்றதும், அடிப்புறத்தில் நீளமான தோல் பை இணைக்கப்பட்டதும், மாடுகளின் உதவியுடன் கிணற்றிலிருந்து நீர் இறைக்கப் பயன்படுவதுமான ஒரு விவசாயத் தொழில் சாதனம்; Goddess Lakshmi; Thirvaaroor (a town); a device used in agriculture, consisting of a cauldron-like vessel and bellows-like part attached at the bottom for lifting water from well with the help of oxen.
கமல்: *(பெ):* வெட்பாலை; a herbal medicine.
கமழ்தல்: *(பெ):* மணம் வீசுதல்; தோன்றுதல்; பரவுதல்; be hung with fragrance; to appear; to spread.
கமறல்: *(பெ):* இருமல், தொண்டை எரிச்சல் ஆகியவற்றை உண்டாக்கும் நெடி; தொண்டை எரிச்சலால் உண்டாகும் இருமல்; pungent and irritating smell; cough caused by the pungency of chillies, etc.
கமறுதல்: *(பெ):* மிகவும் பலமாக ஒலித்தல்; கதறி அழுதல்; நெடியுண்டாகுதல்; அதிகமாக வெந்துபோதல்; to make loud noise; to cry loudly; to produce pungent smell; be excessively heated.
கமனம்: *(பெ):* செல்லுகை; நடை; போதல்; going; walk.
கமி: *(பெ):* மிளகு; pepper.
கமுகு: *(பெ):* பாக்கு மரம்; areca-nut tree.
கமுக்கட்டு: *(பெ):* அக்குள்; armpit.
கமுக்கம்: *(பெ):* அடக்கம்; இரகசியம்; politeness; secrecy.
கமுனை: *(பெ):* மாதுளை; pomegranate.
கமை: *(பெ):* மலை; பொறுமை; புலத்தியன்; மனைவி; நிலம்; அழகு; ஏழு நல்வினைகளுள் ஒன்று; mountain; patience; endurance; ancient Rishi; wife; land; beauty; one of the seven kinds of virtuous deeds.
கமைதல்: *(வி):* நிரம்புதல்; to become full.
கம்: *(பெ):* நீர்; மேகம்; வானம்; காற்று; வெண்மை; உயிர்; தலை; ஆடு; தொழில்; கம்மியர் தொழில்; விரைவு; பிரம்மன்; மண்டை யோடு; மகிழ்வு; அறிவு; இந்திரியம்; முக்தியின்பம்; water; cloud; sky; wind; whiteness; soul; head; goat; profession; smith's work; swiftness; Lord Brahma; skull; happiness; wisdom; sperm; final bliss.
கம்பங்களி: *(பெ):* கம்பு மாவால் சமைத்த களி; a kind of pasty pudding prepared with bulrush millet flour.

கம்பங்கூத்து: *(பெ):* கழைக்கூத்து; pole dancing.

கம்பங்கோரை: *(பெ):* ஒரு வகைப்புல்; a kind of grass.

கம்பசூத்திரம்: *(பெ):* மிகவும் சிரமமான பிரம்ம வித்தை; something that involves extra-ordinary skill.

கம்பஞ்சம்பா: *(பெ):* சம்பா நெல் வகை; a kind of paddy.

கம்பட்டம்: *(பெ):* காசு; நாணயம்; coin.

கம்படி: *(பெ):* கம்பு விளையும் நிலம்; the land in which the bulrush millet is cultivated.

கம்பதாளி: *(பெ):* ஒருவகை வலிப்பு நோய்; a kind of hysteria.

கம்பத்தம்: *(பெ):* வேளாண்மை; agriculture.

கம்பத்து: *(பெ):* பகட்டு; vanity; pomp.

கம்பத்துக்காரன்: *(பெ):* நிலச்சொந்தக்காரன்; செல்வந்தன்; land owner; rich man.

கம்பம்: *(பெ):* தூண்; கொடிமரம்; விளக்குத் தண்டு; அசைவு; நடுக்கம்; பாய்மரம்; காஞ்சி ஏகாம்பரநாதர் திருக்கோயில்; pillar; flagpost; minaret; moving; shivering; mast; Ekaambaranaathar temple at Kanchipuram.

கம்பம் புல்: *(பெ):* ஒருவகைப் புல்; a kind of grass.

கம்பராமாயணம்: *(பெ):* கம்பநாட்டாழ்வாரால் தமிழில் இயற்றப்பட்ட இராமாயணக் கதை; the story of the Ramayana written in Tamil by the poet Kambar.

கம்பரிசி: *(பெ):* தானிய வகை; a kind of grain.

கம்பலம்: *(பெ):* கம்பளி; செவ்வாடை; ஆரவாரம்; wool; red garment; pomposity; loud noise.

கம்பலை: *(பெ):* அச்சம்; நடுக்கம்; துன்பம்; சச்சரவு; மருதநிலம்; யாழோசை; fear; trembling; suffering; agricultural tract; the sound produced from lute.

கம்பலை மாரி: *(பெ):* ஒரு பெண் தெய்வம்; a female deity.

கம்பல்: *(பெ):* ஆடை; ஆரவாரம்; dress; garment; vanity.

கம்பளம்: *(பெ):* ஆட்டு ரோமத்தினால் செய்த போர்வை; செவ்வாடை; செம்மறிக்கிடா; சர்க்கரைப் பூசணி; ஒரு நாடு; ஒரு சாதி; carpet; red garment; ram; a kind of pumpkin; a country; a caste.

கம்பளர்: *(பெ):* மருத நிலத்து மக்கள்; the people belonging to agricultural tract.

கம்பளி: *(பெ):* ஒருவகைப் பூச்சி; தாறுமாறு; ஆட்டின் மயிர்; ஒருவகை ஆடு; caterpillar; disorder; confusion; wool; a kind of sheep. • **கம்பளிப்** போர்வையைப் போர்த்திக் கொண்டு தூங்கினான்.

கம்பளிச் செடி: *(பெ):* முசுக்கட்டைச் செடி; mulberry.

கம்பளிப்பூச்சி: *(பெ):* உடலில் மயிருள்ள புழு; caterpillar.

கம்பனம்: *(பெ):* அசைவு; நடுக்கம்; move; trembling.

கம்பன்[1]: *(பெ):* காஞ்சிபுரத்தில் எழுந்தருளியுள்ள திருவேகம்பநாதன்; Thiruvekambanathan, the deity at the shrine of Kanchipuram.

கம்பன்[2]/கம்பநாட்டாழ்வார்: *(பெ):* கம்பராமாயணத்தை இயற்றியவரும், ஆழ்வார்களுக்கு சமமானவர்; the poet Kamban, spoken as of a devotee of Vishnu and who wrote the Kambaramayanam. • **கம்பன்** வீட்டுக் கட்டுத்தறியும் கவிபாடும் - *பழமொழி.*

கம்பி: *(பெ):* ஒருவகை காதணி; கடிவாளம்; உலோக இழை; தந்தி; உலோகத்துண்டு; வெடியுப்பு; அபின்; a kind of ear ring; bit of bridle; a thin metal line; string; any kind of thin rod; nitre; opium.

கம்பிதம்: *(பெ):* அசைவு; நடுக்கம்; கமகம்பத்தினுள் ஒன்று; movement; trembling; one among the ten gamagas.

கம்பீரம்: *(பெ):* ஆழம்; வீறு; செருக்கு; ஆழ்ந்த அறிவு; ஆளுமை மிக்க தோரணை; மிடுக்கு; depth; distinctive excellence; pride; deep knowledge; commanding look; elegance.

கம்பு: *(பெ):* ஒருவகைத் தானியம்; கம்பம்; சிறு தடி; கழி; மரக்கொம்பு; சங்கு; கட்டுத்தறி; bulrush; millet; post; small stick; wooden peg; conch-shell; post for tying elephants, bulls, etc.

கம்புகட்டி: *(பெ):* நீர் பாய்ச்சுவோன்; the man who conducts water.

கம்புகம்: *(பெ):* அபின்; opium.

கம்புள்: *(பெ):* சங்கு; நீர்ப்பறவை; வானம்பாடி; சம்பங்கோழி; conch-shell; water bird; Indian skylark; a kind of bird.

கம்பை: *(பெ):* கதவுச் சட்டம்; அதிகார வரம்பு; காஞ்சிபுரத்தில் கண்ணுக்குத் தெரியாது பூமிக்கடியில் ஓடும் ஆறு; a door frame; the limit of powers; the invisible river that flows under the ground at Kanchipuram.

கம்மக்காரர்: *(பெ):* கப்பலோட்டி; navigator.

கம்மக்கை: *(பெ):* கடினமான வேலை; hard work.

கம்மல்: *(பெ):* மகளிர் காதணி வகை; குரலடைப்பு; மந்தாரம்; ஒளிக்குறைவு; மங்கல்; a kind of ear ornament of women; (of voice) hoarse and faint nature; dimness of light; haze.

கம்மாய்: *(பெ):* நீர்ப்பாசன ஏரி; ஏரி; irrigation tank; lake.

கம்மாளன்: *(பெ):* உலோக வேலை செய்பவன்; smith.

கம்மாறர்: *(பெ):* மரக்கலம் செலுத்துபவர்; the person who rows the boats, etc.
கம்மி: *(பெ):* தொழிலாளி; குறைவு; worker; labourer; deficiency; lack; want.
கம்மியம்: *(பெ):* கைத்தொழில்; handicrafts.
கம்மை: *(பெ):* சிறுகீரை; a species of amaranth.
கய: *(பெ.அ):* பெரிய; மெல்லிய; big; large; thin; lean.
கயக்கம்: *(பெ):* வாட்டம்; கலக்கம்; இடையீடு; fading; being agitated; that which occurs in the middle.
கயக்கால்: *(பெ):* ஊற்றுக்கால்; channel for irrigation issuing in from a spring.
கயக்கு: *(பெ):* மனக்கலக்கம்; சோர்வு; being mentally agitated; tiredness.
கயக்குதல்: *(வி):* சோர்; கசங்கு; to become fatigued; to lose freshness.
கயத்தம்: *(பெ):* துளசி; sacred basil.
கயத்தல்: *(வி):* வெறுப்படை; கைப்பு; to hate; be bitter.
கயத்தி: *(பெ):* கீழ்மகள்; கொடியவள்; woman who has mean qualities; low caste woman; wicked woman.
கயந்தலை: *(பெ):* யானைக் கன்று; குழந்தை; வாவி; நீர்நிலை; calf of an elephant; child; tank; reservoir of water; the stream of water running from a river bed.
கயப்பூ: *(பெ):* நீர்ப் பூ; water flower.
கயமுகன்: *(பெ):* யானைத் தலையினை உடைய அசுரன்; விநாயகர்; an Asura who had elephant's head as his head; Lord Vinayaga.
கயமுனி: *(பெ):* யானைக் கன்று; குரு(வியாழன்)வின் மகன்; the calf of the elephant; Kayamuni, the son of Guru bhagavan.
கயமை: *(பெ):* தீமை; evil.
கயம்: *(பெ):* நீர்நிலை; நீர்; கடல்; ஆழம்; அகழி; தேய்வு; யானை; கேடு; காசநோய்; கீழ்மை; மென்மை; பெருமை; இளமை; கரிக்குருவி; ஊற்று; water source; reservoir; water; sea; depth; moat; trench; lessening; elephant; harm; tuberculosis; meanness; tenderness; greatness; youth; black drongo; spring.
கயல்: *(பெ):* கெண்டை மீன்; carp.
- *கயலுண்கண் யானிரப்பத் துஞ்சிற் கலந்தார்க்கு உயலுண்மை சாற்றுவேன் மன். - குறள் 1212*

கயவஞ்சி: *(பெ):* உலுத்தன்; niggard; miser.
கயவளாகம்: *(பெ):* கீழுலகம்; நரகம்; hell.
கயவன்: *(பெ):* கீழ்மகன்; கொடியவன்; mean person; wicked man.
கயவாய்: *(பெ):* எருமை; கரிக்குருவி; கழிமுகம்; பெரிய வாய்; buffalo; black drongo; barmouth of a river; big mouth.
கயவாளி: *(பெ):* கீழ்மகன்; பேராசைக்காரன்; mean person; avaricious person; greedy man.
கயவு: *(பெ):* பெருமை; மென்மை; கழிமுகம்; களவு; கீழ்மை; கரிக்குருவி; greatness; tenderness; barmouth of a river; theft; meanness; black drongo.
கயாகரமை: *(பெ):* கயாகரர் இயற்றிய நிகண்டு; the metrical gloss containing synonyms and meanings of words written by Kayaagarar.
கயிரவம்: *(பெ):* செவ்வாம்பல் மலர்; வெள்ளாம்பல் மலர்; red water lily; white water lily.
கயிரகம்: *(பெ):* காவிக்கல்; red ochre.
கயிரை: *(பெ):* சுற்றம்; relatives.
கயிலாயம்/கயிலை: *(பெ):* கயிலாயம்; Kailaayam, the abode of Lord Shiva.
கயிலாயன்: *(பெ):* சிவபெருமான்; Lord Shiva.
கயில்: *(பெ):* பிடரி; தேங்காயில் பாதி; nape; half of the coconut.
கயிறு: *(பெ):* வடம்; மங்கலநாண்; நூல்; பாசம்; சாத்திரம்; large rope; a turmeric smeared cord with holy pendants tied by the bridegroom round the bride's neck at the time of marriage; cord; rope with a noose said to be in the hands of Yama, the Lord of death; treatise of Hindu religion; prescriptions of religion or custom. • **கயிறு** இல்லா பம்பரம் போல. • **கயிற்றைப்** பாம்பெனக் கருதி கலங்குவது போல - *பழமொழிகள்.*
கயிற்றேணி: *(பெ):* நூலேணி; the ladder made of threads.
கயினி: *(பெ):* கைம்பெண்; widow; the woman who lost her husband.
கர: *(பெ):* ஒரு தமிழ் ஆண்டு; a Tamil year.
கரகம்: *(பெ):* கமண்டலம்; நீர்த்துளி; ஆலங்கட்டி; நீர்; கங்கை; மாதுளை; வேண்டுதலுக்கு என்று எடுக்கப்படும் பூங்குடம்; a cruet-like vessel containing holy water carried by saints and heads of certain religious institutions; water drop; hail stone; water; River Ganges; pomegranate; the water pot decorated with flowers for a vow made to a female deity.
கரகணம்: *(பெ):* கையினால் செய்யும் அபிநயம்; hand pose.
கரகரத்து: *(வி):* உறுத்து; தொண்டையில் அரிப்பு; அலைக்கழி; to cause irritation in the mind; hoarse as a symptom of cold, etc.; to put one to trouble.
கரசம்: *(பெ):* புலிதொடக்கி; கூர்மையான ஆயுதம்; யானை; a herb; a sharpened weapon; elephant.
கரசரணாதி: *(பெ):* கை, கால் முதலியன; hands, legs, etc.

கரசை: *(பெ):* கரணம் பதினொன்றினுள் ஒன்று; ஓர் அளவு; one of the eleven Karanas; a measure.

கரஞ்சம்: *(பெ):* புங்க மரம்; Indian beech tree.

கரடகம்: *(பெ):* கபடம்; வஞ்சனை; deceit; guile.

கரடகன்: *(பெ):* வஞ்சகன்; தந்திரக்காரன்; deceitful person; cunning fellow.

கரடம்: *(பெ):* காக்கை; யானையின் மதம் பாயும் துளை; crow; the elephant's musth hole.

கரடி: *(பெ):* பறை வகை; சிலம்பம்; முத்து; உடல் முழுவதும் அடர்த்தியாகவும், சொர சொரப்பாகவும் உள்ள உரோமத்தை உடையதும் கால்களில் கூரிய நகங்களைக் கொண்டதுமான விலங்கு; a kind of drum; a kind of martial art where fencing is done with a staff; pearl; bear.

கரடிக்கூடம்: *(பெ):* மல்யுத்தம், சிலம்பம் போன்றவற்றைப் பயிலும் சாலை; a training centre where wrestling, fencing arts are taught and trained to the students.

கரடி விடு: *(வி):* தான் கூறுவதை அடுத்தவர் நம்பிவிடுவார் என்னும் எண்ணத்தில் தீங்கினை விளைவிக்காத பொய்யினைக் கூறுதல்; to tell white lie.

கரடி வித்தை: *(பெ):* சிலம்ப வித்தை; a kind of martial art where fencing is done with a staff.

கரடு: *(பெ):* சிறுகுன்று; மரக்கணு; ஒரு வகை முத்து; முருடு; யானையின் மதவெறி; a low hill; knot in a tree; a kind of pearl; roughness; running amuck of an elephant.

கரடுமுரடாக: *(வி.அ):* சமமாக இல்லாத; மேடு பள்ளங்களும், கற்களும் நிறைந்த; unevenly; ruggedly.

கரடுமுரடான: *(பெ.அ):* செம்மையில்லாத; ஒழுங்கற்ற; rough; rugged.

கரட்டரிதாரம்: *(பெ):* அரிதார வகை; ஒரு மருந்து; a kind of musk; a medicine.

கரட்டான்: *(பெ):* ஓணான் வகை; a kind of common agamoid lizard.

கரட்டுத்தரை: *(பெ):* கரிசல் பூமி; black soil which is capable of retaining water for long.

கரட்டுவாதம்: *(பெ):* கழலை; விதண்டாவாதம்; tumour; argument leading nowhere.

கரட்டுவிரியன்: *(பெ):* செந்நிறமாயுள்ள விரியன் பாம்பு வகை; a kind of viper snake which is red in colour.

கரணத்தான்: *(பெ):* கணக்கன்; கணக்கு எழுதுபவன்; accountant.

கரணம்: *(பெ):* கைத்தொழில்; இந்திரியம்; மனம்; உடம்பு; கருவி; கல்வி; எண்; தலைகீழாய்ப் பாய்தல்; காரணச்சாசனம்; கருமாதிச் சடங்குக்குரிய பண்டங்கள்; handicraft; organ of sense; mind; body; equipment; education; number; diving; somersault; deed; the things which are necessary for the final obsequies. ● **கரணம்** தப்பினால் மரணம் - *பழமொழி.*

கரணி: *(பெ):* மருந்து செய்பவன்; a druggist.

கரணிகம்: *(பெ):* அந்தக்கரணம்; கலவி; ஊர் கணக்குவேலை; inner seat of thought; intercourse; the work of village Karnam (accountant).

கரணை: *(பெ):* கொத்துக் கரண்டி; துண்டு; புண் வடு; வீணைத் தண்டு; கருணைக் கிழங்கு; ஒரு வகைச் செடி; mason's trowel; piece; scar; stem of a Veena; a kind of yam that gives a pungent taste; a kind of plant.

கரண்: *(பெ):* புல் பத்தை; புண் வடு; grass sod; scar.

கரண்டகம்: *(பெ):* தென்னை ஓலையால் முடையப்பெற்ற பூக்குடலை; சுண்ணாம்புச் செப்பு; flower basket made of coconut leaves; a small metal box for keeping quick lime used by those who chew betel.

கரண்டம்: *(பெ):* நீர்க்காக்கை; அணிகலச் செப்பு; கமண்டலம்; a water bird; ornamental box; a cruet-like vessel containing holy water carried by saints and heads of certain religious institutions.

கரண்டி: *(பெ):* சிறு அகப்பை; நுனிப் பகுதியில் குழிவான கிண்ணம் போன்ற அமைப்பும், நீண்ட கைப்பிடியையும் கொண்ட சமையலறைச் சாதனம்; a small ladle; spoon of various sizes and shapes.

கரண்டிகை: *(பெ):* பூக்கூடை; flower basket.

கரண்டு: *(வி):* சுரண்டு; to scrape.

கரண்டை: *(பெ):* மலைக்குகை; கமண்டலம்; பறவையின் கதிரிசேடம்; cave in a hill; a cruet-like vessel containing holy water carried by saints and heads of certain religious institutions; mode of flight.

கரதம்: *(பெ):* காக்கை; crow.

கரதலம்: *(பெ):* கை; கைத்தலம்; hand; palm of the hand.

கரதலாமலகம்: *(பெ):* கரம், தலம், ஆமலகம் = உள்ளங்கை நெல்லிக்கனி; anything which is dear and certain as the nelli fruit on the palm of one's hand.

கரதாளம்: *(பெ):* பனை மரம்; palmyra tree.

கரந்து: *(வி):* மறை; கவர்ந்திடு; கெடு; to hide; to conceal; to disguise.

- ***கரத்தலும்*** *ஆற்றேன்இந் நோயைநோய் செய்தார்க்கு உரைத்தலும் நாணுத் தரும்.* - *குறள் 1162.*

கரத்தை: *(பெ):* வண்டி; வாகனம்; cart; vehicle.

கரந்துறை: *(பெ):* மூடப்பட்ட நீர்க்கால்; closed drain.

கரந்தை: *(பெ):* ஒருவகை மூலிகைச் செடி; குரு; தவணை; a kind of herb - Vishnu Karanthai - Thiruneetrupachai; priest; limited time.

கரபம்: *(பெ):* யானை; கழுதை; elephant; donkey.

கரபல்லவம்: *(பெ):* கை விரல்; finger.

கரபவல்லபம்: *(பெ):* விளாமரம்; a kind of tree named Vila.

கரபாத்திரம்: *(பெ):* பிச்சைக்காரர் பாத்திரம்; beggar's bowl.

கரப்பறை: *(பெ):* ஒளிந்து கொள்வதற்குரிய அறை; hiding place; a room for hiding.

கரப்பான்: *(பெ):* குழந்தைகளைத் தாக்குகின்றதும், தடித்து அரிப்பை உண்டாக்கக்கூடியதுமான ஒரு நோய்; a kind of skin disease that causes eruption and itch especially in children.

கரப்பான் பூச்சி: *(பெ):* உணர்வறியும் தன்மை கொண்ட மீசை போன்ற நீண்ட மெல்லிய இரு உறுப்புகளும், நீளமான ஆறு கால்களையும் கொண்ட கருஞ்சிவப்பு நிறம் கொண்ட பூச்சி; cockroach.

கரப்பிரசாரம்: ஒருவகை அபிநயம்; a kind of pose.

கரப்பு: *(பெ):* களவு; வஞ்சகம்; மத்து; கரப்பான் பூச்சி; மீன்பிடி கூடை; theft; guile; churn-staff; cockroach; fishing basket; *(வி):* மறை; to hide.

- ***கரப்பிலா*** *நெஞ்சின் கடனறிவார் முன்நின்று இரப்புமோ ரேர் உடைத்து.* - *குறள் 1053.*
- ***கரப்பிலார்*** *வையகத்து உண்மையால் கண்ணின்று இரப்பவர் மேற்கொள் வது.* - *குறள் 1055.*
- ***கரப்பிடும்பை*** *இல்லாரைக் காணின் நிரப்பிடும்பை எல்லாம் ஒருங்கு கெடும்.* - *குறள் 1056.*
- ***கரப்பவர்க்கு*** *யாங்கொளிக்கும் கொல்லோ இரப்பவர் சொல்லாடப் போஒம் உயிர்.* - *குறள் 1070.*

கரமஞ்சரி: *(பெ):* நாயுருவி; a kind of plant growing in hedges.

கரமர்த்திகை: *(பெ):* திராட்சை; grapes.

கரமாலம்: *(பெ):* புகை; smoke.

கரமுகிழ்த்தல்: *(பெ):* கை கூப்புதல்; to respect or worship as by raising joined hands.

கரமை: *(பெ):* யானை; elephant.

கரம்: *(பெ):* கை; கிரணம்; முழம்; ஒளி; கழுதை; திடம்; நஞ்சு; hand; ray of light; cupit; light; donkey; firmness; poison.

கரம்பு: *(பெ):* தரிசுநிலம்; களிமண் பூமி; களவு; வஞ்சகம்; waste land; clay soil; theft; deceit.

கரலட்சணம்: *(பெ):* கை அபிநயம்; a kind of hand pose.

கரவடம்: *(பெ):* வஞ்சகம்; களவு; கரப்பான் பூச்சி; மறைப்பு; deceit; theft; cockroach; concealment.

கரவடர்: *(பெ):* வஞ்சகர்; கள்வர்; deceitful persons; thieves.

கரவடி: *(பெ):* தங்க நகைக்கு இடும் மெருகு; polish to gold jewels.

கரவதம்: *(பெ):* காக்கை; crow.

கரவம்: *(பெ):* ஈச்ச மரம்; date-palm tree.

கரவர்: *(பெ):* கள்வர்; thieves.

கரவல்: *(வி):* மறைத்திடு; to conceal.

கரவாகம்: *(பெ):* காக்கை; crow.

கரவாதி: *(பெ):* அரிவாள் கத்தி; சூரிக்கத்தி; sickle; sharp and pointed double-edged knife.

கரவாபிகை/கரவாளம்: *(பெ):* குறுவாள்; dagger.

கரவாலம்: *(பெ):* நகம்; nail.

கரவிந்தை: *(பெ):* களாச்செடி; a kind of plant named Kala.

கரவீரம்: *(பெ):* அரளிச் செடி; பொன்னரளிச் செடி; oleander; golden oleander / yellow oleander.

கரவு: *(பெ):* மறைவு; களவு; பொய்; வஞ்சனை; முதலை; concealment; theft; falsehood; deceit; crocodile.

கரவை: *(பெ):* கூத்து வகை; கம்மாளர் கருவியுள் ஒன்று; a kind of dance; one of the equipments of smith.

கரளம்: *(பெ):* எட்டி மரம்; நஞ்சு; strychnine tree; poison.

கரளை: *(பெ):* குள்ளன்; dwarf.

கரன்: *(பெ):* நிலையானவன்; ஓர் அரக்கன்; Almighty; a monster.

கரா: *(பெ):* முதலை; ஆண் முதலை; crocodile; male alligator.

கராசலம்/கராத்திரி: *(பெ):* யானை; elephant.

கராசனம்: *(பெ):* புலி; tiger.

கராடம்: *(பெ):* தாமரைக் கிழங்கு; the root of the lotus.

கராமம்: *(பெ):* வெண்கடம்பு மரம்; a flower tree sacred to Lord Muruga.

கராம்பு: *(பெ):* இலவங்கம்; cinnamon seed.

கராலகம்: *(பெ):* கருந்துளசி; black basil plant.

கராளம்: *(பெ):* தீயகுணம்; பயங்கரம்; harmful quality; terror.

கராளன்: *(பெ):* சிவகணத் தலைவர்களுள் ஒருவன்; Karalan, one of the heads of Shivaganas.

கராளி: *(பெ):* தீயகுணம்; அக்னியின் ஏழு நாக்குகளுள் ஒன்று; harmful quality; one of the seven flames of fire.

கரி: *(பெ):* நஞ்சு; மிளகு; கரி; நிலக்கரி; பெண் கழுதை; மரத்தின் வைரம்; சாட்சியம்; விருந்தினன்; சான்று; யானை; வைரக் குற்றங்களுள் ஒன்று; கண்களுக்கு இடும் மை; poison; pepper; charcoal; coal; she-ass; the core of a tree; witness; guest; evidence; elephant; one of the defects of diamond; black pigment for eyes.

கரிகரம்: *(பெ):* புணர்ச்சி வகையுள் ஒன்று; a kind of intercourse.

கரிகன்னி: *(பெ):* கிழங்கு வகை; one of the tubers.

கரிகாடு: *(பெ):* சுடுகாடு; burning ground.

கரிக்கட்டை: *(பெ):* எரிந்த கட்டை; மர வகை; the burnt wood; a kind of tree.

கரிக்கண்டு: *(பெ):* கரிசலாங்கண்ணி; a kind of greens with short thick leaves - eclipse plant.

கரிக்கணை: *(பெ):* யானைத்திப்பிலி; a kind of long pepper.

கரிக்காத்தாள்: *(பெ):* அங்காளம்மன்; Angalamman, a female deity.

கரிக்குருவி/கரிச்சான்: *(பெ):* குருவி வகை; a glossy bird with long forked tail; black drongo.

கரிக்கை: *(பெ):* கரிசலாங்கண்ணி; யானைத் தும்பிக்கை; a kind of greens with short thick leaves; eclipse plant; elephant's trunk.

கரிக்கோலம்: *(பெ):* கணவன் இறந்தது முதல் பத்து நாட்கள் வரை மனைவிக்குச் செய்திடும் அலங்காரம்; மர வகை; the make-up done to the wife for ten days from the date of her husband's death; a kind of tree.

கரிசங்கு: *(பெ):* தென்னங்கீற்று; split coconut-leaf.

கரிசம்: *(பெ):* தேய்கை; பஞ்சம்; யானைக் கன்று; wear and tear; famine; dearth; calf of elephant.

கரிசல்: *(பெ):* கருமை; விலையேற்றம்; நீண்ட நாட்களுக்கு ஈரத்தைத் தன்னுள் நிறுத்தி வைத்துக்கொள்ளும் தன்மையைக் கொண்ட கருப்பு நிற மண்; blackness; rise in price; black soil which is capable of retaining water for long.

கரிசலை: *(பெ):* கரிசலாங்கண்ணி; a kind of greens with short thick leaves - eclipse plant.

கரிசற் காடு: *(பெ):* கரிசல் மண் நிலம்; அடர்ந்த காடு; black soil; dense forest.

கரிசு: *(பெ):* குற்றம்; பாவம்; ஓர் அளவு; உறுதியான பிடிப்பு; fault; sin; a kind of measure; firm grip.

கரிசை: *(பெ):* 400 மரக்கால் அளவு; a measure of 3,200 units (400 marakkal).

கரிச்சால்: *(பெ):* கரிசலாங்கண்ணி; a kind of greens with short thick leaves - eclipse plant.

கரிஞ்சம்: *(பெ):* அன்றில் பறவை; Andril bird, male or female, noted for its constancy in love.

கரிணி: *(பெ):* மலைக் குகை; யானை; மலை; mountain cavern; elephant; mountain.

கரிதல்: *(வி):* கருகுதல்; தீய்தல்; to get charred by fire or by the heat of fire; to get scorched by over-roasting.

கரிதன்: *(பெ):* பயந்தவன்; the man who has fear in mind.

கரிதூபம்: *(பெ):* கரிப்புகை; smoke coming from burning charcoal.

கரித்தல்: *(வி):* உறுத்து; எரி; தாளி; உப்புக் கரி; வெறுப்படை; to set an uneasy feeling; to burn; to season; to taste too salty; to hate.

கரித்துணி: *(பெ):* அழுக்குத் துணி; dirty cloth.

கரித்துண்டு: *(பெ):* கரியின் சிறு பாகம்; a small piece of charcoal.

கரிநாள்: *(பெ):* தீய நாள்; unpleasant day.

கரிபூசு: *(வி):* அவமதி; to treat with indignity or disrespect; to insult.

கரிபோக்கு: *(வி):* கண்ணுக்கு மையிடு; to apply the black pigment to the eyelids.

கரிப்பு: *(பெ):* அச்சம்; காரம்; நிந்தனை; fear; pungency; scorn.

கரிமருந்து: *(பெ):* வெடிமருந்து; gunpowder; explosive.

கரிம வேதியல்: *(பெ):* கரியினை மூலக்கூறாகக் கொண்ட கூட்டுப்பொருள் பற்றி விவரிக்கும் வேதியல்; organic chemistry.

கரிமா: *(பெ):* எண்வகை சித்திகளுள் ஒன்று; யானை; one of the eight kinds of attainments; elephant.

கரிமுகன்: *(பெ):* விநாயகப் பெருமான்; கயமுகாசுரன்; Lord Vinayaga; Kayamugasura - an Asura.

கரிமுண்டம்: *(பெ):* கருப்பன்; the man who is black in colour.

கரிமுரடு: *(பெ):* கரிக்கட்டை; charcoal.

கரிமுள்ளி: *(பெ):* நாய்முள்ளிச் செடி; a herb.

கரிய: *(பெ.அ):* கருமை நிறங் கொண்ட; black.

கரியநிம்பு: *(பெ):* கறிவேம்பு; a kind of neem.

கரியபோளம்: *(பெ):* ஒருவகைப் பூண்டு; a herb.

கரியமணி: *(பெ):* கருகுமணி; கருஞ்சீரகம்; கண்மணி; a string of black beads worn closely around the neck by women; black cumin; pupil.

கரியமால்: *(பெ):* திருமால்; கருந்துளசி; ஒரு வகை நஞ்சு; Lord Vishnu; black basil; a kind of poison.

கரியமான்: *(பெ):* கறுப்பு மான்; black deer.

கரியமிலவாயு: *(பெ):* கரிவளி; carbon-di-oxide.

கரியர்: *(பெ):* கீழ்மக்கள்; low-caste people.

கரியல்: *(பெ):* ஒருவகைத் துணி; கருகல்; வளராத மரம்; a kind of cloth; that which is charred or over-roasted; that which is not grown well.

கரியல் வடலி: (பெ): பனங்கருக்கு; the toothed edge on either side of the stalk of palmyra leaf.

கரியவன்: (பெ): திருமால்; இந்திரன்; சனி; கள்வன்; கருமை நிறத்தவன்; Lord Vishnu; Lord Indra; Saturn; thief; the man who is black in colour.

கரியன்: (பெ): திருடன்; கருமை நிறத்தவன்; thief; the man who is black in colour.

கரியார்: (பெ): கீழ்மக்கள்; low-caste people.

கரியாள்: (பெ): குதிரை வகை; a kind of horse.

கரில்: (பெ): கொடுமை; கார்ப்பு; குற்றம்; severity; pungency; offence.

கரிவாகனன்: (பெ): இந்திரன்; ஐயனார்; Lord Indra; Iyyanar, a village deity on the outskirts of the village.

கரிவாளை: (பெ): கடல்மீன் வகை; a kind of sea-fish.

கரிவு: (பெ): வெந்துபோனது; that which is cooked.

கரீரம்: (பெ): மிடா; கும்பராசி; அகத்தி மரம்; கருவேல மரம்; முளை; மூங்கில் முளை; யானை; யானைத் தந்தத்தின் அடிப்பகுதி; large earthen vessel; the eleventh constellation of the zodiac having a pitcher as its sign; Aquarius; West-Indian pea-tree; black babul tree; peg; bamboo stump; elephant; the bottom of the elephant's tusk.

கரு: (பெ): கருப்பம்; முட்டைக்கரு; உடம்பு; குழந்தை; முட்டை; மையம்; உட்பொருள்; அடிப்படை; அணு; அஸ்திவாரம்; கருமை; ஆயுதத்தின் பல்; நிமித்த காரணம்; பொன்; பிறப்பு; pregnancy; embryo; body; child; egg; middle; centre; content; meaning; base; atom; foundation; blackness; prong; efficient cause; gold; birth.
• **கரு இல்லாத முட்டையும், குரு இல்லாத வித்தையும் போல** - *பழமொழி.*

கருகல்: (பெ): தீய்ந்து போதல்; மாலை நேரம்; மரகதக் குற்றம் எட்டினுள் ஒன்று; that which is charred or over-roasted; evening; one of the eight defects of Emerald.

கறுகற்புண்: (பெ): ஆறின புண்; the sore which is cured.

கருகு: (வி): மனம்வருந்து; வாடு; இருளச்செய்; பயிர் தீயச்செய்; சூடேறிகறுப்பு நிறம் அடையச்செய்; to grieve; to suffer; to wilt; to become dark; to get charred or over-roasted.

கருகுமணி: (பெ): பெண்கள் கழுத்தில் அணிந்து கொள்ளும் கரிய நிற பாசிமணி; a string of black beads worn closely around the neck by women.

கருகூலம்: (பெ): கருவூலம்; கருப்பட்டி; விலை மதிப்பற்ற பொருள்கள் வைக்கப்படும் அறை; treasury; unrefined jaggery made from palmyra or coconut sap; treasure house.

கருக்கம்: (பெ): கார்மேகம்; rainy cloud.

கருக்கரிவாள்: (பெ): உட்புறம் கூரான பற்களைக் கொண்ட அரிவாள்; a Jig-saw.

கருக்கரைதல்: (பெ): கரு அழிதல்; abortion.

கருக்கலைப்பு: (பெ): கர்ப்பப் பையில் வளர்ந்து கொண்டிருக்கும் கருவினை அகற்றுதல்; abortion.

கருக்கல்: (பெ): இருள்; மந்தாரம்; காய்ந்துபோன பயிர்; pre dawn (time); to wilt (sprout, leaf, etc.)

கருக்காய்: (பெ): முற்றாத காய்; உள்ளிருக்கும் மணி முற்றாத நெல்; immature fruit; paddy in which the corn is not fully grown.

கருக்கான பணம்: (பெ): புது நாணயம்; new coin.

கருக்கானவன்: (பெ): ஒழுங்கானவன்; the man of good conduct.

கருக்கிடு: (வி): கூராக்கு; மீசை அரும்பச் செய்; to sharpen; to spring forth moustache.

கருக்கிடை: (பெ): ஆலோசனை; consultation.

கருக்கு: (பெ): ஆயுதப் பற் கூர்மை; அரிவாள் பல்லின் கூர்மை; பனைமட்டையின் இருபுறத்துக் கூர்மை; நேர்மை; அறிவுக் கூர்மை; போதைப் பொருள்; புதுமை; தூய்மை; அழகு; இளநீர்; பொறித்த சித்திரம்; கூர்மை; the sharpness of teeth of a weapon; serrated edge of the sickle; serrated edge on either side of the stalk of palmyra leaf; honesty; keen knowledge; narcotic drug; newness; purity; beauty; tender coconut; an engraving; sharpness; *(வி):* கருகிடச் செய்; cause to become black something by over-roasting.

கருக்கு வேலை: (பெ): சிற்ப வேலை; stone carving work.

கருக்குழி/கருக்கூடு: (பெ): கர்ப்பப்பை; womb.

கருக்கொள்: (வி): கருத்தரி; மகப்பேறு கொள்; to become pregnant; to conceive.

கருங்கலம்: (பெ): மண்பாண்டம்; earthen pot.

கருங்கல்: (பெ): மலையிலிருந்து வெட்டி எடுக்கப்படும் கனமான கறுப்பு நிறமுடைய கல்; the black rock called 'granite'.

கருங்கற்றலை: (பெ): கடல்மீன் வகை; a kind of sea fish.

கருங்களமர்: (பெ): தாழ்ந்த குலத்து மக்கள்; the people who belong to scheduled castes and tribes.

கருங்காடு: (பெ): சுடுகாடு; burning ground.

கருங்காடை: (பெ): கருமை நிறங்கொண்ட காடைப்பறவை; black quail.

கருங்காய்: (பெ): இளம் பாக்கு; tender areca-nut.

கருங்காலி: (பெ): கலப்பை போன்றவை செய்யப் பயன்படும் கறுப்பு நிறங்கொண்ட உறுதியான மரம்; ஒரு நிர்வாக எதிர்ப்பு அமைப்பைச் சார்ந்தவராக இருந்து கொண்டே நிர்வாகத்துக்கு ஆதரவாகச் செயல்படுபவர்; ரகசியமாக உடந்தையாக இருப்பவர்; a kind of ebony tree; black leg; scab.

கருங்கால்: (பெ): கால்நடை நோய் வகை; a kind of cattle's disease.

கருங்காவி: (பெ): கருங்குவளை; blue nelumbo.

கருங்குங்கிலியம்: (பெ): ஒருவகை மருந்து; a kind of medicine.

கருங்குட்டம்: (பெ): குட்ட நோய் வகை; a kind of leprosy disease.

கருங்குணம்: (பெ): தீயகுணம்; harmful quality.

கருங்குந்தம்: (பெ): கண்ணோய் வகை; a kind of eye disease.

கருங்குரங்கு: (பெ): உடம்பு கறுப்பாகவும், முகம் மட்டும் வெள்ளையாகவும் இருக்கின்ற, நீண்ட வாலினை உடைய குரங்கு வகை; black langur.

கருங்குன்றி: (பெ): துவரை வகை; குன்றி வகை; a kind of pigeon pea; a kind of crab's eye plant.

கருங்கேசம்: (பெ): வெண்கலம்; an alloy of copper and tin; bell metal; bronze.

கருங்கொடி: (பெ): வெற்றிலை வகை; a kind of betel.

கருங்கொண்டல்: (பெ): தென்கிழக்குக் காற்று; வடகிழக்குக் காற்று; south-east wind; north-east wind.

கருங்கொல்: (பெ): இரும்பு; iron.

கருங்கொல்லன்: (பெ): கருமான்; இரும்பு வேலை செய்பவன்; blacksmith.

கருங்கொன்றை: (பெ): கொன்றை மர வகை; a kind of Indian laburnum.

கருங்கோள்: (பெ): இராகு; (in astrology) one of the nine planets, Raaghu.

கருச்சிதம்: (பெ): முழக்கம்; வீராவேசம்; rumble; roar; frenzy of heroism.

கருச்சிதைவு: (பெ): கருவின் வளர்ச்சி தடைப்பட்டு தானாகவே அக்கரு அழிந்து வெளிப்படுதல்; spontaneous abortion.

கருஞ்சரக்கு: (பெ): 18 வகைத் தானியம்; eighteen kinds of grains.

கருஞ்சனம்: (பெ): முருங்கை மரம்; horse-radish tree.

கருஞ்சாதி: (பெ): கீழ் மக்கள்; low-caste people.

கருஞ்சாந்து: (பெ): குழைந்த சேறு; mire.

கருஞ்சிலை: (பெ): கருநீலக்கல்; a kind of precious stone.

கருஞ்சிறைப் பறவை: (பெ): மயில்; pea-cock.

கருஞ்சீரகம்: (பெ): அதிகமான காரம் கொண்டதும், கசப்புத்தன்மை உடையதும், கறுப்பு நிறமுடையதுமான சீரகம்; black cumin.

கருஞ்சுக்கான்: (பெ): ஒருவகைக் கல்; a kind of stone.

கருஞ்சுக்கிரன்: (பெ): கண்ணோய் வகை; a kind of eye disease.

கருஞ்செய்: (பெ): நன்செய் நிலம்; wet land.

கருஞ்சேரா: (பெ): ஒருவகை நச்சுப் பூச்சி; a kind of poisonous insect.

கருட கம்பம்: (பெ): திருமால் கோயில் கொடிமரம்; the tall pillar in a Vishnu temple to hoist a saffron colour flag with the figure of Garuda as a mark of commencement of the festival.

கருடகேதனன்: (பெ): திருமால்; Lord Vishnu.

கருடக் கல்: (பெ): பாம்பின் நஞ்சினைப் போக்கும் கல்; the stone which cures the man who suffers from the poisonous snake's bite.

கருடக் கொடியோன்: (பெ): திருமால்; Lord Vishnu.

கருடசாரம்: (பெ): கடலுப்பு; the salt.

கருட சேவை: (பெ): பெருமாளைக் கருட வாகனத்தில் வைத்து நடத்தும் வைணவக் கோயில் திருவிழா; a festival in Vaishnava temple in which the deity appears mounted on a mythical bird.

கருட திசை: (பெ): கிழக்கு; east.

கருடத்தொனி: (பெ): ஒரு பண் வகை; a kind of music.

கருடப்பச்சை: (பெ): கருடக் கல்; ஒரு வகை மரகதம்; the stone of Garuda; a kind of Emerald.

கருடப்பார்வை: (பெ): கூரிய பார்வை; மாறுகண்; keen sight; squint eye.

கருட வாகனன்: (பெ): திருமால்; Lord Vishnu.

கருடன்: (பெ): பருந்து வகை; திருமாலின் வாகனம்; கொல்லாங்கோவைச் செடி; a kind of kite; the abode of Lord Vishnu; a kind of herbal plant. • **கருடனைக் கண்ட பாம்பு போல.** • **கருடன் காலில் சலங்கை கட்டியது போல.** • **கருடனுடன் ஊர்க்குருவி பறப்பது போல.** • **கருடன் இடமானால் எவன் கைப் பொருளும் தன் கையிற் சேரும்** - *பழமொழிகள்.*

கருடக்கிழங்கு: (பெ): பெரு மருந்து; a kind of medicine.

கருடாசனம்: (பெ): ஒரு வகை யோகாசனம்; a kind of yogasana.

கருடாரூடன்: *(பெ):* திருமால்; Lord Vishnu.

கருடி: *(பெ):* சிலம்பம்; கரடிக் கூட்டம்; a kind of martial art where fencing is done with a staff; herd of bears.

கருடு: *(வி):* விரும்பு; to like.

கருடோற்காரம்: *(பெ):* மரகத வகை; a kind of Emerald.

கருணமல்லி: *(பெ):* முல்லை; a kind of jasmine.

கருணம்: *(பெ):* எலுமிச்சை மரம்; காது; lime tree; ear.

கருணன்: *(பெ):* கருணை உள்ளம் உடையவன்; கர்ணன்; கும்பகர்ணன்; kind-hearted person; Karna, a character of Mahabharatha; Kumbakarna, the brother of Raavana.

கருணா: *(பெ):* கருணை; அருள்; mercy; grace.

கருணாகரன்: *(பெ):* கடவுள்; God.

கருணாநிதி/கருணாமூர்த்தி: *(பெ):* அருட்செல்வன்; கடவுள்; graceful person; God.

கருணி: *(பெ):* மலை; குகை; mountain; cave.

கருணிகை: *(பெ):* தாமரைக்கொட்டை; the seed of lotus.

கருணீகம்: *(பெ):* ஊர்க்கணக்குப்பிள்ளை வேலை; village accountant profession.

கருணீகர்: *(பெ):* ஊர்க் கணக்குப்பிள்ளை; village accountant (formerly).

கருணை: *(பெ):* தயவு; அருள்; இரக்கம்; ஒரு கிழங்கு; clemency; grace; sympathy; a tuberous rooted herb.

கருணைக்கிழங்கு: *(பெ):* நாக்கில் ஒருவித விறுவிறுப்பை உண்டாக்கும் சுவையைக்கொண்ட கிழங்கு; a kind of yam which gives pungent taste.

கருணை மனு: *(பெ):* செய்த குற்றத்திற்கான தீர்ப்பு வழங்கப்பட்டபின், அத்தீர்ப்புக்கான கடுமையான தண்டனையைக் குறைக்கவோ, ரத்து செய்திடவோ குடியரசுத் தலைவர் அல்லது ஆளுநருக்குக் குற்றவாளி செய்துகொள்ளும் மனு; a petition made to the President or Governor by the person convicted of an offence for pardon, remission of punishment or communication of a sentence which is called 'mercy petition'.

கருது: *(வி):* மனதால் உணர்; மதிப்புக் கொடு; சிந்தனை செய்; கருத்தில் கொள்; to view something as; to regard; to think over; to take into consideration.

கருதலர்: *(பெ):* பகைவர்; enemies.

கருதுகோள்: *(பெ):* உண்மை என நிறுவப்படாத வெறும் அனுமானத்தளவிலான கொள்கை; hypothesis; postulate.

கருத்தபம்/கர்த்தபம்: *(பெ):* கழுதை; donkey.

கருத்தமம்: *(பெ):* சேறு; mire; mud.

கருத்தரங்கம்/கருத்தரங்கு: *(பெ):* கருத்துக்களைப் பரிமாறிக்கொள்ளும் மேடை; seminar; symposium.

கருத்தரி: *(வி):* கருக்கொள்; குழந்தைப்பேறு கொள்; to become pregnant; to conceive.

கருத்தவ்வியம்: *(பெ):* செய்யத்தக்கது; that which is fit for doing.

கருத்தா/கர்த்தா: *(பெ):* செய்வோன்; தலைவன்; கடவுள்; maker; producer; master; Lord; God.

கருத்தாளி: *(பெ):* அறிவாளி; பொறுப்புடையவன்; wiseman; the man who is in-charge.

கருத்தியல்: *(பெ):* சித்தாந்தம்; ideology.

கருத்து: *(பெ):* நோக்கம்; கொள்கை; எண்ணம்; விருப்பம்; கவனம்; சொற்பொருள்; மனம்; இச்சை; விவேகம்; சம்மதம்; பயன்; சங்கற்பம்; view; principle; thought; desire; attention; meaning; mind; lust; ingenuity; acceptence; benefit; solemn vow; doctrine.

கருத்துப்படம்: *(பெ):* வேடிக்கையான முறைகளில் பத்திரிகைகளில் நாட்டு நடப்பு, அரசியல் தலைவர்களின் நடவடிக்கைகள் ஆகியவற்றினைச் சித்திரித்து வரையப்படும் கேலிப்படம்; Cartoon in journals, newspapers, etc.

கருத்துரை: *(பெ):* ஒரு நூல் அல்லது பொருள் பற்றிய சிந்தனையின் வெளிப்பாடு; opinion expressed on a book or a subject.

கருத்து வேற்றுமை: *(பெ):* மற்றவருடன் கருத்து வேறுபடுதல்; difference of opinion.

கருத்தொற்றுமை: *(பெ):* அனைவரும் ஏற்றுக் கொள்ளக்கூடிய கூட்டு முடிவு; unanimity.

கருத்தோட்டம்: *(பெ):* சிந்தனை; thought.

கருநடம்: *(பெ):* கர்நாடகம்; கன்னடம்; Karnataka; Kannada.

கருநத்து: *(பெ):* நத்தை வகை; a kind of snail.

கருநாகப்படலம்: *(பெ):* கண்ணோய் வகை; a kind of eye disease.

கருநாகம்: *(பெ):* கரும்பாம்பு; இராகு; காரீயம்; black Cobra; Raaghu, (of Astrology) one of the nine planets; lead.

கருநாக்கு: *(பெ):* சொன்னது சொல்லியது போன்று பலித்திடும் தீய வாக்கு; இயல்பிலேயே கரும்புள்ளிகள் உள்ள நாக்கு; the utterance of one which has the power to harm people; the tongue with black dots.

கருநாடகம்: *(பெ):* தென்னிந்திய மாநிலங்களுள் ஒன்று; கன்னட மொழி; தென்னாட்டு இசை; முதன்மையானது; நாகரிகமற்றது; Karnataka, one of the states in South India; Kannada

language; South Indian music; that which is ancient; that which is not civilized.

கருநாடர்: *(பெ):* கர்நாடகத்தைச் சேர்ந்தவர்; the person who belongs to Karnataka.

கருநாபி: *(பெ):* கல்லுப்பு; rock salt.

கருநாய்: *(பெ):* ஓநாய்; wolf.

கருநாழிகை: *(பெ):* இரவு; night.

கருநிலம்: *(பெ):* பயன்படாத நிலம்; barren land.

கருநெய்தல்: *(பெ):* கருங்குவளை; நீலம்; blue nelumbo; blue colour.

கருநெல்லி: *(பெ):* ஒரு வகை நெல்லி மரம்; a kind of emblic myrobalan tree.

கருநெறி: *(பெ):* நெருப்பு; fire.

கருநொச்சி: *(பெ):* ஒரு வகை செடி; a kind of plant.

கருநோய்: *(பெ):* கால்நடை நோய் வகை; a kind of cattle disease.

கருந்தமிழ்: *(பெ):* கொச்சைத் தமிழ்; Tamil language in slang words.

கருப்பக்கிருகம்: *(பெ):* கருவறை; மூலத்தானம்; sanctum sanctorum.

கருப்பக்கோளகை: *(பெ):* கர்ப்பப் பை; womb.

கருப்பங்கொல்லை: *(பெ):* கரும்புத் தோட்டம்; sugarcane field.

கருப்பட்டி: *(பெ):* பனைவெல்லம்; பனங்கற்கண்டு; வெல்லம்; unrefined jaggery made from palmyra sap; sugar crystals brown in colour made from palmyra sap; jaggery.
- கருப்பட்டி ஆதாயத்தை எறும்பு இழுத்துக்கொண்டு போச்சுது - *பழமொழி.*

கருப்படம்: *(பெ):* கந்தல் புடவை; tattered saree; tattered cloth.

கருப்பணி: *(பெ):* பனையின் பதநீர்; sap of palmyra collected in a pot lined with slaked lime to prevent fermentation; non-alcoholic sweet toddy.

கருப்ப தும்பம்: *(பெ):* கருப்பத்தை மூடியிருக்கும் நஞ்சுப் பை; placenta.

கருப்ப நாடி: *(பெ):* கொப்பூழ் கொடி; umbilical cord.

கருப்ப நாள்: *(பெ):* குழந்தை பிறந்த ஒன்பதாம் நாள்; the nineth day after the child birth.

கருப்ப நீர்: *(பெ):* கருப்பஞ்சாறு; பதநீர்; sugarcane juice; palmyra sap.

கருப்பந் தோகை: *(பெ):* கரும்பின் தாழை; sheath of sugarcane.

கருப்பப் பரிசம்: *(வி):* கர்ப்பம் தரி; to become pregnant.

கருப்பம்: *(பெ):* உட்பொருள்; அரண்மனை; கருப்பை; சினை; கருக்கொண்டிருத்தல்; inner meaning; palace; womb; pregnancy.

கருப்பம் பாகு: *(பெ):* வெல்லப்பாகு; treacle.

கருப்பரம்: *(பெ):* இரும்புப் பாத்திரம்; எலும்பு; மண்டையோடு; iron vessel; bone; skull.

கருப்பி: *(பெ):* கறுப்பு நிறம் உடையவள்; the woman in black colour.

கருப்பிணி: *(பெ):* கர்ப்பம் தரித்தவள்; pregnant lady.

கருப்பு வில்: *(பெ):* மன்மதனின் வில்; the bow of Kamadeva or Cupid.

கருப்பு வில்லி: *(பெ):* மன்மதன்; காமதேவன்; Manmadha, Cupid.

கருப்பூர் வழக்கு: *(பெ):* தீராத வழக்கு; unsettled dispute.

கருப்பூரம்: *(பெ):* கர்ப்பூரம்; பொன்; நறுமணப் பொருள்; மர வகை; பொன்னரிதாரம்; Camphor; gold; fragrant thing; a kind of tree; a kind of orpiment.

கருப்பை: *(பெ):* கர்ப்பப் பை; எலி; womb; rat.

கருமகள்: *(பெ):* சண்டாளி; காகம்; (a term of abuse) the woman who commits heinous crime; wicked woman; crow.

கருமகன்: *(பெ):* கொல்லன்; blacksmith.

கருமகாண்டம்: *(பெ):* ஒரு மருத்துவ நூல்; a treatise of medicine.

கருமகாரியம்: *(பெ):* ஈமச்சடங்கு; final obsequies.

கருமகீலகன்: *(பெ):* வண்ணான்; washer-man.

கருமக் கழிபலம்: *(பெ):* நல்வினை; virtuous deed.

கரும சண்டாளன்: *(பெ):* இராகு; தீயகுணம் உடையவன்; Raaghu, (of Astrology) one of the nine planets; the person who has evil qualities.

கருமசம்: *(பெ):* அரச மரம்; வினைப்பயன்; களங்கம்; கலியுகம்; pipal tree; result of a Karma; stain; fault; the period in which evils and atrocities abound.

கருமசாட்சி: *(பெ):* சூரியன்; the Sun.

கருமஞ்சரி: *(பெ):* நாயுருவிச் செடி; a herb.

கருமஞ் செய்: *(வி):* இறுதிக்கடன் செய்; to execute the final obsequies.

கருமணி: *(பெ):* கண் மணி; கருகுமணி; நீலமணி; pupil; a string of black beads worn closely around the neck by women; a kind of gem.

- கருமணியிற் பாவாய்நீ போதாய்யாம் வீழும் திருநுதற்கு இல்லை இடம். - *குறள் 1123.*

கருமத்தம்: *(பெ):* கருவூமத்தம்; a kind of datura plant.

கருமப்பழி: *(பெ):* துரோகம்; cheating.

கருமப்பலன்: *(பெ):* வினைப்பயன்; result of Karma.

கரும பாகை: *(பெ):* கரும காண்டம்; Karma kaandam, one part of Veda.

கரும பூமி: (பெ): உழவு, தொழில், வாணிகம், வரைவு, கல்வி, சிற்பம் என்னும் அறுவகைத் தொழில்களுக்குரிய இடம்; சுடுகாடு; இடுகாடு; பாரதநாடு; the place where the following six professions are executed, ploughing, profession or work, business, painting, education and sculpture; burning ground; burial ground; Bhaaratham - India.

கருமம்: (பெ): செயல்; வினைப்பயன்; தொழில்; வேதச்சடங்கு; இறுதிக்கடன்; வெம்மை; செயப்படுபொருள்; கன்ம விதி; action; result of karma; work; occupation; rituals of Veda; funeral rites; heat; direct object of a verb; kanma vidhi.

- *கருமஞ் சிதையாமல் கண்ணோட வல்லார்க்கு உரிமை உடைத்திவ் வுலகு. - குறள் 578.*
- *கருமம் செயலொருவன் கைதூவேன் என்னும் பெருமையின் பீடுடையது இல். - குறள் 1021.*

கரும மூலம்: (பெ): தர்ப்பை; kaus grass considered sacred.

கருமயிர்: (பெ): கரடி; bear.

கருமருந்து: (பெ): வெடிமருந்து; gunpowder; explosive.

கரும வினைஞன்: (பெ): புரோகிதன்; brahmin priest who officiates at marriage and other rituals.

கரும வேதனை: (பெ): தாங்கவொண்ணா வருத்தம்; unbearable distress.

கருமன்: (பெ): கொல்லன்; blacksmith.

கருமா: (பெ): யானை; பன்றி; elephant; pig.

கருமாதி/கருமாந்திரம்: (பெ): இறந்தவர்க்குச் செய்யும் சடங்கு முறை; final obsequies.

கருமானம்: (பெ): மந்திர வித்தை; magic.

கருமான்: (பெ): கொல்லன்; ஆண் மான்; கலை மான்; பன்றி; blacksmith; stag; rein-deer; pig.

கருமி: (பெ): கஞ்சன்; தீயோன்; miser; wicked person.

கருமுகில்: (பெ): நீருண்ட மேகம்; கருமுகில் பாடாணம்; rainy clouds; a kind of arsenic.

கருமுகை: (பெ): இருவாட்சி; சாதிமல்லி; a kind of fragrant jasmine.

கருமுட்டை: (பெ): கருப்பையில் இருந்து வெளிப்படும் நுண்ணிய முட்டை; ovum.

கருமுரடன்: (பெ): கீழ்ப்படியாதவன்; disobedient person.

கருமேகம்: (பெ): நீருண்ட மேகம்; மேகநோய் வகை; rainy clouds; syphilis, a kind of disease.

கருமேனி: (பெ): தூல உடம்பு; corpulent body.

கருமை: (பெ): கறுப்பு; வலிமை; பெருமை; பசுமை; கொடுமை; வெப்பம்; செயல்; வெள்ளாடு; black; strength; greatness; greenness; atrocity; heat; action; goat.

கரும்படை: (பெ): மேகப்படை; syphilis.

கரும்பலகை: (பெ): பள்ளிகளில் மாணவர்க்கு எழுதிக்காட்டப் பயன்படுத்திடும் கரியநிற மரப்பலகை; black-board.

கரும்பனசை: (பெ): கருவழலைப் பாம்பு; a kind of black ground snake.

கரும்பன்: (பெ): மன்மதன்; Kamadeva, the God of love; Cupid.

கரும் பாம்பு: (பெ): இராகு; கருவழலைப் பாம்பு; Raaghu, (of astrology) one of the nine planets; a kind of black ground snake.

கரும் பித்தம்: (பெ): நோய் வகை; பைத்தியம்; a kind of disease; madness.

கரும் பிள்ளை: (பெ): காக்கை; crow.

கரும்பு: (பெ): மூங்கிலைப் போன்று நீண்டு வளரக்கூடியதும் இனிப்பான சாறினைக் கொண்டதுமான ஒரு பயிர்; sugarcane.

கரும்புசம்: (பெ): வண்டு; beetle.

கரும்புல்: (பெ): பனை மரம்; palmyra tree.

கரும் புள்: (பெ): கரிக்குருவி; காகம்; வண்டு வகை; black drongo; crow; a kind of beetle.

கரும்புறம்: (பெ): கருமை; பனை மரம்; black; palmyra tree.

கரும்பூ: (பெ): கருங்குவளை; blue nelumbo.

கரும்பொன்: (பெ): இரும்பு; iron.

கருவங்கம்: (பெ): காரீயம்; lead, black in colour.

கருவடம்: (பெ): மலையும், ஆறும் சூழ்ந்த ஊர்; the village or town which is surrounded by mountain and river.

கருவண்டு: (பெ): ஒருவித ரீங்காரத்தை உண்டாக்கும் கறுப்பு நிற வண்டு; black beetle.

கருவப்பை: (பெ): கருவூலம், பொருட்களை வைத்து எடுத்துச் செல்லும் பை; treasury; carry bag.

கருவம்: (பெ): கரு; அகங்காரம்; செருக்கு; embryo; pride; arrogance.

கருவல்: (பெ): குள்ளன்; dwarf.

கருவழலை: (பெ): பாம்பு வகை; a kind of black ground snake.

கருவறு: (வி): நிர்மூலமாக்கு; to root out.

கருவறை: (பெ): கோயில் மூலத்தானம்; கருப்பை; sanctum sanctorum in temples; womb.

கருவன்: (பெ): சங்கார மூர்த்தி; Lord Shiva, the God of destruction.

கருவா: (பெ): இலவங்க மரம்; cinnamon tree.

கருவாடு: (பெ): உப்பிட்டு உலர்த்திய மீன்; காய்ந்த மீன்; salted and dried fish.

கருவாப்பட்டை: (பெ): இலவங்கப்பட்டை; the bark of cinnamon tree.

கருவாய்: *(பெ):* இலவங்கம்; பிறப்புறுப்பு; cinnamon; the genital part of female.

கருவாலி: *(பெ):* குருவி வகை; மர வகை; a kind of sparrow; a kind of tree.

கருவாளி: *(பெ):* அறிவாளி; wiseman.

கருவி: *(பெ):* சாதனம்; ஆயுதம்; கவசம்; கேடயம்; மேகம்; தொடர்பு; ஆடை; ஓவியம்; அணிகலன்; துணைக் காரணம்; equipment; weapon; shield; armour; cloud; connection; garment; painting; ornament; secondary cause.

- *கருவியும் காலமும் செய்கையும் செய்யும் அருவினையும் மாண்டது அமைச்சு. - குறள் 631.*

கருவிகரணம்: *(பெ):* உடலுறுப்புகளும், மனமும்; the parts of the body and mind.

கருவி பணம்: *(பெ):* வரி வகை; a kind of tax.

கருவிப் பை: *(பெ):* அடைப்பம்; ஆயுதம் வைக்கும் பை; scroll of betel; weapon bag.

கருவிப்புட்டில்: *(பெ):* ஆயுத உறை; the sheath of weapon.

கருவி மாக்கள்: *(பெ):* பாணர்கள்; bards.

கருவிழி: *(பெ):* கண் மணி; pupil.

கருவிளா: *(பெ):* வில்வம்; காக்கணம்; bael tree; a kind of creeper.

கருவினை: *(பெ):* பாவம்; sin.

கருவீரல்: *(பெ):* கல்லீரல்; liver.

கருவுப்பு: *(பெ):* எள்ளுப்பு; a kind of salt.

கருவுயிர்ப்பி: *(வி):* பிறக்கச் செய்; to give birth; to bring forth.

கருவுறு: *(வி):* கருத்தரி; மலரச் செய்; to become pregnant; to blossom.

கருவூமத்தை: *(பெ):* ஊமத்தை வகை; a kind of dhatura plant.

கருவூர்: *(பெ):* சேரரின் தலைநகர்; the capital of Chera Kings.

கருவூலம்: *(பெ):* செல்வச் சேர்ப்பறை; treasury.

கருவேப்பிலை: *(பெ):* குழம்பு போன்றவற்றில் வாசனைக்காகச் சேர்க்கும் சிறு இலை; curry-leaf.

கருவேல்: *(பெ):* மரவகை; babul tree.

கருவை: *(பெ):* ஒரு சிவத்தலம்; one of Lord Shiva's shrines.

கருளன்: *(பெ):* கருடன்; white-headed kite and the vehicle of Lord Vishnu.

கருள்: *(பெ):* இருள்; கறுப்பு; குற்றம்; சீற்றம்; நல்லாடை; dark; black; fault; defect; fine, superior cloth.

கருனை: *(பெ):* பொரியல்; fried food.

கரேணு: *(பெ):* பெண் யானை; she-elephant.

கரை: *(பெ):* கடற்கரை; நீர்நிலைக்கரை; எல்லை; சீலை ஓரம்; sea-shore; bank of river etc; limit; boundary; edge of the saree.

கரை கடத்தல்: *(வி):* எல்லை மீறுதல்; to exceed; to trespass.

கரை கட்டுதல்: *(வி):* நீர்க்கரைக்கு வரம்பு உண்டாக்குதல்; to form bunds.

கரை காணுதல்: *(வி):* முடிவு காணுதல்; சிறப்பான தேர்ச்சியடைதல்; to find an end or conclusion; to attain consummate scholarship.

கரைக்கல்லோலம்: *(பெ):* கடற்பாசி; sea weeds.

கரைக்காரன்: *(பெ):* மணியக்காரன்; village head-man.

கரைசல்: *(பெ):* ஒரு பொருள் (அ) வாயு கலந்துள்ள திரவம்; solution.

கரைசிலை: *(பெ):* இந்துப்பு; rock salt.

கரைசேர்: *(வி):* தன் பொறுப்பில் உள்ளவரை நல்ல நிலைக்குக் கொண்டுவருதல்; தன் மகளை (அ) தன் பொறுப்பில் உள்ள பெண்ணைத் திருமணம் செய்து கொடுத்தல்; to help one's dependents until they become self supporting; to marry off the daughter or a dependent girl and to help to settle down.

கரைச்சல்: *(பெ):* உருக்குகை; தொல்லை; தொந்தரவு; melting; botheration; trouble.

கரைஞ்சான்: *(பெ):* அகில் மரம்; eagle wood.

கரை தட்டு: *(வி):* கடலோரப்பகுதி மணலில் கப்பல், படகு போன்றவை சிக்கிக் கொள்ளச் செய்; ship or boat to be stranded.

கரை: *(வி):* கரைந்துபோ; வருந்து; தேய்ந்துபடு; ஒலி; தாமதி; அழை; அழு; தாங்கு; விளக்கு; to dissolve; to suffer; to wear away; to sound; to delay; to call or invite; to weep; to carry; to expound.

கரைத்து விடு: *(வி):* உருக்கு; கரையச் செய்; அழை; அழி; to melt; to dissolve; to invite; to destroy.

கரைபுரள்: *(வி):* அளவுக்கு அதிகமாக வெளிப்படு; எல்லை தாண்டு; கட்டுமீறிப் போ; overflow of river, tank, etc.; to know no bounds of joy, enthusiasm etc.; surge of crowds.

- கடந்த சில நாட்களாகப் பெய்து வரும் தொடர்மழையின் காரணமாக ஆறுகளில் வெள்ளம் **கரைபுரண்டு** ஓடுகிறது.
- எதிர்பாராத இலாபம் கிடைத்தது குறித்து தொழிலாளர் முதல் முதலாளி வரை அனைவரின் மனதிலும் மகிழ்ச்சி வெள்ளம் **கரைபுரண்டது.**

கரைபொருள்: *(பெ):* கரையக்கூடிய பொருள்; solution.

கரைமான்: *(பெ):* மீனை வலை வீசிப் பிடிப்பவன்; fisherman.

கரையல்: *(பெ):* கரை சேர்ந்தது; கரைதல்; உருகுதல்; that which in anchored in the shore; dissolving; melting.

கரையற் சோறு: *(பெ):* குழைந்த சோறு; over boiled rice.

கரையான்: *(பெ):* கடலோரப்பகுதியில் வாழும் மீனவன்; the fisherman living near the sea-coast.

கரையேறு: (வி): மீளச்செய்; விடுபடு; நற்கதியடை; to get out; be saved; to attain salvation.

கரையேற்று: (வி): அடிமைத்தளையிலிருந்து விடுவி; நற்கதியடை; to emancipate; to attain salvation.

கரையோலை: (பெ): பிரிவினைப் பத்திரம்; partition deed.

கரை வலை: (பெ): மீன்பிடி வலை; fishing net.

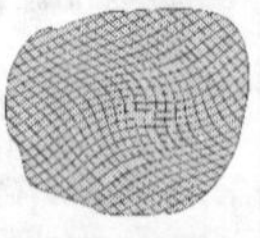

கரை வழி: (பெ): நீர்க்கரைப் பாதை; the road or the path nearer to sea-shore, river-shore etc.

கரைவாடை: (பெ): வடமேற்குக் காற்று; North-west wind.

கரைவு: (பெ): கரைதல்; சரிவு; dissolving; slope.

கரோடம்: (பெ): மண்டையோடு; skull.

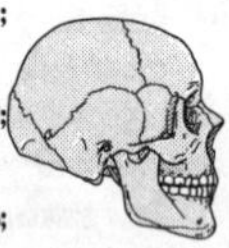

கரோடி: (பெ): முடிமாலை; கழுதை; skull-garland; donkey.

கரோருகம்: (பெ): நகம்; nail.

கர்க்கசம்: (பெ): கடினமானது; that which is very difficult.

கர்க்கடக சங்கிராந்தி: (பெ): ஆடிமாதப் பிறப்பு; the first day of the Tamil month Aadi.

கர்க்கடகம்: (பெ): நண்டு; கடக ராசி; crab; cancer, a sign of the zodiac.

கர்ச்சி: (வி): முழங்கு; பேரொலி செய்; to roar; to make loud noise.

கர்ச்சூரம்: (பெ): ஒருவகைக் கொடி; a kind of creeper.

கர்ண கூசிகை: (பெ): காது நோய் வகை; a kind of ear disease.

கர்ண கொடூரம்: (பெ): கேட்பதற்குச் சற்றும் இனிமையற்றது; that which is jarring.

கர்ண சூலை: (பெ): காதுநோய் வகை; a kind of ear disease.

கர்ண பரம்பரை: (பெ): ஒரு பரம்பரையிலிருந்து மற்றொரு பரம்பரைக்குக் காலங்காலமாகச் சொல்லப்பட்டு வரும் செவிவழிச் செய்தி; the spoken account of somebody, something handed down from the past. ● இன்றும் கிராமப்புறங்களில் வழங்கப்பட்டு வரும் **கர்ண பரம்பரைக்** கதைகளுக்கு கணக்கு வழக்கே இல்லை.

கர்ணம்[1]: (பெ): காது; ஊர்க்கணக்கு வேலை; ஊர்க்கணக்கு எழுதுவோன்; ear; the work of maintaining the village accounts; village accountant.

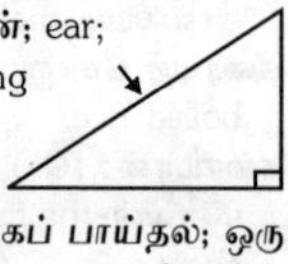

கர்ணம்[2]: (பெ): தலைகீழாகப் பாய்தல்; ஒரு செங்கோண முக்கோணத்தின் அடிப்பகுதியையும், குத்துயரத்தையும் இணைத்திடும் கோடு; somersault; hypotenuse.

கர்ண மந்திரம்: (பெ): காதோடு கூறும் இரகசியம்; the secret, which is told by someone to somebody personally or without the knowledge of others.

கர்ண வேதம்: (வி): காது குத்து; to bore or pierce the ear of a child at a ceremony.

கர்ணன்: (பெ): பஞ்சபாண்டவர்களின் மூத்தவனும், அங்கதேச மன்னனும், சூரியனுக்கும், குந்தி தேவிக்கும் பிறந்தவனும் ஆவான்; Karnan; He was the elder brother of Panchapandavas; He was the king of Anga Desam and the son of Kunthi Devi through the Sun.

கர்ணா: (பெ): ஒரு வகை வாத்தியம்; a kind of musical instrument.

கர்ணிகம்: (பெ): சன்னி நோய் வகை; a kind of fit disease.

கர்த்தபம்: (பெ): கழுதை; donkey.

கர்த்தமம்: (பெ): இறைச்சி; சேறு; பாவம்; meat; mire; mud; sin.

கர்த்தவியம்: (பெ): கடமை; duty.

கர்த்தர்: (பெ): இயேசு கிறிஸ்து; Jesus Christ.

கர்த்தன்: (பெ): செய்பவன்; கடவுள்; doer; God.

கர்த்தா: (பெ): கர்த்தா; கடவுள்; மூலமானவன்; God; doer; creator.

கர்நாடக சங்கீதம்: (பெ): தென்னிந்திய மரபில் வந்த இசை வகை; carnatic music.

கர்நாடகம்: (பெ): கன்னட மொழி; ஒரு தென்னிந்திய மாநிலம்; ஒரு பண்; தொன்மைத் தன்மையானது; பழமைவாதி; Kannada (the language); a south Indian State: Karnataka; a kind of music; being old fashioned; old fashioned person.

கர்ப்பக்கிரகம்: (பெ): கோயிலுள் மூலத் தானத்தைக் கொண்டு விளங்கிடும் பகுதி; sanctum sanctorum.

கர்ப்ப சூலை: (பெ): கர்ப்பப் பையின் நோய் வகை; a kind of disease in womb.

கர்ப்பம்: (பெ): பெண்ணின் கர்ப்பப் பையில் கரு உருவாகி வளர்ந்து வரும் நிலை; state of being pregnant.

கர்ப்பவதி: (பெ): கர்ப்பிணி; pregnant lady.

கர்ப்ப வாதை: (பெ): மகப்பேற்று வலி; labour pain.

கர்ப்புரை: (பெ): சாம்பிராணி; benzoin.

கர்ப்பூர சிலாசத்து: (பெ): ஒரு வகை மருந்துக்கல்; a kind of medicated stone.

கர்ப்பூரத் தைலம்: (பெ): ஒரு வகை மருந்துத் தைலம்; a kind of medicated oil.

கர்ப்பூரப் புல்: (பெ): ஒருவகை மணம் தரும் புல்; a kind of fragrant grass.

கர்ப்பூரம்: *(பெ):* காற்று பட்டதும் எளிதில் கரைந்து ஆவியாகக்கூடியதும், சுலபமாக தீப்பற்றிக் கொள்ளக்கூடியதும், ஒருவகை மரத்தில் இருந்து பெறப்படும் எண்ணெயிலிருந்து தயாரிக்கப்படுவதுமான ஒரு வெண்ணிறப் பொருள்; camphor.

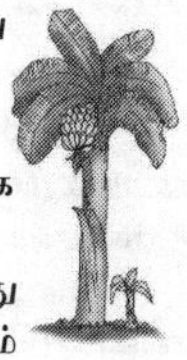

கர்ப்பூர வாழை: *(பெ):* ஒரு வகை வாழை; a kind of plantain.

கர்மம்: *(பெ):* கருமம்; செயல்; தனது குடும்பத்திற்கும் தான் சார்ந்திருக்கும் சமூகத்திற்கும் ஒருவன் செய்திடும் கடமை; the deed in previous birth which has the consequences to be borne in the present or future births according to Hinduism; action; one's duty to his/her family or the society.

கர்மயோகி: *(பெ):* தான் செய்யும் காரியத்தைத் தவிர வேறெதைப் பற்றிய சிந்தனையும் இல்லாதவர்; the person who pursues his work single-mindedly.

கர்மி: *(பெ):* உலோபி; தொழிலாளி; miser; worker.

கர்லாக்கட்டை: *(பெ):* உடற்பயிற்சிக்குப் பயன்படுத்துகின்ற தடிமனான அடிப் புறத்தைக் கொண்ட நீளமான உருளை வடிவக் கட்டை; a heavy wooden slab which is used for physical exercises.

கர்வடம்: *(பெ):* ஆறும் மலையும் சூழ்ந்துள்ள இடம்; the place surrounded by mountain and river.

கர்வம்: *(பெ):* செருக்கு; குபேர நிதிகளுள் ஒன்று, இலட்சம் கோடி; pride; one of the nidhis of Kubera.

கர்வி: *(பெ):* செருக்குடையவன்; arrogant person.

கர்ஜனை: *(பெ):* சிங்கம் எழுப்பிடும் பயங்கரமான குரலோசை; roar of a lion.

கர்ஜித்திடு: *(வி):* பேரோசை எழுப்பிடு; முழங்கிடு; உரத்துப் பேசிடு; to roar; to rumble; to speak with full throated voice.

கலகக்காரன்: *(பெ):* குழப்பம் விளைவிப்பவன்; தீயோன்; rowdy; mutineer.

கலகக் குருவி: *(பெ):* மீன்கொத்திப் பறவை; king fisher.

கலகப்பிரியன்: *(பெ):* நாரதர்; the celestial saint Naaradha.

கலகம்: *(பெ):* குழப்பம்; சச்சரவு; பேரொலி; உள்நாட்டுக் குழப்பம்; போர்; ஒருவகை மீன்; confusion; dispute; loud noise; internal confusion of a country; war; battle; a kind of fish.

கலகலப்பு: *(பெ):* பெரும் ஆரவாரத்துடன் கூடிய நிலை; தங்குதடையற்ற நிலை; liveliness resulting from noisy chatter and laughter.

கலகி: *(பெ):* கலகம் செய்பவள்; mischievous woman.

கலகித்தல்: *(வி):* கலகம் செய்தல்; to create commotion.

கலக்கடி: *(பெ):* கலகம்; அச்சம்; குழப்பம்; affray; strife; fear; confusion.

கலக்கம்: *(பெ):* மனக்குழப்பம்; துன்பம்; அச்சம்; being agitated; sufferings; fear.

கலக்கு: *(வி):* பொருத்து; கலந்திடச் செய்; குழப்பம் செய்திடு; ஆரவாரம் செய்திடு; to join; to stir; to agitate; to confuse.

கலங்கரை விளக்கம்: *(பெ):* கடலில் செல்லும் கப்பல்களுக்கு வழிகாட்ட ஒளிக்கற்றைகளைப் பாய்ச்சி நெறிப்படுத்தும் நிலையம்; lighthouse.

கலங்கல்: *(பெ):* கலங்கிய நீர்; அச்சம்; ஏரி; மதகு; துன்புறல்; கலங்குதல்; அழுதல்; murkiness; the condition of being not clear; fear; lake; sluice; being murky; to suffer; crying; weeping.

- **கலங்காது** கண்ட வினைக்கண் துளங்காது
  தூக்கங் கடிந்து செயல். *- குறள் 668.*

கலக்கொம்பு: *(பெ):* கலைமானின் கொம்பு; horn of the reindeers.

கலசக்கொப்பு: *(பெ):* மகளிர் அணியும் காதணி; a kind of ear ring worn by women.

கலசப்பானை: *(பெ):* தூப கலசம்; சிறு பானை; காளாஞ்சி; censer stand; a small pot; spittoon.

கலசமுனி: *(பெ):* அகத்திய முனிவர்; sage Agathiyar.

கலசம்: *(பெ):* குடம்; பாண்டம்; கிண்ணம்; pot; vessel; a small cup made of metal.

கலசயோனி: *(பெ):* அகத்தியர்; துரோணாச்சாரியார்; sage Agathiyar; Dhronachariyar.

கலசுதல்: *(வி):* கலத்தல்; to stir.

கலடு: *(பெ):* கல் நிலம்; a rocky land.

கலணை: *(பெ):* குதிரை சேணம்; saddle.

கலதம்: *(பெ):* வழுக்கைத் தலை; bald head.

கலதி: *(பெ):* கேடு; மூதேவி; தீயோன்; நோய்வகை; ruin; harm; Goddess of misfortune; wicked man; a kind of disease.

கலதிமை: *(பெ):* தீவினை; adversity; unworthy act.

கலதை: *(பெ):* மூதேவி; குழப்பம்; கலக்கம்; Goddess of misfortune; confusion; being agitated.

கலத்தல்: *(வி):* சேர்த்தல்; நெருங்குதல்; சேர்தல்; புணர்தல்; பொருந்துதல்; தோன்றுதல்; பரத்தல்; to join; be close together; to accede; to have intercourse; be suitable; to appear; to spread.

கலத்திலிடுதல்: *(வி):* உணவினைப் பரிமாறுதல்; to serve food to guests.

கலந்தருநன்: *(பெ):* குயவன்; தட்டான்; potter; goldsmith.

கலந்துரையாடல்: *(பெ):* ஏதாவது ஒரு பொருள் குறித்து ஒன்றுகூடி நிகழ்த்தும் கருத்துப் பரிமாற்றம்; informal get-together for a discussion.

கலந்தை: *(பெ):* பெருமை; greatness; excellence.

கலபம்: *(பெ):* மயில்தோகை; peacock's tail.

கலபி: *(பெ):* மயில்; peacock.

கலபிங்கம்: *(பெ):* ஊர்க்குருவி; house sparrow.

கலப்படம்: *(பெ):* ஒரு பொருளில் அதேமாதிரியான வேறொரு தரம்குறைந்த மலிவான பொருளினைச் சேர்த்தல்; adulteration in food-stuff, etc.

கலப்பினம்: *(பெ):* ஓர் இனத்தின் இரு வகைகளை ஒன்று சேர்த்து உருவாக்கும் வீரிய வகை; (of animal, seed, etc) hybrid.

கலப்பு: *(பெ):* ஒன்றில் மற்றொன்றின் சேர்க்கை; ஏதேனும் ஒரு நோக்கம் காரணமாக ஒன்று சேர்ந்த நிலை; mixing of two that ought to be kept separate; being put together for a purpose.

கலப்பை: *(பெ):* மாட்டைப் பூட்டி நிலத்தினை உழுதிடப் பயன்படும் மரத்தாலான கருவி; யாழ்; வாத்தியக் கருவி; plough; lute; a kind of musical instrument.

கலப்பைக்கூர்: *(பெ):* கொழுமுனை; plough share.

கலமர்: *(பெ):* பாணர்; bards.

கலம்: *(பெ):* பாண்டம்; உண்கலம்; குப்பி; கப்பல்; அணிகலன்; யாழ்; கலப்பை; ஆயுதம்; ஒருவகை முகத்தலளவை; பந்தி; வில்லங்கம்; ரேவதி; vessel; eating vessel; bottle; ship; ornament; lute; plough; weapon; a measure of capacity; line of persons seated for dining; bar; one of the twenty-seven stars, Revathi.

கலம்பகம்: *(பெ):* கலவை; கலக்கம்; சிற்றிலக்கிய வகை; mixture; confusion; a kind of poem composed of different kinds of stanzas.

கலம்பகன்: *(பெ):* செவிட்டுமன்; a person who is dumb and deaf.

கலம்பம்: *(பெ):* மரவகை; பாடாண வகை; a kind of tree; a kind of arsenic.

கலம்பி: *(பெ):* கொத்துப்பசளை; a kind of plant.

கலயம்: *(பெ):* கலசம்; மண்பாண்டம்; நீர்க்குடம்; (Arch) dome; earthen vessel; water pot.

கலர்: *(பெ):* கீழ்மக்கள்; தீயோர்; mean persons; wicked people.

கலவகம்: *(பெ):* காக்கை; crow.

கலவஞ் சம்பா: *(பெ):* நெல்வகை; a kind of paddy.

கலவடை: *(பெ):* பிரிமணை; ring shaped pad of twisted straw, etc.

கலவம்: *(பெ):* மயில்தோகை; மயில்; பெண்கள் இடையில் அணிந்துகொள்ளும் அணிகலன்; தோணி; peacock's tail; peacock; women's girdle; boat; raft.

கலவரம்: *(பெ):* அதிர்ச்சி; குழப்பம்; கிளர்ச்சி; கலகம்; disturbance; being upset; confusion; rebellion; revolt.

கலவர்: *(பெ):* கப்பல் பயணிகள்; படைவீரர்; நெய்தல் நிலத்து மக்கள்; passengers of a ship; soldiers; inhabitants of maritime tract.

கலவாங்கட்டி: *(பெ):* உடைந்த ஓடு; tile which is broken.

கலவாசி: *(பெ):* ஒரு வகை வெடி; a kind of explosive.

கலவார்: *(பெ):* பகைவர்; enemies.

கலவி: *(பெ):* கலத்தல்; புணர்ச்சி; intercourse; sexual union.

கலவினர்: *(பெ):* உறவினர்; relatives.

கலவு செய்தல்: *(வி):* புணர்தல்; to cohabit.

கலவை: *(பெ):* கலக்கப்பட்ட பொருள்; சந்தனக் குழம்பு; கலப்பான உணவு; சுண்ணச்சாந்து; ஓர் ஊர்; composite; sandal paste; mixed food; lime paste; a town.

கலவை நீர்: *(பெ):* நறுமண நீர்; scented water.

கலனரசு: *(பெ):* தாலி; a turmeric smeared cord with a holy pendant tied by the bridegroom around the neck of bride at the time of wedding.

கலனிருக்கை: *(பெ):* பண்டகசாலை; granary; godown; warehouse; store-house.

கலனிலி: *(பெ):* விதவை; widow.

கலனை: *(பெ):* கலப்பை; குதிரை சேணம்; plough; saddle.

கலன்: *(பெ):* அணிகலன்; கீழ்மகன்; மரக்கலம்; பூண்; யாழ்; வில்லங்கம்; ornament; mean person; boat; ferrule; lute; bar.

கலாசாலை: *(பெ):* கல்லூரி; college.

கலாசு: *(பெ):* மரக்கலம்; கப்பல்; boat; ship.

கலாசுக்காரன்: *(பெ):* மரக்கலம் ஓட்டுவோன்; boat man.

கலாதன்: *(பெ):* தட்டான்; கருமான்; goldsmith; blacksmith.

கலாதி: *(பெ):* கலகம்; சண்டை; agitation; quarrel.

கலாநிதி: *(பெ):* சந்திரன்; கலைகளில் சிறந்தவர்களுக்கு அளிக்கப்படும் கௌரவப் பட்டம்; Moon; a title given to the great master of fine arts such as music, dance, etc.

கலாபதி: *(பெ):* சந்திரன்; the Moon.

கலாபம்: *(பெ):* மாதர் இடையணி; மயில் தோகை; அம்புக்கூடு; கலகம்; women's girdle; peacock's tail; quiver; commotion.

கலாபனை: *(பெ):* கலகம்; commotion.

கலாபி: *(பெ):* மயில்; peacock.

கலாபூர்வமான: *(பெ.அ):* கலையம்சம் பொருந்திய; artistic.

கலாம்: *(பெ):* போர்; சினம்; ஊடல்; கொடுமை; மாறுபாடு; war; anger; tiffs between lovers; atrocity; difference.

கலாம்பூரம்: *(பெ):* ஒருவகை மருந்து; a kind of medicine.

கலாய்: *(பெ):* பாத்திரங்களுக்குப் பூசப்படும் ஈயம்; lead.

கலாய் பூசுதல்: *(வி):* ஈயம் பூசுதல்; to coat the vessels with lead.

கலாய்த்தல்: *(வி):* சினத்தல்; கலகம் செய்தல்; be angry; to quarrel.

கலால்: *(பெ):* கள்; toddy.

கலால் வரி: *(பெ):* உள்நாட்டுப் பொருட்களுக்கு விதிக்கப்படும் மறைமுக வரி; excise duty.

கலாவதி: *(பெ):* கலைமகள்; சந்திரன்; Saraswathi, Goddess of arts and learning; the Moon.

கலாவல்லி: *(பெ):* கலைமகள்; Saraswathi, Goddess of arts and learning.

கலாவுதல்: *(வி):* கலத்தல்; கூடுதல்; சினத்தல்; to mix; to cohabit; be angry.

கலாவிகாத்: *(பெ):* சேவல்; cock.

கலி: *(பெ):* ஒலி; கடல்; வலிமை; செருக்கு; தழைக்கை; மனஎழுச்சி; கலித்தொகை; கலியுகம்; துன்பம்; வறுமை; வஞ்சகம்; போர்; சனி; ஆரவாரம்; sound; sea; strength; arrogance; sprouting; sensation; an ancient Tamil anthology of 150 verses in Kali metre, treating of the five chief phases of love; the period in which evils and atrocities abound; grief; poverty; deceit; war; the Planet Saturn; loud noise.

கலிகன்றி: *(பெ):* திருமங்கை ஆழ்வார்; Thirumangai Aazhwar, one of the devotees of Lord Vishnu.

கலிகாலம்/கலியுகம்: *(பெ):* தீமைகளும், அதர்மங்களும் நிறைந்திருக்கும் காலம்; the period in which evils and atrocities abound.

கலிகை: *(பெ):* அரும்பு; மல்லிகை; bud; jasmine.

கலிகொள்ளுதல்: *(வி):* வெளிப்படுதல்; to emerge.

கலிக்கம்: *(பெ):* கண்ணிலிடும் மருந்து; eye drops.

கலிங்கம்: *(பெ):* ஆடை; ஒரு மொழி; ஒரு நாடு; வானம்பாடி; ஊர்க்குருவி; வெட்பாலை மரம்; ஆற்றுத் தும்மட்டி; மிளகு; கண்ணிலிடும் மருந்து; garment; a language; an ancient country; Indian skylark; house sparrow; a kind of medicinal tree; a kind of cucumber; pepper; eye drops.

கலிங்கல்: *(பெ):* ஏரி மதகு; அணைக்கட்டு; sluice gate; barrage.

கலிங்கு: *(பெ):* ஏரி மதகு; sluice gate.

கலிச்சி: *(பெ):* இரட்டைக் குழந்தைகளுள் பெண் குழந்தை; the female child, one of the twins.

கலிசம்: *(பெ):* வன்னிமரம்; a kind of tree.

கலிதி: *(பெ):* திப்பிலி; long pepper.

கலித்தல்: *(வி):* ஒலித்தல்; செழித்தல்; உண்டாதல்; எழுதல்; பெருகுதல்; மகிழ்தல்; செருக்குதல்; விரைவாதல்; நெருங்கியிருத்தல்; நழுவுதல்; நீக்குதல்; to produce sound; to prosper; to result; to rise; to increase; to rejoice; to elate with self-pride; be speedy; be close together; to lapse; to remove.

கலித்துருமம்: *(பெ):* தான்றி மரம்; a kind of tree.

கலிநடம்: *(பெ):* கழைக் கூத்து; pole-dance.

கலிபுருடன்: *(பெ):* சனி; saturn.

கலிப்பா: *(பெ):* நான்கு வகைப் பாக்களுள் ஒன்று; one of the four kinds of stanza forms in Tamil.

கலிப்பு: *(பெ):* பொலிவு; grandness of appearance.

கலிமகிழ்: *(பெ):* ஓலக்கம்; royal presence; durbar.

கலிமாரகம்: *(பெ):* கிலுகிலுப்பை; child's rattle.

கலிமாலகம்: *(பெ):* அகில்; eagle-wood.

கலிமோகனம்: *(பெ):* அத்திமரம்; a kind of fig tree.

கலியன்: *(பெ):* திருமங்கையாழ்வார்; படைவீரன்; கலிபுருடன்; இரட்டைப் பிள்ளைகளுள் ஆண்பிள்ளை; வறியவன்; Thirumangai Aazhwar, one of the devotees of Lord Vishnu; soldier; Saturn; the male child, one of the twins; poor man.

கலியாணப் பூசணி: *(பெ):* பெரும் பூசணி; வெளிர்ப்பச்சை நிறமும் தடித்த தோலும் கொண்ட நீர்ச்சத்து மிகுந்த உருண்டை வடிவக்காய்; squash gourd.

கலியாணம்: *(பெ):* திருமணம்; நன்மை; நற்குணம்; பொன்; marriage; good; benefit; virtue; gold.

கலியாண மண்டபம்: *(பெ):* திருமண மண்டபம்; marriage hall.

கலியாணன்: *(பெ):* சிவபெருமான்; Lord Shiva.

கலிலம்: *(பெ):* கலப்பு; செந்நீர்; mixing of two that ought to be kept separate; blood.

கலிழ்: *(பெ):* கலங்கல்; the condition of not being clear water.

கலிழ்தல்: *(வி):* ஒழுகுதல்; அழுதல்; கலங்குதல்; இடம்பெயர்தல்; பொருந்துதல்; to leak; to cry; to be disturbed; to move from a place; to join with.

கலினம்: *(பெ):* கடிவாளம்; வன்னி மரம்; பாடாண வகை; bit of bridle; a kind of tree; a kind of arsenic.

கலினி: *(பெ):* திப்பிலி; விதவை; long pepper; widow.

கலினை: *(பெ):* மிளகு; கொள்ளு; கடிவாளம்; கைம்மை; pepper; gram used as fodder for horse; bit of bridle; widowhood.

கலியம்: *(பெ):* கடிவாளம்; bit of bridle.

கலுடம்: *(பெ):* பாவம்; கலங்கிய நீர்; sin; the condition of being not clear water.

கலுவடம்: *(பெ):* அரும்பு; bud.

கலுவம்: *(பெ):* மருந்து அரைக்கும் குழி அம்மி; a hallow slab-stone with a stone roller used to grind certain medicines of siddha.

கலுழன்: *(பெ):* கருடன்; பறவை வகை; white headed kite; a kind of bird.

கலுழி: *(பெ):* காட்டாறு; வெள்ளம்; கண்ணீர்; wild stream; flood; tears.

கலுழ்ச்சி: *(பெ):* அழுகை; weeping.

கலுழ்தல்: *(வி):* கலங்குதல்; அழுதல்; தடுமாறுதல்; உருகுதல்; ஒழுகுதல்; to brim with tears; to cry; to weep; to totter; to melt; to leak.

கலேயகம்: *(பெ):* மஞ்சள்; turmeric.

கலை: *(பெ):* ஆண்மான் வகை; ஆண் குரங்கு; ஆடை; சேணம்; பகுதி; ஒளி; நுட்பமான கால அளவு; எழுத்தும், எண்ணும்; நூல்; மொழி; உடல்; பெண்களின் இடையணி; கர்ப்பூர வகை; stag; male of black monkey; garment; dress; saddle; portion; brightness; a minute portion of time; arts and science; treatise; language; body; woman's girdle; a kind of camphor.

கலைக்கணாளர்: *(பெ):* அமைச்சர்; minister.

கலைச்சாலை: *(பெ):* கல்லூரி; college.

கலைச்சொல்: *(பெ):* ஒவ்வொரு துறையிலும் வழங்கும் கோட்பாடுகளுக்கான சொல்; the special terms used in different fields.

கலைஞன்: *(பெ):* கலைப்படைப்பில் தேர்ச்சி பெற்றவர்; artist.

கலைஞானி: *(பெ):* சாஸ்திரம் அறிந்தவர்; the learned person in treatise.

கலைதல்: *(வி):* சீர்குலைதல்; தூக்கம் கலைதல்; மேகம்போன்றவை பிரிந்து செல்லுதல்; உருவான கரு சிதைதல்; to become disorderly; to awaken; to dispersal of clouds, etc.; to get miscarried.

கலை நிகழ்ச்சி: *(பெ):* நாடகம், நாட்டியம், போன்றவற்றின் நிகழ்ச்சி; drama, dance, etc; programme of entertainment.

கலை நியமம்: *(பெ):* கலைமகள் கோயில்; temple of the Goddess of arts and learning.

கலைமகள்: *(பெ):* சரஸ்வதி; கலைகளுக்கான தெய்வம்; Saraswathi, Goddess of arts and learning.

கலைமான்: *(பெ):* ஆண் மான்; மான் வகை; stag; a kind of deer.

கலையறிபுலவன்: *(பெ):* முருகப்பெருமான்; Lord Muruga.

கலையினன்/கலையோன்: *(பெ):* சந்திரன்; the Moon.

கலைவாகன்: *(பெ):* வாயு; air.

கலைவாணர்: *(பெ):* புலவர்; கலைஞர்; poet; artist.

கல்: *(பெ):* சிறிய கல்; பாறை; மலை; குன்று; காவிக்கல்; இரத்தினம்; முத்து; நடுகல்; மரகதக் குற்றங்கள் எட்டினுள் ஒன்று; செங்கல்; கருங்கல்; மைல் கல்; a small stone; rock; mountain; hill; ochre; a kind of precious gem; pearl; one of the eight kinds of defects in Emerald; bricks; granite; mile stone; *(வி):* கல்வியைப் பெற்றிடு; தோண்டு; to educate; to dig out.
• **கல்**லின் மேலிட்ட அம்பினைப் போல. • **கல்**லுக்குள் தேரையையும், முட்டைக்குள் குஞ்சினையும் ஊட்டி வளர்ப்போன் யார்? • **கல்**லுங்கரைய மண்ணும் உருக அழுதாள். • **கல்**லும் காவேரியும் உள்ள மட்டும் நீடூழி வாழ்க. • **கல்**லைப் போல் கணவனிருக்கக் கஞ்சிக்கு அழுவானேன்? • **கல்**லானாலும் கணவன்; புல்லானாலும் புருஷன் - *பழமொழிகள்.*

• **கல்லா**தான் சொற்கா முறுதல் முலையிரண்டும்
இல்லாதாள் பெண்காமுற் றற்று. - *குறள் 402.*

• **கல்லா** தவரும் நனிநல்லர் கற்றார்முன்
சொல்லா திருக்கப் பெறின். - *குறள் 403.*

• **கல்லா**தான் ஒட்பம் கழியநன் றாயினும்
கொள்ளார் அறிவுடை யார். - *குறள் 404.*

• **கல்லா** ஒருவன் தகைமை தலைப்பெய்து
சொல்லாடச் சோர்வு படும். - *குறள் 405.*

கல்கம்: *(பெ):* குளிகை; tablet.

கல்கி: *(பெ):* கோயில்; திருமாலின் பத்து அவதாரங்களில் கடைசி அவதாரம்; temple; one among the ten incarnations of Lord Vishnu and it is considered to be the last one.

கல்நுங்கு: *(பெ):* முற்றிய நுங்கு; overriped palmyra fruit.

கல்நார்: *(பெ):* சாம்பல் நிறங் கொண்டதும் இழை இழையான தாதுவாகக் கிடைப்பதுமான ஒரு பொருள்; asbestos.

கல்நெஞ்சு: (பெ): இரக்கமில்லாத குணம்; hard-heartedness.
கல்பு: (பெ): மனம்; mind.
கல்மாந்தம்: (பெ): குழந்தை நோய் வகை; a kind of paediatric disease.
கல்மூங்கில்: (பெ): ஒரு வகை மூங்கில்; a kind of bamboo.
கல்யாணகுணம்: (பெ): உயர்ந்த குணம்; virtue.
கல்யாணச் சாவு: (பெ): வயது முதிர்ந்தோர் சாவு; the natural death of a person at a ripe old age.
கல்யாணன்: (பெ): நற்குணம் உடையவன்; சிவபெருமான்; virtuous man; Lord Shiva.
கல்யாணி: (பெ): நற்குணம் வாய்ந்தவள்; பார்வதி; virtuous woman; Goddess Parvathi.
கல்லகம்: (பெ): மலை; mountain.
கல்லகாரம்: (பெ): செங்குவளை; a kind of flower.
கல்லக்காரம்: (பெ): பனங்கற்கண்டு; sugar crystals brown in colour, made from palmyra sap.

கல்லட்டிகை: (பெ): மாதர் அணிவகை; a kind of women's ornament.
கல்லடார்: (பெ): ஒரு வகைப் பொறி; a kind of trap to catch the animals.
கல்லடைப்பு: (பெ): ஒருவகை நோய்; a kind of urinary disease.
கல்லணை: (பெ): ஓர் ஊர்; கரிகால் சோழன் கட்டிய அணை; a town; the dam on Coleroon river which was built by the famous Chozha king Karikaalan - Kallanai.
கல்லத்தி: (பெ): ஒரு வகை அத்திமரம்; a kind of fig tree.
கல்லம்: (பெ): மஞ்சள்; செவிடு; turmeric; deaf.
கல்லலகு: (பெ): ஒரு வகை வாத்தியம்; a kind of musical instrument.
கல்லல்: (பெ): குழப்பம்; பெரும் ஓசை; ஓர் ஊர்; confusion; being disturbed; a loud noise due to overcrowd; a town.
கல்லவடம்: (பெ): ஒருவகை முரசு; a kind of large drum.
கல்லளை: (பெ): மலைக்குகை; hill cavern.
கல்லறை: (பெ): இறந்தோரைப் புதைக்கும் இடம்; cemetery.
கல்லன்: (பெ): தீயோன்; பொல்லாதவன்; the person who is having evil qualities; wicked man.
கல்லாங்குத்து நிலம்: (பெ): கடினமான நிலம்; a hard land.

கல்லாசாரி: (பெ): கல் தச்சன்; சிற்பி; sculptor; artisan.
கல்லாடை: (பெ): காவித்துணி; the cloth which is in ochre colour or dyed in red ochre.
கல்லாணக் காணம்: (பெ): (பண்டைய காலத்தில்) திருமண வரி; (in ancient periods) marriage tax.
கல்லாந்தலை: (பெ): மீன் வகை; a kind of fish.
கல்லாப் பெட்டி: (பெ): பணப்பெட்டி; cash box.
கல்லாமை: (பெ): கல்வியறிவு பெறாமை; illiteracy.
கல்லார்: (பெ): கல்வியறிவு பெறாதோர்; illiterate people.
- **கல்லார்ப்** பிணிக்கும் கடுங்கோல் அதுவல்லது
  இல்லை நிலக்குப் பொறை. *- குறள் 570.*
- **கல்லா** தவரின் கடையென்ப கற்றறிந்தும்
  நல்லார் அவையஞ்சு வார். *- குறள் 729.*

கல்லாரம்: (பெ): செங்கழுநீர்ப்பூ; நீர்க்குளிரி; மஞ்சள்; purple Indian water lily; a kind of water plant; turmeric.
கல்லாரை: (பெ): ஒரு வகைப் பூ மரம்; a kind of flower tree.
கல்லால்: (பெ): ஒருவகை ஆலமரம்; பூவரசு; a kind of banyan tree; portia tree.
கல்லான்: (பெ): கல்வியறிவு இல்லாதவன்; an illiterate person.
- **கல்லான்** வெகுளும் சிறுபொருள் எஞ்ஞான்றும்
  ஒல்லானை ஒல்லாது ஒளி. *- குறள் 870.*

கல்லி: (பெ): கேலி; ஆமை; ஊர்க்குருவி; வேடிக்கை; சகடம்; மேலங்கி; fun; mockery; tortoise; house sparrow; amusement; chariot; carriage; upper garment.
கல்லித்தி: (பெ): இத்தி மர வகை; a kind of tree.
கல்லியம்[1]: (பெ): கள்; toddy.
கல்லியம்[2]: (பெ): ஆரோக்கியம்; good health.
கல்லீரல்: (பெ): பித்த நீர் சுரப்பி; liver.
கல்லுகம்: (பெ): பெரு வாகை; a kind of tree.
கல்லுதல்: (வி): தோண்டுதல்; துருவுதல்; அரித்தல்; தின்னுதல்; ஒலித்தல்; to dig out; to drill; to erode; to eat; cause to sound.
கல்லுப்பு: (பெ): உப்புக்கட்டி; crystalline salt.
கல்லுளி: (பெ): கல் செதுக்கப் பயன்படும் உளி; stone cutter's chisel. • **கல்லுளிச் சித்தன்** போனவழி காடு மேடெல்லாம் தவிடுபொடி - *பழமொழி.*
கல்லுளிமங்கன்: (பெ): தான் நினைப்பதையோ, தன் உணர்ச்சிகளையோ வெளிவிடாத அழுத்தமான ஆள்; one who maintains strong silence when confronted.
கல்லுளுவை: (பெ): கடல் மீன் வகை; a variety of seafish.
கல்லூரி: (பெ): பள்ளிப் படிப்பு முடித்தவர்கள், அறிவியல், கலை, தொழிற்கல்வி போன்றவற்றில் உயர்கல்வி பெற்றிடப் பயிலும் இடம்; college.

கல்லூற்று: *(பெ):* கல்லில் சுரக்கும் நீர் ஊற்று; the spring coming from rocks.

கல்லெரிப்பு: *(பெ):* நீர் சுருக்கு நோய்; a kind of urinary disease.

கல்லெறி: *(பெ):* கவண்; கல் எறிதல்; catapult; throwing a stone.

கல்லெறி தூரம்: *(பெ):* ஒரு கல்லினை எறிய, அக்கல் விழும் தூர அளவு; the distance of a stone's throw; very close.

கல்லை: *(பெ):* இலையால் செய்த உண்கலம்; தொன்னை; அவதூறு; a cup made of leaf; ill report.

கல்லொட்டி: *(பெ):* நத்தை; snail.

கல்லோலம்: *(பெ):* அலை; wave.

கல்வழி: *(பெ):* மலைப்பாதை; the road which goes through the hills.

கல்வளை: *(பெ):* மலைக்குகை; mountain cavern.

கல்வாழை: *(பெ):* இருபுறமும் விரிந்த, வெளிரிய பச்சை நிறம் கொண்ட இலைகளை ஒன்றன் மீது ஒன்றாகக் கொண்டிருக்கும் ஒரு வகைச் செடி; Indian shot.

கல்வி: *(பெ):* முறைப்படுத்தப்பட்ட படிப்பைப் படித்துப் பெறும் அறிவு; வித்தை; பயிற்சி; education; art; learning. ● **கல்வி** அழகே அழகு. ● **கல்வியில்லாச்** செல்வமும் கற்பில்லா அழகும் கடுகளவும் பிரகாசிக்காது. ● **கல்வி** என்ற பயிருக்குக் கண்ணீர் என்ற மழை வேண்டும். ● **கல்வி** கரையில, கற்பவர் நாள் சில. ● **கல்வியுள்ள** வாலிபன் கன கிழவன். ● **கல்வி** கற்றும் கழுநீர்ப் பானையில் கைவிட்டது போல. ● **கல்விக்கு** ஒருவர்; களவுக்கு இருவர் - *பழமொழிகள்.*

கல்விக்களஞ்சியம்: *(பெ):* கல்விமான்; learned man.

கல்விச்சாலை: *(பெ):* பள்ளிக்கூடம்; கல்லூரி, பல்கலைக் கழகம்; school; college; university.

கல்விமான்: *(பெ):* புலவன்; அறிஞன்; படிப்பாளி; poet; learned man; educated person.

கல்வியறிவு: *(பெ):* கற்பதால் பெற்றிடும் அறிவு; the knowledge gained by studying books or education; the result of study.

கல்வியாண்டு: *(பெ):* பெரும்பாலும் ஜூன் மாதம் முதற்கொண்டு ஏப்ரல் மாதம் வரை கல்வி நிறுவனங்கள் செயல்படும் ஆண்டு; academic year from June to April in a year.

கல்வியாளர்: *(பெ):* கல்வித்துறை சம்பந்தமான அனைத்துப்பணிகளிலும்தேர்ச்சிபெற்றிருப்பவர்; educationalist.

கல்விளக்கு: *(பெ):* மாக்கல்லினால் ஆன எண்ணெய் விளக்கு; lamp made of soap stone.

கல்வினைஞர்/கல்வினையர்: *(பெ):* சிற்பி; கல்தச்சர்; artisan; sculptor; architect.

கல்வீச்சு: *(பெ):* கற்களை வீசிச் சேதத்தை உண்டாக்கும் வன்முறைச்செயல்; pelting stones at buildings, vehicles, public, etc., as an act of violence. ● நடைபெற்ற மாணவர் போராட்டத்தில் **கல்வீச்சு** சம்பவமும், காவல்துறையின் தடியடிப் பிரயோகமும் நடைபெற்றது.

கல்வெடி: *(பெ):* மலைக்கற்களை உடைத்துத் தகர்த்திட பயன்படுத்தும் வெடிமருந்து; dynamite; gun-powder.

கல்வெட்டு: *(பெ):* பாறை அல்லது கல்லில் செதுக்கப்பட்டிருக்கும் வாசகம்; inscription of historical value found on rocks, stone slabs, etc.

கல்வெள்ளி: *(பெ):* இரும்பும், வெள்ளீயமும் கலந்த உலோகம்; an alloy of iron and lead.

கவசம்: *(பெ):* உடல் பாதுகாப்பு உறை; தாயத்து; காப்பு; shield; mail; amulet; protection.

கவச வாகனம்: *(பெ):* போரில் குண்டுகளால் துளைக்கப்படாதபடி சுற்றிலும் உறுதியான உலோகத்தகடு பொருத்தப்பட்டதும், இயந்திரத்துப்பாக்கி (அ) பீரங்கி பொருத்தப்பட்டதுமான வாகனம்; armoured vehicle.

கவடமில்லாத: *(பெ.அ):* வெளிப்படையான; open (minded).

கவடம்: *(பெ):* வஞ்சனை; விரகு; artfulness; deceit; means.

கவடா வீடு: *(பெ):* களஞ்சியம்; granary.

கவடி: *(பெ):* வெள்வரகு; பலகறை; ஒருவகை விளையாட்டு; கடடதாரி; தகரம்; common white millet; cowry; a kind of game; deceitful person; tin.

கவடு: *(பெ):* மரக்கிளை; இடைச்சந்து; ஓர் அளவை; யானையின் கழுத்தில் அணியப்படும் கயிறு; கபடம்; உட்பிரிவு; branch of a tree; fork of the legs; a measure; the coir tied around the neck of the elephant; fraud; guile; sub-division.

கவடுவட்டம்: *(பெ):* முத்து வகைகளுள் ஒன்று; a kind of pearl.

கவடு வைத்தல்: *(வி):* எட்டி நடத்தல்; to step on.

கவட்டடி: *(பெ):* எட்டி நடக்கும் ஓர் அடி; ஆடவர், மகளிர் ஆகியோரின் மறைவுத் தானம்; a step while walking; the genital part of men and women.

கவட்டன்: *(பெ):* வஞ்சகன்; fraud. ● பொல்லாத *கவட்டனாச்சே! அவனிடமா நகையைக் கொடுத்தனுப்பினாய்?*

கவட்டுதல்: *(வி):* வளைத்தல்; to bend.

கவட்டை: *(பெ):* இரண்டாகப் பிரிந்த மரக்கிளையின் பகுதி; இரு தொடைகளுக்கு இடையே உள்ள பகுதி; fork of a branch; fork of the legs; crotch.

கவணி: *(பெ):* ஜரிகை வேலை; ஒரு வகைச் சீலை; Jari work (a decorative work in women's clothes); a kind of cloth.

கவணை: *(பெ):* கவண்; கல்லெறியும் கருவி; மாட்டுக்குத் தீனி வைத்திடும் இடம்; catapult; sling to drive away birds that destroy crops; the place for feeding cattle.

கவண்/கவண்டி: *(பெ):* கல்லெறியும் கருவி; catapult; sling.

கவண்கல்: *(பெ):* கவணில் வைத்து எறியப்படும் கல்; the stone pelted from a catapult.

கவண்காரன்: *(பெ):* கவணைக் கொண்டு பறவைகளை விரட்டுபவன்; slinger.

கவந்தம்: *(பெ):* தலையில்லாத உடல்; முண்டம்; வயிறு; நீர்; செக்கு; பேய்; headless body; stomach; water; oilpress; ghost.

கவந்திகை/கவந்தை: *(பெ):* கந்தையாலான மெத்தைப் போர்வை; quilt made of rags.

கவம்: *(பெ):* கபம்; மத்து; phlegm; a wooden stick with a hemispherical bottom to mash cooked greens or with a bottom having grooves to collect butter.

கவயமா: *(பெ):* காட்டுப்பசு; wild cow.

கவயம்: *(பெ):* காட்டுப்பசு; கவசம்; wild cow; shield.

கவரம்: *(பெ):* சினம்; anger.

கவராயுதம்: *(பெ):* வட்டம் வரையும் கருவி; the instrument to draw a circle.

கவரி: *(பெ):* கவரிமான்; தேர்; எருமை; சாமரை; a kind of stag; chariot; buffalo; bushy tail of the yak, used as a fly flapper for idols or as a royal insignia.

கவரிமா/கவரிமான்: *(பெ):* ஒருவகை மான்; a kind of stag.

- மயிர்நீப்பின் வாழாக் **கவரிமா** அன்னார்
  உயிர்நீப்பர் மானம் வரின். - *குறள் 969.*

கவருகோல்: *(பெ):* குயவர் கருவிகளுள் ஒன்று; one of the instruments of potter.

கவர்: *(பெ):* பிரியும் மரக்கிளை; நீண்ட திருமண் கட்டி; சூலத்தின் கவர்; வஞ்சகம்; வாழைமரம்; அணையிலிருந்து நீர் வெளியேறும் வழி; fork of the branch of a tree; a long chalk-like white earth used for drawing 'Naamam' by Vaishnavites; fork of a trident; deceit; plantain tree; the outlet of a dam.

கவர்கோடல்: *(வி):* ஐயுறுதல்; to doubt.

கவர்ச்சி: *(பெ):* கவனத்தை ஈர்த்திடும் தன்மை; பாலுணர்வினைத் தூண்டும்வகையில் எடுப்பாக இருத்தல்; கவர்ந்திடும் அழகு; தவிர்க்க இயலாத விருப்பம்; வெள்ளைக் காக்கணம் கொடி; quality that holds one's attention; being seductive or sexy; attraction; fascination; a kind of herb.

கவர்தல்: *(வி):* அகப்படுதல்; கொள்ளையிடுதல்; திருடுதல்; வசப்படுத்துதல்; விரும்புதல்; நுகர்தல்; முயங்குதல்; கடைதல்; பிரிதல்; மாறுபடுதல்; to obtain; to rob; to steal; to attract; to like; to enjoy; to have sexual connection; to churn; to get parted; to differ.

கவர்த்தல்: *(வி):* கப்புவிடுதல்; கிளைத்தல்; பிரிதல்; to branch; to multiply; to become parted.

கவர்நெறி: *(பெ):* கிளை வழி; lineage; side-walk.

கவர்படுதல்/கவர்விடுதல்: *(வி):* இரண்டு படுதல்; பிரிவுபடுதல்; பலபொருள் படுதல்; to split into two; to get separated; to have several meanings.

கவர்படுபொழி: *(பெ):* பல பொருள் தரும் மொழி; the word which gives several meanings.

கவர்பு: *(வி):* வேறுபடுதல்; to differ.

கவர்வழி: *(பெ):* கிளைவழி; side-walk; lineage.

கவர்வு: *(பெ):* கவர்ச்சி; விருப்பம்; அகிம்சை; துயரம்; இழுத்தல்; கைப்பற்றுதல்; attraction; desire; non-violence; grief; pulling; seizing.

கவலம்: *(பெ):* துயரம்; grief; sorrow.

கவலுதல்: *(வி):* மனம் வருந்துதல்; கவலைப்படுதல்; to concern; to worry.

கவலை: *(பெ):* மனச் சஞ்சலம்; வருத்தம்; ஒருவகை நோய்; அக்கறை; அச்சம்; பலதெருக்கள் கூடுமிடம்; மரக்கிளை; நீர் இறைக்கும் தோல் கூடை; மீன் வகையுள் ஒன்று; கிலேசம்; கொடி வகை; ailment; grief; a kind of disease; care; fear; junction of many roads; branch of a tree; a device consisting of a cauldron-like vessel and bellows-like part attached at the bottom for lifting water from a well with oxen; a kind of fish; anguish; a tuber-creeper.

கவலை கவற்றுதல்: *(வி):* வருத்தம் செய்தல்; cause to distress.

கவலைச்சால்: *(பெ):* நீர் இறைக்கும் சால்; a device consisting of cauldron-like vessel and bellow-like part attached at the bottom for lifting water from a well with oxen.

கவல்: *(பெ):* வருத்தம்; துயரம்; கலக்கம்; distress; grief; being agitated.

கவவு: *(பெ):* தழுவுதல்; உடலுறவு கொள்ளுதல்; embracing; copulation.

கவவுக் கை: *(பெ):* அணைக்கும் கை; embracing hand.

கவவுதல்: *(வி):* அகத்திடுதல்; விரும்புதல்; கைகளால் தழுவுதல்; முயங்குதல்; நெருங்குதல்;

பொருந்துதல்; to embrace; to like; to fold in the arms; to have sexual connection; be near; to come close; be suitable.

கவழம்: *(பெ):* வாயளவு கொண்ட உணவு; யானைக்கு ஒருமுறை கொடுக்கப்படும் உணவு; a mouthful of food; the food which is given to an elephant for a time.

கவழிகை: *(பெ):* திரைச்சீலை; curtain.

கவளம்: *(பெ):* வாயளவு கொண்ட உணவு; யானைக்கு அளிக்கப்படும் உணவு உருண்டை; யானை மதம்; கபாலம்; mouthful of food; the food made as a ball-like given to an elephant; rut of an elephant; skull.

கவளி: *(பெ):* கட்டு; வெற்றிலைக் கட்டு; புத்தகக்கட்டு; bundle; a bundle contains 50s or 100s of betel leaf; package of books.

கவறல்: *(வி):* (மனம்) கலங்குதல்; வருந்துதல்; to agitate (in mind); to suffer.

கவறாடல்: *(வி):* சூதாடுதல்; to gamble.

கவறு: *(பெ):* சூதாடு கருவி; தாயக்கட்டை; சூது; dice; gambling.

• *கவறும் கழகமும் கையும் தருக்கி*
இவறியார் இல்லாகி யார். - *குறள் 935.*

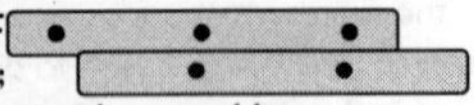

கவற்சி: *(பெ):* கவலை; வருத்தம்; விருப்பம்; worry; anxiety; distress; desire.

கவற்றுமடி: *(பெ):* பட்டாடை வகை; a kind of silk garment.

கவனக்குறைவான: *(பெ.அ):* அக்கறை குறைவாயுள்ள; perfunctory.

கவனக்குறைவு: *(பெ):* அக்கறை இன்மை; lack of attention; carelessness.

கவனமற்ற/கவனமில்லாத: *(பெ.அ):* அஜாக்கிரதை யான; சிரத்தையற்ற; விழிப்புணர்வற்ற; உன்னிப்பற்ற; careless; mindless; negligent; inattentive; remiss.

கவனமான/கவனமுள்ள: *(பெ.அ):* ஜாக்கிரதை யான; சிரத்தையான; உன்னிப்பான; careful; cautious; attentive.

கவனம் கவரும்: *(பெ.அ):* ஒருவரின் கவனத்தை ஈர்த்திடும்; attractive.

கவனம் செலுத்துதல்: *(வி):* அக்கறை எடுத்துக்கொள்ளுதல்; to pay attention.

கவனிக்கப்படாத: *(பெ.அ):* சிரத்தையற்ற; கேட்பாரற்ற; uncared for; unattended.

கவனித்தல்: *(பெ):* கருத்தூன்றி அறிந்திடல்; அக்கறை எடுத்துக்கொள்ளுதல்; observation; attending with care.

கவனிப்பு: *(பெ):* கவனித்தல்; கவனம்; ஒருவர் தனது செயல்பாடுகளால் அடுத்தவரிடமிருந்து பெற்றிடும் மதிப்பு; உபசாரம்; observation; attention; appreciation; hospitality.

கவாஅன்: *(பெ):* தொடை; மலைப்பக்கம்; thigh; hilly side.

கவாடக்கட்டி: *(பெ):* வசம்பு; sweet flag.

கவாடக்காரன்: *(பெ):* பொதிமாட்டுக்காரன்; the owner of a pack-bull.

கவாடம்: *(பெ):* கதவு; வைக்கோல் அமை; door; bullock load of straw. • **கவாடத்தைச்** சாத்தித் தாள் போட்டுக்கொள். • மாட்டுக்குத் தீனி இல்லை; கவாடம் ஒன்று வாங்க வேண்டும்.

கவாட்சம்: *(பெ):* சாளரம்; window.

கவாட்டி: *(பெ):* சிப்பி; shell-fish; shell.

கவாத்துப் பயிற்சி: *(பெ):* போர் வீரர் செய்யும் பயிற்சி; drill of soldiers; military exercise.

கவாய்: *(பெ):* மெய்; உண்மை; கந்தை; பாடகன்; truth; tatters; singer; bard.

கவாரம்: *(பெ):* தாமரை; lotus.

கவாளம்: *(பெ):* மருந்து வகை; a kind of medicine.

கவான்: *(பெ):* தொடை; திரட்சி; மலைப்பக்கம்; thigh; mass; hilly side.

கவான் செறி: *(பெ):* தொடையில் அணிந்திடும் ஒரு வகை அணிகலன்; a kind of ornament worn around the thighs.

கவி: *(பெ):* பாவலன்; பாட்டு; ஞானி; சுக்கிரன்; ஆசு, மதுரம், சித்திரம், வித்தாரம் என்னும் நான்குவகை கவிகளைப் பாடுவோன்; குரங்கு; பூனைக்காலிச் செடி; poet; song; wiseman; philosopher; Venus; one who is capable of singing the four kinds of verse as Aasu, Madhuram, Chitthiram and Viththaaram; monkey; Poonaikali - a herb.

கவிகம்: *(பெ):* குக்கில் மரத்துப் பிசின்; resin of crow pheasant tree.

கவிகை: *(பெ):* நன்மை-தீமை; குடை; வண்மை; தியாகம்; ஈகம்; good and evil; umbrella; liberality; spirit of self-sacrifice.

கவிசனை: *(பெ):* உறை; wrapper.

கவிசினம்: *(பெ):* கோவணம்; man's loin-cloth.

கவிசை: *(பெ):* வயிற்றுநோய்; stomach disease.

கவிச்சி/கவிச்சை: *(பெ):* புலால் நாற்றம்; stink of meat especially fish.

கவிஞன்[1]/கவிஞர்: *(பெ):* கவி பாடுவோன்; பாவலன்; poet.

கவிஞன்[2]: *(பெ):* சுக்கிரன்; the Planet Venus.

கவிதல்: *(வி):* வளைதல்; மூடுதல்; கருத்தூன்றுதல்; இடிதல்; விருப்பமாயிருத்தல்; to bend; to cover; to be absorbed; to break down; to long for.

கவிதை: *(பெ):* பாடல்; poetry.

கவித்தம்: *(பெ):* விளாம்பழம் மற்றும் மரம்; முஷ்டி; அபிநய வகை; the fruit and tree of wood apple; closed fist; a kind of dance pose.

கவித்துவம்: *(பெ):* கவிதைப் பண்பு; poetical quality.

கவியம்: *(பெ):* கடிவாளம்; bridle with bit and reins.

கவியரங்கம்: *(பெ):* ஏதேனும் ஒரு தலைப்பில் கவிஞர்கள் தாம் இயற்றிய கவிதைகளை ஒன்றுகூடிப் படித்துக்காட்டும் அவை; the poet's meet to read their poems composed on a common theme.

கவிரம்: *(பெ):* தேவதாரு; அலரிச்செடி; celestial tree; a kind of plant.

கவிராயர்: *(பெ):* பரம்பரையாக கவிஞர் குடும்பத்தினருக்கான பட்டப்பெயர்; hereditary title of families of poets.

கவிராயன்/கவிச்சக்கரவர்த்தி: *(பெ):* தலைசிறந்த கவிஞன்; great poet.

கவிரோமம்: *(பெ):* பூனைக்காலிச் செடி; Poonaikali - a herb.

கவிவாணர்: *(பெ):* புலவர்; பாடகர்; poet; singer.

கவிவு: *(பெ):* உட்குழிவு; concavity.

கவிழ்தல்: *(வி):* கீழ்நோக்கிச் சாய்த்தல்; சாய்ந்து விழுதல்; தலைகீழாக நோக்குதல்; அதிகாரத்தி லிருந்து நீக்குதல்; to tip over; to capsize; droop of head; to overthrow from power.

கவிழ்த்தல்: *(வி):* தூக்கியெறிதல்; ஊற்றுதல்; தலைகீழாகத் திருப்புதல்; to overthrow; to pour out; to turn over.

கவினம்: *(பெ):* வெண்ணெய்; வளைவு; கடிவாளம்; butter; bend; bridle with bit and reins.

கவினுதல்: *(வி):* அழகு பெறுதல்; to attain beauty.

கவின்: *(பெ):* அழகு; beauty.

கவீச்சுரன்: *(பெ):* கவிவாணன்; a great poet.

கவீரம்: *(பெ):* செடி வகை; a kind of plant.

கவீனம்: *(பெ):* வெண்ணெய்; butter.

கவுசனம்: *(பெ):* கீழாடை; கோவணம்; underwear; man's loin-cloth.

கவுசனை: *(பெ):* உறை; சேணம்; wrapper; saddle.

கவுசி: *(பெ):* குறைவு; வருத்தம்; ஒருவகை வரிக்கூத்து; பாட்டு; கொன்றை; ஒருவகை நோய்; deficiency; distress; a kind of play; song; Indian Laburnum; a kind of disease.

கவுசிகம்/கவுசுகம்: *(பெ):* வெண்பட்டு; சாம வேதம்; ஒரு பண் வகை; விளக்குத் தண்டு; white silk; Sama Veda; a kind of music; lamp-stand.

கவுடதம்: *(பெ):* வெட்பாலை; a herb.

கவுடம்: *(பெ):* மறைபொருள்; hidden-meaning.

கவுடி: *(பெ):* ஒரு பண் வகை; a kind of musical mode.

கவுட்டி: *(பெ):* தொடைச்சந்து; the gap between the thighs.

கவுணம்: *(பெ):* ஒருவகைத் திருநீறு; a kind of sacred ash.

கவுணியன்: *(பெ):* கவுண்டின்ய கோத்திரத்தான்; one who belongs to the Kaundinya Gothiram.

கவுண்டன்: *(பெ):* ஒரு சாதியின் பெயர்; the name of a caste.

கவுதகம்: *(பெ):* கைப்பிடிச் சுவர்; parapet wall.

கவுதம்: *(பெ):* மீன் கொத்திப் பறவை; kingfisher.

கவுதாரி: *(பெ):* ஒரு பறவை வகை; a kind of bird; partridge.

கவுத்துக வாதம்: *(பெ):* அறுபத்து நான்கு கலைகளுள் ஒன்று; one of the sixty-four arts.

கவுத்துவம்: *(பெ):* திருமாலின் மார்பில் விளங்கும் அணிகலன்; வஞ்சகம்; a kind of chest ornament, worn by Lord Vishnu; deceit.

கவுந்தி: *(பெ):* குந்திதேவி; கவுந்தியடிகள்; சமணப் பெண் துறவி; Kunthi Devi, the mother of Pancha Pandavas and Karna; Kavunthi Adigal, a female monk of Jainism.

கவுமாரம்: *(பெ):* இளமை; முருகக் கடவுளைத் தெய்வமாக வழிபடும் சமயம்; youth; the religious sect Kaumaram whose God is Lord Muruga.

கவுமாரி: *(பெ):* பார்வதி; சக்தியின் ஓர் அவதாரம்; Goddess Parvathi, the consort of Lord Shiva; one of the incarnations of Goddess Sakthi.

கவுமோதகி: *(பெ):* திருமாலின் தண்டாயுதம்; the club weapon of Lord Vishnu.

கவுரம்: *(பெ):* வெண்மை; whiteness.

கவுரவம்: *(பெ):* மேன்மை; eminence.

கவுல்தார்: *(பெ):* குத்தகை எடுத்தவர்; lease-holder.

கவுளி: *(பெ):* பல்லி; வெற்றிலைக் கட்டு; ஒருவகைத் தெங்கு (தென்னை); lizard; a bundle of one-hundred betel leaves; a kind of coconut tree.

கவுள்: *(பெ):* கன்னம்; பக்கம்; cheek; side.

கவுனி: *(பெ):* கோட்டை வாயில்; ஒருவகைப் பாடாணம்; entrance of a fort; a kind of arsenic.

கவேது: *(பெ):* ஒரு வகை கோதுமை; a kind of wheat.

கவேரகன்னி: *(பெ):* காவிரி ஆறு; River Kaveri.

கவேலம்: *(பெ):* குவளை மலர்; purple Indian water lily.

கவை: *(பெ):* பிளவுபட்ட கிளை; அகில்; செயல்; எள்ளின் இளங்காய்; காடு; கிளைவழி; தேவை; தொழில்; இரு கூர்மையான முனைகளைக் கொண்டதும் விரித்து மடக்கக் கூடியதும், இரு புள்ளிகளுக்கு இடையே உள்ள தூரத்தை அளக்க உதவக் கூடியதுமான கருவி; forked branch; eagle wood; action; the tender unripe fruit of sesame; forest; lineage; side-walk; necessity; profession; geometric divider.

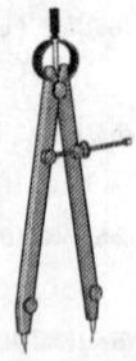

கவைக்கம்பு: *(பெ):* கவையை உடைய கம்பு; முனிவர்களின் கையைத் தாங்கும்படியான Y வடிவ தண்டம்; forked twig; Y-shaped arm-rest used by ascetics.

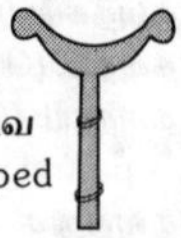

கவைக்காகாமை: *(பெ):* பயனின்மை; state of useless.

கவைக்குதவாதது: *(பெ):* பயனற்றது; that which is useless. ● **கவைக்குதவாத** காரியம் சபைக்குத் தகுமா - *பழமொழி.*

கவைக்குளம்பு: *(பெ):* பிளவுபட்ட (விலங்கின்) பாதம்; forked foot of an animal.

கவைக்கொம்பு: *(பெ):* பிரிவுபட்ட மரக்கிளை; forked branch of a tree.

கவைதல்: *(வி):* மொய்த்தல்; மூடுதல்; to swarm; to cover.

கவைத்தல்: *(வி):* பிளவுபடுதல்; கவடுபடுதல்; உளதாதல்; அணைத்தல்; அகத்திலிடுதல்; to part; to branch; to bring into existence; to embrace; to enclose.

கவைத்தாள்: *(பெ):* நண்டு; crab.

கவைநா: *(பெ):* பாம்பு; உடும்பு; snake; salamander; big lizard.

கவை முட்கோல்: *(பெ):* அங்குசம்; elephant's goad.

கவை முள்: *(பெ):* வேல மரத்து முள்; babul thorn.

கவையடி: *(பெ):* பிளவுபட்ட பாதம்; forked foot.

கவ்வியம்: *(பெ):* பசுவிலிருந்து பெறப்படும் ஐந்து பொருட்கள்; the five things derived from the cow.

கவ்வு: *(வி):* வாயால் கவ்வுதல்; உண்ணுதல்; கடித்தல்; to seize by the mouth as dog; to eat; to bite.

கவ்வை: *(பெ):* ஒலி; பழிச்சொல்; துன்பம்; கவலை; பொறாமை; செயல்; எள்ளின் இளங்காய்; sound; slander; distress; care; anxiety; jealousy; action; the unripe fruit of sesame.

● **கவ்வையால்** கவ்விது காமம் அதுஇன்றேல்
தவ்வென்னும் தன்மை இழந்து. - *குறள் 1144.*

கழகண்டு: *(பெ):* தீம்பு; evil; wickedness.

கழகம்: *(பெ):* கல்வி பயிலும் இடம்; கல்விச் சங்கம்; ஓலக்கம்; புலவர் சபை; சூதாடுமிடம்; the place where one who is educated like school, college etc.; educational society; durbar; assembly of learned people; place of gambling.

கழங்கம்: *(பெ):* சூதாடு கருவி; dice.

கழங்காடல்: *(பெ):* பெண்கள் விளையாடும் விளையாட்டு; an indoor game of women.

கழங்கு: *(பெ):* கழற்சிக்காய்; வெறியாட்டு; சூது; விந்து; Moluccan beans; possession by a spirit for uttering oracles; gambling; sperm.

கழஞ்சு: *(பெ):* **1.77** கிராமுக்கு நிகரான எடை; the weight equal to 1.77 grams.

கழப்பன்: *(பெ):* வீணன்; குறிக்கோளின்றி சுற்றித் திரிபவன்; useless person; vagabond.

கழப்பு: *(பெ):* சோம்பல்; கள்ளத்தனம்; laziness; hypocrisy; cunning; craftiness.

கழலி: *(பெ):* பிரண்டை; square-stalked vine.

கழலுதல்: *(வி):* விலகுதல்; வெளியேறுதல்; நீங்குதல்; விழுதல்; நெகிழ்தல்; ஊடுருவுதல்; ஓடுதல்; to step aside; to move away; to leave; to fall down; to become loose; to pass through; to penetrate.

கழலை: *(பெ):* இரணக்கட்டி; கழுத்தில் வரும் ஒரு நோய் வகை; a tumour; a kind of neck disease.

கழலைக்கரப்பான்: *(பெ):* ஒருவகை சொறி நோய்; a kind of scabies.

கழல்: *(பெ):* வீரக்கழல்; சிலம்பு; கால் மோதிரம்; செருப்பு; பாதம்; கழற்சி; காற்றாடி; பொன் வண்டு; string of little bells worn on the leg, as a sign of heroism; anklet; a kind of plain ring worn on the next toe or great toe; leather sandals; foot; moluccan beans; kite; gold coloured beetle.

கழல் வளை: *(பெ):* வளையல் வகை; a kind of bangles.

கழறியுரைத்தல்: *(வி):* இடித்துரைத்தல்; to rebuke someone with the intention of correcting, etc.

கழறுதல்: *(வி):* இடித்துரைத்தல், சினத்தல்; உறுதி கூறுதல்; அவமதித்தல்; to rebuke; be very angry; to promise; to insult.

கழற்காய்: *(பெ):* கழற்சிக்காய்; moluccan beans.

கழற்சி: *(பெ):* கழற்சிக்காய்; கெச்சக்காய்; Molucca beans; bonduc nut.

கழற்பதி: *(பெ):* பெருங்குமிழ் மரம்; a kind of tree named in Tamil - Kazharpathi.

கழற்று: *(பெ):* உறுதிமொழி; promise; *(வி):* நீக்கு; பிரித்துத் தனியாக்கிடு; உருவி எடு; to disconnect; to unfasten; to take off (clothes such as shirt, jacket, etc.)

கழற்றுதல்: *(வி):* போக்குதல்; நீக்குதல்; கழலப் பண்ணுதல்; நெகிழச் செய்தல்; to unfasten; to unlock; to remove; to take off (clothes such as shirt, jacket, etc.); to loosen something (knot, etc.).

கழற்றுரை: *(பெ):* உறுதிச் சொல்; promise.

கழனி: *(பெ):* வயல்; மருதநிலம்; சேறு; கழுநீர்; திரைச்சீலை; paddy field; agricultural tract; mire; mud; purple Indian water lily; curtain.

கழனிக்கடைத்தவர்: *(பெ):* மருத நிலத்து மக்கள்; people belonging to agricultural tract.

கழனிக்குளம்: *(பெ):* நன்செய் நிலத்துக்கு நடுவே உள்ள குளம்; the water tank or pond which is in the middle of paddy fields.

கழனிப் பயிர்: *(பெ):* நெல்; paddy.

கழனிலை: *(பெ):* ஒரு வகைக் கூத்து; a kind of dance or play.

கழாஅல்: *(பெ):* கழுவுதல்; washing.

கழாநிலம்: *(பெ):* உவர்நிலம்; saline soil.

கழாயம்: *(பெ):* துவர்ப்பு; astringent taste.

கழாயர்: *(பெ):* கழைக்கூத்தாடிகள்; rope-dancers; pole-dancers; acrobats.

கழாய்: *(பெ):* கமுகு; மூங்கில்; சிறுகீரை; கம்பம்; areca-nut tree; bamboo; a species of amaranth; post; pillar.

கழாய்க்கூத்து: *(பெ):* மூங்கில் கம்பின் மீது நின்றாடும் கூத்து; pole-dance.

கழால்: *(வி):* கழுவுதல்; களைதல்; கழலுதல்; to purify; to remove; to slip off.

- **கழா**அக்கால் பள்ளியுள் வைத்தற்றால் சான்றோர் குழாஅத்துப் பேதை புகல். *- குறள் 840.*

கழாறுதல்: *(வி):* விலகுதல்; நெகிழ்தல்; to leave away; to become loose.

கழி: *(பெ):* உப்பங்கழி; நுகக்கால் குச்சி; வரிச்சல்; கயிறு; கோல்; ஆயுதக் காம்பு; மாமிசம்; backwater; yoke pin; lath; rope; rod; hande of tool, flesh.

கழிகடை: *(பெ):* இழிந்தது; that which is wretched.

கழிகண்ணோட்டம்: *(பெ):* அளவு கடந்த மகிழ்ச்சி; extravagant happiness.

கழிகாலம்: *(பெ):* கடந்த காலம்; past time.

கழிகால்: *(பெ):* சாக்கடை; sewer.

கழிக்கானல்: *(பெ):* கடற்கரைப் பூங்கா; sea-side park.

கழிகெட்டவன்: *(பெ):* மிகவும் கெட்டவன்; cruel person.

கழிசடை: *(பெ):* கழிக்கப்பட்ட மயிர்ச்சடை போல் இழிந்தவன் (அ) இழிந்தது; person or thing that is castaway as shaven hair.

கழிசல்: *(பெ):* வேண்டத்தகாதது; ஒதுக்கப்பட்டது; waste; discard.

கழிச்சல்: *(பெ):* மலப்போக்கு; diarrhoea.

கழிச்சியர்: *(பெ):* நெய்தல் நிலப் பெண்கள்; women belonging to maritime tract.

கழிதல்: *(வி):* மிகுதல்; கடந்து போதல்; குறைபடுதல்; அழிதல்; ஒழிதல்; சாதல்; முடிவடைதல்; மலம் போன்றவை வெளியாதல்; அச்சம் அடைதல்; to exceed; to pass through; to decrease; to be ruined; to cease; to die; to come to an end; to discharge the excrete; to be frightened.

கழித்தல்: *(வி):* நீக்குதல்; ஒதுக்குதல்; வெட்டுதல்; ஒரு பெரிய எண்ணிலிருந்து சிறிய எண்ணைக் குறைத்தல்; to remove; to exclude; to cut; to deduct; to subtract.

கழித்து: *(வி.அ):* கழிந்த பின்; (in time) after.

கழிநிலம்: *(பெ):* உவர்நிலம்; உப்பளம்; saline soil; marshy tract bordering on the sea; salt pan.

கழிந்த: *(பெ.அ):* கடந்த; சென்ற; past; gone.

கழிந்த காலம்: *(பெ):* இறந்த காலம்; past tense.

கழிந்தார்: *(பெ):* வறியவர்; இறந்தவர்கள்; தாழ்ந்தவர்; poor men; the persons who died; low persons.

கழிபடர்: *(பெ):* மிகுந்த துயரம்; excessive grief.

கழிபிறப்பு: *(பெ):* முற்பிறப்பு; previous birth.

கழிபேருவகை: *(பெ):* பெருமகிழ்ச்சி; ecstasy.

கழிப்பறை: *(பெ):* சிறுநீர் முதலியன கழித்திட வீட்டில் (அ) பொது இடங்களில் ஏற்படுத்தப் பட்டிருக்கும் வசதி; toilet; lavatory.

கழிப்பிடம்: *(பெ):* பொது இடத்துக் கழிப்பறை; public convenience.

கழிப்பு: *(வி):* சாந்தி கழித்தல்; ஒழித்தல்; to perform propitiatory rites to avert evil influences of planets, evil spirits, etc.; to annihilate.

கழிப்புல்: *(பெ):* ஒரு வகைப் புல்; a kind of grass.

கழிமாந்தம்: *(பெ):* குழந்தைகளுக்கு வரும் மாந்த நோய்; a kind of children's disease.

கழிமுகம்: *(பெ):* ஆறு கடலுடன் கலக்கும் இடம்; அருவி; bar-mouth; waterfall.

கழிமுள்ளி: *(பெ):* முள்ளிச் செடி; a kind of plant.

கழிமை: *(பெ):* நீக்குதல்; தள்ளுதல்; விலக்குதல்; to remove; to push away; to repel.

கழிய: *(வி.அ):* மிகவும்; a term used to indicate the enormity or immensity of something.

கழியல்: *(பெ):* கழிக்கப்பட்டது; that which is removed.

கழியவர்: *(பெ):* நெய்தல் நிலத்து மக்கள்; the people belonging to maritime tract.

கழியிருக்கை: *(பெ):* ஆறு சூழ்ந்த இடம்; the place which is surrounded by river.

கழியுடல்: *(பெ):* பிணம்; dead body; corpse.

கழியுப்பு: *(பெ):* கடலுப்பு; (sea) salt.

கழிவட்டம்: *(பெ):* கடைப்பட்டது; that which is very last or very least.

கழிவிரக்கம்: *(பெ):* அடுத்தவர் மீது காட்டும் இரக்கம்; பச்சாதாபம்; நடந்தவற்றை எண்ணி தன் மீதே ஒருவர் கொள்ளும் அதிகப்படியான வருத்தம்; sympathy; pity; self-pity.

கழிவு: *(பெ):* குப்பைக்கூளம்; தரக்குறைவானவை; தள்ளுபடி; தொழிற்சாலையில் வெளியேற்றப் படும் இரசாயனக்கலப்புடைய பொருள்; உரமாகப் பயன்படும் கழிக்கப்பட்ட இயற்கைப் பொருள்; இறந்தகாலம்; garbage; that which is discarded as inferior in quality; discount; industrial waste; agricultural or natural waste; past tense.

கழிவு நீர்: *(பெ):* சாக்கடை; தொழிற்சாலையின் அசுத்த நீர்; sewage; industrial waste.

கழினி: *(பெ):* இடுதிரை; curtain.

கழு: *(பெ):* கழுமரம்; கழுகு; சூலம்; பசுவை அடக்க அதன் கழுத்தில் கட்டப்படும் இணைப்புக் கழி; stake for impaling criminals; eagle; trident; device for controlling a cow. • **கழுவேறத்** துணிந்த நீலி கண்ணில் மை கரிக்கிறது என்றாளாம் - *பழமொழி.*

கழுகண்டு: *(பெ):* வணங்காமுடி; recalcitrant person; stiff-necked person.

கழுகு: *(பெ):* வளைந்த கூர்மையான அலகினைக் கொண்டதும், இறந்துபோன உடல்களைத் தின்பதுமான ஒரு பறவை; eagle. • **கழுகுக்கு** மூக்கிலே வியர்த்தது போல - *பழமொழி.*

கழுக்கடை: *(பெ):* சூலம்; சிறு ஈட்டி; trident; spike.

கழுக்களம்: *(பெ):* கழுவேற்றும் இடம்; the place of execution by impaling.

கழுக்காணி: *(பெ):* உலக்கை; அறிவில்லாத மூடன்; தாமரை; pestle; fool; lotus.

கழுக்கோல்: *(பெ):* கழுமரம்; stake for impaling criminals.

கழுதாழி: *(பெ):* பேய்த் தேர்; mirage.

கழுது: *(பெ):* பேய்; வண்டு; காவற் பரண்; demon; beetle; elevated platform for guarding fields.

கழுதை: *(பெ):* வெள்ளை நிற மூக்கும், நீளமான காதுகளையும் உடைய குதிரை இனத்தைச் சேர்ந்த விலங்கு; ஒருவரை திட்டவும், பிரியமுடன் அழைத்திடவும் பயன்படுத்திடும் சொல்; donkey; a term of abuse as well as endearment. • **கழுதை** கெட்டால் குட்டிச் சுவர். • **கழுதைக்குத்** தெரியுமா கற்பூர வாசனை. • **கழுதை** தேய்ந்து கட்டெறும்பாச்சுதே. • **கழுதை** விட்டையானாலும் கை நிறைய வேண்டும். • **கழுதைக்கு** உபதேசம் காதிலே சொன்னாலும் அவலக் குரல் ஒழிய ஆங்கேதும் இல்லை - *பழமொழிகள்.*

கழுதைக் குடத்தி: *(பெ):* கழுதைப் புலி; hyena.

கழுதைத் திசை: *(பெ):* வடமேற்குத் திசை; North-west direction.

கழுதைப் புலி: *(பெ):* ஒரு வகைக் காட்டு விலங்கு; hyena.

கழுதை வாகினி: *(பெ):* மூதேவி; Goddess of Misfortune.

கழுதை விட்டை: *(பெ):* கழுதையின் மலம்; dung of donkey.

கழுத்தணி: *(பெ):* கழுத்தில் அணியும் வடம்; necklace.

கழுத்தல்: *(வி):* பொய் கூறுதல்; to lie.

கழுத்தறுப்பு: *(பெ):* பெருந்துன்பம்; கழுத்தை அறுப்பது போன்ற தொல்லை; distress; trouble as if the throat is being cut.

கழுத்து: *(பெ):* கண்டம்; neck. • **கழுத்தறுக்கும்** கத்தியைக் கையிலே கொடுத்தது போல. • **கழுத்திலிருப்பது** உருத்திராட்சம்; கையிலே இருப்பது கன்னக்கோல். • **கழுத்து** மாப்பிள்ளைக்கு பயப்படாவிட்டாலும், வயிற்றுப் பிள்ளைக்குப் பயப்படத்தானே வேண்டும். • **கழுத்து** வெளுத்தாலும் காகம் கருடன் ஆகுமோ ? - *பழமொழிகள்.*

கழுத்துப்பட்டி: *(பெ):* சட்டை போன்றவற்றில் கழுத்தைச் சுற்றித் தைக்கப்பட்டு மடிக்கப் பட்டிருக்கும் பகுதி; shirt-collar.

கழுத்தைக் கொடு: *(வி):* ஒரு பெண் திருமணத்திற்கு உட்படுதல்; (of a woman) to accept the inevitability of marriage.

கழுத்துமணி: *(பெ):* கழுத்துக்குரிய அணிகலன்; necklace.

கழுத்து முடிச்சு: *(பெ):* குரல்வளை; throat.

கழுத்துவெட்டி: *(பெ):* கொலைகாரன்; killer; murderer.

கழுநீர்: *(பெ):* செங்குவளை; நீலோற்பவம்; புண்ணிய தீர்த்தம்; அரிசி கழுவிய நீர்; purple Indian water-lily; blue Indian water-lily; sacred water; the water in which rice has been washed.

கழுந்தன்: *(பெ):* உருவில் பெரிதாய் இருந்தும் முட்டாளாக இருப்பவன்; a foolish person who may look big.

கழுந்து: *(பெ):* உலக்கை நுனி (அ) வில் நுனி; முரட்டுத்தனம்; மரத்து வைரம்; rounded end as of pestle or of a bow; rashness; core of a tree.

கழுமணி: *(பெ):* தூய்மை செய்யப்பட்ட மணி; polished gem.

கழுமம்: *(பெ):* குற்றம்; fault.

கழுமரம்: *(பெ):* கடுமையான குற்றவாளியின் உயிரைப் பறித்திடும் விதமாக, முற்காலத்தில் பயன்படுத்தப்பட்ட கூர்மையான முனையைக் கொண்ட கம்பம்; a pointed stake formerly used for impaling criminals.

கழுமலம்: *(பெ):* சீர்காழி நகரின் மறுபெயர்; சேரநாட்டில் இருந்த பழைமை வாய்ந்த ஒரு நகரம்; another name for Sirkaazhi town of Naagai District; an ancient city in Chera country.

கழுமலை: *(பெ):* பிணக்குன்று; mound of carcasses.

கழுமல்: *(பெ):* மயக்கம்; மிகுதி; பற்றுதல்; நிறைவு; confusion; surplus; seizing; fulness.

கழுமு: *(பெ):* கலப்பு; திரட்சி; infusion; mass.

கழுமுதல்: *(வி):* சேர்தல்; திரளுதல்; கலத்தல்; நிறைதல்; மிகுதல்; மயங்குதல்; to join; to abound; to mix; to become full; to exceed; to confuse.

கழுமுள்: *(பெ):* ஆயுதம்; மாதுளை; சூலம்; ஈட்டி; கழுமரம்; weapon; pomegranate; trident; spear; lance; stake for impaling criminals.

கழுவன்: *(பெ):* கொடியவன்; wicked person.

கழுவாய்: *(பெ):* பரிகாரம்; expiation.

கழுவாய் நிலம்: *(பெ):* புல் தரை; pasture.

கழுவுணி: *(பெ):* சோம்பேறி; lazy-bones.

கழுவெளி: *(பெ):* புல்தரை; pasture.

கழை: *(பெ):* கரும்பு; மூங்கில்; ஓடக்கோல்; குத்துக் கோல்; தண்டு; sugarcane; bamboo; boatman's pole; pointed pole, used as weapon; stalk; stem.

கழைக்கூத்தன்/கழைக்கூத்தாடி: *(பெ):* கழைக்கூத்து ஆடுபவன்; pole-dancer; tight-rope walker.

கழைக்கூத்து/கம்பங்கூத்து: *(பெ):* மூங்கில் கழியை நட்டு அதன் மீது நின்றாடும் கூத்து; கயிற்றின் மீது நடந்து, கீழே விழாமல் திறமையுடன் செய்யும் வித்தை; pole-dancing; acrobatics, especially tight-rope walking.

கழைநெல்: *(பெ):* மூங்கிலரிசி; the seed of bamboo.

கள: *(பெ):* களாச்செடி; களவொழுக்கம்; a kind of shrub; secret union of lovers before ceremonial marriage.

கள ஆய்வு: *(பெ):* ஆய்வு, அறிக்கை போன்றவற்றிற்கு உரிய இடங்களுக்குச் சென்று தகவல்களைச் சேகரிக்கும் பணி; field work of research, investigation, etc.

களகண்டம்: *(பெ):* குயில்; cuckoo bird.

களகம்: *(பெ):* பெருச்சாளி; நெற்கதிர்; சுண்ணாம்புச் சாந்து; அன்னம்; bandicoot; sheaf of paddy; burnt lime paste; swan.

களகம்பளம்: *(பெ):* எருதின் அலைதாடி; bull's dewlap.

களக்கம்: *(பெ):* குற்றம்; fault.

களக்கர்: *(பெ):* புலையர்; வேடர்; ஈனர்; base persons; hunters; low persons.

களங்கம்: *(பெ):* குற்றம்; மறு; துரு (உலோகத் துகள்); களிம்பு; கறுப்பு; நீலம்; அடையாளம்; சீதங்க பாடாணம்; fault; blemish; dross; sub-acetate of brass; black; blue; mark; a kind of arsenic.

களங்கன்: *(பெ):* சந்திரன்; the Moon.

களங்கொள்ளுதல்: *(வி):* வெல்லுதல்; to conquer.

களஞ்சம்: *(பெ):* கஞ்சா போன்ற பொருட்கள்; the leaves and seeds of Indian hemp, etc.

களஞ்சியம்: *(பெ):* தானியத்தைக் கொட்டி வைப்பதற்கான இடம் (அ) பெட்டி போன்ற அமைப்பு; சாமான்கள் வைக்கும் இடம்; கருவூலம்; granary; store-house; store-room; treasury.

களத்திரக்காரகன்: *(பெ):* சுக்கிரன்; the Planet Venus.

களத்திரம்: *(பெ):* மனைவி; குடும்பம்; wife; family.

களத்திர ஸ்தானம்: *(பெ):* ஒருவரின் ஜாதகத்தில் லக்கினத்திலிருந்து ஏழாவதாகிய, மனைவியின் ஆயுள், உடல் நிலை போன்றவற்றைக் குறிக்கும் இடம்; the seventh house from the lagnam (in one's horoscope having a bearing on wife's life-span, health etc.).

களத்துமேடு: *(பெ):* நெற்களமாக அமைந்த மேடு; thrashing ground - (a little elevated from the ground).

களந்தூன்றி: *(பெ):* தான்றிக்காய் மரம்; a kind of tree.

களபம் *(பெ):* சுண்ணச் சாந்து; கலவைச் சாந்து; யானைக் கன்று; கண்ணாடி; mortar; perfumery paste; young of elephant; mirror.

களப்படி: *(பெ):* வேலையாட்களுக்குக் கொடுக்கப்படும் அதிகப்படியான கூலி; extra quantity of grains given over and above the wages at the time of harvest to agricultural labourers.

களப்பலி: *(பெ):* போர்க்களத்தில் போர் துவங்கும் முன்பாகக் கொற்றவைக்குக் கொடுக்கப்படும் பலி; human sacrifice offered on the battle field to the Goddess of Victory in ancient days.

களப்பன்றி: *(பெ):* பெருங்குமிழ் மரம்; a kind of tree.

களப்பாட்டு: *(பெ):* களத்துமேட்டில் களத்துப் போரடிப்போர் பாடும் பாட்டு; the song sung by the agricultural workers at thrashing ground.

களப்பிச்சை: *(பெ):* களத்தில் தானியமாகக் கொடுக்கப்படும் அறச்செயல்; grain given in charity at the thrashing ground.

களப்பு: (பெ): உப்பங்கழி; lagoon.
களப்பூசை: (பெ): நல்ல விளைச்சலுக்கென, களத்தில் செய்யப்படும் பூசை; the worship offered at the thrashing ground for a good harvest.
களமம்: (பெ): நெல்; paddy.
களமர்: (பெ): உழவர்; வீரம்; மருதநிலத்து மக்கள்; அடிமைகள்; agriculturist; bravery; the people belonging to agricultural tract; slaves.
களமாலை: (பெ): கண்டமாலை என்னும் நூல்; the text Kanda Malai.
களமீடு: (பெ): களத்துமேடு; thrashing ground.
களம்: (பெ): நெற்களம்; போர்க்களம்; இடம்; சபை; வேள்விச்சாலை; களர் நிலம்; உள்ளம்; கொட்டகை; மனைவி; கருமை; மஞ்சு; கழுத்து; இனிய ஓசை; thrashing ground; battle field; place; assembly; sacrificial hall; saline soil; mind; shed; wife; blackness; granary; neck; melodious sound.
களம்பாடுதல்: (வி): போர்க்களம் பற்றி விவரித்தல்; to describe about the battlefield.
களரவம்: (பெ): காட்டுப் புறா; the dove which lives in the forests.
களரி: (பெ): களர் நிலம்; காடு; போர்க்களம்; நாடகம், கல்வி போன்றவை பயிலும் இடம்; நீதிமன்றம்; தொழில் புரியும் இடம்; saline soil; wood; forest; battlefield; the place where drama, education etc. are taught; court of law; working place.
களர்: (பெ): உவர் நிலம்; களர் நிலம்; சேற்று நிலம்; கூட்டம்; கழுத்து; கறுப்பு; saline soil; marshy land; crowd; neck; black.
களர்த்தன்மை: (பெ): உவர்த்தன்மை; salinity.
களவன்: (பெ): நண்டு; crab.
களவாடுதல்: (வி): திருடுதல்; to steal; to thieve.
களவாணி: (பெ): திருடன்; thief.
களவு: (பெ): திருட்டு; திருடிய பொருள்; வஞ்சனை; களவொழுக்கம்; களாச்செடி; theft; the thing which was stolen; deceit; fraud; cunning; secret union of lovers before ceremonial marriage; a kind of plant. • **களவைக்** கைத்தும் (கனவிலும்) மற. • **களவைக்** கற்றாலும் தன்னைக் காக்கவே கற்கவேண்டும் - *பழமொழிகள்.*

- **களவி**னால் ஆகிய ஆக்கம் அளவிறந்து
  ஆவது போலக் கெடும். - *குறள் 283.*
- **களவின்**கண் கன்றிய காதல் விளைவின்கண்
  வீயா விழுமம் தரும். - *குறள் 284.*
- அளவின்கண் நின்றொழுகல் ஆற்றார் **களவின்**கண்
  கன்றிய காதலவர். - *குறள் 286.*
- **களவென்**னும் காரறி வாண்மை அளவென்னும்
  ஆற்றல் புரிந்தார்கண் இல். - *குறள் 287.*
- அளவறிந்தார் நெஞ்சத் தறம்போல நிற்கும்
  களவறிந்தார் நெஞ்சில் கரவு. - *குறள் 288.*

களவுப்புணர்ச்சி/களவொழுக்கம்: (பெ): காதலர்கள் பிறர் அறியாதவாறு தங்கள் திருமணத்திற்கு முன்பாகத் தனியிடத்தில் கூடுதல்; secret union of lovers before ceremonial marriage.
களவோர் வாழ்க்கை: (பெ): திருட்டுத் தொழில்; profession of thieving.
களன்: (பெ): மருதநிலம்; இடம்; பொய்கை; ஒலி; கழுத்து; தொடர்பு; மயக்கம்; agricultural tract; place; pond or tank; sound; neck; connection; confusion.
களா: (பெ): சிறுகளா; பெருங்களா; மலைக்களா என்னும் களா வகை; முள்முருங்கை; தணக்கு மரம்; the three kinds of Kala plant ie. Sirukala, Perunkala, and Malaikala; holly leaved berbery; a kind of tree.
களாசம்: (பெ): பிரம்பு; rattan.
களாவகம்: (பெ): சிறுகீரை; a species of amaranth.
களாவதி: (பெ): ஒரு வகை வீணை; a kind of Veena.
களாவன்: (பெ): இடையணி வகை; a kind of waist ornament.
களி: (பெ): கள்; மகிழ்ச்சி; தேன்; கள் குடியன்; யானை மதம்; குழைவு; குழம்பு; மாவாகக் கிண்டிய உணவு; கஞ்சி; மண் வகை; உருகிய உலோகம்; toddy; joy; revel; honey; drunkard; elephant's rut; thick pulp; gruel; a kind of soil; liquid metal or melted metal.
களிகம்: (பெ): மருந்து வகை; a kind of medicine.
களிகூர்ந்த: (பெ.அ): பெரு மகிழ்ச்சியான; gay.
களிகை: (பெ): மொட்டு; கழுத்தணி வகை; bud; a kind of necklace.
களிக்கல்: (பெ): சிலாச்சத்து; gypsum.
களிதின்னல்: (வி): களி உண்ணுதல்; இலஞ்சம் வாங்குதல்; to eat the pasty food; to receive bribe.
களித்தரை: (பெ): களிமண் நிலம்; clay land.
களித்தல்: (பெ): மகிழ்தல்; கள்ளுண்டு வெறி கொள்ளுதல்; செருக்கடைதல்; to rejoice; be intoxicated; be proud.

- **களித்**தறியேன் என்பது கைவிடுக நெஞ்சத்து
  ஒளித்ததூஉம் ஆங்கே மிகும். - *குறள் 928.*
- **களித்**தானைக் காரணம் காட்டுதல் கீழ்நீர்க்
  குளித்தானைத் தீத்துரீஇ யற்று. - *குறள் 929.*
- கள்ளுண்ணாப் போழ்தில் **களித்**தானைக் காணுங்கால்
  உள்ளான்கொல் உண்டதன் சோர்வு - *குறள் 930.*
- **களித்**தொறும் கள்ளுண்டல் வேட்டற்றால் காமம்
  வெளிப்படுந் தோறும் இனிது. - *குறள் 1145.*

களித்துயில்: (பெ): மகிழ்ச்சி; களவொழுக்கத்தின் பின்பாகக் காதலர் கொள்ளும் உறக்கம்; happiness; sleep of lovers after having the secret union before ceremonial marriage.

களிநெஞ்சன்: *(பெ):* கொடியவன்; wicked person.

களிந்தை: *(பெ):* யமுனை ஆறு; the river Yamuna.

களிப்பாக்கு: *(பெ):* அவித்துக் காயவைத்த பாக்கு; areca-nut boiled and dried.

களிப்பு: *(பெ):* மகிழ்ச்சி; செருக்கு; மயக்கம்; சிற்றின்பம்; மண்பசை; joy; delight; pride; intoxication; sexual pleasure; mirth.

களிமகன்: *(பெ):* குடிகாரன்; drunkard.

களிமண்: *(பெ):* பசைத் தன்மையுள்ள மண்; clay.

களிமம்: *(பெ):* எலி; rat.

களிம்பற்றவன்: *(பெ):* அப்பாவி; innocent.

களிம்பு: *(பெ):* செம்பின் மலப்பற்று; மாசு; துரு; பூச்சு மருந்து; dross; sub-acetate of copper; stain; crust; balm; ointment.

களியடைக்காய்: *(பெ):* களிப்பாக்கு; areca-nut boiled and dried.

களியலடி: *(பெ):* கும்மியாட்டம்; dancing especially among young women, accompanied by the clapping of hands to a tune sung by all.

களியன்: *(பெ):* குடிகாரன்; drunkard.

களியாட்டம்: *(பெ):* உல்லாசமான கொண்டாட்டம்; குடித்தும், சிற்றின்பத்தில் ஈடுபட்டும் மகிழும் கேளிக்கை; revelry.

களியாட்டு: *(பெ):* கள்ளுண்டு ஆடும் ஆட்டம்; drunken feast.

களியாதல்: *(பெ):* மகிழ்தல்; be happy.

களிறு: *(பெ):* ஆண் யானை; ஆண் பன்றி; male elephant; boar. ● **களிறு** வாயில் அகப்பட்ட கரும்பு போல - *பழமொழி.*

களிறுதரு புணர்ச்சி: *(பெ):* தலைவன் தலைவியை யானையிடமிருந்து காத்தமையால், அவ்விருவருக்கும் அன்பில் உண்டான சேர்க்கை; union of a young man with a maiden on his having rescued her from an elephant.

களிற்றரசு: *(பெ):* ஐராவதம் என்னும் யானை; Lord Indra's elephant.

களிற்றியானை: *(பெ):* ஆண் யானை; male elephant.

களிற்றினம் பூ: *(பெ):* யானைத் திப்பிலை; a Siddha medicinal plant.

களிற்றுப் பன்றி: *(பெ):* ஆண் பன்றி; boar.

களுசி: *(பெ):* சீந்தில் கொடி; a kind of creeper.

களேபரம்: *(பெ):* குழப்பம்; பிணம்; உடம்பு; எலும்பு; confusion; dead body; body; bone.

களை: *(பெ):* பயிருடன் வளர்ந்திடும் புல், பூண்டுகள்; குற்றம்; அயர்வு; சந்திரகலை; அழகு; weeds; fault; faintness; digit of the Moon; beauty. ● **களை** பிடுங்காத பயிர் காற்பயிர் - *பழமொழி.*

களைகட்டல்: *(வி):* களை பறித்தல்; (நிகழ்ச்சி அல்லது நிகழ்ச்சி நடந்துகொண்டிருக்கும் இடம்) பொலிவுடன் விளங்குதல்; to remove weeds; to become lively; to come alive.

களைகண்: *(பெ):* பற்றுக்கோடு; ஆதரவு; ஆதாரம்; காப்பவன்; refuge; support; protection; protector.

களைஞன்: *(பெ):* களை பறிப்பவன்; சண்டாளன்; one who weeds; violent-tempered man.

களைதல்: *(வி):* நீக்குதல்; ஆடையணிகள் கழற்றுதல்; அழித்தல்; அரிசி கழுவுதல்; கூட்டி முடித்தல்; பிடுங்கி எறிதல்; to remove; to take off clothes, etc.; to destroy; to separate rice by rinsing it to remove stones; to sweep a place; to weed out.

களைத்தல்: *(வி):* சோர்வுறுதல்; இளைத்தல்; to languish; to grow weary.

களை பறித்தல்: *(வி):* களைகளைப் பிடுங்கி எறிதல்; இடையூறுகளை அகற்றுதல்; to weed out; to eradicate or remove obstruction.

களைப்பு: *(பெ):* சோர்வு; langour; fatigue.

களைப்பாற்றுதல்: *(வி):* இளைப்பாற்றுதல்; cause to take rest.

களைவாரி: *(பெ):* களைக்கொட்டு; களைகளைப் பறித்தெடுக்கும் கருவி; a weeding hook; a grass hoe; a small iron pick with broad blade and wooden handle.

களைவு: *(பெ):* களைதல்; நீக்குதல்; to take off; to remove.

கள்: *(பெ):* மது; தேன்; வண்டு; களவு; toddy; honey; bee; theft. ● **கள்** விற்றுக் கலப்பணம் சம்பாதிப்பதைக் காட்டிலும் கற்பூரம் விற்றுக் கால்பணம் சம்பாதிப்பதே மேல். ● **கள்** குடித்தவனுக்குக் கள் ஏப்பம்; பால் குடித்தவனுக்குப் பால் ஏப்பம் - *பழமொழிகள்.*

● கள்வார்க்குத் தள்ளும் உயிர்நிலை கள்ளார்க்குத்
தள்ளாது புத்தேள் உலகு - *குறள் 290.*

● கள்ளுண்ணாப் போழ்தில் களித்தானைக் காணுங்கால்
உள்ளான்கொல் உண்டதன் சோர்வு - *குறள் 930.*

கள்தல்: *(வி):* களைதல்; திருடுதல்; பறித்தல்; ஏமாற்றுதல்; to weed; to steal; to pluck; to deceive.

கள்வம்: *(பெ):* திருட்டுச் செயல்; கவர்ச்சியானது; the act of stealing; that which is attractive.

கள்வன்: *(பெ):* திருடன்; நண்டு; thief; crab.

கள்ள: *(பெ.அ):* சட்டத்திற்குப் புறம்பாகவும், இலாப நோக்குடனும் செயல்படும்; திருமண உறவுக்குப் புறம்பான; மற்றவர் அறியாமல் வெளிப்படுத்துகின்ற; illegel; illicit; surreptitious. ● **கள்ள** மனம் துள்ளும்; கள்ளன் அச்சம் காடு கொள்ளாது. ● **கள்ளப்** பிள்ளையும், செல்லப் பிள்ளையும் ஒன்றா ? ● **கள்ள** மாடு சந்தை ஏறாது.

• கள்ள வாசலை காப்பவனைப் போல- *பழமொழிகள்.*

கள்ளக்காசு: *(பெ):* திருட்டு நாணயம்; செல்லாக்காசு; black money; valueless coin.

கள்ளக்காதலன்: *(பெ):* கணவன் அல்லாது ஒரு பெண் உறவுவைத்துக்கொள்ளும் பிறிதொருநபர்; paramour.

கள்ளக்கிடை: *(பெ):* பதுங்கியிருத்தல்; ambush.

கள்ளங்கபடமில்லாத: *(பெ.அ):* சூது வாது இல்லாத; deceitless

கள்ளங்கபடு: *(பெ):* சூது வாது; வஞ்சகம்; ஏமாற்றுதல்; cunning; deceit; fraud.

கள்ளச்சந்தை: *(பெ):* அரசுக் கட்டுப்பாட்டில் இருக்கும் பொருட்களை உரிமை பெறாமலும், வரி செலுத்தாமலும் அதிக விலைக்கு விற்கும் வியாபாரம்; black-market.

கள்ளச்சரக்கு: *(பெ):* கடத்தல் சரக்கு; போலிச் சரக்கு; smuggled goods; imitation goods sold as genuine goods.

கள்ளச்சாதி: *(பெ):* ஒரு சாதி; kalla caste.

கள்ளச்சாவி: *(பெ):* திருடும் நோக்குடன் பூட்டினைத் திறக்கப் பயன்படுத்தும் மாற்றுச்சாவி; forged key.

கள்ளச்சி: *(பெ):* திருடி; கள்ளர் சாதிப் பெண்; female thief; the woman belonging to Kalla caste.

கள்ளச்சுரம்: *(பெ):* உட்காய்ச்சல்; latent or internal fever.

கள்ளத்தனம்: *(பெ):* திருட்டுத்தனம்; கபடம்; hypocrisy; cunning.

கள்ளத்தோணி: *(பெ):* உரிய அனுமதி இல்லாமல் ஒரு நாட்டிலிருந்து மற்றொரு நாட்டுக்கு ஆட்களை (அ) பொருட்களைக் கடத்தப் பயன்படுத்தும் படகு; the boat used for illegal transport from one country to another.

கள்ள நித்திரை: *(பெ):* பொய்யுறக்கம்; pretended sleep.

கள்ள நோக்கு: *(பெ):* வஞ்சகக் கருத்து; deceitful view.

கள்ளபார்ட்: *(பெ):* நாடகத்தில் ஒருவர் போடும் திருடன் வேடம்; the role of a thief (in a popular drama once in vogue.)

கள்ளம்: *(பெ):* வஞ்சகம்; பொய்; களவு; குற்றம்; தந்திரம்; மறைக்கும் தன்மை; malice; lie; theft; fault;trick; cunning; deceitful manner.

கள்ளவாசல்: *(பெ):* இரகசிய வாசல்; secret way or path.

கள்ள வாணிகம்: *(பெ):* கடத்தல் தொழில்; smuggling.

கள்ள விழி: *(பெ):* வஞ்சகப் பார்வை; deceitful look.

கள்ள வேடம்: *(பெ):* வஞ்சிக்குமாறு மேற்கொண்ட மாறுவேடம்; disguise for the purpose of deception.

கள்ளன்: *(பெ):* திருடன்; வஞ்சகன்; கள்ளர் சாதியைச் சேர்ந்தவன்; thief; robber; cunning man; deceitful person; one who belongs to Kalla caste. • **கள்ளனுக்கு** ஊரெல்லாம் பகை. • **கள்ளனை** நம்பினாலும் நம்பலாம்; குள்ளனை நம்பக் கூடாது - *பழமொழிகள்.*

கள்ளாட்டு: *(பெ):* களியாட்டம்; drunken feast.

கள்ளி: *(பெ):* பச்சைநிறத் தண்டுகளில் முட்கள் நிறைந்த வறண்ட நிலத் தாவரங்களைக் குறிக்கும் பொதுப்பெயர்; கள்ளச்சாதிப் பெண்; திருடி; cactus; the woman belonging to Kalla caste; female thief.

கள்ளிக்காக்கை: *(பெ):* ஒரு வகைக் காக்கை; செம்போத்து; a kind of crow; crow pheasant.

கள்ளிச்சொட்டு: *(பெ):* கள்ளிச் செடியிலிருந்து வடியும் பால் போன்ற திரவத்துளி; drop of spurge milk.

கள்ளிப்பெட்டி: *(பெ):* சாதிக்காய்ப் பெட்டி; deal wood box (for transporting things.)

கள்ளுக்காடி: *(பெ):* புளித்துப்போன கள்; fermented toddy.

கள்ளுவெறி: *(பெ):* குடிவெறி; intoxication.

கறகறத்தல்: *(பெ):* ஒலித்தல்; தொண்டை கமறுதல்; to sound; to cause irritation in the throat.

கறகறப்பு: *(பெ):* தொண்டைக் கமறல்; மனஸ்தாபம்; irritation in the throat; misunderstandings.

கறக்குதல்: *(வி):* நிமிண்டுதல்; நூல் முறுக்கேற்றுதல்; to pinch; to twist the thread, etc.

கறங்கல்: *(பெ):* சுழற்சி; பேய்; வளைதடி; rotation; whirl; demon; a kind of curved cudgel.

கறங்குதல்: *(வி):* சூழ்தல்; ஒலித்தல்; சுழலுதல்; to surround; to sound; to rotate.

கறங்கோலை: *(பெ):* ஓலை விசிறி; (palm leaf) fan.

கறடு: *(பெ):* குள்ளமானது; தரக்குறைவான முத்து; பொன்; that which is short; low quality pearl; inferior pearl; gold.

கறண்டிகைச் செப்பு: *(பெ):* சுண்ணாம்புக் கரண்டகம்; a small metal box for keeping slaked lime.

கறத்தல்: *(வி):* பீய்ச்சி எடுத்தல்; பால் தருதல்; வெளிக்கொணருதல்; தருமாறு செய்தல்; to draw milk from cow, goat. etc.; to yield milk of cow, goat etc.; to extract; to cajole.

கறப்பு: *(பெ):* கறக்கை; drawing of milk from cow, goat, etc.

கறமண்: *(பெ):* காய்ந்தது; that which is dried.

கறம்: *(பெ):* கொடுமை; தீவினை; harshness; unworthy act; evil activity.

கறவை: *(பெ):* பால் கறக்கும் மாடு; கறந்திடும் அளவு; பால் தந்து கொண்டிருப்பது; milk cow or buffalo; the quantity that is milked in one round; milk yielding.

கறளை: *(பெ):* குள்ளன்; வளர்ச்சியற்றது; ஒரு வகைக் கட்டி; dwarf; that which is ungrowable; a kind of tumour.

கறள்: *(பெ):* துரு; கறை; வன்மம்; rust; stain; grudge.

கறார்: *(பெ):* விட்டுக்கொடுத்திடாத தன்மை; உறுதி; வரையறை; strictness; firmness; limit.

கறாளை: *(பெ):* வளர்ச்சியற்றது; குள்ளன்; that which is ungrowable; dwarf.

கறி: *(பெ):* மிளகு; மரக்கறி; இறைச்சி; ஒரு நாழிகை; குழம்பு; மென்று தின்னுகை; pepper; vegetables; meat; 24 minutes = a Naazhigai; a sauce used for mixing cooked rice; chewing.

கறிக்கருணை: *(பெ):* காறாக் கருணை; elephant yam.

கறிக்குடலை: *(பெ):* கறியைக் கொண்டுசெல்லப் பயன்படும் இலைக்கூடை; a large vessel made of leaf pinned up at the corners, to carry meat or vegetables.

கறித்தல்: *(வி):* கடித்துத் தின்னுதல்; to eat by biting.

கறித்தூள்: *(பெ):* கறிக்குச் சேர்க்கும் மசாலாப் பொருட்கள் சேர்ந்த தூள்; the powder of spice ingredients of meat.

கறிப்பலா: *(பெ):* ஈரப்பலா; bread-fruit tree.

கறிப்புடல்: *(பெ):* கறிக்குரிய காயினைக் காய்க்கும் ஒரு வகைக் கொடி; ஒரு வகை வண்டு; snake gourd creeper; a kind of bee.

கறிமசாலா: *(பெ):* கறிக்குச் சேர்க்கும் மசாலாப் பொருட்கள்; spice ingredients of meat; spice mix.

கறிமஞ்சள்: *(பெ):* கறி மற்றும் குழம்பு போன்றவற்றில் சேர்க்கப்படும் மஞ்சள்; a kind of turmeric used in 'kari'.

கறியமுது: *(பெ):* கறியுடன் சமைத்த உணவு; the food mixed with cooked meat.

கறியாமணக்கு: *(பெ):* பப்பாளி; papaya, the fruit and tree.

கறிவேப்பிலை: *(பெ):* வாசனைக்கென கறி, குழம்பு போன்றவற்றில் சேர்க்கப்படும் ஒரு சிறு இலை; curry-leaf.

கறிவேம்பு: *(பெ):* கறிவேப்பிலை மரம்; curry-leaf tree.

கறு: *(பெ):* குரோதம்; rancour.

கறுக் கட்டுதல்: *(வி):* தீராப் பகை கொள்ளுதல்; to have rancour.

கறுக்கல்: *(வி):* கருமையாதல்; to become dark; *(பெ):* விடியல்; dawn; break of the day.

கறுக்கன் வெள்ளி: *(பெ):* மட்ட வெள்ளி; silver of low quality; inferior silver.

கறுக்காய்: *(பெ):* பதர்; empty ears of grain; chaff.

கறுத்த: *(பெ.அ):* கறுப்பான; இருளான; தூய்மையற்ற; அசுத்தமடைந்த; black; dark; impure; polluted.

கறுத்த கார்: *(பெ):* நெல் வகை; a kind of paddy.

கறுத்தவன்: *(பெ):* கரிய நிறங் கொண்டவன்; பகைவன்; black man; enemy.

கறுத்தோர்: *(பெ):* பகைவர்; enemies.

கறுப்பர்: *(பெ):* கறுப்பு இன மக்கள்; the blacks; Africans.

கறுப்பன்: *(பெ):* கரிய நிறங் கொண்டவன்; ஒரு கிராமத்துத் தெய்வம்; ஒரு வகை நெல்; black man; a fierce demon, in villages worshipped as village deity; a kind of black paddy maturing in three months.

கறுப்பி: *(பெ):* கருமை நிறங் கொண்டவள்; கருவண்டு; பேய்த்தும்பை; black woman; black beetle; a kind of plant.

கறுப்பு: *(பெ):* கருமை நிறம்; கறை; வெகுளி; குற்றம்; இராகு; கறுப்புப் புள்ளி; தழும்பு; பேய் பிசாசுகள்; அபின்; black; stain; frank and innocent person; fault; Raaghu, one of the nine planets in astrology; black spot; scar; devils and demons; opium. • **கறுப்பு** வெளுப்பாகாது; கசப்பு இனிப்பாகாது. • **கறுப்பு** நாய் வெள்ளை நாயாகுமா? - *பழமொழிகள்.*

கறுப்புக் கண்ணாடி: *(பெ):* கண்களுக்குக் குளிர்ச்சி கருதி வெயிலில் செல்லும் சமயத்தில் அணிந்து கொள்ளும் கண்ணாடி; cooling glass.

கறுப்புக்கொடி: *(பெ):* துக்கம், அனுதாபம், மற்றும் எதிர்ப்பு ஆகியவற்றைத் தெரிவிக்கும் அடையாளமாகப் பயன்படுத்தும் கறுப்புத்துணி; black flag or strip of black cloth used as a sign of condolence or protest.

கறுப்புப்பணம்: *(பெ):* வருமான வரிக் கணக்கில் காட்டாமல் ஒதுக்கி வைத்திருக்கும் பணம்; black money.

கறுப்புப்புள்ளி: *(பெ):* திறமையின்மை, ஒழுங்கற்ற தன்மை ஆகியவற்றைக் குறிக்கும் விதமாகப் பயன்படுத்தும் குறியீடு; black mark.

கறுப்பு மரம்: *(பெ):* தும்பிலி மரம்; a kind of tree.

கறுப்பு வீரம்: *(பெ):* விளக்குக் கரி; stain in lamp due to smoke.

கறுமுதல்: *(வி):* சினத்தல்; to become angry.

கறும்புதல்: *(வி):* துன்புறுத்துதல்; to torment.

கறுவம்: *(பெ):* வெகுளி; innocence.

கறுவல்: *(பெ):* கருமைநிறம்; சினக் குறிப்பு; black colour; a sign of anger.

கறுவியம்: *(பெ):* தீராப் பகை; rancour.

கறுவு: *(பெ):* சினம்; குரோதம்; anger; rancour.

கறுவுதல் : *(வி):* குரோதம் பாராட்டுதல்; சினத்தல்; to entertain malice; to become angry.

கறு வைத்தல்: *(வி):* குரோதம் பாராட்டுதல்; to entertain malice.

கறுழ்: *(பெ):* கடிவாளம்; bridle; horse's bit.

கறை: *(பெ):* மாசு; குற்றம்; கறுப்பு நிறம்; இருள்; இரத்தம்; மாதவிடாய்; உரல்; கருங்காலி; குடிவரி; நஞ்சு; dross; stain; fault; black colour; dark; blood; menses; mortar; ebony; tax; poison.

கறைக்கண்டன்: *(பெ):* சிவபெருமான்; Lord Shiva.

கறைப்பல்: *(பெ):* சொத்தைப்பல்; decayed tooth.

கடைமிடற்றண்ணல்: *(பெ):* சிவபெருமான்; Lord Shiva.

கறையடி: *(பெ):* உரல் போன்ற அடிப்பகுதியுடைய பானை; the pot which has its bottom like a mortar.

கறையான்: *(பெ):* மரத்தையும், மரப் பொருட் களையும் அரித்துத் தின்னுகின்ற புற்றில் வாழும் சிறிய வெண்மையான உயிரினம்; white-ant. ● **கறையான்** புற்றில் அரவம் (பாம்பு) குடிகொண்டது போல - *பழமொழி.*

கறையில்லாத: *(பெ.அ):* தூய்மையான; சுத்தமான; pure; clean.

கறையோர்: *(பெ):* வரி செலுத்துவோர்; tax-payer.

கற்கசம்: *(பெ):* கரும்பு; கடினம்; வேலிப்பருத்தி; கொடிய நெஞ்சம்; கருமித்தனம்; sugarcane; hardness; a kind of shrub; wicked mind; miserliness.

கற்கடகசிங்கி: *(பெ):* கடுக்காய்ப் பூ; the flower of gall-nut tree.

கற்கடகம்: *(பெ):* கடக ராசி; cancer, a sign of Zodiac.

கற்கடக வைரி: *(பெ):* குரங்கு; monkey.

கற்கட்டு: *(பெ):* கற்களைக் கொண்டு கட்டப்பட்ட கட்டடம்; the building built with stones.

கற்கண்டம்: *(பெ):* அகில்; eagle-wood.

கற்கண்டு: *(பெ):* படிகம் போன்று இருந்திடும் உலரவைத்த கருப்பஞ்சாற்றின் கட்டி; அணிகல வகையுள் ஒன்று; rock candy from sugarcane juice; a kind of ornament.

கற்கந்து: *(பெ):* கல்தூண்; stone pillar.

கற்கம்: *(பெ):* இலுப்பைப்பூ; தாமரை; ஒரு வகை மருந்து; கியாழம் போன்றவற்றின் அடிக்கசடு; எண்ணெய் போன்றவற்றின் அடிக்கசடு; பாவம்; பெருமை; விட்டை; இரும்புக் கிட்டம்; நீர்க்குடம்; வெள்ளைக் குதிரை; தீ; காடு; கண்ணாடி; the flower of South Indian Mahua; lotus; a kind of medicine; sediment of herbal decoction and oil; sin; greatness; excellence; dung of some animals; iron ore; water pot; white horse; fire; forest; mirror.

கற்கரம்: *(பெ):* மத்து; a wooden stick with a hemispherical bottom to mash cooked greens etc; or with a bottom having grooves to collect butter.

கற்கரி: *(பெ):* ஒருவகை நிலக்கரி; a kind of coal.

கற்கரிகை: *(பெ):* சதங்கை; string or strip of small metal bells (tied around the ankle of dancers, etc.)

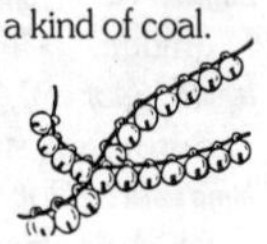

கற்கலை: *(பெ):* காவி வேட்டி; saffron-coloured dhoti. ● *கற்கலை கட்டியவர்கள் எல்லாருமே புனிதர்கள் எனக் கருதக் கூடாது, ஒரிருவரைத் தவிர.)*

கற்கவுதாரி: *(பெ):* காட்டுக் கோழி; wild fowl.

கற்காணம்: *(பெ):* கல் செக்கு; கருஞ்சீரகம்; stone oil-press; black cumin.

கற்காரம்: *(பெ):* கல்வேலை; stone work.

கற்காரு: *(பெ):* அகில் மரம்; சாம்பல் பூசணி; eagle-wood tree; squash gourd-the fruit and plant.

கற்காலம்: *(பெ):* மனித வரலாற்றில் கருவிகளாகவும், ஆயுதங்களாகவும் கல்லை மட்டுமே பயன்படுத்திய ஆதி காலம்; stone age.

கற்கி: *(பெ):* கோயில்; குதிரை; திருமாலின் பத்து அவதாரங்களுள் ஒன்று; temple; horse; one of the ten incarnations of Lord Vishnu.

கற்கிடை: *(பெ):* செங்கல் சூளை; kiln for backing bricks, pot, etc.

கற்குளித்தல்: *(வி):* முத்துச் சிப்பிகளைச் சேகரித்திட கடலின் அடிப்பகுதிக்குச் செல்லுதல்; to dive for pearl oysters.

கற்குளி மாக்கள்: *(பெ):* முத்துக் குளிப்போர்; divers for pearl oysters.

கற்கை: *(பெ):* படித்தல்; learning.

கற்கொத்தி : *(பெ):* கல்லைப் பிளந்து வேலை செய்பவன்; ஒரு வகைப் புறா; one who split rocks for digging wells, etc; a kind of dove which picks small stones.

கற்கோவை: *(பெ):* கருடக்கிழங்கு; a kind of tuber plant.

கற்சட்டி: *(பெ):* மாக்கல்லினால் ஆன சட்டி; the vessel made of greyish blue soft stone.

கற்சத்து/கற்சவளை: *(பெ):* கல்நார்; asbestos.

கற்சரீரம்: *(பெ):* வலிமையான உடம்பு; strong body.

கற்சாகம்: *(பெ):* மரகதம்; Emerald.

கற்சிலை: *(பெ):* உருவம் வடிக்கப் பெற்ற கல்; statue.

கற்சிற்பர்: *(பெ):* சிற்பி; கல்தச்சர்; sculptor; stone carver.

கற்சிறை: *(பெ):* கல்லணை; கல்லால் கட்டிய அணை; dam built with stones.

கற்சூரம்: *(பெ):* கழற் கொடி; molucca-bean creeper.

கற்சூலை: *(பெ):* வலிப்பு நோய்; fit; epilepsy.

கற்பகக்கரம்: *(பெ):* ஒரு வகை கந்தகம்; a kind of sulphur.

கற்பகச் சோலை: *(பெ):* இந்திரனின் நந்தவனம்; the garden of Lord Indra.

கற்பக நாடு: *(பெ):* தேவருலகம்; the heaven.

கற்பகம்: *(பெ):* தேவருலகில் உள்ள ஐந்து தருக்களில் ஒன்று; one of the five kinds of trees in heaven yielding whatever one desires.

கற்பகவல்லி: *(பெ):* காமவல்லிக் கொடி; a kind of creeper.

கற்பகன்: *(பெ):* நாவிதன்; hair dresser.

கற்பசு: *(பெ):* பயனற்றது; that which is useless.

கற்பணம்: *(பெ):* கை வேல்; javelin.

கற்பம்: *(பெ):* தேவருக்கு உரிய வாழ்நாள் அளவு; பிரம்ம தேவனின் வாழ்நாள் அளவு; ஆயுளை நீடிக்கச் செய்திடும் மருந்து; திருநீறு வகை; கற்பகம்; தேவருலகம்; கனகம்; இரு இரவும் ஒரு பகலும் கொண்ட கால அளவு; கர்ப்பம்; வேதத்தின் ஆறு பகுதிகளுள் ஒன்று; celestial's life time; Lord Brahma's life time; the medicine to promote longevity; sacred ashes; one of the five kinds of trees in heaven yielding whatever one desires; heaven; gold; the time which consists of two nights and one day time; pregnancy; one of the six divisions of a Veda.

கற்பரன்: *(பெ):* நஞ்சு வகை; ஊழிக்காலம்; a kind of poison; a kind of arsenic; period of cosmic destruction.

கற்பலகை: *(பெ):* எழுதும் பலகை; slate.

கற்பலங்காரி: *(பெ):* கற்புடையவள்; chaste woman.

கற்பழிதல்: *(வி):* கற்பினை இழத்தல்; to lose one's chastity.

கற்பழித்தல்: *(வி):* ஒரு பெண்ணை பலவந்தமாகக் கற்பழித்தல்; to rape a woman.

கற்பழிப்பு: *(பெ):* ஒரு பெண்ணை பலவந்தப் படுத்தி அவளுடன் உடலுறவு கொள்ளுதல்; raping.

கற்பனை: *(பெ):* கல்வி; போதனை; கட்டளை; சங்கற்பம்; காரிய ஏற்பாடு; வர்ணனை; கபடம்; இல்லாத ஒன்றை மனதில் உருவாக்கி வெளிக் கொணர்வது; education; learning; teaching; command; determination; scheme; description; guile; imagination.

கற்பன்: *(பெ):* பலவும் கற்றறிந்த அறிவாளி; learned man.

கற்பாசி: *(பெ):* கல்லில் படிந்துள்ள பாசி வகை; algae.

கற்பாஞ்சான்: *(பெ):* பெருங்காயம்; asafoetida.

கற்பாட்டி: *(பெ):* கற்புள்ள பெண்; chaste woman.

கற்பாடு: *(பெ):* பாறை நிலம்; rocky land.

கற்பாந்தம்: *(பெ):* ஊழி முடிவு; end of the period of cosmic destruction.

கற்பாலவணம்: *(பெ):* உப்பு; salt.

கற்பாழி: *(பெ):* மலைக் குகை; mountain cavern.

கற்பாள்: *(பெ):* மனைவி; கற்புடைய பெண்; படிப்பறிவுள்ளவள்; wife; chaste woman; learned woman.

கற்பிதம்: *(பெ):* அலங்கரிப்பு; பொய்; புனைந்துரை; கட்டளை; decoration; lie; poetic embellishment; command.

கற்பித்தல்: *(வி):* கற்றுக்கொடுத்தல்; அறிவுறுத்தல்; உண்டாக்குதல்; கட்டளையிடுதல்; விதித்தல்; ஏற்பாடு செய்தல்; கற்பனை செய்தல்; to teach; to instruct; to advise; to produce; to order; to fix; to arrange; to imagine.

கற்பிப்பவர்: *(பெ):* கற்றுக் கொடுப்பவர்; போதிப்பவர்; educator; teacher.

கற்பியல்: *(பெ):* கற்பினைப் பற்றிக் கூறும் அகப்பொருள் பகுதி; section in Akapporul dealing with chastity (karpu) or married state.

கற்பு: *(பெ):* மகளிர் கற்பு; கல்வி; தியானம்; ஆணை; கதி; உறுதி; புரிசை; வேலைப்பாடு; நீதிநெறி; கற்பனை; தலைவனும், தலைவியும் முறைப்படி மணந்து இல்லறம் மேற்கொள்ளும் ஒழுக்கம்; chastity; learning; meditation; order; condition; firmness; fortification; workmanship; morality; imagination; conjugal fidelity of husband and wife. ● **கற்பு** இல்லாத அழகு வாசனையில்லாத பூ. ● **கற்பு** எனப்படுவது சொல் தவறாமை - *பழமொழிகள்.*

கற்புரம்: *(பெ):* பொன்; gold.

கற்புரை: *(பெ):* சாம்பிராணி; benzoin. (burnt of incense.)

கற்புழை: *(பெ):* மலைக்குகை; mountain cavern.

கற்பூ: *(பெ):* மகளிர் அணியும் காதணி வகை; a kind of ear ornament of women.

கற்பூரக்கொடி: *(பெ):* வெற்றிலை வகை; a kind of betel creeper.

கற்பூரணி: *(பெ):* கற்றாழை; aloe.

கற்பூரம்: *(பெ):* கர்ப்பூரம்; பொன்னாங்கண்ணி; camphor; a kind of grass with shiny little leaves.

கற்பூரவல்லி: *(பெ):* நோய் தீர்க்கும் மூலிகை; a kind of small medicinal herb.

கற்பூர விலை: *(பெ):* குறைந்த விலை; low price.

கற்பூர விளக்கு: *(பெ):* கற்பூர தீபம், the flame of camphor (when lit).

கற்பை: *(பெ):* எடைக்கல்; தராசு; உரைகல்லுக்கான பை; a piece of metal of standard heaviness for weighing; weighing balance; the bag for keeping touch-stone of goldsmiths.

கற்பொழுக்கம்: *(பெ):* கற்பியல்; conjugal fidelity of husband and wife.

கற்பொறி: *(பெ):* மதில் பொறி வகை; a kind of war machine placed on ramparts.

கற்பொறுக்கி: *(பெ):* புறா வகை; a kind of dove.

கற்போன்: *(பெ):* மாணாக்கன்; படிப்போன்; pupil; student; one who studies.

கற்றச்சன்: *(பெ):* சிற்பி; sculptor.

கற்றம்: *(பெ):* பாறை; rock.

கற்றல்: *(பெ):* படித்தல்; study. • **கற்றலின்** கேட்டலே நன்று. • **கற்றது** கைமண்ணளவு, கல்லாதது உலகளவு - *பழமொழிகள்.*

- *கற்றதனா லாய பயனென்கொல் வாலறிவன் நற்றாள் தொழாஅர் எனின். - குறள் 2.*
- *கற்றீண்டு மெய்ப்பொருள் கண்டார் தலைப்படுவர் மற்றீண்டு வாரா நெறி. - குறள் 356.*
- *கற்க கசடறக் கற்பவை கற்றபின் நிற்க அதற்குத் தக. - குறள் 391.*
- *கற்றில னாயினும் கேட்க அஃதொருவற்கு ஒற்கத்தின் ஊற்றாந் துணை. - குறள் 414.*
- *கற்றுக்கண் அஞ்சான் செலச்சொல்லிக் காலத்தால் தக்கது அறிவதாம் தூது. - குறள் 686.*
- *கற்றறிந்தார் கல்வி விளங்கும் கசடறச் சொல்தெரிதல் வல்லார் அகத்து. - குறள் 717.*

கற்றவன்: *(பெ):* ஞானி; அறிஞன்; கற்றறிந்தவன்; learned man; wise man; one who knows everything by studying.

கற்றளம்: *(பெ):* கற்கள் பதிக்கப்பட்ட தளம்; the floor paved with stones.

கற்றளி: *(பெ):* கற்கோயில்; stone temple.

கற்றா: *(பெ):* கன்றினை உடைய பசு; a cow which has its calf.

கற்றாமரை: *(பெ):* பூண்டு வகை; a kind of herb.

கற்றாழை: *(பெ):* வெளிர்ப்பச்சை நிறமுடைய மடல்களின் நுனியில் கருஞ்சிவப்பு நிறங்கொண்ட முள்ளுடன் கூடிய வறண்ட நிலத் தாவரம்; aloe.

கற்றார்: *(பெ):* அறிஞர் பெருமக்கள்; learned people. • **கற்றாரைக்** கற்றாரே காமுறுவர். • **கற்றோர்க்குச்** சென்றவிடமெல்லாம் சிறப்பு. • **கற்றார்** கோபம் நீரின் மேல் எழுத்தாகும். • **கற்றார்** அருமை கற்றாரே அறிவர் - *பழமொழிகள்.*

- *கற்றாருள் கற்றார் எனப்படுவர் கற்றார்முன் கற்ற செலச்சொல்லு வார். - குறள் 722.*
- *கற்றார்முன் கற்ற செலச்சொல்லித் தாம்கற்ற மிக்காருள் மிக்க கொளல். - குறள் 724.*

கற்றாணை: *(பெ):* காவித்துணி; saffron-coloured cloth.

கற்றுக்குட்டி: *(பெ):* ஒரு வேலை அல்லது துறையில் பழகிக்கொண்டிருப்பவன்; எதையுமே அரைகுறையாகத் தெரிந்து வைத்திருப்பவன்; novice; apprentice.

கற்றுளசி: *(பெ):* ஒரு வகைத் துளசி; a kind of basil.

கற்றேக்கு: *(பெ):* ஒரு வகை மரம்; a kind of tree.

கற்றை: *(பெ):* கட்டு; தொகுதி; அடர்த்தியான திரள்; bundle; sheaf (of papers); lock (of hairs).

கற்றோர்: *(பெ):* அறிஞர்; புலவர்கள்; படித்தோர்; learned people; poets; those who are educated.

கன: *(பெ):* கனவு; கனா; dream; *(பெ.அ):* மிகுந்த; ஒரு பொருளின் நீளம், அகலம், உயரம் மூன்றும் ஒரே அளவாக உள்ள; very; cubic.

கனகதண்டிகை: *(பெ):* பொற்சிவிகை; golden palanquin.

கனகதம்: *(பெ):* ஒட்டகம்; camel.

கனகதர்: *(பெ):* சண்டாளர்; புலையர்; base people; persons who have low qualities.

கனகத்தும்பி: *(பெ):* பொன் வண்டு; dragonfly.

கனகமலை: *(பெ):* பொன் மலை; goldenrock.

கனகமாழை: *(பெ):* பொன்கட்டி; gold bar.

கனகமிளகு: *(பெ):* வால்மிளகு; cubebs.

கனகம்: *(பெ):* பொன்; தங்கம்; மீன்கொத்தி; gold; kingfisher.

கனகன்: *(பெ):* இரணியன்; Iranyan, father of Prahaladha.

கனகாபிஷேகம்: *(பெ):* பொன் திருமஞ்சனம்; showering gold.

கனகாமிர்தம்: *(பெ):* வெள்ளி; silver.

கனகாம்பரம்: *(பெ):* மணமற்ற சிவந்த மஞ்சள் நிறப் பூ; a flower of orange colour petals without fragrance, worn by women; Cassandra.

கனகாரியம்: *(பெ):* முக்கியமான வேலை; ஊமத்தை, important work; thorn-apple plant.

கனகி: *(பெ):* ஊமத்தை; thorn-apple.

கனங்கோய்: *(பெ):* மனோரஞ்சிதம்; fragrant heart's joy.

கனசாரம்: *(பெ):* பச்சைக் கற்பூரம்; medicated camphor.

கனசாரி: *(பெ):* மிகுதி; surplus.

கனதி: *(பெ):* பாரம்; இறுமாப்பு; weight; arrogance; pride.

கனதை: *(பெ):* மதிப்பு; சிறப்பு; மேன்மை; கௌரவம்; respectability; grandeur; excellence; dignity.

கனத்த: *(பெ):* கனமான; பருத்த; (of body) heavy build. • **கனத்த** சரீரத்தை உடைய பெண்களால் எந்த ஒரு வேலையையும் எளிதாகச் செய்திட இயலாது.

கனத்தல்: *(வி):* அதிக எடை உடையதாக இருத்தல்; பளுவாக இருத்தல்; (மனம், நோய் ஆகியவற்றால்) பாரத்துடன் இருத்தல்; (உடல்) பெருத்தல்; be heavy; to feel heavy; to become stout.

கனநீர்: *(பெ):* அணு உலைகளின் தேவைக்கு ஏற்ப வேதியல் முறைப்படி தயாரிக்கப்படும் நீர்; heavy water.

கனபரிமாணம்: *(பெ):* ஒரு பொருளின் நீளம், அகலம், உயரம் ஆகியவை சேர்ந்து அமையும் அளவு; dimension.

கனபாடி: *(பெ):* வேதத்தின் பெருமைதனைக் கூற வல்லவர்; the person reciting the Veda in a way known as Gnanam.

கனப்பாடு: *(வி):* அகலமாதல்; to expand.

கன மழை: *(பெ):* பெருமழை; heavy rain.

கனமாப் பலகை: *(பெ):* சங்கப் பலகை; the miraculous seat at Madurai accommodating only deserving scholars.

கன மோசம்: *(பெ):* பெரும் வஞ்சகம்; artfulness.

கனம்: *(பெ):* மேகம்; பாரம்; பருமன்; பெருமை; செறிவு; திரட்சி; உறுதி; மிகுதி; வட்டம்; அகலம்; பொன்; கூட்டம்; cloud; load; stoutness; glory; abundance; mass; firmness; surplus; circle; breadth; gold; crowd.

கனரகத்தொழில்: *(பெ):* பெரும் வாகனங்கள், இயந்திரங்கள் ஆகியவற்றைத் தயாரிப்பதும், எஃகு, இரும்பு போன்ற மூலப்பொருட்களை உற்பத்தி செய்வதுமான தொழில்; heavy vehicles industry.

கன ருசி: *(பெ):* மிகுந்த சுவை; மின்னல்; excessive taste; lightning.

கனலி: *(பெ):* சூரியன்; நெருப்பு; பன்றி; கள்ளி; கொடிவேலி; Sun; fire; pig; cactus; a kind of creeper.

கனலுதல்: *(வி):* எரித்தல்; கொதித்தல்; சினத்தல்; சிவத்தல்; to burn up; to boil; to become angry; to redden.

கனலொழுங்கு: *(பெ):* சுடர்; சுவாலை; light; flame.

கனலோன்: *(பெ):* சூரியன், the Sun.

கனல்: *(பெ):* நெருப்பு; வெப்பம்; fire; heat.

கனல்வு: *(பெ):* சினம்; anger.

கனவட்டம்: *(பெ):* பாண்டியனின் குதிரை; குதிரை; horse of Pandiya king; horse.

கனவல்: *(பெ):* கனாக் காணுதல்; dreaming.

கனவான்: *(பெ):* பெருமதிப்பிற்கு உரியவர்; கண்ணியம் நிறைந்தவர்; person of esteem; gentleman.

கனவிரதம்: *(பெ):* நீர்; water.

கனவீனம்: *(பெ):* மதிப்புக்குறைவு; degradation.

கனவு: *(பெ):* கனா; மயக்கம்; உறக்கம்; dream; confusion; sleep. • **கனவுப்** பணம் கடன் தீர்க்குமா? • **கனவில்** கண்ட பொருள் கானில் கண்ட புனல் - *பழமொழிகள்.*

- **கனவினும்** இன்னாது மன்னோ வினைவேறு
  சொல்வேறு பட்டார் தொடர்பு. - *குறள் 819.*
- நனவினால் நல்கா தவரைக் **கனவினால்**
  காண்டலின் உண்டென் உயிர். - *குறள் 1213.*
- **கனவினால்** உண்டாகும் காமம் நனவினால்
  நல்காரை நாடித் தரற்கு. - *குறள் 1214.*

கனவுக்கன்னி: *(பெ):* கனவிலும் தோன்றும் அளவிற்கு ஒருவரின் மனதினைக் கவர்ந்த பெண்; dream girl.

கனறல்: *(பெ):* சினம்; angry.

கனற்கொடி: *(பெ):* வால் நட்சத்திரம் என்றழைக்கப்படும் தூமகேது; comet.

கனற்சி: *(பெ):* சினம்; வெப்பம்; anger; heat.

கனற்சிலை: *(பெ):* ஒரு வகைக் கருங்கல்; a kind of granite.

கனற்பு: *(பெ):* அடுப்பு; oven; stove.

கனற்றுதல்: *(பெ):* எரியச் செய்தல்; வெதுப்புதல்; cause to burn; to become warm.

கனனிறக்கல்: *(பெ):* இரத்தினக்கல்; மாணிக்கக்கல்; gem; ruby.

கனா: *(பெ):* கனவு; dream.

கனி: *(பெ):* பழம்; கனிவு; சாரம்; இனிமை; சுரங்கம்; fruit; sympathy; ammonium chloride; sweetness; mines. • **கனி** இருக்கக் காய் கவர்வதா? - *பழமொழி.*

- இனிய உளவாக இன்னாத கூறல்
  கனியிருப்பக் காய்கவர்ந் தற்று. - *குறள் 100.*

கனிகரம்: *(பெ):* அன்பு; அக்கறை; love; care; serious attention.

கனிகாலம்: *(பெ):* பழுக்கும் காலம்; riping period.

கனிக்கால்: *(பெ):* பழத்தின் விதை; the seed of the fruit.

கனிட்டன்: *(பெ):* கடைசி மகன்; youngest son.

கனிட்டிகை/கனிட்டை: *(பெ):* கடைசி மகள்; சிறு விரல்; youngest daughter; little finger.

கனிதல்: *(பெ):* பழுத்தல்; முதிர்தல்; மனம் இளகுதல்; நெகிழ்தல்; புதைத்தல்; be overripe; to become ripe; to relent; to become soft and mashy; to bury. • **கனிந்த** பழம் தானே விழும். • **கனி** கொண்ட மரம் கல்லடி படும் - *பழமொழிகள்.*

கனிப்பு: *(பெ):* இனிமை; sweetness.

கனிமப்பொருள்/கனிமம்: *(பெ):* தனித்த பண்புகளைக் கொண்டதும், தனிமங்களை உள்ளடக்கியதும், இயற்கையில் கிடைத்திடக் கூடியதுமான பொருள்; mineral.

கனிமவேதியல்: *(பெ):* கனிமங்களைப் பற்றி விளக்கிடும் வேதியல்; inorganic chemistry.

கனிய: *(வி.அ):* முற்றும்; முழுவதும்; entirely; all over.

கனியாமணக்கு: *(பெ):* பப்பாளி; ஒருவகை ஆமணக்கு. papaya; a kind of castor plant.

கனிவு: *(பெ):* இரக்கம்;செய்கை,சொல்,பார்வை என அனைத்திலும் அன்பு மற்றும் பரிவு ஆகியவை நயமாக வெளிப்படுதல்; sympathy; tenderness in deeds, speech, look etc.

கனை: *(பெ):* செறிவு; நிறைவு; மிகுதி; ஒலி; closeness; completion; abundance; sound.

கனைதல்: *(வி):* நெருங்குதல்; மிகுதியாதல்; ஒலித்தல்; to be crowded; to be intense; to sound.

கனைத்தல்: *(வி):* கத்துதல்; குரல் வளையை அதிரச்செய்து குரலொலியைச் சரிசெய்தல்; ஒலித்தல்; திரளுதல்; விரும்பிச் செல்லுதல்; to neigh (of horse); to clear the throat; to sound; to mature; to proceed eagerly.

கனைப்பு: *(பெ):* குதிரை எழுப்பிடும் ஒலி; neigh of a horse.

கனைவு: *(பெ):* நெருக்கம், செறிவு; closeness; nearness.

கனோபலம்: *(பெ):* ஆலங்கட்டி; hailstone.

கன்: *(பெ):* கல்; சிறு தராசு; வேலைப்பாடு; செம்பு; உறுதிப்பாடு; stone; small balance; workmanship; copper; firmness.

கன்கூட்டு: *(பெ):* குகை; cave.

கன்சருக்கரை: *(பெ):* கற்கண்டு; sugar candy.

கன்மடம்: *(பெ):* பாவம்; அழுக்கு, கறை; sin; impurity of mind or soul; stigma; spot.

கன்மதம்: *(பெ):* ஒரு மருந்துப் பொருள்; a medicinal thing.

கன்ம பாதகன்: *(பெ):* கொடியவன்; cruel man.

கன்மம்: *(பெ):* கருமம்; செயல்; வினைப்பயன்; செய்தொழில்; பாவம்; தீவினை; deed; action; result of karma; profession; sin; adversity.

கன்மலி: *(பெ):* ஏலக்காய்ச் செடி; cardamom plant.

கன்மலை: *(பெ):* படிகாரம்; alumen; alum.

கன்மழை: *(பெ):* ஆலங்கட்டி மழை; hailstone rain.

கன்மி: *(பெ):* உத்தியோகஸ்தன்; தொழிலாளி; official person, labourer.

கன்மிட்டன்: *(பெ):* திறமை வாய்ந்தவன்; able person; efficient man.

கன்முரசு: *(பெ):* பெருவாகை மரம்; a kind of tree.

கன்முழை: *(பெ):* மலைக்குகை; mountain cavern.

கன்மேய்வு: *(பெ):* மாடப்புறா; pigeon.

கன்மொந்தன்: *(பெ):* வாழை வகையில் ஒன்று; a kind of plantain tree.

கன்றல்/கன்றுதல்: *(பெ):* அடிபட்ட இடம் கறுத்துக் காணப்படுவது; அவமானம், கோபம் போன்றவற்றால் முகம் சிறுத்திருத்தல்; கடினமான வேலைகளைச் செய்வதால் உள்ளங்கை காய்த்திருத்தல்; to develop bruise from a blow or hit; to become blackened of face with anger due to insult; to develop calloused palm.

கன்று: *(பெ):* விலங்கின் குட்டி; கை வளையல்; calf; bangle.

கன்றுக்குட்டி: *(பெ):* பசு, எருமை ஆகியவற்றின் இளங் கன்று; calf of the cow, buffalo etc.

கன்றுகாலி: *(பெ):* கன்றுகளுடன் கூடிய மாடுகளின் மந்தை; the herd of cows with their calves.

கன்றுதல்: *(வி):* முதிர்தல்; அடிபடுதல்; மனம் உருகுதல்; வருந்துதல்; வாடுதல்; to mature; to get accustomed; to feel compassion; to suffer; to fade.

கன்னக்கிருமி: *(பெ):* நோய் வகையில் ஒன்று; a kind of disease.

கன்னகம்: *(பெ):* கன்னக்கோல்; crow-bar like tool used by thieves to make an opening into the wall of a house.

கன்னங்கரிய: *(பெ.அ):* மிகவும் கறுப்பான; pitch black.

கன்னங்கரேலென: *(வி.அ):* மிகவும் கறுப்பாக; in a jet black manner.

கன்னடம்: *(பெ):* திராவிட மொழிகளுள் ஒன்று; கர்நாடக மாநிலம்; ஒரு பண் வகை; one of the Dravidian languages; Karnataka state; a kind of music.

கன்னத்தட்டு: *(பெ):* சிறு தராசு; a small weighing mechine.

கன்னபூரம்: *(பெ):* அசோகு; மாதர் காதணி வகை; Asoka tree; a kind of ear ornament of women.

கன்னப்பூ: *(பெ):* மாதர் காதணி வகை; a kind of ear ornament of women.

கன்னமிடுதல்/கன்னம் வை: *(வி):* திருட வேண்டி சுவரில் கன்னக்கோலால் ஓட்டை போடுதல்; to make a hole in the wall of a house to commit burglary.

கன்னமூலம்: *(பெ):* காதின் அடி; bottom of the ear.

கன்னம்: *(பெ):* தாடை; கதுப்பு; பொன்; யானைச் செவி; கன்னக்கோல்; களவு; சிறு தராசு; பெருமை; பொற்கொல்லன்; cheek; gold; ear of the elephant; a crow-bar like tool used by thieves to make an opening into the wall of a house; theft; a small balance; glory; goldsmith. ● *கன்னத்தில் அடித்தாலும் கதறியழச் சீவனில்லை - பழமொழி.*

கன்னாபின்னாவென: *(வி.அ):* எந்த ஒரு வரைமுறை (அ) ஒழுங்கு இல்லாமல்; தரக்குறைவாக; without any order or propriety; indecently.

கன்னார்: *(பெ):* வெண்கலம், பித்தளை, செம்பு போன்றஉலோகங்களைக்கொண்டுபாத்திரங்கள் செய்பவர்; the person who makes vessels, etc., using bell-metal or copper or bronze.

கன்னி: *(பெ):* கன்னி கழியாத பெண்; திருமணம் ஆகாத இளம்பெண்; கன்னியின் உருவத்தைக் குறியீடாகக் கொண்ட ஆறாவது இராசி; இளமை; புதுமை; முதல் நிகழ்வு; அழிவில்லாமை; பெண் சந்நியாசி; துர்க்கை; பார்வதி; குமரி ஆறு; புரட்டாசி மாதம்; கரந்தை; கற்றாழை; காக்கணாங் கொடி; உமையவள்; maiden; unmarried young woman; virgin; sixth constellation of the Zodiac having the figure of maiden as its sign, Virgo; youth; newness; first experience; imperishable state; female ascetic; Durga, the Goddess of Victory; Parvathi, the consort of Lord Shiva; River Kumari; the Tamil month Purattaasi; a kind of shrub; aloe; a kind of herb; Umaiyaval, the another name of Goddess Parvathi.

கன்னிகம்: *(பெ):* மணித்தக்காளி; black night shade.

கன்னி கழிதல்: *(வி):* ஒரு பெண் தன் கணவனுடன் கூடித் தனது கன்னித்தன்மை நீக்குதல்; to consummate.

கன்னிகாதானம்: *(பெ):* ஒரு கன்னியை ஒருவருக்குத் திருமணம் செய்து கொடுத்தல்; giving one's daughter to a youth in marriage.

கன்னிகாமாடம்/கன்னிமாடம்: *(பெ):* கிறித்தவப் பெண் துறவியர் வாழும் இடம்; convent for nuns; nunnery.

கன்னிகாரம்: *(பெ):* கோங்கு மரம்; red cotton tree.

கன்னிகா ஸ்திரீ: *(பெ):* கிறித்தவப் பெண் துறவி; nun.

கன்னிகை: *(பெ):* குமாரி; மொட்டு; தாமரை மணி; திருமணம் ஆகாத இளம் பெண்; கன்னித்தன்மை இழக்காத பெண்; திருமணம் செய்து கொள்ளாது வாழும் பெண்; maiden; bud; the seed of Lotus; unmarried young woman; virgin; spinster.

கன்னித் தன்மை: *(பெ):* கன்னியின் உடல் உறவு கொள்ளாத தன்மை; virginity.

கன்னித்திசை: *(பெ):* தென்மேற்கு மூலை; south west corner.

கன்னி நாடு: *(பெ):* பாண்டியநாடு; Pandiya kingdom.

கன்னிப்பேச்சு: *(பெ):* அவையில் முதன் முதலாகப் பேசும் பேச்சு; the first speech delivered in an assembly.

கன்னி மாதம்: *(பெ):* புரட்டாசி மாதம்; the Tamil month Purattaasi.

கன்னிமார்: *(பெ):* திருமணமாகாத பெண்கள்; ஏழு கன்னியர் என்னும் தேவதைகள்; unmarried women; the seven village maiden deities.

கன்னிமுயற்சி: *(பெ):* ஒருவரின் முதல் முயற்சி; maiden attempt.

கன்னிமை: *(பெ):* கன்னித் தன்மை; கன்னிப் பருவம்; virginity; maidenhood.

கன்னிவிடியல்: *(பெ):* வைகறை; dawn; daybreak.

கன்னிவேட்டை: *(பெ):* முதல் வேட்டை; first hunting.

கன்னிறம்: *(பெ):* சங்கஞ்செடி; a kind of shrub.

கன்னுவர்: *(பெ):* கன்னார்; the persons who make vessels, etc., using bell-metal, or copper or bronze.

கன்னுறுகம்: *(பெ):* சிறுகீரை; a kind of species of amaranth.

கன்நெஞ்சு: *(பெ):* வன் நெஞ்சம்; hard heart.

கன்னை: *(பெ):* கட்சி; பக்கம்; party; side.

கன்னைக் கோல்: *(பெ):* நெசவுக் கருவிகளுள் ஒன்று. a kind of weaving instrument.

கஜகர்ணம் போடு *(வி):* ஒன்றினைப் பெற்றிட ஒருவர் பெரும் முயற்சி செய்தல்; to make a hell of an effort to achieve something.

கஜம்: *(பெ):* யானை; மூன்று அடி கொண்ட நீட்டல் அளவை; (only in phrases) elephant; yard i.e. 3 feet or 36 inches.

கஜானா: *(பெ):* அரசுக் கருவூலம்; treasury.

கஷ்ட நஷ்டம்: *(பெ):* ஒருவருக்கு உண்டாகும் துன்பம், இழப்பு போன்றவை; trials and tribulations.

கஷ்டம்: *(பெ):* ஒன்றுமே இல்லாது ஒன்றினைச் செய்யமுடியாமல் படும்சிரமம்; திண்டாட்டம்; தொல்லை; துன்பம்; அரிது; difficulty, trouble; suffering; something difficult; something not easy.

கஷாயம்: *(பெ):* மிளகு, சுக்கு போன்றவற்றைத் தண்ணீருடன் சேர்த்துக் கொதிக்க வைத்து வடிகட்டிய மருந்து; herbal decoction.

கஸரத்து: *(பெ):* உடற்பயிற்சி; physical exercise.

கஸ்தூரி: *(பெ):* ஆண் கஸ்தூரி மானிடம் இருந்து பெறப்படும் ஒருவகை வாசனைப் பொருள்; musk.

கஸ்தூரிமான்: *(பெ):* கொம்பில்லாத ஒரு வகை மான்; musk-deer.

கா

கா[1]: ஓர் உயிர் மெய்யெழுத்து; a vowel consonant letter.

கா[2]: *(பெ):* சோலை; கற்பக மரம்; பாதுகாப்பு; காவடித் தண்டு; துலாக்கோல்; ஒரு நிறையளவு; பூக்கூடை; கலைமகள்; pleasure grove; a tree in heaven, yielding what all one desires; protection; balancing pole of kaavadi; scales; a weight; flower basket; Saraswathi, the Goddess of Learning.

காகச்சிலை: *(பெ):* காந்த சக்தியுள்ள ஒருவகை இரும்புக்கட்டி; a kind of iron bar which has magnetic power.

காகதாளி: *(பெ):* கருங்காலி மரம்; ebony.

காகதுண்டம்: *(பெ):* அகில் மரம்; eagle-wood.

காகதுண்டி: *(பெ):* ஒருவகைப் பித்தளை; கஞ்சாப் பூண்டு; a kind of brass; a narcotic and intoxicating plant - Indian hemp.

காகதுவசம்: *(பெ):* வடவைத் தீ (அ) ஊழித்தீ; cosmic fire;

காகதேரி: *(பெ):* மணித்தக்காளிச் செடி; black-night shade.

காகத்தூத்தி: *(பெ):* ஆதொண்டைக் கொடி; a kind of herbal creeper.

காகநதி: *(பெ):* காவிரி ஆறு; River Kaveri.

காகந்தி: *(பெ):* காவிரிப்பூம்பட்டினம்; பூம்புகார்; Kaviripoompattinam; Poompuhar, a historical place in Nagai District.

காகபதம்: *(பெ):* ஒரு கால அளவு; a time measure.

காகபலம்: *(பெ):* வேம்பு; எலுமிச்சை மரம்; neem tree; lime tree.

காகபாதம்: *(பெ):* வைரக் குற்றங்களுள் ஒன்று; one of the faults in diamond.

காகபிந்து: *(பெ):* கரும்புள்ளி; black spot.

காகபீலி: *(பெ):* குன்றிக் கொடி; crab's eye creeper.

காகப்புள்: *(பெ):* காக்கை; crow.

காகமாசி: *(பெ):* மணித்தக்காளி; black-night shade.

காகம்: *(பெ):* காக்கை; கற்பகம்; கீரி; crow; the tree in heaven which is said to yield whatever one desires; mongoose.

காகரி: *(பெ):* திப்பிலி; long pepper.

காகரூடி: *(பெ):* பன்றி; pig.

காகலீரவம்: *(பெ):* குயில்; cuckoo bird.

காகலூகம்: *(பெ):* ஆந்தை; owl.

காகவாகனன்: *(பெ):* சனி பகவான்; Saturn.

காகளம்: *(பெ):* எக்காளம்; ஒரு வகை வாத்தியம்; trumpet; a kind of musical instrument.

காகாபிசாசு: *(பெ):* இரத்தம் உறிஞ்சும் வௌவால்; the bat which sucks blood (from animals.)

காகாரி: *(பெ):* ஆந்தை; owl.

காகாலன்: *(பெ):* அண்டங்காக்கை; raven.

காகி: *(பெ):* விளாமரம்; a kind of tree.

காகிதம்: *(பெ):* தாள்; கடுதாசி; கடிதம்; a leaf of sheet; paper; letter.

காகுத்தன்: *(பெ):* ஓர் அரசன்; இராமபிரான்; திருமால்; a king; Sri Rama; Lord Vishnu.

காகுளி: *(பெ):* பேய்க்குரல்; harsh demoniac sound.

காகொடி/காகோடி: *(பெ):* எட்டி மரம்; strychnine tree.

காகோடகி: *(பெ):* ஒரு வகை மருந்து; a kind of medicine, called Valuluvai.

காகோடியன்: *(பெ):* கழைக் கூத்தாடி; pole-dancer; rope-walker;

காகோதகம்/காகோதரம்: *(பெ):* பாம்பு; snake.

காகோலம்: *(பெ):* அண்டங்காக்கை; raven.

காகோளி: *(பெ):* அசோக மரம்; Asoka tree.

காக்கட்டான்/காக்கணம்: *(பெ):* கொடி வகை; a kind of creeper.

காக்கம்: *(பெ):* கோவைக் கொடி; common hedge creeper which bears red fruits.

காக்கன் போக்கன்: *(பெ):* ஊர்-பேர் தெரியாதவன்; stranger; unknown person.

காக்காச்சி: *(பெ):* கடல் மீன் வகை; ஒரு வகைக் கிளிஞ்சில்; a kind of sea fish; a kind of shell fish.

காக்காய்: *(பெ):* காகம்; crow.

காக்காய்க் கடி: *(பெ):* பெரும்பாலும் சிறாரிடையே தின்பண்டம் போன்றவற்றை எச்சில் படாது துணியால் மூடிக் கடித்திடும் முறை; practice of splitting sweetmeats etc., in which the object is not directly bitten but through a cloth (prevalent among children.)

காக்காய்க் குளியல்: *(பெ):* தனது முழு உடலையும் நனைத்திடாது தண்ணீரை தலையிலும் உடலிலும் அள்ளித் தெளித்துக் குளித்திடல்; wash head and body in a hurry by sprinkling water.

காக்காய்ச் சோளம்: (பெ): கருஞ்சோளம்; a kind of maize.

காக்காய்ப் பொன்: (பெ): சிவந்த பொன் நிறத்தில் இருக்கும் ஒருவகைத் தகடு; a kind of tinsel used for decoration.

காக்காய்ப்பிடி: (வி): தன் காரியத்திற்காக ஒருவரை, அவருக்கு வேண்டியவற்றைச் செய்து மகிழ்வித்தல்; to carry favour with someone in authority; to ingratiate oneself.

காக்காய் வலிப்பு: (பெ): மூளைப்பகுதியில் உண்டாகும் பாதிப்பால் கைகால்கள் வெட்டி வெட்டி இழுத்து வாயில் நுரை தள்ளி தன் சுய நினைவினை இழந்திடச் செய்யும் ஒரு நோய்; epilepsy.

காக்குறட்டை: (பெ): காக்கணங்கொடி; a kind of creeper.

காக்கை: (பெ): காகம்; crow. • **காக்கையின்** கண்ணுக்குப் பீர்க்கம் பூ பொன் நிறம். • **காக்கை** கதற பயந்து கணவனைக் கட்டிக்கொண்டது போல. • **காக்கைக்கும்** தன் குஞ்சு பொன் குஞ்சு. • **காக்கையின்** கழுத்தில் பலாக்காயினைக் கட்டியது போல. • **காக்கைக்** கூட்டம் போலக் கட்டுக்கோப்பு - *பழமொழிகள்.*

• **காக்கை** கரவா கரைந்துண்ணும் ஆக்கமும்
அன்னநீ ரார்க்கே உள. - *குறள் 527.*

காக்கைக் கொடியாள்: (பெ): மூதேவி; Goddess of misfortune.

காக்கை மல்லி: (பெ): நுணா மரம்; a kind of tree.

காக்கை வேலி: (பெ): உத்தாமணிச்செடி; வேலிப் பருத்திச் செடி; a kind of shrub.

காகோதரம்: (பெ): பாம்பு; snake.

காங்கி: (பெ): பேராசைக்காரன்; avaricious person.

காங்கிரசை: (பெ): விருப்பம்; desire.

காங்கு: (பெ): கருநீலம்; பெரும் பானை; கோங்கு வகை; dark blue; big pot; a kind of red cotton tree.

காங்கேயம்: (பெ): ஒரு நகரம்; ஒரு வகைப் பொன்; a town in Tamilnadu; a kind of gold.

காங்கேயன்: (பெ): முருகப் பெருமான்; பீஷ்மர்; Lord Muruga; Bheeshma, grandfather of Pandavas and Kauravas.

காங்கை: (பெ): வெம்மை; வெப்பம்; radiation of heat; heat.

காசண்டி: (பெ): வாய் அகலமுள்ள பாண்டம்; the vessel which has wide mouth.

காசமர்த்தகம்: (பெ): பெரும்புல்; a kind of grass.

காசம்: (பெ): ஈளை நோய்; கோழை; நாணல்; வானம்; பளிங்கு; கண்ணோய் வகை; பொன்; tuberculosis; phlegm; Kaus, a large and coarse grass; sky; crystal; a kind of eye disease; gold.

காசரம்: (பெ): எருமை; buffalo.

காசறை: (பெ): கத்தூரி; கத்தூரிமான்; மணி; musk; musk-deer; gem.

காசறைக்கரு: (பெ): கத்தூரி மானின் குட்டி; young one of musk deer.

காசனம்: (பெ): கொலை; murder.

காசா: (பெ): காயாஞ்செடி; நாணல்; எருமை; சொந்தம்; அசல் விலை; தலைவன்; துணி வகை; a kind of plant; Kaus, a large and coarse grass; buffalo; relationship; principal cost; lord; master; a kind of cloth.

காசாக்காரன்: (பெ): சொந்தக்காரன்; relative.

காசி: (பெ): ஒரு நகரம்; செப்புக்காசு; காசிக்குப்பி; சீரகம்; சிரமம்; காசு; a town in North India on the bank of Ganges; copper coin; a kind of bottle; cumin; trouble; coin.

• **காசிக்குப்** போயும் கருமம் தொலைய வில்லை. • **காசியில்** இருந்தவன் கண்களைக் குத்தக் காஞ்சிபுரத்திலிருந்து கையை நீட்டிக் கொண்டு போனான் - *பழமொழிகள்.*

காசிக்கமலம்: (பெ): வைர வகை; a kind of diamond.

காசிக்கல்: (பெ): காகச்சிலை; an iron bar which has magnetic power.

காசித்தீர்த்தம்: (பெ): காசியில் உள்ள கங்கை யாற்று நீர்; water of Ganges River at Kasi Town.

காசித்தும்பை: (பெ): தும்பைச் செடி வகை; a kind of herb.

காசிமணி மாலை: (பெ): கழுத்தணி வகை; a kind of necklace.

காசிரம்: (பெ): வட்டம்; circle; round.

காசிரோர்த்தம்: (பெ): தொட்டால் சுருங்கி/ சிணுங்கி; touch-me-not-plant.

காசினி: (பெ): பூமி; earth.

காசு: (பெ): மணி; பொன்; அச்சுத்தாலி; குற்றம்; நாணயம்; சிறு செம்புக்காசு; கோழை; சூதாடு கருவி; gem; gold; a necklace made of gold or silver coin-like pieces; defect; coin; small copper coin; phlegm; dice.

• **காசுக்கு** ஒரு குஞ்சு விற்றாலும் கணக்கன் குஞ்சு ஆகாது. • **காசைக்** கொடுத்து குத்து மாடு தேடுவதா ? - *பழமொழிகள்.*

காசு கல்: (பெ): நிறை கல்; a piece of metal of standard heaviness for weighing.

காசுக்கடை: (பெ): தங்கம்; வெள்ளி போன்றவை விற்கும் இடம்; jewellery shop.

காசுக்கட்டி: (பெ): ஒரு வகை மருந்து; மரவகை; a kind of medicine; a kind of tree.

காசுமண்: (பெ): காவிக்கல்; red-ochre.

காசு மாலை: *(பெ):* நாணய வடிவ வட்டத் தகடுகளைக் கோர்த்துச் செய்யப்பட்ட ஆபரணம்; a necklace made of gold or silver coin-like pieces.

காசை: *(பெ):* காயாஞ்செடி; நாணல்; காசநோய்; a kind of plant; Kaus, a large and coarse grass; tuberculosis.

காசையாடை: *(பெ):* காவித்துணி; saffron coloured cloth.

காச்சி: *(பெ):* துவரை; dhal; pigeon-pea.

காஞ்சனம்: *(பெ):* பொன்; புங்க மரம்; gold; a kind of tree, the Indian beech tree.

காஞ்சனி: *(பெ):* மஞ்சள்; பொன்னிறம்; கோரோசனை; காட்டத்தி; turmeric, golden colour; bezoar taken from the stomach of cows; a kind of tree.

காஞ்சா: *(பெ):* கஞ்சா செடி; a narcotic and intoxicating plant - Indian hemp.

காஞ்சி : *(பெ):* காஞ்சிபுரம் நகரம்; ஆற்றுப் பூவரசு; நிலையாமை; மேகலாபரணம்; கூந்தல்; Kanchipuram, the head quarters of Kanchipuram District; river portia tree; instability; woman's girdle; hair.

காஞ்சியம்: *(பெ):* வெண்கலம்; bell-metal; an alloy of copper and tin.

காஞ்சிரங்காய்: *(பெ):* எட்டிக்கொட்டை; the seed of strychnine tree.

காஞ்சிரம்: *(பெ):* எட்டி மரம்; strychnine tree.

காஞ்சுகம்: *(பெ):* சட்டை; shirt.

காடகம்: *(பெ):* ஆடை; garment.

காடபந்தம்: *(பெ):* தீவட்டி; torch.

காடமர் செல்வி: *(பெ):* கொற்றவை; துர்க்கை; Kottravai; Durga, the Goddess of Victory.

காடர்: *(பெ):* காடுகளில், மலைகளில் வாழ்ந்திடும் மக்கள்; the people who live in the forests; hill-tribes.

காடவன்: *(பெ):* பல்லவர்களின் சிறப்புப் பட்டம்; the special title of Pallava kings.

காடாவிளக்கு: *(பெ):* பெருவிளக்கு; lamp formed by putting oil and wick in a large vessel.

காடாக்கினி: *(பெ):* பெருந்தீ; wild-fire.

காடாந்தகாரம்: *(பெ):* பேரிருள்; intense-darkness.

காடாரம்பம்: *(பெ):* நீர்ப்பாசன வசதியற்ற பகுதி; the place which has no irrigation facilities.

காடாரம்பற்று: *(பெ):* காட்டுப்புறம்; forest side.

காடாற்று: *(பெ):* பால் தெளிப்பு; ceremony of sprinkling milk and scattering cereals in the place where a corpse has been buried or burnt on the day after cremation or burial.

காடி: *(பெ):* புளித்த கஞ்சி; புளித்த கள்; புளித்த பழரசம்; ஊறுகாய்; ஒருவகை வண்டி; ஒரு மருந்து; கழுத்து; நெய்; அகழி; கோட்டையடுப்பு; மாட்டுக்கொட்டில்; fermented gruel or rice water; fermented toddy; fermented fruit juice; vinegar; pickles; a kind of carriage; a medicine; neck; ghee; trench of fort; fire-place in the form of long ditch; cow-shed.

காடிகம்: *(பெ):* சீலை; a long cloth; saree.

காடிக்காரம்: *(பெ):* நெருப்புக் கல்; flint-stone for making fire.

காடிச்சத்து: *(பெ):* ஈஸ்ட்; yeast.

காடிச்சால்: *(பெ):* காடி வைத்திடும் சால்; the large vessel for keeping fermented gruel, vinegar, etc.,

காடிச்சால் மூலை: *(பெ):* வடகிழக்கு மூலை; north-east corner.

காடியடுப்பு: *(பெ):* கோட்டையடுப்பு; the fire-place in the form of a long ditch.

காடியுளி: *(பெ):* இழைப்புளி வகை; a kind of tool used by carpenters for smoothening the wood; plane.

காடினியம்: *(பெ):* வன்மை; கடினத்தன்மை; hardness.

காடு: *(பெ):* வனம்; நெருக்கம்; மிகுதி; எல்லை; செத்தை; சுடுகாடு; புன்செய் நிலம்; சிற்றூர்; woods; jungle; forest; density; abundance; limit; border; straw; burial ground; dry land; small village. • காடும் செடியும் இல்லாத ஊருக்கு கழுதைமுள்ளி கற்பகவிருட்சம் போல. • காட்டிலே செத்தாலும் வீட்டிலே தீட்டு தான். • காடு வெட்டிச் சாய்த்தவனுக்குக் கம்பு வெட்ட பயமா? • காடு வாவா என்கிறது; வீடு போபோ என்கிறது - *பழமொழிகள்.*

காடு கட்டுதல்: *(வி):* குறித்த இடத்தினை, விலங்குகள் மற்றும் பறவைகளிடமிருந்து காத்தல்; to protect a place from the animals and birds.

காடுகரை: *(பெ):* வயலும் வயல் சார்ந்த இடமும்; agricultural tract.

காடுகலைத்தல்: *(வி):* விலங்குகளை வேட்டைக்காகக் கலைத்தல்; to scatter the animal herds for hunting.

காடு காட்டுதல்: *(வி):* ஏமாற்றுதல்; to cheat.

காடுகிழாள்: *(பெ):* துர்க்கை; கொற்றவை; Durga, the Goddess of Victory.

காடு கெடுத்தல்: *(வி):* காட்டை அழித்தல்; to root out the forests.

காடுகெழுசெல்வி: *(பெ):* கொற்றவை; Durga the Goddess of Victory.

காடு கொல்லுதல்: (வி): காட்டை வெட்டி அழித்தல்; to root out the forest by cutting the woods and other plants.

காடு தரிசு: (பெ): செடிகள் முளைத்த தரிசு நிலம்; fallow or uncultivable land with unwanted plants.

காடுபடுதல்: (வி): வீணாதல்; நிரம்புதல்; to waste; to become full.

காடுபடு திரவியம்: (பெ): காட்டில் கிடைத்திடும் பொருட்கள்; the things which are gathered from the forest.

காடு மறைதல்: (பெ): சாதல்; to die.

காடு மேய்தல்: (பெ): வீணாகத் திரிதல்; to roam everywhere.

காடுலகம்: (பெ): முத்து; pearl.

காடுவெட்டி: (பெ): மரம் வெட்டுபவன்; நாகரிக மற்றவன்; பல்லவன், கள்ளர் ஆகியோருக்கான சிறப்புப் பட்டப்பெயர்; சிறு மண்வெட்டி; wood cutter; the person with low qualities; the special title of Pallavas and Kallas; hoe; weeding hook.

காடை: (பெ): ஒரு பறவை; gray quail.

காடைக்கண்ணி: (பெ): காடையின் கண் போன்ற தினை வகை; a kind of millet like the eyes of gray quail.

காட்சி: (பெ): பார்வை; தோற்றம்; தரிசனம்; அழகு; தன்மை; view; sight; appearance; vision of a deity; beauty; nature.

- *காட்சிக் கெளியன் கடுஞ்சொல்லன் அல்லனேல் மீக்கூறும் மன்னன் நிலம். - குறள் 386.*

காட்சி கொடுத்தல்: (வி): (இறைவன், மகான்) தரிசனம் தருதல்; (of God) to appear to devotees; (of holy person) to give audience to devotees.

காட்சிப்பொருள்: (பெ): கண்காட்சி, அருங்காட்சியகம் போன்றவற்றில் பார்ப்பதற்காக மட்டும் வைக்கப்பட்டிருக்கும் பொருள்; exhibit; displayed object.

காட்சியர்: (பெ): அறிஞர், learned people.

காட்சியளி: (வி): தோற்றம் தருதல்; to appear; to present.

காட்சி வரி: (பெ): ஒருவகை வரி; a kind of tax.

காட்டகத்தி: (பெ): வீழிச் செடி; a straggling shrub.

காட்டணம்: (பெ): பெருங்குமிழ்: a kind of tree.

காட்டத்தி: (பெ): மரவகை; a kind of tree.

காட்டம்: (பெ): விறகு; சிறுகோல்; சினம்; மிகுதி; உறைப்பு; வெண்கலம்; firewood; small stick; anger; abundance; pungency; bronze; bell-metal.

காட்டழல்: (பெ): காட்டுத்தீ; forest conflagration.

காட்டாறு: (பெ): திடீரென வெள்ளப்பெருக்கு எடுத்து ஓடும் ஆறு; wild stream.

காட்டான்: (பெ): நாகரிகமற்றவன்; முரடன்; person lacking in etiquette; person of rough manners.

காட்டி: (பெ): பன்றி; pig.

காட்டிக்கொடு: (வி): ஒரு நபர் (அ) ஒருவர் இருக்குமிடம் பற்றிய தகவலை வஞ்சகமாகத் தெரிவித்தல்; to betray.

காட்டிக்கொள்: (வி): பாவனை செய்; to put on airs; to try to pass for someone.

காட்டிலம்: (பெ): வாழை மரம்; plantain tree.

காட்டிலவு: (பெ): கோங்கிலவு மரம்; red cotton tree.

காட்டிலுமிழி: (பெ): நாகர வண்டு; a kind of beetle.

காட்டிலும்: (இ.சொ): ஒப்பு மாறுபடுவதைக் குறிக்கும் இடைச்சொல் - 'விட'; than; (what) compared with.

காட்டீந்து: (பெ): ஈச்ச மரம்: date-palm tree.

காட்டீருள்ளி: (பெ): நரிவெங்காயம்; a kind of onion.

காட்டு: (வி): காண்பித்தல்; மெய்ப்பித்தல்; வெளிப்படுத்துதல்; நெருப்பில்படுமாறுபிடித்தல்; to show; to prove; to make known; to hold something over the fire as in roasting etc.

காட்டுக்கிரியை: (பெ): ஈமச்சடங்கு; funeral rites.

காட்டுக்கோழி: (பெ): சம்பங்கோழி; கற்கவுதாரி; a kind of fowl.

காட்டுத்தம்பட்டன்: (பெ): வாளவரைக் கொடி வகை; a kind of creeper

காட்டு தர்பார்: (பெ): வரைமுறை இல்லாமல் தன்னிச்சையாகச் செயல்படும் நிர்வாகம்; anarchy.

காட்டுத்தனம்: (பெ): முரட்டுத்தனம்; incivility.

காட்டுத்தீ : (பெ): அடர்ந்த காடுகளில் சட்டென்று அனைத்துப்பகுதிகளிலும்பரவிடும்நெருப்பு; wild-fire.

காட்டுப்பயிர்: (பெ): புன்செய்ப் பயிர்; dry land crop.

காட்டுப்பன்றி: (பெ): வாயின் இருபுறமும் வெளியே நீட்டிக்கொண்டிருக்கும் இருபற்களைக் கொண்ட பன்றி இனத்தைச் சேர்ந்தவிலங்கு; wild boar.

காட்டுப்பிள்ளை: (பெ): திக்கற்ற குழந்தை; destitute child.

காட்டுப்புத்தி: (பெ): மூட அறிவு; அறிவில்லாமை; stupidity; senselessness.

காட்டுப்பூனை: (பெ): ஒருவகைப் பூனை; wild cat.

- **காட்டுப் பூனைக்கு** *சிவராத்திரி விரதமா ? - பழமொழி.*

காட்டுப் பெண்சாதி: (பெ): வைப்பாட்டி; concubine.

காட்டு மனிதன்: (பெ): காட்டுமிராண்டி; நாகரிக மற்றவன்; savage; uncultured person.

காட்டுமயிலம்/காட்டுநொச்சி: (பெ): ஒருவகை மரம்; a kind of tree.

காட்டு மல்லி: (பெ): ஒரு வகை மல்லி; a kind of jasmine.

காட்டு மனிதன்: (பெ): நாகரிகமற்றவன்; uncultured man.

காட்டு மா: (பெ): மரவகை; காட்டு விலங்கு; a kind of tree; wild animal.

காட்டு ரோகம்: (பெ): மாட்டு நோய் வகை; a kind of cattle disease.

காட்டுவாரி: (பெ): காட்டாறு; wild stream.

காட்டுள்ளி: (பெ): நரிவெங்காயம்; a kind of onion.

காட்டெருமை: (பெ): எருமை இனம்; எருக்கு; திருகுகள்ளி; சதுரக் கள்ளி; bison; yercum; kind of cactus.

காட்டேறி: (பெ): கேடு விளைவிக்கும் தேவதை; an evil spirit.

காட்டை: (பெ): திசை; எல்லை; நுனி; direction; limit; boundary; tip; point.

காட்பு: (பெ): மர வைரம்; hardness as of timber.

காணத்தக்க: (பெ.அ): பார்த்திடக்கூடிய; ocular.

காணப்படுதல்: (வி): பார்வைக்குத் தென்படுதல்; to seem.

காணம்[1]: (பெ): செக்கு; எண்ணெய் ஆட்டுவதற்குப் போடும் தானியத்தின் ஒரு செக்கு அளவு; கொள்ளு; oil press; the capacity of an oil press; horsegram.

காணம்[2]: (பெ): நிறுத்தல் அளவையுள் ஒன்று; பொன்; பொற்காசு; பொருள்; யாகம்; நிலம்; a kind of weighing measure; gold; gold coin; thing; an oblation; land.

காணலன்: (பெ): பகைவன்; enemy.

காணல்: (வி): காணுதல்; குறித்தல்; வணங்குதல்; மனத்தால் எண்ணுதல்; seeing; beholding; worshipping; seeing with the mind; thinking; • **காண**க் கிடைக்காத தங்கம். • **காண**க் கிடைக்காத கார்த்திகைப் பிறை போல. • **காணா**து கண்ட கம்பங்கூழை சிந்தாது குடியடி சில்லி மூக்கி. • **காணா**மல் கண்டேனே கம்பங்கதிரை - *பழமொழிகள்.*

• **காணா**தான் காட்டுவான் தான்**காணான்** **காணா**தான்
கண்டானாம் தான்கண்ட வாறு. - *குறள் 849.*

• **காணா**ச் சினத்தான் கழிபெருங் காமத்தான்
பேணாமை பேணப் படும். - *குறள் 866.*

• **காணி**ற் குவளை கவிழ்ந்து நிலன்நோக்கும்
மாணிழை கண்ணொவ்வேம் என்று. - *குறள் 1114.*

• **காண்**கமன் கொண்கனைக் கண்ணாரக் கண்டபின்
நீங்குமென் மென்றோள் பசப்பு. - *குறள் 1265.*

• **காணு**ங்கால் **காணேன்** தவறாய **காணா**க்கால்
காணேன் தவறல் லவை. - *குறள் 1286.*

காணன்: (பெ): ஒற்றைக் கண்ணன்; the man who is having one eye.

காணா: (பெ): சிறு பாம்பு; a kind of small snake.

காணார்: (பெ): குருடர்; பகைவர்; blind people; enemies.

காணி: (பெ): ஓர் எண்; நிலம்; உரிமையான இடம்; நூறுகுழி அளவுடைய நிலம்; பொன்னாங்கண்ணி; a number; land; the place which is owned by someone; the land area equivalent to 100 kuzhi; a kind of plant with little shiny leaves. • **காணி** கவிழ்ந்து போகிறதா? • **காணி** காணியாகச் சம்பாதித்துக் கோணி கோணியாகச் செலவழிந்தது போல. • **காணி**க்கு ஏத்ததுதான் கோடிக்கும் - *பழமொழிகள்.*

காணிக்கடன்: (பெ): நிலவரி; land tax.

காணிக்கை: (பெ): கடவுளுக்கு (அ) பெரியோருக்கு விரும்பியளித்திடும் பொருள்; voluntary offering gift to God; present to a great person.

காணித்தாயம்: (பெ): பங்காளிகளுக்கான நில வழக்கு; land dispute among kinsmen.

காணித்துண்டு: (பெ): நிலத்தின் சிறுபகுதி; a bit of land; a small portion of land.

காணியாளன்: (பெ): நிலவுடைமையாளன்; landholder; land-owner. • **காணியாளன்** வீடு வேகும்பொழுது காலைப்பிடித்து இழுத்த கதை - *பழமொழி.*

காணுதல்: (வி): அறிதல்; காணல்; சந்தித்தல்; வணங்குதல்; to know; to see; to meet; to worship.

காணும் பொங்கல்: (பெ): தை மாதம் மூன்றாம் நாள் பொங்கல் விழா; the third day after Pongal festival on which one goes visiting and sight-seeing with his/her friends and relatives.

காண்: (பெ): காட்சி; அழகு; காணல்; sight; beauty; seeing.

காண்கை: (பெ): அறிவு; knowledge.

காண்டகம்: (பெ): காடு; நோய்; கமண்டலம்; நிலவேம்பு; forest; disease; a cruet-like vessel containing holy water carried by saints and heads of certain religious institutions; a kind of neem tree.

காண்டம்: (பெ): நூலின் பெரும் பிரிவு; மலை; எல்லை; காடு; நீர்; அம்பு; கோல்; குதிரை; அடிமரம்; ஆயுதம்; முடிவு; சமயம்; திரள்; அணிகலச் செப்பு; கமண்டலம்; நிலவேம்பு; ஆடை; சீந்தில்; புத்தி; a large section of a book; mountain; boundary; limit; forest; water; arrow; stick; horse; bottom of a tree; weapon; end; religion; assembly; jewel box; cruet-like vessel; a kind of neem tree; garment; a shrub; knowledge.

காண்டவதகனன்: *(பெ):* அருச்சுனன்; Arjuna, brother of Pandavas who set fire to Kandava vanam (forest).

காண்டவன்/காண்டவனன்: *(பெ):* இந்திரன்; Lord Indra.

காண்டாமிருகம்: *(பெ):* ஒரு பெரும் விலங்கு; rhinoceros.

காண்டிகை: *(பெ):* சொற்பொருள் அடங்கிய உரை; brief exposition of the salient points in a text.

காண்டியம்: *(பெ):* சரகாண்ட பாடாணம்; a kind of arsenic.

காண்டீபம்: *(பெ):* அருச்சுனனின் வில்; the bow of Arjuna.

காண்டீபன்: *(பெ):* அருச்சுனன்; Arjuna, the brother of Pandavas, as armed with the bow-Kandeepam.

காண்டு: *(பெ):* கூப்பிடு தூரம்; சினம்; துன்பம்; hailing distance; anger; suffering.

காண்டை: *(பெ):* முனிவர் உறைவிடம்; கற்பாழி; dwelling place of saints; cave; hermitage.

காண்பு: *(பெ):* காட்சி; காணுதல்; sight; seeing.

காண்வரி: *(பெ):* ஒருவகைக் கூத்து; a kind of play.

காதகம்: *(பெ):* கொல்லுதல்; தொல்லை கொடுத்தல்; killing; torturing.

காதகன்: *(பெ):* கொலையாளி; கொடியவன்; murderer; villain.

காதடைப்பு: *(பெ):* செவிடு ஆதல்; to become deaf.

காதணி: *(பெ):* காதில் அணியும் சிமிக்கி,தோடு போன்ற ஆபரணம்; ear ornament.

காத தூரம்: *(பெ):* பெரும் இடைவெளி, wide gap.

காதம்: *(பெ):* கொலை; கள்; நாற்சதுரமான கிணறு; (முற்காலத்தில் தூரத்தின் கணக்காகக் கூறப்பட்ட) பத்து மைல் அளவு; murder; toddy; square well; (in former times) a measure of distance of roughly ten miles.

காதம்பகம்: *(பெ):* பாணம்; arrow.

காதம்பம்: *(பெ):* அன்னப்பறவை வகை; கானாங் கோழி; கரும்பு; கடப்ப மரம்; a kind of swan; a kind of wild fowl; sugarcane; a kind of tree.

காதம்பரம்: *(பெ):* தயிர்; ஆடை; curd; thin layer, formed in boiled milk and curd.

காதம்பரி: *(பெ):* கள்; வடமொழியிலிருந்து தமிழில் மொழிபெயர்க்கப்பட்ட காப்பியம்; toddy; a Tamil epic - Kadambari, translated from Sanskrit verse.

காதரம்/காதரவு: *(பெ):* அச்சம்; தீவினைப் பயன்; fear; the effect of evil deeds upon the soul.

காதரன்: *(பெ):* அச்சம் உள்ளவன்; the person who has fear.

காதர்: *(பெ):* கடவுள்; God, the almighty.

காதலன்: *(பெ):* அன்பிற்குரியவன்; தோழன்; கணவன்; மகன்; lover; companion; husband; son.

காதலி: *(பெ):* அன்பிற்குரியவள்; தோழி; மனைவி; மகள்; beloved woman; lover; sweet-heart; lady-maid; wife; daughter.

காதலித்தல்: *(பெ):* அன்பு கொள்ளுதல்; விரும்புதல்; to love; be fond of; to long for.

காதல்: *(பெ):* அன்பு; காம இச்சை; பக்தி; வேட்கை; ஆவல்; கொல்லுதல்; தெறித்தல்; ஆந்தையின் குரல்; love; lust; devotion; affection; desire; killing; splashing; the cry of an owl.

- **காதல காதல்** அறியாமை உய்க்கிற்பின்
  ஏதில ஏதிலார் நூல். - *குறள் 440.*
- **காதலர்** தூதொடு வந்த கனவினுக்கு
  யாதுசெய் வேன்கொல் விருந்து. - *குறள் 1211.*
- **காதலர்** இல்வழி மாலை கொலைக்களத்து
  ஏதிலர் போல வரும். - *குறள் 1224.*
- **காதல்** அவரில ராகநீ நோவது
  பேதைமை வாழிஎன் நெஞ்சு. - *குறள் 1242.*

காதவம்: *(பெ):* வான்கோழி; நிலவேம்பு; ஆலமரம்; turkey; a kind of neem tree; banyan tree.

காதற்பிள்ளை: *(பெ):* அன்பு மகன்; the beloved son.

காதற்றோழி: *(பெ):* அன்புக்குரிய தோழி; the beloved lady-maid.

காதன்: *(பெ):* கொலை செய்பவன்; கொலைகாரன்; killer; murderer.

காதன்மை: *(பெ):* அன்பு; ஆசை; love; desire.

- **காதன்மை** கந்தா அறிவறியார்த் தேறுதல்
  பேதைமை எல்லாம் தரும். - *குறள் 507.*

காதால் கேள்: *(வி):* நேரிடையாகக் கேட்டல்; to hear something with one's own ears.

காதி: *(பெ):* கதர்த்துணி; விசுவாமித்திரனின் தந்தை; மிருகபாடாணம்; கொலை; cloth woven by handloom with handspurn yarn; father of Viswamithra; a kind of arsenic; murder.

காதிலி: *(பெ):* செவிடன்; செவிடு; the deaf.

காது: *(பெ):* ஒலி போன்றவற்றைக் கேட்பதற்குப் பயன்படும் உடலுறுப்பு; பையின் மேலுள்ள இருபுறக்கைப்பிடி; ஊசியில் நூல்கோப்பதற்கான துளை; ear; handle on both sides of a bag; eye of the needle. • **காதும்** காதும் வைத்தது போல. • **காது** அறுத்தாலும் அறுக்கும்; பேன் எடுத்தாலும் எடுக்கும் குரங்கு. • **காது** அறுந்த ஊசியும் வாராதுகாண் கடைவழிக்கே - *பழமொழிகள்.*

காதுகன்: (பெ): கொலைகாரன்; கொடியவன்; murderer; wicked person.

காதுகருவி: (பெ): காது கேட்பதில் குறைபாடு உள்ளவர்களுக்குக் கேட்கும் திறனை அதிகப்படுத்த காதில் பொருத்திக் கொள்ளும் சிறு மின்சாதனம்; hearing aid.

காதுகுறும்பி: (பெ): காதுகளில் சேர்ந்திருக்கும் அழுக்கை எடுக்கப் பயன்படும், நுனியில் குழிவான பகுதியை உடைய சிறு கம்பி; a small cup-like instrument at one end, made of thin twisted wire used to remove the ear-wax.

காதுகுத்து: (பெ): காதில் அணிகலன் அணியும் சடங்கு; காதில் உண்டாகும் வலி; the ceremony of piercing the ear-lobe; ear-ache.

காதுகுத்துதல்: (வி): வஞ்சித்தல்; to cheat (someone).

காது கொடுத்தல்: (வி): உற்றுக் கேட்டல்; கவனித்தல்; to listen; to give attention to.

காதுதல்: (வி): கொல்லுதல்; வெட்டுதல்; to kill; to cut.

காதுபட: (வி.அ): காதால் கேட்கும் அளவுக்கு; தெரியும்படியாக; in one's hearing.

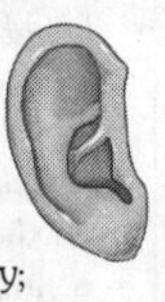

காது மடல்: (பெ): புறக்காது;

காகை: (பெ): வரலாறு; சொல்; பாட்டு; சில இலக்கியங்களில் உட்பிரிவு; history; word; song; canto or section.

காதைக்கடி: (வி): கிசுகிசுத்தல்; to whisper something confidentially.

காதோடு காதாக: (வி.அ): மிகவும் இரகசியமான, மெதுவான குரலில்; in a hushed voice; in a whisper.

காதோதி: (பெ): தீய எண்ணத்துடன் இரகசியம் கூறுவோன்; the person who says a secret with evil intention.

காதோலை: (பெ): மகளிர் காதணி; an ear ornament made of palm-leaf for women.

காத்தடி: (பெ): இரண்டு முனைகளிலும் சுமையைக் கட்டித் தூக்கிச் செல்லப் பயன்படும் நீளமான தடி; a wooden pole for carrying loads on shoulder.

காத்தட்டி: (பெ): ஆதொண்டைக் கொடி; a herbal creeper.

காத்தண்டு: (பெ): காவடியின் தண்டு; a pole or stave of wood used for carrying loads.

காத்தல்: (வி): பாதுகாத்தல்; அரசாளுதல்; எதிர்பார்த்தல்; விலக்குதல்; to protect; to rule over a country; to expect; to remove.

காத்தவராயன்/காத்தான்: (பெ): ஒரு கிராம தேவதை; a male deity of village.

காத்தியம் : (பெ): கடித்து உண்ணும் உணவு; the food eaten by biting.

காத்தியாயினி: (பெ): பார்வதி; கொற்றவை; Goddess Parvathi, the consort of Lord Shiva; Durga, the Goddess of Victory.

காத்திரம்: (பெ): கீரி; சினம்; உடல் உறுப்பு; கனம்; யானையின் முன்னங்கால்; முக்கியம்; பாம்பு; பருமன்; mongoose; anger; part of the body; solidity; the front leg of an elephant; importance; snake; body corpulence.

காத்திரவேயம்: (பெ): பாம்பு; snake.

காத்திரன்: (பெ): வலிமை வாய்ந்தவன்; the man who is strong.

காத்திரி: (பெ): ஆயுதம்; கீரி; சினம்; weapon; mongoose; anger.

காத்திரு: (வி): எதிர்பார்த்துக் கொண்டிருத்தல்; பொறுத்திருத்தல்; to wait for someone or something; to wait patiently. • காத்திருந்து கொத்தும் கொக்குபோல - *பழமொழி.*

காத்திரை: (பெ): ஆயுதம்; weapon.

காத்தூலம்: (பெ): துகில் வகை; a kind of cloth.

காந்தக்கம்பி: (பெ): இடிதாங்கிக் கம்பி; lightning conductor or rod.

காந்தக்கல்: (பெ): இரும்பைத் தன்பக்கம் இழுக்கும் தன்மையை இயற்கையாகக் கொண்டிருக்கும் கல் (அ) செயற்கையாகக் காந்தத்தன்மை கொண்டதாகத் தயாரிக்கப்பட்ட இரும்புத் துண்டு; magnet.

காந்தச் சத்துரு: (பெ): வெடியுப்பு; நவச்சாரம்; nitre; ammonium chloride.

காந்தப்பர்: (பெ): காந்தருவர்; gandharvas, a class of celestial beings.

காந்தப்பெட்டி: (பெ): திசையறி கருவி; mariner's compass.

காந்தபசாசம்: (பெ): காந்தக்கல்; magnet.

காந்த பட்சி: (பெ): மயில்; peacock.

காந்த மணி: (பெ): காந்தக் கல்; magnet.

காந்த மண்: (பெ): காந்த சக்தியுள்ள செம்மண்; the red sand which has the magnetic power.

காந்தமலை: (பெ): பூமியின் வடகோடியில் காந்தமாக உள்ளதாகக் கருதப்படும் மலை; magnetic pole.

காந்தம்: (பெ): காந்தக்கல்; ஒரு வகைப் பளிங்கு; அழகு; மின்சாரம்; கந்தபுராணம்; magnet; a kind of marble; beauty; electricity; Kandha Puranam.

காந்தருவ மணம்: (பெ): திருமண முறைகளில் ஒன்று; a form of marriage based on mutual love and free from ritual rites.

காந்தருவி: (பெ): பாடுபவள்; woman singer.

காந்தர்ப்பர்: (பெ): இசைபாடுவோர்; the songsters, a class of celestial beings.

காந்தல்: *(பெ):* காந்துதல்; உமி, பனையோலை, பயிர் ஆகியவற்றின் எரிந்த கருகல்; சினம்; தீய்ந்து காணப்படும் உணவுப் பகுதி; burning; burnt flakes of straw, palm leaves, etc; anger; the crust formed at the bottom of the vessel when a dish such as uppuma, pongal, etc is kept too long in the oven.

காந்த வண்டி: *(பெ):* மின்சார இரயில் வண்டி; electric train.

காந்தளிகம்: *(பெ):* சின்னி மரம்; a kind of tree.

காந்தள்: *(பெ):* நெளிவுகள் உடைய சிவப்பு நிறப்பூ; malabar glory lily red or white species.

காந்தன்: *(பெ):* அரசன்; இறைவன்; கணவன்; தலைவன்; சந்திரன்; மன்மதன்; king; God, the Almighty; husband; lord; master; Moon; Kaama, the God of love, Cupid.

காந்தாரம்: *(பெ):* வடமேற்கு இந்திய நாடு; ஐம்பத்தாறு நாடுகளுள் ஒன்று; காடு; பாலை யாழ்த் திறம்; a north-west Indian country (in ancient times); one of the fifty-six countries; forest; wood; an ancient secondary melody-type of the Palai class.

காந்தாரி: *(பெ):* கௌரவர்களின் தாய்; கொடியவள்; தச நாடிகளுள் ஒன்று; சிவனார் வேம்பு; சத்திசாரம்; ஒரு பண் வகை; Kanthari, the mother of Kauravas; wicked woman; one of the Dhasa Nadis; a kind of herb; a siddha medicine; a kind of music.

காந்தாளம்: *(பெ):* சினம்; எரிச்சல்; anger; irritation.

காந்தி: *(பெ):* அழகு; ஒளி; கதிர்; சிலாசத்து; வைடூரியம்; அணிவகை; beauty; light; rays; ochre; an opalescent gem; a kind of ornament.

காந்திமதி: *(பெ):* ஒளி பொருந்திய அம்சம் கொண்டவள்; நெல்லைத் திருத்தலத்துப் பெண் தெய்வம்; குபேரப்பட்டணம்; the woman having bright features; Gandhimathi, the female deity of Thirunelveli; the city of Kubera.

காந்திமான்: *(பெ):* ஒளிமயமான அம்சம் உடையவன்; the man having bright features.

காந்தியம்: *(பெ):* மகாத்மா காந்தியடிகள் கடைப் பிடித்த கொள்கைகள்; the ideals of Mahatma Gandhi; Gandhism.

காந்திருவம்: *(பெ):* காந்தருவம்; கந்தர்வ லோகம்; Kaandharvam, a form of marriage based on mutual love and free from ritual rites; the place where the celestial beings (the songsters) are dwelling.

காந்துகம்: *(பெ):* வெண்காந்தள் மலர்; white malabar glory lily.

காந்துகன்: *(பெ):* பலகாரம் விற்பவன்; seller of refreshments.

காந்துதல்: *(வி):* எரிதல்; வெப்பம் கொள்ளுதல்; கருகிப்போதல்; ஒளி வீசுதல்; பொறாமை கொள்ளுதல்; சினத்தல்; to burn; to become hot; to be scorched; to shine; to be jealous; to be angry.

காந்தை: *(பெ):* பெண்; தலைவி; மனைவி; காதலி; woman; heroine; mistress; wife; beloved woman.

காபட்டியம்: *(பெ):* கபடம்; guile.

காபணம்: *(பெ):* ஒற்றடம்; fomentation.

காபந்து: *(பெ):* பாதுகாப்பு; protection.

காபாலி: *(பெ):* சிவபிரான்; Lord Shiva.

காபி: *(பெ):* ஒரு வகைப் பண்; ஒரு வகை பானம்; a kind of music; coffee, a drink.

காபிலம்: *(பெ):* சாங்கிய மதம்; தலை முதல் காலளவும் ஈரத்துணியால் உடம்பைத் துடைத்துக்கொள்ளும் நீராட்டு; the religion Saankhiyam; towel bath.

காபில்: *(பெ):* திறமையானவன்; talented person.

காபினி: *(பெ):* நவச்சாரம்; ammonium chloride.

காபோதி: *(பெ):* அறிவிலி; கண்ணிலி; idiot; blind person.

காப்பகம்: *(பெ):* பொறுப்பேற்று கவனிக்கும் இல்லம்; home for orphans, the aged, etc.

காப்பரிசி: *(பெ):* குழந்தைக்குக் கையில் காப்பு போடும்போது வந்திருப்போருக்குத் தரப்படும் அரிசி; the rice mixed with treacle distributed on the occasion of adorning the new-born child with a pair of bangles, anklets, etc.

காப்பாள்: *(பெ):* காவலாளி; watchman.

காப்பாற்றுதல்: *(வி):* பாதுகாத்தல்; புகலிடம் அளித்தல்; ஆதரவளித்தல்; to protect; to refuge; to give support.

காப்பி: *(பெ):* காப்பித்தூளைக் கொதிக்கும் நீரில் போட்டுத் தெளிய வைத்துப் பால் கலந்து தேவையான அளவு சர்க்கரை சேர்த்துத் தயாரிக்கும் சூடான பானம்; coffee, usually mixed with milk and sugar.

காப்பிக்கொட்டை: *(பெ):* ஒருவகைச் செடியின் பழத்திலிருந்து எடுத்துக் காயவைத்துப் பதப்படுத்தி, பானம் தயாரிக்கப் பயன்படுத்தும் விதை; coffee-bean.

காப்பியக்குடி: *(பெ):* பண்டைய அந்தணர் குடியிருப்பு; ஓர் ஊர்; ancient brahmins' dwelling place; a town.

காப்பியம்: *(பெ):* தெய்வம், உயர் மக்கள் ஆகி யோரைக் கதைத் தலைவராகக் கொண்டு உரிய உண்மைகளை உள்ளடக்கிய நீண்ட செய்யுள் இலக்கியம்; epic.

காப்பியன்: *(பெ):* சுக்கிரன்; the Planet Venus.

காப்பிரி மிளகாய்: *(பெ):* குடைமிளகாய்; small sized paprika.

காப்பீடு: *(பெ):* இறப்பு, விபத்து போன்றவற்றால் உண்டாகும் இழப்பை ஈடு செய்திடும் வகையில் தொகை கொடுப்பதற்கான ஒர் ஒப்பந்தம்; insurance.

காப்பு¹: *(பெ):* பாதுகாவல்; திருநீறு; வளையல்; சிறை; போக்கியம்; வேலி; மதில்; கதவு; ஊர்; அரசுமுத்திரை; மிதியடி; protection; sacred ash; bangles; prison; objects of enjoyment; fence; compound wall; door; town; government seal; sandals.

காப்பு²: *(பெ):* குழந்தைகளுக்குரிய வெள்ளியினால் ஆன காலில் அணியும் வளையம்; இரும்பு (அ) ஈயத்தாலான நோய்த் தடுப்பாகக் காலில் அணியும் வளையம்; திருமணம் போன்ற சடங்குகளில் தீய சக்திகளிடமிருந்து காப்பாற்றிட கையில் கட்டும் மஞ்சள் கயிறு; a silver anklet worn by children; lead, copper or iron protective anklet worn against certain diseases; turmeric-dyed cord tied round the wrist on occasions such as wedding.

காப்புக் கடவுள்: *(பெ):* திருமால்; Lord Vishnu.

காப்புக்கலம்: *(பெ):* சேமச் செப்பு; Thermos flask.

காப்புக்காடு: *(பெ):* பாதுகாக்கப்படும் காடு; reserved forest.

காப்புத் தீக்குச்சி: *(பெ):* ஆபத்தைவிளைவித்திடாத தீக்குச்சி; safety match.

காப்புரிமை: *(பெ):* கண்டுபிடித்த பொருள், அதற்குச் சூட்டிய பெயருக்குக் குறிப்பிட்ட காலம் வரை அதைத் தான்மட்டும் தயாரித்து விற்றிட அரசில் பதிவு செய்து பெற்றிடும் உரிமை; copyright.

காப்புறுதி: *(பெ):* காப்பீடு; insurance.

காப்பொன்: *(பெ):* மூன்றரை கிலோ கிராம்எடையுள்ள தங்கம் (முந்தைய அளவு நூறுபலம் நிறையுள்ள தங்கம் - 1 பலம் = 35gm) 3½ kgs of gold.

காமகாரம்: *(பெ):* பொறாமை; விருப்பு; jealousy; desire.

காமக்கடப்பு: *(பெ):* காம மிகுதி; excessive desire of lust.

காமக்கண்ணி: *(பெ):* காமாட்சியம்மன்; Goddess Kamatchi as enshrined at Kancheepuram.

காமக்கலகம்: *(பெ):* புணர்ச்சி; ஊடல்; sexual intercourse; lover's quarrel.

காமக்கவலை: *(பெ):* காமம் அதிகமாவதால் உண்டாகும் துன்பம்; the suffering caused by excess of lust.

காமக்காய்ச்சல்: *(பெ):* காமதாபம்; love-sickness.

காமக்கிழத்தி: *(பெ):* தலைவனால் வரைந்து கொள்ளப்பெற்றபெண்; காமஉணர்ச்சிக்கு மட்டும் தேவையான பெண்; ஆசை நாயகி; faithful concubine; the woman kept for satisfying a man's sexual desires.

காமக்குறிப்பு: *(பெ):* அதிகப்படியான காமத்தால் உடலில் உண்டாகும் அறிகுறிகள்/மாற்றங்கள்; bodily changes wrought by love; amorous gestures.

காமக்கோட்டம்: *(பெ):* காஞ்சிபுரத்தில் உள்ள காமாட்சியம்மன் திருக்கோயில்; Kamatchi Amman Temple at Kancheepuram.

காமக்கோட்டி: *(பெ):* பார்வதி; Goddess Parvathi, the consort of Lord Shiva.

காமசரம்: *(பெ):* மாம்பூ; காமனின் மலர் அம்புகளுள் ஒன்று; flower of mango tree; one of the flower bows of Kamadeva.

காமசாத்திரம்: *(பெ):* உடலுறவுக்கலை பற்றிய அறிவியல் விளக்கம்; science of erotics.

காமசாலை: *(பெ):* சிற்றின்பத்திற்கு ஏற்ற இடம்; the place, suitable for intercourse/sensual pleasures.

காமதகனன்: *(பெ):* சிவபிரான்; Lord Shiva.

காமதாலம்: *(பெ):* குயில்; cuckoo bird.

காமதூரன்: *(பெ):* காம இச்சை மிகுந்தவன்; lustful person.

காமதேவன்: *(பெ):* மன்மதன்; Kaamadeva, Manmadha; Cupid.

காமதேனு: *(பெ):* விரும்பியவை அனைத்தையும் அளித்திடுவதாகக் கூறப்படும் தேவலோகப்பசு; the celestial cow, having the power to grant wishes.

காமநாசன்: *(பெ):* சிவபெருமான்; Lord Shiva.

காமநீர்: *(பெ):* காம மிகுதியால் பெண் உடலின் பிறப்புறுப்பில் சுரந்திடும் திரவம்; the liquid-like substance produced in the genital part of woman due to sexual desires.

காமபாலன்: *(பெ):* பலராமன்; Balarama.

காமபீடம்: *(பெ):* காஞ்சிபுரம்; Kancheepuram.

காம மரம்: *(பெ):* ஒரு வகை மரம்; a kind of tree.

காமம்: *(பெ):* அன்பு; ஆசை; விருப்பம், இன்பம்; ஊர்; இறை; love; desire; liking; pleasure; town; God, the Almighty. • **காமத்துக்குக்** கண்ணில்லை - *பழமொழி.*

- **காமம்** வெகுளி மயக்கம் இவைமூன்றன்
  நாமம் கெடக்கெடும் நோய். - *குறள் 360.*
- **காமம்** உழந்து வருந்தினார்க்கு ஏமம்
  மடலல்லது இல்லை வலி. - *குறள் 1131.*
- **காமக்** கடும்புனல் உய்க்குமே நாணொடு
  நல்லாண்மை என்னும் புணை. - *குறள் 1134.*
- **காமமும்** நாணும் உயிர்காவாத் தூங்கும்என்
  நோனா உடம்பி னகத்து. - *குறள் 1163.*
- **காமக்** கடல்மன்னும் உண்டே அதுநீந்தும்
  ஏமப் புணைமன்னும் இல். - *குறள் 1164.*
- இன்பம் கடல்மற்றுக் **காமம்** அஃதடுங்கால்
  துன்பம் அதனிற் பெரிது. - *குறள் 1166.*
- **காமக்** கடும்புனல் நீந்திக் கரைகாணேன்
  யாமத்தும் யானே உளேன். - *குறள் 1167.*

காமரசி: *(பெ):* நெருஞ்சில்; cow's thorn.
காமரம்: *(பெ):* அடுப்பு; இசை; வண்டு; அகில் மரம்; ஆல மரம்; காவடித் தண்டு; fire place; stove; oven; music; beetle; eagle-wood tree; banyan tree; the pole used for carrying loads;
காமரி: *(பெ):* செடிவகை; a kind of plant.
காமரீசம்: *(பெ):* புல்லுருவி; parasitic plant; lares.
காமரூபம்: *(பெ):* பண்டைய நாடு; an ancient country - Kamaroopam.
காமரூபி: *(பெ):* பச்சோந்தி; chameleon.

காமர்: *(பெ):* விருப்பம்; அழகு; காமுகர்; desire; beauty; lustful men.
காம மல்லிகை: *(பெ):* காட்டு மல்லிகை; wild jasmine.
காமவல்லபை: *(பெ):* நிலவு; the Moon.
காமவல்லி: *(பெ):* கற்பகத் தருவில் படரும் கொடி; பெண்; the creeper that spreads on the celestial tree - Karpagam; woman.
காமவாயில்: *(பெ):* இயற்கை அன்பு; love.
காமவிகாரம்: *(பெ):* காமத்தால் உண்டாகும் வேறுபாடு; the physiological and mental distortions brought about by lust.
காமவிடாய்: *(பெ):* கலவியில் விருப்பம்; the desire for intercourse.
காமவேழம்: *(பெ):* நாணல்; Kaus, a large and coarse grass.
காமவேள்: *(பெ):* மன்மதன்; Kamadevan; Cupid; God of love.
காமற்காய்ந்தோன்: *(பெ):* சிவபெருமான்; கடவுள்; Lord Shiva; God.
காமனாள்: *(பெ):* இளவேனிற் காலம்; spring-season.
காமனூர்தி: *(பெ):* தென்றல்; south-wind.
காமனை: *(பெ):* சிறு கிழங்கு; விருப்பம்; a small tuber; desire.
காமன்: *(பெ):* மன்மதன்; நன்மை-தீமை விளைவிக்கும் தெய்வம்; ஒரு வகைக் கூத்து; இந்திரன்; வண்டு; திப்பிலி; Cupid; the deity which causes evil things and benefits; a kind of play; Lord Indra; beetle; long pepper.
காமன்கொடி: *(பெ):* மீன் கொடி; fish flag.
காமாட்சி: *(பெ):* பார்வதி; காஞ்சிபுரத்தில் கோயில் கொண்டிருக்கும் பெண் தெய்வம்; Goddess Parvathi, the Goddess who is enshrined at Kancheepuram.
காமாட்டி: *(பெ):* மூடன்; idiot.
காமாந்தகன்: *(பெ):* சிவபிரான்; Lord Shiva.
காமாரி: *(பெ):* சிவபிரான்; காளி; Lord Shiva; Kali, a female deity of dark complexion.
காமாலை: *(பெ):* பித்தம் அதிகரிப்பதால் உண்டாகும் நோய்களைப் பொதுவாகக் குறிப்பது; jaundice. ● **காமாலை கண்டவனுக்குக் காண்பதெல்லாம் மஞ்சள்** - *பழமொழி.*
காமி: *(பெ):* காம இச்சையுள்ளவன்; உவர்மண்; lustful person; saline soil; *(வி):* விரும்புதல்; மோகமுறுதல்; காட்டுதல்; to like; to fascinate (by love); to show.
காமிகம்: *(பெ):* இருபத்தெட்டு சிவாகமங்களுள் ஒன்று; one of the twenty-eight shivagamas.
காமித்தல்: *(பெ):* விரும்புதல்; காமங் கொள்ளுதல்; to like; to have lust; to fascinate.
காமியக்கல்: *(பெ):* கோமேதகக்கல்; a precious stone of light yellow colour.
காமியசத்தி: *(பெ):* அப்பிரகம்; mica.
காமிய மரணம்: *(பெ):* தற்கொலை; suicide.
காமியம்: *(பெ):* இச்சிக்கும் பொருள்; the desired thing.
காமியோர்: *(பெ):* காமவேட்கை உடையோர்; lustful persons.
காமினி: *(பெ):* பெண்; அழகு; ஒரு மந்திரம்; woman; beauty; a mantra.
காமுகப்பிரியம்: *(பெ):* கஸ்தூரி மஞ்சள்; a kind of turmeric, used by women while bathing.
காமுகன்: *(பெ):* காம இச்சை மிகுந்தவன்; இந்திரன்; திருமால்; மன்மதன்; lustful person; Lord Indra; Lord Vishnu; Lord Cupid.
காமுருகி: *(பெ):* ஓணான்; common agamoid lizard.
காமுறுதல்: *(வி):* விரும்புதல்; வேண்டிக் கொள்ளுதல்; to desire; to wish for, to pray for.
காம்பி: *(பெ):* நீர் இறைக்கும் கருவி; a water pumping instrument.
காம்பிலி: *(பெ):* ஒரு நாடு; a country.
காம்பீரம்: *(பெ):* பெருமிதம்; கம்பீரம்; ஆழம்; pride; manliness; depth.
காம்பு: *(பெ):* பூ, இலை முதலியவற்றின் தாள்; கருவிகளின் கைப்பிடி; மூங்கில்; ஒரு வகைப் பட்டாடை; பூசணி; stalk of flowers, leaves, etc.; handle of instrument; bamboo; a kind of silk garment; squash gourd.
காம்புக் கிண்ணம்: *(பெ):* கைப்பிடியுள்ள பாத்திரம்; the vessel which has handle.
காம்புச் சத்தகம்: *(பெ):* ஒரு வகைக் கத்தி; a kind of small knife.
காம்போசம்: *(பெ):* ஒரு நாடு; a country.
காம்போதி: *(பெ):* ஒரு பண்; a kind of music.
காயகம்: *(பெ):* வாணிகம், இசை; மோக மயக்கம்; business; music; infatuation.
காயகற்பம்: *(பெ):* உடல் பலத்திற்கும், ஆயுள் நீடித்திருக்கவும் உண்ணும் மருந்து; a medicine for strengthening the body and prolonging life.

காயசன்னி: *(பெ):* ஒரு வகை நோய்; a kind of disease.

காயசித்திக்கடியான்: *(பெ):* காந்தக்கல்; magnet.

காயசித்தியானோன்: *(பெ):* சூதபாடாணம்; a kind of arsenic.

காயசித்தியுப்பு: *(பெ):* அமரியுப்பு; a kind of salt.

காயடித்தல்: *(பெ):* விதையடித்தல்; to castrate.

காயத்திரி: *(பெ):* நான்முகன் மனைவியான சரஸ்வதி தேவி; ஒரு வேதமந்திரம்; கருங்காலி; Goddess Saraswathi, the consort of Lord Brahma; a Veda manthra; ebony.

காயமருந்து: *(பெ):* பிரசவம் ஆன பெண்ணுக்குக் கொடுக்கப்படும் மருந்து; a medicine which is given to a woman immediately after her child birth.

காயமேரை: *(பெ):* தச்சர், கொல்லர் போன்றோர் ஊராரிடமிருந்து பெறும் ஊதியம்; the salary which is received by carpenters and black-smiths from the villagers.

காயம்: *(பெ):* ஆகாயம்; உடல்; பெருங்காயம்; மிளகு; உறைப்பு; வேகவைத்த கறித்துண்டு; வடு; காய மருந்து; காழ்ப்பு; நிலைபேறு; sky; body; asafoetida; pepper; pungency; cooked meat; scar; a medicine; feeling of intense dislike; everlasting.

காயம் படுதல்: *(வி):* புண்படுதல்; be wounded.

காயல்: *(பெ):* உப்பங்கழி; கழிமுகம்; உப்பளம்; lagoon; estuary; salt-pans.

காயா: *(பெ):* காசா மரம்; a kind of tree.

காயாபுரி: *(பெ):* உடம்பு; body.

காயாமரம்: *(பெ):* காய்க்காத மரம்; the tree which does not yield.

காயாம்பூ வண்ணன்: *(பெ):* திருமால்; Lord Vishnu.

காயாரோகணம்: *(பெ):* காஞ்சிபுரத்திலுள்ள ஒரு சிவாலயம்; a Shiva temple at Kancheepuram.

காயிகம்: *(பெ):* உடலால் செய்திடக் கூடியது; that which can be done by body.

காய்: *(பெ):* தன் இனப்பெருக்கத்திற்கான தேவையான விதையை உள்ளடக்கிய தாவரப் பகுதி; விரை; தாயம், சதுரங்கம் போன்றவற்றில் கட்டங்களில் நகர்த்துவதற்கான பொருள்களில் ஒன்று; சிறுவர்கள் ஒருவருடன் ஒருவர் பேசிடாத நிலை; green fruit; testicles; a movable piece in a game such as chess; an expression of breaking with someone among children; *(வி):* வெப்பத்தால் ஈரப்பசை இல்லாது போதல்; புண்போன்றவை ஆறுதல்; தொண்டைப்பகுதி வறண்டு போதல்; நன்றாகப் பசித்தல்; (பொருள்) சூடேறுதல்; காய்ச்சலால் உடம்பு சுடுதல்; நிலா, சூரியன் போன்றவை ஒளிவீசுதல், மரம், செடி, கொடி போன்றவை காய் தருதல்; தடித்த தழும்பு உண்டாதல்; to get dried; (of wound) to heal; (of throat) to become dry; to get famished; be heated up; to run a temperature; (of Moon, Sun) to shine-brightly; to bear fruit; to develop callus on palm or sole. • **காயாகக்** காய்த்துப் பூவாகப் பூத்ததாம். • **காயும்** பூவிற்கு சாயும் நிழல் போல. • **காய்த்த** மரம்தான் கல்லடி படும். • **காய்த்த** கொம்பு பணியும். • **காய்ந்த** சுண்ணாம்பையும் வதங்கிய வெற்றிலையையும் இளைத்த ராஜாவையும் விடக் கூடாது. • **காய்ந்த** மாடு கம்பங் கொல்லையுள் புகுந்தது போல. • **காய்ந்த** மரம் துளிர்க்குமா ? • **காய்ந்து** கெடுத்தது வெயில்; பெய்து கெடுத்தது மழை - *பழமொழிகள்.*

காய்கறி: *(பெ):* சமைத்து உண்ணப்பயன்படும் காய், கிழங்கு போன்றவை; vegetables and some edible roots.

காய்க்கடுக்கன்: *(பெ):* உருத்திராட்சம் வைத்துக் கட்டிய கடுக்கன்; a kind of ear ornament, tied with rudraksha nut.

காய்ச்சல்: *(பெ):* உலர்ச்சி; சுரநோய்; வெப்பம்; மன எரிச்சல்; dryness; fever; heat; annoyance of mind. • **காய்ச்சலும்,** கழிச்சலும் சேர்ந்து விட்டால் நம்புவதற்கில்லை - *பழமொழி.*

காய்ச்சி: *(பெ):* துவரை; pigeon-pea.

காய்ச்சு: *(வி):* சுட வைத்தல்; பொருட்களைத் தண்ணீரில் கொதிக்க வைத்துக் கஷாயம் போன்றவற்றைத் தயாரித்தல்; வெண்ணெய் போன்றவற்றை இளக வைத்தல்; to boil water, milk, etc; to make like kashayam, soup, etc., by the process of boiling; to melt lead, iron, etc.; to clarify butter.

காய்ச்சுக்கல்: *(பெ):* போலி ரத்தினம்; duplicate gem.

காய்ச்சு மண்: *(பெ):* வளையல் தயாரிக்க ஏதுவான மண்; the sand suitable for making bangles.

காய்ச்சுரை/காய்ச்சுளுக்கு: *(பெ):* புளிச்சக் கீரை; a kind of eatable greens.

காய்தல்: *(வி):* உலர்தல்; சுடுதல்; மெலிதல்; வருந்துதல்; எரித்தல்; அழித்தல்; வெகுளுதல்; கடிந்து கொள்ளுதல்; to dry up; to get heated; be lean; to suffer; to burn up; to destroy; be enraged; to scold.

காய்த்தல்: *(வி):* மரம், செடி, கொடி போன்றவை காய்களைத் தருதல்; அனுபவம் முதிர்தல்; to bear fruit; to be of ripe experience.

காய்த்தானியம்: *(பெ):* முதிரை; முசுக்கட்டை; pulse; a kind of creeper; mulberry.

காய்நீர்: *(பெ):* வெந்நீர்; hot-water; warm-water.

காய்பசி: *(பெ):* மிகுந்த பசி; extreme hunger.

காய்ப்பறங்கி: *(பெ):* கோழிக்கு வரும் நோய்; a disease of fowl.

காய்ப்பு: *(பெ):* வெறுப்பு; மட்டமான இரும்பு; மரம், செடி முதலியவை பலன் தருதல்; தோலின் தடிப்பு; தழும்பு; aversion; inferior iron; crop of fruit and grain; callousness of skin; scar.

காய்ப்பு மரம்: *(பெ):* காய்கள் உள்ள மரம்; the tree which bears green-fruits.

காய்மகாரம்: *(பெ):* பொறாமை; எரிச்சல்; jealousy; irritation.

காய்மை: *(பெ):* பொறாமை; jealousy.

காய்வள்ளி: *(பெ):* ஒரு வகைக் கொடி; a kind of creeper.

காரகம்: *(பெ):* வெப்பம்; சிறைச்சாலை; மேகநோய்; heat; prison; syphilis.

காரகன்: *(பெ):* படைப்போன்; creator.

காரக்கருணை: *(பெ):* கருணைக் கிழங்கு; a kind of yam that gives a pungent taste.

காரக்கழிச்சல்: *(பெ):* அஜீரண பேதி வகை; diarrhoea; loose motion due to indigestion.

காரசாரமாக: *(பெ.அ/வி.அ):* காட்டமாக; தீவிரமாக; காட்டமான; தீவிரமான; காரமும் சுவையும் கூடியதாக, காரமும் சுவையும் கூடியதான; vehemently; heatedly; vehement; heated; pungently; pungent. ● டெஹல்கா ஊழல் விவகாரம் குறித்து **காரசாரமான** விவாதம் பாராளுமன்றத்தில் நடந்தது. ● நாட்டில் நிலவும் லஞ்ச லாவண்யங்கள் பற்றி எதிர்க்கட்சி உறுப்பினர் **காரசாரமாகப்** பேசினார். ● நாக்கு செத்துக் கிடக்கு; **காரசாரமாக** சமைத்துப் போடு.

காரசாரம்: *(பெ):* அளவுடன் இருந்திடும் காரச் சுவை; pungency.

காரச்சீலை: *(பெ):* புண்ணுக்கு இடும் மருந்துச் சீலை; corrosive plaster.

காரச்சேவு: *(பெ):* கடலை மாவுடன் மிளகாய்த் தூள் கலந்து பிசைந்து அச்சின் மூலமாக சிறு குச்சிகளாகப் பிழிந்து எண்ணெயிலிட்டுச் செய்திடும் தின்பண்டம்; a kind of snack made from a paste of chick-pea flour mixed with chilli powder, salt etc., and fried in oil in the shape of small sticks.

காரடம்: *(பெ):* ஜால வித்தை; jugglery.

காரடன்: *(பெ):* ஜாலவித்தைக்காரன்; juggler.

காரடை: *(பெ):* ஒரு வகைத் தின்பண்டம்; a kind of pudding.

காரணகர்த்தா: *(பெ):* முழுமுதற் கடவுள்; supreme being, the cause of all things.

காரண குரு: *(பெ):* ஞான தேசிகன்; person of sublime religious knowledge and philosopher.

காரணக்குறி: *(பெ):* முன்னறிகுறி; காரணப்பெயர்; forecast; name based on some logic.

காரண சரீரம்: *(பெ):* பருவுடலுக்கு காரணமாயுள்ள நுண்ணுடல்; subtle body; astral body.

காரணச்சொல்: *(பெ):* கதை; story.

காரணப்பெயர்: *(பெ):* ஒரு காரணத்தின் அடிப்படையில் வழங்கும் பெயர்; name based on some logic.

காரண மாலை: *(பெ):* ஓர் அணி வகை; a kind of ornament.

காரணமான: *(பெ.அ):* அடிப்படை ஆதாரமான; causal.

காரணம்: *(பெ):* மூலம்; நோக்கம்; சிவாகமங்கள் இருபத்து எட்டினுள் ஒன்று; ground; reason; cause; one of the twenty-eight shivagamas.

காரணவன்: *(பெ):* கடவுள்; கணக்கன்; குடும்பத் தலைவன்; God; accountant; the head of the family.

காரணன்: *(பெ):* கடவுள்; தலைவன்; மிருத பாடாணம்; God; lord; master; a kind of arsenic.

காரணி[1]: *(பெ):* பார்வதி தேவி; Goddess Parvathi, the consort of Lord Shiva.

காரணி[2]: *(பெ):* ஒரு செயல் உருவாகிட (அ) நிகழ்ந்திடக் காரணமாக அமைந்திடுவது; ஒரு பெரிய எண்ணை மீதியில்லாமல் வகுத்திடும் ஒன்று என்னும் எண் நீங்கலாக பிற சிறு எண்; causative factor or agent factor; (in mathematics) Factor. ● ஒருவரின் மனநிலை பாதிப்புக்கு பொருளாதார நெருக்கடி, குடும்பத்தில் அமைதியின்மை ஆகியவை **காரணிகளாக** அமையலாம். ● 2, 4, 5, 10, 20 ஆகியவை எண் நாற்பதின் **காரணிகளாகும்.**

காரணிகன்: *(பெ):* நடுநிலையாளன்; ஆய்வாளன்; arbitrator; umpire; judge; inspector.

காரணிக்கம்: *(பெ):* வரலாறு; செபமாலை; history; rosary.

காரணிக்கன்: *(பெ):* கணக்கன்; accountant.

காரண்டம்: *(பெ):* கடல் காக்கை; sea crow; a kind of bird.

கார மருந்து: *(பெ):* பிரசவமான பெண்களுக்கு கொடுக்கப்படும் மருந்து; the medicine given to women immediately after their child birth.

காரம்: *(பெ):* உறைப்பு; எண்ணெயில் செய்யப்பட்ட உறைப்புச் சுவை கொண்ட தின்பண்டம்; பேச்சு, எழுத்து ஆகியவற்றில் கடுமை; அமிலத்துடன் சேரும்போது உப்பை உண்டாக்கும் வழுவழுப்புத் தன்மை கொண்ட பொருள்; pungency; hot in taste; savoury; severe; severity; alkali.

காரல்: *(பெ):* ஒரு வகை மீன்; தொண்டையில் உண்டாகும் கரகரப்பு; a kind of fish; irritation in the throat.

காரவல்லி: *(பெ):* பாகற்காய்; balsam-pear; bitter-gourd.

காரளத்தல்: *(வி):* நெல்லளத்தல்; to give out paddy in quantities agreed upon.

காரறுத்தல்: *(வி):* நெற்பயிரினை அறுவடை செய்தல்; to harvest the paddy.

காரன்: *(பெ):* உரியவன்; செய்வோன்; சோர பாடாணம்; appropriate person; the creator; a kind of arsenic.

காரா: *(பெ):* எருமை; buffalo.

காராகிரகம்: *(பெ):* சிறைச்சாலை; prison.

காராஞ்சி: *(பெ):* நீர் இறைக்கும் கருவி; an instrument for drawing water from a well.

காராடு: *(பெ):* வெள்ளாடு; goat.

காராண்மை: *(பெ):* நிலத்தில் பயிரிடும் உரிமை; ஒரு வகை வரி; the right for growing crops in land; a kind of tax.

காராப்பூந்தி: *(பெ):* கடலைமாவில் மிளகாய்த் தூள், உப்பு ஆகியவற்றைக் கலந்து, துளைகளை உடைய பெரிய கரண்டியில் தேய்த்து எண்ணெயிலிட்டுச் செய்யப்படும் தின்பண்டம்; a snack made from a paste of chick-pea flour mixed with chilli powder, salt etc., and fried in oil in the shape of tiny balls.

காராமணி: *(பெ):* புன்செய் நிலத்தில் ஊடுபயிராகப் பயிரிடப்படும் கரும்பச்சை நிறத்தில் தட்டையாகவும் சற்று நீளமாகவும் இருக்கும் ஒருவகை பருப்பு; chowlee bean.

காராம் பசு: *(பெ):* நாக்கும், பால் சுரக்கும் காம்பும் கருநிறமாக உள்ள பசு; the cow which has its tongue and teats in black colour.

காராளர்: *(பெ):* வேளாளர்; வணிகர்; மலைவாழ் மக்கள்; husbandmen; merchants; the people who live in hills.

காரானை: *(பெ):* மேகம்; cloud.

காரான்: *(பெ):* எருமை; கருமை நிறப் பசு; buffalo; the cow, black in colour.

காரி: *(பெ):* கருமை; கரிக் குருவி; காகம்; சனி; நஞ்சு; கரிய எருது; காரீயம்; இந்திரன்; ஐயனார்; வயிரவன்; வாசுதேவர்; கடையேழு வள்ளல்களுள் ஒருவர்; ஓர் ஆறு; ஆவிரைச் செடி; கண்டங்கத்திரி; செய்பவன்; பதினாறு படியளவு; வெண்காரம்; களர் நிலம்; கீழ்மகன்; blackness; black drongo; crow; Saturn; poison; black bull; lead; Lord Indra; Lord Iyyanar, a village deity; Vairavan, a deity worshipped in the areas of south Tamilnadu; Vasudevar, the father of Lord Sri Krishna; Kari, one of the last seven munificent patrons; a river; a kind of plant; a thorny plant which bears small yellow fruits; creator; a measure of sixteen units; borax; saline soil; a person of low qualities.

காரிகம்: *(பெ):* காரகம்; மேகநோய்; காவிக்கல்; வாதனை; prison; syphilis; ochre; pain.

காரிகை: *(பெ):* வாதனை; பெண்; அழகு; அலங்காரம்; ஓர் அணி; ஒரு நிறை; pain; woman; beauty; adornment; an ornament; a measure.

காரிக்கன்: *(பெ):* வெளுக்காத புது வெள்ளைத் துணி; unwashed new white cloth.

காரிக்குதிரை: *(பெ):* கறுப்புக் குதிரை; ஐயனார் குதிரை; black horse; the horse of Iyyanar, a village deity.

காரிப்புள்: *(பெ):* கரிக்குருவி; black drongo.

காரிமை: *(பெ):* கொடி வேலி; a herb.

காரியகர்த்தா: *(பெ):* தொழில் நடத்துவோன்; மேலதிகாரி; a professional; superior official.

காரிய குரு: *(பெ):* பொருளுக்காகக் கற்பிக்கும் ஆசிரியன்; a teacher who teaches for money.

காரியக்காரன்: *(பெ):* சுயநலவாதி; வேலையில் திறமையுள்ளவன்; the person who is self-centred; person who is talented in his works.

காரியக்காரி: *(பெ):* காரியக்காரன் என்பதன் பெண்பால்; the feminine of 'Kaariyakkaaran'.

காரிய சாதனம்: *(பெ):* துணைக் கருவி; appliance.

காரிய சித்தி: *(பெ):* காரியானுகூலம்; success of work, action, etc.

காரியதரிசி: *(பெ):* செயலாளர்; secretary of someone or in an organization.

காரியத்தலைவன்: *(பெ):* மேலதிகாரி; superior official.

காரியத்தை மடித்தல்: *(வி):* குதர்க்கம் பேசுதல்; to speak unreasonable arguments.

காரியப்படுதல்: *(வி):* கைகூடுதல்; to come to fruition; to materialize.

காரியப்பாடு: *(பெ):* பயன்; benefit.

காரிய மாயை: *(பெ):* மூலப் பிரகிருதி; original source.

காரியம்: *(பெ):* செயல்; செய்கை; செய்யத்தக்கது; நோக்கம்; சாணம்; இறுதிக்கடன்; action; deed; that which can be done; scope; dung; obsequies. ● **காரியத்திலே கண் வையடா தாண்டவக்கோனே!** ● **காரியத்திலே கண் இல்லாது வீரியத்திலே இல்லை.** ● **காரியம் பெரிதா? வீரியம் பெரிதா?** ● **காரியக்காரன் தூங்கமாட்டான்** - *பழமொழிகள்.*

காரியவாதி: *(பெ):* சுயநலத்தோடு காரியங்களை சாதித்துக்கொள்ளும் நபர்; the person who acts in self-interest.

காரியஸ்தன்: *(பெ):* பண்ணை, தோட்டம் போன்றவற்றைப் பொறுப்புடன் கவனிப்பதற்காக நியமிக்கப்பட்ட நபர்; an agent who looks after an estate.

காரியாலயம்: *(பெ):* அலுவலகம்; office.

காரிரத்தம்: *(பெ):* ஆடுதின்னாப்பாளைச்செடி; a herb.

காரிருள்: *(பெ):* அடர்ந்த இருள்; dark-night.

காரிழை நாதம்: *(பெ):* கந்தகம்; sulphur.

காரீயம்: *(பெ):* கறுப்பு நிறத்தில் இருக்கும் ஈயம், the lead, black in colour.

காரு: *(பெ):* வண்ணான்; கம்மாளன்; கம்மத் தொழில்; washerman; smith; smith's work.

காருகத்தியம்: *(பெ):* இல்லற நிலை; the state of being in domestic life.

காருகத்தொழில்: *(பெ):* நெசவுத்தொழில்; weaving.

காருக பத்தியம்: *(பெ):* முத்தீயுள் ஒன்று; one of the three kinds of fire.

காருகம்[1]: *(பெ):* நெசவுத் தொழில்; ஊழிய வேலை; இல்லறம்; நெருப்பை வணங்கும் சமயம்; weaving; servant; domestic life; the religion which worships the fire.

காருகம்[2]: *(பெ):* கருங்குரங்கு; black langur.

காருகன்: *(பெ):* வண்ணான்; நெசவாளி; ஓவியன்; கொலையாளி; washerman; weaver; painter; murderer.

காருச்சிவல்: *(பெ):* கடல் பாசி; sea-weeds.

காருடன்[1]: *(பெ):* கருடன்; 64 கலைகளில் நஞ்சு தீர்க்கும் வித்தை; ஓர் உபநிடதம்; கருடபுராணம்; பச்சைக்கல்; மரகதம்; eagle; the art of removing poison, one of the sixty four arts, an upanishad; Garuda Puranam; Emerald, green stone.

காருடன்[2]: *(பெ):* சாலவித்தைக்காரன்; juggler.

காருட வியூகம்: *(பெ):* கருட வடிவில் அமைக்கும் ஒரு படை அணிவகுப்பு; a kind of battle array in the form of eagle.

காருட வித்தை: *(பெ):* சால வித்தை; நஞ்சு வைத்தியம்; jugglery; treatment of removing poison from one's body.

காருணி: *(பெ):* வானம்பாடி; Indian Skylark; Shepherd Koel.

காருணிகன்: *(பெ):* கருணையுள்ளவன்; kind-hearted man.

காருண்யம்: *(பெ):* இரக்கம்; compassion.

காருண்ய மேகம்: *(பெ):* மேகம் போன்று உதவி செய்பவன்; the person who helps the poor without any expectations like clouds.

காருவாகன்: *(பெ):* சலவைத் தொழிலாளி; வண்ணான்; washerman.

காரெலி: *(பெ):* கறுப்பெலி; black rat.

காரெள்: *(பெ):* எள்ளின் வகை; a kind of sesame plant and its seed.

காரேறு: *(பெ):* கரிய எருமைக்கடா; black he-buffallo.

காரை: *(பெ):* காட்டுச் செடி வகை; ஆடை; காரல் மீன்; சுண்ணச்சாந்து; பல்லில் உண்டாகும் அழுக்குக் கறை; பாகல்; wild plant; garment; a kind of fish; mortar; plaster; tartar; balsam-pear.

காரோடன்: *(பெ):* சாணைக்கல் தயாரிப்பவன்; the person who makes the touch-stones.

கார்: *(பெ):* கருமை; கரியது; மேகம்; மழை; நீர்; கார் பருவம்; கார் நெல்; கருங்குரங்கு; வெள்ளாடு; கருங்குட்டம்; இருள்; அறிவு மயக்கம்; ஆறாச்சினம்; பசுமை; அழகு; எலி; கொழு; blackness; that which is black; cloud; rain; water; rainy season; a kind of paddy; black langur; goat; a kind of leprosy; darkness; confusion; excessive anger; greenness; beauty; rat; plough share. • **கார் அறுக்கட்டும்; கத்திரி பூக்கட்டும்** - *பழமொழி.*

கார் கருணை: *(பெ):* கருணைக்கிழங்கு; a kind of yam that gives a pungent taste.

கார்காலம்: *(பெ):* ஆவணி, புரட்டாசி மாதங்கள்; மழை பெய்யுங் காலம்; ஒரு பருவ காலம்; the Tamil months of Aavani and Purattaasi rainy season; a proper season.

கார்கோள்: *(பெ):* சனி; கடல்; Saturn; sea.

கார்கோன்: *(பெ):* மேலதிகாரி; superior officer.

கார்க்கோடகன்: *(பெ):* எட்டு நாகங்களுள் ஒன்றான தெய்வப்பாம்பு; இரக்கமற்றவன்; கருடக்கல்; a divine serpent, one of the eight serpents; a hard-hearted man; mineral stone used in snake-bite.

கார்க்கோடல்: *(பெ):* கருங்காந்தள்; black malabar glory lily.

கார்க்கோழி: *(பெ):* கருங்கோழி; கருஞ்சீரகம்; black-fowl; black-cumin.

கார்த்தல்: *(வி):* உறைத்தல்; உப்புக்கரித்தல்; கறுப்பாதல்; அரும்பாதல்; வெறுத்தல்; be pungent; be very saltish; to become black; to bud; to spring forth; to hate.

கார்த்தன்: *(பெ):* துரிசு; blue vitriol.

கார்த்திகம்: *(பெ):* கார்த்திகை மாதம்; the Tamil month Kaarthigai.

கார்த்திகேயன்: *(பெ):* முருகப் பெருமான்; Lord Muruga.

கார்த்திகை: *(பெ):* ஒரு நட்சத்திரம்; ஒரு மாதம்; துர்க்கை; கார்த்திகை மாதம் கார்த்திகை நட்சத்திரத் தன்று வீடுதோறும் அகல் விளக்குகள் ஏற்றி வைத்துக் கொண்டாடும் பண்டிகை; Kaarthigai, the third of the twenty-seven stars; the name of the eighth Tamil month; Durga, Goddess of Victory; a festival that falls on Kaarthigai star of the Kaarthigai month,

celebrated by lighting oil lamps in and outside the house.
கார் நிறம்: *(பெ):* கறுப்பு வண்ணம்; black-colour.
கார் நெல்: *(பெ):* கார்காலத்தில் அறுவடையாகும் நெல்; the paddy, harvested during rainy season.
கார்பார்: *(பெ):* அதிகாரம்; power.
கார்போக அரிசி: *(பெ):* கார்போகம் என்னும் பூண்டின் விதை; the seed of herb named Karboham.
கார்போகி: *(பெ):* பூண்டு வகை; a kind of herb.
கார்ப்பணியம்: *(பெ):* பொறாமை; jealousy.
கார்ப்பாசம்: *(பெ):* பருத்திச் செடி; cotton plant.
கார்ப்பாளன்: *(பெ):* கொடியவன்; cruel man.
கார்ப்பான்: *(பெ):* கரிசலாங்கண்ணி; a kind of greens with short thick leaves; eclipse plant.
கார்ப்பு: *(பெ):* உவர்ப்பு; காரம்; saltness; pungency.
கார்மணி: *(பெ):* கரிசலாங்கண்ணி; a kind of greens with short thick leaves; eclipse plant.
கார்மலி/கார்வலயம்: *(பெ):* கடல்; sea.
கார்முகம்: *(பெ):* வில்; மூங்கில்; bow; bamboo.
கார்வண்ணர்: *(பெ):* அசுரர்; a class of demons at war with Gods.
கார்வண்ணன்: *(பெ):* திருமால்; Lord Vishnu.
கார்வா: *(பெ):* கடல் மீன் வகை; a kind of sea fish.
கார்வாரி: *(பெ):* செயலாளன்; secretary.
கார்வெள்ளி: *(பெ):* மட்ட வெள்ளி; silver of inferior quality.
கார்வை: *(பெ):* பெரும்பாலும் நரம்பு இசைக்கருவிகளில் ஒரே ஸ்வரத்தை நீட்டிப் பாடும் முறை; the extent to which a swaram can be stretched in the rendering of the composition especially in a stringed instrument like veena.
கால அட்டவணை: *(பெ):* நேர விவரப்பட்டியல்; time table.
காலகட்கம்: *(பெ):* ஒரு நரகம்; a hell.
காலகண்டன்: *(பெ):* சிவபெருமான்; Lord Shiva.
காலகதி: *(பெ):* காலப்போக்கு; விதி; இறப்பு; course of time; fate; death.
காலகம்: *(பெ):* சேங்கொட்டை; marking nut and its tree.
காலகாரணம்: *(பெ):* காலம் கழிதல்; lapse of period.
காலகாலன்: *(பெ):* சிவபெருமான்; Lord Shiva.
காலகூடம்: *(பெ):* பாற்கடலில் தோன்றிய நஞ்சு; poison that appeared in the milk sea.
காலக்கடவுள்: *(பெ):* சிவபெருமான்; இயமன்; Lord Shiva; Yama, the God of death.
காலக்கணிதம்: *(பெ):* வானசாத்திரம்; astronomy.
காலக்கணிதர்: *(பெ):* சோதிடர்; astrologer.
காலக்கழிவு: *(பெ):* தாமதம்; வீண் பொழுது போக்குதல்; delay; spending the time without any use.
காலக்கனல்: *(பெ):* ஊழித்தீ; cosmic-fire.
காலக்கிரமத்தில்: *(வி.அ):* காலம் செல்லச் செல்ல; in the course of time.
காலசக்கரம்: *(பெ):* தொடர்ந்து போய்க் கொண்டிருக்கும் காலம்; wheel of time.
காலசங்கதி: *(பெ):* நடப்புச் செய்தி; current news.
காலசந்தி: *(பெ):* காலை வழிபாடு; morning prayer.
காலசம்: *(பெ):* காற்று; wind.
காலசூத்திரம்: *(பெ):* ஒரு நரகம்; a hell.
காலசேயம்: *(பெ):* மோர்; butter-milk.
காலஞ்செல்தல்: *(வி):* இறத்தல்; to die.
காலஞ்சொல்லி: *(பெ):* காகம்; பல்லி; crow; lizard.
காலடி: *(பெ):* உள்ளங்கால்; காற்சுவடு; சேர நாட்டில் (கேரளா) ஆதிசங்கரர் திருஅவதாரம் செய்த ஊர்; sole; footprint; the birth place of Adi Sankara in Kerala.
காலடியில்: *(வி.அ):* கட்டுப்பாட்டுக்குள்; தன்னுடைய பிடியில்; under one's control or rule; under one's thumb.
காலட்சேபம்: *(பெ):* பிழைப்பு; ஜீவனம்; புராணக் கதைகளை இசைப்பாடலுடன் கூறி நடத்திடும் நிகழ்ச்சி; livelihood; (hard) living; narration of puranic stories interspersed with songs.

காலணி: *(பெ):* கொலுசு; செருப்பு; anklet; sandal; footwear.
காலதண்டம்: *(பெ):* காலதேவனின் தண்டாயுதம்; club, the weapon of Yama, the God of death.
காலதர்: *(பெ):* சன்னல்; window as an air passage.
காலதாமதம்: *(பெ):* காலத்தாழ்வு; delay.
காலதேவன்: *(பெ):* இயமன்; Yama, the God of death.
காலநேமி: *(பெ):* காலச்சக்கரம்; ஓர் அசுரன்; wheel of time; an asura.
காலந்தள்ளு: *(வி):* ஏதேனும் வசதிக் குறைவுடன் மகிழ்ச்சியற்று வாழ்க்கை நடத்துதல்; to lead a difficult life as a result of deprivation.
காலந்தாழ்த்து: *(வி):* வேண்டுமென்றே தாமதம் செய்தல்; to delay to protract.
காலபாசம்: *(பெ):* இயமனின் ஆயுதமான பாசக்கயிறு; the rope with a noose, said to be in the hands of Yama, the God of death.
காலமடைதல்/காலமாதல்: *(பெ):* இறத்தல்; to die.
காலமல்லாக் காலம்: *(பெ):* அகாலம்; improper time.

கால மழை: *(பெ):* பருவ மழை; seasonal rain.

காலம்: (பெ): தக்க சமயம்; பொழுது; பருவம்; proper time; time; duration; season.
- **கால**நதியை யாரும் கடக்க மாட்டார்கள்.
- **காலங்** கண்ட சூனி. • **காலஞ்** செய்வதைக் கோலஞ் செய்யாதே. • **காலம்** செய்வதை ஞாலம் செய்யாது. • **காலத்**திற் பெய்த மழையைப் போல. • **காலத்**துக்கேற்ற கோலம்.
- **காலத்**தால் செய்த உதவி - *பழமொழிகள்.*
- **காலத்**தி னாற்செய்த நன்றி சிறிதெனினும்
ஞாலத்தின் மாணப் பெரிது. - *குறள் 102.*
- **காலம்** கருதி இருப்பர் கலங்காது
ஞாலம் கருது பவர். - *குறள் 485.*

காலம் பார்த்தல்: (வி): தக்க சமயத்தை எதிர் நோக்குதல்; to expect proper time.

காலம் போக்குதல்: (வி): எந்தப் பயனுமின்றி காலத்தைப் போக்குதல்; to spend the time without any use.

காலவம்: (பெ): நெருப்பு; fire.

கால வர்த்தமானம்: (பெ): நடப்புச் செய்தி; current news.

காலவரையறை/காலவரம்பு: (பெ): இவ்வளவு காலம் என்ற வரம்பு; கால நியமிப்பு; time limit; time fixation.

கால விதி: (பெ): தீவினை; evil deeds.

காலனியாட்சி/காலனியாதிக்கம்: *(பெ):* ஒரு நாட்டைத் தனது அதிகாரத்துக்கு உட்படுத்தி வல்லரசு நாடு நடத்திடும் ஆட்சி; colonial rule.

காலன்: (பெ): இயமன்; சனி; Yama, the God of death; Saturn.

காலன் கொம்பு: (பெ): மாட்டுக் கொம்பு; horn of bull.

காலாகாலம்: (பெ): உரிய நேரம்; proper time.

காலாக்கினி: (பெ): ஊழித்தீ; cosmic-fire.

காலாசு: (பெ): காற்கவசம்; greaves.

காலாடி: (பெ): முயற்சியுடையவன்; தொழிலற்றுத் திரிபவன்; active person; idle and disorderly person.

காலாட்டம்: (பெ): முயற்சி; effort.

காலாதீதன்: (பெ): சிவபெருமான்; Lord Shiva.

காலாந்தகன்: (பெ): சிவபெருமான்; இயமன்; கொடியவன்; Lord Shiva; Yama, the God of death; cruel person.

காலாயுதம்: (பெ): சேவற் கோழி; cock using its feet as weapon.

காலாவதியாகு: (வி.அ): காலக்கெடு முடிவுக்கு வருதல்; நடைமுறையில் இல்லாது போதல்; to expire; to be no more in force or valid.

காலாழி: (பெ): கால் விரல் மோதிரம்; toe-ring.

காலாழ்: (பெ): சேறு; mud.

காலாள்: (பெ): காலாட்படை; infantry.

காலாறு: (பெ): வண்டு; சிற்றாறு; beetle; stream.

காலி: (பெ): பசு; பசுக்கூட்டம்; பயனற்றவன்; தீய வழி; வெறுமை; cow; herd of cows; useless fellow; evil path; vacant; empty.

காலிடுதல்: (பெ): கால் வைத்தல்; to put the foot in/on.

காலியம்: (பெ): விடியல்; daybreak; dawn.

காலியாங்குட்டி: (பெ): சிறுபாம்பு வகை; a kind of small snake.

காலிலி: (பெ): முடவன்; அருணன்; பாம்பு; மீன்; காற்று; cripple person; the Sun; snake; fish; wind.

காலில் விழுதல்: (வி): அடைக்கலமாதல்; மன்னிப்பு கோருதல்; to take refuge; to implore.

காலூரம்: (பெ): தவளை; frog.

காலூன்றுதல்: (வி): நிலை பெறுதல்; to become established.

காலெடுத்தல்: (வி): தொடங்குதல்; அனுமதி யளித்தல்; to start; to give permission; to admit.

காலேகம்: (பெ): முத்து; pearl.

காலேயம்: (பெ): புல்லை உண்ணும் நாலுகால் பிராணிகள்; மோர்; கள்; herbivorous quadrupeds; butter-milk; toddy.

காலை: (பெ): பொழுது; விடியற்காலம்; தருணம்; முறை; சூரியன்; பகல்; முரசம்; மீன் வகை; time; morning; time; order; Sun; day; a kind of large drum; a kind of fish.
- **காலை** எழுந்தவுடன் படிப்பு; பின்பு
கனிவு கொடுக்கும் நல்ல பாட்டு;
மாலை முழுதும் விளையாட்டு - என்று
வழக்கப் படுத்திக்கொள்ளு பாப்பா - *பாரதி.*
- **காலைக்**குச் செய்தநன்று என்கொல்
எவன்கொல்யான்
மாலைக்குச் செய்த பகை. - *குறள் 1225.*
- மாலைநோய் செய்தல் மணந்தார் அகலாத
காலை அறிந்தது இலேன். - *குறள் 1226.*
- **காலை** அரும்பிப் பகலெல்லாம் போதாகி
மாலை மலரும்இந் நோய். - *குறள் 1227.*

காலைக்கடன்: (பெ): காலையில் எழுந்ததும் செய்திடும் பல் துலக்கல், சிறுநீர்/மலம் கழித்தல், குளித்தல் போன்ற உடலைத் தூய்மையாக்கும் வேலைகள்; morning observances.

காலைச் சுற்றுதல்: (வி): அண்டியிருத்தல்; to depend on someone.

காலை ஞாயிறு: (பெ): உதயசூரியன்; rising Sun.

காலைப் பிடித்தல்: (வி): மனத்தை இளகிடச் செய்திடும் அளவுக்குக் கெஞ்சுதல்; மிகவும் பணிந்து வேண்டுதல்; to go down on one's knees for favour.

காலை வாரு: (வி): தனக்குச் சாதகமாக இருக்கும் என நினைக்கையில் ஏமாற்றும் வகையில் அமைதல்; கைவிடுதல்; to let down; to pull the rug from under one's feet.

காலை வெள்ளி: *(பெ):* விடிவெள்ளி; Venus, the morning star.

காலோலம்: *(பெ):* அண்டங்காக்கை; raven.

கால்: *(பெ):* நான்கில் ஒரு பாகம்; பூவின் தாள்; அடிப்பாகம்; சக்கரம்; தூண்; வாய்க்கால்; கைப்பிடி; வண்டி; பிறப்பிடம்; நடை; முனை; இடம்; கிரணம்; பிரிவு; மரக்கால்; காற்று; வாதநோய்; பொழுது; தடவை; பஞ்சபூதம்; செவ்வி; கருநிறம்; நிற்றல், நடத்தல், ஓடுதல் போன்றவற்றைச்செய்திட மனிதனின் இடுப்புக்குக் கீழ்ப்புறமாயும், பறவை, விலங்கு போன்றவற்றின் உடலுக்கு அடிப்புறமாயும் உள்ள உறுப்பு; மேஜை, நாற்காலி போன்றவற்றின் மேற்புறத்தைத் தாங்கும் கோல் போன்ற உறுப்பு; பந்தல் அமைத்திடப் பயன்படும் மூங்கில், கம்பு போன்றவை; தேர், வண்டி போன்றவற்றின் சக்கரம் தரையில் படும் பகுதி; quarter; flower petal; lower part; wheel; post; channel; handle; cart; source; pace; point; place; ray; division; a former measure; wind; rheumatism; time; turn; five elements; bloom; black colour; leg of a man, animal, bird etc.; leg of table, chair, etc.; staff; lower part of the wheel of chariot, cart, etc.

- *கால் போன போக்கிலே மனம் போகலாமா?*
  மனம் போன போக்கிலே மனிதன் போகலாமா?
  - கண்ணதாசன்.
- *காலாழ் களரில் நரியடும் கண்ணஞ்சா*
  வேலாள் முகத்த களிறு. - குறள் 500.

கால் இறுதி: *(பெ):* விளையாட்டுப் போட்டியின் அரை இறுதி ஆட்டத்திற்குத் தகுதி பெற்றிட விளையாடும் ஆட்டம்; quarter-final.

கால்கடியன்: *(பெ):* தீரன்; வல்லவன்; valiant person.

கால்கடுதாசி: *(பெ):* இராஜினாமா கடிதம்; letter of resignation.

கால்கட்டு: *(பெ):* ஆணுக்குத் திருமணம் வாயிலாக உண்டாக்கும் கட்டுப்பாடு; fetters of marriage as a check in wayward sons.

கால்கழி கட்டில்: *(வி):* பாடை; funeral bier with polls to carry.

கால் கழுவுதல்: *(வி):* மலம் கழித்த பிறகு நீரால் சுத்தம் செய்தல்; to wash after defecation.

கால் கிளர்தல்: *(வி):* ஓடுதல்; படையெடுத்தல்; to run; to invade a country.

கால்கோள்: *(பெ):* தொடக்கம்; அடிப்படை; அஸ்திவாரம்; beginning; basis; foundation.

கால் சாய்தல்: *(வி):* அடியோடு அழிதல்; to ruin completely.

கால் சீத்தல்: *(வி):* வேரோடு களைதல்; to root off.

கால்செய் வட்டம்: *(பெ):* விசிறி; fan.

கால்தல்: *(வி):* வெளிப்படுதல்; குதித்தல்; கக்குதல்; தோற்றுவித்தல்; to emerge; to jump; to leap; to vomit; to produce; to generate.

கால் தாழ்தல்: *(வி):* ஈடுபடுதல்; மூழ்குதல்; to absorb; be drowned.

கால்நடை: *(பெ):* ஆடு, மாடு போன்ற விலங்கினங்கள்; காலால் நடத்தல்; cattle; walking on foot.

கால்நடையாக: *(வி.அ):* கால்களால் நடந்து; on foot.

கால்பந்து: *(பெ):* காலால் பந்தை உதைத்து விளையாடும் விளையாட்டு; football.

கால் பாகம்: *(பெ):* நான்கில் ஒரு பாகம்; quarter.

கால் புள்ளி: *(பெ):* பொருள் புரியுமாறு நிறுத்திப் படித்திட வாக்கியத்தின் இடையே(அ)பல இலக்க எண்களில் எண்ணின் இடத்தை அறிய இடப்படும் குறி; comma(,).

கால் மாடு: *(பெ):* பசு; கால்புறம்; cow; foot of someone or something lying.

கால்மிதி: *(பெ):* மிதியடி; பாவுகளுக்கு இடையே தேவையான திறப்பை உண்டாக்கத் தறியின் கீழ்ப்பகுதியில் அமைக்கப்பட்டிருக்கும் மிதிகட்டை; door-mat; treadle in a loom.

கால் முளைத்தல்: *(வி):* தனியாக வெளியே போய்வரத் துணிவு வருதல்; (of the young and the experienced) be presumptuous.

கால்மேசு: *(பெ):* காலுறை; socks.

கால்வடம்: *(பெ):* காலணி வகை; a kind of anklet.

கால் வழி: *(பெ):* மரபு வழி; lineage.

கால்வாய்: *(பெ):* வாய்க்கால்; canal for irrigation or transport.

கால் விடுதல்: *(வி):* முட்டுக் கொடுத்தல்; to prop.

கால் விலங்கு: *(பெ):* காலுக்கிடும் தளை; fetters (for legs).

கால் வை: *(வி):* முதன்முறையாக நுழைதல்; நீண்ட இடைவெளிக்குப் பின் வருதல்; to set foot for the first time or after a long interval.

காவகா: *(பெ):* சேங்கொட்டை; mark-nut.

காவடி: *(பெ):* உருளை வடிவக்கட்டையின் இருமுனைகளையும் இணைக்கும் அரைவட்ட வடிவ மரப்பட்டையின் முனைகளில் மயிலிறகுகள் பொருத்தப்பட்ட அமைப்பு; சுமைகளை இருபுறமும் கட்டித் தொங்கவிட்டு எடுத்துச் செல்லும் நீண்ட கம்புடன் கூடிய அமைப்பு; a cylindrical wooden rod joined by semi - circular wooden strip to both ends of which feathers of peacock are fixed erect, used in the worship of Lord Muruga and in folk dance; a pole or stave of wood used for carrying loads.

காவட்டம் புல்: *(பெ):* மாந்தப்புல்; a kind of grass.

காவணப்பத்தி: *(பெ):* மண்டபம், பந்தல் போன்றவற்றின் அலங்கரிக்கப்பட்ட மேல் தளம்; the decorated roof of pandal or a hall.

காவணம்: *(பெ):* பந்தல்; தட்டையான மேல் தளத்துடன் கூடிய கொட்டகை; சோலை; pandal; a shed with a flat roof; grove.

காவணவன்: *(பெ):* ஒரு புழு வகை; a kind of worm.

காவதம்: *(பெ):* பத்து மைல் (அ) 16 கிலோ மீட்டர் அளவு கொண்ட தூரம்; the distance of about ten miles or sixteen kilometres.

காவந்து: *(பெ):* தலைவன்; காபந்து; master; chief; protection.

காவலறை: *(பெ):* பாதுகாக்கப்படும் பொருளறை; the public treasury as guarded.

காவலன்: *(பெ):* அரசன்; கணவன்; கடவுள்; மெய்க்காப்பாளன்; பாதுகாப்பவன்; king; husband; God; bodyguard; protector.

காவலாளி: *(பெ):* காவலர்; காவலாளர்; custodian; police; guard.

காவல்: *(பெ):* பாதுகாப்பு; மதில்; சிறை; வேலி; பரண்; கவசம்; protection; fortification; prison; fence; a kind of watch tower; coat of mail.

காவல்கட்டு: *(பெ):* தக்க பாதுகாப்பு, proper protection.

காவற்கடவுள்: *(பெ):* திருமால்; Lord Vishnu.

காவற்கலி: *(பெ):* வாழை மரம்; plantain tree.

காவற்காடு: *(பெ):* பாதுகாக்கப்படும் காடு; கோட்டையைச் சுற்றிக் காவலாக வளர்க்கப்படும் காடு; reserved forest; jungle serving as defence around the fort.

காவற்காரன்: *(பெ):* பாதுகாப்புப் பணியில் ஈடுபட்டுள்ளவன்; காவலாளி; watchman.

காவற்கூடம்/காவற்சாலை: *(பெ):* சிறைச்சாலை; prison.

காவற்கூடு: *(பெ):* காவலர்கள் தங்குமிடம்; the dwelling place of guards.

காவற்சோலை: *(பெ):* அரண்மனை நந்தவனம்; flower garden attached to a palace.

காவற்பெண்டு: *(பெ):* செவிலித்தாய்; பெண்பால் புலவருள் ஒருவர்; foster mother; a poetess of ancient period.

காவன்: *(பெ):* சிலந்தி; spider.

காவன்மகளிர்: *(பெ):* எதிரியின் அரண்மனையில் சிறைபிடிக்கப்பட்ட பெண்கள்; captive wives of enemy.

காவன் மரம்: *(பெ):* அரசர்க்குரியதாய்ப் பகைவர் அணுகாமல் அவரால் பாதுகாக்கப்படும் மரம்; the favourite tree of a royal dynasty as the object of special care by its kings.

காவன் முரசு: *(பெ):* காத்தல் தொழிலுக்கு அறிகுறியான அரசாங்க முரசம்; the royal drum.

காவா: *(பெ):* காட்டுமல்லிகை; wild-jasmine.

காவாலி: *(பெ):* சிவபெருமான்; குறிக்கோள் ஏதுமின்றி சுற்றித் திரிபவன்; காலி; Lord Shiva; vagabond; rogue.

காவி[1]: *(பெ):* செங்கல் நிறம்; சிவப்பு (அ) பழுப்பு நிறம்; saffron colour; yellowish-brown.

காவி[2]: *(பெ):* கள்; காவிக்கல்; பற்காவி; கருங்குவளை; செங்கழுநீர்; அவுரி; கருநொச்சி; மருந்து உருண்டை; கப்பலின் தலைப்பாய்; toddy; ochre; tartar; blue lily; a kind of water plant; indigo; a kind of tree; tablet (medicine); top sail of a ship.

காவிதி: *(பெ):* பாண்டிய மன்னர் காலத்தில் சிறப்புடையோர்க்கு அளிக்கப்பட்ட பட்டம்; வைசிய மகளிருக்கான சிறப்புப்பட்டம்; வரிவசூல் செய்பவன்; ancient title bestowed on velalas by Pandya kings; a special title conferred on Vaisya ladies; collector of revenue.

காவி மண்: *(பெ):* செம்மண்; red soil.

காவியம்: *(பெ):* பழமையான கதை பற்றிய தொடர்நிலைச் செய்யுள்; epic poem.

காவியன்: *(பெ):* சுக்கிரன்; Planet Venus.

காவியாக் கட்டை: *(பெ):* நங்கூரம்; anchor.

காவிரி புதல்வர்: *(பெ):* வேளாளர்; உழவர்; velalas; agriculturists.

காவு[1]: *(வி):* தோள் (அ) கையில் தூக்குதல்; to carry.

காவு[2]: *(பெ):* சிறு தெய்வங்களுக்கு இடும் பலி; சோலை; sacrifice to the village deities; grove.

காவுகொடு: *(வி):* காளி போன்ற பெண் தெய்வங்களுக்கு உயிரைப் பலி கொடுத்தல்; to offer animal/human sacrifice to the female deity, Kali.

காவுகொள்: *(வி):* உயிர் பலி ஏற்றல்; to accept animal/human sacrifice.

காவு தடி: *(பெ):* காவடித் தண்டு; pole for carrying burdens on shoulder.

காவுதல்: *(பெ):* சுமத்தல் (பல்லக்கு); விரும்புதல்; to carry on shoulder as a palanquin; to long for desire.

காவுவோர்: *(பெ):* பல்லக்கைச் சுமப்போர்; palanquin-bearers.

காவேரியாறு: *(பெ):* குடகில் தோன்றி தமிழகத்தை வளம் கொழிக்கச் செய்யும் காவிரியாறு; the River Kaveri.

காவேரி மணல்: *(பெ):* அய மணல்; fine sand.

காவோலை: *(பெ):* முற்றின ஓலை; ripe palm leaf.

காழகம்: *(பெ):* கடாரம்; ஆடை; கைக்கவசம்; கருமை; Burma; garment; glove, put on while handling an arrow; blackness.

காழி: *(பெ):* உறுதி; சீர்காழி; firmness; the town Sirkazhi.

காழியர்கோன்: *(பெ):* திருஞான சம்பந்தர்; the saint Thirugnana Sambandhar.

காழியன்: *(பெ):* வண்ணான்; உப்பு வணிகன்; புட்டு வணிகன்; washerman; salt merchant; dealer of puttu, a pudding.

காழுன்று: *(பெ):* குத்துக்கோல்; கூடாரம்; அங்குசம்; pointed pole used as a weapon; tent; elephant's goad.

காழோர்: *(பெ):* யானைப் பாகர்; mahouts.

காழ்: *(பெ):* மர வைரம்; மனவுறுதி; கட்டுத்தறி; தூண்; ஓடத்தண்டு; இரும்புக்கம்பி; அங்குசம்; கதவின் தாழ்; விறகு; காம்பு; கழி; இரத்தினம்; முத்து; பளிங்கு; பூமாலை; மணிவடம்; நூற்சரடு; விதை; கொட்டை; கருமை; குற்றம்; ஒளி; அழகு; நாராசம்; hardness of wood; firmness of mind; strength of mind; post to which a cow is tied; pillar; boatman's pole; oar; iron bar; elephant's goad; latch of a door; firewood; stem; pole; gem; pearl; marble; garland; a kind of ornament; thread; seed; nut; blackness; fault; light; beauty; grating (sound).

காழ்கொள்: *(வி):* முதிர்தல்; to ripe.

காழ்கோளி: *(பெ):* நெட்டிலிங்கம்; a kind of tree.

காழ்த்தல்: *(வி):* முற்றுதல்; மிகுதல்; உறைத்தல்; to become hard; to abound; to pungent.

காழ்ப்ப: *(வி.அ):* மிகுதியாக; excessively.

காழ்ப்பு: *(பெ):* மர வைரம்; காரம்; தழும்பு; hardness of wood; pungency; scar.

காழ்வை: *(பெ):* அகில்; eagle-wood.

காளகண்டம்: *(பெ):* குயில்; மயில்; கரிக்குருவி; ஊர்க்குருவி; வேங்கை மரம்; cuckoo bird; peacock; black drongo; sparrow; a kind of tree.

காளகண்டன்: *(பெ):* சிவபெருமான்; Lord Shiva.

காளகண்டி: *(பெ):* துர்க்கை; Durga, Goddess of Victory.

காளகந்தரி/காளசுந்தரி: *(பெ):* பார்வதி; Goddess Parvathi, the consort of Lord Shiva.

காளகம்: *(பெ):* சேங்கொட்டை; எக்காளம்; கருமை; marking-nut; a long trumpet; blackness.

காளகூடம்: *(பெ):* நஞ்சு; ஒரு பாம்பு; poison; a snake.

காளச்சிலை: *(பெ):* வைடூரியம்; an opalescent gem.

காளபதம்: *(பெ):* மாடப்புறா; pigeon.

காளபந்தம்: *(பெ):* ஒரு விளக்கு; a lamp.

காளபம்: *(பெ):* போர்; war; battle.

காளமுகி: *(பெ):* கல் மழை பொழியும் மேகம்; a kind of cloud;

காளம்: *(பெ):* கருமை; நஞ்சு; பாம்பு; எட்டி மரம்; மேகம்; கழு; ஊதுகொம்பு; அவுரி; சூலம்; சின்னம்; ஒரு மலை; பெருமழை; blackness; poison; snake; strychnine tree; cloud; pointed stake formerly used for impaling criminals; trumpet; indigo; trident; badge; a mountain; heavy rain.

காளயுத்தி: *(பெ):* ஒரு தமிழ் வருடம்; a Tamil Year, Kaalayuththi.

காளவனம்: *(பெ):* சுடுகாடு; cremation ground; crematorium.

காளவாய்: *(பெ):* கழுதை; சூளை; donkey; kiln for brick, earthen pot, lime, etc.

காளவாய்க்கல்: *(பெ):* செங்கல்; baked brick.

காளாஞ்சி: *(பெ):* தட்டு; எச்சில் துப்பும் கலம்; salver; spittoon.

காளான்: *(பெ):* நாய்க்குடை; mushroom.

காளி: *(பெ):* பாம்பின் நச்சுப்பற்கள் நான்கில் ஒன்று; கரிய நிறங்கொண்ட பெண் தெய்வம்; a poisonous fang of a serpent; a female deity of dark complexion.

காளிங்கம்: *(பெ):* ஆபரண வகையுள் ஒன்று; a kind of ornament.

காளிங்கமர்த்தனன்: *(பெ):* ஸ்ரீ கிருஷ்ணர்; Lord Sri Krishna.

காளிங்கராயன்: *(பெ):* தமிழ் மன்னர்களால் சில அரசு அதிகாரிகளுக்கு வழங்கப்பட்ட பட்டப்பெயர்; a title given to certain government officials by Tamil kings in ancient period.

காளிதம்: *(பெ):* கறுப்பு; black.

காளித்தனம்: *(பெ):* முரட்டுத்தனம்; incivility.

காளிந்தம்: *(பெ):* பாம்பு; snake.

காளிந்தி: *(பெ):* யமுனை நதி; தேக்கு மரம்; River Yamuna; teak wood.

காளிப்பணம்: *(பெ):* பழைய நாணயங்களான மூன்றணா, நான்கணா ஆகியவை; the former coins like three annas, four annas.

காளியன்: *(பெ):* ஒரு பாம்பு; a serpent.

காளினியம்: *(பெ):* கத்தரிச் செடி; brinjal plant.

காளை: *(பெ):* எருது, ஆண் மகன்; பாலை நிலத் தலைவன்; இளம் வீரன்; young bull; young man; the chief of the arid tract; young warrior.

காளைக்கன்று: *(பெ):* பசுவின் காளைக் கன்று; the he-calf of a cow.

காளை மாடு: *(பெ):* ஆண் மாடு; bull.

காளையங்கம்: *(பெ):* போர்; war; battle.

காளையன்: (பெ): இளைஞன்; இளம் போர்வீரன்; young man; youth; young warrior.

காறல்: (பெ): ஒரு மருந்துச் செடி; a medicinal plant.

காறாக் கருணை: (பெ): சேனைக் கிழங்கு; elephant yam.

காறித் துப்பு: (வி): வெறுப்பைக் காட்டும் விதமாக வாயில் உள்ள எச்சிலைத் துப்புதல்; to spit on something out of rancour.

காறு: (பெ): கால அளவு; கொழு; சலாகை; இரும்புக்கம்பி; time measure; metal blade in a plough; spear; iron bar.

காறுதல்: (வி): தொண்டை மற்றும் வாயில் உள்ளதை வெளிக்கொணர கரகரவென ஒலி எழுப்புதல்; கறுத்தல்; வைரங் கொள்ளுதல்; to clear one's throat; be blackened; to harbour revenge.

காறை: (பெ): வண்டி; அணி வகை; cart; carriage; a kind of ornament.

காறை எலும்பு: (பெ): கழுத்தின் இரண்டு பக்கமும் தோள்மூட்டு வரை அமைந்திருக்கும் எலும்பு; collar bone.

காற்கட்டு: (பெ): தடை; திருமணம்; obstruction; marriage.

காற்கவசம்: (பெ): மிதியடி; பாதரட்சை; slipper; sandals.

காற்காந்தல்: (பெ): கால் புண்; wound in the leg.

காற்காறை: (பெ): ஓர் அணிகலன்; an ornament for a deity.

காற்குப்பாயம்/காற்சிராய்: (பெ): கால்சட்டை; trousers.

காற்சரி: (பெ): ஒரு காலணி; பாதரசம்; a kind of sandals; mercury.

காற்சிலம்பு/கார்சுற்று: (பெ): காலணி வகை; a kind of anklet.

காற்செறி: (பெ): கால் விலங்கு; fetters for legs.

காற்படுதல்: (வி): அழிதல்; be ruined.

காற்படை: (பெ): காலாட்படை; கோழி; infantry; fowl.

காற்பாசம்: (பெ): பருத்தி; cotton.

காற்பாதை: (பெ): ஒற்றையடிப் பாதை; a narrow track.

காற்புரவு: (பெ): ஆற்றுப் பாசனம் கொண்ட நிலம்; the land which has its irrigation facilities from the river.

காற்பெய்தல்: (வி): ஓடுதல்; to run.

காற்றடக்கி: (பெ): துருத்தி; நீர்க்குமிழி; bellows; water bubble.

காற்றன்: (பெ): துரிசு; blue vitriol.

காற்றாடி: (பெ): விசிறி; மரவகை; சவுக்கு; fan; a kind of tree; whip.

காற்றிளவல்: (பெ): இளங்காற்று; gentle breeze.

காற்றின் சகாயன்: (பெ): தீ; fire.

காற்று: (பெ): வளி; அபான வாயு; பிசாசு; air; wind; the gas released through anus hole; goblin.

காற்றுக்கடுவல்: (பெ): பெருங்காற்று; storm; gale.

காற்றுக்காலம்: (பெ): ஆடி மாதம், the Tamil month Aadi.

காற்று நோவு: (பெ): கால்நடை நோய் வகை; a kind of cattle disease.

காற்றோட்டம்: (பெ): வீடு (அ) கட்டடத்தில் தாராளமாக காற்று வந்து செல்வது; ventilation.

காற்றோட்டி: (பெ): செடி வகை; a kind of plant.

கானகக் கூத்து: (பெ): கூத்து வகை; a kind of play.

கானகச் சங்கம்: (பெ): நாகர வண்டு; a kind of beetle.

கானகந்தும்பி: (பெ): கருவண்டு வகை; a kind of beetle.

கானகநாடன்: (பெ): முல்லை நிலத்தலைவன்; குறிஞ்சி நிலத் தலைவன்; the chief of the pastoral tract; the chief of the hilly tract.

கானகம்: (பெ): காடு; கருஞ்சீரகம்; கால் நகம்; forest; black cumin; nail of the toe.

கானகக் குதிரை: (பெ): காட்டுக் குதிரை; காட்டு மான்; மாமரம்; wild horse or deer; mango tree.

கானசரம்: (பெ): நாணல்; Kaus, a large and coarse grass.

கானத்தேறு: (பெ): மஞ்சள்; turmeric.

கானம்: (பெ): காடு; தேர்; நந்தவனம்; மணம்; பேதை; வானம்பாடி; இசைப்பாட்டு; forest; chariot; flower garden; fragrance; person of no discernment; Indian skylark; a kind of musical song.

- **கான** முயலெய்த அம்பினில் யானை
  பிழைத்தவேல் ஏந்தல் இனிது. - *குறள் 772.*
- **கான** மயிலாட கண்டிருந்த வான்கோழி
  தானும் அதுவாக பாவித்து தன்பொல்லாச்
  சிறகை விரித்தாடினாற் போலுமே கல்லாதான்
  கற்ற கவி. - *பழம்பாடல்*

கானயூகம்: (பெ): காட்டுக் குரங்கு; wild monkey.

கானல்: (பெ): மணம்; கடற்கரை; கழி; உப்பளம்; உவர்நிலம்; மலை சார்ந்த சோலை; கடற்கரைச் சோலை; வெப்பம்; சூரியக்கதிர்; fragrance; sea-shore; lagoon; salt-pan; saline land; the grove near a mountain; sea-shore grove; heat; sun rays.

கானல் நீர்: (பெ): கடும் வெப்பப் பிரதேசங்களில் அனல்காற்றால் நீரோடை ஒன்று அருகில் ஓடுவது போல் தோன்றும் மாயத்தோற்றம்; mirage. • **கானலை** நீரென்று எண்ணிய மான் ஓடிக் களைத்து இளைத்ததைப் போல - *பழமொழி.*

கானவன்: (பெ): குரங்கு; குறிஞ்சி நிலத்தோன்; பாலை நிலத்தோன்; முல்லை நிலத்தோன்; monkey; the person who belongs to hill tract; person belonging to arid tract; person belonging to pastoral tract.

கானவிருக்கம்: (பெ): பாதிரி மரம்; trumpet flower tree.

கானனம்: (பெ): காடு; forest.

கானாங்கெளிறு: (பெ): நன்னீர் மீன் வகை; a kind of fresh water fish.

கானாங்கோழி: (பெ): வான்கோழி; turkey.

கானீனன்: (பெ): கர்ணன்; Karna, the first son of Kundhi.

கானை: (பெ): கால்நடை நோய் வகை; a kind of cattle disease.

கான்: (பெ): காடு; மணம்; பூ; சலதாரை; வாய்க்கால்; இசை; செவி; புகழ்; forest; fragrance; flower; drainage outlet; channel for irrigation; music; ear; glory.

கான் மரம்: (பெ): ஆலமரம்; banyan tree.

கான்முளை: (பெ): மகன்; son.

கான்யாறு: (பெ): காட்டாறு; wild stream.

கான்றுதல்: (வி): கக்குதல்; to vomit.

கான்றியம்: (பெ): வெப்பம்; heat.

கி

கிகிணி: (பெ): வலியான் குருவி; a kind of bird.

கிக்கரி: (பெ): மீன்கொத்திப் பறவை; kingfisher.

கிங்கரன்: (பெ): தூதுவன்; ஏவலாளன்; எமகிங்கரன்; messenger; servant; servant of Yama with horns on his head.

கிங்கரி: (பெ): வேலைக்காரி; விலை மகள்; servant-maid; prostitute.

கிங்கிணி: (பெ): பாதச் சதங்கை; கிலுகிலுப்பை; girdle of bells; child's rattle.

கிங்கிரம்: (பெ): குதிரை; குயில்; வண்டு; horse; koel; beetle.

கிங்கிலியன்: (பெ): வேலைக்காரன்; தூதுவன்; servant; messenger.

கிசம்/கிசலம்/கிசலை: (பெ): தயிர்; curd.

கிசலயம்: (பெ): தளிர்; sprout.

கிசனி: (பெ): பறவையின் கதிவகை; kind of bird's flight.

கிசில்: (பெ): கீல்; ஒருவகைப் பிசின்; tar; a kind of resin.

கிசுகிசு/கிசுகிசுப்பு: (பெ): ஒருவரின் சொந்த வாழ்க்கையைப்பற்றி மறைவாகப் பேசிடும் பேச்சு; juicy talk about a person's private life. ● பிரபல நடிகரைப் பற்றிய **கிசுகிசுப்பு** வார இதழில் வெளியாகிப் பரபரப்பை உண்டாக்கியது.

கிச்சடி: (பெ): ஒரு வகை சிற்றுண்டி; கறிவகை; கூழ் வகை; a kind of dish; a kind of curry; a kind of gruel.

கிச்சாட்டம்: (பெ): தொல்லை; trouble.

கிச்சிலி: (பெ): நாரத்தை, எலுமிச்சை; பூலாங் கிழங்கு; a kind of orange; bitter lime; a kind of tuber plant.

கிச்சிலிக்கிழங்கு: (பெ): ஒரு வகை மணம் தரும் கிழங்கு; a kind of fragrant tuber plant.

கிச்சு: (பெ): நெருப்பு; fire.

கிஞ்சப்பண்ணி: (பெ): நாயுருவிச் செடி; a plant growing in hedges.

கிஞ்சம்: (பெ): சிறிது; புளி; புளிய மரம்; சிறுமை; that which is small in size; tamarind; tamarind tree; meanness.

கிஞ்சல்: (பெ): எல்லை; limit; border.

கிஞ்சித்தும்: (வி.அ): சிறிதும்; even a little.

கிஞ்சில்: (பெ): சிறிது; very little.

கிஞ்சு: (பெ): முதலை; crocodile.

கிஞ்சுகம்: (பெ): ஒரு வகை மரம்; சிவப்பு; கிளி; a kind of tree; red colour; parrot.

கிஞ்சுகி: (பெ): பலாசு மரம்; a kind of tree used for furniture.

கிஞ்சுமாரம்: (பெ): முதலை; crocodile.

கிட: (வி): படுத்த நிலையில் இருந்திடல்; ஒரு நிலையில் இருந்திடல்; be lying; be in the state of something.

கிடகு: (பெ): இருபத்து நான்கு விரல் அளவு கொண்ட ஒரு முழம்; cubit of 24 inches.

கிடக்கை: (பெ): படுக்கை நிலை; படுக்கை; பூமி; பரப்பு; இடம்; உள்ளுறை; recumbent posture; bed; earth; broad expanse; place; contents.

கிடங்கர்: (பெ): கடல்; அகழி; sea; moat.

கிடங்காடுதல்: *(வி):* சுடுகாட்டில் பிணத்தைச் சுற்றி வருதல்; to come around the dead body in the grave-yard.

கிடங்கு: *(பெ):* பண்டகசாலை; குளம்; குழி; சிறைச்சாலை; அகழி; warehouse; tank; pit; prison; moat.

கிடத்தல்: *(பெ):* படுத்திருத்தல் வகை; a kind of lying posture.

கிடத்துதல்: *(வி):* படுக்க வைத்திடல்; to keep a person in a lying posture.

கிடந்து: *(வி.அ):* குறிப்பிட்ட நிலையிலிருந்து விடுபட முடியாமல்; having got caught in a specified state with no way out.

கிடந்துருளி: *(பெ):* இராட்டின உருளை; the pulley for drawing water from a well.

கிடப்பில் இரு: *(வி):* திட்டம் போன்றவற்றைச் செயல்படுத்த முடியாது நிறுத்தியிருத்தல்; to allow a plan, etc., to be in cold storage.

கிடப்பில் போடு: *(வி):* திட்டம் போன்றவற்றைச் செயல்படுத்தாமல் நிறுத்தி வைத்தல்; to put a plan, etc., into cold storage.

கிடப்பு: *(பெ):* கிடத்தல் நிலை; state of lying down.

கிடா: *(பெ):* ஆண் எருமை; ஆண் ஆடு; he-buffalo; he-goat.

கிடாக்காலன்: *(பெ):* எருமைக் கொம்பு; the horn of buffalo.

கிடாய்: *(பெ):* ஆண் ஆடு; he-goat.

கிடாரம்: *(பெ):* கொப்பரை; dried coconut-kernel.

கிடாரவன்: *(பெ):* அகில் வகை; eagle-wood.

கிடி: *(பெ):* பன்றி; pig.

கிடுகு: *(பெ):* கேடயம்; சட்டப்பலகை; கீற்று; வட்டவடிவப் பாறை வகை; shield; wooden frame; braided coconut leaf; a kind of round stone.

கிடுகோலை: *(பெ):* கீற்றுக்குரிய தென்னை ஓலை; braided coconut leaf.

கிடுபிடி: *(பெ):* ஒரு வகை வாத்தியம்; a kind of musical instrument.

கிடுமுடி: *(பெ):* ஒரு வகைப் பறை; a kind of drum.

கிடை: *(பெ):* இருப்பிடம்; வேதபாடசாலை; ஆயுதம்; ஆட்டுக்கிடை; ஐயம்; உவகை; dwelling place; the school where the Vedas are taught; weapon; sheep-pen; doubt; comparison involving a simile.

கிடைக்காரன்: *(பெ):* ஆட்டுக்கிடைக்கு உரிமையானவன்; the man who owns the sheep-pen.

கிடைத்தல்: *(வி):* அடைதல்; பெறுதல்; இயைதல்; அணுகுதல்; எதிர்த்தல்; to attain; to receive; be agreeable; to approach; to oppose.

கிடைப்பாடு: *(பெ):* நோய்; disease.

கிடை வைத்தல்: *(வி):* உரத்திற்காக கால்நடைகளை வயலில் கட்டுதல்; to pen the cattle in the fields for manure.

கிட்ட: *(வி.அ):* அருகில்; பக்கத்தில்; near; closer. • **கிட்ட நெருங்க முட்டப் பகை.** • **கிட்டாதாயின் வெட்டென மற** - *பழமொழிகள்.*

கிட்டக்கல்: *(பெ):* இரும்பு போன்றவற்றின் துரு; முருக வெந்துள்ள செங்கல்; the rust of iron; over-burnt brick.

கிட்டங்கி: *(பெ):* பண்டகசாலை; கிடங்கு; warehouse; godown.

கிட்டப்பார்வை: *(பெ):* அண்மையில் உள்ளவை மட்டும் தெரியும் பார்வைக் குற்றம்; short-sightedness; myopia.

கிட்டம்: *(பெ):* அண்மை; உலோகக்கட்டி; இரும்பு போன்றவற்றின் துரு; வண்டல்; சேறு போன்றவற்றின் ஏடு; இரத்தினக் கல்லில் உள்ள கருகு; nearness; ore; rust of iron etc.; silt; sediment; crust on a precious stone.

கிட்டம் பிடித்தல்: *(வி):* உலர்தல்; to dry.

கிட்டார்: *(பெ):* பகைவர்; enemies.

கிட்டாலம்: *(பெ):* செம்புப் பாத்திர வகை; a kind of copper vessel.

கிட்டி: *(பெ):* இறுக்கும் கோல்; கொல்லர் கருவி; நுகத்தடி; சிறுவர் விளையாட்டுப் பொருள்; கைத்தாளம்; நாழிகை வட்டில்; சின்னி; பன்றி; clamps; equipment of smith; yoke; a kind of plaything of children; cymbals; hour-glass; a kind of copper leaf; pig.

கிட்டிக்கயிறு: *(பெ):* பூட்டுக்கயிறு, a rope by which a bullock is fastened to the yoke.

கிட்டிணம்: *(பெ):* கறுப்பு; மான் தோல்; black; the skin of deer.

கிட்டிப்புள்: *(பெ):* இருபக்கமும் செதுக்கப்பட்ட மரத்துண்டை அதே பருமனைக் கொண்ட நீளமான வேறொரு கோலினால் அடித்து அது போகும் தூரத்தைக் கணக்கிடும் சிறுவர் விளையாட்டு; the tip-cat game.

கிட்டி போடு: *(வி):* கிட்டியில் மாட்டுதல்; நெருக்கிப் பிடித்தல்; அடுத்தவர் தனக்குத் தரவேண்டிய வாடகை, வட்டி, கடன் போன்றவற்றைத் தருமாறு விடாது நெருக்குதல்; to put in a clasp so as to prevent moving; to urge in a forcible manner to pay the rent, interest, loan, etc.

கிட்டிமுட்டி: *(வி.அ):* மிக நெருக்கமாக; very closely.

கிட்டிரம்: *(பெ):* நெருஞ்சிப் பூண்டு; cow's thorn.

கிட்டினர்: *(பெ):* சுற்றத்தார், உறவினர்; relatives.

கிட்டினன்: *(பெ):* திப்பிலி; long-pepper.

கிட்டுதல்: *(வி):* கிடைத்தல்; பல் போன்றவை ஒன்றுடன் ஒன்று இறுகுதல்; அணுகுதல்; வாய்த்தல்; கட்டுதல்; எதிர்த்தல்; to be attained;

be firmly locked together as of teeth; to approach; to have chance to get; to construct; to oppose.

கிட்டுமானம்: *(பெ):* அண்மை; நெருக்கம். nearness; closeness.

கிணகன்: *(பெ):* அடிமை; slave.

கிணங்கு: *(பெ):* புல் வகை; a kind of grass.

கிணம்: *(பெ):* கிணறு; தழும்பு; a well; a scar.

கிணறு: *(பெ):* கிணம்; கேணி; கூவம்; a well. ● **கிணறு** இறைக்க மலையைத் தோண்டாதே. ● **கிணற்றிலே** கல்லைப் போட்டது போல. ● இரைக்க இரைக்க **கிணறு** சுரக்கும். ● **கிணறு** வெட்ட பூதம் கிளம்பியது போல. ● **கிணற்றுக்குள்** இருந்து பேசுவதைப் போல. ● **கிணற்றுக்குத்** தப்பி தீயிலே பாய்ந்தது போல. ● **கிணற்றுத்** தவளைக்கு நாட்டு வளப்பம் தெரியுமா? ● **கிணற்றுத்** தண்ணீரை வெள்ளமா கொண்டு போகும்? - *பழமொழிகள்.*

கிணற்றுக் கட்டு: *(பெ):* கிணற்றைச் சுற்றியுள்ள கட்டடம்; கிணற்றுச் சுற்றுச்சுவர்; surrounding building of a well; surrounding wall of a well.

கிணற்றுத் தவளை: *(பெ):* தான் வாழ்ந்திடும் சூழலுக்கு அப்பால் நடப்பது எதனையும் அறிந்திடாதவர்; the person who has no knowledge of things outside his/her own small sphere; insular man.

கிணற்றுறை: *(பெ):* கிணற்றுள் இருக்கும் உறை; the large cement span in the well.

கிணி: *(பெ):* கைத்தாளம்; cymbals.

கிணிதம்: *(பெ):* வாயு தேவனின் வில்; the bow of Vaayudeva.

கிணிதி: *(பெ):* கிலுகிலுப்பைச் செடி; a kind of plant growing in hedges.

கிணுகிணுத்தல்: *(வி):* முணுமுணுத்தல்; to murmur.

கிணை: *(பெ):* பறை வகை; a kind of drum.

கிணைமகள்: *(பெ):* விறலி; female dancer; woman of the pan caste.

கிணைமகன்: *(பெ):* கிணைப்பறை கொட்டுபவன்; drummer.

கிண்கிணி: *(பெ):* கால் சதங்கை; அரைச் சதங்கை; கிலுகிலுப்பை; gold or silver chain with balls for anklet; gold or silver chain with balls for waist; child's rattle.

கிண்டல்: *(பெ):* எள்ளல்; பரிகாசம்; தூண்டிவிடுதல்; reproach; mockery; to induce.

கிண்டன்: *(பெ):* தடியன்; உரப்புத் துணி; fat person or senseless fellow; rough cloth.

கிண்டி: *(பெ):* மூக்குத் துளையால் நீர் விடும் சிறு பாத்திரம்; a small cup-like vessel with a spout used for feeding children.

கிண்டி விடுதல்: *(வி):* கிளறி விடுதல்; தூண்டி விடுதல்; நினைவூட்டுதல்; to stir something with a stick, hand, etc.; to induce; to remind someone of something.

கிண்டுதல்: *(வி):* தோண்டுதல்; கிளறுதல்; தூண்டுதல்; கடைதல்; வெளிப்படுத்துதல்; கிழித்தல்; எள்ளல்; ஆராய்தல்; to dig out; to stir something; to induce; to churn (butter milk); to bring out; to rip; to reproach; to examine. ● **கிண்டி** விட்டு கிளறி விடு. ● **கிண்டி** விட்டு வேடிக்கைப் பார்ப்பது போல - *பழமொழி.* ● பாகு பதமாக வந்ததும் மாவை சிறுகச்சிறுகச் சேர்த்து அடிபிடிக்காமல் **கிண்டிடு.** ● நெல்லைக் **கிண்டிக்கிண்டி** நகம் தேய்ந்து போனதாம். ● கொலை வழக்கில் சந்தேகத்தின் பேரில் கைது செய்த போலீசார் அவனைக் **கிண்டிக் கிண்டி** கேள்விகள் கேட்டனர்.

கிண்ணகம்: *(பெ):* வெள்ளம்; flood; ● திடீரெனப் பெய்த அடைமழையால் **கிண்ணகம்** நகரெங்கும் பெருக்கெடுத்து ஓடியது.

கிண்ணம்: *(பெ):* சிறு வட்டில்; கிண்ணி; நாழிகை வட்டில்; small vessel; a small bowl; a cup; hour-glass.

கிண்ணாரம்: *(பெ):* நரம்பிசைக் கருவி வகை; a kind of stringed musical instrument.

கிண்ணி: *(பெ):* கிண்ணம்; சிறு வட்டில்; நாழிகை வட்டில்; நண்டின் கால்; a cup; a small bowl; hour-glass; crab's leg. ● **கிண்ணிப்** பட்டாலும் பட்டது; கிடாரம் பட்டாலும் பட்டது. ● **கிண்ணி** வைத்து கிண்ணி மாற்றுகிறது போல - *பழமொழிகள்.*

கிண்ணிக் கர்ப்பூரம்: *(பெ):* ரசக் கர்ப்பூரம்; உயர்ந்த கர்ப்பூரம்; a kind of superior quality camphor.

கிதவம்: *(பெ):* ஊமத்தம் செடி; thorn apple; dhatura plant.

கிதவன்: *(பெ):* வஞ்சகன்; a fraud; cunning fellow.

கித்தம்: *(பெ):* விரைவு; செய்யப்பட்டது; swiftness; that which is made.

கித்தான்: *(பெ):* ஒரு வகை முரட்டுத் துணி; a kind of coarse cloth like gunny.

கித்தான் கயிறு: *(பெ):* சணல் கயிறு; hempen thread; flax cord.

கித்தான் பாய்: *(பெ):* கப்பல்பாய்; the sail of the ship.

கித்துதல்: *(வி):* ஒற்றைக் காலில் தாவி நடத்தல்; நொண்டுதல்; to hop; to walk lamely.

கிந்திகம்: *(பெ):* திப்பிலி மூலம்; the root of long pepper.

கிந்தி நடத்தல்: *(பெ):* நொண்டி நடத்தல்; to walk lamely.

கிபாயத்து: *(பெ):* ஊதியம்; இலாபம்; salary; wage; cooly; profit; gain.

கிமித்துக்கினம்: *(பெ):* புழு; worm.

கிம்பளம்: *(பெ):* சம்பளம் போன்று வழக்கம் போல கிடைக்கின்ற லஞ்சப்பணம்; bribe, getting as regular as one's salary.

கிம்புரி: *(பெ):* மகரவாய் என்னும் அணிகலன்; யானைக் கொம்பின் பூண்; நீர்த்தூம்பு; தோளணி; a kind of ornament called 'Magaravai'; a ring put on elephant's tusk; water spout; a kind of shoulder ornament.

கிம்புருடர்: *(பெ):* பதினெண் கணத்தினருள் ஒருவர்; மனித முகமும், குதிரையுடலும் கொண்ட தேவ சாதியர்; one of the eighteen ganas; the celestial beings who have human face and horse body.

கிம்புருட வருடம்: *(பெ):* ஏமகூடத்திற்கும் இமயமலைக்கும் இடைப்பட்ட வட இந்தியப் பகுதி; the part of North India in between Hemakoodam and Himalayas.

கியாதம்: *(பெ):* புகழ்; fame.

கியாதி: *(பெ):* புகழ்; பிருகு முனிவரின் மனைவி; fame; the wife of sage Birugu.

கியாழம்: *(பெ):* கஷாயம்; decoction.

கியானம்: *(பெ):* ஞானம்; அறிவு; wisdom; knowledge.

கிரகசம்: *(பெ):* ஒரு நரகம்; a hell.

கிரகசாரம்: *(பெ):* கிரகங்களினால் உண்டாகும் தீயபலன்; துரதிர்ஷ்டம்; ill effects caused by movements of planets; bad-luck; misfortune.

கிரகச்சித்திரம்: *(பெ):* குடும்பச் சச்சரவு; the quarrel or dispute within a family.

கிரகணம்: *(பெ):* சந்திரனால் சூரிய ஒளியும், பூமியால் சந்திரனின் பிரதிபலிப்பு ஒளியும் தற்காலிகமாக மறைக்கப்படும் நிலை; eclipse of the Sun/Moon.

கிரகணி: *(பெ):* அஜீரணம் காரணமாக உண்டாகும் பேதி; the loose motion caused by indigestion.

கிரக நடை: *(பெ):* கோளின் போக்கு; the movement of planet.

கிரகநீதி: *(பெ):* இல்லற ஒழுக்கம்; the moralities of domestic life.

கிரக பதனம்: *(பெ):* அட்ச ரேகை; line of latitude.

கிரகபதி: *(பெ):* சூரியன்; the Sun.

கிரக பலம்: *(பெ):* கோளின் சக்தி; the power of the planet.

கிரகப்பிரவேசம்: *(பெ):* புதிதாகக் கட்டப் பட்டிருக்கும் அல்லது வாங்கப்பட்டிருக்கும் வீட்டில் சாஸ்திர சம்பிரதாயங்களுக்கான சடங்குகளைச் செய்து குடியேறுதல்; a ceremony performed at the time of occupying a newly built or purchased house.

கிரகம்: *(பெ):* கோள்; தாள அளவையுள் ஒன்று; வீடு; planet; a kind of rhythm measure; house.
• கிரக சாந்திக்கு க்ஷவரம் செய்து கொள்வதா ? - *பழமொழி.*

கிரகாராதனை: *(பெ):* நவக்கிரகப் பூஜை; the worship of Navagrahas (the nine planets).

கிரகித்தல்: *(வி):* பற்றுதல்; உணர்தல்; ஏற்றுக் கொள்ளுதல்; துப்பறிதல்; குறிப்பாய் அறிதல்; to grasp; to understand; to accept; to investigate; to comprehend.

கிரக்கம்: *(பெ):* களைப்பு; weariness; tiredness.

கிரங்குதல்: *(வி):* சோர்வடைதல்; to feel tired.

கிரசேமிரம்: *(பெ):* பச்சைக் கர்ப்பூரம்; medicated camphor.

கிரணமாலி/கிரணன்: *(பெ):* சூரியன்; the Sun.

கிரணம்: *(பெ):* ஒளி; கதிர்; சிவாகமங்கள் இருபத்தெட்டினுள் ஒன்று; light; rays; one of the twenty-eight Sivaagamaas.

கிரணம் வீசுதல்: *(வி):* ஒளி வீசுதல்; to shine; to glow.

கிரது: *(பெ):* வேள்வி; நரகவகை; ஒரு முனிவர்; sacrifice; a kind of hell; a sage.

கிரந்த கர்த்தா: *(பெ):* நூலாசிரியன்; the author of a text.

கிரந்தம்: *(பெ):* நூல்; வடமொழி; வடமொழியை எழுதிட தமிழ்நாட்டில் பயன்படுத்திய எழுத்து; treatise; Sanskrit; the grantha script that was used in Tamil Nadu for writing Sanskrit.

கிரந்தி: *(பெ):* முடிச்சு; மேகப் புண்; knot; syphilis.

கிரந்திதகரம்: *(பெ):* நந்தியாவட்டை; East Indian rose-bay, the flower or the plant, the flower used in prayers.

கிரந்திப்புண்: *(பெ):* பால்வினை நோயின் அறிகுறியாக உதடு, கைவிரல், ஆணின் பிறப்புறுப்பு ஆகியவற்றில் உண்டாகும் புண்; chancre.

கிரந்தி மூலம்: *(பெ):* திப்பிலி மூலம்; the root of long pepper.

கிரந்தி வாயு: *(பெ):* குழந்தை நோய் வகை; a kind of children's disease.

கிரமம்: *(பெ):* ஒழுங்கு; நீதிமுறை; வேதம் ஓதுதலில் ஒரு வகை; order; morality; a pattern of chanting of the Vedas.

கிரமி: *(பெ):* ஒழுக்கமானவன்; சாஸ்திர சம்பிரதாயப்படி நடப்போன்; a person who has good conduct; the person who follows the prescriptions of religion and custom.

கிரமுகம்: *(பெ):* கமுகம்; பாக்கு மரம்; areca-nut tree.

கிரயக்காரன்: *(பெ):* விற்பனை செய்பவன்; the seller.

கிரய சாசனம்: *(பெ):* விற்பனை ஆவணம்; sale document.

கிரயம்: *(பெ):* விற்பனை; விலைத் தொகை; sale; cost price.

கிரவுஞ்சம்: *(பெ):* அன்றில் பறவை; கோழி பறக்கும் அளவுள்ள தூரம்; கிரவுஞ்சத்தீவு; கிரவுஞ்ச மலை; Indian love bird; Andril bird, male or female, noted for its constancy in love; a measure of distance; an island; a mountain.

கிராகதி: *(பெ):* நிலவேம்பு; a kind of tree.

கிராகியம்: *(பெ):* அறியத்தக்கது; கொள்ளத் தக்கது; that which is suitable for perception; that which is suitable for approval.

கிராணம்: *(பெ):* மறைவு; கிரகணம்; சிறு வட்டில்; மூக்கு; secrecy; eclipse; a small vessel; nose.

கிராணி: *(பெ):* எழுத்தர்; ஒரு வகை நோய்; writer; a kind of disease.

கிராதகன்: *(பெ):* கொடியவன்; cruel man; wicked person.

கிராதகி: *(பெ):* கிராதகன் என்பதன் பெண்பால்; feminine of kiradhagan; cruel woman.

கிராதமூர்த்தி: *(பெ):* சிவபெருமான்; Lord Shiva.

கிராதன்: *(பெ):* வேடன்; மலைக்குறவன்; கொடியவன்; நற்குணம் இல்லாதவன்; hunter; head of the mountain tract; wicked person; the person who has immoral qualities.

கிராதி: *(பெ):* பாதுகாப்புக்கென ஜன்னல்களில் பொருத்தப்படுகின்ற (அ) ஓர் இடத்திற்கான வேலியாக அமைக்கப்படும் வேலித் தடுப்பு; grille.

கிராந்துதல்: *(வி):* மறைந்து கொள்ளுதல்; இணைத்தல்; to hide; to unite.

கிராமக் கணக்கன்: *(பெ):* ஊர்க் கணக்கு வேலைகளைப் பார்ப்பவர்; the village accountant; Karuneekar.

கிராமக் காவல்: *(பெ):* ஊர்க்காவல்; ஊர்க்காவல் காரன்; voluntary force to assist the local police in maintaining law and order; homeguard.

கிராமச்சாவடி: *(பெ):* ஊர்ப் பொதுவிடம்; the public place in the village where disputes are settled.

கிராம சிம்மம்: *(பெ):* நாய்; dog.

கிராமணி: *(பெ):* தலைமையானவன்; சான்றோரின் பட்டப்பெயர்; the chief; the title given to the learned and wise persons.

கிராமத்தான்: *(பெ):* நாட்டுப்புறத்தான்; rustic.

கிராம தேவதை: *(பெ):* கிராமத்தைக் காத்திடும் பெண் தெய்வம்; the village female deity.

கிராம நத்தம்: *(பெ):* ஊரினை அடுத்து வீடுகள் கட்டக்கூடிய இடம்; the plane ground adjoining the village where the houses can be built and occupied by the village people.

கிராமம்: *(பெ):* நூறு குடியுள்ள ஊர்; மருதநிலத்து ஊர்; நீர்வாழ் பறவை; a village where roughly hundred families live; a village belonging to agricultural tract; a kind of water bird. • **கிராமத்தைப்** பார்க்கச் சொன்னால் சேரியைப் பார்க்கிறான் - *பழமொழி.* • முன்பு இருந்த மணியக்காரர் பதவிக்குப் பதிலாக **கிராம** நிர்வாக அலுவலர் பதவி உருவாக்கப் பட்டு பல நல்ல திட்டங்கள் செயல்படுத்தப் படுகின்றன.

கிராம மானியம்: *(பெ):* இறையிலி நிலம்; free hold lands given to the village workers by the ancient kings.

கிராமாதிகாரி: *(பெ):* கிராம நிர்வாக அலுவலர்; Village Administrative Officer - formerly Maniyam.

கிராமாந்தரம்: *(பெ):* நாட்டுப்புறம்; countryside.

கிராமியம்: *(பெ):* நாட்டுப்புற மக்கள் பேசிடும் கொச்சை மொழி; the slang of the village people.

கிராமியன்: *(பெ):* நாட்டுப்புறத்தான்; rustic.

கிராம்: *(பெ):* கடிவாளம்; bridle; horse's bit.

கிராம்பு: *(பெ):* இலவங்கம்; clove.

கிராய்தல்: *(வி):* சுவர் போன்றவற்றைக் கழுவிச் சுத்தம் செய்தல்; to clean the walls by washing.

கிரி: *(பெ):* மலை; பன்றி; பிணையாளி; mountain; pig; hostage.

கிரிகரன்: *(பெ):* பசி; கோபம் போன்றவற்றை உண்டாக்கிடும் தச வாயுக்களுள் ஒன்று; vital air of body causing hunger, anger, etc.

கிரிகன்னி: *(பெ):* துர்க்கை; வெள்ளைக் காக்கணங் கொடி; Durga, Goddess of Victory; a kind of creeper.

கிரிகிரி: *(பெ):* காட்டுப்பன்றி; boar.

கிரிகை: *(பெ):* செய்கை; action.

கிரிகோலம்: *(பெ):* அலங்கோலம்; disorder; confusion.

கிரிக்கட்டி: *(பெ):* கண்ணிமையில் உண்டாகும் வீக்கமான கட்டி; sty.

கிரிசம்: *(பெ):* மென்மை; tenderness.

கிரிசன்: *(பெ):* சிவபெருமான்; Lord Shiva.

கிரிசு: *(பெ):* குறுவாள்; stiletto; dagger; dirk.

கிரிசை: *(பெ):* செய்கை; பார்வதி தேவி; action; Parvathi; Goddess and the consort of Lord Shiva. • **கிரிசை** கெட்டால் வரிசை மாறும் - *பழமொழி.*

கிரிச்சம்: *(பெ):* வருத்தம்; suffering.

கிரிதசாக்கரி: *(பெ):* ஒரு பண் வகை; a kind of music.

கிரிதுர்க்கம்: *(பெ):* மலையரண்; mountain as natural defence, one of four arans.

கிரிமல்லிகை: *(பெ):* மலைமல்லிகை; மரவகை; a kind of jasmine; a kind of tree.

கிரிமிஞ்சி: *(பெ):* ஒரு வகை சிவப்புச்சாயம்; a kind of red paint.

கிரியாஊக்கி: *(பெ):* தான் எந்தவித மாற்றத்திற்கும் ஆளாகாது தான் சேர்ந்துள்ளதில் வேதியியல் மாற்றத்தைத் தூண்டுவதற்கான பொருள்; catalyst.

கிரியா சத்தி: *(பெ):* ஐந்து சக்தியுள் ஒன்று; one of the five kinds of Sakthis.

கிரியாத்து: *(பெ):* மலைவேம்பு; a kind of neem tree. • கர்ப்பப்பை கோளாறுகளுக்கு **கிரியாத்து** மருந்தாகப் பயன்படவும் செய்கிறது.

கிரியா மார்க்கம்: *(பெ):* முக்திக்கு உரிய வழி; a way to attain final bliss.

கிரியை: *(பெ):* செய்கை; சிவபெருமான் வழிபாடு; இறுதிக்கடன்; கிரியா சக்தி; action; devotion to Lord Shiva; funeral rites; Kiriya Sakthi, a way to attain final bliss. • கிரியை அற்றோன் மறை சாற்றுவது ஏனோ? - *பழமொழி.*

கிரியைக் கேடு: *(பெ):* முறைகேடு; irregularity; injustice.

கிரிராசன்: *(பெ):* இமயமலை; Himalayas.

கிரிவாணம்: *(பெ):* நீலாஞ்சனக்கல்; a precious stone.

கிரீசன்: *(பெ):* சிவபெருமான், Lord Shiva.

கிரீடாதிபதி: *(பெ):* முடிதரித்தோன்; the person who wore the crown.

கிரீடம்: *(பெ):* அரசன், அரசி போன்றோர் தங்களின் அதிகாரத்தின் சின்னமாகத் தலையில் அணிந்து கொள்ளும் முடி; crown.

கிரீடி: *(பெ):* அருச்சுனன்; அரசன்; Arjuna, the brother of Pancha Pandavas; the king.

கிரீடித்தல்: *(பெ):* விளையாடுதல்; புணர்தல்; to play; to copulate; to have sex.

கிரீடை: *(பெ):* விளையாட்டு; மகளிர் விளையாட்டு; புணர்ச்சி; play; a women's game; sexual intercourse.

கிரீட்டி: *(பெ):* பிரண்டைக் கொடி; square-stalked vine.

கிரீட்டுமம்: *(பெ):* முதுவேனிற் காலம்; summer; the month of Aani and Aadi, the season of extreme heat.

கிரீதன்: *(பெ):* விலைக்கு வாங்கிய ஸ்வீகாரப் புத்திரன்; the son purchased for adoption.

கிரீவம்: *(பெ):* கழுத்து; neck.

கிருகசாரி: *(பெ):* இல்லற வாழ்க்கை நடத்துவோன்; one who leads domestic life.

கிருகச்சித்திரம்: *(பெ):* குடும்ப சச்சரவு; family dispute.

கிருக தேவதை: *(பெ):* குடும்ப தெய்வம்; the family deity.

கிருகத்தன்: *(பெ):* இல்லற வாழ்க்கை நடத்துவோன்; one who leads domestic life.

கிருகபதி: *(பெ):* குடும்பத்தலைவன்; the head of the family; husband.

கிருகம்: *(பெ):* வீடு; house.

கிருகாங்கம்: *(பெ):* கற்பக மர வகை; a tree in the heaven.

கிருகிணி: *(பெ):* மனைவி; wife.

கிருசம்: *(பெ):* மெலிவு; இளைப்பு; weakness; weariness.

கிருட்டி: *(பெ):* பன்றி; பிரண்டைக் கொடி; pig; square-stalked vine.

கிருட்டிகன்: *(பெ):* விவசாயி; வேளாளன்; agriculturist; one who belongs to velala caste.

கிருட்டிண பட்சம்: *(பெ):* தேய்பிறை; waning Moon.

கிருட்டிண பாணம்: *(பெ):* எட்டி மரம்; strychnine tree; worm wood.

கிருட்டிணம்: *(பெ):* கறுப்பு; இரும்பு; மிளகு; துருசு; காகம்; குயில்; மான் வகை; black; iron; pepper; blue vitriol; crow; koel; a kind of deer.

கிருட்டிண மூலி: *(பெ):* துளசிச் செடி; sacred basil plant

கிருட்டிணன்: *(பெ):* கண்ணன்; அருச்சுனன்; Lord Krishna; Arjuna, the brother of Pandavas.

கிருட்டிணை: *(பெ):* திரௌபதி; ஓர் ஆறு; கடுகு; வால் மிளகு; Draupathi, the wife of Pancha Pandavas; a river; mustard; cubeb.

கிருட்டினாசினம்: *(பெ):* மான் தோல்; skin of the deer.

கிருதருக்கு: *(பெ):* வஞ்சகம்; deceit.

கிருதம்: *(பெ):* நெய்; செம்முருங்கை மரம்; ghee; a kind of tree.

கிருத யுகம்: *(பெ):* புராணத்தில் நான்கு யுகங்களில் நன்மைகள் நிறைந்த முதல் யுகம்; the first of the four ages in Puranas said to be the 'Age of Virtues'.

கிருதன்: *(பெ):* செருக்குடையவன்; one who has pride.

கிருதா: *(பெ):* ஆண்கள் காதின் அருகில் அடர்த்தியாகவும், நீளமாகவும் தலைமுடியின் தொடர்ச்சியாக வளர்க்கும் முடி; side-boards; side-burns.

கிருதார்த்தன்: *(பெ):* பேறு பெற்றவன்; one who attains good fortune.

கிருதி: *(பெ):* பாட்டின் இராகத்தை அதிகமாகச் சார்ந்திருக்கும் இசை வடிவம்; a composition depending on and bringing out the form of a raagam set to a particular thaalam.

கிருது: *(பெ):* ஒய்யாரம்; செருக்கு; vanity; arrogance.

கிருத்தம்: *(பெ):* செய்யப்பட்டது; that which is done entirely.

கிருத்திகை: *(பெ):* மாதத்தில் வரும் கிருத்திகை நட்சத்திரம்; முருகக்கடவுளுக்கான விசேட நாள்; தமிழ் வருடத்தின் எட்டாவது மாதமான கார்த்திகை மாதம்; the day of Karthigai star in a month, considered sacred to Lord Muruga; the eighth month of Tamil Year - Karthigai.

கிருத்தியம்: *(பெ):* தொழில்; ஐந்தொழில்; பிதுர் கடன்; profession; five functions of God; obsequies to one's deceased father.

கிருத்திரம்: *(பெ):* கழுகு; eagle; vulture.

கிருத்திரமம்: *(பெ):* வஞ்சனை; போலியானது; தொல்லை; artfulness; anything counterfeit; trouble.

கிருத்திவாசன்: *(பெ):* சிவபெருமான்; Lord Shiva.

கிருபணம்: *(பெ):* உலோபம்; miserliness.

கிருபணன்: *(பெ):* கருமி; miser.

கிருபாகரம்: *(பெ):* திருவருள்; divine grace.

கிருபை: *(பெ):* அருள்; கருணை; benevolence bestowed by God; compassion.

கிருமி: *(பெ):* நோயினை உண்டாக்கும் தன்மை கொண்ட கண்ணுக்குப் புலப்படாத மிகச் சிறு உயிரினம்; microbe such as bacteria, virus causing diseases.

கிருமி சத்துரு: *(பெ):* பலாசு மரம்; a kind of tree.

கிரேதாயுகம்: *(பெ):* கிருதயுகம்; the first of the four ages in puranas said to be the Age of Virtues.

கிரேந்தி: *(பெ):* ஏலத்தோல்; the outer cover of cardamom pod.

கிரௌஞ்சம்: *(பெ):* அன்றில் பறவை; கோழி பறக்கும் தூரம்; ஒரு மலை; ஒரு தீவு; Indian love bird; a measure of distance; a mountain; an island.

கிலம்: *(பெ):* சிதைந்தது; சிறுமை; புன்மை; that which is spoiled; smallness; offence; meanness.

கிலமாதல்: *(வி):* பழுதுபடுதல்; to impair.

கிலாய்த்தல்: *(வி):* கோபப்படுதல்; அங்கலாய்த்தல்; be very angry; to lament.

கிலி: *(பெ):* அச்சம்; பயம்; பீதி; fear; jitters. ● கிலி பிடித்ததோ ? புலி பிடித்ததோ ? - *பழமொழி.*

கிலிகோலம்: *(பெ):* சீர்கேடு; அலங்கோலம்; deterioration; disorder.

கிலி பிடித்தல்: *(வி):* மனதில் அச்சம் கொள்ளுதல்; be frightened.

கிலீபம்: *(பெ):* அலி; an eunuch; a person who is neither a man nor a woman.

கிலுகிலி: *(பெ):* கிலுகிலுப்பை; child's rattle.

கிலுக்கம்: *(பெ):* பறவை வகை; a kind of bird.

கிலுக்கு ஒலிக்கை: *(பெ):* ஒரு விளையாட்டுக் கருவி; a thing used in games of children.

கிலுக்குதல்: *(வி):* ஒலித்தல்; to produce sound; to sound.

கிலுத்தம்: *(பெ):* மணிக்கட்டு; wrist. ● கிலுத்தம் பிசகியதால் உண்டான வலியால் எனது மகள் துடித்துப் போய்விட்டாள்.

கிலுபதம்: *(பெ):* நியாயம்; முறைமை; justice; order; manner.

கிலேசம்: *(பெ):* துன்பம்; suffering; pain.

கில்தல்: *(வி):* ஆற்றல் கொள்ளுதல்; சம்மதித்தல்; be able; to accept.

கில்லம்: *(பெ):* கழுத்து; தொண்டைக் குழி; neck; larynx.

கில்லாடி: *(பெ):* அதிகப்படியான சாமர்த்தியம் கொண்டவன்; வெகுசாமர்த்தியமாகக் குற்றங்களைச் செய்பவன்; clever guy; trickster.

கிழக்கு: *(பெ):* கிழக்கு திசை; இழிவு; பள்ளம்; கீழிடம்; east; lowness; ditch; pit; bottom.

கிழக்கு வெளுத்தல்: *(பெ):* பொழுது விடிதல்; to dawn.

கிழங்கான்: *(பெ):* கடல் மீன் வகை; a variety of seafish.

கிழங்கு: *(பெ):* சில வகைத் தாவரங்களின் வேர்ப்பகுதியில் விளைந்திடும் திரட்சியான பகுதி; tuber.

கிழங்கெடுத்தல்: *(வி):* அடியோடு அழித்தல்; to destroy completely.

கிழடு: *(பெ):* முதுமை; முதிர்ச்சியடைந்தது; aged; ripe.

கிழத்தனம்: *(பெ):* முதுமை; state of being aged.

கிழத்தி: *(பெ):* மனைவி; தலைவி; உரியவள்; wife; lady; heroine of a story or love poem; the lady kept by a man.

கிழமேல்: *(வி.அ):* கிழக்கு மேற்காக; east-western;

கிழமை: *(பெ):* உரிமை; உறவு; நட்பு; குணம்; முதுமை; வார நாள்; propriety; relationship; friendship; character; quality; the state of being aged; day.

கிழம்: *(பெ):* முதுமை அடைந்தவர்; முதுமை; one who attained old age; the state of being aged. ● கிழக்கிடாவைப் புகழ்வது இகழ்ச்சி யல்லவா ! ● கிழவன் பேச்சு சபைக்கு ஏறுமா ? - *பழமொழிகள்.*

கிழலை: *(பெ):* திசை; direction.

கிழவன்/கிழவோன்: *(பெ):* உரியவன்; தலைவன்; மருதநிலத் தலைவன்; வயது முதிர்ந்தவன்; எண்ணெய்க் கசடு; கணவன்; one who owns; master; lord; the chief of agricultural tract; old man; the sediment of oil; husband. • **கிழவன்** தான் நரை; அவன் கொடுத்த பணமுமா நரை - *பழமொழி.* • காடு வா, வா என்கிறது வீடு போ, போ என்கிறது. ஆனாலும் **கிழவனுக்கு** வந்த ஆசையைப் பார்.

கிழவி: *(பெ):* மனைவி; தலைவி; வயதான பெண்மணி; முருங்கை; உரியவள்; wife; heroine; old woman; drumstick; the woman who has the right.

கிழாஅன்: *(பெ):* தயிர் பானை; curd pot.

கிழாத்தி: *(பெ):* மீன் வகை; a variety of fish.

கிழார்: *(பெ):* வேளாளர் பட்டப்பெயர்; நீர் இறைக்கும் பொறி; தோட்டம்; a title of agriculturists/velalas; water-lift; a pumping engine; garden; field.

கிழாலை: *(பெ):* களர் நிலம்; saline soil.

கிழாள்: *(பெ):* உரியவள்; the woman who is having the right.

கிழான்: *(பெ):* உரியவன்; சூரியன்; வேளாளர் பட்டப்பெயர்; தயிர்த்தாழி; தயிர்; the man who is having the right; the Sun; a title of velalas; curd pot; curd.

கிழான் பச்சை: *(பெ):* சந்தன வகை; a kind of sandal paste.

கிழி: *(பெ):* நிதி முடிப்பு; கந்தை; துணியில் வரையப்பட்ட சித்திரம்; gold or valuables tied up in a piece of cloth; rag; a figure painted on cloth.

கிழிசல்: *(பெ):* கிழியல்; tattered garment.

கிழிதம்: *(பெ):* நிதி முடிப்பு; gold or valuables tied up in a cloth.

கிழிதல்: *(வி):* துணி, தாள் போன்றவை ஓரிடத்தில் பிரிந்து போதல்; தோற்றுப் போதல்; உடைதல்; அழிந்து போதல்; to be torn (cloth, paper etc.); to be defeated; to be broken; to be ruined.

கிழித்தல்: *(வி):* கோடு, கட்டம் போன்றவற்றை இழுத்தல்; தின்னுதல்; தீக்குச்சி போன்றவற்றை உரசுதல்; வெறுப்புடன் பேசும்போது சாதித்தல் என்னும் பொருள்படப் பேசுதல்; வாயை அகலமாகத் திறத்தல்; தின்னுதல்; துணி, தாள் போன்றவற்றை இருகூறாகப் பிரித்தல்; to draw a line or a diagram; to rub a matchstick; (said contemptuously) to accomplish; to open the mouth wide; to eat; to tear (the cloth, paper etc.).

கிழிப்பு: *(பெ):* குகை; கிழிக்கை; பிளப்பு; cave; tearing; cleft.

கிழிமுறி: *(பெ):* கிழிக்கப்பட்ட ஆவணம்; the torn out document; expired document.

கிழியல்: *(பெ):* கிழிவு; கிழிந்த துணி; பயனற்றவன்; tearing; tattered garment; useless fellow.

கிழியீடு: *(பெ):* பொன் முடிப்பு; நிதி முடிப்பு; valuables tied up in a piece of cloth.

கிழிவு: *(பெ):* கிழிதல்; வாய்ப்புக் கிடைக்காமை; tearing; unable to have the chance.

கிளத்தல்: *(வி):* புலப்படும்படி கூறுதல்; to express clearly.

கிளப்பம்: *(பெ):* கிளர்ச்சி; rising.

கிளப்பி விடுதல்: *(வி):* தூண்டி விடுதல்; நீக்குதல்; to induce; to remove.

கிளப்பு: *(பெ):* எழும்புகை; சொல்லுகை; சோற்றுக் கடை; arising; telling; a mess.

கிளம்பல்: *(பெ):* எழும்பல்; rising.

கிளம்புதல்: *(வி):* மேலெழுதல்; விளக்கமாதல்; முண்டெழுதல்; உண்டாதல்; புறப்படுதல்; எடுபடுதல்; அதிகப்படுதல்; to rise; to be clear; to shoot up; to sprout; to start; to gain acceptance; to maximise.

கிளர்: *(பெ):* ஒளி; பூந்தாது; light; pollen.

கிளர்ச்சி: *(பெ):* எழும்புதல்; மேலோங்குதல்; உள்ளத்தில் உண்டாகும் கிளர்ச்சி; வளர்ச்சி; செழிப்பு; கலவரம்; சினம்; இறுமாப்பு; uprising; to prevail over; enthusiasm; growth; fertility; agitation; anger; pride.

கிளர்தல்: *(வி):* வளர்தல்; மேலெழும்புதல்; மிகுதல்; விளங்குதல்; சிறத்தல்; உள்ளம் கிளர்ச்சியடைதல்; சினத்தல்; to grow; to rise; to exceed; to become renowned; to shine; to become spirited; be very angry.

கிளர்வரி: *(பெ):* நடிப்பில் ஒரு வகை; a kind of acting.

கிளர்வி: *(பெ):* கதவு; door.

கிளவி: *(பெ):* பேச்சு; சொல்; மொழி; speech; word; language.

கிளறி விடுதல்: *(வி):* கிண்டி விடுதல்; கலக்குதல்; துழாவுதல்; துருவி ஆராய்தல்; வெளியாக்குதல்; to stir up; to mix; to stir with hand; to investigate; to make public.

கிளா: *(பெ):* களாச்செடி; a kind of plant.

கிளாய்: *(பெ):* பறவை வகை; கிளி; வெட்டுக்கிளி; a kind of bird; parrot; grasshopper.

கிளி/கிளிப்பிள்ளை: *(பெ):* கிள்ளை; பறவை வகை; parrot; a kind of bird. • **கிளி**யின் *அருமையைப் பூனை அறியுமா?* • **கிளி**யை *வளர்த்துப் பூனை கையில் கொடுக்கலாமா?* • **கிளி**யைப் போல பேச்சும் மயிலைப் போல நடையும். • **கிளி**ப் பேச்சு கேட்க வா. - *பழமொழிகள்.*

கிளிகடி கருவி: *(பெ):* கிளியோட்டும் கருவி; contrivance to scare away parrots.

கிளிஞ்சில்: (பெ): கடல் வாழ் உயிரினமான சிப்பிவகை; oyster-shell.

கிளித்தட்டு: (பெ): விளையாட்டு வகை; a play - the game of 'Kilithattu'.

கிளி மூக்கன்: (பெ): கற்றாழை; வளைந்த மூக்குடையவன்; aloe; one who has a nose, like parrot's.

கிளிமூக்குக் கிழங்கு: (பெ): ஆகாச கருடன் கிழங்கு; a kind of tuber.

கிளுகிளுப்பு: (பெ): ஆண், பெண் இடையே உண்டாகும் சிலிர்ப்புணர்வு; sexual excitement.

கிளுகிளுத்தல்: (வி): மகிழ்தல்; உடலுறவு நினைவால் சிலிர்ப்புத் தன்மையடைதல்; be happy; to get titillated by sexual thoughts.

கிளுவை: (பெ): செடி வகை; பறவை வகை; மீன் வகை; மர வகை; a kind of plant; a kind of bird; a kind of fish; a kind of tree.

கிளை: (பெ): கப்பு; பூங்கொத்து; தளிர்; சுற்றம்; பகுப்பு; இனம்; உறவினர்; மூங்கில்; ஓர் இசை; ஓர் இசைக் கருவி; branch; bunch of flowers; shoot; kith; division; race; kindred; bamboo; a music; a musical instrument.

கிளைக்கதை: (பெ): ஒன்றில் இருந்து பல கதைகள் தோன்றும் கதை; episode.

கிளைக் கொம்பு: (பெ): பன்றியின் கோரைப் பல்; the fang of the boar.

கிளை கூட்டுதல்: (பெ): ஆந்தைகள் கூட்டமாகச் சத்தமிடுதல்; the loud cry of owls totally.

கிளைஞர்: (பெ): சுற்றத்தார்; நண்பர்; மருத நிலத்தவர்; relatives; friends; those who belong to agricultural tract.

கிளைதல்: (வி): நீக்குதல்; களைதல்; கிளறுதல்; to remove; to exterminate; to stir.

கிளைத்தல்: (வி): மரக்கப்பு விடுதல்; பெருகுதல்; உண்டாதல்; நெருங்குதல்; விளைதல்; நிறைதல்; கிளறுதல்; to branch off; to multiply; to appear; be near; to produce; to abound; to digup.

கிளை நதி: (பெ): ஓர் ஆற்றிலிருந்து பிரிந்து செல்லும் சிற்றாறு; the branch of a river; tributary stream.

கிளைப்பு: (வி): கப்பு விடுதல்; கிண்டுதல்; to branch off; to stir up; to dig up.

கிளைமை: (பெ): உறவு; kinship.

கிளையடுப்பு: (பெ): கொடியடுப்பு; a kind of domestic oven with side oven.

கிளையார்: (பெ): உறவினர்கள்; நண்பர்கள்; relatives; friends.

கிளை வழி: (பெ): கொடிவழி; வம்சம்; side-walk; lineage.

கிள்ளவடு: (பெ): கரண்டகம்; a small metal box for keeping quick lime.

கிள்ளாக்கு: (பெ): அதிகாரச் சீட்டு; authorization letter.

கிள்ளி: (பெ): சோழர்களுக்கான சிறப்புப் பட்டம்; the special title of Chozhas.

கிள்ளிக் கொடுத்தல்: (வி): சிறுகக் கொடு; தூண்டிவிடு; to give small quantity; to induce.

கிள்ளி விடுதல்: (வி): தூண்டி விடுதல்; to induce.

கிள்ளியெறிதல்: (வி): எண்ணம், நினைவு போன்றவற்றை நீக்கிடுதல்; to nip off one's thoughts, memories, etc.

கிள்ளு: (வி): இலை, காம்பு போன்றவற்றை நகத்தால் துண்டாக்குதல்; தசையைப் பிடித்து வலிக்குமாறு விரல்களால் நெருக்குதல்; பசி வயிற்றையும் சொற்கள் மனதையும் வலித்திடச் செய்தல்; to nip a leaf etc.; to pinch; to feel the pangs of hunger; to affect; to touch. • ***கிள்ளிக்*** கொடுக்க சதையில்லைன்னாலும் பேரென்னவோ தொந்தியாப் பிள்ளை. • ***கிள்ளுகிறவன்*** இடத்தில் இருந்தாலும் இருக்கலாம்; அள்ளுகிறவன் இடத்தில் இருக்கக் கூடாது. • ***கிள்ளுக்கீரை*** என்று நினைத்தானோ? - *பழமொழிகள்.*

கிள்ளை: (பெ): கிளி; குதிரை; சாதிபத்திரி; parrot; horse; the nut-meg flower.

கிள்ளைச் சாதம்: (பெ): கிளிக் குஞ்சு; the young one of parrot.

கிறாக்கி: (பெ): அருமை; விலையேற்றம்; rareness; a rise in price.

கிறாம்புதல்: (வி): மெல்லச் செதுக்குதல்; to carve slowly.

கிறாய்: (பெ): களிமண்; clay.

கிறாளித்தனம்: (பெ): கொடுமை; cruelty; wickedness.

கிறி: (பெ): பொய்; தந்திரம்; மாயம்; பவள வடம்; false; trick; deception; coral chain.

கிறிசு: (பெ): குறுவாள்; dagger.

கிறித்தல்: (வி): மாயஞ்செய்தல்; to make illusion; to produce false appearance.

கிறித்தவன்/கிருத்தவன்: (பெ): கிறித்தவ மதத்தைச் சேர்ந்தவன்; one who belongs to Christianity.

கிறுகிறுத்தல்: (வி): தலை சுற்றுதல் போன்று இருத்தல்; குழம்பியிருத்தல்; feel giddy; be confused.

கிறுகிறுப்பு: (பெ): தலைசுற்றல்; மயக்கம்; giddiness; dizziness.

கிறுக்கல்: (பெ): புரிந்து கொள்ள இயலாதபடி எழுதப்பட்டிருப்பது; scribbling.

கிறுக்கன்: (பெ): பைத்தியக்காரன்; விசித்திரமாக நடந்து கொள்பவன்; lunatic; eccentric; crazy fellow.

கிறுக்கு: (வி): படித்து உணர முடியாதபடி எழுதுதல்; to scrawl; (பெ): பைத்தியம்; பைத்தியக்காரன்; ஆணவம்; தலைசுற்று; lunacy; lunatic; mad person; pride; confusion.

கிறுங்குதல்: *(வி):* அசைதல்; to move.

கிறுசன்: *(பெ):* குங்குமப்பூ; மஞ்சள்; saffron flower; turmeric.

கிறுது: *(பெ):* குறும்பு; செருக்கு; mischivousness; pride.

கிறுதுவேதன்: *(பெ):* பீர்க்கன் கொடி; sponge-gourd creeper.

கிறுத்துவம்: *(பெ):* அகில்; eagle-wood.

கிற்பன்: *(பெ):* அடிமை; slave.

கிற்பு: *(பெ):* வலிமை; வேலைப்பாடு; செய்கை; அடிமைத்தனம்; strength; workmanship; action; slavery.

கினிதல்: *(வி):* முற்றுங் கவிதல்; to envelop.

கினை: *(பெ):* விளா மரம்; a kind of tree.

கின்னகம்: *(பெ):* தூக்கணாங் குருவி; weaver bird.

கின்னம்: *(பெ):* கீழ்மை; துன்பம்; meanness; suffering.

கின்னரப்பெட்டி: *(பெ):* ஆர்மோனியம் போன்ற இசைக்கருவி; a kind of musical instrument like Harmonium.

கின்னரம்: *(பெ):* பறவை வகை; a kind of bird.

கின்னரர்: *(பெ):* மனித உடலும் குதிரை முகமும் உடைய தேவசாதியர்; the celestial beings who have the body of humanbeing and the face of horse.

கின்னரர்பிரான்: *(பெ):* குபேரன்; Kubera, the God of wealth.

கின்ன ராகம்: *(பெ):* பண் வகை; a kind of music.

கின்னரி: *(பெ):* யாழ்வகை; a kind of lute.

கீ

கீகசம்: *(பெ):* எலும்பை ஒட்டிய சதைப்பகுதி; மிகச் சிறிய புழு வகை; the flesh on the bone; a kind of tiny worm.

கீகடம்: *(பெ):* நெருக்கம்; closeness; nearness.

கீசகம்: *(பெ):* மூங்கில்; குரங்கு; தலைக்கு இடும் காப்புறை; bamboo; monkey; helmet.

கீசகன்: *(பெ):* வீமனால் கொல்லப்பட்ட விராட தேசத்து மன்னன்; Keechagan, the king of Viraada Desam, was killed by Bhima, one of the Pandavas.

கீசம்பறை: *(பெ):* முறைகேடு; ஒழுங்கீனம்; injustice; irregularity; disorder.

கீசரன்/கீசரி: *(பெ):* சரக்கொன்றை மரம்; Indian Laburnum tree.

கீசன்: *(பெ):* சூரியன்; போர் வீரன்; the Sun; warrior.

கீசா: *(பெ):* பொய்; lie; false.

கீச்சான்: *(பெ):* குழந்தை; ஒரு குருவி வகை; கடல்மீன் வகை; child; a kind of a small bird; a variety of sea fish.

கீச்சி: *(பெ):* கழுத்தணி வகை; a kind of necklace.

கீச்சு: *(பெ):* அழுகையொலி; ஒரு வகைப் பறவையொலி; இறுகிய இரும்பு; moan; the sound produced by a bird; hardened iron.

கீச்சுப்புட்டை: *(பெ):* அண்டவாதம்; வாத நோய்; inflammation of the testicles; rheumatism-the painful inflammation in the joints and muscles.

கீடப்பகை: *(பெ):* வாய் விளங்கம்; a siddha medicinal thing.

கீடமணி: *(பெ):* மின்மினிப் பூச்சி; firefly.

கீடமாரி: *(பெ):* சிறு புள்ளடிப் பூண்டு; a herb.

கீடம்: *(பெ):* புழு; பூச்சி; வண்டு; worm; insect; beetle.

கீணம்: *(பெ):* சிதைவு; கேடு; damage; harm; adversity.

கீணர்: *(பெ):* அற்பர்; கீழோர்; mean persons; those who have low qualities.

கீண்டல்: *(வி):* கிழித்தல்; கிண்டுதல்; கிளைத்தல்; பிளத்தல்; to tear off; to stir up; to branch off; to cleft.

கீதசாலை: *(பெ):* இசை பயிலுமிடம்; the place for learning music.

கீதம்: *(பெ):* இன்னிசை; இசைப்பாட்டு; வண்டு; மூங்கில்; song; chant; hymn; melody; beetle; bamboo.

கீதவம்: *(பெ):* ஊமத்தை; thorn-apple; Datura plant.

கீதவாத்தியம்: *(பெ):* இசைக்கருவி; musical instrument.

கீதவேதம்: *(பெ):* சாம வேதம்; Sama Veda.

கீதாரி: *(பெ):* இடையர்; shepherds.

கீதி: *(பெ):* பாடுகை; பாட்டு; கருங்காலி; singing; song; ebony.

கீதை: *(பெ):* பகவத் கீதை; Bhagavadh Geetha.

கீரணம் 334 **கீழ்க்குரல்**

கீரணம்: (வி): விழுங்குதல்; swallow.

கீரம்: (பெ): பால்; நீர்; கிளி; milk; water; parrot.

கீரவாணி: (பெ): ஒரு பண் வகை; a kind of music.

கீரி: (பெ): கீரிப்பிள்ளை என்னும் விலங்கு; கள்ளி; கருவாலி மரவகை; mongoose; cactus; milk-hedge; a kind of tree. ● **கீரி** கடித்த பாம்பு போல். ● **கீரியும்** பாம்பும் போல - *பழமொழிகள்.*

கீரிநோய்: (பெ): குழந்தைகளை பாதிக்கும் நோய்; a disease affecting children.

கீரிப்பல்: (பெ): சிறு பல்; sharp little teeth.

கீரிப்பிள்ளை: (பெ): நகுலம்; mongoose.

கீரிப்பூச்சி: (பெ): கீரைப்பூச்சி; thread-worm.

கீரி ராசி: (பெ): சுறுசுறுப்பற்ற பருமனான குதிரை; the horse which is fat and lazy.

கீரை: (பெ): உணவாகப் பயன்படும் தாவர இலை வகை; greens. ● **கீரைக்கடைக்கு** எதிர்க் கடை வேண்டாமே. ● **கீரைக்கட்டை** வெட்டச் சொன்னால் தோரணமாவா கட்டுவது? ● **கீரைத்தண்டு** பிடுங்க ஏலேலோ பாட்டு தேவையா? ● **கீரை** நல்லதானால் கழுவிய தண்ணியிலேயே வேகும் - *பழமொழிகள்.*

கீரை நார்ப்பட்டு: (பெ): பட்டுச் சேலை வகை; a kind of silk saree.

கீரை மணி: (பெ): கழுத்தில் அணியும் பாசிமணி வகை; a kind of necklace of green.

கீரை மீன்: (பெ): ஒரு வகை மீன்: a kind of fish.

கீர்: (பெ): சொல்; பாட்டு; பாயச வகை; word; song; a kind of semi-liquid food prepared of milk, rice, sago, etc. mixed with sugar. ● பாதாம் **கீர்** என்றால் எல்லோருக்கும் ஏற்றது.

கீர்த்தனம்/கீர்த்தனை: (பெ): இசைப்பாட்டு; புகழ்ச்சி; song; hymn; psalm-praise.

கீர்த்தி: (பெ): புகழ்; fame. ● மூர்த்தி சிறிசு ஆனாலும் **கீர்த்தி** பெரிசு. ● **கீர்த்தி** பெற்றும் கிலேசம் என்ன? ● வெறும் **கீர்த்தி**யால் பசி தீருமா? - *பழமொழிகள்.*

கீர்த்தித்தானம்: (பெ): சென்ம லக்னம்; (Astrol) the ascendant.

கீர்த்திமை: (பெ): கீர்த்தி; புகழ்; praise; fame; popularity.

கீர்வாணி: (பெ): ஒரு பண் வகை; a kind of music.

கீலக: (பெ): ஒரு தமிழ் வருடம்; a Tamil Year.

கீலகம்: (பெ): ஆணி; விரகு; ஏய்ப்பு; தந்திரம்; கீல்; nail; means; deceit; cunning; hinge.

கீலச்சு: (பெ): உருவத்தை வடிக்கும் கட்டளை அச்சு; mandrel.

கீலம்: (பெ): ஆணி; சுடர்க்கொழுந்து; பிசின்; கிழிதுண்டம்; வெட்டு; தார்; கீல்; கீற்று; சுவாலை; ஆப்பு; தூண்; ஆயுதம்; சிறுமை; சலாகை; nail; shooting flame; resin; tattered cloth; cutting; tar; hinge; stripe; flame; peg; pillar; weapon; meanness; needle-like tool of steel.

கீலாலம்: (பெ): இரத்தம்; நீர்; காடி; blood; water; fermented gruel or rice water.

கீலி: (பெ): விரகன்; தந்திரசாலி; clever person; cunning fellow.

கீல்: (பெ): கதவின் முளை; உடற்பொருத்து; தார்; hinge; joint in animal body; tar.

கீல்தல்: (வி): கிழித்தல்; to tatter.

கீல் வாயு: (பெ): வாதநோய்; rheumatism.

கிழண்டை: (பெ): கிழக்குப் பக்கம்; eastern side.

கீழது: (பெ): கீழுள்ளது; that which lag under.

கீழறுத்தல்: (வி): சதிசெய்தல்; to plot.

கீழறுப்பான்: (பெ): வஞ்சகன்; deceitful man.

கீழறை: (பெ): நிலவறை; பொந்து; cellar; hole; hollow in a tree.

கீழாடை: (பெ): கூத்துகளில் ஆண்கள் இடுப்புக்குக் கீழாக அணியும் ஆடை; the outer garment worn by male folk artistes below their hip.

கீழாதல்: (வி): தாழ்வடைதல்; தளர்தல்; to become low in status; to faint.

கீழாநெல்லி: (பெ): நெல்லிச்செடி வகை; a small plant with slender green main branches; *phyllanthus niruri*, used in the treatment of jaundice.

கீழாறு: (பெ): நிலத்தினடியில் ஓடும் ஆறு; the river which flows under the ground.

கீழிடுதல்: (வி): தாழ்த்துதல்; to degrade.

கீழிதழ்: (பெ): கீழுதடு; lower lip.

கீழைத்திசை/கீழ்த்திசை: (பெ): கிழக்குத் திசை east.

கீழைத்தெரு: (பெ): கிழக்குத் தெரு; east street ● **கீழைத் தெருவில்** பல்லக்கைக் கொடுத்து மேலைத் தெருவிலே பிடுங்கிக் கொள்வது போல - *பழமொழி.*

கீழை நாள்: (பெ): விடியற்காலம்; dawn.

கீழோங்கி: (பெ): செம்படவருள் ஒரு வகுப்பினர்; a sub-caste in fishermen community.

கீழோர்: (பெ): தாழ்ந்தோர்; low caste people mean persons. ● **கீழோர்** ஆயினும் தாழ உரை - *முதுமொழி.*

கீழ்: (பெ): கீழிடம்; கிழக்கு; பள்ளம்; முற்காலம்; குற்றம்; கயமை; இழிந்தவன்; மறதி; கடிவாளம்; underground; east; pit; ancient period; fault; baseness; the man who has low qualities; forgetfulness; horse bit.

கீழ்க்கடை: (பெ): இழிந்தது; mean base.

கீழ்க்கால்: (பெ): முழங்கால் பகுதி; shank.

கீழ்க்காற்று/கீழைக்காற்று: (பெ): கிழக்கிலிருந்து வீசும் காற்று; the wind which blows from the east.

கீழ்க்குரல்: (பெ): அடிக்குரல்; the voice coming from the depth; whisper.

கீழ்க்குலத்தோன்: *(பெ):* தாழ்த்தப்பட்ட குலத்தோன்; one who belongs to a low caste. • **கீழ்க்குலத்தோன்** ஆயினும் கற்றவன் கற்றவன் தான் - *பழமொழி.*

கீழ்தல்: *(வி):* கிழித்தல்; பிளத்தல்; சிதைத்தல்; தோண்டுதல்; மீறுதல்; கோடு கிழித்தல்; to tear; to cleave; to demolish; to dig out; to break as a law; to draw a line.

கீழ்த்திசை: *(பெ):* கிழக்கு திசை; eastern direction; east; oriental.

கீழ்த்திசை பாலன்: *(பெ):* இந்திரன்; Lord Indra.

கீழ்த்திசையியல்: *(பெ):* உலகில் கிழக்கு ஆசியப் பகுதியைச் சார்ந்த மக்கள், அவர்களின் வரலாறு, கலை, பண்பாடு போன்றவற்றைப் பற்றிய படிப்பு; concerning the oriental people, their art, culture etc.

கீழ்ப்படி: *(வி):* பணிதல்; எதிர்ப்பு ஏதும் தெரிவித்திடாது பணிந்திடல்; to obey; to submit without any protest.

கீழ்ப்படு: *(வி):* கீழ்ப்படிதல்; உட்படுதல்; அடங்குதல்; to obey; to submit; to come under; be included.

கீழ்ப்பாய்ச்சிக் கட்டு: *(வி):* தான் செய்திடும் வேலைக்கு இடைஞ்சல் இல்லாதவாறு வேட்டியின் முனையைக் கால்களுக்கு இடையே விட்டு இறுக்கமாக இழுத்துப் பின்பக்கம் செருகிக் கட்டு; to wear a dhoti with one end tucked up when doing some manual work.

கீழ்மக்கள்: *(பெ):* இழிந்தோர்; தாழ்ந்த குலத்தைச் சார்ந்தோர்; mean persons; those who are down-trodden in a caste system of society.

கீழ்மகன்: *(பெ):* இழிந்தவன்; தாழ்ந்த குலத்தவன்; சனி; mean person; low caste person; Saturn.

கீழ்மடை: *(பெ):* கடைமடை; the land which is far away to irrigate through a canal.

கீழ்மரம்: *(பெ):* அச்சு மரம்; axle-tree.

கீழ்மேலாதல்: *(வி):* தலை கீழாதல்; to topsy - turvy.

கீழ்மை: *(பெ):* இழிவு; தாழ்வு; meanness; degradation.

கீழ்வாய்: *(பெ):* மோவாய்; குய்யம்; chin; anus.

கீழ்வாய் நெல்லி: *(பெ):* கீழா நெல்லி; a small plant with slender green main branches.

கீழ்வாயிலக்கம்: *(பெ):* ஒன்றுக்குக் கீழ்ப்பட்ட எண்ணின் பெருக்கல் வாய்ப்பாடு; பின்ன எண்ணின் கீழ்த் தொகை; multiplication of fractions; denominator of a fraction.

கீழ்வெட்டு: *(பெ):* தடுத்துப் பேசுதல்; speaking against.

கீளி: *(பெ):* கடல் மீன் வகை; a kind of sea-fish.

கீளுடை: *(பெ):* கோவணம்; man's loin-cloth.

கீள்தல்: *(வி):* கிழித்தல்; உடைதல்; to tear; to burst.

கீறல்: *(பெ):* பிளவு; எழுதுகை; கிழித்தல்; cleft; writing; tearing.

கீறிப் பார்த்தல்: *(பெ):* மெல்லிய கோடாக அறுத்துப் பார்த்தல்; to dissect.

கீறு: *(பெ):* வரி; பிளப்பு; துண்டம்; எழுத்து; தென்னை மட்டை; streak; cleft; piece; letter; stem or spine from which the leaves of coconut trees branch off.

கீறுதல்: *(வி):* கிழித்தல்; வரி கீறுதல்; எழுதுதல்; கிறுக்குதல்; அறுத்தல்; to tear; to streak; to write; to scratch; to dissect. • **கீறி** ஆற்றினால் புண் ஆறும்.

கீற்பாய்: *(பெ):* தார்ப்பாய்; tarpaulin.

கீற்பிடிப்பு: *(பெ):* வாதப்பிடிப்பு நோய்; rheumatoid arthritis.

கீற்று: *(பெ):* வரி; துண்டு; கூரை வேயும் தென்னங் கீற்று; கிடுகு. line; piece; braided coconut leaf for thatching.

கீற்றுமதி: *(பெ):* மூன்றாம் பிறை; crescent moon.

கீனம்: *(பெ):* இழிவு; குறைவு; meanness; deficiency.

கீன்றல்: *(பெ):* கீறுதல்; to dissect.

கு

கு: *(பெ):* பூமி; குற்றம்; சிறுமை; தடை; தொனி; நிந்தை; பாவம்; நீக்குதல்; நிறம்; இகழ்ச்சி; earth; default; meanness; obstacle; tone; sound; reproach; sin; removing; colour; vilification.

குகம்: *(பெ):* மலைக்குகை; நுட்பம்; மறைவு; குதிரை; mountain cavern; minuteness; secrecy; horse.

குகரம்: *(பெ):* சுரங்கம்; மலைக்குகை; நிலவறை; செவி; தொண்டை; mine; mountain cavern; cellar; ear; throat.

குகரர்: *(பெ):* சாவகத் தீவில் வாழும் ஒரு சாதியர்; Kugarar, a caste who live in Saavaham island-(now Java).

குகலிதம்: *(பெ):* ஒலி; குயிலின் குரல்; sound; crow of Koel.

குகன்: *(பெ):* முருகப் பெருமான்; குரு; இராமபிரான் தனது ஐந்தாவது தம்பியாக ஏற்றுக்கொண்ட வேடன்; Lord Muruga; guru; Kugan, a hunter and one of the characters of Ramayana.

குகாராணி: *(பெ):* உமாதேவி; Parvathi, Goddess and the consort of Lord Shiva.

குகீலம்: *(பெ):* மலை; mountain.

குகு: *(பெ):* அமாவாசை; கூகையொலி; தச நாடியுள் ஒன்று; new-moon day; the cry of an owl; one of the Dhasa Nadis.

குகுலா: *(பெ):* தேனீ; கடுகரோகணி; honey bee; a siddha medicinal thing.

குகூகம்: *(பெ):* குயில்; Koel.

குகை: *(பெ):* மலையில் விலங்குகள் தங்குமிடம்; முனிவர்கள் வாழுமிடம்; சிமிழ்; கல்லறை; உலோகங்களை உருக்கும் பாத்திரம்; நிலவறை; cave; mountain cavern; hermit's cell; casket; vault; cemetery; crucible; cellar.

குகைக்காமன்: *(பெ):* கல்நார்; asbestos.

குகைச்சி: *(பெ):* கறையான் புற்று; ant-hill.

குக்கர்: *(பெ):* மிகவும் இழிந்தோர்; சூடான காற்று அழுத்தத்தால் உணவுப் பொருட்களை சமைத்திட உதவும் பாத்திரம்; despicable persons; the cooker.

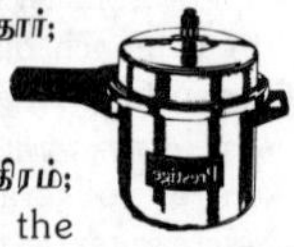

குக்கல்: *(பெ):* நாய்; கக்குவான் நோய்; dog; whooping cough.

குக்கன்: *(பெ):* நாய்; dog.

குக்கி: *(பெ):* வயிறு; stomach.

குக்கிலம்: *(பெ):* அதிவிடயப்பூண்டு; a herb.

குக்கில்: *(பெ):* செம்போத்து; குங்கிலியம்; crow pheasant; Konkani resin.

குக்குடம்: *(பெ):* கோழி; fowl; cock.

குக்குடி: *(பெ):* பெட்டைக் கோழி; hen.

குக்குதல்: *(வி):* இருமுதல்; குந்துதல்; to whoop; to sit.

குக்குரம்: *(பெ):* கோடகச் சாலைப் பூண்டு; a herb.

குக்குரி: *(பெ):* பெண் நாய்; female dog.

குக்குலி: *(பெ):* செம்போத்து; crow pheasant.

குக்குலுவம்: *(பெ):* குங்கிலியம்; Konkani resin.

குக்கூடல்: *(பெ):* முட்டாக்கு; veil; overall.

குங்கிலிகம்: *(பெ):* வாலுளுவையரிசி; a kind of siddha medicinal thing.

குங்கிலியம்: *(பெ):* ஒரு வகை மரம்; ஒரு வகை வாசனைச் சரக்கு; a kind of tree; Konkani resin, a kind of fragrant thing.

குங்குதல்: *(வி):* குன்றுதல்; குறைதல்; to decrease; to diminish.

குங்குமக் காவி: *(பெ):* செங்காவி; red-ochre.

குங்குமச் சம்பா: *(பெ):* நெல் வகை; a kind of paddy.

குங்குமச்சோரன்: *(பெ):* குதிரை வகை; a kind of horse.

குங்குமப் பரணி: *(பெ):* குங்குமச் சிமிழ்; a casket for keeping saffron powder.

குங்குமப்பூ: *(பெ):* குங்கும மரத்தின் பூ; saffron flower.

குங்குமம்: *(பெ):* செடி வகை; மஞ்சளிலிருந்து செய்யும் செம்பொடி; செஞ்சாந்து; நெற்றியிலிடும் குங்குமப்பொடி; a kind of plant; a powder made from turmeric; saffron powder; kumkum.

குங்குமவர்ணி: *(பெ):* அரிதாரம்; musk of deer; yellow orpiment.

குங்குலு: *(பெ):* குங்கிலிய மரம்; konkani resin tree.

குசக்கணக்கு: *(பெ):* தவறான கணக்கு; wrong calculation.

குசக்கலம்: *(பெ):* மண்பாண்டம்; earthen pot.

குசத்தனம்: *(பெ):* மூடத்தனம்; foolishness.

குசத்தி: *(பெ):* குயவப்பெண்; ஓடு; potter woman; roofing tile.

குசந்தனம்: *(பெ):* செஞ்சந்தனம்; fragrant sandal powder.

குசபலம்: *(பெ):* மாதுளை மரம்; pomegranate tree.

குசமசக்கு: *(பெ):* குழப்பம்; confusion.

குசம்: *(பெ):* நீர்; மரம்; தர்ப்பை; மார்பகம்; water; tree; sacred grass, Kaus; chest; breast.

குசர்: *(பெ):* பிசிர்; frayed end; rough edge.

குசலக்காரன்: *(பெ):* வஞ்சகன்; மந்திரவாதி; deceiver; magician; conjurer.

குசலப்புத்தி: *(பெ):* கூர்மையான புத்தி; keen knowledge.

குசலம்: *(பெ):* திறமை; நலம்; நற்குணம்; மாட்சிமை; தந்திரம்; மாந்திரிகம்; talent; goodness; virtue; majesty; stratagem; exercising supernatural powers by means of mantras.

குசலர்: *(பெ):* அறிஞர்; வல்லவர்; wise men; learned people; capable men.

குசலவர்: *(பெ):* இராமர், சீதா ஆகியோரின் இரட்டைப் புதல்வர்களான லவ, குச; Lava and Kusa, the twin sons of Sri Rama and Sita.

குசலன்: *(பெ):* மிக வல்லவன்; அறிஞன்; skillful person; talented person; learned man.

குசலை: *(பெ):* தடை; obstacle.

குசவம்: *(பெ):* கொய்சகம்; tucked-up ends of a saree as a woman's.

குசன்: *(பெ):* செவ்வாய்; இராமபிரானின் புதல்வருள் ஒருவன்; Mars; Kusa, one of the twin sons of Sri Rama.

குசாக்கிர புத்தி: *(பெ):* நுட்பமான அறிவு; keen knowledge.

குசாண்டு: *(பெ):* அற்பத்தனம்; சிறுமை; baseness; vileness; meanness.

குசால்: *(பெ):* களிப்பு; joy.

குசாற்காரன்: *(பெ):* பகட்டுக்காரன்; dandy; fop.

குசினி: *(பெ):* சமையல் அறை; சமையற்காரன்; kitchen; the cook.

குசு: *(பெ):* அபான வாயு; fart.

குசுகுசுத்தல்: *(வி):* கிசுகிசுத்தல்; to whisper something into one's ears.

குசுமம்: *(பெ):* பூ; flower.

குசுமாகரம்: *(பெ):* பூந்தோட்டம்; இளவேனில்; flower garden; spring season.

குசுமாசவம்: *(பெ):* தேன்; honey.

குசும்பம்: *(பெ):* செந்துருக்கம் பூ மரம்; a kind of flower tree.

குசும்பு: *(பெ):* குறும்புத்தனம்; mischief.

குசுலம்: *(பெ):* குதிரை; horse.

குசேசயம்: *(பெ):* தாமரை; lotus.

குசேலன்: *(பெ):* ஸ்ரீ கிருஷ்ணரின் உற்ற நண்பர்; Kuchela, an intimate friend of Lord Krishna.

குசை: *(பெ):* தர்ப்பை; குதிரைக் கடிவாளம்; குதிரையின் பிடரி மயிர்; மகிழ்ச்சி; Kaus, the sacred grass; horse bit; nape of the neck of a horse; joy; happiness.

குசோத்தியம்: *(பெ):* தந்திரம்; பரிகாசம்; trick; mockery.

குச்சம்: *(பெ):* பூங்கொத்து; கொத்து; குஞ்சம்; bunch of flowers; cluster; tuft

குச்சரி: *(பெ):* பண் வகை; துகில் வகை; a kind of music; a kind of cloth.

குச்சி: *(பெ):* மரக்குச்சி; முகடு; கொண்டையூசி; சிம்பு; stick; summit; hair-pin; splinter.

குச்சிகை: *(பெ):* வீணை வகை; a kind of Veena (Lute).

குச்சிதம்: *(பெ):* இழிவு; disgrace.

குச்சிப்புல்: *(பெ):* புல்வகை; a kind of grass.

குச்சு: *(பெ):* கழுத்தணி வகை; சிற்றறை; கொண்டை ஊசி; சிறுகுடில்; கொத்து; நெசவாளர் கருவி; கூரான முளை; a kind of necklace; a small room; hair-pin; a small house; cluster; weaver's brush; tent-peg. • குடியிருப்பது **குச்சு** வீடு; கனா காண்பது மச்சு வீடு - *பழமொழி.*

குச்சு மட்டை: *(பெ):* சுண்ணாம்பு அடிக்கும் மட்டை; the brush used in white-washing.

குச்சை: *(பெ):* கொய்ச்சகம்; tucked-up ends of a saree as a woman's.

குஞ்சட்டி: *(பெ):* சிறிய சட்டி; a small earthen pot.

குஞ்சம்: *(பெ):* குறள்; கூன்; குறளை; பூங்கொத்து; புற்குச்சு; புடவையின் அகலத்தில் அரைக்கால் பாகம்; கொய்ச்சகம்; குன்றிக் கொடி; நாழி; சீதாங்க பாடாணம்; புளி நறளைச் செடி; dwarf; hump-back; dwarfishness; bunch of flowers; hut; one eighth of the breadth of a saree; tucked-up ends of a saree as a woman's; crab's eye creeper; a measure of capacity; a kind of arsenic; a kind of herb.

குஞ்சரம்: *(பெ):* யானை; கருங்குவளை; elephant; blue nelumbo.

குஞ்சரமணி: *(பெ):* கழுத்தணி வகை; a kind of necklace.

குஞ்சரன்: *(பெ):* ஒரு வானரன்; அஞ்சனையின் தந்தை; அனுமனின் பாட்டன்; கத்துருவின் மகன்; நாகன்; an ape; the father of Anjana; the grandfather of Hanuman; the son of Kathuru; Naga.

குஞ்சராசனம்: *(பெ):* அரச மரம்; Pipal tree.

குஞ்சரி: *(பெ):* பெண் யானை; முருகப் பெருமானின் தேவியான தெய்வயானை; she-elephant; Deivayanai, the wife of Lord Muruga.

குஞ்சனம்: *(பெ):* வளைவு; bend.

குஞ்சன்: *(பெ):* குறளன்; குள்ளன்; dwarf.

குஞ்சி: *(பெ):* குடுமி; பறவைக் குஞ்சு; சிற்றன்னை; சிற்றப்பன்; தலை முடி; கொடி நாட்டும் குழி; குன்றிக்கொடி; ஆணின் பிறப்புறுப்பு; tuft of hair of men; chicken; young bird; mother's younger sister; father's younger brother; man's hair; the pit of the flag-staff; crab's eye; creeper; the genital part of man.

குஞ்சிதம்: *(பெ):* வளைந்தது; that which is curvod/bcnt.

குஞ்சியப்பன்: *(பெ):* தந்தையின் தம்பி; தாயின் தங்கையினுடைய கணவன்; தாயின் இரண்டாம் கணவன்; the brother of one's father; the husband of one's mother's sister; the second husband of one's mother.

குஞ்சியாய்ச்சி: *(பெ):* சிறிய தாய்; தந்தையின் தம்பி மனைவி; தந்தையின் இரண்டாம் மனைவி; தாயின் தங்கை; step-mother; the wife of father's brother; the second wife of one's father; sister of one's mother.

குஞ்சிரிப்பு: *(பெ):* புன்னகை; குறுநகை; smile;

குஞ்சு: *(பெ):* பறவைக் குஞ்சு; சிறுமை; எலி, அணில் போன்றவற்றின் குஞ்சு; young of birds; chicken; young of any living beings as rat, squirrel, etc. • குஞ்சுடன் மேய்ந்த கோழி போல. • கோழி மிதித்து **குஞ்சு** சாகுமா? - *பழமொழிகள்.*

குஞ்சுக்கடகம்: *(பெ):* சிறு ஓலைப் பெட்டி; a small box mede of dried palm leaf.

குஞ்சுரம்: *(பெ):* குன்றிமணி; crab's eye.

குஞ்சறை: (பெ): பறவைக் கூடு; bird's nest.

குஞ்சை: (பெ): நெய்வோர் பாவினில் தேய்க்கும் குஞ்சம்; weaver's brush.

குட: (பெ.அ): வளைந்த; bent; curved.

குடகம்: (பெ): மேற்கு; குடகு மலை; west; Kudagu mountain.

குடகரம்: (பெ): வேலிப்பருத்தி; உத்தாமணிக் கொடி; a herb; a kind of creeper.

குடகன்: (பெ): சேரன்; மேலை நாட்டவன்; Chera King; one who belongs to western country.

குடக்காற்று: (பெ): மேலைக் காற்று; westerly wind.

குடக்கம்: (பெ): வளைவு; bend; curve.

குடக்கனி: (பெ): பலாக்கனி; jack fruit.

குடக்கியன்: (பெ): கூனன்; hump-back.

குடக்கினி: (பெ): கருங்காலி மரம்; a kind of ebony.

குடக்கு: (பெ): மேற்கு; west.

குடக்கூலி: (பெ): வீட்டு வாடகை; house rent.

குடக்கோ: (பெ): சேரன்; Chera King.

குடங்கர்: (பெ): நீர்க்குடம்; குடிசை; கும்பராசி; water pot; hut; eleventh constellation of the Zodiac having a pitcher as its sign; Aquarius.

குடங்கால்: (பெ): மடி; lap.

குடங்குதல்: (வி): வளைதல்; to bend.

குடங்கை: (பெ): உள்ளங்கை; palm of the hand.

குடசப்பாலை: (பெ): செடி வகை; a kind of plant.

குடசம்: (பெ): மலை மல்லிகை; குடசப்பாலை; a kind of jasmine; a kind of tree.

குடச்சூல்: (பெ): பாதச்சிலம்பு வகை; a kind of anklet.

குடஞ்சாய்தல்: (வி): மாட்டுவண்டி போன்ற வாகனங்கள் ஒருபக்கமாக அல்லது தலை கீழாக விழுதல்; overturn of bullock cart and other vehicles.

குடஞ்சுட்டவர்: (பெ): பசுக்கூட்டம் மேய்க்கும் ஆயர்; cowherds.

குடஞ்சுட்டு: (பெ): பசு; cow.

குடதாடி: (பெ): வீடுகளில் தூணின் மேல் பொருத்தும்குடம்போன்றவடிவமுடையபகுதி; a wooden part like a pot, erected on a pillar in the houses.

குடதிசை: (பெ): மேற்குதிசை; western direction.

குடதேவர்: (பெ): அகத்தியர்; the Sage Agathiyar.

குடத்தி: (பெ): ஓநாய்; ஆயர்குலப் பெண்; hyena; woman belonging to shepherd community.

குடநாடு: (பெ): சேர நாடு; மேலை நாடு; Chera kingdom; western country.

குடந்தம்: (பெ): உடலை வளைத்துக் கை கூப்பிச் செய்திடும்வழிபாடு; குடம்; கும்பகோணம்; திரட்சி; a posture of worship; pot; Kumbakonam, a town in Thanjavur district; multitude.

குடந்தை: (பெ): வளைவு; கும்பகோணம்; bend; curve; Kumbakonam, a town in Thanjavur District.

குடபலை: (பெ): மணித்தக்காளி; black-night shade.

குடபுலம்: (பெ): மேலைநாடு; western country.

குடப்பம்: (பெ): இலுப்பை மரம்; a kind of tree.

குடப்பாம்பு: (பெ): குடத்திலிட்ட பாம்பு; மதிற்பொறி வகை; the snake which is put into a pot; an engine fitted on the fort wall to aim and shoot arrows, lances, etc.

குடப்பிழுக்கை: (பெ): வரிக்கூத்து வகை; a kind of play.

குடப் பெட்டி: (பெ): நெல் வகை; a kind of paddy.

குடமணம்: (பெ): கருஞ்சீரகம்; black-cumin.

குடமண்: (பெ): வெண்மணல்; white sand.

குடமலை: (பெ): குடகு மலை; Kudaghu mountain.

குடமல்லிகை: (பெ): மல்லிகை வகையுள் ஒன்று; a kind of jasmine.

குடமாடல்: (பெ): மாயோன் கூத்து; குடக் கூத்து; a dance played by Lord Krishna with a pot.

குடமிளகாய்: (பெ): மிளகாய் வகை; small sized paprika.

குடமுழவம்: (பெ): முழவு வாத்திய வகை; a kind of drum.

குடமுழுக்கு: (பெ): கும்பாபிஷேகம்; pouring the sanctified water over the temple structure at the time of consecration.

குடமுனி: (பெ): அகத்திய முனிவர்; the Sage Agathiyar.

குடமூக்கு: (பெ): கும்பகோணம்; குடந்தை; Kumbakonam, a town in Thanjavur district.

குடம்: (பெ): கும்ப ராசி; நீர்க்குடம்; குடக்கூத்து; வண்டிக் குடம்; பசு; திரட்சி; நகரம்; பூசம்; வெல்லம்; சதுரக்கள்ளி; குடநாடு; the eleventh constellation of the Zodiac having a pitcher as its sign; Aquarius; water pot; a dance played by Lord Krishna with a pot; hub of a cart wheel; cow; multitude; a town; Poosam, eighth of the twenty-seven stars; jaggery; cactus; milk-hedge; Kuda Naadu - western country or region. • குடத்திலிட்ட விளக்கு போல - *பழமொழி.*

குடம்பை: (பெ): கூடு; முட்டை; ஏரி; உடல்; nest; egg; lake; body.

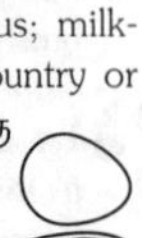

• குடம்பை தனித்தொழியப் புள்பறந் தற்றே
உடம்பொடு உயிரிடை நட்பு - *குறள் 338.*

குடராசம்: (பெ): பூரான் வகை; centipede; myriopod.

குடரி: *(பெ):* யானைத் தொட்டி; elephant stall.

குடர்: *(பெ):* குடல்; bowels; intestines; entrails.

குடலிரைச்சல்: *(பெ):* வயிற்றிரைவு; flatulence.

குடலிறக்கம்: *(பெ):* வயிற்றின் உள்ளுறுப்புகளை மூடியிருக்கும் தசை கிழிந்து அதன் வழியாக குடல் பகுதி சற்று கீழிறங்கியிருத்தல்; hernia.

குடலை: *(பெ):* பூக்கூடை; பழக்கூடை; குடல்; basket, made of palm leaves to keep fruits and flowers; bowels.

குடல்: *(பெ):* சாப்பிடும் உணவிலிருந்து சத்தை உறிஞ்சி இரத்தத்துடன் சேர்த்தும், கழிவுகளை மலவாய்க்கு அனுப்புவதுமான செயல்களைச் செய்திடும் குழல் போன்ற நீண்ட உறுப்பு; intestine. • **குடலைப்** பிடுங்கிக் காட்டினாலும் அதுவும் கஜகர்ண வித்தை என்கிறானே! • **குடலறுந்த** கோழி எங்கே போகும்? • **குடல்** காய்ந்தால் குதிரையும் வைக்கோல் தின்னும். • **குடல்** கூழுக்கு அழுகிறதாம்; கொண்டை பூவுக்கு அழுகிறதாம் - *பழமொழிகள்.*

குடல்வாதம்: *(பெ):* அண்டவாதம்; ஒரு வகை நோய்; inflammation of the testicles; a kind of disease.

குடவம்: *(பெ):* பித்தளை; brass.

குடவரை: *(பெ):* மேற்கு மலை; Western hill.

குடவரைக் கோயில்: *(பெ):* பாறை, மலைச்சரிவு போன்றவற்றைக் குடைந்து, சிற்பங்களைச் செதுக்கிய மண்டபம் போன்ற அமைப்பினை உடைய கோயில்; cave temple.

குடவரை வாசல்: *(பெ):* கோபுர வாசல்; entrance of the temple.

குடவர்: *(பெ):* குடகு நாட்டிலுள்ளோர்; those who belong to Kudagu Nadu.

குடவளப்பம்: *(பெ):* இலுப்பை மரம்; a kind of tree.

குடவறை: *(பெ):* சிற்றறை; நிலவறை; a small room; cellar.

குடவன்: *(பெ):* இடையன்; பித்தளை; ஒரு கொட்டை; கணிகை; shepherd; brass; a nut; a girl belonging to the community of dancer.

குடவிளக்கு: *(பெ):* சிறு குடவடிவ விளக்கு; மணமேடையில் தென்கிழக்கு மூலையில் குடத்தின் மீது வைக்கப்படும் விளக்கு; a lamp shaped like a small pot; a lighted lamp placed over a pot in the south-east corner of the wedding stage.

குடவு: *(பெ):* வளைவு; குகை; curve; bend; cave; cavern.

குடவுதல்: *(வி):* வளைவாதல்; to become bent.

குடவோலை: *(பெ):* முற்காலத்தில் கிராம நிர்வாக உறுப்பினர்களைத் தேர்வு செய்வதற்காக ஓலையில் பெயரை எழுதி குடத்தில் போட்டுக் குலுக்கி எடுக்கும் வாக்குச் சீட்டு; (formerly) vote as recorded on palm leaf used as a ballot paper and cast into a pot and drawn from it.

குடற்புரை: *(பெ):* குடலில் உள்ள துளை; a hole in the bowel.

குடற்பை: *(பெ):* கர்ப்பப் பை; womb; uterus.

குடற்றுடக்கு: *(பெ):* இரத்தக் கலப்பான உறவு; blood relationship.

குடா: *(பெ):* வளைவு; குடைவு; குடாக்கடல்; மூலை; bend; cavity; bay; gulf; corner; nook.

குடாக்கடல்: *(பெ):* மூன்று புறமும் தரை சூழ்ந்த கடல்; bay; gulf.

குடாக்கு: *(பெ):* புகையிலை; tobacco.

குடாசகம்: *(பெ):* கபடம்; ஏமாற்று; தீயுரை; fraud; deceit; ill-speech.

குடாசுதல்: *(வி):* சதி செய்தல்; to plot.

குடாது: *(பெ):* மேற்கு; மேற்கிலுள்ளது; west; that which is in the west.

குடாப்பு: *(பெ):* கூடு; nest.

குடாரம்: *(பெ):* கோடரி; தயிர் கடை தாழி; axe; churning pot of curd.

குடாரி: *(பெ):* கோடரி; திப்பிலி; axe; long pepper.

குடாரு: *(பெ):* தயிர் கடையும் தாழி; churning pot of curd.

குடாவு: *(பெ):* குடைவு; cavity.

குடான்: *(பெ):* செடி வகை; a kind of plant.

குடி: *(பெ):* வீடு; பருகுகை; மதுபானம்; புருவம்; குடியானவன்; குடும்பம்; குலம்; ஊர்; வாழிடம்; house; drink; liquor; eyebrow; farmer; family; tribe; town; dwelling place. • **குடிக்கிறது** கூழ்; கொப்பளிப்பது பன்னீர்; • **குடிப்பது** காடித் தண்ணி. அதுக்குத் தங்க வட்டிலா வேணும்? • **குடியில்லா** வீட்டில் குண்டுப் பெருச்சாளி உலாவும். • **குடி** வீட்டைக் கெடுக்கும். • **குடியிருந்த** வீட்டுக்கே கொள்ளி வைப்பானோ? - *பழமொழிகள்.*

- *குடியென்னும் குன்றா விளக்கம் மடியென்னும்*
  மாசூர மாய்ந்து கெடும். - *குறள் 601.*
- *குடியாண்மை யுள்வந்த குற்றம் ஒருவன்*
  மடியாண்மை மாற்றக் கெடும். - *குறள் 609.*
- *குடிசெய்வல் என்னும் ஒருவற்குத் தெய்வம்*
  மடிதற்றுத் தான்முந் துறும். - *குறள் 1023.*

குடிகாரன்: *(பெ):* குடியன்; drunkard. • **குடிகாரன்** பேச்சு பொழுது விடிஞ்சாப் போச்சு. • **குடிகாரனும்** வெறியனும் அடிபடாமல் குணப்படமாட்டான் - *பழமொழிகள்.*

குடிகேடன்: *(பெ):* குடிப்பழக்கம் காரணமாக குடும்பப் பெருமையைக் கெடுப்பவன்; the person who brings infamy to his family by his misdeeds such as drinking.

குடிகை: *(பெ):* இலைக்குடில்; கோயில்; கமண்டலம்; hut; hermitage; temple; ascetic's pitcher.

குடிகோள்: (பெ): சதி செய்து குடியைக் கெடுத்தல்; ruining the family by schemes.

குடிக்காடு: (பெ): ஊர்; town; village.

குடிக்காணம்: (பெ): வரி வகை; a kind of tax.

குடிக்காவல்: (பெ): ஊர்க்காவல்; village protection.

குடிக்கூலி: (பெ): வீட்டு வாடகை; house rent.

குடிங்கு: (பெ): பறவை; bird.

குடிசில்: (பெ): குடிசை; hut.

குடிசெய்தல்: (வி): வாழ்தல்; பிறந்த குடிக்குப் பெருமை சேர்த்தல்; to live; to add praise to the family by one's good deeds.

குடிசை: (பெ): சிறு வீடு; குச்சு வீடு; cottage; hut.

குடிசைத் தொழில்: (பெ): மின்சாரம், இயந்திரம் என ஏதுமில்லாது குடும்ப அங்கத்தினர்களின் உதவியுடன் வீட்டிலேயே நடத்தப்படும் சிறு தொழில்; cottage industry.

குடிஞை: (பெ): ஆறு; குடிசை; கோட்டான்; பறவை; river; hut; rock horned owl; bird.

குடிஞைக்கல்: (பெ): எடைக்கல்; a piece of metal of standard heaviness for weighing.

குடிஞைப்பள்ளி: (பெ): நாடக அரங்கின் ஒரு பகுதி; a portion in a drama stage.

குடிதாங்கி: (பெ): குடும்பத்தை வழிநடத்துபவன்; one who leads a family.

குடித்தரம்: (பெ): தீர்வை வகை; a kind of tax.

குடித்தல்: (வி): பருகுதல்; உட்கொள்ளுதல்; to drink; to absorb.

குடித்தனக்காரன்: (பெ): பயிரிடுவோன்; ஊரில் செல்வாக்குள்ளவன்; வீட்டுச் சொந்தக்காரன்; வாடகைக்குக் குடியிருப்பவன்; cultivator; farmer; man of wealth and influence in a village; house-holder; tenant.

குடித்தனம்: (பெ): இல்வாழ்க்கை; வாடகை குடி; குடும்பம்; domestic life; tenancy; family.

குடித்தெய்வம்: (பெ): குலதெய்வம்; family deity.

குடித்தொகை: (பெ): மக்கள் தொகை; population.

குடிநீர்: (பெ): குடித்தற்குரிய நீர்; கஷாயம்; drinking water; decoction.

குடிபடை: (பெ): குடிமக்கள்; the people of a village, town, city or nation.

குடிபுகுதல்: (வி): புதுவீட்டிற்குக் குடிபுகுதல்; to occupy a newly built house with appropriate ceremonies.

குடிபோ: (பெ): ஒரு வீட்டிற்கு வசிக்கச் சென்றிடு; குடிபுகு; to move into a house.

குடிபோதை: (பெ): அளவுக்கு அதிகமாக மது அருந்தியதால் உண்டாகும் தன் நினைவு இல்லாத நிலை; intoxication.

குடிப்பிறப்பு: (பெ): ஒருவன் பிறந்த உயர்குடி; ancestry; noble lineage.

- குடிப்பிறந்து குற்றத்தின் நீங்கி வடுப்பரியும் நாணுடையான் கட்டே தெளிவு *- குறள் 502.*
- குடிப்பிறந்து தன்கண் பழிநாணு வானைக் கொடுத்தும் கொளல்வேண்டும் நட்பு *- குறள் 794.*
- குடிப்பிறந்தார் கண்விளங்கும் குற்றம் விசும்பின் மதிக்கண் மறுப்போல் உயர்ந்து. *- குறள் 957.*

குடிப்பெண்: (பெ): மனைவி; கற்புடையவள்; wife; woman of chastity.

குடிப்பெயர்ச்சி: (பெ): ஓர் இடத்தை விட்டு மற்றொரு இடத்திற்கு வாழச் செல்லுதல்; migration.

குடிப்பெயர்ந்திடு: (வி): ஓர் இடத்தை விட்டு மற்றொரு இடத்திற்கு வாழச் சென்றிடு; to migrate.

குடிமகன்: (பெ): நற்குடியில் பிறந்தவன்; வழிவழி அடிமை; படி வாங்கி வேலை செய்வோன்; person of noble birth; a slave owning perpetual hereditary allegiance to a landlord under certain conditions; hired servant.

குடிமக்கள்: (பெ): பணி செய்தற்குரிய 18 வகை ஊர்க் குடிகள்; ஒரு நாட்டில் சட்டப்படி வாழும் குடியுரிமை உடைய மக்கள்; sub-castes rendering service in a village being 18 in numbers; subjects; citizens.

குடிமை: (பெ): அடிமைத்தனம்; குடியுரிமை; உயர் குலத்தார் பழக்க வழக்கங்கள்; slavery; nobility; manners and customs of the higher classes.

குடிமைப்பாடு: (பெ): ஊழியம்; service.

குடிமைப்பொருள்: (பெ): அன்றாட வாழ்க்கைக்குத் தேவையான அரிசி, எண்ணெய் போன்ற பொருட்கள்; civil supplies.

குடியமர்த்து: (பெ): ஓரிடத்தில் தங்கி வாழச் செய்தல்; to settle someone in a place.

குடியரசு: (பெ): மக்களுக்கே அனைத்து அதிகாரமும் என்ற அடிப்படையில் உருவாக்கப்படும் அரசியலமைப்பு; republic.

குடியரசுத் தலைவர்: (பெ): குடியாட்சியில் மக்களால் நேரடியாகவோ (அ) மக்கள் பிரதிநிதிகளாலோ தேர்ந்தெடுக்கப்படும் நாட்டு நிர்வாகத் தலைவர்; ஜனாதிபதி; President.

குடியன்: (பெ): குடிகாரன்; drunkard. • **குடியன்** கையைச் சுற்றிச் சூடுபோட்டாலும் குடியை விடான் - *பழமொழி.*

குடியாள்: (பெ): பண்ணையாள்; farm servant.

குடியானவன்: (பெ): உழவன்; பயிரிடுவோன்; farmer; agriculturist.

குடியிரு: (வி): ஒரு வீட்டிலிருந்து வாழ்க்கை நடத்திடு; ஓர் ஊரில் வசித்திடு; to take up residence in a house; to live in a place, village, town, etc.

குடியிருப்பு: (பெ): மக்கள் வசித்திடும் வீடுகள் கொண்ட நிலப்பரப்பு; வசிப்பதற்கென ஒரே

மாதிரியாகக் கட்டப்பட்ட வீடுகளின் தொகுப்பு; சிற்றூர்; வாழ்வு; group of flats; residential houses; residential area; village; living.

குடியுரிமை: *(பெ):* ஒரு நாட்டில் தங்குவதற்கான அரசு அங்கீகாரம்; ஒரு நாட்டுக்குடிமகனுக்கு உள்ள உரிமை; citizenship; rights of a citizen.

குடியெழுப்பு: *(வி):* மக்களை அவர் வாழும் இடத்தைவிட்டுவேறிடத்திற்குப்போகச்செய்திடு; to evacuate.

குடியெழும்பு: *(வி):* மக்கள் தாங்கள் வாழும் இடத்தை விட்டு வேறிடத்திற்குப் போதல்; people to move out to another place.

குடியேறு: *(வி):* (தனது) நாட்டை விட்டு வேறொரு நாட்டுக்குச் சென்று நிலையாகத் தங்கிடு; to emigrate.

குடியேற்றம்: *(பெ):* வசிப்பதற்கென ஒரு நாட்டிற்கு வேறு நாட்டு மக்களின் வருகை; immigration.

குடியேற்று: *(வி):* மக்களை ஒரு நாட்டிற்குக் கொண்டுவந்து நிரந்தரமாக வாழச் செய்; to settle; to colonize.

குடிரம்: *(பெ):* குடிசை; hut.

குடிலச்சி: *(பெ):* கருவண்டு; black-beetle.

குடிலப்பாட்டு: *(பெ):* இசை வகை; a kind of music.

குடிலம்: *(பெ):* விண்; குரா மரம்; வஞ்சகம்; சடை; வட்டம்; வளைவு; மோசம்; பிரணவம்; வெள்ளீயம்; கொடுமை; மாயை; நாகபாடாணம்; sky; a kind of tree; deceit; matted hair; circle; curve; treachery; Om, the principal mantra of Hindus; tin; atrocity; illusion; a kind of arsenic.

குடிலை: *(பெ):* பிரணவம்; மாயை; Om, the principal mantra of Hindus; illusion.

குடில்: *(பெ):* குடிசை; குடிசை போன்ற பயணிகள் விடுதி; சிறு வீடு; உடம்பு; வானம்; hut; cottage for tourists; small house; body; sky.

குடிவருதல்: *(வி):* குடிபுகுதல்; to occupy a house.

குடிவாரம்: *(பெ):* பயிரிடுவோன் உரிமை; tenancy; occupancy right.

குடிவாழ்க்கை: *(பெ):* இல்லற வாழ்க்கை; domestic life.

குடிவிலக்கு: *(பெ):* மதுவிலக்கு; prohibition.

குடிவெறி: *(பெ):* கள்குடி மயக்கம்; போதை மயக்கம்; dipsomania; intoxication.

குடிவெறியில்லாத: *(பெ.அ):* போதை மயக்கமற்ற; sober.

குடிவெறியுள்ள: *(பெ.அ):* போதை மயக்கமும், வெறியும் உள்ள; inebriate.

குடிவேட்கையுள்ள: *(பெ.அ):* போதைக்காகக் குடிக்க வேண்டும் என்ற பேரார்வம் உள்ள; intemperate.

குடிவைத்திடு: *(வி):* ஒருவரை ஒரு வீட்டில் குடித்தனக்காரராக ஏற்றிடு; to let someone to be a tenant.

குடீசகம்: *(பெ):* ஒரு வகை சன்னியாசம்; a kind of asceticism.

குடீரம்: *(பெ):* குடில்; குடிசை; cottage; hut.

குடு: *(பெ):* கள்; toddy.

குடுகு: *(பெ):* குடுவை; தேங்காய் ஓடு போன்ற வற்றாலான குடுவை; earthen or wooden pitcher of an ascetic; hard shell of coconut used as a vessel.

குடுகுடுக்கை: *(பெ):* கொப்பரைத் தேங்காய்; dried coconut-kernel; copra.

குடுகுடுப்பை: *(பெ):* உடுக்கை வடிவில் இருக்கும் ஒலி எழுப்புவதற்கான மிகச் சிறிய பறை; a tiny drum, shaped like an hour-glass with strings which produce a rattling sound when vigorously shaken.

குடுகுடுப்பைக்காரன்/குடுகுடுப்பாண்டி: *(பெ):* குடுகுடுப்பையை ஆட்டிக்கொண்டு வீடு வீடாகச் சென்று குறி சொல்லிப் பிச்சை யெடுப்பவன்; the fortune-telling beggar with a 'rattle' in his hand.

குடுக்கை: *(பெ):* உள்ளீடு இல்லாத (அ) நீக்கப்பட்டுக் காயவைக்கப்பட்ட சுரை போன்றவற்றின் கூடு; dry and hollow shell of some gourds used as vessel, etc.

குடுப்பம்: *(பெ):* நான்கு பலம் அளவுள்ள பழைய அளவு வகை; a former weighing measure.

குடுமி: *(பெ):* ஆடவர்களின் முடிந்த மயிர்; மலையுச்சி; தலையுச்சி; உச்சிக்கொண்டை; நுனி; முடி; வெற்றி; பாம்பாட்டி; (men's) tuft of hair; peak of mountain; crown of the head; the top lock of head; tip; hair; victory; snake charmer.

குடுமி களைதல்/குடுமி வாங்குதல்: *(பெ):* தலை முடி நீக்குதல்; to shave the hair of one's head in fulfilment of a vow.

குடுமிகொள்ளுதல்: *(பெ):* வெற்றியடைதல்; to succeed.

குடும்ப அட்டை: *(பெ):* உணவுப் பொருள்; மண்ணெண்ணெய் போன்றவற்றை நியாய விலையில் பெற்றிட அரசால் குடும்பத்திற்கு ஒன்று என்று வழங்கப்படும் உறுப்பினர் எண்ணிக்கை, வருமானம் போன்றவை பதிவு செய்யப்பட்ட குறிப்பேடு; Ration card.

குடும்பக் கட்டுப்பாடு: *(பெ):* கருத்தடை, அறுவை சிகிச்சை போன்றவற்றால் குழந்தைகளைக் குறைவாகப்பெற்றுக் கொள்ளும் குடும்பத்திட்டம்; Family Planning.

குடும்பம்: *(பெ):* கணவனும், மனைவியும் தம் குழந்தைகளோடும் மற்ற உறவினர்களோடும் கூடி வாழும் சமூக அமைப்பு; குடும்பத்தில் அனைத்து உறுப்பினர்கள்; இல்லற வாழ்க்கை; family; members of the family; domestic life.
• **குடும்பம்** ஒரு கதம்பம். • நல்லதொரு **குடும்பம்** பல்கலைக் கழகம் - *பழமொழிகள்.*

குடும்பன்/குடும்பி: *(பெ):* குடும்பத் தலைவன்; சம்சாரி; the head of the family; the man with a large family.

குடும்பினி: *(பெ):* மனைவி; wife.

குடும்பு: *(பெ):* காய் போன்றவற்றின் கொத்து; cluster of fruits.

குடுவை: *(பெ):* கமண்டலம்; vessel with small narrow mouth.

குடை: *(பெ):* கீழ் நோக்கிய மெல்லிய உறுதியான கம்பிகளைக் கொண்டு மடக்கி, விரித்திடக்கூடிய ஓர் அமைப்பின் மேல்கறுப்பு நிறத் துணி தைக்கப்பட்டு மழை, வெய்யில் ஆகியவற்றிலிருந்து காத்துக்கொள்ளக் கையில் பிடித்துச் செல்லும் சாதனம்;

கோயில் திருவிழாக்களில் நிழல் தருவதற்காக வண்ணத் துணிகளால் போடப்படும் அமைப்பு; umbrella; a structure covered with colourful clothes to provide shade at temple festival time; parasol; *(வி):* துளைத்தல்; கிண்டுதல்; தோண்டுதல்; துளைப்பது போன்ற உணர்வு உண்டாதல்; துருவித் துருவித் தேடுதல்; திரும்பத்திரும்பக் கேள்விகளைக் கேட்டு விசாரணைசெய்தல்; to bore; to prick; to probe; to have a prickling sensation; to burrow into old things; to grill with questions.

குடைக்கல்: *(பெ):* கல்லறையில் மூடுகல்; the covering stone of a cemetery.

குடைக்காம்பு: *(பெ):* குடையின் கைப்பிடி; the handle of an umbrella.

குடைக்காளான்: *(பெ):* நாய்க்குடை; a kind of mushroom that looks like an umbrella.

குடைக்கூத்து: *(பெ):* முருகப்பெருமான் ஆடிய ஆடல் வகை; a kind of dance played by Lord Muruga.

குடைசாய்தல்: *(வி):* மாட்டு வண்டி போன்றவை ஒரு பக்கமாகவோ (அ) தலைகீழாகவோ விழுதல்; overturn of vehicles like cart etc.

குடைச்சல்: *(பெ):* வாயுவால் உண்டாகும் குத்தல்; நோய் வகை; gnawing pain in the limbs, joints, etc., neuralgia; a kind of disease.

குடைச்சூல்: *(பெ):* சிலம்பு; anklet.

குடைதல்: *(வி):* கிண்டுதல்; துளைத்தல்; மிகவும் வருந்துதல்; கடைதல்; துருவுதல்; உட்புகுதல்; நீரில் மூழ்குதல்; to prick; to make holes; to suffer; to turn; to burrow; to insert; to dive.

குடை மிளகாய்: *(பெ):* சற்று பருமனான மிளகாய் வகை; small-sized paprika.

குடை ராட்டினம்: *(பெ):* பொருட்காட்சி, திருவிழா போன்றவை நடக்குமிடங்களில் பெரும் குடை போன்ற அமைப்பின் கீழாகத் தொங்கவிடப்பட்ட பலவித இருக்கைகளில் ஏறியமர்ந்து சுற்றிவரும் விளையாட்டுச் சாதனம்; merry-go-round.

குடைவு: *(பெ):* பொந்து; குகை; hollow; cavity; cave; cavern.

குடோரி: *(பெ):* வெங்காரம்; வெள்ளைப்பாடாணம்; கீறுதல்; borax; a kind of arsenic; dissecting.

குட்சி: *(பெ):* வயிறு; stomach.

குட்ட நாசனம்: *(பெ):* வெண்கடுகு; white mustard.

குட்டநாடு: *(பெ):* திருவாங்கூர் பகுதியைச் சார்ந்த பண்டைய நாடு; an ancient country in South India covering a part of Travancore.

குட்டம்: *(பெ):* தொழுநோய்; ஆழம்; குளம்; மடு; பரப்பு; திரள்; சபை; குரங்குக் குட்டி; leprosy; depth; tank; pool; area; mass; assembly; young one of a monkey.

குட்டமிடுதல்: *(வி):* பள்ளம் தோண்டுதல்; to dig a ditch, pit, etc.

குட்டரி: *(பெ):* மலை; mountain.

குட்டான்[1]: *(பெ):* சிறு பிள்ளை; ஆட்டுக்குட்டி; விலங்கின் குட்டி; young boy, young one of goat; young one of any kind of animal.

குட்டான்[2]: *(பெ):* சிறு ஓலைப்பெட்டி; a small palm leaf box.

குட்டி: *(பெ):* சிறு விலங்குகள்; சிறு பெண்; சிறுமை; கடைசி மகன்; ஆதாயம்; வாழைக்கன்று; young one of animals; young girl; meanness; baseness; last son; benefit; plantain sucker or shoot. ● **குட்டி** குலைத்து நாயின் தலையில் வைப்பது போல. ● **குட்டிக்**கிடையிலே ஓநாய் புகுந்து ஓடுவது போல - *பழமொழிகள்.*

குட்டிக்கரணம்: *(பெ):* தலைகீழாகப் புரளும் வித்தை; somersault. ● **குட்டிக்கரணம்** போட்டாலும் கருமி ஒரு பைசா கொடுத்திடான் - *பழமொழி.*

குட்டிக்கலகம்: *(பெ):* சிறு கலகம்; squabble.

குட்டிச்சாத்தான்: *(பெ):* குறளித் தேவதை; elf; imp.

குட்டிச்சுவர்: *(பெ):* இடிந்து விழுந்த சுவர்; பாழ்மனை; ruined wall; ruin of a building. ● கழுதை கெட்டால் **குட்டிச்சுவர்** - *பழமொழி.*

குட்டிமம்: *(பெ):* கல் பாவப்பட்ட தரை; the floor, paved with stones.

குட்டியம்: *(பெ):* சுவர்; மேடை; wall; raised platform; dais.

குட்டினம்: *(பெ):* கருஞ்சீரகம்; black-cumin.

குட்டு: *(பெ):* கை முட்டியால் தலையில் இடிக்கை; இரகசியம்; மானம்; கோஷ்டம்; குஷ்டநோய்; a hit with the knuckles on the head; secrecy; dignity; a siddha medicinal thing; leprosy.

• குட்டக் குட்டக் குனியணுமா? • **குட்டுப்** பட்டாலும் மோதிரக் கையால் **குட்டுப்** பட வேண்டும் - *பழமொழிகள்.*

குட்டுதல்: *(வி):* விரல் முட்டியால் தலையில் இடித்தல்; to tap with the knuckles on the head.

குட்டை: *(பெ):* குள்ளம்; சிறு குளம்; குறுணி; dwarfishness; pond; pool; one twelfth of a kalam - a former measure. • **குட்டையைக்** கலக்கிப் பருந்துக்கு இரை தேடுவதா? • ஒரே **குட்டையில்** ஊறிய மட்டைகள் - *பழமொழிகள்.*

குணகண்டி: *(பெ):* சிவகைக் கொடி; a kind of creeper.

குணகம்: *(பெ):* பெருக்கும் எண்; multiplying number.

குணகர்: *(பெ):* கணக்கர்; accountant.

குணகாரம்: *(பெ):* பெருக்கல்; multiplication.

குணகு: *(பெ):* பூதம்; பிசாசு; goblin; devil.

குணகுதல்: *(வி):* வளைதல்; சோர்தல்; தளருதல்; தடுமாறுதல்; to bend; to be weary; to faint; to totter.

குணகோளார்த்தம்: *(பெ):* பூமியின் கிழக்குப் பாதி உருண்டை; the eastern half of the globe.

குணக்காய்ப் பேசு: *(வி):* விதண்டாவாதம் செய்திடு; to argue meaninglessly.

குணக்கிராகி: *(பெ):* நற்குணங்களுடையவன்; man of good qualities.

குணக்கு: *(பெ):* கிழக்கு; கோணல்; எதிரிடை; மாறுபாடு; நோய் முற்றுதல்; east; bend; crookedness; opposition; difference; severity of disease.

குணக்குதல்: *(பெ):* பின்நிற்றல்; வளைத்தல்; to stand behind; to bend.

குணக்குன்று: *(பெ):* நற்குணசாலி; man of nobility.

குணக்கேடன்: *(பெ):* நற்குணம் இல்லாதவன்; ill-natured person.

குணக்கேடு: *(பெ):* நற்குணம் இல்லாமை; ill-nature.

குணங்கர்/குணங்கு: *(பெ):* பூதம்; பிசாசு; devil; goblin.

குணங்குறி: *(பெ):* தன்மையும், வடிவமும்; form and attribute.

குணசாலி/குணசீலன்: *(பெ):* நற்குணங்கள் கொண்டவன்; man of noble qualities.

குணட்டுதல்: *(வி):* பகட்டாய்ப் பேசுதல்; செல்லம் கொஞ்சுதல்; to talk vainly; be indulgent as to child.

குணதரன்: *(பெ):* முனிவன்; நற்குணமுடையவன்; sage; man of good qualities.

குணதிசை: *(பெ):* கிழக்கு; east.

குணத்தொனி: *(பெ):* வில்லின் நாண் ஓசை; the sound produced from the bow string when fastened.

குணநலன்: *(பெ):* ஒருவரின் நல்ல இயல்பு; positive qualities of a person.

குணநிதி: *(பெ):* நற்குணங்கள் நிறைந்தவன்; man of noble characters.

குணபத்திரன்: *(பெ):* கடவுள்; God.

குணபம்: *(பெ):* பிணம்; பிசாசு; corpse; goblin.

குணபாகம்: *(பெ):* ஏற்ற பக்குவம்; அனுகூல நிலை; suitability; favourable condition.

குணப்படுத்து: *(வி):* நோயினை நீக்குதல்; நோயாளியைச் சுகப்படுத்துதல்; to cure; to restore health.

குணமாக்கு: *(வி):* நோயினை நீக்கு; to cure.

குணம்: *(பெ):* பொருளின் தன்மை; ஒழுக்கத் தன்மை; அனுகூலம்; சுகம்; மேன்மை; நிறம்; வில்லின் நாண்; குடம்; கயிறு; இயல்பு; நாணம்; அச்சம்; மடம்; பயிர்ப்பு; quality of a thing; morality; favourable condition; ease; health; excellence; colour; string of bow; pot; rope; quality; nature; bashfulness; fear; tenderness; modesty; • **குணத்துக்கு** அழுவதா? பிணத்துக்கு அழுவதா? - *பழமொழி.*

- **குண**மென்னும் குன்றேறி நின்றார் வெகுளி
  கணமேயும் காத்தல் அரிது. - *குறள் 29.*
- **குணம்**நாடிக் குற்றமும் நாடி அவற்றுள்
  மிகைநாடி மிக்க கொளல். - *குறள் 504.*
- **குணநலம்** சான்றோர் நலனே பிறநலம்
  எந்நலத்து உள்ளதூஉம் அன்று. - *குறள் 982.*

குணலி: *(பெ):* சீந்தில் கொடி; a kind of creeper.

குணவதி: *(பெ):* நற்குணம் வாய்ந்தவள்; woman of noble character.

குணனம்: *(பெ):* பெருக்கல்; multiplication.

குணனீயம்: *(பெ):* பெருக்கப்படும் எண்; the number which is to be multiplied.

குணன்: *(பெ):* நற்குணம் உடையவன்; man of noble character.

- **குணனும்** குடிமையும் குற்றமும் குன்றா
  இனனும் அறிந்தியாக்க நட்பு - *குறள் 793.*
- **குணனில**னாய்க் குற்றம் பலவாயின் மாற்றார்க்கு
  இனனிலனாம் ஏமாப்பு உடைத்து. - *குறள் 868.*

குணாதிசயம்/குணாம்சம்: *(பெ):* குண விசேடம்; மேலோங்கிய குணம்; predominant characteristics.

குணாம்பி: *(பெ):* கோமாளி; buffoon; jester.

குணாலயன்/குணாளன்: *(பெ):* நற்குணங்கள் உடையவன்; man of noble character.

குணாலை: *(பெ):* கூத்து வகை; a kind of dance or play.

குணி: *(பெ):* பண்பி; நற்குணம் உடையவன்; முடமானது; object as possessing attributes; a good person; that which is lame.

குணித்தல்: *(வி):* கணித்தல்; ஆலோசித்தல்; வரையறுத்தல்; பெருக்குதல்; to estimate; to calculate; to consider; to determine; to multiply.

குணிப்பு: *(பெ):* மதிப்பு; ஆராய்ச்சி; estimate; investigation.

குணில்: *(பெ):* குறுந்தடி; பறையடிக்கும் தடி; short stick; drumstick.

குணு: *(பெ):* புழு; worm.

குணுகுணுத்தல்: *(வி):* முணுமுணுத்தல்; to whisper.

குணுகுதல்: *(வி):* கொஞ்சுதல்; to fondle.

குணுக்கம்: *(பெ):* வருத்தம்; துன்பம்; distress; pain; sufferings.

குணுக்கு: *(பெ):* மாதர் காதணி வகை; காதுத் துளை; மீன் வலையில் உள்ள ஈயக்குண்டு; வெள்ளி; பணியார வகை; women's ear ornament; the hole in the ear-lobe; the lead ball in the fishing net; silver; a kind of pudding.

குணுங்கு: *(பெ):* பிசாசு; goblin.

குண்டகம்: *(பெ):* கோள்; வஞ்சனை; back biting; deceit.

குண்டக்கிரியை: *(பெ):* ஒரு பண் வகை; a kind of music.

குண்டடுப்பு: *(பெ):* அடுப்பு வகை; a kind of stove.

குண்டம்: *(பெ):* வேள்விக் குண்டம்; குழி; வாவி; குடுவை; பானை; பன்றி; hollow in the ground for sacred fire; pit; pool; a vessel with narrow mouth; pot; pig.

குண்டம் பாய்தல்: *(பெ):* வேண்டுதலின் பொருட்டு தணல் நிரம்பிய பரப்பில் நடந்து சென்றிடும் சடங்கு; a ritual walking across a pit filled with live coals in fulfilment of a vow; fire-walking.

குண்டர்: *(பெ):* சமூக விரோதச் செயல்களில் ஈடுபடும் நபர்; hooligan; (in India) goonda.

குண்டலப்பூச்சி/குண்டலப்புழு: *(பெ):* புழுவகை; a kind of worm.

குண்டலம்: *(பெ):* ஆடவர் காதணி வகை; வானம்; வட்டம்; சுண்ணம்; ear-ornament of men; sky; circle; lime.

குண்டலி: *(பெ):* நாபித்தானம்; மூலாதாரம்; பாம்பு; மயில்; மான்; சங்கஞ்செடி; சீந்திற்கொடி; தாளகம்; navel; Mooladharam, the point in between anus hole and the genital part of humanbeing; snake; peacock; deer; a kind of plant; a kind of creeper; pearl.

குண்டலினி: *(பெ):* யோகத்தின் வாயிலாக புருவ மையத்திற்குக் கொண்டு வரக்கூடிய மூலாதாரத்தில் இருப்பதாகக் கூறப்படும் சக்தி; an occult power which is said to be latent with its centre in the lower abdomen below the navel which can be drawn up to the centre of the eyebrows by practising yoga regularly through a learned teacher.

குண்டன்: *(பெ):* பருமனான உடலை உடையவன்; அடிமை; வளைந்தது; a fat man; slave; that which is bent.

குண்டாக்கன்: *(பெ):* தலைவன்; chief.

குண்டாஞ்சட்டி/குண்டான்: *(பெ):* வாயகன்ற பாத்திரம்; a vessel with wide mouth.

குண்டாந்தடி: *(பெ):* அடிப்பதற்கெனப் பயன்படுத்தும் சற்று பருமனான சிறு கைத்தடி; cudgel; short stout club.

குண்டி: *(பெ):* ஆசன வாய் இருக்கும் பகுதி; அடிப்பகுதி; இதயம்; சிறுநீரகம்; buttocks; rump; bottom; heart; kidney.

குண்டிகை: *(பெ):* கமண்டலம்; குடம்; குடுக்கை; 108 உபநிடதங்களுள் ஒன்று; a cruet-like vessel containing holy water carried by saints; pot; coconut or other hard shell used as vessel; one of the 108 Upanishads.

குண்டிக்காய்: *(பெ):* சிறுநீரகம்; இதயம்; kidney; heart.

குண்டியம்: *(பெ):* குறளை; பொய்; dwarfishness; lie; false.

குண்டில்: *(பெ):* முதுகு; back.

குண்டீரம்: *(பெ):* வல்லமை; கொள்கை; power; principle.

குண்டு: *(பெ):* உருண்டை வடிவப் பாண்டம்; பந்து போல் உருண்டு கனப்பது; விலங்குகளின் விதை; ஆண் குதிரை; ஆழம்; குழி; குளம்; தாழ்வு; உரக்குழி; a ball-like vessel or other thing; the testicle of animals; malehorse; depth; pit; pond; tank; meanness; manure pit.

- ***குண்டுச் சட்டியிலே குதிரை ஓட்டுகிறான்.***
- ***குண்டும்*** *இல்லாது, மருந்தும் இல்லாது குருவியைச் சுடலாமா ? - பழமொழிகள்.*

குண்டுக்கல்: *(பெ):* எடைக்கல்; a piece of metal of standard heaviness for weighing.

குண்டுக்கட்டாக: *(வி.அ):* கழுத்தையும் காலையும் ஒன்று சேர்த்துப் பந்து போல் ஒருவரைச் சுருட்டி எடுத்து/தூக்கி; bundling someone.

குண்டுக்கலம்: *(பெ):* 24 மரக்கால் கொண்ட ஓர் அளவு; a measure of capacity equal to 24 marakkaas.

குண்டுக்கழுதை: *(பெ):* ஆண் கழுதை; he-donkey.

குண்டுக்காளை: *(பெ):* பொலி எருது; bull reared for the purpose of breeding; stud.

குண்டுக் குதிரை: *(பெ):* ஆண் குதிரை; malehorse.

குண்டுணி: *(பெ):* கோள்; கோள் சொல்பவன்; back-bite; backbiter.

குண்டு நீர்: *(பெ):* கடல்; sea.

குண்டுமணி: *(பெ):* குன்றிமணி; crab's eye.

குண்டு மரக்கால்: *(பெ):* எட்டு படி கொண்ட முந்தைய முகத்தலளவு; a kind of former measure containing eight units.

குண்டுமல்லிகை: *(பெ):* குடமல்லிகை; a kind of jasmine.

குண்டும் குழியும்: *(பெ):* சிறு சிறு பள்ளங்கள்; potholes.

குண்டூசி: *(பெ):* தாள் முதலானவற்றை குத்திக் கோத்து வைப்பதற்கு பயன்படுத்திடும் உருண்ட தலைப்பகுதியைக் கொண்ட சிறு ஊசி; pin.

குண்டை: *(பெ):* எருது; இடப ராசி; ox; second constellation of the Zodiac having the bull as its sign; Taurus.

குண்ணவடை: *(பெ):* வடகிழக்குக்காற்று; North-east wind.

குண்ணியம்: *(பெ):* பெருக்கப்படும் எண்; the number which is to be multiplied.

குதகீலம்: *(பெ):* மூலநோய்; piles.

குதட்டுதல்: *(வி):* குதப்புதல்; அதக்குதல்; குழறிப் பேசுதல்; to munch; to cram in the mouth as betel; to babble; to falter; to talk indistinctly.

குதபம்: *(பெ):* பதினைந்தாகப் பகுக்கப்பட்ட பகற்காலத்தில் எட்டாம் பாகம்; தர்ப்பை; எருது; கம்பளம்; the eighth of the fifteen parts of a daytime; Kaus, the sacred grass; ox; bull; wool.

குதபன்: *(பெ):* தீ; சூரியன்; fire; Sun.

குதப்புதல்: *(வி):* மெல்லுதல்; அரக்குதல்; to masticate; to cram in the mouth as betel.

குதம்: *(பெ):* ஓமம்; தருப்பை; மலவாய்; தும்மல்; மிகுதி; வெங்காயம்; கிடங்கு; bishop's weed; Kaus, the sacred grass; anus hole; sneezing; abundance; onion; godown.

குதம்புதல்: *(வி):* கொதித்தல்; சினத்தல்; துணி அலசுதல்; to boil; to get angry; to rinse a cloth.

குதம்பை: *(பெ):* காதணி வகை; a kind of ear ornament.

குதரம்: *(பெ):* மலை; வெற்பு; பொருப்பு; mountain; hill.

குதர்: *(பெ):* பிரிவு; விலக்கு; நீக்கம்; separation; prohibition; elimination.

குதர்க்கம்: *(பெ):* தடை; முறையற்ற வாதம்; obstacle; captious argument.

குதலை: *(பெ):* மழலை; இனிய மொழி; அறிவிலி; babbling; sweet words; idiot.

குதறுதல்: *(வி):* சிதறுதல்; கிண்டுதல்; நெறி தவறுதல்; குலைதல்; சிந்துதல்; to scatter; to stir up; to miss the way; to become loose; to spill out.

குதனம்: *(பெ):* துப்புரவின்மை; திறமையின்மை; அக்கறையின்மை; impurity; incapability; lack of interest.

குதாவிடை: *(பெ):* அலங்கோலம்; காலத் தாழ்வு; disorder; delay.

குதானன்: *(பெ):* செடி வகை; a kind of plant.

குதி: *(பெ):* குதிப்பு; குதிகால்; முயற்சி; jumping; heel of the foot; effort.

குதிகள்ளன்: *(பெ):* குதிகாலில் வரும் புண்; the sore or boil in the heel of the foot.

குதிகொள்ளுதல்: *(வி):* குதித்தல்; பெருகுதல்; பொலிதல்; to jump; to maximize; to flourish.

குதிங்கால்: *(பெ):* உள்ளங்காலின் பின்பாகம்; heel of the foot.

குதித்தல்: *(வி):* துள்ளல்; தாண்டுதல்; கடந்து விடுதல்; கூத்தாடுதல்; செருக்குக் கொள்ளுதல்; to jump; to leap; to bound; to dance with joy; be proud.

குதிமுள்: *(பெ):* குதிரை முள்; spur.

குதிரம்: *(பெ):* 35 கழஞ்சு அளவுள்ள கற்பூரம்; camphor (with a weight of 35 kazhanju - a former measure)

குதிரி: *(பெ):* அடங்காப் பிடாரி; termagant.

குதிரை: *(பெ):* பரி; கயிறு முறுக்கும் கருவி; யாழின் ஒரு பாகம்; துப்பாக்கியின் ஓர் உறுப்பு; ஊர்க்குருவி; ஒரு மலை; horse; an instrument for twisting the coir; a part of the lute; a part of a gun; sparrow; a mountain.

குதிரைக் கொம்பு: *(பெ):* கிடைத்தற்கரியது; a rare one; a near impossibility.

குதிரை சக்தி: *(பெ):* ஓர் இயந்திரத்தின் இயங்கு சக்தியை அளவிடப் பயன்படுத்தும் ஓர் அலகு; horse power.

குதிரைச் சம்மட்டி: *(பெ):* குதிரைச் சவுக்கு; lash; whip.

குதிரைச்சாணி: *(பெ):* குதிரைக்காரன்; குதிரை வைத்தியன்; horse man; doctor of a horse.

குதிரைச் சேவகன்: *(பெ):* குதிரை வீரன்; cavalier.

குதிரைப்படை: *(பெ):* குதிரை வீரர்கள் பலரைக் கொண்ட படை; cavalry.

குதிரைப்பட்டை: *(பெ):* மேற்கூரையைத் தாங்கும் கட்டை; the block that supports the roof.

குதிரைப்பல்லவன்: (பெ): வெள்ளைப் பூண்டு; garlic.

குதிரைப்பிடுக்கன்: (பெ): பீநாறி மரம்; fetid tree.

குதிரை மரம்: (பெ): கால்வாய் அடைக்கும் கதவு; நெசவுக் கருவி; sluice gate; an equipment of weaving loom.

குதிரை மறி: (பெ): பெட்டைக் குதிரை; குதிரைக் குட்டி; female horse, mare; colt.

குதிரையேறு: (வி): குதிரையில் சவாரி செய்; to ride on a horse.

குதிரை வலி: (பெ): பெண்களுக்குப் பிள்ளைப் பேறு காலத்தில் உண்டாகும் பெரும் வலி; labour pain.

குதிரைவாலிச் சம்பா: (பெ): நெல்வகை; a kind of paddy.

குதுகம்: (பெ): விருப்பம்; desire.

குதுகுதுப்பு: (பெ): ஆவல்; நடுங்குதல்; eagerness; shivering.

குதும்பகர்: (பெ): தும்பைப் பூண்டு; white dead nettle; leucas.

குதூகலம்: (பெ): விருப்பம்; களிப்பு; மகிழ்ச்சி; desire; joy; happiness.

குதை: (பெ): அம்பு; அம்பின் அடிப்புறம்; கையணிகலனின் பூட்டு; முயற்சி; பசி; arrow; bottom of an arrow; clasp or button of bracelet; effort; hunger.

குதைதல்: (வி): துளையிடுதல்; செலுத்துதல்; தடுமாறச் செய்தல்; to make a hole; to drill; to discharge; to cause embarrassment.

குதை போடுதல்: (வி): முடிச்சு போடுதல்; to put a knot.

குத்தகை: (பெ): அனுபவ உரிமையளிக்கும் ஒப்பந்தக் கட்டுப்பாட்டு முறை; lease.

குத்தகைக்காரர்: (பெ): குத்தகை எடுப்பவர்; lessee.

குத்தம்: (பெ): எருது; bull; ox.

குத்தரசம்: (பெ): பெருங்காயம்; asafoetida.

குத்திரம்: (பெ): சுடுசொல்; பொய்; வஞ்சகம்; caustic remarks; false; lie; deceit.

குத்தலரிசி: (பெ): உரலில் இட்டு குத்தி எடுத்த அரிசி; husked rice.

குத்தல்: (பெ): உடம்பின் உள்நோவு; பேச்சால், எழுத்தால் மனதைப் புண்படுத்துதல்; stinging pain; hurtful remarks.

குத்தன்: (பெ): காப்பவன்; வணிகர் பட்டம்; the protector; a title of merchants.

குத்தாணி: (பெ): மரக்கைப்பிடி அமைந்த நீண்ட ஆணி வகை; a kind of long nail with wooden handle.

குத்தாலா: (பெ): கடுகரோகணி; a siddha medicinal thing.

குத்தாளை: (பெ): மானாவாரி நெல்; the paddy cultivated in the field without any possibility of irrigation.

குத்தி: (பெ): குத்தூசி; மாறுபாடு; கலப்பையின் கூர்; மண்; a sharp grooved hook to draw grains from the sack, to take sample; difference; plough share; sand.

குத்திரக்காரன்/குத்திரன்: (பெ): வஞ்சகன்; deceitful man.

குத்திரப் பேச்சு: (பெ): சுடுசொல்; hurtful remarks.

குத்திரம்: (பெ): வஞ்சகம்; இழிவு; ஏளனம் செய்தல்; குரூரம்; மலை; சணல்; பொய்; deceit; meanness; vilification; cruelty; mountain; jute; lie; false.

குத்திரவித்தை: (பெ): தந்திரம்; சூனிய வித்தை; trick; witchcraft.

குத்திருமல்: (பெ): கக்குவான் இருமல்; whooping cough.

குத்தினி: (பெ): ஒரு வகைப் பட்டுச் சீலை; a kind of silk cloth.

குத்தீட்டி: (பெ): ஈட்டி வகை; poniard.

குத்து: (பெ): கை முட்டியால் தாக்குவது; உரலில் குத்துதல்; பிடியளவு; புள்ளி; செங்குத்து; a blow with the fist; pounding; handful; point; steepness.

குத்துக்கல்: (பெ): எல்லையில் செங்குத்தாக நட்டு வைக்கப்படும் கல்; the stone planted erect in the ground marking the boundary.

குத்துக்கால்: (பெ): தாங்கு கட்டை; தடை; நெசவுக் கருவி; a block which supports something; obstacle; an equipment in a loom.

குத்துக்கோல்: (பெ): தாக்கும் ஆயுதமாகப் பயன்படும் கூர்மையான முனையை உடைய கம்பு; a pointed pole used as a weapon.

குத்துச்சண்டை: (பெ): குத்துப்போர்; boxing; fist-fight.

குத்துண்ணுதல்: (வி): செங்குத்தாக நிற்றல்; to stand erect.

குத்துணி: (பெ): இழிவானவன்; தமுக்குணி; ஒரு புடவை; mean person; drummer who announces the orders; a saree.

குத்துதல்: (வி): துளையிடுதல்; தைத்தல்; கொம்பினால் முட்டுதல்; உலக்கையால் குத்துதல்; சுடுசொல் கூறுதல்; வருத்துதல்; அகழ்தல்; கிண்டுதல்; ஊன்றுதல்; அழுத்துதல்; வலித்தல்; வீசுதல்; தாக்குதல்; நசுக்குதல்; பதித்தல்; இடித்தல்; to make a hole; to pierce; to stab; to pound; to remark with harsh words; to cause pain; to dig; to stir; to press against earth for support; to press down; to pull; to throw; to stab; to stamp; to insert; to hit.

குத்துத்திராய்: *(பெ):* கீரை வகை; a kind of greens.

குத்துப்பாடு: *(பெ):* குற்றம்; fault.

குத்துப்போர்: *(பெ):* குத்துச் சண்டை; boxing.

குத்துமதிப்பான: *(பெ.அ):* தோராயமான; approximately.

குத்து வலி: *(பெ):* இசிவு நோவு; spasm.

குத்துவாள்: *(பெ):* உடைவாள்; dagger.

குத்துவிளக்கு: *(பெ):* திரியிட்டு எண்ணெய் ஊற்றி ஏற்றும் உயரமான உலோக விளக்கு; an oil lamp made of metal with a pedestal ritually lit in the homes and temples.

குத்தூசி: *(பெ):* குத்தித் தைக்கும் ஊசி; கூரிய முனை கொண்டதும் தானிய மாதிரி எடுப்பதற்கான குழிவான பகுதியை உடையதும், நீண்ட ஊசி போன்ற அமைப்பை உடையதுமான இரும்புக் கம்பி; needle to stitch; a sharp groved hook to draw grains from the sack to take sample.

குத்பா: *(பெ):* பள்ளி வாசலில் தொழுகை செய்யும் போது நடத்தப்படும் பிரசங்கம்; discourse in a mosque during the time of prayer.

குந்தகம்: *(பெ):* கேடு; தடை; கெடுதல்; thwarting; obstacle; hampering.

குந்தமம்: *(பெ):* பூனை; cat.

குந்தம்[1]: *(பெ):* எறிகோல்; குத்துக்கோல்; குதிரை; துக்கம் தருவது; ஒரு நிறையளவு வகை; கண்ணோய் வகை; நவநிதியுள் ஒன்று; குருந்த மரம்; கற்பாடாணம்; கோளகப் பாடாணம்; javelin; pike; horse; that which gives someone distress; a weighing measure; a kind of eye disease; one of the Nava Nidhis; a kind of tree; a kind of arsenic.

குந்தம்[2]: *(பெ):* துன்பம் தருவது; that which gives distress.

குந்தலிங்கம்: *(பெ):* சாம்பிராணி; frankincense.

குந்தளம்: *(பெ):* பெண்ணின் தலை முடி; woman's flowing hair.

குந்தனம்: *(பெ):* இரத்தினம் பதிக்கும் இடம்; the interspace for setting gems.

குந்தன்: *(பெ):* திருமால்; Lord Vishnu.

குந்தா: *(பெ):* துப்பாக்கியின் அடிப்பகுதி; butt of a rifle.

குந்தாணி: *(பெ):* பெரிய உரல்; large mortar.

குந்தாலம்/குந்தாலி: *(பெ):* குத்திப் பறிக்கும் கருவி; கணிச்சி; pick axe; battle axe.

குந்தாளித்தல்: *(வி):* மகிழ்ந்து கூத்தாடுதல்; to dance with joy.

குந்தி: *(பெ):* கள்; பாண்டவர்களின் தாய்; toddy; mother of Pancha Pandavas.

குந்து: *(பெ):* உட்காருகை; ஒட்டுத் திண்ணை; நொண்டுகை; sitting (on the heels); verandah; hopping.

குபசுபா: *(பெ):* எட்டி மரம்; strychnine tree; worm-wood.

குபலம்: *(பெ):* இழப்பு; loss.

குபார்: *(பெ):* கூச்சலிடுகை; shouting.

குபிதன்: *(பெ):* கோபக்காரன்; an angry man.

குபிலன்: *(பெ):* மன்னன்; king.

குபினன்: *(பெ):* வலைஞன்; fisherman.

குபேரகம்: *(பெ):* சின்னிப்பூடு; a kind of herb.

குபேரன்: *(பெ):* பெரும்பணக்காரன்; கோடீஸ்வரன்; very rich man; millionaire.

குப்பஞ்சனா: *(பெ):* நெற்குவியலின் மதிப்பு; the value of the heap of paddy.

குப்பக்காடு: *(பெ):* பட்டிக்காடு; petty village.

குப்பத்தம்: *(பெ):* நில உடைமையாளரின் பங்கு; the share of the land-owner from the crop.

குப்பம்: *(பெ):* ஊர்; காடு; கூட்டம்; குவியல்; town; forest; crowd; heap.

குப்பல்: *(பெ):* குவியல்; மேடு; கூட்டம்; heap; mound; crowd.

குப்பாமணி: *(பெ):* குப்பைமேனி; a kind of herb.

குப்பாயம்: *(பெ):* சட்டை; மேற்பார்வை; jacket; supervision.

குப்பான்: *(பெ):* மூடன்; அறிவிலி; fool; idiot.

குப்பி: *(பெ):* குடுவை வகை, சிமிழ்; சட்டையில் வைக்கப்படும் ஆபரணம்; வயிர வகையுள் ஒன்று; காளை மாட்டுக் கொம்பில் மாட்டப்படும் ஊதுகொம்பு வடிவிலுள்ள உலோகக் குழல்; a flask; metal case; a kind of ornament; a species of diamond; cone-shaped metal cover for the horns of a bull.

குப்பிமா: *(பெ):* மாக்கல்; greyish-blue soft stone.

குப்பி லவணம்: *(பெ):* வளையலுப்பு; a kind of salt.

குப்புறுதல்: *(பெ):* தலை கவிழுமாறு விழுதல்; கடந்து செல்லுதல்; to fall headlong; to cross.

குப்பை: *(பெ):* உபயோகம் இல்லாதவை என்று ஒதுக்கப்பட்டவை; காற்றில் அடித்து வரப்படும் தூசி; trash; garbage dust, dried leaves, etc; rubbish.

குப்பைமேனி: *(பெ):* இலை தண்டுடன் சேரும் இடத்தில் சிறு காய்கள் காய்க்கும் செடி; Indian acalypha.

குப்பையன்: *(பெ):* அழுக்கானவன்; dirty fellow.

குமடு: *(பெ):* கன்னம்; cheek.

குமடெறிவான்: *(பெ):* கற்பூர வகை; a kind of camphor.

குமட்டுதல்: (பெ): வாந்தி எடுக்கும் உணர்வாக வயிற்றைப் புரட்டிக் கொண்டு வருதல்; nausea.

குமணன்: (பெ): முதிரமலை நாட்டு அரசன்; Kumana, the king of Mudhiramalai Naadu.

குமண்டை: (பெ): செருக்குடன் கூடிய செயல்; மகிழ்ச்சிக் கூத்து வகை; a haughty deed; a kind of joyful dance.

குமதி: (பெ): முட்டாள்; அறிவிலி; foolish fellow; an idiot.

குமரகண்டம்: (பெ): ஒரு வகை வலிப்பு நோய்; a kind of epileptic fits.

குமரகம்: (பெ): மாவிலங்க மரம்; a kind of tree.

குமரகோட்டம்: (பெ): காஞ்சியில் உள்ள முருகப் பெருமானின் திருக்கோயில்; a shrine in Kancheepuram sacred to Skanda (Lord Muruga).

குமரம்: (பெ): கொம்பற்ற விலங்கு; ஒரு தமிழ் இலக்கண நூல்; a hornless animal; a text of Tamil grammar.

குமரவேள்: (பெ): முருகக் கடவுள்; Lord Muruga.

குமரன்: (பெ): முருகக்கடவுள்; இளைஞன்; மகன்; வைரவன்; Lord Muruga, youth; son; Lord Vairavan.

குமரி: (பெ): கன்னி; மகள்; பருவம் அடைந்த பெண்; துர்க்கை; மலை விவசாயம்; குமரியாறு; கன்னியாகுமரி; அழிவின்மை; கற்றாழை; உமையவள்; virgin; maiden; unmarried woman; daughter; the girl who attained puberty; Durga, Goddess of Victory; cultivation in hills; Kumari river; Cape-Comorin; stability; aloe; Parvathi; Goddess and the consort of Lord Shiva.

குமரிக்கடல்: (பெ): கன்னியாகுமரிக்கு அருகிலுள்ள கடல்; the sea nearby Cape Comorin.

குமரிஞாழல்: (பெ): மல்லிகை; jasmine.

குமரித்துறை: (பெ): கன்னியாகுமரி; Cape Comorin.

குமரித்தெய்வம்: (பெ): கன்னியாகுமரித் தெய்வம்; the female deity, Kanyakumari.

குமரிப்போர்: (பெ): முதலாவது போர்; the first battle.

குமரிமூத்தல்: (வி): இறக்கும்வரை கன்னியாகவே வாழ்தல்; பயனின்றி கழிதல்; to live and die as a virgin; to be wasted.

குமரியாடுதல்: (பெ): கன்னிப் பெண்ணுடன் கூடுதல்; கன்னியாகுமரியில் நீராடுதல்; to have sex with a virgin; to have bath at Kanyakumari sea-shore.

குமரியாறு: (பெ): தமிழ் இலக்கிய வரலாற்றுப்படி ஒரு காலத்தில் பண்டைய தமிழ் நாட்டின் எல்லையாக இருந்ததும்பின்பு இந்துமாக்கடலால் மூழ்கடிக்கப்பட்டதுமான ஆறு; the Kumari river, once the southern boundary of the Tamil Nadu and afterwards submerged in the Indian Ocean as stated in Tamil literature.

குமர்: (பெ): கன்னித்தன்மை; கன்னி; virginity; virgin.

குமலி: (பெ): துளசி; sacred basil.

குமல்: (பெ): அரிவாள்; bill-hook; sickle.

குமாரத்தி: (பெ): மகள்; புதல்வி; daughter.

குமாரம்: (பெ): இளமை; உருக்கிய பொன்; youthfulness; melted gold.

குமாரன்: (பெ): இளைஞன்; மகன்; புதல்வன்; முருகக்கடவுள்; youth; son; Lord Muruga.

குமாரி: (பெ): புதல்வி; குமரி; காளி; daughter; the girl who attained puberty; virgin; Kali, the female deity with dark complexion.

குமார்க்கம்: (பெ): தீய வழி; evil path.

குமிகை: (பெ): வெள்ளை எள்; white sesame.

குமிண் சிரிப்பு: (பெ): புன்சிரிப்பு; smile.

குமிண்டி: (பெ): கீரை வகை; a kind of greens.

குமிதம்: (பெ): தேக்கு மரம்; Teak wood.

குமிதல்: (வி): குளிர்தல்; திரளுதல்; to feel cold; to abound.

குமித்தல்: (வி): குவித்தல்; to heap.

குமிலம்: (பெ): பேரொலி; a loud noise.

குமிலி: (பெ): துளசி; sacred basil.

குமிழி: (பெ): நீர்க்குமிழ்; ஊற்று வாய்; water bubble; spring.

குமிழ்: (பெ): நீர்க்குமிழ்; எருதின் திமில்; நாணற் புல்; குமிழ மரம்; water bubble; hump of an ox; a kind of coarse grass; lalong grass; a kind of tree.

குமிழ்க்கட்டை: (பெ): பாதக்குறடு; wooden sandals.

குமிழ்த்தல்: (வி): குமிழிடுதல்; மயிர் சிலிர்த்தல்; ஒலிக்கச் செய்தல்; கொழித்தல்; to form into bubbles; to stand on end as hair; cause to sound; to winnow.

குமிறுதல்: (வி): ஒலித்தல்; to sound.

குமுகம்: (பெ): பன்றி; pig.

குமுகாயம்: (பெ): சமுதாயம்; society.

குமுக்கு: (பெ): மொத்தம்; பெருந்தொகை; உதவி; கூட்டம்; இரகசியம்; total; a large sum of money; help; crowd; secret.

குமுக்குதல்: (வி): ஆடையைக் கும்முதல்; to pound the clothes gently on a hard surface holding in both hands while washing.

குமுங்குதல்: (வி): மசிதல்; உள்ளிறங்குதல்; மனம் வெதும்புதல்; be placable; to sink; be disturbed in mind.

குமுதநாதன்: (பெ): சந்திரன்; the Moon.

குமுதம்: *(பெ):* வெள்ளாம்பல்; செவ்வாம்பல்; மிகுதி; தென்மேற்குத் திக்குக்குரிய யானை; கண்ணில் உண்டாகும் நோய் வகை; அடுப்பு; பேரொலி; தர்ப்பை; கற்பூரம்; white water lily; red water lily; abundance; the elephant of south-west direction; a kind of eye disease; country stove; loud noise; Kaus, the sacred grass; camphor.

குமுதிகை: *(பெ):* பறங்கிக் கொடி; பூசணிக்கொடி; pumpkin creeper; squash gourd creeper.

குமிலி: *(பெ):* துளசி; sacred basil.

குமுறக் காய்தல்: *(வி):* நன்றாகக் காய்தல்; to dry entirely.

குமுறல்: *(பெ):* பேரொலி; மனதுள் வேதனைப் படுதல்; கொதித்தல்; loud noise; to undergo suffering; to boil.

குமேரு: *(பெ):* பேய் பிசாசுகளின் இருப்பிடமான தென்முனை; the south end which is the abode of goblins, devils and some other evil spirits.

குமை: *(பெ):* அழிவு; துன்பம்; அழுக்குத் துணி போடும் பெட்டி; ஓர் எடை; ruin; distress; dirty clothes box; a kind of weighing measure.

குமைதல்: *(வி):* குழம்புதல்; குழைய வேகுதல்; புழுங்குதல்; சோர்தல்; be confused; be over-boiled; be sultry; to faint; be worried.

குமைத்தல்: *(வி):* துவைத்தல்; உரலில் இடித்தல்; வருத்துதல்; அழித்தல்; குழைய வேகச் செய்தல்; to tread out into mash; to pound in a mortar; to cause worry; to destroy; to boil gently.

கும்பகர்ணன்: *(பெ):* அதிக நேரம் தூங்குபவன்; இராவணனின் சகோதரன்; one who sleeps soundly for long hours; Kumbakarna, the brother of Ravana and a male character in the Ramayana.

கும்பகம்: *(பெ):* இழுத்த மூச்சுக் காற்றை உள்ளிருத்தும் பிராணாயாம வகை; a way of Pranayama.

கும்பகாம்போதி: *(பெ):* ஒரு பண் வகை; a kind of music.

கும்பகாரன்: *(பெ):* குயவன்; potter.

கும்பகாரிகை: *(பெ):* குயத்தி; கண்ணிடு மை; the female belonging to potter community; black pigment for the eyelids.

கும்பசம்பவன்: *(பெ):* அகத்தியர்; துரோணர்; Sage Agathiyar; Sage Drona.

கும்பஞ் செய்தல்: *(பெ):* பிணத்தைப் புதைத்தல்; to bury the corpse.

கும்ப தீபம்: *(பெ):* குடத்து வடிவம் கொண்ட விளக்கு; the lamp shaped like a pot.

கும்பம்: *(பெ):* குடம்; கலசம்; யானை மத்தகம்; கும்ப ராசி; மாசி மாதம்; நெற்றி; குவியல்; நூறு கோடி; pot; a small vessel; dome; frontal globule of an elephant's forehead; the eleventh constellation of the Zodiac having the pitcher as its sign; the Tamil month Maasi; forehead; heap; thousand million; hundred crore.

கும்ப முனி: *(பெ):* அகத்தியர்; Sage Agathiyar.

கும்பல்: *(பெ):* குவியல்; திரள்; கூட்டம்; heap; cluster; mob; mass; crowd.

கும்பளம்: *(பெ):* கல்யாணப் பூசணி; squash gourd.

கும்பன்: *(பெ):* அகத்தியர்; கயவன்; ஓர் அரக்கன்; Sage Agathiyar; wicked man; a monster.

கும்பாகம்: *(பெ):* பவளக்கொடி; red coral as a marine plant.

கும்பாபிடேகம்: *(பெ):* குடமுழுக்கு; pouring the sanctified water etc. over the pot-like structure on the tower and over the main deity at the time of installation.

கும்பி: *(பெ):* குவியல்; சேறு; சுடுசாம்பல்; வயிறு; யானை; நரகம்; கும்பராசி; நெருப்பு; மண்பாண்டம்; heap; mire; hot ashes; stomach; elephant; hell; the eleventh constellation of the Zodiac having the pitcher as its sign; fire; earthen pot. • **கும்பி** கூழுக்கு அழுகிறது; கொண்டை பூவுக்கு அழுகிறது - *பழமொழி.*

கும்பிடு: *(வி):* இருகை கூப்பி வணங்குதல்; to make obeisance with folded hands as in offering prayers or paying respect to elders; *(பெ):* இருகை கூப்பிய வணக்கம்; worship; obeisance with folded hands. • **கும்பிடப்** போன தெய்வம் குறுக்கே வந்தது போல - *பழமொழி.*

கும்பிடு சட்டி: *(பெ):* தீச்சட்டி; fire pot.

கும்பிடுதல்: *(வி):* இருகை கூப்பி வணங்குதல்; to make obeisance with the hands folded and raised.

கும்பீரம்: *(பெ):* முதலை; crocodile.

கும்பு: *(பெ):* கூட்டம்; திரள்; crowd; abundance.

கும்பை: *(பெ):* சிறு மரம்; சேரி; கும்பகோணம்; குடம்; வேசி; வாழை மர வகை; a kind of small tree; slum; Kumbakonam, a town in Thanjavur district; pot; harlot; a kind of plantain.

கும்மட்டம்: *(பெ):* சிறு பறை வகை; கட்டட வளைவு; a kind of small drum; arch.

கும்மட்டி: *(பெ):* குதிக்கை; ஒரு விளையாட்டு; ஒரு வாத்தியம்; தீச்சட்டி; ஆற்றுத் தும்மட்டிச் செடி; jumping; leaping; a kind of game; a musical instrument; fire-pot; a kind of plant.

கும்மலி: *(பெ):* பருத்த உடலை உடையவள்; the woman who is having fat body.

கும்மலித்தல்: *(வி):* விளையாடுதல்; to play a game.

கும்மல்: *(பெ):* ஆடையை நனைத்துக் கசக்குதல்; அரிவாள்; கூட்டம்; to pound the clothes gently on a hard surface while washing; sickle; crowd.

கும்மாயம்: *(பெ):* சுண்ணாம்பு; வேகவைத்த பருப்பு; lime; over-boiled dhal.

கும்மாளம்: *(பெ):* மகிழ்ச்சி நிறைந்த ஆரவாரம்; uncontrolled merriment.

கும்மி: *(பெ):* மகளிர் கைகொட்டிப் பாடியாடும் ஆட்டம்; a kind of dance accompanied by clapping the hands rhythmically.

கும்மியடி: *(வி):* கைகொட்டிப் பாடியாடுதல்; to dance round by clapping the hands rhythmically.

கும்மிருட்டு: *(பெ):* அடர்ந்த இருள்; pitch darkness.

கும்முதல்: *(வி):* ஆடையை கசக்குதல்; to pound the clothes gently on a hard surface while washing.

குயக்கலம்: *(பெ):* மண்பாண்டம்; earthen pot.

குயத்தி: *(பெ):* குயவர் குலப் பெண்; the woman belonging to potter community.

குயவு: *(பெ):* தேர்; chariot.

குயா: *(பெ):* கோங்கு மரம்; a kind of tree.

குயிலாயம்: *(பெ):* பறவையின் கூடு; மாடம்; nest of a bird; a small niche in the wall of a house to keep an oil lamp, small things, etc.

குயிலுவம்: *(பெ):* பறை, கொம்பு, எக்காளம் போன்றவற்றை வாசித்தல்; playing on musical instruments like drums, horns, etc.

குயிலுவன்: *(பெ):* இசைக் கருவி வாசிப்பவன்; one who plays the musical instrument.

குயில்: *(பெ):* ஒரு பறவை; மேகம்; துளை; கோகிலம்; a bird; cloud; hole; Indian cuckoo; koel.

குயில்தல்/குயிறல்: *(வி):* கூவுதல்; சொல்லுதல்; செய்தல்; (மணி)பதித்தல்; கட்டுதல்; பின்னுதல்; நெய்தல்; துளைத்தல்; சொறிதல்; வாத்தியம் வாசித்தல்; to crow; to tell; to make; to fix (the gem); to tie up; to plait; to weave; to bore; be filled with; to play the instrument.

குயிற்றுதல்: *(வி):* (மணி)பதித்தல்; செய்தல்; சொல்லுதல்; to fix (the gem); to make; to tell.

குயினர்: *(பெ):* தையற்காரர்; மணியில் துளையிடுவோர்; tailor; those who make holes in precious gems; diamond cutters.

குயின்: *(பெ):* செயல்; மேகம்; action; deed; cloud.

குயின் மொழி: *(பெ):* அதிமதுரம்; இன்மொழி; sweet flag; sweet language.

குயுக்தி: *(பெ):* நேர்மையற்றது; இடக்கு; குதர்க்கம்; craftiness; sophistry.

குய்: *(பெ):* தாளிப்பு; நறும்புகை; சாம்பிராணி; seasoning; fragrant smoke; gum-benzoin (burnt as incense).

குய்மனத்தாளர்: *(பெ):* வஞ்சகர்; cunning person; deceitful person.

குய்யதீபகம்: *(பெ):* மின்மினி; glow-worm; firefly.

குய்யபீசகம்: *(பெ):* எட்டி மரம்; strychnine tree.

குய்யம்: *(பெ):* மனிதர்களின் மர்மத்தானம்; வஞ்சகம்; மல வாயில்; the genital part of humanbeings; deceit; anus.

குய்யோ முய்யோ என்று: *(வி.அ):* தனதளவில் அநியாயம் என எண்ணுவதை (அ) ஆபத்தை உணர்ந்து உரத்த குரலில் முறையிட்டு; complaining loudly (about what one thinks) as unjust or raising alarm in danger.

குரகதம்: *(பெ):* குதிரை; horse.

குரகம்: *(பெ):* நீர்வாழ் பறவை; மைனா; water bird; aquatic bird; common myna.

குரக்கன்: *(பெ):* கேழ்வரகு; ragi.

குரக்கு பிடி: *(வி):* கை, கால் போன்றவற்றில் திடீரெனக் குத்தி இழுப்பது போன்ற தசைவலி உண்டாகுதல்; to suffer muscle pull; to suffer cramps.

குரங்கம்: *(பெ):* எட்டி மரம்; மான் விலங்கின் பொதுப்பெயர்; மலைக் கொன்றை; strychnine tree; a common name of stag; a kind of Indian Laburnum.

குரங்கன்: *(பெ):* எட்டி மரம்; சந்திரன்; குரங்கு போன்று குறும்பு செய்பவன்; strychnine tree; Moon; one who is doing mischievous deeds like monkey.

குரங்காட்டம்: *(பெ):* குரங்கின் கூத்து; கோமாளித் தனமான செயல்கள்; apish tricks; antics; *(வி.அ):* குரங்கு போன்று; like a monkey.

குரங்காட்டி: *(பெ):* குரங்கை வைத்து வேடிக்கைகள் செய்து பிழைப்பு நடத்துபவன்; the person who makes a living by making a monkey to do some tricks.

குரங்கி: *(பெ):* சந்திரன்; the Moon.

குரங்கு: *(பெ):* ஒரு விலங்கு; வானரம்; வளைவு; கொக்கி; முசுக்கைக் கொடி; an animal; monkey; bend; curve; hook; bristly bryony - a kind of herb. ● குரங்கு கையில் சிக்கிய பூமாலை போல - *பழமொழி.*

குரங்குதல்: *(வி):* தாழ்தல்; குறைதல்; தங்குதல்; வளைதல்; தொங்குதல்; இரங்குதல்; to droop; to diminish; to rest; to bend; to hang; to have pity.

குரங்குப்பிடி: *(பெ):* பிடிவாதம்; விடாப்பிடி; perverseness; firm determination; firm hold;

குரங்குபுத்தி 351 குருகூர்

obstinacy. • குரங்குப்பிடி போன்று பிடிவாதமாய் இராதே - *பழமொழி.*

குரங்குபுத்தி: (பெ): முடிவெடுத்திட இயலாமல் தடுமாறும் குணம்; fickle-mindedness.

குரசு/குரம்: (பெ): குதிரைக் குளம்பு; horse's hoof.

குரணம்: (பெ): முயற்சி; effort.

குரண்டம்: (பெ): மருதோன்றி மரம்; கொக்கு; henna tree; crane; stork.

குரத்தம்: (பெ): ஆரவாரம்; bustle; loud noise.

குரத்தி: (பெ): குரு பத்தினி; தலைவி; wife of a teacher; heroine; mistress.

குரப்பம்: (பெ): குதிரை உடம்பின் மீது தேய்க்கும் கருவி; brush like instrument for rubbing the horse's body.

குரமடம்: (பெ): பெருங்காயம்; asafoetida.

குரம்: (பெ): குதிரைக்குளம்பு; பசு; ஒலி; தர்ப்பை; பாகல்; horse's hoof; cow; sound; sacred grass; bitter-gourd.

குரம்பு: (பெ): அணைக்கட்டு; செயற்கையாக அமைக்கப்பட்ட அணை; எல்லை; dam; artificial bank; boundary.

குரம்பை: (பெ): சிறு குடில்; உடல்; பறவைக்கூடு; தானியக் கூடு; hovel; body; bird's nest; granary.

குரல்: (பெ): பேச்சொலி; கதிர்; பூங்கொத்து; தினை; பாதிரி; பெண்ணின் தலைமுடி; இறகு; மொழி; மிடறு; ஓசை; சந்தம்; tone; voice; corn ear; flower-cluster; millet; trumpet-flower tree; woman's flowing hair; feather; language; throat; neck; sound; rhythm.

குரல்வளை: (பெ): மிடற்றின் உறுப்பு; throat including Adam's apple.

குரவகம்: (பெ): மருதோன்றி மரம்; henna tree.

குரவம்: (பெ): குரா மரம்; பேரீச்சை மரம்; a kind of tree; palm-date tree.

குரவம்பாவை: (பெ): பூ வகை; a kind of flower.

குரவன்: (பெ): ஆசிரியன்; அரசன்; குரு; தாய்; தந்தை; தமையன்; பிரம்மன்; அமைச்சன்; teacher; king; Guru; mother; father; elder brother; Lord Brahma; minister.

குரவு: (பெ): மரவகை; a kind of tree.

குரவை: (பெ): கடல்; மகளிர் கைகோத்து ஆடும் கூத்து; sea; dancing in a circle by women holding their hands.

குரவையிடுதல்: (வி): நாவால் குழறி மகிழ்ச்சியொலி செய்தல்; குலவையிடுதல்; to utter in a chorus a shrill sound by wagging the tongue as done by women on festive and religious occasions.

குரா: (பெ): குரா மரம்; a kind of tree.

குரால்: (பெ): புகர் நிறம்; பசு; கோட்டான்; tawny colour; cow; owl.

குரான்: (பெ): முகமதியரின் புனித நூல்; the sacred book of Muhammadans.

குரிகிற்றாளி: (பெ): கிழங்கு வகை; a kind of tuber plant.

குரிசில்: (பெ): பெருமையில் சிறந்தவன்; தலைவன்; உபகாரி; illustrious person; chief; Lord; philanthropist.

குரீஇ: (பெ): குருவி; பறவை; sparrow; a kind of bird.

குரு: (பெ): ஆசிரியர்; ஆசான்; முன்னுதாரணமாக இருப்பவர்; கொப்புளம்; புளகம்; ஒளி; கனம்; தந்தை; அரசன்; வியாழன்; சோறு; துரோணர்; தேர்; ஐம்பத்தாறு நாடுகளுள் ஒன்று; மேன்மை; பெருமை; வருத்தம்; சிவபெருமான்; teacher; master; illustrious person; boil; horripilation; light; lustre; heaviness; father; king; Jupiter; rice; Sage Drona; chariot; one of the fifty-six countries; excellence; greatness; sorrow; Lord Shiva. • குரு மொழி கேளாதவனும், தாய் தந்தை வார்த்தை கேளாதவனும் சண்டி. • குரு வேடம் புனைந்தவரெல்லாம் குருவாக முடியுமா? - *பழமொழிகள்.*

குருகிலை: (பெ): மர வகைகளில் ஒன்று; a kind of tree.

குருகு: (பெ): இளமையான விலங்கு; குட்டி; குருத்து; பறவை; நாரை; வெண்மை; அன்றில் பறவை; கோழி; கைவளை; குருக்கத்தி மரம்; ஒரு நாடு; இடைச்சங்க நூல்களுள் ஒன்று; young animal; sprout; bird; crane; whiteness; Andril bird, male or female noted for its constancy in love; fowl; bangles; a kind of tree; a country; a treatise of Idaichangam period.

குருகு மண்: (பெ): வெண் மணல்; white sand.

குருகுருத்தல்: (வி): நமைத்தல்; நெஞ்சை உறுத்துதல்; to itch and tingle; to rankle in one's mind.

குருகுலக்கல்வி: (பெ): குருவின் இல்லத்தையே கல்விக் கூடமாகவும், வாழும் இடமாகவும் கொண்டு பெற்றிடும் கல்வி; (formerly) learning by living with the teacher.

குருகுலம்: (பெ): குருவோடு வாழ்ந்து கல்வி கற்றிடும் இடமான பாடசாலை; a school where the disciples live with their teacher.

குருகுலவாசம்: (பெ): கல்வி கற்றிட வேண்டி மாணவர்கள் குருவுடன் சேர்ந்து வாழ்தல்; living of disciples with the teachers to have education and learn other kinds of arts.

குருகூர்: (பெ): நம்மாழ்வார் திருஅவதாரம் செய்த ஆழ்வார் திருநகரி; Azhwar Thirunagari, the birth place of Nammazhwar, one of the famous devotees of Lord Vishnu.

குருக்கத்தி: (பெ): மாதவிக் கொடி; a kind of creeper.

குருக்கள்: (பெ): ஆச்சாரியர்கள்; சிவன் கோயிலில் பூஜைகள் முதலானவற்றைச் செய்பவர்கள்; சைவ வேளாள குரு; priests; officiating priests of shiva temples; Saiva Velala priest.

குருக்கன்: (பெ): உடலை இளைக்க வைத்திடும் நோய்; a kind of disease.

குருக்குத்தி: (பெ): செடி வகை; a kind of plant.

குருசில்: (பெ): தலைவன்; உபகாரி; உதாரண புருஷன்; chief; lord; philanthropist; illustrious person.

குருசு: (பெ): சிலுவை; cross.

குருடன்: (பெ): பார்வையற்றவன்; blind man. • குருடனுக்குக் கோல் இல்லாது போனது போல. • குருடன் கைக்கோலினைப் பிடுங்கியது போல - *பழமொழிகள்.*

குருடி: (பெ): பார்வையற்றவள்; blind woman.

குருடு: (பெ): பார்வையின்மை; blindness. • குருட்டுக் கண்ணுக்கு குறுணி மையிடுவதால் ஆவதென்ன ? • குருட்டுப் பூனை விட்டத்தில் பாய்ந்தது போல - *பழமொழிகள்.*

குருடுபற்று: (வி): எண்ணெய் இல்லாது விளக்குத்திரி கருகி ஒளி குறைதல்; of lamps to become dim due to the burning of the wick for want of oil.

குருட்டடியாய்: (வி.அ): குருட்டாம் போக்காக; முன்யோசனை இல்லாமல்; by change; blindly.

குருட்டு: (பெ.அ): காரண காரியங்களுக்கு உட்படாத; தெளிவற்ற; சிறிதும் விளக்கிட இயலாத; எதையோ பற்றிய; blind; unclear; unable to explain; something about.

குருட்டுத்தனம்: (பெ): அறியாமை; ignorance.

குருட்டு நாள்: (பெ): செவ்வாய் மற்றும் சனிக் கிழமை; Tuesday and Saturday.

குருட்டுப்பாடம்: (பெ): பொருளினைப் புரிந்து கொள்ளாது படித்திடும் பாடம்; anything committed to memory without knowing its meaning; rote learning.

குருதட்சணை: (பெ): குருவுக்குக் காணிக்கையாக அளிக்கும் பொருள்; offering made to a teacher.

குருதி: (பெ): இரத்தம்; சிவப்பு; மூளை; செவ்வாய்; blood; red; brain; Mars.

குருதி கொட்டல்: (பெ): இரத்தம் வடிதல்; bleeding; bloodshed.

குருதிச் சிவப்பான: (பெ.அ): இரத்தச் சிவப்பான; sanguine; bloodshot.

குருதிச் சோகை: (பெ): இரத்த சோகை நோய்; anaemia.

குருதிப் போக்கு: (பெ): இரத்தப்போக்கு; haemorrhage.

குருதி வாரம்: (பெ): செவ்வாய்க் கிழமை; Tuesday.

குருது: (பெ): நெய்; தானியக் குதிர்; ghee; a large barrel-like receptacle for storing grain.

குருத்தல்: (வி): தோன்றுதல்; சினங் கொள்ளுதல்; to appear; to resent; be enraged.

குருத்து: (பெ): கொழுந்து; இளமை; வெண்மை; மென்மை; செவிப்பறை; sprout; youthfulness; whiteness; tenderness; ear-drum.

குருத்து ஞாயிறு: (பெ): குருத்தோலைகளுடன் இயேசுவின் புகழ் பாடிக் கொண்டாடப்படும் ஈஸ்டர் பண்டிகைக்கு முந்தைய ஞாயிற்றுக் கிழமை; Palm Sunday.

குருத்துப்பூச்சி: (பெ): நெற்பயிரின் தண்டைத் துளைத்துச் சேதப்படுத்தி கதிரை வெண்மையாக்கக் கூடிய ஒரு பூச்சி வகை; the stem borer.

குருத்து மணல்: (பெ): பொடி மணல்; fine sand.

குருத்துவம்: (பெ): குருத்தன்மை; பெருமை; நன்றி; கனம்; priesthood; nobility; gratitude; heaviness (of a body).

குருத்தெலும்பு: (பெ): இளவெலும்பு; cartilage.

குருத்தோலை: (பெ): இளம் ஓலை; tender palm leaf.

குருநாதன்: (பெ): சுவாமிநாதன்; முருகப் பெருமான்; Lord Muruga.

குருநாள்: (பெ): வியாழக்கிழமை; Thursday.

குருநோய்: (பெ): அம்மை நோய்; virus diseases like small-pox, measles, etc.

குருந்தம்: (பெ): குருந்த மரம்; குருந்தக்கல்; a kind of tree; corundum emery.

குருந்து: (பெ): குழந்தை; மாதவிக் கொடி; குருந்தக்கல்; child; a kind of creeper; corundum emery.

குருபத்திரம்: (பெ): துத்தநாகம்; புளிய மரம்; zinc; tamarind tree.

குருபரம்பரை: (பெ): ஆழ்வார், ஆச்சாரியார்களின் வரலாற்றை விவரிக்கும் இயல்; hagiology of Azhwars and Achariyas.

குருபரன்: (பெ): பரம குரு; Lord Muruga.

குருபன்னி: (பெ): குருபத்தினி; wife of guru/teacher.

குருபீடம்: (பெ): குருவினது இடம்; the place of guru.

குருபூசை: (பெ): குரு சமாதியடைந்த நாளில் ஆண்டுதோறும் மகேஸ்வர பூசையுடன் அக்குருவிற்கு ஆராதனை செய்யும் வழிபாடு; the annual worship of a deceased guru on the day of his death, (often accompanied with the feeding of devotees, chiefly in Saiva Mutts.)

குருப்பு: *(பெ):* பரு; pimple.
குருமடம்: *(பெ):* கிறித்தவ குரு ஆவதற்கான பயிற்சி பெறும் இடம்; seminary.
குருமணி: *(பெ):* குருபரன்; பரமகுரு; Lord Muruga.
குருமித்தல்: *(பெ):* பேரொலி செய்தல்; முழங்குதல்; to make loud noise; to roar.
குருமுனி: *(பெ):* அகத்தியர்; Sage Agathiyar.
குரு மாணவன்: *(பெ):* கிறித்தவ குரு ஆவதற்கு பயிற்சி பெறும் மாணவன்; seminarian.
குருமார்: *(பெ):* சீக்கியமதத் தலைவர் (அ) முதன்மைக் குரு; leader or head-priest of Sikh religious institutions.
குருமா: *(பெ):* வேகவைத்த காய்கறி (அ) இறைச்சியுடன் அரைத்த மசாலாவைச் சேர்த்துத் தாளித்துச் செய்யும் கெட்டியான குழம்பு; a kind of thick sauce made of boiled vegetables or meat (used as a side dish to eat with chappathi, biriyani, etc.)
குருமிளகு: *(பெ):* முதிர்ந்த, மணமுள்ள, காரமான மிளகு; pepper with a strong smell and taste.
குருமூர்த்தம்: *(பெ):* கடவுளின் திருமேனி; sacred image of the deity.
குருமூர்த்தி: *(பெ):* தட்சிணாமூர்த்தி; குருபரன்; Lord Dhakshinamoorthy; Lord Muruga.
குருமை: *(பெ):* பெருமை; வண்ணம்; greatness; colour.
குரும்பட்டி/குரும்பை: *(பெ):* தென்னை, பனை ஆகியவற்றின் இளங்காய்; immature coconuts and palmyra nuts.
குரும்பம்: *(பெ):* வலை; net.
குரும்பி: *(பெ):* புற்றாஞ் சேறு; காதினுள் சேர்ந்திடும் மெழுகு போன்ற மஞ்சள் நிறங் கொண்ட அழுக்கு; ant hill produced by white ants; ear wax.
குருவகம்: *(பெ):* வெண் சிகப்பு; light red colour.
குருவண்டு: *(பெ):* குளவி வகை; a kind of wasp.
குரு வருடம்: *(பெ):* நவ கண்டங்களுள் ஒன்று; one of the 'Nava Kandams'.
குருவன்: *(பெ):* குரு; priest; teacher.
குரு வாரம்: *(பெ):* வியாழக் கிழமை; Thursday.
குரு வால்: *(பெ):* இத்தி மரம்; a kind of tree.
குருவி: *(பெ):* ஒரு சிறு பறவை; குன்றி மணி; a kind of small bird; sparrow; crab's eye.

குருவிக்கண்: *(பெ):* சிறு துளை; small eye; small hole.
குருவிக்கல்: *(பெ):* ஒரு வகைச் செம்மண்; a kind of red soil.
குருவிக்காரன்: *(பெ):* ஒரு பழங்குடி இனத்தவன்; குருவி பிடிப்பவன்; a man who belongs to a tribe; bird-catcher.
குருவிக்கார்: *(பெ):* நெல் வகை; a kind of paddy.
குருவிஞ்சி: *(பெ):* வெற்றிலை வகை; a kind of betel leaf.
குருவித்தலை: *(பெ):* சிறிய தலை; small head.
குருவிந்தம்: *(பெ):* தரம் தாழ்ந்த மாணிக்க வகை; குன்றிமணி; சாதிலிங்கம்; inferior kind of ruby; crab's eye; red sulphurate of mercury oxide.
குருவி வாலான்: *(பெ):* நெல் வகை; a kind of paddy.
குருவுக்காதி: *(பெ):* பச்சைக் கர்ப்பூரம்; medicated camphor.
குருளை: *(பெ):* இளமை; விலங்கின் குட்டி; குழந்தை; ஆமை; youthfulness; young animal; child; tortoise.
குருள்: *(பெ):* பெண்ணின் கூந்தல்; the flowing hair of woman.
குருக்ஷேத்திரம்: *(பெ):* பாண்டவர்களுக்கும், கௌரவர்களுக்கும் இடையிலான பாரதப் போர் நிகழ்ந்த இடம்; Kurukshethram, the battle field, where the battle between Kauravas and Pandavas was fought.
குரூபம்: *(பெ):* அழகின்மை; வேறுபட்ட உருவம்; ugliness; deformity.
குரூரம்: *(பெ):* கொடுமை; cruelty; savagery.
குரூர வதை: *(பெ):* சித்திரவதை; torture; horrible slaughter.
குரை: *(பெ):* ஒலி; பெருமை; பரப்பு; குதிரை; முழக்கம்; sound; noise; majesty; expanse; horse; roar.
குரைத்தல்: *(வி):* குலைத்தல்; ஆரவாரித்தல்; to bark; to shout; to jubilate.
குரைப்பு: *(பெ):* ஓசை; noise.
குரைமுகன்: *(பெ):* நாய்; dog.
குரோசம்: *(பெ):* 2¼ மைல் கொண்ட தொலைவு; a distance of approximately 2¼ miles.
குரோட்டம்: *(பெ):* நரி; fox.
குரோட்டு/குரோடம்: *(பெ):* பன்றி; pig.
குரோதம்: *(பெ):* பகைமை; கோபம்; malice; wrath; anger.
குரோதன: *(பெ):* ஒரு தமிழ் வருடம்; a Tamil year.
குரோதன்: *(பெ):* வீரபத்திரன்; கோபம் உள்ளவன்; Lord Veerabadhra; the man who is angry.
குரோதி: *(பெ):* ஒரு தமிழ் வருடம்; பகைவன்; a Tamil year; enemy.
குலகன்னி: *(பெ):* கற்பரசி; chaste woman.
குலகாயம்: *(பெ):* நத்தை; பேய்ப் புடலை; snail; a kind of snake-gourd.

குலகுரு: *(பெ):* வம்ச குரு; guru or teacher of the family or community.
குலக்காய்: *(பெ):* சாதிக்காய்; nut-meg.
குலக்கொழுந்து: *(பெ):* குடும்பம் தழைப்பதற்கான வாரிசாக இருக்கும் ஒரே மகன் (அ) மகள்; heir to the family; the one and only child.
குலசேகரன்: *(பெ):* குலசேகரப் பெருமாள்; பன்னிரு ஆழ்வார்களுள் ஒருவர்; Kulasekara Perumal; one of the twelve Aazhwars.

குலசேகரன் படி: (பெ): திருமால் கோயில் கருவறை வாயிற்படி; the entrance of the sanctum sanctorum of Vishnu Temple.

குலச்சிறை: (பெ): மதுரை மன்னன் கூன் பாண்டியனின் அமைச்சர்; அறுபத்து மூன்று நாயன்மார்களில் ஒருவர்; Kulachirai, the minister of Pandya King, Koon Pandya; one of the sixty-three Naayanmars.

குலச்சுமால்: (பெ): களத்தில் விற்கும் தானியம்; the grain or paddy sold at thrashing ground.

குலடை: (பெ): கற்பொழுக்கம் இல்லாதவள்; unchaste woman.

குலதெய்வம்: (பெ): ஒரு குலத்தைச் சேர்ந்தவர்கள் வழிவழியாக வழிபடும் தெய்வம்; deity of a community; family deity.

குலதேவதை: (பெ): பெண் குல தெய்வம்; female family deity.

குலநாசகம்: (பெ): ஒட்டகம்; camel.

குலபதி: (பெ): குலத்துக்குத் தலைவன்; chief of the community or a tribe.

குலப்பம்: (பெ): கக்குவான்; whooping cough; pertussis.

குலப்பரத்தை: (பெ): கணிகையர் குலப்பெண்; a woman belonging to dancer community.

குலமகள்: (பெ): நற்குடியில் பிறந்தவள்; woman of noble birth.

குலமகன்: (பெ): நற்குடியில் பிறந்தவன்; man of noble birth.

குலமணி: (பெ): ஜாதி ரத்தினம்; gem of superior quality.

குல மீன்: (பெ): அருந்ததி நட்சத்திரம்; scarcely visible Alcor of the Great Bear Constellation.

குலமுறை: (பெ): மரபு வரலாறு; வழிவழியாகக் கடைப்பிடிக்கப்படும் குடும்ப வழக்க முறை; genealogy; custom of a family handed down by tradition.

குலம்: (பெ): குடி; சாதி; இனம்; மகன்; குழு; கூட்டம்; வீடு; அரண்மனை; கோயில்; ரேவதி நட்சத்திரம்; நன்மை; அழகு; மலை; மூங்கில்; கற்கண்டு; தினை; உலகம்; caste; tribe; community; son; group; crowd; house; palace; temple; the star Revathi; good; beauty; mountain; bamboo; sugar candy; millet; world. • **குலத்தளவே** ஆகுமாம் குணம் - *பழமொழி.*

• **குலஞ்சுடும்** கொள்கை பிழைப்பின் நலஞ்சுடும்
நாணின்மை நின்றக் கடை - *குறள் 1019.*

குலம்பா: (பெ): பேய்ச் சுரை; wild melon.

குலரி: (பெ): குலை; பூங்கொத்து; bunch; cluster; bunch of flowers.

குலவரி: (பெ): சந்தன மரம்; செஞ்சந்தனம்; sandal wood tree; fragrant sandal paste.

குலவலி: (பெ): இலந்தை; jujubee fruit and tree.

குலவன்: (பெ): உயர்குடிப்பிறந்தோன்; aristocrat.

குல விருது: (பெ): குலத்துக்குரிய பட்டம்; the title of the family.

குலவு: (பெ): வளைவு; bend; curve.

குலவுகாசம்: (பெ): நாணல் புல்; Kaus, a large and coarse grass; lalong grass.

குலவுதல்: (வி): விளங்குதல்; மகிழ்தல்; உலாவுதல்; நெருங்கி உறவாடுதல்; தங்குதல்; வளைதல்; குவிதல்; to prosper; to rejoice; to roam; to move closely; to stay; to bend; to heap.

குலவுரி: (பெ): சந்தன மரம்; Sandal wood tree.

குலவை/குரவை: (பெ): மாதர் செய்யும் மங்கல ஒலி; a shrill sound uttered in chorus by wagging the tongue as done by women on festive and religious occasions.

குலா: (பெ): மகிழ்ச்சி; joy; happiness.

குலாங்கனை: (பெ): உயர் குலப் பெண்; the woman who belongs to noble family.

குலாதனி: (பெ): கடுகரோகணி; a kind of medicinal thing.

குலாமர்: (பெ): உலோபிகள்; misers.

குலாம்: (பெ): அடிமை; slave.

குலாயம்: (பெ): பறவைக் கூடு; வலை; bird's nest; net.

குலாயனம்: (பெ): மக்களால் செய்யப்படும் பறவைக் கூடு; the artificial bird's nest made by the people.

குலாரி: (பெ): ஒரு வகை வண்டி; a kind of carriage.

குலாலன்: (பெ): குயவன்; potter.

குலாலி: (பெ): குயத்தி; woman belonging to potter community.

குலாவுதல்: (வி): நட்புடன் பழகுதல்; அளவளாவுதல்; மகிழ்தல்; கொண்டாடுதல்; வளைதல்; வயப்படுத்துதல்; to move friendly; to talk in a friendly way; to rejoice; to celebrate; to bend; to bring under one's influence.

குலி: (பெ): மனைவியின் மூத்த தமக்கை; elder sister of one's wife.

குலிகம்: (பெ): இலுப்பைமரம்; சிவப்பு சாதிலிங்கம்; South Indian Mahua; red sulphurate of mercury oxide; vermilion.

குலிங்கம்: (பெ): ஊர்க்குருவி; ஒரு நாடு; குதிரை; sparrow; a country; horse.

குலிசபாணி: (பெ): இந்திரன்; Lord Indra.

குலிசம்: (பெ): வச்சிரப்படை; வயிரம்; இலுப்பை மரம்; கற்பரி பாடாணம்; the weapon of Lord

Indra; diamond; South Indian Mahua; a kind of arsenic.

குலிசவேறு: *(பெ):* வச்சிரப்படை; the weapon of Lord Indra; Indra's thunderbolt.

குலிசன்/குலிசி: *(பெ):* இந்திரன்; Lord Indra.

குலிரம்: *(பெ):* நண்டு; crab.

குலிலி: *(பெ):* வீராவேச ஒலி; shout of triumph.

குலீனன்: *(பெ):* உயர் குடியில் பிறந்தவன்; aristocrat.

குலுக்குதல்: *(வி):* அசைத்தல்; குலுங்கச் செய்து கலத்தல்; to shake; to mix with agitation.

குலுக்கை: *(பெ):* குதிர்; a large barrel-like receptacle for storing grains.

குலுங்குதல்: *(வி):* அசைதல்; நடுங்குதல்; நிறைதல்; be shaken; to tremble; to quake with fear; be full.

குலுத்தம்: *(பெ):* கொள்ளு; gram used as fodder for horse.

குலும மூலம்: *(பெ):* இஞ்சி; ginger.

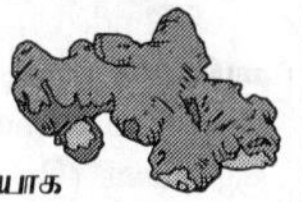

குலை: *(பெ):* கொத்து; செயற்கையாக அமைக்கப்பட்ட கரை; வில்லின் நாண்; பாலம்; தளர்வு; அலைவு; சிதைவு; நடுக்கம்; cluster; bunch; artificial bund; bow string; bridge; waving; damage; trembling.

குலைக்கல்: *(பெ):* கோரோசனை; bezoar taken from the stomach of cows.

குலைச்சல்: *(பெ):* அழிதல்; destruction.

குலைதல்: *(வி):* அவிழ்தல்; கலைதல்; நிலை கெடுதல்; நடுங்குதல்; அழிதல்; சினத்தல்; be loosened; to get disturbed; to get disrupted; to tremble; to ruin; to get angry.

குலை தள்ளுதல்: *(வி):* குலை விடுதல்; to bring forth a stem with flowers to yield fruits (of trees such as coconut, palm, plantain etc.)

குலைத்தல்: *(வி):* அவிழ்த்தல்; பிரித்தல்; அழித்தல்; அசைத்தல்; (நாய்) குரைத்தல்; to untie; to disperse; to destroy; to shake; to bark.

குலை நோய்: *(பெ):* மனிதருக்கு உண்டாகும் நோய்; a kind of disease (of humanbeing).

குலோமி: *(பெ):* புல் வகை; a kind of grass.

குலோமிச்சை: *(பெ):* வசம்பு; sweet-flag.

குல்கந்து: *(பெ):* உலர்த்திய ரோஜா மலரின் இதழ்களை தேன், ஜீரா ஆகியவற்றில் சேர்த்து தயாரித்த லேகியம் போன்ற மருந்து; conserve of rose petal prepared in honey and sugar syrup said to have cooling effect.

குல்யன்: *(பெ):* மந்திரி; அமைச்சர்; minister.

குல்லகம்: *(பெ):* வறுமை; poverty.

குல்லம்: *(பெ):* முறம்; wide-mouthed winnowing pan.

குல்லரி: *(பெ):* இலந்தை மரம்; Jujube tree.

குல்லா: *(பெ):* வட்டமாக (அ) நீளமாக துணியால் தைத்து, தலையின் மேல்பகுதியில் அணிவது; cloth cap; fez.

குல்லா போடு: *(வி):* காக்காய் பிடித்தல்; உதவி செய்திடக்கூடிய நபரை மகிழ்வித்து காரியம் சாதித்தல்; to please someone for favour.

குல்லிரி: *(பெ):* வீராவேச ஒலி; shout of triumph.

குல்லை: *(பெ):* துளசிச்செடி; கஞ்சாச் செடி; sacred basil; a narcotic and intoxicating plant.

குல்வலி: *(பெ):* இலந்தை மரம்; a thorny tree with popular sweet fruits; the jujube tree.

குவடு: *(பெ):* மலையுச்சி; திரட்சி; மலை; மரக்கொம்பு; சங்கப்பாடாணம்; peak; multitude; mountain; branch of a tree; a kind of arsenic.

குவலயம்: *(பெ):* பூமி; நெய்தல்; கருங்குவளை; செங்குவளை; அவுபல பாடாணம்; earth; coastal region; blue nelumbo; red nelumbo; a kind of arsenic.

குவலயாபீடம்: *(பெ):* கம்சனின் பட்டத்து யானை; the royal elephant of King Kamsa.

குவவிடம்: *(பெ):* ஊர்; town.

குவலை: *(பெ):* துளசி; கஞ்சாச்செடி; sacred basil; a narcotic and intoxicating plant.

குவலையன்: *(பெ):* துரிசு; blue vitriol.

குவவு: *(பெ):* திரட்சி; கூட்டம்; குவியல்; பெருமை; மேடு; பூமி; mass; crowd; pile; heap; greatness; mound; earth.

குவவுதல்: *(பெ):* குவிதல்; தழுவுதல்; சேர்தல்; to heap; to embrace; to join.

குவளை: *(பெ):* செங்கழுநீர்ப் பூ; கருங்குவளை; ஒரு பேரெண்; மகளிர் கழுத்தணி; கண்மேல் இமை; ஒரு பாண்டம்; பாண்டத்தின் விளிம்பு; purple Indian water lily; blue nelumbo; a large number; a kind of necklace of women; upper eyelid; a vessel; the rim of the vessel.

குவாகம்: *(பெ):* கழுகு; ஒரு வகைப் பிசின்; white-headed kite; a kind of resin.

குவாகுலம்: *(பெ):* ஒட்டகம்; camel.

குவாதம்: *(பெ):* குதர்க்கம்; captious argument.

குவால்: *(பெ):* குவியல்; அதிகம்; கூட்டம்; மேடு; நெற்போர்; pile; heap; abundance; crowd; mound; pile of hay; rick.

குவி: *(பெ):* சுவர்; wall.

குவிதல்: *(வி):* கூம்புதல்; கூடுதல்; சுருங்குதல்; ஒருமுகப்படுதல்; shrinking of a flower; to merge; to shrink; to concentrate.

குவித்தல்: *(வி):* தொகுத்தல்; கை கூப்புதல்; சுருக்குதல்; கும்பலாக்குதல்; to collect; to join the palms together; to tuck in; to heap.

குவிமுட் கருவி: *(பெ):* அங்குசம்; elephant's goad used by mahouts.

குவியல்: (பெ): குவிந்திருப்பது; pile; heap.

குவேலம்: *(பெ):* ஆம்பல் மலர்; water lily.

குவை: (பெ): குவியல்; குப்பைமேடு; தொகுதி; கூட்டம்; கண்ணோய் வகை; பொன்னுருக்கும் குகை; heap; pile; collection; heap of rubbish; heap; crowd; a kind of eye disease; a vessel for melting gold.

குழ: (பெ.அ): இளமையான; youthful.

குழகம்: (பெ): அழகு; beauty.

குழகன்: (பெ): இளைஞன்; அழகன்; முருகன்; youth; handsome person; Lord Muruga.

குழகு: (பெ): அழகு; குழந்தை; beauty; child.

குழங்கல்: (பெ): கழுத்தணிகலன் வகை; a kind of necklace.

குழந்தை: (பெ): கைப்பிள்ளை; child. ● **குழந்தையும்,** தெய்வமும் ஒன்று. ● **குழந்தையும்** தெய்வமும் கொண்டாடும் இடத்திலே - *பழமொழிகள்.*

குழப்பம்: (பெ): தாறுமாறு; கலகம்; மனக்கலக்கம்; கொந்தளிப்பு; disorder; agitation; disturbance in mind; worry; commotion.

குழப்புதல்: (வி): பிறழ்தல்; கலக்குதல்; குழப்பம் செய்தல்; to misplace; to stir; to confuse.

குழமணம்: (பெ): பொம்மைக் கலியாணம்; marriage of dolls.

குழமணி தூரம்: (பெ): தோற்றவர் ஆடும் கூத்து வகை; a kind of dance by those who are defeated.

குழம்பு: (பெ): கலவை; காய்கறிக் குழம்பு; குழைசேறு; mixture; thickened curry broth; mud.

குழல்: (பெ): கூந்தல்; மயிர்க் குழற்சி; துளையுடைய பொருள்; இசைக்குழல்; துப்பாக்கி; கழுத்தணி வகை; the flowing hair; curl of hair; the thing which has a hole; a musical wind instrument; rifle; a kind of necklace.

- **குழல்**இனிது யாழ்இனிது என்பதம் மக்கள்
 மழலைச்சொல் கேளா தவர். - *குறள் 66.*

குழல்தல்: (வி): சுருளுதல்; be coiled; to curl; to roll.

குழவி: (பெ): கைக்குழந்தை; அம்மி, கல்லுரல் ஆகியவற்றின் அரைக்கும் கல்; பெருமை; child; infant; baby; grinding pestle.

குழவி ஞாயிறு: (பெ): உதயசூரியன்; rising Sun.

குழவித்திங்கள்: (பெ): இளம்பிறை; crescent.

குழவு: (பெ): இளமை; youth.

குழறுதல்: (வி): பேச்சு தடுமாறுதல்; கலத்தல்; கூவுதல்; கேடு விளைவித்தல்; to babble; to mingle; to cry; to cause ruin.

குழறுபடை: (பெ): தாறுமாறு; சொல் தடுமாற்றம்; disorder; babble.

குழற்சி: (பெ): சுருண்டிருத்தல்; கொண்டை; curling; tuft.

குழற்சிகை: (பெ): தலை முடி; hair.

குழாஅல்: (பெ): கூடுகை; union.

குழாம்: (பெ): கூட்டம்; சபை; crowd; assembly.

குழாய்: (பெ): துளையுடைய ஒரு பொருள்; pipe.

குழாய்க்கிணறு: (பெ): பூமியில் குறுகிய வட்டமாகத் தோண்டி அதனுள் குழாய் இறக்கப்பட்ட கிணறு; tube-well.

குழி: (பெ): பள்ளம்; நீர்நிலை; வயிறு; பாத்தி; பன்னிரண்டு அடிச் சதுரம்; pit; depth of water; stomach; division; section; pan; a measure of twelve sq.ft. ● குதிரை கீழே விழுந்ததும் அல்லாது **குழி**யையும் பறித்ததாம் - *பழமொழி.*

குழிக்கணக்கு: (பெ): ஒரு வகை நில அளவை; a kind of land measurement.

குழிங்கை: (பெ): உள்ளங்கை; அகங்கை; the palm of hand.

குழிசி: (பெ): பானை; வண்டியின் குடம்; pot; hub of a cart wheel.

குழிசீலை: (பெ): கோவணம்; loin-cloth.

குழிதல்: (வி): உட்குழிவாதல்; be hollowed out.

குழித்தல்: (வி): குழியாக்குதல்; செதுக்குதல்; to form pits; to engrave.

குழித்தறி: (பெ): குழியில் கால்மிதிகளைக் கொண்டிருக்கும் நெசவுத்தறி; the handloom having treadles in a pit.

குழித்தாமரை: (பெ): கொட்டைப்பாசி; a herb.

குழி நரி: (பெ): குள்ள நரி; fox.

குழி நாவல்: (பெ): நாவல் மர வகை; a kind of jamoon palm tree.

குழிபறித்தல்: (வி): குழி தோண்டுதல்; சூழ்ச்சி செய்து பிறருக்குத் தீங்கு செய்தல்; to dig a pit; to conspire to do harm on the sly; to undermine.

குழிப்பாடி: (பெ): துகில் வகை; a kind of cloth.

குழிப்பு: (பெ): தாழ்வு; low.

குழிமி: (பெ): மதகு; பாண்டத்தின் மூக்கு; sluice; spout of a vessel.

குழிமுயல்: (பெ): ஒரு வகை முயல்; rabbit.

குழியம்மி: (பெ): மருந்தரைக்கும் கலுவம்; a small hollow grinding stone used for grinding medicines.

குழியாடி: (பெ): உட்புறம் குழிவாக உள்ள அரைக் கோள வடிவப் பிரதிபலிக்கும் பரப்பினைக் கொண்ட ஆடி; concave mirror or lens.

குழி யானை: (பெ): எறும்பைத் தின்னும் சிறு பூச்சி வகை; a kind of small insect, usually eats ants.

குழு: (பெ): மக்கள் கூட்டம்; தொகுதி; மகளிர் கூட்டம்; தந்திரம்; assembly; heap, women's assembly; trick.

குழுதாழி: (பெ): மாட்டுத் தொட்டி; stable; cow shed; cattle-shed.

குழுமல்: (பெ): கூட்டம்; கலத்தல்; கூடுதல்; crowd; mixing; increasing.

குழுமுதல்: (வி): கூடி முழங்குதல்; கலத்தல்; to roar in company; to mix.

குழும்பு: (பெ): குழி; திரள்; pit; abundance.

குழுவுதல்: (வி): கூடுதல்; கலத்தல்; to increase; to mix.

குழூஉ: (பெ): கூட்டம்; crowd.

குழூஉக்குறி: (பெ): குறிப்புச் சொல்; conventional term peculiar to a class or body of men.

குழை: (பெ): குண்டலம்; தளிர்; சேறு; காது; துளை; குழல்; நெய்தல் நிலம்; வானம்; சங்கு; ear jewels; tender leaf; mud; ear; hole; pipe; coastal tract; sky; conch.

குழைக்காடு: (பெ): நாட்டுப்புறம்; country side.

குழை சாந்து: (பெ): கட்டடம் கட்ட மற்றும் பூசுவதற்கு உதவும் கலவைச் சாந்து; mixed plaster paste for the use of construction of building.

குழைச்சி: (பெ): புற்றாஞ்சேறு; termites in an ant-hill.

குழைச்சு: (பெ): முடிச்சு; கயிற்றுச் சுருக்கு; knot; noose.

குழைதல்: (வி): இளகுதல்; சோறு அளிதல்; நெருங்கி உறவாடுதல்; துவளுதல்; தளர்தல்; வருந்துதல்; to melt; be over-boiled; to mingle closely; to languish; to suffer.

குழைத்தல்: (வி): ஒன்றாய்க் கலத்தல்; மசியச் செய்தல்; குழையச் செய்தல்; திரட்டுதல்; வளைத்தல்; இளகச் செய்தல்; துளிர்த்திடச் செய்தல்; to mix; to mash; to macerate; to collect; to bend; to melt; to cause to sprout.

குழைமுகப்புரிசை: (பெ): அந்தப்புரம்; queen's apartments in a royal palace.

குழையடித்தல்: (வி): தழையை உரமாக இடுதல்; to apply green manure.

குழைவு: (பெ): இரக்கம்; நெகிழ்கை; வாடுகை; கலத்தல்; வளைவு; sympathy; pity; mashy condition; fading; mixing; bend.

குளகம்: (பெ): மரக்கால்; ஆழாக்கு; சர்க்கரை; a measure consisting of eight units; a former measure; sugar.

குளகன்: (பெ): இளைஞன்; youth.

குளகு: (பெ): இலைக்கறி; கீரை; greens.

குளக்கால்: (பெ): குளத்தின் வாய்க்கால்; inlet channel of a tank.

குளக்குருவி: (பெ): நண்டு; crab.

குளக்கோடு: (பெ): குளக்கரை; bank of a tank.

குளசு: (பெ): கயிற்றுச் சுருக்கு; noose.

குளஞ்சி: (பெ): கிச்சிலி மரம்; a kind of tree.

குளப்படி: (பெ): குளம்புச் சுவடு; hoof print.

குளப்படுகை: (பெ): குளத்தின் அருகாமையில் உள்ள நிலம்; the land nearer to a tank.

குளம்: (பெ): தடாகம்; ஏரி; மார்கழி; நெற்றி; சர்க்கரை; வெல்லம்; tank; lake; the Tamil month Maarkazhi; forehead; sugar; jaggery.

குளம்பாசி: (பெ): குளத்தில் மீன் பிடிக்கும் உரிமை; the right to catch fishes in the tank.

குளம்பு: (பெ): சில விலங்கு வகைகளின் பாதம்; the hoof.

குளவஞ்சி: (பெ): குளஞ்சி மரம்; a kind of tree.

குள வாழை: (பெ): ஆறு மாதத்தில் பயிராகும் நெல் வகை; a kind of paddy, maturing in six months.

குளவி: (பெ): கொட்டும் இயல்புடைய வண்டு; காட்டு மல்லிகை; மர வகை; wasp; wild jasmine; a kind of tree.

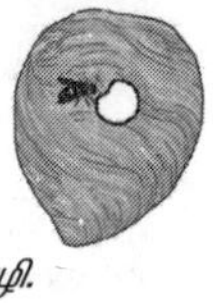

குளவிக்கூடு: (பெ): குளவி தனக்கென கட்டிக் கொள்ளும் கூடு; vespiary; nest of wasps. • **குளவிக் கூட்டிலே** கல்லெறிந்தது போல - *பழமொழி.*

குளவிந்தம்: (பெ): மருந்தாக உதவும் மஞ்சள்; turmeric, used as medicine.

குளவி மண்: (பெ): குளவிக் கூட்டு மண்; vespiary sand.

குளறுதல்: (வி): பேச்சுத் தடுமாறுதல்; உளறுதல்; ஊளையிடுதல்; கெடுத்தல்; to babble; to jabber; to howl; to ruin.

குளறுபடி: (பெ): குழப்பம்; disorder; confusion.

குளாம்பல்: (பெ): குளத்து அல்லி மலர்; water lily.

குளி: (வி): குளித்தல்; முத்துக் குளித்தல்; to bathe; to dive for pearls.

குளிகன்: (பெ): எட்டு வகையான நாகங்களுள் ஒன்று; காணப்படாத கோள்; one of the eight kinds of serpents; the planet which is not able to seen or which is not visible.

குளிகாரன்: (பெ): முத்துக் குளிப்பவன்; the diver for pearls.

குளிகுளித்தல்: (வி): குழந்தை பெறுதல்; to give birth to a child.

குளிகை: (பெ): மாத்திரை; மந்திர மாத்திரை; tablet; magic-pill.

குளிசம்: (பெ): ஒரு வகைக் காப்புத் தகடு வைத்த சுருள்; தாயத்து; amulet.

குளிசீலை: (பெ): கோவணம்; loin-cloth.

குளித்தல்: (வி): நீராடுதல்; தைத்தல்; அழுந்துதல்; வலிய உட்புகுதல்; மறைதல்; தோல்வியுறுதல்; முத்துக் குளித்தல்; to bathe; to pierce; to press against; to hide; be defeated; to dive for pearls.

குளிப்பச்சை: (பெ): ஒரு வகை மணி; a kind of gem.

குளியம்: (பெ): உருண்டை; மருந்து; வேங்கைப்புலி; ball; medicine; tiger.

குளியல்: (பெ): நீராடுதல்; bathing.

குளியாமலிருத்தல்: (பெ): கருவுற்று இருத்தல்; to attain pregnancy.

குளிரம்: (பெ): நண்டு; crab.

குளிரி: (பெ): மயிலிறகினால் ஆன விசிறி; the fan made of peacock's feathers.

குளிர்: (பெ): குளிர்ச்சி; பனிக்காற்று; நடுக்கம்; வெண்கொற்றக் குடை; மத்தளம்; கவண்; கிளிகடி கருவி; மழுவாயுதம்; சூலம்; அரிவாள்; நண்டு; ஆடி மாதம்; குடமுழவு; chillness; coldness; shivering due to cold wind in the dewy season; white umbrella of victory; a kind of drum; catapult; a contrivance to scare away the parrots; battle-axe; trident; sickle; crab; the Tamil month Aadi; a kind of drum of ancient period.

குளிர்காய்: (பெ): குளிரினைப் போக்கிக்கொள்ள, எரியும் நெருப்புக்கு அல்லது கணப்பிற்கு அருகில் உட்கார்ந்து உடலினை சூடுபடுத்திக் கொள்ளுதல்; to warm oneself by the fire side.

குளிர்காய்ச்சல்: (பெ): உடம்பினை நடுங்க வைக்கும் காய்ச்சல்; fever with shivering.

குளிர்காலம்: (பெ): கார்த்திகை, மார்கழி, தை ஆகிய மாதங்களை உள்ளடக்கிய குளிர் அதிகமாக உள்ள பருவம்; winter season; i.e., from mid November to mid January.

குளிர்சாதனம்: (பெ): பேருந்து, புகை வண்டி, வீடு போன்றவற்றின் உட்பகுதியை குளிர்ச்சியாக இருக்கச் செய்வதற்கு உரிய கருவி; air-conditioner.

குளிர்சாதன வசதி: (பெ): பேருந்து, புகை வண்டி, வீடு போன்றவற்றின் உட்பகுதி குளிர்ச்சியாக இருந்திட குளிர்சாதனக் கருவி பொருத்தப்பட்ட ஏற்பாடு; facility of air-conditioning.

குளிர்ச்சி/குளிர்த்தி: (பெ): வெப்பம் குறைந்த நிலை; இதம்; சுகம்; coldness; pleasantness.

குளிர்தல்: (வி): சில்லிடுதல்; கண்ணுக்கு இனிமையாதல்; அம்மை போன்ற நோய்களால் இறந்து போதல்; விதைத்தல்; to feel cold; be cool; to get pleasantness; to die due to small-pox, measles, etc.; to sow the seeds.

குளிர்ந்த: (பெ.அ): குளிர்ச்சியான; chill; chilly; cold.

குளிர்ந்த கொள்ளி: (பெ): நயவஞ்சகன்; deceit.

குளிர்ந்த நீர்: (பெ): குளிர்ச்சியான தண்ணீர்; கொதிக்க வைத்து ஆறவைத்த நீர்; cold water; water cooled after boiling.

குளிர்முறைக் காய்ச்சல்: (பெ): விட்டு விட்டு குளிருடன் உடலை வருத்தும் காய்ச்சல்; malaria.

குளிர்மை: (பெ): அன்பு; குளிர்ச்சி; love; affection; coldness.

குளிர்பதனப்பெட்டி: (பெ): மிகவும் குறைந்த வெப்பநிலையில் உணவு, காய்கறிகளை வைத்துப்பாதுகாத்திட உதவும் பெட்டி போன்ற சாதனம்; refrigerator; freezer.

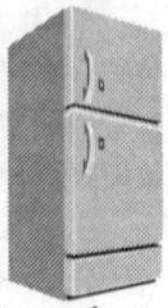

குளிர்விடுதல்: (வி): பயமற்றுப் போதல்; to outgrow fear.

குளிறு: (பெ): ஒலி; sound.

குளிறுதல்: (வி): ஒலித்தல்; to make sound; to sound.

குளுகுளுப்பை: (பெ): காமாலை நோய்; jaundice.

குளித்தி: (பெ): குளிர்மை; affection; love; coldness.

குளுந்தை: (பெ): கத்தூரி வகை; a kind of musk.

குளுமை: (பெ): குளிர்ச்சி; coldness.

குளுவன்: (பெ): பாம்பாட்டி; snake-charmer.

குளுவை: (பெ): ஒரு பறவை; a kind of bird.

குளைச்சக்கரம்: (பெ): ஓடு; tiles used for roofing.

குளைச்சு: (பெ): நான்கில் ஒரு பகுதி; கால் பங்கு; one-fourth; quarter.

குள்ளம்: (பெ): குறுமை; தந்திரம்; கொடுமை; shortness; cunning; cruelty.

குள்ளன்: (பெ): குறளன்; விரகன்; dwarf; pigmy; midget. • **குள்ளனைக் கொண்டு கடலாழம் பார்க்கலாமா ? -** *பழமொழிகள்.*

குள்ளி: (பெ): குள்ளமானவள்; a puny woman.

குள்ளிருமல்: (பெ): கக்குவான் இருமல்; whooping cough.

குறக்கூத்து: (பெ): குறவர் ஆடும் கூத்து; a dance by Kuravas, a tribe in Tamil Nadu.

குறங்கு: (பெ): கிளை வாய்க்கால்; தொடை; கொக்கி; branch canal; tributary stream; thigh; hook.

குறங்குசெறி: (பெ): தொடையணிகலன்; a kind of ornament worn on the thigh.

குறஞ்சனம்: (பெ): வெண்காரம்; borax.

குறஞ்சி/குறிஞ்சி: (பெ): செம்முள்ளிச் செடி; ஈந்து; மருதோன்றி; a kind of plant; a kind of fruit-bearing thorny tree; henna tree.

குறடா: (பெ): குதிரைச் சவுக்கு; whip.

குறடு: (பெ): ஒன்றைப் பிடித்து இழுப்பதற்கு (அ) வளைப்பதற்கு பயன்படுத்தும் இரு கம்பிகள் மையத்தில் இணைக்கப்பட்ட கருவி; திண்ணையின் கீழ்ப்பகுதியை ஒட்டித் தரைக்கு மேலாகப் போட்டிருக்கும் தளம்; பாதக் குறடு; மரத்துண்டு; பலகை; சந்தனக்கல்; பறை வகை; நண்டு; படைப்பு; tool such as long tweezers; pincers; pliers; flooring adjacent to the raised platform at the entrance of a house; wooden sandals with a toe-grip; wooden piece; plank; a stone for grinding sandal-

wood into paste; a kind of drum; crab; that which is created.

குறட்டரியம்: *(பெ):* குறை கூறுதல்; criticizing.

குறட்டுவாதம்: *(பெ):* வலிப்பு நோய்; fit; hysteria; epilepsy.

குறட்டை: *(பெ):* தூக்கத்தில் மூச்சு விடும் ஒலி; சவரிக்கொடி; எலி வகை; snore; a kind of creeper; a kind of rat.

குறட்பா: *(பெ):* குறள் வெண்பா; couplet.

குறண்டி: *(பெ):* முட்செடி; தூண்டில் முள்; a thorny plant; fishing hook.

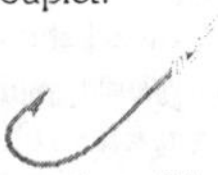

குறண்டுதல்: *(வி):* வளைதல்; சுருளுதல்; வலிப்பு கொள்ளுதல்; to bend; to curl; to roll; to suffer from fit.

குறத்தனம்: *(பெ):* பாசாங்கு; கள்ளத்தனம்; deception; humbug; hypocrisy; craftiness.

குறத்தி: *(பெ):* குறிஞ்சி நிலப் பெண்; குறவர் குலப்பெண்; குறி சொல்லும் பெண்; நிலப்பனை; the woman belonging to hilly tract; the woman who belongs to Kurava tribe; fortune-telling woman; a kind of palm tree.

குறவஞ்சி: *(பெ):* தலைவன் உலா வரும்போது அவன் மீது காதல் கொண்டு தவிக்கும் ஒரு பெண்ணுக்கு,குறத்தி அவளது கைரேகை பார்த்து எதிர்காலத்தைப் பற்றிக் குறி சொல்லுவதாக அமைத்துப் பாடப்படும் ஒரு சிற்றிலக்கிய வகை; a poem in which a Kurava woman is represented as describing to a maiden the future course of her love by reading her palm.

குறவணன்: *(பெ):* புழு வகை; a kind of worm.

குறவழக்கு: *(பெ):* நெடும்பகை; long-cherished enmity.

குறவன்: *(பெ):* குறிஞ்சி நிலத்தோன்; குறவர் குலத்து ஆண்; the man who belongs to hilly tract; male of a nomadic community - Kurava.

குறவி: *(பெ):* குறத்தி; female of a nomadic community known by the name of Kurava.

குறவை: *(பெ):* மீன் வகை; a kind of fish.

குறழ்தல்: *(வி):* குனிதல்; to bow; to bend.

குறளன்: *(பெ):* வாமனன்; குள்ளன்; Vamana, one of the incarnation of Lord Vishnu; dwarf.

குறளி: *(பெ):* குள்ளி; dwarfish woman.

குறளிப் பிசாசு: *(பெ):* மாய வித்தைகள் புரியக் கூடியதாகக் கூறப்படும் பேய்; dwarf-demon capable of doing magical acts.

குறளிவித்தை: *(பெ):* மந்திரத்தால் செய்வதாகக் கூறப்படும் தந்திர வித்தை; legerdemain; magical tricks.

குறளை: *(பெ):* கோள் சொல்லுதல்; வறுமை; குள்ளம்; தீய செயல்; backbiting; poverty; dwarfishness; reproach.

குறாள்: *(பெ):* கன்னி; பெண் ஆடு; virgin; ewe.

குறி¹: *(பெ):* அடையாளம்; இலக்கு; நோக்கு; குறிப்பு; சபை; முறை; காலம்; ஒழுக்கம்; இலக்கணம்; குணம்; எண்ணம்; புடவை; கோடு; mark; sign; target; goal; point of view; brief note; assembly; manner; time; good conduct; grammar; nature; thought; saree; line.

- *குறிக்கொண்டு நோக்காமை அல்லால் ஒருகண் சிறக்கணித்தாள் போல நகும். - குறள் 1095.*

குறி²: *(வி):* ஒருவருடைய முகவரி (அ) பேச்சு ஆகியவற்றை சுருக்கமாக எழுது; கவனித்ததை (அ) கவனித்திட வேண்டியதை பதிவு செய்; தேதி, நேரம் போன்றவற்றை நிர்ணயம் செய்தல்; ஒன்று மற்றொன்றினை சுட்டுதல்; துல்லியமாகத் தெரிவித்தல்; to jot down; to note down; to mark; to fix a date; to appoint an hour; to indicate something through something; to state clearly. • அவரது முகவரியைக் **குறித்துக்** கொண்டேன். • தான் **குறித்திருக்கும்** பாடங்களைப் படித்தால் மட்டும் போதும் என்று ஆசிரியர் மாணவர்களிடம் கூறினார். • **குறித்த** நேரத்தில் சென்றிருந்தால் ரயில் வண்டியைப் பிடித்திருக்கலாம். • தோலின் குறுக்கு வெட்டுத் தோற்றத்தை வரைந்து பாகங்களைக் **குறித்திடு**.

குறிகாரன்: *(பெ):* எதிர்காலத்தைப் பற்றி கணித்துக் கூறுபவன்; soothsayer.

குறிக்கொள்ளுதல்: *(வி):* புரிந்து கொள்ளுதல்; பாதுகாத்தல்; to understand; to guard carefully.

குறிக்கோள்: *(பெ):* அடைந்திட நினைக்கும் இலட்சியம்; உயர்ந்த நோக்கம்; அறியும் திறம்; நல்லுணர்வு; மன ஒருமை; goal; target; comprehension; concentration.

குறி சொல்லுதல்: *(வி):* பின்னால் நிகழக் கூடியவற்றை முன்பே அறிந்து கூறுதல்; to forecast; to tell one's fortune.

குறிச்சி: *(பெ):* ஊர்; குறிஞ்சி நிலத்து ஊர்; town; a town in the hilly tract.

குறிஞ்சி: *(பெ):* மலையும் மலை சார்ந்த இடமும்; குறிஞ்சிப் பூ; குறிஞ்சிப் பண்; மருதோன்றி; ஈந்து மரம்; குறிஞ்சிப்பாட்டு; hilly tract; cone-head flower; one of the four melody types; henna; a kind of fruit-bearing thorny tree; a kind of song of hilly tract.

குறிஞ்சிக் கிழவன்/குறிஞ்சித் தெய்வம்: *(பெ):* முருகப்பெருமான்; Lord Muruga as the God of hilly tract.

குறிஞ்சிப்பறை: *(பெ):* பறை வகை; a kind of drum.

குறிஞ்சிப்பாட்டு: *(பெ):* பத்துப்பாட்டில் கபிலரால் இயற்றப்பட்ட பாட்டு; a poem in Paththuppaattu by Kapilar.

குறிஞ்சி யாழ்: *(பெ):* குறிஞ்சி நிலத்து யாழ்; குறிஞ்சிப்பண்; the lute of hilly tract; one of the four melody-types.

குறித்தல்: *(வி):* கருதுதல்; தியானித்தல்; கோடு வரைதல்; சுட்டுதல்; பற்றுதல்; அடைதல்; to intend; to meditate; to indicate; to hold up; to attain.

- குறித்தது கூறாமைக் கொள்வாரோ டேனை
  உறுப்போ ரனையரால் வேறு. *- குறள் 704.*

குறி பார்த்தல்: *(வி):* இலக்கை உற்று நோக்குதல்; aim at a mark.

குறி பிழைத்தல்: *(வி):* குறிதவறுதல்; to err.

குறி போடுதல்: *(வி):* அடையாளம் இடுதல்; கோடிழுத்தல்; to mark a sign; to draw a line.

குறிப்பறிதல்: *(வி):* நோக்கினை அறிதல்; to understand one's view.

குறிப்பாக: *(வி.அ):* முக்கியமாக; சிறப்பாக; particularly; especially.

குறிப்பாளி: *(பெ):* உய்த்துணர்பவன்; the man who knows by careful investigation.

குறிப்பிடத்தக்க: *(பெ.அ):* சிறப்புத்தன்மை மிக்க; தனித்தன்மை வாய்ந்த; remarkable; notable.

குறிப்பிடம்: *(பெ):* குறித்த இடம்; noted place.

குறிப்பிடு: *(வி):* சுட்டிக்காட்டு; தெரிவித்திடு; to make a specific mention of; to point out.

குறிப்பிட்ட: *(பெ.அ):* தீர்மானிக்கப்பட்ட; தேர்ந்தெடுத்த; appointed; specified; selected.

குறிப்பு: *(பெ):* அறிகுறி; உட்கருத்து; சுருக்கம்; சிறப்பியல்பு; இலக்கு; கூர்மையான அறிவு; sign; motive; summary; significance; target; keen knowledge.

- குறிப்பறிந்து காலம் கருதி வெறுப்பில
  வேண்டுப வேட்பச் சொலல். *- குறள் 696.*
- குறிப்பிற் குறிப்புணர் வாரை உறுப்பினுள்
  யாது கொடுத்தும் கொளல். *- குறள் 703.*
- குறிப்பிற் குறிப்புணரா வாயின் உறுப்பினுள்
  என்ன பயத்தவோ கண். *- குறள் 705.*

குறிப்புச்சொல்: *(பெ):* நினைவில் நிற்கும் சொல்; சைகை; catch word; signal; cue.

குறிப்புப் பொருள்: *(பெ):* இரகசியத்தை அறிய குறிப்பால் உணர்த்துவது; clue.

குறிப்பேடு: *(பெ):* அன்றாட வரவு-செலவுக் கணக்குகளைப் பதிவு செய்யும் பதிவேடு; நாட்குறிப்பேடு; day-book; diary.

குறியிடம்: *(பெ):* தலைவனும், தலைவியும் கூடுவதற்குக் குறித்த இடம்; tryst.

குறியீட்டெண்: *(பெ):* பொருட்களின் விலை, வாழ்க்கைத் தரம் போன்றவற்றைக் கடந்த கால நிலையுடன் ஒப்பிட்டுப்பார்த்திடப் பயன்படும் சதவிகித அடிப்படையிலான எண் முறை; (price) index.

குறியீடு: *(பெ):* அடையாளம்; சின்னம்; ஒரு கருத்துக்குப் பதிலாக வழங்குவது; கருத்தினை வெளியிடும் பேச்சு போன்ற சாதனம்; symbol; sign as a representation of concept; notation.

குறியெதிர்ப்பை: *(பெ):* வாங்கிய அளவிலான பொருளை அதே அளவில் திருப்பிக் கொடுப்பது; exact return of things borrowed.

குறியோன்: *(பெ):* குள்ளன்; அகத்தியர்; dwarf; Sage Agathiyar.

குறில்: *(பெ):* குற்றெழுத்து; குறுமை; short vowel; dwarfishness; shortness.

குறுகலர்/குறுகார்: *(பெ):* பகைவர்; enemies.

குறுகல்: *(பெ):* அகலக் குறைவு; அணுகுதல்; narrow; approaching.

குறுகிய: *(பெ.அ):* (பரப்பளவு (அ) காலத்தில்) குறுகிய; narrow; short.

குறுகு: *(வி):* குறைதல்; குனிந்து கீழ்நோக்கு; சிறுத்தல்; குறைந்து சிறிதாகுதல்; to get shortened; to narrow down; to shrink.

குறுகுறு: *(வி):* உறுத்து; அரிப்பதைப் போன்று உணர்ந்திடு; பரபரத்திடு; to feel uneasy; be pricked by conscience; to have a creeping sensation; be itching to do.

குறுகுறுப்பு: *(பெ):* குறுகுறு என்ற வினையின் அனைத்துப் பொருளிலும் வரும் பெயர்ச்சொல்; a verbal noun in all the senses of the word, 'kurukuru'.

குறுக்கம்: *(பெ):* குறுகிய நிலை; சுருக்கம்; narrow; shortness; abbreviation; contraction.

குறுக்கல்: *(வி):* குறைத்தல்; to reduce.

குறுக்களவு: *(பெ):* அகலம்; diameter.

குறுக்காக: *(பெ.அ):* ஒருபுறமிருந்து மறுபுறத்திற்கு; across.

குறுக்கிடு: *(வி):* இடைமறி; தலையிடு; எதிர்ப்படு; to intervene; to interrupt; to interfere; to come across; to encounter.

குறுக்கீடு: *(பெ):* தலையீடு; intervention.

குறுக்கு: *(பெ):* குறுமை; அகலம்; சுருக்கம்; இடுப்பு; dwarfishness; diameter; shortness; abbreviation; hip.

குறுக்குக் கேள்வி: *(பெ):* ஒருவரின் பதிலுக்கு (அ) விளக்கத்தை மடக்கிக் கேட்கும் கேள்வி; cross-question.

குறுக்குச் சட்டம்: *(பெ):* நிறுத்தப்பட்டிருக்கும் சட்டங்களை இணைக்கும் சட்டம்; ஒன்றினுடைய பக்கவாட்டில் அமைக்கப்பட்டிருக்கும் சட்டம்; brace to connect a pair of rafters; cross-piece.

குறுக்குப் பாதை: *(பெ):* அதிகத் தூரம் இல்லாத பாதை; சுருக்கு வழி; short cut to reach a place.

குறுக்கும் நெடுக்குமாக: *(பெ.அ):* ஒரே திசையில் இல்லாது மாறிமாறி; இங்குமங்குமாக; up and down; here and there.

குறுக்கு வழி: (பெ): சுருக்குப் பாதை; கோணல் பாதை; தவறான வழி; short cut; crooked way.

குறுக்கு விசாரணை: (பெ): ஒரு சாட்சி கூறிடுவதை நம்பத்தக்கது அல்ல என்பதை நிரூபித்திடவோ (அ) சாட்சியிடம் மேல் விபரம் பெற்றிடவோ, அவரை எதிர்த்தரப்பு வக்கீல் கேள்விகள் கேட்டு நடத்தும் விசாரணை; cross-examination.

குறுக்குவெட்டுத் தோற்றம்: (பெ): ஒரு பொருளினுடைய உட்பகுதியைக் காட்டிடக்கூடிய அதனை குறுக்காக வெட்டியது போன்ற தோற்றம்; cross-section.

குறுக்கே: (வி.அ): இடைப்பட்ட பகுதியில்; இருபுறங்களை இணைத்த முறையில்; பக்கவாட்டில்; பேச்சின் இடையில்; across; cross-wise manner; in the midst (in conversation)

குறுக்கே நில்: (வி): ஒருவருடைய செயலுக்கு எதிர்ப்புத் தெரிவித்திடு; தடையாக இருந்திடு; to stand in someone's way; to oppose.

குறுக்கை: (பெ): புலி; உடைவாள்; ஒரு சிவத்தலம்; tiger; sword; a shiva's shrine.

குறுக்கையர்: (பெ): ஒரு வேளாள சமூகம்; திருநாவுக்கரசர்; one of the velala community; Saint Thirunavukkarasar, one of the four Samaya Kuravas and sixty-three Nayanmars.

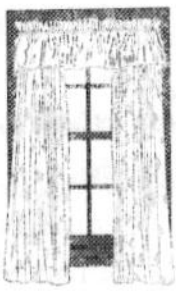

குறுங்கண்: (பெ): சன்னல்; window.

குறுங்காடு: (பெ): சிறிய காடு; wood.

குறுக்கிண்ணி: (பெ): வெண்கலம்; bell-metal; bronze.

குறுங்கோல்: (பெ): சிறு கோல்; small stick or pole.

குறுஞ்சிரிப்பு: (பெ): புன்னகை; smile.

குறுணி: (பெ): எட்டுபடி கொண்ட தானிய அளவு; the measure of eight units (of grains).

குறுணிப்பாடு: (பெ): குறுணி அளவுள்ள நெல்லை விதைப்பதற்கான நிலம்; the land requiring one Kuruni of paddy to sow it.

குறுணை: (பெ): அரைக்கும்போது/இடிக்கும்போது ஒன்று-இரண்டாக நொறுங்கும் தானியம்; broken grain especially rice, (used for cooking).

குறுதல்: (வி): பறித்தல்; நீக்குதல்; to pluck; to remove.

குறுநகை: (பெ): புன்னகை; smile.

குறுநடை: (பெ): சிறுநடை; small steps.

குறுநணி: (பெ): மிகவும் அண்மை; propinquity; very nearness.

குறுநர்: (பெ): களையெடுப்போர்; those who pluck the weeds in the paddy fields.

குறுநறுங்கண்ணி: (பெ): குன்றிப் பூ; the flower of crab's eye plant.

குறுநாவல்: (பெ): அளவில் ஒரு சிறு கதையைவிடப் பெரியதும் நாவலை விடச் சிறியதுமான நாவல்; a short novel.

குறுநில மன்னன்: (பெ): சிற்றரசன்; chieftain who accepts the overlordship of a king.

குறுநொய்: (பெ): குறுணை; broken grain, especially of rice.

குறுந்தடி: (பெ): சிறு கோல்; பறையடிக்கும் கோல்; a small stick; drumstick.

குறுந்தறி: (பெ): சிறு முளை; stake.

குறுந்தொகை: (பெ): சங்க காலத்திய நூல்; Kurunthogai, a treatise of Sangam period.

குறுமகள்: (பெ): மனைவி; இளம் பெண்; wife; young lady.

குறுமக்கள்: (பெ): சிறு பிள்ளைகள்; children.

குறுமடல்: (பெ): திருநீறு வைத்திடும் சிறுமடல்; a small plate-like vessel to keep sacred ash.

குறுமணல்: (பெ): நுண்மணல்; fine sand.

குறுமல்: (பெ): பொடி; நுட்பம்; அணு; powder; minuteness; atom.

குறுமுட்டு: (பெ): அளவுக்கு அதிகமான செருக்கு; ஒடுக்கம்; விரைவு; பலாத்காரம்; excessive pride; narrowness; swiftness; violence.

குறுமுனி: (பெ): அகத்திய முனிவர்; the Sage Agathiyar.

குறும்படி: (பெ): வாசல் படி; doorstep.

குறும்படை: (பெ): கோட்டை; சிறு படை; fort; a small army.

குறும் பயிர்: (பெ): இளம் பயிர்; tender crop.

குறும் பலா: (பெ): சிவாலயம்; கூழைப் பலா; Lord Shiva's temple; small jackfruit.

குறும்பன்: (பெ): குறுநில மன்னன்; குறும்புக்காரன்; chieftain who accepts the overlordship of a king; mischief monger.

குறும்பாடு: (பெ): ஆடு வகை; குறும்புத்தனம்; a kind of goat; playful act; prank; mischief.

குறும்பி: (பெ): காதில் உள்ள அழுக்கு; ear wax.

குறும் பிடி: (பெ): கைப்பிடி; உடைவாள்; handle; sword.

குறும்பு: (பெ): சிறு தொல்லை தருகின்ற விளையாட்டுச்செயல்; பண்பாடு இல்லாத கேலி செய்யும் நடத்தை; பாலை நிலத்தார்; ஊர்; குறுநில மன்னன்; பகைவர்; சிறு துணுக்கு; அரண்; வலிமை; குறும்பர்; போர்; mischief; prank; playful act; teasing; those who belong to desert tract; town; chieftain; enemies; a small bit; fort; strength; pranksters; war. ● குழந்தைகள் செய்யும் **குறும்பு** தாங்க முடியவில்லை.

குறும்புழை: (பெ): சிறு வாயில்; small entrance.

குறும்பூழ்: (பெ): காடை; quail.

குறும்பொறை: (பெ): சிறு மலை; குறிஞ்சி நிலம்; குறிஞ்சி நிலத்து ஊர்; காடு; a small hill; hilly tract; a town belonging to hilly tract; forest.

குறும்போது: (பெ): மாபெரும் பருவமுள்ள அரும்பு; flower bud.

குறுவால்: (பெ): இத்தி மரம்; a kind of tree.

குறுவாழ்க்கை: (பெ): வறுமை; சிறிது கால இன்பம்; poverty; happiness for a short period.

குறுவை: (பெ): வைகாசி மாதம் முதல் ஆவணி மாதம் வரை சாகுபடி செய்து அறுவடை செய்திடக்கூடிய முதலில் சாகுபடி செய்யும் நெற்பயிர்; the first crop of paddy cultivated during the period between the Tamil months Vaikaasi and Aavani.

குறுவை நோவு: (பெ): கால்நடைகளுக்கான தொண்டை நோய்; a kind of throat disease of cattle.

குறை: (பெ): குற்றம்; குறைபாடு; வறுமை; எஞ்சியது; வேண்டுகோள்; fault; deficiency; poverty; that which remains; request; (வி): சிறு எண்ணிக்கை (அ) அளவுக்குக் கொண்டுவருதல்; கட்டுப்படுத்துதல்; தணித்தல்; கழித்தல்; பிடித்தம் செய்தல்; to reduce the number, capacity, etc.; to slow down; to lessen; to deduct; to take away a sum as discount. • குறை குடம் கூத்தாடும். • குறையச் சொல்லி நிறைய அளந்திடு - *பழமொழிகள்.*

குறைகோள்: (வி): இரத்தல்; to beg.

குறை கூறு: (வி): குற்றம் சாட்டு; குற்றம் சொல்லி விமர்சித்திடு; to find fault with; to criticize; to blame.

குறை செய்தல்: (வி): வெட்டுதல்; அவமரியாதை செய்தல்; to cut down; to treat with indignity; to insult.

குறைச்சல்: (பெ): அசௌகரியம்; குறைவு; இழிவு; தாழ்வு; lacking (implying the contrary); not much; insufficiency; disgrace; degradation.

குறைதல்: (வி): கீழிறங்குதல்; கம்மியாதல்; தீர்தல்; தணிதல்; கட்டுப்படுதல்; கீழ் வருதல்; to come down; to get reduced; to diminish; to subside; to lessen; to become less.

குறை தீர்தல்: (வி): முற்றுப் பெறுதல்; to come to an end.

குறைத்தல்: (வி): தறித்தல்; சுருக்குதல்; வெட்டுதல்; அறுத்தல்; to lop; to constrict; to cut down; to reap.

குறை நிறை: (பெ): ஏற்றத் தாழ்வு; ஏற்றுக் கொள்ளத் தக்கதும், தகாததும், inequalities; unfair; plus and minus; merits and demerits.

குறைந்த: (பெ.அ): அதிகமில்லாத; போதுமானதாக இல்லாத; not high; low; insufficient.

குறைந்த அளவு/குறைந்த பட்சம்: (பெ): மேலும் குறைத்திட இயலாத அளவு; minimum.

குறைந்தது: (பெ): குறைந்த அளவு; minimum.

குறைபடுதல்: (வி): குறைவாதல்; வருத்தத்தை வெளிப்படுத்துதல்; to get reduced; to complain.

குறைபாடு: (பெ): மனக்குறை; குறைவு; dissatisfaction; deficiency.

குறைப்பக்கம்: (பெ): தேய்பிறை நாள்; waning moon day.

குறைப்பிரசவம்: (பெ): ஆரம்ப மாதங்கள் கழிந்தபின் கருப்பையிலிருக்கும் கருசிசுவாக முழு வளர்ச்சியடைவதற்கு முன்பே வெளியாதல்; miscarriage after the initial months of pregnancy.

குறைப்பு: (பெ): (எண்ணிக்கையில்)குறைத்தல்; reduction.

குறைமதி: (பெ): தேய் பிறை; waning moon.

குறைமாதக்காரி: (பெ): கருப்பையில் உள்ள கரு முழுவளர்ச்சியடையாமலேயே உரிய காலத்திற்கு முன்பாகவே பிரசவித்த பெண்; the woman who delivered a child prematurely.

குறைமாதப் பிள்ளை: (பெ): கருப்பையில் முழுவளர்ச்சியடையும் முன்பாகவே பிரசவமான அரைகுறை நிலையில் உள்ள சிசு; the child born prematurely.

குறைமாதம்: (பெ): பிரசவத்திற்கான நிறைமாதம் இல்லாத காலம்; premature time in child birth.

குறையலாளி: (பெ): 'குறையல்' என்னும் பகுதியை ஆண்ட திருமங்கை மன்னன்; Thirumangai Mannan, the king who ruled over the area, 'Kuraiyal'.

குறையவை: (பெ): முட்டாள்கள் சபை; assembly of idiots.

குறையாத: (பெ.அ): அளவில் குறைவு ஏற்படாத; கம்மியாகாத; undiminished.

குறையிரத்தல்: (வி): பிச்சையெடுத்தல்; to beg.

குறையிருத்தல்: (வி): தன் குறை நீக்க வேண்டுதல்; to petition for one's wants.

குறைவற்ற: (பெ.அ): மிகுந்துள்ள; sumptuous.

குறைவாயுள்ள: (பெ.அ): அளவில் அதிகமாக இல்லாத; கம்மியாக உள்ள; scarce; scant.

குறைவில்: (பெ): வானவில்; rainbow.

குறைவு: (பெ): குறைபாடு; குற்றம்; வறுமை; குறைந்த அளவுடையது; lack; want; deficiency; defect; default; poverty; small quantity.

குறோக்கை: (பெ): குறட்டை; snoring.

குறோட்டை: (பெ): காக்கணங்கொடி; பீச்சுவிளாத்தி; a kind of herbal creeper; a kind of plant.

குற்குலு: (பெ): குங்கிலியம்; Konkani resin.

குற்சிதம்: (பெ): அருவருப்பு; disgust.

குற்சை: (பெ): இகழ்ச்சி; அருவருப்பு; இளிவரல்; vilification;disgust; emotion of disgust.

குற்பகம்: (பெ): நாணல்; kaus, a large coarse grass; lalong grass.

குற்பம்: *(பெ):* பரடு; கணுக்கால்; ankle.

குற்ற உணர்வு: *(பெ):* குற்றம் செய்ததை உணர்த்தும் மனநிலை; feeling of guilt.

குற்றக் குறிப்பாணை: *(பெ):* ஒரு பணியாளர் செய்ததாகக் கூறப்படும் குற்றங்களைப் பட்டியலிட்டு அவர் தனது மறுப்பைத் தெரிவிக்க வாய்ப்பு அளிக்கும் வகையில் அலுவலகத்தால் அவருக்கு அனுப்பப்படும் கடிதம்; charge-memo.

குற்றங்காட்டுதல்: *(வி):* குற்றத்தை எடுத்துச் சொல்லுதல்; to reprimand.

குற்றங்காணுதல்: *(வி):* தவறுகளைக் கண்டு பிடித்தல்; to find faults.

குற்றச்சாட்டு: *(பெ):* ஒருவர் மீது சுமத்தும் குற்றம்; allegation; charge-sheet.

குற்றஞ்சாட்டுதல்/குற்றஞ்சுமத்துதல்: *(வி):* ஒருவர் மீது குற்றத்தை ஏற்றிக் கூறுதல்; to accuse; to incriminate.

குற்றப்பத்திரிகை: *(பெ):* புலனாய்வு முடிந்தவுடன் நீதிமன்ற விசாரணை துவங்குவதற்காகக் காவல் நிலைய அதிகாரியால் அனுப்பி வைக்கப்படும் குற்றம் பற்றிய தகவல்கள் அடங்கிய அறிக்கை; charge sheet; police report.

குற்றப்பிரிவு: *(பெ):* குற்றங்களைப் புலனாய்வு செய்வதற்கென தனியாக அமைக்கப்பட்டிருக்கும் காவல்துறையின் பிரிவு; crime branch of the police force.

குற்றம்: *(பெ):* பிழை; பழி; துன்பம்; உடற்குறை; தீங்கு; தீட்டு; அபராதம்; சட்டப்படியோ, சமூக வழக்கப்படியோ தண்டித்திடத் தகுந்த செயல்; fault; blame; distress; grief; headless trunk; evil; harm; fine; offence; crime.

- குற்றமே காக்க பொருளாகக் குற்றமே
  அற்றம் தரூஉம் பகை. *- குறள் 434.*
- குற்றம் இலனாய்க் குடிசெய்து வாழ்வானைச்
  சுற்றமாச் சுற்றும் உலகு. *- குறள் 1025.*

குற்றம் சாட்டு: *(வி):* சட்டம் கூறும் குற்றத்தைப் புரிந்ததை நடவடிக்கை எடுப்பதற்காக அறிவித்தல்; to charge someone with an offence.

குற்றம் சுமத்து: *(வி):* நியதிகளுக்குப் புறம்பாக நடந்துகொண்டதாக, தவற்றினை ஒருவர் மேல் சுமத்துதல்; to blame something on someone; to find fault with.

குற்றம் சொல்: *(வி):* விரும்பத் தகாதது நடந்ததற்கு ஒருவரைப் பொறுப்பாக்குதல்; குறை கூறுதல்; to blame someone.

குற்றம் பாராட்டு: *(வி):* குற்றம் சொல்லுதல்; to find fault with.

குற்றவாளி: *(பெ):* குற்றம் எனச் சட்டம் கூறுவதைப் புரிந்ததாகக் கூறப்படும் நபர்; culprit; the person alleged guilty.

குற்றவியல்: *(பெ):* குற்றங்களைப் பற்றிய அறிவியல் அடிப்படையிலான விளக்கம்; criminology.

குற்றி: *(பெ):* கழுமரம்; மரக்கட்டை; வாய் குறுகிய பாத்திரம்; stake; stump; a kind of vessel, which has a narrow mouth.

குற்றியலுகரம்: *(பெ):* கு, சு, டு, து, பு, று ஆகிய எழுத்துக்களில் ஒன்றினைக் கடைசி எழுத்தாகக் கொண்ட சொல்லில் உள்ள இறுதி 'உ' தன் இயல்பான அளவில் குறைந்து ஒலிப்பது; the shortening of the final 'உ' in certain words.

குற்றிப்பிசாசு: *(பெ):* மாயாஜால வித்தைகளைச் செய்திடக் கூடியதாகக் கூறப்படும் பேய்; dwarf-demon capable of doing magical acts.

குற்றுடை வாள்: *(பெ):* சூரிகை; குறுவாள்; dagger.

குற்றுதல்: *(வி):* இடித்தல்; தாக்குதல்; நெரித்தல்; to hit; to strike; to crush; to press.

குற்றுயிரும் குறையுயிருமாக: *(வி.அ):* உயிர் பிரியும் அளவிலான இறக்கும் நிலையில்; trembling on the verge of death.

குற்றேவலர்: *(பெ):* சிறு சிறு பணிகளைச் செய்பவர்; menials.

குற்றேவல்: *(பெ):* சிறு பணி; பணி விடை; menial work.

குனகுதல்: *(வி):* கொஞ்சிப் பேசுதல்; to talk amorously.

குனட்டம்: *(பெ):* அதிவிடையப் பூண்டு; a kind of herb.

குனா: *(பெ):* குற்றம்; fault.

குனாசகம்: *(பெ):* சிறுகாஞ்சொறிச் செடி; a herb.

குனாசம்: *(பெ):* குன்றிக் கொடி; மாசு; பிழை; crab's eye creeper; stain; dross; default.

குனாபீ: *(பெ):* சுழற் காற்று; vortex.

குனி: *(பெ):* வில்; வளைகை; bow; bending; *(வி):* வளைதல்; to bow; to bend.

குனிதல்: *(வி):* தாழ்தல்; வளைதல்; வீழ்தல்; to decline; to bend; to bow; to fall down.

குனித்தல்: *(வி):* வளைத்தல்; ஆடுதல்; குரல் நடுங்குதல்; to bend; to dance; to shake; to quiver (as of voice).

குனிப்பு: *(பெ):* வளைகை; ஆடல்; கூத்து வகை; bending; dance; a kind of play.

குனிவு: *(பெ):* தாழ்வு; வளைவு; degradation; bend.

குனுகுதல்: *(வி):* கொஞ்சிப் பேசுதல்; to talk amorously.

குனை: *(பெ):* நுனி; tip.

குன்மப்புரட்டு: *(பெ):* வாந்தியுண்டாக்கும் வயிற்று நோய் வகை; a kind of stomach disease which causes vomit.

குன்மம்: *(பெ):* வயிற்று நோய்; stomach disease.

குன்றம்: *(பெ):* சிறு மலை; hill.

குன்றல்: *(பெ):* குறைதல்; diminishing.

குன்றவர்: (பெ): குறிஞ்சி நிலத்தோர்; mountaineers; inhabitants of the hilly tract.

குன்றாவாடை: (பெ): வடகிழக்குக் காற்று; north-east wind.

குன்றவில்லி: (பெ): சிவபெருமான்; Lord Shiva.

குன்றி: (பெ): குன்றிமணி; crab's eye and its red seed.

குன்றிக்கண்ணன்: (பெ): சிவந்த கண்களை உடையவன்; காட்டுப் பன்றி; the person who is having reddish eyes; boar.

குன்றிமணி: (பெ): குன்றிக்கொடியின் சிவப்பு விதை; பொன் நிறுக்கும் ஒரு சிறு அளவை; அதிமதுரம்; the red seed of crab's eye; a kind of weighing measure of gold; sweet flag.

குன்றி வேர்: (பெ): அதிமதுரம்; sweet flag; the root of crab's eye creeper.

குன்று: (பெ): சிறுமலை; மலை; குறைவு; சிறுகுவடு; தாழ்வு; hill; mountain; deficiency; hillock; degradation.

- *குன்றேறி யானைப்போர் கண்டற்றால் தன்கைத்தொன்று உண்டாகச் செய்வான் வினை. - குறள் 758.*
- *குன்றன்னார் குன்ற மதிப்பின் குடியொடு நின்றன்னார் மாய்வர் நிலத்து. - குறள் 898.*
- *குன்றின் அனையாரும் குன்றுவர் குன்றுவ குன்றி அனைய செயின். - குறள் 965.*

குன்றுதல்: (வி): குறைதல்; தாழ்தல்; அழிவுறுதல்; வாடுதல்; to diminish; to degrade; to ruin; to fade.

குன்றுபயன்: (பெ): களவொழுக்கம்; secret union of lovers before ceremonial marriage.

குன்றுவர்: (பெ): வேடுவர்; குறிஞ்சி நில மக்கள்; hunters; mountaineers; inhabitants of hilly tract.

குன்று வாடை: (பெ): வடமேற்குக் காற்று; North-west wind.

குன்றெடுத்தோன்: (பெ): கண்ணபிரான்; Lord Sri Krishna.

குன்றெறிந்தோன்: (பெ): முருகப் பெருமான்; Lord Muruga.

குன்னம்: (பெ): அவமானம்; பழி; dishonour; guilt.

குஷி: (பெ): குமிழியிடும் மகிழ்ச்சி; மகிழ்ச்சியான மனநிலை; bubbling enthusiasm; merry state of mind.

குஷ்டம்/குஷ்டரோகம்: (பெ): தொழுநோய்; leprosy.

குஷ்டரோகி: (பெ): தொழுநோயால் பாதிக்கப்பட்டவர்; leprosy patient.

குஸ்தி: (பெ): சிறுவர்கள் ஒருவரோடு ஒருவர் கட்டிப் பிடித்துப் போடும் சண்டை; மல்யுத்தம்; physical fight between boys; wrestling.

கூ

கூ: (பெ): கூவுதல்; பூமி; நிலம்; கூக்குரல்; கூழ்; மலங்கழித்தல்; crowing; calling out; earth; land; loud noise; gruel; passing excrement.

கூகம்: (பெ): கோட்டான்; ஆந்தை; மறைவு; rock-horned owl; owl; secrecy.

கூகமானம்: (பெ): மறைபொருள்; secret.

கூகளம்: (பெ): ஒருவித மந்திர வித்தை; a kind of magical art.

கூகனம்: (பெ): மாய்மாலம்; பொருந்தாத மொழி; pretention; unworthy words; unsuitable words.

கூகாகம்: (பெ): கமுகு; பாக்கு மரம்; areca-tree.

கூகாரி: (பெ): காக்கை; the crow.

கூகு: (பெ): எட்டு வயதுடைய பெண்; the girl who is eight years old.

கூகை: (பெ): கோட்டான்; ஒரு கொடி வகை; rock-horned owl; a kind of creeper.

கூகைக்கட்டு: (பெ): பொன்னுக்கு வீங்கி என்னும் அம்மைக்கட்டு; mumps.

கூகை நீறு: (பெ): காட்டெருமைப்பால்; ஒரு மருந்து; the milk of female bison; a kind of medicine.

கூக்குரல்: (பெ): பேரொலி; கூச்சல்; உரத்த சத்தம்; loud noise; scream; shout of someone or many which can be heard distinctly.

கூசம்: (பெ): கூச்சம்; மார்பகம்; delicacy; shyness; breast.

கூசல்: (பெ): கூச்சம்; மனம் கலங்குகை; அச்சக்குறிப்பு; கூக்குரல்; delicacy; agitation of mind; sign of fear; loud noise.

கூசா: (பெ): மட்பாண்டம்; வெண்கலப் பாண்டம்; earthen pot; vessel made of bell metal (bronze).

கூசிதம்: (பெ): பறவையொலி; the cry of a bird.

கூசுதல்: *(வி):* நாணுதல்; கூச்சம் கொள்ளுதல்; நிலை குலைதல்; to feel shy; to feel delicacy; be ruined in circumstances.

கூசுமாண்டம்: *(பெ):* பூசணி; squash-gourd.

கூச்சம்: *(பெ):* நாணுகை; நடுக்கம்; மனம் எழாமை; shyness; shivering; hesitating.

கூச்சி: *(பெ):* விளாம்பழத்து விதை; the seed of wood-apple.

கூச்சிதம்: *(பெ):* வெண்கடம்பு; a kind of tree.

கூச்சு: *(பெ):* கூரிய முனை; புளகம்; sharpened edge; horripilation.

கூட: *(வி.அ):* உடன்; ஒருங்கே; மேற்பட; with; together with; in addition to.

கூடகம்: *(பெ):* வஞ்சகம்; deceit.

கூடகாரகன்/கூடகாரன்: *(பெ):* வஞ்சகன்; deceiver.

கூடகாரம்: *(பெ):* மேன்மாடம்; கூடம்; upper storey; balcony.

கூடசன்: *(பெ):* தந்தையின் பெயர் தெரியாத புதல்வன்; one who doesn't know who is his father.

கூடசாரன்: *(பெ):* அந்தரங்கத் தூதுவன்; personal messenger.

கூட சாலம்: *(பெ):* ஏழு நரகத்துள் ஒன்று; one of the seven hells.

கூடணை: *(பெ):* மயிலிறகுக் கண்; the eye of the peacock's feather.

கூடத்தன்: *(பெ):* ஆன்மா; முதன்மையானவன்; பரப்பிரமம்; soul; supreme being; the Almighty.

கூடபாதம்: *(பெ):* பாம்பு; snake.

கூடம். *(பெ).* வீடு; வீட்டின் கூடம்; தாழ்வாரம்; மேலிடம்; யானைச்சாலை; கோபுரம்; சம்மட்டி; மலையுச்சி; திரள்; மறைவு; பொய்; வஞ்சகம்; மாயம்; கோளக பாடாணம்; குவியல்; கொல்லன்; புதையல்; house; hall; verandah; upper place; stable of elephant; tower (of temple); large hammer; peak; abundance; secrecy; lie; false; deceit; illusion; a kind of arsenic; heap; smith; treasure-trove.

கூடம்பில்: *(பெ):* சுரைக்கொடி; bottle gourd-creeper.

கூடயந்திரம்: *(பெ):* பொறி; வலை; trap; net.

கூடரணம்: *(பெ):* திரிபுரம்; the three serial cities of gold, silver and iron burnt by Lord Shiva.

கூடலர்: *(பெ):* பகைவர்; enemies.

கூடல்: *(பெ):* மதுரை; பொருந்துகை; புணர்தல்; ஆறுகள் கூடும் இடம்; தேடல்; அடர்த்தியான தோப்பு; Madurai, a Shiva shrine in Tamil Nadu; fitting; sexual intercourse; junction of rivers; striving; dense grove.

கூடவற்சை: *(பெ):* தவளை; frog.

கூடற்கோமான்: *(பெ):* பாண்டியன்; Pandya King.

கூடா ஒழுக்கம்: *(பெ):* திருமண உறுதிமொழிகளுக்குப் புறம்பாக நடத்தல்; கற்பு இல்லாமை; adultery; immorality.

கூடாகாரம்: *(பெ):* நிலவறை; மேல் மாடி; cellar; upstairs.

கூடாக்கு: *(பெ):* புகையிலை; tobacco.

கூடாங்கம்: *(பெ):* ஆமை; tortoise.

கூடாதார்: *(பெ):* பகைவர்; enemies.

கூடாநட்பு: *(பெ):* அகத்தால் பொருந்தாது புறத்தே கூடியொழுகும் நட்பு; insincere and unreal friendship.

கூடாரம்: *(பெ):* துணியால் அமைக்கப்படும் தற்காலிக வீடு; பெருங்காயம்; tent; asafoetida.

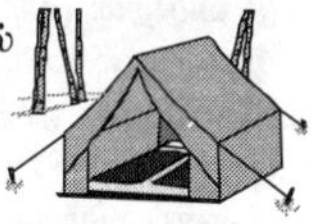

கூடார்: *(பெ):* பகைவர்; enemies.

கூடிய: *(இ.சொ):* ஒன்றோடு இணைந்திருக்கிற; சேர்ந்திருக்கிற; having in addition; with.

கூடிய வரையில்: *(வி.அ):* ஒருவரால் ஒன்றினைச் செய்ய முடிந்த அளவில்; as far as possible.

கூடிய விரைவில்: *(வி.அ):* மிகவும் குறைந்த காலத்தில்; at the earliest.

கூடிலி: *(பெ):* காமன்; புலால் உண்பவன்; Kamadevan, the love God; Cupid; one who eats meat.

கூடி வா: *(வி):* ஒத்து வருதல்; ஏற்றதாக அமைதல்; (of time) be appropriate to do something.

கூடு: *(பெ):* உடல்; பறவைக்கூடு; விலங்கின் கூடு; நெற்கூடு; மைக்கூடு; வண்டிக்கூடு; சாட்சிக் கூண்டு; கூடாரம்; body; nest; case; hive; granary; ink-bottle; covering of a cart; witness box; tent. *(வி):* ஓரிடத்தில் வந்து சேர்தல்; குழு அமைப்பு போன்றவை செயல்படுதல்; உடைந்த எலும்பு போன்றவை பொருந்துதல்; உடலுறவு கொள்ளுதல்; கூட்டுறவோடு இருத்தல்; நேரம், பொழுது போன்றவை வாய்த்தல்; பொருள், விலை போன்றவை அதிகரித்தல்; to gather; to come together; to meet at; to assemble; to join; to set; to copulate; to have sexual intercourse; to associate; to co-operate; be opportune; to increase; be on the rise.
• **கூடி** வாழ்ந்தால் கோடி நன்மை. • **கூடிப்** பிரியேல். • **கூடி**யிருந்து குலாவுவார் வீட்டில் ஓடி உண்ணும் கூழும் இனிதே - பழமொழிகள்.
• **கூடிய** காமம் பிரிந்தார் வரவுள்ளிக்
கோடுகொ டேறுமென் நெஞ்சு. - *குறள் 1264.*

கூடுதலாக்கு: *(வி):* அதிகமாக்கிடு; to increase.

கூடுதல்: *(பெ):* அதிகம்; பெருக்கம்; excess; increment. *(வி):* திரளுதல்; பொருந்துதல்; ஒன்று சேர்தல்; நேரிடுதல்; அனுகூலமாதல்; அடைதல்; to muster; to be suitable; to unite; to happen; be possible; to reach.

கூடுமானவரை: *(வி.அ):* எந்த அளவுக்கு முடியுமோ அந்த அளவுக்கு; as far as possible.

கூடும்: *(வி.மு):* ஒரு கூற்றை ஏற்றுக்கொள்வதற்கான சாத்தியம் ஓரளவுக்காவது இருக்கிறது எனத் தெரிவிக்கப் பயன்படுத்தும் வினைமுற்று; a predicate form expressing the idea of likelihood or a possibility; may; might; could.

கூடுவிட்டுக் கூடு பாய்தல்: *(வி):* உயிர் ஓர் உடம்பை விட்டு மற்றோர் உடம்பில் புகுதல்; to transmigrate.

கூடு விடுதல்: *(வி):* இறத்தல்; எலும்பு தோன்ற இளைத்தல்; to die; to grow weary.

கூடு விழுதல்: *(வி):* இறத்தல்; to die.

கூடை: *(பெ):* பிரம்பு, ஓலை போன்றவற்றால் பின்னப்படும் கலம்; பூக்கூடை; basket; case; crate.

கூடையன்: *(பெ):* உடல் பருத்தவன்; fat man.

கூட்டக் கொள்ளை: *(பெ):* கும்பலாகச் சென்று அடிக்கும் கொள்ளை; dacoity.

கூட்டடி: *(பெ):* உப்புக் குவியல் களம்; the ground used to store the salt collected from salt pans.

கூட்டமை: *(பெ):* கறி வகை; a kind of curry.

கூட்டணி: *(பெ):* தனித்தனியான அணிகள் ஒரு திட்டத்தை (அ) சில கொள்கைகளை மேற்கொண்டு இணைந்து செயல்பட வகுக்கப்பட்ட அமைப்பு; front of individual units or parties to work with a common programme.

கூட்டத்தொடர்: *(பெ):* ஒரு நாட்டின் பாராளுமன்றம் (அ) மாநில சட்டமன்றத்தின் குறிப்பிட்ட காலம் வரை உறுப்பினர்கள் நாள்தோறும் கூடும் கூட்டம்; session of parliament, assembly, etc.

கூட்டமைப்பு: *(பெ):* ஒன்றுக்கு மேற்பட்ட சங்கங்கள், அமைப்புகள் ஆகியவற்றின் இணைப்பு; association of more than one union, etc.; federation.

கூட்டம்: *(பெ):* ஒன்று கூடியிருக்கும் மக்கள்; ஒரு நோக்கம் (அ) குறிப்பிட்ட பணிக்காகக் கூடுதல்; விலங்கு, பறவை ஆகியவை குறிப்பிடத்தகுந்த எண்ணிக்கையில் உள்ள தொகுதி; crowd; gathering; meeting; flock; herd; swarm.

கூட்டரக்கு: *(பெ):* செவ்வரக்கு; sealing wax.

கூட்டரவு: *(பெ):* கூடுகை; நட்பு; சேர்க்கை; excess; friendship; combination.

கூட்டர்: *(பெ):* தோழர்; companion.

கூட்டல்: *(வி):* ஒன்றுபடுத்துதல்; அதிகப்படுத்துதல்; எண்களை ஒன்றோடு ஒன்று கூட்டுதலாகிய கணித வகை; summing; adding; addition.

கூட்டறிக்கை: *(பெ):* பல நாடுகள் (அ) அமைப்புகள் ஒன்றாகச் சேர்ந்து விடுத்திடும் அறிக்கை; joint communique.

கூட்டற்றவன்: *(பெ):* ஒன்றுக்கும் உதவாதவன்; useless fellow.

கூட்டாட்சி: *(பெ):* ஒன்றுக்கு மேற்பட்ட கட்சிகள் சேர்ந்து அமைக்கும் அரசு; coalition government.

கூட்டாஞ்சோறு: *(பெ):* கறிவகைகள் சேர்த்துப் பொங்கிய சோறு; உல்லாசப்பயணம் போன்றவற்றில் கூடியுண்ணும் உணவு; rice boiled with many vegetables; common meal as at a picnic.

கூட்டாளன்/கூட்டாளி: *(பெ):* தோழன்; நண்பன்; உடன் ஒத்தவன்; பங்குதாரன்; companion; friend; fellow; associate; partner.

கூட்டிக்கொடுத்தல்: *(வி):* அதிகமாகக் கொடுத்தல்; விபச்சாரத் தொழிலில் ஈடுபடும் பெண்களுக்கு வாடிக்கையாளர்களை அழைத்து வருதல்; to give more; to act as a pimp.

கூட்டிப்போதல்: *(வி):* அழைத்துச் செல்லுதல்; to take along.

கூட்டிலடைத்தல்: *(வி):* பறவை, விலங்கு போன்றவற்றை கூட்டில் (அ) கூண்டுகளில் அடைத்து வைத்தல்; encage.

கூட்டி வாசித்தல்: *(வி):* எழுத்துக்களைக் கூட்டிப் படித்தல்; to spell out words.

கூட்டி வைத்தல்: *(வி):* மாறுபட்ட கருத்து கொண்டோரை இணங்கச் செய்து சமாதானம் செய்து வைத்தல்; to effect reconciliation as between hostile parties.

கூட்டு: *(பெ):* நட்பு; துணை; தொடர்பு; திரள்; கலப்பு; friendship; partnership; alliance; abundance; mixing; *(வி):* குப்பையை வாரிச் சேகரித்தல்; பெருக்குதல்; ஒன்றுசேர்த்தல்; ஓரிடத்தில் திரட்டுதல்; உறுப்பினர்களை அழைத்துக் கூட்டம் நடத்துதல்; மக்களைத் திரளாக வரச் செய்தல்; தேவையானவற்றைக் கலத்தல்; கலந்து தயாரித்தல்; எண்களை ஒன்றுடன் ஒன்று சேர்த்து மொத்தமாக்குதல்; தொகை கணக்கிடுதல்; அளவை அதிகப்படுத்துதல்; to gather up the rubbish with a broom; to sweep a place; to bring together; to collect; to convene a meeting; to collect a crowd; to add ingredients to prepare something; to mix; to add numbers together; to increase the price, to increase the quantity, etc.

கூட்டுக்கிளை/கூட்டுக்குடும்பம்: *(பெ):* ஒன்றாக இருக்கும் குடும்பம்; clan; joint family.

கூட்டுக் குழாமான: *(பெ.அ):* கூட்டமைப்பான; federal.

கூட்டுக்கொலை: *(பெ):* பல அப்பாவிகளைக் கொல்லுதல்; large scale killing of innocent people, genocide.

கூட்டுதல்: *(வி):* ஒன்று சேர்த்தல்; இணைத்தல்; கலத்தல்; சபை கூட்டுதல்; துடைப்பத்தால் பெருக்குதல்; to collect; to joint with; to mix; to assemble; to sweep with broom.

கூட்டுத்தொகை: *(பெ):* மொத்தம்; கூடுதல் தொகை; மொத்தப் பணம்; total; sum; total amount.

கூட்டுப்பங்கு: *(பெ):* பல பங்குதாரர்களைக் கொண்டு நடத்தப்படும் நிறுவனத்தின் ஒரு பங்கு; a share in a partnership concern.

கூட்டுப்புழு: *(பெ):* முழுவடிவம் பெறுவதற்கு முன்பாகத் தன்னைச் சுற்றி அமைத்துக் கொள்ளும் கூட்டினுள் இருக்கும் (சிலவகைப் பூச்சிகளின்) புழு; cocoon.

கூட்டுப் பெருங்காயம்: *(பெ):* பிற பொருட்களைக் கலந்து தயாரித்த பெருங்காயம்; compound asafoetida manufactured for cooking purpose.

கூட்டுப் பொறுப்பு: *(பெ):* (ஒரு செயலில்) பலருக்கும் உள்ள பொறுப்பு; joint responsibility.

கூட்டு வட்டி: *(பெ):* கடனாக வாங்கிய தொகைக்கு ஒவ்வொரு ஆண்டு வட்டியும் அசலுடன் சேர்க்கப்பட்டு அந்தக் கூட்டுத் தொகைக்குக் கணக்கிடப்படும் வட்டி; compound interest.

கூட்டுறவு: *(பெ):* சேர்ந்து வாழும் வாழ்க்கை; நெருக்கமான தொடர்பு; நட்பு; ஒத்துழைப்பு; ஒற்றுமையாய் வேலை செய்கை; living as joint family; intimate connection; friendship; co-operation.

கூட்டுறவுச் சங்கம்: *(பெ):* ஐக்கியமாகச் செயல்படும் சங்கம்; co-operative society.

கூட்டெழுத்து: *(பெ):* தமிழில் மெய்யெழுத்தையும் உயிர்மெய்யெழுத்தையும் சேர்த்து எழுதிய (முன்பு வழக்கில் இருந்திட்ட) வரிவடிவம்; (in Tamil) joined form of a consonant and consonant vowel (not in vogue).

கூண்டு ஏற்று: *(வி):* விசாரணைக்கு என்று நீதிமன்றக் கூண்டில் நிறுத்துதல்; to bring someone to the witness box for trial.

கூண்டு: *(பெ):* கூடு; பறவைக்கூடு; இளஞ்செடிகளை (அ) மரக் கன்றுகளைக் காப்பதற்கு கம்பியினால் அமைக்கப்பட்ட கூடு; நீதிமன்ற சாட்சிக் கூடு; cage; coop; pen; nest; cage-like structure to protect saplings; witness box of a court.

கூண்டு வண்டி: *(பெ):* மேற்புறம் வளைவான கூரை போடப்பட்டுள்ள மாட்டு வண்டி; bullock cart with a covered top.

கூண்டோடு: *(வி.அ):* இனம், உறவு என அனைத்துடனும்; பூண்டோடு; entirely; root and branch.

கூதல்: *(பெ):* குளிர்; coldness; chillness.

கூதளம்: *(பெ):* வெள்ளரி; தூதுவளை; கூதாளிச் செடி; cucumber; climbing brinjal; a kind of plant.

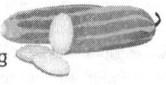

கூதறை: *(பெ):* இழிந்தது; கிழியல்; degenerated one; tattered garment.

கூதாரி: *(பெ):* வெள்ளரி; cucumber.

கூதாளி: *(பெ):* தூதுவளை; செடிவகை; climbing brinjal; a kind of plant.

கூதாளி: *(பெ):* பனிக்காற்று; குளிர்; குளிர் காலம்; chill wind; chillness; cold season; autumn.

கூதிர்: *(பெ):* காற்று; குளிர் காற்று; wind; cold wind.

கூதை செய்தல்: *(வி):* காதை அறுத்து மூளியாக்குதல்; to cut the ears.

கூத்தப்பள்ளி: *(பெ):* நாடகப் பாடசாலை; school of drama.

கூத்தம்பலம்: *(பெ):* கோயிலில் நடனம், நாடகம் நிகழ்த்துவதற்குரிய **அரங்கு**; the place in a temple to enact play, dance, etc.

கூத்தராற்றுப்படை: *(பெ):* தலைவனைக் கண்டு மீண்ட இரவலன் கூத்தாடுபவரைத் தலைவனிடம் செலுத்தும் புறத்துறை; (purap), theme of a dancer himself the recipient of favours from a king or a chieftain directing another of his kind to that patron for royal bounty.

கூத்தர்: *(பெ):* நாடகம் நடிப்போர்; the actors of a play.

கூத்தன்: *(பெ):* உயிர்; நடிகன்; சிவபெருமான்; soul; actor; Lord Shiva.

கூத்தாட்டு: *(பெ):* நடிப்பு; நடனம்; acting a play; dance.

கூத்தாடி: *(பெ):* கழைக் கூத்தன்; கூத்தாடுபவன்; நடிகன்; pole-dancer; dancer; actor.

கூத்தாடுதல்: *(பெ):* நடித்தல்; நடனம்; செழித்திருத்தல்; acting; dance; flourish.

- கூத்தாட்டு அவைக்குழாத் தற்றே பெருஞ்செல்வம் போக்கும் அதுவிளிந் தற்று. *- குறள் 332*

கூத்தி: *(பெ):* நாட்டிய நங்கை; வேசி; woman dancer; prostitute.

கூத்து: *(பெ):* நாடகம்; நடனம்; வியத்தகு செயல்; குழப்பம்; play; drama; dance; amazing act; confusion.

கூந்தல்: *(பெ):* பெண்ணின் தலை முடி; மயிற்பீலி; கமுகு, பனை போன்றவற்றின் ஓலை; long flowing tresses of a woman; peacock's feather; the leaf of areca, palmyra, etc.

கூந்தல் கொள்ளுதல்: *(வி):* இறுகப் பெண்ணைத் தழுவுதல்; to embrace a woman tightly.

கூந்தளம் பாவை: *(பெ):* பூ வகை; a kind of flower.

கூந்தற் பனை: *(பெ):* தாளிப் பனை; talipot palm; jaggery palm.

கூந்தன்மா: *(பெ):* குதிரை; horse.

கூந்தாலம்: *(பெ):* கடப்பாரை; crow-bar.

கூபகம்: *(பெ):* ஒரு நாடு; a country.
கூபம்: *(பெ):* கிணறு; well.
கூபரம்: *(பெ):* முழங்கை; fore-arm.
கூபரி: *(பெ):* தேர்; chariot.
கூபாரம்: *(பெ):* கடல்; sea.
கூப்பாடு: *(பெ):* பேரொலி; great noise.
கூப்பிடு: *(பெ):* அழைத்திடு; ஒரு நிகழ்ச்சி (அ) உதவிக்கு வருமாறு வேண்டுதல்; தொலைபேசி மூலமாகத் தொடர்பு கொள்ளுதல்; கோழி கூவுதல்; to call; to address; to call out; to invite; to call someone over phone; to crow suggesting the break of dawn.
கூப்புதல்: *(வி):* கை கூப்புதல்; சுருக்குதல்; to fold the hands in worship; to constrict.
கூம்பல்: *(பெ):* குமிழ மரம்; a kind of tree.
கூம்பு: *(பெ):* பாய்மரம்; தேர் மொட்டு; சேறு; பூவரும்பு; sail of a boat; cone-shaped pinnacle of a chariot; mud; flower bud.
கூம்பு கோபுரம்: *(பெ):* அடிப்புறம் பருத்தும் மேல்பகுதி சிறுத்தும் உள்ள கோபுரம்; minar.
கூம்புதல்: *(வி):* குவிதல்; ஒடுங்குதல்; ஊக்கம் குறைதல்; to close; to shut as a flower; to lose courage or enthusiasm.
கூரணம்: *(பெ):* பாகல்; கோடகசாலைப் பூண்டு; balsam-pear; a kind of herb.
கூரம்: *(பெ):* ஓர் ஊர்; பாகற் கொடி; யாழ்; பொறாமை; கொடுமை; கோடக சாலைப் பூண்டு; a village; balsam-pear creeper; lute; envy; atrocity; a kind of herb.
கூரல்: *(பெ):* கூந்தல்; இறகு; பெருமீன் வகை; flowing hair (of women); feather; a kind of large fish.
கூரன்: *(பெ):* நெல் வகை; நாய்; a kind of paddy; dog.
கூரியம்: *(பெ):* கூர்மை; sharpness; keenness.
கூரியன்: *(பெ):* புதன்; புத்திசாலி; Mercury; prudent; intelligent person.
கூரிலவணம்: *(பெ):* அமரியுப்பு; a kind of salt.
கூரை: *(பெ):* வீட்டுக் கூரை; சிறு குடி; roof; a small hut.
கூரைக்கட்டு: *(பெ):* கூரை வீடு; thatched house.
கூர்: *(பெ):* மிகுதி; கூர்மை; காரம்; குயவனின் சக்கரத்தைத் தாங்கும் உறுப்பு; கத்தி, ஊசி போன்றவற்றின் வெட்டும் (அ) குத்தும் முனை; பென்சிலின் எழுதும் முனை; அன்பு, அருள், கருணை போன்ற உணர்வுகளை அடுத்தவர் களிடம் வைத்தல்; abundance; sharpness; pungency; support of potter's wheel; sharp edge of blade, needle, etc.; tip of a pencil; having love, mercy, pity, etc., on others.
கூர்கேவு: *(பெ):* வெண் கடுகு; white mustard.
கூர்க்கருப்பன்: *(பெ):* நெல் வகை; a kind of paddy.
கூர்க்கா: *(பெ):* தமிழ் நாட்டில் காவல் பணியில் ஈடுபட்டிருக்கும் நேபாளி; a Nepali, employed as a guard in Tamil Nadu.
கூர்ங்கண்: *(பெ):* ஊடுருவிப் பார்க்கும் கண்; keen eyes.
கூர் சீவுதல்: *(வி):* கூராக்குதல்; பகை மூட்டுதல்; to sharpen the tip or edge; to antagonize.
கூர்ச்சகன்: *(பெ):* நெசவாளி, weaver.
கூர்ச்சம்: *(பெ):* தருப்பை; the sacred grass.
கூர்ச்சரி: *(பெ):* ஒரு பண் வகை; a kind of music.
கூர்ச்சி: *(பெ):* கூர்மை; sharpness.
கூர்ச்சிகை: *(பெ):* எழுதுகோல்; தூரிகை; pencil; pen; painting brush.
கூர்ச்சேகரம்: *(பெ):* தென்னை மரம்; coconut tree.
கூர்ச்சீட்டு: *(பெ):* பாகப்பத்திரம்; கூறு சீட்டு; partnership deed.
கூர்தல்: *(வி):* மிகுதல்; விரும்புதல்; வளைதல்; to exceed; to like; to bend.
கூர்த்தல்: *(வி):* உவர்த்தல்; சினங்கொள்ளுதல்; மிகுதியாதல்; be saltish; be enraged; to abound.
கூர்த்திகை: *(பெ):* ஆயுதம்; weapon.
கூர்ந்த: *(பெ.அ):* நுட்பமான; sharp; keen.
கூர்ந்து: *(வி.அ):* நுட்பத்துடன்; உற்று; தன் முழு கவனத்தையும் செலுத்தி; keenly; with rapt attention.
கூர்ப்பம்: *(பெ):* புருவ மையம்; the centre point of the eyebrows.
கூர்ப்பரம்: *(பெ):* முழங்கை; fore-arm.
கூர்ப்பு: *(பெ):* அறிவு நுட்பம்; உவர்ப்பு; கூர்மை; keen knowledge; saltness; sharpness.
கூர்மம்: *(பெ):* ஆமை; திருமால் அவதாரங்களில் ஒன்று; tortoise; one of the ten incarnations of Lord Vishnu.

கூர்மாதனம்: *(பெ):* சப்பணமிட்டு உட்காருதல்; ஒரு வகை இருக்கை; sitting by folding the two legs; a kind of seat.
கூர்மிகை: *(பெ):* வீணை வகை; a kind of veena/lute.
கூர்முள்: *(பெ):* குதிரை செலுத்தும் முள்; spurs.
கூர்மை: *(பெ):* நுட்பம்; சிறப்பு; வெடியுப்பு; கல்லுப்பு; ஆயுதங்களின் கூர்; keenness; speciality; nitre; saltpetre; rock salt; sharpness of weapons.
கூர்மைக்கரிவாள்: *(பெ):* சவர்க்காரம்; soap.
கூர்மையில்லோன்: *(பெ):* மந்தபுத்தி உடையவன்; அறிவிலி; slowwitted person; stupid; idiot.

கூர்வாயிரும்பு: *(பெ):* அரிவாள் மணை; knife blade fastened to a piece of wood for slicing.

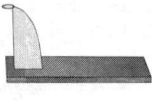

கூர்வை: *(பெ):* படகின் குறுக்குக்கட்டை; the cross-bar fixed in a boat.

கூலகம்: *(பெ):* கரை; கரையான் புற்று; குவியல்; bank; ant-hill; heap.

கூலக்கடை: *(பெ):* பலதான்யக் கடை; grocery; grain bazaar.

கூலங்கடம்: *(பெ):* கடல்; sea.

கூலபந்து: *(பெ):* எட்டி மரம்; strychnine tree.

கூலம்: *(பெ):* பல தானியம்; பருப்பு வகைகள்; நீர்க்கரை; பாகல்; வரம்பு; முறை; விலங்கின் வால்; பசு; குரங்கு; குவியல்; கால்நடை வரி வகை; grains; cereals; bank of a river; balsam-pear; boundary; order; manner; tail of animal; cow; monkey; heap; a kind of cattle tax.

கூலவதி: *(பெ):* ஓர் ஆறு; a river.

கூலவாணிகன்: *(பெ):* தானிய வணிகன்; grains merchant.

கூலி: *(பெ):* வேலைக்குப் பெறும் ஊதியம்; வாடகை; வேலைக்காரன்; salary; cooly; fare; freight; rent; servant.

கூலிக்காரன்: *(பெ):* பணியாள்; தினக் கூலிக்கு வேலை செய்பவன்; cooly; day labourer.

கூலிக்கு மாரடித்தல்: *(பெ):* பொறுப்பில்லாது வேலை செய்தல்; to work insincerely.

கூலிப்படை: *(பெ):* கூலிக்கு அமர்த்தும் வேலையாட்கள்; mercenary force, group of hired labourers.

கூலியாள்: *(பெ):* கூலிக்காரன்; labourer.

கூவ நூல்: *(பெ):* கிணறு வெட்டுதற்குரிய இடம் போன்றவற்றை உணர்த்தும் இயல்; science of determining the sites for sinking wells.

கூவம்: *(பெ):* கிணறு; ஓர் ஆறு; well; a river.

கூவாக்கட்டு: *(பெ):* பொன்னுக்கு வீங்கி; mumps.

கூவியர்: *(பெ):* உணவு சமைப்போர்; அப்ப வணிகர்; cooks; cake merchants.

கூவிரம்: *(பெ):* வில்வ மரம்; (மலை) மர வகை; bael tree; a kind of tree (in mountain).

கூவிரி: *(பெ):* தேர்; chariot.

கூவிளி: *(பெ):* அழைத்திடும் ஓசை; calling sound.

கூவிளை: *(பெ):* வில்வ மரம்; கோளக பாடாணம்; bael tree; a kind of arsenic.

கூவுதல்: *(வி):* பறவை கூவுதல்; சத்தமிடுதல்; யானை பிளிறுதல்; ஓலமிடுதல்; அழைத்தல்; to crow as birds; to call out; to roar as an elephant; to cry out; to call; to summon.

கூவுதூரம்: *(பெ):* கூப்பிடு தூரம்; calling distance.

கூவுவான்: *(பெ):* சேவல்; cock.

கூவை: *(பெ):* கூட்டம்; செடி வகை; crowd; a kind of plant.

கூழங்கை: *(பெ):* முடமான கை; lame hand.

கூழம்: *(பெ):* எள்; sesame.

கூழன்: *(பெ):* ஒரு வகைப் பலா; அறிவிலி; a kind of jackfruit; idiot.

கூழன் பலா: *(பெ):* ஒரு வகை பலா மரம்; a kind of jackfruit tree.

கூழா: *(பெ):* நறுவிலி மரம்; a kind of tree.

கூழாங்கல்: *(பெ):* வழுவழுப்பான சிறு கல்; loose pebbles found in river beds.

கூழாதல்: *(பெ):* சோறு குழைதல்; over-boiled rice.

கூழாமட்டி: *(பெ):* அறிவிலி; idiot.

கூழான்: *(பெ):* கண்டகிக் கல்; a kind of stone.

கூழை: *(பெ):* பெண்ணின் கூந்தல்; இறகு; மயில் தோகை; நடு; வால்; குட்டையானது; புத்திக் குறைவு; கூழைப் பாம்பு; சேறு; தங்கம்; படையின் பின்னணி; the long flowing hair of woman; feather; tail of a peacock; middle; tail; that which is short; lack of knowledge; a kind of snake; mud; gold; the rear platoon of an army.

கூழைக்கடா: *(பெ):* நீர்வாழ் பறவை; வாலில்லா எருமைக் கடா; a kind of water bird; tailless he-buffalo.

கூழைக் கும்பிடு: *(பெ):* போலி வணக்கம்; insincere obeisance.

கூழைக் கொம்பன்: *(பெ):* குட்டையான மழுங்கிய கொம்புடைய காளை; the ox with blunt horns.

கூழை நரி: *(பெ):* குட்டையான வாலினை உடைய நரி; the fox which has short tail.

கூழைப் பாம்பு: *(பெ):* ஒரு வகைப் பாம்பு; a kind of snake.

கூழைப் பார்வை: *(பெ):* வஞ்சகப் பார்வை; deceitful sight or view.

கூழைமை: *(பெ):* கடமை; task; obligation; duty.

கூழையன்: *(பெ):* குள்ளன்; அறிவிலி; dwarf; idiot.

கூழ்: *(பெ):* மாவால் சமைத்த திரவ உணவு; பொன்; பொருள்; paste; gruel; gold; wealth. • **கூழுக்கும்** ஆசை; மீசைக்கும் ஆசை. • **கூழானாலும்** குளித்துக் குடி. • **கூழிலே** விழுந்த ஈ போல - *பழமொழிகள்.*

• **கூழும்** குடியும் ஒருங்கிழக்கும் கோல்கோடிச்
சூழாது செய்யும் அரசு. - *குறள் 554.*

கூழ்த்தல்: *(வி):* பயப்படுதல்; be frightened.

கூழ்படுதல்: *(வி):* கலக்கமுண்டாதல்; be confused; be agitated.

கூழ்ப்பசை: *(பெ):* மாவுப் பசை; கஞ்சிப் பசை; paste; gruel.

கூழ்முட்டை: *(பெ):* கெட்டுப்போன முட்டை; decayed egg.

கூழ்வடகம்/கூழ்வடாம்: *(பெ):* கூழால் செய்யப்படும் வற்றல்; water cakes of flour, seasoned and dried in the Sun.

கூழ்வரகு: *(பெ):* கேழ்வரகு; Ragi.

கூளம்: *(பெ):* குப்பை; திப்பி; கசண்டு; rubbish; broken pieces of straw; sediment.

கூளன்: *(பெ):* பயனற்றவன்; useless fellow.

கூளி: *(பெ):* குடும்பம்; கூட்டம்; உறவு; படைத் தலைவன்; சாத்தான்; பேய்; குற்றம்; குள்ளம்; கற்பில்லாத பெண்; எருது; பொலி காளை; வலிமை; family; crowd; relationship; chief of the army; Satan; demon; devil; fault; dwarfishness; unchaste woman; ox; stallion; strength.

கூளியர்: *(பெ):* படைவீரர்; வேடுவர்; குறவர்; ஏவல் செய்வோர்; நண்பர்; soldiers; hunters; Kuravas, a nomadic tribe; servants; attendants; friends.

கூறடைத்தல்: *(வி):* பகுதியாகப் பிரித்தல்; to separate; to divide.

கூறிடுதல்: *(வி):* பங்கிடுதல்; துண்டாக்குதல்; சொல்லுதல்; வெளியிடுதல்; to divide; to cut into pieces; to say; to tell; to state.

கூறு: *(பெ):* பகுதி; கூறுபாடு; பங்கு; பிளவுபட்ட துண்டு; பாதி; section; division; part; portion; share; brokened piece; half. *(வி):* பேச்சு (அ) எழுத்துவாயிலாக அறியத்தகுதல்; சொல்லுதல்; வெளியிடுதல்; to say; to tell; to state.

- **கூறாமை நோக்கிக் குறிப்பறிவான் எஞ்ஞான்றும்**
  மாறாநீர் வையக்கு அணி. *- குறள் 701.*

கூறு செய்தல்: *(வி):* பல பகுதிகளாக அல்லது சிறு அளவுடையதாகப் பிரித்துக் கொடு; to distribute in portions or in small quantities.

கூறு படுதல்: *(வி):* பிரிவு படுத்தல்; to split.

கூறு படுத்தல்: *(வி):* பிரித்தல்; to separate; to divide.

கூறுபாடு: *(பெ):* பாகுபாடு; பகுதி; தன்மை; பிரித்தல்; division; sub-division; classification; partition.

கூறை: *(பெ):* ஆடை; திருமணப்புடவை; garment; wedding-saree.

கூறை கோட்படுதல்: *(வி):* ஆடையைப் பறிகொடுத்தல்; to lose the garment.

கூறைப்பாய்: *(பெ):* தோணிப்பாய்; sail.

கூறைப் புடவை: *(பெ):* திருமணப்புடவை; wedding saree.

கூற்றம்: *(பெ):* மாவட்டத்தின் ஓர் உட்பிரிவு; கொடும்பகைவன்; யமன்; அழிவுண்டாக்குவது; சொல்; நாட்டின் பகுதி; a sub-division of a district; cruel enemy; Yama, the God of death; that which causes ruin; word; a part of a country.

- **கூற்றம் குதித்தலும் கைகூடும் நோற்றலின்**
  ஆற்றல் தலைப்பட் டவர்க்கு. *- குறள் 269.*
- **கூற்றத்தைக் கையால் விளித்தற்றால்**
  ஆற்றுவார்க்கு
  ஆற்றாதார் இன்னா செயல். *- குறள் 894.*
- **கூற்றமோ கண்ணோ பிணையோ மடவரல்**
  நோக்கம்இம் மூன்றும் உடைத்து. *- குறள் 1085.*

கூற்றன்: *(பெ):* யமன்; Yama, the God of death.

கூற்றன் கொலையோன்: *(பெ):* மயில்துத்தம்; copper sulphate.

கூற்றன் வாய்: *(பெ):* தலை மதகு; inlet sluice.

கூற்று: *(பெ):* கூறுகை; மொழி; கூறத்தக்கது; காலன்; யமன்; telling; language; word; that which is suitable to say; Yama/Kalan the God of death.

- **கூற்றுடன்று மேல்வரினும் கூடி எதிர்நிற்கும்**
  ஆற்ற லதுவே படை. *- குறள் 765.*

கூற்றுதைத்தன்: *(பெ):* சிவபெருமான்; Lord Shiva.

கூற்றுவன்: *(பெ):* யமன்; Yama, the God of death.

கூனலங்காய்: *(பெ):* புளியங்காய்; tamarind fruit.

கூனல்: *(பெ):* வளைவு; கோணல்; bend; curve.

கூனன்: *(பெ):* கூன் முதுகை உடையவன்; hunchbacked man.

கூனி: *(பெ):* கூன் முதுகை உடையவள்; கைகேயியின் அடிமைப் பெண்ணாகிய மந்தரை; வானவில்; கொலை; hunchbacked woman; Mantharai, a slave of Kaikeyee who intrigued with her mistress on the eve of Rama's coronation and prevented it; rainbow; murder.

கூனிக்குயம்/கூனிரும்பு: *(பெ):* அரிவாள்; sickle.

கூனிப்போதல்: *(வி):* உடல் வளைந்து போதல்; அவமானத்தால் உடல் குறுகுதல்; to bend with age; to stoop from infirmity; to feel small when humiliated.

கூனுதல்: *(வி):* வளைதல்; முதுகு வளைதல்; to bend; to bend with age.

கூனை: *(பெ):* பெரிய பாத்திரம்; மிடா; large vessel.

கூன்: *(பெ):* வளைவு; உடல் கூனல்; நத்தை; ஆந்தை; பெரும்பாத்திரம்; bend; hunchback; snail; owl; a large vessel.

கூன்முதுகு: *(பெ):* ஆமையோடு; the upper shell of tortoise.

கெ

கெக்கட்டம்: *(பெ):* ஆரவாரம்; a loud noise with laugh.

கெக்கலி: *(பெ):* குலுங்கச் சிரித்திடும் சிரிப்பு; loud laughter.

கெக்கலித்தல்: *(வி):* குலுங்கச் சிரித்தல்; மகிழ்தல்; to laugh violently; be happy.

கெக்களித்தல்: *(வி):* ஏளனமாகச் சிரித்தல்; to laugh in a loud derisive manner.

கெசமா முட்டி: *(பெ):* எட்டி மரம்; strychnine tree.

கெச்சக்காய்: *(பெ):* கழற்சிக்காய்; molucca-beans.

கெச்சங்கெட்டவன்: *(பெ):* நாணமில்லாதவன்; one who doesn't feel shy.

கெச்சம்: *(பெ):* முல்லைக் கொடி; அரச மரம்; கால்சதங்கை; wild jasmine; pipal tree; string of metal balls worn around the anklets.

கெச்சிதம்: *(பெ):* முழக்கம்; பெருமிதம்; கம்பீரம்; rumble; pride; manliness.

கெச்சை: *(பெ):* காற் சதங்கை; string of metal balls worn around anklets.

கெச்சை நடை/கெச்சை மிதி: *(பெ):* பெருமிதத்துடன் கூடிய நடை; a walk with pride.

கெஞ்சுதல்: *(வி):* மன்றாடுதல்; இரந்து வேண்டுதல்; to cajole; to solicit; to entreat.

கெடலணங்கு: *(பெ):* மூதேவி; God of misfortune.

கெடலூழ்: *(பெ):* தீவினை; sin; adversity.

கெடவரல்: *(பெ):* மகளிர் குழு; மகளிர் விளையாட்டு; a group of women; a kind of women's game.

கெடி: *(பெ):* ஊர்; அதிகாரம்; மலைக்கோட்டை; வல்லமை; புகழ்; அச்சம்; village/town; power; a fort in the mountain; strength; fame; fear.

கெடிமாடு: *(பெ):* நீண்ட பயணத்தினிடையே வண்டியில் மாற்றிப் பூட்டப்படும் மாடு; the substitute ox of a cart on a long travel.

கெடிலம்: *(பெ):* ஓர் ஆறு; ஒடுங்கிய வழி; a river; narrow passage.

கெடிறு: *(பெ):* மீன் வகை; a kind of fish.

கெடு: *(பெ):* தவணை; எல்லை; வறுமை; instalment; occasion (number of times); boundary; poverty; *(வி):* மோசமான நிலையை அடைந்திடு; சீர் குலைந்திடு; பதம் அழிதல்; பாதிப்படைதல்; to get affected; to get defiled; to become unsuitable for consumption; to become insensitive.

கெடுகாலம்: *(பெ):* கெட்ட காலம்; bad time; evil.

கெடுகுறி: *(பெ):* உற்பாதம்; bad omen.

கெடுதல்: *(வி):* அழிதல்; பழுதாதல்; வறுமையடைதல்; உருவழிதல்; தோற்றல்; வழி தவறிப் போதல்; to ruin; to destroy; to breakdown; to become poor; to become disfigured; to become defeated; to stray.

கெடுதலை: *(பெ):* அழிவு; பழுது; ruin; breakdown.

கெடுதி: *(பெ):* அழிவு; இழப்பு; ஆபத்து; துன்பம்; தீமை; ruin; loss; danger; suffering; mischief.

கெடுத்தல்: *(வி):* அழித்தல்; பழுதாக்குதல்; ஒழுக்கங்கெடுத்தல்; இழத்தல்; நீக்குதல்; முறியடித்தல்; to destroy; to damage; to spoil; to lose; to frustrate; to remove; to defeat. • **கெடுத்தவர்க்கும்** கேடு நினையாதே! • **கெடுப்பதும்** வாயால்; படிப்பதும் வாயால். • **கெடுப்பாரைத்** தெய்வம் கெடுக்கும். • **கெடுவான்** கேடு நினைப்பான் - *பழமொழிகள்.*

- ***கெடுப்பதூஉங்*** *கெட்டார்க்குச் சார்வாய்மற் றாங்கே*
  எடுப்பதூஉம் எல்லாம் மழை. - *குறள் 15.*
- ***கெடுவல்யான்*** *என்பது அறிகதன் நெஞ்சம்*
  நடுவொரீஇ அல்ல செயின். - *குறள் 116.*
- ***கெடுவாக*** *வையாது உலகம் நடுவாக*
  நன்றிக்கண் தங்கியான் தாழ்வு. - *குறள் 117.*
- ***கெடுங்காலைக்*** *கைவிடுவார் கேண்மை அடுங்காலை*
  உள்ளினும் உள்ளம் சுடும். - *குறள் 799.*

கெடு நினைவு: *(பெ):* தீய எண்ணம்; ill-will.

கெடுபடுதல்: *(வி):* கேடு அடைதல்; to attain misfortune.

கெடுபிடி: *(பெ):* தடபுடல்; விரைவு; bustle; swiftness.

கெடும்பு: *(பெ):* கெடு நினைவு; கேடு; ill-will; ruin.

கெடுமதி: *(பெ):* கெடுபுத்தி; அழிவதற்கான கெட்ட ஆலோசனை; malice; evil counsel.

கெடுவு: *(பெ):* இறுதித் தவணை; deadline.

கெடை: *(பெ):* மூங்கில்; bamboo.

கெட்ட: *(பெ.அ):* தீய; bad; evil.

கெட்ட எண்ணம்: *(பெ):* தீய எண்ணம்; ill-will.

கெட்டம்: *(பெ):* தாடி; beard.

கெட்டலைதல்: *(வி):* நிலைகெட்டுத் திரிதல்; to go astray.

கெட்டவன்: *(பெ):* தீயவன்; wicked man; bad man.

கெட்ட வேளை: *(பெ):* பொல்லாத வேளை; bad time.

கெட்டி: *(பெ):* உறுதி; இறுக்கம்; திறமை; திறமைசாலி; உரத்த குரல்; அழுத்தம்; consistency; firmness; hardness; denseness; skill; skillful person; loud voice; pressure.

கெட்டிக்காப்பு: *(பெ):* கையில் அணியும் அணி வகை; armlet.

கெட்டிக்காரன்: *(பெ):* திறமைசாலி; skilled person.

கெட்டிக்கொலுசு: *(பெ):* ஓர் அணிகலன்; a kind of ornament.

கெட்டிச்சாயம்: *(பெ):* அழுத்தமான சாயம்; fast colour.

கெட்டித்தல்: *(பெ):* உறுதிப்படுத்துதல்; to ascertain, to make sure.

கெட்டித்தனம்: *(பெ):* திறமை; skill.

கெட்டி மேளம்: *(பெ):* திருமண நேரத்தில் அனைத்து வாத்தியங்களும் ஒருசேர ஒலித்தல்; simultaneous and rapid sounding of all musical instruments at certain important stages of the marriage ceremony.

கெட்டு: *(பெ):* பக்கக்கிளை; side-branch.

கெட்டுப்போதல்: *(வி):* அழிந்து போதல்; அழுகிப் போதல்; ஒழுக்கங்கெடுதல்; வறுமை கொள்ளுதல்; காணாமல் போதல்; to destroy; to perish; to misbehave; to become poor; to abscond.
• **கெட்டும் பட்டணம் சேர்** - *பழமொழி.*

கெட்டுவிடுதல்: *(வி):* அழிதல்; அழுகிப் போதல்; to ruin; to decompose.

கெணனை: *(பெ):* எண்ணிக்கை; (total) numbers.

கெண்டம்: *(பெ):* ஆபத்து; danger.

கெண்டன்: *(பெ):* தடியன்; முரடன்; stocky person; a term used impolitely in the sense of useless person; one who is rough and tough.

கெண்டி: *(பெ):* துண்டு; சற்று நீண்ட குழல் போன்ற மூக்குடைய செம்பு; a piece; a small cup-like vessel with a spout used for feeding children.

கெண்டிகை: *(பெ):* கமண்டலம்; a cruet-like vessel containing holy water carried by sages.

கெண்டிச்செம்பு: *(பெ):* சற்று நீண்ட குழல் போன்ற மூக்குடைய செம்பு; a small cup-like vessel with a spout used for feeding children.

கெண்டுதல்: *(வி):* தோண்டுதல்; கிண்டுதல்; to dig-out; to stir-up.

கெண்டை: *(பெ):* சேல் மீன்; சரிகை; கண்டை; புயத்தின் முன்பக்கச் சதை; கணைக்கால்; ஏளனம்; a fresh water fish; gold or silver lace; biceps; ankle; mockery.

கெண்டைக்கால்: *(பெ):* கணைக்கால்; ankle.

கெதி/கதி: *(பெ):* புகலிடம்; refuge.

கெதாயு: *(பெ):* இறந்தவன்; dead person.

கெத்து: *(பெ):* தந்திரம்; trick; cunning.

கெத்துதல்: *(வி):* கீறிப்பிளத்தல்; கொக்கரித்தல்; ஏமாற்றுதல்; to split; to cut off; to cackle; to cheat.

கெந்தகம்/கெந்தி: *(பெ):* கந்தகம்; நாய்வேளைப் பூண்டு; sulphur; a herb.

கெந்தசாலி: *(பெ):* ஒரு வகை நெல்; a kind of paddy.

கெந்தப்பொடி: *(பெ):* ஒரு வகை நறுமணப் பொடி; a fragrant powder.

கெந்தித்தல்: *(வி):* தத்துதல்; நெளித்தல்; to move by jerks; cause to bend.

கெந்திபரம்: *(பெ):* ஆடு தின்னாப்பாளை; a herb.

கெந்திவாருணி: *(பெ):* பேய்த் தும்மட்டி கொடி; a kind of creeper.

கெந்து: *(பெ):* ஒரு வகை குழந்தைகள் விளையாட்டு; a kind of children's game - tip-cat; *(வி):* பாதத்தின் முன்பகுதியை மட்டும் தரையில் ஊன்றி எம்பு; கிட்டிப் புள் விளையாட்டில் மரத்துண்டை அடித்துத் துள்ளிப் போகச் செய்; to skip; to hop; to make a small piece of wood go hoppingly above the ground by striking it.

கெபி: *(பெ):* குகை; பள்ளம்; cave; pit.

கெமித்தல்: *(வி):* போதல்; புணர்தல்; to go; to copulate.

கெம்பத்து: *(பெ):* பகட்டு; glamour.

கெம்பரை: *(பெ):* கூடை; basket.

கெம்பளித்தல்: *(வி):* மகிழ்தல்; to feel happy.

கெம்பளிப்பு: *(பெ):* மகிழ்ச்சி; happiness.

கெம்பு: *(பெ):* பதுமராகம்; சிவப்பு இரத்தினக் கல்; Ruby.

கெம்புதல்: *(வி):* கொந்தளித்தல்; கொதித்தல்; உரத்துப் பேசுதல்; to be rough; to swell; to boil.

கெம்பு நீலம்: *(பெ):* உயர்ந்த நீலம்; superior saphire.

கெம்பு மல்லிகை: *(பெ):* மயிர் மாணிக்கம்; a kind of creeper.

கெலி: *(பெ):* வெற்றி; ஆசை; அச்சம்; பெருவயிறு; victory; desire; fear; large stomach.

கெலித்தல்: *(வி):* வெல்லுதல்; அஞ்சுதல்; ஆசைப்படுதல்; to win; to frighten; to like.

கெலிப்பு: *(பெ):* வெற்றி; மகிழ்ச்சி; victory; happiness.

கெலுழன்: *(பெ):* கருடன்; eagle.

கெல்லுதல்: *(வி):* தோண்டுதல்; வயிற்றை அரிந்து விடுதல்; to dig out; to cut the stomach (with a sharp knife).

கெவரி: (பெ): வெள்ளைக் காக்கணங் கொடி; a kind of herb.

கெவியூதி: *(பெ):* நாலரை கல் தொலைவு; a distance of roughly seven kilometres.

கெவுரா: *(பெ):* துளசி; sacred basil.

கெவுளி: *(பெ):* கவுளி; பல்லி; மஞ்சள் நிறத் தேங்காய்; lizard; yellowish coconut.

கெவுனி: *(பெ):* கோட்டை வாயில்; the entrance of a fort.

கெழி/கெழுவு: *(பெ):* நட்பு; friendship.

கெழீ இயிலி: *(பெ):* பகைவன்; enemy.

கெழு: (பெ): நிறம்; ஒளி; colour; light.

கெழுதகைமை: *(பெ):* உரிமை; நட்பு; right; friendship.

கெழுமுதல்: *(வி):* நிறைதல்; முதிர்தல்; முளைத்தல்; கற்றல்; காமவிகாரம் கொள்ளுதல்; கூடுதல்; பொருந்துதல்; to become full; to ripe; to sprout; to learn; to have lust; to maximize; to be suitable.

கெழுமை: *(பெ):* நிறம்; ஒளி; வளமை; colour; light; wealth.

கெழுவுதல்: *(வி):* பொருந்துதல்; நிறைதல்; பற்றுக் கொள்ளுதல்; to be suitable; to become full; be attached.

கெளிதம்: *(பெ):* பெருங்கல்; large stone.

கெளிர்ச்சல்லியம்: *(பெ):* மீன் எலும்பு; bone of the fish.

கெளிறு: *(பெ):* மீன் வகை; a kind of fish.

கெற்சி: *(பெ):* சிறு வழுதலை; a herb.

கெற்சிதம்: *(பெ):* முழக்கம்; roar; rumble.

கெற்பம்: *(பெ):* கருப்பம்; pregnancy.

கே

கேகம்: (பெ): வீடு; மயில் குரல்; house; the cry of a peacock.

கேகயப்புள்: *(பெ):* மயில்; peacock.

கேகயம்: (பெ): மயில்; ஒரு நாடு; பண் வகை; வில்; கவுரிப் பாடாணம்; peacock; a country; a kind of music; bow; a kind of arsenic.

கேகலன்: *(பெ):* கேகய நாட்டு மன்னன்; கைகேயியின் தந்தை; சிபிச் சக்கரவர்த்தி; the king of Kekaya country; the father of Kaikeyee; the king Sibi.

கேகரம்: *(பெ):* கடைக்கண் பார்வை; a look in sideways.

கேகலன்: *(பெ):* கூத்தாடி; dancer; actor.

கேகாபலம்/கேகி: *(பெ):* மயில்; peacock.

கேகை: *(பெ):* மயிலின் குரல்; the cry of a peacock.

கேசகன்: *(பெ):* நாவிதன்; barber.

கேசகீடம்: *(பெ):* பேன்; louse.

கேசதம்: *(பெ):* கரிசலாங்கண்ணி; a kind of greens with short thick leaves; eclipse plant.

கேசமுட்டி: *(பெ):* வேம்பு; neem.

கேசம்: *(பெ):* தலை மயிர்; துவக்கம்; hair; beginning.

கேசரம்: *(பெ):* பூந்தாது; குங்குமப்பூ; மகிழ மரம்; வண்டு; பெருங்காயம்; புன்னை மரம்; பொன் மாதுளை, pollen dust; saffron flower, a kind of tree; beetle; asafoetida; a kind of tree; a kind of pomegranate.

கேசரர்: *(பெ):* வித்தியாதரர்; Vidyadaras.

கேசரவரம்: *(பெ):* குங்குமம்; kum-kum.

கேசரி: *(பெ):* சிங்கம்; அரியணை; இனிப்புப் பண்டம்; lion; throne; a sweet.

கேசரிகம்: (பெ): நாயுருவிச் செடி; a plant growing in hedges.

கேசரை: *(பெ):* பருத்திச் செடி; cotton plant.

கேசவம்: *(பெ):* (பெண்)வண்டு; நறுமணம்; பைசாசம்; ஒரு நீதி நூல்; a (female) bee; fragrance; devil; goblin; a moral treatise.

கேசவன்: *(பெ):* சோழன்; கிருஷ்ணர்; சிவபிரான்; Chozha King; Lord Sri Krishna; Lord Sri Shiva.

கேசவேசம்: *(பெ):* கொண்டை; crest; tuft.

கேசன்: *(பெ):* ஓர் அசுரன்; திருமால்; வருணன்; an asura; Lord Krishna;Lord Varuna.

கேசாதிபாதம்: *(பெ):* முடி முதல் பாதம் வரை; head to foot.

கேசாரி: *(பெ):* ஓர் அசுரன்; an asura.

கேசி: (பெ): நீண்ட கூந்தலை உடையவள்; ஓர் அசுரன்; அவுரிச் செடி; the woman who has long flowing hair; an asura; a kind of plant.

கேசிகன்: (பெ): திருமால்; Lord Vishnu.

கேசினி: (பெ): சங்கங் குப்பிச் செடி; a herb.

கேடகம்: (பெ): கேடயம்; மலையடிவார ஊர்; பாசறை; ஒரு வகை ஊர்தி; புறா முட் செடி; தட்டு வகை; வேதிகை; shield; the town at the foot of the mountain; camp; a kind of vehicle; a kind of thorny plant; a kind of plate; a chemical change.

கேடம்: (பெ): மலையடிவார ஊர்; கிளி; ஆறு; the town at the foot of the mountain; parrot; river.

கேடயம்: (பெ): கேடகம்; ஒரு வாகனம்; பல்லக்கு; shield; a vehicle; a palanquin.

கேடன்: (பெ): கெட்டவன்; அழிப்பவன்; the man who has bad qualities; the man who ruins (something).

கேடு: (பெ): இழப்பு; அழிவு; வறுமை; தீமை; loss; ruin; poverty; evil.

கேடுபாடு: (பெ): அழியும் நிலை; வறுமை; இழுக்கு; the state of ruining; poverty; reproach.

கேட்கை: (பெ): கேள்வி; question.

கேட்டல்: (வி): வினாவுதல்; வேண்டுதல்; செவிக்குப் புலனாதல்; பாடம் கேட்டல்; இரத்தல்; பொறுத்தல்; கீழ்ப்படுதல்; அனுமதி பெறுதல்; to question; to ask; to hear; listen to the lesson; to beg; to subside; to obey; to get permission.

கேட்டித்தடி: (பெ): சாட்டை; தாற்றுக்கோல்; whip; ox-goad.

கேட்டை: (பெ): 27 நட்சத்திரங்களுள் ஒன்று; மூதேவி; Kettai, one of the twenty-seven stars; Goddess of misfortune.

கேணம்: (பெ): செழிப்பு; flourishing condition.

கேணி: (பெ): கிணறு; சிறு குளம்; அகழி; தொட்டில்; well; pond; moat; cradle.

கேண்மை: (பெ): நட்பு; உறவு; வழக்கு; கண்ணோட்டம்; friendship; relationship; dispute; point of view.

கேதகம்/கேதகி/கேதகை: (பெ): தாழை; screw-pine.

கேதகாரியம்: (பெ): இழவு; சாவுச் சடங்கு; dea. ; obsequies.

கேதம்: (பெ): துக்கம்; இளைப்பு; குற்றம்; கிலேசம்; distress; weariness; fault; anguish.

கேதல்: (வி): அழைத்தல்; to call; to invite; to summon.

கேதனம்: (பெ): கொடி; இடம்; அடையாளம்; வீடு; வேலை; துகிர்க்கொடி; படர் கொடி; flag; place; mark; house; work; banner; creeper.

கேதன்: (பெ): மன்மதன்; காமன்; Kama, the God of love; Cupid.

கேதாரகௌளம்: (பெ): இசையில் ஒரு பண் (ராக) வகை; a kind of raga in music (one of the 72 carnatic ragas).

கேதாரம்: (பெ): இமயமலையில் உள்ள சிவத்தலம்; விளை நிலம்; மயில்; பண் வகை; ஒரு நகரம்; a famous Shiva's shrine in Himalayas; cultivable land; peacock; a kind of music; a town.

கேதாரயோகம்: (பெ): ஏழு கோள்கள் இடையீடு இல்லாது நான்கு ராசிகளில் தொடர்ச்சியாக நிற்க வரும் யோகம்; (Astrology) presence of seven planets in four consecutive houses indicating good fortune.

கேதாரன்: (பெ): சிவபெருமான்; Lord Shiva.

கேது: (பெ): ஒன்பது கோள்களுள் ஒன்று; அடையாளம்; சுடர்; ஒளி; மயில்; நோய்; விருதுக் கொடி; செம்பாம்பு; விளைநிலம்; தூம கேது; one of the nine planets; mark; flame; light; lustre; peacock; disease; flag of victory; a kind of snake; cultivable land; comet.

கேதுக்கல்: (பெ): வயலின் எல்லைக் கல்; the boundary stone of a paddy field.

கேதுபம்: (பெ): முகில்; மேகம்; cloud.

கேதுமாலம்: (பெ): ஒன்பது கண்டங்களுள் ஒன்று; one of the nine continents.

கேதுரத்தினம்: (பெ): வைடூரியம்; a precious stone.

கேதுரு: (பெ): ஒரு வாசனை மரம்; a kind of fragrant tree.

கேத்திரிக்கியன்: (பெ): ஆன்மா; soul.

கேத்திரபாலன்: (பெ): வயிரவன்; கிராம தேவதை; Vairavan; the deity, worshipped by the people in south Tamil Nadu; a village deity.

கேத்திரம்: (பெ): புண்ணியத் தலம்; கோயில்; விளைநிலம்; பூமி; a holy place; temple; cultivable land; earth.

கேத்திரி: (பெ): திருமால்; Lord Vishnu.

கேந்திரம்: (பெ): வட்டத்தின் மையம்; பிறந்த லக்னத்திற்கு 1, 4, 7, 10-ஆம் இடம்; the centre of a circle; the 1st, 4th, 7th or 10th house on the ascendant according to the birth lagna.

கேந்துவம்: (பெ): ஒரு மரம்; தவளை; a tree; frog.

கேப்பை: (பெ): கேழ்வரகு; Ragi.

கேயம்: (பெ): இசைப்பாட்டு; a kind of song.

கேயிகம்: *(பெ):* காவிக்கல்; red-ochre.

கேயூரம்: *(பெ):* தோளணி வகை; a kind of shoulder ornament.

கேரண்டம்: *(பெ):* காகம்; காக்கை; crow.

கேரளம்: *(பெ):* சேர நாடு; மலையாள மொழி; வாய்விளங்கம்; சோதிட சாத்திரத்துள் ஒன்று; Chera country; the Malayalam language; a medicinal plant; one of the Sastras of Astrology.

கேருதல்: *(பெ):* கோழி கத்துதல்; குரல் கம்முதல்; திகைத்தல்; to cry as of hen; (of one's voice) to become feeble; be astonished.

கேலகன்: *(பெ):* கழைக் கூத்தாடி; pole-dancer.

கேலம்: *(பெ):* விளையாட்டு; game; play.

கேலி: *(பெ):* விளையாட்டு; ஏளனம்; விகடம்; நிந்தை; பறவை; game; mockery; punning and jesting; vilification; bird.

கேலி கலை: *(பெ):* பகடிப் பேச்சு; கலைமகள் கையில் உள்ள வீணை; making fun of someone; Goddess Saraswathi's veena.

கேவல திரவியம்: *(பெ):* மிளகு; pepper.

கேவலப்படுதல்: *(பெ):* மெலிதல்; அவமானப் படுதல்; to become thin; be lean; be insulted.

கேவலப் பொருள்: *(பெ):* பரப்பிரமம்; Supreme being.

கேவலம்: *(பெ):* இணையற்றது; வீடு பேறு; தனிமை; சிறுமை; முக்கால அறிவு; தாழ்வு; that which is not comparable; final bliss; loneliness; means; knowledge of the past, present and future; degradation.

கேவலவுணர்வு: *(பெ):* மெய்யறிவு; knowledge of reality.

கேவலன்: *(பெ):* சாதாரண மனிதன்; சராசரி மனிதன்; வீடு பேற்றிற்கு முயல்பவன்; ordinary man; average man; the man who is attempting to obtain final emancipation.

கேவலி: *(பெ):* திரிகால ஞானம் உள்ளவன்; one who has the knowledge of the past, present and future.

கேவல்: *(பெ):* வெள்ளிக் கொடி; a kind of climber.

கேவு: *(பெ):* வெண் கடுகு; white mustard.

கேவுதல்: *(பெ):* மூச்சுத் திணறுதல்; suffocation in breathing.

கேவேடன்: *(பெ):* மீனவன்; fisherman.

கேழல்: *(பெ):* பன்றி; நிறம்; pig; colour.

கேழற் பன்றி: *(பெ):* ஆண் பன்றி; boar.

கேழ்: *(பெ):* ஒளி; நிறம்; lustre; colour.

கேழ்பு: *(பெ):* நன்மை; good.

கேழ்வரகு: *(பெ):* ராகி; கேப்பை; Ragi.

கேளலர்: *(பெ):* பகைவர்; enemies.

கேளன்: *(பெ):* தோழன்; நண்பன்; companion; friend.

கேளார்: *(பெ):* பகைவர்; செவிடர்; enemies; deaf persons.

கேளி: *(பெ):* தென்னை வகை; மகளிர் விளையாட்டு வகை; a kind of coconut tree; a kind of women's game.

கேளிக்கை: *(பெ):* உல்லாசப் பொழுதுபோக்கு; entertainment.

கேளிக்கை வரி: *(பெ):* பொழுதுபோக்கு நிகழ்ச்சிகளைப் பார்ப்பதற்கு உரிய அனுமதிக் கட்டணத்தோடு சேர்த்து வசூலிக்கப்படும் வரி; entertainment tax.

கேளிதம்: *(பெ):* பெரும் பாறைக்கல்; a huge rock.

கேளிர்: *(பெ):* உறவினர்; சுற்றம்; தோழர்; நண்பர்; relatives; companions; friends. • யாதும் ஊரே யாவரும் **கேளிர்** - *பொன்மொழி.*

கேள்: *(பெ):* அன்பு; சுற்றம்; உறவு; love; affection; relatives; *(வி):* வினவுதல்; கேட்டல்; கோருதல்; to question; to ask.

கேள்வன்: *(பெ):* அன்பன்; கணவன்; தலைவன்; lover; husband; lord; master.

கேள்வி: *(பெ):* வினா; question.

கேள்விக்குறி: *(பெ):* கேள்வி வாக்கியம் என்பதை உணர்த்த இடும் கொக்கி வடிவக் குறி; question mark.

?

கேள்வி ஞானம்: *(பெ):* முறையான பயிற்சி பெறாது, கேட்பதால் பெற்றிடும் அறிவு; knowledge gained through observation and hearing.

கேள்வித்தாள்: *(பெ):* தேர்வு எழுதுவோருக்கு அளிக்கப்படும் கேள்விகள் அடங்கிய தாள்; question paper.

கேள்வி நேரம்: *(பெ):* பாராளுமன்றம், சட்டமன்றம் போன்றவற்றில் உறுப்பினர்களின் கேள்விகளுக்காக ஒதுக்கப்படும் முதல் ஒரு மணி நேரம்; question hour.

கேள்விப்படு: *(வி):* ஒரு செய்தியை நேரடியாக அல்லது பிறர்கூறக் கேட்டுத் தெரிந்து கொள்ளுதல்; to get to know something through others.

கேள்விப்பத்திரம்: *(பெ):* ஒப்பந்தப்புள்ளி அறிக்கை; tender notice.

கேள்வி முறை: *(பெ):* விசாரணை, கட்டுப்பாடு, enquiry; means of admonishing control.

கேனம்: *(பெ):* பத்து உபநிடதத்துள் ஒன்று; பைத்தியம்; one of the ten upanishads; madness.

கேனன்: *(பெ):* பேதை, பித்தன்; ignorant fellow; madman.

கை

கை: *(பெ):* கரம்; யானையின் துதிக்கை; கதிர்; செங்கல் முதலியவற்றை எண்ணும் ஓர் அளவு; பக்கம்; கட்சி; புகைவண்டிக்கைகாட்டி; கைப்பிடி; சட்டையின் கை; ஆள்; விசிறிக் காம்பு; இடம்; ஒப்பனை; ஆற்றல்; சிறுமை; ஒழுங்கு; தங்கை; குற்றம்; hand; elephant's trunk; streak, the measure of counting of bricks; side; party; railway signal-post; handle; sleeve of a shirt, man; handle of fan; place; make-up; ability; meanness; order; sister; fault.

கை கட்டி: *(வி.அ):* மிகவும் பணிந்து; most humbly.

கை கட்டிக்கொண்டு: *(வி.அ):* தடுக்கவோ எதிர்க்கவோ செய்யாமல்; பேசாமல்; doing something at the time when one could intervene.

கைகண்ட: *(பெ.அ):* உறுதியாகப் பலன் தரும் என்று அனுபவத்தில் கண்டறிந்த; efficacious.

கைகயன்: *(பெ):* கேகய நாட்டு மன்னன்; the king of Kekaya country.

கைகரத்தல்: *(வி):* ஒளித்தல்; to light.

கைகலத்தல்: *(வி):* நெருங்கிப் போரிடுதல்; கூடுதல்; to fight hand to hand; to join.

கைகலப்பு: *(பெ):* கைகளால் ஒருவரை ஒருவர் அடித்துக்கொள்ளும் சண்டை; hand to hand fight.

கை கழிதல்: *(வி):* எல்லை தாண்டுதல்; to cross the boundary.

கை கழுவுதல்: *(வி):* கைகளை நீர்விட்டுக் கழுவித் தூய்மை செய்தல்; கைவிடுதல்; ஒதுங்கிக் கொள்ளுதல்; to wash the hands; to let down.

கைகாட்டி: *(பெ):* புகைவண்டி ஒரு நிலையத்தி லிருந்து புறப்படவும் நிலையத்திற்குள் வரவும் அனுமதி தரும் வகையில் இருப்புப் பாதையின் ஓரத்தில் வைக்கப்பட்டிருக்கும் விளக்கு பொருத்தப்பட்டு, மேலும் கீழும் இயங்கக் கூடியதான கை போன்ற அமைப்பு; semaphore for signalling on railway track.

கை காட்டி மரம்: *(பெ):* பெரும்பாலும் பல ஊர்களுக்குப் போகும் வழிகளைச் சுட்டிக்காட்டும் விதத்தில் ஊர் பெயர் எழுதிய பலகைகள் பொருத்திய கம்பம்; sign-post.

கை காட்டு: *(வி):* உதவி செய்; ஆலோசனை சொல்; சுட்டிக்காட்டு; to help; to guide; to point out.

கைகாரன்: *(பெ):* திறமைசாலி; able man.

கைகுலுக்கு: *(வி):* மகிழ்ச்சி, வாழ்த்து போன்ற வற்றைத் தெரிவிக்கும் வகையில் கையை இறுகப்பற்றி ஆட்டுதல்; to shake hands.

கைகூடு: *(வி):* வெற்றிகரமாக நிறைவேற்று; நல்லபடியாக முடித்து வை; to materialize; to come to fruition.

கை கொட்டிச் சிரி: *(வி):* இகழ்ச்சியை வெளிப்படுத்துதல்; to mock at; to deride.

கை கொடு: *(வி):* உதவி செய்; துணையாக இரு; to give a helping hand.

கைகோத்துக்கொண்டு: *(வி.அ):* வேறுபாடு இல்லாது இணைத்து, hand in hand; hand in glove.

கைகோர்த்தல்: *(வி):* கை பிணைதல்; நட்பு பாராட்டுதல்; to join the hands; to make friendship.

கை கோலுதல்: *(வி):* முயற்சி செய்தல்; தொடங்குதல்; to make effort; to begin.

கைக்கடன்: *(பெ):* கை மாற்றுக் கடன்; petty loan without interest.

கைக்கவசம்: *(பெ):* கையில் அணியும் உறை; glove.

கைக்காப்பு: *(பெ):* கையில் அணியும் அணிகலன்; armlet.

கைக்கிளை: *(பெ):* ஒருதலைக் காமம்; one-side love/lust.

கைக்கீறல்: *(பெ):* கையெழுத்துக் குறி; signature.

கைக் குடை: *(பெ):* சிறு குடை; small umbrella.

கைக்குட்டை: *(பெ):* கையில் பிடித்துக்கொள்ளும் சிறு துணித் துண்டு; hand kerchief.

கைக் குழந்தை: *(பெ):* சிறு குழந்தை; infant in arms.

கைக்கூட்டன்: *(பெ):* காவல்காரன்; watchman.

கைக்கூலி: *(பெ):* லஞ்சம்; நாள்கூலி; bribe; daily wages.

கைக்கோல்: *(பெ):* ஊன்றுகோல்; support; walking stick.

கைக்கோளன்: *(பெ):* நெசவாளி; செங்குந்தன்; weaver; one who belongs to the Sengunthu community.

கைங்கரன்: *(பெ):* அடிமை; slave.

கைங்கரியம்: (பெ): பணிவிடை; தொண்டு; work; service.

கை சருவுதல்: (வி): கை கலத்தல்; எதிர்த்தல்; திருடுதல்; பெண்களிடம் குறும்பு செய்தல்; to fight hand to hand; to oppose; to rob; to tease women.

கை சலித்தல்: (வி): வறுமையடைதல்; கை தளர்தல்; to become poor; to become slack of hand.

கைசிகம்: (பெ): ஒரு பண் வகை; a kind of music.

கைச்சரி: (பெ): மகளிர் கையணி வகை; a kind of hand ornament.

கைச்சவளம்: (பெ): கையீட்டி; lance; spear.

கைச்சாத்து: (பெ): கையெழுத்து; signature.

கைச்சி: (பெ): கமுகு; areca-nut and its tree.

கைச்சுரிகை: (பெ): உடைவாள்; sword; dagger.

கைடவை: (பெ): துர்க்கை; கொற்றவை; Durga; Goddess of Victory.

கை தட்டு: (வி): கைகளை ஒன்றுடன் ஒன்றைத் தட்டு; to clap the hands.

கைதகம்: (பெ): தாழம்பூ; Screw-pine flower.

கை தரல்: (வி): உதவுதல்; உறுதி செய்தல்; மிகுதல்; கை கூடுதல்; to help; to confirm; to exceed; to materialize.

கைதல்: (பெ): தாழை; fragrant screw pine.

கைதவம்: (பெ): கபடம்; துன்பம்; பொய்; guile; sorrow; falsehood.

கை தவறுதல்[1]: (வி): கை பிழையாதல்; தொலைந்து போதல்; இறத்தல்; to err by slip of the hand; be lost; to die.

கைதவறுதல்[2]: (வி): சோர்ந்து போதல்; வறுமையடைதல்; to languish; to become poor.

கைதவன்: (பெ): பாண்டியன்; வஞ்சக எண்ணம் கொண்ட கயவன்; Pandya King; deceitful cunning person.

கை தாங்குதல்: (வி): சமயத்திற்கு உதவுதல்; to help in time.

கைதி: (பெ): சிறைப்பட்ட குற்றவாளி; captive; prisoner.

கைது: (பெ): சிறைப்படுத்துப் படுதல்; imprisonment.

கை தூக்கி விடுதல்: (வி): தளர்ந்தோரைக் காத்தல்; உதவி செய்தல்; to uplift the people who suffered a lot; to help.

கை தூவாமை: (பெ): ஓயாது ஒழியாது இருத்தல்; incessant.

கை தூவு: (பெ): ஓய்வு; வேலை நேர ஓய்வு; rest; leisure from work.

கைதேர்ந்த: (பெ.அ): திறமையான; புத்திசாலியான; skilful; clever.

கைதேர்தல்: (பெ): திறமையாயிருத்தல்; be skilful.

கைதை: (பெ): தாழை; fragrant screw-pine.

கைதைச் சுரிகையன்: (பெ): மன்மதன்; தாழையை வாளாகக் கொண்ட காமதேவன்; Cupid; Manmadhan, who has fragrant screw-pine as his sword.

கை தொடரல்: (பெ): உணவு; உண்ணுதல்; திருமணம்; food; eating; wedding.

கை தொடுதல்: (வி): உண்ணுதல்; சூளுரைத்தல்; தொடங்குதல்; பரிசித்தல்; to eat; to take a vow; to begin; to touch.

கை தொடுமானம்: (பெ): உதவி; help.

கை தொழுதல்: (பெ): கும்பிடுதல்; to make obeisance with the hands joined and raised.

கைத்தடி: (பெ): ஊன்றுகோல்; சிறுதடி; walking-stick; small stick.

கைத்தண்டம்: (பெ): கையிழப்பு; ஊன்றுகோல்; a loss of amount in hand; walking-stick.

கைத்தலம்: (பெ): கை; உள்ளங்கை; hand; palm of hand.

கைத்தல்: (வி): கசத்தல்; நைந்து வருந்துதல்; சினத்தல்; அழகூட்டுதல்; be bitter; be astringent; be very angry; to adorn.

கைத்தளம்: (பெ): ஒருவகைக் கேடயம்; a kind of shield.

கைத்தாய்: (பெ): வளர்ப்புத்தாய்; foster-mother.

கைத்தாளம்: (பெ): சிறு தாளம்; cymbals.

கைத்தாள்: (பெ): திறவுகோல்; கையாலிடும் தாழ்ப்பாள்; கோயில் விளக்குகளை ஏற்றப் பயன்படும் நீண்ட கை விளக்கு; key; latch; a kind of lamp with a long handle used to lit the temple lamps.

கைத்திறமையில்லாத: (பெ.அ): கைவேலையில் வெளிப்படும் திறமை, நுணுக்கம், லாவகம் போன்றவை இல்லாத; inexpert.

கைத்திறன்: (பெ): கைவேலையில் வெளிப்படும் திறமை, நுணுக்கம், லாவகம் போன்றவை; skill in craft; dexterity.

கைத்தீபம்: (பெ): சிறு விளக்கு; தீவட்டி; a small lamp; torch.

கைத்து: (பெ): கையில் உள்ள பொருள்; பொன்; செல்வம்; வெறுப்பு; the thing which is in hand; gold; wealth; contempt; abhorrence.

கைத்துடுப்பு: (பெ): கூழ் போன்றவற்றைத் துழாவும் கருவி; படகு தள்ளும் சிறு தண்டு; ladle; paddle; spatula.

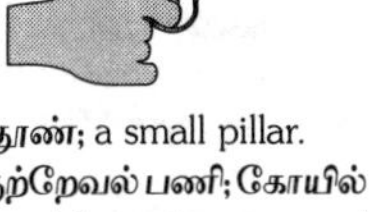

கைத்துப்பாக்கி: (பெ): ஒரு கையினாலேயே பிடித்து சுடக்கூடிய சிறு துப்பாக்கி; pistol.

கைத்தூண்: (பெ): சிறு தூண்; a small pillar.

கைத்தொண்டு: (பெ): குற்றேவல் பணி; கோயில் பணிவிடை; doing menial service; manual service in temple.

கைத்தொழில்: (பெ): கைத்திறன் மற்றும் சிறு கருவிகளைக்கொண்டு தயாரிக்கப்படும் தச்சு வேலை, கூடை முடைதல் போன்ற தொழில்; handicraft.

கை நனைத்தல்: (வி): அடுத்தவர் வீட்டில் உண்ணுதல்; to eat in another's house.

கைநாகம்: (பெ): யானை; elephant.

கைநாட்டு: (பெ): கையெழுத்து; கையெழுத்துக்குப் பதில் இடது கைப் பெருவிரல் ரேகை முத்திரை; signature; thumb impression of an illiterate person instead of signature.

கைநிலை: (பெ): பண்டைய அகப்பொருள் பாட்டு; பதினெண் கீழ்க்கணக்கில் ஒரு பாடல்; an ancient love poem; one of Pathinen Keezhkanakku.

கை நிறுத்துதல்: (வி): நிறுவுதல்; வெற்றி கொள்ளுதல்; to establish; to conquer.

கைநீட்டுதல்: (வி): இரத்தல்; திருடுதல்; to beg; to steal.

கைநீளம்: (பெ): தாராளம்; திருடும் குணம்; முரட்டுத்தனம்; generocity; stealing mentality; incivility.

கைநெகிழ்தல்: (வி): கை தவற விடுதல்; பொருளிழத்தல்; to err by slip of the hand; be lost.

கை நெரித்தல்: (வி): கை விரல்களை மடக்கிச் சுளித்தல்; to break the knuckles.

கை நொடித்தல்: (வி): கை விரலால் ஒலி உண்டாக்குதல்; வறுமை நிலையை அடைதல்; to snap by hands; to become poor.

கைந்தலை: (பெ): கைம்பெண்; widow.

கைந்நூல்: (பெ): கையில் கட்டும் காப்பு நாண்; turmeric-dyed cord tied round the wrist on the occasions such as wedding.

கைந்நொடித்தல்: (வி): கைவிரலை நொடித்தல்; கை விரலைச் சொடுக்கி ஒலி உண்டாக்குதல்; to break the knuckles; to snap by hands.

கை பதறுதல்: (வி): அவசரப்படுதல்; கை நடுங்குதல்; to show undue haste; be rash; to shake the hands involuntarily.

கை பதில்: (பெ): தற்காலிகமாகக் கொடுக்கப்படும் கடன்; temporary loan; oral loan.

கை பரிதல்: (வி): ஒழுங்கு கெடுதல்; to derange.

கை பறிதல்: (வி): கை தவறுதல்; to err by slip of the hand.

கை பார்த்தல்: (வி): நாடி பார்த்தல்; பழுது பார்த்தல்; ஒருவர் உதவியை எதிர்பார்த்தல்; to feel the pulse of; to repair; to expect one's help.

கை புகுதல்: (வி): வசப்படுதல்; be brought into one's possession.

கை புடைத்தல்: (வி): கை தட்டுதல்; to clap the hands.

கை புனைதல்: (வி): அலங்கரித்தல்; அழகூட்டுதல்; to adorn; to beautify; to decorate.

கைப்பக்குவம்: (பெ): உணவு, மருந்து ஆகியவற்றைப் பதமாகத் தயாரித்திடும் முறை; preparation in cooking, home medicines that has an inimitable flavour.

கைப்படை: (பெ): ஆயுதங்கள்; weapons.

கைப்பட்டை: (பெ): தோள்பட்டை; shoulder blade.

கைப்பணம்: (பெ): கையிலுள்ள தொகை; ரொக்கப்பணம்; மூலதனம்; cash in hand; cash; capital.

கைப்பணி: (பெ): குற்றேவல்; menial service.

கைப்பந்தம்: (பெ): தீவட்டி; torch.

கைப்பந்து: (பெ): நடுவில் வலை கட்டி, பந்தினை ஓர் அணியினர் கைகளால் அடிக்க, அதை மறு அணியினர் தடுத்துத் திருப்பியடித்து விளையாடும் விளையாட்டு; volley-ball.

கைப்பரிசு: (பெ): இலஞ்சம்; சிறு தெப்பம்; bribe; a small raft.

கைப்பழக்கம்: (பெ): திரும்பத் திரும்பச் செய்வதனால் உண்டாகும் பயிற்சி; manual skill acquired by practice.

கைப்பற்று: (வி): கைக்கொள்; to occupy.

கைப்பற்றுச் சீட்டு: (பெ): ரசீது; voucher.

கைப்பாடு: (பெ): கைவேலை; manual labour.

கைப்பாணி: (பெ): கொத்து வேலையில் சிமெண்ட் பூசிச் சமன்படுத்தும் பலகை; முடவனின் கைப்பிடி; mason's smoothing plane; handle for lame person.

கைப்பாவை: (பெ): பாவைக் கூத்தில் இருப்பது போல் பிறர் இயக்க இயங்கும் நிலை; puppet (figuratively).

கைப்பிசகு: (பெ): சிறு பிழை; a small mistake.

கைப்பிடி: (பெ): கையால் பிடிக்கை; திருமணம் செய்தல்; பிடியளவு; ஆயுதப்பிடி; holding by hands; marrying someone; a handful of something; the handle of long-handled weapon.

கைப்பிடிச்சுவர்: (பெ): படிக்கட்டின் பக்கத்தில் பிடித்துச்செல்லும் சிறு சுவர்ச்சட்டம்; parapet.

கைப்பிடித்தல்: (வி): திருமணம் செய்து கொள்ளுதல்; உறுதியாகக் கொள்ளுதல்; to marry; to grasp firmly.

கைப்பிரதி: (பெ): கையெழுத்துப் பிரதி; ஓலைச் சுவடியில் உள்ளதைப் பார்த்து தாளில் எழுதி வைத்தல்; handwritten manuscript; handwritten copy of a palm-leaf manuscript.

கைப்பிள்ளை: (பெ): கைக்குழந்தை; infant in arms.

கைப்பு: (பெ): கசப்பு; வெறுப்பு; குடிவெறி; bitterness; disfavour; hate; intoxication.

கைப்புடை: *(பெ):* கை விரலுறை; வாயிற் காவலர் தங்குமிடம்; thimble; guard's room.

கைப்புத்தகம்: *(பெ):* செய்தி (அ) செய்முறைகள் பற்றிக் குறிப்பிடும் சிறு கையேடு; manual.

கைப்புலி: *(பெ):* கையை உடைய புலி; யானை; tiger with a hand; elephant.

கைப்பெட்டி: *(பெ):* பணம், துணி போன்றவற்றை வைத்துக்கொள்ளப் பயன்படும் சிறு பெட்டி; small (metal) case; a small suitcase.

கைப்பை: *(பெ):* கையில் எடுத்துச் செல்லும் சிறு பை; handbag.

கைப்பொம்மை: *(பெ):* பொம்மலாட்டப் பொம்மை; puppet doll.

கைப்பொருள்: *(பெ):* கையில் உள்ள பொருள் (அ) பணம்; the thing or cash in hand. • **கைப்பொருள்** தன்னில் மெய்ப்பொருள் கல்வி. • **கைப்பொருள்** அற்றால் கட்டுக்கழுத்தியும் (கட்டிய மனைவியும்) கண்ணெடுத்துப் பாராள். • **கைப்பொருள்** இல்லாத வழிப்போக்கனுக்குக் கள்ளர் முன் பயமில்லை - *பழமொழிகள்.*

கை மலிவு: *(பெ):* விலை நயமானது; the price (of a thing) which is a moderate one.

கை மறிதல்: *(வி):* கை மாறுதல்; to exchange.

கைமாறு: *(பெ):* செய்த ஓர் உதவிக்கு நன்றியறிதலாகச் செய்திடுவது; பிரதியுபகாரம்; a return made out of gratitude; *(வி):* உரிமை, தொகை போன்றவை ஒருவரிடமிருந்து வேறொருவரிடம் செல்லுதல்; to change hands as things, money etc. when sold.

கைமாற்று: *(பெ):* கைக்கடன்; பரிவர்த்தனை; விற்பனை; short loan without bond; barter; sales.

கை மிஞ்சுதல்: *(வி):* வரம்பு மீறுதல்; to exceed the limit.

கை மீறு: *(வி):* காரியம், பிரச்சினை போன்றவை சமாளித்திட இயலாத நிலையினை அடைதல்; to go out of hand (of problem).

கைமுட்டி: *(பெ):* விரல்கள் மடக்கப்பட்ட கை; fist.

கை மூட்டு: *(பெ):* முழங்கை; விரல் மூட்டு; elbow; knuckle.

கைமுடக்கம்/கைமுடை: *(பெ):* பணத்தட்டுப்பாடு; lack of money.

கை முடிப்பு: *(பெ):* கைப்பொருள்; கட்டுச்சோறு; the thing in hand; cooked rice bundled up as food for a journey.

கை முளுத்தம்: *(பெ):* போணியாதல் எனப்படும் முதல் விற்பனை; the first sale of the day for cash payment as soon as the shop opens.

கைமுறை: *(பெ):* அனுபவம்; நாட்டியம்; experience; dance.

கைமூலம்: *(பெ):* கைராசி; luck associated with one's hand.

கைமேலே/கைமேல்: *(வி.அ):* உடனடியாக; சிறிதும் தாமதம் செய்யாமல்; in quick return; immediately; remarkably quick.

கைம்பெண்: *(பெ):* விதவைப் பெண்; widow.

கைம்பெண் கூறு: *(பெ):* குடும்ப நிதியிலிருந்து குழந்தை இல்லாத விதவைப் பெண்ணுக்குக் கொடுக்கப்படும் ஜீவனாம்சம்; the allowance paid out of the family fund to a childless widow for maintenance.

கைம்மடல்: *(பெ):* தோட்பட்டை; shoulder blade.

கைம்மரம்: *(பெ):* உத்தரம்; தராய்; a beam supporting the roof; rafter.

கைம்மலை/கைம்மா: *(பெ):* யானை; elephant.

கைம்மறித்தல்: *(வி):* கைகளால் தடுத்தல்; to stop with hands.

கைம்மாறு: *(பெ):* பதில் உதவி; recompense.
• **கைம்மாறு** வேண்டா கடப்பாடு மாரிமாட்டு
என்ஆற்றுங் கொல்லோ உலகு - *குறள் 211.*

கைம்மிகுதல்: *(பெ):* அளவுக்கு அதிகமாதல்; to exceed the limit;

கைம்முதல்: *(பெ):* வாணிகத்திற்கு வைத்த முதற்பொருள்; ரொக்கம்; பொருள்; சாதனம்; business capital; cash; valuables; means.

கைம்முற்றுதல்: *(வி):* முடிவு பெறுதல்; to come to an end.

கைம்மேலே: *(வி.அ):* உடனே; உடனடியாக; உடன்; immediately.

கைம்மை: *(பெ):* கணவனை இழந்த நிலை; கைம்பெண்; சிறுமை; அறிவின்மை; பொய்; widowhood; lovelorn condition; widow; meanness; ignorance; lie.

கைம்மை பெற்றோன்: *(பெ):* விதவைக்குப் பிறந்தவன்; one born of a widow.

கைம்மை வினை: *(பெ):* மனிதத் திறன்; கைத்திறன்; manual skill.

கையகப்படுத்துதல்: *(வி):* தன்வசம் எடுத்துக் கொள்ளுதல்; to acquire.

கையகலுதல்: *(வி):* விட்டு நீங்குதல்; to leave from.

கையச்சு: *(பெ):* அறிகுறி (அ) முத்திரைக்கட்டை; mark; stamp; type.

கையடக்கம்: *(பெ):* கைக்குள் அடங்குதல்; ஒளித்து வைக்கப்பட்ட பொருள்; containing within the hand; the thing which is hidden.

கையடுத்தல்: *(வி):* அடைக்கலம் புகுதல்; to get refuge.

கையடை: *(பெ):* அடைக்கலம்; லஞ்சம்; அடைக்கலமாயிருத்தல்; shelter; bribe; entrusting.

கையமர்த்து: *(வி):* அமைதியாக இருக்குமாறு கையால் சைகை காட்டிடு; to motion to someone to remain calm.

கையரி: *(வி):* தேடுதல்; to search.

கையரியம்: *(பெ):* இரும்பு; iron.

கையர்: (பெ): மூடர்; வஞ்சகர்; கீழ்மக்கள்; ignorants; fools; deceitful persons; men of low qualities.

கையலகு: (பெ): கை மரம்; rafter.

கையலைத்தல்: (வி): துன்புறுதல்; to suffer.

கையளித்தல்: (வி): ஒப்படைத்தல்; to entrust; to deliver.

கையறம்: (பெ): இரங்கற்பா; elegy; a verse in praise of the dead, composed on the occasion of death.

கையறவு: (பெ): இறப்பு; துன்பம்; வறுமை; ஊடல்; ஒழுக்கமின்மை; death; misery; poverty; tiffs between lovers; immorality.

கையறுதல்: (வி): செயலொழிதல்; மனமழிதல்; அளவு கடத்தல்; இறத்தல்; துன்புறுதல்; to lie prostrate; be broken-hearted; to exceed limits; to die; be irremediable.

கையறுநிலை: (பெ): வருந்திச் செயலற்று இருந்திடும் நிலை; the state of being helpless and in distress.

கையறுநிலைப்பாட்டு: (பெ): தலைவன் (அ) தலைவி இறந்தமை குறித்துச் சுற்றத்தார் முதலானோர் வருந்தியமை குறித்துப் பாடும் இரங்கற்பா; elegy.

கையறை: (பெ): ஒழுக்கமின்மை; immorality.

கையன்: (பெ): கயவன்; கீழ்மகன்; scoundrel; meanful person; man of low qualities.

கையாடல்: (பெ): பணமோசடி; பிறர் பொருளைக் களவாடல்; embezzlement; malversation; misappropriation of funds.

கையாடு: (வி): பொதுப்பணத்தை (அ) அடுத்தவர் பணத்தை நம்பிக்கைக்கு மாறாக எடுத்துக் கொள்ளுதல்; to embezzle.

கையாலாகாத: (பெ.அ): தேவையான விதத்தில் செயல்பட இயலாத; helpless; impotent.

கையாலாகாதவன்: (பெ): திறமை இல்லாதவன்; incapable person.

கையாளுதல்: (வி): வழக்கத்திற்குக் கொண்டு வருதல்; பறித்தல்; உபயோகப்படுத்துதல்; ஒரு பெண்ணின் கற்பைப் பறிக்கும் விதமாகப் பலவந்தப்படுத்துதல்; திறமையாகச் செயல்படுதல்; to bring something to usage; to snatch; to use; to violate a woman's chastity; to wield. ● **கையாளாத** ஆயுதம் துருப்பிடிக்கும்; **கையாளும்** இரும்பு பளபளக்கும் - *பழமொழி.*

கையாள்: (பெ): ஒருவருடைய தீய செயல்களுக்கு இரகசியமாகத் துணைபுரியும் ஆள்; henchman; crony; (வி): (ஒன்றினை உரிய வகையில்) பயன்படுத்துதல்; (இயந்திரம் ஒன்றை) இயக்குதல்; to handle; to adopt; to operate (a machine).

கையாறு: (பெ): செயலிழந்த நிலை; துன்பம்; ஒழுக்க நெறி; state of helplessness; distress; high moral standard.

கையாறுதல்: (வி): இளைப்பாறுதல்; to relax after hard work.

கையிகத்தல்: (வி): அளவுக்கு அதிகமாதல்; கட்டுக்கடங்காது போதல்; to exceed the limits; to go beyond one's control.

கையிணக்கம்: (பெ): பொருத்தம்; கையடக்கம்; suitability; subsiding within the hand.

கையிருப்பு: (பெ): கையிலுள்ள பணம்; cash in hand.

கையிலாதம்: (பெ): கைலாயம்; Kailash; Lord Shiva's abode.

கையில் பிடித்துக்கொடு: (வி): பெண்ணை ஒருவருக்குத் திருமணம் செய்து கொடு; to get the girl married.

கையிழத்தல்: (வி): காணாமல் போதல்; நஷ்டப்படுதல்; to lose something.

கையிறக்கம்: (பெ): வறுமை நிலையை அடைதல்; impoverishment.

கையிறுக்கம்: (பெ): கருமித்தனம்; ஈயாத தன்மை; சிக்கனம்; miserliness; thrift.

கையிறை: (பெ): கைரேகை; the line on the palm.

கையுடை: (பெ): கையுறை; gloves.

கையும் களவுமாக/கையும் மெய்யுமாக: (வி.அ): குற்றம் (அ) தவறு செய்கின்றபோதே; red-handed.

கையுறுதல்: (வி): கையில் கிடைத்தல்; to be attained.

கையுறுதி: (பெ): கடனுக்கு அடமானமாக வைக்கப்படும் பொருள்; the thing which is mortgaged.

கையுறை: (பெ): காணிக்கைப் பொருள்; மொய்ப் பணம்; கைக்கவசம்; இலஞ்சம்; தலைவன் தலைவிக்குக் காதலுடன் கொடுக்கும் தழை முதலிய நன்கொடை; offerings; marriage presents; gloves; bribe; customary love token (Akaporul).

கையூட்டு: (பெ): இலஞ்சம்; bribe.

கையெடுத்தல்: (வி): கும்பிடுதல்; இரத்தல்; to make obeisance with the hands joined and raised; to beg.

கையெழுத்து: (பெ): கையால் எழுதுதல்; கையொப்பம்; உடன்படிக்கை; கைரேகை; handwriting; signature; agreement; line in the palm.

கையெழுத்துப் பிரதி: (பெ): கதை, கட்டுரை, கவிதை போன்றவற்றினை ஒருவர் தன்னுடைய கையால் எழுதி தயாரித்த பிரதி; handwritten manuscript of one's writing, work, etc.

கையெறி குண்டு: (பெ): கையால் வீசி வெடிக்கச் செய்யும் குண்டு; hand granade.

கையேடு: (பெ): அன்றாட நிகழ்வுகளைக் குறித்து வைத்துக்கொள்ள உதவும் சிறு குறிப்பேடு; தேர்வு எழுதுவோர்க்கு உதவும் வகையில்

கையேந்தி 381 **கைவிட்டுப் போ**

வினா-விடைகளைக் கொண்ட நூல்; ஒரு துறையில் பணிபுரிவோருக்குப் பயன்படும் வகையில் செயல்முறை விளக்கங்களைக் கூறும் நூல். diary; a book of reference with questions and answers; guide; manual; handbook.

கையேந்தி: *(பெ):* இரவலன்; பிச்சைக்காரன்; mendicant; beggar.

கையேந்து: *(வி):* கையை நீட்டிக் கேட்பது போன்று, பண உதவி செய்யுமாறு கேட்டல்; to ask for monetary help.

கையேற்பு: *(பெ):* யாசித்தல்; begging.

கையேறல்: *(பெ):* (நடுத்தரமான) முத்து; (a moderate) pearl.

கையை: *(பெ):* தங்கை; sister.

கையைக் கடி: *(வி):* செலவு போன்றவற்றால் பாதிப்படைதல்; நஷ்டம் உண்டாக்குதல்; be afflicted by spending more than what one can spend; to incur loss.

கையைப் பிசைந்திடு: *(வி):* இக்கட்டான சூழ்நிலையில் செய்வது அறியாது கலங்கு; திகைத்திடு; தயக்கம், குழப்பம் போன்றவற்றினைக் காட்டும் குறிப்பாகக் கையை நெறித்திடு; be in a quandary; to wring one's hands as an indication of helplessness.

கையொப்பம்: *(பெ):* கையெழுத்து; signature.

கையொறுப்பு: *(பெ):* இச்சையை அடக்குகை; சிக்கனம்; controlling of lust; thrift.

கையோங்கு: *(வி):* செழித்தோங்கு; மேன்மையுறு; to prosper; to elevate.

கையோடு: *(வி.அ):* தொடர்ந்து; தாமதம் இல்லாமல்; உடனே; கூடவே; தன்னுடன்; along with; at one stretch; without delay; along with oneself.

கையோலை: *(பெ):* ஓலைத் துண்டு; the bit of a palm-leaf.

கைரவம்: *(பெ):* வெள்ளாம்பல்; குமுதம்; white water lily.

கைரவி: *(பெ):* நிலவு, வெந்தயம்; the Moon; fenugreek.

கைராசி: *(பெ):* கைபடுவதால் உண்டாகும் நன்மை; luck associated with one's hand.

கைராட்டு: *(பெ):* கையால் நூற்கும் பொறி; இராட்டை; spinning wheel.

கைரிகம்: *(பெ):* காவிக்கல்; பொன்; பொன்னூமத்தை; ochre; reddle; gold; a herb.

கைரேகை: *(பெ):* கையில் அமைந்திருக்கும் கோடு; the line in the palm.

கைலாகை: *(வி):* கை கொடுத்தல்; assisting someone to get down, walk, etc, holding by hand.

கைலாசபதி: *(பெ):* சிவபெருமான்; Lord Shiva.

கைலாயம்/கைலை: *(பெ):* சிவபெருமான் வாழுமிடம்; the abode of Lord Shiva.

கைலி: *(பெ):* ஓர் ஆடை வகை; a kind of dhoti, the two ends of which are sewn together.

கைலேசு/கைலேஞ்சி: *(பெ):* கைக்குட்டை; handkerchief.

கைவசப்படுத்து: *(வி):* தன் வசப்படுத்திடு; to take control of; to seize.

கைவட்டணை: *(பெ):* கையினால் செய்யும் அபிநயம்; a hand posture.

கைவட்டி: *(பெ):* சிறு ஓலைப் பெட்டி; a small box made of palm-leaf.

கைவண்டி: *(பெ):* கையால் இழுக்கும் வண்டி; (hand) cart.

கைவண்ணம்: *(பெ):* செயற்சிறப்பு; கைத்திறன்; fine touch; handcraft.

கைவந்தவன்: *(பெ):* திறமையானவன்; a skilful person.

கைவந்தி: *(பெ):* ஓர் அணிகலன்; a kind of ornament.

கைவரிசை: *(பெ):* திறமை; சாமர்த்தியம்; கொடை; sleight of hand; smartness; cleverness; gift.

கைவருதல்: *(வி):* ஒருவருக்கு ஒரு துறையில் ஒன்று திறமையானதாக இருத்தல்; be gifted with.

கைவலம்: *(பெ):* வீடுபேறு; final bliss.

கை வலை: *(பெ):* சிறு வலை; a small net.

கைவல்லியம்: *(பெ):* தனிமை; வீடுபேறு; கைகூடுதல்; நூற்றுஎட்டு உபநிடதங்களுள் ஒன்று; perfect isolation; final emancipation; success; one of the 108 upanishads.

கைவழி: *(பெ):* யாழ்; ஒற்றையடிப்பாதை; சிறு கிளையாறு; lute; footpath; a small branch of a river.

கைவளம்: *(பெ):* கைராசி; செழுமை; கைத்தொழில் திறமை; luck associated with one's hand; prosperity; skill in craft.

கைவளை: *(பெ):* கடகம்; சிறு வளையல்; கைத்தடி; armlet; a bangle; walking-stick.

கைவன்மை: *(பெ):* கைத்திறம்; skill in craft.

கைவாகு: *(பெ):* கைராசி; கைத்திறன்; luck associated with one's hand; skill in craft.

கைவாளம்: *(பெ):* அடைப்பை; betel pouch.

கைவாள்: *(பெ):* சிறு வாள்; hand-saw.

கைவிடுதல்: *(வி):* முடிவு, திட்டம் போன்றவற்றை விடுதல்; பழக்கம், தொழில் போன்றவற்றைத் தொடராது இருத்தல்; தன்னிடம் ஒன்றை எதிர்பார்ப்பவரை ஏமாற்றம் அடையச்செய்தல்; to drop an idea, plan, etc.; to give up a struggle, habit, etc.; to let someone down; to desert; to forsake.

கைவிடு படை: *(பெ):* அம்பு; arrow.

கைவிட்டுப் போ: *(வி):* தன்வசமாக வேண்டியது நீங்கிடல்; நழுவுதல்; தப்பிப்போதல்; to slipout of one's hand.

கைவிரி: (வி): உதவியொன்றினை இயலாது எனத் தெரிவித்தல்; to express one's inability to render help when sought.

கைவிலங்கு: (பெ): கைக்கு இடும் விலங்கு; handcuffs.

கைவிளக்கு: (பெ): சிறுவிளக்கு; a small lamp.

கைவினைப்பயிற்சி: (பெ): கைத்தொழில் பயிற்சி; manual training.

கைவேலை: (பெ): கைத்தொழில்; manual labour; handicraft.

கைவைத்தல்: (வி): புகுதல்; திருடுதல்; அடித்தல்; கற்பழித்தல்; to enter; to rob; to strike; to rape.

கைனி: (பெ): கைம்பெண்; widow.

கொ

கொக்கரி: (பெ): முழக்கம்; வாத்திய வகை; shouting; a kind of musical instrument.

கொக்கரித்தல்: (வி): ஆரவாரம் செய்திடு; கூவுதல்; to roar; to make loud noise; to cluck; to cackle.

கொக்கரிப்பு: (பெ): கொக்கரித்தல்; cackle; the sound of cackling.

கொக்கரை: (பெ): வளைவு; வலம்புரிச் சங்கு; வில்; வலை; பரம்பு; தாளம்; பனை, தெங்கு போன்றவற்றின் இளமடல்; வைக்கோல் எடுக்கும் கருவி; bend; conch, whose spirals turn to the right; bow; net; harrow; rhythm measure; tender leaf of palm, coconut trees; the picking instrument of straw.

கொக்காட்டல்: (வி): சீராட்டுதல்; to cherish.

கொக்கான்: (பெ): விளையாட்டு வகை; a kind of game.

கொக்கி: (பெ): கொளுவி; இருப்புக்கருவி; ஒன்றில் மாட்டத்தக்க வகையில் வளைவாக இருக்கும் உலோக இணைப்பு; crotchet; loop; link; hook.

கொக்கிப்புழு: (பெ): குடல் பகுதியில் காணப்படும் நோய்களை உண்டாக்கும் புழு போன்ற சிவப்பு நிற ஒட்டுண்ணி; hook-worm.

கொக்கு: (பெ): கூர்மையான நீண்ட அலகு, நீளமான கால்கள் வளைவான கழுத்து முதலானவற்றைக் கொண்டிருக்கும் வெண்மையான பறவை; மாமரம்; குதிரை; செந்நாய்; crane; mango tree; horse; grey hound.
- ஓடுமீன் ஓட உறுமீன் வருமளவும் வாடியிருக்குமாம் **கொக்கு.** • **கொக்கின்** தலையில் வெண்ணெய் வைத்துப் பிடிப்பது போல - *பழமொழிகள்.*
- **கொக்கொக்க** கூம்பும் பருவத்து மற்றதன்
குத்தொக்க சீர்த்த இடத்து. - *குறள் 490.*

கொக்கு மந்தாரை: (பெ): வெள்ளை மந்தாரை; ஒரு பூமரம்; காட்டத்தி மரம்; a shrub; a flower tree; a kind of fig tree.

கொக்கைச்சால்: (பெ): உழுதிடாத நிலம்; unploughed land.

கொக்கோகம்: (பெ): வரகுண பாண்டியரால் வடமொழியிலிருந்து மொழிபெயர்க்கப்பட்ட உடலுறவு விளக்கங்களைக் கொண்ட நூல்; a treatise on erotics, translated from Sanskrit by Varaguna Pandya.

கொங்கணம்: (பெ): ஒரு நாடு; ஒரு மொழி; a country; a language.

கொங்கணர்: (பெ): கொங்கண நாட்டினைச் சேர்ந்தவர்; பண்டைய சித்தர்களுள் ஒருவர்; those who belonged to Konganam, an ancient country; one of the ancient Siddhas - Konganar.

கொங்கணி: (பெ): கொங்கு நாட்டினைச் சேர்ந்தவன்; மழைக்குக் குடையாக உபயோகிக்கும் சம்பங்கோரைக் கூடை ; one who belongs to Kongu Nadu; a kind of basket made of Sambangorai used as an umbrella in ancient periods.

கொங்கரி: (பெ): ஏலரிசி; cardamom seed.

கொங்கன்: (பெ): சேரன்; கொங்கு நாட்டினன்; Chera King; one who belongs to Kongu Nadu.

கொங்காரம்: (பெ): குங்கும மரம்; saffron-flower tree.

கொங்காளன்: (பெ): ஒரு குதிரை வகை; a kind of horse.

கொங்கு: (பெ): பழந்தமிழ் நாட்டின் ஒரு பகுதி; பூந்தாது; தேன்; கள்; மணம்; கருஞ்சுரைக் கொடி; புறத்தோல், a part of the ancient Tamilnadu; pollen; honey; toddy; fragrance; a kind of creeper; outer skin.

கொங்கை: *(பெ):* பெண்ணின் மார்பகம்; மரக்கணு; கம்பின் உமி; breast of woman; knot in a tree; husk of bulrush millet.

கொசமசக்கு: *(பெ):* குழப்பம்; செயல் சிக்கல்; confusion; a struggle in an action.

கொசவம்: *(பெ):* கொய்சகம்; ஓரம் கொய்து சுருக்கப்பட்ட ஆடை; tucked-up ends of a cloth as a woman's.

கொசிகம்: *(பெ):* ஆடை; garment.

கொசு: *(பெ):* மெல்லிய கூரிய உறிஞ்சு குழலால் மனித (அ) மிருகத்தின் தோலினைத் துளைத்து இரத்தத்தை உறிஞ்சும் சிறு உயிரினம்; (இலங்கை) ஈ; mosquito; (in Srilanka) a fly.

கொசு வத்தி: *(பெ):* பற்ற வைத்தால் புகையை எழுப்பி கொசுக்களை விரட்டிடும் இரசாயனப் பொருட்களால் செய்யப்பட்ட சுருள்; mosquito coil that produces smoke to keep off mosquitoes.

கொசுவம்: *(பெ):* இடைப்பகுதியில் சொருகிக் கொள்ளும் புடவையின் மடிப்பு; pleats; folded gathering of a saree.

கொசு வலை: *(பெ):* கொசுக்கள் உட்புகாதவாறு படுக்கையைச் சுற்றித் தொங்கவிடப்படும் வலை; mosquito net.

கொசுவு: *(வி):* புடவையைக் கட்டும்போது அதன் மையப் பகுதியை கைவிரல்களால் மடிப்பு உண்டாக்கிச் சுருக்குதல்; to gather into folds as done with the loose end of the saree.

கொசுறு: *(பெ):* உணவுப் பொருளை வாங்கிய பின் அதே பொருளில் இனாமாகக் கிடைத்திடும் சிறு அளவு; quantity obtained gratis when buying vegetables, etc.

கொச்சன்: *(பெ):* சிறு பையன்; a small boy.

கொச்சி: *(பெ):* ஒரு நகரம்; விளாம்பழத்தின் உள்ளீடு; ஊசி மிளகாய்; நெருப்பு; a town in Kerala state; the inner part of wood-apple; a small variety of chilly, very pungent; fire.

கொச்சு: *(பெ):* குஞ்சம்; tassel; *(பெ.அ):* சிறிய; small.

கொச்சை: *(பெ):* இழிவு; இழிவானவன்; சீர்காழி; தகாத செயல்; ஆடு; வெள்ளாடு; meanness; mean fellow; Sirkazhi, a town in Nagapattinam district of Tamilnadu; wrong deed; sheep; goat.

கொச்சைவயம்: *(பெ):* சீர்காழி என்னும் ஊர்; Sirkazhi, a town in Nagapattinam district of Tamilnadu.

கொஞ்சம்: *(வி.அ):* சிறிது; very little. ● **கொஞ்சத்தில்** உண்மையில்லாதவன் கோடியிலும் இருக்கமாட்டான் - *பழமொழிகள்.*

கொஞ்சல்: *(பெ):* மழலை; சரசப்பேச்சு; lisping of children; amorous talk. ● **கொஞ்சிக்** கூத்தாடி நடந்தாலும் கழுதை குதிரையாகுமா? - *பழமொழி.*

கொஞ்சன்: *(பெ):* அற்பன்; mean fellow.

கொஞ்சி: *(பெ):* ஒரு வகை மரம்; a kind of tree.

கொஞ்சு: *(வி):* ஆசைப்பட வைக்கும் வகையில் குழைந்து பேசு (அ) நடந்திடு; கலை நயத்தோடு வெளிப்படுதல்; to fondle; be full of charm; (of beauty) to blossom presenting itself in all its splendour.

கொஞ்சு நடை: *(பெ):* மெதுவான நடை; slow walk.

கொடாக்கண்டன்: *(பெ):* உலோபி; கருமி; ஈயாதவன்; miser.

கொடி: *(பெ):* படர்கொடி; கொப்பூழ்க் கொடி; மகளிர் கழுத்தணி; ஆடை உலர்த்தும் நீண்ட கயிறு; ஒழுங்கு; நீளம்; காற்றாடிப்பட்டம்; கேது; காக்கை; கிழக்கு; அரைஞாண்; சிறு கிளை வாய்க்கால்; அருகம் புல்; உச்சம்; பறக்கும் கொடி; creeper; umbilical cord; a kind of ornament of women; a long thin cord used to dry clothes in sun-shine; order; length; kite; Kethu, a nodal point having no house of its own in the Zodiac, but possessing the virtues of the owner of the house it occupies and moving in an anti-clockwise direction; crow; east; waist cord; girdle; a small branch of irrigation channel; harialli grass; extreme limit; flying flag. ● **கொடிக்குக் காய் பாரமா?** ● **கொடிக்குக் கொம்மட்டிக்காய் கனத்** திருக்குமோ? - *பழமொழிகள்.*

கொடி கட்டிப் பற: *(வி):* மிகவும் செல்வாக்குடன் இரு; to live in great prosperity; to flourish.

கொடிகட்டுதல்: *(வி):* கொடியெடுத்தல்; கொடியேற்றுதல்; to declare hostility; to challenge; to hoist the flag.

கொடிக்கம்பம்: *(பெ):* கொடியேற்றிப் பறக்கவிடப்பட்டு இருக்கும் நீண்ட உயரமான கம்பம்; flagstaff.

கொடிக்கரும்பு: *(பெ):* நேராக வளர்ந்த கரும்பு; the sugarcane which grows straightly.

கொடிக்கவி: *(பெ):* கொடியைப் பற்றிய பாட்டு; சைவ சித்தாந்த நூல்களுள் ஒன்று; the song about a flag; one of the Saiva Siddantha treatises.

கொடிக்கால்: *(பெ):* வெற்றிலை; வெற்றிலைத் தோட்டம்; காய்கறித் தோட்டம்; வெற்றிலைக் கொடி படரும் கொம்பு; கொடிக் கம்பம்; betel leaf; betel garden; vegetable garden; the stick set to support the betel creeper; flagstaff.

கொடிக்கால் மூலை: *(பெ):* ஊரின் வடமேற்கு மூலை; the north-west corner of the village.

கொடிச்சி: *(பெ):* குறிஞ்சி நிலப் பெண்; கொடிவேலி; ஒரு வகைப் புல்; கன்னம்; புற்றாஞ்சேறு; குறத்தி; the woman belonging to hilly tract; a shrub; a kind of grass; cheek; soft earth of the ant-hill considered as having medicinal value; the woman of Kurava community or tribe.

கொடிஞ்சி: (பெ): தேர்த்தட்டின் முன்னே உள்ள அலங்கார உறுப்பு; an ornamental lotus-shaped handle in a chariot to hold as support.

கொடி நாள்: (பெ): இராணுவத்தினரின் மேம்பாட்டுக்குநிதி திரட்டும்வகையில் குறிப்பிட்ட சின்னம் அச்சிடப்பட்ட தாள், துணி முதலியன விற்கப்படும் நாள்; flag day to raise funds for the welfare of ex-service men.

கொடிது: (பெ): (உ. வ.) கொடுமையானது; that which is harsh.

கொடித்தடம்: (பெ): ஒற்றையடிப் பாதை; footpath.

கொடித்தடை: (பெ): கோயில் திருவிழாவின்போது பயணம் மேற்கொள்ள போடப்படும் தடை; total ban against travel during a temple festival period.

கொடித்தீ: (பெ): கொடிவேலி; a medicinal plant.

கொடி நாய்: (பெ): செந்நாய்; grey-hound.

கொடிப்படை: (பெ): படையின் முன்னணி; the front-rank of an army; van.

கொடிப்பந்தர்: (பெ): கொடிகள் படர்ந்திருக்கும் பந்தல்; arbor.

கொடிப்பிள்ளை: (பெ): காக்கைக் குஞ்சு; பள்ளையாடு; the young one of crow; sheep or goat.

கொடிப்புல்: (பெ): அருகம்புல்; harialli grass.

கொடிப்புலி: (பெ): நீண்ட உடலைக்கொண்டு செந்நாயைப் போன்றிருக்கும் புலி; a tiger with long slender body like a grey-hound.

கொடிமரம்: (பெ): கொடி ஏற்றுவதற்காக உள்ள கம்பம்; பெரும்பாலும் திருவிழாவின் தொடக்கமாக காவிநிறத் துணியைக் கொடி போன்று ஏற்றிடக் கோயிலின் முன்புறமாக இருக்கும் உயரமான தூண் (அ) கம்பம்; flagstaff; a tall pillar or post in a temple to hoist a saffron cloth flag as a mark of the commencement of festival.

கொடிமல்லிகை: (பெ): சாதி மல்லிகை; Arabian jasmine: large flowered jasmine.

கொடிமின்னல்: (பெ): கொடி போன்று நீண்டு பிரிந்து தோன்றும் மின்னல்; streak of lightning resembling a creeper.

கொடிமுந்திரி: (பெ): ஒரு வகை திராட்சை; vine.

கொடிய: (பெஅ): உயிருக்கு ஆபத்தை விளைவிக்கக் கூடிய; கடுமையான; பொறுத்துக்கொள்ள முடியாத அளவுக்கு வருத்துகின்ற; likely to cause danger to life; cruel; causing unbearable strain; terrible; severe.

கொடியடுப்பு: (பெ): அடுப்பிலிருந்து கிடைக்கும் வெப்பத்தால் பயன்படுத்திடக் கூடிய முறையில் உள்ள சிறு அடுப்பு; an oven with a connected smaller oven on its side.

கொடியது: (பெ): கொடுமையானது; that which is very severe.

கொடியரசு: (பெ): அவரைக் கொடி; அரச மர வகை; field bean creeper; a kind of pipal tree.

கொடிய ராகு: (பெ): கோமேதகம்; a precious stone of light yellow colour.

கொடியன்: (பெ): தீயவன்; கேது; miscreant; Kethu, a nodal point having no house of its own in the Zodiac but possessing the virtues of the owner of the house it occupies and moving in an anti-clockwise direction.

கொடியாடு: (பெ): நீண்ட கால்களைக் கொண்ட ஆடு; long-legged goat.

கொடியாள்: (பெ): கொடி போன்ற மெல்லிய உடலை உடையவள்; கொடுமையானவள்; the woman who has a lean, thin body; cruel woman.

கொடியான்: (பெ): கொடுமையானவன்; cruel-man.

- கொடியார் கொடுமையின் தாம்கொடிய இந்நாள் நெடிய கழியும் இரா. - *குறள் 1169.*
- கொடியார் கொடுமை உரைக்கும் தொடியொடு தொல்கவின் வாடிய தோள். - *குறள் 1235.*

கொடியீச்சு: (பெ): சவ்வரிசி; sago.

கொடியேற்றம்: (பெ): கோயில் திருவிழாவில் கொடியைக் கம்பத்தில் பறக்கவிடும் துவக்க விழா; the ceremony of flag hoisting to mark the beginning of festival in a temple.

கொடியோன்: (பெ): கொடுமையானவன்; கற்றாழை; cruel man; aloe.

கொடிவழி: (பெ): மரபுவழி; ஒற்றையடிப்பாதை; established usage; footpath.

கொடிவிடுதல்: (பெ): மிகுதியாதல்; to exceed; to multiply.

கொடிவீடு: (பெ): கொடி படரும் பந்தல்; arbor.

கொடிவேலி: (பெ): சித்திரமூலம் என்னும் கொடி; a medicinal creeper - Kodiveli - Chithra Moolam.

கொடிறு: (பெ): கதுப்பு; யானை மதச் சுவடு; குறடு; cheek; jaw; marks of elephant's musth; pincers.

கொடிற்றுக்கோல்: (பெ): கன்னக்கோல்; கள்வர் பயன்படுத்தும் கருவி; an implement for house-breaking used by robbers.

கொடு: (வி): அளித்தல்; செலுத்துதல்; திரும்பச் சேர்த்தல்; to grant; to deliver; to pay back.

கொடுகுதல்: (வி): பல்கூசுதல்; குளிரால் ஒடுங்குதல்; to set one's teeth on edge; to feel delicate due to coldness.

கொடுகொட்டி: (பெ): திரிபுரம் எரித்தபோது சிவபெருமான் ஆடிய கூத்து; ஒரு வகைப் பறை;

கொடுக்கல் வாங்கல் 385 **கொடுவாய்**

Lord Shiva's dance on the destruction of Thiripuram; a kind of drum.

கொடுக்கல் வாங்கல்: *(பெ):* தருவது, பெறுவது என்னும் முறையில் பரிமாறிக்கொள்ளும் செயல்; act of exchange.

கொடுக்காய்ப்புளி: *(பெ):* சுருண்ட வடிவமும், பச்சை நிறப் புறத்தோலும் வெண்ணிற சதைப் பகுதியில் கருநிற விதையும் கொண்ட துவர்ப்பும் இனிப்பும் கொண்ட ஒரு வகைக் காய்; manilla tamarind.

கொடுக்கி: *(பெ):* கதவுக்கு இடப்படும் தாழ்ப்பாள் வகை; a kind of latch.

கொடுக்கு: *(பெ):* குளவி, தேள் போன்றவையின் வளைவான கூரிய நுனியைக் கொண்ட கொட்டும் உறுப்பு; நண்டு போன்ற உயிரினங்களின், இரண்டாகப் பிரிந்த இடுக்கி போன்ற கால் அமைப்பு; sting of a wasp, scorpion, etc.; pincers of a crab, etc.

கொடுங்கண்: *(பெ):* தீமையை விளைவிக்கும் பார்வையை உடைய கண்; evil eye.

கொடுங்கரி: *(பெ):* பொய்சாட்சி; false witness.

கொடுங்காய்: *(பெ):* வெள்ளரிக்காய்; cucumber.

கொடுங்குழை: *(பெ):* வளைவாக உள்ள காதணி; a kind of ear ornament which has a curved shape.

கொடுங்கை: *(பெ):* மடித்த கை; நீண்டு வளைவாக இருக்கும் வீட்டின் உறுப்பு; கொடுமை; folded arm; curved cornice or projection on the sides or front side of a building; severity; harshness.

கொடுங்கோலன்: *(பெ):* கொடிய அரசன்; மக்களைக் கொடுமைப்படுத்தி ஆட்சி புரிபவன்; tyrant; despot.

கொடுங்கோல்: *(பெ):* நீதி தவறிய ஆட்சி; மக்களைக் கொடுமைப்படுத்தும் ஆட்சி; unjust rule; tyranny.

கொடுங்கோன்மை: *(பெ):* கொடுங்கோல் நிலை; அராஜகம்; tyranny.

கொடுஞ்சூரி: *(பெ):* கொடியவள்; wicked woman.

கொடுதி: *(பெ):* மர ஆணி; a tiny peg.

கொடுத்தல்: *(பெ):* ஈதல்; அளித்தல்; திரும்பச் சேர்த்தல்; செலுத்துதல்; to give; to pass on; to pay back; to deliver. • **கொடுத்தவர்க்கு** எல்லாம் உண்டு. கொடாதவர்க்கு ஒன்றும் இல்லை. • **கொடுத்தால்** குறைவு வருமோ? *- பழமொழிகள்.*

- **கொடுப்பது** அழுக்கறுப்பான் சுற்றம் உடுப்பதூஉம் உண்பதூஉம் இன்றிக் கெடும். *- குறள் 166.*
- **கொடுத்தலும்** இன்சொலும் ஆற்றின் அடுக்கிய சுற்றத்தால் சுற்றப் படும். *- குறள் 525.*
- **கொடுத்தும்** கொளல்வேண்டும் மன்ற அடுத்திருந்து மாணாத செய்வான் பகை. *- குறள் 867.*
- **கொடுப்பதூஉம்** துய்ப்பதூஉம் இல்லார்க்கு அடுக்கிய கோடிஉண் டாயினும் இல். *- குறள் 1005.*

கொடுத்து வை: *(வி):* முற்பிறவியின் நற்பயன்கள் இப்பிறவியில் உதவுதல்; to merit something by one's past deeds.

கொடுநுகம்: *(பெ):* கலப்பை; நுகத்தடி; plough; yoke.

கொடுநோவுடைய: *(பெ.அ):* மிகவும் வருத்தும் நோயினை (அ) வலியினை உடைய; excruciating.

கொடுந்தமிழ்: *(பெ):* தமிழ் நாட்டைச் சூழ்ந்துள்ள பகுதிகளில் பழக்கத்திலுள்ள தமிழ்; dialect used in border districts of Tamil Nadu.

கொடுந்துயர்: *(பெ):* மிகுந்த துயரம்; இறப்பு; extreme pain; death.

கொடுபடாத: *(பெ.அ):* இதுவரை செலுத்தப்படாத; unpaid.

கொடுப்பனவு: *(பெ):* கொடுக்கப்பட வேண்டிய தொகை; amount to be paid to someone.

கொடுப்பினை: *(பெ):* கொடுத்து வைத்தது; அதிர்ஷ்டம்; luck.

கொடுப்பு: *(பெ):* கொடுத்தல்; கடைவாய்; giving; the region in the mouth near molar teeth.

கொடுப்புப்பல்: *(பெ):* கடைவாய்ப் பல்; molar tooth.

கொருப்பை: *(பெ):* பொன்னாங்கண்ணி; a kind of grass with shiny little leaves.

கொடுமரம்: *(பெ):* வில்; தனுசு இராசி; bow; the ninth constellation of the Zodiac having the bow as its sign; Sagittarius.

கொடுமுடி: *(பெ):* மலையுச்சி; உப்பரிகை; ஈரோடு மாவட்டத்தில் உள்ள சிவத்தலம்; peak; upstairs; a shiva's shrine in Erode District-Kodumudi.

கொடுமை: *(பெ):* கடுமை; முரட்டுத்தனம்; தீமை; வளைவு; அநீதி; பாவம்; அரக்கத்தனம்; severity; atrocity; vileness; cruelty; tyranny; bend; curve; injustice; sin; monstrosity.

கொடும்பாவி: *(பெ):* மழை பொழிந்திட, பஞ்சம் நீங்கிட (அ) ஒன்றிற்கு எதிர்ப்பு தெரிவிக்கும் விதமாக வைக்கோலால் செய்து தெருவில் இழுத்துச்சென்று எரிக்கும் மனித உருவ பொம்மை; effigy, burnt as a remedy for want of rain, etc., or as a protest.

கொடுவரி: *(பெ):* புலி; tiger.

கொடுவாய்: *(பெ):* குறளை; பழிச்சொல்; ஒரு மீன் வகை; புலி வகை; வாயினின்றும் வடியும் நீர்; கோட்டுவாய்; dwarfishness; reproach; a kind of fish; a kind of tiger; saliva trickling from one's mouth; dribble.

கொடுவாள் 386 கொண்கன்

கொடுவாள்: (பெ): கொக்கி போன்று வளைந்திருக்கும் நுனியைக் கொண்ட அரிவாள்; sickle; billhook.

கொடுவை: (பெ): முரட்டுத்தனம்; incivility.

கொடூரம்: (பெ): அருவருப்பு, பயம் போன்றவற்றை உண்டாக்கிடும் கடுமை (அ) கொடுமை; ஒன்றின் மிகுதியை உணர்த்துவதற்குப் பயன்படுத்துவது; horrifying severity or cruelty; a term used to express the intensity of something.

கொடை: (பெ): நன்கொடை; பரிசு; தெய்வங்களுக்கு உணவு முதலியவற்றைக் காணிக்கையாக்கிக் கொண்டாடும் விழா; donation; gift; the festival which takes the form of offering food, etc., to a deity.

- **கொடையளி** செங்கோல் குடியோம்பல் நான்கும் உடையானாம் வேந்தர்க் கொளி. - *குறள் 390.*

கொடைமுடி: (பெ): சரக்கொன்றை; Indian laburnum.

கொடையாளி: (பெ): வள்ளல்; munificent person.

கொடைவீரம்: (பெ): பிறருக்குத் தன்னை அளித்தல்; heroism in generosity as the voluntary sacrifice of one's life for another.

கொட்குதல்: (வி): சுழலுதல்; சூழ வருதல்; திரிதல்; வெளிப்படுதல்; to rotate; to revolve; to come around with; to ramble; to emerge.

கொட்டகாரம்: (பெ): பொருள் வைக்கும் அறை; store-room.

கொட்டகை/கொட்டில்: (பெ): மாட்டுக் கொட்டில்; சிற்றில்; பந்தல் வகை; cow stall; hut; shed.

கொட்டங்காய்: (பெ): தேங்காய்; coconut.

கொட்டடி: (பெ): சமையலறை; மாட்டுக் கொட்டில்; சிறைச்சாலை அறை; சேலை வகை; kitchen; cow-shed; cell in a prison; a kind of saree.

கொட்டணை: (பெ): ஒரு வகைப் பூண்டு; a kind of herb.

கொட்டம்: (பெ): இறுமாப்பு; சேட்டை; கடுகடுப்பு; முழக்கம்; சிறு ஓலைப்பெட்டி; மாட்டுத்தொழுவம்; வீடு; arrogance; mischievousness; petulance; roar; a small palm-leaf box; cattle stall; house.

கொட்டன்: (பெ): கொட்டாப்புளி; பருத்த உடலை உடையவன்; பருத்தது; தேங்காய்; mallet; fat man; that which is fat; coconut.

கொட்டாப்புளி: (பெ): மரச்சுத்தியல்; mallet.

கொட்டாரம்: (பெ): தானியக் களஞ்சியம்; யானைக் கூடம்; அரண்மனை; தலைவாயில்; granary; elephant stable; palace; the main entrance of a palace, etc.

கொட்டாவி: (பெ): வாய் திறந்து வெளியிடும் நெட்டுயிர்ப்பு; yawn.

கொட்டாறு: (பெ): உப்பளம்; salt-pan.

கொட்டி/கொடு கொட்டி: (பெ): வாயில்; தாளம்; கூட்டம்; கோயில் வாசல்; entrance; rhythm; crowd; entrance of a temple.

கொட்டிச்சேதம்: (பெ): திரிபுரம் எரித்தபோது சிவபெருமான் ஆடிய கூத்து; a dance by Lord Shiva at the time of burning Thiripuram.

கொட்டியம்: (பெ): எருது; ox.

கொட்டு: (பெ): அடி; வாத்தியம்; தேள் போன்றவை கொட்டுதல்; மண்வெட்டி; உடல்; நெற்கூடு; மலடி; பிரம்புக் கூடை; strike; drum; sting of scorpion etc.; hoe; shovel; body; stack of unthrashed shaves of paddy; barren woman; a kind of basket made of bamboo or rattan.

- **கொட்டினால் தேள்; கொட்டாவிட்டால் பிள்ளைப்பூச்சி** - *பழமொழி.*

கொட்டுக் குடவை: (பெ): பாத்திர வகை; a kind of vessel.

கொட்டுக் கூடை: (பெ): கிண்ண வடிவக் கூடை; a basket shaped like a small cup.

கொட்டுதல்: (வி): வாத்தியம் முழங்குதல்; சம்மட்டியால் அடித்தல்; கையால் தட்டுதல்; சொரிதல்; உதிர்தல்; தேள் கொட்டுதல்; கண்ணிமைத்தல்; to beat the drum; to hammer; to clap; to drop; to sting (of scorpion); to wink.

கொட்டுப்பிடி: (பெ): கொட்டாப்புளி; mallet.

கொட்டு மேளம்: (பெ): மேள வாத்தியம்; a kind of drum.

கொட்டுவான்: (பெ): தேள்; கொட்டாப்புளி; கன்னான்; scorpion; mallet; one who makes vessels etc., using bell-metal or copper or bronze.

கொட்டை: (பெ): விதை; மகளிர் தலையணி வகை; சும்மாடு; சிறு தலையணை; நெல் வகை; seed; a head ornament of women; a cloth-pad used as a cushion while carrying load on the head; a small pillow; a kind of paddy.

கொட்டைப்பாக்கு: (பெ): பச்சையாகக் காய வைக்கப்பட்ட முழுப் பாக்கு; raw but dried areca-nut.

கொட்டைமுத்து: (பெ): சிற்றாமணக்கு விதை; castor seed.

கொட்பேரன்: (பெ): கொள்ளுப்பேரன்; great grandson.

கொணசில்: (பெ): வளைவு; கோணல்; bend; curve; obliquity.

கொணர்தல்: (வி): கொண்டுவருதல்; பறித்தல்; to bring; to fetch.

கொண்கன்: (பெ): கணவன்; நெய்தல் நிலத் தலைவன்; husband; chief of the maritime tract.

கொண்கானம்: *(பெ):* கொங்கண நாட்டில் உள்ள மலை; the mountain in the Kongana, a former country.

கொண்டக்கிரி: *(பெ):* ஒரு பண் வகை; a kind of music.

கொண்டகுளம்: *(பெ):* எட்டி மரம்; strychnine tree.

கொண்டச் சாணி: *(பெ):* நஞ்சறுப்பான் பூண்டு; a kind of herb.

கொண்டம்: *(பெ):* குறிஞ்சாக் கொடி; a kind of creeper.

கொண்டல்: *(பெ):* கொள்ளுதல்; மேகம்; காற்று; கீழ்க்காற்று; கிழக்கு; மேஷராசி; மகளிர் விளையாட்டு வகை; keeping; cloud; wind; eastern wind; east; the first constellation of the Zodiac having the ram as its sign, Aries; a kind of women's game.

கொண்டல் வண்ணன்: *(பெ):* திருமால்; Lord Vishnu.

கொண்டலாத்தி: *(பெ):* ஒரு குருவி வகை; a kind of sparrow.

கொண்டவன்: *(பெ):* கணவன்; husband.

கொண்டாட்டம்: *(பெ):* குடும்ப, சமூக, மத சிறப்பு நிகழ்ச்சி; விழா; family, social celebration; religious festival.

கொண்டாடுதல்: *(வி):* மெச்சுதல்; பாராட்டுதல்; புகழ்தல்; போற்றுதல்; உறவு, நட்பு, உரிமையைப் பலர் அறியும்படி தெரிவித்தல்; to admire; to felicitate; to praise; to fete; to claim relationship, friendship, rights, etc.

கொண்டாரணியம்: *(பெ):* அடர்ந்த காடு; dense forest.

கொண்டான்: *(பெ):* கணவன்; மகளிர் விளையாட்டு வகை; husband; a kind of women's game.

கொண்டி[1]: *(பெ):* உணவு; கப்பம்; கொள்ளை; மிகுதி; பரத்தை; களவு; கலப்பைக் கொழு; பகைமை; மனவருத்தம்; புறங்கூறுதல்; food; tribute; robbery; abundance; prostitute; theft; plough-share; animosity; gloom; backbiting; tale-bearing.

கொண்டி[2]: *(பெ):* இணைப்புக்கான கொக்கியும், சங்கிலிக் கண்ணியும்; metal fastener.

கொண்டி மகளிர்: *(பெ):* விலைமகளிர்; சிறை பிடிக்கப்பட்ட பெண்கள்; prostitute; women taken as captives.

கொண்டிமாடு: *(பெ):* பட்டிமாடு; straying cattle.

கொண்டியம்: *(பெ):* குறளை; புறங்கூறுதல்; dwarfishness; tale-bearing; back-biting.

கொண்டியாரக்காரன்: *(பெ):* புறங்கூறித் திரிபவன்; a tale-bearer.

கொண்டியாரம்: *(பெ):* நிந்தை; செருக்கு; சிறப்பு; reproach; pride; elegance.

கொண்டின்னி: *(பெ):* தும்பைச் செடி; white dead nettle; leucas.

கொண்டு கொடுத்தல்: *(வி):* பெண்ணைக் கொடுத்துப் பெண்ணைத் திருமணம் செய்து கொள்ளுதல்; to give and take a girl in marriage.

கொண்டு செல்லுதல்: *(வி):* எடுத்துச் செல்லுதல்; to take something.

கொண்டுபோதல்: *(வி):* அழைத்துச் செல்லுதல்; ஒன்றை எடுத்துச் செல்லுதல்; to drop someone; to take something to a place; to transport.

கொண்டேசன்: *(பெ):* சுக்கு; dried ginger.

கொண்டை: *(பெ):* மகளிர் கட்டும் முடி வகை; பறவைச் சூட்டு; ஆணி, பம்பரம் போன்றவற்றின் தலைப்பகுதி; hair-do in coil or any other fashion; crest of birds; head of a nail, top, etc. • **கொண்டைக்குத் தக்கின பூ** - *பழமொழி.*

கொண்டை ஊசி: *(பெ):* ஜடை, கொண்டை போன்றவை அவிழ்ந்து விடாது இருக்க தலைமுடியில் செருகப்படுகின்ற 'யு'-வடிவாக வளைக்கப்பட்ட மெல்லிய கம்பி; 'U'-shaped hair pin.

கொண்டைக்கிரி: *(பெ):* முல்லை நிலப் பண்; a type of song sung by the people who belong to forest region.

கொண்டைமுசு: *(பெ):* கருங்குரங்கு; black monkey.

கொண்மூ: *(பெ):* மேகம்; ஆகாயம்; cloud; sky.

கொதி: *(பெ):* நீர் முதலியவற்றின் கொதிப்பு; வெப்பம்; கோபம்; கடுமை; வருத்தம்; ஆசை; செருக்கு; bubbling up of water, etc.; heat; anger; severity; sorrow; desire; pride.

கொதிகலம்: *(பெ):* நீர் கொதிக்க வைக்கும் மூக்குடைய பாத்திரம்; kettle.

கொதிகலன்: *(பெ):* தொழிற்சாலை, புகைவண்டி போன்றவற்றில் நீராவி உண்டாக்கிப் பயன் படுத்தும் பெரிய கலன்; boiler in a factory, train-engine, etc.

கொதிநிலை: *(பெ):* ஒரு திரவம் கொதிக்கத் துவங்கும் வெப்பநிலை; boiling point.

கொதிநீர்: *(பெ):* வெந்நீர்; கொதிக்கும் உலை நீர்; hot-water; boiling water.

கொதிப்பு: *(பெ):* காய்ச்சல்; வெப்பம்; பொங்குகை; கோபம்; வருத்தம்; பரபரப்பு; fever; heat; boiling; anger; grief.

கொதியன்: *(பெ):* உண்பதில் வெகு நாட்டம் உள்ளவன்; one who has so much desire to eat.

கொதுகு: *(பெ):* கொசு; mosquito.

கொதுவை: *(பெ):* அடமானம்; mortgage; pledge.

கொத்தடிமை: *(பெ):* குடும்பத்தோடு அடிமையாதல்; servitude of a family.

கொத்துமல்லி: *(பெ):* உணவுக்குப் பயன்படும் புளிப்புச் சுவையினை உடைய துளிர்துளிரான பச்சையிலை; கொத்துமல்லி விதை; coriander leaf and seed.

கொத்தம்: *(பெ):* எல்லை; கொத்துமல்லி; boundary; limit; coriander leaf and seed.

கொத்தவரங்காய்: *(பெ):* சற்று நீளமாகவும், தட்டையாகவும் வெளிர் பச்சை நிறமாகவும் இருக்கும் காய்கறி; cluster beans.

கொத்தவால்: *(பெ):* நகரக் கடைத்தெரு போன்றவற்றின் காவல் தலைவர்; chief police officer of a city or town market.

கொத்தளம்: *(பெ):* கோட்டை மதிலுறுப்பு; பாதுகாப்புக்கான அமைப்பு; part of a rampart, defensive.

கொத்தனார்/கொத்தன்: *(பெ):* கட்டட வேலை செய்பவர்; mason.

கொத்தாள்: *(பெ):* வயலில் வேலை செய்பவர்; farm worker; agricultural labourer.

கொத்தித்தழி: *(பெ):* சரக்கொன்றை; Indian Laburnum.

கொத்து: *(பெ):* கொத்துகை; கொத்துவேலை; கொல்லத்துக்காரன்; சிறு மண்வெட்டி; பூங் கொத்து; கூலி; திரள்; குடும்பம்; சோறு; நாழி; pecking; masonry; mason; a small hoe; flower bunch; wage; cooly; mass; family; rice; quiver.

கொத்துக்கரண்டி: *(பெ):* கட்டட வேலையின் போது சிமெண்ட் கலவையை அள்ளிப் பூசிட உபயோகிக்கும் அரசிலை போன்ற வடிவில் இருக்கும் இருப்புப் பட்டையை உடைய கருவி; mason's tool.

கொத்துக்கறி: *(பெ):* சிறு சிறு துண்டுகளாக நறுக்கிய இறைச்சி; minced meat.

கொத்துதல்: *(வி):* குத்துதல்; வெட்டிக் கிளறிடுதல்; அம்மி, குழவி, ஆட்டுக்கல் போன்றவற்றை உளி கொண்டு சிறு சிறு குழி உண்டாகுமாறு அடித்தல்; துண்டுதுண்டாக நறுக்குதல்; பிளத்தல்; to peck; to dig; to chip or pick stone mortar etc, to make the surface rough; to make into tiny pieces; to split the wood.

கொத்துமானம்: *(பெ):* அணிகலன்களில் செய்யப்படும் அலங்கார வேலை; filigree.

கொத்து விளக்கு: *(பெ):* சரவிளக்கு; chandelier.

கொத்துவேலை: *(பெ):* கட்டடம் கட்டும் வேலை; masonry.

கொத்தை: *(பெ):* ஈனம்; குருடன்; அஞ்ஞானம்; அரைகுறை; பாவி; சொத்தை; blemish; blind man; ignorance; imperfection; sinner; that which is decayed, eaten by worms.

கொந்தகன்: *(பெ):* சேனைத் தலைவன்; army-chief.

கொந்தகம்: *(பெ):* மகளிரின் மயிற் சுருள்; the long curled flowing hair of women.

கொந்தராத்து: *(பெ):* ஒப்பந்தம்; contract.

கொந்தளம்: *(பெ):* காதணி வகை; குழப்பம்; காண்டா மிருகம்; a kind of ear ornament; confusion; rhinoceros.

கொந்தளிக்கிற: *(பெ.அ):* அமைதியற்ற; கோபத்துடன் கூடிய; சந்தடி மிகுந்த; அலைக்கப்பட்டு பொங்குகிற; boisterous; stormy; tumultuous; rough.

கொந்தளி: *(வி):* பொங்கி எழுதல்; (of sea) be rough.

கொந்தளிப்பான: *(பெ.அ):* அமைதியற்ற; பொங்கி எழுகின்ற; குழப்பமுண்டாக்குகிற; unquiet; rough; turbulent; furious; riotous.

கொந்தளிப்பு: *(பெ):* (கடலின் நீர்ப்பரப்பு) அலைக்கப்பட்டு பொங்கிடும் நிலை; உணர்ச்சியின் குமுறல்; (நாட்டில்) பதற்ற நிலை; turbulence of the sea; emotional upheaval; turmoil of a country.

கொந்தளை: *(பெ):* நெய்தல் நிலத்து மர வகை; a kind of tree found in coastal areas.

கொந்தி: *(பெ):* வரிக் கூத்து வகை; a kind of dance.

கொந்து: *(பெ):* கோபம்; கொத்து; கூடுகை; anger; cluster; gathering.

கொந்துதல்: *(வி):* கொத்துதல்; சினங்கொள்ளுதல்; அச்சுறுத்துதல்; எரிதல்; மூர்க்கங் கொள்ளுதல்; to peck; be enraged; to threaten; to burn; to gore.

கொப்பம்: *(பெ):* ஒரு நாடு; யானை பிடிக்க வெட்டிய குழி; ஓர் ஊர்; a country; the pit for catching an elephant; a town.

கொப்பரம்: *(பெ):* முழங்கை; மற்போர் வகை; fore arm; a kind of wrestling.

கொப்பரை: *(பெ):* உலர்ந்த தேங்காய்ப் பருப்பு; நீர் வற்றிய தேங்காய்; கருப்பஞ் சாற்றைக் காய்ச்சும் பாத்திரம்; dried coconut kernel; copra; cauldron.

கொப்பளம்: *(பெ):* குமிழி; பரு; bubble; blister.

கொப்பாட்டன்: *(பெ):* பாட்டனுக்குப் பாட்டன்; grandfather of one's grandfather.

கொப்பி: *(பெ):* கும்மியாட்டம்; dancing, especially among young women, accompanied with the clapping of hands to a tune sung by all.

கொப்பு: *(பெ):* கிளை; பெண்கள் அணியும் காதணி வகை; branch of a tree; a kind of ear ornament of women.

கொப்புளித்தல்: *(வி):* கொப்புளமாதல்; வாயிலிட்டு நீரினை (கொப்புளித்து) உமிழ்தல்; to blister; to gargle.

கொப்பூழ்: *(பெ):* உந்தி, பரு; navel; umbilicus; blister.

கொப்பூழ்க்கொடி: *(பெ):* பிறந்த குழந்தையின் கொப்பூழில் இருந்திடும் கொடி; umbilical cord; navel string.

கொம்பர்: *(பெ):* மரக் கொம்பு; விலங்கின் கொம்பு; branch or twig of a tree; horn of an animal.

கொம்பரக்கு: *(பெ):* அரக்கு வகை; a kind of sealing wax.

கொம்பனார்: *(பெ):* பெண்கள்; women.

கொம்பன்: *(பெ):* ஆண் யானை; ஒரு நோய்; ஒரு வகை மீன்; பலம் (அ) அதிகாரம் படைத்தவன்; he-elephant; a disease; a kind of fish; someone known to be a big shot from the point of view of the defiant speaker.

கொம்பி: *(பெ):* சனி; Saturn.

கொம்பு: *(பெ):* மரக் கொம்பு; நாற்றுமுளை; கோல்; விலங்கின் கொம்பு; யானைத் தந்தம்; ஊதுகொம்பு; branch of a tree; seedling; stick; twig; horn of an animal; tusk of an elephant; bugle.

கொம்புசீவு: *(வி):* ஒருவரை சண்டையிடுமாறு வெறியேற்றுதல்; சண்டை மூட்டுதல்; to incite someone to fight.

கொம்புத்தேனீ: *(பெ):* தேனீ வகை; a kind of honey-bee.

கொம்புத்தேன்: *(பெ):* மரக்கிளையில் உள்ள தேனடையிலிருந்து பிழிந்தெடுத்த தேன்; தூய்மையான தேன்; honey gathered from the honey comb on the branch of a tree; pure honey. ● முடவன் **கொம்புத் தேனுக்கு** ஆசைப்படலாமா ? / ஆசைப்பட்டாற் போல - *பழமொழி.*

கொம்புதல்: *(பெ):* முயலுதல்; சினத்தல்; to try; to anger.

கொம்புமுளை: *(வி):* (பெரும்பாலும் எதிர்மறையில் அல்லது எதிர்மறைத் தொனியில்) வேறு எவருக்கும் இல்லாத சிறப்புக் குணம் கொண்டிருத்தல்; to have something special; be exceptional.

கொம்பு ளகரம்: *(பெ):* (தமிழ் மொழியில்) 'ள்' என்னும் எழுத்து; பொது ளகரம்; the letter 'ள்' in Tamil (as distinguished from சிறப்பு ழகரம்.)

கொம்பூதி: *(பெ):* நத்தை; snail.

கொம்பேறி மூக்கன்: *(பெ):* பெரும்பாலும் மரத்திலிருக்கும் சற்று கூரான தலைப் பகுதியை உடைய விஷமற்ற ஒருவகைப் பாம்பு; bronze-back snake.

கொம்மட்டி: *(பெ):* கொடி வகை; a kind of creeper.

கொம்மி: *(பெ):* மகளிர் கைகொட்டிப் பாடியாடும் விளையாட்டு; dancing especially among young women accompanied with the clapping of hands to a tune sung by all.

கொம்மை: *(பெ):* பெருமை; வட்டம்; திரட்சி; இளம் பெண்ணின் மார்பு; அழகு; வலிமை; மேடு; வீடு; கொத்தளம்; கை குவித்துக் கொட்டுகை; கொடி வகை; கம்பு வகை; பதர்; greatness; roundness; mass; abundance; the breast of young woman; beauty; strength; mound; house; rampart; clapping the hands; a kind of creeper; a kind of bulrush millet; chaff.

கொய்: *(பெ):* மீன்வகை; a kind of fish.

கொய்சகம்: *(பெ):* ஓரம் கொய்து அடுக்கப்பட்ட பெண்ணின் சேலை; tucked-up ends of a saree as a woman's.

கொய்தல்: *(வி):* பறித்தல்; அறுத்தல்; கத்தரித்தல்; தெரிந்தெடுத்தல்; சீலை கொய்தல்; to pluck; to reap; to trim; to choose; to plait.

கொய்யடி: *(பெ):* நாரை வகை; a kind of crane.

கொய்யா: *(பெ):* சிறு விதைகளைக் கொண்ட சதைப் பகுதியுடன் வெளிர் மஞ்சள் நிறத் தோலினை உடைய பழம் மற்றும் அதன் மரம்; guava fruit and its tree.

கொய்யாக்கட்டை: *(பெ):* கொய்யா மரக் கட்டை; இடுக்கிச் சட்டம்; cleat; wooden piece placed on either side of the axle supporting the cart frame.

கொய்யுளை: *(பெ):* குதிரை; குதிரைப் பிடரி மயிர்; horse; horse's mane.

கொரக்கை: *(பெ):* குறட்டை; snoring.

கொரடா: *(பெ):* இடுக்கி; குதிரைச் சவுக்கு; forceps; horsewhip.

கொரலி: *(பெ):* தினை; வெண் தினை; millet; white millet.

கொருடன்: *(பெ):* கொடி வகை; a kind of creeper.

கொலு: *(பெ):* அரச சபை; தர்பார்; நவராத்திரிப் பண்டிகையின்போது வீடுகளில் படிகள் கொண்ட மேடையில் அலங்காரமாக வைத்திருக்கும் பொம்மைகளின் வரிசை; royal presence; Durbar; array of figurines during Navarathiri festival in houses.

கொலுக்கூடம்: *(பெ):* அரசவை; கொலு மண்டபம்; audience chamber.

கொலுசு: *(பெ):* தங்கத்தால் (அ) வெள்ளியினால் சிறுசிறு மணிகள் தொங்குமாறு செய்யப்பட்டு பெண்கள் தங்கள் கணுக்காலில் அணிந்து கொள்ளும் நகை; a gold or silver chain with tiny bells worn around the ankle by women.

கொலு விடுத்தல்: *(வி):* கொலு மண்டபத்தில் அரசர் அரியணையில் அமர்ந்திருத்தல்; (of things) be in the throne in the royal court.

கொலை: *(பெ):* உயிர்வதை; ஒருவரை உயிரிழக்கச் செய்யும் (அ) சாகடிக்கும் வன்முறைச் செயல்; murder; assassination.

• **கொலைவினைய** ராகிய மாக்கள் புலைவினையர்
புன்மை தெரிவா ரகத்து. - *குறள் 329.*

• **கொலையிற்** கொடியாரை வேந்தொறுத்தல் பைங்கூழ்
களைகட் டதனொடு நேர். - *குறள் 550.*

• **கொலைமேற்கொண்** டாரிற் கொடிதே அலைமேற்கொண்டு
அல்லவை செய்தொழுகும் வேந்து. - *குறள் 551.*

கொலைக்களம்: (பெ): முற்காலத்தில் அரசு ஆணையின் பேரில் குற்றவாளிகளுக்குக் கொலை தண்டனையை நிறைவேற்றுமிடம்; the place of execution (formerly).

கொலைஞன்: (பெ): கொலைகாரன்; வேடன்; murderer; hunter.

கொலைபாதகம்: (பெ): பெருங்கேட்டினை விளைவித்திடும் கொடூரமான செயல்; any heinous crime.

கொலைப்பசி: (பெ): அகோரப்பசி; மிகுந்த பசி; state of being famished.

கொலைப்பட்டினி: (பெ): எதையும் உண்ணாது மிகுந்த பசியுடன் இருத்தல்; utter starvation; extreme hunger.

கொலைமகள்: (பெ): கொற்றவை; துர்க்கை; Durga, the Goddess of Victory.

கொலைமலை: (பெ): யானை; elephant.

கொலையாளி: (பெ): கொலையைச் செய்தவன்; கொலைகாரன்; murderer.

கொலைவன்: (பெ): கொலையாளி; வேடுவன்; இயமன்; murderer; hunter; Yama, the God of death.

கொல்: (பெ): கொலை செய்தல்; வருத்தம்; கொல்லன்; தொழில்; இரும்பு; உலோகம்; குறுக்குத் தாள்; மிக அதிகமாகத் துன்புறுத்துதல்; மிகவும் பாராட்டும்படியாகச் செய்தல்; வெளுத்துக் கட்டுதல்; killing; affliction; blacksmith; iron; metal; lock; torturing; performing very well.
• **கொல்லுகிறதும் சோறு;** பிழைப்பிக்கிறதும் சோறு - *பழமொழி.*

கொல் குறும்பு: (பெ): பாலை நிலத்து ஊர்; the village in the desert.

கொல்லங்கோவை: (பெ): காக்கணங் கொடி; ஆகாச கருடன்; a kind of creeper; a herb.

கொல்லத்துக்காரன்: (பெ): கொத்துவேலை செய்பவன்; கொத்தனார்; mason.

கொல்லமா: (பெ): முந்திரி வகை மரம்; a kind of cashew-nut tree.

கொல்ல மிளகு: (பெ): மிளகாய் வகை; a kind of chilly.

கொல்லர்: (பெ): கம்மாளர், அரண்மனை வாயிற் காப்போர்; blacksmiths; the guards of the entrance of a palace.

கொல்லன்: (பெ): கம்மாளன்; இரும்பு வேலை செய்பவன்; அரண்மனை வாயிற்காவலன்; blacksmith; the guard of the entrance of a palace.

கொல்லன்பட்டரை: (பெ): கொல்லன் உலைக்கூடம்; smithy; blacksmith's workshop.

கொல்லா: (பெ): கருவூல அறைப் பணியாளர்; an assistant of treasury.

கொல்லாக்கொலை: (பெ): சித்திரவதை; butchery; torture.

கொல்லாப்பண்டி: (பெ): வண்டி வகை; a kind of cart.

கொல்லாமை: (பெ): உயிர்க்கொலை செய்யாமை; abstinence from killing.

• **கொல்லான்** புலாலை மறுத்தானைக் கைகூப்பி
எல்லா உயிரும் தொழும். - *குறள் 260.*

• **கொல்லாமை** மேற்கொண் டொழுகுவான் வாழ்நாள்மேல்
செல்லாது உயிருண்ணுங் கூற்று. - *குறள் 326.*

• **கொல்லா** நலத்தது நோன்மை பிறர்தீமை
சொல்லா நலத்தது சால்பு. - *குறள் 984.*

கொல்லா வேதம்: (பெ): கொல்லாமையை அறிவுறுத்தும் ஜைனர்களின் வேத நூல்; Jain scriptures advocating abstinence from killing.

கொல்லி: (பெ): கொன்றிடும் தன்மையது; நாமக்கல் மாவட்டத்திலுள்ள ஒரு மலை; பண் வகையுள் ஒன்று; that which has the quality of killing; a hill in Namakkal district; a kind of music.

கொல்லிக் கௌவாணம்: (பெ): ஒரு பண் வகை; a kind of music in former period.

கொல்லிச்சிலம்பன்: (பெ): சேர மன்னன்; Chera king.

கொல்லித்திறம்: (பெ): ஒரு பண் வகை; a kind of music.

கொல்லிப்பாவை: (பெ): ஒரு வகை மோகினிப் படிமை; woman-shaped statue in the Kolli hills carved by the celestials, having the power to fascinate all those looking at it.

கொல்லுலை: (பெ): கொல்லனின் உலைக்கூடம்; blacksmith's workshop; smithy.

கொல்லை: (பெ): முல்லை நிலம்; புன்செய் நிலம்; தோட்டம்; புழக்கடை; agricultural tract; land fit for dry cultivation only; garden; grove; backyard. • **கொல்லைக்குப் போனாலும்** கூட்டு உதவாது. • **கொல்லைக்குப் பல்லி;** குடிக்குச் சகுனி - *பழமொழிகள்.*

கொல்லைக்குப் போ: (வி): மலங்கழித்தல்; மலங் கழித்திடச் செல்லுதல்; euphemism for defecate.

கொல்லைப்புறம்: (பெ): வீட்டிற்குப் பின்னால் உள்ள இடம்; புழக்கடை; backyard.

கொல்லைப்புற வழி: (பெ): நேர்மையற்ற வழிமுறை; unfair means.

கொல்லை வெளி: *(பெ):* வயல்வெளி; மைதானம்; paddy-field; ground.

கொவ்வை: *(பெ):* கொவ்வைக் கொடி; a kind of common creeper, found in hedges.

கொவ்வைப்பழம்: *(பெ):* கோவைப்பழம்; red fruits of a common creeper found in hedges.

கொழகொழப்பு: *(பெ):* பிசுபிசுப்புடன் குழைவாக இருந்திடும் தன்மை; sticky and slimy nature.

கொழி: *(வி):* வளமை மிகுந்து காணப்படுதல்; ஒருவர் மேம்படுதல்; ஒருவரின் தொழில் செழித்தல்; அரிசி, கேழ்வரகு போன்றவற்றிலிருந்து குறுணை, நொய் போன்றவற்றைப் பிரித்து எரித்திட சலித்தல் (அ) புடைத்தல்; be seen in excess or abundance; to flourish; to sift; to winnow rice, ragi etc. with a winnowing fan to separate it from broken pieces.

கொழித்தல்: *(வி):* தெள்ளுதல்; ஒதுக்குதல்; குற்றங்கூறுதல்; ஆராய்தல்; பாராட்டுதல்; மேலெழும்புதல்; to be lucid; to scold; to examine; to praise; to rise up.

கொழிப்பு: *(பெ):* செழிப்பு; குற்றம்; prosperity; fault.

கொழிப்பூண்டு: *(பெ):* குப்பைமேனிப் பூண்டு; Indian acalypha.

கொழு: *(பெ):* கொழுப்பு; உலோகக் கோல்; ஆந்தை; கலப்பையில் பதிக்கும் இரும்புத் துண்டு; துளையிடும் பெரிய ஊசி; fat; bar of metal; owl; plough share; a long thick metal bar, used to make holes.

கொழுகொம்பு: *(பெ):* பற்றுக்கோடு; மரத்தின் நடு கொம்பு; உதவி; கொடை; support; stick or pole supporting a creeper; help; aid.

கொழுக்கட்டை: *(பெ):* வெல்லம் போன்றவை சேர்த்து அரிசி மாவால் செய்யும் பணியார வகை; a kind of rice cake made of rice flour, coconut scrapings, sugar, etc.

கொழுங்கிரி: *(பெ):* மல்லிகை; jasmine.

கொழுத்தல்: *(வி):* செழித்தல்; உடற் கொழுப்பு மிகுதல்; வளம் மிகுதல்; to flourish; be plump; to prosper; to thrive.

கொழுநன்: *(பெ):* இறைவன்; கணவன்; God; husband.

கொழுநீர்: *(பெ):* வியர்வை; perspiration; sweating.

கொழுந்தன்: *(பெ):* கணவனுடன் பிறந்தவன்; மைத்துனன்; கணவன்; husband's younger brother; brother-in-law; husband.

கொழுந்தாடை: *(பெ):* கரும்பின் நுனிப்பகுதி; the tip of the sugar-cane.

கொழுந்தி/கொழுந்தியாள்: *(பெ):* மனைவியின் தங்கை; தம்பியின் மனைவி; wife's sister; brother's wife.

கொழுந்து: *(பெ):* சுடர்; இளந்தளிர்; மென்மை; மருக்கொழுந்து; வெற்றிலைக் கொடி; படையின் முன்னணி; light; shoot; tenderness; southern-wood; betel leaf creeper; the van of the army.

கொழுந்துதல்: *(வி):* சுடர்விட்டு எரிதல்; வெயிலில் கருகுதல்; காய்ச்சப்படுதல்; to burn in a flame; be scorched; be kindled; be heated.

கொழுந்து விடுதல்: *(வி):* சுடர் விடுதல்; தளிர் விடுதல்; to blaze up; to tender shoot.

கொழுப்பு: *(பெ):* செழிப்பு; நிணம்; செருக்கு; plumpness; fat; impudence.

கொழுமுறி: *(பெ):* இளந்தளிர்; tender shoot.

கொழுமை: *(பெ):* இளமை; செழுமை; அழகு; youth; richness; beauty.

கொழும்புகை: *(பெ):* நறும்புகை; fragrant smoke.

கொழுமோர்: *(பெ):* குழந்தையின் பயத்தைப் போக்கும் என்ற நம்பிக்கையில் பழுக்கக் காய்ச்சிய இரும்புக் கரண்டியின் நுனியை நனைத்துத் தரப்படும் மோர்; butter-milk in which hot iron ladle is dipped (given to children struck with sudden fright).

கொழும்பு: *(பெ):* ஸ்ரீலங்கா நாட்டுத் தலைநகர்; Colombo, the capital of Sri Lanka.

கொழுவு: *(வி):* மாட்டுதல்; தொங்கவிடுதல்; to hang something on something.

கொளுக்கி: *(பெ):* கொக்கி; hook; clasp.

கொளுச் சொல்: *(பெ):* கருத்து; opinion; idea.

கொளுத்து: *(பெ):* உடற்சந்து; ஆபரணங்களின் பூட்டு; joint of the body; clasp of a jewel.

கொளுத்துதல்: *(வி):* விளக்குதல்; அறிவுறுத்துதல்; தீப்பற்ற வைத்தல்; வீணை போன்றவற்றை வாசித்தல்; தண்டித்தல்; சண்டை மூட்டுதல்; தூற்றுதல்; to explain; to advise; to light the fire; to fire; to play veena, lute etc.; to punish; to incite someone to fight; to vilify.

கொளுவி: *(பெ):* கொக்கி; hook.

கொளுவிப் பிடித்தல்: *(வி):* வசப்படுத்துதல்; வழக்குத் தொடுத்தல்; to bring something under one's control; to file a case.

கொளுவுதல்: *(வி):* தீ மூட்டுதல்; பூட்டுதல்; அகப்படுதல்; சிக்குதல்; தந்திரம் செய்தல்; to kindle fire; to fasten; to be entangled; to be caught; to make tricks.

கொளை: *(பெ):* பிடிப்பு; கோட்பாடு; பயன்; இசை; sticking; grasping; principle; benefit; music.

கொளையமைத்தல்: *(வி):* வில்லை நாணேற்றுதல்; to bend a bow and fasten its string.

கொள்: *(பெ):* ஒரு தானியம்; குடை வேலமரம்; horse gram; a kind of babul tree.

கொள்கலம்: *(பெ):* பண்டமிடுங்கலம்; container for storing.

கொள்கை: (பெ): கருத்து; கோட்பாடு; பெறுகை; நோன்பு; ஒழுக்கம்; நிகழ்வு; இயல்பு; செருக்கு; நட்பு; idea; opinion; principle; receiving; penance; regularity; occurrence; nature; pride; friendship.

கொள்முதல்: (பெ): வாங்கின விலை; அடக்க விலை; வாங்குகை; cost price; purchase.

கொள்வோன்: (பெ): வாங்குவோன்; purchaser; consumer.

கொள்ளம்: (பெ): குழை சேறு; soft well-trodden mud.

கொள்ளாமை: (பெ): பகை; மிகை; enmity; abundance.

கொள்ளார்: (பெ): பகைவர்; enemies.

கொள்ளி: (பெ): கொள்ளிக் கட்டை; நெருப்பு; எருமை நாக்குப் பூண்டு; firebrand; fire; a kind of herb.

கொள்ளிக்கண்: (பெ): தீய கண்; evil eye.

கொள்ளிச்சட்டி: (பெ): இறந்தவரின் சடலத்திற்குத் தீமூட்ட எடுத்துச்செல்லும் எரியும் சுள்ளி வைத்த மண்சட்டி; the pot containing live coal or burning sticks carried to the cremation ground for lighting the funeral pyre.

கொள்ளி போடு/கொள்ளி வை: (வி): இறந்தவரின் சடலத்திற்கு தீ மூட்டு; to light a funeral pyre.

கொள்ளியெறும்பு: (பெ): கடித்தால் அதிகமான கடுப்புணர்வை உண்டாக்கும் ஒரு வகை சிறு சிவப்பு எறும்பு; small red ant causing severe pain.

கொள்ளிவாய்ப் பிசாசு: (பெ): வாயில் நெருப்பை உடையதாக நம்பப்படும் ஒரு வகைப் பிசாசு; a demon who is said to spit fire.

கொள்ளு: (பெ): ஒரு வகை தானியம்; horse-gram.

கொள்ளுதல்: (வி): பெறுதல்; மணம் செய்து கொள்ளுதல்; கவர்தல்; முகத்தல்; கொண்டாடுதல்; மதித்தல்; பொருந்துதல்; to receive; to marry; to seize; to smell; to celebrate; to respect; be suitable.

கொள்ளுப்பாட்டன்: (பெ): பாட்டனின் தந்தை; great grandfather.

கொள்ளுப்பாட்டி: (பெ): பாட்டியின் அம்மா; பாட்டனின் அம்மா; great grandmother.

கொள்ளுப்பேத்தி: (பெ): பேரனின் மகள்; பேத்தியின் மகள்; great grand-daughter.

கொள்ளுப்பேரன்: (பெ): பேரனின் மகன்; பேத்தியின் மகன்; great grand-son.

கொள்ளை: (பெ): சூறையாடுதல்; மிகுதி; கூட்டம்; நோய் வகை; விலை; தடை; பயன்; robbery; excess; crowd; a kind of disease; price; obstacle; benefit.

கொள்ளை கொள்: (வி): மனதினை மிகவும் கவர்தல்; அடித்துச் செல்லுதல்; அபகரித்தல்; to attract the mind entirely; to take away (one's life); to be taken away.

கொள்ளைக் கப்பல்: (பெ): கடற்கொள்ளையரின் கப்பல்; corsair pirate ship.

கொள்ளைக்காரன்: (பெ): கொள்ளை அடிப்பவன்; robber; free booter; brigand.

கொள்ளைநோய்: (பெ): பலரையும் பாதிப்புக்குள்ளாக்கும் வகையில் வெகு விரைவாகப் பரவிடும் நோய்; epidemic.

கொள்ளை போதல்: (வி): கொள்ளையடிக்கப்படுதல்; இழத்தல்; be robbed; to lose.

கொள்ளையடி: (வி): பொருள், பணம் போன்றவற்றைப் பெருமளவில் திருடுதல்; பெருமளவில் பணம் போன்றவற்றைக் கையாடுதல்; அநியாயமான முறையில் பறித்தல்; to plunder; to rob; to swindle public money, etc.

கொறடா: (பெ): குதிரைச் சவுக்கு; பாராளுமன்றம், சட்டசபை போன்றவற்றில் முக்கிய வாக்கெடுப்புகளின்போது தங்கள் கட்சி உறுப்பினர்கள் தவறாது அவைக்கு வந்து கட்சியின் தீர்மானப்படி வாக்களிப்பதை உறுதிப்படுத்தும் பொறுப்புக்கு நியமிக்கப்பட்ட உறுப்பினர்; horse-whip; party-whip.

கொறி: (பெ): ஆடு; மேஷராசி; சிறிது சிறிதாகப் பொறுக்கி உண்ணுதல்; goat; the first constellation of the Zodiac having the ram as its sign; Aries; eating scantily.

கொறிதலை: (பெ): நிலவேம்பு; a kind of neem tree.

கொறுக்கச்சி: (பெ): நாணல் வகை; a kind of large and coarse grass.

கொறுக்கு: (பெ): ஒரு கொடிய மேக நோய் வகை; syphilis.

கொறுக்கை: (பெ): நாணல்; கடல்; பால்வினை நோய் வகை; a large and coarse grass; sea; a kind of sexual disease.

கொறுடு: (பெ): கன்னம்; cheek.

கொற்கை வேந்தன்: (பெ): பாண்டிய மன்னன்; a Pandiya king.

கொற்றத் தேவி/கொற்றவி: (பெ): பட்டத்தரசி; queen.

கொற்றம்: (பெ): வெற்றி; வீரம்; வலிமை; வன்மை; அரசியல்; victory; bravery; strength; power; mighty; politics.

கொற்ற முரசு: (பெ): வெற்றி முரசு; the drum beaten in token of a victory.

கொற்றவன்: (பெ): அரசன்; வெற்றியுடையோன்; king; victor.

கொற்றவை: (பெ): துர்க்கை; Durga, the Goddess of Victory.

கொற்றி: (பெ): துர்க்கை; பசுவின் இளங்கன்று; Durga, the Goddess of Victory; the calf of a cow.

கொற்றை: *(பெ):* இழிவானது; that which is niggardly.

கொனை: *(பெ):* நுனி; tip.

கொன்: *(பெ):* பயனில்லாமை; அச்சம்; காலம்; பெருமை; வலிமை; uselessness; fear; season; greatness; strength.

கொன்றை: *(பெ):* சரக்கொன்றை; Indian Laburnum.

கொன்றை சூடி: *(பெ):* சிவபெருமான்; Lord Shiva.

கொன்னாளன்: *(பெ):* பயனில்லாதவன்; பாவி; useless fellow; sinner.

கொன்னுதல்: *(வி):* குழறுதல்; திக்கிப் பேசுதல்; to stammer; to babble.

கொன்னேச்சன்: *(பெ):* உண்ணி; tick on dogs, sheep and cattle.

கொன்னை: *(பெ):* குழறுதல்; திக்கிப் பேசுதல்; இகழ்ச்சி; தொன்னை; babbling; stammering; vilification; cup made of dried leaves.

கோ

கோ: *(பெ):* இறைவன்; அரசன்; எருது; தந்தை; தலைமை; மலை; வானம்; குயவன்; பசு; தேவலோகம்; அரசியல்; உரோமம்; இலந்தை மரம்; நீர்; கண்; அம்பு; வச்சிரப் படை; சூரியன்; சந்திரன்; பூமி; திசை; கதிர்; God; king; ox; father; leadership; mountain; sky; potter; cow; heaven; politics; hair; Jujube tree; water; eye; arrow; thunder bolt, a weapon sharp edged on both sides; Sun; Moon; earth; direction; rays.

கோகடம்: *(பெ):* முயல் வகை; a kind of rabbit.

கோகண்டம்: *(பெ):* நெருஞ்சில்; cow's thorn.

கோகத்தி: *(பெ):* பசுக் கொலை; killing of cows.

கோகநகம்: *(பெ):* செந்தாமரை; செவ்வாம்பல்; red lotus; red water lily.

கோகம்: *(பெ):* உலர்ந்த பூ; சக்கரவாகப் புள்; செந்நாய்; தவளை; பல்லி; பேரீச்ச மரம்; துணி; faded flower; a bird in separation, said to be pining for its mate during the night, is mentioned in classical literature; grey-hound; frog; lizard; date-palm tree; cloth.

கோகயம்: *(பெ):* தாமரை; lotus.

கோகரணம்: *(பெ):* ஒரு சிவத்தலம்; a shrine of Lord Shiva.

கோகருணி: *(பெ):* மரவகை; a kind of tree.

கோகலி: *(பெ):* கடம்ப மரம்; a kind of tree.

கோகழி: *(பெ):* குருந்த மரம்; திருவாவடுதுறை என்னும் சிவத்தலம்; a kind of tree; Thiruvavaduthurai - a shrine of Lord Shiva.

கோகனகச்சிலை: *(பெ):* பதுமராகக் கல்; a kind of ruby.

கோகனகத்தி: *(பெ):* திருமகள்; கலைமகள்; Lakshmi, Goddess of Wealth; Saraswathi, Goddess of arts and learning.

கோகனகம்/கோகனதம்: *(பெ):* செந்தாமரை; red lotus.

கோகனகன்: *(பெ):* பிரமன்; Lord Brahma.

கோகனதை: *(பெ):* திருமகள்; Lakshmi, Goddess of Wealth.

கோகனம்: *(பெ):* கரிசலாங்கண்ணி; நில வேம்பு; a kind of greens with short thick leaves; eclipse plant; a kind of tree.

கோகிலம்: *(பெ):* குயில்; குரங்கு; பல்லி; துளை; கலப்பை; உலக்கை; செடி வகை; koel; monkey; lizard; hole; plough; pestle; a kind of plant.

கோகில வாசம்: *(பெ):* மாமரம்; mango tree.

கோகு: *(பெ):* புயம்; கபடம்; கழுதை; shoulder; arm; guile; donkey.

கோகுத்தம்: *(பெ):* மல்லிகை; Jasmine.

கோகுலம்: *(பெ):* கண்ணன் பிறந்து வளர்ந்த ஆயர்பாடி; குயில்; குரங்கு; துளை; கோயில்; கொட்டில்; பசுக்கூட்டம்; the place where Lord Krishna was born; koel; monkey; hole; temple; stable; herd of cows.

கோக்கதவு: *(பெ):* பெரிய கதவு; a big door.

கோக்கலம்: *(பெ):* வெண்கலப் பாத்திரம்; bronze vessel.

கோக்கா மரம்: *(பெ):* கட்டு மரம்; catamaran.

கோக்காலி: *(பெ):* உயரமான மனிதன்; a tall person.

கோக்குஞ்சம்: *(பெ):* அம்பறாத்தூணி; quiver; case of arrows.

கோங்கம்: *(பெ):* நெல்லி மரம்; ஒரு மர வகை; emblic myrobalan tree; a kind of tree.

கோங்கு: *(பெ):* மர வகை; a kind of tree.

கோசகாரம்: *(பெ):* பட்டுப் பூச்சி; moth; silkworm.

கோசக்கம்: *(பெ):* குழப்பம்; confusion.

கோசங்கம்: *(பெ):* வைகறை; dawn.
கோசணை: *(பெ):* பேரொலி; loud noise.
கோசம்: *(பெ):* முட்டை; கவசம்; மதிலுறுப்பு; கருப்பை; ஆடவர் மர்மத்தானம்; கருவூலம்; பட்டா; தொகுதி; சாதிக்காய்; வீதி; அடங்கல் கணக்கு நூல்; சத்தியம்; செல்வம்; புத்தகம்; பொன்; egg; shield; bastions of a (fort) wall; uterus; the genital part of male; treasury; a settlement record which shows who, as the owner of a specified land, is obliged to pay the tax; collection; nut-meg; street; a village register (account) which shows the survey number, area of assessment, crop cultivated, month of harvest, etc., for every year; promise; wealth; book; gold.
கோசமம்: *(பெ):* பீர்க்கங் கொடி; sponge-gourd creeper.
கோசம்பி: *(பெ):* கௌசாம்பி என்னும் நகரம்; a town named Kausambi.
கோசரம்: *(பெ):* பூந்தாது; மகிழமரம்; பொறியுணர்வு; ஊர்; கோத்திரம்; குறித்த காலத்தில் கோள்கள் இருக்கும் நிலை; pollen dust; pointed-leaved ape-flower tree; a town; lineage; (Astrol) position of planets at a given movement.
கோசர்: *(பெ):* பழைய மறக்குடியுள் ஒரு சாரார்; ancient caste of warriors.
கோசலை: *(பெ):* கோசல நாடு; இராமபிரானின் தாய்; a country called Kosalam; Kosalai, mother of Sri Rama.
கோசன்: *(பெ):* சீர்பந்த பாடாணம்; a kind of arsenic.
கோசனை: *(பெ):* பேரொலி; கோரோசனை; loud noise; bezoar used as an antidote.
கோசாங்கம்: *(பெ):* நாணல்; a large and coarse grass.
கோசாலை: *(பெ):* பசுக் கொட்டில்; cow-stall.
கோசிகம்: *(பெ):* பட்டாடை; பண் வகை; கூகை; சாமவேதம்; silk garment; a kind of music; rock-horned owl; Sama Veda, the third Veda of the four Vedas.
கோசிகன்: *(பெ):* விஸ்வாமித்திர முனிவர்; the Sage Viswamitra.
கோசிகை: *(பெ):* பட்டுச்சீலை; silk saree.
கோசு: *(பெ):* கூப்பிடு தொலைவு; வீதி; தோல்வி; செயல்; முட்டை கோஸ்; hailing distance; street; failure; defeat; action; cabbage.
கோடகம்: *(பெ):* தலை முடியுறுப்புள் ஒன்று; பல தெருக்கள் கூடும் இடம்; குதிரை; புதுமை; குண்டிகை; crown; junction; horse; novelty; jug.
கோடங்கி/கோடாங்கி: *(பெ):* உடுக்கை; உடுக்கை அடித்துக் குறி சொல்பவன்; a small drum tapering in the middle to be held in the hand and played with fingers; soothsayer who carries the hour-glass shaped hand drum; exorcist.
கோடங்கிழங்கு: *(பெ):* சிற்றரத்தைச் செடி; a herb.
கோடணை: *(பெ):* ஒலி; முழக்கம்; யாழ் வாசித்தல்; அலங்காரம்; கொடுமை; sound; roar; playing a lute; decoration; severity.
கோடதகம்: *(பெ):* சுக்கு; dried ginger.
கோடம்: *(பெ):* பேரொலி; வெண்கலம்; எல்லை; குதிரை; கோட்டை; குடில்; மாமரம்; வளைவு; செங்கருங்காலி மரம்; ஒரு கால் முடம்; loud noise; bronze; limit, boundary; horse; fort; hut; mango tree; bend; a kind of tree; crippled condition of leg.
கோடரம்: *(பெ):* மரம்; சோலை; எட்டிமரம்; குரங்கு; மரக்கிளை; தேரின் மொட்டு; மரப்பொந்து; குதிரை; tree; grove; strychnine tree; monkey; branch of a tree; the knob on the top of a temple car; a hollow space in the tree; horse.
கோடரவம்: *(பெ):* துன்பம்; வருத்தம்; suffering; distress.
கோடரி/கோடாரி/கோடாலி: *(பெ):* மரம் வெட்டும் கருவி; axe.
கோடரிக்காம்பு: *(பெ):* கோடாலியின் பிடி; தன்குலத்தை அழிப்பவன்; the handle of an axe; one who brings ruin to his own family.
கோடல்: *(பெ):* கொள்ளுகை; பாடம் கேட்டல்; வளைவு; முறித்தல்; வெண்காந்தள்; keeping; listening to a lesson; bend; to break; white lily flower.
கோடவதி: *(பெ):* வீணை; veena.
கோடவி: *(பெ):* துர்க்கை; Durga, Goddess of Victory.
கோடா: *(பெ):* சாராய வண்டல்; கேலி; sediment of arrack; fun; joke.
கோடாங்கி: *(பெ):* வரிக்கூத்து வகை; மாதர் துகில்; உடுக்கை; a kind of play; women's garment; a kind of hour-glass shaped hand drum.
கோடாசுழி: *(பெ):* பூண்டு வகை; a kind of herb.
கோடாஞ்சி: *(பெ):* மரவகை; a kind of tree.
கோடாய்: *(பெ):* செவிலித்தாய்; foster-mother.
கோடாரி: *(பெ):* கோடரி; கோடாலி; axe.
• **கோடாலிக்** காம்பு குலத்துக்கு ஈனம் - *பழமொழி.*
கோடாலி முடிச்சு: *(பெ):* அலங்காரமாக அல்லாமல் கூந்தலை அள்ளிச் சுருட்டிப்போட்டுக்கொள்ளும் முடிச்சு; a casual way of knotting the hair.
கோடானுகோடி: *(பெ):* குறிப்பிட்டுக் கூற இயலாத பெரும் எண்ணிக்கை; பல கோடி; innumerable; millions.
கோடி: *(பெ):* நூறு லட்சம்; புதுச்சீலை; புதுமை; வளைவு; தொகுதி; நுனி; மூலை; விளிம்பு; குறிப்பு; எல்லை; (10 millions or 100 lakhs) crore; newly purchased cloth; newness; novelty; collection; cape; corner; brim;

கோடிகம் 395 **கோட்டித்தல்**

suggestion; limit. • **கோடி** வித்தையும் கூழுக்கு. • **கோடி** நேசம் கேடு படுத்தும் - *பழமொழிகள்.*

கோடிகம்: *(பெ):* பூந்தட்டு; குண்டிகை; ஆடை; அணிகலச் செப்பு; flower-tray; jug; cloth; ornamental box.

கோடிகர்: *(பெ):* துணி நெய்வோர்; weavers.

கோடி காட்டுதல்: *(வி):* ஒரு விஷயத்தைப் புரிந்து கொள்ளும் வகையில் குறிப்புக் காட்டுதல்; to hint at.

கோடிட்ட: *(பெ.அ):* தேர்வுத்தாள், பயிற்சிப்பாடம் ஆகியவற்றில் கோடு போட்டுக் காலியாக விடப்பட்ட; காசோலை; அஞ்சல் ஆணை ஆகியவற்றில் இடதுபுற மேல் முனையில் குறுக்குவாட்டில் இருகோடுகள் இழுத்து அடையாளமிட்ட; (in question paper, etc.,) blank indicated by a line; (in cheques, etc.,) crossed.

கோடிட்டுக் காட்டு: *(வி):* வலியுறுத்திச் சுட்டிக் காட்டு; underscore; underline.

கோடித்தல்: *(வி):* அலங்கரித்தல்; ஒலித்தல்; வேண்டுதல்; to decorate; to produce sound; to request.

கோடிப்பருவம்: *(பெ):* இளமைப் பருவம்; youth.

கோடிப் பாம்பு: *(பெ):* பழக்கப்படாத பாம்பு; untrained snake.

கோடி முரிதல்: *(பெ):* வைரக் குற்றம் பன்னிரண்டனுள் ஒன்று; one of the twelve faults of diamond.

கோடியர்: *(பெ):* கூத்தர்; dancers.

கோடியலூர்தி: *(பெ):* யானைத் தந்தத்தால் செய்யப்பட்ட வாகனம்; the carriage made of elephant's tusk.

கோடிரம்: *(பெ):* கீரி; இந்திரகோபம்; mongoose; cochineal insect.

கோடீஸ்வரன்: *(பெ):* பெருஞ் செல்வந்தன்; a very rich man.

கோடீரம்: *(பெ):* முடி; சடை; இந்திரன் வில்; hair; plaited hair of woman; bow of Lord Indra - rainbow.

கோடு: *(பெ):* வளைவு; நடுநிலை நீங்குகை; யானைத் தந்தம்; விலங்குகளின் கொம்பு; ஊது கொம்பு; பிறை மதி; சங்கு; குலை; மயிர்முடி; மலையுச்சி; மலை; மேட்டு நிலம்; வரி; நீர்க்கரை; முனை; பக்கம்; கொடுமை; நீதி மன்றம்; bend; curve; slipping from impartiality; tusk of an elephant; horn of animals; trumpet; crescent moon; conch; cluster; knot of hair; peak; mountain; raised ground; line; bank of a water source; end; side; severity; court of law.

கோடை: *(பெ):* மேலைக்காற்று; வெயில் காலம்; குதிரை; வெயில்; வெண் காந்தள்; செங்காந்தள்; west wind; summer; horse; Sun shining; white water lily; red water lily.

கோடைக்கிழங்கு: *(பெ):* சிற்றரத்தை; a herbal plant.

கோடைக்கொட்டை: *(பெ):* நிலக்கடலை; ground-nut.

கோடை வாசஸ்தலம்: *(பெ):* கோடை காலத்திலும் குளிர்ந்த தட்ப வெப்ப நிலையுள்ளதாக அமைந்திருக்கும் மலைப்பகுதியில் அமைந்துள்ள இடம்; summer resort; hill station.

கோட்டகம்: *(பெ):* ஆழமான நீர் நிலை; பள்ளம்; கரை; deep tank; depth; bank.

கோட்டங்காவலர்: *(பெ):* சிறைச்சாலைக் காவலர்கள்; the guards of a prison.

கோட்டடி: *(வி):* தோல்வியடைதல்; to fail.

கோட்டம்[1]: *(பெ):* வளைவு; வணக்கம்; கோயில்; அறை; பசுவின் தொழுவம்; வாசனைச்செடி வகை; நினைவாலயம்; நிர்வாக வசதிக்கென பிரிக்கப்பட்டிருக்கும் பிரிவு; bend; salutation; temple; room; cow-shed; a kind of fragrant shrub; a temple-like structure erected in memory of the highly revered person; division for administrative purposes.

கோட்டம்[2]: *(பெ):* குரங்கு; கரை; யாழ்; குளம்; வயல்; நாடு; நகரம்; பகைமை; குரா மரம்; மாறுபாடு; சிறைச்சாலை; பாசறை; ஒரு மருந்து; மருத நிலத்து ஊர்; monkey; bank of a water source; lute; tank; paddy field; country; town; enmity; a kind of tree; difference; prison; camp; a medicine; a town surrounded by agricultural lands.

கோட்டரம்: *(பெ):* குரங்கு; தொல்லை; monkey; trouble.

கோட்டரவு: *(பெ):* மனவருத்தம்; துன்பம்; வாட்டம்; suffering; distress; withering.

கோட்டலை: *(பெ):* துன்பம்; விகடக்கூத்து; மூடநம்பிக்கை; distress; buffoonery; superstition.

கோட்டல்: *(வி):* எழுதல்; வளைத்தல்; செய்தல்; பூசுதல்; to rise; cause to bend; to make; to smear.

கோட்டா: *(பெ):* கேலி; கிண்டல்; banter; joking remark; teasing.

கோட்டாரம்: *(பெ):* கிணறு; மரம்; well; tree.

கோட்டாலை: *(பெ):* துன்பம்; விகடக் கூத்து; distress; buffoonery.

கோட்டான்: *(பெ):* கொக்கு வகை; கூகை; a kind of stork; rock-horned owl.

கோட்டி: *(பெ):* துன்பம்; பைத்தியம்; நிந்தை; சபை; குழு; கூட்டம்; பேச்சு; அழகு; கோபுரவாயில்; வீட்டு வாசல்; விகடக் கூத்து; distress; madness; vilification; assembly; group; crowd; speech; beauty; main entrance of a temple; entrance of a house; buffoonery.

கோட்டிக்காரன்: *(பெ):* பைத்தியக்காரன்; mad man.

கோட்டித்தல்: *(வி):* ஆரவாரித்தல்; to make loud noise.

கோட்டினம்: *(பெ):* எருமைக்கூட்டம்; herd of buffaloes.

கோட்டு: *(பெ):* நெற்சூடு; stack of unthrashed sheaves of paddy.

கோட்டுதல்: *(வி):* வளைத்தல்; ஓவியம் வரைதல்; முறித்தல்; கட்டுதல்; to bend; to draw pictures; to break; to build.

கோட்டுப்பூ: *(பெ):* மரக்கொம்புகளில் தோன்றும் பூ; flowers on the branches.

- **கோட்டுப்பூச்** சூடினும் காயும் ஒருத்தியைக் காட்டிய சூடினீர் என்று. - *குறள் 1313.*

கோட்டுமா: *(பெ):* யானை; எருமைக்கடா; காட்டுப்பன்றி; elephant; he-buffalo; boar.

கோட்டு மீன்: *(பெ):* சுறா மீன்; shark.

கோட்டு வாத்தியம்: *(பெ):* வீணையைப் போன்றிருந்தாலும் மெட்டுகள் இல்லாத ஒரு வாத்தியம்; a musical instrument similar to veena.

கோட்டுவாய்: *(பெ):* உறங்கிடும்போது வாயிலிருந்து வழியும் உமிழ் நீரானது காய்ந்து உண்டாக்கிய கோடு; saliva trickling from one's mouth while sleeping.

கோட்டுவான்: *(பெ):* கோட்டான்; நீர்ப்பறவை வகை; rock-horned owl; a kind of water-bird.

கோட்டை: *(பெ):* மதிலரண்; காடு; வைக்கோல் புரியில் பொதிந்த நெல்; வைக்கோல் போர்; தானிய அளவுவகை; பரிவேடம்; இருபத்தியொரு மரக்கால் கொண்ட ஓர் அளவு; fort; forest; paddy bundled in straw; stack of straw; a grain measure; halo; a measure of grain equal to twenty-one bushels.

கோட்டை கட்டுதல்: *(வி):* நிறைய ஆசைகளை மனதில் வளர்த்துக் கொள்ளுதல்; to nurture ambitions.

கோட்டைப் போர்: *(பெ):* வைக்கோற்போர்; stack of straw.

கோட்டையடுப்பு: *(பெ):* பெருமளவில் சமைத்திடக் கட்டப்பட்ட (அ) தரையில் தோண்டப்பட்ட பெரிய அடுப்பு; trench-oven for cooking on a large scale.

கோட்டை விடு: *(வி):* ஏமாந்து தவறவிடு; எளிதாக இழந்திடு; to miss something in a silly way; to let something to lose away.

கோட்டை வீடு: *(பெ):* கோட்டை போன்ற அரண்மனை; கோட்டை; castle.

கோட்படுதல்: *(வி):* கொள்ளப்படுதல்; வலிமை கொள்ளுதல்; be seized; be realised; to become powerful.

கோட்படு பதம்: *(பெ):* மாட்டின் குளம்பு; hoof of the cattle like cow, bull, etc.

கோட்பறை: *(பெ):* செய்தி அறிவிக்கும் முன்பாக ஒலிக்கப்படும் பறை; proclamation drum; tom-tom.

கோட்பாடு: *(பெ):* ஒரு துறையில் ஒன்றை விளக்க சில கொள்கைகளை அடிப்படையாகக் கொண்டு தர்க்க பூர்வமாக நிறுவப்படும் கூற்று (அ) கூற்றுகளின் தொகுப்பு; கொள்கை; நடத்தை; theory; principle; policy; creed; doctrine; conduct.

கோட்பு: *(பெ):* கொள்ளுகை, வலிமை; taking; strength; power.

கோணங்கி: *(பெ):* கோமாளி; உடுக்கையடித்துக் குறி சொல்லுபவன், clown; buffoon; the soothsayer, who carries the hour-glass-like hand-drum.

கோணம்: *(பெ):* வளைவு; யானைத் தோட்டி; குறுகலான சந்து; குதிரை; மூக்கு; மூலை; ஒதுக்குப்புறமான இடம்; வயற்காடு; angle; bend; curve; elephant-goad; narrow short lane; horse; nose; corner; remote place; agricultural tract.

கோணல்: *(பெ):* வளைவு; கூன்; மாறுபாடு; மன உளைச்சல்; bend; curve; hunch; obliquity; crookedness of mind.

கோணல்மாணல்: *(பெ):* தாறுமாறு; confusion.

கோணாய்: *(பெ):* ஓநாய்; நரி; wolf; fox (male).

கோணிக் கயிறு: *(பெ):* சணல் கயிறு; gunny twine.

கோணிப்பை: *(பெ):* சாக்கு, சணல் பை; sack; gunny bag.

கோணியூசி: *(பெ):* சாக்குப் பை தைத்திட உபயோகிக்கும் இரும்பால் ஆன கனத்த ஊசி; bodkin; packing needle for sewing gunny-bags.

கோணுதல்: *(வி):* வளைதல்; நெறிபிறழ்தல்; மாறுபடுதல்; வெறுப்புக் கொள்ளுதல்; to bend; be curved; to deviate; to differ; to have dislike. • **கோணிக்** கோடி கொடுப்பதிலும் மேலாக, **கோணாமல்** காணி கொடுப்பது நல்லது - *பழமொழி.*

கோணை: *(பெ):* கோணல்; வளைவு; கொடுமை; பீடை; தொல்லை; வலிமை; அழிவின்மை; bend; curve; curvature; crookedness; cruelty; sorrow; trouble; strength; imperishable state.

கோணை மாதம்: *(பெ):* மார்கழி மாதம்; Margazhi, the ninth month of Tamil year.

கோணையன்: *(பெ):* கொடியவன்; cruel man.

கோண்: *(பெ):* வளைவு; மாறுபாடு; கொடுங்கோன்மை; நுண்ணிய பகுதி; பாத்திரத்தின் மூக்கு; bend; curve; difference; tyranny; minute part; spout of a vessel.

கோண்டம்: *(பெ):* நெருஞ்சில்; குறிஞ்சாக்கொடி; cow's thorn; a kind of herb.

கோண்டன்: *(பெ):* கீழ் மகன்; mean person.

கோண்டை: *(பெ):* கமுகு; இலந்தைப் பழம்; areca-nut; jujube-fruit.

கோண்மா: *(பெ):* சிங்கம்; புலி போன்ற கொடிய விலங்குகள்; beast of prey as lion, tiger, etc.
கோண் மீன்: *(பெ):* கிரகம்; planet.
கோதண்டபாணி: *(பெ):* இராமபிரான்; Sri Rama.
கோதண்டம்: *(பெ):* இராமபிரானின் வில்; வில்; புருவ மையம்; முற்காலத்தில் பிடிபட்ட ஒற்றன், குற்றவாளி போன்றவர்களைத் தண்டித்திட மரத்தால் செய்யப்பட்ட ஓர் அமைப்பு; பள்ளிச் சிறாரைத் தண்டித்திட பயன்படுத்தும் தொங்கு கயிறு; Sri Rama's bow; bow; the centre point in between the eyebrows; stocks of former times; a rope, suspended in old-time schools to punish pupils.
கோதந்தி: *(பெ):* தாடை; கன்னம்; jaw; cheek.
கோதமநதி: *(பெ):* கோதாவரி ஆறு; River Godhavari.
கோதம்: *(பெ):* பொல்லாங்கு; சினம்; கோத்திரம்; குலம்; fault; offence; anger; family; lineage.
கோதல்: *(பெ):* கேடுற்ற பொருள்; decayed thing; ruined thing.
கோதனம்: *(பெ):* பசுவின் கன்று; calf of the cow.
கோதா: *(பெ):* மல்யுத்த களம்; உடும்பு; wrestling ground; big lizard; salamander.
கோதாட்டு/கோதாட்டம்: *(பெ):* வஞ்சித்தல்; குறும்பு விளையாட்டு; வருத்தம்; deceit; mischievous sport; regret.
கோதாட்டுதல்: *(வி):* குற்றங்களைப் போக்குதல்; சீராட்டுதல்; to cleanse or purify from sin or dirt; to tend with care.
கோதாரி: *(பெ):* கொள்ளை நோய்; epidemic.
கோதாவரி/கோதாவிரி: *(பெ):* ஓர் ஆறு; River Godhavari.
கோதானம்: *(பெ):* பசுக்கொடை; free gift of cow.
கோதி: *(பெ):* கோதுமை; நெற்றி; முதலை; wheat; forehead; crocodile.
கோதிகை: *(பெ):* முதலை; உடும்பு; crocodile; big lizard.
கோது: *(பெ):* சக்கை; விதையுறை; குற்றம்; பயனின்மை; நெறி தவறுகை; உள்ளக்களிப்பு; waste; capsule; fault; uselessness; losing one's conduct; joy.
கோதுகலம்/கோதுகுலம்: *(பெ):* உள்ளக்களிப்பு; joy.
கோதுதல்: *(வி):* துளைத்தல்; மயிர் வகிர்தல்; மூக்கால் இறகைக் குடைதல்; சிதறச் செய்தல், தோண்டுதல்; வருடுதல்; to pierce; to part the hair from the crown to the forehead; to preen (of birds); to splash; to dig; to fondle someone by storking the hair.
கோதுமை: *(பெ):* ஒரு பழுப்பு நிறத் தானியம்; wheat.
கோதூளி: *(பெ):* மாலைப் பொழுது; evening.
கோதை: *(பெ):* பெண்டிரின் கூந்தல்; ஸ்ரீ ஆண்டாள்; பூமாலை; முத்தாரம்; ஒழுங்கு; பெண்; சேரன்; காற்று; பூதம்; உடும்பு; the long flowing hair of women; Sri Andal, one of the twelve Aazhwars,-the devotees of Vishnu; garland; pearls strung on lines or threads; pearl garland; order; woman; Chera king; wind; goblin.
கோதையர்: *(பெ):* மாதர்; பெண்டிர்; women.
கோத்தல்: *(வி):* ஒழுங்குபடுத்துதல்; தொகுத்துரைத்தல்; தொடுத்தல்; உடுத்துதல்; கைபிணைத்தல்; ஒன்று சேர்த்தல்; கலந்து கொள்ளுதல்; எதிர்த்தல்; to systematise; to compile; to string; to file; to insert; to wear; to join the hands; to merge; to participate; to oppose.
கோத்திரசன்: *(பெ):* ஒரு குலத்தில் பிறந்தவன்; one who is born in a family or in a community.
கோத்திரம்: *(பெ):* குலம்; பூமி; மலை; வரகு; family; lineage; earth; mountain; hill; common millet.
கோத்திரவம்: *(பெ):* வரகு; common millet.
கோத்திரிகை: *(பெ):* முந்திரிகை மரம்; cashew-nut tree.
கோத்திரை: *(பெ):* பூமி; earth.
கோத்து: *(பெ):* பட்டாளம் தங்குமிடம்; military camp.
கோதும்பி: *(பெ):* திருவாசகத்துள் ஒரு பதிகம்; ஒரு வகை வண்டு; a poem in Thiruvasagam; a kind of beetle.
கோத்தை: *(பெ):* பழுது; anything rotten.
கோநகர்: *(பெ):* தலைநகர்; கோயில்; capital city; temple.
கோநாய்: *(பெ):* ஓநாய்; wolf.
கோந்தி: *(பெ):* குரங்கு, monkey.
கோந்து: *(பெ):* பிசின்; gum.
கோந்துரு: *(பெ):* ஏளனம்; பாட்டனின் பாட்டன்; mockery; grandfather of one's grandfather.
கோபகுண்டம்: *(பெ):* எட்டி மரம், strychnine tree.
கோபதி: *(பெ):* எருது; சிவபெருமான்; சூரியன்; இந்திரன்; ox; Lord Shiva; the Sun; Lord Indra.
கோபதாபம்: *(பெ):* கோபமும் அதன் விளைவாக ஏற்படும் மனக்குறையும்; rankling; resentment.
கோபமுள்ள: *(பெ.அ):* சினங்கொண்ட; fiery.
கோபமூட்டு: *(வி):* எரிச்சலை உண்டாக்கு; சினமுண்டாக்கு; கோபப்படச்செய்திடு; to irritate; to exasperate; to pique; to vex.
கோபம்: *(பெ):* சினம்; கம்பலப் பூச்சி; ஒரு துகில் வகை; வெறுப்பு; anger; a kind of insect; a kind of cloth; hatred. • **கோபமிருக்கும் இடத்தில்தான் குணமும் இருக்கும். • கோபம் சண்டாளம்** - *பழமொழிகள்.*

கோபவல்லி: *(பெ):* பெருங்குரும்பைக் கொடி; a kind of herbal creeper.

கோபனம்: *(பெ):* இரகசியம்; மறைவு; secret; secrecy.

கோபனை: *(பெ):* கவண்; a sling to drive away the birds that destroy the crops.

கோபன்: *(பெ):* ஆநிரை காப்போன்; cow-herd.

கோபாலன்: *(பெ):* ஸ்ரீ கிருஷ்ணன்; கண்ணன்; பசுக்களைக் காப்பவன்; Lord Sri Krishna; Kannan; cow-herd.

கோபி: *(பெ):* சினங் கொண்டவன்; ஆயர் குலப் பெண்; நன்னாரி; angry person; herdswoman; shepherdess; sarsaparilla.

கோபிதம்: *(பெ):* கோபம்; சினம்; anger.

கோபிதாரம்: *(பெ):* குரா மரம்; a kind of tree.

கோபித்தல்: *(வி):* ஒருவர் மேல் கோபம் கொள்ளுதல்; to get angry.

கோபிநாதன்: *(பெ):* கண்ணபிரான்; Sri Krishna.

கோபுரம்: *(பெ):* கோயிலின் நுழைவாயிலின் மேல் எழுப்பப்படும் அடிப்பக்கம் அகன்றும், மேல்பகுதி குறுகியும் பக்கங்களில் சிற்ப வேலைப்பாடு கொண்டும் அமைக்கப்படும் உயர்ந்த கட்டடப் பகுதி; வசிப்பதற்கு (அ) பணிபுரிந்திடுவதற்கு அல்லாத உயரமான கட்டடம் (அ) உலோகக் கம்பிகளால் ஆன உயர்ந்த அமைப்பு; (of Hindu temple) tower; gopuram; watch tower; tower-like structure; T.V. tower.

கோப்பன்/கோப்பாளி: *(பெ):* கெட்டிக்காரன்; clever and active man.

கோப்பியம்: *(பெ):* இரகசியம்; அடக்கம்; secrecy; privacy; quietness; self-restraint.

கோப்பு: *(பெ):* கோக்கை; ஒழுங்கு; சீர்; அலங்காரம்; பகட்டு; உபாயம்; சுமை; காய்கறிகள்; அலுவலக ஆவணத் தொகுப்பு; stringing; order; adornment; vanity; means; weight; vegetables; file.

கோப்பெண்டு: *(பெ):* அரசமாதேவி; queen.

கோப்பெருஞ்சோழன்: *(பெ):* சோழமன்னன்; a Chozha king.

கோப்பெருந்தேவி: *(பெ):* பட்டத்தரசி; chief queen.

கோப்பை: *(பெ):* குடிக்கப் பயன்படுத்தும் ஒருபக்கத்தில் கைப்பிடியை உடைய சிறு பீங்கான் (அ) கண்ணாடிப் பாத்திரம்; சோறு போன்றவை வைத்திடப் பயன்படுத்தும் அடிப்பகுதி தட்டையாகவும், பக்கப்பகுதி புடைத்தும் இருக்கும் பாத்திரம்; porcelain cup; cup-like bowl either of porcelain or of metal.

கோமகள்: *(பெ):* தலைவி; அரசி; இளவரசி; a lady; queen; princess.

கோமகன்: *(பெ):* அரசன்; இளவரசன்; king; prince.

கோமடந்தை: *(பெ):* இலக்குமி; திருமகள்; Lakshmi, Goddess of Wealth.

கோமணாண்டி: *(பெ):* கோவணத்துடன் திரியும் பரதேசி; a mendicant who wears a loin-cloth only.

கோமணிக் குன்றம்: *(பெ):* வெண்கல மலை; bronze hill.

கோமதி: *(பெ):* ஓர் ஆறு; ஒரு பெண் தெய்வம்; a river; a female deity.

கோமயம்: *(பெ):* பசுவின் சிறுநீர்; பசுவின் சாணம்; cow's urine; cow-dung.

கோமளம்: *(பெ):* அழகு; இளமை; மென்மை; மகிழ்ச்சி; கறவைப் பசு; மாணிக்க வகை; beauty; youth; tenderness; happiness; milch cow; a kind of ruby.

கோமாட்டி: *(பெ):* தலைவி; அரசி; heroine; lady; queen.

கோமாயு: *(பெ):* நரி; fox.

கோமாரி: *(பெ):* மாடுகளுக்கு உண்டாகும் ஒரு நோய்; foot and mouth disease of cows.

கோமாளி: *(பெ):* விகடன்; தன் சேட்டைகளால் பிறரைச் சிரிக்கச் செய்பவன்; நகைச்சுவையாளன்; buffoon; clown; jester.

கோமான்: *(பெ):* அரசன்; பெருமையில் சிறந்தவன்; மூத்தோன்; குரு; பன்றி; king; lord; elder; teacher; guru; pig.

கோமி: *(பெ):* கோமதியாறு; River Gomathi.

கோமுற்றவர்: *(பெ):* அரசர்; king.

கோமுனிவன்: *(பெ):* தலைமை முனிவன்; chief sage.

கோமூத்திரம்: *(பெ):* பசுவின் சிறுநீர்; cow's urine.

கோமேதகம்: *(பெ):* பழுப்பு அல்லது வெளிர் மஞ்சள் நிறத்தில் உள்ள விலையுயர்ந்த கல்; komethagam, a precious stone of light yellow colour.

கோம்பல்: *(பெ):* முன்கோபம்; quick temper; irascibility.

கோம்பறை: *(பெ):* பயனற்றது; useless thing.

கோம்பி: *(பெ):* ஓணான்; பச்சோந்தி; common agamous lizard; chameleon.

கோம்பு: *(பெ):* கோபம்; anger.

கோம்பை: *(பெ):* தேங்காயின் மேலோடு; ஓர் ஊர்; அறிவிலி; hard outer covering as of coconut; a town; an idiot.

கோயக்கண்: *(பெ):* மாறுகண்; squint eye.

கோயில்: *(பெ):* அரண்மனை; ஆலயம்; சிதம்பரம்; திருவரங்கம்; palace; temple; Chidambaram, a shrine of Lord Shiva; Srirangam, a shrine of Lord Vishnu. • **கோயில்** இல்லாத ஊரில் குடியிருக்க வேண்டாம். • **கோயில்** பூனை தேவருக்கு அஞ்சுமா? - *பழமொழிகள்.*

கோயில்காளை: *(பெ):* கோயிலுக்குக் காணிக்கையாகக் கொடுக்கப்படும் கட்டுப்பாடு இல்லாது

கோயில் பெருச்சாளி 399 கோலாட்டம்

திரியும் கொழுத்த காளை; a fat bull dedicated to a temple which roams around.

கோயில் பெருச்சாளி: (பெ): பிறர் சொத்தை உடனிருந்தே சிறிது சிறிதாக அபகரிப்பவன்; கோயில் நிதியைத் தவறான வழியில் கையாளுபவன்; an insider who is a swindler; the person who misappropriates temple funds.

கோயின்மை: (பெ): பெருமை; செருக்கு; greatness; pride.

கோய்: (பெ): கள் முகந்திடப் பயன்படும் செப்பு; சிறு வாசனைதிரவியப் பெட்டி; a small vessel for taking out toddy; a small perfume box.

கோரகம்: (பெ): வட்டில்; இளம் பூவரும்பு; platter; tender flower bud.

கோரகை: (பெ): பிச்சைப்பாத்திரம்; அகப்பை; அரும்பு; கஞ்சா; mendicant's bowl; a long-handed spoon generally made of coconut shell; bud; a narcotic and intoxicating plant.

கோரங்கம்: (பெ): நெல்லி; emblic myrobalan.

கோரங்கி: (பெ): சிற்றேலம்; a kind of cardamom seed.

கோரசம்: (பெ): 'சிவல்' என்னும் பறவை; a kind of bird named 'Sival'.

கோரணி: (பெ): கேலிக்கூத்து; காக்காய் வலிப்பு; முணுமுணுப்பு; mimicry; epilepsy; grimace.

கோரண்டம்: (பெ): மருதோன்றி மரம்; henna tree.

கோரதரம்: (பெ): ஒரு நரகம்; a hell.

கோரம்: (பெ): கொடுமை; விரைவு; வேறுபட்டது; அச்சம் தருவது; வெம்மை; நரக வகை; குதிரை; சோழனின் குதிரை; 'அகோரம்' என்னும் மந்திரம்; வட்டில்; பூவரும்பு; அறிவின்மை; கோளக பாடாணம்; severity; swiftness; that which is different; that which gives fear; heat; hell; horse; Chozha king's horse; 'Agora', a mantra; platter; bud; ignorance; a kind of arsenic.

கோரம்பர்: (பெ): கழைக் கூத்தர்; pole-dancers.

கோரம்பலம்: (பெ): கேளிக்கை; சூழ்ச்சி; வாய்ச் சண்டை; merriment; design; quarrel.

கோரம்பு: (பெ): தீம்பு; evil.

கோரவாரம்: (பெ): சந்தன மரம்; sandal-wood.

கோரவாரி: (பெ): பெருங்காற்று; புயல்; storm; gale.

கோரன்: (பெ): சிவபெருமான்; Lord Shiva.

கோரா: (பெ): பழக்கப்படாத குதிரை; சலவை செய்யப்படாத ஆடை; சாயமிடாத நூல்; untrained horse; unwashed and un-ironed garment; un-dyed thread.

கோரான்: (பெ): குரான்; முகமதியரின் வேதம்; Koran, the sacred book of Muslims.

கோரி: (பெ): பார்வதி; முகமதியர் கல்லறை; Parvathi, Goddess and the consort of Lord Shiva; mausoleum.

கோரிகை: (பெ): அகப்பை; நெற்கூடை; wooden ladle; paddy basket.

கோரிக்கை: (பெ): வேண்டுகோள்; விருப்பம்; request; desire.

கோரிதம்: (பெ): துகள்; minute particle.

கோரியை: (பெ): அகப்பை; wooden ladle.

கோருதல்: (வி): விரும்புதல்; to like.

கோரை: (பெ): மணற்பாங்கான இடங்களிலும் நீர்நிலைகளின் கரைகளிலும் உயர்ந்து வளர்ந்திருக்கும் ஒருவகைப் புல்; sedges and bulrushes.

கோரைக்கிழங்கு: (பெ): மருந்தாகப் பயன்படும் கோரைப்புல்லின் கிழங்கு; bulb of the bulrush.

கோரைப் பல்: (பெ): கடித்துத் துண்டாக்குவதற்கு வசதியாக மேல் தாடையிலும், கீழ்த்தாடையிலும் உள்ள கூரியமுனை கொண்ட பல்; canine tooth.

கோரைப்பாய்: (பெ): கோரைப் புல்லின் தண்டைக் கிழித்துப் பதப்படுத்தி நெய்யப்படும் பாய்; bulrush mat.

கோரையுள்ளான்: (பெ): பறவை வகை; a kind of bird.

கோரோசனம்/கோரோசனை: (பெ): பசுவின் வயிற்றிலிருந்து எடுக்கப்படும் மஞ்சள் நிறமான வாசனைப் பொருள்; bezoar taken from cow's stomach used as an antidote.

கோர்க்கலம்: (பெ): மண்பாண்டம்; earthen pot.

கோலகம்: (பெ): திப்பிலி; long pepper.

கோலப்பொடி/கோலமாவு: (பெ): கோலம் போடுவதற்கென வெள்ளைக் கல்லை (அ) அரிசியை இடித்துத் தயாரிக்கும் பொடி; white powder obtained by pounding soapstone or rice for drawing Kolam.

கோலம்: (பெ): அழகு; நிறம்; உருவம்; தோற்றம்; வடிவம்; ஆபரணம்; அலங்காரம்; பன்றி; முள்ளம்பன்றி; இலந்தை மரம்; தெப்பம்; குரங்கு; பாக்கு; பீர்க்கங்கொடி; beauty; colour; figure; appearance; form; shape; ornament; adornment; pig; porcupine; jujube tree; raft; monkey; areca-nut; sponge-gourd creeper.

கோலரம்: (பெ): முளை; peg.

கோலலவணம்: (பெ): துருசு; blue vitriol.

கோலவேர்: (பெ): நிலப்பனை; palm-tree.

கோலா: (பெ): திப்பிலி; குடிநீர் வகை; ஒரு மீன் வகை; long pepper; a kind of drink; a kind of fish.

கோலாகலம்: (பெ): விழா நிகழ்வு; பகட்டு; பேரொலி; festive occasion; vanity; loud noise.

கோலாஞ்சி: (பெ): பகட்டு; தற்பெருமை; vanity; self-importance; boasting of oneself.

கோலாடு: (பெ): ஆட்டு வகை; a kind of sheep.

கோலாட்டம்: (பெ): சிறுமியர் கோல்களைத் தட்டியாடும் ஆட்டம்; a children's game; a popular group dance in which generally girls or women move around striking short coloured sticks to the rhythm of a song.

கோலி 400 **கோளகம்**

கோலி: (பெ): திப்பிலி; இலந்தை மரம்; மயிர்; ஒரு வகைக் கண்ணாடிக்குண்டு போன்ற விளையாட்டுப் பொருள்; long pepper; jujube tree; hair; glass marble.

கோலிகன்: (பெ): நெசவாளி; ஆடை வகை; weaver; a kind of garment.

கோலிகக் கருவி: (பெ): நெசவுக் கருவி; weaver's loom.

கோலிக்கற்றை: (பெ): சாமரம்; bushy tail of the yak used as a fly flapper for idols or as a royal insignia.

கோலி வருதல்: (வி): சுற்றி வருதல்; to come around.

கோலிளகுதல்: (பெ): அரசன் இறத்தல்; death of a king.

கோலுதல்: (வி): வகுத்தல்; வளைத்தல்; தொடங்குதல்; உண்டாக்குதல்; அமைத்தல்; to divide; to bend; to begin; to make; to be settled.

கோலை: (பெ): மிளகு; pepper.

கோலொற்றுதல்: (வி): அம்பு எய்தல்; to discharge arrows.

கோலோகம்: (பெ): பசுக்களுக்குரிய விண்ணுலகம்; the heaven of cows.

கோலோர்: (பெ): யானைப் பாகர்; mahouts.

கோல்: (பெ): கம்பு; ஊன்றுகோல்; செங்கோல்; அளவுகோல்; எழுதுகோல்; ஓவியம் தீட்டும்கோல்; பிரம்பு; கொழு; அம்பு; ஈட்டி; அரசாட்சி; தூண்டில்; இலந்தை மரம்; தெப்பம்; திரட்சி; அழகு; சவுக்கு; stick; walking stick; sceptre; scale; pencil; pen; painting brush; rattan; plough share; arrow; lance; spear; rule; reign; fishing hook; jujube tree; raft; multitude; beauty; whip. • **கோல்** இழந்த குருடனைப் போல - *பழமொழி.*

கோல்வளை: (பெ): வளையல்; bangles.

கோல் விழுக்காடு: (பெ): தற்செயல்; that which happens accidentally or by chance.

கோவணம்: (பெ): ஆணின் கீழாடை; man's loin cloth.

கோவணன்: (பெ): வசிட்டர்; சிவபெருமான்; the Sage Vasishta; Lord Shiva.

கோவணி: (பெ): மர வகை; a kind of tree.

கோவதை: (பெ): பசுக்கொலை; slaughter of cows considered as a sin.

கோவர்த்தனர்/கோவலர்: (பெ): ஆயர்குடியினர்; herdsmen.

கோவளம்: (பெ): கடலுள் நீண்டிருக்கும் தரை; கடற்கரையில் தரை முனையில் உள்ள ஊர்; cape; headland; the town near a headland.

கோவளை: (பெ): வாழை; plantain tree.

கோவன்: (பெ): ஆயன்; அரசன்; சிவபெருமான்; herdsman; king; Lord Shiva.

கோவிதன்: (பெ): அறிஞன்; learned man.

கோவிதாரம்: (பெ): மர வகை; a kind of tree.

கோவிந்தன்: (பெ): திருமால்; Lord Vishnu.

கோவில்: (பெ): கோயில்; ஆலயம்; சிதம்பரம் என்னும் சிவத்தலம்; திருவரங்கம் என்னும் வைணவத்தலம்; temple; Chidambaram, a shrine of Lord Shiva; Srirangam; a shrine of Lord Vishnu.

கோவிலங்கு: (பெ): சிங்கம்; lion.

கோவிற்புறா: (பெ): மாடப்புறா; pigeon.

கோவேள்: (பெ): குயவன்; potter.

கோவேறு: (பெ): கழுதை வகை; a kind of ass.

கோவை: (பெ): வரிசை; ஒழுங்கு; அணிகலன் (வடம்); இலக்கிய நூல் வகை; கோயம்புத்தூர் என்னும் ஊர்; row; order; chain made of gold or silver; literary treatise; Kovai - a town named Coimbatore.

கோவைசியர்: (பெ): வணிகர் வகை; a group of merchants.

கோழம்பம்: (பெ): குழப்பம்; போர்; confusion; war.

கோழி: (பெ): குக்குடம்; ஒரு பறவை; உறையூர்; விட்டில்; ஒரு வகைக் கிழங்கு; fowl; a kind of bird; Uraiyoor, a town; locust; a kind of bulb. • **கோழியை** அடிப்பதற்குக் குறுந்தடி ஏன்? • **கோழி** கறுப்பு என்றால் அதன் முட்டையுமா கறுப்பு. • **கோழி** கூவிப் பொழுது விடியுதா? • **கோழி** மிதிச்சுக் குஞ்சு சாவுமா? • **கோழி** முட்டைக்குத் தலையும் இல்லை; கோயிலாண்டிக்கு முறையுமில்லை - *பழமொழிகள்.*

கோழிக்காரம்: (பெ): ஒரு வகை மருந்து; a kind of medicine.

கோழிக்குடி: (பெ): அசோக மரம்; Asoka tree.

கோழிக் கொடியோன்: (பெ): முருகப் பெருமான்; ஐயனார்; Lord Muruga; Ayyanar, a village deity.

கோழிச்சேவல்: (பெ): ஆண் கோழி; cock.

கோழியான்: (பெ): முருகப் பெருமான்; Lord Muruga.

கோழியுள்ளான்: (பெ): பறவை வகை; a kind of bird.

கோழிவேந்தன்: (பெ): சோழன்; Chozha king.

கோழை: (பெ): கபம்; மனத்திடமின்மை; இரக்கம்; சிறுபிள்ளை; எதற்கும் அஞ்சி நடுங்குபவன்; கோழை; phlegm; timidity; pity; child; bashful timid person; coward.

கோழைத்தனம்: (பெ): எதற்கும் அஞ்சி நடுங்கும் தன்மை; cowardice; bashfulness.

கோழை விந்து: (பெ): துளசி; basil (considered sacred in worship).

கோழ்: (பெ): வழுவழுப்பு; செழிப்பு; கொழுமை; slippery; oily; luxurious; rich; fat.

கோளகம்: (பெ): மிளகு; திப்பிலி; தாளகம்; மண்டலிப்பாம்பு; pepper; long pepper; pearl; a kind of snake.

கோளகை: (பெ): வட்ட வடிவம்; உருண்டை; sphere; globe.

கோளம்: (பெ): உருண்டை; கிரகம்; கோள்; sphere; ball-shaped thing; planet.

கோளரங்கம்: (பெ): கிரகங்கள், நட்சத்திரங்கள் போன்றவை எவ்வாறுவானில் அமைந்துள்ளன என்பதை விளக்கிடும் வகையில் மாதிரிகளைக் கொண்ட கட்டடம்; planetarium.

கோளரி: (பெ): சிங்கம்; lion.

கோளரிக் கொடியோன்: (பெ): பீமன்; Bheema, one of the Pancha Pandavas.

கோளன்: (பெ): கைம்பெண்ணின் மகன்; கோள் சொல்பவன்; son of a widow; tale-bearer.

கோளாங்கல்: (பெ): கூழாங்கல்; shingles; loose pebbles.

கோளாறு: (பெ): தாறுமாறு; குற்றம்; மோசமான விளைவு; disorder; fault; bad effect.

கோளி: (பெ): ஆல மரம்; அத்தி மரம்; கைம் பெண்ணின் மகன்; பெட்டைக்குதிரை; பெட்டைக் கழுதை; banyan tree; country fig tree; son of a widow; female horse; female donkey.

கோளிழைத்தல்: (பெ): கொல்லுதல்; to kill.

கோளுரை: (பெ): கோள் சொல்லுதல்; tale bearing; backbiting; slanderous report.

கோளேசம்: (பெ): குங்குமப் பூ; saffron flower.

கோளை: (பெ): எலி; குவளை; தோழி; கோதாவரி; rat; a small cup-like vessel; lady-maid; river Godhavari.

கோள்: (பெ): கிரகம்; கொள்ளுகை; துணிவு; மதிப்பு; வலிமை; அனுபவம்; புறங்கூறுதல்; தீமை; பொய்; planet; taking; courage; dignity; boldness; strength; power; experience; back-biting; evil; false. • **கோளும்** சொல்லிக் கும்பிடும் போடுவானேன்? • **கோள்** சொல்லிக் குடியைக் கெடுப்பதா? - *பழமொழிகள்.*

• **கோளில்** பொறியில் குணமிலவே எண்குணத்தான்
தாளை வணங்காத் தலை. - *குறள் 9.*

கோறணி: (பெ): கேலிக்கூத்து; முணுமுணுப்பு; farce; grumbling.

கோறல்: (பெ): கொல்லுதல்; killing.

கோறை: (பெ): பழுது; துளை; defect; hole.

கோற்கூத்து: (பெ): வரிக்கூத்து வகை; a kind of dance.

கோற்கொடி: (பெ): இலந்தை மரம்; சுரைக் கொடி; jujube tree; bottle-gourd creeper.

கோற்றொழில்: (பெ): அரசாளுகை; ruling a country.

கோனான்: (பெ): இடையர் குலத்தோரின் பட்டப்பெயர்; a title of the cowherds.

கோனிச்சி: (பெ): இடையர் குலப்பெண்; a woman belonging to cowherds community.

கோன்: (பெ): அரசன்; தலைவன்; king; chief; lord.

கோன்மை: (பெ): அரசாட்சி; reign; rule.

கௌ

கௌசலம்: (பெ): ஒரு நாடு; திறமை; சூழ்ச்சி; a country; skill; deceit.

கௌசல்யம்: (பெ): திறமை; skill; ability.

கௌசனம்: (பெ): கோவணம்; loin-cloth.

கௌசனை: (பெ): உறை; cover.

கௌசிக பலம்: (பெ): தேங்காய்; coconut.

கௌசிகம்: (பெ): கூகை; பட்டாடை; ஒரு பண்; விளக்குத் தண்டு; பாம்பு; வியாழன்; rock-horned owl; silk garment; a song; the stem of a lamp; snake; the Planet Jupiter.

கௌசிகன்: (பெ): விஸ்வாமித்திரன்; Sage Vishwamitra.

கௌசிகை: (பெ): விஸ்வாமித்திரரின் உடன் பிறந்தவள்; கிண்ணம்; Kausikai, the sister of Vishwamitra; cup.

கௌசுகம்: (பெ): குங்கிலியம்; konkani resin.

கௌஞ்சம்: (பெ): அன்றில் பறவை; Andril bird, male or female noted for its constancy in love.

கௌஞ்சிகன்: (பெ): பொற்கொல்லன்; goldsmith.

கௌடம்: (பெ): ஒரு மூலிகைப் பூண்டு; a herb.

கௌடி: (பெ): ஒரு பண்; a song.

கௌடிலம்: (பெ): வளைவு; bend; curve.

கௌணம்: (பெ): முக்கியமற்றது; that which is not important.

கௌணியர்: (பெ): பூமியில் உள்ளோர்; திருஞான சம்பந்தர்; those who are in the earth; poet-saint Thirugnana Sambandhar.

கௌதகம்: *(பெ):* போதித்தல்; preaching.

கௌதம்: *(பெ):* கட்டுமான வகை; a kind of construction.

கௌதமர்: *(பெ):* ஒரு முனிவர்; a sage.

கௌதமி: *(பெ):* கோதாவரி ஆறு; River Godhavari.

கௌதாரி: *(பெ):* ஒரு பறவை; a kind of bird.

கௌதகம்: *(பெ):* மகிழ்ச்சி; காப்புக் கயிறு; தாலி; ஜாலம்; joy; happiness; turmeric-dyed cord tied around the wrist on occasions such as wedding; a turmeric smeared cord with holy pendants tied by the bridegroom round the bride's neck at the time of wedding ceremony; jugglery.

கௌத்துவக்காரன்: *(பெ):* வஞ்சகன்; deceitful person.

கௌத்துவம்: *(பெ):* திருமாலின் ஆபரணம்; பதும ராகம்; வஞ்சனை; an ornament of Lord Vishnu; Padhumaraagam, a precious stone; deceit.

கௌந்தி: *(பெ):* வால் மிளகு; கடுக்காய் வேர்; cubeb; the root of gall-nut.

கௌபீனம்: *(பெ):* கோவணம்; loin-cloth.

கௌமாரம்: *(பெ):* இளம்பருவம்; ஆறு சமயங்களுள் ஒன்று; youth; one of the six religions and its deity is Lord Muruga.

கௌமாரி: *(பெ):* மாகாளி; ஏழு கன்னியருள் ஒரு பெண் தெய்வம்; a female deity with dark complexion; a female deity and one of the seven kanyas.

கௌமுதி: *(பெ):* நிலவு; திருவிழா; Moon; festival.

கௌமோதகி: *(பெ):* திருமாலின் தண்டாயுதம்; Lord Vishnu's club-like weapon.

கௌரம்: *(பெ):* வெண்மை; பொன்னிறம்; white; golden colour.

கௌரவம்: *(பெ):* மேம்பாடு; தக்க மதிப்பு (in society) prestige; honour.

கௌரவர்: *(பெ):* திருதராட்டிர மன்னரின் நூறு புதல்வர்கள்; Kauravas, the one hundred sons of King Dhritharashtra.

கௌரி: *(பெ):* பார்வதி; காளி; எட்டிலிருந்து பத்து வயதுக்குட்பட்ட பெண்; பொன்னிறம்; கடுகு; துளசி; பூமி; ஒரு பண்; Goddess Parvathi, consort of Lord Shiva; Kali, a female deity with dark complexion; the girl whose age is in between eight and ten years; golden colour; mustard; basil plant; earth; a kind of music.

கௌரியம்: *(பெ):* வேம்பு வகை; a kind of neem.

கௌரியன்: *(பெ):* பாண்டியரின் பட்டப்பெயர்; a title of Pandya Kings.

கௌல்: *(பெ):* தீய நாற்றம்; நிலக் குத்தகை; உடன் படிக்கை; a bad smell; lease deed.

கௌவுதல்: *(வி):* கவர்தல்; வாயால் பற்றுதல்; to seize; to hold something in between the teeth.

கௌவை: *(பெ):* கள்; ஒலி; வெளிப்பாடு; பழிச்சொல்; துன்பம்; செயல்; எள்ளின் இளங்காய்; toddy; sound; manifestation; slandering words; grief; action; tender fruit of sesame.

கௌளம்: *(பெ):* ஒரு பண்; a kind of music.

கௌளி: *(பெ):* பல்லி; நூறு வெற்றிலை கொண்ட கட்டு; house lizard; a bundle of 100 betel leaves.

கௌளி சாஸ்திரம்: *(பெ):* பல்லியின் சத்தத்தைக் கொண்டும், பல்லி உடம்பில் விழும் இடத்தைக் கொண்டும் பலன் கூறிடும் முறை; fortune-telling based on chirps of lizard or by considering the part of the body on which the lizard falls.

கௌளி சொல்: *(பெ):* பல்லி எழுப்பிடும் சப்தம்; chirps of a lizard.

கௌளி பாத்திரம்: *(பெ):* தென்னை வகை; துறவியர் பாத்திர வகை; a kind of coconut tree; a kind of vessel of mendicants.

ங

ஙகரம்: *(பெ):* குறுணியளவு; a former measure.

ச

சஃகுல்லி: *(பெ):* சிற்றுண்டி; light refreshment; tiffin.

சக கமனம்: *(வி):* உடன்கட்டை ஏறுதல்; a wife ascending, the funeral pyre of her husband and perform 'sati.'

சகசட்க: *(பெ):* சூரியன்; the Sun.

சகசண்டி: *(பெ):* நாணமில்லாதவன்; immodest person.

சகசரம்: *(பெ):* சிறு குறிஞ்சாக் கொடி; a kind of herb.

சகசரி: *(பெ):* மனைவி; தோழி; மருதோன்றி மரம்; wife; lady-maid; henna tree.

சகசரிதம்: *(பெ):* உடன் நிகழ்வது; that which is held immediately.

சகசன்: *(பெ):* சகோதரன்; உடன் பிறந்தான்; brother.

சகசாட்சி: *(பெ):* சூரியன்; the Sun.

சகசாலம்: *(பெ):* மாய வித்தை; conjurer's tricks.

சகசிரம்: *(பெ):* ஆயிரம்; thousand.

சகசோதி: *(பெ):* பேரொளி; கடவுள்; brilliant light; God.

சகச்சிரம்: *(பெ):* ஆயிரம்; சிவாகமங்கள் இருபத்தெட்டினுள் ஒன்று; thousand; one of the twenty-eight Sivagamas.

சகச்சை: *(பெ):* பொன்னாங்கண்ணிக் கீரை; a kind of greens with shiny little leaves.

சகடக்கால்: *(பெ):* வண்டிச்சக்கரம்; wheel of a cart.

சகடபலம்: *(பெ):* நீர்ப்பறவை; a kind of water bird.

சகடம்: *(பெ):* வண்டி; தேர்; சக்கரம்; ஊர்க்குருவி; துந்துபி; வட்டில்; மர வகை; cart; chariot; wheel; sparrow; large kettle drum; platter; a kind of tree.

சகடி/சகடு: *(பெ):* வண்டி; cart.

சகடிகை: *(பெ):* கை வண்டி; hand-cart.

சகடை: *(பெ):* வண்டி; துந்துபி; cart; large kettle drum.

சகடோல்: *(பெ):* அம்பாரி; howdah with a canopy.

சகட்டுமேனி: *(பெ):* மொத்தம்; சராசரி; total; average. • அவன் தன் சொத்துக்களை தன் பிள்ளைகளுக்கு **சகட்டுமேனி**யாக பிரித்துக் கொடுத்தான்.

சகணம்: *(பெ):* சாணம்; dung; (cow-dung).

சகணவர்த்தம ரோகம்: *(பெ):* கண்ணோய் வகை; a kind of eye disease.

சகண்டை: *(பெ):* துந்துபி; a large kettle drum.

சகதண்டம்: *(பெ):* உலக உருண்டை; globe.

சகதலப்புரட்டன்: *(பெ):* பெரும் மோசடிக்காரன்; fraud; cunning man; deceiver.

சகதாந்திரி: *(பெ):* உலகத் தாயான துர்க்கை; Goddess Durga considered as mother of the world.

சகதி: *(பெ):* சேறு; பூமி; mud; earth.

சகதீசன்: *(பெ):* உலகத் தலைவனாகிய கடவுள்; the Supreme being; Almighty; God.

சகதேவி: *(பெ):* பூமாதேவி; செடி வகை; Goddess of earth; a kind of plant.

சகத்குரு: *(பெ):* பரமகுரு; a term of respect for the spiritual preceptor among Hindus.

சகத்திரம்: *(பெ):* சிவாகமம் இருபத்தெட்டினுள் ஒன்று; one of the twenty-eight Sivagamas.

சகத்திரவீரியம்: *(பெ):* அருகம்புல்; a kind of grass.

சகத்து: *(பெ):* உலகம், world.

சகந்நாதன்: *(பெ):* விஷ்ணு; Lord Vishnu.

சகநாயகன்: *(பெ):* காந்தம்; magnet.

சகபாடி: *(பெ):* மனைவியின் சகோதரியினுடைய கணவன்; உடன் பணிபுரிபவன்; co-brother; co-worker.

சகம்: *(பெ):* உலகம்; சகாப்தம்; ஆண்டுகளைக் கணிக்கும் கணக்கு; சக ஆண்டு; வெள்ளாடு; பாம்புச் சட்டை; சட்டை; மார்கழி மாதம்; world; universe; era; epoch; a Tamil year; goat; slough of a serpent; shirt; coat; Tamil month Maarkazhi. • **சகத்தைக்** கொடுத்தும் சுகத்தை வாங்கிடு - *பழமொழி.*

சகரிகம்: *(பெ):* நாயுருவிச் செடி; a herbal plant growing in hedges.

சகலகம்: *(பெ):* வெள்ளாட்டுக்கிடா; he-goat/ram.

சகலகலாவல்லவன்: *(பெ):* பல துறைகளிலும் தேர்ச்சி பெற்றவன்; பல கலைகளிலும் தேர்ந்தவன்; the person who is versatile; versatile genius.

சகலகலாவல்லி: *(பெ):* கலைமகள்; Saraswathi; Goddess of arts and learning.

சகலபாடி: *(பெ):* மனைவியின் சகோதரியினுடைய கணவன்; wife's sister's husband; co-brother.

சகலமங்கை: (பெ): பார்வதி தேவி; Goddess Parvathi, the consort of Lord Shiva.

சகலம்: (பெ): எல்லாமும்; துண்டு; all the whole; piece.

சகலர்: (பெ): சகபாடி; சகலபாடி; மும்மலத்தையும் உடைய உயிர்கள்; wife's sister's husband; co-brother; unpurified souls.

சகலன்: (பெ): மனைவியின் உடன் பிறந்தாளின் கணவன்; சகபாடி; சகலபாடி; சகலர்; co-brother.

சகலாத்து: (பெ): கம்பளித் துணி; woollen cloth.

சகலி: (பெ): ஒரு வகை மீன்; a kind of fish.

சகலை: (பெ): சகலபாடி; சகபாடி; சகலன்; wife's sister's husband; co-brother.

சகல்: (பெ): கொசு; mosquito.

சகவாசம்: (பெ): நட்பு; தொடர்பு; friendship; relationship.

சகளத்திருமேனி: (பெ): சிவபெருமானின் உருவ வடிவம்; the idol image of Lord Shiva.

சகனம்: (பெ): பிருட்டம்; பொறாமை; buttocks; rump.

சகன்: (பெ): தோழன்; companion.

சகஜம்: (பெ): எப்போதும்போல் உள்ளது; இயல்பு; இயற்கை; what is usual or normal or natural; normal; natural.

சகஸ்ரநாமம்: (பெ): வழிபாட்டின்போது கூறும் கடவுளின் ஆயிரம் பெயர்கள்; the thousand names of a deity chanted during worship.

சகா: (பெ): தோழன்; உதவி; துணை; companion; help; partner.

சகாடி: (பெ): பீர்க்கங் கொடி; sponge-gourd.

சகாப்தம்: (பெ): குறிப்பிட்ட வரலாற்று நிகழ்வு ஒன்றினைத் தொடக்கமாகக்கொண்டு கணக்கிடப்படும் ஆண்டு முறை; சிறப்பான காலகட்டம்; era; epoch.

சகாமியம்: (பெ): பயனை எதிர்பார்த்துச் செய்யும் செயல்; an action which is done expecting a benefit.

சகாயதனம்: (பெ): உதவித் தொகை; scholarship; exgratia payment.

சகாயம்: (பெ): துணை; உதவி; மலிவு; நலம்; aid; help; assistance; cheap; fairness; goodness; favour.

சகாயன்: (பெ): உதவி செய்பவன்; helper.

சகாரம்: (பெ): ஏச்சு; இகழ்ச்சி; insult; abuse; vilification; reproach.

சகாரித்தல்: (வி): ஏசுதல்; to rebuke.

சகானா: (பெ): ஒரு வகைப் பண்; a kind of music.

சகி: (பெ): தோழன்; தோழி; companion; lady maid.

சகிதமாக: (வி.அ): துணையாக; உடன்; கூடவே; together with; in the company of.

சகித்தல்: (வி): பொறுத்துக் கொள்ளுதல்; to bear; to tolerate.

சகித்துவம்: (பெ): தோழமை; friendliness.

சகிப்பு: (பெ): பொறுமை; patience; self-control.

சகியம்: (பெ): மஞ்சள்; மாமரம்; காவிரியாறு தோன்றும் மலை; turmeric; mango tree; kudagu hills.

சகுடம்: (பெ): சேம்பு; நாய்; Indian kales; dog.

சகுந்தம்: (பெ): பறவை வகை; கமுகு; கழுகு; பூதம்; a kind of bird; areca-nut; white-headed kite; goblin.

சகுலி: (பெ): அப்ப வகை; மீன் வகை; a kind of cake; a kind of fish.

சகுனம்: (பெ): பறவை; மேற்கொள்ளும் செயலால் நல்லமுறையில் முடியும் (அ) நடந்தேறும் என்பதை முன்கூட்டியே தெரிந்து கொள்ளுமாறு நிகழ்வதாகக் கூறப்படும் அறிகுறி; bird; omen.

சகுனி: (பெ): துரியோதனனின் மாமன்; பறவை; கூகை; நிமித்தம் பார்ப்பவர்; Sakuni, the maternal uncle of Duriyodhana; bird; owl; soothsayer.

சகேரா: (பெ): பண்டசாலை; granary; store-house.

சகோதரன்: (பெ): உடன் பிறந்தவன்; brother.

சகோதரி: (பெ): உடன் பிறந்தவள்; sister.

சகோத்திரம்: (பெ): குலம்; lineage.

சகோரம்: (பெ): ஒரு வகைப் பறவை; பேராந்தை; சக்கரவாகப் பறவை; செம்பரத்தை; a kind of bird; a bird in separation said to be pining for its mate during the night, mentioned in classical Indian literature; Hibiscus flower.

சக்கட்டம்: (பெ): பரிகாசம்; நிந்தை; mockery; reproach.

சக்கட்டை: (பெ): திறமையின்மை; இளப்பம்; inability; flimsiness.

சக்கத்து: (பெ): முத்து வகை; a kind of pearl.

சக்கந்தம்: (பெ): நிந்தை; reproach.

சக்கம்மா: (பெ): கிராமப் பெண் தெய்வம்; a female village deity worshipped in South Tamil Nadu.

சக்கரக்கள்ளன்: (பெ): உலோபி; கருமி; ஈயான்; miser.

சக்கரக்காரன்: (பெ): செல்வந்தன்; a rich man.

சக்கரச் செல்வம்: (பெ): பெருஞ்செல்வமும் வளமையும்; great wealth and prosperity.

சக்கரத் தேர்: (பெ): (இழுப்புத்) தேர்; a chariot/ a car (to be moved by pulling).

சக்கரதாரன்: (பெ): திருமால்; நல்ல பாம்பு; Lord Vishnu; cobra.

சக்கரதாரி: (பெ): திருமால்; Lord Vishnu.

சக்கரபதி: (பெ): ஒரு செடி வகை; a kind of plant.

சக்கரபாணி: (பெ): திருமால்; துர்க்கை; Lord Vishnu; Durga, Goddess of Victory.

சக்கரம்: (பெ): வட்டம்; உருளை; சக்கராயுதம்; பழைய நாணய வகை; சக்கரவாகப் புள்; செக்கு; பூமி; மதில்; கடல்; மலை; பிறப்பு; அறுபது ஆண்டு காலம்; பெருமை; மலை மல்லிகை; பீர்க்கு; circle; wheel; discus; an old coin; a bird in separation said to be pining for its mate during the night, mentioned in classical Indian literature; oil press, earth; fort-wall; sea; hill; mountain; birth; a period of sixty years; greatness; a kind of jasmine; sponge-gourd.

சக்கரவர்த்தி: (பெ): பேரரசன்; மன்னாதி மன்னன்; emperor.

சக்கரவர்த்தித் திருமகன்: (பெ): ஸ்ரீ இராமபிரான்; Sri Rama.

சக்கரவர்த்தினி: (பெ): பேரரசி; சடாமஞ்சில்; queen; empress; a kind of herb.

சக்கரவாகப் புள்: (பெ): இணையைப் பிரிந்து இரவில் வருந்துவதாகக் கூறப்படும் பறவை; a bird in separation said to be pining for its mate during the night, mentioned in classical Indian literature.

சக்கரவாளக் கோட்டம்: (பெ): பூம்புகாரில் உள்ள கோயில்; a temple at Kaaviripoompattinam-Poompuhar.

சக்கரன்: (பெ): திருமால்; இந்திரன்; பன்னிரு சூரியருள் ஒருவர்; Lord Vishnu; Lord Indra; one of the twelve Suns.

சக்களத்தி: (பெ): மாற்றாளான மனைவி; co-wife; rival wife.

சக்களித்தல்: (வி): தட்டையாதல்; to be flat in surface.

சக்காத்து: (பெ): இலவசம்; விலையின்றிப் பெறுதல்; free; to have without paying any price.

சக்காந்தம்: (பெ): ஏளனம்; பரிகாசம்; reproach; mockery.

சக்காரம்: (பெ): மரவகை; a kind of tree.

சக்கிமுக்கிக் கல்: (பெ): நெருப்பை உண்டாக்கும் கல்; flint-stone used for kindling the fire.

சக்கியம்: (பெ): நட்பு; இயன்றது; friendship; that which is possible.

சக்கிரம்[1]**:** (பெ): வண்டு; beetle.

சக்கிரம்[2]**:** (பெ): வட்டம்; circle.

சக்கிரமுகம்: (பெ): பன்றி; pig.

சக்கிரயானம்: (பெ): வண்டி; cart.

சக்கிரவாதம்: (பெ): சுழற்காற்று; cyclone; whirl-wind.

சக்கிரன்: (பெ): இந்திரன்; Lord Indra.

சக்கிராதம்: (பெ): பன்றி; pig.

சக்கிரி: (பெ): அரசன்; திருமால்; இந்திரன்; குயவன்; செக்கான்; பாம்பு; king; Lord Vishnu; Lord Indra; potter; one who works in oil press; snake.

சக்கிரிகை: (பெ): முழந்தாள்; marrow bone; knee; part of the leg from knee to ankle.

சக்கிரிவதம்: (பெ): கழுதை; donkey.

சக்கிலி: (பெ): தோல் வினைஞன்; cobbler.

சக்கிலிக் குருவி: (பெ): மீன் கொத்திக் குருவி; kingfisher.

சக்கு: (பெ): கண்; பூஞ்சணம்; eye; mould.

சக்கை: (பெ): கோது; பட்டை; சிராய்; பலா; refuse; bark; chips; jack-fruit tree.

சக்தி: (பெ): சக்தி; சிவனருள்; வல்லமை; உமாதேவி; ஆற்றல்; power; grace of Lord Shiva; strength; Goddess Umaiyaval; energy.

சக்தி வாய்ந்த: (பெ.அ): வலிமை வாய்ந்த; potent.

சங்ககாலம்: (பெ): தமிழ் இலக்கிய வரலாற்றில் ஏறத்தாழ கி.பி. மூன்றாம் நூற்றாண்டு வரையிலான காலம்; (in the literary history) the period approximately upto third century A.D. (in which the body of literature on Agam and Puram themes arose.)

சங்கடம்: (பெ): வருத்தம்; இடுக்கு வழி; இரட்டைத் தோணி; grief; narrow path; twin boat.

சங்கடி: (பெ): கேழ்வரகுக் களி; gruel of Ragi.

சங்கடை: (பெ): இறக்கும் தறுவாய்; வருத்தம்; the time of death; grief; distress.

சங்கதம்: (பெ): நட்பு; பொருத்தம்; முறையீடு; வருத்தம்; friendship; suitability; complaint; distress.

சங்கதி: (பெ): செய்தி; தொடர்பு; news; affair; connection.

சங்கக் குழையன்: (பெ): சிவபெருமான்; Lord Shiva.

சங்கத்தமிழ்: (பெ): சங்ககாலத் தமிழ் மொழி; the Tamil language of Sangam period.

சங்கநகை: (பெ): நத்தை; முத்து; snail; pearl.

சங்கநாதம்: (பெ): முழக்கம்; அறைகூவல்; oration; clarion call.

சங்கநிதி: (பெ): குபேரனின் நவநிதிகளுள் ஒன்று; வட்டக்கிலுகிலுப்பைச் செடி; one of the Nava Nidhis of Lord Kubera; a kind of herbal plant.

சங்கபாணி: (பெ): திருமால்; Lord Vishnu.

சங்கபீடம்: (பெ): நாணல் வகை; a kind of large and coarse grass.

சங்கபுட்பம்: (பெ): ஞாழல்; a gold-coloured flower tree.

சங்கப்பலகை: (பெ): முற்காலத்தில் தகுதி அறிந்திடவும் தகுதியானவற்றை ஏற்பதற்கும் உள்ள இடம்;மதுரையில்சங்கப்புலவர்கள் இருந்த தெய்வீகப்பலகை; (in olden times) a platform for scrutinizing the value and worth of someone or something and according recognition to the one who passed the acid test; a miraculous seat at Madurai accommodating only deserving scholars and their treatises.

சங்கப்புலவர்: (பெ): மதுரையில் இருந்த சங்ககாலப் புலவர்கள்; the poets of the Madurai Tamil Academy of ancient times.

சங்கமம்: (பெ): கூடுகை; கலத்தல்; இரு ஆறுகள் கூடுமிடம்; ஆறு கடலில் கூடுமிடம்; meeting; union; confluence; river mouth.

சங்கமர்: (பெ): சிவனடியார்; வீர சைவர்; Veerasaivar; Lingayats.

சங்கமி: (வி): சங்கமமாதல்; to flow together; to mingle.

சங்கமுகம்: (பெ): கழிமுகம்; estuary.

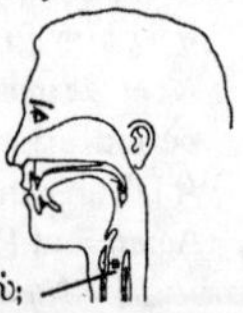

சங்கம்: (பெ): சேர்க்கை; அன்பு; அவை; புலவர் கூட்டம்; பாண்டியர் ஆதரவுடன் விளங்கிய தலைச் சங்கம், இடைச் சங்கம், கடைச் சங்கம் ஆகியவை;சங்கு;கை வளையல்; நெற்றி;குரல்வளை;இலட்சம்கோடி; படையில்ஒரு தொகை; குபேரனின் நவநிதியுள் ஒன்று; கணைக்கால்;கைக்குழி; அழகு; சங்க பாடாணம்; union; love; kindness; guild; poet's academy; association; society; club; first, middle and last acadamies of poets supported by Pandiya Kings in the history of Tamil literature; conch; bangles; forehead; larynx; Adam's apple; one hundred thousand crores; a division of army; one of the nine nidhis of Lord Kubera; ankle; armpit; beauty; a kind of arsenic.

சங்கயம்: (பெ): ஐயம்; சந்தேகம்; doubt.

சங்கர சாதி: (பெ): கலப்பு சாதி; inter-caste.

சங்கரம்: (பெ): கலவை; சாதிக் கலப்பு; நஞ்சு; போர்; mixture; intermingling of different castes by intermarriages; poison; war; battle.

சங்கரன்: (பெ): சிவபெருமான்; பதினோரு உருத்திரருள் ஒருவர்; Lord Shiva; one of the eleven Rudras.

சங்கராந்தி: (பெ): பொங்கல் திருநாளான தை முதல் நாள்; the first day of the Tamil month Thai when Pongal Day is celebrated.

சங்கராபரணம்: (பெ): ஒரு பண் வகை; a kind of music, one of the seventy-two carnatic ragas.

சங்கரி: (பெ): பார்வதி தேவி; Goddess Parvathi; the consort of Lord Shiva.

சங்கரித்தல்: (வி): அழித்தல்; to destroy.

சங்கரீகரணம்: (பெ): சாதிக் கலப்பு; intermingling of different castes by intermarriages.

சங்கலம்: (பெ): கலப்பு; mixture.

சங்கலார்: (பெ): பகைவர்; enemies.

சங்கலிகரணம்: (பெ): முறைகேடான புணர்ச்சி; உயிர்க் கொலையாகிய பாவம்; rape; the sin of murder.

சங்கல்பம்/சங்கற்பம்: (பெ): மனதில் கொள்ளும் தீர்மானம்; முடிவு; உறுதி; mental resolve; determination; vow; will.

சங்கற்பமாதம்: (பெ): இரு அமாவாசை தினங்களைக் கொண்ட மாதம்; a month with two New Moon days.

சங்கனனம்: (பெ): நரம்பு; nerve; vein.

சங்காதம்: (பெ): கூட்டம்; அழித்தல்; நரகம்; assembly; crowd; ruining; hell.

சங்காத்தம்: (பே.வ) (பெ): ஒருவருடனான தொடர்பு; சம்பந்தம்; contact; association; friendship.

சங்காத்தி: (பெ): நண்பன்; தோழன்; friend; companion.

சங்காயம்: (பெ): கரும்புத்தோகைச் சருகு; வயலில் பயிரோடு முளைக்கும் களைகள்; the dried leaves of sugarcane; the weeds growing in the paddy fields.

சங்கார காலம்: (பெ): ஊழிக் காலம்; period of deluge and destruction of all things.

சங்காரம்: (பெ): ஒடுங்குகை; அழித்தல்; destruction; suppression.

சங்காரன்: (பெ): அழிப்பவன்; one who destroys things.

சங்காளர்: (பெ): காமுகர்; lustful persons as prostitutes.

சங்கிதை: (பெ): வேதத்தின் ஒரு பகுதி; செய்தித் தொகுப்பு; வரலாறு; a part of the Veda; news collection; history.

சங்கியை: (பெ): எண்; எண்ணிக்கை; புத்தி; ஆராய்வு; number; knowledge; examining.

சங்கிரகணம்: (வி): ஏற்றுக்கொள்ளல்; accepting.

சங்கிரந்தனன்: (பெ): இந்திரன்; Lord Indra.

சங்கிரம்: (பெ): காடு; forest.

சங்கிராந்தம்: (பெ): மாதப் பிறப்பு; தொடர்பு ஒன்றிலிருந்து மற்றொன்றுக்கு மாறுகை; the first day of a month; connection; changing from one to another.

சங்கிராந்தி: *(பெ):* தை மாதப் பிறப்பு; the first day of the Tamil month, Thai.

சங்கிராம சூரன்: *(பெ):* போர் வீரன்; soldier; warrior.

சங்கிராமம்: *(பெ):* போர்; மலைப்பாதை; war; the road on the hill.

சங்கிருதம்: *(பெ):* வடமொழி; Sanskrit.

சங்கிலி: *(பெ):* தொடர்; விலங்கு; ஒரு நில அளவு; ஒன்றுடன் ஒன்று இணைக்கப்பட்ட இரும்பு வளையங்களால் ஆன கோர்வை; link; fetters; a land measure, chain.

சங்கினி: *(பெ):* காம சாத்திர நூல்; நால்வகைப் பெண்களில் மூன்றாமவள்; பத்து நாடிகளுள் ஒன்று; சங்கங்குப்பி; a treatise of Kaamasasthra; the third of four kinds of women; one of the Dhasa nadis; a herb.

சங்கீதம்: *(பெ):* இசை; இசைப்பாட்டு; இசைக்கலை; music; song; art of music.

சங்கீரண சாதி: *(பெ):* ஒரு தாள அளவை; a rhythm measure.

சங்கீர்த்தனம்: *(பெ):* புகழ்கை; துதிக்கை; praise; reciting.

சங்கு[1]: *(பெ):* வலம்புரி, இடம்புரி, சலஞ்சலம், பாஞ்ச சன்னியம் என்னும் நான்கு வகையான சங்குகள்; the four kinds of conch shell which lives in water i.e., Valampuri, Idampuri, Salanchalam and Pancha Sanniyam.

சங்கு[2]: *(பெ):* ஒரு பேரெண்; கோழி; ஆயுத வகை; a large number; cock; a kind of weapon.

சங்குகர்ணம்: *(பெ):* ஒட்டகம்; கழுதை; camel; donkey.

சங்கு குளி: *(வி):* சங்கு எடுக்க முழுகுதல்; to dive for collecting conch shell.

சங்குச் சுண்ணாம்பு: *(பெ):* சங்குகளைச் சுட்டுப் பெற்றிடும் சுண்ணாம்பு; shell lime.

சங்குச் சக்கரம்: *(பெ):* பற்ற வைத்தால் தீப்பொறி விழுந்து தரை (அ) கம்பியில் சுழலக் கூடிய சுருள் வடிவான பட்டாசு வகை; cracker that either spins on the floor or rotates on a metal wire when lit.

சங்குட்டம்: *(பெ):* எதிரொலி; echo.

சங்குமதம்: *(பெ):* புனுகு; civet.

சங்குமரு: *(பெ):* வேப்ப மரம்; neem tree.

சங்குருளை: *(பெ):* ஆமை; tortoise.

சங்குலம்: *(பெ):* கூட்டம்; போர்; crowd; war.

சங்குவடம்: *(பெ):* தோணி வகை; a kind of boat.

சங்குவளை: *(பெ):* சங்கினால் ஆன வளையல்; the bangles made of conch.

சங்கேதம்: *(பெ):* குறிப்பிட்டோர்களுக்கு மட்டும் புரியக்கூடிய விதத்தில் இருப்பது (பேச்சு, செய்கை, குறியீடு போன்றவை குறித்து வருகையில்); உறுதிமொழி; உடன்பாடு; signal; a vow; an agreement.

சங்கேபம்: *(பெ):* சுருக்கம்; summary.

சங்கை: *(பெ):* எண்ணம்; வழக்கம்; சுக்கு; எண்; அளவு; கனம்; ஐயம்; கணைக்கால்; அச்சம்; பகை; பிசாசு; thought; usage; dried ginger; number; a measure; weight; doubt; ankle; fear; enmity; goblin.

சங்கை கேடு: *(பெ):* இகழ்ச்சி; அவமரியாதை; vilification; disrespect.

சங்கை மான்: *(பெ):* மதிக்கத்தக்கவன்; respectable person.

சங்கோசம்: *(பெ):* குங்குமம்; மஞ்சள்; கூச்சம்; சுருங்குதல்; kumkum; saffron; turmeric; delicacy; shrinking.

சங்கோபனம்: *(பெ):* இரகசியம்; மறைவு; secret; secrecy.

சசமதம்: *(பெ):* கஸ்தூரி; musk.

சசம்: *(பெ):* முயல்; rabbit.

சசம்பரி: *(பெ):* ஆமணக்குச் செடி; castor plant.

சசி: *(பெ):* கற்பூரம்; நிலவு; இந்திராணி; இந்துப்பு; கடல்; மழை; camphor; Moon; Indrani, wife of Lord Indra; rock-salt; sea; rain.

சசிகன்னம்: *(பெ):* பூமிக்கும் சந்திரனுக்கும் உள்ள தொலைவு; the distance between earth and Moon.

சசிசேகரன்: *(பெ):* சிவபெருமான்; Lord Shiva.

சசிமணாளன்: *(பெ):* இந்திரன்; Lord Indra.

சசியம்: *(பெ):* பயிர்; தானியம்; மராமரம்; கஞ்சாச் செடி; இந்துப்பு; நிலப்பனைக் கிழங்கு; crop; grains; a kind of tree; a narcotic and intoxicating plant; rock-salt; the root of palm tree.

சசிவன்: *(பெ):* நண்பன்; மந்திரி; friend; minister; advisor.

சசுபம்: *(பெ):* நெட்டிலிங்க மரம்; அசோக மரம்; Asoka tree.

சச்சடம்: *(பெ):* தாமரை; Lotus.

சச்சடி: *(பெ):* சந்தடி; மக்கள் திரளுதல்; bustle of activities; gathering of people.

சச்சம்: *(பெ):* உண்மை; truth.

சச்சதுரம்: *(பெ):* சரி சதுரம்; perfect square.

சச்சரவு: *(பெ):* கலகம்; தகராறு; strife; dispute.

சச்சரி: *(பெ):* வாத்திய வகை; a kind of musical instrument.

சச்சற்புடம்: *(பெ):* தாள வகை; a kind of rhythm measure.

சச்சனம்: *(பெ):* காவல்; protection.

சச்சாரம்: *(பெ):* யானைக் கூட்டம்; herd of elephants.

சச்சிதானந்தம்: *(பெ):* உண்மை, அறிவு, இன்பம் என்னும் பரம்பொருளுக்குரிய முக்குணம்; existence, knowledge, and bliss-*sat-chith-ananda*, the threefold attributes of the supreme being.

சச்சு: *(பெ):* சிறுமை; பதர்; சந்தடி; தொந்தரவு; சிறிதளவு; smallness; inferior quality of things; bustle; trouble; a small quantity.

சச்சை: *(பெ):* ஆராய்ச்சி; பலமுறை ஓதுதல்; examining; reciting of several times.

சச்சையன்: *(பெ):* உண்மைப் பொருளானவன்; God as reality.

சஞ்சம்: *(பெ):* பூணூல்; கச்சு; sacred thread of three strands worn by men of certain castes; jacket.

சஞ்சயம்: *(பெ):* ஐயம்; கூட்டம்; doubt; crowd.

சஞ்சரி: *(வி):* சுற்றிவருதல்; திரிதல்; இயங்குதல்; to wander; to go around freely in a large area; to move about in a specified place.

சஞ்சலை: *(பெ):* மின்னல்; திருமகள்; திப்பிலி; lightning; Lakshmi, Goddess of Wealth; long pepper.

சஞ்சாயம்: *(பெ):* தினக்கூலி; இலவசம்; அதிக இலாபம்; daily wage; free; more profit.

சஞ்சாரம்: *(பெ):* யாத்திரை; நடமாட்டம்; touring; travelling; movement.

சஞ்சாரன்: *(பெ):* உயிர்; soul.

சஞ்சாலி: *(பெ):* பெரிய துப்பாக்கி; rifle.

சஞ்சிகை: *(பெ):* பத்திரிகை; புத்தகப் பகுதி; news magazine; chapter in a book; part, as of a book.

சஞ்சீவகரணி: *(பெ):* புளிய மரம்; உயிர் காக்கும் மருந்து; tamarind tree; the medicine which cures the disease and saves the life.

சஞ்சீவன்: *(பெ):* மாமரம்; mango tree.

சஞ்சீவனம்: *(வி):* உயிர்ப்பித்தல்; to resuscitate; to vitalate.

சஞ்சீவி: *(பெ):* உயிர் காக்கும் மூலிகை; the herb which saves one's life.

சஞ்சு: *(பெ):* பறவையின் அலகு; குலதருமம்; சாயல்; ஆமணக்குச் செடி; beak of a bird; custom of a family; resemblance; castor plant.

சஞ்சை: *(பெ):* பேரொலி; பெருங்காற்று; பெருமழை; சூரியனின் மனைவி; loud noise; storm; heavy rain; the wife of Sun.

சடகம்: *(பெ):* ஊர்க்குருவி; கரிக்குருவி; வட்டில்; sparrow; king crow; plate.

சடகோபம்: *(பெ):* வைணவக் கோயில்களில் தெய்வத்தைத் தொழுவோர் முடிமீது வைத்து எடுக்கப்படும் திருமாலின் திருவடி நிலை; a small metal head cover on which Lord Vishnu's sandals or feet engraved, and which is placed over the head of worshippers in Vaishnavite temples.

சடக்கடை: *(பெ):* ஒன்பது; the number nine.

சடக்கரம்: *(பெ):* ஆறெழுத்து மந்திரம் ('சரவணபவ'); six-lettered mantra (Saravanabhava).

சடக்கு: *(பெ):* உடம்பு; செருக்கு; வேகம்; body; arrogance; speed.

சடக்கோதன்: *(பெ):* வசம்பு; sweet-flag.

சடங்கம்: *(பெ):* வேதத்தின் ஒரு பாகம்; பயண மூட்டை; வேலை; ஓர் அளவு வகை; பதினாறு தூக்கு அளவு; a part of Veda; travel luggage; work; a measure; a former weighing measure equal to 16 Thookus.

சடங்கம் போடுதல்: *(வி):* மூட்டை கட்டுதல்; to bundle.

சடங்காதல்: *(பெ):* பெண் வயதுக்கு வருதல்; a girl attaining puberty.

சடங்கு: *(பெ):* சாத்திரமும், வழக்கமும் பற்றிய முறையை நடத்தும் கிரியை; ceremony; rite.

சடங்கு கழி: *(வி):* பெண் பருவம் அடைந்ததை முன்னிட்டு மஞ்சள் நீராட்டிச் சடங்கு நடத்துதல்; to perform the purificatory ceremony for a girl who has attained puberty.

சடப்பால்: *(பெ):* தாய்ப்பால்; mother's milk.

சடம்: *(பெ):* அறியாமை; உடல்; பொய்; வஞ்சகம்; கொடுமை; சோம்பல்; ஒரு வகை வாயு; ஆறு என்னும் எண்; ignorance; body; false; lie; deceit; severity; idleness; a kind of gas; the number six.

சடம்பு: *(பெ):* சணல்; jute.

சடரம்: *(பெ):* வயிறு; stomach.

சடலம்: *(பெ):* உயிரற்ற உடம்பு; பிணம்; dead body; corpse.

சடன்: *(பெ):* மூடன்; அறிவிலி; fool; idiot.

சடாகம்: *(பெ):* மரவகை; a kind of tree.

சடாக்கரம்/சடாட்சரம்: *(பெ):* ஆறெழுத்து மந்திரம்; the six-lettered mantra.

சடாட்சரி/சடாதரி: *(பெ):* பார்வதி தேவி; உமையவள்; Parvathi, the Goddess and the consort of Lord Shiva.

சடாதரன்: *(பெ):* சிவபெருமான்; Lord Shiva.

சடாதாரி: *(பெ):* சிவபெருமான்; பார்வதி தேவி; வரிக்கூத்து வகை; Lord Shiva; Goddess Parvathi Devi; a kind of masquerade dance.

சடாமகுடம்: *(பெ):* சடைமுடி; matted hair.

சடாமகுடன்: *(பெ):* சிவபெருமான்; Lord Shiva.

சடாமஞ்சில்: *(பெ):* செடி வகை; மருந்து வகை; a kind of plant; a kind of medicine.

சடாமுடி: *(பெ):* சடைமுடி; matted hair.

சடாமுனி: *(பெ):* பேய் வகை; a kind of ghost.

சடாய்: *(பெ):* சடாயு என்னும் கழுகு வேந்தன்; கால் சோடு வகை; a vulture king, a character in the Ramayana; a kind of foot-wear.

சடாய்த்தல்: *(வி):* அதட்டுதல்; பெருமிதத்துடன் பேசுதல்; to frighten with a vehement noise; to speak with pride.

சடாரி: *(பெ):* கவசம்; நம்மாழ்வார்; coat or mail; Nammaazhvar, a vaishnava saint, author of Thiruvaaimozhi and other works, foremost of twelve Azhvars.

சடாலம்: *(பெ):* ஆலமரம்; தேன்கூடு; Banyan tree; honeycomb.

சடானன்: *(பெ):* முருகக் கடவுள்; Lord Muruga.

சடிதி: *(பெ):* விரைவு; swiftness.

சடிலம்: *(பெ):* செறிவு; நெருக்கம்; வேர்; குதிரை; சடைமுடி; denseness; root; horse, as having a mane; matted locks of hair.

சடினம்: *(பெ):* வசம்பு; நெட்டிவேர்; sweet-flag; root of the cork tree.

சடுகுடு: *(பெ):* ஒரு வகை விளையாட்டு; a kind of game, Kabadi.

சடுதி: *(பெ):* விரைவு; swiftness.

சடுத்தம்: *(பெ):* போட்டி; போராட்டம்; வற்புறுத்தல்; competition; agitation; insistence.

சடுரசம்: *(பெ):* அறுசுவை; the six kinds of tastes in relation to food viz. sweetness, sourness, saltness, astringency, pungency (hot) and bitterness.

சடுலம்: *(பெ):* மின்னல்; நடுக்கம்; lightning; shivering.

சடுலை: *(பெ):* மின்னல்; lightning.

சடை: *(பெ):* பின்னலிடப்பட்ட தலைமுடி; அடர்ந்த தலைமுடி; வேர்; விழுது; வெட்டிவேர்; இலாமிச்சை; சடாமஞ்சில்; மிதுன ராசி; கற்றைமுடி; ஆணியின் கொண்டை; நெட்டி; அடைப்பு; பிரபை; plaited hair; luxuriant hair; root; aerial root; cuscus grass; a fragrant root; a kind of plant; third constellation of the Zodiac having the figure of the twins Gemini as its sign; lock of hair; head of the nail; cork; obstruction; block; radiance, light.

சடை கந்தம்: *(பெ):* வசம்பு; sweet-flag.

சடைதல்: *(வி):* உள்ளடங்குதல்; சோர்தல்; தடுத்தல்; to be included; to feel tired; to stop.

சடை நாய்: *(பெ):* நாய் வகை; a kind of dog.

சடை பற்றுதல்: *(வி):* அடர்த்தியாகுதல்; be close together.

சடையப்பன்: *(பெ):* சிவபெருமான்; கம்பரை ஆதரித்தவர்; Lord Shiva; the supporter of Kavichakkaravarthi Kambar - Sadaiyappa vallal.

சடையன்: *(பெ):* சிவபெருமான்; அறுபத்து மூன்று நாயன்மார்களில் ஒருவர்; Lord Shiva; one of the sixty-three Nayanmars.

சடைவாறுதல்: *(வி):* இளைப்பாறுதல்; to take rest.

சடைவு: *(பெ):* மனத் தளர்வு; depression of mind.

சட்சு: *(பெ):* கண்; eye.

சட்டகப்பை: *(பெ):* தோசை திருப்பி; a kind of spit to turn 'Dhosai' from one side to another and remove it from the griddle.

சட்டகம்: *(பெ):* சட்டம்; படுக்கை; வடிவு; உடல்; பிணம்; frame; bed; image; body; corpse.

சட்டக்கல்வி: *(பெ):* வீண்பேச்சு; idle-talk.

சட்டசபை: *(பெ):* மக்களால் மாநில சட்ட சபைக்குத் தேர்ந்தெடுக்கப்பட்ட பிரதிநிதிகள் சபை; Legislative Assembly.

சட்டப்பேரவைத் தலைவர்: *(பெ):* சட்டப் பேரவையின் நடவடிக்கைகளை விதிகளுக்கு இணங்க நடத்தும் தலைமைப் பொறுப்புக்கு அவை உறுப்பினர்களால் தேர்ந்தெடுக்கப் படுபவர், Speaker of the Legislative Assembly.

சட்டமூலம்: *(பெ):* மசோதா; Bill in a Parliament or State Legislative Assembly.

சட்டம்: *(பெ):* மரச்சட்டம்; நியாய ஏற்பாடு; செப்பம்; மேன்மை; நேர்மை; புனுகு; wooden frame; law; regulation; act; rule; equity; excellence; justice; civetcat's secretion.

சட்டம்பி: *(பெ):* ஆசிரியர்; தலைவன்; teacher; chief; lord; master.

சட்ட வாள்: *(பெ):* பிடியுடன் கூடிய வாள்; the saw with a handle.

சட்டவிரோதம்: *(பெ):* சட்டத்துக்கு எதிரானது (அ) புறம்பானது; violation of law; transgression.

சட்டன்: *(பெ):* மாணாக்கன்; pupil; student.

சட்டாம்பிள்ளை: *(பெ):* ஆசிரியர் வகுப்பில் இல்லாத நேரத்தில் மாணவர்கள் அமைதியாக இருக்குமாறு பார்த்துக் கொள்ள நியமிக்கப்பட்ட மாணவன்; (formerly) a pupil who monitors a class of students; class pupil leader.

சட்டால்: *(பெ):* வில்வ மரம்; bael tree.

சட்டி: *(பெ):* மட்பாண்டம்; அறுபது; தாமரை; earthenware; sixty; lotus. • **சட்டியில் இருந்தால் தானே அகப்பையில் வரும்.** • **சட்டிப்** பாலுக்கு ஒரு சொட்டு மோர் பிரை - *பழமொழிகள்.*

சட்டிசுரண்டி: *(பெ):* சமையல்காரர்; சிறு சுரண்டும் கருவி; a cook; a small scraping instrument.

சட்டிபூர்த்தி: *(பெ):* அறுபது ஆண்டு நிறைவு; attainment of one's sixtieth birthday.

சட்டினி: *(பெ):* துவையல் வகை; a kind of strong relish prepared by adding paste of chilli to coconut, ginger, curry leaf or to similar things.

சட்டு: *(பெ):* ஆறு; அழிவு; சிக்கனம்; six; ruin; thrift; economy.

சட்டுவஞ்செய்தல்: *(பெ):* விருந்தோம்பல்; welcoming and entertaining guests.

சட்டுவம்: *(பெ):* அகப்பை; தோசை திருப்பி; wooden ladle; a kind of spit to turn 'Dhosai' from one side to another and remove it from the griddle.

சட்டை: *(பெ):* மேலாடை; தைத்து உடுத்தும் மேலாடை; பாம்புத் தோல்; உடம்பு; மதிப்பு; பொதி; shirt; jacket; upper garment; cloak; slough of a snake; body; honour; respect; pack-load.

சட்டைக்காரன்: *(பெ):* ஆங்கிலோ-இந்தியன்; Anglo-Indian.

சட்டை நாதன்: *(பெ):* சட்டையணிந்தவன்; சிவபெருமான்; பைரவன்; one who wears a shirt; Lord Shiva; village deity Vairava.

சட்டைப்பை: *(பெ):* சட்டையில் பணம், பேனா, குறிப்புப் புத்தகம் போன்றவற்றை வைத்துக் கொள்ள அதில் தைத்திருக்கும் சிறு பை; pocket.

சட்டோலை: *(பெ):* எழுதுவதற்கு ஏற்ற பனையோலை; palmleaf fit for writing.

சட்பதம்: *(பெ):* அறுகால் வண்டு; a kind of beetle which has six legs.

சட்பம்: *(பெ):* அருகம்புல்; மர்மத்தானத்தை அடுத்துள்ள மயிர்; hariyalli grass; the curled small hair near the genital part of human beings.

சணகம்: *(பெ):* புளியாரைக் கீரை; சணல்; கடலை; yellow wood-sorrel; jute; Bengal gram.

சணப்பு: *(பெ):* கஞ்சா; சணல்; a narcotic and intoxicating plant; jute; hemp.

சணப்பை: *(பெ):* சணல்; jute; hemp.

சணம்: *(பெ):* நொடிநேரம்; சணல்; moment (time taken for batting the eye or for snapping the finger); jute; hemp.

சணல்: *(பெ):* நாரைத் தரும் ஒரு வகைச் செடி; hemp.

சணாய்: *(பெ):* கடலை; Bengal gram.

சணைத்தல்: *(வி):* கொழுத்தல்; be plump.

சண்டதரம்: *(பெ):* நரகம்; hell.

சண்டதாண்டவம்: *(பெ):* காளியுடன் சிவபெருமான் ஆடிய கூத்து; the dance of Lord Shiva with Kali, a female deity with dark complexion.

சண்டப்பிரசண்டம்: *(பெ):* கடுமை; ஆர்ப்பாட்டம்; severity; demonstration; agitation.

சண்டப்பை: *(பெ):* கருப்பை; uterus.

சண்டமாருதம்: *(பெ):* பெருங்காற்று; புயல்; storm. • **சண்டமாருதத்திற்கு** எதிர்ப்பட்ட சருகு போல - *பழமொழி.*

சண்டம்(பெ): கொடுமை; கோபம்; வேகம்; வலிமை; பெருமை; நரகம்; அலி; severity; anger; speed; strength; greatness; a hell; an eunuch.

சண்டன்(பெ): இயமன்; சூரியன்; உருத்திரருள் ஒருவர்; சிவபெருமான்; கோபக்காரன்; அலி; Yama, the God of death; the Sun; one of the Rudras; Lord Shiva; angry man; eunuch.

சண்டாளம்(பெ): வஞ்சகம்; பேய்; deceit; devil.

சண்டாளர்(பெ): கொலைஞர்; தீயோர்; murderer; miscreant.

சண்டாளன்(பெ): கொலைகாரன்; தீயவன்; கொடியவன்; புலையன்; murderer; wicked man; deceiver; base person.

சண்டாளி(பெ): கொடியவள்; புலைச்சி; wicked woman; base woman.

சண்டி(பெ): கட்டளைக்குக் கீழ்ப்படிய மறுத்திடும் ஒருவர் அல்லது ஒன்று; இடக்கு செய்பவன்; கொடியவன்; துர்க்கை; காளி; perverse person or animal; obstinate person; wicked man; Durga, Goddess of Victory; Kali, Goddess with dark complexion. • **சண்டிக்கேற்ற** முண்டன். • **சண்டிக்** குதிரைக்கு நொண்டிச் சாரதி. • **சண்டிக்** குதிரைக்குச் சறுக்கினதே சாக்கு - *பழமொழிகள்.*

சண்டிகை: *(பெ):* துர்க்கை; Durga, Goddess of Victory.

சண்டித்தனம்: *(பெ):* பிடிவாதம்; விடாப்போக்கு; obstinacy; perversity.

சண்டியர்: *(பெ):* கலாட்டா செய்யத் துணிந்து இறங்குபவன்; வீண்சண்டை வளர்ப்பவன்; பிடிவாதக்காரன்; rogue; rowdy; perverse person.

சண்டிலன்: *(பெ):* சிவபெருமான்; நாவிதன்; Lord Shiva; barber.

சண்டீனம்: *(பெ):* பறவை; bird.

சண்டு: *(பெ):* கூளம்; எல்லைக் கோல்; chaff; pole, as a mark of boundary.

சண்டுதல்: *(வி):* அதிகமாக உண்ணுதல்; to eat excessively.

சண்டை: *(பெ):* போர்; பிணக்கு; சச்சரவு; வாத்திய வகை; battle; war; fight; quarrel; a kind of musical instrument.

சண்ணக்கிடா: *(பெ):* தின்று கொழுத்த கிடா; ram.

சண்ணம்: *(பெ):* ஆடவர் மறைவுத் தானம்; the genital part of males; penis.

சண்ணித்தல்: *(பெ):* பூசுதல்; to smear as with sacred ashes.

சண்ணுதல்: *(வி):* தாக்குதல்; நீக்குதல்; நிறைய உண்ணுதல்; புணர்தல்; செய்து முடித்தல்; to attack; to remove; to eat excessively; to copulate; to complete (a work).

சண்பகம்: *(பெ):* ஒரு பூ மரவகை; champak, a flower tree.

சண்பங்கோரை: *(பெ):* ஒரு கோரை வகை; a kind of sedges and bulrushes.

சண்பனி: *(பெ):* தேவதை; யோகினி; an angel; fairy.

சண்பு: *(பெ):* யானைப்புல்; elephant-grass.

சண்பை: *(பெ):* நாகை மாவட்டத்திலுள்ள சீர்காழி நகரம்; Sirkazhi, a town in Nagapattinam District.

சண்மதம்: *(பெ):* அறுவகைத் தத்துவம்; six kinds of religion.

சண்முகன்: *(பெ):* ஸ்கந்தன்; ஆறுமுகம்; முருகப் பெருமான்; சுப்பிரமணியர்; Skandha, as six-faced.

சதகம்: *(பெ):* நூறு பாடல் கொண்ட நூல் வகை; நூற்றாண்டு; தான்றி மரம்; a poem of 100 stanzas; century; a kind of tree.

சதகுப்பி/சதகுப்பை: *(பெ):* ஓமம்; ஒரு மருந்துப் பூண்டு; Bishop's weed; a herb; dill.

சதகோடி: *(பெ):* இடி; வச்சிரப்படை; நூறு கோடி; lightning; a weapon sharp edged at both ends; hundred crores.

சதக்கல்: *(பெ):* சதுப்பு நிலம்; சேறு; marsh; mire; swamp.

சதக்கினி: *(பெ):* நூறுபேரைக் கொன்றிடும் மதிற்பொறி; a kind of device in a fort wall (formerly) which may kill roughly hundred persons.

சதங்கை: *(பெ):* கிண்கிணி; காலணி; ஓர் அணிகலன்; string of small metal balls; a kind of ornament, worn on the ankles.

சதங்கைத்தாமம்: *(பெ):* ஒரு வகை மாலை; ஒரு வகைக் கழுத்தணிகலன்; a kind of garland; a kind of necklace.

சதசதப்பு: *(பெ):* மண், மணல் போன்றவை நீர் பட்டு குழைவாக இருந்திடல்; wetness; sogginess.

சதசத்து: *(பெ):* ஆன்மா; soul.

சதசல்லியம்: *(பெ):* பெருந்தொந்தரவு; trouble.

சதசு: *(பெ):* கற்றோர் பேரவை; assembly of learned people.

சதஞ்சீவி: *(பெ):* நூறு ஆண்டுகள் வாழ்பவர்; one who lives hundred years.

சதசம்: *(பெ):* எப்பொழுதும்; always.

சததளம்: *(பெ):* நூறு இதழ்களைக் கொண்ட தாமரை; the lotus which has 100 petals.

சததாரை: *(பெ):* இடி; நூறு முனைகளைக் கொண்ட வச்சிரப்படை; thunder-bolt; a weapon with 100 sharp edges on both ends.

சதநியுதம்: *(பெ):* கோடி; crore.

சதபத்திரம்: *(பெ):* நூறு இதழ்களைக் கொண்ட தாமரை; கிளி; மயில்; தச்சன் கருவி; a lotus which has hundred petals; parrot; peacock; an equipment of carpenter.

சதுபதுமம்: *(பெ):* நூறு இதழ்களைக் கொண்ட தாமரை; a lotus which has 100 petals.

சதபுட்பம்: *(பெ):* ஒரு பூண்டு; ஓமம்; a herb; Bishop's weed.

சதமகன்: *(பெ):* இந்திரன்; Lord Indra.

சதமானம்: *(பெ):* சதவீதம்; percentage.

சதமூலை: *(பெ):* கொடி வகை; a kind of creeper.

சதம்: *(பெ):* நூறு; இலங்கையில் வழங்கும் நாணயம்; இலை; இறகு; அழியாதது; இறுதி; தமால மரம்; hundred; a coin of Srilanka, cent; leaf; feather; that which is perpetual; eternal; a kind of tree.

சதயம்: *(பெ):* இருபத்தேழு நட்சத்திரங்களில் இருபத்து நான்காவது; the twenty-fourth star of the twenty-seven stars, Sathayam.

சதவல்: *(பெ):* சதுப்பு நிலம்; குப்பை; marshy land; damp.

சதவிகிதம்/சதமானம்/சதவீதம்: *(பெ):* ஒரு குறிப்பிட்ட மொத்தத்தை நூறாக மாற்றும்போது மொத்தத்துக்கு இவ்வளவு என இருப்பது அடையும் மதிப்பு; percentage.

சதவீரியம்: *(பெ):* வெள்ளருகம்புல்; a kind of grass.

சதவீரு: *(பெ):* மல்லிகை; jasmine.

சதளம்: *(பெ):* திரள்; கூட்டம்; multitude; crowd.

சதனம்: *(பெ):* வீடு; நூறு; house; hundred.

சதா: *(வி.அ/பெ.அ):* எப்போதும்; விடாமல்; தொடர்ந்து; continually; always.

சதாகதி: *(பெ):* சூரியன்; காற்று; Sun; air.

சதாக்கினி: *(பெ):* தேள்; scorpion.

சதாங்கம்: *(பெ):* தேர்; car; chariot.

சதாசாரம்: *(பெ):* நல்லொழுக்கம்; good conduct.

சதாசிவம்: *(பெ):* ஐந்து கர்த்தாக்களுள் முதல்வராய், உயிர்களுக்கு அருள் செய்ய சிவபெருமான் மேற்கொள்ளும் சிவமூர்த்தம்; (Saiva) manifestation of Shiva, bestowing grace upon sentient beings, highest of five karthakkal.

சதாட்டம்: *(பெ):* நூற்று எட்டு; one hundred and eight.

சதாபடம்: *(பெ):* எருக்கஞ் செடி; Yercum.

சதாபதி: *(பெ):* இறைவன்; மரவட்டை; God; deity; wood-leech.

சதாபலம்: *(பெ):* எலுமிச்சை மரம்; lime-tree.

சதாபிஷேகம்: *(பெ):* எண்பது வயது வரை வாழ்ந்தவருக்குக் கொண்டாடும் விழா; celebration for a person who has completed 80 years.

சதாபுசம்: *(பெ):* ஒரு பூண்டு வகை; a kind of herb.

சதாபுட்பம்: *(பெ):* முல்லை; வெள்ளெருக்கு; wild jasmine; white yercum.

சதாமூர்க்கம்: *(பெ):* பாம்புக் கொல்லிப் பூண்டு; a kind of herb.

சதாமூலம்: *(பெ):* கொடி வகை; a kind of herb.

சதாயுசு: *(பெ):* நூறு வயது வரை வாழ்ந்த முதியவர்; old man who has lived hundred years.

சதாய்தல்: *(வி):* கேலி செய்தல்; எள்ளுதல்; to make a mockery of something; to ridicule.

சதாரம்: *(பெ):* நூறு முனைகளைக் கொண்ட வச்சிரப்படை; a weapon which has hundred sharp edges on both ends.

சதாவுதல்: *(பெ):* பழுதாதல்; to fall into a state of disrepair; to be spoiled.

சதானகம்: *(பெ):* சுடுகாடு; இடுகாடு; மயானம்; grave-yard; crematorium; burial ground.

சதி: *(பெ):* வஞ்சனை; சோறு; தீயுண்டாக்கும் கருவி; பார்வதி தேவி; உடன்கட்டை ஏறுதல்; வட்டம்; அழிவு; ரோகிணி; கற்புடைய மனைவி; deceit; food; an equipment to kindle fire; Parvathi Devi, consort of Lord Shiva; self-immolation of a widow along with her deceased husband; round; circle; ruin; Rohini, the fourth star of the twenty-seven stars; virtuous wife.

சதிகாரன்/சதியன்: *(பெ):* மோசடிப் பேர்வழி; மோசக்காரன்; traitor; treacherous person.

சதித்தல்: *(வி):* அழித்தல்; வஞ்சித்தல்; to destroy; to deceit.

சதிபதி: *(பெ):* சிவபெருமான்; கணவன் மனைவி; Lord Shiva; husband and wife.

சதி பாய்தல்: *(வி):* நடனமாடுதல்; to dance.

சதிமகள்: *(பெ):* இந்திராணி; Indrani, the wife of Lord Indra.

சதிமானம்: *(பெ):* வஞ்சனை; deceit.

சதியாலோசனை: *(பெ):* வஞ்சக ஆலோசனை; conspiracy.

சதிரம்: *(பெ):* உடல்; சதுரம்; கொடி வகை; body; square; a kind of creeper.

சதிராட்டம்: *(பெ):* ஒரு வகை நடனம்; a kind of dance.

சதிரி: *(பெ):* திறமையுடையவள்; talented woman.

சதிர்: *(பெ):* திறமை; பெருமை; பேறு; அழகு; குறைந்த விலை; சிக்கனம்; எல்லை; நாட்டியம்; பெரும்பயனளிக்கும் சிறுமுயற்சி; talent; greatness; excellence; good fortune; beauty; cheaper rate; thrift; economy; limit; dance; the little effort which gives great benefit.

சதிர்த் தேங்காய்: *(பெ):* சிதறு தேங்காய்; the coconut hurled on the ground to go to pieces.

சதுக்கம்: *(பெ):* நான்கு தெருக்கள் (அ) சாலைகள் கூடுமிடம்; junction where four streets or roads meet.

சதுக்கல்: *(பெ):* வழுக்கல்; slipperiness.

சதுப்பாதம்: *(பெ):* நாய்; dog.

சதுப்பு நிலம்: *(பெ):* சேற்று நிலம்; marshy land.

சதுப்புயன்: *(பெ):* திருமால்; Lord Vishnu.

சதுரகராதி: *(பெ):* பெயரகராதி; பொருளகராதி, தொகையகராதி, தொடையகராதி என்னும் நான்கு பிரிவுகளைக் கொண்டதும் 18-ஆம் நூற்றாண்டில் வீரமாமுனிவர் இயற்றியதுமான அகராதி; The Tamil lexicon by Veeramamunivar (Beschi) in the 18th century with four parts, viz, *peyar akarathi, porul akarathi, thokai akarathi* and *thodai akarathi.*

சதுரங்கசேனை: *(பெ):* இரத, கஜ, துரக, பதாதிகள்; தேர், யானை, குதிரை, காலாள் சேர்ந்த நால்வகைப் படை; a complete army consisting of four divisions, viz., chariot, elephants, cavalry and infantry.

சதுரங்கம்: *(பெ):* விளையாட்டுவகை; நாற்கோணம்; chess; tetrahedron; quadrangular figure.

சதுரச்சந்தி: *(பெ):* நாற் சந்தி; junction of four roads.

சதுரந்தயானம்: *(பெ):* சிவிகை; பல்லக்கு; palanquin.

சதுரப்பாடு: *(பெ):* திறமை; அறிவுக்கூர்மை; உடலுழைப்பு; skill; acumen; manual labour.

சதுரம்: *(பெ):* நீளம், அகலம் ஒத்த நாற்கோணம்; திறமை; அறிவுக்கூர்மை; நாகரிகம்; விரைவு; square; skill; acumen; civilization; swiftness.

சதுரன்: *(பெ):* திறமைசாலி; பேராசைக்காரன்; efficient man; greedy man.

சதுரானனன்: *(பெ):* பிரம்மன்; Lord Brahma.

சதுர்க்கதி: *(பெ):* ஆமை; tortoise.

சதுர்முகன்: *(பெ):* பிரம்மன்; Lord Brahma.

சதுனி: *(பெ):* வௌவால்; bat.

சதேகமுத்தி: *(பெ):* சீவன் முக்தி; final deliverance while yet in this life.

சதேகரு: *(பெ):* இலவங்கப்பட்டை; cinnamon bark.

சதேரன்: *(பெ):* பகைவன்; enemy.

சதை: *(பெ):* ஊன்; பழத்தின் தசை; மர வகை; flesh; pulpy part of fruit; a kind of tree.

சதைக்குந்தம்: *(பெ):* கண்ணோய் வகை; a kind of eye disease.

சதைதல்: *(வி):* நசுங்குதல்; நெரிதல்; be crumpled; be crushed.

சதையல்: *(பெ):* மூங்கில் பிளாப்பு; cleft of bamboo.

சதையொட்டி: *(பெ):* செடி வகை; a kind of plant.

சதை வைத்தவள்: *(பெ):* மலடி; sterile woman.

சதோகரு: *(பெ):* இலவங்கப்பட்டை; cinnamon bark.

சத்தகம்: *(பெ):* சிறு கத்தி; இறுதிக்கடன்; a small knife; funeral rites.

சத்த கன்னிகை/சத்தமாதர்: *(பெ):* அபிராமி, இந்திராணி, கௌமாரி, காளி, நாராயணி, மகேசுவரி, வராகி ஆகியோர்; Abirami, Indrani, Kaumari, Kali, Narayani, Maheshwari and Varahi.

சத்தக்கருவி: *(பெ):* இசைக் கருவி; musical instrument.

சத்தக்கூலி: (பெ): வண்டிக்கூலி; hire; cartage.
சத்தங்காட்டுதல்: (வி): ஒலி எழுப்புதல்; to make noise.
சத்தங் கேட்டல்: (வி): ஒலி கேட்டல்; to hear sound.
சத்தசிப்பி: (பெ): கிளிஞ்சில்; oyster-shell; mussel.
சத்தசுரம்: (பெ): ஏழுசுரம்; seven notes of gamut.
சத்தம்: (பெ): ஒலி; சொல்; வாடகை; வண்டிக்கூலி; sound; voice; word; hire; cartage.
சத்தவிடங்கத்தலம்: (பெ): சிவனின் வழிபாட்டிற் குரிய ஏழுவிடங்கத் தலங்கள்; seven shrines celebrated for the manifestation of Lord Shiva.
சத்தற்ற உணவு: (பெ): சத்துக் குறைவாக உள்ள உணவு; malnutrition.
சத்தி: (பெ): ஆற்றல்; பார்வதி; வாந்தி; வேல்; சூலம்; கந்தகம்; வேம்பு; பேய்ப்புடல்; விருந்து; குடை; நீர்முள்ளி; பெண்; force; power; Parvathi; vomiting; lance; trident; sulphur; neem; a kind of snake-gourd; feast; umbrella; a water plant; woman.
சத்திகம்: (பெ): குதிரை; horse.
சத்திதரன்: (பெ): முருகப் பெருமான்; Lord Muruga.
சத்தித்தல்: (வி): கக்குதல்; ஒலித்தல்; to vomit; to sound.
சத்திப்பு: (பெ): வாந்தி; கக்கல்; vomiting; ejecting from the mouth.
சத்திமான்: (பெ): திறமைசாலி; efficient man.
சத்திய சந்தன்: (பெ): உண்மையைப் பேசுபவன்; one who speaks truth only.
சத்திய ஞானம்: (பெ): மெய்யுணர்வு; knowledge of reality.
சத்தியம்: (பெ): உண்மை; பிரமாணம்; truth; sincerity; oath.
சத்திய யுகம்: (பெ): கிரேதா யுகம்; Kiretha Yugam.
சத்திய லோகம்: (பெ): பிரம்மலோகம்; Brahma's world.
சத்தியவான்: (பெ): உண்மையே பேசுபவன்; சாவித்திரியின் கணவன்; one who speaks truth only; husband of Savithri.
சத்தியவிரதன்: (பெ): தருமர்; Dharma, elder brother of Pancha Pandavas.
சத்தியாக்கிரகம்: (பெ): ஒத்துழையாமை, உண்ணாவிரதம்போன்றஅறநெறியில்எதிர்ப்பைத் தெரிவிக்கும் முறை; protest in the name of truth by resorting to non-co-operation, hunger strike, etc.
சத்தியோசாதம்: (பெ): சிவபெருமானின் ஐந்து முகங்களுள் ஒன்று; சிவபெருமானின் மேற்கு நோக்கிய முகம்; one of the five faces of Lord Shiva; the face of Lord Shiva looking towards west.
சத்திரசாலை: (பெ): அன்னசாலை; the place where free food is given to the poor, mendicants, etc.
சத்திரபதி: (பெ): அரசன்; king.
சத்திரம்[1]: (பெ): பிரயாணிகள் குறைந்த செலவில் தங்கி, உணவு உண்டு செல்லும் விடுதி; திருமண மண்டபம்; the rest house where one can have food and lodging at a minimum cost; hall for conducting marriage ceremonies.
சத்திரம்[2]: (பெ): இரும்பு; வேல்; குடை; வியப்பு; தும்பைச் செடி; யஜுர் வேதத்தின் ஓர் உட்பிரிவு; iron; lance; umbrella; amazement; white dead nettle - leucas; a part in Yajur Veda.
சத்திரவித்தை: (பெ): அறுவை சிகிச்சை; surgery.
சத்திரி: (பெ): யானை; சத்திரியன்; elephant; one who belongs to royal family.
சத்திரியன்: (பெ): அரச குலத்தவன்; one who belongs to royal family.
சத்திலி: (பெ): கற்பூரம்; camphor.
சத்து: (பெ): உண்மை; நன்மை; சாரம்; வலிமை; சித்து; அறிவு; ஒழுக்கத்திற் சிறந்தவன்; ஞானி; மாவு; துத்தம்; reality; goodness; essence; strength; supernatural power; knowledge; virtuous man; wise person; philosopher; flour; copper sulphate.
சத்துரு: (பெ): பகைவன்; enemy.
சத்துருக்னன்: (பெ): ஸ்ரீ இராமரின் கடைசித்தம்பி; younger brother of Sri Rama.
சத்துவகர்: (பெ): தேவதூதர்; holy angels; divine messengers.
சத்துவ குணம்: (பெ): நற்செயல்களில் மனதினைச் செலுத்தும் சாந்தகுணம்; முக்குணங்களில் ஒன்று; goodness or virtue; one of the three qualities.
சத்துவம்: (பெ): சாரம்; இயல்பு; வலிமை; vigour; natural quality; strength.
சத்துவாரி: (பெ): வெள்ளெழுத்து; long-sight.
சத்தை: (பெ): உண்மை; பலன்; வலிமை; சாரம்; truth; reality; benefit; strength; vigour.
சந்தகபுட்பம்: (பெ): கிராம்பு; clove.
சந்தகம்: (பெ): இடியாப்பம்; மகிழ்ச்சி; steamed rice cake; happiness.
சந்தகன்: (பெ): சந்திரன்; the Moon.
சந்தக்குழம்பு: (பெ): நறுமணங் கொண்ட சந்தனக் குழம்பு; scented sandal paste.
சந்தசு: (பெ): வேதம்; யாப்பு வகை; Veda; a kind of prosody.
சந்தடி: (பெ): இரைச்சல்; ஆரவாரம்; கூட்டம்; bustle; uproar; loud noise; crowd. ● **சந்தடி சாக்கிலே கந்தப்பொடி கால்பணம்** - *பழமொழி.*
சந்தணி: (பெ): சந்தனம்; sandal paste.

சந்தணுகி: *(பெ):* பாம்பு வகை; a kind of snake.

சந்ததம்: *(வி.அ):* எப்பொழுதும்; always.

சந்ததி: *(பெ):* வழித்தோன்றல்; மரபு; மகன்; descendant; lineage; son.

சந்தமாமா: *(பெ):* சந்திரன்; the Moon.

சந்தம்: *(பெ):* அழகு; நிறம்; வண்ணம்; செய்யுள்; வடிவு; சுகம்; வேதம்; சந்தனம்; துளை; கருத்து; beauty; colour; verse; form; pleasure; Veda; sandal; hole; view.

சந்தயம்: *(பெ):* ஐயம்; doubt.

சந்தரி: *(பெ):* துளசி; basil plant.

சந்தர்ப்பம்: *(பெ):* வாய்ப்பு; சமயம்; opportunity; circumstance.

சந்தர்ப்பவசத்தால்/சந்தர்ப்ப வசமாக: *(வி.அ):* எதிர்பாராத விதத்தில்; சூழ்நிலை காரணமாக; by force of circumstances.

சந்தர்ப்பவாதம்: *(பெ):* எந்தச் சூழ்நிலையையும் சுயலாபத்துக்குப் பயன்படுத்திக்கொள்ளும் போக்கு; opportunism.

சந்தனக்கல்: *(பெ):* சந்தனத்தை உரைக்கும் கல்; stone for grinding sandalwood into paste.

சந்தனக்காப்பு: *(பெ):* கோயில்களில் விசேஷ நாட்களில் மூலவிக்கிரகத்தின் மீது சந்தனத்தைப் பூசி செய்திடும் அலங்காரம்; covering the idol with sandal paste as an adornment at the time of festivals.

சந்தனக்குடம்/சந்தனக்கூடு: *(பெ):* முஸ்லிம் மகான்களுக்காக நடத்தப்படும் திருவிழாவில் சிறு தேரின் நடுவில் வைத்து எடுத்துச் செல்லும் சந்தனக் குடம்; a small pot filled with sandal paste kept in a chariot taken out in procession in honour of Muslim saints.

சந்தனச்சாந்து: *(பெ):* அரைத்த கலவைச் சந்தனம்; fragrant sandal paste.

சந்தனத்திரி: *(பெ):* ஊதுவத்தி; incense-stick.

சந்தனம்: *(பெ):* சந்தனமரம்; தேர்; sandalwood tree; chariot. • ***சந்தனக்கட்டை*** தேய்ந்தாலும் கந்தம் குறையுமோ? - *பழமொழி.*

சந்தனாதி: *(பெ):* சந்தனாதி தைலம்; சந்தனத்தை முக்கியப்பொருளாகக்கொண்ட மருத்துவத்தைலம்; medicated oil having sandal as the main ingredient.

சந்தா: *(பெ):* பத்திரிகை போன்றவற்றைக் குறிப்பிட்ட காலம் வரை பெற்றிட (அ) ஓர் அமைப்பில் உறுப்பினராக இருந்திடச் செலுத்தப்படும் கட்டணம்; குறிப்பிட்ட காலத்துக்கு ஒருமுறை பணசேமிப்பு (அ) கடன் அடைத்தல் போன்றவற்றில் செலுத்தப்படும் பணம்; தவணைப் பணம்; subscription to a journal, to a club, etc.; instalment of money paid into a savings scheme in repayment of a debt etc.

சந்தாதாரர்: *(பெ):* பத்திரிகை போன்றவற்றிற்கு சந்தா செலுத்துபவர்; subscriber to a journal, etc.

சந்தாபம்: *(பெ):* துன்பம்; mental worry.

சந்தான கரணி: *(பெ):* மருந்து வகை; இலுப்பை மரம்; அருகம்புல்; a kind of medicine; South Indian Mahua tree; a kind of grass.

சந்தானம்: *(பெ):* மரபு; சந்ததி; தொடர்பு; அம்பு எய்கை; சிவாகமம் இருபத்தெட்டினுள் ஒன்று; lineage; descendant; connection; shooting of arrow; one of the twenty-eight Sivagamas.

சந்தாணி: *(பெ):* வெண்காரம்; borax.

சந்தி: *(பெ):* சாலைகள் கூடுமிடம்; ஒரு சொல்லின் கடைசியில் இருக்கும் எழுத்தும் அதை அடுத்து வரும் சொல்லின் முதல் எழுத்தும் இணையும் போது ஏற்படும் மாற்றம் போன்றவை; பகலும் இரவும் பிரியும் (அ) சந்திக்கும் நேரம்; விடியல் (அ) மாலைப்பொழுது; junction of roads; the change, etc that results when the last sound of a word combines with the first sound of the following word; sandhi; twilight; the dawn or dusk.

சந்திகம்: *(பெ):* நோய் வகை; a kind of disease.

சந்திக்கு இழு: *(வி):* அவமானப்படுத்தும் வகையில் ஒருவரின் குற்றங்குறைகளைப் பலரும் அறியுமாறு செய்தல்; to expose to public ridicule; to drag somebody through the mud.

சந்திக்கோணம்: *(பெ):* தேர் உறுப்புகளுள் ஒன்று; a part of chariot.

சந்திகை: *(பெ):* சிற்றுண்டி வகை; a kind of refreshment.

சந்தித்தல்: *(வி):* ஒருவர் மற்றொருவரை நேரில் அணுகிப் பார்த்தல் (அ) பார்த்துப் பேசுதல்; ஒன்றை நேருக்கு நேர் பார்த்தல்; எதிர் கொண்டு செயல்படுதல்; சமாளித்தல்; ஆறுகள் கூடுதல்; சாலைகள் கூடுதல்; to meet; to face an opponent, a situation etc; to encounter; (of rivers) to flow together; (of roads) to join.

சந்திப்பு: *(பெ):* ஒருவர் மற்றொருவரைச் சந்திக்கும் செயல்; இரண்டுக்கும் மேற்பட்ட மார்க்கங்களுக்குப் போகும் இருப்புப் பாதைகள் உள்ள புகைவண்டி நிலையம்; meeting with a person; railway junction with two or more railway lines.

சந்தியக்கரம்: *(பெ):* (சமஸ்கிருதத்தில்) இரு உயிரெழுத்துக்கள் இணைந்து ஒலிக்கும் ஏ, ஐ, ஓ, ஔ ஆகிய எழுத்துக்கள்; diphthongs of Sanskrit viz. ae, ai, oe, ou.

சந்தியாகால பூஜை: *(பெ):* கோயிலில் மாலை ஐந்து மணிக்குமேல் ஏழு மணிக்குள் நைவேத்தியமும்,

தீபாராதனையும் காட்டிச் செய்யப்படும் பூஜை; one of the obligatory poojas in a temple with Naivethyam and Dheeparaathanai performed after 5 p.m. but not later than 7 p.m.

சந்தியாவந்தனம்: *(பெ):* காலை, உச்சிப் பொழுது, மாலை என மூன்று வேளைகளிலும் குறிப்பிட்ட மந்திரம் ஜெபித்துச் செய்யப்படும் வழிபாடு; chanting of mantras in the morning, at noon and in the evening.

சந்திரகம்: *(பெ):* மயில்தோகை; வெண்மிளகு; நகம்; feather of peacock; white pepper; nail.

சந்திரகாலை: *(பெ):* சந்திரன் கூறு; ஓர் அணிகலன்; digit of moon; a kind of ornament.

சந்திரகாந்தக்கல்: *(பெ):* சந்திரமணி; moon-stone.

சந்திரகாந்தம்: *(பெ):* வெள்ளாம்பல்; white water lily.

சந்திரகாம்புயம்: *(பெ):* வெண்தாமரை; white lotus.

சந்திரகி: *(பெ):* மயில்; peacock.

சந்திரகிரகணம்: *(பெ):* பூமியின் நிழல்பட்டுச் சந்திரன் இருளுதல்; lunar eclipse.

சந்திர குரு: *(பெ):* வெண்முத்து; அசுரகுரு; சுக்கிரன்; white pearl; Asura's guru; the Planet Venus.

சந்திரசம்பவன்: *(பெ):* புதன்; Planet Mercury.

சந்திரசேகரன்: *(பெ):* சிவபெருமான்; Lord Shiva.

சந்திர ஞானம்: *(பெ):* ஒரு சைவாகமம்; a Shivagama.

சந்திர திசை: *(பெ):* வடக்கு; north.

சந்திரநாதம்: *(பெ):* இராகு; மருந்து வகை; Ragu, moon's ascending node; a kind of medicine.

சந்திரபாணி: *(பெ):* வைரம்; diamond.

சந்திரபூதம்: *(பெ):* பச்சைக்கற்பூரம்; medicated camphor.

சந்திரம்: *(பெ):* கற்பூரம்; பொன்; மிருகசீரிடம்; நீர்; camphor; gold; the fifth of the twenty-seven stars; water.

சந்திரமண்டலம்: *(பெ):* சந்திரன் என்னும் துணைக்கோளும் அதைச் சுற்றியுள்ள வெளியும்; moon and the space around it.

சந்திரமணி: *(பெ):* சந்திரகாந்தக்கல்; moon-stone.

சந்திரமௌலி: *(பெ):* சிவபெருமான்; Lord Shiva.

சந்திரவட்டம்: *(பெ):* வெண்கொற்றக்குடை; white umbrella of victory.

சந்திரன்: *(பெ):* நிலா; நிலவு; திங்கள்; குபேரன்; the moon; Kuberan; millionaire.

சந்திரன் சிப்பி: *(பெ):* முத்துச்சிப்பி; pearl oyster.

சந்திரனாள்: *(பெ):* திங்கட்கிழமை; Monday.

சந்திராதபம்: *(பெ):* நிலவு; the moon.

சந்திராயுதம்: *(பெ):* பிறை வடிவான அம்பு; the arrow which has its edge as crescent moon.

சந்திரிகை: *(பெ):* நிலா வெளிச்சம்; நிலவொளி; moonlight.

சந்திரேகம்: *(பெ):* கார்போக அரிசி விதை; the seed of a herb.

சந்திரோதயம்: *(பெ):* நிலவின் உதயம்; rising of the moon.

சந்தில்: *(பெ):* சனி; மூங்கில்; Saturn; bamboo.

சந்திவிளக்கு: *(பெ):* கோயிலில் மாலை நேரத்தில் ஏற்றப்படும் விளக்கு; the lamp lighted in the evening in temples.

சந்திவேளை: *(பெ):* சாயுங்காலம்; evening.

சந்து: *(பெ):* அகலக் குறைவான தெரு; குறுகிய இடைவெளி; இடுக்கு; தூதன்; சமாதானம்; சந்தனமரம்; உயிர்; narrow lane or street; narrow gap; cleft; chink; messenger; peace; sandalwood tree; soul.

சந்துக்காறை: *(பெ):* ஒருவகைக் கைவளை; a kind of bangles.

சந்து செய்தல்: *(பெ):* துளைபோடுதல்; பொருத்துதல்; சமாதானம் செய்தல்; to bore; to fix; to compromise.

சந்துட்டி: *(பெ):* மகிழ்ச்சி; மன நிறைவு; happiness; satisfaction.

சந்து பார்த்தல்: *(வி):* சமயம் பார்த்தல்; to expect the suitable or proper time (to do a thing).

சந்து பொந்து: *(பெ):* குறுகலான பாதையும் வழியும்; மூலைமுடுக்கு; nook and corner; by-lane.

சந்துமந்து: *(பெ):* குழப்பம்; தாறுமாறு; confusion; disorder.

சந்துயிர்: *(பெ):* எலும்பு; bone.

சந்தேகம்: *(பெ):* ஐயம்; நிச்சயமின்மை; அவநம்பிக்கை; கேடு; doubt; uncertainty; mistrust; suspicion; ruin.

சந்தேகித்தல்: *(வி):* ஐயப்படுதல்; அவநம்பிக்கை கொள்ளுதல்; to doubt; to suspect.

சந்தேசம்: *(பெ):* தூது; embassy; message.

சந்தை: *(பெ):* குறித்த காலத்தில் குறிப்பிட்ட இடத்தில் கூடும் கடைகள்; கடைவீதி; கூட்டம்; வேதம்; புருவ மையம்; செய்யுள்; பெரியோர் கூற்று; market; fair; bazaar; multitude; Veda; centre point in between the eye-brows; poem; stanza; verse; sayings of learned people. • **சந்தைக்கு** வந்தோரெல்லாம் வழித் துணையாகுமோ? - *பழமொழி.*

சந்தை/சந்தைவெளி: *(பெ):* சந்தை கூடும் வெளியிடம்; mart.

சந்தோடம்: *(பெ):* பூரிப்பு; மகிழ்ச்சி; இனாம்; pleasure; delight; happiness; gratification.

சபதம்: *(பெ):* சூளுரை; பந்தயம்; oath; bet; competition.
சபம்: (பெ): குதிரைக் குளம்பு; கடவுளைத் துதித்தல்; ஆலம் விழுது; மூங்கில்; பிணம்; hoof of a horse; praising; aerial root of banyan tree; bamboo; corpse.
சபரணை: *(பெ):* முழுமை; ஆதரவு; ஆயத்தம்; ஒழுங்கு; fullness; support; readiness; order.
சபரன்: *(பெ):* வேடுவன்; hunter.
சபரியை: *(பெ):* பூசை; worship; homage to superiors.
சபர்: *(பெ):* கடற் பயணம்; voyage; navigation.
சபலம்: *(பெ):* நிலையற்ற உள்ளம்; ஆசை; சாறு; மின்னல்; மெலிவு; பயனுள்ளது; இலாபம்; சித்தி; fickle-mindedness; desire; juice; lightning; leanness; that which is useful; benefit; final liberation.
சபலா: *(பெ):* திப்பிலி; long-pepper.
சபலை: *(பெ):* மின்னல்; மனவுறுதியற்றவள்; விலைமகள்; திப்பிலி; திருமகள்; lightning; the woman who is not having moral resolution; prostitute; long-pepper; Lakshmi, Goddess of Wealth.
சபாநாயகம்/சபாபதி: *(பெ):* அவைத் தலைவன்; சிதம்பரம் (கோயிலினுள் உள்ள இறைவன் நடமாடிய மண்டபம்) 'கனகசபை'யின் தலைவராகிய நடராசமூர்த்தி; chief of an assemly; Nataraja, the Lord of the sacred dancing hall at Chidambaram.
சபாமண்டபம்: *(பெ):* சபை கூடுமிடம்; assembly hall; public hall.
சபித்தல்: *(பெ):* சாபமிடுதல்; மந்திரம் உச்சரித்தல்; to curse; to chant by mantras.
சபினம்: *(பெ):* வசம்பு; ஒரு வகை மருந்து; sweet-flag; a kind of medicine.
சபை: *(பெ):* அவை; கூட்டம்; அம்பலம்; assembly; association; society.
சப்பட்டை: *(பெ):* தட்டை; பதர்; கெட்டவன்; சிறகு; flatness; chaff; the person having low qualities; wing.
சப்பணம்: *(பெ):* முழங்கால்களை மடக்கி கால்களைக் குறுக்காக வைத்தல்; அட்டணங்கால் இடுதல்; sitting cross-legged.
சப்பரமஞ்சம்: *(பெ):* மேற்கட்டு அமைந்த அலங்காரக் கட்டில்; testered bedstead.
சப்பரம்: *(பெ):* தெய்வத் திருமேனி தாங்கிய ஒரு வகைச் சிறு தேர்; a small wooden decorated chariot in which the idols are carried during festivals.
சப்பரை: *(பெ):* அறிவிலி; முடன்; idiot; fool.
சப்பல்: *(பெ):* தட்டை; flat.
சப்பளாக் கட்டை: *(பெ):* தாளக்கட்டை; a pair of wooden pieces being held in between the fingers with tiny bells for marking time by the performers of religious songs.
சப்பளாத்தி: *(பெ):* திறமையற்றவள்; unskilled woman.
சப்பன்: *(பெ):* பயனற்றவன்; ஒரு மரவகை; useless fellow; a kind of tree.
சப்பன்னம்: *(பெ):* எண் ஐம்பத்தாறு; the number fifty-six.
சப்பாணி: *(பெ):* கை கொட்டுதல்; நொண்டி; clapping the hands; cripple; lame person. ● **சப்பாணிக்கு** நொண்டி சண்டப் பிரசண்டன். ● **சப்பாணி** மாப்பிள்ளைக்குச் சந்தொடிந்த பொண்டாட்டி - *பழமொழிகள்.*
சப்பாணி கொட்டுதல்: *(வி):* கை கொட்டுதல்; to clap the hands.
சப்பாத்தி: *(பெ):* ரொட்டி வகை; வெளிர் மஞ்சள் நிறப் பூக்களுடன் அகன்று தண்டு முழுவதும் முட்கள் நிறைந்து புதராக வளரும் ஒரு தாவரம்; unleavened roasted bread made from wheat dough, thin in size and round in shape; common prickly-pear.
சப்பாத்து: *(பெ):* சப்பாத்திக் கள்ளி; மிதியடி வகை; common prickly-pear; a kind of footwear.
சப்பி: *(பெ):* பதர்; chaff.
சப்பை: *(பெ):* தட்டை; தட்டையான தொடைப்பகுதி; flat; flank.
சமகம்: *(பெ):* சிவபெருமானைத் துதிக்கும் ஒரு வேத மந்திரம்; a Veda mantra, which is chanted during the worship of Lord Shiva.
சமகாலம்: *(பெ):* ஒருவர் வாழ்ந்த (அ) ஒன்று தோன்றிய அதே காலம்; தான் வாழும் காலம்; contemporary period.
சமக்காளம்: *(பெ):* படுக்கை விரிப்பு வகை; a kind of bedspread.
சமங்கை: *(பெ):* தொட்டாற் சுருங்கி; ஆடுதின்னாப் பாளை; a sensitive plant touch-me-not; a herb.
சமசி: *(பெ):* நிறைவு; fulfilment; completion.
சமஞ்சிதன்: *(பெ):* ஊர்க் கணக்கு எழுதுபவன்; village accountant.
சமட்டு வண்டி: *(பெ):* மிதி வண்டி; bi-cycle.

சமணம்: *(பெ):* அருக மதம், அம்மணம், Jainism; nudity; nakedness.
சமணி: *(பெ):* இலவ மரம்; silk-cotton tree.
சமதர்மம்: *(பெ):* அனைவருக்கும் ஒரே நீதி, நியாயம் என்னும் செயல்பாட்டு முறை; equal justice.
சமதளம்: *(பெ):* சமமான நிலப்பரப்பு; மக்கள் கூட்டம்; flat area of land; crowd.
சமதீதம்: *(பெ):* ஐக்கியம்; கழிந்தது; union; that which is gone.

சமதை: *(பெ):* ஒப்பு; equality; similarity.

சமத்தம்: *(பெ):* அனைத்தும்; எல்லாம்; all.

சமத்தன்: *(பெ):* வல்லவன்; capable person.

சமத்தானம்: *(பெ):* தலை நகரம்; நாட்டின் ஒரு பகுதி; capital city; a part of a nation.

சமத்துவம்: *(பெ):* உலகில் மக்கள் அனைவரும் சமம் என்றும், அனைவருக்கும் சமவாய்ப்புகள் கிடைத்திட வேண்டும் என்றும் கூறும் கொள்கை; equality; egalitarianism.

சமநிலை: *(பெ):* ஏற்றத்தாழ்வு அற்ற நிலை; வேறுபாடில்லா ஒப்பான நிலை; equal footing; equality.

சமபந்தி: *(பெ):* ஒரே பந்தியில் சமய, சாதி வேறுபாடு இல்லாது உண்ணுதல்; sitting all at a time to eat food (ignoring caste or status).

சமம்: *(பெ):* ஒப்பு; மன அமைதி; ஒத்த பொருள்; இரட்டையான எண்; முதுவேனில்; equality; peace of mind; the similar thing; even number; summer, the Tamil month of Aani and Aadi as the season of extreme heat.

சமயகடவன்: *(பெ):* கடின நெஞ்சம் கொண்டவன்; வேஷதாரி; கபடமாக நடிப்பவர்; one who is not sincere in thought, word or deed; a pretender to virtue; a hypocrite.

சமயக் கணக்கர்: *(பெ):* பல்வேறு சமயங்களைச் சார்ந்த பிரசங்கிகள்; exponents of various religious systems.

சமய சஞ்சீவி: *(பெ):* தக்க சமயத்தில் உயிரைக் காக்கும் மருந்து; தக்க சமயத்தில் உதவுபவர்; life-saving drug; one who renders timely help.

சமயச்சார்பற்ற: *(பெ.அ):* எந்த ஒரு சமயத்தையும் சாராத; secular.

சமயத் தறுவாய்: *(பெ):* தக்க காலம்; ஏற்ற சமயம்; proper time or period.

சமயத்தில்: *(வி.அ):* எப்போதாவது; ஒரு சில வேளையில்; முக்கிய தருணத்தில்; at times; at the crucial moment.

சமயநிந்தை: *(பெ):* மதக் கொள்கைகளைப் பழிப்பது; blasphemy.

சமயநிலைய விதிகளுக்கு மாறுபட்டவர்: *(பெ):* திருக்கோயில் மரபுகளை அனுசரித்து நடக்காதவர்; non-conformist.

சமய நூல்: *(பெ):* ஒரு சமயத்திற்கான புனித நூல்; the sacred book of a religion.

சமய போதனை: *(பெ):* சமய நீதிநெறி விளக்கம்; religious instruction.

சமயப்பரப்பாளர்: *(பெ):* சமயக் கொள்கைகளை மக்களிடையே பரப்புபவர்; missionary.

சமயப்பரப்புக்குழு: *(பெ):* சமயக் கொள்கைப் பிரசங்கிகள் அடங்கிய குழு; mission.

சமயப் பற்றுடைய: *(பெ):* மத நம்பிக்கையுடைய; தெய்வ நம்பிக்கை கொண்ட; religious; pious; following the tenets of a religion.

சமயம்: *(பெ):* காலம்; தருணம்; மதம்; அவகாசம்; நூல்; உடன்படிக்கை; மரபு; time; critical moment; religion; leisure; treatise; treaty; established usage. • ***சமயம்*** *வாய்த்தால் களவு செய்வான்.* • ***சமயத்திற்கு*** *ஏற்ப நடப்பவன்.* • ***சமயம்*** *பார்த்துக் காலை வாரி விடுபவன் நண்பனே அல்ல -பழமொழிகள்.*

சமயவாதம்: *(பெ):* சமயம் பற்றிய தருக்கம்; religious disputation or controversy.

சமயவாதி: *(பெ):* சமயப் பற்றுடையவர்; சமய போதகர்; religious man; exponent of a religion.

சமயோசிதம்: *(பெ):* தருணத்திற்குரிய பொருத்தம்; presence of mind; appropriate to the situation.

சமரகேசரி: *(பெ):* போரிடுவதில் சிங்கம் போன்றவன்; one who fights like a lion.

சமரங்கம்: *(பெ):* போர்க்களம்; battle-field.

சமரச சன்மார்க்கம்: *(பெ):* அனைத்து உயிர்களிடத்தும் அன்பு செலுத்த வேண்டும்; ஏற்றத்தாழ்வு இல்லாது அனைவரையும் சமமாகப் பாவித்துச் செயல்படுதல் வேண்டும் என்னும் உயரிய கொள்கை; a religious doctrine advocating love of fellow beings and equality.

சமரசம்: *(பெ):* ஒற்றுமை; நடுவு நிலைமை; இணக்கமான முடிவு; இணக்கமான முடிவில் உண்டாகும் அமைதி; சமாதானம்; unity; equality; impartiality; accord; amicable rapport; peace.

சமரசர்: *(பெ):* நண்பர்கள்; நடுநிலை வகிப்பவர்; friends; impartial arbiter.

சமரதன்: *(பெ):* தன்னுடன் போரிடும் வீரனுக்கு நிகராகத் தேரில் சென்று அவனை எதிர்த்துப் போரிடுபவன்; the warrior in chariot who engages another warrior in an equal fight.

சமரம்: *(பெ):* போர்; முள்ளம்பன்றி; கவரிமான்; battle; war; porcupine; a kind of deer.

சமரி: *(பெ):* கொற்றவை; பாம்பு; Durga, Goddess of Victory; snake.

சமரேகை: *(பெ):* நிலநடுக்கோடு; பூமத்தியரேகை; equator.

சமர்: *(பெ):* போர்; சண்டை; war; battle; fight.

சமர்த்தன்: *(பெ):* புத்திசாலி; வல்லவன்; sagacious person; capable man.

சமர்த்தி: *(பெ):* நிறைவு; வல்லவள்; பக்குவமடைந்த பெண்; consummation; capable woman; the woman who is tempered by experience or age.

சமர்த்து: (பெ): திறமை; திறமையுள்ளவர்; திறமையுள்ளவள்; ability; skill; capable man; capable woman.

சமர்ப்பணம்: (பெ): கடவுளர்க்கு பிரார்த்தனையின் காரணமாக அளிக்கும் காணிக்கை போன்றவை; dedication; votive offering.

சமலம்: (பெ): அழுக்கு; மலம்; dirt; the three impurities of soul.

சமலன்: (பெ): மும்மலங்களை உடைய ஆன்மா; the soul which has the three impurities.

சமவாசம்: (பெ): நட்பு; friendship.

சமழ்த்தல்: (வி): வருந்துதல்; தாழ்தல்; நாணுதல்; to aggrieve; to degenerate; to feel shy.

சமழ்ப்பு: (பெ): வருத்தம்; இழிவு; வெட்கம்; distress; sorrow; disgrace; shame.

சமழ்மை: (பெ): இழிவு; disgrace.

சமற்காரம்: (பெ): பேச்சுத் திறமை; locution.

சமனம்: (பெ): வசம்பு; தணிந்த நிலை; sweet-flag; state of being calmness.

சமனாதம்: (பெ): உவர்மண்; saline soil.

சமனிகை: (பெ): இடுதிரை; curtain.

சமனிசை: (பெ): அமைதி; peace.

சமனியகரணி: (பெ): புண்ணை ஆற்றும் மருந்து; the medicine that cures wounds, sores etc.

சமனியம்: (பெ): முழுமை; பொதுவானது; fullness; that which is common.

சமன்: (பெ): ஏற்றத் தாழ்வு இல்லாமை; இயமன்; equilibrium; Yama, the God of death.
• **சமன்செய்து** சீர்தூக்கும் கோல்போல் அமைந்தொருபால்
கோடாமை சான்றோர்க்கு அணி. - *குறள் 118.*

சமன்பாடு: (பெ): ஒன்றுக்கொன்று ஒத்துப் போகும் தன்மை; (கணிதப்படி) இரு அளவுகள் சமம் என நிரூபிக்கும் குறியீட்டு வடிவிலான கூற்று; balance; equation; (x + y = 10 என்பது ஒரு சமன்பாடு.)

சமஷ்டி: (பெ): தனித்தனியாக இயங்கிட அதிகாரம் படைத்த அமைப்புகள் ஒன்றுகூடி அமைத்துக் கொள்ளும் உயர் கூட்ட அமைப்பு; federation.

சமஸ்கிருதம்: (பெ): வேதங்கள் இயற்றப் பட்டதும், தற்போது பேச்சு வழக்கில் இல்லாததுமான வடமொழி; Sanskrit.

சமஸ்தானம்: (பெ): மன்னர்களின் ஆட்சிக்கு உட்பட்டிருந்த நிலப்பகுதி; குறுநில மன்னரின் அரசவை; princely state at the time of British rule in India; court.

சமாசம்: (பெ): சபை; இலிங்க பாடாணம்; assembly; a kind of arsenic.

சமாசாரம்: (பெ): செய்தி; சங்கதி; விஷயம்; news; affair; matter.

சமாதானம்: (பெ): அமைதி; சம்மதம்; இணக்கம்; மனவொருமைப்பாடு; மனநிறைவு; ஆறுதல்; peace; consent; assent; tranquillity; satisfaction; consolation.

சமாதி: (பெ): கல்லறை; ஓர் அணிவகை; சங்கற்பம்; தியானத்தால் விளையும் இறுதி நிலை (யோகத்தில்); tomb; a kind of ornament; determination; the final stage of meditation according to yoga practice; state of samaathi.

சமாதியடை: (வி): (ஞானிகள், மகான்கள் ஆகியோர் மறைவை மங்கலமாகக் கூறுதல்) இறத்தல்; to die; to pass away; (of sages etc., euphemistically.) • சுவாமி விவேகானந்தர் **சமாதியடைந்தார்.**

சமாது: (பெ): ஊமத்தைச் செடி; thorn apple plant; dhatura plant.

சமாபந்தி: (பெ): ஆண்டின் நிலவரித் தணிக்கை; the auditing of land revenue of a year.

சமாராதனை: (பெ): அந்தணர் போன்றோருக்கு உணவு அளித்தல்; to feed brahmins, etc.

சமாலம்: (பெ): மயில் தோகை விசிறி; a fan made up of peacock feathers.

சமாலி: (பெ): பூச்செண்டு; bouquet of flowers.

சமாலேபனம்: (பெ): தரையைச் சாணத்தால் மெழுகுதல்; to cleanse the floor with cow-dung water.

சமாளம்: (பெ): களிப்பு; joy.

சமாளித்தல்: (வி): பெருமுயற்சியுடன் நிறைவேற்றுதல்; ஈடுகொடுத்தல்; வெட்க உணர்வு (அ) குற்றவுணர்வு தரக்கூடிய நிலையில் மாட்டிக் கொண்டு விடுபட வழிசெய்தல்; to put up with; to manage; to cope with; to handle; to save oneself from the situation; to retrieve; to gloss over.

சமானதை: (பெ): ஒப்பு; similarity.

சமானம்: (பெ): சமம்; ஒப்பு; equal by comparison.

சமானரகிதம்: (பெ): ஒப்பில்லாதது; that which is not comparable.

சமி: (பெ): வன்னி மரம்; வாழை மரம்; ஜீரணம் ஆதல்; a kind of tree; plantain tree; digestion.

சமிக்கை: (பெ): குறி; சைகை; hint; signal; gesture. • **சமிக்கை** காட்டிச் சண்டைக்கு அழைக்கிறான் - *பழமொழி.*

சமிஞ்ஞை: (பெ): சைகை; gesture; signal.

சமிதம்: (பெ): அமைதி; போர்; தீ; peace; war; fire.

சமிதி: (பெ): சபைக்கூட்டம்; போர்; assembly; meeting; war.

சமிதை: (பெ): அத்தி, அரசு, ஆல், இத்தி, கருங்காலி, நாயுருவி, மா, பலாசு, வன்னி என ஒன்பது விதமான வேள்விக்குரிய விறகு; sacrificial fuel.

சமிபாகம்: (பெ): கொன்றை மரம்; Indian laburnum tree.

சமிபாடு: (பெ): ஜீரணம்; ஜீரணிக்கும் காலம்; digestion; digestion period.

சமிதணன்: (பெ): வாயு; காற்று; gas; air.

சமிர்த்தி: (பெ): நிறைவு; completion.

சமிலாகி: (பெ): திப்பிலி; sweet-flag.

சமியாக்குணம்: (பெ): அஜீரணம்; indigestion.

சமீகம்: (பெ): போர்; battle; war.

சமீபம்: (பெ): அண்மை; அருகு; proximity in time and place; recent; near.

சமீபித்தல்: (வி): அணுகுதல்; நெருங்குதல்; to come close; to go near.

சமீரணம்: (பெ): எலுமிச்சை; lime tree.

சமீரணன்: (பெ): காற்று; air; wind.

சமீரணி: (பெ): பீமன்; Bheema, the second brother of Pancha Pandavas.

சமீரன்: (பெ): காற்று; வாயு தேவன்; air; wind; Vayudeva, the God of air.

சமு: (பெ): 729 தேர், 729 யானை, 2187 குதிரை, 3645 ஆட்கள் கொண்ட படை; (in former period) an army consisting of 729 chariots, 729 elephants, 2187 horses and 3645 soldiers.

சமுகம்: (பெ): சன்னிதானம்; முன்னிலை; நேர்காணல்; திரள்; மரியாதை குறித்த சொல்; presence; interview; mass; multitude; a term of respect.

சமுக்கா: (பெ): திசையறி கருவி; தொலை நோக்கு ஆடி; compass, a magnetic instrument showing direction; telescope, an optical instrument using lenses or mirrors enabling us to have a larger and nearer view of distant objects.

சமுக்காளம்: (பெ): ஜமுக்காளம்; carpet.

சமுசயம்: (பெ): ஐயம், சந்தேகம்; doubt.

சமுசாரம்: (பெ): மனைவி; wife.

சமுசாரி: (பெ): திருமணமானவன்; குடும்பஸ்தன்; குடியானவன்; one who is married; family man; householder; farmer.

சமுசு: (பெ): கலகக் கூட்டம்; தீய ஆலோசனை; gangsters; rowdies; evil counsel.

சமுதாயம்: (பெ): மக்கள் தொகுதி; ஒரு குறிப்பிட்ட தொழில், துறை போன்றவற்றைச் சார்ந்தோரின் தொகுதி (அ) இனம்; society; community; group; population of a specific profession, branch, etc.

சமுத்திரம்: (பெ): கடல்; ஒரு பேரெண்; மிகுதி; முடக்கொற்றான் பூண்டு; sea; a large number; abundance; a kind of herb. • **சமுத்திரமும்** சாக்கடையும் ஒன்றா ? • **சமுத்திர** அலை ஒயப்போவதுமில்லை; தம்பி தலைமுழுகித் தர்ப்பணம் செய்யப் போவதுமில்லை. • **சமுத்திரத்திலே** ஏற்றப்பாட்டுக்குத் தண்ணீர் இறைத்தது போல - *பழமொழிகள்.*

சமுத்திராந்தம்: (பெ): சிறு காஞ்சொறிக் கொடி; பருத்திச் செடி; சாதிக்காய்; a kind of herb; cotton plant; nutmeg.

சமுத்திராப்பழம்: (பெ): குந்தளப்பழம்; a kind of fruit.

சமுப்பவம்: (பெ): தைவேளைப் பூண்டு; a herb.

சமுன்னதி: (பெ): அகந்தை; pride; egotism.

சமூகக்காடு: (பெ): ஊராரின் தேவைகளை நிறைவு செய்யவும், சுற்றுச் சூழல் சமநிலையைப் பாதுகாக்கவும் பொது இடங்களில் வளர்க்கப் படும் காடு; social forestry.

சமூகசேவகி: (பெ): சமூகத்தில் உள்ள பிரச்சினை களைத் தீர்த்தல், ஏழை எளியோருக்கு உதவுதல் போன்ற பொதுச்சேவைகளில் ஈடுபட்டுள்ள பெண்; a woman social worker.

சமூகச்சார்பான: (பெ): சமுதாயம் சார்ந்த; social.

சமூகம்: (பெ): சமுதாயம்; ஜாதி; அரசன் போன்றோரின் முன்னிலை; society; caste; presence of a king, etc.

சமூகவியல்: (பெ): குழுவாக வாழும் மனிதர்களைப் பற்றியும் சமூக அமைப்பைப் பற்றியும் ஆராயும் படிப்பு; sociology.

சமூகவிரோதி: (பெ): சமூகத்துக்குக் கேடு விளைவிக்கும் செயல்களில் ஈடுபடுபவர்; racketeer; antisocial element.

சமூலம்: (பெ): முழுவதும், அனைத்தும், வேர் முதல் தளிர் இலை ஈறாக அனைத்தும் உள்ளவை; all; those which are from root to tender leaf of a tree.

சமேதம்: (பெ): உடனிருத்தல்; கூடியிருத்தல்; being present; coming together; gathering.

சமேதன்: (பெ): கூடியிருப்பவன்; an associate.

சமை: (பெ): ஆண்டு; பொறுமை; மன அமைதி; year; fortitude; patience.

சமைகடை: (பெ): முடிவு; end.

சமைதல்: (வி): ஆயத்தமாதல்; அமைதல்; பொருத்தமாதல்; நிரம்புதல்; புழுங்குதல்; அழிதல்; முடித்தல்; பூப்படைதல்; be prepared; be formed; be suitable; to fill; be steamed; be ruined; to complete; to attain puberty.

சமைத்தல்: (வி): செய்தல்; படைத்தல்; சித்தம் செய்தல்; உணவு ஆக்குதல்; அழித்தல்; to do; to create; to determine; to cook; to destroy. • **சமைக்கவும்**, படைக்கவும் தெரியாவிட்டாலும் உடைக்கவாவது தெரியுதே - *பழமொழி.*

சமைப்பு: (பெ): முயற்சி; effort.

சமையலறை: (பெ): உணவு போன்றவற்றைத் தயாரிக்கும் அறை; kitchen.

சமையல்: (பெ): ஆக்கிய உணவு; உணவு ஆக்குதல்; cooked food; cooking.

சமைவு: (பெ): நிலைமை; மன அமைதி; அழிவு; state; situation; patience; destruction.

சம்சயம்: *(பெ):* சந்தேகம்; doubt.

சம்சாரம்: *(பெ):* மனைவி; குடும்பம்; உலக வாழ்வு; wife; family; worldly life. • **சம்சாரத்தினால்** குடும்பம் நல்ல நிலையில் உயரும். • **சம்சாரம்** துக்க சாகரம்.

சம்சாரி: *(பெ):* குடும்பஸ்தன்; குடியானவன்; family man; householder; farmer.

சம்பகம்: *(பெ):* சண்பகம்; தற்பெருமை; champak; pride.

சம்பங்கி: *(பெ):* சண்பகம்; champak.

சம்பங்கூடை: *(பெ):* சம்பம் புல்லால் செய்த கூடை; a basket made of sambam grass.

சம்பங்கோழி: *(பெ):* காட்டுக்கோழி; fowl.

சம்படம்: *(பெ):* கூறை; ஒரு பழைய வரி; சோம்பல்; உலோகத்தாலான சிறு செப்பு; a cloth; a former tax; indolence; a small round metal case.

சம்பத்து: *(பெ):* செல்வம்; பொன்; பேறு; wealth; gold; prosperity. • **சம்பத்தும்,** விபத்தும் கூடவே இருக்கிறது - *பழமொழி.*

சம்பந்தம்: *(பெ):* தொடர்பு; கலப்பு; இணக்கம்; திருமண உறவு; connection; relation; mixture; harmony; alliance.

சம்பந்தர்: *(பெ):* சமயக்குரவர் நால்வருள் ஒருவரான திருஞான சம்பந்தர்; Thirugnana Sambandar, one of the four Samaya Kuravas.

சம்பந்தி: *(பெ):* மணமக்களின் பெற்றோர்; துவையல் வகை; parent of one's son-in-law or daughter-in-law; a kind of strong relish.

சம்பந்தித்தல்: *(வி):* உறவாகுதல்; சேர்த்தல்; to have relationship; to add.

சம்பம்: *(பெ):* வச்சிரப்படை; இடி; மர வயிரம்; எலுமிச்சை; வீண்பெருமை; அங்கதேசம்; a weapon with sharp edges on both sides; thunder; hard core of a tree; lime tree; vain show; Anga Desam.

சம்பரசூதனன்: *(பெ):* சம்பரனைக் கொன்ற காமன்; தசரதன்; Kama Deva who killed Sambaran, an Asura; Dhasaratha, father of Sri Rama.

சம்பரம்: *(பெ):* நீர்; பறவை வகை; ஆடை; களிப்பு; சிறப்பு; பரபரப்பு; water; a kind of bird; garment; joy; speciality; hurry.

சம்பரன்: *(பெ):* காமதேவனால் கொலையுண்ட அசுரன்; தசரதனால் கொல்லப்பட்ட அசுரன்; An asura who was killed by Kamadeva; An asura who was killed by Dhasaratha, father of Sri Rama.

சம்பரி: *(பெ):* நேர்வாள மரவகை; a kind of tree.

சம்பர்க்கம்: *(பெ):* சேர்க்கை; acquirement.

சம்பவம்: *(பெ):* நிகழ்வு; பிறப்பு; தோற்றம்; event; incident; birth; origin.

சம்பவித்தல்: *(பெ):* நிகழ்தல்; to occur.

சம்பவை: *(பெ):* பார்வதி தேவி; Parvathi Devi, the consort of Lord Shiva.

சம்பளம்: *(பெ):* மாத உழைப்புக்குக் கிடைக்கும் ஊதியம்; வழியுணவு; கரை; எலுமிச்சை மரம்; பள்ளிக்கூடக் கட்டணம்; salary; food for journey; bank; lime tree; school fees.

சம்பளி: *(பெ):* வெற்றிலைப் பை; betel-leaf bag.

சம்பன்னம்: *(பெ):* நிறைவு; fulfilment.

சம்பன்னன்: *(பெ):* செல்வந்தன்; rich man.

சம்பா: *(பெ):* உயர்ரக நெல்; கடவுளுக்குப் படைக்கும் உணவு; ஒரு விளையாட்டு; நான்கு விரல் அளவு; a crop of paddy of five months duration harvested sometimes in the Tamil month 'தை'; the food offered to a deity; a kind of game; a measure of four fingers.

சம்பாகம்: *(பெ):* நன்றாகச் சமைத்தது; நாடு; well cooked; nation; country.

சம்பாடணை: *(பெ):* உரையாடல்; dialogue; conversation.

சம்பாத்தியம்: *(பெ):* ஒருவர் சேர்த்த பொருள்; வருமானம்; earnings; income such as salary.

சம்பாதி: *(வி):* வருமானமாகப் பணம் பெறுதல்; ஒருவரின் நன்மதிப்பு, பிரியம் போன்றவற்றைத் தேடிப் பெறுதல்; நற்பெயர், கெட்டபெயர் போன்றவற்றைப் பெறுதல்; to earn; to earn affection, fame, reputation, etc.

சம்பாபதி: *(பெ):* சம்பு தீவைக் காவல் புரியும் தேவதை; காவிரிப்பூம்பட்டினம்; the angel who guards the island Sambu; Kaviripoom-pattinam.

சம்பாரி: *(பெ):* சம்பன் என்னும் அசுரனைக் கொன்ற இந்திரன்; அக்கினி தேவன்; Lord Indra who killed the asura named Samban; Agni Deva, the God of fire.

சம்பாலம்: *(பெ):* ஆட்டுக்கிடா; ram.

சம்பாவனை: *(பெ):* வெகுமானம்; பரிசுப்பொருள்; மரியாதை; high esteem; gift; respect.

சம்பாவிதம்: *(பெ):* நிகழக்கூடியது; that which can take place.

சம்பான்: *(பெ):* படகு; தோணி; boat; raft.

சம்பாஷி: *(வி):* உரையாடு; பேசிடு; to converse; to chat.

சம்பிரதாயம்: *(பெ):* காலம் காலமாகப் பின்பற்றப் படும் பழக்கம் (அ) நடைமுறை; time-honoured custom; established practice; convention.

சம்பிரதானம்: *(பெ):* கொடை; bounty; gift; reward.

சம்பிரதி: *(பெ):* தலைமைக் கணக்கர்; accounts executive; chief accountant.

சம்பிரமம்: *(பெ):* மகிழ்ச்சி; பரபரப்பு; களிப்பு; நிறைவு; சிறப்பு; happiness; hurry; joy; completion; greatness; speciality.

சம்பிராத்தி: *(பெ):* பேறு; good-fortune.

சம்பீரம்: *(பெ):* எலுமிச்சை மரம்; lime-tree.

சம்பு: *(பெ):* சிவபெருமான்; திருமால்; பிரமன்; சூரியன்; நாவல் மரம்; நாவலந்தீவு; சம்பு நதி; நரி; நூல்வகை; வச்சிரப்படை; எலுமிச்சை மரம்; சம்பங்கோரை; நெட்டி; ஒரு புல் வகை; Lord Shiva; Lord Vishnu; Lord Brahma; Sun; jamoon-plum tree; the central continent surrounded by six others; a river; fox; a treatise; a weapon with sharp edges on both sides; lime tree; elephant grass; cork; a kind of grass.

சம்புகம்: *(பெ):* நரி; fox.

சம்புகேஸ்வரம்: *(பெ):* திருவானைக்கா என்னும் சிவத்தலம்; the Shiva's Shrine - Thiruvaanaika.

சம்புச்சயனம்: *(பெ):* திருமாலின் படுக்கையாகிய ஆலிலை; the banyan leaf considered as the bed of Lord Vishnu.

சம்புடம்: *(பெ):* உலோகத்தாலான சிறு செப்பு; புத்தகப்பகுதி; இருக்கை அமைப்பு; small round metal casket; volume; part of a book; the form of a seat.

சம்புத்தீவு: *(பெ):* நாவலந்தீவு; the central continent surround by six others.

சம்பூரணம்: *(பெ):* நிறைவு; முழுமை; completeness; fullness.

சம்பை: *(பெ):* சம்பங்கோரைப் புல்; எளிதாகக் கெட்டுப் போகும் பண்டம்; மீன்; மின்னல்; செழிப்பு; எழுவகைத் தாளங்களுள் ஒன்று; elephant grass; the thing which decays very easily; fish; lightning; prosperity; one of the seven kinds of rhythms.

சம்பைச்சரக்கு: *(பெ):* மட்டமான பொருள்; low quality thing.

சம்போகம்: *(பெ):* புணர்ச்சி; உடலுறவு; copulation; sexual intercourse.

சம்போர்: *(பெ):* பூதம்; goblin; demon.

சம்மட்டி: *(பெ):* பெரும் சுத்தியல் வகை; குதிரை போட்டும் கருவி; ஒருவகைப் பூண்டு; large hammer; horse-whip; a kind of herb.

சம்மதம்: *(பெ):* உடன்பாடு; நட்பு; கருத்து; அபிப்பிராயம்; consent; approval; friendship; opinion; belief.

சம்மதி: *(பெ):* உடன்பாடு; to agree.

சம்மாரம்: *(பெ):* அழிவு; ruin.

சம்மான்: *(பெ):* தோணி; boat.

சம்மிய ஞானம்: *(பெ):* பேரறிவு; great wisdom; sense of discrimination.

சம்மியாகம்: *(பெ):* கொன்றை; Indian laburnum tree.

சம்மேளனம்: *(பெ):* கூட்டம்; கலப்பு; association; conference; meeting.

சம்ரட்சணம்: *(பெ):* காப்பாற்றுகை; rescue.

சம்வாதம்: *(பெ):* உரையாடல்; தருக்கம்; சொற்போர்; conversation; logic; debate.

சம்வித்து: *(பெ):* அறிவு; knowledge.

சய: *(பெ):* ஒரு தமிழ் வருடம்; Jaya, a Tamil year.

சயகம்: *(பெ):* மொட்டு; bud.

சயதாளம்: *(பெ):* தாளம் ஒன்பதினுள் ஒன்று; one of the nine kinds of rhythms.

சயத்தம்பம்: *(பெ):* வெற்றித் தூண்; victory pillar.

சயந்தனம்: *(பெ):* தேர்; chariot.

சயந்தன்: *(பெ):* இந்திரனின் மகன்; Jayantan, son of Lord Indra.

சயந்தி: *(பெ):* இந்திரனின் மகள்; பிறந்தநாள் விழா; ஜயந்தி; Jayanthi, daughter of Lord Indra; birthday celebration.

சயபாளம்: *(பெ):* மரவகை; a kind of tree.

சயபேரிகை: *(பெ):* வெற்றி முரசு; victory drum.

சயமகள்: *(பெ):* கொற்றவை; துர்க்கை; மிதுனராசி; Durga, Goddess of Victory; third constellation of the Zodiac having the figure of twins, Gemini as its sign.

சயம்: *(பெ):* வெற்றி; சூரியன்; காச நோய்; சிதைவு; சர்க்கரை; ஆம்பல்; victory; the Sun; tuberculosis; ruin; sugar; water-lily.

சயம்பு: *(பெ):* தானே உண்டானது; சிவபெருமான்; பிரமன்; that which is self-begotten; Lord Shiva; Lord Brahma.

சயனம்: *(பெ):* படுக்கை; உறங்குதல்; புணர்ச்சி; bed; sleeping; sexual intercourse; copulation.

சயா: *(பெ):* கடுக்காய்; வாதமடக்கி மரம்; gall-nut tree; a kind of tree.

சயிக்கம்: *(பெ):* மென்மை; tenderness; softness.

சயிக்கர்/சயித்தி: *(பெ):* அரசமரம்; pipal tree.

சயித்தம்: *(பெ):* புத்தர் கோயில்; Buddhist monastery.

சயித்தான்: *(பெ):* பிசாசு; devil; goblin.

சயித்தியம்: *(பெ):* ஒரு நோய்; குளிர்ச்சி; a disease; coldness.

சயிந்தர்: *(பெ):* சிந்து நாட்டினர்; those who belong to Sindhu.

சயிந்தவம்: *(பெ):* குதிரை; இந்துப்பு; தலை; horse; rock-salt; head.

சயிந்தவி: *(பெ):* ஒரு பண்; a kind of music.

சயிப்பு: *(பெ):* வெற்றி; பொறுமை; victory; patience.

சயிலகோபன்: *(பெ):* இந்திரன்; Lord Indra.

சயிலங்கமாலை: *(பெ):* வெட்டிவேர்; cuscus grass.

சயிலம்: *(பெ):* மலை; mountain.

சயிலாதி: *(பெ):* கைலாச மலை; நந்தி தேவர்; Kailash (Himalayas) the abode of Lord Shiva; Nandhi Deva.

சயிலேகம்: *(பெ):* ஒரு நறுமணப் பண்டம்; a fragrant thing.

சயினி: *(பெ):* திப்பிலி; long-pepper.

சயை: *(பெ):* திருதியை, அட்டமி, திரயோதசி என்னும் திதிகள்; முன்னை மரம்; துர்க்கை; the lunar days viz. Thiruthiyai, Ashtami and Thirayodhasi; a kind of tree; Goddess Durga.

சரகம்: *(பெ):* தேனீ; வண்டு; எல்லை; நாட்டின் பகுதி; honey bee; a beetle; limit; boundary; part of a country.

சரகாண்டம்: *(பெ):* அம்புக் கூடு; quiver.

சரகு: *(பெ):* உலர்ந்து வற்றிய இலை; dried-leaf.

சரக்கறை: *(பெ):* சரக்குகள் வைக்கும் அறை; பொன் அறை; கருவூலம்; store house; jewel-house; treasury.

சரக்கு: *(பெ):* வாணிகப் பொருள்; பொன்; சாராயம்; மருந்துப் பண்டம்; commodity; stuff; goods; gold; arrack; medicinal things.

சரக்குதாரர்: *(பெ):* வியாபாரத்துக்காகப் பொருட்களை மொத்தமாக வாங்குபவர் (அ) விற்பவர்; wholesale dealer.

சரக்குப்பிடி: *(வி):* வியாபாரத்தில் கொள்முதல் செய்; to procure goods in wholesale for trade.

சரக்கொன்றை: *(பெ):* சரஞ்சரமாகப் பூக்கும் கொன்றை மரம்; Indian laburnum tree.

சரசக்காரன்: *(பெ):* நற்குணம் உடையவன்; விகடன்; virtuous man; buffoon.

சரசப்பேச்சு: *(பெ):* வேடிக்கைப் பேச்சு; கேலி; காதல் பேச்சு; joke; mockery; erotic talk.

சரசம்: *(பெ):* இனிய குணம்; காம விளையாட்டு; மலிவு; தேக்குமரம்; வெண்ணெய்; உண்மை; இனிமை; sweet nature, amorous gestures; lowness in price; teak-wood; butter; truth; reality; sweetness.

சரசரப்பு: *(பெ):* ஒலியெழுப்புதல்; producing sound.

சரசிசம்: *(பெ):* தாமரை; Lotus.

சரசு: *(பெ):* குளம்; நீர்நிலை; tank; pond; lake.

சரசுவதி: *(பெ):* கலைமகள்; ஓர் ஆறு; நூற்றெட்டு உபநிடதங்களுள் ஒன்று; Saraswathi, Goddess of arts and learning; a river; one of the 108 upanishads.

சரசுவதி பண்டாரம்: *(பெ):* நூல் நிலையம்; library.

சரசுவதியூர்தி: *(பெ):* பூரான்; centipede.

சரசோதி: *(பெ):* கலைமகள்; Saraswathi, Goddess of arts and learnings.

சரடம்: *(பெ):* பச்சோந்தி; chameleon.

சரடு: *(பெ):* முறுக்கு நூல்; பொன், வெள்ளி ஆகியவற்றால் ஆன சங்கிலி; தந்திரம்; மூக்கணாங்கயிறு; twine; cord; gold or silver thread; chain; stratagem; rope or string drawn through the bridge of the nose of the bullock as a bridle.

சரணடை: *(வி):* தோல்வியை (அ) குற்றத்தை ஒப்புக்கொண்டு சிறைப்படுதல்; தன்னை ஒப்புவித்தல்; to surrender.

சரணம்: *(பெ):* அடைக்கலம்; பாதம்; மருத நிலத்தூர்; வீடு; அரசமரம்; மயில்தோகை; மயில்; பெருங்காயம்; வேதப்பகுதி; கீர்த்தனத்தின் மூன்றாம் உறுப்பு; asylum; foot; the town of the agricultural tract; house; pipal tree; feather of peacock; peacock; asafoetida; part of the Veda; the third unit in composition in the stanzas.

சரணர்: *(பெ):* வீர சைவப் பெரியோர்; the aged and learned people of Veera Saivas.

சரணாகதி: *(பெ):* அடைக்கலம் புகுதல்; seeking refuge.

சரணாயுதல்: *(பெ):* கோழி; சேவல்; fowl; cock.

சரணி: *(பெ):* வழி; path.

சரணியப்பன்: *(பெ):* காப்பவன்; the protector; guard.

சரண்: *(பெ):* பாதம்; அடைக்கலம்; foot; seeking refuge.

சரண்டம்: *(பெ):* பறவை; பல்லி; bird; lizard.

சரதம்: *(பெ):* உண்மை; truth; reality.

சரநட்சத்திரம்: *(பெ):* புனர்பூசம், சுவாதி, சதயம், திருவோணம், அவிட்டம் ஆகிய நட்சத்திரங்கள்; the stars, Punarpoosam, Swathi, Sadhayam, Thiruvonam and Avittam.

சரபடி: *(பெ):* மரபு வழி; established usage.

சரபம்: *(பெ):* ஒட்டகம்; மலையாடு; குறும்பாடு; விட்டில் பூச்சி; நூற்றெட்டு உபநிடதங்களுள் ஒன்று; புராணப் பறவை வகை; camel; goat; sheep, etc.; locust; one of the 108 upanishads; a kind of mystical bird.

சரமகவி: *(பெ):* கையறு நிலை; இறந்தவரைப் பற்றி இரங்கிப்பாடும் பாட்டு; dirge; elegy.

சரமணி: *(பெ):* மணிகள் கட்டிய அணிகலன்; a kind of ornament stringed with small metal balls.

சரமண்: *(பெ):* சுண்ணச்சாந்து மண்; the soil mixed with lime paste.

சரமதசையான: *(பெஅ):* இறக்குந் தறுவாயிலுள்ள; mortal.

சரமம்: *(பெ):* முடிவு; மேற்கு; end; west.

சரமழை/சரமாரி: *(பெ):* அம்பு மழை; continuous shoot of arrows.

சரமாரியாக: *(வி.அ):* ஒன்றை அடுத்து ஒன்று என்னும் முறையில் விரைவாக; in a volley.

சரம்: *(பெ):* அசையும்பொருள்; உயிர்; நடை; இயங்கு திணை; மூச்சு; சஞ்சலம்; அம்பு; ஐந்து; திப்பிலி; கொத்து; நீர்; நீர்நிலை; இசைச்சுரம்; போர்; தனிமை; அம்புக்கூடு; மணிவடம்; பூச்சரம்; கலக்குகை; அசைகை; movable thing; soul; gait; category of movables; breath; unsteadiness; arrow;

five; long-pepper; cluster; water; tank, pond, lake, etc.; notes of the gamut of which there are seven; war; loneliness; quiver; string of bells; wreath of flowers; stirring; moving.

சரயு: (பெ): அயோத்தியில் ஓடும் நதி; a river on which stands the ancient city of Ayodhya.

சரலம்: (பெ): மர வகை; பதினெட்டு ஆண்டு; a kind of tree; eighteen years.

சரல்: (பெ): கப்பி; சரளைக்கல்; gravel.

சரவட்டை: (பெ): கீழ்த்தரமானது; that which has mean qualities.

சரவணபவன்: (பெ): சரவணப் பொய்கையில் தோன்றிய கந்தபெருமான்; Lord Skandha as born in Saravanappoikai.

சரவணப் பொய்கை: (பெ): இமயமலைச் சாரலில் உள்ளதும், முருகக் கடவுள் தோன்றியதுமான நீர் நிலை; a sacred pond in the Himalayas amidst a thicket of kaus where Lord Muruga was born.

சரவணம்: (பெ): நாணற் புல்; கொறுக்கைப் புல்; thicket of kaus; European bamboo reed.

சரவன்: (பெ): அம்பு தொடுப்பவன்; one who shoots the arrow.

சரவாச்சம்: (பெ): உப்பு; salt.

சரவிளக்கு: (பெ): கோயில்களில் ஒன்றின் மேல் ஒன்றாக இணைத்துத் தொங்கவிடப்படும் விளக்குகளின் தொகுதி; அலங்கார வண்ணக் கண்ணாடிகளால் செய்யப்பட்டு கொத்தாகத் தொங்கவிடப்பட்டிருக்கும் பெரிய விளக்கு; string of metal lamps hung in temples; chandelier.

சரவீணை: (பெ): கருவண்டு; வீணை வகை; black beetle; a kind of veena.

சரவை: (பெ): எழுத்துப் பிழை; அற்பம்; தொந்தரவு; mis-spelling; slip of the pen; meanness; trouble.

சரளம்: (பெ): எளிது; ஒழுங்கு; தடையின்மை; சிவதைக் கொடி; ease; regularity; freedom from obstruction; a kind of creeper.

சரளி: (பெ): எழுசுர வரிசை; கோழை; the ordering of the swaram set to the basic Aadi Thalam in a simple way so as to enable the learner to distinguish the different swaram; phlegm.

சரளை: (பெ): சாலை போடுதல், தளம் அமைத்தல் போன்றவற்றிற்குப் பயன்படுத்தும் கருங்கல் ஜல்லி; gravel stone; blue-metal.

சரற்காலம்: (பெ): மழைக்காலம்; கார்காலம்; ஐப்பசி, கார்த்திகை மாதங்கள்; the rainy season during the months of Aiyppasi and Kaarthigai.

சரன்: (பெ): ஒற்றன்; தூதன்; spy; messenger; ambassador.

சரஸ்வதி: (பெ): கலைமகள்; Saraswathi, the Goddess of arts and learnings.

சரஸ்வதி பூஜை: (பெ): நவராத்திரிப் பண்டிகையின் கடைசி நாளில் கலைகளுக்குத் தெய்வமாக விளங்கும் சரஸ்வதிக்குச் செய்யும் பூஜை; worship offered to Saraswathi, Goddess of arts and learnings on the last day of Navarathri festival.

சராகம்: (பெ): நேர் வழி; நாட்டின் ஒரு பகுதி; straight way; a part of the country.

சராகை: (பெ): வட்டில்; plate to hold food.

சராங்கம்: (பெ): நேர்மை; நிறைவு; தடையின்மை; honesty; completion; freedom from obstruction.

சராசரம்: (பெ): உலகம்; பூமி; அசையும் பொருள் அசையாப் பொருள்; இயங்கு திணை; நிலைத் திணைப் பொருட்கள்; world; earth; movable and immovable things.

சராசரி: (பெ): சரிவீதம்; average; medial estimate.

சராசனம்: (பெ): வில்; அரசமரம்; bow; pipal tree.

சராத்திரயம்: (பெ): அம்புக்கூடு; quiver.

சராயு: (பெ): கருப்பப்பை; uterus; womb.

சராவம்: (பெ): அகல்; இரும்புக் கம்பி; small shallow lamp made of fired clay; iron bar.

சராளம்: (பெ): எளிமை; ஒழுங்கு; தடையின்மை; ease; order; freedom from obstruction.

சராளித்தல்: (பெ): கழிச்சல்; வயிற்றுப்போக்கு; diarrhoea.

சரி: (பெ): ஒப்புமை; மலைச்சாரல்; வழி; கூட்டம்; கைவளை; பொருத்தம்; நடத்தை; ஒழுங்கு; சரியளவு; similarity; slope of mountain; path; crowd; a kind of bracelet; suitability; behaviour; regularity; rightness; exactness.

சரிகை: (பெ): ஆடைக்கரையில் உள்ள பொன், வெள்ளி இழைகள்; gold or silver lace in sarees, clothes, etc.

சரிக்கட்டு: (வி): ஈடுசெய்; ஒப்புக்கொள்ள வை; ஒத்துப்போகச் செய்; தீர்த்திடு; அடைத்திடு; to adjust; to compensate; to persuade; to reconcile; to fix up; to clear off; to repay.

சரிசமம்: (பெ): நேரான ஒப்பு; perfect equality; match.

சரிசு: (பெ): கை வளை; bangles.

சரிசெய்: (வி): ஒழுங்குபடுத்திடு; திருத்திடு; to arrange or smooth out.

சரிதம்: (பெ): வரலாறு; history; biography.

சரிதல்: (வி): நழுவுதல்; குலைதல்; பின்னிடுதல்; சாய்தல்; கீழே விழுதல்; to slide; be upset; to fall back; to slope; to fall down.

சரிதன்: *(பெ):* செயலில் சிறந்தவன்; talented man.

சரிதை: *(பெ):* கதை; வரலாறு; பிச்சை; story; history; alms.

சரித்தல்: *(வி):* வெட்டித் தள்ளுதல்; வசித்தல்; சஞ்சரித்தல்; அசைதல்; to cut down; to live; to roam about; to move.

சரித்திரம்: *(பெ):* வரலாறு; ஒழுக்கம்; history; morality.

சரித்திரை: *(பெ):* புளிய மரம்; tamarind tree.

சரித்து: *(பெ):* ஆறு; river.

சரிபம்: *(பெ):* அசோக மரம்; Asoka tree.

சரிபாதி: *(பெ):* பேர்பாதி; சரிபங்கு; பாதிப்பங்கு; equal share.

சரிபார்த்தல்: *(வி):* கணக்கு, கையெழுத்து போன்றவற்றை முறையாக உள்ளதா என ஒப்பிடுதல்; ஒத்துப் பார்த்தல்; to revise; to tally; to correct; to check.

சரிமேரை: *(பெ):* குடியுரிமை; பிரஜா உரிமை; the rights of citizen; citizenship.

சரியம்: *(பெ):* பூண்டு வகை; a kind of herb.

சரியாபாகம்: *(பெ):* சிவாகமப் பகுதிகள் நான்கினுள் ஒன்று; one of the four parts of Shivagamas.

சரியை: *(பெ):* ஒழுக்கம்; பயிற்சி; சிவபெருமானைச் சகளத்திருமேனியராகக் கோயிலில் வைத்து வழிபடுதல்; பிச்சை; சரிகை; morality; conduct; good behaviour; learning; (Saiva) the first of the fourfold means of attaining salvation which consists in worshipping God-in-form in a temple; alms; gold or silver lace.

சரிவர: *(வி.அ):* அதற்கு உரிய முறையில்; ஒழுங்காக; தெளிவாக; தட்டுப்பாடற்ற; in the proper manner; without hindrance; freely.

சரிவருதல்: *(வி):* சமமாதல்; ஒத்து வருதல்; be equal; be harmony with.

சரிவு: *(பெ):* சாய்வு; slant; slope; *(வி):* சரிந்து விழுதல்; sliding.

சரிளப்பா: *(பெ):* வெண்கடுகு; white mustard.

சரீரக்கூறு: *(பெ):* உடலின் பகுதி; part of the body.

சரீரபதனம்: *(பெ):* இறப்பு; death.

சரீரம்: *(பெ):* உடம்பு; body.

சரீரி: *(பெ):* உயிர்; ஆன்மா; soul.

சரு: *(பெ):* சோறு; rice.

சருகட்டை: *(பெ):* மரவட்டைப் பூச்சி; wood-leech.

சருகு: *(பெ):* உலர்ந்து வற்றிய இலை; வெற்றிலை; கைவளை; கூட்டம்; dried leaf; betel leaf; bangles; crowd. • **சருகு** பொறுக்க நேரமில்லை; குளிர் காய நேரமே இல்லை. • **சருகைக்** கண்டு தணல் அஞ்சுமா? - *பழமொழிகள்.*

சருகொட்டி: *(பெ):* பறவை வகை; a kind of bird.

சருக்கம்: *(பெ):* நூல் பிரிவு; படலம்; அத்தியாயம்; chapter; part of the book.

சருக்கரை: *(பெ):* கருப்பஞ்சாற்றிலிருந்து உருவாக்கப்படும் ஓர் இனிப்பு வகை; sugar.

சருக்கரை மாமணி: *(பெ):* கற்கண்டு; sugar candy.

சருக்கரை வள்ளிக் கிழங்கு: *(பெ):* வள்ளிக் கிழங்கு வகை; sweet potato.

சருத்தி: *(பெ):* தேர்க்கொடி; chariot flag.

சருப்பகுண்டலன்: *(பெ):* சிவபெருமான்; Lord Shiva.

சருப்பம்: *(பெ):* பாம்பு; snake.

சருப்பராசி: *(பெ):* நாணல்; large and coarse grass.

சருமபந்தம்: *(பெ):* மிளகு; pepper.

சருமம்: *(பெ):* தோல்; கேடகம்; மரப்பட்டை; skin; shield; bark of a tree.

சருமன்: *(பெ):* அந்தணர் இனத்தில் பட்டப்பெயர்; a title of a group in brahmin community.

சருவசித்து: *(பெ):* ஒரு தமிழ் வருடம்; Sarvajiththu, a Tamil Year.

சருவந்து: *(பெ):* தலைக்கவசம்; helmet.

சருவரி: *(பெ):* இரவு; இருள்; night; darkness.

சருவல்: *(பெ):* கொஞ்சுதல்; தொந்தரவு; சரிவான நிலம்; amorous talk; trouble; sloping land.

சருவுதல்: *(வி):* பழகுதல்; கொஞ்சிக் குலாவுதல்; போராடுதல்; நழுவுதல்; கிட்டுதல்; be familiar; to fondle; to struggle; to move away silently; to be attained.

சரை: *(பெ):* நரைமுடி; வயோதிகம்; grey hairs; old age.

சரைமலம்: *(பெ):* வைரக் குற்றங்களுள் ஒன்று; one of the defects in diamond.

சரோசம்/சரோருகம்: *(பெ):* தாமரை; lotus.

சரோருகன்: *(பெ):* பிரம்மன்; Lord Brahma.

சரோவரம்: *(பெ):* பொய்கை; pond.

சர்க்கரை: *(பெ):* கரும்புச் சாறிலிருந்து செய்த இனிப்பு வகை; sugar. • **சர்க்கரை** என்று எழுதினால் நாக்கு இனிக்குமா? **சர்க்கரையும்** மணலும் ஒன்றா? - *பழமொழிகள்.*

சர்க்கா: *(பெ):* கைராட்டை; a hand operated device to spin yarn.

சர்க்கார்: *(பெ):* அரசு; அரசாங்கம்; government.

சர்ச்சை: *(பெ):* வாக்கு வாதம்; முரண்பாடான கருத்து; சொற்போர்; argument; discussion; controversy; debate.

சர்ப்பம்: *(பெ):* பாம்பு; snake; serpent.

சர்ப்பனை: *(பெ):* வஞ்சனை; deceit.

சர்வ: *(பெ.அ):* அனைத்தும்; எல்லாம்; மிகுந்த; மிகவும்; முற்றிலும்; all; very; total; utter.

சர்வகலாசாலை: *(பெ):* பல்கலைக் கழகம்; University.

சர்வசித்து: *(பெ):* ஒரு தமிழ் வருடம்; 'Sarvajiththu', a Tamil Year.

சர்வதாரி: *(பெ):* ஒரு தமிழ் வருடம்; 'Sarvadhaari', a Tamil Year.

சர்வதேச: *(பெ.அ):* பல நாடுகள் தொடர்பான; international.

சர்வம்: *(பெ):* அனைத்தும்; எல்லாம்; everything; whole.

சர்வர்: *(பெ):* ஓட்டல் போன்ற உணவு விடுதியில் உணவு பரிமாறும் வேலை செய்பவர்; (in hotel) server.

சர்வரோக நிவாரணி: *(பெ):* சகல வியாதிகளையும் குணப்படுத்துவது; panacea.

சர்வவியாபி: *(பெ):* கடவுள்; God.

சர்வாணி: *(பெ):* பார்வதிதேவி; Goddess Parvathi Devi, the consort of Lord Shiva.

சர்வாதிகாரம்: *(பெ):* தனி மனிதன் (அ) ஓர் அமைப்பு அனைத்து அதிகாரங்களையும் வைத்துக்கொண்டு அடக்கி ஆளும் முறை; dictatorship.

சர்வாதிகாரி: *(பெ):* சர்வாதிகார ஆட்சியாளர்; dictator.

சர்வே: *(பெ):* நில அளவை; (land) survey.

சர்வேசன்/சர்வேஸ்வரன்: *(பெ):* எல்லாம் வல்ல இறைவன்; சிவபெருமான்; God, the omnipotent; Lord Shiva.

சலகம்: *(பெ):* நீராடல்; மலங்கழித்தல்; பொட்டுப் பூச்சி; bathing; passing excrement; an insect.

சலகரங்கம்: *(பெ):* தேங்காய்; சங்கு; தாமரை; திரை; coconut; conch-shell; lotus; curtain.

சலகன்: *(பெ):* காயடித்த பன்றி; castrated boar.

சலகு: *(பெ):* பயிற்சி; விதையடித்தல்; முத்துச் சிப்பி; practice; castrating; pearl oyster.

சலகை: *(பெ):* ஓர் அளவை வகை; தோணி; தெப்பம்; வெளிப்பாடு; காணிக்கை; a kind of measure; boat; raft; manifestation; offerings.

சலக்கரணை: *(பெ):* சௌகரியம்; தணிவு; உரிமை; convenience; remission; right.

சலக்கிரீடை: *(பெ):* நீராடல்; bathing.

சலக்கு: *(பெ):* நவச்சாரம்; ammonium chloride.

சலங்கை: *(பெ):* ஒலி எழுப்பக்கூடிய சிறுசிறு மணிகள் கொண்ட பட்டை; string of small metal bells tied around the ankle of dancers, etc.

சலசம்: *(பெ):* தாமரை; முத்து; பாசி; lotus; pearl; algae.

சலரசம்: *(பெ):* மீன்; தோணி; மீன ராசி; fish; boat; twelfth constellation of the Zodiac having fish as its sign - *pisces.*

சலசலோசனன்: *(பெ):* திருமால்; Lord Vishnu.

சலசூகரம்: *(பெ):* கடல் விலங்கு வகை; a kind of sea animal.

சலசூசி: *(பெ):* நீரட்டை; leech; a blood sucking worm living in water.

சலசை: *(பெ):* திருமகள்; Lakshmi, Goddess of Wealth.

சலணி: *(பெ):* வால் மிளகு; cubeb.

சலதம்: *(பெ):* மேகம்; cloud.

சலதரங்கம்: *(பெ):* நீர் அலை; பல கிண்ணங்களில் நீர் விட்டு அக் கிண்ணங்களை இரு குச்சிகளால் தட்டி வாசிக்கும் வாத்திய வகை; wave; musical cups with varying quantities of water and played with two sticks.

சலதரம்: *(பெ):* மேகம்; கடல்; குளம்; நீர்நிலை; cloud; sea; tank; common name for water sources.

சலதளம்: *(பெ):* அரசமரம்; pipal tree.

சலதாரி: *(பெ):* சிவபெருமான்; Lord Shiva.

சலதாரை: *(பெ):* நீரோட்டம்; சாக்கடை; மதகு; வாய்க்கால்; current in a river etc.; open gutter; sewer, sluice; regulator to let off water from a dam, lake, etc.; channel for irrigation.

சலதி: *(பெ):* கடல்; பொய் பேசுபவன்; sea; liar.

சலநிதி: *(பெ):* கடல்; sea.

சலபதி: *(பெ):* கடலரசன்; வருணன்; king of sea; Lord Varuna, God of rain.

சலபம்: *(பெ):* விட்டில் பூச்சி; locust, a kind of moth.

சலபத்திரம்: *(பெ):* அரசமரம்; pipal tree.

சலப்பிரளயம்: *(பெ):* பெருவெள்ளம்; great inundation; deluge.

சலமலம்: *(பெ):* கடற் பஞ்சு; கழிச்சல்; sponge; diarrhoea.

சலம்: *(பெ):* நீர்; அசைவு; நடுக்கம்; சுழற்சி; சினம்; பொய்மை; வஞ்சனை; தீய செயல்; மாறுபாடு; போட்டி; முள்ளம்பன்றியின் முள்; பிடிவாதம்; இலாமிச்சை; water; movement; shivering; whirl; rotation; anger; falsehood; deceit; evil deed; difference; competition; thorn of porcupine; obstinacy; a fragrant root.

- *சலத்தால் பொருள்செய்தே மார்த்தல் பசுமண்*
  கலத்துள்நீர் பெய்திரீஇ யற்று. - *குறள் 660.*
- *சலம்பற்றிச் சால்பில செய்யார்மா சற்ற*
  குலம்பற்றி வாழ்தும்என் பார். - *குறள் 956.*

சலம்புரி: *(பெ):* சங்கு; conch.

சலரசம்: *(பெ):* உப்பு; salt.

சலராசி: *(பெ):* நண்டு; crab.

சலருகம்: *(பெ):* தாமரை; lotus.

சலரோகம்: *(பெ):* நீரிழிவு நோய்; diabetes.

சலலம்: *(பெ):* முள்ளம் பன்றியின் முள்; thorn of porcupine.

சலவர்: *(பெ):* நெய்தல் நில மக்கள்; வஞ்சகர்; பகைவர்; சினம் மிகுந்தோர்; those who belong to coastal tract; deceivers; enemies; angry people.

சலவியன்: *(பெ):* கோபக்காரன்; angry man.

சலவை: *(பெ):* ஆடை வெளுத்தல்; வெளுத்து இஸ்திரி போட்ட துணி; washing of clothes; washed clothes given ironing.

சலவைக்கல்: *(பெ):* மெருகேற்றிப் பளபளப் பாக்கப்பட்ட ஒருவகை சுண்ணாம்புக் கல்; marble.

சலனம்: *(பெ):* கலக்கம்; அசைவு; துன்பம்; சிவலிங்கம்; கால்; காற்று; சஞ்சலம்; mental agitation; movement; distress; an emblem of Lord Shiva - saivites mostly worship Shiva in this form of cylindrical stone rounded off at the top and planted in the ground; leg, air; trembling of mind.

சலனன்: *(பெ):* காற்று; wind.

சலன்: *(பெ):* கால்; leg.

சலாகு: *(பெ):* இரும்புக் கம்பி; iron bar.

சலாகை: *(பெ):* அம்பு; ஈட்டி; காந்தம்; இரும்புக் கம்பி; அறுவைக்கருவி; நாராசம்; நன்மணி; நாணய வகை; தட்டார் கருவி; தோளணி வகை; arrow; lance; magnet; iron bar; surgical equipment; surgeon's probe; a superior kind of gem; a kind of coin; a needle like tool of steel used by goldsmith; a kind of shoulder ornament.

சலாங்கு: *(பெ):* கொசு; mosquito.

சலாசயம்: *(பெ):* நீர் நிலை; சிறுநீரகம்; water source; kidney.

சலாத்தி: *(பெ):* திரைச்சீலை; curtain.

சலாத்துதல்: *(வி):* குலுக்குதல்; to agitate.

சலாபக்குளி: *(பெ):* முத்துக் குளித்தல்; வருமான முள்ள தொழில்; pearl diving; the profession which gives more income.

சலாபம்: *(பெ):* முத்துக்குளித்தல்; முத்துக்குளிக்கும் துறைமுகம்; pearl diving; pearl diving harbour.

சலாம்: *(பெ):* வணக்கம்; வந்தனம்; adoration; homage; respect; worship; submission.

சலாவணி: *(பெ):* செல்வாக்கு; influence.

சலித்தல்: *(வி):* வெறுத்தல்; சோர்தல்; அசைத்தல்; ஒலித்தல்; கோபம் கொள்ளுதல்; அருவருப்புக் காட்டுதல்; to hate; be tired; to move; to sound; to get angry; to feel disgusted with.

சலிப்பு: *(பெ):* அசைவு; வெறுப்பு; சோர்வு; மனச்சலனம்; அருவருப்பு; movement; repulsion; langour; mental agitation; disgust.

சலிலம்: *(பெ):* நீர்; water.

சலினி: *(பெ):* திப்பிலி; long-pepper.

சலீகம்: *(பெ):* போர்; war; battle.

சலீசு: *(பெ):* மலிவு; எளிமை; எளிது; cheap; inexpensive; ease; that which is easy for execution.

சலுகை: *(பெ):* செல்வாக்கு; உரிமை; ஆதரவு; influence; right; support.

சலுப்பு: *(பெ):* துண்டு; piece.

சலூகை: *(பெ):* அட்டை; leech.

சலேந்திரன்: *(பெ):* வருணன்; Lord Varuna, God of rain.

சலோர்க்கம்: *(பெ):* குங்கிலியம்; konkani resin.

சல்லகண்டம்: *(பெ):* புறா; dove.

சல்லகம்: *(பெ):* முள்ளம்பன்றி; நார்; porcupine; fibre.

சல்லகி: *(பெ):* ஆத்திமரம்; வெள்ளைக்குங்கிலியம்; தேன்கொடுக்குச் செடி; இலவு வகை; தளிர்; முள்ளம்பன்றி; a kind of tree; white konkani resin; a kind of plant; a kind of silk cotton tree; leaflet; porcupine.

சல்லடம்: *(பெ):* சிறு காற்சட்டை; short drawers.

சல்லடை: *(பெ):* தானியம் சலிக்கும் கருவி; sieve, strainer.

சல்லபம்/சல்லகி/சல்லகம்: *(பெ):* முள்ளம் பன்றி; porcupine.

சல்லம்: *(பெ):* முள்ளம்பன்றியின் முள்; நார்; thorn of porcupine; fibre.

சல்லறை: *(பெ):* பறைகளின் பொதுப் பெயர்; a common name of different kinds of drums.

சல்லவட்டம்: *(பெ):* கேடயம்; shield.

சல்லா: *(பெ):* மெல்லிய துணி; இழைநெருக்கம் இல்லாத துணி; muslin; thin mull of loose texture.

சல்லாபம்: *(பெ):* சரசப்பேச்சு; உரையாடல்; வினாவிடை; pleasant and amorous talk; conversation; catechism.

சல்லி: *(பெ):* சிறுகல்; சிற்றோடு; கிளிஞ்சில்; சிறுகாசு; துளை; போக்கிரி; பொய்; பறவைவகை; கெண்டை மீன்; அதிமதுரம்; small stone; a brokened piece of tile; shell; a small copper coin; hole; villain; lie; false; a kind of bird; a fresh water fish; the root of crab's eye.

சல்லிக்கட்டு: *(பெ):* மாட்டுக்காளையை அடக்கும் வீரவிளையாட்டு; bull-baiting.

சல்லிக்கரண்டி: *(பெ):* பலதுளை களுடன்கூடிய நீண்ட கைப்பிடியுள்ள ஒரு கரண்டி; a ladle which has many holes and a long handle.

சல்லிக்காசு: *(பெ):* சிறு செப்புக்காசு; a small copper coin.

சல்லியம்: *(பெ):* அம்பு; முள்ளம்பன்றி; எலும்பு; மாயவித்தை; ஆணி; இரும்புக் கோல்; ஆயுதநுனி; தொல்லை; செஞ்சந்தனம்; arrow; porcupine; bone; magic art; nail; iron rod; edge of a weapon; trouble; perfumed sandal wood paste.

சல்லியன்: *(பெ):* நகுல, சகாதேவரின் தாய்மாமன்; ஒரு மன்னன்; சுக்கிரன்; the maternal uncle of Nakula and Sahadeva; a king; Planet Venus.

சல்லிவேர்: *(பெ):* ஆணி வேருக்குச் சுற்றிலுமாகச் செல்லும் நுண்ணிய வேர்; rootlets.

சல்லுதல்: *(வி):* நீர் தெளித்தல்; சலித்தல்; to sprinkle water; to sift flour etc in sieve.

சவக்கம்: *(பெ):* சோர்வு; சதுரவடிவ வைரம்; tiredness; weariness; the diamond square in size.

சவக்காடு: *(பெ):* இடுகாடு; சுடுகாடு; grave-yard; burial ground.

சவக்காமியம்: *(பெ):* நாய்; dog.

சவக்காலை: *(பெ):* கல்லறை; cemetery.

சவங்கல்: *(பெ):* மழுங்கல்; வலிமையற்றவன்; மானம் இல்லாதவன்; bluntness; dullness; impotent man; shameless man.

சவங்குதல்: *(வி):* மனந்தளர்தல்; அவமானப்படுதல்; உடல் மெலிதல்; to suffer in mind; be insulted; to become lean.

சவடன்: *(பெ):* பயனற்றவன்; useless fellow.

சவடால்: *(பெ):* டம்பம்; பகட்டு; being showy; glamour; vanity; pomp.

சவடி: *(பெ):* கழுத்தணி வகை; காதணி வகை; பாம்பு வகை; காறையெலும்பு; a kind of necklace; a kind of ear ornament; a kind of snake, collar bone.

சவடு: *(பெ):* உவர்மண்; வண்டல்; saline soil; silt; sediment.

சவட்டுதல்: *(வி):* வளைத்தல்; மெல்லுதல்; விழுங்குதல்; கொல்லுதல்; மிதித்தல்; வெல்லுதல்; மொத்துதல்; அழித்தல்; to bend; to masticate; to swallow; to kill; to trample; to defeat; to beat or strike; to destroy.

சவட்டு நிலம்: *(பெ):* உவர் நிலம்; saline soil.

சவணம்: *(பெ):* கேள்வி; question.

சவதரித்தல்: *(வி):* சம்பாதித்தல்; ஒத்துப்போதல்; to earn; to act agreeably to the wishes of another.

சவத்தி: *(பெ):* சக்களத்தி; co-wife; rival wife.

சவம்: *(பெ):* பிணம்; விரைவு; மூங்கில்; பைசாசம்; corpse; dead body; swiftness; bamboo; devil.

சவர அலகு: *(பெ):* முகத்தை மழிப்பதற்குப் பயன்படும் இருபுறமும் கூரிய விளிம்புகளைக் கொண்ட மெல்லிய தகடு; blade.

சவரகன்: *(பெ):* முடி திருத்துவோன்; சிகை அலங்காரம் செய்பவன்; barber; hair-dresser.

சவரட்சணை: *(பெ):* காப்பாற்றுதல்; protection.

சவரணை: *(பெ):* காப்பாற்றுதல்; நேர்த்தி; ஆயத்தம்; செல்வநிலை; protection; that which is correct; elegance; preparation; prosperity.

சவரன்: *(பெ):* ஒரு பொற்காசு; வெண்சாமரம்; வேடன்; பாலை நிலத்தவன்; a gold coin; sovereign; white hair of the lion used as a fly-whisk and reckoned as one of the insignia of royalty; hunter; inhabitant of the desert tract.

சவரி: *(பெ):* கவரிமான்; சாமரம்; மயிர்க்கற்றை; தென்னை நார்; வேடுவக்குலப்பெண்; குறட்டைப் பூண்டு; a kind of deer; bushy tail of the lion, used as a fly flapper for idols or as a royal insignia; hair lock; coconut fibre; the woman belonging to hunter community; a herb.

சவர்: *(பெ):* விளையாத நிலம்; உவர் நிலம்; fallow or uncultivable land; saline soil.

சவர்க்கம்: *(பெ):* கல்லுப்பு; rock-salt.

சவர்க்காரம்: *(பெ):* சலவைக்கட்டி; soap.

சவலம்: *(பெ):* அரைக்கால் சவரன்; ஒரு கிராம் தங்கம்; பயனுடையது; one gram gold; that which is useful.

சவலை: *(பெ):* மனக்குழப்பம்; வருத்தம்; இளமை; மின்னல்; இசைப்பா வகை; உறுதியற்றது; தாய்ப்பால் இல்லாத குழந்தையின் மெலிவு; confusion; distress; youthfulness; lightning; a kind of song; that which is not strong; leanness of an infant not fed on mother's milk.

சவலைக்கன்று: *(பெ):* இளங்கன்று; young calf.

சவலை நெஞ்சம்: *(பெ):* உறுதியற்ற மனம்; weak mind.

சவலைமதி: *(பெ):* இளம்பிறை; crescent.

சவளக்காரர்: *(பெ):* மீனவருள் ஓர் இனம்; ஓடம் செலுத்துபவர்; ஈட்டி வீரர்; a sub-caste in fishermen community; one who rows the boat; lancer.

சவளம்: *(பெ):* ஒரு மீன் வகை; a kind of fish.

சவளமரம்: *(பெ):* படகைச் செலுத்தும் தண்டுக்கோல்; paddle.

சவளி: *(பெ):* வேட்டி, சீலை போன்ற ஆடை வகை; மகளிர் அணியும் கழுத்தணி வகை; a kind of cloth like dhoti, saree, etc.; a kind of necklace.

சவளுதல்: *(வி):* வளைதல்; துவளுதல்; to bend; to lose stiffness.

சவறு: *(பெ):* குப்பை; பயனற்றவன்; rubbish; useless fellow.

சவற்சம்: *(பெ):* கல்லுப்பு; rock-salt.

சவனம்: *(பெ):* வேகம்; வேள்வி; பிருட்டம்; speed; sacrifice; buttocks.

சவனிக்கை: *(பெ):* திரை; இளைப்பாறு மண்டபம்; curtain; rest house; the hall which is used for relaxation of travellers.

சவாரி: *(பெ):* ஊர்தி; ஊர்தியேறிச் செல்லுதல்; சுற்றுப்பயணம்; vehicle; travelling in a hired vehicle; tour.

சவால்: *(பெ):* அறைகூவுதல்; ஒரு வகைப்பாட்டு; challenge; a kind of song.

சவி: *(பெ):* ஒளி; அழகு; நேர்மை; வலிமை; சுவை; திருவிழா; பலன்; மிளகு; light; beauty; honesty; straightforwardness; strength; taste; festival; benefit; pepper.

சவிக்கை: *(பெ):* சுங்கச் சாவடி; toll-gate, which collects nominal fee from the vehicles for the use of bridge, etc and checks whether the tax is paid for the goods transported.

சவிசங்கம்: *(பெ):* வாத நோய்; rheumatism.

சவிதா: *(பெ):* சூரியன்; the Sun.

சவித்தாரம்: *(பெ):* முக்கிய காரியம்; an important affair.

சவிர்சங்கி: *(பெ):* சிறு பீரங்கி; a small cannon.

சவுகந்தி: *(பெ):* வசம்பு; sweet-flag.

சவுகரியம்: *(பெ):* வசதி; மலிவு; convenience; inexpensive; cheap in price.

சவுக்கடி: *(பெ):* சாட்டையடி; கடுக்கனில் உள்ள தொங்கல்; the lash; a corporal punishment; an ornament attached to or suspended from the ear stud.

சவுக்கத்துணி: *(பெ):* கம்பளிக் கழுத்துக் குட்டை; the muffler.

சவுக்கம்: *(பெ):* சதுரம்; சதுர வடிவான துண்டுத் துணி; கல்தச்சன் உளி; square; square piece of cloth; chisel.

சவுக்கவர்ணம்: *(பெ):* நடனத்துக்குரிய இசைப் பாட்டு வகை; a kind of song for dance.

சவுக்களி: *(பெ):* காதணி வகை; புடவை வகை; a kind of ear ornament; a kind of saree.

சவுக்காரம்: *(பெ):* சலவைக் கட்டி; soap.

சவுக்கு: *(பெ):* அடிப்பதற்குப் பயன்படும் தோல் (அ) கயிற்றுப் பின்னல்; சாட்டை; ஊசி போன்ற இலைகளைக் கொண்டு உயரமாக வளரக்கூடிய மரம்; whip; lash; casuarina.

சவுக்கை: *(பெ):* சவுக்கு மரம்; இளைப்பாறுமிடம்; சதுரத்திண்ணைக் கொட்டகை; விலை மலிவு; சுங்கச் சாவடி; casuarina; rest place; a raised square platform with shed; cheap in price; toll-gate.

சவுங்குதல்: *(வி):* மனம் தளர்தல்; உடல் மெலிதல்; மூர்ச்சையாதல்; வீக்கம் வற்றுதல்; to suffer in mind; to become lean; to faint; to get reduced; to subside.

சவுசம்: *(பெ):* தூய்மையாக்குகை; purifying.

சவுசயம்: *(பெ):* மரவகை; a kind of tree.

சவுடு: *(பெ):* வண்டல்; உவர்மண்; sediment; saline soil.

சவுண்டம்: *(பெ):* திப்பிலி; long-pepper.

சவுண்டிகன்: *(பெ):* கள் விற்பவன்; one who sells toddy.

சவுதம்: *(பெ):* விலை மலிவு; இளைப்பு; நாட்டிய வகை; வைதீகச் சடங்கு; cheap in price; faintness; a kind of dance; orthodox rites.

சவுதரித்தல்: *(வி):* பொருளீட்டல்; ஒத்து நடத்தல்; to earn wealth; to act agreeably to the wishes of another.

சவுத்து: *(பெ):* முன்மாதிரி; model; example.

சவுந்தரம்: *(பெ):* அழகு; beauty.

சவுந்தரி: *(பெ):* பார்வதி தேவி; அழகுடையவள்; Parvathi Devi, the consort of Lord Shiva; beautiful woman or girl.

சவுபாக்கியம்: *(பெ):* செல்வம்; யோகம் இருபத்தேழினுள் ஒன்று; wealth; one of the twenty-seven fortunes.

சவுபானம்: *(பெ):* படிக்கட்டு; தாழ்வாரம்; stairs; steps; verandah; sloping roof.

சவுரர்: *(பெ):* சூரியனை வழிபடும் மதத்தார்; a sect which worships the Sun.

சவுரி: *(பெ):* இடுமுடி; தென்னைநார்; திருமால்; யமன்; சனி; திருடன்; குறட்டைப் பூண்டு; false hair; the switch; coconut fibre; Lord Vishnu; Yama, the God of death; Saturn; thief; a kind of herb.

சவுரிகயிறு: *(பெ):* தென்னை நார் கயிறு; coir made of coconut fibre.

சவுரியம்: *(பெ):* கனவு; dream.

சவை: *(பெ):* சபை; ஆடவர் கூட்டம்; புலவர்; மிதுன ராசி; assembly; a group of males; poets; the third constellation of the Zodiac having the figure of the twins, Gemini as its sign.

சவைமகள்: *(பெ):* மிதுன ராசி; Gemini.

சவையல்: *(பெ):* பொழுதுபோக்கு; recreation.

சவ்வரிசி: *(பெ):* மரவள்ளிக் கிழங்கு மாவிலிருந்து மிகச் சிறிய மணி போன்று தயாரிக்கப்படும் ஒரு வகை உணவுப் பொருள்; sago.

சவ்வாது: *(பெ):* ஒரு வகைப் பூனை சுரக்கும் திரவத்திலிருந்து தயாரிக்கப்படும் மணம் உடைய பொருள்; a kind of scent obtained from the glands of civet.

சவ்வியம்: *(பெ):* இடப்பக்கம்; மிளகு; left side; pepper.

சவ்வு: *(பெ):* ஒன்றைத் தன் வழியே ஊடுருவ விடும் தன்மையையும், நெகிழக்கூடிய தன்மையையும் கொண்ட (உடல் உறுப்பு (அ) தாவரங்களில்) அமைந்திருக்கும் மென்மையான தோல்; membrane.

சழக்கு: *(பெ):* தளர்ச்சி; குற்றம்; தீமை; பயனின்மை; பொய்; slackness; defect; evil; uselessness; false;lie.

சழக்கன்: *(பெ):* தீயவன்; miscreant.

சழங்கு: *(பெ):* முதுமையால் உண்டாகும் தளர்ச்சி; weakness due to ageing.

சழங்குதல்: *(வி):* சோர்தல்; நெகிழ்தல்; to languish; to become loose.
சழிதல்: *(பெ):* தளர்தல்; to become flabby.
சழுக்கம்: *(பெ):* நெகிழ்ச்சி; moving (of attitudes, feelings, etc).
சழுங்குதல்: *(வி):* நெகிழ்தல்; தளர்தல்; to become soft and mashy; to sag.
சளகந்தம்: *(பெ):* வசம்பு; sweet-flag.
சளகன்: *(பெ):* நிலையற்ற மனம் உடையவன்; one who has unsteady mind.
சளசண்டி: *(பெ):* அடி முட்டாள்; downright idiot.
சளப்புதல்: *(வி):* குழப்புதல்; to confuse.
சளம்: *(பெ):* மூர்க்கம்; துன்பம்; வஞ்சனை; violence; distress; deceit.
சளவட்டை: *(பெ):* கீழ்த்தரமானது; nefarious one.
சளன்: *(பெ):* வஞ்சகன், deceitful man.
சளி: *(பெ):* கபம்; குளிர்ச்சி; பிசின்; mucus; cold; resin.
சளித்தல்: *(வி):* புளித்தல்; தளர்தல்; பதனழிதல்; to turn sour; to sag; to become over-ripe as fruits.
சளுகம்: *(பெ):* அட்டை; leech.
சளுக்கை: *(பெ):* அகந்தைக் குணம் உடையவள்; arrogant woman.
சளுக்கு: *(பெ):* செருக்கு; பகட்டு; pride; vanity; pomp.
சளைத்தல்: *(வி):* சோர்தல்; to grow tired; to become weary.
சள்ளல்: *(பெ):* சேறு; சிக்கல்; பிஞ்சு; சாரமற்றது; இளகல்; mud; complication; tender fruit; that which is dried; becoming soft, melting.
சள்ளை: *(பெ):* துன்பம்; தொந்தரவு; இருப்பு; மீன் வகை; distress; trouble; wares; a kind of fish.
சளுகுதல்: *(வி):* நழுவுதல்; to slip off.
சறுக்கல்: *(பெ):* வழுக்கல்; ஏரி மதகு; slipperiness; sluice of a lake. ● தீயவர்களுடன் சேர்ந்ததால் அவனுக்கு வாழ்வில் **சறுக்கல்** ஏற்பட்டது.
சறுக்கு: *(பெ):* நழுவுகை; தடை; நெம்புகோல்; slipping; obstacle; lever.
சறுக்குக் கட்டை: *(பெ):* ஆப்பு; முட்டுக்கட்டை; peg; wedge; obstacle.
சறுக்குதல்: *(வி):* வழுக்குதல்; to slide; to slip.
சறுக்கை: *(பெ):* மதகு; sluice.
சற்கரித்தல்: *(வி):* போற்றுதல்; to praise.
சற்கருமம்: *(பெ):* நற்செய்கை; good deed.
சற்காரம்: *(பெ):* உபசாரம்; hospitality.
சற்குணம்: *(பெ):* நற்குணம்; good nature; nobility of character.
சற்குரு: *(பெ):* உண்மையான ஞானத்தைப் போதிக்கும் ஆசிரியர்; spiritual preceptor.
சற்சனர்: *(பெ):* நல்லோர்; good people.
சற்சகாதி: *(பெ):* கொடி வகை; a kind of creeper.
சற்பாத்திரம்: *(பெ):* நற்குணம் உடையவன்; ஒழுக்கமுடையவன்; good natured person; virtuous person.
சற்பிரசாதம்: *(பெ):* நல்லருள்; auspicious grace.
சற்புத்தி: *(பெ):* நல்லறிவு; good sense.
சற்புத்திரன்: *(பெ):* நற்குண, நற்செய்கை கொண்ட புதல்வன்; good natured son.
சற்று: *(வி.அ):* கொஞ்சம்; அற்பம்; சிறிது; a little; a bit; a small.
சற்றும்: *(வி.அ):* அறவே; கொஞ்சம் கூட; even a little.
சற்றைக்கொருதரம்: *(வி.அ):* சிறிது நேரத்திற்கு ஒரு முறை; அடிக்கடி; quite frequently; often.
சனகந்தம்: *(பெ):* வசம்பு; sweet-flag.
சனகம்: *(பெ):* கீரை வகை; a kind of greens.
சனக்கட்டு: *(பெ):* உறவினர் கூட்டம்; relatives.
சனபதி: *(பெ):* அரசன்; மன்னன்; king.
சனமாலி: *(பெ):* இலவமரம்; silk-cotton tree.
சனம்: *(பெ):* மக்கள்; கூட்டம்; people; crowd.
சனலோகம்: *(பெ):* பிதிரர் போன்ற தேவர்கள் வாழும் உலகம்; heaven.
சனனம்: *(பெ):* பிறப்பு; birth.
சனன மரணம்: *(பெ):* பிறப்பும் இறப்பும்; birth and death.
சனனி: *(பெ):* தாய்; mother.
சனனித்தல்: *(பெ):* பிறத்தல்; be born.
சனாசாரம்: *(பெ):* உலக நடை; custom; usage; fashion.
சனார்த்தனம்: *(பெ):* சுக்கு; திருமால்; dried ginger; Lord Vishnu.
சனார்த்தனன்: *(பெ):* திருமால்; Lord Vishnu.
சனி: *(பெ):* ஒரு கோள்; சனிக்கிழமை; துன்பம்; Planet Saturn; Saturday; distress.
சனிமூலை: *(பெ):* வடகிழக்கு மூலை; north-east corner.
சனியன்: *(பெ):* தொல்லையாகவும், வேண்டாததாகவும் கருதும்போது கூறும் வசைச்சொல்; a term of abuse used when something is considered troublesome or unwelcome; an expression of impatience.
சனீஸ்வரன்: *(பெ):* சனிக்கிரகத்தின் அதிபதியான கடவுள்; the presiding deity of planet Saturn.
சனு: *(பெ):* வேண்டியவன்; close person.
சனுகம்: *(பெ):* மிளகு; pepper.
சன்மபூமி: *(பெ):* பிறந்த ஊர்; birth place.
சன்மம்: *(பெ):* பிறப்பு; தோல்; birth; skin.
சன்மார்க்கம்: *(பெ):* ஞானத்தைப் பெறுவதற்கான நல்ல நெறி; ஞான நெறி; path of virtue to attain spiritual knowledge.
சன்மானம்: *(பெ):* வெகுமதி; reward for a deed; award in cash or kind.

சன்னசாலம்: *(பெ):* வெண்கடுகு; white mustard.
சன்னதம்: *(பெ):* ஆவேசம்; வீறாப்பு; மிகுகோபம்; frenzy; fury; boastful empty talk; much anger.
சன்னத்தம்: *(பெ):* ஆயத்தம்; readiness.
சன்னம்: *(பெ):* நுண்மை; நுண்ணிய பொடி; இரத்தினம்; நேர்மை; fineness; fine dust; a precious stone; ruby; straightforwardness.
சன்னல்: *(பெ):* சாளரம்; window.
சன்னவீரம்: *(பெ):* வெற்றி மாலை; victory garland.
சன்னாகம்: *(பெ):* கவசம்; shield.
சன்னி: *(பெ):* ஒரு நோய்; a disease.
சன்னிதானம்: *(பெ):* இறைவன், மகான் போன்றோரின் முன்னிலை; மடாதிபதி போன்றோரை மரியாதையாகக் குறிப்பிடும் சொல்; (of God, nobles, wise people) presence; a form of address for heads of religious mutts.
சன்னிதி: *(பெ):* கோயிலில் மூலவிக்கிரகம், (கடவுள்) இருக்குமிடம்; the place where the deity is.
சன்னி நாயகம்: *(பெ):* கருஞ்சீரகம்; தும்பைப் பூண்டு; black cumin; white dead nettle.
சன்னிபாதம்: *(பெ):* சன்னி நோய்; a disease.
சன்னியாசம்: *(பெ):* துறவு நிலை; நூற்றெட்டு உபநிடதங்களுள் ஒன்று; asceticism; one of the 108 upanishads.
சன்னியாசி: *(பெ):* துறவு பூண்டவர்; ascetic.
சன்னியாசினி: *(பெ):* பெண் துறவி; woman ascetic.
சன்னிவேசம்: *(பெ):* அமைப்பு; structure; set-up.
சன்னை: *(பெ):* சமிக்ஞை; பெரிய முரசு; signal; large drum.

சா

சா: *(பெ):* இறப்பு; தேயிலைச்செடி; death; tea plant.
சாகங்காரம்: *(பெ):* பெருமை; மேன்மை; greatness; excellence.
சாகக்கியம்: *(பெ):* திறமை; பாசாங்கு; talent; pretention.
சாகசபட்சி: *(பெ):* குலிங்கம் என்னும் பறவை; a kind of bird.
சாகசம்: *(பெ):* துணிவு; பாசாங்கு; மெய்ம்மை; யானை; செய்வதற்கரிய செயல்; திறமையான செயல்; வீரதீரச் செயல்; daring; pretence; truth; elephant; impossible feat; extraordinary feat; daring act.
சாகடி: *(வி):* கொல்லுதல்; உயிரைப் போக்குதல்; to kill; to render lifeless.
சாகதன்: *(பெ):* வீரன்; துணிவுடையவன்; warrior; hero; daring person.
சாகபட்சிணி: *(பெ):* தாவர உண்ணி; herbivorous animal.
சாகம்: *(பெ):* வெள்ளாடு; வில்; தேனீ; இலைக்கறி; இலை; சிறுகீரை; தேக்கு மரம்; இலைச்சாறு; சாகத்தீவு; goat; bow; honey bee; greens; leaf; a species of amaranth; teak wood; juice of leaves; an island called 'saga'.
சாகரப்பிரபை: *(பெ):* நரகம்; hell.
சாகர மேகலை: *(பெ):* பூமி; earth.
சாகரம்: *(பெ):* கடல்; பதினாயிரம் கோடி; sea; ten quadrilions.
சாகரி: *(பெ):* ஒரு பண் வகை; a kind of music.
சாகளம்: *(பெ):* வெள்ளாடு; goat.
சாகாங்கம்: *(பெ):* மிளகு; pepper.
சாகாடு: *(பெ):* வண்டி; வண்டிச் சக்கரம்; cart; carriage; cart wheel.
சாகாதுண்டம்: *(பெ):* அகில் மரம்; சீந்திற் கொடி; eagle wood tree; a kind of herb.
சாகாமருந்து: *(பெ):* இறப்பைப் போக்கும் மருந்து; ambrosia, as preventing death.
சாகாமிருகம்: *(பெ):* மரக்கிளைகளில் வாழும் விலங்கு; குரங்கு; அணில்; the animal which lives in the branches of a tree; monkey; squirrel.
சாகாமூலி: *(பெ):* சீந்திற்கொடி; a medicinal shrub.
சாகாரம்: *(பெ):* துயில் எழுதல்; to awake.
சாகி: *(பெ):* மரம்; ஈச்ச மரம்; tree; palmdate tree.
சாகித்திய சக்தி: *(பெ):* கவிபாடும் திறன்; the talent of composing songs.
சாகித்தியம்: *(பெ):* இலக்கியம்; செய்யுள்; இசைப்பாட்டு; literary composition; poetry; musical composition.
சாகியம்: *(பெ):* நட்பு; friendship.

சாகினி: *(பெ):* கீரை வகை; துர்தேவதை; a kind of greens; evil deity.

சாகீர்: *(பெ):* மானியம்; benefice.

சாகுபடி: *(பெ):* பயிர் செய்தல்; cultivation.

சாகேதம்: *(பெ):* அயோத்தி; Ayodhya.

சாகை: *(பெ):* வேதம்; வேத நூற் பிரிவு; மரக்கிளை; கை; இலை; வட்டில்; வாழுமிடம்; சாதல்; Veda; a part of veda; branch of a tree; hand; leaf; plate; residing place; death.

சாக்கடை: *(பெ):* கழிவுநீர் செல்லும் இடம்; சேறு; அருவருப்பான இடம்; sewage; drain; mud; gutter.

சாக்காடு: *(பெ):* இறப்பு; கெடுதி; death; ruin; harm.

சாக்கி: *(பெ):* சாட்சி; சக்கிமுக்கிக்கல்; witness; evidence; flint stone (for making fire).

சாக்கிட்டு: *(வி.அ):* ஒன்றைச் செய்திட (அ) செய்யாதிருக்க மற்றொன்றைச் சாக்காக (அ) காரணமாகக் காட்டி; showing something as example or excuse.

சாக்கியம்: *(பெ):* புத்த மதம்; சாட்சி; Buddhism; witness.

சாக்கியர்: *(பெ):* புத்தர்; சமணர்; Buddhists; Jains.

சாக்கியன்: *(பெ):* கௌதம புத்தர்; சாக்கிய முனிவர்; Gauthama Buddha; Saakkiya-Muni.

சாக்கிரத்தானம்: *(பெ):* எச்சரிக்கை; விழிப்புணர்வு; caution; state of awareness.

சாக்கு: *(பெ):* கோணிப்பை; சட்டைப்பை; பொன்; வீண் விவகாரம்; sack; gunny bag; shirt pocket; gold; useless deed.

சாக்குருவி: *(பெ):* ஆந்தை வகை; a kind of owl.

சாக்கை: *(பெ):* புரோகிதன்; நிமித்திகன்; priest, astrologer; king's ministerial officer.

சாக்தம்: *(பெ):* சக்தியைத் தெய்வமாக வழிபடும் மதக் கொள்கை; a religious principle in which Sakthi, the female deity, Parvathi is the only Goddess must be worshipped by all.

சாங்கம்: *(பெ):* உறுப்புகள்; சாயல்; முழுமை; parts; resemblence, fullness.

சாங்கரம்: *(பெ):* கலப்பு சாதி; inter-caste.

சாங்கியம்: *(பெ):* சடங்கு; கபில மதக் கொள்கை; rites; the Sankhya philosophy of Kapila, comprising 25 principles.

சாங்கு: *(பெ):* ஓர் அம்பு வகை; a kind of arrow.

சாங்கோபாங்கமாக: *(வி.அ):* நடந்ததை (அ) செய்து முடித்ததை மிகவும் விரிவாக; in great detail.

சாங்கோபாங்கம்: *(பெ):* முழுமை; fullness.

சாசற்புடம்: *(பெ):* ஐந்து வகைத் தாளத்துள் ஒன்று; one of the five kinds of rhythms.

சாசனம்: *(பெ):* கட்டளை; உறுதிப் பத்திரம்; அதிகாரச் சின்னம்; தண்டனை; வேட்டுவச் சேரி; வெண்கடுகு; order; edict; bond; document; royal insignia; punishment; hunter's helmet; white mustard.

சாசி: *(பெ):* தாய்ப்பால்; ஒரு பூண்டு வகை; mother's milk; a kind of herb.

சாசிபம்: *(பெ):* தவளை; frog.

சாசுவதம்: *(பெ):* நிலையானது; வீடுபேறு; அசையாநிலை; perpetuity; eternity; final bliss; immobility.

சாஞ்சலியம்: *(பெ):* நிலையற்றது; instability.

சாடி: *(பெ):* பாண்ட வகை; கோள் மொழி; துகள்; கும்பராசி; சீலை; ஆண்கள் மயிர்; திப்பிலி; உழுசால்; ஓர் அளவை; jar; mug; pitcher; backbiting; minute particle; the eleventh constellation of the Zodiac having a 'Pitcher' as its sign; Aquarius; cloth; men's hair; long pepper; furrow; a kind of measure.

சாடித்தல்: *(வி):* கண்டித்தல்; கோள் சொல்லுதல்; to rebuke; to tell tale against someone.

சாடு: *(பெ):* கையிலிடும் உறை; புலவன்; வாக்கு வன்மை; பெரிய கூடை; வண்டி; gloves; poet; keeping one's word; a large basket; cart; *(வி):* கடுமையாக விமர்சித்தல்; தாக்குதல்; தாவுதல்; எகிறுதல்; திரளுதல்; to criticize vehemently; to attack; to jump over; to leap; to collect.

சாடுகம்: *(பெ):* வண்டி; cart.

சாடுதல்: *(பெ):* மோதுதல்; அடித்தல்; to collide; to beat.

சாடுவர்: *(பெ):* நாவலர்; மோதுவர்; வசை கூறுவர்; orators; those who dash upon; those who abuse someone.

சாடை: *(பெ):* சாயல்; ஒப்புமை; சைகை; சிறுமை; கோள்மொழி; துகள்; பொடி; தோற்றம்; resemblance; similarity; gesture; meanness; backbiting; minute particle; dust; appearance.

சாட்சி: *(பெ):* சம்பவத்தை நேரில் கண்டவர்; எடுத்துக்காட்டு; சான்று; witness; evidence; example. • **சாட்சிக்காரன் காலில் விழுவதைவிட சண்டைக்காரன் காலில் விழலாம்** - *பழமொழி.*

சாட்டம்: *(பெ):* செருக்கு; அடித்தல்; pride; beating.

சாட்டி: *(பெ):* கதிரடிக்கும் கோல்; பயிரிடுவதற்காக உரம் இடப்பட்ட நிலம்; சவுக்கு; flail; the manured land for cultivation; whip.

சாட்டியம்: *(பெ):* வஞ்சகம்; பொய்; மந்தம்; உடல் வலி; பிடிவாதம்; அறுபது நாளில் விளையும் நெல்வகை; deceit; lie; false; dullness; body pain; obstinacy; a kind of paddy crop cultivable within 60 days.

சாட்டு: *(வி):* குற்றஞ்சாட்டுதல்; ஒப்புவித்தல்; to accuse; to handover.

சாட்டுக் கூடை: *(பெ):* பெரிய கூடை; a large basket.

சாட்டை: *(பெ):* கசை; பம்பரம் சுற்றும் கயிறு; மரத்தால் செய்யப்பட்ட குலாலர் கருவி வகை; சவுக்கு; flail; a string to spin a top; a kind of equipment of potter, made of wood; whip. ● **சாட்டை**யில்லாப் பம்பரம் ஆடுமா? ● **சாட்டை**யில்லாப் பம்பரத்தைக்கூட ஆட்டிவைக்க வல்லவன். ● **சாட்டை** அடியும், சவுக்கு அடியும் பொறுக்கலாம்; மூட்டைப் பூச்சுக் கடியும், முணுமுணுப்பும் ஆகாது - *பழமொழிகள்.*

சாணகம்: *(பெ):* சாணி; dung.

சாணக்கியம்: *(பெ):* சூழ்ச்சி; வஞ்சகம்; art; stratagem.

சாணக்கியன்: *(பெ):* வடமொழியில் அர்த்த சாஸ்திரத்தை இயற்றியவரும், சந்திரகுப்த மௌரியரின் அரசியல் ஆலோசகரும், மந்திரியுமாக இருந்தவருமான அந்தணர்; the Brahmin Minister of Chandragupta Maurya and the author of Arthasasthra in Sanskrit.

சாணங்கி: *(பெ):* துளசி; basil plant.

சாணத்தனம்: *(பெ):* கேலி; fun; mockery.

சாணம்: *(பெ):* சாணி; சாணைக்கல்; சந்தனக்கல்; தழும்பு; சாதிலிங்கம்; dung; grindstone; a flat stone to grind the sandal wood into paste; scar; a kind of arsenic.

சாணன்: *(பெ):* வீரன்; அறிவாளி; hero; warrior; wise man.

சாணாகம்: *(பெ):* சாணி; dung.

சாணாக்கி: *(பெ):* மயிர்மாணிக்கப் பூண்டு; முயற்செவி; a herbal plant.

சாணாரக்கத்தி: *(பெ):* பாளை சீவும் அரிவாள்; the sickle used to tap the spathe of a palm to make it yield toddy.

சாணான்: *(பெ):* மரம் ஏறுபவன்; கள் இறக்கும் தொழிலாளி; one who belongs to sanar caste whose occupation is toddy tapping from palm trees.

சாணி: *(பெ):* பசு போன்றவற்றின் சாணம்; அறிவாளி; cow-dung; wise person. ● **சாணி** ஒரு கூடை; சவ்வாது ஒரு பண எடை. ● **சாணி**யும் சவ்வாதும் சரியாகுமா? சாணிக்குழியும் சமுத்திரமும் சரியாய் நினைக்கலாமா? - *பழமொழிகள்.*

சாணை: *(பெ):* சாணைக்கல்; பணியார வகை; grindstone; a kind of cake or pastry.

சாணைக் கூறை: *(பெ):* நிச்சய தாம்பூலத்தின் போது மணமகளுக்கு அளிக்கப்படும் கூறைப் புடவை; the wedding-saree given to the bride at the time of betrothal.

சாண்: *(பெ):* ஒன்பது அங்குல அளவு; a measurement of nine inches. ● **சாண்** பிள்ளையானாலும் ஆண்பிள்ளை. ● **சாண்** ஏறினால் முழம் சறுக்குகிறது. ● சாணுக்குச் **சாண்** வித்தியாசம் - *பழமொழிகள்.*

சாண்மாதுரன்: *(பெ):* முருகப் பெருமான்; Lord Muruga.

சாதகக் குணசலம்: *(பெ):* கந்தகம்; sulphur.

சாதகப்புள்: *(பெ):* வானிலிருந்து விழும் மழைத்துளியைப் பருகி வாழும் பறவை வகை; shepherd koel, believed to subsist on rain drops.

சாதகப்புடம்: *(பெ):* சாதகம் கணித்தல்; casting a horoscope.

சாதகம்: *(பெ):* பிறப்பு; பிறவிக்குணம்; ஒரு நூல் வகை; பயிற்சி; உதவி; அனுகூலம்; பூதம்; சாதகப்புள்; மறைப்பு; எருக்கு; birth; nature; horoscope; constant practice; help; facility; goblin; shepherd koel; secrecy; yercum.

சாதகும்பம்: *(பெ):* தங்கம்; பொன்; gold.

சாதம்: *(பெ):* சோறு; பூதம்; தோற்றம்; உண்மை; பிறப்பு; இளமையானது; கூட்டம்; cooked rice; goblin; appearance; truth; birth; that which is youthful; crowd.

சாதரா/சாதர்: *(பெ):* உயரிய சால்வை; a kind of superior shawl.

சாதரூபம்: *(பெ):* நான்கு வகைப் பொன்களுள் ஒன்று; Saadharoopam, one of the four kinds of gold.

சாதல்: *(வி):* இறத்தல்; to die.

● **சாதலின்** இன்னாத தில்லை இனிததூஉம்
ஈதல் இயையாக் கடை - *குறள் 230.*

சாதவாகனன்: *(பெ):* ஐயனார்; ஓர் அரசன்; Ayyanar, a village deity; a king.

சாதவேதா: *(பெ):* நெருப்பு; கொடிவேலி; fire; a herb.

சாதனம்: *(பெ):* கருவி; இயந்திரம்; பயிற்சி; துணைக் காரணம்; இடம்; நகரம்; ஆதார பத்திரம்; equipment; machine; practice; subsidiary cause; place; town; document.

சாதனம் பண்ணுதல்: *(வி):* உறுதி செய்தல்; பழகுதல்; to confirm; to practise.

சாதனன்: *(பெ):* பிறந்தவன்; one who is born.

சாதனை: *(பெ):* விடாமுயற்சி; பிடிவாதம்; செயல் முடித்தல்; காரியசித்தி; முரண்டு; perseverance; stubbornness; completion of an act; accomplishment; obstinacy; insistence.

சாதன்மியம்: *(பெ):* ஒப்புமை; resemblance.

சாதா: *(பெ.சு):* சாதாரணமான; பகட்டில்லாத; இயல்பாக உள்ள; simple; plain (contrasted with a special or superior variety of the same object).

சாதாரணா: *(பெ):* ஒரு தமிழ் வருடம்; Saadharana, a Tamil Year.

சாதாரணம்: (பெ): பொதுவானது; எளிது; தாழ்வானது; common; ease; lowness.

சாதாழை: (பெ): ஒரு கடற் பூண்டு வகை; a kind of sea plant.

சாதாளநிம்பம்: (பெ): எருக்கிலை; yercum leaf.

சாதி: (பெ): குலம்; இனம்; சாதிமல்லிகை; சாதிக்காய்; திப்பிலி; பிரம்பு; ஆடாதொடை; கள்; சீந்தில்; caste; community; a kind of jasmine; nut-meg; long-pepper; rattan; a herb; toddy; a shrub.

சாதிக்காய்: (பெ): ஒரு மருந்து மற்றும் நறுமணச் சரக்கு; மரவகை; nut-meg, medicinal and fragrant thing; a kind of tree.

சாதிக்கலப்பு: (பெ): கலப்புத் திருமணம் வாயிலாகப் பல்வேறு சாதிகளை ஒருங்கிணைத்தல்; intermingling of various castes by intercaste marriage.

சாதிசம்: (பெ): நறுமணப்பிசின்; வாசனையுள்ள பொருள்; a kind of fragrant resin; a fragrant thing.

சாதித்தல்: (வி): நிலைநாட்டுதல், விடாது பற்றுதல்; வெல்லுதல்; சொல்லுதல்; மறைத்தல்; அழித்தல்; அளித்தல்; அருள்புரிதல்; to establish; to adhere; to conquer; to tell; to hide; to destroy; to give; to bestow; to grant favour.

சாதிப்பெயர்: (பெ): சாதியைக் குறிக்கும் பெயர்; the name of the caste.

சாதிபத்திரி/சாதிப்பூ: (பெ): சாதிக்காய்ப்பூ; the nut-meg flower.

சாதிமை: (பெ): பெருமை; சிறப்புக்குணம்; greatness; special quality.

சாதிருகியம்: (பெ): ஒப்புமை; resemblance.

சாதிரேகம்: (பெ): குங்குமப்பூ; saffron flower.

சாதிரை: (பெ): ஊர்வலம்; procession.

சாதிலிங்கம்: (பெ): வைப்புப் பாடாண வகை; a kind of arsenic.

சாதினி: (பெ): முசுக்கட்டை; பீர்க்கங் கொடி; mulberry; sponge-gourd creeper.

சாது: (பெ): துறவி; பைராகி; நற்குணத்தோன்; அப்பாவி; தயிர்; ascetic; North Indian ascetic; good virtuous person; innocent; curd. • **சாது** மிரண்டால் காடு கொள்ளாது - *பழமொழி.*

சாதுகம்: (பெ): பெருங்காயம்; asafoetida.

சாதுரங்கம்: (பெ): மாணிக்க வகை; a kind of precious stone.

சாதுரம்: (பெ): தேர்; chariot; car.

சாதுரன்: (பெ): தேரோட்டி; அறிவாளி; the driver of a charioteer; wise man.

சாதுரியம்: (பெ): திறமை; நாகரிகம்; ability; civilization.

சாதுவன்: (பெ): நல்லவன்; ஐம்புலன்களை அடக்கியவன்; மணிமேகலைக் காப்பியத்தில் வரும் ஆதிரையின் கணவன்; good and virtuous man; one who controlled the five senses; Saadhuvan, the husband of Aadhirai, a character in Manimekalai.

சாதேவம்: (பெ): மரவகை; a kind of tree.

சாத்தமுது: (பெ): ரசம்; a kind of soup added with cooked rice.

சாத்தல்: (பெ): வேதம்; Veda.

சாத்தவர்: (பெ): வெளிநாடு சென்று வாணிகம் செய்பவர்; one who engages in business in foreign countries.

சாத்தவி: (பெ): சக்தி; Goddess Sakthi.

சாத்தன்: (பெ): ஐயனார்; சீத்தலைச் சாத்தன்; வணிகக் கூட்டத் தலைவன்; Ayyanar, the village deity; Seethalai Saathanaar, a famous Tamil poet; chief of the merchants association.

சாத்தான்: (பெ): கடவுளின் எதிரியாக, தீய சக்தியாகக் கருதப்படும் தீய ஆவி; Satan.

சாத்திகன்: (பெ): சாத்வீகன்; அமைதியானவன்; quiet person.

சாத்தியந்தன்: (பெ): பிறவிக்குருடன்; one who is born blind.

சாத்தியம்: (பெ): முடியக்கூடியது; நிகழ்வதற்கான காரண அடிப்படையுடன் கூடிய நிலை; feasibility; possibility.

சாத்தியர்: (பெ): தேவருள் ஒரு பகுதியர்; a group of celestial beings.

சாத்திரம்: (பெ): வேதாந்தம்; அறிவியல்; philosophy; science.

சாத்து: (பெ): வணிகர் கூட்டம்; கூட்டம்; கைம்மரம்; caravan; company; rafter.

சாத்துக்கவி: (பெ): நூல் செய்தோன் பெருமை சாற்றும் சிறப்புப் பாயிரம்; laudatory stanza in praise of an author and his work.

சாத்துக்குடி: (பெ): தடித்த மஞ்சள் நிறத் தோலினுள் சுளைகள் நிறைந்த இனிப்பான பழம்; sweet lime.

சாத்துதல்: (வி): அணிதல்; தரித்தல்; பூசுதல்; அடித்தல்; to wear; to smear; to beat.

சாத்துப்படி: (பெ): கோயில் சிலைகளுக்கு மாலை போன்றவற்றை அணிவித்து அலங்கரித்தல்; adorning of idols; adornment.

சாத்துப்பயிர்: (பெ): நாற்றுப் பிடுங்கி நடப்பட்டு, வளர்ந்த பயிர்; grown-up plant transplanted again.

சாத்துமாலை: (பெ): கடவுள் சிலைகளுக்கு அணிவிக்கப்படும் மாலை; the garland intended to be put on idols.

சாத்துலம்: (பெ): புலி; tiger.

சாத்துவம்: (பெ): சாத்வீகம்; peacefulness; calmness.

சாத்துவி: (பெ): சிவபெருமான்; Lord Shiva.

சாத்துவிகம்: *(பெ):* உயரிய நற்குணம், absolute goodness or virtue.

சாத்துவிகன்: *(பெ):* சாந்த குணம் உடையவன்; polite man; calm person.

சாத்துறி: *(பெ):* உறிவகை; a rope swing used by ascetics for carrying vessels.

சாந்தம்: *(பெ):* அமைதி; பொறுமை; குளிர்ச்சி; சந்தனம்; சாணி; ஒன்பான் சுவைகளுள் ஒன்று; peace; patience; coldness; sandal wood paste; (cow) dung; one of the nine kinds of taste.

சாந்தி: *(பெ):* மன அமைதி; peace of mind.

சாந்தி கலியாணம்/ சாந்தி முகூர்த்தம்: *(பெ):* திருமணமான புதுப்பெண் முறைப்படி கணவனுடன் கூடக் குறிப்பிடும் நேரம்; auspicious time of consummation after the wedding.

சாந்தி செய்தல்: *(வி):* தீய செயல்களைத் தவிர்க்கும் பொருட்டு நடத்தப்படும் சடங்கு; to perform propitiatory rites for averting evil influencess.

சாந்தியடை: *(வி):* (ஒருவர் மரணம் அடைந்ததன் பொருட்டு வருத்தம் தெரிவிக்கும் வகையில் கூறும்போது) ஆத்மா அமைதியில் நிலைத்தல்; (when referring to the departed) rest in peace.

சாந்திரம்: *(பெ):* சந்திரகாந்தக் கல்; moonstone.

சாந்திராயனம்: *(பெ):* நோன்பு வகை; a kind of ceremonial fasting.

சாந்து: *(பெ):* சந்தனம்; சந்தனமரம்; திருநீறு; விழுது; சுண்ணாம்பு; மலம்; sandal paste; sandal wood tree; sacred ash; paste; lime; human faeces; excrement.

சாத்துக்காறை: *(பெ):* மகளிர் கழுத்தணி வகை; a kind of necklace of women.

சாந்துப்பொடி: *(பெ):* நறுமணப்பொடி; fragrant dust.

சாந்தை: *(பெ):* அமைதியானவள்; பூமி; polite woman; earth.

சாபக்கேடு: *(பெ):* பழிக்கப்பட்ட நிலை; சீர்கெட்ட தன்மை; cursed state; accursed thing.

சாபத்திரி: *(பெ):* சாதிபத்திரி; nut-meg flower.

சாபம்: *(பெ):* வில்; தனுர்ராசி; விலங்கின் குட்டி; தவத்தோர், நல்லோர் கூறும் சாபமொழி; bow; the ninth constellation of the Zodiac having the bow as its sign; *Sagitarius*; young one of animals; curse; imprecation.

சாபலம்: *(பெ):* எளிமை; ease.

சாபல்லியம்: *(பெ):* சபலபுத்தி; temptation.

சாபனை: *(பெ):* சாபம்; curse.

சாபாலன்: *(பெ):* ஆட்டு வியாபாரி; sheep merchant.

சாபித்தல்: *(வி):* சாபமிடுதல்; to curse.

சாப்பறை: *(பெ):* சாவுப்பறை; சாவின்போது அடிக்கப்படும் பறை; the drum which is beaten at the death of someone.

சாப்பாடு: *(பெ):* உணவு; food; meal.

சாப்பிடு: *(வி):* உண்ணுதல்; குடித்தல்; விழுங்குதல்; to eat; to drink; to swallow.

சாப்பை: *(பெ):* புல்லால் ஆன பாய்; the mat made of grass.

சாம கண்டன்: *(பெ):* சிவபெருமான்; Lord Shiva.

சாமகன்: *(பெ):* சாணைக்கல்; grindstone; wetstone.

சாமக்கோழி: *(பெ):* நள்ளிரவு கடந்து விடிவதற்குச் சற்று முன்பாகக் கூவும் சேவல்; cock crowing in the wee hours of morning.

சாமணம்: *(பெ):* பொற்கொல்லரின் இடுக்கி போன்ற கருவி; goldsmith's nippers; pincers; tongs.

சாமந்தன்: *(பெ):* சிற்றரசன்; அமைச்சர்; படைத் தலைவர்; chieftain who accepts the over-lordship of king; minister; army chief.

சாமந்தி: *(பெ):* மஞ்சள், வெள்ளை ஆகிய நிறங்களில் மாலை நேரத்தில் மலரும் பூக்களை உடைய குத்துச் செடி; Marigold flower and its plant.

சாமம்[1]: *(பெ):* இரவு; நள்ளிரவு; மூன்று மணி நேரம் கொண்ட கால அளவு; night; midnight; a three hour unit of measurement.

சாமம்[2]: *(பெ):* சாமவேதம்; ஓர் உபாயம்; கருமை; பச்சை; பஞ்சம்; அருகம்புல்; Saama Veda; a means; blackness; green; famine; a kind of grass.

சாமரபுட்பம்: *(பெ):* மாமரம்; கமுகு; mango tree; areca-nut tree.

சாமரம்/சாமரை: *(பெ):* சிங்கத்தின் மயிரால் அமைந்த அரச சின்னம்; bushy hair of the lion used as a fly-flapper for idols or as a royal insignia.

சாமர்த்தியம்: *(பெ):* திறமை; skill; ability.

சாமளம்: *(பெ):* கருமை; பசுமை; blackness; greenness.

சாமளை: *(பெ):* பார்வதி; Parvathi, Goddess and the consort of Lord Shiva.

சாமன்: *(பெ):* புதன்; மன்மதன் தம்பி; Mercury; brother of Kamadeva.

சாமாசி: *(பெ):* நடுநிலையாளன்; தூதன்; ஆலோசனை; the man who has impartial qualities; messenger; counsel.

சாமானியம்: *(பெ):* சாதாரணம்; பொது; எளிது; the quality of being general; general; ease.

சாமான்: *(பெ):* பண்டம்; பொருள்; goods; articles; items.

சாமி: *(பெ):* கடவுள்; முருகப்பெருமான்; குரு; தலைவன்; மூத்தோன்; தலைவி; தாய்; பொன்; செல்வம்; சாமை; மரியாதைச் சொல்; God; Lord Muruga; priest; lord; master; one who is elder in age; heroine; mistress; mother; gold; wealth; millet; a term of respect. • **சாமி** வரங்கொடுத்தாலும் பூசாரி கொடுக்க விடமாட்டான். • **சாமி** காட்டும்; எடுத்துமா ஊட்டும் ? - *பழமொழிகள்.*

சாமியம்: *(பெ):* ஒப்புமை; resemblance.

சாமீகரம்: *(பெ):* பொன்; gold.

சாமீன்: *(பெ):* பாதுகாவல்; security.

சாமுண்டி: *(பெ):* துர்க்கை; நாணல்; அவுரிப் பூண்டு; Durga, Goddess of Victory; a large and coarse grass; indigo.

சாமுதம்: *(பெ):* கடுக்காய்; கோரைப்பல்; gall nut; fang.

சாமேளம்: *(பெ):* சாப்பறை; a kind of drum beaten at the time of death of somebody.

சாமை: *(பெ):* வரகு; common millet.

சாமியாடு: *(வி):* தெய்வ அருளால் ஆவேசம் வந்து குறிகூறுதல்; to give oracular responses while possessed by a spirit.

சாமியார்: *(பெ):* சன்னியாசி; பாதிரியார்; ascetic; priest.

சாமுத்திரிகா லட்சணம்: *(பெ):* அழகான ஆண், பெண் ஆகியோருக்கு இருக்கும் அங்க அமைப்பு; physical features of a beautiful woman or handsome person.

சாமோற்பவை: *(பெ):* பெண் யானை; she-elephant.

சாம்பசிவன்: *(பெ):* சிவபெருமான்; Lord Shiva.

சாம்பர்: *(பெ):* சாம்பல்; எரிந்த நீறு; ash.

சாம்பல்: *(பெ):* சாணம், மரம், கரி போன்றவற்றை எரித்துக்கிடைக்கும் வெளிர் நிறத் தூள்; முதுமை; நாவல் மரம்; பயிர்களுக்குக் கேடு விளைவிக்கும் பூச்சி வகை; ash; old age; jamoon-plum tree; a kind of pest.

சாம்பலாண்டி: *(பெ):* உடல் முழுவதும் சாம்பலைப் பூசித் திரியும் பரதேசி; beggar or mendicant who smears the ashes on his body.

சாம்பலொட்டி: *(பெ):* எருக்கு; yercum.

சாம்பல் மொந்தன்: *(பெ):* வாழை வகை; a kind of plantain tree.

சாம்பவான்: *(பெ):* சிவபெருமானை வழிபடுபவர்; இராமாயணத்தில் கூறப்படும் கரடி வேந்தன்; one who worships Lord Shiva; the king of bears, a character in the Ramayana.

சாம்பவி: *(பெ):* பார்வதிதேவி; நாவல் மரம்; Parvathi, Goddess and the consort of Lord Shiva; Jamoon-plum tree.

சாம்பன்: *(பெ):* சிவபெருமான்; Lord Shiva.

சாம்பார்: *(பெ):* புளிக்கரைசலில் துவரம் பருப்பைக் கலந்து காய்கறிகளைச் சேர்த்து வேகவைத்துத் தயாரிக்கும் ஒருவகைக் குழம்பு; a kind of sauce prepared by adding condiments and pieces of vegetables to tamarind mix.

சாம்பான்: *(பெ):* பறையர் பட்டப் பெயர்; a title of parayar community.

சாம்பிராணி: *(பெ):* ஒரு மரவகை; தூப வகை; மூடன்; a kind of tree; a kind of incense; smoke; fool; idiot.

சாம்பு: *(பெ):* பொன்; பறை வகை; படுக்கை; புடவை; நாவல் மரம்; gold; a kind of drum; bed; saree; jamoon-plum tree.

சாம்புதல்: *(வி):* வாடுதல்; கெடுதல்; ஒடுங்குதல்; குவிதல்; ஒளி மங்குதல்; to wither; to decay; be restrained; to grow dim as light.

சாம்புநதம்: *(பெ):* நால்வகைப் பொன்னுள் ஒன்று; Sambunadham, one of the four kinds of gold.

சாம்ராஜ்யம்: *(பெ):* பேரரசு; வலிமை படைத்த பரவலான ஆதிக்கம்; empire; powerful network of a business concern, etc.

சாயகம்: *(பெ):* அம்பு; arrow.

சாயங்காலம்: *(பெ):* மாலைப்பொழுது; evening.

சாயப்பணி: *(பெ):* சாயமிடும் தொழில்; dyeing profession.

சாயப்பாக்கு: *(பெ):* சாயம் ஏற்றிய பாக்கு; dyed areca-nut.

சாயம்: *(பெ):* நிறம்; வண்ணம்; colour.

சாயம் வெளு: *(வி):* உள்நோக்கம், கூறப்பட்ட பொய், சுயரூபம் போன்றவை அம்பலமாகி உண்மை வெளிப்படுதல்; to get exposed (of motive, lie, true colours, etc).

சாயரட்சை: *(பெ):* சாயங்காலம்; கோயிலில் மாலை நேரத்தில் நடக்கும் பூஜை; evening; a term indicating evening hour of worship at temples.

சாயரி: *(பெ):* பாலைப் பண் வகை; a kind of music belonging to desert tract.

சாயல்: *(பெ):* அழகு; ஒப்பு; மென்மைத் தோற்றம்; மேனி; சாய்வு; இளைப்பு; நிழல்; மாதிரி; நுணுக்கம்; துயிலிடம்; சார்பு; மஞ்சள்; மேம்பாடு; அருள்; beauty; likeness; gentle appearance; body; declivity; faintness; shadow; model; minuteness; bedroom; sleeping place; reliance; turmeric; excellence; grace.

• **சாயலும்** நாணும் அவர்கொண்டார் கைம்மாறா
நோயும் பசலையும் தந்து. - *குறள் 1183.*

சாயல்வரி: *(பெ):* காதல் பாட்டு; a love song.

சாயவேளாகொல்லி: *(பெ):* ஒரு பண் வகை; a kind of music.

சாயரனம்: (பெ): கள்; இரசாயனம்; toddy; chemical.

சாயா கௌளம்: (பெ): ஒரு வகைப் பண்; a kind of music.

சாயாக்கிரகம்: (பெ): காணாக் கோள்களாகிய இராகு, கேது ஆகியவை; the invisible planets, Raaghu and Kethu.

சாயாதனயன்: (பெ): சாயையின் மகனாகிய சனி; Saturn, the son of Saayai.

சாயாநீர்: (பெ): வெப்பப் பிரதேசங்களில் அனல் காற்றினால் நீரோடை ஒன்று அருகாமையில் ஓடுவது போன்று இருக்கும் மாயத் தோற்றம்; கானல் நீர்; mirage.

சாயாபடம்: (பெ): நிழற்படம்; photograph.

சாயாபதி: (பெ): சாயையின் கணவராகிய சூரியன்; the Sun, the husband of Saayai.

சாயானகம்: (பெ): ஓந்தி; ஓணான்; blood-sucker; common agamoid lizard.

சாயினம்: (பெ): இளம் மகளிர் கூட்டம்; crowd of young women.

சாயை: (பெ): நிழல்; எதிரொலி; இராகு கேதுக்கள்; புகழ்; பாவம்; பிரதேசம்; தேயிலை; ஒப்பு; சூரியனின் மனைவி; shadow; echo; the invisible planets Raaghu and Kethu; fame; sin; State; tea leaf; resemblance; the wife of Sun.

சாய்: (பெ): ஒளி; அழகு; நிறம்; புகழ்; தண்டாங் கோரைப் புல்; light; beauty; colour; fame; a kind of grass; sedge.

சாய்காலம்: (பெ): வளமையும் செல்வாக்குமுடைய காலம்; the time of prosperity and influence.

சாய்கால்: (பெ): செல்வாக்கு; influence.

சாய்தல்: (பெ): கவிழ்தல்; மெலிதல்; நடுநிலை மாறுதல்; ஒதுங்குதல்; தோற்றோடுதல்; to incline; to lean; be partial; to step aside; be defeated.

சாய்த்தல்: (வி): சாயச் செய்தல்; அழித்தல்; தோற்கடித்தல்; கெடுத்தல்; முறித்தல்; மிகுதியாகக் கொடுத்தல்; cause to decline; to destroy; to defeat; to ruin; to break; to give excessively.

சாய்ப்பு: (பெ): தாழ்வு; மலைச்சரிவு; இறப்பு; மட்டமான வெற்றிலை; degradation; mountain slope; death; betel leaf, small in size.

சாய்மணக் கதிரை: (பெ): சாய்வு நாற்காலி; easy chair.

சாய்மணை: (பெ): திண்டு; cushion; pad; pillow.

சாய்மரம்: (பெ): சிவதைக் கொடி; a kind of shrub.

சாய்மானம்: (பெ): சாய்ந்துகொள்ளத்தேவையானது; நாற்காலியின் முதுகுப் பகுதி; something for reclining or leaning; back as of a chair.

சாய்வு: (பெ): சரிவு; குறைவு; வளைவு; நோக்கம்; அழிவு; slope; deficiency; bend; curve; scope; objective; ruin.

சாரகம்: (பெ): இந்துப்பு; rock-salt.

சாரங்கம்: (பெ): மான்; வானம்பாடி; யானை; மேகம்; குயில்; வில்; வண்டு; ஒரு பண்; திருமாலின் வில்; குறிஞ்சாக் கொடி; deer; skylark; elephant; cloud; koel; bow; bee; a song; Lord Vishnu's bow; a shrub.

சாரங்கன்: (பெ): திருமால்; குதிரை வகை; Lord Vishnu; a kind of horse.

சாரசம்: (பெ): தாமரை; கொக்கு; வெண்ணாரை; இனிய ஓசை; நன்னாரி வகை; lotus; stork; crane; pleasant sound; a variety of Sarsaparilla.

சாரசியம்: (பெ): இனிமை; sweetness; pleasantness.

சாரணர்: (பெ): சாரணர் இயக்கச் சிறுவர்; ஒற்றர்; தூதுவர்; சமண பௌத்தத் துறவிகள்; scouts; spies; messengers; Jain or Buddhist sages.

சாரணை: (பெ): ஒரு பூண்டு வகை; a kind of herb.

சாரதம்: (பெ): பூதம்; இனிய ஓசை; ஓர் இசைப்பாட்டு வகை; goblin; pleasant sound; a kind of song.

சாரதர்: (பெ): பூதகணத்தார்; hosts of goblins.

சாரதா/சாரதை: (பெ): சரஸ்வதி; கலைமகள்; Saraswathi, Goddess of arts and learning.

சாரதி: (பெ): தேரோட்டி; புலவர்; ஓட்டுநர்; charioteer; poet; driver.

சாரத்தின் சத்துரு: (பெ): முட்டை; egg.

சாரத்துவம்: (பெ): விபச்சாரம்; prostitution.

சாரத்துளை: (பெ): சுவரில் உள்ள துளை; the hole in the wall.

சாரப்பருப்பு: (பெ): காட்டு மாவிரை; pulp of cuddappah almond.

சாரமேயன்: (பெ): நாய்; dog.

சாரம்[1]: (பெ): தாவரம், இலை போன்றவற்றின் சாறு; அடிப்படைச் செய்தி; எழுத்தின் (அ) பேச்சின் சுவையூட்டும் தன்மை; கட்டட வேலைக்காகக் கம்புகளை ஊன்றி அவற்றின் மேல் கட்டைகளைப் பரப்பிய தள அமைப்பு; கைலி; லுங்கி; essence; quintessence; gist; pep; forcefulness; scaffolding; a kind of dhoti, the two ends of which are sewn together.

சாரம்[2]: (பெ): மேடு; இனிமை; மருந்து; ஆற்றல்; பயன்; மர வயிரம்; இலுப்பை; முந்திரிமரம்; நவச்சாரம்; விபச்சாரம்; mound; pleasantness; sweetness; medicine; capacity; ability; benefit; hard core of a tree; south Indian Mahua; cashew tree; (solid) ammonium chloride; prostitution.

சாரலம்: (பெ): எள்; sesame.

சாரல்: (பெ): பக்கம்; மலைச்சரிவு; தூவானம்; அடைதல்; தூற்றல்; side; slope of a mountain; rain driven in drizzling; getting; winnowing.

சாரன்: (பெ): ஒற்றன்; குதிரை வகை; spy; a kind of horse.

சாராம்சம்: (பெ): (எழுத்து, பேச்சு முதலியவற்றில்) விவரங்களின் சாரம்; பயன்; gist; benefit.

சாராயம்: (பெ): கரும்பின் கழிவு (அ) சிலவகைக் கிழங்குகளைப் புளிக்க வைத்துக் காய்ச்சி வடித்தெடுக்கப்படுவதும், போதையைத் தருவதுமான திரவம்; spirits; arrack; local alcoholic brew. ● **சாராயத்தைத் தினமும் குடித்திட்ட காராளனும் கடைமகனாவான்** - *பழமொழி.*

சாரி: (பெ): பக்கம்; கூட்டம்; உலாவுதல்; இசைக் கருவி வகை; சூதாடும் காய்; மாதர் சீலை வகை; அஞ்சன பாடாணம்; side; crowd; wandering; a kind of musical instrument; dice; a kind of women's cloth; a kind of arsenic.

சாரிகை: (பெ): சுழற்காற்று; நாகணவாய்ப் பறவை; கவசம்; சுங்கம்; பக்கம்; whirlwind; a kind of bird; shield; custom; side.

சாரிசம்: (பெ): கறியுப்பு; salt.

சாரிதம்: (பெ): இனிய குரல்; sweet voice.

சாரித்திரம்: (பெ): ஒழுக்கம்; வரலாறு; கதை; virtue; history; story.

சாரிநாதன்: (பெ): கத்தூரி விலங்கு; a kind of deer.

சாரிபம்/சாரிபை: (பெ): நன்னாரி; sarsaparilla.

சாரியம்: (பெ): நன்னாரி; எட்டி மரம்; sarsaparilla; strychnine tree.

சாரியல்: (பெ): இந்துப்பு; rock-salt.

சாரியன்: (பெ): ஒழுக்கமானவன்; virtuous man.

சாரியை: (பெ): விகுதி, வேற்றுமை உருபு முதலியவற்றை ஏற்பதற்கு முன் சொல்லில் வரும் பொருளற்ற எழுத்து (அ) இடைச்சொல்; letter or excrescent that appears in a word before admitting a suffix, case maker, etc., empty morph.

சாரீரகம்: (பெ): சரீர சம்பந்தம் உடையது; நூற்றெட்டு உபநிடதங்களுள் ஒன்று; that which is related to the body; one of the 108 upanishads.

சாரீரம்: (பெ): பாடுவதற்கு ஏற்ற குரல்; voice especially that of a singer.

சாரு: (பெ): அழகு; கிளி; beauty; parrot.

சாருகம்: (பெ): கொலை; murder.

சாருகபன்: (பெ): கொலையாளி; murderer.

சாருசம்: (பெ): கல்லுப்பு; rock-salt.

சாரூபம்: (பெ): இணக்கம்; பொன்; கடவுளைப் போன்ற வடிவம் அடைதல்; accordance; gold; attaining the form as of God.

சாரை: (பெ): நீளமான கோடு; சாரைப் பாம்பு; lengthy line; rat-snake.

சாரையோட்டம்: (பெ): சாரைப் பாம்பின் ஓடும் போக்கு; நேராக ஓடும் வகை; the running pattern of rat-snake; a method of running straightly.

சாரை வாலன்: (பெ): நீண்ட வாலை உடைய எருது; புகையிலை வகை; the ox which has a long tail; a kind of tobacco.

சார்: (பெ): கூடுகை; இடம்; பக்கம்; தாழ்வாரம்; அழகு; ஒரு மரம்; ஒற்றன்; union; place; side; verandah; sloping roof; beauty; a tree; a spy.

சார்க்கரம்: (பெ): கற்கண்டு; பாலின் ஆடை; sugar candy; the thin layer formed on the top of the boiled milk.

சார்ங்கம்: (பெ): திருமாலுடைய வில்; Lord Vishnu's bow.

சார்தல்: (வி): சென்றடைதல்; அடுத்தல்; கலத்தல்; பொருந்தியிருத்தல்; உறவு கொள்ளுதல்; ஒத்தல்; சாய்தல்; to reach; being adjacent; to mix; be suitable; to copulate; to resemble; to incline.

சார்த்து: (பெ): குறிப்பு; பத்திரம்; a remark; document.

சார்த்துதல்: (வி): இணைத்தல்; சார்ந்து இருக்கச் செய்தல்; to unite; to cause to be adjacent.

சார்த்தூலம்: (பெ): புலி; tiger.

சார்ந்தார்: (பெ): நண்பர்கள்; சுற்றத்தார்; friends; relatives.

சார்பறுத்தல்: (பெ): துறத்தல்; to renounce.

சார்பாக/சார்பில்: (வி.அ): பிரதிநிதித்துவப் படுத்தும் வகையில்; on behalf of; for someone.

சார்பியல் கோட்பாடு: (பெ): இயக்கத்திலிருக்கும் பொருளின் அளவு, நிறை, காலம் ஆகியவற்றின் வேகத்தைச் சார்ந்து மாறுபடும் என்பதை விளக்கும் கோட்பாடு; theory of relativity.

சார்பிலார்: (பெ): பகைவர்; முனிவர்; enemies; sages.

சார்பு: (பெ): இடம்; பக்கம்; பற்று; அடைக்கலம்; பிறப்பு; ஒருதலை நிற்றல்; கூட்டுறவு; பொருத்தம்; place; side; worldly attachment; refuge; birth; bias; co-operation; harmony.

- **சார்புணர்ந்து சார்பு கெடஒழுகின் மற்றழித்துச்
சார்தரா சார்தரு நோய்.** - *குறள் 359.*

சார்புப்பந்தல்: (பெ): உயர் கூரைமேல் அமைந்த கட்டிடம்; penthouse.

சார்பு நூல்: (பெ): முதல் நூலிலிருந்தும் வழிநூலில் இருந்தும் பல அம்சங்களில் வேறுபட்டதாக இயற்றப்படும் நூல்; a treatise which differs in many respects from 'original' and auxilary texts.

சார்ப்பு: (பெ): மேல்தளம், கூரை ஆகியவற்றின் தொடர்ச்சியாக நீட்டப்பட்ட சாய்வான கூரை; sloping roof.

சார்வரி: *(பெ):* ஒரு தமிழ் வருடம்; Saarvari, a Tamil year.

சார்வு: *(பெ):* இடம்; புகலிடம்; ஆதாரம்; உதவி; பற்று; வழிவகை; ஒரு பக்கமாகச் சாய்தல்; place; refuge; support; help; attachment; means; partiality.

சால: *(வி.அ):* மிகவும்; மிக; very; much.

சாலகபங்கடர்: *(பெ):* அரக்கர்; monsters.

சாலகம்: *(பெ):* சிலந்திவலை; கயிற்று வலை; பறவைக்கூடு; பலகணி; அரும்பு; மாயவித்தை; சாக்கடை; சிறு குறிஞ்சா; நெற்றியில் அணியும் அணிகலன்; cobweb; rope-net; nest; window; bud; magic art; sewage; a herb; ornament worn on the forehead.

சாலகராகம்: *(பெ):* ஒரு பண்; a kind of music.

சாலகன்: *(பெ):* விரிவாகப் பேசுவோன்; one who speaks elaborately.

சாலகிரி: *(பெ):* அரண்மனையின் ஒரு பகுதி; a portion of a palace.

சாலக்காரன்: *(பெ):* வஞ்சகன்; மாயாஜாலக்காரன்; deceitful person; magician.

சாலக்கு: *(பெ):* சூழ்ச்சி; போலி நடிப்பு; திறமை; plot; intrigue; false pretence; ability.

சாலடித்தல்: *(வி):* உழுதல்; to plough.

சாலபஞ்சிகை: *(பெ):* மரப்பாவை; wooden toy.

சாலமாலம்: *(பெ):* வஞ்சகம்; deceit.

சாலம்: *(பெ):* மதில்; கூட்டம்; பலகணி; வலை; அரும்பு; கல்வி; தாழ்வாரம்; பெருமை; அகலம்; குறளை; மருத்துவ நூல்; கொடிமரம்; மாயவித்தை; fort; multitude; window; net; flower-bud; education; sloping roof; verandah; greatness; width; reproach; a treatise that deals with medicine; flag staff; magic art.

சாலரி: *(பெ):* ஒரு வகை வாத்தியம்; a kind of musical instrument.

சாலர்: *(பெ):* நெய்தல் நில மக்கள்; those who belong to coastal tract.

சாலாரம்: *(பெ):* ஏணி; படிக்கட்டு; பறவைக்கூடு; ladder; steps; stairs; nest.

சாலி: *(பெ):* செந்நெல்; கள்; அருந்ததி; கவசம்; மரவகை; a kind of paddy; toddy; Arunthathi, wife of Sage Vasishtaa; shield; a kind of tree.

சாலிகன்: *(பெ):* நெசவாளி; weaver.

சாலிகை: *(பெ):* கவசம்; சுங்கவரி; shield; tariff.

சாலியன்: *(பெ):* ஆடை; துணி; நெசவாளி; garment; cloth; weaver.

சாலினி: *(பெ):* அருந்ததி; தேவராட்டி; பேய்ப்பீர்க்கங்கொடி; கள் விற்பவள்; Arunthathi, the wife of Sage Vasishtaa; dancing woman; a kind of sponge-gourd; woman who sells toddy.

சாலுகம்: *(பெ):* சாதிக்காய்; தாமரைக்கிழங்கு; nut-meg; the root of lotus.

சாலூரம்: *(பெ):* தவளை; மேன்மை; frog; excellence.

சாலேகம்: *(பெ):* சாளரம்; சந்தனம்; பூவரும்பு; சிந்தூரம்; சலதாரை; window; sandal paste; flower bud; marking nut tree; drainage outlet.

சாலேசரம்: *(பெ):* வெள்ளெழுத்து; long sight.

சாலேயம்: *(பெ):* செந்நெல் விளையும் நிலம்; சிறு தேக்கு; paddy field; a kind of tree.

சாலை: *(பெ):* உணவளிக்கும் அறச்சாலை; பள்ளிக்கூடம்; பசுக்கொட்டில்; குதிரை, யானை ஆகியவற்றின் கூடம்; பொது மண்டபம்; வீடு; வேள்விக்கூடம்; இருபுறமும் மரங்கள் நிறைந்த பாதை; charitable house for feeding poor; school; cowshed; horse stable; elephant stable; public hall; house; sacrificial hall; boulevard.

சால்: *(பெ):* நிறைவு; நீர் நிரப்பும் பெரிய பாத்திரம்; நீர் இறைக்கும் கலம்; உழவு சால்; ஆண்டு; கும்ப ராசி; fullness; large water pot; baling bucket; furrow; year; eleventh constellation of the Zodiac having a pitcher as its sign; Aquarius.

சால்பு: *(பெ):* மேன்மை; நற்குணம்; தன்மை; கல்வி; excellence; virtue; nature; learning; education.

- *சால்பிற்குக் கட்டளை யாதெனில் தோல்வி*
  துலைஅல்லார் கண்ணும் கொளல். - குறள் 986.

சால்புளி: *(வி.அ):* முறைப்படி; in the proper manner.

சால்வயிறு: *(பெ):* பெருவயிறு; pot belly.

சால்வை: *(பெ):* போர்வை; shawl.

சாவகம்: *(பெ):* ஒரு தீவு; ஒரு மொழி; an island; a language.

சாவகன்: *(பெ):* மாணாக்கன்; சாவகத் தீவினைச் சார்ந்தவன்; சனி; pupil; disciple; one who belonged to the Island Savagam; Saturn.

சாவகாசம்: *(பெ):* அவசரம் காட்டாத் தன்மை; ஒன்றைச் செய்திடப் போதுமான நேரம்; leisureliness; time to spare.

சாவடி: *(பெ):* வழிப்போக்கர் தங்கி ஓய்வெடுக்கும் இடம்; கச்சேரி; ஊர்ப்பொதுவிடம்; இறப்பு; temporary shed or building used by the strangers to take rest; police station; choultry; death.

சாவட்டை: *(பெ):* ஈர்; மெலிந்த மனிதன் (அ) பெண்; உலர்ந்த வெற்றிலை; ஒரு பூச்சி; சிறு வட்டத் தலையணை; the egg of a louse; lean person or woman; dried betel leaf; an insect; a kind of small round pillow.

சாவணம்: *(பெ):* நாணல்; நாளம்; கம்மியர் கருவிகளுள் ஒன்று; a large and coarse grass; vein; an equipment of artisans.

சாவதானம்: (பெ): அவசரம் காட்டாத் தன்மை; leisureliness.

சாவம்: (பெ): சாபம்; தீட்டு; curse; defilement.

சாவரம்: (பெ): குற்றம்; பாவம்; default; sin.

சாவல்: (பெ): சேவல்; cock.

சாவற்கட்டு: (பெ): கோழிச்சண்டை; cock-fight.

சாவற் பண்ணை: (பெ): கொடி வகை; a kind of creeper.

சாவாமூலி: (பெ): வேப்ப மரம்; neem tree.

சாவாவுடம்பு: (பெ): புகழ்; fame.

சாவி: (பெ): மணி பிடிக்காத பயிர்; திறவுகோல்; அச்சாணி; withered crop; key; linchpin.

சாவித்திரம்: (பெ): பூணூல்; sacred thread of three strands worn by men of certain caste.

சாவித்திரி: (பெ): கலைமகள்; பிரமன் மனைவி; சத்தியவானின் மனைவி; 108 உபநிடதங்களுள் ஒன்று; Saraswathi, Goddess of arts and learning; the consort of Lord Brahma; the wife of Sathiyavan; one of the 108 upanishads.

சாவு: (பெ): இறப்பு; பிசாசு; death; ghost.

சாவுக்காணிக்கை: (பெ): இறப்பு வரி வகை; a kind of death-duty.

சாவுக்குரிய: (பெ.அ): இறப்புக்குரிய; fatal.

சாவுச்சடங்கு: (பெ): இறுதிச் சடங்கு; obsequies; funeral rites.

சாவேரி: (பெ): ஒரு பண்; a kind of music.

சாவோலை: (பெ): இழவோலை; ola letter informing the death of a person.

சாழல்: (பெ): மகளிர் விளையாட்டு; ஒரு நூல்; வரிக்கூத்து வகை; கரடி; an ancient game of girls; a treatise; a kind of masquerade dance; bear.

சாழை: (பெ): குடிசை; மகளிர் விளையாட்டு வகை; a hut; a kind of women's game.

சாளக்கிராமம்: (பெ): திருமாலை உருவமாகக் கொண்டு வழிபடுவதற்குரிய சிலை வகை; ஒரு வைணவத் தலம்; black fossil ammonite worshipped as a form of Vishnu; a Vishnu's shrine.

சாளம்: (பெ): மணல்; குங்கிலியம்; sand; konkani resin.

சாளரம்: (பெ): ஜன்னல்; window.

சாளா: (பெ): மீன் வகை; a kind of fish.

சாளிகம்: (பெ): வண்டு; bee.

சாளிகை: (பெ): வண்டு; பணப்பை; bee; cash bag.

சாளியல்: (பெ): பணப்பை; cash bag.

சாளியா: (பெ): ஒரு மருந்து விதை; a seed used as a medicine.

சாளை: (பெ): மீன் வகை; குடிசை; உமிழ்நீர்; a kind of fish; hut; saliva.

சாறயர்தல்: (வி): விழாவைக் கொண்டாடுதல்; to celebrate a festival.

சாறு: (பெ): பழம், இலை போன்றவற்றிலிருந்து பிழிந்து எடுக்கப்படும் திரவம்; இரசம்; திருவிழா; பூசை; திருமணம்; குலை; juice; essence; festival; pooja; wedding; bunch; cluster.

சாறுதல்: (வி): வழுக்குதல்; நழுவுதல்; சரிதல்; கொத்துதல்; பெருக்குதல்; to slip off; to slip down; to slide down; to peck; to sweep (the thrashing floor and gather scattered grain)

சாறுதாரி: (பெ): கரிசலாங்கண்ணி; a kind of greens with short thick leaves; eclipse plant.

சாற்றமுது: (பெ): இரசம்; juice; essence.

சாற்று: (வி): விளம்பரப்படுத்து; புகழ்ந்திடு; to advertise; to praise.

சானகம்: (பெ): வில்; bow.

சானகி: (பெ): சீதாப்பிராட்டி; சனகனின் மகள்; ஸ்ரீ இராமனின் மனைவி; பொன்னாங்கண்ணிக் கீரை; மூங்கில்; Sita, the daughter of King Janaka, the wife of Sri Rama; a kind of greens with shiny little leaves; bamboo.

சானம்: (பெ): பெருங்காயம்; சாதிலிங்கம்; தியானம்; அம்மி; asafoetida; a kind of arsenic; meditation; horizontal stone for macerating spices for curry; grinding fine mortar and other substances.

சானவி: (பெ): கங்கையாறு; the River Ganges.

சானி: (பெ): மனைவி; பொதுமகள்; wife; prostitute.

சானித்தல்: (வி): தியானித்தல்; to meditate.

சானினி: (பெ): ஒரு செடி வகை; a kind of plant.

சானு: (பெ): மலை; முழந்தாள்; mountain; knee.

சான்மலி: (பெ): இலவமரம்; ஒரு தீவு; ஒரு நரகம்; silk cotton tree; an island; a hell.

சான்மலிசாரம்: (பெ): இலவம் பிசின்; the resin of silk cotton tree.

சான்றவர்: (பெ): அறிஞர்; சாணார்; wise people; those who belongs to saanaar caste.

சான்றவன்: (பெ): சாட்சி கூறுபவன்; witness.

சான்றாண்மை: (பெ): கல்வி கேள்விகளில் சிறந்து இருத்தல்; பெருமை; பொறுமை; nobility; greatness; patience.

சான்றார்: (பெ): சாணார்; those who belong to saanaar caste.

சான்று: (பெ): சாட்டு; evidence.

சான்றோர்: (பெ): அறிவிற் சிறந்தோர்; அறிஞர்; பெருமை மிகுந்தோர்; கல்வி கேள்விகளில் சிறந்தோர்; the wise people; the learned; the great; the noble.

சான்றோன்: (பெ): சூரியன்; அறிவிற் சிறந்தோன்; the Sun; wise person.

சி

சி: (பெ): சிவம் என்னும் சொல்லினைக் குறிக்கும் எழுத்து; சிரஞ்சீவி என்னும் சொல்லின் சுருக்கம்; the letter 'சி' indicates 'Sivam'; it is an abbreviation of the word 'Chiranjeevi'.

சிகண்டம்: (பெ): தலைமுடி; மயில் தோகை; head's hair; peacock's tail.

சிகண்டி: (பெ): மயில்; திருமால்; அலி; கருமி; அம்பு; சேவல்; தொல்லை கொடுப்பவன்; தலைமுடி; சிற்றாமணக்கு; peacock; Lord Vishnu; eunuch; hermaphrodite; miser; arrow; cock; obstinate person; hair; castor plant and seed.

சிகண்டிகம்: (பெ): கோழி; fowl.

சிகண்டிகை: (பெ): கருங்குன்றி; black crab's eye.

சிகண்டிசன்: (பெ): வியாழன்; the planet Jupiter.

சிகதை: (பெ): வெண் மணல்; white sand.

சிகநாதம்: (பெ): அப்பிரகம்; mica.

சிகரம்: (பெ): மலையுச்சி; மலை; உயர்ச்சி; கோபுரம்; விற்பிடி; நீர்த்துளி; அலை; புளகம்; வட்டில்; காக்கை; கிராம்பு; சுக்கு; இலவங்கம்; கவரிமான்; peak; mountain; height; elevation; tower; grip of the bow; drop of the water; wave; horripilation; plate; crow; clove; dried ginger; cinnamon seed; a kind of deer.

சிகரி: (பெ): மலை; கோபுரம்; கருநாரை; புல்லுருவி; எலிவகை; mountain; tower; black crane; parasitic plant; a kind of rat.

சிகரிகை: (பெ): பூண்டு வகை; a kind of herb.

சிகரிநிம்பம்: (பெ): மலை வேம்பு; a kind of neem tree.

சிகரியந்தம்: (பெ): புல்லுருவி; parasite plant.

சிகல்: (பெ): குறைவு; கேடு; deficiency; ruin.

சிகழி: (பெ): தலைமுடியின் முடிப்பு; lock of the hair.

சிகழிகை: (பெ): தலைமுடியின் முடிப்பு; தலையில் அணியும் மாலை வகை; lock of the hair; a ring-shaped garland worn around the head.

சிகா: (பெ): எலி; முத்திரை; முடி; rat; stamp; hair.

சிகாமணி: (பெ): தலையில் அணியும் மணி; சிறந்தவன்; a gem worn on the head; eminent person.

சிகாரி: (பெ): வேட்டை; வேட்டைக்காரன்; hunting; hunter.

சிகாவரம்: (பெ): பலாமரம்; Jack-fruit tree.

சிகாவலம்/சிகாவளம்: (பெ): மயில்; peacock.

சிகாவிம்பம்: (பெ): வட்ட வடிவாகிய தலை; round head.

சிகி: (பெ): அம்பு; மயில்; நெருப்பு; கேது; ஆமணக்கு; எருது; குதிரை; சிலம்பு; சேவல்; விளக்கு; arrow; peacock; fire; Kethu, a nodal point having no house of its own in the Zodiac, but possessing the virtues of the owner of the house it occupies and moving in an anti-clockwise direction; castor seed; ox; horse; anklet; cock; lamp.

சிகிகண்டம்: (பெ): மயில் துத்தம்; copper sulphate.

சிகிச்சை: (பெ): மருத்துவம்; treatment; cur` therapy.

சிகிடிமா: (பெ): முந்திரி மரம்; cashew tree.

சிகிலம்: (பெ): சேறு; mud.

சிகில்: (பெ): ஆயுதங்களைச் சுத்தப்படுத்துதல்; cleaning the weapons.

சிகிவாகனன்/மயில்வாகனன்: (பெ): முருகப் பெருமான்; Lord Muruga.

சிகுவை: (பெ): நாக்கு; பத்து (தச) நாடிகளுள் ஒன்று; வாக்கு; tongue; one of the ten (Dhasa) nadis; promise.

சிகை: (பெ): குடுமி; தலைமயிர்; தலையுச்சி; வட்டில்; மயிற்கொண்டை; பந்தம்; சுடர்; நிலுவை; tuft of hair; hair; crown of the head; plate; crest of the peacock; torch; flame; arrears.

சிகைக்காய்: (பெ): சீயக்காய்; soap-pod wattle.

சிகைமாலை: (பெ): தலைமாலை; the garland worn around the head.

சிக்கடி: (பெ): சிக்கல்; அவரைக் கொடி; complexity; field bean creeper.

சிக்கணம்: (பெ): வழுவழுப்பானது; that which is slippery.

சிக்கம்: (பெ): மெலிவு; சிறைச்சாலை; ஈயம்; வெள்ளி; செம்பு; வலை; குடுமி; உச்சி; சீப்பு; வலைப்பை; weakness; prison; lead; silver; copper; net; tuft; crown; comb; a net work.

சிக்கர்: (பெ): தலை நோவுடையவர்; those who are suffering from head-ache.

சிக்கல்: (பெ): தாறுமாறு; ஓர் ஊர்; எளிமையாக இல்லாதது; சுலபமாகத் தொடர்புபடுத்த இயலாத பல கூறுகளை உடைய தன்மை; தீர்வு காண முடியாதது; முடிவற்ற பிரச்சினை; சிக்கு; disorder; a town; complexity; complication; difficulty; problem; intertwining of thread, etc.

சிக்கனம்: (பெ): கட்டுப்படுத்திச் செயல்படும் (அ) பயன்படுத்தும் தன்மை; அளவாகப் பயன்படுத்தும் விதம்; economy; thrift.

சிக்கனவு: (பெ): திண்மை; சிக்கனம்; solidity; economy; thrift.

சிக்கி: (பெ): நாணம்; வெட்கம்; shyness; bashfulness.

சிக்கிமுக்கிக்கல்: (பெ): நெருப்பை உண்டாக்கும் கல்; flint stone to make fire.

சிக்கு: (பெ): தடை; கண்ணி; மாசு; ஐயம்; எண்ணெய் சிக்கு; obstacle; snare; stain; doubt; tangle.

சிக்குப்பலகை: (பெ): கலைமகள் பீடம்; புத்தகங்களைப் படிப்பதற்குப் பயன்படும் பலகை; seat of the Goddess of arts and learning; an ancient wooden stand made into 'X'-shape used to keep the book open while reading.

சிக்குரு: (பெ): முருங்கை மரம்; horse-raddish tree.

சிக்குதல்: (வி): மாட்டுதல்; பிடிபடுதல்; அகப்படுதல்; to get stuck; to get caught; to be found.

சிக்குவை: (பெ): நாக்கு; செடிவகை; tongue; a kind of plant.

சிக்கென: (வி.அ): உறுதியாக; இறுக; firmly; tightly.

சிக்கை: (பெ): தண்டனை; பயிற்சி; punishment; practice.

சிங்கச் சுவணம்: (பெ): உயர்தரமான பொன்; gold of superior quality.

சிங்கத்திசை: (பெ): தென்திசை; south.

சிங்கநாதம்: (பெ): சிங்கத்தின் முழக்கம்; ஊதுகொம்பு; தொந்தரவு; போர்முழக்கம்; lion's roar; a wind instrument; trouble; battle shout.

சிங்கப்பல்: (பெ): மேல் வரிசையில் கோரைப் பல்லுக்குச் சற்றுமுன் நீண்டு முளைத்திருக்கும் பல்; projecting tooth just above the canine tooth.

சிங்கப்பிரான்: (பெ): நரசிம்மமூர்த்தி; Lord Narasimma, one of the ten incarnations of Lord Vishnu.

சிங்கம்: (பெ): வலிமையுடைய விலங்கு; சிம்மராசி; ஆடாதோடை; கொம்பு; வாழையின் இளங்கன்று; வேளாளரின் பட்டப்பெயர்; ஒரு நறுமணப் பொருள்; lion; the fifth constellation of the Zodiac having lion as its sign; leo; a herb; horn; the young plantain tree; a title of the velala community people; a fragrant thing.

சிங்கமடங்கல்: (பெ): சிங்கக்குட்டி; young one of lion; cub.

சிங்கம்புள்: (பெ): கிட்டிப்புள்; short piece in the game of tip-cat.

சிங்கல்: (பெ): இளைத்தல்; குறைதல்; growing lean; being reduced.

சிங்கவல்லி: (பெ): தூதுவளை; climbing brinjal.

சிங்கவேரம்: (பெ): இஞ்சி; சுக்கு; ஒரு மருந்து வகை; ginger; dried ginger; a kind of medicine.

சிங்கவேறு: (பெ): ஆண் சிங்கம்; வீரன்; lion; warrior; soldier.

சிங்களம்: (பெ): ஒரு கூத்து வகை; சிங்கள மொழி; இலங்கை; a kind of dance; the language Sinhalese; Sri Lanka.

சிங்களர்: (பெ): சிங்கள மொழி பேசுவோர்; those who speak Sinhalese language.

சிங்கன்: (பெ): குறவன்; one who belongs to kurava community.

சிங்காசனம்/சிங்காதனம்: (பெ): அரியணை; தவிசு; throne supported by the carved lions; small seat.

சிங்காணம்: (பெ): மூக்குச் சளி; mucus of the nose.

சிங்காரம்: (பெ): அலங்காரம்; ஒன்பான் சுவைகளுள் ஒன்றான இன்பச்சுவை; decoration; beautification; sentiment of love, one of the nine kinds of tastes.

சிங்காரி: (பெ): அடுத்தவரைக் கவரும்படி தன்னைக்கவர்ச்சியாக அலங்கரித்துக்கொள்பவள்; dolled-up woman; **(வி):** அலங்கரி; ஒப்பனை செய்; to beautify; to put on make-up.

சிங்கி: (பெ): நஞ்சு; பின்னல்; குறத்தி; இராகுவின் தாய்; நாணமற்றவள்; பெண்சிங்கம்; ஒரு கூத்து வகை; மிருதார் சிங்கி; கடுக்காய்; மீன் வகை; வல்லாரை; மான் கொம்பு; poison; plait; the woman belonging to kurava community; the mother of Rahu; shameless woman; lioness; a kind of dance; a kind of Siddha medicine; gall nut; a kind of fish; Indian penny wort (a herb); horn of the deer.

சிங்கி கொள்ளுதல்: (வி): வயப்படுதல்; be brought under another's influence.

சிங்கியடித்தல்: (வி): கூத்தாடுதல்; வறுமையால் வருந்துதல்; கோலி விளையாடு; to dance; to suffer from poverty; to push marbles with knuckles in the children's game of marbles.

சிங்கிலி: (பெ): குன்றிக்கொடி; crab's eye.

சிங்கிவேரம்: (பெ): சுக்கு; dried ginger.

சிங்கினி: (பெ): வில்; வில்நாண்; bow; bow's string.

சிங்குதல்: (வி): குன்றுதல்; இளைத்தல்; கழிதல்; அழிதல்; சிக்கிக்கொள்ளுதல்; to diminish; to wane; to decay; to be caught.

சிங்குவம்: (பெ): சுக்கு; dried ginger.

சிங்குவை: (பெ): நாக்கு; tongue.

சிங்நுவை: (பெ): நாக்கு; (பத்து) தச நாடிகளுள் ஒன்று; tongue; one of the (ten) Dhasa nadis.

சிசம்: (பெ): மர வகை; a kind of tree.

சிசிரம்: (பெ): சந்தனம்; sandal wood.

சிசினம்: (பெ): ஆணின் மறைவுத்தானம்; the genital part of male.

சிசு: (பெ): குழந்தை; விலங்குகளின் குட்டி; child; young of animals.

சிசுகம்: (பெ): ஒரு மர வகை; குழந்தை; a kind of tree; child.

சிசுக்கொலை: (பெ): குழந்தையை வேண்டுமென்றே கொல்லுதல்; infanticide.

சிசுமாரம்: (பெ): முதலை; crocodile.

சிசுரம்: (பெ): கிலுகிலுப்பைச் செடி; a herb.

சிச்சிலி: (பெ): மீன் கொத்திப் பறவை; king fisher.

சிஞ்சிதம்: (பெ): அணிகல ஒலி; the sound produced by the ornaments like string of small metal bells.

சிஞ்சினீ: (பெ): வில்லின் நாண்; the string of bow.

சிஞ்சுகம்: (பெ): ஒரு வகைப்பறவை; a kind of small bird.

சிஞ்சுபம்: (பெ): அசோக மரம்; Asoka tree.

சிஞ்சுமாரம்: (பெ): முதலை; crocodile.

சிஞ்சுரம்: (பெ): புளி; tamarind.

சிஞ்சை: (பெ): புளி; முழக்கம்; tamarind; roar; shout.

சிடம்: (பெ): சாதிக்காய்; nut-meg.

சிடுக்கி: (பெ): சிக்கு; மகளிர் அணிகலன்; tangle; a kind of women's ornament.

சிடுசிடு: (வி): கோபம், எரிச்சல் போன்றவற்றை வெளிப்படுத்து; be irate; to shout at.

சிடுசிடுப்பு: (பெ): எரிச்சல் கலந்த கோபம்; being irate.

சிடுமூஞ்சி: (பெ): முன்கோபி; சாதாரண விஷயங்களுக்குக் கூட எரிச்சல் அடைபவர்; person who is petulant.

சிட்சகன்: (பெ): ஆசிரியர்; மாணாக்கன்; தண்டிப்பவன்; teacher; pupil; student; one who punishes.

சிட்சித்தல்: (வி): தண்டித்தல்; கற்பித்தல்; to punish; to teach.

சிட்சை: (பெ): தண்டனை; பயிற்சி; வேத அங்கங்களுள் ஒன்று; punishment; practice; one of the parts of Veda.

சிட்டப்பட்டார்: (பெ): அடியார்; follower.

சிட்டம்[1]: (பெ): பெருமை; நீதி; உயர்ந்தது; pride; greatness; justice; that which is superior.

சிட்டம்[2]: (பெ): எண்ணூற்று நாற்பது கெஜ நீள அளவு உள்ள நூலினை ஒன்றரை கெஜச் சுற்றளவில் சுற்றிய தொகுப்பு; hank.

சிட்டர்: (பெ): பெரியோர்; சான்றோர்; nobles; wise persons.

சிட்டன்: (பெ): மாணாக்கன்; முனிவன்; ஈசன்; pupil; student; sage; Lord Shiva.

சிட்டா: (பெ): முறையாகக் கணக்கைப் பதிவு செய்வதற்கு முன்பு எழுதி வைத்திருக்கும் குறிப்பேடு; கிராமக் கணக்குகளில் குறிப்பிட்ட எண்ணுள்ள நிலத்துக்கு வரி செலுத்தும் உரிமை உடையவர் யார் என்பதையும் அதற்குரிய தீர்வை எவ்வளவு என்பதையும் தெரிவிக்கும் பதிவேடு; day book of shopkeepers for noting down the entries before transferring them to account book; village record containing details of land revenue, land-owner etc.

சிட்டி: (பெ): ஒரு மட்கலம்; படைப்பு; சூது; ஒழுங்கு; சீழ்க்கை; an earthenware; creation; fraud; order; whistle.

சிட்டிக்கை: (பெ): விரற்பிடியளவு; கைநொடிப்பு; pinch; snap of the finger.

சிட்டித்தல்: (வி): படைத்தல்; to create.

சிட்டிலிங்கி: (பெ): காட்டு மர வகை; a kind of forest tree.

சிட்டு: (பெ): சிட்டுக்குருவி; இழிந்தது; உச்சிக்குடுமி; பெருமை; sparrow; that which is very low in quality; small hair-tuft on the crown of the head; greatness.

சிட்டுக்குருவி: (பெ): சிறு அலகும் மெல்லிய கால்களும் உடைய பழுப்பு நிறச் சிறு பறவை; sparrow. ● **சிட்டுக்குருவிக்குப் பட்டம் கட்டினால் சட்டி பானையெல்லாம் லொட லொடவென்று கத்தும். ● சிட்டுக்குருவி மேலே பிரம்மாஸ்திரம் தொடுக்கலாமா** - *பழமொழிகள்.*

சிட்டை: (பெ): குறிப்பேடு; ஆடையின் கரை; day book; the border on saree, dhoti, towel, etc.

சிணாட்டு: (பெ): அடர்த்தியான சிறு கிளைகள்; small dense branches.

சிணி: (பெ): துர்நாற்றம்; bad smell.

சிணுக்கம்: (பெ): மூக்கால் அழுதல்; சுருக்கம் விழுதல்; crying faintly; wrinkling.

சிணுக்கன்: (பெ): பயனற்றவன்; useless fellow.

சிணுக்கு: (பெ): சிக்கு; அழுகை; மரவகை; விரல் நொடிப்பு; tangle; crying; a kind of tree; snapping of finger.

சிணுங்குதல்: *(வி):* கொஞ்சுதல்; மெல்லிய குரலில் அழுதல்; முனகுதல்; செல்லமாக முனகுதல்; to whimper; to whine; to cry faintly; to feign reluctance.

சிண்: *(பெ):* சூதாட்டக் கூட்டாளி; partner in gambling.

சிண்டு: *(பெ):* குடுமி; சிறுபாத்திரம்; சிற்றளவு; hair-tuft; a small vessel; a small measure of capacity.

சிதகம்: *(பெ):* தூக்கணாங் குருவி; weaver bird.

சிதகன்: *(பெ):* சுக்கிரன்; planet Venus.

சிதகு: *(பெ):* குற்றம்; fault; crime.

சிதகுஞ்சரம்: *(பெ):* ஐராவதம் என்னும் வெள்ளை யானை; Iravatham, the elephant of Lord Indra.

சிதகுதல்: *(வி):* உருகுதல்; அழிதல்; to melt; to ruin.

சிதசத்திரம்: *(பெ):* வெண்குடை; white umbrella of victory.

சிதசிந்து: *(பெ):* கங்கையாறு; River Ganges.

சிதடன்: *(பெ):* பார்வையற்றவன்; அறிவிலி; பித்தன்; blind man; idiot; madman.

சிதடி: *(பெ):* சிள்வண்டு; பேதை; அறிவற்றவள்; cicada; ignorance; foolish woman.

சிதடு: *(பெ):* குருடு; பேதைமை; அறியாமை; blindness; ignorance; nescience.

சிதப்பூரம்: *(பெ):* பொன்னாங்கண்ணிக் கீரை; a kind of greens with little shiny leaves.

சிதமருசம்: *(பெ):* வெண்மிளகு; white pepper.

சிதமை: *(பெ):* வெள்ளாடு; மறி; sheep; goat; young of sheep.

சிதம்: *(பெ):* வெண்மை; வெள்ளி; மனை வாயில்; அறிவு; நட்சத்திரம்; சாதிக்காய்; மீன்; விண்; சந்தனம்; விஷ்ணுக்கரந்தை; whiteness; silver; the main entrance of a house; knowledge; star; nut-meg; fish; sky; sandal wood; a kind of herb.

சிதம்பரம்: *(பெ):* தில்லை, Chidambaram (Thillai), a celebrated Saiva shrine in Cuddalore district; abode of Lord Nataraja.

சிதம்பர்: *(பெ):* இழிந்தோர்; low people; mean persons.

சிதம்பல்: *(வி):* பதனழிதல்; கெட்டுப்போதல்; to become over-ripe as fruit; to ruin.

சிதம்பு: *(பெ):* இழிவு; disgrace.

சிதரம்: *(பெ):* மழைத்துளி; உறி; raindrop; a conical network of rope or chain suspended from the roof beam for placing pots containing foodstuff such as milk, butter etc. to keep them away from ants and other creatures.

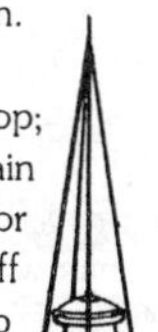

சிதர்: *(பெ):* உறி; மழைத்துளி; பூந்தாது; பொடி; துணி; சீலை; கந்தைத் துணி; வண்டு; சிந்துகை; பறவை வகை; a conical network of rope or chain suspended from the roof beam for placing pots containing foodstuff; rain drop; pollen; farina of flowers; dust; cloth; saree; tatters; bee; spilling; a kind of bird.

சிதர்தல்: *(வி):* சிதறுதல்; நைந்துபோதல்; பரத்தல்; to scatter; be crushed; to spread.

சிதர்த்தல்: *(வி):* பிரித்தல்; சிந்துதல்; to separate; to spill.

சிதர்வை: *(பெ):* நைந்து போன கந்தை; tatters.

சிதலை: *(பெ):* துகில்; கறையான்; நோய்; cloth; white ant; disease.

சிதல்: *(பெ):* கறையான்; ஈசல்; white ant; winged white ant.

சிதவலிப்பு: *(பெ):* மனவுறுதி; determination.

சிதவல்: *(பெ):* கந்தை; சிதறுகை; படுக்கை; தேரின் கொடி; புரையோடிய புண்; tatter; scattering; bed; flag of a chariot; gangrenous wound.

சிதள்: *(பெ):* மீனின் செதில்; எலும்புத்துண்டு; scale of a fish; piece of bone.

சிதறடித்தல்: *(வி):* முறியடித்தல்; கலங்கச் செய்தல்; to outmanoeuvre; to get stirred.

சிதறி: *(பெ):* மழை; பாதிரி மரம்; rain; trumpet flower tree.

சிதறுதல்: *(வி):* இறைத்தல்; சிந்துதல்; கலைதல்; அழிதல்; பயனற்றதாதல்; to scatter; to spill; to disperse; to ruin; to become useless one.

சிதனம்: *(பெ):* கோடகசாலைப் பூண்டு; a kind of herb.

சிதன்: *(பெ):* சுக்கிரன்; Planet Venus.

சிதாத்துமா: *(பெ):* கடவுள்; God.

சிதாப்பிரம்: *(பெ):* வெண்முகில்; white cloud.

சிதாம்புசம்: *(பெ):* வெள்ளைத் தாமரை; white lotus.

சிதாரம்: *(பெ):* தேரின் கொடி; the flag of chariot.

சிதாரி: *(பெ):* தூபப்பண்டம்; incense thing.

சிதார்: *(பெ):* சீலை; மரவுரி; ஒரு வாத்திய வகை; cloth; saree; bark of a tree; garment made from the bark; a kind of musical instrument.

சிதானனன்: *(பெ):* கருடன்; eagle.

சிதி: *(பெ):* வெண்மை; சிதை விறகு; whiteness; fire wood used for pyre.

சிதிரம்: *(பெ):* கோடரி; தீ; வாள்; axe; fire; sword.

சிதலம்: *(பெ):* சிதைவு; ruin.

சிதுமலர்: *(பெ):* தண்ணீர் விட்டான் கிழங்கு; ஒரு மூலிகை; a herb.

சிதுரன்: *(பெ):* பகைவன்; தீயவன்; enemy; miscreant.

சிதேகி: *(பெ):* கடுக்காய் மரம்; gall-nut tree.

சிதேதரம்: *(பெ):* கருமை; black.

சிதேந்திரம்: (பெ): கோயில்; temple.
சிதேந்திரியம்: (பெ): புலன்கள்; senses.
சிதேந்திரியன்: (பெ): புலன்களை வென்றவன்; one who conquered the senses.
சிதை: (பெ): சிதைவு; பிணம் சுடும் விறகு; இழிவுச் சொற்கள்; கப்பல் பாய்; கீழ்மக்கள்; ruin; firewood used for pyre; vulgar words; sail of a ship; base persons.
சிதை சுற்று: (பெ): செக்கு; சக்கரம்; oil press; wheel.
சிதைதல்: (வி): குலைதல்; பொய்யாதல்; destroyed; be falsified.
சிதையர்: (பெ): கீழ் மக்கள்; the base people.
சிதைவு: (பெ): கேடு; குற்றம்; ruin; default.

- *சிதைவிடத்து ஒல்கார் உரவோர் புதைஅம்பில் பட்டுப்பா டூன்றும் களிறு.* - *குறள் 597.*

சித்தகங்கை: (பெ): ஆகாய கங்கை; the celestial Ganges.
சித்தகம்: (பெ): மெழுகு; wax.
சித்தசமாதானம்: (பெ): மன அமைதி; peace of mind.
சித்த சமுன்னதி: (பெ): செருக்கு; pride.
சித்தசன்: (பெ): மன்மதன்; Kama, the God of love; Cupid.
சித்தசாதனம்: (பெ): வெண் கடுகு; white mustard.
சித்தசாந்தி: (பெ): மன அமைதி; peace of mind.
சித்த சுத்தி: (பெ): மனத் தூய்மை; purity of mind.
சித்த சுவாதீனம்: (பெ): அறிவுடனும், சுய நினைவுடனும் இருந்திடும் நிலை; control over one's mind and action; sanity.
சித்தசேனன்: (பெ): முருகப் பெருமான்; Lord Muruga.
சித்தப்படுத்து: (வி): ஆயத்தப்படுத்து; தயார் செய்திடு; to make ready; to prepare oneself for something; to brace up to something.
சித்தப்பா: (பெ): தந்தையின் தம்பி; சித்தியின் கணவர்; father's younger brother; husband of mother's sister; uncle.
சித்தப்பிரமை: (பெ): பைத்தியம்; மனக்குழப்பம்; madness; confusion of mind.
சித்த மருத்துவம்: (பெ): சித்தர்கள் கையாண்ட வைத்திய முறை; a kind of healing art ascribed to siddhars.
சித்தம்: (பெ): மனம்; எண்ணம்; திண்ணம்; சிவாகமத்துள் ஒன்று; யோகத்துள் ஒன்று; முருங்கை மரம்; mind; will; determination; firmness; one of the Shivagamas; one of the Yogas; horse-raddish tree.
சித்தமன்: (பெ): ஆமணக்குச் செடி; castor plant.
சித்தமுகம்: (பெ): கிலுகிலுப்பைச் செடி; a kind of plant.
சித்தயோகம்: (பெ): நல்லவேளை; lucky time.
சித்தரத்தை: (பெ): ஒரு வகைச் செடியின் காயவைத்த இஞ்சி போன்றிருக்கும் வேர்; galangal.
சித்திராரூடம்: (பெ): கடும் விஷப் பாம்புகள், பாம்புக்கடியால் உண்டாகும் விளைவுகள் மற்றும் விஷமுறிவு விவரங்கள் பற்றியும் விளக்கும் நூல்; a treatise describing poisonous snakes, effect of their bite and cure therefore.
சித்தரி: (பெ): சிறு குளம்; pond.
சித்தர்: (பெ): ஆத்ம சித்தியடைந்தவர்; ஞான சித்தியடைந்தவர்; தேவர் கணத்துள் ஒரு வகை; mystics who have acquired the Ashtama siddhi or Gnana siddhi; a class of celestial beings.
சித்தல்: (பெ): சீலை; cloth; saree.
சித்தவிகாரம்: (பெ): மன வேறுபாடு; difference of mind.
சித்தன்: (பெ): சித்தி பெற்றவன்; முருகக் கடவுள்; சிவன்; வைரவன்; வியாழன்; மந்திர வேலை செய்பவன்; இலவமரம்; காந்தக்கல்; one who has acquired the Ashtama siddhi; Lord Muruga; Lord Shiva; Lord Vairavan, the village deity, worshipped in South Tamilnadu; Jupiter; magician; silk-cotton tree; magnet. • **சித்தன்** போக்கு சிவன் போக்கு; ஆண்டிப் போக்கும் அதே போக்கு - *பழமொழி.*
சித்தன்வாழ்வு: (பெ): திருவாவினன்குடி; ஆறுபடை வீடுகளுள் ஒன்று; Thiruvavinankudi; one of the six shrines of Lord Muruga.
சித்தாகாரம்: (பெ): அருவம்; உருவமின்மை; formlessness.
சித்தாச்சிரமம்: (பெ): திருமாலின் அவதாரமான வாமனன் தவமியற்றிய ஆசிரமம்; a hermitage where Vishnu performed penance during his incarnation as Vamanan.
சித்தாந்தசாத்திரம்: (பெ): சைவ சித்தாந்தத்தைக் கூறும் 14 சாத்திர நூல்கள்; the 14 philosophical treatises which describe Saiva Siddhantha.
சித்தாந்தம்: (பெ): சிவாகமங்கள்; பிடிவாதம்; முடிந்த முடிவு; சைவ சித்தாந்தம்; Shivagamas; obstinacy; well established conclusion; settled opinion; Saiva Siddhantham.
சித்தாந்தன்: (பெ): சிவபிரான்; Lord Shiva.
சித்தாந்தி: (பெ): சைவ சித்தாந்தத்தைச் சார்ந்தவன்; one who belongs to Saiva Siddhantham.
சித்தார்த்தம்: (பெ): வெண்கடுகு; மெய்யறிவு; white mustard; enlightenment.
சித்தார்த்தன்: (பெ): புத்தன்; Buddha.

சித்தார்த்தி: *(பெ):* ஒரு தமிழ் வருடம்; Siththaarthi, a Tamil Year.

சித்தாள்: *(பெ):* கட்டட வேலை, ரோடு போடுதல் போன்றவைகளில் கல், கலவை போன்றவற்றை எடுத்துத்தரும் பணியினைச் செய்திடும் ஆண்/பெண்; the unskilled labourer (man/woman) who is assisting masons.

சித்தி: *(பெ):* கைகூடுகை; வீடுபேறு; தந்தையின் இளையதாரம்; தாயின் தங்கை; சித்தப்பாவின் மனைவி; யோக நெறியில் அடையும் இயற்கையைக் கடந்த சக்தி; வெற்றி; success; final liberation; father's second wife; mother's younger sister; wife of the paternal uncle; spiritual power; successful in yoga. • ***சித்தி*** பெறாத மருந்தும் மருந்தோ ? பெற்றுப் பயனில்லாத பிள்ளையும் பிள்ளையோ ? - *பழமொழி.*

சித்தி கணபதி: *(பெ):* விநாயகப் பெருமான்; Lord Vinayaga.

சித்தியடைதல்: *(வி):* வீடு பேறு அடைதல்; to attain final bliss.

சித்தியார்: *(பெ):* சிவஞான சித்தியார் என்னும் நூல்; a treatise named Sivagnana Siddhiyar.

சித்திரகடம்: *(பெ):* பெருங்காடு; a large forest.

சித்திரகம்: *(பெ):* ஆமணக்கு; castor plant.

சித்திரகாயம்: *(பெ):* புலி; tiger.

சித்திரகுண்டலி: *(பெ):* ஒரு வகைக் கூத்து; a kind of dance.

சித்திரகூடம்: *(பெ):* சித்திரச்சாலை; இராமபிரான் வனவாசத்தின்போது தங்கிய மலை; சிதம்பரத்தில் உள்ள பெருமாள் சன்னதி; தெற்றியம்பலம்; a decorated or painted hall; a mountain in Bundelkhand where Sri Rama stayed during his exile; a Vishnu shrine in Chidambaram; a raised platform.

சித்திரகவி: *(பெ):* பாம்பு போன்ற சித்திர வடிவில் எழுதப்படும் செய்யுள்; சித்திரகவி இயற்றுபவர்; a verse composition fitted into figures such as a snake; one who composes the Chittirakavi.

சித்திரக்குள்ளன்: *(பெ):* மிகவும் குள்ளமானவன்; dwarf.

சித்திரசபை: *(பெ):* திருநெல்வேலி மாவட்டம், குற்றாலத்தில் உள்ள நடராஜப் பெருமான் திருநடனம் ஆடும் சபை; the dancing hall of Lord Nataraja in Thirukkuttralam of Tirunelveli district.

சித்திரபானு: *(பெ):* ஒரு தமிழ் வருடம்; நெருப்பு; சூரியன்; Chithrabaanu, a Tamil year; fire; the Sun.

சித்திரபுண்டரம்: *(பெ):* வைணவர்கள் நெற்றியில் அணிந்து கொள்ளும் திருமண் காப்பு; chalk-like white earth used for marking 'Namam' by Vaishnavites worn on the forehead.

சித்திரப்படம்: *(பெ):* ஓவியம்; பூந்துகில்; picture; portrait; painting; garment embroidered with floral designs.

சித்திரப்பாடம்: *(பெ):* பூந்துகில்; garment embroidered with floral designs.

சித்திரப்பேச்சு: *(பெ):* அலங்காரப்பேச்சு; தந்திரப்பேச்சு; rhetorical speech; artful speech.

சித்திர மண்டபம்: *(பெ):* ஓவியச்சாலை; அரசவை; painted chamber; picture gallery; royal audience hall.

சித்திரமிருகம்: *(பெ):* மான்; deer.

சித்திரமூலம்: *(பெ):* கொடிவேலி; a medicinal plant.

சித்திரமேகலை: *(பெ):* மயில்; peacock.

சித்திரம்: *(பெ):* ஓவியம்; சிறப்பு; அழகு; அலங்காரம்; சித்திரகவி; சிற்பநூல் முப்பத்து இரண்டினுள் ஒன்று; வட்டை; குறைவு; வெளி; பொய்; இரகசியம்; தந்திரப்பேச்சு; ஆமணக்கு; கொடிவேலி; சிறுகுறிஞ்சா; காடு; painting; portrait; excellence; beauty; decoration; adornment; verse composition fitted into figures such as snake, etc; one of the thirty two architectural treatises; hole; deficiency; open space; false; lie; secret; artful speech; castor plant; medicinal plants; forest. • ***சித்திரக்*** கொக்கே ரத்தினத்தைக் கக்கு. • ***சித்திரமும்*** கைப்பழக்கம்; செந்தமிழும் நாப்பழக்கம் - *பழமொழிகள்.*

சித்திரரதன்: *(பெ):* சூரியன்; the Sun.

சித்திரரேகை: *(பெ):* உள்ளங்கை ரேகைகளுள் ஒன்று; one of the lines on the palm of the hand.

சித்திரர்: *(பெ):* ஓவியர்; painter.

சித்திரவதை: *(பெ):* செயலாலோ, சொல்லாலோ கொடுமையாகத் துன்புறுத்துதல்; வேதனைக்கு ஆளாக்குதல்; torture; butchery; horrible slaughter.

சித்திராங்கி: *(பெ):* தந்திரக்காரி; வஞ்சகி; cunning woman; heartless, deceitful woman.

சித்திரா பௌர்ணமி/சித்ரா பௌர்ணமி: *(பெ):* சித்திரை மாதத்து பௌர்ணமி தினம்; the full moon day in the month of Chithirai.

சித்திரான்னம்: *(பெ):* புளி, எள் போன்றவற்றைத் தனித்தனியே கலந்து சமைத்திடும் சோறு; boiled rice mixed with spicy condiments, as tamarind, sesame, sugar, etc.

சித்திரிகை: *(பெ):* நல்லாடை; வீணை வகை; good garment; a kind of veena; a string instrument.

சித்திரித்தல்: *(வி):* அலங்கரித்தல்; கற்பனை செய்தல்; ஓவியம் தீட்டுதல்; to adorn; to imagine; to paint.

சித்திரை: *(பெ):* தமிழ் ஆண்டின் முதலாவது மாதம்; ஒரு நட்சத்திரம்; அம்மான் பச்சரிசிப் பூண்டு; நாகணவாய்ப்புள்; Chithirai, the first month of Tamil year; Chithirai, the fourteenth of the twenty-seven stars; a kind of herb; a kind of bird. • *சித்திரையென்று சிறுக்கிறதும் இல்லை; பங்குனியென்று பருக்கிறதுமில்லை - பழமொழி.*

சித்திரோடாவி/சிற்பி: *(பெ):* கல்லில் உருவம் செதுக்கி வடிப்பவர்; stone carver; sculptor.

சித்திலி: *(பெ):* சிற்றெறும்பு; a kind of small red ant.

சித்தினி: *(பெ):* நான்கு வகைப் பெண்டிருள் ஒருவள்; one of the four kinds of women.

சித்து: *(பெ):* அறிவு; ஆன்மா; அட்டமாசித்தி; வேள்வி; வெற்றி; வரிக்கூத்து வகை; சிற்றாள்; knowledge; wisdom; soul; Ashtama siddhi; sacrifice; victory; a kind of dance; unskilled labourer assisting mason.

சித்துக்காரன்: *(பெ):* மாயாஜாலக்காரன்; magician.

சித்துடு: *(பெ):* நேர்வாளம்; a herb.

சித்துரு: *(பெ):* கடவுள்; God.

சித்துரூபம்: *(பெ):* நேர்வாளக்கொட்டை; the nut of a herb.

சித்துவித்தை: *(பெ):* மாயாஜால வித்தை; magic.

சித்தேசன்: *(பெ):* ஒரு வகைப் பிச்சைக்காரன்; a mendicant.

சித்தேரி: *(பெ):* சிறு நீர்நிலை; small water pond.

சித்தை: *(பெ):* பார்வதி தேவி; Goddess Parvathi, the consort of Lord Shiva.

சிநேக பலம்: *(பெ):* எள்; sesame.

சிந்தகம்: *(பெ):* புளியமரம்; தூக்கணாங் குருவி; tamarind tree; weaver's bird.

சிந்தடி: *(பெ):* செய்யுள் முச்சீரடி; metrical line of three feet.

சிந்தம்: *(பெ):* புளிய மரம்; தூக்கணாங்குருவி; பாவகை; tamarind tree; weaver's bird; a kind of song.

சிந்தனை: *(பெ):* எண்ணம்; தியானம்; கவலை; கவனம்; thought; idea; meditation; care; attention.

சிந்தாகுலம்: *(பெ):* மனக்கவலை; ஆழ்ந்த துக்கம்; mental worry; deep sorrow.

சிந்தாக்கு: *(பெ):* கழுத்தணி வகை; விளையாட்டு வகை; a kind of necklace; a kind of game.

சிந்தாமணி: *(பெ):* வேண்டுவன யாவும் அளிக்கும் தெய்வமணி; சீவகசிந்தாமணி என்னும் காப்பியம்; ஒரு பண் வகை; mythical gem, believed to yield to its possessor everything that is desired; Jeevaka Cinthamani, an epic; a kind of music.

சிந்தாவிளக்கு: *(பெ):* கலைமகள்; Saraswathi as the illuminator of the mind.

சிந்திதம்: *(பெ):* நினைக்கப்பட்டது; that which is thought.

சிந்தித்தல்: *(வி):* நினைத்தல்; மனனம் செய்தல்; தியானித்தல்; எண்ணுதல்; விரும்புதல்; to think; to memorize; to meditate; to consider; to like.

சிந்தியம்: *(பெ):* சிவாகமத்துள் ஒன்று; one of the Sivagamas.

சிந்தினன்: *(பெ):* குள்ளன்; dwarf.

சிந்து: *(பெ):* கடல்; ஆறு; சிந்து நதி; சிந்து மாநிலம்; ஒருமொழி; ஒரு பண்; கொடி; குள்ளன்; இருவாட்சி; முச்சீரடி; வரிக்கூத்து வகை; sea; river; river Sind; a state; a language; a kind of music; flag; dwarf; a kind of fragrant jasmine; metrical line of three feet; a kind of dance.

சிந்து சங்கமம்: *(பெ):* கழிமுகம்; bar-mouth of a river with sea.

சிந்துசம்: *(பெ):* உப்பு; salt.

சிந்துதல்: *(வி):* சிதறுதல்; ஒழுகுதல்; நீக்குதல்; தெளித்தல்; செலவழித்தல்; பரப்புதல்; களைதல்; அழுதல் (கண்ணீர் சிந்துதல்); to scatter; to leak; to remove; to sprinkle; to exp d; to spread; to exterminate; to cry. • *சிந்தின வீட்டிலே சேராது; மங்கின வீட்டிலே வாராது - பழமொழி.*

சிந்து நாடார்: *(பெ):* நெய்தல் நில மக்கள்; those who belong to coastal track.

சிந்துநாதன்: *(பெ):* வருணன்; Varuna, the God of rain.

சிந்துபுட்பம்: *(பெ):* சங்கு; conch shell.

சிந்துரக்கட்டி: *(பெ):* செங்காவிக் கல்; saffron colour stone.

சிந்துரம்: *(பெ):* சிவப்பு; பொட்டு; யானை; புளிய மரம்; red; vermillion; round mark worn on the forehead; elephant; tamarind tree.

சிந்துவாரம்: *(பெ):* வில்; நொச்சி மரம்; bow; five-leaved chaste tree; three-leaved chaste tree.

சிந்தூரத்திலகம்: *(பெ):* குங்குமப் பொட்டு; a round mark of saffron powder worn on the forehead.

சிந்தூரம்: *(பெ):* சிவப்பு; செங்குடை; நெற்றியில் அணியும் சிவப்புப் பொடி; செஞ்சுண்ணம்; யானைப்புகர் முகம்; வெட்சிமரம்; புளியமரம்; red; red umbrella; vermillion; red powdered metallic oxide; elephant's face as spotted red; marking nut tree; tamarind tree.

சிந்தை: *(பெ):* மனம்; அறிவு; எண்ணம்; தியானம்; கவலை; mind; knowledge; thought; meditation; care.

சிந்தை கூரியன்: *(பெ):* புதன்; புத்திக் கூர்மை யுடையவன்; the planet Mercury; one who has keen knowledge.

சிந்தை செய்தல்: *(வி):* நினைவில் வைத்தல்; தியானம் செய்தல்; கவலை கொள்ளுதல்; to keep in mind; to meditate; to take care.

சிபாரிசு: *(பெ):* பரிந்துரை; recommendation.

சிப்பந்தி: *(பெ):* வேலைக்காரன்; ஆயுதம் தரித்த காவற்படை; servant; armed force.

சிப்பம்: *(பெ):* சிறு மூட்டை; சிறு கட்டு; bundle; packet; parcel.

சிப்பாய்: *(பெ):* இராணுவ வீரன்; sepoy; soldier.

சிப்பி: *(பெ):* முத்தின் ஓடு; நீர் வாழ் உயிர் வகை; கிளிஞ்சில்; சங்கு; இப்பி; சிற்பி; தையற்காரன்; shell fish; shell; a kind of living being which lives in water; oyster; conch; pearl oyster shell; sculptor; tailor.

சிப்பியன்: *(பெ):* தையற்காரன்; tailor.

சிமயம்: *(பெ):* இமயமலை; பொதியமலை; மலையுச்சி; Himalayan mountain; the hill, Pothigai; peak.

சிமி: *(பெ):* ஆண்களின் குடுமி; tuft of male's hair.

சிமிட்டா: *(பெ):* சாமணம்; pincers.

சிமிட்டு: *(பெ):* இமைப்பு; கைநொடி; கண்ஜாடை; கள்ள வேலை; blinking; snap of the finger; significant wink; scamped or dishonest work.

சிமிண்டு: *(பெ):* தடி; stick.

சிமிண்டுதல்: *(வி):* தூண்டிவிடுதல்; கிள்ளுதல்; சிமிட்டுதல்; to induce; to pinch; to blink; to wink.

சிமிலம்: *(பெ):* மலை; mountain.

சிமிலி: *(பெ):* குடுமி; உறி; தோணி; வெல்லம் கலந்த எள்ளுப்பொடி; tuft of male's hair; a conical network of rope or chain suspended from the roof beam for placing pots; boat; sesame powder mixed with jaggery.

சிம்பல்: *(பெ):* ஒலித்தல்; துள்ளுதல்; சிம்பு; making sound; jumping; a small thin stick.

சிம்பல்சிலும்பல்: *(பெ):* கந்தை; tatters.

சிம்பிலி: *(பெ):* புட்டு வகை; a kind of pudding.

சிம்பு: *(பெ):* சிராய்; இரும்புத் தூள்; செதும்பு; இளம் வளார்; குற்றம்; சுண்டி இழுக்கை; splinter; iron powder; flexible twig; fault; captivation.

சிம்புதல்: *(வி):* ஒலித்தல்; துள்ளுதல்; சுண்டி இழுத்தல்; ஒன்றுகூட்டுதல்; நன்றாகத் தேய்த்தல்; to sound; to jump; to captivate; to mingle; to rub against.

சிம்புரி: *(பெ):* சும்மாடு; புரிமணை; cloth pad used as a cushion while carrying load on head; ring shaped pad of twisted hay.

சிம்புளி: *(பெ):* கம்பளி; செவ்வாடை; wool; red garment.

சிம்புளித்தல்: *(வி):* கண்களை மூடிக் கொள்ளுதல்; to close the eyes.

சிம்புள்: *(பெ):* ஒரு பறவை வகை; a kind of bird.

சிம்மதம்: *(பெ):* பாம்பு; snake.

சிம்மம்: *(பெ):* சிங்கம்; சிம்மராசி; ஆவணிமாதம்; lion; Leo; the Tamil month, Aavani.

சிம்மாத்தல்: *(வி):* இறுமாத்தல்; to feel exulted.

சிம்மாளம்: *(பெ):* மகிழ்ச்சி; happiness.

சிம்மு: *(பெ):* எல்லை; limit; boundary.

சியத்தினி: *(பெ):* தக்காளி; tomato.

சியிருதம்: *(பெ):* கடுக்காய்; gall-nut.

சியேனம்: *(பெ):* பருந்து; அணிவகுப்பு; eagle; parade.

சிரசுபாலம்: *(பெ):* தலையோடு; the skull.

சிரக்கம்பம்: *(பெ):* தலையசைத்தல்; shaking the head.

சிரக்கோழி: *(பெ):* வசம்பு; கொடி வகை; sweet-flag; a kind of creeper.

சிரங்காடு: *(பெ):* அடர்ந்த காடு; dense forest.

சிரங்கு: *(பெ):* புண்; eruption on skin.

சிரசு: *(பெ):* தலை; தலைமுடி; head; hair.

சிரஞ்சீவி: *(பெ):* நீண்ட ஆயுள்; அழியாதது; அழியாப்புகழை உடையது; ஆணின் பெயருக்கு முன் சேர்த்து வாழ்த்துக்கூறும் சொல்; long life; eternal; everlasting; a term of blessing added to the names of men.

சிரட்டை: *(பெ):* கொட்டாங்கச்சி; பிச்சைப் பாத்திரம்; coconut shell; beggar's bowl.

சிரணி: *(பெ):* ஓமம்; bishop's weed.

சிரத்தல்: *(வி):* தேய்த்தல்; அழித்தல்; rubbing.

சிரத்தவன்: *(பெ):* தலைவன்; master; Lord.

சிரத்தியார்: *(பெ):* சிறிய தாயார்; step-mother.

சிரத்தை: *(பெ):* அன்பு; பக்தி; நம்பிக்கை; affection; love; faith; earnestness.

சிரநதி: *(பெ):* கங்கை நதி; the River Ganges.

சிரந்தை: *(பெ):* உடுக்கை; a kind of small drum tapering in the middle to be held in the hand and played with fingers.

சிரபுரம்: *(பெ):* சீர்காழி; Sirkaazhi, a Shiva's shrine in Nagapattinam district.

சிரம சாத்தியம்: *(பெ):* வெகுவான முயற்சியுடன் செய்ய வேண்டியது; that which is to be done with great effort.

சிரமதசை: *(பெ):* கஷ்டப்படும் காலம்; period of bad luck or difficulty.

சிரமப்பரிகாரம்: *(பெ):* களைப்பைப் போக்கிடும் ஓய்வு; இளைப்பாறுகை; rest; relaxation.

சிரமம்: *(பெ):* உழைப்பு; ஆயுதப் பயிற்சி; களைப்பு; toil; exertion; practice of handling the weapons; weariness.

சிரமன்: *(பெ):* அடிமை; slave.

சிரமிலி: *(பெ):* நண்டு; crab.

சிரம்: *(பெ):* தலை; உச்சி; மேன்மை; நீண்டகாலம்; ஆமணக்கு; கமுகு மரம்; வாதமடக்கி; head; crown; excellence; long period; castor plant; areca-nut; a herb.

சிரல்: *(பெ):* முடிவிடம்; மீன் கொத்திப் பறவை; closing point or place; king fisher.

சிரவணம்: *(பெ):* திருவோணம்; கேள்வி; காது; Thiruvonam, the twenty-second star of the twenty-seven stars; hearing; ear.

சிரறுதல்: *(வி):* மாறுபடுதல்; சிதறுதல்; to differ; to scatter.

சிரற்றுதல்: *(வி):* சினத்தல்; உரக்க ஒலித்தல்; be very angry; to shout loudly.

சிராங்கம்: *(பெ):* தலை; உடல் நலம்; head; health.

சிராத்தம்/சிரார்த்தம்: *(பெ):* திவசம்; திதி; ritual offering to the dead on the occasion of the death anniversary.

சிராந்தி: *(பெ):* இளைப்பு; weariness.

சிராபத்திரம்: *(பெ):* மரவகை; a kind of tree.

சிராபரன்: *(பெ):* இறைவன்; God.

சிராய்: *(பெ):* மரச்சக்கை; காற்சட்டை; splinter; trousers; a man's garment extending from waist to the ankles.

சிராய்பாக்கு: *(பெ):* முற்றாத பாக்கு; tender areca-nut.

சிராய்ப்பு: *(பெ):* உராய்வதால் உண்டாகும் அழுத்தமான கீறல்; scratch on the skin; abrasion.

சிராவணம்: *(பெ):* ஆவணி மாதத்தில் புதுப் பூணூல் தரிக்கும் சடங்கு; கல்; சாமணம்; ceremony performed generally on the full-moon day in the month of Aavani, when the study of the Vedas is commenced with wearing new sacred thread; stone; pincers.

சிராவியம்: *(பெ):* கேட்பதற்கு இனியது; that which is very pleasant to hear.

சிரானந்தம்: *(பெ):* என்றும் குறையாத இன்பம்; everlasting happiness.

சிரி: *(பெ):* நகைப்பு; அம்பு; வாள்; வெட்டுக்கிளி; கொலைகாரன்; smile; laughter; arrow; sword; grass-hopper; locust; murderer.

சிரிட்டம்: *(பெ):* விளாமரத்துப்பட்டை; bark of the wood-apple tree.

சிரித்தல்: *(வி):* நகைத்தல்; மலர்தல்; எள்ளுதல்; பழித்தல்; to laugh; to blossom; to neigh; to ridicule. ● ***சிரித்துக் கழுத்தறுப்பது.*** ● ***சிரித்தாயோ சீரைக் குலைத்தாயோ?*** ● சிரிப்பாணிக்கூத்து சிரிப்பாய்ச் ***சிரித்து சீலைப்பேன் குத்துகிறது.*** ● ***சிரிப்பாய் சிரிக்கத் தெருவில் நிற்கிறது.*** ● பொம்பளை ***சிரிச்சாப் போச்சு; புகையிலை விரிச்சாப் போச்சு*** - *பழமொழிகள்.*

சிரிப்பு: *(பெ):* நகைப்பு; குதிரையின் கனைப்பு; ஏளனம்; பகடி; laughter; neigh of a horse; ridicule; jest, fun.

சிரீ: *(பெ):* திருமகள்; Lakshmi, Goddess of Wealth.

சிரீடம்: *(பெ):* வாகை மரம்; குன்றி மணி; sirissa tree; crab's eye.

சிரீதர: *(பெ):* ஒரு தமிழ் வருடம்; Sreedhara, a Tamil Year.

சிரீமுகம்: *(பெ):* திருமுகம்; letter from a great person.

சிருகம்: *(பெ):* தாமரை; காற்று; அம்பு; lotus; wind; arrow.

சிருகாலன்: *(பெ):* நரி; fox.

சிருங்கம்: *(பெ):* விலங்கின் கொம்பு; கொடுமுடி; horn of an animal; peak; mount; a Shiva shrine in Erode District.

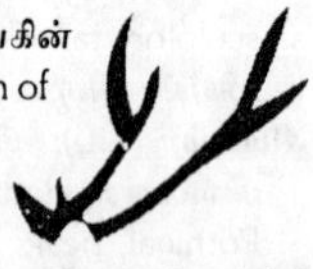

சிருங்கலம்: *(பெ):* விலங்கு; இரும்புச் சங்கிலி; வில்லங்கம்; fetter; iron chain; bar.

சிருங்காடகம்: *(பெ):* நாற்சந்தி; a junction of four streets; (town) square.

சிருங்காரம்: *(பெ):* காதல், காமம் ஆகியவற்றை வெளிப்படுத்தும் மெய்ப்பாடு; sentiment of love.

சிருங்காரித்தல்: *(வி):* அலங்கரித்தல்; ஒப்பனை செய்தல்; to decorate; to adorn.

சிருங்கி: *(பெ):* சுக்கு; பொன்; dried ginger; gold.

சிருட்டி: *(பெ):* படைப்பு; சிறந்தது; creation; that which is created; that which is the best one.

சிருட்டித்தல்: *(வி):* படைத்தல்; கற்பனை செய்தல்; to create; to imagine.

சிருணி: *(பெ):* பகைமை; யானைத் தோட்டி; enmity; elephant's goad.

சிருதம்: *(பெ):* நன்மை; இனிமை; beneficence; sweetness.

சிரும்பணம்: *(பெ):* கொட்டாவி விடுதல்; the act of yawning.

சிரேட்டம்: *(பெ):* தலை சிறந்தது; that which is superior.

சிரேட்டன்: *(பெ):* தலை சிறந்தவன், eminent person.

சிரேட்டாதேவி: *(பெ):* மூதேவி; Goddess of misfortune.

சிரேட்டி: *(பெ):* வணிகன்; merchant.

சிரேணி: *(பெ):* தெரு; வரிசை; இடையர் வீதி; street; row; shepherd's street.

சிரேயசு: *(பெ):* புகழ்; நன்மை; fame; goodness.

சிரேவனம்: *(பெ):* காட்டாமணக்கு; wild castor plant.

சிரை: *(பெ):* நரம்பு; அசுத்த இரத்தம் செல்லும் குழாய்; குரங்கு; nerve; vein; artery; monkey; (வி): மழித்தல்; முடியை நீக்குதல்; to shave; to remove hair.

சிரையன்: *(பெ):* நாவிதன்; barber.

சிரோசம்: *(பெ):* தலைமுடி; hair.

சிரோட்டம்: *(பெ):* கடுக்காய்; நெல்லி மரம்; தான்றி மரம்; gallnut; emblic myrobalan tree; a kind of tree.

சிரோட்டம்: *(பெ):* காட்டாமணக்கு; wild castor plant.

சிரோதரம்: *(பெ):* கழுத்து; neck.

சிரோத்திரம்: *(பெ):* காது; ear.

சிரோபத்தியம்: *(பெ):* கடுக்காய்; gall-nut.

சிரோமணி: *(பெ):* உயர்ந்த மணி; தலைசிறந்தவன்; precious stone; eminent person.

சிரோமுட்டி: *(பெ):* கீழ்நோக்கி அம்பு எய்தல்; discharging of arrow, downwards.

சிரோருகம்: *(பெ):* தலைமயிர்; hair.

சிரோவல்லி: *(பெ):* மயிலின் உச்சிக் கொண்டை; the crest of peacock.

சிரோவேட்டம்: *(பெ):* தலைப்பாகை; turban.

சிரௌதம்: *(பெ):* வேத விதிகள்; principles of Veda.

சில: *(பெ):* குறிப்பிடும் எண்ணிக்கையில் உள்ளது; some; (பெ.அ) கொஞ்சம்; அதிகம் இல்லாத; குறைந்த; a few; some.

சிலகம்: *(பெ):* அகப்பை; wooden ladle with a long handle, generally made of coconut shell.

சிலக்குணம்: *(பெ):* திமிங்கலம்; whale.

சிலங்கம்: *(பெ):* விளாமரப்பட்டை; the bark of wood-apple tree.

சிலசமயம்: *(வி.அ):* அபூர்வமாக; எப்போதாவது; at times; rarely.

சிலதன்: *(பெ):* வேலையாள்; தோழன்; தூதன்; மருத நிலத்தவன்; servant; companion; messenger; inhabitant of agricultural tract.

சிலதி: *(பெ):* வேலைக்காரி; தோழி; servant-maid; lady's-maid.

சிலதை: *(பெ):* காமம் மிகுந்தவள்; lustful woman.

சிலந்தி: *(பெ):* சிலந்திப்பூச்சி; கொப்புளம்; நச்சுக்கட்டி; கருஞ் சிலந்தி மரம்; கோரை வகை; கோமேதக வகை; spider; pimple; abscess; a kind of tree; a kind of sedges and bulrushes; Komethagam, a kind of precious stone of light yellow colour.

சிலமன்: *(பெ):* சாடை; resemblance.

சிலமான்கல்: *(பெ):* உயர்ந்த கல் வகை; a kind of precious stone.

சிலமி: *(பெ):* பிடிவாதக்காரன்; சிலம்ப வித்தையில் வல்லவன்; obstinate self-willed person; an expert in fencing art.

சிலம்: *(பெ):* இந்துப்பு; rock-salt.

சிலம்பல்: *(பெ):* யாழின் ஓசை; வீண்பேச்சுப் பேசுபவன் (அ) பேசுபவள்; sound of a lute; chatterer.

சிலம்பன்: *(பெ):* முருகப் பெருமான்; குறிஞ்சிநிலத் தலைவன்; பழைய நாணய வகை; காவிரியின் புது வெள்ளம்; Lord Muruga; the chief of a hilly tract; a coin of the ancient times; the freshet in the river Kaveri, as in the month of Aadi.

சிலம்பாறு: *(பெ):* அழகர் மலையிலிருந்து பாயும் ஒரு சிற்றாறு; a rivulet which flows from Azhagar Malai.

சிலம்பி: *(பெ):* சிலந்திப்பூச்சி; spider.

சிலம்பு: *(பெ):* மகளிர் காலணி வகை; பூசாரிகள் கைச் சிலம்பு; மலை; குகை; ஒலி; பக்கமலை; a kind of anklet; the anklet worn in hands by the village poojari; mountain; cave; sound; noise; shady mountain.

சிலம்புகழி நோன்பு: *(பெ):* பழங்காலத்தில் மணப்பெண்ணின் காற்சிலம்பினைத் திருமணத்திற்கு முன்பாகக் களைந்திடும் நோன்பு; an ancient ceremony preliminary to marriage consisting in removing the anklets of a bride.

சிலம்புகூறல்: *(பெ):* மதுரையில் கண்ணகியின் காற்சிலம்பினை விற்றிடும் கோவலனின் கதை; the story of Kovalan, selling the anklet of Kannaki at Madurai.

சிலம்புதல்: *(வி):* ஒலித்தல்; எதிரொலித்தல்; சுற்றிவருதல்; to sound; to echo; to round.

சிலம்புரி: *(பெ):* ஒரு சீலை வகை; a kind of cloth.

சிலர்: *(பெ):* கொஞ்சம் பேர்; some people.

சிலவங்கம்: *(பெ):* மீன் எலும்பு; the bone of a fish.

சிலவர்: *(பெ):* சிலபேர்; பாலை நிலத்தவர்; வேடர்; some people; those who are belonging to desert tract; hunters.

சிலாகித்தல்: *(வி):* புகழ்தல்; பாராட்டுதல்; to praise; to speak highly of.

சிலாகை: *(பெ):* புகழ்ச்சி; ஒரு வகை உயரிய கல்; praise; compliment; a kind of precious stone.

சிலாக்கியம்: (பெ): ஒன்றினை விட மற்றொன்று சிறந்தது; நல்லது; that which is better than another; that which is advantageous or safer.

சிலாசத்து: (பெ): உலோக வகை; ஒரு வகை மருந்துக் கல்; ஒரு வகை தைலம்; a kind of metal; a kind of medicinal stone; a kind of medicinal oil.

சிலாசம்: (பெ): இரும்பு, தாமிரம் போன்ற உலோகங்கள்; மலையில் தோன்றுவன; the metals like iron, copper, etc.; those which are produced from mountain.

சிலாசாசனம்: (பெ): கல்வெட்டு; கல்லில் செதுக்கப்பட்ட சாசனம்; inscription (cut on a stone).

சிலாஞ்சனம்: (பெ): உயர்ந்த கல் வகை; a kind of precious stone.

சிலாதலம்: (பெ): பாறை; rock.

சிலாந்தி: (பெ): சீந்திற் கொடி; a herb.

சிலாபம்: (பெ): முத்துக் குளித்தல்; pearl diving.

சிலாபேசி: (பெ): ஒரு பூண்டு வகை; a herb.

சிலாப்பி: (பெ): சோம்பேறி; lazy person.

சிலாப்புட்டி: (பெ): நீர் இறைக்கும் சால்; baling bucket.

சிலாம்பு: (பெ): மீன் செதில்; விறகு (அ) கட்டையில் கூர்மையாக நீட்டிக்கொண்டிருக்கும் சிராய்; scales of fish; splinter of firewood, etc.

சிலாயுதன்: (பெ): ஆமை; tortoise.

சிலார்: (பெ): குழப்பம்; இனாம்; confusion; gift.

சிலாலோகை: (பெ): கல்வெட்டு; inscription of stone.

சிலாவட்டம்: (பெ): சாணைக்கல்; whetstone.

சிலாவி: (பெ): கல்நார்; சிற்பி; asbestos; stone carver; sculptor.

சிலாவிந்து: (பெ): கல்நார்; asbestos.

சிலாவுதல்: (வி): சுழலுதல்; வட்டமாக வார்த்தல்; to whirl; to pour (as a circle).

சிலிங்காரம்: (பெ): அலங்காரம்; beautification; adornment.

சிலியானை: (பெ): முடக்கொற்றான் பூண்டு; a herb.

சிலிர்: (பெ): மரவகை; a kind of tree.

சிலிர்த்தல்: (வி): புளகித்தல்; தளிர்த்தல்; சில்லிடுதல்; to horripilate; to sprout; to become chill.

சிலீபதம்: (பெ): யானைக்கால் நோய்; elephantiasis; filariasis.

சிலீமுகம்: (பெ): அம்பு; போர்; வண்டு; மார்பகக் கண்; arrow; battle; war; bee; nipple of the breast.

சிலீரிடுதல்: (வி): குளிருதல்; to become cold.

சிலீரெனல்: (வி): புளகித்தல்; to be benumbed with cold.

சிலுகி: (பெ): கலகக்காரி; mischievous woman.

சிலுகிடுதல்: (வி): கூச்சலிடுதல்; சண்டையிடுதல்; to make a confused loud noise; to fight.

சிலுகு: (பெ): சண்டை; துன்பம்; குழப்பம்; கூச்சல்; குறும்பு; தடை; fight; distress; confusion; confused loud noise; playful act; prank; obstacle.

சிலுக்கன்: (பெ): கலகக்காரன்; rowdy; mutineer.

சிலுக்கு: (பெ): இரும்பு வளையம்; சிறு துண்டு; சிறு காயம்; தொந்தரவு; iron circle; a small piece; a small wound; disturbance.

சிலுசிலுப்பு: (பெ): குளிர்ச்சி; குறும்பு; coldness; mischievousness.

சிலுசிலுவென்று: (வி.அ): குளிர்ச்சியாக; with an enjoyable coldness.

சிலுப்பு: (பெ): நடுக்கம்; குளிர்ச்சி; shivering; coldness.

சிலுப்புதல்: (வி): முடி, இறகு போன்றவற்றைப் பக்கவாட்டில் வேகமாக அசைத்தல்; உதறுதல்; to shake vigorously the hair, feathers, etc.

சிலும்பு: (பெ): மரச்சிராய்; களிம்பு; splinter of firewood etc.; ointment.

சிலும்புதல்: (வி): ஒலித்தல்; கலங்குதல்; அசைதல்; பெருகி வருதல்; to sound; be stirred up; to shake; to grow more.

சிலுவட்டை: (பெ): கயவர்; கீழோர்; scoundrels; persons of mean qualities.

சிலுவலி: (பெ): சீர் கெட்டவள்; unchaste woman.

சிலுவல்: (பெ): எளிமை; கந்தை; ease; tatters.

சிலுவாணம்: (பெ): சேமிப்புப் பணம்; savings.

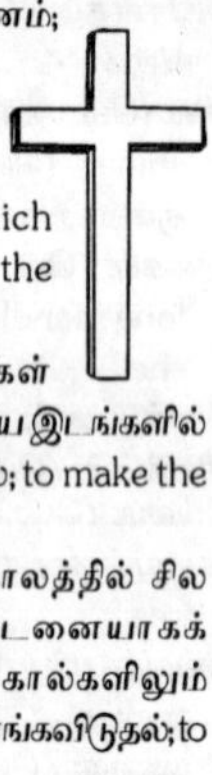

சிலுவை: (பெ): இயேசுகிறித்து அறையப்பட்ட மரம்; கிறித்தவ சமயச் சின்னம்; cross on which Christ was crucified; cross as the symbol of Christianity.

சிலுவையிடு: (வி): கிறித்தவர்கள் நெற்றி, மார்பு, இரு தோள்கள் ஆகிய இடங்களில் தொட்டு சிலுவைக்குறி போடுதல்; to make the sign of the cross.

சிலுவையில் அறை: (வி): முற்காலத்தில் சில நாடுகளில் கொலைத் தண்டனையாகக் குற்றவாளியைக் கைகளிலும், கால்களிலும் ஆணி அடித்துச் சிலுவையில் தொங்கவிடுதல்; to crucify.

சிலேடித்தல்: (வி): இருபொருள்படப் பேசுதல்; to talk in innuendo.

சிலேடை: (பெ): சொல் (அ) சொற்றொடர் பல பொருள்படுமாறு அமைய இயற்றும் செய்யுள்; (in poetry) paronomasia.

சிலேட்டர்: (பெ): வணிகர்; merchants.

சிலேட்டு: *(பெ):* சிறுவர் எழுதப் பயன்படுத்தும் சட்டம் போட்ட சதுர (அ) செவ்வக வடிவ மாக்கல் (அ) தகரம்; slate for children to write on.

சிலேட்டுக்குச்சி: *(பெ):* சிலேட்டில் எழுதப் பயன்படுத்தும் குச்சி வடிவக் கல்; பலப்பம்; pencil -like stone to write with on a slate.

சிலேட்டுமம்: *(பெ):* கபம்; phlegm.

சிலை: (பெ): கல்லில் செதுக்கிய உருவம்; வில்; தனுர் ராசி; முழக்கம்; மார்கழி மாதம்; வானவில்; வால்; ஒளி; அம்மி; மலை; ஒரு மரம்; சூதகபாடாணம்; statue; bow; the ninth constellation of the Zodiac having the bow as its sign; Sagittarius; roar; the Tamil month Maarkazhi; rainbow; tail; lustre; light; horizontal stone for mascerating spices for curry, grinding mortar and other substances; mountain; a kind of tree; a kind of arsenic.

சிலைத்தல்: *(வி):* ஒலித்தல்; முழங்குதல்; கொட்டுதல்; பின்னிடுதல்; சினங்கொள்ளுதல்; to sound; to roar; to beat; to get behind; to resent.

சிலைநாகம்: *(பெ):* சூடாலைக்கல்; a kind of stone.

சிலைநார்: (பெ): கல்நார்; asbestos.

சிலைபாரித்தல்: *(வி):* வில்லை வளைத்தல்; to bend the bow.

சிலைமா: (பெ): மாக் கல்; soft-stone.

சிலையிராசன்: (பெ): வைரம்; diamond.

சிலோச்சயம்: (பெ): மலை; mountain.

சில்: (பெ): சிறுமை; சில; நுண்மை; சிறு துண்டு; வட்டமானது; உருளை; தலையணி; ஆரவாரம்; மூடி; மூக்குக் கண்ணாடி; meanness; some; minuteness; small piece; that which is round in shape; roller; pillow; din and bustle; cover; spectacle (optic).

சில்காற்று: (பெ): தென்றல்; gentle breeze.

சில்லத்து: (பெ): சிறு சட்டை; small shirt.

சில்லம்: (பெ): எட்டி; சிறு துண்டு; தேற்றா மரம்; strychnine tree; a small piece; clearing nut tree.

சில்லர்: *(பெ):* வேடர்; சுவர்க்கோழி; hunters; cricket.

சில்லறை: *(பெ):* சிதறியவை; மீதி; தொல்லை; காதணி வகை; இழிந்தது; நாணயம்; காசு; பெருந்தொகையை மாற்றினால் கிடைக்கும் பணத்தாள்கள் மற்றும் நாணயங்கள்; வியாபாரம் தொடர்பாக வரும்போது பயன்படுத்துவோருக்கு விற்கப்படுவது; அற்பம்; முக்கியம் இல்லாதது; உதிரி; that which is scattered; balance; trouble; a kind of ear ornament; that which is low; coin; change as of a large amount; notes and coins of smaller denomination; insignificant; trifle; stray; sundry.

சில்லான்: (பெ): குருவி வகை; a kind of sparrow.

சில்லி: (பெ): சுவர்க்கோழி; ஓட்டம்; வட்டம்; துண்டு; சிறுகீரை; cricket; running; circle; piece; a kind of greens.

சில்லிகை: (பெ): நல்லாடை; சுவர்க்கோழி; சூரிய கிரகணம்; superior cloth; cricket; eclipse.

சில்லிக்காது: (பெ): துளையுடைய காது; the ear which has small hole.

சில்லிக்கோல்: (பெ): சிறு கம்பு; small stone-chip.

சில்லிடுதல்: (வி): குளிர்தல்; ஒலித்தல்; நடுங்குதல்; to become cold; to sound; to tremble.

சில்லிமூக்கு: (பெ): இரத்தம் வடியும் மூக்கு; மூக்கின் நுனி; bleeding nose; tip of the nose.

சில்லு: (பெ): கண்ணாடி போன்றவற்றின் உடைந்த துண்டு; தேங்காய் போன்றவற்றின் சிறு துண்டு; கீற்று; முழங்கால் மூட்டின் உள்ளிருக்கும் வட்டவடிவ எலும்பு; கணிப்பொறி போன்ற வற்றில் இடம் பெறும் நுண்ணிய மின் சுற்றுப்பாதையை உடைய சிறு மின்னணுப் பட்டை; வண்டி போன்றவற்றின் சக்கரம்; வட்டவடிவ விளையாட்டுக் கருவி; நொண்டி விளையாட்டு; broken piece of glass etc.; slice of coconut etc.; knee-cup; (in electronics) chips; cart wheel; a round-shaped game equipment; the game of hopping with folded leg.

சில்லுணா: (பெ): சிற்றுண்டி; light refreshment.

சில்லுண்டி: (பெ): இழிந்தது; இழிந்தவன்; சிறு குழந்தைகள்; அற்பமான செய்கை; சிறு அளவிலானது; meanful thing; mean persons; young children; meanness; pettiness.

சில்லை: (பெ): இழிவு; பழிச்சொல்; முரட்டுத்தனம்; பிரண்டை; நீர்ப்பறவை; சுவர்க்கோழி; கிலுகிலுப்பை; meanness; slander; unruly mischievous person; square-stalked pine; a water bird; cricket; child's rattle.

சில்வாய்: (பெ): கடைவாய்; region in the mouth near molar teeth.

சில்வானம்: *(பெ):* மழைத்துளிகளின் சிதறல்; drizzle.

சிவகணம்: *(பெ):* சிவபெருமானின் சேவைப் பரிவாரம்; celestial guards of Lord Shiva.

சிவகதி: *(பெ):* வீடுபேறு; முத்தி; final bliss; salvation.

சிவகம்: (பெ): சாதிக்காய்; நாய்ச்சீரகம்; nut-meg; a kind of cumin.

சிவகரந்தை: (பெ): ஒரு வகைப் பூண்டு; a kind of herb.

சிவகாமி: *(பெ):* நடராஜப் பெருமானின் துணைவி; Goddess Shivagami, the consort of Lord Nataraja.

சிவசங்கரன்: *(பெ):* சிவபெருமான்; Lord Shiva.

சிவசங்கரி: *(பெ):* பார்வதி தேவி; Goddess Parvathi, the consort of Lord Shiva.

சிவசக்தி: *(பெ):* சிவனின் சக்தி; Lord Shiva's energy.

சிவசமயம்: *(பெ):* சைவ சமயம்; Hindu religion which regards Lord Shiva as the Supreme God; Saivism.

சிவசன்: *(பெ):* சுக்கிரன்; the Planet Venus.

சிவச்சி: *(பெ):* சாதிக்காய்; nut-meg.

சிவஞானம்: *(பெ):* தெய்வ அறிவு; knowledge of God.

சிவணுதல்: *(வி):* நட்பு கொள்ளுதல்; பொருந்துதல்; அணுகுதல்; ஒத்தல்; பெறுதல்; to have friendship; be suitable; to approach; to resemble; to have.

சிவதடி: *(பெ):* வெள்ளரி; cucumber.

சிவதாரம்: *(பெ):* மர வகை; a kind of tree.

சிவதுளசி: *(பெ):* திருநீற்றுப் பச்சை; a herb.

சிவதூதி: *(பெ):* துர்க்கை; Durga, Goddess of Victory.

சிவதை: *(பெ):* கொடி வகை; a kind of creeper.

சிவத்தம்: *(பெ):* மரவகை; a kind of tree.

சிவத்தல்: *(வி):* சினத்தல்; சிவக்குதல்; to get angry; to redden.

சிவத்துருமம்: *(பெ):* வில்வ மரம்; bael tree.

சிவ நிசி: *(பெ):* சிவராத்திரி; keeping awake and spending the night offering prayers to Lord Shiva in the Tamil month of 'Maasi'.

சிவந்தி: *(பெ):* கடுக்காய் வகை; பூச்செடி வகை; a kind of gall nut; a kind of flower plant.

சிவந்திரம்: *(பெ):* ஒரு வகைச் சுதந்திரம்; கைம்மாறு; a kind of independence; a return made out of gratitude.

சிவபதம்: *(பெ):* சிவ பதவி வகை; Shiva's plane, comprising four states of bliss.

சிவபாத்தியார்: *(பெ):* சிவனடியார்; the devotees of Lord Shiva.

சிவபூசை: *(பெ):* சிவ வழிபாடு; worship of Lord Shiva.

சிவப்பணு: *(பெ):* பிராணவாயுவை உடலின் பல பகுதிகளுக்கும் எடுத்துச்செல்ல இரத்தத்தில் உள்ள சிவப்பு நிறம் கொண்ட உயிர் அணு; red corpuscle.

சிவப்பழம்: *(பெ):* சிவபக்தியில் திளைத்து உடலெங்கும் விபூதிப் பட்டை யோடு விளங்கும் தோற்றம்; appearance with sacred ash, etc., manifesting devotion to Lord Shiva.

சிவப்பிரியம்: *(பெ):* உருத்திராக்கம்; a nut of a tree worn or kept as beads of rosary by saivites especially those who have taken Dheeksha.

சிவப்பிரியை: *(பெ):* பார்வதி தேவி; Goddess Parvathi as the beloved of Lord Shiva.

சிவப்பு[1]: *(பெ):* செந்நிறம்; சிவப்புக்கல்; சினக்குறி; red; ruby; anger.

சிவப்பு[2]: *(பெ):* இரத்தம், குங்குமம் போன்றவற்றைப் போன்ற நிறம்; red (colour).

சிவப்பு அட்டை: *(பெ):* கால்பந்தாட்டத்தில் ஏற்கெனவே எச்சரிக்கப்பட்ட ஆட்டக்காரரை ஆட்டத்திலிருந்து வெளியேற்றும் பொருட்டுக் காண்பிக்கப்படும் சிவப்பு நிற அட்டை; (in foot ball) red card.

சிவப்புக் கம்பள வரவேற்பு: *(பெ):* பிற நாட்டுத் தலைவர் போன்ற முக்கிய விருந்தினருக்குச் சிறந்த வரவேற்பு; red carpet welcome; grand welcome.

சிவப்புக்கல்: *(பெ):* செந்நிறமுடைய ஆபரணங்களில் பதிக்கப்படும் கல்; சிவந்த கல்; ruby; red stone.

சிவப்புச்சிலை: *(பெ):* கெம்பு; ruby.

சிவப்பு விளக்கு: *(பெ):* ஆபத்தை விளைவிக்கும் நிகழ்வைக் குறிக்கும் சாலைப் போக்குவரத்துக்கான சிவப்பு நிற விளக்கு; (signal) red light.

சிவப்பு விளக்குப் பகுதி: *(பெ):* விபச்சாரத்தில் ஈடுபடும் பெண்கள் உள்ள பகுதி; red light area.

சிவம்[1]: *(பெ):* தூய அறிவுருவாக இருக்கும் இறைவன்; கடவுள்; God as pristine knowledge; God.

சிவம்[2]: *(பெ):* உயர்வு; மங்களம்; களிப்பு; நன்மை; குறுணி; முத்தி; சிவத்துவம்; prosperity; auspiciousness; joy; goodness; a kind of measure; final bliss; highest state of Lord Shiva.

சிவரசம்: *(பெ):* பாதரசம்; mercury.

சிவராத்திரி: *(பெ):* மாசி மாதத்தில் விரதமிருந்தும், விழித்திருந்தும் சிவனை வழிபடும் இரவு; keeping awake and spending the night offering prayers to Lord Shiva in the Tamil month of 'Maasi'.

சிவலிங்கம்: *(பெ):* சைவர்கள் சிவனின் உருவாகக் கருதித் துதித்து வழிபடும் லிங்க வடிவம்; image symbolizing Lord Shiva (mostly saivites worship Lord Shiva in this form of cyclindrical stone rounded off at the top and planted in the ground.)

சிவலை: *(பெ):* செந்நிற விலங்கு; reddish animal as a bull.

சிவலோகச் சேவகன்: *(பெ):* காந்தம்; magnet.

சிவலோகம்: *(பெ):* சிவனின் இருப்பிடமாகக் கருதப்படும் கைலாசம்; Kailash as the abode of Lord Shiva.

சிவல்: *(பெ):* காடை, கவுதாரி வகை; செம்மண்; கொடி வகை; a kind of quail; red soil; a kind of creeper.

சிவவல்லபம்: *(பெ):* எருக்கு; செவந்திச்செடி; yercum; wild chamomile plant.

சிவவிந்து: *(பெ):* பாதரசம்; mercury.

சிவவெற்பு: *(பெ):* பழநி மலை; Palani hills.

சிவளிகை: *(பெ):* தலையணி; a kind of head ornament.

சிவனடி சேர்: *(வி):* (சைவர்களிடையே மங்கல வழக்காக) இறத்தல்; (among the saivites used euphemistically) reach the feet of Lord Shiva; pass away.

சிவனார் பாகல்: *(பெ):* கோவைக்கொடி; common hedge creeper which bears red fruit.

சிவனார் வேம்பு: *(பெ):* செடி வகை; a kind of plant.

சிவனி: *(பெ):* கழுதை; ass; donkey.

சிவனேயென்று: *(வி.அ):* எதிலும் தலையிடாமல்; எதுவும் செய்யாமல்; without interfering.

சிவா: *(பெ):* கடுக்காய்; கீழாநெல்லி; வன்னி மரம்; ஆடுதின்னாப் பாளை; gall nut; a small plant with slender green main branches; a kind of tree; a herb.

சிவாச்சாரியார்: *(பெ):* ஆதிசைவரின் பட்டப்பெயர்; hereditary title of Aadhi Saivas.

சிவாட்சம்: *(பெ):* உருத்திராக்கம்; rudraksha nuts, worn as sacred beads.

சிவாதரம்: *(பெ):* மரக்கொம்பு; branch of a tree.

சிவாருகம்: *(பெ):* ஆலமரம்; banyan tree.

சிவானுபூதி: *(பெ):* சிவத்தோடு இரண்டறக் கலக்கும் அனுபவம்; mystic union with Lord Shiva.

சிவிகரம்: *(பெ):* சாதிக்காய்; nut-meg.

சிவிகை: *(பெ):* பல்லக்கு; எருது பூட்டிய வண்டி; palanquin; covered litter; bullock-cart.

சிவிங்கி: *(பெ):* ஒரு விலங்கு வகை; ஒரு பறவை வகை; சிறுத்தை; a kind of animal; a kind of bird; hunting leopard.

சிவிங்கிப் பூனை: *(பெ):* சிறுத்தைப் பூனை; leopard cat.

சிவிடு: *(பெ):* சிறிது; ஓர் அளவை; small; a measure of capacity.

சிவிட்கு: *(பெ):* கோபம்; anger.

சிவிரம்: *(பெ):* பாசறை; encampment; barracks; camp.

சிவிறி: *(பெ):* விசிறி; நீர் வீசும் கருவி; fan; squirt.

சிவிறுதல்: *(வி):* பரத்தல்; to spread.

சிவுகம்: *(பெ):* மோவாய்; chin.

சிவேதை: *(பெ):* செடி வகை; நாணல்; a kind of plant; a large and coarse grass.

சிவை: *(பெ):* பார்வதி; காளி; நரி; வேர்; உலை மூக்கு; நெல்லிக்காய்; Goddess Parvathi, the consort of Lord Shiva; Kali, the Goddess with dark complexion; fox; root; nozzle of bellows; fruit of emblic-myrobalan.

சிவ்வல்: *(பெ):* கடற்பாசி; sponge; sea-weed.

சிழுகுதல்: *(வி):* விம்முதல்; to heave a sob, as a child.

சிளைத்தல்: *(வி):* சோர்தல்; to languish.

சிறகர்: *(பெ):* இறகு; feather.

சிறகி: *(பெ):* பறவை வகை; மீன் வகை; a kind of bird; a kind of fish.

சிறகிமீன்: *(பெ):* பறக்கும் மீன்; flying fish.

சிறகு: *(பெ):* இறகு; இறக்கை; feather; wing (of birds).

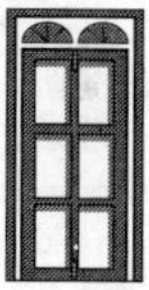

சிறகு கதவு: *(பெ):* இரட்டைக் கதவு; double door.

சிறகுப்பந்து: *(பெ):* விளையாட்டில் நரம்பு வலை கொண்ட மட்டை கொண்டுஅடித்துவிளையாட ஏதுவாக அடிப்பகுதி உருண்டையாகவும், மேற்பகுதி பூப்போன்று விரிந்தும் உள்ள பொருள்; shuttlecock.

சிறக்கணித்தல்: *(வி):* அவமதித்தல்; கண்ணைச் சுருக்கிப் பார்த்தல்; to disregard; to squint one's eyes and glance.

சிறங்கணித்தல்: *(வி):* அவமதித்தல்; கடைக் கண்ணால் பார்த்தல்; to insult; to cast a side look.

சிறங்கித்தல்: *(வி):* அவமதித்தல்; to insult.

சிறங்கை: *(பெ):* கையளவு; palmful, as a measure.

சிறத்தல்: *(வி):* மேன்மையாதல்; மங்கலமாதல்; மகிழ்தல்; be eminent; be elegant; be auspicious; be happy.

சிறந்த: *(பெ.அ):* தரத்தில் உயர்ந்த; பலவற்றுள் மேலோங்கி விளங்குகின்ற; (qualitywise) best; out of many, eminent.

சிறந்தோர்: *(பெ):* உயர்ந்தோர்; தேவர்; உறவினர்; துறந்தோர்; eminent persons; celestial beings; relatives; ascetics.

சிறப்பங்காடி: *(பெ):* வீட்டுக்குத் தேவையான அனைத்துப்பொருட்களையும்வாங்கிவிடக்கூடிய அளவில் ஒரே இடத்தில் அமைந்திருக்கும் பல கடைகளின் தொகுதி; super market.

சிறப்பாசிரியர்: *(பெ):* குறிப்பிட்ட இதழை மட்டும் தொகுத்து வெளியிடும் பொறுப்பினை ஏற்பவர்; அழைப்பிற்கு இணங்கிப் பெருமைப்படுத்தும் விதத்தில் ஆசிரியராக இருப்பவர்; கௌரவ ஆசிரியர்; guest editor of a journal; honorary editor.

சிறப்பித்தல்: *(வி):* புகழ்தல்; பெருமைப்படுத்துதல்; to praise; to honour someone or an occasion by one's presence.

சிறப்பிலாள்: *(பெ):* மூதேவி; Goddess of misfortune.

சிறப்பு: *(பெ):* பெருமை; செல்வம்; மதிப்பு; தலைமை; பகட்டு; திருவிழா; dignity; greatness; speciality; grandeur; regard; leadership; vanity; pomp; festival.

- *சிறப்பொடு பூசனை செல்லாது வானம்*
  வறக்குமேல் வானோர்க்கும் ஈண்டு. - குறள் 18.
- *சிறப்புஈனும் செல்வமும் ஈனும் அறத்தினூஉங்கு*
  ஆக்கம் எவனோ உயிர்க்கு. - குறள் 31.
- *சிறப்புஈனும் செல்வம் பெறினும் பிறர்க்குஇன்னா*
  செய்யாமை மாசற்றார் கோள். - குறள் 311.
- *சிறப்பறிய ஒற்றின்கண் செய்யற்க செய்யின்*
  புறப்படுத்தா னாகும் மறை. - குறள் 590.

சிறப்புப் பாயிரம்: *(பெ):* முன்னுரை; preface in verse form by the author or foreword by someone who knows the author normally in old treatises.

சிறவு: *(பெ):* சிறந்த செயல்; meritorious deed.

சிறாங்கித்தல்: *(வி):* இரத்தல்; உரிமையாக்குதல்; to beg; to dedicate.

சிறாம்பி: *(பெ):* காவல் பரண்; a kind of watch-tower made of bamboo.

சிறாம்பு: *(பெ):* மரச்சிராய்; wooden chip; splinter of firewood, etc.

சிறார்: *(பெ):* சிறுவர்; children.

சிறிட்டம்: *(பெ):* விளாம்பட்டை; bark of wood apple tree.

சிறிது: *(பெ):* குறைந்த அளவானது; அதிகம் இல்லாதது; கொஞ்சம்; இழிந்தது; (of size) small; small quantity; a little; that which is degraded.

சிறிதுரைத்தல்: *(வி):* இகழ்ந்து உரைத்தல்; to vilify; to despise.

சிறிபலம்: *(பெ):* வில்வ மரம்; bael tree.

சிறியத்தினி: *(பெ):* வேலிப்பருத்தி; a herb.

சிறியன்: *(பெ):* சிறுவன்; இழிந்தவன்; boy; lad; mean person.

சிறிவில்: *(பெ):* அகில் மரம்; eagle wood tree.

சிறு அருவி: *(பெ):* சிறிய அருவி; small water fall.

சிறு அலை: *(பெ):* அளவில் சிறிய அலை; neap tide.

சிறு அறை: *(பெ):* இடவசதி போதுமானதாக இல்லாத அறை; cell.

சிறுக: *(வி.அ):* கொஞ்சமாக; a little.

சிறுகச்சிறுக: *(வி.அ):* கொஞ்சம் கொஞ்சமாக; சிறிது சிறிதாக; little by little.

சிறுகடை: *(பெ):* பெட்டிக்கடை; bunk; petty shop.

சிறுகட்டு: *(பெ):* சிறியகட்டு; parcel.

சிறுகணு: *(பெ):* சிறிய கணு; nodule.

சிறுகதை: *(பெ):* ஒரு மையக்கருவினை அல்லது ஒரு நிகழ்ச்சியின் அனுபவத்தை (அதிகம் நீண்டு போகாது) உரைநடையில் விவரிக்கும் இலக்கிய வகை; short story.

சிறுகல்: *(வி):* சிறுகுதல்; குறைதல்; to decrease; to diminish.

சிறுகாய்: *(பெ):* சாதிக்காய்; nut-meg.

சிறுகாலை: *(பெ):* வைகறை; day-break.

சிறுகால்: *(பெ):* தென்றல்; balmy breeze from the south.

சிறுகு: *(பெ):* குழப்பம்; துன்பம்; தடை; confusion; distress; obstacle.

சிறுகுடல்: *(பெ):* இரைப்பை முதல் பெருங்குடல் வரையுள்ள உணவுக் குழாயின் பகுதி; small intestine.

சிறுகுடி: *(பெ):* குறிஞ்சி நிலத்து ஊர்; சிற்றூர்; ஏழைக் குடும்பம்; தாழ்வான நிலை; the village in a hilly tract; a hamlet; poor family; degradation.

சிறுகுழி: *(பெ):* 36 சதுர அடி கொண்ட ஓர் அளவு; a measurement equal to 36 square feet.

சிறுகுறிஞ்சி: *(பெ):* நேர்வாள மரம்; புளியாரைப் பூண்டு; a kind of tree; a herb.

சிறுக்கன்: *(பெ):* சிறுவன்; boy; lad.

சிறுக்கி: *(பெ):* இளம்பெண்; பணிப்பெண்; young girl; servant-maid.

சிறுக்குதல்: *(வி):* அளவில் குறைதல்; கோபம் கொள்ளுதல்; to reduce in size; be angry with.

சிறுசு: *(பெ):* சிறிது; சிறுகுழந்தை; இளஞ்ஜோடி (பன்மை விகுதியில்); small in size; kid; (in plural) young couple.

சிறுசெங்குரலி: *(பெ):* கொடி வகை; a kind of creeper.

சிறுசெய்: *(பெ):* பாத்தி; garden plot; bed; pan.

சிறுசேமிப்பு: *(பெ):* (வங்கி (அ) அஞ்சலகத்தில்) தொகை குறைவாக இருந்தாலும் அவ்வப்போது செலுத்தி சேமிக்கும் முறை; small savings (scheme in a bank or post-office).

சிறுசொல்: *(பெ):* பழிச்சொல்; இழிசொல்; slighting language; censure; reproach.

சிறுசோறு: *(பெ):* சித்திரான்னம்; கூட்டாஞ்சோறு; a kind of rice preparation flavoured with spices; toy food of sand in girl's play.

சிறுதகைமை: *(பெ):* அடக்கமான பண்பு; humility; meekness.

சிறுதடி: *(பெ):* பாத்தி; சிறுவயல்; garden plot; bed; pan.

சிறுதரம்: *(பெ):* இளம்பருவம்; juvenility.

சிறுதனம்: *(பெ):* சிறுபிள்ளைத்தனம்; சிறுசேமிப்பு; childish nature; small savings.

சிறுதாரை: *(பெ):* நீர் வீசும் துருத்தி; sprayer made of bamboo or wood.

சிறுதிசைகள்: (பெ): வடகிழக்கு; வடமேற்கு; தென்கிழக்கு; தென்மேற்கு; North-east; North-west; South-east; South-west.

சிறுதிட்டை: (பெ): சிறுமேடு; mound.

சிறுதீனி: (பெ): நொறுக்குத்தீனி; snack.

சிறுதுகில்: (பெ): கந்தை; tatters.

சிறுதுணுக்கு: (பெ): ஒன்றின் நுண்மையான பகுதி; minute particle; granule.

சிறுதுண்டு: (பெ): முழுமையானதிலிருந்து பிரிந்த (அ) பிரிக்கப்பட்ட மிகச் சிறிய பகுதி; small piece or block.

சிறுதுளி: (பெ): சிறு சொட்டுத் திரவம்; மிகச்சிறிய அளவு; driblet; tiny quantity.

சிறுதெய்வம்: (பெ): தம் குறைகள் நீங்கிட வேண்டி மக்கள், கிராம பூசாரி மூலமாகப் பூசை செய்யும் கிராமத்துத் தெய்வம்; the village deity worshipped by the people for alleviation and whose pooja is conducted by a non-brahmin village priest.

சிறுதேர்: (பெ): குழந்தைகள் தங்களது விளையாட்டிற்காகச் செய்திடும் பொம்மை போன்ற சிறியதேர்; child's toy cart.

சிறுதொழில்: (பெ): ஒரு வரையறைக்கு உட்பட்ட மூலதனத்தில் இருந்து நடத்தப்படும் தொழில்; small scale industry.

சிறுத்தல்: (வி): சிறிதாதல்; தடுத்தல்; சுருங்குதல்; be short; be small; to hinder; to resist.

சிறுத்தை: (பெ): செம்பழுப்பு நிறத் தோலில் கரும் புள்ளிகளைக் கொண்டதும், வெகு வேகமாக ஓடக் கூடியதும், புலியைவிடச் சிறியதுமான ஒரு விலங்கு; leopard; panther cheetah.

சிறு நகை: (பெ): புன்னகை; புன்சிரிப்பு; smile.

சிறுநாகம்: (பெ): பூநாகம்; a species of very small snake found among flowers, considered to be poisonous.

சிறுநாக்கு: (பெ): உள்நாக்கு; uvula.

சிறுநீரகம்: (பெ): உடம்பில்; இரத்தத்திலிருந்து கழிவுப்பொருட்களைப் பிரித்துச் சிறுநீராக வெளியேற்றும் அவரை விதைவடிவில் இருக்கும் உறுப்பு; kidney.

சிறுநீர்: (பெ): மனித உடம்பிலிருந்து பிறப்புறுப்பின் மூலம் கழிவாக வெளியேறிடும் உப்புநீர்; மூத்திரம்; urine.

சிறுநீர்ப்பை: (பெ): சிறுநீரகங்களில் இருந்து பிரிக்கப்படும் சிறுநீர் வந்து தங்கிடும் பை; urinary bladder.

சிறுநெல்லி: (பெ): அரிநெல்லிக்காய்; otaheite gooseberry.

சிறுநெறி: (பெ): தீயவழி; குறுகிய வழி; evil path; narrow path.

சிறுநோக்கு: (பெ): குறுகியநோக்கு; look of contempt.

சிறுபஞ்சமூலம்: (பெ): கண்டங்கத்திரி, சிறு மல்லிகை, பெருமல்லிகை, சிறுவழுதுளை, சிறுநெருஞ்சி என்னும் ஐந்தின் வேர்களைக் கொண்டு செய்யும் மருந்து; ஒரு நூல்; a compound medicine prepared from five herb-roots; Sirupanchamoolam, a poetic treatise of ancient times.

சிறுபட்டி: (பெ): கட்டுக்கடங்காத இளைஞன்; unruly youngster.

சிறுபதம்: (பெ): வழி; தண்ணீராகிய உணவு; path; way; water as of food.

சிறுபத்திரிகை: (பெ): இலக்கியம், அறிவியல் போன்றகுறிப்பிட்ட துறைகளில் குறைந்த அளவு வாசகர்களைக் கொண்டு இலாப நோக்கில்லாமல் நடத்தப்படும் பத்திரிகை; a journal with limited circulation and run without any profit motive; little magazine.

சிறுபயிறு: (பெ): பாசிப்பயறு; Green gram.

சிறுபயிர்: (பெ): குறுகிய காலத்துப் பயிர்; minor crops.

சிறுபருப்பு: (பெ): பச்சைப் பயத்தம் பருப்பு; green gram pulse.

சிறுபறை: (பெ): கைம்மேளம்; தோற்கருவி வகை; timbrel; tambourine; a kind of drum.

சிறுபான்மை: (பெ): மொத்த எண்ணிக்கையோடு ஒப்பிடும்போது குறைவான அளவு; minority; not many.

சிறுபிராயம்: (பெ): இளம்பருவம்; இளம் வயது; young age; childhood.

சிறுபிள்ளை: (பெ): கைக்குழந்தை; குழந்தை; இளம் பிள்ளை; இளைஞன்; infant; child; youngster.

சிறுபிள்ளைத்தனம்: (பெ): குழந்தையைப் போல் முதிர்ச்சியில்லாமலும், பொறுப்பற்ற முறையிலும் செயல்படும் தன்மை; childishness.

சிறுபுறம்: (பெ): பிடரி; சிறிய பரிசு; nape, back of the neck; small gift.

சிறுபெண்: (பெ): இளம்பெண்; girl.

சிறுப்பம்: (பெ): இளமை; youth.

சிறுப்பனை: (பெ): இழிவு; வறுமை; தொந்தரவு; meanness; poverty; trouble.

சிறுமகன்: (பெ): முட்டாள்; அறிவிலி; ஒன்றும் அறியாதவன்; சிறுவன்; fool; idiot; ignoramus; boy.

சிறுமணி: (பெ): ஒரு நெல் வகை; சதங்கை; காராமணி வகை; a kind of paddy; string of small metal balls; chowlee bean.

சிறுமலை: (பெ): பெரிய கற்பாறை; குன்று; huge rock; hill.

சிறுமல்: (பெ): தண்ணீர் விட்டான் கிழங்கு; a kind of water plant.

சிறுமாரோடம்: (பெ): மரவகை; a kind of tree.

சிறுமி: (பெ): மகள்; இளம்பெண்; daughter; young girl.

சிறுமியம்: (பெ): சேறு; mud.

சிறுமீன்: (பெ): அருந்ததி நட்சத்திரம்; அயிரைமீன்; scarcely visible Alcor of the Great Bear Constellation; loach.

சிறுமுத்தன்: (பெ): ஆண்பொம்மை; male toy.

சிறுமுதுக்குறைமை: (பெ): இளம்பிராயத்திலேயே முதிர்ச்சியடைதல்; precociousness.

சிறுமுறி: (பெ): கைச்சீட்டு; சிறுகுறிப்பு; chit; a small note.

சிறுமூசை: (பெ): உலோகங்களை உருக்க உதவும் சிறிய மண் குகை; a small crucible.

சிறுமூலகம்: (பெ): திப்பிலி; பூண்டு வகை; long pepper; a kind of herb.

சிறுமூலம்: (பெ): திப்பிலி; long pepper.

சிறுமை: (பெ): இழிவு; கீழ்மை; கயமைத்தனம்; இளமை; நுண்மை; எளிமை; குறைபாடு; வறுமை; பஞ்சம்; குற்றம்; நோய்; துன்பம்; மிகுகாமம்; shame; meanness; baseness; youth; minuteness; ease; deficiency; poverty; famine; fault; disease; misery; lust.

- *சிறுமையுள் நீங்கிய இன்சொல் மறுமையும்*
  இம்மையும் இன்பம் தரும். - *குறள் 98.*
- *சிறுமையும் செல்லாத் துனியும் வறுமையும்*
  இல்லாயின் வெல்லும் படை. - *குறள் 769.*
- *சிறுமை பலசெய்து சீரழிக்கும் சூதின்*
  வறுமை தருவதொன்று இல். - *குறள் 934.*
- *சிறுமை நமக்கொழியச் சேண்சென்றார் உள்ளி*
  நறுமலர் நாணின கண். - *குறள் 1231.*

சிறுமையர்: (பெ): கீழ் மக்கள்; mean persons.

சிறுவணிகன்: (பெ): குறைந்த மூலதனத்தில் வியாபாரம் செய்பவன்; monger.

சிறுவம்: (பெ): இளமை; youth.

சிறுவயது: (பெ): இளம் வயது; பிள்ளைப்பருவம்; young age; childhood.

சிறுவர் சீர்திருத்தப்பள்ளி: (பெ): குற்றம் புரிந்த சிறார்களை நீதிமன்றத் தீர்ப்பின் அடிப்படையில் நல்வழிப்படுத்த அரசு ஏற்படுத்தியிருக்கும் அமைப்பு; reform school for juvenile offenders; Borstal.

சிறுவல்: (பெ): இளம்பருவம்; குழந்தை; தடை; young age; child; obstacle.

சிறுவன்: (பெ): மகன்; பையன்; இளைஞன்; son; boy; lad.

சிறுவாள்: (பெ): கை வாள்; hand-saw.

சிறுவி: (பெ): மகள்; daughter.

சிறுவிடு: (பெ): கொள்ளு தானியம்; the gram used as fodder for horse.

சிறுவிடுப்பு: (பெ): தற்செயல் விடுப்பு; casual leave.

சிறுவிரல்: (பெ): சுண்டுவிரல்; little finger.

சிறுவிலை: (பெ): பஞ்சகாலம்; famine period.

சிறுவீடு: (பெ): சிறிய இல்லம்; அதிகாலை நேரத்தில் பால்கறக்கும்முன்பாகப் பசுக்களை மேய விடுதல்; a small house; letting out cows in the early morning hours to graze before they are milked.

சிறுவெண்காக்கை: (பெ): கழுத்துப் பகுதியில் சிறு வெண்மை நிறங்கொண்ட காகம்; the crow having a greyish neck.

சிறுவோர்: (பெ): சிறுபிள்ளைகள்; children.

சிறை: (பெ): காவல்; சிறைச்சாலை; அடிமைத்தனம்; அடிமையாள்; இளம்பெண்; அழகானபெண்; அணை; நீர்நிலை; இடம்; பக்கம்; கரை; மதில்; வரம்பு; இறகு; யாழ் நரம்புக் குற்ற வகையுள் ஒன்று; protection; prison; slavery; slave; young woman; beautiful woman; dam; water source; place; side; bund; fortification; boundary; limit; feather; the fault in the string of lute.

- *சிறைகாக்கும் காப்புஎவன் செய்யும் மகளிர்*
  நிறைகாக்கும் காப்பே தலை. - *குறள் 57.*
- *சிறைநலனும் சீரும் இலரெனினும் மாந்தர்*
  உறை நிலத்தோடு ஒட்டல் அரிது. - *குறள் 499.*

சிறைக்கணித்தல்: (வி): புறக்கணித்தல்; to ignore; to neglect.

சிறைக்கூடம்: (பெ): சிறைச்சாலை; prison; jail.

சிறைசெய்: (வி): கைது செய்; to arrest.

சிறைச்சாலை: (பெ): காவற்கூடம்; சிறைக்கூடம்; prison.

சிறைதல்: (வி): திரும்புதல்; வெளுத்துப் போதல்; நிறம் அழிதல்; to turn; to become pale; to lose colour.

சிறைத்தல்: (வி): கண்களைச் சுழற்றி விழித்தல்; to glance with rolling eyes.

சிறைபிடித்தல்: (வி): கைது செய்தல்; to arrest; to take captive.

சிறைபிடிப்போன்: (பெ): குற்றவாளியைக் கைது செய்பவன்; captor.

சிறைப்படுதல்: (வி): கைது செய்யப்படுதல்; சிறையிலடைக்கப்படுதல்; taken captive; be imprisoned.

சிறைப்படுத்துதல்: (வி): சிறையில் அடைத்தல்; to remand.

சிறைப்பட்டவன்: (பெ): கைது செய்யப்பட்டவன்; captive; prisoner.

சிறைப்பட்டுள்ள: (பெ.அ): கைது செய்யப்பட்டுள்ள; captive.

சிறைப்புறம்: (பெ): இரகசிய இடம்; சிறை; secret place; prison-cell.

சிறையிருப்பு: *(பெ):* தடுப்புக்காவல்; எல்லைக்கு உட்படுத்தல்; confinement.

சிறையீடு: *(பெ):* சிறைப்படுத்துதல்; காவல்; imprisonment; a guarding.

சிறைவன்: *(பெ):* கைது செய்யப்பட்டவன்; prisoner; captive.

சிறைவிடு: *(பெ):* சிறையினின்றும் வெளிவிடுகை; release from prison.

சிறைவைத்தல்: *(வி):* காவலில் வைத்தல்; to imprison; to take under custody.

சிற்குணம்: *(பெ):* மெய்யறிவு; enlightenment.

சிற்குணன்: *(பெ):* கடவுள்; God.

சிற்சபை: *(பெ):* சிதம்பர நடன சபை; Sirchabai in Chidambaram, a shrine of Lord Nataraja.

சிற்சுகம்: *(பெ):* ஞானானந்தம்; intellectual pleasure.

சிற்பம்: *(பெ):* கல்லில் செதுக்கிய உருவம்; அற்பம்; சிற்பக்கலை; சிந்திக்கை; தொழில் திறமை; statue; meanness; architecture; thinking; artistic skill.

சிற்பரம்/சிற்பரன்: *(பெ):* கடவுள்; God.

சிற்பரவுப்பு: *(பெ):* இந்துப்பு; rock-salt.

சிற்பரை: *(பெ):* பார்வதிதேவி; சலவை சோப்புக்கட்டி; Goddess Parvathi, the consort of Lord Shiva; washing soap.

சிற்பன்: *(பெ):* படைப்புத் தொழில் செய்பவனாகிய பிரம்மா; சிற்பி; Lord Brahma, as of the creator of all living beings and other things; sculptor.

சிற்பி: *(பெ):* சிற்பம் வடிக்கும் கலைஞன்; sculptor.

சிற்றகத்தி: *(பெ):* மரவகை; a kind of tree.

சிற்றடி: *(பெ):* சிறு பாதம்; a small foot.

சிற்றண்டம்: *(பெ):* முட்டை; egg.

சிற்றப்பன்: *(பெ):* சித்தப்பா; father's younger brother.

சிற்றம்பலம்: *(பெ):* சிற்சபை; Sirchabai in Chidambaram, a shrine of Lord Nataraja.

சிற்றம்பலவன்: *(பெ):* சிதம்பரத்தில் நடனமாடும் நடராசப் பெருமான்; Lord Nataraja who dances at Chidambaram, a shrine of him.

சிற்றரசன்: *(பெ):* குறுநில மன்னன்; chieftain who accepts the overlordship of a king.

சிற்றரத்தை: *(பெ):* ஒரு செடி வகை; a kind of plant.

சிற்றலை: *(பெ):* (வானொலியில்) நூறிலிருந்து பத்து மீட்டர் நீளத்துக்குட்பட்ட ஒருமின் காந்த அலை; short wave.

சிற்றவை: *(பெ):* சிறிய தாய்; மாற்றாந்தாய்; சித்தி; step-mother; father's second wife; mother's younger sister.

சிற்றறிவன்: *(பெ):* ஆன்மா; soul.

சிற்றறிவு: *(பெ):* (அடக்கத்துடன் கூறுகையில்) அறிவு; (an expression of deference) limited knowledge.

சிற்றாடை: *(பெ):* சிறுமியர் அணிந்து கொள்ளும் அகலக் குறைவான சேலை; தாவணி; a small saree worn by girls.

சிற்றாமணக்கு: *(பெ):* ஆமணக்கு வகை; a kind of castor plant.

சிற்றால்: *(பெ):* கல்லத்தி மரம்; a kind of tree.

சிற்றாள்: *(பெ):* சித்தாள்; ஏவலாள்; கொத்தனார்க்கு உதவிபுரியும் கூலியாள்; servant; mason's assistant. • ஒரு **சிற்றாள்** வேலை எட்டாள் வேலைக்குச் சமம் - *பழமொழி.*

சிற்றாறு: *(பெ):* சிறிய ஆறு; rivulet.

சிற்றி: *(பெ):* பசளைக் கீரை; சித்தி; a kind of greens; step-mother; father's second wife.

சிற்றிலக்கம்: *(பெ):* பின்னம்; சிறுதொகை; fraction; small amount.

சிற்றிலக்கியம்: *(பெ):* பிரபந்தம்; minor literary genre.

சிற்றிலை: *(பெ):* கடுக்காய்; சிறுஇலை; குன்றிமணி; gall-nut; small leaf; crab's eye.

சிற்றில்: *(பெ):* சிறு வீடு; சிறார் கட்டி விளையாடும் மணல் வீடு; கந்தை; small house; the toy house of sand; tatters; rags.

சிற்றினம்: *(பெ):* நல்லறிவு இல்லாத தாழ்ந்தோர்; group of low people without having knowledge.

- ***சிற்றினம்*** *அஞ்சும் பெருமை சிறுமைதான்*
  சுற்றமாச் சூழ்ந்து விடும். - *குறள் 451*

சிற்றின்பம்: *(பெ):* பெண்களால் கிடைத்திடும் உடலுறவு இன்பம்; உலக வாழ்வில் பெற்றிடும் இன்பம்; sexual pleasure; earthly pleasure.

- ***சிற்றின்பம்*** *வெஃகி அறனல்ல செய்யாரே*
  மற்றின்பம் வேண்டு பவர். - *குறள் 173*

சிற்றுணா/சிற்றுணவு: *(பெ):* சிற்றுண்டி; tiffin; light refreshment.

சிற்றுண்டிச்சாலை: *(பெ):* சிற்றுண்டி வகையும், காபி போன்ற பான வகைகளும் சாப்பிடக் கிடைக்கும் இடம்; canteen; snack restaurant.

சிற்றுதல்: *(வி):* சஞ்சலப்படுதல்; to make anxious.

சிற்றுயிர்: *(பெ):* சிறு புழுக்கள், பூச்சிகள், பிராணிகள் போன்ற சிறு உயிரினங்கள்; animalcule.

சிற்றுளி: *(பெ):* தச்சுக்கருவி; carpenter's chisel.

சிற்றூதிய வேலை: *(பெ):* குறைந்த வருமானத்தை அளித்திடும் வேலை; the job which gives a minimum income.

சிற்றூர்: *(பெ):* சிறிய ஊர்; குக்கிராமம்; குறிஞ்சி நிலத்து ஊர்; small town; hamlet; the village in hilly tract.

சிற்றூறல்: *(பெ):* (சிறு + ஊறல்) சிறு நீரூற்று; a small spring of a well, pond, etc.

சிற்றெலி: *(பெ):* சுண்டெலி; mouse.

சிற்றெறும்பு: *(பெ):* எறும்பு வகை; a kind of ant.

சினகரம்: *(பெ):* சிறு கோயில்; அரண்மனை; சமணக்கோயில்; small temple; palace; Jain temple.

சினங்கொள்ளுதல்: *(வி):* கோபம் கொள்ளுதல்; to resent.

சினத்தல்: *(வி):* கோபித்தல்; be very angry.

சினமுள்ள: *(பெ.அ):* கோபம் கொண்ட; angry.

சினமுறச்செய்தல்: *(வி):* கோபம் கொள்ளச் செய்தல்; to offend.

சினம்: *(பெ):* கோபம்; நெருப்பு; போர்; வெம்மை; anger; fire; war; battle; heat.

- ***சினமென்னும் சேர்ந்தாரைக் கொல்லி இனமென்னும் ஏமப் புணையைச் சுடும்.*** *- குறள் 306.*

சினவரன்: *(பெ):* கோபத்தை அடக்கியவன்; one who controls anger.

சினவர்/சினவுநர்: *(பெ):* பகைவர்; enemies.

சினவல்: *(பெ):* போர்; battle; war.

சினாது: *(பெ):* மெலிவு; மெலிந்தது; weakness; that which is thin.

சினாவில்: *(பெ):* தும்பைப் பூண்டு; white-dead nettle.

சினேகபலம்: *(பெ):* நட்பு; எண்ணெய்; friendship; oil.

சினிமா: *(பெ):* திரைப்படம்; cinema; film; movie.

சினேகம்: *(பெ):* நட்பு; friendship.

சினேகிதன்: *(பெ):* நண்பன்; friend.

சினேகிதி: *(பெ):* சினேகிதன் என்பதன் பெண்பால்; female friend.

சினேசம்: *(பெ):* சாதிக்காய்; nut-meg.

சினை: *(பெ):* கருப்பம்; சூல்; முட்டை; பூவரும்பு; உறுப்பு; மூங்கில்; மரக்கிளை; pregnancy (in animals); egg; flower bud; part; bamboo; branch of a tree.

சினைத்தல்: *(வி):* தோன்றுதல்; பூவரும்புதல்; தழைத்தல்; பருத்தல்; கருக்கொள்ளுதல்; to arise; to form bud; to grow luxuriantly; to grow stout; be impregnated.

சினைப்படுத்துதல்: *(வி):* கருக்கொள்ள வைத்தல்; to impregnate.

சினைப்பூ: *(பெ):* மரக்கொம்புகளில் பூக்கும் பூ; the flower which blossoms on the branch of a tree.

சினைப்பெயர்: *(பெ):* உறுப்பின்பெயர்; name of the limbs or parts of the body.

சின்: *(பெ):* ஓர் அசைச்சொல்; ஞானம்; an expletive article; knowledge; intellect.

சின்முத்திரை: *(பெ):* சைவ சித்தாந்தப்படி உயிர்கள் இறைவனுடன் இணையும் நிலையைக் குறிக்கும் விதத்தில் பெருவிரலையும் சுட்டு விரலையும் சேர்த்து, மற்ற மூன்று விரல்களையும் உயர்த்திப் பிரித்துக் காட்டும் ஒரு முத்திரை; posture of the hand in which the top of the index finger keeps touching the thumb while the other three fingers are raised upwards and kept apart to signify the union of soul with God.

சின்மை: *(பெ):* சிறுமை; இழிவு; குரலின் மென்மை; smallness; vulgarity; softness of voice.

சின்மொழி: *(பெ):* இழிவான சொல்; vulgar word.

சின்ன: *(பெ.அ):* சிறிய; சாதாரண; அற்பமான; இழிந்த; இளைய; small; little; ordinary; insignificant, inferior; low; young. • ***சின்னச் சின்னப்*** பேச்சு சிங்காரப்பேச்சு; வண்ண வண்ணப் பேச்சு மெத்த வழக்கமான பேச்சு. • ***சின்னச் சின்னப்*** பேச்சும் சிரித்தாற் போல வார்த்தையும். • ***சின்னச் சின்ன*** ஆசைகள் - *பழமொழிகள்.*

சின்னகை: *(பெ):* புன்னகை; smile.

சின்னஞ்சிறிய: *(பெ.அ):* மிகவும் இளைய; மிகவும் சிறிய; very small; very young.

சின்னது: *(பெ):* சிறியது; small.

சின்னத்தனம்: *(பெ):* சுய நலமும், குறுகிய மனப்பான்மையும் கொண்ட போக்கு; அற்பத்தனம்; meanness.

சின்னபின்னம்: *(பெ):* கண்ட துண்டம்; hacked pieces.

சின்னபுத்தி: *(பெ):* குறுகிய மனப்பான்மை; சுயநல புத்தி; petty-mindedness.

சின்னமலர்: *(பெ):* விடுபூ; loose flower, as not strung in a garland.

சின்னமுத்து: *(பெ):* அம்மை நோய் வகை; a kind of measles.

சின்னமுள்: *(பெ):* கடிகாரத்தில் மணி என்னும் கால அளவைக் காட்டும் முள்; hour hand of a clock.

சின்னம்: *(பெ):* அடையாளம்; அற்பம்; சிறியது; மகளிர் மர்மத்தானம்; முறம்; மழைத்தூறல்; இகழ்ச்சி; விடுபூ; பொடி; காசு; துண்டு; insignia; sign; mark; badge; worthlessness; small; the genital part of women; winnowing fan; drizzling; vilification; loose flower, as not strung in a garland; dust; coin; piece.

சின்னம்மா/சின்னாயி: *(பெ):* சித்தி; வீட்டுத் தலைவி அல்லாத பிற பெண்களை அழைக்கும் சொல்; aunt; step-mother; mother's younger sister; wife of father's brother; a term of respect used by outsiders for any woman other than the head of the family.

சின்னம்மை: *(பெ):* ஒரு வகை நுண்ணுயிரிகளால் காய்ச்சலும், உடலில் சிறு கொப்புளங்களும் உண்டாகும் ஒரு நோய்; chicken-pox.

சின்னல்: *(பெ):* பகட்டு; வேடிக்கை; vanity; pomp; fun.

சின்னாருகம்: (பெ): சீந்திற்கொடி; a herb.

சின்னி: (பெ): சிறியது; ஒரு முகத்தலளவை; இலவங்கம்; குன்றிமணி; small; a measure of capacity; cinnamon seed; crab's eye.

சின்னீர்: (பெ): சிறுநீர்; urine.

சின்னை: (பெ): பெரிய கடல் மீன் வகை; a kind of large sea-fish.

சிஷ்யகோடி: (பெ): (மரபு வழிக் கல்வி) மாணவர் (அ) மாணவர் குழாம்; disciple or group of disciples.

சிஷ்யன்: (பெ): கல்வி, கேள்வி, கலை ஆகியவற்றில் சிறந்தவரிடம் மாணவனாக இருப்பவன்; disciple of a master.

சிஷ்யை: (பெ): சிஷ்யன் என்பதன் பெண்பால்; female disciple.

சீ

சீ: (பெ): திருமகள்; ஒருவகை அடைமொழி; சீழ்; சளி; இகழ்ச்சிக் குறிப்பு; Lakshmi, Goddess of Wealth; a kind of attributive phrase; pus; phlegm; an exclamatory word of contempt, anger, resentment, etc.

சீ என்று போ: (வி): அளவுக்கதிகமாக வெளுத்துப் போதல்; to cause a sickening feeling.

சீகம்புல்: (பெ): ஊகம்புல்; broom-stick grass.

சீகம்: (பெ): தமரத்தை மரம்; a kind of tree.

சீகரம்: (பெ): மழை; செல்வம்; வளமை; நீர்த்துளி; அலை; கவரி; rain; wealth; prosperity; drop of water; wave; bushy hair of the lion made as a fan used as a fly-flapper for idols or as a royal insignia.

சீகரி: (பெ): நீர்த்திவலை; drop of water.

சீகா: (பெ): பஞ்சலோகம்; alloy of five metals,viz. gold, iron, copper, lead and silver.

சீகாரம்: (பெ): பண் வகை; a kind of music.

சீகாரியம்: (பெ): மங்கலமான செயல்; auspicious work.

சீக்கட்டு: (பெ): சீழ்க்கட்டியிருத்தல்; abscess.

சீக்கல்: (பெ): சிவப்புக்கப்பிக்கல்; laterite.

சீக்காய்: (பெ): சீயக்காய்; பழுத்திடாத பனங்காய்; soap-pod wattle; unripe palmyra fruit.

சீக்காளி: (பெ): நோயாளி; மதிப்பற்றவன்; sick person; invalid person.

சீக்கியர்: (பெ): கி.பி. **1500**-ல் பஞ்சாபில் நிறுவப்பட்ட ஓர் இந்து சமூகம்; a sect in Hindu community founded in the year 1500 AD in Punjab.

சீக்கிரம்: (பெ): விரைவு; குதிரை பூட்டிய பெட்டி வண்டி; கோபம்; அம்பு; உறைப்பு; swiftness; a kind of coach pulled by horses; anger; severity; arrow; pungency.

சீக்கிரி: (பெ): உசிலமரம்; a fine timber tree whose leaves are used as soap.

சீக்கு: (பெ): வியாதி; உடல் நலமின்மை; disease; sickness.

சிக்குரு: (பெ): முருங்கை மரம்; horse raddish tree.

சீக்கை: (பெ): கோழை; phlegm.

சீங்கண்ணி: (பெ): முதலை வகை; a kind of crocodile.

சீசகம்: (பெ): ஈயம்; பைத்தியம்; lead; madness.

சீசம்: (பெ): பைத்தியம்; madness.

சீசா: (பெ): கண்ணாடிக்குப்பி; glass bottle.

சீடன்: (பெ): மாணவன்; சிஷ்யன்; pupil; disciple.

சீடு: (பெ): சீட்டம்; நூற்கண்டு; skein of thread.

சீடை: (பெ): உருண்டை வடிவான பலகார வகை; ஒரு மீன் வகை; small ball cakes of rice flour; a kind of fish.

சீட்டாடுதல்: (வி): பணம் வைத்து (அ) வைக்காது சீட்டு விளையாடுதல்; to play a game of cards.

சீட்டாட்டம்: (பெ): சீட்டுகளை ஒருவருக்கு இத்தனை என்று பிரித்துக் கொடுத்து விளையாடும் விளையாட்டு; game of cards.

சீட்டி: (பெ): ஊதுகுழல்; சீழ்க்கை ஒலி; அச்சடித்த பருத்தித்துணி; pipe or child's whistle; whistle by mouth; printed cotton cloth.

சீட்டியடி: (வி): வாயினால் சீட்டி எழுப்புதல்; to whistle.

சீட்டிலொன்று: (பெ): ஒழுங்கீனன்; அயோக்கியன்; knave.

சீட்டு: (பெ): விளையாட்டுக்கு உபயோகப்படுத்தும் ஐம்பத்திரண்டு அட்டைகள் (அ) அட்டைகளுள் ஒன்று; ஒருவரை குறிப்பிட்ட நாட்களுக்குக் குறிப்பிட்ட தொகை எனக் கட்டச்செய்து குலுக்கலின் மூலம் தொகையையோ, பொருளையோ தரும் முறை; ரசீது; பேருந்து, இரயில் பயணக் கட்டண அத்தாட்சியாகத்

சீட்டுக்கட்டு 460 சீதை

தரப்படும் அச்சடிக்கப்பட்ட அட்டை (அ) தாள்; குறிப்பு, முகவரி போன்றவற்றை எழுதிய துண்டுத்தாள்; இருக்கை; பட்டியல்; பத்திரம்; a single playing card; a system in which money is paid in instalments and the accumulated amount or the article for which the money is paid is given to the subscribers either by draw or by auction; receipt; ticket for journey; note or slip for writing one's request, address, prescription, etc.; seat; list; document.

சீட்டுக்கட்டு: *(பெ):* கலைத்துப் பங்கிட்டு விளையாடும் பல்வேறு மதிப்புடைய ஐம்பத்திரண்டு அட்டைகள்; a pack of playing cards; *(வி):* பணம், பாத்திரம் போன்ற சீட்டில் உறுப்பினராகச் சேர்ந்து குறிப்பிட்ட தொகையைச் செலுத்துதல்; to pay subscription to a chit.

சீட்டுக்கவி: *(பெ):* முற்காலத்தில் புலவர்கள் தம்மை ஆதரிக்க வேண்டி எழுதிய செய்யுள் வடிவக் கடிதம்; (formerly) letter written in verse by a poet to his patron.

சீட்டுக்கிழி: *(வி):* வேலையை விட்டு நீக்குதல்; வேலை பறிபோதல்; to sack a person; to get sacked; be terminated from service.

சீட்டுக்குலுக்கு: *(வி):* தேர்ந்தெடுத்திட வேண்டி குறிப்பிட்ட பெயர்கள் (அ) எண்கள் எழுதப்பட்ட காகிதச் சுருள்களைக் குலுக்கிப் போட்டு ஒன்றினை எடுத்தல்; to pick one from the lot to decide the winner or to select one; to draw lots.

சீட்டுப்பிடி: *(வி):* பணம், பாத்திரம் போன்ற சீட்டுக்கான உறுப்பினர்களைச் சேர்த்தல்; to organize a chit by enlisting subscribers.

சீணம்: *(பெ):* கேடு; சோர்வு; ruin; depression.

சீணித்தல்: *(வி):* அழிதல்; வலி குறைதல்; to ruin; to destroy; to reduce pain.

சீண்டு: *(பெ):* புளித்த தயிர் போன்றவற்றின் துர்நாற்றம்; stench as of rancid curd. *(வி):* (விளையாட்டாக (அ) குறிப்பிட்ட நோக்குடன்) கோபம், எரிச்சல் போன்றவை உண்டாகுமாறு சிறு தொல்லை தருதல்; to tease someone; to provoke.

சீதகம்: *(பெ):* ஈயம்; lead.

சீதகன்: *(பெ):* சுக்கிரன்; சந்திரன்; சோம்பித் திரிபவன்; Planet Venus; the moon; lazy man; lazy-bone.

சீதகிரணன்: *(பெ):* சந்திரன்; the moon.

சீதகும்பம்: *(பெ):* அலரி; oleander.

சீதக்கழிச்சல்: *(பெ):* சீதபேதி வகை; a kind of dysentery.

சீதசம்பகம்: *(பெ):* கண்ணாடி; mirror.

சீதசுரம்: *(பெ):* குளிர் காய்ச்சல்; fever with shivering.

சீதபேதி: *(பெ):* இரத்தமும், சளியும் கலந்து மலம் அடிக்கடி வெளியேறும் ஒரு நோய்; dysentery.

சீதப்பிரபம்/சீதமயூகம்: *(பெ):* கற்பூரம்; camphor.

சீதமண்டலம்: *(பெ):* சந்திரன்; the moon.

சீதமண்டலி: *(பெ):* பாம்பு வகை; a kind of snake.

சீதமேகரோகம்: *(பெ):* நீரிழிவு நோய்; diabetes.

சீதம்: *(பெ):* குளிர்ச்சி; நீர்; மேகம்; சோம்பு; சந்தனம்; கள்; சீதமலம்; அகில் மரம்; நரகம்; coldness; water; cloud; anise; sandal wood; toddy; dysentery; eagle wood; a hell.

சீதரன்: *(பெ):* திருமால்; Lord Vishnu.

சீதவாரம்: *(பெ):* மல்லிகைச் செடி; உத்தாமணிக் கொடி; jasmine plant; a kind of herb.

சீதளம்: *(பெ):* குளிர்ச்சி; ஈரம்; சந்தனம்; தாமரை; துருசு; coldness; wetness; sandal wood; lotus; copper sulphate.

சீதளாதேவி: *(பெ):* மாரியம்மன்; Mariyamman; a village female deity.

சீதளை: *(பெ):* கொடி மாதுளை; மாரியம்மன்; a kind of pomegranate; Mariamman, a village female deity.

சீதனக்காரி: *(பெ):* சீதனத்துடன் வந்த மணப்பெண்; the bride who brought the necessary things for a family as gift from her parents.

சீதனம்: *(பெ):* மணமகள் கொண்டுவரும் சீர்வரிசை; the things brought by the bride as gift from her parents.

சீதாங்கனை: *(பெ):* சீதாப்பிராட்டி; Seetha, the wife of Sri Rama.

சீதாபதி: *(பெ):* சீதையின் கணவரான ஸ்ரீ இராமபிரான்; Sri Rama, the husband of Seetha Devi.

சீதாரி: *(பெ):* சாம்பிராணி; நகரம்; gum-benzoin burnt as incense; town.

சீதி: *(பெ):* குளிர்; பாவம்; முற்றும் துறத்தல்; coldness; sin; the act of renouncing worldly possessions, attachments etc.

சீது: *(பெ):* மது; ஈயம்; liquor; lead.

சீதுகந்தம்: *(பெ):* மகிழ மரம்; pointed-leaved ape-flower tree.

சீதேவி: *(பெ):* திருமகள்; செங்கழுநீர்; மகளிர் தலைக்கோல ஆபரண வகை; Lakshmi, Goddess of Wealth; purple Indian water lily; a kind of woman's head ornament.

சீதை: *(பெ):* உழுபடைச் சால்; இராமபிரானின் மனைவி; furrow; Seetha, wife of Sri Rama as having sprung from a furrow.

சீதோதகம்: *(பெ):* குளிர்ந்த நீர்; cold water.

சீத்தல்: *(வி):* துடைத்தல்; கிளறிக் கீறுதல்; போக்குதல்; பெருக்கித் தள்ளுதல்; தூயதாக்குதல்; to wipe; to slice by poking; to dispel; to sweep; to purify.

சீத்தா: *(பெ):* ஒரு வகைப் பழம்; a kind of fruit, custard apple.

சீத்தி: *(பெ):* தாழ்வு; degradation.

சீத்துவம்: *(பெ):* திறன்; வளம்; தூய்மை; சத்து; efficiency; resources; richness; purity; content.

சீத்தைக்காடு: *(பெ):* அடர்ந்த காடு; dense forest.

சீந்தல்: *(பெ):* ஒரு படர் கொடி; a kind of creeper.

சீந்துதல்: *(வி):* சீறுதல்; சிந்துதல்; சினத்தல்; மதித்தல்; தீண்டுதல்; to growl; to spill; to get angry; to value; to touch.

சீபண்டாரம்: *(பெ):* கோயில் சொத்து; temple's property.

சீபதி: *(பெ):* விஷ்ணு; Lord Vishnu.

சீபலம்: *(பெ):* வில்வம்; bael tree.

சீப்பு: *(பெ):* தலை வாரும் சீப்பு; வாழைக் குலை; கதவின் தாள்; கோரை வகை; மதகின் அடைபலகை; விலா எலும்பு; நெசவுத்தறியின் உறுப்பு; comb; small cluster or bunch of plaintain fruits; latch; a kind of sedges and bulrushes; sluice gate; limb; a part of the weaving loom.

சீமங்கலி: *(பெ):* நாவிதன்; barber.

சீமதி: *(பெ):* அழகான பெண்; beautiful woman.

சீமத்து: *(பெ):* செல்வம்; wealth.

சீமந்த: *(பெ.அ):* மூத்த; சிரேஷ்ட; first; eldest.

சீமந்தம்: *(பெ):* முதல் கர்ப்பத்தை அடையும் பெண்ணுக்கு எட்டாம் மாதத்தில் கணவனது வீட்டில் செய்யப்படும் சடங்கு; ceremony in the eighth month of the first pregnancy of a woman conducted in the house of her husband.

சீமந்தினி: *(பெ):* பெண்; woman.

சீமம்: *(பெ):* எல்லை; boundary.

சீமாட்டி/சீமாள்: *(பெ):* பெருமாட்டி; தலைவி; lady.

சீமான்: *(பெ):* செல்வந்தன்; சிவபெருமான்; தலைவன்; திருமால்; rich man; wealthy man; Lord Shiva; master; Lord; Lord Vishnu.

சீமுக: *(பெ):* ஒரு தமிழ் வருடம்; 'Sreemukha' a Tamil Year.

சீமுதகூடம்: *(பெ):* மலை; mountain.

சீமுதம்: *(பெ):* பெண் யானை; மழைமேகம்; ஊக்கம்; she-elephant; rainy clouds; interest.

சீமுதவாகனன்: *(பெ):* இந்திரன்; Lord Indra.

சீமுகதவாகி: *(பெ):* தூபம்; புகை; ஆவி; smoke of incense offered during worship; smoke; stream; hot vapour from boiled water or hot drinks.

சீமுதன்: *(பெ):* சிவபெருமான்; இந்திரன்; உழவன்; Lord Shiva; Lord Indra; farmer; agriculturist.

சீமுதை: *(பெ):* திராட்சை; grape.

சீமை: *(பெ):* மேலை நாடு; எல்லை; foreign country; limits; border.

சீமைக்காரை: *(பெ):* சிமெண்ட்; cement.

சீமைச்சரக்கு: *(பெ):* வெளிநாட்டுப் பொருட்கள்; foreign goods.

சீமைச் சுண்ணாம்பு: *(பெ):* எழுதப் பயன்படும் சுண்ணாம்புக் கட்டி; chalk.

சீமைப்பலா: *(பெ):* ஒரு வகைப் பழம்; bread-fruit.

சீமையிலந்தை: *(பெ):* ஆப்பிள்; apple.

சீமையெண்ணெய்: *(பெ):* மண்ணெண்ணெய்; kerosene.

சீம்பால்: *(பெ):* பசு, எருமை, ஆடு போன்றவை கன்று ஈன்றதும் சுரக்கும் மஞ்சள் நிறமான பால்; yellowish milk secreted by cow, buffalo, goat, etc after calving; beestings.

சீயக்காய்: *(பெ):* தலையில் உள்ள எண்ணெய்ப் பிசுக்கை அகற்ற அரைத்துப் பயன்படுத்தும் தட்டையான காய்; soap-nut.

சீயம்: *(பெ):* சிங்கம்; சிம்மராசி; எருக்கம்பால்; ஒரு நாடு; lion; the fifth constellation of the Zodiac having 'lion' as its sign; Leo; the milky liquid of yercum; a country.

சீயம்பாக்கு: *(பெ):* வேக வைத்துக் காய வைத்த தரக்குறைவான பாக்கு; boiled and dried areca-nut of inferior quality.

சீயர்: *(பெ):* ஜீயர்; வைணவத் துறவி; பெரியோர்; title of the head of Vaishnava Mutt; Vaishnava ascetic.

சீயன்: *(பெ):* திருமால்; செல்வந்தன்; மூன்றாம் பாட்டன்; முப்பாட்டன்; ஒரு நாடு; Lord Vishnu; rich man; great grand father; grand father of the grand father; a country.

சீயாள்: *(பெ):* மூன்றாம் பாட்டி; முப்பாட்டி; great grand mother.

சீயான்: *(பெ):* ஒரு பூரான் வகை; முப்பாட்டன்; a kind of centipede; great grand father; a country.

சீய்த்தல்: *(வி):* கிளறுதல்; பெருக்குதல்; வெட்டுதல்; போக்குதல்; உரசுதல்; to kindle; to sweep; to cut; to remove; to rub.

சீரகத்தாமன்: *(பெ):* வணிகன்; குபேரன்; merchant; Kubera, who wore the garland of cumin seeds.

சீரகம்: *(பெ):* (சமையலில் பயன்படுத்தும்) ஒருவகைக் குத்துச்செடியின் பழுப்பு நிற விதை; பன்றி; ஒரு சிறு நிறையளவு; cumin; pig; hog; a small measure of weight.

சீரணம்/ஜீரணம்: *(பெ):* செரித்தல்; செரிமானம்; digestion.

சீரணி: *(பெ):* ஓமச்செடி; காடு; பந்தம் எரியப் பயன்படுத்தும் துணி; ஒரு பணியாரம்; Bishop's weed plant; forest; the cloth used for a torch; a kind of ball-shaped snack made of sweetened rice flour.

சீரணை: *(பெ):* பழக்கம்; habit.

சீரமைத்தல்: *(வி):* செப்பனிடுதல்; பழுது பார்த்தல்; ஒழுங்குபடுத்துதல்; மேம்படுத்துதல்; to repair; to renovate; to revise; to set right.

சீரமோடோ: *(பெ):* காட்டு எருமைப்பால்; milk of wild buffalo.

சீரம்: *(பெ):* பால்; மரவுரி; கலப்பை; சீரகம்; இலாமிச்சை; milk; garment made of bark of a tree; plough; cumin; a fragrant root.

சீரழி: *(வி):* மோசமான நிலையடைதல்; ஒழுக்கம் தவறுதல்; மோசமான நிலையை அடையச் செய்தல்; to degenerate; to lead a wayward life; to cause to degenerate; to ruin.

சீரழிவு: *(பெ):* தாழ்வு; degeneration; degradation.

சீராகம்: *(பெ):* ஒரு பண் வகை; a kind of music.

சீராக்கு: *(வி):* ஒழுங்குபடுத்து; சீர்படுத்து; to regulate; to set right.

சீராட்டு: *(வி):* போற்றிப் பாராட்டு; கொண்டாடு; to tend lovingly; to be affectionate.

சீராடு: *(வி):* ஒரு பெண் தனது தாய் வீட்டில் வேண்டியன அனைத்தையும்பெற்று அனுபவித்து மகிழ்தல்; to enjoy affection.

சீராளன்: *(பெ):* சிறுத்தொண்ட நாயனாரின் புதல்வன்; சிறப்புப் பெற்றவன்; Seeraalan, son of Siruthonda Naayanar; distinguished person.

சீரி: *(பெ):* புளிய மரம்; முக்காடு; tamarind tree; the cloth covering the head.

சீரிகை: *(பெ):* சுவர்க்கோழி; cricket.

சீரிடம்: *(பெ):* தலை; தகுதியான இடம்; வாய்ப்பு; வாகை மரம்; head; suitable place; opportunity; sirissa tree.

சீரிணன்: *(பெ):* கற்றோன்; learned man.

சீரிப்பு: *(பெ):* பழக்கம்; habit; practice.

சீரியது: *(பெ):* சிறந்தது; the best.

சீரியர்: *(பெ):* சிறந்தவர்; அறிஞர்; செல்வந்தர்; நல்லோர்; உயர்ந்தோர்; புலவர்கள்; eminent person; learned people; rich people; nobles; men of high qualities; poets. • ***சீரியர்*** கெட்டாலும் சீரியரே! - *பழமொழி.*

சீருணம்/சீருணி/சீருளியம்: *(பெ):* செம்பு; copper.

சீருள்: *(பெ):* செம்பு; வெள்ளீயம்; செல்வம்; copper; tin; wealth.

சீரை: *(பெ):* மரவுரி; கந்தை; சீலை; துலாத்தட்டு; garment, made of bark of a tree; tatters; cloth; saree; weighing scale; balance.

சீர்: *(பெ):* அழகு; பெருமை; நன்மை; செல்வம்; தலைமை; மதிப்பு; புகழ்; சமம்; இயல்பு; நேர்மை; ஓசை; துலா ராசி; கனம்; அளவு; தண்டாயுதம்; பாட்டு; தாளம்; காலில் அணியும் தண்டை; beauty; greatness; goodness; wealth; leadership; fame; equality; nature; honesty; sound; the seventh constellation of the Zodiac having the 'balance' as its sign; Libra; weight; measure; the club weapon; song; rhythm measure; a kind of anklet made of silver worn by children and girls. • ***சீர்*** ஒழுங்கு சான்றோர் சினம் - *பழமொழி.*

• ***சீரிடம்*** காணின் எறிதற்குப் பட்டை
நேரா நிரந்தவர் நட்பு. - *குறள் 821.*

சீர் குலை: *(வி):* (அமைதியைக்) கெடு; (வாழ்க்கையை) நாசம் செய்; to disturb (peace); to ruin (the life).

சீர் கெடு: *(வி):* தன்மை மாறு; வாழ்க்கை நெறிதனை இழ; ஒழுங்கு குலைத்திடு; life to deteriorate; be disordered, be irregular.

சீர்கேடி: *(பெ):* மூதேவி; Goddess of Misfortune.

சீர்கேடு: *(பெ):* ஒழுங்கு குறைந்த நிலை; social ill; irregularity; disorder.

சீர்க்கம்: *(பெ):* அலங்கார மண்டபச் சிற்ப விசேடம்; ornamental structure in a hall.

சீர்க்காரம்: *(பெ):* எதிரொலி; echo.

சீர் செய்: *(வி):* குறைகளை நீக்கி நல்ல நிலைக்குக் கொண்டு வா; சரி செய்திடு; சீதனம் கொடு; to put in order; to repair; to give presents to one's daughter in cash or kind at her marriage.

சீர்ணபத்திரம்: *(பெ):* வேம்பு; neem/Margosa tree.

சீர்திருத்தக்கூடிய: *(பெ.அ):* செம்மைப்படுத்திடக் கூடிய; reformatory.

சீர்திருத்தத்திருமணம்: *(பெ):* சுயமரியாதை காரணமாக மரபுச் சடங்குகளை முற்றிலும் தவிர்த்துச் செய்யும் திருமணம்; a marriage conducted according to one's self-respect rejecting all the traditional rites.

சீர்திருத்தம்: *(பெ):* (சட்டம், சமுதாயம் போன்றவற்றில்) செம்மைப்படுத்துகை; நடைமுறைகளில் நிலவும் சீர்கேடுகளை (அ) ஒழுங்கற்ற சீர்கேடுகளை மாற்றுவதற்கான நடவடிக்கை; reform.

சீர்திருத்து: (வி): தரத்தை உயர்த்தும் வகையில் மாற்றம் செய்; சீர்கேடுகளை நீக்கிடு; to modify; to reform.

சீர்திருத்துகின்ற: (பெ.அ): செம்மைப்படுத்துகின்ற; reformative.

சீர்தூக்குதல்: (வி): ஆராய்தல்; ஒப்பு நோக்குதல்; வரையறுத்தல்; to examine; to compare; to define.

சீர்த்தல்: (வி): கோபித்தல்; to get angry.

சீர்த்தி: (பெ): புகழ்; fame.

சீர்த்துழாய்: (பெ): துளசிச்செடி; basil plant *(Ocimum Sanctum).*

சீர்படுத்த முடியாத: (பெ.அ): சரி செய்ய முடியாத; செம்மைப்படுத்த இயலாத; irrepairable; irremediable.

சீர்படுத்து: (வி): தரத்தை உயர்த்திடும் வகையில் மாற்றம் செய்; தவறுகளை நீக்கு; to reform; to restore; to recondition.

சீர்பதி: (பெ): கடவுள்; God.

சீர்பாடு: (பெ): மேம்பாடு; excellence.

சீர்பிழை: (பெ): குற்றம்; தடை; fault; obstacle.

சீர்ப்பு: (பெ): சிறப்பு; speciality; prosperity.

சீர்பாதம்: (பெ): திருவடி; sacred feet of a deity.

சீர்மரம்: (பெ): நெசவுத்தறியின் பாகம்; a part of the weaving loom.

சீர் மரபினர்: (பெ): ஆங்கிலேயர்களால் வகைப்படுத்தப்பட்ட ஒரு பட்டியலில் சேர்க்கப்பட்டிருந்து பின் நீக்கப்பட்டு பின்தங்கிய வகுப்பினராக அறிவிக்கப்பட்டவர்; communities once listed by the British and later transferred to the list of backward communities; denotified tribes.

சீர்மை: (பெ): புகழ்; சிறப்பு; கனம்; வழவழப்பு; fame; speciality; prosperity; weight; slipperiness; smoothness.

- **சீர்மை** சிறப்பொடு நீங்கும் பயனில
  நீர்மை உடையார் சொலின். - *குறள் 195.*

சீர்வண்டு: (பெ): நெசவுக் கருவி வகை; a kind of weaving instrument.

சீர் வரிசை: (பெ): சீதனம்; the things brought by the bride as gift from her parents.

சீலக்கேடு: (பெ): கெட்ட நடத்தை; bad habit.

சீலம்: (பெ): ஒழுக்கம்; தன்மை; நல்லுணர்வு; சீந்தில்; தண்டனை; morality; nature; good consciousness; a kind of creeper; punishment.

சீலனம்: (பெ): சாத்திரங்களைப் பலகாலம் பயிலுகை; studying the philosophies and science for a long period.

சீலன்: (பெ): உயர் குணம் கொண்டவன்; person of character.

சீலா: (பெ): கடல் மீன் வகை; நீர்வாழ் பறவை; a kind of sea fish; a kind of waterbird.

சீலாந்தி: (பெ): பூவரசு மரம்; portia tree.

சீலி: (பெ): ஒழுக்கமுடையவன்; கற்புடைய பெண்; man of virtue; chaste woman.

சீலை: (பெ): துணி; புடவை; cloth; saree.

சீலைப்பாய்: (பெ): கந்தைத் துணி; tatters; rags.

சீலைப்பேன்: (பெ): சாதாரண பேன்களைப் போலில்லாது ஆடைகளில் முட்டைகளை இடும் ஒரு வகைப் பேன்; body louse.

சீவக சிந்தாமணி: (பெ): கி.பி. 10-ஆம் நூற்றாண்டின் துவக்கத்தில் திருத்தக்க தேவரால் இயற்றப்பட்டதும் சீவகனைக் கதைத் தலைவனாகக் கொண்டதும் ஐம்பெருங் காப்பியங்களுள் ஒன்றானதுமான ஜைன மத காப்பியம்; a Jaina epic poem with Jivaka as hero composed by Thiruththakka Devar about the beginning of 10th century and one of the five major epics; Jeevaka Chinthamani.

சீவகம்: (பெ): இலந்தைப் பிசின்; ஏலம்; வேங்கை மரம்; resin of jujube tree; cardamom seed; a kind of tree.

சீவகர்: (பெ): பௌத்த துறவியர்; பிச்சைக்காரர்; ascetics of Buddhism; beggars; mendicants.

சீவகன்: (பெ): சீவக சிந்தாமணிக் காப்பியத் தலைவன்; the hero of the epic Jeevaka Chinthaamani.

சீவகாருண்யம்: (பெ): பிற உயிர்கள்பால் வைத்திடும் இரக்கம்; mercy towards living creatures.

சீவகாலம்: (பெ): வாழ்நாள்; life-time.

சீவசஞ்சீவி: (பெ): சீந்தில் கொடி; a herb and a kind of creeper.

சீவசாட்சி: (பெ): பரப்பிரம்மம்; the Supreme Being.

சீவடம்: (பெ): இழைப்பு; one of the eight beauties of composition.

சீவதம்: (பெ): ஆமை; மயில்; முகில்; tortoise; peacock; cloud.

சீவதயை: (பெ): அனைத்து உயிர்களிடத்தும் இரக்கம் காட்டுதல்; showing mercy to all living creatures.

சீவதன்: (பெ): மருத்துவர்; doctor.

சீவதாது: (பெ): உயிர் நாடி; pulse usually felt at the wrist.

சீவதேகம்: (பெ): மனித உடம்பு; body of the human being.

சீவந்தன்: (பெ): உயிரோடிருப்பவன்; one who is alive.

சீவந்தி: (பெ): கடுக்காய்; சிந்தில் கொடி; பாலை மரம்; புல்லுருவி; gall-nut; a herb and creeper; a kind of tree; parasitic plant.

சீவம்: (பெ): சீவன்; உயிர்; soul.

சீவர ஆடை: (பெ): காவியாடை; saffron coloured garment.

சீவரத்தார்: (பெ): பௌத்த துறவியர்; Buddhist monks.

சீவரம்: (பெ): பௌத்த துறவியரின் ஆடை; ஓர் ஊரின் பெயர்; the garment of Buddhist monks; name of a town.

சீவராசி: (பெ): உயிர்த்தொகுதி; living beings viewed as a whole.

சீவரேகை: (பெ): உள்ளங்கையில் உள்ள ஆயுள்கோடு; the life-line on the palm of the hand.

சீவல்: (பெ): செதுக்கப்பட்டவை; பாக்குச் சீவல்; மெலிவு; நெகிழ்ச்சியாக நெய்யப்பட்டது; parings; parings of areca nut, for use with betel; thinness of body; that which is loosely woven.

சீவற்சம்: (பெ): திருமால் திருமார்பில் உள்ள மறு; the mole in the chest of Lord Vishnu.

சீவனகம்: (பெ): சோறு; boiled rice; meal.

சீவனம்: (பெ): பிழைப்பு; உயிர் வாழ்தல்; living; livelihood.

சீவனாம்சம்: (பெ): மணவிலக்குப்பெற்ற பெண், கைம்பெண் போன்றோருடைய வாழ்க்கைக் கென்று நீதிமன்ற உத்தரவுப்படி கொடுக்கப்படும் தொகை; maintenance allowance given to a divorced woman or a widow as per the order of court.

சீவனி: (பெ): உயிர் காக்கும் மருந்து; the medicine which saves life from severe diseases.

சீவனீயம்: (பெ): நீர்; water.

சீவன்: (பெ): உயிர்; ஆத்மா; ஆற்றல்; வியாழன்; காந்தம்; வைடூரியம்; soul; effort; the planet Jupiter; magnet; a precious stone.

சீவன்முத்தர்: (பெ): இம்மையில் முத்தி நிலையை அடைந்தவர்கள்; perfected souls who have obtained final deliverance whilst yet in this life of four classes.

சீவன்முத்தி: (பெ): ஆன்மா இம்மையிலேயே முத்தியடைதல்; final deliverance whilst yet in this life.

சீவாத்துமா: (பெ): உயிர்; soul.

சீவாளி: (பெ): நாதஸ்வரம் போன்ற வாத்தியங்களில் ஊதுவதற்குத் தேவையான இடைவெளி உடையதாகத் தக்கை, மட்டை போன்றவற்றால் செய்யப்பட்ட சிறு துண்டு; reed in certain windpipe instruments.

சீவி: (பெ): உயிர் வாழ்தல்; to keep alive.

சீவிகா: (பெ): சாதிக்காய்; nut-meg.

சீவிதம்: (பெ): வாழ்க்கை; உயிர் வாழ்தற்குரிய வழி; life; the way to live.

சீவினி: (பெ): சஞ்சீவி; a medicine or herb for reviving one from swoon or death; panacea.

சீவுதல்: (பெ): தலைவாருதல்; மெல்லிய சுருளாக வெட்டி நீக்குதல்; தகடாக வெட்டி எடுத்தல்; to comb the hair; to make a thing sharp or pointed; to slice.

சீவை: (பெ): கூத்து; dance; drama; play.

சீவையர்: (பெ): கூத்தியர்; dancing girls.

சீழ்: (பெ): புண், கட்டி போன்றவற்றிலிருந்து வெளிவரும் துர்நாற்றமுடைய வெளிர் மஞ்சள் நிறத்திரவம்; சலம்; pus.

சீழ்கு: (பெ): ஊகம் புல்; broom-stick grass.

சீழ்குதல்: (வி): விம்முதல்; to heave a sob like a child.

சீழ்க்கை: (பெ): நாவின் நுனியை மடித்து ஊதும் ஒலி வகை; whistle.

சீழ்மரம்: (பெ): மாமரம்; mango tree.

சீறடி: (பெ): சிறு கால்; a small foot.

சீறல்: (பெ): பெருங்காயம்; பெருங்கோபம்; asafoetida; fury.

சீறியாழ்: (பெ): சிறிய யாழ்; a small lute.

சீறு: (பெ): சீற்றம்; show of anger; rage; wrath; (வி): உக்கிரத்தை வெளிப்படுத்தும் வகையில் மூச்சுவிடுதல்; மிகுந்த கோபத்துடன் பேசுதல்; (of snakes) to hiss; (of persons) to growl.

சீறுதல்: (வி): உக்கிரத்தை வெளிப்படுத்தும் விதமாக மூச்சு விடுதல்; மிகுந்த கோபத்துடன் பேசுதல்; to hiss (of snake); (of bull, etc.) to snort; to rev (of an engine); (of persons) to growl.

சீறூர்: (பெ): சிறிய ஊர்; குறிஞ்சி நிலத்து ஊர்; a small village; hamlet; the village in hilly tract.

சீறெலி: (பெ): சுண்டெலி; mouse.

சீற்றம்: (பெ): கடுங்கோபம்; fury.

சீனக்காரம்: (பெ): படிக்காரம்; alum; alumen.

சீனச்சூடன்: (பெ): கர்ப்பூர வகை; a kind of camphor.

சீனம்: (பெ): ஒரு நாடு; ஒரு மொழி; படிக்காரம்; a country; a language; alum.

சீனாக்கற்கண்டு: (பெ): ஒரு வகைக் கற்கண்டு; a kind of sugar candy; crystal sugar with rough edges.

சீனி: (பெ): சர்க்கரை; மரவகை; sugar; a kind of tree.

சீனிக்கிழங்கு: (பெ): சர்க்கரைவள்ளிக் கிழங்கு; sweet potato.

சீனிவெடி: (பெ): பட்டாசு; crackers.

சீனை: (பெ): வன்னி மரம்; a kind of tree.

சுகக்கேடு: (பெ): உடல் நலக் குறைவு; physical indisposition.

சுகசீவனம்: (பெ): வசதியான வாழ்க்கை; சந்தோஷமான வாழ்க்கை;; comfortable life; happy life.

சுகசீவி: (பெ): சந்தோஷமான மனிதன்; ஆரோக்கியமான மனிதன்; happiest man; healthy person.

சுகதன்: (பெ): அருகன்; God.

சுகதாரு: (பெ): கடப்ப மரம்; a kind of tree.

சுக துக்கம்: (பெ): இன்ப துன்பம்; pleasure and sorrow.

சுகத்திரம்: (பெ): வாகை மரம்; Sirissa tree.

சுகந்த பரிமளம்: (பெ): நறுமணம்; fragrance.

சுகந்தமா: (பெ): கத்தூரி விலங்கு; கற்பூர மரம்; a kind of deer; camphor tree.

சுகந்தமூலி: (பெ): வெட்டி வேர்; cuscus grass.

சுகந்தம்: (பெ): நறுமணம்; வாழை மரம்; வெங்காயம்; சந்தனம்; கந்தகம்; கொடி வகை; fragrance; plantain tree; onion; sandal wood; sulphur; a kind of creeper.

சுகந்த வர்க்கம்: (பெ): நறுமணப் பண்டம்; a fragrant thing.

சுகந்த வாழை: (பெ): பூவாழை; a kind of plantain.

சுகந்தி: (பெ): செவ்வந்திக்கல்; ஒரு மணி வகை; amethyst; a precious stone purple or violet blue in colour.

சுகந்திகம்: (பெ): வெண்தாமரை; ஒரு நெல் வகை; white lotus; a kind of paddy.

சுகந்திரம்: (பெ): உரிமைப் பேறு; obtaining of rights.

சுகபலம்: (பெ): எருக்கஞ்செடி; yercum plant.

சுகபேதி: (பெ): பேதி மருந்தின் காரணமாக பேதியாதல்; easy, loose motion caused by purgative.

சுகபோகம்: (பெ): உடலுறவு இன்பம்; இனிய அனுபவம்; sexual pleasure; luxurious enjoyment.

சுகபோசனம்: (பெ): உயிர் வாழ்தற்குரிய உணவு; the food which is necessary to live; rich, wholesome food.

சுகப்படுதல்: (வி): நோயிலிருந்து நலமடைதல்; பயனுடையதாக அமைதல்; be free from disease; to get better.

சுகப்பிரசவம்: (பெ): சிக்கல் இல்லாது இயல்பாகத் திகழும் பிரசவம்; (of child birth) normal delivery; safe child birth.

சுகம்: (பெ): இன்பம்; நன்மை தருவது; நல்வாழ்வு; இணக்கம்; கிளி; மார்பகக் காம்பு; pleasure; that which is beneficial; good health; ease; parrot; the nipple of the breast. • **சுகம்** கெட்டால் விரதம் லாபம்; விரதம் கெட்டாலும் **சுகம்** இலாபம்; இரண்டும் கெட்டால் என்ன லாபம்? • **சுகம்** வந்தபோது மகிழ்ந்து, துக்கம் வந்தபோது பின்வாங்குவது ஏன்? • **சுகத்தைத்** தள்ளினாலும் துக்கத்தைத் தள்ளலாமா? • **சுகத்துக்குப்** பின் துக்கம்; துக்கத்திற்குப் பின் சுகம் - *பழமொழிகள்.*

சுகம்பல்: (பெ): புளிநறளைச் செடி; a herb.

சுகரம்: (பெ): எளிதாகச் செய்யக்கூடியது; that which can be done easily.

சுகர்மம்: (பெ): நற்செயல்; இருபத்தேழு யோகங்களுள் ஒன்று; good deed; one of the twenty-seven yogas.

சுகவீனம்: (பெ): உடல் நலக் குறைவு; physical indisposition.

சுகஜீவனம்: (பெ): வசதியான வாழ்க்கை; happy and comfortable life.

சுகவாகனன்: (பெ): கிளியை வாகனமாகக் கொண்ட மன்மதன்; Kama deva, who has the parrot as his mount.

சுகாசனம்: (பெ): ஆசனம் ஒன்பதினுள் ஒன்று; one of the nine kinds of Asanas.

சுகாட்டம்: (பெ): நாணல்; முடக்கொற்றான்; a large and coarse grass; a herb.

சுகாதாரம்: (பெ): ஆரோக்கிய வாழ்க்கைக்கு ஏற்ற வழிமுறை; hygiene.

சுகாதீதம்: (பெ): வீடுபேறு; final bliss.

சுகாந்தம்: (பெ): வெங்காயம்; onion.

சுகி: (பெ): செல்வந்தன்; ஆரோக்கியமானவன்; இனிப்புப் பண்டம்; இன்பம் நுகர்பவன்; rich man; healthy man; a sweet; one who enjoys the pleasures. *(வி):* பெண்ணோடு கூடி மகிழ்தல்; to have pleasure with woman.

சுகிதம்: *(பெ):* பால்; milk.

சுகித்தல்: *(பெ):* சிற்றின்பம் துய்த்தல்; to have pleasure by sexual intercourse.

சுகிப்பு: *(பெ):* இனிய அனுபவம்; pleasant experience.

சுகிர்தகுணம்: *(பெ):* நற்குணம்; virtue.

சுகிர்தசாலி: *(பெ):* பாக்கியசாலி; fortunate person (man or woman).

சுகிர்தம்: *(பெ):* இன்பம்; நன்மை; நெய்; நற்செயல்; pleasure; delight; goodness; ghee; good deed.

சுகிர்தல்: *(பெ):* கிழித்தல்; வடித்தல்; மயிர் வகிர்தல்; பஞ்சு கொட்டுதல்; to tear; to filter; to part one's hair; to beat the cotton.

சுகிர்த வசனம்: *(பெ):* நல்வாக்கு; auspicious greetings.

சுகிர்தன்: *(பெ):* நண்பன்; புண்ணியசாலி; friend; virtuous person; a holy person considered as an embodiment of virtue.

சுகுச்சை: *(பெ):* அருவருப்பு; disgust.

சுகுடம்: *(பெ):* சேம்பு; Indian Kales.

சுகுணம்: *(பெ):* நற்குணம்; virtue.

சுகோதயள்: *(பெ):* சுகத்தை அளிப்பவள்; the woman who gives pleasure (to her better-half).

சுக்கங்கீரை: *(பெ):* புளிக்கீரை வகை; a kind of greens.

சுக்கஞ்செட்டி: *(பெ):* கஞ்சன்; miser.

சுக்கல்: *(பெ):* உடைந்த துண்டு; கண்ணோய் வகை; broken piece; a kind of eye disease.

சுக்கல் சுக்கலாக: *(வி.அ):* சுக்கு நூறாக; in pieces.

சுக்காரொட்டி: *(பெ):* நெருப்பில் வாட்டி எடுக்கப்படும் சப்பாத்தி போன்ற ரொட்டி; a kind of chappathi roasted without using oil.

சுக்காவறுவல்: *(பெ):* மசாலா தடவி வறுத்த இறைச்சித் துண்டு; piece of fried meat slightly spiced.

சுக்கான்: *(பெ):* படகு, கப்பல் போன்றவற்றைத் தேவையான திசையில் திருப்பிச் செலுத்த அமைக்கப்பட்டிருக்கும் கருவி; rudder of a boat, ship, etc.

சுக்கியானம்: *(பெ):* மெய்யறிவு; enlightenment; wisdom.

சுக்கிரதசை/சுக்கிரதிசை: *(பெ):* ஒருவருடைய ராசியில் அவருக்கு நற்பலனைத் தரக்கூடிய சுக்கிரன் ஆட்சி செய்யும் இருபதாண்டு காலம்; யோகம் நிறைந்த காலம்; the period of twenty years in which the Planet Venus exercises its influence; the period of great prosperity.

சுக்கிரம்: *(பெ):* ஆனி மாதம்; கண்ணோய் வகை; கள்; நீர்; கழுநீர்; the Tamil month Aani; a kind of eye disease; toddy; water; the water in which rice has been washed; purple Indian water lily; blue Indian water lily.

சுக்கிர வாரம்: *(பெ):* வெள்ளிக்கிழமை; Friday.

சுக்கிரன்: *(பெ):* வெள்ளிக்கோள்; அசுர குரு; தீ; கண்ணோய் வகை; the Planet Venus; Asura's guru; fire; a kind of eye disease.

சுக்கிரிகை: *(பெ):* புளியாரைக் கீரை; a kind of greens.

சுக்கிரீவன்: *(பெ):* வானரங்களின் அரசனும், இராவணவதத்தின்போது ஸ்ரீ இராமபிரானுக்குத் துணையாக நின்றவனுமான மனிதக் குரங்கு; the monkey king who assisted Rama against Ravana.

சுக்கிரோதயம்: *(பெ):* விடிவெள்ளி; அதிகாலை; the rising of Venus; early morning.

சுக்கில: *(பெ):* ஒரு தமிழ் வருடம்; Sukkila, a Tamil Year.

சுக்கில கலிதம்: *(பெ):* விந்து வெளியாதல்; seminal discharge.

சுக்கிலத்தம்பம்: *(பெ):* அறுபத்து நான்கு கலைகளுள் ஒன்று; one of the sixty-four arts.

சுக்கில பட்சம்: *(பெ):* சந்திரனின் வளர்பிறைக் காலம்; bright half of the lunar month.

சுக்கிலம்: *(பெ):* வெண்மை; விந்து; சுக்கில பட்சம்; மரவகை; whiteness; semen; bright half of the lunar month; a kind of tree.

சுக்கிலமண்டலம்: *(பெ):* கண்ணின் வெண்விழி; விழியின் மேல் தோல்; cornea of the eye; outer skin of the eye.

சுக்கு: *(பெ):* உலர்ந்த இஞ்சி; சிறு துண்டு; பயனற்றது; dried ginger; a small piece; useless thing.

சுக்குதல்: *(வி):* செய்தல்; புணர்தல்; உலர்தல்; to make; to have sex; to dry.

சுக்குநாறிப்புல்: *(பெ):* சுன்னாறிப் புல்; a kind of grass.

சுக்குப்பொடி: *(பெ):* ஒருவகை மந்திரப்பொடி; சுக்குத்தூள்; a kind of magic powder; powder of dried ginger.

சுக்குமம்: *(பெ):* சிற்றேலம்; a kind of cardamom seed.

சுக்குமாந்தடி: *(பெ):* மந்திரக்கோல்; magic-wand.

சுக்கை: *(பெ):* நட்சத்திரம், பூமாலை; star; garland.

சுங்கச்சாவடி: *(பெ):* ஆயத்துறை; வாகனங்களுக்கு விதிக்கப்பட்ட கட்டணத்தை வசூலிக்கவும், அவை ஏற்றிச் செல்லும் சரக்குகளுக்கு வரி செலுத்தப்பட்டுள்ளதைப் பரிசோதிக்கவும் சாலை ஓரம் அமைக்கப்பட்டிருக்கும் சாவடி;

custom-house; toll-gate which collects nominal fees from the vehicles for the use of bridge, etc., and checks whether the tax is paid for the goods transported.

சுங்கடி: *(பெ):* இடையிடையே முடிச்சிட்டுச் சாயத்தில் தோய்ப்பதால் பின்புற நிறத்திலிருந்து வேறுபட்டுதிட்டுத்திட்டாகச் சாயம்தெரியும் நூல் புடவை; a kind of dyed saree with undyed spots.

சுங்கம்: *(பெ):* ஆயம்; இறக்குமதி, ஏற்றுமதி செய்யப்படும் பொருட்கள் மீது செலுத்த வேண்டிய வரிகளை வசூலிக்கும் அரசுத் துறை; திருட்டு; customs department; robbery.

சுங்கவரி: *(பெ):* ஏற்றுமதி, இறக்குமதி செய்யப்படும் பொருட்கள் மீது விதிக்கப்படும் அரசு வரி; customs duty.

சுங்கன்: *(பெ):* சுக்கிரன்; ஒரு மீன் வகை; the Planet Venus; a kind of fish.

சுங்கான்: *(பெ):* புகையிலையை அடைத்து வைப்பதற்கு ஒரு முனையில் சிறு கிண்ணம் போன்றகுழிவைக்கொண்ட புகைப்பதற்கான சிறு குழாய்; tabacco pipe.

சுங்கி: *(பெ):* ஆலமரம்; வன்னிமரம்; banyan tree; a kind of tree.

சுங்கு: *(பெ):* ஆடையில் கொசுவம்; folded gathering of a saree; pleats.

சுசனம்: *(பெ):* காற்று; உறவினர்; air; wind; relatives.

சுசனன்: *(பெ):* நல்லவன்; man of good conduct.

சுசி: *(பெ):* சுத்தம்; வெண்மை; நெருப்பு; சந்திரன்; கோடைக்காலம்; சுக்கிரன்; ஆடி மாதம்; காம வேட்கை; பாதரசம்; இணக்கம்; கொடிவேலி; cleanliness; whiteness; fire; moon; summer season; the Planet Venus; the Tamil month Aadi; lust; mercury; flexibility; a herb.

சுசிகம்: *(பெ):* புளியாரைக் கீரை; yellow wood-sorrel.

சுசிகரம்: *(பெ):* மேன்மை; தூய்மை; excellence; purity.

சுசிதம்: *(பெ):* பால்; milk.

சுசிரம்: *(பெ):* நெருப்பு; ஊதுகுழல்; உட்டுளை; fire; wind pipe; hollow space in a pipe or tube.

சுசீலம்: *(பெ):* இனிய பண்பு; pleasant nature.

சுசீலன்: *(பெ):* ஒழுக்கமுடையவன்; virtuous person.

சுசீலை: *(பெ):* நல்லொழுக்கம் உடைய பெண்; virtuous woman.

சுசுகம்: *(பெ):* மார்பகக் காம்பு; nipple of the breast.

சுசுந்தரி: *(பெ):* மூஞ்சூறு; musk-rat.

சுசுமை: *(பெ):* சுக்கிரனின் மனைவி; கற்புடைய பெண்; wife of Sukkira (Venus); chaste woman.

சுசுலம்: *(பெ):* விழல்; சிறுபண்டம்; worthlessness; a small thing.

சுச்சு: *(பெ):* இஞ்சி; சுக்கு; பறவையின் அலகு; சுண்டிச்செடி; ginger; dried ginger; beak of a bird; a kind of plant.

சுஞ்சுமாரம்: *(பெ):* முதலை; காலணி; crocodile; sandal.

சுடச்சுட: *(வி.அ):* மிகுந்த சூட்டுடன்; right from the oven; hot.

சுடரவன்: *(பெ):* சூரியன்; the Sun.

சுடரிடுகின்ற: *(பெ.அ):* ஒளிர்கின்ற; brilliant.

சுடரிடுதல்: *(வி):* ஒளிர்தல்; to radiate.

சுடரொளி: *(பெ):* தீப ஒளி; gleam.

சுடர்: *(பெ):* ஒளி; வெயில்; சந்திரன்; சூரியன்; கோள்; ஆண்டு; விளக்கு; தளிர்; தீப்பொறி; lustre; Sun shining; moon; Sun; planet; year; lamp; sprout; spark. • **சுடர்** விளக்காயினும் தூண்டுகோல் ஒன்று வேண்டும் - *பழமொழி.*
• **சுடச்சுடரும்** பொன்போல் ஒளிவிடும் துன்பம்
சுடச்சுட நோற்கிற் பவர்க்கு - *குறள் 267.*

சுடர்க்கடை: *(பெ):* மயில்; மின்மினி; peacock; fire-fly.

சுடர்க்கொடி: *(பெ):* கற்பூரம்; camphor.

சுடர்ச்சக்கரம்: *(பெ):* துருவச் சக்கரம்; The Great Bear.

சுடர்தல்: *(வி):* ஒளிர்தல்; ஒளிவிடுதல்; to glow; to emit bright flame.

சுடர்நிலை: *(பெ):* விளக்குத்தண்டு; lamp stand.

சுடர்மணிக் கோவை: *(பெ):* யானையின் அணிகல வகை; a kind of ornament of elephant.

சுடர்மௌலியர்: *(பெ):* தேவர்கள்; celestial beings.

சுடலை: *(பெ):* சுடுகாடு; சவர்க்காரம்; grave-yard; crematorium; soap.

சுடலை மாடன்: *(பெ):* சுடுகாட்டுப் பேய் வகை; a kind of demon/goblin of grave-yard.

சுடலையாடி: *(பெ):* சிவபெருமான்; சவர்க்காரம்; Lord Shiva; soap.

சுடல்: *(பெ):* சுடரிலிருந்து விழும் எண்ணெய்த் துளி; the oil drop which falls from the flame of a lamp.

சுடாரி: *(பெ):* கவசம்; கையுறை; shield; gloves.

சுடிகை: *(பெ):* தலையுச்சி; முடி; நெற்றிச்சுட்டி; குடுமி; பனங்கள்; crown of the head; hair; a kind of ornament worn on the forehead; tuft of hair; palmyra toddy.

சுடீரம்: *(பெ):* துளை; hole.

சுடு: *(பெ):* சும்மாடு; cloth-pad used as a cushion while carrying load on the head; *(வி):* வெப்பம், வெயில் போன்றவற்றால் உஷ்ணமடைதல்; உடல் காய்ச்சலால் அதிக வெப்பமடைதல்;

எரித்தல்; சூடான கல்லில் இட்டு (அ) எண்ணெயில் பொரித்து (அ) நேரடியாக நெருப்பிலிட்டு வாட்டி உண்பதற்கு ஏற்ற வகையில் தயாரித்தல்; to get hot; to have temperature; cause to feel the heat; to burn; to fry; to roast; to bake.

சுடுகண்: (பெ): கொள்ளிக்கண்; evil eye.

சுடுகலம்: (பெ): சுடப்பட்ட மட்கலம்; baked earthen pot.

சுடுகாடு: (பெ): பிணம் எரிக்கும் மயானம்; cremation ground; crematorium.

சுடுக்குதல்: (வி): பேனை நசுக்குதல்; to kill the louse by pressing.

சுடுசொல்: (பெ): கடுமையான வார்த்தை; harsh word; pungent remark.

சுடுசோறு: (பெ): புதிதாகச் சமைக்கப்பட்ட சாதம்; fresh, cooked rice.

சுடுதண்ணீர்/சுடுநீர்: (பெ): வெந்நீர்; hot-water.

சுடுதல்: (வி): காய்தல்; எரித்தல்; பலகாரம் செய்தல்; சூடிடுதல்; அழித்தல்; தீயிலிட்டு வாட்டுதல்; வருத்துதல்; be hot; to burn; to fry; to put on flowers; to destroy; to roast; to injure as one's feelings.

சுடுதுரத்தம்: (பெ): பூண்டு வகை; a kind of herb.

சுடுநிலம்: (பெ): சுடுகாடு; cremation ground; crematorium.

சுடுபொன்: (பெ): புடமிட்ட பொன்; heated gold.

சுடுமட்பலகை: (பெ): செங்கல்; ஓடு; brick; baked tiles.

சுடுமண்: (பெ): சுட்ட ஓடு; மட்பாண்டம்; செங்கல்; tiles; earthenware; bricks.

சுடுமூஞ்சி: (பெ): கடுகடுத்த முகம்; the face with the feeling of displeasure or severe acute pain.

சுடுவல்/சுடுவன்: (பெ): குருதி; இரத்தம்; blood.

சுடுவான்: (பெ): கப்பலில் உள்ள சமையல் அறை; வசம்பு; the kitchen in a ship; sweet flag.

சுடுவு: (பெ): சும்மாடு; cloth-pad, used as a cushion while carrying load on the head.

சுட்கம்: (பெ): வறட்சி; ஒரு நோய்; கடும்பற்று; உலர்ந்தது; drought; a disease; strong desire; dried thing.

சுட்குதல்: (வி): உலர்ந்து போதல்; to dry.

சுட்டல்: (வி): குறித்தல்; காட்டுதல்; to mark; to indicate; to show.

சுட்டறிவு: (பெ): புலன்களால் அறியும் அறிவு; knowledge gained from the sense organs.

சுட்டாமுட்டி: (பெ): சுட்டு விரல்; forefinger.

சுட்டி: (பெ): நெற்றியில் அணியும் அணி வகை; மயிர்; மாட்டின் நெற்றிச்சுழி; அதிர்ஷ்டக்கட்டை; நெற்றிப் பட்டம்; புத்திக் கூர்மையுள்ளவன்; நாக்கு; ஆடைக் கரை வகை; small ornament worn by women and children on the forehead; tuft; whirl-like formation of hair on cattle's forehead; unlucky fellow; thin plate of metal worn on the forehead, as an ornament; one who has a keen knowledge; tongue; a kind of border of a saree, garment, etc.

சுட்டிகை: (பெ): நெற்றிச் சுட்டி; an ornament of forehead.

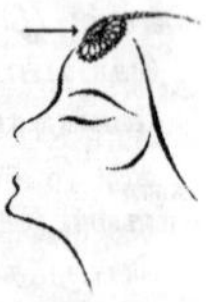

சுட்டிக்காட்டுதல்: (வி): குறித்துக் காண்பித்தல்; to indicate.

சுட்டிச் சுண்ணம்: (பெ): நறுமணப் பொடி; fragrant powder.

சுட்டித் தலையன்: (பெ): முரடன்; ruffian; lout.

சுட்டித்தனம்: (பெ): குறும்புத்தனம்; mischievous nature.

சுட்டு: (பெ): தூரத்தில் இருப்பதை (அ) அருகில் உள்ளதைக் காட்டும் நிலை; demonstration.

சுட்டுவிரல்: (பெ): ஆள்காட்டி விரல்; forefinger.

சுட்டெரி: (வி): வெயில், நெருப்பு போன்றவை கடுமையாகக் காய்தல்; (of heat, fire) to scorch.

சுட்டெழுத்து: (பெ): சுட்டிக் காட்டும் அ, இ, உ என்னும் எழுத்துக்கள்; the demonstrative அ, இ and (in Sri Lankan Tamil) உ.

சுணக்கம்: (பெ): தாமதம்; பிணக்கம்; வாட்டம்; சோர்வு; முடை; சரச விளையாட்டு; delay in doing something; disagreement; fading; tired and lethargic state; stench; amorous gestures.

சுணக்கன்: (பெ): நாய்; இழிந்தோன்; dog; mean person.

சுணக்குதல்: (வி): தாமதப்படுத்துதல்; to delay.

சுணங்கதிசை: (பெ): தென் மேற்குத் திசை; south-west direction.

சுணங்கம்/சுணங்கன்: (பெ): நாய்; dog.

சுணங்கல்: (பெ): வாட்டம்; தாமதம்; சோம்பேறித் தனம்; சரசம்; fading; delay; laziness; amorous gestures.

சுணங்கு: (பெ): மெலிவு; அழகுத் தேமல்; பசலை; படர் தாமரை; பூந்தாது; குரங்கு; feebleness; yellow spreading spots on the breasts of women; beauty spots; ring worm; pollen; monkey (வி): தாமதமாதல்; தயக்கம் காட்டுதல்; be delayed; to show reluctance.

சுணங்கை: (பெ): ஒரு வகைக் கூத்து; a kind of dance.

சுணம்: (பெ): அழகுத்தேமல்; நறுமணப் பொடி; beauty spots on the breasts of women; fragrant dust or powder.

சுணை: (பெ): சுரணை; அறிவு; கூர்மை; தினவு; இலை; காய் போன்றவற்றின் மேலுள்ள சிறு

முட்கள்; sensitiveness; knowledge; keenness; eczema; itching; the small thorns on certain leaves and unripe fruits.

சுணைகேடன்: (பெ): சோம்பேறி; மானமில்லாதவன்; சுரணையற்றவன்; lazy man; disgraceful person; senseless man.

சுணைக்கோரை: *(பெ):* ஒரு வகைப் புல்; a kind of grass.

சுணைப்பு: *(பெ):* சுரணை; அறிவு; sensitiveness; knowledge.

சுண்ட: *(வி.அ):* முற்றிலும்; முழுவதும்; completely; as a whole.

சுண்டகம்: *(பெ):* மூங்கில் வில்; the bow made of bamboo.

சுண்டகன்: (பெ): கள்ளிறக்குவோன்; one who draws toddy from the palmyra trees.

சுண்டக்கறி: (பெ): சமைத்ததில் மிச்சமிருக்கும் பொரியல் போன்றவற்றைக் குழம்பில் போட்டுச் சூடுபடுத்திச் சுண்டவைத்திடும் கறி; a dish prepared by adding the leftovers to the sauce and by heating it for a while.

சுண்டங்காய்/சுண்டைக்காய்: (பெ): வற்றல் போடுவதற்குப் பயன்படும், படரும் செடியில் காய்க்கும் கசப்புச் சுவை கொண்டுள்ள சிறு உருண்டை வடிவக் காய்; a berry that tastes bitter used in certain sauces or fried and eaten.

சுண்டம்: (பெ): கள்; யானையின் துதிக்கை; toddy; elephant's trunk.

சுண்டல்: (பெ): பருப்பு (அ) கடலையை வேகவைத்துக் காரம் சேர்த்துத் தாளித்து தயாரிக்கப்படும் தின்பண்டம்; நீர்த்தன்மையைக் கொண்ட கீரை, முட்டை கோசு போன்றவற்றை நறுக்கிப் போட்டுத் தாளித்து எடுக்கும் தொடுகறி; boiled and spiced pulses served as snacks; a side-dish prepared by frying and seasoning the greens, cabbage, etc.

சுண்டன்: (பெ): அறிவிலி; மூஞ்சுறு; சிறிய மரவகை; a fool; musk-rat; shrew mouse; a kind of small tree.

சுண்டாங்கியாள்: (பெ): சிக்கனக்காரி; the woman who leads her life economically; stingy woman.

சுண்டாயம்: (பெ): விளையாட்டு; game; play.

சுண்டாலம்/சுண்டாலி: (பெ): யானை; elephant.

சுண்டி: (பெ): தொட்டாற்சுருங்கி; நீர்ப்பூண்டு வகை; சுக்கு; குறும்புக்காரன்; இஞ்சிச் செடி; கள்; touch-me-not plant; a kind of water plant; dried ginger; mischievous person; ginger plant; toddy.

சுண்டிகை: (பெ): உள்நாக்கு; uvula.

சுண்டியிழு: (வி): ஆர்வத்தைத் தூண்டிக் கவனத்தை ஈர்த்தல்; to captivate; to arouse curiosity or interest; to tempt.

சுண்டில்: (பெ): தொட்டாற்சுருங்கி; touch-me-not plant.

சுண்டு: (பெ): ஒரு சிற்றளவு; தலைப்பொடுகு; சிறு பாத்திர வகை; மூக்கு; கீழுதடு; சிறிது; a small measure; dandruff; a kind of small vessel; nose; lower lip; small (in quantity).

சுண்டுதல்: (வி): வற்றுதல்; குன்றிப்போதல்; நாணயம் போன்றவை தெறித்தல்; வேகவைத்தல்; வில்லின் நாண் தெறித்தல்; to dry up; to become small; to fillip (coin); to boil; to pull up the string of the bow with a jerk.

சுண்டுவிரல்: (பெ): கட்டை விரலிலிருந்து கடைசியாக உள்ள சிறு விரல்; little finger.

சுண்டுவில்: (பெ): விளையாடும் வில்; toy-bow used only for playing.

சுண்டெலி: (பெ): சிறு எலி; mouse.

சுண்டை: (பெ): சுண்டைக்காய்ச் செடி; யானையின் துதிக்கை; நீர்நிலை; கள்; மதுபானம்; a kind of plant which bears berry-like unripe fruits that taste bitter used in certain sauces or fried and eaten; elephant's trunk; tank; toddy; intoxicating drink.

சுண்டைக்காயன்: (பெ): அற்பமான மனிதன்; an insignificant person.

சுண்டைக்காய்: (பெ): படரும் செடியில் காய்க்கும் கசப்புச்சுவையுடைய சிறு உருண்டை வடிவக் காய்; a berry that tastes bitter used in certain sauces or fried and eaten.

சுண்ணச்சாந்து: (பெ): சுண்ணாம்புக் காரை; lime paste; stucco (for building).

சுண்ணம்: (பெ): சுண்ணாம்பு; நறுமணப்பொடி; வண்ணப்பொடி; பூந்தாது; மலர்; புழுதி; பாட்டுவகை; lime burnt in the kiln; fragrant dust or powder; colour powder (thrown at each other on festive occasions like Holi, etc.); pollen; flower; dust; dried earth; a kind of song.

சுண்ணவாசி: (பெ): காட்டு மல்லிகை; wild jasmine.

சுண்ணாம்படித்தல்: (பெ): சுவருக்கு வெள்ளையடித்தல்; white washing.

சுண்ணாம்பு: (பெ): காளவாயில் இட்டுச் சுட்டெடுத்த சுண்ணாம்புக்கல்; இப்பொருளை நீர் விட்டு நீற்றிப் பெற்றிடும் சாந்து; lime burnt in the kiln; slaked lime.

சுண்ணாம்புக்கல்: (பெ): இயற்கையாகப் பாறையிலிருந்துவெட்டி எடுக்கப்படும்வெண்மை நிறக்கல்; limestone.

சுண்ணாம்புக் காளவாய்: (பெ): சுண்ணாம்புக் கல்லினை நீற்றும் சூளை; lime-kiln.

சுண்ணித்தல்: (வி): நீற்றுதல்; to calcine.

சுதகம்: (பெ): குறைவு; insufficiency; deficiency.

சுதசனம்[1]: (பெ): ஆயுதம்; weapon.

சுதசனம்[2]: (பெ): தானாகத் தோன்றுவது; that which appears by itself.

சுதசித்தம்: (பெ): தானாகத் தோன்றுவது; that which is self-begotten.

சுதந்தி: (பெ): பெண் யானை; வடமேற்குத் திக்கின் பெண் யானை; she-elephant; the she-elephant of North-west.

சுதந்திரம்: (பெ): விடுதலை; மரபுரிமை; தன் விருப்பம்; freedom; liberty; heritage; self desire.

சுதம்: (பெ): அழிவு; முறைமை; நெருஞ்சில்; இறங்குகை; ruin; order; manner; cow's thorn; stepping down.

சுதரிசனம்: (பெ): நற்காட்சி; அழகு; கண்ணாடி; திருமாலின் சக்கரம்; good vision; beauty; mirror; a disc-like weapon borne by Lord Vishnu.

சுதருமம்: (பெ): நல்லறம்; இயல்பு; virtuous life; nature.

சுதர்ச்சி: (பெ): சதுரக்கள்ளி; a kind of spurges.

சுதலம்: (பெ): பாதாள உலகம் ஏழினுள் ஒன்று; one of the seven lowest subterranean regions.

சுதனம்: (பெ): நற்பேறு; ஆயுதம்; fortune; weapon.

சுதன்: (பெ): திரித்துவம் என்னும் தெய்வ நிலை மூன்றினுள் மீட்சியை அருளுபவர்; மகன்; Jesus; the son.

சுதன்மம்: (பெ): நல்லறம்; ஆயுதம்; இந்திரனின் அத்தாணி மண்டபம்; virtuous life; weapon; audience hall of Lord Indra.

சுதா: (பெ): அமிர்தம்; ambrosia; the food of the celestial beings.

சுதாகரன்/சுதாதாரன்/சுதாநிதி: (பெ): சந்திரன்; the moon.

சுதாமனு: (பெ): மலை; முகில்; mountain; cloud.

சுதாரித்தல்: (வி): திறமையாக நடந்துகொள்ளுதல்; எதிர்பாராமல் ஒன்று நிகழும்போது (அ) ஒன்று நிகழ்ந்தபின் உணர்வு பெற்று சாமர்த்தியமாகச் சமாளித்தல்; to manage; to get alerted; to recover balance.

சுதி: (பெ): யாழின் நரம்பு; அறிஞன்; வளர்பிறை; பெண்; ஆசனவாய்; இசைச் சுருதி; string of a lute; learned person; crescent moon; woman; anus hole; pitch of a tune.

சுதினம்: (பெ): நல்ல நாள்; good day; auspicious day.

சுதும்பு: (பெ): ஒரு மீன் வகை; a kind of fish.

சுதேசம்: (பெ): சொந்த நாடு; motherland.

சுதேசி: (பெ): உள்நாட்டில் தயாராவது; தனது தாய் நாட்டிலேயே பிறந்து வாழ்ந்து வருபவர்; மண்ணின் மைந்தன்; that which is produced in one's country; indigenous; son of the soil; native.

சுதை: (பெ): தேவாமிர்தம்; பால்; சுவை; சுண்ணாம்பு; வெண்மை; நட்சத்திரம்; மின்னல்; கேடு; மகள்; உதைகால் பசு; ambrosia; the food of the celestial beings; milk; taste; lime; whiteness; star; lightning; ruin; daughter; kicking cow.

சுத்த: (பெ)-(பெ.அ): ஒன்றின் (அ) ஒருவரின் இயல்பினை (அ) நிலையை அழுத்திக் கூறிடப் பயன்படுத்தும் பெயரடை; தூய்மையான; the word used as an emphatic qualifier; complete; utter; (of good quality) pure.

சுத்தசாரி: (பெ): நாட்டியங்களில் ஒரு வகை; a kind of dance.

சுத்தமாய்: (பெ): முற்றிலுமாக; completely.

சுத்தம்: (பெ): தூய்மை; உண்மை; முழுமை; பிழையின்மை; சூனியம்; நலம்; கலப்பின்மை; குற்றமற்றது; சுக்கில பட்சம்; purity; truth; wholeness; faultlessness; nothingness; betterment; genuineness; bright half of the lunar month.

சுத்தன்: (பெ): தூயவன்; சிவன்; மூடன்; கபடமற்றவன்; pure and holy person; Lord Shiva; muff; artless person.

சுத்தான்னம்: (பெ): சோறு; boiled rice.

சுத்தி: (பெ): மாசின்மை; மருந்து போன்றவற்றின் குற்றம் நீக்குகை; சிப்பி; சங்கு; மண்டையோடு; கரந்தை; அகல்; பாத்திரவகை; சுத்தியல்; வயிரக் குற்றங்களுள் ஒன்று; faultlessness; removing the faults of a medicine; shell; conch; skull; a kind of plant; hollow earthen (small) lamp; a kind of vessel; hammer; one of the defects of diamond.

சுத்திகை: (பெ): கிளிஞ்சில்; அகல்; shell; a small hollow earthen lamp.

சுத்தியம்: (பெ): உயர் ரக ஆடை; garment of superior quality.

சுத்தியல்: (பெ): சிறு சம்மட்டி வகை; a kind of small hammer.

சுத்துடு: (பெ): நன்னீர்; குடிநீர்; pure water; drinking water.

சுத்துரு: (பெ): கண்டங்கத்தரிச் செடி; a thorny plant which bears small yellow fruits.

சுத்தோதகம்: (பெ): நல்ல தண்ணீர்; pure water.

சுந்: *(பெ):* சனி; planet Saturn, considered as the source of malignant influence.

சுந்தரத் தோளுடையான்: *(பெ):* திருமால்; Lord Vishnu.

சுந்தரம்: *(பெ):* அழகு; நிறம்; நன்மை; சிவப்பு; beauty; colour; benefit; good; red.

சுந்தரன்: *(பெ):* அழகன்; சுந்தரமூர்த்தி நாயனார்; சிவபெருமான்; handsome person; Saint Sundaramoorthi Nayanar, one of the four (saint-poets) Samaya Kuravas; Lord Shiva.

சுந்தரி: *(பெ):* அழகி; இந்திராணி; பார்வதி; துர்க்கை; மூஞ்சூறு; ஒரு மரவகை; beautiful woman; Indrani, wife of Lord Indra; Parvathi Devi, the consort of Lord Shiva; Durga,Goddess of Victory; musk rat; shrew mouse; a kind of tree.

சுந்து: *(பெ):* நீர்; water,

சுபகரம்: *(பெ):* நன்மை தருவது; that which gives goodness.

சுபகாரியம்: *(பெ):* நற்செயல்; திருமணம் போன்ற சுபகாரியம்; good deed; auspicious event as marriage.

சுபகிருது: *(பெ):* ஒரு தமிழ் வருடம்; Subakirudhu, a Tamil Year.

சுபக்கிரகம்: *(பெ):* நற்கோள்களான வளர்பிறைச் சந்திரன், புதன், வியாழன், சுக்கிரன் போன்றவை; auspicious planets like waxing Moon, Mercury, Jupiter and Venus.

சுபங்கரி: *(பெ):* பார்வதி தேவி; Goddess Parvathi.

சுபசரிதம்: *(பெ):* நன்னடத்தை, good conduct.

சுபசரிதை: *(பெ):* மங்கல வரலாறு; auspicious narration.

சுபசோபனம்: *(பெ):* மங்கலச் செய்தி; auspicious news.

சுபதம்: *(பெ):* அரசமரம்; நன்மையளிப்பது; pipal tree; that which gives benefit.

சுபத்திரை: *(பெ):* கறுப்புப் பசு; அருச்சுனனின் மனைவி; black cow; Subadhra, the wife of Arjuna.

சுபமுகூர்த்தம்: *(பெ):* நல்ல வேளை; precious time; auspicious time.

சுபம்: *(பெ):* மங்கலம்; நன்மை; பேறு; முத்தி; அழகு; மங்கலச் செயல்; வெண்மை; இருபத்தேழு யோகங்களுள் ஒன்று; காற்று; auspiciousness; benefit; good; good fortune; final bliss; beauty; auspicious deed; whiteness; one of the twenty-seven yogams; wind.

சுபன்னன்: *(பெ):* சேவல்; கருடன்; cock; eagle.

சுபா: *(பெ):* நாட்டின் ஒரு பகுதி; a part of a country.

சுபாவம்: *(பெ):* இயல்பு; இயற்கையுணர்வு; உண்மை; nature (when a particular trait is mentioned); personality traits; truth.

சுபானு: *(பெ):* ஒரு தமிழ் வருடம்; Subaanu, a Tamil Year.

சுபிட்சம்: *(பெ):* செழிப்பு; prosperity.

சுபுகம்: *(பெ):* மோவாய்; chin.

சுபுட்பம்: *(பெ):* இலவங்கம்; பவளமல்லிகை; cinnamon seed; a kind of jasmine.

சுபை: *(பெ):* நாட்டின் பகுதி; அரசாட்சி; தேவர் கூட்டம்; மூங்கில்; a part of a country; rule or reign of a king; group of celestial beings; bamboo.

சுபோதம்: *(பெ):* மெய்ஞ்ஞானம்; spiritual wisdom.

சுப்பல்: *(பெ):* சுள்ளி விறகு; dried twig.

சுப்பியம்: *(பெ):* விளாமரம்; wood-apple tree.

சுப்பிரசன்னம்: *(பெ):* தெளிவு; அருள்; clearness; grace.

சுப்பிர சுதை: *(பெ):* காட்டெருமைப் பால்; the milk of bison.

சுப்பிரதந்தி: *(பெ):* வடமேற்கு திக்குப் பெண் யானை; she-elephant of North-west direction.

சுப்பிரதீபம்: *(பெ):* கூர்மையான அறிவு; வடகிழக்கு திக்கு யானை; keen-knowledge; elephant of North-east direction.

சுப்பிரபாதம்: *(பெ):* திருப்பள்ளியெழுச்சிப் பாடல்; the poem sung for waking up the deity in a temple.

சுப்பிரம்: *(பெ):* வெண்மை; தூய்மை; யோகம் இருபத்தேழனுள் ஒன்று; முத்துக் குற்றங்களுள் ஒன்று; சந்தனம்; வெள்ளி; whiteness; purity; one of the twenty-seven yogams; one of the defects of pearl; sandal wood; silver.

சுப்பிரமணியன்: *(பெ):* முருகப் பெருமான்; Lord Muruga.

சுப்பிராங்கி: *(பெ):* இந்திரனின் குதிரை; Lord Indra's horse.

சுப்பிரி: *(பெ):* பிரம்மா; Lord Brahma.

சுப்பிவிறகு: *(பெ):* சுள்ளி விறகு; dried twig.

சும: *(வி):* கனமான பொருளை தலை, முதுகு போன்ற இடங்களில் தாங்குதல்; தாய் கருத்தரித்துக் குழந்தையை வயிற்றினுள் கொண்டிருத்தல்; to carry loads, heavy objects, etc.; (of pregnant woman) to carry the child in her womb.

சுமக்க: *(வி.அ):* மிகவும்; very; extreme.

சுமக்கமுடியாத: *(பெ.அ):* கனமான பொருளை தலை (அ) முதுகில் தாங்கமுடியாத; unable to carry either on head or on back.

சுமங்கலம்: *(பெ):* மங்கலமாயுள்ளது; that which is auspicious one.

சுமங்கலி: *(பெ):* மங்கலியப் பெண்; கணவனுடன் வாழ்பவள்; கணவனுடன் வாழ்வதால் மங்கல நிலை பெற்றவள்; married woman, who is considered auspicious because she is living with her husband.

சுமங்கலிப் பிரார்த்தனை: *(பெ):* குடும்பத்தில் சுமங்கலியாக வாழ்ந்து இறந்த பெண்ணை வழிபட்டுச் செய்திடும் சடங்கு; the ceremony in memory of a woman who died while her husband was alive.

சுமங்கை: *(பெ):* ஆடுதின்னாப்பாளை; a herb.

சுமடி: *(பெ):* அறிவற்ற பெண்; foolish woman.

சுமடு: *(பெ):* சும்மாடு; சுமை; cloth pad used as a cushion while carrying load on the head; weight; load.

சுமதலை: *(பெ):* பொறுப்பு; responsibility.

சுமதி: *(பெ):* பாரம்; மிகுதி; பொறுப்பு; நல்லறிவு; அறிஞன்; தீர்த்தங்கரருள் ஒருவர்; load; weight; abundance; responsibility; wisdom; learned person; one of the Theerthankaras.

சுமத்தல்: *(பெ):* பாரமாதல்; சார்தல்; மிகுதல்; தாங்குதல்; பணிதல்; மேற்கொள்ளுதல்; be burden to others; to depend on someone; to exceed; to withstand; to bear; to obey; to undertake.

சுமத்தி: *(பெ):* மிகுதி; விலையேற்றம்; கெட்டி; mickle; a rise in price; hardness.

சுமந்த: *(பெ.அ):* அதிகமான; excess.

சுமப்பவன்: *(பெ):* தாங்குபவன்; bearer.
• **சுமப்பவன்** அல்லவோ அறிவான் காவடி பாரம் - *பழமொழி.*

சுமப்பு: *(பெ):* பாரம்; சுமை; load; weight.

சுமம்: *(பெ):* பூ; மலர்; flower.

சுமரணை: *(பெ):* சுரணை; உணர்ச்சி; அறிவு; நினைவு; sensitiveness; feeling; knowledge; remembrance.

சுமனை: *(பெ):* சிவப்புப் பசு; the cow which is red in colour.

சுமாரகம்: *(பெ):* நினைப்பு; thought.

சுமாராக: *(வி.அ):* ஏறக்குறைய; approximate.

சுமாரான: *(பெ.அ):* சராசரியான; மட்டமான; moderate; average; inferior.

சுமாலி: *(பெ):* கள்; ஓர் அரக்கன்; toddy; a monster.

சுமுகம்: *(பெ):* இணக்கம்; அமைதி; smooth; amicable.

சுமுகன்: *(பெ):* இன்முகம் கொண்டோன்; one who has smiling face.

சுமை: *(பெ):* பாரம்; சுமக்கை; தொகுதி; ஓரங்குல மழை; 60 படி கொண்ட அளவு; பொறுப்பு; load; weight; bearing; carrying; collection; 1″ rainfall; a measure equal to sixty litres; responsibility.

சுமை கூலி: *(பெ):* பெட்டி, மூட்டை போன்றவற்றைத் தூக்குவதற்குக் கொடுக்கப்படும் கூலி; wages paid to a porter for carrying loads.

சுமைதாங்கி: *(பெ):* கிராமப்புறச் சாலை ஓரங்களில் தலைச்சுமையை இறக்கி வைத்து இளைப்பாறிட அமைக்கப்பட்டிருக்கும் ஆளுயர இரு கல்தூண்களின் மீது மற்றொரு நீளமான கல் வைக்கப்பட்டுள்ள அமைப்பு; a structure with two vertical stones and a slab over them to unload the burden on the head and take rest; (found along the rural roads).

சுமைதி: *(பெ):* பொறுப்பு; மிகுதி; பாரம்; responsibility; excess; weight; load.

சுமையடை: *(பெ):* சும்மாடு; cloth-pad used as a cushion while carrying load on the head.

சுமையாள்: *(பெ):* சுமை தூக்குவோன்; porter.

சும்பகம்: *(பெ):* ஊசிக் காந்தம்; magnetic needle; magnet stone.

சும்பகன்: *(பெ):* காமாந்தகரன்; lustful person.

சும்பனம்: *(பெ):* முத்தமிடுதல்; kissing.

சும்பன்: *(பெ):* மூடன்; idiot; fool.

சும்புதல்: *(பெ):* வாடிச் சுருங்குதல்; to wither.

சும்புள்: *(பெ):* கடப்பமரம்; a kind of tree.

சும்புளித்தல்: *(வி):* (கண்) கூசுதல்; (of eyes) be dazzled (by the brilliance of light).

சும்மா: *(வி.அ):* நோக்கம், பிரதிபலன் ஏதும் இல்லாமல்; தொழிலின்றி; கருத்தின்றி; இலவசமாக; அடிக்கடி; தயக்கமின்றி; without any purpose; without any work; without any view; freely; often; frequently; without any hesitation.

சும்மாடு: *(பெ):* பாரம் சுமக்கும்போது பாரம் அழுத்தாமலிருக்க தலையில் வட்டமாகச் சுருட்டி வைத்துக்கொள்ளும் துணி; cloth-pad used as a cushion while carrying load on the head.

சும்மை: *(பெ):* சுமை; தொகுதி; நெற்போர்; ஊர்; நாடு; செடிவகை; ஒலி; weight; load; collection; large stack of half-thrashed sheaves of paddy; village; country; a kind of plant; sound.

சுயகாரியம்: *(பெ):* சொந்த வேலை; தன்னலம்; personal work; egotism.

சுயசம்பாத்தியம்: *(பெ):* பரம்பரை வழியாகப் பெறாது தானாக உழைத்துச் சேர்த்த பணம் (அ) சொத்து; money or wealth earned as opposed to inherited by oneself; self-acquired property.

சுயசரிதம்/சுயசரிதை: *(பெ):* தன் வாழ்க்கை வரலாறு; autobiography.

சுயசார்பு: *(பெ):* தனக்குத் தேவையான பொருட்களைத் தானே உற்பத்தி செய்துகொண்டு தன் பலத்தில் நிற்கும் நிலை; self-reliance.

சுயசேவை: *(பெ):* அங்காடி போன்றவற்றில் வாடிக்கையாளர்கள் தங்களுக்குத் தேவையான

வற்றைத் தாங்களே சென்று எடுத்துக்கொள்ளும் படியான விற்பனை முறை; self-service in shops, restaurant, etc.

சுயஞ்ஜோதி: *(பெ):* கடவுள்; God.

சுயநலமி: *(பெ):* சுயநலவாதி; சுயநலம் கொண்டவர்; selfish person.

சுயநலம்: *(பெ):* தன்னலம்; selfishness.

சுயநினைவு: *(பெ):* சுய உணர்வு; consciousness; self-awareness.

சுயபுராணம்: *(பெ):* தன்னைப் பற்றிய பேச்சு; talking all the time about oneself.

சுயம்பாகி: *(பெ):* சமையற்காரன்; சவர்க்காரம்; the cook; soap.

சுயம்பு: *(பெ):* தானே உண்டாவது; இயற்கையாகவே இருந்திடுவது; that which is self-begotten.

சுயமரியாதை: *(பெ):* தன்னுடைய கண்ணியத்தையும், உயர்வு-தாழ்வு கற்பிக்காத சமத்துவத்தையும் அடிப்படையாகக் கொண்ட நிலைப்பாடு; self-respect; self-esteem.

சுயமரியாதை இயக்கம்: *(பெ):* மனிதன் சுயமரியாதையுடனும், பகுத்தறிவுடனும் நடந்து கொள்ளும் கொள்கையைக் கொண்ட சமூக இயக்கம்; a social movement based on one's faith in the dignity and reasoning power of the individual; self-respect movement.

சுயமரியாதைத் திருமணம்: *(பெ):* சுயமரியாதை காரணமாக மரபான சடங்குகளை முழுவதுமாகத் தவிர்த்துச் செய்யும் திருமணம்; marriage conducted according to one's self-respect rejecting all the traditional rites.

சுயமாக: *(வி.அ):* பிறர் உதவியின்றித் தானாக; சொந்தமாக; independently; by one self.

சுயரூபம்: *(பெ):* உண்மையான இயல்பு; true colours.

சுய வேலைவாய்ப்பு: *(பெ):* தானே ஒரு தொழிலினைத் தொடங்குவதன் வாயிலாக தனக்குத்தானே வேலை ஏற்படுத்திக்கொள்ளும் முறை; self-employment.

சுயாட்சி: *(பெ):* ஒரு நாடு அடுத்த நாட்டின் ஆதிக்கம், கட்டுப்பாடு இல்லாது தன் நிர்வாகத்தைத் தானே கவனித்துக் கொள்ளும் ஆட்சிமுறை; self-rule; independence.

சுயாதிகாரம்: *(பெ):* சுதந்திரமாகச் செயல்படுவதற்குரிய அதிகாரம்; தானே நிர்வாகம் செய்து கொள்ளும் உரிமை; autonomy.

சுயார்ச்சிதம்/சுயார்ஜியம்: *(பெ):* சுய சம்பாத்தியம்; that which is self-earned.

சுயிரகம்: *(பெ):* தர்ப்பைப்புல்; kaus grass considered sacred.

சுயேச்சை/சுயேட்சை: *(பெ):* தன்னிச்சை; தன்னளவில் சுதந்திரமானது; independence; independent (manner).

சுயோகி: *(பெ):* கள்; toddy.

சுர: *(வி):* (பால், நீர், எச்சில் போன்றவை தன்னுடைய ஆதார இடத்திலிருந்து) ஊறி வெளிவருதல்; சிறிதளவாக உற்பத்தி ஆகுதல்; வளம், பயன் போன்றவை பெருகுதல்; (of milk, water, saliva) to get collected in the natural source; to secrete; to prosper; to flourish.

சுரகுரு: *(பெ):* வியாழன்; இந்திரன்; சோழன்; the planet Jupiter; Lord Indra; Chozha King.

சுரங்க அறை: *(பெ):* நிலத்தின் அடியில் உள்ள அறை; குகை; cave.

சுரங்கப்பாதை: *(பெ):* நிலத்துக்கு அடியில் (அ) மலையைக்குடைந்து அமைக்கப்படும் பாதை; sub-way; tunnel.

சுரங்கம்[1]: *(பெ):* நிலத்துள் படிந்திருக்கும் தங்கம், நிலக்கரி போன்றவற்றை எடுப்பதற்காக உட்புறமாகத் தோண்டப்பட்ட குடைவு; (gold, coal, etc.,) mine.

சுரங்கம்[2]: *(பெ):* நிலவறை; cellar.

சுரசம்: *(பெ):* மதுரச்சாறு; மருந்துச்சாறு; துளசிச்செடி; நொச்சி; பாதரசம்; அரத்தை; sweet essence; medicinal syrup; basil plant; five-leaved tree; mercury; a kind of medicinal herb.

சுரசனி: *(பெ):* இரவு; night.

சுரசி: *(பெ):* மரவகை; a kind of tree.

சுரசை: *(பெ):* சிற்றரத்தை; root of a medicinal plant.

சுரஞ்சனம்: *(பெ):* கமுகு; areca-nut tree.

சுரடி: *(பெ):* ஒரு பண் வகை; a kind of music.

சுரணை: *(பெ):* புலன்களால் உணர்வது, தம்முன் நடப்பது, நிகழ்வது போன்றவற்றினால் உண்டாகும் உணர்வு; sensitiveness.

சுரண்டல்: *(பெ):* அடுத்தவரின் செல்வம், உழைப்பு போன்றவற்றை முழுமையாக சுயநலத்திற்காகப் பயன்படுத்திடும் முறை; exploitation.

சுரண்டுதல்: *(வி):* அழுத்தித் தேய்த்தல்; பிறரின் செல்வத்தை (அ) உழைப்பை முழு அளவில் சுயநலத்திற்காகப் பயன்படுத்துதல்; தூண்டுதல்; இரத்தல்; விபச்சாரம் செய்தல்; to scrape; to exploit something or someone for selfish ends; to induce; to beg; (of women) to have sex with more than one person for want of money.

சுரதநீர்: *(பெ):* காமநீர்; a pasty liquid secreted in the genital part of woman while having sex.

சுரதநூல்: *(பெ):* காமநூல்; treatise on erotics.

சுரதம்: *(பெ):* புணர்ச்சி; இனிமை; சாறு; பாதரசம்; sexual intercourse; sweetness; juice; essence; mercury.

சுரதமங்கை: *(பெ):* விலைமகள்; பொதுமகள்; prostitute; adulteress; harlot; whore.

சுரதரு: *(பெ):* கற்பக மரம்; a tree in the heaven yielding whatever one desires.

சுரதலீலை: *(பெ):* இனிமை; உடலுறவு; புணர்ச்சி; sweetness; sexual union.

சுரதாக்கு: *(பெ):* ஒரு செடி வகை; a kind of plant.

சுரத்தல்: *(பெ):* ஊறுதல்; வீக்கம் உண்டாதல்; நிறைதல்; to get collected; to secrete; to swell; increase in size; be full of.

சுரநதி: *(பெ):* கங்கை; River Ganges.

சுரபதம்: *(பெ):* சொர்க்கம்; heaven.

சுரபதி: *(பெ):* இந்திரன்; Lord Indra.

சுரபி: *(பெ):* காமதேனு; வெள்ளைப்பசு; மணம்; தேட்கொடுக்கி; துளசி; மல்லிகை; சாதிக்காய்; celestial cow which gives all the needs; white cow; fragrance; a herb; basil plant; jasmine; nut-meg.

சுரபிபத்திரை: *(பெ):* பெருநாவல் மரம்; a kind of jamoon plum tree.

சுரபு: *(பெ):* இலவம் பிசின்; பஞ்சுமர வகை; resin of silk-cotton tree; silk-cotton tree.

சுரபுன்னை: *(பெ):* புன்னை மர வகை; a kind of mast wood.

சுரப்பட்டைச் சத்து: *(பெ):* கொய்னா; quinine.

சுரப்பி: *(பெ):* உடம்பிலிருந்து வெளியேறுவதும் இரத்தத்தில் கலப்பதுமான திரவ வகைகளைச் சுரக்கும் உள்ளுறுப்பு; gland.

சுரப்பு: *(பெ):* சுரப்பியிலிருந்து வெளிவரும் திரவம்; வீக்கம்; பால் சுரத்தல்; நீர் சுரத்தல்; secretion from glands; swelling; (of a cow) secretion of milk; flow of water from the mountainous range.

சுரமகளிர்: *(பெ):* தெய்வப் பெண்டிர்; celestial nymphs.

சுரமண்டலம்: *(பெ):* ஒரு வாத்திய வகை; a kind of musical instrument.

சுரமதி: *(பெ):* மேகப்புண் வகை; a kind of syphilis.

சுரமாந்தம்: *(பெ):* குழந்தைகளுக்கான நோய் வகை; a kind of disease of children.

சுரம்: *(பெ):* பாலை நிலம்; காடு; காய்ச்சல்; வழி; இசை வகை; குரல்; கள்; உப்பு; உட்டுளை; desert tract; forest; fever; way; a kind of music; voice; toddy; salt; inner hole.

சுரம் தாழ்தல்: *(வி):* செருக்கு குறைதல்; to have one's pride reduced.

சுரம் பாடுதல்: *(வி):* கீர்த்தனம் போன்றவற்றைப் பாடுதல்; to sing the keerthanas, etc.

சுரர்: *(பெ):* தேவர்கள்; celestial beings.

சுரர்பதி: *(பெ):* இந்திரன்; ஸ்வர்க்கம்; Lord Indra; heaven.

சுரலோகம்: *(பெ):* ஸ்வர்க்கம்; heaven.

சுரழ்: *(பெ):* இலவம் பிசின்; the resin of silk cotton tree.

சுரளிகை: *(பெ):* பாலை மரம்; a kind of tree.

சுரன்: *(பெ):* அறிஞன்; சூரியன்; காடு; சிறுமீன் வகை; learned person; the Sun; forest; a kind of small fish.

சுரா: *(பெ):* கள்; toddy.

சுராகரம்: *(பெ):* தென்னை மரம்; coconut tree.

சுராட்டு: *(பெ):* இந்திரன்; அரசன்; Lord Indra; king.

சுராரி: *(பெ):* அசுரர்; Asuras.

சுராலை: *(பெ):* சாம்பிராணி; gumbenzoin burnt as incense.

சுரி: *(பெ):* சுழற்சி; சுழி; நரி; சேறு; துளை; whirl; curl; jackal; fox; mud; hole.

சுரிகுழல்: *(பெ):* பெண்; கவசம்; woman; shield.

சுரிகை: *(பெ):* உடைவாள்; கத்தி; கவசம்; sword; dagger; knife; shield.

சுரிதம்: *(பெ):* வெட்டப்பட்டது; கலக்கப்பட்டது; that which is cut off; that which is mixed up.

சுரித்தல்: *(வி):* சுழிதல்; சுருளுதல்; வற்றுதல்; சுருங்குதல்; சுளித்தல்; to detest; to coil; to roll; to dry up; to shrink; to screw (one's face).

சுரிப்புறம்: *(பெ):* சங்கு; நத்தை; conch; snail.

சுரிமண்: *(பெ):* சேறு; புதை குழி; mud; quicksand.

சுரிமுகம்: *(பெ):* நத்தை; சங்கு; snail; conch as having a spiral head.

சுரியல்: *(பெ):* வளைவு; சுருண்ட மயிர்; மயிர்; பெண்முடி; bend; curve; curling hair; hair; woman's flowing hair.

சுரியாணி: *(பெ):* முறுக்காணி; screw.

சுரியூசி: *(பெ):* பனையோட்டில் துளையிடும் கருவி; the instrument like long needle which was used to make hole in the palmyra leaf strips.

சுரீரென/சுருக் என: *(வி):* (எறும்பு, பூச்சி போன்றவை கடித்தவுடன் (அ) ஊசி, முள் போன்றவை குத்தியதும்) மிகுந்த வலியுண்டாகுதல்; (கடுஞ்சொல், கெட்ட செய்தி போன்றவை) மனதில் குத்துவது போன்று பாதிப்பினை உண்டாக்குதல்; to cause sharp pain; (of harsh remark, etc.) to feel touched to the quick; to give a pang.

சுருக்க: *(வி.அ):* சீக்கிரமாக; விரைவாக; at once; quickly.

சுருக்கம்[1]: *(பெ):* குறைந்த அளவு வார்த்தைகளால் வெளிப்படுத்துவது; குறைவான காலத்தில் நிகழ்வது; கதை, கட்டுரை போன்றவற்றின் சுருக்கப்பட்ட வடிவம்; குறைவு; சிறுமை; வறுமை; brevity; conciseness; being brief;

summary; abstract; not much; meanness; poverty.

சுருக்கம்²: *(பெ):* தோல், துணி போன்றவை சுருங்கி மடிப்புகளுடன் காணப்படும் நிலை; crease in clothes; wrinkle on the skin.

சுருக்கி: *(பெ):* தொட்டாற்சுருங்கி; ஆமை; touch-me-not plant; tortoise.

சுருக்கு: *(பெ):* சுருங்குதல்; ஆடை போன்றவற்றின் மடிப்பு; கண்ணி; குறைவு; கரணை; விரைவு; அக்கறை; வில்வம்; பூமாலை வகை; shrinking; crease in cloth; wreath worn on head; deficiency; mason's trowel; swiftness; care; bael tree; a kind of garland.

சுருக்குப்பை: *(பெ):* கோர்க்கப்பட்டு இருக்கும் கயிற்றை இழுப்பதன் மூலம் வாய்ப் பகுதியைச் சுருக்கிவிடக் கூடிய வகையில் துணியில் தைக்கப்பட்டிருக்கும் பை; a small cloth bag in which the mouth of it, is closed by drawing the strings.

சுருக்குவழி: *(பெ):* குறுக்குப்பாதை; பிரச்சினையைத் தீர்க்கக் கையாளும் எளிய வழி; cross-cut; easy method in solving a problem.

சுருக்கெழுத்தர்: *(பெ):* சுருக்கெழுத்தில் குறித்துக் கொண்டு பின் முழுமையாகத் தட்டச்சு செய்து தரும் பணியாளர்; stenographer.

சுருக்கெழுத்து: *(பெ):* குறியீடுகளைக் கொண்டு வேகமாகப் பேச்சை எழுத்தில் பதிவு செய்யும் முறை; shorthand (writing).

சுருக்குவார்: *(பெ):* விலங்குகளைப் பிடிப்பதற்குரிய கருவி வகை; a kind of instrument used to catch the animals.

சுருக்கை: *(பெ):* வில்வம்; பூமாலை வகை; bael tree; a kind of garland.

சுருங்கச் சொன்னால்: *(வி.அ):* ஒரு சில வார்த்தைகளில் சொல்வதானால்; in brief; in short.

சுருங்கல்: *(வி):* சுருக்கமாதல்; மடிப்பு விழுதல்; to wrinkle; to crease.

சுருங்கில்: *(பெ):* சிறுவீடு; hut.

சுருங்கு: *(பெ):* சலதாரை; drainage outlet; *(வி):* அளவில் சிறிதாதல்; உள்ளடங்குதல்; தோல் சுருக்கம் கொள்ளுதல்; தசை இறுகுதல்; to become smaller in size; to shrink; to coil; to wrinkle (of skin); to contract (of muscles).

சுருங்கை: *(பெ):* கோட்டையின் இரகசிய வழி; நுழைவாயில்; சாளரம்; a secret way to enter a fort; entrance; window.

சுருசுருத்தல்: *(வி):* ஒலித்தல்; to produce sound.

சுருட்டி: *(பெ):* ஆலவட்டம்; ஒரு பண் வகை; பூண்டு வகை; prodigious hand-fans used by attendants to fan their masters or idols; a kind of music; a kind of herb.

சுருட்டு: *(பெ):* சுருட்டி வைக்கப்பட்டது; குழல் போலச் சுருட்டப்பட்ட புகையிலைச் சுருள்; a roll cigār; cheroot; *(வி):* உள் மடங்கச் சுற்றுதல்; ஒடுக்கிக் கொள்ளுதல்; உள்ளிழுத்தல்; திருடுதல்; to roll up; to curl up; to draw; to spirit away.

சுருட்டை: *(பெ):* (தலை முடி) பல நெளிவுகளைக் கொண்டிருப்பது; நெற்பயிர், மிளகாய்ச் செடி போன்றவற்றின் இலையைச் சுருண்டு விடுமாறு பாதிப்படையச் செய்யும் நோய்; (of hair) curly; a kind of disease caused by leaf roller.

சுருணி: *(பெ):* யானைத்தோட்டி; elephant's goad.

சுருணை: *(பெ):* சுருட்டி வைத்த பொருள்; கந்தைத் துணி; anything rolled up; rags for mopping the floor especially with cow-dung mixture.

சுருதஞானம்: *(பெ):* கேள்வியால் உண்டாகும் அறிவு; knowledge gained by hearing.

சுருணை கட்டுதல்: *(வி):* வைக்கோலினைப் பிரியாகத் திரித்துச் சுருட்டி விதை நெல்லுக்குச் சுற்றி வைத்தல்; to store in straw bundles as paddy seeds.

சுருதம்: *(பெ):* காதால் கேட்டது; வரலாறு; வேதம்; that which is heard; history; Veda.

சுருதி: *(பெ):* காது; சுதி; ஒலி; வேதம்; புகழ்; அசரீரி; பொய்ச்செய்தி; ear; the basic note to which an instrument or the voice of the musician has be adjusted; sound; Veda; fame; voice from heaven making a prediction or instructing someone to do something; false news.

சுருதியான்: *(பெ):* பிரமன்; Lord Brahma.

சுரும்பர்: *(பெ):* வண்டு; beetle.

சுரும்பாயன்: *(பெ):* மன்மதன்; Kamadeva; Cupid.

சுரும்பித்தல்: *(வி):* ஒலித்தல்; to produce sound.

சுரும்பு: *(பெ):* வண்டு; மலை; beetle; mountain.

சுருவம்: *(பெ):* தன்மை; வடிவம்; அகப்பை வகை; nature; form; a kind of long-handled wooden spoon.

சுருவை: *(பெ):* வேள்விக்குரிய நெய்த்துடுப்பு; a ghee ladle used in sacrifice.

சுருளமுது: *(பெ):* தாம்பூலம்; betel leaves and areca-nuts to chew.

சுருளல்: *(வி):* சுருளுதல்; மயிர்ச் சுருள்; curling; curl of hair.

சுருளி: *(பெ):* செடி வகை; a kind of plant.

சுருளுதல்: *(வி):* சோர்தல்; சுருங்குதல்; துன்பத்திற்கு உள்ளாகுதல்; be weary; to shrink; cause to suffer.

சுருளை: *(பெ):* சுருள்; குருத்து; காதணி வகை; curl; coil; unfurled tender leaf; a kind of ear ornament.

சுருள்: *(பெ):* வெற்றிலைச் சுருள்; கட்டு; மகளிர் காதணி வகை; நாளம்; திருமணப் பரிசு; coil of betel leaf; bundle; a kind of ear ornament of women; blood vessel; wedding gift.

சுருள் பாக்கு: *(பெ):* கொட்டைப் பாக்கிலிருந்து வெட்டப்பட்ட சுருள் வடிவச் சீவல்; the curled shaving of areca nut.

சுரூபம்: *(பெ):* தன்மை; nature.

சுரூபவதி/சுரூபி: *(பெ):* அழகி; beautiful woman.

சுரேசன்: *(பெ):* முருகன்; இந்திரன்; Lord Muruga; Lord Indra.

சுரேசுவரி: *(பெ):* உமையவள்; முசுமுசுக்கை; Parvathi, consort of Lord Shiva; a kind of herb.

சுரேந்திரன்: *(பெ):* இந்திரன்; Lord Indra.

சுரை: *(பெ):* பசுவின் மடி; கறவைப் பசு; பூண்; கள்; தேன்; உட்டுளை; மூங்கில் குழாய்; மூட்டுவாய்; அம்பின் தலைப்பகுதி; கூரான தோண்டுபாறை வகை; cow's udder; milk cow; ring; toddy; honey; inner hole; bamboo reed as a flask; clasp; the tip of the arrow; a kind of crow-bar.

சுரைக்குடம்: *(பெ):* உலர்ந்த சுரைக்காய்; dried bottle gourd, used as a flask.

சுரோணி: *(பெ):* நிதம்பம்; female genital organ.

சுரோணிதம்: *(பெ):* குருதி; கருமுட்டை; சிவப்பு; blood; ovum; red.

சுரோதா: *(பெ):* கேட்கிறவன்; one who hears.

சுரோத்தமன்: *(பெ):* சூரியன்; the Sun.

சுரோத்திரம்: *(பெ):* காது; ear.

சுரோத்திரியம்: *(பெ):* வேத விற்பன்னருக்கு விடப்பட்ட இறையிலி நிலம்; the land assigned to a brahmin learned in Vedas or a favourable rate of assessment.

சுலபம்: *(பெ):* எளிமை; சிறுமை; மலிவு; ease; meanness; cheap.

சுலவுதல்: *(வி):* சுழலுதல்; சுழற்றுதல்; சுற்றுதல்; சூழ்தல்; to whirl; to spin; to roll; to surround.

சுலனன்: *(பெ):* நெருப்பு; fire.

சுலாவு: *(பெ):* காற்று; wind.

சுலு: *(பெ):* எளிது; தாமிரம்; ease; copper.

சுலுகம்: *(பெ):* சேறு; mud.

சுலுப்பு: *(பெ):* மரக்கலம்; boat.

சுலோகம்: *(பெ):* புகழ்; பழமொழி; வடமொழிச் செய்யுள்; fame; proverb; the verse form in Sanskrit often related in prayer.

சுலோகி: *(பெ):* கள்; toddy.

சுலோசனம்: *(பெ):* அழகிய கண்; மூக்குக் கண்ணாடி; beautiful eye; spectacles; optics.

சுலோபம்: *(பெ):* எளிது; இழிந்தது; எறும்பு; பழமொழி; ease; that which is mean; ant; proverb.

சுல்கம்: *(பெ):* பந்தயப் பொருள்; the thing which is to be bet.

சுல்லம்: *(பெ):* கயிறு; தாமிரம்; coir; rope; copper.

சுல்லி: *(பெ):* அடுப்பு; மடைப்பள்ளி; oven; the kitchen in a temple.

சுல்லு: *(பெ):* வெள்ளி; silver.

சுல்வம்: *(பெ):* தாமிரம்; சிறுமை; copper; meanness.

சுவ: *(பெ.அ):* தன்னுடைய; one's own.

சுவகம்: *(பெ):* மோவாய்; chin.

சுவகதம்: *(பெ):* தனக்குள் பேசுதல்; murmur; speaking within oneself but unable to heard by others.

சுவசம்: *(பெ):* தன்னகத்தே உள்ளது; that which is within oneself.

சுவச்சம்: *(பெ):* நலம்; தெளிவு; தூய்மை; நல்லெண்ணெய்; கவலையின்மை; betterment; clear; purity; sesame oil.

சுவடன்: *(பெ):* கலைஞன்; artist.

சுவடி: *(பெ):* பழங்காலத்தில் எழுதி வைப்பதற்குப் பயன்படுத்தப்பட்ட சற்று நீளமான அகலக் குறைவான பனை ஓலை; எழுதப்பட்ட பனையோலைத்தொகுதி; புத்தகம்; palmleaf used for writing; palmleaf manuscript; printed book.

சுவடித்தல்: *(பெ):* ஒப்பனை செய்தல்; தின்னுதல்; make-up; eating.

சுவடு: *(பெ):* அடையாளம்; தழும்பு; தூய்மை இன்மை; ஆற்றல்; பழக்கம்; வழி; ஒரு முகத்தல் அளவு; சுவை; கயிறு; mark; scar; the state of defilement; effort; practice; way; a measure of capacity; taste; rope.

சுவணம்: *(பெ):* பொன்; கருடன்; கழுகு; உலோகக்கட்டி; gold; eagle; kite; metal bar.

சுவண்டு: *(பெ):* பொருத்தம்; suitability.

சுவத்தன்: *(பெ):* உடல் ஆரோக்கியமுள்ளவன்; கவலையற்றவன்; healthy man; careless person.

சுவத்திகம்: *(பெ):* மங்கல அடையாளம்; auspicious sign.

சுவப்பிரம்: *(பெ):* வளை; நரகம்; hole; hell.

சுவம்: (பெ): பறவையலகு; மூஞ்சூறு; தேவலோகம்; உண்மை; நன்மை; beak of a bird; musk rat; heaven; truth; good.

சுவரம்: (பெ): காய்ச்சல்; fever.

சுவரறை: (பெ): அலமாரி; a cupboard with doors.

சுவரொட்டி: (பெ): சுவரில் ஒட்டக் கூடிய பெரிய விளம்பரத்தாள்; ஒட்டுக் கேட்பவன்; அணைச் சுவர்; சுவரில் மாட்டும் எண்ணெய் விளக்கு; ஆட்டின் மண்ணீரல்; poster; the man who is overhearing others' words; bund; wall-lamp; spleen of the goat which is sticky.

சுவர்: (பெ): கூரையைத் தாங்கும் (அ) வீடு போன்றவற்றைச் சுற்றிப் பாதுகாக்க செங்கல் போன்றவற்றால் எழுப்பப்படும் செங்குத்தான அமைப்பு; தேரின் உறுப்பு; தேவலோகம்; wall, part of a chariot; heaven.

சுவர்க்கம்: (பெ): தேவலோகம்; மார்பகம்; இன்பம்; heaven; breast; joy; happiness.

சுவர்க்கர்: (பெ): தேவர்; celestial beings.

சுவர்க்கன்: (பெ): இந்திரன்; Lord Indra.

சுவர்க்கோழி: (பெ): சுவரிடுக்கில் வாழ்வதும், இறக்கைகளை ஒன்றோடு ஒன்று வேகமாக உரசுவதால் ஒரு வகைச் சத்தத்தை எழுப்பிடும் சிறிய பழுப்பு நிறப்பூச்சி; cricket.

சுவர்ணபூமி: (பெ): சொர்க்கம்; தேவலோகம்; heaven.

சுவர்ணம்: (பெ): பொன்; நாணயம்; gold; coin.

சுவர்யோனி: (பெ): தேவர் பிறப்பு; birth of celestial beings.

சுவலை: (பெ): அரச மரம்; pipal tree.

சுவல்: (பெ): பிடரி; முதுகு; குதிரையின் கழுத்து மயிர்; மேடு; தொல்லை; nape of the neck; back; nape of the horse; mound; trouble.

சுவல் வரி: (பெ): முதுகில் கோடுள்ள அணில்; the squirrel which has lines on its back.

சுவவு: (பெ): மூஞ்சூறு; பறவையின் அலகு; musk rat, beak of a bird.

சுவறுதல்: (பெ): வற்றுதல்; காய்தல்; ஊறுதல்; உறிஞ்சப்படுதல்; to dry up; to heat; to spring; to suck up.

சுவற்றுதல்: (வி): வற்றச் செய்தல்; அழித்தல்; cause to dry up; to destroy.

சுவனம்: (பெ): கனவு; dream.

சுவன்னகாரன்: (பெ): பொற்கொல்லன்; goldsmith.

சுவா: (பெ): நாய்; dog.

சுவாகதம்: (பெ): வரவேற்பு; கிளி; reception; parrot.

சுவாசகம்: (பெ): எட்டி; உவர்மண்; கிளி; கொடி வகை; strychnine tree; saline soil; parrot; a kind of creeper.

சுவாசகாசம்: (பெ): ஈளை நோய்; asthma.

சுவாசகோசம்: (பெ): நுரையீரல்; lungs.

சுவாசக்குத்து: (பெ): நோய் வகை; a kind of disease.

சுவாசக்குழல்: (பெ): மூச்சுக்குழல்; wind-pipe.

சுவாசப்பை: (பெ): நுரையீரல்; lung.

சுவாசம்: (பெ): மூச்சு; நறுமணம்; சவுட்டு மண்; breath; fragrant smell; saline soil.

சுவாசித்தல்: (வி): மூச்சினை உள்ளிழுத்து வெளிவிடுதல்; to breathe.

சுவாதம்[1]: (பெ): உயிர்ப்பு; animating factor such as breath, movement, etc.

சுவாதம்[2]: (பெ): கர்ப்பிணிகளுக்கும், பிரசவித்த பெண்களுக்கும் உண்டாகும் சிலவகை நோய்களைக் குறிப்பிடும் பொதுவான பெயர்; a general term to refer to ailment.

சுவாதி: (பெ): இருபத்தேழு நட்சத்திரங்களுள் பதினைந்தாவது; the fifteenth of the twenty seven stars.

சுவாதிட்டானம்: (பெ): ஆறு ஆதாரங்களுள் ஒன்று; Suvathittanam, one of the six Aadhaarams in the body.

சுவாதீனம்: (பெ): உரிமை; ஒருவரின் சுய உணர்வு; பிரக்ஞை; உடல் உறுப்புகளின் வழக்கமான இயக்கம்; சொத்துகள் ஒருவர் வசம் இருத்தல்; right; conciousness; state of being conscious; normal functioning of limbs; possession.

சுவாது: (பெ). சுவை; இனிமை; ஆடாதோடை; taste; pleasure; a herb.

சுவாத்தியம்: (பெ): மனநிறைவு; இன்பம்; satisfaction; pleasure.

சுவாந்தம்: (பெ): மணம்; smell.

சுவாபம்: (பெ): இயல்பு; nature.

சுவாமி: (பெ): கடவுள்; முருகன்; தலைவன்; குரு; முத்தோன்; ஒரு மரியாதைச் சொல்; பொன்; God; Lord Muruga; lord; master; guru; priest; elder person; a term of respect; gold.

சுவாமிநாதன்: (பெ): முருகப் பெருமான்; Lord Muruga.

சுவாமியார்: (பெ): துறவி; ascetic.

சுவாயம்புவம்: (பெ): சிவாகமத்துள் ஒன்று; one of the Shivagamas.

சுவாய்: (பெ): கப்பலின் ஒரு கயிறு; a rope of a ship.

சுவாரசம்/சுவாரசியம்: (பெ): மனதினை ஈர்த்து, விறுவிறுப்பினை அளித்திடும் தன்மை; ஈடுபாடு; absorbing interest; relish.

சுவாலை: (பெ): எரிந்து கொண்டிருக்கும் தீயிலிருந்து எழும் நாக்கு வடிவிலான நீண்ட சுடர்; high flame; tongues of fire.

சுவாவி: (பெ): ஒழுக்கமானவன்; man of virtue.
சுவானம்: (பெ): நாய்; நாயுருவி; dog; a plant growing in hedges.
சுவானுபூதி: (பெ): சுய அனுபவம்; self-experience.
சுவானுபூதிகம்: (பெ): சுய அனுபவத்தால் உண்டாகும் அறிவு; knowledge gained by self experience.
சுவி: (பெ): கல்லால மரம்; இத்தி மரம்; துளசிச் செடி; a kind of banyan tree; a kind of tree; basil plant.
சுவிகை: (பெ): கள்; கச்சோலம்; toddy; a kind of aromatic substance.
சுவிசேடகன்: (பெ): நற்செய்தி கூறுவோன்; preacher of the Gospel.
சுவிசேடம்: (பெ): நற்செய்தி; the Gospel.
சுவீகரித்தல்: (வி): ஏற்றுக் கொள்ளுதல்; தனக்கு உரியதாக்குதல்; தத்து எடுத்துக் கொள்ளுதல்; to accept; to make one's own; to adopt (a child).
சுவீகாரம்: (பெ): ஒருவருடைய குழந்தையைச் சட்டபூர்வமாகத் தன்னுடைய குழந்தையாக மற்றவர் தத்து எடுத்து ஏற்றுக் கொள்ளுதல்; the adoption of a child.
சுவீரியம்: (பெ): இலந்தைப் பழம்; jujube fruit.
சுவேகம்: (பெ): உறை; cover.
சுவுகம்: (பெ): மோவாய்க்கட்டை; chin.
சுவேச்சை: (பெ): சுய விருப்பம்; தன்னிச்சை; self-desire; nature of being self-willed.
சுவேதகம்: (பெ): விளாம்பழம்; wood-apple.
சுவேதகாண்டம்: (பெ): படரும் கொடி வகை; a kind of creeper.
சுவேதகாரி: (பெ): வியர்வை பிறப்பிக்கும் மருந்து; the medicine which causes the perspiration.
சுவேதகுசுமம்: (பெ): எருக்கு வகை; வெள்ளெருக்கு; a kind of yercum; white yercum.
சுவேதசம்: (பெ): வியர்வையில் தோன்றும் உயிர்; creation from perspiration.
சுவேதசாரம்: (பெ): நாணல்; a large and coarse grass.
சுவேதநாதம்: (பெ): விந்து; semen.
சுவேதமூலம்: (பெ): சாரணைப் பூண்டு; a herb.
சுவேதமூலி: (பெ): தொட்டாற் சிணுங்கி; Touch-me-not plant.
சுவேதம்: (பெ): வியர்வை; வெள்ளி; பாதரசம்; வெண்மை; perspiration; silver; mercury; whiteness.
சுவேதாம்பரர்: (பெ): வெள்ளாடை தரித்திடும் சமண முனிவர்; Jain saint who wears white garment.
சுவை: (பெ): நாக்கினால் உணர்வது; ருசி; நாவுக்கு இனிமையாக இருப்பது; சுவாரஸ்யம்; ஆழ்ந்து அனுபவிக்கும் திறன்; ரசனை; ரசம்; இனிமை; taste; flavour; good taste; fascination; absorbing interest; sensibility; sentiment.

- சுவைஒளி ஊறுஓசை நாற்றமென்று ஐந்தின்
வகைதெரிவான் கட்டே உலகு. - குறள் 27.

சுவைத்தல்: (பெ): ருசி பார்த்தல்; உண்ணுதல்; இன்பம் நுகர்தல்; to taste; to eat; to enjoy.
சுவையணி: (பெ): அணிவகை; a kind of figure of speech.
சுழங்குறுதல்: (வி): சுழலுதல்; to whirl.
சுழலன்: (பெ): ஏமாற்றுபவன்; the cheat.
சுழலுதல்: (வி): உருளுதல்; சுற்றித் திரிதல்; சஞ்சலப்படுதல்; to roll; to wander; be restless.
சுழலை: (பெ): கொள்கலம்; வஞ்சகம்; container; deceit.
சுழல்: (பெ): சுழற்சி; வளைவு; சுழிநீர்; சுழல் காற்று; காற்றாடி; பீலிக்குடை; rotation; bend; curve; whirlpool; vortex; fan; peacock feather umbrella.
சுழல் காற்று: (பெ): சூறாவளிக் காற்று; vortex; cyclone; whirl wind.

சுழல் நாற்காலி: (பெ): நாலாபுறமும் திரும்பும் வசதி கொண்ட நாற்காலி; revolving chair.
சுழல்படை: (பெ): வளைதடி; a kind of curved cudgel.
சுழல்மாறுதல்: (பெ): திருடுதல்; கவர்தல்; to rob; to seize.
சுழற் கேடயம்/சுழற் கோப்பை: (பெ): விளையாட்டுப் போட்டியில் வெல்லும் வீரர் (அ) அணியினர் பரிசாகப்பெற்று அடுத்த போட்டி நடைபெறும் வரை வைத்திருக்கும் பரிசுக் கேடயம் (அ) கோப்பை; (in sports) shield or trophy retained in rotation.
சுழற்சி: (பெ): சுழலுகை; மனக்கலக்கம்; rotation; agitation of mind; perturbation.
சுழற்றி: (பெ): விசிறி; துளையிடும் கருவி; கருவண்டு; fan; boring instrument; black-beetle.
சுழற்று: (வி): சுழலச் செய்திடு; to rotate.
சுழற்றுதடி: (பெ): சிலம்பத்தடி; a quarter-staff used for fencing and brandishing.
சுழற்றுதல்: (வி): சுழலச் செய்தல்; to brandish; to wag; to swing around; to swirl; to dial.
சுழி: (பெ): உடல் சுழி; மயிர்ச்சுழி; நீர்ச்சுழி; எழுத்துச் சுழி; தலைவிதி; உச்சி; உச்சிப்பூ; கடல்; மழையின் ஓரங்குல அளவு; பூஜ்யம்; the circular marks on the body; whirl-like formation of hair; whirl pool; cirlet in the formation of letters; fate; crown; jasmine flower shaped like needle; sea; a measure of one inch rain fall; zero.
சுழிகுளம்: (பெ): சித்திரக் கவி வகை; a kind of metrical composition fitted into facial figures.

சுழிக்குணம்: *(பெ):* தீய குணம்; bad habit.

சுழிதல்: *(வி):* வளைதல்; முகம் சுருங்குதல்; மனம் கலங்குதல்; இறத்தல்; to bend; to screw one's face; be confused; to die.

சுழித்தல்: *(வி):* ஒன்றாய் திரளுதல்; அலையச் செய்தல்; கோபித்தல்; to be gathered in one place; to cause to roam; to be angry.

சுழிபேதம்: *(பெ):* ஏமாற்றுதல்; cheating.

சுழிப்பு: *(பெ):* சஞ்சலம்; disturbed state of mind.

சுழியம்: *(பெ):* மகளிர் தலையணி வகை; கன்னம்; a kind of women's head ornament; cheek.

சுழியல்: *(வி):* சுருளாகக் கூந்தலை முடித்தல்; to roll and knot the flowing hair.

சுழியன்: *(பெ):* வஞ்சகன்; புத்திசாலி; குறும்பு செய்பவன்; சுழற் காற்று; ஒருவகைத் தின்பண்டம்; deceit; intelligent person; mischievous person; cyclone; a kind of eatable; snacks.

சுழிவு: *(பெ):* மனக்கவலை; worry.

சுழுத்தி: *(பெ):* உறக்கம்; sleep.

சுழுமுனை: *(பெ):* மூலாதாரத்தில் இருந்து உச்சி வரை நிற்கும் நாடி; a principal tubular vessel of human body.

சுளகம்: *(பெ):* உள்ளங்கை; palm.

சுளகு: *(பெ):* முறம்; winnowing pan.

சுளி: *(பெ):* புளியோதரைக் கீரை; a kind of greens.

சுளிகை: *(பெ):* அணிகல வகை; முருங்கை மரம்; a kind of ornament; horse-raddish tree.

சுளிதல்: *(பெ):* சினத்தல்; be very angry.

சுளித்தல்: *(வி):* சினத்தல்; முறித்தல்; வெறுத்தல்; வருந்துதல்; be very angry; to break; to hate; be distressed.

சுளிவு: *(பெ):* எளிது; சினம்; ease; anger.

சுளுகு[1]: *(பெ):* தானியங்களைப் புடைப்பதற்குப் பயன்படும், வாய்ப்பகுதி குறுகலாகவும், கீழ்ப்பகுதி அகலமாகவும் இருக்குமாறு ஓலை போன்றவற்றால் பின்னப்பட்ட முறத்தைக் காட்டிலும் சற்று நீளமான ஒரு சாதனம்; a narrow mouthed winnowing pan longer than 'Muram'.

சுளுகு[2]: *(பெ):* எளிது; நுட்பமான அறிவு; ease; keen knowledge.

சுளுக்கு: *(பெ):* தசைநார்களில் பிறழ்வு; sprain; *(வி):* வலியும் வீக்கமும் உண்டாகுமாறு தசைநார்கள் புரண்டுவிடுதல்; to get sprained.

சுளுக்கு நாயகம்: *(பெ):* ஒரு மூலிகைச் செடி; a herb.

சுளுந்து: *(பெ):* மரவகை; ஒரு வகைத் தீப்பந்தம்; a kind of tree; a kind of torch.

சுளுந்துக்காரன்: *(பெ):* தீவட்டி பிடிப்பவன்; one who holds the torch during festivals, marriages, etc.

சுளுவு: *(பெ):* எளிமை; சுலபம்; simple; easy.

சுளை: *(பெ):* ஆரஞ்சு, பலா போன்றவற்றின் சதைப்பற்று; a pulpy segment in orange, jack fruit, etc.

சுளைப்பிடாம்: *(பெ):* கம்பளி; wool.

சுளையம்: *(பெ):* திருட்டு; theft; robbery.

சுள்: *(பெ):* கருவாடு; சிறுமை; உறைப்பு; dried fish; meanness; pungency.

சுள்ளக்கம்: *(பெ):* சினம்; வேர்க்குரு; anger; rash due to prickly heat.

சுள்ளக்கன்: *(பெ):* கோபம் கொண்டவன்; angry man.

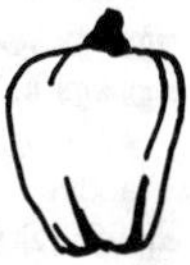

சுள்ளக்காய்: *(பெ):* மிளகாய்; chilly.

சுள்ளம்: *(பெ):* சினம்; anger.

சுள்ளல்: *(பெ):* மெல்லியது; that which is very thin.

சுள்ளற்கோல்: *(பெ):* வளைதடி; சவுக்கு; a kind of curved cudgel; whip.

சுள்ளாணி: *(பெ):* சிறு ஆணி; small nail.

சுள்ளாப்பு: *(பெ):* உறைப்பு; பழிச்சொல்; கடுமை; pungency; reproach; vigour.

சுள்ளான்: *(பெ):* சுள்ளெறும்பு; கொசு வகை; red ant; a kind of mosquito.

சுள்ளி: *(பெ):* சிறு விறகு; அனிச்ச மரம்; சிறு கொம்பு; சிறுமை; மரக்கிளை; ஞாழல்; மாமரம்; மல்லிகை; குங்குமம்; dried twig; a kind of tree and its flower supposed to be so delicate as to drop or even perish when smelt; small peg; meanness; branch of a tree; a gold coloured flower tree; mango tree; jasmine; kum-kum; saffron powder.

சுள்ளிக்கோல்: *(பெ):* சவுக்கு; whip.

சுள்ளிடுவான்: *(பெ):* மிளகு; மிளகாய்; ஒருவகைப் பூச்சி; pepper; chilly; a kind of insect.

சுள்ளு: *(பெ):* கருவாடு; dried fish.

சுள்ளை: *(பெ):* காளவாய்; kiln for lime or brick.

சுறட்டு: *(பெ):* கொடுமை; தொந்தரவு; பிடிவாதம்; cruelty; trouble; obstinacy.

சுறட்டுவலி: *(பெ):* வாதநோய்; rheumatism.

சுறண்டுதல்: *(வி):* பிறாண்டுதல்; இரத்தல்; கவர்தல்; தூண்டுதல்; விபச்சாரம் செய்தல்; to scratch as with nails; to beg; to steal; to induce; to have voluntary illegal sexual intercourse with many persons.

சுறண்டி: *(பெ):* கொள்ளையடிப்பவன்; கரண்டி; robber; ladle.

சுறவம்: *(பெ):* சுறாமீன்; shark-fish.

சுறவுக்குழை: *(பெ):* மகளிர் காதணி வகை; a kind of women's ear ornament.

சுறவை: (பெ): கடுமை; உக்கிரம்; severity; 'intensity.

சுறா: (பெ): மீன் வகை; மகரராசி; shark-fish; the tenth constellation of the Zodiac having the figure of half fish and half animal as its sign; capricorn.

சுறாளம்: (பெ): கோபம்; வேகம்; anger; speed.

சுறுக்கு: (பெ): விரைவு; ஆத்திரம்; சுறுசுறுப்பு; கூர்மை; கடுமை; காரம்; விலையேற்றம்; quickness; haste; anger due to frustration; diligence; busy; sharpness; vigour; severity; pungency; a rise in price.

சுறுசுறுத்தல்: (வி): கடுமையாதல்; be severe.

சுறுசுறுப்பு: (பெ): செயல்படுதலுக்கான ஊக்கம்; விரைந்து செயல்படும் முறை; stimulant; busy; active.

சுறுதி: (பெ): சுறுசுறுப்பு; zeal.

சுறை: (பெ): இலைகளற்ற கொடி வகை; a kind of creeper without having leaves.

சுற்பம்: (பெ): செம்பு; copper.

சுற்றம்: (பெ): உறவினர்; பரிவாரம்; கூட்டம்; ஆயத்தார்; relatives; retinue; crowd; female companions.

- சுற்றத்தால் சுற்றப் படஒழுகல் செல்வந்தான்
  பெற்றத்தால் பெற்ற பயன். - குறள் 524.
- கொடுத்தலும் இன்சொலும் ஆற்றின் அடுக்கிய
  சுற்றத்தால் சுற்றப் படும். - குறள் 525.

சுற்றவாளி: (பெ): குற்றமற்றவன்; நிரபராதி; one who is not guilty.

சுற்றவும்: (வி.அ): சுற்றும்முற்றும்; நான்குபுறமும்; எங்கும்; around; everywhere; all around.

சுற்றளவு: (பெ): ஏதேனும் ஒரு வடிவத்தின் வெளிவிளிம்பின் மொத்த நீளம்; மையத்தில் இருந்து சம அளவுடைய வட்டப் பரப்பு; சுற்றுப்புறம்; circumference; radius; surroundings.

சுற்றறிக்கை: (பெ): ஓர் அமைப்பில் செய்திகளை சம்பந்தப்பட்ட அனைவருக்கும் தெரிவித்திட வேண்டி அனுப்பும் அறிக்கை; a circular (in an office, etc).

சுற்றாலை: (பெ): சுற்றுச் சுவர்; பிரகாரம்; surrounding wall; paved way around the sanctum sanctorum.

சுற்று: (வி): வட்டமாய் ஓடுதல்; சுருளுதல்; to run around; to roll up; (பெ): சுற்றளவு; சுற்றுவழி; மதில் சுவர்; circumference; circuit; compound wall.

சுற்றுக்கட்டு: (பெ): வீட்டின் புறக்கட்டு; கட்டுக்கதை; இலஞ்சம்; back portion of a house; concocted tale; bribe.

சுற்றுதல்: (வி): திரிதல்; சுற்றி வருதல்; தழுவுதல்; அலைதல்; கைப்பற்றுதல்; to wander; to come around; to embrace; to be shaken; to seize.

சுற்றுச்சுவர்: (பெ): கட்டிடத்தின் வெளி எல்லையாக எழுப்பப்படும் சுவர்; உடல் உறுப்புகளின் மேற்பரப்பாக அமையும் மெல்லிய படலம்; a wall surrounding a building; outer wall of internal organs or cell.

சுற்றுச்சூழல்: (பெ): உயிரினங்கள் வாழ்கின்ற பகுதியில் காற்று, நீர் போன்றவை அடங்கிய இயற்கையான சூழ்நிலை; environment.

சுற்றுப்பட்டு: (பெ): அயலிடம்; சூழ்ந்துள்ள இடம்; neighbourhood; surrounding place.

சுற்றுப்பயணம்: (பெ): பல இடங்களுக்குப் போய்வரும் பயணம்; tour.

சுற்றுப்பாதை: (பெ): ஒரு கோள் (அ) செயற்கைக் கோள் சுற்றிவரும் நீள்வட்டப்பாதை; சுற்று வழி; orbit; circuit.

சுற்றுப்புறம்: (பெ): குறிப்பிட்ட ஓர் இடத்தைச் சுற்றியுள்ள (அ) சார்ந்த பகுதி; surroundings.

சுற்றுமுற்றும்: (பெ): நாலாபுறமும்; சுற்றிலும்; on all sides; all around.

சுற்றுலா: (பெ): பொழுது போக்கு (அ) ஓய்வுக்கென மேற்கொள்ளும் பயணம்; excursion; tour.

சுற்றுலா மாளிகை: (பெ): அரசு விருந்தினர் விடுதி; government guest house.

சுற்று வட்டாரம்: (பெ): ஓர் ஊரினை (அ) இடம் ஒன்றினைச் சுற்றியுள்ள பகுதி; vicinity; neighbourhood.

சுற்றுவாடை: (பெ): சுற்றுப்புறம்; nearby place; surroundings.

சுற்றுவேலை: (பெ): உதவி செய்யும் வேலை; minor works as of household.

சுற்றோட்டம்: (பெ): ஒரு பாதை மூலம் சுற்றிச் செல்லுதல்; இதயத்தில் இருந்து துவங்கி உடலின் பல பகுதிகளுக்கும் சென்று, திரும்பவும் துவங்கிய இடமான இதயத்திற்கே வந்து சேரும் இரத்தவோட்டம்; the act of going or passing round a course; the flow of blood through the body starting from the heart and returning to the same part.

சுனகன்: (பெ): நாய்; தென்மேற்கு; dog; south-west direction.

சுனம்: (பெ): வெங்காயம்; onion.

சுனாசி/சுனாசீரன்: (பெ): இந்திரன்; Lord Indra.

சுனி: (பெ): பெண் நாய்; female dog.

சுனிசனம்: (பெ): புளியாரை; yellow wood sorrel.

சுனை: (பெ): மலையூற்று; தினவு; சுரணை; mountain spring; itching; sensitiveness.

சுன்: (பெ): சனி; Saturn.

சுன்மை: (பெ): சுண்ணாம்பு; சுழி; slacked lime; curl.

சுன்னிதம்: (பெ): நுட்பம்; keenness.

சுன்னை: (பெ): சுன்னம்; சுழி; slacked lime; curl.

சூ

சூ: (பெ): நாயை ஏவிவிட (அ) பறவைகளை விரட்டப் பயன்படுத்தும் ஒலிக்குறிப்பு; the sound uttered on setting a dog or in driving away birds.

சூகம்: (பெ): தாமரை; ஊர்வன; அம்பு; காற்று; சுனை; இரக்கம்; lotus; reptiles; arrow; wind; spring; pity; sympathy.

சூகரம்: (பெ): பன்றி; மான்வகை; pig; a kind of deer.

சூகை: (பெ): வீட்டின் பின்புறம்; தலைசுற்றல்; யானை; கரிய சிற்றெறும்பு வகை; backyard of a house; giddiness; elephant; a kind of small black ant.

சூகைக்கண்: (பெ): கிட்டப் பார்வை; short-sightedness; myopia.

சூகையாடுதல்: (பெ): தலைசுற்றல்; giddiness; reeling of the head.

சூக்கம்: (பெ): நுண்மை; கூர்மை; minuteness; keenness; sharpness.

சூக்காய்: (பெ): நண்டு வகை; a kind of crab.

சூக்கீடம்: (பெ): கம்பளிப்பூச்சி; caterpillar.

சூக்கும தண்டுலம்: (பெ): திப்பிலி; long pepper.

சூக்குமதாரி: (பெ): வஞ்சகன்; a cheat.

சூக்கும பத்திரம்: (பெ): கடுகு; கொத்துமல்லி; சீரகம்; கரும்பு வகை; mustard; coriander seed; cumin; a kind of sugarcane.

சூக்கும புத்தி: (பெ): கூர்மையான அறிவு; keen knowledge.

சூக்குமம்: (பெ): நுண்மை; subtle form.

சூக்குமில்: (பெ): சிலந்திக்கூடு; cobweb.

சூக்குளி: (பெ): வெற்றிலை; betel leaf.

சூங்குமம்: (பெ): வேலிப்பருத்தி; a herb.

சூசகம்: (பெ): அறிகுறி; தர்ப்பை; hint; sign; kaus grass considered sacred.

சூசகன்: (பெ): ஒற்றன்; ஆசிரியர்; முன்மாதிரியாக நடந்து கொள்பவன்; informer; spy; teacher; person of exemplary virtues.

சூசம்: (பெ): செம்மறியாட்டுக்கிடா; ram.

சூசனம்: (பெ): குறிப்பு; கூர்மை; திட்டம்; remark; sharpness; plan.

சூசி: (பெ): ஊசி; மெல்லிய கரையை உடைய துணி வகை; needle; the cloth or saree which has a thin border.

சூசிகம்: (பெ): ஒரு வாத்திய வகை; a kind of musical instrument.

சூசிகன்: (பெ): தையற்காரன்; tailor.

சூசிகாதரம்: (பெ): யானை; elephant.

சூசிகாபாணம்: (பெ): அம்பு வகை; a kind of arrow.

சூசிகாமுகம்: (பெ): சங்கு வகை; a kind of conch.

சூசிகை: (பெ): யானையின் தும்பிக்கை; ஊசி; குறிப்பு; trunk of an elephant; needle; remark, a note.

சூசிக்கல்: (பெ): ஊசிக்காந்தம்; காந்தக்கல்; magnetic needle; stone magnet.

சூசித்தல்: (பெ): குறித்தல்; சுருக்குதல்; to note; to mark; to summarise.

சூசியம்: (பெ): சூடுபடுத்தப்பட்ட இறைச்சி; heated or roasted meat.

சூசுகம்: (பெ): மார்பகக் காம்பு; nipple of the breast.

சூடகம்: (பெ): கைவளை; சடை; கிணறு; bangles; matted locks of hair; well.

சூடம்: (பெ): கற்பூரம்; தலையுச்சி; சீழ்க்கை; camphor; the crown of the head; whistle.

சூடன்: (பெ): மீன் வகை; கற்பூர வகை; a kind of fish; a kind of camphor.

சூடாமணி: (பெ): முடியில் அணிந்திடும் மணி; a jewel in the crest.

சூடாலம்: (பெ): தலை; head.

சூடி: (பெ): சீலை; cloth; saree.

சூடிகை: (பெ): தூண்; மணிமுடி; pillar; crown.

சூடிக்கொடுத்தாள்: (பெ): ஸ்ரீ ஆண்டாள் நாச்சியார்; Sri Andal Naachiyar, a female devotee of Lord Vishnu.

சூடு: (பெ): வெப்பம்; சுடப்பட்டது; ஒற்றடம்; கோபம்; உணர்ச்சி; வடு; உச்சிக்குடுமி; எருதுத் திமில்; heat; that which is heated; fomentation; anger; feeling; scar; tuft of hair just behind the crown of the head; hump of an ox.

சூடுதல்: *(பெ):* அணிதல்; பெயரிடுதல்; to put on; to name.

சூடுபோடுதல்: *(வி):* விலங்குகளுக்குக் குறியிடுதல்; to brand; to cauterize.

சூடை: *(பெ):* தலை; குடுமி; ஒரு மீன் வகை; head; tuft of hair; a kind of fish.

சூட்டடி: *(பெ):* சூட்டில் இருக்கும் நெல் தாள்களில் உள்ள மணிகளைப் பிரித்தல்; சூட்டடியில் கிடைத்த நெல்; collecting the grains from the paddy sheaves kept in heat; grain obtained by trading.

சூட்டடுப்பு: *(பெ):* சூட்டினை எளிதில் விட்டு விடாது தக்கவைத்துக் கொண்டிருக்கும் அடுப்பு; coke oven.

சூட்டிகை: *(பெ):* அறிவுக்கூர்மை; திறமை; brightness in a specified field; smartness; alertness.

சூட்டு: *(வி):* பெயரிடுதல்; அளித்தல்; அணிவித்தல்; to name; to confer; to put on.

சூட்டுக்கோல்: *(பெ):* மாடு போன்ற விலங்கினங்கள் மீது அடையாளம் இடப் பயன்படுத்தப்படும் பழுக்கக் காய்ச்சிய இரும்புக் கம்பி; இரு உலோக பாகங்களை இணைத்துப் பற்றவைக்கப் பயன்படும் கூர்மையான தடித்த இரும்புக் கம்பி; branding iron; instrument for cauterizing; soldering iron.

சூதகப் பெருக்கு: *(பெ):* இரத்தப் பெருக்கு அதிகமாக உள்ள மாதவிலக்கு; excessive menstrual bleeding.

சூதகம்: *(பெ):* மாதவிடாய்; menstrual flow; menses.

சூதசாலை: *(பெ):* மடைப்பள்ளி; kitchen in a temple.

சூதடி: *(பெ):* வஞ்சகம்; deceit.

சூதநதி: *(பெ):* பொருநை நதி; River Porunai.

சூதம்: *(பெ):* மாமரம்; பிறப்பு; பாதரசம்; பவளமல்லிகை; சூது; சூதாடு கருவி; வண்டு; mango tree; birth; mercury; a kind of jasmine; gambling; gambling dice; beetle.

சூதரம்: *(பெ):* மாங்கனி; mango.

சூதர்: *(பெ):* பாணர்; minstrel of ancient times.

சூதவம்: *(பெ):* வண்டு; bee; beetle.

சூதனம்: *(பெ):* அழித்தல்; destroying.

சூதன்: *(பெ):* தேரோட்டி; சூரியன்; தச்சன்; சூதமுனி; சூதாடுவோன்; தந்திரக்காரன்; சமையற்காரன்; பாணன்; driver of a chariot; Sun; carpenter; Sootha Munivar; gambler; cunning person; cook; minstrel of ancient times.

சூதாடி: *(பெ):* சூதாடுவோன்; gambler.

சூதாட்டம்: *(பெ):* சூதாட்ட விளையாட்டு; தந்திரம்; gambling; trick; cunning.

சூதாளி: *(பெ):* தந்திரக்காரன்; cunning person.

சூதானம்: *(பெ):* எச்சரிக்கை; பாதுகாப்பு; warning; protection.

சூதி: *(பெ):* தைத்தல்; நடை; அசைவு; பிள்ளை பெற்றவள்; sewing; walk; move; the woman who gave birth to a child.

சூதிகை: *(பெ):* பிள்ளை பெற்றவள்; the woman who gave birth to a child.

சூது: *(பெ):* சூதாட்டம்; உபாயம்; இரகசியம்; வெற்றி; தாமரை; சூழ்ச்சி; சூரியகாந்தி; gambling; a mean; secrecy; victory; lotus; intrigue; sunflower.

சூத்தி: *(பெ):* மிதியடி; sandals.

சூத்திரதாரி: *(பெ):* கடவுள்; நாடகம் நடத்துவோன்; பதுமையைக் கயிறு கட்டி ஆட வைப்பவன்; God; one who conducts a drama; one who controls the puppet strings; puppet man.

சூத்திரப்பாவை: *(பெ):* பொம்மலாட்ட பொம்மை; puppet, moved by strings.

சூத்திரம்: *(பெ):* இயந்திரம்; தந்திரம்; இரகசியம்; சில எழுத்தில் பல பொருள் தெரிவிக்கும் விளையாட்டு; machine; artifice; secret; puzzle.

சூத்திரன்: *(பெ):* தச்சன்; புட்பராகம்; வைடூரியம்; carpenter; kinds of precious stones.

சூத்துமம்: *(பெ):* சிலந்தி; பூண்டு வகை; spider; a kind of herb.

சூபகன்: *(பெ):* சமையற்காரன்; cook.

சூப்பு: *(பெ):* கறி ரசம்; a sauce prepared with boiled meat and other ingredients; soup.

சூமம்: *(பெ):* பால்; நீர்; வானம்; milk; water; sky.

சூம்படைதல்: *(வி):* சோம்புதல்; நிலைகுலைதல்; to become lazy; be upset.

சூம்புதல்: *(வி):* மெலிதல்; சுவைத்தல்; சிறுத்தல்; to become thin; to taste; to become small.

சூரசூதன்: *(பெ):* புதன்; the planet Mercury.

சூரணம்: *(பெ):* கருணைக்கிழங்கு; தூள்; பொடி; a kind of yam that gives a pungent taste; dust; powder.

சூரதை: *(பெ):* வீரம்; bravery.

சூரம்: *(பெ):* வீரம்; அச்சம்; கடலை; ஒரு மரவகை; bravery; fear; pea-nut; a kind of tree.

சூரமகளிர்: *(பெ):* தெய்வப்பெண்டிர்; celestial nymphs.

சூரல்: *(பெ):* பிரம்பு; சூரைப்பூ; rattan; a flower.

சூரன்: *(பெ):* வீரன்; சூரபத்மன்; சூரியன்; நெருப்பு; சேவல்; நாய்; கரடி; சிங்கம்; brave soldier; an asura who fought against Lord Muruga; Sun; fire; cock; dog; bear; Lion.

சூராட்டி: *(பெ):* தேவராட்டி; dancing girl.

சூரி: *(பெ):* வீரமான பெண்; மாகாளி; புலவன்; சூரியன்; எருக்கு; brave woman; Makali, the Goddess with the dark complexion; poet; Sun; yercum.

சூரிக்கத்தி: *(பெ):* கூர்மையான முனையையும், இருபுறமும் வெட்டும் விளிம்பையும் கொண்ட கத்தி வகை; a sharp and pointed double-edged knife.

சூரிய கரந்தை: *(பெ):* ஒரு பூண்டு வகை; a kind of herb.

சூரியகலை: *(பெ):* மூக்கின் வலப்புற துளை; the right side hole of the nose.

சூரியகாந்தி: *(பெ):* சூரியன் இருக்கும் திசைநோக்கி மலரக்கூடிய பூ; Sunflower.

சூரியகாரம்: *(பெ):* பகல்; day.

சூரியகிரணம்: *(பெ):* சூரியனிடமிருந்து வரும் கதிர்; the Sun rays.

சூரிய கிரகணம்: *(பெ):* சூரியன், சந்திரன், பூமி ஆகியவை ஒரே நேர்கோட்டில் வரும் நாளில் சூரியன் சந்திரனால் மறைக்கப்படுதல்; eclipse of the Sun.

சூரிய கௌளி: *(பெ):* இளநீர் வகை; a kind of tender coconut.

சூரியசக்தி: *(பெ):* சூரிய வெப்பத்திலிருந்து பெறப்படும் சக்தி; solar energy.

சூரிய நமஸ்காரம்: *(பெ):* காலையில் சூரியனை நோக்கிச் செய்திடும் வழிபாடு; worshipping the Sun in the morning.

சூரியப்பிரபை: *(பெ):* வெயில்; மகளிர் தலையணி வகை; வாகன வகை; sun-shine; a kind of women's head ornament; a kind of vehicle.

சூரியன்: *(பெ):* ஞாயிறு; உபநிடதங்களுள் ஒன்று; சோழன்; செவ்வெருக்கஞ் செடி; Sun; one of the Upanishads; Chozhan; red yercum.

சூரியை: *(பெ):* சூரியனின் தேவி; புதுமணப் பெண்; the consort of the Sun; bride.

சூரியோதயம்: *(பெ):* சூரியன் உதிக்கும் காலம்; உதயகாலம்; அதிகாலை; day break; dawn; early morning.

சூரினர்: *(பெ):* தெய்வ மகளிர்; celestial nymphs.

சூருமம்: *(பெ):* தருப்பைப் புல்; Kaus, the sacred grass.

சூரை: *(பெ):* நோய் வகை; ஒரு மீன் வகை; கள்; தூதுவளை; a kind of disease; a kind of fish; toddy; a herb.

சூறைக்காற்று: *(பெ):* சுழற்காற்று ; cyclone; whirlwind.

சூர்: *(பெ):* துன்பம்; அச்சம்; நோய்; கடுப்பு; வஞ்சகம்; கொடுமை; மிளகு; வால்மிளகு; வீரம்; சூரபதுமன்; சூரியன்; suffering; fear; disease; throbbing pain; deceit; severity; pepper; cubeb; bravery; Soorapadman, an asura, who opposed Lord Muruga; Sun.

சூர்ணம்: *(பெ):* பொடி; dust; powder.

சூர்தல்: *(வி):* பிரித்தல்; பறித்தல்; தலைமுடி வகிர்தல்; to separate; to pluck; to part the flowing hair of woman.

சூர்த்தம்: *(பெ):* நடுக்கம்; shivering.

சூர்த்தல்: *(வி):* அச்சுறுத்துதல்; கொடுமை செய்தல்; to threaten; to rag.

சூர்ப்பகை: *(பெ):* முருகப் பெருமான்; Lord Muruga.

சூர்ப்பனகை: *(பெ):* இராவணனின் தங்கை; the sister of Ravana.

சூர்ப்பம்: *(பெ):* முறம்; ஓர் அளவு; winnow; a measure.

சூர்மகள்: *(பெ):* வஞ்சகி; துர்க்கைக்கு ஏவல் செய்யும் 'யோகினி' என்னும் பெண் பேய்; deceit woman; Yogini, the servant-maid goblin of Goddess Durga.

சூலபாணி: *(பெ):* சிவபெருமான்; Lord Shiva.

சூலம்: *(பெ):* மூன்று முனைகளைக் கொண்ட ஆயுதம்; இடிதாங்கி; கழு; சூலை நோய் வகை; சாமரம்; சதுரக்கள்ளி; சாவு; இருபத்தேழு யோகங்களுள் ஒன்று; trident; lightning rod or conductor; stake for impaling criminals; a disease; bushy tail of the lion used as a fly-flapper for idols or as a royal insignia; a kind of cactus; death; one of the twenty-seven yogas.

சூலவேல்: *(பெ):* சூலாயுதம்; trident.

சூலானோன்: *(பெ):* சவர்க்காரம்; washing soap.

சூலி: *(பெ):* கர்ப்பிணி; சிவபெருமான்; துர்க்கை; சதுரக்கள்ளி; pregnant lady; Lord Shiva; Durga, Goddess of Victory; a kind of cactus.

சூலிகம்: *(பெ):* கோழி; hen; fowl.

சூலிகை: *(பெ):* இடிதாங்கி; lightning rod or conductor.

சூலினி: *(பெ):* பார்வதிதேவி; வெற்றிலை; சவர்க்காரம்; Goddess Parvathi; betel leaf; washing soap.

சூலுதல்: *(வி):* தோண்டுதல்; கருவுறுதல்; to dig out; be pregnant.

சூலை: *(பெ):* ஒரு வகை நோய்; a kind of disease.

சூல்: *(பெ):* கர்ப்பம்; முட்டை; சூலாயுதம்; pregnancy; egg; the trident.

சுவானம்: *(பெ):* சமையலறை; kitchen.

சுவானக்காரன்: *(பெ):* சமையற்காரன்; cook.

சூழல்: (பெ): சுற்றுப்புறம்; குடும்பம் (அ) சமூகப் பின்னணி; அவதாரம்; கூட்டம்; மணற்குன்று; surroundings; family or social back-ground; incarnation; assemblage; sand-hill; *(வி):* சூழ்ந்திருத்தல்; to surround.

சூழி: (பெ): உச்சி; நீர்நிலை; சேணம்; கடல்; மேலிடம்; யானையின் முகபடாம்; top; water source; saddle; sea; upper place; ornamental cloth put on the face of an elephant.

சூழிகை: (பெ): கள்; toddy.

சூழியம்: (பெ): உச்சிக்கொண்டை (அ) குடுமி; a tuft of hair on the crown of the head of boys and men.

சூழ்: (பெ): ஆலோசனை; ஆராய்தல்; சுற்று; தலை மாலை; கடலைப்பருப்பு; counsel; investigation; circuit; wreath for head; Bengal gram.

சூழ்கோடை: (பெ): சூறாவளி; cyclone; tempest.

சூழ்ச்சி: (பெ): வஞ்சக ஆலோசனை; நுண்ணறிவு; ஆராய்தல்; வழிவகை; மனக்கலக்கம்; deceitful counsel; keen knowledge; investigation; resources; mental agitation.

சூழ்தல்: (வி): சுற்றி வருதல்; கருதுதல்; அறிதல்; ஆராய்தல்; தாக்குதல்; to come around; to consider; to understand; to investigate; to examine; to attack.

சூழ்தாழை: (பெ): தாமரை; lotus.

சூழ்த்தல்: (வி): மொய்த்தல்; சுற்றுதல்; to swarm; to roll.

சூழ்நிலை: (பெ): ஒன்று நிகழ்ந்ததற்கான (அ) நிகழாதிருப்பதற்கான நிலைமை (அ) பின்னணி; மனிதர்களின் செயல்களுக்கான மன அம்சங்களின் தொகுப்பு; மனிதர்கள் வாழும் இடத்தைச் சுற்றியிருக்கும் இயற்கையான நிலை; circumstances; situation; atmosphere.

சூழ்வளி: (பெ): சுழற்காற்று; whirlwind; cyclone.

சூழ்வினை: (பெ): சூழ்ச்சி; உபாயம்; an intrigue; means.

சூழ்வு: (பெ): ஆராய்தல்; வழிவகை; investigation; resources.

சூழ்வோர்: (பெ): அமைச்சர்; உறவினர்; சூழ்ந்து நிற்போர்; ministers; relatives; those who are surrounded.

சூளி: (பெ): உச்சிக்கொண்டை; tuft or braid of hair on the crown of one's head.

சூளுரவு: (பெ): ஆணையிடுகை; command; order.

சூளுரை: (பெ): சபதம்; சபதமிடுதல்; a vow; taking a vow.

சூளை: (பெ): விலைமகள்; பானை, செங்கல் போன்றவற்றைச் சுட்டு எடுப்பதற்கான அமைப்பு; a prostitute; kiln for baking pots, bricks, etc.

சூள்: (பெ): சபதம்; ஆணை; தீவட்டி; சாபம்; a vow; order; torch; curse.

சூறல்: (வி): தோண்டுதல்; to dig out.

சூறன்: (பெ): எலி வகை; முஞ்சுறு; a kind of rat; shrew mouse.

சூறாவளி: (பெ): சுழற்காற்று; whirlwind; cyclone; tempest.

சூறு: (பெ): மலவாய்; anus-hole.

சூறுதல்: (வி): சூழ்தல்; to surround.

சூறை: (பெ): கொள்ளை; சுழற்காற்று; சல்லடம்; கடல் மீன் வகை; robbery; whirlwind; short drawers; a kind of sea fish.

சூறைகோட்பறை: (பெ): பறை வகை; a kind of drum.

சூறைக்காரன்: (பெ): கொள்ளைக்காரன்; robber.

சூறைத்தேங்காய்: (பெ): வேண்டுதலின் பேரில் சில்சில்லாகச் சிதறிடுமாறு உடைத்திடும் தேங்காய்; the coconut hurled on the ground to break it into pieces when offering worship.

சூறையர்: (பெ): பரத்தையர்; harlots.

சூறையாடுதல்: (வி): வன்முறையைப் பயன்படுத்தி விருப்பப்படி கொள்ளையிடுதல்; to plunder.

சூற்பெண்டு: (பெ): கருவுற்ற பெண்; conceived woman.

சூனம்: (பெ): மான்; மலர்; deer; flower.

சூனர்: (பெ): இறைச்சி விற்போர்; meat-sellers.

சூனி: (பெ): சூழ்ச்சிக்காரன்; cunning person.

சூனியக்காரன்: (பெ): பில்லி சூனியம் வைப்பவன்; wizard; sorcerer.

சூனிய நாள்: (பெ): கெடுதலான நாள்; inauspicious day.

சூனிய நெற்றி: (பெ): திலகம் ஏதுமிடாத வெற்று நெற்றி; bare forehead without sectarian marks.

சூனியம்: (பெ): இன்மை; பூஜ்யம்; வறிதாயிருத்தல்; மாயை; பயனற்றது; nothing; zero; being poor; illusion; useless one.

சூனியவாதி: (பெ): சூனியக்காரன்; wizard; sorcerer.

சூனிய வித்தை: (பெ): பில்லி சூனியம்; witchcraft.

சூனியன்: (பெ): முடவன்; lame person.

சூனு: (பெ): மகன்; son.

சூன்: (பெ): வளைவு; குற்றம்; கபடம்; இரு சுவர்களுக்கு இடையே உள்ள சந்து; புறம்போக்கு நிலம்; ஆங்கில மாதங்களில் ஆறாவது மாதம்; bend; circle; fault; deceit; the gap between two walls; land exempt from assessment; June, the sixth English month.

செ

செகச்சாலம்: *(பெ):* மாயவித்தை; magic art.

செகதம்: *(பெ):* கெடுத்தல்; அழித்தல்; ruin.

செகம்: *(பெ):* உலகம்; world.

செகருகம்: *(பெ):* நாயுருவிச் செடி; a herb.

செகில்: *(பெ):* தோலின் மேற்புறம்; சிவப்பு; the upper skin; red.

செகிள்: *(பெ):* மீன் செதில்; பழத்தோல்; scale of fish; outer covering of a fruit.

செகுத்தல்: *(வி):* கொல்லுதல்; வெல்லுதல்; to kill; to defeat.

செக்கடி: *(பெ):* எண்ணெய் ஆட்டும் இடம்; the place where oil pressing is done.

செக்கச் சிவந்த: *(பெ.அ):* மிகவும் சிவப்பான; bright red.

செக்கச் செவேலென: *(பெ.அ/வி.அ):* மிகவும் சிவப்பாக; மிகவும் சிவப்பான; of a fair complexion; ruddy.

செக்கடித்தல்: *(வி):* செக்கில் எள் போன்றவற்றை இட்டு ஆட்டுதல்; to work the oil press.

செக்கணி: *(பெ):* கூத்து வகை; a kind of play.

செக்கம்: *(பெ):* இறப்பு; சிவப்பு; கோபம்; death; red; anger.

செக்கர்: *(பெ):* சூரியன் மறையும்போது காணப்படும் சிவந்த வானம்; சிவப்பு; the red sky at the time of Sun set; red.

செக்கல்: *(பெ):* மாலை நேரம்; செவ்வானம்; evening hours; red sky.

செக்கவுரி: *(பெ):* செடி வகை; a kind of plant.

செக்காட்டி: *(பெ):* செக்கில் எண்ணெய் ஆட்டுபவன்; one who works in oil press.

செக்கு: *(பெ):* எண்ணெய் ஆட்டும் இயந்திரம்; an oil press, especially pulled by bulls.

செக்குரல்: *(பெ):* செக்கின் அடிப்பகுதி; the bottom of the oil press.

செக்குலக்கை: *(பெ):* செக்கின் உரலில் எள் போன்றவற்றை ஆட்டி எண்ணெய் பிழிந்திடும் மர உலக்கை; மிக வலிமையானவன்; the working shaft or pestle of oil press; a strong built person.

செங்கட்டி: *(பெ):* காவிக்கல்; செங்கல்லின் துண்டு; சாதிலிங்கம்; ochre, reddle; brokened brick; a kind of arsenic.

செங்கடம்பு: *(பெ):* மர வகை; a kind of tree.

செங்கணான்: *(பெ):* திருமால்; ஒரு சோழ மன்னன்; Lord Vishnu; a Chozha King.

செங்கண்: *(பெ):* சிவந்த கண்; ஒரு கடல் மீன் வகை; red eye; a kind of sea fish.

செங்கண்ணான்: *(பெ):* சிவந்த கண்களையுடைய எலி வகை; a kind of red-eyed rat.

செங்கண்ணி: *(பெ):* செந்நெல் வகை; சிவந்த கண்களையுடைய மீன் வகை; a kind of red paddy; a kind of red-eyed fish.

செங்கண்மா: *(பெ):* நன்னன் என்னும் குறுநில மன்னனின் தலைநகரமாகிய தென்னாற்காடு மாவட்டத்திலுள்ள ஓர் ஊர்; a town in South Arcot District, the capital of Nannan, an ancient chieftain.

செங்கண்மால்: *(பெ):* சிவந்த கண்களையுடைய திருமால்; Lord Vishnu, who has red eyes.

செங்கதிர்: *(பெ):* சூரியன்; the Sun.

செங்கமலம்: *(பெ):* செந்தாமரை; red-lotus.

செங்கமலை: *(பெ):* திருமகள்; Goddess Lakshmi.

செங்கயல்: *(பெ):* ஒரு மீன் வகை; a kind of fish.

செங்கரடு: *(பெ):* செம்மண் குன்று; red soil hill.

செங்கரப்பான்: *(பெ):* எயிற்றுப் புண்; the sore in the gums.

செங்கருங்காலி: *(பெ):* மரவகை; mahogany.

செங்கரும்பு: *(பெ):* செந்நிறங் கொண்ட கரும்பு; red sugarcane.

செங்கலம்: *(பெ):* செந்தாமரை; lotus.

செங்கல்: *(பெ):* சுடப்பட்ட மண்கல்; காவிக்கல்; brick; laterite.

செங்கல்மால்: *(பெ):* செங்கல் சூளை; brick kiln.

செங்கல்வராயன்: *(பெ):* செங்கல்வகிரி என்னும் திருத்தணிமலைத் தலைவனாகிய முருகப் பெருமான்; Lord Muruga as the Lord of Sengalvagiri (Thiruthani).

செங்கல்வரை: *(பெ):* திருத்தணி மலை; the mountain at Thiruthani.

செங்கழுநீர்: *(பெ):* செங்குவளை; செவ்வாம்பல்; கொடி வகை; purple Indian water lily; red Indian water lily; a kind of creeper.

செங்களம்: *(பெ):* போர்க்களம்; battle field red with blood.

செங்கற்றலை: *(பெ):* மீன் வகை; a kind of fish.

செங்கனல்: *(பெ):* கொழுந்து விட்டெரியும் தீ; blazing fire.

செங்காகம்: *(பெ):* பறவை வகை; a kind of bird.

செங்காடு: *(பெ):* திருச்செங்காட்டாங்குடி என்னும் சிவத்தலம்; Thiruchengattangudi, one of the shrines of Lord Shiva.

செங்காந்தள்: *(பெ):* செந்நிறமுடைய படர் கொடி வகை; a kind of creeper which has red colour.

செங்காய்: *(பெ):* பழுக்கும் பருவத்திலுள்ள காய்; a fruit almost to ripe.

செங்காரி: *(பெ):* கருஞ்சிவப்பான பசு போன்ற விலங்கு; an animal like a cow which is in dark red colour.

செங்கார்: *(பெ):* நெல் வகை; a kind of paddy.

செங்காலி: *(பெ):* மர வகை; a kind of tree.

செங்காவி: *(பெ):* காவி நிறம்; செங்கழுநீர்; saffron colour; purple Indian water lily.

செங்கிடை: *(பெ):* முட்செடி வகை; a thorny plant.

செங்குங்குமம்: *(பெ):* சந்தன மர வகை; a kind of sandal wood tree.

செங்குணக்கு: *(பெ):* கிழக்கு; east.

செங்குத்து: *(பெ):* கீழிருந்து மேலாக நேர்க் கோட்டிலிருந்து விலகாத நிலை; ஒரு கோடு (அ) பரப்பு மற்றொரு கோட்டுடன் (அ) பரப்புடன் 90° கோணத்தில் அமைந்திருக்கும் நிலை; steepness; perpendicularity.

செங்குந்தம்: *(பெ):* கண்நோய் வகை; a kind of eye disease.

செங்குந்தர்: *(பெ):* கைக்கோளர்; Kaikolas as the spearmen of ancient times.

செங்குமுதம்: *(பெ):* செவ்வாம்பல்; a kind of water lily.

செங்குலிகம்: *(பெ):* சாதிலிங்கம்; a kind of arsenic.

செங்குவளை: *(பெ):* செங்கழுநீர்ப்பூ; red Indian water lily.

செங்கை: *(பெ):* சிவந்த கை; அழகிய கை; red hand; beautiful hand.

செங்கொல்: *(பெ):* தூய பொன்; pure gold.

செங்கொல்லர்: *(பெ):* பொற்கொல்லர்; goldsmith.

செங்கோடு: *(பெ):* திருச்செங்கோடு என்னும் சிவத்தலம்; செங்குத்தான மலை; Thiruchengode, one of the shrines of Lord Shiva; steeped mountain.

செங்கோட்டுயாழ்: *(பெ):* நான்கு வகையான யாழ்களுள் ஒன்று; one of the four kinds of lutes.

செங்கோணம்: *(பெ):* 90° கொண்ட கோணம்; right angle.

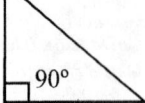

செங்கோல்: *(பெ):* நீதி வழுவாத நல்லாட்சி; அரசர்களின் சின்னமான அரச இலச்சினை பொறித்த, அதிகாரத்தைக் குறிக்கும் கோல்; honest rule of a king; sceptre, a symbol of royal power.

செங்கோற் கடவுள்: *(பெ):* யமன்; Yama, the God of death.

செச்சை: *(பெ):* ஆடு; மேஷ ராசி; ஆட்டுக்கிடா; சந்தனக் குழம்பு; குடில்; வெட்சி; நீறு; சட்டை; தழைகள்; செங்காடு; உதய சந்திரன்; இரட்டை; சிவப்பு; துளசி வகை; goat, sheep; first constellation of the Zodiac having Ram as its sign - Aries; ram; sandal wood paste; hut; a kind of flower; powder; shirt; leaves; red forest; rising moon; twins; red; a kind of basil plant.

செஞ்ச: *(பெ.அ):* நிறைய; முழுவதும்; நேரான; much; entire; straight.

செஞ்சம்: *(பெ):* நேர்மை; முழுமை; honesty; fullness.

செஞ்சாந்து: *(பெ):* குங்குமம்; சந்தனக் குழம்பு; saffron powder; sandal wood paste.

செஞ்சாலி: *(பெ):* நெல் வகை; a kind of paddy.

செஞ்சி: *(பெ):* முழுமை; நேர்மை; நீதி; ஓர் ஊர்; வேடர் இனம்; fullness; honesty; justice; a town in Tamil Nadu; hunters community.

செஞ்சிலை: *(பெ):* சிவப்புக்கல்; செங்காவி; வில் வகை; red stone; saffron colour; a kind of bow.

செஞ்சுடர்: *(பெ):* தீ; சூரியன்; fire; Sun.

செஞ்சுருட்டி: *(பெ):* ஒரு பண் வகை; a kind of music.

செஞ்செவியர்: *(பெ):* செல்வந்தர்; rich people.

செஞ்செழிப்பு: *(பெ):* ஏராளம்; முகமலர்ச்சி; abundance; cheerfulness of countenance.

செஞ்சொல்: *(பெ):* சரியான சொல்; வெளிப்படையான சொல்; correct language; felicitous words.

செஞ்சொல் மாலை: *(பெ):* புகழ் மாலை; garland of verse in praise of a deity or a person.

செஞ்சோறு: *(பெ):* சிவந்த அன்னம்; உரிமைச் சோறு; boiled rice of red colour; provisions given by a king to a soldier as the price of his blood in battle.

செடகன்: *(பெ):* அடிமை; வேலையாள்; slave; servant.

செடி: *(பெ):* பூண்டு; புதர்; நெருக்கம்; பாவம்; தீமை; துன்பம்; அற்பம்; பதனழிந்தது; ஒளி; குற்றம்;

plant; bush; closeness; sin; evil; suffering; meanness; that which is overripe; lustre; fault.

செடிக்காடு: *(பெ):* புதர்; bush.

செடி சீத்தல்: *(வி):* காட்டினை வெட்டுதல்; to cut the woods.

செடிச்சி: *(பெ):* இழிந்தவள்; woman of mean qualities.

செட்டை: *(பெ):* பறவையின் சிறகு; wing of a bird.

செண்டாடுதல்: *(வி):* பந்து விளையாடுதல்; நிலை குலைதல்; to play with a ball; be ruined in circumstances.

செண்டாயுதன்: *(பெ):* ஐயனார்; Ayyanar, a village deity.

செண்டு: *(பெ):* பூங்கொத்து; பந்து; cluster of flowers; ball.

செண்டுகோல்: *(பெ):* பந்தடிக்கும் கோல்; bat.

செண்டை: *(பெ):* கொட்டு வாத்திய வகை; a kind of drum.

செண்ணம்: *(பெ):* அழகிய வடிவம்; beautiful figure.

செண்ணுதல்: *(வி):* அலங்கரித்தல்; to decorate.

செண்பகம்: *(பெ):* ஒரு மலர்; பறவை வகை; மர வகை; a flower of golden hue; a kind of bird; Indian mangolia tree.

செண்பக வருக்கை: *(பெ):* பலா மர வகை; a kind of jack fruit tree.

செதிளெடுத்தல்: *(வி):* முற்றிலும் போக்குதல்; தோலை உரித்தல்; to remove entirely; to peel the skin of animal.

செதில்/செதிள்: *(பெ):* மீன், ஓணான் போன்றவற்றின் உடல் மீது செறிவாக மூடியிருக்கும் விரைப்பான தோல் அடுக்கு; scale of a fish, garden lizard, etc.

செதுகு: *(பெ):* சருகு; கூளம்; தீங்கு; dry leaf; waste; bits of straws; evil.

செதுகுதல்: *(வி):* தவறுதல்; to slip off.

செதுகை: *(பெ):* தீமை; evil.

செதுக்கு: *(வி):* மரம், கல் போன்றவற்றை அளவைக் குறைக்கும் விதமாகச் சிறிது சிறிதாக வெட்டுதல்; மரம், கல் போன்றவற்றில் உருவம் கொடுத்தல்; புல், பூண்டு போன்றவற்றை மண்ணின் மேற்பரப்புடன் வெட்டியெடுத்தல்; to shave off wood, etc.; to carve a stone; to sculpt; to mow grass with a scythe.

செதுக்கை: *(பெ):* தழும்பு; scar.

செதுமகவு: *(பெ):* இறந்து பிறக்கும் குழந்தை; a child already dead, while in womb.

செதுமொழி: *(பெ):* பொல்லா மொழி; evil words.

செதும்பு: *(பெ):* சோறு; boiled rice.

செதுவல்: *(வி):* பட்டுப் போதல்; to wither; to die.

செத்தல்: *(பெ):* இறப்பு; தேங்காய் நெற்று; மிளகாய்; பசுமையற்றது; காய்ந்தது; death; dried coconut; chilly; that which is not fresh; dried one. • **செத்த** பாம்பை ஆட்டுவாளாம் வித்தைக்காரப் பெண் பிள்ளை. • **செத்த** நாய் கடிக்காது. • **செத்தவன்** கண் செந்தாமரைக் கண்; இருப்பவன் கண் நொள்ளைக் கண் - *பழமொழிகள்.*

செத்து: *(பெ):* சுருதி; ஐயம்; ஒத்து; செதுக்குகை; pitch of tone; fear, doubt; a long wind pipe instrument played on as an accompaniment; shaving the wood.

செத்துதல்: *(வி):* செதுக்குதல்; to chisel; to shave off.

செத்தை: *(பெ):* வைக்கோல் துண்டு; துரும்பு; உலர்ந்த சருகு; கடல் மீன் வகை; hay, straw, bit of a straw; wastes; dried leaves; a kind of sea fish.

செந்தட்டி: *(பெ):* உடலின் மீது பட்டவுடன் அரிப்பு உண்டாகும் ஒரு வகைக் கொடி; a kind of creeper which when touched causes irritation to the skin.

செந்தணல்: *(பெ):* செந்தீ; glowing red hot cinder.

செந்தண்டு: *(பெ):* கீரை வகை; பவளம்; a kind of greens; coral.

செந்தண்மை: *(பெ):* அருள்; grace.

செந்தமிழ்: *(பெ):* செம்மையான உயர்வழக்குத் தமிழ்; Tamil of a high variety.

செந்தமிழ் நாடு: *(பெ):* வைகையாற்றுக்குத் தெற்காகவும், மருதையாற்றுக்கு வடக்காகவும், மருவூருக்குக் கிழக்காகவும், கருவூரின் மேற்காகவும் உள்ள செந்தமிழ் வழங்கும் நாடு; the country of the Standard Tamil said to be bounded on the south by the Vaigai river, on the north of Maruthai river, on the east by Maruvoor and on the west of Karuvur.

செந்தரா: *(பெ):* மூலிகை வகை; a kind of herb.

செந்தருப்பை: *(பெ):* நச்சுப்புல் வகை; a kind of poisonous grass.

செந்தலித்தல்: *(வி):* செழிப்பாதல்; to prosper.

செந்தலிப்பு: *(பெ):* செழிப்பு; flourishing; state of fertility.

செந்தலை: *(பெ):* அரைக்கால்; one eighth(1/8).

செந்தழல்: *(பெ):* செந்தீ; glowing red hot cinder.

செந்தழற்கொடி: *(பெ):* கொடி வகை; a kind of creeper.

செந்தளித்தல்: *(பெ):* செழிப்பாதல்; to prosper; to flourish.

செந்தளிர்: *(பெ):* புதிய இளம் தளிர்; fresh tender sprout.

செந்தாது: *(பெ):* தங்கம்; gold.

செந்தாமரை: *(பெ):* சிவப்பாக உள்ள தாமரை; red lotus.

செந்தார்: *(பெ):* ஆண்கிளியின் கழுத்திலுள்ள செங்கோடு; the red line mark around the neck of a male parrot.

செந்தாழை: *(பெ):* செந்நிறமுள்ள தாழை; கண்ணோய் வகை; நெல்வகை; red screw pine; a kind of eye disease; a kind of paddy.

செந்தாளி: *(பெ):* செடி வகை; a kind of plant.

செந்திரு: *(பெ):* திருமகள்; Lakshmi, Goddess of Wealth.

செந்திருக்கை: *(பெ):* மஞ்சள் வகை; a kind of turmeric.

செந்தில்: *(பெ):* திருச்செந்தூர்; Thiruchendhur, a shrine of Lord Muruga.

செந்நிறம்: *(பெ):* சிவப்பு; தெளிவு; red; clearness.

செந்தினை: *(பெ):* தானிய வகை; a kind of millet.

செந்து: *(பெ):* அணு; நரி; ஏழு நரகத்துள் ஒன்று; பெருங்காயம்; atom; fox; one of the seven hells; asafoetida.

செந்துத்தி: *(பெ):* பெருங்காயம்; asafoetida.

செந்துறை: *(பெ):* ஓர் ஊர்; பாட்டு வகை; a town; a kind of song.

செந்தூரத்தாசி: *(பெ):* கந்தகம்; sulphur.

செந்தேன்: *(பெ):* உயர்ரகத் தேன்; honey of superior quality.

செந்நாகம்: *(பெ):* பாம்பு வகை; a kind of snake.

செந்நாப்போதார்: *(பெ):* திருவள்ளுவர்; Thiruvalluvar.

செந்நிலம்: *(பெ):* போர்க்களம்; battle field.

செந்நீர்: *(பெ):* இரத்தம்; புதுவெள்ளம்; தெளிவான நீர்; blood; freshet; clear water.

செந்நெல்: *(பெ):* நெல் வகை; நன்னீர் மீன் வகை; a kind of paddy; a kind of fresh water fish.

செந்நெறி: *(பெ):* நல்வழி; path of virtue; the right path.

செபம்: *(பெ):* சூழ்ச்சி; மந்திரம் ஓதுகை; design; reciting of mantras.

செபமாலை/செபவடம்: *(பெ):* செபம் செய்வதற்குரிய மாலை; rosary.

செபித்தல்: *(வி):* மந்திரம் ஓதுதல்; to recite the mantras.

செப்பட்டை: *(பெ):* தோள்பட்டை; கன்னம்; பறவைச் சிறகு; shoulder; chin; the feather of bird.

செப்படி வித்தை: *(பெ):* செப்பு போன்றவற்றுள் பொருளைத் தோன்றச் செய்தல், மறையச் செய்தல் போன்றவற்றைச் செய்து காட்டும் வித்தை; conjuring tricks.

செப்பம்: *(பெ):* சீர்திருத்தம்; நடுநிலை; பாதுகாப்பு; தெரு; ஆயத்தம்; reformation; mediation; protection; street; preparation.

- *செப்பம் உடையவன் ஆக்கம் சிதைவின்றி எச்சத்திற் கேமாப்பு உடைத்து. - குறள் 112.*

செப்பல்: *(பெ):* சொல்லுகை; telling.

செப்பல் பிரிதல்: *(பெ):* பொழுது விடிதல்; dawn.

செப்பாடு: *(பெ):* நேர்மை; honesty.

செப்பு: *(பெ):* சொல்; விடை; செம்பு; சிமிழ்; நீர் வைக்கும் குடுவை; இடுப்பு; word; answer; copper; a small box made of metal, wood etc., to keep saffron powder; toy vessel; a water vessel; waist.

- *செப்பின் புணர்ச்சிபோல் கூடினும் கூடாதே உட்பகை உற்ற குடி. - குறள் 887.*

செப்புக்கோட்டை: *(பெ):* செம்பாலாகிய இராவணனின் கோட்டை; the copper fort of the asura, Ravana.

செப்புத்துறை: *(பெ):* இடுகாடு; burial ground.

செமித்தல்: *(வி):* செரித்தல்; பிறத்தல்; பொறுத்தல்; to digest; to born; to sustain.

செம்: *(பெ):* செம்மை; சிவப்பு; redness; red.

செம்பகை: *(பெ):* யாழ்க் குற்றம் நான்கில் ஒன்று; இசை வகை; a kind of four faults of lute; a kind of music.

செம்பஞ்சு: *(பெ):* ஒரு பருத்தி வகை; சிவந்த பஞ்சு; a kind of cotton; red cotton.

செம்பஞ்சுக் குழம்பு: *(பெ):* சிவப்புக் கலவை வகை; a kind of red mixture.

செம்படவன்: *(பெ):* மீனவன்; fisher man.

செம்படை: *(பெ):* பழுப்பு முடி; brown hair.

செம்பட்டை: *(பெ):* வெளிர்ச் சிவப்பு; வாத்திய வகை; பழுப்பு; brown colour of hair; a kind of musical instrument; brown.

செம்பத்தி: *(பெ):* உண்மையான அன்பு; true love.

செம்பருத்தி/செம்பரத்தை: *(பெ):* புதர் போன்று வளர்ந்து சிவப்பு நிறப் பூ பூக்கும் செடி வகை; a shrub with red flowers.

செம்பலகை: *(பெ):* செங்கல்; brick.

செம்பலா: *(பெ):* இலவங்க வகை; a kind of clove.

செம்பவளம்: *(பெ):* சிவப்புப் பவளம்; coral of deep red colour.

செம்பாகம்: *(பெ):* இனிமை; பாதி; பக்குவம்; sweetness; half; maturity.

செம்பாம்பு: *(பெ):* கேது; Kethu, a nodal point having no house of its own in the Zodiac but possessing the virtues of the owner of the house it occupies and moving in anti-clockwise direction.

செம்பாலை: *(பெ):* ஒரு பண் வகை; a kind of music.

செம்பாதி/செம்பாகம்: (பெ): சரிபாதி; one half.

செம்பி: (பெ): கருவண்டு; மருதோன்றி; சிவப்பு; black beetle; henna; red.

செம்பியன்: (பெ): முதல் ஏழு வள்ளல்களுள் ஒருவர்; ஒரு சோழ மன்னன்; one of the first seven liberal donors of ancient times; a chozha king.

செம்பிளித்தல்: (வி): கண்ணைச் சுருக்குதல்; to shrink the eyes.

செம்பிற் பொருப்பு: (பெ): பொதிகை மலை; the mountain Pothigai.

செம்பு: (பெ): தாமிரம்; பொன்; செம்புப் பாத்திரம்; ஒரு அளவு வகை; copper; gold; a small vessel; a kind of measure.

செம்புகம்: (பெ): நரி; செம்போத்துப் பறவை; fox; crow pheasant.

செம்புண்ணீர்: (பெ): இரத்தம்; குருதி; blood.

செம்புதல்: (வி): தூர்த்தல்; to fill up.

செம்புயிர்: (பெ): கீழ் மக்கள், விலங்குகள் ஆகியவற்றின் உயிர்; the souls of mean persons and animals.

செம்புலம்: (பெ): வளமையான நிலம்; போர்க்களம்; பாலைநிலம்; சுடுகாடு; rich, fertile land; battle field; desert; burning ground. ● **செம்புலப்** பெயல்நீர் போல் அன்புடை நெஞ்சம் தாம் கலந்தனவே - *சங்க இலக்கியப் பாடல்.*

செம்புலியாடு: (பெ): செம்மறியாடு; common brown sheep.

செம்புள்: (பெ): கருடன்; a bird which is the mount of Lord Vishnu and the enemy of the serpent race.

செம்புனல்: (பெ): புதுவெள்ளம்; இரத்தம்; freshet; blood.

செம்பொடி: (பெ): பூந்துகள்; செம்மணல்; நீலக்கல்; சிந்தூரம்; pollen dust; red soil; a kind of gem which is blue colour; sapphire; a kind of red powder added to vermilion.

செம்பொத்தி: (பெ): ஆடை வகை; a kind of garment.

செம்பொருள்: (பெ): உண்மைப் பொருள்; சிறந்த பொருள்; கடவுள்; அறம்; natural, ordinary meaning; true significance; God; virtue.

செம்பொறி: (பெ): அரச முத்திரை; royal insignia.

செம்பொன்: (பெ): சிறந்த பொன்; pure gold.

செம்பொன் வரை: (பெ): மேரு மலை; Meru mountain.

செம்போதகம்: (பெ): சமணருள் ஒரு பகுதியினர்; a group of people in Jainism.

செம்போத்து: (பெ): கறுப்பு நிற உடலையும், பழுப்பு நிற இறக்கைகளையும் கொண்ட பறவை; crow pheasant.

செம்மகள்: (பெ): திருமகள்; அனுபவமற்ற பெண்; Lakshmi, Goddess of Wealth; inexperienced woman.

செம்மட்டி: (பெ): மரமஞ்சள்; ஒரு சிப்பி வகை; a kind of turmeric; a kind of shell fish.

செம்மணி: (பெ): மாணிக்கம்; கெம்புக்கல், சிவப்பு மணி; ruby, a kind of precious stone.

செம்மண்: (பெ): ஒரு வகைச் சிவப்பு மண்; red soil.

செம்மரம்: (பெ): மர வகை; a kind of tree.

செம்மருதர்: (பெ): உழவர்கள்; farmers; agriculturists.

செம்மலை: (பெ): செடி வகை; சிவந்த மலை; a kind of plant; red mountain.

செம்மல்: (பெ): தலைமை; வலிமை; மேன்மை; பெருமையிற் சிறந்தவன்; நீர்; இறைவன்; சிவபெருமான்; புதல்வன்; சாதிபத்திரி; முல்லைப்பூ வகை; வாடாமல்லிப் பூ; leadership; strength; excellence; great person; water; God; Lord Shiva; son; mace as the nut-meg flower; a kind of jasmine; bachelor's buttons.

செம்மறியாடு: (பெ): ஒரு வகைச் செம்பழுப்பு நிற ஆடு; common brown sheep.

செம்மறிப்புருவை: (பெ): பெண்ணாடு; செம்மறியாட்டுக் குட்டி; she-goat; young one of common brown sheep.

செம்மாத்தல்: (வி): அதிகமாகச் சந்தோஷப்படுதல்; வீறு பெறுதல்; to be overjoyed; to be majestic.

செம்மாத்தி: (பெ): சக்கிலியக் குலப்பெண்; woman belonging to cobbler's community.

செம்மாந்து: (வி.அ): பெருமிதம் கொண்டு; in an exalted manner.

செம்மாப்பு: (பெ): இறுமாப்பு; அகமலர்ச்சி; வீற்றிருக்கை; pride, self-conceit; inward delight, happiness; throne.

செம்மாளி: (பெ): செம்படவரின் செருப்பு; sandals of fishermen.

செம்மான்: (பெ): சக்கிலியன்; cobbler.

செம்மீன்: (பெ): அருந்ததி; செவ்வாய்; திமிங்கில வகை; Arunthathi, the wife of Sage Vasishta considered a paragon of chastity; Mars; a kind of whale.

செம்மீன் வயிரம்: (பெ): செம்மீன் வயிற்றில் காணப்படும் 'மீனம்பர்' என்னும் மருந்துப் பண்டம்; a medicinal thing named 'Meenambar' in Tamil, which is taken from the stomach of whales.

செம்முதல்: (வி): மூடுதல்; தூர்த்தல்; புடைத்தல்; கலங்குதல்; நிறம் போன்றவை பரவுதல்; புண்ணைக் கீறி விடுதல்; to close; to fill up;

to bulge; be confused; to spread as of colours; to dissect the wounds.

செம்முல்லை: *(பெ):* முல்லை வகை; a kind of jasmine.

செம்மேவல்: *(வி):* இணங்குதல்; to agree.

செம்மை: *(பெ):* சிவப்பு; நேர்மை; ஒற்றுமை; பெருமை; தூய்மை; அழகு; கேது; கந்தகம்; பண்பட்ட நிலை; red; honesty; unity; greatness; purity; beauty; Kethu, a nodal point having no house of its own in the Zodiac, but possessing the virtue of the owner of the house it occupies and moving in an anti-clockwise direction; sulphur; fineness; refinement.

செய: *(பெ):* ஒரு தமிழ் வருடம்; Jaya, a Tamil Year.

செயத்தம்பம்: *(பெ):* வெற்றித் தூண்; victory tower.

செயநீர்: *(பெ):* சுண்ணாம்பும், நவச்சாரமும் கலந்த நீர்; a liquid mixture of calcium and ammonium chloride.

செயப்படுபொருள்: *(பெ):* கருத்தா செய்யும் செயலின் பயனை அடைவது; (direct) object of a verb.

செயப்படுபொருள் குன்றா வினை: *(பெ):* செயப்படுபொருளினை ஏற்கும் வினைச்சொல்; transitive verb.

செயப்படுபொருள் குன்றிய வினை: *(பெ):* செயப்படுபொருளினை ஏற்றிடாதவினைச்சொல்; intransitive verb.

செயப்பாட்டு வினை: *(பெ):* படு என்ற துணை வினை சேர்த்து செயப்படு பொருளினை எழுவாயாகக்கொள்ளும் நிலையில் உள்ள வினை; verb in the passive voice.

செயம்: *(பெ):* வெற்றி; victory.

செயர்: *(பெ):* வரிவசூல் மூலம் வரும் வருமானம்; the income through collecting taxes.

செயலகம்: *(பெ):* ஓர் அமைப்பினுடைய உயர்மட்ட நிர்வாக அலுவல்கள் நடைபெறும் இடம்; secretariat.

செயலர்: *(பெ):* நிர்வாக நடவடிக்கையில் உதவும் அதிகாரி; secretary.

செயலழிதல்: *(வி):* வலியழிதல்; to lose strength.

செயலறவு: *(பெ):* வலிமையின்மை; prostrate condition.

செயலாளர்: *(பெ):* சங்கம், கட்சி போன்றவற்றின், கொள்கை, தீர்மானம், முடிவு போன்றவற்றைச் செயல்படுத்திட வேண்டித் தேர்ந்தெடுக்கப் பட்டவர்; secretary of a union or a party, etc.

செயலாற்று: *(வி):* செயல்படு; to work; to act.

செயலிழ: *(வி):* செயல்படும் திறனை இழத்தல்; to become impaired.

செயலை: *(பெ):* அசோக மரம்; Asoka tree.

செயல்: *(பெ):* தொழில்; ஒன்றினைச் செய்வது, நிகழ்த்துவது; சேறு; வேலை; காவல்; ஒழுக்கம்; வலிமை; செல்வாக்கு; நிலைமை; profession; an action, an act; mud; work; protection; virtue; strength; influence; state, condition.

செயல்திட்டம்: *(பெ):* குறிப்பிட்ட காலக் கெடுவுக்குள் செய்துமுடிக்க வேண்டிய பெரிய திட்டத்தின் நடைமுறைச் செயல்பாடு; action programme.

செயல்திறன்: *(பெ):* பணம், காலவிரயம் என ஏதுமின்றி செலவழிக்கப்படும் சக்தியின் முழுப் பயன்பாடு; efficiency.

செயல்படு: *(வி):* செயல் நிகழ்த்தி இயங்கிடு; to function; to operate.

செயல்படுத்திடு: *(வி):* சட்டம், திட்டம் போன்றவற்றை நடைமுறைப்படுத்திடு; to implement, to enforce.

செயல்பாடு: *(பெ):* செயல்படுகின்ற முறை; style of functioning; method of acting; method of operating.

செயல்முறை: *(பெ):* இயந்திரம், உடலுறுப்பு ஆகியவை (அ) அமைப்பு, அலுவலகம் போன்றவை இயங்கிடும் முறை; mode of functioning.

செயல்வடிவம்: *(பெ):* திட்டம், சிந்தனை போன்றவற்றைச் செயல்படுத்துவதற்கான வழிமுறை; implementation.

செயல் விளக்கம்: *(பெ):* கல்வி, உற்பத்தி, கலை போன்றவற்றில் குறிப்பிட்ட செயல் முறையை எவ்வாறு செய்வது (அ) மேற்கொள்வது என்பதனைச் செயல்படுத்திக்காட்டும் முறை; demonstration as to how to do or how to carry out something.

செயல்வீரர்: *(பெ):* பொது வாழ்க்கையில் திட்டமொன்றை நிறைவேற்றிட (அ) குறிக்கோளினை அடைந்திட உண்டாகும் தடைகளைக் கடந்து நடைமுறையில் நடத்தி முடிப்பவர்; man of action.

செயற்கரிய: *(பெ.அ):* சாதனையாக எண்ணிடக் கூடிய; செய்திட இயலாத; extraordinary; not easily achieved.

- செயற்கரிய செய்வார் பெரியர் சிறியர்
  செயற்கரிய செய்கலா தார். *- குறள் 26.*
- செயற்கரிய யாவுள நட்பின் அதுபோல்
  வினைக்கரிய யாவுள காப்பு *- குறள் 781.*

செயற்குழு: *(பெ):* அமைப்பு, கட்சி போன்றவற்றின் நிர்வாகத்திற்காகத் தேர்வு செய்யப்பட்டவர்கள் குழு; executive committee.

செயற்கை: (பெ): இயற்கைக்கு மாறாக மனிதனால் உண்டாக்கப்படுவது; இயல்பாக இல்லாதது; செயற்கைப் பொருள்; artificial as opposed or alternative to what is naturally available; artificiality.

- **செயற்கை** அறிந்தக் கடைத்தும் உலகத்து இயற்கை அறிந்து செயல். *- குறள் 637.*

செயற்கைக்கோள்: (பெ): தகவல் சேகரிப்பு, தகவல் தொடர்பு ஆகியவற்றிற்காகப் பூமியை (அ) ஒரு கிரகத்தைச் சுற்றி வருமாறு செலுத்தப்பட்ட அறிவியல் சாதனம்; satellite.

செயற்கை சுவாசம்: (பெ): மூச்சு சரிவர இயங்காது திணறும் நிலையில் இருந்திடும் ஒருவர் மீண்டும் சீரான முறையில் சுவாசிப்பதற்காக பிராண வாயுவைச் செலுத்தி அளிக்கப்படும் சிகிச்சை; artificial respiration.

செயற்கைப்பட்டு: (பெ): செயற்கையாக உற்பத்தி செய்யப்பட்ட பட்டு; rayon.

செயற்கையான: (பெ.அ): இயற்கையாக அல்லாது மனிதனால் உருவாக்கப்பட்ட; artificial.

செயித்தல்: (வி): வெற்றியடைதல்; செயல் கைகூடுதல்; to defeat (someone); to materialize.

செயிரியர்: (பெ): பாணர்; minstrels in ancient times.

செயிர்: (பெ): குற்றம்; கோபம்; போர்; வருத்துதல்; நோய்; fault; anger; battle; causing somebody to suffer; disease.

- **செயிரின்** தலைப்பிரிந்த காட்சியார் உண்ணார் உயிரின் தலைப்பிரிந்த ஊன். *- குறள் 258.*

செயிர்ப்பு: (பெ): குற்றம்; சினம்; fault; anger.

செய்: (பெ): வயல்; ஒரு நில அளவு; (paddy) field; a land measure; (வி): ஒரு செயலில் ஈடுபட்டிருத்தல்; குறிப்பிட்ட வினையை நிகழ்த்துதல்; தீர்வு காண நடவடிக்கை எடுத்தல்; தயாரித்தல்; இயற்றுதல்; சம்பாதித்தல்; உருவாக்குதல்; to perform; to do a thing; to take action; cause something to be done; to make arrangements; to make something; to produce; to compose; to create; to earn.

- **செய்தக்க** அல்ல செயக்கெடும் செய்தக்க செய்யாமை யானும் கெடும். *- குறள் 466.*
- **செய்க** பொருளைச் செறுநர் செருக்கறுக்கும் எஃகதனிற் கூரியது இல். *- குறள் 759.*

செய்கரை: (பெ): வரப்பு; பாலம்; ridge of a field; bridge.

செய்கால்: (பெ): சோலை; பயிரிடப்படும் நிலம்; நற்காலம்; grove; agricultural land; auspicious period or time.

செய்காற்கரம்பு: (பெ): தரிசு நிலம்; fallow or uncultivable land.

செய்குறை: (பெ): பிழை; அரைகுறையாக முடித்திருப்பது; fault; that which is not completed.

செய்கூலி: (பெ): செய்த வேலைக்காகக் கொடுக்கப்படும் கூலி; labour charges.

செய்கை: (பெ): தொழில்; செயல்; வேலைப்பாடு; ஒழுக்கம்; உடன்படிக்கை; செயற்கைப் பொருள்; பில்லி சூனியம்; வேளாண்மை; profession; work; deed; workmanship; conduct, virtue; agreement; artificial thing; witchcraft; agriculture. • **செய்த** தீவினை செய்தவற்கே; **செய்த** வினை செய்தவர்க்கு எய்திடும் - *பழமொழி.*

செய்க்கடன்: (பெ): நிலவரி; land tax.

செய்சுனை: (பெ): செயற்கையாக உருவாக்கப்பட்ட நீர்நிலை; artificial pond.

செய்தி: (பெ): தெரிவிக்கப்படத் தகுதியான தகவல்; குறிப்பிட்டுச் சொல்லும்படியான நிகழ்வு பற்றிய தகவல்; விவரம்; தகவல்; news (item); piece of news; information; message.

செய்திகள்: (பெ): தொலைக்காட்சி, வானொலி போன்றவற்றில் படிக்கப்படும் செய்தித்தொகுப்பு; news over the television or radio.

செய்திக்குறிப்பு: (பெ): தனது நடவடிக்கைகளை பொதுமக்களுக்கு அறிவிக்கும் விதமாகப் பத்திரிகை, வானொலி போன்ற தகவல் தொடர்பு சாதனங்களுக்கு அனுப்பிவைக்கப்படும் எழுத்து மூலமான செய்தி; சிறு விவரக் குறிப்பு; press release; a note.

செய்திடுதல்: (வி): ஒரு செயலில் ஈடுபட்டிருத்தல்; குறிப்பிட்ட செயலினை நிகழ்த்துதல்; தீர்வு ஒன்றினைக் காணவேண்டி நடவடிக்கை எடுத்தல்; to perform; to do; cause something to be done; to make arrangements; to do something; to take action.

செய்ந்நன்றி: (பெ): உதவி; help.

செய்பவன்: (பெ): கர்த்தா; creator.

செய்பாவை: (பெ): திருமகள்; Lakshmi, Goddess of Wealth.

செய்ய: (பெ.அ): சிவந்த; செப்பமான; red; perfect.

செய்யல்: (பெ): ஒழுக்கம்; காவல்; சேறு; செய்தொழில்; virtue, conduct; protection; mud; profession.

செய்யவள்/செய்யாள்: (பெ): திருமகள்; Lakshmi, the Goddess of Wealth.

செய்யவன்: (பெ): சூரியன்; செவ்வாய்; சிவந்த மேனியன்; the Sun; the planet Mars; one who has red body.

செய்யன்: *(பெ):* சிவந்த மேனியன்; நேர்மை யானவன்; பாம்பு வகை; one who has red body; honest man; a kind of snake.

செய்யாமொழி: *(பெ):* வேதம்; Veda.

செய்யார்: *(பெ):* பகைவர்; ஓர் ஊர்; enemies; Cheyyar, a town in Tamil Nadu.

செய்யாள்: *(பெ):* திருமகள்; சித்தி; சிறிய தாயார்; தாயின் தங்கை; Lakshmi, Goddess of Wealth; aunt; mother's sister.

செய்யான்: *(பெ):* சிவந்தவன்; பூரான் வகை; one who has red body; centipede.

செய்யுள்: *(பெ):* பாட்டு; காவியம்; விளைநிலம்; செய்கை; verse; song; epic; agricultural land; an action.

செய்யோள்: *(பெ):* திருமகள்; சிவந்த நிறத்தினை உடையவள்; Lakshmi, Goddess of Wealth; the woman who has red body.

செய்யோன்: *(பெ):* சூரியன்; செவ்வாய்; செந்நிறங் கொண்டவன்; the Sun; the Mars; one who has red body.

செய்சேதி: *(பெ):* உப்பு; salt.

செரிக்கப்பெறாத: *(பெ.அ):* ஜீரணமாகாத; undigested.

செரித்தல்/செரிமானம்: *(பெ):* ஜீரணமாதல்; digestion.

செருக்கு: *(பெ):* அகந்தை; மகிழ்ச்சி; ஆண்மை; மயக்கம்; செல்வம்; pride; conceit; arrogance; happiness; manliness; courage; drowsiness; wealth.

செருக்குதல்: *(வி):* ஆணவங் கொள்ளுதல்; சுளித்தல்; மிகுத்தல்; நுகர்தல்; மதர்த்தல்; மயங்குதல்; be proud; to screw one's face; cause to increase; to enjoy through senses; be elated with self-pride; be arrogant; be charmed.

செருத்தணி: *(பெ):* திருத்தணி; Thiruthani, one of the shrines of Lord Muruga.

செருத்தல்: *(பெ):* மாட்டு மடி; udder of a cow.

செருத்தி: *(பெ):* வெற்றிக்கொடி; victory flag.

செருத்தொழிலோர்: *(பெ):* படைவீரர்கள்; soldiers.

செருநர்: *(பெ):* படைவீரர்கள்; பகைவர்; soldiers; enemies.

செருந்தி: *(பெ):* கோரை வகை; மரவகை; மணித் தக்காளிச் செடி; a kind of sedges and bulrushes; a kind of tree; black night shade.

செருந்து: *(பெ):* பூவிதழ்; மரவகை; flower petal; a kind of tree.

செருப்படை: *(பெ):* கொடி வகை; சேனை; a kind of creeper; army which consists of brave soldiers.

செருப்பு: *(பெ):* மிதியடி; பூழி நாட்டில் உள்ள ஒரு மலை; slipper; leather sandals; a mountain in Poozhi Naadu.

செருமகள்: *(பெ):* கொற்றவை; Durga, Goddess of Victory.

செருமுதல்: *(வி):* இருமுதல்; தொண்டையைச் சரி செய்திட இருமுதல்; கனைத்தல்; நிரம்புதல்; பதிதல்; விக்குதல்; அடைத்தல்; to cough; to clear the throat by coughing; to fill up; to impress; to hiccup; to close.

செருமுனை: *(பெ):* போர்க்களம்; battle field.

செருவிளை: *(பெ):* வெள்ளைக் காக்கணம்; a kind of herb.

செருவுறுதல்: *(வி):* ஊடுதல்; to coquette.

சேர்மன் வெள்ளி: *(பெ):* நிக்கல்; nickel.

செலகம்: *(பெ):* மல்லிகை; jasmine.

செலக்குரு: *(பெ):* நவச்சாரம்; Ammonium Chloride.

செலக்கூபம்: *(பெ):* நண்டு; crab.

செலசரம்: *(பெ):* நீரில் வாழ்பவை; those which live in water.

செலதம்: *(பெ):* கோரைக் கிழங்கு; bulb of bulrushes.

செலம்: *(பெ):* நீர்; புல் வகை; water; a kind of grass.

செலவடை: *(பெ):* செலவு; expense.

செலவழித்தல்: *(வி):* பொருள் கொடுத்தல்; பொருளைச் செலவிடுதல்; பணம், நேரம் போன்றவற்றைசேவை, வசதி போன்றவற்றிற்குப் பயன்படுத்துதல்; to give in kind; to expend; to spend (cash, time etc).

செலவாளி: *(பெ):* தாராளமாகச் செலவு செய்பவர்; பணத்தை மிச்சம் பிடிக்கும் நோக்கம் இல்லாது செலவிடுபவர்; one who spends freely; spendthrift.

செலவினம்: *(பெ):* வெவ்வேறு பணிகளுக்கான செலவு வகை; items of expenditure.

செலவு: *(பெ):* பணம், பொருள் போன்றவற்றுக்கான தேவை; பயன்பாடு; தேவையை நிறைவேற்றிட செலவழித்தது; expenses; the amount spent.

செலு: *(பெ):* மீன் செதில்கள்; மரவகை; scales of fish; a kind of tree; *(பெ.அ):* மெலிந்த; lean.

செலுத்தி: *(பெ):* மெலிந்தது; that which is lean.

செலுத்துதல்: *(வி):* ஓட்டுதல்; இறுத்தல்; நடத்துதல்; எய்தல்; to drive; to filter; to conduct; to shoot.

செலுவன்: *(பெ):* மெலிந்தவன்; lean person.

செல்: *(பெ):* கறையான்; கடன்; கையொப்பம்; வானம்; மேகம்; வேல்; white ant; debt; signature; sky; cloud; lance.

செல்கதி: *(பெ):* உய்வு; salvation.

செல்சுடன்: *(பெ):* சூரிய அஸ்தமனம்; sunset.

செல்லம்: *(பெ):* செல்வம்; வெற்றிலைப் பெட்டி; இளக்காரம்; விநோதம்; கொஞ்சற் பேச்சு; wealth; betel box; indulgence; inferiority; wonder; amorous talk.

செல்லல்: *(பெ):* துன்பம்; வெறுப்பு; ஒரு வகை மீன்; grief; hate; a kind of fish.

செல்லன்: *(பெ):* சுகவாசி; செல்வமுள்ளவன்; அருமைக் குழந்தை; man of comforts; wealthy person; dear son.

செல்லாக்காலம்: *(பெ):* செல்வாக்கு நீங்கிய காலம்; முதுமை; the time when one's influence is gone; old age.

செல்லாமை: *(பெ):* வறுமை; ஆற்றாமை; poverty; inability to bear.

செல்லி: *(பெ):* அருமைப் புதல்வி; ஓர் ஊர் தேவதை; dear daughter; a village female deity.

செல்லிடம்: *(பெ):* போகுமிடம்; the place where one should go.

செல்லியம்: *(பெ):* கோழி; hen; fowl.

செல்லுதல்: *(வி):* நிகழ்தல்; பயனுறுதல்; பரவுதல்; பொருந்துதல்; சுழிதல்; தணிதல்; கெடுதல்; to happen; to occur; be fruitful; to spread; to fit for; to curl; to whirl; to abate; be ruined.

செல்வம்: *(பெ):* ஐஸ்வரியம்; கல்வி; அழகு; செழிப்பு; துறக்கம்; நுகர்ச்சி; wealth; education; beauty; prosperity; flourishness; paradise; elysium; experience of pleasure; enjoyment.
• **செல்வம்** சகடக்கால் போன்று வரும் - *பழமொழி.*

செல்வன்: *(பெ):* செல்வம் உடையவன்; இறைவன்; மகன்; wealthy person, rich man; God; son.
• **செல்வர்க்கு** அழகு செழுங்கிளை தாங்குதல் - *பழமொழி.*

செல்வாக்கு: *(பெ):* பிறரைத் தனது விருப்பத்திற்கு ஏற்ப நடக்கச் செய்ய (அ) வழிநடத்திடக்கூடிய திறன்; மதிப்பு; புகழ்; influence; respect; fame.

செல்வி: *(பெ):* மகள்; தலைவி; திருமகள்; daughter; mistress; heroine; Lakshmi; Goddess of Wealth.

செல்வி நாதன்: *(பெ):* திருமால்; Lord Vishnu.

செவல்: *(பெ):* செந்நிறமான விலங்கு; செம்மண் நிலம்; the animal which has red colour body; red soil (land).

செவி: *(பெ):* காது; கேட்டல்; ஓரங்குல மழை; ear; hearing; a unit of rainfall - one inch.

செவிகொள்: *(பெ):* கவனித்திடு; கேட்டிடு; to listen to; to hear.

செவிச்செல்வம்: *(பெ):* கேள்வியறிவாகிய செல்வம்; the wealth of knowledge acquired through the ear.

செவிசாய்: *(வி):* வேண்டுகோளுக்கு இணங்கு; அங்கீகரிக்கும் வகையில் கேட்டல்; to pay heed to; to lend ears to.

செவிடன்: *(பெ):* காது கேளாதவன்; கேட்கும் திறனற்றவன்; deaf person. • **செவிடன்** காதில் ஊதிய சங்கு போல - *பழமொழி.*

செவிடி: *(பெ):* காது கேளாதவள்; கேட்கும் திறனற்றவள்; deaf woman.

செவிடு: *(பெ):* காது கேளாமை; கன்னம்; ஆழாக்கில் ஐந்தில் ஒன்றாகிய அளவு; deafness; cheek; one fifth of one Aazhakku, a former measure.

செவிடுபடுதல்: *(வி):* பேரோசையின் காரணமாகக் கேட்கும் திறனை இழத்தல்; become deaf due to loud noise.

செவிப்படுதல்: *(வி):* கேட்கப்படுதல்; be heard.

செவிப்பறை: *(பெ):* காதின் உட்பகுதியில் ஒலியினை உணர்வதற்காக இருக்கும் மெல்லிய தோலினாலான உறுப்பு; ear drum.

செவிப்புலன்: *(பெ):* காதினால் உணர்ந்திடும் உணர்வு; sense of hearing.

செவிமடுத்தல்: *(வி):* கேட்டல்; வேண்டுகோளுக்கு இணங்குதல்; to hear; to lend ears to.

செவிமந்தம்: *(பெ):* காது கேளாமை; சரிவரக் கேட்க இயலாமை; deafness; dullness in hearing.

செவிமலர்: *(பெ):* மகளிர் காதணி; உட்செவி; women's ear ornament; inner ear.

செவியன்: *(பெ):* முயல்; rabbit.

செவிரம்: *(பெ):* ஒரு பாசி வகை; a kind of algae.

செவிலி: *(பெ):* நோயாளிகளைக் கவனித்துக் கொள்ளுதல், மருத்துவருக்கு உதவுதல் போன்ற பணிகளைச் செய்திடும் பெண் ஊழியர்; தலைவியின் வளர்ப்புத் தாய்; female nurse; foster mother of the heroine (in ancient literature).

செவிள்: *(பெ):* காதின் மேற்புறத்து உறுப்பு; the upper part of the ear.

செவுள்: *(பெ):* மீனின் சுவாச உறுப்பு; gill of the fish.

செவ்வகம்: *(பெ):* நீள் சதுரம்; rectangle.

செவ்வட்டை: *(பெ):* உடலின் ஓரத்தில் சிவப்புப் பட்டைகளைக் கொண்டதும், சிறு கால்களால் ஊர்ந்து செல்வதுமான அட்டைப் பூச்சி வகை; millipede.

செவ்வட்டை நோய்: *(பெ):* நெற்பயிரின் தோகையில் எள்வடிவ பழுப்புநிறப் புள்ளிகளாகத் தோன்றி பச்சையத்தைச் சேதப்படுத்தும் பூசண நோய் வகை; helmin thosporium.

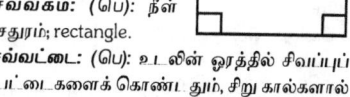

செவ்வணம்: *(வி.அ):* செவ்வனே; சிறந்த முறையில்; in an excellent manner; most properly.
செவ்வந்தி: *(பெ):* சாமந்தி; wild chamomile flower.
செவ்வரக்கு: *(பெ):* சாதிலிங்கம்; a kind of arsenic.
செவ்வரத்தை: *(பெ):* செம்பருத்திச் செடி; a shrub with red flowers.
செவ்வரளி: *(பெ):* சிவப்பு நிறப் பூக்கள் பூக்கும் அரளிச் செடி; oleander rose bay.
செவ்வரி: *(பெ):* கண்ணில் உள்ள சிவந்த கோடு; the red line mark in the eye.
செவ்வழி: *(பெ):* நன்னெறி; ஒரு பண் வகை; righteous conduct; a kind of music.
செவ்வனே: *(வி.அ):* செம்மையாக; சிறந்த முறையில்; most properly; in an excellent manner.
செவ்வாப்பு: *(பெ):* குழந்தைகளின் நோய் வகை; a kind of disease of children.
செவ்வாம்பல்: *(பெ):* செந்நிற அல்லி வகை; red Indian water lily.
செவ்வாய்: *(பெ):* சூரியனிலிருந்து நான்காவதாகவும், பூமியை அடுத்தும் உள்ள கிரகம்; கிழமையின் பெயர்; the planet Mars; Tuesday.
செவ்வாய் தோஷம்: *(பெ):* லக்கினத்திலிருந்து ஏழு (அ) எட்டாம் இடத்தில் செவ்வாய் இருப்பதால் ஜாதகத்தில் உண்டாகும் குறை; the position of Mars in the seventh or eighth house in one's horoscope which is considered inauspicious for the person.
செவ்வாழை: *(பெ):* சிவப்பு நிறத்தோலினைக் கொண்ட பருமனான பழங்களைத் தருகின்ற வாழை வகை; a kind of plantain tree yielding red skinned fruits.
செவ்வி: *(பெ):* நேர்முகம்; பேட்டி; ஏற்ற சமயம்; காட்சி; பக்குவம்; புதுமை; அழகு; சுவை; மணம்; தகுதி; interview; suitable time; view; show; maturity; newness; beauty; taste; smell; fitness.
செவ்விது: *(பெ):* நன்று; நேரானது; goodness; that which is straight.
செவ்விய: *(பெ.அ):* சிவந்த; சிறந்த; உன்னத; நேர்மையான; red; excellent; perfect; honest.
செவ்வியம்: *(பெ):* மிளகுக் கொடி; pepper creeper.
செவ்விளகி: *(பெ):* வண்டு வகை; a kind of beetle.
செவ்விளநீர்: *(பெ):* செந்நிற மட்டையுடன் காணப்படும் இளநீர்; tender coconut of the red coloured variety.
செவ்வு: *(பெ):* நேர்மை; செம்மை; திக்கு; முத்துக்களின் பருமன் அளவு வகை; honesty; fineness; direction; a kind of size measure of pearl.
செவ்வேள்: *(பெ):* முருகப் பெருமான்; Lord Muruga.
செவ்வை: *(பெ):* நேர்மை; மிகுதி; வழி; சீர்மை; சிறப்பு; honesty; abundance; path; proper manner; speciality.
செழிச்சி: *(பெ):* வளமை; செழிப்பு; prosperity; fertility.
செழித்த கல்: *(பெ):* சுக்கான் கல்; Kunkur lime stone; over-burnt brick.
செழித்தல்: *(வி):* தழைத்தல்; வளம் பெருகுதல்; முகமலர்ச்சியுறுதல்; to sprout; to become prosper; be cheerful.
செழிப்பு: *(பெ):* வளமை; பொலிவு; நிறைவு; prosperity; grandness of appearance; completion.
செழியன்: *(பெ):* பாண்டியமன்னன்; Pandya king.
செழுகம்/செளுகம்: *(பெ):* அட்டை; leech.
செழுத்து: *(பெ):* வளமை; fertility, prosperity.
செழுப்பம்: *(பெ):* வளமை; நிறைவு; prosperity, fertility; completion.
செளிம்பன்: *(பெ):* வஞ்சகன்; the deceiver.
செளிம்பு: *(பெ):* பிடிவாதம்; obstinacy.
செளைப்பு: *(பெ):* உள்ளச்சோர்வு; langour.
செள்ளு: *(பெ):* உண்ணி வகை; தெள்ளுப்பூச்சி; tick on dogs, sheep and cattle etc; a kind of insect.
செறல்: *(பெ):* கொல்லுகை; சினம்; killing; anger.
செறி: *(பெ):* நெருக்கம்; closeness; *(வி):* அடர்ந்து நிறைந்திடு; be filled with; be full of.
செறிஞர்: *(பெ):* உறவினர்; relatives.
செறிதல்: *(வி):* நெருங்குதல்; இறுகுதல்; அடங்குதல்; பொருந்துதல்; மிகுதல்; திரளுதல்; கலத்தல்; be close together; be thick; to subside; be suitable; to exceed; to congregate; to mix.
செறித்தல்: *(வி):* சேர்த்தல்; இறுக்குதல்; அடைதல்; அடக்குதல்; வைத்தல்; திணித்தல்; பதித்தல்; முழ்குதல்; திரட்டுதல்; நெரித்தல்; to accumulate; to tighten; to set; to repress; to place; to stuff; to impress; to dive; to get drowned; to collect; to crush such as the pods of dried pulses with one's hand.
செறிப்பு: *(பெ):* நெருக்கம்; அடக்கம்; செறிவு; பாத்தி; நீர்நிலை; உப்பங்கழி; உழுநிலம்; proximity; humidity; denseness; garden plot; bed;

lagoon; sea backwaters; the land ploughed or to be ploughed.

செறிமை: *(பெ):* நெருக்கம்; proximity.

செறிவார்ந்த: *(பெ.அ):* அடர்த்தியான; அடர்ந்த; dense.

செறிவு: *(பெ):* நெருக்கம்; மிகுதி; உறவு; கூட்டம்; பொந்து; கலப்பு; உள்ளீடு; closeness; abundance; relationship; friendship; crowd; union; hole; mixture; content.

செறு: *(பெ):* வயல்; குளம்; பாத்தி; கோபம்; பிறப்பிடம்; agricultural field; tank; pond; garden plot; bed; anger; birth place.

செறுதல்: *(வி):* தடுத்தல்; வருத்துதல்; வெல்லுதல்; அழித்தல்; வேறுபடுதல்; அடக்குதல்; to restrain; cause to suffer; to defeat; to destroy; to differ; to control.

செறுத்தல்: *(வி):* அடக்குதல்; தடுத்தல்; தூர்த்தல்; சினத்தல்; வெறுத்தல்; கொல்லுதல்; to control; to restrain; to fill up; be very angry; to hate; to kill.

செறுநர்: *(பெ):* பகைவர்; enemies.

செறுப்பு: *(பெ):* நெருக்கம்; கட்டுப்பாடு; கொலை; closeness; discipline; murder.

செறுமுதல்: *(பெ):* கனைத்தல்; தேம்பியழுதல்; to neigh; to whimper.

செறும்பு: *(பெ):* மனத்திடம்; சிறாய்; firmness of mind; splinter.

செறுவு: *(பெ):* வயல்; paddy field.

செற்றம்: *(பெ):* மனத்திடம்; பகைமை; வெறுப்பு; firmness of mind; enmity; hate; disfavour.

செற்றல்: *(வி):* கொல்லுதல்; அழித்தல்; to kill; to destroy.

செற்றார்: *(பெ):* பகைவர்; enemies.

செற்று: *(பெ):* நெருக்கம்; proximity.

செற்றுதல்: *(வி):* செதுக்குதல்; கொல்லுதல்; அழித்தல்; to chisel; to engrave; to kill; to destroy.

செற்றை: *(பெ):* கூட்டம்; நன்னீர் மீன்; crowd; fresh water fish.

செற்றோர்: *(பெ):* பகைவர்; enemies.

செனகன்: *(பெ):* தந்தை; father.

செனனம்: *(பெ):* பிறப்பு; birth.

செனனி: *(பெ):* தாய்; பார்வதி; mother; Goddess Parvathi, the consort of Lord Shiva.

செனித்தல்: *(வி):* பிறத்தல்; to be born.

செனு: *(பெ):* பிறப்பிடம்; birth place.

சென்மம்: *(பெ):* பிறப்பு; birth. • **சென்மத்தில்** *பிறந்தது செருப்பால் அடித்தாலும் போகாது - பழமொழி.*

சென்ற: *(பெ.அ):* கடந்த; past.

சென்றுபோன: *(பெ.அ):* கடந்து போன; gone; be gone.

சென்னம்: *(பெ):* நீர்ப்பறவை வகை; a kind of water bird

சென்னி: *(பெ):* தலை; உச்சி; சிறப்பு; சோழன்; பாணன்; கன்னம்; அசுவினி; head; crown; excellence; cholan; bard; cheek; Aswini, the first of the twenty-seven stars.

சென்னியம்: *(பெ):* உண்டாக்கப்பட்டது; that which is created or produced.

சென்னியர்: *(பெ):* கூத்தர்; actors; dancers.

சென்னை: *(பெ):* கோயில் மூர்த்தியின் புறப்பாடு அறிவிக்கும் மேளம்; மீன்வகை; சென்னைப் பட்டினம்; கன்னம்; a drum announcing the procession of an idol; a kind of fish; Chennai, as the town of Chennappa naicken, a chief under the Raja of Chandragiri; cheek.

சே

சே: *(பெ):* காளை; சிவப்பு; ஒரு கொட்டை வகை; ஒரு மரவகை; வெறுப்புக் குறிப்பு; இடபராசி; bull; red; a kind of nut; a kind of tree; mark of hate; the second constellation of the Zodiac having the bull as its sign.

சேகண்டி: *(பெ):* காவலாளர் குடியிருப்பு; சிறு குச்சியால் தட்டி ஒலியெழுப்பக்கூடிய வட்டவடிவ உலோகத் தட்டு; patrol-hut; a kind of gong.

சேகம்: *(பெ):* மரவயிரம்; hardened core of a tree.

சேகரம்: *(பெ):* சம்பாத்தியம்; கூட்டம்; பிரதேசம்; மணிமுடி; தலை; தலையில் அணிவது; அழகு; மாமரம்; earnings; assembling; region; state; crown; head; that which is worn on the head; beauty; mango tree.

சேகரன்: *(பெ):* சிறந்தோன்; an eminent person.

சேகரி: *(பெ):* நாயுருவிச் செடி; a plant growing in hedges.

சேகரித்தல்: *(வி):* ஒன்று சேர்த்தல்; சம்பாதித்தல்; சிறந்திருத்தல்; to collect; to gather; to earn; be eminent.

சேகரிப்பு: *(பெ):* (நோக்கம் கருதி ஒரு பொருளை) சேகரிக்கும் செயல்; collection (of stamps, etc).

சேகன்: *(பெ):* ஆற்றல் படைத்தல்; skilled person.

சேகிலி: *(பெ):* வாழை மரம்; plantain tree.

சேகில்: *(பெ):* சிவந்த எருது; red ox.

சேகு: *(பெ):* சிவப்பு; திண்மை; குற்றம்; ஐயம்; தழும்பு; red; solidity; hardness; fault; doubt; scar.

சேகை: *(பெ):* சிவப்பு; red.

சேக்கரித்தல்: *(வி):* கொக்கரித்தல்; (of hen) to cackle.

சேக்காளி: *(பெ):* தோழமையுடையவன்; chum.

சேக்கு: *(பெ):* தாய்ப்பால்; துருப்புச் சீட்டு; mother's milk; trump in cardgame.

சேக்குப்புள்ளி: *(பெ):* உறவினர் என எவருமில்லாதவன்; one who has no persons as relatives.

சேக்கை: *(பெ):* படுக்கை; தங்குமிடம்; வலை; பறவைக்கூடு; மார்பகம்; தழும்பு; நண்டு; கடக ராசி; சிவப்பு; bed; dwelling place; net; nest of a bird; breast; scar; crab; fourth constellation of the Zodiac having crab as its sign; cancer; red.

சேக்கைப்பள்ளி: *(பெ):* படுக்கை; bed.

சேக்கோள்: *(பெ):* பகைவனின் ஆநிரைகளைக் கவர்தல்; seizing of the enemy's cattle.

சேங்கன்று: *(பெ):* ஆண் கன்று; bull calf.

சேங்கொட்டை: *(பெ):* சேமரக்கொட்டை; சேமரம்; marking-nut; marking-nut tree.

சேடகம்: *(பெ):* கேடயம்; shield.

சேடக்கிரியை: *(பெ):* ஈமக்கடன்; funeral rites.

சேடக்குடுமி: *(பெ):* கோயில் அர்ச்சகன்; temple priest.

சேடக்கோல்: *(பெ):* தூக்குக்கோல்; steelyard.

சேடம்: *(பெ):* மிச்சம்; எச்சில்; இறைவனுக்குப் படைக்கப்படும் பொருள்; அடிமை; சிலேட்டுமம்; remainings; saliva; the offering of God; slave; phlegm.

சேடவட்டில்: *(பெ):* உண்கலம்; plate or dish to eat from.

சேடன்: *(பெ):* ஆதிசேஷன்; நாகலோகவாசி; நெசவாளி; இளமையானவன்; பெரியோன்; தூயவன்; தோழன்; கடவுள்; காதலுக்குத் துணை புரிபவன்; பலதேவன்; வேலைக்காரன்; Aadhisedan, the thousand-headed serpent; inhabitant of the lower regions believed to resemble the serpent in form; weaver; youth; great person; pure and holy person; companion; God; a companion who helps one in love affairs; Baladeva; servant; slave.

சேடி: *(பெ):* தோழி; ஏவல் செய்வோள்; இறைவள்; இளநங்கை; lady's female companion; female servant; Goddess; young woman.

சேடிகை: *(பெ):* பணிப்பெண்; கன்னி ராசி; female servant; sixth constellation of the Zodiac having the figure of a maiden as its sign; Virgo.

சேடித்தல்: *(வி):* குறைத்தல்; எஞ்சுதல்; to reduce; be left over.

சேடியம்: *(பெ):* ஊழியம்; service.

சேடு: *(பெ):* அழகு; பெருமை; திரட்சி; நன்மை; இளமை; beauty; highness; multitude; benefit; good; youth.

சேடை: *(பெ):* நடவு நடுவதற்கு ஏற்றவாறு நிலம் சேறாகுமாறு தண்ணீர் தேக்கி வைக்கப்பட்டிருக்கும் வயல்; the padded field made ready for transplantation.

சேடை பாய்ச்சுதல்: *(வி):* வயலுக்கு நீர் பாய்ச்சி நிரப்புதல்; to fill paddy field with water.

சேடை பாய்தல்: *(பெ):* வயலுக்குப் போதுமான அளவுக்கு தாராளமாக நீர் பாய்தல்; spontaneous flow of water into a field.

சேடை வைத்தல்: *(வி):* உழுதிட, விதை விதைக்க (அ) நடவு நடவேண்டி வயலுக்கு நீர் பாய்ச்சுதல்; to fill with water with a view to ploughing and sowing paddy or transplanting seedlings.

சேட்சி: *(பெ):* தொலைவு; distance.

சேட்டம்: *(பெ):* அழகு; ஆனி மாதம்; செழிப்பு; மேன்மை; வலிமை; beauty; one of the Tamil months, Aani; prosperity; excellence; strength.

சேட்டன்: *(பெ):* தமையன்; முத்தவன்; பெரியோன்; உருத்திரர்களுள் ஒருவர்; elder brother; the eldest person; senior person; one of the Rudras.

சேட்டனம்: *(பெ):* முயற்சி; effort.

சேட்டாதேவி: *(பெ):* மூதேவி; Goddess of misfortune.

சேட்டி: *(பெ):* அக்காள்; elder sister.

சேட்டித்தல்: *(வி):* தொழில் படுத்துதல்; to cause to be active.

சேட்டுக்குழி: *(பெ):* சேற்றுக்குழி; the pit filled with mud.

சேட்டுமம்: *(பெ):* கபம்; phlegm.

சேட்டை: *(பெ):* குறும்பு; உடல் உறுப்புகளால் செய்திடும் வேடிக்கைச் செயல்; மூத்தவள்; மூதேவி; பெருவிரல்; முறம்; child's prank; the antics; elder woman; Goddess of misfortune; thumb or big toe; winnowing pan.

சேட்படுதல்: (வி): எதிர்ப்படுதல்; தொலைவாதல்; to come across; to become remote.

சேட்புலம்: (பெ): தொலைவிடம்; the remote place.

சேண: (வி.அ): உயர; high; above.

சேணம்: (பெ): மெத்தை; குதிரை முதுகு இருக்கை; mattress; saddle.

சேணவி: (பெ): அறிவு; knowledge.

சேணாடர்: (பெ): தேவர்கள்; celestial beings.

சேணாடு: (பெ): துறக்கம்; paradise; elysium.

சேணி: (பெ): ஏணி; முறை; குழு; செடி; ladder; order; group; a plant.

சேணியர்: (பெ): நெய்வோர்; weavers.

சேணியன்: (பெ): இந்திரன்; ஆடை நெய்வோன்; Lord Indira; weaver.

- **சேணியனைக் கெடுக்க சாண் குரங்கு பத்தாதா ?** - *பழமொழி.*

சேணை: (பெ): அறிவு; knowledge.

சேணோன்: (பெ): மலையில் வாழ்வோன்; பரணிலிருந்து பயிர்களை அழிக்க வரும் பறவை மற்றும் விலங்குகளை விரட்டுவோன்; one who lives on mountain slopes; one who keeps watch over a field from a platform on a tree.

சேண்: (பெ): தூரம்; உயரம்; அகலம்; நீளம்; ஆகாயம்; நெடுங்காலம்; சொர்க்கம்; distance; height; width; length; sky; long time; heaven.

சேதகம்: (பெ): சிவப்பு; சேறு; red; mud.

சேதம்: (பெ): கேடு; இழப்பு; வெட்டு; துண்டு; ruin; loss; damage; a cut; a piece.

சேதனம்: (பெ): அறிவு; intelligence.

சேதனன்: (பெ): அறிவுடையோன்; உயிர்; intelligent person; soul.

சேதனை: (பெ): அறிவு; பிளந்திடுதல்; intelligence; act of cutting.

சேதா: (பெ): சிவப்புப் பசு; red cow.

சேதாம்பல்: (பெ): செவ்வாம்பல்; red Indian water lily.

சேதாரம்: (பெ): தேய்மானம்; நகை செய்யும்போது உண்டாகும் பொன்னிழப்பு; வெட்சிமரம்; loss by wear and tear; wastage of gold while making ornaments; a kind of tree.

சேதி: (பெ): செய்தி; தன்மை; ஒரு நாடு; news; nature; manner; a country.

சேதித்தல்: (வி): அழித்தல்; வெட்டுதல்; களைதல்; to destroy; to cut; to remove.

சேதிமம்: (பெ): தேவாலயம்; சமணப்பள்ளி; the church; Jain temple.

சேது: (பெ): சேது அணை; சிவப்பு; இராமேஸ்வரம், தனுஷ்கோடி போன்ற தீர்த்த கட்டம்; a reef of sunken rocks connecting the north of Ceylon with the main land of India, 30 feet wide with 3 or 4 feet of water above it, at high tide said to have been constructed to enable Sri Rama's forces to cross over to Lanka; red; sacred bathing ghat at Dhanushkoti and the island of Rameshwaram.

சேதுபதி: (பெ): சேது அணையைப் பாதுகாத்து வந்ததால் பரம்பரையாக இராமநாதபுரத்து மன்னர் சூடிக்கொள்ளும் பட்டம்; hereditary title of the Raja of Ramnad as being guardian of Adam's Bridge.

சேதுஸ்நானம்: (பெ): தனுஷ்கோடி தீர்த்தமாடல்; sea-bath at Dhanushkoti.

சேத்திரபாலன்: (பெ): பைரவர்; காக்கும் கடவுள்; Lord Bhairava; the God who protects all living beings.

சேத்திரம்: (பெ): புண்ணியத்தலம்; மனைவி; கருப்பை; sacred place; wife; womb.

சேத்து: (பெ): சிவப்பு; நெருக்கம்; ஐயம்; ஒப்பு; red; proximity; doubt; similarity.

சேந்தன்: (பெ): முருகப் பெருமான்; சேந்தனார் என்னும் சைவத்திருமுறை ஆசிரியர்; திவாகரம் செய்வித்தவர்; Lord Muruga; Sendhanar, one of the authors of Saivaite scriptures; the author of Dhivaakaram.

சேந்தி: (பெ): களஞ்சியம்; பரண்; கள்; granary; watch tower; toddy.

சேந்து. (பெ). தீ; அசோகமரம்; சிவப்பு; fire; Asoka tree; red.

சேந்துதல்: (வி): இறைத்தல்; to draw water from a well.

சேந்துபந்தம்: (பெ): அரக்கு; sealing wax.

சேபம்: (பெ): ஆணின் மர்மத்தானம்; the genital part of male.

சேப்பு: (பெ): தாமரைக்கிழங்கு; சிவப்பு; சட்டைப்பை; சிவப்புக்கல்; the bulb or the root of lotus; red; shirt pocket; ruby.

சேமக்கலம்: (பெ): சேகண்டி; வெப்பமானி போன்ற உபகரணங்களில் பாதரசத்தைக் கொண்டுள்ள சேமிப்புக் கலம்; a kind of gong; a structure at the bottom of thermometer, barometer etc., for keeping mercury.

சேமக்காலம்: (பெ): செழிப்பான காலம்; prosperous period.

சேமக்காப்பு: (பெ): பாதுகாப்பு; safe custody.

சேமக்காரன்: (பெ): காவற்காரன்; நம்பிக்கையானவன்; சிக்கனமானவன்; guard; faithful person; thrifty person.

சேமஞ்செய்தல்: (வி): மூடி வைத்தல்; to close a thing by a cover of lid.

சேமணன்: *(பெ):* தந்தை இல்லாதவன்; one who has no father.

சேமநல நிதி: *(பெ):* பொது நலனுக்காகச் சேரித்து வைக்கப்படும் நிதி; welfare fund.

சேம நிதி: *(பெ):* வைப்புப் பொருள்; reserve fund.

சேமம்: *(பெ):* நல்வாழ்வு; காவல்; இன்பம்; புதைபொருள்; சிறைச்சாலை; ஓலைச் சுவடிக்கட்டு; welfare; protection; security; happiness; the treasure trove; prison; the bundle of palm leaf stripes. • **சேமம் புகினும்** சாமத்து உறங்கு - *பழமொழி.*

சேமரம்: *(பெ):* அறிஞ்சில் மரம்; சேங்கொட்டை மரம்; a kind of tree; mark-nut tree.

சேமறி: *(பெ):* கால்நடைகளின் புணர்ச்சி; the sexual intercourse of cattle.

சேமன்: *(பெ):* போக்கிரி; கொடியவன்; one who creates nuisance; cruel man.

சேமா: *(பெ):* எருது; bull; ox.

சேமித்தல்: *(பெ):* பணம், நீர் முதலியவற்றை சிறிது சிறிதாகச் சேர்த்து வைத்தல்; இரத்தம் போன்றவற்றை பின் உபயோகத்திற்காக நிறைத்து வைத்தல்; சக்தி, எரிபொருள் போன்றவற்றை குறைந்த அளவில் உபயோகித்துச் சிக்கனப்படுத்துதல்; to save money, water, etc.; to store blood etc., for emergency use; to conserve energy, fuel, etc.

சேம்பு: *(பெ):* நீர்ப்பாங்கான இடங்களில் வளர்வதும் பெரிய இலைகளுடன் கூடியதும், உணவாக உண்ணக்கூடிய கிழங்கினைத் தருவதுமான ஒரு வகைச் செடி; Indian Kales.

சேயம்: *(பெ):* கரை; ஓட்டம்; வெற்றி; shore; running; victory.

சேயவன்: *(பெ):* முருகன்; செவ்வாய்; Lord Muruga; planet Mars.

சேயன்: *(பெ):* தொலைவில் உள்ளவன்; செந்நிறம் கொண்டவன்; மகன்; one who is in a remote place; one who has red colour body; the son.

சேயா: *(பெ):* கடுக்காய்; gall-nut.

சேயார்: *(பெ):* பகைவர்; the enemies.

சேயிலும்: *(பெ):* இலுப்பை மரம்; South Indian Mahua.

சேயோன்: *(பெ):* முருகப்பெருமான்; சிவபெருமான்; தொலைவில் உள்ளவன்; Lord Muruga; Lord Shiva; one who is in the remote place.

சேய்: *(பெ):* மகவு; சிவப்பு; இளமை; முருகன்; செவ்வாய்; தலைவன்; தொலைவு; நீளம்; பெருமை; மூங்கில்; child; red; youth; Lord Muruga; the planet Mars; chief of a group, master, lord; distance; length; greatness; bamboo.

சேய்மை: *(பெ):* தொலைவு; நீளம்; தூரம்; distance; length; being at a distance.

சேர: *(பெ):* முழுவதும்; எல்லாப்பகுதியிலும்; (காலத்தின்) விட்டுப்போகாத நெருத்த அளவிலும்; (of place) entire; all over; (of time) whole of. • **சேரச்சேர** பணத்தாசை; பெறப்பெற பிள்ளையாசை. • **சேராத** இடத்தினிலே சேர்ந்தால் வாராத துன்பம் வரும் - *பழமொழிகள்.*

சேரமான்: *(பெ):* சேர மன்னன்; Chera king.

சேரலன்: *(பெ):* சேர மன்னன்; பகைவன்; Chera king; enemy.

சேரலி: *(பெ):* நெல் வகை; a kind of paddy.

சேரன்: *(பெ):* சேரமான்; Chera king.

சேரா: *(பெ):* கள்; toddy.

சேராங்கொட்டை: *(பெ):* சேங்கொட்டை; mark-nut.

சேரார்: *(பெ):* பகைவர்; enemies.

சேரி: *(பெ):* கிராமப்புறங்களில் தாழ்த்தப்பட்ட வகுப்பினர் வசிக்கும் பகுதி; நகர்ப்புறங்களில் ஏழை மக்கள் வசிக்கும் நெருக்கமான குடிசைகளைக் கொண்டதும், வசதிக் குறைவானதுமான பகுதி; முல்லை நிலத்து ஊர்; தெரு; the part of the village where people of certain scheduled castes live; slum area in a city; a town belonging to forest region; street.

சேரிகை: *(பெ):* ஊர்; a town.

சேரிடுதல்: *(வி):* பிணைத்தல்; to join together; to unite.

சேரிமடை: *(பெ):* கழிவு வாய்க்கால்; the drainage.

சேருகம்: *(பெ):* பறவை வகை; a kind of bird.

சேர்: *(பெ):* திரட்சி; களஞ்சியம்; ஓர் ஏர் மாடு; நிறுத்தலளவை; ஒரு முகத்தல் அளவை; conglomeration; granary; an ox used for ploughing; a kind of weighing measure, roughly about 320 grms.; a kind of measure (of quantity) equal to five Aazhakku (a former measure).

சேர்கால்: *(பெ):* தளைக்கால்; yoke.

சேர்க்கை: *(பெ):* ஒன்றுடன் ஒன்று இணைந்திருக்கும் நிலை; நட்பு; தொடர்பு; ஏற்கெனவே இருப்பதுடன் கூடுதலாக இணைவது; சேர்வது; combination; friendship; company; association; addition; accretion.

சேர்க்கை மூலை: *(பெ):* சந்து மூலை; corner of a lane.

சேர்க்கை வாசனை: *(பெ):* சேர்க்கை குணம்; habits acquired by company.

சேர்தல்: *(வி):* ஒன்றுகூடுதல்; கலத்தல்; நட்பாதல்; இசைதல்; செறிதல்; பொருந்துதல்; புணர்தல்;

சென்றடைதல்; to come together; to mix; to mingle; to reconcile; be agreeable; be plentiful; be suitable; to have intercourse; to reach.

சேர்த்தல்: *(வி):* தொடுத்தல்; கலத்தல்; கட்டுதல்; ஈட்டுதல்; அடைவித்தல்; to connect; to mix; to bind; to earn; cause to attain.

சேர்த்தி: *(பெ):* (ஒன்றுடன்) இணைத்துப் பார்க்கக் கூடியது; that which can be identified with (something).

சேர்த்து: *(வி.அ):* கூட; also; in addition to.

சேர்த்து வை: *(வி):* ஒத்துப் போகுமாறு செய்; சேமித்து வை; to reconcile, to reunite; to save (money, etc).

சேர்ந்த: *(பெ.அ):* குறிப்பிட்ட ஊர், நாடு போன்ற வற்றைப் பிறப்பிடமாக (அ) வாழ்விடமாகக் கொண்ட; ஒரு அமைப்பு, பிரிவு போன்றவற்றில் ஓர் அங்கமாக உள்ள; belonging to a country, nation, etc.; (indicating membership) belong to; of.

சேர்ந்தகை: *(பெ):* கூட்டாளி; partner, companion.

சேர்ந்தகைமை: *(பெ):* கூட்டுறவு; co-operation.

சேர்ந்தலை: *(பெ):* கூட்டுறவு; புணர்ச்சி; co-operation; intercourse.

சேர்ந்தார்: *(பெ):* அடைக்கலமானவர்; நண்பர்; உறவினர்; refugee; friend; relative.

சேர்பந்து: *(பெ):* கசை; quirt; whip.

சேர்பு: *(பெ):* வீடு; வாழுமிடம்; house; residence.

சேர்ப்பன்: *(பெ):* நெய்தல் நிலத்துத் தலைவன்; chief of maritime tract.

சேர்ப்பு: *(பெ):* வாழுமிடம்; கடற்கரை; கலப்புப் பொருள்; பிற்சேர்க்கை; residence; sea-shore; a mixture; appendix.

சேர்மானம்: *(பெ):* கூடுகை; இணைப்பு; ஐக்கியம்; கூட்டுறவு; புணர்ச்சி; நகை செய்யும்போது சுத்தத் தங்கத்துடன் செம்பினுடைய கலப்பு விகிதம்; assembling; union; communion; co-operation; intercourse; the ratio of copper added with pure gold while making ornaments.

சேர்விடம்: *(பெ):* வாழுமிடம்; residence.

சேர்வு: *(பெ):* அடைதல்; வாழுமிடம்; திரட்சி; ஊர்; கூட்டம்; ஒன்று சேர்க்கை; attaining; residence; mass; town; crowd; uniting together.

சேர்வை: *(பெ):* கலவை; கூட்டுறவு; உலோகக் கலப்பு; மகளிர் காதணி வகை; சேனை; கூத்து வகை; வணக்கம்; பற்று; ஒரு பட்டப் பெயர்; mixture; co-operation; mixture of metals; a kind of women's ear ornament; army; a kind of dance; salute; desire; a title.

சேர்வைக்காரன்: *(பெ):* கள்ளர், மறவர் போன்றோருடைய பட்டப் பெயர்; the title of the castes like Kallas, Maravas, etc.

சேலகம்: *(பெ):* கோரைக்கிழங்கு; the root of sedges and bulrushes.

சேலம்: *(பெ):* ஒரு மாநகரம்; ஆடை; a town; garment.

சேலவன்: *(பெ):* திருமால்; Lord Vishnu.

சேலியால்: *(பெ):* இலாமிச்சைப் புல்; a fragrant grass.

சேலேகம்: *(பெ):* சந்தன மரம்; சிந்தூரம்; sandal wood tree; red powdered metallic-oxide.

சேலை: *(பெ):* புடவை; மகளிர் சீலை; ஆடை; அசோக மரம்; saree; women's garment; Asoka tree.

சேலோதம்: *(பெ):* சந்தன மரம்; sandal wood tree.

சேல்: *(பெ):* கெண்டை மீன் வகை; a kind of fresh water fish.

சேவகம்: *(பெ):* ஊழியம்; வீரம்; யானைக் கூடம்; உறக்கம்; service; bravery; elephant's stable; sleep.

சேவகன்: *(பெ):* வீரன்; ஊழியன்; brave man; soldier; one who renders service to others.

சேவகனார்: *(பெ):* ஐயனார்; Ayyanar, the village deity.

சேவடி: *(பெ):* சிவந்த பாதம்; red-foot.

சேவம்: *(பெ):* பாம்பு; உயரம்; ஆணின் மர்மத்தானம்; snake; height; the genital part of male.

சேவல்: *(பெ):* மயில் தவிர பிற பறவைகளின் ஆண்; ஆண்கோழி; சேறு; male of birds in general except peacock; cock, mud; mire.

சேவற்கொடியோன்: *(பெ):* முருகப் பெருமான்; Lord Muruga.

சேவனைக்காரர்: *(பெ):* கோயில் மேளக்காரர்; the drummer of the temple.

சேவா: *(பெ):* வாடகை; rent; hire.

சேவாகாலம்: *(பெ):* திவ்வியப் பிரபந்தம் ஓதுதல்; reciting the Dhivya Prabandham.

சேவாலிகம்: *(பெ):* கருநொச்சி மரம்; five-leaved black chaste tree.

சேவிதம்: *(பெ):* தொண்டு; devotedness; service.

சேவியம்: *(பெ):* வேர் வகை; a kind of root.

சேவுகம்: *(பெ):* ஊழியம்; வீரம்; service; bravery.

சேவை: *(பெ):* தொண்டு; வழிபாடு; காட்சி; ஒரு மர வகை; திவ்வியப் பிரபந்தம் ஓதுகை; ஒரு வகைப் பணியாரம்; service; worship; vision of a deity; a kind of tree; reciting of Divya Prabandam; a kind of snack.

சேவித்தல்: *(வி):* வழிபடுதல்; சேவை செய்தல்; to worship; to render service.

சேவையூர்: *(பெ):* சிதம்பரம்; Chidambaram.

சேழம்: (பெ): மீதி; remainder.
சேழ்: (பெ): மேலிடம்; upper place.
சேறு: (பெ): நீரால் குழம்பி கொழகொழப்பாக இருக்கும் மண்; சகதி; கள்; மணி; குழம்பு; சாரம்; இனிமை; தேன்; பாகு; திருவிழா; சீழ்; பனம்பழம் போன்றவற்றின் உள்ளீடு; விளாம்பழம்; நீரோட்டம்; mud; mire; toddy; gem; sauce; essence; sweetness; honey; treacle; festival; pus; the inner part of the fruit of the palmyra tree etc.; wood apple; water flow.
சேற்கண்ணி: (பெ): அரிதாரம்; musk of deer; yellow orpiment.
சேற்பனம்: (பெ): கபம்; phlegm.
சேற்றுக்கடி: (பெ): சேற்றுப் புண்; athelete's foot.
சேற்றுப்புண்: (பெ): நீரிலும், சேற்றிலும் தொடர்ந்து வேலை செய்பவர்களுக்குக் கால்விரல்களுக்கு இடையே உண்டாகும் புண்; itching sore between the toes due to frequent working in the water, mud, etc.
சேற்றுப்புழி: (பெ): உழவு செய்யப்பட்ட நிலம்; the ploughed land.
சேற்றுமம்: (பெ): கபம்; phlegm.
சேனம்: (பெ): பருந்து; white-headed kite.
சேனன்: (பெ): ஒரு பட்டப் பெயர்; a title.
சேனா: (பெ): விலாங்கு மீன்; eel fish.
சேனாதிபதி: (பெ): படைத்தலைவன்; (in olden days) army chief; general (of a king's army).
சேனாவரையன்: (பெ): படைத்தலைவன்; army chief.
சேனாவு: (பெ): தகரைச் செடி; a kind of plant.
சேனை: (பெ): யானை, தேர், குதிரை, காலாள் என்னும் நால்வகைப் படை; கூட்டம்; தெரு; கடைத்தெரு; சந்தை; கருணைக் கிழங்கு; சேணம்; the army comprising four-fold divisions; crowd; street; bazaar; market; a kind of yam that gives a pungent taste; saddle.
சேனை முதலியார்: (பெ): கைக்கோளச் சாதியினர்; the people belonging to Kaikola caste.

சை

சைகதம்: (பெ): மணல்; கடற்கரை; sand; sea-shore.
சைகதவுண்டை: (பெ): மணல் மேடு; sand mound.
சைகை: (பெ): ஜாடை; செய்தியைத் தெரிவிக்கும் முறையில் குறிப்பாகஉணர்த்தும் கைகால் அசைவு; signal; gesture of hand, eyes, to signal something.
சைங்கிகேயன்: (பெ): இராகு; (in astrology) Raahu, one of the nine planets.
சைசவம்: (பெ): இளமை; childhood.
சைதனம்: (பெ): ஜீவாத்மா; individual soul.
சைதனியம்: (பெ): அறிவு; ஜீவாத்மா; பரமாத்மா; knowledge; individual soul; the supreme soul.
சைதனியவான்: (பெ): அறிவுடையோன்; wise person.
சைத்தான்: (பெ): பிசாசு; கடவுளின் எதிரியாகவும், தீயசக்தியாகவும் கருதப்படும் தீய ஆவி; goblin; Satan.
சைத்தியம்: (பெ): பௌத்தர் ஆலயம்; குளிர்ச்சி; பலிபீடம்; Buddhist temple; coldness; altar.
சைத்தியன்: (பெ): சுக்கிரன்; the Planet Venus.
சைத்திரம்: (பெ): ஓவிய வேலை; வெற்றி; சித்திரை மாதம்; painting work; victory; the Tamil month Chithirai.
சைத்திராதம்: (பெ): குபேரனின் நந்தவனம்; the flower garden of Lord Kubera.
சைத்திராவலி: (பெ): சித்திரா பௌர்ணமி; the full moon day in the month of Chithirai.
சைத்திரியம்: (பெ): தெளிவு; மன வலிவு; clearness; firmness of mind.
சைத்துவம்: (பெ): இந்துப்பு; குதிரை; தலை; சிந்து நதி; சிந்து தேசம்; rock salt; horse; head; river Sind; the region nearby the river Sind.
சைந்தவி: (பெ): ஒரு பண் வகை; a kind of music.
சைமானம்: (பெ): அன்பளிப்பு; gift.
சையகம்: (பெ): படுக்கை; bed.
சையதினி: (பெ): யமனின் இருப்பிடம்; the place of Yama.
சையம்: (பெ): கல்; குடகு மலை; நியமம்; மலை; stone; the mountain Kudagu; disciplinary observances; mountain.
சையோகம்: (பெ): புணர்ச்சி; கலக்கை; intercourse; union.

சைரிகம்: (பெ): கலப்பை; plough.

சைரிபம்: (பெ): எருமை; buffalo.

சைலகம்: (பெ): புல் வகை; சாம்பிராணி; a kind of grass; benzoin.

சைலதரன்: (பெ): கண்ணபிரான்; Lord Sri Krishna.

சைலபதி: (பெ): இமயமலை; Himalayan mountain.

சைலபித்தி: (பெ): கல்லுளி; stone engraver's tool.

சைலம்: (பெ): சேலை; மலை; saree, cloth; mountain.

சைலாந்திரம்: (பெ): மலைக்குகை; mountain cavern.

சைலி: (பெ): இரு இரு பூக்களாகத் தொடுத்த பூமாலை; a kind of garland strung with pairs of flowers.

சைவ உணவு: (பெ): மரக்கறி, தாவர உணவு; vegetarian food.

சைவக்குருக்கள்: (பெ): பிராமணர் அல்லாத சைவ குருக்கள்; non-brahmin Saiva priests.

சைவசித்தாந்தம்: (பெ): சைவசமயத் தெளிவு உண்மை; (Saiva) a religious philosophical treatise.

சைவ சூக்கம்: (பெ): சிவபெருமானைப் பற்றிய வேத மந்திரங்கள்; Veda mantras on Lord Shiva.

சைவம்: (பெ): சைவ சமயம்; ஆகமம்; சிவபுராணம்; இளமை; Saivism, a sect of Hindu religion which regards Shiva as the Supreme God; Agama; Shiva purana; youth.

சைவரல்: (பெ): இகழுதல்; vilification.

சைவர்: (பெ): சிவபெருமானை முழுமுதற் கடவுளாகக் கொண்ட சமயத்தவர்; Saivaites, those who follow Saivism.

சைனம்: (பெ): ஜைனமதம்; Jainism.

சைனியம்: (பெ): சேனை, படை; army.

சொ

சொகினம்: (பெ): நிமித்தம்; motive; cause.

சொகுசு: (பெ): சகல ஆடம்பர வசதிகளும் நிறைந்தது; புலனுக்குப் பூரண நிறைவு; உடலுக்கு இன்பம் தரும் தன்மை; சிறப்பு; இன்பம்; நேர்த்தி; luxury; pleasing to the senses; comfort to the body; grandeur; happiness; elegance.

சொக்கட்டான்: (பெ): உருட்டிப் போடும் கட்டையின் எண்ணிக்கைக்குத் தகுந்தபடி விளையாடும் பகடை விளையாட்டு; a game played according to the number obtained in the dice.

சொக்கத்தங்கம்: (பெ): சுத்தமான தங்கம்; pure gold.

சொக்கநாதன்: (பெ): சிவபெருமான்; Lord Shiva at the shrine of Madurai in Tamilnadu.

சொக்கப்பனை: (பெ): கார்த்திகைத் திருவிழாவில் கோயில் முன்பாக வைத்து எரிப்பதற்காக அமைக்கப்பட்டிருக்கும் காய்ந்த பனை ஓலைகளைக் கொண்ட கூடு போன்ற அமைப்பு; a bonfire made in front of temples as part of Karthigai festival.

சொக்கம்: (பெ): தூய்மை; களவு; துறக்கம்; purity; theft; paradise.

சொக்களை: (பெ): கொடி வகை; a kind of creeper.

சொக்கலிங்கம்: (பெ): மதுரை சோமசுந்தரக் கடவுள்; Lord Somasundara at the shrine of Madurai in Tamilnadu.

சொக்கவெள்ளி: (பெ): தூய வெள்ளி; pure silver.

சொக்கன்: (பெ): அழகன்; சிவன்; குரங்கு; மூடன்; handsome person; Lord Shiva; monkey; idiot.

சொக்காய்: (பெ): சட்டை; shirt for children and men.

சொக்காரன்: (பெ): சகலன்; சகலை; co-brother.

சொக்காலி: (பெ): சிறுதுளைப் பூண்டு; a kind of plant.

சொக்கு: (பெ): அழகு; மயக்கம்; பொன்; கன்னக் கதுப்பு; தூய்மை; beauty; unconsciousness, stupor; gold; plumpness of the cheek; purity.

சொக்குதல்: (வி): தன்வசம் இழத்தல்; கிறங்குதல்; தூக்கம் காரணமாகக் கண்கள் செருகுதல்; be bewitched by beauty, etc. (of eyes); be heavy with sleep.

சொக்குப்பொடி: (பெ): ஒருவனை ஒருவள் தன் வசத்திலேயே வைத்திருக்க பயன்படுத்துவதாகக் கூறப்படும் மயக்குப் பொடி; a magical powder said to be used by women to enslave men.

சொங்கு: *(பெ):* குற்றம்; fault.

சொச்சம்: *(பெ):* மிச்சம்; தூய்மை; balance; purity.

சொடக்கு/சொடுக்கு: *(பெ):* கட்டை விரலையும் நடுவிரலையும் சேர்த்துச் சுண்டி எழுப்பும் ஒலி; கை, கால் போன்றவற்றை நீட்டி உதறி (அ) விரல்களை நெரித்து எழுப்பும் 'சடசட' என்னும் ஒலி; துளைக்கருவி; சோம்பல்; snap of the fingers; cracking the fingers, knuckles, etc.; drilling machine; laziness.

சொடி: *(பெ):* சுறுசுறுப்பு; alertness, busy, active.

சொடிதல்: *(வி):* குழைதல்; (பயிர்கள்) வாடுதல்; to become mashy; to fade (as of crops).

சொடுகு: *(பெ):* பொடுகு; dandruff.

சொட்டச்சொட்ட: *(வி.அ):* வழிந்தோடும் அளவுக்கு; soaked; drenched.

சொட்டம்: *(பெ):* குற்றவாளி; a criminal.

சொட்டா: *(பெ):* வாள் வகை; a kind of sword.

சொட்டு: *(பெ):* துளி; மிகச் சிறிதளவு; தேங்காய்க் கீற்று; குற்றம்; குட்டு; கன்னம்; drop; even a drop; slice of coconut kernel; fault; a blow with the fist on the head; cheek; *(வி):* திரவம் துளித்துளியாக வீழ்தல்; to drip to drizzle; to fall in drops.

சொட்டு நீர்ப் பாசனம்: *(பெ):* மிகவும் மெல்லிய துளையுள்ள குழாய் வழியாக நீரினைச் செலுத்தி சொட்டுச் சொட்டாக விழவைத்து மரம், செடி, கொடிகளுடைய வேர்ப் பகுதியை நனைய வைக்கும் பாசன முறை; drip irrigation.

சொட்டுப்பால்: *(பெ):* கெட்டியான தேங்காய்ப் பால்; juice extracted from coconut kernel.

சொட்டு மருந்து: *(பெ):* கண், காது, மூக்கு, வாய் ஆகியவற்றில் சொட்டு சொட்டாக விடப்படும் மருந்து; (of medicines) drops.

சொட்டை: *(பெ):* தலையில் ஒரு சிறு பகுதியில் முடி உதிர்ந்து ஏற்படும் வெற்றிடம்; பள்ளம்; வளைதடி; வளைந்த வாள்; வளைவு; பழிச்சொல்; ஏளனம்; வழுக்கைத் தலை; பொடுகு; baldness in patches; depth; a kind of curved cudgel; curved sword; bend; reproach; mockery; bald head; dandruff.

சொட்டை சொள்ளை: *(பெ):* அடுத்தவர் செயலில் காணும் குற்றம் குறைகள்; minor defects.

சொட்டையாளன்: *(பெ):* படை வீரன்; soldier.

சொண்டறை: *(பெ):* புல்லன்; இழிஞன்; ignorant person; scoundrel.

சொண்டன்: *(பெ):* செருக்குடையவன்; arrogant person.

சொண்டி: *(பெ):* சுக்கு; dried ginger.

சொண்டிலி: *(பெ):* இழிகுணத்தவன்; mean person.

சொண்டு: *(பெ):* பறவையின் அலகு; உதடு; குழிவு; அற்பன்; பொடுகு; ஆயுத நுனி; உத்தியோகம்; beak of a bird; lip; cavity; useless person; dandruff; tip of the weapon; profession.

சொண்டுசொல்: *(பெ):* துன்புறுத்தும் சொல்; slander.

சொண்டு பண்ணுதல்: *(வி):* இழிவாக நடத்து; to despise.

சொண்டு பேசுதல்: *(வி):* நிந்தித்தல்; to abuse; to slander.

சொண்டு விற்றல்: *(வி):* புறங்கூறுதல்; to backbite.

சொத சொதவென்று: *(வி.அ):* (மண் போன்றவை) ஈரப்பதத்துடன்; (of soil) wet and soft, slushy.

சொதி: *(பெ):* தேங்காய்ப் பாலால் செய்யப்படும் ஒரு வகைக் குழம்பு; a kind of vegetable sauce prepared from the extract of coconut.

சொதை: *(பெ):* உடைமை; இரட்டை; பொன்; possession; twins; gold.

சொத்தி: *(பெ):* உடல் ஊனம்; physical handicap; disability.

சொத்து: *(பெ):* உடைமை; பொன்; உடல் ஊனம்; possession; gold; physical handicap.

சொத்து சுகம்: *(பெ):* சொத்தும் அது தரும் வசதியும்; wealth and comfort.

சொத்து வரி: *(பெ):* ஒருவரின் வீடு, ரொக்க முதலீடு, வேளாண்மை நிலம் நீங்கலாக உள்ள இதர நிலம் போன்ற சொத்துகளின் மதிப்பின் மீது விதிக்கப்படும் வரி; wealth tax on the capital value of a person's assets exclusive of agricultural lands.

சொத்தென்று: *(வி.அ):* அதிக விசையும் சத்தமும் இல்லாமல்; (fall) without a thud.

சொத்தை: *(பெ):* கெட்டுப்போனது; அழிவு நிலையில் உள்ளது; சீர்கேடு; ஊனம்; that which is decayed (eaten by worms); deterioration; defect.

சொந்த: *(பெ.அ):* தன்னுடைய பிறப்பால் (அ) தன் முன்னோரின் பிறப்பால் உரிமையுடைய; உடன் பிறந்த; தான் பெற்ற (அ) தன்னைப் பெற்ற; தனக்கே உரிய; தனிப்பட்ட; (of place) native; blood relation; own; personal; private.

சொந்தக்காரன்: *(பெ):* வீடு, நிலம், பொருள் போன்றவற்றிற்கு உரிமை உடையவன்; உறவினன்; owner of house, land, etc.; relative.

சொந்தக்காரி: *(பெ):* சொந்தக்காரன் என்பதன் பெண்பால்; (feminine) relative.

சொந்தக்காலில் நின்றிடு: *(வி):* பிறரின் உதவியின்றி சுயசார்பத்தியத்தில் (அ) தன்னுடைய செயல்பாட்டில் இயங்குதல்; stand on one's own feet.

சொந்தப் பெயர்: *(பெ):* இயற்பெயர்; real name (as distinguished from pen name, etc).

சொந்தம்: *(பெ):* தனக்குரியது; நெருக்கமான உறவு; ownership; the act of owning; the state of being owned by someone; relation; close relationship.

சொப்பம்: *(பெ):* ஒளியின்மை; lack of light.

சொப்பனம்: *(பெ):* கனவு; dream. ● **சொப்பனத்தில்** *கண்ட அரிசி சோற்றுக்கு ஆகுமா ? - பழமொழி.*

சொம்: *(பெ):* சொத்து; உடைமை; property; possession.

சொம்பு: *(பெ):* அழகு; செம்பு; beauty; metal vessel.

சொம்மாளி: *(பெ):* உரிமைக்காரன்; owner.

சொரங்கம்: *(பெ):* ஏலத்தோல்; outer skin of cardamom seed.

சொரத்தோரசி: *(பெ):* இலவங்கப் பட்டை; cinnamon bark.

சொரசொரப்பு: *(பெ):* ஒன்றினுடைய மேற்பரப்பில் உராய்வை ஏற்படுத்துவதாக உள்ள நிலை; roughness of a surface.

சொரடு: *(பெ):* துறட்டி; elephant goad.

சொரணை: *(பெ):* புலன்களால் உணர்வது; sensitiveness.

சொரி: *(பெ):* தினவு; itching; *(வி):* பெருமளவில் கீழ்நோக்கிச் செல்லுமாறு விடுதல் (அ) பெருமளவில் கீழ்நோக்கி விழுதல்; கொட்டுதல்; பொழிதல்; to shed; to pour down; to shower.

சொரிதல்: *(வி):* உதிர்தல்; மிகுதல்; மழைபெய்தல்; பொழிதல்; கொட்டுதல்; கொடுத்தல்; to drop off; to exceed; to shower; to pour down; to fall; to give.

சொரிமணல்: *(பெ):* புதை மணல்; quick sand.

சொரிவு: *(பெ):* ஈவு; உதிர்வு; பொழிவு; giving; falling off; outpour.

சொருவு: *(பெ):* உறை; sheath.

சொரூபம்: *(பெ):* சாயல்; உருவம்; வடிவம்; அழகு; சிறப்பியல்பு; likeness; figure; form; beauty; outstanding nature.

சொரூபி: *(பெ):* முழு வடிவம்; கடவுள்; one who is the embodiment of; God.

சொர்க்க போகம்: *(பெ):* சொர்க்கத்தில் கிடைப்பது போன்ற வசதியும் சுகமும்; the life of luxury.

சொர்க்கம்: *(பெ):* தேவலோகம்; துறக்கம்; heaven; paradise.

சொர்க்க வாசல்: *(பெ):* வைணவத் திருக்கோயில்களில் மார்கழி மாதத்து ஏகாதசியன்று மட்டும் திறக்கப்படும் வடபுறமாக அமைந்திருக்கும் வாசல்; the door in Vaishnavaite temples which is opened once a year (believed to be the gateway to the abode of Lord Vishnu).

சொர்ணக்கல்: *(பெ):* வைடூரியம்; an opalescent gem.

சொர்ண சீரகம்: *(பெ):* கரும்பு; sugarcane.

சொர்ண புஷ்பம்: *(பெ):* (பெரும்பாலும் வீட்டுச் சடங்குகளில்) பணம்; நாணயம்; (mostly in household rites) money, coin.

சொர்ணம்: *(பெ):* பொன்; மிகுதி; ஒரு வகைப் பூண்டு; gold; abundance; a kind of herb.

சொர்ணவாரி: *(பெ):* ஆனி முதல் புரட்டாசி வரை உள்ள மாதங்களில் பயிரிடப்படும் குறுகிய கால நெற்பயிர்; a short-term paddy crop cultivated between June and September.

சொர்ணம்: *(பெ):* பொன்; நாணயம்; gold; coin.

சொலவடை: *(பெ):* பழமொழி; proverb; adage.

சொலவு: *(பெ):* சொல்லுகை; பழமொழி; telling; proverb.

சொலி: *(பெ):* மரப்பட்டை; bark (of a tree).

சொல்: *(பெ):* பேச்சு; மொழி; பழமொழி; புகழ்; மந்திரம்; சாபம்; கட்டளை; செந்நெல்; speech; language; proverb; fame; mantra; curse; order; command; a kind of paddy; *(வி):* (வார்த்தையை, தொடரை) வாயால் வெளிப்படுத்துதல்; எண்ணம், கருத்து முதலியவற்றைத் தெரிவித்தல்; எழுத்து மூலமாக ஒன்றினை (அ) ஒரு செய்தியினை அறிவித்தல்; ஒன்றினை வார்த்தைகளால் விவரித்தல்; பாடம் கற்றுத் தருதல்; ஒன்றைச் செய்யுமாறு கட்டளையிடுதல்; ஒன்றினுக்காகப் பரிந்துரைத்தல்; ஒருவரை குறை கூறுதல்; குறிப்பிடுதல்; to say; to tell; to utter the actual words spoken; to relate something in writing; to inform news etc.; to describe something in words; to teach something; to ask; to order; to speak for; to blame someone; to refer; to call; to mean. • **சொல்** அம்போ? வில் அம்போ? • **சொல்**லாமல் அறிபவனே அறிஞன். • **சொல்**லாமல் இருப்பவனே பண்டிதன். • **சொல்**லாது பிறவாது; அள்ளாது குறையாது. • **சொல்லிச்** செய்வர் சிறியோர்; சொல்லாது செய்வர் பெரியோர்; சொல்லியும் செய்யார் கசடர். • **சொல்**வது ஒன்று; செய்வது ஒன்று - *பழமொழிகள்.*

• சொல்லுக சொல்லைப் பிறிதோர்சொல் அச்சொல்லை
வெல்லுஞ்சொல் இன்மை அறிந்து. - *குறள் 645.*

• சொல்லுதல் யார்க்கும் எளிய அரியவாம்
சொல்லிய வண்ணம் செயல். - *குறள் 664.*

சொல்லடைவு: *(பெ):* ஒரு நூலில் இருக்கும் அனைத்துச் சொற்களையும் அகர வரிசையில் தொகுத்தளிக்கும் பட்டியல்; word-index (for texts especially literary ones).

சொல்லமைதி: *(பெ):* சொற்களின் அமைப்பு; words and their arrangement; phraseology.

சொல்லாடுல்: *(வி):* கலந்துரையாடுதல்; to discuss.

சொல்லாட்டு: *(பெ):* பேச்சு; உரை; speech.

சொல்லின்பம்: *(பெ):* சொல்லின் இனிய ஓசை; euphony.

சொல்லேருழவர்: *(பெ):* அமைச்சர்; புலவர்; minister; poet.

சொல்வளம்: *(பெ):* சொல் பொழிவு; சொல் திறன்; arguing; copiousness of vocabulary.

சொல் வன்மை: *(பெ):* பேச்சுத் திறம்; eloquence.

சொல்வென்றி: *(பெ):* வாதத்தில் பெற்றிடும் வெற்றி; victory in argument.

சொள்ளை: *(பெ):* சொத்தை; இழுக்கு; செயற்கேடு; that which is decayed; disgrace; failure as in an action, business etc.

சொறி: *(வி):* உடம்பில் ஏதேனும் ஓரிடத்தில் நகம் (அ) வேறு ஏதேனும் ஒன்றினால் தேய்த்தல்; to scratch with finger nails or with something else; *(பெ):* அரிப்புடன் கூடிய தோல் நோய்; a skin disease causing itching.

சொறிகிட்டம்: *(பெ):* இரும்புத் துரு; rust.

சொறிசிரங்கு: *(பெ):* தோலில் சொர சொரப்பான தடித்த சுற்றுப்பகுதியை உடைய புண்களை உண்டாக்கி அரிப்பினை உண்டாக்கும் நோய்; scabies.

சொற்கட்டு: *(பெ):* இசைக்கான கால அளவினைக் காட்டும் பொருளற்ற ஒலிக் குறிப்புகளின் தொகுதி; a way of ordering and rendering the rhythmic groups.

சொற்காரி: *(பெ):* ஏழு வகை மேகங்களுள் ஒன்று; one of the seven kinds of clouds.

சொற்கோ: *(பெ):* திருநாவுக்கரசர்; Thirunavukkarasar, one of the four saiva saint-poets. Samayakuravars.

சொற்கோவை: *(பெ):* ஒரு மொழியினில் உள்ள (அ) ஒருவர் அறிந்து வைத்துள்ள சொற்களின் தொகுப்பு; vocabulary; stock of words.

சொற்சிலம்பம்: *(பெ):* (பேச்சு (அ) எழுத்தில்) வார்த்தைகளின் அலங்காரம்; rhetorical flourish.

சொற்சுவை: *(பெ):* சொல்லின்பம்; euphony.

சொற்செலவு: *(பெ):* செல்வாக்கு; பரிந்து பேசுகை; influence; recommendation.

சொற்செறிவு: *(பெ):* சொல் வளம்; copiousness of vocabulary.

சொற்படி கேட்கின்ற: *(பெ):* பணிவான; obedient.

சொற்படுதல்: *(பெ):* பலன் மிகுதல்; to increase benefits.

சொற்பம்: *(பெ):* சிறியது; small.

சொற்பழி: *(பெ):* நிந்தை மொழி; reproach.

சொற்பானு: *(பெ):* இராகு கிரகம்; Raahu, one of the nine planets.

சொற்புரட்டு: *(பெ):* பொய்; lie, false.

சொற்புள்: *(பெ):* காக்கை; crow.

சொற்பெருக்கமுள்ள: *(பெ.அ):* மிக அதிக சொற்களைக் கொண்ட; verbose.

சொற்பெருக்கம்: *(பெ):* ஒரு கருத்தினைத் தெரிவிக்க தேவைக்கு அதிகமாக வார்த்தைகளை உபயோகித்தல்; verbiage.

சொற்பொருள்: *(பெ):* அர்த்தம்; meaning.

சொற்பொழிவு: *(பெ):* அவையில் உரையாற்றுதல்; lecture; oration.

சொற்போரிடு: *(வி):* வாதம் செய்திடு; to debate.

சொற்போர்: *(பெ):* ஒரு பொருள் குறித்துச் செய்யும் வாக்குவாதம்; contention.

சொற்றல்: *(வி):* சொல்லுதல்; to say; to tell.

சொற்றாமம்: *(பெ):* புகழ்ச்சி; புகழ் மாலை; commendation; garland of verse in praise of a deity or person.

சொற்றொடர்: *(பெ):* பல வார்த்தைகளைக் கொண்டுள்ள வாக்கியம்; phrase.

சொனகு: *(பெ):* புல் வகை; a kind of grass.

சொனாகம்: *(பெ):* வேலிப்பருத்தி; a herb.

சொன்மாலை: *(பெ):* புகழ்ச்சி; commendation.

சொன்றி: *(பெ):* சுக்கு; சோறு; dried ginger; boiled rice.

சொன்னகாரன்: *(பெ):* தட்டான்; goldsmith.

சொன்னசீரம்: *(பெ):* கரும்பு; sugarcane.

சொன்னம்: *(பெ):* பொன்; சோளம்; கால்வாய்; gold; maize; a channel; a water course.

சொன்னல்: *(பெ):* சோளம்; இரும்பு; maize; iron.

சொன்னி: *(பெ):* மணம்; fragrance.

சொஜ்ஜி: *(பெ):* ரவையுடன் சீனி கலந்து முந்திரி, ஏலம் சேர்த்து நெய் (அ) பாலில் செய்யப்படும் தின்பண்டம்; a kind of sweetmeat prepared with semolina in ghee or milk with cashew nuts, etc.

சொஸ்தமாக்கு: *(வி):* குணமாக்கிடு; to cure.

சோ

சோ: *(பெ):* உமையம்மை; அரண்; வாணாசுரனின் நகர்; Goddess Parvathi; fort wall; the town of Vaanaasura.

சோக நீக்கி: *(பெ):* மாதவிக் கொடி; a kind of creeper.

சோகம்: *(பெ):* துன்பம்; சோம்பல்; திரள்; ஒட்டகம்; தொடை; அசோக மரம்; உருண்டை; கூம்புகை; கடுகரோகணிப் பூண்டு; distress; grief; laziness; collection; camel; thigh; Ashoka tree; ball; closing of petals; a herb.

சோகரிகன்: *(பெ):* வேட்டைக்காரன்; hunter.

சோகாத்தல்: *(வி):* வருந்துதல்; துன்புறுதல்; be distressed; to suffer.

சோகாப்பு: *(பெ):* துன்பம்; distress; grief.

சோகி: *(பெ):* பலகறை; பாம்புப் பிடாரன்; cowry; snake-charmer.

சோகித்தல்: *(வி):* மயங்குதல்; be charmed.

சோகு: *(பெ):* பேய்; devil; goblin.

சோகை: *(பெ):* இரத்தக் குறைவினால் வரும் நோய் வகை; anaemia.

சோங்கம்: *(பெ):* அகில் மரம்; கிச்சிலிக் கிழங்கு; eagle wood tree; a kind of tuber.

சோங்கு: *(பெ):* மறதி; துப்பாக்கிக்கட்டை; மரக்கலம்; நாரை; மர வகை; forgetfulness; butt of a rifle; boat; crane; a kind of tree.

சோங்குதல்: *(வி):* சரிவாதல்; to slide.

சோசம்: *(பெ):* தென்னை; coconut tree.

சோசனம்: *(பெ):* வெள்ளை வெங்காயம்; onion.

சோசித்தல்: *(வி):* வற்றுதல்; சோர்வடைதல்; to dry up; to languish.

சோச்சி: *(பெ):* சோறு; cooked rice.

சோடசம்: *(பெ):* பதினாறு; sixteen.

சோடனம்: *(பெ):* உலர்தல்; the act of drying.

சோடல்: *(பெ):* புடவை; saree.

சோடனை: *(பெ):* அழகு; அலங்கரித்தல்; beauty; the act of decorating.

சோடி: *(பெ):* இரட்டை; ஒப்பு; வரி வகை; twins; likeness; a kind of tax.

சோடித்தல்: *(பெ):* கற்பித்தல்; அலங்கரித்தல்; to educate; to teach; to decorate.

சோடு: *(பெ):* காலுறை; கவசம்; மிதியடி வகை; ஒப்பு; ஓரளவு; சுவடு; (pair of) socks; stockings; shield; a kind of sandal; likeness; a measure; imprint. • **சோட்டால்** அடித்து வெகுமானம் கொடுப்பது போல - *பழமொழி.*

சோடை: *(பெ):* வறட்சி; நோய் வகை; வண்டித் தடம்; காரியக் கேடு; சோர்வு; அறிவிலி; தொழில்; விருப்பம்; மகிழ்ச்சி; சுவடு; drought; a kind of disease; rut left by carts on soft earth; failure in an act; langour; idiot; profession; desire; happiness; imprint.

சோடையன்: *(பெ):* வலுவற்றவன்; impotent person.

சோட்டை: *(பெ):* பேரவா; அன்பு; great desire; affection.

சோணகிரி / சோணாசைலம்: *(பெ):* திருவண்ணாமலை; Thiruvannamalai, a shrine of Lord Shiva.

சோணம்: *(பெ):* சிவப்பு; ஓர் ஆறு; red; a river.

சோணாகம்: *(பெ):* மர வகை; a kind of tree.

சோணாடு: *(பெ):* சோழ நாடு; Chozha kingdom.

சோணி: *(பெ):* பலகறை; இரத்தம்; cowry; blood.

சோணிதம்: *(பெ):* இரத்தம்; சிவப்பு; சுரோணிதம்; மஞ்சள்; வாதநோய் வகை; blood; red; ovum; turmeric; a kind of rheumatism.

சோணேசன்: *(பெ):* திருவண்ணாமலையில் கோயில் கொண்டுள்ள சிவபெருமான்; Lord Shiva, at the shrine of Thiruvannamalai.

சோணை: *(பெ):* காதின் அடிமடல்; ஓர் ஆறு; திருவண்ணாமலை; கைப்பிடிச்சுவர்; lobe of the ear; a river; Thiruvannamalai, a shrine of Lord Shiva; parapet wall.

சோதகம்[1]: *(பெ):* தூய்மை செய்தல்; ஆய்வு; கழிக்கப்படும் தொகை; the act of purifying; inspection; the amount deducted.

சோதகம்[2]: *(பெ):* தூய நீர்; pure water.

சோதகன்: *(பெ):* கல்விமான்; learned person.

சோதரன்: *(பெ):* உடன் பிறந்தான்; brother.

சோதரி: *(பெ):* உடன் பிறந்தாள்; sister.

சோதனம்: *(பெ):* சோதித்தல்; நிமித்தம்; புடமிடுதல்; inspection; motive; cause; purifying the metals by melting especially gold.

சோதனி: *(பெ):* துடைப்பம்; செத்தை; broom-stick; trash.

சோதனை: *(பெ):* ஆராய்ச்சி; ஆராய்வு; குறிப்பு; தீமை செய்யத் தூண்டுகை; பேதி மருந்து; examination; inspection; trial; remark; the act of inducing to do evils; a purgative.

சோதி: *(பெ):* ஒளி; சூரியன்; சிவன்; கடவுள்; திருமால்; கதிர்; தீ; விளக்கு; நட்சத்திரம்; கற்பூர தீபம்; சாதிலிங்கம்; ஞானம்; பூநாகம்; light; lustre; Sun; Lord Shiva; God; Lord Vishnu; rays; fire; lamp; star; lighted camphor; a kind of arsenic; wisdom; spiritual knowledge; round-worm infecting the small intestines. • **சோதி** அழகு சோற்றுப் பானை நிறம் - *பழமொழி.*

சோதிடம்: *(பெ):* கிரகங்கள், நட்சத்திரங்கள் போன்றவற்றின் நிலைகளிலிருந்து (அ) ஒருவரின் கைரேகையிலிருந்து ஒருவரின் கடந்த காலத்தையும், எதிர்காலப் பலனையும் கூறும் கலை; astrology.

சோதிடர்: *(பெ):* சோதிடக்கலை அறிந்து பலன் கூறுபவர்; astrologer.

சோதித்தல்: *(வி):* ஆராய்தல்; விசாரணை செய்தல்; தூய்மை செய்தல்; சோதனை பண்ணுதல்; to examine; to investigate; to clean; to purify; to inspect.

சோதினி: *(பெ):* செத்தை; துடைப்பம்; trash; broomstick.

சோத்தாள்: *(பெ):* சோம்பேறி; lazy person.

சோத்தி: *(பெ):* புலன்கள் செயலற்று உறங்கும் நிலை; நடுஇரவு; state of unconsciousness; midnight.

சோத்தியம்: *(பெ):* வியப்பு; ஆராயத்தக்கது; குற்றச்சாட்டு; தவறு; கழிக்கப்படும் தொகை; வினா; நடு இரவு; amazement; that which is to be examined; allegation; mistake; the amount to be deducted; question; midnight.

சோத்திரம்: *(பெ):* காது; கேள்வி; ear; question.

சோத்திரியம்: *(பெ):* இறையிலி நிலம்; free hold, tax-free land.

சோந்தை: *(பெ):* இடையூறு; disturbance.

சோபகிருது: *(பெ):* ஒரு தமிழ் வருடம்; Sobakirudhu, a Tamil year.

சோபநித்திரை: *(பெ):* கலவியின் பின் உண்டாகும் அயர்ந்த உறக்கம்; deep sleep after completing the intercourse.

சோபம்: *(பெ):* அழகு; ஒளி; சோர்வு; துன்பம்; கள்; சோம்பல்; இரக்கம்; மூர்ச்சை; பத்து கோடி; beauty; light; exhaustion; distress; toddy; laziness; pity; fainting; ten crores.

சோபனப்பாட்டு: *(பெ):* மங்களப் பாட்டு; songs of benediction.

சோபனம்: *(பெ):* அழகு; வாழ்த்து; நன்மை; நற்செய்தி; நன்னிமித்தம்; நித்திய யோகத்துள் ஒன்று; நற்செயல்; beauty; benediction; goodness; gospel; good cause; one of the Nithiya Yogas; good deed.

சோபானம்: *(பெ):* படிக்கட்டு; தாழ்வாரம்; stairs; verandah.

சோபான வகை: *(பெ):* பாரம்பரியம்; hereditary line.

சோபிதம்: *(பெ):* அழகு; ஒளி; ஒரு நோய் வகை; beauty; light; a kind of disease.

சோப்பம்: *(பெ):* இரக்கம்; pity.

சோப்பி: *(பெ):* ஈயோட்டி; lazy person.

சோப்பு: *(பெ):* சவர்க்காரம்; அடி; washing soap; bottom.

சோப்புதல்: *(வி):* அடித்தல்; சோர்வுறச் செய்தல்; to beat; cause to be tired.

சோமகுண்டம்: *(பெ):* காவிரிப்பூம்பட்டினத்தில் உள்ள புண்ணிய தீர்த்தம்; a sacred bathing ghat at Kaviripoompattinam (Poompuhar).

சோமசுந்தரன்: *(பெ):* மதுரையில் கோயில் கொண்டுள்ள சிவபெருமான்; Lord Shiva at the shrine of Madurai in Tamilnadu.

சோமதாரி: *(பெ):* இந்துப்பு; rock-salt.

சோமதிசை: *(பெ):* வடக்கு திசை; north direction.

சோமநாதி: *(பெ):* ஒரு வகைப் பெருங்காயம்; a kind of asafoetida.

சோமபந்து: *(பெ):* சூரியன்; புதன்; ஆம்பல்; the Sun; the planet Mercury; a kind of water plant.

சோமம்: *(பெ):* ஒரு வேள்வி; கள்; கொடி வகை; a sacrifice; toddy; a kind of creeper.

சோம வட்டம்: *(பெ):* புருவ மையம்; the mid-point between the two eyebrows.

சோமவல்லி: *(பெ):* சீந்தில் கொடி; a herb.

சோமவாரம்: *(பெ):* திங்கட்கிழமை; Monday.

சோமன்: *(பெ):* சந்திரன்; குபேரன்; ஒரு வள்ளல்; எட்டு வசுக்களுள் ஒருவர்; கற்பூரம்; சவர்க்காரம்; வேட்டி; ஆடை; நீலபாடாணம்; the Moon; Kubera, the God of Wealth; a liberal donor (of former period); one of the eight Vasus; camphor; washing soap; dhoti; garment; a kind of arsenic.

சோமாறி: *(பெ):* சோம்பேறி; சமையற்காரன்; lazy person; cook.

சோமாறுதல்: *(வி):* இரவல் வாங்குதல்; திருடுதல்; பண்டமாற்றுதல்; சோம்புதல்; பின்வாங்குதல்; to borrow; to rob; to barter; be idle; to withdraw.

சோமி: *(பெ):* துர்க்கை; Durga, Goddess of Victory.

சோம்பல்: *(பெ):* ஒரு செயலைச் செய்திட விருப்பம், உந்துதல், சுறுசுறுப்பு என ஏதும் இல்லாத நிலை; மயக்கம்; அசதியாயிருத்தல்; laziness; confusion in nature; dullness.

சோம்பாகி: *(பெ):* சமையற்காரன்; the cook.

சோம்பு: *(பெ):* பெருஞ்சீரகம்; ஒரு வாசனைப் பண்டம்; மயக்கம்; சோம்பல்; anise; a fragrant thing; confusion; laziness.

சோம்புதல்: *(வி):* ஊக்கமிழத்தல்; வாடுதல்; கெடுதல்; பின்வாங்குதல்; be dull; to fade; to decay; to withdraw.

சோரகவி: *(பெ):* அடுத்தவர் பாடியதைத் தான் பாடியதாகக் கூறுபவன்; திருட்டுப் பாடல்; plagiarist-poet; plagiarised poem.

சோரகன்: *(பெ):* திருடன்; thief.

சோரத்தனம்: *(பெ):* திருட்டுத்தனம்; ஏமாற்றுகை; மனைவி சோரம் போதல்; thievishness; fraud; adultery of unfaithfulness of a wife.

சோரநாயகன்: *(பெ):* தன் மனைவி அல்லாத பிற பெண்களையும் தொடர்பு கொள்பவன்; paramour.

சோரம்: *(பெ):* களவு; வஞ்சனை; விபசாரம்; theft; deceit; prostitution.

சோரல்: *(வி):* தளர்தல்; கெடுதல்; to faint; to decay.

சோரவித்தை: *(பெ):* திருட்டு; களவு; theft; robbery.

சோரன்: *(பெ):* திருடன்; ஆட்டுக்குட்டி; thief; lamb.

சோரி: *(பெ):* மழை; இரத்தம்; rain; blood.

சோர்: *(பெ):* வஞ்சகம்; பகட்டு; சோர்வு; deceit; vanity; langour.

சோர்ச்சி: *(பெ):* வஞ்சகம்; தளர்வு; deceit; slackness.

சோர்தல்: *(வி):* தளர்தல்; மனம் தளர்தல்; மூர்ச்சித்தல்; நழுவுதல்; கண்ணீர் வடித்தல்; கசிதல்; சுழலுதல்; வாடுதல்; இறத்தல்; துயரப்படுதல்; to faint; to grow discouraged; to swoon; to evade; to shed tears; to ooze out; to rotate; to fade; to die; to grieve.

சோர்பு: *(பெ):* தளர்ச்சி; langour.

சோர்வு: *(பெ):* தளர்ச்சி; மறதி; மெலிவு; இழுக்கு; langour; forgetfulness; lean; disgrace.

சோலி: *(பெ):* செயல்; தொந்தரவு; மகளிர் மேலாடை வகை; action; trouble; a kind of women's upper garment.

சோலிமாலி: *(பெ):* தொல்லை; trouble.

சோலை: *(பெ):* மரங்கள் அடர்ந்து நிழல் தரும் இடம்; தோப்பு; grove.

சோலைமலை: *(பெ):* அழகர் மலை; Azhagar malai, a shrine of Lord Vishnu, near Madurai.

சோவானை: *(பெ):* மங்களகரமான ஆரத்திப் பாட்டு; an auspicious song, sung while a plate containing water mixed with turmeric and lime with a lighted camphor, etc. moved around before a newly wedded couple.

சோழகக்கச்சான்: *(பெ):* தென்மேற்குக் காற்று; south-west wind.

சோழகக் கொண்டல்: *(பெ):* தென்கிழக்குக் காற்று; south-east wind.

சோழகம்: *(பெ):* தென்திசைக் காற்று; south-wind.

சோழகன்: *(பெ):* கள்ளர் பட்டப்பெயர்; a title of Kallar community.

சோழங்கன்: *(பெ):* சோழன்; Chozha king.

சோழநாடு: *(பெ):* சோழர் ஆட்சி செய்த தமிழகப் பகுதி; the country of the ancient Chozha dynasty in South India.

சோழம்: *(பெ):* மூடன்; சோம்பேறி; ஒரு பேய்; a fool; lazy person; a devil.

சோழன்: *(பெ):* முற்காலத்தில் புலிக்கொடியைக் கொண்டுள்ளவனும் காவிரி நதி சார்ந்த பகுதிகளை ஆண்டுவந்த பரம்பரையைச் சேர்ந்தவனுமான மன்னன்; the king of Chozha dynasty who ruled over the land of Cauveri delta.

சோழி: *(பெ):* கடல் வாழ் உயிரினங்களின் வெள்ளை (அ) பழுப்பு நிற ஓடு; cowry; shell.

சோழியப்பை: *(பெ):* இரப்போர் பை; mendicants' bag.

சோழிய மணம்: *(பெ):* இருபதினாயிரம் பாக்கு கொண்ட அளவு; a measure containing twenty thousand areca-nuts.

சோழிச்சி: *(பெ):* சோழ நாட்டைச் சேர்ந்த பெண்; சோழிய வெள்ளாள சமூகத்தைச் சேர்ந்த பெண்; the woman of the Chozha country; a woman of Chozhiya Vellalar caste.

சோழியன்: *(பெ):* சோழ நாட்டைச் சேர்ந்தவன்; பார்ப்பனர், வேளாளர் போன்றோருள் சில வகுப்பினருக்கு வழங்கும் பட்டப் பெயர்; மண்வெட்டி வகை; a man of the Chozha country; a title given to certain subcastes of brahmin, Velala communities; a kind of shovel.

சோளம்: *(பெ):* ஒரு தானியம்; maize.

சோளி: *(பெ):* ரவிக்கை; blouse.

சோறு: *(பெ):* அன்னம்; பனை போன்றவற்றின் உள்ளீடு; முத்தி; rice; the pith in palm and other plants, as soft and white like boiled rice; final bliss. • **சோறு** கண்ட இடமே சொர்க்கம்னு இருக்கிறதா ? • **சோற்றுக்கும்** கறுப்புண்டு; சொல்லுக்கும் பழுதுண்டு. • **சோற்றினைப்** போட்டு தொண்டையை நெரிப்பது போல - *பழமொழிகள்.*

சோற்றிலை/சோற்றுக் கற்றாழை: *(பெ):* குட்டையான அடித் தண்டையும், வெண்ணிறச் சதைப்பற்றான உள்ளீடு உடைய மடலையும் கொண்டுள்ள ஒரு வகைக் கற்றாழை; thick leaved Indian aloe.

சோற்றுப் பட்டாளம்: *(பெ):* எந்த ஒரு வேலையும் செய்யாது உணவுக்காக மட்டும் ஒருவரை அண்டி வாழும் கும்பல்; hangers on for food.

சோற்றுப் பை: *(பெ):* இரைப்பை; stomach.

சோனகம்: *(பெ):* ஒரு நாடு; ஒரு மொழி; a country; a language.

சோனகன்: *(பெ):* யவன நாட்டினன்; man belonging to Greece.

சோனாமாரி: *(பெ):* விடா மழை; continuous rain.

சோனா மழை: *(பெ):* பெருமழையைப் பொழியும் மேகம்; the clouds which rain heavily.

சோனாம்: *(பெ):* மேகம்; cloud.

சோனி: *(பெ):* வளர்ச்சியற்றது; மெலிந்தவன்; that which is unable to grow; lean person.

சோனை: *(பெ):* மழைமேகம்; விடாமழை; கைப்பிடிச்சுவர்; dark clouds; incessant rain; parapet wall.

சோன்மதன்: *(பெ):* பித்தன்; mad man, fool.

சௌ

சௌ: *(சொ.கு):* சௌபாக்கியவதி என்பதன் சொற்குறிப்பு; an abbreviation of Sowbhagyavathy, a form of address referring to a girl (or) a married woman.

சௌகதன்: *(பெ):* சூனியவாதி; wizard.

சௌகந்தம்: *(பெ):* நறுமணம்; perfume, aroma.

சௌகந்தி: *(பெ):* மாணிக்க வகை; கந்தக பாடாணம்; a kind of precious stone; a kind of arsenic.

சௌகந்திகம்: *(பெ):* ஆம்பல் மலர் வகை; a kind of Indian water lily.

சௌகந்திகை: *(பெ):* தாமரை வகை; a kind of lotus.

சௌகம்: *(பெ):* நான்கு; four.

சௌகரியம்: *(பெ):* வசதி; மலிவு; convenience; cheap.

சௌக்கியம்: *(பெ):* ஆரோக்கியம்; சௌகரியத்துடன் கூடிய வசதி; the state of being well; comfortable state.

சௌசம்: *(பெ):* தூய்மை; purity; cleanliness.

சௌசிகன்: *(பெ):* தையற்காரர்; tailor.

சௌசேயன்: *(பெ):* துணி வெளுப்பவர்; washerman.

சௌடு: *(பெ):* வண்டல்; sediment, silt.

சௌண்டிகன்: *(பெ):* கள் விற்பவன்; toddy seller.

சௌதம்: *(பெ):* அரண்மனை; சாலை; வெள்ளி; மலிவு; palace; road; silver; cheap.

சௌதாயம்: *(பெ):* நன்கொடை; சீர் வரிசை; donation; dowry.

சௌந்தரம்: *(பெ):* அழகு; beauty.

சௌந்தரன்: *(பெ):* அழகன்; சிவபெருமான்; handsome person; Lord Shiva.

சௌந்தரி: *(பெ):* அழகி; பார்வதி; beautiful woman; Goddess Parvathi, the consort of Lord Shiva.

சௌந்தரியம்: *(பெ):* அழகு; சாந்தம்; beauty; patience.

சௌபன்னம்: *(பெ):* சுக்கு; மரகதம்; dried ginger; a precious green stone, Emerald.

சௌபாக்கியம்: *(பெ):* சகலவிதமான சீரும் சிறப்பும் கொண்ட நிலை; உபநிடதத்துள் ஒன்று; யோகத்துள் ஒன்று; being in a state of health and prosperity; one of the Upanishads; one of the Yogams.

சௌபாக்கியவதி: *(பெ):* இளம் பெண், சுமங்கலி போன்றோருடைய பெயருக்கு முன்பாக இடப்படும் மங்கலமான சொல்; a form of address referring to a girl or a married woman.

சௌபானம்: *(பெ):* படிக்கட்டு; stairs.

சௌமன்: *(பெ):* புதன்; the Planet Mercury.

சௌமாரம்: *(பெ):* இளமை; youth.

சௌமிய: *(பெ):* ஒரு தமிழ் வருடம்; Sowmiya, a Tamil Year.

சௌமியம்: *(பெ):* அழகு; சாந்தம்; beauty; patience.

சௌமிய வாரம்: *(பெ):* புதன்கிழமை; Wednesday.

சௌமியன்: *(பெ):* சிவன்; புதன்; சமணத்துறவி; Lord Shiva; the Planet Mercury; Jain ascetic.

சௌமேசகம்: *(பெ):* பொன்; gold.

சௌரகன்: *(பெ):* நாவிதன்; barber.

சௌரப்பியன்: *(பெ):* குபேரன்; Lord Kubera, the God of Wealth.

சௌரன்: *(பெ):* சனி; சூரியன்; சந்திரன்; குபேரன்; the Planet Saturn; the Sun; the Moon; Kubera, God of Wealth.

சௌராட்டிரம்: *(பெ):* ஒரு நாடு; ஒரு பண்; a dynasty of former period; a kind of music.

சௌரி: *(பெ):* திருமால்; சனி; யமன்; யமுனையாறு; Lord Vishnu; the Planet Saturn; Yama, the God of Death; the river Yamuna.

சௌரியம்: *(பெ):* வீரம்; களவு; வசதி; bravery; theft; comfort.

சௌரிய லட்சுமி: *(பெ):* வெற்றித் திருமகள்; the Goddess of Victory.

சௌரியன்: *(பெ):* வீரன்; brave man; soldier.

சௌரு: *(பெ):* உவர்ப்பு; saltness.

சௌவீரகம்: *(பெ):* இலந்தை மரம்; jujube tree.

சௌவீரம்: *(பெ):* இலந்தை மரம்; ஒரு மருந்து வகை; jujube tree; a kind of medicine.

சௌளம்: *(பெ):* முடி களைதல்; shaving of hair.

சௌளாம்பரம்: *(பெ):* பட்டாடை; silk garment.

சௌனிகன்: *(பெ):* ஊன் விற்பவன்; meat-seller.

ஞு

ஞஞ்சை: *(பெ):* மயக்கம்; giddiness.

ஞண்டு: *(பெ):* நண்டு; கடக ராசி; crab; the fourth constellation of the Zodiac having crab as its sign; cancer.

ஞத்துவம்: *(பெ):* உணரும் தன்மை; sensitiveness.

ஞமர்தல்: *(பெ):* பரத்தல்; தங்குதல்; முற்றுதல்; ஒடிதல்; நெரிதல்; to spread; to stay; to become over-ripe; to break off; to strangle.

ஞமலி: *(பெ):* மயில்; நாய்; கள்; peacock; dog; toddy.

ஞமன்: *(பெ):* யமன்; Yama, the God of Death.

ஞயம்: *(பெ):* நயம்; இனிமை; being agreeable; pleasure.

ஞரல்தல்: *(வி):* ஒலித்தல்; முழங்குதல்; to produce sound; to sound loudly.

ஞவல்: *(பெ):* கொசு வகை; மின்மினிப் பூச்சி; a kind of mosquito; glow worm.

ஞா

ஞா: *(வி):* கட்டு; பொருத்து; to tie; to fit; to fix.

ஞாங்கர்: *(பெ):* இடம்; பக்கம்; வேற்படை; முள்; place; side; lance; thorn.

ஞாஞ்சில்: *(பெ):* கலப்பை; plough.

ஞாடு: *(பெ):* நாட்டுப்பகுதி; a part of a country.

ஞாட்பு: *(பெ):* போர்; போர்க்களம்; படை; கனம்; வலிமை; கூட்டம்; war; battlefield; army; weight; strength; crowd.

ஞாண்: *(பெ):* கயிறு; வில்லின் நாண்; cord; bow string.

ஞாதம்: *(பெ):* அறியப்பட்டது; அறிபவன்; that which is understood; one who understand something or someone.

ஞாதா: *(பெ):* ஞானி; wise person; philosopher.

ஞாதி: *(பெ):* பங்காளி; சுற்றம்; பதினோரு உருத்திரருள் ஒருவர்; partner; kinsman; relatives; one of the eleven Rudras.

ஞாதிரு: *(பெ):* ஆத்மா; soul.

ஞாதேயம்: *(பெ):* உறவு; relationship.

ஞாத்தல்: *(பெ):* கட்டுதல்; பொருத்துதல்; to tie; to fix.

ஞாபகப்படுத்து: *(வி):* நினைவுபடுத்து; நினைவுக்குக் கொண்டு வா; to remind someone or something; to recollect something.

ஞாபகமறதி: *(பெ):* நினைவில் வைத்துக்கொள்ள வேண்டியதை மறந்திடும் தன்மை; forgetfulness; absent-mindedness.

ஞாபகம்: *(பெ):* நினைவு; அறிவு; recollection, remembrance, awareness; wisdom, knowledge.

ஞாபகார்த்தம்: *(பெ):* ஒருவரை அல்லது ஒன்றினை நினைக்கச் செய்வதாக அமைவது; keepsake; something in memory of someone.

ஞாபித்தல்: *(வி):* நினைவூட்டுதல்; to remind.

ஞாயம்: *(பெ):* நியாயம்; fairness; justification; justice.

ஞாயில்: *(பெ):* கோட்டையின் ஏவறை; bastion; breast-work in fortification.

ஞாயிறு: *(பெ):* சூரியன்; ஞாயிற்றுக் கிழமை; the Sun; Sunday.

ஞாய்: *(பெ):* தாய்; mother.

ஞால மாது: *(பெ):* நிலமடந்தை; ஊமத்தை; Goddess of Earth; thorn apple plant; dhatura.

ஞாலம்: *(பெ):* உலகம்; பூமி; நிலம்; மாயவித்தை; உயர்ந்தோர்; world; earth; land; magic.

ஞாலுதல்: *(வி):* தொங்குதல்; to hang.

ஞாழல்: *(பெ):* ஆண்மரம்; மரவயிரம்; மல்லிகை வகை; மரவகை; male tree; hard-core of a tree; a kind of jasmine; a kind of tree.

ஞாழல் மாது: *(பெ):* ஊமத்தை; thorn apple plant, dhatura.
ஞாழி: *(பெ):* கொடி வகை; a kind of creeper.
ஞாழ்: *(பெ):* யாழ்; lute.
ஞாளம்: *(பெ):* தண்டு; stem; pestle.
ஞாளி: *(பெ):* கள்; நாய்; toddy; dog.
ஞாளியூர்தி: *(பெ):* வைரவன்; Vairava, the God, worshipped in some areas of South Tamil Nadu.
ஞாறுதல்: *(வி):* தோன்றுதல்; மணம் வீசுதல்; to appear; to emit fragrance.
ஞாற்றுதல்: *(வி):* தொங்க விடுதல்; to suspend (something).
ஞானக்கடத்தன்: *(பெ):* சிவபெருமான்; Lord Shiva.
ஞானக்கண்: *(பெ):* அறிவாகிய பார்வை; spiritual vision.
ஞானக்குழந்தை: *(பெ):* இறையருளும் அதிக அறிவாற்றலும் பெற்ற தெய்வீகக் குழந்தை; God's child.
ஞானசம்பந்தர்: *(பெ):* பதினைந்தாம் நூற்றாண்டில் வாழ்ந்தவரும் சமயக்குரவர் நால்வரில் ஒருவருமான திருஞானசம்பந்தர்; Thirugnana Sambandar, who lived in 15th century and one of the four Saiva Samaya kuravars.
ஞானசரீரம்: *(பெ):* உண்மை அறிவுமயமான சரீரம்; spiritual body.
ஞான சித்தன்: *(பெ):* உண்மையறிவு கைவரப் பெற்றவன்; one who attains spiritual knowledge.
ஞான சுகம்: *(பெ):* இறைவனோடு ஆன்மா இரண்டறக்கலந்து நிற்கும் பேரின்ப நிலை; முக்தி; final salvation.
ஞான சூன்யன்: *(பெ):* அறிவற்றவன்; idiot; fool.
ஞானதிருஷ்டி: *(பெ):* யோகி, ஞானி போன்றோர்க்கு இருப்பதாக நம்பப்படும் மூன்றுகால நிகழ்வுகளையும் அறியக்கூடிய ஆற்றல்; ability to know the past, the present and the future.
ஞான தீட்சை: *(பெ):* ஞான உபதேச வகை; a way of preaching the spiritual knowledge.
ஞானத்தந்தை: *(பெ):* ஞான ஸ்நானத்தின்போது ஒருகுழந்தையைக் கிறித்தவ நெறியில் வளர்க்கப் பொறுப்பேற்கும் நபர்; God-father.
ஞான நாயகன்: *(பெ):* கடவுள்; the God.
ஞானப்பல்: *(பெ):* கடைசியாக முளைத்திடும் கடைவாய்ப் பல்; wisdom tooth.
ஞானப் புதல்வன்: *(பெ):* மாணாக்கன்; pupil; student.
ஞானப்பூங்கோதை: *(பெ):* திருக்காளத்தியில் உள்ள உமையம்மை; Parvathi Devi, at Kalahasthi.
ஞானபரன்: *(பெ):* கடவுள்; God.
ஞானம்: *(பெ):* அறிவு; கல்வி; பூமி; தத்துவ நூல்; பயிற்சி; அனைத்தும் அறிந்த நிலை; knowledge; education; earth; philosophical treatise; exercise; wisdom. • **ஞானமும் கல்வியும்** நாழி அரிசியிலே - *பழமொழி.*
ஞானவல்லி: *(பெ):* பார்வதி தேவி; Goddess Parvathi.
ஞானவான்: *(பெ):* ஞானி; man of wisdom.
ஞானவிரல்: *(பெ):* மோதிர விரல்; ring-finger.
ஞானாசாரியன்: *(பெ):* மெய்யறிவு புகட்டும் ஆசான்; one who preaches the spiritual knowledge.
ஞானார்த்தம்: *(பெ):* மெய்ப்பொருள்; God.
ஞானானந்தம்: *(பெ):* பேரின்பம்; final bliss.
ஞானானந்தன்: *(பெ):* கடவுள்; God.
ஞானி: *(பெ):* ஆத்மசிந்தனையில் நிறைந்த ஞானம் படைத்தவர்; மிகுந்த அறிவுடையவர்; கேது; சேவல்; நான்முகன்; sage; saint; wise man; Kethu, one of the nine planets (in Astrology); cock; Lord Brahma.
ஞானேந்திரியம்: *(பெ):* ஐம்புலன்கள்; the five organs of sense: viz, skin; mouth, eye, nose, and ear.
ஞானோதயம்: *(பெ):* அனைத்தையும் அறிந்து உணரும் மெய்யறிவின் தோற்றம்; dawn of wisdom.
ஞான்று: *(பெ):* நாள்; day.
ஞான்றை: *(பெ):* காலம்; time; period.

ஞி

ஞிமிர்: *(பெ):* ஒலி; sound.
ஞிமிர்தல்: *(பெ):* (வண்டு போன்றவை) ஒலித்தல்; (of bees, etc.,) to hum.
ஞிமிறு: *(பெ):* வண்டு, தேனீ; bee; beetle; honey bee.

ஞெ

ஞெகிழம்: *(பெ):* சிலம்பு; anklet.

ஞெகிழி: *(பெ):* தீ; கொள்ளிக்கட்டை; கொடிவேலி; சிலம்பு; fire; short, thick piece of wood burning at one end; a herb; anklet.

ஞெகிழ்தல்: *(வி):* கழலுதல்; தளர்தல்; மலர்தல்; மனம் இளகுதல்; சோம்புதல்; உருகுதல்; be dislocated; to become flabby from age; to blossom; to relent; be idle; to melt.

ஞெண்டுதல்: *(வி):* கிண்டுதல்; to stir something with a stick, hand, etc.

ஞெப்தி: *(பெ):* அறிவு; நினைவு; knowledge; memory.

ஞெமர்தல்: *(வி):* பரத்தல்; நிறைதல்; to spread; be full.

ஞெமல்: *(பெ):* சருகு; dried leaves.

ஞெமல்தல்: *(வி):* திரிதல்; to get spoiled; to roam.

ஞெமன்கோல்: *(பெ):* துலாக்கோல்; weighing balance.

ஞெமிடுதல்: *(வி):* கசக்குதல்; to crush.

ஞெமிதல்: *(வி):* நெரிதல்; to be crushed.

ஞெமிர்தல்: *(வி):* பரத்தல்; முற்றுதல்; தங்குதல்; ஒடிதல்; நெரிதல்; to spread; to become over-ripe; to stay; to be broken; to be crushed.

ஞெமிர்த்தல்: *(வி):* ஒடித்தல்; நெரித்தல்; அழுத்துதல்; பரப்புதல்; to break; to crush; to press; to spread.

ஞெமை: *(பெ):* மர வகை; a kind of tree.

ஞெரல்: *(பெ):* ஒலி; விரைவு; sound; speed.

ஞெரி: *(பெ):* முறிந்த துண்டு; broken piece.

ஞெரிதல்: *(வி):* முறிதல்; to snap.

ஞெலி/ஞெலிக்கோல்: *(பெ):* தீக்கடைக்கோல்; fire-drill.

ஞெலிதல்: *(வி):* குடைதல்; to scoop.

ஞெலுவன்: *(பெ):* தோழன்; companion.

ஞெளிதல்: *(வி):* நெளிதல்; to bend uncomfortably.

ஞெளிர்: *(பெ):* யாழின் ஓசை; ஒலி; the sound produced from the lute; sound.

ஞெளிர்தல்: *(வி):* ஒலித்தல்; to produce sound.

ஞெள்ளல்: *(வி):* உடன்படுதல்; பள்ளமாதல்; to agree; to become hollow; *(பெ):* பூசை; விரைவு; சோர்வு; மிகுதி; வீதி; மேன்மை; குற்றம்; homage to superiors; swiftness; languor; abundance; street; excellence; fault.

ஞெள்ளுதல்: *(பெ):* உடன்படுதல்; ஒலித்தல்; பள்ளமாதல்; to agree; to sound; to become hollow.

ஞெள்ளை: *(பெ):* நாய்; dog.

ஞெறித்தல்: *(வி):* நெரித்தல்; to crush.

ஞே

ஞேயம்: *(பெ):* அன்பு; கடவுள்; kindness; love; affection; God.

ஞேயர்: *(பெ):* நண்பர்கள்; அறிவுடையோர்; friends; wise persons.

ஞேயா: *(பெ):* ஒரு மூலிகை; a kind of herb.

ஞொ

ஞொள்குதல்: *(வி):* மெலிதல்; குறைவுபடுதல்; சோம்புதல்; அஞ்சுதல்; குலைதல்; அலைதல்; to become lean; to diminish; be idle; to fear; be destroyed; to wander about.

ட

டங்கா: *(பெ):* ஒரு வகைப் பறை; a kind of drum.

டங்காரம்: *(பெ):* வில்லின் நாணோசை; the sound produced by the bow string.

டபரா: *(பெ):* விளிம்புள்ள சிறு வட்ட வடிவ குவிந்த பாத்திரம்; a saucer-like vessel slightly deeper (used along with a tumbler for serving hot drinks like coffee, tea, etc).

டபேதார்: *(பெ):* தலைமைச் சேவகன்; Dabedhar.

டப்பா: *(பெ):* மெல்லிய உலோகம் போன்றவற்றால் பலவிதமான அளவுகளில் செய்யப்படும் மூடி போட்ட கொள்கலம்; container made of metals like tin, plastic, etc.

டப்பாங்கூத்து: *(பெ):* பாட்டுக்கு (அ) தப்பட்டை போன்ற வாத்தியங்களின் தாளத்துக்கு ஏற்றபடி குதித்துக் குதித்து ஆண்கள் ஆடும் ஆட்டம்; a sort of dancing done in streets by men to an improvised tune and accompanied by drums.

டப்பி: *(பெ):* கையடக்கமான சிறு டப்பா; case; a small tin box.

டமாரம்: *(பெ):* அடித்து ஒலி எழுப்பக்கூடியதாக இருக்கும் ஒரு பெரிய வட்ட வடிவமான வாத்தியம்; a kind of kettle drum which produces a loud noise.

டமாரமடி: *(வி):* தேவையில்லாத செய்தி ஒன்றை அனைவரும் அறியுமாறு பகிரங்கமாகத் தெரிவித்தல்; to trumpet something needlessly; to tom-tom.

டம்பப்பை: *(பெ):* நவநாகரிகப் பெண்கள் கையில் கொண்டுபோகும் பை; vanity bag.

டம்பம்: *(பெ):* ஆடம்பரம் (அ) வெளிப்பகட்டு; சவடால்; vain or being showy; vain or empty boast.

டம்ளர்: *(பெ):* தண்ணீர் போன்றவற்றைக் குடிக்கப் பயன்படுத்தும் விளிம்புள்ள குவளை; glass; tumbler; drinking vessel.

டவாலி: *(பெ):* மாவட்ட ஆட்சியர், நீதிபதி போன்றோரின் ஊழியர் தனது சீருடையின் மேல் தோள்பட்டையிலிருந்து குறுக்காக அணிந்திருக்கும் பித்தளை வில்லையைக் கொண்ட நீளமான சிவப்புப் பட்டை; a red cloth band with a brass badge passing over the shoulder and across the body work by the attendants to the collectors, judges, etc.,

டஜன்: *(பெ):* பன்னிரண்டு உருப்படி கொண்ட தொகுதி; dozen.

டா

டாக்டர்: *(பெ):* மேல்நாட்டு மருத்துவ முறையில் படித்து பட்டம் பெற்ற மருத்துவர்; முனைவர்; Doctor (of Medicine); Doctorate in Philosophy.

டாங்கி: *(பெ):* சக்கரங்களின் மீது சுற்றிவரும் இரும்புப் பட்டை பொருத்தப்பட்டதும் நீண்ட பீரங்கியைக் கொண்டதுமான இராணுவ வாகனம்; tank used in warfare.

டாணா: *(பெ):* காவலிடம்; police station.

டாணாக்காரர்: *(பெ):* போலீஸ்காரர்; police constable.

டாணென்று: *(வி.அ):* குறிப்பிட்ட காலத்தில் சற்றும் தவறாமல்; மிகச் சரியாக; on the dot.

டாம்பீகம்: *(பெ):* பகட்டு; ஆடம்பரம்; ostentation.

டாலடி: *(வி):* கண்ணைப் பறிக்கும் விதத்தில் மின்னுதல்; பளபளத்தல்; to glitter.

டாலர்: *(பெ):* சங்கிலி போன்றவற்றில் கோர்க்கப்படும் அச்சு பதிக்கப்பட்ட சிறு தங்கம் (அ) வெள்ளி வில்லை; அமெரிக்கா, சிங்கப்பூர் போன்ற நாடுகளின் நாணய மதிப்பு; coin-sized pendant; dollar (currency of certain countries).

டால்: *(பெ):* கேடகம்; shield.

டி

டிங்கு சுரம்: *(பெ):* காய்ச்சல் வகை; a kind of fever.

டிமிக்கி: *(பெ):* ஏமாற்றி நழுவி விடும் நடவடிக்கை; playing truant.

டிரங்குப் பெட்டி: *(பெ):* தகரத்தாலான நீள்சதுர வடிவப் பெட்டி; large case for packing clothes etc., trunk.

டிராயர்: *(பெ):* அரைக்காற் சட்டை; மேஜை, பீரோ போன்றவற்றில் உள்ள இழுப்பறை; half trousers, shorts; drawer of a table, cabinet, etc.

டின்: *(பெ):* அரிசி, எண்ணெய் போன்றவற்றை வைத்துக்கொள்ள உபயோகிக்கும் பெரிய அளவிலான டப்பா; a large container made of tin.

டீ

டீ: *(பெ):* தேநீர்; tea.

டீச்சர்: *(பெ):* (வழக்கில்) ஆசிரியை; (col.) female teacher.

டே

டேரா: *(பெ):* முகாம்; கூடாரம்; camp; tent.

டேவணி: *(பெ):* முன் பணம்; ஓர் ஒப்பந்த வேலைக்காக மனுக்கள் கோரப்படும்போது விண்ணப்பதாரர் தன்னுடைய விண்ணப்பத்துடன் செலுத்தவேண்டிய பணம்; advance cash; money to be paid with the tender application.

டோ

டோப்பா: *(பெ):* செயற்கை முடி, பொய்முடி; wig for men.

டோலக்கு: *(பெ):* ஒலி எழுப்பும் வகையில் சிறு வட்டத் தகடுகள் கோர்க்கப்பட்ட விளிம்பினை உடைய வட்ட வடிவத் தோல் வாத்தியம்; a kind of tambourine.

த

த: *(பெ):* குபேரன்; நான்முகன்; Kubera, God of Wealth; Lord Brahma.

தகசு: *(பெ):* விலங்கு வகை; தகடு; a kind of animal; metal plate.

தகடி: *(பெ):* பீதாம்பரம்; ஏமாற்றுகை; நீர்; royal cloth laced with gold yarns, used during auspicious occasions; cheating; water.

தகடு: *(பெ):* உலோகத்தட்டு; வெற்றிலை வகை; பூவின் இதழ்; metal plate; a kind of betel; flower petal.

தகணிதம்: *(பெ):* உலோக மணல்; துந்துபி; metallic sand; large kettle drum.

தகணேறுதல்: *(வி):* முற்றுதல்; to become over-ripe.

தகணை: *(பெ):* உலோகக்கட்டி; block of metal.

தகதகவென்று: *(வி.அ):* அதிகமாகக் கொழுந்து விட்டு; கண்கூசும் அளவுக்கு ஜொலிப்புடன்; brightly; a flame; glittering.

தகத்து: *(பெ):* அரியணை; பெருமை; அலங்கரித்த தேர்; throne; greatness; decorated chariot.

தகப்பன்: *(பெ):* தந்தை; father.

தகப்பன் சாமி: *(பெ):* முருகப் பெருமான்; Lord Muruga.

தகம்: *(பெ):* சூடு; எரிவு; heat; burning sensation.

தகரடி: *(பெ):* பெருமிதப் பேச்சு; boastful talk.

தகரம்: *(பெ):* தகடாக மாற்றக்கூடிய மெல்லிய வெள்ளை நிற உலோகம்; வெள்ளீயம்; மணம்; மனம்; tin; white lead; perfume; mind.

தகராறு: *(பெ):* கருத்து வேறுபாடு போன்றவற்றால் உருவாகும் சண்டை; மோதல்; ஒழுங்கு தவறுவதால் உண்டாகும் குழப்பம்; மறுப்பு; தடை; விவாதம்; dispute between two groups; affray; quarrel, wrangle.

தகர்: *(பெ):* ஆடு; வெள்ளாடு; செம்மறியாட்டுக்கிடா; ஆண் யானை; மேட்டு நிலம்; பூமி; மரவகை; sheep; goat; ram; he-elephant; upland; earth; a kind of tree; *(வி):* சிதறுதல்; உடைதல்; உருக்குலைதல்; சிதறச் செய்தல்; நாசப்படுதல்; முறியடித்தல்; to crumble; to shatter; to demolish; to break (the record).

தகர்வு: *(பெ):* அழிவு; உடைவு; ruin; cracking.

தகலக் கட்டுதல்: *(வி):* ஏமாற்றுதல்; to cheat.

தகல்: *(பெ):* தகுதி; ஒரு கீரை வகை; suitability; a kind of greens.

தகவமை: *(வி):* குறிப்பிட்ட சூழல் ஒன்றுக்கு ஒத்துப் போகுமாறு மாற்றிக்கொள்ளுதல்; to adjust oneself to a situation.

தகவலாளி: *(பெ):* ஆராய்ச்சி செய்வோருக்கு வேண்டிய தகவல் கூறுபவர்; உளவு சொல்பவர்; informant; informer.

தகவல்: *(பெ):* பிறர் அறியுமாறு வெளிப்படுத்தும் செய்தி; எடுத்துக்காட்டு; information; message; example.

தகவல் தொடர்பு: *(பெ):* ஓரிடத்திலிருந்து தொலைவிலிருக்கும் மற்றொரு இடத்துடன் தகவல்களைப் பரிமாறிக்கொள்ளப் பயன்படுத்தும் அமைப்பு; information and communication; tele-communication.

தகவின்மை: *(பெ):* தகுதியின்மை; வருத்தம்; disqualification; distress.

தகவு: *(பெ):* தகைமை; தகுதி; உவமை; உரிமை; குணம்; பெருமை; அருள்; நீதி; வலிமை; அறிவு; தெளிவு; கற்பு; நன்மை; நல்லொழுக்கம்; meritoriousness; fitness; comparison involving a simile; right; nature; greatness; grace; justice; strength; knowledge; clearness; chastity; beneficence; moral conduct.

தகவுரை: *(பெ):* பரிந்துரை; recommendation.

தகழி: *(பெ):* உண்கலம்; அகல்; plate to eat from; small shallow lamp made of fired clay or metal.

தகனக்கிரியை: *(பெ):* பிணத்தை எரிக்கும் சடங்கு; cremation rites (of Hindus).

தகனம்: *(பெ):* எரித்தல்; செரித்தல்; உணவு; ஈமச்சடங்கு; burning; digesting; food; funeral rites.

தகனன்: *(பெ):* நெருப்பு; fire.

தகனித்தல்: *(வி):* எரித்தல்; to burn.

தகனை: *(பெ):* உலோகக்கட்டி; block of metal.

தகன்: *(பெ):* பூரான்; நெருப்பு; கீரை வகை; centipede; fire; a kind of greens.

தகா: *(பெ):* மிகுந்த ஆசை; பசி; தாகம்; மோகம்; பொருளாசை; மோசம்; excess desire; hunger; infatuation; covetousness; treachery.

தகாத: *(பெ.அ):* தகுதியற்ற; பொருத்தமற்ற; முறையற்ற; தரக்குறைவான; அசிங்கமான; unbecoming; unfair; improper; vulgar; obscene.

தகி: *(வி):* எரித்தல்; வெப்பமுடையதாக இருத்தல்; to burn; to feel excessively hot.

தகிடுதத்தம்: *(பெ):* தவறான வழிமுறைகளைப் பின்பற்றும் செய்கை; முறையற்ற குறுக்கு வழி; manipulation; underhand dealings.

தகிலன்: *(பெ):* வஞ்சகன்; deceiver.

தகிலாயம்: *(பெ):* நட்பு; நன்றி; friendship; gratitude.

தகிலித்தல்: *(வி):* வஞ்சித்தல்; குற்றஞ்சாட்டுதல்; பண்டமாற்றம் செய்தல்; to deceive; to accuse; to barter.

தகிலிமா: *(பெ):* சேங்கொட்டை மரம்; mark-nut tree.

தகு: *(பெ.அ):* தகுந்த; worthy of.

தகுணிச்சம்: *(பெ):* முழவு வகை; கூத்து வகை; a kind of drum; a kind of play.

தகுணிதம்: *(பெ):* வாத்தியம்; முழவு; musical instrument; drum.

தகுதி: *(பெ):* பொருத்தம்; பொறுமை; மேன்மை; ஆற்றல்; அறிவு; குணம்; ஒருவர் ஒரு செயலைச் செய்யப் பொருத்தமானவர் என்ற வகையில் கொண்டிருக்கும் முன் அனுபவ அறிவு; suitability; patience; excellence; ability; knowledge; character; qualification.

தகுதியோர்: *(பெ):* அறிஞர்; சிறந்தோர்; learned people; nobles.

தகுந்த: *(பெ.அ):* ஏற்ற; பொருத்தமான; உரிய; தகுதியுடைய; suitable; appropriate; worthy of.

தகும்: *(வி.மு):* ஏற்றதாகும்; பொருந்தும்; (is) appropriate or well deserved.

தகுவன்: *(பெ):* அசுரன்; demon.

தகுவியர்: *(பெ):* அசுர மகளிர்; women belonging to Asura group.

தகுளம்: *(பெ):* அன்பு; அழகு; கவசம்; தகுதி; பொருத்தம்; மேம்பாடு; ஒப்பு; பெருமை; இயல்பு; நிகழ்ச்சி; மாலை; தாகம்; தளர்ச்சி; affection; love; kindness; beauty; shield; qualification; suitability; excellence; likeness; greatness; nature; event; garland; thirst; slackness.

தகை: *(வி):* பொருத்தமாக அமைதல்; குதிர்தல்; தடுத்தல்; அடக்குதல்; கட்டுதல்; to materialize in keeping with one's expectations; be settled; to stop; to control; to bind.

தகைமை: *(பெ):* அழகு; தன்மை; தகுதி; பெருமை; மதிப்பு; ஒழுங்கு; நிகழ்வு; beauty; nature; fitness; pride; respect; value; order; event.

தகைவு: *(பெ):* தடை; இளைப்பு; obstacle; weariness.

தக்க: *(பெ.அ):* தகுந்த; appropriate.

தக்கடி: *(பெ):* வஞ்சனை; துரோகம்; கடுமை; பொய்; குதர்க்கம்; துலாக்கோல்; ஓர் அளவு; deceit; cheating; perfidy; severity; false; lie; captious argument; weighing balance; a measure (in former period).

தக்கடை: *(பெ):* தராசு; weighing balance.

தக்கடைக்கல்: *(பெ):* எடைக்கல்; a piece of metal of standard heaviness (for weighing).

தக்கணம்: *(பெ):* தெற்கு; வலப்பக்கம்; தக்காண நாடு; south; right side; the Deccan (in former period).

தக்கணன்: *(பெ):* தட்சிணாமூர்த்தி; Lord Dhakshina-moorthi facing south in temples.

தக்கது: *(பெ):* தகுதியானது; that which is suitable.

தக்கம்: *(பெ):* பற்று; வாதம்; நிலையானது; attachment, argument; stability.

தக்கரம்: *(பெ):* களவு; வஞ்சகம்; robbery; deceit.

தக்கராகம்: *(பெ):* பண் வகை; a kind of music.

தக்கர்: *(பெ):* சாடி; jar.

தக்கல்: *(பெ):* அடைப்பு; stoppage.

தக்கவர்: *(பெ):* தகுதியுடையவர்; suitable person.

தக்கன்: *(பெ):* பிரஜாபதிகளுள் ஒருவன்; எட்டு வகை நாகத்துள் ஒன்று; கள்வன்; one of the Prajapathis; one of the eight kinds of serpents; thief.

தக்காணம்: *(பெ):* தெற்கு; வலப்புறம்; இந்தியாவின் தென்பகுதி; south; right side; southern part of India.

தக்காரி: *(பெ):* வாதமடக்கி; a herb.

தக்கார்: *(பெ):* பரம்பரை முறையில் (அ) அறங்காவலரால் நிர்வகிக்கப்படாத பெரிய கோயில்களின் பூஜை, வருவாய், நகை போன்றவற்றைப் பொறுப்பாகக் கவனித்திட அரசினால் நியமிக்கப்படும் உள்ளூர்ப் பிரமுகர்; மேன்மக்கள்; உறவினர்; one of the local public nominated by the Government in the absence of trustee for the management of temples; virtuous persons; relatives.

தக்காளி: *(பெ):* வடிவில் உருண்டையாகவும், நிறத்தில் சிவப்பாகவும், புளிப்பும் இனிப்பும் கலந்த சுவையுடையதுமான ஒரு வகைப் பழம்; tomato, the fruit and its plant.

தக்காளிப்பூச்சி: *(பெ):* பிள்ளைப் பூச்சி; gryllo talpa.

தக்கிணம்: *(பெ):* தெற்கு; south.

தக்கிரம்: *(பெ):* மோர்; butter milk.

தக்கு: *(பெ):* தந்திரம்; trick.

தக்குதல்: *(வி):* நிலைபெறுதல்; பயன்படுதல்; ஏற்றதாதல்; to establish; be useful; be suitable.

தக்கை: *(பெ):* கனம் இல்லாததும் நீரில் மிதக்கக் கூடியதுமான ஒரு பொருள்; ஒரு பறை; தெப்பம்; அடைப்பான்; cork; a drum; float; stopper.

தக்கோர்: *(பெ):* அறிஞர்; சான்றோர்; wise people; learned persons.

தக்கோலம்: *(பெ):* வால்மிளகு; தாம்பூலம்; திப்பிலி; ஓர் ஊர்; cubeb; betel leaves and areca-nuts (to chew); long pepper; a town.

தக்கோலி: *(பெ):* அகில் மரவகை; a kind of eagle wood tree.

தக்கதம்: *(பெ):* சுடப்பட்டது; that which is roasted.

தங்கக்கம்பி: *(பெ):* மிகவும் நல்லவன்; person of sterling character.

தங்கக் குணம்: *(பெ):* சிறந்த குணம்; good character.

தங்கச்சி: *(பெ):* தங்கை; younger sister.

தங்கசாலை: *(பெ):* நாணயம் அடிக்கும் சாலை; mint, the place where money is coined.

தங்கப்பூச்சு: *(பெ):* பொன்முலாம்; gilding; gilt.

தங்கமான: *(பெ.அ):* மாசுமறுவற்ற; எந்த விதத்திலும் குறைவற்ற; having a heart of gold.

தங்க மீன்: *(பெ):* தங்க நிறத்தில் உள்ள சிறு மீன்; gold fish.

தங்கமுலாம்: *(பெ):* பொன் மெருகு; gilt.

தங்கம்: *(பெ):* பசும் பொன்; சிறந்தது; மிகவும் நல்லவர்; pure gold; that which is superior; one who is having good character.

தங்கலர்: *(பெ):* பகைவர்; enemies.

தங்கல்: *(வி):* தங்குதல்; தாமதித்தல்; நிலை பெறுதல்; to stay; to delay; to establish; *(பெ):* தங்குமிடம்; விடுதி; waiting room; lodge.

தங்கள்: *(பெ):* 'தாங்கள்' என்பது வேற்றுமையுருபு ஏற்கும்போது திரியும் வடிவம்; the form of the second person and third person, honorific pronoun, 'தாங்கள்' serving as a base for further declension.

தங்காள்: *(பெ):* தங்கை; அம்மா; younger sister; mother.

தங்கு: *(வி):* குறிப்பிட்ட நோக்கிற்காக ஓர் இடத்துக்குச்சென்றுகுறிப்பிட்ட காலம்வரையில் இருந்திடல்; திரவங்கள் அடியில் படிதல்; தேங்குதல்; பணம் போன்றவை (எதிர்மறைத் தொனியில்) நிலைத்திருத்தல்; to stay in a place for a period of time; to settle (of drugs) at the bottom of a vessel; to stagnate; to become stagnant; (of money etc.,) to stick.

தங்குதடை: *(பெ):* தடுமாற்றம்; தட்டுத் தடங்கல்; obstruction.

தங்குபடி: *(பெ):* மீதி; remainder; balance.

தங்கை: *(பெ):* இளைய சகோதரி; younger sister.

தச: *(பெ):* பத்து; ten.

தசகண்டன்: *(பெ):* இராவணன்; Raavana, former king of Srilanka.

தசகம்: *(பெ):* பத்து செய்யுள் கொண்ட பதிகம்; poem of ten stanzas.

தசசீலம்: *(பெ):* பத்து வகையான ஒழுக்க முறை; ten kinds of moral practices prescribed by Buddhist ascetics.

தசமப்புள்ளி: *(பெ):* முழு எண்ணை அடுத்து, மதிப்பில் ஒன்றைவிடக் குறைந்த எண்ணை, தசமப்பகுதிகளாகப்பிரித்துக்காட்ட இடப்படும் புள்ளி; decimal point.

தசமம்: *(பெ):* எண்களைப் பத்தின் மடங்காகக் கணக்கிடும் முறை; decimal system.

தசமி: *(பெ):* அமாவாசை (அ) பௌர்ணமி கழித்து பத்தாவதாக வருகின்ற நாள்; Dhasami, the tenth day after the Full Moon and also after New Moon.

தசமுகன்: *(பெ):* இராவணன்; Raavana.

தசமூலம்: *(பெ):* நாட்டு வைத்தியத்தில் மருந்தாகப் பயன்படும் வில்வம், நெருஞ்சி போன்ற பத்துச் செடிகளின் வேர்கள்; medicinal roots of ten specified plants.

தசம்: *(பெ):* பத்து; சிவிகை; ten; palanquin.

தசரா: *(பெ):* புரட்டாசி மாதத்து அமாவாசைக்கு மறுநாளிலிருந்து பத்து நாட்கள் தொடர்ந்து நடைபெறும் துர்க்கை வழிபாட்டுத் திருவிழா; a festival of ten days in which Goddess Durga is worshipped.

தசனம்: *(பெ):* முக கவசம்; மலையுச்சி; helmet; peak.

தசாக்கரி/தசாட்சரி: *(பெ):* ஒரு பண் வகை; a kind of music.

தசாமிசம்: *(பெ):* பத்தில் ஒரு கூறு; one tenth.

தசாப்தம்: *(பெ):* பத்து ஆண்டு காலம்; decade.

தசாபலன்: *(பெ):* ஒருவரின் ஜாதகத்தில் குறிப்பிட்ட ஒரு கிரகம் ஒரு வீட்டில் ஆட்சி புரியும் காலத்தில் ஏற்படும் பலன்; influence of a planet on the fortunes of a person during its ascendancy.

தசாவதானம்: *(பெ):* ஒரே சமயத்தில் நிகழும் பத்து செயல்களைக் கவனித்து நினைவில் இருத்திடும் கலைத்திறமை; the skill of responding to (ten) tasks performed simultaneously.

தசாவதானி: *(பெ):* தசாவதானம் நிகழ்த்துபவர்; the person who has the skill of responding to ten tasks performed simultaneously.

தசியு: *(பெ):* ஆரியர் அல்லாத பிற சாதியர்; திருடன்; the castes except Aryas; thief.

தசிரம்: *(பெ):* மழைத்தூறல்; குழல்; உட்டுளை; drizzling of rain; tube; inner hole.

தசுகம்: (பெ): களவு; robbery.

தசுமன்: (பெ): கள்வன்; வேள்வி செய்விப்போன்; thief; one who executes sacrifice.

தசும்பு: (பெ): குடம்; மிடா; பொன்; கோபுரக் கலசம்; pot; a large vessel with wide mouth; gold; pot like structure on the top of the temple.

தசை: (பெ): இறைச்சி; ஊன்; புலால்; மாமிசம்; சதை; முடை நாற்றம்; பழத்தின் சதை; நிலைமை; கோளின் ஆட்சிக்காலம்; திரி; meat; flesh; muscle; stench; the fleshy part of a fruit; condition; state; the ascendancy of a planet in a house (horoscope); wick.

தசைதல்: (பெ): பூரித்தல்; சதைப்பற்றாதல்; to swell; to become perfect; be fleshy.

தசைநார்: (பெ): அசைவு கொடுக்கும் நரம்பு; sinew.

தச்சகன்: (பெ): குடும்பத் தலைவன்; the head of the family.

தச்சக்கோல்: (பெ): **33** அங்குல நீளமுள்ள ஓர் அளவு; a measure of length of 33 inches.

தச்சவாடி: (பெ): தச்சுவேலை செய்யுமிடம்; the place where carpentry is done.

தச்சன்: (பெ): மரவேலை செய்பவர்; carpenter. ● **தச்சன்** பெண்சாதி தரையிலே; கொல்லன் பெண்சாதி கொம்பிலே - *பழமொழி.*

தச்சன் குருவி: (பெ): மரங்கொத்திப் பறவை; wood pecker.

தச்சி: (பெ): தயிர்; curd.

தச்சு வேலை: (பெ): மரத்தில் பொருட்கள் செய்யும் வேலை; carpentry.

தஞ்சக்கேடு: (பெ): வறுமை; poverty.

தஞ்சமடைதல்: (வி): அடைக்கலமாதல்; to take refuge.

தஞ்சம்: (பெ): அடைக்கலம்; ஆதரவு; அடைக்கல மானவர்; எளிது; தாழ்வு; பெருமை; refuge; support; refugee; that which is easy of execution; degradation; greatness.

தஞ்சன்: (பெ): அறிஞன்; learned person.

தட: (பெ.அ): பெரிய; வளைந்த; மெல்லிய; big; bent; lean.

தடகளப்போட்டி: (பெ): பங்கு பெறும் அனைவரும் ஓடு தளத்தில் உள்ள தடைகளைத் தாண்டி ஓடும் ஓட்டப்பந்தயம்; obstacle race.

தடக்கம்/தடக்கு: (பெ): தடை; obstacle.

தடங்கல்: (பெ): தடை; இடையூறு; ஆட்சேபம்; மறுப்பு; சுணக்கம்; interruption; break; objection; denial; delay in doing something.

தடத்தம்: (பெ): நடுநிலை; mediation.

தடத்தோன்: (பெ): நடுநிலையாளன்; மேலோன்; impartial person; great person.

தடபுடல்: (பெ): விரைவு; சந்தடி; பகட்டு; speed; uproar; vanity.

தடமண்: (பெ): சுதை மண்; lime paste; plaster.

தடம்: (பெ): நீர்நிலை; கரை; வரம்பு; தாழ்வாரம்; மலை; மூங்கில்; வழி; சுவடு; பெருமை; அகலம்; வளைவு; water resource; shore; boundary; verandah; mountain; bamboo; route; footstep; greatness; expanse; bend; curve.

தடம் புரளுதல்: (வி): (புகைவண்டி) இருப்புப் பாதையிலிருந்து விலகுதல்; to derail.

தடய அறிவியல்: (பெ): குற்றம் ஒன்றில் சம்பந்தப்பட்ட தடயங்கள் அனைத்தையும் ஆராய்ந்து அக்குற்றத்தைத் துப்புத்துலக்க உதவும் அறிவியல் துறை; forensic science.

தடயம்: (பெ): நடந்ததை அறிந்திடும் வகையில் எஞ்சியிருப்பது; குற்றம் செய்தவரைக் கண்டுபிடிக்க உதவிடும் பொருள், தகவல் போன்ற ஆதாரம்; அணிகலன்; விலங்கு; சுவடு; அடையாளம்; trace; (of a crime) evidence; ornaments; fetter; sign; mark.

தடல்: (பெ): மேட்டுநிலம்; வாழை மடல்; விலங்கின் தோல்; மரப்பட்டை; elevated place; tender leaf of plantain tree; animal's skin; bark.

தடவரல்: (பெ): வளைவு; bend, curve.

தடவு: (பெ): பருமை; பகுதி; வேள்விக் குழி; தூபக்கால்; கனப்புச் சட்டி; சிறைச்சாலை; வளைவு; bulkiness; portion; sacrificial pit; a device with a cup-like upper part for burning incense used in rituals; fire-pot; prison; bend.

தடவுதல்: (வி): வருடுதல்; பூசுதல்; இருளில் துழாவுதல்; தேடுதல்; திருடுதல்; அசைதல்; தடுமாறுதல்; to smear; to grope; to rob; to move; be shaky.

தடவுநிலை: (பெ): துறக்கம்; paradise.

தடவுவாய்: (பெ): மலைச்சுனை; pool of water in a mountain.

தடவை: (பெ): நிகழ்ந்த (அ) நிகழ்த்தப்படும் செயலை எண்ணிக்கையிட்டுக் கூறுவது; முறை; time(s); occasion.

தடறு: (பெ): ஆயுத உறை; sheath.

தடா: (பெ): பானை; மிடா; கணப்புச்சட்டி; பருமை; பெருமை; குண்டர்கள் தடுப்புச் சட்டம்; pot; big pot; fire pot; largeness; greatness; TADA (Terrorist and Disruptive Activities [Prevention] Act).

தடாகம்: (பெ): குளம்; tank.

தடாதகை: (பெ): மீனாட்சியம்மை; Goddess Meenakshi, at Madurai, a shrine of saivaites.

தடாதடி: (பெ): குழப்பம்; confusion.

தடாம்: (பெ): வளைவு; bend.

தடாரம்: (பெ): சின்னம்மை; small-pox.

தடாரி: *(பெ):* உடுக்கை; பம்பை; கிணைப்பறை; வாத்தியம்; a small drum tapering in the middle to be held in the hand and played with fingers; a pair of elongated two-sided drums; a kind of small drum; musical drum.

தடாரித்தல்: *(வி):* ஊடுருவுதல்; மிகவும் கண்டித்தல்; to penetrate; to punish severely.

தடாவுதல்: *(வி):* வளைதல்; to bend.

தடி: *(பெ):* கழி; தண்டாயுதம்; கொம்பு; அளவுகோல்; உலக்கை; ஆற்றங்கரை; வயல்; பாத்தி; தசை; கருவாடு; உடும்பு; மின்னல்; மிதுன ராசி; wooden peg; a club like weapon; stick; measuring rod; pestle; river bank; paddy field; parterre; division; muscle; dry fish; big lizard; lightning; the third constellation of the Zodiac having the figure of twins as its sign; Gemini.

- தடியெடுத்தவனெல்லாம் தண்டல்காரனா ? - *பழமொழி.*

தடிகை: *(பெ):* மின்னல்; lightning.

தடிக்கம்பு: *(பெ):* கழி; stick.

தடிதல்: *(வி):* அழித்தல்; வெட்டுதல்; தண்டித்தல்; to destroy; to cut down; to punish.

தடித்தல்: *(வி):* பெருத்தல்; மிகுதல்; உறைதல்; திரளுதல்; தாமதித்தல்; வீங்குதல்; to grow big; to increase; to curdle; to abound; to delay; to swell.

தடித்தனம்: *(பெ):* முரட்டுத்தனம்; மட்டித்தனம்; சோம்பேறித்தனம்; incivility; dullness; laziness.

தடித்த: *(பெ.அ):* கனமான; சற்று பருத்த; heavy; thick.

தடிப்பம்: *(பெ):* பருமை; வீக்கம்; bulkiness; swelling.

தடிப்பு: *(பெ):* கடினம்; வீக்கம்; தழும்பு; பூரிப்பு; கனம்; செருக்கு; hardness; swelling; scare; cheerfulness; weight; pride.

தடிமன்: *(பெ):* தடித்தது; பருமன்; bulkiness; stoutness.

தடியடி: *(பெ):* வன்முறையில் ஈடுபடும் கும்பலைக் கலைக்க காவலர்கள் தடியால் அடிப்பது; charging with baton; lathi charge.

தடியன்: *(பெ):* பருத்து உடல் வலிமையுடன் இருப்பவன்; முரடன்; stocky person; rouge.

தடிவு: *(பெ):* வெட்டு; கொலை; cut; murder.

தடினி: *(பெ):* ஆறு; river.

தடு: *(வி):* செயல் ஒன்று நிகழாது இருக்கச் செய்; இயங்கி முன்னேறும் வாகனத்தை மேற்கொண்டு செல்லாதவாறு செய்; ஆற்றின் நீரோட்டத்தைத் தடைசெய்; அடிவிழாது காத்திடு; அறையைச் சிறு பகுதிகளாகப் பிரி; to prevent (an event to occur.); to stop (a vehicle from moving); to block (the course of a river etc); to ward off (blow, danger, etc.,); to partition off (a room).

தடுக்கல்: *(பெ):* தடை; obstacle.

தடுக்கு: *(பெ):* கோரை, ஓலை போன்றவற்றால் பின்னப்பட்ட சதுர (அ) செவ்வகவடிவ சிறுபாய்; தட்டி; a small mat square or rectangular in shape; framed bamboo splits; *(வி):* கால் இடறு; ஏதேனும் ஒன்று காலினை இடறுதல்; to trip over.

தடுத்தாட்கொள்: *(வி):* (இறைவனின் செயலாகக் கூறும்போது) ஒருவர் தேர்ந்தெடுத்த நெறியினை மாற்றி அடியவராக ஏற்றுக்கொள்ளுதல்; (when speaking of God's grace) to retrieve one from a false course and admit him to His service.

தடுப்பு: *(பெ):* ஓர் இடத்தின் பாதுகாப்புக்காக அமைக்கப்படுவது; நோய்களைத் தடுத்திடும் மருந்து (அ) வழிமுறை; சட்ட விரோதச் செயல்களை நடக்கவிடாது காவல்துறை மேற்கொள்ளும் நடவடிக்கை; something used to protect what is within; fence; preventive medicine or measure; preventive action, (taken by the police force).

தடுப்புக்காவல்: *(பெ):* குற்றம் செய்யக் காரணமாக இருப்பவரை (அ) நம்பப்படுபவரை முன்னெச்சரிக்கை நடவடிக்கையாக விசாரணை ஏதுமின்றிக் குறிப்பிட்ட காலம் வரையில் சிறையிலடைத்தல்; detaining a person without trial as a preventive measure; preventive detention.

தடுப்பூசி: *(பெ):* குறிப்பிட்ட நோய் வராது தடுக்கும் பொருட்டு முன்னெச்சரிக்கையாகப் போடப்படும் ஊசி; vaccination; inoculation.

தடுமன்: *(பெ):* ஜலதோஷம்; (common) cold.

தடுமாறு: *(வி):* ஓர் இயக்கத்தின்போது ஒழுங்காகச் செயல்பட முடியாமல் நிலை தவறி ஆட்டம் காணுதல்; பேச்சு சீராக இல்லாது வெளிப்படுதல்; முடிவொன்றை எடுக்க இயலாது கலங்குதல்; to stagger; be shaky; (of speech) to come haltingly; to falter; to stumble; be flummoxed; be flurried.

தடுமாற்றம்: *(பெ):* கலக்கம்; குழப்பம்; நிலை தவறி ஆட்டம்காணும் நிலை; ஐயம்; தவறு; confusion; faltering; staggering; doubt; mistake.

தடை: *(பெ):* இடையூறு; தடுத்தல்; மறுப்பு; கவசம்; காப்பு; காவல்; வாசல்; அணை; அடைப்பு; restraint; stop; objection; veto; shield; defence; protection; entrance; bund; stoppage.

தடை ஆணை: *(பெ):* ஒன்றினைச் செய்திட வேண்டும் (அ) செய்திடக் கூடாது என்று நீதிமன்றம் தனிநபருக்கு (அ) ஓர் அமைப்புக்கு விதிக்கும் ஆணை; பொது அமைதி கருதி பொதுக்கூட்டம், ஊர்வலம் போன்றவற்றை நடத்தத் தடைவிதித்து உரிய அதிகாரியால்

தடைஇய 519 **தட்டிக்கேள்**

பிறப்பிக்கப்படும் உத்தரவு; injunction; prohibitory order.

தடைஇய: *(பெ.அ):* பெருத்த; திரண்ட; immense; gist.

தடை ஓட்டம்: *(பெ):* இடுப்பளவு உயர மரச் சட்டங்களைத் தாண்டி ஓடும் ஒரு தடகளப் போட்டி; hurdles (in sports).

தடைக்கல்: *(பெ):* ஒரு செயலுக்குத் தடையாக அமைவது; stumbling block.

தடைதல்: *(வி):* தடுத்தல்; to stop.

தடையம்: *(பெ):* அணிகலன்கள்; தடை; கத்திப்பிடி; பொன்னிறை கல்; எடைக்கல்; ornaments; obstacle; handle of a knife; standard weight to weigh gold etc.; standard weight.

தடைவிடை: *(பெ):* மறுப்பும் மாற்றமும்; objection and reply.

தட்குதல்: *(வி):* கட்டுதல்; தடுத்தல்; தங்குதல்; to tie up; to stop; to stay.

தட்சகன்: *(பெ):* எண் வகை நாகத்துள் ஒன்று; குடும்பத் தலைவன்; one of the eight kinds of serpents; the head of the family.

தட்சசங்காரன்: *(பெ):* சிவபெருமான்; Lord Shiva.

தட்சணம்: *(பெ):* தெற்கு; வலது பக்கம்; south; right side.

தட்சணை/தட்சிணை: *(பெ):* கோயில் அர்ச்சகர் (அ) கல்வி கற்பித்த ஆசிரியர் ஆகியோருக்குக் காணிக்கையாக அளிக்கப்படும் பொருள் (அ) பணம்; offering made to a priest or to a teacher.

தட்சிணம்: *(பெ):* தெற்கு; வலது பக்கம்; அறிவுக் கூர்மை; தாராளம்; south; right side; keen knowledge; generocity.

தட்சிணாசலம்: *(பெ):* பொதிகை மலை; Pothigai mountain.

தட்டச்சர்: *(பெ):* அலுவலகத்தில் கடிதம் போன்றவற்றை தட்டச்சு செய்யும் பணியாளர்; typist.

தட்சிணாயனம்: *(பெ):* பூமி சூரியனைச் சுற்றி வரும்போது அதன் தென்பகுதி சூரியனை நெருங்கி வருகின்ற ஆறுமாத காலம்; the six months period of the Sun's southward passage.

தட்டச்சு: *(பெ):* தட்டச்சுப் பொறி தொடர்பானது; typewriting.

தட்டச்சு செய்: *(வி):* தட்டச்சுப் பொறியில் உள்ள எழுத்துக்களை விரல்களால் அழுத்துவதன் மூலம் தாளில் எழுத்துக்களைப் பதித்தல்; to type on a typewriter.

தட்டச்சுப்பொறி: *(பெ):* எழுத்துகள்; எண்கள் போன்றவற்றின் குறியீடுகளைக் கொண்ட எழுத்துக்களை விரல்களால் அழுத்த, மை தோய்ந்த நாடாவின் வழியாக மேலே செருகியிருக்கும் தாளில்

எழுத்துக்களைப் பதிப்பிக்கும் இயந்திரம்; typewriter.

தட்டத்தானி: *(பெ):* தனிமை; solitude.

தட்டம்: *(பெ):* உண்கலம்; தாம்பாளம்; துயிலிடம்; படுக்கை; கச்சு; கைகொட்டுதல்; நீர்நிலை; அகன்ற இதழ் கொண்ட பூ; பல்; பாம்பின் நச்சுப்பல்; யானை செல்லும் பாதை; அக்குள்; மோவாய்; eating plate; salver; sleeping place; bed; belt; applause; water resource; the flower with wide petals; tooth; poisonous fang of a snake; the elephant's path; arm pit; chin.

தட்டம்மை: *(பெ):* உடல் முழுவதும் வேர்க்குரு போன்று சிவந்த சிறு புள்ளிகளும், காய்ச்சலும் உண்டாகும் ஒரு நோய்; மணல் வாரி; measles.

தட்டல்: *(வி):* கை தட்டுதல்; தாளம் போடுதல்; தடுத்தல்; to clap the hands; to keep (time) beat; to stop.

தட்டழி: *(பெ):* ஒரு வாத்திய வகை; a kind of musical instrument.

தட்டழிதல்: *(வி):* அல்லல் படுதல்; தடுமாறுதல்; திகைத்தல்; தோல்வியுறுதல்; to struggle with; to totter; be confused; be defeated.

தட்டழிவு: *(பெ):* தோல்வி; கலக்கம்; failure; confusion.

தட்டறை: *(பெ):* அடைப்பை போன்றவற்றிலுள்ள சிறு பை; a small inner pocket in a betel pouch.

தட்டாரப் பூச்சி: *(பெ):* பூச்சி வகை; a kind of insect.

தட்டான்: *(பெ):* பொற்கொல்லர்; பளபளப்பான கண்களையும் உருண்டையான தலையையும் நான்கு மெல்லிய இறக்கைகளையும் சற்று நீண்ட வாலினையும் உடைய பூச்சி; தும்பி; goldsmith; dragon fly. • **தட்டான்** தாழப்பறந்தால் தப்பாது மழை வரும் - *பழமொழி.*

தட்டி: *(பெ):* காவல்; கதவு; சிறை; படல்; பலகை; பிரம்புத் தடுக்கு; ஆயுத வகை; வாத்திய வகை; தாம்பாளம்; வெற்றிலைக் கட்டு; protection; door; prison; a kind of wattled frame for sheltering cattle; plank; framed bamboo splits; a kind of weapon; a kind of musical instrument; a large salver with raised rim; a bundle of betel leaves.

தட்டிக்கவி: *(பெ):* ஒரு வகைப் பாட்டு; a kind of song.

தட்டிக்கழி: *(வி):* நேரடியாகக் கூறாது ஏதாவது ஒரு காரணத்தைக் கூறி ஒதுக்கு; to dodge; to evade.

தட்டிக்கேள்: *(வி):* வரன்முறையில்லாத தன்னிச்சையான போக்கினை நியாயமற்றது எனச் சுட்டிக்காட்டு; அடக்கி ஆள்; to pull someone up, to reprimand; to domineer.

தட்டிக்கொடு: *(வி):* உற்சாகப்படுத்து; ஊக்கமளித்திடு; to cheer (one) up; to pat someone on the back.

தட்டிக்கொள்ளுதல்: *(வி):* பறித்தல்; கவர்தல்; to pluck; to take by force; to seize.

தட்டிச்சொல்: *(வி):* ஒருவர் கூறுவதை மறுத்துப் பேசு; to refuse; to turn down.

தட்டியம்: *(பெ):* ஒரு வகைக் கேடயம்; a kind of shield.

தட்டிப்போதல்: *(வி):* நிறைவேறும் என எண்ணிய காரியம் நிறைவேறாது தள்ளிப் போதல்; to miscarry; to fall through.

தட்டி விடுதல்: *(வி):* கவிழச் செய்; வெட்டிவிடு; தப்பிடு; உழுத சாலில் மறுமுறை உழுதிடு; பின்வாங்கச் செய்; cause to fall down; to cut; to escape; to plough second time in the furrow; cause to withdraw.

தட்டு: *(பெ):* தட்டுதல்; அடி; மோதுகை; தாளம் போடுதல்; முட்டுப்பாடு; தடை; குற்றம்; மறைவு; காவல்; கூரை வகை; தராசுத் தட்டு; வட்டம்; வளைவு; கேடயம்; குயவன் சக்கரம்; முறம்; தடுக்கு; பூவிதழ்; விபச்சாரி; knocking; beating; clash; keeping (time) beat; distress; dilemma; obstacle; fault, secrecy; protection; a kind of rafter; plate of a weighing balance; circle; bend; shield; potter's wheel; winnowing pan; a small mat which is square or rectangular in size; flower petel; prostitute.

தட்டுக்காரன்: *(பெ):* ஏமாற்றுபவன்; cheating fellow.

தட்டுக்கிளி: *(பெ):* விளையாட்டு வகை; a kind of game.

தட்டுக்கூடை: *(பெ):* அகன்ற கூடை; broad shallow basket.

தட்டுக்கெட்டு: *(வி):* நிலை தடுமாறு; நிலைகுலைந்திடு; to lose balance; to go astray.

தட்டுக்கேடு: *(பெ):* இழப்பு; அழிவு; வறுமை; குழப்பம்; loss; ruin; poverty; confusion.

தட்டுக்கொட்டு: *(பெ):* கொட்டு முழக்கு; போலி நடிப்பு; தந்திரம்; a kind of drum; pretention; trick.

தட்டுச்சுளகு: *(பெ):* அகன்ற முறம்; wide winnow.

தட்டுத்தாவரம்: *(பெ):* புகலிடம்; refuge; asylum.

தட்டுதல்: *(வி):* மோதுதல்; கொட்டுதல்; தள்ளுதல்; அகற்றுதல்; தடுத்தல்; தப்புதல்; மறுத்தல்; to clash; to beat; to push; to remove; to stop; to escape; to refuse.

தட்டுப்படுதல்: *(வி):* புலனுக்கு உணரக்கூடியதாகத் தெரிதல்; வந்தமைதல்; to come to feel; the presence of something accidentally; to occur.

தட்டுப்பாடு: *(பெ):* தேவையான ஒன்று போதிய அளவில் கிடைத்திடாத நிலை; தேவைக்கும் குறைவு; shortage; scarcity.

தட்டுமுட்டுச்சாமான்: *(பெ):* வீட்டு உபயோகப் பொருட்கள்; பயன்படாத பொருட்கள்; household articles; odds and ends.

தட்டுவாணி: *(பெ):* குதிரை வகை; விலைமகள்; a kind of horse; prostitute.

தட்டை: *(பெ):* பயிர்களின் காய்ந்த அடித்தாள்; மொட்டை; பரந்த வடிவம்; முறம்; திருகாணி; மூங்கில்; கிளிகடிக்கருவி; கவண்; கரடி; கைப்பறை; அறிவிலி; காலணி வகை; தீ; dried stalk of millet etc. after thrashing, stubble; bald head; flatness; winnowing pan; screw; bamboo; contrivance to scare away parrots; sling; bear; a kind of small drum; idiot; a kind of sandals; fire.

தட்டைப்புழு: *(பெ):* உண்ணும் இறைச்சி மூலமாக மனித உடம்பினுள் சென்று வாழும் ஒருவகைப் புழு; tape worm.

தட்டோடு: *(பெ):* வளைவான ஒரு வகை ஓடு; country tile.

தட்பம்: *(பெ):* குளிர்ச்சி; அருள்; coldness; grace.

தட்பவெப்பம்: *(பெ):* ஒரு பகுதியில் உள்ள வெப்பம், காற்று; குளிர் போன்றவற்றின் நிலை; சீதோஷ்ணம்; climate.

தணக்கு: *(பெ):* நுணாமரம்; வால்; கோங்கிலவு மரம்; Indian mulbury tree; tail; red cotton tree.

தணத்தல்: *(வி):* போதல்; நீங்குதல்; பிரிதல்; நீக்குதல்; to go; to leave; to split; to remove.

தணப்பு: *(பெ):* தடை; hindrance.

தணலம்: *(பெ):* எருக்கு; Yercum.

தணல்: *(பெ):* நெருப்பு; கனன்று கொண்டிருக்கும் நெருப்புத் துண்டுகள்; live coals; embers.

தணவம்: *(பெ):* அரச மரம்; pipal tree.

தணி: *(பெ):* மலை; குளிர்ச்சி; mountain; coldness.

தணிகை: *(பெ):* திருத்தணி; Thiruthani, a shrine of Lord Muruga.

தணிக்கை: *(பெ):* அரசின் கொள்கை, ஒழுக்க விதிகளுக்கு எதிரானது எனக் கருதப்படும் பகுதிகளை திரைப்படம் போன்றவற்றிலிருந்து நீக்குதல்; வரவு செலவுக் கணக்குகள் முறையாகப் பதியப்பட்டுள்ளனவா என அதிகாரபூர்வமாகப் பரிசீலனை செய்தல்; கணக்கிடும் முறையில் மேற்பார்வையிடுதல்; censorship; an auditing; an inspection.

தணிதல்: *(வி):* வேலை முடித்து நீங்குதல்; தாமதித்தல்; நிறைதல்; குறைதல்; தாழ்தல்; அமுங்குதல்; ஒடுங்குதல்; பணிதல்; அடங்குதல்; to be free as from work; to delay; to abound; to subside; to decrease; to scale down; be submissive; be restrained; be included.

தணிவு: *(பெ):* உயரத்தில் தாழ்வு; சாந்தம்; வணக்கம்; நீர் வற்றுதல்; low in height; patience; adoration; to grow dry.

தணுப்பு: *(பெ):* குளிர்ச்சி, நீர்க்கோவை; coldness; dropsy.

தண்: *(பெ):* குளிர்ச்சி; அருள்; coldness; grace.

தண்கதிர்: *(பெ):* சந்திரன்; நிலவொளி; the Moon; Moon-shine.

தண்கடற் சேர்ப்பன்: *(பெ):* நெய்தல் நிலத் தலைவன்; chief of the coastal tract.

தண்டகம்: *(பெ):* தொண்டை நாடு; தண்ட காரண்யம்; தண்டனை; முதுகெலும்பு; அணிகலன்; கரிக்குருவி; நுரை; an ancient division of the Tamil Nadu comprising the districts of Arcot, Chingleput and Nellore with Kancheepuram as its capital; the forest of Dhandaka in Deccan; a famous resort of ascetics in olden days; punishment; spinal cord; ornament; black drango; foam, bubble, froth.

தண்டகன்: *(பெ):* ஒரு மன்னன்; யமன்; a king; Yama, the God of Death.

தண்டகாரண்யம்: *(பெ):* தக்காண தேசத்தில் துறவியர் வசித்து வந்த காடு; the forest of Dhandaka in Deccan and a famous resort of ascetics in olden days.

தண்டக்காரன்: *(பெ):* வேலையாள்; servant.

தண்ட சக்கரம்: *(பெ):* குயவனின் சுழற்றுச் சக்கரம்; potter's wheel.

தண்டட்டி: *(பெ):* காலில் அணியும் ஒரு வகை வளையம்; a kind of anklet.

தண்டத்தலைவன்: *(பெ):* படைத் தலைவன்; commander of an army.

தண்டத்தான்: *(பெ):* யமன்; Yama, the God of Death.

தண்டநாயகம்: *(பெ):* படைத்தலைமை; commandership of an army.

தண்டநாயகன்: *(பெ):* படைத்தலைவன்; அரசன்; நந்திதேவர்; commander of an army; the king; Nandhi Deva, the chief of Shiva ganas.

தண்டநீதி: *(பெ):* அரசியல் நூல்; political treatise.

தண்டபாசிகன்: *(பெ):* கொலைகாரன்; murderer.

தண்டபாணி: *(பெ):* முருகப்பெருமான்; திருமால்; பீமன்; யமன்; Lord Muruga; Lord Vishnu; Bheema, one of the Pancha Pandavas; Yama, the God of Death.

தண்டப்படுதல்: *(வி):* அபராதம் விதித்தல்; to fix fine.

தண்டம்: *(பெ):* கோல்; தண்டாயுதம்; அபராதம்; தண்டனை; உலக்கை; படகுத் துடுப்பு; ஓர் அளவை; உடம்பு; படை வகுப்பு; திரள்; வரி; கருவூலம்; இழப்பு; யானை கட்டுமிடம்; வணக்கம்; செங்கோல்; நாழிகைப் பொழுது; a long stick; club-like weapon; fine; punishment; pestle; paddle; oar; a kind of measurement; body; military array; abundance; tax; treasury; loss; elephant's stable; homage; sceptre; twenty-four minutes.

தண்டலர்: *(பெ):* பகைவர்; enemies.

தண்டலாளர்: *(பெ):* தீர்வை வசூலிப்போர்; tax-collector.

தண்டலை: *(பெ):* சோலை; பூந்தோட்டம்; grove; flower garden.

தண்டல்: *(பெ):* வசூலித்தல்; எதிர்த்தல்; collection; to oppose.

தண்டவாளம்: *(பெ):* இரயில் வண்டி செல்வதற்காக, கனமான மரப்பலகைகளால் அல்லது கான்கிரீட்டினால் நீண்ட வடிவில் அமைக்கப்பட்ட உத்திரத்தினால் இணைக்கப்பட்டு தரையோடு பொருத்தப்பட்டிருக்கும் நீளமான எஃகுத் துண்டுகளின் இணை; rails.

தண்டனம்: *(பெ):* தண்டனை; punishment.

தண்டனிடுதல்: *(வி):* நெடுஞ்சாண்கிடையாகத் தரையில் விழுந்து வணங்குதல்; to prostrate.

தண்டனை: *(பெ):* குற்றம் செய்தவர்க்கு நீதிமன்றம் விதிக்கும் அபராதம், சிறைவாசம், மரண தண்டனை போன்ற தீர்ப்பு; செய்த தவறுக்கு ஒருவர் வருந்தும் வகையில் தரப்படுவது; sentence; punishment.

தண்டன்: *(பெ):* கோல்; வணக்கம்; a long stick; homage.

தண்டா: *(பெ):* சண்டை; சிக்கல்; உடற்பயிற்சி வகை; quarrel; confusion; push-up.

தண்டாயுதபாணி: *(பெ):* தண்டாயுதத்தை ஏந்தியவன்; முருகன்; வைரவர்; அய்யனார்; பீமன்; one who has the club weapon; Lord Muruga; Vairava; Ayyanar; Bheema.

தண்டாயுதம்: *(பெ):* கதாயுதம்; club-like weapon.

தண்டாரம்: *(பெ):* குயவன் சக்கரம்; வில்; தோணி; வண்டி; potter's wheel; bow; boat; cart.

தண்டான்: *(பெ):* கோரைப்புல் வகை; species of sedge.

தண்டி[1]: *(பெ):* தண்டற்காரன்; மிகுதி; பருமன்; தரம்; யமன்; செருக்குள்ளவன்; tax collector; abundance; bulkiness; quality; Yama, the God of Death; one who has pride.

தண்டி[2]: *(வி):* செய்த தவறுக்காகத் தண்டனை தருதல்; to punish.

தண்டிகை: *(பெ):* பல்லக்கு; பெரிய வீடு; palanquin; a large house.

தண்டிதரம்: *(பெ):* ஆற்றல்; ability; force; power.

தண்டித்தல்: *(வி):* ஒறுத்தல்; வெட்டுதல்; to punish; to cut.

தண்டியம்: *(பெ):* வாசற்படியின் மேல்கட்டை; நடனம்பயிலுவோர் ஆதரவாகக் கொள்ளும் தடி;

the lintel; a staff to support the beginners in earning dance.

தண்டியல்: (பெ): பல்லக்கு வகை; a kind of palanquin.

தண்டிலம்: (பெ): சிவபூஜைக்காக தேர்ந்தெடுக்கப் பட்ட இடம்; the place chosen for worship of Siva.

தண்டு: (பெ): கதாயுதம்; மூங்கில் குழாய்; செருக்கு; வளை தடி; உலக்கை; விளக்குத் தண்டு; வரம்பு; பச்சோந்தி; ஆடவர் பிறப்புறுப்பு; சிவிகை; club weapon; bamboo pipe; pride; a kind of cudgel; pestle; stem of a lamp; limit; garden lizard; the genital part of male; palanquin.

தண்டுக்கோல்: (பெ): படகுத் துடுப்பு; paddle.

தண்டுதல்: (வி): வசூலித்தல்; வருந்துதல்; இணைத்தல்; நீங்குதல்; விலகுதல்; தணிதல்; கெடுதல்; தடைபடுதல்; தொடுதல்; சினம் கொள்ளுதல்; விருப்பம் கொள்ளுதல்; to collect; be distressed; to join; to leave; to abate; to decay; be disturbed; to touch; to resent; to have desire.

தண்டுமாரி: (பெ): கிராமத் தெய்வங்களுள் ஒன்று; அடக்கமற்ற பெண்; one of the village deity; termagant.

தண்டுலபலை: (பெ): திப்பிலிச்செடி; long pepper plant.

தண்டுலம்: (பெ): அரிசி; rice.

தண்டுலம்பு: (பெ): அரிசி கழுவும் நீர்; the water in which rice has been washed.

தண்டுவடம்: (பெ): மூளையிலிருந்து உடம்பின் பல பாகங்களுக்கும் உணர்வுகளைக் கொண்டு செல்லும், முதுகெலும்பினுள் அமைந்திருக்கும் நரம்புத் தொகுதி; the spinal cord.

தண்டெடுத்தல்: (வி): படையெடுத்தல்; to invade; to lead a military expedition.

தண்டெலும்பு: (பெ): முதுகெலும்பு; back-bone.

தண்டேறு: (பெ): எலும்பு; bone.

தண்டேறுதல்: (வி): பல்லக்கில் ஏறுதல்; to get into a palanquin.

தண்டை: (பெ): குழந்தைகள், பெண்கள் ஆகியோர் காலில் அணியும் குழல்வடிவ வெள்ளி ஆபரணம்; வால்; கேடயம்; a kind of anklet made of silver worn by children and women; tail; shield.

தண்டைக்காரன்: (பெ): வஞ்சகன்; தொந்தரவு செய்பவன்; deceiver; one who gives much trouble to others.

தண்டை மாலை: (பெ): பூமாலை வகை; a kind of flower garland.

தண்டொட்டி: (பெ): மாதர் காலணி வகை; a kind of women's anklet.

தண்டோரா: (பெ): தமுக்கு; tom-tom.

தண்டோரா போடு: (வி): தமுக்கடி; பலரும் அறியும்படி செய்தி ஒன்றைப் பரப்பு; to notify the public by the beat of tom-tom; to make something public; to tom-tom something.

தண்ணடை: (பெ): மருத நிலத்து ஊர்; நாடு; பச்சிலை; காடு; சிற்றூர்; உடுக்கை வகை; a village belonging to agricultural tract; country; herb; forest; a hamlet; a kind of small drum tapering in the middle.

தண்ணம்: (பெ): ஒரு வகைப் பறை; மழுவாயுதம்; காடு; குளிர்ச்சி; a kind of drum; battle-axe; forest; coldness.

தண்ணவன்: (பெ): சந்திரன்; the Moon.

தண்ணளி: (பெ): குளிர்ந்த அருள்; benevolence.

தண்ணாத்தல்: (வி): தாமதித்தல்; to delay.

தண்ணீர்: (பெ): நீர்; குளிர்ந்த நீர்; water; cold water. ● **தண்ணீ**ரிலே தடம் பிடிப்பான். ● **தண்ணீ**ரும் கோபமும் தாழ்ந்த இடத்திலே. ● **தண்ணீ**ரும் மூன்று பிழை பொறுக்கும். ● **தண்ணீ**ரையும் தாயையும் பழிக்கலாமா ? ● **தண்ணீர்க்** குடம் உடைந்தாலும் ஐயோ; தயிர்க்குடம் உடைந்தாலும் ஐயோ - *பழமொழிகள்.*

தண்ணீர்த் துரும்பு: (பெ): இடையூறு; obstacle.

தண்ணீர்ப் பந்தல்: (பெ): கோடை காலத்தில் வழிப்போக்கர் போன்றோருக்கு இலவசமாகத் தண்ணீர் (அ) மோர் தருமிடம்; a place where drinking water, buttermilk, etc., are given free (to passers-by during summer).

தண்ணுமை: (பெ): பறை வகை; மத்தளம்; உடுக்கை; a kind of drum; an elongated two-sided drum; a kind of small drum tapering in the middle.

தண்பனை: (பெ): மருத நிலம்; agricultural tract.

தண்பதம்: (பெ): புதுப்புனல் விழா; ஆற்றில் வரும் புதுநீர்; தாழ்ந்த நிலை; the festival celebrating the freshet in the river; the freshet in the river; low condition.

தண்பு: (பெ): குளிர்ச்சி; coldness.

தண்மை: (பெ): குளிர்ச்சி; சாந்தம்; மென்மை; தாழ்வு; அறிவின்மை; coldness; patience; tenderness; lowness; ignorance.

ததபத்திரி: (பெ): வாழை; plantain tree.

ததம்: (பெ): அகலம்; width.

ததர்: (பெ): நெருக்கம்; கொத்து; சிதறுகை; denseness; bunch; scattering.

ததர்தல்: (பெ): நெரிதல்; be crushed.

ததர்த்தல்: (வி): வருத்துதல்; to aggrieve.

ததா: (வி.அ): அவ்வாறு; அப்படி; in the manner stated; like that.

ததாகதன்: (பெ): அறிஞன்; learned man.
ததி: (பெ): தயிர்; தக்க சமயம்; curd; proper time.
ததிகேடு: (பெ): வலியின்மை; painlessness.
ததிசாரம்: (பெ): வெண்ணெய்; butter.
ததிமண்டம்: (பெ): மோர்; butter-milk.
ததியர்: (பெ): அடியார்; devotees.
ததியோதனம்: (பெ): தயிர் சாதம்; curd rice.
ததீயாராதனை: (பெ): திருமால் அடியார்க்கு இடும் உணவு; the food given to the devotees of Lord Vishnu.
ததும்புதல்: (வி): மிகுதல்; நிறைதல்; நிரம்பி வழிதல்; மனம் மகிழ்தல்; அசைதல்; முழங்குதல்; to exceed; be full; to overflow; amusement; to move; to rumble.
ததைதல்: (வி): நெருங்குதல்; சிதைதல்; சிதறுதல்; வெளியாகாது இருத்தல்; be crowded; be shattered; be scattered; be suppressed.
ததைத்தல்: (வி): கூட்டுதல்; நெருக்குதல்; நிறைதல்; to add; to press; be full.
தத்: (சு.பெ): அது; அந்த; that.
தத்தம் செய்தல்: (வி): தன் வசமிருக்கும் உரிமையை பூரணமாகக் கைவிடுதல் (அ) மற்றொருவருக்கு அளித்தல்; to give up; to renounce in favour of someone.
தத்தரம்: (பெ): நடுக்கம்; தந்திரம்; மிகு விரைவு; trembling; trick; swiftness.
தத்தளித்தல்: (வி): திண்டாடுதல்; அலைக்கழித்தல்; தவித்தல்; be in a struggle; be in great distress; be in great straits.
தத்தாங்கி: (பெ): சிறுமியர் விளையாட்டு வகை; a kind of game played by girls.
தத்தாரி: (பெ): கண்டபடி திரிவோர்; vagabonds.
தத்தி: (பெ): கொடை; சத்துவம்; bounty; essential principles; natural quality.
தத்திகாரம்: (பெ): பொய்; false; lie.
தத்தியம்: (பெ): மெய்; துகில் வகை; truth; a kind of cloth.
தத்து: (பெ): கவலை; தவறு; சுவீகாரம்; anxiety; mistake; adoption.
தத்துக்கிளி: (பெ): வெட்டுக்கிளி; locust.
தத்துதல்: (வி): அலை மோதுதல்; பரவுதல்; தட்டுத்தடுமாறி அடியெடுத்து வைத்தல்; கால்களை ஒருசேர வைத்துத் தாவுதல்; to wave; to spread; to toddle; to hop.
தத்துப்பிள்ளை: (பெ): சுவீகாரப் புத்திரன்; adopted son.
தத்துவ சதுக்கம்: (பெ): மண மேடை; the dais for the performance of the marriage rites.
தத்துவ ஞானம்: (பெ): உண்மையுணர்வு; knowledge of the ultimate truth.
தத்துவ ஞானி: (பெ): உண்மையுணர்ந்தோன்; தத்துவக்கோட்பாடுகளை உருவாக்குபவர்; one who realized the ultimate truth; the philosopher.
தத்துவம்: (பெ): உண்மை; தன்மை; அதிகாரம், பரமாத்மா; ஆன்மா; அதிகார பத்திரம்; truth; nature; power; God as the Supreme Soul; soul; authoritative deed or document.
தத்துவன்: (பெ): கடவுள்; God.
தத்துவார்த்தம்: (பெ): தத்துவ ரீதியான தன்மை; the philosophical nature.
தத்துறுதல்: (வி): நேர்தல்; கிட்டுதல்; வருத்தப் படுதல்; to happen; be attained; be distressed.
தத்தெடுத்தல்: (வி): சுவீகாரம் எடுத்தல்; to adopt (a child, a village, etc.).
தத்தை: (பெ): தமக்கை; கிளி; elder sister; parrot.
தத்ரூபம்: (பெ): நிஜத்தின் அப்பட்டமான பிரதி; ஒன்றினை அப்படியே வெளிப்படுத்துதல்; something realistic; exact resemblance.
தநம்: (பெ): சந்தனம்; sandal wood.
தந்தசடம்: (பெ): எலுமிச்சை; விளா மரம்; lime tree; wood apple tree.
தந்தசுத்தி: (பெ): பல் விளக்குதல்; brushing the teeth (with a brush or with some tooth powder).
தந்தசூகம்: (பெ): பாம்பு; snake.
தந்தசூலை: (பெ): பல் வலி; tooth ache.
தந்தபலம்: (பெ): விளா மரம்; wood apple tree.
தந்தபலை: (பெ): திப்பிலி; long pepper.
தந்தபாகம்: (பெ): யானையின் மத்தகம்; forehead of an elephant.
தந்தமா: (பெ): யானை; elephant.
தந்த மாமிசம்: (பெ): பல் ஈறு; gums of the teeth.
தந்தம்: (பெ): பல்; யானையின் கொம்பு; மலைமுகடு; நறுக்கிய பழத்துண்டு; tooth; ivory; tusk; peak; fruit slice.
தந்தரோகம்: (பெ): பல்நோய்; tooth disease.
தந்தாயுதம்: (பெ): யானை; elephant.
தந்தார்: (பெ): பெற்றோர்; parents.
தந்தாலிகை: (பெ): கடிவாளம்; bridle.
தந்தாவளம்: (பெ): யானை; elephant.
தந்தி: (பெ): ஆண் யானை; நச்சுப்பாம்பு; யாழ்; யாழ் நரம்பு; நேர் வாளம்; ஓரிடத்திலிருந்து வேறொரு இடத்திற்கு மின் அலைகளாக மாற்றி அனுப்பப்படும் செய்தி; he-elephant; poisonous snake; lute; string of a lute; a herb; telegram.
தந்திக் கடவுள்: (பெ): விநாயகர்; Lord Vinayaka.
தந்திக்கம்பி: (பெ): தந்திக்கான (அ) தொலை பேசிக்கான மின் அலைகளைத் தாங்கிச் செல்லும் கம்பி; overhead wires meant for tele-communications.
தந்தித்தீ: (பெ): பெரும்பசி; severe hunger.
தந்திமருப்பு: (பெ): முள்ளங்கி; radish.
தந்திமுகன்: (பெ): விநாயகர்; Lord Vinayaka.

தந்தியடி: *(வி):* இயந்திரப் பொறியில் குறியீட்டு முறையில் செய்தியை விரல்களால் கடகட என்று தட்டி அனுப்புதல்; ஓர் இடத்திலிருந்து வேறொரு இடத்திற்கு விரைவாக தந்தி வாயிலாகச் செய்தி அனுப்புதல்; ஒருவரின் பற்கள், உதடுகள் கை, கால் ஆகியவை பயம் அல்லது குளிரின் காரணமாக கடகடவென ஆடுதல்; நடுங்குதல்; to tap the telegraph to send a message; to send a telegram; (of lips, hands and legs) tremble with fear; (of teeth) to chatter.

தந்திரம்: *(பெ):* தொழில் திறமை; வழிவகை; உத்தி; பித்தலாட்டம்; சூழ்ச்சி; skill in a work; means; effective means; deception; strategy, guile; cunning.

தந்திரமா: *(பெ):* நரி; fox; jackal.

தந்திரி: *(பெ):* தந்திரக்காரன்; மந்திரி; கோயில் அர்ச்சகர்; யாழ்; யாழ்நரம்பு; குழலின் துளை; cunning fellow; minister; temple priest; lute; string of a lute; the hole in a pipe.

தந்திரிகை: *(பெ):* கம்பி; wire.

தந்திரை: *(பெ):* சோம்பல்; உறக்கம்; laziness; sleep.

தந்து: *(பெ):* நூல்; கயிறு; சந்ததி; உபாயம்; உத்தி; தொழில் திறமை; thread; coir; descendant; means; effective means; skill in a work.

தந்துகடம்: *(பெ):* சிலந்தி; spider.

தந்துகம்: *(பெ):* கடுகு; mustard.

தந்துகி: *(பெ):* நுட்பமான நாடிக்குழல்; capillary.

தந்துசாரம்: *(பெ):* கமுகு; areca-nut tree.

தந்துபம்: *(பெ):* கடுகு; mustard.

தந்துமந்து: *(பெ):* குழப்பம்; confusion.

தந்துரம்: *(பெ):* ஒழுங்கின்மை; disorderliness.

தந்துவர்: *(பெ):* நெசவாளிகள்; கைக்கோளர்; weavers; Kaikolas as the spear-men of ancient times.

தந்துவை: *(பெ):* மாமியார்; மாமன் மனைவி; mother-in-law; wife of the uncle; aunt.

தந்தை: *(பெ):* தகப்பன்; அப்பா; father.
- **தந்தை எவ்வழியோ அவ்வழியே புதல்வன்.**
- **தந்தை சொல் மிக்க மந்திரமில்லை** - *பழமொழிகள்.*
- **தந்தை மகற்குஆற்றும் நன்றி அவையத்து முந்தி யிருப்பச் செயல்.** - *குறள் 67.*

தபசி: *(பெ):* தவசி; ascetic.

தபசியம்: *(பெ):* முல்லை; பங்குனி மாதம்; a kind of jasmine; the Tamil month, Panguni.

தபசு: *(பெ):* தவம்; மனதினை ஒருமுகப்படுத்திச் செய்யும் தியானம்; religious austerities; penance.

தபணன்: *(பெ):* சூரியன்; the Sun.

தபதி: *(பெ):* சிற்பி; கல்தச்சன்; sculptor; stone carver.

தபம்: *(பெ):* தவம்; வெப்பம்; மாசி மாதம்; penance; heat; the Tamil month, Maasi.

தபலை: *(பெ):* தவலை; மத்தள வகை; a large metal vessel; a kind of elongated drum with two sides.

தபளா: *(பெ):* விரல்களாலும், உள்ளங்கையாலும் தட்டி வாசிக்கப்படும் அரைக்கோள வடிவில் ஒன்றும், நீள் உருவ வடிவில் ஒன்றுமாக அமைந்த தாளக் கருவி; tabela.

தபனம்: *(பெ):* வெப்பம்; தாகம்; நரகம்; heat; thirst; hell.

தபனன்: *(பெ):* சூரியன்; அக்கினி தேவன்; கொடிவேலி; the Sun; God of Fire; a herb.

தபன்: *(பெ):* சூரியன்; the Sun.

தபா: *(பெ):* தடவை; நிகழ்ந்த (அ) நிகழ்த்தப்படும் செயலை எண்ணிக்கையிட்டுக் கூறுவது; முறை; time(s); occasion.

தபாது: *(பெ):* தப்பு; ஏமாற்றுதல்; fault; cheating.

தபால்: *(பெ):* அஞ்சல்; post, letter (by post).

தபால் அட்டை: *(பெ):* அஞ்சலட்டை; post card.

தபால்காரன்: *(பெ):* கடிதம் போன்றவற்றை முகவரியில் குறிப்பிட்டுள்ளவரிடம் சேர்ப்பிக்கும் பணியினைச் செய்யும் அஞ்சல் நிலைய ஊழியர்; postman.

தபால்தலை: *(பெ):* அஞ்சல் தலை; (postage) stamp.

தபால் பெட்டி: *(பெ):* அஞ்சலகத்தாரால் பொது இடங்களில் வைக்கப் பட்டிருக்கும் கடிதம் போடுவதற்கும், எடுப்பதற்குமான, சிறு திறப்பினை உடைய பெட்டி போன்ற அமைப்பு; அஞ்சலகத்தில் ஒருவருக்கு (அ) நிறுவனத்துக்கு வரும் கடிதங்களுக்கு என ஒதுக்கப்பட்டிருக்கும் எண்ணுடன் கூடிய சிறுபெட்டி; post box; post office box allotted to individuals or institutions in the post office.

தபாலதிபர்: *(பெ):* (இலங்) தபால் நிலைய அதிகாரி; post-master.

தபாற்கட்டளை: *(பெ):* அஞ்சல் ஆணை; postal order.

தபித்தல்: *(வி):* வருந்துதல்; காய்தல்; be distressed; to dry.

தபுதல்: *(வி):* இறத்தல்; கெடுதல்; to die; to decay.

தபுத்தல்: *(வி):* அழித்தல்; to destroy.

தபோதனன்: *(பெ):* முனிவன்; saint; ascetic; hermit.

தபோவனம்: *(பெ):* தவசிகள் வாழும் காடு; the forest and a resort of ascetics.

தப்படி: *(பெ):* தவறான செயல்; wrong action.

தப்பட்டை: *(பெ):* பறை வகை; a kind of one-headed drum.

தப்பணம்: *(பெ):* கோணூசி; bodkin; packing needle for sewing gunny bags.

தப்பல்: *(பெ):* குற்றம்; அடி; துவைத்தல்; fault; beat; beating.

தப்பளம்: *(பெ):* எண்ணெய் முழுக்கு; குழம்பு வகை; oil bath; a kind of sauce.

தப்பளை: *(பெ):* தவளை; மீன் வகை; பெருவயிறு; frog; a kind of fish; pot-belly.

தப்பறை: *(பெ):* பொய்; சூது; கெட்ட வார்த்தை; falsehood, lie; gambling; vulgar word.

தப்பறைக்காரன்: *(பெ):* பொய் பேசுபவன்; liar.

தப்பிதம்: *(பெ):* தவறு; குற்றம்; mistake; fault.

தப்பித்தல்: *(வி):* அடைத்து வைக்கப்பட்ட நிலை (அ) பிடிபடும் நிலையிலிருந்து விடுபடுதல்; தாக்குதல் போன்றவற்றிற்கு இலக்காகாமல் விலகுதல்; விலகிப்போதல்; பார்வை, கவனம் போன்றவற்றில் அகப்படாது போதல்; to escape; to escape from being hit; to lose one's way, attention, etc., to escape.

தப்பு: *(பெ):* பறை; குற்றம்; பொய்; வஞ்சனை; துணி துவைத்தல்; drum; fault; crime; lie; deceit; beating of clothes.

தப்புக்கணக்குப் போடு: *(வி):* உண்மை நிலைக்கு மாறாக மதிப்பிடு; to miscalculate.

தப்புச்செடி: *(பெ):* தானாகத் தோன்றிய செடி; the plant which grows without sowing the seed.

தப்புதண்டா: *(பெ):* முறையற்ற காரியம்; வம்புதும்பு; (involving oneself in) quarrel; (moral) lapse.

தப்புதல்: *(வி):* தவறுதல்; பயன்படாது போதல்; பிறழ்தல்; பிழை செய்தல்; அழிதல்; காணாமல் போதல்; கையால் தட்டுதல்; அப்புதல்; செய்யத் தவறுதல்; to err; to go wrong; to escape; to make mistake; to ruin; to abscond; to beat with hand; to smear with the hand as sandal paste; to press against as in wrestling; to fail to do.

தப்பெண்ணம்: *(பெ):* தவறான கருத்து; misunderstanding; wrong opinion.

தப்பை: *(பெ):* மூங்கில் பட்டை; அடி; சிறுபறை; bamboo split; foot; a kind of small one-sided drum.

தமகன்: *(பெ):* கொல்லன்; blacksmith.

தமக்கை: *(பெ):* அக்காள்; மூத்த சகோதரி; elder sister.

தமசம்: *(பெ):* இருள்; தாமச குணம்; darkness; one of the three kinds of gunas.

தமத்தல்: *(வி):* தணிதல்; நிரம்புதல்; விலை மலிவாதல்; to abate; be full; being cheap in price.

தமப்பன்: *(பெ):* தகப்பன்; father.

தமப்பிரபை: *(பெ):* நரகம்; hell.

தமம்: *(பெ):* இருள்; தாமச குணம்; இராகு; கேது; நரகம்; darkness; one of the three kinds of gunas; Raghu, Kethu nodal points having no houses of their own in the Zodiac but possessing the virtues of the owners of the houses they occupy and moving in an anti-clockwise direction; hell.

தமயன்: *(பெ):* அண்ணன்; மூத்த சகோதரன்; தமையன்; elder brother.

தமரகம்: *(பெ):* உடுக்கை; மூச்சுக்குழல்; a kind of small drum tapering in the middle; wind pipe; trachea.

தமரக வாயு: *(பெ):* இரைப்பு நோய்; asthma.

தமரத்தை: *(பெ):* மரவகை; a kind of tree.

தமரம்: *(பெ):* ஒலி; அரக்கு; மரவகை; sound; sealing wax; a kind of tree.

தமரித்தல்: *(வி):* ஒலித்தல்; விரும்புதல்; to sound; to like.

தமருகம்: *(பெ):* உடுக்கை; a kind of small drum tapering in the middle.

தமரூசி: *(பெ):* ஊசி வகை; a kind of needle.

தமரோசை: *(பெ):* கிலுகிலுப்பைச் செடி; a kind of plant.

தமர்: *(பெ):* உற்றார்; விருப்பமானவர்; சிறந்தோர்; வேலை ஆட்கள்; துளையிடும் கருவி; துளையிடப்பட்டது; relatives; desired person; splendid persons; servants; drilling equipment; that which is drilled.

தமர்ப்படுதல்: *(வி):* விரும்புதல்; இணங்குதல்; to like; to consent.

தமர்மை: *(பெ):* நட்பு; friendship.

தமலி: *(பெ):* அகப்பை; சட்டுவம்; a kind of wooden ladle; a kind of spatula.

தமள்: *(பெ):* உற்றவள்; intimate woman.

தமனம்: *(பெ):* மருக்கொழுந்து; southern wood.

தமனி: *(பெ):* இதயத்திலிருந்து உடலின் அனைத்துப் பாகங்களுக்கும் இரத்தம் செல்வதற்கான குழாய்; artery.

தமனியம்: *(பெ):* பொன்; gold.

தமனியன்: *(பெ):* இரணியன்; பிரமன்; சனி; Hiranyakasipu, father of Bhaktha Prahaladha; Lord Brahma; Saturn.

தமன்: *(பெ):* உற்ற நண்பன்; intimate friend.

தமாலம்: *(பெ):* மர வகை; இலை; a kind of tree; leaf.

தமி: *(பெ):* தனிமை; ஒப்பின்மை; இரவு; solitude; in equality; night.

தமிசிரம்: *(பெ):* இருள்; குறைவு; night; deficiency.

தமிசு: *(பெ):* வேங்கை மரம்; a kind of tree.

தமித்தல்: *(பெ):* தண்டித்தல்; to punish.

தமியம்: *(பெ):* கள்; toddy.
தமியள்: *(பெ):* திக்கற்றவள்; destitute woman.
தமியன்: *(பெ):* திக்கற்றவன்; destitute man.
தமிழகம்: *(பெ):* தமிழ் நாடு; Tamil Nadu.
தமிழன்: *(பெ):* தமிழைத் தாய்மொழியாகக் கொண்டவன்; one whose mother-tongue is Tamil; Tamilian.
தமிழாகரன்: *(பெ):* திருஞான சம்பந்தர்; Thirugnana Sambandar, one of the four Saiva Samaya Kuravars.
தமிழ்: *(பெ):* இனிமை; நீர்மை; தமிழ் நூல்; தமிழ்மொழி; sweetness; goodness; Tamil treatise; Tamil language.
தமிழ் நடவை: *(பெ):* தமிழகம்; Tamilnadu.
தமிழ்நதி: *(பெ):* வைகை நதி; River Vaigai.
தமிழ்நாடன்: *(பெ):* தமிழ் நாட்டு வேந்தன்; பாண்டியன்; king of Tamilnadu; Pandiyan.
தமிழ்மலை: *(பெ):* பொதிகை மலை; Pothigai mountain.
தமிழ்மறை: *(பெ):* திருக்குறள்; தேவாரம்; திருவாசகம்; திவ்வியப் பிரபந்தம்; Thirukkural; Thevaaram; Thiruvaasagam; Naalaayira Dhivya Prabandham.
தமிழ்முனிவன்: *(பெ):* அகத்திய முனிவர்; Sage Agathiya.
தமிழ்வாணன்: *(பெ):* தமிழ்ப் புலவன்; Tamil poet.
தமுக்கடித்தல்: *(வி):* பறை சாற்றுதல்; to announce a message to public by beating the drum.
தமுக்கம்: *(பெ):* யானைகள் இருக்குமிடம்; elephants stable.
தமுக்கு: *(பெ):* பறை வகை; a kind of drum.
தமையம்: *(பெ):* அரிதாரம்; yellow orpiment; musk of deer.
தமையன்: *(பெ):* மூத்த சகோதரன்; தமையன்; elder brother.
தமோமணி: *(பெ):* மின்மினி; fire fly.
தம்: *(பெ):* 'தாம்' என்ற வார்த்தை வேற்றுமை ஏற்பதற்குத் திரியும் வடிவம்; the form of third person pronoun '*தாம்*' serving as a base for further declension.

- தம்மின்தம் மக்கள் அறிவுடைமை மாநிலத்து
மன்னுயிர்க் கெல்லாம் இனிது - *குறள் 68.*

தம்பட்டம்: *(பெ):* பறை வகை; கொடி வகை; a kind of drum; a kind of creeper.
தம்பதி: *(பெ):* கணவனும் மனைவியும்; மருதமரம்; husband and wife; a kind of tree.
தம்பம்: *(பெ):* தூண்; விளக்குத்தண்டு; பற்றுக் கோடு; கொடிக்கம்பம்; யானை கட்டும் தறி; கவசம்; ஊருணி; மர வகை; pillar; lamp stand; support, flag staff; elephant's stable; shield; tank; a kind of tree.
தம்பலம்: *(பெ):* வெற்றிலை, பாக்கு; தம்பலப்பூச்சி; pan supari; cochineal insect.
தம்பலி: *(பெ):* மர வகை; a kind of tree.
தம்பலை: *(பெ):* மர வகை; a kind of tree.
தம்பனக்காரன்: *(பெ):* மந்திரவாதி; magician.
தம்பா: *(பெ):* கள் அளக்கும் கருவி; an instrument to measure toddy.
தம்பி: *(பெ):* பின் பிறந்தோன்; younger brother.

- **தம்பி உடையான் படைக்கு அஞ்சான்.**
- **தம்பி பேச்சை தண்ணீரில் தான் எழுத வேண்டும்** - *பழமொழிகள்.*

தம்பிகை: *(பெ):* சிறு செம்புப் பாத்திரம்; a small copper vessel.
தம்பித்தல்: *(பெ):* அசையாது இருத்தல்; state of being unmoved.
தம்பிரான்: *(பெ):* கடவுள்; சைவ மதக் குரு ஒருவரால் ஏற்படுத்தப்பட்ட மடத்திலிருந்து சமயப்பணியும், நிர்வாகப் பணியும் செய்திடும் துறவி; God; a saiva monk in the institution founded by a guru performing religious and administrative duties.
தம்புதல்: *(வி):* குட்டுதல்; to strike with the knuckles on the head.
தம்புரா: *(பெ):* குடம் போன்ற அடிப்பகுதியையும் நீண்ட கழுத்தையும் உடைய ஒரு வகைத் தந்தி வாத்தியம்; a four-stringed instrument for maintaining the basic note.
தம்போலி: *(பெ):* வச்சிரப்படை; a weapon sharp edged at both ends.
தம்மனை: *(பெ):* தாய்; mother.
தம்மான்: *(பெ):* தலைவன்; master; lord.
தம்மி: *(பெ):* தாமரை; lotus.
தம்மிலம்: *(பெ):* பெண்ணின் கூந்தல்; the flowing hair of a woman.
தம்முன்: *(பெ):* அண்ணன்; elder brother.
தயக்கம்: *(பெ):* கலக்கம்; அசைவு; தாமதம்; தடுமாற்றம்; confusion; movement; delaying; hesitation.
தயங்கு: *(வி):* விளங்குதல்; ஒளி விடுதல்; தெளிவாயிருத்தல்; வாடுதல்; திகைத்தல்; தாமதித்தல்; செயல்பட முடியாமல் தடுமாறுதல்; to become renowned; to shine; be cleared; to fade; be confused; to delay; to hesitate.
தயல்: *(பெ):* பெண்; woman.
தயவு: *(பெ):* அன்பு; அருள்; பக்தி; love; kindness; grace; devotion as to a deity.
தயனியம்: *(பெ):* அருளத்தக்கது; that which is fit for giving.
தயா: *(பெ):* தயவு; favour.
தயாபரன்: *(பெ):* கடவுள்; God.
தயார்: *(பெ):* ஆயத்தம்; readiness.
தயாளம்: *(பெ):* அருள்; grace.

தயித்தியர்: *(பெ):* அசுரர்; demons.
தயிர்: *(பெ):* புரையூற்றித் திரிந்த பால்; curd.
தயிர்க்கோல்: *(பெ):* மத்து; churn-staff.
தயினியம்: *(பெ):* எளிமை; ease.
தயை: *(பெ):* அருள்; அன்பு; பக்தி; grace; love; kindness; devotion as to a deity.
தய்யான்: *(பெ):* தையற்காரன்; tailor.
தரகன்: *(பெ):* இருவருக்கு (அ) இரு தரப்பினருக்கு இடையே இணைப்பு போல் இருந்து ஒரு செயல் (அ) ஒப்பந்தம் போன்றவற்றை முடித்துத் தரும் பணியைச் செய்பவர்; broker.
தரகு: *(பெ):* இரு தரப்பு (அ) இருவரிடையே இணைப்பாக இருந்து ஒப்பந்தம் (அ) செயலை முடித்துத் தரும் தொழில்; work of a broker.
தரக்கட்டுப்பாடு: *(பெ):* உற்பத்தியாகும் பொருட்களின் தரம் குறையாது இருந்திடச் செய்யும் கண்காணிப்பு; quality control of goods manufactured.
தரக்கு: *(பெ):* புலி; கழுதைப் புலி; tiger; hyena.
தரக்குறைவு: *(பெ):* ஆபாசம்; நாகரிகமற்ற தன்மை; கௌரவக் குறைவு; பயன்பாட்டிற்கு உற்பத்தி செய்யப்பட்ட பொருள் உரிய தரம் இல்லாமை; vulgarity; being lowness; being below one's dignity; being poor in quality.
தரங்கம்: *(பெ):* அலை; கடல்; மனக்கலக்கம்; ஈட்டி; wave; sea; confusion; lance; spear.
தரங்கிணி: *(பெ):* ஆறு; a river.
தரங்கு: *(பெ):* வழி; ஈட்டி முனை; அலை; way; the sharp tip of the spear; wave.
தரணம்: *(பெ):* பாலம்; பூமி; அரிசி; இமயமலை; கதிரவன்; பாவம்; bridge; earth; rice; Himalayas; the Sun; sin; *(வி):* தாண்டுதல்; தரித்தல்; to jump over; to wear.
தரணி: *(பெ):* மலை; பூமி; சூரியன்; நியாயவாதி; படகு; மருத்துவன்; mountain; earth; the Sun; pleader; boat; doctor.
தரணிதரன்: *(பெ):* அரசன்; திருமால்; the king; Lord Vishnu.
தரணிபன்: *(பெ):* சூரியன்; அரசன்; the Sun; the king.
தரணீதரம்: *(பெ):* ஆமை; tortoise.
தரதூது: *(பெ):* முயற்சி; வேளாண்மை; effort; agriculture.
தரந்தம்: *(பெ):* தவளை; கடல்; அடைமழை; frog; sea; heavy rain.
தரபடி: *(பெ):* நடுத்தரம்; உட்சட்டை; middling sort; inner jacket.
தரம்: *(பெ):* தகுதி; மேன்மை; தலை; தெப்பம்; வலிமை; வீதம்; வகுப்பு; மட்டம்; மலை; பருத்திப்பொதி; கூட்டம்; சங்கு; அச்சம்; அரக்கு; வரிசை; பூமி; quality; fitness; elegance; head; raft; strength; ration; class; flatness; mountain; cotton pack; crowd; conch; fear; sealing wax; order; earth.
தரவழி: *(பெ):* நடுத்தரம்; வகை; middling sort; category.
தரவு: *(பெ):* தரகு கூலி; இலாபம்; தரகன்; வரிவகை; பிடரி; brokerage; profit; broker; a kind of tax; nape of the neck.
தரளம்: *(பெ):* நடுக்கம்; முத்து; shivering; pearl.
தரளை: *(பெ):* கள்; கஞ்சி; toddy; semi-liquid food.
தரன்: *(பெ):* எட்டு வசுக்களுள் ஒருவன்; one of the eight Vasus.
தரா: *(பெ):* கலப்பு உலோகம்; பூமி; சங்கு; alloy; earth; conch.
தராங்கம்: *(பெ):* மலை; mountain.
தராசம்: *(பெ):* மரகதக் குற்றம் எட்டினுள் ஒன்று; one of the eight kinds of faults of Emerald.
தராசு: *(பெ):* நிறைகோல்; ஓரளவு; துலாராசி; வெள்ளெருக்கு; weighing balance; a measure; seventh constellation of the Zodiac having the balance as its sign; Libra; white yercum.
தராசுக்குண்டு: *(பெ):* எடைக்கல்; a piece of metal of standard heaviness (for weighing).
தராசு நா: *(பெ):* தராசு முள்; the centre point needle of a weighing balance.
தராதலம்: *(பெ):* பூமி; earth.
தராதிபதி/தராதிபன்: *(பெ):* அரசன்; king.
தராய்: *(பெ):* மேட்டு நிலம்; கீரை வகை; an elevated ground; a kind of greens.
தரி: *(பெ):* நன்செய் நிலம்; wet land.
தரிகம்: *(பெ):* அச்சம்; fear.
தரிகொடுத்தல்: *(வி):* இடங்கொடுத்தல்; to give place.
தரிசனம்: *(பெ):* காட்சி; பார்வை; கண்; கண்ணாடி; 108 உபநிடதங்களுள் ஒன்று; view; sight; vision; eye; mirror; one of the 108 upanishads.
தரிசித்தல்: *(வி):* புண்ணிய தலங்களுக்கு (அ) கோயிலுக்குச் சென்று மகான் (அ) கடவுளைத் தரிசனம் செய்தல்; வணங்குதல்; சத்தியம் போன்ற மேன்மைத் தன்மைகளை நேரடி அனுபவம் மூலம் உணர்தல்; to have a glimpse of a deity or a sage; to have a vision of reality.
தரிசியம்: *(பெ):* காணத்தக்கது; that which is fit for seen.
தரிசு: *(பெ):* பயிரிடப்படாத நிலம்; uncultivated land; fallow land.
தரிஞ்சகம்: *(பெ):* அன்றில் பறவை; Andril bird, male or female noted for its constancy in love.
தரித்தல்: *(வி):* அணிதல்; தாங்குதல்; பொறுத்தல்; தாம்பூலம் சுவைத்தல்; to wear; to support; to endure; to bear; to chew the betel leaf and areca-nut.

தரித்திரம்: (பெ): வறுமை; poverty. ● **தரித்திரம்** பிடித்தவன் தலைமுழுகப் போனானாம். அப்போதே பிடித்ததாம் மழையும் இடியும். ● **தரித்திரப்பட்டாலும் தைரியம் விடாதே** - *பழமொழிகள்.*

தரித்திரி: (பெ): வறுமையானவள்; பூமி; poor woman; earth.

தரிபெறுதல்: (பெ): நிலை பெறுதல்; to rest on.

தரியலர்: (பெ): பகைவர்; enemies.

தரியார்: (பெ): பகைவர்; enemies.

தரு: (பெ): மரம்; இசைப்பாட்டு; கற்பகமரம்; tree; song; a tree in heaven yielding what all one desires.

தருக்கம்: (பெ): வாக்குவாதம்; மேம்பாடு; debate; excellence.

தருக்கி: (பெ): வாதம் செய்வதில் வல்லவன்; the person who is having the skill to debate.

தருக்கு: (பெ): வலிமை; செருக்கு; களிப்பு; வாக்கு வாதம்; strength; pride; joy; debate.

தருக்கோட்டம்: (பெ): காவிரிப்பூம்பட்டினத்தில் இருந்த கோயில்; the temple at Kaviripoompattinam.

தருசாரம்: (பெ): கற்பூரம்; camphor.

தருணம்: (பெ): இளமை; தக்க சமயம்; நல்ல எண்ணம்; youth; proper time; good intention.

தருணன்: (பெ): இளைஞன்; young man.

தருணை: (பெ): இளம்பெண்; young woman.

தருதல்: (வி): கொடுத்தல்; to give.

தருதன்: (பெ): கொடுப்பவன்; one who gives (something).

தருப்பகம்: (பெ): தாழ்வு; degradation.

தருப்பகன்: (பெ): மன்மதன்; Kama, the God of Love; Cupid.

தருப்படன்: (பெ): ஊர்க் காவற்காரன்; village guard.

தருப்பணம்: (பெ): தேவர், முனிவர், முதாதையர்கள் ஆகியோருக்குச் செய்யும் நீர்க்கடன்; கண்ணாடி; உணவு; libations of water to Gods, rishis and manes; mirror; food.

தருப்பம்: (பெ): அகங்காரம்; தருப்பைப்புல்; egotism; kaus grass considered sacred.

தருப்பாக்கிரம்: (பெ): தருப்பையின் நுனி; the tip of the kaus grass.

தருப்பு: (பெ): தரம்குறைந்த வெள்ளைக்கல்; an inferior white stone, a gem.

தருப்பை: (பெ): சடங்குகளில் பயன்படுத்தும் வெளிர்பச்சை நிறமுடைய ஒரு வகைப் புல்; kaus grass considered sacred.

தருமகர்த்தா: (பெ): கோயில் அறங்காவலர்; trustee of a temple.

தருமசக்கரம்: (பெ): அறவாழி; (Buddha and Jaina) the Wheel of Dharma.

தருமசங்கடம்: (பெ): தன் முன்னுள்ள இரண்டு சம மதிப்புள்ள வழியில் (அ) நபரில் எதை (அ) யாரைத் தேர்ந்தெடுப்பது என்ற குழப்பம்; உண்மையை ஒப்புக்கொள்ள மறுப்பது; dilemma, delicate position.

தரும சபை: (பெ): நீதிமன்றம்; judicial court.

தருமதி: (பெ): நிலுவை; balance as of dues.

தருமதேவதை: (பெ): அறக்கடவுள்; யமன்; God of Virtue personified; Yama, the judge.

தருமபத்தினி: (பெ): மனைவி; wife.

தருமபுத்திரன்: (பெ): பாண்டவருள் மூத்தவன்; the eldest of Pancha Pandavas.

தருமபுரம்: (பெ): ஓர் ஊர்; யமலோகம்; a town; the world of Yama, place of torture.

தருமம்: (பெ): நற்செயல்; தானம்; நீதி; இயற்கை; நல்லொழுக்கம்; virtuous deed; charity; justice; nature; prescribed conduct. ● **தர்மம்** தலை காக்கும் - *பழமொழி.*

தருமிருகம்: (பெ): குரங்கு; monkey.

தருராசன்: (பெ): பனை மரம்; palmyra tree.

தருவாரி: (பெ): கல்லுப்பு; rock-salt.

தருவி: (பெ): துடுப்பு; இலைக்கரண்டி; paddle; a leaf used as a ladle in Yagas to pour ghee in the sacrificial pit.

தருவை: (பெ): பெரிய ஏரி; a large lake.

தரூடம்: (பெ): தாமரை; lotus.

தரை: (பெ): பூமி; நிலம்; நரம்பு; earth; land; nerve.

தரைச்சக்கரம்: (பெ): தரையில் சுழலக்கூடிய சங்கு சக்கரம்; a cracker with a knob that spins on the floor.

தரைதட்டு: (வி): கப்பல் (அ) பெரிய படகு கரையோரப் பகுதியில் நகர முடியாதுபடி சிக்குதல்; (of ship) to run aground; be stranded.

தரைத்தளம்: (பெ): பலமாடிக் கட்டடத்தில் பூமியின் மேற்பரப்பை ஒட்டி அமையும் தளம்; ground floor.

தரைமகன்: (பெ): செவ்வாய்; the Planet Mars.

தர்ச்சினி: (பெ): சுட்டு விரல்; fore-finger.

தர்ப்பகன்: (பெ): மன்மதன்; Kama, the God of Love; Cupid.

தர்ப்பணம்: (பெ): தேவர், முனிவர், முதாதையர்கள் ஆகியோர்க்கிடும் நீர்க்கடன்; கண்ணாடி; உணவு; libations of water to Gods, rishies and manes; mirror; food.

தலகம்: (பெ): தடாகம்; pond.

தலக்கம்: (பெ): இழிசெயல்; the act which is considered as degraded.

தலக்கு: (பெ): நாணம்; modesty.

தசலம்: (பெ): முத்து; pearl.

தலம்: (பெ): இடம்; பூமி; உலகம்; ஆழம்; காடு; வீடு; தலை; நகரம்; இலை; உடலுறுப்பு; இதழ்; place; earth; world; depth; forest; house; head; town; leaf; part of the body; petal.

தலவாசம்: (பெ): திருத்தலத்தில் வாசம் செய்தல்; living in a holy town like Chidambaram, Kancheepuram, Madurai, etc.

தலன்: (பெ): கீழோன்; man of low qualities.

தலாடகம்: (பெ): காட்டு எள்; சுழல் காற்று; யானைச் செவி; wild sesame; cyclone; whirl wind; ear of an elephant.

தலாடகன்: (பெ): யானைப் பாகன்; mahout.

தலாடம்: (பெ): அணில்; squirrel.

தலாதலம்: (பெ): கீழேழு உலகங்களுள் ஒன்று; one of the seven hells.

தலாதிபதி: (பெ): அதிகாரி; மன்னன்; officer; king.

தலாமலம்: (பெ): மருக்கொழுந்து; southern wood.

தலை: (பெ): சிரம்; முதல்; சிறந்தது; வானம்; இடம்; உயர்ந்தோன்; தலைவன்; உச்சி; நுனி; முடிவு; ஒப்பு; ஆள்; மண்டையோடு; head; first; that which is the best; sky; place; great person; master; lord; crown; tip; end; resemblance; man; skull. ● **தலை**யிருக்க வால் ஆடலாமா? ● **தலை**க்குத் தலை பெரியதனம். உலைக்குத் தான் அரிசியில்லை. ● **தலை** சுழன்றவனுக்கு உலகமும் சுற்றும். ● **தலை**கீழாக நின்றாலும் கூடுகிற காலம் வந்தால்தான் கூடும். ● **தலை**க்கு வந்தது தலைப்பாகையோடு போனது *பழமொழிகள்.*

● **தலை**யின் இழிந்த மயிரனையர் மாந்தர்
நிலையின் இழிந்தக் கடை - *குறள் 964.*

தலைகாத்தல்: (பெ): ஆபத்திலிருந்து காத்தல்; to protect from danger.

தலைகொடுத்தல்: (வி): செயலில் முன்னிற்றல்; ஆபத்துக் காலத்தில் உதவுதல்; to undertake entire responsibility; to help another in an emergency even at one's own risk.

தலைக்கட்டு: (பெ): தலைப்பாகை; குடும்பம்; வீட்டின் முன்பகுதி; turban; family; front portion of a house.

தலைக்கருவி: (பெ): தலைக்கவசம்; helmet.

தலைக்கழிதல்: (பெ): பிரிதல்; to part with.

தலைக்கனம்: (பெ): செருக்கு; தலைநோவு; pride; headache.

தலைக்குடி: (பெ): பழங்குடி; tribal people; tribes.

தலைக்குத்து: (பெ): தலைவலி; headache.

தலைக்கோலம்: (பெ): தலையில் அணியும் அணிகலன்; a kind of ornament worn on the head.

தலைக்கோலாசான்: (பெ): நட்டுவனார்; dance master.

தலைக்கோல்: (பெ): அரசனிடமிருந்து ஆடல் மகளிர் பெறும் பட்டம்; a title of dancing girls received from kings.

தலைச்சன்: (பெ): மூத்த பிள்ளை; முதல் பிள்ளை; eldest son; first son. ● **தலைச்சன்** பிள்ளைக்காரி இடைச்சன் பிள்ளைக்காரிக்குப் பிரசவம் பார்த்தது போல. ● **தலைச்சன்** பிள்ளை பெற்றவளுக்குத் தாலாட்டும், ஆம்படையான் செத்தவளுக்கு அழுகையும் தானே வரும் - *பழமொழிகள்.*

தலைச்சீரா: (பெ): தலைக்கவசம்; helmet.

தலைச்சுமை: (பெ): தலைப்பாரம்; பொறுப்பு; the load carrying on one's head; responsibility. ● **தலைச்சுமை** தந்தான் என்று தாழ்வாக எண்ணாதே - *பழமொழி.*

தலைச் சுருளி: (பெ): மூலிகை வகை; a kind of herb.

தலைச்சூல்: (பெ): முதல் கர்ப்பம்; first pregnancy.

தலைதல்: (வி): மேன்மையாதல்; கூடுதல்; மழை பெய்தல்; மிகக் கொடுத்தல்; பரத்தல்; to rise; be added; to rain; to give excessively; to spread.

தலைதாழ்தல்: (பெ): வணங்குதல்; நாணுதல்; நிலைகெடுதல்; to pay respect to; be ashamed; be ruined in circumstances.

தலைத்தலை: (பெ): ஒவ்வொருவரும்; each person.

தலை நகரம்: (பெ): முதன்மையான நகரம்; capital city.

தலை நடுக்கம்: (பெ): தலையாட்டம்; அச்சம்; shaking of head; fear.

தலை நாள்: (பெ): முதல் நாள்; முற்பிறவி; முற்காலம்; first day; previous birth; ancient period.

தலைநிம்பம்: (பெ): சிவனார் வேம்பு; a herb.

தலைநோய்: (பெ): தலைவலி; headache.

தலை பணிதல்: (வி): வணங்குதல்; to give respect to.

தலைப்படுதல்: (வி): எதிர்ப்படுதல்; பெறுதல்; புகுதல்; தொடங்குதல்; ஒன்று கூடுதல்; to meet; to have; to get; to enter; to commence; to unite.

● **தலைப்**பட்டார் தீரத் துறந்தார் மயங்கி
வலைப்பட்டார் மற்றை யவர். - *குறள் 348.*

தலைப்பணிலம்: (பெ): வலம்புரிச்சங்கு; conch, whose spirals turn to the right.

தலைப்பந்தி: (பெ): பந்தியின் முதலிடம்; first place in a row of seats in a dining hall.

தலைப்பாகை: (பெ): தலையில் கட்டும் துணி; turban.

தலைப்பிரட்டை: (பெ): தலையிலிருந்த வால் போன்ற உடலமைப்பு உடைய முட்டையிலிருந்து வெளிவந்த தவளைக் குஞ்சு; tadpole.

தலைப்பிரிதல்: *(வி):* நீங்குதல்; to leave from.

தலைப்பிள்ளை: *(பெ):* முதற் பிள்ளை; first child.

தலைப்பு: *(பெ):* முன்றானை; தோன்றுமிடம்; நூல் போன்றவற்றின் தலைப்பெயர், front part of a saree; the place of starting; title of a book.

தலைப்புணை: *(பெ):* முக்கிய ஆதாரம்; important evidence.

தலைப்புரட்டு: *(பெ):* தொல்லை; பொய்; குழப்பம்; செருக்கு; trouble; lie; false; confusion; pride.

தலைப்புறம்: *(பெ):* முன்புறம்; front-side.

தலைப் பெயர்த்தல்: *(வி):* மீளச் செய்தல்; to relieve someone from trouble, danger etc.

தலைபெய்தல்: *(வி):* ஒன்று கூடுதல்; கிட்டுதல்; to come together; to receive; to get.

தலைமகள்: *(பெ):* தலைவி; மூத்த பெண்; மனைவி; mistress, heroine; eldest daughter; wife.

தலைமகன்: *(பெ):* தலைவன்; மூத்த மகன்; கணவன்; master lord, hero; eldest son; husband.

தலை மக்கள்: *(பெ):* மேன்மக்கள்; படைத் தலைவர்கள்; nobles; commanders of an army.

தலை மடிதல்: *(வி):* இறத்தல்; to die.

தலை மடை: *(பெ):* முதல் மடை; first (sluice) channel.

தலை மணத்தல்: *(பெ):* நெருங்குதல்; கலத்தல்; ஒன்றுடன் ஒன்று பின்னுதல்; to come close; to mingle; to become united.

தலை மயங்குதல்: *(வி):* பெருகுதல்; கலந்து இருத்தல்; கைகலத்தல்; கெடுதல்; பிரிதல்; to increase; be mixed up; to fight at close quarters; be ruined; to part with.

தலை மாடு: *(பெ):* படுக்கையின் தலைப்புறம்; head of a bed.

தலைமிதழ்: *(பெ):* மூளை; brain.

தலைமுறை: *(பெ):* பரம்பரை; generation. • தலைமுறை தலைமுறையாய் மொட்டை. அவள் பெயரோ கூந்தலழகி - *பழமொழி.*

தலை மூர்ச்சனை: *(பெ):* வருத்தம்; distress.

தலைமை: *(பெ):* முதன்மை; மேன்மை; உரிமை; main; leadership; superiority; priority.

தலைமை ஆசிரியர்: *(பெ):* ஒரு பள்ளியின் அன்றாட நிர்வாகம், கற்பிக்கும் பணி ஆகியவற்றிற்கு பொறுப்பான முதன்மைப் பதவி வகிப்பவர்; Headmaster.

தலைமை உரை: *(பெ):* நிகழ்ச்சி ஒன்றில் தலைமை தாங்குபவரின் உரை; address of the president or the chairman of the meeting.

தலைமைச் செயலகம்: *(பெ):* அரசு போன்ற வற்றின் மொத்தமான செயல்பாடுகளையும், அவற்றின் கிளைகளின் செயல்பாடுகளையும் ஒருங்கிணைத்து நிர்வகிக்கும் முதன்மை அலுவலகம்; head-quarters; secretariat.

தலைமை தாங்கு: *(வி):* வழி நடத்தும் பொறுப்பு ஏற்றல்; to preside over; to lead.

தலைமைப்பாடு: *(பெ):* பெருமை; greatness.

தலையங்கம்: *(பெ):* நடப்புப் பிரச்சினை குறித்து ஒரு பத்திரிகையின் சார்பாக அதன் ஆசிரியர் தனது கருத்தைத் தெரிவிக்கும் விதமாக எழுதும் கட்டுரை; editorial.

தலையணி: *(பெ):* பெண்கள் தலையில் அணிந்து கொள்ளும் ஆபரணம்; ornament worn on the head of a woman.

தலையணை: *(பெ):* படுக்கும்போது சற்று உயரமாகத் தலையை வைத்துக்கொள்ளப் பயன்படுத்தும் பஞ்சு போன்ற மென்மையான பொருளால் ஆனது (அ) காற்று அடைத்தவை; pillow.

தலையணை மந்திரம்: *(பெ):* மனைவி தன் கணவரிடம் படுக்கை அறையில் அவரின் குடும்பத்தினரைப்பற்றித் தவறான எண்ணத்தை உண்டாக்கும் விதமாகப் பேசிடும் பேச்சு; wife's talk in private intended to prejudice her husband against other members of his family.

தலையாட்டி பொம்மை: *(பெ):* எத்திசையில் ஆட்டி விட்டாலும் விழுந்துவிடாது பழைய நிலைக்கு வந்துவிடக்கூடிய உருண்டையான அடிப்பாகம் கொண்ட பொம்மை; சுயசிந்தனை இல்லாத நபர்; a doll which sways from side to side when tilted; the person who cannot think for himself.

தலையாட்டு: *(வி):* சம்மதம் (அ) உடன்பாட்டை எளிதில் தெரிவிக்கும் முறை; nod as a gesture that he would agree to any proposal without thinking it over.

தலையாய: *(பெ.அ):* முதன்மையான; மிகவும் முக்கியமான; principal; foremost.

தலையாரி: *(பெ):* கிராமத்தில் விளைந்த பயிர் திருட்டுப்போகாமல் காவல் இருத்தல், நீர்ப் பாசனத்தை மேற்பார்வையிடுதல் போன்ற பணிகளைச் செய்பவர்; a village servant who guards the crops against theft and stray animals. • தலையாரியும், அதிகாரியும் ஒன்றானால் சம்மதித்தபடி திருடுவார்களே! - *பழமொழி.*

தலையிடு: *(வி):* ஏதேனும் காரணத்தைக் காட்டி ஒதுங்கியிராது தாமாக இறங்கிச் செயல்படுதல்; குறுக்கிடுதல்; to intervene; to meddle with something; to interfere.

தலையில் கட்டு: *(வி):* தனக்கு விருப்பமற்ற வேலையை வேறொருவர் செய்யுமாறு வைத்தல்; தேவையற்ற பொருளை (அ) பொறுப்பை ஏற்கச்

தலையிடி 531 தவழ்புனல்

செய்தல்; to palm a work or thing off on someone; to saddle one with a responsibility.
தலையிடி: (பெ): தலைவலி; headache.
தலையில்லாச் சேவகன்: (பெ): நண்டு; crab.
தலையிறக்கம்: (பெ): அவமானம்; indignity.
தலையுவா: (பெ): அமாவாசை; New Moon day.
தலையெழுத்து: (பெ): வாழ்க்கையை நிர்ணயிப்பதாகக் கருதப்படும் விதி; fate.
தலையோடு: (பெ): மண்டையோடு; கபாலம்; skull.
தலை வரிசை: (பெ): உயரிய பரிசு; high prize.
தலைவலி: (பெ): தொந்தரவு; தலைநோவு; trouble; headache. • **தலைவலி**யும், காய்ச்சலும் தனக்கு வந்தால்தான் தெரியும் - *பழமொழி.*
தலை வழிதல்: (வி): நிரம்பி வழிதல்; to overflow.
தலைவன்: (பெ): முதல்வன்; அரசன்; குரு; மூத்தோன்; சிறந்தவன்; கடவுள்; கணவன்; captain; king; priest; aged man; man of virtue; God; husband. • **தலைவன்** எவ்வழியோ அவ்வழியே தொண்டனும் - *பழமொழி.*
தலைவாசகம்: (பெ): பாயிரம்; preface.
தலைவாசல்: (பெ): வீட்டின் முன்பாக இருக்கும் முன் வாசல்; front door; the door close to the street.
தலைவாரி: (பெ): சீப்பு; comb.
தலை வாருதல்: (வி): தலைமயிர் சீவுதல்; to comb the hair.
தலைவாழையிலை: (பெ): முழு வாழையிலையில் நுனிப்பகுதி இருக்குமாறு நறுக்கிய இலைத் துண்டு; the piece of plantain leaf with a pointed end.
தலைவி: (பெ): தலைமைப்பெண்; இறைவி; கதைத் தலைவி; மனைவி; தாய்; mistress; lady; Goddess; heroine of a story or a poem; wife; mother.
தலைவிதி: (பெ): ஊழ்; fate.
தல்லம்: (பெ): குழி; நீர் இருக்கும் பள்ளம்; pit; a hollow space with water.
தல்லி: (பெ): தாய்; mother.
தல்லிகை: (பெ): திறப்பு; opening.
தல்லு: (பெ): புணர்ச்சி; sexual intercourse.
தல்லுதல்: (வி): இடித்து நசுக்குதல்; to press something by hitting.
தல்லை: (பெ): இளம்பெண்; தெப்பம்; young woman; raft.
தவக்கம்: (பெ): தடை; தாமதம்; கவலை; hindrance; delay; anxiety.
தவக்கு: (பெ): நாணம்; modesty.
தவக்கொடி: (பெ): தவப்பெண்; ascetic woman.
தவங்கம்: (பெ): துன்பம்; distress.
தவங்குதல்: (வி): தடைப்படுதல்; வருந்துதல்; வாடுதல்; be checked; be distressed; to fade.
தவசம்: (பெ): தானியம்; grain.
தவசி: (பெ): முனிவர்; ascetic.
தவசிப்பிள்ளை: (பெ): சைவ உணவு சமைப்பவர்; the cook engaged for preparing vegetarian food.
தவச்சாலை: (பெ): முனிவர்கள் தவம் செய்யுமிடம்; hermitage.
தவணை: (பெ): ஏதேனும் ஒரு விகிதப்படி வாங்கப்பட்ட பொருளின் தொகையைப் பகுத்துக்கொண்டு குறிப்பிட்ட காலக்கெடுவுக்குள் திருப்பிச் செலுத்துவது; கால வரம்பு; தடவை; கெடு; எல்லை; தெப்ப வகை; hire purchase; instalment; time allowed to do something; occasion; (number of) time(s); limit; boundary; a kind of raft.
தவதாயம்: (பெ): இடுக்கண்; distress.
தவத்தர்: (பெ): முனிவர்கள்; ascetics.
தவத்தல்: (வி): நீங்குதல்; to leave.
தவத்திரு: (பெ): சைவமடத் தலைவரின் பெயருக்கு முன் இணைத்துக் கூறும் 'வணக்கத்திற்குரிய' என்னும் பொருள்படும் அடைமொழி; title of the head of Saiva Mutt meaning 'His Holiness.'
தவந்து: (பெ): தானியம்; grain.
தவப்பள்ளி: (பெ): முனிவர் வாழுமிடம்; hermitage.
தவம்: (பெ): பற்று நீங்கிய வழிபாடு; புண்ணியம்; இல்லறம்; கற்பு; தோத்திரம்; வெப்பம்; காட்டுத் தீ; penance; merit of virtuous deeds done in previous births; domestic life; chastity; praise; heat; wild fire; conflagration.
- தவமும் தவமுடையார்க்கு ஆகும் அவமதனை அஃதிலார் மேற்கொள் வது. - *குறள் 262.*
- தவஞ்செய்வார் தங்கருமஞ் செய்வார்மற் றல்லார் அவஞ்செய்வார் ஆசையுட் பட்டு. - *குறள் 266.*
- தவமறைந்து அல்லவை செய்தல் புதல்மறைந்து வேட்டுவன் புள்சிமிழ்த் தற்று. - *குறள் 274.*

தவராசம்: (பெ): வெள்ளைச் சர்க்கரை; white sugar.
தவர்: (பெ): வில்; துளை; bow; hole.
தவர்தல்: (வி): துளைத்தல்; to bore.
தவலத்து: (பெ): ஆட்சி; rule; government.
தவலை: (பெ): அகன்ற வாயினை உடையதும் உருண்ட அடிப்பகுதியையும் கொண்ட பெரிய உலோகப் பாத்திரம்; pot made of metal with a wide mouth and a tapering bottom.
தவல்: (பெ): குறைவு; கேடு; குற்றம்; இறப்பு; வறுமை; வருத்தம்; deficiency; harm; fault; death; poverty; distress.
தவவீரம்: (பெ): முனிவர்; ascetics.
தவழ்தல்: (வி): ஊர்தல்; தத்துதல்; பரத்தல்; to crawl; to leap; to spread.
தவழ்புனல்: (பெ): மெல்லச் சென்றிடும் ஆற்று நீர்; the river water which flows slowly.

தவளசத்திரம்: *(பெ):* வெண்கொற்றக் குடை; white umbrella of victory.
தவளத் தொடை: *(பெ):* தும்பை மாலை; a garland of leucas flowers worn by warriors when engaged in battle as a mark of their valour.
தவளம்: *(பெ):* வெண்மை; வெண்மிளகு; சங்கபாடாணம்; whiteness; white pepper; a kind of arsenic.
தவளிதம்: *(பெ):* வெண்மை; whiteness.
தவளை: *(பெ):* நீரிலும் நிலத்திலும் வாழும் ஓர் உயிரினம்; frog. ● **தவளை** தன் வாயால் கெட்டது போல - *பழமொழி.*
தவறு: *(பெ):* பிழை; நெறி தவறுகை; பஞ்சம்; குறைவு; fault; mistake; misconduct; famine; deficiency.
● *தவறில ராயினும் தாம்வீழ்வார் மென்றோள்*
அகறலி னாங்கொன்று உடைத்து. - குறள் 1325.
தவறுதல்: *(வி):* வழுவுதல்; பிசகுதல்; சாதல்; தப்புதல்; குற்றம் செய்தல்; தாண்டுதல்; தோல்வியுறுதல்; to swerve from the right; to fail; to die; to escape; to do an offence; to leap; be defeated.
தவற்றுதல்: *(வி):* விலக்குதல்; to reject; to discard.
தவனகம்: *(பெ):* மருக்கொழுந்து; southern wood.
தவனம்: *(பெ):* வெப்பம்; தாகம்; ஆசை; வருத்தம்; மருக்கொழுந்து; heat; thirsty; desire; distress; southern wood.
தவளைச்சொறி: *(பெ):* வலியோ, புண்ணோ இல்லாது உடலில் கருப்பாகத் தடிப்புடன் சிறு முள் போன்றிருக்கும் ஒரு வகைத் தோல் நோய்; a kind of skin eruption.
தவறணை: *(பெ):* (இலங்) மதுபானக் கடை; tavern; the place where liquor is sold or consumed.
தவனியம்: *(பெ):* பொன்; gold.
தவன்: *(பெ):* தவசி; ascetic.
தவாக்கினி: *(பெ):* வேள்வித்தீ; காட்டுத்தீ; sacrificial fire; wild fire.
தவாநிலை: *(பெ):* உறுதிநிலை; stubbornness.
தவாவினை: *(பெ):* மலை; முத்தி; mountain; final salvation.
தவாளித்தல்: *(வி):* கால்வாய் தோண்டுதல்; to dig a channel.
தவிசணை: *(பெ):* கட்டில்; cot.
தவிசம்: *(பெ):* வீடுபேறு; கடல்; final bliss; sea.
தவிசு: *(பெ):* தடுக்கு; பாய்; மெத்தை; பீடம்; திராவகம்; a small palmleaf mat; mat; mattress; cushion; distilled spirit; mineral acid.
தவிடு: *(பெ):* பொடி; அரிசியிலிருந்து கழியும் துகள்; powder; rice bran.
தவிட்டம்மை: *(பெ):* சின்னம்மை; chicken pox; measles.
தவிட்டான்: *(பெ):* மர வகை; a kind of tree.
தவிட்டுக்கிளி: *(பெ):* தத்துக்கிளி வகை; a kind of grasshopper.
தவித்தல்: *(வி):* இளைத்தல்; இன்மையால் துன்புறுதல்; to grow weary; to be distressed.
தவிப்பு: *(பெ):* வேட்கை; வருந்துகை; amorousness; suffering.
தவிர: *(இ.சொ):* நீங்கலாக; ஆயினும்; except; although.
தவிர்தல்: *(வி):* விலகுதல்; தணிதல்; பிரிதல்; ஒழிதல்; நீங்குதல்; to leave; to abate; to part with; to cease; to depart.
தவிர்த்தல்: *(வி):* நீக்குதல்; தடுத்தல்; அடக்குதல்; to remove; to stop; to control.
தவில்: *(பெ):* மேள வகை; a kind of two sided drum played by tapping one side with the hand and the other with a stick.
தவுசெலம்: *(பெ):* முருங்கை மரம்; horse radish tree.
தவுதல்: *(வி):* குன்றுதல்; to diminish.
தவ்வல்: *(பெ):* சிறு குழந்தை; இளம் விலங்கு; a small child; young animal.
தவ்வி: *(பெ):* அகப்பை; wooden ladle.
தவ்வு: *(பெ):* கெடுதல்; பாய்ச்சல்; பலகையில் இடும் துளை; decaying; spring forth; galloping; a hole drilled in a plank.
தவ்வுதல்: *(வி):* தாவுதல்; குறைதல்; குவிதல்; கெடுதல்; தவறுதல்; மெல்ல மிதித்தல்; to leap; to diminish; to heap; to decay; to slip away; to trample gently.
தவ்வை: *(பெ):* தாய்; தமக்கை; மூதேவி; mother; elder sister; Goddess of Misfortune.
தழங்கல்: *(பெ):* ஆரவாரம்; யாழ் நரம்போசை; loud noise; furore; the sound produced from the lute by stringing.
தழங்குதல்: *(வி):* ஒலித்தல்; முழங்குதல்; to sound; to rumble.
தழம்: *(பெ):* தைலம்; oil-like substance extracted from certain flora and fauna; medicinal oil; balm (for headache, etc.).
தழலாடி: *(பெ):* சிவபெருமான்; Lord Shiva.
தழலாடி வீதி: *(பெ):* நெற்றி; forehead.
தழலி: *(பெ):* நெருப்பு; fire.
தழல்: *(பெ):* நெருப்பு; நஞ்சு; கவண்; fire; poison; catapult.
தழற்சி: *(பெ):* அழலுதல்; to burn; to shine.
தழற்சொல்: *(பெ):* சுடுசொல்; harsh word.
தழற்பூமி: *(பெ):* உவர்மண்; saline soil.
தழால்: *(வி):* தழுவுதல்; சேர்த்துக்கொள்ளுதல்; to embrace; to recruit.

தழிச்சுதல்: *(வி):* தழுவுதல்; புகுதல்; to embrace; to enter.

தழு: *(பெ):* தழுவுகை; embracing.

தழுக்குதல்: *(வி):* செழிப்படைதல்; to prosper; to flourish.

தழுதணை: *(பெ):* படர்தாமரை; ஒருவகை கரப்பான்; ringworm; tetter.

தழுதழுத்தல்: *(வி):* குழறுதல்; flutter of voice.

தழுதாழை: *(பெ):* வாதமடக்கி மரம்; a kind of tree.

தழும்பம்: *(பெ):* ஈகையாளன்; philanthropist.

தழும்பு: *(பெ):* வடு; குறி; குற்றம்; சிதைவு; scar; mark; fault; ruin.

தழும்புதல்: *(வி):* பழகியிருத்தல்; to become addicted.

தழுவணி: *(பெ):* பெண்கள் ஆடும் குரவைக்கூத்து; a kind of dance by rural women.

தழுவணை: *(பெ):* தலையணை; திண்டு; pillow; cushion.

தழுவல்: *(பெ):* தழுவுதல்; embracing.

தழுவு: *(வி):* அணைத்துக்கொள்; to embrace.

தழுவுதல்: *(வி):* அணைத்தல்; மேற்கொள்ளுதல்; அன்பாய் நடத்துதல்; நட்பாக்கிக் கொள்ளுதல்; பொருந்துதல்; சூழ்தல்; to embrace; to undertake; to treat kindly; to make friendship; be suitable; to surround.

தழை: *(பெ):* இலை; தளிர்; மயில் தோகை; பீலிக்குடை; தழையாலான மகளிர் ஆடை; leaf; leaflet; peacock feather; umbrella made of peacock's feathers; a garment of women made of leaves.

தழைக்கண்ணி: *(பெ):* இலை மாலை; leaf garland.

தழைதல்: *(வி):* செழித்தல்; மிகுதல்; வளர்ச்சி அடைதல்; to flourish; to exceed; to grow.

தழைவு: *(பெ):* தளிர்ப்பு; குழைவு; செழிப்பு; வளமை; மிகுதி; sprout; mashy condition; flourishing condition; wealth; mickle.

தளசிங்கம்: *(பெ):* மாவீரன்; great warrior.

தளதளத்தல்: *(வி):* பலமாதல்; ஒளிர்தல்; to grow strong; to shine.

தளபதி: *(பெ):* படைத்தலைவன்; army chief.

தளப்படி: *(பெ):* மனவுளைவு; anxiety.

தளப்பம்: *(பெ):* காதணி வகை; மனவுளைவு; a kind of ear ornament; anxiety.

தளப்பு: *(பெ):* கேடு; சோர்வு; injury; langour.

தளம்: *(பெ):* உப்பரிகை; கனம்; வெண்சாந்து; தளவரிசை; தட்டு; மேடை; பூவிதழ்; படை; கூட்டம்; அடிப்படை; a gallery projecting from a building on the top floors; weight; lime mortar as white; upstairs; plate; platform; flower petal; army; crowd; base.

தளம்பு: *(பெ):* மதகு; சேற்றில் பயன்படுத்தும் கருவி; sluice gate; an instrument for working in mire.

தளம்புதல்: *(வி):* பழக்கமாதல்; to get accustomed.

தளர்ச்சி: *(பெ):* சோர்வு; நெகிழ்ச்சி; சோம்பல்; languor; tenderness; laziness.

தளர்தல்: *(வி):* நெகிழ்தல்; சோர்தல்; வலிமை குறைதல்; நுடங்குதல்; தவறுதல்; to become loose; to sag; to become flabby from age; be flexible; to slip.

தளர்வு: *(பெ):* சோர்வு; நெகிழ்கை; தடுமாறுகை; துன்பம்; languor; becoming loose; maze, distress.

தளவம்: *(பெ):* முல்லைக்கொடி; jasmine creeper.

தளவரிசை: *(பெ):* எழுதகம்; ornamental stone base for a pillar.

தளவாடம்: *(பெ):* கருவிகள்; ஆயுதங்கள்; instruments; weapons.

தளவாய்: *(பெ):* படைத்தலைவன்; army commander.

தளவு: *(பெ):* செம்முல்லை; யானையின் வாய்; golden jasmine; elephant's mouth.

தளா: *(பெ):* செம்முல்லை; முல்லை; ஊசி மல்லிகை; golden jasmine; jasmine; a kind of jasmine.

தளி: *(பெ):* கோயில்; இடம்; நீர்த்துளி; மழை; மேகம்; குளிர்; விளக்குத்தண்டு; temple; place; drop of water; rain; cloud; coldness; chillness; lamp stand.

தளிகை: *(பெ):* உண்கலம்; சமையல்; கூழ்; இறைவனுக்குப் படைக்கப்படும் பொருள்; plate to eat from; cooking; gruel; the offering to God.

தளிச்சேரி: *(பெ):* வேசிகள் வசிக்கும் தெரு; the street where the prostitutes live.

தளித்தல்: *(வி):* துளித்தல்; பூசுதல்; தெளித்தல்; to drip; to smear; to sprinkle.

தளிமம்: *(பெ):* அழகு; மெத்தை; படுக்கை; திண்ணை; வாள்; beauty; mattress; bed; raised platform to sit; sword.

தளியிலார்: *(பெ):* தேவரடியார்; temple dancing girls.

தளிர்: *(பெ):* கொழுந்து; leaflet.

தளிர்தல்: *(வி):* துளிர்த்தல்; தழைத்தல்; செழித்தல்; மகிழ்தல்; to sprout; to grow luxuriantly; to grow well; to rejoice.

தளிவம்: *(பெ):* தகடு; metal sheet.

தளுகன்: *(பெ):* பொய்யன்; liar.

தளுகு: *(பெ):* பொய்; lie.

தளுக்கு: *(பெ):* பகட்டு; மூக்குத்தி; தந்திரம்; அப்பிரகம்; pomp; nose jewel worn by women; trick; mica; *(வி):* மினுக்கு; to scintillate.

தளுக்குணி: (பெ): ஏமாற்றுபவன்; a cheat.
தளுக்குதல்: (வி): துலக்குதல்; ஒளிர்தல்; to polish; to shine.
தளும்புதல்: (வி): பாத்திரத்தில் நீர் (அ) கண்களில் கண்ணீர் வழியக்கூடிய நிலையில் காணப் படுதல்; ஒருவரின் பேச்சு, பார்வை ஆகியவற்றில் குறிப்பிட்ட ஓர் உணர்வு மிகுந்து காணப்படுதல்; (of liquids) to heave with fullness; (of tears) to brim; to overflow with; be filled.
தளுவம்: (பெ): கைத்துண்டு; towel.
தளை: (பெ): கட்டு; கயிறு; விலங்கு; பாசம்; மலர்; சிறை; காற்சிலம்பு; தொடர்பு; வயல்; வரம்பு; bandage; tie; coir; fetter; affection; flower; prison; anklet; connection; paddy field; limit.
தளைத்தல்: (வி): பிணித்தல்; to fasten with ropes.
தளைப்படுதல்: (வி): கட்டுப்படுதல்; to become bound.
தளையம்: (பெ): விலங்கு; fetters.
தள்ளல்: (பெ): பொய்; தள்ளுகை; lie; false; pushing.
தள்ளா: (பெ.அ): குறைவற்ற; sumptuous.

- *தள்ளா விளையுளும் தக்காரும் தாழ்விலாச்*
  செல்வரும் சேர்வது நாடு. - *குறள் 731.*

தள்ளாட்டம்: (பெ): அசைவு; சோர்வு; தடுமாற்றம்; move; languor; unstable state.
தள்ளாமை: (பெ): தளர்ச்சி; இயலாமை; முதுமை; slackness; infeasibility; old age.
தள்ளி: (வி.அ): விலகி; தூரத்தில்; aside; away.
தள்ளிப்போ: (வி): (முன்பே நிகழவேண்டிய நிகழ்வு மற்றொரு சமயத்தில் நடைபெறும் வகையில்) பிந்துதல்; to get put off or delayed.
தள்ளிப்போடு: (வி): ஒத்திப்போடுதல்; to postpone.
தள்ளிவிடு: (வி): கீழே விழச்செய்; to push someone or something down.
தள்ளு: (பெ): கழிவு; discount; rebate; (வி): அகற்று; கைவிடு; நீக்கு; to remove; to give up; to dismiss.
தள்ளுதல்: (வி): விலகுதல்; குன்றுதல்; தடுமாறுதல்; கழித்தல்; ஏற்க மறுத்தல்; அமுக்குதல்; வெட்டுதல்; மறத்தல்; தூண்டுதல்; தவறுதல்; வெளியேறுதல்; to leave; to diminish; to totter; to eliminate; to refuse; to press down; to cut; to forget; to induce; to slip off; to get away.
தள்ளுபடி: (பெ): ஒதுக்கப்படுவது; விலக்கப்படுவது; (பொருள்கள் விற்பனையில்) குறித்த விலையை விடக் குறைத்து விற்பதால் தரும் சலுகை; (something which is not) an exception; rebate; discount.
தள்ளுபடி செய்: (வி): நிராகரி; ரத்து செய்; to dismiss; to cancel; to write off.
தள்ளுவண்டி: (பெ): கையினால் தள்ளிச் செல்லக்கூடிய வகையில் சக்கரங்களைக் கொண்ட வண்டி; trolly; wheel barrow.

தள்ளுறுதல்: (வி): வருந்துதல்; be distressed.
தள்ளை: (பெ): தாய்; mother.
தறடிகம்: (பெ): மாதுளை; pomegranate.
தறி: (பெ): தூண்; முளைக்கோல்; கோடரி; pillar; peg; axe.
தறிகை: (பெ): கட்டுத் தறி; கோடரி; post for tying elephants; axe.
தறிச்சன்: (பெ): எருக்கு; yercum.
தறிதல்: (வி): அறுபடுதல்; be severed; to break.
தறித்தல்: (வி): வெட்டுதல்; கெடுத்தல்; பிரித்தல்; தானியம் புடைத்தல்; to cut; to ruin; to separate; to winnow.
தறுகண்: (பெ): அஞ்சாமை; கொடுமை; கொல்லுகை; bravery; atrocity; act of killing.
தறுகுதல்: (வி): தடைப்படுதல்; தவறுதல்; திக்கிப் பேசுதல்; தாமதம் செய்தல்; be checked; to slip off; to stammer; to delay.
தறுகும்பன்: (பெ): முரடன்; தீயவன்; ruffian; lout; miscreant.
தறுதலை: (பெ): அடங்காதவன்; unruly person; a loafer.
தறுதல்: (வி): கட்டுதல்; to tie.
தறும்பு: (பெ): முளை; அகழி; peg; moat considered as a defence.
தறுவாய்: (பெ): ஏற்ற சமயம்; தருணம்; on that occasion; juncture.
தறுவுதல்: (வி): குறைதல்; to decrease.
தறைதல்: (வி): தைத்தல்; to sew.
தறைமலர்: (பெ): ஆணியின் மரை; screw.
தற்கரன்: (பெ): கள்வன்; thief.
தற்கரிசனம்: (பெ): சுயநலம்; selfishness.
தற்காத்தல்: (பெ): தன்னைத்தானே பாதுகாத்தல்; to protect oneself; to act in self-defence.

- *தற்காத்துத் தற்கொண்டாற் பேணித் தகைசான்ற*
  சொற்காத்துச் சோர்விலாள் பெண். - *குறள் 56.*

தற்காப்பு: (பெ): தன்னைத்தானே பாதுகாத்துக் கொள்ளுகை; self-protection.
தற்காலம்: (பெ): நிகழ்காலம்; present time.
தற்கு: (பெ): செருக்கு; pride.
தற்குறி: (பெ): படிப்பறிவு இல்லாதவன்; an illiterate person.
தற்கெலம்: (பெ): வறுமை; poverty.
தற்கொண்டான்: (பெ): கணவன்; husband.
தற்கொலை: (பெ): தன்னைத்தானே மாய்த்துக் கொள்ளுதல்; suicide.

தற்கோலம்: *(பெ):* வால் மிளகு; cubeb.
தற்சமயம்: *(பெ):* இப்பொழுது; this time.
தற்சனி: *(பெ):* சுட்டு விரல்; forefinger.
தற்சாட்சி: *(பெ):* மனச்சாட்சி; பரமாத்மா; conscience; God as the supreme being.
தற்சிவம்: *(பெ):* முழுமுதற்கடவுள்; God.
தற்சுட்டு: *(பெ):* தன்னைச் சுட்டுதல்; reference to one's self.
தற்செயல்: *(பெ):* எதிர்பாராது தானே இயலுதல்; that which happens accidentally or by chance.
தற்செறுக்கு: *(பெ):* அகங்காரம்; egotism.
தற்பகன்: *(பெ):* மன்மதன்; Kama, the God of Love; Cupid.
தற்பணம்/தர்ப்பணம்: *(பெ):* முதுகெலும்பு; கண்ணாடி; யானையின் முதுகு; backbone; mirror; back of an elephant.
தற்பம்: *(பெ):* அகந்தை; பாவம்; வஞ்சனை; துயிலிடம்; மெத்தை; மனைவி; கத்தூரி; pride; sin; deceit; sleeping place; mattress; wife; musk of the deer.
தற்பரம்: *(பெ):* பரம்பொருள்; God.
தற்பரை: *(பெ):* உமாதேவி; Parvathi, consort of Lord Shiva.
தற்பின்: *(பெ):* தம்பி; younger brother.
தற்பு: *(பெ):* செருக்கு; உள்ள நிலைமை; pride; real position.
தற்புகழ்ச்சி: *(பெ):* தன்னைத்தானே புகழ்கை; self-praise.
தற்புருடம்: *(பெ):* சிவனின் ஐந்து முகங்களுள் ஒன்று; one of the five faces of Lord Shiva.
தற்பெருமை: *(பெ):* தன்னையும், தன்னைச் சார்ந்தவர்களையும் குறித்துப் பெருமைப்பட்டுக் கொள்வது; boasting of oneself or one's own people.
தற்பொழுது: *(வி.அ):* இந்த சமயத்தில்; at present; now.
தனகரன்: *(பெ):* குபேரன்; கள்வன்; millionaire; robber.
தனகுதல்: *(வி):* சண்டையிடுதல்; to fight with.
தனக்கட்டு: *(பெ):* பெருஞ்செல்வம்; wealth.
தனஞ்செயன்: *(பெ):* அர்ச்சுனன்; நெருப்பு; மூச்சு; Arjuna, one of the Pancha Pandavas; fire; breath.
தனதன்: *(பெ):* பெருஞ் செல்வந்தன்; very rich man.
தனபதி: *(பெ):* குபேரன்; Kubera, Lord of Wealth.
தனம்: *(பெ):* செல்வம்; பொன்; மார்பகம்; பசுங்கன்று; wealth; gold; breast; cow's calf.
தனயன்: *(பெ):* மகன்; son.
தனயை: *(பெ):* மகள்; daughter.
தனவந்தன்: *(பெ):* செல்வந்தன்; rich man.
தனவனா: *(பெ):* மர வகை; a kind of tree.
தனாசி: *(பெ):* ஒரு பண்; a song.
தனாதி: *(பெ):* தன்னுடையது; one's own thing.
தனி: *(பெ):* ஒற்றை; ஒப்பின்மை; single; incomparability. • **தனி**மரம் தோப்பாகுமா ?
• **தனி**வழியே போனவளைத் தாரம் என்று எண்ணாதே! - *பழமொழிகள்.*
• **தனி**யே இருந்து நினைத்தக்கால் என்னைத்
தினிய இருந்ததுஎன் நெஞ்சு. - *குறள் 1296.*
தனிகம்: *(பெ):* கொத்துமல்லி; coriander leaf and seed.
தனிகன்: *(பெ):* செல்வந்தன்; rich man.
தனிகை: *(பெ):* இளம்பெண்; கற்புடையவள்; young woman; woman of chastity.
தனிசு: *(பெ):* கடன்; loan.
தனிதம்: *(பெ):* ஒலி; முழக்கம்; sound; loud noise.
தனிப்பாடு: *(பெ):* தனிமை; solitude; loneliness.
தனிப்புறம்: *(பெ):* ஒதுக்குப்புறம்; solitary place.
தனிமுதல்: *(பெ):* கடவுள்; God.
தனிமை: *(பெ):* தனிப்பாடு; ஒதுக்கம்; ஒப்பின்மை; loneliness; solitude; incomparability.
தனியா: *(பெ):* கொத்தமல்லி; அரைக்கச்சை; coriander seed; waist-belt.
தனியூர்: *(பெ):* பெருநகர்; corporation.
தனு: *(பெ):* உடல்; வில்; தனுர் ராசி; சிறுமை; மார்கழி மாதம்; முனிவர் காசியபரின் மனைவி; body; bow; the ninth constellation of the Zodiac having the bow as its sign; Sagittarius; the Tamil month Maarkazhi; wife of the Sage Kasyapar.
தனுகாண்டன்: *(பெ):* வில்; அம்பு; bow; arrow.
தனுசன்: *(பெ):* மகன்; ஒரு அசுரன்; the son; an Asura.
தனுசாத்திரம்: *(பெ):* வில் வித்தை; archery.
தனுசாரி: *(பெ):* இந்திரன்; திருமால்; Lord Indra; Lord Vishnu.
தனுசு: *(பெ):* வில்; தனுசு ராசி; bow; the ninth constellation of the Zodiac having bow as its sign; Sagittarius.
தனுசை: *(பெ):* மகள்; the daughter.
தனுத்திரம்: *(பெ):* கவசம்; shield.
தனுமேக சாய்கை: *(பெ):* நீலக்கல்; a precious stone.
தனுரசம்: *(பெ):* வியர்வை; perspiration.
தனுருகம்: *(பெ):* மயிர்; hair.
தனுர் மாதம்: *(பெ):* மார்கழி; the Tamil month, Maarkazhi.
தனுவாரம்: *(பெ):* கவசம்; shield.
தனையள்: *(பெ):* மகள்; daughter.
தனையன்: *(பெ):* மகன்; son.
தன்: *(பெ):* 'தான்' என்பதன் வேற்றுமை உருபு ஏற்கும்போது திரியும் வடிவம்; the form of the third person pronoun 'தான்' serving as a

base for further declension. • **தன்** குற்றம் தனக்குத் தெரியாது. • **தன்** முதுகு தனக்குத் தெரியாது. • **தன்**வீட்டுக் கதவைப் பிடுங்கி அயல் வீட்டுக்கு வைத்துவிட்டு பொழுது விடியுமட்டும் நாய் ஒட்டியது போல. • **தன்** வீட்டு விளக்கு என்று முத்தமிடலாமா ? - *பழமொழிகள்.*

- *தன்னுயிர் நீப்பினும் செய்யற்க தான்பிறிது இன்னுயிர் நீக்கும் வினை. - குறள் 327.*
- *தன்குற்றம் நீக்கிப் பிறர்குற்றம் காண்கிற்பின் என்குற்ற மாகும் இறைக்கு. - குறள் 436.*
- *தன்துணை இன்றால் பகைஇரண்டால் தான்ஒருவன் இன்துணையாக் கொள்கவற்றின் ஒன்று - குறள் 875.*

தன்கு: (பெ): மகிழ்ச்சி; joy; happiness.

தன்மதிப்பு: (பெ): தற்பெருமை; self-importance.

தன்மயம்: (பெ): இயற்கை; திறமை; nature; ability.

தன்மன்: (பெ): யமன்; திப்பிலி; Yama, the God of death; long pepper.

தன்மானி: (பெ): வறுமை; poverty.

தன்மை: (பெ): குணம்; இயல்பு; நிலைமை; பெருமை; ஆற்றல்; நன்மை; quality; nature; state; greatness; ability; goodness.

தன்னமை: (பெ): நட்பு; friendship.

தன்னயம்: (பெ): சுய நலம்; selfish.

தன்னாட்சி: (பெ): சுய ஆட்சி; self-rule.

தன்னிச்சை: (பெ): தன் விருப்பம்; one's own desire.

தன்னியம்: (பெ): தாய்ப்பால்; mother's milk.

தன்னியாசி: (பெ): ஒரு பண்; ராகங்களில் ஒன்று; a song.

தன்னினி: (பெ): மர வகை; a kind of tree.

தன்னுதோணி: (பெ): சிறிய படகு; a small boat.

தன்னை: (பெ): தலைவன்; தமையன்; தமக்கை; தாய்; master; lord; elder brother; elder sister; mother.

தா

தா: (பெ): வலிமை; வருத்தம்; கேடு; பாய்தல்; குற்றம்; குறை; strength; pain; decay; pouncing; fault; defect; *(வி):* கொடு; to give.

தாகசாந்தி: (பெ): தாகத்தைத் தணித்தல்; quenching the thirst.

தாகம்: (பெ): நீர்வேட்கை; ஆசை; காமம்; thirst; desire; lust. • **தாகமிருக்கிறது; இரக்கமில்லை** - *பழமொழி.*

தாக்கணங்கு: (பெ): காமநோயினை மனிதருக்கு உண்டாக்கி வருத்தும் பெண் தெய்வம்; திருமகள்; Goddess who smites men with love; Goddess Lakshmi.

தாக்கம்: (பெ): பாதிப்பு; வேகம்; வீக்கம்; impact; speed; inflammation.

தாக்கல்: (வி): எதிர்த்தல்; பதிதல்; to oppose; to impress; *(பெ):* செய்தி; தகவல்; சம்பந்தம்; news; information; connection.

தாக்கீது: (பெ): நீதிமன்றம், அரசு போன்றவற்றின் எழுத்து மூலமான உத்தரவு; summon.

தாக்கு: (பெ): போர்; படை; வேகம்; சாதனை; குறுந்தடி; இடம்; நெல்வயல்; பாரம்; பற்று; வளமை; war; army; speed; achievement; small stick; place; paddy field; heaviness; attachment; richness.

தாக்குதல்: (வி): மோதுதல்; அடித்தல்; தீண்டுதல்; to hit; to beat; to dash; to envenom, as a snake by biting.

தாங்கல்: (பெ): தாங்குகை; மனக்குறை; துன்பம்; சகிப்பு; பூமி; நீர்நிலை; பாசன ஏரி; act of enduring; discontent; grief; sustaining; earth; water resource; lake.

தாங்கள்: (பெ): தனக்கு முன் இருப்பவரை மரியாதையுடன் அழைக்கப் பயன்படும் சொல்; படர்க்கை இடத்துப் பன்மைப் பெயருக்கு மாற்றாக வரும் பெயர்; (honorific) you; reflexive pronoun of third person plural.

தாங்கி: (பெ): ஆதாரம்; பூண்; யானைக் கொம்பில் அணிவிக்கப்படும் சிம்புரி; support; ring; ferrule; ring on elephant's tusk.

தாங்கு: (பெ): ஆதாரம்; ஈட்டிக் காம்பு; support; pole of a spear.

தாங்குகட்டை: (பெ): கால் ஊனமுற்றவர் தாங்கி நடக்கப் பயன்படுத்தும் கோல்; the crutches.

தாங்குசுவர்: (பெ): முட்டுச் சுவர்; supporting wall.

தாங்குதல்: (வி): சுமத்தல்; புரத்தல்; ஆதரித்தல்; பொறுத்தல்; வருந்துதல்; நொண்டுதல்; அணிதல்; சிறப்பித்தல்; அழுத்துதல்; இளைப்பாற்றுதல்; அனுஷ்டித்தல்; தாமதித்தல்; அடக்குதல்;

மாறுபடுதல்; to carry; to protect; to support; to bear; to endure; to suffer; to limp; to wear; to honour; to press; cause to relax; to follow; to observe; to delay; to control. • **தாங்கத் தாங்க தலைமேலே ஏறுவான்** - *பழமொழி.*

தாசநம்பி: *(பெ):* பூணூல் அணிந்திராத வைஷ்ணவன்; the devotee of Lord Vishnu who has not worn the sacred thread.

தாசமார்க்கம்: *(பெ):* அடிமை நெறி; the way of slavery.

தாசரதி: *(பெ):* தசரதனின் மகனாகிய ஸ்ரீ இராமபிரான்; Sri Rama, the son of King Dhasaratha.

தாசரி: *(பெ):* நாதன்; பாம்புப் பிடாரன்; மலைப்பாம்பு; lord; husband; master; snake catcher; snake-charmer; python.

தாசனாப் பொடி: *(பெ):* பற்பொடி; tooth powder.

தாசன்: *(பெ):* ஊழியன்; அடிமை; பக்தன்; மீனவன்; servant; slave; devotee; fisherman.

தாசி: *(பெ):* தோழி; அடிமைப்பெண்; சமூகத் தொண்டு புரிபவள்; விலைமகள்; மருதோன்றி மரம்; lady's maid; the woman who is working as a slave; social worker; prostitute; henna tree.

தாசியம்: *(பெ):* அடிமைத்தனம்; slavery.

தாசு: *(பெ):* நாழிகை வட்டில்; ஒரு மணி நேரம்; சூதாடு கருவி; clock; an hour; gambling dice.

தாசுவம்: *(பெ):* கொடை; bounty; gift.

தாசேரம்: *(பெ):* ஒட்டகம்; camel.

தாசோகம்: *(பெ):* சைவர்களின் மகேஸ்வர பூஜை; Maheshwara pooja of saivaites.

தாச்சி: *(பெ):* புல் வகை; a kind of grass.

தாடங்கம்: *(பெ):* மகளிரின் காதணி வகை; a kind of ear ornament worn by women.

தாடபத்திரம்: *(பெ):* ஓலையாலான காதணி; an ear ornament made of palmyra leaf.

தாடம்: *(பெ):* அடிக்கை; beating; striking.

தாடனம்: *(பெ):* தட்டுதல்; அடித்தல்; அபிநய வகை; act of knocking; beating; a kind of posture.

தாடாளன்: *(பெ):* மேன்மையானவன்; an eminent man.

தாடி: *(பெ):* மோவாய்; மோவாய் மயிர்; ஆட்டுக் கிடாவின் கழுத்தில் தொங்கும் முடி; வாளின் பிடி; தட்டுதல்; chin; beard; tuft of hair on the goat's chin; handle of a sword; act of knocking.

தாடித்தல்: *(வி):* அடித்தல்; கொட்டுதல்; to beat; to clap.

தாடிமஞ்சம்: *(பெ):* கொடி வகை; a kind of creeper.

தாடிமப்பிரியம்: *(பெ):* மாதுளம்பழத்தை விரும்பும் கிளி; the parrot which likes pomegranate fruit.

தாடிமம்: *(பெ):* சிற்றேலம்; a kind of cardamom seed.

தாடு: *(பெ):* தலைமை; வலிமை; leadership; high command; strength.

தாடை: *(பெ):* கன்னம்; தாடையெலும்பு; பெரும்பல்; விருப்பம்; மோவாய்; cheek; jaw; chaps; desire; chin.

தாட்கம்: *(பெ):* கொடி முந்திரிகை; vine.

தாட்கவசம்: *(பெ):* செருப்பு; slipper; leather sandals.

தாட்கோல்: *(பெ):* தாழ்ப்பாள்; திறவுகோல்; latch; key.

தாட்சம்: *(பெ):* கொடி முந்திரிகை; vine.

தாட்சன்: *(பெ):* கருடன்; white-headed kite.

தாட்சாயணி: *(பெ):* உமாதேவி; Parvathi Devi, the daughter of Dakshan.

தாட்சி: *(பெ):* தாமதம்; இழிவு; தாழ்ந்து பணிதல்; delay; meanness, the act of submitting to someone.

தாட்சிணியம்/தாட்சிணை: *(பெ):* இரக்கம்; கண்ணோட்டம்; மரியாதை; ஒருதலைச் சார்பு; pity; mercy; view; respect; partiality. • **தாட்சணியம் பார்ப்பது தன நாசம் அளிக்கும்** - *பழமொழி.*

தாட்டன்: *(பெ):* தலைமை; ஆண்குரங்கு; போக்கிரி; பெருமைக்காரன்; சிறந்தவன்; leadership; he-monkey; the person who creates nuisance; man of pride.

தாட்டானை: *(பெ):* கிழக்குரங்கு; an aged monkey.

தாட்டான்: *(பெ):* கணவன்; தலைவன்; husband; hero; master; lord.

தாட்டி: *(பெ):* திறமை; துணிவு; பெருமிதம்; கெட்டிக்காரி; அகலம்; ஆண்தன்மையுடையவள்; வைப்பாட்டி; ability; boldness; pride; clever woman; width; the woman who is having manly qualities; concubine.

தாட்டிகம்: *(பெ):* வலிமை; இறுமாப்பு; strength; arrogance.

தாட்டிகன்: *(பெ):* பலவான்; தீங்கு புரிபவன்; strong man; the person who is doing evil activities.

தாட்டுதல்: *(வி):* மறுத்தல்; காலங்கடத்துதல்; நீக்குதல்; to deny; to postpone; to reject.

தாட்டோட்டம்: *(பெ):* தாமதம்; குழப்பம்; புரட்டு; delay; confusion; deceit. • **தாட்டோட்டக் காரனுக்குத் தயிரும் சோறும்; விசுவாசக் காரனுக்கு வெந்நீரும் பருக்கையுமாம்** - *பழமொழி.*

தாட்படை: (பெ): கோழி; fowl; hen.

தாட்பாள்: (பெ): கதவடைக்கும் தாழ்; latch.

தாணா: (பெ): சிற்றுணவு; அவித்த கொள்ளு; காவல் நிலையம்; tiffin; cooked horse-gram; police station.

தாணாக்காரர்: (பெ): காவல்காரர்; guard, constable.

தாணி: (பெ): மரவகை; பூண்டு வகை; உந்து வண்டி; a kind of tree; a kind of herb; Auto.

தாணித்தல்: (வி): பதித்தல்; கெட்டிப்படுத்துதல்; to fix; to solidify.

தாணு: (பெ): சிவபெருமான்; தூண்; மலை; பற்றுக்கோடு; நிலைபேறு; தாவரம்; Lord Shiva; pillar; mountain; support; refuge, final bliss; plant.

தாணையம்: (பெ): கோட்டைக்குள் இருக்கும் படை; பாளையம்; மந்தை; the army which is in the fort; army quarters; a herd.

தாண்டகம்: (பெ): ஒரு வகைப் பாடல்; பிரபந்த வகை; a kind of verse; a kind of Prabandham.

தாண்டவமூர்த்தி/தாண்டவன்: (பெ): நடராசப் பெருமான்; Lord Nataraja, Shiva in his dancing attitude.

தாண்டவம்: (பெ): தாண்டுதல்; செலுத்துதல்; கூத்து வகை; the act of leaping; driving; a kind of dance.

தாண்டு: (பெ): குதித்தல்; வெற்றி; அகங்கரிப்பு; act of leaping; victory; conceit; arrogance.

தாண்டுதல்: (வி): கடத்தல்; குதித்தல்; மேம்பாடடைதல்; செருக்கடைதல்; to pass over; to jump; to leap; to prevail; be elated with self-pride.

தாண்முளை: (பெ): மகன்; the son.

தாதச்சி: (பெ): தவப்பெண்; woman ascetic.

தாதரி: (பெ): ஆடுதின்னாப் பாளை; a herb.

தாதலம்: (பெ): மனத்திட்பம்; பாகம்; நோய்; firmness of mind; part; disease.

தாதன்: (பெ): தாசன்; அடியவன்; தொண்டன்; தந்தை; ஈகையாளன்; வைணவப் பரதேசி; devotee; servant; slave; father; liberal donor; Vaishnava mendicant.

தாதா: (பெ): கொடையாளி; பெரியோன்; பிரம்மா; தாத்தா; தந்தை; liberal donor; great person; Lord Brahma; grandfather; father.

தாதானம்: (பெ): கரிக்குருவி; glossy black bird with long forked tail.

தாதான்மியம்: (பெ): ஒன்றுபட்டிருத்தல்; being united.

தாதி: (பெ): வேலைக்காரி; தோழி; செவிலித்தாய்; விலைமகள்; servant-maid; lady maid or companion; foster mother; prostitute.

தாது: (பெ): கனிமப்பொருள்; உலோகம்; காவிக்கல்; பஞ்சபூதம்; பூந்தாது; நாடி; தேன்; கேள்வி; உடலின் எழுவகைத் தாதுக்கள்; சுக்கிலம்; வாத பித்த சிலேட்டுமம்; பூவிதழ்; மலர்; நீறு; ஒரு தமிழ் வருடம்; அடிமை; mineral; metal; ochre; the five elements of nature; farina of flowers; pulse; artery; honey; question; seven kinds of minerals of the body; sperm; the three humours of the body; flower petal; flower; ash, powder; Thaadhu, a Tamil year; slave.

தாதுகி: (பெ): செங்கல்; brick.

தாதுசேகரம்: (பெ): துரிசு; blue vitriol.

தாதுண் பறவை: (பெ): வண்டு; bee.

தாது பார்த்தல்: (வி): கைநாடி அறிதல்; to feel the pulse.

தாதுவாதம்: (பெ): நாடியறிதல்; கபடம்; பொய்; உலோகப் பரிசோதனை; act of the feeling of the pulse; deceit; lie; false; metal examining.

தாதுவிருத்தி: (பெ): சுக்கிலப் பெருக்கம்; production of the sperm.

தாதுவிழுதல்: (வி): நாடி ஒடுங்குதல்; sinking of the pulse.

தாது வைரி: (பெ): கந்தகம்; கடுக்காய்; sulphur; gallnut.

தாதை: (பெ): தந்தை; பாட்டன்; பிரம்மன்; father; grandfather; Lord Brahma.

தாதொரு மன்றம்: (பெ): மேடை; dais.

தாத்தா: (பெ): முதியவன்; கிழவன்; பாட்டன்; aged person; old man; grandfather.

தாத்தாரி: (பெ): நெல்லி; emblic myrobalan.

தாத்தி: (பெ): ஆத்தி மரம்; a kind of tree.

தாத்திரம்: (பெ): கோடரி; வளைந்த வாள்; axe; curved sword.

தாத்திரி: (பெ): தாய்; பூமி; நெல்லிமரம்; ஆடுதின்னாப் பாளை; mother; earth; emblic myrobalan tree; a herb.

தாத்திரியம்: (பெ): வறுமை; poverty.

தாத்திருவாதம்: (பெ): கபடம்; சூது; பொய்; deceit; fraud; false; lie.

தாத்து: (பெ): நீதி; புகார்; பிரதிநிதித்துவம்; justice; complaint; representation.

தாத்துதல்: (வி): கொழித்தல்; ஒளித்து வைத்தல்; செலவழித்தல்; to winnow; to conceal (as stolen bullocks); to spend.

தாத்துரு: (பெ): கொத்துமல்லி; coriander seed.

தாநகம்: (பெ): கொத்துமல்லி; coriander seed.

தாந்தன்: (பெ): ஐம்புலன்களையும் வென்றவன்; victor of the five senses of the organs.

தாந்தி: (பெ): மன அடக்கம்; modesty.

தாந்திரிகம்: (பெ): தந்திரம்; ஆசைகளை அடக்குவதை எதிர்ப்பதும், 'தான்' என்பதை மறந்த உணர்வு நிலைதனை அடைந்திட

தேவைப்படுமெனில் போதைப்பொருட்களை உட்கொள்வதை அனுமதிப்பதுமான கோட்பாடு; trick; the tantric philosophy which embraces the acceptance of physical desires and admits if necessary the use of drugs to reach the creative awareness.

தாந்திரிகன்: *(பெ):* ஆகமவல்லோன்; the expert in Agamas.

தாந்துவீகன்: *(பெ):* தையற்காரன்; tailor.

தாபசன்: *(பெ):* துறவி; முனிவர்; monk; hermit; ascetic.

தாபசோபம்: *(பெ):* மிகு துன்பம்; heavy sorrow.

தாபத நிலை: *(பெ):* தவ ஒழுக்கம்; penance.

தாபதம்: *(பெ):* முனிவர் வாழுமிடம்; residing place of ascetics.

தாபதன்: *(பெ):* முனிவன்; ascetic.

தாபந்தம்: *(பெ):* இரக்கம்; ஆத்திரம்; சங்கடம்; pity; mercy; hastiness of temper; difficulty; trouble.

தாபம்: *(பெ):* வெப்பம்; தாகம்; துன்பம்; காடு; heat; thirst; grief; forest.

தாபரம்: *(பெ):* உடம்பு; மரப்பொந்து; மலை; இடம்; ஆதாரம்; பூமி; கோயில்; உறுதி; இலிங்கம்; body; hollow in a tree; mountain; place; support; earth; temple; firmness; Lingam, the symbol of Lord Shiva.

தாபரன்: *(பெ):* கடவுள்; God.

தாபரித்தல்: *(வி):* ஆதரித்தல்; to support.

தாபனம்: *(பெ):* நிறுவனம்; a firm; an establishment.

தாபனன்: *(பெ):* சூரியன்; the Sun.

தாபி: *(பெ):* யமுனை ஆறு; the River Yamuna.

தாபிஞ்சம்: *(பெ):* ஆமணக்குச் செடி; the castor plant.

தாபிதம்: *(பெ):* நிலை நிறுத்தப்பட்டது; சூடு; that which is set-up; heat.

தாபித்தல்: *(வி):* பிரதிஷ்டை செய்தல்; மெய்ப்பித்தல்; to establish a deity as in a newly built temple; to prove.

தாமசம்: *(பெ):* தாமதம்; தமோகுணம்; delay; one of the three gunas.

தாமணி: *(பெ):* கயிறு; தும்பு; coir; tethering rope.

தாமதம்: *(பெ):* உரிய நேரம் கழிந்துவிட்ட நிலை; மந்த குணம்; கால நீடிப்பு; being late; dullness; delay.

தாமநிதி: *(பெ):* சூரியன்; the Sun.

தாமநூல்: *(பெ):* ஆயுர்வேதம்; Ayurveda.

தாமம்: *(பெ):* பூமாலை; வடம்; கயிறு; பரமபதம்; நகரம்; ஊர்; மலை; இடம்; ஒழுங்கு; உடல்; பூ; சந்தனம்; ஒளி; போர்க்களம்; யானை; புகழ்; பிறப்பு; மாதர் இடை அணிகலன்; flower garland; rope; coir; salvation as the highest bliss; town; village; mountain; place; order; body; flower; sandal-wood; light; battle field; elephant; fame; birth; a kind of ornament worn on the waist of women.

தாமரசம்: *(பெ):* செம்பு; செந்தாமரை; copper; red lotus.

தாமரை: *(பெ):* தாமரைக்கொடி; மலர்; ஒரு பேரெண்; பத்மவியூகம்; எச்சில் தழும்பு; lotus; a flower; a large number; battle array in the form of a lotus; filthy patch on the skin. • **தாமரையிலைத் தண்ணீரைப் போல** - *பழமொழி.*

தாமரை நாயகன்: *(பெ):* சூரியன்; the Sun.

தாமரை நூல்: *(பெ):* தாமரைத் தண்டின் நூல்; the fibre of the lotus stem.

தாமரைப்பாசினி: *(பெ):* அரிதாரம்; yellow orpiment; musk of deer.

தாமரை மணாளன்: *(பெ):* சூரியன்; திருமால்; the Sun; Lord Vishnu.

தாமரை மணி: *(பெ):* தாமரை விதை; the seed of lotus.

தாமரையாசனன்: *(பெ):* பிரம்மன்; Lord Brahma.

தாமரையாள்: *(பெ):* திருமகள்; Goddess Lakshmi.

தாமளை: *(பெ):* புன்னை மரம்; mast wood.

தாமன்: *(பெ):* சூரியன்; the Sun.

தாமிச்சிரம்: *(பெ):* அடர்ந்த இருள்; மாயை; ஒரு நரகம்; dense darkness; illusion; a hell.

தாமிரக்கருணி: *(பெ):* மேல் திசைக்குரிய பெண் யானை; the she-elephant of western direction.

தாமிர சாசனம்: *(பெ):* செப்பேடு; inscripted copper plates.

தாமிர சிகி: *(பெ):* சேவல்; the cock.

தாமிர பல்லவம்: *(பெ):* அசோக மரம்; the Asoka tree.

தாமிர பீசம்: *(பெ):* கொள்ளு; the horse gram.

தாமிரம்: *(பெ):* செப்பு; copper.

தாமிரிகை: *(பெ):* குன்றிக் கொடி; crab's eye creeper.

தாமீகன்: *(பெ):* பகட்டுக்காரன்; dandy.

தாமை: *(பெ):* தாம்புக் கயிறு; rope.

தாமோதரன்: *(பெ):* கண்ணபிரான்; Lord Sri Krishna.

தாம்: *(சு.பெ):* உயர்திணைப் படர்க்கை, அஃறிணைப் பன்மைப் பொதுப்பெயர்; மரியாதை ஒருமைப் பெயருடன் (அ) பன்மைப் பெயருடன் இணைக்கப்பட்டு அழுத்தம் தரும் சொல்; தாகம்; விலை; reflexive pronoun of 'அவர்' or 'அவை'; emphatic particle suffixed to plural nouns or pronoun; thirst; price.

- *தாம்வீழ்வார் மென்தோள் துயிலின் இனிதுகொல் தாமரைக் கண்ணான் உலகு - குறள் 1103.*
- *தாம்வேண்டின் நல்குவர் காதலர் யாம்வேண்டும் கௌவை எடுக்கும்இவ் வூர். - குறள் 1150.*
- *தாம்வீழ்வார் தம்வீழப் பெற்றவர் பெற்றாரே காமத்துக் காழில் கனி. - குறள் 1191.*

தாம்பத்தியம்: *(பெ):* குடும்ப வாழ்க்கை; family life.

தாம்பாளம்: *(பெ):* சாய்வான விளிம்பினை உடைய பெரிய தட்டு; a large salvar with raised rim.

தாம்பிரபன்னி: *(பெ):* தாமிரபரணியாறு; the River Thamiraparani which flows near Thirunelveli.

தாம்பிரம்: *(பெ):* செம்பு; சிவப்பு; copper; red.

தாம்பு: *(பெ):* கயிறு; rope. • **தாம்பும்** அறுதல்; தோண்டியும் பொத்தல் - *பழமொழி.*

தாம்புலோவல்லி: *(பெ):* மர வகை; a kind of tree.

தாம்பூரவல்லம்: *(பெ):* வாழைமரம்; plantain tree.

தாம்பூலம்: *(பெ):* வெற்றிலை, பாக்கு; betel leaf and areca nut (to chew).

தாம்பூலம் தரி: *(பெ):* வெற்றிலைப் பாக்கு போடு; to chew betel leaf and areca nut.

தாம்பூலம் மாற்று: *(வி):* திருமணத்தை நிச்சயம் செய்திடும் விதமாக வெற்றிலைப் பாக்கு மாற்றிக்கொள்ளுதல்; to confirm a proposal of a marriage by exchanging betel leaf and areca nut.

தாம்பூலவல்லி: *(பெ):* வெற்றிலைக் கொடி; betel creeper.

தாம்பூலவாசகன்: *(பெ):* அடைப்பைக்காரன்; the person who assists his master to fold the betel leaves with areca nut and other ingredients for chewing.

தாம்பூலிகன்: *(பெ):* வெற்றிலை வியாபாரி; the seller of betel leaves.

தாம்போகி: *(பெ):* ஏரி மதகு; the sluice of a lake.

தாயகம்: *(பெ):* பிறந்த இடம்; அடைக்கலம்; சொந்த ஊர்; birth place; refuge; native place.

தாயக்கட்டை: *(பெ):* சூதாட்டத்தில் உருட்டும் பகடை; the dice (a pair of four-sided).

தாயத்தவர்: *(பெ):* உறவுமுறைப் பங்காளிகள்; kinsmen.

தாயபந்து: *(பெ):* உடன் பிறந்தவன்; brother.

தாயபாகம்: *(பெ):* உரிமைப் பங்கு; right of share.

தாயம்: *(பெ):* பங்கு; கவறு; தந்தை வழிச் சுற்றம்; துன்பம்; சூதாடு கருவி; கொடை; குழந்தைகள் விளையாட்டு வகை; பாகத்திற்குரிய முன்னோர் சொத்து; மேன்மை; share; gamble; paternal relationship; grief; dice; bounty; a kind of children's game; patrimony; excellence.

தாயாகுதல்: *(பெ):* தாய்மைப் பேறு அடைதல்; maternity.

தாயாதி: *(பெ):* ஒரு குடும்பத்தில் பிறந்த உரிமைப் பங்காளி; the agnate; kinsman.

தாயார்: *(பெ):* அம்மா, தாய்; வைணவக் கோயிலில் லட்சுமியைக் குறிக்கும் பொதுப்பெயர்; mother; a general term for Goddess Lakshmi, the consort of Lord Vishnu.

தாயுமானவர்: *(பெ):* பதினெட்டாம் நூற்றாண்டில் வாழ்ந்தவரும் தாயுமானவர் பாடலை இயற்றியவரும் சைவப்பெரியாரும் ஆவார்; a saiva devotee and poet, author of 'Thayumanavar Padal' and lived in 18th century.

தாயோலை: *(பெ):* மூலவோலை; original (palmyra leaf) script.

தாய்: *(பெ):* அன்னை; அம்மா; mother. • **தாயைத்** தண்ணீர்த் துறையில் பார்த்தால், மகளை வீட்டில் பார்த்தது போல. • **தாயைப்** போல பிள்ளை; நூலைப் போல சீலை. • **தாயைப்** பார்த்துப் பெண்ணைக் கொள்; கன்றைப் பார்த்துப் பசுவைக் கொள். • **தாயறியாத** சூல் உண்டோ? • **தாயைப்** போல பெண்ணும், தகப்பனைப் போல பிள்ளையும் - *பழமொழிகள்.*

தாய்க்கட்டு: *(வி):* வீட்டின் மையப் பகுதி; the central portion of a house.

தாய்க்குலம்: *(பெ):* பெண்ணினம்; women as a community.

தாய்சேய்நல விடுதி: *(பெ):* பிரசவம் பார்க்க அரசு ஏற்படுத்திய பிரசவ விடுதி; maternity and child care hospital.

தாய்க்கொலை: *(பெ):* தாயைக் கொலை செய்தல்; matricide.

தாய்ச்சி: *(பெ):* கருவுற்ற பெண்; தாய்ப்பால் கொடுக்கும் பெண்; மூலம்; pregnant woman; wet nurse; origin; source.

தாய்ச்சீலை: *(பெ):* கோவணம்; loin-cloth.

தாய்தந்தை: *(பெ):* பெற்றோர்; parent.

தாய்நாடு: *(பெ):* தானோ (அ) தன் பெற்றோரோ பிறந்த நாடு; mother land; native country.

தாய்போன்ற: *(பெ.அ):* தாயைப் போன்ற; motherly.

தாய்ப்பால்: *(பெ):* தாயின் மார்பில் சுரக்கும் பால்; mother's milk.

தாய்மாமன்: *(பெ):* தாய் வழி மாமன்; maternal uncle.

தாய்மை: *(பெ):* குழந்தை பெறும் நிலை; கர்ப்பம்; motherhood; condition of being pregnant.

தாய்மொழி: *(பெ):* தானோ (அ) தன் பெற்றோரோ பிறந்ததிலிருந்து பேசும் மொழி; mother-tongue.

தாய்வேர்: *(பெ):* ஆணிவேர்; tap root.

தாரகத்தான்: *(பெ):* பன்றிக் கொம்பு; horn of a pig.

தாரக மந்திரம்: *(பெ):* ஒன்றினை அடைந்திட மிகவும் ஆதாரமாக இருப்பதும், மனதிலிருந்து நீங்காமல் என்றும் நிலைத்து நிற்கும்படியாகவும் ஏற்றுக்கொள்ளப்படுவது; watchword.

தாரகம்: *(பெ):* பிரணவம்; சாதனம்; விண்மீன்; ஆதாரம்; 'OM', the Pranava Mantra; means; star; source.

தாரகன்: *(பெ):* ஓர் அசுரன்; காளியால் கொல்லப்பட்ட அசுரன்; முருகக்கடவுளால் சம்ஹாரம் செய்யப்பட்ட சூரபத்மனின் தம்பி; an Asura; the Asura who was killed by Mahakali; the younger brother of the Asura Soorapadhman who was killed by Lord Muruga.

தாரகாகணம்: *(பெ):* விண்மீன் கூட்டம்; group of stars.

தாரகாபதி: *(பெ):* சந்திரன்; குருபகவான்; the Moon; the Planet Jupiter, the guru of the celestial beings.

தாரகை: *(பெ):* விண்மீன்; பூமி; star; earth.

தாரக்கம்: *(பெ):* பத்திய உணவு; prescribed diet for a patient.

தாரண: *(பெ):* ஒரு தமிழ் வருடம்; Dhaarana, a Tamil Year.

தாரண நட்சத்திரம்: *(பெ):* மூலம், ஆயில்யம், கேட்டை, திருவாதிரை ஆகிய நட்சத்திரங்கள்; the stars, Moolam, Aayilyam, Kettai and Thiruvaadhirai.

தாரணம்: *(பெ):* தரிக்கை; உறுதிப்பாடு; நிலைத்திருக்கை; act of wearing; firmness; stability.

தாரணி: *(பெ):* பூமி; மலை; யமன்; earth; mountain; Yama, the God of Death.

தாரணித்தல்: *(வி):* தாங்குதல்; தரித்தல்; to support; to bear; to wear.

தாரணை: *(பெ):* தரித்தல்; உறுதி; நினைவில் கொள்ளுதல்; யோகங்களுள் ஒன்று; ஒழுங்கு; நெல் போன்றவற்றின் விலை; act of wearing; firmness; act of keeping in mind; one of the Yogas; order; the price of paddy, etc.

தாரதண்டுளம்: *(பெ):* வெண்சோளம்; (white) jowar; sorghum.

தாரதம்மியம்: *(பெ):* ஏற்றத்தாழ்வு; குறைநிறை; difference; disparity in status.

தாரபரிக்கிரகம்: *(பெ):* திருமணம்; wedding; marriage.

தாரம்: *(பெ):* மனைவி; அரிதாரம்; நீர்; வெள்ளி; அரும் பண்டம்; முத்து; நாக்கு; வெண்கலம்; ஏழிசையுள் ஒன்று; வீணை நரம்பில் ஒன்று; விண்மீன்; பார்வை; பாதரசம்; சாதிலிங்கம்; எல்லை; பச்சைப் பாம்பின் விஷம்; பிரணவம்; ஓர் உலோகம்; தேவலோக மரங்களுள் ஒன்றான மந்தார மரம்; தேவதாரு மரம்; மிதுன ராசி; சிற்றரத்தை; நாரத்தை; wife; yellow orpiment; water; silver; a rare thing; pearl; tongue; bell metal; bronze; one of the seven kinds of music; one of the strings of a veena; star; sight, vision; mercury; a kind of arsenic; boundary; poison of the whip snake; 'OM', Pranava Mantra; a metal; Mandhara tree, one of the trees in heaven; a kind of tree; the third constellation of the Zodiac having the twins as its sign; Gemini; a kind of herb; a kind of wild lime.

தாரா: *(பெ):* விண்மீன்; நாரை வகை; வாத்து வகை; நீர்த்தாரை; star; a kind of crane; a kind of duck; spout; gutter.

தாராங்கம்: *(பெ):* வாள்; sword.

தாராங்குரம்: *(பெ):* ஆலங்கட்டி; hail stone.

தாராடம்: *(பெ):* குதிரை; மேகம்; சாதகப்பறவை; horse; cloud; shepherd bird, believed to subsist on rain drops.

தாராட்டு: *(பெ):* தாலாட்டுப்பாட்டு; cradle song.

தாராதரம்: *(பெ):* மேகம்; cloud.

தாராதீனன்: *(பெ):* மனைவியை மரியாதையுடன் நடத்துபவன்; the person who treats his wife respectfully.

தாராபதம்: *(பெ):* வானம்; the sky.

தாராபதி: *(பெ):* சந்திரன்; வியாழன் என்னும் குரு பகவான்; the Moon; the Planet Jupiter.

தாராபந்தி: *(பெ):* நட்சத்திர வரிசை; the row of stars.

தாரா பலன்: *(பெ):* நட்சத்திர பலன்; the benefit caused by stars as per astrology.

தாராமூக்கன்: *(பெ):* பாம்பு வகை; a kind of snake.

தாராவணி: *(பெ):* காற்று; air.

தாராளம்: *(பெ):* ஊக்கம்; உதாரகுணம்; கொடைப்பண்பு; spirit; generosity; munificence.

தாரி: *(பெ):* வழி; முறைமை; விலைவாசி; அரிதாரம்; வண்டின் ஒலி; way; manner; prices of (essential) commodities; yellow orpiment; sound produced by beetle.

தாரிகம்: *(பெ):* தீர்வை; excise, duty, tax.

தாரிசம்: *(பெ):* நியாயமானது; ஒப்பந்தம்; that which is justified; treaty; pact; agreement.

தாரிணி: *(பெ):* பூமி; இலவு மரம்; earth; silk cotton tree.

தாரித்தல்: *(வி):* பொறுத்தல்; உடையதாதல்; தாங்குதல்; to endure; to possess; to bear; to support.

தாரித்திரியம்: *(பெ):* வறுமை; poverty.

தாரிப்பு: *(பெ):* உதவி; மதிப்பு; support; help; respect.

தாரு: *(பெ):* மரம்; மரக்கிளை; tree; branch of a tree.

தாருகம்/தாருகா வனம்/தாரு வனம்: *(பெ):* முனிவர்கள் பலர் தவம் செய்து சிறப்பு பெற்ற தபோவனம்; hermitage.

தாருணம்: *(பெ):* அச்சம்; fear.

தாருண்ணியம்: *(பெ):* இளமைப் பருவம்; youth.

தாரை: *(பெ):* ஒழுங்கு; வரிசை; கோடு; அடிச்சுவடு; பெருமழை; கண்மணி; கண்; கூர்மை; சீலை; நீர் வீசுங்கருவி; மாட்டின் பின்புறம்; எக்காளம்; சக்கராயுதம்; விண்மீன்; வாலியின் மனைவி; குரு பகவானின் மனைவி; குதிரைக்கதி; நீரொழுக்கு; ஆயுத அலகு; order; row; line; foot print; heavy rain; pupil; eye; sharpness; saree; water squirt; back-side of a cow; long brass trumpet; discus-like weapon; star; wife of Vaali, the monkey chief; wife of Guru Bhagavan; pace of horse; stream as of water; blade of weapon.

தாரை மழுங்கல்: *(பெ):* வயிரக் குற்றங்களுள் ஒன்று; one of the defects of diamond.

தாரை வார்த்தல்: *(வி):* திருமணத்தின்போது மகளை அல்லது ஒரு பொருளைத் தானம் செய்யும்போது கைகளில் நீரை வார்த்து ஒப்படைத்தல்; to offer one's daughter at the time of marriage or something by ritually pouring water into the hands of the recipient.

தார்[1]: *(பெ):* மாலை; பூ; அரும்பு; பூங்கொத்து; கிளியின் கழுத்திலுள்ள கோடு; முன்னணிப் படை; சேனை; ஒழுங்கு; கயிறு; பிடரி மயிர்; பறை வகை; உபாயம்; குலை; சங்கிலி; garland; flower; flower bud; cluster of flower; neck stripes of parrot; van of army; army; orderliness; coir; mane; a kind of drum; dextrous move; bunch (of fruit); chain.

- தார்தாங்கிச் செல்வது தானை தலைவந்த
  போர்தாங்கும் தன்மை யறிந்து. *- குறள் 767.*

தார்[2]: *(பெ):* சாலை போடப் பயன்படும் நிலக்கரியிலிருந்து கிடைத்திடும் பிசுபிசுப்பான கறுப்பு நிறப் பொருள்; நெசவுத் தறியின் நாடாவின் உள்ளே ஊடு இழையினைச் சுற்றி வைப்பதற்கான குச்சி போன்ற பகுதி; liquid tar; the pin in the shuttle of handlooms or power looms.

தார்க்கியன்: *(பெ):* கருடன்; white-headed kite.

தார்க்குச்சி: *(பெ):* மாட்டினை வேகமாக ஓட்டப் பயன்படும்கூர்மையான ஆணி பொருத்தப்பட்ட சிறு கம்பு; the goad.

தார்சுக் கட்டடம்: *(பெ):* மெத்தைக் கட்டடம்; storied house.

தார்ட்டியம்: *(பெ):* வலிமை; strength.

தார்த்தராட்டிரர்: *(பெ):* மன்னர் திருதராட்டிரரின் புதல்வர்களான துரியோதனனும் அவனது சகோதரர்களும்; கௌரவர்கள்; Duriyodhana and his younger brothers, the sons of king Dhritharashtra; Kauravas.

தார்ப்பாய்: *(பெ):* பொருட்களை மழை மற்றும் நீரால் நனைந்துவிடாமல்பாதுகாத்திடப்பயன்படுத்தும் தார் பூசப்பெற்ற முரட்டுத்துணி; tarpaulin.

தார்ப்பூ: *(பெ):* அடையாளப் பூ; the flower used as symbol.

தார்மபத்தனம்: *(பெ):* மிளகு; pepper.

தார்மீக: *(பெ.அ):* சட்டப்படி (அ) நியாயப்படி அல்லாது எது உண்மையோ, தர்மமோ அதன் அடிப்படையிலான; righteous.

தாலகி: *(பெ):* கள்; toddy.

தாலகேதன்/தாலகேது: *(பெ):* பலராமர்; Balarama, the brother of Lord Krishna.

தாலபத்திரம்: *(பெ):* பனையோலை; palmyra leaf.

தாலப்புல்: *(பெ):* பனை மரம்; palmyra-palm.

தாலமூலி: *(பெ):* நிலப்பனை; a herb.

தாலம்: *(பெ):* பனை மரம்; கூந்தற் கமுகு; பூமி; நாக்கு; தட்டம்; உண்கலம்; தேன்; உலகம்; யானைக்காது; மூன்று பிடி கொண்ட நீட்டல் அளவு; palmyra-palm tree; a kind of areca palm; earth; tongue; plate; eating plate; honey; world; ear of an elephant; a kind of linear measure.

தாலவட்டம்: *(பெ):* விசிறி; யானைக் காது; யானை வால்; பூமி; fan; ear of an elephant; elephant's tail; earth.

தாலவிருந்தம்: *(பெ):* பேரால வட்டம்; விசிறி; a large sized fan; fan.

தாலாட்டு: *(பெ):* குழந்தையை உறங்க வைப்பதற்காக இனிமையாகப் பாடப்படும் நாட்டுப்புறப் பாட்டு; lullaby song.

தாலாப்பு: *(பெ):* குளம்; tank.

தாலாலம்: *(பெ):* பழமொழி; proverb.

தாலி: *(பெ):* திருமணத்தின்போது மணமகன், மணமகள் கழுத்தில் கட்டும் அடையாள உரு; சிறுவர் கழுத்தில் அணியும் ஐம்படைத்தாலி; கீழ்க்காய் நெல்லி; மட்பாத்திரம்; பனை; பலகறை; a turmeric smeared cord with gold pendant tied by the bridegroom around the neck of bride at the time of wedding; amulet tied on a child's neck; a small herb with slender green branches used in the treatment of jaundice; earthen pot; palmyra-palm tree; cowry.

தாலு: *(பெ):* நாக்கு; அண்ணம்; tongue; roof of mouth; uvula.

தாலூரம்: *(பெ):* நீர்ச்சுழல்; சுழல் காற்று; குங்கிலிய வகை; whirlpool; cyclone; whirlwind; a kind of konkani resin.

தால்: *(பெ):* நாக்கு; tongue.

தாவகம்: *(பெ):* வனம்; காட்டுத்தீ; forest; wild fire; conflagration.

தாவடம்: *(பெ):* கழுத்தில் அணியும் வடம் போன்ற அணிகலன் வகை; உருத்திராக்க மாலை; இருப்பிடம்; a kind of necklace; rudraksha nuts strung together like garland; place of living.

தாவடி: *(பெ):* பயணம்; போர்; tour; war.

தாவடியிடுதல்: *(வி):* அடியிட்டுத் தாவியளத்தல்; to measure by leaping.

தாவணி: *(பெ):* இளம் பெண்களின் மேலாடை; மாட்டுச் சந்தை; மாட்டைப் பிணிக்கும் கயிறு; the upper garment worn by young girls over the skirt, lengthwise less than half a saree; half saree; cattle fair; a long rope to tie the cattle in a row.

தாவந்தம்: *(பெ):* சங்கடம்; இரக்கம்; வறுமை; ஆத்திரம்; நரகம்; trouble; disturbance; pity; mercy; poverty; anger due to frustration; hell.

தாவம்: *(பெ):* காடு; தீ; காட்டுத்தீ; வெப்பம்; துன்பம்; மரப்புழு; forest; fire; wild fire; heat; sorrow; a kind of worm.

தாவரம்: *(பெ):* நிலத்தில் வேர்விட்டு (அ) நீரில் மிதந்து, தண்டு, இலைகளுடன் வளர்வது; உடல்; இடம்; இலிங்கம்; உறுதி; ஆதாரம்; அசையாச் சொத்து; plant; body, as the abode of the soul; place; Shivalingam; stability; steadiness; support; immovable property as house.

தாவரலிங்கம்: *(பெ):* திருக்கோயில்களில் உள்ள சிவலிங்கம்; Shivalingam in the temples.

தாவரன்: *(பெ):* கடவுள்; God.

தாவரித்தல்: *(வி):* காப்பாற்றுதல்; தாங்குதல்; to maintain; to protect; to bear; to support.

தாவல்: *(பெ):* தாண்டுதல்; பரப்பு; வருத்தம்; act of leaping or jumping; area; sorrow; distress.

தாவளம்: *(பெ):* தங்குமிடம்; lodging.

தாவளி: *(பெ):* கம்பளம்; வெண்மை; carpet; whiteness.

தாவளியம்: *(பெ):* வெண்மை; whiteness.

தாவளை: *(பெ):* நோய் தணிதல்; curing of disease.

தாவனம்: *(பெ):* தூய்மை செய்தல்; தோற்றுவித்தல்; act of purifying; act of producing.

தாவா: *(பெ):* வழக்கு; தடை; dispute; case; suit; obstacle.

தாவானலம்: *(பெ):* காட்டுத்தீ; wild fire.

தாவு: *(பெ):* பாய்தல்; செலவு; எதிர்ப்பு; குதிரை நடை; கேடு; வலிமை; பற்றுக்கோடு; உறைவிடம்; பள்ளம்; துறைமுகம்; jumping; leaping; expense, objection; opposition; pace of horse; ruin; strength; support; refuge; dwelling place; depth; harbour.

தாவுதல்: *(வி):* தாண்டுதல்; தழைத்தல்; பறத்தல்; குதித்தல்; பரத்தல்; ஒழிதல்; கெடுதல்; to jump; to sprout; to fly; to leap; to spread; to leave; to decline; to decay.

தாழக்கோல்: *(பெ):* தாழ்ப்பாள்; திறவுகோல்; latch; key.

தாழம்: *(பெ):* அமைதி; தாமதம்; தாழ்வு; calmness; delay; shortness.

தாழம்பூ: *(பெ):* தாழையின் மணம் மிகுந்த வெளிர் மஞ்சள் நிற மடல்; screwpine flower.

தாழி: *(பெ):* வாயகன்ற சால்; வைகுண்டம்; சாடி; அரிதாரம்; கடல்; a large pot with a wide mouth; the sacred abode of Lord Vishnu; jar; yellow orpiment; sea.

தாழிடு: *(வி):* கதவைத் தாழ்ப்பாள் மூலமாக அடைத்திடு; to latch the door.

தாழி வயிறு: *(பெ):* பெருவயிறு; pot-belly.

தாழை: *(பெ):* தென்னை மரம்; புதராகப் படர்ந்து வளரும் மணம் மிகுந்த நீளமான மடல்களைக் கொண்டுள்ள ஒருவகைத் தாவரம்; coconut tree; a fragrant screwpine.

தாழ்: *(பெ):* தாழ்ப்பாள்; சீப்பு; திறவுகோல்; நீளம்; விரல் மோதிர வகை; வணக்கம்; latch; comb; key; length; a kind of finger-ring; homage.

- **தாழ்வதும், உயர்வதும் சகடக்கால் போல** - *பழமொழி.*
- அன்பிற்கும் உண்டோ அடைக்குந்தாழ் ஆர்வலர்
  புன்கணீர் பூசல் தரும் - *குறள் 71.*

தாழ்ச்சி: *(பெ):* கீழ்மை; தாழ்வு; குறைவு; பணிவு; நிலைகெடுதல்; meanness; baseness; depth; degradation; humility; submissiveness.

தாழ்ப்பம்: *(பெ):* ஆழம்; depth.

தாழ்ப்பாள்: *(பெ):* கதவடைக்கும் தாழ்; latch.

- ஒண்ணும் தெரியாத பாப்பா, போட்டுக்குவாளாம் **தாழ்ப்பாள்** - *பழமொழி.*

தாழ்மை: *(பெ):* பணிவு; இழிவு; தாமதம்; obedience, humility; meanness, vilification; delay.

தாழ்வடம்: *(பெ):* கழுத்தணிகலன் வகை; a kind of necklace.

தாழ்வரை: *(பெ):* மலையடிவாரம்; foot of a hill.

தாழ்வறை: *(பெ):* நிலவறை; cellar; vault.

தாழ்வாய்: *(பெ):* மோவாய்; chin.

தாழ்வாரம்: *(பெ):* தாழ்வாக இறக்கப்பட்ட வீட்டின் கூரைப்பகுதி; the front of the building with a sloping roof and open to the street.

தாழ்வு: *(பெ):* அவமானம்; பள்ளம்; குறுமை; அடக்கம்; துன்பம்; dishonour; pit; lowness; shortness; modesty; distress.

தாளகம்: *(பெ):* அரிதாரம்; yellow orpiment.

தாளக்கட்டு: *(பெ):* தாளத்துடன் சேர்ந்து ஆடவேண்டிய முறை; choreographic setting of rhythmic movement within the framework of a pattern or cycle of rhythm.

தாளடி: *(பெ):* குறுவைக்குப் பின் பயிரிடப்படும் இரண்டாவது நெல் சாகுபடி; சாகுபடி காலம்; the second crop of paddy; cultivation season.

தாளம்: *(பெ):* (இசை) அட்சரக் காலங்களை குறிப்பிட்ட எண்ணிக்கையில் கொண்ட சேர்க்கை; (கவிதை) ஒத்திசைவினால் உண்டாகும் ஓசை நயம்; கைத்தாளக் கருவி; பனைமரம்; கூந்தற்பனை; அரிதாரம்; (of music) the pattern in the beating of time; (of poetry) beat; instrument of time measure; palmyra-palm tree; talipot palm; jaggery palm; yellow orpiment.

தாளம்மை: *(பெ):* பொன்னுக்கு வீங்கி; mumps.

தாள வாத்தியம்: *(பெ):* மிருதங்கம், மேளம் போன்ற தட்டி வாசித்திடும் தோல் கருவி; percussion instrument.

தாளன்: *(பெ):* பயனற்றவன்; useless fellow.

தாளாண்மை: *(பெ):* விடா முயற்சி; perseverance.

- **தாளாண்மை** என்னும் தகைமைக்கண் தங்கிற்றே
வேளாண்மை என்னுஞ் செருக்கு - *குறள் 613.*
- **தாளாண்மை** இல்லாதான் வேளாண்மை பேடிகை
வாளாண்மை போலக் கெடும். - *குறள் 614.*

தாளாளர்: *(பெ):* தனியார் கல்வி நிறுவனங்களில் கல்வி சாராத பொறுப்புகளை நிர்வகிப்பவர்; one who is in-charge of non-academic, administrative work of a private educational institution; correspondent.

தாளாளன்: *(பெ):* ஊக்கமுடையவன்; முயற்சி உடையவன்; energetic person; active person.

தாளி: *(பெ):* பனை; கொடி வகை; தாளித்தல்; palmyra palm; a kind of creeper; seasoning.

தாளிகை: *(பெ):* செய்தித்தாள்; பத்திரிகை; newspaper; magazine.

தாளிக்கம்: *(பெ):* தழைப்பு; sprout.

தாளிசபத்திரி: *(பெ):* மர வகை; a kind of tree.

தாளிதம்: *(பெ):* தாளித்தல்; seasoning.

தாளிம்பம்: *(பெ):* நுதலணி வகை; a kind of forehead ornament.

தாளுதல்: *(பெ):* இயலுதல்; பொறுத்தல்; விலை பெறுதல்; be possible; to tolerate; be valued high.

தாளுருவி: *(பெ):* காதணி வகை; a kind of ear ornament.

தாள்: *(பெ):* கால்; மரத்தின் அடிப்பகுதி; வைக்கோல்; முயற்சி; தாழ்ப்பாள்; திறவுகோல்; படி; ஒற்றைக் காகிதம்; விளக்குத் தண்டு; ஆதி; கடையாணி; சிறப்பு; வால் நட்சத்திரம்; கண்டம்; தாடை; foot; bottom of a tree; straw; effort; latch; key; a kind of measure equalent to a litre; a single sheet of paper; lamp stand; foremost, the first; linch pin; elegance; comet; throat; jaw.

- கற்றதனா லாய பயனென்கொல் வாலறிவன்
நற்**றாள்** தொழாஅர் எனின். - *குறள் 2.*
- தனக்குவமை இல்லாதான் **தாள்**சேர்ந்தார்க் கல்லால்
மனக்கவலை மாற்றல் அரிது. - *குறள் 7.*
- அறவாழி அந்தணன் **தாள்**சேர்ந்தார்க் கல்லால்
பிறவாழி நீந்தல் அரிது. - *குறள் 8.*
- **தாளா**ற்றித் தந்த பொருளெல்லாம் தக்கார்க்கு
வேளாண்மை செய்தற் பொருட்டு. - *குறள் 212.*

தாறு: *(பெ):* வாழை போன்றவற்றின் குலை; இரேகை; மாடு ஓட்டும் கோலில் உள்ள முள்; அங்குசம்; விற்குதை; கீல் எண்ணெய்; bunch; lines in the palm; the sharpened nail in the goad ; the goad; arrow; tar applied on timber to guard against termites.

தாறுகன்னி: *(பெ):* வெள்ளைக் காக்கணங் கொடி; a herb.

தாறுமாறாக: *(வி.அ):* ஒழுங்கு முறையற்ற; தரக்குறைவாக; irregular; improperly.

தாறுமாறு: *(பெ):* ஒழுங்கின்மை; குழப்பம்; எதிரிடை; முறையின்மை; irregular; confusion; opposite; injustice.

தாற்பரியம்: *(பெ):* பொருள்; விவரம்; நோக்கம்; ஆவல்; பாராட்டு; meaning; particulars; motive; desire; felicitation.

தாற்றுதல்: *(வி):* கொழித்தல்; தரித்தல்; to winnow; to wear.

தாற்றுப்பூ: *(பெ):* கொத்துப்பூ; cluster of flowers.

தானகம்: *(பெ):* கூத்து வகை; a kind of dance.

தானசீலன்: *(பெ):* ஈகையாளன்; charitable man.

தானதருமம்: *(பெ):* ஈகை; ஈகைக்குணம்; charity; charitableness.

தானம்: *(பெ):* இடம்; இருப்பிடம்; பதவி; கோயில்; இருக்கை; சக்தி; துறக்கம்; நன்கொடை; யானை மதம்; கொடை; இல்லறம்; வாழை வகை; place; dwelling place; responsible position; temple; seat; power; paradise; gift; rut of an elephant; bounty; domestic life; a kind of plantain. • தனக்கு மிஞ்சித்தான் **தானமும்** தருமமும் - *பழமொழி.*

- **தானம்** தவம்இரண்டும் தங்கா வியன்உலகம்
வானம் வழங்கா தெனின். - *குறள் 19.*

தானவண்ணம்: *(பெ):* இசைப்பாட்டு வகை; a kind of song.
தானவர்: *(பெ):* அசுரர்; வித்தியாதரர்; Asuras; Vidyadharas.
தானவள்: *(பெ):* அசுரப் பெண்; a woman in Asura group.
தானவன்: *(பெ):* அசுரன்; சந்திரன்; an Asura; the Moon.
தானவாரி: *(பெ):* திருமால்; இந்திரன்; Lord Vishnu; Lord Indra.
தானாகரன்: *(பெ):* பெருங் கொடை வள்ளல்; a liberal donor.
தானாதிபதி: *(பெ):* படைத்தலைவர்; தூதுவன்; நடுநிலையாளர்; chief of an army; messenger; impartial person.
தானா பத்தியம்: *(பெ):* தூது; நடுவு நிலைமை; message; errand; mediation.
தானிகம்/தானிகை: *(பெ):* கொத்துமல்லி; coriander seed.
தானியம்: *(பெ):* நெல் முதலானவை; paddy, etc.
தானீகம்: *(பெ):* கோயில்; temple.
தானு: *(பெ):* காற்று; கொடையாளி; வெற்றியாளன்; wind; liberal donor; the person who gets victory.
தானூரம்: *(பெ):* சுழற்காற்று; cyclone; whirlwind.
தானை: *(பெ):* படை; ஆயுதம்; ஆடை; மேடைத் திரைச்சீலை; army; weapon; garment; curtain.
தான்: *(பெ):* உயர்திணை, அஃறிணை ஒருமைப் பொதுப்பெயர்; reflexive pronoun of third person singular. • **தானொன்று நினைக்கத் தெய்வம் ஒன்று நினைத்தது.** • **தானாடாவிட்டாலும் தன் சதை ஆடும்.** • **தான் கள்ளன். பிறரை நம்பான்.** • **தானும் உண்ணான்; பிறருக்கும் கொடுக்கமாட்டான்.** • **தான் பிடித்த முயலுக்கு மூணே கால்** - *பழமொழிகள்.*
தான்றி: *(பெ):* தான்றிமரம்; மருதோன்றி; எல்லை; a kind of tree; henna; boundary.
தான்தோன்றி: *(பெ):* கடவுள்; God.

தி

திகதி: *(பெ):* தேதி; date.
திகந்தம்: *(பெ):* திக்கின் முடிவு; end of the direction.
திகந்தராளம்: *(பெ):* வானம்; the sky.
திகம்: *(பெ):* மிகுதி; புலித்தோல்; அவாவறுத்தல்; excess; abundance; skin of the tiger; act of extirpating desire.
திகம்பரம்: *(பெ):* அம்மணம்; நிர்வாணம்; nakedness.
திகம்பரன்: *(பெ):* கதியற்றவன்; சமண முனிவன்; சிவன்; அருகன்; நிர்வாண சன்னியாசி; destitute person; Jain ascetic; Lord Shiva; Lord Arugan; naked mendicant.
திகம்பரி: *(பெ):* பார்வதி தேவி; Goddess Parvathi Devi, as the wife of Digambara.
திகரடி: *(பெ):* சோர்வு; மூச்சடைப்பு; weariness; choking.
திகரம்: *(பெ):* சோர்வு; ஈளை; அவா; weariness; phlegm; desire.
திகழ்: *(பெ):* ஒளி; தோற்றம்; light; appearance; origin.
திகழ்தல்: *(வி):* விளங்குதல்; சிறப்புறுதல்; to shine, like diamonds; to be eminent.
திகழ்வு: *(பெ):* ஒளி; விளக்கம்; light; lamp.
திகிரி: *(பெ):* வட்டவடிவு; சக்கரப்படை; தேர்; வண்டி; சூரியன்; மலை; மூங்கில்; குயவன் சக்கரம்; சக்கரம்; circle; the discus weapon; chariot; cart; the Sun; mountain; bamboo; potter's wheel; wheel.
திகிரிகை: *(பெ):* சக்கரம்; குயவன் சக்கரம்; wheel; potter's wheel.
திகிரிப்புள்: *(பெ):* சக்கரவாகப் பறவை; a kind of bird in separation said to be pining for its mate during the night, mentioned in classical Indian literature.
திகிர்: *(பெ):* நடுக்கம்; trembling; shivering.
திகில்: *(பெ):* அச்சம்; பீதி; fear; panic.
திகை: *(பெ):* திகைப்பு; ஈகை; மயக்கம்; தேமல்; திக்கு; perplexity; charity; mental delusion; yellow spots spreading about the breasts of women; direction.
திகைதல்: *(வி):* தீர்மானமாதல்; முடிவுறுதல்; to be determined; to come to an end.
திகைதி: *(பெ):* தேதி; date.
திகைத்தல்: *(வி):* தீர்மானமாதல்; முடிவுறுதல்; to be determined; to come to an end.

திகைப்பு: *(பெ):* பிரமிப்பு; ஈளை; perplexity; phlegm.
திக்கம்: *(பெ):* இளம் யானை; young elephant.
திக்கயம்: *(பெ):* எட்டுத் திக்கிலும் உள்ள யானைகள்; the elephants of eight directions.
திக்கரன்: *(பெ):* இளைஞன்; the youth.
திக்கரி: *(பெ):* இளம் பெண்; குமரி; young woman; virgin.
திக்கரித்தல்: *(வி):* மறுத்தல்; வெறுத்தல்; to deny; to hate.
திக்கரை: *(பெ):* முருக்கு; palas tree; sour lime.
திக்கற்றவன்: *(பெ):* கதியற்றவன்; destitute person.
திக்காரம்: *(பெ):* நிந்தை; இகழ்ச்சி; பிடிவாதம்; reproach; vilification; stubbornness; perverseness.
திக்கு: *(பெ):* திசை; புகலிடம்; வாய்த்தெற்று; direction; refuge; stammering.
திக்குதல்: *(வி):* சொற்கள் தடைப்பட தெற்றியுரைத்தல்; சொற்குழறிப் பேசுதல்; to stammer.
திக்குமுக்காடு: *(வி):* அளவுக்கு அதிகமாகத் திணறுதல்; to struggle; to get suffocated.
திக்குவாய்: *(பெ):* திக்கிப்பேசும் குறை; திக்கிப்பேசும் நபர்; stammering; one who stammers.
திக்குறு: *(பெ):* காட்டு முருங்கை மரம்; wild horse-radish tree.
திக்கென்று: *(வி):* எதிர்பாராத நிகழ்வு, செய்தி போன்றவற்றின் பாதிப்பால் திடீரென பயம் தோன்றுதல்; to be frightened.
திக்பிரமை: *(பெ):* சுய உணர்வினை முற்றிலுமாக இழந்துவிடும் நிலை; stupor; shocked state.
திங்கட்குழவி: *(பெ):* பிறைச்சந்திரன்; Crescent Moon.
திங்கள்: *(பெ):* சந்திரன்; வாரத்தின் இரண்டாம் நாள்; மாதம்; the Moon; Monday; month.
திசாமுகம்: *(பெ):* திக்கு; direction.
திசாயம்: *(பெ):* குங்கிலியம்; konkani resin.
திசி: *(பெ):* திசை; direction.
திசிலன்: *(பெ):* சந்திரன்; இராக்கதன்; the Moon; giant, demon, goblin.
திசு: *(பெ):* குறிப்பிட்ட செயல்பாட்டினை நிகழ்த்துவதற்கான ஒத்த வடிவ உயிரணுக்களின் தொகுப்பு; tissue.
திசை: *(பெ):* திக்கு; கோள் ஆட்சிக்காலம்; திரி; நிலைமை; direction; reign of a planet in the Zodiac; wick; state.
திசைக்கல்: *(பெ):* எல்லைக்கல்; landmark.
திசைச்சொல்: *(பெ):* பண்டைய தமிழகத்தை ஒட்டியிருந்த நிலப்பகுதிகளிலிருந்து வந்து வழங்கிய சொல்; borrowing made in the past found in Tamil from ancient Tamil land.
திசைதப்புதல்: *(வி):* வழிதவறுதல்; to miss the way.
திசைதிருப்பு: *(வி):* ஒருவரின் கவனம், பேச்சு போன்றவற்றை அவற்றின் போக்கிலிருந்து மாற்றி வேறொன்றில் செலுத்துதல்; to divert one's attention, speech, etc.
திசைத்தல்: *(வி):* மயங்குதல்; bewildered.
திசைமானி: *(பெ):* எப்போதும் வடக்குத் திசையையே காட்டும் முள்ளினை உடைய திசையை அறிவதற்கான கருவி; compass.
திசைமுகன்: *(பெ):* நான்முகன்; Lord Brahma.
திட உணவு: *(பெ):* திரவமாக இல்லாத உண்ணக் கூடிய உணவு; solid food (as opposed to liquid food).
திடகாத்திரம்: *(பெ):* ஆரோக்கியம் நிறைந்த உடல் அமைப்பு; கட்டுடல்; robustness of health or body.
திடசித்தம்: *(பெ):* மன உறுதி; firmness of mind.
திடப்படுத்து: *(வி):* (மனதினை) உறுதியான நிலையில் இருந்திடச் செய்தல்; to brace (oneself).
திடப்பொருள்: *(பெ):* ஒரு வடிவத்தையும், கெட்டித் தன்மையையும் உடைய பொருள்; solid.
திடமை: *(பெ):* வெள்ளெருக்கு; white yercum.
திடம்: *(பெ):* உறுதி; வலிமை; மெய்ம்மை; firmness; strength; truth.
திடர்: *(பெ):* மேட்டு நிலம்; மலை; குப்பைமேடு; புடைப்பு; தீவு; upland; mountain; heap of rubbish; swelling; island.
திடல்: *(பெ):* வெளியிடம்; மேட்டுப்பகுதி; open space; raised ground.
திடறு: *(பெ):* மேட்டுநிலம்; upland.
திடாரி: *(பெ):* ஊக்கம் உடையவன்; energetic person.
திடீர்: *(பெ.அ):* எவ்விதமான அறிவிப்பும், நிகழ்வதற்கான அறிகுறியும் இல்லாத; சற்றும் எதிர்பாராத; sudden; abrupt; unexpected.
திடீரென்று: *(வி.அ):* முன்னறிவிப்பு (அ) அறிகுறி இல்லாமல்; சற்றும் எதிர்பாராத நிலையில்; suddenly; all of a sudden; abruptly.
திடுக்கிடு: *(வி):* சட்டென்று அதிர்ச்சி அடைந்திடு; be alarmed; to get a lump in the throat.
திடுதிடுப்பென்று: *(வி.அ):* திடீர் முடிவுடன்; திடீரென்று; suddenly; without notice; without time pondering.
திடுதிடுவென்று: *(வி.அ):* வேகமாக; மளமள வென்று; சத்தத்துடன் வெகு வேகமாக; swiftly; (noisily) fast.
திடுமலி: *(பெ):* அடங்காதவள்; termagant.

திடுமல்: *(பெ):* பெண்ணின் அடங்காத்தன்மை; arrogant nature of a woman.

திடுமன்: *(பெ):* திண்மை; அடங்காத் தன்மை; solidity; strength; arrogant nature.

திட்குதல்: *(வி):* மனம் குலைதல்; broken-heartedness.

திட்டம்: *(பெ):* கட்டளை; செவ்வை; ஏற்பாடு; நிலவரம்; மதிப்பு; உறுதி; நிறைவு; செலவு; சாகுபடி; order; certainty; lay-out; condition; respect; firmness; completion; expense; cultivation.

திட்டணம்: *(பெ):* இலுப்பை மரம்; South Indian Mahua.

திட்டாணி: *(பெ):* மரத்தைச் சுற்றியுள்ள மேடை; the raised platform around a tree.

திட்டாந்தம்: *(பெ):* எடுத்துக்காட்டு; உறுதி; example; firmness.

திட்டி: *(பெ):* மேடு; திட்டிவாயில்; பலகணி; பார்வை; கண்ணேறு; தினை; mound; a wicket gate in the door of temple or fort; lattice; vision; sight; evil-eye; millet.

திட்டித்தம்பம்: *(பெ):* கண்கட்டு வித்தை; art of conjuring.

திட்டிவிடம்: *(பெ):* பார்வையாலேயே கொல்லும் தன்மையை உடைய பாம்பு; the snake which kills its enemy or prey by its own sight.

திட்டு: *(பெ):* மேட்டு நிலம்; சிறு குன்று; ஆற்றிடைக் குறை; வசை; upland; hillock; ait (eyot); reproach.

திட்டுதல்: *(வி):* வைதல்; வசை கூறுதல்; to abuse; to vituperate.

திட்டை: *(பெ):* வெள்ளெருக்கு; ஓர் ஊர்; திண்ணை; மேட்டு நிலம்; உரல்; white yercum; a town; raised platform in front of a house; upland; mortar.

திட்பம்: *(பெ):* வலிமை; உறுதி; strength; firmness.

திணர்: *(பெ):* செறிவு; closeness.

திணர்தல்: *(வி):* சோர்தல்; திகைத்தல்; be weary; be confused; be perplexed.

திணர்த்தல்: *(வி):* நெருக்கமாதல்; கனமாகப் படிந்திருத்தல்; be congested; to settle as sediment.

திணறுதல்: *(வி):* மூச்சுத் தடுமாறுதல்; to gasp for breath.

திணி: *(பெ):* திட்பம்; செறிவு; பூமி; firmness; strength; closeness; earth.

திணிகம்: *(பெ):* போர்; battle field.

திணிதல்: *(வி):* இறுகுதல்; செறிதல்; to become tight; be thick.

திணித்தல்: *(வி):* பெட்டி, பை போன்றவற்றில் அளவுக்கு அதிகமாகப் பொருளைச் சீரற்ற விதத்தில் அடைத்தல்; ஒன்றினை வைத்துக் கொள்ளும்படி வலுக்கட்டாயமாகக் கொடுத்தல்; விருப்பத்திற்கு மாறாக ஒருவர்மீது சுமத்துதல்; to stuff things in a bag, trunk etc.; to thrust into something or on to somebody; to impose something on someone against his will.

திணிப்பு: *(பெ):* விருப்பத்திற்கு மாறாகத் திட்டம், முடிவு முதலானவற்றை நடைமுறைக்குக் கொண்டு வருதல்; ஒன்றினை ஏற்கச் செய்திடும் பலவந்தம்; imposition of something.

திணிவு: *(பெ):* வன்மை; நெருக்கம்; strength; hardness; closeness.

திணுக்கம்: *(பெ):* கட்டி; செறிவு; boil; closeness.

திணை: *(பெ):* ஒழுக்கம்; நிலம்; குலம்; இடம்; வீடு; தமிழ் நூல்களில் வரும் அகத்திணை, புறத்திணை என்னும் ஒழுக்கம்; conduct; land; community; house; conventional rules of conduct laid down in the Tamil works.

திணைக்களம்: *(பெ):* (அரசுத்) துறை; (government) department.

திண்கல்: *(பெ):* சுக்கான் கல்; kunkur lime stone; overburnt brick.

திண்டகம்: *(பெ):* கிலுகிலுப்பைச் செடி; a kind of plant.

திண்டாட்டம்: *(பெ):* தவிப்பு; அல்லல்; அவதி; straits; quandary; trouble.

திண்டாடுதல்: *(வி):* தவித்தல்; அல்லல்படுதல்; to struggle; to be put to hardship.

திண்டி: *(பெ):* உணவு; யானை; பருமன்; தம்பட்டம்; food; elephant; bulk; a large round tom-tom.

திண்டிமம்: *(பெ):* பறை வகை; a kind of drum.

திண்டு: *(பெ):* பஞ்சணை வகை; a semi-circular or a long cylindrical pillow.

திண்ணகம்: *(பெ):* மெருகிடும் கருவி; செம்மறியாட்டுக் கிடா; a polishing tool; ram.

திண்ணக்கம்: *(பெ):* திமிர்; haughtiness.

திண்ணம்: *(பெ):* உறுதி; நிச்சயம்; வலிமை; இறுக்கம்; மெய்ம்மை; firmness; certainty; strength; tightness; truth.

திண்ணன்: *(பெ):* வலிமையுடையோன்; கண்ணப்ப நாயனார்; strong man; Kannappa Nayanar, one of the sixty-three saiva Nayanmars.

திண்ணிய: *(பெ.அ):* உறுதியான; வலிமையான; firm; strong.

திண்ணியன்: *(பெ):* வலியவன்; மனவுறுதி உடையவன்; strong man; one who has firm mind.

திண்ணை: *(பெ):* பழங்காலத்திய வீடுகளின் வாசலில் பக்கவாட்டின் இருபுறத்திலும் உட்கார, படுக்க ஏற்றபடி கட்டப்பட்ட சற்று உயரமான மேடை போன்ற அமைப்பு; மேடு; வேதிகை; a raised platform at the entrance of a house for the purpose of resting; mound; platform; altar.

திண்ணைக்குறடு: *(பெ):* திண்ணையை ஒட்டி அமைந்திருக்கும் படிக்கட்டு; the step adjacent to the raised platform.

திண்ணைப் பள்ளிக்கூடம்: *(பெ):* முற்காலத்தில் மாணவர்களுக்கு ஆசிரியர் வீட்டுத் திண்ணையில் அமர வைத்துக் கல்வி கற்பித்த முறை; the school conducted by a teacher on the raised platform of his house itself in olden days.

திண்மம்: *(பெ):* திட வடிவம்; solidity.

திண்மை: *(பெ):* உறுதி; வலிமை; பருமன்; உண்மை; firmness; strength; bulk; truth.

திதம்: *(பெ):* அக்கினி; நிலை; கட்டுக்கதை; fire; firmness; fable tale; mythological tale.

திதலை/திதனி: *(பெ):* தேமல்; வெளிறியிருத்தல்; yellow-spots on the skin; paleness.

திதி: *(பெ):* அமாவாசை, பௌர்ணமி ஆகியவற்றுக்குப் பிறகு வரும் காலத்தைப் பதினைந்தாகப் பிரித்த பிரிவுகளுள் ஒன்று; இறந்துபோன உறவினரின் நினைவாக ஆண்டுதோறும் அவர் இறந்த நாளன்று நடத்தப்படும் சடங்கு; நிலைபேறு; நிலைமை; சிறப்பு; செல்வம்; வாழ்வு; வளர்ச்சி; கனம்; காப்பு; இருப்பு; காசிப முனிவரின் மனைவி; lunar day; a ceremony performed in memory of a deceased person on his/her death anniversary; stability; preservation; grandeur; wealth; life; growth; weight; protection; position; Thithi, wife of Kasyapar, a sage.

திதிசர்: *(பெ):* திதியின் புதல்வர்களான அசுரர்; Asuras, the son of Thithi.

திதிட்சயம்: *(பெ):* அமாவாசை; New-moon day.

திதிட்சை: *(பெ):* பொறுமை; patience.

திதித்தல்: *(வி):* காத்தல்; கட்டுதல்; to protect; to tie.

திதிபரன்: *(பெ):* திருமால்; Lord Vishnu.

திதியம்: *(பெ):* அழிவின்மை; state of imperishableness.

திதீக்கை: *(பெ):* பொறுமை; patience.

திதைதல்: *(வி):* பரவுதல்; to spread.

தித்தம்: *(பெ):* கசப்பு; bitterness.

தித்தி: *(பெ):* இனிப்பு; இன்பம்; தேமல்; குரங்கு; துருத்தி; குரவ மரம்; வேள்விக்குழி; ஒரு வாத்திய வகை; sweetness; pleasure; yellow spots on the skin; monkey; bellow; a kind of tree; sacrificial pit; a kind of musical instrument.

தித்திசாகம்: *(பெ):* மாவிலங்க மரம்; a kind of tree.

தித்தித்தல்: *(வி):* இனித்தல்; be sweet.

தித்திப்பு: *(பெ):* இனிப்பு; sweetness.

தித்தியம்: *(பெ):* வேள்விக் குழி; sacrificial pit.

தித்திரம்: *(பெ):* அரத்தைச் செடி; a kind of herb.

தித்திரி: *(பெ):* மீன்கொத்திப் பறவை; கவுதாரி; king fisher; partridge.

தித்திரு: *(பெ):* நாணல்; a large and coarse grass.

தித்துப்பாடு: *(பெ):* திருத்தம்; correction.

திந்திடம்: *(பெ):* புளிய மரம்; tamarind tree.

திந்திரிச்சி: *(பெ):* நாணல்; a large and coarse grass.

திந்திருணி: *(பெ):* புளிய மரம்; tamarind tree.

திபதை: *(பெ):* ஒருவகைப் பாட்டு; a kind of song.

திப்பி: *(பெ):* கோது; சிறு மண் சட்டி; waste; a small earthen pot.

திப்பியம்: *(பெ):* திவ்வியம்; துறக்கம்; சிறந்தது; தெய்வத்தன்மை வாய்ந்தது; ஓமம்; divinity; paradise; that which is excellent; that which is divine; bishop's weed.

திப்பிலாட்டம்: *(பெ):* விடுகதை; பித்தலாட்டம்; riddle; deception.

திப்பிலி: *(பெ):* ஒரு மருந்துச் சரக்கு; long pepper.

திப்பை: *(பெ):* மேடு; பருத்தது; mound; that which is bulky.

திமி: *(பெ):* பெருமீன்; a large fish.

திமிகோடம்: *(பெ):* கடல்; sea.

திமிங்கிலம்: *(பெ):* பெருமீன் வகை; whale.

திமிசம்: *(பெ):* வேங்கை மரம்; neem tree.

திமிசுக்கட்டை: *(பெ):* தரையைச் சமப்படுத்திக் கெட்டியாக்க நீண்ட கம்பின் அடிப்பகுதியில் கனமான கட்டையைப் பொருத்திச் செய்த கருவி; heavy wooden block with a long handle used as a rammer.

திமிதம்: *(பெ):* பேரொலி; உறுதி; குதித்தாடுதல்; loud noise; firmness; a kind of game.

திமிரகாசம்: *(பெ):* கண்ணோய்; an eye-disease.

திமிரம்: *(பெ):* இருள்; கருநிறம்; இரவு; நரகம்; மாயை; கண்ணோய் வகை; darkness; black colour; night; hell; illusion; a kind of eye-disease.

திமிரன்: *(பெ):* மந்தன்; dull fellow; lazy fellow.

திமிராரி: *(பெ):* சூரியன்; the Sun.

திமிர்: *(பெ):* பிறரை மதிக்காத போக்கு; அகம்பாவம்; insolence; haughtiness.

திமிர்தம்: *(பெ):* பேரொலி; loud noise.

திமிர்தல்: *(வி):* பூசுதல்; தடவுதல்; ஒலித்தல்; வளர்தல்; to smear; to anoint; to sound; to grow.

திமிலம்: *(பெ):* பேரொலி; பெருமீன்; loud noise; large fish.

திமிலர்: *(பெ):* நெய்தல் நிலத்து மக்கள்; inhabitants of coastal tract.

திமிலை: *(பெ):* ஒரு வகைப்பறை; கடல் மீன்; a kind of drum; sea fish.

திமில்: *(பெ):* படகு; மரக்கலம்; கட்டுமரம்; மாட்டின் முதுகுப்புறத்தில் அமைந்தது; வேங்கை மரம்; பேரொலி; boat; ship; catamaran; hump; a kind of tree; loud noise.

திமிறுதல்: *(வி):* தன்னைப் பிறரின் பிடியிலிருந்து வலிந்து விடுவித்துக் கொள்ளுதல்; to struggle to get free from someone's grip.

திம்மன்: *(பெ):* ஆண் குரங்கு; he-monkey.

திம்மை: *(பெ):* பருமன்; thickness; bulk.

தியக்கடி: *(பெ):* சோர்வு; exhaustion.

தியக்கம்: *(பெ):* சோர்வு; மயக்கம்; exhaustion; giddiness.

தியதி: *(பெ):* தேதி; date.

தியந்தி: *(பெ):* கீரை வகை; a kind of greens.

தியாகம்: *(பெ):* பிறரின் நலனுக்கு என தன் சொந்த நலனை அல்லது தன்னுயிரை அல்லது தன்னையே இழக்கத் துணியும் செயல்; sacrifice; selflessness.

தியாகி: *(பெ):* தியாகம் புரிந்தவர்; பிறரின் நலனுக்காகத் தன்னலம் துறப்பவர்; the person who sacrifices for a public cause.

தியாலம்: *(பெ):* நேரம்; hour (that is specified).

தியானம்: *(பெ):* ஆழ்ந்த சிந்தனை; மனதினை ஒருமுகப்படுத்துவது; deep thinking; meditation.

தியானி: *(வி):* மனதினை அலைபாய விடாது ஒருமுகப்படுத்து; to meditate.

தியூதம்: *(பெ):* சூதாட்டம்; gambling.

தியோதம்: *(பெ):* ஒளி; வெயில்; light; sunshine.

திரக்கத்தாரு: *(பெ):* நிலப்பனை; a herb.

திரக்கம்: *(பெ):* கொன்றை மரம்; Indian laburnum tree.

திரக்கரித்தல்: *(வி):* விலக்குதல்; இகழ்தல்; to reject; to vilify.

திரக்குதல்: *(வி):* சுருங்குதல்; தேடுதல்; to shrink; to search for.

திரங்கம்: *(பெ):* மிளகு; நகரம்; pepper; town.

திரங்கல்: *(பெ):* முத்துக் குற்ற வகை; மிளகு; சுருங்குதல்; a kind of defect of pearl; pepper; shrinking.

திரடு: *(பெ):* மேடு; mound.

திரட்சி: *(பெ):* கூட்டம்; உருண்டை; திரண்ட நிலை; mass; that which is ball-shaped; plumpness.

திரட்டு: *(பெ):* தொகை நூல்; anthology; collection of essays, etc.

திரட்டுதல்: *(வி):* பலரிடமிருந்து, பல இடங்களிலிருந்து பெற்று ஒன்றாக்கிடல்; சேகரித்தல்; ஒரு நோக்கத்திற்கு என ஒன்றுபடச் செய்தல்; ஆட்களின் ஆதரவைப் பெறுதல்; to raise (funds); to collect money, information, etc.; to muster; to mobilize (people for a cause).

திரட்டுப்பால்: *(பெ):* சுண்டும் அளவுக்குப் பாலைக் காய்ச்சி, சர்க்கரை சேர்த்துத் தயாரிக்கப்படும் தின்பண்டம்; a kind of milk sweet.

திரணபதி: *(பெ):* வாழை மரம்; plantain tree.

திரணம்: *(பெ):* அற்பம்; புல்; துரும்பு; that which is insignificant; grass; bit of straw.

திரணை: *(பெ):* உருண்டை; திண்ணை; கொத்துக் கரண்டி; anything round; raised platform for sitting; mason's trowel.

திரண்ட: *(பெ.அ):* மொத்த; அதிக அளவான; சாரமான; திரட்டப்பட்ட; vast; gist; of essence.

திரந்திகம்: *(பெ):* திப்பிலி வேர்; the root of long pepper.

திரபு: *(பெ):* நகரம்; நரக வகை; town; a hell.

திரப்படுதல்: *(வி):* உறுதிப்படுதல்; to confirm.

திரமம்: *(பெ):* பழைய கிரேக்க நாணயம்; old Greek coin.

திரமாதம்: *(பெ):* வைகாசி, ஆவணி, கார்த்திகை, மாசி மாதங்கள்; the Tamil months - Vaikasi, Aavani, Karthigai and Masi.

திரமிடம்/திராவிடம்: *(பெ):* தமிழ் மொழி; Tamil language.

திரம்: *(பெ):* உரம்; வலிமை; உறுதி; நிலவரம்; வீடுபேறு; மலை; பூமி; கையாந்தகரைச் செடி; hardness; strength; firmness; condition; final bliss; mountain; earth; eclipse plant.

திரயம்: *(பெ):* மூன்று; three.

திரயம்பகன்: *(பெ):* சிவபெருமான்; Lord Shiva.

திரவ உணவு: *(பெ):* கஞ்சி, பழச்சாறு, பால் போன்ற உணவு; the food in liquid state.

திரவம்: *(பெ):* நீர்மம்; கசிவு; திராவகம்; liquid; ooze; acid.

திரவிணம்: *(பெ):* பொன்; பாக்கியம்; வலிமை; gold; good fortune; strength.

திரவியம்: *(பெ):* பொருள்; சரக்கு; பொன்; சொத்து; அரும் பண்டம்; செல்வம்; thing; goods; gold; property; rare thing; wealth.

திரள: *(வி.அ):* சுருக்கமாக; concisely.

திரளாரம்: *(பெ):* நிலப்பனை; a tree and herb.

திரளி: *(பெ):* ஒரு வகை மீன்; மர வகை; a kind of fish; a kind of tree.

திரளுதல்: *(வி):* உருண்டையாதல்; இறுகுதல்; பருத்தல்; மிகுதல்; பூப்படைதல்; to become like a ball; to become tight; to become fat; be abundant; to attain puberty.

திரளை: *(பெ):* கட்டி; நூல் உருண்டை; படை; மிகுதி; குலை; boil; skein; army; abundance; cluster.

திரள்: *(பெ):* ஒன்று கூடிய நிலை; கூட்டம்; ஒரு பொருளின் திரண்ட நிலை; பலவற்றின் நெருக்கமான தொகுதி; (of people) gathering;

multitude; mass; accumulated state; lump; *(வி):* பெண் பருவம் எய்துதல்; பெருமளவில் ஒன்றுகூடுதல்; சேர்தல்; வெண்ணெய், கண்ணீர் போன்றவை கொஞ்சம்கொஞ்சமாகச் சேர்ந்து ஒன்றாதல்; சதைப்பற்றுடன் குண்டாக (அ) உருண்டையாகக் காணப்படுதல்; (of girls) to attain puberty; (of people) to gather; to come together; to assemble; to get collected; to become round or beefy.

திரா: *(பெ):* ஒரு வகை மரம்; a kind of tree.

திராங்கு: *(பெ):* தாழ்ப்பாள்; latch.

திராசு: *(பெ):* தராசு; குதிரையை வண்டியில் பூட்டும் கயிறு; weighing balance; the cord which ties the horse to the cart.

திராட்சை: *(பெ):* திராட்சைக் கொடியும் அதன் பழமும்; grapes, creeper and its fruit.

திராட்டில் விடு: *(வி):* உதவி செய்வதாக (அ) வழி நடத்துவதாகக் கூறிவிட்டு அவ்வாறு செய்யாது நடுவில் கைவிடல்; to leave someone in the lurch to desert.

திராணி: *(பெ):* சக்தி; வலிமை; strength; energy.

திராபை: *(பெ):* பயனற்றது; மதிப்பற்றது; கழிசடை; useless one; rubbish; worthless stuff.

திராவணம்: *(பெ):* ஓடுதல்; running.

திராவிடம்: *(பெ):* தமிழ்நாடு; தமிழ், தெலுங்கு, கன்னடம், மலையாளம், துளு ஆகிய திராவிட மொழிகள்; Tamil Nadu; the Dravidian languages such as Tamil, Telugu, Kannada, Malayalam and Thulu.

திரி: *(பெ):* விளக்குத் திரி; தீப்பந்தம்; எந்திரம்; வெள்ளைப்பூண்டு; பெண்; மூன்று; whip of a lamp; torch; a machine; garlic; woman; three.

திரிகடுகம்: *(பெ):* சுக்கு, மிளகு, திப்பிலி ஆகிய மூன்று மருந்துச் சரக்குகள்; பதினெண் கீழ்க்கணக்கு நூல்களில் உள்ள ஓர் அறநூல்; the medicinal things like dried ginger; pepper and long pepper; the science of ethics, one of the treatises of Pathinenkeezh-kanakku.

திரிகண்: *(பெ):* மூங்கில்; bamboo.

திரிகண்டகம்: *(பெ):* நெருஞ்சிப்பூண்டு; cow's thorn, a herb.

திரிகந்தகம்: *(பெ):* மூவகை மணப் பொருட்கள், கிராம்பு, நாவற்பூ, செண்பகப்பூ என்னும் மூன்று; அகில், சந்தனம், செஞ்சந்தனம் என்னும் மூன்று; the three kind of perfumed things, Clove, Naaval flower and Senbaga flower. eagle wood, sandal wood, and Red sandal wood.

திரிகரணம்: *(பெ):* மனம், வாக்கு, உடம்பு ஆகிய மூன்று கருவிகள்; the three organs, mind, word and body.

திரிகாலம்: *(பெ):* கடந்தகாலம், நிகழ்காலம் மற்றும் எதிர்காலம் ஆகிய மூன்று காலங்கள்; காலை, உச்சி, மாலை என்னும் நாளின் மூன்று பகுதிகள்; the time in three divisions viz. past, present, and future; the three parts of a day, viz. morning, noon and the evening.

திரிகால ஞானம்: *(பெ):* இறந்த, நிகழ்கின்ற மற்றும் எதிர்காலங்களில் பெற்ற, பெறுகின்ற, பெறப்போகின்ற அனுபவ அறிவு; the knowledge of the past, present and future.

திரிகூடம்: *(பெ):* குற்றாலம்; Kutraalam.

திரிகை: *(பெ):* சுற்றுதல்; அலைதல்; எந்திரம்; குயவன் சக்கரம்; இடக்கை மேளம்; முந்திரிகை மரம்; rotation; waving; hand mill; potter's wheel; a kind of one sided drum; cashew nut tree.

திரிசமஞ்சரி: *(பெ):* துளசி; basil plant.

திரிசாக பத்திரம்: *(பெ):* வில்வம்; bael tree.

திரிசி: *(பெ):* இல்லறத்தான்; householder.

திரிசிகம்: *(பெ):* வில்வ மரம்; bael tree.

திரிசிகை: *(பெ):* சூலப்படை; trident.

திரிசிரபுரம்: *(பெ):* திருச்சிராப்பள்ளி; Thiruchirappalli.

திரிசுடர்: *(பெ):* சூரியன், சந்திரன் மற்றும் அக்கினி ஆகியவை; the Sun, the Moon and the fire.

திரிசூலம்: *(பெ):* முத்தலைச் சூலம்; trident.

திரிசூலன்: *(பெ):* யமன்; Yama, the God of Death.

திரிசூலி: *(பெ):* சிவபெருமான், காளி, கற்றாழை; Lord Shiva; Kali, Goddess with a dark complexion; aloe.

திரிஞ்சில்: *(பெ):* வெளவால்; துரிஞ்சில்; bat; the tree acacia pennata.

திரிதசர்: *(பெ):* தேவர்கள்; celestial beings.

திரிதரல்: *(வி):* திரிதல்; சுழலுதல்; மீளுதல்; to wander; to rotate; to resume.

திரிதியம்: *(பெ):* செவ்வள்ளிக் கொடி; a kind of creeper.

திரிதூளி: *(பெ):* சின்னாபின்னம்; mangled.

திரிபதகை: *(பெ):* கங்கை; the River Ganges.

திரிபலை: *(பெ):* கடுக்காய், நெல்லிக்காய் மற்றும் தான்றிக்காய் என்னும் மூன்று காய்களின் கலவை; a mixture of gall-nut, emblic myrobalan and Thaandrikaai.

திரிபழுகம்: *(பெ):* பால், நெய், தேன் ஆகியவை யாலான ஒரு கூட்டுப் பண்டம்; a mixture of milk, ghee, and honey.

திரிபு: *(பெ):* வேற்றுமை; செய்யுள் வகை; புணர்ச்சி விகாரம்; difference; a kind of verse; changes occurring in the combination of words.

திரிபுடை: *(பெ):* ஏழு தாளத்துள் ஒன்று; one of the seven kinds of time measure.

திரிபுண்டரம்: *(பெ):* திருநீற்றுப் பூச்சு; the three linings of sacred ash smeared on the forehead.

திரிபுரசுந்தரி: *(பெ):* பார்வதி தேவி; Goddess Parvathi Devi.

திரிபுரதகனன்: *(பெ):* சிவபெருமான்; Lord Shiva.

திரிபுரம்: *(பெ):* வானில் பறந்து உலவிய பொன், வெள்ளி, இரும்பு ஆகியவற்றாலான மூன்று அசுரர்களின் நகரங்கள்; the three ariel cities of gold, silver and iron (burnt by Lord Shiva).

திரிபுரை: *(பெ):* திரிபுரசுந்தரி; 108 உபநிடதங்களுள் ஒன்று; Goddess Parvathi Devi; one of the 108 upanishads.

திரிபுவனம்: *(பெ):* சோழநாட்டு சிவத்தலம்; one of the shrines of Lord Shiva at Chozha Nadu.

திரிமஞ்சள்: *(பெ):* மஞ்சள், கத்தூரி, வரளிமஞ்சள் என்னும் மூவகை மஞ்சள்; three kinds of turmeric - viz. common turmeric, Kathoori and varalimanjal.

திரியம்பகம்: *(பெ):* சிவபிரானின் வில்; the bow of Lord Shiva.

திரியம்பகரன்: *(பெ):* சிவபெருமான், திருமால், விநாயகப் பெருமான், வீரபத்திரன், அருகன் ஆகியோர்; Lord Shiva, Lord Vishnu, Lord Vinayaga, Lord Veerabhadra and Lord Arugan.

திரியல்: *(வி):* திரிதல்; to wander.

திரியவும்: *(வி.அ):* திரும்பவும்; again.

திரியாமை: *(பெ):* இரவு; யமுனையாறு; நீலக்கல்; வீண் அலைச்சல் கொள்ளாமை; night; river Yamuna; Blue Diamond; state of not rambling.

திரிரேகம்: *(பெ):* சங்கு; conch.

திரிலோகேசன்: *(பெ):* சூரியன்; the Sun.

திரில்: *(பெ):* குயவன் சக்கரம்; potter's wheel.

திரிவேணி சங்கமம்: *(பெ):* மூன்று ஆறுகள் கூடுமிடம்; the junction of three rivers.

திரீ: *(பெ):* பெண்; woman.

திரு: *(பெ):* செல்வம்; திருமகள்; பொலிவு; அழகு; பாக்கியம்; மாங்கல்யம்; சோதிடம் கூறுபவன்; நல்வினை; wealth; Lakshmi, Goddess of Wealth; grandness of appearance; beauty; good fortune; a sacred pendant, made of gold, 'Thaali'; astrologer; good deed.

திருகம்: *(பெ):* துளை; காட்டுச் சாதிக்காய் மரம்; hole; wild nut-meg tree.

திருகல்: *(பெ):* மாறுபடுதல்; மாணிக்கக் குற்ற வகை; difference; a kind of defect of carbuncle.

திருகாணி: *(பெ):* காதணி போன்றவற்றின் திருகு மரை; the screw of ear ornament, etc.

திருகு: *(பெ):* கோணல்; மாறுபாடு; ஏமாற்றுப் பேச்சு; குற்றம்; bend; difference; deceitful speech; defect.

திருகு மணை: *(பெ):* தேங்காய்த் துருவி; coconut scraper.

திருகு முடுக்கி: *(பெ):* திருகுகளை முடுக்கி இறுக்கிடும் உபகரணம்; spanner.

திருக்கண்: *(பெ):* அருட்பார்வை; grace.

திருக்கண்ணமுது: *(பெ):* பாயசம்; semi-liquid food prepared of milk, rice, sago etc., mixed with sugar.

திருக்கம்: *(பெ):* வஞ்சனை; deceit.

திருக்கல்யாணம்: *(பெ):* திருக்கோயிலில் இறைவனுக்கும் இறைவிக்கும் நடத்தி வைக்கப்படும் திருமண வைபவம்; the marriage festival of a God and Goddess in a temple.

திருக்காப்பிடுதல்: *(வி):* திருக்கோயில் கதவுகளை அர்த்தசாமபூஜைக்குப் பின் மூடுதல்; to close the doors of a temple after performing the last pooja of that particular day.

திருக்கு: *(பெ):* மாறுபாடு; துகில் வகை; கண்; சங்கடம்; வஞ்சகம்; மறை திருக உதவும் கருவி; difference; a kind of cloth; eye; trouble; deceit; wrench.

திருக்குறள்: *(பெ):* பதினெண் கீழ்க்கணக்கு நூல்களில் ஒன்றானதும், தெய்வப்புலவர் திருவள்ளுவரால் இயற்றப்பட்டதும், 133 அதிகாரங்களைக் கொண்டதும், மூன்று பால்களை உடையதும், ஈரடிக் குறட்பாவாக உடையதுமான குறள்; the sacred Kural, a classic work done by the saint-poet Thiruvalluvar, in Tamil, treating virtue, wealth and love in 133 chapters of ten distiches each; one of Pathinen Keezh-kanakku.

திருக்குற்றாலம்: *(பெ):* நெல்லை மாவட்டத்தில் உள்ள சைவத் திருத்தலம்; Kutraalam, a Shiva's shrine in Thirunelvèli District of Tamil Nadu.

திருக்கூட்டம்: *(பெ):* அடியார்களின் குழு; fraternity of devotees.

திருக்கூத்து: *(பெ):* சிவபெருமான் தில்லையில் ஆடிய நடனம்; sacred dance of Lord Shiva at Chidambaram.

திருக்கை: *(பெ):* கடல் மீன் வகை; a kind of sea fish.

திருக்கோலம்: *(பெ):* கடவுள் விக்கிரக அலங்காரம்; decoration of the idol.

திருக்கோவையார்: *(பெ):* மாணிக்கவாசகப் பெருமான் சிதம்பரத்தின் பெருமையை விளக்கும் விதமாகப் பாடிய பாடல்களான கோவை; Kovai, a collection of poems on Chidambaram composed by Manickavasakar, one of the four saiva saints.

திருசி: *(பெ):* கண்; eye.

திருசியம்: *(பெ):* காணப்படும் பொருள்; the thing, which one can see.

திருசோபம்: *(பெ):* வெண்தாமரை; white lotus.

திருச்சிற்றம்பலம்: *(பெ):* தில்லையம்பலத்தில் உள்ள நடராசப் பெருமானின் திருக்கோயில்; the sacred shrine of Lord Nataraja at Chidambaram.

திருஞானசம்பந்தர்: *(பெ):* தேவாரத்தில் ஒரு பகுதியைப் பாடியவரும் அன்னை உமையவளால் ஞானப்பால் ஊட்டப்பட்டவருமான சைவத்துறவி; Thirugnana Sambandar, a canonized saiva saint-poet and the author of a section of Thevaram.

திருடக்கிரந்தி: *(பெ):* மூங்கில்; bamboo.

திருடதை: *(பெ):* மிகுதி; உறுதி; excess; firmness.

திருட பலம்: *(பெ):* கொட்டைப் பாக்கு வகை; a kind of areca-nut.

திருடமூலம்: *(பெ):* தேங்காய்; coconut.

திருடம்: *(பெ):* வலிமை; இரும்பு; strength; iron.

திருடன்: *(பெ):* கள்வன்; தந்திரக்காரன்; thief; cunning fellow. ● **திருடனை** ராஜமுழி முழிக்கச் சொன்னால் முழிப்பானா? - *பழமொழி.*

திருடி: *(பெ):* திருடுபவள், கள்ளிச்செடி; the woman who robs the things of others; cactus plant.

திருடு: *(பெ):* களவு; theft; *(வி):* தனக்குச் சொந்தமாக இல்லாத ஒன்றினை உரியவரின் அனுமதியின்றி எடுத்திடல்; சட்ட விரோதமாக அபகரித்தல்; to steal; to rob; to pilfer. ● **திருடிய** கை சும்மா இருக்குமா? ● **திருடிக்** கொடுத்ததும் அல்லாமல் பைத்தியக்காரப் பட்டம் வேறு. ● **திருடப்** போனாலும் திசை தப்பிக்கத் தெரிய வேண்டும் - *பழமொழிகள்.*

திருட்டி: *(பெ):* கண்; பார்வை; நோக்கம்; தீக்கண்; eye; sight; vision; motive; evil-eye.

திருட்டித்தல்: *(வி):* கண்களுக்குப் புலனாதல்; to see.

திருட்டிப்பந்து: *(பெ):* மின்மினிப் பூச்சி; glow-worm.

திருட்டியம்: *(பெ):* அறிவு; ஞானம்; knowledge, wisdom.

திருட்டு: *(பெ):* களவு; வஞ்சகம்; theft; deceit.

திருணகம்: *(பெ):* வாளுறை; sheath of a sword.

திருணசிங்கம்: *(பெ):* கோடரி; axe.

திருணதை: *(பெ):* வில்; bow.

திருணபதி: *(பெ):* பனை மரம்; palmyra tree.

திருணம்: *(பெ):* தேள்; உலர்ந்த புல்; உடைவாள்; வில்; தேனீ; scorpion; dried grass; sword; bow; honey bee.

திருதம்: *(பெ):* தாள வகை; தரித்தல்; a kind of rhythm measure; wearing.

திருதி: *(பெ):* துணை; உறுதி; 27 யோகங்களுள் ஒன்று; விரைவு; assistance; firmness; one of the twenty-seven yogams; swiftness.

திருதிமை: *(பெ):* மனத்திடம்; firmness of mind.

திருத்தம்: *(பெ):* ஒழுங்கு; திட்டம்; செப்பனிடுதல்; புண்ணிய நீர்; order; plan; correction; sacred water.

திருத்தல்: *(பெ):* வயல்; திருத்தம்; paddy field; correction.

திருத்தன்: *(பெ):* கடவுள்; தூய்மையானவன்; God; holy person.

திருத்தி: *(பெ):* மனநிறைவு; satisfaction.

திருத்து: *(பெ):* நன்செய் நிலம்; ஒப்பனை; wet land; make-up; *(வி):* தவறுகளை நீக்கிச் சரி செய்திடு; நல்வழிப்படுத்து; தலைமுடி போன்றவற்றைச் சீர்படுத்து; to correct the mistakes etc.; to reform someone; to trim one's hair.

திருத்துதல்: *(வி):* சீர்படுத்துதல்; பண்படுத்துதல்; அணிதல்; மெருகிடுதல்; அழகுபடுத்துதல்; அழைத்தல்; to correct; to refine; to wear; to polish; to decorate; to call.

திருத்துழாய்: *(பெ):* துளசி; basil plant.

திருத்தொண்டர்: *(பெ):* இறைவனடியார்; the devotees of God.

திருநகர்: *(பெ):* வளமை மிகுந்த நகரம்; the town which has all prosperities.

திருநடை மாளிகை: *(பெ):* கோயில் பிரகாரம்; the paved way around the Sanctum Sanctorum.

திருநாடு: *(பெ):* வைகுந்தம்; the sacred abode of Lord Vishnu.

திருநாள்: *(பெ):* விழா நாள்; festival day.

திருநாளைப்போவார்: *(பெ):* நந்தனார்; Nandhanar, one of the sixty-three saiva saints (Nayanmars).

திருநிலை மகளிர்: *(பெ):* சுமங்கலிப் பெண்கள்; married women.

திருநீறு: *(பெ):* விபூதி; sacred ash.

திருநீற்றுக்கோயில்: *(பெ):* விபூதிப்பை; the sacred ash bag.

திருநீற்றுப் பச்சை: *(பெ):* திருநீற்றுப் பத்திரி; a kind of plant.

திருநீற்று மடல்: *(பெ):* திருநீறு வைக்கும் கலம்; a small vessel or a wooden box to keep the sacred ash.

திருநெல்வேலி: *(பெ):* பாண்டிய நாட்டிலுள்ள சைவத் திருத்தலம்; Thirunelveli, a Shiva shrine in Pandiya Nadu.

திருப்தி: *(பெ):* மன நிறைவு; satisfaction.

திருப்பணி: *(பெ):* கோயில் தொண்டு; கோயில், கோபுரம் போன்றவற்றைக் கட்டுதல்; கோயிலைப் புதுப்பித்தல் போன்ற வேலை; சமுதாய நற்பணி; the work connected with construction, renovation, etc., of a temple; work for social welfare; the service done in public spirit.

திருப்பதி: *(பெ):* புண்ணியத் தலம்; திருவேங்கடம் என்னும் வைணவத் தலம்; the sacred shrine; Thirupathi alias Thiruvenkatam, a shrine of Lord Vishnu in Andhra Pradesh.

திருப்பதிகம்: *(பெ):* தெய்வத்தைப் போற்றிப் பாடும் பாடல்; the poem generally containing 10 or 11 stanzas in praise of a deity.

திருப்பம்: *(பெ):* திரும்புதல்; திரும்பும் இடம்; வளைவு; போக்கு, வளர்ச்சி போன்றவற்றில் உண்டாகும் மாற்றம்; turn; turning place; bend; corner; turning point.

திருப்பரங்குன்றம்: *(பெ):* முருகப் பெருமானின் அறுபடை வீடுகளில் ஒன்றும் மதுரைக்கு அருகாமையில் உள்ளதுமான திருத்தலம்; Thirupparankundram, a hill near Madurai, sacred to Lord Muruga and one of the six Padaiveedus.

திருப்பரிவட்டம்: *(பெ):* தெய்வத் திருமேனிக்குச் சாற்றப்படும் ஆடை; a small piece of cloth for dressing an idol.

திருப்பல்லாண்டு: *(பெ):* இறைவனைப் பல்லாண்டு என வாழ்த்திப் பாடிய நூல்; a poem in the ninth Thirumurai by Sendhanar in praise of Lord Shiva; a poem in Nalayirathivya Prabandham by Periyaazhwar.

திருப்பள்ளி: *(பெ):* திருக்கோயில்; திருச்சயனம்; temple; sacred bed of God.

திருப்பள்ளியெழுச்சி: *(பெ):* திருக்கோயில்களில் இறைவனைத் துயில் எழுப்பும் வகையில் பாடப்படும் பாடல்; the poem sung for waking up the deity in a temple.

திருப்பாவை: *(பெ):* பாவை நோன்பு குறித்து ஸ்ரீ ஆண்டாள் பாடிய நூல்; நாலாயிரதிவ்வியப் பிரபந்த நூலுள் ஒன்று; a poem in Nalayirathivya Prabandham by Sri Andal.

திருப்பாற்கடல்: *(பெ):* திருமால் பள்ளி கொள்ளும் இடம்; (in Puranas) Ocean of Milk said to be the abode of Lord Vishnu.

திருப்பி: *(வி.அ):* முதன்முதலில் எங்கிருந்ததோ (அ) எவரிடம் இருந்ததோ அங்கே (அ) அவரிடமே சேருமாறு; திரும்ப; மீண்டும்; back to the place or person of origin; again; repeatedly; *(பெ):* ஆணியைத் திருகும் ஆயுத வகை; screw-driver.

திருப்பு: *(வி):* இருந்திடும் (அ) செல்கின்ற திசையில் இருந்து மாற்று; திரும்பியிருக்கும் பக்கம் முன்புறம் வருமாறு செய்; புரட்டு; திருகு; அடகு வைத்ததை (அ) கொடுத்ததை மீட்டிடு; to divert; to turn; to reverse; to turn up; to turn the pages of a book etc.: to rotate; to redeem what was pledged or given.

திருப்புகழ்: *(பெ):* அருணகிரிநாதர் முருகப் பெருமானைப் போற்றிப் பாடிய நூல்; a treatise in praise of Lord Muruga by Arunagirinathar.

திருப்புமுனை: *(பெ):* குறிப்பிடத்தக்க மாற்றத்தினை உண்டாக்குவது; turning point.

திருப்புளி: *(பெ):* திருகாணியின் தலைப்பகுதியில் வைத்து திருகும் வசதி கொண்ட சற்றுக் கூரான பட்டை முனையையும் உறுதியான கைப்பிடியையும் கொண்ட கருவி; a carpenter's screw driver with a broad blade.

திருப்பூட்டுதல்: *(பெ):* மணமகளின் கழுத்தில் மணமகன் தாலி கட்டுதல்; the act of tying the sacred pendant, 'Thaali', around the neck of bride by the bridegroom on wedding day.

திருமகள்: *(பெ):* செல்வத்துக்குத் தலைவியான இலக்குமி; Lakshmi, Goddess of Wealth.

திருமகன்: *(பெ):* திருமால்; மன்மதன்; செல்வந்தன்; Lord Vishnu; Kama, the God of Love; Cupid; rich man.

திருமஞ்சனம்: *(பெ):* இறைவனுக்குச் செய்யப்படும் அபிஷேகம்; bath of an idol.

திருமடந்தை: *(பெ):* திருமகள்; Lakshmi, Goddess of Wealth.

திருமடைப்பள்ளி: *(பெ):* திருக்கோயிலின் சமையலறைப் பகுதி; the kitchen of a temple.

திருமணம்: *(பெ):* விவாகம்; கல்யாணம்; marriage.

திருமணுத்தானம்: *(பெ):* தலை முழுகிய பின் செய்யப்படும் தானம்; the gift made after bath.

திருமண்: *(பெ):* வைணவர்கள் நாமம் இட்டுக் கொள்ளப் பயன்படுத்தும் வெள்ளை நிறக் கட்டி; chalk-like white earth used for drawing 'Naamam' on the forehead by Vaishnavites.

திருமதி: *(பெ):* மதிப்பு தரும் வகையில் திருமணமான பெண்ணின் பெயருக்கு முன்பாக இடப்படும் அடைச் சொல்; a title for a married woman.

திருமதுரம்: *(பெ):* நெய், சர்க்கரை, பழம் சேர்த்துத் தயாரிக்கப்படும் படையற் பொருள்; the offering given to God, which contains ghee, sugar, fruits, etc.

திருமந்திரம்: *(பெ):* 'நமசிவாய' என்னும் ஐந்தெழுத்து; 'ஓம் நமோ நாராயண' என்னும் எட்டெழுத்து; திருமூலர் பாடிய நூல்; கோயில்; mystic formula Nama Shivaaya sacred to Lord Shiva; Om Namo Naaraayana to Lord Vishnu; treatise in verse from on Saiva Sidhantha philosophy by Thirumoola Nayanar; temple.

திருமரம்: *(பெ):* அரசமரம்; pipal tree.

திருமலர்: *(பெ):* தாமரை; lotus.

திருமலை நாயக்கர்: *(பெ):* **கி.பி. 1623-லிருந்து 1659-ஆம் ஆண்டு** வரை மதுரையை ஆண்ட

நாயக்கர் வம்சத்து மன்னர்; Thirumalai Nayakkar, a ruler of Madurai, AD-1623-1659.

திருமாங்கல்யம்: (பெ): தாலி; 'Thali'.

திருமால்: (பெ): வைணவர்களின் கடவுளான விஷ்ணு; Lord Vishnu.

திருமால் புதல்வன்: (பெ): விஷ்ணுவின் மகனாகிய மன்மதன்; Kama, God of Love, as the son of Lord Vishnu.

திருமுகம்: (பெ): சான்றோரிடமிருந்து பெறப்பட்ட கடிதம்; a letter from a great person.

திருமுடி: (பெ): திருக்கோயிலின் பிரதான இறைவனின் விக்கிரகத்துத் தலைப்பகுதி; the head of the chief idol in a temple.

திருமுடிச்சாத்து: (பெ): இறைவனுக்கு அணிவிக்கப்படும் தலைப்பாகை; turban.

திருமுண்டம்: (பெ): சைவர்கள் தங்களது நெற்றியிலிட்டுக்கொள்ளும் மூன்றுவரியாக உள்ள திருநீற்றுக் குறி; the three sacred ash line marks applied by the saivites on their forehead.

திருமுருகாற்றுப்படை: (பெ): முருகப்பெருமானின் பெருமைகளைச் சாற்றும் வகையில் நக்கீரர் பாடியதும் பத்துப்பாட்டில் ஒன்றானதுமான பாடல்; a poem in Pathuppattu composed by Nakkeerar in honour of Lord Muruga.

திருமூலநாயனார்: (பெ): திருமந்திரத்தை இயற்றியவரும், அறுபத்துமூன்று நாயன்மார்களில் ஒருவருமான சைவப் பெரியார்; a canonized saiva saint, the author of Thirumanthiram and one of the 63 Nayanmars, Thirumoolar.

திருமுறை: (பெ): சைவ சமயத்தில் நாயன்மார்களும் அடியார்களும் பாடிய பாடல்களைப் பன்னிரு பிரிவுகளாகப் பிரித்துத் தொகுக்கப்பட்டிருக்கும் தொகுப்பு; saiva canonical literature (12 in numbers).

திருமேனி: (பெ): திருக்கோயிலில் உள்ள கடவுள் விக்கிரகம்; முனிவர் போன்றோரின் சரீரம்; sacred image of the deity; idol; (sacred) body of saints, etc.

திருமை: (பெ): அழகு; beauty.

திருமொழி: (பெ): நாலாயிர திவ்வியப் பிரபந்தத்துள் ஒன்று; பெரியோர் கூற்று; தர்மம்; ஆகமம்; a portion of Naalaayirathivya Prabandham; utterance of great person; Dharma; Agama.

திரும்ப: (வி.அ): மறுபடி; மீண்டும்; மீண்டும் ஒரு முறையாக; again; once again.

திரும்பப் பெறு: (வி): வாபஸ் வாங்குதல்; மீண்டும் திருப்பி வாங்கிக் கொள்ளுதல்; to withdraw (what was submitted).

திரும்பவும் தோன்றுதல்: (வி): மீண்டும் வருதல்; to return.

திரும்பவும் மேற்கொள்ளுதல்: (வி): மீண்டும் நடத்துதல்; to resume.

திரும்ப வெளியிடுதல்: (வி): மீண்டும் வெளியிடுதல்; to re-issue.

திரும்பிப் பார்த்தல்: (வி): மீண்டும் ஒரு முறை பார்த்தல்; to review.

திரும்பு கட்டம்: (பெ): திருப்பு முனை; turning point.

திருவடி: (பெ): சீபாதம்; சுவாமி; முனிவர்; அனுமன்; கருடன்; திருவாங்கூர் அரசர்களின் பட்டப்பெயர்; the sacred feet as of a deity, saint, etc.; the deity; ascetic; Hanuman; Garuda; the title of the kings of Travancore.

திருவடி நிலை: (பெ): பாதுகை; sacred sandals.

திருவணை: (பெ): சேது; a reef off sunken rocks connecting the north of Sri Lanka (Ceylon) with the main land of India, 30 feet wide with 3 or 4 feet of water above it, at a high tide said to have been constructed to enable Rama's monkey forces to cross over to Sri Lanka.

திருவணைக்கரை: (பெ): தனுஷ்கோடி; Dhanushkoti.

திருவண்ணாமலை: (பெ): சிவன் அழலுருவாய்த் தோன்றி திருமால், பிரம்மன் ஆகியோரின் அகந்தையை அடக்கிய திருத்தலம்; a famous Shiva's shrine - Thiruvannamalai.

திருவமுது: (பெ): நிவேதன உணவு; boiled rice offered to an idol.

திருவம்பலம்: (பெ): சிதம்பரம்; Chidambaram, a shiva's shrine in Cuddalore district.

திருவரங்கம்: (பெ): ஸ்ரீரங்கம்; Sri Rangam.

திருவருட்பா: (பெ): இராமலிங்க அடிகளால் பாடப்பெற்ற பக்திப்பரவசமூட்டும் பாடல்களின் தொகுப்பு; a collection of devotional songs by Ramalinga Adigal.

திருவருள்: (பெ): கடவுள் கிருபை; God's grace.

திருவலகு: (பெ): திருக்கோயிலைச் சுத்தம் செய்யப் பயன்படுத்தும் துடைப்பம்; the broomstick used for cleaning the temple's paved floors.

திருவளத்தான்: (பெ): கோமாளி; நகைச்சுவை நடிகன்; விகடன்; clown; buffoon; comedy actor; jester.

திருவனந்தபுரம்: (பெ): புகழ்பெற்ற விஷ்ணுத் தலமும், கேரள மாநிலத்தின் தலைநகரமாகவும் விளங்கும் நகரம்; Thiruvananthapuram, the modern capital city of Kerala State and noted for its Vishnu's shrine.

திருவன்: *(பெ):* செல்வம்; திருமால்; விகடன்; புரட்டன்; ஒருவகை மீன்; wealth; Lord Vishnu; jester; deceitful person; a kind of fish.

திரு வாங்குதல்: *(வி):* தாலி களைதல்; to remove the sacred pendant, 'Thali', from a woman after her husband's death.

திருவாசகம்: *(பெ):* மாணிக்கவாசகர் சிவபெருமானைப் போற்றிப் பாடிய நூல்; the celebrated collection of poems in praise of Lord Shiva by Manickavasakar.

திருவாடுதண்டு: *(பெ):* பல்லக்கு வகை; a kind of palanquin.

திருவாட்டி: *(பெ):* செல்வமுடையவள்; rich woman.

திருவாணை: *(பெ):* அரசாணை; royal order.

திருவாதவூரர்: *(பெ):* மாணிக்கவாசகர்; Manickavasagar, born in Thiruvadhavur in Madurai Dist.

திருவாதிரை: *(பெ):* இருபத்தேழு நட்சத்திரங்களுள் ஆறாவது; மார்கழி மாதத்தில் கொண்டாடப்படும் திருவிழா; Thiruvathirai, the sixth of twenty-seven stars; a festival celebrated in the Tamil month of Maarkazhi in Shiva's shrines.

திருவாத்தி: *(பெ):* மர வகை; a kind of tree.

திருவாய்மொழி: *(பெ):* நம்மாழ்வார் திருமாலைப் போற்றி 1000 செய்யுட்களைக் கொண்டு இயற்றியதும் நாலாயிரதிவ்வியப்பிரபந்தத்துள் ஒன்றானதுமான தமிழ் நூல்; a poem of 1000 stanzas in Naalaayirathivya Prabandham in praise of Lord Vishnu by Nammalvar.

திருவாலி: *(பெ):* புரட்டன்; deceitful person.

திருவாழி: *(பெ):* திருமாலின் சக்கராயுதம்; the disc weapon of Lord Vishnu.

திருவாளர்: *(பெ):* பெயருக்கு முன் இடப்படும் மரியாதைச் சொல்; 'Mister', conventional title used for a man.

திருவாளன்: *(பெ):* சிவபெருமான்; தெய்வத் திருவருள் பெற்றவன்; விகடன்; Lord Shiva; one who attained God's grace; jester.

திருவிலி: *(பெ):* கைம்பெண்; விதவை; widow.

திருவிழா: *(பெ):* கோயிலில் நிகழ்ந்திடும் திருநாள்; festival in a temple.

திருவிளையாடற் புராணம்: *(பெ):* பரஞ்சோதி முனிவரால், மதுரையில் சிவபெருமான் நிகழ்த்தியதாகக் கூறப்படும் 64 திருவிளையாடல்களை விளக்கும் புராணம்; an epic, written by sage Paranjothi, depicting the 64 sacred miracles enacted by Lord Shiva at Madurai.

திருவிளையாட்டு: *(பெ):* அதிசயம்; அற்புதம்; தெய்வத்தின் திருவிளையாடல்; miracle; sacred sports of a deity.

திருவினாள்: *(பெ):* திருமகள்; Lakshmi, Goddess of Wealth.

திருவினை: *(பெ):* நல்வினை; good karma.

திருவுரு: *(பெ):* தெய்வத் திருமேனி; divine form.

திருவுளச்சீட்டு: *(பெ):* முடிவு ஒன்றினை எடுத்திட வேண்டி, தெய்வத்தின் முன்பாகக் குலுக்கிப் போட்டு எடுத்திடும் சீட்டு; lots drawn to obtain divine guidance while taking a decision.

திருவுளச் செயல்: *(பெ):* தெய்வச் செயல்; God's will.

திருவுள்ளம்: *(பெ):* தெய்வசித்தம்; பெரியோர் உள்ளக் கருத்து; Will of God; Will of great persons.

திருவுறுப்பு: *(பெ):* மகளிர் நெற்றியில் அணியும் அணிகலன்; a kind of ornament worn on the forehead of women.

திருவூறல்: *(பெ):* ஊற்று நீர்; spring water.

திருவெம்பாவை: *(பெ):* திருவாசகத்தில் ஒரு பகுதி; a portion in Thiruvaasagam sung by Manickavasagar.

திருவேகம்பம்: *(பெ):* காஞ்சிபுரத்தில் விளங்கும் சிவன் கோயில்; a Shiva's shrine at Kancheepuram: 'Thiruvegambam.'

திருவேங்கடம்: *(பெ):* திருப்பதி என்னும் வைணவத் தலம்; 'Thiruvenkatam' - Thirupathi, a Vishnu's shrine in Andhra Pradesh.

திருவேரகம்: *(பெ):* முருகன் திருத்தலமும் அறுபடை வீடுகளில் ஒன்றுமானது; Lord Muruga's shrine and one of the six Padaiveedus of Lord Muruga.

திருவோடு: *(பெ):* பரதேசிகளின் பிச்சைப் பாத்திரம்; beggar's bowl.

திருவோணம்: *(பெ):* இருபத்தேழு நட்சத்திரங்களுள் இருபத்திரண்டாவது; Thiruvonam, the twenty-second star of the twenty-seven stars.

திரேதாயுகம்: *(பெ):* நான்கு யுகங்களுள் ஒன்று; one of the four Yugas - 'Thredhayugam.'

திரை: *(பெ):* அலை; ஆறு; பூமி; கடல்; திரைச்சீலை; வெற்றிலைச் சுருள்; பஞ்சுச் சுருள்; wave; river; earth; sea; curtain; betel leaf roll; cotton roll.

திரைதல்: *(வி):* சுருங்குதல்; திரிதல்; திரளுதல்; to shrink; to ramble; to collect; to congregate.

திரையன்: *(பெ):* தொண்டை நாட்டு அரசன்; நெய்தல் நிலத் தலைவன்; the king of Thondai Nadu; chief of the coastal tract.

திரைலோக்கியம்: *(பெ):* மூவுலகம்; பேரழகுள்ளது; three kinds of world; that which is very beautiful.

திரௌபதர்: *(பெ):* திரௌபதியின் புதல்வர்கள்; the sons of Draupathi.

திலகடம்: *(பெ):* எள்ளுப் பிண்ணாக்கு; gingily oil cake.

திலகம்: *(பெ):* நெற்றிப்பொட்டு; mark on the forehead. • வெளியில் செல்லும்போது நெற்றியில் **திலகமிட்டுச்** செல் - *உலக நடைமுறை வழக்கு.*

திலகலம்: *(பெ):* செக்கு; oil-press.

திலகன்: *(பெ):* சிறந்தவன்; eminent person.

திலகாதுகன்: *(பெ):* எண்ணெய் வணிகன்; oil merchant.

திலகை: *(பெ):* கத்தூரி வகை; a kind of musk.

திலதண்டுலம்: *(பெ):* எள்ளுடன் கலந்த அரிசி; தலைவன், தலைவி ஆலிங்கன வகை; the rice mixed with sesame; a kind of embracing of hero and heroine.

திலதம்: *(பெ):* திலகம்; நெற்றிப்பொட்டு; சிறந்தது; the mark in the forehead; the best.

திலதைலம்: *(பெ):* நல்லெண்ணெய்; sesame oil.

திலப்பொறி: *(பெ):* எள் இட்டு ஆட்டும் செக்கு; sesame oil-press.

திலம்: *(பெ):* எள்; மர வகை; sesame; a kind of tree.

திலவகம்: *(பெ):* விளாம்பட்டை; bark of wood-apple.

திலு: *(பெ):* மூன்று என்பதைக் குறிப்பது; that which indicates three.

திலுபுலு: *(பெ):* முப்பது என்பதைக் குறிப்பது; that which indicates thirty.

திலோத்தமை: *(பெ):* தேவலோக நடன நங்கை; dancing girl of heaven.

தில்லம்: *(பெ):* காடு; மர வகை; forest; a kind of tree.

தில்லானா: *(பெ):* தில்லா (அ) தில்லானா என முடியும் ஒரு வகை இசைப்பாடல்; பெரும்பாலும் சொற்கட்டுகளையே கொண்ட ராக தாளமுடைய பாடலுக்கு ஏற்ப கால் வைத்து ஆடும் முறை; a musical composition ending with 'thillaa'or 'thillaanaa'; intricate rhythmic foot-work executed in the musical strain of any given 'Raagam'.

தில்லி: *(பெ):* டில்லிப்பட்டணம்; மிகச்சிறு நிலப்பகுதி; Delhi; a small piece of land.

தில்லியம்: *(பெ):* நல்லெண்ணெய்; sesame oil.

தில்லுமுல்லு: *(பெ):* முறையில்லாத வழியைப் பின்பற்றி காரியம் ஒன்றினை முடித்திடும் ஏமாற்று வேலை; wheeling and dealing.

தில்லை: *(பெ):* ஒரு மரம்; சிதம்பரம்; நெல் வகை; a tree; Chidambaram, a town and Shiva's shrine in Cuddalore District; a kind of paddy.

தில்லை நாயகம்: *(பெ):* நெல் வகை; a kind of paddy.

திவசம்: *(பெ):* பகல்; நாள்; சிரார்த்தம்; daytime; day; a ceremony of offering oblations of food and water to the manes.

திவம்: *(பெ):* பகல்; வானம்; பரமபதம்; daytime; sky; the highest bliss.

திவரம்: *(பெ):* நாடு; country; region.

திவலை: *(பெ):* நீர்த்துளி; மழைத்துளி; drop of water; rain drop.

திவவு: *(பெ):* மலையேறும் படிக்கட்டு; steps in a mountain for climbing.

திவளுதல்: *(வி):* துவளுதல்; வாடுதல்; தொடுதல்; திளைத்தல்; அசைதல்; to wither; to fade; to touch; be close; to move.

திவறுதல்: *(வி):* சாதல்; to die.

திவா: *(பெ):* பகல்; நாள்; நற்செயலுக்கு ஆகாத காலம்; daytime; day; the time which is not suitable to do good things.

திவ்வியப் பிரபந்தம்: *(பெ):* **4000** பாசுரங்களைக் கொண்டதும் பன்னிரு ஆழ்வார்கள் இயற்றியதுமான ஒரு நூல்; a collection of 4000 stanzas in Tamil composed by 12 Vaishnava saints.

திவ்வியம்: *(பெ):* மேன்மையானது; ஒரு சந்தன வகை; that which is excellent; a kind of sandal wood.

திளைத்தல்: *(வி):* நெருங்குதல்; நிறைதல்; நுகர்தல்; மகிழ்தல்; பொருதல்; இடையறாது ஒழுகுதல்; be close to; be full of; to consume; be happy; to fight; to conduct without any break.

திறக்கு: *(பெ):* செயல்; action.

திறக்குதல்: *(வி):* அதிகரித்தல்; to increase.

திறத்தகை: *(பெ):* வலியவன்; the strong man.

திறத்தல்: *(வி):* கதவினை நுழைவதற்கு ஏற்ற நிலைக்கு நகர்த்துதல்; (புத்தகத்தை) விரித்தல்; to open a door, etc.; to open a book, etc.

திறத்தவன்: *(பெ):* வலியோன்; strong man.

திறத்தி: *(பெ):* மருத்துவச்சி; mid-wife.

திறத்திறம்: *(பெ):* மைதானம்; open space; ground.

திறப்பாடு: *(பெ):* கூறுபாடு; திறமை; partition; skill.

திறப்பு: *(பெ):* வெளியிடம்; திறவுகோல்; வாயில்; பிளப்பு; outside, open space; key; gate; cleft.

திறமை: *(பெ):* வலிமை; ஆற்றல்; மேன்மை; மிகுதி; பேறு; strength; skill; excellence; abundance; good fortune.

திறம்: *(பெ):* வகை; சார்பு; மிகுதி; வலிமை; திறமை; மேன்மை; கற்பு; வழி; குலம்; ஒழுக்கம்; சுற்றம்; **80** ஆடு, **80** பசு, **80** எருமை கூடின கூட்டம்; கோட்பாடு; உபாயம்; விறகு;

உடம்பு; இயல்பு; செய்தி; பேறு; காரணம்; type; abundance; strength; ability; chastity; way; lineage; virtue; relative; a herd containing 80 goats, 80 cows and 80 buffaloes; doctrine; means; firewood; body; nature; news; good fortune; reason.

திறம்புதல்: *(வி):* மாறுபடுதல்; தவறுதல்; to differ; to miscarry.

திறலோன்: *(பெ):* பதினைந்து வயது நிரம்பியவன்; one who is 15 years old.

திறல்: *(பெ):* வலிமை; ஊக்கம்; போர்; பகை; ஒளி; வெற்றி; strength; spirit; war; enmity; light; victory.

திறவான்: *(பெ):* வல்லவன்; one who is proficient in something.

திறவு: *(பெ):* வாயில்; வழி; வெளியிடம்; உளவு; திறப்பு; காரணம்; gate; way; open space; spying; opening; reason.

திறவுகோல்: *(பெ):* சாவி; key.

திறன்: *(பெ):* கூறுபாடு; classification.

- **திறனறிந்து சொல்லுக சொல்லை அறனும்**
  பொருளும் அதனினூஉங்கு இல். - *குறள் 644.*

திறை: *(பெ):* கப்பம்; tribute paid by the feudatories to the king.

திற்றி: *(பெ):* இறைச்சி; meat.

தினகரன்: *(பெ):* சூரியன்; the Sun.

தினசரி: *(பெ.அ / வி.அ):* தினந்தோறும்; அன்றாட; daily; day-to-day; each and every day *(பெ):* நாளிதழ்; நாளேடு; a daily newspaper.

தினமணி: *(பெ):* சூரியன்; the Sun.

தினமுகம்: *(பெ):* விடியற் காலம்; dawn; break of a day.

தினமும்: *(பெ):* நாள்தோறும்; daily.

தினம்: *(பெ):* நாள்; day.

தினவு: *(பெ):* தீவிர உந்துதல்; அரிப்பு; நமைச்சல்; திமிர்; itch for doing something; something that induces a desire to scratch; insolence.

- **தினவு எடுத்தவன் சொறிந்து கொள்ளத் தான் வேண்டும்** - *பழமொழி.*

தினாரம்பம்: *(பெ):* விடியற்காலம்; dawn; day break.

தினிகை: *(பெ):* நாள் கூலி; daily wage.

தினை: *(பெ):* ஒரு வகை சிறு தானியம்; millet.

- **தினை விதைத்தவன் தினை அறுப்பான்; வினை விதைத்தவன் வினை அறுப்பான்** - *பழமொழி.*

தினையளவு: *(பெ):* மிகச்சிறிய அளவு; a small measure.

தின்பண்டம்: *(பெ):* உணவுப் பொருள்; முக்கிய உணவாக இல்லாது அவ்வப்பொழுது உண்ணப்படும் முறுக்கு, மிட்டாய் போன்ற உணவு; eatables such as savouries, sweets, etc.; snacks.

தின்மை: *(பெ):* தீமை; சாவு; தீயசெயல்; evil; death; evil act.

தீ

தீ: *(பெ):* நெருப்பு; கோபம்; தீமை; நஞ்சு; நரகம்; விளக்கு; fire; anger; evil; poison; hell; lamp.

- **தீயினாற் சுட்டபுண் உள்ளாறும் ஆறாதே**
  நாவினாற் சுட்ட வடு. - *குறள் 129.*
- **தீயவை தீய பயத்தலால் தீயவை**
  தீயினும் அஞ்சப் படும். - *குறள் 202.*

தீக்கடவுள்: *(பெ):* அக்கினி தேவன்; Agni Deva, the God of Fire.

தீக்கடன்: *(பெ):* இறுதிச்சடங்கு; funeral rites.

தீக்கதி: *(பெ):* நரகம்; hell.

தீக்கரண்டி: *(பெ):* நெருப்பு எடுக்கும் கருவி; the tool used for taking fire.

தீக்கரும்பு: *(பெ):* விறகு; firewood.

தீக்கருமம்: *(பெ):* ஈமச்சடங்கு; funeral rites.

தீக்கல்: *(பெ):* தீத்தட்டிக்கல்; flint-stone.

தீக்காய்தல்: *(வி):* குளிர் காய்தல்; to warm oneself by the fireside.

தீக்குச்சி: *(பெ):* தீயை உண்டாக்கும் குச்சி; matches.

தீக்குணம்: *(பெ):* கெட்ட குணம்; வெப்பம்; evil quality; heat.

தீக்குண்டம்: *(பெ):* ஓம குண்டம்; வேள்விக்குழி; sacrificial pit.

தீக்குழி: *(பெ):* தீமிதி; தீமிதிக்காக விறகுகளை எரித்து தணலாக இருக்குமாறு ஏற்படுத்தப்பட்ட நீள் சதுரப் பரப்பு; fire-walking by devotees;

pit with live coals for devotees to walk on in fulfilment of their vows.

தீக்குளி: *(வி):* தற்கொலை நோக்குடன் (அ) எதிர்ப்பை வெளிப்படுத்தும் விதமாக தனக்குத் தானே தீயிட்டு இறத்தல்; to immolate; to burn oneself to death as a protest against something.

தீக்கோழி: *(பெ):* நெருப்புக்கோழி; ostrich.

தீங்கனி: *(பெ):* இனிய பழம்; sweet fruit.

தீங்கு: *(பெ):* தீமை; குற்றம்; துன்பம்; evil; fault; misery.

தீசகன்: *(பெ):* ஆசிரியன்; teacher.

தீசல்: *(பெ):* மிகவும் தீய்ந்து (அ) வற்றிப் போனது; that which is charred or excessively heated.

தீச்சடம்: *(பெ):* சிறுநீர்; urine.

தீச்சனகம்: *(பெ):* இலுப்பை; South Indian Mahua.

தீச்சனம்: *(பெ):* மிளகு; pepper.

தீச்சொல்: *(பெ):* பழிச்சொல்; slander, evil word.

தீட்சண கந்தகம்: *(பெ):* வெங்காயம்; onion.

தீட்சணகம்: *(பெ):* வெண்கடுகு; white mustard.

தீட்சண சாரம்: *(பெ):* இலுப்பை; South Indian Mahua.

தீட்சண தண்டுலம்: *(பெ):* திப்பிலி; long pepper.

தீட்சண புட்பம்: *(பெ):* இலவங்கம்; clove.

தீட்சணம்: *(பெ):* உறைப்பு; கூர்மை; கடுமை; ஆயுதம்; மிளகு; இரும்பு; இறப்பு; கொள்ளை நோய்; pungency; sharpness; severity; weapon; pepper; iron; death; plague; epidemic.

தீட்சணியம்: *(பெ):* உறைப்பு; கூர்மை; கடுமை; pungency; keenness; severity.

தீட்சை: *(பெ):* தகுதியான குருவை அடைந்த ஒருவருக்கு குருவின் பார்வை, உபதேசம் போன்றவற்றால் உணர்த்தப்பட்டு துவங்கி வைக்கப்படும் புதிய வாழ்க்கை நெறி; the vow to observe the path into which one was initiated by a guru with his glance, mystic words, etc.

தீட்டம்: *(பெ):* மாதவிடாய்; மகப்பேறு, உறவினர் இறப்பு போன்றவற்றால் கருதப்படும் தீட்டு; menstrual period; defilement; pollution as from death of a relative, child-birth, etc.

தீட்டுக்கல்: *(பெ):* சாணைக்கல்; whetstone.

தீட்டுதல்: *(வி):* கூராக்குதல்; துலக்குதல்; அடித்தல்; சாத்துதல்; எழுதுதல்; பூசுதல்; to sharpen; to cleanse; to beat; to hit; to write; to smear.
- **தீட்டின** மரத்திலே கூர் பார்ப்பது போல - *பழமொழி.*

தீட்பு: *(பெ):* இழிவு; ஒழுக்கக்கேடு; disgrace; immoral behaviour.

தீண்டுதல்: *(வி):* தொடுதல்; பற்றுதல்; to touch; to catch.

தீதல்: *(வி):* எரிந்துபோதல்; கருகுதல்; அழிதல்; சினத்தல்; காந்துதல்; to burn; to wilt; to ruin; to get anger; to get charred.

தீது: *(பெ):* தீமை; குற்றம்; துன்பம்; பாவச்செயல்; கேடு; இடையூறு; உடம்பு; evil; default; sorrow; distress; evil act; ruin; disturbance; body.

தீதை: *(பெ):* கன்னிப் பெண்; அறிவு; virgin; knowledge; wisdom.

தீத்தகம்: *(பெ):* பொன்; gold.

தீத்தட்டிக்கல்: *(பெ):* சிக்கிமுக்கிக் கல்; flint-stone.

தீத்த பிங்கலம்: *(பெ):* சிங்கம்; lion.

தீத்தம்: *(பெ):* தீர்த்தம்; பெருங்காயம்; 28 சிவாகமங்களுள் ஒன்று; sacred water; asafoetida; one of the 28 shivagamas.

தீத்தலோகம்: *(பெ):* வெண்கலம்; நிறம்; bell metal; bronze; colour.

தீத்தலோசனம்: *(பெ):* பூனை; cat.

தீத்தாங்கம்: *(பெ):* மயில்; peacock.

தீத்தாட்சம்: *(பெ):* பூனை; மயில்; cat; peacock.

தீத்தி: *(பெ):* ஒளி; அழகு; வெண்கலம்; light; beauty; bronze; bell metal.

தீத்திரள்: *(பெ):* தீக்கொழுந்து; ஊழித்தீ; flame of the fire; cosmic fire.

தீத்தீண்டல்: *(பெ):* திருமணச் சடங்கு; matrimonial rites.

தீத்தீண்டுகையார்: *(பெ):* வேங்கை மரம்; a kind of tree.

தீத்தெய்வம்: *(பெ):* அக்கினி தேவன்; Agni Deva, the God of Fire.

தீத்தொழில்: *(பெ):* வேள்வி; பாவச் செய்கை; sacrifice; sinful act.

தீநா: *(பெ):* தீச்சுடர்; கலங்கரை விளக்கம்; தீப்பந்தம்; flame; lighthouse; torch.

தீநிமித்தம்: *(பெ):* கெட்ட குறி; evil omen.

தீந்தமிழ்: *(பெ):* இனிய தமிழ்; sweet and elegant Tamil.

தீபகம்: *(பெ):* விளக்கு; lamp.

தீபகற்பம்: *(பெ):* மூன்று புறமும் கடல் சூழப்பெற்ற நிலப்பகுதி; peninsula.

தீபகாந்தி: *(பெ):* வைரம்; diamond.

தீபகூபி: *(பெ):* விளக்குத் திரி; wick.

தீபக்கால்: *(பெ):* விளக்குத் தண்டு; lamp stand.

தீபக்கொடிச்சி: *(பெ):* கற்பூர வகை; a kind of camphor.

தீபபுட்பம்: *(பெ):* செண்பகப்பூ; champak flower.

தீபம்: *(பெ):* விளக்கு; தீவு; lamp; island.

தீபவதி: *(பெ):* ஆறு; river.

தீபவிருட்சம்: *(பெ):* விளக்குத்தண்டு; lamp stand.

தீபனம்: *(பெ):* பசி; உணவு; மஞ்சள்; ஒளி; படையல்; செய்கை; விளக்கு; hunger; food; turmeric; light; offering; action; lamp.

தீபாந்தம்: *(பெ):* பெருச்சாளி; bandicoot; a large rat.

தீபாராதனை: *(பெ):* கடவுள் விக்கிரகத்தின் முன்பு (அபடத்தின் முன்பு தீபத்தை இடமிருந்துவலமாக மூன்று முறை சுற்றிச் செய்திடும் வழிபாடு; waving lighting lamps three times clockwise before an idol, while worshipping.

தீபாவளி: *(பெ):* ஐப்பசி மாதத்தில் கொண்டாடப் படும் ஒரு பண்டிகை; a festive celebration in the Tamil month, Aippasi ordained by Lord Krishna at the request of an asura, Narakasura who was killed by Him.

தீபி: *(பெ):* புலி; tiger.

தீபிகை: *(பெ):* விளக்கு; lamp.

தீபு: *(பெ):* கடலால் சூழப்பட்ட நிலப்பகுதி; island.

தீப்தம்: *(பெ):* ஒளி; சிங்கம்; பெருங்காயம்; 28 சிவாகமங்களுள் ஒன்று; light; lion; asafoetida; one of the 28 shivagamas.

தீப்படுதல்: *(வி):* இறத்தல்; நெருப்புப்பற்றி எரிதல்; to die; to burn.

தீப்படை: *(பெ):* தீக்கடவுளின் ஆயுதம்; the weapon of Agni Deva.

தீப்பந்தம்: *(பெ):* நுனியில் துணி சுற்றப்பட்டு எண்ணெயில் முக்கி எடுத்து எரிப்பதற்குத் தயாராயுள்ள கம்பு; torch.

தீப்பள்ளயம்: *(பெ):* தீமிதித் திருவிழா; the fire-walking festival.

தீப்பறவை: *(பெ):* நெருப்புக்கோழி; ostrich.

தீப்பி: *(பெ):* நெருப்பு; fire.

தீப்பிணி: *(பெ):* கொடிய நோய்; severe disease.

தீப்பியம்: *(பெ):* வேள்வி; தீச்சுடர்; sacrifice; flame.

தீப்புட்பம்: *(பெ):* செண்பகப்பூ; champak flower.

தீப்புண்: *(பெ):* உடம்பில் நெருப்பு சுடுவதால் உண்டாகும் காயம்; burns. • **தீப்புண்** ஆறினாலும் ஆறும்; வாய்ப்புண் ஆறாது - *பழமொழி.*

தீமகம்: *(பெ):* பகைவரைக் கொல்ல வேண்டி செய்யும் வேள்வி; அபிசார யாகம்; Abichara yagam, a kind of sacrifice done to kill the enemies.

தீமடுத்தல்: *(வி):* தீயிலிடுதல்; to put in fire.

தீமிதி: *(பெ):* வேண்டுதலை நிறைவேற்றும் பொருட்டு தணல் நிரம்பிய பரப்பில் நடந்து செல்லும் சடங்கு; a ritual walking across a pit filled with live coals in fulfilment of a vow.

தீமுகம்: *(பெ):* நெருப்பு எரியும் இடம்; the place where there is fire.

தீமேனியான்: *(பெ):* சிவபெருமான்; Lord Shiva.

தீமை: *(பெ):* தீங்கு; குற்றம்; wrong; harm; evil; fault.

தீமொழி: *(பெ):* சாபம்; curse.

தீம்: *(பெ):* இனிமை; அமுது; sweetness; food.

தீம்பன்: *(பெ):* தீயவன்; கீழ்மகன்; person of low qualities.

தீம்பி: *(பெ):* தீயவள்; கீழ்மகள்; woman of low qualities.

தீம்பு: *(பெ):* கேடு; கொடூர குணம்; evil, wicked nature.

தீம்புகை: *(பெ):* நறும்புகை; incense.

தீம்புழல்: *(பெ):* இலுப்பைப் பூ; இனிய பணியாரம்; flower of South Indian Mahua; a kind of sweet pastry.

தீம்புளி: *(பெ):* கருப்பட்டி சேர்த்துப் பொரித்த புளி; the tamarind, which is fried with jaggery.

தீய: *(பெ.அ):* ஊறு விளைவிக்கக்கூடிய; கெடுதல் தரக்கூடிய; கெட்ட; injurious; harmful; bad.

தீயகம்: *(பெ):* நரகம்; hell.

தீயணைப்புப்படை: *(பெ):* தீ விபத்து உண்டாகும் போது தீயை அணைப்பதற்காகப் பயிற்சி பெற்றோரைக் கொண்ட அமைப்பு; fire brigade; fire service.

தீயம்: *(பெ):* இனிப்பு; sweet.

தீயர்: *(பெ):* வேடுவர்; கொடியோர்; hunters; wicked persons.

தீயல்: *(பெ):* கருகுதல்; be charred.

தீயவை: *(பெ):* துன்பம்; தீயசொல்; distress; sufferings; evil words.

• **தீயவை செய்தார் கெடுதல் நிழல்தன்னை**
வீயாது அடிஉறைந் தற்று. *- குறள் 208.*

தீயழல்: *(பெ):* தீக்கொழுந்து; (fire) flame.

தீயறம்: *(பெ):* பொல்லாங்கு; offence; evil.

தீயாடி: *(பெ):* சிவபெருமான்; Lord Shiva.

தீயொழுக்கம்: *(பெ):* கெட்ட நடத்தை; misconduct; debauchery.

தீய்தல்: *(வி):* அதிகச் சூட்டினால் எரிந்து போதல்; கருகுதல்; be burnt; be charred.

தீய்த்தல்: *(வி):* சுடுதல்; வாட்டுதல்; கருகச் செய்தல்; to fry; to roast; cause to be charred.

தீர: *(வி.அ):* மிக; முற்றிலுமாக; entirely.

தீரதை: *(பெ):* மனத்திட்பம்; firmness of mind.

தீரம்: *(பெ):* துணிவு; அறிவு; கரை; அம்பு; மஞ்சள்; courage; knowledge; bank; arrow; turmeric.

தீரன்: *(பெ):* மன உறுதியுள்ளவன்; வலிமை யுள்ளவன்; one who is valiant.

தீர்: *(வி):* இல்லாது போதல்; முடிவுக்கு வருதல்; முடிதல்; நீங்குதல்; அடைபடுதல்; be used up; to come to an end; be over; be cleared; be paid up.

தீர்க்க கணம்: *(பெ):* வெண் சீரகம்; white cumin.

தீர்க்க கதி: *(பெ):* ஒட்டகம்; camel.

தீர்க்க காண்டம்: *(பெ):* கோரைப்புல்; sedges and bulrushes.

தீர்க்கக்கிரீபம்: *(பெ):* நீண்ட கழுத்தை உடைய ஒட்டகம்; the camel which has a long neck.

தீர்க்க சங்கம்: *(பெ):* நாரை; ஒட்டகம்; crane; camel.

தீர்க்க சாலம்: *(பெ):* ஆச்சாமரம்; a kind of tree.

தீர்க்க சுமங்கலி: *(பெ):* வெகு காலமாக சுமங்கலியாக வாழ்பவள்; the woman with long and happy married life.

தீர்க்க சுவாசம்: *(பெ):* பெருமூச்சு; hard breathing.

தீர்க்கதண்டம்: *(பெ):* ஆமணக்கு; castor.

தீர்க்க தரிசனம்: *(பெ):* எதிர்காலத்தில் நிகழப் போவதைமுன்கூட்டியே அறிந்துசொல்லக்கூடிய (அ) நடக்கக்கூடிய அறிவு; prophecy.

தீர்க்கதரிசி: *(பெ):* எதிர்காலத்தின் நிகழ்வை முன்கூட்டியே உணர்ந்து கூறக்கூடியவர்; prophet; seer.

தீர்க்க தரு: *(பெ):* பனை மரம்; palmyra palm.

தீர்க்க தாரு: *(பெ):* நிலப்பனை என்னும் மூலிகைச் செடி; a kind of herb.

தீர்க்க நாதம்: *(பெ):* சங்கு; conch.

தீர்க்க பர்ணி: *(பெ):* நீண்ட இலைகளை உடைய வாழைமரம்; plantain tree which has long leaves.

தீர்க்க பாதபவம்: *(பெ):* தென்னை மரம்; coconut tree.

தீர்க்கம்: *(பெ):* தெளிவு; முடிவு; clarity; firmness.

தீர்க்க மாருதம்: *(பெ):* யானை; elephant.

தீர்க்க மூலம்: *(பெ):* வில்வம்; bael tree.

தீர்க்க ரசனம்: *(பெ):* பாம்பு; snake.

தீர்க்க ரதம்: *(பெ):* பன்றி; pig.

தீர்க்க லோகிதம்: *(பெ):* சிலந்தி; தருப்பை; spider; kaus, the sacred grass.

தீர்க்க வசனம்: *(பெ):* உறுதிச்சொல்; vow.

தீர்க்க வர்ச்சிகை: *(பெ):* முதலை; crocodile.

தீர்க்க விருச்சம்: *(பெ):* பெருமரம்; a kind of tree.

தீர்க்காயுசு: *(பெ):* நீண்ட ஆயுள்; long life.

தீர்க்காலோசனை: *(பெ):* ஆழ்ந்த யோசனை; deep thought.

தீர்தல்: *(பெ):* முற்றுப் பெறுதல்; அழிதல்; to come to an end; to destroy.

தீர்த்தகரர்: *(பெ):* தீர்த்தங்கரர்; (in Jainism) Arhats (saints) twenty-four in number.

தீர்த்தம்: *(பெ):* நீர்; தூய்மை; திருமஞ்சன நீர்; திருவிழா; தீ; வேள்வி; பிறப்பு; சிரார்த்தம்; water; purity; the water used in worshipping an idol and distributed to devotees; festival; fire; sacrifice; birth; a ceremony of offering oblation of food and water to the manes.

தீர்த்தன்: *(பெ):* குரு; கடவுள்; அருகன்; தூயவன்; Guru; God; Arhat (Jaina saint) pure and holy person.

தீர்த்திகை: *(பெ):* ஆறு; river.

தீர்ந்தவன்: *(பெ):* துறந்தவன்; ascetic.

தீர்ப்பான்: *(பெ):* மருத்துவன்; physician.

தீர்ப்பு: *(பெ):* முடிவு; நியாயத்தீர்ப்பு; தீர்மானம்; கழுவாய்; தண்டனை; determination; judgement; resolution; remedy; punishment.

தீர்மானம்: *(பெ):* முடிவு; முழுமை; தண்டனை; determination; fullness; punishment.

தீர்மானித்தல்: *(வி):* கணித்தல்; முடித்தல்; to determine; to conclude; to finish.

தீர்மை: *(பெ):* நீக்கம்; elimination.

தீர்வு: *(பெ):* கழுவாய்; நீங்குகை; remedy; leaving.

தீர்வை: *(பெ):* உறுதி; முடிவு; விதி; வரிப்பணம்; கழுவாய்; கீரிப்பிள்ளை; firmness; conclusion; rule; tax; remedy; mongoose.

தீவட்டி: *(பெ):* தீப்பந்தம்; torch.

தீவட்டித்தடியன்: *(பெ):* உபயோகமற்றவன்; useless fellow.

தீவண்ணன்: *(பெ):* சிவபெருமான்; Lord Shiva.

தீவம்: *(பெ):* விளக்கு; தீவு; lamp; island.

தீவளி: *(பெ):* கடுங்காற்று; சுழற்காற்று; tempest; whirlwind.

தீவனம்: *(பெ):* கால்நடைகளின் உணவு; cattle food; fodder.

தீவாணம்: *(பெ):* அரசாட்சி; rule of a king.

தீவானம்: *(பெ):* பைத்தியம்; madness.

தீவி: *(பெ):* புலி; பறவை வகை; tiger; a kind of bird.

தீவிகை: *(பெ):* விளக்கு; lamp.

தீவிய: *(பெ.அ):* இனிமையான; pleasant.

தீவிர கந்தம்: *(பெ):* துளசி; basil plant.

தீவிரம்: *(பெ):* சூரியக்கதிர்; விரைவு; கடுமை; கொடுமை; உறைப்பு; ஒரு நரகம்; rays of the Sun; swiftness; severity; harshness; pungency; a hell.

தீவிளி: *(பெ):* காயா மரம்; கொடுஞ்சொல்; கடுங்காற்று; தீபாவளிப் பண்டிகை; tree which is not yielding; evil words; tempest; Deepavali festival.

தீவினை: *(பெ):* பயனற்ற செயல்; பாவம்; unworthy act; sin.

தீவு: *(பெ):* நான்கு புறமும் நீர் சூழ்ந்த நிலப்பகுதி; island.

தீவேட்டல்: *(வி):* திருமணம் செய்தல்; to marry.

தீவேள்வி: *(பெ):* திருமணச் சடங்கு; matrimonial rites.

தீழ்ப்பு: *(பெ):* கீழ்மை; தீட்டு; meanness; pollution.

தீற்றுதல்: *(வி):* ஊட்டுதல்; பூசுதல்; மெழுகுதல்; to feed; to smear; to cleanse the floor with cow-dung water.

தீனக்காரன்: *(பெ):* நோயாளி; patient.

தீனபந்து: *(பெ):* கடவுள்; God.

தீனம்: *(பெ):* வறுமை; நோய்; கொடுமை; நட்பு; poverty; disease; severity; friendship.
தீனி: *(பெ):* விலங்குணவு; சிற்றுண்டி; food for animals; tiffin.
தீனிப்பை: *(பெ):* இரைப்பை; stomach.
தீன்: *(பெ):* உணவு; மதம்; food; religion.
தீன்பண்டம்: *(பெ):* உண்ணக்கூடியது; eatable.

து

துகத்தல்: *(வி):* கசத்தல்; to taste bitter.
துகம்: *(பெ):* பங்கு; share.
துகளிதம்: *(பெ):* தூளி; dust; particle of dust.
துகள்: *(பெ):* தூளி; குற்றம்; பூந்தாது; particle of dust; fault; pollen.
துகிசையிலம்: *(பெ):* இமயமலை; Himalayan mountain.
துகிதை: *(பெ):* மகள்; daughter.
துகிரிகை: *(பெ):* எழுதுகோல்; சித்திரம்; சாந்து; painting brush; pencil; painting; paste.
துகிர்: *(பெ):* பவளம்; பவளக்கொடி; red coral; red coral as a marine plant.
துகிலிகை: *(பெ):* எழுதுகோல்; துணிக்கொடி; சித்திரம்; pencil; banner; painting.
துகில்: *(பெ):* நல்லாடை; துணிக்கொடி; விருதுக்கொடி; fine cloth; banner; flag.
துகிற்கிழி: *(பெ):* உறை; cover; sheath.
துகிற்பீசம்: *(பெ):* பருத்தி விதை; cotton seed.
துகினம்: *(பெ):* பனி; நிலவின் கதிர்; snow; the rays of the Moon.
துகினூல்: *(பெ):* வெள்ளை நூல்; white thread.
துகின்மனை: *(பெ):* கூடாரம்; tent.
துகின்முடி: *(பெ):* தலைப்பாகை; turban.
துகு: *(பெ):* வருத்தம்; distress.
துகூலம்: *(பெ):* நுண்ணிய சீலை; வெண்பட்டு; fine cloth; white silk.
துகைத்தல்: *(வி):* வருத்துதல்; இடித்தல்; திரிதல்; cause to distress; to hit; to wander.
துகையல்: *(பெ):* அரைத்துச் செய்யும் உணவு வகை; a relish or mash (of vegetables, coconuts, etc.,) food.
துக்க சகிதர்: *(பெ):* மானிடர்; human beings.
துக்க சாகரம்: *(பெ):* பெருந்துன்பம்; deep sorrow.
துக்கடா: *(பெ):* சிறு துண்டு; piece, bit.
துக்கடி: *(பெ):* சிறு துண்டு; நிலப்பகுதி; piece; bit; part of land.
துக்கம்: *(பெ):* துன்பம்; நோய்; நரகம்; வானம்; grief; disease; hell; sky.
துக்காணி: *(பெ):* சிறு செப்பு நாணயம்; a small copper coin.
துக்காதீதம்: *(பெ):* இன்பம்; pleasure.
துக்கிதம்: *(பெ):* துன்பம்; grief.
துக்கித்தல்: *(வி):* வருந்துதல்; to feel sorrow.
துக்கு: *(பெ):* கீழ்மை; பயனின்மை; உதவாதவன்; துரு; meanness; uselessness; useless or unworthy person; rust.
துக்குணி: *(பெ):* மிகவும் சிறியது; that which is very small.
துக்கை: *(பெ):* துர்க்கை; மகளிர் மாதவிலக்கு; Durga, Goddess of Victory; menstrual period.
துங்கசேகரம்: *(பெ):* மலை; mountain.
துங்கதை: *(பெ):* பெருமை; உயர்ச்சி; greatness; pride; excellence.
துங்கபத்திரி: *(பெ):* துங்கபத்திரை ஆறு; the River Thungabhadra.
துங்கம்: *(பெ):* உயர்வு; அகலம்; உயரம்; பெருமை; தூய்மை; நுனி மலை; வெற்றி; excellence; breadth; height; greatness; dignity; purity; beak of the mountain; victory.
துங்கரிகம்: *(பெ):* காவிக்கல்; ochre.
துங்கன்: *(பெ):* தூயவன்; உயர்ந்தோன்; மேன்மையுடையவன்; pure and holy man; eminent person; man of excellence.
துங்கி: *(பெ):* இரவு; night.
துங்கீசன்: *(பெ):* சூரியன்; சந்திரன்; திருமால்; சிவபெருமான்; the Sun; the Moon; Lord Vishnu; Lord Shiva.
துங்கீபதி: *(பெ):* சந்திரன்; the Moon.
துசகம்: *(பெ):* மாதுளை மரம்; pomegranate.
துசம்: *(பெ):* பல்; உமி; குங்கிலியம்; கொடி; tooth; husk; konkani resin; creeper.
துசன்: *(பெ):* பார்ப்பனன்; one who belongs to brahmin community.
துச்சதரு: *(பெ):* ஆமணக்கு; castor plant.
துச்சதானியம்: *(பெ):* பதர்; chaff.

துச்சம்: *(பெ):* கீழ்மை; வெறுமை; பதர்; நிலையாமை; பேய்க்கொம்மட்டிக் கொடி; ஒரு பொருட்டாகக் கருதிடாத, முக்கியமற்ற ஒன்று; meanness; vacuity; instability; a kind of creeper used for some medicinal purposes; that which is not important.

துச்சரிதம்: *(பெ):* தீயொழுக்கம்; debauchery; misconduct.

துச்சவனன்: *(பெ):* இந்திரன்; Lord Indra.

துச்சன்: *(பெ):* இழிந்தவன்; ill-bred fellow; mean person; worthless person.

துச்சாரி: *(பெ):* தீய நடத்தை உடையவன்; immoral fellow; profligate.

துச்சி: *(பெ):* உண்ணுதல்; அனுபவம்; தேர்வு; பூநீர்; the act of eating; experience; test; the water obtained from brackish soil.

துச்சிமை: *(பெ):* கீழ்மை; meanness.

துச்சில்: *(பெ):* ஒதுக்கிடம்; தங்குமிடம்; மயில் கொண்டை; place of retreat; shelter; dwelling place; creast of peacock.

துச்சு: *(பெ):* இழிவு; கீழ்மை; degradation; vilification; meanness.

துஞ்சரித்தல்: *(வி):* கண் விழித்தல்; துயிலெழுதல்; to awake from sleep.

துஞ்சர்: *(பெ):* அசுரர்; asuras.

துஞ்சு: *(பெ):* பின்னித் தொங்கவிடப்பட்ட ஜடை; plaited hair of women.

துஞ்சுதல்: *(வி):* உறங்குதல்; சோம்புதல்; சோர்தல்; இறத்தல்; வீண்பொழுது போக்குதல்; குறைதல்; தங்குதல்; நிலைபெறுதல்; to sleep; to droop; be weary; to die; to slumber; to diminish; to stay; be established; be ingrained.

- துஞ்சினார் செத்தாரின் வேறல்லர் எஞ்ஞான்றும்
  நஞ்சுண்பார் கள்ளுண் பவர். *- குறள் 926.*
- துஞ்சுங்கால் தோள்மேல ராகி விழிக்குங்கால்
  நெஞ்சத்தர் ஆவர் விரைந்து. *- குறள் 1218.*

துஞ்சுநிலை: *(பெ):* கட்டில்; cot.

துஞ்சுமரம்: *(பெ):* மதில் வாயிலில் இடும் கணைய மரம், கழுக்கோல்; wooden bar to fasten the large doors of a fort; impaling stake.

துடக்கம்: *(பெ):* துவக்கம்; தொடக்கம்; beginning; origin.

துடக்கு: *(பெ):* சம்பந்தம்; relation.

துடக்குதல்: *(வி):* கட்டுதல்; தொடங்குதல்; to tie; to begin.

துடராமுறி: *(பெ):* விடுதலை ஆவணம்; release deed.

துடரி: *(பெ):* புலிதொடக்கி; திருநெல்வேலி மாவட்டத்தில் உள்ள மலை; செடி வகை; a kind of herb - Pulithodakki; Thudari, a mountain in Thirunelveli District; a kind of plant.

துடர்: *(பெ):* சங்கிலி; chain.

துடவர்: *(பெ):* நீலகிரி மலையில் வாழும் மலைச்சாதியர்; the tribal people of Nilgiris mountain.

துடவை: *(பெ):* விளைநிலம்; சோலை; தோட்டம்; field; grove; garden; farm.

துடி: *(பெ):* சலிப்பு; வேகம்; சுறுசுறுப்பு; மேன்மை; வலி; அகில்மரம்; தூதுளி; கூதாளிச்செடி; ஏலச்செடி; சங்கஞ்செடி; மயிர்ச்சாந்து; உடுக்கை; dissatisfaction; speed; alertness; excellence; pain; eagle wood; medicinal (herbal) plants; perfumed paste for the application in hair; a kind of small drum. ● துடிக்கக் கிள்ளி தொட்டிலையும் ஆட்டுகிறது போல - *பழமொழி.*

துடிகம்: *(பெ):* ஒரு வகைச் செடி; a kind of plant.

துடிதலோகம்: *(பெ):* பௌத்த மதம் கூறிய தேவலோகம்; the heaven as per Buddhism.

துடித்திடு: *(வி):* பதைபதைத்திடு; நடுங்கிடு; பயப்படு; கடுமையான கோபத்திலிரு; to throb; to quiver; to shiver; to tremble; be in a great flurry.

துடிநூல்: *(பெ):* உடலுறுப்புகள் துடித்தலைக் கொண்டு பலன்களை அறியும் நூல்; the treatise on the art of sooth-saying from the quivering of different parts of the body.

துடிப்பு: *(பெ):* நடுக்கம்; பரபரப்பு; சினம்; செருக்கு; விலையேற்றம்; trembling; hurry; anger; pride; increase in price.

துடியடி: *(பெ):* யானைக்கன்று; calf of the elephant.

துடியன்: *(பெ):* துடி கொட்டுபவன்; சுறுசுறுப்புள்ளவன்; சினம் கொண்டவன்; தீயவன்; the beater of the small drum, tappering in the middle; active man; busy person; man of irritable temper; wicked; mischievous person.

துடியிடையாள்: *(பெ):* உடுக்கையைப் போன்று சிறுத்த இடையை உடைய இளம்பெண்; the woman, as having a slender waist like the middle of the 'Thudi' drum.

துடுக்கன்: *(பெ):* செருக்குள்ளவன்; the person who is proud.

துடுக்கானவன்: *(பெ):* குறும்புத்தனம் செய்பவன்; தன் வயதுக்கு மீறி அதிகப்பிரசங்கித்தனமாகச் செயல்படுபவன்; தீயவன்; mischievous person; insolent person; wicked person.

துடுக்கு: *(பெ):* குறும்புத்தனம்; தன் வயதுக்கு மீறி அதிகப்பிரசங்கித்தனமாகவோ கேட்பவரின் தகுதியைக் கருதாது கேலியாகவோ பேசுகின்ற (அ) செயல்படுகின்ற விதம்; விரைவு;

mischievousness; insolence; audacity; quickness.

துடுப்பு: *(பெ):* சட்டுவம்; அகப்பை; வலிதண்டு; பூங்கொத்து; a long handled spatula to turn and remove a cooked cake; ladle; paddle; cluster of flowers.

துடுமை: *(பெ):* பறை வகை; a kind of drum.

துடும்புதல்: *(வி):* கூடுதல்; ததும்புதல்; to accede; to overflow.

துடுவை: *(பெ):* நெய்க்கரண்டி; ghee spoon.

துடை: *(பெ):* தொடை; அரசமரம்; thigh; pipal tree.

துடைத்தல்: *(வி):* அழித்தல்; பெருக்குதல்; தள்ளுதல்; துவட்டுதல்; கொல்லுதல்; நீக்குதல்; கைவிடுதல்; to destroy; to sweep; to discard; to wipe; to kill; to remove; to give-up.

துடைப்பக்கட்டை: *(பெ):* துடைப்பத்தைக் கையில் பிடிக்கும் பகுதி; the part of the broom by which it is held when sweeping.

துடைப்பம்: *(பெ):* தரையைப் பெருக்கப் பயன்படும் விளக்குமாறு; broom. • **துடைப்பைக்** கற்றைக்கு பட்டுக் குஞ்சம் கட்டியது போல - *பழமொழி.*

துட்கு: *(பெ):* அச்சம்; fear.

துட்சணம்: *(பெ):* குறும்புத்தனம்; mischief.

துட்டகம்: *(பெ):* பொல்லாங்கு; wickedness; offence.

துட்டகன்: *(பெ):* தீயோன்; wicked person.

துட்டக்கிளவி: *(பெ):* தீயசொல்; bad words.

துட்டம்: *(பெ):* தீமை; கொடுமை; மரகதக் குற்றங்களுள் ஒன்று; evil; severity; one of the faults of Emerald.

துட்டரி: *(பெ):* தொடரிச்செடி; a kind of plant.

துட்டன்: *(பெ):* தீயோன்; தேள்; wicked person; scorpion. • **துட்டனைக் கண்டால் தூர** விலகு - *பழமொழி.*

துட்டாட்டம்: *(பெ):* முரட்டுத்தனம்; தீயவாழ்க்கை; incivility; debauchery.

துட்டி: *(பெ):* மனநிறைவு; தீயவள்; சாவுத்தீட்டு; சம்பளப்பிடிப்பு; satisfaction; wicked woman; pollution as from the death of a relative; deduction in salary.

துட்டு: *(பெ):* பணம்; தீமை; செப்பு நாணயம்; money; evil; copper coin.

துட்டுத்தடி: *(பெ):* குறுந்தடி; truncheon; drum-stick.

துட்டுவம்: *(பெ):* சிறுமை; புன்மை; degradation; meanness.

துட்டை: *(பெ):* கற்பில்லாதவள்; கட்டுக்கடங்காதவள்; unchaste woman; defiant woman.

துட்பதம்: *(பெ):* பாசாங்கு; pretence.

துணங்கல்: *(பெ):* கூத்து; dance.

துணங்கறல்: *(பெ):* இருள் திருவிழா; the festival which is held in the night.

துணங்கு: *(பெ):* இருள்; night.

துணங்கை: *(பெ):* பேய்; கூத்து வகை; திருவிழா; devil; a kind of dance; festival.

துணதுணப்பு: *(பெ):* இடைவிடாது பேசுதல்; nagging.

துணரி: *(பெ):* பூங்கொத்து; cluster of flowers.

துணர்: *(பெ):* பூங்கொத்து; பூந்தாது; குலை; cluster of flowers; pollen dust; bunch.

துணவு: *(பெ):* நுணா மரம்; விரைவு; Indian Mulberry tree; speed.

துணி: *(பெ):* ஒளி; தெளிவு; துண்டம்; மரவுரி; உறுதி; ஆடை; தொங்கல்; தேரில் கட்டிய துணி; துணிவு; light; brightness; obvious; piece; bark; firmness; cloth; ornament suspended from the ear stud; the cloth tied in a chariot; courage (to do something).

துணிகரம்/துணிச்சல்: *(பெ):* அஞ்சாமை; தைரியம்; daring (act); boldness; guts.

துணிதல்: *(வி):* தைரியத்துடன் ஒன்றை எதிர்கொள்ள (அ) செய்திட முன் வருதல்; உறுதி செய்தல்; ஊக்கமடைதல்; தெளிதல்; அஞ்சாதிருத்தல்; to have the guts to face something or to do something; to determine; to confirm; be encouraged; to become clear; be brave.

துணித்தல்: *(வி):* வெட்டுதல்; to cut.

துணிநிலா: *(பெ):* பிறை நிலா; Crescent Moon.

துணிபு: *(பெ):* கொள்கை; policy; principle.

துணிமணி: *(பெ):* உடை, ஆடை, பயன்படுத்தும் துணிகளை குறித்திடும் ஒரு பொதுச் சொல்; a general term used to refer to clothes; garments.

துணிவு: *(பெ):* தெளிவு; திட்பம்; நம்பிக்கை; கொள்கை; முடிவு; தாளம்; உறுதி; கைக்கிளை வகை; clearness; firmness; confidence; policy; result; rhythm measure; certainty; a kind of unreciprocated love.

துணுக்கம்: *(பெ):* நடுக்கம்; அச்சம்; shivering; fear.

துணுக்கு: *(பெ):* துண்டு; சிறு செய்தி; a piece; incident.

துணுக்குறுதல்: *(வி):* திடுக்கிடுதல்; எதிர்பார்ப்பது இல்லாததால் மனக்கலக்கம் கொள்ளுதல்; அச்சம் கொள்ளுதல்; be startled; be shocked; be struck with fear.

துணை: *(பெ):* இணை; அளவு; ஒப்பு; ஆதரவு; உதவி; உதவுபவன்; காப்பு; கூட்டு; இரண்டு; இரட்டை; அன்பு; உடன்பிறப்பு; கணவன்; மனைவி; நண்பன்; தோழன்; தோழி; mate; measure; extent; likeness; support; help; assistance; aid; helper; protection; escort;

partner; two; twin; pair; similitude; kindness; the state of being born of the same parents; husband; wife; companion; woman companion.

• துணைநலம் ஆக்கம் தரூஉம் வினைநலம் வேண்டிய எல்லாம் தரும். - குறள் 651.

துணைக் கண்டம்: *(பெ):* (தனிக் கண்டமாகக் கருதப்படத்தக்க) ஒரு கண்டத்தின் பகுதியாக இருக்கும் பரந்த நிலப்பகுதி; sub-continent.

துணைக்கோள்: *(பெ):* கிரகம் ஒன்றினைச் சுற்றிவரும் சிறு கோள்; (natural) satellite.

துணைதல்: *(வி):* ஒத்திருத்தல்; be resemble.

துணை நிலை ஆளுநர்: (பெ): (இந்தியாவில்) தனி மாநிலமாக இல்லாத, மத்திய அரசின் நேரடி நிர்வாகத்தில் உள்ள பகுதிகளுக்கு நியமிக்கப்படும் ஆளுநர்; Lieutenant Governor of Union Territories (in India).

துணை நில்: *(வி):* உதவியாக இரு; ஆதரவாக இரு; to stand by; to support.

துணை நூற்பட்டியல்: (பெ): ஆய்வுக் கட்டுரைகள், புத்தகம் போன்றவை உருவாவதற்கு துணைபுரிந்த நூல், கட்டுரை போன்றவற்றின் அகரவரிசைப்படுத்தப்பட்ட விவரத் தொகுப்பு; bibliography.

துணை போ: *(வி):* உதவி செய்திடு; உதவ முற்படு; பாதுகாப்பாகச் சென்றிடு; to abet; to collaborate; to escort. • **துணை போனாலும் பிணை போகாதே** - *பழமொழி.*

துணையல்: (பெ): பூமாலை; garland.

துணைவன்: *(பெ):* நண்பன்; கணவன்; உதவி செய்பவன்; தோழன்; friend; husband; helper; assistant; companion.

துணைவி: *(பெ):* மனைவி; தோழி; wife; lady's maid.

துணைவியார்: (பெ): ஒருவருடைய மனைவியைக் குறிக்கும் மரியாதைச் சொல்; a polite way of referring to one's wife.

துணை வினை: *(பெ):* முதன்மை வினையை அடுத்து வந்து செயல்புரிந்த விதம், பேசுபவரின் மனவுணர்வு போன்றவற்றை வெளிப்படுத்தும் வினை; auxiliary verb.

துணைவேந்தர்: (பெ): பல்கலைக் கழக நிர்வாகப் பணி, கல்விப்பணி ஆகியவற்றினை ஏற்றுத் தலைவராகச் செயல்பட மாநில ஆளுநரால் நியமிக்கப்படும் நபர்; Vice-Chancellor.

துண்ட துண்டம்: (பெ): மிகச் சிறு துண்டு; very small piece.

துண்ட மதி: (பெ): பிறை நிலவு; Crescent Moon.

துண்டம்: *(பெ):* துண்டு; பிரிவு; மூக்கு; பறவை அலகு; முகம்; யானையின் துதிக்கை; சாரைப்பாம்பு; மீன் துண்டம்; piece; slice; segment; bill; beak; face; elephant's trunk; a kind of snake; piece of fish.

துண்டரிகம்: *(பெ):* கொடுமை; தொல்லை; atrocity; vileness; trouble.

துண்டரிக்கம்: *(பெ):* கொடுமை; கண்டிப்பு; முகக்களை; atrocity; vileness; rebuke; radiance; liveliness.

துண்டன்: (பெ): கொலைகாரன்; murderer.

துண்டாடு: *(வி):* பிரித்திடு; சிதறடி; வெட்டிடு; to dismember; to divide; to fragment; to cut.

துண்டாயம்: (பெ): பொற்பணம்; gold coin.

துண்டி: *(பெ):* துண்டு நிலம்; பறவையலகு; கொப்பூழ்; a piece of land; beak; bill; navel.

துண்டிகை: (பெ): கொப்பூழ்; navel.

துண்டித்திடு: *(வி):* வெட்டிடு; கிழித்திடு; நீக்கிடு; தொடர்பற்றதாக்கிடு; தனித்தனிப் பகுதிகளாக்கிடு; முறித்திடு; to cut off; to tear; to remove; to snap; to amputate; to severe; to break.

துண்டீகை: (பெ): மூங்கில்; bamboo.

துண்டீரபுரம்: (பெ): காஞ்சிபுரம்; Kancheepuram.

துண்டு: (பெ): சிறுபகுதி; சிறு அளவு; சிறிய செவ்வக வடிவத் துணி; small block; piece; slice; towel.

துண்டுபோடு: *(வி):* சிறுசிறு துண்டாக்கு; சிதறடி; பிரித்திடு; to cut into small bits; to dismember; to divide; to fragment.

துண்டுப்பிரசுரம்: *(பெ):* அறிவிப்பு, விளம்பரம் போன்றவை அச்சடிக்கப்பட்ட ஓரிரு பக்க வெளியீடு; pamphlet; bit notice.

துண்டுவிழு: *(வி):* பற்றாக்குறை ஏற்படுதல்; to incur a deficit (in a budget.)

துதமுகம்: (பெ): வேண்டாமையை உணர்த்தும் முகபாவம்; facial expression of dislike.

துதம்: *(பெ):* அசைவு; தோத்திரம்; movement; eulogy.

துதி: (பெ): புகழ்; தோத்திரம்; நுனி; துருத்தி; உறை; தாதுளை; fame; praise; eulogy; tip; bellows; cover; a herb; *(வி):* தொழுதிடு; வழிபடு; to worship; to pray; to invoke.

துதிகை குமாரத்தி: *(பெ):* (ஒருவருடைய) இரண்டாவது மகள்; the second daughter (of a person).

துதிக்கை: (பெ): தும்பிக்கை; elephant's trunk.

துதிபாடி: (பெ): ஒருவரைத் துதிபாடுபவர்; flatterer; sycophant.

துதிபாடு: *(வி):* சுயநலம் காரணமாகப் பதவியில் இருப்பவர்களை அல்லது வசதி படைத்தவர்களைப் புகழ்ந்து பேசிடு; to flatter the powerful and the rich to gain advantage.

துதியம்: (பெ): பழவகை; a kind of fruit.

துதியரிசி: *(பெ):* மங்கல அரிசி; the rice mixed with turmeric or saffron, used in benediction or worship.

துதிவாதம்: *(பெ):* புகழுரை; praising words.

துது: *(பெ):* இருது; season of two months.

துதை: *(பெ):* நெருக்கம்; மிகுதி; nearness; closeness; excess; more.

துதைதல்: *(வி):* செறிதல்; நெருங்கியிருத்தல்; மிகுதல்; படிதல்; be crowded; be thick; be close; be abound; to gather.

துதைத்தல்: *(வி):* நெருக்குதல்; அமுத்துதல்; to press together; to withhold deliberately.

துத்தநாகம்: *(பெ):* வெளிர் நீல நிறங்கொண்ட உலோகம்; zinc.

துத்தம்: *(பெ):* ஏழிசையுள் ஒன்று; நாணற்புல்; நாய்; வயிறு; பால்; மயில் துத்தம்; the second note of the gamut; a large and coarse grass; dog; stomach; milk; copper sulphate.

துத்தரி: *(பெ):* ஊதுகொம்பு; trumpet.

துத்தல்: *(வி):* நுகர்தல்; உண்ணுதல்; to enjoy; to eat.

துத்தன்: *(பெ):* வஞ்சகன்; the deceitful person.

துத்தாத்தி: *(பெ):* பாற்கடல்; (in puranas) Ocean of milk (said to be the abode of Lord Vishnu).

துத்தாரி: *(பெ):* ஒரு விதச் சீலை; a kind of cloth.

துத்தி: *(பெ):* பாம்பின் படப்பொறி; தேமல்; செடிவகை; spots on the hood of a cobra; yellow spots spreading above the breasts of women; a kind of plant.

துத்தியம்: *(பெ):* புகழ்ச்சி; praise.

துத்து: *(பெ):* பொய்; வஞ்சனை; தப்பிதம்; கம்பளிப் போர்வை; false; deceit; mistake; woollen blanket.

துத்துக்கோல்: *(பெ):* நெய்வோர் உபயோகிக்கும் கழி; a long stick used by weavers.

துத்துமாற்று: *(பெ):* வஞ்சனை; சூழ்ச்சி; பொல்லாங்கு; deceit; plot; talking ill of others; anything bad or injurious.

துத்தூரம்: *(பெ):* ஊமத்தை; thorn apple.

துந்தகூபி: *(பெ):* கொப்பூழ்; navel.

துந்தமம்: *(பெ):* பறை வகை; a kind of drum.

துந்தம்: *(பெ):* வயிறு; stomach.

துந்தி: *(பெ):* கொப்பூழ்; வயிறு; வாய்ப்புண்; navel; umbilicus; belly; ulcer in the mouth.

துந்திகன்: *(பெ):* பெருவயிறு; pot belly.

துந்திரோகம்: *(பெ):* பெருவயிறு; மகோதரம்; pot belly; cirrhosis; a kind of disease.

துந்துபம்: *(பெ):* கடுகு; mustard.

துந்துபி: *(பெ):* பேரிகை; வாத்தியப்பொது; ஒரு தமிழ் வருடம்; ஓர் அசுரன்; kettle drum; common name of musical instruments like drum; Dhundhubi, a Tamil Year; an Asura.

துந்துமி: *(பெ):* பேரிகை; பேரொலி; மழைத்துளி; kettle drum; loud noise; rain drop.

துந்துளம்: *(பெ):* காரெலி; a kind of rat.

துந்நிமித்தம்: *(பெ):* தீக்குறி; evil sign.

துந்நெறி: *(பெ):* கெட்ட நடத்தை; தீயவொழுக்கம்; evil conduct.

துப்பட்டா: *(பெ):* சால்வை; தோளில் போட்டுக் கொள்ளும் பெரிய, அகலமான துணி; a kind of shawl.

துப்பட்டி: *(பெ):* போர்வை; sheet of cloth used as a blanket; a coarse cotton cloth used to cover oneself in cold weather.

- துப்பட்டியில் கிழித்த துண்டு.

துப்பம்: *(பெ):* நெய்; குருதி; ghee; blood.

துப்பல்: *(பெ):* உமிழ்நீர்; ஆணை; பயனற்றது; saliva; order; command; that which is useless.

துப்பறிதல்: *(வி):* உளவறிதல்; (கொலை, திருட்டு போன்றவற்றிற்கான) தடயங்களைச் சேகரித்தல்; to investigate a crime; to collect evidence.

துப்பன்: *(பெ):* வலிமையுடையவன்; ஒற்றன்; strong man; spy.

துப்பாக்கி: *(பெ):* நீண்ட குழாய் வழியே வெடிப்பொலியுடன் குண்டுகளை விசையுடன் செலுத்தும் ஆயுதம்; நெற்பயிர் நோய் வகை; gun; rifle; a kind of disease which attacks paddy crops.

துப்பார்: *(பெ):* உண்பவர்; the person who eats food, etc.

- துப்பார்க்குத் துப்பாய துப்பாக்கித் துப்பார்க்குத்
துப்பாய தூஉம் மழை - *குறள் 12*

துப்பு: *(பெ):* வலிமை; அறிவு; திறமை; முயற்சி; நெய்; துரு; பெருமை; துணை; ஊக்கம்; பொலிவு; உளவு; பவளம்; அரக்கு; சிவப்பு; நுகர்ச்சி; உணவு; உமிழ் நீர்; தடயம்; தகவல்; strength; knowledge; ability; effort; ghee; rust; greatness; pride; support; inducement; intensive; beauty; espionage; red coral; sealing wax; red; enjoyment; food; saliva; trace; clue; *(வி):* காறியுமிழ்; to spit.

துப்புக்கெட்ட: *(பெ.அ):* சாமர்த்தியம் இல்லாத; without competence.

துப்புக்கெட்டு: *(வி.அ):* சாமர்த்தியம் இல்லாமல்; having no competence to do something.

துப்புக்கேடு: *(பெ):* சீர்கேடு; social ills; disorder.

துப்புரவற்ற: *(பெ.அ):* தூய்மையற்ற; impure.

துப்புரவாக: *(வி.அ):* முழுவதும்; முழுமையும்; thoroughly; entirely.

துப்புரவாக்கு: *(வி):* தூய்மையாக்கு; to clean.

துப்புரவான: *(பெ.அ):* தூய்மையான; ஆரோக்கியமான; clean; hygienic; tending to promote health.

துப்புரவு: (பெ): தூய்மை; நுகர்ச்சி; திறமை; மேன்மை; அழகு; purity; enjoyment; ability; excellence; beauty.

- *துப்புரவு இல்லார் துவரத் துறவாமை*
  உப்பிற்கும் காடிக்கும் கூற்று. - *குறள் 1050.*

துமானம்: (பெ): அணிகலப் பெட்டி; ornamental box.

துமி: (பெ): நீர்த்துளி; தூறல்; வெட்டு; water drop; drizzling; cutting.

துமிலம்: (பெ): பேராரவாரம்; a loud noise.

துமுலம்: (பெ): குழப்பம்; confusion.

தும்: (பெ): தூசி; dust.

தும்சம்: (பெ): அழிவு; ruin.

தும்பரம்: (பெ): அத்திமரம்; a kind of country-fig tree.

தும்பன்: (பெ): தூயவன்; pure holy man.

தும்பாலை: (பெ): சுரைக் கொடி; bottle gourd creeper.

தும்பி: (பெ): காட்டத்தி; யானை; வண்டு; சுரைக் கொடி; முடக்கொற்றான் கொடி; தட்டான் பூச்சி; a kind of fig tree; elephant; male-bee; bottle gourd creepers; a herb; dragon-fly.

தும்பிக்கை: (பெ): யானையின் துதிக்கை; elephant's trunk.

தும்பியூது: (வி): சோப்பு நீரைக் கொண்டு காற்றுக் குமிழிகளை எழுப்பி ஊதிடு; to blow bubbles from the mouth as with soapy water.

தும்பினி: (பெ): மின்மினிப்பூச்சி; fire-fly.

தும்பு: (பெ): நீளமில்லாத கயிறு; நாய்; சிம்பு; நெருஞ்சி; வரம்பு; தூசி; குற்றம்; அநாகரிகச் சொல்; தேங்காய் மட்டையிலிருந்து உரித்த நார்; வம்பு என்னும் சொல்லுடனும், தூசி என்னும் சொல்லுடனும் இணைந்து வரும் சொல்; short rope; tether; dog; splint; cow's thorn; boundary; limit; dust; default; blemish; uncultured words; coconut fibre; a word which occurs in combination with வம்பு and தூசி.

தும்புரு: (பெ): யாழ் வகை; ஒரு கந்தருவன்; a kind of lute; a celestial singer.

தும்பை: (பெ): செடிவகை; போர்; போர் வீரர் போரின்போது அணியும் மாலை; கூட்டம்; வெற்றிலை; ஒரு மீன் வகை; white dead nettle; leucas; a garland of flowers worn by warriors when engaged in battle as a mark of their valour; crowd; betel leaf; a kind of fish.

தும்மட்டி: (பெ): சிறு கொம்மட்டி; country cucumber.

தும்மல்: (பெ): தும்முதல்; sneezing.

- *வழுத்தினாள் தும்மினே னாக அழித்தழுதாள்*
  யாருள்ளித் தும்மினீர் என்று. - *குறள் 1317.*

- *தும்முச் செறுப்ப அழுதாள் நுமர்உள்ளல்*
  எம்மை மறைத்திரோ என்று. - *குறள் 1318.*

தும்மு: (வி): மூக்கில் ஏற்படும் அரிப்பு (அ) ஜலதோஷத்தால் மூச்சுக் காற்றினை வெடிப்பொலியோடு வெளிப்படுத்து; to sneeze.

துயக்கம்: (பெ): சோர்வு; தடை; languor; obstacle; restraint; hindrance.

துயக்கு: (பெ): துயரம்; மனமயக்கம்; பந்தம்; ஆசை; தடை; தளர்வு; grief; fatigue; mental delusion; bondage; desire; obstacle; exhaustion; (வி): கட்டிடு; to tie; to fasten.

துயங்குதல்: (வி): சோர்தல்; to faint.

துயம்: (பெ): இணை; pair; couple.

துயர ஒப்பாரி: (பெ): துக்கத்தின் காரணமாகப் பாடும் ஒப்பாரிப் பாட்டு; jeremiad, lamentation.

துயரடி: (பெ): சோர்வு; துன்பம்; exhaustion; grief.

துயரப்படு: (வி): துன்பப்படு; to grieve.

துயரப்படுத்து: (வி): துன்பப்படுத்து; to sadden.

துயரமான: (பெ.அ): துன்பமான; துக்கமான; sad.

துயரம்: (பெ): துன்பம்; இரக்கம்; grief; pity.

துயரம் நிரம்பிய : (பெ.அ): துன்பம் மிகுந்த; woeful.

துயராற்று: (வி): துன்பத்தைப் போக்கு; ஆறுதலளி; to console.

துயரி: (பெ): யாழ் நரம்பு; string of lute.

துயருறு: (வி): துன்பமடை; to repine.

துயர்: (பெ): துன்பம்; சூது; affliction; sorrow; deceit.

துயர் மிகுந்த: (பெ.அ): துன்பம் மிகுந்த; inconsolable.

துயல்: (பெ): அசைதல்; பறத்தல்; தொங்குதல்; sway; wave; fly; swing; hang.

துயிலார்: (பெ): தேவர்கள்; Devas who never sleep.

துயிலி: (பெ): ஒரு கீரை வகை; ஓர் ஆடை வகை; a kind of greens; a kind of garments.

துயிலிடம்: (பெ): உறங்குமிடம்; bedroom; berth.

துயிலுணர்ந்திடு: (வி): விழித்தெழு; to awake; to rise from sleep.

துயிலெடு: (வி): விழித்தெழுந்திடு; to awake.

துயிலெடை: (தொ.பெ): ஒருவரை உறக்கத்திலிருந்து எழுப்புதல்; waking one from sleep.

துயிலெழு: (வி): உறக்கத்திலிருந்து விழித்தெழு; to awake from sleep.

துயில்: (பெ): உறக்கம்; கனா; இறப்பு; ஆடை; தங்குகை; sleep; dream; death; garment; staying.

துயில்வு: (பெ): உறக்கம்; sleep.

துயிற்சி: (பெ): உறக்கம்; தூக்கம்; sleep.

துயிற்று: (வி): உறங்க வைத்திடு; to put to sleep.

துயின் மடி: (வி): உறங்கிடு; உறக்கத்தில் ஆழ்ந்திடு; to fall asleep.

துய்: (பெ): பஞ்சு; உணவு; மென்மை; கதிர், பூவிதழ் ஆகியவற்றின் மெல்லிய பகுதி; கூர்மை; சிம்பு; cotton; food; softness; the soft part in the ears of corn, flower petals, etc.; sharpness; fibre.

துய்த்தல்: (வி): அனுபவித்தல்; enjoy.

துய்த்து மகிழ்: (வி): அனுபவித்திடு; to enjoy.

துய்ப்பு: (பெ): நுகர்வு; enjoyment.

துய்ய: (பெ): உறுதியான; தூய்மையான; firm; fixed; pure.

துய்யம்: (பெ): தூய்மை; purity.

துய்யன்: (பெ): தூயவன்; pure, holy, sacred person.

துய்யாள்: (பெ): தூய்மையுடையவள்; நாமகள்; woman of noble qualities; Saraswathi, Goddess of learning and arts.

துரகதம்: (பெ): குதிரை; horse.

துரகதாமன்: (பெ): அஸ்வத்தாமன்; Aswathama, a character in the Mahabharatha.

துரகம்: (பெ): குதிரை; பாடாண வகை; horse; a kind of arsenic. ● இரத கஜ **துரக** பதாதிகள் என்பது படைகளின் வகைகள்.

துரக்கு: (பெ): ஐயப்பாடு; suspicion; doubt.

துரங்கமம்: (பெ): குதிரை; horse.

துரங்கம்: (பெ): மனம்; குதிரை; mind; horse.

துரங்காரி: (பெ): எருமை; buffalo.

துரங்கி: (பெ): குதிரைக்காரன்; horse man.

துரட்டன்: (பெ): தீய நெறியில் நடப்பவன்; evil person.

துரட்டு: (பெ): அபாயம்; சிக்கல்; முள் மர வகை; danger; complication; a kind of thorn tree.

துரதிட்டம்: (பெ): நற்பேறின்மை; துரதிர்ஷ்டம்; misfortune; ill-luck.

துரத்திச் செல்: (வி): பின் தொடர்ந்து விரட்டிச் சென்றிடு; to chase; to pursue.

துரத்துதல்: (வி): ஓட்டிச் செல்லுதல்; எய்தல்; போக்குதல்; அடித்தல்; தூண்டுதல்; வீசுதல்; எரிதல்; போதல்; வெருட்டுதல்; அப்புறப் படுத்துதல்; to drive (e.g. an elephant); to shoot; to waste; to beat; to induce; to throw; be burning; to go; to chase; to drive in; to remove.

துரந்தரம்: (பெ): பொதியெருது; பொறுப்பு; pack-bull; responsibility.

துரந்தரன்: (பெ): பொறுப்பு ஏற்பவன்; வெற்றி பெற்றவன்; one who takes responsibility; conqueror; victor.

துரந்தரி: (பெ): பொறுப்பு ஏற்பவள்; பார்வதி தேவி; the woman who takes responsibility; Parvathi Devi, Goddess and the consort of Lord Shiva.

துரப்பணம்: (பெ): துளையிடும் கருவி; the tool for boring holes; drilling machine.

துரப்புதல்: (வி): தேடுதல்; to search for.

துரமி: (பெ): தூதுவளைக் கொடி; தொடரிச் செடி; a kind of creeper used for medicine; climbing brinjal; a kind of plant.

துரம்: (பெ): பொறுப்பு; சுமை; ஓர் இசைக் கருவி; responsibility, burden; load; a kind of musical instrument.

துரவு: (பெ): பாசனக் கிணறு; தூது; a large well for irrigation purposes; errand.

துராகிருதம்: (பெ): கெட்ட நடத்தை; நிந்தை; கொடுஞ்செயல்; ill or evil conduct; vilification; atrocious act.

துராசாரம்: (பெ): ஒழுக்கக்கேடு; அவமரியாதை; immoral behaviour; insult; disrespectful treatment.

துராசை: (பெ): தகாத ஆசை; evil desire; covetousness.

துராத்தியம்: (பெ): ஏழ்மை நிலை; poverty.

துராத்மா: (பெ): தீயோன்; evil minded person.

துராரம்பலம்: (பெ): தீய செயல்; evil act.

துராலோசனை: (பெ): துர்ப்போதனை; evil advice.

துரால்: (பெ): செத்தை; பழுது; துன்பம்; trash; anything rotten; grief.

துரி: (பெ): தூரிகை; எழுதுகோல்; பாரம்; painter's brush; burden; weight.

துரிசு: (பெ): துன்பம்; குறும்பு; குற்றம்; மயில்துத்தம்; grief; sorrow; mischievousness; perversity; crime; fault; copper sulphate.

துரிஞ்சன்: (பெ): கறையான்; white-ants.

துரிஞ்சில்: (பெ): வௌவால்; சீக்கிரி மரம்; bat; *acacia pennata* tree.

துரித கதியில்: (வி.அ): மிகவும் வேகமாக; at a fast pace.

துரிதம்: (பெ): விரைவு; கலக்கம்; கேடு; quickness; speed; affliction; ruin; evil; harm.

துரிதல்: (வி): தேடுதல்; to search after.

துரியம்: (பெ): பொதியெருது; சுமத்தல்; pack-bull; the act of carrying a load.

துரியன்: (பெ): சுத்தான்மா; கடவுள்; the soul in the highest state in which the ascetic attains entire quiescence, etc.; God.

துரியோதனன்: (பெ): திருதராட்டிரரின் மூத்த புதல்வன்; கௌரவர்களில் மூத்தோன்; Duriyodhana, the eldest son of Dhirutharashtra; the elder brother of Kauravas.

துரு: (பெ): இரும்புக்கறை; களிம்பு; குற்றம்; செம்மறியாடு; மர வகை; rust; dross; fault; crime; ram; a kind of tree.

துருகம்: *(பெ):* மதில்; compound wall; fort-wall.
துருக்கம்: *(பெ):* ஒடுக்க வழி; மதில்; கஸ்தூரி; குங்கும மரம்; மலையரண்; காடு; கலக்கம்; narrow path; fort-wall; musk; saffron tree; mountain as a natural defence; forest; state of confusion.
துருக்கல்: *(பெ):* செம்புறைக்கல்; iron stone.
துருக்கன்: *(பெ):* துருக்கி நாட்டினைச் சேர்ந்தவன்; native of Turkey.
துருக்கலக்கி: *(பெ):* ஒரு பொருளை வைத்த இடத்தில் இல்லாமல் கலத்தல் (அ) கலந்து வைத்தல்; interchanging of materials from one place to another.
துருசு: *(பெ):* மயில் துத்தம்; களிம்பு; மாசு; விரைவு; ஆத்திரம்; copper sulphate; dross; dust; speed; impatience.
துருணன்: *(பெ):* சிவபெருமான்; Lord Shiva.
துருதை: *(பெ):* தினவு; ஆசை; itching; desiring.
துருத்தி: *(பெ):* ஆற்றிடைக் குறை; வீசி ஆடும் சூதாட்டம்; தோல் பை; இசைக்கருவி வகை; நெருப்பினை ஊதி எரித்திட உதவும் தோல் (அ) ரப்பரால் ஆன கருவி; நீர் வீசும் கருவி; வயிறு; துட்டப் பெண்; ait; a throw in dice; leather bag; a kind of musical instrument; bellows; water squirt; stomach; evil woman.
துருதுரு: *(பெ):* அழகு; beauty. ● குழந்தை பார்ப்பதற்கு **துருதுருவென** அழகாக இருந்தது.
துருத்தூரம்: *(பெ):* ஊமத்தை; thorn apple.
துருநாமம்: *(பெ):* மூலநோய்; piles.
துருபவருணி: *(பெ):* காட்டாமணக்குச் செடி; a kind of castor plant.
துருப்பு: *(பெ):* இராணுவம்; சீட்டுத் துருப்பு; army; trump card.
துருமசிரேட்டம்: *(பெ):* பனை மரம்; palmyra-palm.
துருமநகம்: *(பெ):* முள்; thorn.
துருமம்: *(பெ):* கற்பக மரம்; மனக்கலக்கம்; குங்கும மரம்; a tree in heaven yielding what all one desires; mental disturbance; saffron tree.
துருமவருணி: *(பெ):* காட்டாமணக்குச் செடி; a kind of castor plant.
துருமாரி: *(பெ):* யானை; elephant.
துருமோற்பலம்: *(பெ):* கோங்கு மரம்; red cotton tree.
துரும்பு: *(பெ):* கூளம்; சிராய்; சக்கை; சிறிய நுண்பொருள்; தூசு; மெல்லிய சிறு குச்சி; பொருட்டில்லாத ஒன்று; broken pieces of straw; fibre; chips; a small minute thing; dust; a thin piece of a straw, chaff, etc.; an insignificant thing. ● **துரும்பு** நுழைய இடம் கொடுத்தால் ஆனையையே கட்டிடுவான். ● சிறு **துரும்பும்** பல் குத்த உதவும் - *பழமொழிகள்.*
துருவகம்: *(பெ):* குற்றி; stump; stake.
துருவண்ணம்: *(பெ):* வெள்ளி; silver.
துருவதாளம்: *(பெ):* தாள வகை; rhythm measure.
துருவநட்சத்திரம்: *(பெ):* வானத்தில் வடபுறமாகத் தெரியும் பிரகாசமான நட்சத்திரம்; pole star.
துருவம்: *(பெ):* வடதிக்கில் உள்ள நட்சத்திரம்; தாளவகை; உறுதி; உபாயம்; மலைக்கோட்டை; பூமியின் வட, தெற்கு முனைகள்; காந்தத்தில் ஈர்ப்புத் தன்மை அதிகமாக உள்ள இரு முனைகளில் ஒன்று; ஒப்புமை; pole star; rhythm measure; firmness; help; rock fort; north and south poles of the earth; magnetic pole; resemblance.
துருவல்: *(பெ):* தேடுதல்; துளைத்தல்; தேங்காய்த் துருவல்; searching; boring; scrappings as of coconut pulp.
துருவாடு: *(பெ):* சேரன் (ஆடுகோட்புலி சேரலாதன்) வடக்கேயிருந்து கொண்டு வந்த ஒருவகை செம்மறியாடு; ram.
துருவிச் செல்: *(வி):* தொடர்ந்து செல்; to pursue.
துருவித் தேடு: *(வி):* முனைப்பாகத் தேடு; to ransack.
துருவு: *(வி):* தேங்காய் போன்றவற்றை மெல்லிய துகள்களாக விழச் செய்திடு; தீவிரமாகவும், நுணுக்கமாகவும் ஒன்றினைக் கண்டுபிடித்திட (அ) அறிந்திட முற்படு; குடைந்திடு; தேடிடு; to grate coconut, etc., to ferret out something; to probe; to search.
துருவை: *(பெ):* சங்கீத உறுப்பு வகை; செம்மறியாடு; பார்வதி; a piece of musical composition; sheep; Parvathi, the consort of Lord Shiva.
துரை: *(பெ):* தலைவன்; வேகம்; மிகுதிப்பாடு; chief; lord; master; speed; addition, increase.
துரைமகன்: *(பெ):* தலைவன்; lord; master; chief.
துரோகம்: *(பெ):* நம்பிக்கை, நலன் போன்றவற்றிற்கு மாறாகச் செய்திடும் செயல்; கணவன் (அ) மனைவி தங்களது தவறான உறவினால் இழைத்திடும் நம்பிக்கைக்கு மாறான செயல்; betrayal; infidelity.
துரோகி: *(பெ):* எதிர்பார்ப்புக்கு மோசம் செய்திடும் மனிதன்; காட்டிக் கொடுப்பவன்; cheat; betrayer.
துரோட்டி: *(பெ):* அங்குசம்; துறட்டுக்கோல்; elephant's goad.
துரோணம்: *(பெ):* ஓர் அளவை; வில்; காக்கை; தும்பைச்செடி; தனூர் ராசி; தொன்னை; தேக்குமரம்; a kind of measure; bow; crow; white dead nettle; leucas plant; the ninth constellation

துரோணி 569 துவட்டா

of the Zodiac having the bow as its sign; Sagittarius; a kind of bowl; teak-wood.
துரோணி: (பெ): தோணி; boat.
துரோதரம்: (பெ): சூதாட்டம்; gambling.
துரோபாவம்: (பெ): மயக்குதல்; the act of fascinating.
துர்: (பெ.அ): தீய, கெட்ட என்ற பொருளில் பெயர்ச் சொல்லின் முன்பாக இடப்படும் சொல்; a prefix used in the sense of harmful, bad etc.
துர்க்கடம்: (பெ): இடர்ப்பாடு; state of sorrow; affliction.
துர்க்கதி: (பெ): நரகம்; வறுமை; தீய நடத்தை; hell; poverty; bad habit; evil conduct.
துர்க்கந்தமான: (பெ.அ): தீய நாற்றமுள்ள; fetid.
துர்க்கம்: (பெ): மலைக்கோட்டை; அரண்; rock fort; protective building such as castle, wall of a fort, etc.
துர்க்காதேவி: (பெ): பார்வதி; துர்க்கை; Goddess Parvathi, the consort of Lord Shiva; Durga, the Goddess of Victory.
துர்க்கை: (பெ): துர்க்கா தேவி; காளி; Durga, the Goddess of Victory; Kali.
துர்ச்சுனன்: (பெ): தீயவன்; wicked person; evil person. • **துர்ச்சுனனைக் கண்டால் தூர விலகு** - *பழமொழி.*
துர்த்தூரம்: (பெ): ஊமத்தை; thorn apple plant.
துர்பலம்: (பெ): கிடைத்தற்கரியது; that which is not easy to secure.
துர்ப்பலம்: (பெ): பலவீனம்; weakness.
துலக்கம்: (பெ): ஒளி; தெளிவு; மெருகு; மற்றவற்றிலிருந்து ஒன்றினை வேறுபடுத்தும் வெளிப்படை; light; lustre; splendour; polish; prominence.
துலக்கி: (பெ): சிங்காரி; the dolled up woman.
துலக்கு: (வி): தேய்த்துக் கழுவிடு; மெருகிடு; ஒளிரச் செய்; விளக்கிடு; பற்களைத் தேய்த்துச் சுத்தம் செய்; to clean; to polish; to enlighten; to explain; to brush the teeth. • **துலக்காத ஆயுதம் துருப்பிடிக்கும்** - *பழமொழி.*
துலங்கு: (பெ): தொழுமரம்; cattle-stall, stocks.
துலங்குதல்: (வி): ஒளிர்தல்; விளங்குதல்; சிறத்தல்; தெளிவாதல்; to shine; to glitter; be clear; be eminent; be elegant; be clear up as doubt.
துலம்: (பெ): கனம்; கோரைப்புல்; நிறைகோல்; பருத்தி; load; burden; sedges and bulrushes; weighing balance; cotton.
துலா: (பெ): நிறைகோல்; ஏற்ற மரம்; துலா ராசி; வண்டி ஏர்க்கால்; weighing balance; picottah; the seventh constellation of the Zodiac having the balance as its sign; Libra; shaft of a cart; thill.
துலாக்கோல்: (பெ): நிறைகோல்; தராசு; weighing balance.
துலாதரன்: (பெ): சூரியன்; the Sun.
துலாதாரன்: (பெ): வணிகன்; merchant.
துலாபாரம்: (பெ): தராசு; weighing balance.
துலாம்: (பெ): நிறைகோல்; துலா ராசி; ஐந்து வீசை என்னும் பழங்கால அளவு; ஐப்பசி மாதம்; ஏற்ற மரம்; weighing balance; the seventh constellation of the Zodiac having the balance as its sign; Libra; a former measure; the Tamil month Aippasi; picottah.
துலாம்பரம்: (பெ): வெளிப்படை; obviousness.
துலி: (பெ): பெண் ஆமை; female tortoise.
துலிசம்: (பெ): அசைவு; movement.
துலுக்கர்: (பெ): முகமதியர்; Mohammedans.
துலுக்காணம்: (பெ): ஒரு நாடு; a country.
துலுக்கு: (பெ): ஒரு மொழி; a language.
துலுக்குதல்: (வி): அசைத்தல்; to shake.
துலை: (பெ): நிறைகோல்; துலா ராசி; ஏற்ற மரம்; நிறையளவு; தோட்டம்; weighing balance; Libra; picottah; a measure; garden.
துலைநா: (பெ): தராசு முள்; the needle in the centre of a balance.
துல்லபம்: (பெ): அருமை; rareness.
துல்லம்: (பெ): பேரொலி; loud noise.
துல்லியம்: (பெ): ஒப்புமை; சரி; சுத்தம்; அப்பிரகம்; likeness; resemblance; exactness; purity; mica.
துவக்கம்: (பெ): தொடக்கம்; beginning; starting; origin.
துவக்கு: (பெ): கட்டு; தொடர்பு; பற்று; சங்கிலி; துப்பாக்கி; தோல்; உடல்; tie; connection; bondage; chain; rifle; skin; body.
துவக்குதல்: (வி): வசீகரித்தல்; தொடங்குதல்; கட்டுதல்; ஆரம்பித்தல்; to fascinate; to start; to tie; to begin.
துவங்கிசம்: (பெ): தேசம்; துன்பம்; இழப்பு; nation; sorrow; loss.
துவங்குதல்: (வி): தொடங்குதல்; to start.
துவசத்தம்பம்: (பெ): கொடி மரம்; flagstaff in a temple.
துவசம்: (பெ): கொடி; அடையாளம்; flag; recognizable feature.
துவசர்: (பெ): கள் விற்போர்; toddy sellers.
துவஞ்சம்: (பெ): அழிவு; ruin.
துவடர்: (பெ): பகைவர்; enemies.
துவட்சி: (பெ): சோர்வு; வறட்சி; அசைவு; weariness; dryness; movement.
துவட்சிகை: (பெ): கடுக்காய்ப் பிஞ்சு; tender gall-nut.
துவட்டர்: (பெ): சிற்பியர்; sculptors.
துவட்டா: (பெ): தேவதச்சனாகிய விசுவகர்மா; Vishwakarma, the divine architect.

துவட்டு: *(பெ):* உடம்பின் மீதுள்ள ஈரத் தன்மையைத் துணி கொண்டு அழுத்தித் துடைத்தல்; வதக்குதல்; கசக்குதல்; to dry the wetness on the body with a towel; to braise the vegetables; to squeeze.

துவத்தம்: *(பெ):* விழுதல்; வீழ்ச்சி; falling down; decline.

துவந்தம்: *(பெ):* நெருக்கம்; closeness.

துவந்த யுத்தம்: *(பெ):* இடைவிடாத போர்; continuous war.

துவந்தனை: *(பெ):* தடை; கட்டு; obstacle; bondage.

துவந்துவம்: *(பெ):* இரண்டு; இரட்டை; இணை; ஐயம்; கருமம்; two; dual; pair; doubt; karma.

துவம்: *(பெ):* அசையா நிலை; இரண்டு; நிலைபேறு; state of firmness; the number two; state of immobility.

துவயம்: *(பெ):* இரண்டு; the number two.

துவர: *(வி.அ):* முழுவதும்; entirely.

துவராடை: *(பெ):* காவியுடை; the garment in saffron colour worn by ascetics.

துவரி: *(பெ):* காவி நிறம்; இலவம் பூ; saffron colour; the flower of silk cotton tree.

துவரிதம்: *(பெ):* யானை; elephant.

துவரை: *(பெ):* மெல்லிய சிவந்த தோல் முடிய சற்றே உருண்டையான தானியம்; pigeon pea.

துவர்: *(பெ):* துவர்ப்புச் சுவை; செருக்கு; பகை; காவி; சருகு; (காய்ந்த இலை); உலர்ந்த விறகு; பவளம்; சிவப்பு; துவரை; பாக்கு; துண்டு; கோது; astringent taste; pride; enmity; red ochre; dried leaf; dried firewood; coral; red; pigeon pea; areca-nut; piece; covering; capsule.

துவர்க்காய்: *(பெ):* பாக்கு; areca-nut.

துவர்ச்சிகை: *(பெ):* கடுக்காய்ப் பிஞ்சு; the immature gall-nut.

துவர்தல்: *(வி):* பிரிதல்; தெளிதல்; உலர்தல்; பூசுதல்; முதிர்தல்; ஆடுதல்; முழுதுமாதல்; to leave; to become clear; to dry; to smear; to mature; to wave; to be complete.

துவர்த்தல்: *(வி):* துவர்ப்பு சுவை உண்டாதல்; பூசுதல்; be astringent; to smear.

துவர்ப்பு: *(பெ):* பாக்கு, வாழைப்பூ போன்றவற்றை உண்ணும்போது உணரப்படும் சுவை; astringent taste.

துவலுதல்: *(வி):* விரைதல்; நிறைதல்; துளித்தல்; be speedy; to become full; to trickle down.

துவலை: *(பெ):* நீர்த்துளி; water-drop; drizzle.

துவல்: *(பெ):* அருச்சிக்கும் பூ; the flowers offered in worship.

துவளல்: *(வி):* வாடுதல்; தெளிதல்; துடித்தல்; வருந்துதல்; ஒசிதல்; to fade; to become clear; to throb; be distressed; to suffer.

துவளுதல்: *(வி):* துடித்தல்; வருந்துதல்; ஒழிதல்; அடர்தல்; to quiver; to be distressed; to disappear; to be dense.

துவளை: *(பெ):* மேற்பூச்சு; ஒற்றடம்; வாட்டம்; coating; fomentation; fading.

துவள்: *(பெ):* வளையும் தன்மை; வாடுதல்; சோர்வு; சலனம்; குற்றம்; flexibility; fading; exhaustion; instability; fault.

துவனம்: *(பெ):* ஒலி; noise.

துவனித்தல்: *(வி):* முழங்குதல்; to rumble; to roar.

துவன்று: *(பெ):* நிறைவு; fullness.

துவன்றுதல்: *(வி):* நெருங்குதல்; கூடி நிற்றல்; குவிதல்; be close; to join; be heaped.

துவா: *(பெ):* இரண்டு; தொழுதல்; the number two; worshipping.

துவாதசம்: *(பெ):* பன்னிரண்டு; twelve.

துவாதசி: *(பெ):* ஏகாதசிக்கு அடுத்த நாள் வரும் பன்னிரண்டாவது திதி; the 12th day of the lunar fortnight.

துவாந்தம்: *(பெ):* இருள்; நரகம்; darkness; hell.

துவாபர யுகம்: *(பெ):* நான்கு யுகங்களுள் மூன்றாவது யுகம்; the third of the four aeons.

துவாய்: *(பெ):* துடைத்திடப் பயன்படுத்தும் துண்டு; துவாலை; towel.

துவாரபாலகர்: *(பெ):* கோயில் வாயிலின் இருபுறத்திலும் அமைக்கப்பட்டிருக்கும் காவல் தெய்வம்; images on either side of the entrance to the Sanctum Sanctorum of temples, supposed to act as sentries.

துவாரம்: *(பெ):* வழி; மூலம்; வாயில்; துளை; way; origin; gateway; hole.

துவாலை[1]: *(பெ):* இலைகள் மேலெழுந்தவாரியாகக் காணப்படுமாறு நெருக்கமாக நெய்யப்பட்ட துண்டு; a towel with a fluffy surface; turkish towel.

துவாலை[2]: *(பெ):* உதிரப் பெருக்கு; மேற்பூச்சு மருந்து; bleeding; ointment.

துவி: *(பெ):* இரண்டு; the number two.

துவிசம்: *(பெ):* பல்; tooth.

துவிசன்: *(பெ):* பிராமணன்; brahmin.

துவிதம்: *(பெ):* இருமை; இரண்டு; duality; two.

துவிதாகதி: *(பெ):* நண்டு; crab.

துவிதாதகி: *(பெ):* முதலை; crocodile.

துவிதாத்துகமம்: *(பெ):* சாதிக்காய்; nut-meg.

துவிதீயம்: *(பெ):* இரண்டாம் மனைவி; இரண்டாவது; the second wife; the second.

துவிரதம்: *(பெ):* யானை; elephant.

துவிரம்: *(பெ):* தேனீ; honey-bee.

துவிரோபாரி: *(பெ):* செண்பகம்; champak.

துவீபம்: *(பெ):* தீவு; புலித்தோல்; island; tiger's skin.

துவேஷம்: *(பெ):* பகை; ஆழ்ந்த வெறுப்பு; enmity; aversion.

துவை: *(பெ):* மிதித்தல்; புளி சேர்த்துச் செய்யப்பட்ட உணவு; துவையல்; act of stamping; a kind of tamarind dish; a kind of strong relish prepared by adding chilli paste, coconut, ginger, curry leaf, etc.

துவைதம்: *(பெ):* ஆன்மாவும் இறைவனும் இரண்டு என்ற நிலை நீங்கி இரண்டும் ஒன்று என்ற நிலைதனை அடைவதில்லை. இரண்டும் இரண்டாகவே இருந்திடும் என்ற தத்துவத்தை உணர்த்திடும் கொள்கை; the doctrine of duality; Dwaita.

துவையல்: *(பெ):* தேங்காய், இஞ்சி, கறிவேப்பிலை போன்றவற்றில் ஏதாவது ஒன்றுடன் மிளகாய், உப்பு போன்றவை கலந்து அரைத்துச் செய்யப்படும் ஒரு தொடுகறி; a kind of strong relish prepared by adding chilli paste, coconut, ginger, curry leaf, etc.

துவ்வாமை: *(பெ):* நுகராமை; வறுமை; வெறுப்பு; non-enjoyment; poverty; contempt.

துவ்வு: *(பெ):* உணவு; அனுபவம்; நுகர்வு; இழிவு; food; experience; enjoyment; disgrace.

துவ்வுதல்: *(வி):* உண்ணுதல்; நீங்குதல்; வலியுறுத்தல்; to eat; to leave; to stress.

துவ்வை: *(பெ):* இறைச்சி; பிண்ணாக்கு; meat; oil-cake.

துழதி: *(பெ):* துன்பம்; grief; sorrow.

துழத்தல்: *(வி):* துழாவுதல்; to stir as with a ladle.

துழவு: *(வி):* தடவுதல்; நாடுதல்; தண்டு வலித்தல்; தடுமாறுதல்; to grope; to seek; to row; be perplexed.

துழவை: *(பெ):* கூழ்; porridge.

துழனி: *(பெ):* ஒலி; குற்றம்; sound; default.

துழாய்: *(பெ):* துளசி; sacred basil.

துழாவாரம்: *(பெ):* வம்புப் பேச்சு; gossip; idle talk.

துழாவுதல்: *(வி):* கிளறுதல்; தடவுதல்; ஆராய்தல்; தடுமாறுதல்; to stir with a ladle; to grope; to examine; be perplexed.

துளக்கம்: *(பெ):* அசைவு; நடுக்கம்; குறைதல்; ஒளி; அச்சம்; கலக்கம்; shaking; shivering; diminishing; light; fear; state of confusion.

துளக்கு: *(பெ):* அசைவு; வருத்தம்; shaking; sorrow.

துளக்குதல்: *(வி):* வணங்குதல்; to bow.

துளங்குதல்: *(வி):* தளர்தல்; ஒலித்தல்; பிரகாசித்தல்; to droop; to sound; to shine.

துளசி. *(பெ):* திருமாலுக்கு உகந்ததும், வைணவக் கோயில்களில் பிரசாதமாகத் தரப்படுவதும், காரம், மணம் ஆகியவற்றைக் கொண்டதுமான சிறு இலை மற்றும் செடி; sacred basil and its plant.

● துளசிக்கு வாசமும், முள்ளுக்குக் கூர்மையும் முளைக்கும்போதே தெரியும் - *பழமொழி.*

துளசிமாடம்: *(பெ):* வீடுகளில் வழிபாடு செய்வதற்காக துளசிச் செடி வளர்க்கப்பட்டு இருக்கும் மாடம் போன்ற அமைப்பை உடைய மேடையமைப்பு; basil plant on a raised platform for worship.

துளபம்: *(பெ):* துளசி; sacred basil.

துளப்பு: *(பெ):* வயிறு; belly.

துளம்: *(பெ):* மாதுளை; மயில் இறகின் அடிப்பாகம்; common pomegranate; the root of peacock's feather.

துளர்: *(பெ):* பயிரின் களை; களைக்கொட்டு; weeds; weeding hook.

துளர்தல்: *(வி):* மணம் வீசுதல்; வயல் போன்றவற்றைக் கொத்தி விடுதல்; to spread as fragrance; to hoe the land.

துளவம்: *(பெ):* துளசி; sacred basil.

துளவன்: *(பெ):* திருமால்; Lord Vishnu.

துளவை: *(பெ):* துளை; hole.

துளாரி: *(பெ):* ஆடை நெய்வோர் கருவி; weaver's instrument.

துளி: *(பெ):* திவலை; சொட்டு; மழை; சிறிதளவு; நஞ்சு; பெண் ஆமை; a drop of little water; drizzling; small quantity; poison; female tortoise.

துளிநசைப்புள்: *(பெ):* வானம்பாடி; skylark.

துளிப்பிடுதல்: *(வி):* கலக்குதல்; to stir.

துளிர். *(பெ):* தளிர்; முளைக்கும் இலை; sprout; new tender leaf; *(வி):* முளைத்தல்; மரம், செடி போன்றவற்றில் இலை தோன்றுதல்; to sprout; to put forth tender leaves, etc.

துளு: *(பெ):* ஒரு நாடு; ஒரு மொழி; a country; a language.

துளும்புதல்: *(வி):* அசைதல்; தளும்புதல்; இளகுதல்; வருந்துதல்; மிகுதல்; மேலெழுதல்; விளங்குதல்; be agitated; to brim over; to melt; be troubled; to abound; to rise up; to shine.

துளுவம்: *(பெ):* துளு மொழி; Thulu - the language.

துளுவன்: *(பெ):* ஒரு வாழை வகை; துளு நாட்டவன்; a kind of plantain tree; one who belongs to Thulu Country.

துளை: *(பெ):* ஓட்டை; துளை; சுருட்டை; மூங்கில்; வாயில்; வைரக் குற்றங்களுள் ஒன்று; hole; curl; bamboo; gateway; one of the defects of diamond.

துளைக்கை: *(பெ):* தும்பிக்கை; elephant's trunk.

துளைச்செவி: *(பெ):* உட்செவி; internal ear.

துளைதல்: *(வி):* முழுகிக் கிடத்தல்; be immersed.

துளைத்தல்: *(வி):* ஊடுருவுதல்; வருத்துதல்; துளை செய்தல்; நுட்பமாய்க் கேட்டல்; to pierce; to cause pain; to make hole; to drill; to listen keenly.

துளை நிறை: (பெ): சொக்கத் தங்கம்; pure gold.

துளைப்பொன்: (பெ): புடமிட்ட பொன்; refined gold.

துளையிடு: *(வி):* துவாரம் போடுதல்; (வழக்கில்) வாசனை, சத்தம் போன்றவை அதிகமாகப் பாதித்தல்; ஒன்றிற்காக மிகவும் தொந்தரவு செய்தல்; to bore; to strike (of smell, fragrance, etc.); to pester. ● துப்பாக்கிச் சூட்டினால் குண்டு **துளைத்து** இருவர் மாண்டனர். ● வெங்காய சாம்பார் வாசனை மூக்கினைத் **துளைத்தது.** ● வைர மூக்குத்தி கேட்டு மனைவி **துளைத்**தெடுக்கிறாள்.

துளையிடு கருவி: (பெ): துளை போடும் கருவி; perforator.

துள்: (பெ): குதித்தல்; செருக்கு; jumping; pride.

துள்ளம்: (பெ): சிறு துளி; a drop of water.

துள்ளல்: (பெ): துள்ளுதல்; கூத்து; ஆடல்; act of jumping; dance. ● **துள்ளு**கிற மாடு பொதி சுமந்திடுமா ? - *பழமொழி.*

துள்ளுமறி: (பெ): ஆட்டுக்குட்டி; lamb.

துறக்கம்: (பெ): தேவருலகம்; சுவர்க்கம்; paradise; heaven.

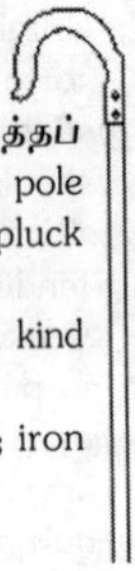

துறட்டி/துறடு: (பெ): அங்குசம்; மேல் முனையில் கொக்கிபோல் பொருத்தப் பட்டிருக்கும் நீளமான கம்பு; goad; a pole fixed with a hook-like thing (to pluck fruit, etc.).

துறட்டிச்செடி: (பெ): முட்செடி வகை; a kind of thorny plant.

துறட்டிரும்பு: (பெ): இரும்புக் கொக்கி; iron hook.

துறட்டு: (பெ): அபாயம்; danger.

துறட்டுவாதம்: (பெ): பிடிவாதம்; stubbornness, obstinacy, perverseness.

துறத்தல்: *(வி):* கைவிடுதல்; நீங்குதல்; விடுதல்; to give up; to leave; to renounce.

துறந்தார்: (பெ): துறவி; ascetics.

● **துறந்தார்** பெருமை துணைக்கூறின் வையத்து
இறந்தாரை எண்ணிக்கொண் டற்று. - *குறள் 22.*

● **துறந்தார்க்**கும் துவ்வா தவர்க்கும் இறந்தார்க்கும்
இல்வாழ்வான் என்பான் துணை. - *குறள் 42.*

● **துறந்தா**ரின் தூய்மை உடையர் இறந்தார்வாய்
இன்னாச்சொல் நோற்கிற் பவர். - *குறள் 159.*

துறப்பணம்: (பெ): துளையிடு கருவி; drilling machine.

துறப்பு: (பெ): பிரிவு; பூட்டு; திறவுகோல்; துறவு; விடுதல்; separation; lock; key; asceticism; renounce.

துறவர்: (பெ): முனிவர்; ascetics.

துறவறம்: (பெ): பற்றற்ற தவநெறி; சந்நியாசம்; the ascetic life; asceticism.

துறவி: (பெ): சன்னியாசி; hermit; monk.

துறவு: (பெ): சன்னியாசம்; இரகசியம்; வாய்ப்பு; renunciation; secrecy; favourable juncture.

துறவோர்: (பெ): முனிவர்; சன்னியாசிகள்; ascetics; hermits; monks.

துறு: (பெ): நெருக்கம்; closeness.

துறுகல்: (பெ): குன்று; பாறை; உருண்டையான கல்; hillock; mound; rock; a ball-like stone.

துறுதல்: *(வி):* நெருங்குதல்; குவிதல்; அடைதல்; சூட்டுதல்; to come close; to pile; to get; to reach; to wear.

துறுத்தல்: *(வி):* திணித்தல்; அமைத்தல்; to stuff; to set up.

துறுபடை: (பெ): போர்ப்படை; military force; army.

துறுபவம்: (பெ): நெருக்கம்; closeness.

துறுமல்: (பெ): திரட்சி; நெருக்கம்; mass; denseness; closeness.

துறை: (பெ): இடம்; நீர்த்துறை; பகுதி; உபாயம்; ஆறு; கடல்; வழி; துறைமுகம்; வரலாறு; அறிவியல்; place; water-reservoir; section; means; river; sea; way; harbour; history; science.

துறைதேர்ந்த: (பெ.அ): கைதேர்ந்த; expert.

துறைபடிதல்: *(வி):* ஆற்றில் குளித்தல்; to bathe in a river.

துறைபோதல்: *(வி):* காரியம் முடிவடைதல்; நிரம்புதல்; be accomplished; be completed.

துறைபோன: (பெ.அ): கைதேர்ந்த; expert.

துறைமாறு: *(வி):* வேலையை (அ) பணியை மாற்று; to change an occupation.

துறைமுகம்: (பெ): கடற்கரைப் பட்டினம்; கப்பல் போன்றவை கரையோரம் வந்து நிற்பதற்கென ஏற்படுத்தப்பட்ட அமைப்பு; sea-port town; sea-port; harbour.

துறைமுழுக்கு: (பெ): ஐப்பசி மாதத்தில் பெண்கள் ஆற்றில் புனித நீராடுதல்; ceremonial river-bath of women in the Tamil month of Aippasi.

துறையார்: (பெ): திருக்கோயில் ஊழியர்கள்; temple servants.

துறைவன்: (பெ): நெய்தல் நிலத் தலைவன்; காதலன்; chief of maritime tract; lover.

● **துறைவன்** துறந்தமை தூற்றாகொல் முன்கை
இறைஇறவா நின்ற வளை. - *குறள் 1157.*

துற்கதம்: (பெ): தொல்லை; வறுமை; trouble; poverty.

துற்றி: (பெ): உண்பவை; the eatables.

துற்று: (பெ): உணவு; கவளம்; food; the quantity of food which is equal to a mouthful.

துனாவி: *(பெ):* திப்பிலி; long pepper.

துனி: *(பெ):* வெறுப்பு; சினம்; பிரிவு; துன்பம்; அச்சம்; புலவி நீடித்தல்; நோய்; குற்றம்; பாவம்; இடையூறு; வறுமை; ஆறு; disgust; anger; separation; distress; fear; protracted love quarrel; disease; fault; sin; obstacle; poverty; river.

துனித்தல்: *(வி):* வெறுத்தல்; சினத்தல்; to hate; be very angry.

துனிநாதம்: *(பெ):* கடல்; sea.

துனிப்பு: *(பெ):* வெறுப்பு; disgust.

துனைதல்: *(வி):* விரைதல்; to rush.

துனைவு: *(பெ):* விரைவு; speed; swiftness.

துன்பம்: *(பெ):* மனதில் மகிழ்வினைத் தராத உணர்வு; மனதினை வருத்தச் செய்திடும் உணர்வு; நோய்; கெடுதி; misery; suffering; disease; evil.

- **துன்பம்** வந்தபோதும் சிரித்திடு. • **துன்பம்** முந்தி; இன்பம் பிந்தி - *பழமொழிகள்.*
- **துன்பு**றூஉந் துவ்வாமை இல்லாகும் யார்மாட்டும் இன்புறூஉம் இன்சொ லவர்க்கு - *குறள் 94.*
- **துன்பம்** உறவரினும் செய்க துணிவாற்றி இன்பம் பயக்கும் வினை. - *குறள் 669.*
- **துன்ப**த்திற்கு யாரே துணையாவார் தாமுடைய நெஞ்சம் துணையல் வழி. - *குறள் 1299.*

துன்பியல்: *(பெ):* நாடகம்; புதினம் போன்றவற்றில் துன்ப முடிவினைக் கொண்டது; tragedy in literature.

துன்புறுதல்: *(வி):* வருந்துதல்; be distressed.

துன்புறுத்து: *(வி):* துன்பத்துக்கு உள்ளாக்குதல்; வருத்துதல்; to cause suffering; to harm.

துன்மதி: *(பெ):* கெடுமதி; தீயோன்; மூடத்தன்மை; ஒரு தமிழ் வருடம்; evil counsel; evil person; ignorance; stupidity; a Tamil Year - Dhunmathi.

துன்மார்க்கம்: *(பெ):* தீயவழி; தீயவாழ்க்கை; vicious course of conduct; evil life.

துன்முகி: *(பெ):* ஒரு தமிழ் வருடம்; Dhunmukhi, a Tamil Year.

துன்மை: *(பெ):* தீமை; evil.

துன்றுதல்: *(வி):* நெருங்குதல்; பொருந்துதல்; be close; to get near; be suitable.

துன்றுநர்: *(பெ):* நண்பர்; friends.

துன்னகாரர்: *(பெ):* தையற்காரர்; tailor.

துன்னபோத்து: *(பெ):* உழவுக்குப் பயன்படுத்தும் எருமை; the buffalo used for ploughing.

துன்னம்: *(பெ):* ஊசித்துளை; தையல்; needle hole; needle work.

துன்னர்: *(பெ):* தையற்காரர்கள்; tailors.

துன்னலர்: *(பெ):* பகைவர்; enemies.

துன்னல்: *(வி):* தைத்தல்; நெருங்குதல்; to stitch; be close; to get near.

துன்னியார்: *(பெ):* நண்பர்; friends.

- **துன்னியார்** குற்றமும் தூற்றும் மரபினார் என்னைகொல் ஏதிலார் மாட்டு. - *குறள் 188.*

துன்னுதல்: *(வி):* பொருந்துதல்; அணுகுதல்; செய்தல்; நெருங்குதல்; தைத்தல்; ஆலோசித்தல்; அடைதல்; செறிதல்; உழுதல்; ஆராய்தல்; be suitable; to approach; to do; to come close; to get near; to sew; to stitch; to consider; to attain; be plentiful; to plough; to examine; *(வி):* உண்ணுதல்; be eaten.

துன்னுநர்: *(பெ):* நண்பர்; friends.

துன்னூசி: *(பெ):* தையல் ஊசி; கலப்பையின் கொழு; the needle used for sewing; ploughshare.

துன்னெறி: *(பெ):* தீயநெறி; கெட்டவழி; evil ways.

தூ

தூ: *(பெ):* தூய்மை; வெண்மை; வலிமை; பகை; இறைச்சி; பறவையின் இறகு; பற்றுக்கோடு; purity; whiteness; strength; enmity; meat; bird's feather; support.

- **தூஉய்மை** என்பது அவாவின்மை மற்றது வாஅய்மை வேண்ட வரும். - *குறள் 364.*

தூகுதல்: *(வி):* குப்பை வாருதல்; to gather the rubbish; to sweep.

தூகை: *(பெ):* பாளை; spathe of palms.

தூக்கணக்கயிறு: *(பெ):* நீரில் குதித்து மூழ்குபவர் இடுப்பில்கட்டிக்கொள்ளும் (ஆபத்துக்காலத்தில் பயன்படுத்தும்) நீளமான கயிறு; the rope that holds a diver while he is under the water.

தூக்கணம்: *(பெ):* தூக்கணாங்குருவி; தொங்கட்டான்; weaver bird; an ear ornament that is let hanging from the ear stud.

தூக்கணாங்கயிறு: *(பெ):* எருதுக்கு இடும் மூக்குக் கயிறு; the rope or string put through a bullock's nose as a curb.

தூக்கம்: *(பெ):* உறக்கம்; அயர்வு; வாட்டம்; தாமதம்; காதணி; விலையேற்றம்; sleep; slumber; fatigue; delay; ear ornament; a rise in price.

தூக்கம் விடு: *(வி):* விழித்தெழு; to wake from sleep.

தூக்கல்: *(பெ):* விலை ஏற்றம்; உயரம்; a rise in price; height; *(வி):* எடுத்தல்; மேலே உயர்த்துதல்; ஆராய்தல்; to take; to lift; to examine.

தூக்கிரி: *(பெ):* ஊர்க் காவற்காரன்; village guard.

தூக்கி: *(வி.அ):* சற்று உயர்த்தி; hold up.

தூக்கிக் கொடு: *(வி):* தயக்கமின்றி உடனடியாகத் தந்திடு; to give something on a platter.

தூக்கிச் சாப்பிடு: *(வி):* (சிறப்பு, முக்கியத்துவம் போன்றவற்றில்) மற்றவர் அல்லது பிறிதொன்று ஒன்றுமில்லை என்னும்படி மிஞ்சிடு; to eclipse someone or something.

தூக்கிட்டு: *(வி.அ):* தூக்குப்போட்டு; by hanging (commit suicide).

தூக்கித்தூக்கிப் போடு: *(வி):* வண்டி மேடு, பள்ளம் போன்றவற்றில் ஏறியிறங்கும்போது பயணம் செய்பவரை இருக்கையில் நிலையாக உட்கார விடாது செய்து ஆடச் செய்தல்; (குளிர் சுரத்தால் உடல்) துள்ளி மேலெழும்புதல்; to jog while travelling on a bad road; to shiver severely due to fever.

தூக்கி நிறுத்து: *(வி):* அரசியல், வியாபாரம் போன்றவற்றில் சரிவு நிலைதனைத் தடுத்து ஒருநிலைக்குக் கொண்டு வருதல்; to bale something out; to bolster something.

தூக்கியெறி: *(வி):* எவ்வித மதிப்பும் தராது உடனடியாக நீக்குதல்; உடனே அகற்றுதல்; to throw overboard; to overthrow.

தூக்கியெறிந்து பேசு: *(வி):* எடுத்தெறிந்து பேசிடு; to talk insolently.

தூக்கில் போடு: *(வி):* சுருக்குக் கயிற்றைக் கழுத்தில் மாட்டி இறுக்கி மரணம் அடையச் செய்தல்; to hang (someone to death).

தூக்கிவாரிப் போடு: *(வி):* எதிர்பாராத நிகழ்வு அல்லது செய்தியின் கடுமையால் அதிர்ச்சி அடைதல்; be startled.

தூக்கு[1]: *(பெ):* தொங்கவிடும் பொருள்; ஒரு நிறை; கனம்; பாட்டு; கூத்து; இசை; ஆராய்ச்சி; மரண தண்டனை; pendant; a balance; weight; song; dance; music; research; death sentence by hanging *(வி):* மேலே உயர்த்து; மேல்நோக்கிய நிலைக்குக் கொண்டு வா; ஒருவரைப் புகழ்ந்து அவரது மதிப்பை உயர்த்து; (மணம்) அதிகமாகப் பரவித் தாக்குதல்; to lift; to raise; to speak highly of someone; (of smell) to attract excessively by aroma. • **தூக்கி** வளர்த்த பிள்ளையும், தொடைமேல் வைத்துத் தைத்த இலையும் உருப்படா - *பழமொழி.*

தூக்கு[2]: *(பெ):* மேற்புறமாக வளைவான பிடியைக் கொண்ட உருண்டை வடிவச் சிறு பாத்திரம்; a vessel with an arch-shaped handle.

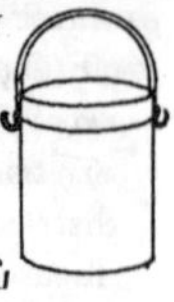

தூக்குக் கயிறு: *(பெ):* கழுத்தினை இறுக்கிக் கொல்லும் சுருக்குப்போடப் பயன்படும் கயிறு; the rope with a sling; noose for hanging.

தூக்குக் குண்டு: *(பெ):* நூல் குண்டு; plumb line.

தூக்கு தண்டனை: *(பெ):* சாகும்வரை தூக்கிலிட்டுக் கொல்லுமாறு நீதிமன்றம் விதிக்கும் தண்டனை; sentence of death by hanging.

தூக்குப் பாலம்: *(பெ):* கப்பல், பெரிய படகு போன்றவை கடந்து சென்றிட ஏதுவாக நடுவில் பிரிந்து உயரே எழும்பி பின் இணையுமாறு அமைக்கப்பட்டிருக்கும் பாலம்; draw-bridge.

தூக்குப் போடு: *(வி):* உயிரை விட தூக்குக் கயிற்றில் தொங்குதல்; to hang oneself.

தூக்கு மரம்: *(பெ):* தூக்கு தண்டனையை நிறைவேற்றும் விதமாக அமைக்கப்பட்டிருக்கும், தூக்குக் கயிறுடன் கூடிய மரச் சட்டம்; gallows; gibbet.

தூக்கு மேடை: *(பெ):* தூக்கு தண்டனை நிறைவேற்றும் இடம்; the platform with gallows.

தூக்கு வாளி: *(பெ):* சாம்பார், ரசம் போன்றவை பரிமாறிட ஏதுவான வாளி போன்ற அமைப்புடைய சிறு பாத்திரம்; a small bucket-like vessel for serving sauce, etc.

தூங்கமாரி: *(பெ):* ஆடுகட்டில்; swinging cot.

தூங்கலன்: *(பெ):* சோம்பித்திரிபவன்; சோம்பேறி; lazyman; idler.

தூங்கானை மாடம்: *(பெ):* பெண்ணாகடத்தில் அமைந்துள்ள சிவாலயம்; the Shiva's shrine at Pennakadam.

தூங்கிருள்: *(பெ):* அடர்ந்த இருள்; dense darkness.

தூங்கு கட்டில்: *(பெ):* தொங்கியாடும் கட்டில்; swinging cot.

தூங்குதல்: *(வி):* அசைதல்; தொங்குதல்; ஊசல் ஆடுதல்; வாடுதல்; சாதல்; துயிலுதல்; தாமதித்தல்; நிலையாகத் தங்குதல்; மெத்தென நடத்தல்; செறிதல்; மிகுதல்; கூத்தாடுதல்; ஊற்றுதல்; ஒலித்தல்; to sway; to hang; to swing; to droop; to fade; to die; to sleep; to delay; to abide; to walk softly/gently; be dense; to abound; to dance; to pour; to sound. • **தூங்கு**கிறவனை எழுப்பிடலாம்; தூங்குவதுபோல் நடிப்பவனை எழுப்ப முடியுமா? • **தூங்கிய** புலியைத் தட்டி எழுப்புவது போல. • **தூங்கினவன்** கன்று

சேங்கன்று; தூங்கினவனின் கிடாக்குட்டி விழித்திருந்தவனின் ஊட்டுக்குட்டி - *பழமொழிகள்.*

- தூங்காதே தம்பி தூங்காதே;
  நீயும் சோம்பேறி என்ற பெயர் வாங்காதே.
  - திரைப்படப்பாடல்
- தூங்காமை கல்வி துணிவுடைமை இம்மூன்றும்
  நீங்கா நிலனாள் பவர்க்கு. *- குறள் 383.*
- தூங்குக தூங்கிச் செயற்பால தூங்கற்க
  தூங்காது செய்யும் வினை. *- குறள் 672.*

தூங்குதோல்: *(பெ):* பாம்பின் சட்டை; slough of a snake.

தூங்கெயில்: *(பெ):* சோழ மன்னன் ஒருவனால் அழிக்கப்பட்டதாகக் கூறப்படும் ஆகாயக் கோட்டை; an air-castle believed to have been destroyed by a Chozha king.

தூசக்குடிஞை: *(பெ):* கூடாரம்; tent.

தூசம்: *(பெ):* யானையின் கழுத்தில் கட்டப்படும் கயிறு; the rope tied on the elephant's neck.

தூசரம்: *(பெ):* சாம்பல் நிறம்; ash colour; grey colour.

தூசரன்: *(பெ):* எண்ணெய் வணிகன்; oil merchant.

தூசர்: *(பெ):* வண்ணார்; படைவீரர்; washermen; soldiers.

தூசறுத்தல்: *(வி):* அடியோடு அழித்தல்; to destroy completely or entirely.

தூசி: *(பெ):* புழுதி; குதிரை; போர்; ஆடை; பஞ்சு; சுத்தம்; முன்னணிப்படை; dust; horse; war; cloth; cotton; cleanliness, van of army.

தூசியம்: *(பெ):* கூடாரம்; tent.

தூசு: *(பெ):* ஆடை; பஞ்சு; முன்னணிப்படை; யானையின் கழுத்திலிடும் கயிறு; தூய்மை; புழுதி; மிகச் சிறியது; garment; cotton; van of army; elephant's neck band; purity; dust; a tiny particle.

தூடணம்: *(பெ):* நிந்தை; குற்றம்; reproach; defect; fault.

தூணம்: *(பெ):* தூண்; பகை; pillar; hatred.

தூணி: *(பெ):* அம்பறாத் தூணி; நான்கு மரக்கால் கொண்ட அளவை; quiver, which is a case for carrying arrows; a former measure of capacity.

தூணிகர்: *(பெ):* தனவணிகர்; traders; merchants.

தூணித்தல்: *(வி):* பருத்தல்; to grow fat.

தூணியங்கம்: *(பெ):* அத்தி மரப் பிசின்; the resin of country fig tree.

தூணீரம்: *(பெ):* அம்புக்கூடு; quiver.

தூண்: *(பெ):* தம்பம்; தறி; பற்றுக்கோடு; pillar; post; support.

தூண்டில்: *(பெ):* கொக்கி; வரிக்கூத்து; தக்கை இணைக்கப்பட்ட உறுதியான நரம்பு (அ) இழையின் நுனியில் கொக்கி போன்ற அமைப்புடைய இரும்பு முள்ளினை உடைய நீண்டகோல்; hook; a kind of dance; fishing rod.

தூண்டில் முள்: *(பெ):* உணவுத்துண்டு, புழு, சிறு மீன் போன்றவை தகுந்த முறையில் செருகுமாறு தூண்டில் இழையின் நுனியில் இணைக்கப்பட்ட சிறு இரும்புக் கொக்கி; fishing hook.

தூண்டுதல்: *(வி):* உந்துதல்; குற்றுதல்; தள்ளுதல்; ஏவுதல்; அனுப்புதல்; நினைவூட்டுதல்; to urge; to pound; to push; to discharge; to send; to remind.

தூதம்: *(பெ):* நிந்தை; அசைவு; reproach; movement; motion.

தூதன்: *(பெ):* ஒற்றன்; ஏவலாளன்; புதன்; தேவதூதன்; தூது செல்பவன்; spy; servant; the Planet Mercury; holy angel; messenger.

தூதி: *(பெ):* பாம்பின் நச்சுப்பற்களில் ஒன்று; தூது செல்பவள்; one of the poisonous fangs of a serpent; female messenger.

தூது: *(பெ):* தூதுமொழி; ஒரு பிரபந்த வகை; செய்தி; கூழாங்கல்; message sent through a messenger; a kind of prabandha; message; a small pebble.

தூதுணம்புறவு: *(பெ):* கூழாங்கற்களை விழுங்கும் புறா வகை; a kind of dove that eats pebbles.

தூதுவளை: *(பெ):* ஒரு கொடி வகை; climbing brinjal.

தூதுவன்: *(பெ):* தூதன்; புதன்; messenger; ambassador; Planet Mercury.

தூதுவென்றி: *(பெ):* தூதுவரின் வெற்றியைக் கூறும் புறத்துறைப் பாடல்; (purapadal) a theme describing the success of an embassy.

தூதை: *(பெ):* சிறு மட்கலம்; சிறு மரப்பாளை; சிறு சம்மட்டி; a small vessel made of earth, etc.; toy utensils of wood; a small hammer.

தூபக்கால்: *(பெ):* சாம்பிராணி போடும் தணல் வைப்பதற்கு மேல் பகுதியில் கிண்ணம் போன்ற அமைப்பும், பிடித்துத் தூக்கிட வசதியாகக் கைப்பிடியும் கொண்ட கரண்டி போன்ற சாதனம்; a device with a cup like upper part for burning incense used in rituals; censer-stand.

தூபம்: *(பெ):* புகை; நறும்புகை; நெருப்பு; கடப்பமரம்; கருங்குங்கிலியம்; smoke; incense; fume; fire; a kind of tree; a kind of Konkani resin.

தூபரம்: *(பெ):* கொம்பில்லாத விலங்கு; an animal without horns.

தூபவருக்கம்: *(பெ):* நறும்புகைப் பண்டம்; the thing used for creating incense.

தூபாயிதம்: *(பெ):* நெருப்பினால் உண்டாகும் சாவு; death caused by fire.

தூபி: *(பெ):* உச்சி; மலைமுகடு; கோபுரம்; விமான சிகரம்; top; mountain peak; pinnacle as of tower, temple etc.; minaret.

தூபிதம்: *(பெ):* சுடுதல்; தீயில் இறத்தல்; baking; being hot; death caused by fire.

தூப்பு: *(பெ):* தூய்மை; பெருக்குதல்; துளை; cleanliness; sweeping; hole.

தூமகேது: *(பெ):* தீமைக் குறி; வால் நட்சத்திரம்; வான்வீழ் கொள்ளி; கொடுமை; நெருப்பு; evil portent; comet; falling star; cruelty; fire.

தூமணி: *(பெ):* முத்து; pearl.

தூமப்பிரபை: *(பெ):* ஒரு நரகம்; a hell.

தூமமுட்டி: *(பெ):* தூபக் குடம்; censer.

தூமம்: *(பெ):* புகை; மண்கலச் சூளை; நறும்புகை; வால் நட்சத்திரம்; smoke; kiln; perfume; incense; comet.

தூமயோனி: *(பெ):* மேகம்; cloud.

தூமரதம்: *(பெ):* புகை வண்டி; train.

தூமலம்: *(பெ):* பாவம்; கருமை; sin; blackness.

தூமான்: *(பெ):* அணிகலச் செப்பு; அரியணை; ornamental pot; throne.

தூமியம்: *(பெ):* புகை; smoke.

தூமிரதம்: *(பெ):* ஒட்டகம்; camel.

தூமிரம்: *(பெ):* கருஞ்சிவப்பு; purple colour.

தூமை: *(பெ):* தூய்மை; வெண்மை; மகளிர் சூதகம்; purity; cleanliness; whiteness; catamenia.

தூம்: *(பெ):* ஒரு நிறை; a weight.

தூம்பல்: *(பெ):* சுரைக்கொடி; bottle gourd creeper.

தூம்பு: *(பெ):* உள் துளை; மதகு; வாய்க்கால்; சலதாரை; மூங்கில்; இசைக் குழல்; இடுக்கு வழி; மரக்கால்; ஈயம்; வாயில்; பெருவங்கியம்; நெடுவங்கியம்; inner hole; sluice; water-course; drain; bamboo; flute; narrow lane; a corn measure; lead; gateway; doorway; large bamboo; long bamboo.

தூம்பு வாய்: *(பெ):* சலதாரை; drain.

தூம்பை: *(பெ):* பாடை; funeral bier with poles to carry.

தூய: *(பெ.அ):* தூய்மையான; களங்கமற்ற; pure; honest; sincere.

தூயவன்: *(பெ):* தூய்மையானவன்; திருமால்; pure and holy person; Lord Vishnu.

தூயாள்: *(பெ):* தூய்மையானவள்; கலைமகள்; chaste woman; the woman, having noble qualities; Saraswathi, Goddess of arts and learning.

தூய்மை: *(பெ):* துப்புரவு; மெய்ம்மை; வெண்மை; நன்மை; purity; cleanliness; truth; whiteness; good; benefaction.

• **தூய்மை** துணைமை துணிவுடைமை இம்மூன்றின் வாய்மை வழியுரைப்பான் பண்பு - *குறள் 688.*

தூய்மைக்கேடு: *(பெ):* சுவாசித்தல், பயன்படுத்துதல் போன்றவற்றிற்கு ஏதுவானதாக இல்லாமல் போகும் நிலை; pollution.

தூய்மையற்ற: *(பெ.அ):* சுத்தமில்லாத; அசுத்தமான; impure; unclean; dirty.

தூய்மையான: *(பெ.அ):* சுத்தமான; சுகாதாரமான; புனிதமான; pure; sanitary; holy.

தூர உறவு: *(பெ):* இரத்த சம்பந்தமற்ற உறவு; distant relation.

தூரகாரி: *(பெ):* வருங்காலத்தை அறிந்திடுபவன்; far-sighted man.

தூரதரிசி: *(பெ):* தீர்க்கதரிசி; பண்டிதன்; பருந்து; far-sighted man; prophet; seer; pandit; learned man; vulture.

தூரம்: *(பெ):* சேய்மை; புறம்பு; தூரத்து உறவு; ஓர் இசைக் கருவி; ஊமத்தை; சிறு மர வகை; வேறுபாடு; மகளிர் சூதகம்; being at a distance; that which is outside; distant relation; a kind of musical instrument; thorn apple; a kind of small tree; difference; catamenia.

• **தூரத்துப்** பச்சை கண்ணுக்குக் குளிர்ச்சி.

• **தூரத்துப்** பார்வைக்கு மலை மழமழப்பு; கிட்டே போனால் கல்லுங்கரடும் - *பழமொழி.*

தூரல்: *(பெ):* துன்பம்; நிறை வகை; grief; sorrow; a kind of measure.

தூரவலி: *(பெ):* மாதவிலக்கின்போது உண்டாகும் வலி; pain during menstruation.

தூரவுறவு: *(பெ):* அயல்சான்ற உறவு; distant relation.

தூரி: *(பெ):* பலகறை; எருது; ஊசல்; தூரியம் என்னும் வாத்திய வகை; cowry; ox; bull; swing; a kind of musical instrument.

தூரிகை: *(பெ):* எழுதுகோல்; painter's brush.

தூரிது: *(பெ):* சேய்மையானது; that which is very distant.

தூரியம்: *(பெ):* மங்கலப் பறை; முரசு; பொதியெருது; எழுதுகோல்; கைவேல்; நல்லாடை; நஞ்சு; ஈயம்; a kind of drum (two-sided); kettle drum; pack-bull; painter's brush; lance; garment; poison; lead.

தூர்: *(பெ):* அடிப்பகுதி; சேறு; செடிகளின் கிளைத்த வேர்த்தொகுதி; bottom; mire; mud; branched root of a plant.

தூர்த்தம்: *(பெ):* தீயநெறி; ஊமத்தை; evil path; thorn apple.

தூர்த்தல்: *(பெ):* அடைத்தல்; அடைபடுதல்; நிரம்புதல்; அழிதல்; மறைதல்; நெருங்குதல்; உட்செலுத்துதல்; பெருக்கிச் சுத்தம் செய்தல்; to shut; be closed; be filled; to perish;

to disappear; to come close; to insert; to sweep. • **தூர்த்த கிணற்றில் தூர் வாருவது போல** - *பழமொழி.*

தூர்த்தன்: *(பெ):* காமுகன்; கொடியவன்; lustful person; cruel person; wicked man.

தூர்த்தை: *(பெ):* காமவெறி கொண்டவள்; lustful woman.

தூர்மம்: *(பெ):* தேள் கொடுக்கிப் பூண்டு; a kind of herb.

தூர்வகம்: *(பெ):* பொதிமாடு; pack-bull.

தூர்வை: *(பெ):* கிணற்றுத்தூர்; அருகம்புல்; செத்தை; rubbish in well; quitch grass; discarded sheaves of sugarcane, dry leaves, vegetable waste, etc.

தூர்னா: *(பெ):* அருகு; quitch grass.

தூலகம்: *(பெ):* பருத்தி; cotton.

தூலநாலம்: *(பெ):* வாழ்நாள்; life time.

தூலசருக்கரை: *(பெ):* உப்பு; பருத்தி விதை; salt; cotton seed.

தூலசரீரம்: *(பெ):* உடம்பு; body.

தூலசித்து: *(பெ):* சீவான்மா; உயிர்; individual soul; soul.

தூலம்: *(பெ):* பருத்தி; இலவமரம்; வானம்; கோரைப்புல்; நீர்முள்ளிச் செடி; பருமை; நஞ்சு; உத்திரம்; கண்ணுக்குப் புலனாவது; cotton; silk cotton tree; sky; sedges and bulrushes; a kind of water plant; bulkiness; poison; beam; tangible.

தூலலிங்கம்: *(பெ):* கோபுரம்; சிவாலயம்; temple tower; Shiva temple.

தூலிகை: *(பெ):* அன்னப் பறவையின் இறகு; எழுதுகோல்; feather of a swan; writing instrument.

தூலித்தல்: *(வி):* பருத்தல்; பெருகுதல்; to grow stout; to abound.

தூலினி: *(பெ):* இலவு; silk-cotton tree.

தூலை: *(பெ):* பருத்தி; cotton.

தூவத்தி: *(பெ):* வாள்; sword.

தூவரம்: *(பெ):* துவர்ப்பு; காளை; கொம்பில்லாத விலங்கு; astringent taste; bull; the animal which has no horns.

தூவல்: *(பெ):* மழைத்துளி; தூவானம்; இறகு; பேனா; நீர்த்திவலை; ஓவியம் தீட்டும் கோல்; rain drops; drizzle; feather; pen; drop of water; painter's brush.

தூவழி: *(பெ):* பண் வகை; a kind of music.

தூவானம்: *(பெ):* மழைத் துளிகளின் சிதறல்; நீர்வீழ்ச்சி விழும் இடம்; drizzling; the place where a cascade falls as the place of spray.

தூவி: *(பெ):* பறவை இறகு; மயில் தோகை; அன்னப்பறவையின் இறகு; அன்னப்பறவை; எழுதுகோல்; தூள்; feather of a bird; peacock's feather; feather of a swan; swan; painter's brush; dust.

தூவு: *(வி):* சிதறு; தெளி; தூவிடு; to scatter; to sprinkle; to showerforth.

தூவுரை: *(பெ):* நல்லுரை; maxim.

தூவையர்: *(பெ):* புலால் உண்போர்; flesh-eaters.

தூளம்: *(பெ):* தூள்; திருநீறு பூசுகை; dust; the act of smearing sacred ashes.

தூளி: *(பெ):* புழுதி; பூந்தாது; குதிரை; ஏணை; குழந்தைத் தொட்டில்; dust; pollen dust; horse; cloth cradle; children's hammock.

தூளிதல்: *(பெ):* திருநீறு; sacred ash.

தூளித்தல்: *(வி):* பருத்தல்; to become thick.

தூளித்துவசன்: *(பெ):* காற்று; air; wind.

தூளிமட்டம்: *(பெ):* தரைமட்டம்; being the level of ground.

தூள்: *(பெ):* துகள்; புழுதி; பூந்தாது; திருநீறு; சிறு முத்து; particle; dust; pollen dust; sacred ash; a small pearl.

தூள்படுத்துதல்: *(வி):* முற்றிலுமாக அழித்தல்; to destroy completely.

தூறல்: *(பெ):* பழி தூற்றுகை; மழை; மழைத் துளி; abuse; slander; rain; drizzling.

தூறன்: *(பெ):* காமுகன்; lustful person.

தூறு: *(பெ):* புதர்; குவியல்; சுடுகாடு; தீங்கு; பழிச்சொல்; கூட்டம்; சிறு செடி; மஞ்சள்; பஞ்சு; இரும்பு; bush; heap; cremation ground; evil; abuse; crowd; a small plant; turmeric; cotton; iron.

தூறுதல்: *(வி):* கிளைத்தல்; செய்தி பரவுதல்; நிந்தித்தல்; மழைத்துளி வீழ்தல்; to branch; to spread as news; to vilify; to abuse; to drizzle.

தூறுமாறு: *(பெ):* தீயநெறி; தீயொழுக்கம்; vicious life; bad conduct.

தூறுவாதி: *(பெ):* தீம்பாலை மரம்; a kind of tree.

தூற்றல்: *(பெ):* பழிச்சொல்; சிறு மழை; abuse; reproach; drizzle.

தூற்றி: *(பெ):* புறங்கூறுவோன்; back-biter; slander.

தூற்று: *(பெ):* பழிப்பு; abuse.

தூற்றுதல்: *(வி):* சிதறுதல்; தானியங்களில் உள்ள துகள் நீங்கத் தூவுதல்; பரப்புதல்; அறிவித்தல்; பழி கூறுதல்; to scatter; to winnow; to spread; to make known; to publish evil reports; to accuse falsely.

தூனம்: *(பெ):* வருத்தம்; grief; distress.

தூனனம்: *(பெ):* அசைதல்; அகற்றுதல்; to move; to remove.

தெ

தெகடி: *(பெ):* விளையாட்டு; புரட்டு; சூது; game; deceit; gambling.

தெகிட்டு: *(பெ):* தெவிட்டுதல்; loathing.

தெகிழ்தல்: *(வி):* விளங்குதல்; நிறைதல்; to shine; be satisfied.

தெகுடாடுதல்: *(வி):* திண்டாடுதல்; to struggle.

தெகுளம்: *(பெ):* நிறைவு; பெருக்கம்; completion; consummation; abundance.

தெக்கணம்: *(பெ):* தெற்கு; வலப்புறம்; south; right side.

தெக்குதல்: *(வி):* கொள்ளுதல்; to have; to acquire; to occupy; to accept.

தெங்கங்காய்: *(பெ):* தேங்காய்; coconut.

தெங்கநாடு: *(பெ):* கடல் கொண்டதாகக் கருதப்படும் தென் தமிழ்நாடு; the southern parts of Tamil Nadu which were drowned in the sea formerly.

தெங்கம்: *(பெ):* தென்னை மரம்; coconut tree.

தெங்கம் பழம்: *(பெ):* தேங்காய் நெற்று; matured coconut.

தெங்கு: *(பெ):* தென்னை மரம்; தித்திப்பு; ஏழு தீவுகளுள் ஒன்று; coconut tree; sweetness; one of the seven islands.

தெசலம்: *(பெ):* மாமரம்; mango tree.

தெடாரி: *(பெ):* பறை வகை; a kind of drum.

தெட்சகன்: *(பெ):* இரட்சகன்; எட்டு நாகத்துள் ஒன்று; saviour; one of the eight serpents.

தெட்சணதேசம்: *(பெ):* விந்திய மலைக்குத் தென்புறமுள்ள நாடு; the region in the South of Vindhya hills.

தெட்சணம்: *(பெ):* தெற்கு; வலப்புறம்; South; right side.

தெட்சணாவிருத்தம்: *(பெ):* வலம்புரிச்சங்கு; conch, whose spirals turn to the right.

தெட்ட: *(பெ.அ):* தெளிவான; clear.

தெட்டரசர்: *(பெ):* வென்று கீழ்ப்படுத்தப்பட்ட அரசர்; defeated king.

தெட்டல்: *(பெ):* ஏமாற்றுதல்; பறித்தல்; to cheat; to pluck.

தெட்டவர்: *(பெ):* தெளிந்தவர்; intellectual person.

தெட்டி: *(பெ):* வஞ்சிப்பவன்; வஞ்சிப்பவள்; வாணிகன்; யானை; deceitful person; deceitful woman; merchant; elephant.

தெட்டு: *(பெ):* வஞ்சனை; பறித்தல்; deceit; plucking.

தெட்டுண்ணல்: *(வி):* கவர்ந்து உண்ணுதல்; to snatch and devour.

தெட்டுதல்: *(வி):* வஞ்சித்தல்; ஏமாற்றுதல்; to deceive; to cheat.

தெட்பம்: *(பெ):* தெளிவு; முதிர்ச்சி; முதறிவு; clearness; maturity; wisdom.

தெண்: *(பெ):* தெளிவு; clearness.

தெண்டகை: *(பெ):* நெருக்கடி; தேவை; stress; necessity.

தெண்டம்: *(பெ):* தண்டனை; அபராதம்; punishment; penalty.

தெண்டன்: *(பெ):* வணக்கம்; கோல்; obeisance; pole.

தெண்டிரை: *(பெ):* கடல்; sea.

தெண்டு: *(பெ):* கோல்; கற்றை; ஓணான்; pole; mass; common agamoid lizard.

தெண்டுதல்: *(வி):* கிளப்புதல்; இரத்தல்; மிண்டுதல்; நெருங்குதல்; to start; to beg; to talk harshly; to come close.

தெண்ணர்: *(பெ):* அறிவற்ற மூடர்; idiots; ignorant persons; fools; senseless persons.

தெண்ணீர்: *(பெ):* தெளிந்த நீர்; clear water.

தெண்மை: *(பெ):* தெளிவு; தெளிவான அறிவு; clearness; clear knowledge.

தெத்து: *(பெ):* மூலை; வேலியடைப்பு; corner; fence; *(வி):* ஏமாற்று; to cheat.

தெந்தனம்: *(பெ):* சோம்பல்; தாமதம்; அலட்சியம்; laziness; delay; carelessness.

தெந்தி: *(பெ):* நேர்வாள மரம்; a kind of tree.

தெப்பம்: *(பெ):* மிதவை; புணை; raft; float; boat; vessel.

தெம்பல்: *(பெ):* சேறு; mud; mire.

தெம்பாங்கு: *(பெ):* சந்தன வகை; a kind of sandal wood.

தெம்பு: *(பெ):* வலிமை; ஊக்கம்; துணிவு; செருக்கு; physical strength; energy; courage; pride.

தெம்மாங்கு: *(பெ):* நாட்டுப்புறப் பாடல் வகை; a type of folk song set to a tune sung in the mode of a lover addressing his beloved.

தெப்போற்சவம்: *(பெ):* கடவுள் விக்கிரகத்தை குளத்தின் மையத்தில் இருக்கும் மண்டபத்துக்கு தெப்பத்தில் எடுத்துச்சென்று பூஜை செய்யும்

விழா; the temple festival in which the idol is placed on a float and taken to the Mandapam in the middle of the tank.

தெம்மாடி: *(பெ):* உதவாதவன்; useless person.

தெம்முனை: *(பெ):* போர்க்களம்; battle field.

தெய்: *(பெ):* கொலை; தெய்வம்; murder; God.

தெய்வ கடாட்சம்: *(பெ):* இறைவனின் அருள்; divine grace.

தெய்வகணம்: *(பெ):* தேவகணம்; celestial host.

தெய்வகளை: *(பெ):* தெய்வாம்சம்; divine radiance.

தெய்வக்கம்மியன்: *(பெ):* தேவதச்சன்; celestial architect.

தெய்வக்கல்: *(பெ):* தெய்வ விக்கிரகங்களைச் செதுக்கப் பயன்படும் கல்; the stone used for making idols.

தெய்வக்குற்றம்: *(பெ):* உரிய பூஜை போன்றவற்றினைச் செய்யாததால் (அ) சமய விதிகளின்படி நடந்துகொள்ளத் தவறுவதால் ஒருவர் கடவுளுக்கு இழைக்கப்படுவதாகக் கருதும் தவறு; an offence against God or an act of violation of religious rites.

தெய்வசிந்தனை: *(பெ):* இறைத் தியானம்; divine meditation.

தெய்வசுரபி: *(பெ):* காமதேனு; the celestial cow, (having the power to grant wishes).

தெய்வச்செயல்: *(பெ):* மனித முயற்சி இல்லாமல் தெய்வ அருளால் நடைபெறும் செயல்; providence.

தெய்வஞானம்: *(பெ):* தெய்வ அறிவு; knowlodgo about the God; spiritual knowledge.

தெய்வதம்: *(பெ):* தெய்வம்; ஆண்டு; God; deity; divine nature; year.

தெய்வதை: *(பெ):* கடவுள்; பேய்; God; devil.

தெய்வத்தச்சன்: *(பெ):* தேவ தச்சனாகிய விஸ்வகர்மா; Vishwakarma, the celestial architect.

தெய்வத்தானம்: *(பெ):* கோயில்; temple.

தெய்வத்துவம்: *(பெ):* தெய்வத்தன்மை; spirituality; godliness.

தெய்வ நதி: *(பெ):* கங்கை நதி; the river Ganges.

தெய்வ பக்தி: *(பெ):* கடவுள் பக்தி; devotion; piety.

தெய்வ பக்தியற்ற: *(பெ.அ):* கடவுள் பக்தி இல்லாத; impious.

தெய்வ பயம்: *(பெ):* கடவுள் பற்றிய பயம்; fear of God.

தெய்வப்பசு: *(பெ):* காமதேனு; Kamadhenu, the celestial cow (having the power to grant wishes).

தெய்வப்பிறவி: *(பெ):* புனிதமான வாழ்க்கை நெறியை மேற்கொண்டவர்; godly being.

தெய்வப்புள்: *(பெ):* கருடன்; white-headed kite.

தெய்வப்பெண்: *(பெ):* தேவலோகப் பெண்; celestial nymph.

தெய்வ மணி: *(பெ):* குளிகை; சிந்தாமணி; கழுத்தில் நற்சுழியுள்ள குதிரை; philosopher's stone; celestial wishing-gem; auspicious curl on horse's neck.

தெய்வ மந்திரி: *(பெ):* தேவகுருவும், அமைச்சருமான குரு பகவான்; வியாழன்; Guru Bhagavan, the celestial guru and minister; the Planet Jupiter.

தெய்வ மரம்: *(பெ):* கற்பகத்தரு; a tree in heaven which is said to yield whatever one desires.

தெய்வம்: *(பெ):* கடவுள்; ஊழ்வினை; தெய்வச் செயல்; ஆண்டு; புதுமை; எண் வகையான திருமணங்களுள் ஒன்று; God; deity; the deeds committed in one's previous birth; providence; year; newness; one of the eight kinds of marriages. • **தெய்வம் காட்டுமே தவிர ஊட்டாது. • தெய்வம் காட்டும்; ஊட்டியும் விடுமா ?** - *பழமொழிகள்.*

தெய்வ யானை: *(பெ):* இந்திரனின் யானையான ஐராவதம்; முருகப் பெருமானின் தேவியருள் ஒருவர்; Ayravatham, the celestial elephant of Lord Indra; Daivayanai, one of the two consorts of Lord Muruga.

தெய்வலோகம்: *(பெ):* துறக்கம்; தேவலோகம்; paradise; heaven.

தெய்வ வணக்கம்: *(பெ):* கடவுள் வழிபாடு; worship of God.

தெய்வ வாக்கு: *(பெ):* அருள் வாக்கு; divine utterance.

தெய்வவுத்தி: *(பெ):* மகளிர் தலையில் அணியும் ஆபரணம்; woman's head ornament.

தெய்வாதீனம்: *(பெ):* தெய்வச்செயல்; தற்செயலாக நிகழ்வது; providence; that which happens accidentally or by chance.

தெய்விகமான: *(பெ.அ):* தெய்விகத்தன்மை யுடைய; divine; godly.

தெய்விகம்: *(பெ):* தெய்வச் செயல்; தற்செயல்; மகிமை; ஒன்பது பனைமரத்து உயர அளவு; divine providence; that which happens accidentally or by chance; glory; dignity; a height equivalent to the height of nine palmyra-palms.

தெரிசம்: *(பெ):* அமாவாசை; the New Moon day.

தெரிசி: *(பெ):* குதிரை; horse.

தெரிசியம்: *(பெ):* காட்சி; vision, view.

தெரிசொல்: *(பெ):* சத்தியம்; அருஞ்சொற்பொருள்; truth; oath; meaning of difficult words.

தெரிதரல்: *(வி):* அறிதல்; to know; to understand.

தெரிதல்: *(வி):* விளக்கமாதல்; அறிதல்; ஆராய்தல்; கேட்டல்; be seen; to know; to understand; to examine; to hear.

தெரித்தல்: *(வி):* வெளிப்படுத்துதல்; சொல்லுதல்; விளக்குதல்; எழுதுதல்; கொழித்தல்; மாறுபடுதல்; to bring to view; to declare; to inform; to explain; to write; to flourish; to differ.

தெரிநிலை: *(பெ):* விளங்கி நிற்பது; the state of clear indication.

தெரிபடுதல்: *(வி):* தோன்றுதல்; to appear.

தெரிபொருள்: *(பெ):* அறிபவனான ஆன்மா; the soul as the agent of cognition.

தெரிப்பு: *(பெ):* அறிவிப்பு; ஆராய்வு; சொல்லுதல்; declaration; research; saying.

தெரிமா: *(பெ):* அரிமா; சிங்கம்; lion.

தெரியலர்: *(பெ):* பகைவர்; மூடர்; enemies; idiots.

தெரியல்: *(பெ):* பூமாலை; தெரிந்து கொள்ளுதல்; flower garland; understanding.

தெரிவித்தல்: *(வி):* வெளிப்படுத்துதல்; அறிவித்தல்; to make public; to declare.

தெரிவு: *(பெ):* அறிவு; தோற்றம்; தெரிந்தெடுக்கை; knowledge; appearence; the act of choosing.

தெரிவை: *(பெ):* பெண்; **25** முதல் **31** வயதுக் குட்பட்டவள்; கன்னி ராசி; woman; the woman whose age is between 25 and 31; the sixth constellation of the Zodiac having the figure of a maiden as its sign; Virgo.

தெரு: *(பெ):* வழி; வீதி; lane; street.

தெருட்சி: *(பெ):* அறிவு; தெளிவு; முதற்பூப்பு; knowledge; clearness; first menstruation.

தெருட்டல்: *(வி):* தெளியச் செய்தல்; to make clear.

தெருட்டு: *(பெ):* அறிவிப்பு; declaration; announcement; *(வி):* தேற்றுதல்; பூப்படைதல்; to console; to attain puberty.

தெருணை: *(பெ):* ஒரு வகை மரம்; a kind of tree.

தெருமரல்: *(பெ):* துன்பம்; மனக்கலக்கம்; perplexity; distress.

தெருவில் அழகி: *(பெ):* குப்பைமேனி; a herb.

தெருவுபாடு: *(பெ):* வீட்டின் முன்புறம்; the front side of a house.

தெருளான்: *(பெ):* அறிவிலி; fool; idiot.

தெருளுதல்: *(வி):* தெளிதல்; விளங்குதல்; பூப்படைதல்; உணர்வுறுதல்; be clear; to understand clearly; to attain puberty; to gain true knowledge.

தெருள்: *(பெ):* அறிவின் தெளிவு; perception; knowledge; comprehension; wisdom.

தெலுங்கம்: *(பெ):* தெலுங்கு நாடு; தெலுங்கு மொழி; Telugu Country; Telugu language.

தெலுங்கு: *(பெ):* ஒரு மொழி; Telugu language.

தெலுங்கன்: *(பெ):* தெலுங்கு நாட்டினைச் சேர்ந்தவன்; தெலுங்கு மொழி பேசுபவன்; Telugu man.

தெல்லாட்டம்: *(பெ):* விளையாட்டு வகை; வஞ்சனை; a kind of game; deceit.

தெல்லுக்காரர்: *(பெ):* தபால்காரர்; postman.

தெல்லோட்டு: *(வி):* அலைக்கழித்தல்; to put one to trouble; to vex.

தெவம்: *(பெ):* மாமரம்; mango tree.

தெவிட்டல்: *(வி):* திகட்டுதல்; to cloy.

தெவிட்டுதல்: *(வி):* அசைபோடுதல்; நிறைதல்; அடைதல்; ஒலித்தல்; வெல்லுதல்; நினைத்தல்; to chew the cud; to become full; to attain; to make noise; to conquer; to think.

தெவ்: *(பெ):* பகை; போர்; enmity; war.

தெவ்வர்: *(பெ):* பகைவர்; enemies.

தெவ்வினை: *(பெ):* போர்; war.

தெவ்வு: *(பெ):* பகை; சந்திரன்; enmity; the Moon.

தெவ்வுதல்: *(வி):* கொள்ளுதல்; மன்றாடிக் கேட்டுக் கொள்ளுதல்; நிறைத்தல்; to get; to pray; to fill.

தெழி: *(பெ):* ஒலி; sound; noise.

தெழித்தல்: *(வி):* அதட்டுதல்; அடக்குதல்; வருத்துதல்; முழக்குதல்; பிரித்தல்; மிதித்து உழக்குதல்; நீக்குதல்; to bluster; to subdue; to trouble; to sound as drum; to separate; to thrash; to remove.

தெழிப்பு: *(பெ):* ஆரவாரம்; noisy rage.

தெழ்கு: *(பெ):* இடையில் அணியும் அணி வகை; a kind of waist ornament.

தெளி: *(பெ):* தெளிவு; சாறு; ஒளி; clearness; juice; lustre.

தெளிஞன்: *(பெ):* அறிஞன்; learned person, wiseman.

தெளிதல்: *(வி):* தெளிவாதல்; ஒளிர்தல்; செழித்தல்; அறிதல்; to become clear, to clear up as doubt; to shine; to flourish; to know; to understand.

தெளித்தல்: *(பெ):* புடைத்தல்; தூவுதல்; நீக்குதல்; விதைத்தல்; to winnow; to sprinkle; to remove; to sow as seed.

தெளிநீர்: *(பெ):* தூய்மையான நீர்; pure water.

தெளிப்பான்: *(பெ):* பூச்சி மருந்து, வர்ணம் போன்றவற்றை வேகமாகவும், பரவலாகவும் தெளித்திடப் பயன்படும் கருவி; the sprayer used for sprinkling insecticide, paint, etc.

தெளிப்பு: *(பெ):* தூவுகை; கொழிக்கை; act of sprinkling; act of sifting.

தெளிப்புநீர்ப் பாசனம்: *(பெ):* குழாய் மூலம் வரும் நீரினைப் பீய்ச்சி அடிக்கும் சாதனத்தின் வாயிலாகச் சிதறச் செய்து பயிரின் அடிப்பகுதி

தெளிர் 581 தென்புலக்கோன்

நனையுமாறு செய்யும் பாசனமுறை; sprinkler irrigation.

தெளிர்: (பெ): யாழின் உள்ளோசை; the inner sound produced in a lute.

தெளிர்தல்: (வி): ஒளிபெறுதல்; to illuminate.

தெளிர்த்தல்: (வி): ஒலித்தல்; செழித்தல்; மகிழ்தல்; to sound; to be fertile; be happy.

தெளிவு: (பெ): ஞானம்; முடிவு; நம்பிக்கை; சாறு; விளக்கம்; knowledge; decision; confidence; juice; explanation.

தெளிவெண்ணெய்: (பெ): வேப்பெண்ணெய்; oil extracted from margosa seed.

தெள்: (பெ): தெள்ளுப் பூச்சி; a kind of insect.

தெள்குதல்: (வி): தெளிவாதல்; to become clear.

தெள்விளி: (பெ): தெளிவான ஒலி; இசைப்பாட்டு; clear sound; musical song.

தெள்ளி: (பெ): யானை; elephant.

தெள்ளிச்சி: (பெ): உவர்மண்; saline soil.

தெள்ளிதின்: (வி.அ): தெளிவாக; clearly.

தெள்ளிமை: (பெ): தெளிவு; அறிவு நுட்பம்; clearness; acumen.

தெள்ளியர்: (பெ): தெளிந்த அறிவுடையவர்; those who are having a keen knowledge.

- இருவேறு உலகத்து இயற்கை திருவேறு
  தெள்ளிய ராதலும் வேறு. - *குறள் 374.*

தெள்ளுதல்: (வி): தெளிவாதல்; ஆராய்தல்; படைத்தல்; கொழித்தல்; to become clear; to refer; to create; to sift.

தெள்ளேணம்: (பெ): மகளிர் விளையாட்டு வகை; a kind of game played by women.

தெறல்: (வி): அழித்தல்; கோபித்தல்; வருத்துதல்; to destroy; to reprove; to oppress.

தெறி: (வி): சிதறுதல்; to scatter.

தெறிகெடுதல்: (வி): நிலை குலைதல்; to lose hold.

தெறித்தல்: (வி): சிதறுதல்; குலைதல்; முறிதல்; அறுதல்; நீங்குதல்; விரலால் சுண்டுதல்; உந்துதல்; முற்றுதல்; பிளத்தல்; to scatter; to become loose; to break off; be cut off; to leave; to flink; to urge; to become ripe; to split.

தெறிபடுதல்: (வி): தோற்றோடுதல்; கலங்குதல்; தவறுதல்; திக்கறுதல்; சிதறுதல்; be defeated; be confused; be lost; be routed; be scattered.

தெறு: (பெ): கோபம்; அச்சம்; துன்பம்; anger; fear; distress.

தெறுக்கால்: (பெ): தேள்; விருச்சிக ராசி; scorpion; eighth constellation of the Zodiac having scorpion as its sign; Scorpio.

தெறுதல்: (வி): கோபித்தல்; வருத்துதல்; தண்டனை அளித்தல்; அழித்தல்; பகைத்தல்; கொல்லுதல்; be angry; to cause pain; to punish; to give; to destroy; to hate; to oppose; to kill.

தெறுநர்: (பெ): பகைவர்; enemies.

தெறுவி: (பெ): அகப்பை; wooden ladle with a long handle.

தெறுழ்: (பெ): காட்டுக் கொடி வகை; a kind of wild creeper.

தெற்கு: (பெ): தென்திசை; south.

தெற்றல்: (வி): அலைத்தல்; இறுக்குதல்; மாறுபடுதல்; உடுத்துதல்; to rock to and fro; to toss about; to constrain; to differ; to wear.

தெற்றி: (பெ): திண்ணை; மண்மேடு; மர வகை; மாடம்; a raised platform; pial; mound; a kind of tree; a small niche in the wall of a house to keep an oil lamp; upper storey with lattice windows.

தெற்று: (பெ): பின்னல்; வேலி; செறிவு; இடறுகை; மாறுபாடு; தவறு; தேற்றம்; plaiting; fence; denseness; hindrance; variation; mistake; fault; centainty.

தெற்றுதல்: (வி): இடறுதல்; தடைப்படுதல்; மாறுபடுதல்; பிழை செய்தல்; பிணங்குதல்; தொடுத்தல்; இறுக்குதல்; பல்லைக் கடித்தல்; அலைத்தல்; மோதுதல்; இகலுதல்; திக்குதல்; to trip; be resisted; to differ; to do wrong; be at variance; be in the sulks; to connect; to bind; to clamp; to tighten; to grind one's teeth; to toss about; to hit; to vilify; to stammer.

தெற்றுப்பல்: (பெ): ஒன்றுடன் ஒன்று பின்னியிருக்கும் பல்; snagged-tooth.

தெற்றுமாற்று: (வி): ஏமாற்றிடு; to cheat.

தெற்றுவாசல்: (பெ): திட்டி வாசல்; wicket gate (in the door of a temple or fort).

தெற்றுவாய்: (பெ): திக்குவாய்; stuttering.

தெற்றென: (வி.அ): தெளிவாக; விரைவாக; clearly; speedily.

தெனாது: (பெ): தெற்கு; south.

தென்: (பெ): அழகு; இனிமை; இசை; கற்பு; தென்னை மரம்; வலப்புறம்; தெற்கு; beauty; sweetness; music; chastity; coconut tree; right side; south.

தென்கலை: (பெ): தென்னாட்டுக்குரிய கலைகளான இசை, இலக்கியம், சிற்பம் ஆகியன; வைணவர் தரித்திடும் திருமண் குறி வகை; Tamil literature and art as belonging to the south; a Vaishnava sect accepting the hymns of the Aazhwars as the sacred text and wearing in their forehead a 'Y'-shaped mark.

தென்கால்: (பெ): தென்றல்; gentle breeze.

தென்படுதல்: (வி): புலப்படுதல்; to come into view.

தென்புலக்கோன்: (பெ): இயமன்; Yama, the God of death.

தென்புலம்: *(பெ):* தென்னாடு; பாண்டிய நாடு; யமலோகம்; the Southern Country; Pandiya Country; world of Yama.

- **தென்புலத்தார் தெய்வம் விருந்தொக்கல் தானென்றாங்கு**
  ஐம்புலத்தாறு ஓம்பல் தலை. *- குறள் 43.*

தென்மதுரை: *(பெ):* கடல் கொண்டதாகக் கூறப்படுவதும் முதல் தமிழ்ச்சங்கம் கூடிய இடமுமான தெற்கு மதுரை; Southern Madurai, the reputed city where the first sangam met, and supposed to have been submerged by the sea.

தென்மலை: *(பெ):* பொதிய மலை; the Pothigai hill in the far south.

தென்முனி: *(பெ):* அகத்தியர்; the Sage Agaththiya.

தென்மொழி: *(பெ):* தமிழ் மொழி; Tamil as the speech of the south.

தென்றல்: *(பெ):* தென்புறமிருந்து வீசும் காற்று; the gentle breeze from the south.

தென்றுதல்: *(வி):* சிதறுதல்; to scatter.

தென்னங்கள்: *(பெ):* தென்னை மரத்திலிருந்து இறக்கப்படும் கள்; coconut toddy.

தென்னங்கீற்று: *(பெ):* தென்னை மரத்திலிருக்கும் கீற்று; split coconut-leaf.

தென்னங்குரும்பை: *(பெ):* இளநீர் பிடிக்காத காய்; very immature coconut.

தென்னம்பாளை: *(பெ):* தென்னம்பூவின் உறை; spathe of coconut tree.

தென்னம்பொருப்பு: *(பெ):* பொதிய மலை; the Pothigai hill in the far south.

தென்னர்: *(பெ):* தெற்கு; பகைவர்; பாண்டிய மன்னர்; south; enemies; the Pandiya Kings.

தென்னவன்: *(பெ):* பாண்டிய மன்னன்; இராவணன்; இயமன்; Pandya King; Ravana, the Asura King; Yama, God of death.

தென்னன்: *(பெ):* தென்னவன்; one who belongs to Southern Country.

தென்னி: *(பெ):* வாழை; plantain tree.

தென்னுலகு: *(பெ):* பிதுர் உலகம்; region of the manes.

தென்னை: *(பெ):* தென்னை மரம்; a coconut tree.

தே

தே: *(பெ):* தெய்வம்; தலைவன்; God; deity; chief; master; Lord.

தேஎம்: *(பெ):* நாடு; இடம்; country; place.

தேகம்: *(பெ):* உடம்பு; கமுகு; body; areca-nut.

தேகரசம்: *(பெ):* வியர்வை; perspiration; sweating.

தேகவியோகம்: *(பெ):* இறப்பு; death.

தேகளி: *(பெ):* இடைகழி; narrow passage between rooms.

தேகனி: *(பெ):* மஞ்சள்; turmeric.

தேகாந்தம்: *(பெ):* இறப்பு; முழு உடம்பு; death; the whole body.

தேகி: *(பெ):* ஆன்மா; soul.

தேக்கம்: *(பெ):* தேங்குகை; நீரோட்டத்தடை; நிறைவு; அச்சம்; தடை; மனக்கலக்கம்; stagnation; obstruction of the flow of water; completion; fear; obstacle; mental depression.

தேக்கரண்டி: *(பெ):* சிறுகரண்டி; tea-spoon.

தேக்கர்: *(பெ):* மிகுதி; abundance.

தேக்கிடுதல்: *(வி):* ஓடும் (அ) வழிந்திடும் நீரைத் தடுத்து ஓரிடத்தில் தங்கச் செய்தல்; to dam up.

தேக்கு: *(பெ):* தேக்குமரம்; கமுகமரம்; ஏப்பம்; teak wood; areca-nut tree; belch.

தேக்கொக்கு: *(பெ):* தேமா; a technical term for the metrical foot of 'Ner-Ner' (நேர்-நேர்).

தேங்காயெண்ணெய்: *(பெ):* முற்றிய தேங்காயின் பருப்பிலிருந்து (கொப்பரை) பிழிந்து எடுக்கப்படும் எண்ணெய்; coconut oil.

தேங்காய்: *(பெ):* தெங்கங்காய்; coconut.

தேங்குதல்: *(வி):* நிறைதல்; தங்குதல்; மிகுதல்; அஞ்சுதல்; தாமதித்தல், மனம் கலங்குதல்; to become full; to stay; to exceed; to fear; to delay; be perturbed.

தேங்குழல்: *(பெ):* அரிசி மாவு, உளுந்து மாவு ஆகியவற்றைக் கலந்து பிசைந்து அச்சில் பிழிந்து தயாரிக்கும் முறுக்கு போன்ற தின்பண்டம்; a kind of savoury made of rice dough fried in oil.

தேசகன்: *(பெ):* அரசன்; நாடாள்பவன்; the king; the ruler of a country.

தேசம்: *(பெ):* நாடு; இடம்; ஒளி; nation; country; light; lustre.

தேசலம்: *(பெ):* மாமரம்; mango-tree.

தேசனம்: *(பெ):* மூங்கில்; திருத்தம்; bamboo; correction.

தேசனி: *(பெ):* மஞ்சள்; turmeric.

தேசன்: *(பெ):* ஒளிமயமானவன்; சிவபெருமான்; lustrous being; Lord Shiva.

தேசாந்திரம்: *(பெ):* அயல் தேசம்; foreign country.

தேசாந்திரி: *(பெ):* பயணி; அயல் நாட்டவன்; கோயில்களில் பக்தர்களுக்குத் தரப்படும் பிரசாதம்; passenger; foreigner; the balls of rice given to pilgrims in a temple.

தேசாந்திரிக்கட்டளை: *(பெ):* திருக்கோயில் பிரசாதங்கள் வழங்கிடும் உபயம்; provisions in a temple for feeding pilgrims.

தேசி: *(பெ):* குதிரை; அழகு; எலுமிச்சை மரம்; ஒரு வகைப் பண்; ஒரு வகைக் கூத்து; horse; beauty; lime tree; a kind of music; a kind of dance.

தேசிகம்: *(பெ):* ஒரு கூத்து வகை; அழகு; ஒளி; தங்கம்; a kind of dance; beauty; lustre; gold.

தேசிகன்: *(பெ):* குரு; ஆசான்; மடாதிபதிக்கு வழங்கும் பட்டம்; தந்தை; அழகன்; வணிகன்; அயல் நாட்டவன்; Guru; teacher; a title given to the Chief of Saiva Mutt; father; handsome person; merchant; foreigner.

தேசிக்காய்: *(பெ):* எலுமிச்சை; lime; lemon.

தேசியகீதம்: *(பெ):* தேச விசுவாசத்தை வெளிப்படுத்துவதும் தேசிய சின்னமாக விளங்குவதுமான பாடல்; National Anthem.

தேசியமயமாக்கு: *(வி):* அரசுடைமையாக்கு; நாட்டுடைமையாக்கு; to nationalize.

தேசியம்: *(பெ):* நாட்டின் முழுமையையும், ஒற்றுமையையும் நோக்கமாகக் கொண்டுள்ள போக்கு; nationalism.

தேசு: *(பெ):* ஒளி; அழகு; விந்து; பெருமை; பொன்; அறிவு; புகழ்; lustre; beauty; sperm; greatness; pride; gold; knowledge; fame.

தேடுதல்: *(வி):* ஆராய்தல்; விசாரித்தல்; சம்பாதித்தல்; ஓம்புதல்; முயலுதல்; to examine; to research; to enquire; to earn; to grasp tightly; to persevere.

தேட்குடிச்சி: *(பெ):* கருவண்டு; black-beetle.

தேட்டக்காரன்: *(பெ):* திருடன்; பொருள் தேடுவோன்; thief; robber; one who searches or earns something.

தேட்டம்: *(பெ):* தேடிய பொருள்; கவலை; சேகரிப்பு; விருப்பம்; the thing which was searched; earnings; concern; collection; desire.

தேட்டாண்மை: *(பெ):* நாட்டாண்மை; விசாரிப்பு; சம்பாத்தியம்; office of the village head-man; enquiring; earning.

தேட்டாளன்: *(பெ):* சம்பாதிப்பவன்; புதல்வன்; earning person; son.

தேட்டு: *(பெ):* விருப்பம்; சுவையான உணவு; பாதுகாப்பு; தேடுகை; liking; tasty food; protection; seeking.

தேட்டை: *(பெ):* தெளிவு; உயர்ந்தது; clearness; that which is superior.

தேண்டுதல்: *(வி):* தேடுதல்; to pursuit.

தேதி: *(பெ):* மாதத்தில் ஒரு குறிப்பிட்ட எண்ணுடைய நாள்; date.

தேநீர்: *(பெ):* தேயிலைநீர்; tea.

தேபூசை: *(பெ):* தெய்வ வழிபாடு; worship of God.

தேப்பை: *(பெ):* தெப்பம்; float; raft.

தேமம்: *(பெ):* ஈரம்; wetness.

தேமல்: *(பெ):* உடம்பில் இயல்பாக உள்ள தோலின் நிறத்திலிருந்து வேறுபட்டு சிறிது வெள்ளையாகக் காணப்படும் திட்டு; a pale white patch on the skin of the human body.

தேமா: *(பெ):* நேர்நேர் என வரும் சீரினைக் குறிக்கும் தமிழிலக்கண வாய்ப்பாடு; மாமர வகை; a technical term for the metrical foot of Ner-Ner; a kind of mango tree. • **தேமா** புளிமா கூவிளம் கருவிளம் - *வாய்ப்பாடு.*

தேமாங்கனி: *(பெ):* நேர்நேர்நிரை என்னும் சீரினைக் குறிக்கும் வாய்ப்பாடு; a technical term for the metrical foot of Ner-Ner-Nirai.

தேமாங்காய்: *(பெ):* நேர்நேர்நேர் என்னும் சீரினைக் குறிக்கும் வாய்ப்பாடு; a technical term for the metrical foot of Ner-Ner-Ner.

தேம்: *(பெ):* இனிமை; நறுமணம்; தேன்; தேனீ; வண்டு; கள்; ஈரம்; மதம்; நெய்; இடம்; நாடு; திசை; sweetness; fragrance; perfume; honey; bee; beetle; toddy; wetness; religion; ghee; place; country; direction.

தேம்பல்: *(பெ):* வாட்டம்; தேம்புதல்; fading; heaving sob; *(வி):* மெலிதல்; விம்மியழுதல்; to become lean; to weep.

தேயம்: *(பெ):* நாடு; இடம்; உடல்; பொன்; அழகு; பொருள்; களவு; அறிவு; புகழ்; பெருமை; country; place; body; gold; beauty; thing; theft; knowledge; fame; pride.

தேயன்: *(பெ):* திருடன்; thief, robber.

தேயாமணி: *(பெ):* வைரம்; diamond.

தேயாமதி: *(பெ):* பௌர்ணமி நிலவு; the Full Moon.

தேயிலை: *(பெ):* தேயிலைச் செடி; tea leaf plant.

தேயு: *(பெ):* நெருப்பு; மயக்கம்; fire; confusion; bewilderment.

தேயுசகா: *(பெ):* நெருப்பின் நண்பனாகிய காற்று; the wind, as the friend of fire.

தேயுலிங்கம்: *(பெ):* திருவண்ணாமலையில் உள்ள சிவலிங்கம்; the Shiva Lingam in the Temple at Thiruvannamalai.

தேய்தல்: *(வி):* குறைதல்; மெலிதல்; கழிதல்; அழிதல்; சாதல்; to decrease; to become lean; to pass; be ruined; to die.

தேய்தவளை: *(பெ):* தேரை; Indian toad; frog.

தேய்த்தல்: *(வி):* பல் துலக்குதல்; செதுக்குதல்; குறைத்தல்; துடைத்தல்; அழித்தல்; உரசுதல்; உராய்தல்; பூசுதல்; to clean the teeth; to engrave; to chisel; to decrease; to sweep; to destroy; to rub; to grate; to smear.

தேய்பிறை: *(பெ):* குறை மதி; waning moon.

தேய்மானம்: *(பெ):* தேய்வு; lessening.

தேரகன்: *(பெ):* தேரோட்டி; driver of the chariot.

தேரடி: *(பெ):* தேர்ச்சக்கரம்; தேர் நிறுத்தப்படும் இடம்; the chariot wheel; the place where the chariot or car is halted.

தேரர்: *(பெ):* பௌத்த முனிவர்; a Buddhist monk.

தேரலர்: *(பெ):* பகைவர்; enemies.

தேரார்: *(பெ):* கல்லாதவர்; பகைவர்; uneducated persons; enemies.

தேரி: *(பெ):* மணல் தரை; மணற் குன்று; sandy land; sand hill.

தேரை: *(பெ):* தவளை வகை; தென்னை மர நோய்; Indian toad; frog; a kind of disease which affects coconut trees.

தேர்: *(பெ):* இரதம்; கானல்; திறமை பெற்றிருத்தல்; தேர்ந்தெடுத்தல்; chariot; mirage; attaining proficiency; selection.

தேர்க்கால்: *(பெ):* தேர்ச்சக்கரம்; chariot wheel/temple car wheel.

தேர்ச்சி: *(பெ):* தெளிவு; ஆராய்ச்சி; ஆலோசனை; தேர்வில் வெற்றி பெறுதல்; clearness; research; consultation; promotion.

தேர்தல்: *(வி):* சிந்தித்தல்; ஆராய்தல்; தேடுதல்; உறுதி செய்தல்; to think; to examine; to search; to confirm. *(பெ):* மக்கட் பிரதிநிதிகளைத் தேர்ந்தெடுக்கும் அமைப்பு முறை; election.

தேர்ந்தவன்: *(பெ):* அறிஞன்; வல்லவன்; learned person; wise man; capable man.

தேர்ப்பாகன்: *(பெ):* சாரதி; புதன்; the driver of chariot; the Planet Mercury.

தேர்வடம்: *(பெ):* தேரிழுக்கும் கயிறு; the thick rope for pulling a temple car.

தேர்வு: *(பெ):* ஆராய்ச்சி; சுவை; பரீட்சை; research; taste; examination.

தேலிக்கை: *(பெ):* எளியது; ease.

தேலுதல்: *(வி):* தப்புதல்; தேறுதல்; to escape; to trust; to decide.

தேவகணம்: *(பெ):* தேவர்கள்; celestial beings.

தேவகண்ணி: *(பெ):* மலை வேம்பு; a kind of margosa tree.

தேவகந்தம்: *(பெ):* குங்கிலியம்; konkani resin.

தேவகாந்தாரி: *(பெ):* ஒரு வகைப் பண்; a kind of music.

தேவகுசுமம்: *(பெ):* கிராம்பு; clove.

தேவகுஞ்சரி: *(பெ):* தெய்வ யானை; முருகப் பெருமானின் தேவியருள் ஒருத்தி; Ayravatham, the celestial elephant of Lord Indra; Deivanai, one of the two consorts of Lord Muruga.

தேவகுரு: *(பெ):* வியாழ பகவான்; Viyazha Bhagavan, the celestial guru and minister of celestial beings.

தேவகோட்டம்: *(பெ):* கோயில்; temple.

தேவகோடி: *(பெ):* ஒரு பேரெண்; a large number.

தேவகிரி: *(பெ):* இமயத்திலுள்ள முருகப் பெருமான் உறையும் புனித மலை; துணி வகை; a mountain sacred to Lord Muruga in the Himalayas; a kind of cloth.

தேவக்கிரியை: *(பெ):* ஒரு பண்; தெய்வச் செயல்; a kind of music; providence.

தேவ சங்கு: *(பெ):* சங்க நிதி; one of the two kinds of Nidhis, Sanga Nidhi.

தேவ சபை: *(பெ):* இந்திர சபை; Lord Indhra's audience hall.

தேவ சன்னதி: *(பெ):* திருக்கோயில்; temple.

தேவசேனாபதி: *(பெ):* முருகப் பெருமான்; Lord Muruga.

தேவடியாள்: *(பெ):* விபச்சாரி; prostitute; whore.

தேவதச்சன்: *(பெ):* தெய்வ தச்சனாகிய விஸ்வகர்மா; Viswakarma, the celestial architect.

தேவதத்தம்: *(பெ):* அர்ச்சுனனின் சங்கு; the conch of Arjuna.

தேவதரு: *(பெ):* கற்பகத் தரு; வேப்ப மரம்; Karpagam, the celestial tree; margosa tree.

தேவதா: *(பெ):* தெய்வம்; பேய்; deity; devil.

தேவதாகாரம்: *(பெ):* கோயில்; temple.

தேவதாசன்: *(பெ):* கடவுள் பக்தி நிறைந்தவன்; அரிச்சந்திரனின் மைந்தன்; the devotee; Devadas, the son of King Harichandra.

தேவதாசி: *(பெ):* முற்காலத்தில் கோயிலில் நடனமாடுவதைத் தொழிலாகக்கொண்ட பெண்; (formerly) the dancing girls attached to the temple.

தேவதாடம்: *(பெ):* தீ; இராகு; fire; (in astrology) one of the nine planets, Raahu.

தேவதாமரை: (பெ): பதும நிதி; one of the two nidhis - Paduma Nidhi.

தேவதீபம்: (பெ): கண்; eye.

தேவதூபம்: (பெ): வெள்ளைக் குங்கிலியம்; a kind of Konkani resin.

தேவதை: (பெ): தெய்வம்; God.

தேவபதி: (பெ): இந்திரன்; Lord Indra.

தேவபா(ஷை)டை: (பெ): வடமொழி; Sanskrit.

தேவபூமி: (பெ): தேவலோகம்; Heaven; Paradise.

தேவப்பிரம்மா: (பெ): நாரதர்; the Saint Naradha.

தேவப்புள்: (பெ): அன்னப்பறவை; the swan.

தேவமாதா: (பெ): தேவர்களின் தாயான அதிதி; அன்னை மேரி; Adhithi, the mother of the celestial beings; Mother Mary, mother of Jesus Christ.

தேவம்: (பெ): கடவுள்; மாமரம்; God; mango tree.

தேவயானை: (பெ): இந்திரனின் யானையான ஐராவதம்; முருகப் பெருமானின் இரு தேவியருள் ஒருவர்; Ayravatham, the celestial elephant of Lord Indra; Deivanai,one of the two consorts of Lord Muruga.

தேவரகசியம்: (பெ): தேவர்களுக்கு மட்டுமே தெரிந்த இரகசியம்; profound secret.

தேவரகண்டன்: (பெ): திருவாரூர் சிவபெருமான்; Lord Shiva, in Thiruvarur, the famous shrine of Lord Shiva.

தேவரன்: (பெ): கணவருடன் பிறந்த கொழுநன்; கொழுந்தன்; brother-in-law.

தேவராசன்: (பெ): காஞ்சிபுரம் வரதராஜப் பெருமாளின் மற்றொரு பெயர்; இந்திரன்; another name of Lord Varadharaja Perumal at Kanchi; Lord Indra, as the chief of celestial beings.

தேவரான்: (பெ): காமதேனு; Kamadhenu, the celestial cow (having the power to grant wishes).

தேவருணவு: (பெ): அமுதம்; ambrosia, as the food of celestial beings.

தேவலகன்: (பெ): கோயில் அருச்சகர்; the temple priest.

தேவலன்: (பெ): அந்தணன்; brahmin.

தேவலோகம்: (பெ): தெய்வ உலகம்; சுவர்க்கம்; துறக்கம்; heaven; paradise.

தேவ வருடம்: (பெ): 365 மானுட வருடங்களுடையது; the year equalent to 365 years.

தேவவிரதன்: (பெ): பீஷ்மர்; தேவனை வழிபடுபவன்; Beeshma, a character in Mahabharatha; one who worships devas.

தேவளம்: (பெ): கோயில்; temple.

தேவனம்: (பெ): தாமரை; சூதாட்டம்; Lotus; gambling.

தேவன்: (பெ): கடவுள்; அருகன்; அரசன்; கொழுந்தன்; மடையன்; முக்குலத்தோரின் பட்டம்; God; Lord Arhat; the king; brother-in-law; the brother of one's husband; fool; idiot; the title of Mukkulathor.

தேவாங்கு: (பெ): விலங்கு வகை; ஆடை வகை; a kind of small animal; a kind of garment.

தேவாதிதேவன்: (பெ): முழுமுதற் கடவுள்; supreme being.

தேவாத்துமா: (பெ): அரசமரம்; pipal (peepul) tree.

தேவாபீட்டை: (பெ): வெற்றிலை; betel-leaf.

தேவாயுதம்: (பெ): வானவில்; rainbow.

தேவாரம்: (பெ): பூஜை; குல (குடும்ப) தெய்வம்; திருஞானசம்பந்தர், திருநாவுக்கரசர், சுந்தரமூர்த்தி நாயனார் ஆகியோர் பாடியருளிய துதிப் பாடல்கள்; worship; family deity; the hymns sung by Thirugnanasambandar, Thirunavukkarasar and Sundaramoorthi Nayanar - Thevaram.

தேவாராதனை: (பெ): கடவுள் வழிபாடு; worship of God.

தேவாலயம்: (பெ): திருக்கோயில்; மாதா கோயில்; temple; church.

தேவான்னம்: (பெ): தேவருணவாகிய அமுதம்; ambrosia as the food of celestial beings.

தேவி: (பெ): தெய்வமகள்; பார்வதி; சீதேவி; காளி; மனைவி; தலைவி; மாரியம்மன்; நூற்றெட்டு உபநிடதங்களுள் ஒன்று; Goddess; Parvathi Devi; Goddess Lakshmi; Kali, Goddess of dark complexion; wife; mistress; heroine; Goddess Mariamman; one of the 108 Upanishads.

தேவிகை: (பெ): ஊமத்தை; thorn apple.

தேவிகோட்டம்: (பெ): காளி கோயில்; Kali temple.

தேவு: (பெ): தெய்வம்; தெய்வத் தன்மை; deity; divinity.

தேவேசியம்: (பெ): வியாழன்; the Planet Jupiter.

தேவேந்திரன்: (பெ): தேவர்களின் தலைவன்; Lord Indra, the chief of the celestial beings.

தேவை: (பெ): செயல்; விருப்பம்; கட்டாயம்; இராமேஸ்வரம்; action; liking; desire; compulsion; Rameshwaram, a Shiva's shrine.

தேளி: (பெ): தேங்காய் வகை; மீன் வகை; a kind of coconut; a kind of fish.

தேளை: (பெ): இதயத்துடிப்பு; heart beating.

தேள்: (பெ): ஓர் உயிரினம்; விருச்சிக ராசி; scorpion; the eighth constellation of the zodiac having

the scorpion as its sign; Scorpio. • தேளுக்கு மணியம் கொடுத்தால் நிமிடத்திற்கு நிமிடம் கொட்டும் - *பழமொழி.*

தேறகம்: *(பெ):* கடல் மீன் வகை; a kind of sea-fish.

தேறல்: *(பெ):* தெளிவு; தெளிந்த கள்; தேன்; சாறு; clearness; pure toddy; honey; juice.

தேறலர் / தேறார்: *(பெ):* பகைவர்; அறியாதார்; enemies; ignorant people.

தேறு: *(பெ):* தெளிவு; உறுதி; துண்டு; clearness; firmness; piece.

தேறுகடை: *(பெ):* தீர்மானம்; resolution.

தேறுதல்: *(வி):* தெளிதல்; துணிதல்; பலித்தல்; முதிர்தல்; செழித்தல்; கூடுதல்; நம்புதல்; to clear up as doubt; to become clear; to come true; to become ripe; to flourish; to unite; to trust.

தேறுநர்: *(பெ):* கற்றோர்; literates.

தேறுமுகம்: *(பெ):* பற்றுக்கோடு; support.

தேற்றம்: *(பெ):* தெளிவு; உறுதி; செழிப்பு; விதி வரையறுத்தல்; clearness; firmness; flourishness; theorem.

தேற்றா: *(பெ):* மர வகை; a kind of tree.

தேற்றார்: *(பெ):* அறிவிலார்; பகைவர்; the ignorants; enemies.

தேற்று: *(பெ):* தெளிவு; தேற்றா மரம்; clearness; a kind of tree.

தேற்றுதல்: *(வி):* தெளிவித்தல்; ஆற்றுதல்; தேறுதல்; கூறுதல்; ஊக்கமளித்தல்; to clear up as doubt; to cure; to console; to say; to encourage.

தேனடை: *(பெ):* தேனீக்கள் கட்டும் கூடு; bee-hive; honey-comb.

தேனம்: *(பெ):* பெருங்கடல்; ocean.

தேனருவி: *(பெ):* குற்றாலமலைச்சாரலில் உள்ள ஓர் அருவி; one of the waterfalls in Thirukuttralam.

தேனன்: *(பெ):* திருடன்; thief.

தேனித்தல்: *(வி):* இனித்தல்; மகிழ்தல்; தியானித்தல்; to sweeten; be happy; to meditate.

தேனீ: *(பெ):* தேன் சேர்க்கும் வண்டு (அ) ஈ; honey bee.

தேனு: *(பெ):* பசு; காமதேனு; எருமை; குதிரை; களவு; cow; Kamadhenu, the celestial cow, (having the power to grant wishes); buffalo; horse; theft.

தேனுகம்: *(பெ):* பெண் யானை; she-elephant.

தேனுகாரி: *(பெ):* தேனுகனுக்குப் பகைவனான கண்ணபிரான்; Sri Krishna as the enemy of Denugan.

தேனூறுதல்: *(வி):* இனிமையாதல்; to become sweet.

தேனெய்: *(பெ):* தேன்; honey.

தேனெறும்பு: *(பெ):* எறும்பு வகை; a kind of ant.

தேன்: *(பெ):* மது; கள்; இனிமை; வண்டு வகை; மணம்; honey; toddy; sweetness; a kind of bee; fragrance. • **தேன் எடுப்பவன் புறங்கையை நக்காமல் இருக்கமாட்டான். • தேன் உண்ட இடத்தில் ஈ மொய்க்கும்** - *பழமொழிகள்.*

தேன்கதலி: *(பெ):* வாழை வகை; a kind of plantain tree.

தேன்கூடு: *(பெ):* தேனீக்கள் தேனைச் சேகரித்து வைக்கும் கூடு; beehive; honeycomb.

தேன்மரம்: *(பெ):* மர வகை; a kind of tree.

தேன்மெழுகு: *(பெ):* தேனடையில் உள்ள மெழுகு; beeswax.

தேன் வதை: *(பெ):* தேன் கூடு; honeycomb; beehive.

தை

தை: *(பெ):* ஒரு தமிழ் மாதம்; மகர ராசி; தையல்; மூலிகை வகை; அலங்காரம்; a Tamil month, Thai; the tenth constellation of the Zodiac, having the figure of half fish and half animal as its sign; Capricorn; sewing; a herb; decoration.

தைதம்: *(பெ):* விரல் நுனி; tip of the finger.

தைதிலம்: *(பெ):* காண்டாமிருகம்; rhinoceros.

தைதேயர்: *(பெ):* அரக்கர்; demons.

தைத்தல்: *(பெ):* தையலிடுதல்; பொருந்துதல்; இணைத்தல்; வலை பின்னுதல்; தொடுத்தல்; கோத்தல்; பதித்தல்; அடைத்தல்; ஊடுருவுதல்; to sew; be suitable; to unite; to knit; to connect; to link together; to fix; to shut; to penetrate.

தைத்திய குரு: *(பெ):* அசுரகுருவான சுக்கிரன்; Sukkiran as the guru of Asuras.

தைத்தியர்: *(பெ):* திதி என்பவரின் மைந்தர்களான அசுரர்; Thaithiyas, the sons of Thithi.

தைத்தியாரி: *(பெ):* திருமால்; Lord Vishnu.

தைத்திரீயம்: *(பெ):* யஜுர் வேதத்துப் பகுதியில் ஒன்று; ஓர் உபநிடதம்; a portion of Yajur Veda; an upanishad.

தைப்பான்: *(பெ):* தையல்காரன்; ஊசி; tailor; needle.

தைப்பை: *(பெ):* சட்டை; shirt.

தையல்: *(பெ):* பெண்; தைப்பு; மேகம்; கட்டழகு; girl; young woman; sewing; cloud; beauty.

தையல்காரன்: *(பெ):* துணி தைப்பவன்; tailor.

தைரியம்: *(பெ):* மனத் துணிவு; courage.

தைலபீதம்: *(பெ):* அத்திப் பிசின்; the resin of fig tree.

தைலம்: *(பெ):* எண்ணெய்; வலிநிவாரணி; மணமுள்ள பண்டங்களுள் ஒன்று; மரத்துளை; oil; balm; one of the fragrant thing; the hole in a tree.

தைலா: *(பெ):* மரப்பெட்டி; wooden-box.

தைலி: *(பெ):* பணப்பை; cash-bag.

தைலிகன்: *(பெ):* எண்ணெய் வணிகன்; மருத்துவன்; oil merchant; physician.

தைவதம்: *(பெ):* தெய்வம்; தெய்வ வழிபாடு; ஏழு சுரங்களுள் ஒன்று; God; deity; worship; one of the seven kinds of notes.

தைவதீபம்: *(பெ):* கண்கள்; eyes.

தைவம்: *(பெ):* தெய்வம்; கடவுள்; விக்கிரகம்; God; deity; the idol of God.

தைவரல்: *(வி):* வருடுதல்; தடவுதல்; அலங்கரித்தல்; to rub; to massage; to smear; to decorate.

தைனியம்: *(பெ):* எளிமை; கீழ்மை; பொருளாசை; ease; meanness; avarice.

தொ

தொகம்: *(பெ):* மதிப்பு; value; estimation.

தொகம் பார்த்தல்: *(வி):* மதிப்பிடுதல்; to value; to estimate.

தொகுதல்: *(வி):* கூடுதல்; ஒன்றாதல்; ஒடுங்குதல்; மறைதல்; உள்ளடங்குதல்; சுருங்குதல்; to assemble together; to unite; be restrained; to hide; be included; to shrink.

தொகுதி: *(பெ):* பகுதி; வரிசை; சாதி; கூட்டம்; மந்தை; portion; row; caste; crowd; herd.

தொகுத்தல்: *(வி):* அடுக்குதல்; மதிப்பிடுதல்; சுருக்குதல்; சம்பாதித்தல்; to pile up; to estimate; to reduce; to earn.

தொகுப்பு: *(பெ):* தொகுத்தவை; synthesis.

தொகை: *(பெ):* பணம்; கொத்து; கூட்டம்; மொத்தம்; கூட்டல்; money; cluster; bunch; crowd; addition.

தொகை நூல்: *(பெ):* பலரால் பாடப்பட்ட பாடல்கள் ஒன்றாகத் திரட்டப்பட்ட நூல்; anthology.

தொக்கடம்: *(பெ):* பழம் வைக்கும் சிறு கூடை; a small basket, used for keeping fruits.

தொக்கடவு: *(பெ):* குறுக்கு வழி; short cut (to reach a place).

தொக்கடை: *(பெ):* வறுமை; poverty.

தொக்கம்: *(பெ):* வழக்கு; dispute.

தொக்கார்: *(பெ):* தோழர்; நண்பர்; companions; friends.

தொக்கு: *(பெ):* பற்று; தொடுவுணர்வு; உடம்பின் தோல்; மரப்பட்டை; ஆடை; சிறுமை; நேர்மை; இளப்பம்; desire; sensation (of touching); skin; bark of a tree; garment; meanness; honesty; flimsiness.

தொக்குநிற்றல்: *(வி):* வெளிப்படையாக இல்லாது உள்ளர்த்தம் அறிந்து கொள்ளுதல்; be understood as a particle.

தொங்கட்டான்: *(பெ):* காதணி வகை; a kind of ear ornament.

தொங்கல்: *(பெ):* தொங்குதல்; காதணி வகை; கனத்த பூமாலை; பெண்கள் மேலாக்கு; மயில் தோகை; ஆடவர் தலைமயிர்; வெண்குடை; மகளிர் பின்னல் வகையுள் ஒன்று; hanging; a kind of ear ornament; flower garland; the upper garment of women; peacock feather; men's hair; white umbrella, the sign of victory; a kind of plait of hair of woman.

தொங்கன்: *(பெ):* கள்வன்; thief.

தொங்காரம்: *(பெ):* ஏளனம்; ridicule.

தொங்கி: *(பெ):* கள்ளி; cactus; milk-hedge.

தொங்கிசம்: *(பெ):* கேடு; துன்பம்; ruin; distress; grief.

தொங்குங்கல்: *(பெ):* ஆட்டுரல்; grinding stone.

தொசம்: *(பெ):* கொடி; flag.

தொடக்கம்: *(பெ):* ஆரம்பம்; ஆதி; செல்வம்; வருத்தம்; beginning; origin; wealth; grief.

தொடக்கு: *(பெ):* கட்டு; பற்று; மகளிர் சூதகம்; bondage; desire; menstruation.

தொடங்கு: *(பெ):* கால் விலங்கு; தளை; fetters; manacle.

தொடங்குதல்: *(வி):* ஆரம்பித்தல்; முயலுதல்; to begin; to start; to try.

தொடரி: *(பெ):* முட்செடி வகை; a kind of thorny plant.

தொடர்: *(பெ):* சங்கிலி; கால்; விலங்கு; வரிசை; பஞ்சு; உறவு; பிசின்; பூமாலை; நட்பு; chain; fetters; row; cotton; relation; resin; flower garland; friendship.

தொடர்ச்சி: *(பெ):* நட்பு; பூங்கொத்து; முயற்சி; வரிசை; தொடர்கை; friendship; cluster of flowers; efforts; row; continuance.

தொடர்பு: *(பெ):* தொடர்கை; உறவு; ஒழுங்கு; நட்பு; சேர்க்கை; பழைமை; பாட்டு முறை; பாலுணர்வு அடிப்படையில் உண்டாகும் உறவு; இணைப்பு; continuance; relationship; proper manner; friendship; association; antiquity; a kind of melody; affair with someone; connection. • அவன் பல பெண்களுடன் **தொடர்பு** கொண்டிருந்ததால் உயிர்க்கொல்லி நோய்க்கு ஆளானான்.

தொடர்மொழி: *(பெ):* இரண்டு, இரண்டிற்கு மேற்பட்ட சொற்கள் தொடர்ந்து வந்து பொருள் தருவது தொடர்மொழி; a language in which two or more words occur continuously giving the meaning.

தொடர்வட்டி: *(பெ):* கூட்டுவட்டி எனப்படும் வட்டிக்கு வட்டி; compound interest.

தொடர்வைப்புக் கணக்கு: *(பெ):* வங்கி, அஞ்சலகம் போன்றவற்றில் குறிப்பிட்ட காலம் வரை மாதாமாதம் தொடர்ந்து ஒரு தொகையைச் செலுத்திச் சேமித்து வட்டியுடன் திரும்பப்பெறும் முறை; recurring deposit.

தொடரியல்: *(பெ):* வாக்கிய அமைப்பு விதிமுறைகள், வாக்கியங்களுக்கு இடையே உள்ள உறவு போன்றவற்றை விளக்கும் மொழியியல் பிரிவு; syntax.

தொடல்: *(வி):* சார்தல்; தோண்டுதல்; தீண்டல்; பிடித்தல்; உண்ணுதல்; to depend; to dig; to touch; to hold; to eat.

தொடலை: *(பெ):* மகளிர் விளையாட்டு வகை; தொங்கலிடுகை; மணிமேகலை; மாலை; a kind of game played by women; hanging; jewelled girdle; garland.

தொடி: *(பெ):* கங்கணம்; வளையல்; a cord tied with a piece of turmeric worn around the wrist till a particular auspicious event comes to an end; bangles.

தொடிசு: *(பெ):* சம்பந்தம்; உடந்தை; relevance; abetment.

தொடிமகள்: *(பெ):* விறலி; danseuse.

தொடு: *(பெ):* பரிசம்; தோட்டம்; தோண்டல்; மருதநிலம்; வஞ்சகம்; touch; garden; digging; agricultural tract; deceit.

தொடுகழல்: *(பெ):* செருப்பு; leather sandals; slipper.

தொடுகை: *(வி):* ஸ்பரிசித்தல்; தோண்டுதல்; to touch; to dig.

தொடுக்கம்: *(பெ):* பொன்; gold.

தொடுகறி: *(பெ):* முக்கிய உணவுடன் சேர்த்துச் சாப்பிடுவதற்கு எனத் தயாரிக்கப்பட்ட உணவுப் பொருள்; the dish prepared to go with the course of a meal.

தொடுசு: *(பெ):* உடந்தை; சம்பந்தம்; abetment; relevance.

தொடுதல்: *(வி):* பிடித்தல்; தரித்தல்; தோண்டுதல்; துளைத்தல்; தொடங்குதல்; எய்தல்; நினைத்தல்; வாத்தியம் வாசித்தல்; கட்டுதல்; அடித்தல்; பிழிதல்; ஆணையிடுதல்; எடுத்தல்; வெளுத்தல்; உண்டாதல்; to handle; to wear; to dig; to pierce through; to begin; to discharge as arrow; to think; to play as musical instrument; to fasten; to strike; to strain; to swear; to lift; to wash as clothes; to occur.

தொடுத்தல்: *(வி):* விடாது செய்திடல்; இணைத்தல்; சேர்த்து வைத்தல்; வளைத்தல்; உண்டாக்குதல்; மேற்கொள்ளுதல்; பகுத்தல்; நெருங்கியிருத்தல்; to continue; to link; to store; to surround; to create; to undertake; to apportion; be dense.

தொடுவானம்: *(பெ):* அடிவானம்; horizon.

தொடுதோல்: *(பெ):* செருப்பு; sandals.

தொடுப்பு: *(பெ):* விதைப்பு; களவு; வளைத்து உழுதல்; நீதிக்குப் புறம்பான பாலுறவு; sowing; theft; ploughing in rounds; an affair with someone in an illegal manner.

தொடுவிலங்கு: *(பெ):* இரு நபர்களுக்கு இடும் விலங்கு; the fetters which link two persons.

தொடுவு: *(பெ):* கொல்லைப் புறம்; back-yard of a house; grove.

தொடுவை: *(பெ):* கூட்டாளி; வைப்பாட்டி; புது யானையைப் பழக்கும் யானை; partner; concubine; the elephant which trains the newly brought elephant.

தொடை: *(பெ):* தொடர்ச்சி; மூட்டு; கொத்து; மலர் முறுக்கு; வில்; நாண்; படிக்கட்டு; வினா; பழக்குலை; தேன் கூடு; வெற்றிப் பத்திரம்; நெறிமுறை; series; string; joint of a body; cluster: compactness of unblown flower; bow; string; stairs; question; bunch of fruits; honey-comb; bee-hive; a record of victory; code.

தொடை தட்டி வெள்ளாளர்: *(பெ):* நாவிதர்; barber.

தொடை தட்டு: *(வி):* சண்டை, தகராறு போன்ற வற்றிற்கு உற்சாகத்துடனும், பரபரப்புடனும் தயாராகுதல்; to get ready for the fight with gusto, etc.

தொடை நடுங்கி: *(பெ):* பயந்து நடுங்குபவன்; timid person.

தொடை நடுங்குதல்: *(வி):* அதிகமாகப் பயப்படுதல்; to feel timid.

தொடையல்: *(பெ):* பூமாலை; மாலை; flower garland; garland.

தொடைவாழை: *(பெ):* செடி வகை; நோய் வகை; a kind of plant; a kind of disease.

தொட்ட: *(பெ.அ):* பெரிய; large; big.

தொட்டம்: *(பெ):* சிறுநிலம்; a small piece of land.

தொட்டல்:*(பெ):* தீண்டுதல்; உண்ணுதல்; கட்டுதல்; தோண்டுதல்; to touch; to eat; to tie; to unite; to dig.

தொட்டாட்டு மணியம்:*(பெ):* குற்றேவல்; menial task.

தொட்டாற்சுருங்கி:*(பெ):* ஒரு செடி வகை; a kind of herb, touch-me-not-plant.

தொட்டி: *(பெ):* நீர்த்தொட்டி; மரம் விற்குமிடம்; அம்பாரி; கள்; சிற்றூர்; குப்பைத் தொட்டி; water tub; the place where timber, firewood, etc., are sold; howdah; toddy; a small town; dust bin.

தொட்டிமை: *(பெ):* ஒற்றுமை; அழகு; unity; beauty.

தொட்டியம்: *(பெ):* ஓர் ஊர்; ஒரு மொழி; பாடை வகை; ஒருவித்க் கலை வகை; a town (in Tamil Nadu); a language; a kind of funeral bier; a kind of art.

தொட்டில்: *(பெ):* தூளி; குழந்தைகள் உறங்கும் சிறு கட்டில்; cradle formed with cloth; wooden cot. ● **தொட்டில்** பழக்கம் சுடுகாடு மட்டும் - *பழமொழி.*

தொட்டி வயிறு: *(பெ):* பெருவயிறு; paunch belly.

தொட்டு: *(இ.சொ):* குறிப்பிட்ட காலம் முதல்; ஒன்றினை (அ) ஒருவரை முன்னிட்டுக்காரணமாக என்னும்பொருள்பட வரும் சொல்லுருபு; since a point of time in the past; a word expressing instrumentality because of someone or something.

தொட்பம்: *(பெ):* திறமை; ability.

தொணதொணப்பு: *(பெ):* எரிச்சலை உண்டு பண்ணும்தொடர்ந்த பேச்சு; nagging.

தொண்டகம்: *(பெ):* பறை வகை; a kind of drum.

தொண்டச்சி: *(பெ):* பணிப்பெண்; servant-maid.

தொண்டர்: *(பெ):* அடியார்; ஒரு கட்சி (அ) பொது நல அமைப்பில் ஊதியம் பெறாமல் பணி செய்யும் நபர்; devotee; worker of a party; volunteers in a service organization.

தொண்டர் சீர் பரவுவார்: *(பெ):* சேக்கிழாரின் சிறப்புப் பட்டப்பெயர்; special title given to Sekkizhar.

தொண்டலம்: *(பெ):* கள்; துதிக்கை; toddy; elephant's trunk.

தொண்டன்: *(பெ):* கட்சி, பொதுநல அமைப்பு போன்றவற்றில் ஊதியம் பெறாது பணியாற்று பவன்; the worker in a party; the volunteer in a service organization.

தொண்டி: *(பெ):* துறைமுகப் பட்டினம்; சிறு தோட்டம்; கள்; துளை; கலப்பைக் கிழங்கு; விலைமகள்; a harbour town; a small garden; toddy; hole; a kind of tuber plant; prostitute.

தொண்டிச்சி: *(பெ):* பணிப்பெண்; servant-maid.

தொண்டியோர்: *(பெ):* சோழர்கள்; சேரர்கள்; Chozha kings; Chera kings.

தொண்டீரன்: *(பெ):* தொண்டை மண்டல அரசன்; the king of the ancient region Thondai Nadu.

தொண்டு[1]: *(பெ):* கடவுள் வழிபாடு; தேங்காய், பலா போன்றவற்றின் மேல் ஓடு (அ) மேல்தோல்; worship (of God); the outer shell of coconut; the outer thick skin-like thorny part of jack fruit.

தொண்டு[2]: *(பெ):* தன்னலம் கருதாது, ஆதாயம் எதிர்பாராமல் ஒன்றின் நன்மைக்காக (அ) வளர்ச்சி போன்றவற்றிற்குச் செய்யும் பணி/சேவை; service.

தொண்டுகிழம்: *(பெ):* மிகவும் வயதான பெண் (அ) ஆண்; very old woman or man.

தொண்டு நிறுவனம்: *(பெ):* இலாபம் கருதாது, ஒன்றின் நன்மைக்கு என (அ) அதன் வளர்ச்சிக்கென பாடுபடும் அமைப்பு; voluntary agency or service organization.

தொண்டை: *(பெ):* யானையின் துதிக்கை; குரல் வளை; கழுத்து; தொண்டை மண்டலம்; ஒரு வகை மூலிகை; elephant's trunk; throat; neck; an ancient divisional part of Tamil Nadu; a kind of herb.

தொண்டை அடைப்பான்: *(பெ):* பெரும்பாலும் குழந்தைகளுக்கு உண்டாகும் ஒருவகைத் தொற்றுநோய்; diptheria.

தொண்டைக்கட்டு: *(பெ):* சாப்பிட, பேசிட என ஏதும் செய்திட இயலாமல் தொண்டை கட்டியிருக்கும் நிலை; sore throat.

தொண்டை கிழிய: *(வி.அ):* உரத்த குரலில்; at the top of one's voice.

தொண்டைக்குழி: *(பெ):* குரல்வளைக் குழி; the hollow part, just below the Adam's apple.

தொண்டை நாடு: *(பெ):* பண்டைய தமிழ் நாட்டில் காஞ்சிபுரத்தைத் தலைநகராகக் கொண்டு ஆற்காடு, செங்கல்பட்டு மற்றும் நெல்லூர் பகுதிகளை உள்ளடக்கிய பெருநிலப் பகுதி; an ancient part of the Tamil Nadu, comprising the districts of Arcot, Chenglepet and Nellore, with Kancheepuram as its capital.

தொண்டைப்புற்று: *(பெ):* ஒரு வகைப் புற்றுநோய்; a kind of cancer.

தொண்ணூறு: *(பெ):* பத்தின் ஒன்பது மடங்கைக் குறிக்கும் எண்; the number ninety.

தொத்தல்: *(பெ):* பலவீனமாக மெலிந்து இருப்பது; the emaciated state.

தொத்தன்: *(பெ):* அடிமை; slave.

தொத்தா: *(பெ):* சிறிய தாய்; mother's sister.

தொத்து: *(பெ):* பூங்கொத்து; பற்று; திரள்; அடிமை; சார்பு; நட்பு; cluster of flowers; support; mass; slavery; refuge; friendship; *(வி):* தொற்றுதல்; to hold precariously onto something.

தொத்துநோய்: *(பெ):* நீர், காற்று, ஈ போன்றவற்றின் மூலம் பரவும் நோய்; contagious disease.

தொத்தூண்: *(பெ):* தொங்கு சதை; lobe.

தொந்தம்: *(பெ):* இரட்டை; பகை; ஆயுத வகை; பழமை; போர்; தொடர்பு; சம்பந்தம்; twin; enmity; a kind of weapon; antiquity; war; relationship; connection.

தொந்தரவு: *(பெ):* தொல்லை; துன்பம்; trouble; grief.

தொந்தளை: *(பெ):* உடலுறவு; sexual union.

தொந்தி: *(பெ):* பருத்து முன் தள்ளிக் காணப்படும் வயிறு; தொப்பை; பெருவயிறு; நோய் வகை; paunch; pot belly; a kind of disease.

தொந்தித்தல்: *(வி):* தொடர்தல்; இரட்டித்தல்; to continue; to make double.

தொந்திப்பு: *(பெ):* பேதம்; தொடர்பு; இரட்டிப்பு; difference; contact; double.

தொப்பல்: *(பெ):* உடல் முழுமையும் நீர் சொட்டுமளவுக்கு ஈரத்துடன் இருந்திடும் நிலை; soaking wet.

தொப்பாரம்: *(பெ):* பொட்டலம்; கொப்புளம்; பெரிய வீடு; packet; blister; bungalow.

தொப்பி: *(பெ):* தலையணி; கள்; மிருதங்கத்தின் இடதுபுறம்; நாற்று மடல்; hat; cap; toddy; the left side of Miruthangam, a kind of two-sided drum; flat leaf of seedling.

தொப்புள்: *(பெ):* கொப்பூழ்; navel.

தொப்புள்கொடி: *(பெ):* தாயின் கருப்பையில் சிசுவை அதன் தொப்புள் வழியாக நஞ்சுக் கொடியுடன் இணைத்திடும் குழாய்; umbilical cord.

தொப்பை: *(பெ):* தொந்தி; கொப்புளம்; மத்தளத்தில் குச்சியைக் கொண்டு அடிக்கும் பக்கத்தின் மையப் பகுதி; pot belly; paunch; blister; the centre part of the beating side of Maththalam, a kind of two-sided drum.

தொம்பங்கூத்தாடி: *(பெ):* கழைக் கூத்தாடி; pole dancer; tight rope walker.

தொம்பம்: *(பெ):* கழைக் கூத்து வகையுள் ஒன்று; a kind of pole dance.

தொம்பரம்: *(பெ):* சமையல் பானை; பந்தி; பெரிய வீடு; cooking pot; an arrangement; a bungalow.

தொம்பரை: *(பெ):* நெற்குதிர்; ஊர் சுற்றித் திரிபவன்; large earthen receptacle for storing paddy, grains, etc.; grain bin; a vagabond.

தொம்பர்: *(பெ):* கழைக் கூத்தாடுபவர்; pole dancer.

தொம்பறை: *(பெ):* நெற்குதிர்; களஞ்சியம்; large earthen receptacle for storing paddy, grain, etc.; grain bin.

தொம்பன்: *(பெ):* கழைக் கூத்தாடுபவன்; pole dancer.

தொம்பாரம்: *(பெ):* பெரிய கட்டடம்; a bungalow.

தொம்பை: *(பெ):* நெற்குதிர்; a high basket for storing paddy, grain, etc.

தொய்: *(பெ):* குற்றம்; fault.

தொய்தல்: *(வி):* துவளுதல்; சோர்ந்து போதல்; அழிதல்; உழைத்தல்; களைப்புறுதல்; வளைதல்; கெடுதல்; உழுதல்; மூச்சுத் திணறுதல்; be loose; be weary; to perish; to work; be fatigued; to bend; to decay; to plough; to gasp.

தொய்யல்: *(பெ):* சோகை; துன்பம்; களிப்பு; சேறு; anaemia; misery; exultation; mud.

தொய்யில்: *(பெ):* மகளிர் மேனியில் வரிக்கோலம் எழுதப் பயன்படும் சந்தனக் குழம்பு; அழகு; கிளர்ச்சி; நீர்க் கொடி வகை; the sandal paste used for application on women's body; beauty; mutiny; water spinach.

தொய்வு: *(பெ):* இறுக்கம்; இளைப்பு; அசதி; தாழ்வு; slackness; languor; drowsiness; degradation.

தொலி: *(பெ):* உமி; தோல்; rind; membrane.

தொலித்தல்: *(வி):* உரித்தல்; இடித்தல்; புடைத்தல்; to strip off; to pound in a mortar; to winnow.

தொலியல்: *(பெ):* உமி போக்கிய அரிசி; husked rice.

தொலை: *(பெ):* ஒப்பு; அழிவு; தூரம்; அக்கரைச் சீமை; likeness; ruin; distance; foreign country.

தொலைச்சுதல்: *(வி):* கொல்லுதல்; முடித்தல்; செலுத்துதல்; to kill; to complete; to drive.

தொலை எழுதி: *(பெ):* ஒரு முனையில் தட்டச்சு செய்து அனுப்பும் செய்தியை மறுமுனையில் தானாகத் தட்டச்சுப் பதிவு செய்யும் மின்கருவி; teleprinter.

தொலைக்காட்சி: *(பெ):* ஒரு நிகழ்ச்சியை (அ) காட்சியை ஒளிப்பதிவு செய்து மின்காந்த அலைகளாக மாற்றி ஒளிபரப்பி, அதைப் படமாகக் காணும் முறை; television.

தொலைக்காட்சிப்பெட்டி: *(பெ):* தொலைக்காட்சி நிலையத்திலிருந்து ஒளிபரப்பப்படுவதை உள்வாங்கிக் காட்சிகளாக மாற்றித் திரையினில் காட்டும் பெட்டி போன்ற ஒரு கருவி; television set.

தொலைதூரத் தொடர்பகம்: *(பெ):* தொலைபேசி வாயிலாக தொலைவிலுள்ள இடங்களை இணைத்திடும் நிலையம்; (of telephones) trunk exchange.

தொலைதூரம்: *(பெ):* வெகுதூரம்; remote place; long distance.

தொலைத்தல்: *(வி):* அழித்தல்; கழித்தல்; நீக்குதல்; கெடச்செய்தல்; சிதைத்தல்; முடித்தல்; இழத்தல்; to destroy; to subtract; to remove; to damage; to demolish; to terminate; to lose.

தொலைத்தொடர்பு: *(பெ):* தொலைபேசி, தந்தி போன்ற நவீன சாதனங்கள் வாயிலாக ஓரிடத்திலிருந்து செய்திகளைப் பெறுதலும் அனுப்புதலுமான செயல்பாடு; tele-communication.

தொலைநகல்: *(பெ):* ஒரு முனையில் அனுப்பப்படும் அசல் படிவத்தை உடனடியாக மறுமுனையில் நகல் படிவமாகப் பெறுதல்; Facsimile (Fax).

தொலைநோக்கி: *(பெ):* தொலைவிலுள்ள பொருட்களைத் தெளிவாகப் பார்த்திட ஏதுவான ஆடிகள் பொருத்தப்பட்ட குழல் வடிவங்கொண்ட கருவி; binaculars; telescope.

தொலைநோக்கு: *(பெ):* எதிர்காலத்தில் ஏற்பட வேண்டிய நலனைக் கருத்தில் கொண்ட கணிப்பு; முன்யோசனை நிறைந்த பார்வை; farsighted-ness.

தொலைபு: *(பெ):* அழிவு; ruin.

தொலைபேசி: *(பெ):* பேச்சொலியை மின்னலைகளாகவும், மின்னலைகளைப் பேச்சொலியாகவும் மாற்றி கம்பி மூலம் அனுப்பி தொலைவில் உள்ளவர்கள் தொடர்பு கொண்டு பேசிக் கொள்வதற்கு உதவும் கருவி; telephone.

தொலைபேசித் தொடர்பகம்: *(பெ):* தொலைபேசி களுக்கிடையே தேவைப்படுகிற இணைப்பினை ஏற்படுத்தித் தருகின்ற நிலையம்; telephone exchange.

தொலைப்பதிவு: *(பெ):* தொலை எழுதி வாயிலாக அனுப்பப்படும் தந்தி முறைச் செய்தி; telex.

தொலைப்பு: *(பெ):* கேடுதி; ruin.

தொலைவு: *(பெ):* தூரம்; அழிவு; தோல்வி; distance; ruin; failure.

தொலைவெட்டு: *(பெ):* வெகுதூரம்; long distance.

தொல்: *(பெ.அ):* பண்டைய; தொன்மையான; ancient; old.

தொல்கதை: *(பெ):* புராணம்; mythology.

தொல்காப்பியக்குடி: *(பெ):* மதுரைக்கு அருகே உள்ள சிறு ஊர்; a small town near Madurai.

தொல்காப்பியம்: *(பெ):* பழமையான இலக்கண நூல்; the most ancient Tamil grammar extant by Tholkappiyanar.

தொல்பதி: *(பெ):* பழமையான ஊர்; a very old town.

தொல்பொருளியல்: *(பெ):* தொல்பொருட்களைக் கண்டறிந்து வெளிப்படுத்திடும் ஆய்வு; archaeology.

தொல்பொருள்: *(பெ):* முற்காலத்தில் வாழ்ந்த மக்களுடைய பண்பாட்டினை வெளிப்படுத்தும் விதமாகக் கிடைக்கும் கட்டடப் பகுதிகள், பாண்டங்கள், கருவிகள் போன்றவை (அ) அவற்றினுடைய சிதைந்த பகுதிகள்; articles of archaeological value.

தொல்லெழில்: *(பெ):* இயற்கை அழகு; beauty of nature.

தொல்லை: *(பெ):* தொந்தரவு; எரிச்சலை உண்டாக்கும் செயல்; அசௌகரியத்தை உருவாக்கும் செயல்; உபத்திரவம்; trouble; vexation; annoyance; inconvenience; nuisance.

தொல்லையார்: *(பெ):* தேவர்கள்; celestial beings.

தொல்வினை: *(பெ):* பழவினை; deeds of former birth.

தொழல்: *(வி):* தொழுதல்; to worship.

தொழிதல்: *(வி):* சிதறுதல்; to split.

தொழித்தல்: *(வி):* ஒலித்தல்; கோபித்தல்; to sound; be angry.

தொழிலாளி: *(பெ):* வேலைக்காரன்; வேலைத் திறமை படைத்தவன்; labourer; craftsman.

தொழிலோர்: *(பெ):* தொழிலாளிகள்; labourers.

தொழில்: *(பெ):* வேலை, மனித உழைப்பு, இயந்திரம் போன்றவற்றைப் பயன்படுத்தி, இலாப நோக்கத்துடன் பொருட்களை உற்பத்தி செய்திடும் செயல்; அலுவல்; செயல்; பெருமை; தந்திரம்; ஏவல்; திறமை; களவு; occupation; industry; office; profession; career; work; greatness; craft; duties; workmanship; theft.

தொழில்துறை: *(பெ):* தொழில் தொடங்குதல், மேம்படுத்துதல் போன்றவற்றைக் கவனிக்கும் அரசுத்துறை; தொழில் சம்பந்தம் உடையது; government department of industries; industrial sector.

தொழில் நிறுவனம்: *(பெ):* பெருமளவில் முதலீடு செய்து தொழில் நடத்திடும் நிறுவனம்; an industrial concern.

தொழில் நுட்பக் கல்லூரி: *(பெ):* இயந்திரங்கள் தொடர்புடைய தொழில்முறைக் கல்வியைப் பாடமாகக் கொண்டு தொழில் பயிற்சி அளித்து வரும் கல்லூரி; the educational institution providing training in trades connected with machines and tools.

தொழில் மயமாக்கல்: *(பெ):* ஒரு நாட்டின் பொருளாதாரத்தை முன்னேற்றிட, தொழிற்சாலைகளைப் பெருக்குதல் மூலம், அந்நாட்டில் தொழில் வளர்ச்சி பெற்றிடச் செய்தல்; industrialization.

தொழில் முனைவோர்: *(பெ):* போதுமான அளவு மூலதனம் செய்து ஒரு தொழிலைத் தொடங்க முற்படுபவர்கள்; entrepreneurs.

தொழிற்சாலை: *(பெ):* பொருட்களை இயந்திரத்தின் உதவிகொண்டு அதிகமாக உற்பத்தி செய்யுமிடம்; factory.

தொழிற்பெயர்: *(பெ):* வினைப்பெயர்; வினையாலணையும் பெயர்; verbal noun; gerund.

தொழிற்பேட்டை: *(பெ):* குடியிருப்புகளிலிருந்து விலகி பெருமளவில் தொழிற்சாலைகள் அமைத்திட அரசு ஒதுக்கித் தந்திடும் இடம்; industrial estate.

தொழின் மொழி: *(பெ):* வினைச்சொல்; verb.

தொழு: *(பெ):* மாட்டுக் கொட்டில்; சிறைக்கூடம்; குட்ட நோய்; இல்வாழ்க்கை; மர வகை; நீர்நிலை; காட்டு விலங்குகளை அடைத்து வைக்கும் கூண்டு; manger; prison; leprosy disease; married life; a kind of tree; tank; lake; cage.

தொழுகுலம்: *(பெ):* குலதெய்வம்; அந்தணர் குலம்; family deity; brahmin community.

தொழுகை: *(பெ):* இசுலாமியர் மனதில் இறைவனை நினைத்து மெக்கா இருக்கும் திசைநோக்கிச் செய்திடும் வணக்கம்; கிறித்துவர்கள் புனித நூலான பைபிளிலிருந்து வாசகங்களைக் கூறிச் செய்யும் வழிபாடு; prayer of Muslims and Christians.

தொழுக்கன்: *(பெ):* அடிமை; slave.

தொழுதல்: *(வி):* வணங்குதல்; to worship.

- தொழுதகை யுள்ளும் படையொடுங்கும் ஒன்னார் அழுதகண் ணீரும் அனைத்து. - *குறள் 828.*

தொழுதி: *(பெ):* கூட்டம்; திரட்சி; பறவைக்கூட்டம்; பறவை ஒலி; crowd; multitude; flock of birds; chirping of birds.

தொழுதேல்: *(வி):* விரும்புதல்; to like.

தொழுத்தை: *(பெ):* நடத்தை கெட்ட பெண்; அடிமைப் பெண்; பணிப்பெண்; immoral woman; slave-woman; servant-maid.

தொழுநோயாளி: *(பெ):* குட்டநோய்ப்பீடிக்கப்பட்டவர்; leper.

தொழுநோய்: *(பெ):* குட்டநோய்வகை; leprosy.

தொழுப்பு: *(பெ):* உழவுத் தொழில்; ploughing.

தொழு மகளிர்: *(பெ):* குற்றேவல் பெண்கள்; servant-maids.

தொழுமரம்: *(பெ):* தொழுக்கட்டை; stocks.

தொழுமிடம்: *(பெ):* பூஜையறை; chapel.

தொழுமுனை: *(பெ):* யமுனை நதி; the river Yamuna.

தொழும்பர்: *(பெ):* ஊழியர்கள்; menials.

தொழும்பன்: *(பெ):* அடிமை; கீழோன்; slave; base-person.

தொழும்பி: *(பெ):* அடிமைப்பெண்; slave-woman.

தொழும்பு: *(பெ):* அடிமைத் தொழில்; கடவுள் திருப்பணி; servitude; devotion to the service of God.

தொழுவம்: *(பெ):* மாட்டுக்கொட்டில்; cattle shed.

தொழுவர்: *(பெ):* தொழில் செய்யும் மக்கள்; மருதநிலத்தோர்; workers; agriculturists.

தொழுவறை: *(பெ):* மாட்டுக் கொட்டில்; cattle shed.

தொழுவை: *(பெ):* மடு; pool.

தொழுனை: *(பெ):* யமுனை நதி; the river Yamuna.

தொளதொளத்தல்: *(வி):* சோர்தல்; தளர்தல்; to feel tired; to be loose.

தொளதொளப்பு: *(பெ):* சோர்வு; நெகிழ்வு; weariness; tenderness.

தொள்ளாயிரம்: *(பெ):* நூறின் ஒன்பது மடங்கு; nine hundred.

தொளி: *(பெ):* சேறு; வீதி; mire; street.

தொளுக்குதல்: *(பெ):* தளர்வாகக் கட்டுதல்; to tie loosely.

தொளை: *(பெ):* துளை; மூங்கில்; hole; bamboo.

தொள்கல்: *(பெ):* துளைத்தல்; drilling.

தொள்கு: *(பெ):* பள்ளம்; வலை; சேறு; pit; net; mud.

தொள்ளம்: *(பெ):* தெப்பம்; சேறு; raft; mud.

தொள்ளல்: *(பெ):* துளை; hole.

தொள்ளாடி: *(பெ):* வலிமையற்றவன்; weak person.

தொள்ளாடுதல்: *(வி):* தளர்தல்; become loose.

தொள்ளாயிரம்: *(பெ):* நூறின் ஒன்பது மடங்கு; nine hundred.

தொள்ளாளி: *(பெ):* தொழிலாளி; labourer; worker.

தொள்ளி: *(பெ):* குழைந்த சேறு; soft wet mud.

தொள்ளுதல்: *(வி):* துளைத்தல்; நெகிழ்தல்; to drill; to become loose.

தொள்ளை: *(பெ):* துளை; குழி; குற்றம்; பழமை; அறியாமை; மரக்கலம்; மரக்கால்; a hole; pit; fault; antiquity; ignorance; boat; *Marakkal* - a former measure.

தொறு: *(பெ):* தொழுவம்; பசுக்கூட்டம்; மிகுதி; கூட்டம்; அடிமை; cattle shed; herd of cows; abundance; crowd; slave.

தொறுவன்: *(பெ):* இடையன்; shepherd.

தொறுவி: *(பெ):* இடைச்சி; woman belonging to shepherd community.

தொறுவிடம்: *(பெ):* மாட்டுத் தொழுவம்; cattle shed.

தொறுவு: *(பெ):* அடிமைத்தனம்; கூட்டம்; பசுக் கூட்டம்; செய்தொழில்; மிகுதி; இடையர் சாதி; அடிமை; slavery; crowd; herd of cows; work; abundance; shepherd community.

தொற்று: *(பெ):* சம்பந்தம்; connection.

தொற்றுதல்: *(வி):* பற்றியிருத்தல்; படர்தல்; பின்பற்றுதல்; தொடர்தல்; to hold; to spread; to follow; to continue.

தொற்றுநோய்: *(பெ):* ஈ, கொசு, காற்று, நீர் போன்றவை வாயிலாகப் பரவிடும் நோய்; infectious disease.

தொனி: *(பெ):* ஒன்றினை உணர்த்தும் விதமான ஒலிப்பு வகை; நேரிடையாக இல்லாது, குறிப்புப் பொருள் தரும் வெளிப்பாடு; tone; suggestion; implication; *(வி):* நேரிடையாக இல்லாது குறிப்புப் பொருளாக வெளிப்படுதல்; to suggest; to imply.

தொன்மம்: *(பெ):* புராணம்; பழங்கதை; mythology; puranic story.

தொன்மரம்: *(பெ):* ஆலமரம்; banyan tree.

தொன்மை: *(பெ):* பழைமை; antiquity.
- **தொன்மை** மறவேல் - *பழமொழி.*

தொன்று: *(பெ):* பழைமை; ஊழ்; antiquity; fate.

தொன்றுதொட்டு: *(வி.அ):* பழங்காலத்திலிருந்து; from time immemorial.

தொன்னூல் விளக்கம்: *(பெ):* ஒரு தமிழ் இலக்கண நூல்; a Tamil grammar by Veeramaa Munivar.

தொன்னை: *(பெ):* வாழை இலை அல்லது வேறு இலையைச் சுருட்டித் தைத்துச் செய்யப்பட்ட சிறு கிண்ணம் போன்ற அமைப்பு; plantain leaf or any other large leaf rolled into a cup - like form for serving eatables; bowl.

தோ

தோகசம்: *(பெ):* பால்; milk.

தோகதம்: *(பெ):* விருப்பம்; desire.

தோகம்: *(பெ):* சிறுமை; துயரம்; பால்; இளங் குழந்தை; meanness; grief; milk; infant.

தோகலி: *(பெ):* அசோக மரம்; Asoka tree.

தோகை: *(பெ):* மயில்; மயிற்பீலி; இறகு; பெண்; விலங்கின் வால்; முந்தானை; நெல், கரும்பு, வாழை போன்றவற்றின் இலை; பெண் மயிர்; ஆடை; கொய்சகம்; தொங்கல்; ஆண் குறியின் நுனித்தோல்; மீன் வகை; peacock; peacock's feather; feather; woman; tail of an animal; the outer end of the saree; the leaf of paddy, sugar-cane, plantain tree, etc.; woman's hair; garment; tucked up ends of a cloth as of a woman's; an ear ornament; the tip of the outer skin of the male's genital part; a kind of fish.

தோகைப் பகை: *(பெ):* ஓந்தி; garden lizard.

தோகை மயில்: *(பெ):* ஆண் மயில்; peacock.

தோகைமுகப் பூடணம்: *(பெ):* மஞ்சள்; turmeric.

தோகையர்: *(பெ):* பெண்கள்; women.

தோக்கியம்: *(பெ):* முகில்; மேகம்; காதுக்குறும்பி; cloud; a pointed instrument to remove ear-wax.

தோக்கு: *(பெ):* துப்பாக்கி; gun; rifle.

தோக்குமம்: *(பெ):* காதுக்குறும்பி; முகில்; ear-wax remover; cloud.

தோக்கை: *(பெ):* சீலை; முந்தானை; கொய்சகம்; மேற்போர்வை; cloth; saree; the outer end of the saree· tucked-up ends of a cloth as of a woman's; blanket.

தோசை: *(பெ):* அரிசி மாவு, உளுந்து மாவு ஆகியவற்றைக் குறிப்பிட்ட விகிதத்தில் கலந்து புளித்திட வைத்து தோசைக் கல்லில் வட்டமாக வார்த்து சுட்டு எடுக்கப்படும் உணவுப் பண்டம்; griddle cake by roasting the paste of rice and black-gram.

தோசைக்கல்: *(பெ):* தோசை சுடுவதற்கு ஏற்ற வட்ட வடிவ இரும்பினாலான தட்டு; griddle for making Dhosai.

தோசைத்திருப்பி: *(பெ):* தோசைக்கல்லில் வார்த்த தோசையைப் புரட்டிப் போட்டு எடுக்கப் பயன்படுத்தும் பட்டையான முன்புறமும், நீளமான கைப்பிடியும் உள்ள ஒருவகைக் கரண்டி; ladle-like utensil for turning the griddle cake.

தோடகம்: *(பெ):* தாமரை; கொப்புளம்; lotus; boil.

தோடம்: *(பெ):* குறை; பாவம்; பிணி; fault; sin; disease.

தோடயம்: *(பெ):* நாடகத்தின் முன்மொழிப் பாட்டு; the song, sung before starting a drama, explaining the features of the play.

தோடர்: *(பெ):* நீலகிரிமலைப் பகுதிகளில் வாழும் பழங்குடி மக்கள்; the tribal people living in the areas of the Nilgiris-Thodas.

தோடா: *(பெ):* கையணி வகை; பொற்காப்பு; a kind of hand ornament; a kind of gold bracelet.

தோடி: *(பெ):* ஒரு பண் வகை; a kind of music; a melody.

தோடு: *(பெ):* பனையோலை; காதணி வகை; பூவிதழ்; பூ; தோல்; கதிர்த்தாள்; தொகுதி; இலை; பழத்தின் ஓடு; palm leaf; a kind of ear ornament; flower petel; flower; skin; sheath of grain; collection; leaf; the outer shell of a fruit like wood-apple.

தோடை: *(பெ):* ஆடாதோடை; கிச்சிலி வகை; முத்துச் சிப்பி; மாட்டு நோய் வகை; a herb;

a kid of bitter lime; pearl oysters; a kind of cattle disease.

தோட்காப்பு: *(பெ):* தோள் வளை; a kind of bracelet worn in the arm.

தோட்கோப்பு: *(பெ):* கட்டுச்சோறு; food, packed for a journey.

தோட்சுமை: *(பெ):* காவடி; a cylindrical wooden rod joined by semi-circular wooden strip to both ends on which feathers of pea-fowls are fixed erect, used in a folk dance and used in the worship of Lord Muruga.

தோட்டக்கலம்: *(பெ):* புன்செய்ப் பகுதியில் கிணற்றுப்பாசனம் செய்து பயிரிடும் நிலம்; garden land.

தோட்டக்கலை: *(பெ):* பூ, காய், பழம் முதலியவற்றைத் தரும் செடிகள், மரங்கள் போன்றவற்றை வளர்த்து பராமரிக்கும் முறை மற்றும் அதன் சம்பந்தமான படிப்பு; gardening; horticulture.

தோட்டக்கால்: *(பெ):* கொல்லை நிலம்; farm-land; field.

தோட்டந்துரவு: *(பெ):* நிலபுலன்; landed property.

தோட்டப்பயிர்: *(பெ):* மேட்டுப்பாங்கான நிலத்தில் நீர் பாய்ச்சிப் பயிரிடப்படும் பயிர்; garden crop.

தோட்டம்: *(பெ):* பூ, காய்கறிச் செடிகள் போன்றவை பயிரிடப்படும் இடம்; காய்கறிச் செடிகள், கரும்பு, வாழை போன்றவை பெருமளவில் பயிராகும் இடம்; வயல்; படப்பை; வீட்டுக் கொல்லை; சோலை; estate; paddy field; garden; grove. ● **தோட்டத்தில்** பழமிருக்க கடைக்குப் போவானேன். ● **தோட்டப்**பாய் முடைகிறவனுக்கு தூங்கப் பாயில்லை - *பழமொழிகள்.*

தோட்டா: *(பெ):* பாறை போன்றவற்றைப் பிளப்பதற்காக பாறையில் துளையிட்டு, அதில் வைத்து வெடிக்கப்படும் வெடி மருந்துக் குச்சி; துப்பாக்கிக் குண்டு; dynamite; cartridge; bullet.

தோட்டி: *(பெ):* துப்புரவுத் தொழிலாளி; அழகு; கதவு; செங்காந்தள் மலர்; வாயில்; நெல்லி மரம்; அங்குசம்; கொக்கி; ஆணை; வெட்டியான்; காவல்; sanitary worker; beauty; door; a kind of flower; door way; emblic myrobalan tree; goad; hook; order; command; a village menial servant; protection. ● **தோட்டி**போல் உழைத்து துரைபோல் சாப்பிட வேண்டும் - *பழமொழி.*

தோட்டிமை: *(பெ):* ஒற்றுமை; வேலை; துப்புரவுத் தொழிலாளி; unity; work; sanitary worker.

தோட்டுணை: *(பெ):* கணவன்; husband.

தோட்பலகை: *(பெ):* கைசீப்பு; comb.

தோணாமுகம்: *(பெ):* அகழியால் சூழப்பட்ட நகரம்; a town surrounded by moat.

தோணி: *(பெ):* ஓடம்; மிதவை; மரக்கலம்; நீர்; சேறு; அம்பு; நீர்த்தொட்டி; ரேவதி நட்சத்திரம்; சிறுவழுதுளங்காய்ச் செடி; raft; boat; water; mud; arrow; water trough; Revathi, the twenty-seventh star; a herb.

தோணிக்காரன்: *(பெ):* படகு தள்ளுவோன்; படகுக்காரன்; boat-man.

தோணித்துறை: *(பெ):* படகுத்துறை; துறைமுகம்; ferry; port; harbour.

தோணிபுரம்: *(பெ):* சீர்காழி; Sirkazhi, a Shiva shrine in Nagai District.

தோணியம்: *(பெ):* அம்பு; arrow.

தோணோக்கம்: *(பெ):* மகளிர் விளையாட்டு வகை; a kind of women's game.

தோண்டல்: *(வி):* தோண்டுதல்; to dig.

தோண்டான்: *(பெ):* ஓநாய்; wolf.

தோண்டி: *(பெ):* நீர் இறைப்பதற்கான உலோகக் கலம்; தண்ணீர் எடுப்பதற்கான மண்பாத்திரம்; a metal bucket for drawing water from well; an earthen pot for carrying water.

தோண்டுதல்: *(வி):* அகழ்தல்; குடைதல்; முகத்தல்; to excavate; to bore; to scoop up. ● **தோண்டக்** குறுணி, தூக்க முக்குறுணி - *பழமொழி.*

● தொட்டனைத் தூறும் மணற்கேணி மாந்தர்க்குக்
கற்றனைத் தூறும் அறிவு - *குறள் 396.*

தோண்முதல்: *(பெ):* புஜ வலிமை; strength of arm.

தோண்மேல்: *(பெ):* பிடரி; nape.

தோதகம்: *(பெ):* வஞ்சகம்; வருத்தம்; மரியாதையின்மை; சாலவித்தை; கற்பின்மை; deceit; grief; disrespect; jugglery; unchastity.

தோதகன்: *(பெ):* வஞ்சகன்; deceitful person.

தோதகி: *(பெ):* வஞ்சகி; கற்பிழந்தவள்; விபச்சாரி; deceitful woman; unchaste woman; prostitute.

தோதம்: *(பெ):* பசுங் கன்று; வருத்தம்; calf of a cow; grief.

தோதனம்: *(பெ):* அங்குசம்; ஈட்டி; elephant's goad; lance.

தோது: *(பெ):* வசதி; பொருத்தம்; ஒப்பு; உபாயம்; தொடர்பு; போட்டி; convenience; suitability; likeness; means; connection; competition.

தோத்திரம்: *(பெ):* புகழ்ச்சி; வணக்க மொழி; praise; words of salutation.

தோத்திரித்தல்: *(வி):* புகழ்தல்; மெச்சுதல்; to praise; to extol.

தோப்பாடி: *(பெ):* துஷ்டன்; wicked man.

தோப்பி: *(பெ):* கள்; toddy.

தோப்பு: *(பெ):* மரங்கள் அடர்ந்த சோலை; grove.

தோப்புக்கரணம்: *(பெ):* இரு கை மாறிக் காதுகளைப் பிடித்து இருகால் முடக்கி அமர்ந்து எழுதல்; the act of squatting and standing by holding the ears with the hands in a crosswise manner as a mode of worship or punishment.

தோமம்: *(பெ):* கூட்டம்; சாம வேதம்; crowd; Sama Veda.

தோமரம்: *(பெ):* கைவேல்; தண்டாயுதம்; lance; club-like weapon.

தோமாக்கிரகன்: *(பெ):* தண்டபாணி; Lord Muruga.

தோம்: *(பெ):* குற்றம்; தீமை; துன்பம்; default; evil; grief.

தோம்பு: *(பெ):* சிவப்பு; நில விவரக் கணக்கு; red; village record containing details of lands and the revenue from them.

தோயசம்: *(பெ):* தாமரை; Lotus.

தோயசூசகம்: *(பெ):* தவளை; frog.

தோயதம்: *(பெ):* நெய்; வெண்ணெய்; மேகம்; ghee; butter; cloud.

தோயதரம்: *(பெ):* மழைமேகம்; rainy cloud.

தோயதி: *(பெ):* கடல்; sea.

தோயதிப்பிரியம்: *(பெ):* இலவங்கம்; clove.

தோயப்பம்: *(பெ):* தோசை; griddle cake; Dhosai.

தோயம்: *(பெ):* நீர்; கடல்; water; sea.

தோயல்: *(வி):* கலத்தல்; குளித்தல்; தயிர் தோய்த்தல்; to mix; to bathe; to curdle.

தோய்தல்: *(வி):* முழுகுதல்; நனைதல்; படிதல்; செறிதல்; அணைதல்; உறைதல்; கலத்தல்; பொருத்துதல்; ஒத்தல்; to dip; to become wet; to settle down as sediment; be plentiful; to extinguish as light or fire; to curdle; to mix; to fix; be like.

தோய்த்தல்: *(வி):* நனைத்தல்; சாயமேற்றுதல்; ஆடை துவைத்தல்; to dip; to soak; to dye colour; to wash the clothes by beating against a hard surface.

தோய்வு: *(பெ):* சார்பு; கலப்பு; dependence; being put together.

தோரணம்: *(பெ):* அலங்கார வாயில்; தெருவில் அலங்கரிக்கும் மாலை வகை; தராசு தாங்கி; யானை நடை; ornamental gateway; festoon of mango leaves, palm leaves, etc.; the frame which holds the weighing pans; gait of elephant.

தோரணன்: *(பெ):* யானைப் பாகன்; elephant mahout.

தோரணி: *(பெ):* ஒழுங்கு; வரலாறு; propriety; history.

தோரணை: *(பெ):* பாவனை; மிடுக்கு; ஒரு செயலைச் செய்யும் விதம்; posture; bearing; stance.

தோரத்தம்: *(பெ):* தொந்தரவு; கட்டாயம்; trouble; compulsion.

தோராயம்: *(பெ):* எண்ணிக்கையை (அ) அளவைக் குறிக்கையில் சரியானதற்குச் சற்று கூடவோ குறையவோ உள்ளது; உத்தேசம்; approximation.

தோரம்: *(பெ):* அபிநய வகை; a dance gesture.

தோரி: *(பெ):* சாதம்; boiled and cooked rice.

தோரிதம்: *(பெ):* குதிரை நடை; gait of horse.

தோரியம்: *(பெ):* கூத்து வகை; வாச்சியம்; a kind of dance; musical instrument.

தோரிய மகள்: *(பெ):* வயது முதிர்ந்த நாட்டிய நங்கை; aged female dancer.

தோரை: *(பெ):* மூங்கிலரிசி; மலை நெல்; இரத்தம்; பனை மர வகை; மங்கல் நிறம்; மயில் விசிறி; ஒரு வகை நீட்டலளவை; bamboo seed; a kind of paddy; blood; a kind of palm tree; dull colour; fan, made of peacock's feathers; a kind of linear measurement.

தோர்த்தல்: *(வி):* தோல்வியுறுதல்; இழத்தல்; to succumb; to lose.

தோர்மூலம்: *(பெ):* அக்குள்; armpit.

தோர்வை: *(பெ):* தோல்வி; failure; defeat.

தோலனம்: *(பெ):* நிறுத்தல்; to weigh.

தோலன்: *(பெ):* புல்லன்; அற்பன்; hunter; mean person.

தோலா: *(பெ):* ஒரு ரூபாய் எடை; a weight equal to one rupee coin.

தோலாடிப் பறவை: *(பெ):* வாத்து போன்ற பறவை; the bird like duck.

தோலாட்டம்: *(பெ):* கயமைத்தனம்; baseness.

தோலாண்டி: *(பெ):* இழிஞன்; scoundrel.

தோலாமை: *(பெ):* தோல்வியின்மை; state of not being defeated.

தோலி: *(பெ):* ஒரு மீன் வகை; அரக்கு; பழத்தோல்; a kind of fish; sealing wax; skin of fruit.

தோலிகை: *(பெ):* காது; ஊஞ்சல்; ear; swing.

தோல்: *(பெ):* சருமம்; கேடகம்; துருத்தி; புகழ்; அழகு; சொல்; யானை; உடம்பு; தோல்வி; மூங்கில்; skin; leather; shield; bellows; fame; beauty; word; elephant; body; defeat; bamboo.

தோல்வி: *(பெ):* வெற்றியிழப்பு; failure; defeat.

தோல்வியடை: *(வி):* வெற்றியை இழந்திடு; to fail.

தோவத்தி: *(பெ):* ஆடவர் அரையாடை; the inner garment of male.

தோவம்: *(பெ):* ஒரு கால அளவு; a time measure.

தோவாளம்: *(பெ):* கிணற்றைச் சுற்றி எழுப்பிய சுவர்; the wall erected around a well.

தோழமை: *(பெ):* நட்பு; friendship.

தோழம்: *(பெ):* பேரெண்; மாட்டுக் கொட்டில்; கடல்; a large number; cattle-shed; sea.

தோழன்: *(பெ):* நண்பன்; friend. • **தோழனாவது** துலங்கிய கல்வி. • **தோழனோ**டும் ஏழைமை பேசேல் - *பழமொழிகள்.*

தோழி: *(பெ):* பணிப்பெண்; பாங்கி; மனைவி; நட்புடையவள்; lady-maid; heroine's confidante; wife; female friend.

தோழ்: *(பெ):* மாட்டுத் தொழுவம்; cattle-stall.

தோளணி: *(பெ):* தோளில் அணிந்திடும் அணிகல வகை; a kind of shoulder ornament.

தோளாமணி: *(பெ):* இரத்தினம்; ruby; a precious stone.

தோளி: *(பெ):* அரக்கு; அவுரிப்பூண்டு; sealing wax; indigo.

தோள்: *(பெ):* புயம்; கை; தொளை; shoulder; hand; hole.

தோள் கொடுத்தல்: *(வி):* உதவுதல்; துணையாக இருத்தல்; to help; to extend support.

தோள் சேர்: *(பெ):* ஆரத்தழுவிடு; to embrace.

தோள்பட்டை: *(பெ):* தோளின் தட்டையான பகுதி; shoulder blade.

தோள் பை: *(பெ):* தோளில் தொங்கவிடுமாறு பட்டை வைத்துத்தைத்த பை; shoulder bag.

தோள்வளை: *(பெ):* தோளில் அணியும் அணி; a kind of shoulder ornament.

தோற்கடி: *(வி):* தோல்வி அடையச் செய்; ஒப்பு நிலையில் கடந்து செல்; to defeat; to surpass in some aspects.

தோற்கருவி: *(பெ):* தோலால் செய்யப்பட்ட இசைக்கருவி வகை; a kind of musical instrument made of leather.

தோற்கவசம்: *(பெ):* தோலினால் தயாரிக்கப்பட்ட கவசம் மாதிரியான ஆடை; leather-jacket.

தோற்கிடங்கு: *(பெ):* தோலினைப் பதப்படுத்தி சேகரித்து வைக்கும் இடம்; tannery.

தோற்பரம்: *(பெ):* கேடகம்; shield.

தோற்பாவை: *(பெ):* தோலால் செய்யப்பட்ட பொம்மலாட்டப் பாவை; leather puppet.

தோற்பு: *(பெ):* தோல்வி; failure; defeat.

தோற்பை: *(பெ):* தோலினால் தயாரிக்கப்பட்ட பை; leather bag.

தோற்றம்: *(பெ):* காட்சி; தொடக்கம்; சாதி; படைப்பு; சாயை; புகழ்; உயர்ச்சி; பிறப்பு; வலிமை; எண்ணம்; மாயை; vision; appearance; sight; origin; caste; that which is created; resemblance; fame; prominence; birth; strength; view; illusion. ● **தோற்றத்தைக் கண்டு அஞ்சற்க** - *பழமொழி.*

தோற்றுதல்: *(வி):* தோன்றுதல்; to appear.

தோற்றுவாய்: *(பெ):* தொடக்கம்; பாயிரம்; origin; preface.

தோன்றல்: *(பெ):* தலைமை; தோற்றம்; விளக்கம்; தலைவன்; முல்லை நிலத் தலைவன்; அரசன்; மகன்; leadership; origin; explanation; chief; chief of the pastoral tract; king; son.

தோன்றி: *(பெ):* இரத்தம்; ஒரு மலை மல்லி; blood; Malabar jasmine.

தோன்றிகர்: *(பெ):* வணிகர்; செல்வந்தர்; merchants; rich people.

தோன்றுதல்: *(வி):* வெளிப்படுதல்; முளைத்தல்; வருதல்; விளங்குதல்; உண்டாதல்; அவதரித்தல்; to exist; to appear; to come; to shine; to produce; to born.

● **தோன்றிற்** புகழொடு தோன்றுக அஃதிலார்
தோன்றலின் தோன்றாமை நன்று. - *குறள் 236.*

தோஷம்: *(பெ):* தவிர்த்திட இயலாத குறை; தீங்கினைத் தரும் அம்சம்; குறை; unavoidable consequence; malignant influence; fault.

தௌ

தௌகித்திரன்: *(பெ):* மகளுடைய மகன்; daughter's son.

தௌகித்திரி: *(பெ):* மகளுடைய மகள்; daughter's daughter.

தௌசருமியம்: *(பெ):* சுன்னத்துக் கல்யாணம்; இசுலாமிய சிறுவர்களுக்குச் செய்யப்படும் ஒருவித சடங்கு; circumcision and ceremony connected with it.

தௌசாரம்: *(பெ):* குளிர்; பனி; cold; snow; mist.

தௌதசிலம்: *(பெ):* பளிங்கு; marble.

தௌதம்: *(பெ):* வெள்ளி; குளியல்; துவைத்த ஆடை; silver; bathing; washed cloth.

தௌதிகம்: *(பெ):* முத்து; pearl.

தௌத்தியம்: *(பெ):* துதி; தூது; praise; errand; message.

தௌரிதம்: *(பெ):* குதிரை நடை; gait of the horse.

தௌர்ப்பல்லியம்: *(பெ):* பலஹீனம்; weakness.

தௌர்ப்பாக்கியம்: *(பெ):* நற்பேறின்மை; misfortune.

தௌலம்: *(பெ):* தராசு; weighing balance.

தௌலிகன்: *(பெ):* ஓவியன்; painter.

தௌலேயம்: *(பெ):* ஆமை; tortoise.

தௌவல்: *(பெ):* இளமை; கேடு; youth; harm.

தௌவாரிகன்: *(பெ):* வாயில் காப்போன்; gate-keeper.

தௌவுத்தல்: *(பெ):* கெடுதல்; to perish.

தௌவை: *(பெ):* தமக்கை; தாய்; மூதேவி; elder sister; mother; a female deity who causes misfortune.

ந: *(பெ):* சிறப்பு; மிகுதி; grandeur; large quantity.

நகக்கண்: *(பெ):* விரல் நுனிக்கும், நகத்துக்கும் இடைப்பட்ட பகுதி; the part between the tip of the finger and the nail.

நகக்குத்தன்: *(பெ):* நாவிதன்; barber.

நகக்குறி: *(பெ):* உடலுறவின்போது பெண்ணின் உடலில் ஆண் பதிக்கும் ஆறு விதமான நகப் பதிவுகள்; the nail marks imprinted by a man on the different parts of a woman's body during sexual union, six in number.

நகசம்: *(பெ):* யானை; elephant.

நகச்சுற்று: *(பெ):* நகத்தின் ஓரத்தில் உள்ள சதைப் பகுதியில் உண்டாகும் வலியுடன் கூடிய வீக்கம்; whitlow.

நகச்சூடு: *(பெ):* கை பொறுக்கக்கூடிய சூடு; மிதமான சூடு; heat that the finger nail can stand.

நகடு: *(பெ):* உடல் வெளுத்திருத்தல்; சோகை; the state of being pale; paleness.

நகதி: *(பெ):* பொன்கட்டி; நிலத்தீர்வை; கருவூலம்; block of gold; land tax; treasury.

நகநந்தினி: *(பெ):* இமயவானின் மகளான பார்வதி தேவி; Goddess Parvathi Devi, as of the daughter of Imayavaan.

நகப்பூச்சு: *(பெ):* விரல் நகங்களுக்கு நிறம் தருவதற்குப் பயன்படும் அழகு சாதனம்; nail polish.

நகமுகம்: *(பெ):* வில்; bow.

நகம்: *(பெ):* உகிர்; விரல் நுனியின் மேல்புறத்தில் வழுவழுப்பாகவும்; வளரக்கூடியதுமான பகுதி; மலை; பூமி; மரம்; குளம்பு; பங்கு; finger nail; mountain; earth; tree; hoof; share.
• **நகமும் சதையும் போல.** • **நகத்தினால்** கிள்ளியெறியாததை கோடாலி கொண்டு தான் வெட்ட நேரிடும் - *பழமொழி.*

நகர காதம்: *(பெ):* யானை; elephant.

நகரசம்: *(பெ):* யானை; elephant.

நகரசபை: *(பெ):* நகரத்துக்கான உள்ளாட்சி அமைப்பு; municipality.

நகரத்தந்தை: *(பெ):* மக்களால் நகரசபைக்கு ஐந்து ஆண்டுகளுக்கு ஒரு முறை தேர்ந்தெடுக்கப்பட்டு நகரத்தின் முதல் குடிமகனாக மதிக்கப்படுபவர்; Municipal Chairman.

நக்ரப்பதி: *(பெ):* தலைநகர்; capital city.

நகரம்: *(பெ):* பேரூர்; கோயில்; வாழுமிடம்; town; temple; residence.

நகரவிரம்: *(பெ):* மயில்; peacock.

நகரா: *(பெ):* முற்காலத்தில் போர்க்களத்திலும், அரச ஊர்வலத்திலும் பயன்படுத்தப்பட்ட பெரிய அரைக்கோள வடிவ தோல் கருவி; a big hemispherical drum used formerly as battle drum and played in royal processions.

நகராட்சி: *(பெ):* நகரத்துக்கான உள்ளாட்சி அமைப்பு; Municipality.

நகராட்சி மன்றம்: *(பெ):* நகராட்சிக்குத் தேர்ந்தெடுக்கப்பட்ட உறுப்பினர்களைக் கொண்ட அவை; Municipal Council.

நகரி: *(பெ):* நகரம்; செடி வகை; புறம்போக்கு நிலம்; town; a kind of plant; land which is not privately owned.

நகரிபகம்: *(பெ):* காகம்; crow.

நகரியம்: *(பெ):* குறிப்பிட்ட ஒரு தொழிலை ஒட்டி உருவாகிய நகரின் பராமரிப்புக்காக தேர்தல் மூலம் அல்லாமல் உருவாக்கப்படும் உள்ளாட்சி நிர்வாகம்; township

நகரூடம்: *(பெ):* மூக்கு; nose.

நகரை: *(பெ):* மர வகை; அரிசி வகை; a kind of tree; a variety of rice.

நகர்: *(பெ):* நகரம்; மாளிகை; கோயில்; அரண்மனை; மனைவி; town; mansion; temple; palace; wife.

நகர்தல்: *(வி):* தவழ்தல்; ஊர்தல்; அகலுதல்; to crawl; to budge; to move.

நகர்த்துதல்: *(வி):* இடம்பெயரச் செய்தல்; to move by pushing.

நகர்ப்பேரவை: *(பெ):* மாநகராட்சி; Corporation.

நகல்: *(பெ):* நட்பு; ஏளனம்; மகிழ்ச்சி; மூலத்தில் இருந்து உருவாக்கப்படும் பிரதி; friendship; ridicule; gladness; duplicate copy; photo copy.
• **நகல்வல்லர்** அல்லார்க்கு மாயிரு ஞாலம்
பகலும்பாற் பட்டன்று இருள். - *குறள் 999.*

நகழ்தல்: *(வி):* துன்பம் அடைதல்; to grieve.

நகாசி: *(பெ):* நெற்றி; forehead.

நகாசுவேலை: *(பெ):* பொற்கொல்லர்களால் செய்யப்படும் வெகு நுணுக்கமான பொன் நகை வேலைப்பாடு; delicate ornamental work done by goldsmiths.

நகாயுதம்: (பெ): சேவல்; சிங்கம்; புலி; கருடன்; கழுகு; cock; lion; tiger; white-headed kite; vulture.

நகிலம்/நகில்: (பெ): பெண்ணின் மார்பகம்; woman's breast.

நகுடம்: (பெ): மூக்கு; nose.

நகுதல்: (வி): சிரித்தல்; மலர்தல்; ஒளிவிடுதல்; அவமதித்தல்; பறவை ஒலித்தல்; to laugh; to bloom; to shine; to despise; to hoot.

நகுதா: (பெ): மாலுமி; navigator; sailor; seaman.

நகுத்தம்: (பெ): புங்கமரம்; Indian beech, a kind of tree.

நகுலம்: (பெ): கீரி; mongoose.

நகுலன்: (பெ): சிவபெருமான்; அறிஞன்; பஞ்சபாண்டவருள் ஒருவன்; குதிரை வீரன்; புதல்வன்; Lord Shiva; learned man; wise person; Nakulan, one of the Pancha Pandavas; skillful horseman; son.

நகேசன்: (பெ): மலைகட்குத் தலைவனாகிய இமயமலை; Himalayas, the chief of mountains.

நகேச நங்கை: (பெ): பார்வதி; Goddess Parvathi, the daughter of Nagesan.

நகை: (பெ): சிரிப்பு; இன்பம்; மதிப்பு; இனிப்பு; இகழ்ச்சி; நட்பு; விளையாட்டு; மலர்; பல்; பல் ஈறு; முத்து; அணிகலன்; ஒப்புமை; laugh; pleasure; respect; sweetness; vilification; friendship; game; flower; tooth; gum; pearl; ornament; likeness.

- **நகை**யும் உவகையும் கொல்லும் சினத்தின்
  பகையும் உளவோ பிற - *குறள் 304.*
- **நகை**வகைய ராகிய நட்பின் பகைவரால்
  பத்தடுத்த கோடி உறும். - *குறள் 817.*
- **நகை**ஈகை இன்சொல் இகழாமை நான்கும்
  வகைஎன்ப வாய்மைக் குடிக்கு. - *குறள் 953.*
- **நகை**யுள்ளும் இன்னாது இகழ்ச்சி பகையுள்ளும்
  பண்புள பாடறிவார் மாட்டு. - *குறள் 995.*

நகைச்சுவை: (பெ): சிரித்து மகிழச் செய்வது; comedy; joke.

நகைத்தல்: (வி): சிரித்தல்; நிந்தித்தல்; to laugh; to vilify.

நகைநட்டு: (பெ): நகையும், நகை போன்ற பிற பொருட்களும்; jewels and other valuables.

நகைப்பு: (பெ): சிரிப்பு; ஏளனம்; laughter; derision.

நகைமுகம்: (பெ): தோற்றப் பொலிவு; cheerful countenance.

நகைவேழம்பர்: (பெ): விகடம் செய்வோர்; clowns.

நக்கம்: (பெ): நிர்வாணம்; nakedness.

நக்கரம்: (பெ): முதலை; crocodile.

நக்கல்: (பெ): சோறு; உண்ணுதல்; தீண்டுதல்; நக்கிச் சுவைத்தல்; ஏளனம்; cooked rice; eating; touching; licking; ridicule. ● அவன் கெட்ட கேட்டுக்கு மற்றொருவனை **நக்கலாகப்** பேசினான் - *பழமொழி.*

நக்கவாரம்: (பெ): ஒரு தீவு; வறுமை; an island; poverty.

நக்கவாரி: (பெ): நக்கவாரத் தீவில் வசிப்போர்; தென்னை வகை; the inhabitants of Nakkavara island; a kind of coconut.

நக்கன்: (பெ): அருகன்; சிவபெருமான்; அம்மணமானவன்; நரி; Arkan; Lord Shiva; one who attains nudity; fox.

நக்கிதம்: (பெ): இரண்டு; two.

நக்கிரை: (பெ): மூக்கு; nose.

நக்கிளிகை: (பெ): நிர்வாணமாக உள்ள பெண்; பத்து வயதுள்ள சிறுமி; naked woman; the girl who is ten years old.

நக்கு: (வி): நாக்கினால் தடவிச் சுவைத்தல்; to lick.

நக்குடம்: (பெ): மூக்கு; nose.

நக்குணி: (பெ): ஒரு பாம்பு வகை; சிறுபிள்ளை; a kind of snake; child.

நக்குட்டன்: (பெ): நாவிதன்; சவரத் தொழிலாளி; barber.

நங்கனை: (பெ): அரைப் பட்டிகையின் உறுப்பு; a part of girdle.

நங்கிணம்: (பெ): மைனா; mynah.

நங்கு: (பெ): பரிகாசம், ஏளனம்; ridicule.

நங்கூரம்: (பெ): கப்பல் போன்றவை கடலில் நகர்ந்திடாமல் இருக்க வேண்டி, கடலுக்குள் இறக்கப்படும் இருகூரிய முனைகளைக் கொண்ட மிகவும் கனமான இரும்பினாலான கருவி; anchor.

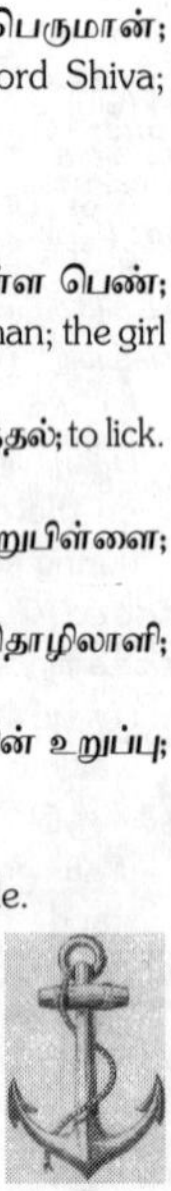

நங்கை: (பெ): இளம்பெண்; young woman.

நங்கையார்: (பெ): அண்ணி; elder brother's wife.

நசலாளி: (பெ): நோயாளி; patient.

நசல்: (பெ): வியாதி; நோய்; sickness; disease.

நசாரி: (பெ): எட்டி மரம்; strychnine tree.

நசிதல்: (வி): அழிதல்; நசுங்குதல்; குறைதல்; சுருங்குதல்; be destroyed; be crushed; to decrease; to become extinct.

நசித்தல்: (வி): அழித்தல்; அரைத்தல்; கசக்குதல்; குறைத்தல்; to ruin; be annihilated; be smashed; to squeeze; to reduce.

நசிப்பு: (பெ): அழிவு; ruin.

நசியம்: (பெ): மூக்கிலிடும் மருந்து; மூக்குப்பொடி; the medicine which is applicable to nose.

நசியரி: (பெ): குப்பைமேனி; Indian acalypha.

நசிவு: (பெ): கேடு; நிந்தை; ruin; harm; vilification.

நசிறாணி: (பெ): உலோபி; கஞ்சன்; மெலிந்தவன்; miser; one who has lean body.

நசுக்கு: (வி): நசுங்கச் செய்தல்; அழித்தல்; தடுத்தல்; கசக்குதல்; ஒடுக்குதல்; பிழிதல்; பதித்தல்;

to repress; to ruin; to restrain; to squeeze; to squash; to stamp.

நசுங்குதல்: *(வி):* கசங்குதல்; நிலைகெடுதல்; be crumpled; be squashed; be mashed.

நசுநசுப்பு: *(பெ):* ஈரம்; மனக்கசப்பு; தாமதம்; wetness; misunderstanding; delay.

நசுநாறி: *(பெ):* கஞ்சன்; இழிந்தோன்; பேரம் பேசுபவன்; stingy person; person of low qualities; huggler.

நசுவல்: *(பெ):* மெலிவு; மலம்; குழப்பமானது; weakness; faeces; confused one.

நசை: *(பெ):* ஆசை; அன்பு; ஒழுக்கம்; நம்பிக்கை; ஈரம்; குற்றம்; ஏளனம்; desire; love; discipline; hope; wetness; fault; ridicule.

- நசைஇயார் நல்கார் எனினும் அவர்மாட்டு இசையும் இனிய செவிக்கு - *குறள் 1199.*

நசைதல்: *(பெ):* விரும்புதல்; அன்பு செய்தல்; to like; to love.

நசைநர்: *(பெ):* நண்பர்கள்; friends.

நசையுரை: *(பெ):* காதற்பேச்சு; amorous talk.

நசைவினை: *(பெ):* நற்செயல்; good deed.

நச்சினி: *(பெ):* கேழ்வரகு; Ragi.

நச்சு: *(பெ):* ஆசை; சிறுமை; தொந்தரவு; தாமதம்; விரும்பப்படும் பொருள்; desire; meanness; harassment; delay; likeable thing; *(வி):* விரும்பு; ஆசைப்படு; அன்பு காட்டு; தொந்தரவு கொடு; to like; to desire; to love; to harass.

நச்சுக்கண்: *(பெ):* கொடும் பார்வை; the evil-eye.

நச்சுக்காப்பான: *(பெ.அ):* விஷக் கிருமிகளைக் கொன்று பொருள் அழுகாமல் தடுக்கின்ற; preventing decay and putrefaction by killing germs.

நச்சுக்காய்ச்சல்: *(பெ):* குடல் சம்பந்தமான பித்தவாத ஜுரம்; a kind of enteric or intestinal fever; typhoid.

நச்சுக்கொடி: *(பெ):* கொப்பூழ்க் கொடி; umbilical cord.

நச்சுச்சொல்: *(பெ):* தீச்சொல்; evil word; slander.

நச்சுதல்: *(வி):* அலட்டுதல்; விரும்புதல்; to bluster; to like; to desire.

நச்சுபிச்சு: *(பெ):* தாங்கமுடியாத தொந்தரவு; ceaseless trouble.

நச்சுப்பல்: *(பெ):* பாம்பின் பல்; poisonous fang of a serpent.

நச்சுப்பார்வை: *(பெ):* மோகப்பார்வை; கோபப் பார்வை; கண்ணூறு; amorous look; angry look; evil look.

நச்சுப்பால்: *(பெ):* கள்ளிப்பால்; சீம்பால்; drop of spurge milk which is thick; beastings.

நச்சுப்பொடி: *(பெ):* சிறுமீன் வகை; a kind of small fish.

நச்சுமரம்: *(பெ):* எட்டி மரம்; நஞ்சுள்ள மரம்; strychnine tree; poisonous tree.

நச்சுமழை: *(பெ):* தொடர்ந்து பெய்திடும் மழைத்தூறல்; continuous drizzle.

நச்சுவளி: *(பெ):* தீமையை விளைவிக்கும் காற்று; miasma.

நச்சுவாயன்: *(பெ):* வீண்வம்பு பேசுபவன்; babbler.

நச்சுவிறகு: *(பெ):* சுள்ளி; twig.

நச்செலி: *(பெ):* சுண்டெலி; மூஞ்சுறு; mouse; musk-rat.

நஞ்சம்: *(பெ):* நஞ்சு; விஷம்; poison.

நஞ்சறுப்பான்: *(பெ):* கொடிப்பாலை; படுவங்கீரை; herbs.

நஞ்சன்: *(பெ):* தீயவன்; evil-minded person.

நஞ்சி: *(பெ):* குன்றிமணி; crab's eye.

நஞ்சு: *(பெ):* விஷம்; தீமை; நஞ்சுக்கொடி; poison; evil; placenta. • **நஞ்சும்** நாற்கலம் வேண்டுமா ? - *பழமொழி.*

நஞ்சுக்கொடி: *(பெ):* குழந்தை பிறந்ததைத் தொடர்ந்து வெளியாவதும், கருப்பைக்குள் இருப்பதும், கடல்பஞ்சு போன்றதுமான சவ்வுப் படலம்; placenta.

நஞ்சுண்டான்: *(பெ):* சிவபெருமான்; Lord Shiva.

நஞ்சை: *(பெ):* நன்செய் நிலம்; wet land.

நடக்கை: *(பெ):* செல்கை; ஒழுக்கம்; வழக்கு; walking; order; custom.

நடத்தல்[1]: *(வி):* இடம்பெயரும் வகையில் இயல்பான வேகத்துடன் கால்களை மாற்றி மாற்றி முன்வைத்தல்; ஒழுகுதல்; பரவுதல்; நிகழ்தல்; செயல்புரிதல்; to walk; to act according to; to spread; to occur; to behave; to happen. • **நடந்த** காலிலே சீதேவி; இருந்த காலிலே மூதேவி. • **நடக்கும்** கால் தவறுவதிலும், நாக்கு தவறுவதிலும் கெடுவான் - *பழமொழிகள்.*

நடத்தல்[2]: *(வி):* நிகராதல்; இயற்றுதல்; சம்பவித்தல்; செலுத்துதல்; to be reckoned as equal; to create; to happen; to drive.

நடத்துதல்: *(வி):* நிகழ்த்துதல்; இயக்குதல்; நடைபெற்றிடச்செய்தல்; பிரயோகித்தல்; நடக்கச் செய்தல்; to conduct; to perform; to carry out; to make one to walk.

நடத்துநர்: *(பெ):* பேருந்தில் பயணச்சீட்டு கொடுப்பது, பயணிகள் ஏற, இறங்கிட வண்டியை நிறுத்தச் செய்வது போன்ற பணிகளைச் செய்யும் ஊழியர்; conductor, one who issues tickets, signals the driver to stop and start the bus.

நடத்தை: *(பெ):* நடந்து கொள்ளும் விதம்; பழகும் முறை; conduct; behaviour.

நடநாடகசாலை: *(பெ):* நாடக நடிகை; drama female artiste.

நடநாயகன்: (பெ): சிவபெருமான்; கரும்பச்சைக் கல்; Lord Shiva; a kind of ornamental stone.

நடந்தேறுதல்: (வி): சம்பவித்தல்; நிறைவேறுதல்; to occur; to be fulfilled.

நடபடி: (பெ): ஒழுக்கம்; வழக்கம்; discipline; custom.

நடபாவி: (பெ): படிகள் உள்ள கிணறு; the well which has steps inside.

நடப்பு: (பெ): நடத்தை; செயல் வடிவம்; தற்காலம்; கருமாதிக்கு முந்தைய சடங்கு; behaviour; action; present time; a rite in final obsequies.

நடமண்டனம்: (பெ): அரிதாரம்; a kind of cosmetic powder applied on the face by performing drama artistes.

நடமாடுதல்: (வி): உலாவுதல்; திரிதல்; ஊடாடுதல்; வழங்குதல்; to move to and fro; to ramble; to go about; be in practice.

நடமாளிகை: (பெ): கோயில் பிரகாரம்; paved way around the Sanctrum Sanctorum.

நடம்: (பெ): கூத்து; dance.

நடமாட்டமில்லாத: (பெ.அ): ஆள் அரவமற்ற; desolate.

நடமாட்டம்: (பெ): (மக்கள், வாகனம், விலங்கு போன்றவற்றைக் குறித்துக் கூறுகையில்) (ஓரிடத்தில்) வருதல், செல்தல் போன்ற செயல்பாடு; எழுந்து நடந்திடல்; movement (of people, vehicles, animals etc.,); ability to move around.

நடராசர்: (பெ): நடனமாடும் தோற்றத்தில் உள்ள சிவமூர்த்தம்; Lord Shiva in dancing pose.

நடலம்: (பெ): செருக்கு; இகழ்ச்சி; பாசாங்கு; வீண் செலவு செய்கை; pride; contempt; pretence; act of spending vainly.

நடலை: (பெ): வஞ்சனை; துன்பம்; பொய்மை; பாசாங்கு; அசைவு; deceit; grief; falsehood; pretence; motion.

நடல்: (வி): நடுதல்; to plant.

நடவடிக்கை: (பெ): ஒருவர் நடந்துகொள்ளும் முறை; குறிப்பிட்ட நோக்கம் காரணமாக மேற்கொள்ளும் செயல்; பணி; அலுவல்; behaviour; disciplinary measures; work; activity.

நடவு: (பெ): நாற்று நடுகை; transplantation.

நடவை: (பெ): வழி; உபாயம்; மர வகை; path; plan; a kind of tree.

நடனசாலை: (பெ): நாட்டியப் பயிற்சி எடுக்கும் இடம்; the place where the dance practice is held.

நடனம்: (பெ): நாட்டியம்; குதிரைக்கதி; இந்திரஜாலம்; dance; gait of a horse; jugglery.

நடனர்: (பெ): நாட்டியமாடுபவர்கள்; கூத்தர்; dancers.

நடனியர்: (பெ): நாட்டிய மங்கையர்; dancing girls.

நடன்: (பெ): கூத்தன்; dancer; Lord Shiva.

நடாத்துதல்: (வி): நடத்துதல்; ஓட்டுதல்; to conduct; to drive.

நடாத்திகை: (பெ): லஜ்ஜை; bashfulness.

நடி: (பெ): பெருமை; நாட்டிய மங்கை; நடிகை; greatness; dancing girl; actress.

நடிகன்: (பெ): திரைப்படம், நாடகம், கூத்து போன்றவற்றில் நடிக்கும் ஆண்; actor.

நடிகை: (பெ): திரைப்படம், நாடகம், கூத்து போன்றவற்றில் நடிக்கும் பெண்; actress.

நடித்தல்: (பெ): கூத்தாடுதல்; பாசாங்கு செய்தல்; to dance; to act; to pretend.

நடிப்பு: (பெ): கூத்து, நாடகம், திரைப்படம் போன்றவற்றில் கதாபாத்திரம் ஏற்று நடித்தல்; பாவனை; acting; imitation.

நடு: (பெ): இடுப்பு; தொழில்; பூமி; மிதம்; நடுவுநிலை; நீதி; வழக்கு; மையம்; waist; profession; earth; moderation; impartiality; justice; manners; centre. • **நடுத்தெருப் பிச்சைக்கு நாணயம் பார்க்கலாமா ? -** *பழமொழி.*

நடுகல்: (பெ): போரில் இறந்த வீரனின் நினைவாக அவனது பெருமையை எழுத்துக்களால் பொறித்து நடப்படும் கல்; the stone in memory of a dead hero usually with a citation which is called ‘hero stone’.

நடுகை: (பெ): நடுதல்; நாற்று நடுதல்; plantation; transplantation.

நடுக்கம்: (பெ): உடலில் உண்டாகும் கட்டுப்பாடு இல்லாத உறுப்புகளின் அசைவு; குரலில் இயல்பாக இல்லாத அதிர்வு; துன்பம்; அச்சம்; shivering; trembling of voice; distress; fear.

நடுக்கல்: (பெ): நடுக்கம்; shivering.

நடுக்கு: (பெ): மனச்சோர்வு; depression.

நடுக்குதல்: (வி): நடுங்கச் செய்தல்; அசைத்தல்; to make one tremble; to shake.

நடுங்கல்: (பெ): அச்சம்; fear.

நடுங்காலன்: (பெ): அச்சம் உடையவன்; the person who has fear always.

நடுங்குதல்: (வி): அதிர்தல்; பயப்படுதல்; அசைதல்; பதறுதல்; ஒப்பாகுதல்; to vibrate; to fear; to tremble, be in a great hurry; to resemble.

நடுச்சாமம்: (பெ): அர்த்தசாமம்; நள்ளிரவு; mid-night.

நடுச்சொல்வார்: (பெ): சாட்சி சொல்பவர்; those who testify.

நடுதல்: (வி): ஊன்றுதல்; நிலைநிறுத்துதல்; to plant; be fixed; to establish.

நடுதறி: *(பெ):* கன்றாப்பூரில் உள்ள சிவபெருமான்; Lord Shiva in the Shrine Kandrapur.

நடுத்தர: *(பெ):* மத்தியதர; middle.

நடுத்தரம்: *(பெ):* (அளவு, தன்மை, தரம் போன்றவை குறித்து வருகையில்) அதிகம், குறைவு, நல்லது, கெட்டது, பெரியது, சிறியது போன்ற எதிர்நிலைகளுக்கு இடைப்பட்டதாக அமைவது; (of size, nature, quality, etc.) neither too high nor too low; medium; average.

நடுத்தர வகுப்பினர்: *(பெ):* ஏழை, பணக்காரன் என்னும் இரு நிலைகளுக்கு இடைப்பட்ட மத்தியதர வகுப்பினர்; middle class people.

நடுத்தலை: *(பெ):* உச்சந்தலை; crown of the head.

நடுத்தீர்வை: *(பெ):* நியாயமான தீர்ப்பு; judgement.

நடுத்தெரு: *(பெ):* தெருவின் மத்திய பகுதி; மத்திய தெரு; middle of the street; middle street.

நடுநடுங்கு: *(பெ):* பயத்தின் காரணமாக அதிகமாக நடுங்கு; to tremble greatly.

நடுநாயகமாக: *(வி.அ):* முதன்மை விளங்க நடுவில்; prominently.

நடுநாயகம்: *(பெ):* மேன்மையுடையவர்; exalted person.

நடுநாள்: *(பெ):* பாதிநாள்; midday.

நடுநிசி: *(பெ):* நள்ளிரவு; midnight.

நடுநிலை: *(பெ):* விருப்பு, வெறுப்பற்ற சமநிலை; கொள்கை ஒன்றினை ஆதரிப்பதும், மற்றொன்றினை எதிர்ப்பதும் இல்லாத நடுத்தரப் போக்கு; impartiality.

நடுநிலைப்பள்ளி: *(பெ):* எட்டாம் வகுப்பு வரையுள்ள பள்ளி; middle school, upto VIII standard.

நடுநிலைமை: *(பெ):* நீதி; நியாயம்; விருப்பு வெறுப்பற்ற நிலை; justice; impartiality; neutrality.

நடுநிலையான: *(பெ.அ):* ஒருதலைப் பட்சமாக இல்லாத; impartial.

நடுப்பகல்: *(பெ):* உச்சிவேளை; மத்தியானம்; noon; midday.

நடுப்பாதை: *(பெ):* பாதையின் மத்திய பகுதி; centre of a pathway.

நடுமையம்: *(பெ):* மத்தியப் பகுதி; மையப் பகுதி; centre.

நடுவண்: *(வி.அ):* இடையில்; மத்தியில்; மையத்தில்; in the centre.

நடுவண் அரசு: *(பெ):* மத்திய அரசு; central government.

நடுவயது: *(பெ):* மத்திய வயது; middle age.

நடுவர்: *(பெ):* நீதிபதி; மத்தியஸ்தர்; judge; mediator.

நடுவன்: *(பெ):* யமன்; Yama, God of death.

நடுவர் மன்றம்: *(பெ):* இருதரப்பினரும் பேசி முடிவு காண முடியாத பிரச்சினைக்குத் தீர்வு கண்டு அவர்கள் ஏற்றுக்கொண்ட வகையில் அமைக்கப்படும் குழு; tribunal.

நடுவழியில்: *(வி.அ):* இரு இடங்களுக்கு இடைப்பட்ட பகுதியில்; in the midway.

நடுவிரல்: *(பெ):* கை (அ) காலில் மூன்றாவதாக உள்ள விரல்; the middle finger.

நடுவு: *(பெ):* மையம்; இடை; நீதி; middle; waist; justice.

நடுவூர்: *(பெ):* ஊரின் மையப் பகுதி; heart of the town.

நடுவெலும்பு: *(பெ):* முதுகெலும்பு; backbone; spine.

நடுவெழுத்து: *(பெ):* பத்திரம் எழுதுபவன்; document writer.

நடுவெளி: *(பெ):* இடைவெளி; intervening space.

நடுவே: *(இ.சொ):* இடையில்; in the middle of; amidst.

நடேசன்: *(பெ):* நடராசர்; Lord Shiva in dancing pose.

நடை: *(பெ):* பயணம்; வாசல்; இடைகழி; ஒழுக்கம்; இயல்பு; அடி; கூத்து வகை; தொழில்; நித்திய பூஜை; செலவு; நடத்தை; வழக்கம்; வழி; journey; gate; narrow passage between rooms; discipline; nature; foot; a kind of dance; occupation; daily worship in temples; expense; behaviour; custom; path.

நடைகிணறு: *(பெ):* படிகள் கொண்டுள்ள கிணறு; the well with steps down to the water at its base.

நடைச்சலங்கு: *(பெ):* சிறு படகு; small boat.

நடைத்தேர்: *(பெ):* சிறு தேர்; small chariot or car.

நடைநாயகம்: *(பெ):* அன்னப்பறவை; swan.

நடைபடி: *(பெ):* நடத்தை; வழக்கம்; behaviour; custom.

நடைபழகு: *(பெ):* நடக்கப் பழகிடு; to learn to walk.

நடைபாதை: *(பெ):* நடக்கும் பாதை; footpath.

நடைபாவாடை: *(பெ):* சில சடங்குகளில் நடந்து செல்வதற்காகப் பாதையில் விரிக்கப்படும் நீளமான துணி; the long cloth spread on the path for someone to walk in some ceremonies.

நடைபாவி: *(பெ):* நடைகிணறு; படிக்கட்டு; the well with steps down to the water at its base; stairs.

நடைப்பயணம்: *(பெ):* கால்நடையாகவே செல்லும் பயணம்; travel on foot.

நடைப்பரிகாரன்: *(பெ):* பயணச் சாமான்; luggage for travel.

நடைப்பிணம்: *(பெ):* உற்சாகம் இழந்தவன்; இயல்பான வாழ்வுக்குத் தேவையான துடிப்பினை இழந்தவன்; lifeless person; one who is weary of life.

நடைமலை: *(பெ):* யானை; the elephant.

நடைமனை: *(பெ):* உடம்பு; body as a walking house.

நடைமுறை: *(பெ):* தொடர்ந்து வரும் வழக்கம்; procedure.

நடைமுறையிலிருக்கின்ற: *(பெ.அ):* பரம்பரை வழக்கத்தில் இருக்கின்ற; current; operative.

நடையன்: *(பெ):* செருப்பு; leather sandals.

நடையாட்டம்: *(பெ):* வழக்கம்; usage.

நடையியல்: *(பெ):* பேச்சு மொழி, எழுத்து மொழி போன்றவற்றின் நடையைப் பற்றி ஆராயும் மொழியியல் பிரிவு; stylistics.

நடையொத்து: *(பெ):* தாளவகை; mode of marking time.

நடைவண்டி: *(பெ):* சிறுபிள்ளைகள் நடைபயிலும் வண்டி; a wooden frame with three small wheels which a child pushes along to support itself while learning to walk.

நடைவரம்பு: *(பெ):* வரப்பு; ridge of a field.

நடைவாவி: *(பெ):* படிகளைக் கொண்ட கிணறு (அ) நீர்நிலை; a well or tank with steps down to the water at its base.

நட்சத்திர இரவு: *(பெ):* பிரபல திரைப்பட நடிகர், நடிகையரைக் கொண்டு இரவுப்பொழுதில் நடத்திடும் கலைநிகழ்ச்சி; star-night.

நட்சத்திர ஓட்டல்: *(பெ):* தங்குதல் உள்ளிட்ட பற்பல வசதிகளின் அடிப்படையில் தரத்தினைக் குறித்திடும் வகையில் மூன்று (அ) ஐந்து நட்சத்திரங்களைக் குறியீடாகக் கொண்டுள்ள உணவு விடுதி; star-hotel.

நட்சத்திரக் குறி: *(பெ):* உடுக்குறி; asterisk.

நட்சத்திர மண்டலம்: *(பெ):* ஓரிடத்தில் அடர்த்தியாகக் காணப்படும் நட்சத்திரங்களின் கூட்டம்; galaxy.

நட்சத்திரம்: *(பெ):* பூமியிலிருந்து வெகு தொலைவில் இருப்பதும், இரவு நேரங்களில் மட்டுமே கண்களுக்குப் புலப்படுவதும், தன்னிடத்திலேயே ஒளி, வெப்பம் போன்ற வற்றைக் கொண்டு மின்னிடும் தன்மையைக் கொண்டதுமான விண்வெளிப் பொருள்; ஜோதிட சாஸ்திரத்தில் ஒருவரின் ஜாதகத்தில் பிறப்பு, வாழ்க்கை முறை போன்றவற்றினுடைய பலனைக் குறிப்பதற்கு அடிப்படையாகக் கொள்ளுகின்ற இருபத்தேழு நட்சத்திரங்களைக் கொண்டுள்ள தொகுதி; திரைப்படம் போன்ற துறைகளில் பலர் அறியுமாறு பெரும்புகழ் பெற்றிருக்கும் நபர்; star; asterism; famous performer in films, etc.

நட்சத்திரேசன்: *(பெ):* சந்திரன்; the Moon.

நட்டணை: *(பெ):* கொடூரம்; நடிப்பு; வெறுப்பு; horrifying severity; imitative action; dislike.

நட்டநடு: *(பெ):* மையப்பகுதி; the very middle.

நட்டபாடை: *(பெ):* குறிஞ்சிப்பண்; one of the four melody types.

நட்டம்: *(பெ):* இழப்பு; நடனம்; ஆடையற்ற; அழிவு; கேடு; loss; dance; nakedness; ruin; harm.

நட்டராகம்: *(பெ):* நட்டபாடை; one of the four kinds of melody types.

நட்டல்: *(வி):* நடுதல்; நட்புக் கொள்ளுதல்; to plant; to make friendship.

நட்டவம்: *(பெ):* நட்டுவாங்கத்தொழில்; profession of training the dancers.

நட்டவர்: *(பெ):* நண்பர்; friends.

நட்டாமுட்டி: *(பெ):* நடுத்தரம்; வஞ்சகம்; கீழ்மை; ஒரு நூல்; medium; deceit; meanness; a treatise.

நட்டாமுட்டி வேலை: *(பெ):* சிறு வேலை; small work.

நட்டார்: *(பெ):* நண்பர்; உறவினர்; friends; relatives.

- **நட்டார்க்கு நல்ல செயலின் விரைந்ததே**
  ஒட்டாரை ஒட்டிக் கொளல். *- குறள் 679.*
- **நட்டார்போல் நல்லவை சொல்லினும் ஒட்டார்சொல்**
  ஒல்லை உணரப் படும். *- குறள் 826.*
- **நட்டார் குறைமுடியார் நன்றாற்றார் நன்னுதலாள்**
  பெட்டாங்கு ஒழுகு பவர். *- குறள் 908.*

நட்டி: *(பெ):* இழப்பு; நஷ்டம்; loss.

நட்டு: *(பெ):* இழப்பு; கீழ்மை; நடனம்; நட்டுவாங்கன்; loss; meanness; dance; dance master.

நட்டுக்கதை: *(பெ):* கட்டுக்கதை; myth.

நட்டுச்சினை: *(பெ):* நண்டு முட்டை; crab's egg.

நட்டுவம்: *(பெ):* நட்டுவாங்கம்; profession of training dancers.

நட்டுவன்: *(பெ):* நட்டுவாங்கன்; dance master.

- **நட்டுவன்** பிள்ளைக்குக் கொட்டிக் காட்ட வேண்டுமா ? நரிக்குட்டிக்கு ஊளையிடப் பழக்க வேண்டுமா ? - *பழமொழி.*

நட்டுவாக்காலி: *(பெ):* உருவில் பெரியதாகவும், கறுப்பு நிறமாகவும், தேள் இனத்தைச் சேர்ந்ததுமான ஓர் உயிரினம்; a kind of large scorpion.

நட்டுவாங்கம்: *(பெ):* நடனம் பயிற்றுவிக்கும் சமயத்தில் (அ) நடனமாடும் சமயத்தில் தாளமிட்டு நடனத்தை இயக்கும் முறை; the art of directing the dancers delineating the rhythmic syallables with the help of cymbals.

நட்பு: *(பெ):* உறவு; உறவினர் அல்லாத ஒருவருடன் கொள்ளும் உறவு; யாழின் நான்காவது நரம்பு;

relationship; friendship; the fourth string of yazh (lute).
- நட்பிற்கு வீற்றிருக்கை யாதெனில் கொட்பின்றி ஒல்லும்வாய் ஊன்றும் நிலை - *குறள் 789.*
- நட்பிற் குறுப்புக் கெழுதகைமை மற்றதற்கு உப்பாதல் சான்றோர் கடன். - *குறள் 802.*

நட்புறவு: *(பெ):* மனிதர்கள் (அ) இரு நாடுகளுக்கு இடையிலான நேச உறவு; amity or friendship in between persons or countries.

நணந்தம்: *(பெ):* சணல்; புங்க மரம்; jute; Indian beech, a kind of tree.

நணி: *(பெ):* அண்மை; சமீபம்; nearness.

நணுகலர்: *(பெ):* பகைவர்; enemies.

நணுகல்: *(வி):* கிட்டுதல்; to approach.

நணுகார்: *(பெ):* பகைவர்; enemies.

நணுகுதல்: *(வி):* இணைத்தல்; கிட்டுதல்; சார்ந்து இருத்தல்; to join; to approach; to depend upon someone.

நண்டு: *(பெ):* ஒரு நீர் வாழ் உயிரினம்; crab.

நண்டுக்கரம்: *(பெ):* அபிநய வகை; a dance gesture.

நண்டுக்கல்: *(பெ):* ஒரு வகைக் கல்; a kind of stone.

நண்டுக்கால் கீரை: *(பெ):* ஒரு வகைக் கீரை; a kind of greens.

நண்டுசிண்டுகள்: *(பெ):* சிறு குழந்தைகள்; kids.

நண்ணம்: *(பெ):* சிறிது; trifle.

நண்ணார்: *(பெ):* பகைவர்; enemies.

நண்ணுதல்: *(வி):* கிட்டுதல்; to approach.

நண்ணுநர்: *(பெ):* நண்பர்; friends.

நண்பகல்: *(பெ):* மதியம்; noon.

நண்பன்: *(பெ):* நட்பினால் மிகவும் நெருக்கமானவன்; தோழன்; friend; companion.
- நண்பாற்றா ராகி நயமில செய்வார்க்கும் பண்பாற்றா ராதல் கடை - *குறள் 998.*

நண்பு: *(பெ):* அன்பு; நட்பு; உறவு; kindness; love; friendship; relationship.

நண்மை: *(பெ):* அண்மை; nearness.

நதநதீபதி: *(பெ):* சமுத்திரம்; ocean.

நதம்: *(பெ):* மேற்கு நோக்கிப் பாயும் ஆறு; நந்தியாவட்டைச் செடி; the river which flows in western direction; East Indian rosebay plant.

நதனு: *(பெ):* முகில்; சிங்கம்; cloud; lion.

நதாங்கி: *(பெ):* தங்கம்; பொன்; gold.

நதாதிபதி: *(பெ):* கடல்; sea.

நதி: *(பெ):* கிழக்கு நோக்கிப் பாயும் ஆறு; வணக்கம்; the river which flows towards eastern side; a term of respect used when greeting someone.

நதிகேள்வன்: *(பெ):* வருணபகவான்; Lord Varuna.

நதிசரம்: *(பெ):* யானை; elephant.

நதிதீரம்: *(பெ):* ஆற்றங்கரை; bank of the river.

நதிபதி: *(பெ):* கடல்; வருணன்; sea; Lord Varuna.

நதீசம்: *(பெ):* தாமரை; lotus.

நதீனம்: *(பெ):* கடல்; sea.

நதுத்தல்: *(வி):* மறைத்தல்; கெடுத்தல்; அவித்தல்; to hide; to spoil; to destroy.

நத்தகம்: *(பெ):* கந்தை; tatters.

நத்தப்பாழ்: *(பெ):* அழிந்துபோன சிற்றூர்; the village which was destroyed.

நத்தப்பிலா: *(பெ):* எருக்கு; Yercum.

நத்தமாலம்: *(பெ):* புங்கமரம்; Indian beech, a kind of tree.

நத்தமுகை: *(பெ):* இரவு; night.

நத்தம்: *(பெ):* இரவு; ஊர்; எருக்கு; நத்தை; சங்கு; மூக்கு; ஊரின் குடியிருப்பு இடம்; வாழை; night; village; yercum; snail; conch shell; nose; village house sites; plantain tree.
- நத்தம்போல் கேடும் உளதாகும் சாக்காடும் வித்தகர்க் கல்லால் அரிது. - *குறள் 235.*

நத்தாசை: *(பெ):* பேராசை; விருப்பம்; greed; desire.

நத்தார்: *(பெ):* இலங்கையில் இயேசுபிரான் பிறந்த நாளான டிசம்பர் இருபத்தைந்தாம் நாளினைக் கொண்டாடும் பண்டிகை; Christmas in Sri Lanka.

நத்தார் வைத்தல்: *(வி):* தோணி நகராது இருக்க ஆற்றில் நங்கூரம் வைத்தல்; to anchor the ship.

நத்தி: *(பெ):* இன்மை; nought.

நத்து: *(பெ):* சங்கு; நத்தை; மூக்குத்தி வகை; பறவை வகை; விருப்பம்; conch shell; snail; a kind of nose ornament; a kind of bird; desire.

நத்துதல்: *(வி):* விரும்புதல்; to like.

நத்தை: *(பெ):* மிருதுவான உடலினைத் தன்மேலிருக்கும் சுருள் வடிவ ஓட்டினுள் நுழைத்துக்கொள்ளக்கூடியதும், மிகவும் மெதுவாக ஊர்ந்து செல்வதுமான ஓர் உயிரினம்; snail. • **நத்தையின்** வயிற்றில் முத்தும் பிறக்கும் - *பழமொழி.*

நத்தைக் குத்தி: *(பெ):* நாரை வகை; a kind of stork.

நத்தைச் சூரி: *(பெ):* செடி வகை; a kind of plant.

நந்தகம்: *(பெ):* விஷ்ணுவின் வாள்; the sword of Lord Vishnu.

நந்தகி: *(பெ):* திப்பிலி; long pepper, a medicinal plant.

நந்தகோபன்: *(பெ):* கண்ணபிரானின் வளர்ப்புத் தந்தை; கண்ணபிரான்; the foster father of Lord Krishna; Lord Krishna.

நந்தகோபாலன்: *(பெ):* கண்ணபிரான்; Lord Krishna.

நந்தம்: *(பெ):* சங்கு; கஸ்தூரி; காக்கை; நாரத்தை; பெருமுயற்சி; இடையர்; conch shell; musk; crow; a kind of wild lime; great effort; shepherds.

நந்தல்: *(பெ):* ஆக்கம்; நிந்தை; கேடு; constructiveness; vilification; harm; ruin.

நந்தவனம்: *(பெ):* அரண்மனை, கோயில் போன்றவற்றை ஒட்டியிருக்கும் பூந்தோட்டம்; the flower garden belonging to a palace, temple, etc.

நந்தன: *(பெ):* ஒரு தமிழ் வருடம்; Nandhana, a Tamil Year.

நந்தனம்: *(பெ):* சோலை; பூந்தோட்டம்; இந்திரனின் பூங்காவனம்; நத்தை; தவளை; நாரத்தை; மகிழ்ச்சி; grove; flower garden; flower garden of Lord Indra; snail; frog; a kind of wild lime; happiness.

நந்தனன்: *(பெ):* மகன்; son.

நந்தனி: *(பெ):* மகள்; daughter.

நந்தனை: *(பெ):* மகள்; daughter.

நந்தன்: *(பெ):* நந்தகோபாலன்; திருநாளைப்போவார் நாயனார்; திருமால்; இடையன்; புதல்வன்; வாழை வகை; Lord Krishna; Nandhanar who was called Thirunaalaipovaar Nayanar; Lord Vishnu; shepherd; son; a kind of plantain.

நந்தாபதம்: *(பெ):* மோட்சம்; salvation; heaven.

நந்தாவிளக்கு: *(பெ):* திருக்கோயில் கருவறையில் உள்ள அணையா விளக்கு; the lamp that burns ceaselessly in the Sanctum Sanctorum of temple.

நந்தி: *(பெ):* காளை; ரிஷபராசி; சிவபெருமான்; ஒரு மலை; சமணர் பட்டப்பெயர்; உபபுராணத்துள் ஒன்று; ஓர் ஊர்; நந்தியாவட்டைச் செடி; ஒரு பல்லவ மன்னன்; the stone image of a bull, the mount of Lord Shiva, placed on a pedestal facing the Sanctum Sanctorum; the second constellation of the Zodiac having the bull as its sign; Taurus; Lord Shiva; a mountain called Nandhi Durg; the title of Jains; one of the Upapuranas; a town; East Indian rosebay plant; a Pallava king.

நந்தியாவட்டம்: *(பெ):* ஒரு பூச்செடி வகை; East Indian rosebay flower plant.

நந்தியாவருத்தனன்: *(பெ):* சிவபெருமான்; நண்பன்; மகன்; Lord Shiva; friend; son.

நந்தி விருட்சம்: *(பெ):* சின்னி மரம்; a kind of tree.

நந்தினி: *(பெ):* மகள்; காமதேனுவின் கன்று; daughter; the calf of Kamadhenu.

நந்து: *(பெ):* ஆக்கம்; சங்கு; பறவை; நத்தை; constructiveness; conch shell; bird; snail.

நந்துதல்: *(வி):* கெடுதல்; மிகுதல்; செருக்குதல்; அவிதல்; மறைதல்; தழைத்தல்; விளங்குதல்; சாதல்; தூண்டுதல்; நிந்திக்கப்படுதல்; to ruin; to exceed; be proud; to extinguish; to disappear; to sprout; to shine; to die; to induce; be vilified.

நந்துருணி: *(பெ):* புறங்கூறுவோன்; அறிவிலி; இழிஞன்; backbiter; fool; mean person.

நந்தை: *(பெ):* தேற்றாமரம்; கபிலைப்பசு; கொற்றான் கொடி; பிரதமை, சஷ்டி, ஏகாதசி ஆகிய திதிகள்; clearing nut tree; brown colour cow; a herb; lunar days like Prathamai, Shashti and Ekadasi.

நபசம்: *(பெ):* இணக்கம்; suitability.

நபசன்: *(பெ):* உதவுபவன்; one who helps somebody.

நபசிதன்: *(பெ):* வழிபடத்தக்கவன்; the person who is fit for worshipping.

நபம்: *(பெ):* ஆவணி மாதம்; வானம்; கார்காலம்; the Tamil month Aavani; sky; rainy season.

நபர்: *(பெ):* ஆள்; person.

நபனம்: *(பெ):* திருமஞ்சனம்; a ritual bathing of the deity of a temple in water brought from an appointed place.

நபாகம்: *(பெ):* இருள்; darkness; absence of light.

நபி: *(பெ):* தீர்க்கதரிசி; prophet.

நபும்சகன்: *(பெ):* ஆண் தன்மை இல்லாதவன்; the person who is impotent.

நபோசகம்: *(பெ):* முகில்; cloud.

நபோமணி: *(பெ):* சூரியன்; the Sun.

நபோரஜம்: *(பெ):* இருள்; darkness; absence of light.

நபோலயம்: *(பெ):* புகை; smoke.

நப்பாசை: *(பெ):* ஒன்று எவ்வகையிலாவது நடந்திடாதா என எதிர்பார்த்திடும் நிலை; fond hope.

நப்பிரிதல்: *(வி):* நம்மிடமிருந்து பிரிந்து செல்லுதல்; to part from us.

நப்பின்னை: *(பெ):* கண்ணபிரானுக்கு உகந்த தேவியருள் ஒருத்தி; Nappinnai - one of the consorts of Lord Krishna.

நப்புணர்தல்: *(வி):* நம்மிடம் வந்து இணைதல்; to join with us.

நப்பூதனார்: *(பெ):* பத்துப்பாட்டினைச் சேர்ந்த முல்லைப்பாட்டினை இயற்றியவர்; the poet and author of Mullaippaattu in Paththuppaattu.

நம: *(பெ):* வணக்கம்; worship.

நமகம்: *(பெ):* உருத்திரனைக் குறிக்கும் வேத மந்திரம்; the Veda mantra that points out Rudhran.

நமக்காரி: *(பெ):* ஆடுதின்னாப்பாளை; a kind of herb - Aaduthinnaapaalai.

நமசிவாய: *(பெ):* ஐந்தெழுத்து மந்திரம்; பஞ்சாட்சரம்; the five-lettered mantra praising Lord Shiva - i.e., Na Ma Si Va Ya.

நமட்டுச் சிரிப்பு: *(பெ):* அமர்த்தலான சிரிப்பு; sly smile.

நமட்டுச் சொறி: *(பெ):* சிரங்கு; itch; eruption.

நமதன்: *(பெ):* ஆண்டவன்; புகை; God; smoke.

நமபுரம்: *(பெ):* எமலோகம்; Yama's city.

நமருதல்: *(வி):* ஊறுதல்; பெருகுதல்; be soaked; to become damp; to increase.

நமர்: *(பெ):* நம்முடைய உறவினர்; our relatives.

நமலுதல்: *(வி):* வணங்குதல்; to worship, to bow.

நமறுதல்: *(வி):* வணங்குதல்; to worship.

நமன்: *(பெ):* உறவினன்; இயமன்; relative; Yama, the God of death.

நமஸ்கரி: *(வி):* கைகூப்பி (அ) காலில் விழுந்து வணங்கு; to pay one's respects with folded hands or by prostrating.

நமஸ்காரம்: *(பெ):* வணக்கம்; a way of greeting or conveying one's respect.

நமாஸ்: *(பெ):* தொழுகை; worship (Islam).

நமிடு: *(பெ):* பேன் முட்டை; நாரை வகை; egg of the louse; a kind of crane.

நமித்திரர்: *(பெ):* பகைவர்; enemies.

நமுகுதல்: *(வி):* குழைதல்; to become mashy.

நமுடு: *(பெ):* பூச்சிகளின் புழுப்பருவம்; larva of insects.

நமுத்தல்: *(வி):* நமர்த்தல்; to become wet.

நமூது: *(பெ):* சாட்சி; பொறுப்பாளி; witness; the responsible man.

நமேரு: *(பெ):* சுர புன்னை மரம்; mast wood.

நமை: *(பெ):* தினவு; வைக்காலி மரம்; itching; a kind of tree.

நமைக்காய்: *(பெ):* கத்தரிக்காய்; brinjal.

நமைதல்: *(வி):* தினவெடுத்தல்; to itch.

நமைத்தல்: *(வி):* நமைதல்; வருத்துதல்; கட்டளையிடுதல்; அணிவித்தல்; to itch; to give troubles; to command; to help in wearing clothes, jewels, etc.

நமைப்பு: *(பெ):* தினவு; சிரங்கு; வருத்தம்; itching; itch; distress.

நம்: *(பெ):* நாம் என்பதன் வேற்றுமை ஏற்றிடும் போது திரியும் வடிவம்; the form of the first person plural (நாம்) Nam serving as base of further declensions.

நம்பகம்: *(பெ):* நம்பிடத் தகுந்தது; நம்பிக்கைக்கு உரியது; certainty; trustworthyness.

நம்பகன்: *(பெ):* ஆணிற்சிறந்தோன்; கடவுள்; சிவபெருமான்; the elite among men; God; Lord Shiva.

நம்பாசு: *(பெ):* அவநம்பிக்கை; lack of trust.

நம்பி: *(பெ):* ஆணிற் சிறந்தோன்; கடவுள்; சிவபெருமான்; the elite among men; God; Lord Shiva.

நம்பிக்கை: *(பெ):* நிஜம்; சத்தியம்; விசுவாசம்; அனுபவம் உண்டாக்கிடும் உறுதி; genuine; truth; loyalty; faith.

நம்பிக்கையில்லாத் தீர்மானம்: *(பெ):* மத்திய (அ) மாநில அரசு மீது நம்பிக்கையில்லை எனக் கூறிப் பாராளுமன்றம் (அ) மாநில சட்டசபையில் எதிர்க்கட்சிகள் கொண்டுவரும் தீர்மானம்; the motion of no-confidence moved by the opposition parties.

நம்பிக்கை வாக்கெடுப்பு: *(பெ):* நம்பிக்கைத் தீர்மானம் கொண்டு வந்த பின் நடத்தப்படும் வாக்கெடுப்பு; vote of confidence.

நம்பியாரூரர்: *(பெ):* சுந்தரமூர்த்தி நாயனார்; Sundaramoorthi Nayanar, one of the four Samaya Kuravas (saiva saint-poets).

நம்பு: *(பெ):* நாவல்; விருப்பம்; அருச்சகம்; jamoon fruit; desire; the right of conducting temple worship.

நம்பு செய்வார்: *(பெ):* அருச்சகர்; the priest of the temple.

நம்புதல்: *(வி):* உறுதியான எண்ணம் கொள்ளுதல்; ஒருவரை (அ) ஒன்றினைச் சார்ந்து எதிர்பார்த்தல்; to believe; to trust; to depend on someone or something. ● **நம்ப** வைத்துக் கழுத்தை அறுக்கலாமா? ● **நம்பின**பேரை நட்டாற்றில் விடலாமா? - *பழமொழிகள்.*

நம்பூதிரி: *(பெ):* மலையாள தேசத்து அந்தணர் வகை; a class of brahmins in Kerala State.

நம்பெருமாள்: *(பெ):* ஸ்ரீரங்கநாதர்; திருமால்; God Sri Ranganatha at Sri Rangam; Lord Vishnu.

நம்மாழ்வார்: *(பெ):* ஆழ்வார்களில் முதன்மையான வரும் திருவாய்மொழி மற்றும் பிற நூல்களை இயற்றியவருமான வைணவப் பெரியார்; a Vaishnava saint and author of Thiruvaaimozhi and other works, foremost of ten Aazhwars.

நயக்கன்: *(பெ):* நாய்; dog.

நயச்சொல்: *(பெ):* இன்சொல்; pleasing words.

நயத்தகு: *(பெ):* அன்புடன் கூடிய; lovable.

நயத்தல்: *(வி):* விரும்புதல்; மகிழ்தல்; பாராட்டுதல்; இனிமையாகப் பழகுதல்; சிறப்பித்தல்; கெஞ்சுதல்; அன்பு கொள்ளுதல்; பின்பற்றுதல்; பயன்படுத்தல்; மலிதல்; மேம்படுதல்; நட்பாதல்; ஈரமாதல்; to like; be happy; to rejoice; to compliment;

நயநிலைப் படலம் 606 நரசிங்கம்

to become acquainted; to embellish; to show hospitality; to beg; to love; be kind; to follow; be useful; be plentiful; to excel; to become friend; to become wet. ● **நயத்தில்** ஆவது, பயத்தில் ஆகாது - *பழமொழி.*

நயநிலைப் படலம்: (பெ): நாடகம்; drama.

நயநௌஷகம்: (பெ): கண் மருந்து; a medicine for eyes.

நயந்தோன்: (பெ): காதலர்; நண்பர்; கணவர்; lover; friend; husband.

- நயந்தவர்க்கு நல்லாமை நேர்ந்தேன் பசந்தஎன் பண்புயார்க்கு உரைக்கோ பிற - *குறள் 1181.*
- நயந்தவர் நல்காமை சொல்லுவ போலும் பசந்து பனிவாரும் கண். - *குறள் 1232.*

நயப்பாடு: (பெ): பலன்; மேம்பாடு; benefit; betterment.

நயப்பித்தல்: (பெ): விரும்புமாறு செய்தல்; மகிழ்வித்தல்; உடன்படுத்துதல்; பயன்படுத்தல்; to induce to love; to enchant; to make someone agree; to utilize.

நயப்பு: (பெ): அன்பு; விருப்பம்; இன்பம்; மலிவு; இலாபம்; மேம்பாடு; நன்மை; love; desire; pleasure; that which is cheap; profit; excellence; good.

நயப்புணர்வு: (பெ): கண்ணோட்டம்; point of view.

நயமாலி: (பெ): மருந்து வகை; a kind of medicine.

நயமொழி: (பெ): இன்சொல்; pleasing words.

நயம்: (பெ): இன்பம்; அருள்; மகிழ்ச்சி; விருப்பம்; நன்மை; மேன்மை; அன்பு; பக்தி; நற்பயன்; மலிவு; மிகுதி; பயன்; நுண்மை; இனிமை; நீதி; pleasure; grace; happiness; desire; goodness; excellence; love; affection; devotion; advantage; cheap; surplus; benefit; minuteness; sweet; justice.

நயம்பாடுதல்: (வி): முகமன் கூறுதல்; to flatter; to salute.

நயர்: (பெ): அறிவுடையார்; wise persons.

நயவசனம்: (பெ): இன்சொல்; pleasing words.

நயவஞ்சகம்: (பெ): இனிமை காட்டி ஏமாற்றுதல்; hypocrisy.

நயவருதல்: (வி): விரும்புதல்; to like.

நயவர்: (பெ): காதலர்; நண்பர்; lover; friend.

நயவார்: (பெ): பகைவர்; enemies.

நயவான்: (பெ): உபகாரி; விரும்பாதவன்; helper; donor; one who does not like.

நயவுரை: (பெ): இனிய சொல்; pleasing words.

நயனப்பார்வை: (பெ): காதலுடன் கூடிய பார்வை; amorous look.

நயனம்: (பெ): கண்; the eye.

நயனரோகம்: (பெ): கண்ணோய்; eye disease.

நயனவாரி: (பெ): கண்ணீர்; tears.

நயனை: (பெ): கண்மணி; the pupil of the eye.

நயனோற்சவம்: (பெ): விளக்கு; கண்காட்சி; lamp; eyesight; exhibition.

நயன்: (பெ): நயம்; பசை; உறவு; விரகு; உபாயம்; நீதி; profit; gum; relationship; means; contrivance; justice.

நயன்மை: (பெ): நீதி; justice.

நயிட்டிகப் பிரமச்சாரி: (பெ): மாணாக்கன்; disciple.

நயிந்தை: (பெ): தலைவன்; பட்டப்பெயர்; master; lord; chief; a title.

நயினார்: (பெ): ஆண்டவன்; தலைவன்; ஐயனார்; சித்திரகுப்தன்; சமணருக்குரிய பட்டப்பெயர்; God; chief; Lord; master; Ayyanar, a village deity; Chitragupta; a title of Jains.

நரகதேவதை: (பெ): மூதேவி; பிசாசு; a female deity who causes misfortune; evil spirit.

நரகபாதாளம்: (பெ): ஆழ் நரகம்; the hell.

நரகம்: (பெ): துன்பமயமானது; உயிர்கள் தீவினையின் பயனை மறுமையில் நுகரும் இடம்; unbearable misery; hell.

நரகரி: (பெ): நரசிம்மம்; Narasimham, the sixth incarnation of Lord Vishnu.

நரகர்: (பெ): நரகத்தில் வாழ்வோர்; those who belong to hell.

நரகலித்தல்: (வி): அருவருத்தல்; to get a feeling of disgust because of something.

நரகலோகம்: (பெ): கீழுலகம்; hell.

நரகல்: (பெ): மலம்; ordure; excrement.

நரகவாய்: (பெ): குதம்; கீழுலகம்; anus; hell.

நரகன்: (பெ): பாவி; கண்ணபிரானால் வதைபட்ட ஓர் அசுரன்; sinner; an Asura who was killed by Lord Krishna.

நரகாந்தகன்: (பெ): நரகாசுரனை வதைத்த திருமால்; Lord Vishnu who killed Narakasura.

நரகாமயம்: (பெ): ஆத்மா; the soul.

நரகாலி: (பெ): கால்நடைகளுக்கு வரும் நோய்; cattle's disease.

நரகீலகன்: (பெ): குருவைக் கொலை செய்தவன்; one who killed his guru (teacher).

நரகு: (பெ): நரகம்; கீழுலகம்; the hell.

நரகேசரி: (பெ): மக்களுள் சிறந்தவன்; the eminent among people.

நரங்கடித்தல்: (வி): அழித்தல்; to destroy.

நரங்குதல்: (வி): மெலிதல்; நொறுங்குதல்; to become lean; be crushed.

நரசிங்கம்: (பெ): மனித உடலும், சிங்கத் தலையும் கொண்ட திருமாலின் ஆறாவது அவதாரம்; the sixth incarnation of Lord Vishnu having the human body with a lion's head.

நரசீவன்: (பெ): மனிதன்; human being.
நரதுங்கன்: (பெ): மனிதருள் சிறந்தவன்; the eminent person among people.
நரதுதி: (பெ): மனிதரைப் புகழ்தல்; praise of human beings.
நரதன்: (பெ): மக்களின் தலைவனாகிய அரசன்; the king as the chief of human beings.
நரத்துவம்: (பெ): மனிதத்தன்மை; humanitarianism.
நரந்தம்: (பெ): கஸ்தூரி மான்; மணம்; கஸ்தூரி; காகம்; நாரத்தை; மணப்புல் வகை; musk deer; smell; musk; crow; a kind of wild lime; a kind of grass.
நரபதி: (பெ): அரசன்; king.
நரபலி: (பெ): தெய்வக் காணிக்கையாகச் செலுத்தப்படுகின்ற மனித உயிர்ப்பலி; human sacrifice.
நரபாலன்: (பெ): அரசன்; king.
நரபுடம்: (பெ): ஐம்பது எருகொண்டு போடப்படும் புடம்; calcine with fifty dried cow-dung cakes.
நரமாமிசம்: (பெ): மனித உடம்பில் உள்ள சதை; human flesh.
நரமேதம்: (பெ): மனிதர்களைப் பலியிட்டுச் செய்யப்படும் வேள்வி; the sacrifice done by killing human beings.
நரம்பன்: (பெ): மெலிந்தவன்; lean person.
நரம்பியல்: (பெ): நரம்புகளின் அமைப்பு, செயல்பாடுகள், அவற்றைத் தாக்கும் நோய்கள் போன்றவற்றை விளக்கிடும் மருத்துவத் துறை; neurology.
நரம்பு: (பெ): மனித மூளையிலிருந்து உடம்பின் அனைத்து பாகங்களுக்கும் உணர்வுகளைக் கொண்டுசெல்லும் மெல்லிய இழை; இரத்தத்தை இருதயத்திற்குக் கொண்டுசெல்லும் தசையினால் ஆன மெல்லிய குழாய்; வீணை போன்ற இசைக் கருவிகளில் விலங்கினுடைய உடம்பிலிருந்து எடுக்கப்பட்டு பயன்படுத்தப்படும் நாண்; இலையின் அடிப்பரப்பில் காணப்படும் நீரைக் கொண்டுசெல்லும் மெல்லிய கம்பி போன்ற பகுதி; வில் நாண்; nerve; vein; catgut; vein of leaves; bow-string.
நரம்புக்காய்: (பெ): முருங்கைக்காய்; drumstick.
நரம்புச்சிலந்தி: (பெ): ஒரு வகைப் புண்; a kind of sore.
நரம்புத் தளர்ச்சி: (பெ): நரம்புகளில் உண்டாகும் உறுதிக் குலைவு; nervous debility; neurasthenia.
நரம்பு மண்டலம்: (பெ): மூளை, தண்டுவடம், நரம்புகள் ஆகியவற்றை உள்ளடக்கிய அமைப்பு; nervous system.
நரம்புவீச்சு: (பெ): நரம்பில் உண்டாகும் வலி; pain in the nerves.
நரலல்: (பெ): பேச்சொலி; the sound caused by speech. (வி): ஒலித்தல்; to sound.
நரலுதல்: (வி): கத்துதல்; ஒலித்தல்; to low as cow; to make sound.
நரலை: (பெ): கடல்; ஒலி; மதிலுறுப்பு; sea; sound; part of a fort wall.
நரலோகம்: (பெ): பூமி; the earth.
நரவாகனம்: (பெ): சிவிகை; ஊர்தி; குபேரனது ஊர்தி; palanquin; vehicle; vehicle of Lord Kubera.
நரளி: (பெ): கடலை; Bengalgram.
நரன்: (பெ): மாந்தன்; அருச்சுனன்; ஒரு முனிவன்; Arjuna, third of the Pancha Pandavas; a saint.
நராதாரை: (பெ): பூமி; the earth.
நராதிபன்: (பெ): மன்னன்; the king.
நராந்தகம்: (பெ): மரணம்; இறப்பு; death.
நராந்தகன்: (பெ): இயமன்; Yama, the God of death.
நராந்தம்: (பெ): காக்கை; the crow.
நராலை: (பெ): நரகம்; the hell.
நரி: (பெ): உருவமைப்பில் நாயைப் போன்றுள்ளதும், மாமிசத்தை உண்ணுவதுமான சிறு காட்டு விலங்கு; jackal. • **நரிக்கு நாட்டாண்மை கொடுத்தால் கிடைக்கு இரண்டு ஆடு கேட்குமாம்.** • **நரி தின்ன கோழி கூவிடுமோ ?** - *பழமொழிகள்.*
நரிக்கொன்றை: (பெ): ஒரு வகை மரம்; a kind of tree.
நரிக்காய்ச்சி: (பெ): ஒரு வகைப் பனை மரம்; a kind of Palmyra tree.
நரிக்குளிப்பாட்டி: (பெ): பசப்பு வார்த்தைகளால் அடுத்தவரை ஏய்ப்பவன்; the person who deceives by soothing words.
நரிக்குறத்தி: (பெ): நரிக்குறவன் என்னும் சொல்லின் பெண்பால்; குறவர் இனப் பெண்; the feminine of Narikuravan; the woman belonging to kurava caste.
நரிக்குறவன்: (பெ): உணவுக்காக நரிகளை வேட்டையாடிக் கொல்லும் குறவர் இனத்தைச் சேர்ந்தவன்; a person of kurava caste who hunts jackals for food.
நரிச்சல்: (பெ): வௌவால் வகை; a kind of bat.
நரிதல்: (வி): வருத்துதல்; சித்திரவதை செய்தல்; to cause pain; to torture.
நரித்தல்: (வி): அழிதல்; to perish.
நரிப்பாகல்: (பெ): காட்டுப் பாகல்; wild bitter-gourd.
நரிப்பு: (பெ): வியப்பு; இகழ்வு; surprise; derision.
நரிமருட்டி: (பெ): கிலுகிலுப்பை; child's rattle.
நரியன்: (பெ): குள்ளன்; ஏமாற்றுபவன்; dwarf; the cheat.

நரியிலந்தை: (பெ): ஒரு வகை மரம்; a kind of tree.
நரியுடை: (பெ): மொசுமொசுக்கை; bristly bryony.
நரியுணி: (பெ): நண்டு; crab.
நருக்கல்: (பெ): வேகாத சோறு; ஒரு வகை வயிற்று நோவு; insufficiently cooked rice; a kind of stomach pain.
நருக்குதல்: (வி): குட்டுதல்; நொறுக்குதல்; to strike with knuckles on the head; to smash.
நருங்குதல்: (வி): தேய்தல்; நொறுங்குதல்; to rub; to smash.
நருவிசு: (பெ): துப்புரவு; நாகரிகம்; சிக்கனம்; cleanliness; refinement; economy.
நரேந்திரன்: (பெ): அரசன்; the king.
நரை: (பெ): வெண்மை; எருது; ரிஷப ராசி; சாமரம்; கவரிமான்; மூப்பு; பெருமை; நாரை; வெள்ளைக் குதிரை; வெள்ளை நிறமாக மாறிய முடி; whiteness; bull; the second constellation of the Zodiac having the bull as its sign; Taurus; bushy tail of the lion used as a fly-flapper for idols or as a royal insignia; a kind of deer; old age; greatness; crane; white horse; grey hair.
நரைதல்: (வி): மெலிதல்; to become lean.
நரைகொம்பு: (பெ): எலும்பு; bone.
நரைதிரை: (பெ): முதுமையின் அறிகுறியான நரைத்த முடியும் தோல் சுருக்கமும்; grey hair and wrinkles as a sign of old age.
நரைத்தல்: (வி): முதுமையின் அறிகுறியாக முடி வெள்ளை நிறமாக மாறுதல்; to become grey-haired. • **மீசை நரைத்தாலும் ஆசை நரைக்கவில்லை;** • **நரைத்தவனெல்லாம் கிழவனா?** - *பழமொழிகள்.*
நரையான்: (பெ): நாரை; காகம்; நெல் வகை; வெள்ளை நிறப் பசு; crane; crow; a kind of paddy; white cow.
நர்த்தகப்பிரியம்: (பெ): மயில்; peacock.
நர்த்தகம்: (பெ): ஆண் யானை; he-elephant.
நர்த்தகன்: (பெ): கூத்தாடுபவன்; dancer.
நர்த்தகி: (பெ): பெண் யானை; கூத்தாடுபவள்; she-elephant; a professional dancing woman.
நர்த்தனம்: (பெ): கூத்து; நாட்டியம்; dance.
நர்மடம்: (பெ): சாதகப் பறவை; shepherd koel, believed to subsist on rain drops.
நர்மடன்: (பெ): சூரியன்; the Sun.
நலக்குதல்: (வி): கசக்குதல்; அமுக்காக்குதல்; to crumple; to tarnish.
நலங்கு: (பெ): திருமணத்தில் மணமக்களை அமரச் செய்து சந்தனம் போன்றவற்றைப் பூசி மகிழ்வைத் தருகின்ற சில விளையாட்டுகளை விளையாடச் செய்திடும் சடங்கு; a ritual game at the time of wedding, played by the bride and bridegroom.
நலங்குதல்: (வி): வருந்துதல்; கசங்குதல்; be distressed; to lose freshness.
நலதம்: (பெ): வெட்டிவேர்; cuscus grass.
நலதம்பு: (பெ): வேப்பமரம்; neem tree.
நலத்தல்: (வி): சிந்தித்தல்; to think.
நலப்பாடு: (பெ): ஆதாயம்; நன்மை; அதிர்ஷ்டம்; benefit; good (deed); good fortune.
நலப்பு: (பெ): சித்தி; நன்மை; success; good (deed).
நலமடித்தல்: (வி): காயடித்தல்; to castrate the bull.
நலம்: (பெ): அழகு; ஆசை; உயர்வு; அன்பு; இன்பம்; அறம்; புகழ்; சுக்கு; beauty; desire; excellence; love; affection; pleasure; virtue; fame; dried ginger.
• **நலக்குரியார் யாரெனின் நாமநீர் வைப்பின் பிறற்குரியாள் தோள்தோயா தார்.** - *குறள் 149.*
• **நலம்வேண்டின் நாணுடைமை வேண்டும் குலம்வேண்டின் வேண்டுக யார்க்கும் பணிவு** - *குறள் 960.*
நலம்பாடு: (பெ): தகுதி; fitness.
நலவர்: (பெ): நல்லோர்; nobles.
நலவல்: (பெ): நாவல் மரம்; jamoon tree.
நலன்: (பெ): நலம்; state of good health.
நலி: (பெ): நோய்; மெலிவு; disease; leanness.
நலிதம்: (பெ): தாமரை; lotus.
நலிதல்: (வி): வருந்துதல்; அழிதல்; வருத்துதல்; to suffer; to perish; to afflict.
நலிவு: (பெ): துன்பம்; கேடு; அழிவு; மெலிவு; வருத்தம்; suffering; harm; ruin; leanness; distress.
நலுங்குதல்: (வி): வருந்துதல்; to strain.
நல்: (பெ): மங்கல வழக்காக சில சொற்களின் முன்பாகச் சேர்க்கப்படுவது; a word prefixed as a polite way of describing an auspicious thing or event. • **நல்விருந்து; நல்லெண்ணெய்; நல்முத்து; நல்லன்னம்.**
நல்கல்: (பெ): அன்பு; கொடை; அருள்; kindness; love; affection; bounty; grace.
நல்குதல்: (வி): கொடுத்தல்; அதிகமாக அன்பு செலுத்துதல்; வளர்த்தல்; பயன்படுதல்; அருள் செய்தல்; விரும்புதல்; படைத்தல்; தாமதித்தல்; உவத்தல்; to give; to show deep love; to bring up; be useful; to bestow grace; to like; to create; to delay; to rejoice.
நல்குரவு: (பெ): வறுமை; poverty.
• **நல்குரவு என்னும் இடும்பையுள் பல்குரைத் துன்பங்கள் சென்று படும்** - *குறள் 1045.*
நல்கூர்தல்: (வி): வறுமை நிலையை அடைதல்; துன்புறுதல்; to become poor; to suffer.
நல்கை: (பெ): கல்வி நிறுவனங்களுக்கு நிதியுதவி; grant to educationl institutions; sponsorship.

நல்ல: *(பெ.அ):* எதிர்பார்க்கப்படும் ஒழுங்கு, முறை போன்றவற்றைக் கொண்டமைந்த; தீயதாக இல்லாத; குறைகளற்ற; நன்மை விளைவிக்கக் கூடிய (in positive attribute) good; (of character, conduct, etc.,) good; auspicious.
- **நல்ல** மாட்டிற்கு ஒரு சூடு. • **நல்ல** மரத்தில் புல்லுருவி பாய்ந்தது போல - *பழமொழிகள்.*
- கவையாகிக் கொம்பாகிக் காட்டகத்தே நிற்கும் அவையல்ல **நல்ல** மரங்கள் - சபைநடுவே நீட்டோலை வாசியா நின்றான் குறிப்பறிய மாட்டா தவன்நல் மரம் - *மூதுரை.*

நல்லகாலம்: *(பெ):* நற்பயன்கள் விளைவித்த (அ) விளையும் (அ) விளைகின்ற காலம்; lucky time.

நல்லணி: *(பெ):* மங்கல நாண்; 'Thaali', a turmeric-smeared cord with gold pendant tied by the bridegroom around the neck of bride at the time of wedding.

நல்ல தண்ணீர்: *(பெ):* தூய்மையான நீர்; குடிநீர்; pure water; drinking water.

நல்ல தனம்: *(பெ):* அன்பையும், இரக்கத்தையும் தோற்றுவிக்கும் பண்பு; the quality that inspires love and kindness.

நல்லது: *(பெ):* நன்மையானது; that which is good.

நல்லநாள்: *(பெ):* புனித நாள்; auspicious day.

நல்லந்துவனார்: *(பெ):* கலித்தொகையைத் தொகுத்த சங்க காலப் புலவர்; a sangam period poet and compiler of Kaliththokai.

நல்லபாம்பு: *(பெ):* நாகப்பாம்பு; cobra.

நல்லமை: *(பெ):* நட்பு; உண்மை; friendship; truth.

நல்லம்: *(பெ):* கறுப்பு; கரி; இஞ்சி; black; coal; ginger.

நல்லவர்: *(பெ):* நற்குணங்கள் நிரம்பியவர்; அறிஞர்; a good person; learned person. • **நல்லவன்** எனப் பேர் எடுக்க நாட்செல்லும் - *பழமொழி.*

நல்ல வார்த்தை: *(பெ):* அன்புடன் கூடிய வார்த்தைகள்; பணிவுடன் கூடிய வார்த்தை; kind words; words of entreaty.

நல்ல வேளை: *(பெ):* நல்ல காலம்; lucky time.

நல்லவை: *(பெ):* நற்பயன்களை அளிப்பவை; அறிஞர் அவை; good things; learned people assembly.

நல்லறம்: *(பெ):* நேர்மையான வாழ்க்கை; virtuous life.

நல்ல விளக்கு: *(பெ):* எண்ணெய்விட்டு, திரியிட்டு தெய்வத்தின் முன்பாக ஏற்றி வைத்திடும் விளக்கு; a lamp with a wick burnt with oil, placed in front of a deity (at home).

நல்லறிவு: *(பெ):* நன்மை தீமைகளை ஆராய்ந்து நல்லொழுக்க நெறியினை உணர்த்தும் அறிவு; good sense.

நல்லாங்கு: *(பெ):* நன்மை; being beneficial.

நல்லாண்மை: *(பெ):* நல்ல முறையில் ஆளும் தன்மை; ability to rule in a proper way.
- **நல்லாண்மை** என்பது ஒருவற்குத் தான்பிறந்த இல்லாண்மை ஆக்கிக் கொளல். - *குறள் 1026.*

நல்லார்: *(பெ):* பெரியோர்; கற்றோர்; மகளிர்; nobles; learned people; women.
- **நல்லார்**கண் பட்ட வறுமையின் இன்னாதே கல்லார்கண் பட்ட திரு - *குறள் 408.*

நல்லாள்: *(பெ):* நற்குணங்கள் நிரம்பிய பெண்; woman of noble characters.

நல்லாறு: *(பெ):* நல்வழி; right path.
- **நல்லாறு** எனினும் கொளல்தீது மேலுலகம் இல்லெனினும் ஈதலே நன்று. - *குறள் 222.*
- **நல்லாறு** எனப்படுவது யாதெனின் யாதொன்றும் கொல்லாமை சூழும் நெறி. - *குறள் 324.*

நல்லி: *(பெ):* பெண்; முதுகெலும்பு; woman; back-bone.

நல்லியக்கோடன்: *(பெ):* பத்துப்பாட்டின் சிறுபாணாற்றுப் படையில் போற்றிக் கூறப் பட்டுள்ள நற்குணங்கள் நிரம்பிய சிற்றரசன்; a liberal chief of ancient times, celebrated in ciru-paanaatruppadai of Paththuppaattu.

நல்லுறவு: *(பெ):* இணக்கமான தொடர்பு; friendly and happy relations.

நல்லூழ்: *(பெ):* புண்ணியம்; merit of virtuous deeds done in previous birth.

நல்லெண்ணம்: *(பெ):* நல்லுறவினைப் பேணும் நோக்கம்; good intention.

நல்லெண்ணெய்: *(பெ):* எள்ளிலிருந்து எடுக்கப்படும் எண்ணெய்; sesame oil.

நல்வசி: *(பெ):* சூலம்; trident.

நல்வினை: *(பெ):* புண்ணியம்; merit of virtuous deeds done in previous birth.

நவ: *(பெ.அ):* புதிய; புதுமையான; new; modern.

நவக்காணத்தாள்: *(பெ):* பார்வதிதேவி; Goddess Parvathi, the consort of Lord Shiva.

நவக்கிரகம்: *(பெ):* ஜோதிட சாஸ்திரத்தில் கூறப்பட்டுள்ள சூரியன், சந்திரன், செவ்வாய், புதன், வியாழன்/குரு; வெள்ளி (சுக்கிரன்), சனி, இராகு, கேது ஆகிய ஒன்பது கிரகங்கள்; சைவத் திருக்கோயில்களில் ஒரே பீடத்தில் ஒன்றினை ஒன்று பார்த்துக் கொள்ளாமல் நிற்கும் ஒன்பது கிரகங்களினுடைய சிலைகள்; the nine planets supposed to govern one's destiny as per astrology; the nine deities presiding over the nine planets placed in different directions on a base in Saiva temples.

நவசாரிகை: *(பெ):* புதுமணப்பெண்; bride.

நவசி: *(பெ):* தென்னை வகை; கமுகு வகை; a kind of coconut tree; a kind of arecanut tree.

நவச்சாரம்: *(பெ):* ஈயம் பூசப் பயன்படுத்தும் பளபளப்பான வெள்ளை நிறமும், காரத் தன்மையும் கொண்ட பொருள்; ammonium chloride (solid state).

நவதளம்: *(பெ):* தாமரைத்தளிர்; the sprout of lotus.

நவதானியம்: *(பெ):* அவரை, உளுந்து, எள்ளு, கடலை, கொள்ளு, கோதுமை, துவரை, நெல், பாசிப்பயறு ஆகிய ஒன்பது வகையான தானியங்கள்; nine kinds of grains, viz, beans, black-gram, sesame, bengal-gram, horse-gram, wheat, red-gram, paddy and green-gram.

நவதி: *(பெ):* தொண்ணூறு; ninety.

நவதை: *(பெ):* புதுமை; newness.

நவநீதகம்: *(பெ):* நெய்; ghee.

நவநீதம்: *(பெ):* புதுமை; வெண்ணெய்; newness; butter.

நவமணிமாலை: *(பெ):* பிரபந்த வகை; a kind of Prabandha.

நவமம்: *(பெ):* பாகவதத்தின் ஒன்பதாம் அத்தியாயம்; the ninth chapter of Bhagavatham.

நவமி: *(பெ):* அமாவாசை (அ) பௌர்ணமி கழிந்து ஒன்பதாம் நாள்; the ninth lunar day after the New Moon or Full Moon.

நவம்: *(பெ):* புதுமை; நட்பு; பூமி; கார்காலம்; ஒன்பது; newness; friendship; earth; rainy season; the number nine.

நவராத்திரி: *(பெ):* புரட்டாசி மாதத்து வளர் பிறையின் முதல் நாளிலிருந்து ஒன்பது இரவுகள், துர்க்கை, லட்சுமி, சரஸ்வதி ஆகிய பெண் தெய்வங்களுக்குக் கொண்டாடப்படும் பண்டிகை; a festival for the Goddesses Durga, Lakshmi and Saraswathi, celebrated for nine days (in the night hours) of the Tamil month Purattasi from the first day of the new moon day.

நவரை: *(பெ):* தாளடிக்குப் பின் பயிரிடப்படும் நெல் சாகுபடி; the third crop of paddy after Thaaladi.

நவலோகாங்கம்: *(பெ):* காந்தம்; magnet.

நவவதூ: *(பெ):* புதுமணப் பெண்; bride.

நவவஸ்திரம்: *(பெ):* புதுத்துணி; new cloth.

நவாடா: *(பெ):* தோணி; boat.

நவாது: *(பெ):* வெள்ளைச் சர்க்கரை; white sugar.

நவி: *(பெ):* கோடரி; axe.

நவித்தல்: *(வி):* அவித்தல்; to boil.

நவியம்: *(பெ):* கோடரி; புதுமை; புதியது; axe; modernity; the new one.

நவிரம்: *(பெ):* உச்சி; தலை; மயில்; மலை; வாள்; crown; head; peacock; mountain; sword.

நவிரல்: *(பெ):* ஒரு மர வகை; a kind of tree.

நவிர்: *(பெ):* தக்கேசிப் பண்; ஆண் மயிர்; வாள்; புன்மை; மர வகை; குற்றம்; a melody type; men's hair; sword; baseness; a kind of tree; fault.

நவிர்தல்: *(வி):* கிழிதல்; to be torn.

நவிலுதல்: *(வி):* சொல்லுதல்; செய்தல்; பழகுதல்; விரும்புதல்; மிகுதல்; to tell; to do; to get acquainted; to like; to increase.

- நவில்தொறும் நூல்நயம் போலும் பயில்தொறும்
  பண்புடை யாளர் தொடர்பு - *குறள் 783.*

நவிழ்த்தல்: *(வி):* அவித்தல்; to boil.

நவிற்றுதல்: *(வி):* சொல்லுதல்; உரைத்தல்; to say; to tell.

நவீனம்: *(பெ):* புதுமை; நாவல்; modernity; novel.

நவுதல்: *(வி):* தளர்தல்; to become slack.

நவுரி: *(பெ):* எக்காள வகை; a kind of trumpet.

நவை: *(பெ):* இகழ்ச்சி; குற்றம்; தண்டனை; vilification; fault; punishment.

நவோடை: *(பெ):* புதுமணப்பெண்; bride.

நவோந்திருதம்: *(பெ):* வெண்ணெய்; butter.

நவ்வு: *(பெ):* ஆடு; தோணி; goat; boat.

நவ்வுதல்: *(பெ):* நம்புதல்; எதிர்பார்த்திருத்தல்; to believe; to expect.

நழுக்கம்: *(பெ):* மழுங்கல்; bluntness.

நழுங்கல்: *(பெ):* மழுங்கல்; bluntness.

நழுவமிழ்து: *(பெ):* கூழ்; porridge like preparation from the flour of certain grains such as Ragi.

நழுவல்: *(வி):* விலகுதல்; வழுவுதல்; to leave; to fail.

நழுவுதல்: *(வி):* விலகுதல்; அழுந்துதல்; வழுவுதல்; to leave; to sink; to fail.

நள: *(பெ):* ஒரு தமிழ் வருடம்; Nala, a Tamil Year.

நளபாகம்: *(பெ):* தேர்ச்சி பெற்றவரின் சமையல்; அருமையான சமையல்; excellent cooking.

நளவெண்பா: *(பெ):* நள மகராஜனைப் போற்றி புகழேந்திப் புலவரால் பாடப்பெற்ற வெண்பா வகைப்பாடல்; a poem on king Nala in Venba metre, by Pukazhendhippulavar.

நளன்: *(பெ):* நளவெண்பாவின் நாயகனாகிய நிஷத நாட்டு மன்னனாகிய நளன்; Nalan, a famous emperor of Nishada country, hero of Nalavenba.

நளி: *(பெ):* அகலம்; செறிவு; பெருமை; செருக்கு; கூட்டம்; நிந்தை; எள்ளல்; தேள்; குளிர்ச்சி; width; vanity; greatness; pride; crowd; ridicule; scorpion; coldness.

நளிதல்: *(வி):* செறிதல்; ஒத்தல்; பரத்தல்; be close; be resemble; be like; to spread.

நளிர்: *(பெ):* நண்டு; குளிர்ச்சி; பகை; பெருமை; crab; coldness; enmity; greatness.

நளிர்விடம்: *(பெ):* தேள்; scorpion.

நளிவு: *(பெ):* செறிவு; abundance.

நளினம்: *(பெ):* இங்கிதம்; தாமரை; நிந்தை; நீலம்; நீர்; பரிகாசம்; prudence; lotus; vilification; blue; water; making fun of.

நளினி: *(பெ):* தாமரைப் பொய்கை; ஒரு பண்; திருமகள்; lotus tank; a kind of song; Lakshmi, Goddess of Wealth.

நளினை: *(பெ):* திருமகள்; Lakshmi, Goddess of Wealth.

நளுக்குதல்: *(வி):* நடுக்குதல்; to shiver.

நளுங்கு: *(பெ):* ஒரு கிளிஞ்சில் வகை; a kind of shell.

நளுத்தை: *(பெ):* ஒரு பண்; a song.

நளை: *(பெ):* ஏலத்தோல்; the outer covering of cardamon seed.

நள்: *(பெ):* நடு இரவு; செறிவு; உச்சிப்பொழுது; middle; centre; night; abundance; noon.

நள்ளலர்: *(பெ):* பகைவர்; enemies.

நள்ளார்: *(பெ):* பகைவர்; enemies.

நள்ளி: *(பெ):* நண்டு; உறவு; கடை யெழு வள்ளல்களுள் ஒருவர்; crab; relationship; one of the last famous seven liberal donors - Nalli.

நள்ளிடை: *(பெ):* நடுவிடம்; centre place.

நள்ளிருள்: *(பெ):* நடு இரவு; mid night.

நள்ளிருள்நாறி: *(பெ):* இருவாட்சிப் பூ; a kind of fragrant jasmine.

நள்ளுதல்: *(வி):* நட்பு கொள்ளுதல்; விரும்புதல்; அடைதல்; to make friendship; to like; to attain.

நள்ளுநர்: *(பெ):* நண்பர்; friends.

நற: *(பெ):* கள்; தேன்; toddy; honey.

நறணை: *(பெ):* அரணை; skink.

நறவம்: *(பெ):* தேள்; கள்; பால்; மணம்; மயிற் கொன்றை; ஞாழல்; குங்கும மரம்; அனிச்ச மரம்; scorpion; toddy; milk; fragrance; the crest of peacock; different shrubs like cassia, jasmine, etc.; saffron tree; the tree which bears the flower supposed to be, so delicate as to drop or even perish when smelt; a kind of tree.

நறவு: *(பெ):* தேன்; கள்; மணம்; honey; toddy; fragrance.

நறா: *(பெ):* தேன்; வாசனை; கள்; honey; fragrance; toddy.

நறிவெங்காயம்: *(பெ):* ஒரு வகை வெங்காயம்; a kind of onion used as a medicine.

நறுக்கரிசி: *(பெ):* பாதி வெந்த சோறு; half-boiled rice.

நறுக்கு: *(பெ):* துண்டு; ஓலைச்சீட்டு; piece; a palmleaf strip.

நறுக்குதல்: *(வி):* துண்டித்தல்; to cut down.

நறுக்குமூலம்: *(பெ):* கண்டந் திப்பிலி; வெட்டி வேர்; a kind of long pepper; cuscus grass.

நறுஞ்சுதை: *(பெ):* தூய்மையான பசுவின் பால்; cow's milk.

நறுதடி: *(பெ):* அடைகல்; anvil; foundation stone; base.

நறுநாற்றம்: *(பெ):* நல்ல மணம்; fragrant smell.

நறுநெய்: *(பெ):* பசுநெய்; (cow's) ghee.

நறுந்தொகை: *(பெ):* கொற்கை வேந்தன் குலசேகர பாண்டியனால் இயற்றப்பட்ட நூல்; a minor didactic work by Pandya king Kulasekaran who ruled Korkai.

நறுந்தொடை: *(பெ):* மணமுடைய மாலை; fragrant garland.

நறுமடி: *(பெ):* அழகிய துகில்; fine cloth.

நறுமருப்பு: *(பெ):* இஞ்சி; ginger.

நறுமா: *(பெ):* எளியது; புறக்கணிப்பு; அலட்சியம்; புல்லன்; that which is very easy; contempt; indifference; meanful person.

நறுமுதல்: *(வி):* பல்லைக் கடித்தல்; to grind one's teeth.

நறுமை: *(பெ):* நன்மை; நறுமணம்; benefaction; fragrance.

நறும்பிசின்: *(பெ):* சாசிதம் என்னும் பிசின்; ஒரு மருந்து; a kind of gum and is utilized as a medicine.

நறும்புகை: *(பெ):* சுகந்தமான புகை; fragrant smoke.

நறுவிலி: *(பெ):* சிறு நறுவிலி, பெருநறுவிலி என்னும் இரு மரவகைகள்; a kind of tree which has two varieties - Sirunaruvili and Perunaruvili.

நறை: *(பெ):* கள்; தேன்; மணம்; நறும்புகை; குற்றம்; toddy; honey; fragrance; fragrant smoke; fault.

நறைக்காய்: *(பெ):* சாதிக்காய்; gall nut.

நற்கதி: *(பெ):* மோட்சம்; salvation; heaven.

நற்கந்தம்: *(பெ):* நறுமணம்; fragrance.

நற்கருணை: *(பெ):* கடவுளின் அருள்; benevolence of God.

நற்கல்: *(பெ):* ஆட்டுக்கல்; grinder stone.

நற்கு: *(பெ):* நன்மை; benefaction.

நற்குணம்: *(பெ):* நல்ல பண்பு; virtue. • **நற்குணம் நல்ல ஆஸ்தி** - *பழமொழி.*

நற்குலம்: *(பெ):* உயர்குலம்; nobles.

நற்கூறு: *(பெ):* பயன்; advantage.

நற்சர்: *(பெ):* இயற்கையான மரணம்; natural death.

நற்சாந்து: *(பெ):* சுண்ணச்சாந்து; slaked lime.

நற்சாரி: *(பெ):* நவச்சாரம்; ammonium chloride in solid state.

நற்சாளை: *(பெ):* ஒரு வகை மீன்; a kind of fish.

நற்சான்றிதழ்: (பெ): ஒருவரின் நடத்தை குறித்து அளிக்கப்படும் சான்றிதழ்; conduct certificate.
நற்சிலை: (பெ): கருங்கல்; granite.
நற்செய்தி: (பெ): இயேசுவின் வாழ்க்கை, போதனை ஆகியவை குறித்துப் புதிய ஏற்பாட்டில் நால்வர் எழுதிய வாசகங்கள்; Gospel.
நற்செய்தியாளர்: (பெ): புதிய ஏற்பாட்டில் நற்செய்தியை எழுதியவர்கள்; Evengelists.
நற்பலம்: (பெ): வெட்பாலை மரம்; a kind of tree.
நற்பு: (பெ): நன்மை; benefaction.
நற்பேறு: (பெ): நல்லூழ்; good fortune.
நற்றம்: (பெ): நற்குணம்; virtue.
நற்றாய்: (பெ): பெற்ற தாய்; own mother.
நற்றிறம்: (பெ): நன்மை; நோன்பு; நீதிநெறி; benefaction; penance; morality.
நற்று: (பெ): நன்மை; benefaction.
நற்றுடி: (பெ): வேர்; புன்னாக மரம்; root; a kind of tree.
நற்றுளி: (பெ): அத்தி மரம்; அத்திப்பிசின்; country fig tree; gum of that tree.
நனந்தலை: (பெ): அகன்ற இடம்; மண்டலம்; உச்சி; திக்கு; நடு; vast place; circle; earth; crown of the head; direction; middle.
நனம்: (பெ): அகலம்; width.
நனவு: (பெ): மெய்ம்மை; விழிப்பு; இடம்; அகலம்; தேற்றம்; போர்க்களம்; truth; watchfulness; place; width; certainty; battlefield.

- **நனவினால்** நல்கா தவரைக் கனவினால்
  காண்டலின் உண்டென் உயிர். - *குறள் 1213.*
- கனவினால் உண்டாகும் காமம் **நனவினால்**
  நல்காரை நாடித் தரற்கு. - *குறள் 1214.*
- **நனவினால்** கண்டதூஉம் ஆங்கே கனவுந்தான்
  கண்ட பொழுதே இனிது. - *குறள் 1215.*
- **நனவென** ஒன்றில்லை யாயின் கனவினால்
  காதலர் நீங்கலர் மன். - *குறள் 1216.*
- **நனவினால்** நல்காக் கொடியார் கனவினால்
  என்எம்மைப் பீழிப் பது. - *குறள் 1217.*
- **நனவினால்** நல்காரை நோவர் கனவினால்
  காதலர்க் காணா தவர். - *குறள் 1219.*
- **நனவினால்** நஞ்நீத்தார் என்பர் கனவினால்
  காணார்கொல் இவ்வூ ரவர். - *குறள் 1220.*

நனி: (வி.அ): மிகுதியாய்; abundantly.
நனை: (பெ): பூவரும்பு; தேன்; கள்; flower bud; honey; toddy.
நனைதல்: (பெ): ஈரமாதல்; அரும்புதல்; தோன்றுதல்; to become wet; to bud; to appear; to spring forth. • முழுதும் **நனைந்தவனுக்கு** முக்காடு எதற்கு? - *பழமொழி.*
நனைத்தல்: (வி): ஈரமாக்குதல்; to make wet.
நனைவு: (பெ): ஈரம்; நனைதல்; wetness; becoming wet.
நன்காடு: (பெ): சுடுகாடு; இடுகாடு; cremation ground; graveyard.
நன்கு: (பெ): அழகு; மிகுதி; இலாபம்; நன்மை; beauty; excess; profit; gain; benefaction.
நன்குணர்தல்: (வி): கற்றறிதல்; to learn by reading.
நன்கொடை: (பெ): மனமுவந்து வழங்கும் தொகை (அ) பொருள்; donation of a large sum; present in cash or kind.
நன்செய்: (பெ): பாசன வசதி மிகுந்த நிலம்; wet land.
நன்பன்: (பெ): சணல்; jute.
நன்பால்: (பெ): நல்லொழுக்கம்; virtue.
நன்பொருள்: (பெ): மகன்; the son.
நன்மக்கள்: (பெ): சான்றோர்; அறிஞர்; நல்ல பிள்ளைகள்; nobles; learned people; good children.
நன்மார்க்கம்: (பெ): நன்னெறி; righteous conduct.
நன்முகம்: (பெ): தாராளம்; generosity.
நன்மை: (பெ): நலம்; பயன்; உதவி; சிறப்பு; ஆக்கம்; நற்செயல்; நல்வினை; மிகுதி; மேம்பாடு; நல்ல குணம்; புதுமை; goodness; benefit; help; grandeur; gain; good deed; abundance; excellence; good nature; newness. • **நன்மை** செய்தார் நன்மை பெறுவார்; தீமை செய்தார் தீமையே பெறுவார் - *பழமொழி.*

- **நன்மையும்** தீமையும் நாடி நலம்புரிந்த
  தன்மையான் ஆளப் படும். - *குறள் 511.*

நன்மையாதல்: (வி): பூப்படைதல்; to attain puberty.
நன்றி: (பெ): நன்மை; உதவி; அறம்; செய்ந்நன்றி; விசுவாசம்; benefaction; help; virtue; the word expressing one's gratitude; thanks; gratitude.

- காலத்தி னாற்செய்த **நன்றி** சிறிதெனினும்
  ஞாலத்தின் மாணப் பெரிது. - *குறள் 102.*
- தினைத்துணை **நன்றி** செயினும்
  பனைத்துணையாக்
  கொள்வர் பயன்தெரி வார் - *குறள் 104.*
- **நன்றி** மறப்பது நன்றன்று நன்றல்லது
  அன்றே மறப்பது நன்று. - *குறள் 108.*
- எந்**நன்றி** கொன்றார்க்கும் உய்வுண்டாம்
  உய்வில்லை
  செய்ந்நன்றி கொன்ற மகற்கு - *குறள் 110.*

நன்றிக்கடன்: (பெ): செய்த உதவிக்கு நன்றி கூற (அ) செலுத்த விரும்பும் கடமையுணர்வு; பிரதியுபகாரம்; debt of gratitude.
நன்று: (பெ): பெரிது; அறம்; இன்பம்; நல்வினை; உபகாரம்; சுவர்க்கம்; பாராட்டைத் தெரிவிக்கப் பயன்படும் சொல்; greatness; virtue;

happiness; good deed; benefit; heaven; a word of appreciation - fine.

- நன்றே தரினும் நடுவிகந்தாம் ஆக்கத்தை அன்றே ஒழிய விடல். - *குறள் 113.*
- நன்றென்ற வற்றுள்ளும் நன்றே முதுவருள் முந்து கிளவாச் செறிவு. - *குறள் 715.*

நன்னடை: *(பெ):* நல்லொழுக்கம்; good conduct.

நன்னயம்: *(பெ):* உபசாரச் சொல்; நன்மை; நினைவு; a word of hospitality; good; memory.

நன்னயன்: *(பெ):* முகமன்; எண்ணம்; சந்தோஷம்; flattery; thought; happiness.

நன்னர்: *(பெ):* நன்மை; good.

நன்னாரி: *(பெ):* கொடி வகை; sarsaparilla.

நன்னாள்: *(பெ):* நல்ல நாள்; good day.

நன்னி: *(பெ):* சிறிது; that which is very small.

நன்னிலம்: *(பெ):* நன்செய் நிலம்; ஓர் ஊர்; wet land; Nannilam, a town near Thiruvarur.

நன்னிலை: *(பெ):* நல்லொழுக்கம்; தவம்; உலகம்; good conduct; penance; world.

நன்னீர்: *(பெ):* தூய நீர்; குடி நீர்; புனித நீர்; pure water; drinking water; holy water.

நன்னுதல்: *(வி):* நறுக்குதல்; துணித்தல்; to cut down; to chop; *(பெ):* நல்ல நெற்றியை உடைய பெண்; a lady having a lovely forehead.

நன்னூல்: *(பெ):* ஓர் இலக்கண நூல்; a kind of grammar treatise.

நன்னெறி: *(பெ):* நல்ல வழி; ஒரு நீதி நூல்; righteous path; a didactic poem of 40 stanzas by Sivaprakasa munivar.

நா

நா: *(பெ):* சொல்; நடு; மணியின் நாக்கு; தீயின் சுடர்; பொலிவு; நாக்கு; word; middle; tongue of the bell; flame; beauty; tongue. • நா அசைய நாடே அசையும் - *பழமொழி.*

- யாகாவா ராயினும் நாகாக்க காவாக்கால் சோகாப்பர் சொல்லிழுக்குப் பட்டு. - *குறள் 127.*
- நாச்செற்று விக்குள்மேல் வாராமுன் நல்வினை மேற்சென்று செய்யப் படும். - *குறள் 335.*

நாககர்ணம்: *(பெ):* செவ்வாமணக்குச்செடி; a kind of plant.

நாககம்: *(பெ):* ஈயம்; lead.

நாகசீவணம்: *(பெ):* துத்தநாகம்; zinc.

நாகசுரம்: *(பெ):* நாதசுரம்; a kind of wind pipe - Nadhaswaram.

நாகசேதகன்: *(பெ):* இந்திரன்; Lord Indra.

நாகணவாய்: *(பெ):* பறவை வகை; a kind of bird.

நாகணை: *(பெ):* திருமாலின் பாம்புப்படுக்கை; the serpent bed of Lord Vishnu.

நாகணையினான்: *(பெ):* திருமால்; Lord Vishnu.

நாகதந்தம்: *(பெ):* பாம்பின் பல்; யானையின் தந்தம்; poisonous fang of a snake; elephant's tusk.

நாகதமறி: *(பெ):* ஒரு வகை மரம்; a kind of tree.

நாகதாளி: *(பெ):* சப்பாத்திக் கள்ளி; common prickly pear.

நாகதீபம்: *(பெ):* ஐந்து தலை நாக வடிவுடைய விளக்கு; the lamp in the form of five-headed serpent.

நாகதேவன்: *(பெ):* ஆதிசேடன்; Adhiseshan.

நாகதேவி: *(பெ):* நாகப்பாம்பு; cobra.

நாகாதொனி: *(பெ):* பண் வகை; a kind of music.

நாகத்திசை: *(பெ):* வடமேற்கு; North-west.

நாகநாடு: *(பெ):* துறக்கம்; நாகர் என்னும் சாதியர் வாழும் நாடு; Paradise; Naga country.

நாகநாதன்: *(பெ):* ஆதிசேடன்; இந்திரன்; சிவபெருமான்; Adhiseshan; Lord Indra; Lord Shiva.

நாகபடம்: *(பெ):* பாம்பின் படம்; காதணி வகை; cobra's hood; a kind of ear ornament.

நாகபடலம்: *(பெ):* கண்ணோய் வகை; a kind of eye disease.

நாகபந்தம்: *(பெ):* சித்திரக்கவி வகை; a kind of metrical composition fitted into fanciful figures.

நாகபந்து: *(பெ):* அரச மரம்; pipal tree.

நாகபாசம்: *(பெ):* பாம்பு உருவிலான ஆயுதம்; a kind of weapon in the form of a serpent.

நாகப்பகை: *(பெ):* கருடன்; white-headed kite, the mount of Lord Vishnu and the enemy of the serpent race.

நாகப்பச்சை: *(பெ):* ஒரு வகை இரத்தினம்; a kind of valuable gem.

நாகப்பாம்பு: *(பெ):* நல்லபாம்பு; cobra.

நாகப்பூ: *(பெ):* ஒரு மர வகை; a kind of tree.

நாகப்பூச்சி: *(பெ):* நாக்குப் பூச்சி; earthworm.

நாகமணி: *(பெ):* நாகரத்தின மணி; a kind of valuable gem.

நாகமல்லி: *(பெ):* கொடி வகை; a kind of creeper.

நாகமாதா: *(பெ):* துளசி; sacred basil plant.

நாகமாபுரம்: *(பெ):* மதுரை; Madurai.

நாகமுகன்: *(பெ):* விநாயகப் பெருமான்; Lord Vinayaka.

நாகம்: *(பெ):* துறக்கம்; வானம்; மேகம்; ஒலி; நல்ல பாம்பு; நாவல் மரம்; பாம்பின் நஞ்சு; நாகலோகம்; யானை; குரங்கு; துத்தநாகம்; காரீயம்; மலை; புன்னை மரம்; கந்தகம்; paradise; sky; cloud; sound; cobra; jamoon tree; snake's poison; nether region; elephant; monkey; zinc; black lead; mountain; a kind of tree; sulphur.

நாகம்பு: *(பெ):* ஒரு மருந்து வகை; a kind of medicine.

நாகரகன்: *(பெ):* கள்வன்; thief.

நாகரம்: *(பெ):* வடமொழி எழுத்து; சுக்கு; இளைப்பு; ஒரு வண்டு; விருப்பம்; a Sanskrit letter; dried ginger; wheezing; a beetle; desire.

நாகர வண்டு: *(பெ):* பொன் வண்டு; a kind of beetle which has shiny dark green or yellow colour.

நாகரன்: *(பெ):* கணவனின் சகோதரன்; நகரத்தான்; சிறந்தவன்; brother of one's husband; the person who resides in a town; eminent person.

நாகராசன்: *(பெ):* ஆதிசேடன்; Adhiseshan.

நாகரி: *(பெ):* குருக்கத்திக் கொடி; a kind of herb.

நாகரிகம்: *(பெ):* பண்புடன் நடப்பது, பேசுவது போன்றவை குறித்து ஏற்பட்டிருக்கும் நியதி; குறிப்பிட்ட காலத்தில், குறிப்பிட்ட இடத்தில் வாழும் மக்களின் சமூக வாழ்க்கை; சந்தர்ப்ப சூழ்நிலைக்கேற்ப நடை, உடை, பாவனை, உணவு போன்றவற்றில் நேர்த்தியான தன்மை; மரியாதை; கண்ணோட்டம்; பண்பாடு; சாதுரியம்; civilized behaviour; civilization; fashion of manners, dress, food, etc.; politeness; friendly regard; culture; shrewdness.

நாகரிகர்: *(பெ):* வல்லோர்; காமுகர்; சதுரர்; சுவைஞர்; scholars; skilful person; lustful persons; able persons; persons of cultivated taste in art, literature, etc.

நாகரிகி: *(பெ):* ஒழுக்கம் நிரம்பிய, நாகரிகமான பெண்; woman of refined manners.

நாகரிபு: *(பெ):* கருடன்; white-headed kite.

நாகரை: *(பெ):* பூண்டு வகை; a kind of bulbous plant.

நாகர்: *(பெ):* தேவர்கள்; நாக நாட்டினர்; நாகலோக வாசிகள்; celestial beings; the inhabitants of Naga country; those who belong to the nether region.

நாகலிங்கம்: *(பெ):* நாகத்தின் விரிந்த படம் போன்ற இதழையும் லிங்க வடிவங் கொண்ட மகரந்தப் பகுதியையும் உடைய பூவைத் தரும் மரம்; cannon ball tree and its flower.

நாகலோகம்: *(பெ):* தேவலோகம்; கீழேழு லோகங்களுள் ஒன்று; பாதாளம்; heaven; one of the seven worlds; the nether region, the abode of Nagas.

நாகல்: *(பெ):* நாவல் மரம்; jamun-plum tree.

நாகவராளி: *(பெ):* பண் வகை; a kind of music.

நாகவல்லி: *(பெ):* வெற்றிலைக்கொடி; திருமணச் சடங்குகளில் ஒன்று; betel leaf creeper; one of the rituals of marriage.

நாகவல்லிதனம்: *(பெ):* வெற்றிலை; betel leaf.

நாகவள்ளி: *(பெ):* வெற்றிலைக்கொடி; the betel leaf creeper.

நாகவாரிகம்: *(பெ):* மயில்; கருடன்; பட்டத்து யானை; peacock; white-headed kite; royal elephant.

நாகஸ்வரம்: *(பெ):* நாதஸ்வரம்; a wind instrument with a long pipe.

நாகாசனன்: *(பெ):* கருடன்; white-headed kite.

நாகாதிபன்: *(பெ):* இந்திரன்; ஐராவதம்; ஆதிசேடன்; இமயமலை; குறிஞ்சி நிலத் தலைவன்; Lord Indra; Iravatham, Lord Indra's elephant; Adiseshan; Himalayas; chief of the hilly tract.

நாகாந்தன்: *(பெ):* கருடன்; white-headed kite.

நாகாபரணன்: *(பெ):* சிவபெருமான்; Lord Shiva.

நாகாரி: *(பெ):* இந்திரன்; கருடன்; Lord Indra; white-headed kite.

நாகாலயம்: *(பெ):* பாதாளம்; தேவலோகம்; the nether region, the abode of Nagas; heaven.

நாகியர்: *(பெ):* தேவமாதர்; celestial nymphs.

நாகினி: *(பெ):* வெற்றிலை; கொடி வகை; betel leaf; a kind of creeper.

நாகு: *(பெ):* இளமை; பெண்மை; மலை; நத்தை; சில விலங்குகளில் பெண் இனம்; சங்கு; புற்று; youthfulness; feminity; mountain; snail; female of certain animals; conch; ant-hill.

நாகுகன்று: *(பெ):* கிடாரிக் கன்று; female calf.

நாகுணம்: *(பெ):* நறுமணப் பண்ட வகை; an aromatic substance.

நாகூர்: *(பெ):* நாகப்பட்டினத்துக்கு வடபுறத்து ஊர்; துறைமுகம்; இஸ்லாமியரின் புனிதத் தலம்; north of Nagapattinam; a sea-port; a place of pilgrimage for Muslims.

நாகேசுவரன்: *(பெ):* ஆதிசேடன்; Adiseshan.

நாகை: *(பெ):* வெற்றிலைக்கொடி; நாகப்பட்டினம்; betel leaf creeper; Nagapattinam.

நாக்கரணை: *(பெ):* நாக்கில் வரும் நோய்; a tongue disease.

நாக்கிரந்தி: *(பெ):* நோய் வகை; a kind of disease.

நாக்கு: *(பெ):* வாயின் உட்புறமாக அமைந்துள்ள, அசைந்திடக் கூடிய எலும்பு இல்லாத உறுப்பு; தீக்கொழுந்து; அடித்து (அ) அசைத்து மணியினுள் தொங்கவிடப்பட்டிருக்கும் உலோகத்துண்டு; சோழ நாட்டில் உள்ள ஒரு துறைமுகப்பட்டினம்; சொல்; படகு வலிக்கும் தண்டு; tongue; flame; clapper of a bell; a port in chozha country; word; paddle.

நாக்குப் புண்: *(பெ):* நாக்கில் வரும் நோய்; a tongue disease.

நாக்குப்புரட்டு: *(பெ):* பொய்; lie.

நாக்குளிப்புழு: *(பெ):* மண் புழு; earthworm.

நாக்கு மீன்: *(பெ):* ஒரு வகை மீன்; a kind of fish.

நாக்கு வளைத்தல்: *(வி):* இகழ்ந்து பேசுதல்; to vilify.

நாங்கள்: *(சு.பெ):* பேசுபவர் முன்னிருப்பவரை உட்படுத்திடாத தன்மைப் பன்மைச் சொல்; (யாழ்ப்பாணத்தில்) முன்னிருப்பவரையும் உள்ளடக்கிய தன்மைப் பன்மை; first person plural that does not include the bearer or addressee; we (inclusive plural).

நாங்கு: *(பெ):* மர வகை; தானியமாகச் செலுத்தும் வட்டி; a kind of tree; the interest paid in grains.

நாங்குதல்: *(வி):* ஆற்றல் குறைதல்; decrease of efforts.

நாங்கூழ்: *(பெ):* மண்புழு; earthworm.

நாசகன்: *(பெ):* அழிப்பவன்; destroyer.

நாசகாரம்: *(பெ):* பெரும் அழிவினை உண்டாக்கிடக் கூடியது; that which causes great destruction.

நாசகாரி: *(பெ):* கேடு விளைவிப்பவன்; a brutal person.

நாசகாலம்: *(பெ):* அழிவு காலம்; destructive period.

நாசம்: *(பெ):* அழிவு; மரணம்; destruction; death.

நாசன்: *(பெ):* அழிப்பவன்; யமன்; destroyer; Yama, the God of death.

நாசாக்கிரம்: *(பெ):* மூக்கு நுனி; tip of the nose.

நாசி: *(பெ):* மூக்கு; மாளிகையின் ஒரு பகுதி; இசைக் குற்ற வகை; nose; a part of the upper storey; a defect in music.

நாசிகாமலம்: *(பெ):* மூக்குச் சளி; mucus of the nose.

நாசிகேது: *(பெ):* நெருப்பு; fire.

நாசிகை: *(பெ):* மூக்கு; nose.

நாசியம்: *(பெ):* மூக்கணாங்கயிறு; rope or a string put through a bullock's nose as a curb.

நாசுக்கு: *(பெ):* அழகு; beauty.

நாசுவன்: *(பெ):* நாவிதன்; barber.

நாசூக்கு: *(பெ):* பிறரின் மனதைப் புண்படுத்தாத தன்மை; a polite way.

நாச்சி: *(பெ):* தலைவி; lady; heroine.

நாச்சிமார்: *(பெ):* சப்த தேவிகள் எனப்படும் அபிராமி, இந்திராணி, கௌமாரி, காளி, நாராயணி, மகேஸ்வரி, வராகி என்னும் ஏழு பெண் தெய்வங்கள்; the female Goddesses: Abhirami, Indrani, Kaumari, Kali, Narayani, Maheswari, and Varahi are called Nachimar as well as Saptha Devies.

நாச்செறு: *(பெ):* வசை; abuse.

நாச்சியார்: *(பெ):* தலைவி; அரசி; ஸ்ரீவில்லிபுத்தூரில் உள்ள வைணவப் பெண் துறவி; பெண் தெய்வம்; lady; queen; the Vaishnava female saint of Srivilliputhur; Goddess.

நாஞ்சில்: *(பெ):* கலப்பை; வள்ளுவன் என்ற தலைவனின் மலை; plough; a mountain belonging to a chief called Valluvan.

நாஞ்சில் வள்ளுவன்: *(பெ):* நாஞ்சில் நாட்டின் முற்காலத்திய தலைவன்; an ancient chief of Nanchil.

நாஞ்சிற் படையோன்: *(பெ):* பலராமன்; Lord Balarama.

நாடகக்கணிகை: *(பெ):* நாட்டிய மங்கை; நாடக நடிகை; woman dancer; the female artiste of drama

நாடகசாலை: *(பெ):* நாடகம் (அ) கூத்து நிகழுமிடம்; playhouse.

நாடகசாலையர்: *(பெ):* கூத்தர்; நடிகர்; dancers; actors.

நாடகமாடு: *(வி):* அடுத்தவர் நம்புகின்ற வகையில் நல்லவன்/நல்லவள் போல நல்ல முறையில் செயல்படுவதாகக் காட்டிக்கொள்; to pretend; to feign innocence.

நாடகம்: *(பெ):* மேடை, வானொலி, தொலைக்காட்சி போன்றவற்றில் கதை (அ) நிகழ்வு ஒன்றினை நடிப்பு மூலமாகக் காட்டும் கலை வடிவம்; play or drama.

நாடக வழக்கு: *(பெ):* புனைந்துரை வழக்கு; dramatic usage of idealism in poetry.

நாடகன்: *(பெ):* நடிகன்; நாட்டியமாடுபவன்; actor; player; dancer.

நாடக ஆசிரியன்: *(பெ):* நாடகத்தை இயற்றியவன்; dramatist.

நாடவர்: *(பெ):* தேசத்தைச் சேர்ந்த மக்கள்; country men.

நாடன்: *(பெ):* தேசத்தவன்; குறிஞ்சி நிலத்தலைவன்; ஆள்வோன்; country man; inhabitant and chief of hilly tract; ruler.

நாடா: *(பெ):* உடையுடன் இணைக்கப்படுவதும், ஒருபொருளைத்தொங்கவிடவும்பயன்படுத்தும் துணிப்பட்டை; தையற்காரர் பயன்படுத்துவதும், அளவு குறிக்கப் பயன்படுத்துவதும் சுருட்டி வைத்துக்கொள்ளக்கூடியதுமான சாதனம்; தறியின் ஒரு புறத்திலிருந்து மறுபுறத்திற்கு பாவின் ஊடாக ஊடிழையைக் கொண்டு செல்லும் சிறு ஓடம் போன்ற சாதனம்; அரிக்கேன் விளக்கின் பட்டைத்திரி; cloth tape; inch tape used by a tailor; the flying shuttle in a hand or power-loom; a tape-like wick of a lamp.

நாடாப்புழு: *(பெ):* மனிதனின் குடலில் ஒட்டிக் கொண்டு, தனக்குத் தேவையான உணவுச் சத்தினை உறிஞ்சி வாழும் ஒருவகைப் புழு போன்ற உயிரினம்; tape-worm.

நாடாளுமன்றம்: *(பெ):* இந்திய மக்களவை, மாநிலங்களவை ஆகியவை சேர்ந்த அமைப்பு; Indian Parliament.

நாடி: *(பெ):* ஆணின் தலைமுடி; தாடி; மேல் மாடத்து உறுப்புவகை; நாட்டின் ராணி; மூக்கு; யாழின் நரம்பு; முகவாய்; வாதம், பித்தம், சிலேத்துமம் ஆகியவற்றை அறிய உதவும் மனிதனின் மணிக்கட்டிலுள்ள நரம்பு; நாடித்துடிப்பு; மூச்சுக் குழாய்; நாழிகை; இலைநரம்பு; male's hair; beard; a part of storey; queen of a country; nose; the string of a yazh/lute; chin; the pulse which helps to find out Vaadham, Piththam, and Silethumam; vitality; pulse; windpipe; trachea; a period of twenty-four minutes; vein of leaves; *(வி):* நாடுதல்; approach. ● அவரை நாடினால் எக்காரிய மானாலும் நடக்கும் - *உலக வழக்கு.*

நாடித்துடிப்பு: *(பெ):* இதயத்திலிருந்து இரத்தம் விட்டுவிட்டுப் பாய்வதால் இரத்தக் குழாயான தமனி விரிந்து சுருங்குவதால் உண்டாகும் துடிப்பு; pulse.

நாடி பார்த்தல்: *(பெ):* மணிக்கட்டுப் பகுதியை விரல்களால் அழுத்திப் பார்த்து நாடியை உணர்ந்திடுதல்; to feel the pulse.

நாடு: *(பெ):* தேசம்; வயலும், வயல் சார்ந்த இடமும்; பூமி; மக்கள் வாழுமிடம்; உலகம்; ஒரு பேரெண்; country; agricultural tract; earth; residing place; world; a large number.

- *தள்ளா விளையுளும் தக்காரும் தாழ்விலாச் செல்வரும் சேர்வது நாடு.* - *குறள் 731.*
- *நாடென்ப நாடா வளத்தன நாடல்ல நாட வளந்தரு நாடு.* - *குறள் 739.*

நாடுதல்: *(வி):* தேடுதல்; ஆராய்தல்; விரும்புதல்; ஒத்திருத்தல்; அளத்தல்; தெரிதல்; நினைத்தல்; பயன் கருதிச் சொல்லுதல்; to seek; to investigate; to desire; to resemble; to measure; to understand; to think; to approach.

நாடுகடத்துதல்: *(வி):* தேசத்துரோகம் போன்ற சட்ட விரோதச் செயல்களுக்காக ஒருவரை நாட்டை விட்டே வெளியேற்றுதல்; to exile; to banish.

நாடுபடுதிரவியம்: *(பெ):* நெல், பயறு, கரும்பு போன்ற விளைபொருட்கள்; the agricultural products in a country like paddy, cereals, sugarcane, etc.

நாடுரி: *(பெ):* ஒரு முகத்தல் அளவை; (formerly) a measure of capacity.

நாடோடி: *(பெ):* நிரந்தரமாக எந்தவொரு இடத்திலும் தங்கிவாழாது பல்வேறு இடங்களுக்குச் சென்று பிழைப்பு நடத்துபவன்; a vagabond; a wanderer; a tramp.

நாடோறும்: *(வி.அ):* தினந்தோறும்; daily.

நாட்கடன்: *(பெ):* தினக் கடமை; daily duty/work.

நாட்கணக்கு: *(பெ):* அன்றாடக் கணக்கு; daily account.

நாட்காட்டி: *(பெ):* குறிப்பிட்ட ஆண்டின் மாதம், தேதி, கிழமை ஆகியவற்றைக் குறித்திடும் அச்சடிக்கப்பட்ட தாள் (அ) தாள்கள் கொண்ட தொகுப்பு; calendar.

நாட்காலம்: *(பெ):* ஏற்ற பருவம்; விடியற்காலம்; appropriate period; early morning; break of the day; dawn.

நாட்காலை: *(பெ):* விடியற் காலை; break of the day.

நாட்குறிப்பு: *(பெ):* அன்றாட நிகழ்வுகளைக் குறித்து வைத்துக்கொள்ள மாதம், தேதி, கிழமை போன்ற விவரங்கள் அச்சடித்து வைக்கப்பட்டிருக்கும் ஏடு; diary.

நாட்கூலி: *(பெ):* தினக்கூலி; the wage provided on daily basis.

நாட்கொல்லி: *(பெ):* இயமன்; வீண்பொழுதைப் போக்குபவன்; Yama, the God of death; useless person.

நாட்சோறு: *(பெ):* காலையுணவு; breakfast.

நாட்டம்: *(பெ):* நோக்கம்; கண்; பார்வை; அழகு; விருப்பம்; ஐயம்; வாள்; சோதிட நூல்; ஆராய்ச்சி; intention; eye; sight; beauty; desire; doubt; sword; astrology; investigation.

நாட்டல்: *(வி):* நாட்டுதல்; ஆடுதல்; to plant; to establish; to dance.

நாட்டவன்: *(பெ):* தேசத்தவன்; one who belongs to a country.

நாட்டார்: *(பெ):* தேசத்தவர்; ஒரு சாதியினரின் பட்டப்பெயர்; ஊரார்; country men; a title of a particular caste; those who belong to a village.

நாட்டியக்காரன்: (பெ): கூத்தாடுபவன்; male dancer.

நாட்டியக்காரி: (பெ): கூத்தாடுபவள்; நடனமாது/மங்கை; female dancer.

நாட்டிய நாடகம்: (பெ): நாட்டிய வடிவில் நடத்தப்படும் நாடகம்; a drama, played in the form of dance.

நாட்டியம்: (பெ): பாவங்களை அபிநயத்தோடு வெளிப்படுத்தும் ஆடல் முறை; குறிப்பு; கருத்து; a dance which is a combination of dramatic art and gestures to present a theme; note; opinion.

நாட்டு: (பெ.அ): விஞ்ஞானம், தொழில் நுட்பம் என ஏதுமில்லாது கைத்தொழில் மூலமாகத் தயாரிக்கப் பெற்ற; கலப்பினம் (அ) உயர் இனம் இல்லாத; country; indigenous; (வி): நடுதல்; ஸ்தாபித்தல்; to plant; to establish.

நாட்டு ஓடு: (பெ): பிளக்கப்பட்ட மூங்கில் போன்ற வளைவினை உடைய ஓடு; country tile.

நாட்டுக்கட்டை: (பெ): நல்ல உடல்வாகினைக் கொண்ட கிராமத்து ஆண் (அ) பெண்; a sturdy man of the country side; a buxom country girl.

நாட்டுச் சர்க்கரை: (பெ): பழுப்பு நிறச் சர்க்கரைத் தூள்; the unrefined sugar which is brown in colour.

நாட்டுச்சார்பு: (பெ): மருத நிலம்; the agricultural tract.

நாட்டுடைமையாக்கல்: (வி): அரசுடைமையாக்கல்; nationalization.

நாட்டுதல்: (வி): நடுதல்; படைத்தல்; நிலை நிறுத்துதல்; எழுதுதல்; to plant; to create; to establish; to write.

நாட்டுத்தேவர்: (பெ): அந்தணர்; brahmin.

நாட்டுநீங்கல்: (பெ): அரசு உரிமையற்ற கிராமம்; the land or area or village which was not owned by Government in former periods.

நாட்டுப்பற்று: (பெ): தன் நாட்டின் நலன், வளர்ச்சி போன்றவற்றில் ஒருவருக்கு இருக்கும் பொறுப்புணர்வுடன் கூடிய ஈடுபாடு; patriotism.

நாட்டுப்பாடல்: (பெ): கிராமத்து மக்களிடையே எழுதப்படாமல் தொடர்ந்து வரும் பாடல்; the folk song.

நாட்டுப்புறம்: (பெ): கிராமமும், கிராமத்தைச் சுற்றியுள்ள பகுதிகளும்; நகரத்து நாகரிகம், நவீன வசதிகள் என ஏதும் அறிந்திடாத கிராமப்புறவாசி; the country side; one who is from the country side.

நாட்டுப்பெண்: (பெ): மருமகள்; daughter-in-law.

நாட்டு வைத்தியம்: (பெ): மூலிகை, வேர் போன்றவற்றைப் பயன்படுத்திச் செய்யப்படும் வைத்தியம்; கிராமப்புறங்களில் தோன்றி வளர்ந்துவரும் மருத்துவமுறை; a medical treatment based on local medicines; a medical system of the indigenous variety.

நாட்டை: (பெ): பண் வகை; a kind of music.

நாட்பறை: (பெ): நாழிகைப் பறை; the hour drum.

நாட்பூ, நாட்போது: (பெ): புதிதாக மலர்ந்துள்ள பூ; fresh flower.

நாணகம்: (பெ): நாணயம்; honesty.

நாணக்கேடு: (பெ): வெட்கம் இல்லாமை; the state of being shameless.

நாணப்படுதல்: (வி): வெட்கப்படுதல்; அடங்குதல்; மதித்தல்; to feel shy; to subside; to respect.

நாணம்: (பெ): வெட்கம்; அறிவு; அடக்கம்; அச்சம்; shyness; knowledge; modesty; fear.

நாணயசில்லம்: (பெ): அவமானம்; dishonour.

நாணயம்: (பெ): உண்மை; உயர்வு; கட்டுப்பாடு; நிதானம்; நேர்மை; வழக்கம்; காசு; truth; high praise; discipline; the state of composure and self-control; the quality of being honest; custom; coin.

நாணயமாற்று விகிதம்: (பெ): உலக அளவில் ஒரு நாட்டின் நாணயத்துக்கு உள்ள மதிப்பின்படி, பிறநாட்டு நாணயத்தை வாங்கிக்கொள்வதற்கான விகித முறை; exchange rate.

நாணயவான்: (பெ): நேர்மையானவன்; honest man.

நாணயவியல்: (பெ): நாணயங்களையும், நாணயங்களாகப் பயன்படும் பொருட்களையும் பற்றிய ஆய்வு; numismatics.

நாணல்: (பெ): ஒரு வகைப் புல்; a large and coarse grass.

நாணாங்கள்ளி: (பெ): ஒரு வகைக் கள்ளி; a kind of spurges.

நாணி: (பெ): வில் நாண்; bow string.

நாணீர்: (பெ): புது வெள்ளம்; freshet.

நாணு: (வி): நாணமடைதல்; to feel shy.

நாணுகம்: (பெ): குதிரை; horse.

நாணுதல்: (வி): மனங்குன்றுதல்; அஞ்சுதல்; வெட்கப்படுதல்; to feel ashamed; to fear; to feel shy.

நாணுவம்: (பெ): நாகணவாய் என்னும் பறவை; a kind of bird.

நாணேற்றுதல்: (வி): வில்லை வளைத்து நாண் மாட்டுதல்; to fasten the string onto a bow by bending it.

நாணையம்: (பெ): நேர்மை; நாணயம்; honesty; coin.

நாண்: (பெ): கூச்சம்; வெட்கம்; வில்லின் நாண்; கயிறு; வீணையின் தந்தி; தாலிச்சரடு; delicacy; shyness; bow string; cord; string of a veena; a thread or a chain for the marriage badge.

- *நாண்வேலி கொள்ளாது மன்னோ வியன்ஞாலம்*
  பேணல மேலா யவர். - குறள் 1016.
- *நாணால் உயிரைத் துறப்பர் உயிர்ப்பொருட்டால்*
  நாண்துறவார் நாண்ஆள் பவர். - குறள் 1017.

நாண்டு: (பெ): தொங்குவது; be hanged. • பக்கத்து வீட்டு பார்வதி **நாண்டு** கொண்டு இறந்து போனாள்.

நாண்மதி: (பெ): பௌர்ணமி நிலவு; Full Moon.

நாண்மலர்: (பெ): புதிதாக மலர்ந்த மலர்; new blown flower.

நாண்மீன்: (பெ): அசுவினி முதலிய நட்சத்திரம்; the stars like Ashwini, etc.

நாண்முல்லை: (பெ): போரின் பொருட்டுக் கணவன் பிரிந்துசென்ற நிலையில் அவனது இல்லில் தங்கி தற்காத்திருக்கும் பெண்ணின் நிலைமை சாற்றும் புறத்துறை; (puram) the theme describing how the heroine protected her honour, living in the very same house where her lord left her for joining a battle.

நாண்முழவு: (பெ): காலை முரசு; நாழிகை முரசு; morning drum; the hour drum to indicate the 'Naalikai.'

நாண்மை: (பெ): வெட்கம்; மகளிர் கூச்சம்; shyness; delicacy of women.

நாதகீதன்: (பெ): சிவபெருமான்; Lord Shiva.

நாதக்குடம்: (பெ): சங்கு; conch-shell.

நாதக்குழல்: (பெ): ஊதுகுழல்; wind pipe, musical instrument.

நாதசுரம்: (பெ): மரத்தால் நீளமான குழல் வடிவில் உருவாக்கிசீவாளி பொருத்தி மங்கல நிகழ்வுகளில் வாசிக்கப்படும் இசைக்கருவி; a wind instrument with a long pipe - Nadhaswaram.

நாதத்தத்துவம்: (பெ): நாதம்; the musical sound of instruments, temple bells etc.

நாதம்: (பெ): இந்திரியம்; ஒலி; பாதிவட்டம்; sensory organs; sound; semi-circle.

நாதன்: (பெ): இறைவன்; அரசன்; கணவன்; சிவபெருமான்; குரு; மூத்தவன்; தலைவன்; God; the king; husband; Lord Shiva; master; the eldest;chief; lord.

நாதாக்கள்: (பெ): பெரியோர்; the old and wise persons.

நாதாங்கி: (பெ): நிலைச்சட்டத்தில் இருக்கும் கொக்கியைப் பிணைப்பதற்காக கதவில் பொருத்தப்பட்டிருக்கும் வளையம்; a latch in the form of chain attached to a door to fasten.

நாதாந்தம்: (பெ): ஞான நெறிகளுள் ஒன்று; one of the spiritual paths.

நாதாந்த ஜோதி: (பெ): கடவுள்; God.

நாதார்: (பெ): ஏழை மக்கள்; poor people.

நாதி: (பெ): உறவினன்; அக்கறையுடன் பாதுகாத்திடும் நபர்; relation; the person acting as a support; protector.

நாதித்தல்: (வி): ஒலித்தல்; to sound.

நாதேனி: (பெ): மணத்தக்காளி; black night shade.

நாத்தனார்: (பெ): கணவரின் சகோதரி; husband's sister.

நாத்திகம்: (பெ): கடவுள் இல்லை எனக் கூறும் கொள்கை; atheism.

நாந்தகம்: (பெ): வாள்; திருமாலின் வாள்; sword; Lord Vishnu's sword.

நாந்தல்: (பெ): ஈரம்; மந்தாரம்; wetness; cloudiness.

நாந்தி: (பெ): பாயிரம்; முதுகு; சிரார்த்த வகை; preface; back; a kind of ceremony of offering oblations of food and water to the manes.

நாந்துதல்: (பெ): நனைதல்; to become wet.

நாத்தொனி: (பெ): ஒரு பூண்டு வகை; a kind of bulbous plant.

நாபதி: (பெ): பேச்சாற்றல் மிகுந்தவன்; one who has the gift of locution.

நாபம்: (பெ): நாபி; தொப்புள்; the navel.

நாபி: (பெ): தொப்புள்; கத்தூரி; navel; musk.

நாபிக்கமலம்: (பெ): தொப்புள்; navel.

நாபிசன்: (பெ): பிரம்மா; Lord Brahma.

நாபிசூத்திரம்: (பெ): தொப்புள் கொடி; umbilical cord.

நாபிதன்: (பெ): நாவிதன்; barber.

நாபிரம்: (பெ): விந்து; semen.

நாப்பண்: (பெ): நடு; யாழின் உறுப்பு; middle; part of a lute.

நாப்பாடம்: (பெ): மனப்பாடம் பண்ணியது; that which is memorized.

நாப்பு: (பெ): ஏளனம்; பரிகாசம்; நிந்தை; scorn; ridicule; vilification.

நாப்புதல்: (வி): வஞ்சித்தல்; ஏளனம் செய்தல்; to deceit; to ridicule.

நாம: (பெ): பயம்; fear.

நாமகரணம்: (பெ): பெயரிடும் சடங்கு; christening.

நாமகள்: (பெ): கலைமகள்; Saraswathi, Goddess of arts and learning.

நாமக்கட்டி: (பெ): நாமம் போடப் பயன்படும் வெள்ளைக் களிமண் கட்டி; the white clay used by the Vaishnavites to draw a religious mark on the forehead.

நாமக்காரர்: (பெ): வைஷ்ணவர்; Vaishnavites.

நாமக்குச்சரி: (பெ): புடைவை வகை; a kind of saree.

நாமசாஸ்த்திரம்: (பெ): நிகண்டு; Dictionary of Nameology.

நாமசேடம்: *(பெ):* மரணம்; death.
நாமச்சி: *(பெ):* நத்தை; snail.
நாமஞ்சாத்துதல்: *(வி):* நமஸ்கரித்தல்; to pay one's respects with folded hands or by prostrating.
நாமடந்தை: *(பெ):* நாமகள்; கலைமகள்; Saraswathi, Goddess of arts and learning.
நாமதுருத்தி: *(பெ):* ஒரு வகைப் பூண்டு; a kind of bulbous plant.
நாமதேயம்: *(பெ):* பெயர்; name.
நாமநீர்: *(பெ):* கடல்; sea.
நாமமாலை: *(பெ):* பிரபந்த வகை; a kind of Prabandha.
நாமம்: *(பெ):* அதிசயம்; ஐயம்; நிச்சயம்; நினைப்பு; தும்பை; இணக்கம்; கோபம்; நிந்தை; கீர்த்தி; நிறைவு; வைஷ்ணவர் நெற்றியில் இடும் திருமண் கோடுகள்; miracle; fear; certainty; thought; white dead nettle; harmony; anger; vilification; fame; consummation; the religious mark on the forehead of the Vaishnavites. ● **நாமம்** போட்டவனெல்லாம் தாசனா? திருநீறு பூசியவனெல்லாம் ஆண்டியா? - *பழமொழி.*
நாமயம்: *(பெ):* தன்னையும், கடவுளையும் அறியும் அறிவு; ஆணவம்; self-realization; arrogance.
நாமவெகுண்டம்: *(பெ):* தும்பை; white dead nettle.
நாமறுதல்: *(வி):* முற்றிலும் அழிதல்; to destroy entirely.
நாமாது: *(பெ):* சரஸ்வதி; Saraswathi, Goddess of arts and learning.
நாமாபாரதம்: *(பெ):* நிந்தனை; vilification.
நாமாவளி: *(பெ):* திருப்பெயர் வரிசை; the list of holy names.
நாமிதம்: *(பெ):* வளைவு; bend.
நாமுடி: *(பெ):* நாக்கின் நுனி; நுனி நாக்கு; tip of the tongue.
நாம்: *(பெ):* பேசுபவர், கேட்பவர் என இருவரையும் சேர்த்துக் கூறப்படும் தன்மை இடத்துப் பன்மைச் சொல்; first person plural inclusive of the addressee. ● **நாமொன்று** நினைக்கத் தெய்வமொன்று நினைத்தது - *பழமொழி.*
● **நாம்**காதல் கொண்டார் நமக்கெவன் செய்பவோ
தாம்காதல் கொள்ளாக் கடை - *குறள் 1195.*
நாம்பல்: *(பெ):* இளைத்தல்; growing lean.
நாம்பன்: *(பெ):* இளங்காளை மாடு; young bull.
நாம்பு: *(பெ):* மெலிவு; being thin.
நாம்புதல்: *(பெ):* இளைத்தல்; to become lean.
நாயகத்வம்: *(பெ):* தலைமை; leadership.
நாயகப்பேர்: *(பெ):* மேஸ்திரி; head-servant.
நாயகமணி: *(பெ):* நகையின் மையப்பகுதியில் பதிக்கப்படும் இரத்தினம்; the gem affixed in the middle of an ornament.
நாயகமுத்து: *(பெ):* பெருமுத்து; large pearl.
நாயகமேனி: *(பெ):* மரகதப் பச்சை; Emerald.
நாயகம்: *(பெ):* இறைவனால் அனுப்பப்பட்ட தூதர்; ஆளுகை; தலைமை; மேம்பாடு; கிரந்தி நாயகச் செடி; the messenger of God; domination; leadership; excellence; a kind of plant.
நாயகம் பண்ணுதல்: *(வி):* முதன்மை செலுத்துதல்; to dominate over.
நாயகன்: *(பெ):* அரசன்; இறைவன்; சிவபெருமான்; எஜமான்; தலைவன்; கதை, காவியம் போன்றவற்றினுடைய முக்கிய ஆண் கதாபாத்திரம்; கணவன்; king; God; Lord Shiva; master; lord; hero of an epic, story, etc.; husband.
நாயகாதிபன்: *(பெ):* மன்னன்; the king.
நாயகி: *(பெ):* இறைவி; பார்வதி; தலைவி; எஜமானி; மனைவி; கதை, காவியம் போன்றவற்றின் முக்கிய பெண் கதாபாத்திரம்; Goddess; Parvathi, Goddess and the consort of Lord Shiva; lady; the woman who provides employment in her house or lands; wife; a female character in an epic, story, etc.
நாயகிமேனி: *(பெ):* மரகதம்; Emerald.
நாயக்கன்: *(பெ):* படைத்தலைவன்; நாயக்கர் சாதியைச் சேர்ந்தவன்; சாதிப் பெயர்; army general in olden days; one who belongs to Nayakkar caste; name of a caste.
நாயரஞ்சி: *(பெ):* நாயுருவிச் செடி; a plant growing in hedges.
நாயனம்: *(பெ):* நாதஸ்வரம்; a kind of wind instrument with a long pipe.
நாயனார்: *(பெ):* சிவபெருமானுக்குத் தொண்டு செய்வதையே தனது வாழ்வின் குறிக்கோளாகக் கொண்டு வாழ்ந்த அறுபத்து மூன்று சைவ அடியார்களைக் குறிக்கும் பொதுப்பெயர்; தலைவர்; திருவள்ளுவர்; a collective noun referring to the sixty-three Saiva Saints; master or hero; Thiruvalluvar.
நாயன்: *(பெ):* கடவுள்; அரசன்; தலைவன்; God; king; the chief.
நாயன்மார்: *(பெ):* சிவபெருமானுக்குத் தொண்டு செய்வதையே தமது வாழ்வின் குறிக்கோளாகக் கொண்டு வாழ்ந்த அறுபத்து மூன்று சைவ அடியார்களைக் குறிக்கும் பொதுப்பெயர்; a collective noun referring to the sixty-three Saiva Saints, Naayanmaar.
நாயாட்டம்: *(பெ):* போராட்டம்; உளைச்சல்; struggle; agony; *(வி.அ):* நாயைப் போன்று; like a dog.
நாயாடி: *(பெ):* வேடன்; the hunter.

நாயிகை: *(பெ):* தலைவி; heroine of an epic, story, etc.

நாயுருவி: *(பெ):* தன்மீது உரசிச் செல்லுகின்ற மனிதன், பிராணி ஆகியோரின் உடம்பில் ஒட்டிக் கொள்ளுகின்ற சிறு விதைகள் நிறைந்த செங்குத்துச் செடி; a kind of plant growing in hedges.

நாயுள்ளி: *(பெ):* நரிவெங்காயம்; a kind of onion.

நாயுறக்கம்: *(பெ):* பொய் உறக்கம்; pretended sleep.

நாயோட்டம்: *(பெ):* குதிரை கதி வகை; a gait of horse.

நாயோட்டு மந்திரம்: *(பெ):* திருவைந்தெழுத்தில் 'சி' என்னும் எழுத்து; the letter 'சி' (Si) in five letter mantra, Na Ma Si Va Ya.

நாய்: *(பெ):* காவலுக்கும், செல்லமாக வளர்க்கப் படுவதுமான வீட்டுப் பிராணி; இழிவானவன் என்னும் பொருள்படும் வகையில் பயன்படுத்தும் ஒரு வகைச் சொல்; சூதாடு கருவி; a dog; a term of abuse; the game pieces used in the dice. • **நாய்** வேஷம் போட்டால் குலைக்கத்தான் வேண்டும். • **நாயைக்** குளிப்பாட்டி நடு வீட்டில் வைத்தாலும், வாலைக் குழைத்துக் கொண்டு குப்பைக்குத் தான் போகும். • கல்லைக் கண்டால் **நாயைக்** காணோம்; நாயைக் கண்டால் கல்லைக் காணோம். • **நாயடிக்கக்** குறுந்தடி வேண்டுமா? - *பழமொழிகள்.*

நாய்க்கரந்தை: *(பெ):* குன்றிக் கொடி; crab's eye.

நாய்க்குடை: *(பெ):* குடை போன்று கவிந்த மேல்புறமுடைய சிறு காளான்; a kind of mushroom that looks like an umbrella.

நாய்க்குணம்: *(பெ):* இழிந்த குணம்; meanness.

நாய்க்குருவி: *(பெ):* நாயுருவிச் செடி; a kind of plant growing in hedges.

நாய்த்திசை: *(பெ):* தென்மேற்குத் திசை; the south-west direction.

நாய்த்துளசி: *(பெ):* கஞ்சாங்கோரைப் பூண்டு; a kind of plant.

நாய்வண்டி: *(பெ):* தெரு நாய்களைப் பிடித்து ஏற்றிச் செல்லும் வாகனம்; a van for transporting stray dogs caught in the street.

நாரகம்: *(பெ):* நரகம்; hell.

நாரகர்: *(பெ):* பாவிகள்; sinners.

நாரசிங்கம்: *(பெ):* உபபுராணங்களுள் ஒன்று; மருந்து வகை; one of the Upapuranas; a kind of medicine.

நாரணவன்: *(பெ):* கிருமி வகை; மாட்டு நோய்; a kind of insect; cattle disease.

நாரணன்: *(பெ):* திருமால்; Lord Vishnu.

நாரணி: *(பெ):* துர்க்கை; Durga, the Goddess of Victory.

நாரதம்: *(பெ):* மேகம்; பெரிய யாழ்; பதினெட்டு புராணங்களுள் ஒன்று; cloud; large lute; one of the eighteen Puranas.

நாரதர்: *(பெ):* பிரம்மபுத்திரராகிய பெருமுனிவர்; கலகம் செய்பவர்; Naradha, a saint and the son of Lord Brahma; the person who sets one against another.

நாரதவேலை: *(பெ):* இரு நபர்களிடம் சென்று பேசிக் கலகமுட்டும் வேலை; the act of setting one against another.

நாரதை: *(பெ):* ஒரு நதி; a river, Narathai.

நாரத்தம்: *(பெ):* வசம்பு; the sweet flag which is used as a medicine.

நாரத்தை: *(பெ):* கரும்பச்சை நிறத் தோலினையும், புளிப்புச் சுவையையும் உடைய சுளைகளையும் கொண்ட காய் மற்றும் அதன் மரம்; a kind of wild lime fruit and its tree.

நாரநிதி: *(பெ):* கடவுள்; God.

நாரம்: *(பெ):* நீர்; நீர் வாழ் பறவை வகை; பசுவின் கன்று; மரவகை; மக்கள் கூட்டம்; பாசி; water; a kind of water bird; calf of a cow; a kind of tree; crowd; moss.

நாரன்: *(பெ):* மன்மதன்; Kamadeva, the God of love.

நாராங்கி: *(பெ):* கதவின் தாழ்ப்பாள்; நாதாங்கி; latch; staple.

நாராசம்: *(பெ):* அம்பு; எழுத்தாணி; குறுக்குச் சந்து; (பேச்சு, ஒலி முதலியவற்றைக் குறிக்கும் வகையில்) காதைத் துளைத்திடும் கடுமை; arrow; the stylus for writing on palmyra leaf; cross lane; an irritating sound.

நாராயண கௌளம்: *(பெ):* ஒரு வகைப் பண்; a kind of music.

நாராயண ப்ரியன்: *(பெ):* சிவபெருமான்; Lord Shiva.

நாராயணம்: *(பெ):* அரசமரம்; கடல் மீன் வகை; முப்பத்திரண்டு உபநிடதங்களுள் ஒன்று; pipal tree; a kind of sea fish; an upanishad and one of the thirty-two upanishads.

நாராயணன்: *(பெ):* திருமால்; சிவபெருமான்; பிரம்மா; வருணன்; சந்திரன்; நாரை வகை; Lord Vishnu; Lord Shiva; Lord Brahma; Lord Varuna; the Moon; a kind of crane.

நாராயணாத்திரம்: *(பெ):* வில்வித்தை சாஸ்திரப்படி ஏவப்படும் ஓர் அம்பு வகை; according to Dhanur Sastra, an arrow known as 'Narayanaasthram'.

நாராயணி: *(பெ):* துர்க்கை; திருமகள்; பார்வதி; கங்காதேவி; தண்ணீர் விட்டான் கிழங்கு; Durga, Goddess of Victory; Lakshmi, Goddess of Wealth; Goddess Parvathi, the consort of Lord Shiva; River Ganges; a water plant.

நாராயம்: (பெ): அம்பு; எழுத்தாணி; அளவுப் படி வகை; arrow; the stylus for writing on palmyra leaf; a kind of measure of capacity.

நாரி: (பெ): வில்லின் நாண்; பன்னாடை; யாழ் நரம்பு; பெண்; கள்; தேன்; பார்வதி; மணம்; சேனை; நன்னாரி; இடுப்பு; bow's string; fibrous cloth like web of the leaf-stalk of a palmyra tree; lute's string; woman; toddy; honey; Goddess Parvathi, the consort of Lord Shiva; smell; army; sarsaparilla; waist.

நாரிகேசம்: (பெ): தென்னை; தேங்காய்; coconut tree; coconut.

நாரிகை: (பெ): பெண்; woman.

நாரிபாகன்: (பெ): சிவபெருமான்; Lord Shiva.

நாரிப்பிடிப்பு: (பெ): இடுப்பு வலி; waist pain.

நாரியங்கம்: (பெ): கிச்சிலி வகை; a kind of bitter lime.

நாரை: (பெ): வெண் கொக்கு; ஒரு நீர்ப்பறவை வகை; crane; a kind of water bird.

நார்: (பெ): தென்னை, பனை, வாழை போன்றவற்றின் மட்டையிலிருந்து பிரித்தெடுக்கப்படும் இழை; கயிறு; அன்பு; தும்பு; கல்நார்; நூல்; fibre from the stalk of palmyra, coconut, plantain, etc.; cord; love; coconut fibre; asbestos; thread.

நார்ச்சத்து: (பெ): ஜீரண மண்டலத்தின் ஜீரண இயக்கத்திற்குத் தேவையான கீரை, வாழைத் தண்டு போன்றவற்றில் உள்ள நார்ப்பொருள்; the fibrous matter found in certain greens, banana pith, etc.

நார்ச்சீலை: (பெ): மரவுரி; cloth made from the bark.

நார்ப்பட்டு: (பெ): சிலவகைத் தாவரங்களில் இருந்து பிரித்து எடுக்கப்படும் நாரிலிருந்து தயாரிக்கப்படும் பட்டு போன்ற துணி; a silk-like cloth woven from fibres of certain plants.

நார்மட்டை: (பெ): பனை மட்டை; stalk of palmyra tree.

நாலம்பலம்: (பெ): கோயிலுள் ஒரு பகுதி; a portion in a temple.

நாலா: (பெ): வாய்க்கால்; பள்ளத்தாக்கு; channel; valley.

நாலாபக்கமும்: (வி.அ): குறிப்பிட்ட ஓர் இடத்தைச் சுற்றியுள்ள அனைத்துத் திசைகளிலும்; in all directions.

நாலாரைச் சக்கரம்: (பெ): சித்திரக்கவி வகை; a metrical composition fitted into fanciful figures.

நாலாவித: (பெ.அ): நானாவித; பல்வேறான; of all kinds or sorts.

நாலி: (பெ): முத்து; கந்தைத்துணி; pearl; tatters.

நாலிகம்: (பெ): எருமை; காகம்; தாமரை; buffalo; crow; lotus.

நாலிகை: (பெ): மூங்கில்; bamboo.

நாலு: (பெ): நான்கு; the number four.

நாலுதல்: (வி): தொங்குதல்; to hang.

நாலுபேர்: (பெ): ஒருவருக்கு ஆதரவாக இருக்கும் சில நபர்கள்; those who are well disposed.

நாலைங்கள்ளி: (பெ): இலைக்கள்ளி மரம்; a kind of cactus.

நால்: (பெ): நான்கு; நாலடியார் என்னும் தமிழ் நூல்; the number four; *Naaladiyaar* - a Tamil treatise.

நால்தால்: (பெ): தொங்குதல்; to hang.

நால்வகைப் பொருட்கள்: (பெ): அறம், பொருள், இன்பம், வீடு; ethical code of conduct, matter, pleasure and heaven.

நால்வாயன்: (பெ): விநாயகர்; இந்திரன்; Lord Vinayakar; Lord Indra.

நால்வாய்: (பெ): யானை; elephant.

நாவடக்கம்: (பெ): மோனம்; மௌனம்; state of silence where words become meaningless.

நாவணம்: (பெ): உள்நாக்கு; uvula.

நாவமிர்தம்: (பெ): அறிவுரை; பேச்சு; advice; speech.

நாவரசர்/நாவரையர்: (பெ): திருநாவுக்கரசர்; Saint Thirunavukkarasar, one of the four Saiva Samaya Kuravas (Saint-poets).

நாவரணை: (பெ): நாக்கில் உண்டாகும் புற்றுநோய்; cancer disease in tongue.

நா வறளுதல்: (பெ): நாக்கில் போதுமான ஈரம் இல்லாத நிலை; the feeling of dryness in tongue.

நாவலந்தீவு: (பெ): ஆறு கண்டங்கள் சூழப் பெற்றுள்ள ஒரு கண்டம்; the continent surrounded by six others.

நாவலம்பொலம்: (பெ): 'சாம்பூநதம்' என்று அழைக்கப்படும் பொன்; the gold, named 'Samboonatham.'

நாவலர்: (பெ): பேச்சில் வல்லவர்; அமைச்சர்; புலவர்; orators; the learned ministers; poets.

நாவலூரர்கோன்: (பெ): சுந்தரமூர்த்தி நாயனார்; Saint Sundaramoorthi Nayanar, one of the four Saiva Samaya Kuravas.

நாவல்: (பெ): இரக்க உணர்வு; வெற்றி முழக்கம்; உரைநடையில் ஒரு கதையை விரிவாகக் கூறும் இலக்கிய வடிவம்; நாவல் பழ மரம்; sympathy; roar denoting victory; novel; fiction; a kind of tree known as Jamun plum tree.

நாவழி: (பெ): நாக்கு வழிக்கும் கருவி; tongue scraper.

நாவறட்சி: (பெ): நாக்கு உலர்ந்த நிலை; dryness in tongue.

நாவன்மை: (பெ): பேச்சாற்றல்; the power of speech.

நாவாய்: *(பெ):* மரக்கலம்; நெய்தல் நிலப் பறை; ship; a kind of drum.

நாவாள்: *(பெ):* சரஸ்வதி; Saraswathi, Goddess of arts and learning.

நாவி: *(பெ):* கொப்பூழ்; புனுகுப் பூனை; புனுகு; கத்தூரி மான்; மரக்கலம்; ஊமத்தை; ஒரு மருந்து; navel; civet cat; civet; musk deer; ship; dhatura plant; a kind of medicine.

நாவிசம்: *(பெ):* நாவிதத் தொழில்; barber's profession.

நாவிதன்: *(பெ):* முடிதிருத்தும் தொழிலைச் செய்து வருபவர்; barber.

நாவித்தண்டை: *(பெ):* பூண்டு வகை; எரு முட்டை; a kind of plant; dried cow-dung cake used as fuel.

நாவிப்பிள்ளை: *(பெ):* கத்தூரி மான் குட்டி; young one of musk deer.

நாவிப்புழுகு: *(பெ):* புனுகு; மான் மதம்; civet; musk of the deer.

நாவியம்: *(பெ):* காந்தள் மலர்; malabar glory lily flower.

நாவிலை: *(பெ):* வெற்றிலை; betel leaf.

நாவின்கிழத்தி: *(பெ):* கலைமகள்; Saraswathi, Goddess of arts and learning.

நாவினார்: *(பெ):* பேச்சாற்றல் மிகுந்தவர்; அமைச்சர்; புலவர்; orators; learned ministers; poets.

நாவு: *(பெ):* நாக்கு; tongue. ● **நாவில்** பிறக்கும் நன்மையும், தீமையும் - *பழமொழி.*

நாவுதல்: *(வி):* கொழித்தல்; பழிப்புக் காட்டுதல்; to sift; to make faces to.

நாவுரி: *(பெ):* நாழியுரி என்று கூறப்பட்ட முற்காலத்திய முகத்தல் அளவை; a kind of former measure of capacity.

நாவேறு: *(பெ):* வெற்றிலை; நோய் வகை; betel leaf; a kind of disease.

நாவை: *(பெ):* கலப்பை நுனி; படை வாள்; the sharp edge of plough-share; a kind of sword.

நாழம்: *(பெ):* வசை; abuse.

நாழி: *(பெ):* நாழிகை; முகத்தல் அளவை; அம்பறாத்தூணி; a period of twenty-four minutes; a measure of capacity (in former times); quiver. ● **நாழி** நெல்லுக்கு ஒரு புடவை விற்றாலும் நாய்க்கு நிர்வாணம் போகுமோ ? ● **நாழிப்பணம்** கொட்டிக் கொடுத்தாலும் மூளிப்பட்டம் போகுமோ ? - *பழமொழிகள்.*

நாழிக்கிணறு: *(பெ):* சிறு கிணறு; திருச்செந்தூர் கடற்கரையில் உள்ள தீர்த்தக் கிணறு; a small well; the well which has holy water in the sea-shore of Thiruchendhur, a shrine of Lord Muruga.

நாழிகை: *(பெ):* கால அளவு; கோயிலின் பகுதி; நாடா; a period of twenty-four minutes; a part of a temple; weaver's shuttle.

நாழிகைத்தூம்பு: *(பெ):* நீர் பீச்சும் கருவி; the water squirt.

நாழிகைப் பறை: *(பெ):* நாழிகை நேரத்தை அறிவித்திட அடிக்கப்படும் பறை; the drum which was beaten to announce the time.

நாழிகை வட்டம்: *(பெ):* நாழிகை வட்டில்; கடிகாரம்; hour-glass; clock; watch.

நாழிகை வட்டில்: *(பெ):* நாழிகையை அறிவிக்கும் கருவி; hour-glass.

நாழ்: *(பெ):* குற்றம்; திறமை; கர்வம்; நாள்; fault; skill; pride; day.

நாழ்மை: *(பெ):* செருக்கு; குற்றம்; pride; fault.

நாளகம்: *(பெ):* இலாமிச்சம் புல்; a kind of grass.

நாளங்காடி: *(பெ):* பகலில் வாணிகம் செய்யும் கடை; the day-bazaar.

நாளடைவில்: *(வி.அ):* காலப்போக்கில்; in the course of time. ● இவன் தற்பொழுது இப்படி இருந்தாலும் **நாளடைவில்** திருந்திவிடுவான்.

நாளது: *(பெ.அ):* நடைபெறும் காலமான; current; present.

நாளத்தி: *(பெ):* அதிகாலை; early morning.

நாளமில்லாச்சுரப்பி: *(பெ):* நாளங்கள் மூலம் இல்லாது நேரடியாகத் திரவங்களை இரத்தத்தில் சேர்த்திடும் வகையில் அமைந்துள்ள சுரப்பி; ductless gland.

நாளம்: *(பெ):* இரத்தம், நிணநீர் போன்றவற்றை உடலின் பல பாகங்களுக்கும் எடுத்துச் செல்லும் குழாய்; உட்துளை; தண்டு; மாணிக்க வகை; vessel; tubularity; hollow stalk; a gem.

நாளரும்பு: *(பெ):* புது மொட்டு; the new bud.

நாளாய்ந்தோர்: *(பெ):* வைத்தியர்; physician.

நாளார்: *(பெ):* இயமன்; Yama, the God of death.

நாளி: *(பெ):* கள்; ஞாளி; நாய்; toddy; vinous liquor; dog.

நாளிகம்: *(பெ):* தாமரை; கொடி வகை; மதிலில் அமைக்கப்படும் எறிபடை வகை; lotus; a wild pot herb; a fortwall machine for defence.

நாளிகேரம்: *(பெ):* தென்னை மரம்; coconut tree.

நாளிதழ்: *(பெ):* தினசரி செய்தித்தாள்; daily newspaper.

நாளினி: *(பெ):* புளிமா மரம்; a kind of mango fruit tree.

நாளுக்கு நாள்: *(வி.அ):* ஒவ்வொரு நாளும், from day to day.

நாளும்: *(வி.அ):* தினந்தோறும்; daily.

நாளுலத்தல்: *(வி):* இறத்தல்; to die.

நாளெல்லை: *(பெ):* ஒரு நாளின் முடிவு; இறப்புக்கான தருணம்; end of a day; time of death.

நாளேடு: (பெ): தினசரி; daily newspaper.

நாளேரடித்தல்: (வி): நல்லதொரு நாளில் உழவினைத் தொடங்குதல்; to begin ploughing on an auspicious day.

நாளை: (பெ): 'இன்று' எனக்குறிப்பிடும் நாளுக்கு அடுத்த நாள்; tomorrow.

நாளை மறுநாள்: (பெ): 'நாளை' எனக்குறிப்பிடும் நாளுக்கு அடுத்த நாள்; day after to-morrow.

நாளைய: (பெ.அ): எதிர்காலத்தில் வரவிருக்கின்ற; of tomorrow; in future.

நாளோதி: (பெ): பஞ்சாங்கம் ஓதுவோன்; the person whose duty is to make known the thithi, nakshathra, etc., of every day.

நாளோலக்கம்: (பெ): அரசவை; சட்டசபை; durbar; assembly of a state.

நாளோலை: (பெ): திருமண அழைப்பிதழ்; marriage invitation.

நாள்: (பெ): தினம்; காலம்; வாழ்நாள்; நல்ல நாள்; நட்சத்திரம்; முற்பகல்; day; time; life-time; auspicious day; star; forenoon. • **நாள்** செய்வது போல் நல்லார் கூடச் செய்யார் - *பழமொழி.*

• **நாளென** ஒன்றுபோல் காட்டி உயிர்ஈரும்
வாளது உணர்வார்ப் பெறின். - *குறள் 334*

நாறடி: (வி): கண்ணியக் குறைவாக நடத்திடு; to talk or treat in an extremely brazen manner.

நாறல்: (வி): நாறுதல்; to stink. • **நாறல்** சாணியை மிதிப்பானேன்? நல்ல தண்ணீர் ஊற்றிக் கழுவுவானேன்? - *பழமொழி.*

நாறற்பாக்கு: (பெ): பாக்கு வகை; a kind of areca nut.

நாறி: (பெ): கற்றாழை; aloe.

நாறு: (வி): நாற்றமடித்தல்; to let out foul smell.

நாறுகட்டி: (பெ): பெருங்காயம்; asafoetida.

நாறுகரந்தை: (பெ): ஒரு வகைப் பூண்டு; a kind of bulbous plant.

நாறுதல்: (வி): தோன்றுதல்; உண்டாதல்; துர்மணம் வீசுதல்; முளைத்தல்; to appear; to come into existence; to stink; to germinate.

நாற்கதி: (பெ): தேவர், நரகர், மனிதர், விலங்கு ஆகியோர்; celestial beings, Naragas, the inhabitants of the infernal region, human beings and animals.

நாற்கவி: (பெ): நான்கு வகைக் கவிகளான ஆசு கவி, மதுர கவி, சித்திர கவி, வித்தார கவி ஆகியவை; the four kinds of poetry, viz. Aasu Kavi, Madhura Kavi, Chithira Kavi and Viththaara Kavi. • அதோ போகிறாரே அவர் **நாற்கவிராச** பண்டிதர் ஆவார்.

நாற்காலி: (பெ): ஒருவர் மட்டும் அமரும்படியான அடிப்புறத்தையும், சாய்ந்து கொள்வதற்கு ஏதுவான பின்பகுதியையும் தரையில் நிற்பதற்கான அமைப்பையும் கொண்ட இருக்கை; chair.

நாற்சதுரம்: (பெ): நான்கு சம பக்கங்களைக் கொண்டுள்ள சதுரம்; square.

நாற்சந்தி: (பெ): நான்கு தெருக்கள் கூடுமிடம்; a junction of four streets.

நாற்சி: (பெ): தொங்குகை; hanging.

நாற்பது: (பெ): பத்தினுடைய நான்கு மடங்கு; forty.

நாற்பாட்டன்: (பெ): பாட்டனுக்குப் பாட்டன்; grandfather of the grandfather.

நாற்பால்: (பெ): நான்கு சாதியர்; the four castes.

நாற்பான்: (பெ): நாற்பது; forty.

நாற்பொருள்: (பெ): அறம், பொருள், இன்பம், வீடு ஆகியவை, ethical code of conduct, matter, pleasure and heaven.

நாற்றங்கால்: (பெ): நெல் போன்றவற்றின் நாற்றுகளை வளர்க்குமிடம்; nursery for paddy and seedlings.

நாற்றம்: (பெ): கள்; கந்தகம்; வசம்பு; தோற்றம்; தொடர்பு; வாசனை; நுகர்வதற்கு ஏற்றதாக இல்லாத துர்நாற்றம்; toddy; sulphur; sweet flag; appearance; connection; smell; foul-smell.

நாற்றவுணவு: (பெ): அவியுணவு; burnt offering.

நாற்றி: (பெ): நான்கு மடங்கு; four-fold.

நாற்றிசை: (பெ): நான்கு திசைகளான கிழக்கு, மேற்கு, வடக்கு, தெற்கு ஆகியவை; the four directions, viz. East, West, North and South.

நாற்று: (பெ): நாற்றங்காலிலிருந்து பிடுங்கி வேறிடத்தில் நடப்படும் இளம்பயிர்; seedling.

நாற்றுதல்: (வி): தொங்கவிடுதல்; to hang.

நாற்றுவிடுதல்: (வி): விதை (அ) தானியத்தை ஊறவைத்து பிறகு விளைநிலத்தில் முளைத்திடச் செய்வதற்காக விதைத்தல்; to raise seedlings for plantation.

நானச்செப்பு: (பெ): புனுகுச் செப்பு; a little metal box for keeping civet.

நானமா: (பெ): கஸ்தூரி; கஸ்தூரி மான்; கவரி மான்; வாசனை; குளித்தல்; musk; musk deer; an animal which is said to give up its life if a single strand of its hair falls off; fragrance; bath.

நானாவித: (பெ.அ): பலவித; of all kinds or sorts.

நானிலம்: (பெ): பூமி; குறிஞ்சி, முல்லை, மருதம், நெய்தல் என்னும் நான்கு வகை நிலங்கள்; earth, the four tracts - Hilly tract, the Sea and the Forest tract region close to it, Agricultural tract and the Coastal tract.

நானூல்: (பெ): பூணூல்; the sacred thread.

நான்: *(பெ):* தன்மை இடத்து ஒருவரைச் சுட்டிக் காட்டும் சொல்; first person singular; I. ● **நான்** பிடித்த முயலுக்கு மூணே கால் - *பழமொழி.*

நான்காம் வேதம்: *(பெ):* அதர்வண வேதம்; Adharvana, the fourth Veda.

நான்கு: *(பெ):* மூன்றுக்கும் ஐந்துக்கும் இடைப்பட்ட எண்; நாலு; the number four.

நான்மணி மாலை: *(பெ):* பிரபந்த வகை; a kind of Prabandha.

நான்மருப்பி யானை: *(பெ):* ஐராவதம்; Iravatham, the celestial elephant and the mount of Lord Indra.

நான்மறை: *(பெ):* நான்கு வேதங்களான ரிக், யஜுர், சாமம் மற்றும் அதர்வணம்; the four Vedas, viz., Rig, Yajur, Sama and Atharvana.

நான்மறையோன்: *(பெ):* பிரம்மா; Lord Brahma.

நான்மாடக்கூடல்: *(பெ):* மதுரை மாநகரம்; Madurai.

நான்முகத்தோன்: *(பெ):* பிரம்மா; Lord Brahma.

நான்முகப்புல்: *(பெ):* ஒரு வகைப் புல்; a kind of grass.

நான்முகன்: *(பெ):* பிரம்மா; Lord Brahma.

நான்முகன் தேவி: *(பெ):* சரஸ்வதி; Saraswathi, the consort of Lord Brahma and the Goddess of arts and learning.

நான்முகன் வாழ்நாள்: *(பெ):* பிரம்ம கற்பம்; Brahma Karpam, the life time of Lord Brahma.

நான்று: *(பெ):* காலம்; time; period.

நான்றுகொள்: *(வி):* தூக்கு போட்டுக்கொள்; to hang oneself. ● பக்கத்து வீட்டு பழையன் **நான்றுகொண்டு** இறந்து விட்டான்

நாஸ்தி: *(பெ):* இன்மை; the state of being without something.

நி

நிக: *(பெ.அ):* நிகரான; a term of comparison; equal to.

நிகசம்: *(பெ):* உணவு; food.

நிகசலாசம்: *(பெ):* ஏகாந்தமான இடம்; lonely place.

நிகசோத்தியம்: *(பெ):* பரிசுத்தம்; purity.

நிகடம்: *(பெ):* அண்மை; closeness; nearness; propinquity.

நிகணம்: *(பெ):* வேள்விப் புகை; sacrificial smoke.

நிகண்டவாதம்: *(பெ):* ஒரு சமயம்; a caste.

நிகண்டவாதி: *(பெ):* நிகண்டவாத சமயத்தைச் சேர்ந்தவர்; one who belongs to 'Nigandavadam'.

நிகண்டு: *(பெ):* சொற்பொருள் கூறும் செய்யுள் அகராதி நூல்; தொகுப்பு; நிச்சயம்; படலம்; metrical glossary; thesaurus in verse; a collection; certainty; a chapter or section in an epic like the Ramayana, etc.

நிகதம்: *(பெ):* சொல்; பேச்சு; word; speech.

நிகப்பிரபை: *(பெ):* இருள்; darkness.

நிகமம்: *(பெ):* கடைவீதி; பட்டினம்; வேதம்; முடிவு; வியாபாரம்; தெரு; நிச்சயம்; market; town; Veda; conclusion; business; street; certainty.

நிகமனம்: *(பெ):* உறுதிப்படுத்திய தீர்ப்பு; judgement given on confirmation.

நிகம்: *(பெ):* பிரகாசம்; brightness.

நிகர: *(பெ):* கழித்திட வேண்டியது அனைத்தும் கழிந்தது போக; net (profit, income, etc).

நிகரணம்: *(பெ):* விழுங்குகை; the act of swallowing.

நிகரம்: *(பெ):* கூட்டம்; கொடை; சரம்; திரவியம்; மொத்தம்; விழுங்குகை; crowd; donation; string; wealth, total; act of swallowing.

நிகரார்: *(பெ):* பகைவர்; enemies.

நிகரிடுதல்: *(வி):* ஒப்பிடுதல்; to compare.

நிகருவம்: *(பெ):* அடக்கம்; modesty.

நிகர்: *(பெ):* ஒப்புமை; சமானம்; ஒளி; comparison; equal; lustre.

நிகர்தல்: *(வி):* ஒப்பாய் இருத்தல்; to resemble.

நிகர்தி: *(பெ):* இருப்புலக்கை; iron pestle.

நிகர்த்தல்: *(வி):* மாறுபடுதல்; to rival.

நிகர்ப்பு: *(பெ):* ஒப்பு; போர்; resemblance; battle.

நிகர்வம்: *(பெ):* பணிவு; கர்வம் இல்லாதவன்; saying something in a humble way; one who is not having haughtiness.

நிகர்வன்: *(பெ):* கர்வம் இல்லாதவன்; humbleman.

நிகர்வு: *(பெ):* ஒப்பு; resemblance; likeness.

நிகலம்: *(பெ):* பிடரி; nape.

நிகழ்காலம்: *(பெ):* தற்காலம்; present period.

நிகழ்ச்சி: *(பெ):* சம்பவம்; செயல்; incident; happening; event; affair; action.

நிகழ்ச்சிக்காலம்: *(பெ):* ஒரு செயல் நிகழும் காலம்; duration.

நிகழ்ச்சி நிரல்: *(பெ):* நடைபெறவிருக்கும் நிகழ்ச்சிகளின் வரிசைப்படுத்தப்பட்ட தொகுப்பு; agenda; list of programme.

நிகழ்ச்சிப் பதிவேடு: *(பெ):* நிகழ்ச்சிகளைப் பதிவு செய்து வைத்திடும் ஏடு; minutes book.

நிகழ்தல்: *(வி):* நடத்தல்; தங்குதல்; விளங்குதல்; to occur; to happen; to stay; to become renowned.

நிகழ்தற்கரிய: *(பெ.அ):* நடந்திடுவதற்கு அரிதான; செயல்படுத்திட இயலாத; நேரக்கூடாத; improbable.

நிகழ்த்து: *(வி):* ஏற்படுத்து; தோற்றுவி; to work; to create.

நிகழ்வு: *(பெ):* சம்பவம்; நடைபெறுவது; நிகழ்வது; நிகழ்ச்சி; an incident; occurrence; happening; an event.

நிகளம்: *(பெ):* விலங்கு; சங்கிலி; பந்தம்; fetters; chain; bondage.

நிகற்பம்: *(பெ):* ஒரு பேரெண்; a large number.

நிகன்னம்: *(பெ):* கொலை; murder.

நிகேதனம்: *(பெ):* வீடு; கோயில்; நகரம்; house; temple; town; city.

நிகாசம்: *(பெ):* உவமை; comparison involving a simile.

நிகாதம்: *(பெ):* நரகம்; hell.

நிகாதன்: *(பெ):* வஞ்சகன்; the deceitful fellow.

நிகாயம்: *(பெ):* இடம்; வீடு; நகரம்; கூட்டம்; place; house; town; crowd.

நிகாயன்: *(பெ):* கடவுள்; God.

நிகாரணம்: *(பெ):* கொலை; murder.

நிகாரம்: *(பெ):* அவமரியாதை; பணி; தவறு; தூற்றுகை; விழுங்குகை; disrespect; service; fault; publishing evil reports abroad; swallow.

நிகிதம்: *(பெ):* படை; army.

நிகிருதி: *(பெ):* வறுமை; பொல்லாங்கு; நிந்தை; poverty; offence; vilification.

நிகிலம்: *(பெ):* எல்லாம்; all.

நிகீனன்: *(பெ):* கீழ்மகன்; mean person.

நிகு: *(பெ):* மஞ்சள்; turmeric.

நிகுஞ்சம்: *(பெ):* குகை; சிறு குடிசை; புதர்; cave; small hut; bush.

நிகுஞ்சகம்: *(பெ):* மர வகை; a kind of tree.

நிகுஞ்சனம்: *(பெ):* கொலை; அபிநய வகை; murder; a dancing pose.

நிகுட்டம்: *(பெ):* தொனி; tone; implication.

நிகுத்தை: *(பெ):* கதவு; door.

நிகூடம்: *(பெ):* ஆழம்; மறைவு; depth; hiding.

நிகேசாயம்: *(வி):* குவித்தல்; act of heaping.

நிகேதனம்: *(பெ):* வீடு; கோயில்; நகரம்; house; temple; town.

நிக்கந்தன்: *(பெ):* அருகன்; God.

நிக்கிரகம்: *(பெ):* தண்டனை; வெறுப்பு; எல்லை; அழித்தல்; அடக்குதல்; punishment; disgust; boundary; destruction; restrain.

நிக்குரோதம்: *(பெ):* ஆலமரம்; காட்டாமணக்கு; banyan tree; a kind of castor plant.

நிசகரம்: *(பெ):* உறுதியளித்தல்; act of giving assurance.

நிசங்கம்: *(பெ):* அம்புக்கூடு; இணக்கம்; quiver; harmony.

நிசதி: *(வி.அ):* தவறாது; நாள்தோறும்; without fail; daily.

நிசப்தம்: *(பெ):* அமைதி; silence.

நிசமணம்: *(பெ):* பார்வை; கேள்வி; glance; interrogation.

நிசமம்: *(பெ):* நியமம்; observance of religious rites.

நிசமித்தல்: *(வி):* நியமித்தல்; to nominate.

நிசம்: *(பெ):* உண்மை; சத்தியம்; நாணயம்; நித்தியம்; சொந்தம்; truth; honesty; perpetuity; relationship.

நிசயம்: *(பெ):* நிச்சயம்; கூட்டம்; certainty; crowd.

நிசரேதம்: *(பெ):* தள்ளுகை; act of pushing.

நிசவு: *(பெ):* நெசவு; weaving.

நிசற்கம்: *(பெ):* உருவம்; சிருஷ்டி; மாற்றுதல்; விடுதல்; figure; creation; change; to let.

நிசற்கசம்: *(பெ):* பிறவிச் சுபாவம்; congenital habit.

நிசா: *(பெ):* இரவு; night.

நிசாகசம்: *(பெ):* ஆம்பல்; water lily.

நிசாகம்: *(பெ):* மஞ்சள்; turmeric.

நிசாகரன்: *(பெ):* சந்திரன்; சேவல்; the Moon; cock.

நிசாகேது: *(பெ):* சந்திரன்; the Moon.

நிசாசரம்: *(பெ):* ஆந்தை; பாம்பு; owl; snake.

நிசாசரன்: *(பெ):* சந்திரன்; அசுரன்; the Moon; Asura.

நிசாசரி: *(பெ):* கூகை; அரக்கி; விலைமகள்; barn owl; demoness; prostitute.

நிசாசலம்: *(பெ):* பனி; dew; snow.

நிசாடம்: *(பெ):* ஆந்தை; owl.

நிசாடு: *(பெ):* மஞ்சள்; turmeric.

நிசாதனம்: *(பெ):* வீடு; இடம்; நகரம்; உடல்; நெய்; house; place; town; body; ghee.

நிசாதன்: *(பெ):* வஞ்சகன்; இழிஞன்; the deceitful person; scoundrel.

நிசாதி: *(பெ):* மாலை வெயில்; yellow glow of the evening Sun.

நிசாந்தகன்: *(பெ):* சூரியன்; the Sun.

நிசாந்த நாரி: *(பெ):* மனைவி; wife.

நிசாந்தம்: *(பெ):* விடியற்காலம்; the daybreak.

நிசாபதி: (பெ): சந்திரன்; கற்பூரம்; the Moon; the camphor.
நிசாமனம்: (பெ): சந்திரன்; மின்மினி; the Moon; firefly.
நிசாமனம்: (பெ): கேள்வி; பார்வை; நிழல்; interrogation; glance; shadow.
நிசாமானம்: (பெ): இராக்கால அளவு; duration of a night.
நிசாரணம்: (பெ): கொலை; murder.
நிசாரணன்: (பெ): கொலைகாரன்; murderer; killer.
நிசாரம்: (பெ): வருத்தம்; distress.
நிசாரி: (பெ): சூரியன்; the Sun.
நிசார்த்தம்: (பெ): உண்மை; நடு இரவு; truth; midnight.
நிசாளம்: (பெ): பறை வகை; a kind of drum.
நிசான்: (பெ): கொடி; creeper.
நிசி: (பெ): நள்ளிரவு; இருள்; மஞ்சள்; பொன்; midnight; darkness; turmeric; gold.
நிசிசரன்: (பெ): சந்திரன்; காவற்காரன்; கள்வன்; அசுரன்; the Moon; watchman; robber; an asura.
நிசிதம்: (பெ): இரும்பு; கூர்மை; பொய்; இகழ்ச்சி; iron; sharpness; falsehood; vilification.
நிசிதன்: (பெ): அசுரன்; இழிந்தவன்; an asura; mean person; scoundrel.
நிசிந்தன்: (பெ): ஈசன்; Lord Shiva.
நிசீதம்: (பெ): நள்ளிரவு; இரவு; கூர்மை; புன்மை; midnight; night; sharpness; meanness.
நிசீதிகை: (பெ): உண்ணாவிரதம் இருந்து உயிர்விடுதல்; death caused by fasting.
நிசீதினி: (பெ): இரவு; night.
நிசும்பம்: (பெ): கொலை; murder.
நிசும்பன்: (பெ): கொலைகாரன்; murderer.
நிசுலம்: (பெ): கவசம்; துப்பட்டி; vest; a sheet of cloth used as blanket.
நிசுளம்: (பெ): மரவகை; a kind of tree.
நிசூதனம்: (பெ): அழித்தல்; destruction.
நிசை: (பெ): இரவு; night.
நிச்சத்தியதை: (பெ): பொய்; false; lie.
நிச்சம்: (வி.அ): நித்தம்; அன்றாடம்; every day; daily; (பெ): உறுதி; firmness; certainty.
நிச்சயதாம்பூலம்:

(பெ): மணமக்களின் தாய், தந்தையர், திருமணத்தை உறுதி செய்யும் வகையில் தாம்பூலத்தை ஒருவருக்கொருவர் மாற்றிக்கொண்டு நடத்திடும் சடங்கு; betrothal; a custom in which parents exchange betel leaves, areca-nut, etc., confirming an engagement.
நிச்சயம்: (பெ): உறுதி; மெய்; தீர்ப்பு; நியமம்; certainty; truth; judgement; having courage to do something.
நிச்சயதார்த்தம்: (பெ): உறுதிப்படுத்தல்; to confirm.
நிச்சயார்த்தம்: (பெ): மெய்ப்பொருள்; the true meaning; God, the only reality.
நிச்சயித்தல்: (வி): உறுதிப்படுத்தல்; to confirm.
நிச்சயிப்பு: (பெ): தீர்மானம்; நிச்சயம்; decision; certainty.
நிச்சலத்துவம்: (பெ): சலியாமை; not to be weary of.
நிச்சலம்: (பெ): அசைவின்மை; உறுதி; motionless state; certainty; (வி.அ): நாள்தொறும்; நித்தம்; daily; everyday.
நிச்சலை: (பெ): பூமி; earth.
நிச்சல்: (வி.அ): எப்போதும்; always.
நிச்சாயகம்: (பெ): உறுதிப்படுத்துவது; that which is ascertaining something.
நிச்சாரகம்: (பெ): காற்று; air.
நிச்சாலங்கம்: (பெ): மலை; mountain.
நிச்சிதம்: (பெ): நிஜம்; genuine.
நிச்சிந்தன்: (பெ): ஈசன்; அருகன்; Lord Shiva; God.
நிச்சிரேணி: (பெ): ஏணி; ladder.
நிச்சிரேயசம்: (பெ): வீடுபேறு; salvation.
நிடதம்: (பெ): ஒரு நாடு; ஒரு மலை; நளன் ஆட்சிபுரிந்த நாடு; a country; a mountain; the country which king Nalan ruled.
நிடலம்: (பெ): நெற்றி; forehead.
நிடலாட்சன்: (பெ): சிவபெருமான்; Lord Shiva.
நிடாதம்: (பெ): ஏழிசையுள் ஏழாவது; the seventh of the seven kinds of music.
நிடுதம்: (பெ): உமிழ்தல்; spit.
நிடுதனம்: (பெ): கொலை; murder.
நிடேகம்: (பெ): மணமக்கள் முதன்முதலாகத் தாம்பத்திய உறவு கொள்வதற்கான சடங்கு; the ceremony conducted for the first consummation of the newly wedded couple.
நிடேதம்: (பெ): விலக்கப்பட்டது; தடை; that which is prohibited; prohibition.
நிட்கண்டன்: (பெ): சிவபெருமான்; Lord Shiva.
நிட்கம்: (பெ): நாணயவகை; பொன்; பறைவகை; a kind of coin; gold; a kind of drum.
நிட்கருடம்: (பெ): நிச்சயம்; certainty.
நிட்களங்கம்: (பெ): மாசின்மை; சுத்தம்; purity.
நிட்களம்: (பெ): தூய்மை; உருவமின்மை; purity; formlessness.
நிட்களர்: (பெ): சிவபெருமான்; Lord Shiva.
நிட்காமியம்: (பெ): விருப்பமின்மை; தன்னலம் கருதாமை; unwillingness; selflessness.
நிட்காரம்: (பெ): நிந்தை; reproach.
நிட்குடி: (பெ): ஏலம்; cardamom seed.
நிட்டூரம்: (பெ): கொடுமை; தாட்சண்யம் இல்லாமை; inconsiderateness; severity.

நிட்டை: (பெ): தியானம்; மனம் ஒருமுகப்பட்ட நிலை; அழிவு; இக்கட்டு; உறுதி; சரித்திர முடிவு; நம்பிக்கை; சாதகம்; முடிவு; நன்னடை; வாழ்நாள்; meditation; destruction; crisis; certainty; a historical end; faith; regular practice in meditation, music, etc.; good conduct; life time.

நிட்பத்தி: (பெ): பிறப்பு; முடிவு; birth; commencement; death; end.

நிட்பவம்: (பெ): அவரை; மொச்சை; the field bean creeper and the seeds; hyacinth bean creeper and the seeds.

நிட்பிரபஞ்சன்: (பெ): அமைதியானவன்; peaceful man.

நிணச்செருக்கு: (பெ): ஆணவம்; முர்க்கம்; pride; arrogance; egotism; fierce obstinacy.

நிணத்தல்: (வி): முடைதல்; கொழுத்தல்; to plait; to be plump.

நிணநீர்: (பெ): இரத்தத்தில் சென்றடையும் வெள்ளையணுக்களைக் கொண்டிருக்கும் நிறமற்ற திரவம்; lymph.

நிணப்பு: (பெ): நிணம்; கொழுப்பு; fat.

நிணம்: (பெ): ஊனீர்; ஊன்; கொழுப்பு; pus; flesh; fat.

- நிணம்தீயில் இட்டன்ன நெஞ்சினார்க்கு உண்டோ புணர்ந்துஊடி நிற்பேம் எனல். - குறள் 1260.

நிணர்தல்: (வி): கட்டுதல்; செறிதல்; to bind; be thick.

நிணவை: (பெ): பிணிப்பு; bondage; attachment.

நிணறு: (பெ): உருக்கம்; இதழ்; compassion; petal.

நிண்ணயம்: (பெ): உறுதி; ஏற்பாடு; ஆராய்வு; certainty; firmness; arrangement; scrutiny.

நிதகம்: (பெ): பூண்டு வகை; a kind of plant.

நிதத்துரு: (பெ): மனிதன்; man.

நிதம்: (வி.அ): தினந்தோறும்; தினமும்; every day; daily.

நிதம்பசூலை: (பெ): ஒரு வகை சூலை நோய்; a kind of disease.

நிதம்பம்: (பெ): தோள்; மலைப்பக்கம்; பிருட்டம்; அல்குல்; கரை; கற்பரிபாடாணம்; shoulder; hilly side; buttocks; the genital part of woman; shore; a kind of arsenic.

நிதரிசனம்: (பெ): எடுத்துக்காட்டு; example.

நிதர்சனம்: (பெ): வெளிப்படையானது; தெளிவானது; that which is obvious; evident one.

நிதலம்: (பெ): கீழேழுலகத்துள் ஒன்று; one of the seven nether worlds.

நிதனம்: (பெ): வறுமை; அழிவு; சாவு; பிறந்த நாளுக்கு ஏழாம் நாள்; poverty; destruction; death; the seventh day from the birthday.

நிதாககரன்: (பெ): சூரியன்; the Sun.

நிதாகம்: (பெ): வெப்பம்; வியர்வை; heat; perspiration.

நிதாந்தம்: (பெ): விடியற்காலம்; மேன்மை; day break; excellence.

நிதாந்தன்: (பெ): மேன்மையுள்ளவன்; eminent person.

நிதார்த்தம்: (பெ): உறுதி; உண்மை; நேர்மை; firmness; truth; honesty.

நிதானமாக: (வி.அ): கூடுதல், குறைவு போன்றவை இல்லாமல் அளவாக; neither too much nor too little, in a measured way.

நிதானம்: (பெ): செயல்பாட்டில் பரபரப்பு, அவசரம் என ஏதும் இல்லாமை; கட்டுப்பாட்டுடன் செயல்படும் இயல்பு; பொன்; இரத்தினம்; படை; தீர்மானம்; நேர்மை; நோக்கம்; சமம்; அமைதி; the state of composure; the state of self-control; gold; a precious stone; army; determination; honesty; purpose; evenness; peace; silence. ● தானத்தில் உயர்வு **நிதானம்.**

நிதானவான்: (பெ): அறிவொளி; wise man.

நிதானன்: (பெ): கடவுள்; God.

நிதானி: (வி): ஒரு செயலைச் செய்திடும் முன்பாக தேவையான கவனத்துடன் செயல்படுதல்; to pay due attention while doing a thing.

நிதி: (பெ): பணம்; பொது வருவாய்; திரவியம்; செல்வம்; சமுத்திரம்; நிறைவு; பொக்கிஷம்; money; fund; property; wealth; sea; completion; treasure.

நிதிக்கோன்: (பெ): குபேரன்; millionaire; Lord Kubera, the God of wealth.

நிதித்தியாசனம்: (பெ): சிந்தனை; thought.

நிதிநிட்சேபம்: (பெ): புதையல்; treasure trove; (underground) treasure.

நிதிந்திகம்: (பெ): கண்டங்கத்திரி; a thorny plant which bears small yellow fruits.

நிதிப்பொதி: (பெ): பொற்கிழி; gold coins, tied up in a piece of cloth.

நிதியம்: (பெ): நாடுகளின் வளர்ச்சிப் பணிகளுக்கு என ஒதுக்கப்பட்டிருக்கும் பெருந்தொகையை நிர்வகிக்கும் அமைப்பு; the financial consortium.

நிதியறிக்கை: (பெ): ஓர் அரசு அல்லது ஒரு நிறுவனம் தயாரித்திடும் வரவு-செலவுத் திட்டம்; the budget.

நிதியாண்டு: (பெ): நாடு (அ) நிறுவனத்தின் வரவு-செலவுத் திட்டம் (ஏப்ரல் முதல் அடுத்த ஆண்டு மார்ச் முடிய); the financial year.

நிதியறை: (பெ): ஏழை; poor man.

நிதீசன்: (பெ): குபேரன்; Lord Kubera, the God of wealth.

நிதுவனம்: *(பெ):* கலப்பு; புணர்ச்சி; மகிழ்ச்சி; விளையாட்டு; infusion; intercourse; joy; game.

நிதேசம்: *(பெ):* கட்டளை; சொல்; அண்மை; order; command; word; nearness.

நித்தன்: *(பெ):* ஆன்மா; சிவபெருமான்; கடவுள்; the soul; Lord Shiva; God.

நித்திய: *(பெ.அ):* அன்றாட; daily.

நித்திய கண்டம்: *(பெ):* ஒவ்வொரு நாளும் நிலைப்பது உறுதி இல்லாத நிலை; constantly subject to insecurity or threat but nevertheless surviving; daily peril. • **நித்திய கண்டம்** பூரண ஆயுள் - *பழமொழி.*

நித்தியகதி: *(பெ):* காற்று; wind; air.

நித்திய கருமம்: *(பெ):* தினமும் ஆற்றிட வேண்டிய கடமை; daily duties.

நித்தியபடி: *(வி.அ):* தினமும்; daily.

நித்தியமுத்தன்: *(பெ):* கடவுள்; ஞானி; God; person of sublime religious knowledge.

நித்தியம்: *(பெ):* நிலையானது; நிரந்தரம்; eternity; perpetuity.

நித்தியயௌவனை: *(பெ):* திரௌபதி; Draupadi, the wife of Pancha Pandavas (in the epic Mahabharatha).

நித்தியானந்தன்: *(பெ):* கடவுள்; God.

நித்திரை: *(பெ):* தூக்கம்; உறக்கம்; sleep. • **நித்திரை,** சுகம் அறியாது - *பழமொழி.*

நித்திரை தெளி: *(வி):* தூக்கத்திலிருந்து விழித்தெழு; to wake up from sleep.

நித்திலம்: *(பெ):* முத்து; pearl.

நிந்தகன்: *(பெ):* இழிவாகப் பேசுவோன்; the person who despises.

நிந்தம்: *(பெ):* தனியுரிமை; monopoly licence.

நிந்தனை: *(பெ):* இகழ்ச்சி; vilification.

நிந்தாத்துதி: *(பெ):* இகழ்தல் போலப் புகழ்தல்; praise in the apparent form of abuse.

நிந்திதம்: *(பெ):* பரிகாசம்; ஏளனம்; தடை; mockery; raillery; scorn; obstacle.

நிந்திதன்: *(பெ):* பழிக்கப்பட்டவன்; one who is vilified.

நிந்தித்தல்: *(வி):* இகழ்தல்; தூற்றுதல்; to vilify; to slander.

நிந்திப்பு: *(பெ):* நிந்தனை; இகழ்ச்சி; பரிகாசம்; vilification; scorn; raillery; mockery; making fun of.

நிந்தை: *(பெ):* இகழ்ச்சி; அவமரியாதை; vilification; disrespect.

நிபடம்: *(பெ):* படித்தல்; reading (a book, etc.).

நிபடிதம்: *(பெ):* படித்தல்; வாசித்தல்; reading (a book, etc.).

நிபதனம்: *(பெ):* இறக்குதல்; வீழ்தல்; putting (something) down; falling down.

நிபத்தி: *(பெ):* உண்மை; உதவி; நிச்சயம்; truth; help; certainty.

நிபத்தியை: *(பெ):* போர்க்களம்; battlefield.

நிபந்தம்: *(பெ):* கடமை; யாப்பு; அணை; கோயில் கட்டளைக்கு விடப்பட்ட சொத்து; responsibility; prosody; dam; endowment of property for temple worship.

நிபந்தனை: *(பெ):* ஒன்றினைச் செய்திட (அ) செய்திடாமலிருக்க இன்னொன்றினை விதிப்பது; உறுதி; ஏற்பாடு; பொது விதி; கடமை; தண்டனை; கட்டுப்பாடு; condition for something; certainty; arrangement; common rule; duty; punishment; control.

நிபம்: *(பெ):* கபடம்; உவமை; காரணம்; வஞ்சனை; கோள்; guile; a comparison involving a simile; cause; deceit; backbiting; talebearing.

நிபாகம்: *(பெ):* சமையல்; cooking.

நிபாடம்: *(பெ):* படித்தல்; reading (a book, etc.).

நிபாதம்: *(பெ):* மரணம்; விழுதல்; இறங்குதல்; death; act of falling down; act of getting down.

நிபாதனம்: *(பெ):* கொல்லுகை; murder.

நிபானம்: *(பெ):* கிணறு; நீர்த்தொட்டி; பால் ஜாடி; well; water tank; milk jar.

நிபிடம்: *(பெ):* நெருக்கம்; proximity.

நிபீடனம்: *(பெ):* மல்யுத்தம்; art of wrestling.

நிபுடம்: *(பெ):* நெருக்கம்; proximity.

நிபுணத்துவம்: *(பெ):* குறிப்பிட்ட ஒரு துறையில் தேர்ச்சி; professionalism.

நிபுணம்: *(பெ):* திறமை; சிறப்பு; skill; excellence.

நிபுணன்: *(பெ):* புதன்; திறமையும், தேர்ச்சியும் பெற்றுள்ளவன்; கல்விமான்; the Planet Mercury; an expert; a scholar.

நிபூதம்: *(பெ):* அதீதம்; excessiveness.

நிப்பரம்: *(பெ):* தீவிரம்; பாரமின்மை; அசைவின்மை; seriousness; weightlessness; motionless state.

நிப்பாட்டு: *(வி):* நிறுத்து; தாமதி; நேராக நடு; to stop; to delay; to set up as a pole.

நிமந்தக்காரர்: *(பெ):* கோயில் ஊழியர்; temple servant.

நிமந்தம்: *(பெ):* கோயில் ஊழியம்; temple service.

நிமலம்: *(பெ):* மாசின்மை; கறை படியாமை; purity; spotlessness.

நிமலன்: *(பெ):* கடவுள்; தூயவன்; the Supreme Being as spotless; holy person.

நிமலை: *(பெ):* உமையவள்; Umayaval, the consort of Lord Shiva.

நிமிடம்: *(பெ):* அறுபது வினாடி கொண்ட கால அளவு; minute.

நிமிடன்: *(பெ):* திறமையாளன்; an expert.

நிமிடிபாதம்: *(பெ):* கண்டிப்பு; பிடிவாதம்; rigour; obstinacy; stubbornness.

நிமிடு: *(பெ):* திறமையான வேலை; ingenious work; clever workmanship.
நிமிட்கரம்: *(பெ):* நெருக்கம்; proximity.
நிமிட்டல்: *(பெ):* கிள்ளுதல்; to pinch.
நிமிண்டி: *(பெ):* ஓர் எறும்பு வகை; a kind of ant.
நிமிண்டுதல்: *(பெ):* கிள்ளுதல்; to pinch.
நிமித்தம்: *(பெ):* அடையாளம்; காரணம்; சகுனம்; முத்தம்; நோக்கம்; mark; cause; omen; kiss; motive.
நிமித்திகன்: *(பெ):* சோதிடன்; astrologer.
நிமித்தியம்: *(பெ):* சகுனம்; காரணம்; omen; cause.
நிமிரல்: *(பெ):* சோறு; cooked rice.
நிமிர்: *(வி):* உயர்தல்; நேராக்குதல்; to raise; be erect.
நிமிர்ச்சி: *(பெ):* இறுமாப்பு; உறுதி; arrogance; firmness.
நிமிர்தல்: *(வி):* உயர்தல்; வளர்தல்; ஏறுதல்; நடத்தல்; உறுதியாதல்; to become erect; to grow tall; to shoot up; to climb; to walk; be firm.
நிமிர்த்து: *(வி):* நேராக உயர்த்து; to straighten up.
நிமிர்ந்த: *(பெ.அ):* நேரான; erect.
நிமிலனம்: *(பெ):* மரணம்; சிமிட்டுதல்; death; blinking.
நிமிளன்: *(பெ):* கெட்டிக்காரன்; clever man.
நிமிளை: *(பெ):* செவ்வெண்மையான கல் வகை; amber.
நிமிஷம்: *(பெ):* அறுபது வினாடிகள் கொண்ட கால அளவு; a minute.
நிமீலிகை: *(பெ):* மாயம்; சிமிட்டுதல்; illusion; blinking.
நிமேஷகம்: *(பெ):* மின்மினிப்பூச்சி; a glow worm; firefly.
நிமை: *(பெ):* இமை; eyelid.
நிமைத்தல்: *(வி):* இமைத்தல்; to wink.
நிம்பம்: *(பெ):* வேப்ப மரம்; margosa tree.
நிம்பன்: *(பெ):* பாண்டியன்; Pandiya King.
நிம்பரி: *(பெ):* பொறாமை; envy; jealousy.
நிம்பை: *(பெ):* திருமகள்; Lakshmi, Goddess of Wealth.
நிம்மதி: *(பெ):* மன அமைதி; இடையூறு இல்லாமை; state of relief; rest; peace; ease of mind.
நிம்மளம்: *(பெ):* மன அமைதி; களங்கமற்றது; ease of mind; that which is undefiled.
நியக்கி: *(பெ):* மான்; deer.
நியக்குரோதம்: *(பெ):* ஆலமரம்; அகலம்; banyan tree; width.
நியக்குரோதன்: *(பெ):* கஞ்சன்; தம்பி; miser; younger brother.
நியதம்: *(பெ):* அடக்கம்; உறுதி; நிஜம்; முகவுரை; modesty; certainty; truth; preface.
நியதி: *(பெ):* ஊழ்; முறைமை; நியமித்தல்; வீதி; இயற்கையான (அ) ஏற்படுத்தப்பட்ட செயல்படும் முறை; ஒழுங்கு விதி; fate; manner; nomination; street; law of nature; established rule.
நியதுதல்: *(வி):* விடுதல்; to let.
நியதேந்திரியன்: *(பெ):* இந்திரியத்தை அடக்குபவன்; the person who controls the five sensory organs.
நியத்துதல்: *(வி):* விடுதல்; to let.
நியத்துவம்: *(பெ):* பூஜித்தல்; worship.
நியந்தா: *(பெ):* கடவுள்; கட்டளை இடுவோன்; the God; commander.
நியமஞ்செய்தல்: *(வி):* உறுதிமொழி எடுத்தல்; to take a vow.
நியமநம்: *(பெ):* வேம்பு; margosa tree.
நியமம்: *(பெ):* விதி; அட்டயோக விதி; உறுதி; முடிவு; நகரம்; கோயில்; மண்டபம்; வீதி; இடம்; rule; disciplinary observances; ordinance; completion; town; temple; a hall; street; place.
நியமனம்: *(பெ):* ஆணை; கட்டளை; அதிகார பூர்வ ஒப்பந்த உத்தரவு; நேரிடையாக ஒரு பதவிக்கு (அ) தனக்குப் பதிலாகச் செயல்பட ஒருவரை அமர்த்தும் முறை; order; command; appointment of someone for some job; nomination.
நியமித்தல்: *(வி):* ஒருவரை அதிகாரபூர்வமாக ஒரு பணியில் அமர்த்துதல்; நியமனம் செய்தல்; to appoint; to nominate.
நியர்: *(பெ):* ஒளி; lustre.
நியர்ப்புதம்: *(பெ):* ஒரு பேரெண்; a large number.
நியாசம்: *(பெ):* கிரியை; வேம்பு; அடகு வைத்த பொருள்; funeral rites; one of the four paths for attaining salvation which consists of ritual worship of Lord Shiva; Margosa tree; mortgage.
நியாமகன்: *(பெ):* ஓட்டுநர்; மாலுமி; driver; navigator; captain of a vessel.
நியாயசபை: *(பெ):* நீதிமன்றம்; court of law.
நியாயத்தலம்: *(பெ):* நீதி வழங்கும் இடம்; a judicial court.
நியாயத்தார்: *(பெ):* நீதிபதிகள்; judges.
நியாயத்தீர்ப்பு: *(பெ):* நீதியை அடிப்படையாகக் கொண்டு வழங்கப்படும் தீர்ப்பு; judgement.
நியாயநிஷ்டூரம்: *(பெ):* அநியாயம்; that which is not in accordance with what is right and true; injustice.
நியாயப்படுத்துதல்: *(வி):* தன்னுடைய செயல், திட்டம், நடத்தை போன்றவை நியாயமானது என்று விளக்குதல்; to justify one's actions, plan, etc.
நியாயம்: *(பெ):* சமூகம், தார்மீகம் போன்றவற்றின் அடிப்படையில் காரண காரியத் தொடர்பின்

காரணமாக ஒத்துக்கொள்ளும்படியான முறையானது; சரியானது; justification; fairness; standards.
நியாயவான்: *(பெ):* நீதிமான்; just person.
நியாயவிலைக் கடை: *(பெ):* அரசாங்கத்தால் நடத்தப்படும் நிர்ணயம் செய்யப்பட்ட விலையில் அத்தியாவசியப் பொருட்களை வழங்கும் கடை; ration shop.
நியாளம்: *(பெ):* பறை வகை; a kind of drum.
நியுதம்: *(பெ):* ஒரு பேரெண்; a large number.
நியுத்தன்: *(பெ):* ஒரு செயலைச் செய்திட அமர்த்தப்பட்டவன்; one who was appointed to do a work.
நியுப்பிசம்: *(பெ):* வளைவு; வியாதி; bend; a disease.
நியூனம்: *(பெ):* குறைவு; deficiency.
நியோகம்: *(பெ):* கட்டளை; தத்துவம்; உறுதி; முயற்சி; தொழில்; order; command; philosophy; certainty; effort; profession.
நியோகர்: *(பெ):* உத்தியோகஸ்தர்; an employee; an officer.
நியோக்கியம்: *(பெ):* தகுதி; qualification.
நியோசனம்: *(பெ):* இசைவு; கட்டளை; harmony; order.
நிரகங்காரம்: *(பெ):* ஆணவமின்மை; absence of pride.
நிரக்கு: *(பெ):* நேர்மை; அகவிலை; honesty; price of grain.
நிரங்குசம்: *(பெ):* கீழ்ப்படியாமை; disobedience.
நிரங்குசன்: *(பெ):* கீழ்ப்படியாதவன்; the person lacking in discipline; disobedient person.
நிரசம்: *(பெ):* சுவையின்மை; tasteless.
நிரசனம்: *(பெ):* அழிவு; வாந்தியெடுத்தல்; தள்ளுதல்; பட்டினி; எதிரிடை; destruction; vomiting; push; fast; opposite.
நிரஞ்சனம்: *(பெ):* களங்கமில்லாதது; தூய்மை; that which is spotless; pure.
நிரஞ்சனன்: *(பெ):* கடவுள்; சிவன்; அருகன்; the Supreme Being as immaculate; Lord Shiva; Arhat.
நிரஞ்சனி: *(பெ):* பார்வதி தேவி; Parvathi Devi, the Goddess and the consort of Lord Shiva.
நிரடு: *(வி):* உறுத்துதல்; to have an uneasy sensation.
நிரட்சம்: *(பெ):* நிலநடுக்கோடு; the line of equator.
நிரதம்: *(வி.அ):* எப்பொழுதும்; எப்போதும்; always; ever.
நிரதி: *(பெ):* சம்பந்தம்; relevance.
நிரதிசயம்: *(பெ):* உயர்ந்த நிலை; high position; splendid state; dignity.
நிரத்தகம்: *(பெ):* பயனின்மை; uselessness.
நிரத்தல்: *(வி):* பரவுதல்; கலத்தல்; நிரம்புதல்; நெருங்குதல்; ஒழுங்குபடுத்துதல்; to spread; to mix; be full; be close; to arrange in order.
நிரந்தம்: *(பெ):* குரங்கு; நெருக்கிடை; monkey; crisis.
நிரந்தரம்: *(பெ):* இடைவிடாமை; நெருக்கம்; மறைவு; அழிவு; சராசரி; குரங்கு; என்றும் நிலையாகியிருந்திடும் தன்மை; continuity; proximity; hiding; ruin; average; monkey; everlasting.
நிரந்தரன்: *(பெ):* கடவுள்; the Supreme Being as eternal.
நிரந்தரித்தல்: *(வி):* நிறைதல்; to become full.
நிரபத்திரவம்: *(பெ):* வெட்கமின்மை; shamelessness.
நிரபராதி: *(பெ):* குற்றமற்றவன்; அப்பாவி; one who is innocent; innnocent person.
நிரப்பம்: *(பெ):* ஒப்புமை; சமம்; சிறப்பு; பூரணம்; கற்பு; symmetry; uniformity; excellence; perfection; chastity.
நிரப்பு: *(பெ):* குறைபாடு; தரித்திரம்; the condition of being incomplete; abject poverty; *(வி):* நிறைத்தல்; to fill.
நிரப்போர்: *(பெ):* வறியோர்; இரப்போர்; poor people; mendicants.
நிரம்ப: *(வி.அ):* நிறைய; அதிக அளவில்; abundantly; much.
நிரம்பரன்: *(பெ):* சிவபெருமான்; அருகன்; Lord Shiva; Arhat.
நிரம்பாத்தூக்கம்: *(பெ):* அரைகுறைத் தூக்கம்; broken sleep; unsound sleep.
நிரம்பாமென்சொல்: *(பெ):* மழலைச் சொல்; prattle; childish talk; lisp.
நிரம்பாமொழி: *(பெ):* மழலைச்சொல்; prattle; childish talk; lisp.
நிரம்பிய புட்பம்: *(பெ):* வாழை; plantain tree.
நிரம்பியம்: *(பெ):* வாழை; plantain tree.
நிரயபாலர்: *(பெ):* நரகத்தில் உள்ளோர்; those who are in the hell.
நிரயம்: *(பெ):* நரகம்; hell.
நிரல்: *(பெ):* வரிசை; ஒப்பு; order; row; resemblance; equality.
நிரல்பட: *(வி.அ):* வரிசைப்படி; in proper order.
நிரவயவன்: *(பெ):* சிவபெருமான்; கடவுள்; Lord Shiva; God
நிரவதி: *(பெ):* எல்லை இல்லாதது; that which has no limits.
நிரவம்: *(பெ):* ஒலியின்மை; soundless state.
நிரவயன்: *(பெ):* அழிவற்ற கடவுள்; சிவபெருமான்; the Supreme Being as eternal; Lord Shiva.
நிரவலியம்: *(பெ):* நித்தியம்; perpetuity.

நிரவுதல்: (வி): பரவுதல்; அழித்தல்; சமனாதல்; தீர்தல்; நிறைதல்; to spread; to destroy; to equalise; be completed; to become full.

நிராகம்: (பெ): உருவமின்மை; formlessness.

நிராகரணம்: (பெ): மறுப்பு; denial; objection.

நிராகரித்தல்: (வி): ஏற்க மறுத்தல்; புறக்கணித்தல்; மறுத்தல்; தள்ளுதல்; to reject; to ignore; to refuse; to push.

நிராகரிப்பு: (பெ): மறுப்பு; denial; objection.

நிராகாரம்: (பெ): புறக்கணிப்பு; வானம்; வீடுபேறு; உருவமின்மை; உணவு இல்லாமை; contempt; sky; salvation; formlessness; want of food.

நிராகுலம்: (பெ): கலக்கமின்மை; calmness.

நிராங்குதல்: (பெ): தேய்தல்; நொறுங்குதல்; to lessen; be crushed.

நிராசை: (பெ): நிறைவேறிடாத ஆசை; விருப்பமின்மை; an unfulfilled desire; absence of desire.

நிராதபகை: (பெ): இரவு; night.

நிராதரவு: (பெ): ஆதரவின்மை; helplessness.

நிராதாரம்: (பெ): ஆதாரமின்மை; absence of foundation.

நிராதாரன்: (பெ): கடவுள்; the God as independent.

நிராமயம்: (பெ): நோயற்றது; that which is free from disease.

நிராம்பலம்: (பெ): ஆதரவின்மை; absence of support.

நிராம்பலன்: (பெ): கடவுள்; the Supreme Being as independent.

நிராயுதபாணி: (பெ): தற்காத்துக்கொள்ள ஆயுதம் எதுவும் வைத்துக் கொள்ளாதவர்; one who is unarmed.

நிராயுதன்: (பெ): ஆயுதம் ஏதும் இல்லாதவர்; unarmed person.

நிராலம்பம்: (பெ): ஆதரவின்மை; absence of support.

நிரியாணம்: (பெ): இறப்பு; வீடுபேறு; death; salvation.

நிரீச்சுரம்: (பெ): நாத்திகம்; atheism.

நிரீச்சுரவாதி: (பெ): நாத்திகன்; atheist.

நிரீட்சணம்: (பெ): பார்வை; மதிப்பு; vision; sight; respect.

நிருணயம்: (பெ): ஆராய்வு; உறுதி; scrutiny; certainty.

நிருதர்: (பெ): அரக்கர்; monster; gaint and demon.

நிருதி: (பெ): அரக்கி; demoness.

நிருதூளி: (பெ): தூளி; அழுக்கு; dust; dirt.

நிருத்தம்: (பெ): நடனம்; பற்றின்மை; dance; absence of worldly attachment.

நிருத்தாசனம்: (பெ): தெளிவு; clearness.

நிருத்தியம்: (பெ): பாவங்களைத் தனது அங்க அசைவினால் வெளிப்படுத்தும் சாகித்தியம் இல்லாத ஆடல் முறை; the gestures and movements of limbs to express emotions, ideas, etc.

நிருபம்: (பெ): கடிதம்; தீர்மானம்; letter; resolution.

நிருபர்: (பெ): செய்தி திரட்டுபவர்; reporter of a newspaper, radio, television, etc.

நிருபன்: (பெ): மன்னன்; king.

நிருமதம்: (பெ): யானை; elephant.

நிருமலம்: (பெ): மாசின்மை; purity.

நிருமிதி: (பெ): படைப்பு; creation.

நிருமித்தியல்: (வி): உறுதிகொள்ளுதல்; படைத்தல்; to determine; to create.

நிருவாகம்: (பெ): ஆளுகை; பொறுப்பு; மேற்பார்வை; ஓம்புகை; act of governing; responsibility; supervision; protection.

நிரூபணம்: (பெ): மெய்ப்பித்தல்; ஆராய்ச்சி; demonstration; investigation.

நிரை: (பெ): வரிசை; கோபுரம்; ஒழுங்கு; படை; வகுப்பு; பசுக்கூட்டம்; row; temple tower; order; military array; herd of cows.

நிரைசல்: (பெ): மறைப்பு; a screen.

நிரைதல்: (வி): நிரப்புதல்; முடைதல்; முறைப்படுதல்; நிரவுதல்; பரிமாறுதல்; to make full; to plait; be in a row; be regular; to level up; to serve.

நிரைத்தல்: (வி): கோர்த்தல்; தொடர்தல்; பரப்புதல்; to string; to follow; to continue; to spread.

நிரையம்: (பெ): நரகம்; hell.

நிரோதம்: (பெ): தடை; அபகாரம்; வெறுப்பு; அழிவு; அடக்கம்; an obstacle; harm; feeling of emptiness caused by frustration; ruin; modesty.

நிரோதனம்: (பெ): தடை; an obstacle.

நிரோதனை: (பெ): புலனடக்கம்; suppression of the senses.

நிர்: (பெ): 'எண்' என்னும் வார்த்தையைக் குறிக்கும் ஆங்கில வார்த்தையான 'நம்பர்' என்பதன் சுருக்க வடிவம்; the abbreviated form of number.

நிர்க்கதி: (பெ): கதியின்மை; எவ்வித ஆதரவும் இல்லாத நிலை; utter helplessness; absence of support.

நிர்க்குணம்: (பெ): குணமின்மை; being devoid of qualities.

நிர்க்குணன்: (பெ): சிவபெருமான்; கடவுள்; Lord Shiva; God as without attributes.

நிர்ச்சலனம்: (பெ): சலனமில்லாத தன்மை; the state of unwavering nature.

நிர்ணயம்: (பெ): ஆராய்வு; தீர்ப்பு; உறுதி; மதிப்பீடு; நிச்சயம்; investigation; judgement; certainty; assessment; determination.

நிர்ணயித்தல்: *(வி):* நிச்சயித்தல்; தீர்மானித்தல்; to confirm; to determine.

நிர்த்தாட்சண்யம்: *(பெ):* பரிவு, இரக்கம் போன்றவை இல்லாமை; heartlessness.

நிர்த்தூளி: *(பெ):* நிர்மூலம்; utter destruction.

நிர்ப்பந்தம்: *(பெ):* கட்டாயம்; தொந்தரவு; compulsion; harassment.

நிர்ப்பந்தித்தல்: *(வி):* ஒன்றினைச் செய்தே தீரவேண்டும் என்று நெருக்குதல்; to force someone to do something.

நிர்மலம்: *(பெ):* மாசின்மை; spotlessness.

நிர்மலன்: *(பெ):* கடவுள்; the Supreme Being as immaculate.

நிர்மாணம்: *(பெ):* உருவாக்குதல்; கட்டுமானம்; manufacture; creation; construction.

நிர்மாணித்தல்: *(வி):* உருவாக்குதல்; திட்டமிட்டு அமைத்தல்; to construct; to set up by planning.

நிர்மித்தல்: *(வி):* கட்டுதல்; அமைத்தல்; to construct; to form.

நிர்மூலம்: *(பெ):* சிறிதளவுகூட எஞ்சிடாத அழிவு; utter destruction.

நிர்வர்த்தம்: *(பெ):* தரிசனம்; having a glimpse of a deity, saint, etc.

நிர்வஹணம்: *(பெ):* நிஷ்டை; meditation.

நிர்வகி: *(வி):* பொறுப்பு ஏற்று கவனித்துக்கொள்; to administer.

நிர்வாகம்: *(பெ):* ஆட்சிப் பொறுப்புடைய குழு; ஆட்சிப் பொறுப்பு; கட்டுப்படுத்தியும், நெறிமுறைப்படுத்தியும்கவனித்திடும்செயல்பாடு; management; administration.

நிர்வாகி: *(வி):* நிறுவனம், தொழிற்சாலை போன்றவற்றை நிர்வாகம் செய்பவர்; an administrator; an officer.

நிர்வாசநம்: *(பெ):* கொலை; murder.

நிர்வாணம்: *(பெ):* முக்தி; ஆடை ஏதும் உடுத்திடாத நிலை; the state of liberation; annihilation of all desires; nakedness.
- நிர்வாண தேசத்தில் ஆடையுடுத்தியவன் பைத்தியக்காரன் - *பழமொழி.*

நிர்வாணி: *(பெ):* ஆடை அணியாதவன்; naked person.

நிர்வாதம்: *(பெ):* நிந்தை; vilification.

நிர்விகற்பம்: *(பெ):* ஐயமின்மை; வேறுபாடின்மை; doubtlessness; clearness.

நிலக்கடலை: *(பெ):* வேர்க்கடலை; ground-nut.

நிலக்கரி: *(பெ):* பூமியுள்ளே இருந்து வெட்டியெடுக்கப்படும் கறுப்பு நிலக்கரி; coal.

நிலக்கிழார்: *(பெ):* கணிசமான நிலங்களைத் தனக்கு சொந்தமாகக் கொண்டிருப்பவர்; பெரும் நில உடைமையாளர்; land lord; land owner.

நிலக்குழி: *(பெ):* உரக்குழி; manure pit.

நிலத்தாமரை: *(பெ):* ரோஜா மலர்; the rose flower.

நிலத்தெய்வம்: *(பெ):* பூமி; பூமாதேவி; Earth as Goddess.

நிலநடுக்கம்: *(பெ):* பூகம்பம்; பூமி அதிர்வு; earthquake.

நிலப்படம்: *(பெ):* உலகம், நாடு, மாநிலம், மாவட்டம், நகரம் போன்றவற்றின் வரைபடம்; map of world, country, state, town, etc.

நிலப்பரப்பு: *(பெ):* நிலத்தின் நீள, அகலங்கள் அடங்கிய மொத்தப் பரப்பு; extent of the earth, land, etc.

நிலப்பிளப்பு: *(பெ):* பூமி வெடிப்பு; crack in the earth.

நிலபுலம்: *(பெ):* நன்செய், புன்செய்; விளை நிலம்; wet land; dry land; cultivable land.

நிலமகள்: *(பெ):* பூமாதேவி; Goddess of earth.

நிலமகன்: *(பெ):* செவ்வாய்; the Planet Mars, as the son of the earth.

நிலமடந்தை: *(பெ):* பூமாதேவி; நிலமகள்; Goddess of earth.

நிலமட்டம்: *(பெ):* தரைமட்டம்; being the level of the ground.

நிலக்கரையான்: *(பெ):* கரையான் வகை; a kind of white ant.

நிலைக்காரை: *(பெ):* ஒரு முட்செடி; a thorny plant.

நிலக்காளான்: *(பெ):* ஒரு வகைக் காளான்; a kind of mushroom.

நிலக்குமிழ்: *(பெ):* ஒரு வகைச் செடி; a kind of plant.

நிலச்சார்: *(பெ):* நிலவளம்; the suitability of land for cultivation.

நிலத்தடிநீர்: *(பெ):* பூமியின் அடிப்புறத்தில் இருக்கும் நீர்; ground water.

நிலநடுக்கோடு: *(பெ):* இரு துருவங்களிலிருந்து பூமியை சம அளவில் பிரித்திடு குறுக்கு வாட்டில் இருப்பதாகக் கொள்ளும் கற்பனைக் கோடு; equator.

நிலம்: *(பெ):* பயிர் செய்யுமிடம்; தரை; நிலவிடும் இயற்கைச் சூழ்நிலையைக் கொண்டு பிரிக்கப்பட்ட பரப்பு; இடம்; கன்னி; தேசம்; பூமி; land; field; ground; divisions of land according to the natural features; place; virgin girl; country; earth.
- *அகழ்வாரைத் தாங்கும் நிலம்போலத் தம்மை இகழ்வார்ப் பொறுத்தல் தலை - குறள் 151*
- *நிலத்தில் கிடந்தமை கால்காட்டும் காட்டும் குலத்தில் பிறந்தார்வாய்ச் சொல் - குறள் 959.*

நிலம்நீச்சு: *(பெ):* ஒருவருக்குச் சொந்தமான நன்செய், புன்செய் நிலங்கள்; one's property in dry and wet lands.

நிலம்பி: *(பெ):* கொசு; mosquito.

நிலயம்: *(பெ):* வீடு; இடம்; இலக்கு; கூத்து; குடல்; கோயில்; நிலை; பூமி; மருதநிலம்; வாசம்; house; place; target; dance; intestine; temple; status; earth; agricultural tract; abode; habitation.

நிலவடலி: *(பெ):* சிறு பனை மரம்; a kind of palmyra tree.

நிலவரம்: *(பெ):* நடப்பு நிலை; சூழ்நிலை; condition; state.

நிலவரி: *(பெ):* விளைச்சல், பாசன வசதி போன்றவற்றை அடிப்படையாகக் கொண்டு விளைநிலத்திற்காக அரசு வசூலித்திடும் வரி (கிஸ்தி); land revenue; Kisthi.

நிலவளையம்: *(பெ):* பூமி; the earth.

நிலவறை: *(பெ):* பூமிக்கு அடியில் அமைக்கப்பட்டு இருக்கும் அறை; bunker; cellar.

நிலவாரம்: *(பெ):* பயிரிடுவோன் நிலச் சொந்தக் காரருக்குக் கொடுக்கும் தானியத்தின் ஒரு பகுதி; land lease given in kind of grains to the land owner by the cultivator.

நிலவாயு: *(பெ):* எரிவாயு; natural gas.

நிலவு: *(பெ):* சந்திரன்; நிலவொளி; the Moon; Moon light.

நிலவுதயம்: *(பெ):* சந்திரோதயம்; rising of the Moon.

நிலவுதல்: *(வி):* தங்குதல்; நிலைத்திருத்தல்; வழங்குதல்; பரவுதல்; to stay; be permanent; be in vogue or in circulation; to spread.

நிலவுலகம்: *(பெ):* பூமி; earth.

நிலவுலகு: *(பெ):* பூமி; earth.

நிலவொளி: *(பெ):* நிலா வெளிச்சம்; Moon light.

நிலா: *(பெ):* சந்திரன்; இளம்பிறை; the Moon; the crescent.

நிலாவுதல்: *(வி):* நிலைத்திருத்தல்; தியானித்தல்; ஒப்பாதல்; be permanent; to meditate; to resemble.

நிலிஞ்சிகை: *(பெ):* பசு; cow.

நிலுவை: *(பெ):* வரவு; பாக்கி; கிடப்பு நிலை; arrears; balance; pending.

நிலை: *(பெ):* தன்மை; இடம்; அடுக்கு; உறுதி; தூண்; பரம்பரை உரிமை; முகூர்த்தம்; குலம்; character; place; stand; tier; certainty; pillar; heriditary right; a unit of time; family.

- **நிலையில் திரியாது அடங்கியான் தோற்றம் மலையினும் மாணப் பெரிது** *- குறள் 124*
- **நிலையஞ்சி நீத்தாருள் எல்லாம் கொலையஞ்சிக் கொல்லாமை சூழ்வான் தலை.** *- குறள் 325.*

நிலைகுலைதல்: *(வி):* நிலை கெட்டுப்போதல்; கட்டுப்பாடிழந்து சமநிலை இழத்தல்; to get disrupted; to lose balance.

நிலைகுலைத்தல்: *(வி):* கலக்கம் ஏற்படுத்துதல்; மன அமைதியைக் குலைத்தல்; அழித்தல்; cause to be disturbed; to disconcert; to destroy.

நிலைகெடுதல்: *(வி):* தடுமாறுதல்; நிலை கெட்டுப்போதல்; to toss; to get disrupted.

நிலைகேடு: *(பெ):* இன்னலுக்கு ஆட்படுதல்; straightened circumstances.

நிலைகொள்: *(வி):* நிலையாக இருத்தல்; தங்குதல்; அமைதியாக இருத்தல்; ஒன்றில் தன் கவனம் முழுமையையும் செலுத்துதல்; to settle down; to stay; be peaceful; to pay attention.

நிலைக்கக்கூடிய: *(பெ.அ):* எதிர்ப்பைச் சமாளித்து நிலைத்திருக்கக்கூடிய; capable of standing firmly against an attack.

நிலைக்கடசம்: *(பெ):* பெரிய கூடை; a large basket.

நிலைக்கண்ணாடி: *(பெ):* சட்டம் ஒன்றில் நிலையாகப் பொருத்தப்பட்டிருக்கும் பெரிய கண்ணாடி; a large mirror fixed in a frame.

நிலைக்களம்: *(பெ):* நின்றவிடம்; வரி வசூலிக்கும் அலுவலகம்; standing place; the revenue office.

நிலைக்கால்: *(பெ):* வாசல்கால்; the outer frame in which the door is fixed.

நிலைக்குடி: *(பெ):* ஊரில் வெகுகாலமாக வாழ்ந்து வரும் மக்கள்; the citizens of a village who have lived there for a very long period.

நிலைக்குத்தான: *(பெ.அ):* செங்குத்தான; நிமிர்ந்த; being perpendicular to the horizon; upright

நிலைக்குத்துதல்: *(வி):* அசையாது இருத்தல்; be fixed.

நிலைக்குழு: *(பெ):* சிலவகைப் பிரச்சினைகள் எந்நேரம் எழுந்தாலும் அவற்றினைக் கவனித்திட அமைக்கப்படும் குழு; the standing committee.

நிலைதடுமாறுதல்: *(வி):* நிலைகுலைதல்; be upset.

நிலைதல்: *(வி):* சம்பவித்தல்; to occur; to happen.

நிலைதவறுதல்: *(வி):* சீர் கெடுதல்; சமநிலை இழத்தல்; to get disrupted; to lose balance.

நிலைத்தல்: *(வி):* நிலைபெறுதல்; நின்று போதல்; நிலைக் குத்துதல்; be established; to stop; be fixed.

நிலைத்தானம்: *(பெ):* கோயில்; temple.

நிலைத்திடு: *(வி):* உறுதியாக இருத்தல்; எஞ்சியிருத்தல்; to be stable; to remain.

நிலைத்துறை: *(பெ):* குளத்தின் படித்துறை; the usual bathing ghat of a tank.

நிலைநாட்டு: *(வி):* நிறுவுதல்; நிலை கொள்ளுமாறு செய்தல்; to establish like rights, facts, etc.; to enforce peace, law and order.

நிலைநில்: *(வி):* உறுதியாக இருத்தல்; to stand firmly.
நிலைநிறுத்து: *(வி):* நிலைப்படுத்து; சீர்ப்படுத்து; to establish; to regenerate.
நிலைநிற்கும்: *(பெ.அ):* நீடித்துழைக்கும்; be fixed.
நிலைநீர்: *(பெ):* கடல்; sea or ocean.
நிலைபரம்: *(பெ):* உறுதி; நிலைமை; firmness; situation.
நிலைப்படம்: *(பெ):* இயக்கம் இல்லாத பொருட்களைக் காட்டும் ஓவியம்; still life picture.
நிலைப்படி: *(பெ):* கதவு நிலை; கதவு நிலையின் அடிப்பகுதி; door frame; the bottom rail of the door frame.
நிலைப்படுதல்: *(வி):* நீண்டகாலத்திற்கு நீடித்து அமைதல்; ஓரிடத்திலேயே பதிந்து இருத்தல்; to get fixed; to come to stay.
நிலைப்படுத்து: *(வி):* உறுதியாக நில்; பால் போன்றவற்றில் குறிப்பிட்ட அளவில் கொழுப்புச் சத்து நிலை பெற்றிருக்குமாறு செய்; be firm; to standardize the fat content in milk to certain percentage.
நிலைப்பாடு: *(பெ):* உறுதிப்பாடு; stability; firmness.
நிலைபெறுதல்: *(வி):* நிலைத்தல்; உறுதி பெற்று அமைதல்; being established; being ingrained.
நிலைபெற்ற: *(பெ.அ):* நிலைத்த; rested.
நிலைபேறு: *(பெ):* நிலைத்து இருப்பது; உறுதி; தூண்; நிச்சயம்; மானம்; அசையாமை; that which is everlasting; certainty; pillar; firmness; dignity; state of immobility.
நிலைப்பு: *(பெ):* உறுதி; முயற்சி; நிலைத்திருத்தல்; firmness; try hard; effort; permanence.
நிலைப்பெட்டி: *(பெ):* அலமாரி; shelf.
நிலைமாடம்: *(பெ):* மேல்மாடி; storey.
நிலைமாறு: *(வி):* இடம்மாறு; கொள்கையை மாற்று; சூழ்நிலையை மாற்று; to change in place; to change the principles; to change the circumstances.
நிலைமாறுபாடு: *(பெ):* ஒரு நிலையிலிருந்து மற்றொன்றிற்கு மாறுபடுகை; transition.
நிலைமுதல்: *(பெ):* சொத்து; assets.
நிலைமேடை: *(பெ):* பீடம்; raised platform; pedestal.
நிலைமை: *(பெ):* இயல்பு; உறுதி; குணம்; திண்மை; உண்மை; quality; firmness; character; nature; strength; truth.
நிலையகம்: *(பெ):* வீடு; இருப்பிடம்; house; place for living; habitation.
நிலையம்: *(பெ):* குறிப்பிட்ட இடம்; இருப்பிடம்; வீடு; பூமி; கூத்து; கோயில்; இலக்கு; மருதநிலத்து ஊர்; particular place; dwelling place; house; earth; dance; temple; target; the village in the agricultural tract.
நிலையற்ற: *(பெ.அ):* ஸ்திரத் தன்மையற்ற; precarious; impermanent.
நிலையற்றவன்: *(பெ):* மனவுறுதி இல்லாதவன்; fickle-minded person.
நிலையாமை: *(பெ):* நிலைத்த தன்மையற்றது; instability; transitoriness.
நிலையாறுதல்: *(வி):* அமைதியுறுதல்; be pacified.
நிலையான: *(பெ.அ):* நகர்த்திட இயலாத; மாற்றிட முடியாத; அழித்திட முடியாத; நிலைத்திட்ட; தொடக்கமும், முடிவுமற்ற; immovable; unchangeable.
நிலையில்லாத: *(பெ.அ):* நிலைத்திட்ட தன்மையற்ற; impermanence.
நிலையிறக்கு: *(வி):* தரம் குறைத்திடு; இழிவு படுத்திடு; to degrade; to disgrace.
நிலையூன்று: *(வி):* ஓரிடத்தில் நிலையாகத் தங்கு; அழுத்தமாகப் பதிந்திடு; to become firmly settled in a place; to obtain a firm footing.
நிலைவரம்: *(பெ):* மாறுதல் இல்லாமை; permanence.
நிலைவிளக்கு: *(பெ):* பீடம் ஒன்றில் பொருத்தப் பட்டிருக்கும் விளக்கு; a lamp which is fixed in a stand.
நிலைவைப்பு: *(பெ):* குறித்த காலத்திற்கு பணத்தை வங்கியில் முதலீடு செய்திடல்; fixed deposit.
நில்: *(வி):* கால்களைத் தரையில் ஊன்றி நேராக நிற்றல்; இயக்கம் நிறுத்தப்படுதல்; நிலைத்தல்; விலகுதல்; தங்குதல்; to stand; to stop a motion; to remain; to cease; to stay.
நில்லாமை: *(பெ):* நிலையில்லாத தன்மை; அநித்தியம்; that which is temporal or fleeting.

- நில்லாத வற்றை நிலையின என்றுணரும்
  புல்லறி வாண்மை கடை - *குறள் 331.*

நிவகம்: *(பெ):* திரள்; கூட்டம்; an accumulated state; crowd.
நிவசதம்: *(பெ):* கிராமம்; village.
நிவசதி: *(பெ):* இல்லம்; வீடு; house.
நிவசனம்: *(பெ):* வீடு; ஆடை; புடவை; house; garment; saree.
நிவத்தல்: *(வி):* உயர்தல்; படர்தல்; வளர்தல்; தோன்றுதல்; மேலாதல்; to rise; to spread; to grow; to appear; be superior.
நிவந்தம்: *(பெ):* கடவுளை வழிபடும் இடம்; கோயில் செலவு; கோயில் தொண்டு; வேலைத்திட்டம்; நிபந்தனை; the place of worship; temple expense; temple service; allotted duties; condition; general rule.
நிவப்பு: *(பெ):* உயரம்; மேல் நோக்கிய சரிவு; height; elevation.

நிவம்: *(பெ):* தோளின் மேல் பகுதி; upper part of the shoulder.

நிவருணம்: *(பெ):* பார்த்தல்; act of looking.

நிவருத்தனம்: *(பெ):* ஓர் அளவு வகை; a kind of measure.

நிவர்தல்: *(வி):* ஓங்குதல்; to rise high.

நிவர்த்தல்: *(வி):* உயர்தல்; be high.

நிவர்த்தி: *(பெ):* பரிகாரம்; விடுதலை; குறை தீர்த்தல்; போக்கு நீங்குமாறு மேற்கொள்ளும் ஏற்பாடு; remedy; release; atonement; compensation; redress.

நிவர்த்தித்தல்: *(வி):* நீக்குதல்; to remove.

நிவாகம்: *(பெ):* இடம்; place.

நிவாசம்: *(பெ):* வாழுமிடம்; தெய்வம் வாழிடம்; abode; habitation as of a deity.

நிவாசித்தல்: *(வி):* குடியிருத்தல்; to reside; to live in rented house.

நிவாதம்: *(பெ):* காற்றின்மை; absence of air or wind.

நிவாபம்: *(பெ):* சிரார்த்தம்; பிதுர் தர்ப்பணம்; a ceremony of offering oblations of food and water to the manes; the funeral rites offerings to one's deceased father.

நிவாரணம்: *(பெ):* புயல், வெள்ளம் முதலியவைகளால் பாதிப்பு அடைந்தோருக்குக் குறைகளைப் போக்கிடும் வகையில் வழங்கப்பெறும் பணம், பொருள் போன்ற உதவி; பிராயச்சித்தம்; நீக்கல்; விடுதல்; தடை; the relief measures; remedy; preventing; abolition; prohibition.

நிவாரணி: *(பெ):* நோய், வலி போன்றவற்றைக் குணமாக்கும் மருந்து; pain reliever.

நிவாரம்: *(பெ):* தடை; prohibition.

நிவி: *(பெ):* மாமரம்; mango tree.

நிவிர்த்தி: *(பெ):* ஒழிப்பு; விடுதல்; துறவு; dismissal; abolition; renunciation; asceticism.

நிவேசம்: *(பெ):* ஆடை; கலியாணம்; பெரியோர் உறைவிடம்; வீடு; garment; marriage; habitation of great persons; house.

நிவேசனம்[1]: *(பெ):* ஊர்; இடம்; பட்டினம்; வீடு; வாசல்; village; place; maritime town; house; gateway.

நிவேசனம்[2]: *(பெ):* **2400** சதுர அடி கொண்ட மனை அளவு; a plot which has the area of 2400 sq.ft.

நிவேதனம்: *(பெ):* நைவேத்தியம்; ஒப்புவித்தல்; the offering to a deity; dedicating.

நிவேதி: *(வி):* கடவுளுக்கு உணவுப் பொருட்களைப் படைத்தல்; ஒப்புவி; offerings to a deity as food; to dedicate.

நிவேதித்தல்: *(வி):* நைவேத்தியம் செய்தல்; to offer food, etc., to a deity.

நிவேத்தியம்: *(பெ):* நைவேத்தியம்; offerings to a deity.

நிழத்துதல்: *(வி):* மங்குதல்; to wane.

நிழலாடுதல்: *(வி):* பிரதிபலித்தல்; தெளிவின்றித் தோன்றுதல்; be reflected; to appear vaguely; to be overshadowed by something.

நிழலி: *(பெ):* ஒளி; நீதி; காற்று; நோய்; lustre; justice; air; wind; disease.

நிழலுதல்: *(வி):* ஒளி செய்தல்; to illuminate.

நிழல்: *(பெ):* சாயை; எதிரொளி; அருள்; இடம்; ஒளி; சூரிய ஒளி நேரிடையாகப் படாத இடம்; ஒளியானது தடைப்பட்டு எதிர்ப்புறமாக உருவாகுமிடம்; shade; reflection; grace; place; lustre; a shady place; shadow. • **நிழலின்** அருமை வெயிலுக்கு வந்தால்தான் தெரியும் - *பழமொழி.*

• நிழல்நீரும் இன்னாத இன்னா தமர்நீரும்
இன்னாவாம் இன்னா செயின். - *குறள் 881.*

நிழல்குடை: *(பெ):* போக்குவரத்துக் காவலருக்கு (அ) பேருந்து நிறுத்தத்தில் காத்திருக்கும் பிரயாணிகளுக்கு எனப் போடப்பட்டிருக்கும் வட்ட (அ) செவ்வகக் கூரையமைப்பு;

a shelter for traffic police or for the passengers at a bus stop.

நிழல் கூத்து: *(பெ):* பாவைக் கூத்து வகை; a kind of shadow play.

நிழறுதல்: *(வி):* ஒளி விடுதல்; to shade.

நிழற்படம். *(பெ):* புகைப்படம்; photograph.

நிழற்பாவை: *(பெ):* திரைச்சீலைக்குள் விட்டு ஆட்டும் பாவை; a puppet whose image is projected in a screen.

நிழற்றுதல் *(வி):* இருளாக்குதல்; நிழல் உண்டாக்குதல்; அடங்குதல்; காத்தல்; to shade; to make shadow; to subside; to protect.

நிறங்குணம்: *(பெ):* இயல்பு; nature.

நிறங்கொடு: *(வி):* வண்ணம் கொடு; to give colour.

நிறம்: *(பெ):* இயல்பு; புகழ்; மார்பு; சரீரம்; வர்ணம்; ஒளி; இசை; நடுவிடம்; தோல்; உயர்ந்த நிலை; nature; fame; breast; body; colour; lustre; harmony; middle-place; skin; highest position.

நிறம் நீக்கு: *(வி):* வண்ணத்தைப் போக்கு; to decolourise.

நிறமாலை: *(பெ):* வெண்மையான ஒளி முப்பட்டகக் கண்ணாடியை ஊடுருவிச் செல்லும்போது உண்டாகும் ஊதாவிலிருந்து சிவப்பு வரையுள்ள நிறங்களின் தொகுப்பு; the image formed by the rays of light when passed through a prism.

நிறவெறி: *(பெ):* மனித இனத்தில் ஒரு சிலவகை இனத்தைச் சேர்ந்தோர்கள் உடலின் நிறத்தை அடிப்படையாகக் கொண்டு பிற இனத்தவரை இழிவாகவும், தாழ்வாகவும் நடத்திடும் தீவிரப் போக்கு; racism.

நிறவேற்றுமை: *(பெ):* மனித இனத்தில் உடலின் நிறத்தை அடிப்படையாகக் கொண்டு உயர்வு, தாழ்வு என்று வேறுபடுத்திக் கற்பிக்கும் போக்கு; discrimination on the grounds of colour of the skin.

நிறுத்தல்: *(வி):* தீர்மானித்தல்; நிலைநிறுத்துதல்; எடை பார்த்தல்; படைத்தல்; தடைசெய்தல்; வரிசைப்படுத்துதல்; to decide; to establish; to weigh; to create; to prohibit; to stop; to arrange in order.

நிறுத்தாத: *(வி.அ):* தொடர்ச்சியாக; continuously; non-stop.

நிறுத்திப்பிடித்தல்: *(வி):* நிலை நிற்றல்; தூக்கிப் பிடித்தல்; to stand firmly; to uphold.

நிறுத்திய நிலை: *(பெ):* செயல் இழந்த நிலை; state of abeyance.

நிறுத்தியெழுதுதல்: *(வி):* வார்த்தைகளுக்கு இடையே போதுமான இடைவெளி விட்டு, தேவையான குறியீடுகளை இட்டு திருத்தமாக எழுதுதல்; to write legibly and slowly, leaving proper spaces and putting proper punctuations while writing.

நிறுத்தி வை: *(வி):* ஒன்றினைச் செயல்படாமல் இருக்கச் செய்; to keep in abeyance; to suspend.

நிறுத்து: *(வி):* செயல் இழக்கச் செய்; முடிவுறச் செய்; ஒருமுகப்படுத்து; நேராக நிற்கச் செய்; தற்காலிகமாக நின்றிடச் செய்; to stop something; to cease; to concentrate; to erect; to suspend.

நிறுத்துக்கட்டு: *(வி):* அளவீடு; to measure.

நிறுத்துதல்: *(வி):* நிலை நாட்டுதல்; நிலைப்படுதல்; முடித்தல்; ஆட்படுதல்; நியமித்தல்; நிற்கச் செய்தல்; வைத்தல்; to establish; to make firm; to complete; be subject to; to appoint; to make one to stand; to place.

நிறுத்துப்பார்: *(வி):* எடை போட்டுப்பார்; to examine the weight of.

நிறுத்துமிடம்: *(பெ):* ஒன்றினை நிறுத்தி வைக்குமிடம்; a stop or stand of something. • பேருந்து **நிற்குமிடம்;** வாகனங்கள் **நிற்குமிடம்.**

நிறுப்பான்: *(பெ):* தராசு; துலாம் இராசி; weighing balance; the seventh constellation of the zodiac having the balance as its sign; Libra.

நிறுவனம்: *(பெ):* தொழிலாளர், ஊழியர் போன்றோரைக் கொண்டு வியாபாரம், தொழில் போன்றவற்றை மேற்கொள்வதற்கென நிர்வகிக்கப்படும் அமைப்பு; கல்விப்பணி மையம்; a concern; an establishment; a firm; an institution.

நிறுவியவர்: *(வி):* தோற்றுவித்தவர்; founder.

நிறுவுதல்: *(வி):* தொடங்குதல்; உருவாக்குதல்; பொருத்துதல்; நிலை நாட்டுதல்; ஏற்படுத்துதல்; எழுப்புதல்; அமைத்தல்; வலியுறுத்தல்; to start; to set up; to install; to found; to erect; to establish; to compel.

நிறை: *(பெ):* தராசு; எடை; துலாம் ராசி; மனவடக்கம்; தாள வகை; வலிமை; அறிவு; அழிவின்மை; நீதி; மிகுதி; கவனம்; கற்பு; நீர்ச்சால்; சிறப்புத் தன்மை; weighing balance; weighing; the seventh constellation of the Zodiac having the balance as its sign; Libra; control of mind; a time measure; strength; knowledge; permanence; justice; excess; concentration; attention; chastity; baling bucket; virtue; excellence.

• *நிறையுடைமை நீங்காமை வேண்டின்*
பொறையுடைமை
போற்றி ஒழுகப் படும். *- குறள் 154.*

• *நிறைநீர நீரவர் கேண்மை பிறைமதிப்*
பின்நீர பேதையார் நட்பு. *- குறள் 782.*

நிறைகர்ப்பம்: *(பெ):* பிரசவமாவதற்கு சில நாட்களுக்கு முன்பாக உள்ள கர்ப்ப நிலை; the advanced state of pregnancy.

நிறைகலை: *(பெ):* பௌர்ணமி; நிறைவு; Full Moon; fullness.

நிறைகுடம்: *(பெ):* பலவிதமான விஷயங்களைப் பற்றிய அறிவினைப் பெற்றிருந்தும் அடக்கத்துடன் இருப்பவர்; the learned person with humility. • **நிறைகுடம் தளும்பாது** - *பழமொழி.*

நிறைகுணம்: *(பெ):* பொறுமையான குணம்; calmness; the power to endure troubles.

நிறைகோல்: *(பெ):* தராசு; weighing balance.

நிறைசபை: *(பெ):* பெரியசபை; an assembly.

நிறை செல்வம்: *(பெ):* தேவைக்கு அதிகமான பொருளாதார வசதி; abundant wealth.

நிறைதல்: *(வி):* நிரம்புதல்; மிகுதல்; பரவியிருத்தல்; to become full; be abundant; to spread.

நிறை திறமுடைய: *(பெ.அ):* நிறைவேற்றிடக் கூடிய; accomplishable.

நிறைந்த வீடு: *(பெ):* பொருட் செல்வமும், மக்கட் செல்வமும் நிறைந்துள்ள வீடு; house in prosperity.

நிறை பாரம்: *(பெ):* பளு அதிகமாக உள்ள சுமை; heavy load.

நிறை மதி: *(பெ):* பௌர்ணமி; the Full Moon.

நிறை மதியம்: *(பெ):* உச்சிப் பொழுது; நடுப்பகல்; noon.

நிறை மாதம்: *(பெ):* முழு வளர்ச்சியடைந்த குழந்தையினைப்பெற்றெடுக்கும்பிரசவமாதமான பத்தாம் மாதம்; the final month of pregnancy period.

நிறை மொழி: *(பெ):* பலிக்கும் வாக்கு; prophetic word.

- **நிறைமொழி** மாந்தர் பெருமை நிலத்து மறைமொழி காட்டி விடும். *- குறள் 28.*

நிறைமொழியாளர்: *(பெ):* பெரியோர்; முனிவர்; great persons; ascetics.

நிறைய: *(பெ.அ):* அதிகமான; large number; *(வி.அ):* அதிகமாக; a number of.

நிறையழிதல்: *(வி):* கற்பு இழத்தல்; மனம் கலங்குதல்; to lose chastity; be anxious.

நிறையளவு: *(பெ):* எடைபோட்டு அறியும் அளவு; the measure by weighing.

நிறையறி கருவி: *(பெ):* தராசு; weighing balance.

நிறையாமை: *(பெ):* குறைவு; lacking.

நிறையுற்றவன்: *(பெ):* நிதானமாகச் செயல் படுபவன்; the person who is doing the works in a measured way.

நிறைவாரகம்: *(பெ):* மிகுதி; excess.

நிறைவு: *(பெ):* மேன்மை; தீர்வு காணப்பட்ட நிலை; திருப்தி; மகிழ்ச்சி; மோட்சம்; முழுமை; excellence; completion; satisfaction; joy; final bliss; fulfilment.

நிறைவு விழா: *(பெ):* ஒன்று முடிவு பெறும் நாளில் நடைபெறும் விழா; concluding function of a series.

நிறைவேறுதல்: *(வி):* செய்து முடித்தல்; முக்தியடைதல்; முற்றுதல்; முடிவடைதல்; to complete; to attain heavenly bliss; to come to an end.

நிறைவேற்று: *(வி):* ஒரு செயல் முடிவடைய நடவடிக்கையை மேற்கொள்ளுதல்; பயன் கிடைத்திடுமாறு செயல்படுத்துதல்; கடமையை நிகழ்த்துதல்; to fulfil; to carryout; to perform one's duty.

நிற்காரம்: *(பெ):* இகழ்ச்சி; vilification.

நிற்சரம்: *(பெ):* அமுதம்; மலையருவி; ambrosia; manna; mountain torrent.

நிற்சலம்: *(பெ):* அசைவின்மை; motionless state.

நிற்சனம்: *(பெ):* தனிமையிடம்; தள்ளுதல்; lonely place; act of pushing.

நிற்பத்தி: *(பெ):* விவாகம்; marriage.

நிற்புதம்: *(பெ):* ஒரு பேரெண்; a large number.

நிற்றல்: *(வி):* அடங்குதல்; தங்குதல்; நிற்றல்; ஒழிதல்; தரித்தல்; to subside; to stay; to stand; to cease; to wear.

நினாதம்: *(பெ):* ஒலி; sound.

நினைதல்: *(வி):* கருதுதல்; தியானித்தல்; அறிதல்; to consider; to meditate; to know.

நினைத்தல்: *(வி):* எண்ணுதல்; தியானித்தல்; ஆலோசித்தல்; மனதில் கொள்ளுதல்; to think; to meditate; to counsel; to keep in mind.

நினைப்பாளி: *(பெ):* ஞாபகம் உள்ளவன்; one who has memory power.

நினைப்பிடுதல்: *(வி):* ஆணையிடுதல்; to order; to give command.

நினைப்பு: *(பெ):* எண்ணம்; மனப்பதிவுகளை உணரும் நிலை; thought; mind. • **நினைப்பு** பிழைப்பைக் கெடுக்கும் - *பழமொழி.*

- **நினைப்பவர்** போன்று நினையார்கொல் தும்மல் சினைப்பது போன்று கெடும். *- குறள் 1203.*

நினைப்பூட்டு: *(வி):* நினைவுக்குக் கொண்டு வருதல்; to remind.

நினையாமை: *(பெ):* மறந்து போதல்; forgetfulness.

நினைவாலயம்: *(பெ):* புகழ் பெற்றவரின் (அ) உயர்வான நோக்கத்திற்காக உயிர்த்தியாகம் செய்தவரின் நினைவாகக் கட்டப்படும் கட்டடம்; memorial.

நினைவு: *(பெ):* எண்ணம்; கவனம்; நோக்கம்; நினைப்பு; thought; attention; goal; remembrance.

நினைவு அஞ்சலி: *(பெ):* ஒருவர் இறந்த நாளில் அவரை நினைத்துச் செலுத்தும் மரியாதை; homage.

நினைவு இன்மை: *(பெ):* நினைவு இல்லாது இருத்தல்; oblivion.

நினைவு கூர்தல்: *(வி):* பழைய சம்பவங்களை நினைவுக்குக் கொண்டு வருதல்; to recollect.

நினைவுக்குறிப்புகள்: *(பெ):* தனது சொந்த வாழ்க்கையில் நடந்த முக்கிய சம்பவங்களையும், சந்தித்த முக்கிய மனிதர்களையும் நினைவுக்குக் கொண்டுவந்து எழுதப்பட்ட செய்திகளின் தொகுப்பு; memoirs.

நினைவுக்கேடு: *(பெ):* மறதி; forgetfulness.

நினைவுச் சின்னம்: *(பெ):* நினைவில் கொள்வதற் காகவும், நன்றியைத் தெரிவிக்கும் விதமாகவும் அடையாளமாக அமைக்கப்படுவது; memorial; monument.

நினைவு திரும்பு: *(வி):* ஒருவர் தாம் இழந்த சுயவுணர்வானது மீண்டும் வருதல்; to regain consciousness. • பத்து நாட்களாக படுத்த படுக்கையாக இருந்த அவருக்கு இப்பொழுது தான் **நினைவு திரும்பியது.**

நினைவுத் தப்பு: *(பெ):* எண்ணப்பிசகு; misapprehension.

நினைவு நாள்: *(பெ):* ஒருவரின் மறைவிற்கு அஞ்சலி செலுத்தும் இறந்த நாள்; death anniversary.

நினைவு மோசம்: *(பெ):* நினைவு இழத்தல்; losing consciousness.

நினைவு வைத்தல்: *(வி):* கருத்து வைத்தல்; to keep in memory.

நினைவோடுதல்: *(வி):* ஞாபகம் வருதல்; to recollect in memory.

நின்: *(பெ.அ):* உனது; yours.

நின்மலம்: *(பெ):* அழுக்கின்மை; purity of mind.

நின்மலன்: *(பெ):* கடவுள்; அருகன்; God; Arhat.

நின்மலி: *(பெ):* வில்வம்; bael tree.

நின்மூடன்: *(பெ):* நிர்மூடன்; absolute fool.

நின்று: *(வி.அ):* எப்பொழுதும்; always.

நின்று போதல்: *(வி):* அற்றுப்போதல்; தடைபட்டுப் போதல்; to cease; to stop.

நிஜம்: *(பெ):* போலி, நடிப்பு, பொய் என ஏதும் இல்லாத உண்மை; உள்ளது; true; genuine.

நிஜார்: *(பெ):* கால்சட்டை; shorts.

நிஷ்களங்கம்: *(பெ):* களங்கமின்மை; flawlessness.

நிஷ்காமியம்: *(பெ):* தன்னலம் கருதாமை; selflessness.

நிஷ்டூரம்: *(பெ):* தயவு தாட்சண்யம் இல்லாமை; harshness; mercilessness.

நிஷ்டை: *(பெ):* மனம் ஒருமுகப்படுத்தப்பட்ட நிலை; தியானம்; meditation.

நீ

நீ: *(பெ):* முன்னிலை இடத்து ஒருமைப் பெயர்; the pronoun of second person; you; *(வி):* விடுதல்; துறத்தல்; to give up; to renounce.

நீகம்: *(பெ):* தவளை; மேகம்; frog; cloud.

நீகாசம்: *(பெ):* ஒப்பு; உண்மை; உறுதி; resemblance; truth; firmness.

நீகாமன்: *(பெ):* மீகான்; navigator.

நீகாரம்: *(பெ):* பனி; அவமதிப்பு; ஆணவம்; mist; disrespect; arrogance.

நீகான்: *(பெ):* மாலுமி; steersman.

நீகேரம்: *(பெ):* வீடு; house.

நீக்கமற: *(வி.அ):* எங்குமாக; ஓரிடம்கூட விடாது; everywhere; omnipresent.

நீக்கம்: *(பெ):* நீங்குகை; பிளப்பு; பிரிவு; நீளம்; elimination; cleft; separation; extension.

நீக்கல்: *(வி):* அகற்றல்; கொல்லுதல்; நீட்டுதல்; மாற்றுதல்; to remove; to kill; to lengthen; to change.

நீக்கு: *(வி):* நீக்கல்; நீக்கு எனக் கேட்டல்; விலக்குதல்; to remove; to ask to remove; to repel.

நீக்குதல்: *(வி):* விடுவித்தல்; ஒழித்தல்; ஒதுக்குதல்; அகற்றுதல்; பிரித்தல்; கைவிடுதல்; to release; to expel; to remove; to separate; to give up.

நீக்குபோக்கு: *(பெ):* ஒருவருடைய குணம், இயல்பு, சூழ்நிலை போன்றவற்றிற்குத் தக்கவாறு ஒத்துப்போகும் தன்மை; நெளிவு சுளிவு; adaptability; flexibility.

நீங்கலாக: *(பெ.அ):* தவிர்த்து; தவிர; except; other than.

நீங்கல்: *(பெ):* விலகுகை; புறம்பு; act of leaving; that which is separate.

நீங்கள்: *(பெ):* மரியாதை ஒருமையாகவும், முன்னிலைப் பன்மையாகவும் பயன்படுத்தும் பெயர்; second person plural or honorific singular pronoun.

நீங்கிச் செல்: *(வி):* வெளியேறு; to quit.

நீங்குதல்: *(வி):* பிரிதல்; ஒழித்தல்; ஒழிதல்; மாறுதல்; to separate; to destroy; to decline; to differ.

- **நீங்கான்** வெகுளி நிறையிலன் எஞ்ஞான்றும் யாங்கணும் யார்க்கும் எளிது. - *குறள் 864.*
- **நீங்கின்** தெறூஉம் குறுகுங்கால் தண்ணென்னும் தீயாண்டுப் பெற்றாள் இவள். - *குறள் 1104.*

நீசகம்: *(பெ):* நீர்; water.

நீசகை: *(பெ):* இழிவானவள்; mean woman.

நீசக்கிரகம்: *(பெ):* இராகு, கேது ஆகிய கோள்கள்; Raghu, Moon's ascending node; Kethu, a nodal point having no house of its own in the Zodiac but possessing the virtues of the owner of the house it occupies and moving in an anti-clockwise direction.

நீசசாதி: *(பெ):* கீழ்ச்சாதி; scheduled caste.

நீசத்தனம்: *(பெ):* இழிதன்மை; meanness.

நீசநடை: *(பெ):* தீயொழுக்கம்; debauchery.

நீசபங்கராசயோகம்: *(பெ):* ஒரு யோகம்; a kind of luck.

நீசம்: *(பெ):* ஈனம்; கொடுமை; meanness; atrocity.

நீசர்: *(பெ):* கீழ்மக்கள்; mean persons.

நீசவாகனம்: (பெ): கழுதை; donkey.
நீசன்: (பெ): இழிந்தவன்; ஈனன்; mean person.
நீசாரம்: (பெ): திரைச்சீலை; curtain.
நீச்சல்: (பெ): நீந்துகை; வெள்ளம்; கோவணம்; swimming; flood; man's loin cloth.
நீச்சல் குளம்: (பெ): பயிற்சி, மகிழ்ச்சி ஆகியவற்றிற்கு என நீந்துவதற்கு அமைக்கப்பட்ட குளம்; swimming pool.
நீச்சு: (பெ): நீந்துதல்; வெள்ளம்; நிலம் என்னும் சொல்லுடன் இணைந்து வரும் சொல்; swimming; flood; a word which occurs in combination with 'Nilam' ('நிலம்').
நீஞ்சுதல்: (வி): நீந்துதல்; to swim.
நீஞ்சும் பிராணி: (பெ): நீரில் வாழும் பிராணி; that which lives in water.
நீடசம்: (பெ): குருவி; sparrow; a little bird.
நீடசேந்திரன்: (பெ): கருடன்; the white-headed kite.
நீடம்: (பெ): பறவையின் கூடு; இருப்பிடம்; bird's nest; dwelling place.
நீடல்: (பெ): நீளல்; lengthening.
நீடாணம்: (பெ): கறி; குழம்பு; raw or boiled meat; a kind of thickened sauce which is to be added to boiled rice.
நீடி: (பெ): எங்கும் பரவும் தன்மை; the quality of spreading everywhere.
நீடிக்கை: (பெ): நீடித்தல்; extending.
நீடித்திருத்தல்: (வி): நெடுங்காலத்திற்கு இருத்தல்; everlasting.
நீடிப்பு: (பெ): நீடித்தல்; extending.
நீடு: (பெ): நெடுங்காலம்; நிலைத்திருக்கை; a very long time; permanence.
நீடுநீர்: (பெ): புனிதநீர்; sacred water.
நீடுழி: (பெ): நெடுங்காலம்; a very long period.
நீடோத்பவம்: (பெ): பறவை; a bird.
நீட்சி: (பெ): நீளம்; தாமதம்; நீட்டுகை; length; delay; lengthening.
நீட்டம்: (பெ): நீளம்; length.
நீட்டல்: (பெ): நீட்டுதல்; to lengthen.
நீட்டல் அளவை: (பெ): நீளத்தினை அளந்திடும் அளவை; measurement of length.
நீட்டாணம்: (பெ): குழம்பு; a kind of thickened sauce.
நீட்டாள்: (பெ): பணியாள்; servant.
நீட்டு: (பெ): நீளம்; தூரம்; length; distance; (வி): நீட்டுதல்; to lengthen.
நீட்டுமுடக்கு: (பெ): கொடுக்கல், வாங்கல்; lending and borrowing; money transaction.
நீட்பம்: (பெ): நீளம்; length.
நீணாளம்: (பெ): நீளமான புகைக்குழாய்; a lengthy hookah.
நீணிதி: (பெ): பெருஞ்செல்வம்; great riches; a large quantity of wealth.
நீணிலை: (பெ): ஆழம்; நீர்மடு; depth; deep place in a river or channel.
நீணுதல்: (வி): நெடுந்தூரம் செல்லுதல்; to go to a great distance.
நீணெறி: (பெ): நீளமான வழி; சோழ நாட்டில் பாடல் பெற்ற தலமான தண்டலையில் விளங்கும் திருக்கோயில்; a long way or path; a temple at Thandalai, belonged to Chozha dynasty.
நீண்ட: (பெ.அ): நீளமான; long.
நீண்டகரை: (பெ): கடற்கரை; நீளமான கரை; sea-shore; a lengthy shore.
நீண்டகையானை: (பெ): காண்டாமிருகத்தின் கொம்பு; horns of Rhinoceros.
நீண்ட சதுரம்: (பெ): செவ்வகம்; rectangle.
நீண்டவன்: (பெ): திருமால்; Lord Vishnu.
நீண்மை: (பெ): பழமை; antiquity.
நீண் மொழி: (பெ): சூளுரை; oath.
நீதம்: (பெ): தகுதியானது; நீதி; தானியம்; நற்பேறு; that which is proper; justice; grain; prosperity.
நீதம்பாதம்: (பெ): நீதி; justice.
நீதவான்: (பெ): நீதிபதி; Judge.
நீதி: (பெ): சமூக நெறி, சட்டம் போன்றவற்றின் அடிப்படையில் வழக்கு, பிரச்சினை ஆகியவற்றில் காரண காரியம் கூறி நடுநிலையோடு வழங்கும் முடிவு; முறைமை; நியாயம்; மெய்; ஒழுக்க நெறி; இயல்பு; வழிவகை; justice; manner; propriety; truth; morality; nature; means; resources.
நீதிகேடு: (பெ): அநியாயம்; injustice.
நீதிசாஸ்த்திரம்: (பெ): நீதி நூல்; science of polity and ethics.
நீதிநெறி: (பெ): நல்லொழுக்கம்; சன்மார்க்கம்; morality; good conduct.
நீதிபதி: (பெ): நியாயாதிபதி; judge.
நீதிமன்றம்: (பெ): சட்டத்தின் அடிப்படையில் வழக்குகளை விசாரித்து தீர்ப்பு வழங்கிட அரசால் ஏற்படுத்தப்பட்டிருக்கும் அமைப்பு; court of law.
நீதிமான்: (பெ): கடவுள்; அரசன்; நீதிபதி; God; king; judge.
நீதியறிந்தோன்: (பெ): அமைச்சர்; minister.
நீதியற்றோன்: (பெ): அநியாயங்கள் செய்பவன்; one who is doing immoral activities.
நீதிவிளக்கம்: (பெ): நீதி விசாரணை; judicial trial.
நீதிவிளங்குதல்: (பெ): நியாயம் விசாரித்தல்; judicial trial.
நீத்தம்: (பெ): வெள்ளம்; கடல்; ஆழம்; மிகுதி; flood; sea; depth; abundance.

நீத்தல்: *(வி):* பிரிதல்; துறத்தல்; நீங்குதல்; to separate; to part with; to renounce; to leave.

நீத்தவன்: *(பெ):* துறவி; அருகன்; ascetics; Arhat.

நீத்தார்: *(பெ):* முனிவர்; துறவியர்; இறந்தோர்; saints; ascetics; dead persons.

நீந்துதல்: *(வி):* நீரில் குறிப்பிட்ட திசையில் சென்றிட (அ) மிதப்பதற்குக் கைகால்களை அசைத்து நகர்தல்; கடத்தல்; to swim; to cross. • நீந்த மாட்டாதவனை ஆறு கொண்டு போகும். • மீன் குஞ்சுக்கு **நீந்தவா** கற்றுக் கொடுக்க வேண்டும் - *பழமொழிகள்.*

நீபம்: *(பெ):* கடம்பு மரவகை; a flower tree sacred to Lord Muruga which are in white and red colours; common Indian oak tree.

நீப்பு: *(பெ):* துறவு; பிரிவு; asceticism; separation.

நீமம்: *(பெ):* ஒளி; lustre.

நீம்: *(பெ):* முன்னிலைப் பன்மை; second person plural.

நீம்பல்: *(பெ):* பிளப்பு; வெடியுப்பு; crevice; saltpetre.

நீயர்: *(வி):* விடுதல்; நீங்கல்; to quit; to leave.

நீயிர்: *(பெ):* நீவிர்; you.

நீரகம்: *(பெ):* கடல் சூழ்ந்த பூமி; காஞ்சியில் உள்ள திருமால் தலங்களுள் ஒன்று; the land surrounded by the earth as sea-girt; one of Lord Vishnu's shrines at Kancheepuram.

நீரசம்: *(பெ):* சுவையற்றது; மாதுளை; தாமரை; சலவாயு; that which is not tasty; pomegranate; lotus; hydrogen.

நீரடைப்பு: *(பெ):* சிறுநீர் வெளியாகாமை; retention of urine.

நீரதம்: *(பெ):* மேகம்; cloud.

நீரதி: *(பெ):* கடல்; சாறு; sea; extract.

நீரநிதி: *(பெ):* கடல்; sea.

நீரம்: *(பெ):* தண்ணீர்; water.

நீரரண்: *(பெ):* அகழி; moat, considered as a defence.

நீராகாரம்: *(பெ):* பழஞ்சோற்றில் கலந்துள்ள நீர்; rice-water, usually kept overnight.

நீராடல்: *(பெ):* குளித்தல்; bathing.

நீராடு: *(வி):* குளித்தல்; to bathe in a well, tank, river, etc.

நீராட்டு: *(பெ):* குளிப்பாட்டுதல்; தாரை வார்த்தல்; ablution; bathing act of offering someone or something by ritually pouring water into the hands of the recipient.

நீராமை: *(பெ):* கடலாமை; sea-turtle.

நீராம்பல்: *(பெ):* ஆம்பல்; ஒரு நோய்; water-lily; a kind of disease.

நீராவி: *(பெ):* கொதிநீரின் வாயுநிலை; தண்ணீர்த் துளி; கேணி; steam; drop of water; well.

நீராவிப்படகு: *(பெ):* நீராவியின் விசையினால் இயக்கப்படும் படகு; steamer; steam-boat.

நீராழி: *(பெ):* கடல்; sea.

நீராழி மண்டபம்: *(பெ):* ஆறு (அ) குளத்தின் மையப்பகுதியில் அமைந்திருக்கும் மண்டபம்; a small tower structure in the middle of a river or tank.

நீராளம்: *(பெ):* நீர்த்தன்மை; நீர் மிகுதி; fluidity; abundance of water.

நீரி: *(பெ):* நீரில் வாழக்கூடியது; that which is living in water.

நீரிணை: *(பெ):* ஜலசந்தி; strait i.e., a narrow passage of water which connects the large bodies of water.

நீரியல்: *(பெ):* நிலத்தின் அடிப்புறம், மேற்புறம் ஆகியவற்றில் இருக்கும் தண்ணீர் பற்றியும் அத்தண்ணீர் உள்ள இடத்தின் அமைப்பு பற்றியும் விவரித்துக் கூறும் அறிவியல்; hydrology.

நீரிலா நிலம்: *(பெ):* பாலை வனம்; desert.

நீரிழிவு: *(பெ):* இயல்பாக இருந்திட வேண்டிய அளவினைக் காட்டிலும் இரத்தத்தில் அதிகமாக சர்க்கரைச் சத்து சேர்வதால் உண்டாகும் நோய்; diabetes.

நீரிறைவன்: *(பெ):* வருணன்; Lord Varuna, the God of water.

நீருருள்: *(பெ):* சகடமாகப் பண்ணித் தண்ணீர் ஏற்றி உருட்டிடும் கருவி; a kind of cart-like waterbarrel.

நீருள்ளி: *(பெ):* வெங்காயம்; onion.

நீரூபம்: *(பெ):* காற்று; வானம்; air; wind; sky.

நீரூற்று: *(பெ):* நீர் ஊறும் இடம்; கசிவு; spring of water source or origin; ooze.

நீரேற்றம்: *(பெ):* நீர்க்கோப்பு; சளிபிடித்தல்; வெள்ளம்; கடல்நீர்ப் பெருக்கம்; dropsy; catarrh; flood; hightide of sea-water.

நீரேற்றி: *(பெ):* ஆசனவாய் வழியாகத் தண்ணீரை ஏற்றுதல்; an injection of liquid into the rectum, i.e., enema.

நீரோசை: *(பெ):* சந்தோஷம்; மகிழ்ச்சி; கொண்டாட்டம்; joy; happiness; celebration.

நீரோட்டம்: *(பெ):* தண்ணீர் பாய்தல்; flow of water.

நீரோடி: *(பெ):* மதகு; sluice.

நீரோடு: *(பெ):* கால்வாய்; channel.

நீரோடை: *(பெ):* நீர்நிலை; கால்வாய்; water source; channel.

நீரோருகம்: *(பெ):* தாமரை; lotus.

நீரோற்காரி: *(பெ):* ஆற்றுநீர் சுழல் விட்டபடி செல்வது; whirlpool of water in the river.

நீர்: *(பெ):* தண்ணீர்; கடல்; குணம்; இரத்தினத்தின் ஒளி; சாறு; நீவிர்; புனல்; ஆறு; பஞ்ச பூதத்துள் ஒன்று; தன்மை; water; sea; nature; water in gem; sauce; you; river; one of the five elements. ● ***நீரைச் சிந்தினையோ, சீரைச் சிந்தினையோ*** - *பழமொழி.*

- ***நீர்இன்று அமையாது உலகெனின் யார்யார்க்கும் வான்இன்று அமையாது ஒழுக்கு*** - *குறள் 20.*
- ***நீரும் நிழலது இனிதே புலவியும் வீழுநர் கண்ணே இனிது.*** - *குறள் 1309.*

நீர்க்கடம்பு: *(பெ):* ஒரு வகை மரம்; a kind of tree.

நீர்க்கடன்: *(பெ):* பிதுர்க்கிரியை; libation of water, etc., offered to one's manes.

நீர்க்கடுப்பு: *(பெ):* சிறுநீர் கழிக்கும்போது எரிச்சலுடன் கூடிய வலி உண்டாகுதல்; the feeling of pain and irritation while passing urine.

நீர்க்கட்டி: *(பெ):* ஆலங்கட்டி; சீழ் பிடித்த புண்கட்டி; hail stone; boil.

நீர்க்கமல்லி: *(பெ):* அல்லி; water-lily.

நீர்க்கரை: *(பெ):* ஆறு, குளம் போன்றவற்றின் கரை, bank of a river, tank, etc.

நீர்க்காகம்: *(பெ):* நீர்நிலைகளின் அருகே காணப்படும் வாத்து போன்ற தோற்றத்தையும், கூர்மையான அலகினை உடையதும், மீன்களை உண்டு வாழ்வதுமான கருநீலப் பறவை; cormorant.

நீர்க்கால்: *(பெ):* வாய்க்கால்; canal; water course.

நீர்க்காவி: *(பெ):* கருங்குவளை மலர்; a kind of water flower.

நீர்க்கிழவன்: *(பெ):* வருணன்; the Lord Varuna.

நீர்க்குட்டம்: *(பெ):* ஒரு வகை நோய்; a kind of disease.

நீர்க்குதிரை: *(பெ):* குதிரை போன்ற முகத்தையும், தனது தலையை நீட்டியவாறு நீந்திச் செல்வதுமான சிறு மீன்; sea-horse.

நீர்க்குமிழி: *(பெ):* நீரில் எழும் கொப்புளம்; water bubble.

நீர்க்குறிஞ்சா: *(பெ):* ஒரு வகை மருந்துச் செடி; a kind of medicinal plant.

நீர்க்குன்று: *(பெ):* நத்தை; snail.

நீர்க்கைக்கதவு: *(பெ):* மதகு; sluice.

நீர்க்கொதி: *(பெ):* நீரெறிவு; feeling of pain and itching while passing urine.

நீர்க்கொழுந்து: *(பெ):* நீரோட்டம்; flow of water.

நீர்க்கோத்தை: *(பெ):* தண்ணீர்ப் பாம்பு வகை; a kind of snake which lives in water and land.

நீர்க்கோப்பு: *(பெ):* ஜலதோஷம்; catarrh; cold.

நீர்க்கோலி: *(பெ):* தண்ணீர்ப் பாம்பு வகை; a kind of snake which lives in water and land.

நீர்க்கோழி: *(பெ):* நீர்நிலைகளில் வாழும் பறவை வகை; water fowl.

நீர்க்கோவை: *(பெ):* கை கால்களில் அதிகமான நீர் சேர்வதால் உண்டாகும் வீக்கம்; dropsy.

நீர்ச்சாய்வு: *(பெ):* நீர்க்கசிவு உள்ள நிலம்; wet soil.

நீர்ச்சால்: *(பெ):* தண்ணீர்க் குடம்; water pot.

நீர்ச்சிரங்கு: *(பெ):* சேற்றுப்புண்; itching sore between the toes due to frequent walking in the mud.

நீர்ச்சிறுப்பு: *(பெ):* நீர்; urine.

நீர்ச்சுழல்: *(பெ):* நீரில் உண்டாகும் சுழி; whirlpool of water.

நீர்ச்சுனை: *(பெ):* மலைமீதுள்ள நீர்நிலை; pool on a mountain.

நீர்ச்சூலை: *(பெ):* நோய் வகை; a kind of disease.

நீர்ச்சேலை: *(பெ):* கோவணம்; man's loin cloth.

நீர்ச்சோபை: *(பெ):* உடல் வீக்கம்; swelling on the body.

நீர்ச்சோறு: *(பெ):* பழைய சோறு; cooked rice mixed with water and kept overnight.

நீர்த்த: *(பெ.அ):* அதிக அளவில் நீர்த்தன்மை கொண்டதும், வீரியம் குறைந்ததுமான; diluted.

நீர்த்தல்: *(வி):* நீராதல்; ஈரமாதல்; to become watery; to become wet.

நீர்த்தாரை: *(பெ):* நீரோட்டம்; மழைத்தாரை; water flow.

நீர்த்தாழை: *(பெ):* நீர்க்குழாய்; spout.

நீர்த்திவலை: *(பெ):* நீர்த்துளி; drop of water.

நீர்த்துப்போதல்: *(வி):* நீராதல்; to become watery.

நீர்த்துறை: *(பெ):* நீர்நிலையில் இறங்குமிடம்; ghat.

நீர்த்தூம்பு: *(பெ):* மதகு; sluice.

நீர்த்தெளியான்: *(பெ):* தரையில் நீர் தெளித்துச் சுத்தம் செய்யும் வேலைக்காரன்; the servant who cleans the floor with water.

நீர்த்தேக்கம்: *(பெ):* ஆற்றின் குறுக்காக அணை கட்டி, நீரைத் தேக்கி வைத்திருக்கும் இடம்; மழை நீரினைத் தேக்கி வைத்திருக்கும் குளம், குட்டை, ஏரி போன்றவை; reservoir; dam; tank, pond, lake, etc.

நீர்நாடு: *(பெ):* சோழநாடு; Chozha country.

நீர்நாய்: *(பெ):* ஏரி, ஆறு போன்றவற்றில் காணப்படும் நாயைப் போன்ற தோற்றத்தையும் அடர் பழுப்பு உரோமத்தையும் கொண்டதுமான ஒரு விலங்கு; the otter; the beaver.

நீர்நிலம்: *(பெ):* நன்செய் நிலம்; wet land.

நீர்நிலை: *(பெ):* ஏரி; குளம்; நீரின் ஆழம்; முத்துக் குற்றம்; lake; tank; pond; depth of water; defect in a pearl.

நீர்ப்பஞ்சு: *(பெ):* கடற்காளான்; sea-weed.

நீர்ப்படலம்: *(பெ):* கண்ணோய் வகை; an eye disease.

நீர்ப்பரப்பு: *(பெ):* கடல்; sea.
நீர்ப்பரிசை: *(பெ):* ஆமை; tortoise.
நீர்ப்பறவை: *(பெ):* ஆறு, ஏரி போன்றவற்றின் அருகில் வாழும் பறவை; water bird.
நீர்ப்பாசனம்: *(பெ):* பயிர்களுக்கு நீர் பாய்ச்சும் முறை; irrigation.
நீர்ப்பாடு: *(பெ):* விஷக்கிராணி நோய்; a kind of disease.
நீர்ப்பாண்டு: *(பெ):* நீர்க்கோப்பு; dropsy.
நீர்ப்பாம்பு: *(பெ):* தண்ணீரிலும் நிலத்திலும் வாழும் தன்மையைக் கொண்ட பாம்பு; a common water snake.
நீர்ப்பாய்ச்சு: *(பெ):* நோய் வகை; நீர்ப்பாசனம் செய்தல்; a kind of disease; irrigation; *(வி):* பயிர்களுக்கு நீரினைப் பாய்ச்சு; to irrigate.
நீர்ப்பிரமியம்: *(பெ):* சிறுநீர் கழித்திடும் சமயத்தில் வலியும் எரிச்சலும் உண்டாகுதல்; feeling of pain and irritation while passing urine.
நீர்ப்பிரிதல்: *(வி):* சிறுநீர் கழித்தல்; to urinate.
நீர்ப்புடையான்: *(பெ):* புடையான் கொத்திப் பாம்பு; a kind of snake.
நீர்ப்பெருக்கு: *(பெ):* வெள்ளம்; flood.
நீர்ப்பை: *(பெ):* பித்தநீர்ப்பை; சிறுநீர்ப்பை; gall bladder; urinary bladder.
நீர்மட்டம்: *(பெ):* அணை, ஏரி, குளம் போன்றவற்றில் தண்ணீர் இருக்கும் அளவின் உயரம்; ஒரு பரப்பின் சமநிலை அறிந்திடப் பயன்படும் கண்ணாடிக் கூட்டினுள் பாதரசத்துளி கொண்ட சாதனம்; கடல் மட்டம்; water level in a reservoir, lake, tank, etc.; spirit level; sea level.
நீர்மம்: *(பெ):* திரவநிலை; liquid state.
நீர்மாடம்: *(பெ):* படகு வகை; a kind of boat.
நீர்மாலை: *(பெ):* இறந்தோர்க்குச் செய்யும் இறுதிச் சடங்கின் முதல் பகுதியாக இறந்தவரின் உடம்பை நீராட்டும் வகையில் நெருக்கமான உறவினர்கள் கொண்டு வருகின்ற நீர்; water being brought by the close relatives to bathe the corpse signalling the commencement of the funeral rites.
நீர்மின் நிலையம்: *(பெ):* தண்ணீருடைய ஓட்டத்தின் விசையால் மின் உற்பத்தி செய்யப்படும் இடம்; hydro-electric power plant.
நீர்முகம்: *(பெ):* இறங்குதுறை; bathing ghat in river, tank, well, etc.; port of debarkation; port of disembarkation; landing stage.
நீர்மூழ்கி: *(பெ):* நீரில் பாய்ந்து மூழ்குபவர்; நீர் மூழ்கிப் பறவை; the person who dives in the water; a kind of water bird.
நீர்மூழ்கிக் கப்பல்: *(பெ):* தண்ணீருக்குள் அமிழ்ந்து செல்லக்கூடிய அமைப்பைக் கொண்டுள்ள கப்பல்; the submarine.
நீர்மூழ்கிக் குண்டு: *(பெ):* கப்பலை வெடித்துச் சிதற வைத்திடும் ஒரு வகைக் குண்டு; torpedo.
நீர்மை: *(பெ):* நீரின் தன்மை; சிறந்த குணம்; எளிமை; ஒளி; நிலைமை; ஒப்புரவு; அழகு; property of water; good conduct; goodness; ease; lustre; nature; evenness; beauty.
நீர்மோர்: *(பெ):* மோரில் அதிக அளவு தண்ணீர் கலந்து கறிவேப்பிலை போட்டுத் தாளிக்கப்பட்ட பானம்; weak butter-milk flavoured with curry leaves, taken as a drink in summer.
நீர்யானை: *(பெ):* யானையைப் போன்ற பருத்த உடலையும், பெரிய தலையினையும், உரோமம் இல்லாத தடித்த தோலையும் உடைய, நீரில் வாழ்வதுமான ஒரு விலங்கு; hippopotamus.

நீர்வஞ்சி: *(பெ):* ஒரு வகைப் பிரம்பு; a kind of rattan.
நீர்வரைப்பு: *(பெ):* கடலால் சூழப்பட்ட உலகம்; the earth as sea-girt.
நீர்வல்லி: *(பெ):* வெற்றிலைக் கொடி; betel leaf and its creeper.
நீர்வளம்: *(பெ):* எந்நாளும் வற்றாமல் தண்ணீர் கிடைத்திடும் வளமை; abundance of water in a region.
நீர்வளி: *(பெ):* ஒரு வகைத் தனிமம்; நீரியம்; hydrogen.
நீர்வாரி: *(பெ):* யானை அடிச் சங்கிலி; the foot chain of elephant.
நீர் வாழைக்காய்: *(பெ):* மீன்; fish.
நீர் வாழ்வன: *(பெ):* தண்ணீருக்குள் உயிர் வாழக் கூடியவை; aquatic creatures.
நீர்வீழ்ச்சி: *(பெ):* அருவி; waterfalls.
நீர் வேட்கை: *(பெ):* தாகம்; strong desire for drink; thirst.
நீலகண்டம்: *(பெ):* மயில்; peacock.
நீலகண்டன்: *(பெ):* சிவபெருமான்; திருநீலகண்ட நாயனார்; துரிசு; முருங்கை மரம்; பூரபாடாணம்; Lord Shiva; Thiruneelakanda Nayanar, one of the devotees and 63 saiva saints; blue vitriol; horse-radish tree; a kind of arsenic.
நீலகண்டி: *(பெ):* துர்க்கை; பாம்பின் நச்சுப்பல்; Durga, Goddess of Victory; poisonous fang of a serpent.
நீலகந்தி: *(பெ):* மாணிக்க வகை; a kind of precious stone.
நீலகமலம்: *(பெ):* கருங்குவளை; a kind of water lily; blue nelumbo.
நீலகாசம்: *(பெ):* கண்ணோயுள் ஒன்று; a kind of eye disease.
நீலகிரி: *(பெ):* நீலமலை; blue mountain.

நீலக்கல்: *(பெ):* நகைகளில் பதித்து அலங்காரம் செய்யப்பயன்படுத்தப்படும் நீல நிறங்கொண்ட விலையுயர்ந்த கல்; Sapphire.

நீலக்காரம்: *(பெ):* துரிசு; blue vitriol; Copper Sulphate.

நீலக்காலி: *(பெ):* அவுரி; ஒரு வகை நண்டு; indigo; a kind of crab.

நீலக்கிரீவன்: *(பெ):* சிவபெருமான்; Lord Shiva.

நீலக்கிரௌஞ்சம்: *(பெ):* கருங்கொக்கு; a kind of crane.

நீலக்கோலன்: *(பெ):* மன்மதன்; Kama, the God of love.

நீலதரு: *(பெ):* தென்னை மரம்; coconut tree.

நீலந்தன்: *(பெ):* பாணன்; bard.

நீலபடிகம்: *(பெ):* பளிங்கு; crystal.

நீலபதுமம்: *(பெ):* நீலோற்பலம்; blue Indian water lily.

நீலபம்: *(பெ):* தேனீ; சந்திரன்; மேகம்; honey-bee; the Moon; cloud.

நீலபுட்பம்: *(பெ):* அவுரி; எட்டி; indigo; the strychnine tree; worm wood.

நீலப்பறவை: *(பெ):* மயில்; peacock which is blue coloured.

நீலமணி: *(பெ):* கண்ணின் கருமணி; நீல ரத்தினம்; தென்னை; pupil of the eye; a precious stone; coconut tree.

நீலமணிகாயம்: *(பெ):* கண்ணோய் வகை; a kind of eye disease.

நீலமருந்து: *(பெ):* அவுரி; indigo.

நீலமாதவன்: *(பெ):* திருமால்; Lord Vishnu.

நீலமார்க்கம்: *(பெ):* கையாந்தகரை; a kind of shrub.

நீலமீளிகை: *(பெ):* மின்மினிப்பூச்சி; the glow worm; fire-fly.

நீலமேகம்: *(பெ):* கார்மேகம்; dark cloud.

நீலமேனியள்: *(பெ):* பார்வதி தேவி; Goddess Parvathi, the consort of Lord Shiva.

நீலம்: *(பெ):* இருள்; மாணிக்க வகை; கறுப்பு; காற்று; நாணய வகை; darkness; a kind of precious stone; black; wind; an old coin.

நீலம் பற்ற வை: *(வி):* கதை கட்டு; to concoct a slander.

நீலம் பாரித்தல்: *(வி):* நீல நிறம் பரவுதல்; விஷமானது இரத்தத்துடன் கலப்பதால் உடல் நீலநிறமாதல்; to become blue; be livid from the blood getting poisoned.

நீலர்: *(பெ):* கருநிறங்கொண்ட அரக்கர்; the black demons.

நீலவண்ணன்: *(பெ):* திருமால்; சனி; Lord Vishnu; the presiding deity of Planet Saturn.

நீலவத்திரம்: *(பெ):* நீலத்துணி; blue cloth.

நீலன்: *(பெ):* சனி; கொடியவன்; மாங்கனி வகை; குதிரை வகை; the presiding deity of Planet Saturn; wicked person; a kind of mango; a kind of horse.

நீலாங்கம்: *(பெ):* புழு; worm.

நீலாஞ்சனம்: *(பெ):* கருமை நிறங்கொண்ட கல்; granite.

நீலாஞ்சனை: *(பெ):* மின்னல்; lightning.

நீலாட்சம்: *(பெ):* அன்னப்பறவை; the swan.

நீலாம்பரி: *(பெ):* ராக வகை; a kind of music/ raga.

நீலி: *(பெ):* துர்க்கை; பார்வதி; கருமை நிறம்; ஒரு பெண்; பேய்; மருதோன்றி; பாம்புப் பல்; செடி வகை; Durga, the Goddess of Victory; Goddess Parvathi, the consort of Lord Shiva; black colour; a woman; devil; ghost; henna; the poisonous fang of a serpent; a kind of plant. • **நீலிக்குக் கண்ணீர் இமையிலே.** • **நீலிக் கண்ணீர் வடித்தது போல** - *பழமொழிகள்.*

நீலிக்கண்ணீர்: *(பெ):* உண்மையான துக்கம், சோகம் என ஏதுமில்லாது போலியாக வடித்திடும் கண்ணீர்; insincere tears; crocodile tears.

நீலித்தனம்: *(பெ):* செருக்கு; பாசாங்கு; pride; pretension.

நீலினி: *(பெ):* அவுரிச் செடி; indigo.

நீலோற்பவம்: *(பெ):* கருங்குவளை; blue nelumbo; blue Indian water lily.

நீல்: *(பெ):* நீலம்; காற்று; வாதம்; கருங்குவளை மலர்; அவுரி; கறுப்பு; blue; wind; air; humour of the body; blue nelumbo; blue water lily; indigo; black colour.

நீவரகம்: *(பெ):* பஞ்சம்; famine.

நீவரம்: *(பெ):* சேறு; நீர்; நாடு; வாணிகம்; mud; mire; water; country; business.

நீவல்: *(வி):* நீவுதல்; to rub gently.

நீவி: *(பெ):* கொய்சகம்; ஆடை; பணப்பை; கிழி; இறகு; மெதுவாகத் தடவுதல்; the tucked up ends of the cloth as of woman's saree; saree; cash bag; valuables tied up in a piece of cloth; feather; act of rubbing gently.

நீவியம்: *(பெ):* ஆடை; saree.

நீவிர்: *(பெ):* நீங்கள்; you.

நீவுதல்: *(வி):* அறுத்தல்; கோதுதல்; பரப்புதல்; தடவுதல்; கைவிடுதல்; தூண்டுதல்; துடைத்தல்; பூசுதல்; to break as chain; to smooth by passing fingers; to spread; to rub gently; to abandon; to propel; to wipe off; to smear.

நீழல்: *(பெ):* ஒளி; நிழல்; நோய்; lustre; shadow; disease.

நீழை: *(பெ):* காற்று; ஒளி; wind; lustre.

நீளங்கடை: *(பெ):* நாட்செல்லுதல்; passing of days.

நீளமாக: *(வி.அ):* சராசரி நீளத்தைவிட அதிகமாக; long.

நீளமான: *(பெ.அ):* சராசரி நீளத்தைவிட அதிகமான; long.

நீளம்: *(பெ):* நெடுமை; தூரம்; பறவைக் கூடு; தாமதம்; extension; distance; nest; delay.

நீளம் தாண்டுதல்: *(பெ):* ஓடி வந்து குறிப்பிட்ட இடத்தில் காலினை ஊன்றி எழும்பி முடிந்த அளவுக்கு தூரம் தாண்டுதல்; long jump.

நீளல்: *(வி):* ஓடுதல்; நீளுதல்; to run; to get prolonged.

நீளி: *(பெ):* நெடியன்; நெடியது; tall man; that which is very long.

நீளிடை: *(பெ):* காடு; நெடிய வழி; forest; jungle tract; long distance; long way.

நீளித்தல்: *(வி):* நீளுதல்; தாமதித்தல்; நாட்செல்லுதல்; to get prolonged; to delay; to pass the days.

நீளெரி: *(பெ):* பெருநெருப்பு; conflagration.

நீள்: *(பெ):* நீளம்; நெடுங்காலம்; உயரம்; ஆழம்; ஒழுங்கு; ஒளி; length; long period; height; depth; order; lustre.

நீள் ஓய்வு: *(பெ):* நீண்ட விடுமுறை; vacation.

நீள் சடையோன்: *(பெ):* சிவபெருமான்; Lord Shiva.

நீள்விசும்பு: *(பெ):* விண்ணுலகம்; வைகுந்தபதவி; heaven.

நீறடித்தல்: *(வி):* வெள்ளையடித்தல்; to white-wash.

நீறணிந்தோன்: *(பெ):* சிவபெருமான்; Lord Shiva.

நீறாகு: *(வி):* சாம்பலாகப் போதல்; to burn into ashes.

நீறாடி: *(பெ):* சிவபெருமான்; Lord Shiva.

நீறாடுதல்: *(வி):* திருநீறு பூசுதல்; புழுதி படிதல்; to smear oneself with sacred ashes; be covered with dust.

நீறு: *(பெ):* திருநீறு; சாம்பல்; புழுதி; sacred ash; ashes; dust. • **நீறு** பூத்த நெருப்பு போல - *பழமொழி.*

நீறுதல்: *(வி):* சாம்பலாகப்போதல்; அழிதல்; to burn into ashes; be ruined.

நீறுபூசி: *(பெ):* சிவபெருமான்; Lord Shiva.

நீற்றறை: *(பெ):* சுண்ணாம்புக் காளவாய்; kiln for lime.

நீற்றுக்கோயில்: *(பெ):* திருநீற்றுப் பை; pouch for sacred ash.

நீற்றுண்டை: *(பெ):* முட்டை; egg.

நீற்றுதல்: *(பெ):* சாம்பலாக்குதல்; பொடியாக்குதல்; to burn into ashes; to powder.

நீற்றுப்பூசனி: *(பெ):* ஒரு வகைக் கொடி; a kind of creeper.

நீனிறவியலகம்: *(பெ):* கடல்; சமுத்திரம்; sea; ocean.

நீனிறவினை: *(பெ):* பாவச் செயல்; sinful action.

நீன்மை: *(பெ):* நீல நிறம்; blue colour.

நு

நு: *(பெ):* ஆயுதப் பொது; தோணி; தியானம்; நிந்தை; நேரம்; புகழ்; common word for weapon; boat; meditation; vilification; time; period; fame.

நுகத்தடி: *(பெ):* காளையின் கழுத்தில் பூட்டப்பெறும் மரத்தடி; yoke.

நுகத்தாணி: *(பெ):* நுகத்தடியில் பதிக்கப்படும் ஆணி; stud of the yoke.

நுகத்துளை: *(பெ):* நுகத்தடியின் இரு புறமும் உள்ள துளை; hole at each end of a yoke.

நுகம்: *(பெ):* நுகத்தடி; பாரம்; வலிமை; கணையமரம்; yoke; burden; power; wooden bolt.

நுகம்புரட்டி: *(பெ):* கட்டுக்கடங்காத எருது; வேலையில் ஒழுங்கு தவறுபவன்; the refractory ox which will not submit to the yoke; the man who shirks work.

நுகம் வைத்தல்: *(வி):* நல்முகூர்த்த நாள் பார்த்து முதன்முதலாகக் காளையின் கழுத்தில் நுகத்தடியை வைத்துப் பூட்டுதல்; to set the yoke on a bull's neck for the first time on an auspicious day.

நுகர்ச்சி: *(பெ):* உணவு உட்கொள்கை; அனுபவம்; feeding; enjoyment; experience (of pleasure or pain).

நுகர்தல்: *(வி):* அனுபவித்தல்; உண்ணுதல்; அருந்துதல்; செய்தல்; to enjoy; to eat; to drink; to perform.

நுகர்ந்து மகிழ்: *(பெ):* அனுபவித்து மகிழ்ந்திடு; to enjoy.

நுகர்பொருள்: *(பெ):* அன்றாடத் தேவைகளுக்காக மனிதர்கள் வாங்கிப் பயன்படுத்தும் பொருள்; consumer goods.

நுகர்வு: *(பெ):* அனுபவித்தல்; பயன்படுத்துதல்; enjoyment; experience; consumption.

நுகர்வோர்: *(பெ):* தங்களது சுய உபயோகத்திற்காகப் பொருட்களை வாங்குபவர்கள் (அ) பெற்றுக் கொள்பவர்கள்; consumers.

நுகும்பு: *(பெ):* குருத்து; பனையோலை; tender shoot (of palmyra, plantain, coconut etc.); palmyra leaf.

நுகைதல்: *(வி):* தளர்தல்; இளகுதல்; be faint; to relent.

நுகைப்பு: *(பெ):* இளக்குதல்; cause to relent.

நுகைவு: *(பெ):* தளர்வு; மென்மை; தணிவு; இளக்கம்; மிருதுத்தன்மை; slackness; tenderness; remission; lubrication; softness.

நுக்கு: *(பெ):* பொடி; எட்டி மரம்; நுங்கு; powder; worm wood; a tender palmyra fruit.

நுக்குடம்: *(பெ):* எட்டி மரம்; worm wood; strychnine tree.

நுக்குதல்: *(வி):* பொடியாக்குதல்; புடைத்தல்; அழித்தல்; to grind to powder; to beat soundly; to destroy.

நுங்கல்: *(வி):* பருகுதல்; விழுங்குதல்; to drink; to swallow.

நுங்கள்: *(சு.பெ):* நீங்கள்; உங்கள்; you; *(பெ.அ):* உங்களுடைய; your.

நுங்கு: *(பெ):* இளம் பனங்காயின் உள்ளே இருந்திடும் இனிப்புச் சுவையினைக் கொண்ட வழவழப்பான சதைப்பகுதி; இளம் பனங்காய்; kernel of a tender palmyra fruit; tender palmyra fruit.

நுங்குதல்: *(வி):* விழுங்குதல்; ஆரப் பருகுதல்; கைக்கொள்ளுதல்; கெடுதல்; to swallow; to drink in large draughts; to occupy; to perish.

நுங்குப்பாக்கு: *(பெ):* இளம் பாக்கு; tender areca nut.

நுங்கும் நுரையுமாக: *(வி.அ):* நீர், பால் போன்றவற்றில் மேலெழும்பும் நுரையுடன்; foamy; with foam.

நுங்கை: *(பெ):* உம் தங்கை; உம் தாய்; your younger sister; your mother.

நுசுப்பு: *(பெ):* பெண்ணின் இடை; மருங்குல்; waist of a woman.

நுசை: *(பெ):* சிவதை வேர்; the root of a medicinal plant.

நுடக்கம்: *(பெ):* அசைவு; வளைவு; எளிதாக வளைக்கும் தன்மை; shaking; bend; pliability.

நுடக்குதல்: *(வி):* கழுவுதல்; துவட்டுதல்; மாய்த்தல்; கரைத்தல்; to wash; to wipe off; to kill; to destroy; to dissolve in liquid.

நுடங்கு: *(பெ):* அசைவு; நுட்பம்; shaking; minuteness.

நுடங்குதல்: *(வி):* துவளுதல்; அசைதல்; அடங்குதல்; மெலிதல்; ஆடுதல்; வளைதல்; ஈடுபடுதல்; be flexible; to shake; be contained; be thin; to tatter; to dance; be bent; be fascinated.

நுட்பமான: *(வி.அ):* நுண்மையான; minute.

நுட்பம்: *(பெ):* நுண்மை; minuteness.

நுணக்கம்: *(பெ):* கூர்மை; அசைவு; வாட்டம்; sharpness; shaking; withering.

நுணங்கு: *(பெ):* நுண்மை; தேமல்; fineness; yellow spots spreading about the breasts of woman.

- **நுணங்கிய கேள்விய ரல்லார் வணங்கிய வாயின ராதல் அரிது** - *குறள் 419.*

நுணங்குதல்: *(வி):* வாடுதல்; செறிதல்; அசைதல்; மெலிதல்; to fade; be dense; to shake; be thin.

நுணல்: *(பெ):* தவளை; கடல் மீன் வகை; frog; a kind of sea fish.

நுணவம்: *(பெ):* நுணா மரம்; Indian mulberry tree.

நுணவு: *(பெ):* நுணா மரம்; தணக்க மரம்; கட்டில்; Indian mulberry tree; a kind of tree; cot.

நுணவை: *(பெ):* அரிசி மா; எள்ளுருண்டை; rice flour; a ball-shaped sweetmeat prepared by mixing sesame seeds of treacle.

நுணா: *(பெ):* நுணா மரம்; தணக்க மரம்; Indian mulberry tree; a kind of tree.

நுணி: *(பெ):* நுனி; tip; edge.

நுணிதல்: *(வி):* தேய்தல்; to wear out.

நுணித்தல்: *(வி):* நுணுக்குதல்; to pulverize.

நுணுகி: *(வி.அ):* கூர்ந்து; with a sharp focus.

நுணுகுதல்: *(வி):* நுட்பமாதல்; மெலிதல்; கூர்மையாதல்; be minute; be thin; be sharpened.

நுணுக்கம்: *(பெ):* நுட்பம்; கூர்மை; கூரறிவு; பொன்; வேலைத்திறம்; பொருளடக்கம்; fineness; minuteness; sharpness; keen knowledge; gold; workmanship; skill; efficiency; contents.

நுணுக்கு: *(பெ):* நுண்மை; நுட்பமானது; பொடியெழுத்து; subtlety; that which is very small; very small letters; *(வி):* பொடியாக்கு; to be powdered.

நுணுக்குக் காட்டி: *(பெ):* நுண்ணோக்கி; a scientific instrument which makes very small objects look bigger, so that more details can be seen - microscope.

நுணுங்கு: *(வி):* பொடியாகு; be powdered; be pulverized.

நுணை: *(பெ):* கோட்சொல்; backbiting.

நுண்: *(பெ.அ):* நுட்பமான; மிகவும் நுணுக்கமான; minute; fine.

நுண் கணிதம்: *(பெ):* இடம், காலம் ஆகியவற்றின் அடிப்படையில் மாறுபடும் அளவுகளைக் கணக்கிடுவதற்கான ஒரு கணிதப் பிரிவு; calculus.

நுண்கலை: *(பெ):* அழகியலை அடிப்படையாகக் கொண்டுள்ள ஓவியம், இசை போன்றுள்ள கலை; fine arts like painting, music, etc.

நுண்காட்சி: *(பெ):* கூர்ந்து நோக்குகை; observation.

நுண்கிருமி: *(பெ):* மனிதர்களுக்கு நோயினையும், பொருட்களில் இரசாயன மாற்றத்தையும் உண்டாக்கும் நுண்ணுயிரி; virus; bacteria.

நுண்ணயமுள்ள: *(பெ.அ):* வெகு நுட்பமானதும் சிறியதுமான; that which is thin and fine.

நுண்ணய முறைகள்: *(பெ):* செயல் நுட்பங்கள்; tactics.

நுண்ணளவுகோல்: *(பெ):* வெர்னியர் கோல்; vernier scale.

நுண்ணறிவு: *(பெ):* கூர்மையான அறிவு; keen knowledge.

நுண்ணாய்வாளர்: *(பெ):* வெகு துல்லியமாக விமர்சிப்பவர்; critic.

நுண்ணிடை: *(பெ):* சிற்றிடை கொண்ட பெண்; a woman having slender waist.

நுண்ணிமை: *(பெ):* நுட்பம்; நுண்மை; minuteness; fineness.

நுண்ணிய: *(பெ.அ):* நுணுக்கமான; மிகவும் சிறிய; minute; fine; tiny.

நுண்ணியது: *(பெ):* நுட்பமானது; நுண்மையானது; that which is meticulous. • **நுண்ணிய** கருமமும் எண்ணித் துணிக - *பழமொழி.*

• **நுண்ணிய** நூல்பல கற்பினும் மற்றுந்தன்
உண்மை அறிவே மிகும். - *குறள் 373.*

• **நுண்ணியம்** என்பார் அளக்குங்கோல்
காணுங்கால்
கண்ணல்லது இல்லை பிற. - *குறள் 710.*

நுண்ணியர்: *(பெ):* அறிவுடையோர்; நுட்பமானவர்; மந்திரிகள்; பெரியோர்; intellectual persons; subtle men; ministers; great persons.

நுண்ணுணர்வு: *(பெ):* கூர்மையான அறிவு; keen knowledge.

நுண்ணுயிர்: *(பெ):* நுண்ணோக்கியின் உதவியுடன் பார்த்து அறிந்திடத்தக்க பலதரப்பட்ட மிகவும் சிறிய உயிரினம்; micro-organism.

நுண்ணூட்டச்சத்து: *(பெ):* பயிர்களுக்கு மிகவும் குறைந்த அளவில் அளிக்கப்படும் கனிமச் சத்து; micro-nutrients.

நுண்ணோக்கி: *(பெ):* வெகு எளிதில் கண்களுக்குப் புலப்படாத மிகவும் சிறிய பொருட்களையும், நுண்கிருமிகளையும் காண்பதற்குத் தக்கவாறு அவற்றின் உருவத்திறனைப் பெரிதுபடுத்திக் காட்டக்கூடிய ஆடிகளைக் கொண்ட ஓர் அறிவியல் சாதனம்; microscope.

நுண்திறமுடைய: *(பெ.அ):* நேர்த்தியான; nice.

நுண்திறம்: *(பெ):* திறமை; flair; talent.

நுண் நயமுறை(கள்): *(பெ):* புத்தி சாதுர்யத்துடன் (அ) விவேகத்துடன் ஒரு விஷயத்தை (அ) நிலைமையைச் சமாளித்தல்; tactics; the art of handling a situation with skill.

நுண்பிண்டி: *(பெ):* புழுதி; dust.

நுண்புலமுள்ள: *(பெ.அ):* புத்திசாலியான; நுண்ணறிவுள்ள; intelligent.

நுண்புலம்: *(பெ):* நுண்ணறிவு; insight.

நுண்பேராடி: *(பெ):* சாதாரணமாகக் கண்களுக்குப் புலப்படாத மிகச் சிறு பொருட்களையும், நுண் கிருமிகளையும் காண்பதற்கு ஏற்ற வகையில் அவற்றின் உருவத்தைப் பெரிதாக்கிக் காட்டக் கூடிய ஆடிகளைக் கொண்ட ஓர் அறிவியல் சாதனம்; microscope.

நுண்பொடி: *(பெ):* புழுதி; dust.

நுண்பொருள்: *(பெ):* கண்ணுக்குப் புலப்படாத மிகவும் சிறிய பொருள்; minute thing.

நுண்மக்கொல்லி: *(பெ):* கிருமிநாசினி; வியாதிக் கிருமிகளை ஒழித்திடும் பொருள்; bactericide; germicide.

நுண்மணல்: *(பெ):* பொடி மணல்; the fine sand.

நுண்மருங்குல்: *(பெ):* நுண்ணிடை; slender waist (of woman).

நுண்மம்: *(பெ):* ஜீவ அணு; bacterium.

நுண்மை: *(பெ):* அணுப்பிரமாணமாயுள்ளது; மெல்லியது; நற்பண்பு; நுட்பம்; நுணுக்கம்; கண்களுக்குப் புலப்படாத வகையில் மிகவும் சிறியதாக இருப்பது; minuteness; slenderness; refinement; nicety; fineness; being microscopic.

நுண்மையற்ற: *(பெ):* நுண்மையானதும் சிறியதும் அல்லாத; that which is not thin and fine.

நுதம்: *(பெ):* நீராடும் துறை; தோத்திரம்; bathing ghat; words of praise.

நுதம்பு: *(பெ):* கள்; சோறு; toddy; boiled rice.

நுதம்புதல்: *(வி):* நனைந்திருத்தல்; to become damp.

நுதலணி: *(பெ):* நெற்றிச் சுட்டி; forehead ornament.

நுதலல்: *(வி):* கருதுதல்; குறித்தல்; to intend; to denote.

நுதலுதல்: *(வி):* கருதுதல்; தோற்றுவித்தல்; to intend; to create.

நுதல்: *(பெ):* சொல்; புருவம்; நெற்றி; தலை; word; eyebrow; forehead; head; *(வி):* பேசிடு; கூறிடு; குறித்திடு; பொருள்படு; கருதிடு; to speak; to tell; to denote; to mean; to intend.

நுதற்கண்ணன்: *(பெ):* சிவபெருமான்; Lord Shiva.

நுதி: *(பெ):* புகழ்; முனை; கூர்மை; வணக்கம்; முன்பு; fame; tip; end; sharpness; regard; front.

நுதுத்தல்: *(வி):* அடக்கல்; அவித்தல்; அழித்தல்; நீக்குதல்; to restrain; to boil; to destroy; to remove.

நுதுப்பு: *(பெ):* தணிப்பு; subsidence.

நுந்தாவிளக்கு: *(பெ):* தூண்டா விளக்கு; அணையா விளக்கு; ever-burning lamp.

நுந்துதல்: *(வி):* தள்ளுதல்; தூண்டுதல்; to thrust forth; to trim.

நுந்தை: *(பெ):* உம் தந்தை; your father.

நுபம்: *(பெ):* எருக்கஞ்செடி; yercum.

நுமள்: *(பெ):* உம்மவள்; your woman.

நுமன்: *(பெ):* உம்மவன்; your man.

நுமையன்: *(பெ):* உம் தமையன்; your elder brother.

நும்பி: *(பெ):* உம் தம்பி; your younger brother.

நும்முன்: *(பெ):* உம் முன்னோன்; உம் தமையன்; your ancestor; your elder brother.

நும்மோர்: *(பெ):* உம்மவர்; your persons.

நுரம்பு: *(பெ):* சேறு; mud.

நுரை: *(பெ):* குமிழி; வெண்ணெய்; வெள்ளை; கொதிக்க வைக்கும்போது மேலெழும்பி நிற்கும் அசுத்தம்; வைரக் குற்ற வகை; bubble; butter; whiteness; lather; a kind of defect of diamond.

நுரைதள்ளு: *(வி):* வாயில் நுரை வெளியாதல்; to foam at the mouth.

நுரையீரல்: *(பெ):* மார்புக் கூட்டினுள் இருபிரிவாக அமைந்திருக்கும் சுருங்கி விரியக்கூடிய பை போன்ற சுவாச உறுப்பு; lung.

நுலையிலி: *(பெ):* ஊமை; dumb person.

நுவணம்/நுவணை: *(பெ):* நுட்பம்; இடித்த மாவு; புத்தகம்; பஞ்சு நூல்; minuteness; flour; book; thread.

நுவலுதல்: *(வி):* சொல்லுதல்; விரும்புதல்; to tell; to like.

நுவல்: *(வி):* சொல்லுதல்; பேசுதல்; அறிவித்தல்; விரும்புதல்; to say; to speak; to declare; to like.

நுவல்வோன்: *(பெ):* ஆசிரியன்; teacher.

நுவற்கரி: *(பெ):* கரகம்; an acrobatic folk dance in which the dancer bears on his/her head a flower-decked water-filled brass pot and dances to the rhythm of Naiyandi Melam either for fulfilling a vow or entertainment.

நுவற்சி: *(பெ):* சொல்லுதல்; utterance; saying.

நுவ்வை: *(பெ):* உம் தங்கை; your younger sister.

நுழாய்ப்பாக்கு: *(பெ):* முற்றாத பாக்கு; tender areca-nut.

நுழுதுதல்: *(வி):* முடித்தல்; to tie as hair.

நுழுந்தி: *(பெ):* பொறுப்பைத் தவிர்ப்பவன்; one who avoids his responsibilities.

நுழுந்துதல்: *(வி):* முடித்தல்; நகர்தல்; பதுங்குதல்; திருடுதல்; நழுவுதல்; to tie as hair; to move; to hide; to steal; to slide.

நுழை: *(பெ):* பலகணி; குகை; துளை; நுண்மை; சிறு வழி; அறிவுக்கூர்மை; நுழைவாயில்; window; cave; hole; minuteness; narrow way; keen knowledge; inlet.

நுழைகதவு: *(பெ):* வாயிற் கதவு; front door as of a house.

நுழைதல்: *(வி):* புகுதல்; பதிதல்; ஊடுருவுதல்; சேர்ந்துகொள்ளுதல்; நுண்மையாதல்; இடையில் செருகப்படுதல்; கடத்தல்; சாடை சொல்லுதல்; to enter; to get fixed; to penetrate; to join with; to become minute; to interpolate; to pass; to beckon.

நுழைத்தல்: *(வி):* புகுத்தல்; செருகுதல்; to insert; to interpolate.

நுழைநரி: *(பெ):* வஞ்சகன்; deceiver.

நுழைபுலம்: *(பெ):* நுண்ணறிவு; insight.

நுழைவாயில்: *(பெ):* திட்டி வாசல்; சிறு வழி; உட்புகும் வழி; a small gate in a large door; wicket; narrow way; inlet.

நுழைய முடியாத: *(பெ.அ):* உட்புகமுடியாத; impenetrable

நுழைய விடு: *(வி):* அனுமதித்திடு; to admit.

நுழைவு: *(பெ):* நுண்மை; கூரியபுத்தி; minuteness; keen knowledge.

நுளம்பு: *(பெ):* ஈ வகை; கொசு; மின்மினிப் பூச்சி; a gnat; mosquito; fire-fly.

நுளம்புதல்: *(வி):* அசட்டை செய்தல்; to treat with contempt.

நுளை: *(பெ):* ஈனம்; குருடு; இழிவு; meanness; blindness; disgrace.

நுளைச்சி: *(பெ):* நெய்தல் நிலத்துப் பெண்; மீனவப்பெண்; the woman belonging to coastal tract; fisher woman.

நுளையன்: *(பெ):* இழிவானவன்; நெய்தல் நிலத்தோன்; மீனவன்; mean fellow; an inhabitant of the maritime tract; fisherman. • **நுளையன்** அறிவானா இரத்தினத்தின் அருமையை - *பழமொழி.*

நுள்ளான்: *(பெ):* சிற்றெறும்பு; a kind of small ant.

நுள்ளுதல்: *(வி):* கிள்ளுதல்; to pinch.

நுறுக்கு: *(வி):* பொடியாக்கிடு; to pulverize.

நுளையர்: *(பெ):* நெய்தல் நிலத்து மக்கள்; the inhabitants of maritime tract.

நுறுங்கு: *(வி):* பொடியாகு; கசங்கிடு; be powdered; be squeezed; *(பெ):* குறு நொய்; broken grain of rice, wheat, etc.

நுறுங்குதல்: *(வி):* சிதைதல்; be broken.

நுனி: *(பெ):* முனை; நுண்மை; tip; edge; minuteness.

- நுனிக்கொம்பர் ஏறினார் அஃதிறந் தூக்கின்
  உயிர்க்கிறுதி யாகி விடும். *- குறள் 476*

நுனித்தல்: *(வி):* உற்று ஆராய்தல்; கருதுதல்; கூறாக்குதல்; to examine carefully; to consider; to sharpen a point.

நுனி நா: *(பெ):* நுனி நாக்கு; tip of the tongue.

நுனிப்பு: *(பெ):* உற்று ஆராய்கை; careful examination.

நுனிப்புல் மேய்: *(வி):* மேலோட்டமாகச் செய்; to do something superficially.

நுனை: *(பெ):* முனை; tip; edge.

நுன்: *(பெ):* உனது; உன்னுடைய; your.

நூ

நூ: *(பெ):* எள்; யானை; ஆபரணம்; sesame; elephant; ornament.

நூக்கம்: *(பெ):* தோதகத்தி மரம்; உயரம்; black wood; height.

நூக்கல்: *(வி):* செலுத்துதல்; தள்ளுதல்; driving; act of pushing.

நூக்குதல்: *(வி):* தள்ளுதல்; ஊசலாடுதல்; அசைத்தல்; தூண்டுதல்; எறிதல்; முறித்தல்; to push; to thrust aside; to swing; to shake; to induce; to throw; to break.

நூக்கு: *(பெ):* தோதகத்தி மரம்; நொய்; black wood; broken grain of rice, wheat, etc.

நூங்கர்: *(பெ):* தேவர்கள்; the celestial beings.

நூங்கு: *(பெ):* மிகுதி; பெருமை; excess; pride.

நூங்குதல்: *(வி):* பெருமைப்படுதல்; மிகுதியாதல்; be proud; be excessive.

நூடி: *(பெ):* சிற்றேலம்; a kind of cardamom seed used as medicine.

நூதல்: *(வி):* அவிதல்; to become extinguished.

நூதனசாலி: *(பெ):* புது நெல்; newly harvested paddy.

நூதன சாலை: *(பெ):* அருங்காட்சியகம்; museum.

நூதன மணம்: *(பெ):* புது மணம்; peculiar fragrance.

நூதனம்: *(பெ):* புதுமை; பழைய முறையிலிருந்து வேறுபட்டது; இதுவரையில் பார்த்திராதது; novelty; newness; strangeness.

நூதன வஸ்திரம்: *(பெ):* புது ஆடை; new garment.

நூத்தல்: *(வி):* நொதுத்தல்; தளர்தல்; அழித்தல்; to turn sour; to sag; to destroy.

நூபம்: *(பெ):* எருது; எருக்கஞ்செடி; ox; yercum.

நூபுரம்: *(பெ):* கால் சிலம்பு; பாதகிண்கிணி; anklet; tinkling anklets.

நூப்பு: *(பெ):* தணிப்பு; act of curing.

நூரல்: *(வி):* அவிதல்; ஆறுதல்; பதனழிதல்; be extinguished; to grow cold; be spoiled.

நூர்தல்: *(வி):* அவிதல்; அணைதல்; தணிதல்; பதனழிதல்; be extinguished; to become extinct; be appeased; be spoiled.

நூர்த்தல்: *(வி):* அவித்தல்; ஆற்றுதல்; to put out; to appease.

நூலகம்/நூல் நிலையம்: *(பெ):* துறை வாரியாகப் பகுக்கப்பட்டு அதற்கான எண்கள் இடப்பட்டு அடுக்கப்பட்டிருக்கக்கூடியதும், அவ்விடத்திலேயோ (அ) வீட்டிற்குக் கொண்டு வந்தோ படிப்பதற்கான நூல்கள் உள்ள இடம்; Library.

நூலகர்: *(பெ):* நூலகம் ஒன்றினை நிர்வாகம் செய்திடும் பொறுப்பாளர்; librarian.

நூலகவியல்: *(பெ):* நூல்களை வகைப்படுத்துதல், நூலகம் அமைத்தல் போன்றவற்றை விளக்கிடும் துறை; library science.

நூலச்சு: *(பெ):* நெசவுக் கருவி உறுப்பு; a part of the weaving loom.

நூலறிவு: *(பெ):* கல்வியறிவு; knowledge gained from books.

நூலாசிரியன்: *(பெ):* நூலாக்கியோன்; author of a work.

நூலாம்படை: *(பெ):* ஒட்டடை; dusty cobweb.

நூலாம்பூச்சி: *(பெ):* சிலந்தி; spider.

நூலார்: *(பெ):* கற்றறிந்தோர்; learned persons.

- நூலாருள் நூல்வல்லன் ஆகுதல் வேலாருள்
  வென்றி வினையுரைப்பான் பண்பு. *- குறள் 683*

நூலிழத்தல்: *(வி):* கைம்மை நிலையடைதல்; to attain widowhood.

நூலிழந்தாள்: *(பெ):* விதவை; widow.

நூலிழை: *(பெ):* ஓரிழை நூல்; single thread.

நூலிழைத்தல்: *(வி):* நூல் நூற்றல்; to spin thread.

நூலுண்டை: *(பெ):* நூல் சுற்றிய உருண்டை; skein of thread.

நூலுரைப்போர்: *(பெ):* ஆசிரியர்; teachers; lecturers.

நூலுறுஞ்சி: *(பெ):* நெய்வோர் கருவி வகை; நெய்வோன்; நெசவாளி; a kind of weaving instrument; weaver.

நூலேணி: *(பெ):* இரு நீளமான கயிறுகளுக்கு இடையே மரச்சட்டம் (அ) கயிறு என ஏதாவது ஒன்றினைப் படிகளாகக் கொண்டு அமைத்துச் செய்யப்பட்ட ஏணி; கடல் மீன் வகை; rope-ladder; a kind of sea-fish.

நூலோட்டுதல்: *(வி):* தையலிடுதல்; to sew.

நூலோர்: *(பெ):* கற்றோர்; அமைச்சர்கள்; பார்ப்பனர்; learned persons; ministers; brahmins.

நூல்: *(பெ):* புத்தகம்; பருத்தி இழை; ஆண்குறி; ஆகமம்; மங்கல நாண்; பூணூல்; சாத்திரம்; ஆலோசனை; book; cotton thread; penis; sacred writings; the sacred thread with the holy pendant 'Thaali', tied by the bridegroom around the neck of bride at the time of wedding; the sacred thread of three strands worn by brahmins; philosophy; counsel. • *தாயைப் போல* பிள்ளை; **நூலைப்** போல சேலை - *பழமொழி.*

நூல்கண்டு: *(பெ):* நூலுருண்டை; skein of thread.

நூல்கேட்டல்: *(வி):* பாடம் கேட்டல்; to listen to the lessons.

நூல்கோல்: *(பெ):* அடிப்பாகம் தவிர்த்த மேல்பகுதி முழுவதும் நீண்ட காம்பினை உடைய இலைகளைக் கொண்ட வெளிர்நிறப் பச்சைக் கிழங்கு; turnip.

நூல்வல்லோர்: *(பெ):* கல்விமான்; scholars.

நூவன்: *(பெ):* குறவன்; male of a nomadic community known by the name of Kurava.

நூவு: *(பெ):* எள்; sesame.

நூவுதல்: *(வி):* நீர் பாய்ச்சுதல்; to irrigate.

நூவுநெய்: *(பெ):* நல்லெண்ணெய்; sesame oil.

நூழல்: *(வி):* அழித்தல்; to destroy.

நூழிலர்: *(பெ):* வணிகர்; merchants.

நூழிலாட்டு: *(பெ):* கொன்று குவித்தல்; ஒரு வீரன் தன் மீது வீசி எறியப்பட்ட வேல் தன் மார்பில் தைக்க அந்த வேலினையே பிடுங்கி எதிரி மீது வீசி எறிதலைக் கூறும் புறத்துறை; act of killing in heaps; (Purathurai) theme in which a warrior draws out a spear thrust into his body and attacks his enemy with it.

நூழில்: *(பெ):* கொன்று குவித்தல்; போர்; கொடிப்பிணைப்பு; திரை; யானை; துளை; செக்கு; act of killing in heaps; war; thicket of creepers; curtain; elephant; hole; oil press.

நூழை: *(பெ):* சிறு வாயில்; துளை; சன்னல்; குகை; நுண்மை; narrow way; hole; window; cave; minuteness.

நூறாயிரம்: *(பெ):* இலட்சம்; one lakh.

நூறு: *(பெ):* ஓர் எண்; எண் பத்தின் பத்து மடங்கு; மாவு; பொடி ; சுண்ணாம்பு; a number; hundred; flour; powder; lime. • **நூற்றுக்கு** ஒரு பேச்சு. • **நூற்றுக்கிருந்தாலும்** கூற்றுக்கிரை. • **நூற்றைக்** கெடுத்தது குருணி - *பழமொழிகள்.*

நூறுகோடி: *(பெ):* ஓர் எண்; வச்சிரப்படை; a number; one thousand millions; one hundred crores; a weapon sharp-edged at both ends belonging to Lord Indra.

நூறுதல்: *(வி):* அழித்தல்; வெட்டுதல்; அடித்தல்; பொடி செய்தல்; இடித்தல்; துரத்தல்; கொல்லுதல்; நொறுக்குதல்; குறைத்தல்; to destroy; to cut down; to beat; to powder; to pound in a mortar; to chase; to kill; to crush; to reduce.

நூறை: *(பெ):* மலங்கு மீன்; a kind of fish.

நூற்கயிறு: *(பெ):* நூலினால் திரிக்கப்பட்ட கயிறு; string.

நூற்கருத்து: *(பெ):* நூலின் பொருள்; the contents of a book.

நூற்கழி: *(பெ):* நூலுருண்டை; skein of thread.

நூற்குண்டு: *(பெ):* செங்குத்தான (கட்டட) அமைப்பைச் சரிபார்த்திடப் பயன்படுத்தும் நீண்ட உறுதியான நூலின் ஒரு நுனியில் உலோக குண்டையும், மற்றொரு நுனியில் சதுரமான மரக்கட்டையையும் உடைய சாதனம்; plumb line.

நூற்கும் கதிர்: *(பெ):* நூல் நூற்கப் பயன்படும் கருவி; spindle.

நூற்குற்றம்: *(பெ):* ஒரு நூலினைப் பற்றிய பத்து வகையான குற்றங்கள்; faults in a treatise ten in number.

நூற்சுருள்: *(பெ):* நூலுருண்டை; skein of thread.

நூற்படுகு: *(பெ):* நூற்பாவு; warp.

நூற்பா: *(பெ):* இலக்கண, தத்துவ நூல்களில் விதிகள் ஆக்குவதற்குப் பயன்படுத்தும் பா வகையான சூத்திரம்; metre, terse in form, mostly employed in grammatical or philosophical treatises to formulate rules or concepts.

நூற்பாலை: *(பெ):* நூல் நூற்கும் ஆலை; நெசவாலை; spinning mill; weaving mill.

நூற்புலமை: *(பெ):* புத்தக அறிவு; knowledge gained from books.

நூற்றாண்டு: *(பெ):* நூறு வருடங்கள் கொண்ட காலம்; century.

நூற்றுவர்: *(பெ):* நூறு பேர்; துரியோதனாதியர்; hundred persons; Kaurava king Duriyodhana and his brothers.

நூனம்: *(பெ):* உறுதி; குறைபாடு; certainty; firmness; defect.

நூனயம்: *(பெ):* நூலின் அழகு; நூலின் மகிமை; excellences of a treatise.

நூனாதிக்கம்: *(பெ):* குறைவு; நிறைவு; deficiency; completion.

நூனாயம்: *(பெ):* சூது; trick; fraud.

நூனாழி: *(பெ):* நெசவு நாடா; weaver's shuttle.

நூனுட்பம்: *(பெ):* நூற்கருத்து; contents of a treatise.

நூன்மடந்தை: *(பெ):* கலைமகள்; Saraswathi, Goddess of Arts and Learning.

நூன்மாடம்: *(பெ):* கூடாரம்; tent.

நூன்முகம்: *(பெ):* பாயிரம்; நூலின் அறிமுகவுரை; preface; introduction to a treatise.

நெ

நெகல்: *(வி):* நெகிழ்தல்; தளர்தல்; கனிதல்; to become loose; to faint; to overripe; *(பெ):* நிழல்; to become a shady place.

நெகிடி: *(பெ):* நெருப்புக் குவை; built fire.

நெகிழம்: *(பெ):* பாதச்சிலம்பு; anklet.

நெகிழ்ச்சி: *(பெ):* எழுச்சி; (குரலில்) தளர்ச்சி; அன்பு, பாசம் போன்றவற்றால் மனதில் உண்டாகும் கனிவு; upheaval; (of voice) tenderness; (of attitude, feelings, etc.) moving.

நெகிழ்தல்: *(வி):* குழைதல்; தளர்தல்; மெலிதல்; மலர்தல்; இளகல்; நழுவல்; விட்டு நீங்குதல்; to become mashy; to become loose; to grow lean; to bloom; to melt; to slide; to give way; to leave from; be moved.

நெகிழ்த்தல்: *(வி):* பிரித்தல்; நசுக்குதல்; அவிழ்த்தல்; விடுதல்; உருக்குதல்; மலர்த்தல்; to split; to repress; to untie; to quit; melt with fire; to unfold as a closed hand or an umbrella.

நெகிழ்த்து: *(வி):* தளர்த்து; to loosen (a knot etc.).

நெகிழ்வு: *(பெ):* தளர்ச்சி; கனிவு; (of attitude, feelings, etc.) moving; (of voice) tenderness.

நெகுதல்: *(வி):* கரைதல்; மனமிரங்குதல்; சுழலுதல்; மிருதுவாதல்; உருகுதல்; கெடுதல்; to become emaciated; to feel pity; to rotate; to macerate; to melt; to decay.

நெக்கல்: *(வி):* உருகுதல்; தளர்தல்; கனிதல்; அழுதல்; to melt; to sag; to become ripe; to weep.

நெக்கு: *(வி):* தள்ளு; அழுத்து; உடைதல்; to push; to press; be broken.

நெக்குருகுதல்: *(வி):* மனம் இளகுதல்; the heart to melt (become tender).

நெக்குரோதம்: *(பெ):* ஆலமரம்; banyan tree.

நெக்கு விடு: *(வி):* பிளவுபடு; be broken.

நெசவாளி/நெசவுக்காரர்: *(பெ):* நெசவுத் தொழில் செய்பவர்; weaver.

நெசவு: *(பெ):* நெசவுத் தொழில்; weaving.

நெசவுத்தறி: *(பெ):* நெசவுத் தொழிலுக்கான இயந்திரம்; loom.

நெச்சி: *(பெ):* கடுக்காய்; gall-nut.

நெஞ்சகம்: *(பெ):* நெஞ்சு; மனம்; heart; mind.

நெஞ்சடைத்தல்: *(வி):* மூச்சுத் திணறுதல்; to suffocate.

நெஞ்சடைப்பான்: *(பெ):* கால்நடை நோய்; a kind of cattle's disease.

நெஞ்சடைப்பு: *(பெ):* மூச்சுத் திணறல்; suffocation.

நெஞ்சம்: *(பெ):* அன்பு; மனம்; நெஞ்சு; love; mind; heart.

- *நெஞ்சில் துறவார் துறந்தார்போல் வஞ்சித்து வாழ்வாரின் வன்கணார் இல்* - *குறள் 276*
- *நெஞ்சத்தார் காத லவராக வெய்துண்டல் அஞ்சுதும் வேபாக்கு அறிந்து* - *குறள் 1128*

நெஞ்சழிதல்: *(வி):* ஏங்குதல்; மதி மயக்கம் கொள்ளுதல்; to yearn; to get confused.

நெஞ்சழுத்தம்: *(பெ):* மன இறுக்கம்; hard-heartedness.

நெஞ்சறை: *(பெ):* மார்பு; chest.

நெஞ்சாங்குலை: *(பெ):* நுரையீரல்; மார்பு; இதயம்; மார்புக் குழி; lungs; chest; heart; heart pit.

நெஞ்சாங்குழி: *(பெ):* தொண்டைக்குழி; larynx.

நெஞ்சாறல்: *(பெ):* துன்பம்; sorrow; grief.

நெஞ்சு: *(பெ):* மனம்; மார்பு; இதயம்; துணிவு; தொண்டை; தைரியம்; mind; chest; heart; courage; throat; self-confidence.
• நெஞ்சை ஒளித்தொரு வஞ்சகம் இல்லை - *பழமொழி.*

நெஞ்சு கலத்தல்: *(வி):* மனம் ஒன்றுபடுதல்; to be of one mind.

நெஞ்சுக்கோழை: *(பெ):* ஒரு வகை நோய்; a kind of disease.

நெஞ்சுச் சளி: *(பெ):* மார்புச் சளி; bronchitis.

நெஞ்சுத் துணிவு: *(பெ):* மனவுறுதி; firmness of mind.

நெஞ்சுரம்: *(பெ):* எந்த ஒரு விஷயத்தையும் எதிர்கொள்ளத் தயங்காத, எதற்கும் கலங்காத மனவலிமை; strong will.

நெஞ்சுருகு: *(வி):* மனமுருகு; to melt as heart.

நெஞ்சு வலி: *(பெ):* மார்பு வலி; chest pain.

நெஞ்செரிச்சல்: *(பெ):* அஜீரணம் போன்றவற்றால் மார்புப் பகுதியில் உணரப்படும் எரிச்சல்; heart burn; discomfort in the chest.

நெஞ்செரிதல்: *(வி):* பொறாமைப்படுதல்; எரிச்சல் அடைதல்; to grudge; be irritated.

நெஞ்செலும்பு: *(பெ):* மார்பு எலும்பு; chest bone.

நெஞ்சோர்மம்: *(பெ):* நெஞ்சுத் துணிவு; boldness of mind.

நெடலை: *(பெ):* நாரை வகை; a kind of stork.

நெடி: *(பெ):* தீ நாற்றம்; காரம்; சில்வண்டு; stench; pungency; cicada.

நெடிதுயிர்த்தல்: *(வி):* பெருமூச்சு விடுதல்; to take a long breath.

நெடித்தல்: *(வி):* பொழுது நீடித்தல்; to extend the time.

நெடித்தொடர்: *(பெ):* நெட்டெழுத்தினைத் தொடர்ந்து வருவது; the letter which comes after the long vowel.

நெடிய வட்டம்: *(பெ):* பெருங்கேடயம்; a large shield.

நெடியவன்: *(பெ):* திருமால்; நெட்டையன்; துளசி; Lord Vishnu; tall man; basil plant.

நெடியன்: *(பெ):* நெட்டையன்; உயரமானவன்; tall man.

நெடியோன் குன்றம்: *(பெ):* திருவேங்கடமலை; Tirupati.

நெடிலடி: *(பெ):* ஐந்து சீரால் அமைந்த செய்யுளடி; line of five metrical feet.

நெடிலி: *(பெ):* கடற்பறவை வகை; புல் வகை; a kind of large sea-heron; a kind of grass.

நெடில்: *(பெ):* நீளம்; மூங்கில்; நெட்டெழுத்து; length; bamboo; long vowel.

நெடுகப்பிடி: *(வி):* நீளமாகப் பிடி; to hold a thing in full length.

நெடுகலும்: *(பெ):* எப்பொழுதும்; always.

நெடுகல்: *(வி):* போதல்; நீளுதல்; to go; to lengthen.

நெடுகுதல்: *(வி):* நீளுதல்; தாமதித்தல்; சாதல்; உயருதல்; to extend; to delay; to die; to become high.

நெடுக்கு: *(பெ):* நீட்சி; extension.

நெடுங்கடை: *(பெ):* கட்டடத்திற்கு முன் இருக்கும் நுழைவாயில்; பால்கனி; portico, a platform or gallery projecting from a building.

நெடுங்கணக்கு: *(பெ):* அரிச்சுவடி; பழங்கடன்; வாராக்கடன்; alphabet; old debt; bad debt.

நெடுங்கதை: *(பெ):* பழங்கதை; a fable story of ancient periods.

நெடுங்கயிற்றில் விடுதல்: *(வி):* நாள் கடத்துதல்; to pass away time.

நெடுங்கரை: *(பெ):* நீளமான கரை; lengthy shore.

நெடுங்கல் நின்ற மன்றம்: *(பெ):* காவிரிப் பூம்பட்டினத்தில் உள்ள ஐந்து மன்றங்களில் ஒன்று; one of the five halls at Kaveripoompattinam in Nagapattinam District, Tamil Nadu.

நெடுங்கழுத்தன்: *(பெ):* ஒட்டகம்; கோவேறு கழுதை; camel; mule.

நெடுங்காலம்: *(பெ):* வெகுகாலம்; a long period.

நெடுங்குடர்: *(பெ):* நீளமான குடல்; சிறு குடல்; the small intestine.

நெடுங்குரலன்: *(பெ):* கழுதை; donkey.

நெடுங்கூவிளி: *(பெ):* பெருமுழக்கம்; great rumble.

நெடுங்கேடு: *(பெ):* தீராத கேடு; inevitable harm.

நெடுங்கை: *(பெ):* நீண்ட துதிக்கையை உடைய யானை; the elephant having a long trunk.

நெடுங்கோணி: *(பெ):* ஒட்டகம்; camel.

நெடுஞ்சட்டை: *(பெ):* நீளமான அங்கி; long coat or gown.

நெடுஞ்சாண் கிடை: *(பெ):* நெடுங்கிடையாக உடல் முழுமையும் தரையில் படுமாறு படுத்திருத்தல்; state of lying on the ground at full length.

நெடுஞ்சாண் கிடையாக: *(வி.அ):* வணங்கும் போது உடம்பு முழுமையும் தரையில் படுமாறு; prostrating at full length.

நெடுஞ்சாலை: *(பெ):* அரசுத்துறையின் நேரடிப் பராமரிப்பில் இருந்திடும் முக்கிய சாலை; highway.

நெடுஞ்சால்: *(பெ):* நீளவாக்கில் நிலத்தை உழுதல்; ploughing lengthwise.

நெடுஞ்சொல்: *(பெ):* புகழ்; fame.

நெடுநல்வாடை: *(பெ):* பத்துப்பாட்டில் ஏழாவது பாட்டு; 'Nedunal Vaadai', the seventh of Pathuppaattu of ancient Tamil literature.

நெடுநாவை: *(பெ):* கலப்பையின் நீண்ட கொழு; long ploughshare.

நெடுநாள்: *(பெ):* வெகுநாள்; long time.

நெடுநீர்: *(பெ):* காலம் தாழ்த்தல்; கடல்; to be procrastinate; sea.

- *நெடுநீர் மறவி மடிதுயில் நான்கும்*
  கெடுநீரார் காமக் கலன். - *குறள் 605.*

நெடுநீர்மை: *(பெ):* காலம் கடத்துதல்; procrastination, habit of delaying.

நெடுந்தகை: *(பெ):* மேன்மையுடையோர்; persons of great worth.

நெடுந்துயில்: *(பெ):* நீண்ட உறக்கம்; இறப்பு; long sleep; death.

நெடுந்தூரம்: *(பெ):* வெகுதொலைவு; நீண்டதூரம்; long distance; long way.

நெடுந்தெரு: *(பெ):* நீண்ட தெரு; high road.

நெடுந்தோட்டி: *(பெ):* பெரிய அங்குசம்; large goad.

நெடுப்பம்: *(பெ):* நீட்சி; நீளம்; extension; length.

நெடுமடை: *(பெ):* வெள்ளத்தடுப்பு அணை; flood-gate.

நெடுமழை: *(பெ):* பெருமழை; heavy rain.

நெடுமன்: *(பெ):* நீண்டது; பாம்பு; that which is very lengthy; snake.

நெடுமாந்தடி: *(பெ):* நீண்ட கழி; பயனற்றவன்; a long stick; useless fellow.

நெடுமால்: *(பெ):* திருமால்; Lord Vishnu.

நெடுமி: *(பெ):* மழை; பனைமரம்; rain; palmyra tree.

நெடுமிசை: *(பெ):* உச்சி; crest.

நெடுமுரல்: *(பெ):* மீன் வகை; a kind of fish.

நெடுமூக்கு: *(பெ):* யானையின் துதிக்கை; the elephant's trunk looking like long nose.

நெடுமூச்சு: *(பெ):* பெருமூச்சு; long breath.

நெடுமூச்செறிதல்: *(வி):* பெருமூச்சு விடுதல்; to take a long breath; to gasp.

நெடுமை: *(பெ):* உயரம்; பெண்ணின் கூந்தல்; அமிர்தம்; நீளம்; ஆழம்; கொடுமை; நெட்டெழுத்து; நீண்ட காலம்; height; the flowing hair of woman; ambrosia, the food of the celestial beings; length; depth; atrocity; long vowel; long period.

நெடுமொழி: *(பெ):* புகழுரை; பாராட்டுரை; வஞ்சினம்; புராணக் கதை; மேம்பாட்டுரை; praising words; encomium; vow; oath; traditional history; mythology; boasting words.

நெடும்பகை: *(பெ):* தீராப்பகை; long-cherished enmity.

நெடும் பயணம்: *(பெ):* நீண்ட தூரப் பயணம்; இறப்பு; long journey; voyage; death.

நெடும் பழக்கம்: *(பெ):* வெகுநாட்களாக இருந்து வரும் பழக்கம்; long acquaintance.

நெடும் பழி: *(பெ):* பெரும்பழி; அழியாப்பழி; lasting disgrace.

நெடும்பா: *(பெ):* ஆடாதோடை; an Indian medicinal plant.

நெடும்பாடு: *(பெ):* பெருங்குறைவு; serious defect.

நெடும் பார்வை: *(பெ):* வெகு தொலைவில் உள்ளதைக் காணும் சக்தி; capacity to see a thing at a long distance.

நெடும் புகழ்: *(பெ):* பெரும் புகழ்; great fame.

நெடும்புரி விடுதல்: *(வி):* ஏய்த்தல்; கடத்தல்; to cheat; to pass through.

நெடும்புனல்: *(பெ):* ஆழமான நீர்நிலை; the water source which is very deep.

- *நெடும்புனலுள் வெல்லும் முதலை அடும்புனலின்*
  நீங்கின் அதனைப் பிற. - *குறள் 495.*

நெடும்பொழுது: *(பெ):* வெகுநேரம்; a long time.

நெடுவரி: *(பெ):* நீளமான வரிசை; ஒழுங்கு; long row; order.

நெடுவல்: *(பெ):* உயரமானவன்; tall man.

நெடுவழி: *(பெ):* நெடுஞ்சாலை; highway.

நெடுவெள்ளூசி: *(பெ):* புண் தைக்கும் ஊசி; அறுவை சிகிச்சை ஊசி; நெட்டை என்னும் ஆயுதம்; surgical needle for stitching wounds; a kind of weapon.

நெட்டங்கம்: *(பெ):* செருக்கு; pride.

நெட்டநெடியது: *(பெ):* வெகு நீளமானது; that which is very lengthy.

நெட்டம்: *(பெ):* மிளகு; pepper.

நெட்டாயம்: *(பெ):* நீளம்; length.

நெட்டி: *(பெ):* இறகு போன்ற இலைகளைக் கொண்டதும் நீரில் மிதக்கக்கூடியதுமான ஒரு செடி; அலங்காரம் செய்யப் பயன்படுத்தும் முன்கூறிய தாவரத்தின் கனமில்லாத தண்டுப் பகுதி; மூட்டு; pith plant; cork-like stalk of the pith plant; joints of the body.

நெட்டிக்கோரை: *(பெ):* ஒரு வகைப் புல்; a kind of grass.

நெட்டிடை: *(பெ):* வெகுதொலைவு; a long distance.

நெட்டித்தள்ளு: *(வி):* ஒன்றினை (அ) ஒருவரை வேகமாகத் தள்ளிடு; to push violently either someone or something.

நெட்டி முறி: *(வி):* சோம்பல் முறி; விரல்களை மடக்கி (அ) நீட்டி அழுத்தி ஒலி உண்டாகுமாறு சொடக்குப் போடு; to stretch and yawning; to make a sharp cracking sound by pressing fingers.

நெட்டிலிங்கம்: *(பெ):* அசோக மரம்; Indian mast tree.

நெட்டில்: *(பெ):* மூங்கில்; bamboo.

நெட்டு: *(பெ):* இணுக்கு; காம்பு; குலை; தாக்குகை; தள்ளுகை; நீளம்; twig; stalk; bunch; act of attacking; act of pushing; length.

நெட்டுயிர்: *(பெ):* உயிர் நெடில் எழுத்து; long vowel.

நெட்டுயிர்ப்பு: *(பெ):* பெருமூச்சு; long breath.

நெட்டுரு: *(பெ):* மனப்பாடம்; learning by heart.

நெட்டுரு பண்ணு: *(வி):* மனப்பாடம் செய்; to learn by heart.

நெட்டூதி: *(பெ):* சங்கு வகை; a kind of conch.

நெட்டூரம்: *(பெ):* இடையூறு; கொடுமை; வஞ்சகம்; obstacle; atrocity; deceit.

நெட்டெழுத்து: *(பெ):* நெடில் எழுத்து; கையொப்பம்; தூரப்பார்வை; long vowel; signature in full; autograph; long-sight.

நெட்டெழுத்துக்காரன்: *(பெ):* பத்திரம் எழுதுவோன்; document writer.

நெட்டை: *(பெ):* அதிகப்படியான உயரம்; முழு எலும்பு; பிணம்; சொடக்கு போடுகை; சோம்பல் முறிக்கை; tallness; bone in full length; corpse; act of making a sharp sound by pressing fingers; act of stretching and yawning.

நெட்டையன்: *(பெ):* உயரமானவன்; tall man.

நெட்டோலை: *(பெ):* திருமுகம்; epistle; a letter from a great person.

நெண்டுதல்: *(வி):* (உணவு) எதிர்க்களித்தல்; நொண்டுதல்; தோண்டுதல்; to have vomiting sensation; to walk lamely; to dig.

நெதி: *(பெ):* செல்வம்; முத்து; தியானம்; wealth; pearl; meditation.

நெதியாளன்: *(பெ):* குபேரன்; Kubera, the God of Wealth; millionaire; very rich man.

நெத்தம்: *(பெ):* இரத்தம்; blood.

நெத்தியடி: *(பெ):* செயலிழக்கச் செய்யும் தாக்குதல் (அ) பாதிப்பு; crushing defeat.

நெத்திலி: *(பெ):* வெள்ளை நிறமுடைய ஒருவகைச் சிறிய கடல் மீன்; small silvery fish.

நெத்து: *(பெ):* தேங்காய் போன்றவற்றின் நன்றாக முதிர்ந்ததும் வித்தாகப் பயன்படுத்துவதுமான காய்; ripe seed or nut, fit for raising seedlings with.

நெப்பம்: *(பெ):* மென்மை; மிருதுத்தன்மை; tenderness; softness.

நெம்பு: *(வி):* மேலெழும்புதல்; ஒரு பொருளின் அடியில் கம்பி, கம்பு போன்றவற்றைக் கொடுத்து அப்பொருளை மேலெழும்புமாறு செய்திடல்; to push upwards (as with a lever); to lever.

நெம்புகோல்: *(பெ):* (ஒரு பொருளினை நகர்த்திட (அ) உயர்த்திடப் பயன்படும்) ஒரு புள்ளியினை ஆதாரமாகக் கொண்டு இயக்கப்படும் கம்பி (அ) கருவி; lever.

நெய்: *(வி):* துணி நெசவு போன்றவற்றின் தறியின் நீளவாக்கில் நூல் (அ) கோரையினை வைத்துக் குறுக்குவாட்டில் நூலினைக் கோத்துப் பின்னுதல்; பாய் முடைதல்; to weave cloth, mat etc.; *(பெ):* உருக்கிய வெண்ணெய்; புனுகு; தேன்; இரத்தம்; நிணம்; நட்பு; ghee; clarified butter; civet; honey; blood; fat; friendship.

- நெய்யால் எரிநுதுப்பேம் என்றற்றால் கௌவையால் காமம் நுதுப்பேம் எனல். - *குறள் 1148.*

நெய்க்கடல்: *(பெ):* ஏழு கடல்களுள் ஒன்று; one of the seven mythological seas.

நெய்க்கொட்டை: *(பெ):* பூவந்திக் கொட்டை மற்றும் அதன் மரம்; soap nut and its tree.

நெய்ச்சாயம்: *(பெ):* மெருகெண்ணெய்; varnish.

நெய்ச்சிட்டி: *(பெ):* குன்றிமணி வகை; சீரக வகை; a variety of crab's eye; a kind of cumin.

நெய்தல்: *(வி):* பாய், ஆடை போன்றவற்றை நெய்திடும் பணி; to weave mat, cloth etc., *(பெ):* ஆம்பல்; கருங்குவளை; கடலும் கடல் சார்ந்த இடமும்; சாப்பறை; ஒரு பேரெண்; காதலரின் பிரிவுத் துயரம்; Indian water lily; blue nelumbo; maritime tract; funeral drum; a large number; sorrow of lovers due to separation.

நெய்தல் திணை: *(பெ):* நெய்தல் நிலம்; maritime tract.

நெய்தல் நில ஊர்: *(பெ):* பாக்கம்; Pakkam, the seaside village.

நெய்தல் நிலத் தலைவன்: *(பெ):* சேர்ப்பன்; chief of maritime tract.

நெய்தல் நிலப் பறவை: *(பெ):* கடல் காக்கை; a kind of sea-bird.

நெய்தல் நிலப் பறை: *(பெ):* பம்பை; tabor drum.

நெய்தல் நிலப் பெண்: *(பெ):* மீனவப் பெண்; நுளைச்சி; a fisher woman.

நெய்தல் நில மரம்: *(பெ):* அடம்பு மரம்; கோங்கு மரம்; தாழை மரம்; புன்னை மரம்; முள்ளிச்செடி; a fragrant flowering tree; red cotton tree; screw pine tree; Indian beech tree; thorny plant.

நெய்தல் நிலத் தொழில்: *(பெ):* கடலில் மீன் பிடித்தல்; உப்பளத் தொழில்; fishing in the sea; salt plantation.

நெய்தல் பறை: *(பெ):* சாவு மேளம்; funeral drum.

நெய்தல் விளைவு: *(பெ):* உப்பு; மீன்; salt; fish.

நெய்தற் கடவுள்: *(பெ):* வருணன்; Lord Varuna, the God of rain, sea, etc.

நெய்தை: *(பெ):* பெருமை; greatness; pride; dignity.

நெய்த்தல்: *(வி):* பளபளத்தல்; கொழுத்தல்; to shine; to glitter; to become fat; be plump.

நெய்த்தோர்: *(பெ):* இரத்தம்; blood.

நெய்நெட்டி: *(பெ):* கோரை வகை; a kind of sedges and bulrushes.

நெய்ப்பந்தம்: *(பெ):* இறந்தவரின் சிதைக்குக் கொள்ளி வைப்பதற்கு வேண்டி நெய்யில்

நனைத்து எடுக்கப்பட்ட தீப்பந்தம்; torch soaked in ghee used for funeral pyre.

நெய்ப்பு: *(பெ):* கொழுப்பு; சிதல்; சீழ்; fat; termite; pus.

நெய்முட்டை: *(பெ):* நெய்க்கரண்டி; ghee spoon.

நெய்யணி: *(பெ):* மகன் பிறந்ததும் அக்குழந்தைக்கு முதன் முதலாகச் செய்விக்கும் எண்ணெய் முழுக்கு; ceremonial oil-bath given for the first time to a male child.

நெய்யரி: *(பெ):* பன்னாடை; the fibrous covering about the base of the palmyra or coconut tree.

நெய்யல்: *(பெ):* நெசவுத்தொழில்; weaving.

நெய்யாடு: *(வி):* விசேடமான பண்டிகைக் காலங்களில் எண்ணெய் தேய்த்துக் குளித்தல்; to take oil-bath, on festive occasions; to anoint.

நெய்யுருண்டை: *(பெ):* நெய்ச்சோறு உருண்டை; ball of food mixed with ghee.

நெய்வார்: *(பெ):* நெசவு நெய்வோர்; weavers.

நெய்விளக்கு: *(பெ):* மாவிளக்கு; flour-lamp made of sugared dough with cotton wick, fed with ghee and placed in the presence of deity.

நெய்வு: *(பெ):* நெசவு; weaving.

நெரடு: *(பெ):* படிக்கக் கடினமானது; that which is very difficult to read.

நெரடுதல்: *(வி):* கடினமாக; be rough; be hard.

நெரி: *(பெ):* நெரிவு; புடவைக் கொய்சகம்; நோய் வகை; be crushed; tucked-up ends of a cloth like saree; a kind of disease; *(வி):* இறுக்கி அழுத்துதல்;உளுந்து,துவரை போன்றவற்றினைக் கையால் உடைத்தல்; to throttle; to break or crush the pods of dried pulses with one's hands.

நெரிகட்டுதல்: *(பெ):* புண் போன்றவற்றில் உள்ள கிருமிகள் உடல் எங்கும் பரவாது தடுக்கும் விதமாக அப்புண்ணின் அருகில் உள்ள நிண நீர் முடிச்சினால் உண்டாகிடும் வீக்கம்; development of a swelling of lymph glands or nodes.

நெரிக்கடி: *(பெ):* இக்கட்டு; வருத்தம்; கடுமை; பலவந்தம்; predicament; weariness; rigour; compulsion.

நெரிசல்: *(பெ):* மனவருத்தம்; வெறுப்பு; பகலை; கண்ணோய் வகை; குறிப்பிட்ட ஓரிடத்தில் அளவுக்கு அதிகமான வாகனங்கள் (அ) மக்கள் கூடுவதால் உண்டாகிடும் ஒழுங்கற்ற நிலை; grief; hate; affliction; a kind of eye disease; the state of being overcrowded.

நெரிதல்: *(வி):* நொறுங்குதல்; நிலைகெடுதல்; வளைதல்; நெருங்குதல்; be crushed; be broken; be routed; to bend; be overcrowded.

நெரித்தல்: *(வி):* நசுக்குதல்; நொறுக்குதல்; நிமிட்டல்; வருத்துதல்; நெருங்குதல்; to press; to break; to squeeze; to oppress; to approach.

நெரிபடுதல்: *(வி):* நசுங்குதல்; be crumpled.

நெரிப்பு: *(பெ):* நெரிதல்; being crushed.

நெரிபுருவம்: *(பெ):* கண் புருவம்; eyebrow.

நெரியல்: *(பெ):* மிளகு; black-pepper.

நெரியாசம்: *(பெ):* எரிகாசு; காசுக்கட்டி; a kind of perfuming ingredient.

நெரியாசி: *(பெ):* புகைக்கும் பொருள்; வேம்பு; a thing used for smoking; neem.

நெரிவருண் சுக்கிரன்: *(பெ):* கண்ணோய் வகை; a kind of eye disease.

நெரிவு: *(பெ):* நசுக்குகை; பகை; crushing; enmity.

நெருக்கடி: *(பெ):* அவசர நிலை; இக்கட்டு; துன்பம்; பிரச்சினைகள் மற்றும் சிரமங்கள் மிகுந்திருக்கும் நிலை; தேவையான பணம் (அ) பொருள் பற்றாக்குறை நிலை; emergency; predicament; grief; crisis; financial squeeze or straits.

நெருக்கடி நிலை: *(பெ):* உள் நாட்டில் கலகம் போன்றவை ஏற்படும் காலத்தில் அரசு கூடுதல் அதிகாரங்களை மேற்கொண்டு செயல்பட வேண்டிய நிலை; state of emergency in a country.

நெருக்கமாக்கு: *(வி):* ஒன்று கூட்டு; to gather together.

நெருக்கமான: *(வி.அ):* செறிவான; இறுக்கமாக இணைக்கப்பட்ட; dense; compact.

நெருக்கம்: *(பெ):* இடைவிடாமை; துன்பம்; கொடுமை; பலவந்தம்; அண்மை; அவசரம்; ஒழுக்கம்; கிட்டுமானம்; இடைஞ்சல்; continuity; grief; atrocity; compulsion; nearness; closeness; urgency; order; being attained; straits.

நெருக்கல்: *(பெ):* நெருக்கம்; being close together.

நெருக்கவாரம்: *(பெ):* தரித்திரம்; நெருக்கம்; being close together.

நெருக்கித் தள்ளு: *(வி):* முட்டி மோதிடு; to knock against.

நெருக்கித் தாக்கு: *(வி):* சூழ்ந்துகொண்டு தாக்கிடு; to beset.

நெருக்கு: *(பெ):* இறுக்கி அழுத்து; இறுக்கு; அழுத்து; to compress; to squeeze; to constrict.

நெருங்க இயலாத: *(பெ.அ):* அருகில் சென்றிட முடியாத; difficult to meet or reach.

நெருங்கல்: *(வி):* கொல்லுகை; செறிவு; உறுதிச் சொல்; act of killing; closeness; assurance.

நெருங்கிக் கூறு: *(வி):* மறுதலித்திடு; to rebuke.

நெருங்கித் தழுவு: *(வி):* வெகு அருகில் சென்று அணைத்திடு; to snuggle.

நெருங்கிய: *(வி.அ):* நெருக்கமான; intimate; very close.

நெருங்குதல்: *(வி):* கிட்டுதல்; செறிதல்; தொடர்தல்; ஒடுக்கமாதல்; உறுதிப்படுதல்; கடினமாதல்; கொல்லுதல்; to draw near; be plentiful; to continue; be suppressed; be firmly established; be hard; to kill.

நெருஞ்சி: *(பெ):* மஞ்சள் நிறமான பூக்களையும், முட்கள் நிறைந்த காய்களையும், சிறுசிறு இலைகளையும் கொண்டு கொத்துக்கொத்தாகத் தரைதனில் படர்ந்து வளரும் செடிவகை; cow's thorn.

நெருடல்: *(பெ):* ஒத்துக்கொள்வதற்குத் தயங்கிடும் நிலையை உண்டாக்கும் சிறு மாறுபாடு; தனது தவறான செயல் (அ) காரணமற்ற பிறரின் செயலால் மனதில் உண்டாகும் உறுத்தல்; an uneasy feeling caused by unevenness; the troubled feelings resulting from one's guilty conscience or one's inability to figure out something.

நெருடன்: *(பெ):* வஞ்சகன்; கெட்டிக்காரன்; deceitful person; clever man.

நெருடி: *(பெ):* வஞ்சகி; கெட்டிக்காரி; deceitful woman; clever woman.

நெருடு: *(பெ):* கருகல்; துணியில் உள்ள நூல் முடிச்சு; வஞ்சனை; that which is overroasted; knot in a cloth from the joining of the yarn; deceit.

நெருடுதல்: *(வி):* உறுத்துதல்; கை, கால் போன்றவற்றால் தடவுதல்; மனதைப் பாதித்தல்; ஒத்துக்கொள்ளத் தயக்கம் உண்டாக்கும் வகையில் சற்று மாறுபடுதல்; நிமிண்டுதல்; திரித்தல்; to have an uneasy sensation; to feel with hand or the foot; to trouble the mind; to feel uneasy because something is uneven; to squeeze between fingers; to twist.

நெருநல்: *(பெ):* நேற்று; yesterday.

- **நெருநல்** உளனொருவன் இன்றில்லை என்னும் பெருமை உடைத்துஇவ் வுலகு. *- குறள் 336.*
- **நெருநற்றுச்** சென்றார்எம் காதலர் யாமும் எழுநாளேம் மேனி பசந்து. *- குறள் 1278.*

நெருப்பன்: *(பெ):* பொல்லாதவன்; wicked person.

நெருப்பு: *(பெ):* தீ; அக்கினி; இடி; உடற்சூடு; கடுமை; fire; thunderbolt; body heat; rigour.

- **நெருப்பு** என்றதும் சுட்டுவிடுமா ? நெருப்பு இல்லாமல் புகையுமா ? *- பழமொழிகள்.*
- நெருப்பினுள் துஞ்சலும் ஆகும் நிரப்பினுள் யாதொன்றும் கண்பாடு அரிது. *- குறள் 1049.*

நெருப்புக் கண்: *(பெ):* சிவபெருமானின் நெற்றியில் உள்ள கண்; the fiery eye of Lord Shiva.

நெருப்புக் கல்: *(பெ):* சிக்கிமுக்கிக் கல்; flint stone, used for kindling the fire.

நெருப்பு கொளுத்துதல்: *(வி):* தீ மூட்டுதல்; கோபம் கொள்ளுதல்; to kindle fire; to get angry.

நெருப்புக்கோழி: *(பெ):* தணலை விழுங்குவதாகக் கூறப்படும் பறவை; ostrich.

நெருப்புச்சட்டி: *(பெ):* தீச்சட்டி; fire-pot.

நெருப்புச் சயநீர்: *(பெ):* ஒரு வகை திராவகம்; a kind of acid.

நெருப்புச் சூடு: *(பெ):* தீக்காயம்; burns.

நெருப்புத் தண்ணீர்: *(பெ):* ஏரி நீர்; lake water.

நெருப்புப் பிடித்தல்: *(வி):* தீப்பிடித்தல்; to catch fire.

நெருப்புப் பொறி: *(பெ):* தீப்பொறி; sparks of fire.

நெருப்பு மூட்டு: *(வி):* தீ மூட்டு; to kindle fire.

நெருள்: *(பெ):* மக்கட் கூட்டம்; mass; crowd.

நெல்: *(பெ):* உமி மூடியிருக்கும் அரிசியைக் கொண்ட தானியம் மற்றும் அதன் பயிர்; paddy and its grain. ● **நெல்லுக்கு** உமியுண்டு; நீருக்கு நுரையுண்டு; புல்லிதழ் பூவுக்கும் உண்டு. ● **நெல்லுக்குப்** பாய்ந்த நீர் விழலுக்கும் பாய்வது போல *- பழமொழிகள்.*

நெல்லரி: *(பெ):* அரியப்பட்ட கைப்பிடியளவான நெற்கதிர்; sheaf of rice-corn.

நெல்லி: *(பெ):* ஒரு மரவகை; emblic myrobalan tree.

நெல்லிக்காய்: *(பெ):* தின்ற பின் நீர் குடித்தால் இனிப்புச் சுவை தரும் பச்சை நிறமுடைய சிறு உருண்டை வடிவமுள்ள காய்; fruit of emblic myrobalan.

நெல்லிக்காய் கந்தகம்: *(பெ):* ஒரு வகைக் கந்தகம்; a kind of sulphur.

நெல்லிக்காய் மூட்டை: *(பெ):* தனிமையை விரும்பும் குழு; a group of persons wanting in solidarity.

நெல்லு: *(பெ):* ஒரு நீட்டல் அளவு வகை; சாலி; நெற்பயிர்; a kind of linear measure; a kind of paddy; paddy.

நெளி: *(பெ):* மோதிர வகை; வளைவு; சுருள்; a kind of ring; bend; curls.

நெளிச்சல்: *(பெ):* வளைவு; bend; curve.

நெளிதம்: *(பெ):* இலேசு; அற்புதம்; lightness; miracle.

நெளிதல்: *(வி):* வளைதல்; கழிதல்; புரளுதல்; to bend; to pass; to roll over.

நெளித்தல்: *(வி):* (உடல் உறுப்புகளை) வளைத்தல்; கோணலாக்குதல்; (பாத்திரம் போன்றவற்றில்) நெளிவு உண்டாகுதல்; to twist one's body, parts of the body etc., to cause a dent.

நெளிப்பு: *(பெ):* இறுமாப்பு; பரிகாசம்; துன்பம்; செருக்குச் செய்கை; arrogance; raillery; sorrow; afflicted gestures of the body.

நெளியலன்: *(பெ):* கூனன்; வளையல் வியாபாரி; humpback (man); bangles seller.

நெளியல்: *(பெ):* நெளிவுள்ளது; வளைவு; anything bent or warped; curve.

நெளியலி: *(பெ):* கூனி; humpback (woman).
நெளிர்: *(பெ):* எடுத்தலோசை; raised pitch of voice; high-pitched rhythm.
நெளிர்தல்: *(வி):* சத்தமிடுதல்; to make noise.
நெளிவு: *(பெ):* வளைவு; வருத்தம்; செருக்கு; மோதிர வகை; bend; curve; grief; pride; a kind of ring.
நெளிவு சுளிவு: *(பெ):* (வியாபாரம் போன்றவற்றில்) விட்டுக் கொடுத்தும், அனுசரித்தும் போக வேண்டிய போக்கு; உள்விவகாரம்; in and outs in a business, etc.; learning (the ropes).
நெறி: *(பெ):* வழி; சமயம்; சுருள்; விதி; ஒழுக்கம்; குலம்; ஆளுகை; கோயில்; வீடுபேறு; தாழ்ப்பாள்; செய்யுள் நடை; புறவிதழ் நீக்கிய பூ; way; path; religion; curl; rule; virtue; lineage; ruling; temple; final bliss; latch; the style of poetic composition; flower stripped of its calyx.
நெறிகேடன்: *(பெ):* நெறிகெட்டவன்; முறை கேடன்; the person having immoral qualities.
நெறிகேடு: *(பெ):* முறை தவறு; immorality.
நெறிக்கல்: *(பெ):* சுக்கான் கல்; kunkur lime stone; pipe clay; over-burnt brick.
நெறிக்கோரை: *(பெ):* ஒரு வகைப் புல்; a kind of grass.
நெறித்தல்: *(வி):* நெற்றியைச் சுருக்கி புருவங்களை நெருங்கச் செய்தல்; இரு கை விரல்களையும் கோர்த்து சொடக்குச் சத்தம் கேட்க வளைத்தல்; to knit (one's brows); to crack the fingers.
நெறிநீர்: *(பெ):* கடல்; the sea.
நெறிமருப்பு: *(பெ):* எருமை, மான் போன்றவற்றின் கொம்பு; horn of buffalo, deer, etc.
நெறி மாறுதல்: *(வி):* வழி தவறுதல்; to lose one's way.
நெறிமை: *(பெ):* விதி; நன்னெறி; rule; religious conduct.
நெறியிலான்: *(பெ):* ஒழுக்கமில்லாதவன்; immoral person.
நெறியோன்: *(பெ):* பெரியோன்; great person.
நெறு: *(பெ):* ஓசை; sound.
நெற்களஞ்சியம்: *(பெ):* நெல் சேமிப்பதற்கான கொள்கலன்; நெல் அதிகமாகச் சாகுபடியாகும் இடம்; granary; the place where paddy is cultivated in abundance.● தமிழகத்தின் நெற்களஞ்சியம் தஞ்சைத் தரணியென கூறப்பட்டது.
நெற்கழி: *(பெ):* ஒரு வகை நிலம்; a kind of land.
நெற்காணி: *(பெ):* நன்செய் நிலம்; wet land.
நெற்குவை: *(பெ):* நெற்போர்; large stack of half-thrashed sheaves of paddy.
நெற்பொரி: *(பெ):* நெல்லை வறுப்பதால் விரிந்து மலரும் அரிசி; popped paddy.
நெற்போர்: *(பெ):* நெற்குவை; large stack of half-thrashed sheaves of paddy.
நெற்றி: *(பெ):* தலை முடிக்கும் புருவத்திற்கும் இடையே உள்ள தலைப்பகுதி; விலங்குகளின் கண்களுக்கு மேலுள்ள பகுதி; forehead of human beings and animals.
நெற்றிச்சுட்டி: *(பெ):* தங்களுடைய தலை வகிட்டின் வழியாக நெற்றியில், பெண்கள் தொங்கவிட்டுக்கொள்ளும் சங்கிலியுடன் கூடிய வில்லை போன்ற நகை; an ornament with a chain and pendant worn by women along the parting of the hair and hanging on the forehead.
நெற்றிச்சுழி: *(பெ):* கால்நடைகளின் நெற்றியில் உள்ள மயிர்சுழி; curl of hair in the forehead of cattle.
நெற்றிப்பட்டம்: *(பெ):* மணமக்களின் நெற்றியில் கட்டப்படும் மெல்லிய தகடு போன்ற நகை; a thin plate of gold worn on the forehead as an ornament by the wedding couple.
நெற்றிப்பொட்டு: *(பெ):* நெற்றியின் ஓரப்பகுதிக்கும் காதிற்கும் இடையே உள்ள பகுதி; திலகம்; temple of the forehead; round mark worn on the forehead.
நெற்று: *(பெ):* தேங்காய் போன்றவற்றின் முதிர்ந்த வித்தாகப் பயன்படும் காய்; ripe seed or nut fit for raising seedlings.
நென்பு: *(பெ):* மரஆப்பு; ஏணிப்படிச் சட்டம்; peg; stake; the crossbar of ladder.
நென்னல்: *(பெ):* நேற்று; முன்னாள்; yesterday.

நே

நே: *(பெ):* அன்பு; இரக்கம்; love; mercy.
நேசகன்: *(பெ):* வண்ணான்; washerman.
நேசக்குழு: *(பெ):* ஒருமித்த கூட்டணி; confederacy.
நேசமாக்கு: *(வி):* ஒன்று கூட்டு; to ally.
நேசமில்லாத: *(பெ.அ):* அன்பு இல்லாத; இரக்கமில்லாத; கனிவற்ற; lacking in love; pitiless; merciless.
நேசம்: *(பெ):* அன்பு மிகுதி; ஆர்வம்; abundance of love; affection; desire.
நேசன்: *(பெ):* நண்பன்; பக்தன்; friend; devotee.

நேசி: *(வி):* அன்பு காட்டு; to love.
நேசித்தல்: *(வி):* அன்பு செலுத்துதல்; be affectionate.
நேசிப்பு: *(பெ):* அன்பு; love; affection.
நேடல்: *(வி):* தேடுதல்; விரும்புதல்; to search; to like.
நேடுதல்: *(வி):* விரும்புதல்; தேடுதல்; எண்ணுதல்; சம்பாதித்தல்; to desire; to search; to think; to earn.
நேட்டம்: *(பெ):* சம்பாதித்த பொருள்; தேட்டம்; the thing which is earned; earning; search.
நேதா: *(பெ):* எஜமான்; பிரபு; தலைவன்; master; Lord; chief.
நேதி: *(பெ):* நியதி; முறை; custom; rule; method; manner.
நேத்தி: *(பெ):* நெற்றி; forehead.
நேத்திரசம்: *(பெ):* கண்ணீர்; tears.
நேத்திரச்சதம்: *(பெ):* கண்ணிமை; eyelid.
நேத்திர நோக்கம்: *(பெ):* கண்பார்வை; eyesight.
நேத்திர நோய்: *(பெ):* கண்ணோய்; eye disease.
நேத்திரப் படலம்: *(பெ):* கண்ணோய் வகை; a kind of eye disease.
நேத்திரப் பரியந்தம்: *(பெ):* கடைக்கண்; a glance out of the corner of one's eyes.
நேத்திரப் பிண்டம்: *(பெ):* கண்விழி; பூனை; pupil; cat.
நேத்திரபேஷஜம்: *(பெ):* கண் வைத்தியம்; medical treatment to eyes.
நேத்திரம்: *(பெ):* பட்டாடை; கண்; மயிற்பீலிக்கண்; வேர்; silk garment; eye; eye of the peacock's feather; root.
நேத்திரயோனி: *(பெ):* இந்திரன்; சந்திரன்; Lord Indra; the Moon.
நேத்திராஞ்சனம்: *(பெ):* கண் மை; black pigment for eyelids.
நேத்திராம்பு: *(பெ):* கண்ணீர்; tears.
நேத்திராரி: *(பெ):* கள்ளி; cactus.
நேந்திரம் வாழை: *(பெ):* கேரளாவில் உள்ள மலபாரில் விளையும் ஒரு வகை வாழை; a kind of Malabar plantain (of Kerala).
நேபத்தியம்: *(பெ):* அலங்காரம்; வேடம்; நாடகமேடை; adornment; disguise; costume due to a role in a drama; make-up; drama stage.
நேபம்: *(பெ):* நீர்; water.
நேபன்: *(பெ):* புரோகிதன்; priest.
நேமகம்: *(பெ):* நியமம்; தீர்மானம்; ஏற்பாடு; ஒழுங்கு; இருப்பிடம்; disciplinary observance; resolution; system; arrangement; order; dwelling place.
நேமம்: *(பெ):* சாயுங்காலம்; அணாப்பு; நேரம்; நியமம்; பிளப்பு; பங்கு; வேர்; வேலி; முறை; மேலிடம்; evening; cheating; time; disciplinary observance; cleft; share; root; fence; order; upper place.
நேமன்: *(பெ):* ஒழுக்க சீலன்; virtuous person.
நேமி: *(பெ):* வட்டம்; சக்கரம்; கடல்; பூமி; மூங்கில்; சக்கரவாகப் பறவை; மோதிரம்; திருமால்; 24 தீர்த்தங்கரருள் ஒருவர்; circle; wheel; sea; earth; bamboo; a bird said to pine for its mate if separated during the night in classical Indian literature; ring; Lord Vishnu; one of the 24 Theerthankaras.
நேமிசந்தனா: *(பெ):* வேங்கை; tiger.
நேமித்தல்: *(வி):* நியமித்தல்; to appoint.
நேமிநாதன்: *(பெ):* திருமால்; சூரியன்; கடவுள்; Lord Vishnu; the Sun; God.
நேமியான்: *(பெ):* திருமால்; Lord Vishnu.
நேமிவலயம்: *(பெ):* பூமண்டலம்; earth.
நேமிவலன்: *(பெ):* திருமால்; அரசன்; கடவுள்; Lord Vishnu; the king; God.
நேம்புதல்: *(வி):* கொழித்தல்; to sift.
நேயம்: *(பெ):* அன்பு; நன்மை; எண்ணெய்; நெய்; உறவு; நிலப்பனை; love; affection; advantage; oil; ghee; relationship; a kind of medicinal plant.
நேயவை: *(பெ):* இடுதிரை; curtain that is let fall.
நேயன்: *(பெ):* அன்பன்; நண்பன்; affectionate person; friend.
நேரகாலம்: *(பெ):* தற்காலம்; present time.
நேரங்கடத்துதல்: *(வி):* பொழுதுபோக்குதல்; to while away one's time; to delay.
நேரங்கெட்ட நேரம்: *(பெ):* ஒவ்வாத நேரம்; odd hours.
நேரசூசி: *(பெ):* கால அட்டவணை; time-table.
நேரசை: *(பெ):* (யாப்பு) குறிலும் நெடிலும் தனித்து (அ) ஒற்றுடன் இணைந்து வரும் அசை; metrical syllable consisting of a short or long vowel, alone or followed by a consonant.
நேரடி: *(பெ):* மற்றொன்றின் (அ) பிறிதொருவரின் மூலமாக இல்லாத பங்கேற்பு; நேருக்கு நேர்; நேர்முகம்; direct (i.e. without any intervention of or mediation of someone or something); face to face.
நேரடியாக: *(வி.அ):* நேர்முகமாக; directly.
நேரடியாகப் பெற்ற: *(பெ.அ):* நேர்முகமாகப் பெற்ற; directly received.
நேரந்தவறாத: *(பெ.அ):* காலம் தவறாத; punctual.
நேரம்: *(பெ):* காலம்; தருணம்; குற்றம்; அபராதம்; பகலில் பாதி; time; right time; fault; fine; half of the day.
நேரலன்: *(பெ):* பகைவன்; enemy.
நேராக: *(வி.அ):* புறப்பட்ட இடத்திலிருந்து வேறு எங்கும் செல்லாத; straight.

நேராதல்: *(வி):* சரியாதல்; இணங்குதல்; be right; to agree; to comply with.

நேராதார்: *(பெ):* பகைவர்; enemies.

நேரார்: *(பெ):* பகைவர்; enemies.

நேராளி: *(பெ):* நேர்மையானவன்; honest person.

நேரிசம்: *(பெ):* அம்பு வகை; a kind of arrow.

நேரிடுதல்: *(வி):* சம்பவித்தல்; எதிர்த்தல்; தொடங்குதல்; எதிர்ப்படுதல்; கைகூடுதல்; to occur; to oppose; to begin; to come across; to succeed.

நேரிடையாக: *(வி.அ):* இடையே ஏதும் குறுக்கிடாத (பங்கேற்பு) directly (i.e. without any intervention of someone or something).

நேரியது: *(பெ):* நல்லாடை வகை; a kind of fine or superior cloth.

நேரியன்: *(பெ):* நுண்ணறிவாளன்; a man of subtle intellect.

நேரியிறை: *(பெ):* சோழன்; Chozha king.

நேரிழை: *(பெ):* பெண்; woman.

நேரேடம்: *(பெ):* நாவல் மரம்; Jamun-plum tree.

நேர்: *(பெ):* உவமை; நீதி; மாறுபாடு; வரிசை; வலிமை; ஒப்புரவு; கற்பு; தகுதி; உண்மை; உடன்பாடு; comparison involving a simile; justice; difference; row; strength; evenness; chastity; fitness; truth; consent.

நேர்காணல்: *(பெ):* பேட்டி; நேர்முகத்தேர்வு; interview.

நேர்கோடு: *(பெ):* வளைவு ஏதும் இல்லாத கோடு; straight line.

நேர்ச்சி: *(பெ):* இணக்கம்; தகுதி; நட்பு; suitability; agreement; qualification; friendship.

நேர்தல்: *(வி):* உடன்படுதல்; ஈதல்; சம்பவித்தல்; to agree; to donate; to happen.

நேர்பாடு: *(பெ):* உடன்பாடு; agreement.

நேர்மை: *(பெ):* செம்மை; உண்மை; அறம்; இசைவு; fineness; truth; ethical code of conduct; consent.

நேர்வழி: *(பெ):* நல்லொழுக்கம்; நேர்பாதை; virtue; direct course.

நேர்வாளம்: *(பெ):* மருந்து மர வகை; a kind of medicinal tree.

நேர்வு: *(பெ):* நிகழ்ச்சி; உடன்பாடு; சண்டை; happening; consent; fighting.

நேற்று: *(பெ):* முன்தினம்; முன்னாள்; yesterday.

நேற்றைய தினம்: *(பெ):* முந்தைய தினம்; yesterday.

நேனம்: *(பெ):* பைத்தியம்; madness.

நை

நைகரம்: *(பெ):* துன்பம்; குறைவு; வருத்தம்; grief; insufficiency; deficiency; inadequate nature; distress.

நைகாட்டுதல்: *(வி):* நையாண்டி செய்தல்; to scoff.

நைசர்கிகம்: *(பெ):* சுபாவம்; personality; traits.

நைசல்: *(பெ):* காக்கை; மூக்கிலிடும் மருந்து; crow; nose drops.

நைச்சி: *(பெ):* காகம்; பாம்பு; crow; snake.

நைச்சியம்: *(பெ):* தாழ்வு; degradation.

நைட்டூரியம்: *(பெ):* நிட்டூரம்; harshness.

நைதல்: *(வி):* இரங்குதல்; தளர்தல்; துன்புறுதல்; வதங்குதல்; வாடல்; வருந்துதல்; நசிதல்; துக்கித்தல்; கெடுதல்; be aggrieved; to sag; to suffer; to fade; to dry; be distressed; to become extinct; to mourn; to decay.

நைதிகை: *(பெ):* முல்லை; a kind of jasmine.

நைத்தல்: *(வி):* அழித்தல்; எரித்தல்; to destroy; to burn.

நைபாலி: *(பெ):* அடுக்கு மல்லிகை; a kind of jasmine with clustered petals.

நைபாலிகம்: *(பெ):* பித்தளை; தாமிரம்; செம்பு; brass; copper.

நைபுணம்: *(பெ):* நிபுணத்துவம்; expertise.

நைபுணன்: *(பெ):* நிபுணன்; the expert; skilled person.

நைப்பாசை: *(பெ):* நிறைவேறப்போவதில்லை என அறிந்தும் அவ்வாசை எவ்வகையிலாவது நிறைவேறாதா என்ற எதிர்பார்ப்பு; fond hope.

நைப்பு: *(பெ):* ஈரப்பசை; moisture.

நைமிசம்: *(பெ):* நைமிசம் என்னும் காடு; திருப்பதி; a forest named Naimisam; Tirupati.

நைமிசாரணியம்: *(பெ):* நைமிசம்; a forest.

நைமித்தகம்: *(பெ):* சிறப்பு வழிபாடு; special worship.

நையப்புடை: *(வி):* செம்மையாக உதைத்திடு; to give a good thrashing.

நையம்: *(பெ):* மூக்கிலிடும் மருந்து; காக்கை; drops through nose; crow.

நையல்: *(பெ):* ஒரு நோய் வகை; a kind of disease.
நையாண்டி: *(பெ):* கேலிப்பேச்சு; கிண்டல்; ridicule; mockery.
நையாயிகன்: *(பெ):* அறநூல் கற்றவன்; learned person of ethical codes.
நைரந்திரியம்: *(பெ):* இறுக்கம்; tension.
நைராக்கியம்: *(பெ):* பரிகாசம்; எள்ளி நகையாடுதல்; mockery; ridicule; making fun of someone.
நைருதி: *(பெ):* தென்மேற்கு; south-west.
நைலம்: *(பெ):* மருந்து வகை; a kind of medicine.
நைவருதல்: *(வி):* வருந்துதல்; இரங்குதல்; to suffer; to feel pity.
நைவளம்: *(பெ):* பண் வகை; a kind of music.
நைவனம்: *(பெ):* நடனம்; வீரம்; dance; bravery.
நைவு: *(பெ):* நோய்; வாடியது; a disease; that which is faded.
நைவேத்தியம்: *(பெ):* (கோயிலில் அடுத்தவருக்குத் தரும்முன்பாக, வீட்டில் உள்ளவர்கள் உண்பதற்கு முன்பாக) சமைக்கப்பட்ட சில வகை உணவு களை (அ) பழம், தேங்காய் போன்றவற்றை இறைவனுக்குப் படைத்தல்; the ritualistic offering of cooked food, fruits etc., to a deity.

நொ

நொ: *(பெ):* துன்பம்; மென்மை; நோய்; grief; suffering; tenderness; disease.
நொக்கு: *(பெ):* வெடிப்பு; அடித்தல்; crack; act of beating.
நொக்குதல்: *(வி):* அடித்தல்; உண்டு குறைத்தல்; to beat; to reduce by eating.
நொங்கு: *(பெ):* நுங்கு; pulpy kernel of a tender palmyra fruit.
நொங்குதல்: *(வி):* விழுங்குதல்; மெலிதல்; to swallow; to become lean.
நொசி: *(பெ):* நுண்மை; வருத்தம்; minuteness; distress.
நொசிதல்: *(வி):* துவளுதல்; நுண்மையாதல்; வாடுதல்; வருந்துதல்; to wither; be minute; to fade; to suffer.
நொசித்தல்: *(வி):* வருத்துதல்; to aggrieve.
நொசிப்பு: *(பெ):* மன அடக்கம்; சமாதி; deep contemplation; communion with God or self.
நொசிவு: *(பெ):* நுண்மை; வருத்தம்; minuteness; distress.
நொச்சி: *(பெ):* ஐந்து பிரிவாகப் பிரிந்த இலைகளையும் கருஞ்சிவப்பு நிறத் தண்டி னையும் உடைய சிறு மரம்; மதில்; காவல்; புறத்திணை வகை; five-leaved caste tree; fortress; defence of fort; a major theme of 'Purapporul' in ancient Tamil literature.
நொடி: *(பெ):* சொல்; செய்யுள்; நொடிப்பொழுது; முதுமொழி; ஓசை; word; verse; instant; wise saying; noise.
நொடிக்கதை: *(பெ):* விடுகதை; riddle in the form of story.
நொடிதல்: *(வி):* ஒடிதல்; சொல்லுதல்; be broken; to tell.
நொடித்தல்: *(வி):* சொடக்குதல்; பழித்தல்; சாடையில் அழைத்தல்; அழித்தல்; to snap the fingers; to insult; to call by signs; to destroy.
நொடித்தான் மலை: *(பெ):* கைலாய மலை; Himalayas.
நொடி பாராட்டுதல்: *(வி):* விடுகதை கூறுதல்; to propose a riddle.
நொடிப்பு: *(பெ):* கையால் நொடிக்கும் நேரம்; moment.
நொடியவிழ்த்தல்: *(வி):* விடுகதை விளக்குதல்; to explain the meaning of a riddle.
நொடி வரை: *(வி.அ):* விரைவில்; quickly.
நொடி விழுதல்: *(வி):* குழிப்பள்ளம் விழுதல்; கோணலாதல்; a road becoming rugged; to become crooked.
நொடுத்தல்: *(வி):* விற்றல்; to sell.
நொடுநொடுத்தல்: *(வி):* பரபரத்தல்; to act in a hurry.
நொடை: *(பெ):* விலை; விற்பனை; விலைப்பண்டம்; price; sale; merchandise.
நொடைமை: *(பெ):* விலை; price.
நொட்டாங்கை: *(பெ):* இடது கை; left hand.
நொட்டுதல்: *(வி):* ஏமாற்றுதல்; to deceive.
நொட்டை : *(பெ):* நிந்தனை; contemptuous reproach.
நொட்டை விடு: *(வி):* உண்டபின், திருப்தியைத் தெரிவிக்கும் விதமாக நாக்கினால் சப்புக்கொட்டி

ஒலி எழுப்புதல்; to produce a sound expressive of relish after a good meal.

நொண்டல்: *(வி):* நொண்டுதல்; நுகர்தல்; விழுங்குதல்; to limp; to walk lamely; to enjoy; to swallow.

நொண்டி: *(பெ):* முடம்; ஊனம்; கை (அ) கால் செயல்படாத நிலை; கை (அ) கால் இல்லாதவர் (அ) குறையுள்ளவர்; நொண்டியடித்துக்கொண்டு சென்று எதிரணியினரைத் தொட்டு விளையாடும் விளையாட்டு; crippled condition; lame person; the game of hopping with folded leg.

நொண்டிக்கால்: *(பெ):* முடமான கால்; lame foot or leg.

நொண்டிச் சமாதானம்: *(பெ):* நடைபெற்று முடிந்த நிகழ்வு ஒன்றுக்குக் காட்டப்படும் வலுவற்ற (அ) நம்பிக்கையற்ற காரணம்; a lame excuse.

நொண்டிச்சாக்கு: *(பெ):* பொருத்தமில்லாத சாக்குப்போக்கு; lame excuse.

நொண்டித்தனம்: *(பெ):* முடமான தன்மை; lameness.

நொண்டியடித்தல்: *(வி):* ஒரு காலினை மடித்துக் கொண்டு குதித்து விளையாடுதல்; to hop as in the game of chase.

நொண்டுதல்: *(வி):* பாதத்தை முழுமையாகத் தரையில் ஊன்ற இயலாது அதன் ஒரு பகுதியை மட்டும் ஊன்றி நடத்தல்; to limp.

நொதல்: *(வி):* துன்புறுதல்; to feel distress.

நொதி: *(பெ):* காடி போன்றவை புளித்தல்; உயிரினங்களின் உடலில் வேதியல் மாற்றங்களை உண்டாக்கும் கிரியா ஊக்கியாகச் செயல்படும் குறிப்பிட்ட உயிரணுக்களின் சுரப்பு; சேறு; fermentation; enzyme; mud; mire.

நொதித்தல்: *(வி):* நுரைத்தல்; ஈரமாதல்; பொங்குதல்; கொப்புளித்தல்; சீழ்கட்டுதல்; to effervesce; to become wet; to effuse; to gargle; to suppurate.

நொதுத்தல்: *(வி):* அவித்தல்; to boil.

நொதுமலாளர்: *(பெ):* அயலார்; neighbour.

நொதுமல்: *(பெ):* அயல்; நொய்மை; மென்மை; நட்பும் பகையும் இல்லாத நிலை; neighbourhood; softness; tenderness; state of neutrality.

நொத்தல்: *(வி):* வருத்துதல்; cause to suffer.

நொந்தகைமை: *(பெ):* வறுமை; poverty.

நொந்தலை: *(பெ):* வறுமை; வலுவின்மை; poverty; weakness.

நொந்தார்: *(பெ):* பகைவர்; enemies.

நொந்துதல்: *(வி):* தூண்டுதல்; அழிதல்; to induce; be ruined.

நொப்பம்: *(பெ):* திறமை; skill.

நொம்பலம்: *(பெ):* துன்பம்; நோவு; distress; suffering; pain; disease.

நொய்: *(பெ):* அரிசி, கோதுமை போன்றவற்றின் உடைந்த தூள்; இலேசு; மென்மை; broken grain of rice, wheat, etc.; easiness; tenderness.

நொய்தல்: *(பெ):* நுண்மை; minuteness; fineness.

நொய்து: *(பெ):* மெல்லியது; இழிவானது; விரைவு; that which is light; that which is mean; swiftness.

நொய்ப்பம்: *(பெ):* திறமை; இலேசு; skill; lightness.

நொய்மை: *(பெ):* இலேசு; இழிவு; விரைவு; easiness; meanness; quickness.

நொய்ய: *(பெ.அ):* மென்மையான; அற்பமான; வலிவற்ற; soft; tender; mean; weak.

நொய்யச் சொல்: *(பெ):* வசைச் சொல்; reproach.

நொய்யவன்: *(பெ):* வறியவன்; இழிஞன்; poor man; mean person.

நொய்வு: *(பெ):* மன வருத்தம்; இலக்கு; distress of mind; goal.

நொருகை: *(பெ):* தின்பண்டம்; eatables such as sweets and savouries.

நொருக்கு: *(பெ):* அடி; நெறிவு; முறிவு; beating; crushing; breaking.

நொருக்குதல்: *(வி):* நறுக்குதல்; அடித்தல்; to cut into pieces; to beat.

நொருங்குதல்: *(வி):* முறிதல்; நருங்குதல்; be broken; be stunted in growth.

நொவ்வல்: *(பெ):* உடல் வலி; மன வேதனை; severe pain in body; mental anguish.

நொவ்வி: *(பெ):* நொய்மை; வருத்தம்; தளர்வு; நோய்; meanness; distress; weakness; disease.

நொழுந்துதல்: *(வி):* நுழைத்தல்; to insert.

நொளுக்கல்: *(பெ):* இளம்பாக்கு; முற்றாத நிலை; tender areca-nut; unripe state.

நொள்குதல்: *(வி):* நூல் போல் சுருங்குதல்; இளைத்தல்; to contract as thread; to grow weary.

நொள்தல்: *(வி):* முகத்தல்; to take liquid as in a vessel.

நொள்ளுதல்: *(வி):* விழுங்குதல்; to swallow.

நொள்ளை: *(பெ):* குருடு; நாகர வண்டு; விலங்கு வகை; blindness; beetle; a kind of animal.

நொறிதல்: *(வி):* விரைதல்; hasten.

நொறில்: *(பெ):* விரைவு; ஒடுக்கம்; சேறு; swiftness; narrowness; mud.

நொறு: *(பெ):* தின்பண்டம்; eatables such as sweets and savouries.

நொறுக்கரிசி: *(பெ):* பாதி வெந்த அரிசி; half-boiled rice.

நொறுக்குச் சக்கந்தம்: *(பெ):* பரிகாசம்; raillery.

நொறுக்குதல்: *(வி):* பொடியாக்குதல்; நையப் புடைத்தல்; நறுக்குதல்; to crush; to beat soundly; to cut into pieces.

நொறுக்குத் தீனி: *(பெ):* முறுக்கு, கடலை போன்ற சிறு தின்பண்டம்; light eatables.

நொறுங்கு: *(வி):* உடைந்து சிறுசிறு பகுதிகளாக ஆதல்; நசுங்கி உருக்குலைதல்; be smashed to pieces; be crushed. ● **நொறுங்கத்** தின்றவன் நூறு வயது வாழ்வான் - *பழமொழி.*

நொன்னை: *(பெ):* நையாண்டி; பரிகாசம்; taunt; ridicule; sarcasm.

நோ

நோ: *(பெ):* சிதைவு; துன்பம்; பலவீனம்; இன்னல்; துக்கம்; நோய்; ruin; grief; weakness; affliction; distress; disease.

நோக்கம்: *(பெ):* கண் பார்வை; தோற்றம்; உயர்ச்சி; அழகு; காவல்; கருத்து; குறிப்பு; அறிவு; கவனம்; விருப்பம்; அருமை; புன்மை; eyesight; appearance; excellence; beauty; protection; opinion; view; goal; purpose; knowledge; attention; desire, greatness; meanness.

நோக்கர்: *(பெ):* பார்வையாளர்; கழைக் கூத்தாடுபவர்; audience; spectator; acrobats or pole dancers.

நோக்கல்: *(வி):* காணல்; காத்தல்; நோக்குதல்; தேடுதல்; to see; to protect; to look at; to search.

- *நோக்கினாள் நோக்கெதிர் **நோக்குதல்** தாக்கணங்கு தானைக்கொண் டன்னது உடைத்து. - குறள் 1082.*

நோக்காடு: *(பெ):* நோய்; தரித்திரம்; disease; destitution.

நோக்கு: *(பெ):* அழகு; கண்; பார்வை; விநோதக் கூத்து; விருப்பம்; தயவு; எண்ணம்; beauty; eye; sight; peculiar dance; desire, mercy; thought.

நோக்குதல்: *(வி):* தயவு கூர்தல்; விரும்புதல்; பார்த்தல்; காத்தல்; தேடுதல்; to favour; to like; to look; to protect; to search.

- ***நோக்கினாள்** நோக்கி இறைஞ்சினாள் அஃதவள் யாப்பினுள் அட்டிய நீர். - குறள் 1093.*

நோக்கு வித்தை: *(பெ):* கண்கட்டு வித்தை; art of conjuring.

நோசல்: *(பெ):* நோவு; நோய்; pain; disease.

நோஞ்சல்: *(பெ):* மெலிவு; feebleness; weakness.

நோஞ்சான்: *(பெ):* உடல் வலுவில்லாது மெலிந்து காணப்படுவது / காணப்படுபவன்; lean and weak person or animal.

நோடலம்: *(பெ):* நொள்ளை; நூதனம்; blindness; novelty.

நோட்டக்காரன்: *(பெ):* தங்கம் போன்ற விலை உயர்ந்த நகைகளின் தரத்தை அறிந்து கூறுபவர்; expert in appraising gold coins, jewels, gems, etc.

நோட்டம்: *(பெ):* நாணயச் சோதனை; கணக்கு; மதிப்பு; விலை; பொன் சோதனை; பார்வை; examination of coins; account; value; price; scrutiny of gold coins, jewels, gems, etc.; view.

நோட்டம் பார்: *(வி):* மதிப்பிடு; தகுதியறிந்திடு; to appraise; to consider the fitness of something.

நோட்டு: *(பெ):* எழுதுவதற்கான குறிப்பேடு; குறிப்பிட்ட நாணய மதிப்பைக் கொண்டுள்ள தாள்; note-book; currency note.

நோணா வட்டம்: *(பெ):* சிறு குற்றங்களைக் காணும் தன்மை; state of finding even small faults, defects, etc.

நோண்டல்: *(வி):* உரித்தல்; கிள்ளுதல்; கிண்டுதல்; தோண்டுதல்; to strip off; to pinch; to stir; to dig.

நோண்டுதல்: *(வி):* கிண்டுதல்; தோண்டுதல்; சிறுகச் சிறுக ஒன்றினைச் செய்தல்; to stir; to dig; to do a thing little by little.

நோதலை: *(பெ):* மெலிவு; நோய்; தரித்திரம்; leanness; weakness; disease; destitution.

நோதல்: *(வி):* துக்கித்தல்; நோயுறல்; துன்புறுதல்; வருந்துதல்; வறுமை நிலையடைதல்; பதனழிதல்; to feel distress; to ail; to suffer; be distressed; to become poor; to become overripe like fruits.

- ***நோதல்** எவன்மற்று நொந்தாரென்று அஃதறியும் காதலர் இல்லா வழி. - குறள் 1308.*

நோதிறம்: *(பெ):* இராக வகை; melody type.

நோப்படுதல்: *(வி):* மெலிதல்; காயப்படுதல்; விதனப்படுதல்; be weak; be wounded; to get physical pain.

நோப்பாளம்: *(பெ):* அரிப்பு; கோபம்; குற்றம்; irritation; anger; offence.

நோம்பு: *(பெ):* நோன்பு; ceremonial fasting.

நோம்புக்கடன்: *(பெ):* உறுதிமொழி; a solemn promise; vow.

நோம்புக் கயிறு: *(பெ):* புனிதக் கயிறு; a sacred string.

நோம்புதல்: *(வி):* நுணாவுதல்; to separate stone particles from rice by winnowing.

நோயாளி: *(பெ):* பிணியாளன்; நோய்வாய்ப் பட்டவன்; a patient. • **நோயாளிக்குத்** தெரியும் நோயின் வருத்தம் - *பழமொழி.*

நோயுறு: *(வி):* நோய்வாய்ப்படு; to ail.

நோய்: *(பெ):* நோவு; பிணி; துன்பம்; வருத்தம்; அச்சம்; குற்றம்; pain; disease; distress; grief; fear; fault; defect. • **நோயற்ற** வாழ்வே குறைவற்ற செல்வம் - *பழமொழி.*

- **நோய்எல்லாம்** நோய்செய்தார் மேலவாம் நோய்செய்யார்
  நோயின்மை வேண்டு பவர். - *குறள் 320.*
- **நோய்நாடி** நோய்முதல் நாடி அதுதணிக்கும்
  வாய்நாடி வாய்ப்பச் செயல். - *குறள் 948.*

நோய் அணு உயிர்: *(பெ):* நோயினை உண்டாக்கும் ஒரு ஜீவ அணு; a bacterium / a microbe / a very minute organism causing disease.

நோய் அறிகுறி: *(பெ):* நோய் உண்டாவதற்கான அறிகுறி; symptom of a disease.

நோய்த்தொத்து: *(பெ):* தொற்றிப் பரவும் நோய்; infectious disease spread by contact.

நோய் நொடி: *(பெ):* நோயும் அந்நோயினால் உண்டாகும் பாதிப்பும்; illness and the effects of it.

நோய் போக்கு: *(வி):* நோயைப் போக்கி குணப்படுத்துதல்; to cure the disease through medical treatment.

நோய் முகன்: *(பெ):* சனி; Saturn (planet).

நோய்வாய்ப்படுதல்: *(வி):* நோயின் பாதிப்புக்கு உள்ளாகுதல்; to fall ill.

நோலல்: *(வி):* நோற்றல்; to do penance.

நோலாதார்: *(பெ):* பொறாமைக்காரர்கள்; jealous persons.

நோலாமை: *(பெ):* பொறாமை; grudge; malice.

நோலுதல்: *(வி):* பொறுத்தல்; தவம் செய்தல்; to endure; to do penance.

நோலை: *(பெ):* எள்ளுருண்டை; a ball-shaped preparation of sesame.

நோல்தல்: *(வி):* பழகுதல்; பொறுத்தல்; நோற்றல்; to practise; to endure; to do penance.

நோவல்: *(பெ):* அப்பம்; round cake of rice flour and sugar prepared in ghee.

நோவாளி: *(பெ):* ஏழை; நோயாளி; poor man; a patient.

நோவு: *(பெ):* நோய்; துன்பம்; மகப்பேற்று வலி; வருத்தம்; மெலிவு; மஞ்சள்; இரக்கம்; வலி; disease; suffering; labour pain; distress; leanness; weakness; turmeric; pity; mercy; pain.

- **நோவற்க** நொந்தது அறியார்க்கு மேவற்க
  மென்மை பகைவ ரகத்து. - *குறள் 877.*

நோவைக் குறை: *(வி):* நோயின் கடுமையைக் குறை; வலியைக் குறை; to lessen the severity of disease; to lessen the pain.

நோழிகை: *(பெ):* நெசவு நூல் சுற்றிய தார்; the bobbin wound with cotton thread for weaving purpose.

நோளை: *(பெ):* நோயால் அவதியுறும் நிலை; the state of suffering from disease.

நோறு: *(பெ):* வாய்; mouth.

நோற்பார்: *(பெ):* தவம் செய்வோர்; ascetics.

நோற்பாள்: *(பெ):* பெண் துறவி; woman ascetic.

நோற்பு: *(பெ):* விரதம்; தவம்; பொறுமை; religious vow; penance; patience.

நோற்றல்: *(வி):* பழகுதல்; தவம் செய்தல்; பொறுத்தல்; விரதமிருத்தல்; to practise; to do penance; to endure; to undertake a religious vow.

நோனாமை: *(பெ):* ஆற்றாமை; அழுக்காறு; inability to bear; envy.

- **நோனா** உடம்பும் உயிரும் மடலேறும்
  நாணினை நீக்கி நிறுத்து. - *குறள் 1132.*

நோனுதல்: *(வி):* விரதமிருத்தல்; நிலைநிறுத்துதல்; பொறுத்தல்; தவமிருத்தல்; to undertake a religious vow; to establish; to endure; to do penance.

நோன்பி: *(பெ):* விரதம் இருப்பவர்; the person who is undertaking a religious vow.

நோன்பிருத்தல்: *(வி):* விரதமிருத்தல்; to fulfil a religious vow.

நோன்பு: *(பெ):* விரதம்; தவம்; a religious vow; penance.

நோன்மை: *(பெ):* பொறுமை; வலிமை; பெருந்தன்மை; தவம்; patience; strength; magnanimity; penance.

நோன்றல்: *(வி):* பொறுத்தல்; தள்ளுதல்; நிலைநிறுத்துதல்; to endure; to avoid; to establish.

நௌ

நௌ: *(பெ):* மரக்கலம்; country boat.

நௌவி: *(பெ):* மான்; deer.

ப

ப: *(பெ):* சாபம்; காற்று; பெருங்காற்று; curse; wind; storm.

பஃதி: *(பெ):* பகுப்பு; வேறுபாடு; திறை; வருவாய்; section; difference; a kind of tax collected from another king; income.

பஃது: *(பெ):* பத்து; the number ten.

பஃறி: *(பெ):* ஓடம்; மரக்கலம்; boat; ship.

பஃறியார்: *(பெ):* நெய்தல் நிலத்து மக்கள்; inhabitants of maritime tract.

பகசித்து: *(பெ):* பீமன்; கண்ணன்; Bheema, the second of the Pancha Pandavas; Lord Krishna.

பகடம்: *(பெ):* தற்பெருமை; சிலம்பு; வெளிவேடம்; self-importance; boasting; anklet; deceptive appearance.

பகடி: *(பெ):* பரிகாசம்; விகடம்; கூத்தாடி; வினை; ஒரு கடையை வாடகைக்கு எடுத்தவரை வெளியேற்ற அவருக்குத் தரப்படும் கணிசமான தொகை; வெளிவேஷக்காரன்; mockery; mimicry; folk dancer; karma; the amount paid to the present occupant of a shop to vacate; the imposter.

பகடு: *(பெ):* பெருமை; வலிமை; ஏர்; ஓடம்; சந்து; தெப்பம்; ஆடு, எருமை, யானை ஆகியவற்றின் ஆண்; greatness; strength; plough; boat; lane; raft; male of goat, buffalo and elephant.

பகடை: *(பெ):* சூதின் தாயத்தில் ஒன்று; எதிர்பாராத நற்பேறு; (சக்கிலியர்) சாதிப் பெயர்; ace upon dice; sudden smiles of fortune; the name of a caste (cobbler).

பகடைக்காய்: *(பெ):* சூதாட்டத்தில் விளையாடும் இருவரும் ஒருவர் மாற்றி ஒருவர் உருட்டிடும் புள்ளிகள் குறிக்கப்பட்ட ஆறு பக்கங்கள் உடைய ஒரு சிறு நீண்ட (அ) சதுர மரத்துண்டு; a dice.

பகட்டன்: *(பெ):* ஆடம்பரப் பிரியன்; one who likes pomp and show; an impudent person.

பகட்டு: *(பெ):* ஒளி; ஆடம்பரம்; தற்பெருமை; கவர்ச்சி; ஏமாற்றுகை; lustre; pomp and show; boasting; attraction; cheating.

பகட்டுக்காரி: *(பெ):* தளுக்குக்காரப் பெண்; an impudent woman.

பகட்டுதல்: *(வி):* அதட்டுதல்; வெருட்டுதல்; தந்திரம் செய்தல்; வெளிவேஷமிடுதல்; to rebuke; to frighten; to do a trick; to impose.

பகட்டுநடை: *(பெ):* பெருமிதமான நடை; a showy manner of walking.

பகட்டுரை: *(பெ):* ஆரவாரப் பேச்சு; bombast.

பகண்டை: *(பெ):* விகடப்பாடல்; a song of ridicule.

பகதத்தன்: *(பெ):* மூத்த மகன்; elder son.

பகந்தரம்: *(பெ):* மூலம்; piles.

பகம்: *(பெ):* ஐஸ்வரியம், புகழ், வீரியம்; திரு; ஞானம்; வைராக்கியம்; கொடி வகை; அழகு; முக்தி; பெண் குறி; மகத்துவம்; அவாவின்மை; கொக்கு; riches; fame; bravery; wealth; wisdom; asceticism; a kind of creeper; beauty; final bliss; the genital part of woman; magnificence; state of wanting of desire; crane.

பகரம்: *(பெ):* ஒளி; அழகு; தெளிவு; lustre; beauty; clearness.

பகரிப்பு: *(பெ):* மினுக்குதல்; shining; glittering.

பகர்: *(பெ):* ஒளி; பங்கம்; radiance; distortion.

பகர்ச்சி: *(பெ):* சொல்; word; saying.

பகர்தல்: *(வி):* கூறுதல்; சொல்லுதல்; விற்றல்; to tell; to say; to sell.

பகர்ப்பு: *(பெ):* நகல்; பிரதி; copy; duplicate.

பகலவன்: *(பெ):* சூரியன்; the Sun.

பகலாணி: *(பெ):* நுகத்தாணி; stud of the yoke.

பகலோன்: *(பெ):* சூரியன்; the Sun.

பகல்: *(பெ):* மத்தியானம்; நடுவுநிலை; நுகத்தாணி; கால அளவு வகை; கட்சி; தினம்; ஒளி; சூரியன்; ஊழிக்காலம்; வெளி; முகூர்த்தம்; daytime; impartiality; main peg in a yoke; measure of time; party; day; lustre; the Sun; period of cosmic destruction; open space; auspicious time. ● பகலில் பக்கம் பார்த்துப் பேசு; இரவில் அதுவும் பேசாதே - *பழமொழி.* ● பகல்வெல்லும் கூகையைக் காக்கை இகல்வெல்லும் வேந்தர்க்கு வேண்டும் பொழுது. - *குறள் 481.*

பகல் கனவு: *(பெ):* மனதில் வளர்த்துக் கொள்ளுகின்ற நிறைவேறிட இயலாத எண்ணம்; day-dream, reverie.

பகல் கொள்ளை: *(பெ):* வாடகை, விலை போன்றவற்றை அநியாயம் என்று சொல்லுமளவுக்கு மிகவும் கூடுதலாகக் கொடுக்க நேருதல்; daylight robbery.

பகல் வாயில்: *(பெ):* கிழக்கு; east.

பகல் வினையான்: *(பெ):* நாவிதர்; barber.

பகல் வெளிச்சம்: *(பெ):* பகலொளி; the daylight.

பகல் வேடம்: *(பெ):* நல்லவர் போன்று நடித்தல்; false outward show; pretence.

பகவதி: *(பெ):* அறக்கடவுள்; துர்க்கை; பார்வதி; தாமிரவருணி; Yama, the God of Virtue personified; Durga, Goddess of Victory; Goddess Parvathi, the consort of Lord Shiva; River Thamiraparani.

பகவன்: *(பெ):* குரு; கடவுள்; பெரியோன்; சிவபெருமான்; திருமால்; பிரமன்; தேவன்; புத்தன்; அருகன்; சூரியன்; திருமாலடியார்; priest; God; great person; Lord Shiva; Lord Vishnu; Lord Brahma; the celestial being; Lord Buddha; Arhat; the Sun; a devotee of Lord Vishnu.

பகவான்[1]: *(பெ):* சிவபெருமான்; திருமால்; பன்னிரு சூரியருள் ஒருவர்; Lord Shiva; Lord Vishnu; one of the twelve Suns.

பகவான்[2]: *(பெ):* சமயம், ஆன்மீகம் போன்றவற்றின் இயக்கங்களைத் துவக்கிய மெய்ஞ்ஞானிகளின் பெயர்களுக்கு முன்பாக வழங்கப்பெறும் அடைமொழி; a respectable term which is added before the names of holy persons who have founded spiritual movements.

பகவிருக்கம்: *(பெ):* நிலக்கடம்பு மரம்; a kind of tree.

பகவு: *(பெ):* பிளப்பு; துண்டு; பங்கு; வெடிப்பு; split; piece; share; crack.

பகழி: *(பெ):* அம்பு; அம்புக்கூடு; arrow; quiver.

பகளி: *(பெ):* ஐம்பது வெற்றிலைகள் கொண்ட 'கவுளி' எனக் கூறப்படும் கட்டு; a pack of fifty betel leaves.

பகற் கனவு: *(பெ):* நிறைவேறாத எண்ணம்; reverie.

பகற்காட்சி: *(பெ):* பகல்பொழுதில் திரையிடப்படும் திரைப்படக்காட்சி; matinee.

பகற் குருடு: *(பெ):* கூகை; owl.

பகற்குறி: *(பெ):* (அகம்) களவொழுக்கத்தில் பகற்காலத்தே தலைவனும் தலைவியும் சந்திக்கக் குறிப்பிடும் இடம்; lover's daytime tryst.

பகற்பண்: *(பெ):* பகல்பொழுதில் பாடப்படும் பாட்டு; the song sung in the daytime.

பகற்பாடு: *(பெ):* பகல்பொழுது; the daytime.

பகற்பொழுது: *(பெ):* மத்தியானம்; the daytime.

பகற்போது: *(பெ):* பகல்பொழுதில் மலரும் மலர்; பகற்பொழுது; the flower which blossoms in the daytime; the daytime.

பகன்றை: *(பெ):* சீந்தில் கொடி; சிவதைக் கொடி; கிலுகிலுப்பைச் செடி; varieties of Indian medicinal plants; a kind of herb.

பகா: *(பெ):* தூதுவளை; climbing brinjal.

பகாப்பதம்: *(பெ):* பகுத்திட இயலாத சொல்; the word, base or suffix which cannot be analysed into parts.

பகாரம்: *(பெ):* அழகு; தெளிவு; beauty; clearness.

பகாலம்: *(பெ):* கபாலம்; பிச்சைப் பாத்திரம்; the skull; beggar's bowl.

பகாலி: *(பெ):* சிவபெருமான்; Lord Shiva.

பகாலின்பம்: *(பெ):* முக்தி; final salvation.

பகாளாபாத்: *(பெ):* வேகவைத்த அரிசி சோறு அல்லது சேமியாவைத் தயிருடன் கலந்து தயாரிக்கப்படும் சிற்றுண்டி; the boiled noodles or rice mixed with curd.

பகிகண்டம்: *(பெ):* பிடரி; nape (back of the neck).

பகிடி: *(பெ):* விகடம்; பரிகாசம்; mimicry; mockery.

பகிரங்கம்: *(பெ):* வெளிப்படை; மறைப்பு இல்லாமை; openness; publicity.

பகிரண்டம்: *(பெ):* வெளி அண்டம்; the outer space of the Universe.

பகிர்: *(பெ):* பகுப்பு; விலை; பங்கு; வெடிப்பு; துண்டம்; வெளிப்புறம்; section; price; share; break; piece; outer.

பகிர்தல்: *(வி):* பங்கிடுதல்; பிளத்தல்; பிரித்தல்; to share; to split; to divide.

பகிர்ந்திடு: *(வி):* பரிமாறிக்கொள்; to share with another like one's experience, sorrow, happiness, etc.

பகிர்வு: *(பெ):* பங்கீடு; பிரிப்பு; sharing; distribution.

பகினி: *(பெ):* உடன்பிறந்தாள்; சகோதரி; பெண்; sister; woman.

பகீரதப் பிரயத்தனம்: *(பெ):* ஒன்றினை நிறைவேற்றிக்கொள்ள (அ) ஒன்றைச் செய்திட தன்னால் ஆன அனைத்தையும் செய்திடும் சகலவிதமான வழிகளையும் கையாண்டிடும் பெருமுயற்சி; Herculean effort.

பகீரதி: *(பெ):* கங்கையாறு; the River Ganges.

பகுதல்: *(வி):* பிளவுபடுதல்; be split.

பகுதி: *(பெ):* பங்கு; கப்பம்; இயல்பு; மூலப்பொருள்; வேறுபாடு; வருவாய்; படை; மந்திரி; share; tribute; nature; raw material; difference; income; army; minister.

பகுதி நேரம்: *(பெ):* நிர்ணயித்த நேரத்தை விடக் குறைவான நேரம், part time.

பகுத்தல்: *(வி):* பங்கிடுதல்; பகிர்தல்; பிரித்தல்; பிளத்தல்; வகுத்தல்; வெட்டுதல்; ஈதல்; to share; to apportion; to separate; be split; to divide; to cut; to give.

- **பகுத்துண்டு** பல்லுயிர் ஓம்புதல் நூலோர்
  தொகுத்தவற்றுள் எல்லாந் தலை. *- குறள் 322.*

பகுத்தறிதல்: *(வி):* காரண காரியங்களை மனதில் கொண்டு விஷயங்களைப் பிரித்து அறிதல்; to discriminate; to analyse.

பகுத்தறிவு: *(பெ):* நன்மை, தீமை ஆகியவற்றைப் பகுத்தறிந்திடும் திறன்; the power of discrimination; rationality.

பகுத்தறிவுக்கொத்த: *(பெ.அ):* நன்மை, தீமை ஆகியவற்றைப் பகுத்தறிந்திடத்தக்க; reasonable.

பகுத்தறிவுள்ள: *(பெ.அ):* நன்மை, தீமை ஆகியவற்றைப் பகுத்தறிந்திடும் திறனுடைய; rational.

பகுபதம்: *(பெ):* பிரித்துப்பார்த்துப் பொருள் அறிந்திடக்கூடிய வார்த்தை; divisible word; a word that can be analysed into stem, suffix, etc.

பகுப்பு: *(பெ):* பிரிவு; separation.

பகுவசனம்: *(பெ):* பன்மை; plural.

பகுவாய்: *(பெ):* திறந்திருக்கும் வாய்; அகன்ற வாய்; தாழி; open mouth; wide mouth; a large vessel which has a wide mouth.

பகுளம்: *(பெ):* மிகுதி; தேய்பிறை; abundance; waning Moon.

பகேசிகை: *(பெ):* காயற்ற மரம்; the tree which has no fruits.

பகை: *(பெ):* விரோதம்; விரோத மனப்பான்மை; antagonism; enmity.

- **பகைபாவம் அச்சம் பழியென நான்கும்**
  இகவாவாம் இல்லிறப்பான் கண். - *குறள் 146.*
- **பகைநட்பாம் காலம் வருங்கால் முகம்நட்டு**
  அகநட்பு ஒரீஇ விடல். - *குறள் 830.*

பகைத்தல்: *(வி):* பகைமை கொள்ளுதல்; முரண்படுதல்; வேறுபடுதல்; to hate; to antagonize; to conflict; to disagree; to differ in views.

பகைத்தானம்: *(பெ):* லக்கினத்திற்கு ஆறாமிடம்; the sixth place from Lagnam in horoscope.

பகைப்படல்: *(வி):* விரோதம் கொள்ளுதல்; to have enmity.

பகைப்பு: *(பெ):* பகை; எதிர்ப்பு; opposition.

பகைப்புலம்: *(பெ):* பகையாளியின் இடம்; போர்க்களம்; enemy's place; battlefield.

பகைமுனை: *(பெ):* போர்க்களம்; battlefield.

பகைமை: *(பெ):* பகைக்கும் தன்மை; பகையுணர்வு; antagonism; enmity.

- **பகைமையுங் கேண்மையும் கண்ணுரைக்கும் கண்ணின்**
  வகைமை உணர்வார்ப் பெறின் - *குறள் 709.*

பகையகம்: *(பெ):* போர்க்களம்; எதிரியின் இடம்; battlefield; enemy's place.

- **பகையகத்துச் சாவார் எளியர் அரியர்**
  அவையகத்து அஞ்சா தவர். - *குறள் 723.*
- **பகையகத்துப் பேடிகை ஒள்வாள் அவையகத்து**
  அஞ்சு மவன்கற்ற நூல். - *குறள் 727.*

பகையாளி: *(பெ):* விரோதி; enemy. ● **பகையாளி** குடியை உறவாடிக் கெடு - *பழமொழி.*

பகையான: *(பெ.அ):* விரோதமான; hostile.

பகைவன்: *(பெ):* விரோதி; எதிரி; பகைமூட்டுபவன்; கேடு நினைப்பவன்; enemy; opponent; adversary. ● பகைவர் உறவு, புகையெழும் நெருப்பு - *பழமொழி.*

பகோளம்: *(பெ):* வானம்; sky.

பக்க அணிமை: *(பெ):* மிக அண்மை; contiguity.

பக்ககன்: *(பெ):* கூட்டாளி; பங்குதாரர்; நண்பன்; partner; friend.

பக்ககேசம்: *(பெ):* நரை முடி; grey hairs.

பக்கசமன்: *(பெ):* சந்திரன்; the Moon.

பக்கசரம்: *(பெ):* யானை; சந்திரன்; elephant; the Moon.

பக்கசூலை: *(பெ):* நோய்வகை; துன்பம்; a kind of disease; grief.

பக்கச்சுவர்: *(பெ):* கட்டடத்தின் ஒரு புறச் சுவர்; the side wall of a building.

பக்கச்சொல்: *(பெ):* பரிந்துரை; a favourable report about something or somebody.

பக்கணம்: *(பெ):* ஊர்; வேடுவர் வீதி; சிற்றுண்டி; தின்பண்டம்; town; hunter's street; tiffin; snacks.

பக்கதி: *(பெ):* பிரதமை; the first day after the New Moon or after the Full Moon.

பக்கத்தார்: *(பெ):* அயலார்; neighbours.

பக்கத்தில்: *(வி.அ):* அருகில்; அடுத்துள்ள; near; beside.

பக்கத்தில் உள்ள: *(பெ.அ):* அருகில் இருக்கின்ற; nearby.

பக்கத்துணை: *(பெ):* ஆதரவு; உதவி; support; help.

பக்கபலம்: *(பெ):* ஆதரவு; உதவி; support; help.

பக்கபாதிதை: *(பெ):* சேர்மானம்; connection.

பக்கம்: *(பெ):* கட்டப்படும் திசையில் இருக்கும் பகுதி; ஒன்றினுக்குப் பரிமாண அமைப்பைத் தந்திடும் பகுதி; அருகாமை; பாரிசம்; நாடு; வீடு; விலாப்புறம்; வால்; சிறகு; நட்பு; அன்பு; சுற்றம்; ஒளி; உணவு; the side with reference to a centre; the side which gives dimension; nearness; country; house; side of the body; tail; wing; friendship; love; affection; relation; lustre; food.

பக்கரசம்: *(பெ):* தேன்; honey.

பக்கரை: *(பெ):* சேணம்; துணிப்பை; saddle; cloth bag.

பக்கவாட்டு: *(பெ):* ஒருவரின் (அ) ஒன்றின் இடது (அ) வலது பக்கம்; left or right side of a person or an object.

பக்கவாட்டுத் தோற்றம்: *(பெ):* ஒருவருடைய (அ) ஒன்றினுடைய இடது (அ) வலது புறத் தோற்றம்; profile.

பக்கவாத்தியம்: *(பெ):* இசைக் கலைஞர் ஒருவருக்கு கச்சேரியில் துணையாக இசைக்கப்படும் கருவி; accompaniment in a concert.

பக்கவாதம்: (பெ): மூளையில் இரத்தக் கசிவு (அ) உறைவின் காரணமாக உடலின் ஒரு புறத்தைச் செயல் இழக்கச் செய்திடும் கொடிய நோய்; paralysis; stroke.

பக்க விளைவு: (பெ): நோயைக் குணப்படுத்திடும் போது அதற்கான சிகிச்சை, மருந்துகள் போன்றவை உண்டாக்கிடும் பாதகமான விளைவு; side effect of a treatment, medicine, etc.

பக்கவெட்டுத் தோற்றம்: (பெ): ஒரு பொருளின் உட்பகுதியைக் காட்டிடக்கூடிய பக்கவாட்டில் வெட்டியது போலத் தோன்றும் காட்சி; side view.

பக்கறை: (பெ): துணியுறை; குழப்பம்; கறுப்புக் கறை; ஏற்றுகை; பை; jacket; confusion; black spot; act of lifting; bag.

பக்கா: (பெ): சுமார் இரண்டு படி கொள்ளளவு கொண்ட முன்பு புழக்கத்தில் இருந்த படி; a measure of roughly two litres.

பக்காவாக: (வி.அ): திருத்தமாக; செம்மையாக; perfectly; solidly.

பக்காவான: (பெ.அ): திருத்தமான; செம்மையான; perfect; solid.

பக்காத் திருடன்: (பெ): கெட்டிக்காரத் திருடன்; notorious thief.

பக்கி: (பெ): பறவை; குதிரை வண்டி; கருமி; bird; horse-drawn cart as a mode of transport; miser.

பக்கிணி: (பெ): ஓர் இரவும், அதற்கு முன் பின்னான இரு பகல் நேரங்களும்; a night and the day-times before and after the same night.

பக்கிரி: (பெ): முகமதியப் பரதேசி; பிச்சைக்காரன்; Fakir; mendicant.

பக்கிள்: (பெ): (இலங்) கோட்டான்; rock-horned owl.

பக்கு: (பெ): பிளவு; மரப்பட்டை; பொருக்கு; புண்ணின் அசறு; பை; crack; bark of a tree; mud flake; scab of a sore; bag.

பக்குவ காலம்: (பெ): உகந்த நேரம்; proper time.

பக்குவப்படுத்து: (வி): பதப்படுத்து; to preserve.

பக்குவமடையாத: (பெ.அ): பதப்படுத்தப்படாத; raw.

பக்குவமாதல்: (வி): ஏற்றதாகுதல்; தகுதியாதல்; ருதுவாதல்; to become fit; be suitable; to attain puberty.

பக்குவம்: (பெ): தகுதி; முதிர்ச்சி; திராணி; பூப்படைகை; மன்னிப்பு; ஆற்றல்; suitability; maturity; ability; attaining puberty; excuse; effort; force.

பக்குவர்: (பெ): வைத்தியர்; physician.

பக்கு விடு: (வி): பிரித்திடு; வெடித்திடு; உடைந்திடு; be split; be cracked; to break.

பக்கோடா: (பெ): நீர் ஊற்றிப் பிசையப்பட்ட கடலை மாவில், பச்சை மிளகாய், வெங்காயம், கறிவேப்பிலை போன்றவற்றைச் சேர்த்து சிறுசிறு உருண்டைகளாக எண்ணெயில் போட்டு எடுக்கப்படும் தின்பண்டம்; a kind of spicy savoury prepared from chickpea paste and fried in oil.

பக்தன்: (பெ): தெய்வ பக்தி உடையவன்; devotee; pious man.

பக்தாதாயம்: (பெ): நெல் வருவாய்; the income through the harvested paddy.

பக்தி: (பெ): கடவுள், குரு போன்றோரிடம் வைக்கும் உள்ளார்ந்த அன்பு; ஒருவர் தனது நாட்டின் மீது வைத்திடும் (அ) மற்றொருவர் மேல் வைத்திடும் உயர்ந்த மதிப்பு; devotion as to a deity, guru, etc.; love for one's country or admiration for another person.

பக்திமான்: (பெ): தெய்வ பக்தி நிறையப் பெற்றவர்; pious person.

பக்தை: (பெ): பக்தன் என்பதன் பெண்பால்; pious woman.

பங்கதாளம்: (பெ): தாள வகை; a kind of rhythm measure.

பங்கப்படுதல்: (வி): சிறுமையடைதல்; to degrade.

பங்கமழிதல்: (வி): சிறுமையடைதல்; உயர்ந்த மதிப்பை இழத்தல்; be degraded; to lose honour.

பங்கம்: (பெ): தோல்வி; குற்றம்; அவமானம்; வெட்கம்; விகாரம்; கேடு; நல்லாடை; சிறு துகில்; இடர்ப்பாடு; துண்டு; பங்கு; பிரிவு; குளம்; சேறு; அலை; புழுதி; பாவம்; முடம்; பந்தயம்; வேறுபாடு; அச்சம்; இழிவு; நோய்; defeat; fault; dishonour; shyness; evil disposition; harm; fine garment; small bit of cloth; affliction; piece; share; separation; tank; mud; wave; dust; sin; lameness; stake; difference; fear; disgrace; disease.

பங்கயச் செல்வி: (பெ): லட்சுமி; Goddess Lakshmi.

பங்கயம்: (பெ): தாமரை; நாரை; lotus; crane.

பங்கயன்: (பெ): பிரம்மா; Lord Brahma.

பங்கவாசம்: (பெ): நண்டு; crab.

பங்களா: (பெ): விசாலமான அறைகளைக் கொண்டுள்ள மாளிகை; bungalow.

பங்களிப்பு: (பெ): ஒருவர் ஒரு செயலுக்குத் தன் பங்காகத் தருவது; contribution.

பங்கன்: (பெ): உலோபி; miser.

பங்காதாயம்: (பெ): கூட்டு வியாபாரம் ஒன்றில் ஒருவர் செய்த முதலீட்டுக்கு உரிய இலாபத்தின் பங்கு; dividend.

பங்காரம்: (பெ): வரம்பு; பொன்; boundary; gold.

பங்காரு: (பெ): பொன்; தங்கம்; gold.

பங்காலி: *(பெ):* வௌவால்; bat.

பங்காளி: *(பெ):* தந்தையின் சகோதரரின் பிள்ளை; சொத்துக்கு உரிமையுடையவர்; தனது பங்கினைச் செய்திட வேண்டியவர்; agnate; the person who contributes his share. • **பங்காளி** பழியெடுப்பான். *பழமொழி.*

பங்காளிக் காய்ச்சல்: *(பெ):* பங்காளிகளுக்குள் உண்டாகும் போட்டி, பொறாமை போன்றவை; jealousy among those who are agnates.

பங்கி: *(பெ):* ஆடவரின் முடி; விலங்குகளின் மயிர் வகை; சாதிலிங்கம்; men's hair; a kind of animal's hair; red sulphurate of mercury oxide.

பங்கிடு: *(வி):* பகிர்ந்திடு; பங்கு போடு; to share; to divide.

பங்கித்தல்: *(வி):* வெட்டுதல்; பகுத்தல்; to cut off; to divide.

பங்கியடித்தல்: *(வி):* கஞ்சா புகைத்தல்; to smoke the leaves of Indian hemp.

பங்கிலம்: *(பெ):* தெப்பம்; raft.

பங்கீடு: *(பெ):* பங்கு; வழிவகை; உபாயம்; திட்டம்; கணக்கு; பங்கிடுதல்; share; means and resources; means; plan; account; act of sharing.

பங்கு: *(பெ):* பாதி; முடவன்; கூறு; முடம்; சனி; கூட்டு; தலைப்பாகை; half; lame person; share; crippled condition of leg or arm; Saturn; partnership; turban.

பங்குகொள்: *(வி):* பணி, நிகழ்ச்சி, போராட்டம் முதலியவற்றில் கலந்து கொள்ளுதல்; பிறரின் சுக துக்கங்களைத் தனதாகப் பாவித்தல்; to participate in work, event, agitation etc.; to share someone's joy, sorrow, etc.

பங்குத் தந்தை: *(பெ):* ஒரு பகுதியில் வாழ்ந்திடும் மக்களை வழிநடத்திச் சென்றிட கிறித்துவ ஆயரால் நியமனம் செய்யப்பட்ட குரு; parish priest.

பங்குதாரர்: *(பெ):* நிறுவனம் ஒன்றில் (அ) வியாபாரத்தில் போடப்பட்ட மூலதனத்தில் குறிப்பிட்ட ஒரு பகுதித் தொகையைத் தன்னுடைய பங்காகச் செலுத்தியவர்; partner; shareholder.

பங்குதை: *(பெ):* அவலட்சணம்; unseemliness.

பங்குபடுதல்: *(வி):* பொதுவாகுதல்; சின்னப்படல்; be common; be destroyed.

பங்குபணி: *(பெ):* செயல், திட்டம் போன்றவற்றில் ஒருவரின் பங்காக அமைந்திடும் செயல்பாடு; one's role.

பங்குபெறு: *(வி):* கூட்டம், விழா போன்றவற்றில் கலந்துகொள்ளுதல்; to participate; to take part in a meeting, function, etc.

பங்குரம்: *(பெ):* ஆற்று முடக்கு; வளைவு; river curve; bend.

பங்குரை: *(பெ):* அதிவிடையம்; a herbal medicine.

பங்குனி: *(பெ):* ஒரு தமிழ் மாதம்; Panguni, a Tamil month. • **பங்குனி**யென்று பருக்கிறதுமில்லை; சித்திரையென்று சிறுக்கிறதும் இல்லை - *பழமொழி.*

பங்கேசம்: *(பெ):* தாமரை; lotus.

பங்கேருகம்: *(பெ):* தாமரை; lotus.

பங்கேற்பாளர்: *(பெ):* செயல், கூட்டம், விழா போன்றவற்றில் கலந்துகொள்பவர்; participant in a work, meeting, function, etc.

பசகன்: *(பெ):* சமையற்காரன்; the cook.

பசண்டை: *(பெ):* ஈரம்; wetness.

பசதன்: *(பெ):* அக்கினி; சூரியன்; இந்திரன்; fire; the Sun; Lord Indra.

பசத்தல்: *(வி):* பசுமையாதல்; நிறம் மாறுதல்; மங்குதல்; be greenish; be changed as of colour; be hazed.

- **பசந்தாள்** இவள்என்பது அல்லால் இவளைத்
  துறந்தார் அவர்என்பார் இல். - *குறள் 1188.*
- **பசக்கமன்** பட்டாங்கென் மேனி நயப்பித்தார்
  நன்னிலையர் ஆவர் எனின். - *குறள் 1189.*

பசந்தல்: *(பெ):* நேரம்; time.

பசபசத்தல்: *(வி):* மசமசத்தல்; to itch.

பசப்பன்: *(பெ):* டாம்பீகன்; டம்பாச்சாரி; coxcomb; dandy.

பசப்பு: *(பெ):* பசுமை நிறம்; பசலை; பாசாங்கு; ஏய்ப்பு; சாரம்; green colour; sallowness; pretence; deceit; gist.

பசப்புதல்: *(வி):* தன்னுடைய செயலை (அ) தேவையினை நிறைவேற்றிக்கொள்ள அடுத்தவரின் அனுதாபத்தைப் பெற்றிடும் வகையில் நடந்துகொள்ளுதல் (அ) பேசுதல்; to ingratiate oneself.

பசப்புரை: *(பெ):* ஏமாற்றுப் பேச்சு; குதர்க்கம்; fallacious argument; sophistry.

பசமந்திரம்: *(பெ):* மரமஞ்சள்; a medicinal plant.

பசம்பை: *(பெ):* கழுத்து; neck.

பசர்: *(பெ):* சமைத்தல்; cooking.

பசலி: *(பெ):* கிராமத்து விளைநிலம்பற்றிய கணக்குகளுக்கான ஓராண்டு; the accounting year for land revenue; fazali.

பசலை: *(பெ):* அழகுத் தேமல்; பொன்னிறம்; காமம் போன்றவற்றால் பெண்ணின் உடம்பில் பொன்னிறப் புள்ளிகள் உண்டாகுதல்; வருத்தம்; இளமை; கீரை வகை; beauty spots; pale yellow spots supposed to appear on the body of the woman due to love sickness; distress; youth; a kind of greens.

பசளைக்கதை: *(பெ):* வீண்கதை; mischievous talk.

பசறு: *(பெ):* பச்சிலைச் சாறு; the juice of herbal leaves, used for medicinal purposes.

பசனம்: (பெ): சமையல்; வழிபாடு; சிற்றின்பம்; சங்கின் ஓசை; வணக்கம்; cooking; worship; lust; the sound produced through a conch shell; showing respect.

பசனன்: (பெ): அக்கினி தேவன்; Agni, the God of Fire.

பசாசம்: (பெ): பிசாசு; இரும்பு; அபிநய வகை; ghost; iron; a dance gesture.

பசாசு: (பெ): பேய்; ghost.

பசாடு: (பெ): மாசு; dust.

பசாடை: (பெ): மாசு; dust.

பசாரி: (பெ): விபசாரி; prostitute.

பசானம்: (பெ): ஒரு நெல் வகை; a kind of paddy.

பசி: (பெ): உணவு வேட்கை; அக்கினி; மிகுதியான ஆர்வம்; hungry; fire; excessive desire. ● **பசித்தவன் பழங்கணக்கைப் பார்த்தது போல். ● பசியேப்பக்காரனும், புளியேப்பக் காரனும் கூட்டுப்பயிரிட்டது போல. ● பசி** வந்தால் பத்தும் பறந்து போகும் - *பழமொழிகள்.*

பசிதகனி: (பெ): சோறு; boiled rice.

பசிதம்: (பெ): சாம்பல்; திருநீறு; ash; sacred ash.

பசிய: (பெ.அ): பசுமையான; greenish.

பசியம்: (பெ): கயிறு; coir.

பசியால் வாடு: (வி): குறித்த நேரத்தில் உண்ண உணவின்றி அவதிப்படு; to famish.

பசியாற்று: (வி): பசித்தபோது உணவு உட்கொண்டு பசியுணர்வினைத் தணியச் செய்; to appease hunger.

பசியெடுத்தல்: (வி): உணவு உட்கொள்ள வேண்டும் என்னும் உணர்வு உண்டாகுதல்; to feel hungry.

பசியேப்பம்: (பெ): அளவுக்கதிகமான பசியுணர்வால் உண்டாகும் ஏப்பம்; belching because of excessive hunger.

பசிரி: (பெ): பசலைக் கொடி; malabar night shade (creeper).

பசு: (பெ): பாலுக்காக வீட்டில் வளர்க்கப்படும் மாட்டினத்தின் பெண் விலங்கு; சீவான்மா; சாது; வேள்விக்குரிய ஆடு; cow; soul; virtuous person; the goat which is to be sacrificed to a deity. ● **பசு** கறுப்பானால் பாலும் கறுப்பாகுமா ? ● **பசுத்தோல் போர்த்திய** புலிபோல. ● **பசுவைக்** கொன்று செருப்பைத் தானம் செய்தது போல. ● **பசுவை** விற்றால் கன்றுக்கு வழக்கா ? - *பழமொழிகள்.*

பசுகரணம்: (பெ): உயிர்களின் செயல்; duty of the souls.

பசுகாதம்: (பெ): மிருகபலி; sacrifice of animal to a deity.

பசுகிரியை: (பெ): புணர்ச்சி; sexual intercourse.

பசுகௌவியம்: (பெ): மிருகபலி; sacrifice of animal to a deity.

பசுக்காவலர்: (பெ): மாட்டு இடையர்; cowherds.

பசுங்கதிர்க் கடவுள்: (பெ): குளிர்ந்த கதிர்களைக் கொண்டுள்ள சந்திரன்; the Moon with its cool rays.

பசுங்கல்: (பெ): சந்தனம் அரைக்கும் கல்; stone for grinding sandalwood into paste.

பசுங்காய்: (பெ): இளங்காய்; முற்றிடாத காய்; unripe fruit.

பசுங்கிளி: (பெ): பச்சைக்கிளி; parrot.

பசுங்குடி: (பெ): உழவர்; farmers.

பசுங்குழந்தை: (பெ): கைக் குழந்தை; infant child.

பசுங்கூட்டு: (பெ): நறுமணக் கலவை; mixture of fragrant things.

பசுங்கொடி: (பெ): அருகம்புல்; a kind of grass, used in the worship of Lord Vinayaka.

பசுஞானம்: (பெ): சிற்றறிவு; limited knowledge.

பசுதை: (பெ): விலங்குத்தன்மை; animal nature; wickedness.

பசுத்துவம்: (பெ): மனிதத் தன்மை; human nature.

பசுத்தொழுவம்: (பெ): பசுக்களைப் பாதுகாப்பாகக் கட்டி வைத்திருக்குமிடம்; cow-stall.

பசுநரம்பு: (பெ): கெட்ட இரத்தத்தை இதயப் பகுதிக்குக் கொண்டுசெல்லும் நரம்பு; சிரை; artery.

பசுநாகு: (பெ): கிடேரிக் கன்று; female-calf.

பசுநிலை: (பெ): பசுத்தொழுவம்; cow-stall.

பசுநிறை: (பெ): பசு மந்தை; herd of cows.

பசுந்தமிழ்: (பெ): செந்தமிழ்; classical Tamil.

பசுந்தரை: (பெ): பசுமையான புல்தரை; grassy ground; pasture.

பசுந்து: (பெ): நெற்றி; அழகு; பசுமை; மேன்மை; forehead; beauty; greenness; glory; excellence.

பசுபதி: (பெ): சிவபெருமான்; Lord Shiva.

பசுபந்தம்: (பெ): ஒரு வகை யாகம்; a kind of yaga.

பசுபோதம்: (பெ): ஆன்ம அறிவு; spiritual knowledge.

பசுப்பட்டி: (பெ): பசு மந்தை; பசுத்தொழுவம்; herd of cows; cow-stall.

பசு மடம்: (பெ): திருக்கோயிலின் தேவைக்காகப் பசுமாடுகள் வளர்க்கப்படும் இடம்; cow-stall, maintained for the supply of milk to temple.

பசுமஞ்சள்: (பெ): மஞ்சள் வகை; a kind of turmeric.

பசுமந்தை: (பெ): பசுக்கூட்டம்; herd of cows.

பசுமம்: (பெ): திருநீறு; sacred ashes.

பசு மருந்து: (பெ): மூலிகை மருந்து; medicine prepared from herbs.

பசு மாடு: (பெ): எருமை அல்லாத மாட்டினத்தின் பெண் விலங்கு; cow

பசுமை: (பெ): இயல்பான பச்சை நிறம்; குளிர்ச்சி; அழகு; செழிப்பு; greenness; coolness; beauty; freshness.

பசுமைப் புரட்சி: *(பெ):* புதிய உத்திகளால் குறுகிய காலத்தில் அதிக விளைச்சலைத் தரும் வகையில் விவசாயத்தில் நடைபெற்ற பெரும் மாற்றம்; a great change that took place within a short term in agriculture resulting in large yields; green revolution.

பசுமையான: *(பெ.அ):* பச்சையான; green; verdant.

பசும்: *(பெ.அ):* பச்சை நிறமுடைய; புதிய; green; fresh.

பசும்பட்டு: *(பெ):* நல்ல பட்டு; fine silk.

பசும்பயறு: *(பெ):* பச்சைப் பயறு; green gram.

பசும்புண்: *(பெ):* புதுப்புண்; fresh wound.

பசும்புல்: *(பெ):* பச்சைப்புல்; green grass.

பசும்பை: *(பெ):* வணிகர்கள் தோளில் மாட்டிக் கொள்ளும் நீண்ட பை; shoulder bag of merchants.

பசும்பொன்: *(பெ):* உயர்ந்த தங்கம்; fine gold.

பசுவதி: *(பெ):* சாது; virtuous person; ascetic.

பசு வதை: *(பெ):* பசுவைக் கொல்லுதல்; slaughter of a cow.

பசுவன்: *(பெ):* கோரோசனை; bezoar taken from the stomach of cows.

பசுவாசாரம்: *(பெ):* சத்தி பூசை; the worship of a woman deity.

பசு வெயில்: *(பெ):* மாலை வெயில்; evening sunshine.

பசை: *(பெ):* சாரம்; ஒட்டும் பசை; பிசின்; ஈரம்; பக்தி; அன்பு; பற்று; இரக்கம்; பயன்; செல்வம்; கொழுப்பு; சொத்து; வலிமை; essence; paste; glue; moisture; devotion; love; affection; mercy; benefit; wealth; fat; property; strength.

பசைதல்: *(வி):* அன்பு கொள்ளுதல்; நட்பாதல்; செறிதல்; பிசைதல்; இளகுதல்; தாராளமாதல்; ஒட்ட வைத்தல்; be kind; be friendly; be plentiful; to squeeze; to melt; be abundant; to stick.

பசைந்தார்: *(பெ):* நண்பர்கள்; friends.

பசைபோன்ற: *(பெ.அ):* ஒட்டிக்கொள்ளும் தன்மையான; sticky.

பசையாப்பு: *(பெ):* உலகப்பற்று; worldly pleasure.

பசைவு: *(பெ):* அன்பு; நட்பு; பிசைதல்; love; affection; friendship; squeeze.

பச்சடி: *(பெ):* பேறு; பாக்கியம்; துவையல் கறி; benefit; good fortune; a kind of salad generally made of minced vegetables.

பச்சரிசி: *(பெ):* நெல்லை அவிக்காது குத்தி (அ) அரைத்து எடுக்கும் அரிசி; மாமர வகை; அம்மான் பச்சரிசி; raw rice; a kind of mango tree; a kind of medicinal plant.

பச்சவடம்: *(பெ):* போர்வை, விரிப்பு, திரை போன்றவை; the long piece of cloth used as a blanket, bedsheet or screen.

பச்சாதாபம்: *(பெ):* மனதை நெகிழ வைத்திடும் இரக்கம் (அ) பரிவு; repentance.

பச்சாது: *(பெ):* பின்பு; after.

பச்சிம காண்டம்: *(பெ):* புது ஏற்பாடு; New Testament.

பச்சிமத்தோனி: *(பெ):* சனி; the planet Saturn.

பச்சிமப் பிறை: *(பெ):* இளம் பிறை; the crescent Moon.

பச்சிமம்: *(பெ):* மேற்கு; பின்புறம்; பின்பட்டது; west; back; that which is of later time.

பச்சிலை: *(பெ):* பச்சையிலை; மரவகை; green, fresh leaf; a kind of tree.

பச்சிலை மருந்து: *(பெ):* மருந்தாகப் பயன்படும் இலை; the leaves used medicinally.

பச்சிறைச்சி: *(பெ):* பச்சையிறைச்சி; fresh meat.

பச்சுடம்பு: *(பெ):* குழந்தை பிறந்த பிறகு தாய்க்கு இருக்கும் புண்ணுடம்பு; பச்சிளங் குழந்தையின் உடம்பு; tender body of a woman after the child birth; tender body of a newly born child.

பச்சுதி: *(பெ):* நழுவுகை; act of slipping.

பச்சூன்: *(பெ):* புதிய இறைச்சி; fresh meat.

பச்செனவு: *(பெ):* பச்சை; ஈரம்; தழைவு; green; wetness; foliage.

பச்சை: *(பெ):* அவியாதது; இன்பம்; ஒரு நிறம்; தோல்; மரகதம்; இளமை; ஈரம்; ஒரு புதர்; பசுமை; ஆபாசம்; rawness; that which is not cooked or boiled; pleasure; green colour; skin; Emerald; youth; wetness; a shrub; greenness; vulgarity.

பச்சை குத்துதல்: *(வி):* உடலில் பச்சைக் கோலம் பதித்தல்; to tattoo.

பச்சைக்கல்: *(பெ):* மரகதக்கல்; Emerald, a precious stone.

பச்சைக் கற்பூரம்: *(பெ):* சமையலில் வாசனைக்காகச் சேர்த்திடும் கற்பூர வாசனை கொண்ட வெண்ணிறப் பொருள்; medicated camphor.

பச்சைக்கிளி: *(பெ):* பச்சைநிறங்கொண்ட சிறு பறவை; parrot.

பச்சைக் குதிரை: *(பெ):* ஒருவரைக் குனிய வைத்து அவர் முதுகில் கையை வைத்து ஊன்றித் தாண்டும் ஒருவகைச் சிறார் விளையாட்டு; the game of leap-frog.

பச்சைக் குழந்தை: *(பெ):* புதிதாகப் பிறந்த குழந்தை; newborn child.

பச்சைக் குவடு: *(பெ):* மரகதம்; Emerald.

பச்சைக் கூடு: *(பெ):* தூல சரீரம்; the gross material body with which the subtle body is invested.

பச்சைக் கொம்பு: *(பெ):* இஞ்சி; ginger.
பச்சைப்பட்டி: *(பெ):* எரு; manure.
பச்சைப்பயறு: *(பெ):* பசும்பயறு; green gram.
பச்சைப் பசேலென்று¹: *(பெ.அ):* பசுமையான; lush green.
பச்சைப் பசேலென்று²: *(வி.அ):* பசுமையாக; looking green.
பச்சைப் பல்லக்கு: *(பெ):* பாடை ; bier; pyre.
பச்சைப்பாம்பு: *(பெ):* பச்சைநிறப் பாம்பு; whip snake.
பச்சைப்பாலன்: *(பெ):* பிறந்த குழந்தை; new-born baby.
பச்சைப்பால்: *(பெ):* காய்ச்சிடாத பால்; the milk which is not boiled.
பச்சைப்பானை: *(பெ):* சுட்டெடுக்காத பானை; the pot which is not baked in the kiln.
பச்சைப் பிள்ளை: *(பெ):* புதிதாகப் பிறந்த குழந்தை; new-born child.
பச்சைப்புண்: *(பெ):* ஆறாத புண்; green wound.
பச்சைப் புளுகன்: *(பெ):* பொய்யொன்றைத் தவிர வேறெதுவும் பேசாதவன்; downright lier.
பச்சைப் பெருமாள்: *(பெ):* திருமால்; நெல்வகை; Lord Vishnu; a kind of paddy.
பச்சைப் பொய்: *(பெ):* முழுப்பொய்; gross lie.
பச்சைப் பொய்யன்: *(பெ):* பிறர் நம்புமாறு பொய் பேசுபவன்; the downright liar; great boaster.
பச்சை மண்: *(பெ):* ஈரமண்; பச்சைக்குழந்தை; moist earth; new-born child.
பச்சை மிளகாய்: *(பெ):* மிளகாய்ச் செடியில் காய்த்திருக்கும் காரம் மிகுந்த காய்; green chilli.
பச்சையம்: *(பெ):* தாவர இலைகளுக்குப் பச்சைநிறம் தரும் இயற்கைப் பொருள்; chlorophyll.
பச்சையன்: *(பெ):* திருமால்; Lord Vishnu.
பச்சையுடல்: *(பெ):* புண்ணான உடல்; பிரசவத்திற்குப் பின் தளர்ச்சியடைந்த உடம்பு; the wounded body; tenderness of the body of a woman after childbirth.
பச்சைவடம்: *(பெ):* சேலை வகை; a kind of saree.
பச்சை வாழை: *(பெ):* வாழை வகை; a kind of plantain and its fruit.
பச்சை வில்: *(பெ):* வானவில்; மன்மதனின் கரும்பு வில்; rainbow; the sugarcane bow of Kamadeva.
பச்சைவெட்டுக் கல்: *(பெ):* சுட்டெடுக்காத செங்கல்; unbaked brick.
பச்சை வெண்ணெய்: *(பெ):* உருக்காத நெய்; butter churned from unboiled milk.
பச்சோந்தி: *(பெ):* தானிருக்கும் இடத்தினுடைய சூழலுக்குத் தக்கபடி தனது தோலினுடைய நிறத்தை மாற்றிக்கொள்ளும் தன்மையை இயற்கையாகவே பெற்றிருக்கும் ஓணான் வகை; சந்தர்ப்பத்திற்குத் தக்கபடி தன்னை மாற்றிக் கொள்பவன்; chameleon; opportunist.
பஞ்சகச்சம்: *(பெ):* வேட்டியை மூன்று முனைகளாக்கி, இரு முனைகளை இடுப்பினுடைய முன்புறத்தில் சொருகி, மற்றொரு முனையைக் கால்களுக்கு இடையே கொடுத்து இடுப்பின் பின்புறத்தில் செருகிக் கட்டும் முறை; a mode of wearing dhoti by males.
பஞ்சகம்: *(பெ):* யுத்தகளம்; battlefield.
பஞ்ச கலியாணி: *(பெ):* நான்கு கால்களிலும், முகத்திலும் வெள்ளை நிறங்கொண்ட குதிரை; the horse which has white colour in its four legs and its face.
பஞ்ச காலம்: *(பெ):* மிகவும் வறட்சியான காலம்; famine period.
பஞ்ச குத்தம்: *(பெ):* ஆமை; tortoise.
பஞ்ச கூடம்: *(பெ):* ஆமை; tortoise.
பஞ்ச சதம்: *(பெ):* ஐந்நூறு; five-hundred.
பஞ்ச சன்னியம்: *(பெ):* குதிரை; horse.
பஞ்சணை: *(பெ):* பஞ்சு மெத்தை; mattress stuffed with silk-cotton.
பஞ்ச சாயகன்: *(பெ):* மன்மதன்; Kamadeva, the God of Love.
பஞ்சதாரை: *(பெ):* சர்க்கரை; குதிரையின் ஐந்து வகை நடை; refined sugar; the five kinds of paces of a horse.
பஞ்சது: *(பெ):* குயில்; நேரம்; cuckoo bird; time.
பஞ்சதை: *(பெ):* ஐம்பூதம்; இறப்பு; the five elements; death.
பஞ்சநகம்: *(பெ):* ஆமை; யானை; புலி; tortoise; elephant; tiger.
பஞ்சநகி: *(பெ):* உடும்பு; big lizard.
பஞ்சநதம்: *(பெ):* திருவையாறு; Thiruvaiyaaru, a town near Thanjavur and famous place for musicians because of Thyagarajar, a holy man and a great musician.
பஞ்சபட்சி சாஸ்திரம்: *(பெ):* வல்லூறு, ஆந்தை, காக்கை, சேவல், மயில் ஆகிய பறவைகள் எழுப்பும் ஒலிகளைக்கொண்டு பலன் கூறும் சோதிட முறை; the system of divination from the call of royal falcon, owl, crow, cock and peacock.
பஞ்சபாணன்: *(பெ):* மன்மதன்; Kamadeva, the God of Love.
பஞ்சபாணி: *(பெ):* பார்வதி தேவி; Goddess Parvathi, the consort of Lord Shiva.
பஞ்சப்படி: *(பெ):* அகவிலைப்படி; dearness allowance.
பஞ்சப்பாட்டு: *(பெ):* வசதிக் குறைவு பற்றிய புலம்பல்; lamenting over one's privations.
பஞ்சபூதம்: *(பெ):* நிலம், நீர், காற்று, வானம், நெருப்பு என்னும் ஐவகை இயற்கை சக்திகள்; the five

பஞ்சம கதி 671 பஞ்சிதம்

elements i.e., earth, water, air, sky and fire.

பஞ்சம கதி: *(பெ):* வீடுபேறு; final bliss; salvation.

பஞ்சமம்: *(பெ):* ஏழு சுரங்களில் ஐந்தாவது சுரம்; அழகு; திறமை; பண் வகை; the fifth of seven kinds of notes; beauty; skill; a kind of music.

பஞ்சமுகன்: *(பெ):* சிவபெருமான்; சிங்கம்; Lord Shiva; Lion.

பஞ்சம்: *(பெ):* ஐந்து; வறுமைக்காலம்; பற்றாக்குறை; five; famine; scarcity.

பஞ்சரம்: *(பெ):* பறவைக்கூடு; மண்பாண்டம் செய்யுமிடம்; கோயிற் கருவறையின் ஒரு பகுதி; மரவகை; கழுகு; உடம்பு; the bird's nest; the place where earthenwares are made and baked; a part of sanctum sanctorum in a temple; a kind of tree; eagle; body.

பஞ்சரித்தல்: *(வி):* விரிவாகப் பேசுதல்; கொஞ்சிப் பேசுதல்; தொந்தரவு செய்தல்; to speak elaborately; to lisp; to talk sweetly and softly; to give trouble.

பஞ்சலித்தல்: *(வி):* மனம் தடுமாறுதல்; be distracted in mind.

பஞ்சலிப்பு: *(பெ):* பஞ்சத்தால் உண்டாகும் துன்பம்; the distress or sufferings caused by famine.

பஞ்சலோபி: *(பெ):* வடிகட்டிய கருமி; downright miser.

பஞ்சவடம்: *(பெ):* பூணூல்; the sacred thread worn by brahmins and people of some other castes.

பஞ்சவடி. *(பெ).* பூணூல் வகை; கோதாவரிக் கரையில் உள்ள புண்ணியத்தலம்; a kind of sacred thread; a sacred place nearby the bank of River Godavari.

பஞ்சவத்திரம்: *(பெ):* சிங்கம்; Lion.

பஞ்சவத்திரன்: *(பெ):* சிவபெருமான்; Lord Shiva.

பஞ்சவர்: *(பெ):* பாண்டவர்; Pancha Pandavas.

பஞ்சவன்: *(பெ):* பாண்டியன்; Pandiyan

பஞ்சனம்: *(பெ):* அழிவு; destruction.

பஞ்சாக்கரம்: *(பெ):* ஐந்தெழுத்து மந்திரம்; the five-lettered mantra praising Lord Shiva; viz., Si Va Ya Na Ma.

பஞ்சாங்கம்: *(பெ):* முகூர்த்த நேரம் பார்ப்பதற்கும், ஜாதகம் கணிப்பதற்கும் பயன்படும் ஜோதிட முறைப்படி குறிப்பிட்ட ஆண்டுக்கான திதி, வாரம், நட்சத்திரம், கரணம், யோகம் போன்றவை குறித்த விளக்கங்கள் அடங்கிய நூல்; an almanac, containing astrological and astronomical information.

பஞ்சாங்கி: *(பெ):* குதிரையின் கடிவாளம்; bridle/ bit of a horse.

பஞ்சாங்குலம்: *(பெ):* கை; ஆமணக்கு; hand; castor plant.

பஞ்சாசியம்: *(பெ):* சிங்கம்; Lion.

பஞ்சாட்சரம்: *(பெ):* 'சிவாய நம' என்னும் ஐந்தெழுத்து மந்திரம்; திருநீறு; the five-lettered mantra praising Lord Shiva viz., Si Va Ya Na Ma; sacred ash.

பஞ்சாடுதல்: *(வி):* கண் பஞ்சடைதல்; to become dim sighted due to hunger or approaching death.

பஞ்சாமிர்தம்: *(பெ):* தேன், நெய், பால், தயிர், சர்க்கரை என்னும் ஐவகை அமுதம்; முருகன் திருக்கோயில்களில் வழங்கப்படும் வாழைப்பழம், சர்க்கரை, தேன், நெய், திராட்சை ஆகியவற்றைச் சேர்த்துப் பிசைந்த பிரசாதம்; a mixture of sugar, honey, ghee, milk and curd; a mixture of five delicious substances usually plantain fruit (banana), honey, sugar, ghee and grapes, used for anointing the idols of Lord Muruga.

பஞ்சாய்: *(பெ):* கோரை; sledges and bulrushes.

பஞ்சாயத்தார்: *(பெ):* நடுநிலையுடன் தீர்ப்பைக் கூறுபவர்கள்; the arbitrators.

பஞ்சாயத்து: *(பெ):* கிராமங்களில் உருவாகிடும் பிரச்சினைகளை ஊர் வழக்கம், மனசாட்சி ஆகியவற்றின் அடிப்படையில் தீர்த்துவைத்திடும் பொறுப்பினை ஏற்றுக்கொண்ட ஊர்ப் பெரியோர்கள் அடங்கிய குழு; நியாயத்தார் ஐந்து பேர் கூடிய சபை; a body of village elders which settles disputes according to custom and conscience; a group consisting of five persons functioning as arbitrators.

பஞ்சாயத்து யூனியன்: *(பெ):* ஊராட்சி ஒன்றியம்; Panchayat Union.

பஞ்சாலை: *(பெ):* பஞ்சில் உள்ள விதை, தூசு போன்றவற்றைப் போக்கி சுத்தம் செய்வதற்கான தொழிற்சாலை; பஞ்சினை மூலப்பொருளாகக் கொண்ட ஆலை; ginning factory; cotton mill.

பஞ்சாவடம்: *(பெ):* பூணூல்; the sacred thread.

பஞ்சாவத்தம்: *(பெ):* பிரேதம்; பிணம்; the dead body, corpse.

பஞ்சானனம்: *(பெ):* சிங்கம்; Lion.

பஞ்சானனன்: *(பெ):* சிவபெருமான்; Lord Shiva.

பஞ்சி: *(பெ):* பஞ்சு; பஞ்சணை; சோம்பல்; வருத்தம்; வெள்ளையாடை; இலவ மரம்; செவ்வரக்கு ஊட்டிய பஞ்சு; cotton; cushion; laziness; distress; white garment; red silk cotton tree; cotton coloured with lac dye.

பஞ்சிகம்: *(பெ):* தாளி; bowl-shaped earthen lamp.

பஞ்சிகை: *(பெ):* நமன்; கணக்கு; பஞ்சாங்கம்; முடி; Yama, the God of Death; arithmetic; almanac; hair.

பஞ்சிதம்: *(பெ):* நட்சத்திரம்; star.

பஞ்சிநாண்: *(பெ):* பூணூல்; the sacred thread.

பஞ்சு: *(பெ):* பருத்தி, சீலை; விளக்குத் திரி; cotton; cloth; wick of a lamp.

பஞ்சுகம்: *(பெ):* பெருமை; greatness; pride.

பஞ்சை: *(பெ):* பஞ்சம்; வறுமை; ஏழ்மை; ஏழை; சிறுமை; famine; poverty; the state of being poor; the poor; meanness; smallness.

பஞ்சையன்: *(பெ):* ஏழை; வறியவன்; the poor; the poor man.

பஞ்ஞிலம்: *(பெ):* மக்கள் கூட்டம்; crowd; populace.

படகம்: *(பெ):* கவரிமான்; பரண்; திரைச்சீலை; சிறுபறை; போர்ப்பறை; கலகம்; கோல்; a kind of deer; upper storey; rack over a fire place; curtain; a kind of small drum; a kind of battle drum; riot; stick.

படகாரன்: *(பெ):* ஓவியன்; நெசவாளி; painter; weaver.

படகு: *(பெ):* தோணி; ஓடம்; boat.

படகுடி: *(பெ):* கூடாரம்; tent.

படகோட்டி: *(பெ):* படகு செலுத்துவோன்; boat man.

படங்கம்: *(பெ):* கூடாரம்; மரவகை; tent; a kind of tree.

படங்கன்: *(பெ):* கடல் மீன் வகை; a kind of sea fish.

படங்கு: *(பெ):* கூடாரம்; ஆடை; இடுதிரை; அடிப்பகுதி; பாதத்தின் உட்பகுதி; tent; garment; curtain; bottom; bottom of the foot.

படச்சட்டம்: *(பெ):* ஒரு படத்தைச் சுற்றி நாற்புறமும் உள்ள சட்டம்; mount.

படச்சரம்: *(பெ):* பழம் புடவை; an old saree.

படதீபம்: *(பெ):* விளக்கு வகை; a kind of lamp.

படபடத்தல்: *(பெ):* துடிதுடித்தல்; be in a great fury; be agitated.

படபடப்பு: *(பெ):* பேச்சு போன்றவற்றில் இயல்பான நிலையில் இருக்க இயலாத அளவுக்கு உண்டாகும் துடிப்பு; shivering; palpitation.

படப்பு: *(பெ):* வைக்கோற் போர்; pile or stack of hay rick.

படப்பை: *(பெ):* தோட்டம்; ஊர்ப்புறம்; நாடு; மருதநிலத்தூர்; பசுக்கொட்டில்; garden; countryside; country; the village nearby agricultural tract; cow-stall.

படபம்: *(பெ):* பாதாளம்; the lowest subterranean region; abyss.

படப்பொறி: *(பெ):* செடி வகை; பாம்பின் படத்தில் உள்ள புள்ளிகள்; a kind of plant; the dots on the hood of cobra.

படமஞ்சரி: *(பெ):* ஒரு பண் வகை; a kind of song.

படமரம்: *(பெ):* நெசவுக் கருவியுள் ஒன்று; one of the weaving instruments.

படமாடம்: *(பெ):* கூடாரம்; tent.

படம்: *(பெ):* சீலை; சித்திரச்சீலை; திரைச்சீலை; சட்டை; போர்வை; ஓவியம், எழுதிய படம்; பெருங்கொடி; உடல்; பாம்பின் படம்; காற்றாடி; பாதத்தின் முதற்பகுதி; cloth; saree; cloth painted with picture; curtain; shirt; blanket; painting; flag; body; hood of a cobra; large banner; kite; the front part of foot.

படம் பிடித்தல்: *(வி):* புகைப்படம் எடுத்தல்; to take photograph.

படம் புகுதல்: *(வி):* சட்டையிடுதல்; to put on a coat or jacket or a shirt.

படமாதிரி: *(பெ):* மாதிரிப்படம்; sketch.

படமெடுத்தல்: *(வி):* பாம்பு படம் விரித்தல்; a cobra spreading its hood.

படர்: *(பெ):* வழி; செல்லுகை; வருத்தம்; நோய்; பகை; நினைவு; ஒழுக்கம்; மேடு; துகிற்கொடி; படைவீரர்; யமதூதர்; ஏவல் செய்வோர்; தேமல்; இழிமக்கள்; கருத்து; செலவு; துன்புறுவோர்; புதர்; way; path; passing; distress; disease; enmity; thought; virtue; mount; cloth flag; soldier; messengers of Yama; servants; yellow spots on the skin; mean fellows; view; opinion; expense; the people who suffered; bush.

படர்கொடி: *(பெ):* பீர்க்கு; பயிர்க்கொடி; sponge gourd; any kind of running plant.

படர்க்கை: *(பெ):* மூன்றாமிடம்; third person in grammar.

படர்ச்சி: *(பெ):* பரப்பு; படர்தல்; ஒழுக்கம்; விரிதல்; area; spreading as light; moral conduct; expanse.

படர்தல்: *(வி):* பரவுதல்; செல்லுதல்; அடைதல்; ஒழுகுதல்; பாடுதல்; விட்டு நீங்குதல்; to spread; to go; to reach; to behave; to sing; to leave.

படர்தாமரை: *(பெ):* ஒரு வகைக் கரப்பான்; ringworm tetter.

படர்தேமல்: *(பெ):* தோலில் பரவலாகக் காணப்படும் வெண்புள்ளிகள்; white spots spreading on the skin.

படர்நோய்: *(பெ):* கவலை; ஒன்றை எண்ணிக் கவலை கொள்ளுதல்; anxiety; anxious thought.

படரை: *(பெ):* ஆவிரை; tanner's senna.

படலம்: *(பெ):* படை; நூலின் பகுதி; மேல்கட்டி; கூடு; திசை; பரிவாரம்; கூட்டம்; திலகம்; மூடி; படல்; layer as of clouds; chapter or section of a book; canopy; hollow as of crown; direction; attendants; crowd; a mark on the forehead of woman; cover; small shutter of braided palm leaves.

படலாசகம்: *(பெ):* வாசனைத்தூள்; கூடாரம்; perfumed powder; tent.

படலாசம்: *(பெ):* கூடாரம்; tent.

படலி: *(பெ):* வீட்டின் மேற்கூரை; கூட்டம்; roof of the house; crowd.

படலிகை: *(பெ):* கண்படலம்; இளைப்பு; வட்டம்; வட்டவடிவு; கைமணி; cataract of the eye; weariness; circle; circular surface; hand bell which is small in size.

படலியம்: *(பெ):* குதிரையின் சேண உறுப்பு; saddle and other articles of a horse.

படலை: *(பெ):* தழை; படல்; பரப்பு; கூட்டம்; leaf; small shutter made with sticks and leaves; expanse; mass.

படல்: *(பெ):* உறக்கம்; தழை மற்றும் குச்சிகளால் ஆன தட்டி; sleep; small shutter made with sticks and leaves.

- **படலாற்றா பைதல் உழக்கும் கடலாற்றாக் காமநோய் செய்தஎன் கண்.** - *குறள் 1175.*

படவம்: *(பெ):* போர்ப்பறை; battle drum.

படவன்: *(பெ):* படகோட்டி; boatman.

படவாள்: *(பெ):* படைவாள்; sword.

படவு: *(பெ):* சிறிய ஓடம்; small boat.

படனம்: *(பெ):* மனப்பாடம்; படித்தல்; learning by heart; reading.

படன்: *(பெ):* படைவீரன்; யமதூதன்; பேய்; soldier; the messenger of Yama; ghost; goblin.

படாகி: *(பெ):* செருக்கு; pride.

படாகை: *(பெ):* கிராமம்; கொடி; நாட்டின் உட்பிரிவு; கூட்டம்; குடிசை; village; flag; a division of a country; crowd; hut.

படாடோபம்: *(பெ):* பகட்டு; ostentation.

படாபஞ்சனம்: *(பெ):* முற்றும் அழிதல்; total destruction.

படாப்பழி: *(பெ):* பெரும்பழி; ignominious decry.

படாந்திரம்: *(பெ):* கோள்; கட்டுக்கதை; முழுப் பொய்; backbite; an imaginary story; downright lie.

படாமுரசு: *(பெ):* ஓயாது ஒலித்திடும் பேரிகை; the large drum which makes sound continuously.

படாம்: *(பெ):* முகபடாம்; திரைச்சீலை; கூடாரம்; ornamental cloth on the face of the elephant; curtain; tent.

படாம் வீடு: *(பெ):* கூடாரம்; tent.

படாரர்: *(பெ):* கடவுள்; God.

படாரன்: *(பெ):* பாம்பாட்டி; snake-charmer.

படாரூபம்: *(பெ):* பெரும்பழி; ignominious decry.

படாவஞ்சனம்: *(பெ):* கடும் பொய்; கொடிய வஞ்சனை; downright lie; atrocious deceit.

படி[1]: *(பெ):* ஏணிப்படி; மாடிப்படி; வாசற்படி; தன்மை; உபாயம்; உடம்பு; தகுதி; முறைமை; ஒப்பு; வம்ச பரம்பரை; பிரதி; பகைமை; rung of a ladder; stair; step; nature; means; body; fitness; order; resemblance; lineage; copy; enmity.

படி[2]: *(பெ):* சமஉயரம் மற்றும் அகலத்துடன் ஏறு வரிசையில் இருக்கும் தளம்; வாழ்க்கையில் ஒரு கட்டம்; ஒரு என்பதுடன் இணைந்து வரும் தகுதி நிலை; முகத்தல் அளவையின் முன்பு பழக்கத்தில் இருந்த எட்டு ஆழாக்கு கொண்ட ஓர் அளவு; பணியாளர்களுக்குப் பயணச் செலவு, வீட்டு வாடகை, விலைவாசி உயர்வு போன்ற செலவுகளை ஈடுகட்டும் நோக்கத்துடன் அடிப்படைச் சம்பளத்துடன் குறிப்பிட்டதோர் விகிதத்தில் வழங்கப்படும் தொகை; நூலின் அச்சடிக்கப்பட்ட பிரதி; பெயர்ச்சொல்லின் பின்பாகக் கூறப்படும் 'ஒன்றினுடைய அடிப்படையில்' (அ) 'ஒன்றை அடிப்படையாகக் கொண்டு', என்னும் பொருள்படும் வகையில் பயன்படுத்தப்படும் சொல்; பெயரெச்சத்தின் பின்பாக 'அதே விதத்தில்' (அ) 'நிலையில்' என்னும் பொருள்படும் வகையில் பயன்படுத்தப்படும் சொல்; step; staircase; a stage in life; a cut above; a measure of eight aazhakku; settlement of price; the allowance paid to an employee in addition to the basic pay; a copy of a book, document; letter, etc.; the word which is used after a noun or pronoun in the sense of 'as per', 'according to'; the word which is used after relative participles in the sense of 'as', 'in the manner of'.

படிகம்: *(பெ):* பளிங்கு; கூத்து வகை; பிச்சை; விளாம்பட்டை; crystal; a kind of folk dance; alms; the bark of wood apple tree.

படிகர்: *(பெ):* வாயிலாளர்; the door-keeper.

படிகாரம்: *(பெ):* தண்ணீரைத் தெளிய வைத்தல் மற்றும் மருத்துவத்திற்கு பயன்படும் காரத் தன்மை கொண்ட ஒரு வேதிப்பொருள்; alum.

படிகால்: *(பெ):* தலைமுறை; generation.

படிகை: *(பெ):* படிவு; புடவை; அம்பாரி; deposit; saree; howdah.

படிதல்: *(வி):* தூசு, ஈரம் போன்றவை ஒரு பரப்பின் மீது பரவித் தங்குதல்; ஒன்றின் மீது அழுத்தி அமைதல்; நிலைத்துத் தங்குதல்; பணிதல்; எழுதப்பட்டிருப்பதை வார்த்தைகளாக்கி உச்சரித்து அர்த்தம் கொள்ளுதல்; கல்வி கற்றல்; பழகுதல்; ஒன்றில் தேர்ச்சியடையும் அளவுக்குப் பயிலுதல்; be covered with dust; snow, etc., be firmly pressed; be ingrained; be submissive; to read; to study; to learn how to do something; to learn a trade or something.

படிக்கட்டு: (பெ): ஓரிடத்தில் (அ) வாகனத்தில் உள்ள ஒரு படி அல்லது பல படிகள் கொண்ட வரிசை; steps; a flight of steps.

படிக்கம்: (பெ): இறைவனின் உலோகச் சிலைக்கு நீராட்டுதலுக்காக நீர் கொண்டுவரப் பயன்படுத்தும் குடம்; pot used to bring water for the consecration of an idol.

படிக்கல்: (பெ): எடைக்கல்; weight for scales.

படிக்க வை: (வி): தேவையான உதவிகளைச் செய்து ஒருவரைக் கல்வி கற்கச் செய்தல்; to educate.

படிக்காசு: (பெ): ஒரு தமிழ்ப் புலவர்; நாட் செலவுக்குக் கொடுக்கும் பணம்; a Tamil poet; daily allowance.

படிக்கால்: (பெ): ஏணி; ladder.

படிசம்: (பெ): தூண்டில்; fishing hook.

படிதம்: (பெ): துதிப்பாடல்; கூத்து; மாணிக்க வகை; படித்தல்; hymn; dance; a kind of ruby; act of reading.

படிதல்: (வி): பரவுதல்; வசமாதல்; கீழ்ப்படிதல்; வாசித்தல்; குளித்தல்; பொருந்துதல்; to spread; be brought into one's possession; be submissive; to read; to bathe; be suitable.
- அடியாத மாடு படியாது - *பழமொழி.*

படித்தல்: (வி): வாசித்தல்; கற்றல்; சொல்லுதல்; துதித்தல்; பழகுதல்; to read; to tell; to praise; to practise. ● **படிக்கிறது** ராமாயணம், இடிக்கிறது பெருமாள் கோயில். ● **படித்தவன்** பாட்டைக் கெடுத்தானாம்; எழுதியவன் ஏட்டைக் கெடுத்தானாம். - *பழமொழிகள்.*

படித்தவள்: (பெ): கற்றவள்; educated woman.

படித்தவன்: (பெ): கற்றவன்; educated man.

படித்துப்படித்து: (வி.அ): திரும்பத் திரும்ப (அடுக்குத்தொடர்); repeated again.

படித்துறை: (பெ): ஆறு, குளம், நீர்நிலை போன்றவற்றில் இறங்குவதற்கான படிக்கட்டு; flight of steps leading to the water in a river, pond, etc.; bathing ghat.

படிப்பகம்: (பெ): பத்திரிகைகள், வார மலர்கள் போன்றவற்றைப் படிப்பதற்கென அமைக்கப் பட்டிருக்கும் பொது இடம்; a place where people can read newspapers, magazines, etc.

படிப்படியாக: (வி.அ): பல கட்டங்களைக் கடந்து சீராக; step by step; gradually.

படிப்படியான: (பெ.அ): பல கட்டங்களைக் கடந்து சீரான; gradual.

படிப்படை: (பெ): கூலிப்படை; mercenary army.

படிப்பனவு: (பெ): போதனை; படிப்பு; teaching; learning.

படிப்பனை: (பெ): சமர்த்து; படிப்பு; போதனை; ability; learning; teaching.

படிப்பாளி: (பெ): கற்றவன்; கற்றோன்; educated person; learned person.

படிப்பித்தல்: (வி): கற்பித்தல்; பழக்குதல்; to educate; to teach; to train.

படிப்பினை: (பெ): வரலாறு, அனுபவம், நிகழ்வு போன்றவை கற்றுக்கொடுக்கும் பாடம்; உண்மை; படிப்பு; புத்திமதி; the lesson that one learns; truth; education; advice.

படிப்பு: (பெ): கல்வி; அறிவு; புத்தி; பழக்கம்; வாசனை; வாசித்தல்; சொல்லுதல்; education; knowledge; power of discernment; training; fragrance; act of reading; act of telling.

படிப்புரை: (பெ): ஒட்டுத்திண்ணை; a small narrow platform-like structure attached to the outer wall of a house to sit on and relax.

படிப்புறம்: (பெ): அர்ச்சனா போகம்; the land endowed to a temple priest.

படிப்போன்: (பெ): மாணவன்; a student; pupil.

படிமகன்: (பெ): செவ்வாய்; Planet Mars.

படிமக்கலம்: (பெ): முகம் பார்க்கும் கண்ணாடி; காணிக்கை; mirror; offering.

படிமத்தாள்: (பெ): தேவராட்டி; divinely inspired temple priestess.

படிமத்தானம்: (பெ): நவதானங்களில் ஒன்று; one of the nine kinds of charities.

படிமத்தோன்: (பெ): கோயில் பூசாரி; temple priest.

படிமம்: (பெ): பிரதிமை; வடிவம்; முகம் பார்க்கும் கண்ணாடி; உதாரணம்; தவம்; தூய்மை; image; form; mirror; example; penance; purity.

படிம விரதம்: (பெ): பிரமச்சரிய விரதம்; vow of brahmachariya (celibacy).

படிமானம்: (பெ): கீழ்ப்படிதல்; திருத்தம்; தகுதி; விலை குறைவு; obedience; correction; fitness; fall of price.

படிமுறை: (பெ): வழக்கமான முறை; regular course.

படிமை: (பெ): பிரதிமை; உருவம்; வடிவம்; மாதிரி; நோன்பு; தவம்; காவல்/குல தெய்வம்; idol; form; figure; example; penance; tutelary deity; God of one's family.

படியச்சு: (பெ): மூல வடிவம்; prototype.

படியளத்தல்: (வி): வாழ்வதற்கான தேவைகளை அளித்தல்; to provide for one's subsistence.

படிய வைத்தல்: (வி): தனது கட்டுப்பாட்டிற்குக் கொண்டுவருதல்; to subdue.

படியாள்: (பெ): படி வாங்கிப் பயிரிடும் உழவன்; a hired servant for agricultural work whose wages are paid either in grain or in cash.

படியுடையார்: (பெ): அரசர்கள்; kings.
- **படியுடையார் பற்றமைந்தக் கண்ணும் மடியுடையார் மாண்பயன் எய்தல் அரிது.** - *குறள் 606.*

படியெடுத்தல்: *(வி):* பிரதியெடுத்தல்; to copy something.

படியோர்: *(பெ):* உலகில் வாழ்ந்திடும் மக்கள்; பகைவர்; people who are living in the world; enemies.

படிலன்: *(பெ):* போர் வீரன்; வேலையாள்; warrior; servant.

படிவம்: *(பெ):* உடம்பு; வழிபடு/காவல் தெய்வம்; உருவம்; தோற்றம்; தவவேடம்; நோன்பு; மாதிரிப்படிவம்; அமைப்பு; body; tutelary deity; figure; appearance; guise of an ascetic; penance; pattern; form.

படிவர்: *(பெ):* முனிவர்; துறவிகள்; sages; ascetics.

படிறன்: *(பெ):* திருடன்; பொய்யன்; வஞ்சகன்; தீங்கு செய்வோன்; கொடியவன்; காமுகன்; thief; liar; cheat; mischievous person; cruel person; lustful person.

படிறி: *(பெ):* வஞ்சகக் குணம் கொண்டவள்; deceitful woman.

படிறு: *(பெ):* பொய்; களவுப் புணர்ச்சி; குறும்பு; கொடுமை; வஞ்சனை; lie; clandestine union; mischief; atrocity; deceit.

படிற்றுரை: *(பெ):* பொய்ச்சொல்; lie.

படிற்றொழுக்கர்: *(பெ):* காமுகர்; lustful persons.

படினம்: *(பெ):* மேன்மை; பக்குவம்; வெற்றி; கல்வி; eminence; maturity; fitness; victory; education; learning.

படு[1]: *(பெ):* கள்; மாடு; குலை; குளம்; உப்பு; பேரறிவு; நன்மை; toddy, cow; cluster; bunch; tank; salt; spiritual knowledge; goodness; *(வி):* பரப்பு ஒன்றின் மீது வந்தமைதல்; ஒன்றின் மீது வேகமாக விழுதல்; மனதில் தோன்றுதல்; ஒன்றில் சிக்கிடுதல்; to fall on a surface; be struck; thoughts to occur in mind; to get caught; (இலக்): சிலவகைப் பெயர்ச்சொற்களுடனும், வினையடிகளுடனும் இணைந்து 'உள்ளாகுதல்' என்னும் பொருளில் அவற்றினை வினைப்படுத்தும் சொல்; பெரும்பாலும் 'அழிதல்' என்னும் பொருளினைக் குறிக்கும் செயப்படுபொருள் குன்றிய வினைகளுடன் இணைந்து குறிப்பிட்ட செயல் முழுமை பெற்றிருப்பதைக் காட்டும் துணை வினை; 'செய' என்ற வாய்ப்பாட்டு வினையெச்சத்தின் பின்பாகச் செயப்பாட்டுத் தன்மையைக் குறித்திடும் துணை வினை; when added to some nouns and verb bases, the word is used as a verbalizer in the sense of 'experience' after an infinitive of a verb it is used as passivizer; when added to a certain intransitive verb in the semantic area of 'destroy' it indicates that the action has been attained.

படு[2]: *(வி):* வறண்டு போதல்; வளர்ச்சி நிலைதனை இழத்தல்; ஓய்வெடுத்தல்; வருமானக் குறைவின் காரணமாக ஒரு தொழில் இலாபகரமாக நடைபெற இயலாது போதல்; to become dry; to degrade; to lie down; to take rest; be forced to wind up a business, etc.

படு[3]: *(பெ):* 'மிகவும்' என்னும் பொருள்படுமாறு வழங்கப்பெறும் அடைமொழி; an intensifier used in the sense of the extreme of something.

படுகர்: *(பெ):* இருந்தேறும் வழி; குளம்; பள்ளம்; வயல்; மருதநிலம்; ஒரு சாதி; path of ascent; tank; pit; field; agricultural tract; a tribe.

படுகல்: *(பெ):* நீர்நிலை; water source.

படுகளம்: *(பெ):* போர்க்களம்; தொந்தரவு; battle field; trouble.

படுகளி: *(பெ):* மிகுந்த சந்தோஷம்; ஆழமான சகதி; excessive joy; deep mire.

படுகள்ளம்: *(பெ):* பெருமோசம்; treachery.

படுகள்ளன்: *(பெ):* போக்கிரி; மோசக்காரன்; வஞ்சகன்; ruffian; clever rogue; deceitful person.

படுகாடு: *(பெ):* சுடுகாடு; மரங்கள் வெட்டிச் சாய்க்கப் பெற்ற காடு; cremation ground; the forest with all trees fallen.

படுகாயம்: *(பெ):* ஆபத்தான உடற்புண்; ஆழமான காயம்; fatal wound; deep wound.

படுகால்: *(பெ):* படி; ஏணி; மேகலை; step; ladder; woman's girdle.

படுகி: *(பெ):* சீனாக்காரம்; alum.

படுகிடங்கு: *(பெ):* பெருங்குழி; a large and deep pit.

படுகிடை: *(பெ):* முதுமை (அ) நோயின் காரணமாக எழுந்து நடமாட இயலாத நிலை; stage of being bed-ridden.

படுகிழவன்: *(பெ):* தொண்டு கிழவன்; முதிர்ந்தோன்; very old man.

படுகுடி: *(பெ):* சீரழிந்த குடும்பம்; ruined family.

படுகுழி: *(பெ):* யானை போன்ற பெரு மிருகங்களைப் பிடித்திட இலை, தழைகளால் மூடப்பட்டிருக்கும் குழி; kheda for catching elephants etc.

படுகுறவன்: *(பெ):* போக்கிரி; தந்திரக்காரன்; knave; tricky person.

படுகை: *(பெ):* ஆற்றோர நிலம்; நீர்நிலை; the field nearer to the river; water source.

படுகொலை: *(பெ):* கொடுமையாகச் செய்த கொலை; cruel murder.

படுக்காழி விசேஷம்: *(பெ):* கட்டுக்கதை; figment.

படுக்கை: *(பெ):* படுத்துக்கொள்ளப் பயன்படுத்தும் பாய், மெத்தை போன்ற விரிப்பு; படுத்தல்;

திருவிழா; படையல்; பட்டடை; bed; act of lying; festival; offering; anvil.

படுக்கைப்பற்று: *(பெ):* அந்தப்புரம்; சீதனம்; zenana; dowry.

படுக்கைப்புண்: *(பெ):* ஒரே இடத்தில் ஒரே நிலையில் ஒரு நோயாளி நோயின் காரணமாகப் படுத்திருப்பதால் உண்டாகும் புண்; bed-sore.

படுக்கையறை: *(பெ):* படுத்துறங்கப் பயன்படுத்தும் அறை; bedroom.

படுசுட்டி: *(பெ):* குறும்புக்கார சிறுமி (அ) சிறுவன்; புத்திசாலிக் குழந்தை; mischievous girl or boy; intelligent child.

படுசூரணம்: *(பெ):* பேரழிவு; மருந்துத்தூள்; great destruction; medicated powder.

படுசூல்: *(பெ):* முதிர்ந்த கர்ப்பம்; advanced pregnancy.

படுசூளை: *(பெ):* வட்டவடிவமாக அமைக்கப்படும் சூளை; a furnace in circular form for baking limestone, etc.

படுஞாயிறு: *(பெ):* ஒரு நோய்; மறையும் சூரியன்; a kind of disease; setting Sun.

படுதம்: *(பெ):* கூத்து வகை; a kind of dance.

படுதல்: *(வி):* உண்டாதல்; தோன்றுதல்; பூத்தல்; மொய்த்தல்; அகப்படுதல்; புகுதல்; பெய்தல்; பெரிதாதல்; மேன்மையடைதல்; அழிதல்; சாதல்; மறைதல்; புண் காய்தல்; சாய்தல்; வாடுதல்; ஒலித்தல்; உடன்படுதல்; ஒத்தல்; முட்டுதல்; பொறுத்தல்; to come into existence; to appear; to blossom; to swarm; be caught; to enter; to rain; to become large; be eminent; be ruined; to die; be hidden; to dry as wound; to incline; to fade; to sound; to agree; to resemble; to hit against; to sustain.

படுதா: *(பெ):* திரைச்சீலை; முடுசீலை; ஒதுக்கிடம்; curtain; screen; place of retirement.

படுதாமரை: *(பெ):* படர்தாமரை; ringworm; tetter.

படுத்தடி: *(பெ):* முரட்டுத்தன்மை; asperity.

படுத்தல்: *(வி):* சயனித்தல்; சயனிப்பித்தல்; செய்தல்; கொலை செய்தல்; நம்பிக் கொடுத்தல்; அகப்படுத்தல்; வளர்த்தல்; செறித்தல்; பூசுதல்; தளவரிசை இடுதல்; பரப்புதல்; பறையடித்தல்; தாழ்ந்த சுரத்தில் கூறுதல்; கிடத்தல்; to sleep; to cause someone to sleep; to do; to kill; to entrust; be caught; to raise up; to stuff; to smear; to pave; to spread; to beat as drum; to pronounce in low pitch; to roost as birds.

படுத்துவம்: *(பெ):* வலிமை; திறமை; strength; ability.

படுநஞ்சு: *(பெ):* கடும் விஷம்; deadly poison.

படுநிலம்: *(பெ):* விளையா நிலம்; போர்க்களம்; மயானம்; பாலை நிலம்; நீரில்லா நிலம்; waste land; battle field; graveyard; desert; waterless tract.

படுநீலி: *(பெ):* சாகசக்காரி; கொடூர குணம் கொண்டவள்; a hardhearted woman.

படுநோவு: *(பெ):* தாங்க இயலா வலியை உண்டு பண்ணும் நோய்; excruciating agony.

படுபயல்: *(பெ):* சுட்டிப்பயல்; போக்கிரி; clever boy; a scamp.

படுபயன்: *(பெ):* பிறர் பொருளைக் கவருவதால் உண்டாகும் பயன்; the benefit gained by seizing the things of others.

- **படுபயன்** வெஃகிப் பழிப்படுவ செய்யார்
  நடுவன்மை நாணு பவர். - *குறள் 172.*

படுபழம்: *(பெ):* முதிர்ந்த பழம்; வஞ்சகன்; ripe fruit; a deceitful fellow.

படுபழி: *(பெ):* கொடிய குற்றம்; heinous sin.

படுபள்ளம்: *(பெ):* பெரும்பள்ளம்; a large and deep pit.

படுபாவி: *(பெ):* கொடுஞ்செயல் புரிபவன்; heinous sinner.

படுபொய்: *(பெ):* முழுப்பொய்; gross lie.

படுபொருள்: *(பெ):* புதையல்; அளவுக்கு அதிகமாகத் திரட்டப்பட்ட செல்வம்; treasure-trove; amassed excessive wealth.

படுபொழுது: *(பெ):* மாலை நேரம்; evening.

படுமரம்: *(பெ):* பட்டமரம்; dead tree.

படுமலைப் பாலை: *(பெ):* யாழ்த்திற வகை; secondary melody.

படுமுறை: *(பெ):* அபராதம்; fine.

படுமோசம்: *(பெ):* முழுமோசம்; பெருங்கேடு; gross fraud; catastrophe.

படுவம்: *(பெ):* சேற்று நிலம்; marshy land.

படுவான்: *(பெ):* மேற்கு; west.

படுவி: *(பெ):* குள்ளமான வேலைக்காரி; கள் விற்பவள்; dwarfish maid servant; woman who sells toddy.

படுவை: *(பெ):* தெப்பம்; raft.

படை: *(பெ):* படுக்கை; சேனை; ஆயுதம்; குதிரைச் சேணம்; படாம்; சமமாய்ப் பரப்புகை; அடுக்கு; கலப்பை; கல்லணை; செதில்; தானை; திரள்; தூக்கம்; நிரை; போர்; மெத்தை; போர்ப்படை; படைநோய்; bed; army; weapon; saddle; act of spreading evenly; layer; plough; a dam constructed with heavy stones; scale of a fish, garden lizard, etc.; weapon; crowd; sleep; van of an army; war; mattress; an army in the battle field; a kind of disease.

- தம்பியுடையான் **படை**க்கு அஞ்சான்.
- பாம்பைக் கண்டால் **படை**யும் அஞ்சும் - *பழமொழிகள்.*

- படைகுடி கூழ்அமைச்சு நட்பரண் ஆறும் உடையான் அரசருள் ஏறு. *- குறள் 381.*

படைக் கப்பல்: *(பெ):* வேகமாகச் செல்லும் போர்க் கப்பல்; a swift-sailing war ship.

படைக்கலம்: *(பெ):* ஆயுதங்கள்; ஏவுகணை; weapons; a weapon thrown out or shot.

- படைக்கலம் அணிந்தாலும் பன்றி பன்றிதான் - *பழமொழி.*

படைக் கலைப்பு: *(பெ):* இராணுவக் கலைப்பு; demobilization.

படைக் குழப்பம்: *(பெ):* இராணுவத்தினரின் குழப்பம்; the confused state of an army.

படைக் குறைப்பு: *(பெ):* ஆயுதக் குறைப்பு; இராணுவ வீரர்கள் குறைப்பு; disarmament; reduction of manpower in the army.

படைக்கோலம்: *(பெ):* போர்க்கோலம்; being ready for a battle.

படைச்சனம்: *(பெ):* படை வீரர்கள்; soldiers.

படைச்சால்: *(பெ):* உழவுசால்; a narrow trench made by plough.

படைச்செருக்கு: *(பெ):* படையினரின் வீரம்; military ardour.

படைஞர்: *(பெ):* போர் வீரர்கள்; warriors.

படைத்தல்: *(வி):* உருவாக்குதல்; உற்பத்தி செய்தல்; பிரித்தல்; தேடிக்கொள்ளுதல்; அடைதல்; அமைத்தல்; பரிமாறுதல்; கடவுளுக்குக் காணிக்கையாக்குதல்; பெறுதல்; to create; to produce; to split; to quest; to obtain; to form; to serve; to offer the offerings; to get.

படைத் தலைவன். *(பெ):* சேனாதிபதி; army commander.

படைத்தவன்: *(பெ):* ஒரு பொருளை அடைந்தவன்; கர்த்தா; பிதா; one who obtains a thing; God as Creator; father.

படைத்துணை: *(பெ):* போரில் செய்யப்படும் உதவி; போர்த் துணைவன்; an aid in war; ally in war.

படைத்தோன்: *(பெ):* கடவுள்; God as Creator.

படைநர்: *(பெ):* போர் வீரர்கள்; soldiers; warriors.

படைநிலை: *(பெ):* படைவீரர்கள் பெண்களுடன் தங்குமிடம்; a place where soldiers are lodged with women.

படைப்பாளி: *(பெ):* கவிதை, நாடகம், திரைப்படம் போன்றவற்றை உருவாக்கும் கலைஞன்; the creative writer.

படைப்பாற்றல்: *(பெ):* புதிதாக ஒன்றினை உருவாக்கிடும் திறன்; creativity.

படைப்பிலக்கியம்: *(பெ):* மொழிபெயர்ப்பு இல்லாத புதிதாக உருவாக்கப்பட்ட இலக்கியம்; creative literature.

படைப்பு: *(பெ):* செல்வம்; சம்பாத்தியம்; காடு; உணவு போன்றவற்றைப் படைத்தல்; சிருஷ்டிக்கப்பட்டது; சிருஷ்டி; தயாரிப்பு; wealth; earnings; forest; act of offering food, etc.; that which is created; creation; product.

படைப்பு வரி: *(பெ):* இசைப்பாட்டு வகை; a musical composition.

படைமயிர்: *(பெ):* பாவு ஆற்றி; weaver's brush.

படைமரம்: *(பெ):* நெசவுக் கருவிகளுள் ஒன்று; one of the instruments of weaving.

படைமுகம்: *(பெ):* போர் முகம்; war-front.

படையல்: *(பெ):* தெய்வத்திற்கு அளிக்கப்படும் பொருள்; சமர்ப்பணம்; the offerings to a deity; writing a person's name in the front page of a book as a mark of honour.

படையறுத்தல்: *(வி):* வலிமையிழத்தல்; வசீகரித்தல்; வஞ்சித்தல்; to lose strength; to captivate; to deceive.

படையாட்சி: *(பெ):* படைவீரன்; வீரச்செயல்; ஒரு சாதியினரின் பட்டப்பெயர்; soldier; acts of bravery; title of Vanniar, Kavalkkarar, etc.

படையாளன்: *(பெ):* போர் வீரன்; soldier.

படையிராசன்: *(பெ):* வெடியுப்பு; saltpetre; nitre.

படையுறை: *(பெ):* ஆயுத உறை; sheath of a sword.

படையூழியம்: *(பெ):* இராணுவ சேவை; military service.

படையெடுப்பு: *(பெ):* நாடு ஒன்றினைப் போரிட்டு வென்றிடத் தன்னாட்டுப் படையினை முன்னின்று வழிநடத்துதல்; act of leading a military expedition.

படையெழுச்சி: *(பெ):* படை யெழும்பல்; military expedition.

படை வகுப்பு: *(பெ):* படை அணிவகுப்பு; military array.

படை வட்டம்: *(பெ):* வளைதடி; a kind of curved cudgel.

படை வாரம்: *(பெ):* குதிரையின் சேணம்; saddle of a horse.

படைவாள்: *(பெ):* கலப்பைக் கொழு; கலப்பை; ploughshare; plough.

படைவீடு: *(பெ):* பாசறை; ஆயுதச்சாலை; தலைநகரம்; தேவாலயம்; முருகக் கடவுளின் அறுவகை வீடுகள்; encampment; armoury; capital city; temple; the six shrines of Lord Muruga.

படைலோகம்: *(பெ):* சிப்பி; shell.

படோலம்: *(பெ):* யானை கட்டும் தறி; elephant's stable.

படோலி: *(பெ):* நிலவு; the Moon.

படோலுகை: *(பெ):* புடலங்காய்; snake gourd.

பட்கை: *(பெ):* பாம்பின் மேல்வாயில் இருக்கும் பல்; the tooth in the upper jaw of a snake.

பட்சசரம்: *(பெ):* பறவை; bird.

பட்சசரன்: *(பெ):* அந்தணன்; brahmin.
பட்சணம்: *(பெ):* உணவு; உண்கை; சிற்றுண்டி; food; act of eating; tiffin like cakes, sweet-meats, etc.
பட்சணித்தல்: *(வி):* உணவு உட்கொள்ளுதல்; to eat food.
பட்சணியம்: *(பெ):* உண்ணத்தகுந்த பொருள்; the food which is suitable to eat.
பட்சதாபம்: *(பெ):* இரக்கம்; mercy.
பட்சபாதம்: *(பெ):* ஒருதலைச் சார்பு; partiality.
பட்சம்: *(பெ):* அன்பு; கட்சி; சிறகு; உருக்கம்; தரம்; நேரம்; பக்கம்; வகுப்பு; பதினைந்து நாள் கொண்டது; love; party; wing; pity; quality; time; side; section; class; a course of fifteen days.
பட்சவாதம்: *(பெ):* பக்கவாத நோய்; paralytic attack on one side of the body.
பட்சாதாபம்: *(பெ):* பரிதாபம்; இரக்கம்; sympathy; mercy.
பட்சி: *(பெ):* குதிரை; பறவை; horse; bird.
பட்சிணி: *(பெ):* உணவு உண்போன்; eater; the person who eats the food.
பட்சித்தல்: *(வி):* உண்ணுதல்; விழுங்குதல்; to eat; to swallow.
பட்சிப்பு: *(பெ):* உண்ணுகை; விழுங்குகை; act of eating; act of swallowing.
பட்சியம்: *(பெ):* பணியார வகை; a kind of cake.
பட்சிராஜன்: *(பெ):* கருடன்; white-headed kite.
பட்டகசாலை: *(பெ):* பண்டகசாலை; godown.
பட்டகம்: *(பெ):* துணி; cloth.
பட்டங்கட்டுதல்: *(வி):* பட்டம் சூட்டுதல்; மகுடம் சூட்டுதல்; திருமணத்தின்போது மணமக்களின் நெற்றியில் தங்கத் தகடு இணைத்த நூலினைக் கட்டுதல்; to confer a title; to crown; to fasten gold band on the forehead of the bridal pair in a marriage.
பட்டசம்: *(பெ):* பண்டகசாலை; godown.
பட்டச்சீலை: *(பெ):* உப்புத்தாள்; sand-paper.
பட்டடை: *(பெ):* அடைகல்; ஐந்தாம் சுரமான இசை; இசைக்கரண வகை; கழுத்தணி; anvil; fifth note of gamut; a movement in playing yazh; necklace.
பட்டடைக்கட்டி: *(பெ):* பேராசைக்காரன்; an avaricious person.
பட்டடைக்கட்டுதல்: *(வி):* வைக்கோல் பிரிக்குள் தானியங்களை வைத்துப் பத்திரப்படுத்துதல்; முறையாகத் தாங்கும்படி செய்தல்; திருடுதல்; பேராசைப்படுதல்; to store up grain in an enclosure of straw; to set a proper support; to steal; be avaricious.
பட்டடை மரம்: *(பெ):* இறைச்சியை வைத்து வெட்டித் துண்டுகளாக்கப் பயன்படுத்தும் மரக்கட்டை; butcher's block.
பட்டணப் பிரவேசம்: *(பெ):* நகரை வலம் வருதல்; a procession through a town.
பட்டணம்: *(பெ):* நகரம்; town.
பட்டணவர்: *(பெ):* மீனவர்; fishermen.
பட்டணவாசி: *(பெ):* நகரில் வசிப்பவன்; a resident of a town.
பட்டதாரி: *(பெ):* இளங்கலை, முதுகலை போன்ற பல்கலைக்கழகப் பட்டம் பெற்றவர்; a degree holder.
பட்டத்தரசி: *(பெ):* தலைமையரசி; chief or senior queen.
பட்டத்துக் குமாரத்தி: *(பெ):* இளவரசி; crown princess.
பட்டத்துக் குமாரன்: *(பெ):* இளவரசன்; crown prince.
பட்டத்து ராணி: *(பெ):* தலைமையரசி; chief or senior queen.
பட்டத்து யானை. *(பெ):* இராச யானை; the royal elephant.
பட்டந்தரித்தல்: *(வி):* பட்டமளித்தல்; பட்டப்பெயர் கொடுத்தல்; be crowned as a prince; to assume a title or dignity.
பட்டப்பகல்: *(பெ):* நடுப்பகல்; noon.
பட்டப் பெயர்: *(பெ):* சிறப்புப் பெயர்; honorific name.
பட்ட மரம்: *(பெ):* பட்டுப்போன மரம்; a dead tree.
பட்டம்[1]: *(பெ):* ஆயுதம்; குளம்; சீலை; நெற்றிப்பட்டம்; பரிசை; வழி; நாள்; கவரிமான்; சதுக்கம்; நாற்காலி; பட்டினம்; படுக்கை; தகுந்த காலம்; weapon; tank; pond; cloth; a small piece of gold band worn on the forehead; shield; path; way; day; a kind of deer; the junction where four roads meet; chair; town; bed; suitable period.
பட்டம்[2]: *(பெ):* ஒருவரின் உடலமைப்பு, நடவடிக்கை, குணம் போன்றவை காரணமாகக் கேலியாகச் சூட்டப்படும் பெயர்; விளையாட்டில் கலந்து கொண்ட அனைவரையும் வென்று முதல் நிலையை அடைந்தவர் என்று அங்கீகரிக்கும் வகையில் வழங்கப்படுவது; பதவிப் பொறுப்பிற்கு உரிய தலைப்பு; காரண அடிப்படையில் அரசர் போன்றோருக்கு வழங்கப்படும் பெயர்; பல்கலைக் கழகத்தில் படித்து (அ) ஆய்வு செய்து கல்வித் தகுதி பெற்றதை உறுதி செய்திடும் வகையில் வழங்கப்பெறும் சான்றிதழ்; திருமணத்தின் போது மணமக்கள் நெற்றியில் கட்டிடும் பொன் தகடு; a nickname; championship title in sports and games; title of office; the honorific title; degree or diploma of a university; a band of gold tied on the forehead of bride and bridegroom by her/his maternal uncle in a marriage.

பட்டம்³ 679 பட்டாம்பூச்சி

பட்டம்³: (பெ): காற்றில் பறக்க விடப்படும் காற்றாடி; பயிரிடுவதற்கான பருவம்; பறை வகை; the paper kite; the agricultural season; a kind of drum.

பட்டயம்: (பெ): வாள்; முற்காலத்தில் அரசாங்கத்தால் வழங்கப்பெற்ற நிலம் குறித்த அதிகாரபூர்வத் தகவல், அரசரின் வெற்றி போன்ற வரலாற்று முக்கியத்துவம் வாய்ந்த செய்தி பொறிக்கப்பட்ட செப்புத் தகடு; ஒருவருடைய சேவையைப் பாராட்டி அச்சேவை குறித்த குறிப்புகள் பொறித்து வழங்கப்படும் செப்பு உலோகத்தால் ஆன தகடு; sword; a copper plate bearing inscriptions about the grants made by the government or victory over other kingdom by the king; a decorated metal plate with words embossed presented to distinguished individuals for their services rendered.

பட்டர்: (பெ): திருமாலுக்கு வைணவ முறைப்படி பூஜை செய்யும் தகுதி படைத்தவர்; the person who is entitled to perform poojas in Vishnu temples.

பட்டர் பிரான்: (பெ): பெரியாழ்வார்; Periyazhvar, one of the famous devotees of Lord Vishnu.

பட்டவர்த்தனமாக: (வி.அ): ஒளிவு மறைவின்றி வெளிப்படையாக; candidly; plainly.

பட்டவர்த்தனமான: (பெ.அ): ஒளிவு மறைவின்றி வெளிப்படையான; candid; plain.

பட்டவர்த்தனம்: (பெ): அரச யானை; பட்டத்து யானை; குதிரை வகை; பார்ப்பனரில் ஒரு சாரார் இடும் நெற்றிக்குறி; ஒளிவு மறைவின்றிப் பேசுகை; ஒளிவு மறைவில்லாத நபர்; the royal elephant; a kind of horse; the mark on the forehead applied by one of the groups of brahmins; frank speech; outspoken person.

பட்டவன்: (பெ): அகால மரணம் அடைந்தவரின் ஆவி; the spirit of a person who died a violent death.

பட்டவிளக்கு: (பெ): விளக்கு வகை; a kind of lamp.

பட்டவிருத்தி இனாம்: (பெ): பிராமண அறிஞர்களுக்கு மானியமாக (அ) குறைந்த குத்தகையில் வழங்கப்பட்ட நிலம்; the lands granted either rent-free or at low rent to learned brahmins.

பட்டறிவு: (பெ): நேரடியான அனுபவத்தின் மூலம் பெறும் அறிவு; the knowledge gained by experience.

பட்டறை: (பெ): தொழிற்சாலை; வீட்டின் உத்தரம்; மக்கள் சமூகம்; தொழிலாளர் சமுதாயம்; factory; beam of a house; community; labour community.

பட்டறை நிலம்: (பெ): கிணற்று நீர்ப்பாசனமுள்ள நன்செய் நிலம்; the wet land which has its irrigation through wells.

பட்டன்: (பெ): புலவன்; பெருமாள் கோயில் அருச்சகன்; பெரியாழ்வார்; அறிஞன்; poet; priest of Vishnu temple; Periyazhvar, one of the famous devotees of Lord Vishnu; a learned person.

பட்டஸ்திரி: (பெ): தலைமை இராணி; chief or senior queen.

பட்டா: (பெ): குறிப்பிட்ட எண்ணுடைய நிலம், வீட்டுமனை போன்றவற்றிற்கு வரி செலுத்த வேண்டிய உடைமையாளர் எவர் என்பதைச் சுட்டிக்காட்டிடும் ஆவணம்; a settlement record which shows who is the owner of a specified land obliged to pay the taxes etc. ● **பட்டா உன்பேரிலே; சாகுபடி** என்பேரிலே - *பழமொழி.*

பட்டாக்காரன்: (பெ): குத்தகை பாத்தியம் உள்ளவன்; the leaseholder.

பட்டாங்கு: (பெ): உண்மை; சாத்திரம்; கேலிப்பேச்சு; truth; spiritual text; mockery.
● *சாதி இரண்டொழிய வேறில்லை;*
சாற்றுங்கால்
நீதி வழுவா நெறிமுறையின் - மேதினியில்
இட்டார் பெரியோர்; இடாதார் இழிகுலத்தோர்
பட்டாங்கில் உள்ள படி - *ஔவை வாக்கு*

பட்டாங்குக்காரன்: (பெ): தீங்கிழைப்பவன்; mischievous person.

பட்டாசாரியன்: (பெ): புலவன்; பெருமாள் கோயில் அருச்சகன்; சமய ஆசிரியன்; கடவுள்; poet; priest of Vishnu temple; spiritual master; God.

பட்டாசு: (பெ): நெருப்புப் பற்றவைத்ததும் பூப்போலத் தெறிக்கும் (அ) பலத்த ஓசையுடன் வெடிக்கும் வகையில் இரசாயனத்தாள் அடைக்கப்பட்டுத் தயார் செய்யப்படும் பொருள்; sparklers and crackers.

பட்டாடை: (பெ): பட்டுச்சேலை; silk saree.

பட்டாணி: (பெ): உருதுமொழி பேசும் முகமதியர்; காயவைத்து உப்பும் மஞ்சளும் தூவி வறுக்கப்பட்ட பயறு; the Mohammedan who speaks Urdu language; the fried peas of the garden pea prepared as a snack.

பட்டாதாரர்: (பெ): நிலம், மனை போன்றவற்றிற்கு அதிகாரபூர்வமாக அங்கீகரிக்கப்பட்ட பட்டாவின் உரிமையாளர்; the holder of a 'Patta'.

பட்டாபிஷேகம்: (பெ): ஒரு நாட்டின் அரசனாக (அ) அரசியாக முடிசூட்டப்படும் விழா; coronation.

பட்டாம்பூச்சி: (பெ): விதவிதமான கவர்ந்திழுக்கும் நிறத்தில் இறகுகளைக் கொண்ட ஒருவகைப் பூச்சியினம்; வண்ணத்துப்பூச்சி; butterfly.

பட்டாமணியம்: (பெ): சில வருடங்களுக்கு முன்பாக வருவாய்த் துறை சம்பந்தமான நிலவரி போன்ற வரிகளை வசூலித்திட அரசால் நியமிக்கப்பட்டிருந்த கிராம நிர்வாகி; the village officer formerly appointed in each village by the District Revenue Department for the collection of land revenue, etc.; Village Munsif.

பட்டாரகன்: (பெ): கடவுள்; குரு; God; master.

பட்டாரகி: (பெ): ஒரு தேவதை; அம்பிகை; a female deity; Goddess Parvathi, the consort of Lord Shiva.

பட்டாளம்: (பெ): இராணுவம்; பிற வார்த்தைகளுடன் இணைந்து கூட்டம் என்னும் பொருள்படுமாறு வரும் சொல்; an army; a large gang of persons mentioned. ● கோயில் திருவிழாவையொட்டி மக்கள் **பட்டாளமே** அங்குதான் இருந்தது.

பட்டி: (பெ): பசுக்கொட்டில்; ஆட்டுக்கிடை; நில அளவு வகை; சிற்றூர்; இடம்; காவல் இல்லாதவர்; களவு; விபச்சாரி; நாய்; பலகறை; மகன்; தெப்பம்; சீலை; விக்கிரமாதித்தனின் மந்திரி; அட்டவணை; பாக்கு வெற்றிலைச் சுருள்; பூச்செடி வகை; cow stall; sheep-fold; cattle pound; a kind of land measurement; hamlet; place; one who has no protection; theft; prostitute; dog; cowry; son; raft; cloth; minister of King Vikramaditya; list; betel leaf folded with areca-nut; a flowering shrub.

பட்டிகன்: (பெ): திருடன்; thief.

பட்டிகை: (பெ): அரைக்கச்சு; சீலை; அரசுப்பட்டயம்; தோளில் இடும் யோகப்பட்டி; முலைக்கச்சு; சீந்தில் கொடி; தெப்பம்; ஏடு; தோணி; belt; cloth; royal grant; a shoulder strap used in yogic postures; the stays for the breasts; a kind of creeper plant used in Siddha medicines; raft; ola leaf; boat.

பட்டிகைச் சூட்டு: (பெ): மேகலை; a jewelled girdle.

பட்டிக்காடு: (பெ): சிற்றூர்; petty village. ● **பட்டிக்காட்டுக்குச்** சிவப்புத் துப்பட்டியே பீதாம்பரம் - *பழமொழி.*

பட்டிக்காட்டான்: (பெ): நாட்டுப்புறத்தான்; a rustic person. ● **பட்டிக்காட்டான்** மிட்டாய்க் கடையைப் பார்த்தது போல - *பழமொழி.*

பட்டிடை: (பெ): நந்தியாவட்டப் பூ மற்றும் அதன் செடி; the East Indian rosebay, the flower used in prayers and its plant.

பட்டிதொட்டி: (பெ): கிராமமும் அதைவிடச் சிறிய குடியேற்றப் பகுதியும்; every nook and colony. ● இருளாக இருந்த **பட்டிதொட்டி**யெல்லாம் இன்று மின்சார விளக்குகளால் ஒளிர்கின்றன.

பட்டிமண்டபம்: (பெ): இரு அணியினராகப் பிரிந்து, கொடுக்கப்பட்ட தலைப்புப் பொருளினை ஆதரித்தும், எதிர்த்தும் பேசிடும் மேடை விவாத நிகழ்ச்சி; அறிஞர் பெருமக்கள் கூடுமிடம்; a forum for debate by opposing teams; the hall for meeting of scholars.

பட்டிமரம்: (பெ): கள்ளமாட்டின் கழுத்தில் கட்டப்படும் மரம்; the block which is tied on the neck of straying cattle.

பட்டிமாடு: (பெ): கள்ளமாடு; straying cattle.

பட்டி முறித்தல்: (பெ): ஒருவகை விளையாட்டு; கட்டுக்கடங்காது போதல்; a kind of game; that which is ungovernable.

பட்டி மேய்தல்: (பெ): ஆடு, மாடு போன்றவை விளைநிலங்களில் பயிர்களை மேய்ந்து அழித்தல்; cattles straying into fields and damaging crops.

பட்டிமை: (பெ): வஞ்சனை; மோசடி; deceit; fraud.

பட்டியடித்தல்: (வி): பிறன்மனை சேர்தல்; to commit adultery.

பட்டியலில் சேர்: (வி): வரிசை முறையில் சேர்; to enlist.

பட்டியல்: (பெ): ஏதேனும் ஒரு முறையில் ஒன்றன்பின் ஒன்றாக விவரங்களைத் தந்திடும் வரிசை; schedule; list.

பட்டியிலடை: (பெ): கால்நடைகளைப் பட்டியில் அடைத்தல்; to shut up the animals in a pound.

பட்டியுரை: (பெ): கொச்சையான பேச்சு; slang; vulgar speech.

பட்டியெருது: (பெ): பட்டிமாடு; straying cattle.

பட்டிவாய்: (பெ): எதிர்விளைவினை அறிந்திடாமல் பேசுபவன்; person of loose tongue.

பட்டினச்சேரி: (பெ): மீனவர் குப்பம்; a hamlet of fishermen.

பட்டினவர்: (பெ): மீனவர்; fishermen.

பட்டினி: (பெ): உணவு உட்கொள்ளாமை; இராணி; பார்ப்பனத்தி; fasting; queen; a brahmin woman.

பட்டினி கிட: (வி): பசியோடு இரு; to starve.

பட்டினி கிடத்தல்: (பெ): பசியோடு இருத்தல்; starving.

பட்டினி போடு: (வி): ஒருவருக்கு உணவு அளித்திடாது இரு; to starve a person.

பட்டு: (பெ): பட்டாடை; புழுவாக இருக்கும் பருவத்தில் உள்ள ஒருவகைப் பூச்சியினுடைய கூட்டிலிருந்து எடுக்கப்படுவதும், நூலாக்கி ஆடைகள் நெய்யப்படுவதுமான மெல்லிய இழை; உல்லாசம்; மேற்போர்வை; மடிப்பு; சிற்றூர்; silk cloth; silk yarn; loving fun; blanket; fold; hamlet.

பட்டுக்கரை: (பெ): பட்டு நூலால் நெய்யப்பட்ட கரை; the silk-striped border in a cloth.

பட்டுக்கோட்டை: (பெ): தமிழ் நாட்டில் உள்ள நகரம்; a town in Tamil Nadu - Pattukkottai. • **பட்டுக்கோட்டைக்கு** வழி கேட்டால், கொட்டைப்பாக்கு பத்து பணம் என்பதா? - *பழமொழி.*

பட்டுத்தெளிதல்: (வி): அனுபவத்தின் வாயிலாக அறிந்திடல்; to learn by experience.

பட்டுத்தேறுதல்: (வி): கடும்நோய் நீங்கிக் குணமாகுதல்; to get cured from a severe disease.

பட்டுத்தொழில்: (பெ): பட்டுப்புழுவாக இருக்கும் பருவத்தில் இருந்திடும் ஒரு வகைப் பூச்சியின் கூட்டிலிருந்து பட்டு நூலினைப் பிரித்தெடுக்கும் தொழில்; sericulture.

பட்டு நூல்: (பெ): பட்டுப்பூச்சியின் கூட்டிலிருந்து பிரித் தெடுக்கும் மெல்லிய பளபளப்பான நூல்; the silk thread.

பட்டுப்புடவை: (பெ): பட்டு நூலினைக்கொண்டு நெய்து எடுத்த புடவை; silk saree.

பட்டுப்புழு: (பெ): பட்டு இழையைத் தரும் பருவத்தில் உள்ள பூச்சியின் கூட்டுப்புழு; pupa of silkworm.

பட்டுப்பூச்சி: (பெ): பட்டிழையைத் தரும் வண்ணத்துப்பூச்சி போன்ற ஒரு வகைப் பூச்சி; silkworm.

பட்டுப்போதல்: (வி): உலர்ந்துபோதல்; வாடிப் போதல்; இறத்தல்; to wither; to fade; to die.

பட்டும்படாத: (பெ.அ): எந்த ஒரு விஷயத்திலும் தன்னை முழுமையாகச் சம்பந்தப்படுத்திக் கொள்ளாத; in a non-committal way.

பட்டுவாடா: (பெ): கடிதம், சம்பளம் போன்றவற்றை உரியவருக்கு வழங்குதல்; விநியோகித்தல்; disbursement of salary, etc.; delivery of letters, etc.

பட்டை: (பெ): காறை; தோள்மூட்டு; பட்டுநாடா; சட்டை காலர்; சலாகை; பூட்டை; மாத்திரைகள் அடங்கிய அட்டைத்தொகுப்பு; கூரை வேய்ந்திடப் பயன்படுத்தும் ஒரே அகலங்கொண்ட நீண்ட மரச்சட்டம்; கோடு போன்றவற்றில் சற்று அகலமானது; கம்பி போன்றவற்றில் சற்று தட்டையானது; துணி, தோல் போன்றவற்றில் அகலமாக (அ) நீளமாக உள்ள துண்டு; உரித்தெடுத்த மரப்பட்டை; gold or silver collar; shoulder joint; silk tape; collar of a shirt; magnet; sheaf of grains; strip of tablets; the reaper of a roof; bar of lines or anything like lines; band of metal etc.; strip of leather, cloth, etc.; bark of a tree.

பட்டைக்கொலுசு: (பெ): பெண்களும் குழந்தைகளும் அணிந்திடும் பட்டையான வெள்ளியாலான கொலுசு; a flat silver anklet worn by children and women.

பட்டை சாதம்: (பெ): திருக்கோயிலில் நைவேத்யமாகப் படைக்கப்பட்டு பின்பு வழங்கப்படும் புளிசாதம்; பயணத்தின்போது உண்பதற்காகப் பெரும்பாலும் வாழையிலையில் கட்டி எடுத்துச் செல்லும் சாதம்; the cooked rice containing tamarind juice offered to a deity and later measured with a cup and distributed; the food packed in plantain leaf taken by travellers to eat.

பட்டைச் சாராயம்: (பெ): அழுகிய பழங்கள், வேலம்பட்டை, படிகாரம், நாட்டுவெல்லம் போன்றவற்றை ஊறப்போட்டு எடுத்த ஊறலில் இருந்து காய்ச்சி வடித்தெடுத்த நாட்டுச் சாராயம்; the country arrack.

பட்டைச்சீலை: (பெ): உப்புத்தாள்; sand paper.

பட்டை நாமம்: (பெ): வைஷ்ணவர்கள் தங்களது நெற்றியில் திருமண் (நாமக்கட்டி) கொண்டு அணிந்திடும் நாமக்குறி; the big sized Vaishnavite mark.

பட்டைநாமம் இடுதல்: (வி): முற்றிலுமாக ஏமாற்றுதல்; to cheat.

பட்டையம்: (பெ): தேச சேவைக்கான பாராட்டு, வெகுமதி போன்றவற்றிற்கான உலோகப் பத்திரம்; வாள்; ஆவணம்; scroll of honour in metal; sword; document.

பட்டையுரித்தல்: (வி): மரத்தின் மேலுள்ள தோல் போன்ற பட்டையை உரித்தெடுத்தல்; to strip off the bark of a tree.

பட்டொளி: (பெ): பட்டில் இருப்பது போன்ற பளபளப்பு; the sheen of silk or similar material.

பட்டோலை: (பெ): அரசு ஆணை; அட்டவணை; the royal writ; the list.

பட்பு: (பெ): குணம்; quality; nature; character.

பண அஞ்சல்: (பெ): அஞ்சல்துறை மூலமாக ஒருவருக்குப் பணம் அனுப்புதல்; to send money through postal department to a person.

பண அவாவுள்ள: (பெ.அ): பணத்தின் மீது அளவு கடந்த ஆசை கொண்டுள்ள; mercenary.

பண உதவி: (பெ): உதவித் தொகை; subsidy.

பண உத்தரவுச் சீட்டு: (பெ): வங்கியிலிருந்து மற்றொருவர் (அ) நிறுவனம் பணம் பெறுவதற் கான உரிமைச் சீட்டு; bank draft; an order for payment from a bank to an individual or to a firm.

பணக்காரன்: (பெ): செல்வந்தன்; rich man. • **பணக்காரன்** பின்னும் பத்து பேர்; பைத்தியத்தின் பின்னும் பத்து பேர் - *பழமொழி.*

பணக்காரி: (பெ): செல்வம் மிகுந்தவள்; rich woman.

பணதரம்: (பெ): படத்தையுடைய பாம்பு; the cobra with hood.

பணதி: *(பெ):* செயல்; வேலைப்பாடு; சிருஷ்டி; கற்பனை; ஆபரணம்; action; workmanship; creation; imagination; ornament.

பணத்தட்டுப்பாடு: *(பெ):* தேவைக்குப் பணம் இல்லாமை; want of money to face the expenditure incurred.

பணத்தேவை: *(பெ):* அப்போதைக்கான செலவுகளுக்குப் பணம் வேண்டுதல்; monetary requirement.

பணத்தைக் கையாடுதல்: *(பெ):* நிறுவனம் ஒன்றிலிருந்து அந்நிறுவனத்திற்குத் தெரியாமல் தனது சுய தேவைகளைப் பூர்த்தி செய்து கொள்ள அந்நிறுவனத்தின் நிதியைத் தவறாகப் பயன்படுத்துதல்; misappropriation.

பணப்பயிர்: *(பெ):* தானியம் அல்லாத வருமானத்தைத் தரும் பருத்தி, கரும்பு போன்ற பயிர்கள்; the commercial crops like cotton, sugarcane, etc.

பணப்பித்து: *(பெ):* பணத்தின்மீது பேராசை; greed of money.

பணப்பூதம்: *(பெ):* அளவுக்கு அதிகமான செல்வம் படைத்தவன்; the man who has excess of wealth and money.

பணப்பெருக்கம்: *(பெ):* பணவீக்கம்; the inflation of the supply of money.

பணப்பை: *(பெ):* பணத்தைப் பாதுகாப்பாக வைத்துக்கொள்ள உதவும் பிளாஸ்டிக், தோல், துணி போன்றவற்றாலான சிறு பை; the money purse.

பணமடித்தல்: *(வி):* பணத்திற்கான ரூபாய் நோட்டு போன்றவற்றை அச்சடித்தலும் நாணயம் போன்றவற்றை வார்த்தலும்; to print the currencies; to mint coins.

பணமணி: *(பெ):* நாகரத்தினம்; a kind of gem.

பணமில்லாத: *(பெ.அ):* ஏழையான; impecunious.

பணமுடிப்பு: *(பெ):* ஒருவரைப் பாராட்டிக் கௌரவிக்கும் முறையில் நிதியாகத் திரட்டி வழங்கப்பெறும் தொகை; a sum of money collected and given as a gift in honour of someone.

பணமுடை: *(பெ):* பணத் தேவை; want of money.

பணமுள்ள: *(பெ.அ):* காசுள்ள; moneyed.

பணமுறி: *(பெ):* காசோலை; a written order for drawing money to a bank; a cheque.

பணம்: *(பெ):* வாங்குதல், விற்றல் ஆகிய செயல்பாடுகளுக்கு அரசு வெளியிடும் மதிப்பு குறிக்கப்பட்ட நாணயம், ரூபாய் நோட்டு போன்றவை; அங்குசம்; கிரகம்; பருமன்; விலை; பாம்பின் படம்; சூதாட்டம்; பாக்கியம்; பாம்பு; பொக்கிஷம்; வேலை; money; elephant's goad; planet; bulkiness; price; cobra's hood; gambling; good fortune; snake; treasure; job. • **பணம்** பந்தியிலே; குணம் குப்பையிலே. • **பணம்** இல்லாதவன் பிணம். • **பணம்** என்றால் பிணமும் வாய் திறக்கும். • **பணம்** பத்தும் செய்யும். • **பணம்** இருந்தால் படையையும் வென்றிடலாம். • **பணம்** பார்த்துப் பாண்டம் கொள்; குணம் பார்த்துப் பெண் கொள். • **பணம்** உண்டானால் மணம் உண்டு - *பழமொழிகள்.*

பணம் கொடு: *(வி):* பணத்தைச் செலுத்து; to pay money.

பணயக் கைதி: *(பெ):* எதிர்த்தரப்பு (அ) அரசை மிரட்டிப் பணிய வைத்திடும் நோக்குடன் கடத்தி வந்து தங்கள் கட்டுப்பாட்டிற்குள் வைத்திருக்கும் நபர்; a person, kept in custody as hostage.

பணயம்: *(பெ):* ஈடாக வைத்த பொருள்; பந்தயப் பொருள்; திரும்பப் பெற்றிட இயலாது எனத் தெரிந்தும் மனத் துணிவுடன் முன்வைத்திடும் ஒன்று; a pledge; stake in gambling; staking one's property, life, etc. • தருமன் தன் மனைவி பாஞ்சாலியைப் **பணயப்** பொருளாக வைத்து சூதாடினான்.

பணர்: *(பெ):* மரக்கிளை; branch of a tree.

பணவம்: *(பெ):* தம்பட்டம்; a kind of drum.

பணவன்: *(பெ):* வேலைக்காரன்; servant.

பணவிடை: *(பெ):* ஒருவர், மற்றொருவருக்குப் பணத்தை அஞ்சல் மூலமாகக் கட்டணம் செலுத்தி அனுப்பிடும் முறை; money order sent through post office.

பணவீக்கம்: *(பெ):* நாட்டில் பணப்புழக்கம் அதிகமாவதால் பணத்தின் மதிப்பானது குறைந்து விலைவாசி அதிகரிக்கும் நிலை; inflation.

பணவை: *(பெ):* பரண்; watch tower.

பணாகரம்: *(பெ):* பாம்பு; snake; serpent.

பணாங்கனை: *(பெ):* விலைமகள்; prostitute.

பணாமகுடம்: *(பெ):* பாம்பின் படமுடி; the crown of the cobra's hood.

பணாமணி: *(பெ):* நாகரத்தினம்; the gem of cobra.

பணி: *(பெ):* செயல்; தொழில்; தொண்டு; நுகர்பொருள்; அணிகலன்; பட்டாடை; ஈகை; தோற்கருவி; வேலைப்பாடு; சொல்; கட்டளை; விதி; நாகம்; தாழ்ச்சி; வில்வித்தை கற்பிக்கும் தொழில்; action; profession; service; consumer goods; ornament; silk garment; grant; a drum; workmanship; word; order; rule; cobra; degradation; profession of teaching archery and allied arts.

பணிகாரம்: *(பெ):* தின்பண்டம்; a kind of cake.

பணிகோள்: *(பெ):* வணக்கம்; submission.

பணிக்கம்: (பெ): முதியோர்கள் பயன்படுத்திய எச்சில் உமிழும் கலம்; spittoon.

பணிக்களரி: (பெ): பட்டறை; workshop.

பணிக்கன்: (பெ): ஆசிரியர்; சிலம்ப விளையாட்டு ஆசிரியர்; நட்டுவனார்; தச்சர்; யானைப்பாகன்; பாம்புக்கடி வைத்தியர்; சாராயம் காய்ச்சுபவன்; பள்ளர் சாதியினரின் உட்பிரிவு; teacher; fencing master; dance master; carpenter; mahout; a physician for snake-bite; the person who distils arrack; a sub-division of the palla caste.

பணிக்காரன்: (பெ): வேலையாள்; servant.

பணிக்கொடை: (பெ): குறிப்பிட்ட ஆண்டுகளுக்குக் குறையாது பணிபுரிந்த ஊழியர் ஒருவர் தான் ஓய்வு பெறும்போது (அ) பணியில் இருக்கும் காலத்தில் இறக்க நேரிடும்போது நிர்ணயிக்கப் பட்ட விகிதத்தில், வழங்கப்பெறும் ஓய்வுகாலச் சலுகை வகையைச் சேர்ந்த தொகை; a money gift in return for the services of someone after retirement or his death while in service; gratuity.

பணிச்சாரகன்: (பெ): வேலையாள்; servant.

பணிதம்: (பெ): பந்தயப்பொருள்; stake in gambling.

பணிதல்: (வி): தாழ்தல்; இறங்குதல்; பரத்தல்; வணங்குதல்; குறைதல்; உண்ணுதல்; வளைதல்; to sink in circumstances; to descend; to spread; to show respect; be reduced; to eat; to bend.

பணிதி: (பெ): அலங்காரம்; வேலை; அணிகலன்; decoration; work; ornament.

பணி துற: (வி): வேலையிலிருந்து விலகு; ராஜினாமா செய்; to resign.

பணித்தட்டார்: (பெ): பொற்கொல்லர்; goldsmith.

பணித்தலைவன்: (பெ): ஆதிசேடன்; a mythological thousand-headed serpent who supports the earth on his hood and on whom God Vishnu reclines.

பணித்தல்: (வி): ஆணையிடுதல்; சொல்லுதல்; பரவுதல்; கொடுத்தல்; வழங்குதல்; to order; to say; to spread; to give; to bestow.

பணித்துறைவர்: (பெ): அலுவலர்; the holder of an office.

பணிநர்: (பெ): வேலையாட்கள்; servants.

பணி நீக்கம்: (பெ): பணியிலிருந்து விலக்கப் படுதல்; வேலை பறிபோதல்; dismissal; the sack.

பணிபுரி: (வி): பணியாற்று; to work in an office.

பணிப்பாளர்: (பெ): ஒரு துறையின் இயக்குநர்; director of a department, etc.

பணிப்பெண்: (பெ): தொழிற்சாலை, மருத்துவமனை போன்றவற்றில் சிறுசிறு வேலைகளைக் கவனிக்கும் கடைநிலைப் பெண் ஊழியர்; last grade woman worker in factory, hospital, etc.

பணிப்பு: (பெ): தாழ்வு; ஏவல்; degradation; command.

பணிப்பொத்தி: (பெ): துகில் வகை; a kind of cloth.

பணிப்பொன்: (பெ): தங்க நகை; gold jewel.

பணிமக்கள்: (பெ): வேலையாட்கள்; servants.

பணிமனை: (பெ): பேருந்துகளைப் பழுது பார்த்திடவும்; நிறுத்தி வைத்திடவும் பயன் படுத்தும் இடம்; அலுவலகம்; the shed for buses either for repairs or for parking; office.

பணிமுட்டு: (பெ): கருவிகள்; உபகரணங்கள்; tools; instruments.

பணிமூப்பு: (பெ): ஒரே நிலையில் பதவி வகித்திடும் பலருள் ஒருவர் மற்றவரைக் காட்டிலும் எவ்வளவு காலம் அதிகமாகப் பணியாற்றி யுள்ளார் என்பதைக் கணக்கிடும் காலஅளவு; seniority of an employee in the service.

பணிமொழி: (பெ): பெண்; நயமான பேச்சு; கட்டளை; தாழ்ந்த சொல்; woman; gentle speech; order; humble word.

பணியரங்கு: (பெ): பயிற்சி அளித்திடும் பட்டறை; workshop.

பணியல்: (பெ): வழிபாடு; worship.

பணியாரம்: (பெ): ஒருவகைத் தின்பண்டம்; a small disc-shaped snack.

பணியார்: (பெ): பகைவர்; enemies.

பணியாளர்: (பெ): வேலையாள்; servant.

பணியாற்று: (வி): வேலை பார்த்தல்; பொது நலனுக்காகப் பாடுபடு; to work in an office; to serve for a public cause.

பணியிடம்: (பெ): அலுவலகத்தில் பதவிக்கான இடம்; post.

பணியிறை: (பெ): ஆதிசேடன்; a mythological thousand-headed serpent who supports the earth on his hood and on whom Lord Vishnu reclines.

பணியோள்: (பெ): வேலைக்காரி; servant-maid.

பணிலம்: (பெ): சங்கு; conch.

பணிவான: (பெ.அ): கீழ்ப்படிதலுள்ள; கடமை உணர்வுடைய; அமரிக்கையான; obedient; dutiful; humble.

பணிவிடை: (பெ): சேவை; வேலை; வழிப் படுத்துகை; service; work; command.

பணிவு: (பெ): கீழ்ப்படிதல்; குறை; அடக்கம்; வந்தனம்; submission; defect; humility; obeisance.

பணிவுள்ள: (பெ.அ): மென்மையான தன்னடக்க முடைய; கீழ்ப்படிதலுள்ள; அடக்கமுடைய; gentle; modest, docile; lowly.

பணை: *(பெ):* பருமன்; பெருமை; அரசமரம்; மூங்கில்; மருத நிலம்; வயல்; நீர்நிலை; குதிரை; யானைக் கொட்டில்; சாணைக்கல்; வாத்தியம்; யானைக் கொம்பு; உயரம்; ஐந்தாண்டு காலம்; bulkiness; greatness; pride; pipal tree; bamboo; agricultural tract; paddy field; pond, lake, tank, etc.; horse; elephant's stable; whetstone; drum; tusk of an elephant; height; a period of five years.

பணைத்தல்: *(வி):* பருமையாதல்; செழித்தல்; பிழைத்தல்; கிளைத்தல்; தவறுதல்; be thick; to prosper; to live; to multiply; to miss.

பணையம்: *(பெ):* ஈடு; பந்தயப்பொருள்; காலணி வகை; pledge; stake in gambling; a kind of shoe.

பண்: *(பெ):* இசை வகை; யாழ் போன்ற நரம்பு வாத்தியங்கள்; அலங்காரம்; பாடல்; குதிரைச் சேணம்; குதிரை போன்றவற்றின் கதி; melody type; stringed musical instruments; decoration; song; saddle of horse; gait of horse, etc.

பண்டகன்: *(பெ):* அலி; an eunuch.

பண்டகாரி: *(பெ):* பொருளாளன்; செல்வந்தன்; treasurer; rich man.

பண்டசாலை: *(பெ):* தானியக் களஞ்சியம்; பண்டகசாலை; கிடங்கு; அங்காடி; பொருள்கள் பாதுகாப்பாக வைக்கப்பட்டுள்ள இடம்; granary; warehouse; storehouse; emporium; godown.

பண்ட பாத்திரம்: *(பெ):* பாத்திரம், பொருள் போன்றவை; household articles.

பண்டமாற்றக்கூடிய: *(பெ.அ):* ஒரு பொருளைக் கொடுத்து மற்றொரு பொருளினை வாங்கக் கூடிய; exchangeable; that which could be bartered.

பண்டமாற்று: *(பெ):* பொருள் ஒன்றினைக் கொடுத்து தேவையான மற்றொரு பொருளைப் பெறுதல்; exchange of goods for goods; barter; *(வி):* ஒரு பொருளைக் கொடுத்து மற்றொரு தேவையான பொருளை வாங்கு; to barter.

பண்டம்: *(பெ):* உண்மை; பொன்; பொருள்; சரக்கு; பழம்; செல்வம்; மூலப்பொருள்; சேமிப்புப் பொருள்; truth; gold; article; substance; fruit; wealth; materials; stored materials.

பண்டரங்கன்: *(பெ):* சிவபெருமான்; Lord Shiva.

பண்டர்: *(பெ):* அசுரர்; பாணர்; Asuras; bards.

பண்ட வீடு: *(பெ):* நிதியறை; treasury.

பண்டனம்: *(பெ):* போர்; கவசம்; battle field; shield.

பண்டன்: *(பெ):* ஆண் தன்மை இல்லாதவன்; an impotent person.

பண்டாசி: *(பெ):* கத்தரிச்செடி; brinjal plant.

பண்டார சன்னிதி: *(பெ):* சைவ மதத்தைச் சேர்ந்த சன்னியாசிகளுக்குக் குருவாகவும், பிறருக்குச் சன்னியாசம் வழங்கிடும் தகுதியை உடையவராகவும் இருந்து, மடத்தின் தலைமைப் பொறுப்பினையும் வகிப்பவர்; the head of a Saiva Mutt who is the chief of the ascetics in his Mutt and has the authority to admit others to the ascetic order.

பண்டாரம்: *(பெ):* பொக்கிஷம்; சேமிப்புப் பொருட்கள்; உணவுப் பொருட்கள்; பூசாரி; ஆண்டி; சைவ மடத் துறவி; treasury; stored materials; food products; the person who performs pooja in a temple dedicated to a village deity; mendicant; monk of a Saiva Mutt.

பண்டாரி: *(பெ):* கிடங்குப் பொறுப்பாளர்; பொக்கிஷதாரர்; store-keeper; treasurer.

பண்டி: *(பெ):* வயிறு; உடம்பு; நான்கு சக்கரங்களையுடைய பளுவண்டி; கட்டை வண்டி; belly; body; waggon; cart.

பண்டிகை: *(பெ):* வருடத்தில் முக்கியமானதாகக் கருதப்படும் குறிப்பிட்ட நாளில் உற்றார், உறவினர், விருந்து என்று சிறப்பாகக் கொண்டாடப்படும் மதம் சார்ந்த விழா; a religious festival.

பண்டித: *(பெ.அ):* மொழியில் புலமை மிகுந்த; scholarly.

பண்டிதம்: *(பெ):* வித்தை; வைத்தியம்; art; the system of medicine.

பண்டிதவாய்: *(பெ):* கடுக்காய்; gall-nut.

பண்டிதன்: *(பெ):* மொழி கற்பிக்கும் ஆசிரியர்; மருத்துவர்; கூத்து வகை; நாவிதர்; teacher; physician; a kind of dance; barber.

பண்டிதை: *(பெ):* கற்றறிந்தவள்; learned woman.

பண்டிலன்: *(பெ):* தூதுவன்; messenger; ambassador.

பண்டு: *(பெ):* பழமை; முற்காலம்; நிதி; antiquity; ancient period; fund.

பண்டுவம்: *(பெ):* வைத்தியம் செய்தல்; medical treatment; curing diseases.

பண்டை: *(பெ):* பழமை; கல்வி; அறிவு; antiquity; education; learning; knowledge. • தமிழ்நாடு பண்டை நாடு என்று போற்றப்படுகிறது.

பண்டைக் காலத்தவர்: *(பெ):* பழங்காலத்தில் வாழ்ந்தவர்கள்; those who lived long ago.

பண்டைக் காலம்: *(பெ):* தொன்மையான காலம்; முற்காலம்; ancient period; yore.

பண்டை நாள்: *(பெ):* முந்தைய நாட்கள்; former days; ancient days.

பண்டைய: *(பெ.அ):* பழங்காலத்திய; ancient.

பண்டையூழி: *(பெ):* கிருதயுகம்; the first of the four aeons, said to be the age of virtues.

பண்டையோர்: *(பெ):* பழங்காலத்தவர்; ancient people.

பண்டை வழக்கமான: *(பெ.அ):* பழமை வழக்கமான; archaic.

பண்ணத்தி: *(பெ):* நூல் வகை; a kind of poetic composition.

பண்ணல்: *(வி):* செய்தல்; to do.

பண்ணவன்: *(பெ):* கடவுள்; முனிவன்; பாணன்; God; sage; bard.

பண்ணவி: *(பெ):* தேவி; female deity.

பண்ணறை: *(பெ):* முறைகேடு; disorder.

பண்ணியம்: *(பெ):* இசைக்கருவி; பண்டம்; பணியாரம்; musical instrument; provisions; disc-shaped cake.

பண்ணிய வீதி: *(பெ):* கடைத்தெரு; bazaar.

பண்ணிய ஸ்திரி: *(பெ):* விலைமகள்; prostitute.

பண்ணியாங்கனை: *(பெ):* தடை; obstacles.

பண்ணுதல்: *(வி):* சமைத்தல்; உருவாக்குதல்; உற்பத்தி செய்தல்; தகுதியாக்குதல்; ஆயத்தம் செய்தல்; நேரிடச் செய்தல்; நிறைவேற்றுதல்; to cook; to make; to produce; to make suitable; to prepare; to effect; to accomplish.

பண்ணுவர்: *(பெ):* யானைப்பாகர்; mahout.

பண்ணுறுதல்: *(வி):* ஆயத்தமாதல்; சீர்படுத்துதல்; to get ready; to rectify.

பண்ணை: *(பெ):* வயல்; மருதநிலம்; நீர்நிலை; தோட்டம்; ஓடை; வேளாண்மை; மக்கட் கூட்டம்; மகளிர் கூட்டம்; தொகுதி; மிகுதி; கீரை வகை; மகளிர் விளையாட்டு வகை; படகு; மரக்கலம்; இசைவகை; மனை; paddy field; agricultural tract, lake, pond, tank, etc.; garden; stream; agriculture; crowd; bevy of ladies; group; excessiveness; a kind of greens; a kind of women's game; boat; country boat; a kind of melody type; house.

பண்ணைக்காரன்: *(பெ):* கணவன்; விவசாயி; பண்ணை உரிமையாளர்; மனிதன்; husband; agriculturist; rich landlord; farm owner; man.

பண்ணையார்: *(பெ):* பெருமளவில் தோப்பு, நிலம் முதலியவற்றைச் சொந்தமாகக் கொண்டுள்ளவர்; a landlord of a large farm.

பண்ணையாள்: *(பெ):* கூலிக்குப் பயிர் செய்வோன்; hired agriculturist/farmer.

பண்ணை வீடு: *(பெ):* பண்டகசாலை; மடைப்பள்ளி; பண்ணை ஒன்றில் அமைந்திருக்கும் வீடு; warehouse; kitchen, especially of a temple; landlord's house.

பண்படுதல்: *(வி):* அமைதல்; உதவுதல்; சீர்திருத்துதல்; ஏவல் செய்தல்; சொற்படி செய்தல்; to settle; to help; to amend; to attend on; be obedient.

பண்படுத்து: *(வி):* தூய்மைப்படுத்து; பயிரிடுவதற்காக வயலைப் பதப்படுத்து; தணித்திடு; to refine; to make suitable for tillage; to temper.

பண்பட்ட: *(பெ.அ):* நிறைந்த அனுபவம், தேர்ச்சி ஆகியவற்றை வெளிப்படுத்துகின்ற; பண்பாடு நிறைந்த; sophisticated; cultured.

பண்பட்டவன்: *(பெ):* புலமையும் அனுபவமும் நிறைந்தவன்; an educated and experienced person.

பண்பாகு பெயர்: *(பெ):* பண்பின் (அ) குணத்தின் பெயர், அப்பண்பை உடைய பொருளின் பெயராக வருவது; a kind of metonymy in which a word denoting a quality is used for the object having that quality.

பண்பாடு: *(பெ):* குறிப்பிட்ட இடத்து மக்களின் பழக்கவழக்கங்களும், நம்பிக்கைகளும், கலைகளும், சிந்தனையை வெளிப்படுத்தும் முறைகளும்; மக்களின் சிந்தனை வெளிப்பாடு; culture.

பண்பாளன்: *(பெ):* தலைசிறந்த நற்குணங்களைக் கொண்டிருப்பவன்; the person of good qualities.

பண்பி: *(பெ):* பண்பினை ஏற்றிருப்பது (அ) ஏற்றிருப்பவன்; a thing or a person possessing a quality or character.

பண்பு: *(பெ):* தன்மை; மனநிலை; மரியாதை; அழகு; செய்கை; குள்ளமான வேலைக்காரி; விதம்; quality; temper; courtesy; beauty; action; dwarfish servant-maid; mode.

பண்புக்குரிய: *(பெ.அ):* நற்குண நலன்களைக் கொண்டுள்ள; qualitative.

பண்புரைப்பார்: *(பெ):* தூதுவர்; ambassador; messenger.

பண்புலம்: *(பெ):* உரமிடப்பட்ட நிலம்; the land which is manured.

பண்மகள்: *(பெ):* விறலி; woman of 'panar' caste; a female dancer.

பண்மை: *(பெ):* தகுதி; suitability.

பண்விடுதல்: *(வி):* நிலைகுலைதல்; be ruined in circumstances.

பதகம்: *(பெ):* பறவை; பாதகம்; bird; grievous sin.

பதகளித்தல்: *(வி):* பதறுதல்; be agitated.

பதகளிப்பு: *(பெ):* பதறுகை; agitation.

பதகன்: *(பெ):* சண்டாளன்; கீழ்மகன்; low-graded person; person of low qualities.

பதகி: *(பெ):* சண்டாளி; கீழ்மகள்; low-graded woman; woman of low qualities.

பதக்கம்: *(பெ):* சங்கிலி (பொன் நகை) போன்றவற்றில் கோர்க்கப்படும் ஏதேனும் ஒரு வடிவில் செய்யப்பட்ட (அ) கற்கள் பதிக்கப்பெற்ற சிறு தங்க வில்லை; வெற்றி (அ) ஒரு நிகழ்வின் நினைவாக அளிக்கப்படும் உருவம், எழுத்து

போன்றவை பொறிக்கப்பட்ட மதிப்புடைய உலோக வில்லை; கழுத்தணி வகை; an ornamental pendant made of gold and/or studded with gems attached to a necklace; medal awarded to someone for his/her bravery or victory or as a souvenir; a kind of necklace.

பதக்கிரமம்: *(பெ):* காலடி; footprint.

பதக்கு: *(பெ):* இரு மரக்கால் கொண்டது; a measure equal to 16 litres.

பதங்கம்: *(பெ):* பறவை; வெட்டுக்கிளி; பாதரசம்; மரவகை; bird; grasshopper; mercury; a kind of tree.

பதங்கன்: *(பெ):* சூரியன்; the Sun.

பதங்கு: *(பெ):* குழி; ஓட்டு வரிசை; பிளவு; pit; row of tiles; cleavage.

பதசம்: *(பெ):* சந்திரன்; பறவை; the Moon; bird.

பதசாலம்: *(பெ):* மகளிர் காலணி வகை; a kind of footwear of women.

பதச்சேதம்: *(பெ):* சொற்றொடரைத் தனித்தனி சொல்லாகப் பிரித்தல்; splitting a sentence into component parts.

பதடி: *(பெ):* பதர்; the outer covering of the grain; anything left-over of no great value.

பதட்டம்: *(பெ):* பதற்றம், செயல்படுவதில் நிதானம் இழந்து காட்டப்படும் பரபரப்பு; அடுத்து என்ன நடக்கும் எனக் கூறிட இயலாதவாறு பீதி நிறைந்திருப்பது; tension; excitement.

பதணம்: *(பெ):* கோட்டையின் மதிற்சுவர்; parapet wall surrounding a fortified place.

பதத்திரம்: *(பெ):* சிறகு; wing.

பதத்திரி: *(பெ):* பறவை; bird.

பதநீர்: *(பெ):* இனிப்புக்கள்; பனஞ்சாறு; sweet toddy.

பதபாதம்: *(பெ):* காலடி; footprint.

பதபூர்த்தி: *(பெ):* சாரியை; filler.

பதப்படுதல்: *(வி):* பக்குவமாதல்; பழுத்தல்; the soul attaining maturity; to become ripe.

பதப்பர்: *(பெ):* மணல்மூட்டை; sand bag.

பதப்பாடு: *(பெ):* பக்குவமாதல்; being seasoned.

பதப்புணர்ச்சி: *(பெ):* நிலைமொழியும் வருமொழியும் ஒன்றுபடுதல்; சந்தி; combination of one word with another; sandhi.

பதமம்: *(பெ):* பறவை; சந்திரன்; விட்டிற்பூச்சி; bird; Moon; a kind of moth.

பதமுத்தி: *(பெ):* பரமுத்திக்கும் கீழ்ப்பட்ட (இந்திரன் போன்ற இறையவர்) பாதங்கள்; inferior state of bliss.

பதமை: *(பெ):* மென்மை; மந்தத்தன்மை; அமைதி; இணக்கம்; தாழ்மை; softness; dullness; peace; harmony; humbleness.

பதம்: *(பெ):* பக்குவம்; உணவு; சோறு; ஈரம்; தண்ணீர்; கள்; அருகம்புல்; இனிமை; ஒளி; அழகு; தகுதி; நாழிகை; அடையாளம்; கொக்கு; காவல்; சொல்; இடம்; பதவி; கால்; வரிசை; இசைப்பாட்டு; தரம்; maturity; food; cooked rice; moisture; water; toddy; a kind of grass used in worship as well as a herbal medicine; sweetness; lustre; beauty; fitness; 24 minutes; mark; crane; protection; word; place; position; leg; row; song; musical composition; capacity.

பதரி: *(பெ):* இலந்தை மரம்; jujube tree.

பதர்: *(பெ):* உள்ளீடு இல்லாத நெல்; பயனற்றது; குற்றம்; உபயோகமற்றவன்; chaff; refuse weed; worthlessness; defect; worthless person.

பதலம்: *(பெ):* பத்திரம்; பாதுகாப்பு; aware; caution; safety.

பதலை: *(பெ):* மலை; மத்தளம்; அலங்காரக் குடம்; mountain; a kind of two-sided drum; a decorated pot.

பதவம்: *(பெ):* அருகம்புல்; quitch grass.

பதவல்: *(பெ):* குப்பை; rubbish.

பதவி: *(பெ):* இடம்; ஒழுங்கு; செல்வம்; உலகம்; நிலை; வழி; முத்தி; position; rank; wealth; world; situation; path; final bliss.

பதவிசு: *(பெ):* அமைதி; சாந்தம்; peace; politeness.

பதவி துற: *(வி):* பதவியிலிருந்து தாமாக விலகுதல்; to abdicate, to resign.

பதவி நீக்கம்: *(பெ):* தேர்ந்தெடுக்கப்பட்ட அரசினை அதிகாரம் இழக்கச் செய்தல்; பணியில் இருந்து விலக்குதல்; dismissal of an elected government; dismissal of one's profession.

பதவிப் பிரமாணம்: *(பெ):* அமைச்சர், சட்டமன்ற, நாடாளுமன்ற உறுப்பினர், நீதிபதி போன்றோர் பதவியேற்கும்போது அதிகாரபூர்வமாக எடுத்துக்கொள்ளும் உறுதிமொழி; swearing-in ceremony.

பதவியல்: *(பெ):* பதப்புணர்ச்சி இலக்கணம்; morphology.

பதவியிறக்கம்: *(பெ):* தாம் வகித்திடும் பதவியைக் காட்டிலும் அதிகாரம் மற்றும் மதிப்பு ஆகியவற்றில் குறைந்த பதவிக்கு மாற்றப்படல்; depromotion.

பதவியுயர்வு: *(பெ):* வகித்திடும் பதவிக்கு அடுத்த உயர் பதவியில் அமர்தல்; promotion.

பதவியேற்றல்: *(வி):* பதவியை ஒப்புக்கொள்ளுதல்; to take office.

பதவு: *(பெ):* புல்; அருகு; அமைதி; புன்மை; grass; quitch grass; calmness; trifle.

பதவுரை: *(பெ):* செய்யுளில் சொல்லைப் பிரித்துப் பொருள் உரைத்தல்; word by word explanation.

பதவை: *(பெ):* குப்பை; வழி; rubbish; path.

பதறியடித்துக்கொண்டு: *(வி.அ):* கலக்கத்துடன் அவசரமாக; in disorderly haste due to panic.

பதறுதல்: *(பெ):* பதற்றப்படுதல்; அமைதியின்றி இருத்தல்; be in hurry; be impatient. ● பதறாத காரியம் சிதறாது - *பழமொழி.*

பதனம்: *(பெ):* பத்திரம்; பாதுகாப்பு; மதில்; இறக்கம்; தாழ்மை; அமைதி; பாவம்; caution; safety; fortwall; descent; lowness; calmness; sin.

பதனழிதல்: *(வி):* பதமழிதல்; to become over-ripe as fruits.

பதனிடுதல்: *(வி):* மிருதுவாக்குதல்; கெட்டுப் போகாமல் பாதுகாத்தல்; வலுப்படுத்துதல்; to tan; to season; to temper.

பதன்: *(பெ):* பதம்; பக்குவம்; fitness; consistency.

பதன்படுதல்: *(வி):* பக்குவமாதல்; to become fit.

பதாகன்: *(பெ):* அரசன்; கொடியவன்; king; wicked person.

பதாகினி: *(பெ):* படை; army.

பதாகை: *(பெ):* படையின் விருதுக்கொடி; பெருங்கொடி; அபிநய வகை; ensign; banner; a kind of dance gesture.

பதாதி: *(பெ):* காலாட்படை; அமைதியின்மை; ஒரு யானை, ஒரு தேர், மூன்று குதிரை, ஐந்து படை வீரர் கொண்ட படை; infantry; calmless state; an army division consisting of an elephant, chariot, three horses and five soldiers. ● இரத-கஜ-துரக-பதாதிகள் என்பது படை வகை.

பதாயுதம்: *(பெ):* கோழி; fowl; hen.

பதாரம்: *(பெ):* தெப்பம்; raft.

பதார்த்தம்: *(பெ):* கறி; பதப்பொருள்; பாக்கியம்; பொருள்; உண்ணும் உணவு; vegetables; word-by-word explanation; prosperity; matter; eatables.

பதி: *(பெ):* உறைவிடம்; நகரம்; நாற்று; கோயில்; ஊர்; பூமி; குதிரை; தலைவன்; கணவன்; அரசன்; மூத்தோன்; குரு; கடவுள்; an abode; town; seedling; temple; town; earth; horse; master; husband; king; elder; guru; God.

பதிகம்: *(பெ):* பாயிரம்; பத்து செய்யுட்களைக் கொண்ட ஒரு பிரபந்தம்; நாற்று; preface; a poem in praise of a deity consisting generally of ten stanzas; seedling.

பதிகன்: *(பெ):* வழிப்போக்கன்; traveller; stranger.

பதிக்கினி: *(பெ):* கணவனைக் கொன்றவள்; the woman who killed her husband.

பதிசித்திரம்: *(பெ):* கோபுரப் பதுமை; the doll in the tower of a temple.

பதிசேவை: *(பெ):* கணவருக்குச் செய்திடும் சேவை; the service rendered by a woman to her husband whole-heartedly.

பதிஞானம்: *(பெ):* கடவுளைப் பற்றிய அறிவு; the knowledge about the Supreme Being.

பதிட்டை: *(பெ):* தொடக்கம்; origin.

பதித பாவனன்: *(பெ):* ஒழுக்கம் தவறியோரின் பாவங்களைப் போக்கித் தூயராக்கும் கடவுள்; God as the redeemer of sinners. ● **பதித பாவன** *சீதாராம் - பழம்பாடல்*

பதிதல்: *(வி):* ஊன்றுதல்; அழுந்துதல்; ஒடுங்குதல்; தங்குதல்; கீழ்ப்படிதல்; தாழ்தல்; be fixed; be impressed; be restrained; to stay; to obey; be declined.

பதிதன்: *(பெ):* சமய ஒழுக்கம் தவறியவன்; the person who has committed sins.

பதித்தல்: *(வி):* அழுத்துதல்; தரித்தல்; வைத்தல்; தாழ்த்தல்; புதைத்தல்; எழுதல்; to press; to wear; to place; to decline; to bury; to rise.

பதித்திரி: *(பெ):* உலைத் துருத்தி; the bellows.

பதிபோடுதல்: *(வி):* நாற்று நடுதல்; to transplant.

பதிப்பகம்: *(பெ):* நூல் போன்றவற்றை வெளியிடும் நிறுவனம்; publishing house.

பதிப்பாசிரியர்: *(பெ):* பிறர் எழுதிய கதை, கட்டுரை போன்றவற்றைத் தொகுத்து (அ) முறைப்படுத்தித் தரும் பொறுப்பினை ஏற்றுள்ளவர்; editor of a work.

பதிப்பாளர்: *(பெ):* நூல்கள் வெளியிடும் பணியினைச் செய்பவர்; publisher.

பதிப்பி: *(வி):* புத்தகம் போன்றவற்றை ஒழுங்கு படுத்தி வெளியிடுதல்; to edit and publish a book.

பதிப்பு: *(பெ):* விற்பனைக்காக நூல் போன்றவற்றை ஒருமுறை குறிப்பிட்ட எண்ணிக்கையில் அச்சிடுவது; பல இடங்களில் ஒரே செய்தித்தாள் அச்சிடப்பட்டு வெளிவரும்போது, ஓரிடத்தில் இருந்து வெளியிடப்படும் அதன் வெளியீடு; an edition of a work; edition of a newspaper of a particular place when it is published from different places.

பதிப்புரிமை: *(பெ):* நூல், திரைப்படம் போன்றவற்றின் பயன்பாடு, வெளியீடு போன்றவற்றை, உருவாக்கியவரின் அனுமதியின்றி மற்றொருவர் பயன்படுத்திட முடியாத வகையில் காப்பு அளிக்கப்படும் உரிமை; copy right.

பதிமினுக்கு: *(பெ):* துடைப்பம்; broomstick.

பதியம்: *(பெ):* நாற்று; பதிகம்; பாடல்; seedling; a poem in praise of a deity consisting generally of ten stanzas; poem.

பதியரி: *(பெ):* நாற்று; seedling.

பதியிலார்: *(பெ):* கணிகையர்; harlots.

பதியெழவு: *(பெ):* ஓர் அரசனுக்குப் பயந்து அல்லது எதிரிப் படைக்கு அஞ்சி நாட்டை விட்டு ஓடுகை; flight from home or homeland due to fear of the king or hostile army.

பதிரன்: *(பெ):* செவிடர்; deaf person.

பதிலடி: *(பெ):* தீங்கு ஒன்றினைச் செய்தவருக்கு பாதிப்பு உண்டாகும் வகையில் எடுக்கப்படும் நடவடிக்கை; act of repaying evil with evil.

பதிலாள்: *(பெ):* ஒருவருக்குப் பதிலாக அமர்த்தப்படும் ஆள்; a substitute.

பதில்: *(பெ):* மறுமொழி; ஒன்றுக்கு மாற்றாக மற்றொன்று (அ) ஒருவருக்கு மாற்றாக (அ) பிரதிநிதியாக வேறொருவர் இருந்திடுகை; reply; substitution.

பதிவதம்: *(பெ):* கற்பொழுக்கம்; the law of chastity.

பதிவாளர்: *(பெ):* நிலம், பிறப்பு, இறப்பு பற்றிய விவரங்களை அதிகாரபூர்வமான முறையில் ஆவணங்களில் பதிவு செய்வதற்கு உரிய பொறுப்புள்ள அரசு அதிகாரி; a government official who is responsible for registering and maintaining records as relating to land transactions, birth and death etc.; the registrar.

பதிவிரதை: *(பெ):* கணவரை தெய்வமாக எண்ணித் தொழுது வாழ்ந்திடும் பத்தினிப் பெண்; the woman who is totally devoted to her husband.

பதிவு: *(பெ):* பதிதல்; சாய்வு; குனிவு; பள்ளம்; வழக்கம்; பரப்பு ஒன்றில் ஒன்றினைப் பதித்ததன் அடையாளம்; சட்டப்படி ஆவணத்தில் எழுதி வைக்கப்படும் குறிப்பு; அளவுகளைக் கருவியால் கணக்கிடுதல்; ஒலி, ஒளிப்பதிவு செய்தல்; registering; obliquity; bow; pit; custom; an impression left on a surface; officially registering something in an office; reading; sound recording; cinematography; lighting and shooting.

பதிவு அஞ்சல்: *(பெ):* முகவரி ஒன்றில் இருப்பவருக்கு சேர்ப்பிக்கப்படும் என்பதை நிச்சயம் செய்வதற்காகக் கூடுதலாகக் கட்டணம் செலுத்தி சான்று பெற்றுக் கடிதம் போன்றவற்றைத் தபால்துறை வாயிலாக அனுப்பிடும் அஞ்சல் முறை; a registered post.

பதிவு நாடா: *(பெ):* ஒளிப்பதிவு, ஒலிப்பதிவு போன்றவற்றைச் செய்திடப் பயன்படும் இரசாயனப்பூச்சு பூசப்பட்ட மெல்லிய நாடா; the magnetic tape for video and audio recording.

பதிவேடு: *(பெ):* நிறுவனம், அலுவலகம் போன்றவற்றில் செய்தி, விளக்கம், விவரம் முதலானவற்றை அதிகாரபூர்வமாகக் குறிக்கப் பயன்படும் புத்தகம்; a register in an office.

பதின்மர்: *(பெ):* பத்து நபர்கள்; ten persons.

பதுக்காய்: *(பெ):* உள்ளான் குருவி; a kind of small water-bird.

பதுக்குதல்: *(வி):* பணம், பொருள் போன்றவற்றைச் சட்டத்துக்குப் புறம்பாக மறைத்துவைத்திருத்தல்; வெளிச்சந்தையில் சுலபமாகக் கிடைக்கப்பெறாத பொருட்களை (அ) நியாயமான விலையில் விற்றிட வேண்டியவற்றை விற்காது சட்டத்துக்குப் புறம்பாக மறைத்து வைத்தல்; to hoard.

பதுக்கை: *(பெ):* கற்குவியல்; பாறை; புதர்; pile of stones; rock; the thicket.

பதுங்கியிரு: *(வி):* எவருக்கும் தெரியாமல் மறைந்திரு; to hide oneself.

பதுங்கு: *(வி):* ஒளிந்து இரு; to hide oneself in order to be safe or till the objective is accomplished.

பதுங்கு குழி: *(பெ):* பகை நாட்டவரின் துப்பாக்கிச் சூடு, குண்டுவீச்சு போன்றவற்றிலிருந்து தங்களைப் பாதுகாத்துக்கொள்வதற்காக ஒரு நாட்டு இராணுவத்தினர் தாங்கள் மறைந்துகொள்ள வெட்டிவைக்கின்ற ஆழமான பள்ளம்; the trench.

பதுமகேசரம்: *(பெ):* புன்னை மரம்; mast wood.

பதுமநாபன்: *(பெ):* திருமால்; Lord Vishnu.

பதும நிதி: *(பெ):* குபேரனின் ஒன்பது நிதிகளுள் ஒன்று; one of the nine treasures of Kubera.

பதுமபந்து: *(பெ):* தேனீ; சூரியன்; honey bee; the Sun.

பதுமபீடத்தன்: *(பெ):* பிரமன்; Lord Brahma.

பதுமமணி: *(பெ):* தாமரைக் கொட்டை; Lotus seed.

பதுமம்: *(பெ):* தாமரை; பதினெண் புராணத்துள் ஒன்று; ஆசன வகை; மாணிக்க வகை; Lotus; one of the eighteen puranas; a kind of Asana; a kind of ruby.

பதுமயோனி: *(பெ):* பிரமன்; Lord Brahma.

பதுமராகம்: *(பெ):* மாணிக்க வகை; a kind of ruby.

பதுமரேகை: *(பெ):* ஒருவனுடைய நற்பேறினைக் குறிப்பதாகக் கருதப்படும் தாமரை வடிவம் கொண்ட கைரேகை; lotus mark on the palm of the hand, believed to indicate one's good fortune.

பதும வியூகம்: *(பெ):* தாமரை வடிவில் வகுக்கப்பட்ட படை அணிவகுப்பு; a kind of battle array in the form of lotus.

பதுமன்: *(பெ):* பிரமன்; எண் வகை நாகத்துள் ஒன்று; Lord Brahma; one of the eight kinds of serpents.

பதுமாக்கன்: *(பெ):* திருமால்; Lord Vishnu.

பதுமாசனம்: *(பெ):* ஆசன வகை; a kind of Asana.

பதுமாசனன்: *(பெ):* பிரமன்; Lord Brahma is seated on a lotus.

பதுமினி: *(பெ):* நால்வகைப் பெண்டிருள் ஒரு வகை; one of the four kinds of women.

பதுமை: *(பெ):* திருமகள்; காளி; சூரபத்மனின் மனைவி; பாவை; சிலை; பதும நிதி; Goddess Lakshmi; Goddess Kali; the wife of

Soorapadman - an Asura; doll; statue; Padumanidhi, one of the nine kinds of nidhis (wealth).

பதுமையாட்டம்: *(பெ):* பொம்மலாட்டம்; the puppet show.

பதைத்தல்: *(வி):* துடித்தல்; படபடவென அசைதல்; பெருந்துயர் கொள்ளுதல்; கவலையுறுதல்; நடுங்குதல்; குலையச் செய்தல்; to throb; to flutter; be in agony; be anxious; to quiver; to shake.

பதைபதைத்தல்: *(வி):* தீரா வலியின் காரணமாகத் துடித்தல்; தாங்க இயலாத வலியினால் துன்புறுதல்; to throb with pain; to suffer from excruciating pain.

பதைப்பு: *(பெ):* துடிப்பு; palpitation.

பத்ததி: *(பெ):* பதவுரை; வரிசை; மலைத்தொடர்; meaning of words; row; mountain range.

பத்தம்: *(பெ):* உண்மை; உணவு; உண்கலம்; குவியல்; truth; food; plate or dish to eat from; heap.

பத்தர்: *(பெ):* கடவுள் பக்தியுடையவர்; வணிகர்கள்; குடுக்கை; தொட்டி; நீர் இறைக்கும் கருவி; குழி; தட்டார்; சாதிப் பட்டங்களுள் ஒன்று; a devotee of a God; merchants; coconut or other hardshell used as a vessel; bin; the equipment for drawing water from well etc.; pit; goldsmith; the title name of a caste.

பத்தல்: *(பெ):* தொட்டி; குழி; நீர் இறைக்கும் கருவி; குடுக்கை; bin; pit; the equipment for drawing water from well etc.; coconut or other hard shell used as a vessel.

பத்தவத்சலன்: *(பெ):* கடவுள்; God.

பத்தனம்: *(பெ):* பட்டணம்; a town.

பத்தா: *(பெ):* கணவன்; husband.

பத்தாசு: *(பெ):* படகு; boat.

பத்தாண்டு: *(பெ):* பத்து வருடங்கள்; ten years.

பத்தாம் பசலி: *(பெ):* காலத்துக்கு ஏற்றபடி புதுமைகளை, புதிய வழிமுறைகளை ஏற்றுக் கொள்ளத் தயங்கும் பழைய போக்கு; பழமைவாதி; tendency to cling to old ways or methods; old-fashioned person.

பத்தாயம்: *(பெ):* களஞ்சியம்; பெரும்பட்டகம்; விலங்கு அடைக்கும் கூண்டு; எலி பிடிக்கும் கருவி; receptacle for grain; large container; cage for keeping animals; rat trap.

பத்தி: *(பெ):* ஒழுக்கம்; வரிசை; முறைமை; வழிபாடு; யானையின் நடை வகை; அலங்கார வேலைப்பாடு; பக்தி; பாத்தி; நம்பிக்கை; morality; row; manner; worship; a kind of elephant's walk; decoration; devotion; field bed; faith.

பத்திசாரன்: *(பெ):* திருமழிசையாழ்வார்; Thirumazhisai Aazhwar, one of the devotees of Lord Vishnu.

பத்திடை: *(பெ):* முப்பத்தைந்து கிலோ கிராம் கொண்ட நிறுத்தல் அளவை; a weighing measure equal to 35 kilograms.

பத்திமாலை: *(பெ):* தாழ்வடம்; bolt chain.

பத்திமை: *(பெ):* தெய்வபக்தியுடைமை; devotion.

பத்தியம்: *(பெ):* மருந்துக்குத் தக்கபடி நோயாளிக்குத் தரப்படும் உணவு; இலஞ்சம்; கடுக்காய்; செய்யுள்; prescribed diet for a patient; bribe; gall-nut; poetry.

பத்திரகம்: *(பெ):* இலை; இறகு; சந்தனம்; leaf; feather; sandal wood.

பத்திரகாளி: *(பெ):* கொற்றவை; Durga as the Goddess of Victory.

பத்திரம்: *(பெ):* இலை; புத்தகத்தின் ஏடு; சாசனம்; திருமுகம்; பூவிதழ்; இறகு; அம்பு; அழகு; கவனம்; நன்மை; பாதுகாப்பு; மலை; leaf; a leaf of a book; document; letter to a famous person; petal; feather; arrow; beauty; carefulness; benefit; safety; mountain.

பத்திரலிங்கம்: *(பெ):* சிவாலயத்துப் பலிபீடம்; the altar in a Shiva Temple.

பத்திராங்கம்: *(பெ):* ஊமத்தை; thorn apple.

பத்திராசனம்: *(பெ):* அரியணை; ஆசன வகை; royal throne; a kind of seat.

பத்திரி: *(பெ):* அம்பு; பறவை; குதிரை; சாதிபத்திரி; இலை; காளி; arrow; bird; horse; mace or the nut-meg flower; leaf; Kali, the Goddess with a dark complexion.

பத்திரிகை: *(பெ):* இலை; செய்தித்தாள்; கடிதம்; விளம்பரத்துண்டு; leaf; newspaper; letter; notice.

பத்திரை: *(பெ):* காளி; கண்ணபிரான் தேவியருள் ஒருத்தி; Kali, Goddess with dark complexion; one of the consorts of Lord Krishna.

பத்தினி: *(பெ):* மனைவி; கற்புடைய பெண்; wife; chaste woman.

பத்து: *(பெ):* ஓர் எண்; வயல்; கடவுள் பக்தி; the number ten; paddy field; devotion.

பத்துக்காடு: *(பெ):* வயல்; paddy field.

பத்துக்காலோன்: *(பெ):* நண்டு; crab.

பத்தூரம்: *(பெ):* பொன்னாங்கண்ணிப் பூண்டு; a kind of greens used for cooking.

பத்தை: *(பெ):* சிறு துண்டு; குயவன் கருவி; a small piece; an instrument of potter.

பந்தகம்: *(பெ):* கட்டு; முடிச்சு; அடமானம்; bundle; knot; pledge.

பந்தடித்தல்: *(பெ):* பந்து விளையாட்டு; playing with a ball.

பந்தனம்: *(பெ):* பற்று; attachment.

பந்தம்: (பெ): உறவு; கட்டு; தொடர்பு; முடிச்சு; பற்று; முறைமை; கட்டுப்பாடு; மதில்; கைவிளக்கு; தீவட்டி; அழகு; உருண்டை; நூலிழை; பொன்; relationship; bondage; connection; knot; attachment; manner; control; fortwall; hand-lamp; torch; beauty; ball; a thin thread; gold.

பந்தயம்: (பெ): போட்டி; contest for a prize; competition.

பந்தர்: (பெ): பந்தல்; நிழல்; பண்டகசாலை; ஒரு கடற்கரைப் பட்டினம்; a temporary shed with a roof made of plaited coconut leaves or cloth for a function, purpose, etc.; shadow; godown; warehouse; a seashore village.

பந்தல்: (பெ): ஓலக்கமண்டபம்; இடம்; நிழல்; பண்டகசாலை; durbar; place; shadow; godown; warehouse.

பந்தனம்: (பெ): பற்று; கயிறு; சிறைப்படுத்தல்; attachment; rope; arrest.

பந்தனாலயம்: (பெ): சிறைச்சாலை; prison.

பந்தனை: (பெ): கட்டு; பற்று; மகள்; குழந்தை நோய்; bondage of soul; attachment; daughter; a disease of children.

பந்தானம்: (பெ): உறவினர்; relatives.

பந்தி: (பெ): வரிசை; ஒழுங்கு; விருந்து வரிசை; கட்டு; row; order; line of persons seated for dining; bondage of soul. • **பந்திக்கு முந்து; படைக்குப் பிந்து** - *பழமொழி.*

பந்து: (பெ): உருண்டை வடிவானதும் ரப்பர் போன்ற பொருளால் ஆனதுமான விளையாட்டுப் பொருள்; சுருள்; சவுக்கு; ball used in play; roll as of thread; whip.

பந்துரம்: (பெ): அழகு; beauty.

பந்துவராளி: (பெ): ஒரு பண்; a melody type of musical note.

பப்படம்: (பெ): எண்ணெயில் போட்டுப் பொரித்திடும்போது உப்பக்கூடிய ஒரு வகை அப்பளம்; a kind of appalam small in size.

பப்பரம்: (பெ): ஒரு மொழி; ஒரு தேசம்; புளிய மர வகை; a language; a country; a kind of tamarind tree.

பப்பரப்புளி: (பெ): புளி வகை; a kind of tamarind.

பப்பரர்: (பெ): பப்பர நாட்டார்; those who belong to Pappara country.

பப்பாளி: (பெ): மஞ்சள் மற்றும் பச்சை நிறங்கலந்த தோலினையும், சிவந்த மஞ்சள் நிற சதைப் பகுதியையும் கொண்ட ஒரு பெரிய பழவகை; papaya fruit and its tree.

பப்பு: (பெ): பரப்பு; ஒப்பு; துவரம் பருப்பு; area; likeness; pea-dhal.

பப்புவர்: (பெ): அரசனின் கீர்த்தியைப் புகழ்வோர்; those who praise the fame of a king.

பமரம்: (பெ): வண்டு; beetle.

பம்பரத்தி: (பெ): அடக்கமற்ற பெண்; termagant woman.

பம்பரம்: (பெ): கீழ்ப்பகுதி கூம்பு வடிவமுடனும் அதன் நுனியில் ஆணி பொருத்தப்பட்டு இருப்பது மான விளையாட்டுப் பொருள்; the top.

பம்பல்: (பெ): ஒலி; களிப்பு; பொலிவு; அறுவடை; துளி; sound; noice; rejoice; beauty; harvest; drop.

பம்பளிமாசு: (பெ): தடித்த தோலினையும், புளிப்புச் சுவையையும் உடைய இளஞ்சிவப்பு நிறச் சுளைகளை உடைய ஆரஞ்சு வகையைச் சேர்ந்த பழம்; pomelo fruit.

பம்பு: (பெ): கல்; மூங்கில்; stone; bamboo.

பம்புதல்: (வி): நெருங்குதல்; பரவுதல்; நிறைதல்; ஒலித்தல்; எழுதல்; be close; to spread; be full; to sound; to raise.

பம்பை: (பெ): பறை வகை; பரட்டை முடி; ஓர் ஆறு; a kind of drum; dishevelled hair; a river.

பம்மல்: (பெ): மூட்டம்; சென்னையில் ஒரு புறநகர்ப் பகுதி; that which is covered; Pammal, a suburb of Chennai.

பம்மாத்து: (பெ): வெளிவேடம்; deceptive appearance.

பம்முதல்: (வி): செறிதல்; மேக மூட்டம் போடுதல்; ஒலித்தல்; பதுங்குதல்; to become thick; the gathering of clouds; to sound; to hide oneself from others' vision.

பம்மை: (பெ): திருமகள்; பதுமை; Lakshmi, Goddess of Wealth; doll.

பயங்கரமான: (பெ.அ): அச்சமான; fearful.

பயங்கரம்: (பெ): அச்சம்; பயம்; fear; terror.

பயங்காட்டு: (வி): அச்சம் உண்டாக்கு; பயத்தின் காரணமாக நடுங்கிடச் செய்; to threaten; to frighten.

பயங்கொள்ளி: (பெ): கோழை; coward.

பயசு: (பெ): நீர்; பால்; water; milk.

பயசுகம்: (பெ): பூனை; cat.

பயணக்கூலி: (பெ): பிரயாணம் செய்வதற்கான கட்டணம்; journey fare.

பயணங்கட்டுதல்: (வி): பிரயாணத்துக்கு ஆயத்தம் செய்தல்; preparation for travelling.

பயணச்சீட்டு: (பெ): பயணம் செய்வதற்கான தொகையைச் செலுத்திப் பெறும் சீட்டு; ticket.

பயணச் செலவு: (பெ): பிரயாணத்திற்கான கட்டணம் மற்றும் இதர செலவுகள்; travelling expenses.

பயண நூல்: (பெ): ஒருவர் தாம் சென்று வந்த நாட்டினைப் பற்றியும், அந்நாட்டில் தாம் சந்தித்த மனிதர்களைப் பற்றியும் எழுதும் நூல்; a travelogue.

பயணப்படி: (பெ): அலுவலக வேலை நிமித்தமாய் வெளியிடங்களுக்குச் சென்றிடும் பணியாளரின் பயணச் செலவினைச் சரிகட்டும் விதமாகக் குறிப்பிட்ட விகிதத்தில் வழங்கப்படும் தொகை; travelling allowance.

பயணப்படுதல்: (வி): பயணம் மேற்கொள்ளுதல்; to go on a journey.

பயணம்: (பெ): யாத்திரை; இறப்பு; travelling; death.

பயண விரோதி: (பெ): பூனை; cat.

பயணி: (பெ): பயணம் செய்பவர்; பயணம் மேற்கொள்பவர்; traveller; one who undertakes a journey.

பயதம்: (பெ): வண்டு; beetle; bee.

பயத்தம்பருப்பு: (பெ): பாசிப்பருப்பு; green gram.

பயத்தல்: (வி): கொடுத்தல்; உண்டாதல்; பிறப்பித்தல்; சிந்தித்தல்; விளைதல்; to give; to produce; to give birth; to think; to yield.

பயந்தாள்: (பெ): தாய்; mother.

பயந்தோர்: (பெ): பெற்றோர்; parent.

பயந்தோன்: (பெ): தந்தை; father.

பயபக்தி: (பெ): பயத்துடன் கூடிய பணிவு மற்றும் மரியாதை; reverential attitude.

பயப்படுதல்: (வி): அஞ்சுதல்; to fear.

பயப்பாடு: (பெ): அச்சம்; fear.

பயப்பு: (பெ): பயன்; அருள்; பொன்னிறம்; benefit; grace; gold colour.

பயம்: (பெ): அச்சம்; குளம்; தன்மை; நீர்; பால்; அரசிறை; இன்பம்; fear; tank; nature; water; milk; state revenue; pleasantness.

பயம்பு: (பெ): படுகுழி; வசம்பு; pit; sweet flag.

பயரை: (பெ): ஒரு மர வகை; a kind of tree.

பயல்: (பெ): குறிப்புச்சொல்; சிறுபிள்ளை; பாகம்; பங்கு; பள்ளம்; a suggestive word; a small boy; part; share; pit.

பயலி: (பெ): மூடன்; fool.

பயறு: (பெ): பாசிப்பயிறு; தானிய வகை; green gram; a kind of grain.

பயற்றம்மை: (பெ): சின்னம்மை நோய்; chicken pox.

பயன்: (பெ): சொற்பொருள்; பலன்; பழம்; செல்வம்; சாறு; பால்; வாவி; நீர்; அமுதம்; அகலம்; meaning; benefit; fruit; wealth; juice; milk; pool; water; ambrosia; width.

பயன்படுத்துதல்: (வி): பயன்படச் செய்தல்; கையாளுதல்; to make use of; to utilize.

பயன்படுதல்: (வி): நன்மை விளைவிப்பதாக இருத்தல்; உதவியாக இருத்தல்; be useful; be of help.

பயன்பாடு: (பெ): உபயோகம்; பயன்படும் தன்மை; use; utility.

பயனாளி: (பெ): பயன்பெறுபவர்; beneficiary.

பயனிலை: (பெ): ஒரு வாக்கியத்தின் எழுவாய் நிலையைத் தெரிவிப்பது (அ) எழுவாய்க்கான செயலினுடைய முடிவைத் தெரிவிப்பது; predicate.

பயிக்கம்: (பெ): பிச்சை; alms.

பயிட்டம்: (பெ): முத்து வகை; a kind of pearl.

பயித்தியம்: (பெ): மதிகேடு; பித்து; தீரா மோகம்; insanity; madness; fascination.

பயிர்: (பெ): நெல், பருத்தி, கரும்பு, சோளம் போன்ற தாவரம்; வாத்தியம்; சைகை; crop; musical instrument; signal.

பயிர் ஊக்கி: (பெ): பயிரின் சீரான வளர்ச்சிக்கு ஊக்கம் தரக்கூடிய இரசாயனப் பொருள்; plant harmone.

பயிர்சுழற்சி: (பெ): சில வகைப் பயிர்களைச் சுழற்சி முறையில் பயிரிடுதல்; crop rotation.

பயிர் செய்தல்: (வி): விவசாயம் செய்தல்; to grow crops.

பயிர்த்தல்: (வி): பழகுதல்; நடமாடுதல்; கற்றல்; ஒலித்தல்; தங்குதல்; to move closely; to roam about; to learn; to sound; to stay.

பயிர்த்தொழில்: (பெ): விவசாயம்; agriculture.

பயிர்ப்பு: (பெ): அருவருப்பு; பெண்கள் குணம் நான்கினுள் ஒன்று; பிசின்; disgust; one of the four traits of women's nature; resin.

பயிர் வைத்தல்: (வி): விவசாயம் செய்தல்; to grow crops.

பயிலகம்: (பெ): பயிற்சி அளிக்கும் நிறுவனம்; an institute offering training.

பயிலல்: (வி): கற்றல்; to learn.

பயிலியம்: (பெ): குப்பைமேனிப் பூண்டு; a herb.

பயிலுதல்: (வி): பழகுதல்; நடமாடுதல்; நெருங்குதல்; தங்குதல்; ஒலித்தல்; கற்றல்; to move closely; to roam about; be crowded; to stay; to sound; to learn.

பயில்வான்: (பெ): மற்போர் புரிபவன்; wrestler.

பயில்வு: (பெ): இருப்பு; பயிற்சி; செய்கை; existence; training; action.

பயிற்சி: (பெ): தேவையான செயல் குறிப்புகளைப் பலமுறைகள் செய்து பழக்கப்படுத்திக் கொள்ளும் முறை; training; practice.

பயிற்சி கொடு: (வி): கற்றுக்கொடு; to train up.

பயிற்சிக் கல்லூரி: (பெ): குறிப்பிட்ட வேலை, தொழில் போன்றவற்றுக்கான பயிற்சி அளிக்கும் நிறுவனம்; training institute.

பயிற்சிக்களரி: (பெ): உடற்பயிற்சிக் கூடம்; gymnasium.

பயிற்சியளிக்கப்படாத: (பெ.அ): கற்றுக் கொடுக்கப்படாத; கற்காத; untrained.

பயிற்சியாளர்: (பெ): குறிப்பிட்ட பணிக்குத் தகுந்த பயிற்சியை அளிப்பவர்; பயிற்சி பெறுபவர்; trainer; trainee.

பயிற்று: *(வி):* கற்றுக்கொடு; கற்பி; பழக்கு; to give training; to educate; to habituate.

பயிற்றுதல்: *(வி):* படிப்பித்தல்; பயிற்சி கொடுத்தல்; பழக்குதல்; to educate; to train; to habituate.

பயிற்றுமொழி: *(பெ):* பாடம் கற்பிக்கப் பயன்படுத்தும் மொழி; the medium of instruction.

பயிற்றுவித்தல்: *(வி):* பயிற்சியளித்தல்; கற்றுக் கொடுத்தல்; to train; to educate.

பயினி: *(பெ):* இணக்கம்; மர வகை; consent; a kind of tree.

பயோகடம்: *(பெ):* தீவு; island.

பயோதகம்: *(பெ):* மேகம்; கடல்; நீர்நிலை; cloud; sea; water source.

பயோதகி: *(பெ):* கடல்; sea.

பயோதம்: *(பெ):* மேகம்; cloud.

பயோதரம்: *(பெ):* மேகம்; கடல்; கரும்பு; பால்; பெண்ணின் மார்பகம்; cloud; sea; sugarcane; milk; woman's breast.

பயோதி: *(பெ):* கடல்; sea.

பய்யன்: *(பெ):* சிறுவன்; boy.

பர: *(வி):* ஓரிடத்தில் நிறைதல்; to spread out.

பரகதி: *(பெ):* வீடுபேறு; final bliss; salvation.

பரகரணம்: *(பெ):* இகழ்ச்சி; vilification.

பரகளத்திரம்: *(பெ):* அடுத்தவர் மனைவி; other man's wife.

பரகாயம்: *(பெ):* பரவெளி; the great cosmic space.

பரகாயப் பிரவேசம்: *(பெ):* கூடுவிட்டுக் கூடு பாய்தல்; transmigration.

பரகாத்திரா விகாமனம்: *(பெ):* விபச்சாரம்; prostitution.

பரகாலன்: *(பெ):* திருமங்கையாழ்வார்; Thirumangai Aazhwar, one of the famous devotees of Lord Vishnu.

பரகுடிலம்: *(பெ):* பிரணவம்; Om, the principal mantra of Hindus.

பரகேசரி: *(பெ):* எதிரிகளுக்குச் சிம்மம் போன்றவன்; one who is like a lion to his enemies.

பரக்கப்பரக்க: *(பெ.அ):* முன்னாலிருப்பதும், நிகழ்வதும் ஒன்றும் புரியாமல்; குழப்பமான; being confused.

பரக்கியம்: *(பெ):* அடுத்தவரின் மனைவியை விரும்புதல்; coveting another man's wife.

பரக்குதல்: *(வி):* அலைந்து திரிதல்; to roam about.

பரங்கருணை: *(பெ):* கடவுள் அனுக்கிரகம்; the divine mercy.

பரங்கி: *(பெ):* இலவங்கம்; cloves.

பரசஞ்சகம்: *(பெ):* ஆன்மா; soul.

பரசமயம்: *(பெ):* பிற சமயம்; alien religion.

பரசமயி: *(பெ):* வேறொரு சமயத்தைப் பின்பற்றுபவர்; heretic.

பரசம்: *(பெ):* ஓர் இரத்தினம்; a kind of precious stone.

பரசாதி: *(பெ):* அந்நிய சாதி; the other caste.

பரசிவம்: *(பெ):* கடவுள்; God.

பரசு: *(பெ):* மூங்கில்; கோடரி; பிரார்த்தனை; புகழ்கை; bamboo; axe; praise; extol.

பரசுதல்: *(வி):* துதித்தல்; புகழ்தல்; to worship; to extol.

பரசுவம்: *(பெ):* பிறரின் பொருள்; other's thing.

பரஞானம்: *(பெ):* பதிஞானம்; knowledge of the supreme being.

பரஞ்சம்: *(பெ):* செக்கு; நுரை; oil press; foam.

பரஞ்சோதி: *(பெ):* கடவுள்; பரஞ்சுடர்; Supreme being as the Light Divine.

பரடன்: *(பெ):* கூலிக்காரன்; day labourer.

பரடு: *(பெ):* கரண்டை; ankle.

பரட்டை: *(பெ):* எண்ணெய் இல்லாது தலைமுடி தாறுமாறாகப் பரந்து கிடப்பது; the unkempt appearance.

பரட்டையம்: *(பெ):* ஒட்டுச்சல்லடம்; close fitting drawers.

பரணம்: *(பெ):* பட்டுச்சீலை; சம்பளம்; கவசம்; பரணி; silk saree; salary; shield; armour; oven.

பரணி: *(பெ):* அடுப்பு; இருபத்தேழு நட்சத்திரங்களுள் ஒன்று; போரில் வெற்றி கொண்ட அரசனை (அ) வீரனைத் தலைவனாகக் கொண்டு பாடப்படும் சிற்றிலக்கிய வகை; தேவையற்ற பொருட்களைப் போட்டு வைத்திட அறையின் மேற்கூரையில் இருந்து பக்கங்களில் உள்ள தூண் அல்லது சுவற்றின் மீது தாங்கி தொங்குவது போல் அமைக்கப்பட்டுள்ள அறை (அ) சிமெண்ட் தளம்; காவல் வேண்டிக் கம்புகளைக் கொண்டு அமைக்கப்பட்ட உயரமான மேடை; oven; Bharani, one of the twenty-seven stars; a type of literature about the heroism of a king or a hero who has won a great battle; a partition or loft made-up of wooden planks or cement slabs for storing odds and ends in a building; a kind of watchtower made of bamboo.

பரணியம்: *(பெ):* கூலி; சம்பளம்; wage; salary.

பரதக்கலை: *(பெ):* பரதநாட்டியக்கலை; the classical art of Bharatha Natyam.

பரதநாட்டியம்: *(பெ):* பரத முனிவர் நிர்ணயம் செய்த மரபுகளைக் கொண்ட நாட்டியம்; a classical form of dance as enunciated by Sage Bharatha.

பரதமோகினி: *(பெ):* நாட்டியப் பெண்மணி; dancing girl.

பரதம்: *(பெ):* நடனம்; பரத நாட்டியம்; dance; a classical art of Bharatha Natyam.

பரதர்: *(பெ):* மீனவர்; fishermen.

பரதவர்: *(பெ):* மீனவர்; நெய்தல் நிலத்து மக்கள்; fishermen; the inhabitants of maritime tract.

பரதன்மம்: *(பெ):* பரோபகாரம்; the willingness to help others.

பரதாபம்: *(பெ):* பரிதாபம்; that which evokes pity.

பரதாரகமனம்: *(பெ):* பிறன்மனை கலத்தல்; illicit intercourse with another's wife.

பரதாரம்: *(பெ):* அடுத்தவரின் மனைவி; another's wife.

பரதாரோபசேவனம்: *(பெ):* விபச்சாரம்; prostitution.

பரதாரி: *(பெ):* அடுத்தவர் மனைவியுடன் முறையற்ற உறவு வைத்துக் கொள்பவன்; one who has illicit intercourse with another's wife.

பரதெய்வம்: *(பெ):* எல்லாம் வல்ல இறைவன்; the Almighty.

பரதேசம்: *(பெ):* வெளிநாடு; foreign country.

பரதேசி: *(பெ):* பிச்சைக்காரன்; துறவி; பிரயாணி; அயல் நாட்டவன்; beggar; ascetic; traveller; foreigner.

பரதை: *(பெ):* நேர்மையானவன்; ஏழ்மையில் உழல்பவன்; a simple minded artless person; poverty-stricken person.

பரத்தல்: *(வி):* பரவுதல்; தட்டையாதல்; திகைத்தல்; to spread; to be flattened; bewildered.

பரத்தமை: *(பெ):* விலைமகளிருடன் தொடர்பு கொள்ளுதல்; consorting with harlots.

பரத்தன்: *(பெ):* ஒழுக்கம் கெட்டவன்; ஊதாரித் தனமானவன்; debauchee; profligate.

பரத்துவம்: *(பெ):* வித்தியாசம்; யுத்தம்; கடவுள் தன்மை; difference; war; Godliness.

பரத்தை: *(பெ):* விபச்சாரி; விலைமகள்; ஒழுக்கக்கேடு; அயன்மை; harlot; prostitute; profligacy; strangeness.

பரத்தைமை: *(பெ):* பிறன்மனை சேரல்; adultery.

பரநாதம்: *(பெ):* ஒரு மருந்து வகை; a kind of medicine.

பரந்த: *(பெ.அ):* பெரும்பரப்புடைய; தாராளமான; விசாலமான; பிறர் நலம் கருதுகிற; vast; liberal; broad; generous nature.

பரந்த காட்சி: *(பெ):* வருங்கால வாய்ப்பு; prospect.

பரந்த கொள்கை: *(பெ):* தாராள குணம்; liberality.

பரந்த நீர்: *(பெ):* கடல்; sea.

பரந்த நோக்கம்: *(பெ):* பெருந்தன்மை; liberality.

பரந்த நோக்குடையவர்: *(பெ):* பொதுப் பற்றுடையவர்; cosmopolitan.

பரந்தவர்: *(பெ):* பிச்சையெடுப்பவர்; mendicants.

பரந்தவெளி: *(பெ):* விண்வெளி; space.

பரந்தாமன்: *(பெ):* திருமால்; Lord Vishnu.

பரபட்சம்: *(பெ):* பகைமை; enmity.

பரபதம்: *(பெ):* முத்தி நிலை; final bliss.

பரபத்தியம்: *(பெ):* சமன் செய்கை; பணம் கொடுக்கல் வாங்கல்; act of equalizing; money transaction.

பரபத்தியம் வாங்கல்: *(வி):* கடன் வாங்குதல்; to borrow money.

பரபர என்று: *(வி.அ):* சுறுசுறுப்பாக; வேகமாக; hurriedly; in a brisk manner.

பரபரக்க: *(வி.அ):* வேகமாக; அவசரமாக; briskly; hurriedly.

பரபரத்தல்: *(வி):* செயல்படுவதில் நிதானம் இழந்து அவசரப்படுதல்; கை, கால், மனம் போன்றவை துருதுருத்தல்; be in a hurry; to feel an urge of mind; to have an itch of hands, legs, etc., to do something.

பரபரப்பு: *(பெ):* பலரின் கவனத்தை ஈர்த்து ஆர்வத்தைத் தூண்டும் நிலை; மனதில் (அ) செயலில் உண்டாகும் அமைதியும், நிதானமும் இழந்த துடிப்பான நிலை; something sensational; the state of excitement.

பரபரீணம்: *(பெ):* உரிமை; பாரம்பரியம்; rights; hereditary.

பரபாகம்: *(பெ):* அதிர்ஷ்டம்; மேன்மை; அடுத்தவர் சமைத்த உணவு; luck; glory; the food cooked by some other person.

பரபிருத்தம்: *(பெ):* காக்கை; crow.

பரபிருதம்: *(பெ):* காக்கை; குயில்; crow; cuckoo bird.

பரபுட்ட மகோற்சவம்: *(பெ):* மாமரம்; mango tree.

பரபுட்டம்: *(பெ):* குயில்; cuckoo bird.

பரபுருடன்: *(பெ):* கள்ளப்புருஷன்; திருமால்; paramour; Lord Vishnu.

பரபூமி: *(பெ):* அயல்நாடு; foreign country.

பரபோகம்: *(பெ):* பேரின்பம்; the final bliss.

பரமண்டலம்: *(பெ):* வானுலகம்; heaven.

பரமகதி: *(பெ):* மோட்சம்; அடைக்கலம்; the final bliss; asylum.

பரமகருத்தன்: *(பெ):* இறைவன்; the God.

பரமசண்டாளன்: *(பெ):* மகாதுரோகி; highly wicked and a cheat.

பரமசத்துரு: *(பெ):* என்றென்றும் விரோதியானவன்; the inveterate enemy.

பரமசித்தி: *(பெ):* முத்தி நிலை; salvation.

பரமஞானம்: *(பெ):* மெய்யறிவு; spiritual knowledge.

பரமபதம்: *(பெ):* மோட்சம்; salvation as the final bliss.

பரமம்: *(பெ):* தெய்வத்தன்மை; divinity.

பரம ரகசியம்: *(பெ):* அந்தரங்க உண்மை; the profound secret.

பரம லோபி: *(பெ):* மகாகஞ்சன்; great niggard.

பரமன்: *(பெ):* முழுமுதல் கடவுள்; the Supreme Being.

பரமாங்கணை: *(பெ):* சௌந்தரி; a lovely woman.

பரமாச்சாரியார்: *(பெ):* ஆன்மிக குருவை அழைத்திடும் மரியாதை வார்த்தை; a term of respect for the spiritual preceptor among Hindus.

பரமாணு: *(பெ):* அணு; atom.

பரமாத்மா: *(பெ):* கடவுள்; God as the Supreme Being.

பரமாத்துவன்: *(பெ):* கடவுள்; சந்நியாசி; God; one who has renounced worldly attachment.

பரமார்த்தம்: *(பெ):* மெய்ம்மை; truth.

பரம்¹: *(பெ):* அத்தி மரம்; கடவுள்; கேடயம்; தனிமை; மிகுதி; முற்றும் துறத்தல்; முன்பு; பாரம்; பழமை; செயல்; கவசம்; உடல்; a kind of fig tree; God; shield; solitude; excessiveness; the way to attain final bliss; previously; load; antiquity; action; armour; body.

பரம்²: *(பெ.அ):* திவ்யமான; பிரதானமான; auspicious; that which is very important.

பரம்படித்தல்: *(வி):* நாற்று நடுவதற்காக உழுத நிலத்தை நீளமான பலகையைக் கொண்டு சமன்படுத்துதல்; to level the ploughed land by a broad harrow for sowing.

பரம்பரம்: *(பெ):* வழிமரபு; வம்சம்; மோட்சம்; lineage; heredity; salvation.

பரம்பரன்: *(பெ):* இறைவன்; the Supreme Being.

பரம்பரை: *(பெ):* வம்சவழி மரபு; hereditary succession.

பரம்பு: *(பெ):* வெகு நன்றாக உழுதிட்ட வயலை நாற்று நட வேண்டி, சமப்படுத்திடப் பயன்படுத்தும் நீளமான பலகை; the board used for smoothing the tilled soil.

பரர்: *(பெ):* பகைவர்; அந்நியர்; enemies; others.

பரலோக கமனம்: *(பெ):* மரணம்; death.

பரலோக சாதனம்: *(பெ):* மோட்சத்திற்கான சாதிப்பு; that which leads to heaven.

பரலோக ப்ராப்தி: *(பெ):* மரணம்; death.

பரலோகம்: *(பெ):* தேவலோகம்; heaven.

பரல்: *(பெ):* சரளைக்கல்; கூழாங்கல்; விதை; gravel stone; pebble stone; seed.

பரவசம்: *(பெ):* மிகு களிப்பு; மிகுந்த இன்பம்; ecstasy; great joy.

பரவணி: *(பெ):* பரம்பரை; heredity.

பரவர்: *(பெ):* ஒரு ஜாதி; a caste.

பரவலான: *(பெ.அ):* பெருமளவில் காணப்படுகின்ற; பல தரப்பிலும்; எங்கும் பரவிய; widespread; in many places; diffused.

பரவல்: *(வி):* பரவுதல்; புகழ்தல்; சொல்லுதல்; வணங்குதல்; to spread; to praise; to tell; to pay respect.

பரவாயில்லை: *(பெ):* சுமார்; தவறாக இருந்தாலும் பொருட்படுத்தத் தேவையில்லை என்னும் பொருள்படும் சொல்; not bad; a term which means 'never mind'.

பரவுதல்: *(வி):* பற்றுதல்; சுற்றிலும் செல்லுதல்; பாதித்தல்; be contagious; to spread; be infectious.

பரவுபகாரம்: *(பெ):* பரோபகாரம்; philanthropy.

பரவெளி: *(பெ):* பராகாயம்; மாயா சூன்யம்; the God; the great cosmic space.

பரவை: *(பெ):* பெருந்திடல்; கூத்து; விரிவடைந்த பகுதி; கடல்; பரந்தவெளி; பரப்பு; wide ground; dance; extension; sea; extent.

பரற்பரம்: *(பெ):* பதிலுக்குப் பதில்; ஒருவருக்கு ஒருவர்; reciprocity.

பரன்: *(பெ):* கடவுள்; God.

பராகண்டம்: *(பெ):* அசட்டை; பராமுகம்; inattention; disregard.

பராகண்டிதம்: *(பெ):* கவனமின்மை; inattention.

பராகத்தின் சேவுகன்: *(பெ):* பன்றி; pig.

பராகம்: *(பெ):* மகரந்தம்; தூள்; கீர்த்தி; அடுத்த நாள்; சந்தனம்; பூந்தாது; ஒரு மலை; கிரகணம்; pollen; powder; fame; the next day; sandal wood; farina of flowers; a mountain; eclipse.

பராங்கதன்: *(பெ):* சிவபெருமான்; Lord Shiva.

பராங்கவம்: *(பெ):* சமுத்திரம்; ocean.

பராசயம்: *(பெ):* தோல்வி; failure.

பராசனம்: *(பெ):* கொலை; murder.

பராசனன்: *(பெ):* கொலைகாரன்; murderer.

பராசிதம்: *(பெ):* கைவாள்; சிவபெருமான்; a sword which is small in size; Lord Shiva.

பராசுதை: *(பெ):* துக்கம்; மரணம்; distress; death.

பராஞ்சம்: *(பெ):* செக்கு; oil press.

பராதீனம்: *(பெ):* கீழ்ப்படுகை; சார்ந்திருக்கை; subjection; dependance.

பராந்திரம்: *(பெ):* பிற வழி; other source.

பராபரம்: *(பெ):* நன்மை; தீமை; கடவுள்; நடுத்தரம்; good; evil; God; medium.

பராபர வஸ்து: *(பெ):* கடவுள்; the Almighty.

பராபரிப்பு: *(பெ):* ஆதரவு; support.

பராபரை: *(பெ):* பார்வதி; Parvathi; the consort and the divine energy of Lord Shiva.

பராபவ: *(பெ):* நாற்பதாவது தமிழ் வருடம்; Parabhava, the fortieth Tamil year.

பராபவம்: *(பெ):* தோல்வி; அபசாரம்; defeat; irreverence.

பராபூதன்: *(பெ):* தோல்வியடைந்தவன்; the defeated person.

பராமரித்தல்: *(வி):* ஆதரித்தல்; போற்றுதல்; பேணுதல்; அன்பு காட்டுதல்; to support; to cherish; to maintain; to foster.

பராமரிப்பு: *(பெ):* பேணுகை; ஆதரவு; நிர்வாகம்; maintenance; support; management.

பராயணம்: (பெ): இராசி மண்டலம்; விருப்பு; பற்று; the Zodiac; desire; affection.

பராரி: (பெ): தம்மூரில் வாழ்ந்திட இயலாமல் வெளியேறியவன்; one who has abandoned his home or native place.

பராருகம்: (பெ): கல்; stone.

பராரை: (பெ): பருத்த அடிமரம்; உள்ளோசை; பருத்த இடை; large trunk of a tree; low note as of a flute; large hip.

பராவணம்: (பெ): துதிக்கப்படும் பொருள்; the object of worship.

பராவமுது: (பெ): இன்சுவையுள்ள அமுதம்; the food of the Gods; any kind of delicious food.

பராவரம்: (பெ): கடல்; sea.

பராவர்த்திகம்: (பெ): அபிநய வகை; a kind of dance gesture.

பரி[1]: (பெ): குதிரை; குதிரைக்கதி; செலவு; வேகம்; சுமை; தொடுவுணர்வு; horse; pace of horse; expense; speed; burden; sense of touch.

பரி[2]: (பெ): அடையாளம்; அன்பு; அலங்காரம்; உண்மை; உயர்ச்சி; கருமை; உள்ளக்களிப்பு; செல்வம்; துக்கம்; பங்கு; பருத்தி; பெருமை; மிகுதி; முடிவு; வணக்கம்; வழி; விசாலம்; விரிவு; seal; love; adornment; truth; excellence; blackness; delectation; joy; wealth; distress; share; cotton; pride; excessiveness; end; submission; way; spaciousness; expansion.

பரிகசி: (வி): கேலி செய்; to make fun of.

பரிகட்டம்: (பெ): ஒரு வகைக் கோடரி; a kind of axe.

பரிகதம்: (பெ): அறிவு; தடை; விசாரணை; ஆதாயம்; மறதி; knowledge; obstacle; enquiry; gain; forgetfulness.

பரிகம்பம்: (பெ): பயங்கரம்; terror.

பரிகரணம்: (பெ): விடுதல்; to quit.

பரிகரம்: (பெ): சேனை; பரிவாரம்; உபகரணம்; army; retinue; means.

பரிகரித்தல்: (வி): நீங்குதல்; உலோபித்தல்; காத்தல்; மாற்றுதல்; பிராயச்சித்தம் பண்ணுதல்; குணமாக்கல்; to expel; to stint; to protect; to change; to atone for one's sin or crime; to cure.

பரிகரிப்பு: (வி): குணமாக்கல்; விலக்குதல்; to cure; to repel.

பரிகலச்சட்டம்: (பெ): உச்சிட்டம்; a thing treated as impure.

பரிகலம்: (பெ): சேனை; உணவு உட்கொள்ளும் கலம்; பரிவாரம்; army; plate or vessel used by a holy person; attendants.

பரிகலிதம்: (வி): பாய்தல்; உருகுதல்; to flow; to melt.

பரிகாசம்: (பெ): கேலி; கேலிப்பேச்சு; வேடிக்கைப் பேச்சு; உண்ணும் பொருள்; jest; raillery; joke; provisions.

பரிகாதநம்: (பெ): கதாயுதம்; a heavy mace without spikes used as a weapon in olden days.

பரிகாதம்: (பெ): கொலை; ஆயுதம்; murder; weapon.

பரிகாரம்: (பெ): கழுவாய்; மருத்துவம்; பொருள்; மாற்று மருந்து; பிராயச்சித்தம்; பெண்ணின் முடி; remedy; practice of medicine; thing; antidote; redress; woman's hair.

பரிகாரி: (பெ): மருத்துவர்; நாவிதர்; physician; barber.

பரிகிருசம்: (பெ): மெலிவு; weakness.

பரிகீர்த்தனம்: (பெ): சொல்லுகை; புகழ்கை; act of saying; praising.

பரிகை: (பெ): அன்பு; அகழி; உருக்கம்; love; trench; tenderness.

பரிக்காரம்: (பெ): துலக்கம்; அலங்காரம்; ஒப்பனை; splendour; decoration; make-up.

பரிக்காரர்: (பெ): குதிரைக்காரர்; horseman.

பரிக்கிரகம்: (பெ): இணக்கம்; அழிவு; மனைவி; சூளுரை; நிலைபேறு; பிற்படை; மூலம்; ஊர்ச்சபை; fitness; ruin; wife; oath; establishment; rear of an army; origin; village assembly.

பரிக்கிரயம்: (பெ): விற்பனை; சூழல்; மீட்பு; sales; surroundings; salvation.

பரிக்கிரியை: (பெ): பலிபீடம்; வேலியடைத்தல்; altar; fencing.

பரிக்கை: (பெ): பரீட்சை; examination.

பரிக்கோல்: (பெ): அங்குலம்; குத்துக்கோல்; elephant's goad.

பரிசகம்: (பெ): சித்திரச்சாலை; artist's studio.

பரிசட்டம்: (பெ): ஆடை; garment.

பரிசணித்தல்: (வி): மெதுவாதப் பேசுதல்; to speak in a low voice.

பரிசம்: (பெ): மணப்பெண்ணுக்காகக் கொடுக்கப் படும் பரிசப்பணம்; ஸ்பரிசம்; விலைமகளுக்குக் கொடுக்கப்படும் பணம்; bride's price; sense of touch; harlot's fee.

பரிசயம்: (பெ): பழக்கம்; habit.

பரிசரண்: (பெ): தோழன்; படைத் தலைவன்; காவற்காரன்; companion; chief of an army; guard.

பரிசரம்: (பெ): அகலம்; முறை; மரணம்; width; manner; death.

பரிசருப்பம்: (பெ): சூழ்தல்; act of surrounding.

பரிசனம்: (பெ): வேலைக்காரன்; உறவு; அக்கம் பக்கத்தார்; பரிவாரம்; ஸ்பரிச உணர்வு; தொடுகை; servant; kinship; neighbours; retinue; sense of touch; act of touching.

பரிசனவேதி: *(பெ):* இரசவாதக் குளிகை; philosopher's stone.

பரிசனன்: *(பெ):* காற்று; air.

பரிசனை: *(பெ):* பழக்கம்; habit.

பரிசன்னியம்: *(பெ):* மேகம்; cloud.

பரிசாதனம்: *(பெ):* தீர்மானம்; ஒரு செயலைச் செய்து முடித்தல்; determination; completion of an action.

பரிசாத்து: *(பெ):* குதிரைப்படை; troop of horses.

பரிசாரகம்: *(பெ):* சமையல் தொழில்; cooking.

பரிசாரகன்: *(பெ):* சமையற்காரன்; கோயில் ஊழியர்; cook; temple servant.

பரிசாரிகை: *(பெ):* வேலைக்காரப் பெண்; servant maid.

பரிசித்தல்: *(வி):* தொடுதல்; உணவு, பானம் போன்றவற்றை உட்கொள்ளுதல்; பழகுதல்; பற்றுதல்; நுகர்தல்; to touch; to take food, drinks etc.; to experience; to catch; to enjoy.

பரிசிரமம்: *(பெ):* வருத்தம்; பிரயாசம்; distress; endeavour.

பரிசிரயம்: *(பெ):* கூட்டம்; crowd.

பரிசிலாளர்: *(பெ):* பிச்சைக்காரர்; beggars.

பரிசில்: *(பெ):* கொடை; பண்பு; சிறு ஓடம்; ஈகை; gift; nature; coracle; grant.

பரிசீலனை: *(பெ):* ஆராய்வு; examination.

பரிசு: *(பெ):* வெகுமதி; முறை; பண்பு; பெருமை; விதி; கொடை; விருது; prize; manner; quality; greatness; pride; rule; gift; award.

பரிசுத்தம்: *(பெ):* தூய்மை; துப்புரவு; முழுமை; புனிதம்; purity; cleanness; entirety; sanctity.

பரிசேரபை: *(பெ):* அலங்காரம்; decoration.

பரிசை: *(பெ):* கேடயம்; விருது; சிற்றோடம்; shield; award; coracle.

பரிசோதனை: *(பெ):* ஆராய்ந்து அறிந்திடும் முறை; examination.

பரிசோதித்தல்: *(வி):* ஆராய்ந்து அறிதல்; to examine, investigation.

பரிச்சதம்: *(பெ):* போர்வை; மூடி; blanket; lid.

பரிச்சிதம்/பரிச்சியம்: *(பெ):* பழக்கம்; குதிரை நோய்; habit; a disease of horses.

பரிச்செண்டு: *(பெ):* விளையாடும் பொருள்; a thing used in game.

பரிச்சேதம்: *(பெ):* துண்டிப்பு; முழுமை; சிறுபகுதி; நூற் கூறுபாடு; பகுத்தறிகை; dissection; fullness; small part; chapter of a book; determination.

பரிஞ்சு: *(பெ):* வாளின் பிடி; handle of sword.

பரிஞ்ஞானம்: *(பெ):* அறிவு; knowledge.

பரிட்கிருத பூமி: *(பெ):* பலிபீடம்; altar.

பரிட்சித்தல்: *(வி):* ஆராய்தல்; அப்பியாசித்தல்; to examine; to practise.

பரிட்சை: *(பெ):* பரிசோதனை; தேர்வு; பழக்கம்; test; examination; habit.

பரிணதம்: *(பெ):* கனிவு; வளைவு; sympathy; curve.

பரிணதன்: *(பெ):* கற்றோன்; learned person.

பரிணதை: *(பெ):* மனைவி; wife.

பரிணமித்தல்: *(வி):* ஒன்றிலிருந்து மற்றொன்று தோன்றுதல்; படிப்படியாக வளர்ச்சியடைதல்; to undergo transformation; to evolve.

பரிணயம்: *(பெ):* முதிர்வு; திருமணம்; ripened condition; marriage.

பரிணாக்கன்: *(பெ):* கணவன்; husband.

பரிணாகம்: *(பெ):* வட்டத்தின் சுற்றளவு; அகலம்; circumference; breadth.

பரிணாமசூலம்: *(பெ):* ஒருவகை நோய்; a kind of disease.

பரிணாமம்: *(பெ):* வேறுபாடு; மாற்றம்; contrast; transformation.

பரிணேத்திரு: *(பெ):* கணவன்; husband.

பரிதகனம்: *(பெ):* பொசுங்குதல்; scorching.

பரிதபித்தல்: *(வி):* துக்கம் கொள்ளுதல்; இரங்குதல்; வருந்துதல்; to distress; to feel pity; to regret.

பரிதல்: *(வி):* பற்று வைத்தல்; வருந்துதல்; ஓடுதல்; பகுத்தறிதல்; உதிர்தல்; இரங்குதல்; அறுதல்; வருந்திக்காத்தல்; கடத்தல்; பெறுதல்; to covet; be distressed; to run; to discern; to shake down; to sympathize; be sundered; to guard with difficulty; to pass beyond; to receive.

பரிதவித்தல்: *(வி):* வருந்துதல்; இரங்குதல்; be distressed; to sympathize.

பரிதாகம்: *(பெ):* வெம்மை; heat.

பரிதாபம்: *(பெ):* கழிவிரக்கம்; மனவேதனை; பெருந்தாகம்; வலி; லஞ்சம்; பண்டமாற்று; ஆடை; repentance; anguish; burning thirst; pain; bribe; barter; garment.

பரிதாபி: *(பெ):* ஒரு தமிழ் ஆண்டு; இரக்கம் உள்ளவன்; Paridhabi, a Tamil year; one who has sympathy.

பரிதானக்காரன்: *(பெ):* லஞ்சப்பேர்வழி; one who takes bribe.

பரிதானம்: *(பெ):* பண்டமாற்று; ஆடை; கைக்கூலி; barter; garment; bribe.

பரிதி: *(பெ):* பரிவேடம்; வட்ட வடிவம்; சூரியன்; ஒளி; சக்கரப்படை; சக்கரவாகப் பறவை; வேள்வி மேடை; தருப்பை; திருக்குறள் உரையாசிரியர்; haio around the Sun or Moon; circle; the Sun; lustre; disc-like weapon of Lord Vishnu; a bird in separation said to pine for its mate during night hours; sacrificial dais; kaus, the sacred grass; a commentator of Thirukkural.

பரிதி மண்டலம்: *(பெ):* சூரிய மண்டலம்; solar family.
பரிதிவிட்டரம்: *(பெ):* அகழி; trench.
பரிது: *(பெ):* பெரியது; that which is large.
பரிதுட்டம்: *(பெ):* சந்தோஷம்; happiness.
பரிதேவனம்: *(பெ):* புலம்பல்; அச்சம்; plaint; fear.
பரிதேவிதம்: *(பெ):* புலம்பல்; plaint.
பரித்தல்: *(வி):* சூழ்தல்; பொறுக்குதல்; சுமத்தல்; ஓடுதல்; ஆளுதல்; தரித்தல்; பாதுகாத்தல்; to surround; to pick; to bear; to run; to govern; to wear; to protect.
பரித்தியாகம்: *(பெ):* முற்றும்; நட்டம்; விடுதல்; end; loss; let.
பரித்தியாகி: *(பெ):* முற்றும் துறந்த சன்னியாசி; one who has renounced worldly attachment.
பரித்தியாச்சியம்: *(பெ):* சன்னியாசம்; renunciation.
பரித்திராசம்: *(பெ):* பெரும் பயம்; terror.
பரித்திராணம்: *(பெ):* பாதுகாப்பு; தற்காப்பு; protection; self-protection.
பரித்திறம்: *(பெ):* குதிரை சக்தி; horse power.
பரிநாமம்: *(பெ):* செல்வம்; கீர்த்தி; wealth; fame.
பரிநியாசம்: *(பெ):* முடிவு செய்தல்; act of finalising; determining.
பரிநிர்வாணம்: *(பெ):* வீடுபேறு; final bliss.
பரிந்து பேசு: *(பெ):* சிபாரிசு செய்திடு; வக்காலத்து வாங்கு; உணர்ச்சிப்பெருக்குடன் பேசிடு; to recommend; to plead; to speak with feeling.
பரிந்துரை: *(பெ):* சிபாரிசு; recommendation.
பரிபக்குவம்: *(பெ):* ஏற்றபொழுது; suitable time.
பரிபணம்: *(பெ):* மூலதனம்; கைப்பணம்; capital; cash in hand.
பரிபதி: *(பெ):* பகைவன்; enemy.
பரிபரி: *(பெ):* யானையை அடக்கும் பரியாய மொழிச்சொல்; the word or slang used to control elephant.
பரிப்பிரமம்: *(பெ):* தவறு; சுழலல்; திரிதல்; fault; rotation; wandering.
பரிப்பு: *(பெ):* வருத்தம்; துன்பம்; sorrow; distress; grief.
பரிபந்தகன்: *(பெ):* எதிரி; பகைவன்; enemy; antagonist.
பரிபந்தி: *(பெ):* எதிரி; கள்வன்; antagonist; thief.
பரிபவம்: *(பெ):* இழிவு; அவமானம்; எளிமை; தோல்வி; வியாகுலம்; disgrace; dishonour; simplicity; defeat; sorrow.
பரிபாகம்: *(பெ):* பக்குவம்; பலம்; சமர்த்து; முதிர்வு; உணவு சமைத்தல் வகை; ripeness; strength; skill; ripened condition; a type of cooking.
பரிபாடல்: *(பெ):* பாவகை; a kind of poem.
பரிபாடி: *(பெ):* ஒழுங்கு; order.
பரிபாலகன்: *(பெ):* காப்போன்; one who guards something or someone, protector.
பரிபாலனம்: *(பெ):* ஆளுகை; காவல்; அருளுதல்; சமாளித்தல்; தற்காத்தல்; governing; protection; grant; putting up with; self-protection.
பரிபாலித்தல்: *(வி):* காத்தல்; பேணுதல்; to protect; to maintain.
பரிபாவம்: *(பெ):* நிந்தை; abuse.
பரிபிட்டகம்: *(பெ):* ஈயம்; lead.
பரிபுதம்: *(பெ):* வெறுப்பு; அவமானம்; repulsion; disgrace.
பரிபுரம்: *(பெ):* காற்சிலம்பு; anklet.
பரிபூதம்: *(பெ):* அவமானம்; தெரிவு; பழையது; disgrace; selection; that which is old.
பரிபூரணம்: *(பெ):* நிறைவு; முழுமை; ஒழுங்கு; திருப்தி; மிகுதி; மரணம்; வணக்கம்; completion; fullness; perfection; satisfaction; abundance; death; homage.
பரிபூரணன்: *(பெ):* கடவுள்; God.
பரிபூரணி: *(பெ):* திருமகள்; உமையவள்; Lakshmi, Goddess of Wealth; Goddess Parvathi, the consort of Lord Shiva.
பரிபூர்த்தி: *(பெ):* நிறைவு; மிகுதி; completion; abundance.
பரிப்பு: *(பெ):* வருத்தம்; துன்பம்; distress; sorrow; grief.
பரிமகம்: *(பெ):* அசுவமேதம்; horse-sacrifice.
பரிமந்தம்: *(பெ):* அற்புதம்; மந்தம்; miracle; dullness.
பரிமளம்: *(பெ):* நறுமணம்; perfume; fragrance.
பரிமளித்தல்: *(வி):* கூடி வாழ்தல்; இனிய நறுமணம் பரவுதல்; be social; to spread sweet smell.
பரிமா: *(பெ):* குதிரை; horse.
பரிமாணம்: *(பெ):* அளவு; dimension; measure; size.
பரிமாறுதல்: *(வி):* உணவு படைத்தல்; நுகர்தல்; மாற்றிக்கொள்ளுதல்; உட்கொள்ளுதல்; பரவுதல்; புணர்தல்; விலகுதல்; to serve as food; to enjoy; to exchange; to consume; to spread; to have sex; to move about.
பரிமாற்றமான: *(பெ.அ):* எதிரீடான; reciprocal.
பரிமாற்றம்: *(பெ):* கலப்பு; நடத்தை; புணர்ச்சி; மாற்றிக்கொள்ளுகை; infusion; behaviour; intercourse; exchange.
பரிமாற்றல்: *(பெ):* கொடுத்துப் பெறும் முறை; interchange.
பரிமித்தல்: *(வி):* அலங்கரித்தல்; to decorate.
பரிமுகமாக்கள்: *(பெ):* கின்னரர்; a class of demigods.
பரிமோகனம்: *(பெ):* மயக்கம்; fascination.
பரியகம்: *(பெ):* பாதக்கிண்கிணி; anklet-ring.

பரியங்கம்: (பெ): கட்டில்; துயில் கொள்ளும் இடம்; cot; bedroom.
பரியது: (பெ): பெரிய உடம்புடையது; that which has a large body.
- பரியது கூர்ங்கோட்டது ஆயினும் யானை வெரூஉம் புலிதாக் குறின். - *குறள் 599.*

பரியந்தம்: (பெ): எல்லை; முடிவு; வரைக்கும்; boundary; end; up to.
பரியம்: (பெ): பரிசம்; the money given to bride at the time of marriage.
பரியயம்: (பெ): அசட்டை; ஒழுங்கின்மை; எதிரிடை; படுக்கை; carelessness; irregularity; opposition; bed.
பரியயனம்: (பெ): சேணம்; saddle.
பரியரை: (பெ): மரத்தின் பருத்த அடிப்பகுதி; the bulky bottom of a tree.
பரியல்: (வி): இரங்குதல்; to sympathize.
பரியவசானம்: (பெ): முடிவு; end.
பரியவத்தை: (பெ): எதிரிடை; opposition.
பரியழல்: (பெ): வடவைத் தீ; cosmic fire.
பரியன்: (பெ): பெரியோன்; உயரமானவன்; great person; tall man.
பரியன்னியம்: (பெ): முகில்; முழக்கம்; cloud; roar.
பரியாகாரம்: (பெ): காகம்; சுமை; தானியக்குவியல்; நுகம்; crow; load; heap of grains; yoke.
பரியாசகர்: (பெ): வேடிக்கைக்காரன்; droll person.
பரியாசம்: (பெ): பரிகாசம்; raillery.
பரியாத்தம்: (பெ): திருத்தியமைத்திடுகை; கூட்டுத் தன்மை; சம்மதம்; act of remodelling; unity; acceptance.
பரியாத்தி: (பெ): சம்பாதித்தல்; பகுத்தறிதல்; காத்தல்; சம்மதித்தல்; விலக்குகை; தகுதி; earning; discrimination; protection; acceptance; act of rejecting; fitness.
பரியாயம்: (பெ): சமயம்; ஒழுங்கு; முகவுரை; மாதிரி; சுபாவம்; பிரதிபதம்; time; regularity; preface; example; personality traits; synonym.
பரியாரம்: (பெ): பரிகாரம்; remedy.
பரியாரி: (பெ): நாவிதர்; hairdresser; barber.
பரியாலோசனம்: (பெ): ஆலோசித்தல்; சுற்றிப் பார்த்தல்; consultation; act of looking around.
பரியாளம்: (பெ): சூழ்வோர்; those who surround something or someone.
பரியானம்: (பெ): சேணம்; பரிவாரம்; saddle; retinue.
பரியுதஞ்சனம்: (பெ): கடன்; loan.
பரியுதாசனம்: (பெ): வணக்கம்; homage.
பரிரட்சணம்: (பெ): காத்தல்; protection.
பரிரபமாணம்: (பெ): ஆலிங்கனம்; act of embracing.
பரிவசதம்: (பெ): கிராமம்; village.
பரிவட்டம்: (பெ): மரியாதைக்குரியோரைக் கௌரவித்திடும்வகையில் அவர்களின் தலையில் அணிவித்திடும் கடவுளுக்குச் சாற்றப்பட்ட பட்டுத்துணி; சீலை; நெசவுக்கருவி வகை; a piece of silk cloth which is first put on the consecrated idol and later tied around the head of a distinguished person as a mark of honour in temples; saree; a kind of weaving instrument.
பரிவதனம்: (பெ): அழுகை; நிந்தனை; crying; abuse.
பரிவயத்தம்: (பெ): விரோதித்தல்; act of opposing.
பரிவயம்: (பெ): இளமை; நெடுநாட்களுக்குக் கூடியிருத்தல்; அரிசி; youth; being gathered for a long period; rice.
பரிவருக்கம்: (பெ): பாக்கியம்; பரிவாரம்; good fortune; retinue; attendants.
பரிவருத்தனம்: (பெ): மிகுதி; சுற்றுதல்; மாற்றுதல்; abundance; rotation; change.
பரிவருத்தல்: (பெ): உலக முடிவு; சுற்றுகை; பொருள் ஒன்றைத் தந்து வேறொரு பொருளினைப் பெறுதல்; ஆமை; end of the world; rotation; barter; tortoise.
பரிவருத்தனை: (பெ): பண்டமாற்றுகை; barter.
பரிவர்: (பெ): அன்புடையவர்; kind person.
பரிவற்சரம்: (பெ): ஆண்டு; year.
பரிவற்சனம்: (பெ): கொலை; விடுகை; murder; quitting.
பரிவாகம்: (பெ): மதகு; sluice.
பரிவாகிதம்: (பெ): வெறுமை; inanity.
பரிவாசம்: (பெ): தங்குகை; staying (in a place).
பரிவாதம்: (பெ): பழிச்சொல்; குற்றச்சாட்டு; defamation; allegation.
பரிவாபனம்: (பெ): முடிகளைதல்; hair dressing.
பரிவாரம்: (பெ): படை; பணியாளர் தொகுதி; உடன் வரும் வேலையாட்கள்; army; retinue; attendants.
பரிவாரன்: (பெ): வேலைக்காரன்; servant.
பரிவாராலயம்: (பெ): சுற்றுக்கோவில்; a temple which has surrounding arcade.
பரிவிரட்டம்: (பெ): தவறு; mistake; fault.
பரிவிராசகன்: (பெ): துறவி; ascetic.
பரிவிருகிதம்: (பெ): அதிகப்படுகை; being excessive.
பரிவு: (பெ): அன்பு; பக்தி; இன்பம்; இரக்கம்; பக்குவம்; வருத்தம்; குற்றம்; affection; devotion; pleasure; sympathy; suitableness; maturity; grief; fault. • பரிவு இல்லா போசனத்துக்குப் பட்டினி நன்று; பிரியம் இல்லாப் பெண்ணுக்குப் பேய் நன்று - *பழமொழி.*

பரிவேடணம் 699 பருப்புத் தேங்காய்

- பரிந்தோம்பிப் பற்றற்றேம் என்பர் விருந்தோம்பி வேள்வி தலைப்படா தார். - *குறள் 88.*
- பரிந்தோம்பிக் காக்க ஒழுக்கம் தெரிந்தோம்பித் தேரினும் அஃதே துணை. - *குறள் 132.*

பரிவேடணம்: *(பெ):* சூழ்கை; விருந்தினருக்கு உணவு பரிமாறுகை; act of surrounding; serving food to the guests.

பரிவேடம்: *(பெ):* சந்திரன், சூரியன் ஆகியவற்றைச் சுற்றியுள்ள ஒளிவட்டம்; halo around the Sun and the Moon.

பரிவேட்டி: *(பெ):* வலம் வருகை; act of going around (a temple, etc. in clockwise direction).

பரிவேட்பு: *(பெ):* பறவை வட்டமிடுகை; hovering (over) of a bird.

பரிவேதனம்: *(பெ):* உபத்திரவம்; ஆராய்வு; விவாகம்; சம்பாத்தியம்; affliction; scrutiny; marriage; earnings.

பரிற்பவம்: *(பெ):* மூழ்குதல்; அசைவு; கொடுங்கோன்மை; sinking; shake; tyranny.

பரீசாரம்: *(பெ):* சுற்றுதல்; rotation.

பரீட்சை: *(பெ):* தேர்வு; ஆராய்வு; examination; research.

பரீணம்: *(பெ):* ஒடித்தல்; break.

பரீதாவி: *(பெ):* ஓராண்டு; a year.

பரீபாவம்: *(பெ):* நிந்தை; reproach.

பரீமலம்: *(பெ):* நறுமணம்; fragrance.

பரீயாணம்: *(பெ):* ஊடுருவுகை; act of penetrating.

பரீரம்: *(பெ):* பழம்; fruit.

பரீவத்தம்: *(பெ):* கொடுக்கல் வாங்கல்; exchange.

பரீவாகம்: *(பெ):* பிரவாகம்; inundation.

பரீவாதம்: *(பெ):* கடிந்து கொள்கை; reproach.

பரீவாரம்: *(பெ):* வாளுறை; பரிவாரம்; metal or leather cover of a sword; retinue.

பரு: *(பெ):* கடல்; பருமை; கணு; வேர்க்குரு; மலை; துறக்கம்; sea; bulkiness; joint of a bamboo, cane, sugarcane, etc.; boil; pimple; mountain; paradise.

பருகல்: *(வி):* குடித்தல்; to drink.

- பருகுவார் போலினும் பண்பிலார் கேண்மை பெருகலிற் குன்றல் இனிது. - *குறள் 811.*

பருக்கல்: *(வி):* பருக்கச் செய்தல்; to inflate.

பருக்கை: *(பெ):* சாதத்தில் உதிரி உதிரியாக இருப்பவற்றில் ஒன்று; கோது; சிறு கல்; single grain of cooked rice; dregs; a small pebble.

பருக்கைக் கல்: *(பெ):* சிறு கல்; தரிசு; a small pebble; waste land.

பருங்கி: *(பெ):* வண்டு; bee.

பருங்குதல்: *(வி):* கொல்லுதல்; பறித்தல்; to kill; to pluck.

பருங்கை: *(பெ):* செல்வந்தர்; கொடையாளர்; rich man; munificent person.

பருணயணம்: *(பெ):* திருமணம்; விவாகம்; marriage.

பருணன்: *(பெ):* ஆள்பவன்; நிர்வாகி; ruler; administrator.

பருணிதன்: *(பெ):* புலவன்; அறிஞர்; a poet; learned person.

பருதி: *(பெ):* சூரியன்; the Sun.

பருத்தல்: *(வி):* பெருத்தல்; to grow thick.

பருத்தாரம்: *(பெ):* குதிரை; horse.

பருத்தி: *(பெ):* பஞ்சு மற்றும் அதன் செடி; cotton and its plant. • **பருத்தி** புடவையாய்க் காய்த்தாற் போல. • **பருத்தி** பட்ட பாடெல்லாம் படுகிறது - *பழமொழிகள்.*

பருத்திக்கொட்டை: *(பெ):* மாடுகளுக்குத் தீவனமாகப் பயன்படும் பருத்திச் செடியின் விதை; the cotton seed used as cattle feed.

பருத்துத்திரண்ட: *(பெ.அ):* உருண்டு திரண்ட; chubby.

பருந்தலை: *(பெ):* மேன்மையாளன்; முக்கியமானவன்; noble person; very important person.

பருந்தாட்டம்: *(பெ):* பெருந்துன்பம்; extreme torment.

பருந்தின் விருந்து: *(பெ):* நண்டு; crab.

பருந்து: *(பெ):* இறைச்சி போன்றவற்றை உண்டு வாழும் பிளவுபட்ட வால் பகுதியை உடைய கழுகு இனத்தைச்சேர்ந்த பழுப்பு நிறப் பறவை; வளையல்; the common kite; bangle.

பருந்துண்டு: *(பெ):* பெருங்கட்டி; வெட்டப்பட்ட தடிமனான பெருந்துண்டு; the mass; chunk.

பருந்துப்பாய்ச்சல்: *(வி):* கீழ்நோக்கிப் பாய்ந்து; இறங்கித் தாக்குதல்; to swoop.

பருப்பதம்: *(பெ):* மலை; mountain.

பருப்பதி: *(பெ):* பார்வதி; Goddess Parvathi, the consort of Lord Shiva.

பருப்பம்: *(பெ):* பருமை; பருக்கை; மலை; அளவு; bulkiness; a small pebble; mountain; measure.

பருப்பரித்தல்: *(வி):* பருமனாதல்; to grow thick.

பருப்பு: *(பெ):* சமையலுக்குப் பயன்படுத்தப்படும் உடைத்துக் காயவைத்த துவரை, உளுந்து போன்றவற்றின் விதை; வெந்த துவரம்பருப்பு; சிலவகைத் தாவரங்களின் காயின் ஓட்டுக்குள் (அ) தோல் மூடி வெளியில் தெரியுமாறு இருப்பது; தேங்காயின் உள்ளே இருக்கும் வெண்மையான பகுதி; dhal; cooked dhal; the nut of some plants; the kernel of coconut.

- பருப்பில்லாமல் கல்யாணமா? - *பழமொழி.*

பருப்புத் தேங்காய்: *(பெ):* தேங்காய்த் துருவல், கடலைப்பருப்பு ஆகியவற்றை வறுத்து வெல்லப்பாகில் போட்டுக் கிளறிக் கூம்பு வடிவில் செய்து சிலவகைச் சடங்குகளில் பயன்படுத்துகின்ற ஓர் இனிப்புப் பண்டம்;

பருப்புப் பொடி 700 பர்ணசாலை

a cone-shaped confection of fried coconut scrapings and bengal gram mixed with jaggery displayed on certain occasions such as wedding.

பருப்புப் பொடி: *(பெ):* சாதத்துடன் சேர்த்துப் பிசைந்து சாப்பிடுவதற்கு, வறுத்த துவரம் பருப்பு, மிளகு போன்றவற்றை ஒன்றாக இடித்துத் தயாரிக்கப்படும் பொடி; powdered lentil mixed with pepper added to cooked rice to give a mild flavour.

பருப்பொருள்: *(பெ):* வெளிப்படையாகத் தெரியும் செய்யுட் பொருள்; கண்களால் காணக்கூடியதும், தொட்டு உணரக்கூடியதுமான பொருள்; the obvious meaning; the object which can be seen or felt.

பருப்போரை: *(பெ):* பருப்புச் சாதம்; cooked rice added with cooked bengal gram.

பருமணல்: *(பெ):* பெருமணல்; sand.

பருமம்: *(பெ):* மேகலை; சேணம்; கவசம்; பருமை; நிதம்பம்; the woman's girdle; saddle; shield; bulkiness; a genital part of a woman.

பருமன்: *(பெ):* சராசரியை விட சதைப்பற்று அதிகமாக உள்ள ஒரு மனிதனின் உடல்நிலை; ஒரு பொருளின் எடையைத் தந்திடும் பரிமாணம்; பருத்தது; bulkiness of a person's body; thickness of a thing; that which is very large.

பருமிதம்: *(பெ):* சிரமம்; இறுமாப்பு; எக்களிப்பு; exhaustion; self-conceit; excessive joy.

பருமித்தல்: *(வி):* அலங்கரித்தல்; to decorate.

பருமை: *(பெ):* பருத்து இருந்திடும் தன்மை; bulkiness.

பருமை செய்: *(வி):* செப்பனிடு; to repair.

பருவ காலம்: *(பெ):* ஏற்ற காலம்; பக்குவ காலம்; suitable season; the season for ripening.

பருவக் காற்று: *(பெ):* தெற்கு ஆசியப் பகுதிகளில் குறிப்பிட்ட மாதங்களில் மட்டும் கடலில் இருந்து நிலப்பகுதிக்கு குறிப்பிட்ட திசைகளில் வீசி மழையைப் பெய்திடச் செய்திடும் காற்று; the monsoon.

பருவதம்: *(பெ):* மலை; மீன் வகை; mountain; a kind of fish.

பருவதவர்த்தினி: *(பெ):* பார்வதி; Goddess Parvathi as the daughter of king ruled over the Himalayan region.

பருவதி: *(பெ):* பார்வதி தேவி; சந்திரன்; Goddess Parvathi; the Moon.

பருவம்: *(பெ):* இளமை; வயது; மாதம்; ஆண்டு; ஏற்ற காலம்; இல்லற வாழ்க்கையில் பெண்ணொருத்தி பங்கேற்பதற்கான முதிர்ச்சி; தட்பவெப்பநிலை (அ) விவசாயத்தில் குறிப்பிட்ட நிலைக்கான காலம்; youth; age; month; year; suitable period; puberty of a woman; season of agriculture or climate. • பருவத்தே பயிர் செய் - *பழமொழி.*

• பருவத்தோடு ஒட்ட ஒழுகல் திருவினைத்
தீராமை ஆர்க்கும் கயிறு. - *குறள் 482.*

பருவயோனி: *(பெ):* கரும்பு; sugarcane.

பருவ மழை: *(பெ):* பருவக்காற்றின் காரணமாகப் பெய்யும் மழை; the monsoon rain.

பருவ முறை: *(பெ):* உயர்கல்வி நிறுவனங்களில் ஆறுமாத காலத்திற்கான ஒரு பாடத்திட்டமும், தேர்வு முறையும் கொண்டிருக்கும் கல்வி முறை; the semester system.

பருவமெய்தல்: *(வி):* பூப்படைதல்; to attain puberty.

பருவரல்: *(பெ):* துன்பம்; பொழுது; affliction; grief; distress; period; time.

பருவுதல்: *(வி):* சேர்த்தல்; அரித்தல்; to gather; to sift.

பருவெட்டு: *(பெ):* தடித்த தன்மை; thickness.

பருஷோத்தி: *(பெ):* கடுஞ்சொல்; harsh words.

பரேண்: *(பெ):* வன்மை; strength.

பரேதம்: *(பெ):* பிசாசு; the ghost.

பரேதராசன்: *(பெ):* எமன்; Yama, the God of Death.

பரேபம்: *(பெ):* நீர்நிலை; water source; tank, lake etc.

பரேர்: *(பெ):* அழகு; beauty.

பரை: *(பெ):* உமையம்மை; ஐந்து மரக்கால் கொண்ட அளவு; Goddess Parvathi; a kind of measure equal to five marakkals used in olden days.

பரோட்சம்: *(பெ):* கடந்த காலம்; இறையறிவு; the past period; spiritual knowledge.

பரோட்சன்: *(பெ):* தவசி; துறவி; ascetic.

பரோதிதம்: *(பெ):* அச்சுறுத்தல்; rebuke.

பரோபகாரம்: *(பெ):* அடுத்தவருக்குத் தாராளமாகச் செய்திடும் உதவி; philanthropy.

பரோபகாரி: *(பெ):* அடுத்தவருக்கு மனமுவந்து உதவி செய்பவர்; philanthropist.

பரோபசாபம்: *(பெ):* வாக்குவாதம்; quarrel in words.

பரோல் விடுப்பு: *(பெ):* தண்டனைக் காலத்தில் தனது நன்னடத்தை நிபந்தனையின்பேரில் ஒரு சிறைக் கைதி குறிப்பிட்ட காலத்திற்கு வெளியே சென்றிட வழங்கப்படும் அனுமதி; the permission given to a prisoner based on the word of promise given by him not to escape.

பர்க்கம்: *(பெ):* ஒளி; வீரியம்; lustre; strength.

பர்க்கன்: *(பெ):* சிவபெருமான்; திருமால்; பிரம்மா; சூரியன்; Lord Shiva; Lord Vishnu; Lord Brahma; the Sun.

பர்ணசாலை: *(பெ):* இலைகளால் வேயப்பட்ட குடிசை; the leaf hut.

பர்ணம்: *(பெ):* இலை; ஓலை போன்றவற்றால் முடையப்பெற்ற கூடை; வெற்றிலை; leaf; a kind of palmyra leaf basket; betel leaf.

பர்ணாசம்: *(பெ):* இலையுணவு; கீரை; மேகம்; leaf food; greens; cloud.

பர்ணீ: *(பெ):* முருக்க மரம்; Bengal kino tree.

பர்மம்: *(பெ):* பொன்; கொப்பூழ்; gold; navel.

பர்யுகஞ்சனம்: *(பெ):* கடன்; loan.

பர்வதம்: *(பெ):* மலை; mountain.

பர்வதராசன்: *(பெ):* இமயம்; இமயராசன்; The Himalayas; Parvatha Raja, the king ruled over the Himalayan Regions.

பர்வதன்: *(பெ):* நாரதன்; சகோதரியின் மகன்; the sage Narada; sister's son.

பர்வதாக்கிரம்: *(பெ):* மலையுச்சி; the peak of the mountain.

பல: *(பெ):* அனேகம்; ஒன்றுக்கு மேற்பட்டவை; many; more than one. • **பல** மரங்கண்ட தச்சன் ஒரு மரமும் வெட்டான். • **பல** நாள் திருடன் ஒரு நாள் அகப்படுவான். • **பல** துளி பெருவெள்ளம் - *பழமொழிகள்.*

- பலசொல்லக் காமுறுவர் மன்ற மாசற்ற
  சிலசொல்லல் தேற்றா தவர். - *குறள் 649.*
- பலநல்ல கற்றக் கடைத்தும் மனம்நல்லர்
  ஆகுதல் மாணார்க்கு அரிது. - *குறள் 823.*
- பலகுடை நீழலும் தங்குடைக்கீழ்க் காண்பர்
  அலகுடை நீழ லவர். - *குறள் 1034.*

பலகணி: *(பெ):* சாளரம்; பின்னல் தட்டி, கிராதி, கதவு; window; lattice.

பலகம்: *(பெ):* கேடயம்; நாற்காலி; அடுக்கு; பின்சந்து; shield; chair; layer; back lane.

பல கலவை: *(பெ):* பலவும் ஒன்றாகக் கலந்தது; வாசனைப் பொடி; mixed with many things; perfumed powder or dust.

பலகறை: *(பெ):* சோழி; சிப்பி; a kind of shell; cowry.

பலகாரம்: *(பெ):* இனிப்பு (அ) கார வகையைச் சேர்ந்த பண்டம்; சிற்றுண்டி; snacks like sweet or hot savouries; dishes like idli, dhosai, etc.

பலகீனம்: *(பெ):* செயல்படுவதற்கான சக்தி இல்லாத நிலை; weakness.

பலகோசம்: *(பெ):* தென்னை மரம்; coconut tree.

பலகை: *(பெ):* மரப்பலகை; எழுது பலகை; பறை வகை; கேடயம்; பாளம்; எழுதும் காகிதங்கள் கொண்ட அட்டை; plank; slate; a kind of drum; shield; slab; writing pad with papers.

பலகைக்கயிறு: *(பெ):* நெசவுக் கருவி வகை; a kind of weaving instrument.

பலகையடித்தல்: *(வி):* பரம்படித்தல்; to level the ploughed land by a board or a drag for sowing.

பலங்கரம்: *(பெ):* பித்தம்; bile.

பலங்கனி: *(பெ):* பலாப்பழம்; jack fruit.

பலசம்: *(பெ):* நகர வாயில்; பழம்; வயல்; போர்; the main entrance of a town; fruit; paddy field; battle; war.

பலசரக்கு: *(பெ):* பலவகைக் கடைச்சரக்கு; பல சாமான்கள்; groceries; goods of various kinds.

பலசாலி: *(பெ):* உடல் வலிமையுள்ளவன்; the strong man.

பலசிரட்டம்: *(பெ):* மாமரம்; mango tree.

பலசூதனன்: *(பெ):* இந்திரன்; Lord Indra.

பலட்சயம்: *(பெ):* பலவீனம்; weakness.

பலட்சாரம்: *(பெ):* இரத்தம்; blood.

பலண்டு: *(பெ):* வெங்காயம்; onion.

பலம்: *(பெ):* மரம்; tree.

பலதரப்பட்ட: *(பெ.அ):* பலவகையான; பலவிதமான; different kinds of; of all sorts.

பலதார மணம்: *(பெ):* ஒன்றுக்கு மேற்பட்ட பெண்களை மணந்து கொள்ளும் முறை; polygamy i.e. practice of having more than one wife at a time.

பலதானம்: *(பெ):* சிறப்பு நிகழ்வுகளில் தானமாக வழங்கப்படும் பழம், பணம் போன்றவை; the gifts of fruits, money, etc. on special occasions.

பலதூசு: *(பெ):* புளியாரை; yellow wood sorrel.

பலதேவன்: *(பெ):* பலராமன்; Lord Balarama.

பலபடுதல்: *(வி):* இரட்டித்தல்; வேறுபடல்; be doubled; to differ.

பலபட்டறை: *(பெ):* பண்டகசாலை; warehouse.

பல பூமி. *(பெ):* நரகம்; சொர்க்கம்; hell; heaven.

பலபூரசம்: *(பெ):* மாதுளை; pomegranate.

பலப்படுத்துதல்: *(வி):* வலுப்படுத்துதல்; உறுதி பெறச் செய்தல்; to reinforce; to strengthen.

பலப்பம்: *(பெ):* சிலேட்டுக்குச்சி; மாக்கல்; slate pencil; soft stone.

பலப்பரீட்சை: *(பெ):* யாருக்கு அதிகப்படியான ஆதரவு என்பதைத் தீர்மானித்திடும் போட்டி; a trial of strength.

பலப்பித்தல்: *(வி):* பலப்படுத்துதல்; to strengthen.

பலமாக அடி: *(வி):* வேகமாகத் தாக்கிடு; to smite.

பலமுகம்: *(பெ):* பல காரியம்; பல வழி; பல திசை; various kinds of work; various paths; various directions.

பலமுலாசனர்: *(பெ):* துறவிகள்; தவசிகள்; ascetics.

பலமுறை: *(பெ):* அனேக முறை; பல தடவை; many times.

பலம்: *(பெ):* ஆதாயம்; இலை; கிழங்கு; காய்; கேடயம்; பழம்; கொழு; படை; வட்டப்பரப்பு; மாமிசம்; ஆயுதத்தின் நுனி; benefit; leaf; tuber; unripe fruit; shield; fruit; ploughshare; army; area of a circle; meat; tip of a weapon.

பலம்பழம்: *(பெ):* சேங்கொட்டை; marking nut.

பலரறி சொல்: *(பெ):* பலரும் அறியுமாறு கூறுகை; the news which is well known; general talk.

பலராமன்: *(பெ):* கண்ணபிரானின் தமையன்; திருமாலின் அவதாரம்; the elder brother of Lord Krishna; one of the ten incarnations of Lord Vishnu.

பலர்: *(பெ):* அனேகர்; many persons.

பலர்பால்: *(பெ):* உயர்திணையில் பலரைக் குறித்திடும் சொல்; the term for human plural.

பலலப் பிரியம்: *(பெ):* காக்கை; crow.

பலலம்: *(பெ):* பிண்ணாக்கு; சேறு; மாமிசம்; oil cake; mud; meat.

பலலாசயம்: *(பெ):* கழுத்து; neck.

பலவகைப்படுத்து: *(வி):* தர வாரியாகப் பிரித்திடு; to variegate.

பலவகையான: *(பெ.அ):* பலதரப்பட்ட; multifarious.

பலவந்தப் புணர்ச்சி: *(பெ):* கற்பழிப்பு; rape.

பலவந்தப்படுத்து: *(வி):* ஒரு பெண்ணை வற்புறுத்தி உடலுறவு கொள்; to force a woman to have sex.

பலவந்தம்: *(பெ):* நிர்ப்பந்தம்; ஒன்றிற்கு இணங்கிட வைத்திடும் வற்புறுத்தல்; வன்முறைக்கு ஆளாகுமாறு செய்திடும் முரட்டுத்தனமான நடவடிக்கை; pressure; compulsion; act of forcing.

பலவந்தன்: *(பெ):* வன்முறைகளால் காரியத்தைச் சாதிப்பவன்; man of violent force.

பலவம்: *(பெ):* குழி; காய்; பழம்; pit; unripened fruit; fruit.

பலவழித் தோன்றல்: *(பெ):* மருமகன்; son-in-law.

பலவறுதி: *(பெ):* பலவீனம்; weakness.

பலவான்: *(பெ):* வலிமையானவன்; strong man.

பலவிதமான: *(பெ.அ):* எல்லாவிதமான; various.

பலவிதமாக: *(வி.அ):* எல்லாவிதமாக; variously.

பலவிருட்சம்: *(பெ):* பலா மரம்; jack fruit tree.

பலவின்பால்: *(பெ):* அஃறிணையில் பலவற்றைக் குறிக்கும் சொல்; the term for neuter plural.

பலவு: *(பெ):* பலா மரம்; jack fruit tree.

பலவுறுதல்: *(வி):* பெரும் விலை பெறுதல்; to fetch a high price.

பலனளி: *(வி):* பயன் அளித்தல்; to fructify.

பலனளிக்காத: *(பெ.அ):* பயன் ஏதும் அற்ற; sterile.

பலன்: *(பெ):* ஆதாயம்; பழம்; காய்; புண்ணியம்; ஈர வெங்காயம்; பிரயோசனம்; gain; fruit; unripe fruit; virtue; wet onion; benefit.

பலன் கூறு: *(வி):* கிரக நிலை, கனவு ஆகியவற்றை அடிப்படையாகக்கொண்டு நன்மை, தீமை நிகழ்வுகளைச் சொல்லுதல்; to interpret planetary indications, dreams, etc.

பலா: *(பெ):* பலா மரம்; jack fruit tree.

பலாகம்: *(பெ):* கொக்கு; crane.

பலாக்கணம்: *(பெ):* இழவு வீட்டில் பெண்கள் வைக்கும் ஒப்பாரி; the song of lamentation by women in a house of mourning.

பலாக்கன்: *(பெ):* கண்பார்வை குறையுள்ளவன்; short-sighted person.

பலாக்கினி: *(பெ):* பித்தம்; bile.

பலாக்கொட்டை: *(பெ):* பலா மரத்து விதை; the seed of jack fruit tree.

பலாங்கம்: *(பெ):* மீன் வகை; a kind of fish.

பலாசம்: *(பெ):* பச்சை நிறம்; இலை; பயிர்; பலா மரம்; green colour; leaf; crop; jack fruit tree.

பலாசனம்: *(பெ):* கிளி; parrot.

பலாசாக்கியம்: *(பெ):* பெருங்காயம்; asafoetida.

பலாசு: *(பெ):* முருக்க மரம்; Bengal kino tree.

பலாண்டு: *(பெ):* ஈர வெங்காயம்; wet onion.

பலாதனம்: *(பெ):* கிளி; parrot.

பலாந்தம்: *(பெ):* பூண்டு வகை; மூங்கில்; a kind of shrub; bamboo.

பலாபம்: *(பெ):* யானையின் மத்தகம்; the forehead of an elephant.

பலாபேசை: *(பெ):* பயன்; விருப்பம்; benefit; desire.

பலாயனம்: *(பெ):* புறங்காட்டுகை; நிலைகுலைவு; போதல்; act of showing one's back in defeat; being ruined in circumstances; to go.

பலார்த்தம்: *(பெ):* அரைப்பலம்; seventeen and half grams.

பலாதோகதம்: *(பெ):* மாமரம்; mango tree.

பலாலம்: *(பெ):* வைக்கோல்; straw.

பலி: *(பெ):* காணிக்கை; பிச்சை; சோறு; பூஜைக்குரிய பூ; சாம்பல்; திருநீறு; காக்கை; கப்பம்; கந்தகம்; voluntary offerings of gift to a temple; alms; cooked rice; offerings of flowers in worship; ash; sacred ash; crow; tribute; sulphur.

பலிகம்: *(பெ):* பளிங்கு; வாயில்; சுவர்; பிச்சைப் பாத்திரம்; marble; gate; wall; beggar's bowl.

பலிகை: *(பெ):* பிண்ணாக்கு; oil-cake.

பலிகொடுத்தல்: *(வி):* பலியிடுதல்; to sacrifice a victim; to present offerings to a deity.

பலிசை: *(பெ):* ஊதியம்; இலாபம்; வட்டி; salary; remuneration; profit; interest.

பலிதம்: *(பெ):* பயன்; நரைமயிர்; கனியுள்ள மரம்; சேறு; பழம்; ஆதாயம்; வெம்மை; benefit; grey hair; the tree which has fruits; mud; fruit; gain; severity.

பலிதானம்: *(பெ):* பலி கொடுத்தல்; presenting offerings to a deity.

பலிதேர்தல்: *(வி):* பிச்சையெடுத்தல்; to beg.

பலிதை: *(பெ):* கிழவி; aged woman.

பலித்தம்: *(பெ):* இலாபம்; ஊதியம்; பயன்; கனிகளுள்ள மரம்; profit; salary; remuneration; benefit; the tree which has fruits.

பலித்தல்: *(வி):* கொடுத்தல்; செழித்தல்; மிகுதல்; நேர்தல்; to give; to thrive; be excessive; to occur.

பலிபீடம்: *(பெ):* பலியிடும் இடம்; altar.

பலிபுட்டம்: *(பெ):* காக்கை; crow.

பலி போடுதல்: *(வி):* பலியிடுதல்; to sacrifice a victim.

பலிப்பு: *(பெ):* வெற்றி; பயன்; வினைப்பயன்; victory; benefit; result of an action.

பலி மந்திரம்: *(பெ):* பாதாளம்; the lowest subterranean region.

பலிமுகம்: *(பெ):* குரங்கு; monkey.

பலியம்: *(பெ):* பூ; தளிர்; flower; tender leaf.

பலியாம்: *(பெ):* சேணம்; saddle.

பலியிடுதல்: *(வி):* பலி கொடுத்தல்; to sacrifice a victim; to present offerings to a deity.

பலினி: *(பெ):* மிளகு; ஞாழல் மரம்; எலி வகை; மல்லிகை; pepper; species of fragrant tree; a kind of rat; jasmine.

பலீ: *(பெ):* எருது; ஒட்டகம்; பன்றி; கடா; கோழை; ox; camel; pig; male animal; coward.

பலுகம்: *(பெ):* குரங்கு; monkey.

பலுகல்: *(வி):* பெருகுதல்; to increase.

பலுகுதல்: *(வி):* மிகுதல்; பலவாதல்; to increase; to become many.

பலுக்குதல்: *(வி):* தெளிவாக உச்சரித்தல்; தற்புகழ்ச்சியாகப் பேசுதல்; to pronounce clearly; to brag.

பலுட்டல்: *(வி):* முடித்தல்; to complete.

பலேந்திரன்: *(பெ):* வலிமையானவன்; strong man.

பலை: *(பெ):* பசி, தாகம் போன்றவற்றினைத் தணித்திடும் மந்திரம்; செடி வகை; திரிபலை; a mantra which relieves hunger, thirst, etc.; a kind of plant; a siddha medicinal powder.

பலோதகம்: *(பெ):* பழச்சாறு; fruit juice.

பலோதயம்: *(பெ):* ஆதாயம்; பலம்; சந்தோஷம்; மோட்சம்; benefit; strength; happiness; final bliss.

பலோத்தமை: *(பெ):* திராட்சை; grapes.

பலோற்பதி: *(பெ):* மாமரம்; mango tree.

பலோன: *(பெ):* பெண்ணின் பிறப்புறுப்பு; the genital part of a woman.

பல்: *(பெ):* உணவை நன்றாக மென்று விழுங்கிட ஏதுவாக வாயின் இரு தாடைகளில்வரிசையாகஅமைந்துள்ள தட்டையான (அ) கூர்மையான முனையைக் கொண்ட வெண்ணிற

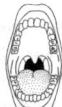

உறுப்பு; பல என்னும் பொருள்படும் சொல்; இயந்திரச் சக்கரம், சீப்பு, ரம்பம் போன்றவற்றில் சிறிய இடைவெளி விட்டு அமைந்திருக்கும் கூர்மையான முனை கொண்ட சிறு பகுதி; வெள்ளைப் பூண்டின் தனித்தனியான பல் போன்று இருக்கும் பகுதி; the tooth; the tooth of gear, comb, saw, etc.; many; tooth-like segment of garlic. ● பல் போனால் சொல் போகும் - *பழமொழி*

● பல்குழுவும் பாழ்செய்யும் உட்பகையும் வேந்தலைக்கும்
கொல்குறும்பும் இல்லது நாடு. - *குறள் 735.*

பல்கணி: *(பெ):* சாளரம்; window.

பல்கலப்பான: *(பெ.அ):* கூட்டுத் தொகுதியான; complex.

பல்கலைக்கழகம்: *(பெ):* தேர்வுகள் நடத்துதல், பட்டமேற்படிப்பு வகுப்புகள் நடத்துதல்போன்ற பணிகளைச் செய்வதும், ஆராய்ச்சி மையமாக விளங்குவதுமான ஓர் உயர்கல்வி நிறுவனம்; university.

பல்கல்: *(வி):* பெருகுதல்; to increase.

பல்காலும்: *(பெ.அ):* தொடர்ச்சியாக; பலமுறைகளாக; frequently; many times.

பல் குச்சி: *(பெ):* பல் துலக்கப் பயன்படுத்தும் ஆலம் விழுது, வேப்ப மரம் போன்றவற்றில் இருந்து ஒடித்தெடுத்த சிறு குச்சி; a twig mostly of banyan or neem tree used as a tooth brush.

பல்குதல்: *(வி):* பலவாதல்; to increase; to become many.

பல் சக்கரம்: *(பெ):* இயந்திரங்களில் ஒன்றுடன் ஒன்று பொருந்திச் சுழலும் வகையில் அமைக்கப்பட்டிருக்கும் பற்களைப் போன்ற முனைகள் நிறைந்த சக்கரம்; the gear.

பல்சார்ந்த: *(பெ.அ):* பல் சம்பந்தப்பட்ட; dental.

பல்தெய்வக்குழு: *(பெ):* ஓரினத்து மக்களின் கடவுள்கள்; pantheon.

பல்நோவு: *(பெ):* பல் வலி; tooth-ache.

பல்பொருள் அங்காடி: *(பெ):* மக்களுக்குத் தேவையான அனைத்துப் பொருட்களையும் ஒரே இடத்தில் விற்பனைக்குக் கிடைக்குமாறு செய்யப்பட்டுள்ள அமைப்பு; departmental store; super market.

பல்பொருள் கூட்டு: *(பெ):* பலவகைப்பொருட்களின் கலவை; mixture.

பல்லக்கு: *(பெ):* சிவிகை; the palanquin which is a light carriage carried by four or six persons.

பல்லகம்: *(பெ):* கரடி; bear.

பல்லதி: *(பெ):* ஒரு பண்; a melody.

பல்லம்: *(பெ):* அம்பு; கரடி; ஆயுத வகை; ஒரு பேரெண்; சேங்கொட்டை மரம்; arrow; bear; a kind of weapon; a large number; marking nut tree.

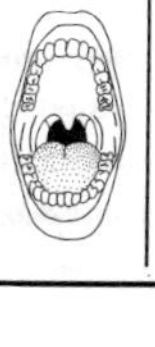

பல்லயம்: (பெ): கை வாள்; sword.

பல்லவத் தரு: (பெ): அசோக மரம்; Asoka tree.

பல்லவம்: (பெ): தளிர்; அம்பு; ஒரு நாடு; a shoot from a seed or another plant; arrow; a country.

பல்லவர்: (பெ): பலர்; பல்லவ அரசர்கள்; many persons; Pallava kings.

பல்லவராயன்: (பெ): சோழர் படைத் தலைவரின் பட்டம்; மூடன்; the title of the army chief of Chozha kingdom; idiot.

பல்லவன்: (பெ): பல்லவ அரசன்; காமுகன்; கீழ் மகன்; Pallava king; lustful person; person of low qualities.

பல்லவி: (பெ): கீர்த்தனையின் முதல் உறுப்பு; ஒருவர் திருப்பித் திருப்பிக் கேட்பதால் உண்டாகும் சலிப்பு; இசைக்கலைஞர் ஒருவரின் ராகம், தாளம் ஆகியவற்றில் உள்ள திறமைகளைப் பாட்டின் வரியினைக் கொண்டு விரிவுபடுத்துவதற்கான இசை வடிவம்; the first unit of a composition; the usual refrain; any group of words which could be repeated with variation in tempo so as to bring out the mastery of the singer over thalam.

பல்லாங்குழி: (பெ): சோழிகள் (அ) புளியங் கொட்டைகளைப் போட்டு விளையாடுவதற்கு ஏதுவாக குழிகளை வரிசையாகக்கொண்ட சாதனம் மற்றும் விளையாட்டு; a board with two rows each having seven hollows to be filled with five counters; the game played by two using the board.

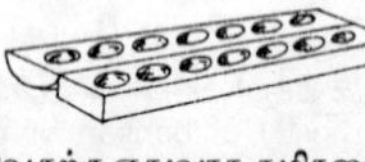

பல்லாண்டு: (பெ): பல வருடங்கள்; many years.

பல்லாதகி: (பெ): சேங்கொட்டை மரம்; marking nut tree.

பல்லாதரன்: (பெ): மகன்; the son.

பல்லார்: (பெ): பலர்; many persons.

- **பல்லார் பகைகொளலிற் பத்தடுத்த தீமைத்தே நல்லார் தொடர்கை விடல்.** *- குறள் 450.*

பல்லி: (பெ): சுவர் போன்றவற்றில் ஒட்டிக்கொண்டு கீழே விழுந்துவிடாமல் சென்றிடக் கூடியதும், பெரும்பாலும் சாம்பல் நிறத்தில் காணப்படுவதுமான சிறு உயிரினம்; சிற்றூர்; house lizard; small village.

பல்லிக்கை: (பெ): பல்லி; சேங்கொட்டை; house lizard; marking nut.

பல்லியம்: (பெ): பல்வகை இசைக்கருவிகள்; மருதநிலம்; many kinds of musical instruments; agricultural tract.

பல்லிபான்: (பெ): சூரியன்; the Sun.

பல்லினர்: (பெ): சதுரக்கள்ளி; a variety of spurges.

பல்லு: (பெ): பல்; தந்தம்; tooth; ivory.

பல்லுகம்: (பெ): மரவகை; கரடி; a kind of tree; bear.

பல்லுக் காட்டுதல்: (வி): கெஞ்சுதல்; to cringe.

பல்லுங்கம்: (பெ): மூங்கில்; bamboo.

பல்லூகம்: (பெ): கரடி; குரங்கு; bear; monkey.

பல்வலம்: (பெ): வாவி; சிறுகுளம்; tank; pond.

பல்வலாவாசம்: (பெ): ஆமை; tortoise.

பவ: (பெ): ஒரு தமிழ் வருடம்; Bhava, a Tamil Year.

பவசாகரம்: (பெ): பிறவிக் கடல்; ocean of birth.

பவணம்: (பெ): நாகலோகம்; the nether region being the abode of the Nagas.

பவணர்: (பெ): நாகலோகத்தில் வாழ்பவர்; those who live in the nether region.

பவணேந்திரன்: (பெ): இந்திரரில் ஒருவன்; one of the Indras.

பவணை: (பெ): கழுகு; eagle.

பவண்: (பெ): கொடி; creeper.

பவதி: (பெ): உமையவள்; Goddess Parvathi.

பவத்தல்: (வி): தோன்றுதல்; to appear.

பவநாசினி: (பெ): சரயு நதி; the river Sarayu.

பவந்தம்: (பெ): பாசாங்கு; சூது; pretention; gambling.

பவந்தருதல்: (வி): தோன்றுதல்; to appear.

பவந்தி: (பெ): கற்புடைய பெண்; woman of chastity.

பவபந்தம்: (பெ): பிறவிக்கட்டு; the bondage of birth.

பவமானம்: (பெ): தீ; வாயு; fire; air.

பவமானன்: (பெ): வாயு தேவன்; Lord Vayudeva, the God of Air.

பவமின்மை: (பெ): இறைவனின் எண்குணங்களில் ஒன்று; பிறப்பின்மை; one of the eight attributes of God; birthless state.

பவம்: (பெ): உலகம்; காற்று; சம்பாத்தியம்; நிலை; அழிவு; சதுப்பு நிலம்; சாணி; பிறப்பு; பலன்; மேன்மை; பாவம்; world; air; earnings; state; ruin; marshy land; cow dung; birth; benefit; eminence; sin.

பவரணை: (பெ): பலகறை; முழுநிலவு; பூரணை; cowry; full moon; perfection.

பவர்: (பெ): நெருக்கம்; கொடி; வியாபகம்; மூடுகை; closeness; creeper; pervasiveness; act of closing.

பவர்க்கம்: (பெ): நரகம்; hell.

பவழந்திரி: (பெ): பவழ மாலை வகை; a kind of coral necklace.

பவழமல்லிகை: (பெ): ஒரு பூ வகை; மர வகை; a kind of flower; a kind of tree.

பவழம்: (பெ): பவளம்; coral.

பவளக்குறிஞ்சி: (பெ): மருதோன்றி; henna.

பவளக்கொடி: *(பெ):* வெற்றிலை வகை; ஓர் அரசி; கடலில் வளரும் கொடி; a kind of betel; a queen; a creeper which grows at the bottom of the sea.

பவள நீர்: *(பெ):* குருதி; இரத்தம்; செந்நீர்; blood.

பவளம்: *(பெ):* பவழம்; coral.

பவளகுமாரன்: *(பெ):* அக்னி; fire.

பவனசம்: *(பெ):* பாம்பு வகை; a kind of snake.

பவனம்: *(பெ):* அரண்மனை; வீடு; பூமி; இராசி; காடு; பாம்பு; நாகலோகம்; துறக்கம்; பூனை; வாயுதேவன்; palace; house; earth; zodiac; forest; snake; the nether land which is the abode of Nagas; paradise; cat; Lord Vayudeva.

பவனவாசல்: *(பெ):* அபானத் துவாரம்; anus hole.

பவனாசநாசன்: *(பெ):* கருடன்; மயில்; white-headed kite; peacock.

பவனாசம்: *(பெ):* பாம்பு; snake.

பவனாத்துமசன்: *(பெ):* அனுமன்; பீமன்; Hanuman, Bheema (the sons of Lord Vayudeva).

பவனி: *(பெ):* உலா வருதல்; procession.

பவன்: *(பெ):* சிவபெருமான்; கடவுள்; பதினோரு உருத்திரர்களுள் ஒருவன்; Lord Shiva; God; one of the eleven Rudras.

பவாகை: *(பெ):* சுழற்காற்று; whirlwind.

பவாநிருகு: *(பெ):* இமயமலை; Himalayan mountain.

பவாயனை: *(பெ):* கங்கையாறு; the river Ganges.

பவானி: *(பெ):* உமையவள்; காவிரியின் துணையாறு; Goddess Parvathi; River Bhavani, a tributary of River Cauvery.

பவி: *(பெ):* நீர்; இடிபேறு; water; thunderbolt.

பவிகம்: *(பெ):* சிலாக்கியம்; மங்களம்; that which is excellent; auspiciousness.

பவிசி: *(பெ):* வாழ்வு; மானம்; life; honour.

பவிசியம்: *(பெ):* எதிர்காலம்; ஒரு புராணம்; செல்வம்; future; an epic; wealth.

பவிசு: *(பெ):* மதிப்பு; செல்வம்; ஒளி; செருக்கு; ஒழுங்கு; respect; wealth; lustre; pride; politeness.

பவிடியம்: *(பெ):* எதிர்காலம்; பதினெட்டு புராணங்களுள் ஒன்று; future; one of the eighteen puranas.

பவித்தல்: *(வி):* உண்டாதல்; to come into existence.

பவித்திரகம்: *(பெ):* அரசமரம்; அத்திமரம்; தர்ப்பைப் புல்; வலைக்கயிறு; நெல்; pipal tree; a kind of fig tree; kaus grass which is considered as sacred; the thread which is used for knitting the net; paddy.

பவித்திர முடிச்சு: *(பெ):* ஒரு வகை முடிச்சு; a kind of knot.

பவித்திரம்: *(பெ):* தண்ணீர்; செம்பு; தூய்மை; தர்ப்பை; நெய்; தேன்; பூணூல்; water; brass; purity; kaus grass which is considered as sacred; ghee; honey; sacred thread.

பவித்திரன்: *(பெ):* தூயவன்; pure and holy man.

பவித்திரி: *(பெ):* தருப்பை; தூயவன்; kaus, the sacred grass; pure and holy man.

பவித்திரிதம்: *(பெ):* சுத்தம்; purity; cleanliness.

பவித்திரீகணம்: *(பெ):* நெய்; ghee.

பவித்திரை: *(பெ):* தூயவள்; pure and holy person.

பவுஞ்சு: *(பெ):* படை; ஒழுங்கு; army; order.

பவுண்டரிகம்: *(பெ):* ஒரு யாகம்; a kind of yaga.

பவுதம்: *(பெ):* மிளகு; சுத்தம்; pepper; cleanliness.

பவுதிகம்: *(பெ):* இயற்பியல்; physics.

பவுத்திரம்: *(பெ):* பௌந்திரம்; urinary fistula.

பவுத்திரர்: *(பெ):* பேரர்கள்; grandsons.

பவுமன்: *(பெ):* செவ்வாய்; the Planet Mars.

பவுரணை: *(பெ):* முழு நிலவு; Full Moon.

பவுரி: *(பெ):* கூத்து வகை; மண்டலமிடுகை; a kind of dance; act of moving in a circle.

பவுரிசம்: *(பெ):* வேஷம்; deceptive appearance.

பவுருசம்: *(பெ):* ஆண்மை; manliness.

பவுழியன்: *(பெ):* பூழி நாட்டை ஆண்ட சேரன்; a Chera king who ruled over Poozhi kingdom.

பவுள்சு: *(பெ):* ஆடம்பரம்; செல்வம்; ostentation; wealth.

பவேசம்: *(பெ):* மீசையின் முடி; மோவாய்க்கட்டை; the hair of moustache; chin.

பவ்வம்: *(பெ):* மரக்கணு; முழுநிலவு; ஆழ்கடல்; நுரை; நீர்க்குமிழ்; உப்பு; knot in a tree; full moon; deep sea; foam; water bubble; salt.

பவ்வியம்: *(பெ):* பணிவு; அடக்கம்; தாழ்மை; சத்தியம்; சுபம்; பயன்; humility; calmness; humbleness; promise; that which is auspicious; benefit.

பழகல்: *(வி):* பழகுதல்; to practise.

பழகாத பழக்கம்: *(பெ):* தீய பழக்கம்; bad habit.

பழகுதல்: *(வி):* பயிலுதல்; இணக்கமாதல்; ஊடாடுதல்; வழங்குதல்; to learn by practice; to agree; to get into close intimacy; to distribute. ● பழகப்பழகப் பாலும் புளிக்கும் - *பழமொழி.*

● **பழகிய நட்பெவன் செய்யும் கெழுதகைமை**
செய்தாங்கு அமையாக் கடை - *குறள் 803.*

● **பழகிய செல்வமும் பண்பும் கெடுக்கும்**
கழகத்துக் காலை புகின். - *குறள் 937.*

பழக்கப்படுத்து: *(வி):* அப்பியாசித்திடு; அறிமுகப்படுத்து; பாவித்திடு; to exercise; to introduce; to consider.

பழக்கம்: *(பெ):* பயிற்சி; அறிமுகம்; வழக்கம்; திறன்; practice; acquaintance; habit; talent. • **சித்திரமும் கைப்பழக்கம்; செந்தமிழும் நாப்பழக்கம்** - *பழமொழி*

பழக்காய்: *(பெ):* முதிர்ந்த நிலையில் உள்ள காய்; the fruit which is almost ripe.

பழக்குழம்பு: *(பெ):* பழப்பாகு; marmalade.

பழங்கணக்கு: *(பெ):* வெகுநாட்களாக நிலுவையில் உள்ள கணக்கு; old accounts.

பழங்கண்: *(பெ):* வருத்தம்; துன்பம்; மெலிவு; ஒலி; distress; sorrow; leanness; sound.

பழங்கதை: *(பெ):* முற்காலத்தின் இதிகாச, புராணக் கதைகள்; முன்னாள் நிகழ்ச்சி; the fabled stories of ancient times; a past event.

பழங்கந்தை: *(பெ):* கிழிந்த பழந் துணிகள்; worn-out rags.

பழங்காலம்: *(பெ):* முற்காலம்; the ancient period.

பழங்குடி: *(பெ):* பழமையான வாழ்க்கை நெறி முறைமை, ஒரே மாதிரியான பழக்க வழக்கங்கள் ஆகியவற்றைப் பின்பற்றுவதுடன் ஒரே இடத்தில் வெகு காலமாக வாழ்ந்து வரும் சமூகம்; tribe; tribal people.

பழசு: *(பெ):* பழையது; that which is old.

பழஞ்சுரம்: *(பெ):* நீண்ட நாட்களாகக் குணமாகாத சுரம்; the fever which is not cured for a very long time.

பழஞ்சொல்: *(பெ):* பழமொழி; proverb.

பழஞ்சோறு: *(பெ):* முந்தைய நாளில் சமைக்கப்பட்டு தண்ணீர் ஊற்றிவைத்து மறுநாள் காலை வேளையில் உண்ணும் உணவு; the boiled rice cooked previous day preserved in water and kept overnight.

பழந்தக்க ராகம்: *(பெ):* ஒரு பண் வகை; a kind of melody.

பழப்பரசம்: *(பெ):* கருஞ்சீரகம்; black cumin.

பழமலை: *(பெ):* விருத்தாசலம்; Virudhachalam, a town and a Shiva shrine in Tamil Nadu.

பழமுன்னிலைப் பாலை: *(பெ):* ஒரு மர வகை; a kind of tree.

பழமை: *(பெ):* நாட்பட்டது; தொன்மையானது; staleness; antiquity.

பழமைப்பட்ட: *(பெ.அ):* நாட்பட்ட; தொன்மையான; stale; old; antique.

பழமைப் பற்றாளர்: *(பெ):* பழமையைப் பேணும் விருப்பமுடையவர்; conservative.

பழமொழி: *(பெ):* ஒரு நூல்; வெகுகாலந்தொட்டு மக்களிடையே வழங்கி வருவதும் பேச்சில் ஆதாரமாகக் காட்டப்படுவதுமான கருத்துத் தொடர்; a treatise; proverb; wise saying.

பழம்: *(பெ):* கனி; முதிர்ந்தது; பலன்; fruit; that which is matured; benefit.

பழம்பகை: *(பெ):* வெகுகாலமாக இருந்துவரும் பகை; inveterate enmity.

பழம் பஞ்சுரம்: *(பெ):* ஒரு பண் வகை; a kind of melody.

பழம் பாடம்: *(பெ):* படித்து முடித்த பாடம்; the lesson which was read already.

பழம் பெருச்சாளி: *(பெ):* ஒரு பதவியில் வெகுகாலமாக இருந்து ஆதாயம் பலவற்றையும் அடைந்திட வழி தெரிந்து வைத்திருக்கும் நபர்; sly old fox, old bandicoot.

பழம்பெரும்: *(பெ.அ):* வயது முதிர்ந்து அனுபவம் மிகுந்த; veteran.

பழம்பொருளாய்வு: *(பெ):* தொல்பொருளாய்வு; archeology.

பழம் பொருள்: *(பெ):* கடவுள்; புதையல்; பழைய பொருள்; God; treasure-trove; old thing.

பழரசம்: *(பெ):* நன்றாகக் கனிந்த பழங்களைப் பிழிந்து எடுத்த சாறு; fruit juice.

பழவடியார்: *(பெ):* வழிவழியாக வந்த அடிமைகள்; hereditary slaves.

பழவினை: *(பெ):* ஊழ்வினை; பழம்பகை; the deeds of former birth; inveterate enmity.

பழனம்: *(பெ):* வயல்; பொய்கை; மருதநிலம்; paddy field; pond; agricultural tract.

பழனவெதிர்: *(பெ):* கரும்பு; sugarcane.

பழனி: *(பெ):* திருவாவினன்குடி; Thiruvavinankudi, one of the six main shrines of Lord Muruga - Palani.

பழி: *(பெ):* குற்றம்; நிந்தை; பொல்லாங்கு; விரோதம்; பொய்; வைராக்கியம்; fault; vilification; evil, enmity; lie; asceticism. • **பழியொரு பக்கம், பாவம் ஒரு பக்கம்.** • **பழிக்கே அஞ்சாதவன் கொலைக்கா அஞ்சுவான் ?** • **பழிபோட்டுத் தலையை வாங்கும் சாதி** - *பழமொழிகள்*

• **பழியஞ்சிப் பாத்தூண் உடைத்தாயின் வாழ்க்கை**
வழிஎஞ்சல் எஞ்ஞான்றும் இல். - *குறள் 44.*

• **பழிமலைந்து எய்திய ஆக்கத்தின் சான்றோர்**
கழிநல் குரவே தலை. - *குறள் 657.*

பழிகாரன்: *(பெ):* பழிக்கு உடந்தையானவன்; the accuser.

பழி கிடத்தல்: *(வி):* ஒருகாரியம் நிறைவேறுவதையே கருத்தில் கொண்டு காத்திருத்தல்; to hang on persistently to achieve an end.

பழி கூறல்: *(வி):* தூற்றுதல்; to calumniate.

பழிக்குப்பழி: *(பெ):* ஒருவர் தனக்குச் செய்த கெடுதலுக்குப் பதிலடியாகத் தாமும் திரும்பச் செய்திடும் தீமை; an eye for an eye i.e. revenge.

பழிக்குரிய: *(பெ.அ):* சட்டத்திற்குப் புறம்பான; illicit.

பழி சுமத்து: *(வி):* குற்றஞ்சாட்டு; to accuse someone falsely.

பழி செய்தல்: *(வி):* தீங்கு செய்தல்; to injure.

பழிசை: *(பெ):* இகழ்ச்சி; reproach.

பழி சொல்லுதல்: *(வி):* பொய்க் குற்றம் சாட்டுதல்; to calumniate.

பழிச்சுதல்: *(வி):* அறிவித்தல்; துதித்தல்; பாராட்டுதல்; கூறுதல்; உயர்வாக மதித்தல்; to announce; to praise; to extol; to tell; to eulogise.

பழிச்செயல்: *(பெ):* குற்றம்; crime.

பழி தீர்த்தல்: *(வி):* தனக்குத் தீமை செய்தவருக்குத் தானும் தீமையைத் திரும்பச் செய்தல்; to take revenge.

பழி தூற்றுதல்: *(வி):* புறங்கூறுதல்; to slander.

பழித்தல்: *(வி):* நிந்தித்தல்; to vilify.

பழித்துக்கூறுதல்: *(வி):* பழி சுமத்தி நற்பெயரைக் கெடுத்தல்; to defame.

பழித்துரைத்தல்: *(வி):* நிந்தித்தல்; to vilify.

பழித்தெய்வம்: *(பெ):* பழி செய்ததற்கான தண்டனையை அளித்திடும் பெண் தெய்வம்; தீவினைப்பயன்; the female deity of retribution; the result of one's past wrong and evil doings.

பழிப்பாக்கு: *(வி):* குற்றம் சுமத்திடு; to pollute one's character; to accuse.

பழிப்பான: *(பெ.அ):* வெறுத்திடத்தக்க; விவேகமற்ற; பாழாக்கும்விதமான; contemptuous; imprudent; abusive.

பழிப்பு: *(பெ):* குற்றம்; நிந்தை; குறை; fault; vilification; defect.

பழிபாதகம்: *(பெ):* கொடுங்குற்றம்; heinous crime.

பழி போக்கு: *(பெ):* தன்மீது சாட்டப்பட்ட குற்றம் நீங்குமாறு நடந்துகொள்கை; purification of oneself.

பழிமொழி: *(பெ):* குற்றச்சாட்டு; blame.

பழியுரை: *(பெ):* பழிகேடு; anything hated.

பழி வாங்கு: *(வி):* தமக்குத் தீங்கிழைத்தவருக்குத் தாமும் கேடு செய்தல்; to wreak vengeance.

பழு: *(பெ):* பொன்னிறம்; விலா எலும்பு; பேய்; ஏணிப்படி; golden colour; rib; devil; rung of ladder.

பழுக்கக் காய்ச்சு: *(வி):* மிகவும் சிவந்து போகுமாறு சூடுபடுத்துதல்; to heat something red-hot.

பழுக்கப் போடுதல்: *(வி):* முற்றிய காயினைப் பழமாகும்படி கிடங்கில் போட்டு வைத்தல்; to make the fruits to ripe artificially.

பழுக்கா: *(பெ):* பொன்னிறம்; golden colour.

பழுக்காய்: *(பெ):* ஒரு நிறம்; பாக்கு; தேங்காய்; a colour; areca-nut; coconut.

பழுதாதல்: *(வி):* பழுதடைதல்; become faulty.

பழுது: *(பெ):* தீங்கு; பொய்; வறுமை; உடம்பு; evil; lie; poverty; body.

- **பழுதெண்ணும் மந்திரியின் பக்கத்துள் தெவ்வோர் எழுபது கோடி உறும்.** *- குறள் 639.*

பழுதுதல்: *(வி):* முற்றுதல்; to mature.

பழுது பார்த்தல்: *(வி):* குறைகளைச் சீர்படுத்தித் திருத்துதல்; to repair.

பழுதை: *(வி):* பாம்பு; கயிறு; வைக்கோல் புரி; snake; coir; a thick twist of straw used as rope.

பழுத்த: *(பெ.அ):* சிறப்பான; தேர்ச்சி பெற்ற; being well qualified in a particular field.

பழுத்த சுமங்கலி: *(பெ):* தன் கணவனுடன் வெகு காலத்திற்கு வாழ்ந்திடும் மங்கலமான தோற்றமுடைய சுமங்கலிப் பெண்; a woman who has been blessed with a long period of married life and whose husband is living.

பழுத்த பழம்: *(பெ):* முதிர்ந்தவன்; an aged person compared to a nipe fruit.

பழுத்தல்: *(வி):* செழித்தல்; மிகுதல்; முதிர்தல்; பழமாதல்; மூப்படைதல்; பக்குவமாதல்; நிறம் மாறுதல்; குழைதல்; to prosper; to become excess; be matured; to become ripe; to become aged; to become matured; to change colour; to become mashy.

- பழுத்த ஓலையைக் கண்டு குருத்தோலை சிரிச்சுதாம் - *பழமொழி.* • காய் **பழுத்துக்** கனியாதல்.

பழுப்பு: *(பெ):* பொன்னிறம்; சீழ்; ஏணிப்படி; அரிதாரம்; golden colour; pus; ladder rung; yellow orpiment.

பழுப்புப் பொன்: *(பெ):* செம்பொன்; pure gold.

பழுமணி: *(பெ):* மாணிக்கம்; சிவப்புக் கல்; ruby.

பழுமரம்: *(பெ):* ஆலமரம்; banyan tree.

பழுவம்: *(பெ):* கூட்டம்; காடு; crowd; forest.

பழுவறை: *(பெ):* விலா எலும்பு; rib.

பழூஉ: *(பெ):* பேய்; devil.

பழை: *(பெ):* கள்; toddy.

பழைது: *(பெ):* பழையது; that which is old.

பழைமை: *(பெ):* பழமை; தொன்மை; முதுமொழி; old; antiquity; proverb.

- **பழைமை எனப்படுவது யாதெனின் யாதும் கிழமையைக் கீழ்ந்திடா நட்பு.** *- குறள் 801.*

பழைய: *(பெ):* நாட்பட்ட; old.

பழையது: *(பெ):* நாட்பட்டது; பழஞ்சோறு; that which is old; boiled rice preserved in water and kept overnight.

பழையநிலையடைதல்: *(வி):* முன்பிருந்த நிலையையே மீண்டும் அடைதல்; to revert.

பழையனூர் நீலி: *(பெ):* பழையனூரில் வாழ்ந்த ஒரு வணிகனின் மனைவி; Neeli, the wife of a Pazhaiyanoor merchant.

பழையோள்: *(பெ):* துர்க்கை; Durga, Goddess of Victory.

பளகம்: *(பெ):* மலை; பவளம்; mountain; coral.

பளகர்: *(பெ):* மூடர்; குற்றவாளிகள்; idiots; criminals.

பளகு: *(பெ):* மடமை; குற்றம்; stupidity; guilt.

பளக்கு: *(பெ):* கொப்புளம்; boil.
பளபளத்தல்: *(வி):* ஒளி வீசுதல்; to shine.
பளபளப்பு: *(பெ):* ஒளி; பிரகாசம்; அலங்காரம்; போலித்தனம்; அழகு; lustre; brightness; decoration; falsehood; beauty.
பளிக்கறை: *(பெ):* சலவைக் கற்களால் கட்டப்பெற்ற விசாலமான மண்டபம்; a hall which is constructed with marble stones.
பளிக்காய்: *(பெ):* வாசனைப் பாக்கு; scented areca nut.
பளிக்கு: *(பெ):* படிகம்; கண்ணாடி; crystal; glass.
பளிங்கு: *(பெ):* படிகம்; கண்ணாடி; கற்பூரம்; சுக்கிரன்; புட்பராகம்; தோணிக் கயிறு; crystal; glass; camphor; the Planet Venus; topaz; the coir tied in a boat.
பளிச்சிடுதல்: *(வி):* ஒளி வீசுதல்; to shine.
பளிதம்: *(பெ):* பச்சைக் கற்பூரம்; ஒரு பேரெண்; பச்சடி; medicated camphor; a large number; a vegetable salad.
பளீரிடுதல்: *(வி):* பளிச்சிடுதல்; to sparkle.
பளு: *(பெ):* கனம்; பாரம்; கடுமை; weight; load; severity.
பளை: *(பெ):* வளை; bangles.
பள்: *(பெ):* ஒரு காவிய வகை; a folk dramatic poem.
பள்குதல்: *(வி):* பதுங்குதல்; to crouch.
பள்ளத்தாக்கு: *(பெ):* தாழ்ந்த நிலம்; low-lying land; valley.
பள்ளம்: *(பெ):* தாழ்வு; ஆழம்; குழி; முகம்; lowness; depth; pit; face.
பள்ளர்: *(பெ):* உழவர்; ஒரு சாதியினர்; farmer; those who belong to pallar caste.
பள்ளாடு: *(பெ):* குள்ளமான ஆடு; goat which is very short.
பள்ளி: *(பெ):* கல்வி கற்குமிடம்; அறை; இடம்; இடைச்சேரி; ஆசிரமம்; அரண்மனை; தொழிற்சாலை; படுக்கை; குறும்பர்; தூக்கம்; school; room; place; herdsmen's village; hermitage; palace; industry; bed; small rulers; sleep.

- கழாஅக்கால் பள்ளியுள் வைத்தற்றால் சான்றோர் குழாஅத்துப் பேதை புகல். - *குறள் 840.*

பள்ளிக் கட்டில்: *(பெ):* அரியணை; throne.
பள்ளிக் கணக்கு: *(பெ):* பள்ளிப் படிப்பு; school education.
பள்ளிக்கூடம்: *(பெ):* மாணவர்கள் கல்வி பயிலுமிடம்; school.
பள்ளி கொள்ளுதல்: *(வி):* உறங்குதல்; to sleep.
பள்ளிச்சத்தம்: *(பெ):* ஜைன, பௌத்த கோயில்களுக்கு விடப்பட்ட நிலம்; the endowments of Jaina, Buddha Temples.
பள்ளிப்படை: *(பெ):* அரசர் போன்றோரின் ஈமக்கடன்; burial rites of kings.
பள்ளிப் பழக்கம்: *(பெ):* கல்லூரிக் கல்வி; college education.
பள்ளிமாடம்: *(பெ):* படுக்கையறை; bedroom.
பள்ளி மாணாக்கர்: *(பெ):* பள்ளியில் பயில்வோர்; pupils.
பள்ளியறை: *(பெ):* துயிலிடம்; bedroom.
பள்ளியெழுச்சி: *(பெ):* துயிலெழுப்புதல்; rising from sleep.
பள்ளியோடம்: *(பெ):* படகு வகை; a kind of boat.
பள்ளிவாசல்: *(பெ):* மசூதி; mosque.
பள்ளு: *(பெ):* பள்; folk dramatic poem.
பள்ளுவில்: *(பெ):* ஒரு சாதி; a caste.
பள்ளை: *(பெ):* ஆடு வகை; குள்ளமானதும் வயிறு பருத்ததுமான ஒரு விலங்கு; a kind of goat; short and pot-bellied animal.
பள்ளையம்: *(பெ):* உண்கலம்; தாம்பாளம்; eating plate; salver.
பறக்கடித்தல்: *(வி):* சிதறடித்தல்; அகற்றுதல்; துரத்துதல்; to scatter; to remove; to pursue.
பறக்க விடுதல்: *(வி):* வானத்தில் செல்லுமாறு செய்தல்; கைவிடுதல்; கெடுத்தல்; to cause to fly; to give up; to spoil.
பறக்குதல்: *(வி):* பறத்தல்; to fly.
பறங்கி: *(பெ):* மேகநோய்; ஐரோப்பியன்; syphilis disease; European.
பறங்கிக்காய்: *(பெ):* பருத்தும், வெளிர்நிற மஞ்சள் தோலும் மஞ்சள் நிறச் சதைப்பற்றும் கொண்ட காய்; pumpkin.
பறங்கிப் பட்டை: *(பெ):* ஒரு கொடி வகை; a kind of creeper.
பறட்டை: *(பெ):* செழிப்பற்ற தலைமுடி; ஒரு வகை நிந்தைச் சொல்; shaggy hair; an abuse.
பறட்டைத் தலை: *(பெ):* எண்ணெய் தடவாத, படியவாரப்படாத முடியைக்கொண்ட தலை; the head with shaggy and untidy hair.
பறண்டை: *(பெ):* வாத்திய வகை; a kind of musical instrument.
பறதி: *(பெ):* பதற்றம்; அவசரம்; பறத்தல்; hurry; urgency; act of flying.
பறதிக்காரன்: *(பெ):* அவசரக்காரன்; a man in haste.
பறத்தல்: *(வி):* வானில் பறத்தல்; வேகமாக ஓடுதல்; to fly in the sky; to run fast.
பறந்தடித்தல்: *(வி):* அவசரப்படுதல்; be in hurry.
பறந்தலை: *(பெ):* சுடுகாடு; பாழிடம்; போர்க்களம்; பாடிவீடு; cremation ground; arid tract; battlefield; encampment.
பறப்பர்: *(பெ):* தோல்பொருள் செய்வோர்; cobblers who make leather products like sandals, shoes, bags, etc.
பறப்பன: *(பெ):* சிறகுகளைக் கொண்ட பறவை இனம்; creatures having wings to fly.

பறப்பன்: *(பெ):* தேள்; அவசரக்காரன்; விருச்சிக ராசி; scorpion; man in a hurry; the eighth constellation of the Zodiac having scorpion as its sign; Scorpio.

பறப்பு: *(பெ):* விரைவு; மறதி; swiftness; forgetfulness.

பறப்பை: *(பெ):* நெய் விடு பாத்திரம்; vessel for pouring ghee.

பறபற விளையாட்டு: *(பெ):* ஒரு விளையாட்டு வகை; a kind of game.

பறம்பர்: *(பெ):* தோல்பொருட்களைச் செய்பவர்கள்; those who make leather products like sandals, shoes, bags, etc.

பறம்பி: *(பெ):* மோசம் செய்பவள்; fraudulent woman.

பறம்பு: *(பெ):* பெண்ணின் மார்பகம்; மலை; பாரியின் நாடு; woman's breast; mountain; the region of king Pari.

பறம்புதல்: *(வி):* அடித்தல்; to beat.

பறல்: *(பெ):* பறவை; bird.

பறவாதி: *(பெ):* பேராசைக்காரன்; greedy man.

பறவை: *(பெ):* புள்; இறகு; வண்டு; bird; wing; bee.
• **புள்** பறந்தற்றே.

பறவைக்கூடு: *(பெ):* பறவை தான் வசிக்க சருகுகள், மெல்லிய குச்சிகள் ஆகியவற்றால் கட்டிக் கொள்ளும் கூடு; bird's nest.

பறவை வேந்தன்: *(பெ):* கருடன்; the white-headed kite.

பறழி: *(பெ):* சிலவகை விலங்குகளின் குட்டி; young one of certain animals.

பறழ்: *(பெ):* ஆடு, கீரி, நாய், பாம்பு, பூனை, முயல், அணில், நரி, பன்றி, புலி, மான் ஆகியவற்றின் குட்டிகளைக் குறிக்கும் பெயர்; the young one of arboreal creatures, reptiles and certain other animals like goat, mongoose, dog, snake, cat, hare, squirrel, fox, pig, tiger, deer, etc.

பறளை: *(பெ):* குறடு; forceps.

பறாண்டுதல்: *(வி):* பிறாண்டுதல்; to scratch.

பறி: *(பெ):* பனையோலைப் பாய்; பொன்; மீன்பிடி கருவி; உடம்பு; mat of palm leaf; gold; contrivance for catching fish; body; *(வி):* பறித்தல்; பறி என்று கேட்டுக்கொள்ளுதல்; to pluck; to ask to pluck.

பறிகாரன்: *(பெ):* வலைஞன்; பறிப்பவன்; fisherman; one who plucks something.

பறிக்குதல்: *(வி):* இறக்குதல்; சாய்த்தல்; பிடுங்குதல்; கொய்தல்; தோண்டுதல்; to let down; cause to incline; to pluck; to reap; to dig.

பறிகொடுத்தல்: *(வி):* திருட்டுக் கொடுத்தல்; இழத்தல்; be robbed; to lose.

பறிதல்: *(வி):* அறுதல்; ஊடுருவுதல்; ஓடிப்போதல்; தப்புதல்; கட்டவிழ்தல்; be cut off; to penetrate; to run away; to escape; be loosened.

பறித்தல்: *(வி):* பிடுங்குதல்; அழித்தல்; பாரம் இறக்குதல்; நீக்குதல்; to pluck; to destroy; to unload; to abandon.

பறிபோதல்: *(வி):* கொள்ளையடிக்கப்படுதல்; be plundered.

பறிப்பு: *(வி):* பறித்தல்; act of plucking.

பறிமணல்: *(பெ):* பொன்மணல்; golden sand.

பறிமுதல்: *(வி):* பறிமுதல் செய்யப்படுதல்; பறிமுதல் செய்யப்படும் சொத்து; to expropriate; to confiscate the property.

பறிமுறை: *(பெ):* பல் விழுந்து முளைப்பது; cutting of the second teeth.

பறிய: *(பெ.அ):* தூரமான; distant.

பறிய விடுதல்: *(வி):* நெகிழ விடுதல்; தப்ப விடுதல்; to let loose; to give way to escape.

பறிவு: *(பெ):* கழிவு; பறிப்பு; residue; plucking.

பறிவை: *(பெ):* செடி வகை; a kind of plant.

பறுகு: *(பெ):* குள்ளம்; dwarfness.

பறுணி: *(பெ):* பெருங்குமிழ்; கொடி வகை; கொள்ளு; big bubble; a kind of creeper; gram used as fodder for horse.

பறை: *(பெ):* முரசு; விரும்பிய பொருள்; பூண்; கூத்துவகை; சாதி; வட்டம்; முகத்தல் அளவை; பிரபந்த வகை; பறவையின் இறகு; drum; desired object; ferrule; a kind of dance; a caste; circle; a measure of capacity; a kind of prabandha; bird's wing.

பறைக்காலி: *(பெ):* ஒருவிதப் புடவை; a kind of saree.

பறைக்குடும்பு: *(பெ):* வரிக்கூத்து வகை; a kind of folk dance.

பறை சாற்றுதல்: *(வி):* அனைவரும் அறியுமாறு அறிவித்தல்; வெளிப்படுத்துதல்; to make widely known; to proclaim.

பறைச்சல்: *(பெ):* பேச்சு; speech.

பறைதல்: *(வி):* சொல்லுதல்; குறைதல்; தேய்தல்; அழிதல்; to tell; decrease; to grow thin; be ruined.

பறைநாகம்: *(பெ):* பாம்பு வகை; a kind of snake.

பறைபருந்து: *(பெ):* கரிய பருந்து; black kite.

பறைப்புடையான்: *(பெ):* பாம்பு வகை; a kind of snake.

பறை முழக்கம்: *(பெ):* பறையொலி; the sound of drum.

பறை முழக்குதல்: *(வி):* பறையடித்தல்; to beat the drum.

பறை முறைசாற்றுதல்: *(வி):* ஒரு செய்தியைப் பறையடித்து அறிவித்தல்; to announce a news by beating the drum.

பறையலகு: *(பெ):* பலகறை; cowry.
பறையாமை: *(பெ):* காரியம் நடவாமை; the thing which is not happening.
பறைவு: *(பெ):* பேச்சு; speech.
பறைவெட்டு: *(பெ):* பறை தட்டுகை; beating the drum.
பற்கம்: *(பெ):* பிரபை; lustre.
பற்கறை: *(பெ):* பல் சரிவரத் துலக்காததால் உண்டாகும் கறை; yellowish incrustation forming on teeth.
பற்கன்: *(பெ):* சூரியன்; சிவபெருமான்; the Sun; Lord Shiva.
பற்காட்டு: *(வி):* பல்லிளித்தல்; கெஞ்சுதல்; to grin; to fawn.
பற்சர்: *(பெ):* பகைவர்; enemies.
பற்சனம்: *(பெ):* நிந்தை; reproach.
பற்சொத்தை: *(பெ):* ஒருவித நுண்ணிய கிருமிகளால் பற்களில் உண்டாகும் சொத்தை; cavities of the teeth; rottenness of the teeth.
பற்பசை: *(பெ):* பல் துலக்கப் பயன்படுத்தும் இரசாயனப் பொருட்களால் தயார் செய்யப்பட்ட வழுவழுப்புத்தன்மை உடைய பசை; tooth paste.
பற்பதம்: *(பெ):* மலை; mountain.
பற்பம்: *(பெ):* தூள்; திருநீறு; தாமரை; ஒரு பேரெண்; பதினெட்டுப் புராணங்களுள் ஒன்று; powder; sacred ash; lotus; a large number; one of the eighteen Puranas.
பற்பல: *(பெ.அ):* வெவ்வேறான; manifold.
பற்பொடி: *(பெ):* பல்துலக்கப் பயன்படுத்தும் மூலிகை (அ) இரசாயனப் பொடி; tooth powder.
பற்றம்: *(பெ):* கற்றை; அடர்த்தியாக வளர்ந்திருக்கும் தலைமுடி; கனம்; வீக்கம்; கூட்டம்; collection; mass of hair; weight; inflammation; crowd.
பற்றலர்: *(பெ):* பகைவர்; enemies.
பற்ற வைத்தல்: *(வி):* ஒன்றில் நெருப்புப் பற்றுமாறு செய்திடல்; உலோகத் தகடு போன்றவற்றை இணைத்தல்; கோள் சொல்லுதல்; to light something etc.; to weld or solder; to back-bite.
பற்றாக்குறை: *(பெ):* தேவைக்குக் குறைவாக இருந்திடும் தட்டுப்பாடான நிலை; கையிருப்பு, வரவு ஆகியவற்றைவிடச் செலவுகள் கட்டுக் கடங்காது இருப்பதால் உண்டாகும் பணக்குறைவு; scarcity; deficit.
பற்றாசு: *(பெ):* இரண்டு உலோகங்களைப் பற்ற வைத்து இணைத்திடப் பயன்படும் அலாய் போன்ற உலோகப்பொடி; தஞ்சம்; காரணம்; தாங்குதல்; solder; refuge; cause; support.
பற்றாசை: *(பெ):* பேராசை; விருப்பம்; greed; desire.
பற்றாணை: *(பெ):* அதிகாரப் பத்திரம்; warrant.
பற்றாயம்: *(பெ):* விலங்குகளை அடைத்து வைத்திடப் பயன்படும் கூண்டு; பெரிய பெட்டி; cage for keeping animals; a large box.
பற்றாயார்: *(பெ):* முனிவர்; sage.
பற்றார்: *(பெ):* பகைவர்; enemies.
பற்றிய: *(பெ.அ):* குறித்த; சம்பந்தமான; regarding; concerning.
பற்று: *(பெ):* அபிமானம்; தங்குமிடம்; உரிமையிடம்; நாட்டின் ஒரு பகுதி; இல்வாழ்க்கை; செல்வம்; வயல்; கொள்கை; கட்டு; வரிப்பாடல்; விருப்பு; பிடிப்பு; ஆவல்; அக்கறை; attachment; residing place; place under one's possession; portion of the country; family life; wealth; paddy field; principle; bundle; a kind of song; desire; bondage; keenness; earnestness; *(வி):* பிடித்தல்; தொற்றுதல்; கட்டாயப்படுத்திப் பறித்தல்; விரட்டுதல்; மூளுதல்; ஒட்டுதல்; போதுமானதாக இருத்தல்; to hold; to infect; to sponge off; to chase away; to catch; to stick; be enough.
- *பற்றற்ற கண்ணே பிறப்பறுக்கும் மற்று நிலையாமை காணப் படும். - குறள் 349.*
- *பற்றுக பற்றற்றான் பற்றினை அப்பற்றைப் பற்றுக பற்று விடற்கு. - குறள் 350.*

பற்றுக்கோடு: *(பெ):* ஆதாரம்; அடைக்கலம்; சார்பாக இருப்பது; support; refuge; anything which is supportive.
பற்றுக்கோல்: *(பெ):* ஈயத்தைப் பற்ற வைத்திடப் பயன்படும் கருவி; ஏற்றம் இறைப்பவர் தமது கைகளால் பிடித்துக்கொள்ள வசதியாகச் சால் பொருத்தப்பட்ட நீண்ட கழி; the soldering iron; the long pole in picottah, at one end of which a bucket, etc. is tied.
பற்றுதல்: *(வி):* தகுதியாதல்; பொறுத்தல்; பிடித்தல்; போதுமானதாக இருத்தல்; be fit; to wait; to grasp; to be sufficient.
பற்றுப் பார்த்தல்: *(வி):* உரைத்துப் பார்த்தல்; to test by rubbing.
பற்று முறி: *(பெ):* ரசீது; receipt.
பற்று-வரவு: *(பெ):* கணக்குப் பதிவில் உள்ள செலவு மற்றும் வரவு; expenditure and income in book-keeping.
பற்றை: *(பெ):* கீழ்மகன்; புதர்; mean person; bush.
பனங்கட்டி: *(பெ):* பனை வெல்லம்; coarse sugar from palmyra sap.
பனங்கருக்கு: *(பெ):* பனைமரத்துப் பட்டையின் ஓரப் பகுதிகளில் இருக்கும் நெருக்கமான முட்கள் போன்ற பகுதி; the black jagged edge of palmyra leaf stake.
பனங் கள்: *(பெ):* பனை மரத்திலிருந்து இறக்கப்படும் கள்; the palmyra toddy.

பனங்கற்கண்டு: *(பெ):* பதநீரினைக் காய்ச்சித் தயாரிக்கும் கற்கண்டு; the sugar crystals, brown in colour, made from palmyra sap.

பனங்காடு: *(பெ):* பனை மரங்கள் அதிகமாக உள்ள பகுதி; the palmyra-grove.

பனங்காய்: *(பெ):* பனைமரத்துக் காய்; the tender fruit of palmyra.

பனங்குருத்து: *(பெ):* பனை மரத்தினுடைய மெல்லிய விசிறி போன்ற இளங்குருத்து; the tender leaf of palmyra tree.

பனங்கூடல்: *(பெ):* பனை மரக் காடு; the palmyra grove.

பனங்கொட்டை: *(பெ):* பனை மரத்து விதை; palmyra stone (seed).

பனசம்: *(பெ):* பலா மரம்; jack fruit tree.

பனசை: *(பெ):* ஒரு பாம்பு வகை; அம்மை நோய் வகை; ஓர் ஊர்; a kind of snake; a kind of pox; a town in Tamil Nadu.

பனஞ்சாறு: *(பெ):* பனங் கள்; palmyra toddy.

பனஞ்சுளை: *(பெ):* பனை நுங்கு; pulpy kernel of tender palmyra fruit.

பனஞ்செறும்பு: *(பெ):* பனை மரத்தின் உட்பகுதியில் இருக்கும் தடித்த நார் போன்றவை; fibres in palmyra wood.

பனஞ்சோறு: *(பெ):* பனைமர உச்சியில் உள்ள குருத்தின் அடிப்புறமாக இருக்கும் மென்மையான மரச்சோறு; the pith of palmyra wood.

பனத்தி: *(பெ):* பிராமணப் பெண்; brahmin woman.

பனநார்: *(பெ):* பனை மரப்பட்டையிலிருந்து உரித்தெடுக்கும் நார்; the fibre of palmyra leaf stalk.

பனந்தாரன்: *(பெ):* சேரன்; பலராமன்; Chera king; Balarama, the elder brother of Lord Krishna and one of the incarnations of Lord Vishnu.

பனம்பழம்: *(பெ):* பனை மரத்தின் பழம்; the fruit of palmyra.

பனம்பிடுக்கு: *(பெ):* பனம் பூ; the flower of palmyra tree.

பனம்புடையல்: *(பெ):* பனம் பூ மாலை; garland of palmyra flower.

பனம் பூ: *(பெ):* ஆண் பனைப் பாளை; spathe of male palmyra tree.

பனர்: *(பெ):* கிளை; branch.

பனவன்: *(பெ):* ஒரு வகை சிறு தம்பட்டம்; a kind of small drum.

பனவன்: *(பெ):* பிராமணன்; brahmin man.

பனாட்டு: *(பெ):* பனம் பாகு; palm jelly.

பனாத்து: *(பெ):* துணி வகை; a kind of cloth.

பனார்: *(பெ):* தும்பு; the fibre of palmyra.

பனி: *(பெ):* இக்கட்டு; அச்சம்; துக்கம்; குளிர்; நடுக்கம்; தூளி; பெய்யும் பனி; பயம்; துன்பம்; நோய்வகை; சுரம்; இனிமையானது; கண்ணீர்; predicament; fear; grief; coldness; trembling; cradle; dew; apprehension; distress; a kind of disease; fever; that which is sweet; tears. • பனிப் பெருக்கிலே கப்பல் ஓட்டினாற் போல - *பழமொழி.*

• **பனிஅரும்பிப் பைதல்கொள் மாலை துனிஅரும்பித் துன்பம் வளர வரும்.** *- குறள் 1223.*

பனிக்கஞ்சி: *(பெ):* தாமரை; lotus.

பனிக்கட்டி: *(பெ):* உறைந்த நீர்; ஆலங்கட்டி; a lump of ice or frozen rain, water, etc.; hailstone.

பனிக்கதிர்: *(பெ):* சந்திரன்; the moon.

பனிக்கரடி: *(பெ):* குளிர் மிகுந்த நாடுகளில் வாழ்ந்திடும் அடர்ந்த வெண்ணிறங் கொண்ட ஒருவகைக் கரடி ; polar bear.

பனிக்காடு: *(பெ):* மேகமூட்டம்; overspreading of clouds.

பனிக்காற்று: *(பெ):* குளிர் மிகுந்த நாடுகளில் வீசிடும் குளிர் காற்று; the cold wind in the dewy season.

பனிக்குடம்: *(பெ):* கர்ப்பிணிப் பெண்ணின் வயிற்றினுள் இருக்கும் கருவையும், கரு மிதந்திடும் திரவத்தையும் தாங்கியுள்ள மெல்லிய பை போன்ற பகுதி; amnion; the bag of water in the womb.

பனிச்சரிவு: *(பெ):* பனிமூடிய மலையிலிருந்து பாறைகள் மற்றும் பெருமளவிலான கற்கள் போன்று பெயர்ந்து விழும் பனி; a great quantity of snow and ice sliding from a mountain slide.

பனிச்சை: *(பெ):* பெண்களின் கூந்தல் வகை; முடிச்சுகளுள் ஒன்று; மரவகை; நோய் வகை; a mode of arranging their tresses by women; a kind of knot; a kind of tree; a kind of disease.

பனித்தல்: *(வி):* துளிர்த்தல்; மழை பெய்தல்; குளிரால் நடுங்குதல்; அஞ்சுதல்; ததும்புதல்; to sprout; to rain; to shiver because of cold; to tremble; to fear; to overflow.

பனித்து: *(பெ):* கற்பூரம்; camphor.

பனித்துளி: *(பெ):* நீராவி குளிர்வதால் உண்டாகும் துளி; tiny drops of water which forms on cool surface.

பனிநீர்: *(பெ):* பன்னீர்; பனித்துளி; rose-water; tiny drops of water which forms on cool surface; minute drops of water deposited from the air on cool surfaces.

பனிப்பகை: *(பெ):* சூரியன்; the Sun.

பனிப்பாறை: *(பெ):* பெரிய பனிக்கட்டி; a great quantity of snow or huge ice block.

பனிப்பு: *(பெ):* நடுக்கம்; அச்சம்; trembling; fear.

பனிப்புழு: *(பெ):* கம்பளிப்பூச்சி; caterpillar.

பனிப்போர்: *(பெ):* நேரடியான மோதலாக இல்லாமல் இருந்திடும் உட்பகை; cold war.
பனிமலை: *(பெ):* இமயமலை; Himalayas.
பனி மனிதன்: *(பெ):* இமயமலைத் தொடர் பகுதிகளில் இன்றும் உலவுவதாக நம்பப்படும் அடர்ந்த ரோமங்கள் கொண்ட, மனிதனைவிடப் பெரிய உருவம்; yeti.
பனி முகில்: *(பெ):* வெண் மேகம்; white clouds.
பனி மொழி: *(பெ):* இனியமொழி பேசிடும் இளம் பெண்; a young woman speaking sweet words.
பனிற்றுதல்: *(வி):* தூவுதல்; to sprinkle.
பனியன்: *(பெ):* ஆண்கள் தங்கள் உடம்பின் மேல்பகுதியை மறைத்திடுமாறு தலை வழியே அணிந்திடும் உள்ளாடை; vests; banian.
பனியோடை: *(பெ):* பனிக்கட்டி ஆறு; a moving mass of ice and snow.
பனிவெடிப்பு: *(பெ):* பனிக்காலங்களில் பாதங்களின் பின்புற ஓரப்பகுதிகளில் உண்டாகும் வெடிப்பு; fissured feet.
பனுக்குதல்: *(வி):* துளிர்த்தல்; to sprout.
பனுவல்: *(பெ):* பருத்தியில் நூற்கும் நூல்; கட்டுரை; செய்யுள்; நூல்; cotton thread; treatise; stanza; text.
பனுவலாட்டி: *(பெ):* கலைமகள்; Saraswathi, Goddess of Arts and Learning.
பனுவுதல்: *(வி):* சொல்லுதல்; to say.
பனை: *(பெ):* கூர்மையான முனைகளைக் கொண்ட ஓலைகளையும் செதில் போன்ற கருத்த தண்டுப் பகுதியையும் உடைய உயரமான ஒரு மரம்; மீன் வகை; palmyra tree; a kind of fish.
• பனை மரத்தின் கீழிருந்து பாலைக் குடித்தாலும் கள்ளைத்தான் குடித்தான் என்பார்கள் - *பழமொழி.*
பனைக்கொடியோன்: *(பெ):* பலராமன்; Balarama, the elder brother of Lord Krishna and one of the incarnations of Lord Vishnu.
பனைநார்: *(பெ):* பனைமோலைத் தண்டிலிருந்து பெறப்படும் நார்; the fibre of the stem of the palmyra leaf.
பனைமடல்: *(பெ):* பனைமோலை; the palmyra leaf.
பனை வெல்லம்: *(பெ):* பனஞ்சாற்றைக் காய்ச்சிப் பெறப்படும் 'கருப்பட்டி' என அழைக்கப்படும் வெல்லம்; coarse sugar from palmyra sap.
பன்: *(பெ):* ஒரு புல்; பன்மை; பருத்தி; a kind of grass; plural; cotton.
• பன்மாயக் கள்வன் பணிமொழி அன்றோநம்
பெண்மை உடைக்கும் படை - *குறள் 1258.*
பன்பாய்: *(பெ):* புற்பாய்; the mat made of grass.
பன்மணி மாலை: *(பெ):* ஒரு பிரபந்த வகை; a kind of prabandha.
பன்மம்: *(பெ):* தாமரை; திருநீறு; பொடி; துகள்; lotus; sacred ash; powder; minute particle.
பன்மினி: *(பெ):* தாமரை; பத்மினி; lotus; padmini, one of the four kinds of women.
பன்முறை: *(பெ):* பல தடவை; பல வகை; many times; many kinds.
பன்மூன்று: *(பெ):* பதின்மூன்று; the number thirteen.
பன்மை: *(பெ):* ஒருபடி ஒவ்வாமை; தொகுதி; வரி வகை; inconsistency; plurality; a kind of tax.
பன்மைச் சமூகம்: *(பெ):* பல இனத்து மக்கள், பல மதத்தவர், பல மொழிகளைப் பேசுவோர் என அனைவரும் சேர்ந்து வாழ்ந்திடும் சமுதாயம்; the pluralistic society.
பன்றி: *(பெ):* கொழுத்த உடல், குட்டையான கால்கள், சற்று நீண்டு குவிந்த வாய் ஆகியவற்றைக் கொண்ட கறுப்பு, வெள்ளை போன்ற நிறங்களில் காணப்படும் விலங்கு; pig. • பன்றிக்குப் பல குட்டிகள்; சிங்கத்திற்கு ஒரு குட்டி - *பழமொழி.*
பன்றிக் குறும்பு: *(பெ):* செடி வகை; a kind of plant.
பன்றி பத்தர்: *(பெ):* நீர் இறைக்கும் கருவி; an equipment used for drawing water from well, etc.
பன்றி மலை: *(பெ):* பழனி மலை; the Palani hill.
பன்றிவார்: *(பெ):* பன்றியின் இறைச்சி; pork.
பன்னக சயனன்: *(பெ):* திருமால்; Lord Vishnu.
பன்னகம்: *(பெ):* பாம்பு; இலை; snake; leaf.
பன்னசாலை: *(பெ):* பர்ணசாலை; the leafy hermitage.
பன்னம்: *(பெ):* இலை; வெற்றிலை; leaf; betel leaf.
பன்னல்: *(பெ):* நூல் நூற்கப் பயன்படும் பருத்தி; பேச்சாற்றல்; நெருக்கம்; ஆராய்கை; cotton for spinning; utterance; closeness; examination.
பன்னவல்லி: *(பெ):* வெற்றிலைக் கொடி; betel leaf creeper.
பன்னாசம்: *(பெ):* துளசி; sacred basil plant.
பன்னாடை: *(பெ):* மூடன்; தென்னை, பனை போன்றவற்றின் மட்டைகளைப் பிணைத்து நிற்கும் வலை போன்ற பகுதி; idiot; fibrous cloth like web of the leaf-stalk of a palmyra tree.
பன்னாலம்: *(பெ):* தெப்பம்; raft.
பன்னி: *(பெ):* சணற் பயிர்; hemp.
பன்னீர்: *(பெ):* ரோஜா போன்ற மலர்களிலிருந்து இறக்கப்பட்ட நறுமண நீர்; மர வகை; rose-water; a kind of tree.
பன்னீர்ச் செம்பு: *(பெ):* சுப நிகழ்வுகளில் வருகை தரும் விருந்தினர் மீது பன்னீர் தெளித்திடப் பயன்படும் குழல் போன்ற கழுத்துப் பகுதியும், கிண்ணம் போன்ற அடிப்பகுதியையும் உடைய எவர்சில்வர் (அ) வெள்ளிப் பாத்திரம்; a long-necked

பன்னீர் சோடா 713 பாகுடி

sprinkler to sprinkle rose-water on guests as they arrive to attend a function.

பன்னீர் சோடா: *(பெ):* இனிய சுவையைக் கொண்ட சோடா போன்ற பானம்; sweet-soda.

பன்னு: *(வி):* வரிப்பணம்; tax money.

பன்னுதல்: *(வி):* ஆராய்தல்; செய்தல்; பேசுதல்; பாடுதல்; பஞ்சு ஆய்தல்; to examine; to do; to speak; to sing; to card cotton.

பா

பா: *(பெ):* பாட்டு; பரப்பு; கைம்மரம்; பாவு; தூய்மை; காப்பு; கடிகார ஊசி; அழகு; பாம்பு; பஞ்சு நூல்; பூனைக்காலிக் கொடி; song; expanse; rafter; warp; purity; safety; needle of the clock; beauty; snake; cotton thread; a kind of herb.

பாகசாதனன்: *(பெ):* இந்திரன்; Lord Indra.

பாகசாதனி: *(பெ):* இந்திரன் மகன்களான சயந்தன், அருச்சுனன் ஆகியோர்; Jayantan and Arjuna, the sons of Lord Indra.

பாகசாலை: *(பெ):* மடைப்பள்ளி; temple kitchen.

பாகடை: *(பெ):* வெற்றிலை, பாக்கு; betel leaf and areca-nut.

பாகதம்: *(பெ):* பிராகிருதம்; Prakrit, a language.

பாகதாரி: *(பெ):* சமையற்காரன்; cook.

பாகதானம்: *(பெ):* மடைப்பள்ளி; temple kitchen.

பாகபடி: *(பெ):* குயவன் சூளை; the furnace for baking earthenwares made by the potter.

பாகப்படுதல்: *(வி):* சமைக்கப்படுதல்; பதப்படுதல்; be cooked; be seasoned.

பாகப்படுத்துதல்: *(வி):* சமைத்தல்; பக்குவப்படுத்தல்; to cook; to season.

பாகப்பத்திரம்: *(பெ):* சமையற் பாத்திரம்; cooking vessel.

பாகம்: *(பெ):* அச்சம்; சமையல்; நரைமுடி; பக்கம்; பங்கு; பாதி; பிச்சை; ஆந்தை; சாபம்; ஓர் அளவு; பக்குவம்; பாகை; பாத்திரம்; பறை வகை; மன நிலை; புயம்; தேர்; fear; cooking; grey hair; side; share; half; alms; owl; curse; a measure; maturity; part; vessel; a kind of drum; mental state; shoulder; chariot.

பாகம் போடுதல்: *(வி):* முழம் போடுதல்; to measure by arms.

பாகர்: *(பெ):* யானை போன்றவற்றினை நடத்துபவர்; தேரின் மேல்தட்டுக் கைப்பிடிச் சுற்று; mahout; the balustrade of chariot.

பாகலம்: *(பெ):* யானை நோய்; a disease of elephants.

பாகலன்: *(பெ):* உன்மத்தன்; மயக்கமுடையவன்; mad man; intoxicated person.

பாகல்: *(பெ):* பாகற்கொடி; பலாமரம்; balsam-pear; jack fruit tree. ● **பாகல் விதைக்க சுரையா முளைக்கும்?** - *பழமொழி.*

பாகவதர்: *(பெ):* திருமால் அடியார்; பாடகர்; a devotee of Lord Vishnu; singer.

பாகற்காய்: *(பெ):* பாகல் கொடியில் காய்க்கும் கசப்புச் சுவை கொண்ட காய்; bitter gourd.

பாகன்: *(பெ):* யானைப்பாகன்; தேர் செலுத்துவோன்; புதன்; பக்குவம் பெற்றவன்; mahout; driver of a chariot; the Planet Mercury; mature person.

பாகாரம்: *(பெ):* வகுத்தல்; dividing.

பாகாரி: *(பெ):* இந்திரன்; Lord Indra.

பாகி: *(பெ):* நாய்; பெண் சாரதி; தகுதியானவன்; dog; woman driver of a chariot; qualified person.

பாகிடுதல்: *(வி):* பங்கிடுதல்; பிச்சையிடுதல்; to share; to give alms.

பாகியம்: *(பெ):* புறம்பானது; that which is extraneous.

பாகினேயன்: *(பெ):* உடன்பிறந்தாளின் மகன்; sister's son.

பாகீடுதல்: *(வி):* பங்கிடுதல்; to share.

பாகீரதி: *(பெ):* கங்கையாறு; the River Ganges.

பாகு: *(பெ):* வெல்லக் கரைசல்; காய்ச்சப்பட்ட கரும்புச் சாறு; பாக்கு; பிச்சை; அழகு; நிர்வாகத் திறமை; பால்; கற்கண்டு; யானைப் பாகன்; தலைப்பாகை; தேரோட்டி; treacle; molasses; areca-nut; alms; beauty; administrative talent; milk; sugar-candy; mahout; turban; chariot's driver.

பாகுடம்: *(பெ):* கையுறை; gloves.

பாகுடி: *(பெ):* வெகு தொலைவு; a very long distance.

பாகுபடுத்து: (வி): வேறுபாடு தெரியும் வகையில் பிரித்திடு; to differentiate; to classify.

பாகுபாடு: (பெ): வேறுபாடு தெரியும் வகையில் பிரிக்கும் பிரிவு; differentiation; classification.

பாகுலம்: (பெ): கார்த்திகை மாதம்; the Tamil month Karthikai.

பாகுவலயம்: (பெ): தோள் ஆபரண வகை; a kind of shoulder ornament.

பாகுவன்: (பெ): சமையற்காரன்; cook.

பாகுளி: (பெ): புரட்டாசி மாதத்துப் பௌர்ணமி; the Full Moon day of the Tamil month Purattasi.

பாகை: (பெ): ஊர்; பகுதி; வட்டத்தில் 1/360 பங்கு; ஒரு கால அளவு; தலைப்பாகை; town; portion; 1/360 of a circle; a time measure; turban.

பாக்கம்: (பெ): நெய்தல் நிலத்தூர்; ஊர்; சிறுமூட்டை; town on a maritime tract; town; a small bundle. • செம்பரம்பாக்கம் - *சென்னை அருகிலுள்ள ஓர் ஊர்*

பாக்கன்: (பெ): பூனை; காட்டுப்பூனை; cat; wild cat.

பாக்கி: (பெ): நிலுவை; மிச்சம்; arrears; balance; rest; remainder.

பாக்கியசாலி: (பெ): பாக்கியம் பெற்றவர்; fortunate person; blessed person.

பாக்கியம்: (பெ): பெரும் நன்மை; புண்ணியம்; auspicious thing; good fortune.

பாக்கியவதி: (பெ): பாக்கியம் பெற்ற பெண்மணி; blessed woman; fortunate woman.

பாக்கியவான்: (பெ): பாக்கியம் பெற்ற ஆண்; blessed man; fortunate man.

பாக்கியாதிபதி: (பெ): லக்கினத்திற்கு ஒன்பதாம் வீட்டுக்குடையவன்; the owner of the ninth house of the zodiac from the lagnam.

பாக்கிலை: (பெ): வெற்றிலை, பாக்கு; betel leaf and areca-nut.

பாக்கு: (பெ): கமுகு; அடைகாய்; areca-nut.

பாக்குச்சீவல்: (பெ): இளம் பாக்குகளைப் பாக்கு வெட்டியைக் கொண்டு செதில் செதிலாகச் சீவப்பட்ட சீவல்; areca-nut parings.

பாக்கு மட்டை: (பெ): கமுகு மட்டையின் விரிந்த அடிப்பகுதி; the leaf-stalk of the areca-palm.

பாக்கு வெட்டி: (பெ): பாக்கை வெட்டுவதற்குப் பயன்படும் உறுதியான அடிப்பகுதி, கூர்மையான பதம் கொண்ட மேற்பகுதி ஆகியவற்றைக் கொண்ட கத்திரியைப் போன்ற சாதனம்; an instrument for slicing the areca-nut. • பாக்குவெட்டியில் அகப்பட்ட பாக்குபோல - *பழமொழி.*

பாக்கு-வெற்றிலைப் பை: (பெ): அடைப்பை; betel pouch.

பாக்கு வைத்தல்: (பெ): தாம்பூலம் வைத்தல்; to give betel leaves with areca-nuts to the relatives as a token of inviting them for a family function.

பாக்கை: (பெ): ஓர் ஊர்; a town.

பாங்கர்: (பெ): இடம்; பக்கம்; தோழர்; கணவர்; உகா மரம்; place; side; companion; husband; tooth brush tree (a kind of tree).

பாங்கன்: (பெ): தோழன்; நண்பன்; கணவன்; companion; friend; husband.

பாங்கி: (பெ): தோழி; lady-maid; female companion.

பாங்கினம்: (பெ): ஆயம்; toll; customs; revenue.

பாங்கு: (பெ): அழகு; பக்கம்; இடம்; ஒப்பு; நன்மை; தகுதி; உடல் நலம்; இயல்பு; ஒழுக்கம்; தோழமை; இணக்கம்; வழி; நாணயம்; தொழுமிடம்; beauty; side; place; location; likeness; goodness; suitability; health; nature; morality; companionship; harmony; way; honesty; place of worship.

பாங்குபண்ணல்: (வி): சிறப்பித்தல்; to celebrate.

பாங்குமம்: (பெ): கருஞ்சீரகம்; black-cumin.

பாங்கோர்: (பெ): நண்பர்கள்; friends.

பாசகத்திரி: (பெ): சமையற்காரி; a female cook.

பாசக் கயிறு: (பெ): மனிதர்களின் உயிரினைப் பறித்திட எமதர்மன் பயன்படுத்துவதாகக் கூறப்படும் சுருக்குக் கயிறு; the rope with a noose, said to be in the hands of Yama, the God of Death.

பாசகம்: (பெ): சூதாடு கருவி; வகுக்கும் எண்; a gambling disc; dividing number.

பாசகரன்: (பெ): எமன்; விநாயகர்; Yama, the God of Death; Lord Vinayaka.

பாசகன்: (பெ): சமையற்காரன்; cook.

பாசடம்: (பெ): வெற்றிலை; betel leaf.

பாசடை: (பெ): பசுமையான இலை; green leaf.

பாசண்டசாத்தன்: (பெ): ஐயனார்; Ayyanar, a village male deity.

பாசண்டம்: (பெ): வழக்கில் உள்ள நம்பிக்கைக்கு வேறான கொள்கை; orthodox opinion.

பாசண்டன்: (பெ): வழக்கில் உள்ள நம்பிக்கைக்கு வேறான கொள்கையை உடையவன்; the holder of heretical opinion.

பாசதரன்: (பெ): வருணன்; யமன்; விநாயகர்; Lord Varuna, the God of Rain; Yama, the God of Death; Lord Vinayaka.

பாசபாணி: (பெ): சிவபெருமான்; விநாயகர்; யமன்; வருணன்; Lord Shiva; Lord Vinayaka; Yama, God of Death, Lord Varuna, God of Rain.

பாசந்தி: (பெ): சுண்டக் காய்ச்சிய பாலில் படிந்திருக்கும் பாலாடையுடன் சீனி சேர்த்துக்

குளிர வைத்து உண்ணும் இனிப்புப் பண்டம்; a thick cream of milk with sugar served cold.

பாசமாலை: *(பெ):* கழுத்தில் அணிந்திடும் நகை வகை; a kind of necklace.

பாசம்: *(பெ):* அன்பு; கயிறு; விலங்கு; பேய்; இருள்; கட்டு; சீரகம்; மாயை; வியூக வகை; பற்று; அழகு; ஊசித் துளை; கவசம்; சுற்றம்; love; coir; fetter; devil; demon; darkness; bondage; cumin; illusion; a kind of battle array; attachment; beauty; needle hole; shield; relations; kins.

• **பாசம**ற்றவன் பரதேசியைப் போல - *பழமொழி.*

பாசரகிதன்: *(பெ):* கடவுள்; God.

பாசருகம்: *(பெ):* அகில்; eagle wood.

பாசலம்: *(பெ):* காற்று; தீ; air; fire.

பாசவர்: *(பெ):* வெற்றிலை விற்பவர்; இறைச்சி விற்பவர்; betel leaf seller; meat seller.

பாசவல்: *(பெ):* விளைநிலம்; cultivable land.

பாசறவு: *(பெ):* துயரம்; பற்றகை; grief; free from bondage and attachments.

பாசறை: *(பெ):* படைகள் தங்குமிடம்; மர வகை; துன்பம்; army camp; a kind of tree; sorrow.

பாசனம்: *(பெ):* சுற்றம்; வெள்ளம்; நீர்பாய்ச்சுகை; பாண்டம்; உண்கலம்; மட்கலம்; மரக்கலம்; தங்குமிடம்; ஆதாரம்; பங்கு; நீக்கம்; நெருப்பு; புளிப்பு; ஒரு மருந்து வகை; kins; flood; irrigation; vessel; eating plate; earthenware; boat; dwelling place; support; share; elimination; fire; sourness; a kind of medicine.

பாசன்: *(பெ):* ஜீவான்மா; சிவபெருமான்; யமன்; வருணன்; soul; Lord Shiva; Yama, the God of Death; Varuna, the God of Rain.

பாசாங்கு: *(பெ):* போலி நடிப்பு; வஞ்சகம்; dissimulation; pretension; deceit.

பாசாங்குசன்: *(பெ):* விநாயகன்; Lord Vinayaka.

பாசாங்கு செய்தல்: *(வி):* பொய்யாக நடித்திடல்; to dissemble.

பாசாண பேதி: *(பெ):* நெருஞ்சி முள்; cow's thorn.

பாசாண்டன்: *(பெ):* சமய பேதமுள்ளவன்; a heretic; one guilty of or an upholder of heresy.

பாசி: *(பெ):* நீர்ப்பாசி; பசுமையுடையது; நெட்டி; புல்லுருவி; மேகம்; யமன்; வருணன்; நாய்; ஆன்மா; கிழக்கு; மீன்; சமைத்தல்; algae; that which is green; cork; a kind of parasitic plant; cloud; Yama, the God of Death; Varuna, the God of Rain; dog; soul; east; fish; cooking.

பாசிசம்: *(பெ):* எல்லாவிதமான முக்கியத் தொழில்களையும் தனது முழுக் கட்டுப்பாட்டிற்குள் வைத்துக்கொண்டும், அரசியல் தொடர்பான எதிர்ப்புகள் ஏதும் எழாதவாறு அடக்குமுறையைப் பிரயோகித்தும் நடத்தப்படும் ஆட்சி; fascism.

பாசிதம்: *(பெ):* ஈவு; வகுத்து வந்த எண்; quotient; that which is divided.

பாசிபூத்தல்: *(வி):* பழமையாதல்; to become old.

பாசிப்படை: *(பெ):* வலிமையான படை; கைவிட்டுவிட்ட நம்பிக்கை; strongest army; the faith which was dropped.

பாசிப்பயிறு: *(பெ):* பச்சை நிறமான பயறு; green gram.

பாசிப்பருப்பு: *(பெ):* உடைத்த பாசிப்பயறு; the broken green gram.

பாசிப்பருவம்: *(பெ):* மீசை முளைக்கும் பருவம்; the stage of the appearance of moustache.

பாசிமணி: *(பெ):* ஒருவகை மண்ணைக் கொண்டு செய்யப்பட்ட பீங்கான் போன்ற பளபளப்பைக் கொண்ட மணி; beads made of clay (white) for making necklace.

பாசிலை: *(பெ):* பச்சிலை; வெற்றிலை; green leaf; betel leaf.

பாசிவிலை: *(பெ):* மீன் விலை; price of a fish.

பாசிழை: *(பெ):* நன்கு அலங்காரம் செய்யப்பட்ட பெண்; well-adorned woman.

பாசினம்: *(பெ):* கிளிகள்; parrots.

பாசீகன்: *(பெ):* சமையற்காரன்; cook.

பாசு: *(பெ):* பசுமை; மூங்கில்; தைரியம்; இணைப்பு; இணை; அன்பு; greenness; bamboo; bravery; attachment; tie; love.

பாசுபதம்: *(பெ):* சிவனது அம்பு; நூற்றெட்டு உபநிடதங்களுள் ஒன்று; Lord Shiva's arrow; one of the 108 Upanishads.

பாசுபதன்: *(பெ):* சிவபெருமான்; சிவனடியார்; Lord Shiva; the devotee of Lord Shiva.

பாசுரம்: *(பெ):* திருப்பாட்டு; திருமுகம்; மொழி; வாய்ப்பாடு; புல்லாங்குழல் இசை; hymn; letter from great persons; language; formula; the music of flute.

பாசை: *(பெ):* மொழி; பாசி; ஆணை; சமைத்தல்; language; algae; order; cooking.

பாச்சி: *(பெ):* பால்; milk.

பாச்சிகை: *(பெ):* சூதாடு கருவி; dice.

பாச்சியம்: *(பெ):* பகுதி; வகுக்கப்படும் எண்; part; portion; the number which is to be divided.

பாச்சை: *(பெ):* கரப்பான் பூச்சி; ஒரு வண்டு; cockroach; house cricket.

பாஞ்ச சன்னியம்: *(பெ):* ஒரு மீன் வகை; ஓடு; சங்கு; தீ; a kind of fish; earthen vessel; conch shell; fire.

பாஞ்சராத்திரம்: *(பெ):* ஒரு வைணவ ஆகமம்; a Vaishnava Agama.

பாஞ்சலம்: *(பெ):* காற்று; நெருப்பு; இலாபப்பொருள்; air; wind; fire; profitable thing.

பாஞ்சாலம்: *(பெ):* இலக்கணம்; ஐந்து ஆறுகள் பாயும் நாடு; grammar; a region in which five rivers are flowing.

பாஞ்சாலி: *(பெ):* திரௌபதி; சித்திரப்பாவை; Draupathi, the consort of Pancha Pandavas; portrait.

பாஞ்சாலிகை: *(பெ):* சித்திரப்பாவை; portrait.

பாடகம்: *(பெ):* தெரு; காஞ்சிபுரத்திலுள்ள பெருமாள் தலம்; வயற் பகுதி; நிழல்; வாத்தியக் கருவி வகை; சூது விளையாட்டு; நட்டம்; மகளிர் காலணி; சிவப்பு; கூலி; துகில் வகை; street; a Vishnu shrine at Kancheepuram; field; shadow; a kind of musical instrument; gambling; loss; women's sandal; red; wage; a kind of cloth.

பாட அட்டவணை: *(பெ):* குறிப்பிட்ட வகுப்புக்கான பாடத்திட்டம்; syllabus.

பாடகன்: *(பெ):* பாடக்கூடியவன்; singer; musician.

பாடகி: *(பெ):* பாடுபவள்; female singer.

பாடசாலை: *(பெ):* பள்ளிக்கூடம்; school.

பாடச்சுரன்: *(பெ):* கள்வன்; thief.

பாடஞ்செய்தல்: *(வி):* பதப்படுத்துதல்; to make a thing fit for use.

பாடஞ்சொல்லுதல்: *(வி):* மாணவமாணவிகளுக்குப் பாடம் பற்றி விளக்கிக் கூறுதல்; to explain the lesson to the pupils.

பாடணம்: *(பெ):* பேச்சு; போதனை; speech; preachings.

பாடத் திட்டம்: *(பெ):* கல்வி நிலையங்களில் குறிப்பிட்ட படிப்பினைக் கற்பிக்கும் நோக்குடன் கற்பிக்க வேண்டியவற்றையும், அதற்கான நூல்கள் பற்றிய விவரங்களையும் கல்வி நிலையத்திற்கு உரியவர்கள் நிர்ணயம் செய்து வகுத்திடும் திட்டம்; the curriculam for a course.

பாட நூல்: *(பெ):* மாணவ, மாணவியருக்குக் குறிப்பிட்ட ஒரு பாடத்தினைக் கற்றுக் கொடுத்திட உதவும் எனத் தேர்வு செய்யப் படும் புத்தகம்; the text book.

பாடபேதம்: *(பெ):* ஒரு நூலின் எழுத்து, சொல், தொடர் போன்றவை அதன் பல படிகளில் வெவ்வேறாகக் காணப்படும் நிலை; variant readings of a text.

பாடம்[1]: *(பெ):* குறிப்பிட்ட ஒரு துறையின் அறிவைத் தருவதாக அமையும் பிரிவு; அதைச் சார்ந்த நூலின் பகுதி; a particular subject; the lesson concerning the subject.

பாடம்[2]: *(பெ):* தெரு; இடையர் வீதி; உடன்பாடு; மிகுதி; வெற்றிலை; சொல்; street; shepherds' lane; agreement; abundance; betel leaf; word.

பாடலங்கிரி: *(பெ):* புறா; dove.

பாலத்துருமம்: *(பெ):* ஒரு மரம்; a tree.

பாடலம்: *(பெ):* குங்குமம்; குதிரை; சேரனின் குதிரை; பாதிரி மரம்; சூளுரை; சிவப்பு; saffron powder; horse; Chera's horse; a kind of tree; oath; red.

பாடலி: *(பெ):* ஒரு வகை நெல்; கள்; பாதிரி மரம்; ஒரு நகரம்; a kind of paddy; toddy; a kind of tree; a town.

பாடலை: *(பெ):* துர்க்கை; பாடலிபுத்திரம்; ஒரு மரவகை; Durga, Goddess of Victory; Pataliputhiram, an ancient city now called Patna; a kind of tree.

பாடலோபம்: *(பெ):* மாணிக்கம்; a kind of ruby.

பாடல்: *(பெ):* பாட்டு; புகழ்; song; poem; fame; *(வி):* பாடுதல்; வாசித்தல்; to sing; to read.

பாடவம்: *(பெ):* வடவைத் தீ; வல்லமை; களிப்பு; மகளிர் காலணி; cosmic fire; power; rejoicing; women's sandal.

பாடவிதானம்: *(பெ):* பாடத்திட்டம்; curriculam.

பாடவியம்: *(பெ):* வாத்திய வகை; a kind of musical instrument.

பாடவை: *(பெ):* மிதுன ராசி; the third constellation of the zodiac having the figure of twins as its sign, Gemini.

பாடனம்: *(பெ):* பேசுகை; போதிக்கை; பாடுகை; act of speaking; act of preaching; act of singing.

பாடன் மகள்: *(பெ):* விறலி; woman of the 'pan' caste (bards).

பாடாந்தரம்: *(பெ):* அந்நிய மொழி; foreign language.

பாடாவதி: *(பெ):* பயனற்றது; மட்டரகமானது; தரக்குறைவானது; that which is useless; lousy; lacking in quality.

பாடி: *(பெ):* சேரி; ஊர்; நகரம்; முல்லை நிலத்தூர்; கவசம்; படை; உளவாளி; hamlet; a small village; a part of a town; town; pastoral village; shield; army; spy.

பாடி காவல்: *(பெ):* பாதுகாவல்; ஊர்க்காவல்; வரிவகை; safety; village protection; a kind of tax.

பாடிக்கதை: *(பெ):* வீண் பேச்சு; vain talk.

பாடி சொல்லுதல்: *(வி):* இரகசியங்களை வெளிப்படையாகக் கூறுதல்; to expose the secrets.

பாடிதம்: *(பெ):* உச்சரிக்கப்படுவது; that which is pronounced.

பாடி பரதேசி: *(பெ):* பிச்சைக்காரன்; அலைந்து திரியும் நாட்டுப்புறப் பாடகன்; beggar; mendicant; wandering ballad singer.

பாடியம்: (பெ): சூத்திர விளக்க உரை; an elaborate commentary on sutras.

பாடிலம்: (பெ): நாடு; country.

பாடி வீடு: (பெ): பாசறை; the place where the army is camping.

பாடினி: (பெ): பாணர் சாதிப் பெண்; a woman belonging to bards community.

பாடீரம்: (பெ): சந்தனம்; முகில்; மூங்கிலரிசி; கிழங்கு வகை; வயல்; துத்தநாகம்; sandal wood; cloud; the seed of bamboo; a kind of tuber; paddy field; zinc.

பாடு: (பெ): நிகழ்ச்சி; அனுபவம்; முறைமை; நிலைமை; கடமை; பயன்; பெருமை; குணம்; ஓசை; அகலம்; உடல் உழைப்பு; தொழில்; வருத்தம்; தூக்கம்; சாவு; கேடு; மறைவு; இடம்; பக்கம்; occasion; experience; manner; state; duty; benefit; greatness; quality; sound; width; manual labour; profession; distress; sleep; death; ruin; secrecy; place; side.

- பாடுபட்டால் பலன் கிடைக்கும்.
- பாடுபடாமல் போனால் பலனில்லாது போகும் - *பழமொழிகள்.*
- பாடு பெறுதியோ நெஞ்சே கொடியார்க்கென் வாடுதோள் பூசல் உரைத்து. - *குறள் 1237.*

பாடுகாயம்: (பெ): படுகாயம்; deep wound.

பாடுதல்: (வி): ஒரு பாடலை இசையோடு வெளிப்படுத்துதல்; துதித்தல்; to sing; to praise.

பாடுநர்: (பெ): பாடகர்கள்; singers.

பாடுபடு: (பெ): உழைத்தல்; கஷ்டப்பட்டு வேலை செய்தல்; to toil; to work hard.

பாடுபடுத்து: (வி): கடினமாக வேலை வாங்கிடு; இடைவிடாமல் தொந்தரவு செய்; to set to hard labour; to torture.

பாடுபறப்பு: (பெ): ஒருவருடைய ஆர்வம்; one's anxiety.

பாடுவாசி: (பெ): சேதாரம்; wastage.

பாடுவான்: (பெ): பாடலைப் பாடுபவன்; singer.

பாடுவி: (பெ): புகழ் பாடுபவள்; the woman who praises others.

பாடுவிச்சி: (பெ): பாணர் குலப் பெண்; a woman of bards community.

பாடை: (பெ): சுடுகாட்டிற்குப் பிணத்தைச் சுமந்து சென்றிட இரு நீளமான கழிகளின் இடையே சிறு கம்புகளை வைத்துக் கட்டிப் பின்னப்பட்ட பச்சைத் தென்னை ஓலையை விரித்த அமைப்பு; funeral pyre with poles to carry.

பாடை கூறுதல்: (வி): உறுதிமொழி கூறுதல்; to make a promise.

பாட்டம்: (பெ): தோட்டம்; மேகம்; பெருமழை; வரி; குத்தகை; வாடகை; வாடகை ஒப்பந்தம்; garden; cloud; heavy rain; tax; lease; rent; lease contract.

பாட்டன்: (பெ): தாத்தா; grandfather.

பாட்டா: (பெ): தாத்தா; முன்னோன்; புளிப்பு; புளித்த கள்; grandfather; old man; forerunner; sourness; the toddy which is sour.

பாட்டாளி: (பெ): கடுமையாக உழைத்திடும் தொழிலாளி; industrious person.

பாட்டாள்: (பெ): உழைப்பாளி; சோம்பேறி; பாடுபவன்; industrious person; lazy man; singer.

பாட்டி: (பெ): பெற்றோரின் தாய்; கிழவி; நரி, நாய், பன்றி இவற்றின் பொது பெண்பால்; பாடல் மகளிர்; mother of parents; old lady; aged woman; common name of the female of the fox, dog, pig, etc; singing girls.

பாட்டிமை: (பெ): பிரதமை திதி; the day after the Full Moon or New Moon day.

பாட்டு: (பெ): செய்யுள்; சொல்; பாடல்; வசைமொழி; verse; word; poem; malediction.

பாட்டுக் கச்சேரி: (பெ): விழா, சுப நிகழ்வு போன்றவற்றில் தனியாக (அ) பலராக (அ) குழுவினருடன் சேர்ந்து நடத்திடும் இசை நிகழ்ச்சி; musical performance.

பாட்டுடைத் தலைவன்: (பெ): கவியுடைத் தலைவன்; காப்பியத் தலைவன்; the hero of a poem or an epic.

பாட்டை: (பெ): வழி; பாணி; சாலை; ஒழுக்கம்; way; style; road; morality.

பாட்பம்: (பெ): கண்ணீர்; வெம்மை; tears; heat.

பாணத்தி: (பெ): பாணர் குலப் பெண்; a woman belonging to minstrel caste.

பாணம்: (பெ): அம்பு; வாணம்; பட்டாடை; arrow; a rocket (cracker); silk garment.

பாணன்: (பெ): யாழ் போன்ற இசைக் கருவிகளை வாசித்துப் பாடும் கலைஞன்; தையற்காரன்; சிவபக்தனாகிய ஓர் அசுரன்; bard; minstrel; tailor; an Asura, who was a devotee of Lord Shiva.

பாணா: (பெ): வயிறு பெருத்த பானை; மண்சட்டி; சிலம்பக் கழி; a large pot; earthen vessel; fencing pole.

பாணி: (பெ): காலம்; தாமதம்; இசைப்பாட்டு; ஒலி; இசை; அன்பு; பறைப் பொது; கை; பக்கம்; கூத்து; சொல்; பழச்சாறு; கள்; இலைச்சாறு; மருந்து வகை; நாடு; ஊர்; சோலை; காடு; கடைத்தெரு; பாடினி; time; delay; song; sound; music; love; common name of drum; hand; side; dance; word; juice; toddy; leaf extract; a kind of medicine; country; town; grove; forest; bazaar; woman singer.

பாணிகை: (பெ): அகப்பை; wooden ladle.

பாணிக்கிரகணம்: (பெ): திருமணம்; marriage.

பாணிசம்: *(பெ):* கைந்நகம்; தாமரை; nails of the hand; lotus.

பாணிசரியை: *(பெ):* கயிறு; coir; rope.

பாணிதம்: *(பெ):* கற்கண்டு; sugar-candy.

பாணித்தல்: *(வி):* பின்வாங்குதல், நிறைவேற்றுதல்; கொடுத்தல்; தாமதம் செய்தல்; to withdraw; to achieve; to give; to delay.

பாணி பாத்திரம்: *(பெ):* கமண்டலம்; a cruet like vessel containing holy water carried by ascetics and sages.

பாணிதலம்: *(பெ):* உள்ளங்கை; palm of the hand.

பாணி தூங்குதல்: *(வி):* தாளத்திற்குத் தக்கபடி நாட்டியமாடுதல்; to dance to a time measure.

பாணிப்பீடணம்: *(பெ):* திருமணம்; marriage.

பாணிப்பு: *(பெ):* சூழ்ச்சி; தாமதம்; மதிப்பு; plot; intrigue; delay; value.

பாணிப்பூ: *(பெ):* உலர்ந்த இலுப்பைப் பூ; dried flower of South Indian Mahua.

பாணிவரதன்: *(பெ):* வாணிகன்; merchant.

பாணு: *(பெ):* பாட்டு; song.

பாண்: *(பெ):* பாட்டு; பாணர்; தாழ்ச்சி; song; bards; meanness.

பாண்டம்: *(பெ):* கொள்கலன்; பாத்திரம்; மட்கலம்; உடம்பு; நோய் வகை; container; vessel; earthen vessel; body; a kind of disease.

பாண்டரம்: *(பெ):* வெண்மை; whiteness.

பாண்டல்: *(பெ):* பழைமை; that which is very old. • **பாண்டல் பிடித்த பரதேசி** - *பழமொழி*

பாண்டவர்: *(பெ):* பாண்டுவின் மைந்தர்களான தருமன், பீமன், அருச்சுனன், நகுலன், சகாதேவன் ஆகியோர்; Dharma, Bheema, Arjuna, Nakula and Sahadeva, the five sons of King Pandu; Pancha Pandavas.

பாண்டி: *(பெ):* பாண்டிய நாடு; சிறுமியர் விளையாட்டு வகை; மாட்டு வண்டி; எருது; Pandiya country; a kind of girls game; bullock cart; ox.

பாண்டிகம்: *(பெ):* பறை வகை; a kind of drum.

பாண்டித்தியம்: *(பெ):* புலமை; தேர்ச்சி; scholarship; mastery.

பாண்டி மண்டலம்: *(பெ):* பாண்டிய நாடு; Pandiya country.

பாண்டியம்: *(பெ):* பாண்டிய நாடு; எருது; உழவு; Pandiya country; ox; plough.

பாண்டியன்: *(பெ):* பாண்டிய மன்னன்; Pandiya king.

பாண்டில்: *(பெ):* அகல்; ஒரு வாத்தியம்; காடு; வட்டம்; வாகை மரம்; எருது; கட்டில்; மூங்கில்; வாகனம்; கண்ணாடி; நாடு; சேணம்; small shallow lamp made of fine clay or metal; a kind of musical instrument; forest; circle; a kind of tree; ox; cot; bamboo; carriage; mirror; country; saddle.

பாண்டரம்: *(பெ):* ஆலமரம்; வெண்மை; banyan tree; whiteness.

பாண்டு: *(பெ):* காமாலை; வெண்மை; சிறு பூனை; பாண்டவரின் தந்தை; jaundice; whiteness; small cat; King Pandu, father of Pancha Pandavas.

பாண்டுகம்: *(பெ):* நோய் வகை; வெண்மை; a kind of disease; whiteness.

பாண்டு கம்பளம்: *(பெ):* இந்திரனின் சிம்மாசனம்; throne of Lord Indra.

பாண்டு நாகம்: *(பெ):* ஐராவதம் என்னும் இந்திரனின் யானை; Ayravatam, the celestial elephant of Lord Indra.

பாண்டு ராகம்: *(பெ):* வெண்மை; whiteness.

பாண்டுரை: *(பெ):* பாதிரி மரம்; trumpet flower tree.

பாண்டை: *(பெ):* துர்நாற்றம்; bad smell.

பாண்மகள்: *(பெ):* பாடுபவள்; பாடினி; female singer; woman of bards community.

பாண்மகன்: *(பெ):* பாடுவோன்; பாணன்; male singer; man belonging to bards community.

பாண்மை: *(பெ):* தாழ்ச்சி; degradation.

பாதகடகம்: *(பெ):* மகளிர் அணி வகை; a kind of women's ornament.

பாதகமலம்: *(பெ):* திருவடித் தாமரை; lotus like feet.

பாதகம்: *(பெ):* பெரும் பாவம்; தடை; great sin; obstacle.

பாதகன்: *(பெ):* பெரும் பாவி; great sinner.

பாத காணிக்கை: *(பெ):* குரு காணிக்கை; the offerings to one's teacher, placed on his feet.

பாதகாப்பு: *(பெ):* செருப்பு; leather sandals.

பாதகி: *(பெ):* பெரும் பாவம் செய்த பெண்; female sinner.

பாதகுறடு: *(பெ):* மிதியடி; wooden sandals.

பாதங்கம்: *(பெ):* பொடி; powder.

பாதசன்: *(பெ):* வேளாளன்; விவசாயி; agriculturist; farmer.

பாத சத்துவரம்: *(பெ):* அரச மரம்; ஆலங்கட்டி; ஆடு; pipal tree; hailstone; goat.

பாத சாகை: *(பெ):* கால் விரல்; the finger of the foot.

பாதசாபலியம்: *(பெ):* உதைத்தல்; act of kicking.

பாதசாரி: *(பெ):* காலாள்; நடந்து செல்பவன்; pedestrian; traveller on foot.

பாதசாலம்: *(பெ):* காலணி; sandals.

பாதசேவை: *(பெ):* இறைத்தொண்டு புரிதல்; service to deity.

பாததூளி: *(பெ):* பெரியோரின் அடிப்பொடி; dust of the feet of great persons.

பாத பூசை: *(பெ):* பெரியோரின் பாதங்களைக் கழுவி மலரிட்டு வழிபடுதல்; worshipping the feet of a guru or other revered person by washing and adorning them with flowers.

பாத முத்தி: *(பெ):* பரகதி; the final bliss.

பாத மூலம்: *(பெ):* குதிகால்; முத்தித் திருவடி; heel; feet of a deity.

பாதம்: *(பெ):* கால்; அடிச்சுவடு; காற்பங்கு; கடவுள் அருள்; foot; leg; footprint; quarter; God's grace.

பாதரசம்: *(பெ):* இதள்; இரசம்; quick silver; mercury.

பாதரோகணம்: *(பெ):* அரச மரம்; pipal tree.

பாதலம்: *(பெ):* பாதாள உலகம்; நரகம்; மறைவிடம்; nether world; hell; hiding place.

பாதவம்: *(பெ):* மரம்; தோப்பு; மலை; tree; plantation; mountain.

பாதனம்: *(பெ):* வணக்கம்; homage.

பாதன்: *(பெ):* தீ; சூரியன்; fire; the Sun.

பாதாதிகேசம்: *(பெ):* அடி முதல் முடி வரை; from foot to head.

பாதாம் அல்வா: *(பெ):* பாதாம் பருப்பில் செய்யப்படும் அல்வா; the sweetmeat, halwa prepared with almonds.

பாதாம் கீர்: *(பெ):* காய்ச்சிய பாலில் பாதாம் பருப்பு, சர்க்கரை ஆகியவற்றைப் போட்டுக் காய்ச்சிக் குளிர வைத்த பானம்; almond milk shake.

பாதாம் பருப்பு: *(பெ):* வாதுமை மரத்தின் கொட்டையை உடைத்து எடுக்கும் பருப்பு; almond.

பாதாரம்: *(பெ):* கிரணம்; rays.

பாதாரவிந்தம்: *(பெ):* திருவடித் தாமரை; lotus-like feet.

பாதாள கங்கை: *(பெ):* பூமிக்கடியில் ஓடும் நீரோட்டம்; the water flowing under the earth.

பாதாளக் கரண்டி: *(பெ):* கிணற்றில் விழுந்துவிட்ட வாளி, குடம் போன்றவற்றை எடுத்திடப் பயன்படும் கொக்கிகள் பலவற்றைக் கொண்ட சாதனம்; grapnel to take out things from the bottom of a well.

பாதாளத்தார்: *(பெ):* கீழ் உலகத்தார்; those who live in the nether world.

பாதாள மூலி: *(பெ):* நெருஞ்சில்; கரையான் வகை; கொடி வகை; cow's thorn; a kind of white ant; a kind of creeper.

பாதாளம்: *(பெ):* கீழுலகம்; மறைவிடம்; நரகம்; nether world; hiding place; hell.

பாதாளி: *(பெ):* தொல்லை கொடுப்பவள்; தெளிவாக்கிட இயலாதவை; troublesome woman; anything which is very difficult to unravel.

பாதானி: *(பெ):* வயதானது; that which is very old.

பாதி: *(பெ):* இரு சமமாகப் பகுக்கப்பட்டது; அரை; கணவன்; தலைவன்; that which is parted into two equal parts; half; husband; lord.

பாதிகம்: *(பெ):* சம்பளம்; salary.

பாதி சாமம்: *(பெ):* நள்ளிரவு; midnight.

பாதிடுதல்: *(வி):* நெருக்கல்; பாதுகாத்தல்; பங்கிடுதல்; to compress; to protect; to share.

பாதித்தல்: *(வி):* கேடு விளைதல்; மனநிலையில் மாற்றம் உண்டாதல்; to affect; to move one's heart.

பாதிப்பு: *(பெ):* துன்பம்; நோய்; வருத்தம்; இடையூறு; தடை; grief; disease; distress; obstruction; obstacle.

பாதிமதி: *(பெ):* பிறைச் சந்திரன்; crescent moon.

பாதிமம்: *(பெ):* நாலில் ஒன்று; quarter.

பாதிரம்: *(பெ):* சந்தனம்; மலையாத்தி மரம்; sandal wood; a kind of tree.

பாதி ராத்திரி: *(பெ):* நள்ளிரவு; midnight.

பாதிரி: *(பெ):* மரவகை; மூங்கில்; கிறித்துவ குருமார்; a kind of tree; bamboo; Christian priest.

பாதிரியம்: *(பெ):* செவிடு; deaf.

பாதிரியார்: *(பெ):* கிறித்துவ குருமார்; Christian priest.

பாதிலி: *(பெ):* வலை; (fishing) net.

பாதீடு: *(வி):* பங்கிடுதல்; செரித்தல்; காத்தல்; act of sharing; digestion; protection.

பாது: *(பெ):* கதிரவன்; காவல்; பங்கு; Sun; fortification; share.

பாதுகம்: *(பெ):* செருப்பு; பாதுகை; sandals; wooden sandals.

பாதுகாத்தல்: *(பெ):* காத்தல்; உதவிடுதல்; to protect; to help.

பாதுகாப்பு: *(பெ):* காப்பாற்றுகை; ஆதரித்தல்; protection; safety; support.

பாதேயம்: *(பெ):* கட்டுச் சோறு; the food packed for journey.

பாதை: *(பெ):* மிதவை; வழி; துன்பம்; முறை; raft; way; distress; manner.

பாத்தம்: *(பெ):* மர வகை; செய்தி; a kind of tree; news.

பாத்தல்: *(வி):* பங்கிடுதல்; to share.

பாத்தி: *(பெ):* பாய்ச்சும் நீர் தங்கியிருக்க வேண்டி சிறிய வரப்புகளால் பிரிக்கப்பட்ட அமைப்பு; garden plot; bed.

பாத்திபம்: *(பெ):* பூமி; பூண்டு வகை; earth; a kind of shrub.

பாத்தியஸ்தானம்: *(பெ):* பங்காளி; shareholder.

பாத்தியதை: *(பெ):* உரிமை; உறவு; right; relation.

பாத்தியம்: *(பெ):* உரிமை; பிணை; சம்பந்தம்; பங்கு; right of possession; security; relation; share.

பாத்திரடீரம்: *(பெ):* காகம்; நாரை; தீ; பாத்திரம்; crow; crane; fire; vessel.

பாத்திரம்: *(பெ):* உண்கலம்; இலை; தகுதி; வாய்க்கால்; உடல்; கட்டளை; மந்திரி; eating plate; leaf; fitness; channel; body; order; minister.

• **பாத்திரம்** அறிந்து பிச்சை போடு; கோத்திரம் அறிந்து பெண்ணைக் கொடு - *பழமொழி.*

பாத்திரவான்: *(பெ):* தகுதியானவன்; the deserving person.

பாத்திராதீரம்: *(பெ):* அக்னி; fire.

பாத்திரீரம்: *(பெ):* காணிக்கை; offerings.

பாத்திரை: *(பெ):* இரப்போர் கலம்; beggar's bowl.

பாத்திலார்: *(பெ):* விலை மகளிர்; harlots; prostitutes.

பாத்தில்: *(பெ):* வீடு; house.

பாத்து: *(பெ):* பகுத்தல்; பங்கு; பாதி; நீக்கம்; கஞ்சி; சோறு; ஐம்புல இன்பம்; dividing; share; half; elimination; gruel; boiled rice; the pleasure of five senses.

• *பாத்தூண் மரீஇ யவனைப் பசியென்னும்*
தீப்பிணி தீண்டல் அரிது. - *குறள் 227.*

பாத்துதல்: *(வி):* பகுத்தல்; to divide.

பாத்தூண்: *(பெ):* பிச்சை; alms.

பாநாள்: *(பெ):* பாதிநாள்; half a day.

பாநேமி: *(பெ):* சூரியன்; the Sun.

பாந்தல்: *(பெ):* துன்பம்; பதுங்கல்; sorrow; act of hiding.

பாந்தள்: *(பெ):* பாம்பு; மலைப்பாம்பு; snake; python.

பாந்தன்: *(பெ):* பிரயாணி; traveller; passenger.

பாந்து: *(பெ):* பொந்து; எருதுகள்; hole; oxes.

பாந்துதல்: *(வி):* பதுங்குதல்; to skulk.

பாந்தை: *(பெ):* பொந்து; hole.

பாபகம்: *(பெ):* பாவம்; sin.

பாபக்கினம்: *(பெ):* எள்; sesame.

பாப சமனம்: *(பெ):* பாவப்பரிகாரம்; expiation of sin.

பாபத்தை: *(பெ):* வேட்டை; chase; hunt.

பாபநிரதி: *(பெ):* பொல்லாங்கு; offence.

பாப மார்க்கம்: *(பெ):* பாவ வழி; the path of sin.

பாப மூர்த்திகள்: *(பெ):* வேடர்கள்; hunters.

பாப ரோகி: *(பெ):* தொழுநோயாளி; leper.

பாபவிமோசனம்: *(பெ):* பாவநாசம்; redemption from sin.

பாபாத்மா: *(பெ):* பாவி; sinner.

பாபி: *(பெ):* பாவி; sinner.

பாபு: *(பெ):* தலைவன்; master.

பாப்பம்: *(பெ):* சோறு; boiled rice.

பாப்பா: *(பெ):* சிறு குழந்தை; கண்ணின் கருமணி; child; pupil.

பாமகள்: *(பெ):* கலைமகள்; Saraswathi, Goddess of Arts and Learning.

பாமம்: *(பெ):* தினவு; கோபம்; நுரை; பிரபை; பரப்பு; itching sensation; anger; foam; lustre; area.

பாமரம்: *(பெ):* அறியாமை; மூடத்தனம்; இழிமை; ignorance; stupidity; meanness.

பாமரன்: *(பெ):* வெகுளி; அறிவற்றவன்; ignorant; fool; idiot.

பாமன்: *(பெ):* மைத்துனன்; சூரியன்; brother-in-law; the Sun.

பாமாரி: *(பெ):* கந்தகம்; Sulphur.

பாமினி: *(பெ):* பெண்; woman.

பாமை: *(பெ):* சிரங்கு; அகங்காரி; சத்தியபாமா; eruption; unruly woman; Sathyabhama, the consort of Lord Krishna.

பாம்பு: *(பெ):* விஷம் உள்ளது, விஷம் இல்லாதது என இருவகையான நீளமான உடம்பும், வழவழுப்பான தோலையும் உடைய காலில்லாத ஊர்ந்து செல்லும் உயிரினம்; snake.

பாம்பு கண்ட சித்தன்: *(பெ):* கரடி; bear.

பாம்புக்குத் தச்சன்: *(பெ):* கரையான்; white ant.

பாம்புத் திசை: *(பெ):* மேற்கு; west.

பாம்புரி: *(பெ):* அகழி; பாம்புச் சட்டை; moat; snake's slough.

பாம்பு விரல்: *(பெ):* நடுவிரல்; middle finger.

பாயக்கட்டு: *(பெ):* கிராம அதிகாரி; village officer.

பாயசம்: *(பெ):* ஓர் இனிய அமுது; செடி வகை; the liquid pudding prepared by boiling rice or vermicelli in milk and adding sugar, cashew nut etc.; a kind of plant.

பாயமுகம்: *(பெ):* வடவைத் தீ; cosmic fire.

பாயம்: *(பெ):* நீர்; புணர்ச்சி விருப்பம்; water; sexual desire.

பாயல்: *(பெ):* படுக்கை; உறக்கம்; பாதி; bed; sleep; half.

பாயிரம்: *(பெ):* முகவுரை; வரலாறு; பொருளடக்கம்; preface; history; contents.

பாயு: *(பெ):* மலவாய்; anus-hole.

பாய்: *(பெ):* கோரை போன்றவற்றால் முடைந்த விரிப்பு; பரப்பு; mat; area.

பாய்ச்சல்: *(வி):* தாவுதல்; எழுச்சி; நீரோட்டம்; பாசனம்; jumping; upheaval; flow of water; irrigation.

பாய்தல்: *(வி):* தாவுதல்; நீர் செல்லுதல்; பரவுதல்; விரைந்து ஓடுதல்; துள்ளுதல்; குதித்தல்; முனைத்தெழுதல்; to jump; the flow of water; to spread; to run fast; to leap; to spring.

பாய்மரக் கப்பல்: *(பெ):* காற்றின் விசையைக் கொண்டு செல்வதற்கேற்ற வகையில் பெரிய

பாய்கள் கட்டப்பட்ட பழங்காலக் கப்பல்; the sailing ship.

பாய்மரம்: *(பெ):* காற்றின் விசையால் இயக்கப்படும் கப்பல் (அ) படகில் விரித்திடவும், சுருக்கி இறக்கவும் ஏதுவாகப் பாய் கட்டப்பட்டு இருக்கும் கம்பம்; mast.

பாய்மா: *(பெ):* புலி; குதிரை; tiger; horse.

பாய்மாலி: *(பெ):* வெள்ளத்தால் உண்டாகும் அழிவு; destruction caused by flood.

பாரகம்: *(பெ):* பூமி; தோணி; திரைச் சீலை; earth; boat; curtain.

பாரகன்: *(பெ):* தாங்குபவன்; சுமப்பவன்; கல்வி மிகக் கற்றவன்; one who supports; one who bears; learned person.

பாரகாவியம்: *(பெ):* பெருங்காப்பியம்; great epic.

பாரங்கதன்: *(பெ):* அளவற்ற கல்வியறிவு பெற்றவன்; great scholar.

பாரங்கம்: *(பெ):* இலவங்கப்பட்டை; cinnamon bark.

பாரங்கு: *(பெ):* சிறு தேக்கு; a herb.

பாரசிகை: *(பெ):* பருந்து; eagle.

பாரணம்: *(பெ):* உண்ணுதல்; மேகம்; மன நிறைவு; eating; cloud; satisfaction of mind.

பாரத கண்டம்: *(பெ):* இந்திய நாடு; India.

பாரதப் போர்: *(பெ):* கௌரவர்களுக்கும், பாண்டவர்களுக்கும் நடந்த போர்; the battle held between Kauravas and Pandavas.

பாரதம்: *(பெ):* மகாபாரதம் என்னும் காவியம்; இந்திய நாடு; பாதரசம்; the great epic Mahabharata; India; mercury.

பாரதர்: *(பெ):* பரத வம்சத்தவர்; பாரத நாட்டினர்; the descendants of Bharatha; Indians.

பாரிசாதம்: *(பெ):* சுவர்க்கத்தில் உள்ளதாகக் கருதப்படும் ஐவகைத் தருக்(மரங்)களில் ஒன்று; பவழ மல்லிகை; one of the five kinds of trees in heaven, Parijatham; night flowering jasmine; Indian coral tree.

பாரிடம்: *(பெ):* பூமி; பூதம்; earth; goblin; demon.

பாரிணாயம்: *(பெ):* சீதனம்; dowry.

பாரிதத்தியை: *(பெ):* நெற்றிச் சுட்டி; an ornament worn on the forehead by women.

பாரிதோஷம்: *(பெ):* உபகாரம்; help.

பாரித்தல்: *(வி):* பரவுதல்; தோன்றுதல்; வளர்த்தல்; பூசித்தல்; சங்கற்பித்தல்; காட்டுதல்; ஒத்திருத்தல்; மிகுதியாதல்; ஆயத்தப்படுத்திடல்; நிறைத்தல்; வளைத்தல்; விரும்புதல்; பரக்கக் கூறுதல்; காத்தல்; to spread; to appear; to foster; to worship; to vow; to show; to resemble; to increase; to prepare; to fill; to bend; to like; to dwell at length; to protect.

பாரிந்திரன்: *(பெ):* சிங்கம்; அரிமா; lion.

பாரிபட்டியம்: *(பெ):* ஒழுங்கு; order.

பாரிபத்திரம்: *(பெ):* வேம்பு; the neem tree.

பாரிபந்திரன்: *(பெ):* திருடன்; thief.

பாரிபர்ச்சுவிசன்: *(பெ):* உதவியாள்; helper.

பாரிபாவிகம்: *(பெ):* கை; hand.

பாரிபாவியம்: *(பெ):* பிணை; ஒரு குளிகை; being knit together; a tablet.

பாரிப்பு: *(பெ):* கனம்; பருமன்; பரப்பு; விருப்பம்; வீரச்செயல்; அதிகரிப்பு; load; thickness; area; desire; a brave deed; increase.

பாரியம்: *(பெ):* கடுக்காய்; gall-nut.

பாரியாடன்: *(பெ):* மனைவியைப் பிறரிடம் அனுப்பி வைத்துச் சீவனம் செய்பவன்; one who lives on the income earned by sending his wife to other men.

பாரியாடிகன்: *(பெ):* மனைவிக்கு அடங்கிய கணவன்; one who obeys the orders of his wife.

பாரியாதிக்கிரமம்: *(பெ):* விபச்சாரம்; prostitution.

பாரியாத்திரம்: *(பெ):* ஒரு மலை; a mountain.

பாரியாள்: *(பெ):* மனைவி; பருமனான மனிதன்; wife; fat man.

பாரியை: *(பெ):* மனைவி; wife.

பாரிவேட்டை: *(பெ):* கோயில் திருவிழா வகை; a kind of temple festival.

பாரிஷதன்: *(பெ):* காண்பவன்; காவற்காரன்; one who is seeing; watchman; guard.

பாரீந்திகம்: *(பெ):* மலைப்பாம்பு; சிங்கம்; python; lion.

பாரு: *(பெ):* மருந்து; தீ; சூரியன்; medicine; fire; the Sun.

பாருசியம்: *(பெ):* நிந்தை; கடுஞ்சொல்; அகில்; செல்வம்; கொடுமை; abuse; harsh word; eagle wood; wealth; wickedness.

பாரை: *(பெ):* கடப்பாரை; மீன் வகை; இருப்புலக்கை; எறி படை வகை; crow bar; a kind of fish; a heavy iron pestle; a kind of weapon.

பாரோகம்: *(பெ):* வாள்; sword.

பாரோலை: *(பெ):* பழம் வைத்திடப் பயன்படும் பனையோலை; the palmyra leaf used for keeping fruits.

பார்: *(பெ):* முறை; பார் எனக் கேட்டல்; நிலம்; அடுக்கு; தேசம்; பாறை; பூமி; தடை; படுக்கை; புத்தன்; manner; asking to see; land; layer; country; rock; earth; obstacle; bed; man of knowledge.

பார்கவம்: *(பெ):* பக்கம்; உதவி; வட்டம்; side; help; circle.

பார்க்கக்கூடிய: *(பெ):* கண்ணால் காணக்கூடிய; that which is visible.

பார்க்கத்தகாத: *(பெ):* காணத்தகாத; unsightly.

பார்க்கவன்: *(பெ):* சுக்கிரன்; பரசுராமன்; the Planet Venus; Sukracharya, the Asura Guru; Parasurama.

பார்க்கவி: *(பெ):* மலைமகள்; அலைமகள்; வெள்ளருகு; Goddess Parvathi; Goddess Lakshmi; a kind of plant.

பார்சுவ கிரகணம்: *(பெ):* குறை கிரகணம்; an incomplete eclipse.

பார்த்தல்: *(வி):* ஆராய்தல்; காணல்; நோக்கல்; பிரயாசைப்படுதல்; வணங்குதல்; பத்திரம் பண்ணுதல்; தேடல்; கவனித்தல்; to verify; to see; to endeavour; to respect; to keep safely; to search; to listen. ● **பார்த்தால்** பூனை; பாய்ந்தால் புலி. ● **பார்த்தால்** போதுமா? பட்டால்தானே தெரியும்! ● **பார்த்திருந்தும்** பாழுங்கிணற்றில் விழலாமா? *- பழமொழிகள்.*

பார்த்தவம்: *(பெ):* மிகுதி; surplus.

பார்த்திப: *(பெ):* ஒரு தமிழ் வருடம்; Paarthiba, a Tamil Year.

பார்த்திபன்: *(பெ):* ஓர் அரசன்; a king.

பார்த்திவ சாலை: *(பெ):* அரச சபை; the royal court.

பார்த்திவம்: *(பெ):* பூமி; earth.

பார்த்திவன்: *(பெ):* அரசன்; king.

பார்ப்பான்: *(பெ):* அந்தணன்; யமன்; man who belongs to brahmin community; Yama; the God of Death.

பார்ப்பினி: *(பெ):* அந்தணர் குலப் பெண்; brahmin woman.

பார்ப்பு: *(பெ):* பறவைக் குஞ்சு; பார்த்தல்; மான் கன்று; the young bird; the act of seeing; young deer.

பார்மகள்: *(பெ):* நிலமகள்; பூமித்தாய்; பூமாதேவி; the Goddess of Earth.

பார்மகன்சாரி: *(பெ):* பச்சைக் கற்பூரம்; the medicated camphor.

பார்மிசையோன்: *(பெ):* புத்தன்; man of knowledge.

பார்வதி: *(பெ):* பருவதராசனின் மகளான உமையவள்; இடைச்சி; திரௌபதி; காவி மண்; Goddess Parvathi, the daughter of Parvatharaja; woman belonging to shepherd community; Draupadi, the wife of Pancha Pandavas; red ochre.

பார்வை: *(பெ):* கண்; சிறப்பு; காட்சி; தோற்றம்; கண்ணோட்டம்; சோதனை; கவனம்; eye; speciality; origin; point of view; verification; attention.

பார்வைக் குறைவு: *(பெ):* கண் பார்வை தெளிவின்றி இருத்தல்; myopia (having defective vision).

பார்வைக் கோணம்: *(பெ):* காட்சிக் கோணம்; one's way of looking at a matter.

பார்வைத் தாழ்ச்சி: *(பெ):* குருடு; blindness.

பாலகம்: *(பெ):* மோதிரம்; எள்; ring; sesame.

பாலகன்: *(பெ):* மகன்; குழந்தை; காப்போன்; son; child; watchman.

பாலகி: *(பெ):* மகள்; பெண் குழந்தை; daughter; female child.

பாலங்கம்: *(பெ):* பறவை; குதிரை; bird; horse.

பாலசந்திரன்: *(பெ):* பிறை நிலவு; crescent moon.

பால சிகிச்சை: *(பெ):* குழந்தை வைத்தியம்; medical treatment for children.

பால சூரியன்: *(பெ):* உதயசூரியன்; the rising Sun.

பாலசூவிகம்: *(பெ):* சாமரம்; bush tail of the lion used as a fly flapper for idols or as a royal insignia.

பாலடிசில்: *(பெ):* பாற்சோறு; the rice boiled in milk.

பாலடை: *(பெ):* பாலில் படியும் ஆடை; பாலேடு; thin layer formed over the boiled milk; cream of milk.

பாலமணி: *(பெ):* அக்குமணி; the necklace made of conch-shell or small white plastic balls.

பாலமை: *(பெ):* அறியாமை; ignorance.

பாலம்: *(பெ):* வாராவதி; நெற்றி; நீரின் அணைச்சுவர்; பூமி; வெட்டிவேர்; bridge; forehead; embankment; earth; cuscus grass.

பாலம்மை: *(பெ):* வைசூரி; smallpox.

பாலரசம்: *(பெ):* பொன்னிறம்; golden colour.

பாலர்: *(பெ):* சிறுவர்; காப்பவர்; முல்லை நிலத்தோர்; இடையர்; children; protector; the inhabitants of pastoral tract; shepherds.

பாலலீலை: *(பெ):* சிறுவர் விளையாட்டு; children's game.

பாலலோசனன்: *(பெ):* சிவபெருமான்; Lord Shiva.

பாலவன்: *(பெ):* சிவபெருமான்; Lord Shiva.

பாலனம்: *(பெ):* பாதுகாப்பு; protection.

பாலனன்: *(பெ):* காப்போன்; protector.

பாலன்: *(பெ):* இடையன்; சிறுவன்; காப்போன்; shepherd; boy; protector.

பாலா: *(பெ):* கைபிடி; a kind of lance.

பாலாக்குதல்: *(வி):* பங்கிடுதல்; to share.

பாலாசம்: *(பெ):* பச்சை நிறம்; green colour.

பாலாசிரியன்: *(பெ):* குழந்தைகளுக்குக் கல்வி கற்பிப்பவர்; the teacher of children.

பாலாடை: *(பெ):* குழந்தைகளுக்குப் பால் புகட்டும் சங்கு; பாலில் படியும் ஆடை; பாலேடு; conch-like small cup for feeding babies; thin layer formed over the boiled milk; cream of milk.

பாலாடைக் கட்டி: *(பெ):* கொழுப்புச் சத்து நிறைந்த பாலைக் காய்ச்சி பின்பு குளிரவைத்து புளித்திடச் செய்து தயாரிக்கப்படும் மிருதுத்

தன்மையுடைய வெளிர் மஞ்சளான கட்டி; cheese.

பாலாலயம்: *(பெ):* சிறிய ஆலயம்; கோயில் திருப்பணி நடைபெறும்போது மூலவிக்கிரகத்தை வைப்பதற்கான தற்காலிக அமைப்பு; small temple; temporary shelter for the deity when the shrine is being renovated.

பாலாவி: *(பெ):* பாலின் ஆவி; steam from boiled milk.

பாலாறு: *(பெ):* தமிழ்நாட்டில் பாயும் ஓர் ஆறு; Paalaaru, a river that flows in Tamil Nadu.

பாலி: *(பெ):* ஆலமரம்; பாலாறு; கள்; ஒரு மொழி; செம்பருத்தி; banyan tree; Paalaaru, a river in Tamil Nadu; toddy; a language; a shrub with red flowers.

பாலிகை: *(பெ):* இளம் பெண்; ஒரு வகைக் காதணி; உதடு; கத்தியின் பிடி; வட்டம்; நீரோட்டம்; மேற்கட்டு; அடம்பு; young woman; a kind of ear ornament; lips; handle of knife; circle; flow of water; canopy; a kind of flower.

பாலிசம்: *(பெ):* அறியாமை; ignorance.

பாலிசன்: *(பெ):* மூடன்; fool; idiot; ignorant person.

பாலித்தல்: *(வி):* கொடுத்தல்; காத்தல்; பரிபாலித்தல்; விரித்தல்; அருளுதல்; to give; to protect; to maintain; to spread; to grant.

பாலியம்: *(பெ):* இளம்பருவம்; குழந்தைப் பருவம்; youth; childhood.

பாலியல்: *(பெ):* ஆண்-பெண் உறவு சம்பந்தப்பட்ட படிப்பு; sexology.

பாலியன்: *(பெ):* இளைஞன்; young man.

பாலிறுவி: *(பெ):* முருங்கை மரம்; horse-radish tree.

பாலினம்: *(பெ):* ஆண், பெண் வேறுபாட்டைக் குறிக்கும் சொல்; sex.

பாலுகம்: *(பெ):* கற்பூரம்; camphor.

பாலுணர்வு: *(பெ):* உடலுறவு கொள்ள வேண்டும் என்ற உந்துதலைத் தூண்டும் உணர்வு; sexual urge or feeling.

பாலுண்ணி: *(பெ):* பெரும்பாலும் முகம், கை போன்ற பகுதிகளில் தோன்றுகின்ற கட்டி போன்று இருக்கும் சதை வளர்ச்சி; wart.

பாலுறவு: *(பெ):* பாலுணர்ச்சியின் உந்துதலினால் ஆண், பெண் இருவரும் கொள்ளும் புணர்ச்சி; sexual intercourse.

பாலூட்டி: *(பெ):* தன்னுடைய குட்டிக்குப் பாலூட்டி வளர்க்கும் உயிரினம்; mammal.

பாலேடு: *(பெ):* காய்ச்சிய பாலின் மீது படியும் ஆடை; a thin layer formed on the surface of boiled milk.

பாலேயம்: *(பெ):* கழுதை; மென்மை; donkey; tenderness.

பாலை: *(பெ):* ஐவகை நிலப்பாகுபாட்டில் ஒன்றான வறண்ட நிலப்பகுதி; ஒரு யாழ் வகை; பெண்; குழந்தை; பதினாறு வயதுக்கு உட்பட்ட பெண்; மீன் வகை; arid land and one of the five-fold divisions of land; a kind of lute; woman; child; the girl below sixteen years; a kind of fish.

பாலைக் கிழத்தி: *(பெ):* கொற்றவை; Durga; Goddess of Victory.

பாலைவனச் சோலை: *(பெ):* பாலைவனப் பகுதிகளில் அபூர்வமாகக் காணப்படும் நீர்நிலை மற்றும் மரங்கள் அடர்ந்த பசுமைப்பகுதி; the Oasis.

பாலைவனம்: *(பெ):* கடுமையான வெப்பம் நிறைந்த நீண்ட மணல்வெளி; desert.

பால்: *(பெ):* தாயின் மார்பகத்திலிருந்து குழந்தைக்காக (அ) விலங்கின் மடியிலிருந்து கன்றுக்குட்டிக்காகச் சுரந்து உணவாகும் வெண்மைத் திரவம்; ரப்பர், கள்ளி போன்றவற்றில் இருந்து கசியும் வெள்ளை நிறம் கொண்ட பிசுபிசுப்பான திரவம்; தேங்காய் போன்றவற்றில் இருந்து பிழிந்தெடுக்கும் வெள்ளை நிறத் திரவம்; நெல், கம்பு போன்ற பயிர்களின் முற்றாத மணிகளில் இருக்கும் குழைவான வெள்ளை நிறப் பொருள்; மனிதரில் ஆண், பெண் என்னும் பகுப்பு; உயர் திணையில் ஆண், பெண், பலர் என்றும், அஃறிணையில் ஒன்று, பல என்றும் பிரிக்கப்படும் ஐவகைப் பிரிவுகள்; milk; milky juice of certain plants like rubber, etc; milk extracted from coconut kernel; white fluid in grains such as paddy, etc.; the gender classification of five kinds i.e. male, female, human plural; neuter singular and neuter plural.

- பாலுக்கும் காவல்; பூனைக்கும் தோழன்.
- பாலுக்கு மிஞ்சிய சுவையுமில்லை; பல்லக்குக்கு மிஞ்சிய சொகுசும் இல்லை.
- பாலைப் பார்த்துப் பசுவைக் கொள்ளு; தாயைப் பார்த்துப் பெண்ணைக் கொள்ளு. - *பழமொழிகள்.*
- பாலொடு தேன்கலந் தற்றே பணிமொழி
  வாலெயிறு ஊறிய நீர். - *குறள் 1121.*

பால் கறத்தல்: *(வி):* பசு, ஆடு போன்ற விலங்குகளின் மடிக் காம்பிலிருந்து பாலினைப் பீய்ச்சி எடுத்தல்; to draw milk from a cow, goat, etc.; to milk.

பால் காய்ச்சுதல்: *(வி):* ஒரு வீட்டில் புதிதாகக் குடியேறுவதன் தொடக்கமாகப் பாலினைக் காய்ச்சிடும் சடங்கை நிகழ்த்துதல்; to boil the milk as a sign of house-warming.

பால்காரன்: *(பெ):* பால் விற்பவன்; milkman.

பால் குடம்: *(பெ):* முருகன் கோயில், மாரியம்மன் கோயில் போன்ற திருத்தலங்களுக்கு நேர்த்திக் கடனாக, பக்தர்கள் பால் நிரம்பிய குடங்களைத் தலையில் தூக்கிச் சென்று மூலவருக்கு அபிஷேகம் செய்திடும் திருவிழா; festival in which devotees carry pots filled with milk to the temples of Lord Muruga, Goddess Mariamman, etc. in fulfilment of their vow.

பால்குனம்: *(பெ):* மாசி வளர்பிறைப் பிரதமை முதல் பங்குனி அமாவாசை முடியவுள்ள காலம்; ஒரு மாதம்; the period between the next day of New Moon day of the Tamil month Maasi and the New Moon day of the Tamil month Panguni.

பால் கொடு: *(வி):* பாலூட்டு; to suckle.

பால்கோவா: *(பெ):* பாலைச் சுண்டக் காய்ச்சித் தயாரிக்கப்படும் இனிப்புப் பண்டம்; a confection made of cream of milk.

பால் தருகின்ற: *(பெ.அ):* தன் குட்டிக்கு மட்டுமல்லாது மனிதர்கள் போன்ற பிற உயிர்களுக்கும் பாலைத் தந்திடும்; milch.

பால் தெளியல்: *(பெ):* இறந்தவரின் பிணத்தைப் புதைத்த (அ) எரித்த இடத்தில் மறுநாள் தானியங்களை இறைத்தும் பாலை விட்டும் செய்யும் சடங்கு; the ceremony of sprinkling milk and scattering cereal in the place where a corpse has been burnt or buried on the day after cremation or burial.

பால் தோய்தல்: *(பெ):* பால் தோய்ந்து தயிராகுதல்; curdling of milk.

பால் தோய்த்தல்: *(வி):* பாலினைத் தோய்த்து தயிராக்கிட, காய்ச்சி ஆறவைத்த பாலில் சிறிது மோரைக் கலந்திடல்; to curdle milk by adding a small quantity of buttermilk.

பால் நண்டு: *(பெ):* ஒரு வகை நண்டு; a kind of crab.

பால் நரம்பு: *(பெ):* கைக்குழந்தைக்குப் பால் கொடுக்கும் இளம் தாயின் மார்பகத்தில் தெரியும் வெளிர் நீல நிற நரம்பு; blue lacteal vein in a young mother with a suckling child.

பால் பண்ணை: *(பெ):* கறவை மாடுகள் பலவற்றைத் தக்க தீவனம் கொடுத்துப் பெருமளவில் பால் கறந்து விற்பனை செய்யும் அமைப்பு; dairy.

பால் பல்: *(பெ):* சிறார்களுக்கு முதன்முதலாக முளைக்கும் பல்; milk-tooth.

பால் பாய்தல்: *(வி):* பேரன்பு மற்றும் தன் குழந்தையின் பசியாற்ற வேண்டும் என்ற உந்துதலினால் பெண்ணின் மார்பகங்களில் அபரிமிதமாகத் தாய்ப்பால் சுரத்தல்; abundant secretion of milk in a woman's breast, due to tender feeling towards her child.

பால் பொழிதல்: *(வி):* வளமாக இருந்திடல்; be prosperous.

பால்போன்ற: *(பெ.அ):* பாலினைப் போன்ற வெள்ளை நிறமான; milky.

பால் மடி: *(பெ):* பால் சுரந்திடும் தன்மையைக் கொண்டுள்ள மடி; udder teeming with milk.

பால்மணம்: *(பெ):* பாலின் வாடை; smell of milk.

பால் மறத்தல்: *(வி):* குழந்தை பால் குடிப்பதைத் தவிர்த்தல்; to wean.

பால் மாறுதல்: *(வி):* பால்வற்றுதல்; சோம்பியிருத்தல்; பின்வாங்குதல்; to become dry of milk; to be lazy; to go back on one's word.

பால்மேனியாள்: *(பெ):* கலைமகள்; Saraswathi, Goddess of Arts and Learning.

பால்வண்ணன்: *(பெ):* பலராமன்; சிவபெருமான்; Balarama, the elder brother of Lord Krishna and one of the incarnations of Lord Vishnu; Lord Shiva.

பால்யம்: *(பெ):* சிறு வயது; குழந்தைப் பருவம்; young age; childhood.

பால்ய விவாகம்: *(பெ):* முற்காலத்தில் நடைமுறையில் இருந்த குழந்தைப் பருவத்திலேயே நடத்தி வைக்கப்படும் திருமணம்; child marriage, which was practised in the past.

பால் வழு: *(பெ):* ஒருபாற் சொல் ஏனைய பாற்சொல்லுடன் முடிதலாகிய குற்றம்; incorrect use of one gender with another.

பால் வன்னத்தி: *(பெ):* சிவசக்தி; Lord Shiva's energy.

பால்வாடி: *(பெ):* கிராமப்புறங்களில் ஐந்து வயதிற்குட்பட்ட குழந்தைகளுக்குச் சத்துணவு, தக்க கவனிப்பு ஆகியவற்றினை அளித்திடும் வகையில் அரசு மற்றும் தொண்டு நிறுவனங்கள் போன்றவற்றால் நடத்தப்பெறும் அமைப்பு; a welfare facility which combines creches and pre-school education for children in the rural areas-'Balvadi'.

பால்வினை நோய்: *(பெ):* பல பெண்களுடன் (அ) ஆண்களுடன் உடலுறவு கொள்வதனால் பிறப்புறுப்பில் தொற்றிப் பரவிடும் நோய்; venereal disease.

பால்வீதி: *(பெ):* வெண்மையான பாதை போன்று இரவுப்பொழுதில் தோன்றும் நட்சத்திரக் கூட்டம்; milky way.

பாவகம்: *(பெ):* அக்கினி; கொலை; சேங்கொட்டை; கருத்து; இயல்பு; தியானம்; உருவம்; தூய்மை; தோற்றம்; பாவனை; பாசாங்கு; அன்பை வெளிப்படுத்துகை; fire; murder; marking nut; opinion; nature; meditation; form; purity; appearance; imitation; pretension; kindliness.

பாவகன்: *(பெ):* தூய்மையானவன்; அக்கினி; கற்றோன்; விஷம் நீக்கும் மருத்துவன்; pure and holy person; fire; learned person; physician who cures poisonous diseases and bites.

பாவகாரி: *(பெ):* பாவம் செய்பவன்; sinner; evil-doer.

பாவகி: *(பெ):* முருகப் பெருமான்; Lord Muruga; born of fire.

பாவசம்: *(பெ):* காமம்; lust.

பாவசேடம்: *(பெ):* தீவினை; வினைப்பயன்; evil deed; result of karma.

பாவச் சுமை: *(பெ):* அதிகப்படியான பாவங்களைச் செய்வதால் உண்டாகிடும் நிலை; burden of sins.

பாவடி: *(பெ):* அங்கவடி; stirrup.

பாவட்சயம்: *(பெ):* பாவ விமோசனம்; expiation of sin.

பாவநாசம்: *(பெ):* பாவங்களை விட்டொழித்தல்; removal of sins.

பாவ பரிகாரம்: *(பெ):* பாவ நிவர்த்தி; expiation of sin.

பாவ புண்ணியம்: *(பெ):* தீமைகளும், நன்மைகளும்; demerits and merits.

பாவமன்னிப்பு: *(பெ):* செய்திட்ட பாவங்களுக்கான மன்னிப்பு; கிறித்தவ சமயப்படி தாம் செய்த பாவங்களைப் பாதிரியிடம் அறிக்கையிட்டு இறைவனிடம் பெற்றிடும் மன்னிப்பு; forgiveness of sins; confession of one's sins.

பாவமூர்த்தி: *(பெ):* வேடுவன்; hunter.

பாவம்: *(பெ):* தீய செயல்; நரகம்; முறைமை; தியானம்; எண்ணம்; விளையாட்டு; இயல்பு; அதிர்ஷ்டஈனம்; ஆத்மா; இயக்கம்; உலகம்; கருப்பை; சொற்பொருள்; நோக்கம்; பாவனை; பிறப்பு; பொருள்; பொழுதுபோக்கு; போதனை; evil deed; hell; manner; meditation; thought; game; nature; bad luck; soul; movement; world; womb; connotation; purpose; fancy; birth; meaning; entertainment; religious and moral teachings. • **பாவம்** ஒரு பக்கம்; பழி ஒரு பக்கம். • **பாவம்** உள்ள இடத்திலே பழி போகும். • **பாவத்திற்கு** இடங்கொடாதவன் பாவத்தை ஜெயங்கொண்டான் - *பழமொழிகள்.*

பாவலர்: *(பெ):* புலவர்; கவிஞர்; poets; bards.

பாவலா: *(பெ):* வெற்று நடிப்பு; பாவனை; feigning; pretension.

பாவவிமோசனம்: *(பெ):* பாவ நிவர்த்தி; expiation of sin.

பாவறை: *(பெ):* கூடாரம்; tent.

பாவன தீர்த்தம்: *(பெ):* புண்ணிய தீர்த்தம்; the sacred water.

பாவனத்துவனி: *(பெ):* சங்கு; conch shell.

பாவனம்: *(பெ):* துப்புரவு செய்கை; தூய்மை; purification; purity.

பாவனன்: *(பெ):* பீமன், அனுமன் ஆகியோர்; Bheema and Hanuman, the sons of Wind God.

பாவனி: *(பெ):* துளசி; கங்கை; பசு; sacred basil; River Ganges; cow.

பாவனை: *(பெ):* நினைப்பு; தியானம்; ஒப்பு; அடையாளம்; போலி; நடத்தை; நூற்றெட்டு உபநிடதங்களுள் ஒன்று; thought; meditation; resemblance; mark; false; behaviour; one of the hundred and eight upanishads.

பாவனை பண்ணுதல்: *(வி):* பாவித்தல்; பாசாங்கு செய்தல்; to fancy; to pretend.

பாவாடம்: *(பெ):* நாக்கறுத்துக்கொள்ளும் வேண்டுதல்; a vow of fulfilment by cutting the tongue.

பாவாடை: *(பெ):* பெண்களின் உடை; ஆடையில் படைக்கும் அன்னம்; தரையில் விரித்திடும் சீலை; மேசை விரிப்பு; வேலை நாள்; skirt; boiled rice heaped on a cloth; the cloth spread on the ground; table cloth; working day.

பாவாடைப்பூ: *(பெ):* இலுப்பைப்பூ; South Indian mahua flower.

பாவாணர்: *(பெ):* பாவலர்; poets; bards.

பாவாதுகை: *(பெ):* சாயை; resemblance.

பாவாத்துமா: *(பெ):* பாவி; sinner.

பாவார்த்தம்: *(பெ):* சொற்பொருள்; connotation.

பாவாற்றி: *(பெ):* நெய்வார்க் குச்சு; weaver's brush.

பாவி: *(பெ):* தீய செயல் செய்வோன்; சாது; பேதை; கருதுதல்; பாவனை செய்தல்; தற்போதைய இரங்கத்தக்க நிலைக்கு ஒருவரைக் காரணமாகக் காட்டிக் குறை கூறிட அல்லது வசைபாடிடப் பயன்படுத்தும் சொல்; evil-doer; sinner; polite person; simpleton; ignorant person; consideration; pretension; the word used to denote a contemptible person.

பாவிதம்: *(பெ):* கூட்டு; சம்மதம்; பேறு; பாவிப்பு; சங்கற்பம்; கலப்பு; compound; consent; good fortune; determination; mixture.

பாவித்தல்: *(வி):* வழங்குதல்; எண்ணுதல்; பாவனை செய்தல்; to distribute; to think; to pretend.

பாவித்திரம்: *(பெ):* மூவுலகம்; the three worlds viz., Swargam, Maddhiyam (Bhoologam) and Pathalam.

பாவிப்பு: *(பெ):* பாவனை; pretension.

பாவியம்: *(பெ):* காப்பியம்; தகுதி; great epic; fitness.

பாவு: *(பெ):* தறி அல்லது துணியில் நீளவாக்கில் செல்லும் இழை; நிறுத்தலளவை; the threads stretched lengthwise in a loom; a kind of weighing measure.

பாவு கல்: *(பெ):* தளம் பரப்பும் கல்; the stone used for paving.

பாவுதல்: *(வி):* பரம்புதல்; பரவுதல்; ஊன்றுதல்; நாற்று நடுதல்; தாண்டுதல்; பற்றுதல்; விரித்தல்; to harrow; to spread; be fixed; to plant the seedlings; to jump; to hold; to cause to expand.

பாவை: *(பெ):* பதுமை; பெண்; கூத்து வகை; நோன்பு வகை; கருவிழி; குரவ மலர்; இஞ்சி; doll; girl; a kind of dance; a religious observance; pupil; a kind of flower; ginger.

பாவைக் கூத்து: *(பெ):* பொம்மலாட்டம்; puppet show.

பாவையிஞ்சி: *(பெ):* இஞ்சிக்கிழங்கு; ginger-root.

பாவை விளக்கு: *(பெ):* பதுமை விளக்கு; lamp with a damsel-shaped stand.

பாழி: *(பெ):* அகலம்; உரை; கடல்; ஆகாயம்; ஊர்; கிராமம்; சயனம்; கோயில்; குகை; சிறு குளம்; பகைவர் ஊர்; பாழ்; மருதநிலத்தூர்; இறங்கு துறை; பெருமை; துயிலிடம்; முனிவர் இருக்கை; போர்; சுபாவம்; வலிமை; width; speech; sea; sky; town; village; act of sleeping; temple; cave; small tank; the town where the enemies are residing; ruin; the village at agricultural tract; ghat; greatness; sleeping place; hermitage; battle; nature; strength.

பாழிமை: *(பெ):* வெறுமை; வலிமை; emptiness; strength.

பாழூர்: *(பெ):* வறட்சியான ஊர்; the deserted village.

பாழ்: *(பெ):* குற்றம்; வெறுமை; ஆகாயம்; நட்டம்; வீண்; கெடுதி; அழிவு; மூலப்பிரகிருதி; fault; emptiness; sky; loss; that which is not necessary; peril; ruin; primordial matter.

பாழ்க்கடி: *(பெ):* கேடு; கெடுதல்; harm; getting destroyed.

பாழ்க்கடித்தல்: *(வி):* பாழாக்குதல்; to spoil.

பாழ்க்கோட்டம்: *(பெ):* மயானம்; cremation ground.

பாழ்ங்கிணறு: *(பெ):* பாழடைந்த கிணறு; ruined well.

பாழ்ங்குடி: *(பெ):* சீரழிந்து போன குடும்பம்; degenerated family.

பாழ்ங்கோயில்: *(பெ):* பாழடைந்த கோயில்; ruined temple.

பாழ்ஞ்சேரி: *(பெ):* பாழடைந்த குக்கிராமம்; ruined hamlet.

பாழ்த்தல்: *(வி):* அழிவடைதல்; பயனறுதல்; be ruined; to become useless.

பாழ்நத்தம்: *(பெ):* பாழ்பட்ட ஊர்; ruined village.

பாழ்நிலம்: *(பெ):* விளையாத நிலம்; barren land.

பாழ்படுதல்: *(வி):* கெடுதல்; அழிதல்; to perish; to decay.

பாழ்வெளி: *(பெ):* வெட்டவெளி; open space.

பாளம்: *(பெ):* உலோகக்கட்டி; வெடிப்பு; அடுக்கு; மட்டமாகிய வடிவம்; உருக்கிய உலோகத்தை அச்சில் ஊற்றி வைத்த நிலை; metal block; a kind of salt; layer; stratum; flattened shape; metal molten and cast in moulds.

பாளி: *(பெ):* அடையாளம்; துணி வகை; பாசறை; mark; a kind of cloth; camp in battle field.

பாளிதம்: *(பெ):* சித்திரச்சேலை; குழம்பு; சோறு; பாற்சோறு; பச்சைக் கற்பூரம்; சந்தனம்; பட்டுப்புடவை; embroidered garment; a thickened sauce; boiled rice; rice boiled in milk; medicated camphor; sandal wood; silk saree.

பாளை: *(பெ):* பாக்கு, தென்னை, பனை ஆகியவற்றின் பூமடல்; பதர்; பாலப்பருவத்திற்கு முந்தைய பருவம்; spathe of areca, coconut, palmyra trees; chaff; worthless person; embryonic stage.

பாளைக்காரன்: *(பெ):* கூடாரத்தில் இருப்பவன்; படைத் தலைவன்; the person in the tent; army chief.

பாளை தட்டுதல்: *(வி):* தென்னை, பனை போன்ற மரங்களில் கள் இறக்கவேண்டி அவற்றின் பாளையைச் சீவிடுதல்; to tape the spathe of a palmyra or coconut tree to make it to yield toddy.

பாளைப் பருவம்: *(பெ):* கருவில் இருக்கும் பருவம்; embryonic stage.

பாளையப்பட்டு: *(பெ):* பண்ணை; estate.

பாளையம்: *(பெ):* பாசறை; சிற்றூர்; படை; camp; cantonment; army.

பாளையம் போடுதல்: *(வி):* போரிடும் இராணுவத்தின் முகாமுக்காகக் கூடாரமடித்தல்; to pitch a war camp.

பாளையமிறங்குதல்: *(வி):* போர்க்களத்தில் போரிடும்போது வீரர்கள் தங்கிடக் கூடாரம் போட்டுத்தேவையான வசதிகளைச் செய்தல்; to encamp in a war expedition.

பாளையமெழும்புதல்: *(வி):* படையெழுச்சி; to start on an expedition.

பாளை வைத்தல்: *(வி):* கமுகு, தென்னை, பனை போன்ற மரங்களில் பாளை தோன்றுதல்; spathes to shoot forth in areca, coconut, palmyra trees.

பாறல்: *(பெ):* எருது; ரிஷபராசி; ox; Taurus.

பாறாங்கல்: *(பெ):* கடினமான பெரிய அளவிலான கல்; block of stone.

பாறு: *(பெ):* கேடு; பருந்து; கழுகு; மரக்கலம்; harm; kite; eagle; boat.

பாறுதல்: *(வி):* அழிதல்; சிதறுதல்; கிழிதல்; பொருதல்; கடத்தல்; ஓடுதல்; be ruined; to scatter; to be torn into pieces; to fight; to pass; to run.

பாறை: *(பெ):* கற்பாறை போன்றவை; மீன் வகை; rock, hillock, etc.; a kind of fish.

பாறைபடுதல்: *(வி):* இறுகுதல்; to become hard.

பாறையுப்பு: *(பெ):* ஒரு வகை உப்பு; a kind of salt.

பாற்கஞ்சி: *(பெ):* அரிசி, பால் என இரண்டையும் சேர்த்துக் கொதிக்க வைத்து வேக வைத்திட்ட கஞ்சி; rice cooked in milk.

பாற்கட்டி: *(பெ):* பாலாடைக்கட்டி; குழந்தைகளின் உடம்பில் உள்ள ஈரல் (அ) மண்ணீரல் வீக்கத்தால் உண்டாகும் கட்டி; திடப்படுத்தப்பட்ட பால்; cheese; enlargement of liver or spleen in children; condensed milk.

பாற்கடம்: *(பெ):* பால்குடம்; milk pot.

பாற்கடல்: *(பெ):* புராணங்களின்படி திருமால் குடி கொண்டிருக்கும் இடமாகக் கருதப்படும் பால் நிரம்பிய கடல்; the ocean of milk said to be the abode of Lord Vishnu as per puranas.

பாற்கட்டு: *(பெ):* குழந்தைகள் பால் குடிக்காததால் தாயினுடைய மார்பகங்களில் ஊறும் பாலானது கட்டிப்போவதால் மார்பகங்கள் வீக்கமடைதல்; the accumulation of milk in the breasts of the mother when her child does not suck.

பாற்கதிர்: *(பெ):* நிலவொளி; சந்திரன்; moonlight; the moon.

பாற்கரன்: *(பெ):* சூரியன்; the Sun.

பாற்கரியோன்: *(பெ):* இந்திரன்; Lord Indra.

பாற்காரன்: *(பெ):* பால் விற்பனை செய்பவன்; milk man.

பாற்காரி: *(பெ):* செவிலித்தாய்; பால் விற்கும் பெண்; குழந்தைப் பிள்ளைக்காரி; foster mother; milk-maid; the mother of some children.

பாற்குனம்: *(பெ):* பங்குனி மாதம்; the Tamil month Panguni.

பாற்சோறு: *(பெ):* பால் சாதம்; rice boiled in milk or rice mixed with milk.

பாற்பசு: *(பெ):* கறவைப்பசு; milch cow.

பாற்படுதல்: *(வி):* ஒழுங்குபடுதல்; be in order.

பாற்பட்டார்: *(பெ):* துறவியர்; ascetics.

பாற்பல்: *(பெ):* முதன் முதலாக முளைக்கும் பல்; குழந்தைப் பருவத்தில் தோன்றி பின் விழுந்துவிடும் பல்; milk tooth.

பாற்புட்டி: *(பெ):* தாய்ப்பால் நீங்கலாக குழந்தைகளுக்குப் பசும்பால் அல்லது பவுடர் பாலினை ஊட்டும் கண்ணாடி அல்லது பிளாஸ்டிக்கால் ஆன புட்டி; feeding bottle.

பாற்றம்: *(பெ):* செய்தி; news.

பாற்று: *(பெ):* உரியது; that which belonged (to someone).

பாற்றுதல்: *(வி):* நீக்குதல்; அழித்தல்; கெடுதல்; to remove; to destroy; to ruin.

பானகம்: *(பெ):* ஒரு வகை வெல்லம் கலந்த குடிநீர்; sweet drink especially prepared with jaggery, species, etc.

பானசம்: *(பெ):* கள்; ஒருவகை மதுபானம்; toddy; a kind of intoxicating drink.

பானசியர்: *(பெ):* சமையற்காரர்கள்; cooks.

பானபரம்: *(பெ):* குடித்தல்; drinking.

பானபலி: *(பெ):* மதுபலி; the offerings as wine, toddy, arrack, etc. to a village deity.

பானபாசனம்: *(பெ):* குடிக்கும் பாத்திரம்; the vessel used for drinking purpose.

பானபாத்திரம்: *(பெ):* கிண்ணம்; சிறு தோணி; cup; a small boat.

பானம்: *(பெ):* கள்; குடிப்பவை; toddy; those which are meant for drinking.

பானம் பண்ணுதல்: *(வி):* குடித்தல்; to drink.

பானல்: *(பெ):* மருத நிலம்; வயல்; கடல்; கள்; குதிரை; வெற்றிலை; கருங்குவளை; agricultural tract; paddy field; sea; toddy; horse; betel leaf; blue nelumbo.

பானாள்: *(பெ):* பாதிநாள்; நண்பகல்; நள்ளிரவு; half a day; noon; midnight.

பானி: *(பெ):* படை; பருகுவோன்; army; the drinker.

பானித்தல்: *(வி):* குடித்தல்; to drink.

பானியம்: *(பெ):* நீர்; குடிப்பவை; water; those which are meant for drinking.

பானு: *(பெ):* அழகு; அரசன்; அழகி; ஒளி; கிரணம்; எஜமான்; சூரியன்; beauty; king; beautiful woman; lustre; rays; master; the Sun.

பானுபலை: *(பெ):* வாழை; plantain tree.

பானு மைந்தன்: *(பெ):* கர்ணன்; யமன்; சனி; சுக்ரீவன்; சித்திரகுப்தன்; Karna, the son of the Sun and Kuntidevi; Yama, the God of Death; Saturn; Sugreevan, the king of apes; Chitragupta, the assistant of Lord Yama.

பானு வாரம்: *(பெ):* ஞாயிற்றுக்கிழமை; Sunday.

பானை: *(பெ):* பெரிய அளவிலான மண் பாத்திரம்; ஓர் அளவு; a large earthen pot; a measure.

பான்மடை: *(பெ):* பாற்சோறு; rice boiled in milk.

பான்மை: *(பெ):* தகுதி; பங்கு; குணம்; தன்மை; நல்வினைப் பயன்; qualification; portion; quality; nature; the benefit of good deeds.

பி

பி: *(பெ):* அழகு; beauty.
பிகசத்துரு: *(பெ):* மேகம்; cloud.
பிகபந்து: *(பெ):* மாமரம்; mango tree.
பிகம்: *(பெ):* குயில்; cuckoo bird.
பிகவல்லபம்: *(பெ):* மாமரம்; mango tree.
பிக விரோதி: *(பெ):* மேகம்; cloud.
பிகானந்தம்: *(பெ):* வசந்த காலம்; spring season.
பிகி: *(பெ):* பெண் குயில்; female cuckoo bird.
பிகுவு: *(பெ):* பலம்; செருக்கு; இறுக்கம்; strength; pride; tenaciousness.
பிக்கம்: *(பெ):* யானைக்கன்று; இருவேலி (வெட்டிவேர்); calf of elephant; cuscus grass.
பிக்கல்: *(பெ):* தொல்லை; trouble.
பிக்கல் பிடுங்கல்: *(பெ):* பணத்தேவை, கடன், நிறைவேற்றிட வேண்டிய பணி ஆகியவை உண்டாக்கும் தொந்தரவு; minor vexations. • வருமானத்திற்கு ஏற்றபடி செலவுசெய்தால் **பிக்கல் பிடுங்கல்** இல்லாமல் வாழலாம்.
பிக்காரி: *(பெ):* வறிஞன்; destitute person.
பிக்கு: *(பெ):* குழப்பம்; ஒவ்வாமை; பௌத்த துறவி; confusion; inconsistency; Buddhist monk.
பிக்குணி: *(பெ):* பிட்சுணி; female ascetic.
பிங்கத்திருட்டி: *(பெ):* சிங்கம்; Lion.
பிங்கம்: *(பெ):* பொன்னிறம்; golden colour.
பிங்கலம்: *(பெ):* பொன்னிறம்; பொன்; வடக்கு; பிங்கல நிகண்டு; ஆந்தை; கீரி; குரங்கு; குபேர நிதி; golden colour; gold; north; a metrical gloss containing synonyms and meanings of words; owl; mongoose; monkey; a kind of Nidhi; Kubera Nidhi
பிங்கலன்: *(பெ):* சிவபெருமான்; சூரியன்; அக்னி; குபேரன்; பிங்கல நிகண்டு செய்த ஆசான்; Lord Shiva; the Sun; fire; Kubera, the God of Wealth; the person who wrote the 'Pingala Nigandu'.
பிங்கலாதனம்: *(பெ):* யோகாசன வகை; a kind of Yogasana.
பிங்கலை: *(பெ):* தசநாடியுள் ஒன்று; ஆந்தை; எண் திசை யானைகளுள் தெற்கிற்குரிய பெண் யானை; உமையவள்; one of the ten tubular vessels of the human body; owl; of the eight elephants guarding the eight directions, the she-elephant guarding the south; Goddess Parvathi, the consort of Lord Shiva.
பிங்களா: *(பெ):* ஒரு தமிழ் வருடம்; Pingala, a Tamil year.
பிங்களம்: *(பெ):* பொன்னிறம்; வஞ்சகம்; களிம்பு; வேறுபாடு; golden colour; deceit; ointment; difference.
பிங்களித்தல்: *(வி):* அருவருத்தல்; to nauseate.
பிங்களை: *(பெ):* வாழ்நாளில் மூன்று பகுதியுள் இரண்டாவது; எண்திசைகளுக்கான யானைகளுள் தென்திசைக்குரிய பெண் யானை; the second part of the life time; of the eight elephants guarding the eight directions, the she-elephant guarding the south.
பிங்கி: *(பெ):* மர வகை; a kind of tree.
பிங்குசம்: *(பெ):* தலைக்கோலம்; woman's head ornament.
பிசகடி: *(பெ):* தடை; prohibition.
பிசகு: *(பெ):* தடை; தப்பிதம்; ஒவ்வாமை; obstacle; fault; allergy.
பிசகுதல்: *(வி):* தவறுதல்; விலகுதல்; to miscarry; to remove. • அவன் விளையாடும்போது கீழே விழுந்ததால் கைமுட்டு **பிசகியது**.
பிசக்குதல்: *(வி):* பிழிதல்; தடுத்தல்; விரல்களுக்கு இடையே வைத்து நசுக்கிடல்; to squeeze; to stop; to press in between the fingers.
பிசகு பண்ணுதல்: *(வி):* தடை உண்டாக்குதல்; to prohibit.
பிசங்கதை: *(பெ):* வெண்மை; கருமை கலந்த பொன்னிறம்; whiteness; dark golden colour.
பிசங்கம்: *(பெ):* பொன்னிறம் கலந்த சிவப்பு; golden red colour.
பிசங்கல்: *(பெ):* அழுக்கான ஆடை; dirty cloth.
பிசண்டம்: *(பெ):* வயிறு; விலங்கினுடைய முதுகு; stomach; animal's back.
பிசத்துதல்: *(வி):* பிதற்றுதல்; to chatter.
பிசம்: *(பெ):* இறகு; தாமரைத் தண்டு; feather; stem of lotus.
பிசல்: *(பெ):* தோள்; பிடரி; shoulder; nape.
பிசவ்வியம்: *(பெ):* பருத்தி; cotton.
பிசறல்: *(பெ):* கிளறுதல்; act of mixing with hand.
பிசறுதல்: *(வி):* கலத்தல்; to mix with hands.
பிசாசகி: *(பெ):* குபேரன்; Kubera, the God of Wealth.

பிசாசம்/பிசாசு: *(பெ):* பேய்; ஒருவரைப் பற்றிக் கொண்டு, தான் நினைத்தவற்றை அவரைக் கொண்டு செய்விப்பதாகவும், அவரை ஆட்டிப் படைப்பதாகவும் நம்பப்படும் தீயசக்தி; devil; evil-power.

பிசானம்: *(பெ):* அறுவடைக் காலம்; ஒரு வகை நெல்; harvest season during the Tamil months of Thai and Maasi; a kind of paddy.

பிசான்: *(பெ):* பிசுபிசுப்பானது; அழுக்கு; that which is greasy; dirt.

பிசி: *(பெ):* பொய்; சோறு; அரும்பொருள்; lie; boiled rice; a rare or difficult meaning.

பிசிதம்: *(பெ):* ஊன்; உதாரணம்; நீர்; மலைவேம்பு; flesh; example; water; a kind of neem.

பிசிதாசி: *(பெ):* ஊன் உண்பவன்; the person who eats meat.

பிசிர்: *(பெ):* நீர்த்துளி; ஊற்று நீர்; சிம்பு; மரத்துண்டு, துணி போன்றவற்றில் தனித்துத் தெரியும்படி ஒழுங்கற்றுத் தெரியும், உதிரி உதிரியாக நீட்டிக்கொண்டிருக்கும் மெல்லிய பகுதி; ஒருவரின் குரல் அல்லது ஓர் இசைக் கருவியில் எழும் ஒலி ஆகியவற்றில் அடிப்படைத் தொனியுடன் இணையாது தனித்து ஒலித்திடும் வகையிலான ஏற்றயிறக்கம்; இரும்புத்துகள்; water drop; spring water; fibre; frayed end of a cloth, wooden piece etc., discordant note; iron dust.

பிசினம்: *(பெ):* கோள் சொல்லுகை; இவறல்; backbiting; miserliness.

பிசினாளி: *(பெ):* கருமி; கஞ்சன்; miser.

பிசினி: *(பெ):* கோள் சொல்பவன்; கருமி; உலோபம்; நெல் வகை; backbiter; miser; niggardliness; a kind of paddy.

பிசினித்தனம்: *(பெ):* கருமித்தனம்; miserliness.

பிசின்: *(பெ):* ஒட்டும் தன்மை கொண்ட மரப்பால்; சாம்பிராணி; பஞ்சு நூல்; ஒட்டுகை; gum; benzoin; cotton thread; sticking.

பிசு: *(பெ):* நோய் வகை; பருத்தி; a kind of disease; cotton.

பிசுகுதல்: *(வி):* பிசிறுதல்; தடுமாறுதல்; இவறல்; to drizzle; to toss; be miserly.

பிசுக்கர்: *(பெ):* புல்லர்; persons of low qualities.

பிசுக்கு: *(பெ):* கருமித்தனம்; எண்ணெய்ப்படிவதால் உண்டாகும் பிசுபிசுப்பு; இழிவுத்தன்மை; miserliness; grease; niggardliness.

பிசுபிசுத்தல்: *(வி):* பசைத்தன்மை (அ) ஒட்டும் தன்மையை உணர்தல்; சிதறுதல்; மழை தொடர்ந்து அதிக அளவில் பெய்யாது சிறு தூறலாக விழுதல்; எதிர்பார்த்தபடி பெரிய அளவில் பாதிப்புகள் ஏதும் நிகழ்ந்திடாது இருந்திடல்; to feel sticky; to sprinkle; to drizzle; to fizzle out.

பிசுபிசுத்தவன்: *(பெ):* அறிவிலி; முட்டாள்; கருமி; ignorant person; dull person; idiot; stupid; niggard.

பிசுமந்தம்: *(பெ):* வேம்பு; neem tree.

பிசுனம்: *(பெ):* கோட்சொல்லுகை; உலோபம்; மஞ்சள்; குங்குமப்பூ; பருத்தி; காக்கை; backbiting; miserliness; turmeric; saffron flower; cotton; crow.

பிசுனன்: *(பெ):* கோள் சொல்பவன்; பொய் சொல்பவன்; கஞ்சன்; backbiter; miser; liar.

பிசைதல்: *(வி):* கைகளால் அழுத்திப் புரட்டி மாவினை உருட்டுதல்; அழுத்தி நசுக்குதல்; அடித்து மசித்தல்; to knead; to squeeze; to mash.

பிசைந்த மா: *(பெ):* அழுத்தி, நசுக்கி, அடித்துப் பிசைந்திட்ட மாவு; dough; kneaded flour.

பிச்சடம்: *(பெ):* துத்தநாகம்; ஈயம்; zinc; lead.

பிச்சம்: *(பெ):* இறகு; ஆணின் முடி; இருவேலி; குடுமி; மயில் தோகை; பீலிக் குடை; feather; man's hair; cuscus grass; crown of the head; peacock feather; umbrella made up of peacock feathers.

பிச்சல்: *(வி):* பிய்த்தல்; to rip.

பிச்சன்: *(பெ):* பைத்தியக்காரன்; சிவபெருமான்; mad man; Lord Shiva.

பிச்சாசரன்: *(பெ):* பிச்சைக்காரன்; beggar.

பிச்சாடனம்: *(பெ):* பிச்சையெடுத்தல்; begging.

பிச்சாடனர்: *(பெ):* சிவபெருமான்; Lord Shiva.

பிச்சாபாத்திரம்: *(பெ):* பிச்சையெடுத்திடப் பயன்படுத்தும் பாத்திரம்; beggar's bowl.

பிச்சி: *(பெ):* முல்லை; சாதிமல்லிகை; அடுக்குமல்லிகை; பித்துப் பிடித்தவள்; சைவத் தவப்பெண்; ஒரு பெண் பேய்; jasmine; a kind of jasmine; large flowered jasmine; mad woman; female Saiva ascetic; a female devil.

பிச்சிலம்: *(பெ):* குழம்பு; கஞ்சி; ஈரம்; thickened sauce; liquid food; gruel; wetness.

பிச்சு: *(பெ):* பைத்தியம்; பித்தநீர்; madness; bile.

பிச்சுவா: *(பெ):* ஒருவகைக் கூர்மையான கத்தி; a kind of sharp knife.

பிச்சை: *(பெ):* இரப்பு; பாக்கு; வாழை; ஒழுங்கு; வரிசை; நூக்கமரம்; மரகதம்; படிகம்; இரப்போர்க்கு இடப்படும் உணவு; begging; areca-nut; plantain tree; order; row; black wood; emerald; crystal; the food given to a beggar. ● **பிச்சை** புகினும் கற்கை நன்றே! ● பாத்திரம் அறிந்து **பிச்சை** போடு; கோத்திரம் அறிந்து பெண்ணைக் கொடு. - *பழமொழிகள்.*

பிச்சைக்காரன்: *(பெ):* இரந்துண்டு வாழ்பவன்; பிச்சை எடுப்பவன்; mendicant; beggar.

பிச்சைத்தனம்: *(பெ):* எளிமை; இரப்புத்தனம்; simplicity; begging nature.

பிச்சைத் தேவன்: (பெ): சிவபெருமான்; Lord Shiva.

பிச்சை முட்டி: (பெ): கைப்பிடி அரிசி; a handful of rice.

பிஞ்சகம்: (பெ): இறகு; கொலை; feather; murder.

பிஞ்சகன்: (பெ): சிவபெருமான்; கொலைகாரன்; Lord Shiva; killer.

பிஞ்சடம்: (பெ): கண் பீளை; the secretion from the eyes.

பிஞ்சம்: (பெ): இறகு; மயில் தோகை; கொலை; வலிமை; சத்தி கொடி; feather; peacock feathers; murder; strength; a kind of herb.

பிஞ்சரம்: (பெ): பொன்; கருஞ்சிவப்பு; அரிதாரம்; gold; dark red; musk of deer.

பிஞ்சலம்: (பெ): தருப்பை; அரிதாரம்; kaus grass which is considered as sacred; musk of deer.

பிஞ்சிலே பழுத்தல்: (வி): இளம் பிராயத்திலேயே முத்த வயதினரின் விரும்பத்தகாத செயல்களைச் செய்திடல்; to develop precocious interests in young age.

பிஞ்சு: (பெ): இளமையானது; பூவிலிருந்து தோன்றிய நிலையிலிருக்கும் இளங்காய்; young; that which is young and tender; tender fruit. • **பிஞ்சிலே பழுத்த பழம்**

பிஞ்சுக்கட்டை: (பெ): தலையகன்ற தூண்; the pillar which has wide top.

பிஞ்சுப்பிறை: (பெ): இளம்பிறை; crescent moon.

பிஞ்சூஷம்: (பெ): காதுக் குறும்பி; a pointed instrument to remove the ear wax.

பிஞ்சூலம்: (பெ): விளக்கின் திரி; the wick; a thin roll of cotton thread or cloth.

பிஞ்சூலை: (பெ): தர்ப்பைப் புற்கட்டு; the bundle of sacred kaus grass.

பிஞ்செழுத்து: (பெ): சிவபெருமானின் நாமத்தைக் குறிக்கும் இளம் சொல் 'வ' (சிவாய நம); the letter 'வ' in the five letter sacred word in the worship of Lord Shiva which indicates 'sakthi'.

பிஞ்சேடம்: (பெ): கண்ணின் பீளை; the secretion from the eyes.

பிஞ்சை: (பெ): மஞ்சள்; இளங்காய்; பஞ்சு; பிள்ளை; turmeric; tender fruit; cotton; child.

பிஞ்ஞகம்: (பெ): மகளிர் தலைக்கோலம்; women's head ornament.

பிஞ்ஞகன்: (பெ): சிவபெருமான்; Lord Shiva.

பிடகம்: (பெ): கூடை; பிச்சை; நூல்; கொப்புளம்; basket; alms; treatise; boil.

பிடகன்: (பெ): புத்தன்; மருத்துவன்; one who renounced the worldly pleasures; physician.

பிடகாரி: (பெ): விஷ வைத்தியன்; the physician for snake bite, etc.

பிடகை: (பெ): பூந்தட்டு; the plate for keeping the flowers.

பிடங்கு: (பெ): கத்தியின் முதுகு; ஆயுதங்களின் அடிப்பகுதி; back of a knife; bottom of the weapons.

பிடம்: (பெ): பெட்டி; மரக்கால்; புடம்; box; a corn measure; calcination in fire.

பிடரி: (பெ): புறங்கழுத்து; nape of the neck.

பிடர்: (பெ): பிடரி; பெருமை; செருக்கு; nape of the neck; greatness; pride.

பிடலம்: (பெ): செடி வகை; முதுகு; a kind of plant; back, the region of the spine.

பிடல்: (பெ): கதவு; door.

பிடவம்: (பெ): மர வகை; மரக்கிளை; a kind of tree; branch of a tree.

பிடவு: (பெ): மர வகை; a kind of tree.

பிடா: (பெ): மர வகை; a kind of tree.

பிடாகை: (பெ): உட்கிடையூர்; hamlet.

பிடாம்: (பெ): போர்வை; தளர்ந்த மேலங்கி; blanket; a loose outer garment.

பிடாரச் சொல்: (பெ): புதிய சொல்; மருத்துவச் சொல்; a new word; a medical term.

பிடாரன்: (பெ): பாம்பாட்டி; குறவன்; மருத்துவன்; இசை பாடுவோன்; snake charmer; one who belongs to Kurava community; physician; musician.

பிடாரி: (பெ): ஓர் ஊர்த்தேவதை; a village female deity.

பிடாரிச்சி: (பெ): குறத்தி; a woman belonging to Kurava community.

பிடார்: (பெ): இறுமாப்பு; பெருமை; செருக்கு; arrogance; greatness; pride.

பிடி: (பெ): பற்றுதல்; கைம்முட்டி; ஆயுதப்பிடி; ஏலம்; உறுதி; உபாயம்; உதவி; உள்ளங்கைப் பிடியளவு; நான்கு விரல் கொண்ட அளவு; கவரிமான்; ஒட்டகம், யானை போன்றவற்றின் பெண் இனம்; பேய்; உலர்ந்தது; catch; elbow; handle of a weapon; cardamom seed; firmness; means; help; measure of handful; a measure equal to the width of four fingers; an animal which is said to give up its life if a single strand of its hair falls off and shown as an analogy for people with honour and comprehension; female of camel, elephant, etc.; devil; dried one.

பிடிகம்: (பெ): பிள்ளைக் கைவளை; bangles of a child.

பிடிகயிறு: (பெ): மாடு கட்டும் கயிறு; rope used to tie the cattle.

பிடிகாரன்: (பெ): வேட்டைக்காரன்; மீனவன்; hunter; fisherman.

பிடிகை: (பெ): ஓர் இருக்கை கொண்ட வண்டி; a single-seater conveyance.

பிடிகொடாத: (பெ.அ): பந்தகப்படாத; non-committal.

பிடிகொடு: (வி): ஒரு விஷயத்தில் தன் நிலை என்ன என்பதை அறிந்திடக்கூடிய அறிகுறிகளைத் தருதல்; to give an indication; to show one's inclination.

பிடிகொடுத்தல்: (வி): இடங்கொடுத்தல்; to allow oneself to be caught.

பிடிகொம்பன்: (பெ): சிறு கொம்புள்ள விலங்கு; the animal which has small horns.

பிடிச்சராவி: (பெ): கம்மாளர் கருவி வகை; a kind of instrument used by smiths.

பிடிச்சுவர்: (பெ): சிறிய உயரம்கொண்ட கைப்பிடிச் சுவர்; parapet wall.

பிடிதம்: (பெ): பிச்சை; alms.

பிடித்த பிடி: (பெ): உறுதியான கொள்கை; பற்றிக் கொள்ளுகை; an opinion firmly hold; act of grasping.

பிடித்தம்: (பெ): சிக்கனம்; கழிவு; விருப்பம்; மனப் பொருத்தம்; ஒப்பந்தம்; அபராதம்; thrift; deduction; desire; liking; being in accordance with one's mind; agreement; penalty.

பிடித்தல்: (வி): கைப்பற்றுதல்; வயப்படுத்துதல்; கட்டுதல்; அடைதல்; தாங்குதல்; நிழற்படம் எடுத்தல்; தெரிதல்; உறுதியாகக் கொள்ளுதல்; அடங்குதல்; சுளுக்கிக்கொள்ளுதல்; உடன்படுதல்; உட்கொள்ளுதல்; தைத்தல்; முடித்தல்; வேண்டியதாய் இருத்தல்; to catch; to bring under another's influence; to tie; to attain; to hold; to support; to photograph; be seen; to hold firmly; to subside; to dislocate muscles; to agree; to consume; to eat; to pierce; to complete; be required. • **பிடித்த** கொம்பும் ஒடிந்து, மிதித்த கொம்பும் முறிந்தாற் போல - *பழமொழி.*

பிடித்தாடி: (பெ): பலகறை; cowry shell.

பிடிநாள்: (பெ): நல்லநாள்; auspicious day.

பிடிபடுதல்: (வி): அடைதல்; அகப்படுதல்; இணங்குதல்; to get; be attained; to agree.

பிடிபாடு: (பெ): ஆதாரம்; பற்று; support; attachment.

பிடிப்பிச்சை: (பெ): பிச்சையாக இடும் பிடியளவு அரிசி; handful of rice given as alms.

பிடிப்பு: (பெ): பற்றுகை; ஒட்டுகை; கருத்து; கைகூடுகை; விருப்பம்; உறுதி; கைப்பிடி; ஆதாரம்; holding; sticking; adhesion; opinion; to succeed; desire; firmness; handle; support.

பிடியரிசி: (பெ): பிச்சையாக இடும் கைப்பிடி அளவான அரிசி; handful of rice set apart for alms.

பிடியரிசிக் கலயம்: (பெ): தினந்தோறும் பிச்சைக்கென கைப்பிடியளவு அரிசியைப் போட்டுவைத்திடும் மட்பாண்டம்; earthen pot in which a handful of rice is deposited daily to be used as alms.

பிடியல்: (பெ): சிறு துகில்; நல்லாடை; small cloth; fine garment.

பிடியாள்: (பெ): காவலில் வைக்கப்பட்ட மனிதன்; தினக்கூலியாள்; person taken into custody; day labourer.

பிடில்: (பெ): வில்லினால் வாசிக்கப்படும் வகையில் நன்கு இழுத்துக் கட்டப்பட்ட தந்திகளைக் கொண்ட இசைக்கருவி; fiddle; violin.

பிடிவாதக்காரன்: (பெ): சுயநோக்குடன் சிறிதும் விட்டுக்கொடுக்காத நபர்; obstinate and self-willed person.

பிடிவாதமாயிரு: (வி): விட்டுக் கொடுக்காது இரு; to persist.

பிடிவாதமான: (பெ.அ): விட்டுக்கொடுக்காத; stubborn.

பிடிவாதம்: (பெ): முரட்டு வைராக்கியம்; முரண்டு; இணக்கமற்ற தன்மை; கொண்டது விடாமை; stubbornness; obstinacy; perverseness.

பிடி விடுதல்: (வி): விட்டுக்கொடு; ஒருவரின் ஆளுமையிலிருந்து விடுபடுதல்; to give up; to let go one's hold.

பிடுகு: (பெ): இடி; thunder.

பிடுக்கு: (பெ): பீசம்; விதை; testicle; seed.

பிடுங்கல்: (வி): கவர்தல்; பறித்தல்; to seize; to snatch.

பிடுங்குதல்: (வி): பறித்தல்; மிகுதியாதல்; தொல்லையளித்தல்; கவர்தல்; to snatch; be excessive; to give trouble; to seize.

பிடை: (பெ): புடக்குகை; மூசை; crucible.

பிடையன்: (பெ): புடையன்; wart snake.

பிட்குதல்: (வி): கத்துதல்; to cry.

பிட்சகன்: (பெ): பிச்சைக்காரன்; beggar.

பிட்சாடனம்: (பெ): இரத்தல்; பிச்சையெடுத்தல்; act of begging.

பிட்சாடனன்: (பெ): சிவபெருமான்; Lord Shiva.

பிட்சாதானம்: (பெ): தருமம் செய்கை; act of giving alms.

பிட்சை: (பெ): ஊழியம்; கூலி; யாசகம்; service; wage; begging.

பிட்டகம்: (பெ): பலகாரம்; refreshments.

பிட்டபம்: (பெ): உலகம்; world.

பிட்டம்: (பெ): பரப்பு; பின்பக்கம்; இடுப்பின் பூட்டு; முதுகு; குண்டி; பிசைந்த மாவு; area; backside; hip joint; back; buttocks; dough.

பிட்டன்: *(பெ):* ஆடுதின்னாப் பாளை; மதத்திற்குப் புறம்பானவன்; a herb; one who is a heretic.

பிட்டி: *(பெ):* சிறு கூடை; குழந்தை நோய்; பின்பக்கம்; குண்டி; முதுகு; தரிசு நிலம்; குறைவு; இடுப்பின் பூட்டு; small basket; child's disease; backside; buttocks; back; barren land; decrease; hip joint.

பிட்டு: *(பெ):* சிற்றுண்டி வகை; தினைமா; a kind of tiffin; millet dough.

பிட்டுக் கருப்பட்டி: *(பெ):* கைமுறையாகத் தயார் செய்த பனை வெல்லம்; home-made palm sugar.

பிண ஊன்: *(பெ):* இறந்து அழுகிடும் மாமிசம்; carrion; dead rotting flesh.

பிணக்கட்டில்: *(பெ):* பாடை; bier.

பிணக்கம்: *(பெ):* மாறுபாடு; ஊடல்; நெருக்கடி; difference; lover's tiff; crisis.

பிணக்கன்: *(பெ):* மாறுபாடு உள்ளவன்; quarrelsome person.

பிணக்காடு: *(பெ):* சுடுகாடு; போர்க்களம்; cremation ground; battle field.

பிணக்கு: *(பெ):* நெருக்கம்; மாறுபாடு; சண்டை; புதர்; closeness; difference; fight; thicket.

பிணக்குதல்: *(வி):* கட்டுதல்; to tie.

பிணக்குழி: *(பெ):* புதை குழி; grave.

பிணக்கோலம்: *(பெ):* பிணத்திற்கான அலங்கரிப்பு; decoration of a corpse.

பிணங்குதல்: *(வி):* ஊடுதல்; செறிதல்; பின்னுதல்; மாறுபடுதல்; be at variance; be close or dense; be intertwined; to differ.

பிணச்சீலை: *(பெ):* பிணத்தின் மேல் அல்லது கல்லறையின் மேல் மூட உதவும் சீலை; pall.

பிணத்தூக்கம்: *(பெ):* ஆழ்ந்த உறக்கம்; deep sleep.

பிண நாற்றம்: *(பெ):* பிணத்தின் மீதிருந்து வெளியாகும் துர்நாற்றம்; stench from a corpse.

பிணநெஞ்சு: *(பெ):* உணர்வுகள் அற்றுப்போன மனது; heart dead to all feelings.

பிணப்பறை: *(பெ):* சாப்பறை; funeral drum.

பிணப்பெட்டி: *(பெ):* சவப்பெட்டி; coffin.

பிண மனை: *(பெ):* பிண அறை; பிணங்கள் அழுகாமல் பாதுகாத்து வைக்கப்படும் இடம் அல்லது குளிரூட்டப்பட்ட கட்டடம்; சவக்கிடங்கு; mortuary.

பிணம்: *(பெ):* இறந்தவரின் உடல் அல்லது சவம்; dead body or corpse.

பிணம் போன்ற: *(பெ.அ):* சவம் போன்ற; like a dead body; cadaverous.

பிணம் வீழ்களம்: *(பெ):* போர்க்களம்; battle field.

பிணர்: *(பெ):* சொறசொறப்பு; roughness.

பிணவல்: *(பெ):* நாய், பன்றி, மற்றும் மான் போன்ற விலங்குகளின் பெண் இனம்; female of dog, pig, deer, etc.

பிண வண்டி: *(பெ):* பிணத்தைச் சுடுகாட்டுக்கு அல்லது மயானத்திற்கு எடுத்துச்செல்லப் பயன்படுத்தும் வண்டி; hearse.

பிணவறை: *(பெ):* சவக்கிடங்கு; mortuary.

பிணி: *(பெ):* நோய்; கட்டு; பின்னல்; மொட்டு; பற்று; துயில்; disease; bond; plait; bud; attachment; sleep.

- பிணியின்மை செல்வம் விளைவின்பம் ஏமம் அணியென்ப நாட்டிற்கிவ் வைந்து. *- குறள் 738.*
- பிணிக்கு மருந்து பிறமன் அணியிழை தன்நோய்க்குத் தானே மருந்து. *- குறள் 1102.*

பிணிகை: *(பெ):* கச்சு; bodice; jacket.

பிணிதல்: *(வி):* சாதல்; to die.

பிணித்தல்: *(வி):* கட்டுதல்; to tie.

பிணித்தோர்: *(பெ):* நோயாளிகள்; diseased person.

பிணிப்பு: *(பெ):* கட்டு; linking; binding; attachment; bondage.

பிணிமித்தல்: *(வி):* நெசவுத்தொழிலில் ஒரு வகை; a kind of weaving.

பிணிமுகம்: *(பெ):* மயில்; பறவை; அன்னம்; முருகப்பெருமானின் யானை; peacock; bird; swan; Lord Muruga's elephant.

பிணியகம்: *(பெ):* காவலிடம்; guarded place.

பிணியாளன்/பிணியாளி: *(பெ):* நோயாளி; patient.

பிணியீடு: *(பெ):* கஷ்டங்களிலிருந்தும், துன்பங்களிலிருந்தும் பெற்றிடும் விடுதலை; escape from difficulties and distress.

பிணுக்கன்: *(பெ):* மாறுபட்ட கொள்கையினை உடையவன்; heretic.

பிணை: *(பெ):* உத்தரவாதம்; பாதுகாப்பு; விருப்பம்; பெண் மான்; ஆசை; கட்டு; உடன்பாடு; பூமாலை; குதிரை, ஒட்டகம், நாய், கழுதை, யானை போன்றவற்றின் பெண் விலங்கு; bail; protection; desire; female of deer; liking; bondage; agreement; flower garland; female animal of horse, camel, dog, donkey, elephant, etc.

- பிணையேர் மடநோக்கும் நாணும் உடையாட்கு அணிஎவனோ ஏதில தந்து. *- குறள் 1089.*

பிணைக்காரன்: *(பெ):* பிணையமாக்கப்பட்டவன்; surety.

பிணைச்சீட்டு: *(பெ):* பிணையாக எழுதித் தரப்படும் உறுதிமொழிச் சீட்டு; bail bond.

பிணைதல்: *(வி):* சேர்தல்; செறிதல்; to join; be dense.

பிணைத்தல்: *(வி):* இணைத்தல்; கட்டுதல்; to join; to tie.

பிணைத் தொகை: *(பெ):* ஜாமீன் தொகை; security.

பிணைபோதல்: *(வி):* ஜாமீன் கொடுத்தல்; to give security.

பிணைப் பத்திரம்: *(பெ):* ஜாமீன் பத்திரம்; security bond.

பிணைப்பின்றி: *(பெ.அ):* நிலை தடுமாறி; adrift.

பிணைப்பு: *(பெ):* சேர்க்கை; இணைப்பு; தொடர்பு; சந்திப்பு; acquirement; join; connection; junction; meeting.

பிணைமாடு: *(பெ):* நுகத்தடியில் பிணைக்கப் பெற்ற ஒரு ஜோடி மாடுகள்; a pair of oxen yoked together.

பிணையம்: *(பெ):* ஜாமீன் தொகை; security.

பிணையல்: *(பெ):* மாலை; கீல்; புணர்ச்சி; garland; hinge; copulation.

பிணையாளி: *(பெ):* பிறருக்காகப் பொறுப்பு ஏற்பவர்; one who is responsible for another person.

பிண்டக்காப்பு: *(பெ):* சோறு; boiled rice.

பிண்ட சூத்திரம்: *(பெ):* பொதுச் சூத்திர வகை; a formula mentioning a major topic in a general way.

பிண்டதன்: *(பெ):* உதவுபவன்; helper.

பிண்ட புட்பம்: *(பெ):* அசோக மரம்; Asoka tree.

பிண்டப் பொருள்: *(பெ):* கருத்து; gist of a verse or a passage.

பிண்டம்: *(பெ):* உடல்; சோற்றுருண்டை; தொகுதி; உண்டை; உருவற்ற கரு; body; ball of boiled rice; mass; anything globular or round; embryo.

பிண்டவுரை: *(பெ):* பொழிப்புரை; paraphrase.

பிண்டாரன்: *(பெ):* இரவலன்; mendicant.

பிண்டாரி: *(பெ):* கொள்ளைக்காரன்; robber.

பிண்டி: *(பெ):* அசோக மரம்; நுண்பொடி; வடிவம்; பிண்ணாக்கு; கூட்டம்; அபிநய வகை; Asoka tree; fine dust; form; oil cake; crowd; a kind of dance gesture.

பிண்டிகை: *(பெ):* கடிவாளம்; இருக்கை; bridle; seat.

பிண்டித்தல்: *(வி):* திரளையாக்குதல்; to make into ball.

பிண்டி பாலம்: *(பெ):* எறிபடை வகை; a kind of missile.

பிண்டியார்: *(பெ):* சமணர்; Jains.

பிண்டி வாலம்: *(பெ):* எறிபடை வகை; a kind of missile.

பிண்டு: *(பெ):* உடம்பு; body.

பிண்ணாக்கு: *(பெ):* எள், கடலை போன்றவற்றின் எண்ணெய் நீக்கிய சக்கை; oil cake.

பிதகம்: *(பெ):* இடி; thunder.

பிதக்குதல்: *(வி):* நசுங்குதல்; be crumpled.

பிதரம்: *(பெ):* பிளப்பு; cleft.

பிதளை: *(பெ):* எண்ணெய்ப் பாத்திரம்; oil vessel.

பிதற்றல்: *(பெ):* அர்த்தமற்ற பேச்சு; உளறல்; meaningless talk; chatter.

பிதற்றுதல்: *(வி):* அர்த்தமின்றிப் பேசுதல்; உளறுதல்; to talk nonsense; to blabber.

பிதா: *(பெ):* தந்தை; பிரம்மா; கடவுள்; father; Lord Brahma; God. • அன்னையும் **பிதா**வும் முன்னறி தெய்வம்.

பிதாமகன்: *(பெ):* தந்தை வழிப் பாட்டன்; பிரம்மா; paternal grandfather; Lord Brahma.

பிதாமகி: *(பெ):* தந்தை வழிப் பாட்டி; paternal grandmother.

பிதிகாரம்: *(பெ):* பரிகாரம்; கழுவாய்; remedy.

பிதிரர்: *(பெ):* முதாதையர்; ancestors.

பிதிரார்ஜிதம்: *(பெ):* தந்தை வழி முன்னோரின் சொத்து; ancestral property especially patrimony.

பிதிர்: *(பெ):* பூந்தாது; திவலை; துகள்; துண்டம்; பொறி; விடுகதை; சேறு; தந்தை; இறந்த பெற்றோர் போன்றோரின் ஆன்மா; pollen of a flower; water drop; powder; piece; trap; riddle; mud; father; the souls of late parents.

பிதிர்கருமம்: *(பெ):* இறந்துபோன தந்தைக்குச் செய்யும் கரும காரியம்; the obsequies to one's deceased father.

பிதிர்தல்: *(வி):* உதிர்தல்; கிழிதல்; சிதறுதல்; பரவுதல்; to separate into small particles; be torn; become separated; to spread.

பிதிர்திதி: *(பெ):* அமாவாசை; new moon.

பிதிர்பதம்: *(பெ):* தெற்கு; south.

பிதிர்பிதிர்: *(பெ):* பாட்டன்; grand father.

பிதிர் வசதி: *(பெ):* இடுகாடு; மயானம்; சுடுகாடு; burial ground; cremation ground, grave-yard.

பிதிர் வழி: *(பெ):* முன்னோர் வழி; the way of ancestors.

பிதிர் வனம்: *(பெ):* சுடுகாடு; cremation ground.

பிதிர்வனேஸ்வரன்: *(பெ):* சிவபெருமான்; Lord Shiva.

பிதிவி: *(பெ):* ஊழியன்; servant.

பிது: *(பெ):* தந்தை; பெருமை; father; greatness.

பிதுகம்: *(பெ):* நவமணிகளுள் ஒன்று; one of the nine gems.

பிதுக்கம்: *(பெ):* பிதுங்கல்; ஹெர்ணியா; protruding; hernia.

பிதுக்குதல்: *(வி):* அமுத்தி விடுதல்; பிசைந்து விடுதல்; to press out; to squeeze out.

பிதுங்குதல்: *(வி):* துருத்திக் கொண்டிருத்தல்; வீங்கியிருத்தல்; வெளியாதல்; to protrude; to bulge; be exposed.

பிதுர்: *(பெ):* தந்தை; இறந்த முன்னோரின் ஆன்மா; father; souls of the ancestors.

பித்தக் கட்டி: *(பெ):* ஈரல்நோய் வகை; a kind of disease of the liver.

பித்தக் காமாலை: *(பெ):* மஞ்சள் காமாலை; jaundice.

பித்தக் காய்ச்சல்: *(பெ):* பித்தத்தின் காரணமாக உண்டாகும் காய்ச்சல்; bilious fever.

பித்தக் கிராணி: *(பெ):* பித்தத்தின் காரணமாக உண்டாகும் பேதி; diarrhoea caused by bile.

பித்தக் கிறுகிறுப்பு: *(பெ):* பித்த மயக்கம்; dizziness arising from biliousness.

பித்தக் குன்மம்: *(பெ):* பித்தநீர் சுரப்பு அதிகரிப்பால் உண்டாகும் நோய் வகை; dyspepsia due to excess of bile.

பித்த சோகை: *(பெ):* சோகை நோய் வகை; dropsy.

பித்த நாடி: *(பெ):* உடலில் உள்ள பித்தத்தின் ஓட்டத்தை அறிய உதவும் நாடி; a pulse indicating bilious flow.

பித்தநீர்: *(பெ):* பித்தப்பையில் சுரந்திடும் திரவம்; the bile produced from gall.

பித்தப்பை: *(பெ):* பித்தநீர் சுரக்கும் பை போன்ற அமைப்பு; gall bladder.

பித்தம்: *(பெ):* பித்தநீர்; பித்தநீர்ப்பை; மனமயக்கம்; bile; gall; madness.

பித்த மயக்கம்: *(பெ):* பித்தத்தின் காரணமாக உண்டாகும் மயக்கம்; bilious dizziness.

பித்த ரோகம்: *(பெ):* பித்தத்தால் உண்டாகும் நோய்; a disease caused by excess bile.

பித்தலாட்டம்: *(பெ):* ஏமாற்றுகை; குற்றம்; chicanery; fraud; crime.

பித்த வாயு: *(பெ):* ஈரல் வீக்கம்; inflammation of the liver.

பித்த வெடிப்பு: *(பெ):* பாதத்தின் ஓரங்களில் உண்டாகும் தோல் வெடிப்பு; the cracks in the skin of the feet.

பித்தளை: *(பெ):* செம்பும் துத்தநாகமும் சேர்ந்த கலவை உலோகம்; brass; combination of copper and lead.

பித்தன்: *(பெ):* சிவபெருமான்; திருடன்; முட்டாள்; பைத்தியக்காரன்; Lord Shiva; thief; idiot; mad man. • **பித்தனுக்குப் புத்தி கூறலாமா?** - *பழமொழி.* • **பித்தா** பிறைசூடி பெருமானே அருளாளா, எத்தால் நினைக்கின்றேன் உன்னை - சுந்தரமூர்த்தி நாயனார் பாடல்.

பித்தான்: *(பெ):* சட்டையில் இருக்கும் பொத்தான்; button.

பித்தி: *(பெ):* சுவர்; பங்கு; பித்தம்; பின்பக்கம்; சாதி மல்லிகை; பைத்தியக்காரி; wall; portion; bile; backside; a kind of jasmine; mad woman.

பித்திகை: *(பெ):* சுவர்; சாதிமல்லிகை; செண்பகம்; wall; a kind of jasmine; a kind of jasmine which has a flower of golden hue.

பித்து: *(பெ):* பித்தநீர்; பைத்தியம்; அறியாமை; மிக்க ஈடுபாடு; bile; madness; foolishness; infatuation. • **பித்துப்** பிடித்தவனைப் பேயரும் மதியார் - பழமொழி.

பித்துக்குளி: *(பெ):* பைத்தியம் பிடித்தவன்; தக்க முதிர்ச்சி இல்லாமையின் காரணமாக முட்டாள்தனமாக நடந்து கொள்பவன்; madman; imbecile.

பித்துப்பிடித்தல்: *(வி):* பைத்தியம் பிடித்தல்; to become mad.

பித்தை: *(பெ):* தலைமயிர்; lock of hair.

பிந்து: *(பெ):* விந்து; பொட்டு; நீர்த்துளி; கறை; புள்ளி; தத்துவம்; பிந்துதல்; semen; mark; water drop; speck; spot; philosophy; being in the rear.

பிந்துதல்: *(வி):* பின்னால் செல்லுதல்; இறுதியில் நிற்றல்; கீழிறங்குதல்; தரத்தில் தாழ்தல்; பின்னிடுதல்; தாமதித்தல்; நேரத்தைவீணாக்குதல்; to go behind; to fall in the rear; to go down; be inferior in rank; be backward; to delay; to lose time. • பந்திக்கு முந்து; படைக்குப் **பிந்து** - *பழமொழி.*

பிபீலிகை: *(பெ):* எறும்பு; ant.

பிப்பலகம்: *(பெ):* மார்பகம்; breasts.

பிப்பலம்: *(பெ):* அரச மரம்; தண்ணீர்; pipal tree; water.

பிப்பலிகை: *(பெ):* அரச மரம்; pipal tree.

பிம்பம்: *(பெ):* நீர், கண்ணாடி ஆகியவற்றில் பிரதிபலிக்கும் உருவம்; சிலை; கோவைக்கனி; the image formed by reflection on water, mirror, etc.; statue; the red fruit of a common hedge creeper.

பிம்பி: *(பெ):* கோவைக் கொடி; a common hedge creeper which bears small red fruits.

பியந்தை: *(பெ):* மருதநிலப் பண் வகை; a kind of song sung by the inhabitants of agricultural tract.

பியல்: *(பெ):* பிடரி; nape of the neck.

பியை: *(பெ):* அச்சம்; fear.

பிய்ச்சல்: *(வி):* பிய்த்தல்; be torn.

பிய்தல்: *(வி):* இணைந்திருக்கும் நிலையிலிருந்து பிரிதல்; கிழிதல்; to come off; be torn.

பிய்த்தல்: *(வி):* பிரித்தல்; கிழித்தல்; cause to come off; to tear off. • **பிய்த்து** விட்டாலும் போச்சு; பிடுங்கிவிட்டாலும் போச்சு - *பழமொழி.*

பிய்த்துக்கட்டுதல்: *(வி):* சிறப்பாகச் செய்து முடித்தல்; to do extremely well.

பிய்த்துக்காட்டு: *(வி):* விரிவாக எடுத்துரை; to explain elaborately.

பிய்த்துக்கொண்டு: *(வி.அ):* வெகுவான வேகத்துடன்; with full force.

பிய்த்துக்கொள்ளுதல்: *(வி):* தனக்கு விருப்பமற்ற சூழ்நிலையிலிருந்து விலகிடல்; வலிந்து வெளியேறுதல்; to run away; to break away.

பிய்த்து வாங்குதல்: *(வி):* பலரும் பாராட்டுமாறு சிறப்பாக நிகழ்த்து; to do extremely well.

பிரகசம்: *(பெ):* கொலை; murder.

பிரகசனம்: *(பெ):* வசைப்பாட்டு; மகிழ்ச்சி; lampoon; happiness.

பிரகசிதம்: *(பெ):* மகிழ்ச்சி; happiness.

பிரகடம்: *(பெ):* வெளிப்பாடு; publicity.

பிரகடனம்: *(பெ):* பலரும் அறியுமாறு அதிகார பூர்வமான அறிவிப்பு; public and official announcement.

பிரகடிதம்: *(பெ):* வெளிப்படல்; coming out.

பிரகணம்: *(பெ):* செப்புப் பாத்திரம்; முற்றம்; copper vessel; an inner yard of a house without a roof.

பிரகதி: *(பெ):* கத்தரிச் செடி; brinjal plant.

பிரகமனம்: *(பெ):* தர்க்கம்; தோற்றம்; discussion; appearance.

பிரகம்பனம்: *(பெ):* காற்று; அசைவு; நாசம்; wind; movement; ruin.

பிரகம்பிதம்: *(பெ):* அசைவு; movement.

பிரகரணம்: *(பெ):* ஆயுதம்; பகுதி; யுத்தம்; அத்தியாயம்; சமயம்; முகவுரை; விஷய முடிவு; weapon; part; battle; chapter; time; preface; end of a subject.

பிரகரம்: *(பெ):* ஒரு வாசனை மரம்; பூச்செண்டு; உதவி; குவியல்; வளமை; a fragrant tree; flower bouquet; help; heap of something; prosperity.

பிரகருசம்: *(பெ):* மேன்மை; மிகுதி; glory; abundance.

பிரகஸ்தம்: *(பெ):* விரித்தல்; expansion.

பிரகஸ்பதி: *(பெ):* புராணப்படி தேவகுரு; மட்டமான உபயோகமற்ற யோசனைகளைக் கூறுபவரைக் குறிப்பிடப் பயன்படுத்தும் சொல்; preceptor of the celestial beings; wiseacre used ironically.

பிரகாசத்மா: *(பெ):* சூரியன்; the Sun.

பிரகாசம்: *(பெ):* அதிகப்படியான வெளிச்சம்; மிகுந்த நம்பிக்கையைத் தருவதாக இருப்பது; ஒளி; விரிவு; வெண்கலம்; வெயில்; பொருமல்; விளக்கம்; brightness; the chances which are very bright; lustre; expansion; bronze; sunshine; flatulence; explanation.

பிரகாசனம்: *(பெ):* பிரகாசம்; brightness.

பிரகாசித்தல்: *(வி):* விளங்குதல்; ஒளி செய்தல்; to shine; to become bright.

பிரகாண்டம்: *(பெ):* மரக்கிளை; மேன்மை; branch of a tree; glory.

பிரகாண்டரம்: *(பெ):* மரம்; tree.

பிரகாபரணம்: *(பெ):* நன்கொடை; gift.

பிரகாரம்: *(பெ):* கோயிலின் கருவறை, மதிற்சுவர் ஆகியவற்றிற்கு இடையே பக்தர்கள், சுவாமி ஆகியோர் சுற்றிவர ஏதுவாக அமைக்கப்பட்ட பகுதி; அடிப்படை, முறை, விதம் என்று பொருள்படுமாறு பெயர்ச் சொற்களின் பின்னால் இணைக்கப்படுவது; தன்மை; the paved way around the sanctum sanctorum; when added to the nouns, it is used in the sense of 'on the basis of', 'according to'; 'nature'.

பிரகி: *(பெ):* கிணறு; well.

பிரகிதம்: *(பெ):* ஏவியது; அனுப்பியது; நியமித்தது; வைக்கப்பட்டது; that which is ordered; that which is sent; that which is determined; that which is laid down.

பிரகிருட்டம்: *(பெ):* மேலானது; that which is superior.

பிரகிருதம்: *(பெ):* நிகழ்காலம்; present time.

பிரகிருதி: *(பெ):* கோட்டை; மந்திரி; சேனை; பொக்கிஷம்; நண்பர்; இயல்பு; ஆதாரம்; காரணம்; பஞ்ச பூதம்; பகுதி; பிரதானம்; பெண்; தாய்; பெண்ணின் பிறப்புறுப்பு; மிருகம்; fort; minister; army; wealth; friend; nature; evidence; cause; the five elements, viz. earth; water; air, sky and fire; part; chapter; the material cause of creation; woman; mother; the genital part of a woman; animal.

பிரகீர்ணம்: *(வி):* விசாலம்; சாமரம்; spaciousness; bushy tail of the lion used as a fly flapper for idols or as a royal insignia.

பிரகுடி: *(பெ):* காட்டு மல்லிகை; wild jasmine.

பிரகேலகம்: *(பெ):* இனிப்புப்பண்டம்; sweet meat.

பிரகோட்டம்: *(பெ):* முற்றம்; the inner yard of the house without a roof.

பிரகோபணம்: *(பெ):* காத்தல்; protection.

பிரகோபம்: *(பெ):* கோபம்; மூர்க்கம்; anger; violence.

பிரக்கரம்: *(பெ):* போர்க் கவசம்; a defence armour.

பிரக்கியம்: *(பெ):* அறிவு; knowledge.

பிரக்கியாதி: *(பெ):* புகழ்; fame.

பிரக்கியானம்: *(பெ):* அறிவு; knowledge.

பிரக்கிரமம்: *(பெ):* அடிமை; சமயம்; போதல்; மேற்கொள்ளுதல்; கிரணம்; தொடக்கம்; பிடித்தம்; slave; time; go; undertaking; race; origin; relish.

பிரக்கினை: *(பெ):* உணர்வு; அறிவு; sensation; knowledge.

பிரசகந்தணம்: *(பெ):* வயிற்றுளைவு; diarrhoea.

பிரசங்கம்: *(பெ):* அரசியல், சமயம் போன்றவற்றின் சொற்பொழிவு; கூட்டம்; பற்று; தெளிவு; பாயிரம்; பிரபல்ய வாக்கியம்; உட்படுகை;

வெளிப்படுத்துகை; discourse mostly on politics or religion; crowd; attachment; clearness; preface; celebrity sentence; being subjected; disclosure.

பிரசங்கி: *(பெ):* பிரசங்கம் செய்பவன்; preacher.

பிரசஞ்சனம்: *(பெ):* பாவித்தல்; சேர்த்தல்; consideration; collection.

பிரசஞ்சை: *(பெ):* புகழ்ச்சி; praise.

பிரசண்ட மாருதம்: *(பெ):* பலத்த காற்று; storm.

பிரசண்டம்: *(பெ):* மிகுதி; வேகம்; பலன்; வீரம்; வலிமை; abundance; speed; benefit; bravery; strength.

பிரசண்ட வாயு: *(பெ):* பலத்த காற்று; storm.

பிரசண்ட வேகம்: *(பெ):* பலத்த வேகம்; high speed.

பிரசண்டன்: *(பெ):* வீரன்; வலிமையானவன்; வேசி; soldier; strong man; prostitute.

பிரசத்தம்: *(பெ):* நித்தியம்; eternity.

பிரசத்தி: *(பெ):* சாதனம்; தக்க சமயம்; இசைவு; கிருபை; சுத்தம்; பற்று; முயற்சி; equipment; proper time; consent; grace; purity; attachment; effort.

பிரசபம்: *(பெ):* பிரசவம்; confinement.

பிரசமனம்: *(பெ):* கொலை; murder.

பிரசம்: *(பெ):* தேனீ; தேன்கூடு; தேன்; கள்; வண்டு; பூந்தாது; honey bee; honey comb; honey; toddy; bee; pollen dust of flowers.

பிரசயம்: *(பெ):* திரட்சி; இணைவு; accumulation; accession.

பிரசரம்: *(பெ):* அம்பு; கதி; சிறுகொம்பு; போர்; வழி; இடம்; சமயம்; திரள்; வழக்கம்; arrow; final beatitude; small horn; war; way; place; time; crowd; custom.

பிரசரிகாலம்: *(பெ):* பேறுகாலம்; confinement.

பிரசலாகம்: *(பெ):* மயில் தோகை; பாம்பு; peacock's feather; snake.

பிரசலை: *(பெ):* மனக்கலக்கம்; mental agitation.

பிரசவம்: *(பெ):* சந்ததி; பிள்ளைப்பேறு; பலம்; பிறப்பு; பூ; descendant; child birth; strength; birth; flower. ● **பிரசவித்தவளுக்குத் தான் தெரியும் பிள்ளையின் அருமை.** - *பழமொழி.*

பிரசவம் பார்த்தல்: *(வி):* கர்ப்பிணிப் பெண் குழந்தையைப் பெற்றெடுத்திட உதவுதல்; to assist in child birth.

பிரசவமாகுதல்: *(வி):* குழந்தையைப் பெற்றெடுத்தல்; to give birth to a child.

பிரசவ விடுதி: *(பெ):* தாய் சேய் நல விடுதி; maternity hospital.

பிரசவ வேதனை: *(பெ):* பிள்ளைப்பேற்றின் முன்பாக உண்டாகும் வேதனையுடன் கூடிய வலி; labour pain. ● பிரசவ வேதனை மரண வேதனை - *பழமொழி.*

பிரசற்பம்: *(பெ):* மழலை; lisping of children.

பிரசன்: *(பெ):* கணவன்; husband.

பிரசன்னமுகம்: *(பெ):* மலர்ந்த முகம்; shiny face.

பிரசன்னம்: *(பெ):* தெளிவு; இடுப்பு; பிறப்பு; பெண்குறி; ஓரிடத்தில் காட்சியளித்திடும் தோற்றம்; clearness; waist; birth; the genital part of woman; gracious appearance.

பிரசன்னன்: *(பெ):* கடவுள்; God.

பிரசாகிதம்: *(பெ):* தண்ணீர்; water.

பிரசாக்கிடை: *(பெ):* மதகு; sluice.

பிரசாதம்: *(பெ):* கடவுளுக்குப் படைக்கப்படும் பொருள்; சோறு; திருவருள்; தெளிவு; அமுதம்; களங்கமின்மை; நல்வாழ்வு; கூட்டம்; பாசம்; பயன்; பவித்திரம்; பிரார்த்தனை; பிரதிஷ்டை; பிள்ளைப்பேறு; மனவமைதி; the sacred offerings to a deity which is distributed to the devotees; cooked rice; God's grace; clearness; the food of celestial being; stainlessness; prosperous life; crowd; affection; benefit; sacredness; prayer; establishing a deity in a newly built temple; child birth; peace of mind.

பிரசாதனம்: *(பெ):* சீப்பு; அலங்கரிப்பு; சுத்தம்; மனத்திருப்தி; சோறு; வெள்ளி; comb; decoration; cleanliness; mental satisfaction; cooked rice; silver.

பிரசாதி: *(பெ):* புணர்ச்சி; sexual intercourse.

பிரசாபதி: *(பெ):* பிரமன்; அரசன்; ஆணின் பிறப்புறுப்பு; Lord Brahma; the king; the genital part of a male.

பிரசாபத்தியம்: *(பெ):* மக்களாட்சி; எண் வகை மணத்துள் ஒன்று; democracy; one of the eight kinds of marriages.

பிரசாபன்: *(பெ):* அரசன்; the king.

பிரசாமம்: *(பெ):* சமாதானம்; மன அமைதி; conciliation; peace of mind.

பிரசாவதி: *(பெ):* சகோதரனின் மனைவி; தாய்; brother's wife; mother.

பிரசிதம்: *(பெ):* சிதல்; flying white ant.

பிரசித்தம்: *(பெ):* கீர்த்தி; அறிவிப்பு; விளக்கம்; fame; announcement; explanation.

பிரசித்தி: *(பெ):* புகழ்; கீர்த்தி; fame. ● தஞ்சைப் பெரிய கோயில் உலகப் **பிரசித்தி** பெற்றது.

பிரசியம்: *(பெ):* உருக்கம்; நட்பு; உபசரணை; சங்கை; melting of heart; friendship; assistance; suspicion.

பிரசிரவணம்: *(பெ):* சிறுநீர்; நீர்நிலை; அருவி; மலைமீதுள்ள குளம்; வியர்வை; urine; tank; mountain stream; tank in a hill; sweat.

பிரசினம்: *(பெ):* கேள்வி; சிக்கல்; உபநிடதங்களுள் ஒன்று; question; emaciation; one of the upanishads.

பிரசீவனம்: (பெ): சீவனம்; சம்பாத்தியம்; livelihood; earnings.
பிரசீனம்: (பெ): காற்று; air.
பிரசுரம்: (பெ): அறிவிப்பு; நூற்பதிப்பு; நூல் வெளியீடு; மிகுதி; announcement; edition; publication; abundance.
பிரசுரன்: (பெ): சுக்கிரன்; the Planet Venus.
பிரசுனம்: (பெ): ஆளுகை; governing.
பிரசூனம்: (பெ): பூ; flower.
பிரசேகம்: (பெ): பொசிவு; நனைவு; oozing; moisture.
பிரசை: (பெ): குடி; சந்ததி; citizen; descendant.
பிரசோதனம்: (பெ): அனுப்புகை; சொல்லுகை; act of sending; act of telling something.
பிரசோற்பத்தி: (பெ): ஒரு தமிழ் வருடம்; Prasorpathi, a Tamil Year.
பிரச்சினை: (பெ): சிக்கல்; இயல்பான போக்குக்குத் தடை ஏற்படுவதாகவும், தீர்வு வேண்டி நிற்பதாகவும் இருப்பது; தகராறுக்கு உரியதாக இருப்பது; issue; problem; dispute.
பிரஞத்துவம்: (பெ): அறிவு; உணர்ச்சி; knowledge; sensation.
பிரஞ்ஞன்: (பெ): சமர்த்தன்; அறிஞன்; பண்டிதன்; skilled person; learned person; scholar.
பிரஞ்ஞானம்: (பெ): அறிவு; knowledge.
பிரட்சானகம்: (பெ): கழுவுதல்; washing.
பிரட்டை: (பெ): ஒரு செடி; a kind of plant.
பிரண்டை: (பெ): சித்த வைத்தியத்தில் பயன்படும் தடித்த சிறு இலைகளையும், கணுக்களுடன் கூடிய செவ்வக வடிவத் தண்டினையும் உடைய கொடி வகை; square-stalked vine.
பிரணம்: (பெ): பழைமை; antiquity.
பிரணயம்: (பெ): அன்பு; கீழ்ப்படிகை; கல்வி; கேட்டல்; நம்பிக்கை; பழக்கம்; பிரதி; பிரார்த்தனை; love; obeying; education; act of hearing; faith; custom; copy; prayer.
பிரணருத்தினம்: (பெ): நாட்டியம்; dance.
பிரணவம்: (பெ): ஓங்கார மந்திரம்; ஓம்; Om, the principal mantra of Hindus.
பிரணாசம்: (பெ): அழிவு; ruin.
பிரணாதம்: (பெ): காது நோய் வகை; a kind of ear disease.
பிரணாமம்: (பெ): பெரியோருக்குச் செய்திடும் மரியாதை; the respect given to the noble people.
பிரணாயம்: (பெ): வெறுப்பு; இணங்காமை; hatred; disfavour; disharmony.
பிரணாலம்: (பெ): மதகு; sluice.
பிரணி: (பெ): தியானம்; வாயில்; தானம்; முயற்சி; meditation; gate; donation; effort.
பிரணிதி: (பெ): தோழன்; ஒற்றன்; companion; spy.
பிரணிநாதம்: (பெ): பேரொலி; loud noise.
பிரணிபாதம்: (பெ): வணங்குகை; act of paying respect.
பிரதகம்: (பெ): முன்பு; before.
பிரதக்கணம்: (பெ): வலம் வருகை; act of going round a temple in a clockwise direction.
பிரதக்கு: (பெ): தனிமை; solitude.
பிரதட்சிணம்: (பெ): திருக்கோயில்களில் வழிபடும் விதமாக இடமிருந்து வலமாகச் சுற்றி வருகை; act of going round from left to right as a mode of worship.
பிரதம: (பெ.அ): நிர்வாக அமைப்பில் தலைமைப் பொறுப்பில் உள்ள; முதன்மை வாய்ந்த; the chief in rank in administration; the chief in importance. • **பிரதம** மந்திரி.
பிரதம காலம்: (பெ): விடியற்காலம்; பூர்வ காலம்; early morning; origin.
பிரதமம்: (பெ): முதன்மை; தொடக்கம்; priority; beginning.
பிரதமர்: (பெ): தலைமை அமைச்சர்; Prime Minister.
பிரதமை: (பெ): ஒன்று; முதலாவது; கடுக்காய்; அமாவாசை, பௌர்ணமி போன்ற தினங்களுக்கு அடுத்து வரும் நாள்; one; the first; gall-nut; the next day of the New Moon day or Full Moon day.
பிரதரம்: (பெ): சுருக்கு; பிளப்பு; அம்பு; விறைப்பு; சுழலல்; noose; cleft; arrow; stiffness; rotation.
பிரதனம்: (பெ): புராதனம்; யுத்தம்; நீட்டல்; விரித்தல்; antiquity; war; lengthening; act of expanding.
பிரதன்: (பெ): ஈகையாளன்; donor.
பிரதாபம்: (பெ): வீரம்; பெருமை; புகழ்; கீர்த்தி; உயர்ச்சி; பிரகாசம்; மகிமை; வெப்பம்; bravery; greatness; fame; excellence; brightness; glory; heat.
பிரதாபானம்: (பெ): நரகம்; hell.
பிரதாரம்: (பெ): கடத்தல்; act of passing through.
பிரதாவனம்: (பெ): காற்று; air.
பிரதானம்: (பெ): முக்கியம்; முதன்மை; important; first.
பிரதானவாது: (பெ): சுக்கிலம்; sperm.
பிரதானி: (பெ): அமைச்சர்; பொருளாளர்; அமைச்சர் தகுதியில் இருக்கும் மற்றவர்; minister; treasurer; the person of ministerial status.
பிரதானிகம்: (பெ): அதிகாரம்; power.
பிரதானியம்: (பெ): பிரதானம்; that which has precedence.
பிரதானை: (பெ): உமையவள்; Parvathi, Goddess and the consort of Lord Shiva.

பிரதி: (பெ): பதில்; மாற்று; ஒவ்வொரு; அற்பம்; எதிர்; தடை; மூலம்; பகுதி; நகல்; in return; substitute; every; source; that which is insignificant; opposite; obstacle; origin; chapter; copy.

பிரதிகம்: (பெ): அவல்; குழந்தை; rice obtained from fried paddy; child.

பிரதிகரணம்: (பெ): வெறுப்பு; hatred.

பிரதிகருமம்: (பெ): மாற்று; அலங்கரிப்பு; substitute; decoration.

பிரதிகாசம்: (பெ): பரிகாரம்; raillery.

பிரதிகாதம்: (பெ): தடுத்தல்; மோதுதல்; a check; a dash.

பிரதிகாதனம்: (பெ): கொலை; murder.

பிரதிகாந்தி: (பெ): பிரதிபிம்பம்; counter part of an original.

பிரதிகாரகன்: (பெ): வஞ்சகன்; வாயிற்காப்போன்; a deceiver; gate-keeper.

பிரதிகாரணம்: (பெ): உட்படுதல்; subjection.

பிரதிகாரம்: (பெ): கதவு; பதில்; பழிவாங்கல்; door; substitution; revenge.

பிரதிகூலம்: (பெ): எதிர்; தீமை; தடை; கைகூடாமை; மாறுபாடு; opposite; evil; obstacle; failure; difference.

பிரதிசங்காரம்: (பெ): அழித்தல்; குறைத்தல்; act of destroying; reduction.

பிரதிசங்கை: (பெ): பயம்; fear.

பிரதிசத்தம்: (பெ): எதிரொலி; echo.

பிரதிசந்தனம்: (பெ): ஆலோசனை; counsel.

பிரதிசமாதானம்: (பெ): மாற்று மருந்து; antidote.

பிரதிசரன்: (பெ): பணியாள்; servant.

பிரதிசாகிரம்: (பெ): எச்சரிக்கை; caution.

பிரதிசாந்ஞனிகன்: (பெ): புலவன்; poet.

பிரதிசாயை: (பெ): நிழல்; பிரதிபிம்பம்; சொரூபம்; shadow; counterpart of an original; figure.

பிரதிசிரயம்: (பெ): கூட்டம்; யாகசாலை; இருப்பிடம்; crowd; sacrificial hall; abode.

பிரதி சிரவம்: (பெ): சம்மதம்; acceptance.

பிரதி சூரியம்: (பெ): பல்லி; lizard.

பிரதிதேசம்: (பெ): எதிரிடை; opposition.

பிரதிநிதி: (பெ): பதிலாள்; ஒரு குழு (அ) அரசு (அ) ஒரு தனி நபர் சார்பாகச் செயல்பட அல்லது கருத்தைத் தெரிவித்திட நியமிக்கப் பட்டவர்; substitute; one who represents a group or government or an individual; representative.

பிரதிநிதித்துவம்: (பெ): அவையொன்றில் தங்களின் கருத்து, கோரிக்கை முதலியவற்றைத் தங்களது பிரதிநிதி வாயிலாக முன் வைத்திடும் உரிமை; representation.

பிரதிபதம்: (பெ): பதவுரை; word-by-word explanation.

பிரதிபத்தி: (பெ): நம்பிக்கை; சிறப்பு; மதிப்பு; நன்னடத்தை; கீர்த்தி; நிதானம்; பாவிப்பு; நோக்கம்; faith; greatness; respect; good conduct; fame; uprightness; fancy; goal.

பிரதிபந்தம்: (பெ): தடை; கட்டுப்பாடு; obstacle; discipline.

பிரதிபலன்: (பெ): கைம்மாறு; a return made out of gratitude.

பிரதிபலித்தல்: (வி): உருவம் கண்ணாடி போன்ற பளபளப்பான பரப்பில் படும் ஒளி (அ) உருவம் திரும்பி வருதல் (அ) தோன்றுதல்; (of light, image, etc) to reflect.

பிரதிபாதனம்: (பெ): ஈகை; charity.

பிரதிபிம்பம்: (பெ): கண்ணாடி, நீர் போன்றவற்றில் பிரதிபலிக்கும் உருவம்; குறிப்பிடப்படும் தன்மை, குணம் போன்றவற்றின் மற்றொரு வடிவம்; reflected image; embodiment of something.

பிரதிபேதனம்: (பெ): பிரித்தல்; வெட்டுதல்; separation; cut.

பிரதிபை: (பெ): கூர்மை; அறிவு; பிரகாசம்; keenness; knowledge; brightness.

பிரதிபோதம்: (பெ): கற்பித்தல்; teaching; training.

பிரதிமண்டலம்: (பெ): சுற்றளவு; circumference.

பிரதிமதை: (பெ): பிம்பம்; image.

பிரதிமாதம்: (பெ): மாதந்தோறும்; monthly.

பிரதிமூர்த்தி: (பெ): தோற்றம்; பாவனை; appearance; fancy.

பிரதிமை: (பெ): உருவச்சிலை; விக்கிரகம்; statue; figure; idol.

பிரதிமாதம்: (பெ): மாதந்தோறும்; monthly.

பிரதியத்தினம்: (பெ): விருப்பம்; எதிரிடை; பழிவாங்குகை; desire; opposition; revenge.

பிரதியாதனை: (பெ): சாயல்; சாயை; resemblance.

பிரதியுபகாரம்: (பெ): கைம்மாறு; a return made out of gratitude.

பிரதியோகி: (பெ): எதிரிடை; கூட்டம்; opposition; crowd.

பிரதிரூபம்: (பெ): பிரதிமை; figure; statue; idol.

பிரதிரோகம்: (பெ): களவு; முற்றுகை; மறைப்பு; theft; protest; hide.

பிரதிரோதி: (பெ): திருடன்; கள்வன்; thief; robber.

பிரதிலம்பம்: (பெ): இலாபம்; gain; profit.

பிரதிவசகம்: (பெ): கிராமம்; village.

பிரதிவாசகம்: (பெ): எதிரொலி; இணக்கம்; echo; suitability.

பிரதிவாதம்: (பெ): எதிர்வாதம்; argument for the defence.

பிரதிவாதி: (பெ): உரிமையியல் வழக்கில் வாதியால் வழக்குத் தொடுக்கப்பட்ட நபர்; defendant.

பிரதீகாரம்: *(பெ):* இணக்கம்; கதவு; சீர்திருத்தம்; பழிவாங்குகை; suitability; door; reform; revenge.

பிரதீசி: *(பெ):* மேற்கு; west.

பிரதீதம்: *(பெ):* சந்தோஷம்; கீர்த்தி; happiness; fame.

பிரதேசம்: *(பெ):* நிலப்பகுதி; புவியியல் அமைப்பு அடிப்படையில் பிரிக்கப்பட்டிருக்கும் நிலப்பகுதி; region; territory.

பிரத்தம்: *(பெ):* ஒரு நிறையளவு; a weighing measure.

பிரத்தல்: *(பெ):* எழுத்து இல்லா ஒலி; the letterless sound.

பிரத்தியக்கு: *(பெ):* மேற்கு; west.

பிரத்தியட்சம்: *(பெ):* காட்சி; vision.

பிரத்தியேகம்: *(பெ):* சிறப்பியல்பு; தனிமை; distinguishing feature; loneliness.

பிரபஞ்சம்: *(பெ):* எல்லையற்றுப் பரந்து விரிந்திருக்கும் பெருவெளி; universe.

பிரபஞ்சனன்: *(பெ):* காற்று; air.

பிரபதனம்: *(பெ):* மரணம்; அழிவு; விழுதல்; death; ruin; falling down.

பிரபதன்: *(பெ):* மகன்; son.

பிரபதை: *(பெ):* மகள்; daughter.

பிரபத்தி: *(பெ):* அடைக்கலம்; refuge.

பிரபந்தக் கற்பனை: *(பெ):* கட்டுக்கதை; mythological tale.

பிரபந்தம்: *(பெ):* கதை; சிற்றிலக்கியம்; தொடர்பு; உள்ளடக்கத்தின் அடிப்படையிலும், செய்யுள் வடிவ அடிப்படையிலும் பாகுபடுத்தப்பட்ட இலக்கிய வகை; story; minor literary genre; attachment.

பிரபந்தன்: *(பெ):* சரணடைந்தவன்; one who surrenders himself to someone.

பிரபம்: *(பெ):* தண்ணீர்ப் பந்தல்; the place where water is supplied free of cost to quench the thirst.

பிரபலம்: *(பெ):* புகழ்; தளிர்; பலன்; வலிமை; முக்கியம்; fame; sprout; benefit; strength; importance.

பிரபு: *(பெ):* அண்ணல்; செல்வந்தர்; உயர்குடியில் பிறந்தவர்; the title given to a noble person; a man of wealth; a man of high rank, birth, etc.

பிரபுத்தனம்: *(பெ):* மேம்பாடு; excellence.

பிரபுத்துவம்: *(பெ):* உயர்குடிப்பிறப்பு; பெருந்தன்மை; rank, status or birth of a noble man; magnanimity.

பிரபவ: *(பெ):* முதல் தமிழ்வருடம்; Prabhava, the first Tamil Year.

பிரபாகரன்: *(பெ):* சூரியன்; சந்திரன்; அக்கினி; the Sun; the Moon; fire.

பிரபாகீடம்: *(பெ):* மின்மினி; firefly.

பிரபாதிகம்: *(பெ):* மயில்; peacock.

பிரபுத்தன்: *(பெ):* இளைஞன்; the youth.

பிரபுதை: *(பெ):* மகத்துவம்; பெருமை; magnificence; pride; greatness.

பிரபூரணம்: *(பெ):* அம்பு; நாணேற்றல்; arrow; bending the bow and fastening its string.

பிரபை: *(பெ):* ஒளி; தண்ணீர்ப் பந்தல்; துர்க்கை; lustre; the place where water is supplied free of cost to quench the thirst; Durga, the Goddess of Victory.

பிரபோதம்: *(பெ):* அறிவு; புத்தி; சுறுசுறுப்பு; தெளிதல்; knowledge; intellect; alertness; becoming clear.

பிரமகத்தி: *(பெ):* விடாமல் தொடரும் கொலைப் பாவம்; the sin of a murder which follows one.

பிரமகற்பம்: *(பெ):* பிரம்மனின் ஆயுட்காலம்; ஒரு பேரெண்; the life time of Lord Brahma; a large number.

பிரமகன்னிகை: *(பெ):* சரஸ்வதி; Goddess Saraswathi, the consort of Lord Brahma.

பிரமகூர்ச்சம்: *(பெ):* தருப்பைக் கட்டு; bundle of sacred kaus grass.

பிரமக் கிழத்தி: *(பெ):* இறைவனது சக்தி; the power and the consort of God.

பிரமச்சரியம்: *(பெ):* திருமணம் செய்து கொள்வது இல்லை என்று உறுதிபூண்ட நிலை; absolute celibacy.

பிரமச்சாரி: *(பெ):* திருமணம் செய்து கொள்ளாதவன்; the celibate.

பிரமஞானம்: *(பெ):* கடவுளை அறியும் ஞானம்; spiritual knowledge.

பிரமஞானி: *(பெ):* கடவுளை உணர்வு பூர்வமாக அறிந்தவன்; the person who realized God.

பிரமதம்: *(பெ):* வெறி; குடிமயக்கம்; சந்தோஷம்; bigotry; intoxication; happiness.

பிரமதனம்: *(பெ):* கொலை; வருத்தம்; கடைதல்; murder; distress; churn.

பிரமதேசம்/பிரமதேயம்: *(பெ):* பிராமணர்க்குத் தானமாக வழங்கப்பட்ட ஊர்; the village gifted to brahmins.

பிரமபத்திரி: *(பெ):* புகையிலை; tobacco.

பிரமதாளம்: *(பெ):* பறை வகை; a kind of drum.

பிரம நாதை: *(பெ):* தாமிரபரணி ஆறு; the River Thamiraparani.

பிரமபிங்கை: *(பெ):* வெள்ளி; silver.

பிரமபுரம்: *(பெ):* சீர்காழி; காஞ்சிபுரம்; Seerkazhi; Kanchipuram.

பிரமம்: *(பெ):* ஒரு புராணம்; சூரியன்; சந்திரன்; இருடி; ஓர் உபநிடதம்; அக்னி; கடவுள்;

கலக்கம்; சிவபெருமான்; சுழற்சி; சுழற்காற்று; தத்துவம்; ஞானம்; தவறு; தவம்; திருமால்; திரிதல்; நித்தியயோக வகை; நடு; நீர்பாய்ச்சல்; பிரமன்; திருமணம்; a purana; the Sun; the Moon; sage; an upanishad; fire; God; being agitated; Lord Shiva; rotation; whirlwind; philosophy; knowledge; fault; penance; Lord Vishnu; wandering; a kind of yoga; middle; irrigation; Lord Brahma; marriage.

பிரமயம்: *(பெ):* மரணம்; கொலை; death; murder.

பிரமரகசியம்: *(பெ):* பரமரகசியம்; closely guarded secret.

பிரமரசம்: *(பெ):* தேவகிருபை; divine bliss.

பிரமரந்திரம்: *(பெ):* தலையுச்சியில் இருப்பதாகக் கருதப்படும் துளை; aperture in the crown of the head.

பிரமரம்: *(பெ):* வண்டு; bee.

பிரமராசனர்: *(பெ):* தபோதனர்; ascetics.

பிரமராயன்: *(பெ):* பார்ப்பன அமைச்சரின் பட்டப்பெயர்; the title of the brahmin minister.

பிரமரி: *(பெ):* சுழற்சி; சமண மந்திரம்; rotation; mantra of Jains.

பிரமலோகம்: *(பெ):* சத்தியலோகம்; பிரம்மலோகம்; Sathya lok; Brahma's world.

பிரமவாதம்: *(பெ):* வேத மதம்; Vaidik religion.

பிரமவித்து: *(பெ):* பிரமத்தை அறிந்தவன்; one who realized Brahmam.

பிரமவித்தை: *(பெ):* இறைவனை உணர்ந்திடும் ஞானம்; the knowledge of Supreme Being.

பிரமன்: *(பெ):* படைப்புக் கடவுளான நான்முகன்; Lord Brahma, the creator.

பிரமாணஞ் செய்தல்: *(வி):* சத்தியம் செய்தல்; உறுதிமொழி எடுத்தல்; to promise; to take a vow.

பிரமாணம்: *(பெ):* அத்தாட்சி; அளவு; அளவை; உண்மை; ஆணை; பொழுது; எல்லை; விதி; முகாந்திரம்; evidence; quantity; measure; truth; order; time; limit; law; means.

பிரமாணன்: *(பெ):* மெய்யன்; திருமால்; truthful person; Lord Vishnu.

பிரமாண வாக்குமூலம்: *(பெ):* தான் கூறிடுவது உண்மையே எனப் பிரமாணம் செய்து எழுத்து வடிவில் நீதிமன்றத்தில் ஒருவர் அளித்திடும் பத்திரம்; a written statement made on oath.

பிரமாணி: *(பெ):* பிரமனின் மனைவி; wife of Brahma.

பிரமாணிகம்: *(பெ):* உண்மை; ஆணை; truth; order.

பிரமாண்டம்: *(பெ):* உலகம்; பெரியது; புராணத்துள் ஒன்று; world; that which is very big; one of the Puranas.

பிரமாதமான: *(பெ.அ):* வெகு சிறப்பான; வெகு அருமையான; பிறர் பாராட்டிச் சொல்லும் விதமான; excellent; splendid.

பிரமாதம்: *(பெ):* அசட்டை; தவறல்; கொல்லல்; மதியீனம்; வருத்தம்; மோகம்; வெறி; பலாத்காரம்; inattention; straying; killing; foolishness; distress; lust; bigotry; violence.

பிரமாதா: *(பெ):* தாத்தா; grandfather.

பிரமாதி: *(பெ):* ஒரு தமிழ் வருடம்; Pramaathi, a Tamil Year.

பிரமாதிகை: *(பெ):* புத்திகெட்ட பெண்; foolish woman.

பிரமாதிட்சு: *(பெ):* அறிவிப்பு; announcement.

பிரமாதீச: *(பெ):* ஒரு தமிழ் வருடம்; Pramaadheesa, a Tamil Year.

பிரமாந்தரம்: *(பெ):* உயிர் நிலை; the vital part of the body.

பிரமாயுதம்: *(பெ):* ஒரு பேரெண்; a large number.

பிரமானந்தம்: *(பெ):* பேரின்பம்; வீடுபேறு; final bliss; salvation.

பிரமி: *(பெ):* ஒரு பூண்டு வகை; a kind of herb.

பிரமித்தல்: *(வி):* வியத்தல்; மலைத்தல்; திகைத்தல்; தடுமாறுதல்; குழம்பிப் போதல்; be astonished; be amazed; be perplexed; bewildered; be confused.

பிரமிப்பு: *(பெ):* திகைப்பு; வியப்பு; அதிசயம்; குழப்பம்; மயக்கம்; மலைப்பு; perplexity; astonishment; miracle; confusion; mental delusion; amazement.

பிரமியம்: *(பெ):* நோய் வகை; a kind of disease.

பிரமிருதம்: *(பெ):* விவசாயம்; agriculture.

பிரமுகம்: *(பெ):* நிகழ்காலம்; சிறந்தது; present period; that which is better.

பிரமுகன்: *(பெ):* சிறந்தவன்; good person.

பிரமுகர்: *(பெ):* குறிப்பிடத் தகுந்த நபர்; பலராலும் மதிக்கப்படுபவர்; eminent person; prominent person.

பிரமுதிதம்: *(பெ):* மகிழ்ச்சி; happiness.

பிரமூடன்: *(பெ):* மடையன்; the dolt.

பிரமேகம்: *(பெ):* மேக வியாதி; gonorrhoea.

பிரமேயம்: *(பெ):* வாய்ப்பு; ஐயம்; அளவிடப்படுவது; அறியப்படுவது; chance; doubt; that which is to be measured; that which is to be recognised.

பிரமை: *(பெ):* அறியாமை; பைத்தியம்; மாட்சிமை; மயக்கம்; மெய்யறிவு; ignorance; madness; majesty; drowsiness; enlightenment.

பிரமோதம்: *(பெ):* விருப்பமானதை அடைந்ததால் உண்டாகும் உவகை; intense joy.

பிரமோதூத: *(பெ):* ஒரு தமிழ் வருடம்; Pramodhootha, a Tamil Year.

பிரமோற்சவம்: *(பெ):* கோயிலில் வருடத்திற்கு ஒரு முறை நடைபெறும் உற்சவம்; the principal annual festival in a temple.

பிரம்பு: *(பெ):* நாற்காலி, கூடை போன்றவற்றைப் பின்னிடப் பயன்படுவதும், நீர்நிலைகளின் ஓரங்களில் வளர்வதும், எளிதில் வளையும் தன்மையுடையதுமான ஒரு வகைக் கொடியின் உறுதியான தண்டு; தேர், தேர்முட்டி; வரம்பு; the tall climbing plant i.e. rattan which is used to make chair, basket, etc.; the temple car; the stand of temple car; the boundary.

பிரயத்தனம்: *(பெ):* ஒன்றைச் செய்வதற்காகச் சிரமப்பட்டு மேற்கொள்ளும் பெருமுயற்சி; the effort to do something.

பிரயாகம்: *(பெ):* குதிரை; யாகம்; horse; yaga.

பிரயாசம்/பிரயாசை: *(பெ):* பிரயத்தனம்; முயற்சிக்கான உழைப்பு; striving; effort with exertion.

பிரயாணம்: *(பெ):* பயணம்; இறப்பு; journey; death.

பிரயாணி: *(பெ):* பயணி; the passenger.

பிரயாமம்: *(பெ):* நீளம்; அருந்துகை; length; drinking.

பிரயுதம்: *(பெ):* பத்து லட்சம்; கோடி; ten lakhs; one crore.

பிரயுத்தம்: *(பெ):* முகாந்திரம்; யுத்தம்; cause; war.

பிரயோகம்: *(பெ):* மருந்து; மேற்கோள்; குதிரை; உபாயம்; உவமானம்; ஏவல்; எத்தனம்; காரியம்; சாதனை; செயல்; நியமம்; நிவர்த்தி; பலம்; நோக்கம்; மயக்கம்; முயற்சி; கையாளுதல்; பயன்படுத்துதல்; செலுத்துதல்; medicine; example; horse; means; object of comparison; command; effort; affair; accomplishment; action; disciplinary observances; atonement; strength; goal; drowsiness; effort; handling; use; drive.

பிரயோசனம்: *(பெ):* ஆதாயம்; benefit.

பிரலாபம்: *(பெ):* புலம்பல்; பிதற்றல்; mourning; blabber.

பிரவசனம்: *(பெ):* சொற்பொழிவு; oration.

பிரவணம்: *(பெ):* நான்கு தெருக்கள் கூடுமிடம்; வளைவு; பள்ளத்தாக்கு; junction of four streets; curve; valley.

பிரவர்த்தனம்: *(பெ):* அசைவு; செல்லுதல்; செய்கை; movement; motion; action.

பிரவரம்: *(பெ):* மரபு; வம்சம்; established usage; descent.

பிரவாகம்: *(பெ):* வெள்ளம்; குளம்; தொழில்; flood; tank; profession.

பிரவாதம்: *(பெ):* காற்று; air.

பிரவாலம்: *(பெ):* இளந்தளிர்; sprout.

பிரவாளம்: *(பெ):* பவளம்; coral.

பிரவீணன்: *(பெ):* விரகன்; skillful person.

பிரவுடை: *(பெ):* 31 முதல் 35 வயது வரை உள்ள பெண்; the woman from 31 to 35 years of age.

பிரவேசம்: *(பெ):* நுழைதல்; வாயில்; entry; entrance.

பிரவேசித்தல்: *(வி):* உட்செல்லுதல்; to enter.

பிரவை: *(பெ):* ஒளி; தண்ணீர்ப் பந்தல்; துர்க்கை; lustre; the place where water is supplied free of cost to quench the thirst; Durga, the Goddess of Victory.

பிரளயம்: *(பெ):* வெள்ளம்; கற்ப முடிவு; ஒரு பேரெண்; அழிவு; flood; end of the Kalpa when the destruction of the world occurs; a large number; destruction.

பிராகாமியம்: *(பெ):* எண் வகைச் சித்திகளுள் ஒன்று; one of the eight kinds of siddhis.

பிராசம்: *(பெ):* ஆயுத வகை; a kind of weapon.

பிராசயம்: *(பெ):* ஆதி; the first; beginning; source.

பிராசானம்: *(பெ):* சோறூட்டுதல்; உண்ணுதல்; feeding of cooked rice; eating.

பிராசாதம்: *(பெ):* கோயில்; மந்திரம்; கருவறை; temple; mantra; sanctum sanctorum.

பிராசி: *(பெ):* கிழக்கு; east.

பிராசீனர்: *(பெ):* முன்னோர்; ancients.

பிராஞ்ஞம்: *(பெ):* நல்லறிவு; good knowledge.

பிராஞ்ஞன்: *(பெ):* அறிவுடையவன்; உயிர்; wise person; soul.

பிராட்டி: *(பெ):* இறைவி; தேவி; தலைவி; goddess; lady; mistress.

பிராண சிநேகிதன்: *(பெ):* உயிர் நண்பன்; bosom friend.

பிராணத் தியாகம்: *(பெ):* உயிர்ப்பலி; தற்கொலை; voluntary sacrifice of life; suicide.

பிராண நாயகன்: *(பெ):* கணவன்; husband.

பிராண வாயு: *(பெ):* உயிர் வாழ்வதற்கும், சுவாசிப்பதற்கும் அவசியமான வாயு; oxygen.

பிராண வேதனை: *(பெ):* இறப்பின் போது உண்டாகும் வேதனை; throes of death.

பிராணன்: *(பெ):* உயிர்; மூச்சு; வலிமை; பத்து வகை வாயுக்களுள் ஒன்று; soul; life; breath; strength; one of the ten kinds of gases.

பிராணாந்தம்: *(பெ):* மரணம்; death.

பிராணாந்திகம்: *(பெ):* கொலை; murder.

பிராணாயாமம்: *(பெ):* குறிப்பிட்ட வகையில் மூச்சை இழுத்து அடக்கி வெளிவிடும் யோகமுறை; breathing exercise in Yoga.

பிராணி: *(பெ):* இடம்விட்டு இடம் சென்றிடக் கூடியதும் புலன் உணர்வுகளைப் பெற்றிருப்பதுமான உயிரினம்; animal; creature.

பிராதக்காலம்: *(பெ):* விடியற் காலம்; daybreak.

பிராதா: *(பெ):* அண்ணன்; elder brother.

பிராதிரு: *(பெ):* சகோதரன்; brother.

பிராதிருசாயை: *(பெ):* சகோதரனின் மனைவி; brother's wife.

பிராது: *(பெ):* முறையீடு; புகார்; suit; complaint.

பிராணேசன்: *(பெ):* கணவன்; husband.

பிராணேசை: *(பெ):* மனைவி; wife.

பிராத்தனை: *(பெ):* நேர்க்கடன்; வேண்டுதல்; the vow made to a deity; request.

பிராத்தி: *(பெ):* எண் வகைச் சித்தியுள் ஒன்று; பயன்; விதி; one of the eight kinds of siddhis; benefit; fate.

பிராத்தித்தல்: *(வி):* பிரார்த்தனை செய்தல்; to pray.

பிராத்தியக்கு: *(பெ):* மேற்கு; west.

பிராந்தம்: *(பெ):* ஓரம்; நாட்டுப்பகுதி; கடை; மதயானை; edge; countryside; shop; the elephant which has rut.

பிராந்தரம்: *(பெ):* காட்டுப்பாதை; காடு; the path which goes to the forest; forest.

பிராந்தன்: *(பெ):* முட்டாள்; foolish fellow; idiot.

பிராந்த துருக்கம்: *(பெ):* நகரம்; town.

பிராந்தி: *(பெ):* உறுதியின்மை; நிலையின்மை; தப்பிதம்; மயக்கம்; unsteadiness; transitoriness; fault; drowsiness.

பிராந்திகன்: *(பெ):* மந்திரி; minister.

பிராந்து: *(பெ):* பருந்து; பிராந்தி; white-headed kite; drowsiness.

பிராபவநியம்: *(பெ):* தத்துவம்; philosophy.

பிராப்தி: *(பெ):* பேறு; பயன்; விதி; உரிமம்; அதிர்ஷ்டம்; good fortune; benefit; rule; licence; luck.

பிராப்பியம்: *(பெ):* பேறு; பெறத்தக்கது; good fortune; that which can be attained.

பிராமகம்: *(பெ):* நரி; காந்தம்; எத்து; fox; magnet; cheating.

பிராமணன்: *(பெ):* பார்ப்பனன்; ஜீவன் முக்தன்; one who belongs to brahmin community; the perfected soul who has obtained final deliverance whilst yet in this life of four classes.

பிராமணியம்: *(பெ):* அத்தாட்சி; evidence.

பிராமதீட்சு: *(பெ):* அறிவிப்பு; announcement.

பிராமரம்: *(பெ):* தேன்; கிராமம்; விறைப்பு; சுழற்சி; honey; village; stiffness; rotation.

பிராமி: *(பெ):* கலைமகள்; வடமொழியின் பழைய எழுத்து வகை; Saraswathi, Goddess of Arts and Learning; Brahmi, old pattern of letters of Sanskrit.

பிராயச்சித்தம்: *(பெ):* கழுவாய்; பாவ காரியங்களுக்கென நிவர்த்தி செய்யப்படும் கிரியை; remedy; expiatory ceremony for the past sins.

பிராயஞ்சென்றவன்: *(பெ):* வயதானவன்; old man.

பிராயணம்: *(பெ):* மரணம்; death.

பிராயப்படல்: *(வி):* பக்குவப்படல்; maturity.

பிராயம்: *(பெ):* வயது; நிலை; அளவு; பக்குவம்; பாவம்; மரணம்; age; stage; measure; maturity; sin; death.

பிராரத்தம்: *(பெ):* பழம்வினை; past karma.

பிராரம்பம்: *(பெ):* ஆரம்பம்; beginning.

பிரார்த்தனை: *(பெ):* வேண்டுதல்; நேர்த்திக்கடன்; prayer; vow made to a deity.

பிராலம்பம்: *(பெ):* பூமாலை; flower garland.

பிராவரணம்: *(பெ):* வெளியங்கி; a kind of outer garment.

பிராவரம்: *(பெ):* வேலி; fence.

பிராவிருதம்: *(பெ):* காணிக்கை; முக்காடு; the offerings by cash or kind; the cloth worn to cover one's head.

பிரான்: *(பெ):* தேவன்; எஜமான்; God; the master.

பிரிசம்: *(பெ):* பிரியம்; fondness.

பிரிசல்: *(பெ):* வேறுபாடு; குறைவு; difference; deficiency.

பிரிசாலம்: *(பெ):* கலக்கம்; being agitated.

பிரிதல்: *(வி):* அகலுதல்; போதல்; கூறுபடல்; குலைதல்; to leave; to go; to divide; to disperse.

பிரிதி: *(பெ):* அன்பு; விருப்பம்; உவகை; இருபத்தேழு யோகத்துள் ஒன்று; திருமால் தலமான இமயத்திலுள்ள நந்தப்பிரயாகை; love; desire; happiness; one of the twenty-seven yogas; Nandha Prayagai, a Vishnu shrine on the Himalayas.

பிரித்தம்: *(பெ):* பரிசனம்; dependants.

பிரித்தல்: *(வி):* போதல்; கூறுபடுத்துதல்; குலைத்தல்; to go; to divide; to disperse.

- பிரித்தலும் பேணிக் கொளலும் பிரிந்தார்ப்
  பொருத்தலும் வல்லது அமைச்சு. - *குறள் 633.*

பிரிப்பு: *(பெ):* பகுப்பு; குலைப்பு; classification; upsetting.

பிரிமனை: *(பெ):* கயிறு போன்று முறுக்கப்பட்டிருக்கும் வைக்கோல் இழைத் தொகுதி; the twisted hay; the strand.

பிரியகம்: *(பெ):* மர வகை; a kind of tree.

பிரிய சந்தேகம்: *(பெ):* செண்பக மரம்; Indian mangolia tree.

பிரியஞ்செய்தல்: *(வி):* அன்பு செலுத்துதல்; to love.

பிரியத்தம்: *(பெ):* நன்கொடை; donation.

பிரியதரிசனம்: *(பெ):* கிளி; parrot.

பிரியதா. 743 பிரேத விசாரணை

பிரியதரிசினி: *(பெ):* வன்னி மரம்; a kind of tree.

பிரியப்பிராயம்: *(பெ):* இன்சொல்; pleasant words.

பிரியபாவம்: *(பெ):* நல்லெண்ணம்; goodwill.

பிரியம்: *(பெ):* அன்பு; உவகை; விருப்பம்; love; delight; desire. ● **பிரியமில்லாப் பெண்ணைக் காட்டிலும் பேயே நல்லது** - *பழமொழி.*

பிரியலர்: *(பெ):* நண்பர்கள்; friends.

பிரியவசநம்: *(பெ):* இன்சொல்; pleasant words.

பிரியன்: *(பெ):* கணவன்; தலைவன்; பிரியமுள்ளவன்; husband; master; kind man.

பிரியாம்பு: *(பெ):* மாமரம்; mango tree.

பிரியாமை: *(பெ):* நீங்காமை; state of not getting separated.

பிரியாலு: *(பெ):* திராட்சை; grapes.

பிரியாவிடை: *(பெ):* பிரிந்திட மனமின்றி வழியனுப்பிடல்; the emotional parting.

பிரியாணி: *(பெ):* இறைச்சித் துண்டுகள், காய்கறித் துண்டுகள் ஆகியவற்றைச் சாதத்தில் கலந்து மசாலாப் பொருட்கள் சேர்ந்த கலவையுடன் சேர்த்துத் தயாரிக்கப்படும் உணவு; a kind of spicy rice dish mixed with pieces of meat or vegetables.

பிரியை: *(பெ):* பெண்; மனைவி; செய்தி; மது; பிரியன் என்பதன் பெண்பால்; woman; wife; news; liquor; feminine of 'பிரியன்'.

பிரியோதிகம்: *(பெ):* இன்சொல்; pleasant words.

பிரிவனை: *(பெ):* வேறுபாடு; difference.

பிரிவினை: *(பெ):* பிரித்தல்; பகுத்தல்; ஒவ்வாமை; வேறுபாடு; separation; partition; allergy; difference.

பிரிவினை வாதம்: *(பெ):* மொழி, இனம், சமயம் ஆகியவற்றின் அடிப்படையில் நாட்டினைப் பிரித்திட வேண்டும் என்ற போக்கு; the separatist tendency.

பிரிவினைவாதி: *(பெ):* பிரிவினை வாதத்தைக் கடைப்பிடிப்பவர்; the secessionist.

பிரிவு: *(பெ):* பகுதி; பிரிதல்; வெறுப்பு; வேற்றுமை; ஓர் அடிப்படையில் வகைப்படுத்தப்பட்டது; அளவுடன் பகுக்கப்பட்டு அமைவது; ஒரு நோக்கின் அடிப்படையில் ஏற்படுத்தப்பட்டது; ஒருவரைப் பிரிந்து இருப்பது; a part; being parted; hatred; difference. classification; separation.

● **பிரிவுரைக்கும் வன்கண்ண ராயின் அரிதவர்**
நல்குவர் என்னும் நசை. - *குறள் 1156.*

பிரீதி: *(பெ):* அன்பு; விருப்பம்; யோகம் இருபத்தேழுள் ஒன்று; love; desire; one of the twenty-seven yogams.

பிரீது: *(பெ):* பறவை; bird.

பிருகதி: *(பெ):* கத்தரிச் செடி; மாமரம்; ஒரு வீணை வகை; brinjal plant; mango tree; a kind of veena.

பிருகற்பதி: *(பெ):* வியாழன்; புரோகிதர்; the Planet Jupiter; priest who officiates at marriages and other rituals.

பிருகா: *(பெ):* இசை கமகம்; voice modulation.

பிருகு: *(பெ):* ஒரு முனிவர்; சுக்கிரன்; முற்றாத கிழங்கு வகை; a sage; the Planet Venus; a kind of tender tuber.

பிருகுடி: *(பெ):* புருவம்; eyebrow.

பிருங்கம்: *(பெ):* வண்டு; கரிசலாங்கண்ணி; beetle; a kind of greens with short thick leaves; eclipse plant.

பிருங்கராசம்: *(பெ):* கரிசலாங்கண்ணி; a kind of greens with short thick leaves; eclipse plant.

பிருங்கிமலை: *(பெ):* பறங்கிமலை; a mountain.

பிருசகன்: *(பெ):* கொலைகாரன்; murderer.

பிருடை: *(பெ):* யாழின் முறுக்காணி; தக்கை; பொய்ச் செய்தி; போலி நடிப்பு; a screw in the lute; cork; false news; pretension.

பிருட்டம்: *(பெ):* பிடரி; பின்புறம்; முதுகு; பரப்பு; பிட்டம்; nape of the neck; back side; back; area; buttocks.

பிருதிவி: *(பெ):* நிலம்; கடுக்காய் வகை; land; a kind of gall-nut.

பிருது: *(பெ):* விருது; சூரிய குலத்தோன்; award; one who belongs to Sun dynasty.

பிருதுகேசுரம்: *(பெ):* மலை; mountain.

பிருதூதரம்: *(பெ):* ஆட்டுக்கிடா; the ram.

பிருத்தியத்துவம்: *(பெ):* ஊழியம்; service.

பிருத்தியன்: *(பெ):* அடிமை; slave.

பிருந்தம்: *(பெ):* துளசிச் செடி; கூட்டம்; the sacred basil plant; crowd.

பிருந்தாவனம்: *(பெ):* துளசிக்காடு; கல்லறை; the basil plant; cemetery.

பிருந்தை: *(பெ):* துளசி; நெருஞ்சி; basil plant; cow's thorn.

பிரேட்சணம்: *(பெ):* கண்; களரி; eye; saline soil.

பிரேட்சை: *(பெ):* ஆடல்; அறிவு; மரக்கொம்பு; புத்தி; dance; knowledge; wooden stick; the power of discernment.

பிரேத பரிசோதனை: *(பெ):* துர்மரணத்தின் காரணத்தை அறிந்திட வேண்டி இறந்தவரின் உடலை அறுத்துச் செய்திடும் பரிசோதனை; post-mortem.

பிரேதம்: *(பெ):* உயிரற்ற மனித உடம்பு; dead body; corpse.

பிரேத விசாரணை: *(பெ):* சந்தேகத்திற்குரிய இறப்பின் காரணத்தை அறிந்துகொள்ள, உரிய உயர் அதிகாரியால் நடத்தப்படும் விசாரணை; inquest.

பிரேமை: *(பெ):* அன்பு; காதல்; மோகம்; love; passion; lust.

பிரேயம்: *(பெ):* கள்; toddy.

பிரேரணம்: *(பெ):* அனுப்புதல்; ஓட்டுதல்; விகாரம்; ஏவல்; நடத்துதல்; act of sending; act of driving; distortion; order; act of conducting.

பிரேரணை: *(பெ):* தீர்மானம்; resolution in a meeting.

பிரேரித்தல்: *(வி):* நடத்துதல்; எழுச்சியூட்டுதல்; to conduct; to animate.

பிரை: *(பெ):* உறைமோர்; பாதி; பயன்; தொழிற்சாலை; the fermented buttermilk used for curdling milk.

பிரைக்காற் சின்னி: *(பெ):* அரைக்கால் படி; one eighth of a litre, a former measure.

பிரைக்குத்துதல்: *(வி):* உறை குத்துதல்; to curdle the milk.

பிரோகம்: *(பெ):* முடிச்சு; யானைக்கால்; யானையின் கணுக்கால்; knot; elephantiasis; the ankle of an elephant.

பிரோரட்சணம்: *(பெ):* மிருக பலி; கொலை; the sacrifice of an animal to a village deity; murder.

பிரோதம்: *(பெ):* கந்தை; rags.

பிரோற்சாகம்: *(பெ):* முயற்சி; effort.

பிரௌடம்: *(பெ):* முதிர்ச்சி; முழு வளர்ச்சி; maturity, full growth.

பிலகரி: *(பெ):* ஒரு பண்; a kind of melody.

பிலகாரி: *(பெ):* பெருச்சாளி; bandicoot.

பிலசம்: *(பெ):* கருஞ்சீரகம்; black-cumin.

பிலஞ்சுலோபம்: *(பெ):* எறும்பு; ant.

பிலத்துவாரம்: *(பெ):* நிலவறை; cellar.

பிலம்: *(பெ):* பாதாளம்; குகை; வளை; கீழறை; subterranean region; cave; rat hole; basement.

பிலம்பி: *(பெ):* புளிச்சைக்காய்; a kind of unripe fruit which has sour taste.

பிலவ: *(பெ):* ஒரு தமிழ் வருடம்; Pilava, a Tamil year.

பிலவகம்: *(பெ):* தவளை; குரங்கு; frog; monkey.

பிலவங்க: *(பெ):* ஒரு தமிழ் வருடம்; Pilavanga, a Tamil Year.

பிலவங்கம்: *(பெ):* ஆடு; தவளை; மான்; குரங்கு; நஞ்சுள்ள உயிரினங்கள்; goat; frog; deer; monkey; poisonous creatures.

பிலவம்: *(பெ):* ஆடு; தவளை; குரங்கு; ஒரு பறவை; ஒரு புல்; கீழ்ச்சாதி; சாயல்; நீர்நிலை; தெப்பம்; நீச்சல்; பாய்தல்; goat; frog; monkey; a bird; a kind of grass; the low caste; resemblance; tank; raft; swimming; flowing.

பிலவாகை: *(பெ):* கப்பல்; ship.

பிலன்: *(பெ):* எறும்பு; ant.

பிலா: *(பெ):* பலா மரம்; jack fruit tree.

பிலாக்கு: *(பெ):* மூக்கு அணி வகை; a kind of nose ornament.

பிலாக்கணம்: *(பெ):* ஒப்பாரி; lamentation.

பிலாச்சை: *(பெ):* கடல் தவளை; sea-frog.

பிலிற்றுதல்: *(வி):* வெளிப்படுதல்; to let out.

பிலுக்கன்: *(பெ):* பகட்டன்; dandy.

பிலுக்கி: *(பெ):* பகட்டுக்காரி; minx.

பிலுக்கு: *(பெ):* பகட்டு; ஆடம்பரம்; vanity; ostentation.

பிலுவிலுவென்று: *(வி.அ):* மறுப்பு, எதிர்ப்பு என்று சமாளித்திட இடம் கொடாது ஒரேயடியாக; giving no chance to argue.

பிலேசயம்: *(பெ):* கீரி; எலி; பாம்பு; சிங்கம்; mongoose; rat; snake; lion.

பிலேசயை: *(பெ):* உடும்பு; monitor lizard.

பிலோடம்: *(பெ):* சுடுதல்; burn.

பில்குதல்: *(பெ):* சொட்டுதல்; வழிதல்; கொப்புளித்தல்; to drip; to overflow; to rise in bubbles; to blister.

பில்லடை: *(பெ):* இடியாப்பம்; a kind of steamed rice noodles.

பில்லாணி: *(பெ):* மெட்டி; a kind of silver ring worn on the toe by women.

பில்லி: *(பெ):* சூன்யவித்தை; துர்தேவதை; பூனை; witchcraft; a wicked female deity; cat.

பில்லை: *(பெ):* வில்லை; திருகு வகை; badge; a kind of screw.

பிவாயம்: *(பெ):* சோறு சமைத்த பானைக்கு இடும் திருநீற்றுக் குறி; the sacred ash mark applied on the cooking rice pot.

பிழக்கடை: *(பெ):* வீட்டின் பின்புறம்; கடைமடை; backyard of a house; the tail-end of an irrigation channel.

பிழக்கு: *(பெ):* பிழை; wrong.

பிழம்பு: *(பெ):* திரட்சி; வடிவு; கொடுமை; multitude; form; cruelty.

பிழா: *(பெ):* கொள்கலம்; receptacle.

பிழி: *(பெ):* கள்; toddy.

பிழிஞர்: *(பெ):* கள் விற்போர்; toddy sellers.

பிழிதல்: *(வி):* ஒன்றிலிருக்கும் நீர், சாறு போன்றவற்றை வெளியேற்ற கை, இயந்திரம் போன்றவற்றால் அழுத்துதல்; நனைந்திருப்பதிலிருந்து முறுக்கி திரவத்தை வெளியாக்குதல்; அச்சில் பிசைந்த மாவினை இட்டு அழுத்தி முறுக்கு, இடியாப்பம் போன்றவற்றைத் தயாரித்தல்; to press to extract water, juice, etc.; to squeeze wet clothes, etc.; to press the spiced flour paste etc., through mouids onto a heated oil to prepare snacks, etc.

பிழியர்: *(பெ):* கள் விற்போர்; toddy sellers.

பிழிவு: *(பெ):* பிழிதல்; சாறு; squeezing; juice.
பிழுக்கை: *(பெ):* விட்டையெரு; dung of sheep, goats, rats, etc.
பிழை: *(பெ):* தவறு; குற்றம்; குறைவு; பொய்; fault; defect; deficiency; lie.
பிழைகாயம்: *(பெ):* இலேசான காயம்; minor wound.
பிழைக்கை: *(பெ):* பிழைத்தல்; sustaining.
பிழைத்தல்: *(வி):* உய்தல்; தவறுதல்; ஜீவித்தல்; ஒழிதல்; பிழை செய்தல்; to subsist; to miss; to keep alive; to cease; to make an error.
- **பிழைத்துணர்ந்தும் பேதைமை சொல்லார் இழைத்துணர்ந் தீண்டிய கேள்வி யவர்.** *- குறள் 417.*

பிழைபாடு: *(பெ):* குற்றம்; fault.
பிழைபார்த்தல்: *(வி):* திருத்துதல்; to correct.
பிழைப்பித்தல்: *(வி):* பிழைத்திடச் செய்தல்; தயாரித்தல்; to revive; to make.
பிழைப்பு: *(பெ):* சீவனம்; உயர்வு; சீவிப்பு; தவறு; living; eminence; livelihood; mistake.
பிழைப்பூட்டுதல்: *(வி):* உயிர்ப்பித்தல்; to resuscitate.
பிளகு: *(பெ):* பிளாச்சு; lath; firewood.
பிளத்தல்: *(வி):* அறுத்தல்; துளைத்தல்; இடித்துத் தள்ளுதல்; to cut off; to bore; to demolish.
பிளப்பு: *(பெ):* பிளத்தல்; வெடிப்பு; splitting; cleft.
பிளவு: *(பெ):* வெடிப்பு; கீற்று; பிளப்பு; துண்டு; cleft; slice; lath; piece.
பிளவை: *(பெ):* வெடித்த புண்; சீழ்க்கட்டி; துண்டு; boil; abscess; piece.
பிளாச்சு: *(பெ):* மரத்துண்டு; பிளப்பு; firewood; lath.
பிளிச்சி: *(பெ):* சீனக்காரம்; alum.
பிளிச்சு: *(பெ):* பிளப்பு; lath.
பிளிறல்: *(பெ):* பேரொலி; great noise.
பிள்ளுதல்: *(வி):* வெடித்தல்; to burst.
பிள்ளுவம்: *(பெ):* யானை; elephant.
பிள்ளை: *(பெ):* இளமை; அணில்; காகம்; கரிக்குருவி; மகன்; கிளி; கீரி; மரக்கன்று; youth; squirrel; crow; a kind of bird; son; parrot; mongoose; young tree. • **பிள்ளையைப்** பெத்தா கண்ணீரு, தென்னையைப் பெத்தா இளநீரு. • **பிள்ளையையும்** கிள்ளிவிட்டுத் தொட்டிலையும் ஆட்டுவது போல - *பழமொழிகள்.*
பிள்ளை குட்டிக்காரன்: *(பெ):* பெரும்குடும்பஸ்தன்; a man with a large family.
பிள்ளைக்கொல்லி: *(பெ):* ஒரு நோய்; a kind of disease.
பிள்ளைத்தாய்ச்சி: *(பெ):* கர்ப்பிணிப் பெண்; a pregnant woman.
பிள்ளைத் திருநாமம்: *(பெ):* பிறந்த குழந்தைக்கு இடும் முதல் பெயர்; the name bestowed in infancy by parents.
பிள்ளை நஞ்சு: *(பெ):* பனிக்குடம்; placenta.
பிள்ளைப்பிறை: *(பெ):* இளம்பிறை; crescent moon.
பிள்ளைப்பூச்சி: *(பெ):* தலைப்பிரட்டைக்கு உள்ளது போன்று தலைப்பகுதியையும், சாம்பல் நிறத்து உடலையும் கொண்டு ஊர்ந்து சென்றிடும் ஒரு பூச்சி; grylla talpa.
பிள்ளைப்பேறு: *(பெ):* மக்கட்பேறு; child-birth.
பிள்ளைமை: *(பெ):* குழந்தைப்பருவம்; அறியாமை; childhood; childish innocence.
பிள்ளையாண்டான்: *(பெ):* சிறுவன்; இளைஞன்; boy; youth.
பிள்ளையார்: *(பெ):* விநாயகப் பெருமான்; திருஞான சம்பந்தர்; Lord Vinayaka; Thirugnanasambandhar, one of the four saint-poets (samaya kuravas).
பிள்ளையார் எறும்பு: *(பெ):* கடித்து வலியினை ஏற்படுத்தாததும், கறுப்பு நிறங்கொண்டதுமான சிறு எறும்பு; a kind of harmless small black ant.
பிள்ளையார் சதுர்த்தி: *(பெ):* ஆவணி மாதத்தில் அமாவாசை முடிந்த நான்காம் நாளில் பண்டிகையாகக் கொண்டாடப்படும் விநாயகப் பெருமான் குறித்த வழிபாடு; a festival dedicated to Lord Vinayaka on the fourth day after the New Moon day of Aavani, the Tamil month.
பிள்ளையார் சுழி: *(பெ):* விநாயகப் பெருமானை வழிபடும் முறையாக, ஒன்றை எழுதத் துவங்கும் முன்பாகத் தாளின் மேற்புறத்தில் முதல் முதலாக 'உ' என்று எழுதும் மங்கலக் குறியீடு; துவக்கம்; the auspicious mark 'உ' at the beginning of any kind of writing; beginning.
பிறக்கம்: *(பெ):* அச்சம்; fear.
பிறகரம்: *(பெ):* சாமம்; காவல்; இரவு; a watch of three hours i.e. seven and half naazhigai; protection; night.
பிறகரித்தல்: *(வி):* பாதுகாத்தல்; to protect.
பிறகரீசம்: *(பெ):* அகில்; eagle wood, a fragrant wood.
பிறகு: *(பெ):* அடுத்த நேரம்; during the time that follows afterwards; *(வி.அ):* தொடர்ந்து அடுத்ததாக; பின்னொரு சமயத்தில்; அப்புறமாக; on a later occasion; at a later time; **(இ.சொ.):** குறிப்பிடப்படும் கூற்றுக்கு நேர் எதிரிடையான கூற்று நிகழ முடியாது என்பதைக் குறிப்பிடும் சமயத்தில் இரு கூற்றுக்கும் இடையே வரும் சொல்; the word used as a connective between opposing statements. • பரீட்சையில் தேர்ச்சி பெறாவிடில் திட்டாமல் **பிறகு** பாராட்டவா செய்வார்கள் ?

பிறகு காட்டுதல்: *(வி):* பின்காட்டுதல்; to turn back; to retreat.

பிறகு காணுதல்: *(வி):* தோல்வியடையச் செய்தல்; to defeat.

பிறக்கம்: *(பெ):* ஒளி; உயர்ச்சி; குவியல்; அச்சம்; மரக்கிளை; lustre; excellence; heap; fear; branch of a tree.

பிறக்கீடு: *(பெ):* பின்னிடுகை; getting back.

பிறக்கு: *(பெ):* முதுகு; back.

பிறக்குதல்: *(வி):* உற்பத்தி செய்தல்; உண்டாகுதல்; வெளிவருதல்; to produce; to come into existence; to come out.

பிறங்கடை: *(பெ):* மகன்; வழித்தோன்றல்; மருகன்; அயலிடம்; son; descendent; son-in-law; neighbourhood.

பிறங்கல்: *(பெ):* ஒலி; பெருமை; மிகுதி; உயர்ச்சி; மலை; நிறைவு; ஒளி; வீடுபேறு; அரசன்; பாறை; sound; noise; greatness; abundance; excellence; mountain; completion; lustre; final bliss; king; rock.

பிறங்கியல்: *(பெ):* முதுகாடு; சுடுகாடு; இடுகாடு; cremation/burial ground; graveyard.

பிறங்குதல்: *(வி):* விளங்குதல்; சிறத்தல்; மிகுதல்; நிலை மாறுதல்; பெருத்தல்; உயர்தல்; ஒலித்தல்; செறிதல்; to shine; be elegant; be abundant; change in place or principles or circumstances; to grow large in size; to sound; be densely crowded.

பிறசாதனம்: *(பெ):* தேக்கு; teak wood.

பிறதாரம்: *(பெ):* அடுத்தவரின் மனைவி; the wife of another person.

பிறத்தல்: *(வி):* தோன்றுதல்; be born.

பிறத்தியார்: *(பெ):* அடுத்தவர்கள்; பிற நபர்கள்; others.

பிறந்தகம்: *(பெ):* மணமான பெண்ணின் தாய்வீடு; parent's place of a married woman.

பிறந்தகோலம்: *(பெ):* நிர்வாணம்; nakedness.

பிறந்த நாள்: *(பெ):* ஒருவருடைய பிறந்த தேதி, மாதம், வருடம்; ஆண்டுதோறும் வருகிற மேற்குறிப்பிட்ட நாளும், மாதமும்; birth-day (of a person).

பிறந்தமேனி: *(பெ):* நிர்வாண உடம்பு; naked body.

பிறந்தவம்: *(பெ):* பிறப்பு; birth.

பிறந்தை: *(பெ):* பிறவி; பாவம்; துன்பம்; இயல்பு; பிறந்த இடம்; birth; sin; grief; nature; birth place of a person.

பிறப்பித்தல்: *(வி):* வெளிப்படுத்துதல்; உண்டாக்குதல்; to reveal; to create.

பிறப்பிலி: *(பெ):* கடவுள்; சிவபெருமான்; God; Lord Shiva.

பிறப்பு: *(பெ):* தோற்றம்; அச்சம்; நெருக்கம்; தொடக்கம்; மயக்கம்; உற்பத்தி; கழுத்தணி வகை; birth; fear; crowded state; origin; mental delusion; production; a kind of necklace.

- பிறப்பென்னும் பேதைமை நீங்கச் சிறப்பென்னும்
  செம்பொருள் காண்பது அறிவு - *குறள் 358.*
- பிறப்பொக்கும் எல்லா உயிர்க்கும் சிறப்பொவ்வா
  செய்தொழில் வேற்றுமை யான். - *குறள் 972.*

பிறப்புறுப்பு: *(பெ):* ஆண், பெண் என்னும் பால் வேறுபாட்டினை இனம் காட்டும் விதமாக அமைந்திருக்கும் இனப்பெருக்கத்திற்குக் காரணமான உறுப்பு; the genitals.

பிறர்: *(பெ):* அன்னியர்; அயலார்; அடுத்தவர்கள்; outsiders; others. • **பிறர்** குற்றம் அறியப் பிடரியிலேயே கண் - *பழமொழி.*

- பிறர்பழியும் தம்பழியும் நாணுவார் நாணுக்கு
  உறைபதி என்னும் உலகு. - *குறள் 1015.*
- பிறர்நாணத் தக்கது தான்நாணா னாயின்
  அறம்நாணத் தக்கது உடைத்து. - *குறள் 1018.*

பிறர்மனை: *(பெ):* அடுத்தவரின் மனைவி; wife of another person.

- பிறன்மனை நோக்காத பேராண்மை சான்றோர்க்கு
  அறனொன்றோ ஆன்ற ஒழுக்கு - *குறள் 148.*

பிறவாநெறி: *(பெ):* வீடுபேறு; final salvation.

பிறவாயாக்கைப் பெரியோன்: *(பெ):* சிவபெருமான்; Lord Shiva.

பிறவி: *(பெ):* பிறப்பு; இயல்பு; குறிப்பிட்ட இயல்பு (அ) வடிவில் பிறந்து வாழும் உயிர்; ஒருவனின் குணம் (அ) குறையினை உணர்த்திடும் விதமாக, பிறந்ததிலிருந்தே இருப்பது; இறந்து பின் பிறந்து வாழ்ந்திட வேண்டிய வாழ்க்கை; birth; nature; human being; divine birth; strange birth; existing from birth; birth after birth .

பிறவினை: *(பெ):* அடுத்த நபரைக்கொண்டு ஒரு செயல் செயல்படுத்தப்படுவதைக் குறித்திடும் வினை; causative verb.

பிறழ்ச்சி: *(பெ):* ஒழுங்கின்மை; மாறுதல்; நடுக்கம்; disorder; irregularity; change; variation; trembling.

பிறழ்தல்: *(வி):* மாறுதல்; ஒளிர்தல்; திகைத்தல்; சாதல்; முறிதல்; துள்ளுதல்; to vary; to shine; be perplexed; to die; to break; to leap.

பிறன்: *(பெ):* பிறர் என்னும் பன்மை வார்த்தையின் ஒருமை; singular of 'பிறர்'.

பிறன்மனை: *(பெ):* அடுத்தவன் மனைவி; wife of another person.

பிறாண்டுதல்: *(வி):* பரப்பு ஒன்றில் நகங்களால் கோடு இழுப்பதுபோல அழுத்தியிழுத்தல்; to scratch with nails or claws.

பிறிதல்: *(வி):* நீங்குதல்; வேறுபடுத்துதல்; பங்குபோடுதல்; to leave; to vary; to share.

பிறிதி: *(பெ):* பிரதி; copy.

பிறிது: *(பெ):* வேறு; வேறு பொருள்; that which is different; other thing.

பிறித்தல்: *(வி):* வேறுபடுத்தல்; பங்கு படுத்தல்; cause to vary; cause to share.
பிறியகம்: *(பெ):* மர வகை; a kind of fragrant tree.
பிறை: *(பெ):* இளஞ்சந்திரன்; மகளிர் தலையணி வகை; அபிநய வகை; crescent moon; a kind of women's head ornament; a kind of dancing gesture.
பிறைக்கொழுந்து: *(பெ):* இளஞ்சந்திரன்; crescent moon.
பிறைச்சந்திரன்: *(பெ):* இளம்பிறை; crescent moon.
பிறையிரும்பு: *(பெ):* கருக்கு அறுவாள்; crescent-shaped sickle.
பிறைவடம்: *(பெ):* பிறை வடிவிலான கழுத்தணி வகை; necklace of crescent-shaped pendants.
பிறை வடிவு: *(பெ):* அரை வட்டம்; பிறைச் சந்திர வடிவம்; arch; crescent form.
பிறை வளைவு: *(பெ):* பிறை போன்றிருக்கும் அடைப்புக்குறி ( ); parenthesis.
பிற்கழித்தல்: *(பெ):* போரில் பின்வாங்குதல்; to withdraw from the battle.
பிற்காலம்: *(பெ):* வருங்காலம்; future.
பிற்கால்: *(பெ):* தம்பி; younger brother.
பிற்கூறு: *(பெ):* பிற்பகுதி; the rear portion or part.
பிற்சாமம்: *(பெ):* இரவின் கடைச் சாமம்; last three hours of a night.
பிற்சேர்க்கை: *(பெ):* ஆய்வறிக்கை, நூல் போன்றவற்றின் உள்ளடக்கத்தில் கூறப்படாத கூடுதல் தகவல்; the appendix in a book, etc.
பிற்பகல்: *(பெ):* நண்பகலுக்கும் மாலைப்பொழுதுக்கும் இடைப்பட்ட காலப்பொழுது; afternoon.
பிற்பக்கம்: *(பெ):* பின்பக்கம்; backside.
பிற்படுதல்: *(வி):* பின்படுதல்; தாமதித்தல்; be behind in time or place; to delay.
பிற்படை: *(பெ):* கூழைப்படை; rear of an army.
பிற்பட்ட: *(பெ.அ):* பின்தங்கிய; backward.
பிற்பட்ட வகுப்பு: *(பெ):* அரசாங்கக் குறிப்பில் பொருளாதாரம், கல்வி ஆகியவற்றில் விசேட கவனம் தேவை எனக் குறிப்பிடப்படும் இனம்; the communities which are identified by the government as in need of special attention, because of their economical and social backwardness; backward class.
பிற்பாடு: *(து.வி):* பின்னர்; பிறகு; afterwards.
பிற்றல்: *(வி):* பின்வாங்குதல்; to withdraw.
பிற்றை: *(து.வி):* பின்னர்; பிறகு; afterwards; *(பெ):* அடுத்து வருவது; subsequent event.
பினத்து/பினாத்து: *(வி):* புலம்பு; பிதற்று; to mourn; to chatter.
பினாகபாணி: *(பெ):* சிவபெருமான்; Lord Shiva.
பினாகம்: *(பெ):* சிவபெருமானின் வில்; திரிசூலம்; மணிமாலை; மண் மாரி; Lord Shiva's bow; three-pronged spear; trident; string of beads; dust storm.
பினாகி: *(பெ):* சிவபெருமான்; பெண்ணையாறு; Lord Shiva; River Pennai.
பினாகினி: *(பெ):* பெண்ணையாறு; River Pennai.
பினாதி: *(பெ):* அற்பன்; புல்லன்; mean person; useless fellow; person of low qualities.
பினைதல்: *(வி):* பிசைதல்; தொல்லையளித்தல்; to squeeze; to mash; to give trouble.
பின்: *(து.வி):* பிறகு; after; hind; *(பெ):* பின்பக்கம்; இடம்; கடை; தம்பி; பிற்காலம்; back; place; end; brother; future.
பின் இணை: *(பெ):* பின் இணைப்பு; appendix.
பின் எச்சம்: *(பெ):* சந்ததி; சந்தானம்; offspring.
பின்கட்டு: *(பெ):* வீட்டின் பின்புறம்; back portion of a house.
பின்கதவு: *(பெ):* பின்புறக் கதவு; backdoor.
பின்கழுத்து: *(பெ):* பிடரி; nape of the neck.
பின்காட்டுதல்: *(வி):* தோற்றோடுதல்; being defeated.
பின்சந்ததி: *(பெ):* தனக்குப் பின்பு வரும் சந்ததி; descendant.
பின்செல்லுதல்: *(வி):* தொடர்ந்து போதல்; கீழ்ப்படிதல்; to follow; to obey.
பின்சேர்: *(வி):* ஒன்றின் பிற்பகுதியில் சேர்த்திடு; to supplement.
பின்சேர்க்கை: *(பெ):* நூல், ஆய்வறிக்கை போன்றவற்றின் உள்ளடக்கத்தில் இல்லாத வற்றின் சேர்ப்பு; supplement.
பின்தங்கிய: *(பெ.அ):* பிற்படுத்தப்பட்ட; backward.
பின்தங்கு: *(வி):* கல்வி, பொருளாதாரம் ஆகியவற்றில் நிறைவானது என்று கருதிடும் நிலைதனை எட்டாது இருந்திடல்; விளையாட்டு போன்றவற்றில் ஓர் அணி வெற்றி பெற இயலாத நிலையில் இருத்தல்; to lag behind; to trail in sports.
பின்தொடர்: *(வி):* அடுத்து வந்திடு; to succeed.
பின்தொடர்ந்து செல்: *(வி):* ஒருவர் (அ) ஒன்று சென்றிடும் திசையில் அவரை (அ) அதனை இலக்காகக் கொண்டு தனது பார்வையிலிருந்து விலக்காது தொடர்ந்து பின்னால் செல்லுதல்; பின்பற்றுதல்; to pursue; to go after; to follow.
பின்தோன்றல்: *(பெ):* வாரிசு; successor.
பின்நிகழ்தல்: *(வி):* அடுத்து நிகழ்தல்; to happen afterwards; to ensue.
பின்பக்கம்: *(பெ):* பின்புறம்; கடை; back; rear.
பின்பற்று: *(வி):* ஒரு திட்டம், கொள்கை போன்றவற்றைக் கருத்தில் கொண்டு அதன்படி நடத்தல்; கடைப்பிடித்தல்; கைக்கொள்ளுதல்;

நடைமுறைப்படுத்துதல்; to follow a path, tradition; to follow in the footsteps of someone; to take up; to adopt a scheme, etc.

பின்பாட்டு: (பெ): பாடகர் ஒருவரின் பின்புறமிருந்து உடன்பாடும் பாட்டு; the vocal support to a singer.

பின்புத்தி: (பெ): ஒரு காரியத்தைச் செய்வதற்கு முன்பே அக்காரியத்தின் காரணம், வழிமுறை, பின் விளைவு பற்றிச் சிந்திக்காது அதனைச் செய்துவிட்டுப் பின் வருந்தும் குணம்; doing things in haste and repenting at leisure.

பின்புறம்: (பெ): பின்பக்கம்; the backside; the area behind something.

பின்போக்கு: (பெ): வீழ்ச்சி; தாழ்வு; downfall; retrogression.

பின்மரபினர்: (பெ): வாரிசு; successor.

பின்மரபு: (பெ): வருங்காலம்; coming or future generations.

பின்மாலை: (பெ): வைகறைப்பொழுது; விடியற்காலம்; daybreak.

பின்வரும்: (பெ.அ): அடுத்து வருகின்ற; following.

பின்வாங்கு: (வி): தோல்வியடை; செய்வதாக ஒப்புக்கொண்டு பின் அதனைச் செய்திட முன்வராதிரு; being defeated; to backout of something.

பின்விளைவு: (பெ): பிரச்சினைக்குரிய செயலினைத் தொடர்ந்து உண்டாகும் விளைவு; கதிரியக்கம், நோய்க்கான மருந்து போன்றவற்றால் பின்னாளில் உண்டாகும் பாதிப்பு; consequence; after-effect.

பின்றுதல்: (பெ): கீழ்ப்படிதல்; மீளுதல்; மாறுபடுதல்; to obey; to resume; to differ.

பின்றை: (பெ): பின்னை நாள்; the next day; the coming day.

பின்னகம்: (பெ): பின்னப்பட்ட முடி; வேறுபாடு; பேதி; plaited hair; difference; diarrhoea.

பின்னங்கால்: (பெ): குதிகாலுக்கும், கணுக்காலுக்கும் இடைப்பட்ட பகுதி; விலங்கின் வாலினை ஒட்டியுள்ள கால்; hind part of a foot; hind foot of animals.

பின்னடை: (வி): பின்தங்கு; பின்வாங்கு; to lag behind; to retreat.

பின்னடைவு: (பெ): பின்தங்கிய நிலை; முன்னேற்றத்தைத் தடை செய்திடும் வகையிலான பாதிப்பு; the state of being left behind; relapse.

பின்னணி: (பெ): பிற்படை; பின்னால் இருப்பது; the rear army; background.

பின்னபேதம்: (பெ): விரோதம்; enmity.

பின்னம்: (பெ): மாறுபாடு; வேறுபாடு; சிதைவு; பிளவு; கேடு; தடை; கீழ்வாயிலக்கம்; தூள்; பகுப்பு; பின்னர்; opposition; difference; break; tear; disfiguration; denominator of a fraction; dust; powder; division; after.

பின்னர்: (பெ): பின்பு; தம்பியர்; வேளாளர்; after younger brothers; husbandmen.

பின்னல்: (பெ): பின்னுதல்; முடைதல்; சிக்கு; தவறு; சடை; பருத்தி; plaiting; braiding; twining; web; texture; error; mistake; matted hair; cotton.

பின்னவர்: (பெ): பின் வருபவர்; those who come afterwards.

பின்னவள்: (பெ): தங்கை; younger sister.

பின்னவன்: (பெ): தம்பி; younger brother.

பின்னனை: (பெ): செவிலித்தாய்; foster mother.

பின்னாக: (து.வி): பின்பு; பின்புறமாக; afterwards; behind.

பின்னால் போ: (வி): உடன் சென்றிடு; தொடர்ந்திடு; to accompany; to follow.

பின்னாளில்: (வி.அ): பிற்காலத்தில்; at a later time.

பின்னி: (பெ): தங்கை; சிறிய தாய்; younger sister; step-mother; sister of one's mother.

பின்னிக்கொள்: (வி): பிரிந்திடாதவாறு சிக்கிக் கொள்; to entwine.

பின்னிடல்: (பெ): பின்வாங்குதல்; recession.

பின்னிடுதல்: (வி): பின்வாங்குதல்; தாமதமாதல்; தோற்று ஓடுதல்; to get behind; to delay; be defeated.

பின்னிதம்: (பெ): மாறுபாடு; opposition.

பின்னியாசம்: (பெ): பெருங்காயம்; asafoetida.

பின்னிரவு: (பெ): நள்ளிரவுக்கும், அதிகாலைக்கும் இடைப்பட்ட பொழுது; the time past midnight.

பின்னுதல்: (பெ): முடைதல்; பிணித்தல்; தழுவுதல்; மனங்கலத்தல்; to enlace; to lace; to plait; to braid; to entwine; to knit; to embrace; to become united.

பின்னும்: (து.வி): மேலும்; மறுபடியும்; moreover; again.

பின்னுரை: (பெ): இறுதியில் கூறப்படும் உரை; முடிவுரை; epilogue; concluding part of a book.

பின்னெண்ணம்: (பெ): தாமதமாகத் தோன்றும் எண்ணம்; after thought.

பின்னே: (து.வி): பின்பு; after; afterwards.

பின்னை: (பெ): தங்கை; தம்பி; திருமகள்; புன்னை மரம்; younger sister; younger brother; Lakshmi, Goddess of Wealth; a kind of tree.

பின்னை நாள்: (பெ): மறுநாள்; the next day.

பின்னோன்: (பெ): தம்பி; வேளாளன்; younger brother; husbandman.

பீ

பீ: *(பெ):* மலம்; அச்சம்; மரவகை; excrement; faeces; fear; a kind of tree.

பீகம்: *(பெ):* பெருமாட்டி; முகமதியப் பெண்; திறவுகோல்; lady; a woman belonging to the Muslim community; padlock.

பீக முத்திரை: *(பெ):* கோயில் கதவில் இடப்படும் முத்திரை; the seal upon the door especially of a temple.

பீக்கம்: *(பெ):* எட்டிக்கொட்டை; nux vomica; gall nut.

பீக்கருவேல்: *(பெ):* மரவகை; a kind of tree.

பீக்கலாட்டம்: *(பெ):* பித்தலாட்டம்; fraud.

பீக்குடல்: *(பெ):* மலக்குடல்; the rectum.

பீக்கை: *(பெ):* பசளைக் கீரை; இடது கை; a kind of greens with thick leaves; left hand.

பீங்கான்: *(பெ):* அழகுடனும், பளபளப்பாகவும் உள்ள சுடப்பட்ட வெள்ளைக் களிமண் பாத்திரம்; porcelain.

பீசகணிதம்: *(பெ):* அல்ஜீப்ரா (கணக்கு); Algebra (maths).

பீசப்பை: *(பெ):* விதைப்பை; scrotum.

பீசம்: *(பெ):* விதை; அண்டம்; ஆண்குறி; சுக்கிலம்; சந்ததி; seed; egg; the genital part of a man; sperm; heir.

பீச வீக்கம்: *(பெ):* விரை வீக்கம்; hydrocele.

பீசாட்சரம்: *(பெ):* விந்து; sperm.

பீசி: *(பெ):* பூவில் விதையுள்ள பகுதி; the part where the seed is kept in a flower.

பீச்சல்: *(பெ):* கழிச்சல்; diarrhoea.

பீச்சாகத்தி: *(பெ):* சிறுகத்தி; small knife.

பீச்சாங்குழல்: *(பெ):* உள்ளிருக்கும் தண்ணீர் போன்ற திரவத்தைத் துளை வழியாகப் பீய்ச்சியடிக்குமாறு அமைக்கப்பட்ட மூங்கில் குழாய் அல்லது மரத்தால் ஆன உருளை வடிவப் பொருள்; the sprayer made of bamboo or wood.

பீச்சாங்கொள்ளி: *(பெ):* அச்சமுடையவன்; the person who is afraid of something.

பீச்சுதல்: *(பெ):* நீர் போன்ற திரவத்தை வெகு வேகத்துடன் தாரையாகப் பாய்ச்சுதல்; to squirt liquid.

பீச்சைக்கால்: *(பெ):* இடது கால்; left leg.

பீச்சைக்கை: *(பெ):* இடது கை; left hand.

பீடணம்: *(பெ):* அச்சம்; fear.

பீடதேவி: *(பெ):* விலைமகள்; வேசி; prostitute; the harlot.

பீடபூமி: *(பெ):* உயர்ந்து மேடாக இருந்திடும் நிலப்பகுதி; plateau.

பீடம்: *(பெ):* இருக்கை; மேடை; பலிபீடம்; seat; elevated platform; altar.

பீடரம்: *(பெ):* கோயில்; temple; a place of worship.

பீடனம்: *(பெ):* வருத்தம்; துன்பம்; பீடை; distress; grief; state of misery.

பீடாபயம்: *(பெ):* கிரக பீடையின் காரணமாக உண்டாகும் பயம்; the fear caused by the evil influence of a planet.

பீடார்த்தம்: *(பெ):* அவத்தை; state; condition.

பீடி: *(பெ):* ஒரு வகைக் காய்ந்த இலையில் புகையிலைத் தூள் வைத்து சுருட்டப்பெற்று புகைத்திடுவதற்காகத் தயாரிக்கப்பட்ட பொருள்; processed tobacco rolled up in a dry tender leaf used for smoking.

பீடிகை: *(பெ):* பீடம்; அரியணை; கடைத்தெரு; பூந்தட்டு; முகவுரை; seat; throne; market place; bazaar street; flower plate; preface.

பீடித்தல்: *(வி):* துன்புறுதல்; துன்புறுத்துதல் be afflicted; to afflict.

பீடிப்பு: *(பெ):* துன்பம்; உருக்கம்; distress; compassion.

பீடு: *(பெ):* பீடை; குறைவு; பெருமை; வலிமை; தாழ்வு; தரிசு நிலம்; ஒப்பு; துன்பம்; state of misery; deficiency; greatness; strength; degradation; barren land; likeness; distress.

பீடுநடை: *(பெ):* பெருமிதம் கொண்ட நடை; majestic gait. • அவர் **பீடுநடை** போட்டு வந்தால் தெருவே சுற்றிநின்று வேடிக்கை பார்க்கும்.

பீடை: *(பெ):* துன்பம்; துன்பம் மிகுந்த நிலை; உருக்கம்; distress; state of misery; compassion.

பீடை மாதம்: *(பெ):* மார்கழி மாதம்; the Tamil month Maarkazhi.

பீட்டகம்: *(பெ):* தொழில்; உத்தியோகம்; profession; employment.

பீட்டன்: *(பெ):* இரண்டாம் பாட்டன்; இரண்டாம் பேரன்; பாட்டன்; குதிரை வண்டி; father's grandfather; grand grandson; grandfather; the cart pulled by a horse.

பீட்டி: (பெ): பாட்டி; grandmother.
பீதககனி: (பெ): செவ்வாழை; a kind of plantain.
பீதகந்தம்: (பெ): பன்றி; pig.
பீதகம்: (பெ): வெட்டிவேர்; அரிதாரம்; பித்தளை; தேன்; மஞ்சள்; பொன்னிறம்; cuscus grass; musk of deer; copper; honey; turmeric; golden colour.
பீதகன்: (பெ): வியாழன்; the Planet Jupiter.
பீதகாட்டம்: (பெ): செஞ்சந்தனம்; a kind of fragrant sandal wood.
பீதகாரகம்: (பெ): வேங்கை மரம்; சந்தனம்; a kind of tree; sandalwood.
பீதகாவேரம்: (பெ): மஞ்சள்; பித்தளை; turmeric; copper.
பீதகி: (பெ): அரிதாரம்; musk of deer.
பீதசலம்: (பெ): சந்தனம்; வேங்கை மரம்; sandal wood; a kind of tree.
பீததுண்டம்: (பெ): மீன்கொத்திப் பறவை; பொன் வாய்ப்புள்; king fisher; a kind of bird which has golden colour beak.
பீதபீசம்: (பெ): வெந்தயம்; fenugreek seed.
பீதமணி: (பெ): புஷ்பராகம்; topaz.
பீதமுண்டம்: (பெ): தூக்கணாங்குருவி; the weaver bird which builds hanging nest.
பீதம்: (பெ): பொன்; மஞ்சள்; கத்தூரி; இருவேலி; அச்சம்; பருமை; நேரம்; நீர்; எலி; பன்றி; gold; turmeric; musk; cuscus grass; fear; bulkiness; time; water; rat; pig.
பீதயூகி: (பெ): ஒரு வகை மல்லிகை; a kind of jasmine.
பீதரோசனை: (பெ): மருந்து வகை; a kind of medicine.
பீதலகம்/பீதலம்: (பெ): பித்தளை; copper.
பீத வண்ணம்: (பெ): கடுக்காய்; gall-nut.
பீதன்: (பெ): சூரியன்; தீ; குடிகாரன்; அச்சமுடையவன்; the Sun; fire; drunkard; one who is afraid of something.
பீதாப்தி: (பெ): அகத்தியர்; the sage Agasthiya.
பீதாம்பரம்: (பெ): பொன்னாடை; a royal cloth laced with gold yarns, used during auspicious occasions.
பீதாம்பரன்: (பெ): திருமால்; Lord Vishnu.
பீதாம்பரி: (பெ): உமையம்மை; Parvathi, the consort of Lord Shiva.
பீதி: (பெ): அச்சம்; மதுக்கடை; fear; arrack shop; wine shop.
பீதிகை: (பெ): செம்மல்லிகை; a kind of jasmine.
பீதை: (பெ): மஞ்சள்; மருதோன்றி மரம்; turmeric; the henna tree.
பீத்தல்: (பெ): தற்பெருமை பேசுகை; boastful speech.
பீத்து: (பெ): வீம்பு; boast.

பீத்துதல்: (வி): தற்பெருமையுடன் பேசுதல்; வீம்பு பேசுதல்; to speak in a boasting way.
பீத்தை: (பெ): நாடா; tape.
பீத்தோல்: (பெ): மேல்தோல்; epidermis.
பீநாறி: (பெ): பெருமரம்; மரவகை; fetid tree; a kind of tree.
பீந்துதல்: (வி): கொடுத்தல்; to give.
பீபற்சு: (பெ): சீர் குலைவு; அருச்சுனன்; disorder; Arjuna, third of the Pandavas.
பீப்பாய்: (பெ): எண்ணெய் போன்றவற்றை ஊற்றி வைக்கும் மரம் (அ) தகரம் (அ) பிளாஸ்டிக்கால் ஆன கொள்கலம்; a large container made of wood or tin or plastic to keep oil, etc.
பீமாசனன்: (பெ): எமதருமன்; Lord Yama, the God of Death.
பீமநதி: (பெ): ஒரு நதி; a river.
பீமநாதம்: (பெ): பேரொலி; சிங்கம்; loud noise; lion.
பீமபாகம்: (பெ): சுவையான சமையல்; tasty cooking.
பீமம்: (பெ): அச்சம்; பருமை; fear; bulkiness.
பீமரம்: (பெ): போர்; யுத்தம்; war; battle.
பீமரன்: (பெ): போர் வீரன்; warrior.
பீமன்: (பெ): பீமசேனன்; விதர்ப்ப நாட்டு மன்னன்; சிவபெருமான்; Bheema, second of the Pandavas; the king of Vidarba country; Lord Shiva.
பீமாதேவி: (பெ): துர்க்கை; Durga, Goddess of Victory.
பீயாக்குதல்: (வி): கெடுத்தல்; to ruin.
பீயு: (பெ): காகம்; ஆந்தை; காலம்; சூரியன்; crow; owl; time; the Sun.
பீரங்கி: (பெ): நீளமான குழல் மூலம் குண்டுகளை வெகு தொலைவுக்குச் சென்று வெடித்து சேதமுண்டாக்கும் போர்க்கருவி; cannon.
பீரம்: (பெ): வீரம்; வலிமை; தாய்ப்பால்; பூவரசு மரம்; bravery; strength; mother's milk; portia tree.
பீராய்தல்: (வி): பணம், பொருள் முதலானவற்றை வெகு சிரமத்துடன் கொஞ்சம் கொஞ்சமாகப் பல இடங்களிலிருந்து (அ) பலரிடம் சென்று அலைந்து திரிந்து சேகரித்தல்; to gather money or things bit by bit.
பீரிடுதல்: (வி): விரைந்து பாய்தல்; அலறுதல்; to stream; to flush out as blood; to weep aloud.
பீரு: (பெ): புருவம்; அச்சம் கொண்டவன்; eyebrow; one who fears something.
பீருகம்: (பெ): காடு; கரடி; ஆந்தை; forest; bear; owl.
பீருகன்: (பெ): அச்சம் கொண்டவன்; one who fears something.
பீரை: (பெ): பீர்க்கங்கொடி; sponge gourd.

பீரோடுதல்: *(வி):* தாய்ப்பால் வெளிப்படுதல்; mother's milk streaming out.

பீர்: (பெ): பசலை நிறம்; வெளுப்பு; பீர்க்கு; தாய்ப்பால்; பெருக்கு; முகமதியப் பெரியார்; pale colour of a love-sick woman; whiteness; sponge-gourd; mother's milk; abundance; Mohammedan saint.

பீர்க்கங்கூடு: *(பெ):* பீர்க்கங்காயின் காய்ந்த பின்னப்பட்ட வலை போன்ற கூடு; hollow pod of the sponge-gourd.

பீர்க்கு: (பெ): பீர்க்கங்காய்; sponge-gourd.

பீர்பூத்தல்: *(வி):* தலைவனின் பிரிவுத் துயரத்தால் உண்டாகும் வெளுப்பு; to grow pale because of love-sickness.

பீர்விடுதல்: *(வி):* பீறிட்டு வெளியாதல்; to stream forth.

பீலி: (பெ): மயில் தோகை; மயில்; வெண்குடை; பொன்; மலை; மதில்; நத்தை ஓடு; பனங்குருத்து; peacock's feather; peacock; white umbrella of victory; gold; mountain; fort wall; shell of a snail; tender leaf of the palmyra tree.

- *பீலிபெய் சாகாடும் அச்சிறும் அப்பண்டம்*
  சால மிகுத்துப் பெயின். - *குறள் 475.*

பீலிகை: (பெ): எறும்பு; ant.

பீலிக்குடை: (பெ): மயில் தோகைக் குடை; an umbrella made of peacock's feathers.

பீலிப்பட்டை: (பெ): நீரிறைக்கும் பூட்டை (இறை கூடை); a large basket for bailing water.

பீலியார்: (பெ): சமணர்; Jains.

பீலு: (பெ): அணு; அச்சம்; உள்ளங்கை; அம்பு; யானை; உகா மரம்; எறும்பு; minute particle of a matter; fear; palm of the hand; arrow; elephant; tooth-brush tree; ant.

பீலுகம்: (பெ): கரடி; bear.

பீவரம்: (பெ): ஆமை; கொழுப்பு; பருமை; tortoise; fat; bulkiness.

பீவரி: (பெ): அமுக்கிரா; பசு; இளம் பெண்; பெண் கிளி; a medicinal plant; cow; young woman; female of parrot.

பீவை: (பெ): நீர்; water.

பீழித்தல்: *(வி):* வருத்துதல்; to cause pain; to afflict.

பீழை: (பெ): துன்பம்; distress.

பீழ்தல்: *(வி):* பிடுங்குதல்; களைதல்; to pluck; to remove.

பீளல்: (பெ): பெண் குறி; the genital part of a woman.

பீளை: (பெ): கண்ணழுக்கு; the secretion from the eye. • **தினமும் தூங்கி விழித்தவுடன் கண் பீளையை சுத்தம் செய்.**

பீள்: (பெ): கரு; கர்ப்பம்; இளமை; embryo; pregnancy; youth.

பீறல்: (பெ): கிழியல்; கந்தை; tear; tattered garment.

பீறிடுதல்: *(வி):* வெகுவேகமாக வெளிப்படுதல்; அடக்க முடியாத வேகத்துடன் வெளியாதல்; to spark out; to burst out.

பீறு: (பெ): மலவாய்; anus hole.

பீறுதல்: *(வி):* கிழிதல்; பிளத்தல்; கீறுதல்; to tear; be split; to scratch.

பீனசம்: (பெ): கண்களைச் சுற்றிலும் வலி உண்டாவதற்குக்காரணமான மண்டையோட்டில் மூக்குத் துவாரத்தில் உண்டாகும் அழற்சி; sinusitis.

பீனம்: (பெ): பெருமை; பருமை; பேடி; ஊர்; பாசி வகை; greatness; pride; bulkiness; impotence; town; a kind of algae.

பு

புகடு: (பெ): அடுப்பின் பின்பகுதி; the backside of the stove.

புகடுதல்: *(வி):* வீசியெறிதல்; to throw.

புகட்டுதல்: *(வி):* ஊட்டுதல்; உட்புகுதல்; உட்புகுத்தல்; கற்பித்தல்; அறிந்துகொள்ளச் செய்தல்; பருகிடச் செய்தல்; to force the feed; to pierce; to insert; to teach; to instil; to cause to drink.

புகரோன்: (பெ): சுக்கிரன்; the Planet Venus.

புகர்: (பெ): கபில நிறம்; குற்றம்; ஒளி; பொறி; அழகு; கறை; tawny colour; fault; lustre; engine; beauty; spot; stain.

புகர்முகம்: (பெ): யானை; elephant.

புகர்வு: (பெ): அம்பு வகை; சோறு; a kind of arrow; the cooked rice.

புகலல்: *(வி):* புகலுதல்; to say.

புகலி: *(பெ):* சீர்காழி; புதிதாக வந்தவன்; Sirkazhi, a famous town near Chidambaram, and the birth place of saint-poet Thirugnana Sambandar; new person.

புகலிடம்: *(பெ):* பட்டினம்; ஊர்; தஞ்சம்; coastal town; town; refuge.

புகலுதல்: *(வி):* சொல்லுதல்; விரும்புதல்; தெரிதல்; மகிழ்தல்; to say; to like; to choose; to cheer.

புகல்: *(பெ):* பாடும் முறை; புகழ்; வெற்றி; இருப்பிடம்; சரண்; பற்றுக்கோடு; உபாயம்; mode of singing; fame; victory; residence; refuge; support; means.

புகல்வி: *(பெ):* ஆண் விலங்கு; male animal.

புகல்வு: *(பெ):* செருக்கு; விருப்பம்; pride; desire.

புகவு: *(பெ):* உணவு; புகுதல்; food; to enter.

புகழ்: *(பெ):* கீர்த்தி; துதி; அகத்தி; வாகை; fame; praise; coronilla grandiflora; sirissa tree.

- புகழ்புரிந்த இல்லிலோர்க்கு இல்லை இகழ்வார்முன் ஏறுபோல் பீடு நடை. - *குறள் 59.*
- புகழ்பட வாழாதார் தந்நோவார் தம்மை இகழ்வாரை நோவது எவன். - *குறள் 237.*

புகழ்க்கூத்து: *(பெ):* கூத்து வகை; a kind of dance.

புகழ்ச்சி: *(பெ):* துதி; பாராட்டு; worship; praise.

புகழ்தல்: *(வி):* துதித்தல்; பாராட்டுதல்; to worship; to praise.

புகழ்வீசு: *(பெ):* பச்சைக் கற்பூரம்; சந்திரன்; medicated camphor; the moon.

புகழ்வு: *(பெ):* புகழ்ச்சி; adulation.

புகள்: *(பெ):* அகத்தி; coronilla grandiflora tree.

புகற்சி: *(பெ):* விருப்பம்; நேசம்; desire; love.

புகற்று: *(வி):* விருப்பமாக்குதல்; cause to desire.

புகா: *(பெ):* உணவு; சோறு; food; the cooked rice.

புகார்: *(பெ):* ஆற்று முகம்; மந்தாரம்; மழை மேகம்; கபில மரம்; முறையீடு; காவிரிப்பூம்பட்டினம்; river mouth; cloudiness; rainy cloud; a kind of tree; complaint; Kavirippoompattinam, a famous coastal town near Sirkazhi, mentioned in Silappathikaram.

புகிடி: *(பெ):* மாதர் காதணி வகை; a kind of women's ear-ornament.

புகுடி: *(பெ):* வாயில்; கழி; பருவம்; மகளிர் காதணி வகை; gate; wooden peg; season; a kind of women's ear-ornament.

புகுதல்: *(வி):* அடைதல்; உட்செல்லுதல்; சம்பவித்தல்; செல்லுதல்; நுழைதல்; தொடங்கல்; to attain; to go in; to occur; to go; to enter; to start.

புகுதி: *(பெ):* மனை வாயில்; நுழை வாயில்; ஆய்ந்தறியும் நுண்ணறிவு; வழி; வருவாய்; சம்பவம்; front door of a house; entrance; penetrating intellect; way; income; an event.

புகுது: *(வி):* நிகழ்தல்; நுழைதல்; to happen; to enter.

புகுத்தல்: *(வி):* உணவு உட்கொள்ளுதல்; உட்செலுத்துதல்; to eat food; to penetrate.

புகுத்துதல்: *(வி):* திணித்தல்; புதிதாக ஒன்றைச் சேர்த்தல்; புகச்செய்தல்; to inject; to introduce something; cause to enter.

புகுந்த வீடு: *(பெ):* கணவன் வீடு; home of the husband.

புகுந்து பார்த்திடு: *(வி):* நுணுக்கமாக ஆராய்ந்திடு; நுண்ணாராய்ச்சி செய்திடு; to examine closely; to scrutinize.

புகுந்து விளையாடு: *(வி):* தடையுண்டாக்கும் ஏதும் இல்லாத நிலையில் நன்றாகச் செயல்படு; to make a show of one's capability.

புகுமுக வகுப்பு: *(பெ):* முன்பிருந்த கல்லூரிப் படிப்பைத் துவங்கும் முன்பாக ஓர் ஆண்டு படித்திட வேண்டிய தேர்வு நிலை வகுப்பு; formerly Pre-University Course of one year duration.

புகை: *(பெ):* ஆவி; நெருப்பிலிருந்து தோன்றும் கரும் படலம்; துயரம்; மாணிக்கக் குற்றம்; vapour; smoke; grief; sorrow; defect of Rubies. • புகை நுழையாத இடத்திலும் புகுந்திடும் தரித்திரம் - *பழமொழி.*

புகை காட்டு: *(வி):* சாம்பிராணித் தூபம் காட்டித் தூய்மை செய்திடு; to purify by means of (incense) smoke.

புகைக்கூண்டு: *(பெ):* புகை போக்கி; chimney.

புகைக்கொடி: *(பெ):* வால் நட்சத்திரம்; comet.

புகைச்சல்: *(பெ):* ஓரேயிடத்தில் சுழன்று வருகின்ற புகை; மனக்குமுறல்; தொண்டையில் உண்டாகும் கரகரப்புடன் கூடிய எரிச்சல்; the smoke circulating within a room; ill feelings; throat irritation.

புகைதல்: *(வி):* வருந்துதல்; பயிர் தீய்தல்; தொண்டை கரகரத்தல்; be distressed; (of crops) to get scorched due to the heat of the Sun or in drought; (of throat) to experience irritation.

புகைப்படக் கருவி: *(பெ):* புகைப்படம் எடுத்திடப் பயன்படுத்தும் கருவி; camera.

புகைப்படக்காரர்: *(பெ):* புகைப்படம் எடுப்பவர்; photographer.

புகைப்படச் சுருள்: *(பெ):* ஒரு காட்சியைப் படமாகப் பதிவு செய்திட வேதியல் முறையில் தயாரிக்கப்படும் அடர் நிறங்கொண்ட மெல்லிய சுருள்; film role.

புகைப்படத்தாள்: *(பெ):* புகைப்படக் கருவி மூலம் புகைப்படச் சுருளில் பதிவு செய்யப்பட்ட

புகைப்படம் 753 புடலித்தல்

காட்சியைப் பிரதி எடுக்கப் பயன்படும் ஒரு வகைத் தாள்; photo paper used for printing the image from the negative.

புகைப்படம்: *(பெ):* ஒரு காட்சி (அ) ஓர் உருவத்திலிருந்து வரும் ஒளியை ஆடிகள் பொருத்தப்பட்ட ஒரு கருவியின் மூலம் புகைப்படச் சுருளில் பதிவுசெய்து வேதியல் மாற்றங்களுக்கு உள்ளாக்கி பிரதியெடுத்து தயாரிக்கப்படும் படம்; photograph.

புகைரதம்: *(பெ):* புகை வண்டி; train.

புகையாற்றி: *(பெ):* ஒட்டடை; dust enriched with cobwebs.

புகையிலை: *(பெ):* கசப்புடன் கூடிய காரச் சுவையைக் கொண்ட ஒருவகை இலையும் அதன் செடியும்; tobacco and its plant.

புகையிலை நஞ்சு: *(பெ):* நிகோடின் என்னும் நச்சுப்பொருள்; nicotine.

புகை வண்டி: *(பெ):* நீராவி மூலம் இயக்கப்பட்டு பயணிகள் பிரயாணம் செய்வதற்கு ஏற்றவாறு ஒன்றன்பின் ஒன்றாக இணைக்கப்பட்ட பெட்டிகளை இயந்திரம் மூலம் இருப்புப் பாதையில் இழுத்துச் செல்லும் போக்குவரத்துச் சாதனம்; ரயில்; train.

புக்ககம்: *(பெ):* கணவன் வீடு; home of the husband.

புக்கசன்: *(பெ):* சண்டாளன்; (a term of abuse) one who commits heinous crime; cruel person.

புக்கி: *(பெ):* பிராய் மரம்; a kind of tree.

புக்கில்: *(பெ):* உடம்பு; வீடு; வசிக்குமிடம்; body; house; abode.

- **புக்கில்** அமைந்தின்று கொல்லோ உடம்பினுள் துச்சில் இருந்த உயிர்க்கு - *குறள் 340.*

புக்கை: *(பெ):* நீர் நிறைந்த கேணி; கூழ் வகை; a well full of water; a kind of gruel.

புங்கம்: *(பெ):* அம்பு; குவியல்; உயர்ச்சி; சிறந்தது; மெல்லிய ஆடை; சிறு துகில்; தூய்மை; arrow; heap; elevation; that which is excellent; thin and fine garment; a small cloth; purity.

புங்கமரம்: *(பெ):* சிறு வெள்ளை நிறப் பூக்களையும், அவரை விதை வடிவிலான சற்று பெரிதாகவுள்ள காய்களையும் கொண்ட ஒருவகை மரம்; the Indian beech tree.

புங்கவம்: *(பெ):* மேன்மையானது; நந்தி; எருது; அம்பு; that which is excellent; Nandhi, Lord Shiva's bull; ox; arrow.

புங்கவன்: *(பெ):* சிறந்தோன்; குரு; தேவன்; an eminent person; the preceptor; God.

புங்கவி: *(பெ):* உமையம்மை; Goddess Parvathi, the consort of Lord Shiva.

புங்கவிருக்கம்: *(பெ):* கத்தூரி மான்; musk deer.

புங்கன்: *(பெ):* மூடன்; foolish person; idiot.

புங்கு: *(பெ):* புங்க மரம்; the Indian beech tree.

புசகங்கம்: *(பெ):* பாம்பு; snake.

புசகம்: *(பெ):* பாம்பு; snake.

புசம்: *(பெ):* பதர்; புயம்; எருவாட்டி; பேறு; chaff; arm; dried cowdung; good fortune.

புசல்: *(பெ):* பெருங்காற்று; குச்சு மட்டை; சுழற்காற்று; storm; the brush used in white-washing; whirlwind.

புசிப்பு: *(பெ):* உண்ணுகை; நல்லூழ்; eating; fruits of past actions.

புசியம்: *(பெ):* தை மாதம்; the Tamil month 'Thai'.

புசுண்டம்: *(பெ):* காக்கை; ஒரு முனிவர் காகப்புசுண்டர்; crow; a sage Kakappusundar.

புச்சத்தலம்: *(பெ):* மலவாய்; anus-hole.

புச்சம்: *(பெ):* வால்; பிருட்டம்; வால் நட்சத்திரம்; தேள்; தேள் கொடுக்கு; மயில் தோகை; tail; buttocks; comet; scorpion; sting of scorpion; peacock's feathers.

புச்சி: *(பெ):* எருக்கு; கோழி; Yercum; hen.

புஞ்சம்: *(பெ):* கூட்டம்; திரட்சி; குவியல்; crowd; collection; heap.

புஞ்சலி: *(பெ):* வேசி; விலைமகள்; harlot; prostitute.

புஞ்சானம்: *(பெ):* உண்ணுகை; eating.

புஞ்சிகை: *(பெ):* ஆலங்கட்டி; hailstone.

புஞ்சித்துவம்: *(பெ):* சுக்கிலம்; விந்து; sperm.

புஞ்சின்னம்: *(பெ):* ஆண்குறி; the genital part of a man.

புஞ்சுதல்: *(வி):* ஒன்று சேர்தல்; to come together.

புஞ்சை: *(பெ):* மழையினால் கிடைத்திடும் நீரைக் கொண்டு சாகுபடி செய்யும் நிலம்; வானம்பார்த்த பூமி; the dry land.

புஞ்சைமுத்து: *(பெ):* மிகப் பெரிய முத்து; big-sized pearl.

புடகம்: *(பெ):* தாமரை; தொன்னை; lotus; a cup made of leaf pinned up at the corners.

புடபாகம்: *(பெ):* செரிக்கை; சமைத்தல்; digestion; cooking.

புடபேதனம்: *(பெ):* பட்டினம்; coastal town.

புடமிடுத்தல்: *(வி):* எரித்தல்; பொன் போன்ற வற்றைத் தூய்மை செய்தல்; பக்குவப்படுத்துதல்; மூலிகை, உலோகம் போன்றவற்றை எரித்துப் பற்பமாக்கல்; to burn; to refine the metals like gold, etc; to convert herbs, metals, etc., into powder by burning.

புடம்: *(பெ):* இடம்; சுத்தம்; மூடி; கண்ணிமை; கௌபீனம்; பக்கம்; place; cleanliness; cover; eyelid; loin-cloth; side.

புடலி: *(பெ):* பூமி; உலகம்; earth; world.

புடலித்தல்: *(வி):* வீங்குதல்; to swell.

புடலிமூலம்: (பெ): குறட்டை வகை; a kind of snoring.

புடலை: (பெ): புடலங்காய் மற்றும் அதன் கொடி; the snake-gourd and its creeper.

புடவை: (பெ): துணி; சேலை; cloth; saree.

புடை: (பெ): பக்கம்; இடம்; பகுதி; முறை; போர்; எலி வளை; திரட்சி; அடி; குத்து; பகை; side; place; part; portion; manner; battle; war; rat-hole; accumulation; beat; blow; enmity.

புடைத்தல்: (வி): தவிடு போன்றவை போகும்படி முறத்தில் இட்டுத் தட்டுதல்; அடித்தல்; துவைத்தல்; வீங்குதல்; பருத்தல்; தட்டுதல்; to winnow; to beat; to strike; to thrash; to wash; to swell; to grow in size; to pat.

புடைநகர்: (பெ): புறநகர்; outskirts of a city.

புடைப்பெண்: (பெ): வைப்பாட்டி; concubine.

புடைமண்: (பெ): சுதை; plaster.

புடையடுப்பு: (பெ): பக்க அடுப்பு; side-oven.

புடையல்: (பெ): மாலை; garland.

புடையன்: (பெ): பாம்பு வகையுள் ஒன்று; wart snake-*chersydras gramulatus*.

புடையுண்ணுதல்: (வி): அடித்தல்; அடிபடுதல்; to beat; be thrashed.

புடைவை: (பெ): மகளிர் சீலை; ஆடை வகை; saree; a kind of garment.

புடோதகம்: (பெ): தெங்கு; coconut-palm.

புட்கரம்: (பெ): நீர்; வானம்; கருடன்; தீவு; water; sky; common kite; island.

புட்கரணி: (பெ): கோயில் திருக்குளம்; தாமரைக் குளம்; sacred tank near temple; lotus tank.

புட்கரி: (பெ): யானை; elephant.

புட்கரிணி: (பெ): திருக்குளம்; தாமரைக் குளம்; பெண் யானை; ஒரு தீவு; sacred tank near a temple; lotus tank; she-elephant; an island.

புட்கலம்: (பெ): முழுமை; நிறைவு; உடம்பு; பிச்சையுணவு; fullness; end; body; the alms given to a beggar or a mendicant.

புட்கலாவருத்தம்: (பெ): ஏழு வகை மேகங்களுள் ஒன்று; மழை மேகம்; one of the seven kinds of clouds; rainy cloud.

புட்கலை: (பெ): ஐயனார் தேவியருள் ஒருத்தி; one of the consorts of Ayyanar deity.

புட்குரல்: (பெ): பறவையொலி; cry of a bird.

புட்கோ: (பெ): கருடன்; white-headed kite.

புட்டக மண்டபம்: (பெ): கூடாரம்; tent.

புட்டகம்: (பெ): சேலை; saree.

புட்டம்: (பெ): காக்கை; நிறைவு; மலவாய்ப் பக்கம்; புடவை; மகளிர் மறைவுத் தானம்; crow; completion; side of the anus-hole; saree; the genital part of women.

புட்டல்: (பெ): தலைச்சுமை; the load that is carried on the head.

புட்டா: (பெ): புடவையில் உள்ள சிறு பூ வேலைப்பாடு; small flower designs in a saree.

புட்டாலம்மை: (பெ): அம்மை நோய் வகை; measles.

புட்பக விமானம்: (பெ): குபேரனின் ஊர்தி; the aerial car of Kubera.

புட்பகாசம்: (பெ): 273 கோபுரங்களும், 32 மாடங்களும் உடைய கோயில்; the temple which has 273 towers and 32 terraces.

புட்பகீடம்: (பெ): தேனீ; honey-bee.

புட்பகேசி: (பெ): உமையவள்; Goddess Parvathi.

புட்பகேது: (பெ): மன்மதன்; Manmada, the God of Love; Cupid.

புட்பசரன்: (பெ): மலரம்பு கொண்ட மன்மதன்; Manmada who has the flower arrows.

புட்பசாபன்: (பெ): மன்மதன்; Cupid.

புட்பசாமரம்: (பெ): தாழை; screw-pine.

புட்பசாரம்: (பெ): தேன்; honey.

புட்பதந்தம்: (பெ): வடமேற்குத் திக்கு யானை; the elephant of north-west direction.

புட்பபலம்: (பெ): விளாம்பழம்; wood apple.

புட்பம்: (பெ): பூ; வாழை; மகளிர் தீட்டு; கண்ணோய் வகை; flower; plantain; menses; a kind of eye disease.

புட்பராகம்: (பெ): நவரத்தின மணிகளுள் ஒன்று; one of the nine kinds of precious stones.

புட்பவதி: (பெ): பூப்படைந்த பெண்; the girl who has attained puberty.

புட்பறை: (பெ): பறை வகை; a kind of drum.

புட்பாகன்: (பெ): திருமால்; Lord Vishnu.

புட்பாசனன்: (பெ): பிரம்மா; Lord Brahma.

புட்பாசனி: (பெ): திருமகள்; Goddess Lakshmi.

புணரா விரக்கம்: (பெ): காதலன் தன் காதலியைப் பிரிந்து தனிமையில் வருந்தும் நிலையினைக் கூறும் புறப்பொருள் திணை; (puram) the theme of a lover grieving in solitude because of his separation and consequent inability to meet his beloved.

புணரி: (பெ): கடல்; அலை; கரை; தனிமை; sea; wave; shore; solitude.

புணர்: (பெ): புதுமை; novelty.

புணர்குறி: (பெ): (அகம்) தலைவனும், தலைவியும் சந்திக்கும் குறியிடம்; (Akam) lovers' meeting place.

புணர்க்கை: (பெ): சேர்க்கை; சூழ்ச்சி; மாயம்; union; plot; illusion.

புணர்ச்சி: (பெ): சேர்க்கை; கலவி; union; sexual intercourse.

- **புணர்ச்சி** பழகுதல் வேண்டா உணர்ச்சிதான்
  நட்பாம் கிழமை தரும். - *குறள் 785.*

புணர்ப்பு: *(பெ):* தொடர்பு; சேர்க்கை; நட்பு; துணை; உடல்; கடல்; சூழ்ச்சி; ஏவல்; மாயம்; செயல்; பிரபந்தம்; connection; sexual intercourse; friendship; assistance; body; sea; plot; contrivance; command; illusion; action; a prabandha.

புணர்வு: *(பெ):* கலவி; சேர்க்கை; sexual intercourse; connection.

புணி: *(பெ):* மயிர் முடி; hair-knot.

புணை: *(பெ):* தெப்பம்; உதவி; மூங்கில்; விலங்கு; ஈடு; ஒப்பு; ஆள் பொறுப்பு; raft; help; support; bamboo; animal; pledge; comparison; security.

புணைக்கட்டை: *(பெ):* கட்டு மரம்; catamaran.

புணைக்கயிறு: *(பெ):* நுகத்தடியுடன் மாட்டைக் கட்டும் கயிறு; the rope with which the bullock is fastened to the yoke.

புணையல்: *(பெ):* ஒன்றுசேர்த்தல்; joining together.

புண்: *(பெ):* உடல் ஊறு; வடு; மனநோவு; wound; scar; soreness of heart.

புண்டரம்: *(பெ):* சந்தனம்; நீறு கொண்டு நெற்றியில் தரித்திடும் குறி; வெண்கரும்பு; கழுகு; sandal wood; the sacred ashes mark on the forehead; white sugarcane; eagle.

புண்டரிகம்: *(பெ):* தென்கிழக்குத் திசைக்குரிய யானை; புலி; வண்டு; தாமரை; வெண்தாமரை; the male elephant of south-east direction; tiger; bee; beetle; lotus; white lotus.

புண்டரிகன்: *(பெ):* திருமால்; Lord Vishnu.

புண்டரிகை: *(பெ):* திருமகள்; Lakshmi, Goddess of Wealth.

புண்டரீகபுரம்: *(பெ):* சிதம்பரம்; Chidambaram, a Shiva shrine in Cuddalore district of Tamil Nadu.

புண்டரீகம்: *(பெ):* வெண்தாமரை; கழுகு; பெருநோய்வகை;வெண்கொற்றக்குடை;வேள்வி வகை; white lotus; eagle; a kind of leprosy; white umbrella as an emblem of royalty; a kind of sacrifice.

புண்ணிய சாந்தம்: *(பெ):* சாணம்; திருநீறு; cow-dung; sacred ashes.

புண்ணிய செயல்: *(பெ):* நேர்மையான செயல்; virtuous deed.

புண்ணிய திசை: *(பெ):* வடக்கு; north.

புண்ணிய தினம்: *(பெ):* புனிதமான தினம்; சமயச் சடங்குகளைச் செய்திட ஏற்ற தினம்; holy day; the day fit for performing religious rites.

புண்ணியத்தலம்: *(பெ):* தெய்வத் திருத்தலம்; sacred place.

புண்ணிய நதி: *(பெ):* புனிதமான நதி; sacred river.

புண்ணிய பூமி: *(பெ):* புனிதமான இடம்; sacred place.

புண்ணிய முதல்வன்: *(பெ):* கடவுள்; God.

புண்ணிய முதல்வி: *(பெ):* பார்வதி; Goddess Parvathi.

புண்ணிய மூர்த்தி: *(பெ):* புனிதமானவர்; கடவுள்; a holy person considered as an embodiment of virtue; God.

புண்ணியம்: *(பெ):* நல்வினை; அறம்; தூய்மை; தெய்வத் தன்மை; virtue; ethics; purity; divinity.

புண்ணியன்: *(பெ):* கடவுள்; சிவபெருமான்; God; Lord Shiva.

புண்ணியை: *(பெ):* துளசி; புண்ணியவதி; sacred basil; virtuous woman; benevolent woman.

புண்ணியவான்: *(பெ):* புண்ணியம் பெற்றவன்; a benevolent man.

புண்ணீர்: *(பெ):* இரத்தம்; குருதி; blood.

புண்ணுறுத்து: *(வி):* வலியுண்டாக்கு; to give pain.

புண்படுத்து: *(வி):* வேதனைக்கு உள்ளாக்கு; வருந்தச் செய்திடு; to wound one's feelings; to hurt.

புண்வழலை: *(பெ):* சீழ்; the pus from sores.

புண்வாய்: *(பெ):* புண்ணின் துவாரம்; the opening of the boil.

புத: *(பெ):* வாயில்; doorway.

புதசனன்: *(பெ):* அறிஞன்; learned person.

புதப்பிரியம்: *(பெ):* மரகதம்; emerald.

புதம்: *(பெ):* மேகம்; அறிவு; cloud; knowledge.

புதர்: *(பெ):* ஞானிகள்; தேவர்; புலவர்; உயரமில்லாது அடர்ந்து வளர்ந்த தாவரத் தொகுதி; அரும்பு; மருந்துப் பூண்டு; wise persons; celestial beings; poets; bushes; bud; herb.

புதல்: *(பெ):* தூறு; புல் வகை; நாணல்; புருவம்; அரும்பு; bushes; a kind of grass; a large and coarse grass; eyebrow; bud.

புதல்வர்பேறு: *(பெ):* மக்கட்பேறு; to be blessed with children.

புதல்வன்: *(பெ):* மகன்; மாணாக்கன்; சீடன்; son; student; disciple.

புதல்வி: *(பெ):* மகள்; daughter.

புதவம்: *(பெ):* வாயில்; அருகு; doorway; holy grass.

புதவு: *(பெ):* கதவு; வாயில்; மதகு; திட்டி வாசல்; குகை; அருகம்புல்; door; doorway; sluice; the wicket gate in the door of a temple or fort; cave; sacred grass.

புதளி: *(பெ):* புலால்; meat.

புதன்: (பெ): புதன் கிரகம்; புதன் கிழமை; தேவன்; புலவன்; the Planet Mercury; Wednesday; celestial being; poet.

புதா: (பெ): கதவு; நாரை; கொக்கு வகை; door; crane; a kind of crane.

புதானன்: (பெ): அறிஞன்; குரு; the learned person; preceptor.

புதிது: (பெ): அறிதல், பயன், பழக்கம் போன்றவற்றிற்கு இதுவரை உட்படாதது; that which is new.

புதிய ஆள்: (பெ): புதிதாகச் சேர்க்கப்பட்ட ஆள்; the new recruit.

புதிர்: (பெ): அறிவுபூர்வமாகப் புரிந்து கொள்வதற்கும், விளங்கிக்கொள்வதற்கும் இயலாத ஒன்று; விடுகதை; riddle; puzzle.

புதினம்: (பெ): புதுமை; நாவல்; செய்தி; கதை; வியப்பு; newness; novel; news; story; surprise.

புதினா: (பெ): கீரை வகை; a kind of greens.

புதுக்குதல்: (வி): பாத்திரம் முதலானவற்றைப் பளபளப்பாக்குமாறு செய்தல்; மெருகேற்றுதல்; to make vessels etc., to shine; to polish.

புதுக்குப்புறம்: (பெ): அறநிலையங்கள் புதுப்பிக்க வைத்திட்ட தருமச் சொத்து; provisions for repairing charitable institutions.

புதுசு: (பெ): பயன், அறிதல், பழக்கம் முதலானவற்றிற்கு இதுவரை உட்படாதது; that which is new.

புதுத் திங்கள்: (பெ): பிறை நிலவு; the crescent moon.

புதுப்பித்திடு: (வி): பழைய பாணியில் உள்ளதை (அ) சிதிலமடைந்து இருப்பதைப் புதுப் பொலிவுடன் மாற்றி அமைத்தல்; to renovate.

புதுப்பெண்: (பெ): புதிதாக மணமான பெண்; newly-wedded woman.

புதுமணம்: (பெ): திருமணம்; wedding.

புதுமலர்ச்சி: (பெ): மறுமலர்ச்சி; renaissance.

புதுமனை: (பெ): புதிதாகக் கட்டப்பட்ட வீடு; the house which is newly built.

புதுமனை புகுவிழா: (பெ): கிரகப்பிரவேசம்; புதிதாகக் கட்டப்பட்ட வீட்டில் குடியேறும் சடங்கு; house warming.

புதுமை: (பெ): எழில்; வியப்பு; இதுவரை இல்லாததாகவும், வழக்கில் மாறுபட்டதாகவும் இருந்திடுவது; பழங்காலத்தைச் சேர்ந்ததாக இருப்பினும் தற்காலத் தன்மையைக் கொண்டிருப்பது; புதுக்கருக்கு; அதிசயம்; beauty; surprise; novelty; freshness; being peculiar.

புதுவது: (பெ): புதிதாக உள்ளது; anything which is new.

புதுவது புகுத்து: (வி): புதிதாக ஒன்றை (அ) பலவற்றை அறிமுகப்படுத்து; to introduce one or more new things.

புதுவது புனை: (வி): புதிதாகக் கண்டுபிடி; to invent.

புதுவெள்ளம்: (பெ): பெருமழையின் காரணமாக உண்டாகும் வெள்ளப்பெருக்கு; the flood due to heavy rain; freshet.

புதை: (பெ): மறைவு; மறைவிடம்; அம்பு; அம்புக்கட்டு; அறிவுடைமை; புதுமை; உடம்பு; ஆயிரம்; secrecy; place of concealment; arrow; bundle of arrows; enlightenment; newness; body; thousand.

புதைகுழி: (பெ): இறந்த உடலைப் புதைப்பதற்கான குழி; the pit for burial.

புதைசேறு: (பெ): மேற்பரப்பில் அழுந்தும் எந்த ஒன்றும் உட்சென்றுவிடும் தன்மை கொண்ட ஆழமான சேறு; quagmire.

புதைத்தல்: (வி): மறைத்துக்கொள்ளுதல்; குறைத்தல்; மூடுதல்; மண்ணுக்குள் வைத்து மூடுதல்; to conceal; to reduce; to cover; to bury.

புதைபொருள்: (பெ): பூமிக்குள் புதைந்திருக்கும் பண்டைய காலச் சின்னங்கள்; the buried remains found in archaeological excavations.

புதை மணல்: (பெ): சொரி மணல்; quick sand.

புதையல்: (பெ): பூமியில் ஆழ்ந்து கிடந்த நிதி; கேடயம்; அம்புக்கட்டு; treasure-trove; shield; bundle of arrows.

புதையிருள்: (பெ): அடர்ந்த இருள்; deep darkness.

புத்தகப்பட்டி: (பெ): புத்தக அட்டவணை; catalogue.

புத்தகப்புழு: (பெ): புத்தகங்களைப் படிப்பதில் பெரும்பான்மை நேரத்தைச் செலவிடுபவன்; book-worm.

புத்தகம்: (பெ): நூல்; ஓலைச்சுவடி; மயிலிறகு; book; palm leaf manuscript; peacock quill.

புத்தமதம்: (பெ): பௌத்த சமயம்; Buddhism.

புத்தம்: (பெ): உணவு; புத்த மதம்; food; Buddhism.

புத்தம்புதிய: (பெ.அ): மிகவும் புதிதான; brand new.

புத்தன்: (பெ): கௌதமர்; திருமால் அவதாரத்துள் ஒன்று; புதியவர்; Gauthama Buddha; one of the incarnations of Lord Vishnu; stranger.

புத்தாடை: (பெ): புதிய ஆடை; new clothes.

புத்தாண்டு: (பெ): புதிய வருடம்; new year.

புத்தி: (பெ): அறிவு; போதனை; இடித்துரை; யூகிப்பு; knowledge; teachings; admonition; guessing.

புத்தி கெட்டவன்: *(பெ):* அறிவற்றவன்; the stupid fellow.
புத்திசாலி: *(பெ):* அறிவாளி; prudent.
புத்திதம்: *(பெ):* எட்டி மரம்; worm wood.
புத்திமதி: *(பெ):* அறிவுரை; advice.
புத்திமான்: *(பெ):* அறிவாளி; man of knowledge.
புத்திரகன்: *(பெ):* அன்பன்; வஞ்சகன்; pious man; a deceiver.
புத்திரகாமேட்டி: *(பெ):* வேள்வி வகை; a kind of sacrifice.
புத்திர பாக்கியம்: *(பெ):* குழந்தை பெற்றெடுக்கும் பேறு; the state of being blessed with a child.
புத்திர வாஞ்சை: *(பெ):* குழந்தைகளுடன் கொண்டிருக்கும் அன்புடன் கூடிய ஒட்டுதல்; the attachment to children.
புத்திரன்: *(பெ):* மகன்; மாணாக்கன்; சீடன்; son; student; disciple.
புத்திரி: *(பெ):* மகள்; daughter.
புத்திரோற்பத்தி: *(பெ):* மகன் பிறத்தல்; birth of a son.
புத்திலக்கியம்: *(பெ):* உருவம், உள்ளடக்கம் போன்றவற்றில் தற்கால எண்ணங்களைப் பிரதிபலிக்கும் இலக்கியம்; modern literature.
புத்து: *(பெ):* மகன் இல்லாதோர்க்கான நரகம்; the hell for those who die sonless.
புத்துணர்ச்சி: *(பெ):* புதிய உணர்வைத் தருவது; மன எழுச்சி; மகிழ்வுடன் கூடிய உணர்வு; refreshing feelings; rejuvenation; invigorating feelings.
புத்துயிர்: *(பெ):* குன்றிய நிலை, வீழ்ச்சி ஆகியவைக்குப் பின் பெற்றிடும் எழுச்சி; revival; rebirth.
புத்துயிரூட்டு: *(வி):* மீண்டும் நடைமுறைக்குக் கொண்டு வந்திடு; to bring into use again.
புத்துருக்கு நெய்: *(பெ):* புதிதாக உருக்கிய நெய்; clarified butter.
புத்தேனாடு: *(பெ):* சுவர்க்கம்; heaven; the celestial world.
புத்தேள்: *(பெ):* கடவுள்; தேவர்; புதியவள்; புதுமை; God; celestial beings; strange woman novelty.

- புத்தே ளுலகத்தும் ஈண்டும் பெறலரிதே
  ஒப்புரவின் நல்ல பிற. *- குறள் 213.*

புத்தேன்: *(பெ):* எட்டி மரம்; worm wood.
புத்தோடு: *(பெ):* புதுப்பானை; new earthen pot.
புந்தி: *(பெ):* மனம்; அறிவாற்றல்; புரிந்து கொள்ளுகை; அறிவு; mind; intellect; understanding; knowledge.
புந்தியர்: *(பெ):* அறிவுடையோர்; கற்றறிந்தோர்; wise persons; learned people.
புப்புசம்: *(பெ):* நுரையீரல்; lungs.
புமான்: *(பெ):* ஆண்மகன்; கணவன்; ஆன்மா; male; husband; soul.
புயகம்: *(பெ):* பாம்பு; snake.
புயகாசனன்: *(பெ):* கருடன்; white-headed kite.
புயக்கறுதல்: *(வி):* புறக்கணித்திடுதல்; to forsake.
புயங்கசயனம்: *(பெ):* பாற்கடலில் உள்ள ஆதிசேடன் எனும் பாம்புப் படுக்கை; the serpent bed.
புயங்கமலை: *(பெ):* திருவேங்கட மலை; the mountain Thiruvenkatam; Tirupati hills.
புயங்கம்: *(பெ):* பாம்பு; நடன வகை; snake; a kind of dance.
புயங்கன்: *(பெ):* பாம்பு; சிவபெருமான்; snake; Lord Shiva adorned with snakes.
புயத்தல்: *(வி):* பறித்தல்; வெளியேறுதல்; பெயர்த்தல்; to pluck; to get away; to displace.
புயத்துணை: *(பெ):* தோளோடு தோளாக நின்று உதவுபவன்; the helper, useful as the arm.
புயமுட்டி: *(பெ):* அம்பெய்யும் வகை; mode of shooting arrows.
புயம்: *(பெ):* தோள்; மேற்கை; arm; shoulder.
புயலேறு: *(பெ):* இடி; thunderbolt.
புயல்: *(பெ):* பெருங்காற்று; மேகம்; நீர்; சுக்கிரன்; storm; cloud; water; the Planet Venus.
புயல் வண்ணன்: *(பெ):* திருமால்; Lord Vishnu.
புயவலி: *(பெ):* தோள் வலிமை; strength of arm.
புயாந்தரம்: *(பெ):* மார்பு; chest.
புய்த்தல்: *(வி):* பறித்தல்; வெளியே இழுத்தல்; வேரோடு பிடுங்குதல்; to pluck; to pull out; to uproot.
புரசு: *(பெ):* பூவரசு மரம்; சிறு பெண் குழந்தை; portia tree; a female child.
புரசை: *(பெ):* யானையின் கழுத்திலிடும் கயிறு; halter of elephant.
புரட்சி: *(பெ):* சமுதாய அமைப்பு, தேசம் போன்றவற்றில் மாற்றம் உண்டாக்குவது; ஒரு குறிப்பிட்ட துறையில் மாற்றம் உண்டாக்குவது; திடீர் எழுச்சி; சமுதாய நிலைதனைத் தலைகீழாகப் புரட்டுகை; சட்டம் ஒழுங்கு குறைந்த நிலை; கலகம்; revolutionary change; upheaval; anarchy; revolution.
புரட்டன்: *(பெ):* ஏமாற்றுபவன்; deceiver.
புரட்டாசி: *(பெ):* ஒரு தமிழ் மாதம்; Purattaasi, the sixth Tamil month.
புரட்டிக் கூறுதல்: *(வி):* திரித்துக் கூறுதல்; to garble.
புரட்டு: *(பெ):* உண்மையைத் திரித்துப் பேசும் பேச்சு; distortion of the facts.
புரட்டுதல்: *(வி):* கவிழ்த்தல்; வெறுப்பூட்டுதல்; தவறான வழியில் பயன்படுத்துதல்; ஏமாற்றுதல்; குமட்டுதல்; அலைந்து திரிந்து பணம் சேகரித்தல்;

புரணம் 758 புரு

புத்தகம் போன்றவற்றின் பக்கங்களைத் திருப்புதல்; ஒன்றினை மறுபக்கம் வருமாறு செய்தல்; ஒரு புறமாக உருட்டுதல்; to subvert; to disgrace; to pervert; to deceive; to retch; to raise money; to turn the pages of a book, etc.; to bring to the other side; to turn over a thing.

புரணம்: *(பெ):* நிறைவு; சமுத்திரம்; புரட்சி; fullness; completion; ocean; revolution.

புரணி: *(பெ):* ஊன்; தோல்; flesh; meat; skin.

புரதகனன்: *(பெ):* சிவபெருமான்; Lord Shiva.

புரதடி: *(பெ):* கடைவீதி; market place.

புரத்தல்: *(வி):* காத்தல்; அருளுதல்; வணங்குதல்; மிகுதியாகக் கொடுத்தல்; to protect; to cherish; to tend; to adore; to give bountifully.

புரந்தரம்: *(பெ):* தோள்; shoulder.

புரந்தர லோகம்: *(பெ):* இந்திர லோகம்; Lord Indra's world.

புரந்தரன்: *(பெ):* இந்திரன்; Lord Indra.

புரந்தரை: *(பெ):* கங்கை; the River Ganges.

புரப்பு: *(பெ):* பாதுகாப்பு; protection; safety.

புரப்போர்: *(பெ):* அரசர்கள்; காப்போர்; kings; those who protect others.

புரம்: *(பெ):* ஊர்; நகரம்; தலைநகரம்; வீடு; கோயில்; மேன்மாடம்; உடல்; தோல்; முள்; village; town; capital city; house; temple; upper storey; body; skin; thorn.

புரலி: *(பெ):* வேசி; விலைமகள்; குதிரை; harlot; prostitute; horse.

புரவலன்: *(பெ):* அரசன்; காப்போன்; கொடையாளன்; king; one who protects another; patron.

புரவி: *(பெ):* குதிரை; சாதி; horse; caste.

புரவிசயன்: *(பெ):* சிவபெருமான்; Lord Shiva.

புரவித்தேவர்: *(பெ):* அசுவினித் தேவர்கள்; Ashwini Devas.

புரவு: *(பெ):* அரசு; பாதுகாப்பு; கொடை; அரசிறை; இறையிலி நிலம்; ஆற்றுநீர் பாயும் நிலம்; செழுமை; government; protection; safety; bounty; a tribute to a king; tax-free land; the land which has river irrigation; splendour.

புரளி: *(பெ):* பொய்; வஞ்சனை; குறும்பு; சண்டை; கலகம்; வதந்தி; falsehood; deceit; mischief; quarrel; incitement; hoax.

புரளுதல்: *(வி):* உருளுதல்; சொற் பிறழ்தல்; மிகுதல்; நிரம்பி வழிதல்; to roll over; to go back upon one's word; be abundant; to overflow.

புராணபுருடன்: *(பெ):* திருமால்; Lord Vishnu.

புராணம்: *(பெ):* பழைமை; தொன்மை; பழங்கதை; antiquity; legend; mythology; traditional history.

புராணன்: *(பெ):* முன்னோனாகிய கடவுள்; God as the ancient.

புராணிகன்: *(பெ):* புராணப் பிரசங்கம் செய்பவன்; one who expounds the puranas.

புராதனம்: *(பெ):* தொன்மை; பழைமை; antiquity; that which is ancient.

புராதனர்: *(பெ):* பண்டைய காலத்தவர்; those who lived long ago.

புராதனி: *(பெ):* பராசக்தி; Lord Shiva's supreme energy which is all intelligence.

புராந்தகி: *(பெ):* சிவசக்தி; Lord Shiva's energy.

புராந்திமம்: *(பெ):* பழைமை; antiquity.

புராரி: *(பெ):* சிவபெருமான்; Lord Shiva.

புராவிருத்தம்: *(பெ):* இதிகாசம்; ancient epic like the Ramayana and the Mahabharata.

புரி: *(பெ):* கயிறு; முறுக்கு; சங்கு; சுருள்; யாழ் நரம்பு; விருப்பம்; மாலை; cord; strand; conch; curl; string of a lute; desire; garland.

புரிகுழல்: *(பெ):* சுருண்ட கூந்தல்; curly tresses.

புரிகை: *(பெ):* அபிநய வகை; a kind of dance gesture.

புரிசடை: *(பெ):* திரண்டு உருண்ட சடை; matted locks.

புரிசம்: *(பெ):* அருமை; நான்கு முழ நீளம்; rareness; a length of four cubit.

புரிசாலம்: *(பெ):* வருந்தி வேண்டுகை; canvassing.

புரிசை: *(பெ):* மதில்; சுவர்; fortification; wall.

புரிதல்: *(வி):* செய்தல்; உண்டாக்குதல்; வருந்திடல்; சொல்லுதல்; அசைத்தல்; விரும்புதல்; கொடுத்தல்; கண்டுபிடித்தல்; ஒத்துக் கொள்ளுதல்; to make; to produce; to suffer; to say; to shake; to like; to give; to invent; to accept.

புரிந்தோர்: *(பெ):* நண்பர்கள்; friends.

புரிமுகம்: *(பெ):* கோபுரம்; சங்கு; நத்தை; temple tower; conch; snail.

புரிமுந்நூல்: *(பெ):* பூணூல்; the sacred thread worn by brahmins and some other caste people.

புரியட்டகாயம்: *(பெ):* நுண்ணுடல்; subtle body.

புரியம்: *(பெ):* கூத்து; நாடகம்; கேளிக்கை; folk dance; play; entertainment.

புரிவளை: *(பெ):* வளையல் வகை; a kind of bangles.

புரிவு: *(பெ):* தவறு; அன்பு; விருப்பம்; தொழில்; தெளிவு; வேறுபடுகை; fault; mistake; love; desire; profession; clearness; difference.

புரீடம்: *(பெ):* மலம்; அழுக்கு; impurities of soul; sin; dirt.

புரு: *(பெ):* மிகுதி; பருமை; வீடுபேறு; குழந்தை; ஓர் அரசன்; ஓர் அசுரன்; ஒரு மரவகை; abundance; bulkiness; final bliss; child; a king; an asura; a kind of tree.

புருகூதன்: *(பெ):* இந்திரன்; Lord Indra.
புருடகாலம்: *(பெ):* முப்பத்தைந்து வருட காலம்; a period of thirty-five years.
புருடமேதம்: *(பெ):* மனித வேள்வி; human sacrifice.
புருடமோகினி: *(பெ):* உமையம்மை; Goddess Parvathi.
புருடம்: *(பெ):* ஐவகைப் பிரம்மங்களுள் ஒன்றான மந்திரம்; நான்கு முழ நீளம்; புன்னை மரம்; mantra, one of the five brahmams; a length of four cubits; a kind of tree.
புருட வாகனன்: *(பெ):* குபேரன்; Lord Kubera, the God of Wealth.
புருடன்: *(பெ):* ஆண்மகன்; கணவன்; மனிதன்; ஆன்மா; பரமாத்மா; male; husband; man; soul; God; Almighty.
புருடாமிருகம்: *(பெ):* மனித முகங் கொண்ட விலங்கு; an animal with human face.
புருடோத்தமன்: *(பெ):* திருமால்; ஓர் அரசன்; சிறந்தவன்; Lord Vishnu; the king Purushothaman; eminent person.
புருவம்: *(பெ):* கண்களின் மேலுள்ள மயிர் வளைவு; வரம்பு; குதிரை; eyebrow; limit; boundary; horse.
• **புருவத்துக்கு மையிட்டால் கண்ணுக்கு அழகு** - *பழமொழி.*
புருவை: *(பெ):* ஆடு; இளமை; செம்மறியாடு; பெண்ணாடு; goat; youth; ram; she-goat.
புரூணம்: *(பெ):* இளமை; youth.
புரை: *(பெ):* துளை; இலேசு; இடம்; பருமை; உயர்ச்சி; கூறுபாடு; பொய்; இரகசியம்; களவு; குற்றம்; மடிப்பு; மேன்மை; பழுது; குடில்; எதிர்காலம்; hole; lightness; place; bulkiness; height; division; lie; secret; theft; default; fold; excellence; glory; defect; hut; future.
புரைசல்: *(பெ):* இரகசியம்; பொத்தல்; குழப்பம்; சச்சரவு; குற்றம்; secret; hole; confusion; quarrel; defect.
புரைசு: *(பெ):* பலாசு மரம்; a kind of tree.
புரைதல்: *(வி):* தைத்தல்; நேர்தல்; ஒத்தல்; பொருந்துதல்; to sew; to happen; to resemble; to suit.
புரைத்தல்: *(வி):* தப்புதல்; to escape.
புரைமை: *(பெ):* பெருமை; உயர்ச்சி; greatness; excellence.
புரையன்: *(பெ):* வீடு; குடில்; house; hut.
புரையுள்: *(பெ):* வீடு; house.
புரையோர்: *(பெ):* பெரியோர்; மெய்ப்பொருள் உணர்ந்தோர்; காதல் மகளிர்; கீழோர்; திருடர்; nobles; those who realised the eternal truth; beloved women; sweethearts; mean persons; thieves.
புரோகதி: *(பெ):* நாய்; dog.
புரோகம்: *(பெ):* நாய்; dog.
புரோகன்: *(பெ):* உயர்ந்தோன்; man of good qualities.
புரோகிதம்: *(பெ):* திதி, திருமணம் போன்ற சடங்குகளை மத வழக்கப்படி நடத்துதல்; act of officiating at marriages and other rituals.
புரோகிதர்: *(பெ):* புரோகிதம் செய்வதைத் தொழிலாகக் கொண்டவர்; the priest who officiates at marriages and other rituals.
புரோசர்: *(பெ):* குறுநில மன்னர்கள்; chieftains.
புரோசனம்: *(பெ):* பயன்; benefit.
புரோசு: *(பெ):* சடங்கு செய்துவைக்கும் புரோகிதர்; the family priest.
புரோதம்: *(பெ):* குதிரை மூக்கு; nose of a horse.
புல: *(பெ):* புலால்; meat.
புலத்தல்: *(வி):* மனம் வேறுபடுதல்; வெறுத்தல்; துன்புறுதல்; அறிவுறுத்தல்; to sulk; to dislike; to suffer; to instruct.
புலத்தி: *(பெ):* வண்ணாத்தி; washer-woman.
புலத்தியன்: *(பெ):* பண்டைக் காலத்தில் வாழ்ந்த ரிஷி; an ancient sage.
புலத்தோர்: *(பெ):* ஞானியர்; சான்றோர்; wise persons; learned people.
புலப்படுதல்: *(வி):* தெரிதல்; வெளிப்படுதல்; to appear; to be perceived; to become clear.
புலமகள்: *(பெ):* கலைமகள்; Saraswathi, Goddess of Arts and Learning.
புலமகன்: *(பெ):* கற்றறிந்தோன், அறிஞன்; scholar; learned person.
புலமை: *(பெ):* மெய்யறிவு; மொழியில் வல்லமையுடைமை; wisdom; poetic talent.
புலமையோர்: *(பெ):* சான்றோர்; அறிஞர்; scholars; learned people.
புலம்: *(பெ):* வயல்; இடம்; நூல்; திக்கு; இந்திரிய உணர்வு; அறிவு; வேதம்; arable land; paddy field; location; treatise; direction; sensation; knowledge; the Veda.
புலம்பல்: *(பெ):* அழுதல்; பிதற்றுதல்; ஒப்பாரி; crying; babbling; song of lamentation.
புலம்பன்: *(பெ):* நெய்தல் நிலத்துத் தலைவன்; ஆன்மா; chief of a maritime tract; soul.
புலம்பு: *(பெ):* ஒலி; பிரிவு; வெறுப்பு; குற்றம்; மனவருத்தம்; தனிமை; sound; separation; dislike; fault; grief; solitariness.
புலம்புதல்: *(வி):* அழுதல்; பிதற்றுதல்; வாடுதல்; வெறுத்தல்; to cry; to mourn; to babble; to fade; to hate.
புலரி: *(பெ):* அதிகாலை; சூரியன்; dawn; the Sun.
புலர்காலை: *(பெ):* விடியற்காலை; daybreak; dawn.

புலர்தல்: *(வி):* உலர்தல்; வாடுதல்; தளர்தல்; தெளிதல்; விடிதல்; to become dry; to fade; to wither; to faint; to become weak; to clear up; to dawn.

புலவரை: *(பெ):* ஒரு நாட்டின் எல்லை; boundary of a country.

புலவர்: *(பெ):* பாவாணர்; கலைஞர்; தேவர்; சில சாதியரின் பட்டப் பெயர்; poets; scholars; celestial beings; the title of certain castes.

புலவன்: *(பெ):* கவிஞன்; முனிவன்; தத்துவஞானி; தேவன்; poet; sage; philosopher; celestial being.

புலவி: *(பெ):* பெண்ணின் ஊடல்; வெறுப்பு; sulkiness of woman; dislike.

புலவு: *(பெ):* மாமிசம்; இறைச்சி; பிரியாணி; இரத்தம்; புலால் நாற்றம்; flesh; meat; rice dish with pieces of meat, vegetables, etc.; blood; smell of flesh.

புலவுதல்: *(வி):* ஒலித்தல்; to sound.

புலனி: *(பெ):* நண்டு; crab.

புலனாய்வு: *(பெ):* ஒரு குற்றம் பற்றிய சாட்சியங்களைச் சேகரித்திட வேண்டி, காவல்துறை அதிகாரி எடுக்கும் சட்டரீதியான நடவடிக்கை; an investigation of an offence.

புலி: *(பெ):* ஒரு காட்டு விலங்கு; ஒரு முனிவன்; மர வகை; சூதுக்கருவி; உள் நாக்கு; a wild animal; a sage; a kind of tree; a dice; uvula. • புலிக்குப் பிறந்தது பூனையாகுமா? • புலி பசித்தாலும் புல்லைத் தின்னாது. - *பழமொழிகள்.*

புலி ஆட்டம்: *(பெ):* புலிவேடமிட்டு ஆடும் ஆட்டம்; a performance by a player, painted as a tiger, during a festival, etc.

புலிக்கண் கல்: *(பெ):* கோமேதகம்; one of the nine gems.

புலிக்கடிமால்: *(பெ):* புலியைக் கொன்று முனிவரை மீட்ட இருங்கோவேள் என்னும் சிற்றரசன்; the chieftain Irungovel, who saved a sage from a tiger by killing it.

புலிங்கம்: *(பெ):* தீப்பொறி; ஊர்க்குருவி; spark; sparrow.

புலித் தண்டை: *(பெ):* விருது வகை; a kind of award.

புலித்தொடக்கி: *(பெ):* கற்றாழை; தொடரிச் செடி; aloe; a herb.

புலிநகக் கொன்றை: *(பெ):* கொன்றை மர வகை; a kind of tree.

புலிப்போத்து: *(பெ):* புலிக்குட்டி; young one of tiger.

புலியூர்: *(பெ):* சிதம்பரம்; Chidambaram.

புலை: *(பெ):* இழிவு; பொய்; ஊன்; தீயநெறி; meanness; falsehood; meat; debauchery.

புலையன்: *(பெ):* கீழ்மகன்; பாணன்; புரோகிதன்; சண்டாளன்; person of low qualities; bard; priest; violent tempered, cruel person.

புலோமசித்து: *(பெ):* புலோமனை வென்ற இந்திரன்; Lord Indra who defeated Puloman.

புலோமசை: *(பெ):* இந்திராணி; Indrani, the consort of Lord Indra.

புல்: *(பெ):* கால்நடைகளுக்கு உணவாகப் பயன்படுவதும், பூமியில் முளைத்து, குறைந்த உயரமே வளரக்கூடியதுமான தாவரம்; இழிவு; பனை; தென்னை; புலி; various kinds of grass; meanness; palmyra tree; coconut tree; tiger. • புல்லைத் தின்னும் மாடு போல, புலியைத் தின்னும் ஓநாய் உதவுமா? - *பழமொழிகள்.*

புல்குதல்: *(பெ):* அணைதல்; புணர்தல்; நட்பாதல்; to embrace; to copulate; be friendly.

புல்ல கண்டம்: *(பெ):* கரும்பு வகை; கண்ட சர்க்கரை; sugarcane; a kind of sugar.

புல்லகம்: *(பெ):* மகளிர் நெற்றி அணி வகை; a kind of women's forehead ornament.

புல்லம்: *(பெ):* எருது; மலர்; வசைமொழி; ox; flower; abuse.

புல்லர்: *(பெ):* வேடுவர்; கீழ்மக்கள்; hunters; those who are having low qualities.

புல்லறிவாளர்: *(பெ):* முட்டாள்கள்; foolish persons.

புல்லறிவு: *(பெ):* அறியாமை; குன்றிய அறிவு; ignorance; little knowledge.

புல்லன்: *(பெ):* அறிவற்றவன்; ஒழுக்கமற்றவன்; ignorant person; one who is not having good conduct.

புல்லாங்குழல்: *(பெ):* இசைக் கருவி வகை; a kind of wind instrument, flute.

புல்லார்: *(பெ):* பகைவர்; enemies.

புல்லார்தல்: *(வி):* தோல்வியடைதல்; be defeated.

புல்லாள்: *(பெ):* வழிப்பறி செய்வோன்; highway robber.

புல்லி: *(பெ):* பூவிதழ்; flower petal.

புல்லிகை: *(பெ):* குதிரைச் செவிக் குஞ்சம்; tassels for horse's ears.

புல்லிதழ்: *(பெ):* பூவின் புறவிதழ்; external petal of a flower.

புல்லினம்: *(பெ):* ஆட்டினம்; sheeps and goats.

புல்லுதல்: *(வி):* தழுவுதல்; புணர்தல்; பொருந்துதல்; நட்புச்செய்தல்; to embrace; to copulate; to suit; be friendly.

- புல்லிக் கிடந்தேன் புடைபெயர்ந்தேன் அவ்வளவில்
  அள்ளிக்கொள் வற்றே பசப்பு - *குறள் 1187.*
- புல்லா திராஅப் புலத்தை அவர்உறும்
  அல்லல்நோய் காண்கம் சிறிது. - *குறள் 1301.*

- புல்லி விடாஅப் புலவியுள் தோன்றுமென்
  உள்ளம் உடைக்கும் படை - *குறள் 1324.*

புல்லுநர்: (பெ): நண்பர்கள்; friends.

புல்லுயிர்: (பெ): குழந்தை; சிற்றுயிர்; child; minion; animalcule.

புல்லூறு: (பெ): பறவை வகை; a kind of bird.

புல்வாய்: (பெ): கலைமான்; antelope.

புவம்: (பெ): வானம்; sky.

புவலோகம்; (பெ): பூலோகம்; earth.

புவனகோசம்: (பெ): பூமி; earth.

புவனம்: (பெ): உலகம்; பூமி; இடம்; மனித இனம்; நீர்; world; earth; place; location; mankind; water.

புவனி: (பெ): பூமி; earth.

புவனை: (பெ): உமையம்மை; Goddess Parvathi.

புவன்: (பெ): இறைவன்; God.

புவி: (பெ): பூமி; earth.

புவிப்பாத்திரம்: (பெ): மட்கலம்; earthenware.

புழகு: (பெ): மலையெருக்கு; a kind of yercum.

புழக்கம்: (பெ): பழக்கம்; அறிமுகம்; தோற்றம்; practice; acquaintance; appearance.

புழங்குதல்: (வி): கையாளுதல்; பழகுதல்; அறிமுகப்படுதல்; to put into use; to practise; to exercise; be acquainted.

புழல்: (பெ): உட்டுளை; சலதாரை; பணியாரம்; மீன் வகை; inner hole; drain; a kind of pastry; a kind of fish.

புழு: (பெ): கிருமி; கெட்டுப்போன உணவுப் பதார்த்தங்களிலிருந்து உருவாகும் மிகவும் சிறிய ஊர்ந்திடும் உயிரினம்; insect; a small worm found in rotten fruit or meat; a small slender animal.

புழுகு: (பெ): புனுகுப் பூனை; அம்புத்தலை; பொய்; புழுகுப் பூனை; civet; tip of the arrow; falsehood; lie; a large civet cat.

புழுகு சட்டம்: (பெ): ஒரு நறுமணப் பொருள்; புனுகு; a fragrant thing; civet.

புழுகு சம்பா: (பெ): நெல் வகை; a kind of paddy.

புழுக்கம்: (பெ): வெப்பம்; பொறாமை; வன்மம்; heat; envy; spite.

புழுக்கல்: (பெ): அரை வேக்காடாக வேக வைத்த சாதம்; புழுங்கலரிசி; rice which is slightly boiled; rice from paddy parboiled, dried and husked.

புழுக்கறை: (பெ): காற்றோட்டமற்றதும், வெப்பம் அதிகமாக இருப்பதும்; உள்ளிருப்பதால் அதிக அளவில் வியர்த்திட வைப்பதுமான அறை; hot air room causing perspiration.

புழுக்கு: (பெ): இறைச்சி; கும்மாயம்; அம்புக்கட்டு; meat; a kind of dish; bundle of arrows.

புழுக்குதல்: (வி): அவித்தல்; தீய்த்தல்; to boil; to burn heavily.

புழுக்கூடு: (பெ): நத்தை போன்றவற்றின் கூடு; உடம்பு; the shell of snail, etc.; body.

புழுக்கை: (பெ): அடிமை; ஆடு, எலி போன்றவற்றின் எரு; slave; the dung as of sheep, rats, etc. • **புழுக்கை** ஒழுக்கம் அறியாது; பித்தளை நாற்றம் அறியாது. • **புழுக்கை** குணம் ஒருகாலும் போகாது - *பழமொழிகள்.*

புழுக்கையன்: (பெ): இழிந்தவன்; அடிமை; one who has low qualities; slave.

புழுங்கல்: (பெ): அவித்தது; சினக்குறிப்பு; வேர்க்கை; நாணயக் குற்ற வகை; parboiling; sultriness; perspiration; defect in coins. • **புழுங்கிப் புழுங்கி** மாவிடித்தாலும் புழுக்கச்சிக்கு ஒரு கொழுக்கட்டைதான் - *பழமொழி.*

புழுங்கலரிசி: (பெ): அவித்த நெல்லரிசி; boiled rice.

புழுங்குதல்: (வி): நெல் அவிக்கப்படுதல்; காற்றோட்டமில்லாது வெப்பம் அதிகமாக இருந்து ஒருவருக்கு வியர்த்தல்; வருந்துதல்; to parboil the paddy; to swelter; to suffer from excessive heat; be troubled.

புழுதி: (பெ): காற்றின் காரணமாக, காய்ந்து போன நிலத்திலிருந்து மேலே எழும்பக்கூடிய மண் துகள்; காய்ந்து தூளாக இருக்குமாறு உழுதிட்ட நிலப்பரப்பு; dust; dry ploughed soil.

புழுதிக்காப்பு: (பெ): தீயசக்திகள் அண்டாமலிருக்க குழைத்த சேறினால் ஒருவரின் நெற்றியிலிடும் திலகம்; a mark of wet mud placed on the forehead of someone as a charm against evil.

புழுதிக்கால் சாகுபடி: (பெ): புன்செய் நிலத்தை உழுது புழுதியாக்கிச் செய்திடும் சாகுபடி; dry farming.

புழுதி நாற்று: (பெ): காய்ந்து போன நாற்றங்காலில் வளர்ந்திருக்கும் நெல்லின் நாற்றுகள்; paddy seedlings grown on dry seed bed.

புழுதிப்பாடு: (பெ): தரிசு நிலம்; barren land.

புழுதிமாயம்: (பெ): ஏமாற்றுகை; வீண் செலவு செய்கை; cheating; to expend unnecessarily.

புழுது: (பெ): அம்புறாத்தூணி; quiver; case for holding arrows.

புழுவகை: (பெ): தேனடை; honeycomb.

புழை: (பெ): துளை; சிறுவாயில்; நரகம்; சாளரம்; காட்டுவழி; hole; small gate; hell; window; the path through a forest.

புழைக்கடை: (பெ): பின்புற வாயில்; சிறு வாயில்; backyard; small gate. • **புழைக்கடை** மருந்து கவைக்கு உதவாது - *பழமொழி.*

புழைக்கை: (பெ): துதிக்கை; யானை; elephant's trunk; elephant.

புழைத்தல்: (வி): துளையிடுதல்; to make a hole.

புளகம்: *(பெ):* மகிழ்ச்சி; சோறு; கண்ணாடி; joy; boiled rice; mirror.

புளகாங்கிதம்: *(பெ):* பெருமகிழ்ச்சி; ecstasy.

புளகித்தல்: *(வி):* பெருமகிழ்ச்சியடைதல்; மயிர் சிலிர்த்தல்; be in ecstacy; to horripilate.

புளி: *(பெ):* புளிப்பு; புளிப்பாக இருந்திடல்; புளியம் பழத்தின் சதைப்பற்றுள்ள பகுதி; புளிக்கறி; புளிப்பான பொருள்; acidity; tartness; tamarind; curry containing tamarind; acid substance. ● புளித்த காய்க்குப் **புளி** புகுத்தினாயோ? ● **புளிய** மரத்தில் ஏறியவன், நாக்கூசிய பின்னேதான் இறங்குவான். - *பழமொழிகள்.*

புளிக்காய்ச்சல்: *(பெ):* புளியைக் கரைத்து, அதனுடன் மிளகாய், பெருங்காயம், கடலைப் பருப்பு போன்றவற்றைச் சேர்த்துக் காய்ச்சித் தயாரிக்கும் கெட்டியான குழம்பு; a thick spicy concentrate of tamarind obtained by boiling.

புளிக் குடித்தல்: *(வி):* பிள்ளை பெற்றிருத்தல்; to give birth to a child.

புளிச்சக் கீரை: *(பெ):* கீரை வகை; a kind of greens.

புளிச்சி: *(பெ):* பருத்தி வகை; a kind of cotton.

புளிஞன்: *(பெ):* வேடன்; மலைவாசி; hunter; mountaineer.

புளிஞ்சோறு: *(பெ):* புளியிட்டுச் சமைத்த உணவு; boiled rice mixed with tamarind sauce.

புளிதம்: *(பெ):* ஊன்; ஓர் உணவு வகை; flesh; a kind of food.

புளித்தல்: *(வி):* புளிப்புச்சுவையடைதல்; வெறுத்துப்போதல்; to sour; be disgusted.

புளிந்தன்: *(பெ):* வேடுவன்; hunter.

புளிப்பு: *(பெ):* புளிப்புச் சுவை; அறுவகைச் சுவையுள் ஒன்று; sour taste; one of the six kinds of tastes.

புளிமா: *(பெ):* புளிப்பான மாங்காய்; நிரை நேராய் வரும் சீர் வாய்ப்பாடு; a species of mango; a formula of metrical foot in the grammar of poetry.

புளிமாறு: *(பெ):* புளி மிலாறு; tamarind switch.

புளிமூட்டை: *(பெ):* புளியை ஓட்டு மொத்தமாக வைத்து ஓலைப்பாயில் சுற்றிக் கட்டப்பட்ட கட்டு; roll of tamarind packed in a basket.

புளியங்கொட்டை: *(பெ):* புளியமரத்து விதை; tamarind seed.

புளிய மரம்: *(பெ):* சமையலுக்கு உதவும் புளிப்புச் சுவையுடைய பழங்களைத் தரும் மரம்; tamarind tree.

புளியோதரை: *(பெ):* புளிக் காய்ச்சல் விட்டுத் தயாரித்த சாத வகை; boiled rice mixed with thick spicy concentrate of tamarind.

புளினம்: *(பெ):* மணற்குன்று; ஆற்றிடைத் திட்டு; sand dune; ait.

புளினன்: *(பெ):* வேடுவன்; hunter.

புளுகன்: *(பெ):* பொய்யன்; liar.

புளுகு: *(பெ):* பொய்; lie.

புளைதல்: *(வி):* அலங்கரித்தல்; to adorn.

புள்: *(பெ):* பறவை; வண்டு; மதுபானம்; கைவளை; சகுனம்; கிட்டிப்புள்; bird; bee; beetle; liquor; bangles; bracelet; omen; tip cat game.

புள்ளகம்: *(பெ):* மகிழ்ச்சி; happiness; joy.

புள்ளடி: *(பெ):* பறவையின் பாதம்; உரைகல்; ஏணி; ஒரு செடி வகை; bird's foot; touch-stone; ladder; a kind of plant.

புள்ளம்: *(பெ):* அரிவாள்; billhook.

புள்ளரசு: *(பெ):* கருடன்; white-headed kite.

புள்ளரையன்: *(பெ):* கருடன்; white-headed kite.

புள்ளி: *(பெ):* மெய்யெழுத்து; ஓர் அடையாளம்; நண்டு; தேமல்; பல்லி; கறை; வட்ட வடிவச் சிறுகுறி; விளையாட்டில் எண்ணிக்கை மதிப்பு; குறிப்பிடத் தகுந்த ஆள்; ஒரு நபரைப் பற்றிய மதிப்பீடு; consonant; a mark; crab; yellow spots spreading about the breasts of women; lizard; speck; a dot; the points in games; big shot; estimation of someone.

புள்ளிக் கணக்கு: *(பெ):* நடைமுறைக் கணக்கு; practical arithmetic. ● **புள்ளிக் கணக்கன்** பள்ளிக்கு ஆவானா? - *பழமொழி.*

புள்ளிக்காரன்: *(பெ):* பணக்காரன்; கணக்கன்; rich man; accountant.

புள்ளி பார்த்தல்: *(வி):* அறுவடைக்குமுன் நிலத்தில் விளைந்திடும் விளைச்சலை மதிப்பிடுதல்; to estimate the production of a paddy field before harvesting.

புள்ளிமான்: *(பெ):* மான் வகை; a kind of spotted deer.

புள்ளியம்: *(பெ):* சிறுகுறிஞ்சாச் செடி; a herb.

புள்ளியியல்: *(பெ):* நிலவரம், தகவல் ஆகியவற்றை எண்களால் குறித்துத் தெரிவித்திடும் முறை; statistics.

புள்ளி வண்டு: *(பெ):* வண்டு வகை; a kind of beetle.

புள்ளி விபரம்: *(பெ):* எண்ணிக்கையின் அடிப்படையில் தரும் விவரம்; the statistical report.

புள்ளுவம்: *(பெ):* வஞ்சகம்; பறவையொலி; deceit; cry of bird.

புள்ளுவன்: *(பெ):* வேடன்; வஞ்சகன்; கீழ்மகன்; பாலை நிலமகன்; hunter; deceiver; person who has low qualities; inhabitant of arid tract.

புற ஆசாரமான: *(பெ.அ):* சமயச் சடங்கு சம்பந்தமான; ஒழுங்கு முறையான; ceremonial; formal.

புற எல்லை: *(பெ):* நகரின் வெளிப்புறத்து எல்லை; outskirt.

புறகு: *(பெ):* புறம்பானது; that which is extraneous.

புறக்கடை: *(பெ):* வீட்டின் பின்புறம்; backyard of a house.

புறக்கட்டு: *(பெ):* புற வீடு; a small house adjacent to the main house.

புறக்கணித்தல்: *(வி):* ஒதுக்குதல்; அலட்சியப் படுத்துதல்; கவனத்தில் கொள்ளாதிருத்தல்; உரிய கவனம் இல்லாதிருத்தல்; to ignore; to treat with contempt; to pay no attention; to disregard.

புறக்கணிப்பு: *(பெ):* ஒரு நிகழ்வில் கலந்துகொள்ள மறுத்து ஒதுக்குவது; to boycott.

புறக்கழுத்து: *(பெ):* பிடரி; nape of the neck.

புறக்காவல்: *(பெ):* மெய்க்காவல்; escort.

புறக்கிடுதல்: *(பெ):* தோல்வியுறுதல்; be defeated.

புறக்கு: *(பெ):* வெளிப்புறம்; outside.

புறக்குடி: *(பெ):* நகருக்கு வெளியே உள்ள ஊர்; outskirts of a city.

புறக்குடை: *(பெ):* முதுகு; back.

புறக்கூத்து: *(பெ):* கூத்து வகை; a kind of dance.

புறக்கொடை: *(பெ):* மெய்க்காவல்; கோயிலின் வெளிப்புறம்; escort; outside of a temple.

புறக்கோட்டை: *(பெ):* கோட்டையொன்றின் வெளிப்புறப் பாதுகாப்பு அரண்; outer defence to a castle.

புறங்கடை: *(பெ):* வீட்டின் பின்புறம்; backyard of a house.

புறங்காட்டுதல்: *(வி):* தோற்றோடுதல்; be defeated.

புறங்காடு: *(பெ):* இடுகாடு; சுடுகாடு; burial ground; cremation ground, grave-yard.

புறங்கால்: *(பெ):* புறவடி; upper part of the foot.

புறங்கான்: *(பெ):* முல்லை நிலம்; forest tract.

புறங்கூறல்: *(வி):* கோள் மூட்டுதல்; இரகசியங்களை வெளியாக்குதல்; தூற்றுதல்; to backbite; to expose secrets; to slander.

புறங்கை: *(பெ):* உள்ளங்கையின் பின்புறப்பகுதி; back of the palm of the hand.

புறச்சமயம்: *(பெ):* மாறுபட்ட கொள்கையினை உடையமதம்; heterodox religious system.

புறச்சமயி: *(வி):* சமய நம்பிக்கை இல்லாதவன்; infidel.

புறச்சாட்சி: *(பெ):* புறம்பான சாட்சி; external evidence.

புறச்சாதி: *(பெ):* வெளிச்சாதி; outcaste.

புறஞ்சாற்றல்: *(பெ):* தோல்வியுறுதல்; be defeated.

புறஞ்சொல்: *(பெ):* பழிச்சொல்; reproach.

புறணி: *(பெ):* முல்லை நிலம்; கோள்; புறம்பானது; pastoral tract; backbiting; anything outside.

புறணி நாடு: *(பெ):* வெளிநாடு; foreign country.

புறத்தவன்: *(பெ):* அன்னியன்; அயல் நாட்டவன்; stranger; foreigner.

புறத்திணை: *(பெ):* புறப்பொருள் வகை; a major theme of Purapporul.

புறநகர்: *(பெ):* நகரின் எல்லையை ஒட்டி அமைந்திருக்கும் பகுதி; outskirts of a city.

புறநடம்: *(பெ):* கூத்து வகை; a kind of dance.

புறநாடகம்: *(பெ):* நாடக வகை; a kind of drama.

புறநிலை: *(பெ):* வேறுபட்ட நிலை; பெரும்பண் வகை; பிரபந்த வகை; the changed condition; a class of primary melody; a kind of prabandha.

புறநோயாளி: *(பெ):* மருத்துவமனைக்கு வெளியே இருந்து வந்து சிகிச்சை பெறும் நோயாளி; out-patient.

புறந்தருதல்: *(வி):* பாதுகாத்தல்; போற்றுதல்; கைவிடுதல்; தோற்றுப்போதல்; to protect; to praise; to give up; be defeated.

புறந்தருநர்: *(பெ):* பாதுகாப்பவர்; one who protects someone or something.

புறந்தாள்: *(பெ):* புறங்கால்; the upper part of the foot.

புறப்பகட்டு: *(பெ):* வெளிவேஷம்; pretension.

புறப்பகுதி: *(பெ):* நகரைச் சுற்றியுள்ள பகுதி; mofussil; outskirt.

புறப்பகை: *(பெ):* வெளிப்பகை; open hostility.

புறப்படுதல்: *(வி):* பயணமாதல்; to go out; to start; to leave for a journey.

புறப்பணை: *(பெ):* முல்லை நிலம்; forest tract.

புறப்பாட்டு: *(பெ):* புறநானூறு; Purananooru.

புறப்புண்: *(பெ):* முதுகில் உள்ள புண்; the wound on the back of someone.

புறப்பெண்டிர்: *(பெ):* வேசியர்; பரத்தையர்; harlots; prostitutes; courtesans.

புறமடை: *(பெ):* வெளிப்புற வாய்க்கால்; outside channel for water irrigation.

புறமதில்: *(பெ):* நகரின் பாதுகாப்புக் கருதி வெளிப்புறமாக அமைக்கப்பட்ட மதில் சுவர்; outer wall of a fortified town.

புறமயிர்: *(பெ):* உரோமம்; hair.

புறமறை: *(பெ):* மறைத்தல்; concealing; hiding.

புறமாறு: *(பெ):* வறண்ட நிலம்; இடம் மாறுகை; கைவிடுதல்; desert; change of place; giving up something.

புறமுழவு: *(பெ):* பறை வகை; a kind of drum.

புறமுனைப்புடைய: *(பெ.அ):* மிகவும் முக்கியமான; salient.
புறமொழி: *(பெ):* கோள் மூட்டுதல்; தூற்றுதல்; backbiting; slandering.
புறம்: *(பெ):* முதுகு; கோள்; தோல்வி; இடம்; காலம்; இறையிலி நிலம்; உடம்பு; மதில்; வீரம்; பின்புறம்; back; back-bite; defeat; place; time; tax-free land; body; fortwall; bravery backside.

- புறத்துறுப் பெல்லாம் எவன்செய்யும் யாக்கை
அகத்துறுப்பு அன்பி லவர்க்கு - *குறள் 79.*
- புறந்தூய்மை நீரான் அமையும் அகந்தூய்மை
வாய்மையால் காணப் படும். - *குறள் 298.*

புறம்படி: *(பெ):* நகரைச் சுற்றியுள்ள பகுதிகள்; outskirts of a town.
புறம்பணை: *(பெ):* மலையும் மலை சார்ந்த இடமும்; hilly tract.
புறம்பாக்கு: *(வி):* சமூகத்திலிருந்து விலக்கிடல்; to excommunicate.
புறம்பு: *(பெ):* வெளிப்பகுதி; முதுகு; வெளித்தோற்றம்; outside; back; exterior.
புறம்புல்கு: *(வி):* ஒருவரின் பின்புறமிருந்து தழுவுதல்; to embrace someone from behind.
புறம் பொசிதல்: *(வி):* வெளிப்படுதல்; கசிதல்; to emerge; to ooze.
புறம்போதல்: *(வி):* வெளியேறுதல்; to quit.
புறம்போக்கு: *(பெ):* தனியாருக்குச் சொந்தமில்லாத அரசு நிலம்; the land exempted from assessment.
புறம்வாயில்: *(பெ):* வெளிக்கதவு; outer door.
புறம்விடுதல்: *(வி):* கைவிடுதல்; to give up.
புறவடி: *(பெ):* பாதத்தின் மேல்பகுதி; the upper part of the foot.
புறவடை: *(பெ):* விவசாயம் செய்திட குத்தகைக்கு விடப்பட்ட நிலம்; the land which is let to a tenant for cultivation.
புறவம்: *(பெ):* புறா; மாடப்புறா; சீர்காழி; தோல்; காடு; முல்லை நிலம்; dove; pigeon; Sirkazhi; skin; forest; forest tract.
புறவழி: *(பெ):* பின்புற வழி; backside way.
புறவாயில்: *(பெ):* வெளிவாயில்; outer entrance.
புறவிடை: *(பெ):* வீட்டின் பின்புறம்; backyard of a house.
புறவு: *(பெ):* புறா; காடு; பயிர்நிலம்; முல்லை நிலம்; முல்லைக் கொடி; dove; forest; paddy field; forest tract; a kind of jasmine and its creeper.
புறவுரை: *(பெ):* பாயிரம்; preface.
புறனுரை: *(பெ):* பழிச்சொல்; abuse.
புறன்: *(பெ):* பழிச்சொல்; abuse.
புறா: *(பெ):* பறவை வகை; dove.
புறாக்காலி: *(பெ):* பூண்டு வகை; a kind of shrub.
புற்கசன்: *(பெ):* வேடுவன்; சண்டாளன்; கீழ்மகன்; hunter; cruel person; man of low qualities.
புற்கம்: *(பெ):* குறைவு; மாயம்; decrease; illusion.
புற்கலம்: *(பெ):* உடம்பு; உயிரற்ற பொருள்; body; lifeless thing.
புற்கலன்: *(பெ):* ஆன்மா; உடல்; soul; body.
புற்கை: *(பெ):* கூழ்; gruel.
புற்பதம்: *(பெ):* நீர்க்குமிழி; water bubble.
புற்பதி: *(பெ):* பனை மரம்; palmyra tree.
புற்போதி: *(பெ):* பூவரசு மரம்; portia tree.
புற்றாஞ்சோறு: *(பெ):* கரையான் புற்று மண்; the soft earth of the ant-hill.
புற்றாளி: *(பெ):* பனை மரம்; palmyra tree.
புற்று: *(பெ):* வளை; கரையான் புற்று; hole of white ants; ant-hill.
புற்றுநோய்: *(பெ):* இயல்புக்கு மாறாக உயிரணுப் பெருக்கம் காரணமாக இரத்தம் (அ) உள்ளுறுப்புகள் பாதிப்புக்கு உள்ளாகி உடல் இளைத்து மரணத்தை உண்டாக்கும் நோய்; cancer.
புற்று மண்: *(பெ):* கரையான் புற்று மண்; soft earth of the ant-hill.
புனக்காவல்: *(பெ):* மலைப் பிரதேசங்களில் விளைந்திருக்கும் பயிர்களைக் காவல் காத்திடுதல்; guarding crops in the hilly areas.
புனக்குளம்: *(பெ):* குட்டை; pool.
புனம்: *(பெ):* கொல்லை; upland fit for dry cultivation.
புனரி: *(பெ):* ஒரு பூண்டு வகை; a kind of shrub.
புனருத்தாரணம்: *(பெ):* புதுப்பித்தல்; மீட்பு; renovation; redemption.
புனர் விசாரணை: *(பெ):* மறு விசாரணை; re-trial.
புனலி: *(பெ):* காட்டு மல்லிகை; a kind of jasmine.
புனலை: *(பெ):* மர வகை; a kind of tree.
புனல்: *(பெ):* நீர்; ஆறு; குளிர்ச்சி; water; river; coldness.
புனல்நாடன்: *(பெ):* சோழ மன்னன்; Chozha king.
புனல் நாடு: *(பெ):* சோழ நாடு; Chozha country.
புனல் வாயில்: *(பெ):* மதகு; sluice.
புனல் வேந்தன்: *(பெ):* வருணன்; Lord Varuna.
புனவர்: *(பெ):* குறிஞ்சி நில மக்கள்; the inhabitants of hilly tract.
புனவேடு: *(பெ):* கூத்து வகை; a kind of dance.
புனற்படு நெருப்பு: *(பெ):* ஊழித்தீ; cosmic fire.
புனிதம்: *(பெ):* தூய்மை; புனிதத் தன்மை; purity; holiness; sanctity.
புனிதன்: *(பெ):* தூய்மையானவன்; புனிதமானவன்; pure and holy person.
புனிறு: *(பெ):* ஈன்றணிமை; புதுமை; recent delivery; novelty.

புனிற்றுமதி: *(பெ):* இளம்பிறை; crescent moon.
புனுகு: *(பெ):* புழுகு; civet.
புனை: *(பெ):* அழகு; நீர்; கால் விலங்கு; அணி வகை; அலங்காரம்; புதுமை; சீலை; beauty; water; fetters; a kind of ornament; decoration; novelty; saree; cloth.
புனைகதை: *(பெ):* கட்டுக்கதை; fiction.
புனைசுருட்டு: *(பெ):* மோசம்; சூது; deceit; plot.
புனைதல்: *(வி):* அலங்கரித்தல்; கட்டுதல்; சூடுதல்; கற்பித்தல்; to adorn; to bind; to wear; to teach.
புனையல்: *(பெ):* மாலை; garland.
புனையிழை: *(பெ):* பெண்; woman.
புனையிறும்பு: *(பெ):* செய்காடு; artificial forest.
புனையன்: *(பெ):* கம்மாளன்; smith.
புனைவு: *(பெ):* அலங்காரம்; decoration.
புன்கண்: *(பெ):* துன்பம்; distress.
- **புன்கண்ணை வாழி மருள்மாலை எம்கேள்போல் வண்கண்ணை தோநின் துணை.** *- குறள் 1222.*

புன்கம்: *(பெ):* மர வகை; சாதம்; a kind of tree; boiled rice.
புன்கூர்தல்: *(வி):* துன்பப்படுதல்; to distress.
புன்சிரிப்பு: *(பெ):* புன்னகை; smile.
புன்செய்: *(பெ):* மானாவரிப் பயிர் மற்றும் அப்பயிரிடும் நிலம்; dry crops; the land fit for dry cultivation.
புன்சொல்: *(பெ):* தூற்றுகை; slander.
புன்தொழில்: *(பெ):* தீயதொழில்; evil doings.
புன்புலம்: *(பெ):* புன்செய் நிலம்; தரிசு நிலம்; dry land; barren land.
புன்மக்கள்: *(பெ):* கீழ்மக்கள்; those who have low qualities.
புன்மரம்: *(பெ):* தென்னை மரம்; coconut tree.
புன்மாலை: *(பெ):* அந்திமாலைப் பொழுது; gleam of daybreak.
புன்முறுவல்: *(பெ):* புன்சிரிப்பு; smile.
புன்மை: *(பெ):* சிறுமை; இழிவு; வறுமை; துன்பம்; மங்கல்; குற்றம்; smallness; meanness; poverty; affliction; dimness; fault.
புன்றலை: *(பெ):* சிவந்த முடியுடைய தலை; ruddy haired head.
புன்னாகம்: *(பெ):* புன்னை மரம்; mast-wood.
புன்னாடன்: *(பெ):* சோழ மன்னன்; Chozha king.
புன்னாடு: *(பெ):* சோழ நாடு; Chozha country.
புன்னிலம்: *(பெ):* தரிசு நிலம்; புன்செய் நிலம்; barren land; dry land.
புன்னீர்: *(பெ):* இரத்தம்; சாக்கடை நீர்; blood; drainage water.
புன்னெறி: *(பெ):* தீய வழிகள்; evil paths.
புன்னை: *(பெ):* புன்னை மரம்; mast-wood.

பூ

பூ: *(பெ):* மலர்; தாமரை; அழகு; சேவலின் தலைச்சூடு; நிறம்; நீல நிறம்; தீப்பொறி; தேங்காய்த் துருவல்; வேள்வித் தீ; கூர்மை; நரக வகை; பூப்பு; பூமி; பிறப்பு; flower; lotus; beauty; cock's comb; colour; blue colour; spark; scrap of coconut; sacrificial fire; sharpness; a kind of hell; puberty, earth; birth. • **பூ மலர்ந்து கெட்டது; வாய் விரிந்து கெட்டது.** • **பூவுடன் கூடிய நாரும் மணம் பெற்றது போல** - *பழமொழிகள்.*
பூக்கட்டு: *(பெ):* தான் நினைத்திட்ட காரியம் நிகழுமா நிகழாதா எனத் தெரிந்துகொள்ள இரு வேறு நிறங்கொண்ட மலர்களை தெய்வ சந்நிதியில் போட்டு ஒன்றை எடுத்தல்; பூக்களை ஒன்றன்பின் ஒன்றாகத் தொடுத்தல்; to use flowers as lots for seeking divine guidance; to make garlands of flowers.
பூகண்டர்: *(பெ):* உலகின் பகைவரான அசுரர்; Asuras as the enemies of the world.
பூகண்டம்: *(பெ):* பூமியின் நிலப்பகுதி; the mass of land portion of the earth.
பூகதம்: *(பெ):* கமுக மரம்; areca-nut tree.
பூகதர்: *(பெ):* புகழ்ந்திடுவோர்; those who praise someone.
பூகம்: *(பெ):* பாக்கு மரம்; திரட்சி; நேரம்; இயல்பு; கழுகு; இருள்; பிளப்பு; பலா; துளை; areca-nut tree; mass; time; nature; common kite; night; darkness; cleft; jack tree; hole.
பூகம்பம்: *(பெ):* நிலநடுக்கம்; பூமியதிர்ச்சி; earth-quake.
பூகரம்: *(பெ):* கையாந்தகரை; a kind of greens with short thick leaves.
பூகாகம்: *(பெ):* கரும்புறா; அன்றில் பறவை; black dove; Andril bird, male or female noted for its constancy in love.

பூகேசம்: (பெ): ஆலமரம்; banyan tree.
பூக்கம்: (பெ): கமுக மரம்; ஊர்; areca-nut tree; town.
பூங்கணை: (பெ): மன்மதனின் மலரம்பு; flower arrow of Kama, the God of Love.
பூங்கற்று: (பெ): அழகு; பூதம்; beauty; demon.
பூங்கா/பூங்காவனம்: (பெ): பூஞ்சோலை; நந்தவனம்; flower garden.
பூங்கு: (பெ): பல; many.
பூங்காவி: (பெ): அடிக்கடி நீரில் துவைப்பதால் வெள்ளைத் துணிகளில் படிந்திடும் பழுப்பு (அ) காவி நிறம்; the brown tinge which white clothes take on when washed frequently in water.
பூங்குடம்: (பெ): பூக்களால் அலங்கரிக்கப்பட்ட தண்ணீர்க் குடம்; the decorated water pot.
பூங்கொடி: (பெ): இளம்பெண்; நறுமணப் பூக்கள் பூக்கும் கொடி; அழகிய கொடி; young woman; fragrant flower creeper; beautiful creeper.
பூங்கொத்து: (பெ): பல மலர்கள் ஒன்றாக இருக்கும் தொகுப்பு; bunch of flowers.
பூங்கோயில்: (பெ): திருவாரூர் சிவன்கோயில்; Lord Shiva's temple at Thiruvaroor.
பூசகன்: (பெ): அருச்சகன்; priest.
பூசணம்: (பெ): அணிவகை; அழுக்கு; ornament; dirt.
பூசணிக்காய்: (பெ): வெளிர் பச்சை நிறம், தடித்த தோல், அதிக நீர்ச் சத்து ஆகியவற்றைக் கொண்ட உருண்டை வடிவக் காய்; squash gourd. • *முழுப்* **பூசணிக்காயைச்** *சோற்றில் மறைக்கிறான் பார் - பழமொழி*
பூசம்: (பெ): இருபத்தேழு நட்சத்திரங்களில் எட்டாவது நட்சத்திரம்; Poosam, the eighth star of the twenty-seven stars.
பூசலிடு: (வி): பெருங்குரலில் சத்தமிடு; to cry loudly.
பூசல்: (பெ): வருத்தம்; தகராறு; முறையீடு; போர்; வெளிப்படுத்துகை; distress; dispute; clamour; battle; expression. • *சிறு வயது முதல் ஒன்றாகப் பழகிய இருவருக்கிடையில்* **பூசல்** *ஏற்பட்டு விட்டது.*
பூசனம்: (பெ): வழிபாடு; ஈடுபாடு; worship; devotion.
பூசனை: (பெ): பூஜை; வழிபாடு; pooja; worship.
பூசனை செய்திடு: (வி): வழிபடு; to worship.
பூசாபலம்: (பெ): கடவுள் வழிபாட்டினால் கிடைத்திடும் அருள்; the results of one's devotion of God. • *முன் ஜன்மத்தில் செய்த* **பூசாபலத்**தின் *காரணமாக கடவுள் அருள் கிடைக்கும்.*
பூசாரி: (பெ): மாரியம்மன், காளியம்மன் போன்ற தெய்வங்களுடைய கோயில்களில் பூஜை களைச் செய்பவர்; the priest of a village deity.
பூசா விதி: (பெ): கடவுள் வழிபாட்டிற்கான நெறிமுறைகள்; the rules for the performance of worship.
பூசிதன்: (பெ): பூஜிக்கப்படுபவன்; one who is worshipped by others.
பூசித்தல்: (வி): கடவுள் வழிபாடு செய்தல்; கொஞ்சுதல்; to worship; to caress.
பூசி மெழுகு: (வி): தவறு, குற்றம் முதலியவற்றை நடந்ததாக ஒப்புக்கொள்ளாது வேறு ஏதேனும் கூறி மறைத்தல்; to patch up a crime or a fault. • *தான் செய்த தவற்றைப்* **பூசி** *மெழுகிவிட்டான்.*
பூசு: (பெ): பூசுதல்; தூசு; ஒட்டடை; smearing; dust; cobweb.
பூசுதல்: (வி): தேய்த்து (அ) தடவிப் படிந்திடச் செய்தல்; சற்று பருத்திருத்தல்; கழுவுதல்; பொருந்துதல்; to smear; to coat with as in electroplating; to swell slightly; to clean; to fit in. • **பூசப்பூசப்** *பொன்னிறம்; தின்னத் தின்னத் தன் நிறம் - பழமொழி.*
பூசுதன்: (பெ): பூமியின் மகனாகிய செவ்வாய்; the Planet Mars as of the son of earth.
பூசுதை: (பெ): பூமியின் புதல்வியாகிய சீதை; Sita, as the daughter of earth.
பூசுரன்: (பெ): அந்தணன்; brahmin.
பூசை: (பெ): ஆராதனை; பூனை; pooja; worship; cat.
பூசை பண்ணு: (வி): பூஜை செய்திடு; to perform pooja.
பூச்சக்கரம்: (பெ): பூமி; வெடி வகை; earth; a kind of cracker.
பூச்சக்கரன்: (பெ): அரசன்; king.
பூச்சட்டை: (பெ): பூவேலைப்பாடு கொண்ட ஆடை; a garment embroidered with floral design.
பூச்சரம்: (பெ): மலர்களைத் தொடுத்தல்; a kind of garland. • *இறைவனுக்குப்* **பூச்சரம்** *தொடுத்து வணங்கினாள்.*
பூச்சாரம்: (பெ): நில வளம்; fertility of land.
பூச்சாண்டி: (பெ): குழந்தைகளுக்குப் பயமளித்திடும் கோர உருவம் கொண்ட கற்பனைத் தோற்றம்; an imaginary human figure of scary looks to frighten the children. • *ஒழுங்கா சாப்பிடு. இல்லைன்னா* **பூச்சாண்டி** *வந்து புடிச்சுகிட்டுப் போயிடுவான்.*
பூச்சாண்டி காட்டு: (வி): ஒருவரை (அ) ஒரு குழந்தையைப் பயமுறுத்தும் நோக்குடன் அது நம்ப இயலாத நிலையிலும் ஒன்றைக் கூறுதல் (அ) செய்தல்; to attempt scaring a child or someone.

பூச்சி: *(பெ):* எலும்பற்ற உடலை உடைய எறும்பு, புழு, கரப்பான் போன்றவற்றைக் குறித்திடும் பொதுப் பெயர்; a general term to denote creatures which do not have bones. • **பூச்சி, பூச்சி** என்றால் புழுக்கையும் தலைமேல் ஏறும் - *பழமொழி.*

பூச்சி காட்டு: *(வி):* குழந்தைகளைப் பயமுறுத்தும் விதமாக முகத்தைக் கோணலாக (அ) கோரமாக வைத்துக்கொள்ளுதல்; to frighten the children by distortion of face.

பூச்சிகொல்லி: *(பெ):* பயிர்களுக்குத் தீங்கை அளிக்கும் வெட்டுக்கிளி போன்ற பூச்சிகளைக் கொன்றிடப் பயன்படுத்தும் நச்சுத்தன்மை கொண்ட இரசாயனப் பொருள்; pesticide; insecticide.

பூச்சிதம்: *(பெ):* மதிப்பு; value.

பூச்சிபொட்டு: *(பெ):* மனிதர்களைக் கடித்து தீங்கை அளிக்கும் உயிரினம்; any creature that may bite or sting.

பூச்சிப்பல்: *(பெ):* சொத்தைப்பல்; decayed tooth.

பூச்சியத்துவம்: *(பெ):* சிறப்புத்தன்மை; முக்கியத்துவம்; speciality; importance.

பூச்சியம்: *(பெ):* பகட்டு; வழிபடத்தக்கது; நற்பேறின்மை; அருமை; இன்மை; மதிப்பின்மை; hypocrisy; that which is fit for worship; misfortune; rareness; zero; the state of respect being denied or being valueless.

பூச்சு: *(பெ):* காரை, ஈயம், வர்ணம் போன்றவை பூசப்பட்டிருத்தல்; பூசப்பட்டிருக்கும் முறை; ஒன்றினை ஒரு பரப்பின் மீது பூசுவதால் உண்டாகும் படிவு; coating; plastering; application of ointment, etc.

பூச்சு வேலை: *(பெ):* சுண்ணாம்பு, காரை முதலியவற்றைப் பூசிடும் வேலை; plastering. • என் மகன் **பூச்சு** வேலைக்குப் போகிறான்.

பூச்சூட்டு: *(பெ):* முதன் முறையாகக் கருவுற்ற பெண்ணுக்கு, தலையில் பூவினைச் சூட்டுதல் என்னும் சடங்கை அவளின் புகுந்த வீட்டில் நடத்துதல்; the ceremony of adorning the head of a woman with flowers in the fifth or seventh month of her first pregnancy, performed in her husband's house.

பூச்செண்டு: *(பெ):* சிறுகுடை வடிவில் கட்டப்பட்ட மலர்த்தொகுப்பு; bouquet of flowers.

பூச்சேலை: *(பெ):* பூவேலைப்பாடு கொண்ட சேலை; the saree decorated with floral designs.

பூச்சை: *(பெ):* பூனை; cat.

பூஞை: *(பெ):* பூனை; cat.

பூஞ்சக்காளான்: *(பெ):* ஈரப்பசை காரணமாக உணவுப் பொருள் போன்றவற்றில் பஞ்சு போன்று படரும் பச்சை நிறங்கொண்ட ஒருவகைக் காளான்; fungus.

பூஞ்சனம்: *(பெ):* ஒட்டடை; உணவுப்பொருளில் படரும் காளான்; cobweb; fungus.

பூஞ்சல்: *(பெ):* வலுவற்றவன்; மங்கல் நிறம்; one who is not strong; dull/dim colour.

பூஞ்சான்: *(பெ):* புல் வகை; a kind of grass. • **பூஞ்சானக் கொல்லையில் விளையாடினாள்.**

பூஞ்சி: *(பெ):* தூசி; மங்கல்; dust; dimness.

பூஞ்சிட்டு: *(பெ):* குருவி வகை; a kind of small bird.

பூஞ்சு: *(பெ):* ஒட்டடை; பாசி; மங்கல் நிறம்; cobweb; fungus; dull colour.

பூஞ்சுண்ணம்: *(பெ):* பூந்தாது; மகரந்தத் தூள்; the pollen; the fertility dust discharged from flowers.

பூஞ்சை நிலம்: *(பெ):* தரிசு நிலம்; barren land.

பூஞ்சோலை: *(பெ):* பூந்தோட்டம்; flower garden.

பூடணம்: *(பெ):* அணி வகை; a kind of ornament.

பூடு: *(பெ):* பூண்டு; உணவுக்கும் மருந்துக்கும் பயன்படும் சிறு செடி; garlic; a herb.

பூட்கை: *(பெ):* வலிமை; உறுதி; யானை; strength; firmness; elephant.

பூட்சி: *(பெ):* உடம்பு; ஆபரணம்; உடலுறவு; வரி வகை; உறுதி; body; ornament; union; copulation; a kind of tax; firmness.

பூட்டகம்: *(பெ):* வஞ்சகம்; வீண் ஜம்பம்; deceit; vanity.

பூட்டன்: *(பெ):* தாத்தாவின் தந்தை; father of grandfather. • பாட்டனும் **பூட்டனும்** போன பிறகு நமக்கு என்ன வேலை?

பூட்டாங்கயிறு: *(பெ):* நுகத்தடியில் எருதுகளைப் பூட்டப் பயன்படுத்தும் கயிறு; the rope by which a bullock is fastened to the yoke.

பூட்டி: *(பெ):* பாட்டியின் மாமியார்; பாட்டியின் தாயார்; mother-in-law of grandmother; mother of grandmother.

பூட்டு: *(பெ):* பூட்டுங்கருவி; பிணிப்பு; திறவுகோல்; கொக்கி; நாண் கயிறு; இறுக்கம்; கேடு; மகளிர் தலையணி வகை; அடுக்கு; the lock of various sizes; bond; key; hook; string; tightness; harm; a kind of women's head ornament; layer; *(வி):* கதவு (அ) பெட்டியைத் திறந்து கொள்ளாதபடி செய்தல்; இழுத்துச் செல்வதற்கு ஏற்றவாறு மாட்டை (அ) குதிரையை வண்டியில் இணைத்துப் புறப்படத் தயார் செய்தல்; நகை அணிதல்; to lock a door, case, etc.; to fasten a bullock or horse to a cart, etc.; to wear a jewel. • தன் மாட்டை வண்டியில் **பூட்டினான்.**

பூட்டுவாய்: *(பெ):* பூட்டில் சாவியை விட்டுத் திறந்திட உள்ள துளை; keyhole.

பூட்டுசி: *(பெ):* பெண்கள் புடவை, சட்டை முதலியவற்றில் குத்திக்கொள்ளும் பாதுகாப்பு ஊசி; safety pin.

பூட்டை: *(பெ):* ஏற்ற மரம்; இராட்டினச் சக்கரம்; picottah; wheel of a pulley.

பூட்டைப்பொறி: *(பெ):* நீர் இறைக்கும் கருவி; water lift.

பூணரம்: *(பெ):* ஆபரணம்; அணிகலன்; jewel; ornament.

பூணி: *(பெ):* காளை; கால்நடை; bull; cattle.

பூணித்தல்: *(வி):* தீர்மானம்செய்தல்;தோற்றுவித்தல்; சபதம் செய்தல்; to decide; cause to appear; to make a vow.

பூணுதல்: *(வி):* மேற்கொள்ளுதல்; அணிதல்; சூழ்ந்து கொள்ளுதல்; to undertake; to wear; to surround.

பூணுரம்: *(பெ):* அணிகலன் வகை; a kind of ornament.

பூணூல்: *(பெ):* பிராமணர் தங்கள் குல வழக்கப்படி அணிந்துகொள்ளும் புனித முப்புரி நூல்; the sacred thread of three strands worn by brahmins. • ஆவணி அவிட்டம் அன்றைக்கு ஆச்சாரியர்களும், பிராமணர்களும் **பூணூல்** தரிப்பார்கள்.

பூண்: *(பெ):* ஆபரணம்; கவசம்; ornament; armour.

பூண்டறுத்தல்: *(வி):* முழுமையாக அழித்தல்; வேருடன் பிடுங்குதல்; to destroy utterly; to uproot.

பூண்டி: *(பெ):* ஒரு நகரம்; கடலின் ஆழமற்ற பகுதி; Poondi, a town; a shallow part of the sea.

பூண்டு: *(பெ):* பல் போன்று பல பகுதிகளாகப் பிரியக்கூடியதும் காரச்சுவை கொண்டதுமான தாவரம் ஒன்றின் அடிப்பகுதி; garlic.

பூண்டோடு: *(வி.அ):* அடியோடு; விடுபடாமல்; totally. • போர்க்களத்தில் பகைவர்கள் **பூண்டோடு** அழிந்தார்கள்.

பூதகணம்: *(பெ):* சிவகணங்கள்; the host of goblins.

பூதகிருதாயி: *(பெ):* இந்திராணி; Indrani, the consort of Lord Indra.

பூதகிருது: *(பெ):* இந்திரன்; Lord Indra.

பூதக்கண்ணாடி: *(பெ):* வடிவத்தைப் பெரிதாக்கிக் காட்டும் கண்ணாடி; microscope, a magnifying glass.

பூதக்கலம்: *(பெ):* திருமணமான பெண் தன் கணவனுக்கு முதன்முதலாக உணவு பரிமாறுகை; the serving of food by the bride to the bridegroom for the first time.

பூதக்கால்: *(பெ):* யானைக்கால்; elephantiasis.

பூதசதுக்கம்: *(பெ):* பூம்புகாரில் இருந்ததாகக் கூறப்படும் ஒரு சதுக்கம்; a square (four-sided space with houses on all sides) at ancient Kaviripoompattinam.

பூதசஞ்சாரம்: *(பெ):* உலக வாழ்வு; worldly life.

பூததாரன்: *(பெ):* சிவபெருமான்; Lord Shiva.

பூததானியம்: *(பெ):* எள்; sesame.

பூதநாசினி: *(பெ):* பெருங்காயம்; asafoetida.

பூதநாதன்: *(பெ):* கடவுள்; சிவபெருமான்; God; Lord Shiva.

பூதநாயகி: *(பெ):* உமையம்மை; Goddess Parvathi, the consort of Lord Shiva.

பூதபலி: *(பெ):* திருவிழாக் காலத்தில் தீய சக்திகளுக்குப் பலியிடல்; the offerings to evil spirits during festival time.

பூதம்: *(பெ):* பெரிய உடம்பு, பருத்த வயிறு, குட்டையான கால்கள் கொண்ட மந்திர சக்தி உடைய உருவம், இராக்கதன்; உடல்; monster; body.

பூதரம்: *(பெ):* மலை; mountain.

பூதரன்: *(பெ):* திருமால்; அரசன்; Lord Vishnu; king.

பூதலம் : *(பெ):* பூமி; earth.

பூதவக் குருக்கண்: *(பெ):* ஆலம் விழுது; aerial root of banyan tree.

பூதவம்: *(பெ):* ஆலமரம்; banyan tree.

பூதவீடு: *(பெ):* உடம்பு; body.

பூதன்: *(பெ):* ஆன்மா; மகன்; பூதத்தாழ்வார்; கடுக்காய்; தூயன்; soul; son; Bhoodhathazhvar, a famous devotee of Lord Vishnu; gall-nut; holy person.

பூதாத்துமன்: *(பெ):* துறவி; ascetic.

பூதாரம்: *(பெ):* பன்றி; pig.

பூதாரன்: *(பெ):* அரசன்; the king.

பூதாரி: *(பெ):* பெருங்காயம்; asafoetida.

பூதி: *(பெ):* திருநீறு; சாம்பல்; செல்வம்; பொன்; புழுதி; சேறு; பூமி; ஊன்; கொடுமை; உடம்பு; ஏழு நரகத்துள் ஒன்று; sacred ashes; ash; wealth; gold; dust; mud; earth; flesh; severity; body; one of the seven hells.

பூதிகம்: *(பெ):* பூமி; உடம்பு; நிலவேம்பு; மரவகை; earth; body; a kind of herb; a kind of tree.

பூதியம்: *(பெ):* பூமி; உடம்பு; earth; body.

பூதுரந்தரர்: *(பெ):* அரசர்கள்; kings.

பூதேசன்: *(பெ):* சிவபெருமான்; Lord Shiva.

பூதேவி: *(பெ):* பூமாதேவி; Goddess of Earth.

பூதை: *(பெ):* அம்பு; arrow.

பூத்தல்: *(வி):* மலர்தல்; தோன்றுதல்; பூப்படைதல்; படைத்தல்; to blossom; to appear; to attain puberty; to create.

பூத்தானம்: *(பெ):* புதுமை; novelty.

பூத்திரம்: *(பெ):* மலை; mountain.

பூத்துப்போதல்: *(வி):* நீறு பூத்துப் போதல்; கண் பார்வை மங்குதல்; to gather ashes; eyesight getting dim.

பூநாகம்: *(பெ):* நாகப்பூச்சி; the round worm.

பூநீர்: *(பெ):* அரக்கு நீர்; பன்னீர்; the water obtained from blackish soil; rose water.

பூநீறு: *(பெ):* உவர் மண்; saline soil.

பூந்தராய்: *(பெ):* சீர்காழி; Sirkazhi, the town in Nagai district and a Shiva shrine.

பூந்தி: *(பெ):* ஓர் இனிப்புப் பண்டம்; a sweet.

பூந்தேன்: *(பெ):* தேன்; honey.

பூந்தை: *(பெ):* பூதன் என்பவனின் தந்தை; father of Bhoodhan.

பூந்தோடு: *(பெ):* பூவிதழ்; flower petal.

பூபதி: *(பெ):* அரசன்; மல்லிகை; ஒரு குளிகை; king; jasmine; a tablet.

பூபன்: *(பெ):* அரசன்; king.

பூபாலன்: *(பெ):* அரசன்; செவ்வாய்; வேளாளன்; king; the Planet Mars; one who belongs to velala community.

பூபாளம்: *(பெ):* பண் வகை; a kind of song.

பூப்பலி: *(பெ):* பூஜைக்குரிய பூ; the flower used for worship.

பூப்பு: *(பெ):* பூப்படைதல்; மாதவிடாய்; puberty; menses.

பூமகள்: *(பெ):* நிலமகள்; திருமகள்; கலைமகள்; Bhooma Devi, Goddess of Earth; Lakshmi, Goddess of Wealth; Saraswathi, Goddess of Arts and Learning.

பூமகன்: *(பெ):* பிரம்மா; செவ்வாய்; Lord Brahma; the Planet Mars.

பூமடந்தை: *(பெ):* பூமகள்; Bhooma Devi, the Goddess of earth.

பூமன்: *(பெ):* அரசன்; காமன்; பிரம்மன்; செவ்வாய்; king; Kama, the God of love; Lord Brahma; the Planet Mars.

பூமாதேவி: *(பெ):* பூமகள்; நிலமகள்; Bhooma Devi, Goddess of Earth.

பூமான்: *(பெ):* அரசன்; கணவன்; திருமால்; king; husband, Lord Vishnu.

பூமி: *(பெ):* பூவுலகு; நிலமகள்; நாடு; இடம்; மனை;நிலை; earth; Bhooma Devi, Goddess of Earth; country; place; house; status. • **பூமியைத் திருத்தி உண். • பூமியைப் போல் பொறுமை வேண்டும்** - *பழமொழிகள்.*

பூமி குருவகம்: *(பெ):* வெள்ளெருக்கு; white yercum.

பூமிசம்: *(பெ):* நரகம்; hell.

பூமிசம்பவை: *(பெ):* சீதாப்பிராட்டி; Sita, the daughter of Bhooma Devi.

பூமிசன்: *(பெ):* செவ்வாய்; the Planet Mars.

பூமிசை: *(பெ):* திருமகள்; சீதாப்பிராட்டி; Lakshmi, Goddess of Wealth; Sita, the daughter of Bhooma Devi.

பூமிநாதம்: *(பெ):* காந்தம்; வெடியுப்பு; magnet; a kind of salt.

பூமிநாயகன்: *(பெ):* அரசன்; திருமால்; நிலவேம்பு; king; Lord Vishnu; a herb.

பூமுகம்: *(பெ):* அழகிய முகம்; beautiful face; charming face.

பூம்பாளை: *(பெ):* நெல் வகை; a kind of paddy.

பூயம்: *(பெ):* சீழ்; pus.

பூரகம்: *(பெ):* மூச்சை உள்ளிழுத்தல்; புல் வகை; inhaling the air; a kind of grass.

பூரட்டாதி: *(பெ):* இருபத்தேழு நட்சத்திரங்களுள் இருபத்தைந்தாவது; Poorattadhi, the twenty-fifth star of the twenty-seven stars.

பூரணகும்பம்: *(பெ):* நற்காரியங்களுக்காக மாவிலை போன்றவற்றை வைத்துக் கட்டி அலங்கரித்து வைத்துள்ள நீர்க்குடம்; a pot, full of water, decorated with mango leaves for the use of auspicious occasions.

பூரண கும்ப மரியாதை: *(பெ):* திருக்கோயில்களில் வெகு முக்கியமானவர்களுக்குத் தரப்படும் பூரண கும்பத்துடன் கூடிய மரியாதை; welcome accorded to the dignitaries with 'Poorana Kumbam' usually in temples.

பூரணசக்தி: *(பெ):* முழுமையான சக்தி; full strength.

பூரணத்துவம்: *(பெ):* நிறைவான நிலை; perfection.

பூரணம்: *(பெ):* குறையற்றது; முழுமையானது; தடையின்றிக் கிடைப்பது; கொழுக்கட்டை போன்றவற்றில் உள்ளீடாகிய தேங்காய்த் துருவல், வெல்லம், அரைத்த பருப்பு ஆகியவை கலந்த கலவை; பௌர்ணமி; sumptuous one; fullness; that which is freely available; a filling made of coconut scrapings, jaggery, etc.; the full moon.

பூரணன்: *(பெ):* இறைவன்; the perfect being; God.

பூரணானந்தம்: *(பெ):* மகிழ்ச்சிப் பெருவெள்ளம்; overflowing happiness.

பூரணி: *(பெ):* உமையம்மை; Goddess Parvathi, the consort of Lord Shiva.

பூரணை: *(பெ):* முழுமை; நிறைவு; பௌர்ணமி; fullness; perfection; the Full Moon.

பூரம்: *(பெ):* இருபத்தேழு நட்சத்திரங்களுள் பதினொன்றாவது நட்சத்திரம்; கற்பூரம்; பூரான்; ஒரு பழ வகை; பொன்; Pooram, the eleventh star of the twenty-seven stars; camphor; centipede; a kind of fruit; gold.

பூராடம்: *(பெ):* இருபத்தேழு நட்சத்திரங்களுள் இருபதாவது நட்சத்திரம்; Pooraadam, the twentieth star of the twenty-seven stars.

பூரான்: *(பெ):* மெலிந்த உடம்பின் இருபுறமும் பல கால்களைக் கொண்டும், விஷமுடையதும், ஊர்ந்து செல்லக்கூடியதுமான ஓர் உயிரினம்; centipede.

பூரி: *(பெ):* பொன்; மிகுதி; மொத்தம்; ஒரு பேரெண்; ஊது கருவி; குற்றம்; வில்லின் நாண்; பலகார வகை; gold; abundance; total; a large number; a kind of wind instrument; fault; string of bow; a kind of food made of wheat dough rolled and fried in oil.

பூரிகம்: *(பெ):* அப்ப வகை; a kind of round cake of rice flour and sugar fried in ghee.

பூரிகல்யாணி: *(பெ):* ஒரு பண் வகை; a kind of melody.

பூரிகா: *(பெ):* அகில் மரம்; a kind of fragrant wood; eagle wood.

பூரிகை: *(பெ):* ஊது கொம்பு; நிரப்புகை; a kind of wind instrument; act of filling something.

பூரிக்கட்டை: *(பெ):* சப்பாத்தி போன்று இருக்கும் பலகார வகையை உருட்டிப் போடும் கட்டை; wooden ruler used to make round cakes before frying.

பூரிதக்கரைசல்: *(பெ):* கரைப்பதற்காகப் போடப்பட்டுள்ள பொருள் மேலும் கரைந்திட முடியாத நிலையினை அடைந்திருக்கும் கரைசல்; the saturated solution.

பூரிதம்: *(பெ):* களிப்பு; மிகுதி; நிறைந்தது; exultation; abundance; that which is filled.

பூரித்தல்: *(வி):* பெருமித உணர்வு உண்டாகுதல்; நிறைதல்; மகிழ்ச்சியால் உடல் சற்று பெருத்தல்; be elated; be filled; to become stout of body.

பூரிப்பு: *(பெ):* பெருமித உணர்வு; பூரணம்; மிகுந்த மகிழ்ச்சி; மிகுதி; உடல் செழிப்பு; elated feeling; fullness; exultation; abundance; plumpness of body.

பூரிமம்: *(பெ):* தெருப்பக்கம்; தொட்டி வகை; street side; a kind of cistern.

பூரிமாயன்: *(பெ):* நரி; fox.

பூரிமாயு: *(பெ):* நரி; பழைமை; fox; quality of being old; antiquity.

பூரியம்: *(பெ):* ஊர்; மருதநிலத்தூர்; நகரம்; அரண்மனை; village; a town of agricultural tract; town; palace.

பூரியரிசி: *(பெ):* வெள்ளை அரிசி; white rice.

பூரியர்: *(பெ):* கீழ்மக்கள்; கொடியவர்; persons of low qualities; cruel persons.

பூரு: *(பெ):* புருவர்; குரு குலத்து அரசருள் ஒருவன்; eye brow; one of the kings of Kuru dynasty.

பூருகம்: *(பெ):* மரம்; tree.

பூருண்டி: *(பெ):* மல்லிகை; வேலிப்பருத்தி; jasmine; a kind of herb.

பூருவகங்கை: *(பெ):* நர்மதை; River Narmadha.

பூருவகௌளம்: *(பெ):* ஒரு பண் வகை; a kind of melody.

பூருவ திக்கு: *(பெ):* கிழக்கு; east.

பூருவ தேகம்: *(பெ):* முற்பிறவியில் பெற்ற உடம்பு; one's body in his/her previous birth.

பூருவ பக்கம்: *(பெ):* பழைமை; கிழக்கு; antiquity; east.

பூரை: *(பெ):* போதுமானது; முடிவு; உதவாக்கரை; sufficiency; end; worthless person.

பூர்ணம்: *(பெ):* முழுமை; perfection.

பூர்ண சந்திரன்: *(பெ):* பௌர்ணமி நிலவு; full-moon.

பூர்த்தி: *(பெ):* நிறைவு; திருப்தி; fullness; completeness; satisfaction.

பூர்த்தி பண்ணுதல்: *(வி):* முடித்தல்; நிறைத்தல்; நிறைவு செய்தல்; to complete; to fill up; to finish.

பூர்வ கதை: *(பெ):* பண்டைய கதை; ancient story.

பூர்வ கருமம்: *(பெ):* முற்பிறவிச் செயலுக்கான பலன்; the result of actions of former birth.

பூர்வ காலம்: *(பெ):* சென்ற காலம்; past period.

பூர்வ சன்மம்: *(பெ):* முற்பிறவி; previous birth.

பூர்வ ஞானம்: *(பெ):* கடந்தகாலம் மற்றும் முற்பிறவி பற்றிய ஞானம்; the knowledge of the past events and births.

பூர்வ திக்கு: *(பெ):* கிழக்கு; east.

பூர்வத்தார்: *(பெ):* முன்னோர்; ancients.

பூர்வம்: *(பெ):* குறிப்பிடும் ஒன்றின் நிறைந்த தன்மை (அ) அடிப்படை என்னும் பொருளில் பெயர்ச் சொற்களுடன் இணைந்து வரும் வார்த்தை; a word which combines with nouns to give the sense of the nature of being full with the thing mentioned or basis of.

பூர்வ ஜென்மம்: *(பெ):* முற்பிறவி; previous birth.

பூர்வாங்கம்: *(பெ):* துவக்க கட்டமாக (அ) முதல் நிலையாக இருந்திடுவது; preliminary; initial.

பூர்வாசிரமம்: *(பெ):* துறவியின் முந்தைய நிலை; the period of one's life before one became a monk.

பூர்வீகம்: *(பெ):* தனது குடிக்கு ஒருவர் மூலமாகக் கொள்ளுமிடம்; காலத்தால் பழைமையானது; பரம்பரையாக வருவது; the place of birth of one's ancestors; ancient; hereditary.

பூர்வோத்திரம்: *(பெ):* வடகிழக்கு; முன் வரலாறு; north-east; past history.

பூர்ஷ்வா: *(பெ):* பொதுவுடைமைக் கொள்கையின் அடிப்படையில் பொருட்கள், தானியங்கள்

உற்பத்திக்கான உழைப்பில் ஒருவர் தாமே நேராக ஈடுபடாது தொழிலாளர்களை ஈடுபடுத்திப் பயன் பெற்றிடும் உடைமையாளர்; bourgeois.

பூலதை: *(பெ):* பூநாகம்; the round worm infecting the small intestines.

பூலத்தி: *(பெ):* மருத மரம்; a kind of tree.

பூலம்: *(பெ):* புற்கட்டு; grass bundle.

பூலா: *(பெ):* செடி வகை; மர வகை; பூ; a kind of plant; a kind of tree; flower.

பூலித்தல்: *(வி):* வீங்குதல்; to swell.

பூலோகம்: *(பெ):* பூமி; earth.

பூவட்டம்: *(பெ):* பூவிதழ் வட்டம்; அல்லி வட்டம்; corolla.

பூவணி[1]: *(பெ):* பூமாலை; flower garland.

பூவணி[2]: *(பெ):* மலர்ப் படுக்கை; flower bed.

பூவண்டம்: *(பெ):* வெங்காயம்; onion.

பூவந்தி: *(பெ):* புங்க மரம்; பலகார வகை; a kind of tree; a kind of snack.

பூவம்பன்: *(பெ):* மன்மதன்; Kama, the God of Love.

பூவமுதம்: *(பெ):* தேன்; honey.

பூவரசு: *(பெ):* அரசிலை போன்ற இலைகளை உடையதும், மஞ்சள் பூக்களைக் கொண்டதும், சற்று உயரமானதுமான மரம்; portia tree.

பூவராகம்: *(பெ):* திருமாலின் ஓர் அவதாரம்; one of the ten incarnations of Lord Vishnu.

பூவராகன்: *(பெ):* திருமால்; Lord Vishnu.

பூவலியம்: *(பெ):* மண்ணுலகு; the earth.

பூவல்: *(பெ):* சிவப்பு; செம்மண் பூமி; பெரிய கிணறு; பூத்தல்; red; red earth; large well; to blossom.

பூவழலை: *(பெ):* பூநீரு; the water obtained from brackish soil.

பூவள்ளம்: *(பெ):* மண் கிண்ணம்; தங்கக் கிண்ணம்; earthen vessel; golden vessel.

பூவன்: *(பெ):* வாழை வகை; பிரமன்; a kind of plantain; Lord Brahma.

பூவாடைக்காரி: *(பெ):* சுமங்கலியாக இறந்த பெண்; ஒரு பெண் தெய்வம்; the woman who died while her husband is alive; a woman deity.

பூவாணியன்: *(பெ):* வெற்றிலை, காய்கறி விற்பவன்; the seller of betel leaf and vegetables.

பூவாணம்: *(பெ):* பூக்களைத் தூவிடுவது போலப் பல்வேறு வர்ணங்களில் பொறிகளைத் தூவி வெடித்திடும் ராக்கட் வகை வாணம்; a kind of rocket that throws out flower-like sparkles.

பூவாளி: *(பெ):* மன்மதன்; மன்மதனின் மலரம்பு; செடிகளுக்குத் தண்ணீர் ஊற்றுவதற்குப் பயன்படுவதும், மெல்லிய கம்பி போன்று தண்ணீர் விடும் வகையில் சிறு துளைகள் பலவற்றைக் கொண்ட நீண்ட குழாய் ஒரு புறமும், தூக்கி ஊற்றிட ஏதுவாகக் கைப்பிடி மறுபுறமும் இணைக்கப்பட்ட வாளி; Kama, the God of Love; the flower arrow of Kama, the God of Love; watering can.

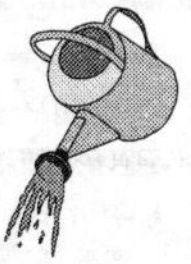

பூவிந்து: *(பெ):* அப்பிரகம்; வீரம் என்னும் மருந்துச் சரக்கு; mica; veeram, a medicinal thing.

பூவிலி: *(பெ):* பிறப்பற்றவர்; one who has birthless state.

பூவிலை: *(பெ):* விலைமாதர் பெறும் பணம்; prostitute hire.

பூவில்: *(பெ):* மன்மதனின் மலர் வில்; the flower bow of Kama, the God of Love.

பூவினன்: *(பெ):* பிரமன்; Lord Brahma.

பூவின்கிழத்தி: *(பெ):* திருமகள்; Lakshmi, the Goddess of Wealth.

பூவுலகு: *(பெ):* பூமி; earth.

பூவை: *(பெ):* காயா மரம்; பெண்; கிளி; குயில்; a kind of tree; woman; parrot; koel. • **பூவை**யர் திலகம்.

பூவைசியர்: *(பெ):* உழவர்; farmers.

பூவை வண்ணன்: *(பெ):* திருமால்; Lord Vishnu.

பூழான்: *(பெ):* கவுதாரி; partridge.

பூழி: *(பெ):* குழை சேறு; புழுதி; தூள்; திருநீறு; mire; dust; powder; sacred ash.

பூழியன்: *(பெ):* பாண்டியன்; பூழி நாட்டின் தலைவனாகிய சேரன்; Pandiya king; Chera king who was the chief of Poozhi Nadu.

பூழில்: *(பெ):* அகில் மரம்; பூமி; eagle wood; earth.

பூழ்: *(பெ):* துளை; காடை வகை; hole; grey quail.

பூழ்க்கை: *(பெ):* யானை; elephant.

பூழ்தி: *(பெ):* புழுதி; இறைச்சி; கொடுமை; dust; meat; severity.

பூளை: *(பெ):* இலவ மரம்; செடி வகை; பீளை; silk-cotton tree; a kind of plant; secretion from the eyes.

பூளை சூடி: *(பெ):* சிவபெருமான்; Lord Shiva.

பூனதம்: *(பெ):* பொன்; gold.

பூனை: *(பெ):* வாயின் மேற்புறம் மீசை போன்ற மெல்லிய நீளமான முடிகளையும், உடல் முழுவதும் மெல்லிய உரோமம் உடையதும், எலிக்குப் பகையானதும் வீடுகளில் வளர்க்கப்படுவதுமான சிறு விலங்கு; cat. • **பூனை** குட்டி போட்டது போலத் தூக்கிக் கொண்டு அலைகிறான். • **பூனை**க்குக் கும்மாளம் வந்தால் பீத்தல் பாயைச் சுரண்டுமாம் - *பழமொழிகள்.*

பூனைத் திசை: *(பெ):* தென்கிழக்கு; south-east.

பூனை மூலி: *(பெ):* குப்பை மேனி; a kind of herb.

பூனை வணங்கி: *(பெ):* குப்பை மேனி; a kind of herb.

பூன்றம்: *(பெ):* முழுமை; completion; fullness.

பெ

பெகுலம்: *(பெ):* மிகுதி; abundance.

பெங்கு: *(பெ):* தீயொழுக்கம்; debauchery.

பெடம்: *(பெ):* மிகுதி; abundance.

பெடை: *(பெ):* பெண் பறவை; female bird.

பெட்டகம்: *(பெ):* பெட்டி; box; chest.

பெட்டல்: *(பெ):* விருப்பம்; ஆசை; desire; longing.

பெட்டன்: *(பெ):* பொய்யன்; liar.

பெட்டார்: *(பெ):* நண்பர்கள்; friends.

பெட்டி: *(பெ):* பண்டங்கள் வைக்கும் கலம்; கூடை; சாட்சிக் கூண்டு; நெல் வகை; box; basket; witness box; a kind of paddy.

பெட்டு: *(பெ):* பொய்; சிறப்பு; மதிப்பு; lie; greatness; respect.

பெட்டை: *(பெ):* பறவை, விலங்கு போன்றவற்றின் பெண் வகை; பெண்; குருடு; குறைவு; female of birds, animals, etc.; woman; blindness; deficiency.

பெட்டைக்கண்: *(பெ):* பார்வையற்ற கண்; சிறு கண்; defective eye; squint eye.

பெட்டையன்: *(பெ):* ஆண்மையற்றவன்; effeminate man; eunuch.

பெட்பு: *(பெ):* பெருமை; விருப்பம்; அன்பு; தன்மை; பாதுகாப்பு; greatness; desire; love; nature; protection.

பெண்: *(பெ):* சிறுமி; மணமகள்; ஸ்திரீ; மனைவி; கற்றாழை; விலங்கின் பெண்ணினம்; girl; bride; woman; wife; aloe; female of animal.
- **பெண்** என்றால் பேயும் இரங்கும்.
- **பெண்ணுக்குப்** பொன் இட்டுப் பார்; சுவருக்கு மண்ணிட்டுப் பார். - *பழமொழிகள்.*
- **பெண்ணிற்** பெருந்தக்க யாவுள கற்பென்னும் திண்மையுண் டாகப் பெறின். - *குறள் 54.*
- **பெண்ணியலார்** எல்லாரும் கண்ணின் பொதுஉண்பர் நண்ணேன் பரத்தநின் மார்பு - *குறள் 1311.*

பெண் ஆட்சி: *(பெ):* பெண்ணைத் தலைமையாகக் கொண்ட ஆட்சி; matriarchy.

பெண்குறி: *(பெ):* பெண்ணின் பிறப்புறுப்பு; the genital part of woman.

பெண் கொடி: *(பெ):* ஸ்திரீ; கொடி போன்று மென்மையானவள்; woman; the woman who is tender as a vine.

பெண் கொடுத்தல்: *(வி):* ஒருவருக்குப் பெண்ணைத் திருமணம் செய்து கொடுத்தல்; to give a girl in marriage.

பெண் கொலை: *(பெ):* பெண்ணைக் கொலை செய்தல்; murder of a woman.

பெண்கோலம்: *(பெ):* பெண்ணின் ஆடை; woman's costume.

பெண்கோள்: *(பெ):* பெண்ணைத் திருமணம் செய்துகொள்ளுதல்; act of marrying a woman.

பெண் சந்ததி: *(பெ):* தனக்குப் பிறந்த பெண்; மகள்; woman issue; daughter.

பெண் சரக்கு: *(பெ):* படிகாரம்; காடி; alum; fermented gruel or rice water.

பெண்சாதி: *(பெ):* மனைவி; பெண் இனம்; wife; womankind. • **பெண்சாதி** இல்லாதவன் பேயைக் கட்டிக்கொண்டு தழுவியது போல - *பழமொழி.*

பெண்சீக்கு: *(பெ):* பரத்தைகளுடன் உடலுறவு கொள்வதால் உண்டாகும் நோய்; venereal disease.

பெண்டகைமை: *(பெ):* பெண்தன்மை; womanliness.

பெண்டகம்/ன்: *(பெ):* அலி; eunuch.

பெண்ணாட்டி: *(பெ):* மனைவி; பெண்; wife; woman.

பெண்டாளுதல்: *(வி):* பெண்ணொருத்தியை மனைவியாக ஏற்றுக்கொள்ளுதல்; to have a woman as wife.

பெண்டிர்: *(பெ):* பெண்கள்; women. • **பெண்டிர்க்கு** அழகு பொன்னகையல்ல; புன்னகையே - *பழமொழி.*

பெண்டு: *(பெ):* பெண்; மனைவி; woman; wife.

பெண்டுகம்: *(பெ):* கழற்சிக் கொடி; molucca bean creeper.

பெண்ணரசி: *(பெ):* பட்டத்தரசி; queen.

பெண்ணரசு: *(பெ):* பெண்ணால் நடத்தப்படும் அரசு; matriarchal government.

பெண்ணருங்கலம்: *(பெ):* பெண்களில் நற்குணமும் நன்னடத்தையும் உடைய பெண்; a gem among women.

பெண்ணன்: *(பெ):* ஆண்மையற்றவன்; effeminate man.

பெண்ணாசை: (பெ): பெண்ணின் மீது கொள்ளும் ஆசை; the love of woman.
- **பெண்ணாசையால் வீழ்ந்தோர் பல கோடி.**

பெண்ணாறு: (பெ): கிழக்கு நோக்கி ஓடும் ஆறு; ஓர் ஆற்றின் பெயர்; the river which flows towards east; the name of a river.

பெண்ணெழுத்து: (பெ): உயிர் மெய்; consonant.

பெண்ணை: (பெ): பனை மரம்; பெண்ணையாறு; பெண் மரம்; palmyra/palm tree; the river Pennai; female tree.

பெண்பாகன்: (பெ): சிவபெருமான்; Lord Shiva.

பெண்பால்: (பெ): மகளிர் இனம்; feminine gender.

பெண்பாற் பிள்ளைத் தமிழ்: (பெ): பெண்ணைப் புகழ்ந்து பாடும் பாடல்; a poem sung in praise of a woman.

பெண் பிறந்தார்: (பெ): பெண்ணாய்ப் பிறந்தவர்கள்; women.

பெண்போகம்: (பெ): பெண்ணுடன் உடலுறவு கொள்வதால் உண்டாகும் இன்பம்; the sexual enjoyment with a woman.

பெண்மணி: (பெ): பெண்ணொருத்தியை மரியாதையுடன் அழைத்திடப் பயன்படுத்தும் வார்த்தை; a respectful term for a woman.

பெண்மூச்சு: (பெ): பிடிவாதம்; obstinacy.

பெண்மை: (பெ): அடக்கம்; கற்பு; பெண்ணின் இயல்பு; பெண்ணின் சிறப்பு; பெண்ணுடனான உடலுறவு சுகம்; modesty; chastity; womanliness; feminine grace; sexual enjoyment with a woman.

பெண்வயிற்றுப் பேத்தி: (பெ): ஒருவருடைய மகளின் மகள்; grand daughter by one's daughter.

பெண் வயிற்றுப் பேரன்: (பெ): ஒருவருடைய மகளின் மகன்; grandson by one's daughter.

பெண்வலை: (பெ): பெண்ணின் கடும் உழைப்பு; woman's hardwork.

பெண்வழி: (பெ): பெண்ணைப் பற்றியுள்ள இனம்; the feminine line.

பெண் வழிச் சேறல்: (பெ): மனைவி சொற்படி நடத்தல்; திருக்குறளில் 91-ஆம் அதிகாரம்; being under wife's influence; in Thirukkural 91st Chapter.

பெண் வீட்டார்: (பெ): மணமகளின் தாய் தந்தையர் மற்றும் உறவினர்கள்; the parents and relatives of a bride.

பெதரிகாலம்: (பெ): எட்டி மரம்; worm wood.

பெதும்பை: (பெ): எட்டு வயதிற்கும், பதினோரு வயதிற்கும் இடைப்பட்ட வயதுடைய சிறுமி; the girl between the age of eight and eleven.

பெத்தம்: (பெ): கட்டு; ஒடுக்கம்; உறுதி; சேர்மானம்; bond; narrowness; firmness; mixture.

பெத்தரிக்கம்: (பெ): அகந்தை; pride.

பெத்தல்: (பெ): பெருங்கும்பைச் செடி; a herb.

பெந்தம்: (பெ): பந்தம்; கட்டு; தொடர்பு; relationship; bond; attachment.

பெந்து: (பெ): சுற்றம்; relatives.

பெம்மான்: (பெ): சான்றோன்; கடவுள்; great man; God.

பெயரடை: (பெ): பெயர்ச் சொல்லுக்கு அடையாக வரும் சொல்; adjective.

பெயரன்: (பெ): பேரன்; பாட்டன்; grandson; grandfather.

பெயர்: (பெ): நாமம்; கீர்த்தி; பெயர்ச்சொல்; வடிவு; பொருள்; சபதம்; name; fame; substantive noun; shape; wealth; vow.

பெயர்ச்சி: (பெ): இடமாற்றம்; திரும்புதல்; கிரகங்கள் ஒரு ராசியிலிருந்து மற்றொரு ராசிக்கு இடம் பெயர்தல்; change of place; return; moving from one place to another especially of Planets.

பெயர்தல்: (வி): பிறழ்தல்; போதல்; மாறுதல்; சிதைதல்; பிரிதல்; be perplexed; to go; to become changed; be spoiled; to become parted.

பெயர்த்தல்: (வி): திருப்புதல்; வேறுபடுத்தல்; கிளப்புதல்; to turn; to vary; to start with.

பெயர்த்தி: (பெ): பேத்தி; granddaughter.

பெயர்த்தும்: (து.வி): மறுபடியும்; மீண்டும்; in return; again.

பெயர் வழி: (பெ): தலைமுறை; ஆள்; generation; man.

பெய்: (வி): விழுதல்; ஊற்றுதல்; கழித்தல் (சிறுநீர்); (rain) to fall as dew; to pour down; to pass (urine, etc).

பெய்கலம்: (பெ): பாண்டம்; vessel.

பெய்தல்: (பெ): பொழிதல்; வார்த்தல்; கொடுத்தல்; இடுதல்; அணிதல்; கட்டுதல்; தூவுதல்; to pour down; to cast as metal in a mould; to give; to put; to wear; to tie; to spray.

பெய்துரை: (பெ): பாயிரம்; preface.

பெரிதாகு: (வி): விரிவாகு; to expand.

பெரிதாக்கு: (வி): விரிவாக்கு; to enlarge.

பெரிது: (பெ): அளவில் பெரிதானது; that which is big or large.
- **பெரிதினிது பேதையார் கேண்மை பிரிவின்கண்
பீழை தருவதொன்று இல்.** - *குறள் 839.*
- **பெரிதாற்றிப் பெட்பக் கலத்தல் அரிதாற்றி
அன்பின்மை சூழ்வது உடைத்து.** - *குறள் 1276.*

பெரிய: (பெ.அ): பெரிதான; மூத்த; large; big; elder.

பெரிய கோயில்: *(பெ):* தஞ்சை பிரகதீஸ்வரர் கோயில்; திருவரங்கம் கோயில்; Brihadeeswarar Temple at Thanjavoor; Sri Rangam Temple.

பெரியதனக்காரன்: *(பெ):* கிராமத்துத் தலைவர்; ஒரு சாதியின் பரம்பரைத் தலைவர்; மிராசுதார்; village headman; hereditary headman of a caste; mirasdar.

பெரிய தலை: *(பெ):* பெரியவன்; elder person.

பெரிய தாய்: *(பெ):* தாயின் மூத்த சகோதரி; பெரியப்பாவின் மனைவி; mother's elder sister; wife of father's elder brother.

பெரிய திருவடி: *(பெ):* கருடாழ்வார்; Lord Garuda.

பெரிய நடை: *(பெ):* நல்லொழுக்கம்; moral conduct.

பெரியப்பன்: *(பெ):* தந்தையின் தமையன்; elder brother of one's father.

பெரிய பிராட்டி: *(பெ):* திருமகள்; Lakshmi, Goddess of Wealth.

பெரிய புராணம்: *(பெ):* சிவனடியார்கள் அறுபத்து மூவரின் வரலாறு, சிவத்தொண்டு ஆகியன பற்றிக் கூறும் நூல்; a literary work on the 63 Saiva Saints.

பெரிய பெருமாள்: *(பெ):* திருவரங்கத்து அரங்க நாதன்; Lord Ranganathar of Sri Rangam.

பெரியம்மாள்: *(பெ):* தாயின் மூத்த சகோதரி; mother's elder sister.

பெரியவர்: *(பெ):* உயர்ந்தோர்; மூத்தோர்; முதியோர்; great persons; elders; old people.

பெரியவள்: *(பெ):* பூப்படைந்தவள்; the girl who attained puberty.

பெரியவன்: *(பெ):* மூத்தோன்; elder person.

பெரியவுடையார்: *(பெ):* சடாயு; Sadayu, the bird who witnessed the kidnapping of Sita by Ravana, the Asura king.

பெரிய நங்கை: *(பெ):* ஒரு செடி வகை; a kind of plant.

பெரியோர்: *(பெ):* சிறந்தோர்; மூத்தோர்; great persons; elder people. • **பெரியோரைத்** துணை கொள். • **பெரியோர்** முன் தாழ்ந்து பேசின் நாணலைப் போல நிமிர்ந்து கொள்வர் - *பழமொழிகள்.*

- பெரியாரைப் பேணாது ஒழுகின் பெரியாரால் பேரா இடும்பை தரும். - *குறள் 892.*
- எரியாற் சுடப்படினும் உய்வுண்டாம் உய்யார் பெரியார்ப் பிழைத்தொழுகு வார். - *குறள் 896.*

பெருக: *(பெ.அ):* அதிக; நிரம்ப; சிறந்த; மூத்த; big; large; full; great; elder.

பெருகல்: *(பெ):* மிகுதி; abundance.

பெருகு: *(பெ):* தயிர்; அணிகலன் வகை; curd; a kind of ornament.

பெருகுதல்: *(வி):* மிகுதல்; நிறைதல்; முதிர்தல்; அதிகப்படுதல்; வீங்குதல்; வளர்தல்; to multiply; to become full; to come to maturity; to increase; to swell; to grow.

பெருக்கம்: *(பெ):* வளர்ச்சி; செல்வம்; வெள்ளம்; நிறைவு; growth; increase; wealth; flood; fulness.

பெருக்கல்: *(பெ):* துடைப்பத்தால் குப்பையைக் கூட்டுதல்; எண்களைப் பெருக்குதல்; sweeping; multiplication.

பெருக்காளர்: *(பெ):* சிறந்தோர்; வேளாளர்; great persons; farmers.

பெருக்கி: *(பெ):* சுக்கிலம்; semen.

பெருக்கு: *(பெ):* வெள்ளம்; மிகுதி; ஆடிப்பெருக்கு; food; abundance; one of a festival on the 18th day of the Tamil month 'Aadi'; *(வி):* பெருகச் செய்; தரையை துடைப்பத்தால் கூட்டு; எண்ணை மற்றொரு எண் கொண்டு பெருக்கு; cause to increase or abound; to sweep; to multiply.

பெருக்குபவன்: *(பெ):* துடைப்பம் கொண்டு கூட்டிச் சுத்தம் செய்பவன்; ஓர் எண்ணை மற்றொரு எண் கொண்டு பெருக்குபவன்; sweeper; multiplier.

பெருங்கட்டி: *(பெ):* பிளவை; cancer; boil.

பெருங்கணக்கு: *(பெ):* பெருந்தொகை; அகந்தை; huge amount; arrogance.

பெருங்கதை: *(பெ):* நீண்ட கதை; காப்பியம்; very long story; epic.

பெருங்கரம்: *(பெ):* கோவேறு கழுதை; mule.

பெருங்கலம்: *(பெ):* ஆயிரம் நரம்புகளைக் கொண்ட பேரியாழ்; a kind of large string instrument which has thousand strings.

பெருங்கலையன்: *(பெ):* நெல் வகை; a kind of paddy.

பெருங்களிப்பு: *(பெ):* அளவுக்கு அதிகமான மகிழ்ச்சி; furore.

பெருங்காடு: *(பெ):* சுடுகாடு; grave-yard.

பெருங்காயம்: *(பெ):* குழம்பு போன்றவற்றில் வாசனைக்காக வேண்டிச் சேர்க்கப்படுவதும், ஒருவகை மரப்பாலிலிருந்து பெறப் படுவதுமான செம்பழுப்பு நிறத் திடப்பொருள்; asafoetida, used in cooking for aromatic purposes. • **பெருங்காயம்** இருந்த டப்பியும் வாசனை போகாது என்பதைப் போல - *பழமொழி.*

பெருங்கால்: *(பெ):* யானைக்கால்; elephantiasis.

பெருங்காற்று: *(பெ):* புயற்காற்று; சூறாவளிக் காற்று; cyclone; whirl wind.

பெருங்கிராமம்: *(பெ):* 500 குடிமக்கள் வாழும் கிராமம்; a village where 500 people live.

பெருங்குடல்: *(பெ):* சிறு குடலுக்கும் மலவாய்ப் பகுதிக்கும் இடைப்பட்ட பெரிய குடல்; large intestine.

பெருங்குடி: *(பெ):* உயர் குடி; நிலக்கிழார்; வணிகருள் ஒரு பிரிவினர்; noble family; landlord; a sect among merchants.

பெருங்குழி: *(பெ):* பெரிய அளவிலான பள்ளம்; கடல்; large pit; sea.

பெருங்கை: *(பெ):* யானை; elephant.

பெருங்கோடணை: *(பெ):* ஒரு முரசு வகை; a kind of drum.

பெருங்கோப்பெண்டு: *(பெ):* பட்டத்து அரசி; chief queen.

பெருச்சாளி: *(பெ):* பெரிய எலி வகை; bandicoot.

பெருஞ்சாலை: *(பெ):* நீண்ட அகலமான சாலை; trunk road.

பெருஞ்சாவு: *(பெ):* மூப்படைந்து பின் உண்டாகும் இறப்பு; death in old age.

பெருஞ்சோறு: *(பெ):* படை விருந்து; military feast.

பெருத்த: *(பெ.அ):* அதிக அளவிலான; immense.

பெருத்தல்: *(வி):* அதிகப்படுதல்; மிகுதல்; பருமையாதல்; to become numerous; to surpass; to grow thick.

பெருநகரத்தார்: *(பெ):* வணிகர்; merchants; a caste.

பெருநம்பி: *(பெ):* இளவரசுக்கான பட்டப்பெயர்; the title of a prince.

பெருநாள்: *(பெ):* முகமதியப் பண்டிகை; Islamic festival.

பெருநிலம்: *(பெ):* பூமி; பரமபதம்; earth; salvation as the final bliss.

பெருநீர்: *(பெ):* கடல்; sea.

பெருந்தகவு: *(பெ):* பெருமை; பெருந்தன்மை; greatness; benevolence.

பெருந்தகை: *(பெ):* மதிப்பிற்கும், மரியாதைக்கும் உரியவர்; one who is held in high esteem.

பெருந்தன்மை: *(பெ):* தாராள மனம் கொண்ட உயரிய மனப்பாங்கு; benevolence; liberality; unselfishness.

பெருந்தனம்: *(பெ):* நடன மாந்தரில் ஒரு பிரிவினர்; a class of dancing girls.

பெருந்திணை: *(பெ):* அகத்திணை வகை; மனம் பொருந்தாக் காதல்; பொருந்தாக் காமம்; a major theme of 'Agapporul' in Tamil literature; improper love; lust.

பெருந்துறை: *(பெ):* ஓர் ஊர்; பெரிய துறைமுகம்; a town in Tamil Nadu; a large seaport.

பெருந்தெரு: *(பெ):* முக்கிய வீதி; important street.

பெருந்தேவி: *(பெ):* பட்டத்தரசி; காஞ்சி வரதராசப் பெருமானின் தேவி; chief queen; Perundevi, the consort of Lord Varadaraja of Kanchi.

பெருப்பம்: *(பெ):* பருமன்; bulkiness.

பெருமகன்: *(பெ):* பெரிய மனிதர்; பிரபு; ஆற்றல் மிகுந்தவன்; man of high rank; lord; potentate. • நேரு **பெருமகனார்.**

பெருமகிழ்ச்சி: *(பெ):* அதிக அளவிலான சந்தோஷம்; ecstasy.

பெருமங்கலம்: *(பெ):* புனிதத் திருநாள்; அரசனின் பிறந்த நாள்; auspicious day / festival; a king's birthday.

பெருமஞ்சிகன்: *(பெ):* நாவிதர்; barber.

பெருமடை: *(பெ):* திருக்கோயிலில் இறைவனுக்குப் படைக்கப்படும் பிரசாதம்; the food offering to a deity.

பெருமணம்: *(பெ):* திருமணம்; marriage.

பெருமதி: *(பெ):* தகுதி; ஆற்றல்; உறுதி; வெகுமதி; fitness; effort; firmness; gift.

பெருமழை: *(பெ):* அடைமழை; heavy rain.

பெருமா: *(பெ):* யானை; elephant.

பெருமாட்டி: *(பெ):* சீமாட்டி; தலைவி; lady; mistress.

பெருமானம்: *(பெ):* மதிப்பு; value. • நீ கையில் வைத்திருக்கும் வைரக்கல் எவ்வளவு **பெருமானம்** உள்ளது தெரியுமா?

பெருமாள்: *(பெ):* அரசன்; கடவுள்; பெருமை உடையவன்; மூத்தோன்; முருகப் பெருமான்; திருமால்; king; God; great person; elder person; Lord Muruga; Lord Vishnu.
• **பெருமாள்** செல்லும் வழியில் புல்லாக முளைத்தாலே போதும் - *பழமொழி.*

பெருமானார்: *(பெ):* (இஸ்லாமிய வழக்கில்) முகமது நபி; Mohammed Nabi, the prophet.

பெருமான்: *(பெ):* கடவுள்; அரசன்; சிறந்தவன்; God; king; great person.

பெருமிதம்: *(பெ):* மேம்பாடு; களிப்பு; மிகுதி; pride; joy; plenty.

பெருமூச்சு: *(பெ):* நிம்மதி, வேதனை, கவலை போன்றவற்றால் விடும் நீண்ட மூச்சு; களைப்பு, தூக்கம் போன்றவற்றால் விடும் நீண்ட மூச்சு; sigh of relief, sadness, worry, etc.; deep breath when a person is tired or asleep.

பெருமூச்செறி: *(பெ):* நீண்ட மூச்சு விடு; ஆசுவாசப்படு; to pant. • எதிர் வீட்டுக்காரி பணக்காரியாகி விட்டதை நினைத்து **பெருமூச்செறிந்தாள்.**

பெருமூளை: *(பெ):* மூளை; cerebrum.

பெருமை: *(பெ):* மாட்சிமை; பெருமை; புகழ்; மிகுதி; highness; greatness; fame; excess.

• **பெருமை**க்கும் ஏனைச் சிறுமைக்கும் தத்தம்
கருமமே கட்டளைக் கல். - *குறள் 505.*

• **பெருமை** உடையவர் ஆற்றுவார் ஆற்றின்
அருமை உடைய செயல். - *குறள் 975.*

பெருமை குறை: *(வி):* ஒருவரின் புகழைக் குறைத்திடு; to demean.

பெரும்படி: (வி): பருமன்; உயர் தரம்; தாராளம்; அகந்தை; bulkiness; high quality; generosity; pride.

பெரும்படை: (பெ): பெருமளவிலான சேனை; large army.

பெரும்பதம்: (பெ): வீடுபேறு; final bliss.

பெரும்பயறு: (பெ): காராமணி; chowlee bean.

பெரும்பற்றப்புலியூர்: (பெ): சிதம்பரம்; Chidambaram, a shiva shrine in Tamil Nadu.

பெரும்பனையன்: (பெ): அம்மை நோய் வகை; a kind of measles.

பெரும்பாண்: (பெ): பாணர்; bards.

பெரும்பாலார்: (பெ): மிகுதியானவர்; the majority.

பெரும்பாலும்: (து.வி): அநேகமாய்; likely; almost.

பெரும்பாலோர்: (பெ): மிகுதியானவர்; the majority.

பெரும்பாவி: (பெ): எண்ணற்ற பாவங்களைச் செய்தவன்; great sinner.

பெரும்பானையோர்: (பெ): நீராகாரம்; rice-water.

பெரும்பான்மை: (பெ): மிகுதியானவை; the majority.

பெரும் பிழுக்கை: (பெ): கூத்து வகை; a kind of dance.

பெரும்பிறிது: (பெ): இறப்பு; death.

பெரும்புலர் சாலை: (பெ): அதிகாலை; the daybreak.

பெரும்பூ: (பெ): நிலத்தின் ஆண்டு வருவாய்; annual agricultural produce.

பெரும்பூண்: (பெ): மார்பில் அணிந்திடும் அணி வகை; a kind of chest ornament.

பெரும்பூழை: (பெ): திட்டி வாசல்; a wicket in a large gate.

பெரும்பூளை: (பெ): ஒரு செடி; a plant.

பெரும்பெயல்: (பெ): பெருமழை; heavy rain.

பெரும் பொங்கல்: (பெ): தைப் பொங்கல்; 'Thai Pongal' celebrated on the first day of the Tamil month 'Thai'.

பெரும்பொருள்: (பெ): ஒழுக்கம்; பெருமதிப்புடைய பொருள்; virtue; a thing of great value.

- *பெரும்பொருளால் பெட்டக்க தாகி அருங்கேட்டான்*
  ஆற்ற விளைவது நாடு. - *குறள் 732*

பெரும் பொழுது: (பெ): கார், கூதிர், முன்பனி, பின்பனி, இளவேனில், முதுவேனில் என்னும் பருவங்கள்; the six seasons viz., Khaar; Koodhir, Munpani, Pinpani, Ilavenil and Mudhuvenil of a year.

பெரும்போகம்: (பெ): பேரின்பம்; final bliss.

பெருவங்கியம்: (பெ): வாத்திய வகை; a kind of musical instrument.

பெருவயிறு: (பெ): தொந்தி; ஒரு நோய் வகை; pot belly; a kind of disease, dropsy.

பெருவரை: (பெ): மகாமேரு; Maha Meru, a mountain said in Puranas.

பெருவழக்காக்கு: (வி): அதிகப்படியான உபயோகத்திற்குக் கொண்டுவந்திடு; to popularize.

பெருவழக்கு: (பெ): பலரும் கையாளும் முறை; largely prevalent custom.

பெருவழி: (பெ): நீண்ட வழி (அ) சாலை; high way/road.

பெருவளி: (பெ): சூறைக் காற்று; storm.

பெருவனம்: (பெ): கடல்; sea.

பெருவாகை: (பெ): மர வகை; a kind of tree.

பெருவாயன்: (பெ): கழுதை; அலப்புபவன்; donkey; ass; chatterbox.

பெருவாயில்: (பெ): மிகப் பெரிய வாயில்; கோபுரம்; tower.

பெருவாரி: (பெ): அதிகப்படியான எண்ணிக்கை; large numbers.

பெருவாரி நோய்: (பெ): தொற்று நோய்; infection.

பெருவாழ்வு: (பெ): சீரும் சிறப்பும் கூடிய வாழ்வு; பேரின்ப வாழ்க்கை; life of prosperity; life of eternal bliss.

பெருவியாதி: (பெ): தொழு நோய்; leprosy.

பெருவிரல்: (பெ): கட்டை விரல்; thumb; big toe.

பெரு வீடு: (பெ): பிற்பகலில் மாடுகளை மேய்ச்சலுக்கு விடுகை; letting out the cattle in the afternoon for grazing.

பெருவெளி: (பெ): எல்லையற்ற பரந்த வெளி; வான வெளி; vast area; space.

பெருவெள்ளை: (பெ): நெல் வகை; a kind of paddy.

பெருவெள்ளம்: (பெ): கட்டுக்கடங்காத வெள்ளம்; deluge; torrent.

பெறாப்பேறு: (பெ): அரிதான அதிர்ஷ்டம்; rare luck.

பெறா விலை: (பெ): அதிக விலை; குறைந்த விலை; much price; minimum price.

பெறுக்கல்: (பெ): அரிசி; rice.

பெறுதல்: (பெ): அடைதல்; to receive; to attain.

பெறுதி: (பெ): இலாபம்; profit.

பெறுத்துதல்: (வி): உண்ணுதல்; to eat.

பெறுமதி: (பெ): தகுதி; ஆற்றல்; உறுதி; வெகுமதி; fitness; effort; firmness; gift.

பெறுமானம்: (பெ): மதிப்பு; value.

பெறுமுறி: (பெ): சம்பளம்; salary.

பெற்ற தகப்பன்: (பெ): ஒருவரின் தந்தை; one's own father.

பெற்ற தாய்: (பெ): ஒருவரின் தாய்; one's own mother.

- *ஈன்ற பொழுதிற் பெரிதுவக்கும் தன்மகனைச்*
  சான்றோன் எனக்கேட்ட தாய். - *குறள் 69*

பெற்ற பிள்ளை: *(பெ):* ஒருவரின் குழந்தை; one's own child.

பெற்ற மனம்: *(பெ):* பெற்றோரின் மனநிலை; mental state of a parent. • **பெற்ற மனம்** பித்து; பிள்ளை மனம் கல்லு - *பழமொழி.*

பெற்றம்: *(பெ):* பெருமை; காற்று; எருது; இடபராசி; greatness; air; ox; the second constellation of the zodiac having the bull as its sign-Taurus.

பெற்றவள்: *(பெ):* அம்மா; தாய்; அன்னை; mother. • **பெற்றவளுக்குத்** தான் தெரியும் பிள்ளையின் அருமை - *பழமொழி.*

பெற்றி: *(பெ):* இயல்பு; தன்மை; குணம்; விதம்; பெருமை; நிகழ்ச்சி; பேறு; nature; quality; manner; greatness; event; good fortune; anything worth obtaining.

பெற்றிமை: *(பெ):* பெருமை; முறைமை; சாதி; greatness; manner; caste.

பெற்று: *(பெ):* பெருக்கம்; செல்வாக்கு; அடுக்கு; எருது; greatness; influence; layer; ox.

பெற்றோர்: *(பெ):* தாய் தந்தையர்; parents. • **பெற்றோரை** மதியாத தறுதலை வாழ்வில் முன்னேற்றம் இல்லை.

பென்னை: *(பெ):* யானை; elephant.

பே

பே: *(பெ):* நுரை; அச்சம்; மேகம்; இல்லை என்னும் பொருள் தருவது; foam; fear; cloud; the word which means nothing.

பேகனித்தல்: *(வி):* மனம் கலங்குதல்; நிறம் வேறுபடுதல்; be distressed; changing of colours.

பேகணிப்பு: *(பெ):* துயரம்; grief

பேகம்: *(பெ):* தவளை; மேகம்; முகமதியப் பெண்; frog; cloud; Muslim woman.

பேகன்: *(பெ):* கடையேழு வள்ளல்களில் ஒருவன்; ஆண் தவளை; Began, one of the last seven munificent patrons; male frog.

பேகி: *(பெ):* பெண் தவளை; female frog.

பேசகம்: *(பெ):* ஆந்தை; முகில்; யானை வாலின் நுனி; வாயில்; owl; cloud; tip of the elephant's tail; gate; entrance.

பேசகி: *(பெ):* யானை; elephant.

பேசலம்: *(பெ):* மரகதத்தின் குணங்களுள் ஒன்று; one of the qualities of emerald.

பேசாமடந்தை: *(பெ):* பேசிடத் தெரியாதோ என்று சந்தேகிக்கப்படும் அளவுக்கு அமைதியுடன் இருந்திடும் பெண்; a silent woman who is making a person to wonder whether she could talk at all.

பேசாது: *(வி.அ):* தயக்கம் ஏதும் காட்டாது; ஒன்றும் செய்யாது; without any deliberation; without doing anything.

பேசாமை: *(பெ):* மௌனம்; state of silence.

பேசார்: *(பெ):* பேச்சுத் திறன் இல்லாதோர்; ஊமைகள்; dumb persons.

பேசி: *(பெ):* தசை; இடியேறு; உடை; முட்டை; நரம்பு; பூ மொட்டு; muscle; thunderbolt; dress; garment; egg; vein; bud.

பேசி வைத்த மாதிரி: *(து.வி):* சொல்லி வைத்தாற் போல; as if agreed upon.

பேசுதல்: *(வி):* கருத்து எண்ணம் போன்றவற்றைப் பரிமாறிக் கொள்ளுகின்ற நோக்கத்தில் வார்த்தைகளை ஒலி வடிவில் வெளிப்படுத்துதல்; சொல்லுதல்; துதித்தல்; to speak; to tell; to praise. • **பேசப்பேச** எந்த மொழியும் வரும். • **பேசப்போகிறாயோ**, சாகப்போகிறாயோ ? • **பேசினால்** அவலம்; பேசாவிட்டால் ஊமை - *பழமொழிகள்.*

பேச்சு: *(பெ):* சொல்; வாக்கு; மொழி; உரையாடல்; புகழ்; செய்தி; பேச்சுத் திறன்; பேசுதல்; சொற்பொழிவு; வாய்மொழி ஒப்பந்தம்; word; language; conversation; fame; news; ability to talk; that which is spoken; speech; oral agreement. • **பேச்சு** கற்ற நாய் வேட்டைக்கு உதவாது. • பேச்சுக்குப் பேச்சு சிங்காரமா ? பேச்சைக் கொடுத்து ஏச்சை வாங்கிக் கொள்ளுகிறான் - *பழமொழிகள்.*

பேடகம்: *(பெ):* பெட்டி; பெட்டகம்; கூடை; துகில் வகை; திரள்; box; chest; basket; a kind of cloth; abundance.

பேடம்: *(பெ):* தெப்பம்; வெள்ளாடு; raft; goat.

பேடன்: *(பெ):* அலி; eunuch.

பேடி: *(பெ):* அலி; நடுவிரல்; அச்சம்; eunuch; middle finger; fear. • **பேடி** கையில் ஆயுதம் பிரகாசித்திடுமா ? - *பழமொழி.*

பேடிகை: *(பெ):* கூடை; உறை; basket; sheath.

பேடு: *(பெ):* பறவையின் பெண்ணினம்; பெண் தன்மை; ஊர்; கூத்து வகை; சிறுமை; நடுவிரல்; female of bird; womanliness; village; a kind of dance; meanness; middle finger.

பேடை: *(பெ):* கூடை; பறவையின் பெண்ணினம்; basket; female of bird.

பேட்டி: *(பெ):* நேர் காணல்; interview.

பேட்டு: *(பெ):* தறியில் கூடுதல் இழைகளைக் கொண்டு நெய்யப்படும் வடி வமைப்பு; சரடு; the design woven with extra warp threads; twine.

பேட்டை: *(பெ):* புறநகர்; சந்தை கூடுமிடம்; the place near a town; market place.

பேட்பு: *(பெ):* விருப்பம், பெருமை; desire; greatness.

பேணகம்: *(பெ):* பலகார வகை; a kind of dish.

பேணல்: *(வி):* பேணுதல்; மதிப்பு மிகுதியாகத் தருதல்; கருதுதல்; to maintain; to esteem; to consider.

பேணாமை: *(பெ):* பகைமை; enmity.

- பெரியாரைப் **பேணாது** ஒழுகின் பெரியாரால்
  பேரா இடும்பை தரும். *- குறள் 892.*
- **பேணாது** பெண்விழைவான் ஆக்கம் பெரியதோர்
  நாணாக நாணுத் தரும். *- குறள் 902.*

பேணார்: *(பெ):* பகைவர்; கேடு நினைப்போர்; enemies; foes.

பேணியார்: *(பெ):* நேசிப்போர்; lovers.

பேணிவளர்: *(வி):* மேன்மைப்படுத்து; to cultivate.

பேணுகை: *(பெ):* பாதுகாத்தல்; பராமரிப்பு; preservation; maintenance.

பேணுதல்: *(வி):* பராமரித்தல்; சீர்கெடாது பாதுகாத்தல்; போற்றுதல்; விரும்புதல்; விழுங்குதல்; அறிதல்; ஒத்திருத்தல்; to maintain; to preserve; to protect; to desire; to swallow; to know; to resemble.

பேணுநர்: *(பெ):* பாதுகாப்பாளர்; guardians.

பேதகம்: *(பெ):* வஞ்சகம்; deceit.

பேதம்: *(பெ):* வேறுபாடு; கருத்து வேறுபாடு; மாற்றம்; ஒவ்வாமை; வகைபாடு; பகைமை; difference; disagreement; alteration; inconsistency; diversity; enmity.

பேதலித்தல்: *(வி):* குழப்பம் அடைதல்; சிந்தித்துச் செயல்பட முடியாது போதல்; வேறுபடுதல்; மாற்றுதல்; to get confused; to be confounded; to vary; to alter. ● அவனுக்கு மனம் **பேதலித்து** விட்டது.

பேதலிப்பு: *(பெ):* வேறுபாடு; விருப்பம் இல்லாமை; variation; disaffection.

பேதறுத்தல்: *(வி):* சந்தேகத்தை நிவர்த்தி செய்தல்; to clear doubt.

பேதாபேதம்: *(பெ):* ஒற்றுமையும் ஒற்றுமை Æ< iki« similarity and dissimilarity.

பேதி: *(பெ):* கழிச்சல்; வயிற்றுப்போக்கு; diarrhoea; purging.

பேதிதம்: *(பெ):* பிளத்தல்; split.

பேதித்தல்: *(வி):* வேறுபடுதல்; வேறுபடுத்துதல்; பகைத்தல்; ஏமாற்றுதல்; குழம்பிப்போதல்; to vary; to cause to differ; to oppose; be frustrated; be confused.

பேதிமருந்து: *(பெ):* மலமிளக்கி மருந்து வகை; a kind of purgative.

பேது: *(பெ):* துயரம்; மயக்கம்; அறிவின்மை; தடுமாற்றம்; வருத்தம்; இரகசியம்; grief; confusion; ignorance; perplexity; distress; secret.

பேதுறவு: *(பெ):* துன்பம்; மயக்கம்; sorrow; confusion.

பேதுறுதல்: *(வி):* துன்பப்படுதல்; பித்துப்பிடித்தல்; அறிவற்று இருத்தல்; be distressed; be insane; be ignorant.

பேதை: *(பெ):* அறியாப்பெண்; ஐந்து முதல் ஏழு வயது வரையுள்ள பெண்; வறிஞன்; கள்; innocent girl; the girl in the age between five and seven; destitute person; toddy. ● **பேதைகள்** வெள்ளத்துள் நின்றாலும் தாகத்துக்கு அலைந்திடுவர் - *பழமொழி.*

- **பேதை** பெருங்கெழீஇ நட்பின் அறிவுடையார்
  ஏதின்மை கோடி உறும். *- குறள் 816.*

பேதைப் பருவம்: *(பெ):* நல்லது எது, கெட்டது எது எனப் பகுத்துப் பார்த்திட இயலாத பருவம்; age of ignorance.

பேதைப் புத்தி: *(பெ):* எதையும் எளிதில் நம்பிடும் தன்மை; முன்யோசனை இன்மை; credulity; indiscretion.

பேதைமை: *(பெ):* மடமை; ignorance.

- **பேதைமை** ஒன்றோ பெருங்கிழமை என்றுணர்க
  நோதக்க நட்டார் செயின். *- குறள் 805.*
- **பேதைமை** என்பதொன்று யாதெனின் ஏதங்கொண்டு
  ஊதியம் போக விடல். *- குறள் 831.*

பேத்து: *(வி):* அர்த்தமின்றிப் பேசிடு; to talk nonsense.

பேத்துவம்: *(பெ):* நெய்; ghee.

பேத்தை: *(பெ):* வயிற்று வீக்கம்; பல்லீறு வீக்கம்; swelling of stomach; swelling in gums.

பேத்தல்: *(பெ):* பிதற்றுதல்; incoherent talk.

பேத்தி: *(பெ):* மகன் (அ) மகளின் மகள்; grand-daughter.

பேந்தப் பேந்த: *(வி.அ):* என்ன செய்வது எனப் புரியாது; in a confused state. ● திருடன் காவல்துறையினரிடம் மாட்டிக்கொண்ட போது **பேந்தப் பேந்த** விழித்தான்.

பேந்துதல்: *(வி):* மருளுதல்; be confused.

பேமானி: *(பெ):* வெட்கமற்றவன்; the person who feels no shame.

பேம்: *(பெ):* அச்சம்; fear.

பேயம்: *(பெ):* நீர், பால் போன்றவை; water, milk etc.

பேயன்: *(பெ):* மதிகேடன்; வாழை வகை; fool; idiot; a kind of plantain.

பேயாட்டம்: *(பெ):* பேய்க் கூத்து; கலக்கம்; a kind of dance; confusion.

பேயார்: *(பெ):* பேயாழ்வார்; காரைக்கால் அம்மையார்; Peyazhwar, one of the devotees of Lord Vishnu; Karaikkal Ammai, one of the devotees of Lord Shiva.

பேயுள்ளி: *(பெ):* நரி வெங்காயம்; a kind of onion.

பேயோட்டி: *(பெ):* பேய்களை விரட்டுபவன்; the exorcist.

பேயோட்டுதல்: *(வி):* பேய்களை விரட்டுதல்; to exorcise.

பேய்: *(பெ):* பிசாசு; பைசாசம்; devil; demon. • பெண்ணென்றால் **பேயும்** இரங்கும். • **பேயானாலும்** தாய்; நீரானாலும் மோர். • **பேயும்** அறியும் பெண்சாதிப் பிள்ளையை. • **பேயடிக்கப்** பிள்ளை பிழைத்திடுமா? • **பேய்க்கு** வேப்பிலை போல. • **பேய்ப்** பிள்ளையானாலும் தாய் தள்ளி வைப்பாளா? • புளியமரத்தில் **பேய் ஏறியது** போல - *பழமொழிகள்.*

பேய் உரு: *(பெ):* ஆவியுரு; spectre.

பேய்க்கரும்பு: *(பெ):* நாணல் வகை; a kind of lalong grass.

பேய்க் காற்று: *(பெ):* சுழற்காற்று; whirl wind.

பேய்க் குணம்: *(பெ):* பேய்த்தனம்; peevish disposition.

பேய்க் கூத்து: *(பெ):* பைசாச நடனம்; devil dance.

பேய்க் கோலம்: *(பெ):* பேயைப் போலத் தோற்றமளித்தல்; devil-like appearance.

பேய்ச்சி: *(பெ):* பெண் பேய்; demoness.

பேய்த் தண்ணீர்: *(பெ):* சாராயம்; arrack.

பேய்த்தனம்: *(பெ):* முட்டாள்தனம்; மிருகத்தனம்; foolishness; ferociousness.

பேய்த் தெய்வம்: *(பெ):* துர்தேவதை; evil-fay.

பேய்த்தேர்: *(பெ):* கானல்நீர்; mirage.

பேய்ப்பிள்ளை: *(பெ):* அடங்காத பிள்ளை; disobedient child.

பேரணி: *(பெ):* படையின் பின் அணி; மிகப் பெரிய ஊர்வலம்; படையின் மையப் பகுதி; rear of an army; a big rally; centre of an army.

பேரணை: *(பெ):* மிகப் பெரிய அணை; big dam.

பேரண்டம்: *(பெ):* உலகம்; நரி; தலையோடு; மூளை; world; fox; skull; brain.

பேரம்: *(பெ):* பொருள் வாங்கும் முன்பாக விலை குறைப்பது பற்றியோ, கொடுக்கப்பட வேண்டிய சலுகை பற்றியோ நடத்தப்படும் பேச்சு; பங்கீடு குறித்து உடன்பாடு காண நடத்தப்படும் பேச்சு; bargain; a talk during negotiation.

பேரம்பலம்: *(பெ):* கனகசபை; Kanagasabai at Chidambaram Temple.

பேரரசன்: *(பெ):* சாம்ராஜ்யம் ஒன்றை ஆளும் மன்னன்; the emperor.

பேரரசு: *(பெ):* பற்பல நாடுகளைக் கொண்டிருக்கும் மிகப் பரந்த நிலப்பரப்பினைத் தனது நேரடிக் கண்காணிப்பில் கொண்டு ஆட்சி நடத்தும் அரசு; empire.

பேரருளாளன்: *(பெ):* திருமால்; பெருங்கருணை உடையவன்; Lord Vishnu; the most gracious God.

பேரருளுடைமை: *(பெ):* சிவபெருமானின் எண் குணங்களுள் ஒன்று; one of the eight qualities of Lord Shiva.

பேரவை: *(பெ):* சட்ட மன்றம்; குறிப்பிட்ட ஒரு தரப்பினர் தங்களுக்கு என ஏற்படுத்திக் கொள்ளும் அமைப்பு; State Legislative Assembly; union; forum.

பேரவைத் தலைவர்: *(பெ):* சட்டமன்ற சபாநாயகர்; the Speaker of the Legislative Assembly.

பேரறிவு: *(பெ):* முழுமையான அறிவு; absolute knowledge.

பேரன்: *(பெ):* தன் மக்களின் மகன்; grandson.

பேராசிரியர்: *(பெ):* பல்கலைக்கழகம் போன்ற கல்வி நிறுவனங்களில் உயர்நிலைப் பதவி பெற்ற ஆசிரியர்; professor.

பேராசிரியை: *(பெ):* பெண் பேராசிரியர்; woman professor.

பேராசை: *(பெ):* பெருவிருப்பம்; avarice. • **பேராசை** பெருநஷ்டம் - *பழமொழி.*

பேராண்டு: *(பெ):* அறுபது ஆண்டு கொண்ட காலம் (தமிழ் ஆண்டு); a period of sixty years (Tamil Year).

பேராயம்: *(பெ):* கிறித்தவப் பேராயர் ஒருவரின் நிர்வாகத்திற்கு உட்பட்ட பகுதி; archdiocese.

பேராயர்: *(பெ):* தனது நிர்வாகத்திற்குட்பட்ட பகுதியின் ஆயர்களுடன் இணைந்து செயல்படும் தலைமை ஆயர்; archbishop.

பேராழி: *(பெ):* பெருங்கடல்; ocean.

பேராளன்: *(பெ):* பெருமையுடையவன்; கருத்தரங்குகளில் பதிவு செய்துகொண்டு பங்கேற்பவன்; participant; delegate.

பேராறு: *(பெ):* கிருஷ்ணா நதி; River Krishna.

பேரி: *(பெ):* மர வகை; முரசு வகை; a kind of tree; a kind of large drum.

பேரிகை: *(பெ):* முரசு; kettle drum.
பேரிசை: *(பெ):* பெரும்புகழ்; great reknown.
பேரியல்: *(பெ):* பெருந்தன்மை; magnanimity.
பேரியாழ்: *(பெ):* இருபத்தேழு நரம்புகளைக் கொண்ட யாழ்; நான்கு வகை யாழ்களுள் ஒன்று; a lute of twenty-seven strings; one of the four kinds of yazh.
பேரிருக்கை: *(பெ):* அகழியால் சூழப்பெற்ற நகரம்; a town surrounded by a moat.
பேரிளம் பெண்: *(பெ):* முப்பதுக்கு மேல் நாற்பது வயது வரையுள்ள பெண்; (கொக்கோகப்படி) முப்பதுக்கு மேல் ஐம்பத்து ஐந்து வயது வரையுள்ள பெண்; the woman between the age of 30 and 40 years; (as per Kokkoham) the woman between the age of 30 and 55 years.
பேரின்பம்: *(பெ):* பேரானந்தம்; ஐம்புலன்களை அடக்கிச் சிற்றின்பங்களை விலக்கி ஆன்மிகத்தின் அடிப்படையில் அடைந்திடும் இன்பம்; supreme bliss; heavenly bliss; salvation.
பேரீச்சம்பழம்: *(பெ):* அடர் பழுப்பு நிறத்துடன் பிசுபிசுப்பு கொண்ட சதைப் பகுதியினுள் சற்று நீளமான கொட்டையைக் கொண்டதும், இனிப்பானதுமான பழம்; dates.
பேரீச்சு: *(பெ):* பேரீந்து; palm date tree.
பேரீந்து: *(பெ):* ஒரு மர வகை; a kind of tree.
பேரு: *(பெ):* சூரியன்; கடல்; பொன் மலை; the Sun; the sea; golden rock.
பேருண்டி: *(பெ):* பேருணவு; கடவுளுக்குப் படைத்திடும் படையல்; principal food; food offered to a deity.
பேருந்து: *(பெ):* பயணிகளின் போக்குவரத்துக்காக வரிசையான இருக்கைகளுடன் கூடியதும் இயந்திர விசையால் இயக்கப்படுவதுமான வாகனம்; bus.
பேருறக்கம்: *(பெ):* ஆழ்ந்த உறக்கம்; இறப்பு; sound sleep; death.
பேரூராட்சி: *(பெ):* மக்கள் தொகை; வருமானம் போன்றவற்றில் ஊராட்சியை விட அதிகமாகவும், நகராட்சியை விடக் குறைவாகவும் உள்ள ஊருக்கு என அமைக்கப்பட்டிருக்கும் நிர்வாக அமைப்பு; local self-government for a town.
பேரேடு: *(பெ):* அலுவலகம், வங்கி ஆகியவற்றில் ஒருவரின் சேமிப்பு,வரி,கட்டணம் போன்றவற்றின் கணக்கு வகைகள் குறிக்கப்பட்டிருக்கும் பெரிய தாள்களைக் கொண்ட ஏடு; ledger.
பேரெண்: *(பெ):* பெருந்தொகையைக் குறித்திடும் எண்; a large number.
பேர்தல்: *(வி):* சிதைதல்; பிரிதல்; போதல்; அழிதல்; அசைதல்; be destroyed; be detached; to go out; to be ruined; to move.
பேர்த்தல்: *(வி):* அழித்தல்; மாற்றுதல்; நீக்குதல்; to destroy; to change; to remove.
பேர்த்தி: *(பெ):* பேத்தி; மகளின் மகள்; grand daughter.
பேர்த்தும்: *(பெ.அ):* மீண்டும்; பின்னும்; again.
பேர் பெறுதல்: *(வி):* புகழ் பெறுதல்; be praised; to become renowned.
பேலகம்: *(பெ):* தெப்பம்; raft.
பேலா: *(பெ):* கும்ப வடிவக் கிண்ணம்; chalice-shaped vessel.
பேலிகை: *(பெ):* எச்சில்; saliva; spittle.
பேலுதல்: *(வி):* மலம் கழித்தல்; to pass excrement.
பேழி: *(பெ):* புடவை; saree.
பேழை: *(பெ):* பெட்டி; கூடை; பெருமை; கோலிக்காய்; box; basket; greatness; a kind of unripe fruit. ● **பேழை** வயிறும் பெரும்பாரக் கோடும் - *விநாயகர் அகவல்.*
பேழ்: *(பெ):* பெருமை; greatness.
பேழ் களித்தல்: *(வி):* துயருறுதல்; கண் மூடுதல்; அஞ்சுதல்; மருண்டு விழித்தல்; நிறம் மாறுதல்; be distressed; to close one's eyes; to fear; to stare; the colour to change.
பேறு: *(பெ):* பயன்; செல்வம்; நல்வினை; benefit; wealth; good fortune.
பேறு காலம்: *(பெ):* குழந்தை பிறக்க இருப்பதை எதிர்பார்த்திருக்கும் காலம்; confinement.
பேனம்: *(பெ):* நுரை; foam.
பேனன்: *(பெ):* சூரியன்; சந்திரன்; the Sun; the Moon.
பேனா: *(பெ):* மையின் உதவி கொண்டு வரைதல்,எழுதுதல் போன்றவற்றிற்குப் பயன்படுத்தும் சாதனம்; pen.

பேனாக் கத்தி: *(பெ):* பிடிக்குள் மடக்கி வைத்துக் கொள்ளக்கூடிய கத்தி; pen-knife.
பேனா சனி: *(பெ):* இந்திரன்; Lord Indra.
பேனா நண்பன்: *(பெ):* கடிதம் வாயிலாக நட்புக் கொள்ளும் நண்பன்; pen friend.
பேன்: *(பெ):* தலைமுடிகளுக்கு இடையே வாழ்ந்திடக்கூடியதும், இரத்தத்தை உறிஞ்சி வாழ்ந்திடுவதுமான சிறு உயிரினம்; louse.
பேஷாக: *(வி.அ):* நன்றாக; மகிழ்ச்சியை வெளிப்படுத்தும் விதமாக; சிறப்பாக; in a grand way with pleasure.
பேஷ்: *(பெ):* ஒருவரின் திறமையைப் பாராட்டிடப் பயன்படுத்தும் சொல்; a word of appreciation, means 'good', 'excellent'. ● **பேஷ், பேஷ்,** இந்த காரியத்தைச் செய்வாயா என்று சந்தேகப்பட்டேன். செய்து முடித்து விட்டாயே!
பேஜார்: *(பெ):* எரிச்சலைத் தூண்டிடும் விதமான தொந்தரவு; சிரமம்; that which gives annoyance; nuisance. ● கூலித் தொழிலே **பேஜாரான** தொழில்தான்.

பை

பை[1]: *(பெ):* நிறம்; அழகு; பசுமை; இளமை; வலிமை; பாம்புப்படம்; colour; beauty; greenness; youth; strength; hood of a snake.

பை[2]: *(பெ):* பொருட்களைப் போட்டு வைத்திட (அ) எடுத்துச் சென்றிட ஏதுவாக துணி, தோல், பேப்பர் போன்றவற்றால் ஒரு புறம் மட்டும் திறப்புடையதாகச் செய்யப்படும் சாதனம்; bag of various types.

பைகிரி: *(பெ):* நாய்; dog.

பைக்கம்: *(பெ):* பிச்சை; alms.

பைக்கலம்: *(பெ):* பச்சைக் குப்பி; green bottle.

பைங்கண்: *(பெ):* பசிய உடம்பு; tender body.

பைங்கிளி: *(பெ):* பச்சைக் கிளி; அழகிய இளம் பெண்; parrot; beautiful young lady.

பைங்கொடி: *(பெ):* கொடி வகை; a kind of creeper.

பைசல்: *(பெ):* சிறுவன்; இறப்பு; வழக்குத் தீர்ப்பு மூலமும், கோப்பு, மனு, போன்றவற்றினைப் பரிசீலனையின் மூலமும், தகராறு போன்றவைகளை பேச்சு வார்த்தை மூலமும் அடையும் தீர்வு; வராத கடன் திரும்ப அடைத்திடல்; boy; death; disposal of a suit, request etc.; clearance of debts.

பைசா: *(பெ):* ரூபாயில் நூறில் ஒரு பங்கு; one hundredth of a rupee.

பைசாசம்: *(பெ):* பிசாசு; பேய்; இரும்பு; எண் வகை மணங்களுள் ஒன்று; demon; devil; iron; one of the eight kinds of marriage.

பைசுனம்: *(பெ):* புறங்கூறுகை; backbiting.

பைஞ்சாய்: *(பெ):* கோரைப் புல்; sedges and bulrushes.

பைஞ்சோறு: *(பெ):* சாணம்; dung.

பைஞ்ஞிலம்: *(பெ):* மக்கள் தொகுதி; mass of people.

பைஞ்ஞீலி: *(பெ):* மக்கள் தொகுதி; வாழை வகை; mass of people; a kind of plantain.

பைதல்: *(பெ):* துன்பம்; சிறுவன்; distress; boy.

பைதிரம்: *(பெ):* நாடு; country.

பைது: *(பெ):* ஈரம்; பசுமை; wetness; greenness.

பைத்தல்: *(வி):* ஒளிர்தல்; கோபித்தல்; மிகுதல்; to glitter; to shine; to rebuke; to exceed.

பைத்தியக்கார மருத்துவமனை: *(பெ):* மனநிலை பாதிப்படைந்தோருக்கான மருத்துவமனை; a hospital for the mentally ill.

பைத்தியக்காரன்: *(பெ):* மனநலம் பாதிப்பு அடைந்தவன்; mad man.

பைத்தியக்காரி: *(பெ):* மனநலம் பாதிப்படைந்தவள்; mad woman.

பைத்தியம்: *(பெ):* மனநலம் குன்றிய நிலை; insanity.

பைத்து: *(பெ):* பசுமை; greenness; freshness.

பைந்து: *(பெ):* பத்து; the number ten.

பைந்தொடி: *(பெ):* பொன் வளை; இளம் பெண்; golden bangle; young woman.

பைந்நாகம்: *(பெ):* நாகப்பாம்பு; cobra.

பைபிள்: *(பெ):* கிறித்தவப் புனித நூல்; the Bible.

பைபீலம்: *(பெ):* எறும்பு; ant.

பைம்பொன்: *(பெ):* பசும்பொன்; pure gold.

பைம்மை: *(பெ):* பசுமை; அருக தவப் பெண்; greenness; ascetic woman belonging to Jainism.

பைய: *(வி.அ):* மெல்ல; மெதுவாக; slowly; gently.

பையன்: *(பெ):* சிறுவன்; வயதில் சிறியவன்; மகன்; இளைஞன்; boy; a male who is very young; son; young man.

பையம்: *(பெ):* கூடை; கோரை; basket; sedges and bulrushes.

பையாத்தல்: *(வி):* வருந்துதல்; அஞ்சுதல்; to distress; to fear.

பையாப்பு: *(பெ):* துன்பம்; grief.

பையுள்: *(பெ):* சிறுமை; துன்பம்; நோய்; மயக்கம்; meanness; grief; disease; confusion.

பையோடரி: *(பெ):* பசுங்கொடி; a kind of creeper.

பைரவம்: *(பெ):* பயங்கரம்; அச்சம்; terror; fear.

பைரவி: *(பெ):* துர்க்கை; ஒரு பண் வகை; Durga, Goddess of Victory; a kind of melody.

பைராகி: *(பெ):* துறவி; an ascetic in North India.

பைவருதல்: *(வி):* துயருறுதல்; be distressed.

பொ

பொகடி: (பெ): மகளிர் காதணி வகை; a kind of women's ear ornament.
பொகில்: (பெ): அரும்பு; bud.
பொகுட்டு: (பெ): நீர்க் குமிழி; மலை; தாமரைப் பூக் கொட்டை; water bubble; mountain; pericarp of lotus.
பொகுத்தல்: (வி): ஓட்டை போடுதல்; to make a hole.
பொகுவல்: (பெ): பறவை வகை; a kind of bird.
பொக்கணம்: (பெ): முடிச்சு; knot.
பொக்கணி: (பெ): குழியுரல்; mortar.
பொக்கணை: (பெ): மரப்பொந்து; குழியுரல்; hollow in a tree; mortar.
பொக்கம்: (பெ): பொய்; வஞ்சகம்; குற்றம்; மிகுதி; உயரம்; பொலிவு; அச்சம்; lie; deceit; fault; abundance; height; splendour; fear.
பொக்கரணி: (பெ): கோயில் குளம்; tank nearby a temple.
பொக்கு: (பெ): மரப்பொந்து; குற்றம்; பொருக்கு; hollow in a tree; fault; flake bark.
பொக்குள்: (பெ): கொப்பூழ்; navel; umbilicus.
பொக்கை: (பெ): சிறுதுளை; குற்றம்; small hole; fault.
பொக்கை வாய்: (பெ): பற்கள் ஏதுமில்லாத வாய்; toothless mouth.
பொங்கடி: (பெ): சிங்கம்; யானை; lion; elephant.
பொங்கம்: (பெ): மிகுதி; மகிழ்ச்சி; ஒழுங்கு; நெற்றி; நறுமணம்; பொலிவு; increase; joy; order; forehead; fragrant smell; splendour.
பொங்கர்: (பெ): மரக்கொம்பு; மலை; சோலை; இலவமரம்; branch of a tree; mountain; grove; silk-cotton tree.
பொங்கல்: (பெ): பொங்குதல்; பெருங்கோபம்; உணவு வகை; தைப் பொங்கல் திருவிழா; மிகுதி; பொலிவு; கள்; boiling; bubbling; wrath; a kind of preparation of boiled rice seasoned with salt, pepper, cumin seeds and ghee; Thai Pongal festival; increase; splendour; toddy.
பொங்கழி: (பெ): தூற்றாத நெல்; unsifted paddy.
பொங்காரம்: (பெ): பொங்குதல்; துயரம்; வளையலுப்பு; boiling; grief; a kind of salt used in Siddha medicines.
பொங்குதல்: (பெ): சூடுபடுத்துதல்; இரசாயன மாற்றம் போன்றவற்றால் பால், நீர், மாவு முதலானவை நுரைத்து மேலெழும்புதல்; உணர்ச்சி பெருமளவில் வெளிப்படுதல்; சமைத்தல்; சூட்டின் காரணமாய்க் கண்களில் பீளை வெளியாதல்; to heat; boiling of milk, water, etc., swelling of dough etc.; swelling of emotions etc.; cooking the rice; discharge of mucus of eyes. (வி): எழுதல்; செருக்குறுதல்; விரைதல்; அழகுறுதல்; ஒலித்தல்; to rise up; be haughty; be rapid; be attractive; to sound.
பொசி: (வி): கசிதல்; to ooze out.
பொசிதல்: (வி): கசிதல்; வடிதல்; மனமுருகல்; நெகிழ்தல்; to ooze out; to flow freely; to percolate; to melt.
பொசுக்குதல்: (வி): கருகச் செய்தல்; வாட்டுதல்; சாம்பலாக்குதல்; துன்பப்படுத்துதல்; be singed; to scorch; to burn into ashes; to persecute.
பொசுக்கென்று: (வி.அ): எதிர்பாராத நேரத்தில்; திடீரென; unexpectedly; suddenly.
பொசுங்குதல்: (வி): கருகுதல்; வாட்டப்படுதல்; சாம்பலாகுதல்; be singed; be scorched; to burn into ashes.
பொச்சம்/பொச்சை: (பெ): பொய்; குற்றம்; அவா; உணவு; தேங்காய் மட்டை; lie; fault; desire; food; coconut husk and fibre.
பொச்சாத்தல்: (வி): மறத்தல்; மனம் தடுமாறுதல்; இகழ்தல்; to forget; be indecisive; to ridicule.
பொச்சாப்பு: (பெ): மறதி; குற்றம்; பொல்லாங்கு; forgetfulness; fault; offence.

- பொச்சாப்புக் கொல்லும் புகழை அறிவினை
  நிச்ச நிரப்புக்கொன் றாங்கு. - *குறள் 532.*
- பொச்சாப்பார்க்கு இல்லை புகழ்மை அதுவுலகத்து
  எப்பால்நூ லோர்க்கும் துணிவு. - *குறள் 533.*

பொச்சு: (பெ): குற்றம்; மலத்துளை; தேங்காய் மட்டை; fault; anus hole; coconut husk and fibre.
பொச்செரிப்பு: (பெ): பொறாமை; envy.
பொச்சை: (பெ): காடு; சிறு குன்று; குற்றம்; தொப்பை வயிறு; forest; a small hill; fault; pot belly.

பொஞ்சுதல்: *(வி):* செழித்தல்; இணங்குதல்; to prosper; to agree.

பொடி: *(பெ):* தூள்; புழுதி; மூக்குத்தூள்; சாம்பல்; திருநீறு; சிறுபிள்ளை; powder; dust; snuff; ashes; sacred ashes; small child; infant.

பொடிசு: *(பெ):* சிறியது; that which is small.

பொடியன்: *(பெ):* சிறுவன்; அற்பன்; boy; useless fellow; person of low qualities.

பொடியாடி: *(பெ):* சிவபெருமான்; Lord Shiva.

பொடுகு: *(பெ):* தலைச் சுண்டு; பூடு வகை; dandruff; a kind of small plant.

பொடுதலை: *(பெ):* ஒரு பூண்டு வகை; a kind of herb.

பொட்டணம்/பொட்டலம்: *(பெ):* தாள் (அ) இலையில் ஒரு பொருளினை வைத்துப் பிரியாதபடி மடித்துக்கட்டிய கட்டு; தின்பண்ட வகை; packet; mixture.

பொட்டல்: *(பெ):* வறண்ட நிலப்பகுதி; large area of barren land. • **பொட்டல்** காடு.

பொட்டி: *(பெ):* விலைமகள்; பெட்டி; prostitute; box.

பொட்டு: *(பெ):* ஓர் அணிகல வகை; நெற்றியில் இடும் அலங்காரப் பொட்டு; தானியங்களின் தோல் வகை; பூச்சி என்னும் வார்த்தையுடன் இணைந்து வரும் வார்த்தை; a kind of ornament; a round mark on the forehead as a sign of auspiciousness; bits of certain unhulled grain; an echo word which occurs in combination with 'பூச்சி'.

பொட்டுதல்: *(பெ):* அழிதல்; be perished.

பொட்டை: *(பெ):* பார்வையில்லாமை; விலங்கு, பறவை ஆகியவற்றின் பெண்பால்; blindness; female of animals, birds, etc.

பொட்டைக்கண்: *(பெ):* பார்வையற்ற விழி; blind eye.

பொண்டுதல்: *(வி):* கெட்டுப்போதல்; be ruined.

பொதி: *(பெ):* மூட்டை; நிதி; கட்டுச்சோறு; மூளை; உடல்; குடவோலை; அரும்பு; ஓலைக்குடை; அம்பலம்; பொதியமலை; pack; fund; cooked rice bundled up as food for a journey; brain; body; vote by ballot as recorded on palm leaf and cast into a pot and drawn from it; flower bud; palmyra leaf umbrella; open space for the use of the public; the Pothigai hill.

பொதிகை: *(பெ):* பொதிகை மலை; the Pothigai hill.

பொதிதல்: *(வி):* நிறைதல்; பிணித்தல்; மறைத்தல்; சேமித்தல்; be filled; to tie; to hide; to store up.

பொதிப் பருவம்: *(பெ):* பயிரின் இளங்கதிர் வெளிப்படும் முன்பு கண்ணாடி இலையில் பொதிந்திருக்கும் நிலை; the stage of the growth of tender shoots.

பொதிப்போதா: *(பெ):* ஒரு நாரை வகை; a kind of crane.

பொதியம்: *(பெ):* பொதிகை மலை; the Pothigai hill.

பொதியறை: *(பெ):* நிலவறை; underground room, cellar.

பொதியன்: *(பெ):* அகத்திய முனிவர்; sage Agasthiyar.

பொதிர்: *(பெ):* நடுக்கம்; shivering.

பொதிர்தல்: *(வி):* வீங்குதல்; நடுங்குதல்; அஞ்சுதல்; மிகுதல்; to swell; to tremble; to fear; to exceed.

பொதிர்த்தல்: *(வி):* குத்துதல்; முறித்தல்; to pierce; to break.

பொதிவு: *(பெ):* ஒற்றுமை; resemblance.

பொது: *(பெ):* ஒப்பு; பலரும் புழங்கும் இடம்; எல்லோருக்கும் உரிமை (அ) தொடர்புடையது; பெரும்பாலானவற்றில் இருப்பது; அனைவருக்கும் உரிமையுடையதாக நிர்வகிக்கப்படுவது; likeness; public place; that which is common; general; public.

பொது அறிவு: *(பெ):* உலக நடப்பு, அறிவியல் போன்றவை குறித்த அடிப்படை அறிவு; general knowledge.

பொது ஊழியர்: *(பெ):* பொதுமக்களுக்குச் சேவை செய்பவர்; பொது மக்களுடன் நேரடியாகத் தொடர்புள்ள துறையில் பணியாற்றுபவர்; public servant.

பொதுக் கணக்குக் குழு: *(பெ):* அரசின் செலவுக்கு ஒதுக்கப்பட்ட தொகை உரிய வரம்புக்குள் செலவிடப்பட்டுள்ளதையும், பொதுத்துறை நிறுவனங்களின் வரவு-செலவு மீதான அறிக்கையையும் பரிசீலித்திட அமைச்சர் அல்லாத பாராளுமன்ற உறுப்பினர்கள் கொண்ட குழு; Parliamentary Committee on Public Accounts abbreviated as P.A.C.

பொதுக்கு: *(வி):* விலக்கு; ஒதுக்கு; மறைப்பு; prohibition; separation; concealment.

பொதுக்குழு: *(பெ):* பதிவு செய்யப்பட்ட ஓர் அமைப்பின் அனைத்து உறுப்பினர்களைக் கொண்ட ஆண்டுக்கு ஒரு முறையாவது கூடும் குழு; general body of a registered society, association, etc.

பொதுக்கூட்டம்: *(பெ):* அழைப்பின் பேரில் இல்லாது அனைவரும் கலந்து கொள்ள அனுமதித்து நடத்தும் கூட்டம்; public meeting.

பொதுக்கை: *(பெ):* அபிநய வகை; a kind of dance gesture.

பொதுங்குதல்: *(வி):* வருந்துதல்; to suffer.

பொதுச் செயலாளர்: *(பெ):* ஓர் அமைப்பின் அன்றாட வேலைகளைக் கவனிக்க, பொதுக் குழுவால் தேர்வு செய்யப்பட்டு பொறுப்பு வகிப்பவர்; general secretary of any association.

பொதுதல்: *(வி):* துளை போடுதல்; to make a hole.

பொதுத்தல்: *(வி):* துளைத்தல்; to bore.

பொதுத் தேர்தல்: *(பெ):* பாராளுமன்றம், சட்டமன்றம் ஆகியவற்றிற்கு உறுப்பினர்களைத் தேர்ந்தெடுக்க ஐந்து ஆண்டுகளுக்கு ஒரு முறை நாடு முழுமையும் நடத்தப்படும் வாக்கெடுப்பு; general election.

பொதுத்தேர்வு: *(பெ):* நாடு முழுமையும் (அ) மாநில அளவில் பங்கு பெறும் அனைவருக்கும் ஒரே நாளில் ஒரே நேரத்தில் நடத்தப்படும் தேர்வு; public examination.

பொதுநலம்: *(பெ):* சமுதாயத்திற்கு உண்டாகும் நன்மை; common good.

பொது நிறம்: *(பெ):* மாநிறம்; neither dark nor fair of complexion.

பொதுப்படை: *(பெ):* ஒருவரை (அ) ஒன்றினைப் பற்றிக் குறிப்பிடுவதற்காக இல்லாமல் / குறிப்பிடுவதாக இல்லாத; in a general way.

பொதுப்பணித்துறை: *(பெ):* பொதுக் கட்டடங்கள்; பாலங்கள், சாலைகள், பாசன வடிகால்கள் ஆகியவற்றின் கட்டுமானம், பராமரிப்புப் பணி ஆகியவற்றைச் செய்திடும் அரசுத் துறை; Public Works Department.

பொதுப்பெயர்: *(பெ):* இனப்பொருட்கள் அனைத்தையும் குறிப்பிடும் பெயர்; general name; genus.

பொதும்பர்: *(பெ):* சோலை; grove.

பொதுமகள்: *(பெ):* விலைமகள்; prostitute.

பொது மக்கள்: *(பெ):* ஒரு நாட்டினுடைய (அ) ஓர் ஊரின் பொதுமக்கள்; the general public.

பொதுமை: *(பெ):* பொதுவுடைமை; நன்மை; communism; goodness.

பொதும்பு: *(பெ):* சோலை; குகை; மரப்பொந்து; குழி; grove; cave; hollow in a tree; pit.

பொதுவர்: *(பெ):* நடுவர்; mediator; arbitrator.

பொதுவில்: *(பெ):* அம்பலம்; public hall.

பொதுவுடைமை: *(பெ):* உற்பத்திச் சாதனங்கள் மக்களின் உடைமையாக அரசின் கட்டுப் பாட்டில் இருந்திட வேண்டும்; திறமை, உழைப்பு, தேவை ஆகியவற்றுக்கு ஏற்ற பங்கீடு கிடைத்திட வேண்டும்; வர்க்கபேதம் இல்லாத சமுதாயம் அமைந்திட வேண்டும் - ஆகிய இவற்றை வலியுறுத்திடும் அரசியல் கோட்பாடு; communism.

பொதுளுதல்: *(வி):* நெருங்குதல்; தழைத்தல்; நிறைதல்; be close; to thrive; be filled.

பொதை: *(பெ):* புதர்; bush.

பொத்தகம்: *(பெ):* புத்தகம்; மயிலிறகு; book; peacock feather.

பொத்தல்: *(பெ):* துளை; துளைத்தல்; கடன்; குற்றம்; hole; drilling; loan; fault.

பொத்தாறு: *(பெ):* ஏர்க்கால்; shaft of plough.

பொத்தி: *(பெ):* சீலை; வாழைப்பூ; மணி வகை; பனங்கிழங்கு; அண்டம்; பொத்தியார் என்னும் சங்க காலப் புலவர்; cloth; plantain flower; a kind of gem; tender root of palmyra tree; egg; Pothiyar, a poet of the Sangam period.

பொத்திரம்: *(பெ):* எறியாயுதம்; a kind of lance.

பொத்திலம்: *(பெ):* மரப்பொந்து; hollow of a tree.

பொத்து மான்: *(பெ):* ஒரு வகை மான்; a kind of deer.

பொத்தை: *(பெ):* துளை; கற்பாறை; காடு; கடன்; குற்றம்; உடம்பு; hole; rock; forest; loan; fault; body.

பொத்தைக்கால்: *(பெ):* யானைக்கால்; elephantiasis.

பொத்தையன்: *(பெ):* தடித்தவன்; fat person.

பொந்தி: *(பெ):* உடல்; பருமை; மரவாள்; body; bulkiness; wooden sword.

பொந்திகை: *(பெ):* திருப்தி; satisfaction.

பொந்து: *(பெ):* மரப்பொந்து; எலி வளை; பல்லி; hollow in a tree; rat hole; lizard.

பொந்தை: *(பெ):* உடல்; body.

பொம்மலாட்டம்: *(பெ):* பாவைக் கூத்து; மாயம்; puppet show; illusion.

பொம்மலி: *(பெ):* உடல் பருத்தவள்; fat woman.

பொம்மல்: *(பெ):* பொலிவு; மிகுதி; கூட்டம்; பருமன்; சோறு; மகிழ்ச்சி; splendour; excess; crowd; fatness; boiled rice; happiness.

பொம்முதல்: *(வி):* மிகுதல்; பொலிதல்; to exceed; to thrive.

பொம்மை: *(பெ):* பாவை; கைப்பிடிச் சுவர்; toy; parapet wall.

பொய்: *(பெ):* மாயை; துளை; உண்மையல்லாதது; illusion; hole; that which is not true.
- **பொய்** சொன்ன வாய்க்குப் போஜனம் கிடைக்காது - *பழமொழி.*

பொய்கை: *(பெ):* நீர்நிலை; கோட்டான்; பொய்கையாழ்வார்; tank; pond; rock-horned owl; Poygai Azhwar, a devotee of Lord Vishnu.

பொய்க்க: *(வி.அ):* மெதுவாக; slowly.

பொய்க்கால்: *(பெ):* போலிக்கால்; wooden leg.

பொய்க் காரணம்: *(பெ):* பொய்யான காரணம்; pretext.

பொய்க்கூடு: *(பெ):* உடம்பு; body.

பொய் சொல்லி: *(பெ):* பொய் பேசுபவன்; liar.

பொய் சாட்சி: *(பெ):* பொய்யாக சாட்சி கூறுபவன்; false witness.

பொய்ச்சூழ்: *(பெ):* பொய்யான சூளுரை; false oath.

பொய்ச்சொல்: *(வி):* பொய்யானவற்றைக் கூறிடு; to tell lie.

பொய்த்தல்: *(வி):* பொய்யாதல்; தவறுதல்; பின்வாங்குதல்; கெடுதல்; வஞ்சித்தல்; to be untrue; to miss; to withdraw; to decay; to deceive.

பொய்த்தூக்கம்: *(பெ):* பொய்யாகத் தூங்குவது போன்ற நடிப்பு; pretended sleep.

பொய்த்தோற்றம்: *(பெ):* மாயை; illusion.

பொய்நீர்: *(பெ):* கானல் நீர்; mirage.

பொய்ப்பாடு: *(பெ):* தவறுகை; missing.

பொய்மையாளர்: *(பெ):* பொய்யர்; liar.

பொய்ம்மணல்: *(பெ):* புதை மணல்; quick sand.

பொய்ம்மை: *(பெ):* பொய்; தவறுகை; மாயை; lie; falsehood; unreality.

- **பொய்ம்மையும் வாய்மை இடத்த புரைதீர்ந்த நன்மை பயக்கும் எனின்.** *- குறள் 292.*

பொய்யாமை: *(பெ):* பொய் பேசாமை; பாரபட்சமில்லாமை; being truthful; impartiality.

- **பொய்யாமை பொய்யாமை ஆற்றின் அறம்பிற செய்யாமை செய்யாமை நன்று.** *- குறள் 297.*

பொய்யாமொழி: *(பெ):* திருக்குறள்; வேதாகமம்; ஒரு நூலாசிரியர்; Thirukkural; Vedagamam; an author of a Tamil treatise.

பொய்யிகந்தோர்: *(பெ):* முனிவர்; saints.

பொய்யில் புலவன்: *(பெ):* திருவள்ளுவர்; Thiruvalluvar, the author of Thirukkural.

பொய்யுகம்: *(பெ):* கலியுகம்; iron age.

பொய்யுறக்கம்: *(பெ):* பொய்யான தூக்கம்; pretended sleep.

பொரி: *(பெ):* பொரிக்கப்பட்டது; பொரியல்; தேவையான சூடு உண்டாக்கிக் குஞ்சினை முட்டையிலிருந்து வெளிவரச் செய்தல்; சூட்டில் சோளம், கடலை போன்றவற்றை வறுத்தல்; எருமைக்கன்று; a fry; fried curry; hatching; roast; calf of buffallo.

பொரி கடலை: *(பெ):* பொட்டுக்கடலை; பொரியும் பொட்டுக் கடலையும் கலந்த கலவை; fried chick-pea; a mixture of fried chick-pea and puffed grain.

பொரிகாரம்: *(பெ):* வெண்காரம்; படிகாரம்; borax; alum.

பொரிதல்: *(வி):* வறுபடுதல்; தீய்தல்; விரைவாகப் பேசுதல்; பூத்தல்; be fried; be blackened by fire; to speak quickly; to blossom.

பொரிமலர்: *(பெ):* புங்க மரம்; Indian beech tree.

பொரியரிசி: *(பெ):* வறுத்த அரிசி; fried rice.

பொரி விளங்காய் உருண்டை: *(பெ):* பாசிப்பருப்பு மாவுடன் நிலக்கடலையைச் சேர்த்து வெல்லப்பாகு விட்டுக்கிளறி உருண்டையாகப் பிடிக்கப்படும் தின்பண்டம்; a hard ball-shaped sweetmeat made of different kinds of flour.

பொரு: *(பெ):* ஒப்பு; உவமை; likeness; comparison.

பொருகளம்: *(பெ):* போர்க்களம்; battle field.

பொருகு: *(பெ):* சோறு; boiled rice.

பொருக்கு: *(பெ):* பருக்கை; மரப்பட்டை; single grain of boiled rice; bark.

பொருக்குதல்: *(வி):* பெருக்குதல்; பொருந்துதல்; to multiply; to be fit.

பொருக்கு விதை: *(பெ):* தேர்ந்தெடுக்கப்பட்ட உயர்ரக விதை; the improved seed.

பொருட்காட்சி: *(பெ):* பொதுமக்கள் பார்வையிடவும் பொருட்களை வாங்கிச் சென்றிடவும் ஏற்ற வகையில் பொருட்களைப் பெரிய அளவில் விளம்பரம் செய்து சில நாட்கள் (அ) மாதங்களுக்கு நடத்தப்படும் நிகழ்ச்சி; exhibition.

பொருட்குன்று: *(பெ):* மேரு மலை; Meru hill.

பொருட்கை: *(பெ):* அபிநய வகை; a kind of dance gesture.

பொருட்சுவை: *(பெ):* பாட்டில் கூறப்படும் பொருளால் பெறும் இன்பம்; beauty of ideas.

பொருட் செல்வம்: *(பெ):* அசையும் மற்றும் அசையாப் பொருள்களான செல்வம்; material wealth.

பொருட் செல்வி: *(பெ):* திருமகள்; Lakshmi, Goddess of Wealth.

பொருட்டு: *(பெ):* காரணம்; reason.

பொருட்படுத்துதல்: *(வி):* முக்கியத்துவம் அளித்து கருத்தில் கொள்ளுதல்; to give due consideration.

பொருட்பெண்டிர் / பொருட்பொருளார்: *(பெ):* விலைமகளிர்; prostitutes.

- **பொருட்பெண்டிர் பொய்ம்மை முயக்கம் இருட்டறையில் ஏதில் பிணந்தழீஇ யற்று.** *- குறள் 913.*
- **பொருட்பொருளார் புன்னலம் தோயார் அருட்பொருள் ஆயும் அறிவி னவர்.** *- குறள் 914.*

பொருட்பெயர்: *(பெ):* பொருளைக் குறிக்கும் பெயர்; name of things.

பொருண்மை: *(பெ):* ஸ்தூலம்; பொருள் நிலை; பொருளின் தன்மை; material; true substance; quality.

பொருண்மையியல்: *(பெ):* மொழியில் பொருள் என்பது பற்றி விளக்கிடும் இயல்; semantics.

பொருதல்: *(வி):* போர் செய்தல்; மாறுபடுதல்; ஒப்பாதல்; பொருந்துதல்; தடவுதல்; வீசுதல்; to fight; to vary; to like; to fit; to smear; to throw.

பொருத்தம்: *(பெ):* இணக்கம்; மனநிறைவு; உடன்படிக்கை; தகுதி; harmony; satisfaction; agreement; fitness.

பொருத்து: *(பெ):* இணைப்பு; ஒன்றுசேர்க்கை; ஒப்பந்தம்; joint; junction; uniting; agreement.

பொருத்துதல்: *(வி):* பொருந்தச் செய்தல்; கூட்டுதல்; வேலைக்கு அமர்த்துதல்; இணைத்தல்; விளக்கு, அடுப்பு, மெழுகுவர்த்தி போன்றவற்றை எரியச் செய்தல்; to fix; to add; to appoint someone in a job; to join; to light a lamp, stove, candle, etc.

பொருநல்: *(பெ):* பொருநையாறு; the river Porunai.

பொருநன்: *(பெ):* படைவீரன்; அரசன்; படைத்தலைவன்; நடிகன்; soldier; king; chief of an army; actor.

பொருநை: *(பெ):* தாமிரபரணியாறு; River Thamiraparani alias Porunai.

பொருநைத் துறைவன்: *(பெ):* சேரன்; பாண்டியன்; Chera king; Pandya king.

பொருந்தார்: *(பெ):* பகைவர்; enemies.

பொருந்துதல்: *(வி):* ஏற்றதாக அமைதல்; ஒன்றில் இணைந்து (அ) சேர்ந்து அமைதல்; (உடை போன்றவை) சரியான பிடிப்புடன் அமைதல்; புணர்தல்; be appropriate; be joined; to fit (of clothes); to have sex.

பொருபுவி: *(பெ):* போர்க்களம்; பாலை நிலம்; battle field; arid land.

பொருப்பன்: *(பெ):* குறிஞ்சி நிலத் தலைவன்; பாண்டியன்; இமயமலை; chief of hilly tract; Pandya king; Himalayas.

பொருப்பு: *(பெ):* மலை; mountain.

பொருமல்: *(பெ):* துன்பம்; அச்சம்; அழுதுவிம்முதல்; பருமை; grief; fear; sobbing; plumpness.

பொருமிநாதம்: *(பெ):* இரசக் கற்பூரம்; medicated camphor.

பொருமுதல்: *(வி):* துன்புறுதல்; பொறாமைப்படுதல்; to suffer; to grudge.

பொருவு: *(பெ):* ஒப்பு; likeness.

பொருள்: *(பெ):* மதிக்கப்படுவது; அறம்; மோட்சம்; மெய்ம்மை; கொள்கை; தங்கம்; பயன்; தேமல்; உவமேயம்; செய்தி; செய்கை; தத்துவம்; தந்திரம்; மகன்; that which is valued; virtue; final bliss; reality; doctrine; gold; result; beauty spot; the thing which is compared; news; action; philosophy; trick; son.

பொருள் செய்தல்: *(வி):* உரையிடுதல்; செல்வம் தேடுதல்; உயர்வாக மதித்தல்; to comment on or explain; to acquire wealth; to esteem highly.

பொலங்கலம்: *(பெ):* பொன் நகை; golden ornaments.

பொலங்கா: *(பெ):* இந்திரனின் நந்தவனம்; flower garden of Lord Indra.

பொலம்: *(பெ):* அழகு; பொல்லாங்கு; பொன்; beauty; offence; gold.

பொலன்: *(பெ):* அழகு; beauty.

பொலி: *(பெ):* களத்தில் குவித்து வைக்கப் பட்டிருக்கும் தூற்றாத நெல்; விளைச்சலின் அளவு; heap of paddy which is yet to be winnowed; yield of paddy.

பொலிகடா: *(பெ):* இனப்பெருக்கம் செய்வதற்காக வளர்த்திடும் கடா; bull or ram reared for the purpose of breeding.

பொலிகை: *(பெ):* வட்டி; இலாபம்; interest; profit.

பொலிக்கொடி: *(பெ):* வைக்கோல்; straw.

பொலிசை: *(பெ):* வட்டி; இலாபம்; interest; profit.

பொலிச்சல்: *(பெ):* புணர்ச்சி; sexual intercourse.

பொலிதல்: *(வி):* பெருகுதல்; மிகுதல்; விளங்குதல்; செழித்தல்; மங்கலமாதல்; to increase; to abound; to shine; be auspicious.

பொலிவு: *(பெ):* அழகு; செழிப்பு; எழுச்சி; பொன்; beauty; splendour; prosperity; upheaval; gold.

பொல்: *(பெ):* பதர்; chaff.

பொல்லது: *(பெ):* தீயது; the wicked; offence.

பொல்லம்: *(பெ):* இணைத்தல்; தைத்தல்; joint; sewing.

பொல்லர்: *(பெ):* தையற்காரர்; tailor.

பொல்லாங்கு: *(பெ):* தீயது; குற்றம்; கேடு; offence; fault; ruin; harm.

பொல்லு: *(பெ):* பதர்; தடி; ஊன்றுகோல்; chaff; stick; support; walking-stick.

பொழி: *(பெ):* கணு; எல்லை; உரிக்கப்பட்டது; node of sugarcane, bamboo, etc; boundary; that which is peeled.

பொழிதல்: *(வி):* மழைபெய்தல்; நிறைதல்; தங்குதல்; to rain heavily; be filled; to stay.

பொழிப்பு/பொழிப்புரை: *(பெ):* செய்யுளின் பொருளினைத் தொகுத்துக் கூறும் முறையில் அமைந்துள்ள உரை; paraphrase of a poem or verse.

பொழில்: *(பெ):* பூந்தோட்டம்; சோலை; பெருமை; உலகம்; நாடு; நாட்டின் ஒருபகுதி; flower garden; grove; greatness; world; nation; part of a country.

பொழிவு: *(பெ):* நிறைவு; விருத்தி; ஆதாயம்; மழை, பனி போன்றவை பெய்தல்; completion; increase; benefit; outpour of rain, snow, etc.

பொழுதிருக்க: *(வி.அ):* பகல்பொழுது முடியும் முன்பாக; before the sunset.

பொழுது: *(பெ):* காலம்; நொடி; சூரியன்; சூரிய ஒளி உள்ள நேரம்; time; moment; the Sun; daylight.

பொழுதுபோக்கு: *(பெ):* ஒருவர் தனது விருப்பப்படி நேரத்தைக் கழித்திடல்; spending time in recreation.

பொழுதுபோதல்: *(வி):* சூரியன் மறைதல்; இனிமையாக நேரம் கழிதல்; the setting of the Sun; the passing of time pleasantly by being engaged in something.

பொழுது வணங்கி: *(பெ):* சூரியகாந்திப் பூ; Sun flower.

பொளி: *(பெ):* உளியால் இட்ட துளை; the hole which is drilled by a chisel.

பொளிதல்: *(வி):* உளியால் கொத்துதல்; இடித்தல்; to chisel; to break.

பொளித்தல்: *(வி):* கிழித்தல்; to tear.

பொள்: *(பெ):* துளை; hole.

பொள்ளல்: *(பெ):* துளைத்தல்; துளை; அம்மைவடு; கொப்புளம்; குற்றம்; drilling; hole; scar created by small pox; boiling; defect.

பொள்ளுதல்: *(வி):* துளையிடுதல்; கிழிதல்; to make hole; to tear.

பொள்ளை: *(பெ):* துளை; hole.

பொறாமை: *(பெ):* பிறர் முன்னேற்றம் கண்டு மனம் கொள்ளாமை; jealousy.

பொறி: *(பெ):* வரி; கோடு; புள்ளி; தழும்பு; அடையாளம்; எழுத்து; விருது; முத்திரை; வண்டு; பீலி; தேமல்; பதுமை; விதி; மூட்டுவாய்; ஐம்பொறி; இயந்திரம்; மதிலுறுப்பு; மரக்கலம்; திருமகள்; பொலிவு; திரட்சி; முன்வினைப் பயன்; line; dot; scar; mark; letter; award; stamp; beetle; peacock feather; beauty spot; toy; rule; joint; the five organs of sense viz., skin, mouth, eye, nose and ear; machine; part of a fortwall; boat; Lakshmi, Goddess of Wealth; splendour; mass; the results of the deeds of previous birth. • **பொறியில் மாட்டிய எலி போல** - *பழமொழி.*

- **பொறிவாயில் ஐந்தவித்தான் பொய்தீர் ஒழுக்க நெறிநின்றார் நீடுவாழ் வார்.** - *குறள் 6.*
- **பொறியின்மை யார்க்கும் பழியன்று அறிவறிந்து ஆள்வினை இன்மை பழி.** - *குறள் 618.*

பொறி கலங்குதல்: *(வி):* புலன்கள் குழம்புதல்; be dazed.

பொறித்தல்: *(வி):* முத்திரையிடுதல்; தெறித்தல்; அழுந்துதல்; to stamp; to splash up; to press.

பொறிமுதல்: *(பெ):* ஆன்மா; soul.

பொறியாளர்: *(பெ):* கட்டடம், இயந்திரம் முதலானவற்றை உருவாக்குவதற்கும், பராமரிப்பதற்குமுரிய தொழில் நுட்பக் கல்வியில் தேர்ச்சி பெற்றவர்; engineer.

பொறியியல்: *(பெ):* கட்டடம், இயந்திரம் போன்றவற்றை உருவாக்குதல், பராமரித்தல் முதலானவை குறித்த தொழில் நுட்பம் பற்றிய இயல்; engineering.

பொறியிலார்: *(பெ):* கீழ்மக்கள்; persons of low qualities.

பொறியிலி: *(பெ):* அறிவிலி; idiot.

பொறி வாயில்: *(பெ):* புலன்; sense organ.

பொறுக்குதல்: *(வி):* ஆய்ந்தெடுத்தல்; to elect; to select; to choose.

பொறுத்தல்: *(வி):* தாங்குதல்; சுமத்தல்; மன்னித்தல்; தாமதித்தல்; to bear with; to support; to forgive; to delay.

பொறுப்பாசிரியர்: *(பெ):* புத்தகம், பத்திரிகை போன்றவற்றை வெளியிடுவதில் நிர்வாகப் பொறுப்பினை வகிப்பவர்; managing editor of a journal, etc.

பொறுப்பாளர்: *(பெ):* மையம், சங்கம், விடுதி முதலானவற்றை நிர்வகிக்கும் பொறுப்பினை ஏற்றுள்ளவர்; administrator.

பொறுப்பாளி: *(பெ):* ஒன்றுக்குப் பொறுப்பினை ஏற்றுள்ளவர்; the person who is responsible for something.

பொறுப்பு: *(பெ):* பதவி; கடமை; முக்கியம்; தகுதி; வரி; position of responsibility; duty; importance; fitness; tax.

பொறுமை: *(பெ):* அடக்கம்; சிரமம், அசௌகரியம் முதலானவற்றைத் தாங்கிக்கொண்டு, சூழ்நிலையைப் புரிந்துகொண்டு எரிச்சல், அவசரம் என ஏதும் காட்டாது செயல்படும் தன்மை; சகிப்புத்தன்மை; modesty; tolerance; patience.

பொறை: *(பெ):* பாரம்; சுமை; மலை; கல்; பூமி; அடக்கம்; பொறுமை; வலிமை; தின்பண்டம்; burden; mountain; stone; earth; modesty; patience; strength; a kind of snack.

பொறையன்: *(பெ):* சேரன்; தருமன்; Chera king; Dharma, the eldest of the Pandavas.

பொறையாட்டி: *(பெ):* பலி கொடுத்திடும் பெண் பூசாரி; priestess who offers sacrifice.

பொறையுயிர்த்தல்: *(வி):* சுமையை இறக்குதல்; பிரசவித்தல்; to unburden; to give birth to a child.

பொற்காசு: (பெ): தங்க நாணயம்; gold coin.
பொற்காலம்: (பெ): நாடு பல்வேறு துறைகளிலும் சிறப்புற்று விளங்கும் காலம்; golden age.
பொற்கிழி: (பெ): பொற்காசுகள் முடிந்த துணி; gold coins tied up in a piece of cloth.
பொற்கூடம்: (பெ): இமயமலைக்கு வடபுறமுள்ள ஏமகூடம்; Emakoodam, the mountain which is in the north of Himalayas.
பொற்கொல்லன்: (பெ): பொன்னைக்கொண்டு நகைகளைச் செய்வதினைத் தொழிலாகக் கொண்டுள்ளவர்; goldsmith.
பொற்கோள்: (பெ): வியாழன்; the Planet Jupiter.
பொற்சபை: (பெ): சிதம்பரத்தில் உள்ள கனகசபை; Kanaka Sabhai at Chidambaram Lord Nataraja's Temple.
பொற்சிலை: (பெ): பொன்னால் ஆன பதுமை; golden image.
பொற்சுண்ணம்: (பெ): நறுமணத்தூள்; a perfume dust.
பொற்சூட்டு: (பெ): நெற்றிப்பட்டம்; thin plate of gold or other metal worn on the forehead as an ornament.
பொற்பாதம்: (பெ): திருவடி; gold like foot of a great person.
பொற்பிதிர்: (பெ): பசலை; beauty spots on a woman's skin.
பொற்பு: (பெ): அழகு; பொலிவு; மிகுதி; ஒப்பனை; beauty; elegance; excess; make-up.
பொற்புறுத்து: (வி): அழகுபடுத்து; to adorn.
பொற்பூ: (பெ): தங்கமலர்; golden flower.
பொற்ற: (பெ.அ): சிறந்த; good.
பொற்றாமரை: (பெ): பொன்மயமான தாமரை; மதுரைத் திருக்கோயிலில் உள்ள குளம்; golden lotus; the sacred tank in Madurai Meenakshi Temple.
பொற்றாலம்: (பெ): தங்கத்தட்டு; golden plate.
பொற்றை: (பெ): பாறை; காடு; rock; forest.
பொற்றொடி: (பெ): தோள் வளை வகை; ஒரு பெண்; a kind of shoulder ornament; a woman.
பொன்: (பெ): உயர்ந்த உலோக வகையான தங்கம்; இரும்பு; செல்வம்; பொலிவு; பசலை; ஒளி; அழகு; திருமகள்; வியாழன்; சூரியன்; gold; iron; wealth; splendour; sallowness of complexion from love-sickness; lustre; beauty; Lakshmi, Goddess of Wealth; Jupiter; the Sun.
பொன் செய்தல்: (வி): நற்செயல் புரிதல்; to do good deeds.
பொன்செய் கொல்லன்: (பெ): பொன் ஆபரணங்களைச் செய்பவர்; goldsmith.
பொன்மலை: (பெ): மேருமலை; இமயம்; ஓர் ஊர்; mount Meru; the Himalayas; a town in Trichy district, Tamil Nadu.
பொன்மலைவல்லி: (பெ): பார்வதி; Goddess Parvathi as the daughter of Imavan.
பொன்மனம்: (பெ): உயரிய உள்ளம்; splendid heart.
பொன்மாரி: (பெ): குதிரை சாதி வகை; a kind of horse.
பொன்மெழுகு: (பெ): தங்கத்தை உரைத்துப் பார்க்கும் மெழுகு; the wax used in testing the quality of gold.
பொன்மை: (பெ): பொன்னிறம்; golden colour.
பொன்மொழி: (பெ): சான்றோர், அறிஞர் போன்றோரின் நற்கருத்துக்கள் நிறைந்த சுருக்கமான சொற்றொடர்; saying, aphorism.
பொன்வண்டு: (பெ): மஞ்சள் நிற (அ) பளபளப்பான கரும்பச்சை நிறங்கொண்ட ஒரு வகை வண்டு; a kind of beetle which has yellow or shiny dark green colour.
பொன்வரை: (பெ): மேருமலை; இமயமலை; mount Meru; the Himalayas.
பொன்வாய்ப்புள்: (பெ): பறவை வகை; a kind of bird.
பொன்வில்லி: (பெ): சிவபெருமான்; Lord Shiva.
பொன்விழா: (பெ): ஐம்பது ஆண்டுகள் நிறைவுற்றதற்கான கொண்டாட்டம்; Golden Jubilee.
பொன்றக் கெடுதல்: (பெ): முற்றிலும் அழிதல்; a great disaster.
பொன்றுதல்: (வி): அழிதல்; இறத்தல்; தவறுதல்; to perish; to die; to fail.
பொன்னகர்: (பெ): அமராவதி; சிவலோகம்; தேவலோகம்; Amaravathi, the city of Lord Indra; Kailayam (Lord Shiva's abode); heaven.
பொன்னஞ்சிலம்பு: (பெ): பொன்மலை; mount Meru; the Himalayas; Golden Rock, a town.
பொன்னம்பலம்: (பெ): சிதம்பரத்திலுள்ள கனகசபை; Kanagasabhai at Chidambaram Lord Nataraja's Temple.
பொன்னவன்: (பெ): இரணியகசிபு; வியாழன்; Hiranyakasibu, the father of Prahaladan, a devotee of Lord Vishnu, and was killed by Narasimha, an incarnation of Lord Vishnu; the Planet Jupiter.
பொன்னாங்கண்ணி: (பெ): நீர்நிலைகளுக்கு அருகில் வளரும் வழவழப்பான சிறு இலைகளைக் கொண்ட ஒருவகைக் கீரை; a kind of greens with shiny little leaves.
பொன்னாட்சி: (பெ): வியாழக்கிழமை; Thursday.

பொன்னாடை: *(பெ):* ஒருவரை கௌரவிக்கும் வகையில் அவருக்கு அணிவிக்கப்படும் பட்டு (அ) பட்டு போன்ற துணி; braided shawl, presented to someone as an honour.

பொன்னி: *(பெ):* காவிரியாறு; the river Cauveri.

பொன்னி நாடன்: *(பெ):* சோழன்; Chozha king.

பொன்னி நாடு: *(பெ):* சோழ நாடு; Chozha kingdom.

பொன்னிலம்: *(பெ):* தேவலோகம்; heaven.

பொன்னுக்கு வீங்கி: *(பெ):* ஒரு நோய்; a disease.

பொன்னுலகம்: *(பெ):* தேவலோகம்; heaven.

பொன்னோர்: *(பெ):* தேவர்கள்; the celestial beings.

பொன்னோலை: *(பெ):* மகளிர் காதணி வகை; a kind of women's ear ornament.

போ

போ: *(வி):* செல்லுதல்; நீங்குதல்; காலம் கழிந்திடல்; இல்லை என்றாகுதல்; to go; to leave; to pass time; be lost.

போகடுதல்: *(வி):* விலகுதல்; போக விடுதல்; to leave; let go.

போகணி: *(பெ):* ஒரு பெரிய பாண்டம்; a large vessel.

போகண்டன்: *(பெ):* ஐந்து முதல் பதினைந்து வயதுக்குட்பட்ட ஆண்; the male between the age of five and fifteen.

போகத்தானம்: *(பெ):* உடம்பு; body.

போகபதி: *(பெ):* தலைவன்; அதிபதி; master; lord; owner.

போக பூமி: *(பெ):* விளைநிலம்; சுவர்க்கம்; முப்பத்தாறு தத்துவங்கள்; cultivable land; heaven; thirty-six kinds of philosophies.

போகமகள்: *(பெ):* மனைவி; பெண்; wife; woman.

போகம்: *(பெ):* இன்பம்; நுகர்வு; புசித்தல்; செல்வம்; விளைவு; கூலி; பாம்பின் படம்; பாம்பின் உடம்பு; உலக அனுபவம்; பின்னத்தின் மேல் எண்; பாக்கியம்; புணர்ச்சி; pleasure; enjoyment; eating; wealth; agriculture output; wage; hood of snake; body of snake; worldly experience; the number which is to be divided; good fortune; sexual intercourse.

போகர்: *(பெ):* ஒரு சித்தர், ஏழாயிரம் பாடல்களைப் பாடியவர்; உலக அனுபவங்களை நுகர்பவர்; a Siddhar-Bhogar who wrote 7000 stanzas; one who enjoys the worldly pleasures.

போகல்: *(பெ):* உயர்ச்சி; நீளம்; போதல்; height; length; act of going.

போகாறு: *(பெ):* செல்வம் செலவாகும் வழி; the way of expenses.

போகி: *(பெ):* இந்திரன்; சுக்கிரன்; பாம்பு; போகிப் பண்டிகை; வணிகர்; நாவிதர்; Lord Indra; Planet Venus; snake; the previous day festival of Thai Pongal festival-Bhogi; merchant; barber.

போகில்: *(பெ):* பறவை; கொப்பூழ்; பூவரும்பு; bird; navel; flower bud.

போகு: *(பெ):* நெடுமை, உயரம்; நீளம்; tallness; height; length.

போகுயர்தல்: *(வி):* வளர்தல்; உயர்தல்; to grow; be high.

போகூழ்: *(பெ):* இழக்கச் செய்திடும் விதி; fate that ordains loss.

போகை: *(பெ):* போதல்; செலவு; act of going; expenditure.

போக்கடி: *(பெ):* இழப்பு; மாற்று; வாய்ப்பு; loss; a change; chance.

போக்கணம்: *(பெ):* கட்டுச்சோறு; cooked rice bundled up ச food for a journey.

போக்கம்: *(பெ):* பொலிவு; splendour.

போக்காளி: *(பெ):* உதவாக்கரை; useless fellow.

போக்கிடம்: *(பெ):* புகலிடம்; refuge.

போக்கியம்: *(பெ):* செல்வம்; ஒற்றியுரிமை; wealth; lease.

போக்கிரி: *(பெ):* மற்றவர்களுக்குத் தொல்லைகளைத் தந்திடுபவன்; குறும்பு செய்திடும் குழந்தையைச் செல்லமாக அழைத்திடப் பயன்படுத்தும் சொல்; a rowdy, who is creating nuisance; a term of endearment used to address or to refer to a mischievous child.

போக்கு: *(பெ):* வழி; நடை; விருப்பம்; பழக்கம்; நடைமுறை; கேடு; செலவு; இறப்பு; குற்றம்; way; path; desire; acquaintance; procedure; harm; expenditure; death; defect.

போக்குக் காட்டு: *(வி):* ஒரு செயலைச் செய்திடுவது போன்று பாவனை செய்திடு; to put someone off the scent.

போக்குதல்: *(வி):* அழித்தல்; நீக்குதல்; போகச் செய்தல்; to destroy; to remove; cause to go.

போக்குவரத்து: *(பெ):* வாகனங்கள் சென்று வருதல்; பயணிகள், சரக்குகள் ஆகியவற்றை வாகனங்கள் ஏற்றிச் சென்றிடும் வசதி; ஓர் இடத்திற்கு வாகனம் சென்று வருகை; traffic; transport; travel.

போக்குவரவு: *(பெ):* இறப்பும் பிறப்பும்; போதலும் வருதலும்; death and birth; act of going and coming.

போங்கம்: *(பெ):* மண்சாடி வகை; a kind of earthen vessel.

போங்காலம்: *(பெ):* அழிவுக் காலம்; period of destruction.

போங்கு: *(பெ):* நடைமுறை; procedure.

போசகம்: *(பெ):* நுகர்வதற்குரியது; worth enjoying.

போசனம்: *(பெ):* உணவு; புசித்தல்; food; eating.

போடகம்: *(பெ):* புண்; அம்மைக் கொப்புளம்; wound; boil due to pox.

போடி: *(பெ):* மரவகை; எதிரிடை; நிலக்கிழார்; a kind of tree; opposite; landlord.

போடு: *(பெ):* நற்பேறு; மொட்டை; பொந்து; அடி; good fortune; bald head; hollow space; beating.

போடுதல்: *(வி):* எறிதல்; இடுதல்; தரித்தல்; ஈனுதல்; பரிமாறுதல்; உண்டாதல்; to throw; to put; to wear; to give birth; to serve; to occur.

போட்கன்: *(பெ):* பொய்யன்; liar.

போட்டா போட்டி: *(பெ):* போட்டி என்பதன் இரட்டிப்பு வடிவம்; the duplication of the word competition to intensity the meaning.

போட்டி: *(பெ):* விளையாட்டுப் பந்தயம்; தனக்கே வேண்டும் என்னும் வகையில் எடுத்திடும் முயற்சி; எதிராகச் செயல்படுவது; tournament; match; competition for something; rivalry.

போட்டித் தொடர்: *(பெ):* ஒரு விளையாட்டில் இரண்டு அணிகளுக்கு இடையே ஓர் ஆட்டத்தினைத் தொடர்ந்து மற்றோர் ஆட்டம் என்னும் முறையில் நடைபெறும் போட்டி வரிசை; series of matches.

போட்டி மனப்பான்மை: *(பெ):* தனக்கெதிராகப் போட்டியிடுபவர்களைக் கெடுக்காமல், தனது கடுமையான உழைப்பால் அவர்களை மிஞ்சிட வேண்டும் என்னும் உந்துதல்; competitive spirit.

போட்டியாளர்: *(பெ):* விளையாட்டு, தேர்தல் போன்றவற்றில் போட்டியிடுபவர்; competitor.

போட்டியிடுதல்: *(வி):* போட்டி ஒன்றின் வெற்றிக்காகக் களத்தில் இறங்குதல்; ஒரு காரியத்தில் மற்றவரை மிஞ்சும் வகையில் ஈடுபடுதல்; to compete; to contest.

போட்டோ: *(பெ):* புகைப்படம்; photo.

போணம்: *(பெ):* சோறு; cooked rice.

போணி: *(பெ):* கடையைத் திறந்ததும் முதன் முதலாகப் பணம் தரப்பட்டு செய்யும் முதல் வணிகம்; ஒரு பெரிய பாத்திரம்; the first sale of a day; the first transaction of a day in a business; a kind of large vessel.

போண்டா: *(பெ):* உளுந்து மாவினைப் பிசைந்து உருட்டி எண்ணெயில் பொரித்துச் செய்யப்படும் ஒருவகைத் தின்பண்டம்; a kind of snack made of black-gram dough rolled into a ball and fried in oil.

போண்டி: *(பெ):* பணம் அனைத்தையும் இழந்துவிட்ட நிலை; bankruptcy.

போதகம்: *(பெ):* இளமை; யானையின் கன்று; யானை; இனிப்பு வகை; எட்டி மரம்; கீரை வகை; youth; calf of an elephant; elephant; a kind of sweet; worm wood; a kind of greens.

போதகன்: *(பெ):* குரு; ஒற்றன்; guru; priest; spy.

போதகாசிரியன்: *(பெ):* சமய குரு; religious priest.

போதம்: *(பெ):* ஞானம்; அறிவு; மரக்கலம்; மனைக்கட்டு; யானைக் கன்று; wisdom; knowledge; boat; a site for constructing a house; elephant's calf.

போதர: *(வி.அ):* அதிகமாக; mostly; largely.

போதரவு: *(பெ):* போற்றுகை; நயச்சொல்; இச்சகம்; பேணுதல்; செலுத்துகை; praising; pleasing words; flattery; to maintain; to pay.

போதல்: *(வி):* செல்லுதல்; உரியதாதல்; தகுதியாதல்; பரத்தல்; மேற்படுதல்; நன்கு பயிலுதல்; பிரிதல்; ஒழிதல்; நீங்குதல்; மறைதல்; to go; be dedicated; to fit; to spread; to excel; to learn carefully; to part with; to desist; to leave; be concealed.

போதனை: *(பெ):* கற்பித்தல்; ஞானம்; தூண்டுகை; அறிவுரை; instruction in school; wisdom; inducement; advice.

போதன்: *(பெ):* சான்றோன்; அறிஞன்; பிரம்மன்; wise person; learned person; Lord Brahma.

போதா: *(பெ):* நாரை வகை; a kind of crane.

போதாந்தன்: *(பெ):* கடவுள்; God.

போதாமை: *(பெ):* குறைவு; deficiency.

போதி: *(பெ):* அரசமரம்; அறிவு; மலை; pipal tree; knowledge; mountain.

போதிகன்: *(பெ):* ஆன்மா; soul.

போதிகை: *(பெ):* குறுந்தடி; தூண் மேல் வைக்கும் தாங்குகட்டை; stake; blocks built in a wall to support timbers; top of pillar.

போதி சத்துவன்: *(பெ):* புத்தன்; Lord Buddha.
போதிப்பு: *(பெ):* படிப்பினை; lesson.
போதிய: *(பெ.அ):* போதுமான; sufficient.
போதியார்: *(பெ):* புத்தர்; பௌத்தர்கள்; Lord Buddha; Buddhists.
போதினன்: *(பெ):* பிரம்மன்; Lord Brahma.
போது: *(பெ):* அரும்பு; மலர்; செவ்வி; காலம்; பொழுது; bud; flower; season; period; time.
போதுகாலம்: *(பெ):* பிள்ளைப்பேற்றுக்காலம்; the time for child birth.
போதை: *(பெ):* மூதறிவு; மயக்க நிலை; wisdom; drowsiness.
போத்திரி: *(பெ):* பன்றி; pig.
போத்து: *(பெ):* மயில், முதலை, சுறா போன்றவற்றின் ஆண்; புதுக்கிளை; பொந்து; male of peacock, crocodile, shark, etc.; new branch; hollow space.
போத்துக்கால்: *(பெ):* கரும்பு; sugarcane.
போந்தி: *(பெ):* வீக்கம்; யானைக்கால்; swelling; elephantiasis.
போந்து: *(பெ):* பல்லி; lizard.
போந்தை: *(பெ):* பனைமரம்; palmyra-palm tree.
போபடி: *(பெ):* சாடை; similarity.
போய்ப்பாடு: *(பெ):* புகழ்; fame.
போரடித்தல்: *(வி):* நெற்கதிரையடித்தல்; வாதாடுதல்; to thrash paddy by beating or walking the bullocks over the sheaves; argue.
போராடுதல்: *(வி):* சண்டையிடுதல்; ஒன்றினை அடைந்திட தடையாக இருப்பவற்றை எதிர்த்துச் செயல்படுதல்; அழிவு உண்டாக்குபவற்றை எதிர்த்தும் தடுத்தும் செயல்படுதல்; பெருமுயற்சி எடுத்து ஒன்றிற்காகச் செயல்படுதல்; to put up a fight; to struggle for a cause; to fight against a destructive force; to struggle hard.
போராட்டம்: *(பெ):* சண்டை; போட்டி; விடாமுயற்சி; ஒன்றினை அடைந்திட தடையாக இருப்பவற்றை எதிர்த்துச் செயல்படுதல்; fight; contest; firm hold or grasp; obstinacy; act of struggling for a cause.
போரி: *(பெ):* போர் வீரன்; சண்டையிடுபவன்; திருப்போரூர்; soldier; fighter; Thirupporur, a town.
போருதல்: *(வி):* செல்லுதல்; எட்டுதல்; பொருள் பெறப்படுதல்; to go; to attain; to receive something.
போரெதிர்தல்: *(வி):* போர் செய்தல்; to fight in a battle.
போரேறு: *(பெ):* செவ்வாய்; படைவீரன்; காளை; Mars; soldier; ox.
போர்: *(பெ):* சண்டை; மல்யுத்தம்; குவியல்; சாணி; மரப்பொந்து; fight; war; wrestling; heap; cowdung; a hollow space in a tree.
போர் கலத்தல்: *(வி):* போர் புரிதல்; to fight against an army in a battle.
போர்க்கதவு: *(பெ):* இரட்டைக்கதவு; twin doors.
போர்த்தல்: *(வி):* தரித்தல்; மூடுதல்; சூழ்தல்; to wear; to close; to surround.
போர்ப்பு: *(பெ):* நெற்போர்; stack of hay.
போர்ப்பைக் காளை: *(பெ):* பொலி காளை; உழவுக்குரிய காளை மாடு; stallion; the bull for the use of ploughing.
போர்மகள்: *(பெ):* கொற்றவை; Durga, Goddess of Victory.
போர்மை: *(பெ):* கருணை; அருள்; mercy; grace.
போர்வு: *(பெ):* வைக்கோல் போர்; stack of hay.
போர்வை: *(பெ):* மேலே மூடும் துணி; மூடுதல்; கவசம்; உறை; வெளிவேஷம்; the blanket used to cover oneself; act of closing; armour; shield; sheath (of a sword, etc.); guise.
போல இருத்தல்: *(வி):* சில வகை அறிகுறிகளின் அடிப்படையில் மனதில் படுதல்; to express what is likely to happen or what one feels like doing; a verb phrase.
போலி: *(பெ):* ஒப்புமை; மெய்யானது போன்று தோற்றம் அளிப்பது; பொய்யர்; பொருள் மாறா எழுத்து; மாற்றம்; similarity; anything which is counterfeit; fake; substitution of a sound which does not alter the meaning.
போலீஸ்காரர்: *(பெ):* அரசு காவல் துறையின் கடைநிலை ஊழியர்; policeman; constable.
போலும்: *(வி.மு):* 'போல இருத்தல்' என்னும் வினையின் சில முற்று வடிவங்களுக்கு இணையாகப் பயன்படுத்தப்படும் வினைமுற்று; a finite verb which is used as an equivalent to certain finite forms of the verb.
போலுதல்: *(வி):* ஒத்தல்; to resemble.
போவு: *(பெ):* போதல்; act of going.
போழ்: *(பெ):* பிளவு; தகடு; துண்டம்; தோல் வார்; பனங்குருத்து; cleft; thin metal sheet; piece; leather strip; tender leaf of palmyra-palm tree.
போழ்க்கமை: *(பெ):* ஒழுக்கக் கேடு; misbehaviour.
போழ்தல்: *(வி):* பிளவுபடுதல்; பிரிதல்; பிளத்தல்; அழித்தல்; ஊடுருவுதல்; to part with; to be separated; to cleft; to destroy; to penetrate.
போழ்து: *(பெ):* பொழுது; நல்வேளை; time; auspicious time.
போழ்முகம்: *(பெ):* பன்றி; pig.
போழ்வாய்: *(பெ):* பிளந்த வாய்; பொக்கை வாய்; open mouth; toothless mouth.
போழ்வு: *(பெ):* பிளப்பு; cleft.
போளம்: *(பெ):* மணப்பாண்ட வகை; a kind of aromatic thing.
போளி: *(பெ):* மூடன்; ஓர் இனிப்புப் பண்டம்; fool; stupid; a kind of sweet.

போறல்: *(வி):* ஒத்திருத்தல்; to resemble.
போறை: *(பெ):* பொந்து; hollow space.
போற்றரவு: *(பெ):* பேணுகை; maintenance.
போற்றன்: *(பெ):* பாட்டன்; grandfather.
போற்றார்: *(பெ):* பகைவர்; enemies.
போற்றி: *(பெ):* துதிச்சொல் வகை; புகழ்மொழி; கோயில் பூசாரி; பாட்டன்; a kind of praising; a word of praising a person; temple priest; grandfather.
போற்றிமை: *(பெ):* வணக்கம்; adoration; homage.
போற்றீடு: *(பெ):* பாதுகாவல் வகை; a kind of protection.
போற்று: *(வி):* துதித்திடு; to praise (God).
போற்றுதல்: *(வி):* துதித்தல்; வணங்குதல்; பாதுகாத்தல்; வளர்த்தல்; கடைப்பிடித்தல்; உபசரித்தல்; விரும்புதல்; கருதுதல்; கூட்டுதல்; to praise; to bow; to protect; to grow; to follow; to render; to like; to consider; to add.
போற்றுநர்: *(பெ):* சுற்றத்தார்; relatives.
போனகச்சட்டி: *(பெ):* அன்னம் பரிமாறும் பாத்திரம்; the vessel used for serving food.
போனகத்தி: *(பெ):* சமைப்பவள்; ஊட்டும் தாய்; the cooking woman; the feeding mother.
போனகம்: *(பெ):* உணவு; சாதம்; food; cooked rice.
போனகாலம்: *(பெ):* இறந்த காலம்; past period.
போனக்குருத்து: *(பெ):* தலைவாழை இலை; the plantain leaf with its tip.
போனம்: *(பெ):* உணவு; அன்னம்; நிலக்கடம்பு பூண்டு; food; cooked rice; a kind of herb.
போனு: *(பெ):* பொறி; trap.
போன்: *(பெ):* எலிப்பொறி; மலைக்குகை; rat-trap; mountain cavern.

பௌ

பௌஞ்சு: *(பெ):* சேனை; army.
பௌடம்: *(பெ):* தை மாதம்; the Tamil month 'Thai'.
பௌடிகம்: *(பெ):* ரிக்வேதம்; ஒரு புராணம்; Rig Veda; a purana.
பௌதிகம்: *(பெ):* இயற்பியல்; உலகம்; physics; world.
பௌதிகன்: *(பெ):* சிவபெருமான்; Lord Shiva.
பௌத்தன்: *(பெ):* புத்த சமயத்தவன்; Buddhist.
பௌத்தாவதாரம்: *(பெ):* திருமால் பிறப்புகளுள் ஒன்று; one of the incarnations of Lord Vishnu.
பௌத்திரம்: *(பெ):* தூய்மை; ஒரு நோய்; purity; a kind of disease.
பௌத்திரன்: *(பெ):* பேரன்; grandson.
பௌத்திரி: *(பெ):* பேத்தி; மகளின் மகள்; grand daughter.
பௌமன்: *(பெ):* செவ்வாய்; நரகாசுரன்; the Planet Mars; Narakasura, an Asura who was killed by Satyabhama, the consort of Lord Krishna, and the memory of the death of him is celebrated as 'Deepavali' in India.
பௌமி: *(பெ):* சீதாப்பிராட்டி; Sita, wife of Sri Rama, as the daughter of Bhooma Devi.
பௌரணை: *(பெ):* கடல்; முழுநிலவு; மரக்கன்று; sea; Full Moon; the young plant of a tree.
பௌராணிகம்: *(பெ):* புராணத்தைப் பின்பற்றும் மதம்; the religion which follows Puranas.
பௌராணிகன்: *(பெ):* புராணக் கதைகளைக் கூறுபவன்; one who tells the stories of Puranas.
பௌரி: *(பெ):* ஒரு பண் வகை; a kind of melody.
பௌரிகன்: *(பெ):* குபேரன்; Lord Kubera, the God of Wealth.
பௌர்ணமி: *(பெ):* நிறைமதி நாள்; the Full Moon day.
பௌலோமி: *(பெ):* இந்திரனின் மனைவி; புலோமசையின் மகள்; wife of Lord Indra; the daughter of Pulomasai.
பௌவம்: *(பெ):* உப்பு; கடல்; நீர்க்குமிழி; ஆழம்; நுரை; மரக்கன்று; நிறைநிலா; பருவகாலம்; salt; sea; water bubble; depth; foam; the young plant of a tree; full moon; season.
பௌழியம்: *(பெ):* ரிக் வேதம்; Rig Veda.
பௌழியன்: *(பெ):* ரிக் வேதக் கடவுள்; பூழி நாட்டு வேந்தனான சேரன்; the deity of Rig Veda; Chera, the king of Poozhi region.
பௌளி: *(பெ):* ஒரு பண் வகை; a kind of melody.

ம

ம: (பெ): சந்திரன்; சிவபெருமான்; இயமன்; பிரம்மன்; திருமால்; காலம்; நஞ்சு; the moon; Lord Shiva; Lord Yama, the God of Death; Lord Brahma; Lord Vishnu; period; poison.

மக: (பெ): மகன்; மகள்; பிள்ளை; இளமை; son; daughter; child; youth.

மகக்குழை: (பெ): மாவிலை; mango leaf.

மகங்காரம்: (பெ): ஆணவம்; arrogance.

மகடு: (பெ): மகுடி; a kind of wind music instrument of snake-charmer.

மகட்கொடை: (பெ): மகளைத் திருமணம் செய்து கொடுத்தல்; act of giving one's daughter to a man in a marriage.

மகண்மா: (பெ): அலி; eunuch.

மகண்மை: (பெ): பெண் தன்மை; womanliness.

மகதம்: (பெ): ஒரு நாடு; ஒரு மொழி; a country; a language.

மகதி: (பெ): நாரதரின் வீணை; உமையம்மை; திப்பிலி; the sacred lute of Sage Narada; Goddess Parvathi, the consort of Lord Shiva; long pepper.

மகதை: (பெ): திப்பிலி; நடு நாட்டின் ஒரு பகுதி; long pepper; a part of Nadu Naadu.

மகத்து: (பெ): பெரியது; 108 உபநிடதங்களுள் ஒன்று; that which is very large; one of the 108 Upanishads.

மகத்துவம்: (பெ): பெருமை; pride; greatness.

மகத்துறை: (பெ): வேள்வி செய்யுமிடம்; the place where a sacrifice is held.

மகந்தரம்: (பெ): கள்; toddy.

மகபதி: (பெ): இந்திரன்; Lord Indra.

மகப்பேறு: (பெ): பிள்ளைப்பேறு; child birth.

மகமாயி: (பெ): உமையம்மை; Goddess Parvathi.

மகமுறை: (பெ): விருந்து; வேள்வி முறை; feast; the way of conducting a sacrifice.

மகமேரு: (பெ): மேருமலை; Mount Meru.

மகமை: (பெ): கோயில், சத்திரம் போன்றவற்றின் செலவு குறித்து வசூலிக்கும் வரி; பழைய நிலவரி வகை; a kind of tax on the expenditures of temple, choultry, etc.; a kind of old tax.

மகம்: (பெ): ஒரு நட்சத்திரம்; வேள்வி; இன்பம்; Magam, one of the twenty-seven stars; sacrifice; pleasure.

மகரகண்டிகை: (பெ): கழுத்தணி வகை; a kind of necklace.

மகரகேதனன்: (பெ): மன்மதன்; cupid; Kama, the God of Love.

மகரக்குழை: (பெ): காதணி வகை; a kind of ear ornament.

மகர சங்கராந்தி: (பெ): தை முதல் நாள்; the first day of the Tamil month 'Thai'.

மகரந்தப் பொடி: (பெ): பூந்தாது; pollen dust.

மகரந்தம்: (பெ): பூந்தாது; கள்; வண்டு; குயில்; செடி வகை; pollen dust; toddy; beetle; koel; a kind of plant.

மகரந்தவதி: (பெ): பாதிரிப்பூ; a kind of flower.

மகர நீர்: (பெ): கடல்; the sea.

மகர மாதம்: (பெ): தை மாதம்; the Tamil month 'Thai'.

மகர மீன்: (பெ): சுறா மீன்; the shark.

மகர முகம்: (பெ): அபிநய வகை; a kind of dance gesture.

மகரம்: (பெ): சுறா மீன்; முதலை; குபேரனது நிதி; ஒரு பேரெண்; மணமேடை; அலங்கரிப்பு; காதல்; பூந்தாது; தேவலோகம்; ஒரு ராசி; வாழை வகை; மல்லிகை வகை; shark; crocodile; one of the funds of Kubera; a large number; the dais for conducting a marriage; adornment; love; pollen dust; heaven; the tenth constellation of the Zodiac having the figure of half fish and half animal as its sign; a kind of plantain; a kind of jasmine.

மகர யாழ்: (பெ): யாழ் வகை; a kind of Yazh.

மகரவாகனன்: (பெ): வருணன்; Lord Varuna.

மகரன்: (பெ): சனி; the Planet Saturn.

மகராகரம்: (பெ): கடல்; the sea.

மகராசன்: (பெ): குபேரன்; பெரும் செல்வந்தன்; கவலையற்றவன்; Lord Kubera; the millionaire; one who is free from worries.

மகராசி: (பெ): செல்வமுடையவள்; கவலையற்றவள்; rich woman; the woman who is free from worries.

மகரிகை: (பெ): அணிகல வகை; ஒரு பேரெண்; a kind of ornament; a large number.

மகவதி: (பெ): இந்திராணி; Indrani, wife of Lord Indra.

மகவன்: *(பெ):* இந்திரன்; சிவபெருமான்; Lord Indra; Lord Shiva.

மகவான்: *(பெ):* இந்திரன்; வேள்வி செய்பவன்; Lord Indra; one who performs sacrifice.

மகவு: *(பெ):* குழந்தை; மகன்; child; son.

மகளிர்: *(பெ):* பெண்டிர்; women.

மகள்: *(பெ):* பெண்; புதல்வி; girl; daughter.

மகன்: *(பெ):* புதல்வன்; ஆடவன்; வீரன்; சிறந்தோன்; son; male; hero; great person.

- மகன்தந்தைக்கு ஆற்றும் உதவி இவன்தந்தை
  என்னோற்றான் கொல்எனுஞ் சொல். - *குறள் 70.*

மகன்மை: *(பெ):* புதல்வனுக்கான தன்மை; the quality of a son.

- தம்மின்தம் மக்கள் அறிவுடைமை மாநிலத்து
  மன்னுயிர்க் கெல்லாம் இனிது. - *குறள் 68.*

மகன்றில்: *(பெ):* நீர்ப்பறவை வகை; a kind of water bird.

மகா: *(பெ.அ):* மிகுந்த; உயர்ந்த; பெருமையான; much; splendid; great.

மகாகதம்: *(பெ):* காய்ச்சல்; fever.

மகாகவம்: *(பெ):* ஒரு பேரெண்; a large number.

மகாகாசம்: *(பெ):* பெருவெளி; a vast space.

மகாகாயம்: *(பெ):* யானை; பெருவெளி; elephant; a vast space.

மகாகாலம்: *(பெ):* மாமரம்; நெடுங்காலம்; mango tree; long period.

மகாகாலன்: *(பெ):* உருத்திரன்; Lord Shiva; Rudra.

மகாகாளி: *(பெ):* துர்க்கை; Durga, Goddess of Victory.

மகாகிதி: *(பெ):* ஒரு பேரெண்; a large number.

மகாகோரம்: *(பெ):* நரக வகை; a kind of hell.

மகாசக்தி: *(பெ):* சிவசக்தி; முருகன்; Shiva Sakthi; Lord Muruga.

மகா சபை: *(பெ):* ஊர்ப் பொதுச் சபை; village assembly.

மகாசம்பு: *(பெ):* பெருநாவல் மரம்; a kind of tree.

மகாசமுத்திரம்: *(பெ):* பெருங்கடல்; ஒரு பேரெண்; ocean; a large number.

மகாசூதம்: *(பெ):* போர்ப்பறை; a kind of kettle drum.

மகாசோபம்: *(பெ):* ஒரு பேரெண்; a large number.

மகாச்சாயம்: *(பெ):* ஆலமரம்; banyan tree.

மகாத்மா: *(பெ):* பரமஞானி; one who attains spiritual knowledge.

மகாதலம்: *(பெ):* பூமி; புண்ணியத் தலம்; earth; sacred place.

மகாதனம்: *(பெ):* பொன்; வேளாண்மை; புகை; gold; agriculture; smoke.

மகாதுருமம்: *(பெ):* அரசமரம்; pipal tree.

மகாதேவன்: *(பெ):* சிவபெருமான்; வருணன்; கடவுள்; Lord Shiva; Lord Varuna; God.

மகாதேவி: *(பெ):* பட்டத்தரசி; உமையம்மை; chief queen; Goddess Parvathi, the consort of Lord Shiva.

மகாதோரை: *(பெ):* ஒரு பேரெண்; a large number.

மகாநதி: *(பெ):* கங்கை; ஓர் ஆறு; the River Ganges; a river-Mahanadhi.

மகாநாகம்: *(பெ):* மரவகை; பாம்புவகை; a kind of tree; a kind of snake.

மகாநாதம்: *(பெ):* சங்கு; சிங்கம்; முகில்; யானை; பேரொலி; conch; lion; cloud; elephant; loud noise.

மகாநேமி: *(பெ):* காகம்; crow.

மகாபதுமம்: *(பெ):* குபேர நிதி; ஒரு பேரெண்; வெண்டாமரை; Kubera Nidhi; a large number; white lotus.

மகாபத்திரம்: *(பெ):* பனை மரம்; palmyra-palm tree.

மகாபலம்: *(பெ):* தெங்கு; வில்வம்; தூதுவளை; coconut tree; bael tree; climbing brinjal.

மகாபலை: *(பெ):* வில்வம்; bael tree.

மகாமாயி: *(பெ):* துர்க்கை; Durga, Goddess of Victory.

மகாமிருகம்: *(பெ):* யானை; elephant.

மகாமந்திரி: *(பெ):* பிரதமமந்திரி; Prime Minister.

மகாமுகம்: *(பெ):* முதலை; crocodile.

மகாராணி: *(பெ):* பேரரசி; chief queen.

மகார்: *(பெ):* புதல்வர்; sons.

மகாலட்சுமி: *(பெ):* திருமகள்; Lakshmi, Goddess of Wealth.

மகாலயம்: *(பெ):* கோயில்; பிரமலோகம்; temple; Lord Brahma's world.

மகாலயன்: *(பெ):* பிரமன்; கடவுள்; Lord Brahma; God.

மகாவற்புதம்: *(பெ):* ஒரு பேரெண்; a large number.

மகாவாக்கியம்: *(பெ):* 108 உபநிடதங்களுள் ஒன்று; one of the 108 Upanishads.

மகாவிந்தம்: *(பெ):* ஒரு பேரெண்; நளனின் தலைநகரம்; வைகுந்தம்; a large number; the capital city of King Nala; Vaikuntham.

மகாவிந்து: *(பெ):* அப்பிரகம்; mica.

மகாவிலயம்: *(பெ):* வானம்; குகை; இதயம்; நீர்க்குடம்; sky; cave; heart; water pot.

மகாவீரன்: *(பெ):* அக்னி; கருடன்; திருமால்; பெருவீரன்; Agni; fire; white-headed kite; Lord Vishnu; warrior.

மகான்: *(பெ):* பெரியோன்; ஞானி; great person; wise person.

மகி: *(பெ):* பூமி; பசு; earth; cow.

மகிடம்: *(பெ):* எருமைக்கடா; he-buffalo.

மகிடமர்த்தினி: *(பெ):* துர்க்கை; Durga, Goddess of Victory.

மகிட வாகனன்: *(பெ):* யமன்; Yama, God of Death.
மகிட வாகனி: *(பெ):* துர்க்கை; Durga, Goddess of Victory.
மகிணன்: *(பெ):* கணவன்; husband.
மகிதம்: *(பெ):* திரிசூலம், மேன்மை; trident; excellence.
மகிதலம்: *(பெ):* பூமி; earth.
மகிந்தகம்: *(பெ):* எலி; கீரி; rat; mongoose.
மகிபன்: *(பெ):* அரசன்; king.
மகிமா: *(பெ):* எண் வகை சித்திகளுள் ஒன்று; one of the eight kinds of siddhis.
மகிமை: *(பெ):* பெருமை; சிறப்பு; மதிப்பு; greatness; splendour; respect.
மகிழம்: *(பெ):* மரவகை; a kind of tree.
மகிழ்ச்சி: *(பெ):* சந்தோஷம்; joy.
மகிழ்தல்: *(பெ):* மனங்களித்தல்; இன்பமடைதல்; உண்ணுதல்; விரும்புதல்; to rejoice; to feel extremely happy; to eat; to like.
மகிழ்நன்: *(பெ):* கணவன்; மருதநிலத் தலைவன்; husband; chief of the agricultural tract.
மகிழ்வு: *(பெ):* இன்பம்; pleasure.
மகிளம்: *(பெ):* பூவிதழ்; flower petel.
மகீபன்: *(பெ):* அரசன்; king.
மகீரதம்: *(பெ):* மலை; mountain.
மகீபன்: *(பெ):* அரசன்; king.
மகுடம்: *(பெ):* மணிமுடி; தலைப்பாகை வகை; சிவாகமத்துள் ஒன்று; மாதர் அணி வகை; பறை வகை; crown; a kind of turban; one of the Shivagamas; a kind of women's ornament; a kind of drum.
மகுட ராகம்: *(பெ):* ஒரு பண் வகை; a kind of melody.
மகுடி: *(பெ):* பாம்பாட்டியின் ஊதுகுழல் வகை; a kind of wind instrument of snake-charmer.
மகுரம்: *(பெ):* கண்ணாடி; பளிங்கு; மலர்மொட்டு; glass; crystal; flower bud.
மகுளி: *(பெ):* ஓசை; எள் பயிர் நோய்; sound; noise; a disease which affects sesame plants.
மகூலம்: *(பெ):* மலர்; flower.
மகேசன்: *(பெ):* சிவபெருமான்; Lord Shiva.
மகேசுவரி: *(பெ):* உமையம்மை; Goddess Parvathi the consort of Lord Shiva.
மகேந்திரம்: *(பெ):* மலை; mountain.
மகேந்திரன்: *(பெ):* இந்திரன்; Lord Indra.
மகோததி: *(பெ):* கடல்; sea.
மகோதயம்: *(பெ):* பெருமை; வீடுபேறு; மேன்மை; greatness; final bliss; excellence.
மகோதரம்: *(பெ):* பூதம்; ஒரு நோய் வகை; goblin; a kind of disease, dropsy.
மகோதை: *(பெ):* கொடுங்கோளூர்; Kodungoloor.
மகோற்சவம்: *(பெ):* பெரிய திருவிழா; annual festival.
மகோன்னதம்: *(பெ):* உயர்ந்த நிலை; பனை; great position; palmyra-palm tree.
மகௌடதம்: *(பெ):* சுக்கு; வசம்பு; திப்பிலி; நன்மருந்து; dried ginger; sweet flag; long pepper; good medicine.
மக்கட்கதி: *(பெ):* குழந்தை பிறப்பு; child-birth.
மக்கட்டு: *(பெ):* மணிக்கட்டு; wrist.
மக்கம்: *(பெ):* நெய்வோர் தறி; எருக்கு; loom; Yercum.
மக்கல்: *(பெ):* கூளம்; கெட்டுப்போன பொருள்; bits of straws; the decayed things.
மக்கள்: *(பெ):* மனிதர்கள்; பிள்ளைகள்; people; children.

- *மக்கள்மெய் தீண்டல் உடற்கின்பம் மற்றுஅவர்*
  சொற்கேட்டல் இன்பம் செவிக்கு. - குறள் 65.

மக்கனம்: *(பெ):* அவமானம்; disgrace.
மக்காச்சோளம்: *(பெ):* சோள வகை; a kind of maize.
மக்கி: *(பெ):* ஈ; குளிகை; fly; tablet; *(வி):* மக்கிப்போதல்; be destroyed.
மக்கிய இலை: *(பெ):* மக்கிப்போன இலை; duff.
மக்கு: *(பெ):* அறிவீனம்; அறிவீனன்; மந்தகுணம்; மரவேலையின்போது பயன்படுத்தும் பொடி; ignorance; fool; idiot; dullness; a dust used in wood work.
மக்குதல்: *(பெ):* அழிதல்; கெடுதல்; அழுக்கேறுதல்; be ruined; be destroyed; to become dirty.
மங்கல்: *(பெ):* கெடுதல்; ஒளிமங்குதல்; இருள் நேரம்; being decayed; being dimmed; night.
மங்கலக்கிழமை: *(பெ):* செவ்வாய்க்கிழமை; Tuesday.
மங்கலகௌசிகம்: *(பெ):* ஒரு பண் வகை; a kind of melody.
மங்கலச் சொல்: *(பெ):* மங்கல மொழி; auspicious word.
மங்கல சூத்திரம்: *(பெ):* மங்கல நாண்; தாலிக்கயிறு; marriage badge tied with a chain or a cord.
மங்கலப்பிரதை: *(பெ):* மஞ்சள்; turmeric.
மங்கலம்: *(பெ):* பொலிவு; ஆக்கம்; திருமணம்; நற்செயல்; splendour; creation; marriage; good deed.
மங்கல மகளிர்: *(பெ):* சுமங்கலிகள்; married women whose husbands are alive.
மங்கல வேளை: *(பெ):* நல்லவேளை; auspicious time.
மங்கலன்: *(பெ):* செவ்வாய்; நாவிதர்; the Planet Mars; barber.
மங்கலியம்: *(பெ):* தாலி; சந்தனம்; தயிர்; பொன்; marriage badge; sandalwood; curd; gold.
மங்கலை: *(பெ):* சுமங்கலி; திருமகள்; உமையம்மை; துர்க்கை; married woman whose husband is alive; Lakshmi, Goddess of Wealth;

Goddess Parvathi, the consort of Lord Shiva; Durga, the Goddess of Victory.

மங்களகரம்: (பெ): நன்மையானது; that which is auspicious.

மங்களம் பாடுதல்: (வி): கச்சேரி, கூத்து போன்றவற்றின் முடிவில் நிறைவு பெறுவதைக் குறிக்கும் விதமாகக் குறிப்பிட்ட பாடலைப் பாடுதல்; singing benediction at the end of any function.

மங்குதல்: (வி): குறைதல்; பெருமை குன்றுதல்; கெடுதல்; to decrease; to degrade; to ruin.

மங்குரம்: (பெ): பளிங்கு; crystal.

மங்குலம்: (பெ): கலக்கம்; ஐயம்; confusion; doubt.

மங்குலி: (பெ): இந்திரன்; Lord Indra.

மங்குல்: (பெ): வானம்; மேகம்; மூடுபனி; இருட்டு; திசை; sky; cloud; mist; darkness; night; direction.

மங்கை: (பெ): பெண்; 12 முதல் 13 வயது வரையுள்ள பெண்; கற்றாழை; பாதரசம்; woman; the girl between the age of 12 and 13; aloe; mercury.

மங்கைபங்கன்: (பெ): சிவபெருமான்; Lord Shiva.

மசகம்: (பெ): கொசு; மயிர்; மயக்கம்; mosquito; hair; confusion; drowsiness.

மசகி: (பெ): அத்திமரம்; country fig tree.

மசகிற்புள்: (பெ): கடற் பறவை வகை; a kind of sea bird.

மசகு: (பெ): திகைப்பு; கட்டை வண்டிக்கு இடும் மை; perplexity; the oil mixed with burnt straws; a lubrication, grease.

மசக்குதல்: (வி): குழப்புதல்; to confuse.

மசக்கை: (பெ): சூதகக்கட்டு; கருக்கொண்ட பெண் அடையும் நோய் வகை; amenorrhoea; morbid longings of a pregnant woman.
• மசக்கை வந்துவிட்டால் மகளிர்க்கு வேலையே நடக்காது.

மசங்கல்: (பெ): விடியற்காலை; மயக்கம்; dawn period; confusion.

மசண்டை: (பெ): விடியற்காலை; dawn period.

மசம்: (பெ): கொசு; mosquito.

மசரதம்: (பெ): கானல் நீர்; mirage.

மசனம்: (பெ): வருத்தம்; suffering.

மசாலா: (பெ): அசைவ உணவுக்காக கசகசா, லவங்கப்பட்டை, பூண்டு போன்றவை சேர்த்து அரைக்கப்பட்ட கலவை; mixed condiments and spices for preparing meat dishes.

மசானக்கொள்ளை: (பெ): ஒரு விழா; a festival.

மசானம்: (பெ): சுடுகாடு; மயானம்; cremation ground; graveyard.

மசி: (பெ): எழுதும் மை; ink.

மசிகம்: (பெ): புற்று; ant-hill.

மசித்தல்: (வி): நசுக்கப்பட்டு மாவாக (அ) கூழாக மென்மையான நிலைக்கு வருதல்; குழைத்தல்; be mashed; to mix.

மசிர்: (பெ): அருகம்புல்; மயிர்; a kind of grass; hair.

மசுக்கரம்: (பெ): மூங்கில்; bamboo.

மசுரம்: (பெ): கடலை; bengal-gram.

மசூதி: (பெ): பள்ளிவாசல்; mosque.

மசூரம்: (பெ): தானிய வகை; a kind of grain.

மசோதா: (பெ): சட்ட முன்வடிவு; a rough draft of a document; draft bill of an act.

மச்சம்: (பெ): மீன்; மீன ராசி; பங்குனி மாதம்; ஒரு புராணம்; மச்சநாடு; சுவடு; உடம்பில் உண்டாகும் புள்ளி; fish; the twelfth constellation of the zodiac having fish as its sign; the Tamil month 'Panguni'; a purana; a country; print; black mole.

மச்சாவதாரம்: (பெ): திருமாலின் அவதாரங்களுள் ஒன்று; one of the incarnations of Lord Vishnu.

மச்சாவி: (பெ): அண்ணி; elder brother's wife; sister-in-law.

மச்சாள்: (பெ): மனைவியின் சகோதரி; the sister of one's wife.

மச்சான்: (பெ): மனைவியின் சகோதரன்; உடன் பிறந்தாளின் கணவன்; தாய்மாமன்; அத்தைமகன்; brother of one's wife; sister's husband; maternal uncle; son of the father's sister.

மச்சி: (பெ): மச்சாள்; sister-in-law.

மச்சிகை: (பெ): ஈ; மோர்; fly; buttermilk.

மச்சு: (பெ): மேல்தளம்; மேல்மாடம்; first floor of a house.

மச்சுக்கல்: (பெ): செங்கல் வகை; a kind of bricks.

மச்சை: (பெ): அம்பு எய்தற்குரிய குறி; உடம்பில் உண்டாகும் புள்ளி; the target for shooting an arrow; black mole.

மஞ்சகம்: (பெ): கட்டில்; கொக்கு வகை; cot; a kind of crane.

மஞ்சட்காமாலை: (பெ): ஒரு நோய்; கண்ணோய் வகை; jaundice; a kind of eye disease.

மஞ்சணம்: (பெ): பற்பொடி; tooth-powder.

மஞ்சத்தலம்: (பெ): அரியணை; royal throne.

மஞ்சம்: (பெ): கட்டில்; இருக்கை; cot; sofa.

மஞ்சரி: (பெ): தளிர்; பூங்கொத்து; பூமாலை; ஒழுக்கம்; மருந்து வகை; முத்து; ஒரு பண் வகை; நாயுருவிச் செடி; sprout; cluster of flowers; flower garland; virtue; a kind of medicine; pearl; a kind of melody; a herb.

மஞ்சள்: (பெ): ஒரு செடி வகை; மஞ்சள் நிறம்; turmeric; yellow colour.

மஞ்சனசாலை: *(பெ):* குளியலறை; bath-room.
மஞ்சனம்: *(பெ):* நீராடுகை; bathing.
மஞ்சனி: *(பெ):* பெண்; வேலிப்பருத்தி; woman; a herb.
மஞ்சன்: *(பெ):* ஆண் மகன்; male.
மஞ்சி: *(பெ):* படகு; நார்; மூடுபனி; புல் வகை; boat; fibre; mist; a kind of grass.
மஞ்சிகம்: *(பெ):* பெட்டி; box.
மஞ்சிகன்: *(பெ):* நாவிதர்; barber.
மஞ்சிகை: *(பெ):* பெட்டி; காதணி வகை; box; a kind of ear ornament.
மஞ்சிபலை: *(பெ):* வாழை; plantain tree.
மஞ்சிமம்: *(பெ):* அழகு; beauty.
மஞ்சிலிக்கான்: *(பெ):* திருநீற்றுப் பச்சை; a herb.
மஞ்சிலை: *(பெ):* செங்கல்; bricks.
மஞ்சீரம்: *(பெ):* காற்சிலம்பு; anklet.
மஞ்சு: *(பெ):* அழகு; மேகம்; மூடுபனி; வலிமை; beauty; cloud; fog; strength.
மஞ்சுவிரட்டு: *(பெ):* ஜல்லிக்கட்டு; a kind of bull fight.
மஞ்சுளம்: *(பெ):* அழகு; மிருது; beauty; softness.
மஞ்சூரம்: *(பெ):* கடலை; bengal-gram.
மஞ்ஞை: *(பெ):* மயில்; peacock.
மடக்கடி: *(பெ):* அபாயம்; தந்திரம்; கோணல்; danger; trick; curve.
மடக்கிளி: *(பெ):* பெண்; இளங்கிளி; மீன் வகை; woman; young parrot; a kind of fish.
மடக்கு: *(பெ):* வளைவு; மூலை முடுக்கு; மடிப்பு; தடை; ஒரு முறை உட்கொள்ளக்கூடிய நீர்; curve; nook and corner; folds; obstacle; a sip of water.
மடக்குதல்: *(வி):* மடித்தல்; திருப்புதல்; தடுத்தல்; பணிய வைத்தல்; to fold; to turn; to stop; cause to submit.
மடக்கொடி: *(பெ):* பெண்; woman.
மடங்கல்: *(பெ):* கோணம்; அடக்கம்; முடிவு; இடி; யமன்; சிங்கம்; நோய் வகை; கோடைப் பயிர்; angle; modesty; end; thunder; Yama, the God of Death; lion; a kind of disease; a summer crop.
மடங்கலர்: *(பெ):* பகைவர்; enemies.
மடங்கு: *(பெ):* அளவு; அடக்கம்; தண்டவரி நோய்; நிறை வகை; quantity; modesty; a kind of disease; a kind of weighing measure.
மடங்குதல்: *(வி):* வளைதல்; முடங்குதல்; கோணுதல்; மீளுதல்; குறைதல்; சுருங்குதல்; நெளிதல்; தாழ்தல்; தடுக்கப்படுதல்; to become bent; to cease; be curved; to resume; to decrease; to shrink; to bend; to decline; to be restrained.
மடத்தனம்: *(பெ):* முட்டாள்தனம்; அறியாமை; foolishness; ignorance.
மடந்தை: *(பெ):* 14 வயது முதல் 19 வயது வரையுள்ள பெண்; பெண்; பருவமடையாத பெண்; the woman who is between the age of 14 and 19 years; woman; the woman who has not attained puberty.
மடப்பம்: *(பெ):* பேதைமை; மென்மை; இணக்கம்; மருதநிலத்தூர்; ignorance; tenderness; harmony; a village belonging to agricultural tract.
மடமயில்: *(பெ):* அழகி; beautiful woman.
மடமான்: *(பெ):* அழகிய பெண்; beautiful woman.
மடமை: *(பெ):* பேதைமை; ignorance.
மடம்: *(பெ):* அறியாமை; பேதைமை; அழகு; மென்மை; இணக்கம்; முனிவர் வாழுமிடம்; சத்திரம்; சாவடி; கோயில் இடம்; தேர்; ignorance; credulousness; beauty; tenderness; harmony; hermitage; choultry; inn; a place belonging to a temple; tempie car; chariot.
மடலி: *(பெ):* இளம் பனை மரம்; a small palmyra-palm tree.
மடலேறுதல்: *(வி):* தான் காதலித்த தலைவியை அடையாத நிலையில் தலைவன் ஒருவன் பனை மடலால் ஆன குதிரையின் மீது ஏறுதல்; a disappointed lover riding on a horse constructed with palmyra stems.

- **மடலூர்தல் யாமத்தும் உள்ளுவேன் மன்ற**
  படல்ஒல்லா பேதைக்கென் கண். *- குறள் 1136.*

மடல்: *(பெ):* பனை ஏடு; கை; பனங்கருக்கு; பூவிதழ்; கண்ணிமை; திருநீறு வைக்கும் கலம்; வாழை, தாழை ஆகியவற்றின் இளந்தளிர்; flat leaf of palm; hand; jagged stem of palmyra leaf; flower-petals; eyelid; a small vessel used to keep sacred ashes; sheath of Indian corn, plantain flower etc.
மடவரல்: *(பெ):* பெண்; மடப்பம்; woman; ignorance.
மடவளாகம்: *(பெ):* கோயிலைச் சுற்றியுள்ள தெரு; the surrounding street of a temple.
மடவள்: *(பெ):* அறிவிலாள்; foolish woman.
மடவார்: *(பெ):* பெண்டிர்; மூடர்; women; idiots.
மடவாள்: *(பெ):* பெண்; woman.
மடவான்: *(பெ):* அறிவிலான்; idiot; foolish person.
மடவை: *(பெ):* மீன் வகை; துடுப்பு; கவைக்கால்; a kind of fish; paddle; 'Y'-shaped peg to support something.
மடற்பனை: *(பெ):* ஆண் பனை; male palmyra-palm tree.
மடற்பாளை: *(பெ):* பூம்பாளை; tender-spathe.
மடன்: *(பெ):* அறியாமை; அறிவிலான்; ignorance; idiot.

மடாலயம்: (பெ): துறவிகள் வாழுமிடம்; hermitage.

மடி: (பெ): வயிறு; அரை; ஆடை; பசுவின் பால் சுரக்குமிடம்; சோம்பல்; நோய்; கேடு; பொய்; பகை; தீ நாற்றம்; சோறு; தாழை; மடங்கு; stomach; half; dress; udder; sloth; disease; harm; lie; enmity; the smell from the thing which is burnt; cooked rice; screw pine; multiple. • **மடியிலே கனம் இருந்தால் வழியிலே பயம்** - *பழமொழி.*

• ***மடிமடிக் கொண்டொழுகும் பேதை பிறந்த குடிமடியும் தன்னினும் முந்து.*** - *குறள் 603.*

மடிதல்: (வி): மடங்குதல்; வீழ்தல்; வாடுதல்; சுருளுதல்; தூங்குதல்; அழிதல்; சாதல்; to fold; to fall down; to fade; to curl; to sleep; destroyed; to die.

மடித்தல்: (வி): கைகளை மடக்குதல்; துணி, காகிதம் போன்றவற்றை மடக்குதல்; கொல்லுதல்; அழித்தல்; to fold hands; to fold up clothes, paper, etc; to kill; to destroy.

மடிபிடித்தல்: (வி): வழக்காடுதல்; கட்டாயப் படுத்துதல்; வலுச் சண்டைக்கு அழைத்தல்; to argue a case; to compel; to call for a quarrel deliberately.

மடிமை: (பெ): சோம்பல்; laziness.

• ***மடிமை*** *குடிமைக்கண் தங்கின்தன் ஒன்னார்க்கு அடிமை புகுத்தி விடும்.* - *குறள் 608.*

மடிவு: (பெ): சாவு; அழிவு; ஊக்கம் குறைவு; death; ruin; destruction; laziness.

மடிவை: (பெ): தழை; foliage.

மடு: (பெ): நீர் நிலை; குளம்; ஆற்றிடைப் பள்ளம்; lake; tank; pond; a low lying area in the middle of the river.

மடுத்தல்: (வி): உண்ணுதல்; சேர்த்தல்; அமிழ்த்துதல்; குத்துதல்; மயக்குதல்; செலுத்துதல்; to eat; to gather; to sink; to hit; to charm; to drive.

மடுப்பு: (பெ): உண்மை; கேடு; ஏமாற்றம்; truth; harm; disappointment.

மடை: (பெ): சோறு; சமையல்; வேலை; மதகு; துளை; மதகுப் பலகை; ஓடை; ஆணி; பகுதி; cooked rice; cooking; work; sluice; hole; sluice gate; stream; nail; portion.

மடைக்கலம்: (பெ): சமையல் பாத்திரம்; cooking vessel.

மடைத்தலை: (பெ): மதகு; sluice.

மடைத்தொழில்: (பெ): சமையல் வேலை; cooking.

மடைப்பள்ளி: (பெ): கோயில் அடுக்களை; சமையற்கட்டு; kitchen portion in a temple; kitchen.

மடையன்: (பெ): சமையற்காரன்; அறிவிலான்; மடை திறப்போன்; the cook; idiot; one who opens the sluice gate. • **மடையனுக்கு மறுமொழி இல்லை** - *பழமொழி.*

மட்கலம்: (பெ): மண்பாண்டம்; earthen vessel.

மட்குகை: (பெ): மண் குகை; a small vessel used in 'Rasavatham'.

மட்குதல்: (பெ): அழிதல்; மங்குதல்; வலிமை குன்றுதல்; be decayed; to become dim; to become weak.

மட்டச் சுவர்: (பெ): உயரம் குறைந்த சுவர்; a wall which is small in height.

மட்டப்பலகை: (பெ): சமனறியும் தச்சுக் கருவி; மணியாசிப் பலகை; carpenter's wooden instrument; mason's smoothing plane.

மட்டப்பா வீடு: (பெ): மொட்டை மாடியுள்ள வீடு; the house with open terrace.

மட்டமாக்குதல்: (வி): ஒரே சீராக சமமாக்குதல்; to level.

மட்டம்: (பெ): அளவு; சமனிலை; அளவுகோல்; எல்லை; ஒப்பு; தாழ்வு; சிறுகுதிரை; ஆண் யானைக் கன்று; கேடயம்; கள்; quantity; measure; level; scale; limit; resemblance; lowness; a small horse; male calf of he-elephant; shield; toddy. • **மட்டான போசனம் மனதுக்கு மகிழ்ச்சி** - *பழமொழிகள்.*

மட்டறிதல்: (வி): சமனறிதல்; அளவு அறிதல்; மதிப்பிடுதல்; to know the level; to know the quantity; to value.

மட்டனம்: (பெ): பூசுகை; act of smearing.

மட்டன்: (பெ): மூடன்; idiot; fool.

மட்டாயுதம்: (பெ): வாள்; sword.

மட்டி: (பெ): மூடன்; கீழ்ப்படியாமை; மக்கு; ஆயுதம்; வாழை வகை; fool; disobedience; the powder used in wood work; weapon; a kind of plantain.

மட்டிப்பால்: (பெ): ஒரு நறுமணப்பொருள்; மரவகை; a kind of perfume; a kind of tree.

மட்டு: (பெ): அளவு; எல்லை; மதிப்பு; தாழ்வு; குறைவு; தேன்; கள்; சாறு; மது ஜாடி; மணம்; measure; limit; boundary; value; lowness; decrease; honey; toddy; juice; wine jar; smell.

மட்டுக்கோல்: (பெ): அளவுக்கழி; the pole used for measuring.

மட்டும்: (வி.அ): வரையில்; மட்டில்; as far as; to the extent; alone.

மட்டுப்படுத்துதல்: (வி): அளவைக் குறைத்தல்; தணித்தல்; to control; to check.

மட்டுமரியாதை: (பெ): ஒருவருடைய வயது, தகுதி போன்றவற்றிற்கு உரிய மரியாதை; consideration.

மட்டை: (பெ): வழுக்கை; பந்தடிக்கும் மட்டை; பாம்பு;பயனற்றது; மூடன்; பிணம்; நெல் வகை;

தென்னை, பனை போன்றவற்றின் ஓலைகளைத் தாங்கி நிற்கும் பட்டையான பகுதி; baldness; bat; snake; useless one; fool; idiot; corpse; a kind of paddy; the spine from which the leaves of coconut, palm trees branch off.

மட்டைத் தும்பு: *(பெ):* பனை நார்; fibre of palm's spine.

மட்டையர்: *(பெ):* சமணர்; Jains.

மட்பலகை: *(பெ):* சுடப்படாத செங்கல்; the brick which is not baked.

மணக்கால்: *(பெ):* திருமணப் பந்தலுக்கான முகூர்த்தக்கால்; the first post set up in an auspicious hour for a marriage pavilion.

மணக்கோல்: *(பெ):* மன்மதனின் மலரம்பு; the flower arrow of Kaman, the God of Love.

மணக்கோலம்: *(பெ):* மணமக்களுக்கான அலங்காரம்; marriage costumes of the couple to be married.

மணங்கல்: *(பெ):* பெரிய பானை; a large pot.

மணங்கு: *(பெ):* நிறை வகை; அளவு; ஆட்டுக்குட்டி; a kind of weighing measure; quantity; calf of a goat.

மணத்தல்: *(வி):* விளங்குதல்; கமழ்தல்; மணம் புரிதல்; கலத்தல்; நேர்தல்; பொருந்துதல்; to shine; to emit fragrance; to marry; to copulate; to occur; be suitable.

மணப்பந்தல்: *(பெ):* திருமணத்திற்காகப் போடப்படும் அலங்காரப் பந்தல்; marriage pavilion erected and decorated for the occasion.

மணப்பறை: *(பெ):* மத்தளம்; மேளம்; a kind of drum beaten at a marriage.

மணப்பு: *(பெ):* நறுமணம்; சாரம்; புணர்ச்சி; fragrance; essence; sexual intercourse.

மணப்பெண்: *(பெ):* திருமணம் செய்துகொள்ள இருக்கும் புதுப்பெண்; bride.

மணப்பொருத்தம்: *(பெ):* ஜாதகப்படி மணமக்களுக்கு இடையேயான நட்சத்திரம், ராசி மற்றும் பத்து வகைப் பொருத்தங்கள்; agreement in the horoscope of a bridegroom and bride with reference to their fitness for marriage.

மணமகள்: *(பெ):* மணப்பெண்; bride.

மணமகன்: *(பெ):* மணமகன்; bridegroom.

மணமாகாத: *(பெ.அ):* திருமணமாகாத; celibate.

மணமாலை: *(பெ):* மணமக்கள் அணிந்திடும் பூமாலை; bridal garland.

மணமுரசு: *(பெ):* திருவிழா மற்றும் திருமண நிகழ்வுகளில் கொட்டும் பறை வகை; drum used at festivals and marriages.

மணமுழவு: *(பெ):* மருத நிலத்துப் பறை; the drum of the agricultural tract.

மணம்: *(பெ):* திருமணம்; நறுநாற்றம்; மதிப்பு; நன்னிலை; marriage; fragrance; respect; good condition.

மணம் செய்தல்: *(வி):* திருமணம் புரிதல்; to marry.

மணம் புணர்தல்: *(வி):* திருமணம் செய்து கொள்; to espouse.

மணம் புரிதல்: *(வி):* திருமணம் புரிதல்; to marry.

மணலி: *(பெ):* கீரை வகை; ஒரு நெல் வகை; ஒரு பாம்பு வகை; ஓர் ஊர்; a kind of greens; a kind of paddy; a kind of snake; a town in Tamil Nadu.

மணலேறு: *(பெ):* முத்துக் குற்ற வகை; a kind of defect in pearls.

மணல்: *(பெ):* பொடியாயுள்ள மண்; மரகதக் குற்றம் எட்டினுள் ஒன்று; sand; one of the eight kinds of defects in emerald. • **மணல்** சோற்றில் கல் ஆராய்ந்தாற் போல - *பழமொழி.*

மணல் மூட்டை: *(பெ):* மணல் நிரம்பிய மூட்டை; sand bag.

மணல் வட்டில்: *(பெ):* பழங்காலத்தில் நேரம் அறிந்திடப் பயன்படுத்திய மணல் கடிகாரம்; hour glass.

மணவணி: *(பெ):* திருமண அணிகலன்கள் (அ) அலங்காரம்; wedding ornaments or decoration.

மணவறை: *(பெ):* திருமண மண்டபம்; பள்ளியறை; chamber or dais for the performance of the marriage rites; bed chamber.

மணவாட்டி: *(பெ):* மனைவி; மணமகள்; wife; bride.

மணவாழ்க்கை: *(பெ):* திருமண வாழ்க்கை; wedded life.

மணவாளன்: *(பெ):* மணமகன்; கணவன்; தலைவன்; bridegroom; husband; master.

மணவிலக்கு: *(பெ):* விவாகரத்து; divorce.

மணவினை: *(பெ):* திருமண நிகழ்வு; marriage ceremony.

மணவெறுப்பு: *(பெ):* திருமண வெறுப்பு; hatred of marriage; misogamy.

மணவை: *(பெ):* அடுப்பு; ஓர் ஊர்; oven; a town.

மணற்கூகை: *(பெ):* தவளை; frog.

மணாட்டு: *(பெ):* மணமகளாகும் நிலை; the state of being a bride.

மணாட்டுப் பெண்: *(பெ):* மருமகள்; daughter-in-law.

மணாளன்: *(பெ):* கணவன்; husband.

மணி: *(பெ):* ஒன்பது வகை இரத்தினங்கள்; சிந்தாமணி; பளிங்கு; உருத்திராக்கம்; அணிகலன்; ஆன்மா; அழகு; ஒளி; நன்மை; கருமை; அறுபது நிமிடமுள்ள நேரம்; ஒன்பது; ஒலி தருமாறு அடிக்கும் மணி; துளசி உருண்டை; nine kinds of precious stones; Chinthamani, a mythical gem believed to yield to its possessor everything that is desired; crystal; rudraksha nuts worn as sacred beads; ornament; soul; beauty; lustre; goodness; blackness; sixty minutes - one hour; nine; bell; basil ball which is round in shape.

- மணிநீரும் மண்ணும் மலையும் அணிநிழல் காடும் உடையது அரண். - *குறள் 742.*
- மணியில் திகழ்தரு நூல்போல் மடந்தை அணியில் திகழ்வதொன்று உண்டு. - *குறள் 1273.*

மணிகண்டன்: *(பெ):* ஐயப்பன்; Lord Ayyappan.

மணிகம்: *(பெ):* நீர்க்குடம்; water-pot.

மணிகாசம்: *(பெ):* கண்ணோய் வகை; a kind of eye disease.

மணிக்கட்டு: *(பெ):* கைத்தலத்தின் மூட்டுவாய்ப் பகுதி; wrist.

மணிக்கயிறு: *(பெ):* முறுக்கு நன்கு அமைந்த கயிறு; whiplash with knots in the end.

மணிக்குடல்: *(பெ):* சிறுகுடல்; small intestine.

மணிக்கூடு: *(பெ):* கடிகாரம்; கடிகாரக் கூண்டு; clock; clock case.

மணிக்கோவை: *(பெ):* இரத்தின மாலை; a kind of necklace fixed with gems.

மணிச்சிகை: *(பெ):* குன்றிமணி; crab's eye.

மணிதனு: *(பெ):* வானவில்; rainbow.

மணித்தக்காளி: *(பெ):* ஒரு செடி வகை; a kind of herb.

மணிநா: *(பெ):* மணியின் நாக்கு; tongue of the bell.

மணிபல்லவம்: *(பெ):* காவிரிப்பூம்பட்டினத்துக்குக் கிழக்கே இருந்த தீவு; Manipallavam, an island east of Kavirippoompattinam.

மணிப்பிரவாளம்: *(பெ):* வடமொழிச் சொற்கள் அதிகமாகவும், வடமொழி இலக்கண விதிகள் குறைவாகவும் பயன்படுத்தப்பட்ட ஒரு வகைத் தமிழ்நடை; a kind of Tamil prose practised mainly by commentators characterized by heavily borrowed Sanskrit words but fewer grammatical terminations.

மணிப்புறா: *(பெ):* புறா வகை; ring-necked turtle dove.

மணிப்பொறி: *(பெ):* கடிகாரம்; clock.

மணிமந்தம்: *(பெ):* இந்துப்பு; a kind of salt used in siddha medicines.

மணிமகுடம்: *(பெ):* பேரரசர்கள் தரித்திடும் இரத்தினங்கள் பதிக்கப்பட்ட மகுடம்; the crown set with precious stones worn by great monarchs.

மணிமலர்: *(பெ):* குவளை; blue nelumbo.

மணிமலை: *(பெ):* மேருமலை; Mount Meru.

மணிமாடம்: *(பெ):* திருநாரையூரில் உள்ள திருமால் கோயில்; Lord Vishnu's Temple at Thirunaraiyur.

மணிமாலை: *(பெ):* முத்துவடம்; திருமகள்; ஒரு நூல் வகை; புணர்ச்சியின்போது தலைவன் தலைவியின் உடம்பில் பதித்திடும் பற்குறி; pearl necklace; Lakshmi, Goddess of Wealth; a poem composed of twenty venbas; a circular mark left by the teeth of a lover on the body of his beloved during sexual union.

மணிமிடைபவளம்: *(பெ):* இரத்தினமும், பவளமும் பதியப்பெற்ற கழுத்தணி; அகநானூறின் இரண்டாம் பாகம்; a necklace of gems and coral beads; second part of the anthology Akananuru.

மணிமுடி: *(பெ):* மகுடம்; crown.

மணிமேகலை: *(பெ):* கோவலன், மாதவி ஆகியோரின் மகள்; ஓர் அணி வகை; ஐம்பெரும் காப்பியங்களில் ஒன்றும் சாத்தனார் இயற்றியது மான காப்பியம்; Manimekalai, the daughter of Kovalan and Kannaki; a kind of jewelled girdle; one of the five great epics, 'Manimekalai' written by Saathanaar.

மணியக்காரர்: *(பெ):* முன்பு கிராமத்தில் நிலவரி வசூல் போன்ற வேலைகளைக் கவனித்து வந்தவர்; கிராமத்தலைவர்; formerly, village official entrusted with the collection of land revenue, house tax, etc.; village headman.

மணியம்: *(பெ):* கோயில், ஊர் போன்றவற்றினை மேற்பார்வை செய்திடும் பணி; வருமான வரித்துறை துணை அலுவலர்; வேலை; வியாபாரம்; surveyship or a superintendence of a temple or a village; a subordinate of revenue department; occupation; employment; business.

மணியம்பலம்: *(பெ):* சபா மண்டபம்; assembly hall; public hall.

மணியரங்கம்: *(பெ):* நிலா முற்றம்; open terrace.

மணியாசிக் கட்டை: *(பெ):* சுவர் கட்டும்போது சமமாக இருந்திட தட்டித் தேய்க்கும் நீளமான கட்டை; mason's smoothing plane.

மணியாட்டி: *(பெ):* கோயில் பூசாரி; temple priest.

மணிரங்கு: *(பெ):* ஒரு பண் வகை; a kind of melody.

மணிலாக்கொட்டை: *(பெ):* நிலக்கடலை; வேர்க்கடலை; ground-nut.

மணிவடம்: *(பெ):* முத்துமாலை; இரத்தினமாலை; வீரக்கழல்; pearl necklace; gem necklace; string of little bells worn on the leg as a sign of heroism.

மணிவட்டம்: (பெ): சிலம்பு; வீரக்கழல்; சேகண்டி; anklet; string of little bells worn on the leg as a sign of heroism; gong.

மணிவண்ணன்: (பெ): திருமால்; Lord Vishnu.

மணி வினைஞர்: (பெ): இரத்தின வேலைகள் செய்பவர்கள்; those who set gems in jewels.

மணிவீசம்: (பெ): மாதுளை; pomegranate.

மணீசகம்: (பெ): சந்திரகாந்தக் கல்; moon stone.

மணை: (பெ): அமரும் பலகை; சிறு பீடம்; பாதம் வைக்கும் கட்டை; பருத்தியைச் சுத்தம் செய்யும் கருவி; முனை மழுங்கல்; முனை மழுங்கிய கருவி; அரிவாள்மணை; a seat; stool; small plank; low seat of wood; earthen dais; instrument for cleaning cotton; bluntness; blunt instrument; sickle-like vegetable cutting tool with a wooden base.

மணைக்கத்தி: (பெ): மொன்னைக் கத்தி; blunt knife.

மண்: (பெ): பூமி; புழுதி; திருமண்; மனை; வயல்; earth; sand; dust; chalk-like white earth used for drawing Naamam by Vaishnavites; site for constructing a house; paddy field.
- **மண்**குதிரையை நம்பி ஆற்றிலே இறங்கியது போல - *பழமொழி.*
- **மண்**ணோ டியைந்த மரத்தனையர் கண்ணோடு இயைந்துகண் ணோடா தவர். - *குறள் 576.*

மண்கணை: (பெ): அடிப்புறம் மண்ணால் செய்யப்பட்ட வாயகன்ற சட்டியாகவும், மேற்புறம் தோலினால் மூடப்பட்டதுமான பறை; earthen drum covered with skin.

மண்கூசா: (பெ): மண்ணால் செய்யப்பட்ட கூஜா; மண்பானை; goglet; earthen pot.

மண்கொத்தி: (பெ): மண்ணைக் கொத்தித் தோண்டிடப் பயன்படும் கருவி; spade.

மண்சிலை: (பெ): சித்த மருத்துவத்தில் மருந்து செய்யும்போது புடமிடும் ஓட்டில் மருந்துச் சரக்கை வைத்து மேலோடு மூடி விளிம்பில் பூசும் மண் சாந்து பூசப்பட்ட நீளமான துண்டுத்துணி; a rag coated with lute tied over the pots for calcination of medicines.

மண்சுதை: (பெ): சுண்ணச் சாந்து; lime plaster.

மண்டகப்படி: (பெ): திருவிழா ஊர்வலத்தின்போது குறிப்பிட்ட மண்டபத்திற்கு சுவாமி வருகை தரும்போது செய்திடும் செலவு வகை; expense incurred in receiving a deity in a mandapam.

மண்டபம்: (பெ): கற்கட்டடம்; தங்கும் விடுதி; அரங்கம்; stone building; rest house; auditorium; hall.

மண்டபவெழினி: (பெ): கூடாரம்; tent.

மண்டம்: (பெ): ஆமணக்குச் செடி; castor plant.

மண்டர்: (பெ): படைவீரர்; soldiers.

மண்டல பூசை: (பெ): கோயிலில் **40, 41, 45** (அ) **48** நாட்களுக்குத் தொடர்ந்தாற்போலச் செய்யப்படும் பூசைகள்; a special ceremony conducted continually for 40, 41, 45 or 48 days in a temple.

மண்டலம்: (பெ): நாடு; வட்டம்; பூமி; **40, 41, 45, 48** நாட்கள் கொண்ட அளவு; கூட்டம்; ஓர் உபநிடதம்; அடையாளம்; dominion; circle; earth; a period of 40, 41, 45 or 48 days; mass; an Upanishad; mark.

மண்டலி: (பெ): பாம்பு வகை; காட்டுப் பூனை; எலி வகை; நாய்; பூமி; கூட்டம்; a kind of snake; wild cat; a kind of rat; dog; earth; crowd.

மண்டலிசிதம்: (பெ): கடுகு; தேன்; வியர்வை; mustard; honey; perspiration.

மண்டலித்தல்: (வி): சூழ்தல்; to surround.

மண்டலீகன்: (பெ): அரசன்; king.

மண்டலேசுவரன்: (பெ): சுதந்திர நாட்டின் ஆட்சியாளர்; **1,00,000** கிராமங்கள் அடங்கிய பகுதியை ஆள்பவன்; independent; sovereign; monarch who rules over 1,00,000 hamlets.

மண்டி: (பெ): காலினை மடக்கி முழந்தாளை ஊன்றியிருத்தல்; தானியங்கள் மிகுதியாக விற்குமிடம்; kneeling; large grain market.

மண்டியிடு: (வி): காலினை மடக்கி முழந்தாளை ஊன்றி நின்றிடு; to kneel.

மண்டிலம்: (பெ): வட்டம்; பூமி; சூரியன்; சந்திரன்; பரிவேடம்; வானம்; கண்ணாடி; ஊர்; நாட்டின் பெரும் பகுதி; கூத்து வகை; circle; earth; Sun; moon; halo around the Sun or the Moon; sky; mirror; town; a large part of a country.

மண்டு: (பெ): செறிவு; மிகுதி; பொதுவிடம்; மூடன்; abundance; plenty; public place; fool; dull-head.

மண்டுதல்: (வி): நெருக்குதல்; திரளுதல்; ஈடுபடுதல்; செலுத்துதல்; பொருதல்; தாங்குதல்; கவர்தல்; to press upon; to gather; be engaged; to drive; to fight against with vehemence; to support; to seize.

மண்டூகம்: (பெ): தவளை; மூடன்; frog; fool; idiot.

மண்டூகை: (பெ): விலைமகள்; பரத்தை; prostitute; harlot.

மண்டை: (பெ): தலை; தலையோடு; இரப்போர் கலம்; ஓர் அளவு; மட்பாண்டம்; head; skull; beggar's bowl; standard of measure; earthen vessel. • **மண்டை** இருக்கிற வரையில் சளி உண்டு - *பழமொழி.*

மண்டைக் கர்வம்: (பெ): தலைக்கனம்; arrogance; haughtiness.
மண்டைக்கனம்: (பெ): ஜலதோஷம் போன்ற வற்றால் உண்டாகும் தலைபாரம்; தலைக்கனம்; கர்வம்; heaviness of head due to cold; arrogance; haughtiness.
மண்டைக் குடைச்சல்: (பெ): தாங்கமுடியாத தலைவலி; painful headache.
மண்டையோடு: (பெ): கபாலம்; skull.
மண்ணகம்: (பெ): நிலவுலகம்; earth.
மண்ணம்: (பெ): நீற்றிய சுண்ணாம்பு; burnt lime.
மண்ணரிவாளன்: (பெ): குயவர்; potter.
மண்ணவர்: (பெ): மனிதர்கள்; human beings.
மண்ணி: (பெ): ஒருமீன் வகை; சோழ நாட்டில் பாயும் ஓர் ஆறு; a kind of fish; a river in Chozha country.
மண்ணன்: (பெ): மந்தன்; dull person.
மண்ணாங்கட்டி: (பெ): மொத்தமாக இருந்திடும் மண்கட்டி; சலிப்பு, வெறுப்பு போன்றவற்றை வெளிப்படுத்தும் சொல்; clod; an expression of contempt.
மண்ணியல்: (பெ): நிலஇயல்; Geology.
மண்ணீடு: (பெ): சுதையால் வடிக்கப்பட்ட பொம்மை; plaster image.
மண்ணீரல்: (பெ): இரத்தத்தின் சுத்தத் தன்மைக்குக் காரணமாக இருந்திடும் உயிரணுக்களை உற்பத்தி செய்வதும், இரைப்பையின் இடப்புறத்தில் அமைந்து இருப்பதுமான ஓர் உறுப்பு; spleen.
மண்ணீர்மை: (பெ): உலக இயல்பு; worldliness; earthliness.
மண்ணுடையான்: (பெ): அரசன்; நில உரிமையுடையவன்; குயவர்; the king; landlord; potter.
மண்ணுணி: (பெ): மண்புழு; திருமால்; earth-worm; Lord Vishnu.
மண்ணுதல்: (வி): நீராடுதல்; மூழ்குதல்; கழுவுதல்; பூசுதல்; செய்தல்; அலங்கரித்தல்; செப்பமிடுதல்; to bathe; to immerse oneself completely in water; to wash; to smear; to perform; to make; to adorn; to repair.
மண்ணு நீர்: (பெ): மஞ்சன நீர்; the water used for ceremonial bath to a deity.
மண்ணுளிப் பாம்பு: (பெ): தலை எது? வால் எது? எனப் புரிந்திடாத வகையில் உடலமைப்பைக் கொண்டதும், மண்ணுக்குள் புதைந்து வாழ்வதுமான ஒருவகை உயிரினம்; sand boa; a kind of snake.
மண்ணுறுத்தல்: (வி): அலங்கரித்தல்; கழுவுதல்; பளபளப்பாக்குதல்; மஞ்சனமாட்டுதல்; to adorn; to wash; to clean; to polish; to bathe an idol.
மண்ணெண்ணெய்: (பெ): எரிப்பதற்கு உதவும் எண்ணெய் வகை; kerosene.
மண்ணை: (பெ): பேய்; இளமை; மூடன்; கூர் மழுக்கம்; கொடி வகை; goblin; devil; youth; fool; bluntness; a kind of creeper.
மண்பாடு: (பெ): பூமியின் இயல்பு; soil quality.
மண்பாண்டம்: (பெ): மண்ணால் செய்யப்பட்டு சுட்டெடுக்கப்பட்ட பாத்திரம்; earthen vessel.
மண்புழு: (பெ): உடலைச் சுருக்கி நீட்டி ஊர்ந்து செல்லுவதும், மண்ணில் வாழ்வதுமான பழுப்பு நிறப்புழு; earthworm.
மண்பூச்சு: (பெ): சேறு கொண்டு பூசுகை; plastering.
மண்மகள்: (பெ): பூமாதேவி; Bhooma devi, Goddess of Earth.
மண்மகன்: (பெ): குயவர்; potter.
மண் மடந்தை: (பெ): நிலமகள்; பெண்; Bhooma devi, Goddess of Earth; woman.
மண்வாரி: (பெ): பெருங்காற்று; storm.
மண்வெட்டி: (பெ): மண்ணை வெட்டியெடுக்கும் கருவி; hoe; shovel.
மத: (பெ): வலிமை; அழகு; மிகுதி; மடமை; strength; beauty; plenty; foolishness.
மதகம்: (பெ): யானையின் மத்தகம்; சுக்கு; forehead of an elephant; dried ginger.
மதகயம்/மதகரி: (பெ): ஆண் யானை; he-elephant.
மதகு: (பெ): ஏரி போன்றவற்றில் நீர் பாயும் மடை; sluice.
மதகுரு: (பெ): ஒரு மதத்தின் கொள்கைகளைப் போதிப்பவர்; clergyman; priest.
மதக்கம்: (பெ): குடி மயக்கம்; சோர்வு; intoxication; langour.
மதங்கம்: (பெ): யானை; முகில்; மலை; ஓர் ஆகமம்; வாத்திய வகை; elephant; cloud; mountain; an Aagamam; a kind of musical instrument.
மதங்கன்: (பெ): பாணன்; ஒரு முனிவர்; bard; a sage.
மதங்கி: (பெ): காளி; உமையம்மை; ஆடல் மகள்; Kali, Goddess with dark complexion, Parvathi, the consort of Lord Shiva; dancing woman.
மதத்தல்: (வி): கொழுத்தல்; காமம் மிகுதல்; மயங்குதல்; to fatten; become plump; excess of lust; be charmed.
மதநீர்: (பெ): யானையின் மதம்; வீரியம்; விந்து; fluid secreted by elephants during rutting period; sperm; semen.
மதபேதம்: (பெ): களிப்பு; மிகு காமம்; rejoice; excess lust.
மதமத்தகம்: (பெ): கஞ்சாச் செடி; Indian hemp plant.

மதமலை: *(பெ):* யானை; elephant.

மதம்: *(பெ):* கருத்து; கொள்கை; சமயம்; போதனை; ஆறு; மகிழ்ச்சி; யானையின் மதநீர்; வலிமை; செருக்கு; சாரம்; தேன்; வெறி; நிலவளம்; மிகுதி; கத்தூரி; வீரியம்; பெருமை; opinion; belief; religion; preaching; river; happiness; fluid secreted by elephants during rutting period; strength; pride; essence; honey; arrogance; flourishness of land; excess; plenty; musk; semen; greatness.

மதர்: *(பெ):* மிகுதி; செருக்கு; மகிழ்ச்சி; வீரம்; plenty; pride; happiness; bravery.

மதர்த்தல்: *(வி):* செழித்தல்; களித்தல்; மிகுதல்; flourish; to rejoice; be excessive.

மதர்ப்பு: *(பெ):* செழிப்பு; இறுமாப்பு; அழகு; வலிமை; மிகுதி; பூமி; இடம்; புலவி; good growth; arrogance; beauty; strength; plenty; earth; place; sexual intercourse.

மதர்வு: *(பெ):* களிப்பு; அழகு; வலிமை; மிகுதி; rejoicing; beauty; strength; plenty.

மதர்வை: *(பெ):* மயக்கம்; செருக்கு; களிப்பு; செழிப்பு; drowsiness; pride; rejoice; good growth.

மதலை: *(பெ):* குழந்தை; மகன்; மழலை மொழி; தூண்; பற்றுக்கோடு; மரக்கலம்; கொன்றை மரம்; child; son; lisping of children; pillar; support; boat; Indian laburnum tree.

மதவலி: *(பெ):* மிக வலிமை; முருகப் பெருமான்; great strength; Lord Muruga.

மதவு: *(பெ):* வலிமை; மடமை; அழகு; மதகு; strength; foolishness; beauty; sluice.

மதளை: *(பெ):* மழலை மொழி; prattle of children.

மதனகீதம்: *(பெ):* காதல் பாட்டு; love song.

மதன சுந்தரி: *(பெ):* காம மகள்; காமினி; the Goddess of Love.

மதன பாடகம்: *(பெ):* குயில்; Koel.

மதனம்: *(பெ):* காமம்; மன்மதனின் கணைகளுள் ஒன்று; பெருமிதம்; தேனீ; காதல்; மௌனம்; கடல் மீன் வகை; lust; one of the arrows of Kama, the God of Love; pride; honey bee; love; silence; a kind of sea fish.

மதனலீலை: *(பெ):* காம விளையாட்டு; lacivious actions.

மதனவேள்: *(பெ):* மன்மதன்; Kama, the God of Love.

மதனன்: *(பெ):* காமுகன்; காதலன்; மன்மதன்; lustful person; lover; Kama, the God of Love.

மதனாங்குசம்: *(பெ):* நகம்; குய்யம்; nail; the generative organ of a male.

மதனாலயம்: *(பெ):* தாமரை; குய்யம்; lotus; generative organ of a male.

மதனி: *(பெ):* அண்ணி; அண்ணன் மனைவி; sister-in-law; elder brother's wife.

மதன்: *(பெ):* அழகு; செருக்கு; வலிமை; மடமை; கலக்கம்; மன்மதன்; beauty; pride; strength; foolishness; ignorance; confusion; Kama, the God of Love.

மதாணி: *(பெ):* கழுத்தணி; அணிகலன்; necklace; ornament.

மதாரம்: *(பெ):* கத்தூரி; பன்றி; யானை; musk; pig; elephant.

மதார்: *(பெ):* செருக்கு; pride.

மதாலம்: *(பெ):* கொன்றை மரம்; Indian laburnum tree.

மதாவளம்: *(பெ):* யானை; elephant.

மதி: *(பெ):* சந்திரன்; மாதம்; குபேரன்; மதிஞானம்; கடக ராசி; பகுத்தறிவு; மதிப்பு; காசியபரின் மனைவி; அசோக மரம்; அதிமதுரம்; யானை; moon; month; Lord Kubera, the God of Wealth; wisdom; the fourth constellation of the zodiac having crab as its sign, Cancer; power of discrimination; respect; wife of the sage Kasyapar; Asoka tree; the root of a herb used in siddha medicines; elephant.

- *மதியும் மடந்தை முகனும் அறியா*
  பதியிற் கலங்கிய மீன். - *குறள் 1116.*

மதிகம்: *(பெ):* செடி வகை; a kind of plant.

மதிக்கண்ணியான்: *(பெ):* சிவபெருமான்; Lord Shiva.

மதிக்கொழுந்து: *(பெ):* இளம்பிறை; crescent moon.

மதிசகன்: *(பெ):* மன்மதன்; Kama, the God of Love.

மதிஞன்: *(பெ):* அறிஞன்; wise man; learned person.

மதிதம்: *(பெ):* தயிர்; மோர்; curd; buttermilk.

மதிதிசை: *(பெ):* வடதிசை; north.

மதித்தல்: *(வி):* பொருட்படுத்துதல்; கருதுதல்; துணிதல்; கடைதல்; அளவிடுதல்; to esteem; to make important; to consider; to decide; to churn; to measure. • **மதியாதார்** *தலைவாசல் மிதியாதே* - *பழமொழி.*

மதிநுட்பம்: *(பெ):* நுண்ணறிவு; keenknowledge.

- *மதிநுட்பம் நூலோடு உடையார்க்கு அதிநுட்பம்*
  யாஉள முன்நிற் பவை. - *குறள் 636.*

மதிப்பகை: *(பெ):* இராகு; Raahu, moon's ascending node.

மதிப்பிள்ளை: *(பெ):* பிறை நிலவு; the crescent moon.

மதிப்பிற்குரிய: *(பெ.அ):* மரியாதைக்குரிய; honourable.

மதிப்பு: *(பெ):* அளவிடுகை; சிறப்பித்தல்; கருத்து; value; respect; opinion.

மதிப்புரை: *(பெ):* விமர்சன உரை; review.

மதிமகன்: *(பெ):* புதன்; the Planet Mercury.

மதிமண்டலம்: (பெ): புருவ மையம்; centre of eyebrows/forehead.
மதிமயக்கம்: (பெ): குழப்பம்; confusion.
மதிமுகம்: (பெ): சந்திரனைப் போன்ற முகம்; தந்திரவித்தை; moon-like face; a magic art.
மதிமை: (பெ): அறிவு; knowledge.
மதியம்: (பெ): சந்திரன்; முழுநிலவு; நடு; மாதம்; மதிப்பு; மத்தியானம்; moon; full moon; middle; month; respect; midday.
மதியுணி: (பெ): இராகு; Raahu, moon's ascending node.
மதியுப்பு: (பெ): இந்துப்பு; rock-salt.
மதிரம்/மதிரை: (பெ): கள்; toddy.
மதில்: (பெ): கோட்டைச் சுவர்; கட்டடத்தின் சுற்றுச் சுவர்; wall around a fort; compound wall.
மதில் காத்தல்: (பெ): கோட்டை வாயிலைக் காவல் காத்தல்; to defend the fortress.
மதிற் சுற்று: (பெ): சுற்றுச் சுவர்; surrounding wall.
மதிவட்டம்: (பெ): மாதம்; month.
மதினி: (பெ): மதனி; மைத்துனி; the wife of one's elder brother; sister-in-law.
மது: (பெ): கள்; தேன்; மகரந்தம்; இனிமை; அமுதம்; பால்; இளவேனில்; அசோக மரம்; ஓர் அசுரன்; toddy; honey; pollen dust; sweetness; ambrosia; milk; spring; Asoka tree; an Asura.
மதுகண்டம்: (பெ): குயில்; Indian cuckoo bird.
மதுகரம்: (பெ): தேனீ; தேன்; honey-bee; honey.
மதுகை: (பெ): வலிமை; strength.
மதுகம்: (பெ): வண்டு; தித்திப்பு; ஓர் உலோகம்; அழகு; எட்டி மரம்; செடி வகை; beetle; sweetness; a metal; beauty; worm wood; a kind of plant.
மதுகரன்: (பெ): அன்பன்; lover; friend; companion.
மதுகை: (பெ): அறிவு; வலிமை; knowledge; strength.
மதுசகன்: (பெ): மன்மதன்; Kama, the God of Love.
மதுசூதனன்: (பெ): திருமால்; Lord Vishnu.
மதுத்திருமணம்: (பெ): கரும்பு; sugarcane.
மதுபதி: (பெ): காளி; Kali, Goddess with dark complexion.
மதுபம்: (பெ): கள்; வண்டு; toddy; bee.
மதுபானம்: (பெ): கள்; toddy.
மதுப்பிரமேகம்: (பெ): நீரிழிவு நோய்; diabetes.
மதுமா: (பெ): மாமரம்; mango tree.
மதுரகவி: (பெ): இனிமையாகப் பாடப்படும் கவி; பன்னிரு ஆழ்வார்களுள் ஒருவர்; a pleasant poem; one of the twelve Vaishnava saints.
மதுரசம்: (பெ): கரும்பு; இனிமை; பேரீந்து; பனை; சாராயம்; sugarcane; sweetness; dates; palmyra-palm tree; arrack.
மதுரம்: (பெ): இனிமை; செஞ்சந்தன மரம்; நஞ்சு; எட்டி மரம்; துத்தநாகம்; sweetness; a kind of sandal wood tree; poison; strychnine tree; zinc.
மதுர வாக்கு: (பெ): இனிய சொல்; pleasant words.
மதுரேசன்: (பெ): பாண்டியன்; சோமசுந்தரக் கடவுள்; கண்ணபிரான்; King Pandya; God Somasundareshwar; Lord Krishna.
மதுரை: (பெ): ஒரு நகரம்; கள்; Madurai, a town; toddy.
மதுவம்: (பெ): தேன்; கள்; வண்டு; honey; toddy; bee.
மதூகம்: (பெ): இலுப்பை; South Indian mahua.
மதோற்கடம்: (பெ): யானையின் மத்தகம்; the forehead of an elephant.
மதோன்மத்தன்: (பெ): செருக்குடையவன்; one who is arrogant.
மத்தகம்: (பெ): தலை; உச்சி; நெற்றி; முகப்பு; யானையின் நெற்றிப் பகுதி; தரிசு நிலம்; head; crown; forehead; front; forehead of an elephant; waste land.
மத்தங்காய்: (பெ): கடுக்காய்; பூசணி; செஞ்சாமையரிசி; gall-nut; pumpkin; a kind of rice.
மத்தமா: (பெ): யானை; elephant.
மத்தம்: (பெ): களிப்பு; மயக்கம்; யானை மதம்; பைத்தியம்; செருக்கு; ஊமத்தஞ்செடி; மத்து; குயில்; எருமைக்கடா; joy; drowsiness; rut of an elephant; madness; pride; thorn apple; churnstuff; koel; he-buffallo.
மத்தளம்: (பெ): வாத்திய வகை; a kind of drum.
மத்தளி: (பெ): வாத்திய வகை; உடல்; a kind of drum; body.
மத்தனம்: (பெ): கடைதல்; அழுத்திப்பிடித்தல்; churning; to hold firmly.
மத்தன்: (பெ): பைத்தியம் பிடித்தவன்; mad man.
மத்தாடி: (பெ): செடி வகை; a kind of plant.
மத்தாப்பு: (பெ): வாண வகை; a kind of cracker.
மத்தி: (பெ): நடு; மீன் வகை; middle; a kind of fish.
மத்திகை: (பெ): விளக்குத் தண்டு; கழி; பூமாலை; lampstand; stick; flower garland.
மத்திடுதல்: (பெ): கடைதல்; churning.
மத்திபம்: (பெ): நடுத்தரம்; middling sort.
மத்திமம்: (பெ): சமனிசை; சராசரி அளவை; ஒரு நாடு; the tenor in music; mediocrity; a country.
மத்தியம்: (பெ): மையம்; நடு; centre; middle.

மத்தியவிருத்தம்: *(பெ):* உந்தி; navel.
மத்தியானம்: *(பெ):* நடுப்பகல்; midday.
மத்திரிப்பு: *(பெ):* கோபம்; போட்டி; anger; competition.
மத்து: *(பெ):* தயிர் கடையும் கருவி; churn-staff.
மத்தை: *(பெ):* ஊமத்தஞ்செடி; throrn apple.
மந்தகாசம்: *(பெ):* புன்னகை; காசநோய் வகை; smile; a kind of asthma.
மந்தணம்: *(பெ):* இரகசியம்; secret.
மந்தமா: *(பெ):* யானை; elephant.
மந்தமாருதம்: *(பெ):* தென்றல்; south wind.
மந்தமான: *(பெ.அ):* சோம்பேறியான; lazy.
மந்தம்: *(பெ):* தாமதம்; சோம்பல்; புன்மை; செரியாமை; தென்றல்; குடிவெறி; மத்து; செறிவு; delay; laziness; meanness; indigestion; south wind; intoxication; churn-staff; abundance.
மந்தரம்: *(பெ):* ஒரு மலை; துறக்கம்; கோயில்; 'நி' என்னும் ஒரு சுரம்; Mount Mantra; paradise; temple; a musical note.
மந்தரன்: *(பெ):* ஒற்றன்; சோம்பேறி; spy; lazy man.
மந்தல்: *(பெ):* சோம்பல்; laziness.
மந்த வாரம்: *(பெ):* சனிக்கிழமை; Saturday.
மந்தனம்: *(பெ):* ஆலோசனை; யானையின் முகபடாம்; counsel; ornamental cloth on the face of an elephant.
மந்தன்: *(பெ):* அறிவிலி; சோம்பலாகப் பணிபுரிபவன்; இயமன்; சனி; idiot; lazy man; Yama, the God of Death; Saturn.
மந்தாகினி: *(பெ):* கங்கை; அறுபது வயதானவள்; the river Ganges; the woman who has completed sixty years of age.
மந்தாரச்சிலை: *(பெ):* ஒரு மருந்துக் கல்; a medicinal stone.
மந்தாரம்: *(பெ):* மேக மூட்டம்; இருள்; முள் முருக்கு; cloudiness; darkness; a kind of tree.
மந்தாரை: *(பெ):* ஒரு மர வகை; a kind of tree.
மந்தானம்: *(பெ):* மத்து; churn-staff.
மந்தி: *(பெ):* பெண் குரங்கு; குரங்கு; சூரியன்; வண்டு; ஆடுதின்னாப்பாளை; female monkey; monkey; Sun; bee; a herb.
மந்தித்தல்: *(வி):* தாமதித்தல்; மந்தமடைதல்; to be delayed; become dull.
மந்திப்பு: *(பெ):* சுறுசுறுப்பின்மை; செரியாமை; laziness; indigestion.
மந்திரகூடம்: *(பெ):* கருங்கல்; granite.
மந்திரகூடன்: *(பெ):* ஒற்றன்; தூதுவன்; spy; messenger.
மந்திர பசு: *(பெ):* பூனை; cat.
மந்திரம்: *(பெ):* ஆலோசனை; அமைச்சரவை; எண்ணம்; வேத மந்திரம்; வீடு; அரண்மனை; மண்டபம்; குகை; மேரு மலை; குதிரைச் சாலை; counsel; ministry; thought; Veda mantra; house; palace; hall; cave; mount Meru; horse stable. ● **மந்திரம் கால்; மதி முக்கால்** - *பழமொழி.*
மந்திரர்: *(பெ):* அமைச்சர்; minister.
மந்திரவாதி: *(பெ):* மந்திர வித்தைக்காரன்; conjurer; magician.
மந்திர வீதி: *(பெ):* மாடசாலை; main street surrounding a temple.
மந்திரி: *(பெ):* அமைச்சன்; வியாழன்; சுக்கிரன்; குபேரன்; புதன்; வரும்பொருள் உரைப்போன்; பித்தம்; minister; Planet Jupiter; Planet Venus; Lord Kubera; the Planet Mercury; astrologer; bile. ● **மந்திரிக்கும் உண்டு மதிகேடு** - *பழமொழி.*
மந்தினி: *(பெ):* ஆடுதின்னாப் பாளை; a herb.
மந்து: *(பெ):* அரசன்; மனிதன்; குற்றம்; யானைக்கால் நோய்; நாய்வேளைப்பூண்டு; king; human being; fault; elephantiasis; a herb.
மந்துரை: *(பெ):* படுக்கை; குதிரை லாயம்; bed; horse stable.
மந்தை: *(பெ):* ஆடுமாடுகளின் கூட்டம்; a flock; herd.
மந்தைவெளி: *(பெ):* ஆடுமாடுகளை அடைத்து வைக்குமிடம்; மேய்ச்சல் இடம்; pen for cattle; pasturage.
மப்பு: *(பெ):* மேக மூட்டம்; மயக்கம்; செருக்கு; மட்டித்தனம்; cloudiness; drowsiness; pride; fatuous state.
மம: *(பெ):* நற்பேறு; good fortune.
மமதை: *(பெ):* செருக்கு; pride.
மம்மட்டி: *(பெ):* மண் வெட்டி; சிற்றாமுட்டிச் செடி; hoe; shovel; a herb.
மம்மர்: *(பெ):* துயரம்; மயக்கம்; காமம்; கல்லாமை; grief; drowsiness; lust; illiteracy.
மயக்கம்: *(பெ):* அவித்தை; விரக நோய்; மூர்ச்சை; கூடல்; கலப்பு; spiritual ignorance; (of lovers) pangs of separation; swoon; copulation; infusion.
மயக்குதல்: *(வி):* மனம் குழம்பச் செய்தல்; மலைக்கச் செய்தல்; கலத்தல்; சிதைத்தல்; மூர்ச்சையடையச் செய்தல்; cause to confuse; to appal; to copulate; to destroy; cause to swoon.
மயங்குகால்: *(பெ):* சுழற்காற்று; whirlwind.
மயங்குதல்: *(வி):* மருளுதல்; மாறுபடுதல்; நிலையழிதல்; வருந்துதல்; ஐயுறுதல்; கலத்தல்; உணர்விழத்தல்; be frightened; to vary; bewildered; to aggrieve; to doubt; to copulate; to lose consciousness.
மயம்: *(பெ):* அழகு; தன்மை; நிறைவு; சொத்து; பொருள்; ஒட்டகம்; மகிழ்ச்சி; செருக்கு; கோமயம்; beauty; nature; completion;

property; thing; camel; happiness; pride; cow-dung.

மயரி: *(பெ):* உன்மத்தன்; காமுகன்; madman; lustful person.

மயர்: *(பெ):* மயக்கம்; drowsiness.

மயர்தல்: *(வி):* மயங்குதல்; உணர்வறுதல்; சோர்தல்; திகைத்தல்; bewildered; to lose consciousness; to languish; be perplexed.

மயர்வு: *(பெ):* அறியாமை; சோர்வு; ignorance; langour.

மயல்: *(பெ):* மயக்கம்; பைத்தியம்; ஆசை; காம விருப்பம்; மாயை; ஐயம்; அச்சம்; செத்தை; நெருப்பு; பிசாசம்; மந்தம்; drowsiness; madness; desire; lust; illusion; doubt; fear; trash; hay; fire; goblin; devil; dullness.

மயற்கை: *(பெ):* மயக்கம்; confusion; drowsiness.

மயன்: *(பெ):* தச்சன்; சிற்பி; அசுரத் தச்சன்; கின்னரன்; carpenter; sculptor; carpenter of Asuras; a demigod.

மயானம்: *(பெ):* சுடுகாடு; graveyard; crematorium.

மயானவாசி: *(பெ):* துர்க்கை; Goddess Durga.

மயிடம்: *(பெ):* எருமை; இலவம் பிசின்; buffalo; resin of silk-cotton tree.

மயிந்துதல்: *(வி):* பதுங்குதல்; to hide.

மயிர்: *(பெ):* உரோமம்; சாமரை; தூவி; hair; bushy tail of the lion used as a fly flapper for idols or as a royal insignia; downward feather of a bird. • **மயிர் ஊடாடாதவர் நட்பு பொருள் ஊடாடக் கெடும்** - *பழமொழி.*

• **மயிர்நீப்பின் வாழாக் கவரிமா அன்னார்**
உயிர்நீப்பர் மானம் வரின். - *குறள் 969.*

மயிர்க்கட்டு: *(பெ):* தலைப்பாகை; turban.

மயிர்க்கத்தி: *(பெ):* சவரக்கத்தி; razor.

மயிர்க்கால்: *(பெ):* மயிர்த்துளை; pore of the skin at the root of each hair.

மயிர்க்கூச்செறி: *(வி):* புல்லரித்தல்; உடல் முடி குத்திட்டு நிற்றல்; to get goose-flesh.

மயிர்ப்படாம்: *(பெ):* கம்பளியாடை; woollen garment.

மயிர்ப்பிளவை: *(பெ):* தலைப்பொடுகு; dandruff.

மயிர்ப்புழு: *(பெ):* கம்பளிப்பூச்சி; caterpillar.

மயிர் மாணிக்கம்: *(பெ):* கோரோசனை; கம்பி போன்ற இலைகளையும் சிவப்பு நிறப் பூக்களையும் உடைய ஒரு கொடி; bezoar taken from the stomach of cows; cypress vine.

மயிர்வாரி: *(பெ):* சீப்பு; comb.

மயிர்வினைஞன்: *(பெ):* நாவிதர்; barber.

மயிலடி: *(பெ):* மாதர் அணி வகை; எருமை; a kind of jewel worn by women; buffalo.

மயிலம்: *(பெ):* மயிலிறகு; ஓர் ஊர்; குப்பை மேனி; பருத்தி வகை; peacock feather; a town; a herb; a kind of cotton.

மயிலார்: *(பெ):* பொங்கல் பண்டிகைக்குப் பின் வரும் தெய்வ வழிபாடு; a worship after the Pongal festival.

மயிலியல்: *(பெ):* பெண் மயிலைப் போன்ற பெண்; lady like a peafowl.

• **பயிலியது கெழீஇய நட்பின்**
மயிலியல் தன்உற்றார் அறியவும் உளவோ
நீயறியும் பூவே - *இறையனார் பாடல்*

மயிலெள்: *(பெ):* எள் வகை; a kind of sesame.

மயிலேறும் பெருமாள்: *(பெ):* முருகப் பெருமான்; Lord Muruga as riding a peacock.

மயிலை: *(பெ):* வெண்மை கலந்த கருநிறம்; சாம்பல் நிறம்; மல்லிகை வகை; சென்னை மாநகரின் ஒரு பகுதி; மீன் வகை; அழுக்கு; mixed colour of white and black; ash colour; a kind of jasmine; a place in Chennai city; a kind of fish; dirt.

மயிலைப் பசு: *(பெ):* கறுப்பு-வெள்ளைப் புள்ளிகள் உள்ள பசு; black and white spotted cow.

மயிலைப் பச்சை: *(பெ):* கருமை கலந்த பச்சை நிறம்; green colour mingled with black.

மயில்: *(பெ):* நீண்ட தோகையையும், கழுத்தையும் உடைய ஆண் பறவை; பெண் மயில்; peacock; peafowl.

மயில் துத்தம்: *(பெ):* ஒரு நீலநிறப் படிகம்; Copper Sulphate.

மயில் தோகை: *(பெ):* மயிலிறகு; peacock's feather.

மயிற்கொன்றை: *(பெ):* மரவகை; செடிவகை; a kind of tree; a kind of plant.

மயிற்பகை: *(பெ):* பச்சோந்தி; chameleon.

மயிற்பீலி: *(பெ):* மயிலிறகு; peacock's feather.

மயூகம்: *(பெ):* அழகு; கதிர்; சுடர்; ஒளி; beauty; rays; flame; light.

மயூரகம்: *(பெ):* மயிர்; மருந்து வகை; நாயுருவிச் செடி; hair; a kind of medicine; a herb.

மயூரம்: *(பெ):* மயில்; சிறுமரம்; ஓர் ஊர்; ஓர் ஆசன வகை; peacock; a small tree; a town; a kind of Yogic posture.

மயூராரி: *(பெ):* பல்லி; பச்சோந்தி; lizard; chameleon.

மயோரன்: *(பெ):* சிவபெருமான்; Lord Shiva.

மயேனம்: *(பெ):* வால்மிளகு; cubeb.

மரகதம்: *(பெ):* ஒன்பது மணிகளுள் ஒன்று; பச்சை நிறம்; மரகத நிறம்; Emerald, one of the nine kinds of gems; green colour; emerald colour.

மரகதவல்லி: *(பெ):* உமையம்மை; Parvathi, Goddess of virtue.

மரகதன்: *(பெ):* குபேரன்; Lord Kubera.

மரக்கட்டை: *(பெ):* வெட்டப்பட்ட மரத்துண்டு; log.

மரக்கண்: (பெ): மரக்கணு; பார்வையற்ற கண்; மரப்பாவையின் கண்; node of a tree; eye without sight; the eye of a wooden doll.
மரக்கரி: (பெ): அடுப்புக்கரி; charcoal.
மரக்கலம்: (பெ): கப்பல்; ship.
மரக்கறி: (பெ): காய்கறி; சமைத்த கறியுணவு; vegetables; vegetable side dish for meals.
மரக்கா: (பெ): பூஞ்சோலை; ஓர் அளவு வகை; flower garden; a kind of measure of capacity.
மரக்காயர்: (பெ): தமிழ்த் துலுக்கர்; மரக்கலம் செலுத்துபவர்; Tamil Muslim; sea-man.
மரக்கால்: (பெ): ஓர் அளவு வகை; மரத்தால் செய்த பாதம்; திருமால், கொற்றவை ஆடிய கூத்து வகை; a corn measure; wooden leg; Lord Vishnu; dance of Goddess Durga.
மரக்காழ்: (பெ): மர வயிரம்; core of a tree.
மரக்கிளை: (பெ): மரம் ஒன்றின் கிளை; branch of a tree.
மரக்கோவை: (பெ): படகு; மரக்கலம்; boat; ship.
மரங்கொத்தி: (பெ): பறவை வகை; wood pecker.
மரச்சக்கை: (பெ): சிறாய்; chip of wood.
மரச்செப்பு: (பெ): மரத்தால் ஆன செப்பு; wooden casket.
மரச்செவி: (பெ): சற்றும் கேளாத காது; deaf ear.
மரச்செறிவு: (பெ): சோலை; grove.
மரண காயம்: (பெ): மரணத்தை உண்டாக்கிடும் காயம்; mortal wound.
மரண காலம்: (பெ): இறக்கும் தருணம்; time of death.
மரண சாசனம்: (பெ): இறுதி முறி; the last will and testament.
மரண தண்டனை: (பெ): உயிர் நீங்கும் வரை தூக்கிலிடுதல்; death sentence.
மரண பயம்: (பெ): சாவு உண்டாகும்போது ஏற்படும் பயம்; fear of death.
மரணம்: (பெ): சாவு; வாழ்வின் முடிவு; இறப்பு; death; end of life; mortality.
மரணயோகம்: (பெ): தீங்கினைக் குறிக்கும் வேளை; one of the three yogams and the time which indicate misfortune.
மரண வாக்குமூலம்: (பெ): மரணம் உண்டாகும் அளவுக்கு தாக்கப்பட்ட நபர் தனது இறப்பிற்கு முன்பு உரிய அதிகாரி முன்பு அளித்திடும் வாக்குமூலம்; dying declaration.
மரண வேதனை: (பெ): இறப்பிற்கு முன்பு உண்டாகும் வேதனை; pangs or pains of death.
மரணித்தல்: (பெ): இறத்தல்; சாதல்; die.
மரணை: (பெ): நினைவு; உணர்ச்சி; சாவு; memory; feeling; sensation; death.
மரத்துப்பால்: (பெ): கள்; toddy.
மரத்துப்போகச்செய்: (வி): உணர்விழக்கச் செய்; to numb.
மரத்துப்போன: (பெ.அ): உணர்வற்றுப்போன; be numbed.
மரத்தோல்: (பெ): மரப்பட்டை; மரவுரி; bark of a tree.
மரநாய்: (பெ): விலங்கு வகை; the pole cat.
மரந்தம்: (பெ): பூந்தேன்; flower honey.
மரபற்று மாய்ந்த: (பெ): முற்றிலுமாக அழிந்த; extinct.
மரபியல்: (பெ): முன்னோர் சொல் வழக்கு; இலக்கணப் பகுதி; diction of the ancients; a section of grammar which treats idiomatic use of words as in Tholkaappiam.
மரபு: (பெ): முறைமை; இயல்பு; நல்லொழுக்கம்; பெருமை; நியாயம்; வழிபாடு; established usage; order; rule; nature; moral conduct; greatness; justice; worship.
மரப்பட்டை: (பெ): மரத்தின் தோல்; bark of a tree.
மரப்பாவை: (பெ): சிறுவர் விளையாடும் மரத்தாலான பொம்மை; wooden toy.
மரப்பெட்டி: (பெ): மரத்தாலான பெட்டி; wooden box.
மரமஞ்சள்: (பெ): செடி வகை; a kind of plant.
மரமரிவாள்: (பெ): மரத்தை அறுக்கும் வாள்; saw.
மரமேறி: (பெ): தென்னை, பனை போன்ற மரங்களில் தேங்காய், பனம்பழம், மட்டை போன்றவற்றை வெட்டிப் பறிக்க (அ) கள்ளிறக்க வேண்டி ஏறி இறங்கும் தொழிலை மேற்கொள்பவர்; one who climbs palm tree, coconut tree for coconut, palm fruits, etc.; one who belongs to the sanar caste.
மரம்: (பெ): தாவரம்; மூலிகை; மரக்கலம்; தொழுமரம்; tree; shrub; herb; boat; ship; stocks. ● **மரம்** ஏறிக் கைவிட்டவனும், கடன் வாங்கிக் கடன் கொடுத்தவனும் கெட்டுப் போவான். ● **மரம்** நட்டவனுக்குத் தண்ணீர் வார்க்கக் கடன் கொடுத்தது போல - *பழமொழிகள்.*
மரம்வெட்டி: (பெ): மரத்தை வெட்டிச் சாய்ப்பவன்; wood cutter.
மரலுகம்: (பெ): குங்குமப்பூ; வாசனை; saffron flower; fragrance; smell.
மரல்: (பெ): சிறு செடி வகை; a kind of small plant.
மரவட்டணம்: (பெ): மரத்தட்டு; wooden tray.
மரவடி: (பெ): பாதக்குறடு; wooden sandals.
மரவடை: (பெ): மரங்கள் மீது போடப்படும் வரி வகை; a kind of tax on trees.
மரவட்டை: (பெ): பூச்சி வகை; மர வகை; millepede; wood-leech; a kind of tree.

மரவணில்: (பெ): மரத்துக்கு மரம் தாவும் பழுப்புநிறங் கொண்ட அணில்; grey flying squirrel.

மரவண்டு: (பெ): மரத்தைத் துளைக்கும் ஒருவகை வண்டு; a kind of tree-boring beetle.

மரவம்: (பெ): வெண் கடம்பு மரம்; a kind of tree.

மரவளர்ப்பு: (பெ): வருமானத்திற்காக (அ) இனவிருத்திக்காக மரங்களை வளர்த்தல்; silvi-culture.

மரவள்ளி: (பெ): ஒரு வகைக் கிழங்கை வேராகக் கொண்ட செடி; tapioca.

மரவாடி: (பெ): மரக்கடை; timber yard or depot.

மரவாரை: (பெ): கனமான மரச் சட்டம்; beam; sleeper.

மரவினைஞர்: (பெ): தச்சர்; carpenter.

மரவுப்பு: (பெ): பொட்டாஷியம் கார்பனேட்; carbonate of potash.

மரவுரல்: (பெ): மரத்தில் குடைந்து செய்யப்பட்ட உரல்; wooden mortar.

மரவுரி: (பெ): மரப்பட்டையால் செய்த ஆடை; மரப்பட்டை; cloth made from the bark; bark of a tree.

மரவை: (பெ): மரத்தாலான பாண்டம்; wooden utensil.

மரவைக்காசு: (பெ): பிச்சையெடுத்துச் சம்பாதிக்கும் காசு; the money got by begging.

மரா: (பெ): அரசமரம்; pipal tree.

மராடி: (பெ): மரத்தின் அடிப்பகுதி; பாதுகை; bottom of a tree; wooden sandals.

மராட்டம்: (பெ): பெண்களின் கூந்தல்; இடம்; மகாராஷ்டிர மாநிலம்; woman's tresses; place; Maharashtra State.

மராமத்து: (பெ): கட்டடச் சீர்திருத்த வேலை; repair of buildings.

மராமரம்: (பெ): அரசமரம்; pipal tree.

மராம்: (பெ): கடம்பு; a flower tree sacred to Lord Muruga.

மராரம்: (பெ): பண்டகசாலை; warehouse; godown.

மராளம்: (பெ): அன்னம்; பூநாரை; பாம்பு; மாதுளை; swan; a kind of crane; snake; pomegranate.

மரிசம்: (பெ): மிளகு; பொறுமை; pepper; patience.

மரிசி: (பெ): செடி; plant.

மரிசிதம்: (பெ): பொறுமை; patience.

மரிச்சம்: (பெ): மாமரம்; mango tree.

மரித்தல்: (வி): இறத்தல்; நினைத்தல்; to die; to think.

மரியவர்: (பெ): பின்பற்றி நடப்பவர்கள்; followers.

மரியாதை: (பெ): ஒழுக்கம்; நீதி; வரம்பு; நன்கொடை; வயது, பதவி, அந்தஸ்து போன்றவற்றின் அடிப்படையில் ஒருவருக்குக் காட்டும் அல்லது ஏற்பட்டிருக்கும் மதிப்பு; மதிப்பின் அடையாளம்; virtue; justice; limit; gift; respect shown to or won by someone; token of respect; formality.

மரீசம்: (பெ): மிளகு; pepper.

மரீசி: (பெ): பிரம்மாவின் புதல்வர்களுள் ஒரு முனிவர்; மிளகு; வரம்பு; a sage and one of the sons of Lord Brahma; pepper; limit.

மரீசிகை: (பெ): கானல்; mirage.

மரீசினம்: (பெ): வால்மிளகு; cubeb.

மரு: (பெ): மணம்; மணவிருந்து; இடம்; மலை; smell; wedding feast; place; mountain.

மருகம்: (பெ): மான் வகை; ஆதொண்டைச் செடி; a kind of deer; a herb.

மருகன்: (பெ): வழித்தோன்றல்; மகளின் கணவன்; male descendant; son-in-law; husband of one's daughter.

மருகி: (பெ): மருமகள்; மகனின் மனைவி; daughter-in-law; wife of one's son.

மருகு: (பெ): காட்டு மல்லிகை; மகர வாழை; wild jasmine; a kind of plantain.

மருக்கட்டி: (பெ): மச்சம்; பாலுண்ணி; mark; black mole; wart.

மருக்கம்: (பெ): குரங்கு; உடம்பு; காற்று; மிளகு; monkey; body; air; wind; pepper.

மருக்கொழுந்து: (பெ): ஒரு மணச் செடி; southern wood.

மருங்கு: (பெ): பக்கம்; இடை; வடிவு; எல்லை; இடம்; சுவடு; சுற்றம்; ஒழுங்கு; குலம்; செல்வம்; நூல்; side; waist; form; limit; place; track; relation; kith and kin; order; lineage; wealth; treatise.

மருங்குல்: (பெ): இடுப்பு; வயிறு; waist; stomach; belly.

மருங்கை: (பெ): பிள்ளை பெற்ற ஐந்தாம் நாள்; the fifth day after the day of giving birth to a child.

மருச்சகன்: (பெ): இந்திரன்; அக்னி; Lord Indra; Agni.

மருச்சுதன்: (பெ): வீமன்; அனுமான்; Bheema, the second of Pandavas; Hanuman, the devotee of Lord Sri Rama.

மருஞ்சகம்: (பெ): இரச கற்பூரம்; medicated camphor.

மருட்சி: (பெ): மயக்கம்; பொய்யுணர்வு; அறியாமை; bewilderment; confusion; false understanding; ignorance.

மருட்டம்: (பெ): மயக்கம் தருவது; கள்; that which gives bewilderment; toddy.

மருட்டி: (பெ): மயக்கம் தருபவள்; கவர்ந்திழுப்பவள்; கள்; blandishing woman; fascinating woman; toddy.

மருட்டுதல்: *(வி):* மயக்குதல்; அச்சுறுத்தல்; ஏமாற்றுதல்; திகைக்கச் செய்தல்; மறக்கச் செய்தல்; to fascinate; to threaten; to cheat; to perplex; to make someone to forget.

மருட்பா: *(பெ):* வெண்பாவும்; ஆசிரியப்பாவும் கலந்து வரும் செய்யுள் வகை; the poem in which 'venba' and 'aaciriappa' occur alternatively.

மருண்மா: *(பெ):* யானை; elephant.

மருண்மாலை: *(பெ):* அந்தி நேரம்; twilight joining day to night.

மருதக்கிழவன்: *(பெ):* மருதநிலத் தலைவன்; இந்திரன்; chief of an agricultural tract; Lord Indra as the presiding deity of Marutham.

மருதநிலக் கடவுள்: *(பெ):* இந்திரன்; Lord Indra as the presiding deity of Marutham.

மருதம்: *(பெ):* வயலும், வயல் சார்ந்த இடமும்; மருதநிலத்துக்குரிய காலைப்பண்; ஊடியும் கூடியும் இன்பம் நுகர்வதுமான ஒழுக்கம்; மருத மரம்; வயல்; agricultural tract; a melody belonging to agricultural tract; love action consisting of sexual union after sulking; a kind of tree; paddy field.

மருத யாழ்: *(பெ):* மருத நிலத்துக்குரிய யாழ்; a lute peculiar to agricultural tracts.

மருதாணி: *(பெ):* மருதோன்றி; ஒரு செடி வகை; henna; a kind of plant.

மருது: *(பெ):* மரவகை; a kind of tree.

மருத்தன்: *(பெ):* மருத்துவன்; வாயு பகவான்; physician; Vayu Bhagavan, the God of Wind.

மருத்துண்ணி: *(பெ):* காற்றை உண்ணும் பாம்பு; the snake which consumes air.

மருத்துபலம்: *(பெ):* ஆலங்கட்டி மழை; hail stone.

மருத்துபாலன்: *(பெ):* இந்திரன்; Lord Indra.

மருத்துவதி: *(பெ):* தாமிரபரணி; River Thamiraparani.

மருத்து நூல்: *(பெ):* வைத்திய இயல்; medical science.

மருத்துவச்சாலை: *(பெ):* மருத்துவமனை; மருந்தகம்; hospital; pharmacy.

மருத்துவச்சி: *(பெ):* பிள்ளைப்பேற்றினைப் பார்க்கும் பெண்; midwife.

மருத்துவத்துறை: *(பெ):* உடல்கூறு, நோய்கள், நோய்களைப் போக்கும் மருந்துகள் பற்றி ஆராய்ந்திடும் துறை; medical department.

மருத்துவப்பேறு: *(பெ):* கிராம (அ) நாட்டு வைத்தியருக்கு மான்யமாக ஒதுக்கப்பட்ட நிலம்; the land granted to the village physician as a gift.

மருத்துவம்: *(பெ):* வைத்தியம்; மருந்து; பரிகாரம்; ஒரு யாழ் வகை; மகப்பேறு பார்க்கும் தொழில்; practice of medicine; medicine; remedy; a kind of lute; midwifery.

மருத்துவர்: *(பெ):* வைத்தியர்; அசுவனி தேவர்; doctor; physician; Aswini Devas.

மருத்துவன்: *(பெ):* வைத்தியன்; இந்திரன்; physician; Lord Indra.

மருத்துவி: *(பெ):* பெண் மருத்துவர்; female physician.

மருநிலம்: *(பெ):* நீரும் நிழலும் இல்லாத இடம்; desert.

மருந்தகம்: *(பெ):* மருந்து கிடைக்குமிடம்; dispensary.

மருந்தம்: *(பெ):* நஞ்சு; பாடாண வகை; poison; a medicinal poison.

மருந்து: *(பெ):* ஔடதம்; அமுதம்; பரிகாரம்; சோறு; இனிமை; வெடிமருந்து; முள்ளுக் கடம்பு; medicine; ambrosia; remedy; cooked rice; sweetness; gun-powder; a kind of thorny tree. • **மருந்தும்**, விருந்தும் மூன்று பொழுது - *பழமொழி.*

- **மருந்தாகித்** தப்பா மரத்தற்றால் செல்வம்
  பெருந்தகை யான்கண் படின். *- குறள் 217.*
- **மருந்தென** வேண்டாவாம் யாக்கைக்கு அருந்தியது
  அற்றது போற்றி உணின். *- குறள் 942.*

மருந்துக்கடை: *(பெ):* மருந்துகள் விற்குமிடம்; drug store; pharmacy.

மருப்பு: *(பெ):* யாழின் உறுப்பு; யானையின் தந்தம்; இஞ்சி; a part of a lute; elephant's tusk; ginger.

மருபுகா: *(பெ):* ஒரு வாழை வகை; a kind of plantain.

மருமகள்: *(பெ):* மகனின் மனைவி; ஒருத்தியின் உடன் பிறந்தானின் மகள்; ஒருவனின் உடன்பிறந்தாளின் மகள்; daughter-in-law; wife of one's son; daughter of a woman's brother; daughter of a man's sister.

மருமகன்: *(பெ):* மகளின் கணவன்; ஒருவனின் உடன் பிறந்தாளின் மகன்; ஒருத்தியின் உடன் பிறந்தானின் மகன்; son-in-law; husband of one's daughter; son of a woman's brother; son of a man's sister.

மருமதாரை: *(பெ):* மார்பு; உயிர்நிலை; breast; the genital part.

மருமம்: *(பெ):* இரகசியம்; விதைப்பை; உடம்பு; secret; testicle; body.

மருமாட்டி: *(பெ):* வழித்தோன்றியவள்; மருமகள்; female descendant; daughter-in-law.

மருமான்: *(பெ):* வழித்தோன்றல்; மருமகன்; male descendant; son-in-law.

மருவலர்/மருவார்: *(பெ):* பகைவர்; enemies.

மருவாளி: *(பெ):* பச்சைக் கற்பூரம்; medicated camphor.

மருவிதழ்: *(பெ):* பூவிதழ்; flower petal.

மருவு: *(பெ):* மணம்; மணச்செடி வகை; மணமகனுக்குப் பெண் வீட்டார் இடும் முதல் விருந்து; fragrance; a fragrant plant; the first feast given to a bridegroom by the bride's family.

மருவுதல்: *(வி):* கலந்திருத்தல்; தோன்றுதல்; தழுவுதல்; பயிலுதல்; கிட்டுதல்; புணர்தல்; தியானித்தல்; பதித்தல்; be united together (in affection); to appear; to embrace; to exercise; be attained; to have sexual intercourse with; to meditate upon; to fix.

மருவுண்ணுதல்: *(வி):* மணமகனுக்குப் பெண் வீட்டார் இடும் முதல் விருந்து; dining and giving presents for the first time after marriage to a bridegroom in the house of his bride's parents.

மருளல்: *(வி):* அஞ்சுதல்; மயங்குதல்; வியத்தல்; be frightened; be confused; to wonder.

மருளிந்தம்/மருளிந்தளம்: *(பெ):* ஒரு பண் வகை; a kind of melody.

மருளுதல்: *(வி):* மயங்குதல்; வியத்தல்; வெருவுதல்; be confused; to wonder; be frightened. • **மருண்டவன் கண்ணுக்கு** இருண்டதெல்லாம் பேய் - *பழமொழி.*

மருள்: *(பெ):* மயக்கம்; பேய்; வியப்பு; உன்மத்தம்; பண் வகை; புதர்; ஆவேசம்; confusion; bewilderment; goblin; devil; amazement; madness; a kind of melody; bush; frenzy.

மரை: *(பெ):* மான் வகை; காட்டுப் பசு; தவளை; திருகு வகை; இரத்தினக் குற்றம்; தாமரை; a kind of deer; wild cow; frog; a kind of screw; defect in gem; lotus.

மரைக்காயர்: *(பெ):* துலுக்கரில் ஒரு சாரார்; a sect in Muslim community.

மரைநீகம்: *(பெ):* தவளை; frog.

மரையா/மரையான்: *(பெ):* காட்டுப் பசு; wild cow.

மரையாடு: *(பெ):* ஆடு வகை; a kind of goat.

மர்க்கடகம்: *(பெ):* பெருங்காயம்; asafoetida.

மர்க்கடம்: *(பெ):* குரங்கு; monkey.

மர்த்தியம்: *(பெ):* நிலவுலகம்; earth.

மர்மம்: *(பெ):* இரகசியம்; secret.

மலகரி: *(பெ):* குறிஞ்சி நிலப்பண் வகை; a kind of melody of hilly tract.

மலக்கடி: *(பெ):* மனக்கலக்கம்; perturbation.

மலக்கம்: *(பெ):* துன்பம்; மாறுபாடு; grief; difference.

மலக்கு: *(பெ):* மயக்கம்; தேவன்; drowsiness; celestial being.

மலக்குதல்: *(வி):* கலக்குதல்; to mix.

மலங்கல்: *(பெ):* குளம்; tank.

மலங்கு: *(பெ):* விலாங்கு மீன்; eel.

மலங்குதல்: *(வி):* நீர் முதலியன குழம்புதல்; கெடுதல்; மனம் கலங்குதல்; ததும்புதல்; பிறழ்தல்; to get murky; to decay; be perturbed; to overflow; to get dislocated; to deviate from the normal order, sequence, system, etc.

மலச்சிக்கல்: *(பெ):* சரிவர மலம் வெளியாகாது இருக்கும் நிலை; constipation.

மலடன்: *(பெ):* பெண்ணைக் கருத்தரிக்கச் செய்ய முடியாத உடல் குறைபாடு உடையவன்; sterile man.

மலடான: *(பெ.அ):* கருத்தரிக்கச் செய்திட முடியாத; sterile; barren.

மலடி: *(பெ):* குழந்தைப்பேறு இல்லாத பெண்; sterile woman.

மலட்டா: *(பெ):* கன்று ஈனாத பசு; sterile cow.

மலட்டாறு: *(பெ):* காடுகளில் ஓடுவதும் விரைவில் நீர் வற்றுவதுமான ஆறு; jungle stream in a dry condition for the most part of the year.

மலபந்தம்: *(பெ):* மலச்சிக்கல்; constipation.

மலபாண்டம்: *(பெ):* உடம்பு; body.

மலப்பு: *(பெ):* கடவுள் திருமுன்பாக ஆடும் கூத்து வகை; a kind of dance performed before a deity.

மலப்பை: *(பெ):* உடம்பு; மலம் தங்குமிடம்; body; the portion of the bowels containing faeces.

மலம்: *(பெ):* உடம்பிலிருந்து வெளியாகும் கழிவுப் பொருட்கள்; தீட்டு; காதுக்குரும்பி; சிறுநீர்; வியர்வை போன்றவை; அழுக்கு; மும்மலம்; கற்பூரம்; excrement; faeces, excretions of the body such as semen, menstrual blood, urine, ordure, ear-wax, phlegm, sweat, dirt etc.; the three impurities of the soul; sin; camphor.

மலயக்கோ: *(பெ):* பாண்டியன்; Pandya king.

மலயமாருதம்: *(பெ):* ஒரு பண் வகை; a kind of melody.

மலயமுனி: *(பெ):* அகத்திய முனிவர்; sage Agasthiya.

மலயம்: *(பெ):* பொதிகை மலை; சந்தன மரம்; Podhigai hill; sandalwood tree.

மலரடி: *(பெ):* கடவுள், உயர்ந்தோர் ஆகியோரின் திருவடிகள்; feet of a divine or great personage equivalent to lotus flower.

மலருக்கு நாயகம்: *(பெ):* கருவண்டு; black beetle.

மலரோன்: *(பெ):* பிரம்மன்; Lord Brahma.

மலர்: *(பெ):* பூ; flower. • **மலரைக் கசக்கி மணம்** கொள்வார் உண்டோ - *பழமொழி.*

• **மலர்**காணின் மையாத்தி நெஞ்சே இவள்கண்
பலர்காணும் பூவொக்கும் என்று. - *குறள் 1112.*

• **மலரி**னும் மெல்லிது காமம் சிலர்அதன்
செவ்வி தலைப்படு வார். - *குறள் 1289.*

மலர்மங்கை: *(பெ):* திருமகள்; Lakshmi, Goddess of Wealth.

மலர்மிசையோன்: *(பெ):* பிரம்மன்; Lord Brahma.

மலனவரி: *(பெ):* சிவபெருமான்; Lord Shiva.

மலாகை: *(பெ):* தூது செல்லும் பெண்; காமம் உள்ளவள்; பெண் யானை; woman messenger; lustful woman; she-elephant.

மலாடு: *(பெ):* திருக்கோயிலூர் மற்றும் அந்நகரைச் சுற்றியுள்ள பகுதி; Thirukkoilur and its surrounding places.

மலாம்: *(பெ):* முலாம் பூசுதல்; gilding.

மலாவகம்: *(பெ):* பிண்ணாக்கு; oil cake.

மலிசம்: *(பெ):* அரசமரம்; pipal tree.

மலிதல்: *(வி):* நெருங்குதல்; செருக்குதல்; பரவுதல்; சொல்லுதல்; மிகுதல்; புணர்ச்சியில் மகிழ்தல்; விம்முதல்; விரைதல்; be crowded; be proud; to spread; to express; to abound; be happy during sexual intercourse; to swell; to hasten.

மலிபு: *(பெ):* மிகுதி; நிறைவு; உவகை; உயர்வு; தன்மை; உத்தமம்; abundance; completion; joy; elevation; nature; that which is pre-eminent.

மலிர்தல்: *(வி):* பெருகுதல்; பலமுறை பழகுதல்; ஒழுகுதல்; to flood; to contact frequently; to leak.

மலிர்நிறை: *(பெ):* பெருவெள்ளம்; நீரூற்று; torrent; fountain; spring.

மலினமுகன்: *(பெ):* அக்கினி; பிசாசு; கருங்குரங்கு; கருவண்டு; கொடியவன்; fire; goblin; devil; black-monkey; black beetle; cruel person.

மலினம்: *(பெ):* கருமை; மாசு; மரவகை; தீயகுணம்; பாவம்; குற்றம்; கெடுதி; மோர்; blackness; dirt; a kind of tree; misconduct; sin; fault; peril; buttermilk.

மலினி: *(பெ):* தீட்டாக உள்ள பெண்; the woman in her periods.

மலீமசம்: *(பெ):* அழுக்கு; இரும்பு; dirt; iron.

மலூகம்: *(பெ):* குருவி; sparrow; a small bird.

மலை: *(பெ):* பூமியின் மேற்பரப்பில் உயர்ந்து அமைந்துள்ள பாறைகளின் தொகுதி; உவமை; mountain; hill; comparison involving a simile. • **மலை** இலக்கானால் குருடனும் எய்வான். • **மலை**யைக் கில்லி எலியைப் பிடிப்பதுபோல. • **மலை**யைத் துளைக்கச் சிற்றுளி போதாதா ? - *பழமொழிகள்.*

மலை ஆடு: *(பெ):* ஒரு வகை ஆடு; ibex.

மலை ஏறி: *(பெ):* மலையேறும் பயிற்சி பெற்றவன்; mountaineer.

மலைக்கச் செய்: *(வி.உ):* திகைக்கச் செய்தல்; to appal.

மலைக்கல்: *(பெ):* ஆட்டுக்கல்; stone mortar.

மலைக்குகை: *(பெ):* மலையில் உள்ள குகை; mountain-cavern.

மலைக்கோன்: *(பெ):* கொன்றை மர வகை; a kind of Indian laburnum tree.

மலைக் குண்டுவேர்: *(பெ):* செடி வகை; a kind of plant.

மலைச்சரக்கு: *(பெ):* மலைப்பகுதிகளில் கிடைத்திடும் மூலிகைகளிலிருந்து தயாரிக்கப் படும் மருந்துகள்; கற்பூர வகை; medicinal drugs prepared from herbs growing on hills; a kind of camphor.

மலைச்சாரல்: *(பெ):* மலைப்பகுதிகளில் இருந்து வீசும் குளிர்ந்த காற்று; மலைச்சரிவு; மலைகளின் மீது தவழும் மழை மேகங்கள்; மலைப்பகுதிகளில் பெய்யும் மழை; cool wind from the hills; slope of the hill; rain clouds over the hills; rain falling on the hills.

மலைச்சாரை: *(பெ):* பாம்பு வகை; a kind of snake.

மலைச்சிகரம்: *(பெ):* மலையுச்சி; summit of a mountain.

மலைச்சுரம்: *(பெ):* மலேரியா காய்ச்சல்; malaria.

மலைதல்: *(வி):* மேற்கொள்ளுதல்; எதிர்த்தல்; வாதாடுதல்; மயங்குதல்; to undertake; to oppose; to wrangle; to fascinate.

மலைத்தல்: *(வி):* பொருதல்; மாறுபடுதல்; திகைத்தல்; வியத்தல்; to fight; to differ; be perplexed; to wonder.

மலைத் தேனீ: *(பெ):* மலைப்பகுதியில் உள்ள தேனடையிலுள்ள தேனீ; hill bee.

மலைத்தேன்: *(பெ):* மலையில் உண்டாகும் தேன்; இன்சுவையுள்ள பலாப்பழம்; pure honey as from the hills; jack fruit.

மலைநாடன்: *(பெ):* மலைப்பகுதிகள் நிறைந்த நாட்டின் அரசன்; king of mountainous region.

மலைநாடு: *(பெ):* மலைகள் உள்ள நாடு; சேர நாடு; hilly country; Chera region.

மலைநார்: *(பெ):* கல்நார்; asbestos.

மலைநெல்: *(பெ):* மலைப்பகுதியில் விளையும் நெல் வகை; a kind of paddy grown on the hills.

மலைபடு திரவியம்: *(பெ):* மலையில் விளைந்திடும் ஐவகைப் பொருட்களான அகில், மிளகு, கோட்டம், தக்கோலம் மற்றும் குங்குமம்; the five kinds of products of the hills viz., akil, milagu, kottam, takkolam and kunkumam.

மலைப்படையச் செய்தல்: *(வி):* திகைக்கச் செய்தல்; to amaze.

மலைப்பள்ளி: *(பெ):* மலைகளில் வாழும் துறவிகளின் குடில்; hermitage of the ascetics on the hills.

மலைப்பாம்பு: *(பெ):* சிறு பிராணிகளை உயிருடன் விழுங்கும் நீண்ட உடலைக் கொண்ட பாம்பு வகை; python.

மலைப்பிஞ்சு: *(பெ):* சிறுகல்; small piece of stone.

மலைப்பு: *(பெ):* அறிவு மயக்கம்; போர்; மாறுபாடு; மயக்கம்; பகை; confusion of mind; battle; difference; astonishment, enmity.

மலைப்புனம்: *(பெ):* தினை விளையும் நிலம்; rocky soil in 'thinai' fields on the mountains.

மலைமகள்: *(பெ):* பார்வதி தேவி; Parvathi, as the daughter of Imavan, the king of the Himalayas.

மலைமஞ்சி: *(பெ):* பெருங்குரும்பை என்னும் செடி; Perunkurumbai, a kind of plant.

மலைமதம்: *(பெ):* கன்மதம்; rock alum.

மலை மல்லிகை: *(பெ):* காட்டு மல்லிகை; மர மல்லிகை; wild jasmine; Indian Cork.

மலைமுகடு: *(பெ):* மலையுச்சி; peak.

மலைமுழை: *(பெ):* மலைக்குகை; mountain cavern.

மலைமுழைஞ்சு: *(பெ):* மலைக்குகை; mountain cavern.

மலையசம்: *(பெ):* தென்றல்; சந்தன மரம்; மலையாடு; south wind; sandalwood tree; wild goat.

மலையடிவாரம்: *(பெ):* மலையைச் சுற்றியுள்ள தாழ்வான பகுதி; foot of the hill.

மலையப் பொருப்பன்: *(பெ):* பாண்டியன்; Pandya king.

மலையமான்: *(பெ):* சேரன்; Chera king.

மலையம்: *(பெ):* பொதிகை மலை; மலையுச்சி; Podhigai hill; peak.

மலையரசன்: *(பெ):* இமவான்; Imavan, king of the Himalayas.

மலையருவி: *(பெ):* மலையிலிருந்து வீழ்ந்திடும் அருவி; mountain torrent.

மலையரையன்: *(பெ):* மலையரசன்; king of the Himalayas.

மலையன்: *(பெ):* குறிஞ்சிநிலத் தலைவன்; சேர மன்னன்; கடையெழு வள்ளல்களில் ஒருவனான காரி; chief of the hilly tract; Chera king; Kari, one of the seven last liberal donors.

மலையாட்டி: *(பெ):* மலைநாட்டுப் பெண்; the woman who belongs to hilly tract.

மலையாரம்: *(பெ):* சந்தனமரம்; sandalwood tree.

மலையாளம்: *(பெ):* ஒரு மொழி; மலபார்; Malayalam, a language; Malabar.

மலையாளர்: *(பெ):* மலை நாட்டார்; those who belong to hilly tract.

மலையாளி: *(பெ):* மலையில் வாழ்பவன்; மலையாள நாட்டான்; மிளகு; one who lives in the hill; one who belongs to Malabar region; pepper.

மலையிடறு: *(பெ):* பெருந்தடை; great restraint.

மலையின் முனிவன்: *(பெ):* அகத்தி மரம்; மிளகு; அத்தி வகை; coronilla grandiflora; pepper; country fig tree.

மலையுச்சி: *(பெ):* மலைமுகடு; peak.

மலையேறுதல்: *(பெ):* முடிவடைதல்; மலையின் மீது ஏறுதல்; completion; mountaineering.

மலை வசம்பு: *(பெ):* மிளகு; செடி வகை; pepper; a kind of plant.

மலை வாசம்: *(பெ):* மிளகு; pepper.

மலைவாசிக் கொம்பு: *(பெ):* பன்றிக் கொம்பு; the tusk of boar.

மலை வாழை: *(பெ):* வாழை வகை; a kind of plantain.

மலைவு: *(பெ):* மயக்கம்; மாறுபாடு; முரண்; போர்; confusion; difference; contrast; battle.

மலைவேம்பு: *(பெ):* வேப்பமர வகை; a kind of neem tree.

மல்: *(பெ):* வளம்; வருவாய்; வலிமை; மல் தொழில்; திருமால் ஆடிய கூத்து; richness; income; strength; wrestling; the dance performed by Lord Vishnu.

மல்குதல்: *(வி):* நிறைதல்; அதிகமாதல்; செழித்தல்; be full; to increase; be flourishing.

மல்லசம்: *(பெ):* மிளகு; black-pepper.

மல்லம்: *(பெ):* மற்போர்; வலிமை; கிண்ணம்; தட்டம்; கதுப்பு; பள்ளியறை; wrestling; strength; small cup; plate; cheek; bed room.

மல்லரி: *(பெ):* பறை வகை; a kind of drum.

மல்லர்: *(பெ):* மற்போர் செய்பவர்; வலிமையானவர்; wrestler; strong man.

மல்லல்: *(பெ):* மிகுதி; வளம்; வலிமை; பொலிவு; அழகு; செல்வம்; abundance; fertility; strength; splendour; beauty; wealth.

மல்லன்: *(பெ):* மற்போர் செய்பவன்; வலியன்; wrestler; strong man.

மல்லாடல்: *(பெ):* திருமால் ஆடிய கூத்துள் ஒன்று; one of the dances performed by Lord Vishnu.

மல்லாத்தல்: *(வி):* தோற்றுப்போதல்; be defeated.

மல்லாய்: *(பெ):* இரப்போர் கலம்; beggar's bowl.

மல்லாரி: *(பெ):* பறை வகை; பண் வகை; சண்டைக்காரி; a kind of drum; a kind of melody; the woman who is ready for quarrel.

மல்லி: *(பெ):* முல்லை வகை; கொத்துமல்லி; a kind of jasmine; coriander seed.

மல்லிகை: *(பெ):* பூங்கொடி வகை; விளக்குத் தண்டு; இரப்போர் கலம்; பாண்டம்; jasmine; lamp stand; beggar's bowl; vessel.

மல்லுக்கட்டு: *(வி):* மற்போர் செய்திடு; (பேச்சில்) தகராறு செய்திடு; to wrestle; to hassle with.

மல்லூகம்: *(பெ):* புழு; worm.

மல்லை: *(பெ):* வளம்; பெருமை; வட்டம்; மாமல்லபுரம்; fertility; pride; greatness; circle; Mahabalipuram, a sea-shore town.

மவுணன்: *(பெ):* கணவன்; husband.

மவுலி: *(பெ):* சடை; முடி; தலை; plaited hair; hair; head.

மவுனம்: *(பெ):* மோனம்; பேசாமை; silence; taciturnity.

மவுனி: *(பெ):* ஆமை; மவுனம் சாதிப்பவன்; tortoise; silent person.

மவ்வம்: *(பெ):* அழகு; beauty.

மழநாடு/மழபுலம்: *(பெ):* திருச்சிராப்பள்ளிக்கு மேற்புறமாகவும், காவிரியாற்றுக்கு வடபுறமாகவும் உள்ள பகுதி; the area which is west to Trichi and north to River Cauvery.

மழபுலவர்: *(பெ):* பள்ளியில் படித்திடும் சிறுவர்; young pupils.

மழமழப்பாக்குதல்: *(வி):* மிருதுத்தன்மையாக்குதல்; to calender.

மழமழப்பு: *(பெ):* மிருதுத் தன்மை; மென்மை; softness; tenderness.

மழலை: *(பெ):* குழந்தைகளின் திருந்தாச் சொல்; இளமை; babbling; lisping of children; youth.

- குழல்இனிது யாழ்இனிது என்பதம் மக்கள்
  மழலைச்சொல் கேளா தவர். - *குறள் 66.*

மழலைத் தேன்: *(பெ):* புதுத்தேன்; fresh honey.

மழவன்: *(பெ):* இளைஞன்; குழந்தை; மழ நாட்டான்; young man; child; the inhabitant of Malanadu.

மழவு: *(பெ):* இளமை; மென்மை; மயக்கம்; youth; juvenile period; tenderness; drowsiness.

மழித்தலை: *(பெ):* வழுக்கைத் தலை; bald head.

மழித்தல்: *(வி):* மொட்டையடித்தல்; to shave especially the head.

- மழித்தலும் நீட்டலும் வேண்டா உலகம்
  பழித்தது ஒழித்து விடின். - *குறள் 280.*

மழு: *(பெ):* கோடரி; கடல்; கப்பு; மங்கு; axe; sea; branch of a tree; fade.

மழுகுதல்: *(வி):* ஒளி குறைதல்; முனை மழுங்குதல்; light getting dim; to become blunt.

மழுகூழை: *(பெ):* வாலிழந்த விலங்கு; மூடன்; the animal which had lost its tail; fool.

மழுக்கம்: *(பெ):* கூரின்மை; ஒளியின்மை; விவேகம் இன்மை; bluntness; dimness; indiscrimination.

மழுக்கல்: *(வி):* முனை மழுங்கல்; to become blunt.

மழுக்கு: *(வி):* மொன்னையாக்கு; to make blunt.

மழுங்கல்: *(பெ):* கூர்மையில்லாமை; bluntness.

மழுங்குதல்: *(வி):* கூர்மை இழத்தல்; to become blunt.

மழுங்குணி: *(பெ):* அறிவில்லாதவன்; idiot; fool.

மழுப்புதல்: *(வி):* கேள்விக்குச் சரியான விளக்கம் தராது விடுதல்; (அ) வேறு ஏதேனும் கூறி நழுவிச் செல்லுதல்; to dodge; to evade.

மழுமாறி: *(பெ):* புரட்டன்; deceiver.

மழுவன்: *(பெ):* பயமில்லாதவன்; தலையாரி; கிராமக் காவல்காரன்; fearless person; village watchman.

மழுவாள்: *(பெ):* பரசு ஆயுதம்; battle axe.

மழுவாளி: *(பெ):* சிவபெருமான்; பரசுராமன்; Lord Shiva; Lord Parasurama.

மழுவி: *(பெ):* நாணமற்ற பெண்; unbashful woman.

மழுவேந்தி: *(பெ):* பொய்யன்; சிவபெருமான்; பரசுராமன்; liar; Lord Shiva; Lord Parasurama.

மழுவோன்: *(பெ):* சிவபெருமான்; Lord Shiva.

மழை: *(பெ):* மேகத்திலிருந்து பொழியும் நீர்; கருமை; குளிர்ச்சி; மிகுதி; rain; blackness; cool; abundance. ● **மழை விட்டும் தூவானம் விடவில்லை.** ● **மழைமுகங் காணாப் பயிரும், தாய்முகங் காணா சேயும் போல** - *பழமொழிகள்.*

மழைக்கோள்: *(பெ):* சுக்கிரன்; the Planet Venus.

மழைச்சிலை: *(பெ):* வானவில்; rainbow.

மழைமானி: *(பெ):* ஓரிடத்தில் பெய்யும் மழையின் அளவைக் காணப் பயன்படுத்தும் கருவி; rain gauge.

மழையலர்: *(பெ):* நீர்; water.

மழையேறு: *(பெ):* இடி; thunderbolt.

மழைவண்ணன்: *(பெ):* திருமால்; Lord Vishnu.

மளிகை: *(பெ):* பலசரக்குக் கடை; grocery shop.

மளிகை வணிகர்: *(பெ):* பலசரக்கு வியாபாரி; grocer.

மள்குதல்: *(வி):* குறைதல்; to decrease.

மள்ளம்: *(பெ):* வலிமை; strength.

மள்ளன்: *(பெ):* உழவன்; வலிமையுடையோன்; படைத்தலைவன்; இளைஞன்; மருத நிலத்தோன்; குறிஞ்சி நிலத்தோன்; farmer; strong man; army chief; young man; the inhabitant of agricultural tract; the inhabitant of hilly tract.

மள்ளு: *(பெ):* கைம்மரம்; rafter.

மறக்கருணை: *(பெ):* அழித்து நலமுண்டாக்கும் அருள்; divine grace that chastises.

மறக்களம்: *(பெ):* போர்க்களம்; battlefield.

மறக்குடி: *(பெ):* வீரகுலம்; warrior tribe; the maravar caste.

மறங்குதல்: *(வி):* மனம் கலங்குதல்; be worried.

மறதி: *(பெ):* நினைவின்மை; forgetfulness.

மறதி நோய்: *(பெ):* நினைவற்றுப் போகச் செய்திடும் நோய்; amnesia.

மறத்தல்: *(வி):* நினைவின்றிப் போதல்; அயர்தல்; அசட்டை பண்ணுதல்; ஒழிதல்; to forget; to disregard; to neglect; to give up.

மறத்தி 814 **மறுதலை**

- *மறந்தும் பிறன்கேடு சூழற்க சூழின்*
  அறஞ்சூழும் சூழ்ந்தவன் கேடு - *குறள் 204.*
- *மறத்தல் வெகுளியை யார்மாட்டும் தீய*
  பிறத்தல் அதனான் வரும். - *குறள் 303.*

மறத்தி: *(பெ):* மறக்குடிப் பெண்; the woman belonging to warrior tribe/maravar caste.

மறப்பிலி: *(பெ):* கடவுள்; God.

மறப்பு: *(பெ):* நினைவின்மை; forgetfulness.

- *மறப்பினும் ஒத்துக் கொளலாகும் பார்ப்பான்*
  பிறப்பொழுக்கங் குன்றக் கெடும். - *குறள் 134.*
- *மறப்பின் எவனாவன் மன்கொல் மறப்பறியேன்*
  உள்ளினும் உள்ளம் சுடும். - *குறள் 1207.*

மறப்புகழ்: *(பெ):* வீரத்தால் வரும் புகழ்; renown got by valorous deeds.

மறப்புலி: *(பெ):* கொடிய புலி; ferocious tiger.

மறமலி: *(பெ):* யானை; elephant.

மறம்: *(பெ):* வீரம்; பகை; கோபம்; வலிமை; வெற்றி; போர்; கெடுதி; பாவம்; மயக்கம்; அதிகாரம்; valour; enmity; anger; strength; victory; war; ruin; sin; confusion; power.

மறலி: *(பெ):* மறதி; மயக்கம்; பொறாமை; யமன்; forgetfulness; drowsiness; envy; Yama, God of Death.

மறலுதல்: *(வி):* கொல்லுதல்; மாறுபடுதல்; to kill; to vary.

மறலை: *(பெ):* புல்லறிவாளன்; person of mean understanding.

மறல்: *(பெ):* பிணக்கு; பகை; போர்; மரணம்; யமன்; எழுச்சி; மறதி; மயக்கம்; வறுமை; குற்றம்; disagreement; enmity; war; death; Yama, God of Death; upheaval; forgetfulness; drowsiness; poverty; default.

மறவன்: *(பெ):* வேடன்; வலியவன்; வீரன்; கொடியவன்; பாலை நிலத்தோன்; hunter; strong man; warrior; cruel person; inhabitant of arid tract.

மறவி: *(பெ):* மறதி; கள்; தேன்; பதநீர்; அழுக்காறு; இழிவு; குற்றம்; forgetfulness; toddy; honey; sweet toddy drawn in a pot lined with lime to prevent fermentation; envy; meanness; fault.

- *நெடுநீர் மறவி மடிதுயில் நான்கும்*
  கெடுநீரார் காமக் கலன். - *குறள் 605.*

மறவோன்: *(பெ):* போர் வீரன்; warrior.

மறி: *(பெ):* ஆடு, குதிரை, மான் ஆகியவற்றின் குட்டி; ஆடு, குதிரை, மான் ஆகியவற்றின் பெண்; மேடராசி; ஆடு; மான்; calf of goat, horse and deer; female of goat, horse and deer; the first constellation of the zodiac having the Ram as its sign; Aries; goat; deer.

மறிதரல்: *(பெ):* திரும்புகை; returning.

மறிதல்: *(வி):* விழுதல்; சாய்தல்; கிளர்தல்; தடைப்படுதல்; நிலைகுலைதல்; துள்ளுதல்; to fall down; to incline; to emerge; be checked; be ruined in circumstances, etc.; to leap.

மறித்தல்: *(வி):* தடுத்தல்; அழித்தல்; திரும்பச் செய்தல்; to stop; to destroy; to do again.

மறித்தும்: *(வி.உ):* மீண்டும்; again.

மறிந்து: *(வி.உ):* மீண்டும்; again.

மறியல்: *(பெ):* தங்கள் எதிர்ப்பைத் தெரிவிக்கும் விதத்தில் பணிக்குச் செல்பவர்களைச் செல்லவிடாது தடுத்தல்; வாகனங்களை ஓடவிடாமல் தடுத்தல்; தடுத்து நிறுத்திடல்; picketing; blocking the traffic; detaining.

மறியல் செய்பவர்: *(பெ):* தடுத்து நிறுத்துபவர்; picket.

மறிவு: *(பெ):* கேடு; harm.

மறு: *(பெ):* குற்றம்; களங்கம்; தீமை; அடையாளம்; மச்சம்; fault; stain; evil; mark; mole. • **மறு** மங்கையர்க்கும், **மறு**மன்னர்க்கும் மார்பும், முதுகும் கொடாமலிரு - *பழமொழி.*

மறுகரை: *(பெ):* எதிர்க்கரை; opposite bank.

மறுகல்: *(பெ):* சுழலுதல்; கலங்குதல்; whirling; unsteadiness.

மறுகால்: *(பெ):* மதகு; வாய்க்கால்; sluice; channel.

மறுகு: *(பெ):* குறுகலான தெரு; narrow street; lane.

மறுகு சிறை: *(பெ):* தெருவின் இருபுறமும் உள்ள வீடுகளின் வரிசை; row of houses on either side of a street.

மறுகுதல்: *(வி):* மனம் கலங்குதல்; வருந்துதல்; சிதைதல்; கொண்டுபோதல்; agitated; be distressed; be spoiled; to carry.

மறுகை: *(பெ):* தெரு; நுங்கு; street; pulpy kernel of a tender palmyra fruit.

மறுக்கம்: *(பெ):* சுழற்சி; மனக் கலக்கம்; துன்பம்; whirling; perplexity; distress.

மறுக்களித்துப் பேசுதல்: *(வி):* ஒருவரின் சொல்லுக்கு மறுத்துப் பேசுதல்; to go back upon one's words.

மறுக்கொள்ளி: *(பெ):* மரியாதையற்றவன்; dishonest person.

மறுசீரமைத்தல்: *(வி):* புனர் நிர்மாணம் செய்திடு; to restore to the farmer state; to rehabilitate.

மறுசீரமைப்பு: *(பெ):* புனர்நிர்மாணம்; reconstruction.

மறுசொல்: *(பெ):* பதில்; விடை; reply; answer.

மறுதலித்தல்: *(வி):* வேறுபடுதல்; மாறுபடுதல்; to differ; to repudiate.

மறுதலிப்பு: *(பெ):* மறுப்பு; வேறுபடுதல்; denial; deviation.

மறுதலை: *(பெ):* பகைப்பொருள்; எதிர்க்கட்சி; இரண்டாம் முறை; opponent's point of view; opposite side; second time.

மறுதலையான: *(பெ.அ):* எதிரிடையான; மாறுபட்ட; opposite; converse.
மறு தாரம்: *(பெ):* இரண்டாம் தாரம்; second wife.
மறு தொழில்: *(பெ):* பாவம்; sin.
மறுத்தல்: *(வி):* நீக்குதல்; தடுத்தல்; இல்லையென்னுதல்; to reject; to stop; to repulse; to negate.
மறு நாள்: *(பெ):* அடுத்த நாள்; tomorrow; the next day.
மறுபகர்ப்பு: *(பெ):* பதிலுரை; reply.
மறுபடியும்: *(வி.உ):* மீண்டும்; again.
மறு பத்தியம்: *(பெ):* ஒரு முறை கொடுக்கப்பட்ட மருந்தை உட்கொண்டதும் மேற்கொள்ளும் பத்திய உணவு; the light diet after a course of medicine.
மறு பிழைப்பு: *(பெ):* மறுபிறவி எடுத்தது போன்று கொடிய நோயின் தாக்கத்திலிருந்து விடுபட்டு உயிர் பிழைத்தல்; ஆபத்தை விளைவித்திடும் விபத்திலிருந்து மயிரிழையில் உயிர் பிழைத்தல்; recovery from serious illness as rebirth; narrow escape from serious accident.
மறு பிறப்பு: *(பெ):* மறு பிறவி; rebirth.
மறுபுலம்: *(பெ):* பாலை நிலம்; desert tract.
மறு போகம்: *(பெ):* ஓர் ஆண்டில் பயிராகும் இரண்டாவது சாகுபடி; the second crop in the year.
மறுப்பாணை: *(பெ):* ஒரு தீர்மானத்தை ரத்து செய்யும் அதிகாரம்; veto.
மறுப்பு: *(பெ):* மறுத்தல்; எதிர்த்தல்; கண்டனம்; objection; act of opposing; reprimand.
மறுமணம்: *(பெ):* மீண்டும் செய்துகொள்ளும் திருமணம்; remarriage.
மறுமலர்ச்சி: *(பெ):* புனர்விழிப்பு; renaissance.
மறுமாற்றம்: *(பெ):* பதில்; விடை; reply; answer.
மறு முறை: *(பெ):* அடுத்த முறை; அடுத்த பிறவி; next turn; next birth.
மறுமை: *(பெ):* மறுபிறவி; next birth.
மறுமொழி: *(பெ):* பதில்; விடை; reply; answer.
மறுமொழி கூறுதல்: *(வி):* பதில் கூறுதல்; விடையளித்தல்; to reply; to answer.
மறுவலும்: *(வி.உ):* மீண்டும்; மறுபடியும்; again; once more.
மறுவல்: *(பெ):* கத்தூரி விலங்கு; கத்தூரி; musk deer; musk.
மறுவி: *(பெ):* கத்தூரி விலங்கு; கத்தூரி; musk deer; musk.
மறு வீடு: *(பெ):* பெண் வீட்டார் திருமணத்திற்குப் பின் மணமக்களுக்கு அளித்திடும் முதல் விருந்துபசாரம்; ceremony of inviting and giving feast to the married couple at the bride's house for the first time.
மறை: *(பெ):* இரகசியம்; வேதம்; ஆகமம்; உபநிடதம்; களவுப் புணர்ச்சி; மறைபொருள்; கேடகம்; எதிர்மறை; மறைவிடம்; secret; the Veda; aagamam; the upanishads; secret union of lovers before ceremonial marriage; secret; shield; opposite; hiding place.
மறைக் குறிப்பு: *(பெ):* சந்தேகக் குறிப்பு; allusion.
மறை சதி: *(பெ):* இரகசிய சதி; cabal.
மறை செயல்: *(பெ):* தந்திர உபாயம்; தப்பித்துக் கொள்ளச் செய்யும் முயற்சி; subterfuge.
மறைசை: *(பெ):* மறைக்காடு என்னும் வேதாரண்யம்; Vedaranyam, a town.
மறைச்சிரம்: *(பெ):* உபநிடதம்; upanishad.
மறைதல்: *(வி):* ஒளிந்து கொள்ளுதல்; be hidden.
மறைத்தல்: *(வி):* மூடுதல்; மறையச் செய்தல்; to shut down; to remove, to hide.
மறைத்திரு: *(பெ):* தெய்வ ஊழியத்தில் ஈடுபட்டு வருபவரைக் குறிப்பிடும்போது 'வணக்கத்திற்குரிய' என்னும் பொருளில் கூறப்படும் சொல்; a term which means respectful when referring to persons who serve God. • **மறைத்திரு** குன்றக்குடி அடிகளார்.
மறைபொருள்: *(பெ):* இரகசியம்; உட்கருத்து; secret; innermost thought.
மறைமதியம்: *(பெ):* அமாவாசை; New Moon.
மறைமுடிவு: *(பெ):* கடவுள்; வேதாந்தம்; உபநிடதம்; அத்வைத தத்துவம்; God; Vedanta; the upanishads; Advaita Philosophy.
மறைமுதல்: *(பெ):* கடவுள்; பிரணவம்; God; Pranava Mantra, Om.
மறைமுதல்வன்: *(பெ):* பிராமணன், a brahmin who is well versed in the Vedas.
மறைமொழி: *(பெ):* மந்திரம்; வேதம்; இடக்கரடக்கல்; mantra; the Veda; euphemism; use of indirect or round-about expressions to avoid indecent language.
மறையோன்: *(பெ):* பிரம்மா; வியாழன்; அந்தணன்; Lord Brahma; the Planet Jupiter; brahmin.
மறையுவா: *(பெ):* அமாவாசை; New Moon.
மறைவிடம்: *(பெ):* மறைப்புடைய கழிப்பிடம்; மறைந்து கொள்வதற்குப் பயன்படுத்தும் இடம்; பாதுகாப்பான இடம்; latrine; hide-out; shelter.
மறைவு: *(பெ):* இரகசியம்; ஒளிப்பிடம்; secret; hide-out.
மற்கடம்: *(பெ):* குரங்கு; monkey.
மற்கரை: *(பெ):* குகை; மலடி; cave; sterile woman.
மற்குணம்: *(பெ):* மூட்டைப்பூச்சி; bug.
மற்கூத்து: *(பெ):* கிருஷ்ணர் ஆடிய கூத்து; Lord Krishna's dance.
மற்கோல்: *(பெ):* பகை; hatred.
மற்சம்: *(பெ):* மீனராசி; மீன்; ஆசன வகை; the twelfth constellation of the zodiac having the fish as its sign; a fish; a kind of Asana.

மற்சரம்: *(பெ):* பொறாமை; envy; rivalry.
மற்ற: *(வி.அ):* பிற; ஏனைய; other; the rest.
மற்போர் செய்தல்: *(வி):* மல்யுத்தம் செய்தல்; to wrestle.
மற்ற நாள்: *(பெ):* நாளை மறுநாள்; day after tomorrow.
மற்றவன்: *(பெ):* பிறிதொருவன்; இன்னொருவன்; the other man.
மற்றும்: *(வி.அ):* மேலும்; மீண்டும்; moreover; besides; further; again.
மற்றைய: *(வி.அ):* பிற; ஏனைய; other; the rest.
மற்றொழில்: *(பெ):* மல்யுத்தக் கலை; art of wrestling.
மற்றொன்று: *(பெ):* வேறொரு பொருள் (அ) விஷயம்; another thing or matter.
மனக்கசப்பு: *(பெ):* வெறுப்பு; contempt.
மனக்கணக்கு: *(பெ):* எழுத்தால் எழுதாது மனதினுள் கணக்கிடும் முறை; the sum worked out mentally.
மனக்கிலேசம்: *(பெ):* மனத் துயரம்; grief.
மனக்கோட்டை: *(பெ):* வருங்காலம் குறித்து ஒருவர் வளர்த்துக்கொள்ளும் கற்பனை; dream of future.
மனக்கோழை: *(பெ):* நெஞ்சுரம் இல்லாத நபர்; coward.
மனங்கசிதல்: *(வி):* உள்ளம் நெகிழ்தல்; to melt.
மனங்கரைதல்: *(வி):* உள்ளம் நெகிழ்தல்; to melt to feel moved.
மனங்கவரும்: *(பெ.அ):* மனதினைக் கவர்ந்து இழுக்கின்ற; மனதிற்கிதமான; கவர்ச்சியான; charming; pleasant; attractive.
மனங்கூசுதல்: *(வி):* வெட்கப்படுதல்; be shy.
மனங்கொள்ளல்: *(வி):* கருத்தில் கொள்ளுதல்; ஒன்றினைப் புறக்கணித்திடாது இருந்திடல்; to take into consideration; to think of something.
மனசு: *(பெ):* மனம்; இதயம்; ஆசை; mind; heart; desire.
மனச்சலிப்பு: *(பெ):* ஒன்றினை எதிர்பார்த்து அது நிறைவேறாததால் உண்டாகும் வேதனையுடன் கூடிய உணர்வு; vexation; displeasure.
மனச்சாட்சி: *(பெ):* சரி அல்லது சரியல்ல எனச் சுட்டிக் காட்டப்படுவதும், தவறு செய்தால் குற்றவுணர்வினைத் தூண்டுவதுமான உள்ளுணர்வு; conscience. ● **மனச்சாட்சியை** விட மறுசாட்சியே வேண்டாம் - *பழமொழி.*
மனச்சான்று: *(பெ):* மனச்சாட்சி; conscience.
மனச்செருக்கு: *(பெ):* அகந்தை; haughtiness.
மனதறிய: *(பெ.அ):* உள்ளமறிய; consciously.
மனதார: *(பெ.அ):* உளமார; cordially.
மனதுக்குரிய: *(பெ.அ):* உள்ளத்துக்குரிய; mental.
மனதுக்கொத்த: *(பெ.அ):* ஒத்துக்கொள்ளக் கூடிய; agreeable.
மனத்தாராளம்: *(பெ):* பெருந்தன்மை; generosity.
மனத்தாழ்மை: *(பெ):* விநயம்; humility.
மனத்திடம்: *(பெ):* மனவுறுதி; firmness of mind.
மனநடுக்கம்: *(பெ):* அச்சம்; fear.
மனநலம்: *(பெ):* மனதின் சமநிலை; mental health.
● **மனநலம்** மன்னுயிர்க் காக்கம் இனநலம்
எல்லாப் புகழும் தரும். - *குறள் 457.*
மனநிலை: *(பெ):* உளப்பாங்கு; state of mind.
மனநிறைவளித்தல்: *(வி):* திருப்தியளித்தல்; to satisfy.
மனநிறைவான: *(பெ.அ):* திருப்தியான; மகிழ்ச்சியான; satisfactory; happy.
மனநிறைவு: *(பெ):* திருப்தி; மகிழ்ச்சி; satisfaction; happiness.
மனநிறைவுடைய: *(பெ.அ):* திருப்தியான; சந்தோஷமான; satisfied; glad.
மனநெகிழ்ச்சி: *(பெ):* மனக்கிளர்ச்சி; emotion.
மனநெருடு: *(பெ):* மனதுள் வருத்தப்படுதல்; கடுகடுப்பாதல்; sullenness; being ill-humoured; being depressed.
மனநோய்: *(பெ):* எண்ணங்கள், உணர்வுகள் ஆகியவற்றின் சமநிலை பாதிப்பு; mental illness.
மனப்பாங்கு: *(பெ):* மனநிலை; mentality.
மனப்பாடம்: *(பெ):* படித்த ஒரு பகுதியைத் திரும்பத் திரும்பச் சொல்லுகிற அளவுக்கு நினைவில் வைத்திருத்தல்; committing to memory.
மனப்பால் குடித்தல்: *(வி):* வீணாக மனதில் தேவையற்ற ஆசையை வளர்த்துக் கொள்வதுடன் அவ்வாசை நிறைவேறும் என்ற நம்பிக்கையையும் வளர்த்துக்கொள்ளுதல்; to entertain false hope.
மனப்பான்மை: *(பெ):* குறிப்பிட்ட ஒன்றினைச் செய்வதற்கான மனநிலை; எண்ணப்போக்கு; the spirit in which something is to be done; attitude.
மனப்பிராந்தி: *(பெ):* இல்லாத ஒன்று இருப்பது போல அல்லது நிகழ்ந்திடாத ஒன்று நிகழ்ந்துவிட்டது போன்று உண்டாகும் உணர்வு; hallucination; fancy; illusion.
மனப்பூர்வமாக: *(வி.அ):* முழுமனதாக; whole-heartedly.
மனம்: *(பெ):* ஒருவரின் எண்ணம், உணர்வு ஆகியவற்றிற்குக் காரணமாக அமைவது; உள்ளம்; விருப்பம்; the reasoning faculty; mind; intention. ● **மனம்** இருந்தால் மார்க்கம் உண்டு. ● **மனம்** ஒரு குரங்கு. ● **மனம்**போல் வாழ்வு. ● **மனப்**பொருத்தம் இருந்தால் பிற பொருத்தம் எதற்கு? - *பழமொழிகள்.*
● **மனத்துக்கண்** மாசிலன் ஆதல் அனைத்துஅறன்
ஆகுல நீர பிற. - *குறள் 34.*
மனவசியம்: *(பெ):* உளவியல் முறை; hypnotism; mesmerism.

மன விகாரம்: (பெ): இயல்புக்கு விரோதமான திரிபுற்ற ஆசை, எண்ணம் முதலானவை; perversion or aberrations of the mind.
மனவு: (பெ): சங்கு; புடவை; conch; saree.
மனவுறுதி: (பெ): நெஞ்சுரம்; எதையும் எதிர் கொள்ளத் தயங்காத, எதற்கும் கலங்காத மனவலிமை; strong will.
மன வேற்றுமை: (பெ): பிறருடன் ஒன்றைக் குறித்து உண்டாகும் கருத்து வேற்றுமை; difference of opinion.
மனவொடுக்கம்: (பெ): அடக்கம்; சலனமற்ற மனநிலை; modesty; tranquillity.
மனனம்: (பெ): சிந்திக்கை; எண்ணம்; மனப்பாடம்; thinking; thought; memorizing; rote learning.
மனாலம்: (பெ): குங்குமம்; சாதிலிங்கம்; saffron; vermillion.
மனிசன்: (பெ): மனிதன்; man.
மனிச்சர்: (பெ): மனிதர்கள்; men.
மனிச்சு: (பெ): ஆண்தகைமை; manliness.
மனிதன்: (பெ): ஆண்; male.
மனு: (பெ): சூரியகுலத்து அரசன்; அறநூல்; மந்திரம்; மனிதன்; விண்ணப்பம்; சொல்; king of Surya dynasty; ethical science; mantra; man; application; word.
மனுகுலம்: (பெ): மனித சாதி; சூரிய குலம்; human being; Surya dynasty.
மனுசன்: (பெ): ஆண்; male.
மனுநெறி: (பெ): நீதி; justice.
மனை: (பெ): வீடு; நில அளவு வகை; குடும்பம்; மனைவி; இல்வாழ்க்கை; நற்றாய்; house; plot for a home; family; wife; family life; good mother.

- மனைத்தக்க மாண்புடையள் ஆகித்தற் கொண்டான் வளத்தக்காள் வாழ்க்கைத் துணை. - *குறள் 51.*
- மனைமாட்சி இல்லாள்கண் இல்லாயின் வாழ்க்கை எனைமாட்சித் தாயினும் இல். - *குறள் 52.*

மனைக்கட்டு: (பெ): வீடு கட்டுவதற்கான இடம்; house-site.
மனைக்கிழத்தி: (பெ): மனைவி; wife as mistress of the house.
மனைக்கிழவன்: (பெ): கணவன்; husband as master of the house.
மனைக்கோள்: (பெ): பல்லி; lizard.
மனைதல்: (வி): செய்தல்; to make.
மனைமரம்: (பெ): தேற்றா மரம்; clearing-nut tree.
மனைமுதல்: (பெ): மனைவி; wife.
மனையறம்: (பெ): இல்லறம்; domestic life.
மனை வாழ்க்கை: (பெ): இல்வாழ்க்கை; domestic life.
மனைவி: (பெ): இல்லாள்; wife. • **மனைவி** சொல்லே மந்திரம். • **மனைவி** இல்லாத மனிதன் அரை மனிதன் - *பழமொழிகள்.*
மனைவேள்வி: (பெ): குடும்ப வாழ்க்கை; family life.
மனோகதி: (பெ): மனதின் வேகம்; quickness of mind.
மனோபாவம்: (பெ): எண்ணம்; மனநிலை; thought; the state of mind.
மனோபாவனை: (பெ): கற்பனை; மனநிலை; imagination; the state of mind.
மனோபூசை: (பெ): மனதுள் வழிபடுதல்; mental worship.
மனோரஞ்சிதம்: (பெ): ஒரு பூ வகை; a kind of flower.
மனோவதி: (பெ): பிரமனின் இருப்பிடம்; abode of Lord Brahma.
மனோவாயு: (பெ): பத்து வாயுக்களுள் மூச்சை நிகழ்விப்பது; vital air of the body.
மனோ விகாரம்: (பெ): மனநிலை; mental state.
மனோ வியாகூலம்: (பெ): துன்பம்; grief.
மனோன்மணி: (பெ): பார்வதி; Goddess; Parvathi, the consort of Lord Shiva.
மன்: (பெ): மிகுதி; அரசன்; பெருமை; கணவன்; தலைவன்; மந்திரம்; இழிவு; ஓர் அசைச்சொல்; abundance; king; greatness; husband; master; Lord; mantra; meanness; an expletive word.
மன்பது: (பெ): மக்கட்பரப்பு; society; humanity.
மன்பதை: (பெ): மக்கட்பரப்பு; படை; society; humanity; army.
மன்மத: (பெ): ஒரு தமிழ் வருடம்; Manmada, a Tamil Year.
மன்மதன்: (பெ): காமன்; Kama, the God of Love; Cupid.
மன்மம்: (பெ): வஞ்சினம்; தீராப்பகை; rage; rancour.
மன்ற: (வி.அ): மிக; தெளிவாக; excessively; clearly.
மன்றகம்: (பெ): அவை; assembly.
மன்றம்: (பெ): கழகம்; வழக்கு மன்றம்; அவை; பொதுவிடம்; சிதம்பரம்; பசுவின் தொழுவம்; மெய்ம்மை; உறுதி; மணம்; council; court; assembly; common place; Chidambaram, a Shiva's shrine; cow's stable; truth; firmness; fragrance.
மன்றல்: (பெ): திருமணம்; மணம்; புணர்ச்சி; marriage; fragrance; sexual intercourse.
மன்றாடு: (பெ): சிவபெருமான்; Lord Shiva.
மன்றில்: (பெ): வாயில் முற்றம்; courtyard of a house.
மன்று: (பெ): சபை; பொன்னம்பலம்; நீதிமன்றம்; பசுமந்தை; நாற்சந்தி; மணம்; hall of assembly; golden hall of Chidambaram; court of justice; herd of cows; junction; fragrance.
மன்றுதல்: (வி): தண்டம் செய்தல்; to punish.

மன்றுபடுதல்: (வி): வெளிப்படுதல்; to emerge.

மன்ன குமாரன்: (பெ): இளவரசன்; prince.

மன்னல்: (பெ): வலிமை; பெருமை; உயர்ச்சி; விடாமுயற்சி; நிலைபேறு; strength; pride; excellence; perseverance; permanence.

மன்னவன்: (பெ): மன்னன்; இந்திரன்; king; Lord Indra.

மன்னன்: (பெ): அரசன்; கணவன்; தலைவன்; king; husband; master; lord.

- **மன்னர்க்கு மன்னுதல் செங்கோன்மை அஃதின்றேல்**
  மன்னாவாம் மன்னர்க் கொளி. - *குறள் 556.*
- **மன்னர் விழைப விழையாமை மன்னரான்**
  மன்னிய ஆக்கம் தரும். - *குறள் 692.*

மன்னார்: (பெ): பகைவர்; enemies.

மன்னி: (பெ): அண்ணன் மனைவி; wife of elder brother.

மன்னிப்பு: (பெ): குற்றத்தைப் பொறுத்துக் கொள்ளுதல்; pardon; forgiveness; apology; excuse.

மன்னியர்: (பெ): மதிக்கத்தக்கவர்கள்; respectable persons.

மன்னுதல்: (வி): தங்குதல்; உறுதியாக நிற்றல்; நிலை பெறுதல்; to stay; to stand firmly; be permanent.

மன்னுமான்: (பெ): கடவுள்; God.

மன்னுயிர்: (பெ): ஆன்மா; soul.

- **மன்னுயிர் ஓம்பி அருளாள்வார்க்கு இல்லென்ப**
  தன்னுயிர் அஞ்சும் வினை. - *குறள் 244.*
- **மன்னுயிர் எல்லாம் துயிற்றி அளித்திரா**
  என்னல்லது இல்லை துணை. - *குறள் 1168.*

மன்னுலகு: (பெ): துறக்கம்; Paradise.

மன்னை: (பெ): தொண்டை; கோபம்; கதுப்பு; throat; anger; cheek.

மா

மா: (பெ): குதிரை; யானை; விலங்கு; குதிரை, யானை, பன்றி ஆகியவற்றின் ஆண்; சிம்மராசி; வண்டு; அன்னம்; மாமரம்; சீலை; அழகு; ஆணி; திருமகள்; கலைமகள்; செல்வம்; ஒரு நிறை; வயல்; நிலம்; வெறுப்பு; கானல்; பெருமை; வலிமை; கருமை; அரிசி மாவு; horse; elephant; animal; male of horse, elephant and pig; the fifth constellation of the zodiac having lion as its sign; beetle; swan; mango tree; saree; beauty; nail; Lakshmi, Goddess of Wealth; Saraswathi, Goddess of Arts and Learning; wealth; a measure; paddy-field; land; hatred; mirage; greatness; strength; blackness; rice flour.

மாகதி: (பெ): முல்லை வகை; சர்க்கரை; திப்பிலி; a kind of jasmine; sugar; long pepper.

மாகத்தார்: (பெ): தேவர்கள்; celestial beings.

மாகந்தம்: (பெ): மாமரம்; mango tree.

மாகந்தி: (பெ): நெல்லி மரம்; emblic myrobalan tree.

மாகபதி: (பெ): இந்திரன்; Lord Indra.

மாகம்: (பெ): மாசி மாதம்; வானம்; மேலிடம்; துறக்கம்; திக்கு; மேகம்; the Tamil month, Masi; sky; upper place; paradise; direction; cloud.

மாகரி: (பெ): ஆண் யானை; he-elephant.

மாகவதி: (பெ): கீழ்த்திசை; east.

மாகனன்: (பெ): அந்தணன்; brahmin.

மாகாணம்: (பெ): மாநிலம்; நாடு; state; region.

மாகாணி: (பெ): ஓர் அளவு; பதினாறில் ஒரு பாகம்; a measure; one-sixteenth.

மாகாளி: (பெ): கொற்றவை; ஏழு கன்னியருள் ஒருத்தி; Durga, Goddess of Victory; one of the seven virgins.

மாகாளிக் கிழங்கு: (பெ): மலையில் விளையும் நன்னாரி வகை; a kind of sarsaparilla, which grows in the hills.

மாகு: (பெ): வலை; net.

மாகுலர்: (பெ): வேடுவர்; hunters.

மாகுலி: (பெ): உயர்குடிப் பெண்; woman of noble family.

மாகேயம்: (பெ): பவளம்; coral.

மாகை: (பெ): பசு; cow.

மாக்கள்: (பெ): மனிதர்கள்; விலங்குகள்; human beings; animals.

மாக்கிகம்: (பெ): தேன்; செவ்வெண்மைக் கல்; honey; a kind of stone.

மாக்கோலம்: (பெ): நீரில் அரிசி மாவினைப் பதமாகக் கரைத்துப் போடும் கோலம்; a kolam drawn by using the paste of rice flour.

மாங்கலியம்: (பெ): தாலி; wedding chain or cord with Thali; the wedding badge.

மாங்காய்: (பெ): மாமரத்தினுடைய புளிப்பான காய்; unripe fruit.

மாங்கிசம்: *(பெ):* மாமிசம்; meat.
மாசக்காய்: *(பெ):* மருந்து வகை; a kind of medicine.
மாசலம்: *(பெ):* முதலை; நோய்; crocodile; disease.
மாசலன்: *(பெ):* கள்வன்; thief.
மாசனம்: *(பெ):* மந்திரி, புரோகிதர் போன்றவர்கள் அடங்கிய அரசியற் குழு; ஒரு போதை மருந்து; royal counsellors including ministers, priests, etc.; an intoxicating drug.
மாசி: *(பெ):* ஒரு மாதம்; மேகம்; கடல் மீன் வகை; வரம்பு; the Tamil month, Masi; cloud; a kind of sea fish; boundary.
மாசிகம்: *(பெ):* சிரார்த்தம்; a ceremony of offering oblations of food and water to the manes.
மாசிகை: *(பெ):* பறவை; bird.
மாசிங்கம்: *(பெ):* கலைமான் கொம்பு; horn of a stag.
மாசிக்காய்: *(பெ):* நாட்டு வைத்திய முறையில் மருந்தாகப் பயன்படுத்தும் ஒரு வகை மரத்தின் இறுகிக் கெட்டியான பால்; gall-nut used as a medicine.
மாசியம்: *(பெ):* ஒரு போதைப் பண்ட வகை; a thing which gives intoxication.
மாசு: *(பெ):* அழுக்கு; குற்றம்; மாறுபாடு; கருமை; இருள்; மேகம்; பாவம்; தீமை; புழுதி; புன்மை; dirt; fault; difference; blackness; darkness; cloud; sin; evil; dust; meanness.
மாசுகம்: *(பெ):* பீர்க்கு; மிகு இன்பம்; sponge-gourd; delight.
மாசுடைய: *(பெ.அ):* சுத்தமில்லாத; அசுத்தமான; unclean.
மாசுணம்: *(பெ):* பாம்பு; snake.
மாசூல்: *(பெ):* பயிரின் விளைச்சல்; yield from crops, etc.
மாசேனன்: *(பெ):* கடவுள்; திருமால்; முருகன்; God; Lord Vishnu; Lord Muruga.
மாசை: *(பெ):* பொன்; ஒரு பழைய நாணயம்; gold; an ancient coin.
மாச்சரியம்: *(பெ):* பகைமை; பொறாமை; hatred; enmity; envy.
மாச்சல்: *(பெ):* சாதல்; சோம்பல்; மிகு வருத்தம்; death; laziness; great suffering.
மாச்சி: *(பெ):* கைவிலங்கு; fetters.
மாச்சீர்: *(பெ):* நேரசைச்சீர்; metrical foot of two 'asai' ending 'ner'.
மாச்சு: *(பெ):* குற்றம்; பிள்ளை விளையாட்டு; fault; a kind of game played by children.
மாடகம்: *(பெ):* யாழின் முறுக்காணி; screw-pin of a lute.
மாடக்குழி: *(பெ):* மாடம்; a hollow in the wall; niche.
மாடக்கோயில்: *(பெ):* கோச்செங்கணான் கட்டிய குறுகலான சிவன் கோயில்; a Shiva temple with a narrow passage built on mounds by Kochenganan.
மாடநிலை: *(பெ):* உப்பரிகை; upstairs.
மாடப்புறா: *(பெ):* ஒரு வகைப் புறா; pigeon.
மாடம்: *(பெ):* வீடு; குடிசை; உப்பரிகையுள்ள வீடு; உளுந்து; ஒரு நிறை; கோச்செங்கணான் கட்டிய சிவாலயம்; house; hut; a house built with upstairs; black gram; a measure; a Shiva temple with a narrow passage built on mounds by Kochenganan.
மாடவீதி: *(பெ):* கோயிலைச் சுற்றியுள்ள வீதி; main street surrounding a temple.
மாடன்: *(பெ):* ஒரு தெய்வம்; மூடன்; a village deity; fool.
மாடி: *(பெ):* உப்பரிகை; இக்கட்டு; புடவையோரம்; ஒரு தேவதை; terrace; crisis; one end of a saree; a deity.
மாடியம்: *(பெ):* கவசம்; shield.
மாடு: *(பெ):* எருது; பக்கம்; இடம்; செல்வம்; பொன்; சீதனம்; பசு; bull; ox; side; place; wealth; gold; dowry; cow. • **மாடு இளைத்தாலும் கொம்பு இளைக்கவில்லை.** • **பல்லைப்** பார்த்து மாட்டை வாங்கு; தாயைப் பார்த்துப் பெண்ணை எடு - *பழமொழிகள்.*
மாடை: *(பெ):* பொன்; அரை வராகன்; ஒரு பழைய நாணய வகை; gold; half of a varagan; an ancient coin.
மாட்சி: *(பெ):* பெருமை; விளக்கம்; இயல்பு; அழகு; greatness; explanation; nature; beauty.
மாட்சிமை: *(பெ):* பெருமை; greatness.
மாட்டடி: *(பெ):* பலத்த அடி; heavy blow.
மாட்டல்: *(பெ):* மகளிர் அணிகலன் வகை; a kind of women's ornament.
மாட்டறிதல்: *(வி):* சாட்சிக் கையெழுத்து இடுதல்; to sign as witness.
மாட்டிடையன்: *(பெ):* மாடு மேய்ப்பவன்; cow-herd.
மாட்டிறைச்சி: *(பெ):* மாட்டினுடைய இறைச்சி; beef.
மாட்டுக்காரன்: *(பெ):* மாட்டின் உரிமையாளன்; மாடு மேய்ப்பவன்; owner of cattle; cow-herd.
மாட்டுக்கிடை: *(பெ):* மாட்டு மந்தை; herd of cattles.
மாட்டுதல்: *(வி):* பற்றுதல்; செலுத்துதல்; தீயிடுதல்; அழித்தல்; to grasp; to drive; to set fire; to destroy.
மாட்டெறிதல்: *(வி):* ஏறிட்டுக் கூறுதல்; to ascribe.
மாணம்: *(பெ):* மாட்சிமை; majesty.
மாணல்: *(பெ):* மாட்சிமை; நன்மை; majesty; goodness.

மாணவகம்: *(பெ):* கல்வி; education.

மாணவகன்: *(பெ):* மாணவன்; பிரம்மச்சாரி; 8 முதல் 16 வயதுக்குட்பட்ட சிறுவன்; அறிவீனன்; pupil; student; celibate; the boy between the age of 8 and 16 years; idiot.

மாணவம்: *(பெ):* பிரம்மச்சரியம்; பதினாறு முத்துக்கள் உள்ள முத்தாரம்; celibacy; pearl necklace which consists of 16 pearls.

மாணவன்: *(பெ):* மாணாக்கன்; சீடன்; பிரம்மச்சாரி; பள்ளியில் பயிலும் சிறுவன்; student; disciple; celibate; pupil; school boy.

மாணவி: *(பெ):* மாணாக்கி; பள்ளியில் பயிலும் சிறுமி; female disciple; school girl.

மாணார்: *(பெ):* பகைவர்; enemies.

மாணி: *(பெ):* பிரம்மச்சாரி; அழகு; ஆடவர் மருமத்தானம்; celibate; beauty; the genital part of males.

மாணிக்கம்: *(பெ):* ஒன்பது மணிகளுள் ஒன்று; Ruby; one of the nine kinds of gems.

மாண்: *(பெ):* மாட்சிமை; மாணவன்; பிரம்மச்சாரி; majesty; pupil; disciple; celibate.

மாண்டல்: *(பெ):* மாட்சிமையடைதல்; இறப்பு; being great; death.

மாண்டார்: *(பெ):* இறந்தோர்; மாட்சிமையுடையோர்; the dead; the illustrious people; the great people.

- *மனத்தது மாசாக மாண்டார்நீ ராடி*
  மறைந்தொழுகு மாந்தர் பலர். - *குறள் 278.*

மாண்பு: *(பெ):* பெருமை; மாட்சிமை; அழகு; நன்மை; greatness; majesty; beauty; goodness; benefit.

மாதங்கம்: *(பெ):* அரச மரம்; யானை; இளமை; கடல்; உத்தி; தலையணிகலன்; pipal tree; elephant; youth; sea; mean; head ornament.

மாதங்கன்: *(பெ):* கீழ்மகன்; வேடன்; person of low qualities.

மாதங்கி: *(பெ):* காளி; பார்வதி; ஆடல் பாடல்களில் வல்லவள்; Kali, Goddess of dark complexion; Goddess Parvathi, consort of Lord Shiva; the woman who is talented in singing and dancing.

மாதண்டம்: *(பெ):* இராச வீதி; highway; public road.

மாதம்: *(பெ):* முப்பது நாள் கொண்ட காலம்; the month which consists of 30 days.

மாதரி: *(பெ):* காளி; Kali, Goddess of dark complexion.

மாதர்: *(பெ):* பெண்கள்; பொன்; அழகு; காதல்; women; gold; beauty; love.

- *மாதர் முகம்போல் ஒளிவிட வல்லையேல்*
  காதலை வாழி மதி. - *குறள் 1118.*

மாதலம்: *(பெ):* கீழேழு உலகங்களுள் ஒன்று; one of the seven nether worlds.

மாதலி: *(பெ):* இந்திரனின் சாரதி; the chariot driver of Lord Indra.

மாதவம்: *(பெ):* பெருந்தவம்; இளவேனில்; இனிமை; மது; வைகாசி மாதம்; great penance; spring; sweetness; liqour; the Tamil month, Vaikasi.

மாதவர்: *(பெ):* முனிவர்; ascetics.

மாதவன்: *(பெ):* திருமால்; Lord Vishnu.

மாதவி: *(பெ):* துளசி; துர்க்கை; கோவலனின் நாயகி; பனைவெல்லம்; sacred basil; Durga, Goddess of Victory; Madhavi, the concubine of Kovalan, the hero of Silappathikaram; jaggery.

மாதவிடாய்: *(பெ):* மகளிர் தீட்டு; menses.

மாதவிலக்கம்: *(பெ):* மாதவிடாய்; menses.

மாதா: *(பெ):* தாய்; உமையம்மை; கலைமகள்; mother; Parvathi, the consort of Lord Shiva; Saraswathi, the Goddess of Arts and Learning.

மாதிமை: *(பெ):* காதல்; தகுதி; love; fitness.

மாதிரம்: *(பெ):* வானம்; திசை; மலை; யானை; நிலம்; மண்டிலம்; sky; direction; mountain; elephant; land; region.

மாதிரி: *(பெ):* எடுத்துக்காட்டு; முறை; தன்மை; example; manner; nature.

மாதிரு: *(பெ):* மாதா; வானம்; திருமகள்; பசு; பூமி; பார்ப்பனப் பெண்; mother; sky; Lakshmi, Goddess of Wealth; cow; earth; brahmin woman.

மாதிருகை: *(பெ):* நெடுங்கணக்கு; தேவி; தாய்; alphabet; wife; consort; mother.

மாது: *(பெ):* பெண்; அழகு; பெருமை; காதல்; குற்றம்; ஓர் அசைச் சொல்; woman; beauty; greatness; love; fault; an expletive word.

மாதுமை: *(பெ):* பெண்தன்மை; அறிவின்மை; womanliness; ignorance.

மாதுரம்: *(பெ):* மல்லிகை வகை; a kind of jasmine.

மாதுரி: *(பெ):* கள்; சாராயம்; இனிமை; toddy; arrack; sweetness.

மாதுரியம்: *(பெ):* இனிமை; sweetness.

மாதுலன்: *(பெ):* தாய் மாமன்; maternal uncle.

மாதுலி: *(பெ):* மாமன் மனைவி; uncle's wife.

மாதுவம்: *(பெ):* கள்; toddy.

மாதுவான்: *(பெ):* நகச்சுற்று; பெண் குதிரை; whitlow; female horse.

மாதுளம்: *(பெ):* மாதுளை; மரவகை; கனி வகை; pomegranate; a kind of tree; a kind of fruit.

மாதேவன்: *(பெ):* சிவபெருமான்; 11 உருத்திரருள் ஒருவர்; Lord Shiva; one of the eleven Rudras.

மாதேவி: *(பெ):* உமையம்மை; பட்டத்தரசி; செங்கழுநீர்ப் பூ; Parvathi, Goddess and the consort of Lord Shiva; chief queen; red Indian water lily.

மாதொருபாகன்: *(பெ):* அர்த்தநாரீஸ்வரர்; சிவபெருமான்; Lord Ardhanarishwara; Lord Shiva.

மாதோ: *(பெ):* ஓர் அசைச் சொல்; an expletive article.

மாதோயம்: *(பெ):* கடல்; sea.

மாத்தகை: *(பெ):* பெருந்தகை; noble-minded person.

மாத்திரம்: *(பெ):* தனிமை; தும்பி; அளவு; solitude; dragon fly; measurement.

மாத்திரை: *(பெ):* கணப்பொழுது; குளிகை; பேறு; measure of time; the time of winking one's eyes or of snapping one's fingers; tablet; fortune. • குற்றெழுத்து - *1 மாத்திரை;* நெட்டெழுத்து - *2 மாத்திரை;* ஆய்த எழுத்து - ½ மாத்திரை.

மாத்திரைக்கோல்: *(பெ):* மந்திரக்கோல்; அளவு கோல்; magic staff; scale; measuring rod.

மாத்து: *(பெ):* செருக்கு; பெருமை; pride; greatness.

மாத்துவம்: *(பெ):* பெருமை; greatness.

மாநகரம்: *(பெ):* பெருநகரம்; city.

மாநிலம்: *(பெ):* பூமி; ஒரு நாட்டின் பெரும் பிரிவு; earth; a vast part of a country; state.

மாநிறம்: *(பெ):* மாந்தளிர் நிறம்; brown colour.

மாந்தம்: *(பெ):* குழந்தை நோய்; ஒரு புல் வகை; செரியாமை; infantile convulsion due to indigestion; a kind of grass; indigestion.

மாந்தர்: *(பெ):* மனிதர்; ஆடவர்; human being; male persons.

மாந்தளிர்: *(பெ):* மாமரத்தின் துளிர்; the tender leaf of mango.

மாந்தன்: *(பெ):* ஆண்மகன்; வாழை வகை; male; a kind of plantain.

மாந்தி: *(பெ):* மாமரம்; கல்யாணச் சடங்கு; mango tree; marriage rites.

மாந்திரிகன்: *(பெ):* மந்திரவாதி; magician.

மாந்திரீகம்: *(பெ):* மாயாஜால வித்தை வகை; a kind of magic art.

மாந்துதல்: *(வி):* குடித்தல்; நுகர்தல்; வருந்துதல்; to drink; to consume; to suffer.

மாந்தை: *(பெ):* ஒரு நகரம்; நோய் வகை; a town; a kind of disease.

மாபலன்: *(பெ):* காற்று; wind.

மாபலி: *(பெ):* ஓர் அசுரன்; an Asura.

மாபனம்: *(பெ):* தராசு; அளவு; weighing balance; a measure.

மாபாடியம்: *(பெ):* பேருரை; elaborate commentary.

மாபாதகம்: *(பெ):* பெருந்தீங்கு; the great sins.

மாபாவி: *(பெ):* கொடிய பாவம் செய்தவன்; great sinner.

மாபுலி: *(பெ):* சிங்கம்; lion.

மாபெலை: *(பெ):* உமையம்மை; Goddess Parvathi, the consort of Lord Shiva.

மாப்பிள்ளை: *(பெ):* மகளின் கணவன்; மைத்துனன்; மாமன் மகன்; தங்கை கணவன்; son-in-law; husband of one's daughter; brother-in-law; uncle's son; husband of one's sister.

மாப்பு: *(பெ):* மிகுதி; மன்னிப்பு; abundance; excuse.

மாமகன்: *(பெ):* அம்மான்; மன்மதன்; maternal uncle; Cupid.

மாமணி: *(பெ):* மாணிக்கம்; Ruby.

மாமலர்: *(பெ):* கொன்றை; Indian laburnum.

மாமன்: *(பெ):* மாமா; தாயின் சகோதரன்; மனைவியின் தந்தை; அத்தையின் கணவன்; கணவன்; uncle; mother's brother; father-in-law; husband of father's sister; husband.

மாமனார்: *(பெ):* கணவன் அல்லது மனைவியின் தந்தை; father-in-law.

மாமாத்திரன்: *(பெ):* மருத்துவன்; physician.

மாமாத்து: *(பெ):* செருக்கு; பெரியது; மோசம்; ஏமாற்று வேலை; pride; that which is large; worthless one; deceit.

மாமி: *(பெ):* அம்மான் மனைவி; wife of maternal uncle.

மாமிசம்: *(பெ):* இறைச்சி; தசை; புலால்; meat; muscle; flesh.

மாமியார்: *(பெ):* கணவன் அல்லது மனைவியின் தாய்; mother-in-law. • **மாமியார்** உடைத்தால் மண்குடம்; மருமகள் உடைத்தால் பொன்குடம். • **மாமியாரும்** ஒரு வீட்டு மருமகளே! • **மாமியார்** மெச்சிய மருமகளைப் போல. - *பழமொழிகள்.*

மாமுகத்தான்: *(பெ):* விநாயகன்; Lord Vinayaka.

மாமுனி: *(பெ):* பெருந்துறவி; நாயுருவிச் செடி; great saint; a herb.

மாமுல்: *(பெ):* பரம்பரை வழக்கம்; hereditary custom.

மாமேரு: *(பெ):* மேரு மலை; Mount Meru.

மாமை: *(பெ):* நிறம்; அழகு; கருமை; மேனி; துன்பம்; colour; beauty; blackness; body; distress.

மாம்பழம்: *(பெ):* மாங்கனி; mango fruit.

மாயக்காரி: *(பெ):* சூனியக்காரி; witch.

மாயக்கூத்தன்: *(பெ):* திருமால்; Lord Vishnu.

மாயமந்திரம்: *(பெ):* மந்திர தந்திர சக்திகளையுடைய மந்திரம்; mantra having magic powers.

மாயம்: *(பெ):* வஞ்சனை; மாயை; பாசாங்கு; கனவு; பொய்; வியப்பு; அழகு; தீமை; கறுப்பு; deceit; illusion; pretension; dream; falsehood; wonder; beauty; evil; black.

மாயவண்ணன்: *(பெ):* திருமால்; Lord Vishnu.
மாயவன் மேனி: *(பெ):* பச்சைக்கல்; Emerald.
மாயவித்தை: *(பெ):* மந்திரஜாலம்; magic art.
மாயவித்தைக்காரன்: *(பெ):* மாயா ஜாலங்களைச் செய்பவன்; magician.
மாயன்: *(பெ):* திருமால்; Lord Vishnu.
மாயாதேவி: *(பெ):* மாயையின் பெண் தெய்வம்; கௌதம புத்தரின் தாயார்; the Goddess of Maya; the mother of Gauthama Buddha.
மாயாபுரி: *(பெ):* புனித நகரான ஹரித்வார்; உடம்பு; பித்தளை; the sacred city of Haridwar; body; brass.
மாயாவாதி: *(பெ):* உலகை 'மாயம்' என்பவன்; one who considers the world, an illusion.
மாயாவி: *(பெ):* வஞ்சகன்; மாயை செய்பவன்; deceitful man; magician.
மாயி: *(பெ):* துர்க்கை; Durga, Goddess of Victory.
மாயிடம்: *(பெ):* எருமை; buffalo.
மாயூரம்: *(பெ):* மயில்; மயிலாடுதுறை என்னும் சிவத்தலம்; peacock; Mayiladuthurai, a Shiva's shrine.
மாயிரம்: *(பெ):* புறமாய் உள்ளது; that which is outside.
மாயை: *(பெ):* பொய்த்தோற்றம்; மாயவித்தை; வஞ்சகம்; காளி; உமையம்மை; மாயாதேவி; மாயாபுரி; ஒரு நரக வகை; illusion; magical art; deceit; Kali, Goddess of dark complexion; Parvathi, consort of Lord Shiva; Goddess of Maya; mother of Gauthama Buddha; Haridwar; a kind of hell.
மாயோள்: *(பெ):* கருமை நிறங் கொண்டவள்; பெண்; வஞ்சகி; மாயை நிறங் கொண்டவள்; dark coloured woman; woman; deceitful woman; dark brown coloured woman.
மாயோன்: *(பெ):* திருமால்; Lord Vishnu. • **மாயோன்** மேய மலர்தலை உலகம் - *தொல்காப்பியம்.*
மாயோன் மருகன்: *(பெ):* முருகப் பெருமான்; Lord Muruga.
மாய்தல்: *(வி):* அழிதல்; மறைதல்; மறத்தல்; to perish; to disappear; to forget.
மாய்த்தல்: *(வி):* இறத்தல்; அழித்தல்; முடிவுக்குக் கொண்டு வருதல்; to die; to destroy; to put to an end.
மாய்ந்த: *(பெ.அ):* அழிந்து போன; extinct.
மாய்மாலம்: *(பெ):* வஞ்சகம்; பாசாங்கு; ஏமாற்று; deceit; pretension; deceiving.
மாய்வு: *(பெ):* மறைவு; சாவு; secrecy; death.
மாரகம்: *(பெ):* இறப்பைத் தருவது; that which gives death.
மாரகன்: *(பெ):* சாவினை உண்டாக்குபவன்; one who causes death.
மாரகாகளம்: *(பெ):* குயில்; Koel.
மாரடித்தல்: *(வி):* இறந்தோருக்குத் துக்கம் கொண்டாடும் விதமாக (பெண்கள்) மாரில் அடித்துக் கொள்ளுதல்; to beat the breast by women to bewail the dead.
மாரடைப்பு: *(பெ):* நெஞ்சடைப்பு; மூர்ச்சை; chest pain; fainting; swooning.
மாரணம்: *(பெ):* இறப்பு; அழிவு; death; destruction.
மாரநந்தி: *(பெ):* காமனின் யானையாகிய இருள்; the dark considered to be the elephant of Kama Deva.
மாரபேரி: *(பெ):* காமனின் முரசாகிய கடல்; the sea considered to be the drum of Kama Deva.
மாரப்பற்று: *(பெ):* கற்பூர வகை; a kind of camphor.
மாரம்: *(பெ):* செடி வகை; a kind of plant.
மாரவேள்/மாரன்: *(பெ):* காமன்; Cupid.
மாராட்டம்: *(பெ):* துன்பம்; ஊர்; மகாராட்டிரம்; ஆள் மாறாட்டம்; distress; town; Maharashtra; impersonation.
மாராப்பு: *(பெ):* தன் மார்பின் குறுக்கே பெண்கள் இடும் சீலைப் பகுதி; the portion of the saree that is drawn over the breast.
மாராயன்: *(பெ):* அரசன்; பட்டப்பெயர்; king; a title.
மாரி: *(பெ):* மழை; நீர்; மேகம்; மழைக்காலம்; புள் வகை; சாவு; அம்மை நோய்; துர்க்கை; ஒரு தேவதை; rain; water; cloud; rainy season; a kind of bird; death; small-pox; Durga, Goddess of Victory; a deity. • **மாரியல்லாது** காரியம் ஒன்றுமில்லை - *பழமொழி.*
மாரிபம்: *(பெ):* மூலம்; origin.
மாரீசம்: *(பெ):* வஞ்சகம்; மூர்ச்சை; ஒரு புராணம்; மிளகு தைலம்; deceit; swoon; a purana; an oil prepared with pepper.
மாருதப்படை: *(பெ):* வாயுதேவனின் அம்பு; arrow of the Vayu Deva.
மாருதம்: *(பெ):* காற்று; wind.
மாருதன்: *(பெ):* வாயு பகவான்; the God of Wind.
மாருதி: *(பெ):* அனுமன்; பீமன்; Hanuman, Bheeman as the sons of Vayu Deva.
மாருதேயன்: *(பெ):* அனுமன்; Hanuman.
மாரோடம்: *(பெ):* செங்கருங்காலி மரம்; a kind of tree.
மார்: *(பெ):* மார்பு; நெஞ்சு; மார்பகம்; ஒரு நீட்டளவை; chest; breast; a kind of linear measurement.
மார்கழி: *(பெ):* ஒரு தமிழ் மாதம்; the Tamil month, 'Maarkazhi.'
மார்க்கடம்: *(பெ):* குரங்குகள் கூட்டம்; crowd of monkeys.

மார்க்கணம்: *(பெ):* அம்பு; நெஞ்சு; arrow; chest.

மார்க்கண்டம்: *(பெ):* நெஞ்செலும்பு; ribs.

மார்க்கம்: *(பெ):* நெறி; வழி; முறை; ஒழுங்கு; சமயம்; மார்கழி மாதம்; principle; path; manner; order; religion; the Tamil month 'Maarkazhi.'

மார்க்கிகன்: *(பெ):* வேடன்; வழிப்போக்கன்; hunter; wayfarer.

மார்ச்சரியம்: *(பெ):* பொறாமை; envy.

மார்ச்சனி: *(பெ):* துடைப்பம்; broomstick.

மார்ச்சாலம்: *(பெ):* பூனை; மரநாய்; cat; the pole-cat.

மார்த்தாண்டன்: *(பெ):* சூரியன்; the Sun.

மார்பு: *(பெ):* நெஞ்சு; தடாகம்; அகலம்; கற்பூர வகை; chest; pond; breadth; a kind of camphor.

மார்வம்: *(பெ):* நெஞ்சு; chest.

மாலவம்: *(பெ):* வேப்ப மரம்; the neem tree.

மாலதி: *(பெ):* மல்லிகை வகை; விளக்குத் தண்டு; நிலவின் கதிர்; நிர்வாணம்; a kind of jasmine; lamp stand; moon's rays; nudity.

மாலதிபலம்: *(பெ):* சாதிக்காய்; nutmeg.

மாலம்: *(பெ):* பேய்; மரவகை; ghost; a kind of tree.

மாலர்: *(பெ):* வேடர்; புலையர்; கவசம்; hunters; persons of low qualities; shield.

மாலவன்: *(பெ):* திருமால்; புதன்; Lord Vishnu; Planet Mercury.

மாலி: *(பெ):* சூரியன்; ஓர் அரக்கன்; தோட்டக்காரன்; கள்; மாலையணிந்தவன்; the Sun; an Asura; gardener; toddy, one who wears garland.

மாலிகன்: *(பெ):* பூ விற்போன்; flower merchant.

மாலிகை: *(பெ):* மாலை; வரிசை; செடிவகை; garland; row; a kind of plant.

மாலிமி: *(பெ):* மாலுமி; sailor; seaman.

மாலிருஞ்சோலை: *(பெ):* அழகர் மலை; Azhagar malai, a Vishnu's shrine.

மாலினி: *(பெ):* உமையம்மை; துர்க்கை; Parvathi, the consort of Lord Shiva; Durga, Goddess of Victory.

மாலுதல்: *(வி):* மயங்குதல்; bewildered.

மாலுதானம்: *(பெ):* பச்சைப் பாம்பு; whip snake.

மாலுமி: *(பெ):* கப்பலோட்டி; sailor; seaman.

மாலூரம்: *(பெ):* வில்வமரம்; bael tree.

மாலூர்த்தி: *(பெ):* கருடன்; Garuda; the white-headed kite.

மாலை: *(பெ):* அந்திப்பொழுது; இரவு; இருள்; சமயம்; குற்றம்; இயல்பு; வரிசை; பாசம்; பெண்; மாதரணிகலன்; evening; night; darkness; time; fault; nature; row; affection; woman.

- **மாலையோ** அல்லை மணந்தார் உயிருண்ணும் வேலைநீ வாழி பொழுது. *- குறள் 1221.*
- காலை அரும்பிப் பகலெல்லாம் போதாகி **மாலை** மலரும்இந் நோய். *- குறள் 1227.*

மாலைக்கண்: *(பெ):* இரவுப்பொழுதில் கண் பார்வை தெரியாமை; பார்வைக் குறைவு; night blindness; defective eye.

மாலைப்படிகம்: *(பெ):* பளிங்கு; marble.

மாலைமாற்று: *(பெ):* திருமணத்தில் மணமக்கள் மாலை மாற்றிக்கொள்ளுதல்; exchanging of garlands by bridegroom and bride in a marriage.

மாலோகம்: *(பெ):* மிகுதி; மேலுலகில் ஒன்று; abundance; one of the heavens.

மால்: *(பெ):* திருமால்; இந்திரன்; பெருமை; காற்று; புதன்; சோமன்; மலை; செல்வம்; வளமை; பழைமை; மேகம்; மயக்கம்; ஆசை; காமம்; கருமை; விஷ்ணு கரந்தை; காளவாய்; எல்லை; அரண்மனை; Lord Vishnu; Lord Indra; greatness; wind; Planet Mercury; Chozha king; mountain; wealth; prosperity; antiquity; cloud; drowsiness; desire; lust; blackness; a herb; kiln for lime and bricks; boundary; palace.

மால்தொடை: *(பெ):* துளசி; sacred basil plant.

மால்முருகு: *(பெ):* துளசி; sacred basil plant.

மால் மைத்துனன்: *(பெ):* சிவபெருமான்; Lord Shiva.

மாவடம்: *(பெ):* மாம்பலகை; slab of mango tree.

மாவடு: *(பெ):* மாம்பிஞ்சு; unripe mango.

மாவட்டம்: *(பெ):* மாநிலத்தின் ஒரு பகுதி; district.

மாவரி: *(பெ):* சல்லடை; sieve.

மாவலன்: *(பெ):* குதிரைப்பாகன்; யானைப்பாகன்; horsemanship; mahout.

மாவலி: *(பெ):* ஓர் அசுரன்; an Asura.

மாவிட்டம்: *(பெ):* கடல் நுரை; cuttle-bone.

மாவிரதம்: *(பெ):* சைவ உட்சமயங்களுள் ஒன்று; sect of Saivism.

மாவிலங்கம்: *(பெ):* மரவகை; பாஷாண வகை; a kind of tree; a mineral poison.

மாவிழை: *(பெ):* சேமியா; vermicelli.

மாவிளம்: *(பெ):* வில்வம்; bael tree.

மாவு: *(பெ):* தானியத்தை அரைத்து எடுத்த தூள் அல்லது பசை; flour; dough. • **மாவைத்** தின்றால் அப்பம் இல்லை. • **மாவுக்கும்** ஆசை; பணியாரத்துக்கும் ஆசை - *பழமொழிகள்.*

மாவுத்தன்: *(பெ):* யானைப்பாகன்; mahout.

மாழாம்பலம்: *(பெ):* தூக்கம்; sleep.

மாழை: *(பெ):* அழகு; இளமை; மாமரம்; பொன்; மாதர் கூட்டம்; beauty; youth; mango tree; gold; crowd of women.

மாழ்கி: *(பெ):* தொட்டாற்சிணுங்கி; touch-me-not plant.

மாழ்கு: *(பெ):* சுருள்; coil.

மாழ்குதல்: *(வி):* மயங்குதல்; கெடுதல்; கலத்தல்; bewildered; be ruined; to mix.

மாளம்: *(பெ):* கத்தூரி; musk.
மாளவகௌளம்: *(பெ):* ஒரு பண் வகை; a kind of melody.
மாளிகை: *(பெ):* அரண்மனை; கோயில்; வீடு; palace; temple; house.
மாளுதல்: *(வி):* சாதல்; அழிதல்; கழிதல்; to die; be ruined; to pass.
மாளை: *(பெ):* புளியம்பட்டை; bark of tamarind tree.
மாளுவம்: *(பெ):* ஒரு நாடு; a country.
மாறன்: *(பெ):* பாண்டியன்; நம்மாழ்வார்; பகைவன்; Pandya king; Nammazhvar, a devotee of Lord Vishnu; enemy.
மாறாடுதல்: *(வி):* மாறுதல்; தடுமாறுதல்; to change; to stumble.
மாறு: *(பெ):* பிறவி; வேறுபாடு; பகை; பதில்; துடைப்பம்; மிலாறு; பிரம்பு; birth; difference; enmity; answer; broomstick; twig; rattan.
மாறுகண்: *(பெ):* சாய்வான கண் பார்வை; ஓரப்பார்வை; squint-eye.
மாறுகம்: *(பெ):* சீலை; cloth; saree.
மாறுதல்: *(வி):* வேறுபடுதல்; நீங்குதல்; மறுத்தல்; அடித்தல்; கைவிடுதல்; to differ; to leave; to refuse; to beat; to reject.
மாறுபாடு: *(பெ):* ஒவ்வாமை; பகைமை; inconsistency; enmity.
• மாறுபாடு இல்லாத உண்டி மறுத்துண்ணின்
ஊறுபாடு இல்லை உயிர்க்கு - *குறள் 945.*
மாற்சரியம்: *(பெ):* பொறாமை; envy.
மாற்றம்: *(பெ):* மாறுபட்ட நிலை; சொல்; விடை; பகை; alteration; word; answer; hatred.
மாற்றலர்: *(பெ):* பகைவர்; enemies.
மாற்றாண்மை: *(பெ):* பகைமை; enmity.
மாற்றாள்: *(பெ):* சக்களத்தி; மாற்று ஆள்; co-wife; the man who is a substitute for somebody.
மாற்றான்: *(பெ):* பகைவன்; enemy.
மாற்று: *(பெ):* வேறுபடுத்துகை; விலை; பண்டமாற்று; தங்கம்; வலிமை; வண்ணம்; act of changing something; price; barter; gold; strength; colour.
மாற்றுதல்: *(வி):* வேறுபடுத்துதல்; கெடுத்தல்; ஒழித்தல்; to change; to pollute; to destroy.
மாற்றுமை: *(பெ):* மாறுபாடு; variation.
மானக்கவரி: *(பெ):* சாமரை; கவரிமான்; bush tail of lion used as a fly-flapper for idols or as a royal insignia; a kind of deer.
மானக்கேடு: *(பெ):* பெருமைக்கேடு; dishonour; disgrace.
மானசம்: *(பெ):* கருத்து; மனம்; ஒரு புண்ணிய தீர்த்தம்; opinion; mind; a sacred river or tank or sea water.
மானசி: *(பெ):* உமையவள்; Goddess Parvathi.
மானசிகம்: *(பெ.அ):* உள்ளார்ந்த; within the mind.
மானசூத்திரம்: *(பெ):* அரைஞாண்; waist cord.
மானதம்: *(பெ):* மனம்; ஒரு புண்ணிய தீர்த்தம்; மனதால் மந்திரத்தை உச்சரித்தல்; mind; sacred river or tank or sea water; recitation of a mantra mentally.
மானதன்: *(பெ):* பகைவரின் மானத்தை அழிப்பவனாகிய அரசன்; the king who destroyed the pride of his enemies.
மானபங்கம்: *(பெ):* மானக் குறைவு; disgrace.
மானபரன்: *(பெ):* ஒரு பட்டப் பெயர்; a title.
மானம்: *(பெ):* சுய மதிப்பு; கற்பு; பெருமை; வலிமை; கணிப்பு; அளவை; அன்பு; பற்று; இகழ்ச்சி; வெட்கம்; குற்றம்; மண்டபம்; கத்தூரி; வானம்; self-respect; chastity; greatness; pride; strength; calculating; measurement; love; desire; vilification; shyness; fault; hall; musk; sky. • மானம் பெரிதோ பிராணன் பெரிதோ - *பழமொழி.*
மானரந்திரி: *(பெ):* நாழிகை வட்டில்; hour-glass.
மானல்: *(பெ):* நாணம்; மயக்கம்; modesty; bewilderment.
மானவர்: *(பெ):* மாந்தர்; human beings.
மானவன்: *(பெ):* அரசன்; மனிதன்; வீரன்; பெருமையுடையோன்; king; man; warrior; great person.
மானவு: *(பெ):* தெளிவு; clearness.
மானன்: *(பெ):* தலைவன்; வேடன்; மூடன்; master; lord; hunter; idiot; fool.
மானா: *(பெ):* பாட்டன்; தகப்பன்; grandfather; father.
மானாகம்: *(பெ):* பெருநாரை; a kind of crane.
மானார்: *(பெ):* பெண்கள்; பகைவர்கள்; women; enemies.
மானாவி: *(பெ):* நவராத்திரி விழா; Navarathri festival.
மானிட சென்மம்: *(பெ):* மனிதனாய் எடுத்த பிறப்பு; birth as a human being.
மானிகை: *(பெ):* சாராயம்; arrack.
மானிடம்: *(பெ):* மனிதம்; humanity; mankind.
மானிடன்: *(பெ):* மனிதன்; man.
மானிதம்: *(பெ):* சிறப்பு; greatness; speciality.
மானித்தல்: *(வி):* நாணுதல்; to feel shy.
மானியம்: *(பெ):* இறையிலி நிலம்; the land provided as gift; tax-free land.
மானினி: *(பெ):* பெண்; woman.
மானுடம்: *(பெ):* மனிதர்; human beings.
மானுதல்: *(வி):* ஒத்தல்; to resemble.
மான்: *(பெ):* ஒரு விலங்கு; குதிரை; சிங்கம்; மகர ராசி; an animal; horse; lion; the tenth constellation of the zodiac having the figure of half fish and half animal as its sign; capricorn.

மான்கொம்பு: *(பெ):* மர வகை; மானின் கொம்பு; a kind of tree; horn of a deer.

மான்மதம்: *(பெ):* கத்தூரி; musk.

மான்மறி: *(பெ):* பெண் மான்; மான் குட்டி; female deer; calf of deer.

மான்மியம்: *(பெ):* பெருமை; greatness.

மான்றல்: *(பெ):* மயக்கம்; drowsiness.

மான்றார்: *(பெ):* மனம் குழம்பியோர்; those who are confused in mind.

மான்றோல்: *(பெ):* துறவிகள் தங்கள் ஆசன இருக்கைக்கு உபயோகப்படுத்தும் மானின் தோல்; deer skin used by ascetics.

மி

மிக: *(வி.அ):* மிகவும்; very; extreme.

- *மிகச்செய்து தம்மெள்ளு வாரை நகச்செய்து நட்பினுள் சாப்புல்லற் பாற்று.* - *குறள் 829.*

மிகல்: *(பெ):* மிகுதல்; வெற்றி; பெருமை; exceeding; victory; greatness.

- *மிகல்மேவல் மெய்ப்பொருள் காணார் இகல்மேவல் இன்னா அறிவி னவர்.* - *குறள் 857.*

மிகிரம்: *(பெ):* காற்று; முகில்; wind; cloud.

மிகு: *(இ.சொ):* பெரிய; நிறைந்த; big; large; full of.

மிகுதல்: *(வி):* அதிகரித்தல்; பெருகுதல்; சிறத்தல்; எஞ்சுதல்; செருக்கடைதல்; to increase; to multiply; be eminent; be left over; be elated with selfpride.

மிகுதி: *(பெ):* மீதி; அதிகம்; நிறைவு; பொலிவு; சிறப்பு; balance; abundance; fullness; splendour; grandeur.

- *மிகுதியான் மிக்கவை செய்தாரைத் தாம்தம் தகுதியான் வென்று விடல்.* - *குறள் 158.*

மிகுத்தல்: *(வி):* அதிகப்படுத்தல்; விஞ்சுதல்; பெருக்குதல்; மிச்சப்படுத்துதல்; to increase; to excel; to multiply; to save.

மிகுந்த: *(பெ.அ):* மிச்சமான; அதிகமான; much; excessive.

மிகுபெயல்: *(பெ):* அதிகமான மழை; heavy rain.

மிகுவரி: *(பெ):* அதிகப்படியான வரி; surcharge.

மிகு விரைவாக: *(வி.அ):* அதி விரைவாக; rapidly.

மிகு விளைவு: *(பெ):* அதிகமான உற்பத்தி; over-production.

மிகை: *(பெ):* மேன்மை; பெருமை; கேடு; தேவையற்றது; செருக்கு; தீச்செயல்; தவறு; தண்டனை; வருத்தம்; துன்பம்; உண்மையில் இருப்பதைக்காட்டிலும் அதிகப்படுத்தப்பட்டது; ஒவ்வாத வகையில் அதிகப்படுத்தப்பட்டது; glory; greatness; harm; that which is not necessary; pride; evil doing; wrong; mistake; punishment; distress; grief; exaggeration; that which is overdone.

மிகை ஆக்கம்: *(பெ):* அதிகப்படியான உற்பத்தி; over-production.

மிகை சொல்லுதல்: *(வி):* பொய்யான குற்றச்சாட்டைக் கூறுதல்; to bring a false accusation.

மிகைபடக் கூறுதல்: *(வி):* உண்மைக்கு மாறாக அதிகப்படுத்திக் கூறுதல்; to exaggerate.

மிகைபாடு: *(பெ):* அதிகம்; உபரி; surplus; excess.

மிகையான: *(பெ.அ):* அதிகப்படியான; exceeding.

மிகையுரை: *(பெ):* மிகைப்படுத்திக் கூறுதல்; act of magnifying, exaggeration.

மிகை வரி: *(பெ):* உபரி வரி; surtax.

மிக்க: *(பெ.அ):* உயர்ந்த; தலைசிறந்த; great; excellent, very much.

மிக்கு அன்புக்குரிய: *(பெ.அ):* மிகவும் நேசிக்கப்பட்ட; favourite.

மிக்கது: *(பெ):* சிறந்தது; எஞ்சியது; வேறானது; மிகுதியானது; that which is superior; that which is excessive; that which is different; that which is abundant.

மிக்கவை: *(பெ):* தீயவை; மிகுதியானவை; ஊன்; சோறு; evils; those which are abundant; meat; cooked rice.

மிக்கார்: *(பெ):* பெரியோர்; மேம்பட்டவர்; பெரும்பாலோர்; பகைவர்; தீமை செய்வோர்; great persons; superiors; majority of persons; enemies; evil-doers.

மிக்கிளமை: *(பெ):* குழந்தைப் பருவம்; childhood.

மிக்கோர்: *(பெ):* அறிவுடையோர்; wise persons.

மிக்கோன்: *(பெ):* பெரியோன்; great person.

மிசிரம்: *(பெ):* கலப்பு; கலப்பு இனம்; mixture; hybrid.

மிசுக்கன்: *(பெ):* வறிஞன்; ஈனன்; destitute person; person of low qualities.

மிசுக்கை: *(பெ):* புல்லியது; that which is mean.

மிசை: *(பெ):* உணவு; சோறு; மேலிடம்; மேடு; வானம்; முன்னிடம்; food; cooked rice; upper place; mound; elevation; sky; front.

மிசைஞர்: *(பெ):* உண்பவர்; one who eats.
மிசைதல்: *(வி):* உண்ணுதல்; நுகர்தல்; to eat; to consume.
மிசைவடம்: *(பெ):* வீரக்கழல்; string of little bells worn on the leg as a sign of heroism.
மிசைவு: *(பெ):* உண்ணுகை; உணவு; eating; food.
மிச்சமான: *(பெ.அ):* மீதமான; odd.
மிச்சம்: *(பெ):* மீதி; அதிகம்; பொய்; remainder; surplus; false.
மிச்சில்: *(பெ):* மீதி; மீதப்படுத்தப்பட்டவை; சாப்பிட்டபின் எஞ்சியது; remainder; leavings; what is left after meal.
மிச்சை: *(பெ):* அறியாமை; வறுமை; பொய்; ignorance; poverty; lie.
மிஞிறு: *(பெ):* தேனீ; வண்டு; honey-bee; beetle.
மிஞ்சி: *(பெ):* கால்விரலில் அணியும் மோதிர வகை; a kind of (silver) ring worn in the toe.
மிஞ்சிகை: *(பெ):* குண்டலம்; பேழை; pendant; ear ring; casket; chest.
மிஞ்சிப்போதல்: *(வி):* அளவுக்கு மீறுதல்; to exceed the limits.
மிஞ்சு: *(பெ):* வண்டு; மீதமாக இருப்பது; beetle; that which is left over.
மிஞ்சுதல்: *(வி):* அளவுக்கு மீறுதல்; அதிகரித்தல்; செருக்கடைதல்; to exceed the limits; to increase; be self-conceited.
மிடல்: *(பெ):* மகன்; வலிமை; சந்திரன்; son; strength; the moon.
மிடறு: *(பெ):* கழுத்து; தொண்டை; கண்டம்; neck; throat.
மிடன்: *(பெ):* மகன்; வலிமை; சந்திரன்; son; strength; the moon.
மிடா: *(பெ):* தடா; பானை; குழிசி; tub; large earthen vessel; cask; cooking vessel.
மிடி: *(பெ):* வறுமை; துன்பம்; poverty; distress.
மிடிமை: *(பெ):* வறுமை; விருப்பம்; பெருந்துன்பம்; poverty; want; affliction.
மிடியன்: *(பெ):* வறிஞன்; destitute person.
மிடுக்கன்: *(பெ):* வலிமையுள்ளவன்; strong man.
மிடுக்கு: *(பெ):* வலிமை; செருக்கு; strength; pride.
மிடை: *(பெ):* புதர்; பரண்; புணர்ச்சி; நெருக்கம்; bush; watch tower; sexual intercourse; closeness.
மிடைதல்: *(வி):* பாய் முடைதல்; to weave mat, etc.
மிட்டா: *(பெ):* பண்ணை; estate. ● மிட்டா மிராசுதாரிடம் கூலிவேலை செய்கிறான்.
மிட்டாதார்: *(பெ):* பண்ணையின் உரிமையாளர்; (male) proprietor of an estate.
மிட்டாய்: *(பெ):* இனிப்பு வகை; sweetmeat.
மிண்டன்: *(பெ):* திண்ணியன்; அறிவில்லாதவன்; strongman; fool.
மிண்டி: *(பெ):* நெம்புகோல்; lever.
மிண்டு: *(பெ):* வலிமை; முட்டு; துணிவு; துடுக்கு; strength; support; courage; mischief.
மிண்டுதல்: *(வி):* மதங் கொள்ளுதல்; நெருங்குதல்; வலியதாதல்; நிறைதல்; நெம்புதல்; குத்துதல்; செருக்குடன் பேசுதல்; to rut; be close; be strong; be full; to lift with a lever; to thrust; to talk harshly or arrogantly.
மிண்டை: *(பெ):* கண்ணின் கருவிழி; pupil of the eye.
மிதத்தல்: *(வி):* நீர் மேல் கிடத்தல்; நீந்துதல்; மிகுதல்; to float; to swim; to exceed.
மிதப்பு: *(பெ):* நீர்ப் பகுதியைக் கடக்கப் பயன்படுத்தும் மிதவை; உயர்ச்சி; மேடு; செழிப்பு; raft; elevation; mound; prosperity.
மிதம்: *(பெ):* அளவு; நிதானம்; நடுத்தரம்; measure; uprightness; middling point.
மிதலை: *(பெ):* கொப்பூழ்; navel; umbilicus.
மிதவாதம்: *(பெ):* தீவிரப் போக்கில்லாது, மிதமான முறையில் செயல்படுவது என்னும் கொள்கை; moderation.
மிதவாதி: *(பெ):* மிதவாதத்தைக் கடைப்பிடிப்பவர்; நிதானப்போக்கை உடையவர்; moderate person; one who avoids extremes.
மிதவை: *(பெ):* தெப்பம்; சோறு; கூழ்; raft; cooked rice; gruel.
மிதி: *(பெ):* அடி வைப்பு; படிக்கல் (அளவு); அறிவு; சான்று; treadle of weaver's loom; weight for scales; knowledge; evidence.
மிதி தோல்: *(பெ):* துருத்தி; bellows.
மிதித்தல்: *(வி):* காலால் துவைத்தல்; அவமதித்தல்; to trample; to insult.
மிதியடி: *(பெ):* பாதுகை; செருப்பு; wooden sandals; slipper.
மிதிவண்டி: *(பெ):* கால்களால் மிதித்து ஓட்டும் இரு சக்கரச் சுழல் வண்டி; bicycle.
மிதுக்கை: *(பெ):* தும்மட்டிக் கொடி; a kind of creeper.
மிதுனம்: *(பெ):* இரட்டை; புணர்ச்சி; ஒரு பறவை வகை; ஆனி மாதம்; மிதுன ராசி; pair; couple; sexual intercourse; a kind of bird; the Tamil month, 'Aani'; the third constellation of the zodiac having the figure of twins as its sign; Gemini.
மிதுனன்: *(பெ):* புதன் கிரகம்; the Planet Mercury.
மிதுனி: *(பெ):* கரிக்குருவி; a kind of bird.
மித்தம்: *(பெ):* தாமதம்; delay.
மித்தியம்: *(பெ):* பொய்; lie; falsehood.
மித்தியாமதி: *(பெ):* அறியாமை; பிழை; ignorance; mistake.
மித்தியை: *(பெ):* பொய்; கபடம்; lie; falsehood; deceit.

மித்திரம்: *(பெ):* நட்பு; பாசம்; friendship; affection.

மித்திரன்: *(பெ):* நண்பன்; உறவினன்; சூரியன்; friend; relative; the Sun.

மித்திரு: *(பெ):* நண்பன்; friend.

மித்திரை: *(பெ):* தோழி; lady's maid; female friend.

மித்தை: *(பெ):* பொய்; மாயை; lie; falsehood; illusion.

மிரட்டுதல்: *(வி):* அச்சுறுத்தல்; ஓட்டுதல்; to threaten; to drive. • **மிரண்டவன்** *கண்ணுக்கு இருண்டதெல்லாம் பேய் - பழமொழி.*

மிரதம்: *(பெ):* பாம்பு; snake.

மிரளுதல்/மிரள்தல்: *(வி):* கலக்கமடைதல்; கலக்கம் அடைந்து கட்டுப்பாட்டை இழத்தல்; to get frightened; to lose control when scared.

மிராசுதாரன்: *(பெ):* பரம்பரையாகச் சொத்திற்கு உரிமை கொண்டாடுபவன்; hereditary proprietor of any right to office or property.

மிரிநாளம்: *(பெ):* தாமரை; lotus.

மிரியம்: *(பெ):* மிளகு; pepper.

மிருகசீரிடம் *(பெ):* இருபத்தியேழு நட்சத்திரங்களில் ஒன்று; Mirugasirsham, one of the twenty-seven stars.

மிருகதரன்: *(பெ):* சந்திரன்; the moon.

மிருகதூர்த்தகன்: *(பெ):* நரி; fox.

மிருகநாபி: *(பெ):* கத்தூரி மான்; கத்தூரி; musk deer; musk.

மிருக மதம்: *(பெ):* கத்தூரி மான்; கத்தூரி; musk deer; musk.

மிருகம்: *(பெ):* விலங்கு; கத்தூரி மான்; யானை; பன்றி; animal in general; musk deer; elephant; pig.

மிருகராசன்: *(பெ):* அரிமா; lion.

மிருக வாகனன்: *(பெ):* வாயு தேவன்; Lord Vayudeva.

மிருகாங்கம்: *(பெ):* காற்று; சந்திரன்; wind; the moon.

மிருகாங்கன்: *(பெ):* சந்திரன்; சிவபெருமான்; the moon; Lord Shiva.

மிருசம்: *(பெ):* சாட்சி; witness.

மிருடன்: *(பெ):* சிவபெருமான்; Lord Shiva.

மிருடானி: *(பெ):* உமையம்மை; Goddess Parvathi, the consort of Lord Shiva.

மிருடை: *(பெ):* துர்க்கை; Durga, Goddess of Victory.

மிருதகம்: *(பெ):* பிணம்; corpse.

மிருதங்கம்: *(பெ):* மத்தள வகை; ஒலி; மூங்கில்; a kind of drum (musical instrument); noise; bamboo.

மிருதண்டன்: *(பெ):* சூரியன்; the Sun.

மிருதம்: *(பெ):* பிணம்; சாவு; போர்; நஞ்சு; corpse; death; war; poison.

மிருதாரசிங்கி: *(பெ):* ஈயம்; பாடாண வகை; lead; a kind of arsenic.

மிருதி: *(பெ):* சாவு; நினைவு; உமையம்மை; death; memory; Goddess Parvathi, the consort of Lord Shiva.

மிருதித்தல்: *(வி):* இறத்தல்; to die.

மிருது: *(பெ):* மென்மை; சாந்தம்; நொய்ம்மை; சாவு; softness; gentleness; tenderness; death.

மிருதுவாதம்: *(பெ):* தென்றல்; south-wind.

மிருதுளம்: *(பெ):* மென்மையானது; that which is very soft.

மிருதுன்னகம்: *(பெ):* பொன்; gold.

மிருதை: *(பெ):* பூமி; earth.

மிருத்தனம்: *(பெ):* துவரை; pigeon-pea; dhal.

மிருத்தாலகம்: *(பெ):* உவர்மண்; துவரை; brackish soil; pigeon pea.

மிருத்திகை: *(பெ):* மண்; நிலம்; soil; land.

மிருத்தியம்: *(பெ):* மண்; soil.

மிருத்தியு: *(பெ):* இறப்பு; இயமன்; பகைவன்; death; Yama, the God of Death; enemy.

மிருத்தியுஞ்சயன்: *(பெ):* எமனை வென்ற சிவபெருமான்; Lord Shiva who conquered Yama, the God of Death.

மிருத்து: *(பெ):* மண்; இயமன்; சாவு; பூமி; soil; Yama, the God of Death; death; earth.

மிருத்துசூதி: *(பெ):* நண்டு; crab.

மிலாரடி: *(பெ):* கலக்கம்; உன்மத்தம்; confusion; madness.

மிலாறு: *(பெ):* வளார்; சுள்ளி; twig; switch.

மிலேச்சன்: *(பெ):* அறிவில்லாதவன்; நாகரிகமற்றவன்; தாழ்ந்தவன்; வேடன்; சூரியன்; fool; uncivilized person; person of low qualities; hunter; the Sun. • **மிலேச்சனின்** பேச்சு ஈனப் பேச்சு

மிலைதல்: *(வி):* சூடுதல்; to wear; to put on.

மிலைத்தல்: *(வி):* மயங்குதல்; கத்துதல்; bewildered; to shout.

மிழலை: *(பெ):* மழலை; சோழ நாட்டின் ஒரு பகுதி; lisping of children; a part of Chozha kingdom.

மிழற்றுதல்: *(பெ):* பிதற்றுதல்; குழந்தையைப் போல் மழலைச் சொற்களால் பேசுதல்; மென்மையாகப் பேசுதல்; to prattle as a child; to babble; to speak softly.

மிளகாய்: *(பெ):* காரமுள்ள காயினைத் தரும் செடி வகை; chilli.

மிளகாய்ப் பொடி: *(பெ):* சமையலுக்குப் பயன்படுத்தும் மிளகாய்த் தூள் கலந்த மசாலாத் தூள்; powder of chillies with spices used as a relish.

மிளகி: *(பெ):* நெல் வகை; a paddy.

மிளகு: *(பெ):* காரப்பொருள் வகை; pepper.

மிளகுச் சாறு: *(பெ):* மிளகுக் கஷாயம்; a soup highly seasoned with pepper.

மிளகுத் தைலம்: *(பெ):* மிளகிலிருந்து தயாரிக்கப்படும் மருந்துத் தைலம்; medicinal oil prepared from pepper.

மிளகுநீர்: *(பெ):* மிளகுக் கஷாயம்; a soup highly seasoned with pepper.

மிளப்பு: *(பெ):* இலவங்கம்; wild cinnamon.

மிளிர்தல்: *(வி):* ஒளிர்தல்; to shine.

மிளிர்: *(பெ):* பெருமை; ஒளி; pride; greatness; lustre. • குமரக் கடவுள் அழகாய் **மிளிர்**ந்தான்.

மிளிறு: *(பெ):* கரடி; bear.

மிளை: *(பெ):* காவல்; குறுங்காடு; காட்டுவேலி; guard; thicket; fence, enclosure.

மிறல்: *(பெ):* பெருமை; pride; greatness.

மிறுக்கு: *(பெ):* வருத்தம்; மிடுக்கு; distress; pride.

மிறை: *(பெ):* அச்சம்; குற்றம்; வருத்தம்; வளைவு; fear; fault; distress; curve.

மிறைக்கவி: *(பெ):* சித்திரகவி; a metrical composition fitted into fanciful figures.

மிறைத்தல்: *(வி):* துன்புறுத்தல்; பாடுபடுதல்; மிடுக்காயிருத்தல்; to harass; to work hard; be proud.

மிற்கு: *(பெ):* மென்மை; இரை; பேசுதல்; softness; food of beasts and birds; speak.

மினுக்கு: *(பெ):* பகட்டு; ஒளி; சிறப்பு; vanity; lustre; grandeur.

மினுங்குதல்: *(வி):* ஒளி வீசுதல்; to glitter.

மின்: *(பெ):* மின்னல்; ஒளி; பெண்; மின்சாரம்; lightning; light; woman; electricity.

மின்னல்: *(பெ):* மழை மேகத்தில் தோன்றும் ஒளி; lightning.

மின்னார்: *(பெ):* அழகிய பெண்கள்; beautiful women.

மின்னுதல்: *(வி):* ஒளிர்தல்; ஒளி வீசுதல்; to glitter; to shine. • **மின்னாமல்** இடி விழுமா? • **மின்னுவதெல்லாம்** பொன் அல்ல - *பழமொழிகள்.*

மீ

மீ: *(பெ):* மேன்மை; மேலிடம்; உயரம்; வானம்; eminence; upper place; height; sky.

மீகாமன்/மீகான்: *(பெ):* மாலுமி; navigator.

மீகாரம்: *(பெ):* மாடி; upstairs.

மீக்கட்டணம்: *(பெ):* மேல் வரி; surcharge.

மீக்குவம்: *(பெ):* மருத மரம்; a kind of tree.

மீக்கூர்தல்: *(வி):* மிகுதல்; to increase.

மீக்கூற்று: *(பெ):* புகழ்; மரியாதை; fame; respect.

மீக்கூறுதல்: *(வி):* புகழ்ந்து பேசுதல்; to praise somebody.

மீக்கொள்ளுதல்: *(வி):* உயர்தல்; மிகுதல்; மதித்தல்; be high; be abundant; to respect.

மீசரம்: *(பெ):* மிகுதி; மேலானது; abundance; that which is great.

மீசரன்: *(பெ):* மேலானவன்; eminent person.

மீசு: *(பெ):* மிகுதி; abundance.

மீசுரம்: *(பெ):* அதிகமானது; that which is more.

மீசை: *(பெ):* மேலுதட்டின் மீது உள்ள முடி; மேலிடம்; moustache; upper place.

மீச்செலவு: *(பெ):* ஆக்கிரமிப்பு; aggression.

மீடம்: *(பெ):* சிறுநீர்; urine.

மீட்சி: *(பெ):* திரும்புதல்; கைம்மாறு; விடுதலை செய்கை; turning; returning; recompense; to set free.

மீட்டளித்தல்: *(பெ):* திருப்புதல்; to return.

மீட்டு: *(வி.உ):* மறுபடியும்; மேலும்; again; further.

மீட்டுதல்: *(வி):* காப்பாற்றுதல்; யாழ் நரம்பினைத் தெறிக்கச் செய்தல்; to save; to fillip the strings of the lute.

மீட்பர்: *(பெ):* காப்பாற்றுவோர்; those who save somebody.

மீட்பளித்தல்: *(வி):* திரும்பப் பெறுதல்; to redeem.

மீட்பு: *(பெ):* மீட்சி; மீட்டல்; act of redeeming.

மீண்டும்: *(வி.அ):* மறுபடியும்; திரும்பவும்; again; further.

மீதாரி: *(பெ):* மிச்சம்; நறுமணப் புகை; balance; remainder; fragrant smoke.

மீதி: *(பெ):* மிச்சம்; எட்டி மரம்; காட்டுக் கத்தரி; remainder; strychnine tree; a kind of plant.

மீதிடல்: *(வி):* வளர்தல்; to grow.

மீது: *(இ.சொ):* இடவேற்றுமைப் பொருளில் வழங்கும் சொல் உருபு; மேல்; a term used as a locative sign; at; on.

மீத்து வைக்கிற: *(பெ):* மிச்சப்படுத்துகிற; economical.

மீநீர்: *(பெ):* நீரின் மேற்பரப்பு; surface of the water.

மீந்தது: *(பெ):* மிச்சமானது; that which remained.

மீப்பு: *(பெ):* மிகுதி; மேன்மை; abundance; excellence.

மீமிசை: *(பெ):* மிக்கது; that which abounds.

மீயடுப்பு: *(பெ):* பக்க அடுப்பு; side oven.

மீயான்: *(பெ):* மாலுமி; sailor; seaman.

மீரம்: *(பெ):* கடல்; sea.

மீலம்: *(பெ):* வானம்; சொர்க்கம்; sky; heaven.

மீவான்: *(பெ):* மாலுமி; sailor; seaman.

மீளவும்: *(வி):* திரும்புதல்; to return; to come back.

மீளாக்கதி: *(பெ):* வீடுபேறு; salvation.

மீளாத: *(பெ.அ):* மீட்கமுடியாத; irrecoverable.

மீளி: *(பெ):* தலைவன்; வலிமை; பெருமை; பேய்; இளைஞன்; கூற்றுவன்; வீரம்; lord; chief; strength; pride; devil; youth; Yama, the God of Death; valour.

மீளிமை: *(பெ):* வீரம்; வலிமை; valour; strength.

மீளுதல்: *(வி):* பழைய நிலைக்குத் திரும்புதல்; விடுபடுதல்; விபத்து, ஆபத்து போன்றவற்றில் பாதிப்படைந்தோரைக் காப்பாற்றுதல்; to come back; to get over; to rescue.

மீறுதல்: *(வி):* மிகுதல்; செருக்கடைதல்; ஆணை, சட்டம் போன்றவற்றை மீறும் செயல்; to exceed; to become proud; to violate.

மீனகேதனன்: *(பெ):* பாண்டியன்; மன்மதன்; Pandya king; Kama, the God of Love; Cupid.

மீனம்: *(பெ):* மீன்; பங்குனி மாதம்; மீன ராசி; உடு; fish; Panguni, the Tamil month; twelfth constellation of the zodiac having fish as its sign; star.

மீனரசு: *(பெ):* நட்சத்திரங்களின் தலைவனாகிய சந்திரன்; the moon as the lord of all stars.

மீனவன்: *(பெ):* பாண்டியன்; மீன் பிடி தொழிலை மேற்கொண்டவன்; Pandya king; fisherman.

மீனா: *(பெ):* மர வகை; a kind of tree.

மீனாட்சி: *(பெ):* மதுரையில் உள்ள உமையம்மை; Goddess Parvathi, the consort of Lord Sundareshwar at Madurai, a Shiva shrine.

மீனாண்டி: *(பெ):* சர்க்கரை; sugar.

மீனாய்: *(பெ):* நீர் நாய்; a sea animal, otter.

மீனாலயம்: *(பெ):* கடல்; sea.

மீனூர்தி: *(பெ):* வருணன்; Lord Varuna.

மீனேறு: *(பெ):* சுறா மீன்; shark fish.

மீன்: *(பெ):* நீர்வாழ் உயிரி; விண்மீன்; fish; star.

- **மீன் குஞ்சுக்கு நீந்தக் கற்றுக்கொடுக்க வேண்டுமா ?** - *பழமொழி.*

மீன்கொடியோன்: *(பெ):* பாண்டியன்; மன்மதன்; Pandya king; Kama, the God of Love, Cupid.

மீன்கொத்திப் பறவை: *(பெ):* மீனை உணவாக உட்கொள்ளும் பறவை; king fisher.

மு

முகக்கட்டை: *(பெ):* மோவாய்க் கட்டை; chin.

முகக்கருவி: *(பெ):* கடிவாளம்; bit of a bridle.

முகங்கொடுத்தல்: *(வி):* இன்முகம் காட்டுதல்; செவி சாய்த்தல்; to show a kindly face; to hear the words of somebody.

முகச்சாயல்: *(பெ):* முகபாவம்; appearance of the face; feature.

முகசோதி: *(பெ):* எலுமிச்சை; lime.

முகடி: *(பெ):* மூதேவி; Goddess of misfortune.

முகடு: *(பெ):* உச்சி; மலையுச்சி; உயர்வு; வீடுபேறு; crown; peak of the mountain; elevation; final bliss.

முகட்டுப்பூச்சி: *(பெ):* மூட்டைப்பூச்சி; bed bug.

முகதலை: *(பெ):* முன்றானை; the outer end of a saree.

முகத்தல்: *(வி):* அளத்தல்; விரும்புதல்; முகர்தல்; நிரம்பப் பெறுதல்; to measure; to like; to smell; to get more.

முகத்துதி: *(பெ):* ஒருவர் முன்பாகப் புகழ்தல்; flattery; insincere praise.

முகத்துவாரம்: *(பெ):* நதி தோன்றுமிடம்; mouth of a river.

முகநட்பு: *(பெ):* வெளிவேட நட்பு; outward friendship.

- முகநக நட்பது நட்பன்று நெஞ்சத்து
  அகநக நட்பது நட்பு. - *குறள் 786.*

முகநிலை: *(பெ):* ஒரு பண் வகை; a kind of song.

முகபடாம்: *(பெ):* யானையின் நெற்றியில் அணிவிக்கப்படும் அலங்காரத் துணி; ornamental cloth on the face of an elephant.

முகப்பழக்கம்: *(பெ):* அறிமுகம்; acquaintance.

முகப்பு: *(பெ):* தலைப்பு; முற்பகுதி; முன்னிலை; மகளிர் சீலை; முன்றானை; திருமணக் காலங்களில் வீட்டின் முன்பகுதியில் இரண்டு நாட்களுக்கு கட்டி வைத்தல்; heading; focus; front; women's garment; the outer end of a saree; decoration in front of the house for two days during a wedding.

முகப்போதரவு: *(பெ):* இச்சகம்; flattery.

முகமதியர்: *(பெ):* இஸ்லாமியர்; முஸ்லிம்கள்; Muslims; Mohammadans.

முகமயக்கு: *(பெ):* பார்வையால் மயக்கும் மாயம்; bewitching by looks.

முகமன்: *(பெ):* உபசாரச் சொல்; flattery; praising words.

முகமாதல்: *(வி):* உடன்படுதல்; to agree.

முகமுறிவு: *(பெ):* வெறுப்பு; பகை; dislike; enmity.

முகமூடி: *(பெ):* முகத்தை மறைப்பது; mask.

முகம்: *(பெ):* தலையின் ஒரு பகுதி; வாய்; வாயில்; இடம்; தொடக்கம்; வடிவு; தியானம்; இயல்பு; மூலம்; யாகம்; face; mouth; entrance; place; beginning; form; meditation; nature; origin; yaga, a sacrifice. • **முகம்** ஆகாதிருந்தால் கண்ணாடி என்ன செய்யும்? • **முகம்** சந்திர பிம்பம்; அகமோ பாம்பின் விஷம் - *பழமொழிகள்.*

- **முகத்தான்** அமர்ந்துஇனிது நோக்கி அகத்தானாம் இன்சொ லினதே அறம். - *குறள் 93.*
- **முகத்தின்** முதுக்குறைந்தது உண்டோ உவப்பினும் காயினும் தான்முந் துறும். - *குறள் 707.*

முகம் பார்த்தல்: *(வி):* அன்பு செய்தல்; நன்கு மதித்தல்; be kind; to treat with regard.

முகம் புதைத்தல்: *(வி):* முகத்தை மூடிக் கொள்ளுதல்; to cover one's face.

முகமதியர்: *(பெ):* முகமது நபி தோற்றுவித்த இஸ்லாமிய மதத்தைச் சேர்ந்தவர்கள்; the followers of the religion of Mohammad Nabi.

முகமது நபி: *(பெ):* இஸ்லாமிய மதத்தைத் தோற்றுவித்தவர்; Mohammad Nabi, the prophet of Islam.

முகரம்: *(பெ):* சப்தம்; சங்கு; காகம்; இஸ்லாமியர் பண்டிகை; noise; conch; crow; a festival of Muslims.

முகரன்: *(பெ):* பயனில்லாது பேசுபவன்; one who speaks without purpose.

முகராசி: *(பெ):* முகத்தின் வசீகரத் தோற்றம்; முகத்தோற்றத்தால் உண்டாகும் நன்மை; அதிர்ஷ்டம்; நற்பேறு; pleasing countenance; looks which bring one good luck; good fortune.

முகரி: *(பெ):* மல்லிகைப்பூ; தாழை மரம்; முன்புறம்; தொடக்கம்; தலைப்பு; ஓர் ஆறு; ஆரவாரம் செய்பவன்; jasmine flower; fragrant screwpine; front; origin; heading; a river; one who makes noise.

முகரிமை: *(பெ):* பேரறிவு; தலைமை; knowledge of divine things; wisdom; leadership.

முகருதல்: *(வி):* மூக்கால் மோத்தல்; to smell

முகரோமம்: *(பெ):* தாடி; மீசை; beard; moustache.

முகவணை: *(பெ):* முகவுரை; introduction.

முகவரி: *(பெ):* மேல் விலாசம்; address.

முகவல்லபம்: *(பெ):* மாதுளை; pomegranate.

முகவழி: *(பெ):* மூலம்; origin.

முகவாள்: *(பெ):* கலப்பையின் கொழு; plough share.

முகவுரை: *(பெ):* முன்னுரை; preface.

முகவை: *(பெ):* முகந்து கொள்ளுகை; அகப்பை; இராமநாதபுரம்; drawing water; ladle; Ramanathapuram, a district in Tamil Nadu.

முகனை: *(பெ):* முன்புறம்; தலைமை; தொடக்கம்; முன்கோபம்; பொழுது; front part; leadership; starting; quick temper; time.

முகாந்தரம்: *(பெ):* காரணம்; ஆதாரம்; மூலம்; cause; means; support; origin.

முகாமை: *(பெ):* தலைமை; headship; superiority.

முகாம்: *(பெ):* பாசறை; தற்காலிகமாகத் தங்க அமைக்கப்படும் கூடாரங்கள்; camp (for army etc.); camp with tents.

முகாரி: *(பெ):* ஒரு பண்; a kind of melody.

முகிதல்: *(வி):* முடிதல்; to come to an end.

முகித்தல்: *(வி):* முடித்தல்; to put an end.

முகிரம்: *(பெ):* அன்பு; காமம்; love; lust.

முகிரன்: *(பெ):* மூடன்; fool; idiot.

முகில்: *(பெ):* மேகம்; cloud.

முகில் வண்ணன்: *(பெ):* திருமால்; Lord Vishnu.

முகிவு: *(பெ):* முடிவு; end.

முகிழம்: *(பெ):* மலரும் பருவத்து அரும்பு; flower bud about to bloom.

முகிழ்: *(பெ):* அரும்பு; bud.

முகிழ்த்தல்: *(வி):* அரும்புதல்; தோன்றுதல்; குவிதல்; தோற்றுவித்தல்; ஈனுதல்; to bud; to put forth buds; to appear; to fold or close up like flower petals; cause to appear; to bear or bring forth.

முகிளம்: *(பெ):* அரும்பு; bud.

முகிளிதம்: *(பெ):* அரும்பு; bud.

முகினி: *(பெ):* புளியமரம்; tamarind tree.

முகு: *(பெ):* விருப்பம்; மனநிறைவு; desire; satisfaction.

முகுந்தம்: *(பெ):* குபேர நிதி; Kubera Nidhi.
முகுந்தன்: *(பெ):* திருமால்; Lord Vishnu.
முகுரம்: *(பெ):* தளிர்; கண்ணாடி; tender leaf; mirror.
முகுலி: *(பெ):* தாழைமரம்; fragrant screw pine.
முகுளம்: *(பெ):* அரும்பு; ஆசன வகை; மூளையின் பின்பகுதி; bud; a kind of Asana; hindmost segment of the brain.
முகூர்த்தம்: *(பெ):* நேரம்; நல்வேளை; திருமணம்; time; auspicious time; marriage.
முகை: *(பெ):* அரும்பு; மொட்டு; குகை; கூட்டம்; மிடா; bud; cave; crowd; large earthen pot.

- *முகைமொக்குள் உள்ளது நாற்றம்போல் பேதை நகைமொக்குள் உள்ளதொன்று உண்டு*

- குறள் 1274.

முகைதல்: *(பெ):* அரும்புதல்; to bud.
முக்கட்செல்வன்: *(பெ):* சிவபெருமான்; Lord Shiva.
முக்கண்ணன்: *(பெ):* சிவபெருமான்; Lord Shiva.
முக்கண்ணி: *(பெ):* உமையம்மை; காளி; தேங்காய்; Goddess Parvathi, the consort of Lord Shiva; Kali, Goddess with dark complexion; coconut.
முக்கரம்: *(பெ):* பிடிவாதம்; obstinacy.
முக்கனி: *(பெ):* மா, பலா, வாழை; the three kinds of fruits, viz., mango; jack fruit; banana (ma, pala, vazhai).
முக்காடு: *(பெ):* தலைமறைவுச் சீலை; the cloth worn to cover one's head, veil.
முக்காணி: *(பெ):* எண்பதில் மூன்று பங்குடைய பின்ன எண்; மூன்று காணியாகிய அளவு; the fraction number 3/80; a measure of three kani.
முக்காலம்: *(பெ):* மூன்று காலங்களான இறந்த காலம், நிகழ்காலம், எதிர்காலம் ஆகியவை; காலை, உச்சி, மாலை என்னும் மூன்று வேளை; past period, present period and future period; morning, noon and evening.
முக்காலி: *(பெ):* மூன்று கால் பீடம்; three-footed stool; tripod.
முக்கால்: *(பெ):* மூன்றாம் முறை; மூன்று முறை; நான்கில் மூன்று பங்குடைய பின்ன எண் ¾; third time; three times; the fraction ¾.
முக்காழி: *(பெ):* மூன்று கொட்டையுள்ள பனம் பழம்; the palmyra fruit which has three nuts.
முக்காழ்: *(பெ):* முத்து மாலை வகை; a kind of pearl ornament.
முக்கிமுனகி: *(வி.அ):* ஒன்றினைச் செய்திட மிகவும் சிரமப்பட்டு; with much difficulty.
முக்கியத்துவம்: *(பெ):* முக்கியம் பொருந்திய தன்மை; importance.
முக்கியம்: *(பெ):* உடனடியான கவனத்தை வேண்டுவதாக அல்லது இன்றியமையாத தன்மை கொண்டதாக இருப்பது; that which is important or main or significant.
முக்கியமாக: *(வி.அ):* குறிப்பாக; particularly.
முக்கியஸ்தர்: *(பெ):* முக்கியத்துவம் வாய்ந்தவர்; person of importance.
முக்கு: *(பெ):* மூலை; சந்து; corner; lane.
முக்குதல்: *(வி):* நீரில் ஒன்றினை அமிழ்த்துதல்; பிரசவ வேதனையின்போது கர்ப்பிணிப் பெண் அனத்துதல்; to press something under water; to strain as a pregnant woman in travail.
முக்குழிச்சட்டி: *(பெ):* மூன்று குழிகள் உள்ள எண்ணெய் பலகாரம் சுடும் சட்டி; a pan with three depressions for baking cakes in oil.
முக்குளம்: *(பெ):* கங்கை, சரஸ்வதி, யமுனை ஆகிய மூன்று நதிகள் சேருமிடம்; திருவெண்காடு தலத்தில் உள்ள தீர்த்தம்; the junction of the rivers Ganges, Saraswathi and Yamuna; sacred water tank at Thiruvenkadu, a Shiva shrine at Sirkazhi Taluk, Nagai District.
முக்குளித்தல்: *(வி):* மூழ்குதல்; to dive.
முக்குற்றம்: *(பெ):* 'காமம்', 'வெகுளி', 'மயக்கம்' என்னும் மூவகை உயிர்க் குற்றம்; the three evils pertaining to the soul, viz, 'lust', 'anger' and 'delution.'
முக்கூடல்: *(பெ):* மூன்று ஆறுகள் கூடுமிடம்; ஓர் ஊர்; the place where three rivers meet generally considered as sacred; a town.
முக்கோணம்: *(பெ):* மூன்று கோணங்களை உடைய வடிவம்; நரகம்; triangle; hell.
முக்கோல்: *(பெ):* தவசிகளுக்குரிய திரிதண்டம்; the trident staff carried by ascetics.
முக்கோற்பகவர்: *(பெ):* திரிதண்டம் ஏந்திய துறவிகள்; a class of ascetics who carry trident staff.
முகதகஞ்சுகம்: *(பெ):* தோலுரித்த பாம்பு; the snake which has shed its slough.
முக்தாபலம்: *(பெ):* முத்து; கற்பூரம்; pearl; camphor.
முக்தி: *(பெ):* உலகோடு ஆன்மாவுக்கு உள்ள தொடர்பு அவசியமற்றது என்பதை உணரும் நிலை; பந்தபாசத்திலிருந்து விடுபட்ட நிலை; self-realization; liberation from the worldly bonds.
முங்குதல்: *(வி):* நீரில் மூழ்குதல்; அமிழ்தல்; நிறைதல்; to sink; to plunge into water; be full.
முசகம்: *(பெ):* எலி; rat.
முசங்கி: *(பெ):* ஒரு வகைக் கோவை; a kind of Kovai.
முசலம்: *(பெ):* உலக்கை; ஓர் ஆயுத வகை; pestle; a kind of weapon.

முசலி: (பெ): உடும்பு; பல்லி; முதலை; கடல் மீன்; நிலப்பனை; தாழை மரம்; பச்சோந்தி; பலராமன்; big lizard; lizard; crocodile; sea-fish; a herb; screwpine tree; chameleon; Lord Balarama.

முசலிகை: (பெ): உடும்பு; big lizard, iguana.

முசலை: (பெ): வெண்டாமரை; முயல்; white lotus; rabbit.

முசிகுந்தம்: (பெ): குபேரனது வில்; சூரியனின் கைச்சங்கு; the bow of Lord Kubera; the conch of Lord Surya.

முசிதல்: (வி): கிழிதல்; ஊக்கம் குன்றுதல்; கசங்குதல்; be torn; to feel discouraged; be crumpled.

முசித்தல்: (வி): துன்புறுதல்; அழிதல்; மெலிதல்; திருகுதல்; be distressed; to perish; to grow thin; to twist.

முசிப்பு: (பெ): இடை; மெலிவு; களைப்பு; அழிவு; waist; feebleness; tiredness; ruin.

முசிரம்: (பெ): வள்ளல் தன்மை; munificence.

முசிரன்: (பெ): வள்ளல்; கொடையாளி; liberal donor.

முசிறு: (பெ): கருங்குரங்கு வகை; a kind of black monkey.

முசு: (பெ): குரங்கு; monkey.

முசுக்கட்டை: (பெ): பட்டுப்பூச்சி வாழும் ஒரு வகைக் குத்துச் செடி; கம்பளிப்பூச்சி; mulberry; hairy caterpillar.

முசுடி: (பெ): கோபக்காரி; angry woman.

முசுடு: (பெ): சிடுமுஞ்சி; முன்கோபி; irritable person.

முசுண்டர்: (பெ): கீழ்மக்கள்; persons of low qualities.

முசுண்டி: (பெ): ஆயுத வகை; a kind of weapon.

முசுப்பு: (பெ): திமில்; hump.

முசுமுசுக்கை: (பெ): ஒரு மருந்துக் கொடி வகை; a herb, bristly bryony.

முசுறு: (பெ): செந்நிற எறும்பு; a small red ant.

முச்சங்கம்: (பெ): பாண்டியர்கள் ஆதரித்த தலை, இடை மற்றும் கடை என்னும் முவகைச் சங்கங்கள்; the three ancient Tamil academies which flourished under the patronage of the Pandya kings.

முச்சந்தி: (பெ): ஒரு நாளின் மூன்று கால வேளைகள்; மூன்று சாலைகள் (அ) தெருக்கள் கூடுமிடம்; the three periods of a day; the junction of three roads or streets.

முச்சலிகா: (பெ): எழுத்து மூலமான வேண்டுதல்; பத்திரம்; ஒப்பந்தம்; written obligation; deed; agreement bond.

முச்சி: (பெ): உச்சந்தலை; crown of the head.

முச்சுடர்: (பெ): இயற்கையாக ஒளிரும் சூரியன், சந்திரன் மற்றும் அக்னி ஆகியவை; the three luminaries, viz., the Sun, the Moon and Agni, the fire.

முஞல்: (பெ): கொசு; mosquito.

முஞ்சகேசன்: (பெ): திருமால்; Lord Vishnu.

முஞ்சம்: (பெ): குழந்தைகளின் தலையணிகலன்; a head ornament of children.

முஞ்சரம்: (பெ): தாமரைக் கிழங்கு; the root of lotus.

முஞ்சி: (பெ): நாணற் புல்; a kind of reed.

முஞ்சுதல்: (வி): சாதல்; to die.

முஞ்ஞை: (பெ): மரவகை; a kind of tree.

முடக்கம்: (பெ): பயன்படாத வகையில் தங்கிவிட்ட நிலை; வளைவு; தடை; freeze; bend; curve; obstacle.

முடக்கன்: (பெ): தாழை மரம்; screw-pine tree.

முடக்கு: (பெ): வளைவு; நாக்கு; தெருவின் கோணம்; தடை; தாமதம்; சினம்; வேலையின்மை; நோய் வகை; bend; curve; tongue; corner of a winding street; obstacle; delay; anger; unemployment; a kind of disease.

முடக்கு மோதிரம்: (பெ): நெளி மோதிர வகை; a kind of ring worn by women.

முடக்குதல்: (வி): மடக்குதல்; சுற்றிக்கொள்ளுதல்; தடைப்படுத்துதல்; பணத்தைக் குறைவான பயன்பாடு ஒன்றில் முதலீடு செய்தல்; to bend; to wrap; to cripple; to lock up the capital fund, etc.

முடக்கு வாதம்: (பெ): பாரிச வாயு; பக்க வாதம்; paralysis.

முடக்குறை: (பெ): மறைந்து அம்பு எய்தலுக்குரிய மதிலுறுப்பு; bowman's shelter on fort wall.

முடங்கல்: (பெ): மடங்குகை; தடைப்படுகை; முடக்குவாதம்; சிறுமை; தாழை மரம்; பனையோலைச் சுருள்; act of bending; act of crippling; paralysis; meanness; screwpine tree; roll of palm leaf used for letter-writing.

முடங்கிளை: (பெ): கூடல்வாய்; valley of roof.

முடங்குதல்: (வி): சுருங்குதல்; தங்குதல்; கை கால் முடமாதல்; படுத்துக்கொள்ளுதல்; to contract; to abide; to become lame or maimed; to lie down.

முடங்குளை: (பெ): பிடரி; சிங்கம்; nape of the neck; lion.

முடந்தை: (பெ): வளைந்தது; நோய் வகை; that which is bent; a kind of disease.

முடமயிர்: (பெ): புருவ மயிர்; நோய் வகை; eye-brow; a kind of disease.

முடம்: (பெ): கை, கால் செயல்படாத நிலை; ஆடல், பாடல்களில் குற்றம்; வளைவு; வளைந்தது; the crippled condition of leg or arm; the defects in singing or dancing; curve; that which is bent.

முடலை: *(பெ):* பெருமை; வலிமை; உருண்டை; மனக்கடுமை; greatness; strength; ball; hardness of mind.

முடவன்: *(பெ):* கால் இல்லாதவன்; சனி; a lame person; Saturn. • **முடவன்** கொம்புத் தேனுக்கு ஆசைப்பட்டது போல - *பழமொழி.*

முடவுதல்: *(வி):* நொண்டுதல்; to walk lamely.

முடி: *(பெ):* முடிச்சு; குடுமி; மயிர்; தலை; உச்சி; தலை அணிகலன்; தேங்காய்க்குடுமி; knot; (of men) tuft of hair; hair; head; crown of the head; head ornament; tuft of fibre of coconut.

முடிக்கலம்: *(பெ):* கிரீடம்; crown.

முடி சாய்தல்: *(வி):* இறத்தல்; to die.

முடி சாய்த்தல்: *(வி):* படுத்துக்கொள்ளுதல்; வணங்குதல்; to lie down; to pay respect to.

முடிச்சு: *(பெ):* முடியப்பட்டது; முட்டு; கட்டு; சிறுமுட்டை; கணு; மகளிர் காதணி; that which is tied; support; fastening; small bundle; knot; women's ear ornament.

முடிதல்: *(வி):* முற்றுப்பெறுதல்; நிறைவேறுதல்; அழிதல்; தோன்றுதல்; இயலுதல்; சண்டை மூட்டுதல்; சூடுதல்; to end; to terminate; be fulfilled; be ruined; to appear; cause to fight; to wear.

முடி துளக்குதல்: *(வி):* தலையசைத்தல்; to shake the head.

முடித்த செயல்: *(பெ):* செய்து முடித்த ஒன்று; achievement

முடித்தல்: *(வி):* முற்றுவித்தல்; நிறைவேற்றுதல்; அழித்தல்; to put an end; to complete; to execute; to destroy.

முடிநர்: *(பெ):* கட்டுபவர்; one who binds something.

முடி நடை: *(பெ):* தலையின் மீது நடத்தல்; walking on one's head.

முடிந்த: *(பெ.அ):* முடிந்துபோன; complete.

முடிந்த கொள்கை: *(பெ):* இறுதி முடிவு; final conclusion.

முடிந்த பொழுது: *(பெ):* முதிர்ந்த பருவம்; old age.

முடி போடுதல்: *(வி):* முடிச்சுப் போடுதல்; to tie into a knot.

முடிப்பு: *(பெ):* முடிச்சு; கட்டு; சொத்து; தீர்மானம்; tying; fastening; knot; property; determination.

முடி மணி: *(பெ):* சூடாமணி; jewel in a crest.

முடி மயிர்: *(பெ):* சடை; lock of hair.

முடி மன்னன்: *(பெ):* முடியுடைய பேரரசன்; crowned monarch.

முடிய: *(வி.அ):* முழுவதும்; unto; to the end.

முடியிறக்குதல்: *(வி):* வேண்டுதலுக்கான மயிர் கழித்தல்; to shave the hair of the head in fulfilment of a vow.

முடியுலகு: *(பெ):* சொர்க்கம்; தேவருலகம்; heaven; celestial world as the highest world.

முடிவற்படையோன்: *(பெ):* வயிரவன்; Lord Vairava.

முடிவினை: *(பெ):* ஊழ்வினை; deed done by a soul in a former birth.

முடிவு: *(பெ):* இறுதி; எல்லை; நிறைவு; பயன்; சாவு; தீர்மானம்; end; termination; limit; conclusion; benefit; death; determination.

- முடிவும் இடையூறும் முற்றியாங்கு எய்தும்
  படுபயனும் பார்த்துச் செயல். - *குறள் 676.*

முடிவு காலம்: *(பெ):* இறப்புக் காலம்; time of death.

முடிவுரை: *(பெ):* நூலின் இறுதியில் அமையும் உரை; concluding section of a work; epilogue.

முடி வெட்டுதல்: *(வி):* சிகையலங்காரம் செய்தல்; to crop the hair.

முடுகல்: *(பெ):* விரைவு; வலிமை; quickness; strength.

முடுகு: *(பெ):* சந்த வகை; நாற்றம்; கடமை; தோணி வகை; மோதிர வகை; விரைவு; விலங்கின் பெண்ணினம்; a kind of metrical verse; bad odour; duty; a kind of boat; a kind of ring; quickness; female of animal.

முடுக்கம்: *(பெ):* விலையேற்றம்; இறுக்கம்; high price; tightness.

முடுக்கர்: *(பெ):* குறுந்தெரு; தெருச்சந்து; கோணத்தெரு; மலைக்குகை; இடைவெளி; short street; lane, pathway difficult to pass; mountain cavern; gap.

முடுக்கன்: *(பெ):* வலியோன்; strong person.

முடுக்கு: *(பெ):* மூலை; மிகுதி; வலிமை; ஆணவம்; corner; abundance; strength; arrogance.

முடுக்கு வழி: *(பெ):* சிறு சந்து; narrow lane.

முடுவல்: *(பெ):* பெண் நாய்; female dog.

முடை: *(பெ):* தவிடு; ஓலைக்குடை; நெருக்கடி; bran; umbrella of palm leaves; crisis.

முடைஞ்சல்: *(பெ):* இடையூறு; disturbance.

முடைதல்: *(வி):* பின்னுதல்; மெலிதல்; to braid; to become lean.

முடை நாற்றம்: *(பெ):* புலால்; தீ நாற்றம்; புளித்த மோர் போன்றவற்றின் மணம்; flesh; stench; smell of sour buttermilk or curds.

முட்கரம்: *(பெ):* ஆயுத வகை; a kind of weapon; club.

முட்கோல்: *(பெ):* குதிரைக்கான தாற்றுக்கோல்; a kind of goad for horses.

முட்செவ்வந்தி: *(பெ):* ரோஜா; Rose.

முட்டத்தனம்: *(பெ):* அறியாமை; ignorance.

முட்டம்: *(பெ):* காக்கை; ஊர்; பக்கம்; crow; town; side.

முட்டன்: *(பெ):* மந்த புத்தியுள்ளவன்; dunce.

முட்டாக்கிடுதல்: *(வி):* முகத்தை மூடி மறைத்தல்; to cover the face with veil.

முட்டாக்கு: *(பெ):* முகத்திரை; veil.

முட்டாள்: *(பெ):* மூடன்; சிற்றாள்; idiot; fool; simpleton.

முட்டாள்தனமான: *(பெ.அ):* மூடத்தனமான; அறிவற்ற; foolish; stupid; muddle-headed; idiotic.

முட்டி: *(பெ):* விரல் மடக்கிய கை; கைக்குத்து; கைப்பிடியளவு; பிச்சை; 64 கலைகளுள் ஒன்று; சிறு பானை; வெல்லம்; சிப்பி வகை; வரி வகை; fist; blow with the fist; handful; alms; one of the 64 arts; small earthen pot; jaggery; a kind of shell; a kind of tax.

முட்டிகன்: *(பெ):* தட்டான்; goldsmith.

முட்டிடை: *(பெ):* நெருக்கடி; நெருக்கம்; crisis; closeness.

முட்டி யுத்தம்: *(பெ):* குத்துச் சண்டை; boxing.

முட்டு: *(பெ):* தடை; தட்டுப்பாடு; குறைவு; சங்கடம்; கருவி; பற்றுக்கோடு; obstacle; scarcity; decrease; difficulty; trouble; equipment; support.

முட்டுக்கட்டை: *(பெ):* தாங்கு கட்டை; தடை செய்வது; the post used as a prop; stumbling block.

முட்டுதல்: *(வி):* எதிர்ப்படுதல்; பிடித்தல்; தேடுதல்; நிறைதல்; முடிதல்; போர் செய்தல்; தவறுதல்; to meet; to grip; to seek; be full; to come to an end; to fight; to fail.

முட்டுப்பாடு: *(பெ):* தீமை; இடையூறு; தட்டுப்பாடு; evil; trouble; want.

முட்டை: *(பெ):* அண்டம்; உடம்பு; வறட்டி; தவிடு; egg; body; dried cowdung; bran.

முட்டைக்கோசு: *(பெ):* காய்கறி வகை; cabbage.

முணங்குதல்: *(வி):* உள்ளடங்குதல்; பின் வாங்குதல்; வளைதல், விருப்பமின்மை, எதிர்ப்பு, சலிப்பு ஆகியவற்றை வெளிப்படுத்தும் விதமாக தெளிவற்ற வகையில் மெல்லிய குரலில் முணுமுணுத்தல்; வேதனை போன்றவை தாங்காது மெல்லிய குரலில் தெளிவற்ற வகையில் ஒலியை வெளிப்படுத்துதல்; be contracted; be withdrawn; be bent; to mutter (something as a protest, etc.); to groan (with pain).

முணவல்: *(பெ):* சினம்; anger.

முணவுதல்: *(வி):* வெறுத்தல்; சினத்தல்; to hate; be very angry.

முணுமுணுத்தல்: *(வி):* வாய்க்குள் மெல்லப் பேசுதல்; to murmur.

முணை: *(பெ):* மிகுதி; வெறுப்பு; abundance; dislike.

முணைதல்: *(வி):* வெறுத்தல்; to dislike.

முண்டகம்: *(பெ):* மழித்த தலை; கபாலம்; அறிவற்றவன்; திரட்சி; உபநிடதங்களுள் ஒன்று; மரத்துண்டு; shaved head; skull; idiot; mass; one of the Upanishads; piece of wood.

முண்டனம்: *(பெ):* தலை சிரைத்தல்; shaving of head.

முண்டன்: *(பெ):* சிவபெருமான்; சைவர்; நாவிதர்; இராகு; வலியவன்; Lord Shiva; a saivaite; barber; Rahu, a nodal planet; strong and powerful person.

முண்டா: *(பெ):* தோள்; arm.

முண்டாசு: *(பெ):* தலைப்பாகை; turban.

முண்டி: *(பெ):* நாவிதர்; மழித்த தலையுடையவன்; barber; person with a clean-shaven head.

முண்டு: *(பெ):* திமில்; முரட்டுத்தனம்; எதிர்ப்பு; மடமை; மரத்தின் கணு; சிறு கட்டை; துண்டு வேட்டி; hump; obstinacy; opposition; stupidity; knot of a tree; small block; short-sized cloth.

முண்டுதல்: *(வி):* சண்டை செய்யும் முனைப்போடு இருத்தல்; be aggressive.

முண்டை: *(பெ):* கண்ணின் கருவிழி; முட்டை; விதவை; pupil of the eye; egg; widow as having a shaven head.

முண்மா: *(பெ):* முள்ளம் பன்றி; porcupine.

முதம்: *(பெ):* உவகை; happiness.

முதலடி: *(பெ):* தொடக்கம்; ஆண்டின் முதல் சாகுபடி; beginning; the first crop of the year.

முதலாளி: *(பெ):* தலைவன்; சொந்தக்காரன்; தொழிலில் பணத்தை முதலீடு செய்துள்ளவன்; master; lord; proprietor; financier.

முதலி: *(பெ):* தலைவன்; பெரியோன்; ஒரு பட்டப்பெயர்; தாழை மரம்; head; chief; great person; a title; screwpine tree.

முதலீடு: *(பெ):* முதலாக இட்ட பொருள்; வணிக முதல்; capital.

முதலீற்று: *(பெ):* முதலாவதாக ஈனுதல்; firstling.

முதலுதவி: *(பெ):* விபத்து, ஆபத்து போன்றவற்றின் போது உரிய சிகிச்சை அளிக்கப்படும் முன்பாக செய்யப்படும் முதல் சிகிச்சை; first aid.

முதலெழுத்து: *(பெ):* உயிரும் மெய்யுமாகிய முப்பது எழுத்துக்கள்; the primary letters comprising the twelve vowels and the eighteen consonants.

முதலை: *(பெ):* ஒரு நீர்வாழ் உயிரினம்; crocodile.

முதலோன்: *(பெ):* கடவுள்; God.

முதல்: *(பெ):* ஆதி; காரணம்; கடவுள்; மூலதனம்; வேர்; கிழக்கு; அடிப்பாகம்; பத்திரம்; 12 உயிரெழுத்துக்களும், 18 மெய்யெழுத்துக்களும்; first; reason; God; principal; root; east; bottom; document; 12 vowels and 18 consonants. • **முதல் கோணல் முற்றிலும் கோணல்** - *பழமொழி.*

• **முதலிலார்க்கு ஊதியம் இல்லை மதலையாஞ்**
சார்பிலார்க்கு இல்லை நிலை - *குறள் 449.*

முதல் நாள்: *(பெ):* முந்தின நாள்; yesterday.

முதல் மந்திரி: *(பெ):* மாகாணத்தின் முதலமைச்சர்; Chief Minister of a State.

முதல்வர்: *(பெ):* முதலமைச்சர்; கல்லூரியை நிர்வகிப்பதில் முதன்மைப் பொறுப்பு வகிக்கும் பேராசிரியர்; கல்லூரித் தலைவர்; வானோர்; Chief Minister; Principal of a College; celestial beings.

முதல்வன்: *(பெ):* தலைவன்; அரசன்; தந்தை; lord; master; king; father.

முதல்வன் வாக்கு: *(பெ):* ஆகமம்; Agamam.

முதள்: *(பெ):* மொக்கு; அரும்பு; மொட்டு; flower bud.

முதற்கருவி: *(பெ):* மத்தளம்; a kind of two-sided drum.

முதற்கண்: *(வி.அ):* முதலில்; at first.

முதற்கொண்டு: *(இ.சொ):* தொடர்ச்சியாக; from something; onwards to.

முதற்பொருள்: *(பெ):* கடவுள்; God.

முதன்முதலாக: *(வி.அ):* முதன் முறையாக; for the first time.

முதன்மை: *(பெ):* முன்னுரிமை பெற்று முதலிடம் வகிப்பது; (பதவியில்) தலைமை; primary importance; (of official) chief.

முதாரி: *(பெ):* முற்றியது; முன்கை வளையல்; that which is ripe; the bangles in the front hand.

முதிதை: *(பெ):* மகிழ்ச்சி; தியானம்; மனத்தூய்மை; happiness; meditation; purity of mind.

முதிய குழல்: *(பெ):* குதிரைவாலிப் பூண்டு; a kind of grass.

முதிய: *(பெ.அ):* வயதான; அனுபவமிக்க; old; experienced.

முதியவன்: *(பெ):* முத்தவன்; வயது முதிர்ந்தவன்; பிரம்மன்; elder person; old man; Lord Brahma.

முதியவள்: *(பெ):* மூத்தவள்; வயது முதிர்ந்தவள்; தேவராட்டி; elder woman; old woman; girls dancing in temples.

முதியான்: *(பெ):* முதியவன்; ஒரு பறவை வகை; old man; a kind of bird.

முதியோர்: *(பெ):* அறிஞர்; wise men.

முதிகம்: *(பெ):* மேகம்; குமணனுக்குரிய மலை; cloud; the hill owned by King Kumana.

முதிரன்: *(பெ):* காமுகன்; lustful person.

முதிரை: *(பெ):* மரவகை; a kind of tree.

முதிர் அறிவு: *(பெ):* ஆழ்ந்த அறிவு; wisdom.

முதிர் காடு: *(பெ):* பழங்காடு; old forest.

முதிர் காற்று: *(பெ):* கடுங்காற்று; strong wind; gale.

முதிர்ச்சி: *(பெ):* பக்குவம்; maturity.

முதிர்தல்: *(வி):* முற்றுதல்; நிறைதல்; பக்குவமாதல்; சூழ்தல்; முற்படுதல்; to become ripe; be full; to mature; to surround; to attempt or begin to do something.

முது: *(பெ):* பேரறிவு; spiritual knowledge.

முதுகணாளர்: *(பெ):* காப்பாளர்; guardian.

முதுகண்: *(பெ):* முதன்மையான ஆதாரம்; chief support.

முதுகயம்: *(பெ):* கடல்; sea.

முதுகாடு: *(பெ):* சுடுகாடு; இடுகாடு; cremation ground; graveyard.

முதுகிடுதல்: *(வி):* புறங்காட்டி ஓடுதல்; be defeated and flee.

முதுகு: *(பெ):* உடலின் பின்புறம்; வரப்பு; back (of human beings or animals); ridge of a field. ● **முதுகிலே புண் உண்டானால்** செடியிலே நுழையப் பயம் - *பழமொழி.*

முதுகு தாங்கி: *(பெ):* சார்வணை; seat provided with back.

முதுகுறவர்: *(பெ):* பெற்றோர்; parents.

முதுக்குறை: *(பெ):* பேரறிவு; பூப்படைதல்; பேதைமை; wisdom; attaining puberty; ignorance.

முதுசொல்: *(பெ):* பழமொழி; proverb.

முதுநிலம்: *(பெ):* களர்நிலம்; பாலை நிலம்; brackish ground; desert.

முதுநீர்: *(பெ):* கடல்; the sea.

முதுபெண்டு/முதுமகள்: *(பெ):* வயதானவள்; old lady.

முதுமகன்: *(பெ):* வயதானவன்; சனி; old man; Saturn.

முதுமரம்: *(பெ):* ஆலமரம்; banyan tree.

முதுமை: *(பெ):* மூப்பு; பழைமை; old age; antiquity.

முதுமொழி: *(பெ):* பழமொழி; அறிவுரை; வேதம்; பிரணவம்; proverb; advice; the Veda; pranava mantra.

முதுவர்: *(பெ):* புலவர்; பிரதமர்; மூத்தோர்; வயதானோர்; poets; Prime Minister; elders; old people.

முதுவேனில்: *(பெ):* கோடைக்காலம்; ஆனி, ஆடி ஆகிய மாதங்கள்; summer; the months of Aani and Aadi as the season of extreme heat.

முதையல்: *(பெ):* பழங்காடு; காடு; old forest; forest.

முத்தகம்: *(பெ):* தனி நின்று பொருள் முடியும் செய்யுள்; எறியாயுதம்; செடி வகை; stanza in which the sense is complete; lance; a kind of plant.

முத்தம்: *(பெ):* உதடுகளால் தொடுகை; முத்து; மருத நிலம்; முத்துக்கொட்டை; செடி வகை; முற்றம்; kiss; pearl; paddy field; castor seed; a kind of plant; courtyard of a house.

முத்தமிழ்: *(பெ):* இயல், இசை, நாடகம் என்னும் மூவகைத் தமிழ்; the three kinds of Tamil literature.

முத்தலை வேல்: *(பெ):* சூலம்; trident.

முத்தளகி: *(பெ):* முருங்கை மரம்; horse-radish tree.

முத்தன்: *(பெ):* வீடுபேற்றினை அடைந்தோன்; சிவபெருமான்; திருமால்; புத்தன்; one who has obtained liberation from the evils of sin; Lord Shiva; Lord Vishnu; enlightened person - Buddha.

முத்தாரம்: *(பெ):* முத்துமாலை; pearl garland.

முத்தானம்: *(பெ):* அடுப்பு; stove; oven.

முத்தி: *(பெ):* முத்தம்; வீடுபேறு; kiss; final bliss.

முத்தி பதம்: *(பெ):* சொர்க்கம்; heaven as the place of liberated souls.

முத்தி முத்திரை: *(பெ):* தாமிரபரணியாறு; River Thamiraparani.

முத்திராசாலை: *(பெ):* அச்சுக்கூடம்; printing press.

முத்திரை: *(பெ):* அடையாளம்; இலச்சினை; mark; label; seal; signet.

முத்து: *(பெ):* ஒன்பான் மணியுள் ஒன்று; கண்ணீர்; ஆமணக்கு விதை; அம்மைக் கொப்புளம்; அரிசி; மாதுளையின் விதை; அழகு; மேலானது; மகிழ்ச்சி; அம்பு; முத்தம்; pearl, one of the nine kinds of gems; tears; castor seed; bubble of small-pox; rice; seed of pomegranate; beauty; that which is superior; happiness; arrow; kiss. • **முத்திலும் சொத்தை உண்டு;** பவளத்திலும் பழுதுண்டு - *பழமொழி.*

முத்து மழை: *(பெ):* பருவ மழை; monsoon rain.

முத்துளம்: *(பெ):* மூங்கில் ; bamboo.

முத்தையன்: *(பெ):* முருகப்பெருமான்; Lord Muruga.

முந்தன்: *(பெ):* கடவுள்; God.

முந்திரி: *(பெ):* 1/320-ஐக் குறிக்கும் ஒரு பின்ன எண்; முந்திரிகை மரம்; the fraction of 1/320; cashew tree.

முந்திரிக் கொட்டை: *(பெ):* சமையலுக்குப் பயன்படுத்தும் முந்திரி விதை; cashew nut.

முந்து: *(பெ):* ஆதி; முன்பு; முற்காலம்; வெள்ளை நாரை; beginning; antiquity; ancient period; a kind of white heron.

முந்துதல்: *(வி):* எழுதல்; வேகமாகச் செல்லுதல்; முன்னேறுதல்; முதலாவதாதல்; to rise up; to go fast; to advance; be first.

முந்து நூல்: *(பெ):* வேதம்; the Vedas.

முந்தூழ்: *(பெ):* பழவினை; மூங்கில்; deeds of former birth; bamboo.

முந்தை: *(பெ):* பழைமை; முற்காலம்; முன்னோன்; antiquity; former period; God; old man; wise person.

முந்தையோர்: *(பெ):* முன்னோர்; ancestors.

முந்நீர்: *(பெ):* ஆற்று நீர், ஊற்று நீர்; மழை நீர் என்னும் மூன்று வகை நீரினை உடைய கடல்; the sea as consisting of three waters viz., river water; spring water and rain water.

முந்நூல்: *(பெ):* பூணூல்; the sacred thread worn by people of certain castes, like achari, brahmin, etc.

முப்பகை: *(பெ):* காமம், வெகுளி, மயக்கம் என்னும் மூன்று தீய குணங்கள்; the three evil qualities of the soul viz, lust, anger, delusion.

முப்பது: *(பெ):* மூன்று பத்து; thirty. • **முப்பது** வருஷம் வாழ்ந்தவனுமில்லை; **முப்பது** வருஷம் தாழ்ந்தவனுமில்லை - *பழமொழி.*

முப்பாட்டன்: *(பெ):* பாட்டனுக்குப் பாட்டன்; பாட்டனின் தந்தை; grandfather's grand father; great-grandfather.

முப்பாட்டி: *(பெ):* முப்பாட்டனின் மனைவி; பாட்டனுக்குப் பாட்டி; பாட்டியின் தாய்; wife of great-grandfather; grandmother of grandfather; mother of grandmother.

முப்பால்: *(பெ):* அறத்துப்பால், பொருட்பால் மற்றும் காமத்துப்பால் என்னும் மூன்று பால்களை உடைய திருக்குறள்; Thirukkural as dealing with the three divisions, viz. Virtue, Wealth and Love.

முப்பாற் புள்ளி: *(பெ):* ஆய்த எழுத்து ஃ; the Tamil letter ஃ.

முப்பான்: *(பெ):* மூன்று பத்து; thirty.

முப்பு: *(பெ):* அகத்தியரின் வாகட நூல்; a medical treatise of sage Agasthiya.

முப்புரமெரித்தான்: *(பெ):* சிவபெருமான்; Lord Shiva.

முப்புரம்: *(பெ):* திரிபுரங்களான பொன், வெள்ளி, இரும்புக்கோட்டைகள்; the three aerial cities of gold, silver and iron burnt by Lord Shiva.

முப்புரி/முப்புரிநூல்: *(பெ):* பூணூல்; the sacred cord of three strands.

முப்புரி நூலோர்: *(பெ):* அந்தணர்; brahmins who wear the sacred thread.

முப்புவனம்: *(பெ):* சொர்க்கம், பூமி மற்றும் பாதாளம்; the three worlds, swarga (heaven), bhoomi (earth) and pathala (nether world).

முப்புள்ளி: *(பெ):* ஆய்த எழுத்து ஃ; the letter ஃ having three dots.

முமுட்சு: *(பெ):* வீடுபேற்றில் நாட்டம் உடையவன்; one who wants to attain the final bliss.

மும்மணிக்காசு: *(பெ):* அணிகலன் வகை; a kind of ornament.

மும்மாரி: *(பெ):* ஒரு மாதத்தில் பெய்யும் மூன்று மழை; the three showers in a month.

மும்முதத்தன்: *(பெ):* விநாயகப் பெருமான்; Lord Vinayaka.

மும்முரம்: *(பெ):* கடுமை; விரைவு; கவனம்; பகட்டு; severity; fierceness; quickness; attention; vanity.

மும்முறை: *(பெ):* மூன்று முறை; three times.

முயக்கம்: *(பெ):* தழுவுகை; சம்பந்தம்; புணர்ச்சி; embrace; connection; copulation.

- *முயக்கிடைத் தண்வளி போழப் பசப்புற்ற*
  பேதை பெருமழைக் கண். - குறள் 1239.

முயங்குதல்: *(வி):* தழுவுதல்; பொருந்துதல்; புணர்தல்; to embrace; to cling to do; to copulate.

- *முயங்கிய கைகளை ஊக்கப் பசந்தது*
  பைந்தொடிப் பேதை நுதல். - குறள் 1238.

முயலகன்: *(பெ):* நோய் வகை; நடராஜப் பெருமான் ஏறி நடனமாடி மிதிக்கும் ஒரு பூதம்; a kind of disease; a demon over whose body Lord Nataraja dances.

முயலுதல்: *(வி):* விடாது ஊக்கமுடன் முயற்சி செய்தல்; to try hard; to strive.

முயல்: *(பெ):* ஒரு சிறு பிராணி வகை; rabbit.

முயற்கறை: *(வி):* நிலவில் உள்ள களங்கம்; spots on the moon looking like a hare.

முயற்கூடு: *(பெ):* சந்திரன்; the moon.

முயற்கொம்பு: *(பெ):* உலகில் இல்லாத பொருள்; non-existent thing.

முயற்சி: *(பெ):* ஊக்கம்; இடைவிடாத உழைப்பு; effort; trying hard. • **முயற்சி** திருவினை ஆக்கும். • **முயற்சி**யுடையார் இகழ்ச்சி அடையார் - *பழமொழிகள்.*

- *தெய்வத்தான் ஆகாது எனினும் முயற்சிதன்*
  மெய்வருத்தக் கூலி தரும். - குறள் 619.

முயற்புல்: *(பெ):* அருகம்புல்; a kind of grass.

முயற்றிசை: *(பெ):* வடகிழக்குத் திசை; north-east direction.

முயற்று: *(பெ):* ஊக்கம்; vigour.

முயிறு: *(பெ):* எறும்பு வகை; a kind of ant.

முரகரி: *(பெ):* திருமால்; Lord Vishnu.

முரங்கினம்: *(பெ):* மிளகு; pepper.

முரசக் கொடியோன்: *(பெ):* தருமர்; Dharma, the eldest of the Pancha Pandavas.

முரசம்: *(பெ):* பறை வகை; a kind of drum.

முரசு: *(பெ):* முரசம்; a kind of drum.

முரசுக் கட்டில்: *(பெ):* முரசு வைக்கப்படும் இடம்; dais or cot for the royal (war) drum.

முரஞ்சு: *(பெ):* பாறை; முதிர்கை; rock; maturing.

முரஞ்சுதல்: *(வி):* முதிர்தல்; வலிமை பெறுதல்; நிரம்புதல்; to mature; to gain strength; to become full.

முரடன்: *(பெ):* முருடன்; அறிவு கொண்டு இயங்காதவன்; ruffian; lout.

முரடு: *(பெ):* கரடு; மரியாதையின்மை; மரக்கணு; உடலின் மூட்டு; பிடிவாதம்; roughness; disrespect; knot of a tree; joint of the body; obstinacy.

முரட்கை: *(பெ):* கலிப்பா; one of the four principal kinds of stanza forms in Tamil.

முரணர்: *(பெ):* பகைவர்; enemies.

முரணுதல்: *(வி):* மாறுபடுதல்; வலிமை பெறுதல்; to differ; to gain strength.

முரண்: *(பெ):* பகை; போர்; வலிமை; பெருமை; மாறுபாடு; கொடுமை; enmity; war; strength; greatness; contrast; atrocity.

- *முரண்சேர்ந்த மொய்ம்பி னவர்க்கும்*
  அரண்சேர்ந்தாம்
  ஆக்கம் பலவுந் தரும். - குறள் 492.

முரண்டல்: *(வி):* பகைத்தல்; to hate; to oppose.

முரண்டன்: *(பெ):* மாறுபாடுள்ளவன்; பிடிவாதக்காரன்; அவசரக்காரன்; cross-tempered and quarrel-some person; obstinate person; impatient person.

முரண்டு: *(பெ):* பிடிவாதம்; மாறுபாடு; obstinacy; persistence; variation.

முரண்படுதல்: *(வி):* மாறுபடுதல்; எதிராக இருத்தல்; be opposed to; to contradict.

முரண்பாடு: *(பெ):* முரண்; மாறுபாடு; வேறுபாடு; contradiction; contrast; difference.

முரண்மொழி: *(பெ):* எதிர்மொழி; பொருள் மாறுபடும் சொல்; contrast; contradictory statement.

முரப்பு: *(பெ):* மென்மையற்ற உணர்வு; roughness.

முரம்: *(பெ):* சாலையமைத்திடப் பயன் படுத்தப்படும் கருங்கல் ஜல்லித் துகள்; granite crushed to dust for road-making.

முரம்பு: *(பெ):* பருக்கைக் கல்லுடைய மேட்டுநிலம்; மேடு; பாறை; உப்பங்கழி; mound of gravel; mound; rock; backwater.

முரலல்: *(வி):* ஒலித்தல்; to sound.

முரல்வு: *(பெ):* யாழின் மெல்லோசை; soft sound of lute.

முரவம்: *(பெ):* பறை வகை; முழக்கம்; a kind of drum; noise.

முரவு: *(பெ):* பறை வகை; முறிவு; a kind of drum; break.

முரவை: *(பெ):* அரிசியில் உள்ள வரிகள்; streaks in unpolished rice.

முரளி: *(பெ):* வேய்ங்குழல்; bamboo pipe.

முரள்: *(பெ):* சிப்பி மீன்; shell-fish.

முரற்கை: *(பெ):* ஒலி; கயிறு; நேரம்; அளவு; sound; coir; time; measure.

முரற்சி: *(பெ):* ஒலி; பாட்டு; கயிறு; sound; song; coir.

முரற்றுதல்: *(வி):* கதறுதல்; கத்துதல்; to cry; to make sound.

முரற்றுமம்: *(பெ):* குடம்; pot.

முராரி: *(பெ):* திருமால்; Lord Vishnu.

முரி: *(பெ):* துண்டு; சிதைவு; வளைவு; பத்திரம்; piece; ruin; damage; curve; bond.

முரிதல்: *(வி):* ஒடிதல்; கெடுதல்; தவறுதல்; நீங்குதல்; வளைதல்; தளர்தல்; to break off; to perish; to go wrong; to leave; to bend; to sag.

முரித்தல்: *(வி):* கரைத்தல்; உருக்குதல்; to dissolve; to melt.

முரிவு: *(பெ):* வருத்தம்; ஊழ்; பெருமை; மடிப்பு; ஒடிகை; நீங்குகை; distress; fate; greatness; fold; breaking; leaving.

முருகவேள்: *(பெ):* முருகப் பெருமான்; Lord Muruga.

முருகன்: *(பெ):* இளைஞன்; முருகப் பெருமான்; youth; Lord Muruga.

முருகியம்: *(பெ):* வெறியாட்டுப் பறை; a kind of drum.

முருகு: *(பெ):* இளமை; மணம்; அழகு; முருகன்; வேள்வி; திருவிழா; பூந்தட்டு; தேன்; கள்; எழுச்சி; எலுமிச்சை; அகில்; திருமுருகாற்றுப் படை; காதணி; விறகு; youth; fragrance; beauty; Lord Muruga; sacrifice; festival; flower plate; honey; toddy; raising; lemon; eagle wood; Thirumurugatruppadai - a poem in 'Pathuppattu' composed by Nakkirar in honour of Lord Muruga; ear ornament; fire wood.

முருகை: *(பெ):* ஒரு கல் வகை; a kind of stone.

முருக்கு: *(பெ):* எலுமிச்சை மரம்; பலாச மரம்; கொலை; குருகு; lime tree; a kind of tree; murder; young of animals; bird.

முருக்குதல்: *(வி):* அழித்தல்; கொல்லுதல்; to destroy; to kill.

முருங்குதல்: *(வி):* அழிதல்; முரிதல்; be ruined; to break off.

முருங்கை: *(பெ):* ஒரு மர வகை; horse-radish tree.

முருடன்: *(பெ):* மூடன்; பிடிவாதக்காரன்; நாகரிகமற்றவன்; fool; idiot; obstinate person; uncivilized person.

முருடு: *(பெ):* கரடுமுரடு; கொடுமை; மரக்கணு; பிடிவாதம்; roughness; severity; knot of a tree; obstinacy.

முருந்தம்: *(பெ):* இளந்தளிர்; tender leaf.

முருந்தன்: *(பெ):* திறமைசாலி; talented person.

முருந்து: *(பெ):* இளந்தளிர்; வேரின் மேல்பகுதி; எலும்பு; வெண்மை; முத்து; tender leaf; upper part of the root of a plant; bone; whiteness; pearl.

முரைசு: *(பெ):* முரசு; a kind of large drum.

முலாம்: *(பெ):* பொன் வெள்ளிப் பூச்சு; gilding.

முலாம்பழம்: *(பெ):* சந்தன நிறத் தோலையும், நீர்ச்சத்து மிகுந்த சதைப் பகுதியையும் கொண்ட சிறு பூசணி போன்ற பழம்; musk-melon.

முலை: *(பெ):* மார்பகம்; தனம்; woman's breast.

- கடாஅக் களிற்றின்மேல் கட்படாம் மாதர்
  படாஅ முலைமேல் துகில். - *குறள் 1087.*

முலைக்கச்சு: *(பெ):* பெண்கள் அணியும் உள்ளாடை; bra.

முலைக்காம்பு: *(பெ):* மார்பகக்காம்பு; teat; nipple.

முலைத்தாய்: *(பெ):* குழந்தைக்குத் தாய்ப்பால் புகட்டும் தாய்; wet-nurse.

முலைப்பால்: *(பெ):* தாய்ப்பால்; mother's milk.

முல்லை: *(பெ):* மல்லிகை வகை; காடும் காடு சார்ந்த இடமும்; கற்பு; வெற்றி; முல்லைப்பாட்டு; a kind of jasmine; pastoral tract; chastity; victory; primary melody type of the pastoral tract.

முல்லைக்காரன்: *(பெ):* குத்தகைக்காரன்; ஒரு நில உரிமையாளருக்காக அவரது நிலத்தில் விவசாயம் செய்வது, ஆடு-மாடுகளைக் கவனித்துக் கொள்வது போன்றவற்றைச் செய்பவன்; leaser; one who cultivates the land and looks after the cattle, etc., of a land-owner.

முல்லைநிலத்துக்குரிய: *(பெ.அ):* காடும் காடு சேர்ந்த இடத்திற்கும் உரிய; belonging to pastoral tract.

முல்லைப்பண்: *(பெ):* முல்லைப்பாட்டு; primary melody type of the pastoral tract.

முல்லையாளர்: *(பெ):* முல்லை நிலத்தில் வாழ்பவர்களான ஆடு மாடுகளை மேய்ப்பவர்கள்; the herdsmen and shepherds who are the inhabitants of the pastoral tract.

முழக்கம்: *(பெ):* ஆரவாரம்; பேரொலி; furore; great noise.

முழக்கு: *(பெ):* ஒலி; சப்தம்; sound; noise.

முழக்கோல்: *(பெ):* அளவுகோல் வகை; a kind of measuring rod.

முழங்கால்: *(பெ):* தொடையும் காலும் சேருமிடம்; the knee

முழங்குதல்: *(வி):* பலரும் அறியுமாறு உரைத்தல்; கர்ஜித்தல்; to rumble; to roar.

முழங்கை: *(பெ):* மேற்கையும் கீழ்க்கையும் கூடுமிடம்; elbow.

முழம்: *(பெ):* இருசாண் அளவு; cubit. • நான்கு முழம் பூ வாங்கி வா.

முழல்: *(பெ):* கழற்சிக் கொடி; molucca-beans creeper.

முழவம்: *(பெ):* முரசு; a kind of drum.

முழா: *(பெ):* முரசு; தம்பட்டம்; a kind of drum; tom-tom.

முழாசு: *(பெ):* சுடர்; light-flame.

முழால்: *(பெ):* தழுவுகை; embracing.
முழி: *(பெ):* விழி; கண்; எலும்புப்பூட்டு; eye; joint of the body.
முழிதல்: *(வி):* உமிழ்தல்; to spit.
முழித்தல்: *(வி):* விழித்தல்; to look at attentively.
முழு: *(பெ.அ):* முழுக்க; முழுவதும்; எல்லாம்; all; entire; whole.
முழுகவிடுதல்: *(வி):* ஒரு பொருள் முற்றிலுமாக அழிய விடுதல்; to let a thing to go ruin.
முழுகாமலிருத்தல்: *(வி):* கர்ப்பமடைந்திருத்தல்; be pregnant.
முழுகுதல்: *(வி):* நீராடுதல்; அமுந்தியிருத்தல்; to bathe; to sink.
முழுக்கு: *(பெ):* நீராடுகை; bathing.
முழுக்குதல்: *(வி):* அமிழ்த்துதல்; to immerse.
முழுங்குதல்: *(வி):* விழுங்குதல்; to swallow.
முழுதும்: *(வி.அ):* எல்லாம்; முற்றிலும்; wholly; entirely.
முழுதோன்: *(பெ):* கடவுள்; God.
முழுப்பொய்: *(பெ):* அப்பட்டமான பொய்; downright lie.
முழுப்பொருள்: *(பெ):* இறைவன்; the Supreme Being.
முழுமகன்: *(பெ):* முட்டாள்; fool.
முழு மதி: *(பெ):* நிறை நிலவு; full moon.
முழுமுதல்: *(பெ):* கடவுள்; God.
முழுமை: *(பெ):* எல்லாம்; whole; entirety.
முழு வலி: *(பெ):* அதிக வலிமை; full strength.
முழுவல்: *(பெ):* பறவை வகை; a kind of bird.
முழை: *(பெ):* மலைக்குகை; mountain cavern.
முழைஞ்சு: *(பெ):* குகை; மலைக்குகை; cave; mountain cavern.
முழைதல்: *(வி):* நுழைதல்; to enter.
முழைத்தல்: *(வி):* ஊடுருவுதல்; to pierce.
முளரி: *(பெ):* தாமரை; ஒரு பேரெண்; முட்செடி; காடு; விறகு; நெருப்பு; காய்ச்சல்; நுண்மை; lotus; a large number; thorny plant; forest; firewood; fire; fever; minuteness.
முளவு: *(பெ):* முள்ளம்பன்றி; porcupine.
முளா: *(பெ):* முள்ளம்பன்றி; செடி வகை; porcupine; a kind of plant.
முளி: *(பெ):* உலர்ச்சி; வாட்டம்; உடல் மூட்டு; மரக்கணு; கணுக்கால்; dryness; withering; joint of the body; knot of a tree; ankle.
முளிதல்: *(பெ):* உலர்தல்; கெடுதல்; முற்றுதல்; தோய்தல்; to dry; to perish; to become ripe; to curdle.
முளை: *(பெ):* விதையினின்று வெளிவருவது; இளமை; மூங்கில்; மகன்; தண்டாயுதம்; sprout; youth; bamboo; son; club-like weapon. • **விளையும் பயிர் முளையிலே தெரியும்** - *பழமொழிகள்.*
முளைக்கீரை: *(பெ):* கீரை வகை; a kind of greens.
முளைக்குச்சி: *(பெ):* நுகத்தில் செருகும் கோல்; the pin of a yoke.
முளைக்குடம்: *(பெ):* பாலிகைக் குடம்; pot in which pulses are sown and allowed to sprout on auspicious occasions.
முளைத்தல்: *(வி):* முளை முதலியன தோன்றுதல்; to sprout.
முளைத் தானியம்: *(பெ):* ஒன்பது வகையான தானியங்கள்; nine kinds of grains.
முளைத் திங்கள்: *(பெ):* பிறைச் சந்திரன்; crescent moon.
முளையான்: *(பெ):* சிறு குழந்தை; infant.
முள்: *(பெ):* குத்தக்கூடிய கூர்மையான பொருள்; தாற்றுக்கோல்; கடிவாளம்; கடிகாரத்தில் காலம் காட்டும் ஊசி; கூர்மை; நுண்மை; thorn; spine; ox-goad; horse's bit; clock's needle; sharpness; minuteness. • **முள்ளை முள்ளால்தான் எடுக்க வேண்டும்** - *பழமொழி.*
முள்குதல்: *(வி):* உட்செல்லுதல்; to pierce.
முள்மகிழ்: *(பெ):* மரவகை; a kind of tree.
முள்வாங்கி: *(பெ):* குத்திய முள்ளினை வெளியே எடுப்பதற்கு உபயோகப்படும் சிறு கருவி; thorn pincers.
முள்வேலி: *(பெ):* முள்ளாலான அடைப்பு; hedge; fence of thorn.
முள்ளங்கி: *(பெ):* செடி வகை; radish.
முள்ளந்தண்டு: *(பெ):* முதுகெலும்பு; backbone.
முள்ளம்பன்றி: *(பெ):* முள் அடர்ந்த உடம்பை உடைய பன்றி; porcupine.
முள்ளி: *(பெ):* முட்செடி வகை; கத்தரி வகை; மருதோன்றி; தாழை; கள்; thorny plant; a kind of brinjal; henna; screwpine tree; toddy.
முள்ளெலும்பு: *(பெ):* முதுகெலும்பு; backbone.
முறமுறப்பு: *(பெ):* கரடு முரடு; roughness.
முறம்: *(பெ):* தானியம் புடைக்கப் பயன்படும் உபகரணம்; winnow. • **முறத்தடி பட்டாலும் முகத்தடி படலாகாது** - *பழமொழி.*
முறி: *(பெ):* பாதி; பத்திரம்; துண்டு; துணி; முரட்டுத் துணி; தளிர்; இலை; சேரி; அறை; மூலையிடம்; சூலை நோய் வகை; வெண்கலம்; half; bond; piece; cloth; rough cloth; tender leaf; leaf; slum; room; corner place; a kind of disease; bronze; bell metal.
முறிச்சி: *(பெ):* அடிமைப் பெண்; female slave.
முறிதல்: *(வி):* ஒடிதல்; குலைதல்; நிலைகெடுதல்; அழிதல்; துளிர்த்தல்; to break; be destroyed; be discouraged; be ruined; to sprout.
முறித்தல்: *(வி):* ஒடித்தல்; நிறுத்திவிடுதல்; to break; to stop.

முறிப்பு: *(பெ):* கடுமை; மாற்று மருந்து; செருக்கு; severity; antidote; pride.

முறியடித்தல்: *(வி):* தோல்வியுறச் செய்தல்; to defeat. ● ஓட்டப்பந்தயத்தில் வேகமாக ஓடி **கண்ணனை** முருகன் முறியடித்தான்.

முறியன்: *(பெ):* ஆண் அடிமை; பயிர் நோய் வகை; male slave; a kind of crop disease.

முறிவு: *(பெ):* முறிக்கை; பிளப்பு; பிணக்கம்; மாற்று மருந்து; breaking; cleft; dispute; antidote.

முறுகல்: *(பெ):* காய்ந்தது; தீய்ந்தது; that which is dried; that which is scorched or overheated.

முறுகு: *(பெ):* திண்மை; உறுதி; hardness; firmness.

முறுகுதல்: *(வி):* திருகுதல்; முதிர்தல்; மிகுதல்; விரைதல்; மீறுதல்; காந்திப்போதல்; to twist; to become ripe; to increase; be quick; to go beyond; be scorched/be overheated.

முறுக்கடித்தல்: *(வி):* மறுத்தல்; to deny.

முறுக்கரா: *(பெ):* ஒரு வகைப் பாம்பு; a kind of snake.

முறுக்கான்: *(பெ):* புகையிலை; tobacco.

முறுவஞ்சி: *(பெ):* முத்து; pearl.

முறுவல்: *(பெ):* பல்; புன்னகை; மகிழ்ச்சி; செடி வகை; tooth; smile; happiness; a kind of plant.

முறை: *(பெ):* நீதி; நியமம்; பிறப்பு; ஒழுக்கம்; ஊழ்; தன்மை; கற்பு; justice; manner; birth; virtue; nature; chastity.

முறைசெய்தல்: *(வி):* நீதியளித்தல்; ஒறுத்தல்; to do justice; to punish the guilty.

முறைசெய்வோர்: *(பெ):* நிர்வாக அதிகாரிகள்; executive officers.

முறைமை: *(பெ):* ஒழுக்கம்; உரிமை; உறவு; ஊழ்; நீதி; தன்மை; moral conduct; right; relationship; rule; fate; nature.

முறையீடு: *(பெ):* குறையிரத்தல்; to complain.

முறைவன்: *(பெ):* சிவபெருமான்; Lord Shiva.

முற்கரம்: *(பெ):* ஆயுத வகை; a kind of weapon.

முற்கரவன்: *(பெ):* குபேரன்; Lord Kubera.

முற்பகல்: *(பெ):* பகல்பொழுதின் முற்பகுதி; forenoon. ● **முற்பகல்** செய்யின் பிற்பகல் விளையும் - *பழமொழி.*

முற்பக்கம்: *(பெ):* முன்பக்கம்; வளர்பிறை; front side; bright forenight.

முற்பால்: *(பெ):* முன்பு; before. ● **முற்பால்** செய்த வினை இப்பிறப்பில் மூண்டது - *பழமொழி.*

முற்பூண்: *(பெ):* தாலி; marriage badge.

முற்போக்கு *(பெ):* முன்னேற்றத்திற்குத் தேவையான மாற்றங்களை ஏற்கத் தயங்காத போக்கு; being progressive.

முற்றம்: *(பெ):* வீட்டின் முன்பகுதி வாசலை ஒட்டிய திறந்த வெளி; வீட்டின் நான்கு கட்டுகளுக்கு நடுவே கூரையில்லாது இருக்கும் பகுதி; open courtyard inside the house; inner yard of a house without roof. ● **முற்றத்தில்** தண்ணீர் தெளித்துக் கோலம் போடு.

முற்றல்: *(பெ):* (காய்கறி) அதிகமாக முற்றியது; (of vegetables) over-ripe.

முற்றாக: *(வி.அ):* முற்றிலுமாக; entirely.

முற்றிலும்: *(பெ):* முழுவதும்; entirely.

முற்று: *(வி):* அதிகமாக வளர்ச்சி அடைதல் (சில மரங்கள், காய்கள்); நோய் குணப்படுத்தாத நிலையை அடைதல்; சண்டை, பிரச்சினை போன்றவை உச்சக்கட்ட நிலையை அடைதல்; முடிவுறுதல் (இலக்கியத்தில்); (of certain vegetables) to become over-ripe; (of coconut) to become ripe; (of illness) to get to an advanced state; (of issues, problem, etc.) to get aggravated; to be finished.

முற்றுப்புள்ளி: *(பெ):* பொருள் நிறைவான வாக்கியத்தின் இறுதியில் இடப்படும் புள்ளி; இறுதி முடிவு; full stop; end.

முனகர்: *(பெ):* கயவர்; evil-minded persons.

முனகு: *(பெ):* குறை; குற்றம்; defect.

முனகுதல்: *(வி):* முணுமுணுத்தல்; புலம்புதல்; to murmer, to groan.

முனி: *(பெ):* வில்; யானைக் கன்று; பேய்; முனிவர்; அகத்தி மரம்; bow; calf of elephant; devil; ghost; sage; a kind of tree.

முனிதல்: *(பெ):* சினங்கொள்ளுதல்; வெறுத்தல்; to resent; to hate.

முனித்துறை: *(பெ):* சடங்கு; rites.

முனிமரபு: *(பெ):* தெய்வத்தன்மை; divinity.

முனிவர்: *(பெ):* இருடிகள்; sages.

முனிவன்: *(பெ):* கடவுள்; இருடி; God; sage.

முனிவு: *(பெ):* சினம்; வெறுப்பு; களைப்பு; வருத்தம்; முயற்சி; anger; dislike; langour; distress; effort.

முனை: *(பெ):* பகை; வெறுப்பு; நுனி; போர்க்களம்; தவம்; துணிவு; தலைமை; enmity; dislike; tip; battle field; penance; courage; leadership.

முனைதல்: *(வி):* பொருதல்; சினத்தல்; ஊக்கங் கொள்ளுதல்; to fight; to become angry; to have interest.

முனையோர்: *(பெ):* பகைவர்; enemies.

முனைவன்: *(பெ):* கடவுள்; முனிவன்; தலைவன்; God; sage; chief; master; lord.

முனைவு: *(பெ):* சினம்; வெறுப்பு; anger; dislike.

முன்: *(பெ):* முதல்; பழைமை; first; antiquity. ● **முன்** ஏர் போன வழியே பின் ஏர் செல்லும் - *பழமொழி.*

முன்கடை: *(பெ):* கட்டடத்தின் முன்புற வாசல்; front doorway of a building.

முன்கோபம்: *(பெ):* உடனே தோன்றும் சினம்; quick temper.

முன்கோபி: *(பெ):* சட்டெனக் கோபம் கொள்பவன்; one who suddenly gets angry.

முன்சொல்: *(பெ):* பழமொழி; proverb.

முன்தொகை: *(பெ):* முன்பணம்; advance.

முன்பன்: *(பெ):* வலிமையுடையவன்; strong and powerful person.

முன்பிறந்தான்: *(பெ):* தமையன்; elder brother.

முன்பின்: *(வி.உ):* ஏறக்குறைய; முன்னும் பின்னும்; approximately; before and after.

முன்பு: *(பெ):* முன்னிடம்; பழைமை; வலிமை; பெருமை; front; former time; antiquity; strength; greatness.

முன்மாதிரி: *(பெ):* எடுத்துக்காட்டு; மாதிரி; example; model.

முன்முகப்பு: *(பெ):* அரண்மனை முன்வாயில்; front entrance as of a palace.

முன்முறை: *(பெ):* முற்பிறப்பு; previous birth.

முன்றானை: *(பெ):* சேலையின் தலைப்பு; the outer-end of a saree.

முன்றானை விரித்தல்: *(வி):* கணவனுடன் மனைவி உடலுறவு கொள்ளுதல்; ஒருவனுக்கு மனைவியாக இருத்தல்; to have sex with husband; be one's wife.

முன்றில்: *(பெ):* வீட்டின் முன்புறம்; front portion of a house.

முன்றுறை: *(பெ):* துறைமுகம்; harbour.

முன்றோன்றல்: *(பெ):* தமையன்; elder brother.

முன்னணி: *(பெ):* தூசிப்படை; van of an army.

முன்னம்: *(பெ):* முற்காலம்; மனம்; குறிப்பு; former time; mind; intention.

முன்னர்: *(வி.உ):* முன்பு; முற்காலத்தில்; before; in former times.

முன்னல்: *(பெ):* நினைவு; நெஞ்சு; thought; mind.

முன்னவள்: *(பெ):* தமக்கை; மூதேவி; elder sister; Goddess of misfortune.

முன்னவன்: *(பெ):* கடவுள்; சிவபெருமான்; தமையன்; God; Lord Shiva; elder brother.

முன்னாள்: *(பெ):* நேற்று; முன்தினம்; yesterday; previous day.

முன்னிலை: *(பெ):* முன்னிற்பவர்; person who stands in front.

முன்னீடு: *(பெ):* முன்னிடுகை; தலைமைப் பொறுப்பாளர்; முதல் அடைமானம்; மகளிர் காதணி வகை; advance; chief responsible person; first or prior mortgage; a kind of women's ear ornament.

முன்னீர்: *(பெ):* கடல்; sea.

முன்னுதல்: *(வி):* கருதுதல்; அடைதல்; பொருந்துதல்; கிளர்தல்; முற்படுதல்; நிகழ்தல்; to contemplate; to attain; to fix; to rise; to precede; to occur.

முன்னுரை: *(பெ):* முகவுரை; முன் வரலாறு; preface; introduction; ancient history.

முன்னூல்: *(பெ):* முதல் நூல்; மறை; the original treatise as distinguished from subsequent works or commentaries; the Vedas.

முன்னே: *(வி.உ):* முன்பு; before.

முன்னேற்றம்: *(பெ):* வளர்ச்சியடைதல்; முந்துதல்; progress; advance.

முன்னை: *(பெ):* பழைமை; அக்காள்; அண்ணன்; முற்காலம்; antiquity; elder sister; elder brother; former times.

முன்னோடி: *(பெ):* முதல் வழிகாட்டி; முன்மாதிரி; forerunner; example.

முன்னோர்: *(பெ):* முதாதையர்; முதல் மந்திரிகள்; ancestors; ancients; Chief Ministers.
• *முன்னோர்கள் மொழிந்த மொழி முறையான தமிழ் மொழி.*

முன்னோன்: *(பெ):* விநாயகப் பெருமான்; கடவுள்; தமையன்; தந்தை; Lord Vinayaka; God; elder brother; father.

மூ

மூ: *(பெ):* மூப்பு; மூன்று; old age; three.

மூகம்: *(பெ):* மோனம்; ஊமை; வறுமை; பைசாசம்; reticence; dumbness; poverty; goblin.

மூகன்: *(பெ):* ஓர் அசுரன்; வறிஞன்; ஊமையன்; an Asura; destitute person; dumb person.

மூகி: *(பெ):* கேழ்வரகு; Ragi.

மூகை: *(பெ):* ஊமை; ஈரற்குலை; dumbness; liver; lungs.

மூக்கடைப்பு: *(பெ):* நோய் வகை; ஜலதோஷம்; a kind of disease, common cold.

மூக்கணாங்கயிறு: *(பெ):* மாட்டின் மூக்கிலிடும் கயிறு; rope or a string put through a bullock's nose as a curb.

மூக்கணை மரம்: *(பெ):* வண்டியின் ஏர்க்கால் மரம்; thill.

மூக்கம்: *(பெ):* சீற்றம்; frenzy.

மூக்கர்: *(பெ):* கீழ்மக்கள்; men of low qualities.

மூக்கறுப்பு: *(பெ):* அவமானம்; இழிவு; disgrace; vilification.

மூக்கன்: *(பெ):* கீழ்மகன்; கடுஞ்சினம்; மீன்கொத்திப் பறவை; person of low qualities; rage; kingfisher.

மூக்கில்: *(பெ):* வசம்பு; long pepper.

மூக்கு: *(பெ):* நாசி; பறவையின் அலகு; இலைக்காம்பு; வித்தின் முனை; nose; bird's beak; stem of leaf; tip of a seed. • *மூக்கறுபட்ட மூளி காதறுபட்ட மூளியைப் பழித்தாளாம் - பழமொழி.*

மூக்குக் கண்ணாடி: *(பெ):* பார்வை தெரியுமாறு மூக்கின் மீது அணியும் கண்ணாடி; a pair of spectacles.

மூக்குத்தி: *(பெ):* மகளிர் மூக்கு அணிகலன்; nose screw worn by women.

மூக்குப்பொடி: *(பெ):* மூக்கினால் உறிஞ்சப்படும் புகையிலைத் தூள்; snuff.

மூக்கும் முழியுமாக: *(வி.அ):* முக அழகுடன்; லட்சணமாக; with well-pronounced facial features.

மூக்கை: *(பெ):* மொட்டு; flower bud.

மூங்கர்: *(பெ):* ஊமையர்; dumb persons.

மூங்கா: *(பெ):* ஆந்தை; கீரிப்பிள்ளை; owl; mongoose.

மூங்கி: *(பெ):* பாசிப்பயறு; green gram.

மூங்கில்: *(பெ):* பெரும்புல் வகை; மர வகை; bamboo; a kind of tree.

மூங்கை: *(பெ):* ஊமை; dumbness.

மூங்கையான்: *(பெ):* ஊமையன்; dumb person.

மூசல்: *(வி):* மொய்த்தல்; கெடுதல்; to swarm; be ruined.

மூசாந்தம்: *(பெ):* வெண்டாமரை; white lotus.

மூசாப்பு: *(பெ):* மந்தாரம்; cloudiness.

மூசு: *(பெ):* மொய்த்தல்; இளங்காய்; swarming; tender fruit.

மூச்சடைத்தல்: *(வி):* மூச்சுத் திணறுதல்; to suffocate.

மூச்சு: *(பெ):* உயிர் வாழ்வதற்கு நுரையீரலுக்குள் இழுத்து வெளிவிடும் காற்று; breath.

மூச்சுக்காட்டு: *(வி):* தான் ஓர் இடத்தில் இருப்பதற்கான அறிகுறியை வெளிப்படுத்துதல்; to utter sound or word as a sign of one's presence.

மூச்சுக்குழல்: *(பெ):* தொண்டையிலிருந்து நுரையீரல் வரை அமைந்திருக்கும் குழல்; windpipe; trachea.

மூச்சுத் திணறல்: *(பெ):* சீராகச் சுவாசிக்க இயலாத வகையில் மூச்சு தடைபட்டுப்போகும் நிலை; suffocation in breathing.

மூச்சு முட்டுதல்: *(வி):* மூச்சு தடைப்பட்டுத் திணறுதல்; to breathe hard.

மூச்சு வாங்குதல்: *(வி):* மூச்சு தடைப்பட்டுத் திணறுதல்; to gasp for breathe.

மூச்சு விடுதல்: *(வி):* ஆசுவாசப்படுத்திக் கொள்ளுதல்; to have a breath.

மூஞ்சி: *(பெ):* முகம்; face.

மூஞ்சுறு: *(பெ):* நீளமான மூக்கும், வட்ட வடிவக் காதும் சிறிய கண்களும் கொண்டு எலி போல இருக்கும் சிறு பிராணி; shrew mouse, musk rat.

மூடத்தனம்: *(பெ):* அறிவின்மை; ignorance.

மூடநம்பிக்கை: *(பெ):* பழக்கம் காரணமாக ஏற்றுக் கொள்ளும் அறிவுக்கு ஒவ்வாத நம்பிக்கை; superstitious belief.

மூடபத்தி: *(பெ):* காரணம் அறியாது செய்யும் பத்தி; superstition.

மூடமதி: *(பெ):* அறிவிலி; idiot.

மூடம்: *(பெ):* அறிவின்மை; ஐயம்; மந்தாரம்; குளிர்; முகத்தல் அளவை; ignorance; doubt; cloudiness; chillness; measure of capacity.

மூடர்: *(பெ):* அறிவில்லாதோர்; ignorant people; idiots.

மூடல்: *(பெ):* மூடுதல்; closing.

மூடனம்: *(பெ):* அறிவின்மை; மிளகு; ignorance; pepper.

மூடன்: *(பெ):* அறிவில்லாதவன்; ignorant man; fool; idiot. • **மூடனுக்குக் கோபம் மூக்கின் மேலே** - *பழமொழி.*

மூடி: *(பெ):* மூடு கருவி; lid; cover.

மூடிகம்: *(பெ):* எலி வகை; a kind of rat.

மூடு: *(பெ):* வேர்; காரணம்; பெண் ஆடு; பூச்சி வகை; root; reason; female goat; a kind of insect.

மூடுகுப்பாயம்: *(பெ):* மேற்பார்வை; supervising.

மூடுதல்: *(வி):* போர்த்தல்; மறைத்தல்; to cover; to close; to muffle.

மூடுமந்திரம்: *(பெ):* பரம ரகசியம்; profound secret.

மூடை: *(பெ):* மூட்டை முடிச்சு; luggage.

மூட்சி: *(பெ):* கடுங்கோபம்; rage.

மூட்டம்: *(பெ):* மேகமூட்டம்; மூடுதழல்; சொக்கப் பானை; மூடியிருப்பது; thick mass of clouds; fuel; bonfire with palmyra leaves in front of temples during Karthikai festival; that which is covered or closed.

மூட்டு: *(பெ):* எலும்புகளின் இணைப்பு; சந்திப்பு; கட்டு; கடிவாளம்; bone joint; junction; bundle; bridle. ● அவன் சில ஆண்டுகளாக **மூட்டுவலி**யால் அவதிப்பட்டான்.

மூட்டுதல்: *(வி):* தீ உண்டாக்குதல்; அடுப்பில் தீ பற்ற வைத்தல்; சிரிப்பு, கோபம் போன்றவற்றை உண்டாக்குதல்; to make fire; to kindle fire in the hearth; to make someone laugh or angry.

மூட்டை: *(பெ):* தானியம் போன்றவை நிரப்பப்பட்டு, கட்டப்பட்ட சாக்குப் பை; sack holding grains, etc.

மூட்டைப்பூச்சி: *(பெ):* மனிதரைக் கடித்து இரத்தத்தை உறிஞ்சி வாழும் உயிரினம்; bed bug.

மூண்டன்: *(பெ):* மிளகு; pepper.

மூதணங்கு: *(பெ):* கொற்றவை; Durga, Goddess of Victory.

மூதண்டம்: *(பெ):* அருகம்புல்; a kind of grass.

மூதம்: *(பெ):* இந்திரியம்; semen.

மூதரித்தல்: *(வி):* மெய்ப்பித்தல்; to prove.

மூதறிதல்: *(வி):* அறிவு முதிர்தல்; be ripe in wisdom.

மூதறிவு: *(பெ):* பேரறிவு; wisdom.

மூதா: *(பெ):* கிழட்டுப் பசு; aged cow.

மூதாக்கள்: *(பெ):* முன்னோர்கள்; ancient people; ancestors.

மூதாட்டி: *(பெ):* முதியவள்; aged woman.

மூதாதை: *(பெ):* முதியவர்; aged man.

மூதாளன்: *(பெ):* பாட்டன்; முதியவன்; grandfather; aged man.

மூதானந்தம்: *(பெ):* பேரின்பம்; Supreme Bliss.

மூதிரி: *(பெ):* எருமை; buffalo.

மூதிரை: *(பெ):* சிவபெருமான்; Lord Shiva.

மூதில்: *(பெ):* பழங்குடி; tribe.

மூதிற்பெண்டிர்: *(பெ):* மறக்குடி மகளிர்; women of warrior class/tribes.

மூது: *(பெ):* முதுமை; old age.

மூதுணர்வு: *(பெ):* முதிர்ந்த அறிவு; ripe wisdom.

மூதுரை: *(பெ):* பழமொழி; மறை; old sayings; proverb; the Vedas.

மூதுவர்: *(பெ):* முன்னோர்; ancestors.

மூதூர்: *(பெ):* பழைய ஊர்; very old town.

மூதேவி: *(பெ):* வறுமையின் அதிதேவதை; Goddess of misfortune.

மூதேவிக் கொடி: *(பெ):* காகம்; crow.

மூதேவிப் படை: *(பெ):* துடைப்பம்; broomstick.

மூதேவியூர்தி: *(பெ):* கழுதை; ass; donkey.

மூத்த நாயனார்: *(பெ):* விநாயகப் பெருமான்; Lord Vinayaka.

மூத்தப்பன்: *(பெ):* பாட்டன்; தாத்தா; grandfather.

மூத்த பிள்ளையார்: *(பெ):* விநாயகப் பெருமான்; Lord Vinayaka.

மூத்தல்: *(வி):* முதுமையுறுதல்; முடிதல்; to become old; to complete.

மூத்தவன்: *(பெ):* தமையன்; மேலோன்; elder brother; great person.

மூத்தார்: *(பெ):* முதியவர்; கணவனின் தமையன்; old man; elder brother of the husband.

மூத்தாள்: *(பெ):* முதியவள்; முதல் மனைவி; முன்பிறந்தாள்; மூதேவி; old woman; first wife; elder sister; Goddess of misfortune.

மூத்திரசங்கம்: *(பெ):* நீரிழிவு நோய்; diabetes.

மூத்திரம்: *(பெ):* சிறுநீர்; urine.

மூத்தோர்: *(பெ):* முதியோர்; அமைச்சர்கள்; பண்டிதர்கள்; old people; ministers; learned persons. ● **மூத்தோர்** சொல் அமிர்தம் - *பழமொழி.*

மூத்தோன்: *(பெ):* முதியவன்; தமையன்; விநாயகப் பெருமான்; old man; elder brother; Lord Vinayaka.

மூப்பர்: *(பெ):* பெரியோர்; great persons.

மூப்பன்: *(பெ):* ஒரு சாதியின் பட்டப்பெயர்; முதியோன்; title of a caste; old man.

மூப்பி: *(பெ):* முதியவள்; தலைவி; old woman; heroine.

மூப்பு: *(பெ):* முதுமை; தலைமை; பிடிவாதம்; old age; leadership; obstinacy.

மூய்: *(பெ):* மூடி; பூப்பெட்டி; lid; flower basket.

மூய்தல்: *(வி):* மூடுதல்; நிரம்புதல்; சூழ்தல்; துப்புதல்; to cover; to close; be full; to surround; to expectorate.

மூரலித்தல்: *(வி):* புன்னகைத்தல்; to smile.

மூரல்: *(பெ):* பல்; புன்சிரிப்பு; சோறு; பால்; tooth; smile; cooked rice; milk.

மூரன் முறுவல்: *(பெ):* புன்சிரிப்பு; smile.

மூரி: *(பெ):* முதுமை; பெருமை; பழைமை; எருமை; எருது; இடப ராசி; திமில்; துண்டம்; சோம்பல்; old age; greatness; antiquity; buffalo; ox; the second constellation of the zodiac having the bull as its sign; hump; piece; laziness.

மூரி நிமிர்தல்: *(வி):* சோம்பல் முரித்தல்; to stretch oneself as a release from laziness.

மூர்க்கத்தனம்: *(பெ):* வெறித்தனம்; கொடூரம்; முரட்டுத்தனமான பிடிவாதம்; cruelty; fierce obstinacy.

மூர்க்கம்: *(பெ):* கடுங்கோபம்; கர்வம்; முரட்டுத்தனமான பிடிவாதம்; rage; pride; fierce obstinacy.

மூர்க்கன்: *(பெ):* பிடிவாதக்காரன்; அகங்காரன்; நாகப்பாம்பு; மரவகை; மூடன்; obstinate person; a proud unruly man; cobra; a kind of tree; fool; idiot.

மூர்க்கு: *(பெ):* செருக்கு; பிடிவாதம்; pride; obstinacy.

மூர்க்கை: *(பெ):* கடுஞ்சினம்; பிடிவாதம்; அகங்காரி; rage; obstinacy; a proud unruly woman.

மூர்ச்சித்தல்: *(வி):* பெருமூச்சு விடுதல்; நினைவினை இழத்தல்; to sigh; to faint.

மூர்ச்சிதம்: *(பெ):* அறிவின்மை; வாட்டம்; நினைவு மயக்கம்; உயரம்; ignorance; withering; fainting; height.

மூர்ச்சை: *(பெ):* மயக்கம்; நினைவு இழப்பு; drowsiness; fainting.

மூர்த்தம்: *(பெ):* தலை; உடம்பு வடிவுடைய பொருள்; விக்கிரகம்; முகூர்த்தம்; head; body-shaped thing; idol of God; auspicious time.

மூர்த்தி: *(பெ):* கடவுள்; வடிவம்; உடம்பு; God; figure; form; body.

மூர்த்திகரம்: *(பெ):* தெய்வத்தன்மை; divinity.

மூர்த்திகன்: *(பெ):* குமரக்கடவுள்; வைரவன்; Lord Muruga; Lord Vairava.

மூலக பல்லவம்: *(பெ):* முருங்கை மரம்; horse-radish tree.

மூலகம்: *(பெ):* கிழங்கு; தனிமம்; tuber; element.

மூலகாரணம்: *(பெ):* ஆதி காரணம்; முதல் காரணம்; first cause.

மூலக்காரன்: *(பெ):* மூல வியாதிக்காரன்; person suffering from piles.

மூலக்கூறு: *(பெ):* ஒரு பொருளின் நுண்ணிய கூறாக இருப்பதும், தனித்த நிலையில் பொருளின் தன்மைகள் அனைத்தையும் கொண்டிருப்பதுமான அணுத் தொகுப்பு; molecule.

மூலச்சூடு: *(பெ):* நோய் வகை; a kind of disease.

மூலட்டானம்: *(பெ):* திருவாரூர் திருக்கோயில்; the sacred shrine of Thiruvarur.

மூலட்டானன்: *(பெ):* தியாகேசர்; Thyagesar, the presiding deity at the temple of Thiruvarur.

மூலதனம்: *(பெ):* முன்னோர் சொத்து; தொழில் துவங்கத் தேவைப்படும் பணம்; ancestor's property; capital; investment.

மூலத்தானம்: *(பெ):* கருவறை; அடிப்படை; sanctum of a temple; basis.

மூலப்பொருள்: *(பெ):* ஒரு பொருளைத் தயாரிப்பதற்குத் தேவையான தனித்தனியான அடிப்படைப் பொருள்; கடவுள்; raw material; God, as the primal being.

மூலமந்திரம்: *(பெ):* பிரணவ மந்திரம்; ஓம்; தலைமை மந்திரம்; Om; Pranava Mantra; chief mantra.

மூலம்: *(பெ):* அடி; வேர்; ஆதி; கிழங்கு; வாயில்; காரணம்; முதன்மை; மூலநோய்; அண்மை; பாதரசம்; bottom; root; origin; tuber; gate; source; chief; first; piles; nearness; mercury.

மூலவர்: *(பெ):* கோயிலின் கருவறையில் உள்ள மூலத்தான மூர்த்தி; idol fixed in the sanctum sanctorum of a temple.

மூலவல்லி: *(பெ):* வெற்றிலை; betel leaf.

மூலவாசல்: *(பெ):* கருவறை வாயில்; the entrance of sanctum sanctorum.

மூலவாயு: *(பெ):* நோய் வகை; a kind of disease.

மூலவெழுத்து: *(பெ):* ஓம் என்னும் பிரணவ மந்திரம்; Om, Pranava Mantra.

மூலாதாரம்: *(பெ):* அடிப்படை; fundamental cause.

மூலி: *(பெ):* செடி; கொடி; மூலிகை; plant; creeper; herb.

மூலிகை: *(பெ):* பச்சிலை; herb.

மூலியம்: *(பெ):* விலை; சம்பளம்; நிமித்தம்; price; salary; cause.

மூலை: *(பெ):* கோணம்; வீடு; மூலையிடம்; angle; house; corner.

மூலைமட்டம்: *(பெ):* செங்கோணம்; right angle.

மூலைமுடுக்கு: *(பெ):* சந்துபொந்து; nook and corner.

மூவட்சி: *(பெ):* தேங்காய்; coconut.

மூவாமருந்து: *(பெ):* அமிர்தம்; ambrosia. ● ஏவா மக்கள் மூவா மருந்து - *ஔவைக் குறள்.*

மூவாமலை: *(பெ):* மேருமலை; Mount Meru.

மூவாமுதல்: *(பெ):* கடவுள்; God.

மூவார்: *(பெ):* தேவர்கள்; the celestial beings.

மூவிடம்: *(பெ):* தன்மை, முன்னிலை, படர்க்கை என்பன; the three persons i.e. Thanmai, Munnilai and Padarkai.

மூவிலை: *(பெ):* வில்வம்; திரிசூலம்; bael; trident.

மூவுலகு: *(பெ):* சொர்க்கம், பூமி, பாதாளம் ஆகியவை; three worlds, viz, heaven, earth, nether world.

மூவேந்தர்: *(பெ):* சேர, சோழ, பாண்டியர் என்னும் மூன்று தமிழரசர்கள்; the three Tamil kings, viz., Chera, Chozha and Pandya.

மூழல்: *(பெ):* மூடி; கழற்சிக்காய்; lid; molucca-beans.

மூழை: *(பெ):* அகப்பை; மத்து; சோறு; ladle; churn-staff; boiled rice.

மூழ்கடித்தல்: *(வி):* மூழ்கச் செய்தல்; to drown.

மூழ்குதல்: *(வி):* அமிழ்தல்; மறைதல்; புகுதல்; தங்குதல்; to dive; to hide; to enter; to stay.

மூழ்த்தல்: *(வி):* சூழ்ந்து கொள்ளுதல்; to surround.

மூளி: *(பெ):* உறுப்புக்குறை; உறுப்புக் குறையுள்ளவன்; அழகற்றவள்; வசைச் சொல்; deformity;

one who is deformed; ugly woman; a term of abuse.

மூளை: *(பெ):* உடலின் செயல்பாடுகளைக் கட்டுப்படுத்துவதும், உணர்வுகளைத் தோற்றுவிப்பதும், மண்டை ஓட்டினுள் இருப்பதுமான ஓர் உறுப்பு; brain.

மூளைக்காய்ச்சல்: *(பெ):* மூளையினுள் உண்டாகும் அழற்சி காரணமாக உண்டாகும் காய்ச்சலுடன் கூடிய நோய்; brain fever.

மூற்றை: *(பெ):* மும்மடங்கு; three times.

மூனாயம்: *(பெ):* குற்றம்; fault; defect.

மூன்று: *(பெ):* ஓர் எண்; the number three.

மூன்றுநூல்: *(பெ):* பூணூல்; the sacred thread worn by people of certain castes.

மெ

மெச்சு: *(பெ):* உவப்பு; pleasure.

மெச்சுதல்: *(வி):* புகழ்தல்; மதித்தல்; வியத்தல்; to praise; to admire; to extol.

மெட்டி: *(பெ):* பெண்கள் திருமணமானதற்கு அடையாளமாக அல்லது அழகிற்காகக் கால் பெருவிரலுக்கு அடுத்த விரலில் அணிந்து கொள்ளும் வெள்ளி வளையம்; silver ring worn on the second toe by women either as a sign of married status or as a cosmetic jewellery.

மெட்டு: *(பெ):* மேடு; ஊர்சூழ் காடு; சில இசைக் கருவிகளில் தந்திகளுக்குக் கீழாக வைக்கப்படும் உலோகத் துண்டு; பாடலின் இசை வடிவம்; mound; wood of jungle surrounding a village; fret; tune or melody.

மெட்டுக்காரன்: *(பெ):* சுங்க வரி அலுவலர்; a customs officer.

மெட்டுதல்: *(வி):* காலால் உதைத்தல்; to kick.

மெது: *(பெ):* மிருது; தாமதம்; மந்தம்; softness; slowness; dullness.

மெத்த: *(வி.அ):* மிகவும்; மிக; much. • **மெத்த** படித்தவன் பைத்தியக்காரன் - *பழமொழி.*

மெத்து: *(பெ):* மென்மை; softness.

மெத்துதல்: *(வி):* மிகுதல்; நிரம்புதல்; அப்புதல்; to increase; be full; to beat.

மெத்தை: *(பெ):* படுக்கை; பஞ்சணை; மாடி வீடு; bed cushion; mattress; storeyed house.

மெய்: *(பெ):* உண்மை; உடல்; உணர்ச்சி; மார்பு; ஆன்மா; truth; body; feeling; chest; soul. • *மெய் சொல்லிக் கெட்டவனுமில்லை; பொய் சொல்லி வாழ்ந்தவனுமில்லை - பழமொழி.*

• *கற்றீண்டு* ***மெய்ப்பொருள்*** *கண்டார் தலைப்படுவர்*
மற்றீண்டு வாரா நெறி - *குறள் 356.*

மெய் காணுதல்: *(வி):* உண்மையை அறிதல்; to find the truth.

மெய்க்காப்பாளர்: *(பெ):* உடனிருந்து பாதுகாப்பவர்; bodyguard.

மெய்க்காவல்: *(பெ):* ஒருவரைப் பாதுகாத்தல்; சிறை; escort; prison.

மெய்க்கீர்த்தி: *(பெ):* அரசரின் புகழ், சாதனைகள் ஆகியவற்றைப் போற்றிப் பாடும் பாடல்; a poem detailing the geneology and achievements of a king.

மெய்ஞ்ஞானம்: *(பெ):* உண்மையறிவு; spiritual knowledge.

மெய்ஞ்ஞானி: *(பெ):* தத்துவஞானி; person of true spiritual wisdom; philosopher.

மெய்த்தகை: *(பெ):* உண்மைக் கற்பு; இயற்கை அழகு; true chastity; natural beauty.

மெய்ந்நலம்: *(பெ):* வலிமை; உடலின் அழகு; strength; beauty of the body.

மெய்ந்நீர்மை: *(பெ):* மோட்சம்; salvation.

மெய்ப்படாம்: *(பெ):* போர்வை; bed sheet; the rough cloth used for covering one's body while sleeping.

மெய்ப்பாடு: *(பெ):* புகழ்; உண்மை; உள்ளத்தின் நிகழ்வு புறத்தார்க்கு வெளிப்படுதல்; இயற்கைக் குணம்; fame; truth; manifestation of physical expression of emotions (of eight kinds); natural habit.

மெய்ப்பித்தல்: *(வி):* நிரூபித்தல்; to prove.

மெய்ப்பிரம்: *(பெ):* மேகம்; cloud.

மெய்ப்பு: *(பெ):* நிரூபணம்; புகழ்ச்சி; பகட்டு; proof; praise; vanity.

மெய்ப்பூச்சு: *(பெ):* உடம்பில் தடவும் நறுமணச் சாந்து; fragrant paste for smearing on the body.

மெய்ப்பை: *(பெ):* சட்டை; jacket.

மெய்ப்பொருள்: *(பெ):* உண்மை; கடவுள்; செல்வம்; நேரம்; truth; God as reality; wealth; time.

மெய்மறந்த நிலை: *(பெ):* தன்னை மறந்த நிலை; trance.

மெய்மாசு: *(பெ):* உடலழுக்கு; filth of the body.

மெய்ம்மை: *(பெ):* உண்மை; பொருண்மை; truth; meaning.

மெய்ம்மொழி: *(பெ):* வேதம்; the Vedas.

மெய்யன்: *(பெ):* கடவுள்; உண்மையாளன்; வேதியன்; மகன்; God as the embodiment of truth; one who has realized the truth; honest man; sage; brahmin; son.

மெய்யுணர்வு: *(பெ):* தத்துவ ஞானம்; மெய்யறிவு; knowledge of reality; wisdom.

மெய்யெழுத்து: *(பெ):* ஒற்றெழுத்து; consonant.

மெய்விடுதல்: *(வி):* இறத்தல்; to die.

மெய்விரதன்: *(பெ):* யுதிஷ்டிரன்; பீஷ்மர்; Yudhishtra; Bheeshma.

மெருகு: *(பெ):* பளபளப்பு; வழவழப்பு; ஒளி; glitter; smoothness; lustre.

மெருள்: *(பெ):* அச்சம்; fear.

மெலிகோல்: *(பெ):* கொடுங்கோல்; rod of tyranny.

மெலிதல்: *(வி):* வலிமை குன்றுதல்; வருந்துதல்; அழிதல்; எளியதாதல்; வறுமை நிலை அடைதல்; be weak; to suffer; be ruined; to become easy; to become poor.

மெலிந்தோன்: *(பெ):* உடல் நலிவுற்றோன்; person emaciated by disease.

மெலியார்: *(பெ):* வலிமையில்லாதோர்; weak people.

- வலியார்முன் தன்னை நினைக்கதான் தன்னின்
  மெலியார்மேல் செல்லும் இடத்து. *- குறள் 250.*

மெலிவு: *(பெ):* வருத்தம்; களைப்பு; துன்பம்; தோல்வி; கொடுமை; distress; fatigue; grief; defeat; tyranny.

மெலுக்குவை: *(பெ):* மென்மை; softness.

மெல்: *(பெ):* மிருதுவான; மெல்லுதல்; soft, chewing.

மெல்கோல்: *(பெ):* பற்குச்சி; the small thin stick used as a tooth-brush.

மெல்ல: *(வி.அ):* மெதுவாக; slowly.

மெல்லிசை: *(பெ):* மென்மையான இசை; refrain, popular music.

மெல்லியர்: *(பெ):* பெண்கள்; ஏழைகள்; மெலிந்தோர்; women; poor people; weak people.

மெல்லியல்: *(பெ):* பெண்; மென்மையான இயல்பு; woman; tender nature.

மெல்லிலை: *(பெ):* வெற்றிலை; betel leaf.

மெல்லினம்: *(பெ):* மெய்யெழுத்துக்களின் மூன்று பிரிவுகளுள் மூக்கொலியான ங், ஞ், ண், ந், ம், ன் ஆகிய ஆறு எழுத்துக்களை உள்ளடக்கிய பிரிவு; the six nasal consonants of the Tamil tripartite system.

மெல்லென: *(பெ.அ):* மெதுவான; மிருதுவான; slowly; tenderly.

மெழுகு: *(பெ):* அரக்கு; சாணம்; மென்மை; பிசின்; wax; cow dung; tenderness; resin.

மெழுகுதல்: *(வி):* தரையைச் சாணமிட்டுத் தூய்மை செய்தல்; பூசுதல்; to cleanse the floor with cow-dung water; to smear the body with sandal paste.

மெழுகு பொம்மை: *(பெ):* மெழுகினால் செய்யப்பட்ட பொம்மை; doll made of wax.

மெழுகுவர்த்தி: *(பெ):* விளக்கைப்போல் ஏற்றி வைக்க உதவும் திரியை நடுவில் உடைய நீண்டு உருண்ட மெழுகுக்கட்டி; candle.

மெழுக்கு: *(பெ):* சாணம்; cow-dung.

மெள்ள: *(வி.அ):* மெல்ல; மெதுவாக; gently; slowly.

மென்கண்: *(பெ):* இரக்கம்; pity.

மென்கால்: *(பெ):* தென்றல்; south wind.

மென்சொல்: *(பெ):* இனிய சொல்; pleasant word.

மென்பால்: *(பெ):* மருதநிலம்; agricultural tract.

மென்புலம்: *(பெ):* மருதநிலம்; நெய்தல் நிலம்; agricultural tract; coastal tract.

மென்மை: *(பெ):* மிருதுத்தன்மை; நுண்மை; அமைதி; தாழ்வு; softness; tenderness; delicacy; calmness; degradation.

மென்னகை: *(பெ):* புன்னகை; smile.

மென்னடை: *(பெ):* மெதுவான நடை; அன்னம்; amble; swan.

மென்னி: *(பெ):* கழுத்து; throat.

மே

மே: *(பெ):* மேம்பாடு; அன்பு; excellence; love.

மேகசம்: *(பெ):* முத்து; pearl.

மேகசாரம்: *(பெ):* கற்பூரம்; camphor.

மேகச்சிலை: *(பெ):* மாக்கல்; சுக்கான் கல்; softstone; kunkur lime stone.

மேகதனு: *(பெ):* இந்திரனது வில்; rainbow.

மேகதாரி: *(பெ):* மயிலிறகு; peacock's feather.
மேகதீபம்: *(பெ):* மின்னல்; lightning.
மேகநாதம்: *(பெ):* இடிமுழக்கம்; சிறுகீரை; மர வகை; பச்சிலை; thunderbolt; a kind of greens; a kind of tree; herb.
மேகநாதன்: *(பெ):* இந்திரஜித்து; வருணன்; Indrajith, son of Ravana; Lord Varuna.
மேகநீர்: *(பெ):* வெட்டை நோய்; gonorrhoea, a kind of disease.
மேகபடலம்: *(பெ):* கண்ணோய் வகை; a kind of eye disease.
மேகப்புள்: *(பெ):* வானம்பாடி; shepherd koel.
மேக மண்டலம்: *(பெ):* வானவெளி; sky.
மேகம்: *(பெ):* முகில்; நீர்; குயில்; நோய் வகை; cloud; water; koel; a kind of disease.
மேகம் ஊர்ந்தோன்: *(பெ):* இந்திரன்; Lord Indra.
மேகயோனி: *(பெ):* புகை; smoke.
மேகரணம்: *(பெ):* குட்டம்; leprosy.
மேகராகக் குறிஞ்சி: *(பெ):* ஒரு பண் வகை; a kind of melody.
மேகராகம்: *(பெ):* பாலையாழ்த் திற வகை; a secondary melody type of the palai class.
மேகலாபதம்: *(பெ):* இடை; waist.
மேகலை: *(பெ):* அரைஞாண்; மகளிர் அணிவகை; ஆடை; புடவை; மலைச்சரிவு; waist-cord; a jewelled girdle; a kind of women's ornament; garment; saree; mountain slope.
மேகவண்ணன்: *(பெ):* திருமால்; Lord Vishnu.
மேகவாகனன்: *(பெ):* இந்திரன்; Lord Indra.
மேகவாய்: *(பெ):* தயிர்; curd.
மேகவியாதி: *(பெ):* ஆண் பிறப்புறுப்பில் புண்களை உண்டாக்கும் ஒரு பால்வினை நோய்; syphilis.
மேகவெட்டை: *(பெ):* ஆணின் பிறப்புறுப்பில் சீழ் வடிதல், சிறுநீர் கழிக்கும்போது வலியுண்டாதல் போன்ற அறிகுறிகளைக் கொண்ட ஒரு பால்வினை நோய்; gonorrhoea.
மேகாநந்தி/மேகாரம்: *(பெ):* மயில்; peacock.
மேகாரி: *(பெ):* அவரை; beans.
மேகை: *(பெ):* இறைச்சி; meat.
மேக்கு: *(பெ):* மேற்கு; ஆப்பு; மர ஆணி; west; wedge; wooden peg.
மேசகம்: *(பெ):* இருள்; கருமை; புகை; முகில்; விரிந்த மயில்தோகை; குதிரையின் பிடரி மயிர்; darkness; black; smoke; cloud; expanded plumage of a peacock; nape of the horse.
மேசை: *(பெ):* நான்கு கால்களுள்ள பலகை; table.
மேடகம்: *(பெ):* ஆடு; மேஷ ராசி; goat; the first constellation of the zodiac having goat as its sign.
மேடமாதம்: *(பெ):* சித்திரை மாதம்; the Tamil month of 'Chithirai'.
மேடன்: *(பெ):* செவ்வாய்; Planet Mars.
மேடு: *(பெ):* உயரமான இடம்; சிறு திடர்; பெருமை; வயிறு; mound; hillock; eminence; stomach. • மேலான மினுக்கியைக் கொண்டவன் கெட்டான்; **மேட்டிலே** பயிரிட்டவனும் கெட்டான் - *பழமொழி.*
மேடுகம்: *(பெ):* சுவர்; wall.
மேடை: *(பெ):* செய்குன்று; தளம்; உயர்ந்த இடப்பகுதி; மாடி; platform; dais; terrace.
மேட்டு/மேட்டிமை: *(பெ):* மேன்மை; அகந்தை; தலைவன்; eminence; pride; leader; master; lord; chief.
மேண்டம்: *(பெ):* ஆடு; goat.
மேதகம்: *(பெ):* கோமேதகம்; மதிப்பு; மேன்மை; பாடாண வகை; a precious stone; value; eminence; a kind of arsenic.
மேதகவு: *(பெ):* மதிப்பு; respectability.
மேதகு: *(பெ.அ):* மேன்மையான; eminent.
மேதகை: *(பெ):* மேன்மை; eminence.
மேதசு: *(பெ):* கொழுப்பு; நிணம்; fat; flesh.
மேதம்: *(பெ):* நிணம்; வேள்வி; கொலை; fat; flesh; sacrifice; murder.
மேதரம்: *(பெ):* மலை; mountain.
மேதாவி: *(பெ):* அறிவொளி; wise person.
மேதி: *(பெ):* எருமை; வெந்தயம்; நெற்களம்; ஓர் அசுரன்; buffalo; fenugreek seed; thrashing field; an Asura.
மேதியான்: *(பெ):* இயமன்; Yama, the God of Death.
மேதினி: *(பெ):* உலகம்; world.
மேதை: *(பெ):* பேரறிஞர்; பேரறிவு; மேன்மை; புதன்; தோல்; கள்; இறைச்சி; கொழுப்பு; நரம்பு; learned person; spiritual knowledge; eminence; Planet Mercury; skin; toddy; flesh; meat; fat; vein.
மேத்தியம்: *(பெ):* தூய்மை; சீரகம்; cleanliness; purity; cumin.
மேத்தியாசம்: *(பெ):* வசம்பு; sweet flag.
மேத்திரம்: *(பெ):* ஆட்டுக்கிடா; ram.
மேந்தி: *(பெ):* வெந்தயம்; fenugreek seed.
மேம்படுதல்: *(வி):* சிறத்தல்; மிகுதல்; முன்னேறுதல்; to excel; to exceed; to advance.
மேம்பாடு: *(பெ):* சிறப்பு; முன்னேற்றம்; excellence; advancement.
மேம்பாலம்: *(பெ):* சாலை, ஆறு, வாய்க்கால் போன்றவற்றின் குறுக்கே மேலே கட்டப்பட்ட பாலம்; fly-over; bridge.
மேயவன்: *(பெ):* உறைபவன்; dweller.
மேய்ச்சல்: *(பெ):* தீனி; மேய்கை; cattle feed; grazing.
மேய்தல்: *(வி):* விலங்கு போன்றவை உணவு உட்கொள்ளுதல்; பருகுதல்; கெடுத்தல்; திரிதல்; to graze; to drink; to spoil; to roam.

● **மேய்கிற** கோழியை மூக்கை ஒடித்தாற் போல - *பழமொழி.*

மேய்ப்பன்: *(பெ):* ஆடுமாடுகளை மேய்ப்பவன்; herdsman; shepherd.

மேய்மணி: *(பெ):* நாகமணி; a kind of gem.

மேரு: *(பெ):* பொன்; மலை; பெண்ணின் மர்மத் தானம்; இருக்கைப் பலகை; gold; mountain; the genital part of woman; sitting plank.

மேரை: *(பெ):* மரியாதை; எல்லை; அடக்கம்; குடிமக்களுக்குக் களத்தில் கொடுக்கும் தானியம்; respect; boundary; modesty; the portion of crop given as a perquisite to the public on the thrashing floor.

மேலகம்: *(பெ):* மாடி; terrace.

மேலங்கம்: *(பெ):* வெளிப்பகட்டு; vain show.

மேலங்கி: *(பெ):* மேற்சட்டை; outer garment; gown.

மேலவன்: *(பெ):* பெரியோன்; அறிஞன்; தேவன்; great person; learned person; celestial being.

மேலனம்: *(பெ):* பழக்கம்; கூட்டம்; habit; crowd.

மேலாக்கு: *(பெ):* மகளிர் மார்பின் குறுக்கே அணியும் ஆடை; upper garment worn by women; the part of a saree thrown over breasts and shoulders.

மேலாட்சி: *(பெ):* மேலாண்மை; supremacy.

மேலாண்மை: *(பெ):* மேலாட்சி; supremacy.

மேலாயினார்: *(பெ):* மூத்தோர்; elders.

மேலார்: *(பெ):* போர் வீரர்கள்; warriors.

மேலாலம்: *(பெ):* மழை; rain.

மேலாளர்: *(பெ):* ஒரு நிறுவனம் (அ) அமைப்பை நிர்வகிப்பவர்; manager.

மேலாள்: *(பெ):* தலைவன்; master.

மேலிடுதல்: *(வி):* அதிகரித்தல்; மேற்கொள்ளுதல்; to increase; to undertake.

மேலீடு: *(பெ):* மேற்பார்வை; மிகுதியாய் இருத்தல்; காதணி வகை; வெளிப்பகட்டு; குதிரைச் சேணம்; supervision; that which is abundant; a kind of ear ornament; horse's saddle.

மேலும்: *(வி.அ):* இன்னும்; moreover; further.

மேலுலகம்: *(பெ):* தேவருலகம்; the celestial world.

மேலை: *(பெ):* மேற்கு; வருங்காலம்; முன்பு; மை; west; future; before; ink.

மேலைக்கரை: *(பெ):* மேற்குக் கரை; western shore.

மேலொப்பம்: *(பெ):* கையெழுத்து; signature.

மேலோர்: *(பெ):* உயர்ந்தோர்; புலவர்; முன்னோர்; வானோர்; great people; poets; ancestors; celestial beings.

மேல்: *(பெ):* மேலிடம்; மேற்கு; வானம்; தலைமை; மேன்மை; தலை; உடம்பு; இடம்; upper place; west; sky; leadership; eminence; head; body; place.

● மேலிருந்தும் மேலல்லார் மேலல்லர் கீழிருந்தும் கீழல்லார் கீழல் லவர். - *குறள் 973.*

மேல்வருதல்: *(வி):* எழுதல்; நெருங்கி வருதல்; to rise; to come close.

மேல்வாரம்: *(பெ):* விளைவிலிருந்து நிலச் சொந்தக்காரருக்குக் கொடுக்கப்படும் தானியப் பகுதி; the proportion of crop claimed by the land owner.

மேல்விரி: *(பெ):* படுக்கை விரிப்பு; bed-sheet.

மேல்வீடு: *(பெ):* மாடி; terrace.

மேவார்: *(பெ):* பகைவர்; enemies.

மேவினர்: *(பெ):* உற்றார்; நண்பர்; relatives; friends.

மேவு: *(பெ):* விருப்பம்; liking.

மேவுதல்: *(வி):* அடைதல்; வேய்தல்; பொருந்துதல்; to attain; to cover the roof with tiles; to thatch the roof; to fix; to fit.

மேழகம்: *(பெ):* கவசம்; ஆடு; shield; goat.

மேழி: *(பெ):* கலப்பை; plough.

மேழிப்படை: *(பெ):* கலப்பை; plough.

மேழிப்படையோன்: *(பெ):* பலராமன்; Lord Balarama.

மேழியர்: *(பெ):* உழவர்; மருதநில மக்கள்; farmers; inhabitants of agricultural tract.

மேழை: *(பெ):* கஞ்சி; கரடி; கொம்பில்லா விலங்கு; gruel; bear; the animal which has no horns.

மேளக்காரர்: *(பெ):* தவில் வாசிப்பவர்; the person who plays on Thavil, a kind of two-sided drum.

மேளதாளத்துடன்: *(வி.அ):* மேளம் போன்ற மங்கலக் கருவிகள் முழங்கக் கோலாகலமாக; in a rousing manner accompanied by music.

மேளம்: *(பெ):* தவில்; தாள வாத்தியக் கருவி; Thavil, a two-sided drum; (generally) musical instrument.

மேளனம்: *(பெ):* கூட்டம்; crowd.

மேளித்தல்: *(வி):* கூட்டுதல்; to add.

மேற்கட்டு: *(பெ):* மாடி; மேலாடை; அலங்காரம்; terrace; upper garment; adornment.

மேற்கு: *(பெ):* மேலைத் திசை; west. ● **மேற்கே** மழை பெய்தால் கிழக்கே வெள்ளம் வரும் - *பழமொழி.*

மேற்கூரை: *(பெ):* வீட்டின் கூரை; the roof of the house.

மேற்கொள்ளுதல்: *(வி):* மேம்படுதல்; பொறுப் பேற்றல்; முயலுதல்; to outshine; to undertake; to try hard.

மேற்கோள்: *(பெ):* எடுத்துக்காட்டு; மேன்மை; போர்வை; சனி; வஞ்சினம்; உறுதிமொழி;

example; quotation; eminence; bed-sheet; Saturn; oath; word of guarantee.

மேற்செலவு: *(பெ):* படையெடுப்பு; expedition.

மேற்பலகை: *(பெ):* நகம்; nail.

மேற்பார்வை: *(பெ):* கண்காணிப்பு; தொலை நோக்கு; supervision; farsightedness.

மேற்புறம்: *(பெ):* வெளிப்புறம்; outer side.

மேற்பூச்சு: *(பெ):* வெளிப்பூச்சு; outer coating.

மேற்றிசை: *(பெ):* மேற்கு; west.

மேற்றிசைப்பாலன்: *(பெ):* வருணன்; Lord Varuna.

மேனாடு: *(பெ):* துறக்கம்; பீடபூமி; கருநாடக மாநிலம்; paradise; plateau; Karnataka State.

மேனாள்: *(பெ):* முன்னாள்; previous day.

மேனி: *(பெ):* உடம்பு; நிறம்; அழகு; குப்பைமேனி; body; colour; beauty; a herb.

மேனை: *(பெ):* மலையரசன் மனைவி; wife of Malaiarasan.

மேன்: *(பெ):* மேலிடம்; upper place.

மேன்மக்கள்: *(பெ):* உயர்ந்தோர்; great people.

மேன்மாடம்: *(பெ):* உப்பரிகை; upper storey.

மேன்மேலும்: *(பெ):* பின்னும்; மேலும் மேலும்; more and more; further.

மேன்மை: *(பெ):* சிறப்பு; பெருமை; excellence; greatness.

மை

மை: *(பெ):* மசி; கண்ணுக்கு இடும் அஞ்சனம்; இருள்; களங்கம்; பசுமை; வானம்; குற்றம்; பாவம்; அழுக்கு; பிறவி; மலடு; மலடி; இளமை; அறியாமை; நீர்; ink; collyrium for the eyes; darkness; black; defect; greenness; sky; defect; sin; dirt; birth; infertility, sterile woman; youth; ignorance; water.

மைகரம்: *(பெ):* மயக்கம்; கலக்கம்; பிரமிப்பு; drowsiness; confusion; amazement.

மைக்காநாள்: *(பெ):* மறுநாள்; the next day.

மைச்சாலி: *(பெ):* நெல் வகை; a kind of paddy.

மைஞ்சன்: *(பெ):* மைந்தன்; son.

மைஞ்சு: *(பெ):* அழகு; அணிகலன்; மேகம்; beauty; ornament; cloud.

மைதா: *(பெ):* கள் மயக்கம்; மாவு வகை; intoxicated state; a kind of flour.

மைதானம்: *(பெ):* திறந்தவெளி; open space.

மைதிலி: *(பெ):* மிதிலையரசனான ஜனகரின் மகளான சீதை; Sita, the daughter of Janakar, the king of Mithilai.

மைதுனம்: *(பெ):* புணர்ச்சி; திருமணம்; copulation; marriage.

மைத்திரம்: *(பெ):* நட்பு; friendship.

மைத்திராவருணி: *(பெ):* அகத்திய முனிவர்; the sage Agasthiyar.

மைத்திரி: *(பெ):* நட்பு; friendship.

மைத்துனன்: *(பெ):* மனைவி (அ) கணவனுடன் பிறந்தோன்; மாமன் (அ) அத்தை மகன்; உடன் பிறந்தாளின் கணவன்; brother of one's wife or husband; son of one's uncle or aunt; husband of one's sister.

மைத்துனி: *(பெ):* மனைவியின் உடன் பிறந்தாள்; மாமன் (அ) அத்தையின் மகள்; உடன் பிறந்தானின் மனைவி; sister of one's wife; daughter of one's uncle or aunt; wife of one's brother.

மைந்தன்: *(பெ):* மகன்; கணவன்; மாணாக்கன்; இளைஞன்; வீரன்; son; husband; pupil; youth; brave man.

மைந்து: *(பெ):* அழகு; வலிமை; விருப்பம்; அறியாமை; beauty; strength; desire; ignorance.

மைப்பு: *(பெ):* கறுப்பு; black.

மைப்புயல்: *(பெ):* இருண்ட மேகம்; black cloud.

மைமல்: *(பெ):* மாலை நேரம்; evening.

மைமை: *(பெ):* பூசை; worship.

மைம்மலர்: *(பெ):* மலர் வகை; a kind of flower.

மைம்மீன்: *(பெ):* சனிக் கிரகம்; Planet Saturn.

மைம்முகன்: *(பெ):* கருங்குரங்கு; black monkey.

மைம்மை: *(பெ):* மலடி; sterile woman.

மைம்மைப்பு: *(பெ):* பார்வைக் குறைவு; blindness.

மையம்: *(பெ):* நடு; middle.

மையலார்: *(பெ):* மாயவித்தைக்காரர்; magician.

மையல்: *(பெ):* செருக்கு; காதல் மயக்கம்; pride; infatuation of love.

- **மையல் ஒருவன் களித்தற்றால் பேதைதன்**
  கையொன்று உடைமை பெறின். - *குறள் 838.*

மையவாடி: *(பெ):* இடுகாடு; முள்வேலியுள்ள இடம்; burial ground; the place which is fenced with thorns.

மையன்மா: *(பெ):* யானை; பன்றி; எருமை; elephant; pig; buffalo.

மையிருட்டு: *(பெ):* காரிருள்; dark night.

மையிழுது: *(பெ):* கண்ணுக்கு இடும் மை; black pigment applied on the edge of eyelashes mostly by women.

மைவிடை: *(பெ):* ஆட்டுக்கிடா; ram.

மைனம்: *(பெ):* மீன்; fish.

மைனா: *(பெ):* கால்கள், அலகு ஆகியவை மஞ்சள் நிறமாகவும், உடல் கறுப்பாகவும் உள்ள சீட்டி யடிப்பது போலக் கூவும் ஒரு பறவை; mynah.

மைனிகன்: *(பெ):* கறையான்; white-ant.

மொ

மொக்கனி: *(பெ):* குதிரைக்குக் கொள்ளு வைக்கும் பை; feed-bag of horse.

மொக்களித்தல்: *(வி):* பயணத்தைத் தடை செய்தல்; to stop the journey.

மொக்கன்: *(பெ):* தடித்தவன்; fatman.

மொக்கு: *(பெ):* பூமொட்டு; flower bud.

மொக்குதல்: *(வி):* விழுங்குதல்; அடித்தல்; to swallow; to beat.

மொக்குள்: *(பெ):* நீர்க் குமிழி; water bubble.

மொக்கை: *(பெ):* கூரின்மை; அவமானம்; தாழ்வு; bluntness as of iron style; dishonour; degradation.

மொசிதல்: *(வி):* மொய்த்தல்; to swarm.

மொசிப்பு: *(பெ):* செருக்கு; pride.

மொசித்தல்: *(வி):* தின்னுதல்; to eat.

மொச்சியன்: *(பெ):* ஓவியன்; painter.

மொச்சு: *(பெ):* தீநாற்றம்; over-heated smell.

மொச்சை: *(பெ):* அவரை இனப் பயறு; hyacinth bean.

மொஞ்சகம்: *(பெ):* பீலி; மயில்; peacock's feather; peacock.

மொஞ்சி: *(பெ):* மார்பகம்; தாய்ப்பால்; breasts; mother's milk.

மொடு: *(பெ):* பருமை; மிகுதி; bulkiness; abundance.

மொட்டித்தல்: *(வி):* குவிதல்; அரும்புதல்; to close; to bud; to spring forth.

மொட்டு: *(பெ):* பூவரும்பு; வெறுமை; flower bud; inanity.

மொட்டை: *(பெ):* மயிர் நீங்கிய தலை; அறிவின்மை; கூரின்மை; வெறுமை; bald head; ignorance; bluntness; inanity.

மொட்டை மரம்: *(பெ):* காயாத மரம்; பட்ட மரம்; barren tree; dead tree.

மொட்டை மாடி: *(பெ):* கட்டடம் அமையப்பெறாத மேல் தளம்; terrace.

மொட்டையான: *(பெ.அ):* வழுக்கையான; bald.

மொட்டை மாடு: *(பெ):* கொம்பு இல்லாத மாடு; hornless bull.

மொட்டை வண்டி: *(பெ):* மேற்கூடு இல்லாத வண்டி; open cart without roof.

மொண்டி: *(பெ):* நொண்டி; lame person.

மொண்டு: *(பெ):* தொந்தரவு; முரண்டு; trouble; obstinacy.

மொண்ணை: *(பெ):* வழுக்கை; கூரின்மை; baldness; bluntness.

மொண்ணையன்: *(பெ):* அறிவிலி; idiot.

மொதும்பு: *(பெ):* இரத்தம் உறிஞ்சும் ஒரு வகை ஈ; a small two-winged blood-sucking fly.

மொத்தத்தொகை: *(பெ):* கூட்டுத்தொகை; total.

மொத்தம்: *(பெ):* கூட்டுத்தொகை; முழுமை; பொது; பருமை; total; fullness; general; bulkiness.

மொத்தி: *(பெ):* புத்தியில்லாதவன்; ignorant person.

மொத்தினி: *(பெ):* நுரை; foam.

மொத்து: *(பெ):* அடி; சுறுசுறுப்பில்லாதவர்; blow; lazyman.

மொத்துதல்: *(வி):* அடித்தல்; to strike.

மொத்தை: *(பெ):* உருண்டை; பருமன்; ball; bulkiness.

மொந்தணி: *(பெ):* மரக்கணு; உருண்டை; knot of a tree; ball.

மொந்தன்: *(பெ):* வாழை வகை; a kind of plantain.

மொந்தை: *(பெ):* மட்பாண்ட வகை; பறை வகை; a kind of earthen vessel; a kind of drum.

மொய்: *(பெ):* பரிசு வகை; நெருக்கம்; கூட்டம்; பெருமை; வலிமை; போர்; போர்க்களம்; பகை; யானை; வண்டு; தாய்; அழகு; presents given on special occasion like marriage or other special occasion; closeness; crowd; greatness; strength; war; battle-field; enmity; elephant; beetle; mother; beauty.

மொய்த்தல்: *(வி):* நெருங்குதல்; மூடுதல்; கொடுத்தல்; to swarm; to close; to give.

மொய்ப்பணம்: *(பெ):* திருமணம் போன்ற சிறப்பு நிகழ்வுகளின்போது வழங்கப்படும் அன்பளிப்பு; presents by cash given on special occasion like marriage.

மொய்ப்பு: *(பெ):* கூட்டம்; crowd.

மொய்ம்பன்: *(பெ):* போர் வீரன்; warrior.

மொய்ம்பு: *(பெ):* வலிமை; தோள்; strength; shoulder.

மொழி: *(பெ):* சொல்; கட்டுரை; வாக்குமூலம்; language; essay; statement.

மொழி நூல்: *(வி):* மொழியின் வரலாறு கூறும் நூல்; philology.

மொழிப்பொருள்: *(பெ):* சொற்பொருள்; மந்திரம்; meaning; mantra.

மொழிமை: *(பெ):* பழமொழி; proverb.

மொழியோசை: *(பெ):* உச்சரிப்பு; pronunciation.

மொள்ளுதல்: *(வி):* தண்ணீர் முகத்தல்; to take liquid as in a vessel.

மோ

மோகம்: *(பெ):* விருப்பம்; வேட்கை; மூர்ச்சை; திகைப்பு; பாதிரி மரம்; மோர்; முருங்கை மரம்; வாழை மரம்; desire; amorousness; swoon; perplexity; trumpet flower tree; buttermilk; horse-radish tree; plantain tree. • **மோகம்** முப்பது நாள்; ஆசை அறுபது நாள் - *பழமொழி.*

மோகரம்: *(பெ):* பேராரவாரம்; மனமயக்கம்; கடுமை; uproar; confusion; severity.

மோகரித்தல்: *(வி):* ஆரவாரித்தல்; மயங்குதல்; to give ovation; to lose consciousness.

மோகர்: *(பெ):* ஓவியர், மோகமுடையவர்; painters; those who have fascination due to love.

மோகனம்: *(பெ):* மனமயக்கம்; காமனின் அம்பு; மிகுந்த ஆசை; ஒரு பண் வகை; ஏமாற்றுகை; confusion; arrow of Kama, the God of Love; great desire; a kind of melody; cheating.

மோகன்: *(பெ):* மன்மதன்; Kama, the God of Love; Cupid.

மோகாதி: *(பெ):* காமம், வெகுளி, மயக்கம் என்னும் முக்குற்றங்கள்; the three evils, viz., lust, anger and delusion.

மோகி: *(பெ):* கஞ்சா; அபின்; the leaves and seeds of Indian hemp; opium.

மோகிதம்: *(பெ):* காமத்தால் உண்டாகும் மயக்கம்; infatuation.

மோகிதன்: *(பெ):* மோகமுள்ளவன்; lustful person.

மோகித்தல்: *(வி):* திகைத்தல்; காமத்தால் மயங்குதல்; be perplexed; be infatuated.

மோகினி: *(பெ):* காண்போரை மயக்கும் விதமாக திருமால் எடுத்த பெண் அவதாரம்; incarnation of Lord Vishnu as a fascinating woman.

மோக்கம்: *(பெ):* வீடுபேறு; salvation.

மோங்கில்: *(பெ):* திமிங்கில வகை; a kind of whale.

மோசகன்: *(பெ):* துறவி; திருடன்; தட்டான்; ascetic; thief; goldsmith.

மோசகி: *(பெ):* கிலுகிலுப்பைச் செடி; a kind of plant.

மோசடி: *(பெ):* ஏமாற்றுகை; fraud.

மோசம்: *(பெ):* வஞ்சனை; கேடு; தவறு; முருங்கை மரம்; வாழை மரம்; deceit; harm; mistake; horse radish tree; plantain tree.

மோசனம்: *(பெ):* விடுபடுகை; ஒரு நெல் வகை; liberation; a kind of paddy. • இவள் படும் துயரங்களுக்கு என்றுதான் **மோசனம்** கிடைக்கப்போகிறதோ ?

மோசாடம்: *(பெ):* சந்தனம்; வாழைப்பழம்; sandal wood; banana.

மோசை: *(பெ):* அவுரி; இலவமரம்; வாழைமரம்; வசம்பு; விரலணி வகை; indigo plant; silk-cotton tree; plantain tree; sweet flag; a kind of ring.

மோடம்: *(பெ):* மப்பு மந்தாரம்; மூடத்தனம்; overcast and clouded state of the sky; ignorance; stupidity.

மோடன்: *(பெ):* உயரமானவன்; மூடன்; tall man; fool; idiot.

மோடி: *(பெ):* துர்க்கை; செருக்கு; பகட்டு; மாய வித்தை; பிணக்கு; வஞ்சனை; மொத்தம்; திப்பிலி மூலம்; மகுடி; Durga, Goddess of Victory; pride; vanity; the art of making things disappear and reappear; strife; deceit; total; root of long pepper; snake-charmer's pipe.

மோடிக்காரன்: *(பெ):* மோடி வித்தை செய்பவன்; வஞ்சகன்; பகட்டுக்காரன்; expert in the art of making things disappear and reappear; the deceitful person; ostentatious person.

மோடு: *(பெ):* மேடு; உயர்ச்சி; முகடு; கூரையின் உச்சி; பருமை; பெருமை; உடம்பு; மடமை; வயிறு; கருப்பை; mound; height; crest; top of a roof; bulkiness; greatness; high position; body; ignorance; stomach; uterus.

மோட்சம்: (பெ): வீடுபேறு; விடுபடுகை; salvation; escape.
மோட்டன்: (பெ): மூர்க்கன்; hot-head.
மோட்டு மீன்: (பெ): நட்சத்திரம்; star.
மோட்டு வளை: (பெ): உட்கூரையின் உச்சிப்பகுதி; ridge of the inner roof.
மோணம்: (பெ): பழத்தின் வற்றல்; dry fruit.
மோதகப்பிரியன்: (பெ): விநாயகன்; Lord Vinayaka.
மோதக மரம்: (பெ): மரவகை; a kind of tree.
மோதகம்: (பெ): அரிசி மாவு, வெல்லம் கலந்து செய்யும் பலகாரம்; a kind of sweetmeat prepared by steaming the rice dough roll with sweet filling. ● **மோதகம் என்றால்** பிள்ளையாருக்கு மிகவும் பிடிக்கும்.
மோதம்: (பெ): மகிழ்ச்சி; களிப்பு; மணம்; ஓமம்; happiness; joy; fragrance; Bishop's weed.
மோதயந்தி: (பெ): மல்லிகை வகை; a kind of jasmine.
மோதலை: (பெ): கைமாற்றுக்கடன்; போர் முனை; முன்றானை; petty loan without interest; war-front; the free end of a saree.
மோதவம்: (பெ): மணம்; fragrance.
மோதிரம்: (பெ): கணையாழி; விரல் அணிகலன்; signet ring; ring.
மோதிரவிரல்: (பெ): சுண்டுவிரலுக்கு அடுத்த விரல்; ring-finger.
மோது: (பெ): தாக்கு; வைக்கோற்கட்டு; stroke; blow; bundle of straw.
மோதுதல்: (வி): தாக்குதல்; புடைத்தல்; அடித்தல்; to attack; to strike; to beat.
மோதை: (பெ): வசம்பு; sweet flag.
மோத்தல்: (வி): மூக்கால் முகர்தல்; to smell.
மோத்தை: (பெ): ஆட்டுக்கிடா; முற்றாத தேங்காய்; மேடராசி; ram; tender coconut; the first constellation of the zodiac having 'ram' as its sign.
மோந்தை: (பெ): பறை வகை; a kind of drum.
மோப்பம்: (பெ): மணம்; மூக்கு; முகர்தல்; fragrance; nose; smell.
மோப்பி: (பெ): கைம்பெண்; widow.
மோப்பு: (பெ): காதல்; மோப்பம்; love; smell.
மோய்: (பெ): தாய்; mother.
மோரடம்: (பெ): கரும்பின் வேர்; வீழிப்பூண்டு; root of sugarcane; a straggling shrub.
மோரை: (பெ): முகம்; முகவாய்க்கட்டை; face; chin.
மோர்: (பெ): தயிரைக் கடைந்து பெறுவது; முத்திரை; buttermilk; stamp.
மோலி: (பெ): மயிர்; சடாமுடி; மணிமுடி; hair; matted hair; crown.
மோவாய்: (பெ): முகவாய்க்கட்டை; chin.
மோழி: (பெ): குழம்பு வகை; a kind of sauce.
மோழை: (பெ): கொம்பற்ற விலங்கு; மொட்டை; மடமை; வெடிப்பு; குமிழி; மடு; கஞ்சி; hornless cattle; bald head; ignorance; cleft; bubble; pool; gruel.
மோழை முகம்: (பெ): பன்றி; pig.
மோழைமை: (பெ): மடமை; ignorance.
மோழைவழி: (பெ): நுழை வழி; exit.
மோறை: (பெ): முகம்; மோவாய்; face; chin.
மோனம்: (பெ): மௌனம்; reticence.
மோனி: (பெ): பேசா நோன்புடைய துறவி; ascetic who has taken the vow of silence.
மோனிகம்: (பெ): பெருச்சாளி; bandicoot.
மோனை: (பெ): முதன்மை; மகன்; ஒரே ஒலி மீண்டும் மீண்டும் வருமாறு அமைக்கப்பட்ட சொல் வடிவம்; magnitude; son; alliteration.

மௌ

மௌகலி: (பெ): காகம்; crow.
மௌசலம்: (பெ): தண்டாயுதத்தால் செய்யும் போர்; a kind of fight with club like weapon.
மௌசு: (பெ): கவர்ச்சி; பகட்டு; attraction; vanity.
மௌஞ்சி: (பெ): அரைஞாண் வகை; a kind of waist cord.
மௌடி: (பெ): மகுடி; snake-charmer's pipe.
மௌட்டியம்: (பெ): அறியாமை; ignorance.
மௌட்டியன்: (பெ): முட்டாள்; fool.
மௌத்திகம்: (பெ): முத்து; pearl.
மௌரவி: (பெ): வில்லின் நாண்; the string of the bow.
மௌலி: (பெ): மோலி; தலை; தார்; கள்; கோபுர உச்சி; crown; head; chaplet; toddy; top of a tower.
மௌவல்: (பெ): முல்லை; காட்டு மல்லிகை; தாமரை; a kind of jasmine; wild jasmine; lotus.
மௌவை: (பெ): தாய்; mother.
மௌனம்: (பெ): பேசாமை; silence. ● **மௌனம்** சம்மதத்திற்கு அறிகுறி. ● **மௌனம்** மலையெனச் சாதிக்கும் - பழமொழி.
மௌனி: (பெ): பேசா நோன்புடைய துறவி; ஆமை; the ascetic who has taken the vow of silence; tortoise.

ய

யக்கதரு: *(பெ):* ஆலமரம்; banyan tree.

யக்கராசன்: *(பெ):* குபேரன்; Lord Kubera.

யக்கிய புருடன்: *(பெ):* திருமால்; Lord Vishnu.

யக்கியம்: *(பெ):* வேள்வி; துவாபர யுகம்; sacrifice; Dwapara Yuga.

யக்கியாரி: *(பெ):* சிவபெருமான்; Lord Shiva.

யசசு: *(பெ):* புகழ்; fame.

யசனம்: *(பெ):* வேள்வி செய்தல்; to perform sacrifice.

யசுர்: *(பெ):* இரண்டாவது வேதம்; Yajur, the second Veda.

யசோதை: *(பெ):* கண்ணனின் வளர்ப்புத் தாய்; Yasodha, the foster mother of Lord Krishna.

யஞ்ஞம்: *(பெ):* வேள்வி; sacrifice.

யஞ்ஞமூர்த்தி: *(பெ):* திருமால்; அக்கினி தேவன்; Lord Vishnu; Lord Agni, the God of Fire.

யஞ்ஞ வராகம்: *(பெ):* திருமால் எடுத்த பன்றி அவதாரம்; the incarnation of Lord Vishnu as a boar.

யஞ்ஞன்: *(பெ):* அக்னி தேவன்; Agni, the God of Fire.

யட்சம்: *(பெ):* மந்திரம்; நாய்; mantra; dog.

யட்சினி: *(பெ):* இயக்கி; குபேரன் மனைவி; demoness; wife of Lord Kubera.

யட்டி: *(பெ):* அதிமதுரம்; தண்டாயுதம்; ஊன்றுகோல்; முத்து மாலை; root of crab's eye; club-like weapon; walking stick; pearl necklace.

யதார்த்தம்: *(பெ):* உள்ளது உள்ளபடி; realistic manner.

யதார்த்தவாதி: *(பெ):* உண்மை பேசுவோன்; truth sayer. • **யதார்த்தவாதி** வெகுஜன விரோதி - *பழமொழி.*

யதி: *(பெ):* துறவி; அடக்கம்; கைம்பெண்; மோனை; ascetic; modesty; widow; alliteration.

யதிராசன்: *(பெ):* முனிவன்; தலைவன்; sage; chief; leader.

யதேச்சாதிகாரம்: *(பெ):* அனைத்து உரிமைகளையும் தானே எடுத்துக்கொண்டு, தன் விருப்பப்படி ஆளும் ஆதிக்கப்போக்கு; autocracy.

யதேச்சாதிகாரி: *(பெ):* தன் விருப்பப்படி ஆளுபவர் (அ) நடந்து கொள்பவர்; autocrat; despot.

யதேச்சை: *(பெ):* தன் விருப்பப்படி நடந்து கொள்வது; acting wilfully.

யதேச்சையாக: *(வி.அ):* தற்செயலாக; எதிர் பாராமல்; accidentally; unintentionally.

யதேஷ்டம்: *(பெ):* தேவைக்கு அதிகம்; more than enough.

யதேந்திரியம்: *(பெ):* கற்பு; chastity.

யந்திரம்: *(பெ):* பொறி; தேர்; செக்கு; மந்திரச் சக்கரம்; machine; car; chariot; oil-press; a copper plate with a mystical diagram drawn on it and nailed on the door frame or kept in pooja room with the belief that it will drive away the evil spirits.

யந்திரு: *(பெ):* ஆள்பவன்; குதிரைப்பாகன்; யானைப்பாகன்; ruler; horse driver; mahout.

யமகண்டம்: *(பெ):* இயமனுக்குரிய மூன்றே முக்கால் நாழிகைப்பொழுது; the period of 1½ hours of a day presided over by Yama, the God of Death, and hence considered inauspicious.

யமகண்டன்: *(பெ):* வலிமை படைத்தோன்; strong and powerful person.

யமகண்டி: *(பெ):* பொல்லாதவள்; bad woman.

யமகம்: *(பெ):* ஓர் அடியின் முதலில் வந்த சொற்களே மற்ற அடிகளின் முதலிலும் வரும் செய்யுள் அணி; the repetition of words or syllables of like sound but varying in sense.

யமகாதகன்: *(பெ):* பொல்லாதவன்; வெகு சாமர்த்தியசாலி; wicked man; person of great intelligence.

யமகிங்கரன்: *(பெ):* எமனின் ஏவலாள்; the messenger and servant of Lord Yama, the God of Death.

யமப்பிரியம்: *(பெ):* ஆலமரம்; banyan tree.

யமம்: *(பெ):* தவம்; அடக்கம்; சனி; திருவிழா; காக்கை; penance; modesty; Saturn; festival; crow.

யமரதம்: *(பெ):* எருமைக்கிடா; he-buffalo.

யமலோகம்: *(பெ):* நரகம்; hell.

யமவாகனம்: *(பெ):* எருமைக்கிடா; he-buffalo.

யமன்: *(பெ):* எமன்; தென்திசைக்கடவுள்; Lord Yama, the God of Death.

யமாரி: *(பெ):* சிவபெருமான்; Lord Shiva.

யமாந்தகன்: *(பெ):* சிவபெருமான்; Lord Shiva.

யமி: *(பெ):* முனிவன்; யமுனை; sage; river Yamuna.

யமுனாசனகன்: (பெ): சூரியன்; the Sun.

யமுனை: (பெ): யமுனா நதி; the river Yamuna.

யமுனைத் துறைவன்: (பெ): கண்ணபிரான்; இராமானுசரின் குருவான ஆளவந்தார்; Lord Krishna; Alavandar, the guru of Ramanujar, the Vaishnava saint.

யயாதி: (பெ): ஓர் அரசன்; a king.

யவபலம்: (பெ): மூங்கில்; bamboo.

யவம்: (பெ): நெல்; paddy.

யவனப்பிரியம்: (பெ): மிளகு; pepper.

யவனம்: (பெ): கிரேக்க நாடு; விரைவு; வரிப்பணம்; Greece; swiftness; tax.

யவனர்: (பெ): கிரேக்க நாட்டார்; சித்திரக்காரர்; தோற்கருவி வாசிப்பவர்; those who belong to the Greece; painter; one who plays the drum.

யவனாள்: (பெ): யுவதி; பெண்; young lady; woman.

யவனிகை: (பெ): இடுதிரை; curtain.

யவாகி: (பெ): கஞ்சி; gruel.

யவை: (பெ): நெல் வகை; a kind of paddy.

யா

யா: (பெ): அகலம்; width.

யாககுண்டம்: (பெ): வேள்விக்குழி; sacrificial pit.

யாகசாலை: (பெ): வேள்விச்சாலை; sacrificial hall.

யாகபதி: (பெ): இந்திரன்; Lord Indra.

யாகபத்தினி: (பெ): வேள்வி செய்பவனின் மனைவி; திரௌபதி; wife of the person who performs sacrifice; Draupadi, the wife of Pancha Pandavas.

யாகபோசனர்: (பெ): வானோர்; celestial beings.

யாகப்பிறையான்: (பெ): சந்திரன்; the moon.

யாகம்: (பெ): வேள்வி; sacrifice.

யாக்கை: (பெ): உடம்பு; கட்டுகை; body; anything bound or tied.

யாங்கணும்/யாங்கும்: (வி.உ): எங்கும்; everywhere.

யாங்கர்: (பெ): அரக்கர்; demons.

யாங்ஙனம்: (பெ): எவ்வாறு; how; in what manner.

யாசகம்: (பெ): இரப்பு; begging.

யாசகன்: (பெ): இரவலன்; வேள்வி செய்பவன்; beggar; mendicant; one who performs a sacrifice.

யாசித்தல்: (வி): இரத்தல்; பிச்சையெடுத்தல்; to beg; to ask alms.

யாடு: (பெ): ஆடு; goat.

யாணர்: (பெ): அழகு; புதியது; வளமை; நன்மை; செல்வம்; முறைமை; தச்சர்; beauty; fresh one; prosperity; good; wealth; manner; carpenters.

யாணன்: (பெ): அழகன்; beautiful person.

யாணு: (பெ): அழகு; beauty.

யாண்டு: (பெ): ஆண்டு; நேரம்; எங்கு; எவ்விடத்து; year; time; where; at what place.

- **யாண்டுச்**சென்று யாண்டும் உளராகார் வெந்துப்பின்
  வேந்து செறப்பட் டவர். - *குறள் 895.*

யாண்டும்: (து.வி): எப்போதும்; எல்லாவிடத்தும்; always; in all places.

யாதபதி: (பெ): கடல்; வருணன்; sea; Lord Varuna.

யாதவர்: (பெ): இடையர்; யது குலத்தோர்; persons of the cowherd caste; Yadhavas, as descendents of Yadu.

யாதவன்: (பெ): கண்ணபெருமான்; Lord Krishna.

யாதவி: (பெ): குந்தி; உமையவள்; யது குலத்தவள்; Kunti, the mother of Pancha Pandavas; Goddess Parvathi; the woman who belongs to yadhava community.

யாதனம்: (பெ): தெப்பம்; மரக்கலம்; வேதனை; raft; boat; suffering.

யாதனை: (பெ): வேதனை; துன்பம்; நரக வேதனை; suffering; distress; hellish torment.

யாதிகன்: (பெ): வழிப்போக்கன்; stranger.

யாது: (பெ): இராக்கதன்; பிசாசு; நினைவு; கள்; எது; demon; devil; thought; memory; toddy; what.

- **யாதனின்** யாதனின் நீங்கியான் நோதல்
  அதனின் அதனின் இலன். - *குறள் 341.*
- **யாதானும்** நாடாமால் ஊராமால் என்னொருவன்
  சாந்துணையுங் கல்லாத வாறு. - *குறள் 397.*

யாதுதானன்: (பெ): இராக்கதன்; demon.

யாதும்: (பெ): எதுவும்; எல்லாம்; all. • **யாதும்** ஊரே யாவரும் கேளிர் - *கணியன் பூங்குன்றனார்.*

யாத்தல்: (வி): கட்டுதல்; பிணித்தல்; செய்யுள் அமைத்தல்; to tie; to fasten with ropes; to write new poetry.

யாத்திரிகன்: *(பெ):* புண்ணிய தலங்களுக்குப் பயணம் செல்வோன்; person on visit to the sacred places; pilgrim.

யாத்திரை: *(பெ):* புண்ணியத் தலங்களுக்குப் பயணம் செல்லுதல்; பயணம்; திருவிழா; கூத்து; pilgrimage; travel; festival; dance; drama.

யாத்து: *(பெ):* தைப்பு; stitching.

யாபனம்: *(பெ):* இகழ்தல்; பொழுதுபோக்கல்; vilification; pastime.

யாபித்தல்: *(வி):* நுகர்தல்; கவர்தல்; பொழுது போக்குதல்; to consume; to seize; to pass time.

யாப்பதிகாரம்: *(பெ):* செய்யுள் இலக்கணம் கூறும் பகுதி; section on prosody.

யாப்பறை: *(பெ):* கற்பிழந்தவள்; unchaste woman.

யாப்பியம்: *(பெ):* பொழுதுபோக்கு; hobby.

யாப்பு: *(பெ):* கட்டு; செய்யுள்; அன்பு; உறுதி; சூழ்ச்சி; பொருத்தம்; பாம்பு; a bandage; poem; poetry; love; firmness; plot; suitability; snake.

யாப்புறவு: *(பெ):* நியதி; தகுதி; custom; propriety.

யாப்புறுதல்: *(வி):* ஈட்டுதல்; ஏற்புடையதாதல்; to earn; be appropriate.

யாமகோடம்: *(பெ):* சேவல்; நாழிகை வட்டில்; cock; hour-glass.

யாமக் கோட்டம்: *(பெ):* அந்தப்புரம்; the part of a palace where the queen and other royal women live.

யாமங்கொள்பவர்: *(பெ):* ஊர்க்காவலர்; village guard.

யாமசரிதன்: *(பெ):* இரவில் திரியும் அரக்கன்; the demon who wanders in the night hours.

யாமபதி: *(பெ):* சந்திரன்; the moon.

யாமம்: *(பெ):* நள்ளிரவு; சாமம்; இரவு; தெற்கு; அகலம்; இடக்கைமேளம்; midnight; night; south; width; the drum beaten with stick by left hand.

யாமவதி: *(பெ):* இரவு; night.

யாமளம்: *(பெ):* காளியைப் போற்றும் ஒரு வேதம்; பச்சை; இரட்டை ; இளமை; a Veda which praises Goddess Kali; green; twin; youth.

யாமளை: *(பெ):* காளி; உமையவள்; Kali, Goddess with dark complexion; Goddess Parvathi.

யாமி: *(பெ):* இரவு; யமனின் மனைவி; கற்புடையவள்; உடன்பிறந்தாள்; மகள்; மருமகள்; தெற்கு; night; the consort of Lord Yama; woman of chastity; sister; daughter; daughter-in-law; south.

யாமிகன்: *(பெ):* இரவுக் காவலாளி; night watchman.

யாமியம்: *(பெ):* தவம்; தெற்கு; சந்தனம்; penance; south; sandalwood.

யாமினி: *(பெ):* இரவு; night.

யாமுனம்: *(பெ):* அஞ்சனக் கல்; the collyrium.

யாமை: *(பெ):* ஆமை; இரவு; தெற்கு; tortoise; night; south.

யாம்: *(பெ.அ):* நாம்; we.

- யாம்மெய்யாக் கண்டவற்றுள் இல்லை எனைத்தொன்றும்
  வாய்மையின் நல்ல பிற. - *குறள் 300.*
- யாமும் உளேங்கொல் அவர்நெஞ்சத்து எம்நெஞ்சத்து
  ஓஒ உளரே அவர். - *குறள் 1204.*

யாய்: *(பெ):* தாய்; mother.

- ஞாயும் யாயும் யாராகியரோ
  எந்தையும் நுந்தையும் எம்முறை கேளிர்.
  - *சங்கப் பாடல்*

யாரி: *(பெ):* கதவு; எதிரி; கள்ளக் கணவன்; door; opponent; paramour.

யார்: *(வி.பெ.அ):* எவர்; who.

- யாரினும் காதலம் என்றேனா ஊடினாள்
  யாரினும் யாரினும் என்று. - *குறள் 1314.*

யாலம்: *(பெ):* இரவு; night.

யாவகம்: *(பெ):* செம்பஞ்சு; red cotton.

யாவண்: *(வினா.பெ):* எவ்விடம்; எங்கு; where.

யாவது: *(வினா.பெ):* எவ்விதம்; how.

யாவதும்: *(வி.உ):* யாவும்; even a little.

யாவரும்: *(பெ):* ஒவ்வொருவரும்; each and every person.

யாவர்: *(வினா.பெ):* எவர்; who.

யாவள்: *(வினா.பெ):* எவள்; who.

யாவன்: *(வினா.பெ):* எவன்; who.

யாவும்: *(வி.அ):* எல்லாம்; all.

யாவை: *(வி.பெ.அ):* எவை; what or which things.

யாழல்: *(பெ):* கறையான்; white ant.

யாழோர்: *(பெ):* கந்தருவர்; யாழிசைப்போர்; a celestial group of singers; a kind of string instrumentalists.

யாழ்: *(பெ):* நரம்பிசைக் கருவி; மிதுன ராசி; ஆந்தை; பண்; a kind of stringed musical instrument; third constellation of the zodiac which has the figure of the twins as its sign; owl; melody.

யாழ் செய்தல்: *(வி):* பாடுதல்; to sing.

யாழ்ப்பாணர்: *(பெ):* யாழிசைப்போர்; யாழ்ப்பாண நாட்டவர்; players on the lute; the people of Jaffna.

யாழ் முனிவன்: *(பெ):* நாரதர்; sage Narada.

யாளி: *(பெ):* யானையின் துதிக்கையும், சிங்க முகமும் உடைய விலங்கு; animal with elephant's trunk and lion's face.

யாளியூர்தி: *(பெ):* காளி; Goddess Kali.

யாறு: *(பெ):* ஆறு; river.

யானம்: *(பெ):* மரக்கலம்; கள்; சிவிகை; பொருள் வைக்கும் அறை; boat; toddy; palanquin; storeroom.

யானை: *(பெ):* துதிக்கையை உடைய பெரிய விலங்கு; மர வகை; elephant; a kind of tree.

யானைக்கால்: (பெ): பெருமளவில் கால் பகுதியை வீங்கிப் பருக்கச் செய்யும் ஒரு நோய் (ஒருவகைக் கொசு கடிப்பதால் பரவும்); elephantiasis; filariasis.

யானைக்குப்பு: (பெ): சதுரங்கம்; chess.

யானைக்குருகு: (பெ): சக்கரவாகப் புள்; a bird in separation said to be pining for its mate during the night mentioned in classical Indian literature.

யானைக்கை: (பெ): தும்பிக்கை; elephant's trunk.

யானைத்திசை: (பெ): வடக்கு; north.

யானைச்சொறி: (பெ): சாம்பல் நிறம் (அ) சிவந்த நிறத்தில் தடிப்புகளையும் வெள்ளை நிறச் செதில்களையும் உண்டாக்கும் ஒரு வகைத் தோல் நோய்; psoriasis.

யானைப்பல்: (பெ): தந்தம்; tusk.

யானைப்பாகன்: (பெ): யானையை வழி நடத்துவோன்; elephant's mahout.

யானைமுகன்: (பெ): விநாயகப் பெருமான்; Lord Vinayaka.

யானை வீரர்: (பெ): போரின்போது யானையின் மீதேறிச் சென்று போர் செய்யும் வீரர்கள்; warriors riding on elephants.

யான்: (பெ): நான்; I.

- யான்எனது என்னும் செருக்குஅறுப்பான் வானோர்க்கு
  உயர்ந்த உலகம் புகும். *- குறள் 346.*
- யான்நோக்குங் காலை நிலன்நோக்கும் நோக்காக்கால்
  தான்நோக்கி மெல்ல நகும். *- குறள் 1094.*

யு

யுகந்தரம்: (பெ): ஏர்க்கால்; ஒரு நாடு; ஒரு மலை; shaft of a plough; thill; a country; a mountain.

யுகபத்திரிகை: (பெ): அசோக மரம்; Asoka tree.

யுகம்: (பெ): கிருத யுகம், திரேதா யுகம், துவாபர யுகம், கலி யுகம் என்னும் நான்கு வகை யுகங்கள்; இரட்டை; நுகத்தடி; பூமி; நான்கு முழங்கொண்ட அளவு; four kinds of aeons viz., Krita, Treta, Dwapara and Kali; twins; yoke; earth; a kind of linear measurement.

யுகளம்: (பெ): இரட்டை; இரண்டு; twins; two.

யுகாதி: (பெ): கடவுள்; தெலுங்கு வருடப் பிறப்பு; யுகத்தின் தொடக்கம்; God; Yugadhi, Telugu New Year; beginning of an aeon.

யுகாந்தம்: (பெ): யுகமுடிவு; end of an aeon.

யுக்தி: (பெ): கூரிய அறிவு; பொருத்தம்; அனுமானம்; நியாயம்; ஆராய்வு; சூழ்ச்சி; வழிவகை; புத்திமதி; keen knowledge; suitability; guess; fairness; verifying; plot; means; advice. • நல்ல யுக்தியைக் கையாண்டால் நல்ல வழி பிறக்கும்.

யுஞ்சானன்: (பெ): உடற்பயிற்சி செய்பவன்; the person who is doing exercises.

யுத்தகளம்: (பெ): போர்க்களம்; battle field.

யுத்தசாரம்: (பெ): குதிரை; horse.

யுத்தமுகம்: (பெ): போர்முனை; battle-front.

யுத்தம்: (பெ): போர்; நான்கு முழம் கொண்ட அளவு; பொருத்தமானது; war; battle; a kind of linear measurement; that which is suitable.

யுத்தி: (பெ): யுக்தி; உபாயம்; அறிவுக் கூர்மை; guess; means; keen knowledge.

யுவ: (பெ): ஒரு தமிழ் வருடம்; Yuva, a Tamil year.

யுவதி: (பெ): 16 வயது நிரம்பிய இளம் பெண்; the girl aged sixteen.

யுவராசன்: (பெ): இளவரசன்; prince.

யுவன்: (பெ): 16 வயது நிரம்பிய இளைஞன்; young man aged sixteen.

யூ

யூகசாலி: (பெ): புத்திக்கூர்மையுள்ளவன்; one who has keen knowledge.

யூகம்: (பெ): எதிர்பார்ப்பு; கருத்து; காந்தி; வாதம்; படை வகுப்பு; படை; உடற்குறை; கோட்டான்; கருங்குரங்கு; பேன்; expectation; opinion; lustre; logic; military array; army; lameness; rock-horned owl; black monkey; louse.

யூகித்தல்: (வி): அனுமானித்தல்; to guess.

யூகை: (பெ): கல்வி; அறிவாளி; அறிவுக்கூர்மை; பேன்; education; wise person; keen knowledge; louse.

யூதநாயகன்: (பெ): படைத் தலைவன்; commander of an army.

யூதபதம்: (பெ): தலைமை யானை; பட்டத்து யானை; chief elephant; royal elephant.

யூதம்: (பெ): யானைக் கூட்டம்; பெரும்படை; பசுக்கூட்டம்; herds of elephants; large army; herds of cows.

யூதிகை: (பெ): முல்லை; a kind of jasmine.

யூபத்தம்பம்: (பெ): வேள்வித் தூண்; sacrificial pillar.

யூபம்: (பெ): வேள்வி; படை அணிவகுப்பு; உடற்குறை; sacrifice; military array; lameness.

யோ

யோகசத்தி: (பெ): நவச்சாரம்; ammonium chloride.

யோக சம்பந்தம்: (பெ): கூட்டம்; புணர்ச்சி; crowd; copulation.

யோக சரன்: (பெ): அனுமன்; Hanuman.

யோக சாதனை: (பெ): யோகப் பயிற்சி; practice of Yoga.

யோகபாதம்: (பெ): யோகத்தைப்பற்றிக் கூறும் சிவாகமம்; a Shivagama which describes Yogams.

யோகம்: (பெ): சேர்க்கை; புணர்ச்சி; நற்பேறு; உயர்ச்சி; ஊக்கம்; தகுதி; சூத்திரம்; வழி; மருந்து; ஏமாற்றுகை; மனதை ஒருநிலைப்படுத்திச் செய்யும் சூழ்நிலை தியானம்; connection; copulation; good fortune; excellence; encouragement; fitness; formula; means; medicine; cheating; meditation.

யோகாசனம்: (பெ): மூச்சைச் சீராக உள்ளிழுத்து வெளிவிட்டு உடலைப் பல நிலைகளில் இழுத்துச் செய்யும் மன ஒருமைப்பயிற்சி; series of exercises in postures for concentration and meditation.

யோகி: (பெ): யோகத்தின் வாயிலாக அசாதாரண சக்திகளைப்பெற்றவர்; சன்னியாசி; சிவபெருமான்; அய்யனார்; an ascetic of extraordinary powers acquired through Yoga practices; mendicant; sanniyasi; Lord Shiva; Ayyanar, a village deity.

யோகித்தல்: (வி): தியானித்தல்; to meditate.

யோகிப்பு: (பெ): தியானம்; meditation.

யோகினி: (பெ): காளியின் ஏவல் செய்யும் மகளிர்; தேவதை; the servant-maids of Goddess Kali; angel.

யோகு: (பெ): தியானம்; meditation.

யோக்கியதை: (பெ): தகுதி; நேர்மை; அருகதை; fitness; honesty; qualification.

யோக்கியம்: (பெ): ஒழுக்கம், நேர்மை ஆகியவை நிறைந்த தன்மை; reliability; integrity.

யோக்கியன்: (பெ): நேர்மையானவன்; honest person.

யோசனன்: (பெ): கடவுள்; God.

யோசனை: (பெ): சிந்தனை; கருத்து; புத்திமதி; அறிவுக்கூர்மை; ஓசை; ஒரு நீட்டலளவை; thinking; opinion; advice; keen knowledge; sound; a linear measure.

யோதனம்: (பெ): போர்; war; battle.

யோனி: (பெ): பெண்ணின் மர்மத்தானம்; கருப்பை; பிறவி; காரணம்; நீர்; the genital part of a woman; uterus; birth; reason; water.

யோனி பேதம்: (பெ): பலதரப்பட்ட பிறப்பு வகை; various kinds of births.

யௌ

யௌகிதம்: (பெ): பகுபதம்; divisible word.

யௌதகம்: (பெ): பெண்ணுக்கு வழங்கும் சீதனம்; things normally in kind given to the bride by her parents.

யௌதம்: (பெ): பெண்கள் கூட்டம்; a mass of women.

யௌவன கண்டகம்: (பெ): முகப்பரு; pimple.

யௌவன தசை: (பெ): இளமை; youth.

யௌவனம்: (பெ): இளமை; அழகு; களிப்பு; மகளிர் கூட்டம்; youth; beauty; joy; mass of women.

யௌவன லட்சணம்: (பெ): அழகு; beauty.

ர

ரகசியக்காப்புப் பிரமாணம்: *(பெ):* நாட்டின் அமைச்சர் பெருமக்கள் பதவியேற்பின்போது அமைச்சராகப் பதவியேற்பவர், அமைச்சர் என்ற முறையில் தனக்குத் தெரியவரும் தகவல்களை யாருக்கும் தெரியப்படுத்துவதில்லை என குடியரசுத் தலைவர் (அ) ஆளுநர் முன்பாகச் செய்யும் பிரமாணம்; Oath of Secrecy administered by the President or Governor to a minister before he assumes office.

ரகசியப் போலீஸ்: *(பெ):* சீருடை அணியாது சாதாரண உடையில் சென்று துப்பறியும் காவலர்; plain clothes detective (for criminal investigation, etc.).

ரகசியம்: *(பெ):* தனக்கு மட்டுமே தெரிந்து, பிறர் அறியாது காக்கப்படும் செய்தி; ஒரு சிலரைத் தவிர வேறு எவரும் அறியாத நிலை; அந்தரங்கம்; புதிர்; secret; secrecy; privacy; mystery.

ரகம்: *(பெ):* சில வேறுபாடுகளைக்கொண்டு தனித்து இனம் காணப்படுவது; வகை; தரத்தால் பிரிக்கப்படுவது; variety; kind; sort; class.

ரகளை: *(பெ):* தகராறு; கலாட்டா; குழப்பம்; கலவரம்; affray; fracas; confusion; revolt.

ரங்கராட்டினம்: *(பெ):* உயரமாக மேலெழுந்து விட்டப்பாதையில் சுற்றி வரும் ராட்டினம்; a type of Giant Wheel.

ரசகுல்லா: *(பெ):* ஓர் இனிப்புப் பண்டம்; a kind of sweetmeat.

ரசதமலை: *(பெ):* கயிலாய மலை; the Himalayas.

ரசம்: *(பெ):* புளியைக் கரைத்து; சீரகம், மிளகு ஆகியவற்றின் தூளைச் சேர்த்துக் கொதிக்க வைத்துச் செய்யும் திரவம்; இலக்கியம் போன்றவற்றில் உணர்ச்சி வெளிப்பாடு; பேச்சு, எழுத்து ஆகியவற்றின் இனிமை; a kind of tamarind soup; aesthetic emotion; captivating.

ரசீது: *(பெ):* பணம் பெற்றுக்கொண்டதற்குக் குறிப்பிட்டுக் கொடுக்கப்படும் சீட்டு; receipt.

ரசமட்டம்: *(பெ):* ஒரு பரப்பின் சமநிலையை அறிந்திடப் பயன்படுத்தும் சாதனம்; spirit level, an instrument used by the mason.

ரசவாதம்: *(பெ):* உலோகங்களைப் பொன்னாக மாற்றும் முயற்சி; the attempt to turn metals into gold; alchemy.

ரசாயனம்: *(பெ):* வேதியியல்; chemistry.

ரசித்தல்: *(வி):* ஈடுபாடு கொள்ளும் அளவுக்கு இன்மையாக இருப்பது; to relish.

ரசிகன்: *(பெ):* கலை, இலக்கியம் போன்றவற்றில் தேர்ந்த சுவை கொண்டவன்; திரைப்படம், விளையாட்டு போன்றவற்றில் ஈடுபாடு கொண்டு ரசிப்பவன்; connoisseur; fan.

ரசிகை: *(பெ):* ரசிகன் என்பதின் பெண்பால்; feminine of ரசிகன்.

ரஞ்சகம்: *(பெ):* இன்பத்தை அளிப்பது; something delightful.

ரஞ்சிதம்: *(பெ):* இன்பம் தருவது; something delightful.

ரணகளம்: *(பெ):* ஆயுதங்களால் தாக்கப்பட்டு இரத்தம் சிந்துமிடம்; battle field.

ரண சிகிச்சை: *(பெ):* அறுவை சிகிச்சை; surgery.

ரணம்: *(பெ):* இரத்தக் கசிவுடைய புண்; மனம் நொந்துபோன நிலை; bleeding wound; sore; great agony.

ரணஜன்னி: *(பெ):* தசை விறைப்பை உண்டாக்கும் ஜன்னி; tetanus.

ரதம்: *(பெ):* அரசர் போன்றோர் பயணம், போர் ஆகியவற்றிற்குப் பயன்படுத்திய குதிரைகளால் இழுக்கப்பட்ட வாகனம்; கோயில் தேர்; chariot of a king (in former times); temple car.

ரதி: *(பெ):* மன்மதனின் மனைவி; Rathi, wife of Kama Deva, the God of Love.

ரத்த அழுத்தம்: *(பெ):* இரத்த ஓட்டம் காரணமாக, இரத்தக்குழாயில் ஏற்படும் அழுத்தம்; இயல்பாக இருக்கவேண்டிய அளவுக்கு அதிகமாக (அ) குறைவாக இருந்திடும் இரத்த அழுத்தம்; the normal pressure in the blood vessels; high or low blood pressure.

ரத்த நாளம்: *(பெ):* இரத்தக் குழாய்; blood vessel.

ரத்தாகுதல்: *(வி):* ரத்து செய்யப்படுதல்; be cancelled.

ரத்தினக் கம்பளம்: *(பெ):* சிவப்பு நிறம் கூடுதலாகத் தெரியுமாறு பல்வேறு நிறங்களுடன் நெய்யப்படும் அலங்காரக் கம்பளம்; carpet of variegated colours (red being the dominant colour).

ரத்தினச் சுருக்கமாக: (வி.அ): குறைந்த சொற்களில் நேர்த்தியாக; briefly; compactly. • அண்ணாவின் பேச்சு **ரத்தினச் சுருக்கமாக** இருந்தது.

ரத்தினச் சுருக்கமான: (பெ.அ): குறைந்த சொற்களில் நேர்த்தியான; precise; concise.

ரத்தினம்: (பெ): அணிகலன்களில் பதிக்கப்படும் மரகதம், பவளம் போன்ற விலைமதிப்பு மிகுந்த இயற்கைப் பொருள்; gem. • சித்திரத்துக் bfh;nf **ரத்தினத்தைக் கக்கு** - *பழமொழி.*

ரத்து: (பெ): ரத்து செய்யப்படுதல்; cancellation.

ரத்து செய்தல்: (வி): வரி, கடன், சட்டம் போன்றவை இல்லாமல் செய்தல்; to cancel.

ரப்பர்: (பெ): ஒரு வகை மரப்பாலிலிருந்து (அ) செயற்கை முறையில் தயாரிக்கப்படுவதும், விசைக்கு உள்ளாகும்போது நீட்சி அடைந்து மீண்டும் பழைய நிலைக்கு வந்துவிடும் தன்மையையும் கொண்ட பொருள்; அழிப்பான்; rubber; eraser.

ரம்பம்: (பெ): கூரான பற்களைக்கொண்ட இரும்புத் தகடு பொருத்தப்பட்டு அறுப்பதற்குப் பயன்படும் கருவி; saw.

ரம்மியம்: (பெ): புலன்களுக்கு (அ) மனதிற்கு மகிழ்ச்சி தருவது; something pleasant. • பெண் **ரம்மியமான** குரலில் பாடினாள்.

ரம்ஜான்: (பெ): முகமதியரின் ஆண்டின் ஒன்பதாவது மாதத்தில் தினமும் காலை முதல் மாலை வரை உண்ணாது இருந்து மேற்கொள்ளும் நோன்பு; fasting in the month of Ramzan.

ரயில்: (பெ): புகைவண்டி; train.

ரவிக்கை: (பெ): முழங்கை வரையிலான கைப்பகுதியுடன் உடலின் மேல்பகுதியை மறைக்கும் வகையில் பெண்கள் அணியும் கழுத்துப்பட்டி இல்லாத இறுக்கமான உடை; close-fitting upper garment for women; blouse; Jacket.

ரவை: (பெ): பொடியாக உடைக்கப்பட்ட கோதுமை; சிலவகைத் துப்பாக்கிகளில் பயன்படுத்தும் சிறு உருண்டை வடிவங் கொண்ட ஈயக்குண்டு; semolina; small lead shot used in certain types of guns. • அவன் உடலிலிருந்து ஏழு **ரவைகள்** அகற்றப்பட்டன.

ரஜா: (பெ): விடுமுறை; holiday; vacation.

ரஸ்தா: (பெ): சாலை; road.

ரஸ்தாளிப் பழம்: (பெ): மெல்லிய தோலினைக் கொண்டதும் இனிப்புச் சுவையைக் கொண்டதுமான வாழைப்பழம்; a thin-skinned banana.

ரா

ராகம்: (பெ): இசைக் கலைஞர் தனது கற்பனைப்படி விரிவுபடுத்தும் வகையில் குறிப்பிட்ட மேலேறும் வரிசையிலும் கீழிறங்கும் வரிசையிலும் இருக்கும் ஸ்வரங்களின் அமைப்பு; the network of ascending and descending scale of notes which give the pattern of a melody.

ராகி: (பெ): கேழ்வரகு; ragi.

ராகு: (பெ): ஒன்பது கிரகங்களில் ஒன்று; one of the nine planets.

ராகுகாலம்: (பெ): ஒவ்வொரு நாளிலும், மங்களகரமான காரியங்களை நடத்த, நற்செயல்கள் துவங்க உகந்ததாக இல்லாத ஒன்றரை மணி நேரப் பொழுது; Raagukaalam, a period of 1½ hours of each day which is considered to be inauspicious.

ராசி: (பெ): மனஸ்தாபம், சண்டை போன்றவற்றால் பிரிந்துபோனவர்களிடையே உண்டாகும் சமரசம்; ஒருவர் பிறக்கும் நேரத்தில் அவரின் ஜாதகத்தில் சந்திரன் இருக்குமிடம்; நன்மைகளைத் தரும் அதிர்ஷ்டம்; reconciliation; zodiacal sign; good luck.

ராசிபலன்: (பெ): குறிப்பிட்ட ராசியில் பிறந்தவருக்கு உண்டாகக்கூடியதாகக் கணிக்கப்படும் நன்மை தீமைகள்; foretelling of one's future with reference to zodiacal signs.

ராட்சசன்: (பெ): பயங்கரத் தோற்றமும், பிரம்மாண்ட உருவமும் கொண்ட அரக்கன்; giant.

ராட்டினம்: (பெ): சகடை; பக்கவாட்டில் (அ) உயரமாக எழுந்து வட்டப்பாதையில் சுற்றிவரக்கூடியதுமான விளையாட்டுச் சாதனம்; pulley; merry-go-round.

ராட்டை: (பெ): நூல் சுற்றுவதற்கு உபயோகப்படும் கருவி; reel.

ராணி: (பெ): அரசி; queen.

ராணி ஈ 860 ரீதி

ராணி ஈ: (பெ): தேன்கூட்டில் இனப்பெருக்கத்திற்கு இன்றியமையாததாகவும், பிற தேனீக்களுக்குத் தலைமைத் தேனீயாக இருப்பதுமான தேனீ; queen bee.

ராணுவம்: (பெ): நாட்டைப் பாதுகாப்பதற்கும், தேவைப்பட்டால் பிற நாட்டைக் கைப்பற்றுவதற்காகவும் பயிற்சி அளிக்கப்பட்ட படைகளின் தொகுப்பு; army; military.

ராத்தல்: (பெ): பதின்மூன்று பலம் கொண்ட பழங்கால நிறுத்தலளவு; a weighing measure of 13 palam (455 grm) of former periods.

ராத்திரி: (பெ): இரவு; night.

ராந்தல்: (பெ): அரிக்கன் விளக்கு; hurricane lamp.

ராப்பாடி: (பெ): இரவு நேரத்தில் பாட்டுப்பாடி பிச்சை எடுப்பவன்; the person who goes around singing and begging during night hours.

ராஜகுமாரன்: (பெ): இளவரசன்; prince.

ராஜகுமாரி: (பெ): இளவரசி; princess.

ராஜகோபுரம்: (பெ): கோயிலின் கிழக்குப்புறமாக இருக்கும் உயரமான கோபுரம்; the tallest tower at the east gate of a temple.
- தஞ்சை **ராஜகோபுரம்** இன்றும் சிறப்புற்று விளங்குகிறது.

ராஜதந்திரம்: (பெ): முன்யோசனை, சாமர்த்தியம் ஆகியவை நிறைந்த வழிமுறை; diplomacy.

ராஜதந்திரி: (பெ): பிற நாடுகளுடன் சீரான உறவு இருப்பதற்கான பணிகளை மேற்கொள்ளும் அதிகாரி; diplomat.

ராஜபாட்டை: (பெ): அரசர் போன்றோர் செல்வதற்காக அமைக்கப்பட்ட அகன்ற பெருவீதி; broad street meant for the use of kings.

ராஜ பிளவை: (பெ): முதுகின் மையப்பகுதியில் உண்டாகி, கடும் வலியை உண்டாக்கும் பெரிய கட்டி; carbuncle.

ராஜ மரியாதை: (பெ): முக்கிய நபர்களுக்கு அளிக்கப்படும் சிறப்பான வரவேற்பு; lavish hospitality.

ராஜா: (பெ): அரசன்; king.

ராஜாத்தி: (பெ): ராணி; queen.

ராஜினாமா: (பெ): பதவி விலகல்; resignation.

ராஜ்ஜியம்: (பெ): ஆளுகைக்கு உட்பட்ட நாடு (அ) பகுதி; ஆட்சி; country; rule.

ரி

ரிக்ஷா: (பெ): காலால் மிதித்து (அ) இயந்திர விசையால் நகரக்கூடியதும், இரண்டு பேர் அமர்ந்து செல்லக்கூடியதுமான மூன்று சக்கரங்களைக் கொண்ட வாகனம்; rickshaw.

ரிஷபம்: (பெ): காளை; காளையைக் குறியீட்டு வடிவமாகக் கொண்ட இரண்டாவது ராசி; bull as the mount of Shiva; the second constellation of the zodiac having the bull as its sign; Taurus.

ரிஷி: (பெ): முனிவர்; sage.

ரிஷிபத்தினி: (பெ): முனிவரின் மனைவி; sage's wife.

ரிஷிமூலம்: (பெ): ஒரு முனிவரின் பிறப்பு, குலம், குடும்பம் ஆகியவை பற்றிய விவரம்; ancestry and parentage of a sage.
- **ரிஷிமூலம்** அறியக்கூடாதது.

ரீ

ரீங்கரித்தல்: (வி): வண்டு போன்றவை சீராகவும், தொடர்ச்சியாகவும் காதினைத் துளைப்பது போன்று ஒலி எழுப்புதல்; hum of the bees, etc.

ரீங்காரம்: (பெ): வண்டு போன்றவற்றின் ஒலி; humming of the bees, etc.

ரீதி: (பெ): முறை; ஒழுங்கு; போக்கு; manner; means; course.

ரு

ருசி: ***(பெ):*** சுவை; சுவாரஸ்யம்; taste; juicy part of something.

ருசித்தல்: ***(வி):*** சுவைத்தல்; to taste something with relish.

ருசு: ***(பெ):*** அத்தாட்சி; ஆதாரம்; சான்று; evidence; proof.

ருதுவாதல்: ***(வி):*** பூப்பெய்துதல்; to attain puberty.

ருத்திராட்சம்: ***(பெ):*** உருத்திராக்கம்; rudraksha nut. • **ருத்திராட்சப் பூனை** உபதேசம் பண்ணியது போல - *பழமொழி.*

ருமேனியா: ***(பெ):*** ஒரு பழ வகை; ஒரு நாடு; a kind of fruit, a country.

ரூ

ரூபம்: ***(பெ):*** உருவம்; வடிவம்; அழகு; form; beauty.

ரூபாய்: ***(பெ):*** இந்தியாவிலும், வேறுசில நாடுகளிலும் நாணயத்தின் அடிப்படை அலகு; நாணயம்; unit of currency; coin; currency.

ரே

ரேகை: ***(பெ):*** மனிதர்களின் கை, கால் விரல்களின் உட்புறத்தில் ஒருவருக்கொருவர் வேறுபட்டு அமைந்திருக்கும் கோடுகள்; பாகைக்கோடு; lines on the palm of fingers or on the sole; imaginary line drawn on the map of the earth. • உயிரே போனாலும் **கைரேகை** போகாது.

ரேக்கு: ***(பெ):*** தங்கத்தகடு; புத்தகங்கள் அடுக்கி வைப்பதற்கான இரும்புத் தகடுகள்; the thin strip of gold; a rack.

ரேக்ளா வண்டி: ***(பெ):*** ஒருவர் அமர்ந்து செல்லக்கூடிய ஒற்றைக் குதிரை (அ) ஒற்றை மாட்டு வண்டி; small, slim-built, fast moving cart with one seat drawn by a horse or a bull.

ரேந்தை: ***(பெ):*** பெண்களின் ரவிக்கை, பாவாடை போன்ற ஆடைகளில் இணைக்கப்படும் வேலைப்பாடுகளுடன் கூடிய பின்னல் துணி; lace.

ரேவதி: ***(பெ):*** இருபத்தேழு நட்சத்திரங்களுள் கடைசி நட்சத்திரம்; Revathi, the twenty-seventh star.

ரேழி: ***(பெ):*** முன்பக்க வாசல், முதல் கட்டு ஆகியவற்றின் இடையே நடைபாதை போன்று அமைந்திருக்கும் பகுதி; narrow passage between the entrance and the living room (of old-type house).

ரொ

ரொக்கம்: *(பெ):* உடனடியாகத் தரப்படும் பணம்; ready cash.

ரொட்டி: *(பெ):* கோதுமை மாவு, சர்க்கரை போன்றவற்றைக் கலந்து பிசைந்து சுட்டு எடுக்கும் உணவுப் பண்டம்; சப்பாத்தி; bread; unleavened bread.

ரொம்ப: *(வி.அ):* அதிகமாக; நிரம்ப; very much; long.

ரோ

ரோகம்: *(பெ):* நோய்; வியாதி; தொழுநோய்; disease; leprosy.

ரோகி: *(பெ):* நோயாளி; குஷ்ட ரோகி; தொழு நோயாளி; sick person; leper.

ரோகிணி: *(பெ):* இருபத்தேழு நட்சத்திரங்களுள் நான்காவது நட்சத்திரம்; Rohini, the fourth of the twenty-seven stars.

ரோதனை: *(பெ):* தொந்தரவு; தொல்லை; trouble; vexation.

ரோந்து: *(பெ):* காவல்புரிய வேண்டி, காவல் துறையினர் (அ) ராணுவத்தினர் சுற்றி வருதல்; patrol by the police or army.

ரோமக்கால்: *(பெ):* முடியைத் தோலுடன் இணைத்திருக்கும் அடிப்பகுதி; root of the hair.

ரோமம்: *(பெ):* முடி; மயிர்; hair; (of sheep, etc.) wool. • அவனுக்கு உடம்பெல்லாம் **ரோமம்.**

ரோஜா: *(பெ):* வெளிர் சிவப்பு (அ) இளஞ்சிவப்பு நிறத்தில் அடுக்கான இதழ்களைக் கொண்ட மலர்; rose. • முள்ளில் **ரோஜா.**

ரோஷம்: *(பெ):* தன்மான உணர்ச்சி; self-respect; sensitivity; pride.

ரௌ

ரௌடி: *(பெ):* கலாட்டா (அ) அடாவடித்தனம் செய்பவன்; rogue; rowdy.

ரௌத்திரம்: *(பெ):* கடுமையான கோபம்; wrath. • **ரௌத்திரம்** பழகு - *பாரதியார்.*

ல

லகரம்: *(பெ):* லட்சம் என்னும் எண்ணைக் குறிப்பிடும் சொல்; a term denoting the number 1,00,000 (lakh).

லகரி: *(பெ):* இன்ப மயக்கம்; entrancing experience.

லகான்: *(பெ):* கடிவாளம்; reins.

லக்கினம்: *(பெ):* சூரிய உதயத்தைப் பொறுத்து ஒரு நாளில் குறிப்பிட்ட நேரத்து நிகழ்ச்சிகளைக் கட்டுப்படுத்தும் ராசி; zodiacal sign influencing events at any given time of a day with reference to the time of sunrise.

லங்கணம்: *(பெ):* பட்டினி; fast. ● **லங்கணம்** பரம ஔடதம் - *பழமொழி.*

லங்கோடு: *(பெ):* நாடா இணைக்கப்பட்ட கோவணம்; a kind of loin-cloth.

லஞ்சம்: *(பெ):* தனக்குச் சாதகமாக ஒரு காரியத்தை முடித்துத் தருவதற்கு, அதிகாரம், செல்வாக்கு உடையவருக்கு முறையற்ற வழியில் கொடுக்கப்படும் பணம் (அ) பொருள்; bribe.

லடாய்: *(பெ):* தகராறு; வாய்ச்சண்டை; quarrel; wordy duel. ● தொழில்துறையில் அவர்கள் இருவருக்கும் **லடாய்** ஏற்பட்டு விட்டது.

லட்சணம்: *(பெ):* அழகு; பொருத்தமான குணம்; beauty; proper quality.

லட்சம்: *(பெ):* ஆயிரத்தின் நூறு மடங்கு; lakh.

லட்சாதிபதி: *(பெ):* பெரும் பணக்காரன்; millionaire.

லட்சார்ச்சனை: *(பெ):* கோயிலில் இறைவனின் பெயரை லட்சம் முறை கூறிச் செய்திடும் வழிபாடு; a form of worship where the names of the deity are chanted 1,00,000 times by one person or many persons (in temples).

லட்சியம்: *(பெ):* வாழ்க்கையில் அடைய விரும்பிடும் உன்னத நிலை; குறிக்கோள்; ideals; objective.

லட்சியவாதி: *(பெ):* உயர்ந்த லட்சியம் கொண்டவர்; idealist.

லட்சுமி: *(பெ):* திருமகள்; Lakshmi, the Goddess of Wealth.

லட்சுமிகடாட்சம்: *(பெ):* செல்வ வளமை; affluence as a mark of the blessings of Lakshmi, the Goddess of Wealth.

லட்சோப லட்சம்: *(பெ):* பல லட்சம்; millions.

லட்டு: *(பெ):* உருண்டை வடிவம் உடைய தின்பண்டம்; a ball-shaped sweetmeat.

லத்தி: *(பெ):* குதிரை, யானை போன்ற விலங்குகளின் சாணம்; காவலர்கள் வைத்திருக்கும் உருண்டையான நீண்ட கழி; dung of horse, elephant, etc.; policemen's baton; cane; lathi

லபக்கென்று: *(வி.அ):* திடீரென்று; சட்டென்று; விரைவாக; அப்படியே; suddenly; quickly; in one lump. ● காவலாளி திருடனை **லபக்கென்று** பிடித்தார்.

லபித்தல்: *(வி):* வாய்த்தல்; be destined to have.

லம்பாடி: *(பெ):* நாடோடி வாழ்க்கை வாழும் கூட்டம்; a nomadic tribe.

லயம்: *(பெ):* ராக தாளங்களுக்கு உரித்தான ஓசை ஒழுங்கு; the harmonious blending of Ragam, Thalam.

லயித்தல்: *(வி):* மனம் ஒன்றுதல்; to become one with.

லயிப்பு: *(பெ):* ஆழ்ந்த ஈடுபாடு; being engrossed in something.

லவங்கப்பட்டை: *(பெ):* சமையலில் வாசனைக்காகச் சேர்க்கப்படும் ஒரு வகை மரத்தின் பட்டை; cinnamon used in cooking.

லவங்கம்: *(பெ):* கிராம்பு; clove.

லஜ்ஜை: *(பெ):* வெட்கம்; bashfulness.

லா

லாகிரி: *(பெ):* ஒரு வகை போதை வஸ்து; a kind of intoxicating thing.

லாடு: *(பெ):* சில இனிப்புப் பண்டங்களின் உருண்டை வடிவம்; spherical shape of some sweetmeats.

லாந்தர்: *(பெ):* அரிக்கேன் விளக்கு; hurricane lamp.

லாந்துதல்: *(வி):* இங்கும் அங்குமாக நடத்தல்; to roam; to walk about.

லாபம்: *(பெ):* செய்த முதலீடு (அ) செய்த செலவுக்கு அதிகப்படியாகக் கிடைக்கும் வருமானம்; profit.

லாம்பெண்ணை: *(பெ):* மண்ணெண்ணெய்; kerosene.

லாயக்கு: *(பெ):* ஒன்றினைப் பயன்படுத்திட (அ) செய்திட ஏற்ற தன்மை; being fit for something.

லாயம்: *(பெ):* குதிரை கட்டுமிடம்; stable.

லாவகம்: *(பெ):* சிரமத்தை அதிகமாக வெளிப்படுத்திக்கொள்ளாத எளிமையுடன் கூடிய நளினம்; ease; facility.

லாவண்யம்: *(பெ):* அழகு; beauty.

லாவணி: *(பெ):* காமன் எரிந்தானா அல்லது எரியவில்லையா என்று எரிந்த கட்சி, எரியாத கட்சி என இருவர் விவாதம் செய்வது போன்று பாடல்களைப் பாடி நடத்தும் கலை நிகழ்ச்சி; a performance in which songs are sung debating an issue usually on a mythological subject.

லி

லிகிதம்: *(பெ):* கடிதம்; letter.

லிங்கம்: *(பெ):* உயர்ந்த வட்ட வடிவப் பகுதியின் மையத்தில் மேல்நோக்கிய நீள் உருண்டையாகச் செய்த (கல், ஸ்படிகம் போன்றவற்றால்) வடிவம்; ஆண் குறி; symbol of Lord Shiva in stone or other material; the genital part of a man, phallus.

லிபி: *(பெ):* எழுத்து; letter, script.

லீ

லீலை: *(பெ):* புராணங்களில் இறைவன் நிகழ்த்தும் விளையாட்டு; பெண்களுடனான கேளிக்கை; (in puranas) sports of God (to try the devotees); amorous adventure. • பிரபுலிங்க **லீலை** என்பது ஒரு வகை நூல்.

லு

லுங்கி: *(பெ):* கைலி; a kind of dhothi, the two ends of which are sewn together.

லூ

லூட்டி: *(பெ):* பிறருக்குத் தொல்லையாக அமைந்திடும் விளையாட்டுத்தனமான நடவடிக்கை; nuisance.

லெ

லெவி: *(பெ):* விவசாயிகள், நெல் வியாபாரிகள் போன்றோர்களிடம் அரசு கட்டாயமாகச் செய்யும் கொள்முதல்; compulsory procurement of paddy from the farmers and paddy traders, levy.

லே

லேகியம்: *(பெ):* குறிப்பிட்ட மூலிகை மருந்துப் பொருட்களின் தூள்களுடன் நெய் கலந்து பாகுபோலக் காய்ச்சித் தயாரிக்கும் மருந்து; semi-liquid preparation from herbs, etc., taken as medicine or for general health; electuary. • ரோஜாப்பூ **லேகியம்** உடல் நலத்திற்கு ஏற்றது.

லேசாக: *(வி.அ):* சிறிதளவாக; குறைந்த அளவில்; slightly; lightly.

லேசான: *(பெ.அ):* சிறிதளவான; குறைந்த அளவிலான; slight; light.

லேசு: *(பெ):* கனமில்லாதது; சுலபம்; எளிது; light in weight; effortlessness; easy in means.

லேவாதேவி: *(பெ):* வட்டிக்குப் பணம் கொடுத்து வாங்கும் தொழில்; money lending.

லொ

லொட்டு லொசுக்கு: *(பெ):* முக்கியமில்லாத வேறு பிற; some other unimportant thing. • **லொட்டு லொசுக்கு எல்லாம் எடுத்து வை.**

லோ

லோகம்: *(பெ):* உலகம்; வாழும் இடம்; world; earth.

லோகாயுதம்: *(பெ):* பொருட்களே முதலில் தோன்றியவை, உண்மையானவை, அனைத்திற்கும் அடிப்படையானவை என்று கூறும் தத்துவம்; materialism.

லோட்டா: *(பெ):* நீள் உருண்டை வடிவங்கொண்ட குவளை; tumbler.

லோபி: *(பெ):* கருமி; கஞ்சன்; miser.

லோல்படுதல்: *(வி):* பலவிதங்களிலும் சிரமத்திற்கு உள்ளாகுதல்; திண்டாடுதல்; be plagued by; to feel wretched.

லோலாக்கு: *(பெ):* தொங்கட்டான்; a pendant fastened to the ear lobe.

லௌ

லௌகீகம்: *(பெ):* பொருள் சார்ந்த வாழ்க்கை; உலக நடைமுறை; worldly affairs; temporal life; worldly wisdom; prudence.

வ

வ: *(பெ):* ¼ என்னும் பின்ன எண்ணின் குறி; the letter indicating the symbol of the number ¼.

வகதி: *(பெ):* காற்று; எருது; நண்பன்; wind; bull; friend.

வகந்தம்: *(பெ):* காற்று; குழந்தை; wind; child.

வகம்: *(பெ):* காற்று; வழி; குதிரை; ஊர்தி; wind; way; path; horse; vehicle.

வகிடு: *(பெ):* வகிர்ந்த முன்தலை முடியின் இடைவெளி ஒழுங்கு; parting in woman's hair from the crown to the forehead. • **வகிடு** எடுத்து தலை சீவு.

வகித்தல்: *(வி):* தாங்குதல்; நிர்வகித்தல்; ஏற்றுக் கொள்ளுதல்; to carry; to maintain; to undertake.

வகிரங்கமான: *(பெ.அ):* வெளிப்படையான; frank; apparent.

வகுஞ்சம்: *(பெ):* இரவு; night.

வகுத்தல்: *(வி):* பிளத்தல்; பிரித்தல்; பகுபதம்; be disunited; to part; to analyse a word.

வகுத்தான்: *(பெ):* இறைவன்; ஊழ்; God; fate; destiny.

- **வகுத்தான்** வகுத்த வகையல்லால் கோடி
  தொகுத்தார்க்கும் துய்த்தல் அரிது. *- குறள் 377.*

வகுத்திரம்: *(பெ):* தெப்பம்; raft.

வகுதி: *(பெ):* வகுப்பு; class.

வகுந்து: *(பெ):* வழி; way; path.

வகுப்பு: *(பெ):* மாணவர்கள் படித்து கடந்திட வேண்டிய பல பிரிவுகளுள் ஒன்று; பிரிவு; சாதி; தரம்; தடுக்கப்பட்ட அறை; பொலிவு; அழகு; சத்தம்; கூறுபடுத்துகை; standard; class in a school; division; caste; quality; cabin; beauty; sound; dividing.

வகுப்பு வாதம்: *(பெ):* சாதிமத அடிப்படையில் மக்களைப் பிரிக்கும் போக்கு; communalism.

வகுமை: *(பெ):* மகிழ்ச்சி; happiness; joy.

வகுலி: *(பெ):* மீன்; fish.

வகுளம்: *(பெ):* மகிழ மரம்; a kind of tree.

வகுளாபரணர்: *(பெ):* நம்மாழ்வார்; Nammazhwar, a Vishnu devotee.

வகுளி: *(பெ):* ஒலி; sound.

வகைதெரிவு: *(பெ):* பகுத்தறிவு; discrimination.

வகைப்பாடு: *(பெ):* வகை வகையாகப் பிரிக்கப்பட்டது; classification.

வகையறா: *(பெ):* குறிப்பிடப்படுவதுடன் தொடர்புடைய மற்றவை; and the rest; *etcetera.*

வகையறிதல்: *(வி):* வழிதனை அறிதல்; to know the way.

வகையறுதல்: *(வி):* கதியற்றுப்போதல்; to impoverish.

வகையார்: *(பெ):* இனத்தார்; kith and kin; relations.

வகை: *(பெ):* கூறுபாடு; சாதி; இனம்; முறை; வழி; காரணம்; தந்திரம்; வலிமை; தன்மை; division; caste; class; manner; way; means; cause; trick; strength; nature; quality.

- **வகையறச்** சூழா தெழுதல் பகைவரைப்
  பாத்திப் படுப்பதோ ராறு. *- குறள் 465.*
- **வகையறிந்து** வல்லவை வாய்சோரார் சொல்லின்
  தொகையறிந்த தூய்மை யவர். *- குறள் 721.*

வக்கடை: *(பெ):* நீர் பாய்வதற்காக வயல் வரப்பில் வெட்டிய ஓடை; streamlet in between the ridges of the paddy-fields.

வக்கணை: *(பெ):* நிந்தை; போற்றுரை; வருணனை; பட்டப்பெயர்; நாகரிகம்; ஒழுங்கு; திறமையான பேச்சு; vilification; abuse; praise; description; commentary; title; fashion; manner; oratory.

வக்கரி: *(வி):* வக்கிரம் (அ) விகாரம் அடைதல்; விகாரமான சிந்தனையுடன் இருத்தல்; be crooked, to retrograde; be perverse.

வக்கரை: *(பெ):* பற்கறை; tartar.

வக்கா: *(பெ):* கொக்கு வகை; சிப்பி வகை; a kind of crane; a kind of shell.

வக்காணம்: *(பெ):* ஆலாபனம்; improvised introduction to a melody.

வக்காலத்து: *(பெ):* வழக்கறிஞருக்குக் கொடுக்கும் அதிகாரப் பத்திரம்; Power of Attorney given to an advocate by a party to a suit.

வக்காலத்து வாங்கு: *(வி):* மற்றொருவருக்காக ஒருவர் பரிந்துகொண்டு வருதல்; ஒருவரின் சார்பாகப் பேசுதல்; to hold a brief for.

வக்கிரக்கண்: *(பெ):* மாறு கண்; squint-eye.

வக்கிரக் கிரீவம்: *(பெ):* ஒட்டகம்; camel.

வக்கிர சந்திரன்: *(பெ):* இளம்பிறை; crescent moon.
வக்கிர தந்தம்: *(பெ):* வளைந்த பல்; curved tooth.
வக்கிரதுண்டன்: *(பெ):* விநாயகப் பெருமான்; Lord Vinayaka.
வக்கிர நாசிகம்: *(பெ):* கிளி; ஆந்தை; parrot; owl.
வக்கிரம்: *(பெ):* வளைவு; வட்டம்; பொய்; கொடுமை; நேர்மையற்ற செலவு; பொறாமை; கலக்கம்; வஞ்சனை; கோணல் வழி; curve; circle; falsehood; severity; unfair expense; envy; confusion; deceit; curved path.
வக்கிரன்: *(பெ):* சனி; மாறுபாடுள்ளவன், குரூரன்; செவ்வாய்; உருத்திரன்; ஓர் அசுரன்; the Planet Saturn; one who differs from others; cruel person; the Planet Mars; Rudra; an Asura.
வக்கிராங்கம்: *(பெ):* அன்னப்பறவை வகை; a kind of swan.
வக்கிரித்தல்: *(வி):* நேராக இல்லாமல் கோணியிருத்தல்; ஆலாபனம் செய்தல்; மாறுபட்டிருத்தல்; be crooked; to make improvised introduction to a melody; be at variance.
வக்கீல்: *(பெ):* வழக்கறிஞர்; advocate.
வக்கு: *(பெ):* வேகுகை; தோல்; ஊமைக்காயம்; நீர்த்தொட்டி; சிறுநீரகம்; வழி; boiling; roast; skin; wound; water tank; kidney; means.
வக்குதல்: *(வி):* வதக்குதல்; to roast.
வக்குத்திரிகரணம்: *(பெ):* படுக்கை; bed.
வக்குரித்தல்: *(வி):* வேகுதல்; to boil.
வங்கக் கல்: *(பெ):* சுக்கான் கல்; kunkur lime.
வங்கணக்காரன்: *(பெ):* கள்ளக்காதலன்; உற்ற நண்பன்; paramour; intimate friend.
வங்கணத்தி: *(பெ):* உற்ற தோழி; கொடியவள்; intimate female friend; cruel woman.
வங்கணம்: *(பெ):* காதல்; நட்பு; தகுதி; செடிவகை; love; friendship; fitness; a kind of plant.
வங்கணன்: *(பெ):* கள்ளக் காதலன்; உற்ற நண்பன்; கொடியவன்; paramour; intimate friend; cruel man.
வங்க நீர்: *(பெ):* கடல்; sea.
வங்கப்பற்று: *(பெ):* உலோகங்களைப் பற்ற வைக்கும் கலவை, பற்றாசு; solder for metal.
வங்கம்: *(பெ):* கப்பல்; ஊர்தி வகை; ஈயம்; தகரம்; துத்தநாகம்; வெள்ளி; ஒரு நாடு; ஒரு மொழி; அலை; வளைவு; கருத்து; வறுமை; கத்தரிச் செடி; ship; a kind of vehicle; lead; tin; zinc; silver; a country; a language; wave; curve; opinion; poverty; brinjal plant.
வங்கர்: *(பெ):* வங்க தேசத்தவர்; நெய்தல் நில மக்கள்; those who belong to Bangladesh; inhabitants of coastal region.
வங்கன்: *(பெ):* வறிஞன்; சண்டாளன்; destitute person; base person.
வங்கா: *(பெ):* பறவை வகை; ஊதுகொம்பு வகை; a bird; a pipe made of ram's horn.
வங்காரம்: *(பெ):* பொன்; gold.
வங்காளி: *(பெ):* வங்க நாட்டார்; வங்கமொழி; வாழை; Bengali; Bengali language; plantain.
வங்கி: *(பெ):* தோள்அணி வகை; சம்பா நெல் வகை; கொடி வேலி; பணச் சேமிப்பு செய்யுமிடம்; a kind of ornament; a kind of armlet; a kind of paddy; a herb; bank.
வங்கிசம்: *(பெ):* வம்சம்; descent.
வங்கியம்: *(பெ):* மூங்கில்; இசைக்குழல்; bamboo; reed pipe.
வங்கு: *(பெ):* எலி வளை; மலைக்குகை; மரப்பொந்து; கழுதைப்புலி; rat hole; mountain cavern; hollow space in a tree; hyena.
வங்கூழ்: *(பெ):* காற்று; wind.
வங்கை: *(பெ):* குறும்பு; பகை; mischief; enmity.
வசக்கட்டு: *(பெ):* ஆட்சி; ஒப்படைத்த பொருள்; செலவுக்காகக் கொடுக்கப்பட்ட பணம்; rule; delivered thing; petty cash.
வசக்குதல்: *(பெ):* வயப்படுத்துதல்; to bring someone under influence.
வசங்கண்டவன்: *(பெ):* உண்மையறிந்தவன்; ஒரு வகைப் பழக்கத்தில் தன்னை ஈடுபடுத்திக் கொண்டவன்; அனுபவஸ்தன்; one who realizes; a man addicted to a habit; man of experience.
வசங்கெட்டவன்: *(பெ):* விருப்பமற்றவன்; ஒழுங்கீனன்; நோய்வாய்ப்பட்டவன்; நிலைமை கெட்டவன்; reluctant person; man of bad habits; man who is not in good health; man in reduced circumstances.
வசஞ்செய்: *(வி):* வசப்படுத்து; entice.
வசதி: *(பெ):* நல்லிருப்பிடம்; வீடு; இரவு; comfortable place; house; night.
வசநாவி: *(பெ):* நஞ்சு; poison.
வசந்த காலம்: *(பெ):* இளவேனில்; spring season.
வசந்த தரு: *(பெ):* மாமரம்; mango tree.
வசந்ததூதம்: *(பெ):* குயில்; மாமரம்; சித்திரை மாதம்; பாதிரி மரம்; ஒரு பண் வகை; koel; bird; mango tree; the Tamil month, Chithirai; trumpet flower tree; a kind of melody.
வசந்த மலர்: *(பெ):* இலவங்கம்; clove.
வசந்தம்: *(பெ):* இளவேனிற் பருவம்; சித்திரை மாதம்; நறுமணம்; தென்றல் காற்று; மணப்பொடி; காதற் பேச்சு; ஒரு பண் வகை; சிறிய முத்து; spring season; the Tamil month, Chithirai; fragrance; south wind; perfumed dust; amorous talk; a kind of melody; small pearl.
வசந்த ருது: *(பெ):* இளவேனிற் பருவம்; spring season.

வசந்தன்: *(பெ):* மன்மதன்; காமனின் நண்பன்; இளவேனிற் காலத்துக்குரிய தேவன்; தென்றல்; ஒரு கூத்து வகை; Kama Deva, the God of Love; Cupid; Vasanthan, a friend of Kama Deva, the deity of spring season; south wind; a kind of dance.

வசந்தா: *(பெ):* ஒரு பண் வகை; a kind of melody.

வசந்தி: *(பெ):* இருவாட்சி; a kind of fragrant jasmine.

வசந்திகை: *(பெ):* தேமல்; yellow spots spreading about the breasts of woman.

வசந்தோற்சவம்: *(பெ):* காமனைப் போற்றி வழிபடும் பண்டிகை; வசந்த காலத்தில் நடைபெறும் வருடாந்திர கோயில் திருவிழா; the festival in honour of Kama Deva; an annual temple festival in the spring season.

வசப்படுதல்: *(வி):* வயப்படுதல்; ஒருவரின் ஆளுமைக்கு வந்திடுதல்; to submit; be brought into one's possession.

வசம்: *(பெ):* தன்வயம்; ஆட்சி; ஒழுங்கு; பக்கம்; வசம்பு; possession; power; control; order; side; sweet flag.

வசம்பு: *(பெ):* ஒரு வகை மருந்துச் செடி வகை; sweet flag.

வசரம்: *(பெ):* கோழி; fowl.

வசவன்: *(பெ):* பசுவின் ஆண் கன்று; male calf.

வசலி: *(பெ):* தேவதாசி; ஒழுக்கமில்லாதவள்; girl dancing in temple; unchaste woman.

வசவு: *(பெ):* இழிவுரை; raillery; abusive language.

வசனம்: *(பெ):* சொல்; உரைநடை; பழமொழி; பேச்சு; உடை; நோன்பு; word; prose; proverb; dialogue; dress; ceremonial fasting.

வசன்: *(பெ):* எல்லை; நேர்; limit; straight.

வசி: *(பெ):* பிளவு; கூர்மை; தழும்பு; வாள்; சூலம்; வசியம்; இருப்பிடம்; தேற்றுதல்; குற்றம்; மழை; வெள்ளை வெங்காயம்; cleft; sharpness; scar; sword; trident; art of bringing a person under control; abode; appeasing; fault; rain; garlic.

வசிகம்: *(பெ):* மிளகு; pepper.

வசிகரம்: *(பெ):* அழகு; சீந்திற்கொடி; beauty; a herb.

வசிதல்: *(வி):* பிளவுபடுதல்; வெட்டுப்படுதல்; வளைதல்; to split; to cut; to bend.

வசித்தல்: *(பெ):* வாழ்தல்; தங்குதல்; to live; to abide.

வசித்துவம்: *(பெ):* எண் வகை சித்திகளுள் ஒன்று; யாரையும் தன்வயப்படுத்தும் தன்மை; one of the eight kinds of siddhis; mesmerism.

வசியம்: *(பெ):* வசப்படுகை; காதல்; ஒரு வித்தை; கிராம்பு; being subjugated; devoted love; magic art of bringing a person under control; clove.

வசியை: *(பெ):* கற்புடைய மாது; chaste woman.

வசிரம்: *(பெ):* கடலுப்பு; ஆனைத் திப்பிலி; salt; a herb.

வசீகர சக்தி: *(பெ):* கவர்ந்திழுக்கும் சக்தி; power of attraction.

வசீகரணம்: *(பெ):* கவர்ச்சி; கீழ்ப்படுகை; மோகம்; வசீகரம்; attraction; subjugation; fascination; enchantment.

வசீகரம்: *(பெ):* கவர்ச்சி; வசமாகுகை; attraction; subjugation.

வசீகரன்: *(பெ):* பிறரைத் தன்வசப்படுத்துபவன்; one who fascinates and charms.

வசீரன்: *(பெ):* குதிரை வீரன்; திப்பிலி; cavalier; long pepper.

வசு: *(பெ):* சுடர்; அக்கினி தேவன்; பொன்; செல்வம்; கதிர்; இரத்தினம்; நீர்; மரம்; பசுவின் கன்று; வெள்ளை வெங்காயம்; எண் வகை வசுக்கள்; flame; the God of Fire; gold; wealth; rays; gem; water; tree; calf; garlic; eight kinds of Vasus, a class of celestial beings.

வசுகம்: *(பெ):* எருக்கஞ்செடி; yercum.

வசுகி: *(பெ):* மேரு மலை; Mount Meru.

வசுந்தரை: *(பெ):* பூமி; earth.

வசூரித்தல்: *(வி):* வரி போன்றவற்றை வசூலித்தல்; to collect the taxes; etc.

வசை: *(பெ):* பழிப்பு; நிந்தை, இகழ்ச்சி; குற்றம்; மகள்; மலட்டுப்பசு; அகப்பை; பெண் யானை; கணவனுடன் பிறந்தாள்; நிணம்; மனைவி; reproach; censure; vilification; abuse; fault; daughter; sterile cow; wooden ladle; she-elephant; sister of one's husband; fat; flesh; wife.

- *வசையொழிய வாழ்வாரே வாழ்வார் இசையொழிய வாழ்வாரே வாழா தவர்.* *- குறள் 240.*

வசைத்தல்: *(வி):* சூழ்தல்; வளைத்தல்; to surround; to bend.

வசையுநர்: *(பெ):* பழிப்போர்; பகைவர்; persons who abuse; enemies.

வசைவு: *(பெ):* பழிப்பு; குற்றம்; reproach; fault.

வச்சகம்: *(பெ):* மலை; மல்லிகை; வெட்பாலை; mountain; jasmine; a herb.

வச்சணத்தி: *(பெ):* அன்பு; love; fondness.

வச்சநாபி: *(பெ):* நச்சுக்கொடி வகை; a kind of poisonous creeper.

வச்சம்: *(பெ):* ஒரு நாடு; கன்று; a country; calf.

வச்சயம்: *(பெ):* கலைமான்; rein-deer.

வச்சரி: *(பெ):* வேம்பு; margosa.

வச்சலமணி: *(பெ):* கோரோசனை; bezoar taken from the stomach of cows.

வச்சிர கங்கடன்: *(பெ):* அனுமன்; Hanuman.

வச்சிரக்கட்டு: (பெ): உறுதியான கட்டமைப்பு; strong build.

வச்சிரக்கல்: (பெ): வைரம்; diamond.

வச்சிரக்காயம்: (பெ): ஒரு மருந்து; a medicine.

வச்சிரசரீரம்: (பெ): உறுதியான உடம்பு; strong body.

வச்சிரதரன்: (பெ): இந்திரன்; Lord Indra.

வச்சிரதுண்டன்: (பெ): கருடன்; கொக்கு; வலிமையானவன்; white-headed kite; crane; strong man.

வச்சிர நிம்பம்: (பெ): கருவேம்பு; a kind of neem tree.

வச்சிரப்படை: (பெ): இந்திரனின் ஆயுதம்; Lord Indra's weapon.

வச்சிரபாதம்: (பெ): இடிபேறு; thunderbolt.

வச்சிரபீசம்: (பெ): கழற்சிக்காய்; molucca bean.

வச்சிரமணி: (பெ): வைரக்கல்; diamond.

வச்சிரம்: (பெ): ஓர் ஆயுதம்; வைரமணி; சதுரக்கள்ளி; உறுதியானது; ஒரு பசை வகை; யோகத்துள் ஒன்று; ஒரு நாடு; இடிபேறு; a weapon sharp edged at both ends; diamond; a kind of cactus; that which is exceedingly strong; a kind of glue; one of the yogams; a country; thunderbolt.

வச்சிரலோபம்: (பெ): ஒரு வகைப் பசை; a kind of glue.

வச்சிரவண்ணன்: (பெ): குபேரன்; Kubera.

வச்சிரவல்லி: (பெ): சூரியகாந்தி; பிரண்டைக் கொடி; sunflower; square-stalked vine.

வச்சிரன்: (பெ): இந்திரன்; Lord Indra.

வச்சிராங்கம்: (பெ): சதுரக்கள்ளி; a kind of cactus tree.

வச்சிராட்சி: (பெ): பிரண்டைக் கொடி; square-stalked vine.

வச்சிராயுதம்: (பெ): இந்திரனின் ஆயுதம்; Lord Indra's weapon.

வச்சிராவர்த்தம்: (பெ): இராமபிரானின் வில்; Lord Rama's bow.

வச்சை: (பெ): வாஞ்சை; இவறல்; உலோபம்; பழிப்பு; kindness; wish; miserliness; abuse.

வச்சையம்: (பெ): கலைமான்; reindeer.

வச்சையன்: (பெ): உலுத்தன்; niggard.

வஞ்சக மூடி: (பெ): ஆமை; tortoise.

வஞ்சகம்: (பெ): வஞ்சனை; ஏமாற்றம்; விரகு; நரி; மறைவு; deceit; disappointment; cunning; fox; secrecy. • **வஞ்சகம்** வாழ்வைக் கெடுக்கும். • **வஞ்சகம்** நெஞ்சைப் பிளக்கும் - *பழமொழிகள்.*

வஞ்சகன்: (பெ): கயவன்; சூழ்ச்சிக்காரன்; நரி; deceitful man; cunning fellow; fox.

வஞ்சகி: (பெ): சூழ்ச்சிக்காரி; deceitful woman.

வஞ்சம்: (பெ): அழிவு; பொய்; கபடம்; கொடுமை; வாள்; சிறுமை; மரபு; வஞ்சகம்; பழிவாங்குகை; ruin; lie; fraud; severity; sword; meanness; established usage; deceit; revenge.

• **வஞ்ச** மனத்தான் படிற்றொழுக்கம் பூதங்கள்
ஐந்தும் அகத்தே நகும். - *குறள் 271.*

வஞ்சம் தீர்த்தல்: (வி): பழிவாங்குதல்; to revenge.

வஞ்சவம்: (பெ): பாம்பு; snake.

வஞ்சனம்: (பெ): வஞ்சகம்; deceit.

வஞ்சனி: (பெ): வஞ்சகி; உமையவள்; பெண்; ஆணை; deceitful woman; Goddess Parvathi; woman; order.

வஞ்சனை: (பெ): தந்திரம்; பொய்; மாயம்; artfulness; lie; falsehood; illusion.

வஞ்சி: (பெ): பெண்; சேர நாடு; சேரர் தலைநகரான கருவூர்; கொடுங்கோளூர்; குடை; வஞ்சிக்கொடி; woman; Chera kingdom; Karuvoor, the capital city of Chera kings; Kodungoloor, a town; umbrella; common rattan of South India.

வஞ்சித்தல்: (வி): ஏமாற்றுதல்; to deceive.

• வஞ்சியேன் வஞ்சியேன் என்று கூறி **வஞ்சித்தானே** - *சங்கப்பாடல்*

வஞ்சி நாடு: (பெ): சேர நாடு; Chera kingdom.

வஞ்சிப்பா: (பெ): பா வகை; a kind of poem.

வஞ்சினம்: (பெ): சூளுரை; கடுஞ்சினம்; oath; rage, wrath.

வஞ்சுளம்: (பெ): வேங்கை மரம்; வஞ்சிக்கொடி; a kind of tree; common rattan of South India.

வஞ்சுளன்: (பெ): கரிக்குருவி; glossy black bird.

வடகம்: (பெ): வற்றல்; மேலாடை; a mixture of flour, herbs, spices, etc. made into lumps or balls and dried in the Sun; upper garment.

வடகயிலை: (பெ): வெள்ளியங்கிரி; Himalayas.

வடகலை: (பெ): வடமொழி; ஒரு வகை வைணவப் பிரிவு; பாதம் இடாத திருமண் காப்பு; Sanskrit; a Vaishnava sect; 'U'-shaped mark of chalk, like white earth drawn on the forehead of a Vaishnavaite.

வடகிரி: (பெ): மேருமலை; Mount Meru.

வடகிழக்கு: (பெ): வடக்கும், கிழக்கும் சேர்ந்திடும் கோண திசை; north-east direction.

வடகீழ்த்திசை பாலன்: (பெ): ஈசானன்; the deity of north-east direction; Eesanan.

வடகு: (பெ): தோல்; skin.

வடக்கத்தி: (பெ): வடக்கு சார்ந்த; northern.

• **வடக்கத்தி** யானையும் வயிற்று வலியையும் நம்பாதே - *பழமொழி.*

வடக்கயிறு: (பெ): தடித்த கயிறு; stout rope.

வடக்கிருத்தல்: (பெ): வடக்கு நோக்கி அமர்தல்; உயிர் துறக்கும் துணிவுடன் வடக்கு நோக்கி அமர்ந்து உயிர் விடுவதை மேற்கொள்ளுதல்; sitting towards northern side; taking a vow

வடக்கு 871 வடுகக்கடவுள்

of facing death by sitting towards northern side.

வடக்கு: *(பெ):* தெற்குக்கு எதிர்புறம் உள்ள திசை; north.

வடதளம்: *(பெ):* ஆலிலை; leaf of banyan tree.

வடதிசைப்பாலன்: *(பெ):* குபேரன்; Kubera.

வடதுருவம்: *(பெ):* பூமியின் வடக்கிலுள்ள முனை; north pole.

வடதேசம்: *(பெ):* வடக்கு நாடு; northern country.

வடநாட்டான்: *(பெ):* வடதேசத்தைச் சேர்ந்தவன்; one who belongs to northern country.

வடநூலார்: *(பெ):* சமஸ்கிருத வல்லுநர்கள்; Sanskrit scholars.

வடந்தை: *(பெ):* வடதிசையில் உள்ளது; வாடைக்காற்று; that which is in the north; north wind.

வடபல்லி: *(பெ):* புல்லகம் என்னும் தலையணி; Pullakam, a head ornament.

வடபாலைய: *(பெ.அ):* வடக்கத்தி; northern.

வடபுலம்: *(பெ):* வடநாடு; northern country.

வடமரம்: *(பெ):* ஆலமரம்; banyan tree.

வடமலை: *(பெ):* மேருமலை; இமயமலை; திருப்பதி; மந்திரமலை; Mount Meru; Himalayas; the Tirupati Hills as the northern boundary of the Tamil Nadu; Mount Mantra.

வடமீன்: *(பெ):* அருந்ததி; துருவ மீன்; lodestar; polaris.

வடமூலகன்: *(பெ):* சிவபெருமான்; Lord Shiva.

வடமேரு: *(பெ):* மேருமலை; Mount Meru.

வடமேற்றிசைக் குறி: *(பெ):* கழுதை; donkey.

வடமொழி: *(பெ):* சமஸ்கிருதம்; Sanskrit.

வடம்: *(பெ):* வடகயிறு; பலகை; மண்டலம்; வில் நாண்; சரம்; ஆலமரம்; ஓர் ஒழுங்கு; large rope; plank; earth; bow's string; wreath of flowers; string of pearls, gems etc.; banyan tree; an order.

வடரம்: *(பெ):* பாய்; mat.

வடலி: *(பெ):* இளம் பனை மரம்; tender palmyra tree. • **வடலியை வெட்டி ஆண்டிடு;** உருமையைக் கட்டி ஆண்டிடு - *பழமொழி.*

வடவர்: *(பெ):* வடநாட்டார்; northerners.

வடவு: *(பெ):* மெலிவு; lean.

வடவேங்கடம்: *(பெ):* திருப்பதி; the Tirupati Hills as the northern part of the Tamil Nadu.

வடவை: *(பெ):* பெண் குதிரை; அடிமைப் பெண்; எருமை; பெண் யானை; female horse; female slave; buffalo; she-elephant.

வடாது: *(பெ):* வடக்கு; வடக்கில் உள்ளது; north; that which is in the north.

வடாரகம்: *(பெ):* கயிறு; rope.

வடி: *(பெ):* கள்; தேன்; ஆராய்ச்சி; மாவடு; கயிறு; நாய்; காற்று; வடிவம்; சிறுதடி; toddy; honey; research; unripe mango; rope; dog; wind; form; small stick.

வடிகட்டுதல்: *(வி):* வடித்தல்; சாரத்தைத் திரட்டுதல்; to filter; to strain.

வடிகால்: *(பெ):* நீரினை வெளியேற்றும் கால்வாய்; outlet.

வடிசம்: *(பெ):* தூண்டில்; fishing hook.

வடிசல்: *(பெ):* வடித்த சோறு; boiled and strained rice.

வடிதயிர்: *(பெ):* கட்டித்தயிர்; thick curd.

வடிதல்: *(வி):* ஒழுகுதல்; நீர் வற்றுதல்; தெளிதல்; நீளுதல்; அழகு பெறுதல்; to leak; to drain; to evaporate; to become clear; to lengthen; to become beautiful.

வடித்தல்: *(வி):* வடியச் செய்தல்; பிழிதல்; பழக்குதல்; சோறு சமைத்தல்; அமைத்தல்; cause to flow out; to squeeze out; to practise; to boil the rice; to form.

வடிப்பம்: *(பெ):* செப்பம்; அழகு; திறம்; correctness; beauty; mettle.

வடிம்பிடுதல்: *(வி):* நிர்ப்பந்தம் செய்தல்; தூண்டுதல்; to compel; to urge; to induce.

வடிம்பு: *(பெ):* விளிம்பு; நெம்புகோல்; தாங்கு மரம்; கூரைச் சாய்வு; தழும்பு; பழி; edge; the lever; support; slope of a roof; scar; reproach.

வடிவ கணிதம்: *(பெ):* வடிவங்கள், உருவங்கள் போன்றவற்றை உருவாக்கும் கோடுகள், கோணங்கள் முதலியவற்றைக் கணித முறையில் விளக்கும் பிரிவு; geometry.

வடிவணங்கு: *(பெ):* அழகிய பெண்; beautiful woman.

வடிவம்: *(பெ):* உடம்பு; உருவம்; அழகு; நிறம்; ஒளி; body; form; shape; figure; beauty; colour; lustre.

வடிவாளன்: *(பெ):* அழகானவன்; handsome person.

வடிவு: *(பெ):* வடிவம்; அழகு; அல்குல்; வடிந்த நீர்; form; figure; shape; beauty; the genital part of a woman; strained water.

வடிவேல்: *(பெ):* கூர்மையான வேல்; முருகப்பெருமான்; the lance which is very sharp; Lord Muruga.

வடு: *(பெ):* தழும்பு; மாம்பிஞ்சு; இளங்காய்; உடல் மச்சம்; குற்றம்; பழி; கேடு; கருமணல்; செம்பு; வண்டு; வாள்; பிரம்மச்சாரி; இளைஞன்; வைரவன்; scar; unripe mango; tender fruit; black mole on the body; defect; reproach; harm; black sand; copper; beetle; sword; celibate; youth; Lord Vairava.

வடுகக்கடவுள்: *(பெ):* வைரவன்; Lord Vairavan.

வடுகச்சி: *(பெ):* வடுகப்பெண்; woman of Vaduga community.

வடுகன்: *(பெ):* தெலுங்கன்; வடுக ஆண்; வைரவன்; மூடன்; பிரம்மச்சாரி; man from the Telugu country; man of vaduga community; Lord Vairavan; idiot; celibate.

வடுகி: *(பெ):* காளி; Kali, a female deity of dark complexion.

வடுகு: *(பெ):* ஆந்திர மாநிலம்; தெலுங்கு மொழி; கூத்து வகை; Andhra Pradesh; Telugu language; a kind of dance.

வடுச்சொல்: *(பெ):* பழிச்சொல்; reproach.

வடுமாங்காய்: *(பெ):* மாங்காய் ஊறுகாய்; a pickle preparation of green mangoes.

வடுவரி: *(பெ):* வண்டு; bee; beetle.

வடை: *(பெ):* உளுந்து கொண்டு செய்யப்படும் ஒரு பலகாரம்; a cake made of black gram, fried in oil.

வடைமாலை: *(பெ):* அனுமார் போன்ற தெய்வ வடிவங்களுக்குச் சாற்றப்படும் வடைகளைக் கொண்டு தொடுக்கப்பட்ட மாலை; a garland of 'vadai' offered in vow to deities such as Hanuman, etc.

வடையற்றது: *(பெ):* வீணானது; that which is useless.

வட்கர்: *(பெ):* குற்றம்; fault.

வட்கல்: *(பெ):* வெட்கம்; நாணம்; கூச்சம்; கேடு; ஒளி; shame; shyness; delicacy; harm; lustre.

வட்கார்: *(பெ):* பகைவர்; enemies.

வட்கிலான்: *(பெ):* பகைவன்; enemy.

வட்குதல்: *(வி):* வெட்குதல்; கூசுதல்; கெடுதல்; தாழ்தல்; வளம் பெறுதல்; ஒளி மங்குதல்; be shy; be bashful; be ruined; to become low; to flourish; to become dim as of light.

வட்டகை: *(பெ):* நாட்டுப்பகுதி; சிறு கிண்ணம்; வட்டில்; region; small bowl; platter.

வட்டணம்: *(பெ):* பரிசை; shield.

வட்டணை: *(பெ):* மண்டலம்; உருண்டை; தாளக்கருவி; கவர்ச்சியான பேச்சு; circle; globe; cymbals; flowery speech.

வட்டத் தலைப்பா: *(பெ):* ஒரு வகைத் தலை யலங்காரம்; a kind of head dress.

வட்டத்தோல்: *(பெ):* கேடயம்; shield.

வட்ட நடுவர்: *(பெ):* நீதிபதி; munsiff.

வட்டப்பாறை: *(பெ):* சந்தனக்கல்; round, flat stone for triturating sandalwood.

வட்டப்பூ: *(பெ):* கால்விரல் அணி வகை; a kind of ornament worn on the toes.

வட்டமான: *(பெ.அ):* வட்ட வடிவமான; round.

வட்டமிடுதல்: *(வி):* சூழ்ந்து வருதல்; வட்டமான சுற்றுப்பாதையில் ஓடுதல்; to hover about; to run in circular rounds. • சவ உடலைக் கண்டு கழுகு **வட்டமிட்டது.**

வட்ட முதல்வர்: *(பெ):* நீதிபதி; munsiff.

வட்டம்: *(பெ):* பரிவேடம்; மண்டலம்; குயவன் திரிகை; பீடம்; வண்டிச் சக்கரம்; எல்லை; சுற்று; சந்தனக்கல்; சில ஊர்கள் கொண்ட பகுதி; கேடகம்; முத்து வகை; குளம்; கொள்கலம்; வளைவு; ஊதியம்; ஆடை; halo around the Sun or Moon; circle; potter's wheel; altar; wheel of a cart; boundary; cycle; round flat stone for triturating sandal wood; taluk; shield; a kind of pearl; pond; container; curve; salary; garment.

வட்டா: *(பெ):* வாயகன்ற பாத்திரம்; a vessel or cup which has a wide mouth.

வட்டாடுதல்: *(வி):* சூதாடுதல்; to gamble.

வட்டாட்டு: *(பெ):* சூதாட்டம்; game of dice.

வட்டாணி: *(பெ):* திறமை; ability; talent; skill.

வட்டாரம்: *(பெ):* சுற்றுப்பகுதி; வீட்டின் மதில்சுவர்; தானியக் களஞ்சியம்; surrounding area; compound wall of a house; granary.

வட்டி: *(பெ):* கூடை; பலகறை; வழி; இலாபம்; பணத்தைப் பிறர் பயன்படுத்தியதற்காக உடையவன் கொள்ளும் ஊதியம்; basket; cowry; path; way; profit; interest.

வட்டிகை: *(பெ):* ஓவியம் வரையும் கோல்; சித்திரம்; ஓட வகை; சுற்றளவு; painter's brush; picture; a kind of boat; circumference.

வட்டில்: *(பெ):* கிண்ணம்; உண்கலம்; நாழிகை வட்டில்; அம்புக் கூடு; கூடை; ஒரு விருது; வழி; a small bowl; cup; platter; hour glass; quiver for arrows; basket; an award; path; way.

வட்டிற்பூ: *(பெ):* தாமரை; lotus.

வட்டு: *(பெ):* சூதாடு கருவி; உருண்டு திரண்ட பொருள்; சிறு துணி; dice; anything which is round; a piece of cloth.

வட்டுக்காய்: *(பெ):* சூதாடு கருவி; dice.

வட்டுடை: *(பெ):* முழங்கால் வரை தொங்குமாறு இடுப்பில் கட்டிய துணி; cloth tied round the waist and reaching down the knee.

வட்டுப்போர்: *(பெ):* சூதாட்டம்; gambling.

வட்டுவம்: *(பெ):* வெற்றிலைப் பை; betel pouch.

வட்டெழுத்து: *(பெ):* முற்காலத்திய தமிழ் எழுத்து; ancient Tamil script.

வட்டை: *(பெ):* வழி; தேர்; வயல்; இடுகாடு; திக்கு; மரவட்டை வகை; நாட்டுப்பகுதி; புலியின் உடல் வரி; path; chariot; paddy field; burning ground; direction; a kind of wood leech; region; the lines on the body of a tiger.

வட்புலி: *(பெ):* அரிமா; lion.

வணக்கமற்ற: *(பெ.அ):* மரியாதையற்ற; impolite.

வணக்கம்: *(பெ):* மரியாதை; சிறப்பிக்கை; respect; homage.

வணங்குதல்: *(வி):* வழிபடுதல்; மரியாதை செய்தல்; வேண்டுதல்; பிரார்த்தித்தல்; வளைதல்; அடங்குதல்; to worship; to pay respect to; to pray; to bend; to subside. ● **வணங்கிய புல் பிழைக்கும்.** ● பெரியோரைக் கண்டால் **தலை வணங்கு** - *பழமொழிகள்.*

வணர்: *(பெ):* வளைவு; சுருள்; bend; curl.

வணர்தல்: *(வி):* வளைதல்; மயிர் சுருண்டிருத்தல்; to bend; to curl as of hair.

வணிகக் கப்பல்: *(பெ):* வியாபாரக் கப்பல்; merchant ship.

வணிகக்குழு: *(பெ):* வணிகர்கள் பலர் அடங்கிய குழு; caravan.

வணிகம்: *(பெ):* வியாபாரம்; trade.

வணிகன்: *(பெ):* வியாபாரி; துலா ராசி; merchant; seventh constellation of the zodiac, having the balance as its sign; Libra.

வணிதம்: *(பெ):* செப்பம்; நாட்டுப்பகுதி; correctness; region.

வணைதல்: *(வி):* வளைதல்; be bent.

வணைத்தல்: *(வி):* வளைத்தல்; தண்ணீர் ஊற்றுதல்; to bend; to pour water.

வண்களமர்: *(பெ):* உழவர்கள்; வேளாளர்; farmers; agriculturists; velalas.

வண்சிறை: *(பெ):* மதில்; wall around a fort.

வண்டயம்: *(பெ):* கொலுசு; தண்டை; கால் காப்பு; an ornament worn on the ankle; anklet.

வண்டர்: *(பெ):* மங்கலப் பாடகர்; வீரர்; panegyrists; warriors.

வண்டலம்: *(பெ):* சேறு; mud; mire.

வண்டல்: *(பெ):* மகளிர் விளையாட்டு; மகளிர் கூட்டம்; ஆற்று நீரின் அடியில் தங்கிய வளமான பொடி மண் வகை; a kind of girl's game of making toy; women's crowd; alluvium; rich soil deposited by a river.

வண்டவாளம்: *(பெ):* நிலைமை; state.

வண்டளன்: *(பெ):* முனிவன்; sage.

வண்டன்: *(பெ):* குள்ளன்; தீயோன்; திண்ணியன்; dwarf; evil-minded person; strong and powerful person.

வண்டாலம்: *(பெ):* ஆயுத வகை; a kind of weapon.

வண்டி: *(பெ):* சகடம்; வண்டிப்பாரம்; வயிறு; vehicle; cart; carriage; cart-load; stomach.

வண்டில்: *(பெ):* வண்டி; சக்கரம்; cart; vehicle; carriage; wheel.

வண்டு: *(பெ):* அறுகால் பூச்சி; அம்பு; குற்றம்; சங்கு; கைவளை; அபிநய வகை; மரவகை; beetle; arrow; fault; conch; bangles; a kind of gesture; a kind of tree.

வண்டுணா மலர்: *(பெ):* செண்பகப்பூ; champak flower.

வண்டெச்சில்: *(பெ):* தேன்; honey.

வண்டை: *(பெ):* வெண்டை; கொச்சையானது; lady's finger; that which is vulgar.

வண்ணகம்: *(பெ):* வர்ணனை; சந்தனம்; மணம்; description; sandalwood; fragrance.

வண்ணக்கன்: *(பெ):* நாணயச் சோதனை செய்வோன்; tester of coins.

வண்ணத்துப்பூச்சி: *(பெ):* வண்ணாத்திப் பூச்சி; தட்டாரப் பூச்சி; butterfly.

வண்ணம்: *(பெ):* நிறம்; அழகு; ஒப்பனை; நன்மை; சிறப்பு; வடிவு; சாதி; இனம்; பண்; colour; beauty; decoration; benefit; merit; form; figure; caste; race; melody.

வண்ணாத்தி: *(பெ):* ஒரு பூச்சி வகை; வண்ணாரப் பெண்; ஒரு மீன் வகை; butterfly; woman belonging to washerman community; a kind of fish.

வண்ணான்: *(பெ):* ஆடை வெளுப்பவர்; washerman.

வண்ணிகன்: *(பெ):* எழுத்தாளர்; writer.

வண்ணிகை: *(பெ):* மருந்து வகை; a kind of medicine.

வண்ணித்தல்: *(வி):* வருணித்தல்; describe.

வண்புகழ்: *(பெ):* கொடையால் வரும் கீர்த்தி; reputation for liberality.

வண்மை: *(பெ):* வளப்பம்; ஈகை; குணம்; வாய்மை; வலிமை; அழகு; புகழ்; வாகை மரம்; prosperity; charity; nature; truth; strength; beauty; praise; sirissa tree.

வதகம்: *(பெ):* இறப்பு; death.

வதகன்: *(பெ):* கொலைகாரன்; murderer; killer

வதக்குதல்: *(வி):* வாட்டுதல்; வருத்துதல்; to roast; to cause pain.

வதங்குதல்: *(வி):* வாடுதல்; சோர்தல்; to wither; be weary.

வதந்தி: *(பெ):* புரளி; உறுதிப்படுத்திடாத பேச்சு; rumour.

வதம்: *(பெ):* கொலை; நோன்பு; murder; penance.

வதரி: *(பெ):* இலந்தை மரம்; jujube tree.

வதவல்: *(பெ):* வாடியது; மெலிந்தவர்; that which is faded or dried; lean person.

வதறுதல்: *(வி):* திட்டுதல்; மழலை மொழிதல்; to abuse; to lisp.

வதனம்: *(பெ):* முகம்; face.

வதாங்கம்: *(பெ):* நஞ்சு; poison.

வதானியன்: *(பெ):* குபேரன்; வரையறாது கொடுப்பவன்; Kubera; liberal donor.

வதி: *(பெ):* விலங்கு தங்குமிடம்; சேறு; கால்வாய்; வழி; abode of animals; mud; mire; a channel; way; path.

வதிட்டன்: *(பெ):* வசிட்டர்; பருத்தவன்; sage Vashishtar; fat man.

வதிதல்: *(பெ):* தங்குதல்; துயிலுதல்; to abide; to sleep.

வதிரன்: *(பெ):* செவிடன்; deaf person.
வதிர்: *(பெ):* செவிடு; deafness; dullness of hearing.
வதில்: *(பெ):* பிரதி; copy.
வது: *(பெ):* மணமகள்; மனைவி; மகனின் மனைவி; மருமகள்; bride; wife; daughter-in-law.
வதுகி: *(பெ):* வைக்கோல்; straw.
வதுகை: *(பெ):* மனைவி; wife.
வதுக்கு: *(பெ):* நன்னிலை; good condition.
வதுவர்: *(பெ):* யானைப் பாகர்; mahouts.
வதுவை: *(பெ):* மணமகள்; திருமணம்; மணம்; புணர்ச்சி; bride; marriage; fragrance; copulation.
வதூவரர்: *(பெ):* மணமக்கள்; wedding couple.
வதை: *(பெ):* கொலை; தொல்லை; தேன்கூடு; murder; trouble; beehive; honeycomb.
வதைதல்: *(வி):* துன்புறுதல்; வருந்துதல்; to suffer; to be distressed.
வதைத்தல்: *(வி):* துன்புறுத்துதல்; வருத்துதல்; to afflict; to aggrieve.
வத்தமம்: *(பெ):* ஆமணக்குச் செடி; castor plant.
வத்தம்: *(பெ):* சோறு; boiled rice.
வத்தனை: *(பெ):* வளமை; கூலி; உயிர் வாழ்க்கை; prosperity; wage; livelihood.
வத்தா: *(பெ):* பேசுவோன்; நூலாசிரியன்; நாவிதர்; speaker; author; barber.
வத்தாலை: *(பெ):* கொடி வகை; a kind of creeper.
வத்தி: *(பெ):* தீக்குச்சி; ஊதுவத்தி; மெழுகுவத்தி; match stick; incense stick; candle.
வத்திப்பெட்டி: *(பெ):* தீப்பெட்டி; match box.
வத்திரம்: *(பெ):* ஆடை; முகம்; garment; face.
வத்து: *(பெ):* பொருள்; மது; thing; liqour.
வத்தூரம்: *(பெ):* கீரை வகை; a kind of greens.
வத்தை: *(பெ):* மரத்தோணி; உயிர் வாழ்க்கை; கூலி; boat; livelihood; wage.
வந்த: *(பெ.அ):* வந்து சேர்ந்த; came. • **வந்த வினை போகாது; வரா வினை வராது.** - *பழமொழி.*
வந்தனம்: *(பெ):* வணக்கம்; பணிவு; மரியாதைச் சொல்; முகம்; homage; adoration; worship; obedience; a term of respect; face.
வந்தணி: *(பெ):* கோரோசனை; bezoar taken from the stomach of cows.
வந்தி: *(பெ):* புகழ்வோன்; பாணன்; ஏணி; மலடி; முதாட்டி; கட்டாயம்; சண்டை; one who praises somebody or something; bard; ladder; sterile woman; aged woman; compulsion; fight.
வந்திகை: *(பெ):* அணிகலன் வகை; அழகு; தேமல்; மலடி; a kind of ornament; beauty; yellow spots spreading about the breasts of women; sterile woman.
வந்தித்தல்: *(வி):* புகழ்தல்; வணங்குதல்; to praise; to pay homage; to salute reverentially.
வந்து: *(பெ):* காற்று; பாவனம்; wind; purification.
வந்து சேர்: *(பெ):* வந்தடைந்திடு; to arrive.
வந்தை: *(பெ):* மலடி; பெருமை; புல்லுருவி; sterile woman; greatness; parasitic plant.
வபனம்: *(பெ):* மயிர் களைதல்; விதைத்தல்; விதை; shaving the hair; sowing; seed.
வபு: *(பெ):* உடம்பு; body.
வபை: *(பெ):* முதன்மையானது; that which is supreme.
வமனம்: *(பெ):* வாந்தி எடுத்தல்; மருந்து; vomiting; medicine.
வமிசம்: *(பெ):* குலம்; மூங்கில்; வேய்ங்குழல்; race; lineage; bamboo; bamboo pipe.
வமிசாவளி: *(பெ):* மரபு வழி; genealogical tree.
வமைச்சு: *(பெ):* இளமை; youth.
வம்பக்கோட்டி: *(பெ):* வீண் வம்பு பேசுவோர்; assembly of men indulging in vain and aimless talk.
வம்பப்பரத்தை: *(பெ):* விலைமகள்; காமம் மிகுந்தவள்; prostitute; lustful mistress.
வம்பமாக்கள்: *(பெ):* புதிதாக வந்தோர்; வழிப்போக்கர்; அயல் நாட்டினர்; new comers; strangers; foreigners.
வம்பமாரி: *(பெ):* காலம் தவறிப் பெய்யும் மழை; unseasonal rain.
வம்பப்பரத்தர்: *(பெ):* எப்போதும் இளம் பெண்களைத் தங்களின் காம இச்சைக்குப் பயன்படுத்திக் கொள்வோர்; lascivious persons who are ever after young victims for their lust.
வம்பலன்: *(பெ):* புதியவன்; வழிப்போக்கன்; newcomer; stranger.
வம்பலாட்டம்: *(பெ):* குழப்பம்; confusion.
வம்பல்: *(பெ):* திசை; நாட்டுப்பகுதி; direction; region.
வம்பன்: *(பெ):* உபயோகமற்றவன்; குறும்பு செய்வோன்; வம்பு பேசித் திரிவோன்; worthless person; mischievous person; gossip-monger.
வம்பு: *(பெ):* வஞ்சனை; புதுமை; வீண்பேச்சு; பழமொழி; சரசம்; சண்டை; மணம்; கையுறை; பெரிய பானை; deceit; newness; useless talk; proverb; amorous gestures; fight; fragrance; gloves; large earthen pot. • **வம்பு தும்புக்குப் போகாதே; வீணா வீம்பை வாங்காதே** - *பழமொழி.*
வம்மை: *(பெ):* மணமகளுக்கு மணமகளின் பெற்றோர் அளித்திடும் சீர் வரிசை; dowry.
வய: *(பெ):* வலிமை; மிகுதி; strength; abundance.
வளக்கம்: *(பெ):* ஒளி; விளக்கம்; lustre; light.

வயக்காடு: *(பெ):* வயல் நிறைந்த பகுதி; an open space of agricultural tract.

வயக்கு: *(பெ):* ஒலி; sound.

வயக்குதல்: *(வி):* பழக்குதல்; திருத்துதல்; to practise; to correct.

வயங்கல்: *(பெ):* கண்ணாடி; mirror.

வயங்குதல்: *(வி):* விளங்குதல்; தெளிதல்; மிகுதல்; தோன்றுதல்; to shine; be clear; increase; to appear.

வயஞானம்: *(பெ):* உண்மையறிவு; true wisdom.

வயணம்: *(பெ):* விதம்; நிலைமை; நேர்த்தி; manner; condition; that which is correct.

வயதரம்: *(பெ):* கடுக்காய்; gall-nut.

வயது: *(பெ):* அகவை; ஆண்டு; இளமை; age; year; youth.

வயதெற்றி: *(பெ):* திப்பிலி; long pepper.

வயது சென்றவன்: *(பெ):* முதியவன்; aged man.

வயந்த மன்னவன்: *(பெ):* மன்மதன்; Kama Deva, the God of Love; Cupid.

வயப்படுதல்: *(வி):* வசமாதல்; தலைப்படுதல்; be brought under another's influence; to commence.

வயப்புலி: *(பெ):* அரிமா; lion.

வயமம்: *(பெ):* அத்தி; country fig tree.

வயமா: *(பெ):* அரிமா; புலி; யானை; குதிரை; ஆவணி மாதம்; lion; tiger; elephant; horse; the Tamil month, 'Aavani'.

வயமான்: *(பெ):* அரிமா; புலி; lion; tiger.

வயம். *(பெ):* வெற்றி; வலிமை; வேட்கை; பூமி; பறவை; நீர்; இரும்பு; குதிரை; ஆடு; முயல்; கிராம்பு; victory; strength; desire; earth; bird; water; iron; horse; goat; rabbit; clove.

வயலை: *(பெ):* பசலைக்கொடி; வெளி; malabar nightshade creeper; open space.

வயல்: *(பெ):* கழனி; மருதநிலம்; வெளி; paddy-field; agricultural tract; open space.

வயவரி: *(பெ):* புலி; tiger.

வயவன்: *(பெ):* வீரன்; திண்ணியன்; காதலன்; கணவன்; soldier; strong and powerful person; lover; husband.

வயவு: *(பெ):* வலிமை; விருப்பம்; காதல்; கர்ப்ப காலத்தில் மகளிர்க்கு உண்டாகும் மயக்கம்; strength; desire; love; amenorrhoea.

வயவெற்றி: *(பெ):* திப்பிலி; long pepper.

வயவை: *(பெ):* வழி; way; path.

வயளை: *(பெ):* பசலைக்கொடி; malabar night shade creeper.

வயறு: *(பெ):* கொக்கி; வயிறு; hook; stomach.

வயனம்: *(பெ):* உரை; வகை; வேதம்; பழமொழி; speech; category; the Vedas; proverb.

வயா: *(பெ):* மிகுந்த ஆசை; கர்ப்பம்; கருப்பை; மசக்கை; great desire; pregnancy; uterus; longings during pregnancy.

வயாகரா: *(பெ):* ஆண் பெண் உறவு மாத்திரை; a kind of tablet for sex power.

வயாவுதல்: *(வி):* விரும்புதல்; to like.

வயானம்: *(பெ):* பறவை; சுடுகாடு; bird; graveyard.

வயித்தியம்: *(பெ):* மருத்துவம்; வைத்தியம்; medical science; medical profession.

வயிந்தவம்: *(பெ):* குதிரை; மாயை; horse; illusion.

வயிரம்: *(பெ):* திண்மை; வலிமை; கூர்மை; தண்டாயுதம்; கோபம்; வைரம்; robustness; strength; sharpness; club-like weapon; anger; diamond.

வயிரவம்: *(பெ):* அச்சம்; fear.

வயிரவன்: *(பெ):* சிறுகீரை; வைரவன்; வாகனம்; நாய்; a kind of greens; Lord Vairava; vehicle; dog.

வயிரவாள்: *(பெ):* வச்சிரப்படை; Lord Indra's weapon.

வயிரவி: *(பெ):* துர்க்கை; ஒரு பண் வகை; Durga, Goddess of Victory; a kind of melody.

வயிர விழா: *(பெ):* அறுபது ஆண்டு நிறைவைக் கொண்டாடும் விழா; diamond jubilee.

வயிராகம்: *(பெ):* உலகப் பற்றுகளைத் துறந்த நிலை; abandoning of worldly pleasures.

வயிரி: *(பெ):* பகைவன்; enemy.

வயிரியர்: *(பெ):* கூத்தர்; நடிகர்கள்; பாடகர்கள்; professional dancers; actors; singers.

வயிர்: *(பெ):* கூர்மை; ஊதுகொம்பு; மூங்கில்; sharpness; horn; large trumpet; bamboo.

வயிறு: *(பெ):* உதரம்; கருப்பப் பை; மனம்; stomach; belly; uterus; mind.

வயிறு கழிதல்: *(பெ):* பேதியாதல்; having loose motions.

வயிறு கழுவுதல்: *(வி):* உணவும், வாழ்வும் கிடைத்திட பெரும் பாடுபடுதல்; to struggle with great difficulty to get food and live.

வயிறுதாரி: *(பெ):* பெருத்த வயிற்றினை உடையவன்; person with a big belly.

வயிறு புழுத்தல்: *(வி):* கர்ப்பமடைதல்; to conceive.

வயிறு வாய்த்தல்: *(வி):* மகவு பெறுதல்; கருக்கொள்ளுதல்; to bring forth a child; to conceive.

வயிற்றளைச்சல்: *(பெ):* சீதபேதி; dysentery.

வயிற்றுப் பிழைப்பு: *(பெ):* உயிர் வாழ்தல்; livelihood.

வயிற்றுப்போக்கு: *(பெ):* அடிக்கடி நீர்த் தன்மையுடன் மலம் கழிதல்; diarrhoea.

வயினதேயன்: *(பெ):* கருடன்; white-headed kite.

வயினம்: *(பெ):* பறவை; bird.

வயின்: *(பெ):* இடம்; பக்கம்; வீடு; வயிறு; முறை; பக்குவம்; எல்லை; place; side; house; belly; stomach; manner; maturity; limit.

வயோதிகம்: *(பெ):* முதுமை; old age.
வரகவி: *(பெ):* அருட்கவி; gifted inspired poet; poem of great merit.
வரகாத்திரம்: *(பெ):* யானைத் தலை; தலை; head of an elephant; head.
வரகு: *(பெ):* தானிய வகை; சாமை; common millet; a kind of grain.
வரடம்: *(பெ):* அன்னம்; கொடி வகை; swan; a kind of creeper.
வரட்சி: *(பெ):* தேவையான அளவு நீரில்லாது போகும் நிலை; நாக்கு, தொண்டை போன்ற உடலுறுப்புகளில் உரிய ஈரம் இல்லாத நிலை; drought; dryness; feeling of dryness.
வரட்டி: *(பெ):* சாணத்தை வட்டமாகத் தட்டிக் காய வைத்த எரிபொருள்; dried cow-dung cake.
வரணம்: *(பெ):* தெரிந்தெடுத்தல்; மதில்; பால்; சட்டை; ஒட்டகம்; selection; surrounding wall; milk; coat; camel.
வரண்டகம்: *(பெ):* உருண்டை; சுவர்; முகப்பரு; ball-shaped thing; wall; pimples.
வரதட்சணை: *(பெ):* மணமகனுக்குப் பெண் வீட்டார் கொடுக்கும் பொருள்; bridegroom's price; dowry.
வரதம்: *(பெ):* அருள்; நல்லுடை; குபேரன் நிதி; grace; fine garment; Kubera's Nidhi.
வரதன்: *(பெ):* வரம் தருவோன்; கடவுள்; உதவுபவன்; காளமேகப் புலவரின் இயற்பெயர்; காஞ்சியில் உள்ள திருமாலின் பெயர்; one who grants a boon; God; helper; the name of the poet Kalamegam; the name of Lord Vishnu at Kanchipuram.
வரதை: *(பெ):* உமையம்மை; கன்னி; வரவு; எல்லை; Goddess Parvathi; virgin; income; boundary.
வரநதி: *(பெ):* கங்கையாறு; the River Ganges.
வரபலம்: *(பெ):* தென்னை மரம்; coconut tree.
வரப்பிரசாதம்: *(பெ):* கடவுளின் அருட்கடாட்சம்; gracious gift from God.
வரப்பு: *(பெ):* வயலின் கரை; எல்லை; the ridge of a paddy field; boundary.
வரப்புக்கடா: *(பெ):* நண்டு வகை; a kind of crab.
வரம்: *(பெ):* அருள்; கொடை; வாழ்த்து; வேண்டுகோள்; விருப்பம்; மேன்மை; சூழல்; பறவை வகை; எறும்பு; மஞ்சள்; grace; boon; gift; blessing; requisition; desire; excellence; environ; a kind of bird; ant; turmeric.
வரம்பிலறிவன்: *(பெ):* கடவுள்; God as omniscient.
வரம்பிலாற்றல்: *(பெ):* எல்லையற்ற ஆற்றல்; infinite power.
வரம்பிலின்பம்: *(பெ):* அளவில்லாத ஆனந்தம்; infinite happiness.
வரம்பு: *(பெ):* வயலின் வரப்பு; எல்லை; விளிம்பு; ஒழுங்கு; வழி; வட்டி; மனை; ridge of a field; limit; boundary; edge; rule of conduct; way; interest; plot.
வரயோகம்: *(பெ):* யோக வகை; a kind of yoga.
வரர்: *(பெ):* வானோர்; சிறந்தோர்; celestial beings; great persons.
வரலாறு: *(பெ):* சரித்திரம்; செய்தி; விவரம்; எடுத்துக்காட்டு; வழிவகை; history; news; details; example; means.
வரவிடுதல்: *(வி):* அனுப்புதல்; to send.
வரவு: *(பெ):* வருகை; வருவாய்; விளைவு; coming; income; consequence.
வரன்: *(பெ):* சிறந்தவன்; கடவுள்; மணமகன்; கணவன்; great person; God; bridegroom; husband.
வரன்முறை: *(பெ):* ஒழுங்குமுறை; வரலாறு; நியதி; ஊழ்; tradition; history; custom; destiny.
வராகம்: *(பெ):* பன்றி; பதினெண் புராணங்களுள் ஒன்று; உபநிடதத்துள் ஒன்று; போர்; ஆசன வகை; boar; one of the eighteen puranas; one of the upanishads; war; a kind of asana.
வராகன்: *(பெ):* பன்றி அவதாரம் எடுத்த திருமால்; $3\frac{1}{2}$ ரூபாய் மதிப்புள்ள பொன் நாணயம்; Lord Vishnu in His boar incarnation; a gold coin worth of $3\frac{1}{2}$ rupees.
வராங்கதம்: *(பெ):* இலவங்கப்பட்டை; cinnamon bark.
வராங்கம்: *(பெ):* தலை; அழகிய உருவம்; உடல்; யானை; இலவங்கம்; வானவரின் உடம்பு; head; elegant form; body; elephant; cinnamon; body of a celestial being.
வராடகம்: *(பெ):* பலகறை; கயிறு; cowry; coir.
வரால்: *(பெ):* மீன் வகை; a kind of fish.
வராளம்: *(பெ):* பாம்பு; snake.
வராளி: *(பெ):* சந்திரன்; ஒரு பண் வகை; யாழ் வகை; மண்ணீரல்; the moon; a kind of melody; a kind of lute; spleen.
வரி: *(பெ):* கோடு; கைரேகை; எழுத்து; புள்ளி; தேமல்; வண்டு; கடல்; கட்டு; கூத்துவகை; உயர்ச்சி; நிறம்; அழகு; வடிவு; நெல்; தீ; தீர்வை; line; the lines in the fingers and the toes of a person; letter; dot; beauty spots spreading on the breasts of women; beetle; sea; bundle; a kind of dance; height; colour; beauty; form; paddy; fire; tax.
வரிக்கடை: *(பெ):* வண்டு; beetle.
வரிக்குதிரை: *(பெ):* உடல் முழுவதும் வரிகளைக் கொண்ட குதிரை போன்ற விலங்கு; zebra.

வரிசி: *(பெ):* தூண்டில்; fishing hook.

வரிசை: *(பெ):* ஒழுங்கு; மரியாதை; தகுதி; மேம்பாடு; பாராட்டு; row; respect; fitness; excellence; felicitation.

வரிதல்: *(வி):* எழுதுதல்; பூசுதல்; மூடுதல்; கட்டுதல்; to write; to smear; to cover; to tie.

வரித்தல்: *(வி):* கட்டுதல்; அமர்த்தல்; தேர்ந்து கொள்ளுதல்; to tie; to engage; to select.

வரிப்பணம்: *(பெ):* குடியிறை; tax.

வரிப்புறம்: *(பெ):* அணில் வகை; a kind of squirrel.

வரியரிசி: *(பெ):* சீரகம்; cumin.

வரிவயம்: *(பெ):* புலி; tiger.

வரிவரி மணலி: *(பெ):* கற்றாழை; aloe.

வரிவனம்: *(பெ):* மர வகை; a kind of tree.

வருகம்: *(பெ):* இலை; பரிவாரம்; மயில்தோகை; leaf; attendants; peacock feather.

வருகை: *(பெ):* வருதல்; coming.

- **வருமுன்னர்க் காவாதான் வாழ்க்கை எரிமுன்னர் வைத்தூறு போலக் கெடும்.** - *குறள் 435.*
- **வருகமன் கொண்கன் ஒருநாள் பருகுவன் பைதல்நோய் எல்லாம் கெட** - *குறள் 1266.*

வருக்கம்: *(பெ):* இனம்; குலம்; சதுரம்; தொகுதி; ஒழுங்கு; lineage; race; square; collection; order.

வருக்கு: *(பெ):* கஞ்சி; பேரேடு; gruel; ledger.

வருக்கை: *(பெ):* மீன் வகை; a kind of fish.

வருச்சதித்தல்: *(வி):* விலக்குதல்; கைவிடுதல்; to remove; to drop.

வருடகம்: *(பெ):* முடக்கொற்றான்; a herb.

வருடம்: *(பெ):* ஆண்டு; மழை; year; rain.

வருடித்தல்: *(பெ):* மழை பொழிதல்; சொரிதல்; to rain; to flow down.

வருடுதல்: *(வி):* தடவுதல்; to smear.

வருடை: *(பெ):* ஆடு; மேட ராசி; எண்காற் பறவை; goat; first constellation of the zodiac having the ram as its sign; Aries; a kind of bird.

வருடை மான்: *(பெ):* மலையாடு; a kind of goat.

வருட்டம்: *(பெ):* வேப்பமரம்; முட்டை; neem tree; egg.

வருணதிசை: *(பெ):* மேற்கு; west.

வருணம்: *(பெ):* நிறம்; சாதி; குலம்; அழகு; ஒளி; மஞ்சள்; பொன்; யானை; நீர்; colour; caste; lineage; beauty; lustre; turmeric; gold; elephant; water.

வருணவிந்து: *(பெ):* முத்துச் சிப்பி; pearl oysters.

வருணன்: *(பெ):* மேற்றிசைப் பாலன்; மழைக் கடவுள்; Neptune; Varuna, the God of rain.

வருணித்தல்: *(வி):* விளக்குதல்; புகழ்தல்; to describe; to praise.

வருணாலயம்: *(பெ):* கடல்; sea.

வருணி: *(பெ):* பிரமச்சாரி; பொன்; celibate; gold.

வருதி: *(பெ):* ஆணை; order.

வருத்தம்: *(பெ):* துன்பம்; களைப்பு; முயற்சி; grief; weariness; effort.

வருத்தனை: *(பெ):* தொழில்; செல்வம்; சம்பளம்; வழி; profession; wealth; salary; way; path.

வருத்து: *(வி):* துன்பமளித்திடு; to aggrieve.

வருநர்: *(பெ):* விருந்தினர்; guests.

வருநாள்: *(பெ):* எதிர்காலம்; future.

வருந்துதல்: *(வி):* துன்புறுதல்; உடல் மெலிதல்; be distressed; to grow lean. • **வருந்தி அழைத்தாலும் வாராது வாரா** - *பழமொழி.*

வருபிறப்பு: *(பெ):* மறுபிறப்பு; மறுமை; the next birth.

வருபுனல்: *(பெ):* பெருகிவரும் நீர்; ஆறு; rising water; river.

வருபொருள்: *(பெ):* வரவிருக்கும் நிகழ்வு; future event.

வருமாறு: *(பெ):* வரும் விதம்; which is as follows.

• **வரும்வினை வழியில் நிற்காது** - *பழமொழி.*

வருமானம்: *(பெ):* வருவாய்; income.

வருமான வரி: *(பெ):* வருமானத்தின் மேல் விதிக்கப்படும் வரி; income tax.

வருமை: *(பெ):* மறுமை; மறுபிறப்பு; next birth.

வரும்படி: *(பெ):* வருமானம்; income.

வருவியம்: *(பெ):* முழங்கால்; marrow bone.

வரூதம்: *(பெ):* கவசம்; வாழுமிடம்; shield; abode.

வரூதினி: *(பெ):* படை; army.

வரேந்திரன்: *(பெ):* இந்திரன்; அரசன்; Lord Indra; king.

வரை: *(பெ):* மலை; கல்; எல்லை; அளவு; கோடு; எழுத்து; மூங்கில்; இடம்; காலம்; mountain; stone; boundary; measurement; line; letter; bamboo; place; period.

வரைச்சிலம்பு: *(பெ):* மலைச்சாரல்; slope of hill.

வரைதல்: *(வி):* எழுதுதல்; கணித்தல்; விலக்குதல்; திருமணம் செய்தல்; to write; to guess; to reject; to marry.

வரைநீர்: *(பெ):* மலையருவி; mountain torrent.

வரைநேமி: *(பெ):* சக்கரவாள மலை; a mythical mountain range.

வரைப்பகை: *(பெ):* இந்திரன்; Lord Indra.

வரைப்படி: *(பெ):* கையெழுத்துப் பிரதி; manuscript.

வரைப்பு: *(பெ):* உலகம்; எல்லை; மதில்; மாளிகை; குளம்; world; boundary; surrounding wall; mansion; tank.

வரையரையன்: *(பெ):* இமவான்; Himalayas.

வரையறுத்தல்: *(வி):* மதிப்பிடுதல்; கணித்தல்; வளைத்தல்; to estimate; to decide; to bend.

வரையறை: *(பெ):* எல்லை; திட்டம்; முடிவு; limit; plan; accuracy; strictness; end.

வரையாடு: *(பெ):* மலையாடு; jungle sheep.

வரைவின் மகளிர்: *(பெ):* விலைமகளிர்; prostitutes.

வரைவு: (பெ): பிரிவு; கட்டுப்பாடு; அளவு; எல்லை; எழுதுதல்; திருமணம்; section; limitation; measurement; limit; writing; marriage.

- **வரைவிலா** மாணிழையார் மென்றோள் புரையிலாப் பூரியர்கள் ஆழும் அளறு. - குறள் 919.

வரோதயன்: (பெ): இறையருளால் பிறந்தவன்; person born by the grace of God.

வர்க்கத்தார்: (பெ): சுற்றத்தார்; ஒரு குழுவின் அங்கத்தினர்கள்; relations; members of a group.

வர்க்கம்: (பெ): தீ; வகுப்பு; இனம்; வமிசம்; எருக்கம்பால்; பிசாசு; fire; section; lineage; race; juice of yercum; goblin.

வர்ச்சியம்: (பெ): விலக்கத்தக்கது; that which is fit for rejection.

வர்ணகம்: (பெ): சந்தனம்; மர வகை; sandal wood; a kind of tree.

வர்ணமாலை: (பெ): நெடுங்கணக்கு; alphabet.

வர்ணம்: (பெ): நிறம்; குலம்; அழகு; ஒளி; புகழ்; மணம்; துதி; குங்குமம்; மஞ்சள்; colour; race; beauty; lustre; fame; fragrance; praise; saffron powder; turmeric.

வர்ணனை: (பெ): நேரில் பார்ப்பது போன்ற உணர்வை உண்டாக்கும் பேச்சு (அ) எழுத்து; description; commentary.

வர்த்தகம்: (பெ): வாணிகம்; trade.

வர்த்தமானம்: (பெ): செய்தி; தற்கால நிகழ்வு; news; event of present time.

வர்த்தனை: (பெ): செல்வம்; வளர்ச்சி; பெருகுதல்; wealth; growth; increasing.

வர்மம்: (பெ): உட்பகை; வன்மம்; internal enmity; spite; malice.

வலக்காரம்: (பெ): பொய்; விரகு; கட்டாயப்படுத்துதல்; வெற்றி; false; means; compulsion; victory.

வலக்கை: (பெ): வலது பக்கக் கை; வலப்பக்கம்; right hand; right side.

வலங்கம்: (பெ): பெரிய குடும்பம்; large family.

வலங்கொள்: (வி): வெற்றி கொள்ளுதல்; வலம் வருதல்; to win a victory; to go round a temple, etc. in clock-wise direction.

வலசை: (பெ): இடம் விட்டுப் பெயர்கை; கூட்டம்; emigration; crowd.

வலசை வாங்குதல்: (வி): இடம் விட்டுப் பெயர்தல்; to emigrate.

வலஞ்சுழிதல்: (வி): வலப்புறமாகச் சுற்றுதல்; to whirl to the right.

வலட்டி: (பெ): வல்லமையுள்ளது; that which is very strong.

வலதி: (பெ): அழகி; புத்திசாலிப் பெண்; handsome woman; clever woman.

வலது: (பெ): வலப்புறம்; வெற்றி; திறமை; செயல்; right side; victory; skill; deed.

வலத்தல்: (வி): சுற்றுதல்; பின்னுதல்; பிணித்தல்; கொழுத்தல்; to whirl; to entwine; to tie; be plump.

வலத்தம்: (பெ): உரை; வளைவு; speech; curve.

வலமன்: (பெ): வலது பக்கம்; right side.

வலம்: (பெ): வெற்றி; வலிமை; படை; ஆணை; வலப்பக்கம்; உயர்வு; victory; strength; army; command; right side; excellence.

வலம்பம்: (பெ): நேர்கோடு; straight line.

வலம்புரிச்சங்கு: (பெ): வலப்புறம் முறுக்குண்ட சங்கு; conch whose spirals turn to the right.

வலயம்: (பெ): வட்டம்; சக்கராயுதம்; கடல்; குளம்; கைவளையம்; சுற்றிடம்; நீர்நிலை; பாத்தி; எல்லை; தோட்டம்; circle; wheel-like weapon; sea; tank; bracelet; surrounding place; water resource; partition; limit; boundary; garden.

வலவன்: (பெ): திறமையாளன்; வெற்றியாளன்; தேர்ப்பாகன்; திருமால்; ஓர் அசுரன்; skilful person; champion; driver of a chariot; Lord Vishnu; an Asura.

வலவாய்: (பெ): வலதுபுறம்; right side.

வலவை: (பெ): விநாயகப் பெருமானின் தேவியான வல்லபை; திறமை; காளி; வஞ்சகி; Vallabhai, the consort of Lord Vinayaka; skill; Kali, Goddess of dark complexion; deceitful woman.

வலற்காரம்: (பெ): பொய்; lie; falsehood.

வலன்: (பெ): வெற்றி; வலப்பக்கம்; ஆணை; வலிமை; சேனை; திறமைசாலி; ஓர் அசுரன்; victory; right side; command; strength; army; skilled person; an Asura.

வலாகம்: (பெ): கொக்கு; நீர்; crane; water.

வலாகு: (பெ): கொக்கு; crane.

வலாட்டிகன்: (பெ): திண்ணியன்; strong and powerful person.

வலாரி: (பெ): இந்திரன்; Lord Indra.

வலாற்காரம்: (பெ): கட்டாயப்படுத்துகை; compulsion.

வலி: (பெ): வன்மை; அகங்காரம்; பற்றுக்கோடு; சூள்; நோய்வகை; குரங்கு; strength; pride; support; vow; a kind of disease; monkey.

வலிங்கம்: (பெ): வலாற்காரம்; compulsion.

வலிச்சல்: (பெ): நுங்கு; வற்றல்; palmyra fruit not fully ripe; anything dried.

வலிதல்: (வி): திண்ணியதாதல்; துணிதல்; மீறுதல்; கட்டாயப்படுத்துதல்; be hard; to venture; to violate; to compel.

வலிதின்: (பெ.அ): வலாற்காரமாக; forcibly.

வலிது: (பெ): வலிமையுள்ளது; that which is very strong.

வலித்தல்: (வி): கட்டாயப்படுத்துதல்; துணிதல்; ஆலோசித்தல்; வளைத்தல்; அழகு காட்டுதல்; துடுப்பால் படகு தள்ளுதல்; இழுத்தல்;

to force; to compel; to venture; to counsel; to bend; to make faces at; to row the boat; to pull.

வலிநோய்: *(பெ):* வலிப்பு நோய்; epilepsy.

வலிபடுதல்: *(வி):* மாறுபடுதல்; to differ.

வலிப்பு: (பெ): இசிவுநோய்; துன்பம்; epilepsy; grief.

வலிமுகம்: *(பெ):* குரங்கு; monkey.

வலிமை: *(பெ):* வன்மை; திறமை; திண்மை; வலாற்காரம்; strength; talent; hardness; compulsion.

வலியறிதல்: *(பெ):* பகைவனின் வலிமையை அறிந்திடுதல்; திருக்குறளில் 48-வது அதிகாரம்; discovering the strength of one's enemy; 48th chapter of Thirukkural.

வலியன்: *(பெ):* வலிமையானவன்; திறமையாளன்; strong and powerful man; talented man.

- **வலியார்முன் தன்னை நினைக்கதான் தன்னின் மெலியார்மேல் செல்லும் இடத்து.** - *குறள் 250.*
- **வலியார்க்கு மாறேற்றல் ஓம்புக ஓம்பா மெலியார்மேல் மேக பகை.** - *குறள் 861.*

வலிவு: (பெ): வலிமை; strength.

வலீநகம்: (பெ): தாழை; screw pine tree.

வலு: (பெ): வலிமை; திறமை; கொசு; பற்று; ஒரு பசை மருந்து; strength; talent; mosquito; desire; a glue-like medicine.

வலுத்தல்: *(வி):* திடப்படுதல்; be strong.

வலுமை: *(பெ):* வலிமை; வலாற்காரம்; strength; compulsion.

வலுவந்தம்: (பெ): வலாற்காரம்; compulsion.

வலுவன்: (பெ): திறமைசாலி; talented person.

வலை: (பெ): சூழ்ச்சி; மீன்பிடி வலை; plot; fishing net.

வலைக்கண்: (பெ): வலையில் உள்ள ஒரு துவாரம்; mesh of a net.

வலைச்சி: (பெ): மீனவப் பெண்; fisher woman.

வலைச்சேரி: (பெ): மீனவர் குடியிருப்பு; fishermen's quarters.

வலைஞன்: (பெ): மீனவன்; fisherman.

வலை நாற்றம்: *(பெ):* கவிச்சை நாற்றம்; foul stench.

வலைப்பாடு: *(பெ):* வலையை ஆற்றில் (அ) குளத்தில் போட்டு மீன் பிடித்தல்; fishing with net in river or tank.

வலைப்பை: (பெ): வலை போன்று கண்ணுள்ள பை; netting.

வல்: (பெ): வலிமை; திறமை; சூதாடு கருவி; விரைவு; மார்புக்கச்சு; strength; talent; dice; swiftness; bra.

வல்கம்: (பெ): மரப்பட்டை; bark of a tree.

வல்சி: (பெ): உணவு; அரிசி; சோறு; நெல்; food; rice; boiled rice; paddy.

வல்மீகம்: *(பெ):* கறையான் புற்று; யானைக்கால் நோய்; white ant-hill; elephantiasis.

வல்லடி: *(பெ):* வலிமை; திறமை; வலாற்காரம்; கொடுமை; strength; talent; compulsion; severity.

வல்லடி வழக்கு: *(பெ):* அநியாய வழக்கு; unreasonable insistence.

வல்லணங்கு: *(பெ):* காளி; Kali, Goddess of dark complexion.

வல்லபம்: *(பெ):* வலிமை; திறமை; விருப்பம்; அருஞ்செயல்; strength; ability; desire; heroic deed.

வல்லபன்: *(பெ):* கணவன்; அன்பிற்குரியவன்; வலிமையுள்ளவன்; husband; lover; strong man.

வல்லபி: *(பெ):* உமையம்மை; Parvathi, the consort of Lord Shiva.

வல்லபை: *(பெ):* மனைவி; தலைவி; விநாயகப் பெருமானின் தேவி; திறமைசாலி; வலிமையுள்ளவர்; wife; mistress; Vallabhai, the consort of Lord Vinayaka; talented person; strong man.

வல்லமை: *(பெ):* வலிமை; strength.

வல்லம்: (பெ): ஆற்றல்; மனைவி; ஓர் ஊர்; வாழை; பளிங்குக் கல் வகை; ability; wife; a town; plantain tree; a kind of marble stone.

வல்லயம்: (பெ): ஈட்டி வகை; a kind of lance.

வல்லரி: (பெ): தளிர்; பூங்கொத்து; கொடி; tender leaf; cluster of flowers; creeper.

வல்லவன்: (பெ): வலியவன்; கணவன்; இடையன்; திறமைசாலி; சமையற்காரன்; பீமன்; ஓர் அரசன்; strong and powerful person; husband; shepherd; talented person; cook; Bheema the second of the Pancha Pandavas; a king. ● **வல்லவனுக்குப் புல்லும் ஆயுதம்** - *பழமொழி.*

வல்லாங்கு: (து.வி): இயன்ற அளவில்; to the best of one's power.

வல்லாட்டு: *(பெ):* குறும்பு; mischief.

வல்லாண்மை: *(பெ):* பேராற்றல்; great ability.

வல்லாமை: *(பெ):* இயலாமை; incapacity.

வல்லாரை: *(பெ):* கீரை வகை; a kind of greens.

● **வல்லாரை சாப்பிட்டால் ஞாபக சக்தி வளரும்.**

வல்லார்: *(பெ):* வலிமையுடையோர்; mighty persons.

வல்லாளன்: (பெ): வலிமையுள்ளவன்; ஓர் அரசன்; mighty man; a king.

வல்லான்: *(பெ):* வலிமையுள்ளவன்; கடவுள்; mighty man; God.

வல்லி: *(பெ):* ஒரு கொடி; இளம் பெண்; வள்ளியம்மை; உபநிடதம்; திருமணம்; மரவகை; விரைவு; a creeper, young woman; Valli, the consort of Lord Muruga; a section of upanishad; marriage; a kind of tree; swiftness.

வல்லிகம்: (பெ): மிளகு; மஞ்சள்; கொடி; pepper; turmeric; creeper.

வல்லிகை: (பெ): யாழ்; காதணி வகை; lute; a kind of ear ornament.

வல்லிசம்: (பெ): மிளகு; pepper.

வல்லிசை: (பெ): பாம்பு; வல்லோசை; snake; a great noise.

வல்லிடும்பன்: (பெ): இறைவன்; God.

வல்லிதின்: (வி.அ): இயன்ற அளவில்; விரைவாக; to the best of one's power; rapidly.

வல்லிமண்டபம்: (பெ): கொடிப்பந்தல்; a simple structure with a frame for creepers to climb.

வல்லி மரம்: (பெ): கப்பலின் பாய் மரம்; mast of a ship.

வல்லியம்: (பெ): புலி; கொடி; கொல்லி மலை; மஞ்சள்; இடைச்சேரி; tiger; creeper; Kolli hills; turmeric; hamlet of herdsmen.

வல்லியம் பொருப்பு: (பெ): கொல்லிமலை; Kolli hills.

வல்லினம்: (பெ): வல்லோசை உடைய க், ச், ட், த், ப், ற் ஆகிய எழுத்துக்கள்; the class of hard consonants, viz. க், ச், ட், த், ப், ற்.

வல்லீகம்: (பெ): பெருங்காயம்; asafoetida.

வல்லுதல்: (வி): இயலுதல்; be able; be possible.

வல்லுநர்: (பெ): தொழிலிற் சிறந்தோர்; specialists.

வல்லூரம்: (பெ): காடு; புல் தரை; வயல்; மணல்; பூங்கொத்து; தனிமை; forest; pasture; paddy field; sand; cluster of flowers; loneliness.

வல்லுவம்: (பெ): வெற்றிலைப் பை; betel pouch.

வல்லுளி: (பெ): பன்றி; boar.

வல்லூகம்: (பெ): கரடி; ஆண்குரங்கு; bear; he-monkey.

வல்லூரம்: (பெ): இறைச்சி; வனம்; meat; wood.

வல்லூறு: (பெ): இராஜாளி என்னும் பறவை; Royal Falcon. • ஆந்தையை **வல்லூறு** கொத்தியது.

வல்லூற்று: (பெ): பாறைகளிடையே சுரந்திடும் ஊற்று நீர்; mountain spring.

வல்லே: (வி.அ): விரைவாக; quickly; rapidly.

வல்லேரி: (பெ): பேரிடி; great thunderbolt.

வல்லை: (பெ): வலிமை; பெருங்காடு; மேடு; கோட்டை; வருத்தம்; வட்டம்; விரைவு; மர வகை; நோய் வகை; strength; big forest; mound; fort; distress; circle; swiftness; a kind of tree; a kind of stomach disease.

வல்லையம்: (பெ): ஈட்டி வகை; a kind of lance.

வல்லோன்: (பெ): வலிமையுடையவன்; கொடுமையானவன்; mighty person; cruel person.

வல்விலங்கு: (பெ): யானை; புலி; elephant; tiger.

வல்வினை: (பெ): தீவினை; கொடுஞ்செயல்; evil deed; wicked act.

வவ்வால்: (பெ): விலங்குபோல் குட்டி போடுவதும், பறவைபோல் பறப்பதும், இரவில் இரை தேடுவதுமான ஒரு பிராணி; ஒரு மீன்; bat; a kind of fish.

வவ்வுதல்: (வி): கவர்தல்; பற்றுதல்; to snatch; to catch.

வழகம்: (பெ): பவளம்; coral.

வழகு: (பெ): மென்மை; softness.

வழக்கம்: (பெ): நடைமுறை; சம்பிரதாயம்; ஈகை; custom; gift.

வழக்கழிவு: (பெ): முறைகேடு; acting contrary to rules and regulations.

வழக்கறிஞர்: (பெ): வழக்குரைஞர்; advocate.

வழக்காடி: (பெ): வழக்குத் தொடுப்பவர்; plaintiff.

வழக்காடுதல்: (வி): வாதாடுதல்; ஊடுதல்; to dispute; to show resentment.

வழக்காறு: (பெ): பழக்கவழக்கம்; usage.

வழக்கிடுதல்: (வி): வாதாடுதல்; to dispute.

வழக்கியல்: (பெ): பழக்கவழக்கம்; usage.

வழக்கு: (பெ): இயக்கம்; முறை; ஒரு தீர்வுக்காக முன்வைக்கப்படுவது; வாதம்; வண்மை; மரபு; பழக்கம்; movement; manner; a suit or case; dispute; bounty; usage; practice.

வழங்காத் தேர்: (பெ): கானல் நீர்; mirage.

வழங்கா வழி: (பெ): புது வழி; new track.

வழங்குதல்: (வி): நிலைபெறுதல்; கொடுத்தல்; சொல்லுதல்; கொண்டாடப்படுதல்; ஏவுதல்; to last; to give; to say; be esteemed; to discharge.

• *வழங்குவ துள்வீழ்ந்தக் கண்ணும் பழங்குடி*
பண்பில் தலைப்பிரிதல் இன்று. - *குறள் 955.*

வழலிக்கை: (பெ): இளைப்பு; weariness; langour.

வழலுதல்: (வி): தோலுரிதல்; to flay.

வழலை: (பெ): பாம்பு வகை; கோழை; புண்ணிலிருந்து வடியும் நீர்; சோப்புக்கட்டி; உப்பு வகை; ground snake; phlegm; serum; soap; a kind of salt.

வழாறு: (பெ): நிறை நீர் உள்ள ஆறு; the river which has full of flowing water.

வழி: (பெ): நெறி; வழிபாடு; கழுவாய்; காரணம்; ஒழுக்கம்; முறைமை; மரபு; சுவடு; பழைமை; பின்பு; பரம்பரை; way; path; road; homage; remedy; cause; morality; manner; established usage; footprint; antiquity; after; lineage. • மடியில் கனம் இல்லையென்றால் **வழியில்** பயமில்லை - *பழமொழி.*

வழிகாட்டி: (பெ): முன்மாதிரியாக இருப்பவர்; ஊரைச் சுற்றிப்பார்க்க வந்தோரைத் தன்னுடன் அழைத்துச்சென்று விளக்கம் தருகின்ற பணியைச் செய்பவர்; பின்பற்றத்தகுந்த முறையில் இருப்பது; ஓர் இடத்திலிருந்து பல சாலைகள் பிரியும்போது அவை எங்கெங்கு

செல்கின்றன என்பதைத் தெரிவிக்கும் பல பலகைகளைக் கொண்ட கம்பம்; the person who shows the way to others; examplar; leader; guide to tourists; model; signpost at crossroads.

வழிச்செலவு: *(பெ):* பயணச் செலவு; பயணம்; money for expenses of a journey; journey.

வழிதல்: *(வி):* நிரம்பி வழிதல்; to overflow.

வழித்தல்: *(வி):* வடித்தல்; திரட்டுதல்; பூசுதல்; துடைத்தெடுத்தல்; மழித்தல்; to shed; to collect; to smear; to wipe; to shave.

வழித்திண்ணை: *(பெ):* வீட்டின் முன்புறமாகக் கட்டப்பட்டுள்ள திண்ணை; outer pial as of a house.

வழித்துணை: *(பெ):* செல்லும் வழியில் துணையாக வருபவர்; fellow traveller; companion on journey.

வழித் தெய்வம்: *(பெ):* குல தெய்வம்; family God.

வழித் தொண்டு: *(பெ):* வழியடிமை; hereditary slavery.

வழித்தோன்றல்: *(பெ):* வம்சம் தழைத்திடத் தனக்குப் பிறந்த ஆண் மகன்; male descendant.

வழிநடை: *(பெ):* பயணம்; journey.

வழிநாள்: *(பெ):* அடுத்து வரும் நாள்; succeeding day.

வழிநூல்: *(பெ):* முதல் நூல் வழியை விகற்பிக்கும் நூல்; secondary work.

வழிபடு கடவுள்: *(பெ):* குடும்பத்தாரால் வழிபடப்படும் தெய்வம்; God of one's family.

வழிபடுதல்: *(வி):* வணங்குதல்; பின்பற்றுதல்; to worship; to follow.

வழிபாடு: *(பெ):* பூசனை; தொண்டு; வணக்கம்; worship; service; adoration.

வழிப்படுதல்: *(வி):* சந்தித்தல்; to meet.

வழிப்படுத்தல்: *(வி):* பயணத்திற்கு அனுப்புதல்; நல்வழிப்படுத்துதல்; to send on a journey; to set on the right path.

வழிப்பறி: *(பெ):* செல்லும் வழியிலிடும் கொள்ளை; highway robbery.

வழிப்போக்கன்: *(பெ):* கால்நடையாகப் பயணம் செல்பவன்; wayfarer.

வழிப்போக்கு: *(பெ):* பயணம்; journey.

வழிமறித்தல்: *(வி):* செல்வதைத் தடுத்தல்; to prevent from going.

வழிமார்க்கம்: *(பெ):* நன்னடத்தை; good behaviour.

வழிமுதல்: *(பெ):* குல முதல்வன்; progenitor.

வழிமுறை: *(பெ):* தலைமுறை; descendant.

வழிமொழிதல்: *(வி):* முன்னதை ஏற்றுக் கூறுதல்; to second a statement already made.

வழியடியார்: *(பெ):* பரம்பரைத் தொண்டர்; hereditary devotee.

வழியடை: *(பெ):* தடை; obstacle.

வழியம்பலம்: *(பெ):* சத்திரம்; rest-house for the public and travellers.

வழியல்: *(பெ):* வழிந்தோடுவது; that which is overflowing.

வழியாயம்: *(பெ):* சுங்கம்; customs.

வழியிலார்: *(பெ):* திக்கற்றவர்; destitute persons.

வழியுணவு: *(பெ):* கட்டுச்சோறு; cooked rice bundled up as food for a journey.

வழு: *(பெ):* தவறு; கேடு; பாவம்; குற்றம்; error; harm; sin; fault.

வழுக்கம்: *(பெ):* பிழை; தவறு; mistake; error.

வழுக்கலான: *(பெ.அ):* வழுக்கிவிடுவதான; slippery.

வழுக்கல்: *(பெ):* சறுக்குகை; slipperiness.

வழுக்கு: *(பெ):* தோல்வி; சறுக்குகை; மறதி; பிழை; தவறு; உபயோகமற்றுப்போவது; defeat; slipping; forgetfulness; mistake; error; that which becomes useless.

வழுக்கு நிலம்: *(பெ):* சறுக்கலான தரை; slippery ground.

வழுக்கை: *(பெ):* தலைமயிர் உதிர்ந்து வளராத நிலை; இளந்தேங்காயின் உள்ளீடு; baldness; pulp of a tender coconut.

வழுதி: *(பெ):* பாண்டியன்; Pandya king.

வழுது: *(பெ):* பொய்; வைக்கோல்; false; straw.

வழுதுணங்காய்: *(பெ):* இளங்கத்தரிக்காய்; unripe fruit of brinjal.

வழுதுணை: *(பெ):* கத்தரிச்செடி; brinjal plant.

வழுத்தரல்: *(பெ):* இறப்பு; இறத்தல்; death; dying.

வழுத்துதல்: *(வி):* வாழ்த்துதல்; துதித்தல்; to bless; to praise.

- **வழுத்தினாள் தும்மினே னாக அழித்தழுதாள்**
  யாருள்ளித் தும்மினீர் என்று. *- குறள் 1317.*

வழுநிலை: *(பெ):* சொல் தவறாக வரும் தன்மை; erroneous use of a word.

வழுநீர்: *(பெ):* பீளை; rheum in the eye.

வழும்பு: *(பெ):* குற்றம்; நிணம்; தீங்கு; அழுக்கு; தவறு; fault; fat; harm; dirt; error.

வழுவல்: *(பெ):* தவறு; கேடு; நழுவுதல்; error; harm; sliding down.

வழுவழுப்பு: *(பெ):* வழுக்கும் தன்மை; மென்மை; எண்ணெய்ப் பசையுடைமை; slimness; slipperiness; softness; lubricity.

வழுவாய்: *(பெ):* பாவம்; sin.

வழுவு: *(பெ):* தவறு; குற்றம்; கேடு; பாவம்; error; fault; harm; sin.

வழுவை: *(பெ):* யானை; elephant.

வழை: *(பெ):* புன்னை மரம்; a kind of tree.

வழைச்சு: *(பெ):* புதுமை; newness.

வளகம்: *(பெ):* பவளம்; coral.

வளகு: *(பெ):* செழிப்பு; flourishing condition.

வளநாடு: *(பெ):* செழிப்புள்ள நாடு; fertile tract.

வளந்து: *(பெ):* பெரிய மிடா; large wide-mouthed earthen pot.

வளப்பம்: *(பெ):* செழுமை; நன்மை; மாட்சிமை; splendour; beneficence; majesty.

வளமை: *(பெ):* செழிப்பு; நன்மை; செல்வம்; பொருள்; flourishing condition; benefit; wealth; thing.

வளம்: *(பெ):* பயன்; செழுமை; மிகுதி; செல்வம்; வருவாய்; அழகு; utility; splendour; abundance; wealth; income; beauty.

வளர்தல்: *(பெ):* தோன்றிய நிலையிலிருந்து வடிவம், தன்மை முதலியவற்றில் அதிகமாதல்; உறங்குதல்; களித்தல்; தங்குதல்; to grow; to sleep; to rejoice; to dwell.

வளர்த்தல்: *(வி):* வளரச் செய்தல்; பெருகச் செய்தல்; to rear; cause to increase. • **வளர்த்த** கடா மார்பிலே பாய்ந்தது போல - *பழமொழி.*

வளர்பிறை: *(பெ):* அமாவாசைக்கு அடுத்து வரும் பிறைச் சந்திரன்; crescent moon.

வளர்ப்பு: *(பெ):* வளர்த்தல்; bringing up.

வளர்ப்புக் குழந்தை: *(பெ):* குழந்தையில்லாதோர் தத்து எடுத்து வளர்க்கும் குழந்தை; foster child.

வளர்ப்புத் தாய்: *(பெ):* பெற்ற தாய் அல்லது ஒரு குழந்தையைப் பேணி வளர்க்கும் தாய்; foster mother.

வளவளப்பு: *(பெ):* வீண்பேச்சு; useless talk. • **வளவளன்னு** பேசாம வேலையைப் பாரு.

வளவன்: *(பெ):* சோழன்; Chozha king.

வளவு: *(பெ):* வீடு; house.

வளவுதல்: *(வி):* வளர்தல்; to grow.

வளாகம்: *(பெ):* இடம்; பரப்பு; நாடு; உலகம்; place; area; country; world.

வளார்: *(பெ):* இளங்கொம்பு; twig; tender branch.

வளாவுதல்: *(வி):* மூடுதல்; சூழ்தல்; கலத்தல்; to close; to surround; to mix as hot water with cold.

வளி: *(பெ):* காற்று; wind; air.

வளிசம்: *(பெ):* தூண்டில்; fishing hook.

வளிநிலை: *(பெ):* கோபுரம்; tower.

வளிமகன்: *(பெ):* அனுமன்; பீமன்; Hanuman and Bheema, the sons of God of Wind.

வளிமறை: *(பெ):* வீடு; கதவு; house; door.

வளு: *(பெ):* இளமை; youth.

வளும்பு: *(பெ):* அழுக்கு; நிணம்; dirt; fat.

வளை: *(பெ):* கைவளை; சங்கு; துளை; சக்கரப்படை; சுற்றிடம்; தூதுவளை; bangles; conch; hole; wheel-like weapon; surrounding place; herb. *(வி):* வளைத்தல்; to bend.

வளைகாப்பு: *(பெ):* கருவுற்ற பெண்ணுக்கு ஐந்து, ஏழு ஆகிய மாதங்களில் செய்யப்படும் சடங்கு; bangle-wearing ceremony in the fifth or seventh month of a woman's first pregnancy.

வளைசம்: *(பெ):* வளைவு; வளைந்த தன்மை; curve; crookedness.

வளைதடி: *(பெ):* ஒரு வகை வளைந்த தடி; a kind of curved cudgel, boomerang.

வளைதல்: *(பெ):* கோணுதல்; சூழ்தல்; தாழ்தல்; வழிவிடுதல்; to bend; to hover around; to bend low; to give way. • **வளையப்** போனாலும் வழியே போ - *பழமொழி.*

வளைத்தல்: *(வி):* வளையச் செய்தல்; தப்ப முடியாதபடி சூழ்ந்து மடக்குதல்; கவர்தல்; பற்றுதல்; cause to bend; to surround a person; to close in (on something) to seize; to hold. • ஐந்தில் **வளையாதது** ஐம்பதில் வளையாது - *பழமொழி.*

வளைப்பு: *(பெ):* குடியிருப்பு இடம்; காவல்; உழவு சால்; வளைத்தல்; living place; protection; furrow; bending.

வளையகம்: *(பெ):* சங்கு; conch as curved.

வளையம்: *(பெ):* சுற்று; குளம்; கை வளையல்; சங்கு; எல்லை; மண்டலம்; rolling; coiling; tank; bangles; conch; boundary; circle.

வளையல்: *(பெ):* மகளிர் கையணிகல வகை; bangles.

வளைவாணன்: *(பெ):* பலராமன்; Balarama, the brother of Lord Krishna.

வளைவு: *(பெ):* சுற்று; கோணல்; பணிவு; circle; curve; humility.

வள்: *(பெ):* வளம்; பெருமை; வாள்; கடிவாளம்; காது; படுக்கை; கூர்மை; வலிமை; fertility, greatness; sword; bridle; ear; bed; sharpness; strength.

வள்ளம்: *(பெ):* உண்ணும் வட்டில்; நாழிகை வட்டில்; சிறு தோணி; a dish for the use of eating; hour glass; a small boat.

வள்ளலார்: *(பெ):* இராமலிங்க அடிகளார்; Ramalinga Adigalar - Vallalar, a poet and philosopher.

வள்ளல்: *(பெ):* கொடையாளி; liberal donor.

வள்ளன்மை: *(பெ):* வள்ளல் தன்மை; munificence.

வள்ளி: *(பெ):* கை வளை; முருகப்பெருமானின் துணைவி; சந்திரன்; கொடி வகை; bangles; Valli, one of the consorts of Lord Muruga; the moon; a kind of creeper.

வள்ளிக் கண்டம்: *(பெ):* சீந்திற் கொடி; a herb.

வள்ளிசாய்: *(வி.அ):* சரியாய்; ஒட்டுமொத்தமாய்; entirely; completely.

வள்ளியம்: *(பெ):* ஊதுகுழல்; மரக்கலம்; மிளகு; ஈகைக் குணம்; a wind pipe; boat; pepper; generosity.

வள்ளியோன்: *(பெ):* வள்ளன்மையுடையோன்; வள்ளல்; a strong and powerful person; liberal donor.

வள்ளூரம்: *(பெ):* பசுவின் இறைச்சி; beef; meat of cow.

வள்ளுவன்: *(பெ):* நிமித்திகன்; ஒரு சாதி; திருவள்ளுவர்; an officer who proclaims the king's commands; a caste; Thiruvalluvar, the author of Thirukkural.

வள்ளூரம்: *(பெ):* மாட்டிறைச்சி; beef.

வள்ளை: *(பெ):* ஒரு கொடி வகை; a kind of creeper.

வறங்கூர்தல்: *(வி):* மழை பெய்யாது போதல்; பஞ்சம் உண்டாதல்; to cease to rain; the onset of famine.

வறட்காலம்: *(பெ):* வறட்சிக்காலம்; time of drought.

வறட்காற்று: *(பெ):* வறண்ட காற்று; dry wind.

வறடன்: *(பெ):* மெலிந்தவன்; ஆண்மையற்றவன்; lean man; impotent man.

வறடி: *(பெ):* மெலிந்தவள்; மலடி; lean woman; sterile woman.

வறடு: *(பெ):* வறட்சி; drought.

வறட்சி: *(பெ):* மழை பெய்யாமை, கடும் வெப்பம் ஆகியவற்றால் தேவையான நீர் இல்லாது போதல்; நாக்கில், தொண்டையில் தேவையான ஈரம் இல்லாமை; drought; feeling of dryness in throat due to thirst.

வறட்டாடு: *(பெ):* மலட்டாடு; sterile goat.

வறட்டி: *(பெ):* தட்டிக் காய்ந்த சாணம்; dried cowdung cake.

வறட்டிருமல்: *(பெ):* குத்திருமல்; dry cough.

வறட்டுப் பசு: *(பெ):* மலட்டுப்பசு; sterile cow.

வறண்ட: *(பெ):* வறட்சியான; arid.

வறண்டுதல்: *(வி):* பிறாண்டுதல்; திருடுதல்; to scratch; to steal; to rob.

வறத்தல்: *(வி):* காய்தல்; வறுமை நிலையடைதல்; மழை பெய்யாது போதல்; to dry; to become poor; to cease to rain.

வறல்: *(வி):* உலர்தல்; வறுத்தல்; to dry; to fry; *(பெ):* சுள்ளி; twig.

வறவு: *(பெ):* கஞ்சி; gruel.

வறளி: *(பெ):* உலர்ந்தது; that which is dried.

வறிஞன்: *(பெ):* பொருளில்லாதவன்; திக்கற்றவன்; the poor man; destitute person.

வறிது: *(பெ):* அறியாமை; வறுமை; குறைவு; ignorance; poverty; deficiency.

வறுதல்: *(வி):* வறுபடுதல்; be fried.

வறுத்தல்: *(வி):* பொரியச் செய்தல்; தொந்தரவு அளித்தல்; to fry; to give trouble.

வறுநகை: *(பெ):* புன்னகை; smile.

வறுமை: *(பெ):* பொருளின்மை; துன்பம்; poverty; grief.

வறுமொழி: *(பெ):* பயனற்ற பேச்சு; useless talk.

வறுவியோர்: *(பெ):* திக்கற்றவர்கள்; பொருள் இல்லாதவர்கள்; destitute persons; poor persons.

வறை: *(பெ):* பொரிக்கறி; dried curry.

வறையல்: *(பெ):* பிண்ணாக்கு; oilcake.

வறையார்: *(பெ):* பயனற்றோர்; useless persons.

வற்கடம்: *(பெ):* வறட்சி; பஞ்சம்; drought; famine.

வற்கம்: *(பெ):* குதிரையின் கடிவாளம்; பிசாசு; அத்தியாயம்; ஒழுங்கு; மரபு; bridle; goblin; devil; chapter; order; lineage.

வற்கலம்: *(பெ):* மரப்பட்டை; bark of a tree.

வற்காலி: *(பெ):* ஆடு; goat.

வற்குணம்: *(பெ):* கொடுமை; severity.

வற்சதரம்: *(பெ):* இளங்கன்று; calf.

வற்சவம்: *(பெ):* குழந்தைப் பருவம்; ஒரு நாடு; மார்பு; childhood; a country; chest.

வற்சரம்: *(பெ):* ஆண்டு; year.

வற்சன்: *(பெ):* குழந்தை; child.

வற்சை: *(பெ):* குழந்தை; மலட்டுப்பசு; child; sterile cow.

வற்பம்: *(பெ):* வறட்சி; drought.

வற்பு: *(பெ):* வலிமை; உறுதிப்பாடு; strength; confirmation.

வற்புலம்: *(பெ):* மேட்டு நிலம்; high ground.

வற்புறுத்துதல்: *(வி):* கட்டாயப்படுத்துதல்; to stress; to compel.

வற்றச் செய்: *(வி):* வடியச் செய்; to drain.

வற்றம்: *(பெ):* வறட்சி; கடல் நீர் வடிதல்; drought; low tide.

வற்றல்: *(பெ):* உலர்தல்; உலர்ந்தது; drying; dried one.

வற்றுதல்: *(வி):* வதங்குதல்; வாடுதல்; ஆவியாதல்; பயனற்றுப்போதல்; to wither; to fade; to grow dry; to evaporate; to become worthless.

வனகவம்: *(பெ):* காட்டுப் பசு; wild cow.

வனசமூகம்: *(பெ):* பூஞ்சோலை; flower garden.

வனசம்: *(பெ):* தாமரை; lotus.

வனசரம்: *(பெ):* காட்டு விலங்கு; காடு; wild animal; forest.

வனசரர்: *(பெ):* வேடர்; hunters.

வனசன்: *(பெ):* காமன்; Kama Deva, the God of Love; Cupid.

வனசை: *(பெ):* திருமகள்; சந்தன மரம்; Lakshmi, Goddess of Wealth; sandalwood tree.

வனச்சுவை: *(பெ):* நரி; புலி; புனுகுப்பூனை; fox; tiger; civet-cat.

வனதீபம்: *(பெ):* செண்பகம்; a flower of golden hue.

வனதெய்வம்: *(பெ):* காடுறை தெய்வம்; fairy dryad.

வனநரம்: *(பெ):* குரங்கு; monkey.

வனபந்தம்: *(பெ):* தடாகம்; pool.

வனப்பிரியம்: *(பெ):* குயில்; koel.

வனப்பு: *(பெ):* அழகு; இளமைத் தன்மை; charm; beauty; fresh colour of youth.

வனமல்லிகை: *(பெ):* காட்டு மல்லிகை; wild jasmine.

வனமாலி: (பெ): துளசி; திருமால்; sacred basil plant; Lord Vishnu.
வனமாலை: (பெ): துளசி மாலை; basil garland.
வனம்: (பெ): காடு; நீர்; ஊர் சூழ்ந்த சோலை; வழி; அழகு; சுடுகாடு; மலையருவி; துளசி; புற்று; நிறம்; forest; water; the grove in the mid of a village or town; way; path; beauty; cremation ground; mountain stream; basil plant; ant-hill; colour.
வனரஞ்சனி: (பெ): தாய்ப்பால்; mother's milk.
வனராசன்: (பெ): சிங்கம்; lion.
வனலட்சுமி: (பெ): வாழை மரம்; plantain tree.
வனவசம்: (பெ): சந்தன மரம்; sandalwood tree.
வனவன்: (பெ): வேடன்; hunter.
வனவாசம்: (பெ): காட்டு வாழ்க்கை; wild life.
வனாந்தரம்: (பெ): காட்டின் உட்பகுதி; பாலைவனம்; interior part of a forest; desert.
வனிகை: (பெ): தோப்பு; சோலை; பூந்தோட்டம்; plantation; grove; flower garden.
வனிதம்: (பெ): சிறப்பு; மேன்மை; speciality; excellence.
வனிதை: (பெ): பெண்; மனைவி; woman; wife.
வனைதல்: (வி): அலங்கரித்தல்; அழகுபடுத்துதல்; to decorate; to adorn.
வன்: (பெ): கொடிய; கொடூரமான; cruel; acrimonious.
வன்கண்: (பெ): பகைவன்; பொறாமை; வீரம்; enemy; envy; bravery.
- *வன்கண் குடிகாத்தல் கற்றறிதல் ஆள்வினையோடு ஐந்துடன் மாண்டது அமைச்சு. - குறள் 632.*

வன்கண்ணன்: (பெ): கொடுமையானவன்; cruel person.
வன்கண்மை: (பெ): கொடுமை; வீரம்; hard-heartedness; bravery.
வன்கணாளன்: (பெ): வீரன்; soldier.
வன்சிறை: (பெ): கடுங்காவல்; rigorous imprisonment.
வன்சொல்: (பெ): கடுஞ்சொல்; harsh word.
வன்பால்: (பெ): பாலை நிலம்; desert tract.
வன்பு: (பெ): வலிமை; கடினத்தன்மை; strength; hardness.
வன்புலம்: (பெ): குறிஞ்சி நிலம்; முல்லை நிலம்; hilly tract; pastoral tract.
வன்பொறை: (பெ): பெரும்பாரம்; heavy load.
வன்மம்: (பெ): தீராப்பகை; சூளுரை; பொறாமை; spite; vow; malice.
வன்மனம்: (பெ): கல்நெஞ்சம்; hard-heart.
வன்மா: (பெ): குதிரை; horse.
வன்மான்: (பெ): சிங்கம்; lion.
வன்மி: (பெ): பகைவன்; enemy.
வன்மீகம்: (பெ): கறையான் புற்று; ant-hill.
வன்மீன்: (பெ): முதலை; crocodile.
வன்மை: (பெ): கடினம்; வலிமை; வன்சொல்; ஆற்றல்; வலாற்காரம்; கோபம்; hardness; strength; harsh word; ability; skill; compulsion; angry.
வன்மொழி: (பெ): கடுஞ்சொல்; harsh word.
வன்றி: (பெ): பன்றி; pig.
வன்னசரம்: (பெ): கழுத்தணி வகை; a kind of necklace.
வன்னம்: (பெ): எழுத்து; தங்கம்; நிறம்; word; gold; colour.
வன்னரூபி: (பெ): கலைமகள்; உமையவள்; Saraswathi, Goddess of Arts and Learning; Goddess Parvathi, the consort of Lord Shiva.
வன்னி: (பெ): கிளி; நெருப்பு; குதிரை; மர வகை; வன்னியன்; பிரம்மச்சாரி; ஓர் அரக்கன்; parrot; fire; horse; a kind of tree; one who belongs to vanniar community; celibate; a monster.
வன்னிகை: (பெ): எழுதுகோல்; pen; pencil.
வன்னிசகாயன்: (பெ): காற்று; wind.
வன்னித்தல்: (வி): வருணித்தல்; அச்சடித்தல்; to describe; to print.
வன்னியன்: (பெ): வன்னியர் சாதியைச் சேர்ந்தவன்; ஒரு சாதியின் பட்டப்பெயர்; one who belongs to vanniar community; title of a caste.
வன்னிலம்: (பெ): பாறைப்பாங்கான நிலம்; rocky soil.
வன்னிவகன்: (பெ): காற்று; wind.
வன்னிவண்ணம்: (பெ): செந்தாமரை; செவ்வாம்பல்; red lotus; red water-lily.
வன்னெஞ்சு: (பெ): கடும் நெஞ்சு; கடின மனம்; hard-heart.

வா

வா: (பெ): வா என்று ஏவுதல்; தாவுதல்; to ask to come; to leap.
வாகடம்: (பெ): மருத்துவ நூல்; a book on medical science.

வாகம்: *(பெ):* வாகனம்; சக்கரவாகப் புள்; vehicle; a bird in separation said to pine for its mate during the night, mentioned in classical Indian literature.

வாகனம்: *(பெ):* ஊர்தி; சீலை; விடாமுயற்சி; ஆடை வகை; vehicle; cloth; perseverance; a kind of garment. ● **வாகனம்** உள்ளான் நடைக்கு அஞ்சான்; பாலுண்டவன் பந்திக்கு அஞ்சான் - *பழமொழி.*

வாகி: *(பெ):* அழகி; beautiful woman.

வாகிடி: *(பெ):* நீர்வாழ் விலங்கு வகை; a kind of animal which lives in water.

வாகியம்: *(பெ):* ஊர்தி; புறம்; வெளி; vehicle; outside; open space.

வாகிடி: *(பெ):* படை; ஒரு பேரெண்; பாதிரி மரம்; army; a large number; trumpet flower tree.

வாகீசர்: *(பெ):* திருநாவுக்கரசர்; Thirunavukkarasar, a Saiva saint-poet.

வாகு: *(பெ):* அழகு; ஒளி; ஒழுங்கு; திறமை; செடி வகை; தோள்; பக்கம்; beauty; lustre; order; ability; a kind of plant; shoulder; side.

வாகுரம்: *(பெ):* வலை; வௌவால்; net; bat.

வாகுலேயன்: *(பெ):* முருகப்பெருமான்; Lord Muruga.

வாகுவளையம்: *(பெ):* தோளணி வகை; a kind of shoulder ornament.

வாகை: *(பெ):* மர வகை; வெற்றி; நல்லொழுக்கம்; மிகுதி; பண்பு; தவம்; பூ வகை; a kind of tree; victory; good conduct, abundance; quality; penance; a kind of flower.

வாகைவில்லாளன்: *(பெ):* மன்மதன்; Kama Deva, the God of Love; Cupid.

வாக்கல்: *(பெ):* கஞ்சி வடித்த சோறு; boiled rice from which its gruel has been strained.

வாக்களித்தல்: *(வி):* உறுதி கூறுதல்; தேர்தலில் வாக்குச் சீட்டு போடுதல்; to promise; to vote in an election.

வாக்காடுதல்: *(வி):* வாதாடுதல்; பேசுதல்; to argue; to speak.

வாக்காளன்: *(பெ):* தேர்தலில் வாக்களிப்பவன்; voter.

வாக்காள்: *(பெ):* நாமகள்; Goddess Saraswathi.

வாக்கியம்: *(பெ):* எழுவாய், பயனிலையுடன் கூடிய தொடர்; sentence with Subject and Predicate.

வாக்கின் செல்வி: *(பெ):* சரஸ்வதி; Goddess Saraswathi.

வாக்கு: *(பெ):* உறுதிமொழி; வாக்குச்சீட்டு; சொல்; வாய்; அசரீரி ஒலி; promise; vote; word; mouth; voice from above.

வாக்குதல்: *(வி):* வார்த்தல்; to cast as metal in a mould.

வாக்கு நயம்: *(பெ):* சொல் வன்மை; eloquence.

வாக்கு நாணயம்: *(பெ):* கொடுத்த வாக்கைக் காப்பாற்றுதல்; keeping one's word.

வாக்கு பிசகுதல்: *(வி):* கொடுத்த வாக்கைக் காப்பாற்றிட இயலாது போதல்; to break one's word.

வாக்கு மூலம்: *(பெ):* வாய்சாட்சி; விசாரணையின் போது, தான் அறிந்த அளவில் வாய்மொழியாக (அ) எழுத்து மூலமாக முறைப்படி ஒரு சம்பவம் குறித்துத் தரப்படும் விவரம்; oral deposition; formal statement made during an enquiry.

வாக்குரிமை: *(பெ):* குறிப்பிட்ட சில தகுதி உடையவர்கள் வாக்கு அளித்திடலாம் என்னும் அடிப்படை உரிமை; right to vote; franchise.

வாக்குவாதம்: *(பெ):* தருக்கம்; ஒரு விஷயம் குறித்து வெவ்வேறு நிலையில் இருப்பவர்கள் தங்களுக்குச் சரியானது என்று கருதியதை வலியுறுத்திப் பேசும் பேச்சு; disputation; quarrel in words; heated discussion.

வாக்குறுதி: *(பெ):* ஒன்றினைச் செய்வதாக உறுதியளித்திடும் கூற்று; promise.

வாக்கெடுப்பு: *(பெ):* ஒரு கூட்டத்தினர் (அ) பொது மக்களிடையே குறிப்பிட்ட கருத்துக்கு ஆதரவும், எதிர்ப்பும் எவ்வளவு உள்ளது என்பதை வெளிப்படுத்துவதற்கு செய்திடும் நடவடிக்கை; voting; referendum.

வாங்கு: *(பெ):* வளைவு; அடி; வசவு; பிச்சுவா; ஆசனம்; curve; bend; blow; abusing words; a small knife; a seat.

வாங்குதல்: *(பெ):* இழுத்தல்; ஏற்றல்; பெறுதல்; தழுவுதல்; தாழ்தல்; ஒருபுறமாக ஒதுங்குதல், வசைபாடுதல்; அடித்தல்; to pull; to accept; to receive; to embrace; to become low; to step aside; to abuse; to beat.

வாசகம்: *(பெ):* வாக்கியம்; சொல்; செய்தி; செய்யுள்; உரைநடை; தோத்திரம்; sentence; word; news; verse; prose; a praise.

வாசகன்: *(பெ):* படிப்போன்; பேசுவோன்; reader; speaker.

வாசஞ்செய்தல்: *(வி):* வசித்தல்; குடியிருத்தல்; to dwell; to inhabit; to lodge.

வாசந்தம்: *(பெ):* தென்றல்; ஒட்டகம்; குயில்; south wind; camel; koel.

வாசந்தி: *(பெ):* குருக்கத்தி; செண்பகம்; ஆடாதோடை; திப்பிலி; a herb; a flower of golden hue; champak; a herb; long pepper.

வாசநெய்: *(பெ):* புனுகு; civet.

வாசம்: *(பெ):* இருப்பிடம்; ஊர்; மணம்; மணப்பண்டம்; அம்பு; நெய்; வேகம்; அரிசி; பேச்சு; ஆடை; உணவு; நீர்; சொல்; வாக்கியம்; dwelling place; village; town; fragrance; perfume; odour; scent; smell; perfumed thing; arrow; ghee; speed; rice; speech; garment; food; water; word; sentence.

வாசரம்: *(பெ):* நாள்; ஒரு நரகம்; day; a hell.
வாசல்: *(பெ):* முகப்பு வழி; entrance.
வாசவன்: *(பெ):* இந்திரன்; Lord Indra.
வாசனம்: *(பெ):* மணம்; அறிவு; குரல்; வாசிப்பு; perfume; fragrance; knowledge; voice; reading.
வாசனை: *(பெ):* நன்மணம்; பற்று; குரல்; fragrance; perfume; desire; voice.
வாசன்: *(பெ):* வாசிப்பவன்; reader.
வாசாகரம்: *(பெ):* அந்தப்புரம்; the part of a palace where the queen and other royal women live.
வாசாதி: *(பெ):* ஆடாதோடை; a herb.
வாசாலகம்: *(பெ):* சொல் வன்மை; eloquence.
வாசி: *(பெ):* மூச்சு; வேறுபாடு; இயல்பு; குணம்; தன்மை; தகுதி; நல்ல நிலைமை; நிமித்தம்; இசைக்குழல்; குதிரை; பறவை; அம்பு; நியாயம்; வசிப்பவன்; இருப்பிடம்; breath; difference; nature; quality; state; fitness; good status; cause; reed pipe; horse; bird; arrow; justice; one who resides in a place; dwelling place.
வாசிகம்: *(பெ):* செய்தி; news.
வாசிகன்: *(பெ):* தூதன்; messenger.
வாசிகை: *(பெ):* மாலை; garland.
வாசிதம்: *(பெ):* அறிவு; பறவையொலி; knowledge; cry of a bird.
வாசித்தல்: *(வி):* படித்தல்; கற்றல்; மணத்தல்; to read; to learn; to smell.
வாசிப்பு: *(பெ):* படிப்பு; கல்வியறிவு; education; literacy.
வாசிமேதம்: *(பெ):* அசுவமேதம்; horse-sacrifice.
வாசிரம்: *(பெ):* பகல்; வீடு; நாற்சந்தி; day; house; a junction of four streets; square.
வாசினி: *(பெ):* பெண் குதிரை; mare.
வாசினை: *(பெ):* படித்தல்; யாழ் இசைத்தல்; reading; playing a lute.
வாசு: *(பெ):* கடவுள்; திருமால்; இருவேலி; God; Lord Vishnu; odoriferous shrub.
வாசுகி: *(பெ):* ஒரு பாம்பு; விந்து; திருவள்ளுவரின் மனைவி; a snake; semen; wife of Thiruvalluvar.
வாசுரை: *(பெ):* இரவு; பூமி; பெண்; பெண் யானை; night; earth; woman; she-elephant.
வாசை: *(பெ):* ஆடாதோடை; a herb.
வாச்சி: *(பெ):* மரம் செதுக்கும் ஆயுதம்; chisel.
வாச்சியம்: *(பெ):* வாத்தியம்; இசைக்கருவி; வாசகத்தின் பொருள்; நிந்தை; musical instrument; the meaning of a sentence; reproach.
வாஞ்சனை: *(பெ):* விருப்பம்; desire.
வாஞ்சிதம்: *(பெ):* விருப்பமானது; that which is desired.
வாஞ்சித்தல்: *(வி):* விரும்புதல்; to like.
வாஞ்சை: *(பெ):* பரிவு கலந்த அன்பு; fondness.
வாடகை: *(பெ):* குடிக்கூலி; சுற்றுவட்டம்; house rent; circle.
வாடல்: *(பெ):* வாடுகை; வாடின பொருள்; fading; withering; that which is faded.
வாடாமல்லிகை: *(பெ):* பூச்செடி வகை; a kind of flower plant.
வாடாவஞ்சி: *(பெ):* கருவூர்; Karuvoor, the former capital of Chozha kings.
வாடி: *(பெ):* தோட்டம்; மதில்; முற்றம்; வீடு; பட்டி; சாவடி; மரம் விற்குமிடம்; garden; surrounding wall; courtyard of a house; house; cattle-pound; choultry; timber depot.
வாடிகை: *(பெ):* ஓய்விடம்; resting place.
வாடிக்கை: *(பெ):* வழக்கம்; முறை; habit; custom as in dealing; usage; manner.
வாடிவாசல்: *(பெ):* ஓர் அரண்மனை (அ) கட்டடத்தின் முகப்பு அறை; entrance hall of a palace or a hall.
வாடுதல்: *(வி):* உலர்தல்; மெலிதல்; கெடுதல்; to fade; to dry; to become lean; be destroyed; to ruin.
வாடூன்: *(பெ):* உப்புக் கண்டம்; salted dry-meat.
வாடை: *(பெ):* வடகாற்று; குளிர் காற்று; மணம்; தெரு; கூலி; மருந்து; north wind; cold wind; fragrance; street; wage; medicine.
வாடைப்பொடி: *(பெ):* நறுமணப் பொடி; scented powder.
வாட்குடி: *(பெ):* மறக்குடி; race of warriors.
வாட்கூத்து: *(பெ):* வாளினை வைத்துக்கொண்டு ஆடும் கூத்து; sword dance.
வாட்டசாட்டம்: *(பெ):* நல்ல உயரம், உயரத்துக்கு ஏற்ற பருமன் ஆகியவை கொண்ட தோற்றம்; தோற்றப் பொலிவு; handsome (figure); being tall and well-built.
வாட்டம்: *(பெ):* வாடுகை; உலர்தல்; மெலிவு; வருத்தம்; நீட்டம்; நிறைவு; அனுகூலம்; தோட்டம்; தெரு; வழி; fading; withering; drying; leanness; distress; stretching; completion; benefit; advantage; garden; street; way; path.
வாட்டரவு: *(பெ):* சோர்வு; உலர்கை; langour; drying.
வாட்டல்: *(பெ):* வறுத்தல்; வறுபட்ட பொருள்; roast; roasted thing.
வாட்டி: *(பெ):* தடவை; முறை; time; turn.
வாட்டிய புட்பம்: *(பெ):* சந்தனம்; மஞ்சள்; sandalwood; turmeric.
வாட்டியம்: *(பெ):* வீடு; தோட்டம்; house; garden.
வாட்டுதல்: *(வி):* வதக்குதல்; வருத்துதல்; கெடுத்தல்; to roast; to injure; to destroy.

வாட்படை: *(பெ):* வாளேந்திய போர்வீரர் படை; army of soldiers armed with swords.

வாட்போர்: *(பெ):* வாளினை ஏந்திச் செய்திடும் போர்; fight with the swords.

வாணகம்: *(பெ):* தீ; தனிமை; அம்பு; பசுவின் மடி; வேய்ங்குழல்; fire; solitude; loneliness; arrow; cow's udder; bamboo pipe.

வாணகன்: *(பெ):* திருமால்; Lord Vishnu.

வாணம்: *(பெ):* அம்பு; தீ; மத்தாப்பு; arrow; fire; rocket.

வாணலி: *(பெ):* இருப்புச் சட்டி; a kind of frying pan. • **வாணலி** கொண்டு வறுத்திடலாம்; வதக்கிடலாம்.

வாண வேடிக்கை: *(பெ):* வாணங்களை வெடித்து நிகழ்த்தும் கண்கவர் காட்சி; display of fireworks.

வாணன்: *(பெ):* வாழ்பவன்; நெல் வகை; ஓர் அசுரன்; one who lives; a kind of paddy; an Asura.

வாணாள்: *(பெ):* வாழ்நாள்; உயிர்; lifetime; soul.

வாணி: *(பெ):* கலைமகள்; சொல்; கல்வி; அம்பு; ஓமம்; நீர்; சரஸ்வதி நதி; Saraswathi, Goddess of Arts and Learning; word; education; arrow; bishop's weed; water; river Saraswathi.

வாணிகம்: *(பெ):* வியாபாரம்; ஊதியம்; business; trade; salary; wage.

- **வாணிகம்** செய்வார்க்கு வாணிகம் பேணிப் பிறவும் தம்போற் செயின். - *குறள் 120.*

வாணிகன்: *(பெ):* வியாபாரி; வைசியன்; துலாக்கோல்; துலா ராசி; trader; merchant; weighing balance; seventh constellation of the zodiac having the balance as its sign; Libra.

வாணிகேள்வன்: *(பெ):* பிரம்மன்; Lord Brahma.

வாணிதம்: *(பெ):* கள்; toddy.

வாணிமலர்: *(பெ):* வெண்டாமரை; white lotus.

வாணீசன்: *(பெ):* பிரமன்; Lord Brahma.

வாணுதல்: *(பெ):* பெண்; ஒளி பொருந்திய நெற்றி; woman; bright forehead.

வாண்முகம்: *(பெ):* வாளின் நுனி; edge of a sword.

வாண்முட்டி: *(பெ):* வாளின் கைப்பிடி; handle or hilt of a sword.

வாதகம்: *(பெ):* இடையூறு; disturbance.

வாதகேது: *(பெ):* புழுதி; dust.

வாதசுரம்: *(பெ):* காய்ச்சல்; fever.

வாதநாடி: *(பெ):* மூன்று நாடிகளுள் ஒன்று; வாதத்தைக் குறிக்கும் நாடி; one of the three nadis; pulse indicating windy humour.

வாதநீர்: *(பெ):* உடம்பில் உபாதை உண்டாக்கும் கெட்ட நீர்; rheumatic humours; flatulency.

வாதபாடணர்: *(பெ):* கோள் சொல்வோர்; back biters.

வாதம்: *(பெ):* வாத நோய்; வாத நாடி; காற்று; சொல்; தருக்கம்; வில்வ மரம்; rheumatism; pulse indicating windy humour; one of the three nadis; air; word; argument; bael tree.

வாதலம்: *(பெ):* செடி வகை; a kind of plant.

வாதவூரார்: *(பெ):* மாணிக்கவாசகர்; Manicka Vasagar, a Saiva saint-poet.

வாதனம்: *(பெ):* சீலை; cloth.

வாதனை: *(பெ):* நறுமணம்; இம்மையில் உண்டாகும் பற்று; துன்பம்; fragrance; perfume; the pleasure in the present birth; distress.

வாதாசனம்: *(பெ):* காற்றினை உண்ணுவதான பாம்பு; the snake which consumes air.

வாதாடுதல்: *(வி):* தர்க்கம் செய்தல்; வழக்காடுதல்; to argue; to dispute.

வாதாட்டம்: *(பெ):* சொற்போர்; disputation.

வாதாயனம்: *(பெ):* பலகணி; மண்டபம்; window; hall; building.

வாதாரி: *(பெ):* ஆமணக்கு; வேம்பு; castor plant; neem tree.

வாதி: *(பெ):* வழக்காடுபவன்; இரசவாதி; plaintiff; one who transmutes baser metals into gold.

வாதிகன்: *(பெ):* வாசனைத் திரவியம் தயாரிப்பவர்; scent manufacturer.

வாதித்தல்: *(வி):* வாதாடுதல்; வருத்துதல்; தடுத்தல்; to argue; to dispute; to afflict; to obstruct.

வாதிப்பு: *(பெ):* துன்பம்; grief.

வாது: *(பெ):* தருக்கம்; சண்டை; சூளுரை; மரக்கிளை; argument; fight; vow; branch of a tree.

வாதுகை: *(பெ):* மனைவி; wife.

வாதுதல்: *(வி):* அறுத்தல்; to cut-off; to reap.

வாதுமை: *(பெ):* மர வகை; பருப்பு வகை; a kind of tree; common almond.

வாதுலம்: *(பெ):* சுழற்காற்று; whirlwind.

வாதுலன்: *(பெ):* உன்மத்தன்; madman; intoxicated person.

வாதுலி: *(பெ):* வெளவால்; bat.

வாதுளம்: *(பெ):* ஒரு சிவாகமம்; a Shivagama.

வாதுவன்: *(பெ):* குதிரைக்காரன்; யானைப்பாகன்; groom; elephant mahout.

வாதூரகம்: *(பெ):* செம்பு; copper.

வாதை: *(பெ):* துன்பம்; வேதனை அளிக்கும் நோய்; grief; a disease which gives heavy pain.

வாத்தி: *(பெ):* ஆசிரியன்; teacher.

வாத்தியப்பெட்டி: *(பெ):* ஆர்மோனியப் பெட்டி; harmonium, a wind instrument.

வாத்தியம்: *(பெ):* இசைக்கருவி; musical instrument.

வாத்தியார்: *(பெ):* ஆசிரியர்; புரோகிதர்; நாடகம், கூத்து போன்றவற்றைப் பயிற்றுவிப்போர்;

teacher; priest; dance master; director of a play.

வாத்து: *(பெ):* தாரா; பெருந்தாரா; மரக்கொம்பு; குல தெய்வம்; duck; goose; branch of a tree; family deity.

வாந்தி: *(பெ):* வாயிலெடுத்தல்; vomiting.

வாபம்: *(பெ):* நெய்கை; வித்து; மயிர்கழிக்கை; weaving; seed; shaving.

வாமதேவன்: *(பெ):* சிவபெருமான்; ஒரு முனிவர்; Lord Shiva; a sage.

வாமம்: *(பெ):* அழகு; ஒளி; இடப்பக்கம்; தீமை; நேர்மையின்மை; எதிரிடை; பாம்பு வகை; மார்பகம்; செல்வம்; தொடை; குள்ள வடிவம்; beauty; lustre; left side; evil; dishonesty; opposition; a kind of snake; breast; wealth; thigh; dwarfishness.

வாமலோசனன்: *(பெ):* திருமால்; Lord Vishnu.

வாமலோசனை: *(பெ):* திருமகள்; Goddess Lakshmi.

வாமல்: *(பெ):* கற்றாழை; aloe.

வாமன புராணம்: *(பெ):* பதினெட்டு புராணங்களுள் ஒன்று; Vamana Purana, one of the eighteen Puranas.

வாமனம்: *(பெ):* குள்ள வடிவம்; dwarfishness.

வாமனன்: *(பெ):* திருமால்; Vamanan, one of the ten incarnations of Lord Vishnu.

வாமனாவதாரம்: *(பெ):* திருமாலின் பத்து அவதாரங்களுள் ஒன்று; one of the ten incarnations of Lord Vishnu.

வாமன்: *(பெ):* அருகன்; திருமால்; சிவபெருமான்; Arhat; Lord Vishnu; Lord Shiva.

வாமா: *(பெ):* ஒரு சிவசக்தி; பெண்; திருமகள்; கலைமகள்; one of Lord Shiva's energies; woman; Lakshmi, Goddess of Wealth; Saraswathi, Goddess of Arts and Learning.

வாமாசாரம்: *(பெ):* சக்தி வழிபாடு; worship of Sakthi.

வாமான்: *(பெ):* குதிரை; horse.

வாமி: *(பெ):* துர்க்கை; உமையம்மை; Durga, Goddess of Victory; Parvathi, the consort of Lord Shiva.

வாமை: *(பெ):* பெண்; சிவசக்தி; கலைமகள்; திருமகள்; woman; Lord Shiva's energy; Saraswathi, Goddess of Arts and Learning; Lakshmi, Goddess of Wealth.

வாம்பல்: *(பெ):* மூங்கில்; bamboo.

வாயகம்: *(பெ):* கூட்டம்; crowd.

வாயசம்: *(பெ):* காகம்; crow.

வாயசி: *(பெ):* பெண் காகம்; செம்மணத்தக்காளி; female crow; red night shade.

வாயடித்தல்: *(பெ):* மருட்டிப்பேசுகை; அலப்புகை; overbearing speech; browbeating by speech; bluff.

வாயடை: *(பெ):* உணவு; பற்கிட்டி நோய்; food; tetanus.

வாயடைத்தல்: *(வி):* பேசவிடாமல் செய்தல்; to silence an opponent.

வாயம்: *(பெ):* நீர்; water.

வாயல்: *(பெ):* வாயில்; பக்கம்; entrance; side.

வாயவி: *(பெ):* வடமேற்கு; north-west.

வாயவியம்: *(பெ):* ஒரு புராணம்; வடமேற்கு; a purana; north-west.

வாயன்: *(பெ):* ஆயன்; தூதன்; shepherd; messenger.

வாயாடி: *(பெ):* அதிகமாகப் பேசுவோன்; புத்திசாலித்தனமாகப் பேசுவோன்; talkative person; clever person.

வாயாடுதல்: *(வி):* வீண்பேச்சுப் பேசுதல்; to talk uselessly.

வாயாலெடுத்தல்: *(வி):* கக்குதல்; வாந்தியெடுத்தல்; to vomit.

வாயாவி: *(பெ):* மூச்சு; கொட்டாவி; breath; yawn.

வாயிதா: *(பெ):* வரி; கெடு; மற்றொரு தேதிக்கு வழக்கு விசாரணையைத் தள்ளி வைத்தல்; tax; postponement; adjournment of hearing of a suit.

வாயிலாளன்: *(பெ):* வாயில் காப்போன்; door-keeper.

வாயிலோன்: *(பெ):* வாயில் காப்போன்; தூதுவன்; door-keeper; messenger.

வாயில்: *(பெ):* வழி; துளை; ஐம்பொறி; ஐம்புலன்; இடம்; காரணம்; கழுவாய்; அரசவை; வாயில் காப்போன்; தூதுவன்; கதவு; வரலாறு; way; path; hole; the five organs of sense; place; cause; remedy; royal assembly; door-keeper; messenger; door; history.

வாயின் மாடம்: *(பெ):* கோபுரம்; tower.

வாயு: *(பெ):* காற்று; வாதம்; வாயுதேவன்; வடமேற்கு திக்குப் பாலன்; அபான வாயு; air; the ten vital airs of body; one of the ten naadis; Vayu Deva, the God of Air; the deity of north-west direction; gas released through anus from the body.

வாயுகோணம்: *(பெ):* வடமேற்கு; north-west.

வாயுசகன்: *(பெ):* அக்னிதேவன்; தீ; நெருப்பு; Agni Deva, the God of Fire; fire.

வாயுதாரு: *(பெ):* மூங்கில்; முகில்; bamboo; cloud.

வாயுபலம்: *(பெ):* வானவில்; மழை; rainbow; rain.

வாயுமண்டலம்: *(பெ):* காற்று மண்டலம்; region of the wind.

வாயுமானி: *(பெ):* காற்றின் அழுத்தத்தை அளந்தறியும் கருவி; barometer.

வாயு மூலை: *(பெ):* வடமேற்கு திசை; north-west.

வாயு மைந்தன்: *(பெ):* அனுமான்; பீமன்; Hanuman and Bheema, the sons of Vayu Deva.

வாயு விளக்கம்: *(பெ):* ஒரு கொடி வகை; a kind of creeper.

வாயு விளங்கம்: *(பெ):* ஒரு கொடி வகை; a kind of creeper.

வாயுறை: *(பெ):* உணவு; உண்கை; அருகம்புல்; கவளம்; மருந்து; உறுதிமொழி; food; eating; a kind of grass; mouthful of food; medicine; promise.

வாயூறுதல்: *(வி):* வாயில் நீர் ஊறுதல்; விரும்புதல்; the mouth to water; to long for.

வாயொலி: *(பெ):* வாயிலிருந்து வெளிப்படும் ஓசை; பாடல்; voice; song.

வாய்: *(பெ):* உதடு சார்ந்த உறுப்பு; விளிம்பு; ஆயுத முனை; மொழி; குரல்; துளை; வாசல்; mouth; edge; tip of the sword; language; voice; hole; entrance. • **கையிலே காசு; வாயிலே தோசை.** • **வாயிலே உறவு; மனதிலே பகை.** • **வாயுள்ள பிள்ளை பிழைக்கும்.** • **வாய் பார்த்தவள் வாழ்விழந்தாள்; அம்பலம் பார்த்தவன் பெண்டிழந்தான்** - *பழமொழிகள்.*

வாய்க்கயிறு: *(பெ):* கடிவாளம்; bridle.

வாய்க்கால்: *(பெ):* கால்வாய்; channel.

வாய்க் குற்றம்: *(பெ):* தன்னை அறியாமல் பேச்சில் நேரும் பிழை; பேச்சுக் குற்றம்; slip of the tongue; error in speech.

வாய்க்கூலி: *(பெ):* லஞ்சம்; bribe; hush money.

வாய்க்கொழுப்பு: *(பெ):* மதியாப்பேச்சு; arrogance in speech.

வாய் சலித்தல்: *(வி):* பேசிச் சோர்தல்; be tired of speaking.

வாய்ச்சொல்: *(பெ):* பேச்சு; speech.

வாய்த்தலை: *(பெ):* வாய்க்காலின் தலைப்பு; the starting place of a channel.

வாய்த்தல்: *(வி):* நன்கு அமைதல்; சேர்த்தல்; சிந்தித்தல்; சிறத்தல்; செழித்தல்; be appropriately formed to flourish; acquisition; to think; to excel; to prosper.

வாய்த்துடுக்கு: *(பெ):* துடுக்கான பேச்சு; rashness in speech.

வாய் நாற்றம்: *(பெ):* வாயிலிருந்து தோன்றும் தீய நாற்றம்; bad smell in the mouth.

வாய் நீர்: *(பெ):* உமிழ் நீர்; saliva.

வாய் நெகிழ்தல்: *(வி):* பூ மலர்தல்; to open as a flower.

வாய் நேர்தல்: *(பெ):* கொடுப்பதாக உறுதியளித்தல்; வாய்மொழியாகச் சம்மதத்தைத் தெரிவித்தல்; to promise to give; to give one's consent orally.

வாய்பாடு: *(பெ):* பெருக்கல், கூட்டல், கழித்தல் போன்றவற்றைக் காட்டும் அட்டவணை; சொல் வன்மை; table of multiplication, addition, subtraction, etc; eloquence.

வாய் பாறுதல்: *(வி):* அலப்புதல்; to bluff.

வாய் பிளத்தல்: *(வி):* வாயினை அளவுக்கு அதிகமாகத் திறத்தல்; இறத்தல்; திகைத்தல்; to open one's mouth wide; to die; be perplexed.

வாய் புதைத்தல்: *(வி):* வலது உள்ளங்கையால் வாய் மூடுதல்; to cover the mouth with the palm of right hand.

வாய்ப்பட்சி: *(பெ):* காக்கை; crow.

வாய்ப்பந்தல்: *(பெ):* பயனற்ற பேச்சு; useless talk; meaningless talk.

வாய்ப்பாட்டு: *(பெ):* வாயினால் பாடும் பாட்டு; vocal music.

வாய்ப்பாடம்: *(பெ):* மனப்பாடம்; lesson learnt by heart.

வாய்ப்பு: *(பெ):* ஆதாயம்; நேர்பாடு; பொருத்தம்; அழகு; சிறப்பு; பேறு; செழிப்பு; கைகூடு நிலை; advantage; occurrence; concordance; beauty; speciality; benefit; prosperity; favourable circumstance.

வாய்ப்புண்: *(பெ):* நாக்குப்புண்; ulcer in the tongue or mouth.

வாய்ப்புறம்: *(பெ):* உதடு; lip.

வாய்ப்புற்று: *(பெ):* வாயில் உண்டாகும் நோய்; a disease of the mouth.

வாய்ப்பூட்டு: *(பெ):* பேசாமல் தடுத்தல்; இலஞ்சம்; prohibition from speaking; bribe.

வாய் மலர்தல்: *(பெ):* பேசுதல்; speaking.

வாய்முத்து: *(பெ):* முத்தம்; பல்; kiss; tooth.

வாய்மை: *(பெ):* உண்மை; சொல்; truth; word.

- **வாய்மை** எனப்படுவது யாதெனின் யாதொன்றும் தீமை இலாத சொலல். - *குறள் 291.*
- பொய்ம்மையும் **வாய்மை** இடத்த புரைதீர்ந்த நன்மை பயக்கும் எனின். - *குறள் 292.*

வாய்மொழி: *(பெ):* சொல்; பேச்சு; வேதம்; word; speech; the Veda.

வாய் மொழிதல்: *(வி):* பேசுதல்; to speak.

வாய்வலம்: *(பெ):* பேச்சுத்திறமை; skill in speech.

வாய் விடுதல்: *(வி):* பேசுதல்; வெளிப்படுத்துதல்; மலர்தல்; ஒலித்தல்; வஞ்சினம் கொள்ளுதல்; to speak; to divulge as secrets; to open wide; to sound; to become enraged.

வாய்விளங்கம்: *(பெ):* கொடி வகை; a kind of creeper.

வாய்வு: *(பெ):* வாயு; gas.

வாய் வைத்தல்: *(வி):* உண்ணுதல்; ஊதுதல்; சுவை பார்த்தல்; தலையிடுதல்; கேட்டல்; கடித்தல்; to eat; to blow; to taste; to meddle; to ask; to bite.

வாரகம்: *(பெ):* கடல்; குதிரை; உழவர்களுக்குக் கொடுக்கும் முன்பணம்; sea; horse; the amount given to farmers in advance.

வாரகி: *(பெ):* கடல்; சத்துரு; sea; enemy.

வாரகீரம்: *(பெ):* சீப்பு; பேன்; போர்க்குதிரை; comb; louse; the horse utilized in war.

வாரக்காரன்: *(பெ):* விவசாயி; உழவன்; agriculturist; cultivator.

வாரக்குடி: *(பெ):* விளைச்சலில் பங்கு பெறும் குத்தகைக்காரன் (அ) உழுபவன்; the tenant or cultivator who receives a fixed share of the production.

வாரக்கூலி: *(பெ):* வாரந்தோறும் பெறப்படும் சம்பளம்; one who gets weekly wages.

வாரசுந்தரி: *(பெ):* விலைமகள்; prostitute.

வாரசூலை: *(பெ):* சிவசூலம் நிற்பதால் இன்ன திக்கு, இன்ன கிழமையில் பயணத்துக்கு ஆகாதென விலக்கப்பட்ட கிழமைக் குற்றம்; inauspiciousness of each day of the week.

வாரணம்: *(பெ):* சங்கு; யானை; பன்றி; தாடை; கவசம்; சட்டை; காப்பு; கேடகம்; உன்மத்தம்; கோழி; உறையூர்; கடல்; காசி; மர வகை; conch; elephant; pig; chin; shield; shirt; bracelet; armour; madness; fowl; Uraiyur, a town; sea; Kasi, a Shiva shrine in North India; a kind of tree.

வாரண ரேகை: *(பெ):* கை ரேகை; the lines in the palm and the fingers of the hand.

வாரணன்: *(பெ):* விநாயகப் பெருமான்; Lord Vinayaka.

வாரணாசி: *(பெ):* காசி; Varanasi, a Shiva's shrine in North India.

வாரணை: *(பெ):* தடை; obstacle.

வாரப்பாடு: *(பெ):* அன்பு; உருக்கம்; love; tenderness.

வாரம்: *(பெ):* ஏழு கிழமைகள் கொண்ட காலப்பகுதி; உரிமை; வாடகை; பங்கு; அன்பு; வாயில்; கடல்; பாண்டம்; வரம்பு; நீர்க்கரை; பக்கம்; தாழ்வாரம்; இசைப்பாட்டு; மலைச்சாரல்; பின்பாட்டு; கூத்து வகை; தூண்; week; right; rent; share; love; gate; entrance; sea; vessel; limit; shore of a water-source; side; verandah of a house; song; mountain slope; accompaniment in a musical concert; a kind of dance; pillar.

வாரம் வைத்தல்: *(வி):* விருப்பப்படுதல்; to desire.

வாராகரம்: *(பெ):* கடல்; sea.

வாராகன்: *(பெ):* திருமாலின் பன்றி அவதாரம்; one of the incarnations of Lord Vishnu who assumed the form of Boar.

வாராகி: *(பெ):* எழு வகை தேவ மாதருள் ஒருத்தி; பெண் பன்றி; ஒரு கிழங்கு வகை; பூமி; one of the seven celestial nymphs; female pig; a kind of tuber; earth.

வாராவதி: *(பெ):* பாலம்; bridge.

வாராவுலகம்: *(பெ):* வீடுபேறு; துறக்கம்; salvation; paradise.

வாரி: *(பெ):* வழி; வருவாய்; விளைவு; தானியம்; செல்வம்; மடை; சீப்பு; தடை; மதிற்சுற்று; பகுதி; நீர்; வெள்ளம்; கடல்; நீர்நிலை; திருமகள்; வீணை வகை; இசைக்குழல்; வாயில்; கதவு; way; path; income; effect; grain; wealth; sluice; comb; obstacle; surrounding wall; portion; water; flood; sea; water source; Lakshmi, Goddess of Wealth; a kind of lute; wind pipe; entrance; door.

வாரிகம்: *(பெ):* கொடி வகை; a kind of creeper.

வாரிசம்: *(பெ):* தாமரை; சங்கு; உப்பு; lotus; conch; salt.

வாரிசன்: *(பெ):* திருமால்; Lord Vishnu.

வாரிசாதம்: *(பெ):* தாமரை; lotus.

வாரிசாதை: *(பெ):* திருமகள்; Lakshmi, Goddess of Wealth.

வாரிசு: *(பெ):* ஒருவரின் ஆயுளுக்குப்பின் அவரது சொத்தை அடைவதற்கு உரியவன்; the person who inherits; heir.

வாரிதம்: *(பெ):* மேகம்; தடை; cloud; obstacle.

வாரிதி: *(பெ):* கடல்; sea.

வாரிதித் தண்டு: *(பெ):* பவளம்; coral.

வாரிதி நாதம்: *(பெ):* சங்கு; conch.

வாரித்தல்: *(வி):* தடுத்தல்; நடத்தல்; to hinder; to walk.

வாரித்திரம்: *(பெ):* ஓலைக்குடை; சாதகப்பறவை; palmyra leaf umbrella; shepherd koel, believed to subsist on rain drops.

வாரிநாதன்: *(பெ):* வருணன்; Lord Varuna.

வாரிநிதி: *(பெ):* கடல்; sea.

வாரியம்: *(பெ):* கழகம்; board.

வாரிவாகம்: *(பெ):* மேகம்; cloud.

வாருகம்: *(பெ):* வெள்ளரி; cucumber.

வாருகோல்: *(பெ):* துடைப்பம்; broomstick.

வாருணம்: *(பெ):* மேற்கு; ஒரு புராணம்; கடல்; குதிரை வகை; மர வகை; கள்; west; a purana; sea; a kind of horse; a kind of tree; toddy.

வாருணி: *(பெ):* கள்; வருணன் மகள்; வருணன் மனைவி; மேற்கு; கொடி வகை; அகத்தியன்; toddy; daughter of Lord Varuna; wife of Lord Varuna; west; a kind of creeper; sage Agasthiyar.

வாருண்டகம்: *(பெ):* பறவை வகை; a kind of bird.

வாருண்டம்: *(பெ):* பறவை வகை; பீளை; குறும்பி; a kind of bird; rheum, secretion from the eye; ear wax.

வாருதல்: *(வி):* அள்ளுதல்; கொள்ளுதல்; தொகுத்தல்; கவர்தல்; திருடுதல்; தோண்டுதல்; கொழித்தல்; தலை வாருதல்; அரித்தல்; to take up in the hollow of the hand; to acquire; to bring together; to seize; to rob; to dig the earth as to make a hole or pit; to sift; to comb; to corrode.

வாரை: *(பெ):* மூங்கில்; மீன் வகை; கை மரம்; bamboo; a kind of fish; a pole for carrying loads.

வார்: *(பெ):* தோல் வார்; நுண்மை; நேர்மை; உயர்ச்சி; நீர்; தோல்; துண்டு; மார்பகக் கச்சு; மேகம்; strap of leather; minuteness; honesty; excellence; water; leather; bit; bra; cloud.

வார்தல்: *(வி):* ஒழுகுதல்; வெளிவிடுதல்; உயர்தல்; உரிதல்; ஒழுங்குபடுதல்; நேராதல்; முடி கோதுதல்; to leak; to express; to ascend; to peel; be regulated; be straight; to run the fingers through the hair.

வார்த்தல்: *(வி):* ஊற்றுதல்; to pour.

வார்த்தாகம்: *(பெ):* கத்தரிச்செடி; brinjal plant.

வார்த்திகம்: *(பெ):* வாணிகம்; வாழ்க்கை; trade; life.

வார்த்திகன்: *(பெ):* வாணிகன்; தூதன்; trader; messenger.

வார்த்தை: *(பெ):* சொல்; செய்தி; மறுமொழி; word; news; reply.

வார்ப்பு: *(பெ):* உருக்கி வார்க்கப்பட்டது; அகன்ற பாத்திரம்; கைவளை; ஊற்றுகை; casting; the large vessel which has a wide mouth; bangle; pouring. • கம்பி மற்றும் இரும்புச்சாமான்கள் யாவும் இரும்பு மண்ணினால் உருக்கி **வார்க்கப்படுகிறது.**

வார்ப்பு வேலை: *(பெ):* உலோகங்களை உருக்கி அச்சுக்களில் வார்த்துச் செய்திடும் வேலை; work of casting metal.

வார்மை: *(பெ):* ஒழுக்கம்; நேர்மை; மரியாதை; conduct; polite manners; honesty; respect.

வாலகம்: *(பெ):* விலங்கினுடைய வால்; tail of an animal.

வாலகன்: *(பெ):* வாலிபன்; இளைஞன்; youth; young man.

வாலதி: *(பெ):* வால்; யானையின் வால்; tail; elephant's tail.

வாலமதி: *(பெ):* இளம்பிறை; crescent moon.

வாலமாலம்: *(பெ):* அரிதாரம்; musk of deer.

வாலம்: *(பெ):* வால்; தலைமயிர்; கந்தைத் துணி; இளமை; புத்தக வகை; tail; hair; tatters; youth; a kind of treatise.

வாலயம்: *(பெ):* துளசி; sacred basil plant.

வாலரசி: *(பெ):* இல்லாள்; மனைவி; wife.

வாலரவி: *(பெ):* உதய சூரியன்; rising sun.

வால வயது: *(பெ):* இளமை; youth.

வாலவாயம்: *(பெ):* வைடூரியம்; a precious stone; cat's eye.

வாலறிவன்: *(பெ):* கடவுள்; God.

• கற்றதனா லாய பயனென்கொல் **வாலறிவன்**
நற்றாள் தொழாஅர் எனின். - குறள் 2.

வாலறிவு: *(பெ):* பேரறிவு; உண்மை; spiritual knowledge; truth.

வாலன்: *(பெ):* இளைஞன்; பாலன்; ஒரு நெல் வகை; youth; boy; a kind of paddy.

வாலாட்டு: *(பெ):* குறும்பு; mischief.

வாலாதபம்: *(பெ):* காலை வெயில்; morning sunshine.

வாலாதி: *(பெ):* பந்தயக் குதிரை; race horse.

வாலாயம்: *(பெ):* வழக்கம்; பொதுவானது; வைடூரியம்; custom; that which is common; a precious stone.

வாலி: *(பெ):* பலராமன்; கிட்கிந்தை வானர மன்னன்; வாலுடையது; மழைத்தூறல்; Balarama, the brother of Lord Krishna; Vali, the monkey chief of Kitkinthai; that which has a tail; drizzling of rain.

வாலிகை: *(பெ):* மணல்; sand.

வாலிது: *(பெ):* தூயது; வெண்மையானது; வலிமை; நன்மையானது; that which is pure; that which is white; strength; that which is good.

வாலிபம்: *(பெ):* இளமை; youth.

வாலியன்: *(பெ):* இளைஞன்; தூய்மையானவன்; youth; pure and holy person.

வாலுகம்: *(பெ):* வெண் மணல்; white sand.

வாலுவன்: *(பெ):* சமையற்காரன்; cook.

வாலுளுவை: *(பெ):* ஒரு மூலிகை; a herb.

வாலுறை: *(பெ):* அடுப்பு; stove.

வாலூரகம்: *(பெ):* நஞ்சு; poison.

வாலேபம்: *(பெ):* கழுதை; donkey.

வாலை: *(பெ):* இளம் பெண்; தூய்மை; பாதரசம்; சித்திரா நதி; பாண்ட வகை; young woman; purity; mercury; river Chitra; a kind of vessel.

வாலை ரசம்: *(பெ):* இரச கற்பூரம்; ஒரு வகை மருந்துச் சரக்கு; medicated camphor; a kind of medicinal thing.

வால்: *(பெ):* விலங்கின் பின்புறம் தொங்குவது; குறும்பு; இளமை; தூய்மை; வெண்மை; நன்மை; பெருமை; மிகுதி; நீளமானது; tail; mischief; youth; purity; white; goodness; greatness; abundance; lengthy one.

வால் நட்சத்திரம்: *(பெ):* வால் மீன்; தூமகேது; comet.

வால்மிளகு: *(பெ):* கொடி வகை; a kind of creeper; cubeb.

வாவல்: *(பெ):* தாண்டுகை; கூத்து; வௌவால்; கடல்; மீன்; leaping; dance; bat; sea; fish.

வாவி: *(பெ):* நீர்நிலை; ஆற்றோடை; water source; pool; tank; stream of a river.

வாவிப்புள்: *(பெ):* அன்னம்; swan.

வாவுதல்: *(வி):* தாண்டுதல்; to leap; to jump over.

வாழகம்: (பெ): வெள்ளைக் குங்கிலியம்; white konkani resin.
வாழி: (வி): வாழ்க என்னும் பொருள்; optative meaning; 'may you prosper'. • ***வாழிய*** *செந்தமிழ்; **வாழ்க** நற்றமிழர்.*
வாழை: (பெ): மர வகை; plantain tree.
வாழைக் கன்று: (பெ): வாழையின் வேர்ப் பகுதியிலிருந்து முளைக்கும் குருத்து வாழை; plantain shoot.
வாழைத் தண்டு: (பெ): குலையீன்ற வாழையின் உட்புறத் தண்டு; வாழையின் தண்டுப் பகுதி; internal edible spadix of the plantain tree; stem of the plantain tree.
வாழைப்பூ: (பெ): மீன்; வாழை மரத்தின் பூ; fish; flower of the plantain tree.
வாழ்: (பெ): முறைமை; manner; regularity; order.
வாழ்க்கை: (பெ): வாழ்தல்; செல்வ நிலை; life; flourishing state; prosperity.
• *உயிர்உடம்பின் நீக்கியார் என்ப செயிர்உடம்பின்*
*செல்லாத்தீ **வாழ்க்கை** யவர்.* - *குறள் 330.*
வாழ்க்கைத் துணைவி: (பெ): மனைவி; wife.
• *மனைத்தக்க மாண்புடையள் ஆகித்தற் கொண்டான்*
*வளத்தக்காள் **வாழ்க்கைத் துணை.*** - *குறள் 51.*
வாழ்ச்சி: (பெ): வாழ்க்கை; life.
வாழ்தல்: (வி): உயிர் வாழ்தல்; செழித்திருத்தல்; மகிழ்தல்; நன்கு விளங்குதல்; to live; be flourishing; to shine.
• ***வாழ்தல்** உயிர்க்கன்னள் ஆயிழை சாதல்*
அதற்கன்னள் நீங்கு மிடத்து. - *குறள் 1124.*
வாழ்த்து: (பெ): துதி; ஆசி; ஓர் அணி வகை; praise; blessing; a kind of ornament.
வாழ்நர்: (பெ): வாழ்வோர்; குடியிருப்போர்; inhabitants; residents.
வாழ்நாள்: (பெ): ஆயுட்காலம்; life time.
• *வீழ்நாள் படாஅமை நன்றாற்றின் அஃதொருவன்*
***வாழ்நாள்** வழியடைக்குங் கல்.* - *குறள் 38.*
வாழ்முதல்: (பெ): கடவுள்; God.
வாழ்வரசி: (பெ): மனைவி; சுமங்கலி; wife; the woman whose husband is alive.
வாழ்வித்தல்: (வி): வாழ வைத்தல்; cause to live.
வாழ்வு: (பெ): பிழைப்பு; வசித்தல்; உறைவிடம்; செல்வம்; life; dwelling; dwelling place; wealth. • ***வாழ்வும்** தாழ்வும் சிலகாலம்.* - *பழமொழி.* • *எங்கள் **வாழ்வும்** எங்கள் வளமும் மங்காத தமிழென்று சங்கே முழங்கு* - *பாரதியார்.*
வாளகம்: (பெ): வெட்டி வேர்; cuscus grass.
வாளகிரி: (பெ): ஒரு மலை; a mountain.
வாளம்: (பெ): வாள்; வட்டம்; ஒரு மலை; ஒரு பறவை; நேர்வாளம்; sword; circle; a mountain; a bird; a herb.
வாளரம்: (பெ): அரம்; மரமறுக்கும் வாள்; file; saw.
வாளரி: (பெ): அரிமா; lion.
வாளாண்மை: (பெ): வாட்போர்த் திறமை; ability to fight with a sword.
வாளாமை: (பெ): மௌனம், பயனின்மை; silence; vain.
வாளி: (பெ): வாள் வீரன்; நீர்ச்சால் வகை; swordsman; bucket.
வாளிகை: (பெ): காதணி வகை; a kind of ear ornament.
வாளுழத்தி: (பெ): கொற்றவை; Durga, Goddess of Victory.
வாளுழவன்: (பெ): படைவீரன்; தானைத் தலைவன்; soldier; commander of an army.
வாளை: (பெ): மீன் வகை; a kind of fish.
வாள்: (பெ): கத்தி; கூர்மை; ஒளி; விளக்கு; புகழ்; கலப்பை; கயிறு; நீர்; sword; sharpness; lustre; light; lamp; fame; plough; rope; water.
• ***வாள்**போல் பகைவரை அஞ்சற்க அஞ்சுக*
கேள்போல் பகைவர் தொடர்பு - *குறள் 882.*
வாள் வரி: (பெ): புலி; tiger.
வாள் வீச்சு: (பெ): வாளினைச் சுழற்றுகை; brandishing of a sword.
வாள் வீரம்: (பெ): வாட்போர்த் திறமை; வில்வ மரம்; skill in the use of a sword; swordsmanship; bael tree.
வாறு: (பெ): விதம்; வலிமை; வரலாறு; manner; strength; history.
வாற்கலம்: (பெ): மரப்பட்டை; bark of a tree.
வாற்கிண்ணம்: (பெ): வால் போல் நீண்ட கைப்பிடியைக் கொண்ட கிண்ணம்; a kind of cup with a tail-like handle.
வாற்கோதுமை: (பெ): பார்லி; barley cereal.
வாற்சகம்: (பெ): கன்றுக் கூட்டம்; பசுவின் கூட்டம்; herd of calves; herd of cows.
வாற்சல்லியம்: (பெ): உருக்கமான அன்பு; fondness.
வானகம்: (பெ): விண்ணுலகம்; வானம்; மரவகை; heaven; sky; a kind of tree.
வானக்கல்: (பெ): காந்தக்கல்; magnet.
வானசாத்திரம்: (பெ): வான நூல்; astronomy.
வானதி: (பெ): கங்கை; river Ganges.
வானநாடன்: (பெ): தேவன்; celestial being.
வான நாடு: (பெ): வீட்டுலகம்; heaven.
வானப்பிரத்தன்: (பெ): மனைவியுடன் நாட்டை விட்டு நீங்கி, காட்டிற்குச் சென்று தவம் செய்பவன்; the person who has retired with his wife to a forest to lead an ascetic life.
வானப்பிரியை: (பெ): மரம்; இலுப்பை மரம்; tree; South Indian Mahua tree.
வானமண்டலம்: (பெ): விண்வெளி; space.
வானமாமலை: (பெ): திருமால்; ஓர் ஊர்; Lord Vishnu; a town.

வானம்: *(பெ):* விண்; தேவருலகு; மேகம்; மழை; உலர்ந்த காய்; மணம்; உயர்ந்த மரம்; அக்கினி; sky; heaven; cloud; rain; dried unripe fruit; fragrance; tall tree; fire. • **வானத்தை** வில்லாய் வளைப்பான்; மணலைக் கயிறாய்த் திரிப்பான். • **வானம்** சுருங்கின் தானம் சுருங்கும் - *பழமொழி.*

• **வான்**நின்று உலகம் வழங்கி வருதலால்
தான்அமிழ்தம் என்றுணரற் பாற்று. - *குறள் 11.*

வானம்பாடி: *(பெ):* ஒரு பாடும் பறவை; சாதகப்புள்; Indian skylark; shepherd koel.

வானரப் பகை: *(பெ):* நண்டு; crab.

வானரம்: *(பெ):* குரங்கு; monkey.

வானர மங்கை: *(பெ):* வானுலகத்துப் பெண்; a celestial nymph.

வானர்: *(பெ):* தேவர்; வானவர்; the celestial beings.

வானவர்: *(பெ):* தேவர்கள்; the celestial beings.

வானவர்கோன்: *(பெ):* இந்திரன்; Lord Indra.

வானவரம்பன்: *(பெ):* சேரமன்னன்; a Chera king.

வானவன்: *(பெ):* தேவன்; சூரியன்; சேர மன்னன்; celestial being; the Sun; Chera king.

வானவில்: *(பெ):* இந்திர வில்; rainbow.

வானவூர்தி: *(பெ):* வான் வழியாகச் செல்லும் ஊர்தி; ஆகாய விமானம்; aerial car; aeroplane.

வானவெளி: *(பெ):* விண்வெளி; space.

வானி: *(பெ):* கூடாரம்; பவானியாறு; மரவகை; காற்றாடி; மின்னல்; படை; tent; river Bhavani; a kind of tree; kite; lightning; army.

வானிறை: *(பெ):* மழை மேகம்; rain-laden cloud.

வானுலகு: *(பெ):* சொர்க்கம்; விண்ணுலகு; தேவருலகு; swarga; heaven; the celestial world.

வானோங்கி: *(பெ):* ஆலமரம்; banyan tree.

வானோர்: *(பெ):* தேவர்கள்; celestial beings.

வான்: *(பெ):* வானம்; மேகம்; மழை; சுவர்க்கம்; நன்மை; பெருமை; அமிர்தம்; வலிமை; மர வகை; sky; cloud; rain; swarga; heaven; goodness; greatness; ambrosia; strength; a kind of tree.

• **வானோக்கி** வாழும் உலகெல்லாம் மன்னவன்
கோல்நோக்கி வாழும் குடி. - *குறள் 542.*

வான்கண்: *(பெ):* சூரியன்; the Sun.

வான்கொடி: *(பெ):* மின்னல்; lightning.

வான்கோழி: *(பெ):* கோழி வகை; turkey.

வான்புலம்: *(பெ):* மெய்யறிவு; spiritual knowledge.

வான்மகள்: *(பெ):* இந்திராணி; Indrani, the consort of Lord Indra.

வான்மணி: *(பெ):* சூரியன்; the Sun.

வான்மிகம்: *(பெ):* இந்திரவில்; புற்று; rainbow; ant hill.

வான் மீன்: *(பெ):* வால் நட்சத்திரம்; நட்சத்திரம்; comet; star.

வான்மை: *(பெ):* வெண்மை; தூய்மை; white; purity.

வான்மொழி: *(பெ):* வானொலி; voice from the heaven.

வான்வளம்: *(பெ):* மழை; rain.

வி

வி: *(பெ):* அழகு; பறவை; காற்று; கண்; திசை; மாறுபாடு; beauty; bird; wind; air; eye; direction; variation.

விகசிதம்: *(பெ):* மர வகை; மலர்ச்சி; a kind of tree; cheerfulness; blossoming.

விகசித்தல்: *(வி):* மலர்தல்; to open as of a flower; to blossom.

விகடகவி: *(பெ):* நகைச்சுவை தோன்றப் பாடுவோன்; பரிகாசப்பாடல்; the person who writes humorous verses; humorous verse.

விகடச் சக்கரன்: *(பெ):* காஞ்சி, திருவேகம்பன் திருக்கோயிலில் உள்ள விநாயகப் பெருமான்; Lord Vinayaka at Thiruvekamban Temple, Kanchi.

விகடம்: *(பெ):* நகைச்சுவை; வேறுபாடு; பரப்பு; மிகுதி; அழகு; உன்மத்தம்; comicality; difference; area; abundance; beauty; madness.

விகடன்: *(பெ):* செருக்குடையவன்; நகைச் சுவையாளன்; one who has pride; comical person.

விகணிதம்: *(பெ):* தீர்ப்பு; judgement.

விகண்டிதம்: *(பெ):* பிரிவு; வேறுபாடு; கண்டிப்பு இன்மை; division; difference; lack of strictness.

விகண்டிதல்: *(வி):* வேறுபடுதல்; to differ.

விகண்டை: *(பெ):* மறுப்பு; பகைமை; தீய எண்ணம்; உறுதி; objection; envy; wicked thought; firmness.

விகம்பிதம்: *(பெ):* நடுக்கம்; trembling.

விகர்த்தனன்: *(பெ):* சூரியன்; the Sun.

விகலம்: *(பெ):* குறைவு; சிதைவு; கலக்கம்; deficiency; breaking into pieces; confusion.

விகலை: *(பெ):* நாழிகை; 24 minutes.

விகற்பம்: *(பெ):* வேறுபாடு; ஐயம்; தவறு; இனம்; difference; doubt; fault; lineage.

விகாசம்: *(பெ):* மலர்ச்சி; blossoming.

விகாதம்: *(பெ):* இடையூறு; கேடு; obstacle; interruption; harm.

விகாதித்தல்: *(வி):* தடை செய்தல்; to prohibit.

விகாய்: *(பெ):* மர வகை; a kind of tree.

விகாரம்: *(பெ):* வேறுபாடு; பௌத்தாலயம்; difference; Buddhist temple.

விகாரி: *(பெ):* காமுகன்; ஒரு தமிழ் வருடம்; lustful person; Vikari, a Tamil year.

விகிதம்: *(பெ):* வீதம்; நட்பு; விதிமுறை; தகுதி; அனுகூலம்; செயல்; ratio; friendship; rule; suitability; advantage; deed.

விகிரம்: *(பெ):* இறைக்கப்பட்ட சோறு; பறவை; துண்டு; வெள்ளெருக்கு; scattered boiled rice; bird; piece; white yercum.

விகிருதம்: *(பெ):* வேறுபாடு; வெறுப்பு; பொய்; அச்சம்; difference; hatred; lie; fear.

விகிருதன்: *(பெ):* மாறுபட்ட நடத்தை உடையவன்; கடவுள்; man of freakish behaviour; God.

விகிர்தன்: *(பெ):* கடவுள்; மாறுபட்ட நடத்தையுடையவன்; God; man of freakish behaviour.

விகுதி: *(பெ):* மாறுபாடு; முடித்தல்; variation; act of terminating.

விக்கல்: *(பெ):* தொண்டை விக்குதல்; hiccup.

விக்கிரகம்: *(பெ):* உருவம்; தெய்வத் திருமேனி; சிலை; பகை; போர்; figure; sacred image of a deity; idol; statue; enmity; war.

விக்கிரம: *(பெ):* ஒரு தமிழ் வருடம்; Vikrama, a Tamil year.

விக்கிரமன்: *(பெ):* ஓர் அரசன்; வீரன்; a king; warrior.

விக்கிரமி: *(பெ):* வீரன்; அரிமா; warrior; lion.

விக்கிரயம்: *(பெ):* விற்பனை; sale.

விக்கினம்: *(பெ):* இடையூறு; தடை; தீயது; disturbance; obstacle; that which is evil.

விக்கினேசுவரன்: *(பெ):* விநாயகப் பெருமான்; Lord Vinayaka.

விக்குள்: *(பெ):* விக்கல்; hiccup.

விக்ருதி: *(பெ):* ஒரு தமிழ் வருடம்; வேறுபாடு; Vikruti, a Tamil year; difference.

விங்களம்: *(பெ):* குறைவு; நட்பின்மை; கபடம்; களிம்பு; deficiency; lack of friendship; deceit; ointment.

விங்குதல்: *(வி):* மிகுதல்; துளைத்தல்; be abundant; to drill.

விசகலி: *(பெ):* மல்லிகை; jasmine.

விசகலிதம்: *(பெ):* சிதைவு; ruin.

விசசனம்: *(பெ):* கொடுவாள்; கொலை; தண்டம்; ஒரு நரகம்; scimitar; murder; punishment; a hell.

விசதம்: *(பெ):* தூய்மை; எச்சில்; வெண்மை; purity; saliva; whiteness.

விசத்தம்: *(பெ):* புடலை; snake-gourd.

விசமம்: *(பெ):* சமமின்மை; unevenness.

விசய (விஜய): *(பெ):* ஒரு தமிழ் வருடம்; Vijaya, a Tamil year.

விசயம்: *(பெ):* கோயில் வகை; ஆராய்வு; ஐயம்; அடைக்கலம்; தருமரின் சங்கு; வெற்றி; கரும்புச்சாறு; சூரியபரிவட்டம்; a kind of temple; research; doubt; refuge; conch of Dharmaputra, the eldest of the Pandavas; victory; juice of sugarcane; halo round the Sun.

விசயன்: *(பெ):* அர்ச்சுனன்; திருமாலின் வாயில் காப்போன்; கடுக்காய் வகை; Arjuna, the third of the Pancha Pandavas; door-keeper of Vaikuntham; a kind of gall nut.

விசயார்த்தம்: *(பெ):* கயிலை மலை; Himalayas.

விசயை: *(பெ):* துர்க்கை; உமையவள்; Durga, Goddess of Victory; Goddess Parvathi, the consort of Lord Shiva.

விசரம்: *(பெ):* கொலை; கூட்டம்; murder; crowd.

விசர்: *(பெ):* பைத்தியம்; madness.

விசலம்: *(பெ):* கஞ்சி; gruel.

விசளை: *(பெ):* சட்டி; earthen vessel; cooking vessel.

விசனம்: *(பெ):* துன்பம்; பேராசை; தனிமை; விசிறி; grief; intense desire; loneliness; fan.

விசாகம்: *(பெ):* ஒரு நட்சத்திரம்; Visaakam, one of the twenty-seven stars.

விசாகன்: *(பெ):* முருகப் பெருமான்; Lord Muruga.

விசாணம்: *(பெ):* விலங்கின் கொம்பு; horn of an animal.

விசாதி: *(பெ):* நோய்; பேதம்; வேறான சாதி; disease; difference; variation; different caste.

விசாரணை: *(பெ):* ஆராய்ச்சி; மேற்பார்வை; போற்றுகை; investigation; superintendence; praising.

விசாரித்தல்: *(வி):* ஆராய்தல்; வினாவுதல்; பாதுகாத்தல்; போற்றுதல்; to investigate; to ask; to protect; to praise.

விசாலம்: *(பெ):* பெரியது; பொலிவு; மான் வகை; பறவை வகை; ஒரு நாடு; மர வகை; வாழை மரம்; that which is large; extensiveness; splendour; a kind of deer; a kind of bird; a country; a kind of tree; plantain tree.

விசாலாட்சன்: *(பெ):* சிவபெருமான்; கருடன்; Lord Shiva; white-headed kite.

விசாலாட்சி: *(பெ):* காசி மாநகரில் எழுந்தருளியிருக்கும் உமையம்மை; Goddess Parvathi at Kasi.

விசானம்: *(பெ):* சுடுகாடு; cremation ground.

விசி: *(பெ):* கட்டு; கட்டில்; தண்டு; அலை; bundle; cot; stem; wave.

விசிகம்: *(பெ):* அம்பு; இருப்புலக்கை; அலை; arrow; iron pestle; wave.

விசிகரம்: *(பெ):* அலை; wave.

விசிகை: *(பெ):* மார்பகக் கச்சு; கருத்து; தெரு; மருத்துவமனை; கடப்பாரை; bra; opinion; street; hospital; crow-bar.

விசிக்கோல்: *(பெ):* அம்பு; arrow.

விசிட்டஞானம்: *(பெ):* மெய்யறிவு; spiritual knowledge.

விசிட்டம்: *(பெ):* மேன்மையானது; that which is superior.

விசிட்டர்: *(பெ):* பெரியோன்; great person.

விசிதம்: *(பெ):* திருநீறு; வெண்மை; sacred ash; whiteness.

விசித்தல்: *(வி):* விம்முதல்; இறுகக் கட்டுதல்; to sob; to fasten tightly.

விசித்தி: *(பெ):* கடுகு; mustard.

விசித்திரம்: *(பெ):* வியப்பு; சிறப்பு வேலைப்பாடு; மேன்மை; இறுமாப்பு; amazement; speciality in workmanship; excellence.

விசித்திராங்கம்: *(பெ):* மயில்; peacock.

விசிமந்தம்: *(பெ):* வேம்பு; neem tree.

விசிராமம்: *(பெ):* மன அமைதி; absence of disturbance in mind; tranquility; peace of mind.

விசிலம்: *(பெ):* கஞ்சி; gruel.

விசிறி: *(பெ):* காற்றினை அசைவிக்கும் கருவி; fan.

விசிறுதல்: *(வி):* விசிறியால் காற்றெழுப்புதல்; சுழற்றுதல்; சொரிதல்; போக்குதல்; வீசுதல்; to fan; to rotate; to pour; to eject; to fling.

விசு: *(பெ):* மேடம், துலாம் இராசிகளில் சூரியன் புகும் காலம்; ஒரு தமிழ் வருடம்; the time when the Sun enters Aries or Libra; Vishu, a Tamil year.

விசுக்கு: *(பெ):* வெறுப்பு; வருத்தம்; hate; distress.

விசுங்கம்: *(பெ):* பறவை; அன்னம்; காற்றாடி; அம்பு; சந்திரன்; சூரியன்; மேகம்; bird; swan; paper kite; arrow; the Moon; the Sun; cloud.

விசுங்காசன்: *(பெ):* கருடன்; white-headed kite.

விசுத்தம்: *(பெ):* தூய்மை; purity.

விசுத்தி: *(பெ):* பந்த நீக்கம்; ஐயம்; திருத்தம்; தூய்மை; release from bondage; doubt; correction; purity.

விசும்பாலர்: *(பெ):* தேவர்கள்; celestial beings.

விசும்பு: *(பெ):* தேவலோகம்; மேகம்; வானம்; செருக்கு; வீம்பு; திசை; heaven; cloud; sky; pride; obstinacy; direction.

- **விசும்பின்** *துளிவீழின் அல்லால்மற் றாங்கே பசும்புல் தலைகாண்பு அரிது.* - *குறள் 16.*

விசும்பேறு: *(பெ):* இடியேறு; thunderbolt.

விசுரம்: *(பெ):* மர வகை; மொட்டை; a kind of tree; shaved head.

விசுவகருமா: *(பெ):* தேவலோகச் சிற்பி; Vishwakarma, the divine architect.

விசுவதேவர்: *(பெ):* சிவபெருமான்; தேவர்கள்; Lord Shiva; celestial beings.

விசுவநாதர்: *(பெ):* காசி மாநகரில் எழுந்தருளியுள்ள சிவபெருமான்; Lord Shiva at Kasi, a famous Shiva's shrine.

விசுவம்: *(பெ):* உலகம்; சுக்கு; நெடுமால்; அதிவிடையம்; world; dried ginger; Lord Vishnu; a herb.

விசுவரூபம்: *(பெ):* கடவுளின் பேருருவம்; the universal form of God as comprising the whole universe.

விசுவரூபன்: *(பெ):* திருமால்; உலகம் அனைத்துமாயுள்ள இறைவன்; Lord Vishnu; God manifesting as the whole universe.

விசுவன்: *(பெ):* ஜீவான்மா; கடவுள்; the individual soul; God.

விசுவாசம்: *(பெ):* நம்பிக்கை; அன்பு; பாசம்; trust; confidence; love; affection. • **விசுவாசக்** காரனுக்கு வெந்நீரும் பருக்கையும்; தட்டோட்டுக்காரனுக்குத் தயிரும் சோறும் - *பழமொழி.*

விசுவாசி: *(பெ):* கடவுள் நம்பிக்கை உடையவன்; அன்புள்ளவன்; நாய்; மர வகை; one who has faith in God; kind person; dog; a kind of tree.

விசுவான்மா: *(பெ):* பிரம்மன்; கடவுள்; Lord Brahma; God.

விசுவேசுவரி: *(பெ):* உமையம்மை; Goddess Parvathi, the consort of Lord Shiva.

விசுளி: *(பெ):* கள்; toddy.

விசூகை: *(பெ):* நோய் வகை; a kind of disease.

விசேடம்: *(பெ):* மேன்மை; சிறப்பு; முக்கியத்துவம்; excellence; speciality; importance.

விசை: *(பெ):* வேகம்; எந்திரம்; பக்கம்; பற்றுக்கோடு; வெற்றி; speed; machine; side; support;victory.

விசைய சாரதி: *(பெ):* கண்ணபிரான்; Sri Krishna.

விசையம்: *(பெ):* கரும்புச் சாறு; பாகு; வெற்றி; வருகை; சிவாகமம் இருபத்தெட்டனுள் ஒன்று; வையம்; juice of sugarcane; treacle; victory; coming; one of the twenty-eight Shivagamas; world.

விசையன்: *(பெ):* அர்ச்சுனன்; Arjuna, the third of the Pancha Pandavas.

விச்சம்: *(பெ):* தாமரை வகை; a kind of lotus.

விச்சவம்: *(பெ):* அம்பு; arrow.

விச்சாதரர்: *(பெ):* பதினெண் கணங்களுள் ஒரு சாரார்; a class of eighteen demigods.

விச்சு: *(பெ):* விதை; மிகுதி; seed; abundance.

விச்சுதல்: *(வி):* விதைத்தல்; பரப்புதல்; to sow; to spread.

விச்சை: *(பெ):* வித்தை; கல்வி; அறிவு; மந்திரம்; மாயவித்தை; வெள்ளெருக்கு; தெரு; art; education; knowledge; mantra; magic; white yercum; street.

விஞ்சதி: *(பெ):* இருபது; twenty.

விஞ்சம்: *(பெ):* விந்தியமலை; Vindhya hills.

விஞ்சனம்: *(பெ):* கறி; அடையாளம்; curry; mark.

விஞ்சுதல்: *(பெ):* மிகுதல்; மேலாதல்; மிஞ்சுதல்; to increase; be superior; to exceed.

விஞ்சை: *(பெ):* கல்வி; கலை; இறையறிவு; மந்திரம்; education; arts; spiritual knowledge; mantra.

விஞ்சை மகள்: *(பெ):* வித்தியாதரப் பெண்; Vidyadara woman.

விஞ்சையர்: *(பெ):* பதினெண் கணத்தவருள் ஒரு சாரார்; a class of demigods.

விஞ்ஞானம்: *(பெ):* அறிவியல்; பேரறிவு; science; spiritual knowledge.

விட: *(வி.உ):* மிகவும்; காட்டிலும்; very; than.

விடகண்டன்: *(பெ):* சிவபெருமான்; Lord Shiva.

விடகரம்: *(பெ):* பாம்பு; snake.

விடக்கு: *(பெ):* பிணம்; இறைச்சி; corpse; meat.

விடங்கம்: *(பெ):* அழகு; புறாக்கூடு; வீட்டின் முகடு; உளியினால் செதுக்காது இயற்கையாக அமைந்தது; இளமை; ஆண்மை; beauty; dove-cot; ridge of roof; naturally formed and unchiselled; youth; manliness.

விடங்கர்: *(பெ):* முதலை; சிறுவழி; crocodile; narrow path.

விடங்கன்: *(பெ):* தானே உண்டான லிங்கம்; காமுகன்; the naturally formed and unchiselled lingam; lustful person.

விடங்கு: *(பெ):* அழகு; beauty.

விடங்கொல்லி: *(பெ):* சிறியாநங்கைப் பூண்டு; a herb which cures snake bites and poisonous disease.

விடதம்: *(பெ):* மேகம்; cloud.

விடதரம்: *(பெ):* மேகம்; பாம்பு; cloud; snake.

விடதரன்: *(பெ):* சிவபெருமான்; Lord Shiva.

விடதாரி: *(பெ):* நஞ்சு அகற்றும் மருத்துவன்; the physician who treats cases of poisoning.

விடதாலி: *(பெ):* பூரான்; centipede.

விடபம்: *(பெ):* எருது; இடப ராசி; தூண்; தளிர்; மரக்கொம்பு; ox; bull; second constellation of the zodiac having bull as its sign; Taurus; pillar; tender shoot; branch of a tree.

விடபி: *(பெ):* அத்தி மரம்; பொது மரம்; country fig tree; tree in general.

விடப்பு: *(பெ):* நிலப்பிளவு; crack in the earth.

விடமம்: *(பெ):* கரடுமுரடு; சமமின்மை; குறும்பு; அச்சம்; rough and tough; unevenness; mischief; fear.

விடமன்/விடமி: *(பெ):* குறும்பு செய்பவன்; mischievous person.

விடமுள்: *(பெ):* தேள்; scorpion.

விடமூங்கில்: *(பெ):* செடி வகை; a kind of plant.

விடம்: *(பெ):* நஞ்சு; தேள்; சுக்கின் தோல்; கேடு விளைவிப்பது; அதிவிடையம்; கயமை; தலை; இடம்; நச்சுப் பூண்டு வகை; poison; scorpion; outer layer of dried-ginger; that which causes harm; a herb; baseness; head; place; a kind of poisonous plant.

விடம்பம்: *(பெ):* உண்மை போன்று நடிப்பது; hypocrisy.

விடம்பனம்: *(பெ):* நடிப்பு; நிந்தை; தொல்லை; pretension; reproach; trouble.

விடம்பை: *(பெ):* பிளப்பு; cleft.

விடயம்: *(பெ):* செயல்; காரணம்; நாடு; பயன்; சுக்கிலம்; அடைக்கலம்; deed; cause; country; advantage; semen; refuge.

விடயி: *(பெ):* ஐம்பொறி; அரசன்; five sense organs; king.

விடரகம்: *(பெ):* மலைக்குகை; குகை; mountain cavern; cave.

விடரவன்: *(பெ):* பூனை; cat.

விடரி: *(பெ):* மலை; mountain.

விடருதம்: *(பெ):* பாம்பு; பூனை; snake; cat.

விடர்: *(பெ):* நிலப்பிளப்பு; மலைக்குகை; முனிவர் இருப்பிடம்; காடு; பெருச்சாளி; crack in the earth; mountain cavern; hermitage; forest; bandicoot.

விடலம்: *(பெ):* நஞ்சு; குதிரை; poison; horse.

விடலி: *(பெ):* கெட்ட நடத்தையுடையவள்; சிறு பெண்; புல் வகை; மலடி; a woman of immoral behaviour; girl; a kind of grass; sterile woman.

விடலை: *(பெ):* இளைஞன்; திண்ணியன்; ஆண்மகன்; வீரன்; காளை; இளநீர்; ஆண்மகனின் ஏழு பருவங்களுள் ஒன்று; youth; strong and powerful person; male; hero; warrior; ox; tender coconut; one of the seven stages of a man.

விடல்: *(பெ):* நீங்குதல்; குற்றம்; ஊற்றுதல்; leaving; fault; pouring.

விடவி: *(பெ):* மரம்; tree.

விடவு: *(பெ):* நிலப்பிளப்பு; a crack in the earth.

விடன்: *(பெ):* காமுகன்; வீரன்; lustful person; hero; warrior.

விடாணம்: *(பெ):* விலங்கின் கொம்பு; animal's horn.

விடாணி: *(பெ):* யானை; elephant.

விடாதம்: *(பெ):* மயக்கம்; drowsiness.

விடாப்பிடி: *(பெ):* பிடிவாதம்; obstinacy.

விடாயன்: *(பெ):* களைப்படைந்தவன்; காமுகன்; tired person; lustful person.

விடாயுதன்: *(பெ):* பாம்பு; snake.

விடாய்: *(பெ):* வேட்கை; களைப்பு; ஆசை; வெப்பம்; விடுமுறை நாள்; great desire; weariness; liking; heat; holiday.

விடாலகம்: *(பெ):* பூனை; cat.

விடி: *(பெ):* விடியல்; திரைச்சீலை; dawn; break of a day; curtain.

விடிதல்: *(வி):* உதயமாதல்; முடிவு பெறுதல்; the day to dawn; to come to an end.

விடியல்: *(வி):* விடிகாலை; break of the day; dawn.

விடியாமூஞ்சி: *(பெ):* அதிர்ஷ்டம் இல்லாதவன்; unlucky person. • **விடியாமூஞ்சி** வேலைக்குப்போனால் வேலை அகப்படாது; வேலை அகப்பட்டாலும் கூலி கிட்டாது - *பழமொழி.*

விடிவிளக்கு: *(பெ):* இரவில் மிகக் குறைந்த வெளிச்சத்தை மட்டும் தரும் வகையில் வைக்கப்படும் விளக்கு; night lamp.

விடிவுகாலம்: *(பெ):* துன்பம் நீங்கி இன்பம் உண்டாகும் நல்ல காலம்; the time of relief.

விடிவெள்ளி: *(பெ):* விடிவதற்கு முன்பாக மிகவும் பிரகாசமாகத் தென்படும் சுக்கிரன் என்னும் கிரகம்; morning star; the Planet Venus.

விடிவோரை: *(பெ):* அதிகாலை; dawn; break of the day; early morning.

விடுகதை: *(பெ):* புதிர் வகை; a kind of riddles.

விடுகவி: *(பெ):* தனிப்பாட்டு; stray verse.

விடுகாலி: *(பெ):* கட்டுக்கடங்காதவன்; uncontrolled person; rogue.

விடுதலை: *(பெ):* சுதந்திரம்; freedom.

விடுதல்: *(வி):* நீங்குதல்; நீக்குதல்; கைவிடுதல்; அனுப்புதல்; எறிதல்; சொரிதல்; to leave; to remove; to drop; to send; to throw; to pour. • **விட்ட** குறை தொட்ட குறை விடுமா ? - *பழமொழி.*

• **விடாஅது** சென்றாரைக் கண்ணினால் காணப் படாஅதி வாழி மதி. - *குறள் 1210.*

விடுதி: *(பெ):* தங்குமிடம்; காலிநிலம்; ஆணை; lodge; choultry; empty ground; order.

விடுது: *(பெ):* ஆலம் விழுது; aerial root of banyan tree.

விடுத்தல்: *(வி):* அனுப்புதல்; கைவிடுதல்; கொடுத்தல்; விடை கொடுத்தல்; முடித்தல்; to send; to drop; to give; to give a send off; to complete.

விடுநாண்: *(பெ):* அரைஞாண்; waist cord.

விடுநிலம்: *(பெ):* தரிசு நிலம்; fallow or uncultivable land.

விடுபடை: *(பெ):* எறிபடை; missile.

விடுபதி: *(பெ):* மருமகன்; son-in-law.

விடுபாட்டு: *(பெ):* தனிப்பாட்டு; stray verse.

விடுப்பு: *(பெ):* நீக்கம்; விருப்பம்; விடுமுறை; separation; desire; leave.

விடுமனை: *(பெ):* காலி மனை; vacant house site.

விடுமுறி: *(பெ):* விவாகரத்துப் பத்திரம்; divorce deed.

விடுமுறை: *(பெ):* விடுப்பு விட்ட நாள்; வேலையற்ற நாள்; holiday; leave.

விடுசி: *(பெ):* அம்பு; arrow.

விடை: *(பெ):* பதில்; மறுமொழி; இசைவு; மிகுதி; வருத்தம்; எருது; இடப ராசி; ஆட்டுக்கிடா; காட்டுப் பூனை; குதிரை; answer; reply; consent; abundance; distress; bull; the second constellation of the zodiac having bull as its sign; ram; wild cat; horse.

விடை கொடுத்தல்: *(வி):* அனுமதியளித்தல்; மறுமொழி பகர்தல்; to permit; to reply.

விடைக்கந்தம்: *(பெ):* செம்மணத் தக்காளி; red night shade.

விடைக்கொடியோன்: *(பெ):* சிவபெருமான்; Lord Shiva.

விடைதல்: *(வி):* சினங்கொள்ளுதல்; குற்றம் காணுதல்; பிரிதல்; to get angry; to find fault; to part with.

விடைத்தல்: *(வி):* வேறுபடுத்துதல்; கண்டித்தல்; மிகுதல்; தடுத்தல்; வருந்துதல்; சோர்தல்; பெருஞ்சினம் கொள்ளுதல்; to differ; to vary; to chasten; be abundant; to stop; be distressed; bewildered; be enraged.

விடைப்பாகன்: *(பெ):* சிவபெருமான்; Lord Shiva.

விடைப்பு: *(பெ):* சினம் காட்டுகை; செருக்கு; குற்றம்; exhibition of anger; arrogance; fault.

விடைமுகன்: *(பெ):* நந்தி; Lord Nandhi who has the face of a bull.

விட்கம்பம்: *(பெ):* யோக வகையுள் ஒன்று; a kind of yoga.

விட்சேபம்: *(பெ):* அச்சம்; கலக்கம்; எறிதல்; கூத்து வகை; fear; confusion; throwing; a kind of dance.

விட்ட பிறப்பு: *(பெ):* சென்ற பிறப்பு; former birth.

விட்டம்: *(பெ):* வட்டக் குறுக்களவு; உடல்; உத்திரம்; diameter; body; cross beam.

விட்டரம்: *(பெ):* இருப்பிடம்; மரம்; கொள்கலம்; dwelling place; tree; container.
விட்டரி: *(பெ):* மர வகை; a kind of tree.
விட்டல்: *(பெ):* விடுகை; abandoning.
விட்டவர்: *(பெ):* பகைவர்; துறவியர்; enemies; ascetics.
விட்டாற்றி: *(பெ):* இளைப்பாறுகை; rest.
விட்டி: *(பெ):* பெருவயிறு; தொந்தி; சேவல்; pot belly; cock.
விட்டில்: *(பெ):* சிறு பூச்சி வகை; வெட்டுக்கிளி; கொலை; மரவகை; the insects like locust, moth, etc., murder; a kind of tree.
விட்டுசித்தர்: *(பெ):* பெரியாழ்வார்; Periyazhwar, a Vaishnava saint.
விட்டுணு: *(பெ):* திருமால்; பன்னிரு சூரியருள் ஒருவர்; Lord Vishnu; one of the twelve Sun Gods.
விட்டுணுகரந்தை: *(பெ):* ஒரு செடி வகை; a kind of plant.
விட்டுணு வல்லபை: *(பெ):* திருமகள்; Goddess Lakshmi, the consort of Lord Vishnu.
விட்டேறு: *(பெ):* எறிகோல்; வேல்; இகழ்ச்சிச் சொல்; missile weapon; lance; harsh word of ridicule.
விட்டை: *(பெ):* விலங்கின் மலம்; dung of animal.
விட்புலம்: *(பெ):* விண்ணுலகம்; celestial world; heaven.
விண்: *(பெ):* வானம்; மேகம்; மேலுலகம்; sky; cloud; heaven.
விண்கொள்ளி: *(பெ):* எரிநட்சத்திரம்; meteor.
விண்கோ: *(பெ):* இந்திரன்; Lord Indra.
விண்டலம்: *(பெ):* வானம்; தேவலோகம்; sky; heaven.
விண்டல்: *(பெ):* மூங்கில்; bamboo.
விண்டவர்: *(பெ):* பகைவர்; enemies.
விண்டாண்டு: *(பெ):* ஊஞ்சல்; swing.
விண்டு: *(பெ):* திருமால்; வானம்; மேகம்; மேலுலகம்; மலை; மூங்கில்; காற்று; தாமரை; செடி வகை; Lord Vishnu; sky; cloud; heaven; mountain; bamboo; air; wind; lotus; a kind of plant.
விண்டுபதம்: *(பெ):* வானம்; sky.
விண்ணகர்: *(பெ):* வைகுந்தம்; Vaikuntham, the abode of Lord Vishnu.
விண்ணகர்: *(பெ):* திருமால் கோயில்; temple of Lord Vishnu.
விண்ணதிர்ப்பு: *(பெ):* இடிமுழக்கம்; thunderbolt.
விண்ணப்பம்: *(பெ):* மனு; வேண்டுகோள்; application; requisition.
விண்ணல்: *(பெ):* புல் வகை; a kind of grass.
விண்ணவன்: *(பெ):* தேவன்; celestial being.
விண்ணுலகம்: *(பெ):* சுவர்க்கம்; heaven.
விண்ணேறு: *(பெ):* இடியேறு; thunderbolt.
விண்ணோர்: *(பெ):* தேவர்கள்; celestial beings.
விண்மீன்: *(பெ):* நட்சத்திரம்; star.
விதண்டை: *(பெ):* அகப்பை; பகை; wooden ladle; enmity.
விததி: *(பெ):* வரிசை; பரப்பு; கூட்டம்; விரிவு; row; area; crowd; extension.
விதத்தல்: *(வி):* மிகுதல்; to increase.
விதந்து: *(பெ):* கைம்பெண்; விதவை; widow.
விதம்: *(பெ):* மாதிரி; example.
விதரணம்: *(பெ):* கொடை; திறமை; அறிவுக் கூர்மை; அழகு; gift; ability; keen knowledge; beauty.
விதரணன்: *(பெ):* கொடையாளி; பேச்சாளி; liberal donor; orator.
விதரணிகன்: *(பெ):* கொடையாளி; liberal donor.
விதரணை: *(பெ):* விவேகம்; திறமை; கொடை; discrimination; ability; gift.
விதரம்: *(பெ):* பிளப்பு; cleft; crack.
விதர்ப்பு: *(பெ):* நெருக்கம்; அச்சம்; போர்; வெற்றி; closeness; fear; war; victory.
விதலை: *(பெ):* நடுக்கம்; நிலம்; trembling; land.
விதவை: *(பெ):* கைம்பெண்; சோறு; widow; boiled rice.
விதறு: *(பெ):* நடுக்கம்; trembling.
விதனம்: *(பெ):* துன்பம்; மனத்துயர்; குற்றம்; களைப்பு; உடல் நோவு; grief; mental distress; fault; weariness; body pain.
விதனித்தல்: *(வி):* துயருறுதல்; be distressed.
விதாகம்: *(பெ):* வெப்பம்; heat.
விதாதா: *(பெ):* பிரமன்; அருகன்; Lord Brahma; Arhat.
விதாதிரு: *(பெ):* விதி; பிரமன்; காமன்; fate; Lord Brahma; Kama Deva, the God of Love; Cupid.
விதாயகம்: *(பெ):* முடிவு; end.
விதாரகம்: *(பெ):* கிணறு; well.
விதாரணம்: *(பெ):* போர்; கொல்லுதல்; கிழித்தல்; war; killing; tearing.
விதாரம்: *(பெ):* கவலை; சூழ்தல்; ஆராய்ச்சி; unrest; act of surrounding; research.
விதாரி: *(பெ):* மர வகை; a kind of tree.
விதாரு: *(பெ):* பல்லி; lizard.
விதானம்: *(பெ):* தொகுதி; வேள்வி; பயனின்மை; மந்தம்; ஓய்வு; mass; sacrifice; uselessness; dullness; rest.
விதி: *(பெ):* சட்டம்; தீர்ப்பு; கட்டளை; கடமை; நீதி; முறைமை; பிரமன்; பேறு; பயன்; அறிவு; உண்மை; செய்தொழில்; முன்கூட்டியே வகுக்கப்பட்டதாகவும் மனிதனால் மாற்ற முடியாததாகவும் கருதப்படும் நியதி; ஊழ்; law; rule; judgement; order; duty; justice; manner; Lord Brahma; anything worth

obtaining; benefit; knowledge; truth; profession; destiny; fate. • **விதி**யை வெல்வாருண்டோ? • எல்லாம் **விதி**விட்ட வழி. • வியாதிக்கு மருந்துண்டு, **விதி**க்கு மாற்றுண்டோ? - *பழமொழிகள்.*

விதித்தல்: *(வி):* வரி, கட்டணம் போன்றவற்றினை வசூலிக்க அறிவித்தல்; தண்டனை போன்றவற்றை அதிகார பூர்வமாகப் பிறப்பித்தல்; கட்டுப்பாடு நிர்ணயித்தல்; முன்வைத்தல்; முன்கூட்டியே நிர்ணயிக்கப்பட்டிருத்தல்; to levy taxes, fares, etc.; to impose; to award; to prescribe; to lay down; be obtained; be decreed. • **விதித்த** விதியை மீறி நடக்குமோ? - *பழமொழி.*

விதிப்பு: *(பெ):* விதிக்கை; act of appointing or directing.

விதிமுறை: *(பெ):* நியமம்; prescribed rule.

விதிரேகம்: *(பெ):* வேறுபாடு; எதிர்மறை; difference; opposite.

விதிர்தல்: *(வி):* நடுங்குதல்; to shiver; to tremble.

விதிர்த்தல்: *(வி):* அசைத்தல்; அஞ்சுதல்; சிதறுதல்; நடுங்குதல்; சொரிதல்; to shake; to be afraid; to scatter; to tremble; to pour.

விதிர்ப்பு: *(பெ):* அச்சம்; நடுக்கம்; fear; trembling.

விதிவசம்: *(பெ):* ஊழ்வலி; power of fate; destiny.

விதிவிலக்கு: *(பெ):* விதியிலிருந்து விலக்கை யுடைய தன்மை கொண்டது; exception to the rule.

விதிவினை: *(பெ):* ஊழ்வினை; fate; destiny.

விது: *(பெ):* சந்திரன்; திருமால்; பிரம்மன்; குபேரன்; கற்பூரம்; moon; Lord Vishnu; Lord Brahma; Kubera; camphor.

விதுடன்: *(பெ):* கற்றறிந்தவன்; learned person.

விதுடி: *(பெ):* அறிவாளி; கற்றறிந்தவன்; wise person; learned person.

விதுப்பு: *(பெ):* நடுக்கம்; விரைவு; வேட்கை; trembling; swiftness; great desire.

விதும்புதல்: *(வி):* நடுங்குதல்; விரும்புதல்; விரைதல்; to tremble; to like; to go fast.

விதுரம்: *(பெ):* கலக்கம்; காதலர் பிரிவு; confusion; parting of the lovers.

விதுரன்: *(பெ):* அறிஞன்; திண்ணியன்; மனைவியை இழந்தவன்; தருமரின் சிறிய தந்தை; learned person; wise person; strong and powerful man; widower; uncle of Dharmaputra - Vidura.

விதுலன்: *(பெ):* ஒப்பற்றவன்; one who has no equal.

விதூரசம்: *(பெ):* வைடூரியம்; a precious stone.

விதை: *(பெ):* மரம், செடி, கொடி போன்றவை முளைப்பதற்குக் காரணமாக இருக்கும் வித்து; அறிவு; பெருமை; seed; knowledge; greatness.

விதைத்தல்: *(வி):* விதையை அதற்கான பண்படுத்தப்பட்ட நிலத்தில் ஊன்றுதல்; தூவுதல்; தெளித்தல்; பரவச் செய்தல்; to sow the seed in the suitable place of land; to sprinkle; to spray; cause to spread.

வித்தகம்: *(பெ):* அறிவு; கல்வி; பொன்; திறமை; திருத்தம்; பெருமை; வியப்பு; நன்மை; knowledge; education; gold; ability; correction; greatness; amazement; goodness.

வித்தகன்: *(பெ):* வல்லவன்; அறிஞன்; தூதன்; கம்மாளன்; வைரவன்; skilful person; wise person; messenger; goldsmith; Lord Vairavan.

வித்தம்: *(பெ):* பேரறிவு; பொன்; செல்வம்; நற்பேறு; wisdom; knowledge; gold; wealth; good fortune .

வித்தன்: *(பெ):* பண்டிதன்; அறிஞன்; தவசி; scholar; wise person; ascetic.

வித்தாண்மை: *(பெ):* புலமை; poetic talent or ability.

வித்தாரம்: *(பெ):* விரிவு; expansiveness; extensiveness.

வித்தாரி: *(பெ):* அறிஞன்; wise man.

வித்தி: *(பெ):* அறிவு; பொருள் ஈட்டுகை; knowledge; earning.

வித்தியர்: *(பெ):* கம்மாளர்; goldsmiths.

வித்தியாதரர்: *(பெ):* தேவசாதியருள் ஒரு பிரிவு; a sect of celestial beings.

வித்தியாபாரகன்: *(பெ):* கல்வியிற் சிறந்தவன்; great scholar.

வித்தியார்த்தி: *(பெ):* கல்வி கற்பவன்; pupil; student.

வித்து: *(பெ):* விதை; மரபு; வழி; காரணம்; விந்து; இனம்; seed; lineage; means; cause; semen; race.

• **வித்தும்** இடல்வேண்டும் கொல்லோ விருந்தோம்பி மிச்சில் மிசைவான் புலம். - *குறள் 85.*

வித்திரு: *(பெ):* மின்னல்; பவளம்; lightning; coral.

வித்துவான்: *(பெ):* புலவன்; பேரறிஞன்; poet; great scholar.

வித்துவேடம்: *(பெ):* பகைமை; enmity.

வித்தை: *(பெ):* கல்வி; அறிவு; மாய வித்தை; கலை; நான்கு வேதம்; education; knowledge; magic; art; four Vedas viz. Rig, Yajur, Sama and Atharvana

வித்தைக்கோள்: *(பெ):* புதன்; the Planet Mercury.

விநயம்: *(பெ):* மரியாதை; ஒழுக்கம்; பணிவு; அடக்கம்; நன்னடத்தை; respect; conduct; obedience; modesty; good behaviour.

விநாடி: *(பெ):* ஒரு கால நுட்பம்; second.
விநாயகன்: *(பெ):* கணபதி, பிள்ளையார்; அருகன்; புத்தன்; குரு; கருடன்; Lord Vinayaka; Lord Arhat; Lord Buddha; guru; white-headed kite.
விந்தம்: *(பெ):* விந்திய மலை; தாமரை; ஒரு பேரெண்; காடு; பாடாண வகை; Vindhya hills; lotus; a large number; forest; a kind of arsenic.
விந்தன்: *(பெ):* இடையன்; shepherd.
விந்தியம்: *(பெ):* விந்திய மலை; Vindhya hills.
விந்தியவாசினி: *(பெ):* துர்க்கை; Durga, Goddess of Victory.
விந்து: *(பெ):* புள்ளி; துளி; பாதரசம்; சுக்கிலம்; 16 கலைகளுள் ஒன்று; dot; drop; mercury; semen; one of the 16 arts.
விந்தை: *(பெ):* கல்வி; துர்க்கை; உமையம்மை; திருமகள்; வியப்பு; அழகு; ஓரகத்தி; education; Durga, Goddess of Victory; Goddess Parvathi, the consort of Lord Shiva; Lakshmi, Goddess of Wealth; amazement; beauty; wife of one's husband's brother.
விபக்கம்: *(பெ):* எதிர்க்கட்சி; opposition party.
விபக்கன்: *(பெ):* பகைவன்; enemy.
விபச்சாரம்: *(பெ):* பணம் பெற்றுக்கொண்டு ஓர் ஆடவனுடன் ஒரு பெண் உடலுறவு கொள்ளுதல்; prostitution.
விபச்சாரி: *(பெ):* பணம் பெற்றுக்கொண்டு ஓர் ஆடவனுடன் உடலுறவு கொள்பவள்; prostitute.
விபஞ்சி: *(பெ):* வீணை வகை; a kind of veena.
விபத்து: *(பெ):* எதிர்பாராத வகையில் சேதம், துன்பம் போன்றவற்றை உண்டாக்கும் நிகழ்வு; நற்பேறின்மை; ஆபத்து; வேதனை; வறுமை; சாவு; accident; misfortune; danger; pain; poverty; death.
விபரீதம்: *(பெ):* அச்சம் கொள்ள வைத்திடும் விளைவு; விசித்திரம்; disaster; perversity.
விபவ: *(பெ):* ஒரு தமிழ் வருடம்; Vibhava, a Tamil Year.
விபவம்: *(பெ):* செல்வம்; பெருமை; வீடுபேறு; திருமாலின் அவதாரம்; wealth; greatness; salvation; incarnation of Lord Vishnu.
விபன்னம்: *(பெ):* குற்றம்; மெலிவு; fault; leanness.
விபாகரன்: *(பெ):* சூரியன்; the Sun.
விபாவரி: *(பெ):* இரவு; உமையம்மை; night; Goddess Parvathi.
விபினம்: *(பெ):* காடு; forest.
விபீதகம்: *(பெ):* மரவகை; a kind of tree.
விபு: *(பெ):* தலைவன்; கடவுள்; master; God.
விபுனன்: *(பெ):* வல்லுநன்; சிறந்தோன்; scholar; great person.
விபுதன்: *(பெ):* அறிஞன்; சந்திரன்; தேவன்; learned person; wise person; the moon; celestial being.
விபுலம்: *(பெ):* பூமி; பெருமை; மேரு மலை; இமயமலை; earth; greatness; Mount Meru; Himalaya mountains.
விபுலை: *(பெ):* பூமி; earth.
விபூடணம்: *(பெ):* அணிகலன்; ornament.
விபூதி: *(பெ):* திருநீறு; சாம்பல்; செல்வம்; பெருமை; கொடுமை; குற்றம்; ஒரு நரகம்; sacred ash; ashes; wealth; greatness; severity; fault; a hell.
விபை: *(பெ):* அழகு; beauty.
விபோதம்: *(பெ):* அறிவு; knowledge.
விப்பிரகாரம்: *(பெ):* தீங்கு; நிந்தை; எதிரிடை; evil; vilification; opposite.
விப்பிரநாராயணர்: *(பெ):* தொண்டரடிப் பொடியாழ்வார்; Thondaradipodiyazhwar; a Vaishnava saint.
விப்பிரமம்: *(பெ):* சுழற்சி; மயக்கம்; குற்றம்; அழகு; rotation; drowsiness; fault; beauty.
விப்பிரன்: *(பெ):* பார்ப்பனன்; brahmin.
விப்புருதி: *(பெ):* புண்; wound.
விமர்சகன்: *(பெ):* விமர்சனம் செய்பவன்; reviewer; critic.
விமர்சனம்: *(பெ):* ஒருவரின் அல்லது ஒன்றின் நல்ல அம்சங்களையும், குறைகளையும் ஆராய்ந்து வழங்கும் மதிப்பீடு; criticism; critical review.
விமரிசை: *(பெ):* பகட்டு; சிறப்பு; உமையம்மை; vanity; speciality; Goddess Parvathi.
விமலம்: *(பெ):* வெண்மை; தூய்மை; தெளிவு; சிவாகமம்; இருபத்தெட்டனுள் ஒன்று; whiteness; purity; clear; one of the twenty-eight Shivagamas.
விமலன்: *(பெ):* கடவுள்; தூயவன்; சிவபெருமான்; அருகன்; தீர்த்தங்கரர் இருபத்து நால்வருள் ஒருவர்; God; pure and holy person; Lord Shiva; Lord Arhat; one of the twenty-four Theerthankaras.
விமலி: *(பெ):* குப்பைமேனி; உமையம்மை; a herb; Goddess Parvathi.
விமலை: *(பெ):* திருமகள்; கலைமகள்; துர்க்கை; உமையம்மை; குற்றமற்றவள்; Lakshmi, Goddess of Wealth; Saraswathi, Goddess of Arts and Learning; Durga, Goddess of Victory; Goddess Parvathi, who is immaculate.
விமான நிலையம்: *(பெ):* விமானம் புறப்பட (அ) வந்திறங்க ஏற்ற வசதிகள் நிறைந்த பரந்த இடம்; air port.
விமானப் படை: *(பெ):* போர் விமானங்கள் கொண்ட இராணுவப் பிரிவு; air-force.

விமானப் பணிப்பெண்: (பெ): விமானப் பயணத்தின்போது பயணிகளின் வசதியைக் கவனிக்கும் பொறுப்பினை உடைய பெண் ஊழியர்; air hostess.

விமானம்: (பெ): இயந்திர சக்தியால் வானில் மிகவும் விரைவாகப் பறந்து செல்லும் போக்குவரத்து சாதனம்; கர்ப்பக்கிரகத்தின் மேல் கலசத்துடன் இருக்கும் கோபுரம் போன்ற அமைப்பு; aeroplane; air craft; the structure that is built over the Sanctum Sanctorum.

விமானம் தாங்கிக் கப்பல்: (பெ): மேல்தளத்தில் இராணுவ விமானங்கள் தங்கவும், புறப்பட்டுச் சென்றிடவும் வசதி கொண்ட பெரிய போர்க் கப்பல்; aircraft carrier.

விமானி: (பெ): விமானம் ஓட்டி; pilot.

விமோசனம்: (பெ): பரிகாரம்; சாபம்; பாவம் போன்றவற்றிலிருந்து விடுபடும் நிலை; நிவர்த்தி; மோசமான ஒன்றிலிருந்து விடுபட்ட நிலை; remedy; absolution; salvation; deliverance.

விம்பம்: (பெ): வடிவம்; நிழல்; வட்டம்; உடல்; விக்கிரகம்; ஒளி; பாடாண வகை; form; shadow; circle; body; idol; lustre; a kind of arsenic.

விம்பிகை: (பெ): கொடி வகை; a kind of creeper.

விம்மம்: (பெ): துன்பம்; grief.

விம்முதல்: (வி): அழும்போது மூச்சு தடைப்படுவதால் நெஞ்சு புடைக்க மெல்லிய ஒலி வெளிப்படுதல்; மார்பு, நரம்பு போன்றவை புடைத்து மேலெழுதல்; to sob; to bulge; to expand.

விம்மிதம்: (பெ): உடம்பு; அச்சம்; வியப்பு; body; fear; amazement.

விம்முறவு: (பெ): வருத்தம்; distress.

விய: (பெ): ஒரு தமிழ் வருடம்; Viya, a Tamil Year.

வியக்கம்: (பெ): பெருமை; greatness.

வியக்களை: (பெ): குடிக்கூலி; house rent.

வியங்கம்: (பெ): தவளை; frog.

வியங்கோள்: (பெ): ஒருவரை வாழ்த்துவது, ஒருவரிடம் சென்று ஒன்றினை வேண்டிக் கொள்வது, ஒருவர் ஒன்றினைச் செய்திடுமாறு விதிப்பது போன்ற நிலைகளுக்குப் பயன்படுத்தும் வினைமுற்று வகை; optative form of verbs to express wish, desire, command, etc.

வியதிபாதம்: (பெ): இருபத்தேழு யோகங்களுள் ஒன்று; one of the twenty-seven yogams.

வியத்தகு: (பெ.அ): வியப்படையும்படியான; of amazing nature.

வியந்தரம்: (வி): பிசாசு; goblin; devil.

வியப்பு: (பெ): ஆச்சரிய உணர்வு; பாராட்டு; மேம்பாடு; amazement; felicitation; excellence.

வியமம்: (பெ): பாராட்டத்தக்கது; that which is fit for felicitation.

வியயம்: (பெ): பயணச் செலவு; travelling expense.

வியர்க்குரு: (பெ): கோடைக்காலத்தில் தோலில் தோன்றும் சிவப்பு நிறச் சிறு பரு; prickly heat.

வியர்த்தம்: (பெ): பயனின்மை; something futile.

வியர்வை: (பெ): உடம்பிலிருந்து வெப்பம் தணிவதற்காகத் தோலில் உள்ள நுண்ணிய துளைகள் வழியே வெளியேறும் உப்புத் தன்மை கொண்ட திரவம்; perspiration; sweating.

வியலகம்: (பெ): பூமி; earth.

வியலிலை: (பெ): பெருமை; greatness.

வியலிடம்: (பெ): பூமி; அகலம்; earth; width.

வியல்பூதி: (பெ): வில்வம்; bael tree.

வியனுலகம்: (பெ): தேவலோகம்; heaven.

வியன்: (பெ): வானம்; பெருமை; சிறப்பு; வியப்பு; sky; greatness; speciality; amazement.

வியாக்கிரம்: (பெ): புலி; tiger.

வியாதம்: (பெ): வேறுபாடு; difference.

வியாதன்: (பெ): வேடன்; கீழ்மகன்; hunter; person of low qualities.

வியாதி: (பெ): நோய்; பெருநோய்; disease; leprosy.
• **வியாதிக்கு** மருந்துண்டு; விதிக்கு மாற்று உண்டோ - *பழமொழி.*

வியாமகன்: (பெ): கடவுள்; God.

வியாபாரம்: (பெ): வாணிகம்; trade.

வியாபாரி: (பெ): வணிகன்; trader.

வியாபித்தல்: (வி): எங்கும் நிறைந்திருத்தல்; to spread all over.

வியாயாமம்: (பெ): உடற்பயிற்சி; body exercise.

வியாழன்: (பெ): வியாழக்கிழமை; ஒரு கிரகம்; தேவர்களின் குரு; Thursday; Planet Jupiter; guru of the celestial beings.

வியாளம்: (பெ): புலி; பாம்பு; யானை; tiger; snake; elephant.

வியுவு: (பெ): வேறுபாடு; difference.

வியோகம்: (பெ): இறப்பு; death.

விரகன்: (பெ): திறமைசாலி; வல்லவன்; அறிஞன்; talented person; skilful person; strong and powerful person; wise person.

விரகம்: (பெ): திறமை; தந்திரம்; சூழ்ச்சி; ability; cunning; plot.

விரக்தி: (பெ): தன் மீதே உண்டாகும் வெறுப்பு; எதன்மீதும் ஈடுபாடற்ற தன்மை; bitterness caused by frustration; lack of involvement.

விரட்டுதல்: (வி): துரத்துதல்; அச்சுறுத்துதல்; விரைவுபடுத்துதல்; to chase; to frighten; to hasten.

விரணம்: (பெ): புல்வகை; காயம்; பகைமை; a kind of grass; wound; enmity.

விரதம்: (பெ): நோன்பு; தவம்; உறுதி; a religious fasting; penance; firmness.

விரல்: *(பெ):* கை, கால்களின் இறுதியில் ஐந்தாகப் பிரியும் உறுப்பு; finger. • **விரல் நுழைய இடம் உண்டானால் தலையைக் கூடப் புகவிடலாம்** - *பழமொழி.*

விரவல்: *(பெ):* கலத்தல்; mixing.

விரவார்: *(பெ):* பகைவர்; enemies.

விரற்கடை: *(பெ):* விரலின் அகலம்; finger's breadth.

விராதனன்: *(பெ):* கொலைகாரன்; killer.

விராலம்: *(பெ):* பூனை; cat.

விரிசல்: *(பெ):* பிளவு; அலை; crack; cleft; wave.

விரிஞ்சன்: *(பெ):* பிரம்மன்; Lord Brahma.

விரிதல்: *(வி):* மலர்தல்; முற்றுதல்; அவிழ்தல்; பரத்தல்; to open as flower; to become ripe; to unfasten; to spread.

விரிதூறு: *(பெ):* புதர்; bush.

விரித்தல்: *(வி):* விரியச் செய்தல்; பரப்புதல்; cause to expand; to spread.

விரிபம்: *(பெ):* சிறு துகில்; small piece of cloth.

விரிப்பு: *(பெ):* விரித்து வைக்கப்படுவது (அ) விரித்திருப்பது; spread on an object, floor, etc.

விரியன்: *(பெ):* பாம்பு வகை; மர வகை; a kind of snake; a kind of tree.

விரிகீ: *(பெ):* நெல்; அரிசி; paddy; rice.

விருகம்: *(பெ):* விலங்கு; animal.

விருகற்பதி: *(பெ):* வியாழன்; Planet Jupiter.

விருக்கநாதன்: *(பெ):* அரச மரம்; pipal tree.

விருக்கம்: *(பெ):* மரம்; tree.

விருசம்: *(பெ):* இஞ்சி; எலி; ginger; rat.

விருச்சிகம்: *(பெ):* ஒரு ராசி; தேள்; eighth constellation of the zodiac having scorpion as its sign; Scorpio; scorpion.

விருச்சிகன்: *(பெ):* சூரியன்; the Sun.

விருடம்: *(பெ):* எருது; bull.

விருடலம்: *(பெ):* குதிரை; உள்ளி (வெங்காயம்); horse; onion.

விருட்சம்: *(பெ):* மரம்; tree.

விருட்டி: *(பெ):* மழை; rain.

விருட்டிணி: *(பெ):* கண்ணபிரான்; Sri Krishna.

விருதம்: *(பெ):* வெள்ளெருக்கு; white yercum.

விருநர்: *(பெ):* படைவீரர்; soldiers.

விருது: *(பெ):* பட்டம்; title; award.

விருத்தகங்கை: *(பெ):* கோதாவரி ஆறு; river Godavari.

விருத்தகிரி: *(பெ):* விருத்தாசலம்; Virudhachalam a town and Shiva's shrine.

விருந்தனை: *(பெ):* மனைவி; wife.

விருந்தினர்: *(பெ):* நட்பு (அ) உறவு அடிப்படையில் வீட்டுக்கு வருகை தருபவர்; அழைப்பின் பேரில் ஒரு நிகழ்ச்சிக்கு வருகை தருபவர்; அரசின் அழைப்பின் பேரில் ஒரு நாட்டிற்கு வருகை தருபவர்; guest; distinguished guest; dignitary (visiting a country).

விருந்தினர் விடுதி: *(பெ):* விருந்தினர் தங்கும் விடுதி; guest house (of the government, an institution, etc.).

விருந்து: *(பெ):* ஒருவரை (அ) பலரை அழைத்து உபசரித்து வழங்கும் சிறப்பான உணவு; புலன்களை மகிழ்விக்கக் கூடியதாக அமைவது; feast; dinner; entertainment. • **விருந்தும் மருந்தும் மூன்று நாள்** - *பழமொழி.*

விருந்தோம்பல்: *(பெ):* விருந்து தந்து உபசரித்தல்; entertaining guests.

விருபன்: *(பெ):* வெள்ளெலி; a kind of rat.

விருப்பம்: *(பெ):* ஆசை; பற்று; liking; desire.

விருப்பு: *(பெ):* பற்று; desire.

• **விருப்பறாச் சுற்றம் இயையின் அருப்பறா ஆக்கம் பலவுந் தரும்.** - *குறள் 522.*

விரும்புதல்: *(வி):* ஆசைப்படுதல்; to like.

விருப்பக் கண்ணன்: *(பெ):* சிவபெருமான்; Lord Shiva.

விரூபம்: *(பெ):* வேற்றுமை; difference.

விரூபாட்சன்: *(பெ):* சிவபெருமான்; Lord Shiva.

விரை: *(பெ):* விதை; நறுமணம்; தேன்; மலர்; ஆண் மர்மத்தானம்; seed; fragrance; honey; flower; a genital part of man.

விரைவு: *(பெ):* வேகம்; வெம்மை; போற்றுகை; speed; heat; praising.

விரோசனன்: *(பெ):* சூரியன்; சந்திரன்; அக்கினி; பிரகலாதனின் மகன்; Sun; Moon; fire; son of Prahalada.

விரோசினி: *(பெ):* கடுக்காய் வகை; a kind of gall-nut.

விரோதம்: *(பெ):* பகை; மாறுபாடு; இருள்; முடி; enmity; variation; night; hair.

விரோதி: *(பெ):* பகைவன்; ஒரு தமிழ் வருடம்; enemy; Virodhi, a Tamil Year.

விரோதிகிருது: *(பெ):* ஒரு தமிழ் வருடம்; Virodhikirudhu, a Tamil Year.

விரோதித்தல்: *(வி):* பகைத்தல்; முரண்படுதல்; to antagonize; to act against something.

விலகுதல்: *(வி):* அகலுதல்; தள்ளி அமைதல்; நீங்குதல்; தனிமைப்படுத்திக்கொள்ளுதல்; to move away; to step aside; be far from; to give up; to keep away from; to stand back.

விலக்கி வை: *(வி):* எத்தொடர்பும் இல்லாதபடி தனித்திருக்கச் செய்தல்; தள்ளி வைத்தல்; to ostracize; to separate; cause to live separately.

விலக்குதல்: *(வி):* விலகச் செய்தல்; ஒதுக்குதல்; தடுத்து நிறுத்தல்; நீக்குதல்; வாபஸ் பெறுதல்; to push to one side; to put aside; to stop; to separate; to dismiss; to withdraw.

விலங்கியல்: *(பெ):* விலங்குகள் குறித்து விவரிக்கும் அறிவியல் துறை; zoology.

விலங்கு: *(பெ):* நான்கு கால்களுடையதும், குட்டி போட்டுப் பால் தருவதுமான ஓர் உயிரினம்; கை

கால்களைப் பிணைக்கும் விதத்தில் பூட்டும் அமைப்பைக் கொண்ட வளையம் கோத்த சங்கிலி; animal; mammals; fetters; handcuff.
- விலங்கொடு மக்கள் அனையர் இலங்குநூல் கற்றாரோடு ஏனை யவர். - குறள் 410.

விலா: *(பெ):* மார்புக் கூட்டின் பக்கவாட்டுப் பகுதி; rib.
விலாங்கு: *(பெ):* மீன் வகை; eel.
விலாசம்: *(பெ):* முகவரி; லட்சணம்; address; charm.
விலாமிச்சை: *(பெ):* ஒரு வகைப் புல்லின் வாசனை மிகுந்த வேர்; cuscus grass.
விலை: *(பெ):* பொருளுக்கு மாற்றாகக் கணக்கிடப்படும் பணத்தின் மதிப்பு; price.
விலைமகள்: *(பெ):* விபச்சாரி; prostitute.
விலைவாசி: *(பெ):* பொருட்களின் அன்றாட விலை விவரம்; prices of essential things.
வில்: *(பெ):* அம்பு எய்வதற்குரிய கருவி; வானவில்; ஒளி; bow; rainbow; lustre.
வில் தராசு: *(பெ):* இரும்புச் சுருளின் முனையில் கோத்த கொக்கியால் பொருளை நிறுக்கும் தராசு; spring balance.
வில்லங்கம்: *(பெ):* தடை; துன்பம்; வழக்கு; சொத்துரிமையில் உள்ள குற்றம்; obstacle; grief; suit; encumbrance of property.
வில்லவன்: *(பெ):* மன்மதன்; சேரன்; Kamadeva, the God of Love; Cupid; Chera king.
வில்லார்: *(பெ):* வேடர்; hunters.
வில்லி: *(பெ):* மன்மதன்; வேடன்; வில்லிபுத்தூர் ஆழ்வார்; Cupid; hunter; Villiputhoorar, a Vaishnava saint.
வில்லுவம்: *(பெ):* வில்வ மரம்; bael tree.
வில்லேருழவர்: *(பெ):* வீரர்; வேடர்; warriors; hunters.
- வில்லே ருழவர் பகைகொளினும் கொள்ளற்க சொல்லே ருழவர் பகை. - குறள் 872.

வில்வம்: *(பெ):* மர வகை; bael tree.
விவகாரம்: *(பெ):* நடத்தை; நீதிமன்ற வழக்கு; வாதம் செய்கை; conduct; a suit in a court; argument.
விவசாயம்: *(பெ):* வேளாண்மை; பயிர்த் தொழில்; agriculture.
விவசாயி: *(பெ):* வேளாண்மைத்தொழில் செய்பவர்; agriculturist.
விவரம்: *(பெ):* ஒன்றினை (அ) ஒருவரைப்பற்றித் தெளிவாக அறிந்திட வகை செய்யும் குறிப்பு; விரிவான தகவல்; தகவல்களைப் பகுத்து அறிந்துகொள்ளக்கூடிய திறன்; information; detailed account; discrimination; awareness.
விவரித்தல்: *(வி):* விவரித்துக் கூறுதல்; to describe.
விவாகம்: *(பெ):* திருமணம்; marriage.
விவாதம்: *(பெ):* வாக்குவாதம்; debate.
விவேகம்: *(பெ):* பகுத்தறிவு; புத்திக்கூர்மை; discrimination; keen knowledge.
விவேகி: *(பெ):* பகுத்தறிவாளன்; person of discrimination.
விவேகித்தல்: *(வி):* பகுத்தறிதல்; to discriminate.
விழும்பு: *(பெ):* சோறு; boiled rice.
விழலன்: *(பெ):* பயனற்றவன்; useless person.
விழா: *(பெ):* திருவிழா; festival.
விழி: *(பெ):* கண்; அறிவு; eye; knowledge.
விழிதுறை: *(பெ):* இறங்கு துறை; நீர்த்துறை; harbour.
விழித்தல்: *(பெ):* கண் திறத்தல்; எச்சரிக்கையாக இருத்தல்; தூக்கம் தெளிதல்; உயிர் வாழ்தல்; ஒளிர்தல்; to open the eyes; be aware; to awake; to live; to shine.
- விழித்தகண் வேல்கொண் டெறிய அழித்திமைப்பின் ஓட்டன்றோ வன்க ணவர்க்கு. - குறள் 775.

விழிப்பு: *(பெ):* விழித்தல்; எச்சரிக்கை; waking up; watchfulness.
விழிப்புணர்ச்சி: *(பெ):* கவனத்துடன் செயல்படுவதற்குரிய அறிவு; state of awareness.
விழுசுமை: *(பெ):* பெரும் பாரம்; heavy load.
விழுதல்: *(வி):* நிலம்படியச் சாய்தல்; தோற்றுப் போதல்; தாழ்தல்; கெடுதல்; சாதல்; தங்குதல்; to fall down; be defeated; to become low; be ruined; to die, to settle.
விழுத்தம்: *(பெ):* கருஞ்சீரகம்; black cumin.
விழுத்து: *(பெ):* இலக்கு; target.
விழுமியோர்: *(பெ):* சிறந்தோர்; great persons.
விழைச்சு: *(பெ):* இளமை; புணர்ச்சி; youth; copulation.
விழைந்தோன்: *(பெ):* நண்பன்; கணவன்; friend; husband.
விழையார்: *(பெ):* பகைவர்கள்; enemies.
விழைவு: *(பெ):* விருப்பம்; desire.
விளக்கம்: *(பெ):* விவரிப்பு; ஒன்று நடந்ததற்கான காரணத்தைத் தெரிவிப்பது; elaborateness; explanation for something.
விளக்கு: *(பெ):* ஒளிதரும் கருவி; lamp.
விளக்குதல்: *(வி):* விவரித்தல்; துலக்குதல்; to explain; to clean; to brush.
விளக்குமாறு: *(பெ):* துடைப்பம்; broom.
விளக்கெண்ணெய்: *(பெ):* ஆமணக்கெண்ணெய்; castor oil. • முதலியார் ஜம்பம் **விளக்கெண்ணெய்க்குக்** கேடு. • **விளக்கெண்ணெயைத்** தடவிக்கொண்டு உருண்டாலும் ஒட்டுவது-தான் ஒட்டும் • கண்ணில் **விளக்கெண்ணெயை** விட்டுப் பார்த்தது போல - *பழமொழிகள்.*
விளங்குதல்: *(வி):* ஒளிர்தல்; மிகுதல்; அறிதல்; to shine; to increase; to learn; to know.
விளத்தரு: *(பெ):* மர வகை; a kind of tree.
விளம்பம்: *(பெ):* தாமதம்; delay.

விளம்பரம்: (பெ): பொருள், சேவை, வசதி போன்றவற்றைப்பற்றிப் பிறரின் கவனத்தைக் கவரும் வகையில் தரப்படும் அறிவிப்பு; advertisement.

விளிதல்: (வி): இறத்தல்; அழிதல்; குறைதல்; சினத்தல்; வருத்தப்படுதல்; to die; be ruined; to decrease; to get angry; be distressed.

விளிந்தார்: (பெ): இறந்தோர்; the persons who passed away.

- விளிந்தாரின் வேறல்லர் மன்ற தெளிந்தாரில் தீமை புரிந்தொழுகு வார். - *குறள் 143.*

விளிப்பு: (பெ): ஓசை; sound.

விளிம்பு: (பெ): ஓரம்; கரை; கண்ணிமை; edge; shore; eyelid.

விளிவு: (பெ): கேடு; இறப்பு; உறக்கம்; கடுஞ்சினம்; நாணம்; harm; death; sleep; wrath; shyness.

விளைகரி: (பெ): நிலக்கரி; coal.

விளைச்சல்: (பெ): மகசூல்; yield; harvest.

விளைநிலம்: (பெ): பயிரிடத்தக்க நிலம்; cultivable land.

விளைபொருள்: (பெ): பயிரிடப்படும் பொருள்; agricultural produce.

விளையாட்டு: (பெ): பொழுது போவதற்குரிய மகிழ்ச்சிச் செயல்; play; game.

விளையாடுதல்: (வி): விளையாட்டில் ஈடுபடுதல்; சீண்டுதல்; to play; to provoke; to play tricks.

விளைவு: (பெ): செயலினால் விளைவது; பலனாகத் திரும்பக் கிடைப்பது; consequence; result; effect.

விற்பனை: (பெ): விற்கப்படுவது; sale.

விற்பனைக் கூடம்: (பெ): பொருட்களை விற்பனை செய்யுமிடம்; shop.

விற்பனையாளர்: (பெ): பொருட்களை விற்பனை செய்பவர்; retailer.

விறகு: (பெ): எரிப்பதற்குப் பயன்படும் மரக்கட்டை; firewood.

விறகுவெட்டி: (பெ): எரிப்பதற்கு ஏற்றவாறு மரத்தைத் துண்டுதுண்டாக வெட்டிப் பிழைப்பு நடத்துபவர்; woodcutter.

விறாந்தை: (பெ): பிடி ஆணை; வராந்தா; தாழ்வாரம்; warrant; verandah.

விறுவிறுப்பு: (பெ): வேகமும் சுவாரஸ்யமும் கொண்ட தன்மை; அரிப்பு; the quality of being lively and exciting; irritation.

விள்ளல்: (பெ): பிரிவு; கட்டித் தழுவுதல்; separation; embracing.

விள்ளுதல்: (வி): உடைதல்; மலர்தல்; பகைத்தல்; நீங்குதல்; சொல்லுதல்; be broken; to open as flower; to hate; to leave; to say.

விற்படை: (பெ): வில்; அம்பு; bow; arrow.

விற்பனம்: (பெ): கல்வி; அறிவு; புதுமை; அறிவுக்கூர்மை; விந்தை; நுட்பம்; education; knowledge; newness; keen knowledge; surprise; minuteness.

வினகம்: (பெ): சேங்கொட்டை மரம்; marking nut tree.

வினயம்: (பெ): வஞ்சகம்; சூழ்ச்சி; அடக்கம்; deceit; plot; modesty.

வினவுதல்: (வி): கேள்வி கேட்டல்; உசாவுதல்; கேள்விப்படுதல்; விசாரணை செய்தல்; to ask; to hear; to enquire.

வினா: (பெ): கேள்வி; சொல்; question; word.

வினாசம்: (பெ): கேடு; harm.

வினாவுதல்: (வி): வினவுதல்; கேள்வி கேட்டல்; to ask; to enquire.

வினிதை: (பெ): அயோத்தி; Ayodhya, the birth place of Sri Rama.

வினியோகம்: (பெ): பயன்பாடு; பகிர்ந்து கொடுக்கை; benefit; distribution.

வினை: (பெ): தொழில்; நல்வினை; தீவினை; போர்; வஞ்சகம்; தந்திரம்; கருத்து; தொந்தரவு; profession; good deed; evil deed; war; deceit; trick; opinion; trouble. • **வினை விதைத்தவன் வினையறுப்பான்; தினை விதைத்தவன் தினையறுப்பான்** - *பழமொழி.*

- வினைவலியும் தன்வலியும் மாற்றான் வலியும் துணைவலியும் தூக்கிச் செயல். - *குறள் 471.*

வினைத்தலை: (பெ): போர்க்களம்; battle-field.

வினையம்: (பெ): செய்தொழில்; முன்னை வினை; வஞ்சகம்; சூழ்ச்சி; நிகழ்ச்சி; profession; deed of former birth; deceit; plot; event.

வினோதம்: (பெ): விசித்திரம்; strangeness; oddity.

வீ

வீக்கம்: (பெ): புடைப்பு; வீங்கியிருக்கும் நிலை; bulge; swelling.

வீங்குதல்: (வி): உப்புதல்; இயல்பைக் காட்டிலும் அளவுக்கு அதிகமாகப் பெருத்தல்; to get inflamed; to swell.

வீசம்: (பெ): பதினாறில் ஒரு பங்கு; the fraction 1/16.

வீசுதல்: (வி): எறிதல்; வேகமாகக் காற்றினூடே செலுத்துதல்; மேலும் கீழுமாக ஆட்டுதல்; கைகளை அசைத்தல்; to hurl; to throw; to brandish; to move; to wave.

வீசை: (பெ): ஆயிரத்து நானூறு கிராம் அளவு கொண்ட நிறுத்தலளவை; a former measure of weight roughly about 1400 grams.

வீச்சம்: (பெ): நாற்றம்; offensive smell.

வீச்சு: (பெ): வேகத்துடன் செலுத்தும் செயல்; செல்வாக்கு தெரியும் வகையில் பரவியிருக்கும் நிலை; stroke; hurl; swing; predominance.

வீடு: (பெ): குடியிருக்கும் கட்டடம்; மோட்சம்; ஒருவன் பிறந்த நேரத்தில் இருக்கும் கிரகத்தை முதலாவதாகக்கொண்டு பன்னிரண்டு கிரகங்களுக்கும் கணிக்கப்படும் இடம்; house; heaven; the house in one's horoscope.

வீட்டார்: (பெ): ஒரு வீட்டைச் சார்ந்தோர்; குடும்ப அங்கத்தினர்கள்; family members.

வீட்டுக்காரர்: (பெ): கணவர்; வீட்டின் உரிமையாளர்; husband; house owner.

வீணடித்தல்: (வி): பயனற்றதாக்குதல்; பயன் படுத்தத் தவறுதல்; to waste; to fail to use; to fritter away.

வீணன்: (பெ): உபயோகமற்றவன்; useless person.

வீணாகுதல்: (வி): பயனற்றதாதல்; be wasted.

வீணீர்: (பெ): வாயிலிருந்து ஒழுகும் எச்சில்; saliva.

வீணை: (பெ): தந்தி வாத்திய வகை; Veena.

வீதம்: (பெ): விகிதம்; சதவீதம்; rate; ratio; percentage.

வீதாச்சாரம்: (பெ): விகிதாச்சாரம்; ratio.

வீதி: (பெ): அகன்ற தெரு; broad street.

வீதி நாடகம்: (பெ): பொதுமக்கள் கூடுமிடத்தில் மேடை, ஒப்பனை போன்று ஏதுமின்றி நடத்தப்படும் நாடகம்; a street play.

வீம்பு: (பெ): ஒன்றினை வலுக்கட்டாயமாகச் செய்யும் (அ) செய்யாது இருக்கும் போக்கு; adamant attitude.

வீரம்: (பெ): தைரியத்துடன் எதிர்த்துப் போராடும் மன வலிமை; heroism; bravery.

வீரர்: (பெ): கொள்கைக்காக எதனையும் எதிர்க்கத் துணிந்தவர்; விளையாட்டில் கலந்து கொள்பவர்; one who fights for a cause; sportsman; athlete.

வீரன்: (பெ): படையில் பணிபுரிபவன்; வீரம் மிகுந்தவன்; soldier; brave man.

வீராங்கனை: (பெ): வீரம் மிகுந்த பெண்; விளையாட்டுப்போட்டியில் கலந்துகொள்ளும் பெண்; woman warrior; sports woman; woman athlete.

வீராப்பு: (பெ): வாயளவில் பேசும் வீரமான பேச்சு; boastful empty talk.

வீராவேசம்: (பெ): வீரத்தை வெளிப்படுத்தும் வெறி; frenzy of heroism.

வீரிடு: (வி): பலமாகக் கத்துதல்; to scream.

வீரியம்: (பெ): மருந்தின் சக்தி; உடல் பலம்; அதிக அளவில் விளைச்சல் தருவது; efficacy; potency of medicine; strength; high potency of seeds.

வீரிய விதை: (பெ): இரு ரகங்கள் ஓர் இனமாக்கப்படுவதால் கிடைக்கும் அதிக மகசூல் தருகின்ற விதை; hybrid seed.

வீரை: (பெ): கடல்; துன்பம்; ஒரு மர வகை; திராட்சை; மனைவி; தாய்; வாழை; sea; distress; a kind of tree; grapes; wife; mother; plantain tree.

வீவு: (பெ): சாவு; அழிவு; குற்றம்; கெடுதி; முடிவு; death; ruin; fault; harm; end.

வீழி: (பெ): மருந்துச் செடி; திருவீழிமிழலை என்னும் தலம்; a medicinal plant; Thiruveezhimizhalai, a Shiva shrine.

வீழ்: (பெ): தாலிக்கயிறு; மர விழுது; a turmeric-smeared cord with holy pendants tied by the bridegroom round the neck of the bride at wedding; aerial root.

வீழ்கதி: (பெ): நரகம்; hell.

வீழ்தல்: (வி): விழுதல்; நீங்குதல்; to fall down; to leave.

வீழ்த்தல்: (வி): விழச் செய்தல்; அழித்தல்; கெடுத்தல்; cause to fall down; to destroy; to spoil.

வீழ்நாள்: (பெ): பயனற்ற நாள்; useless day.

வீழ்பு: (பெ): சுள்ளி; twig.

வீழ்வு: (பெ): விழுதல்; பாய்ச்சல்; விருப்பம்; falling; gushing; desire.

வீறல்: (பெ): வெடிப்பு; crack.

வீறாப்பு: (பெ): இறுமாப்பு; arrogance.

வீறு: (பெ): வெற்றி; அழகு; பொலிவு; மிகுதி; பெருமை; நல்வினை; செருக்கு; ஒளி; தனிமை; victory; beauty; splendour; abundance; greatness; good deed; pride; lustre; loneliness.

- **வீறெய்தி** மாண்டார் வினைத்திட்பம் வேந்தன்கண்
ஊறெய்தி உள்ளப் படும். - *குறள் 665.*

வீறுதல்: (வி): மேம்படுதல்; மிகுதல்; to excel; to increase.

வீற்றம்: (பெ): வேறுபடுகை; differentiating.

வீற்றிருக்கை: (பெ): அரியாசனம்; throne.

வீற்றிருத்தல்: (வி): அமர்ந்திருத்தல்; உட்கார்ந்திருத்தல்; to occupy an exalted position; to sit in state.

வீற்று: (பெ): துண்டு; கூறு; தனிமை; விளைவு; வேறுபடுதல்; piece; part; section; loneliness; output; differentiation.

வெ

வெஃகல்: *(பெ):* பேராசை; avarice.

வெஃகா: *(பெ):* காஞ்சியில் ஓடும் வேகவதி ஆறு; திருமால் தலங்களுள் ஒன்று; River Vegavathi, which runs at Kancheepuram; one of the Vishnu shrines.

வெஃகாமை: *(பெ):* அவாவின்மை; absence of desire.

வெஃகுதல்: *(பெ):* மிகவும் விரும்புதல்; கவர்தல்; to desire ardently; to seize.

- அஃகி அகன்ற அறிவென்னாம் யார்மாட்டும் வெஃகி வெறிய செயின். - *குறள் 175.*

வெகிர்முகம்: *(பெ):* வெளிப்புறம்; outer side.

வெகுசனம்: *(பெ):* கூட்டம்; multitude.

வெகுட்சி: *(பெ):* சினம்; wrath.

வெகுண்டம்: *(பெ):* கரும்பு; sugarcane.

வெகுதானிய: *(பெ):* ஒரு தமிழ் வருடம்; Vegudhaniya, a Tamil Year.

வெகுந்தம்: *(பெ):* பெருமை; மிகுதி; greatness; abundance.

வெகுபுத்திரி: *(பெ):* கீழாநெல்லி; துளசி; a herb; sacred basil plant.

வெகுமஞ்சரி: *(பெ):* துளசி; basil plant.

வெகுமதி: *(பெ):* நன்கொடை; donation; reward.

வெகுமானம்: *(பெ):* நன்கொடை; பரிசுப்பொருள்; உயரிய மதிப்பு; donation; reward; great respect.

வெகுமூலம்: *(பெ):* முருங்கை மரம்; horse-radish tree.

வெகுரசம்: *(பெ):* கரும்பு; sugarcane.

வெகுரூபன்: *(பெ):* பச்சோந்தி; திருமால்; சிவபெருமான்; பிரம்மன்; மன்மதன்; chameleon; Lora Vishnu; Lord Shiva; Lord Brahma; Cupid.

வெகுளாமை: *(பெ):* சினம்கொள்ளாமை; absence of anger.

வெகுளி: *(பெ):* சினம்; வெறுப்பு; கபடம் இல்லாதவர்; anger; hatred; innocent person.

வெகுளுதல்: *(வி):* சினத்தல்; பகைத்தல்; be angry; be enraged at; to hate.

வெக்கடுப்பு: *(பெ):* கண்ணோய் வகை; a kind of eye disease.

வெக்காளம்: *(பெ):* புழுக்கம்; state of being humid.

வெக்கை: *(பெ):* மிகுந்த வெப்பம்; புழுக்கம்; அம்மை நோய்; overheat; state of being humid; small-pox.

வெங்கணன்: *(பெ):* கொடியவன்; cruel person.

வெங்கண்: *(பெ):* கொடுமை; பொறாமை; தீக்கண்; cruelty; jealousy; evil eye.

வெங்கதிர்: *(பெ):* சூரியன்; the Sun.

வெங்கம்: *(பெ):* வறுமை; poverty.

வெங்களம்: *(பெ):* போர்க்களம்; battle-field.

வெங்கன்: *(பெ):* வறிஞன்; destitute person.

வெங்காயம்: *(பெ):* உள்ளி; onion.

வெங்காரம்: *(பெ):* மருந்துச் சரக்கு; borax.

வெங்கார்: *(பெ):* நெல் வகை; வெப்பம்; a kind of paddy; heat.

வெங்குரு: *(பெ):* சீர்காழி; யமன்; Sirkazhi; Yama, the God of Death.

வெங்கோன்மை: *(பெ):* கொடுங்கோலாட்சி; cruel government.

வெச்சமுது: *(பெ):* சமைத்த உணவு; cooked food.

வெச்செனல்: *(வி):* வெப்பமாதல்; be heated.

வெஞ்சமம்: *(பெ):* கடும் போர்; war.

வெஞ்சமன்: *(பெ):* யமன்; Yama, the God of Death.

வெஞ்சம்: *(பெ):* வஞ்சம்; பழி; சினம்; deceit; accusation; anger.

வெஞ்சனம்: *(பெ):* மெய்யெழுத்து; குழம்பு; சமைத்த கறியுணவு; consonant; sauce; cooked curry food.

வெஞ்சினம்: *(பெ):* கடுங்கோபம்; fury.

வெஞ்சுடர்: *(பெ):* சூரியன்; the Sun.

வெஞ்சொல்: *(பெ):* கடுஞ்சொல்; harsh words.

வெஞ்சோறு: *(பெ):* சுடுசோறு; fresh cooked rice.

வெடி: *(பெ):* வேட்டு; ஓசை; இடி; துப்பாக்கி; வெடியுப்பு; வாணம்; பகை; பிளவு; கேடு; அச்சம்; நறுமணம்; கள்; பொய்; விடிவெள்ளி; cracker; sound; thunderbolt; gun; a kind of salt; rocket; enmity; crack; cleft; harm; fear; fragrance; toddy; false; Venus, the morning star.

வெடித்தல்: *(பெ):* பிளவுபடுதல்; மலர்தல்; எறிதல்; to crack; to open as a flower; to throw.

வெடிபடுதல்: *(வி):* அஞ்சுதல்; சிதறுதல்; to fear; to scatter.

வெடிப்பு: *(பெ):* பிளப்பு; அழிவு; வெறுப்பு; கண்டிப்பு; crack; destruction; hate; firm control.

வெடிமருந்து: *(பெ):* வெடிப்பதற்குரிய மருந்து; gun powder.

வெடியல்: *(பெ):* விடியற்காலம்; ஓசை; dawn; daybreak; sound.

வெடியுப்பு: *(பெ):* உப்பு வகை; a kind of salt.

வெடில்: *(பெ):* ஓசை; sound.

வெடுக்கன்: *(பெ):* கோபக்காரன்; angry man.

வெடுக்கென்று: *(வி.அ):* சட்டென்று; திடீரென்று; எதிர்பாராத வகையில்; suddenly; unexpectedly.

வெட்கம்: *(பெ):* நாணம்; கூச்சம்; அவமானம்; shyness; timidity; disgrace.

வெட்குதல்: *(வி):* கூச்சப்படுதல்; அஞ்சுதல்; be ashamed; to fear.

வெட்சி: *(பெ):* செடி வகை; வெட்சிமாலை அணிந்து பகைவரின் ஆநிரைகளைக் கவர்தலைக் கூறும் புறத்துறை; a kind of plant; the theme describing a king's followers wearing 'vetchi' garland and capturing the cows of the enemy as an act of war.

வெட்சிக்கரந்தை: *(பெ):* வெட்சிமாலை அணிந்து பகைவரின் ஆநிரைகளைக் கவர்தலைக் கூறும் புறத்துறை; the theme describing a king's followers wearing 'vetchi' garland and capturing the cows of the enemy as an act of war.

வெட்சி மறவர்: *(பெ):* பகைவரின் ஆநிரைகளைக் கவர்ந்து செல்லும் போர் வீரர்கள்; soldiers who capture the cows of the enemy

வெட்ட: *(பெ.அ):* அதிகமான; தெளிவான; much; clear.

வெட்டல்: *(பெ):* வெட்டுதல்; act of cutting.

வெட்டவெளி: *(பெ):* திறந்தவெளியிடம்; open space.

வெட்டவெளிச்சம்: *(பெ):* பேரொளி; வெளிப்படையானது; broad daylight; be exposed.

வெட்டனவு: *(பெ):* கடுமை; rigour.

வெட்டி: *(பெ):* மண்வெட்டி; புல்வகை; பயனின்மை; ஊர்ப்பணியாளன்; பிணஞ்சுடுவோன்; shovel; a kind of grass; uselessness; village servant; the person who burns the dead body.

வெட்டிச்சோறு: *(பெ):* தண்டச்சோறு; (முற்காலத்திய) வரி வகை; food given to a worthless person; a kind of tax (of former period).

வெட்டி நிலம்: *(பெ):* தரிசு நிலம்; untilled land.

வெட்டிப்பேச்சு: *(பெ):* வீண்பேச்சு; vain talk; useless speech.

வெட்டிமை: *(பெ):* கடுமை; சினம்; வெட்டியானின் தொழில்; கடுஞ்சொல்; rigour; anger; village menial servant's work; harsh words.

வெட்டியான்: *(பெ):* பிணஞ்சுடுவோன்; the person who burns the dead bodies in the burning ground.

வெட்டி வீரன்: *(பெ):* வெற்றி வீரன்; a man of heroism.

வெட்டிவேர்: *(பெ):* புல் வகை; cuscus grass.

வெட்டிவேலை: *(பெ):* பயனற்ற வேலை; worthless work.

வெட்டு: *(பெ):* முடி வெட்டுதல்; பகட்டு; துண்டிப்பு; வஞ்சனை; தையல் துணி வெட்டுதல்; shaving of hair; vanity; cut; deceit; cutting by tailor.

வெட்டுக்கத்தி: *(பெ):* ஒன்றினை வெட்டப் பயன்படுத்தும் கத்தி; cutlass.

வெட்டுக்காயம்: *(பெ):* வெட்டியதால் உண்டாகும் காயம்; a cut.

வெட்டுக்கிளி: *(பெ):* ஒரு பூச்சி வகை; locust.

வெட்டுணி: *(பெ):* முரடன்; கீழ்ப்படியாத பிள்ளை; lout; disobedient boy.

வெட்டுதல்: *(வி):* பிளவுபட எறிதல்; எழுத்து முதலியன பொறித்தல்; துணி துண்டித்தல்; தலைமுடி களைதல்; அழித்தல்; கடிந்து பேசுதல்; மறுத்துப் பேசுதல்; to chop; to engrave; to cut the clothes; to cut the hair; to destroy; to rebuke; to object. • **வெட்டிக்** கொண்டு வா என்றால் கட்டிக்கொண்டு வருவான் - *பழமொழி.*

வெட்டு வாள்: *(பெ):* வெட்டுக்கத்தி வகை; a kind of cutlass.

வெட்டை: *(பெ):* வெப்பம்; நோய் வகை; வெறுமை; கேடு; கடினத் தன்மை; heat; a kind of disease; emptiness; harm; hardness.

வெட்பாலை: *(பெ):* மர வகை; a kind of tree.

வெட்புலம்: *(பெ):* வெற்றிடம்; bare ground.

வெண்கடல்: *(பெ):* பாற்கடல்; sea of milk.

வெண்கதிரோன்: *(பெ):* திங்கள்; சந்திரன்; நிலா; the moon.

வெண்கமலம்: *(பெ):* வெள்ளைத்தாமரை; white lotus.

வெண்கமலை: *(பெ):* கலைமகள்; Saraswathi, Goddess of Arts and Learning.

வெண்கரு: *(பெ):* முட்டையின் வெள்ளைக் கரு; albumen; white of egg.

வெண்கலப் பானை: *(பெ):* வெண்கலத்தால் ஆன பானை; pot of bronze.

வெண்கலம்: *(பெ):* செம்பும் வெள்ளீயமும் கலந்த உலோகம்; நாள்; bronze; day.

வெண்கல்: *(பெ):* பளிங்கு; marble.

வெண்கவி: *(பெ):* பொருளாழம் இல்லாத பாட்டு; வெண்பா; verse not pregnant with ideas; venba.

வெண்களமர்: *(பெ):* மருதநில மக்கள்; inhabitants of the agricultural tract.

வெண்களிறு: *(பெ):* ஐராவதம்; Iravatham; the elephant of Lord Indra.
வெண்காசம்: *(பெ):* கண்ணோய் வகை; a kind of eye disease.
வெண்காந்தள்: *(பெ):* ஒரு செடி வகை; a kind of plant.
வெண்காயம்: *(பெ):* வெங்காயம்; வெள்ளைப் பூண்டு; onion; garlic.
வெண்காரம்: *(பெ):* மருந்துச் சரக்கு; borax.
வெண்கால்: *(பெ):* யானைத் தந்தத்தால் செய்யப்பட்ட கால்; the leg made of ivory.
வெண்கிழமை: *(பெ):* வெள்ளிக்கிழமை; Friday.
வெண்குடை: *(பெ):* அரசனது வெற்றியைக் குறிக்கும் வெண்ணிறக் கொற்றக் குடை; the royal white umbrella which represents the victory of a king.
வெண்குட்டம்: *(பெ):* உடம்பில் வெள்ளையாகப் படரும் நோய்; white leprosy; leukoderma.
வெண்குமுதம்: *(பெ):* ஆம்பல் வகை; a kind of water lily.
வெண்குன்றி: *(பெ):* வெள்ளைக் குண்டுமணி; a liquorice plant.
வெண்குன்று: *(பெ):* சுவாமிமலை; Swamimalai, a sacred shrine of Lord Muruga.
வெண் கூதாளம்: *(பெ):* தாளி வகை; a kind of earthen lamp-bowl.
வெண்கை: *(பெ):* வேலை செய்து பழகாத கை; வெள்ளை நிறக் கைப்பிடி; the hand unused to work; white coloured handle.
வெண்கொடி: *(பெ):* வெற்றிக்கொடி; கலைமகள்; flag of victory; Saraswathi, Goddess of Arts and Learning.
வெண்கொள்: *(பெ):* வெள்ளி; silver.
வெண்கொற்றக் குடை: *(பெ):* வெற்றிக்கு அடையாளமான வெண்ணிறக் குடை; white umbrella of victory.
வெண்கோடல்: *(பெ):* வெண் காந்தள்; a flower plant.
வெண்கோட்டம்: *(பெ):* செடி வகை; a kind of plant.
வெண்சாந்து: *(பெ):* சுட்ட சுண்ணாம்பு; lime mortar.
வெண்சாமரம்: *(பெ):* சிங்கத்தின் மயிர்க்கற்றை; white hair of the lion used as a fly-whisk and reckoned as one of the royal insignias.
வெண்சுடர்: *(பெ):* சந்திரன்; the Moon.
வெண்டலை: *(பெ):* தலையோடு; மண்டையோடு; skull.
வெண்டிரை: *(பெ):* கடல்; sea.
வெண்டை: *(பெ):* செடி வகை; okra, the plant and its fruit; lady's finger plant.
வெண்ணகை: *(பெ):* பல்; புன்னகை; tooth; smile.
வெண்ணஞ்சு: *(பெ):* நிணம்; flesh.
வெண்ணரி: *(பெ):* நரிவகை; a kind of fox.
வெண்ணாகம்: *(பெ):* தகரம்; tin.
வெண்ணாரை: *(பெ):* கொக்கு வகை; a kind of crane.
வெண்ணாவல்: *(பெ):* நாவல் மர வகை; a kind of jamun-plum tree.
வெண்ணிலம்: *(பெ):* மணல் தரை; sandy ground.
வெண்ணிலவு: *(பெ):* சந்திரன்; the moon.
வெண்ணீறு: *(பெ):* திருநீறு; sacred ash.
வெண்ணெய்: *(பெ):* பாலிலிருந்து எடுக்கப்படுவது; butter. • **வெண்ணெய்** திரண்டு வரும்போது தாழி உடைந்தது போல. • **வெண்ணெயை** வைத்துக்கொண்டு நெய்க்கு அலைந்தது போல - *பழமொழிகள்.*
வெண்பலி: *(பெ):* சாம்பல்; ashes.
வெண்பா: *(பெ):* பா வகையுள் ஒன்று; a kind of poetic form.
வெண்பாட்டம்: *(பெ):* கோடை மழை; முன்பணமின்றி அளிக்கப்படும் குத்தகை; rain in summer season; the lease given to someone without any advance payment.
வெண்பாவை: *(பெ):* கலைமகள்; Saraswathi, Goddess of Arts and Learning.
வெண்பிறை: *(பெ):* இளம்பிறை; the crescent moon.
வெண்பொடி: *(பெ):* திருநீறு; sacred ashes.
வெண்பொன்: *(பெ):* வெள்ளி; சுக்கிரன்; silver; the Planet Venus.
வெண்மணி: *(பெ):* முத்து; pearl.
வெண்மதி: *(பெ):* சந்திரன்; the moon.
வெண்மயிர்: *(பெ):* நரை முடி; வெண்சாமரை; grey hair; white hair of the lion.
வெண்மலை: *(பெ):* சுவாமிமலை, இமயமலை; Swamimalai, a famous shrine of Lord Muruga; the Himalayas.
வெண் மீன்: *(பெ):* சுக்கிரன்; the Planet Venus.
வெண்மை: *(பெ):* வெண்ணிறம்; ஒளி; தூய்மை; இளமை; அறிவின்மை; சூதுவாது இல்லாமை; whiteness; lustre; purity; youth; ignorance; innocence.
• **வெண்மை** எனப்படுவது யாதெனின் ஒண்மை
உடையம்யாம் என்னும் செருக்கு - *குறள் 844.*
வெதரி: *(பெ):* இலந்தை மரம்; jujube tree.
வெதிரம்: *(பெ):* மூங்கில்; bamboo.
வெதிரன்: *(பெ):* செவிடன்; deaf person.
வெதிரேகம்: *(பெ):* வேறுபாடு; எதிர்மறை; பரிணாமம்; difference; opposite; evolution.
வெதிர்: *(பெ):* மூங்கில்; நடுக்கம்; செவிடு; bamboo; trembling; deafness.
வெதிர்ப்பு: *(பெ):* அச்சம்; கலக்கம்; நடுக்கம்; fear; confusion; trembling.
வெதுப்பம்: *(பெ):* இளஞ்சூடு; warmth.

வெதுப்பு: (பெ): சுரநோய் வகை; மாட்டு நோய்; a kind of fever; a cattle disease.

வெதும்புதல்: (வி): இளஞ்சூடாதல்; வெம்மையாதல்; கொதித்தல்; சினங்கொள்ளுதல்; மனங் கலங்குதல்; to become warm; be hot or heated; to boil; be enraged; be disturbed in mind.

வெதுவெதுப்பு: (பெ): இளஞ்சூடு; be lukewarm.

வெந்: (பெ): முதுகு; back.

வெந்தயம்: (பெ): வெந்தய அரிசி வகை; செடி வகை; fenugreek seed; a kind of plant.

வெந்தழல்: (பெ): சிவந்தெரியும் தீ; glowing fire.

வெந்திறல்: (பெ): மிகுந்த வலிமை; great strength.

வெந்துயர்: (பெ): மிகுந்த துயரம்; deep affliction.

வெந்துருகல்: (பெ): பழைய நாணய வகை; an ancient coin.

வெந்தை: (பெ): நீராவியில் வெந்தது; that which is cooked in steam.

வெந்நிடுதல்: (வி): புறங்காட்டுதல்; to show one's back in defeat.

வெந்நீர்: (பெ): சுடுநீர்; hot water.

வெப்பசாரம்: (பெ): சினம்; பொறாமை; மனத்துயர்; anger; envy; jealously; affliction.

வெப்பம்: (பெ): வெம்மை; கடுமை; சுர நோய்; பொறாமை; ஆசை; சினம்; துயரம்; ஒரு நரகம்; heat; rigour; fever; jealousy; desire; anger; affliction; a hell.

வெப்பிராளம்: (பெ): மனக் குழப்பம்; mental confusion.

வெப்பு: (பெ): வெம்மை; சுர நோய்; சினம்; துயரம்; ஆசை; கொடுமை; தொழுநோய்; பொறாமை; heat; fever; anger; grief; desire; severity; leprosy; jealousy.

வெப்புள்: (பெ): வெம்மை; heat.

வெம்பல்: (பெ): பிஞ்சில் பழுத்து கெட்ட காய்; சினம்; வாடலானது; மிகுவெப்பம்; prematurely ripe fruit; anger; that which is faded; tropical heat.

வெம்பளிக்கை: (பெ): இறுமாப்பு; செருக்கு; arrogance; pride.

வெம்பா: (பெ): மூடுபனி; mist.

வெம்புதல்: (வி): வாடுதல்; முதிராது கனிதல்; சினத்தல்; விரும்புதல்; ஒலித்தல்; மிகுந்த வெப்பமடைதல்; to fade; ripen prematurely; be enraged; be distressed in mind; to like; to sound, become much hot.

வெம்மை: (பெ): வெப்பம்; கடுமை; சினம்; விருப்பம்; வீரம்; heat; rigour; anger; desire; bravery.

வெயர்: (பெ): வியர்வை; perspiration.

வெயர்த்தல்: (வி): வியர்த்தல்; சினத்தல்; to perspire.

வெயர்வை: (பெ): வியர்வை; sweat; perspire.

வெயிலோன்: (பெ): சூரியன்; the Sun.

வெயில்: (பெ): சூரியன்; வெப்பம்; ஒளி; Sun; Sunshine; lustre. • **வெயிலிலே** போட்டாலும் காயமாட்டான்; தண்ணீரில் போட்டாலும் நனையமாட்டான். • நிழலின் அருமை **வெயிலுக்கு** வந்தால்தான் தெரியும் - *பழமொழிகள்*

வெய்து: (பெ): வெப்பம்; துயரம்; ஒற்றடம்; கொடியது; heat; grief; sorrow; fomentation; that which is cruel.

வெய்துயிர்த்தல்: (வி): பெருமூச்செறிதல்; to pant.

வெய்துரை: (பெ): கடுஞ்சொல்; harsh word.

வெய்துறுதல்: (பெ): துன்புறுதல்; சினத்தல்; மனங்கலங்குதல்; be afflicted; to get angry; be confused.

வெய்ய: (பெ.அ): வெப்பமான; கொடிய; விருப்பமான; hot; cruel; desirable.

வெய்யது: (பெ): சூடானது; கொடியது; that which is hot; that which is cruel.

வெய்ய நீர்: (பெ): சூடான நீர்; hot water.

வெய்யவன்: (பெ): சூரியன்; கொடியவன்; தீக்கடவுள்; விருப்பமுள்ளவன்; Sun; cruel person; Agni Deva, the God of Fire; willing person.

வெய்யன்: (பெ): கொடியவன்; cruel person.

வெய்யில்: (பெ): வெயில்; sunshine.

வெய்யோன்: (பெ): வெய்யவன்; சூரியன்; the Sun.

வெரிந்: (பெ): முதுகு; back.

வெரு: (பெ): அச்சம்; fear.

• **வெருவந்த** செய்தொழுகும் வெங்கோல னாயின்
ஒருவந்தம் ஒல்லைக் கெடும். - *குறள் 563.*

வெருகு: (பெ): காட்டுப்பூனை; மரநாய்; செடி வகை; wild cat; the pole cat; a kind of plant.

வெருக்கு விடை: (பெ): ஆண் காட்டுப் பூனை; male wild cat.

வெருக்கொள்ளுதல்: (வி): அஞ்சுதல்; to fear.

வெருட்சி: (பெ): அச்சம்; மருட்சி; வெட்கம்; fear; bewilderment; shyness.

வெருட்டுதல்: (வி): அச்சுறுத்துதல்; திகைக்கச் செய்தல்; விரைவாகச் சென்றிடத் தூண்டுதல்; to frighten; to confuse; to goad to hasten; to drive fast.

• செருவந்த போழ்திற் சிறைசெய்யா வேந்தன்
வெருவந்து வெய்து கெடும். - *குறள் 569.*

வெருப்பறை: (பெ): போர் முரசு; war drum.

வெருவந்தம்: (பெ): அச்சம்; fear.

வெருவருதல்: (வி): அச்சம் தருதல்; அஞ்சுதல்; cause to fear; be frightened.

வெருவலர்: (பெ): பகைவர்; enemies.

வெருவாமை: (பெ): அஞ்சாமை; bravery.

வெருவு: (பெ): அச்சம்; fear.

வெருவுதல்: (வி): அஞ்சுதல்; be frightened.

வெருளூதல்: *(வி):* மருளூதல்; அஞ்சுதல்; be perplexed; be frightened.
வெருள்: (பெ): அச்சம்; மனக்கலக்கம்; fear; perplexity.
வெரூஉ: *(பெ):* அச்சம்; fear.
வெலவெலத்தல்: *(வி):* வியத்தல்; கைகால் நடுங்குதல்; be amazed; one's limbs to tremble.
வெலி: *(பெ):* நீக்கல்; act of removing.
வெலிகம்: (பெ): கற்றாழை; aloe.
வெலிகாரம்: *(பெ):* மருந்துச் சரக்கு; a medicinal thing.
வெலீஇயோன்: *(பெ):* வெல்வித்தோன்; one who caused victory.
வெல்லப்பாகு: (பெ): கருப்பஞ்சாறினைக் காய்ச்சி உண்டாக்கும் குழம்பு; treacle.
வெல்லம்: *(பெ):* கருப்பஞ்சாற்றுக் கட்டி; jaggery. • **வெல்லப்பானையை எறும்பு மொய்த்தது** போல - *பழமொழி.*
வெல்லல்: *(பெ):* வெற்றியடைதல்; to win.
வெல்லி: (பெ): வல்லவர்; mighty person; skillful person.
வெல்லுமா: *(பெ):* புலி; tiger.
வெல்லை: (பெ): வெள்ளை நிறம்; white.
வெல்வி: (பெ): வெற்றி; victory.
வெல்விடாய்: (பெ): கடுந்தாகம்; intense thirst.
வெவ்விது: (பெ): கொடியது; that which is harsh.
வெவ்வுரை: (பெ): கடுஞ்சொல்; harsh word.
வெவ்வேறு: (பெ): தனித்தனி; separateness.
வெளி: (பெ): வெளிப்புறம்; வானம்; வெளிப்படை; வெட்டவெளி; மைதானம்; தூய்மை; வெண்பா; outside; sky; plainness; open space; ground; purity; a kind of verse.
வெளிக்கட்டு: (பெ): வீட்டின் முன்பாகம்; front portion of a house.
வெளிசம்: (பெ): தூண்டில்; fishing hook.
வெளிச்சம்: (பெ): ஒளி; பகட்டு; தெளிவு; விளக்கு; lustre; light; vanity; clearness; lamp.
வெளிச்செண்ணை: (பெ): தேங்காய் எண்ணெய்; coconut oil.
வெளிது: (பெ): வெண்மையானது; that which is white.
வெளிநாடு: (பெ): அயல் நாடு; foreign country.
வெளிப்படுதல்: *(வி):* வெளியே வருதல்; தோன்றுதல்; to come out; to appear; to emerge.
வெளிப்படையான: (பெ.அ): யதார்த்தமான; தெளிவான; பிரத்தியட்சமான; candid; manifest; apparent.
வெளிப்பு: (பெ): வெளியிடம்; தெளிவு; open space; clearness.
வெளிமருந்து: (பெ): உடம்பின் வெளிப்புறத்தில் உபயோகப்படுத்திடும் மருந்து; medicine for external application or use.
வெளி மனிதன்: (பெ): வழிப்போக்கன்; புதியவன்; stranger; new person.
வெளிமுற்றம்: (பெ): வீட்டின் திறந்தவெளிப்பகுதி; courtyard of a house.
வெளியார்: (பெ): புறம்பானவர்; அறிவிலார்; strangers; senseless persons.
வெளியிடு: (பெ): நூலைப் பதிப்பித்து வெளியிடு; to publish.
வெளியீடு: (பெ): நூற்பதிப்பு; publication.
வெளியேறுதல்: (வி): வெளியே செல்லுதல்; to go out.
வெளியேற்றுதல்: (வி): வெளியே போகச் செய்தல்; to expel.
வெளில்: (பெ): யானை கட்டும் கம்பம்; தயிர் கடையும் மத்து; அணில்; post to which elephants are tied; churn-staff; squirrel.
வெளிறு: (பெ): வெண்மை; நிறக்கேடு; பயனின்மை; அறிவின்மை; இளமை; குற்றம்; whiteness; paleness; uselessness; stupidity; youth; fault.
வெளிறுதல்: (வி): வெண்மையாதல்; நிறங்கெடுதல்; to become white; to become pale.
வெளிற்றுரை: (பெ): பயனற்ற பேச்சு; useless talk.
வெளுத்தல்: (வி): வெண்மையாதல்; நிறங்கெடுதல்; துவைத்தல்; to become white; to become pale; to wash. • **வெளுத்த**தெல்லாம் பாலா ? கறுத்ததெல்லாம் தண்ணீரா ? - *பழமொழி.*
வெளுப்பு: (பெ): வெண்மை; புடைத்தல்; ஆடை வெளுத்தல்; whiteness; winnowing; washing of cloth.
வெள்: (பெ.அ): வெண்மையான; கலப்பில்லாத; white; pure.
வெள்குதல்: (வி): வெட்குதல்; அஞ்சுதல்; நடுங்குதல்; be ashamed; to fear; to shudder.
வெள்வளையர்: (பெ): மகளிர்; women.
வெள்வாள்: (பெ): பளபளப்பான வாள்; shining sword.
வெள்வீச்சு: (பெ): பயனற்ற பேச்சு; useless talk.
வெள்வேலன்: (பெ): வேலைத்தாங்கிய போர் வீரன்; warrior armed with a bright spear.
வெள்வேல்: (பெ): மர வகை; a kind of tree.
வெள்ளக்காடு: (பெ): பெருவெள்ளம்; inundation of flood.
வெள்ளக்கால்: (பெ): வெள்ளம்; flood.
வெள்ளடி: (பெ): வெளிப்படை; பொதுவானது; openness; that which is common.
வெள்ளடை: (பெ): வெற்றிலை; ஒரு சிவத்தலம்; betel leaf; a Shiva shrine.
வெள்ளப்பெருக்கு: (பெ): பெருமளவில் மழை பெய்து (அ) ஆற்றில் அதிகமான அளவில் தண்ணீர் பெருக்கெடுத்தல்; flood.
வெள்ளம்: (பெ): நீர்ப்பெருக்கு; கடல் அலை; நீர்; ஈரம்; உண்மை; மிகுதி; ஒரு பேரெண்; flood; waves of the sea; water; wetness; truth;

abundance; a large number. • **வெள்ளம்** வரும் முன்பாக அணை போட வேண்டும் - *பழமொழி.*

• **வெள்ளத்** தனைய மலர்நீட்டம் மாந்தர்தம்
உள்ளத் தனையது உயர்வு - *குறள் 595.*

வெள்ளரி: *(பெ):* ஒரு கொடி வகை; cucumber.

வெள்ளருகு: *(பெ):* புல் வகை; a kind of grass.

வெள்ளறுவை: *(பெ):* வெள்ளையாடை; white dress.

வெள்ளாட்டி: *(பெ):* பணிப்பெண்; servant-maid.

வெள்ளாடு: *(பெ):* ஆடு வகை; goat. • **வெள்ளாடு** நனைகிறது என்று வேங்கைப்புலி விழுந்து விழுந்து அழுததாம் - *பழமொழி.*

வெள்ளாம்பல்: *(பெ):* ஆம்பல் மலர் வகை; a kind of water lily.

வெள்ளாமை: *(பெ):* கடல் ஆமை வகை; வேளாண்மை; a kind of sea tortoise; cultivation.

வெள்ளாவி: *(பெ):* ஆடை வெளுக்கப் பயன்படும் நீராவி; steam used for bleaching clothes.

வெள்ளாறு: *(பெ):* ஓர் ஆறு; a river.

வெள்ளானை: *(பெ):* ஐராவதம்; Iravatham, Lord Indra's elephant.

வெள்ளி: *(பெ):* வெண்மையான உலோகம்; நாணய வகை; சுக்கிரன்; வெள்ளிக்கிழமை; விண்மீன்; silver; a kind of coin; Planet Venus; Friday; morning star.

வெள்ளிக்கிழமை: *(பெ):* வாரத்தின் ஆறாம் நாள்; Friday.

வெள்ளிடம்: *(பெ):* வெற்றிடம்; vacant place.

வெள்ளிடை: *(பெ):* வானம்; வெளியிடம்; தெளிவு; atmospheric space; sky; open space; clearness.

வெள்ளிடைமலை: *(பெ):* தெளிவாக இருந்திடுவது; that which is perfectly clear as a hill in a plain. • அவன் உள்ளம் **வெள்ளிடை மலை**யென உயர்ந்து நின்றது.

வெள்ளிது: *(பெ):* வெளிப்படையானது; that which is very clear.

வெள்ளித்தடி: *(பெ):* வெள்ளியாலான தடி; silver rod.

வெள்ளிப் பல்லக்கு: *(பெ):* ஒரு வகைப் பல்லக்கு; a kind of palanquin.

வெள்ளிப்பாளம்: *(பெ):* வெள்ளி உலோகக் கட்டி; silver bar.

வெள்ளிமலை: *(பெ):* கயிலை மலை; Himalayas.

வெள்ளி மீன்: *(பெ):* சுக்கிரன்; the Planet Venus.

வெள்ளிலங்காடு: *(பெ):* சுடுகாடு; burning ground.

வெள்ளிலை: *(பெ):* வெற்றிலை; betel leaf.

வெள்ளிலையமுது: *(பெ):* கடவுளுக்குப் படைக்கப்படும் வெற்றிலை; the offering of betel leaf to a deity.

வெள்ளில்: *(பெ):* மர வகை; விளாம்பழம்; பாடை; a kind of tree; wood apple; bier.

வெள்ளி விழா: *(பெ):* இருபத்தைந்தாம் ஆண்டு நிறைவு விழா; silver jubilee.

வெள்ளிமுது: *(பெ):* வெண்ணெய்; butter.

வெள்ளீயம்: *(பெ):* ஓர் உலோகம்; tin.

வெள்ளுப்பு: *(பெ):* வெள்ளையுப்பு; white salt.

வெள்ளுவரி: *(பெ):* தூய்மையான குடிநீர்; good drinking water.

வெள்ளுவா: *(பெ):* வெள்ளை யானை; பௌர்ணமி; white elephant; Full Moon day.

வெள்ளுழவு: *(பெ):* காய்ந்தும் காயாத நிலத்தில் உழும் உழவு; ploughing while the land is neither wet or dry.

வெள்ளுள்ளி: *(பெ):* வெள்ளைப் பூண்டு; garlic.

வெள்ளெருக்கு: *(பெ):* எருக்கு வகை; white yercum.

வெள்ளெழுத்து: *(பெ):* கிட்டப் பார்வை குறை; long-sight.

வெள்ளென: *(வி.அ):* விடியும் முன்பாக; early in the morning.

வெள்ளேடு: *(பெ):* எழுதப்படாத பனையோலை நறுக்கு; the palm leaf not written upon.

வெள்ளை: *(பெ):* சங்கு; வெண்மை; சுண்ணாம்பு; கபடமற்றவன்; பொருள் வெளிப்படையானது; வெண்பா; பலராமன்; வைரம்; கள்; மரவகை; வெள்ளை மாடு; வெள்ளாடு; conch; whiteness; lime mortar; innocent person; that which is plain in meaning; a kind of verse; Balarama, brother of Sri Krishna; diamond; toddy; a kind of tree; white cow; goat.

வெள்ளைக்கல்: *(பெ):* பளிங்கு; ஆபரணக் கல்; white marble; a gem.

வெள்ளைக் காகிதம்: *(பெ):* வெள்ளை நிறக் காகிதம்; white paper.

வெள்ளைக்காரன்: *(பெ):* ஆங்கிலேயன்; ஐரோப்பியன்; English man; European.

வெள்ளைக்கொம்பு: *(பெ):* நரை முடி; grey hair.

வெள்ளைத்தங்கம்: *(பெ):* பிளாட்டினம்; platinum, a metal.

வெள்ளைத்தாள்: *(பெ):* எழுதப்படாத வெள்ளைக் காகிதம்; blank sheet of paper.

வெள்ளை நண்டு: *(பெ):* ஒரு வகை நண்டு; white crab.

வெள்ளை பூசுகை: *(பெ):* வெள்ளையடித்தல்; whitewash.

வெள்ளைப் பூண்டு: *(பெ):* வெள்ளுள்ளி; garlic.

வெள்ளை மிளகு: *(பெ):* மிளகு வகை; a kind of pepper.

வெள்ளையாடை: *(பெ):* வெண்ணிற ஆடை; விதவைக்கான ஆடை; white garment; white cloth worn by widows.

வெள்ளை யானை: (பெ): ஐராவதம்; வெள்ளை நிறங்கொண்ட யானை; Iravatham, Lord Indra's elephant; white elephant.

வெள்ளை வாரணம்: (பெ): ஐராவதம் என்னும் இந்திரனின் யானை; Iravatham, Lord Indra's elephant.

வெள்ளைவாரணன்: (பெ): இந்திரன்; Lord Indra.

வெள்ளோட்டம்: (பெ): ஆய்வுக்காக முதன் முதலாகத் தேர், மரக்கலம், பேருந்து, லாரி, இரயில் போன்றவற்றை ஓட்டிச் செய்தல்; preliminary test of temple car, boat, bus, lorry, train, etc.

வெறி: (பெ): மதம்; சினம்; கலக்கம்; குடிமயக்கம்; கள்; வட்டம்; மணம்; பேய்; மூர்க்கத்தனம்; நோய்; ஆடு; பேதைமை; அச்சம்; தெய்வம்; arrogance; rut; anger; confusion; intoxication; toddy; circle; fragrance; perfume; devil; fury; violence; disease; sheep; ignorance; fear; deity.

வெறிது: (பெ): அறிவின்மை; பயனின்மை; lack of knowledge; uselessness.

வெறிநாய்: (பெ): வெறி கொண்ட நாய்; rabid dog.

வெறியன்: (பெ): பைத்தியக்காரன்; குடிவெறி உள்ளவன்; கொடூரன்; mad man; intoxicated person; furious person.

வெறுக்கை: (பெ): வெறுப்பு; மிகுதி; செல்வம்; பொன்; கையுறை; கனவு; hatred; abundance; wealth; gold; gloves; dream.

வெறுக்கைக் கிழவன்: (பெ): குபேரன்; Kubera.

வெறுங்காவல்: (பெ): வேலை வாங்காது அடைத்து வைத்திருக்கும் சிறைத் தண்டனை; simple imprisonment.

வெறுங்கை: (பெ): வறுமை; கையில் ஒன்று மில்லாமை; poverty; empty hand.
- வெறுங்கை முழம் போடுமா? - *பழமொழி.*

வெறுங்கோது: (பெ): பயனற்றது; useless thing.

வெறுஞ்சோறு: (பெ): கறிவகை ஏதுமற்ற சோறு; plain rice without curry, etc.

வெறுத்தல்: (வி): அருவருத்தல்; பகைத்தல்; சினத்தல்; துன்புறுதல்; to feel disgusted with; to hate; to get angry; to afflict.

வெறுப்பு: (பெ): பகைமை; துன்பம்; அருவருப்பு; சினம்; hatred; grief; loathing; anger.

வெற்பு: (பெ): மலை; hill.

வெற்றம்: (பெ): வெற்றி; வீரம்; victory; bravery.

வெற்றரையவர்: (பெ): சமணர்; Jains.

வெற்றல்: (பெ): வெற்றி; victory.

வெற்றாள்: (பெ): பயனற்றவன்; useless person.

வெற்றி: (பெ): வாகை சூடுகை; victory.

வெற்றிடம்: (பெ): காலியிடம்; vacant place.

வெற்றி மடந்தை: (பெ): வீரத்திருமகள்; துர்க்கை; Durga, Goddess of Victory.

வெற்றி முரசு: (பெ): வெற்றிக்கு அறிகுறியாக முழுங்கப்படும் பேரிகை; drum beaten in token of a victory.

வெற்றிமை: (பெ): மேம்பாடு; வெற்றி; greatness; victory.

வெற்றிலை: (பெ): வெற்றிலைக்கொடியின் இலை; betel leaf.

வெற்றிலைப்பாக்கு: (பெ): தாம்பூலம்; betel leaf and areca-nut.

வெற்றிவாகை: (பெ): போரில் வென்றோர் சூடும் மாலை; wreath of sirissa flowers, worn as an emblem of victory.

வெண்: (பெ): முதுகு; வெற்றி; back; victory .

வென்றி: (பெ): வெற்றி; victory.

வே

வேகடம்: (பெ): மீன் வகை; a kind of fish.

வேகடன்: (பெ): இளைஞன்; youth.

வேகப்புள்: (பெ): கருடன்; white-headed kite.

வேகம்: (பெ): விரைவு; சீழ்; நஞ்சு; வலிமை; சினம்; கடுமை; உடம்பு; வெள்ளப்பெருக்கு; swiftness; pus; poison; strength; anger; rigour; body; flood.

வேகர்: (பெ): தூதுவர்; messenger.

வேகவதி: (பெ): வைகையாறு; காஞ்சிபுரத்தில் உள்ள ஆறு; River Vaigai; a river which flows at Kancheepuram.

வேகாளம்: (பெ): கங்கை; வேக்காடு; சினம்; river Ganges; burning heat; anger.

வேகி: (பெ): கோபக்காரன்; angry person.

வேக்காடு: (பெ): அதிக வெப்பம்; burning heat.

வேக்காளம்: (பெ): வேக்காடு; சினம்; மனத்துயர்; வெட்கம்; burning heat; anger; mental distress; shyness.

வேங்கடம்: *(பெ):* திருப்பதி மலை; ஏழு மலை; Tirupati hills; seven hills.

வேங்கை: *(பெ):* புலி வகை; மரவகை; பொன்; ஒரு மலை; ஒரு நாடு; a kind of tiger; a kind of tree; gold; a mountain; a country.

வேசம்: *(பெ):* உடை முதலியவற்றால் கொள்ளும் மாற்று வடிவம்; வாயில்; வீடு; சம்பளம்; வேசியர் தெரு; கடுமை; காதணி வகை; make-up; costume due to a part in a drama; entrance; house; salary; the street where the prostitutes are living; rigour; a kind of ear-ornament.

வேசரி: *(பெ):* கழுதை; donkey.

வேசனம்: *(பெ):* மருத நிலத்தூர்; வீடு; வாயில்; a town in an agricultural tract; house; entrance.

வேசா: *(பெ):* விலைமகள்; prostitute.

வேசி: *(பெ):* பரத்தை; prostitute.

வேடதாரி: *(பெ):* மாறுவேடம் பூண்டவர்; person in disguise; hypocrite.

வேடம்: *(பெ):* உடை முதலியவற்றால் கொள்ளும் வேற்று வடிவம்; விருப்பம்; disguise; desire.

வேடன்: *(பெ):* வேடுவன்; hunter.

வேடிக்கை: *(பெ):* விநோதம்; அலங்காரம்; விளையாட்டு; amusement; adornment; fun game.

வேடு: *(பெ):* வேடன்; கூத்து வகை; பாண்டத்தின் வாயை மூடிக்கட்டும் துணி; பொட்டணம்; hunter; a kind of dance; a cloth tied over the mouth of a pot; bundle. • அந்த மருந்தை இரண்டு நாட்களுக்கு **வேடு** கட்டி வை.

வேடுவன்: *(பெ):* வேடன்; hunter.

வேடை: *(பெ):* வேட்கை; மரக்கலம்; காமநோய்; வெப்பம்; கோடை காலம்; great desire; boat; love sickness; heat; summer.

வேட்கோ: *(பெ):* குயவன்; potter.

வேட்டகம்: *(பெ):* மனைவி பிறந்த வீடு; தலைப்பாகை; the house of one's wife's people, turban.

வேட்டம்: *(பெ):* வேட்டை; கொலை; விருப்பம்; பிசின்; hunting; murder; desire; resin.

• **வேட்ட** பொழுதின் அவையவை போலுமே
தோட்டார் கதுப்பினாள் தோள். - *குறள் 1105.*

வேட்டி: *(பெ):* ஆண்கள் இடுப்பில் கட்டும் உடை; dhoti.

வேட்டுவன்: *(பெ):* வேடன்; குறிஞ்சிநிலத் தலைவன்; hunter; chief of the hilly tract.

வேட்டையாடுதல்: *(வி):* காட்டிலுள்ள விலங்குகளைத் துரத்திச்சென்று கொல்லுதல்; to hunt.

வேட்பாளர்: *(பெ):* தேர்தலில் நிற்பவர்; candidate for election.

வேட்பு: *(பெ):* விருப்பம்; desire.

• குறிப்பறிந்து காலம் கருதி வெறுப்பில
வேண்டுப **வேட்பச்** சொலல். - *குறள் 696.*

வேணகை: *(பெ):* சுற்று மதில்; surrounding wall.

வேணிகை: *(பெ):* பின்னிய மயிர்; plaited hair.

வேணினர்: *(பெ):* விரும்புபவர்; one who likes.

வேணு: *(பெ):* மூங்கில்; புல்லாங்குழல்; வில்; தனுசு ராசி; வாள்; bamboo; flute; bow; the ninth constellation of the zodiac having bow as its sign; Sagittarius; sword.

வேணுகோபாலன்: *(பெ):* கண்ணபிரான்; Sri Krishna.

வேணுபுரம்: *(பெ):* சீர்காழி; Sirkazhi.

வேண்டலன்: *(பெ):* பகைவன்; enemy.

வேண்டல்: *(பெ):* விரும்புதல்; விண்ணப்பம்; desire; application.

வேண்டாமை: *(பெ):* அவாவின்மை; வெறுப்பு; absence of desire; dislike. • **வேண்டாத** பெண்டாட்டி கைப்பட்டால் குத்தம்; கால் பட்டாலும் குத்தம் - *பழமொழி.*

• **வேண்டாமை** அன்ன விழுச்செல்வம் ஈண்டில்லை
யாண்டும் அஃதொப்பது இல். - *குறள் 363.*

வேண்டுகோள்: *(பெ):* வேண்டிக் கேட்டல்; request.

வேண்டுதல்: *(வி):* விரும்பிக் கேட்டல்; யாசித்தல்; வேண்டிக் கேட்டுக்கொள்ளுதல்; to want; to beg; to request.

• **வேண்டுதல்** வேண்டாமை இலான்அடி சேர்ந்தார்க்கு
யாண்டும் இடும்பை இல. - *குறள் 4.*

வேதகீதன்: *(பெ):* கடவுள்; God.

வேதங்கம்: *(பெ):* ஓர் ஆடை வகை; a kind of garment.

வேதண்டம்: *(பெ):* மலை; கயிலாயம்; பொதிய மலை; யானை; mountain; Himalayas; mountain Pothigai; elephant.

வேதநாயகன்: *(பெ):* கடவுள்; God.

வேதநாயகி: *(பெ):* பார்வதி; திருமகள்; Goddess Parvathi, the consort of Lord Shiva; Lakshmi, Goddess of Wealth.

வேதம்: *(பெ):* சமய முதல் நூல்; விவிலிய நூல்; சாத்திரம்; ஆழம்; செடி வகை; a Veda; the Bible; philosophy; depth; a kind of plant.

வேதரஞ்சகன்: *(பெ):* பிரம்மன்; Lord Brahma.

வேதவனம்: *(பெ):* வேதாரண்யம்; Vedaranyam, a town.

வேதவாணன்: *(பெ):* அந்தணன்; brahmin.

வேதவேதாந்தன்: *(பெ):* கடவுள்; God.

வேதனம்: *(பெ):* அறிவு; வேதம்; உணர்ச்சி; வேதனை; பொன்; துளைத்தல்; கூலி; சம்பளம்; knowledge; Veda; feeling; sensation; suffering; gold; drilling; cooly; salary.

வேதனை: *(பெ):* வருத்தம்; உணர்ச்சி; நோய்; distress; suffering; sensation; disease.
வேதன்: *(பெ):* கடுக்காய்; கடவுள்; பிரம்மன்; வியாழன்; gall-nut; God; Lord Brahma; the priest of celestial beings.
வேதா: *(பெ):* கடவுள்; பிரம்மன்; சூரியன்; God; Lord Brahma; the Sun.
வேதாந்தம்: *(பெ):* உபநிடதம்; upanishad.
வேதாந்தி: *(பெ):* வேதாந்தக் கொள்கையினன்; philosopher.
வேதாரண்யம்: *(பெ):* வேதவனம்; திருமறைக்காடு; Vedaranyam, a town.
வேதாளம்: *(பெ):* பேய்; பிசாசு; goblin; devil.
வேதாளி: *(பெ):* காளி; Kali, a female deity of dark complexion.
வேதி: *(பெ):* பிரம்மன்; பண்டிதன்; திண்ணை; மணமேடை; மதில்; ஆயுதம்; Lord Brahma; scholar; a raised platform at the entrance of a house; decorated platform for marriage; fort-wall; compound wall; weapon.
வேதித்தார்: *(பெ):* பகைவர்; enemies.
வேதியன்: *(பெ):* பார்ப்பனன்; பிரம்மன்; கடவுள்; brahmin; Lord Brahma; God.
வேது: *(பெ):* வெம்மை; வேறுபாடு; வேதனை; ஒற்றடம்; heat; difference; pain; fomentation.
வேது பிடித்தல்: *(வி):* ஆவி, புகை போன்றவற்றால் உடலை வெம்மைப்படுத்துதல்; to apply fomentation.
வேதை: *(பெ):* துன்பம்; grief.
வேத்தவை: *(பெ):* அரசவை; royal assembly.
வேத்திரகரன்: *(பெ):* நந்தி தேவன்; Nandi Deva.
வேத்திரம்: *(பெ):* பிரம்பு; அம்பு; இலந்தை மரம்; rattan; arrow; jujube tree.
வேந்தன்: *(பெ):* அரசன்; சூரியன்; சந்திரன்; இந்திரன்; king; Sun; moon; Lord Indra.
வேபனம்: *(பெ):* அச்சம்; நடுக்கம்; fear; trembling.
வேப்ப நெய்: *(பெ):* வேப்பெண்ணெய்; oil extracted from margosa seed.
வேப்ப மரம்: *(பெ):* வேம்பு; margosa tree; neem tree.
வேமம்: *(பெ):* நெசவுத்தறி; weaving loom.
வேமானியர்: *(பெ):* தேவர்; celestial beings.
வேம்பனம்: *(பெ):* கள்; toddy.
வேம்பன்: *(பெ):* பாண்டியன்; Pandya king.
வேம்பு: *(பெ):* வேப்பமரம்; கசப்பு; வெறுப்பு; neem tree; margosa tree; bitterness; dislike.
வேய்: *(பெ):* மூங்கில்; ஒற்றன்; bamboo; spy.
வேய்க்கண்: *(பெ):* மூங்கில் கணு; knot of bamboo.
வேய்தல்: *(வி):* மலர்தல்; சூடுதல்; மூடுதல்; சூழ்தல்; பதித்தல்; துளைபோடுதல்; to open as flower; to wear; to cover; to surround; to fix; to drill.
வேய்வனம்: *(பெ):* திருநெல்வேலி; Thirunelveli.
வேரகம்: *(பெ):* கற்பூரம்; camphor.
வேரறுத்தல்: *(வி):* முற்றிலுமாக அழித்தல்; to destroy entirely.
வேரி: *(பெ):* தேன்; கள்; மணம்; honey; toddy; fragrance.
வேர்: *(பெ):* தாவரங்களை மண்ணில் ஊன்றி நிற்கச் செய்யும் பகுதி; மூங்கில்; அடிப்படை; காரணம்; வியர்வை; root; bamboo; basis; cause; sweat; perspiration.
வேர்க்கடலை: *(பெ):* நிலக்கடலை; groundnut.
வேர்க்குரு: *(பெ):* வேர்வையால் உண்டாகும் சிறு பரு; prickly heat.
வேர்க்கொம்பு: *(பெ):* இஞ்சி; சுக்கு; ginger; dried ginger.
வேர்த்தல்: *(வி):* வியர்த்தல்; அஞ்சுதல்; to perspire; to fear.
வேர்ப்படலம்: *(பெ):* கண்ணோய் வகை; a kind of eye disease.
வேர்வை: *(பெ):* வியர்வை; sweat; perspiration.
வேலசம்: *(பெ):* மிளகு; pepper.
வேலம்: *(பெ):* தோட்டம்; மரவகை; garden; a kind of tree.
வேலன்: *(பெ):* முருகப்பெருமான்; Lord Muruga.
வேலாயுதன்: *(பெ):* முருகப்பெருமான்; Lord Muruga.
வேலாவலயம்: *(பெ):* பூமி; கடல்; earth; sea.
வேலாழி: *(பெ):* கடல்; sea.
வேலி: *(பெ):* பாதுகாப்பு அரண்; வயல்; காவல்; fence; paddy-field; safety; protection.
வேலிப்பருத்தி: *(பெ):* ஒரு மூலிகை; a herb.
வேலை: *(பெ):* செயல்; தொழில்; கடல்; கானல்; கரும்பு; வெங்காரம்; அலை; கடற்கரை; work; profession; sea; mirage; sugarcane; borax; wave; sea-shore.
வேலைக்காரன்: *(பெ):* பணியாள்; வேலை செய்பவன்; servant; worker.
வேலைக்காரி: *(பெ):* பணிப்பெண்; servant-maid.
வேல்: *(பெ):* ஆயுத வகை; திரிசூலம்; பகை; மரவகை; மூங்கில்; உடை; lance; spear; trident; enmity; a kind of tree; bamboo; garment.

- **'வேலும், மயிலும் துணை'**
- **வேலன்று** வென்றி தருவது மன்னவன்
  கோலதூஉம் கோடா தெனின். - *குறள் 546.*

வேவம்: *(பெ):* தனிமை; துன்பம்; loneliness; grief.
வேவுக்காரன்: *(பெ):* ஒற்றன்; spy.
வேவை: *(பெ):* வெந்தது; that which is cooked.
வேழக்கரும்பு: *(பெ):* கரும்பு வகை; a kind of sugarcane.
வேழம்: *(பெ):* கரும்பு; புல் வகை; மூங்கில்; நாணல்; பீர்க்கு; யானை; மேடராசி; பணிநாள்; ஒரு பூச்சி; sugarcane; a kind of grass; bamboo; large and coarse grass; sponge

gourd; elephant; the first constellation of the zodiac having the ram as its sign; working day; an insect.

வேழம்பம்: *(பெ):* வஞ்சகம்; deceit.

வேழம்பர்: *(பெ):* கழைக்கூத்தர்; pole-dancers.

வேளாட்டி: *(பெ):* பணிப்பெண்; servant-maid.

- தாளாற்றித் தந்த பொருளெல்லாம் தக்கார்க்கு **வேளாண்மை** செய்தற் பொருட்டு. - *குறள் 212*

வேளாண்மை: *(பெ):* பயிர்த்தொழில்; agriculture.

வேளாண்வேதம்: *(பெ):* நாலடியார்; Naaladiyar.

வேளான்: *(பெ):* குயவன்; potter.

வேளை: *(பெ):* காலம்; ஒரு மூலிகை; time; period; a herb. • **வேளை**யறிந்து பேசு; நாளை அறிந்து பயணம் பண்ணு - *பழமொழி.*

வேள்: *(பெ):* மன்மதன்; முருகன்; திருமணம்; விருப்பம்; Cupid; Lord Muruga; marriage; desire.

வேள்வி: *(பெ):* யாகம்; திருமணம்; ஈகை; sacrifice; marriage; gift.

வேள்வியாளன்: *(பெ):* கொடையாளன்; பார்ப்பனன்; liberal donor; brahmin.

வேள்வியின் பதி: *(பெ):* திருமால்; Lord Vishnu.

வேறாதல்: *(வி):* மாறுபடுதல்; பிரிதல்; to differ; to part with.

வேறு: *(பெ):* புதியது; கூறுபாடு; பகைமை; தீங்கு; new one; share; portion; enmity; evil.

வேறுபாடு: *(பெ):* மன வேற்றுமை காணல்; பகைமை; variance; contrast; discord; difference; enmity.

வேற்கோட்டம்: *(பெ):* முருகன் கோயில்; Lord Muruga's temple.

வேற்றலம்: *(பெ):* காற்று; wind.

வேற்றவன்: *(பெ):* பகைவன்; அயலான்; enemy; stranger.

வேற்று முனை: *(பெ):* பகைவர் படை; army of the enemy.

வேற்றுமை: *(பெ):* வேறுபாடு; பகைமை; difference; variation; enmity.

வேற்றுவன்: *(பெ):* அயலான்; பிறன்; foreigner; stranger; other man.

வேனல்: *(பெ):* வெப்பம்; heat.

வேனிலான்: *(பெ):* மன்மதன்; Cupid.

வேனில்: *(பெ):* கோடைக்காலம்; வெப்பம்; கானல்; பொலிவு; அழகு; summer season; heat; mirage; splendour; beauty.

வேன்: *(பெ):* மிகுதி; abundance.

வேன்மகன்: *(பெ):* முருகனைப் பூஜிப்பவன்; one who worships Lord Muruga.

வை

வை: *(பெ):* கூர்மை; வைக்கோல்; புல்; sharpness; straw; grass.

வைகலும்: *(வி.அ):* நாள்தோறும்; daily.

வைகல்: *(பெ):* தங்குதல்; விடியற்காலம்; நாள்; வேளை; dwelling; a dawn; day; time.

வைகறை: *(பெ):* விடியற்காலம்; காலை; daybreak; morning.

வைகாசி: *(பெ):* ஒரு தமிழ் மாதம்; Vaikaasi, a Tamil month.

வைகாலம்: *(பெ):* சாயங்காலம்; evening.

வைகாசைன்: *(பெ):* வனத்தில் வசிப்பவன்; one who resides in forest.

வைகுண்ட நாதன்: *(பெ):* திருமால்; Lord Vishnu.

வைகுதல்: *(வி):* தங்குதல்; வற்றுதல்; விடிதல்; புணர்தல்; to dwell; to reside; to dry up; to dawn; to copulate.

வைகுந்தம்: *(பெ):* திருமால் இருப்பிடம்; the abode of Lord Vishnu - Vaikuntham.

வைகுறு மீன்: *(பெ):* விடிவெள்ளி; morning star; the Planet Venus.

வைகை: *(பெ):* வைகையாறு; river Vaigai.

வைக்கல்/வைக்கோல்: *(பெ):* நெற்பயிரின் உலர்ந்த தாள்; straw.

வைசகி: *(பெ):* வைகாசி; Vaikasi, a Tamil month.

வைசத்தியம்: *(பெ):* தூய்மை; உண்மை; purity; truth.

வைசித்திரி: *(பெ):* புதுமை; newness.

வைசியன்: *(பெ):* வணிகன்; trader.

வைசூரி: *(பெ):* அம்மை நோய்; small-pox.

வைசேடிகம்: *(பெ):* ஒரு மதம்; a religion.

வைச்சிரவணன்: *(பெ):* குபேரன்; இராவணன்; Kubera; Ravana, an Asura king.

வைச்சுதன்: *(பெ):* சனி; கதிர்மகன்; முடவன்; Saturn; son of the Sun; lame person.

வைடாலம்: *(பெ):* பூனை; cat.

வைடூரியம்: *(பெ):* நவமணியுள் ஒன்று; one of the nine kinds of gems.

வைணவம்: *(பெ):* திருமாலை வழிபடும் சமயம்; ஒரு புராணம்; புல்லாங்குழல்; the religion which holds Vishnu to be the Supreme Being; a purana; flute.

வைதல்: *(பெ):* திட்டுதல்; பழித்துரைத்தல்; to rebuke; to abuse.

வைதவ்யம்: *(பெ):* கைம்மை; widowhood.

வைதிகம்: *(பெ):* வேதநெறிப்பட்டது; சமய நெறிகளைக் கடைப்பிடித்து ஒழுகுதல்; that which is sanctioned by the Vedas; orthodoxy.

வைத்தல்: *(பெ):* இடுதல்; அளித்தல்; சேமித்தல்; மனதிற் கொள்ளுதல்; to put; to give; to save; to keep in mind.

- வைத்தான்வாய் சான்ற பெரும்பொருள் அஃதுண்ணான்
  செத்தான் செயக்கிடந்தது இல். - *குறள் 1001*

வைத்தியசாலை: *(பெ):* மருத்துவமனை; hospital.

வைத்தியநாதன்: *(பெ):* சிவபெருமான்; Lord Shiva.

வைத்தியம்: *(பெ):* மருத்துவம்; medicinal science.

வைத்தியன்: *(பெ):* மருத்துவன்; physician; doctor.

வைந்நுதி: *(பெ):* கூரிய நுனி; sharp edge.

வைந்தவம்: *(பெ):* குதிரை; horse.

வைபவம்: *(பெ):* பெருமை; பெரியோர் வரலாறு; greatness; history of great persons.

வைப்பாட்டி: *(பெ):* நேய மங்கை; concubine.

வைப்பு: *(பெ):* பாதுகாப்பு நிதி; புதையல்; இடம்; ஊர்; உலகம்; deposit; treasure-trove; place; town; world.

வைப்பு முத்து: *(பெ):* செயற்கை முத்து; artificial pearl.

வையகம்: *(பெ):* மண்ணுலகம்; ஊர்தி; earth; world; vehicle.

வையம்: *(பெ):* பூமி; தேர்; ஊர்தி; சிவிகை; எருது; விளக்கு; யாழ்; earth; chariot; vehicle; palanquin; ox; bull; lamp; lute.

வையாபுரி: *(பெ):* பழநி மலை; the hill Pazhani.

வையை: *(பெ):* வைகை ஆறு; the river Vaigai.

வைரக்கல்: *(பெ):* வயிர மணி; diamond.

வைரம்: *(பெ):* வயிர மணி; கடினமானது; பகை; diamond; that which is very hard; enmity.

வைரவனூர்தி: *(பெ):* நாய்; dog.

வைராகம்: *(பெ):* பற்றின்மை; absence of desire.

வைராக்கியம்: *(பெ):* உலகப்பற்றின்மை; விடாப்பிடி; asceticism, perseverance.

வைரி: *(பெ):* பகைவன்; enemy.

வைனதேயன்: *(பெ):* கருடன்; white-headed kite.

வௌ

வௌவம்: *(பெ):* தாமரை; lotus.

வௌவால்: *(பெ):* பறவை வகை; bat.

வௌவி: *(பெ):* மான்; deer.

வௌவுதல்: *(வி):* கவர்தல்; கைப்பற்றுதல்; to seize; to capture.